T0381310

ਗੁਰੂ ਗ੍ਰੰਥ

The Guru Granth Sahib

Steek – English and Punjabi

Volume - ਪੋਥੀ –1

Gurbani Page 1-150

The right path of salvation!
Teachings of His blessed Souls!

ਦਾਸ: ਭਾਗ ਸਿੰਘ
bhagbhullar@gmail.com
909-636-1233

authorHOUSE®

AuthorHouse™
1663 Liberty Drive
Bloomington, IN 47403
www.authorhouse.com
Phone: 833-262-8899

Published by AuthorHouse 07/07/2022

ISBN: 978-1-7283-3354-0 (sc)
ISBN: 978-1-7283-3353-3 (e)

Library of Congress Control Number: 2019917335

ਗੁਰੂ ਗ੍ਰੰਥ

Guru Granth Sahib

Volume – ਪੋਥੀ 1

Gurbani Pages : 1 - 150

Steek – English and Punjabi

ਬਾਣੀ ਵਿੱਚ ਕੇਵਲ ਅਕਾਲ ਪੁਰਖ ਦੀ ਮਹਿਮਾਂ ਕੀਤੀ ਗਈ ਹੈ ।
ਜਿਸ ਨੇ ਜਨਮ ਲਿਆ ਹੈ ਅਤੇ ਮਰ ਗਿਆ ਹੈ, ਉਸ ਦੀ ਮਹਿਮਾਂ ਨਹੀਂ ਕੀਤੀ ਗਈ॥

"ਜੇਸੀ ਮੈ ਆਵੇ ਖਸਮ ਕੀ ਬਾਣੀ, ਤੇਸਾ ਕਰੀ ਗਿਆਨ ਵੇ ਲਾਲੋ ।"

- ਗੁਰੂ ਗ੍ਰੰਥ ਸਾਹਿਬ ਜੀ ਨੂੰ 11th ਅਟੱਲ ਗੁਰੂ ਥਾਪਿਆ ਗਿਆ ।
- ਪ੍ਰਭ ਨੇ ਜੀਵਾਂ ਨੂੰ ਸੇਧ ਦੇਣ ਵਾਸਤੇ ਭਗਤਾਂ ਦੀ ਜੀਭ ਤੇ ਸ਼ਬਦ ਬਖਸ਼ੇ ।
- ਜਿਸ ਭਗਤ ਦੀ ਬਾਣੀ ਦਰਜ਼ ਹੋ ਗਈ, ਸਭ ਇੱਕ ਬਰਾਬਰ ਹੀ ਹਨ ।
- ਮਿਲਾਪ ਕੇਵਲ ਪ੍ਰਭ ਦੀ ਰਹਿਮਤ ਨਾਲ ਹੀ ਹੁੰਦਾ ਹੈ।

ਦਾਸ: ਭਾਗ ਸਿੰਘ

bhagbhullar@gmail.com
909-636-1233

About the book:

Guru Granth sahib, Sikh Holy Scripture has been compiled the life experience of 25 Prophets from various religions and different time periods. The theme, Mool Mantra carries an enlightening message of The True Master to realize the purpose of human life opportunity. Human must regret and repents and surrenders his self-identity at His Sanctuary.

Guru Granth Sahib highlights the significance of meditation, singing His Glory in renunciation in memory, obeying the teachings of His Word; adopt the essence of His Word. Aware of two dominating forces Shiv and Shakti to check the sincerity of His True devotee.

* Gurbani has 3748 Sabhad; each Gurbani Sabhad has only one unique message to adopt in day-to-day life to sanctify your soul to become Worthy of His Consideration.

* Gurbani has 581 Saloks that contains questions asked by ancient saint and enlightened with their comprehension of His Nature.

Each Sabhad carries 4 messages; highlight wrong path taken by human with intoxication of sweet poison of worldly wealth; Preachers conveys that message and convince innocents with worldly logic as the right path. Other is the sing His Glory in renunciation in the memory of separation from His Holy Spirit; however, ignorant may sing the glory of His Slave, ancient saint. Most significant message is hidden that must be adopted to be bestowed with His Blessed Vision, the right path of acceptance in His Court.

Guru Arjan Dev Ji, 5th guru had compiled the life experience of 25 Prophets from various religions and different time periods. The steek of spiritual message of Guru Granth Sahib Ji! Guru Granth Sahib has been compiled in in 31 Raags - Chapters. Each raag compiles the teachings, Nanak Dev Ji; Angad Dev Ji; Amar Das Ji; Ram Das Ji: Arjan Dev Ji; Ancient saints Kabeer Ji, Jay Dev, Nama Dev; Ravi Das Ji and followed sequence with His Imagination. 5 Sikhs Gurus spread the same message-initiated Nanak Ji.

The purpose of steek of Guru Granth Sahib in Punjabi and English combined in one book is to guide new generation who may not be able to read Punjabi; may be enlightened with path, blessed souls adopted to be sanctified and to be on the right path of salvation, acceptance in His Court.

Structure / Layout of the book:

Each dialogue is structured for easy understanding for non-Punjabi readers: as follow.

- Poetry dialogue written in Punjabi is a copy from The Guru Granth Sahib with ref. of page number and name of prophet.

- Then it is written in English for reader to recite the Punjabi poetry.

- Then the spiritual meanings based on the central theme of the Holy Scripture is written in Punjabi.

- Then the English translation of the spiritual meanings written in Punjabi for non-Punjabi readers.

    Author's Name: Bhag Singh

    Audience Level: Adult

    Genre/ Category: Religious, Holy Spirit, His Throne

    Keyword: The Word, Blessed Soul, Devotee, Ego

About the Author:

Bhag Singh is engineer who studied in India and in The Unites states of America. He has 40 years professional experience in field of Engineering. He belongs to a long list of Sikh devotees dating back to Lakhi Nakaya who honored 9th Sikh guru, Guru Tegh Bahadur ji by cremating his corpse by setting his own house on fire.

His journey started with his grandfather Tara Singh Bhullar who was very close to him. He was well known for his struggle for independence of India. He was the president of the congress party of district Lahore. He was a keen devotee of Sikh teachings. He was my guide to inspire me to accompany him in visit to Sikh shrines like Golden Temple and others.

However, he took a different route in 1994 after the death of his wife Rajwant Kaur. He was disappointed from religious practice in USA. He studied and analyzed various religious Holy Scriptures like The Torah, The New Bible, Buddha, and Hindu Holy Scripture for 3 years. All scriptures were pointing to similar thoughts his great grandfather Arjan Singh instilled in him.

In 1997, he started reading and analyzing The Guru Granth Sahib to create spiritual meanings in Punjabi and English translation to share with new generation. By His grace! The spiritual meanings of The Sikh Holy Scripture were completed in 2017. Reading these spiritual meanings, he compiled key dialogues that brought new light to him that may become a guide to overcome worldly rituals, suspicions created by worldly religions, religious greed. He had published following books:

- The Sikh Holy Scripture Teachings for Mankind.
- Guru Granth Sahib. Volume 1, 2,3,4, 5 (page 1-1106).

Purpose of Human life – Mankind!

ਚਾਰਿ ਪਦਾਰਥ ਲੈ ਜਗਿ ਜਨਮਿਆ, ਸਿਵ ਸਕਤੀ ਘਰਿ ਵਾਸੁ ਧਰੇ॥
ਲਾਗੀ ਭੂਖ ਮਾਇਆ ਮਗੁ ਜੋਹੈ, ਮੁਕਤਿ ਪਦਾਰਥੁ ਮੋਹਿ ਖਰੇ॥੩॥– P 1014
ਸਤਿਗੁਰ ਕੈ ਵਸਿ ਚਾਰਿ ਪਦਾਰਥ॥ ਤੀਨਿ ਸਮਾਏ ਏਕ ਕ੍ਰਿਤਾਰਥ॥੫॥– P 1345
ਧਰਮ, ਅਰਥ, ਕਾਮ, ਮੋਖ!
ਜੀਵ ਚਾਰ ਪਦਾਰਥ ਪਾਉਣ ਲਈ ਸੰਸਾਰ ਵਿਚ ਆਉਂਦਾ ਹੈ ।
ਸਬਦ ਦੀ ਸੋਝੀ; ਸੁਰਿਤ –ਧਿਆਨ; ਸਬਦ ਦੀ ਸੋਝੀ; ਵਿਰਾਗ, ਮੁਕਤੀ ।

ਸੰਸਾਰ ਵਿਚ ਆ ਕੇ ਮਇਆ ਦੇ ਜਾਲ ਵਿਚ ਫਸ ਜਾਂਦਾ ਹੈ । ਮਇਆ ਦੀ ਭੁੱਖ ਨਾਲ ਸੰਸਾਰਕ ਧਨ ਨਾਲ ਮੋਹ ਵਧ ਜਾਂਦਾ ਹੈ । ਸੰਸਾਰਕ ਮੋਹ, ਹੈਸੀਅਤ, ਮੁਕਤੀ ਦੀ ਥਾਂ ਲੈ ਲੈਂਦੀ ਹੈ । ਜਦੋਂ ਜੀਵ ਤਿੰਨਾਂ ਤੇ ਕਾਬੂ ਪੱਕਾ ਕਰ ਲੈਂਦਾ ਹੈ ਤਾਂ ਹੀ ਪ੍ਰਭ ਮੁਕਤੀ ਬਖਸ਼ਦਾ ਹੈ ।

ਕਵਣੁ ਸੁ ਅਖਰੁ ਕਵਣੁ ਗੁਣੁ ਕਵਣੁ ਸੁ ਮਣੀਆ ਮੰਤੁ॥
ਕਵਣੁ ਸੁ ਵੇਸੋ ਹਉ ਕਰੀ ਜਿਤੁ ਵਸਿ ਆਵੈ ਕੰਤੁ॥੧੨੬॥– P 1384
ਨਿਵਣੁ ਸੁ ਅਖਰੁ ਖਵਣੁ ਗੁਣੁ ਜਿਹਬਾ ਮਣੀਆ ਮੰਤੁ॥
ਏ ਤ੍ਰੈ ਭੈਣੇ ਵੇਸ ਕਰਿ ਤਾ ਵਸਿ ਆਵੀ ਕੰਤੁ॥੧੨੭॥ – P 1384

ਨਿਮਨ ਸੋ ਅੱਖਰ– ਕਿਸ ਨੂੰ ਕੋੜਾ ਨਹੀਂ ਬੋਲਨਾ, ਕਰੋਧ ਤਿਆਗੋ ।
ਖਵਨ ਗੁਣ– ਕੋਈ ਵਧ ਘੱਟ ਬੋਲੇ, ਨਿਮਰਤਾ ਨਾਲ ਸਹਿਣ ਕਰੋ ।
ਜੀਭਾ ਮੰਨੀਆ ਮੰਤ – ਮਿੱਠਾ ਬੋਲਕੇ, ਨਿਮਰਤਾ ਨਾਲ ਸਤਿਕਾਰ ਕਰੋ ।
ਅਗਰ ਕੋਈ ਇਹ ਤਿੰਨੇਂ ਗੁਣ ਹਾਸਿਲ ਕਰ ਲਵੇ ਤਾ ਪ੍ਰਭ ਚੌਥਾ ਪਦਾਰਥ ਬਖਸ਼ਦਾ ਹੈ ।

ਅਗਰ ਜੀਵ ਤਿੰਨ ਪਦਾਰਥ ਹਾਸਿਲ – ਸ਼ਬਦ ਦੀ ਸੋਝੀ, ਸ਼ਬਦ ਵਿੱਚ ਧਿਆਨ, ਸ਼ਬਦ ਦੀ ਪਾਲਣਾ!
Three Virtues: Concentration His Word; enlightenment; renunciation.
ਉਹ ਸੰਸਾਰਕ ਮਾਇਆ ਦੇ ਤਿੰਨੇਂ ਰੂਪ (ਰਾਜਸ, ਤਾਪਸ, ਸਾਤਸ) ਤਿਆਗ ਦੇਂਦਾ ਹੈ ।
ਉਹ ਸੰਸਾਰਕ ਮਾਇਆ ਦੇ ਤਿੰਨੇਂ ਰੂਪ (ਅਰਥ, ਧਰਮ, ਕਾਮ) ਤਿਆਗ ਦੇਂਦਾ ਹੈ ।
Raajas–Taamas–Satvas: Mind; Concentration; Awareness, sanctification.

To become worthy of His Consideration! Salvation! 4th Virtue

Whosoever may adopt His Word with steady and stable belief that the universe is an expansion of The Holy Spirit, he may be enlightened from within and he may be blessed with salvation.

☬ Four Virtues ☬

ਸ਼ਬਦ ਦੀ ਲਗਨ,	Devotion to His Word
ਸ਼ਬਦ ਦੀ ਸੋਝੀ	enlightenment;
ਸੁਚੇਤਨਾ-ਵਿਰਾਗ	Renunciation
ਮੁਕਤੀ	Salvation.

Worldly Wealth (Arath, Dharam, Kaam) and Mokh!

ਅਰਥ; Arath:	Adopt His Word in life.
ਧਰਮ; Dharam:	Discipline! character! Ethics! selfishness!
ਕਾਮ; Kaam:	Conquer sexual desire for strange partner
ਮੋਖ; Mokh:	Salvation from birth and death cycle.

Worldly Wealth (Raajas, Taamas, Satvas)and Salvation!

ਰਜ ਗੁਣ; Raajas:	Mind concentration! The quality of energy and activity!
ਤਮ ਗੁਣ; Taamas:	Mind Awareness! The quality of Darkness and inertia!
ਸਤ ਗੁਣ; Satvas:	Purity, of mind! The quality of purity and light!
ਮੁਕਤ ; Salvation;	Beyond cycle of birth and death! Immerse within His Holy Spirit

5 Principles of meditation- True Simran

ਪਹਿਲੇ: ਸ਼ਬਦ ਦੀ ਉਸਤਤ, ਪਾਲਣਾ ਕਰਨਾ !	First: sing the glory and obey the teachings of His Word.
ਦੂਜਾ: ਪ੍ਰਭ ਦੇ ਬਖਸ਼ੇ ਤੇ ਸੰਤੋਖ, ਧੀਰਜ ਰਖਣਾ !	Second: Remain contented and patience with His Blessings.
ਤੀਜਾ: ਮਨ ਵਿੱਚ ਨਿਮ੍ਰਤਾ, ਹਲੀਮੀ ਨਾਲ ਜੀਵਨ ਬਤੀਤ ਕਰਨਾ !	Third: Adopt humility, tolerance of other different opinions.
ਚੌਥਾ: ਨਿਮਾਣੇ ਦੀ ਮਦਦ, ਪੁੰਨ ਕਰਨਾ ।	Fourth: Help less fortunate, charity
ਪੰਜਵਾ: ਮਨ ਦੀਆਂ ਇੱਛਾਂ ਨੂੰ ਕਾਬੂ ਰਖਣਾ ।	Fifth: conquer your worldly desires, expectation.

Worldly Ocean- Environment

Shiva: Devine Enlightenment: eternal principle- Godhead, His Word; road map to His Court. Nectar of the essence of His Word. (14th Jewel)
Shakti: Worldly Wealth: temporal principle- Divine Mother- wealth- material world.

Shakti: Worldly Wealth: Arath, Dharam, Kaam: Raajas, Taamas, Satvas

Five Devils of Shakti: Worldly Wealth: **ਕਾਮ:** Sexual urge for strange partner. **ਕਰੋਧ:** Anger of worldly disappointment. **ਲੋਭ:** Greed to capture others earnings. **ਮੋਹ:** Worldly attachments; Bonds. **ਅਹੰਕਾਰ:**Ego of worldly status.

14 ਰਤਨ- Jewel – from ocean of The Universe.		
1.	ਹਲਾਹਲ (ਵਿਸ਼, ਜ਼ਹਿਰ)	ਸਿਵ ਜੀ (ਨੀਲਕੰਠ)
2.	ਚੰਦਰਮਾ	ਸਿਵ ਜੀ
3.	ਸਫੇਦ ਘੋੜਾ	ਬਲ ਰਾਖਜਾ ਦਾ ਰਾਜਾ
4.	ਕੌਤਸ਼ੁਭ ਮਣੀ	ਵਿਸਨੂ ਜੀ
5.	ਲਖਸ਼ਮੀ ਦੇਵੀ	ਵਿਸ਼ਨੂੰ ਜੀ
6.	ਸੰਖ	ਵਿਸਨੂ ਜੀ
7.	ਕਾਮਧੇਨ ਗਊ	ਰਿਸ਼ੀਆਂ ਨੂੰ ਦੇ ਦਿਤੀਆਂ
8.	ਧੰਨਤਰੀ ਵੈਦ	ਰਿਸ਼ੀਆਂ ਨੂ ਆਸਰਵੇਦ ਦਾ ਗਿਆਨ
9	ਐਰਵਤ ਹਾਥੀ	ਇੰਦਰ
10.	ਕਲਪ ਬ੍ਰਿਛ	ਇੰਦਰ
11.	ਰੰਭਾ ਅਪੰਸਰਾ	ਇੰਦਰ
12.	ਪਰਿਜਾਤ ਬ੍ਰਿਛ	
13.	ਵਾਰੁਣੀ (ਮਦਿਰਾ, ਸਰਾਬ)	ਕਾਦੰਬ ਦੇ ਫੁੱਲਾਂ ਤੋ ਤਿਆਰ – ਅਸੁਰਾਂ ਨੂੰ ਦੇ ਦਿੱਤੀ
14	ਅੰਮ੍ਰਿਤ	ਪ੍ਰਭ ਦੇ ਦਾਸਾਂ – Nectar - Shiva

Fundamentals of Spiritual Teachings! Gurbani - Vedas		Sikh	Hindu
1.	Beliefs about sacred matters–God, soul, and cosmos–are essential to one's approach to life.		
2.	Beliefs determine - thoughts and attitudes about life, which in turn direct our actions.		
3.	By our actions, we create our destiny.		
1.	The One and Only One, all-pervasive Supreme Being who is both immanent and transcendent, both Creator and Unmanifest Reality.	Yes	Yes
2	In the divinity of the four Vedas, the world's most ancient scripture, and venerate the Agamas as equally revealed. These primordial hymns are God's word and the bedrock of Sanatana Dharma, the eternal religion.	Yes	Yes
3	The universe undergoes endless cycles of creation, preservation, and dissolution.	Yes	Yes
4	Karma, the law of cause and effect by which everyone, creates his own destiny by his thoughts, words, and deeds.	Yes	Yes
5	The soul reincarnates, evolving through many births until all karmas have been resolved, and moksha, liberation from the cycle of rebirth, is attained. Not a single soul will be deprived of this destiny.	Yes	Yes
6	Divine beings exist in unseen worlds and that worship, and devotional meditation create a communion with His Holy Spirit-God.	Yes	Yes
7	Enlightened Devotee, slave master, or sat-guru, may guide on the right path to realize, The Transcendent Absolute; personal discipline, good conduct, purification, pilgrimage, self-inquiry, meditation and surrender at His Sanctuary.	Yes	Yes
8	All life is sacred, to be loved and revered, and therefore practice ahimsa, noninjury, in thought, word and deed.	Yes	Yes
9	No religion teaches the only way to salvation above all others, but that all genuine paths are facets of Enlightenment, God's Light, deserving tolerance and understanding.	Yes	Yes

Guru Granth Sahib

Volume – ਪੋਥੀ 1
Gurbani Pages: 1 -150

Steek – English and Punjabi

Index

ਗੁਰੂ ਗ੍ਰੰਥ

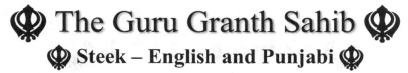

The Guru Granth Sahib

Steek – English and Punjabi

ਪੋਥੀ -Volume 1

(Gurbani Page 1 –150)

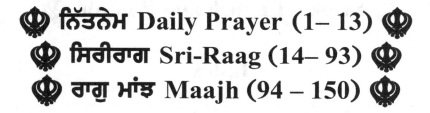

ਨਿੱਤਨੇਮ Daily Prayer (1– 13)
ਸਿਰੀਰਾਗ Sri-Raag (14– 93)
ਰਾਗੁ ਮਾਂਝ Maajh (94 – 150)

ਬਾਣੀ ਵਿੱਚ ਕੇਵਲ ਅਕਾਲ ਪੁਰਖ ਦੀ ਮਹਿਮਾਂ ਕੀਤੀ ਗਈ ਹੈ ।
ਜਿਸ ਨੇ ਜਨਮ ਲਿਆ ਹੈ ਅਤੇ ਮਰ ਗਿਆ ਹੈ, ਉਸ ਦੀ ਮਹਿਮਾਂ ਨਹੀਂ ਕੀਤੀ ਗਈ॥

"ਜੇਸੀ ਮੈਂ ਆਵੇ ਖਸਮ ਕੀ ਬਾਣੀ, ਤੇਸਾ ਕਰੀ ਗਿਆਨ ਵੇ ਲਾਲੋ ।"

- ਗੁਰੂ ਗ੍ਰੰਥ ਸਾਹਿਬ ਜੀ ਨੂੰ 11th Atl ਗੁਰੂ ਥਾਪਿਆ ਗਿਆ ।
- ਪ੍ਰਭ ਨੇ ਜੀਵਾਂ ਨੂੰ ਸੇਧ ਦੇਣ ਵਾਸਤੇ ਭਗਤਾਂ ਦੀ ਜੀਭ ਤੇ ਸ਼ਬਦ ਬਖਸ਼ੇ ।
- ਜਿਸ ਭਗਤ ਦੀ ਬਾਣੀ ਦਰਜ਼ ਹੋ ਗਈ, ਉਹ ਸਭ ਇਕ ਬਰਾਬਰ ਹੀ ਹਨ ।
- ਮਿਲਾਪ ਕੇਵਲ ਪ੍ਰਭ ਦੀ ਰਹਿਮਤ ਨਾਲ ਹੀ ਹੁੰਦਾ ਹੈ, ਵਿਚੋਲੇ ਦੀ ਲੋੜ ਨਹੀਂ ਹੁੰਦੀ ।

ਦਾਸ: ਭਾਗ ਸਿੰਘ
bhagbhullar@gmail.com
909-636-1233

ਗੁਰੂ ਗ੍ਰੰਥ

The Guru Granth Sahib

Steek – English and Punjabi

ਨਿੱਤਨੇਮ – Nit-name

(Gurbani Page: 1 –13)

 # (1 – 53)

ਨਿੱਤਨੇਮ (P1 – 13)

ਗੁਰੂ ਗ੍ਰੰਥ ਸਾਹਿਬ – ਮੂਲ ਮੰਤਰ ਵਿੱਚ ਪ੍ਰਭ ਦੀ ਅਵਸਥਾ ਦੀ ਸੋਝੀ ਜਾਣਕਰੀ ਦੱਸੀ ਗਈ ਹੈ!

ਮੂਲ ਮੰਤਰ ਦੇ ਪੰਜ ਭਾਗ:

ਪ੍ਰਭ ਦਾ ਅਕਾਰ, ਸ਼੍ਰਿਸਟੀ ਦਾ ਪ੍ਰਬੰਧ, ਬਣਤਰ, ਮੁਕਤੀ, ਪ੍ਰਭ ਦੀ ਪਛਾਣ!

Five enlightenments of Mool Mantra:

Structure; Function; Creation; Acceptance; Recognition.

ੴ ਸਤਿ ਨਾਮੁ ਕਰਤਾ ਪੁਰਖੁ, ਨਿਰਭਉ ਨਿਰਵੈਰੁ ਅਕਾਲ ਮੂਰਤਿ ਅਜੂਨੀ ਸੈਭੰ ਗੁਰ ਪ੍ਰਸਾਦਿ॥

ik-oNkaar, sat naam, kartaa, purakh, nirbha-o, nirvair, akaal, moorat, ajoonee, saibhaN, gur parsaad.

ਜਪੁ॥ ਆਦਿ ਸਚੁ ਜੁਗਾਦਿ ਸਚੁ॥ ਹੈ ਭੀ ਸਚੁ ਨਾਨਕ ਹੋਸੀ ਭੀ ਸਚੁ॥੧॥

jap.! Aad sach, Jugaad sach. Hai bhee sach, Naanak hosee bhee sach. ||1||

1) **ਪ੍ਰਭ ਦਾ ਅਕਾਰ** – Structure

ੴ	**ਪ੍ਰਭ, ਇਕੋ ਇਕ, ਅਕਾਰ ਰਹਿਤ ਜੋਤ, ਸ੍ਰਿਸ਼ਟੀ ਦਾ ਮਾਲਕ!**
ik-oNkaar:	The One and Only One, True Master. No form, shape, color, size, in Spirit only.

His Holy Spirit may appear in anything, anyone, anytime at His free Will; beyond any form, shape, size, or color, only Holy Spirit.

2) **ਸ਼੍ਰਿਸਟੀ ਦਾ ਪ੍ਰਬੰਧ:** Function and His Operation!

ਸਤਿ ਨਾਮੁ	**ਪ੍ਰਭ ਦਾ ਸ਼ਬਦ, ਭਾਣਾ ਨਾ-ਬਦਲਣ, ਨਾ-ਟਾਲੇ ਜਾਣ ਵਾਲਾ; ਸਦਾ ਵਾਪਰਦਾ; ਹਰਇੱਕ ਆਤਮਾ ਤੇ ਪ੍ਰਭ ਉਕਾਰਦਾ ਹੈ; ਕਾਗਜ਼ ਤੇ ਲਿਖਿਆਂ ਨਹੀਂ ਜਾ ਸਕਦਾ; ਹਰਇੱਕ ਆਤਮਾ ਲਈ ਵੱਖਰਾ ਹੀ ਹੁੰਦਾ, ਸਦਾ ਚਲਣ ਵਾਲੀ ਗੂੰਜ, ਅਚੇਤ ਮਨ –ਸ਼ਿਵ, ਆਤਮਾ ਦੀ ਹੌਂਦ ਨਾਲ ਹੀ ਖਤਮ ਹੋ ਜਾਂਦਾ ਹੈ! ਪ੍ਰਭ ਦੀ ਹੌਂਦ, ਪ੍ਰਵਾਨਗੀ ਦਾ ਅਸਲੀ ਰਸਤਾ, ਸ਼ਬਦ ਵਿੱਚ ਹੀ ਸਮਾਇਆ ਹੈ!**	
sat naam:	naam	His Command, His existence, His Word. a unique road-map embedded within each soul.
	sat	Omnipresent, Omniscient, Omnipotent, Unchangeable, Uncompromised, true forever.

The One and Only One, Holy Spirit remains embedded in His Nature, in His Word; only His Command pervades in the universe and nothing else exist without His mercy and grace.

3) **ਸ਼੍ਰਿਸਟੀ ਦੀ ਬਣਤਰ:** – Creation of the universe.

ਸੈਭੰ	**ਪ੍ਰਭ ਆਪਣੇ ਆਪ ਵਿਚੋਂ ਉਤਪਤ; ਪ੍ਰਭ ਦੀ ਜੋਤ ਸ਼ਬਦ ਰੂਪ ਵਿੱਚ ਆਤਮਾ ਵਿੱਚ ਸਮਾਈ ਰਹਿੰਦੀ ਹੈ! ਆਤਮਾ, ਪ੍ਰਭ ਦੀ ਜੋਤ ਵਿਚੋਂ ਵਿਛੜੀ, ਜੋਤ ਦਾ ਭਾਗ ਹੈ!**
saibhaN:	Universe, Creation, soul is an expansion of His Holy spirit; Soul separated to repent, sanctify to immerse with origin; No soul may be deprived from this opportunity.

The True Master, Creator Himself is The Creation, nothing else exist.

4) **ਮੁਕਤੀ** Salvation – His acceptance.

ਗੁਰ ਪ੍ਰਸਾਦਿ	**ਪ੍ਰਭ ਦੀ ਆਪਣੀ ਮਰਜ਼ੀ, ਰਹਿਮਤ ਨਾਲ ਪ੍ਰਵਾਨਗੀ ਹੁੰਦੀ, ਕਿਸੇ ਬੰਦਗੀ, ਵਿਚੋਲੇ, ਗੁਰੂ ਦੀ ਅਰਦਾਸ, ਸਰਾਪ ਨਾਲ ਕੁਝ ਨਹੀਂ ਹੁੰਦਾ!**
gur parsaad	His Blessings may only be with His Blessed Vision. No one may counsel nor curse His Blessings.

How, why, Whom, When! He may bestow His Blessed Vision, limits and duration remains beyond any comprehension of His Creation.

5) ਪ੍ਰਭ ਦੀ ਪਛਾਣ – Recognition

ਗੁਣ: – ਕਰਤਾ, ਪੁਰਖੁ, ਨਿਰਭਉ, ਨਿਰਵੈਰੁ, ਅਕਾਲ, ਮੂਰਤਿ, ਅਜੂਨੀ!

Virtues: - kartaa, purakh, nirbha-o nirvair, akaal, moorat, ajoonee

6) ਕੌਣ ਪੂਜਣ ਯੋਗ – Worthy to be worshipped

ਆਦਿ ਸਚੁ ਜੁਗਾਦਿ ਸਚੁ॥
ਹੈ ਭੀ ਸਚੁ ਨਾਨਕ ਹੋਸੀ ਭੀ ਸਚੁ॥੧॥

Aad sach, Jugaad sach.
Hai bhee sach, Naanak hosee bhee sach. ||1||

ਕੇਵਲ ਇਕੋ ਇਕ ਅਟਲ ਪ੍ਰਭ, ਪ੍ਰਭ ਦਾ ਸ਼ਬਦ, ਅਰੰਭ ਤੋਂ ਪਹਿਲੇ, ਹੁਣ, ਭਵਿੱਖ ਵਿੱਚ ਵੀ ਅਟਲ ਰਹਿਣ ਵਾਲਾ ਹੈ । ਕੇਵਲ ਉਸ ਦਾ ਹੁਕਮ ਹੀ ਚਲਦਾ ਹੈ । ਸਭ ਨੂੰ ਉਸ ਅਗੇ ਝੁਕਣਾ ਪੈਂਦਾ ਹੈ ।

ਗੁਰੂ ਗ੍ਰੰਥ ਸਾਹਿਬ ਦੀ ਬਾਣੀ ਦਾ ਤੱਤ – ਮੂਲ ਮੰਤਰ!

ਪ੍ਰਭ ਇਕੋ ਇਕ ਅਕਾਰ ਰਹਿਤ, ਅਟਲ, ਸਦਾ ਰਹਿਣ ਵਾਲੀ ਜੋਤ; ਸ੍ਰਿਸ਼ਟੀ ਵਿੱਚ, ਹਰਇਕ ਆਤਮਾ ਵਿੱਚ ਸ਼ਬਦ ਰੂਪ, ਪ੍ਰਵਾਨਗੀ ਦੇ ਰਸਤੇ ਦੇ ਰੂਪ ਵਿੱਚ ਸਮਾਈ ਹੈ । ਸ੍ਰਿਸ਼ਟੀ ਵਿੱਚ ਕੇਵਲ ਸ਼ਬਦ, ਪ੍ਰਭ ਦੇ ਹੁਕਮ ਰੂਪ ਵਿੱਚ ਵਾਪਰਦਾ ਹੈ, ਹਰਇਕ ਇਕ ਆਤਮਾ ਲਈ ਖਾਸ ਸ਼ਬਦ ਪੈਦਾ ਹੁੰਦਾ, ਆਤਮਾ ਦੀ ਹੋਂਦ ਖਤਮ ਹੋਣ ਨਾਲ ਸ਼ਬਦ ਦੀ ਹੋਂਦ ਵੀ ਖਤਮ ਹੋ ਜਾਂਦੀ ਹੈ । ਪ੍ਰਭ ਦੀ ਜੋਤ ਵਿੱਚ ਅਨੇਕਾ ਹੀ ਗੁਣ ਹਨ, ਸਾਰੇ ਗੁਣ ਆਤਮਾ ਵਿੱਚ ਨਹੀਂ ਹੋ ਸਕਦੇ । ਆਤਮਾ ਇਕ ਪਾਣੀ ਦੀ ਬੂੰਦ ਦੀ ਤਰ੍ਹਾਂ ਹੈ, ਪ੍ਰਭ ਇਕ ਸਮੁੰਦਰ ਦੀ ਤਰ੍ਹਾਂ ਹੈ; ਆਤਮਾ ਸਮੁੰਦਰ ਵਿੱਚ ਸਮਾ ਜਾਣ ਨਾਲ ਵੀ ਸਮੁੰਦਰ ਦੀ ਡੂੰਘਾਈ ਨਹੀਂ ਜਾਣ ਸਕਦੀ । ਪ੍ਰਭ ਦਾ ਦਰਬਾਰ, ਧਰਮਰਾਜ ਦੇ ਰੂਪ ਵਿੱਚ, ਸ਼ਬਦ ਵਿੱਚ ਹੀ ਸਮਾਇਆ ਰਹਿੰਦਾ ਹੈ, ਕੇਵਲ ਪਵਿੱਤਰ ਆਤਮਾ, ਪਰਖਣ ਯੋਗ ਹੀ ਸ੍ਰਿਸ਼ਟੀ ਵਿਚੋਂ ਪ੍ਰਭ ਦੀ ਆਤਮਾ ਨੂੰ ਪਵਿੱਤਰ ਕਰਨ ਵਾਲੀ ਕਠਾਲੀ (ਪੌੜੀ 38) ਵਿੱਚ ਜਾਂਦੀ ਹੈ । ਅਨੇਕਾਂ ਵਿਚੋਂ ਕੋਈ ਵਿਰਲੀ ਹੀ ਆਤਮਾ ਪਾਸ ਹੋ ਕੇ ਪ੍ਰਭ ਦੀ ਸਮੁੰਦਰ ਰੂਪੀ ਜੋਤ ਵਿੱਚ ਸਮਾ ਜਾਂਦੀ ਹੈ । ਬਾਕੀ ਆਤਮਾਂ ਨੂੰ ਗਤੀ, ਮੁਕਤ ਅਵਸਥਾ ਬਖਸ਼ਿਸ਼ ਨਹੀ ਹੁੰਦੀ, ਉਹ ਸਵਰਗ ਰੂਪੀ ਅਵਸਥਾ ਵਿੱਚ ਰਹਿੰਦੀ ਹੈ, ਇਸ ਵਿਚੋਂ ਹੀ ਫਰਿਸ਼ਤੇ, ਭੂਤ ਅਵਸਥਾ ਵਿੱਚ ਹੀ ਰਹਿੰਦੀ ਹੈ, ਆਪਣੀ ਨਵੇਂ ਹੁਕਮ (ਸ਼ਬਦ) ਦੀ ਧੀਰਜ ਨਾਲ ਉਡੀਕ ਕਰਦੀ ਹੈ । ਸਵਰਗ ਅਵਸਥਾ ਵਿਚੋਂ ਹੀ ਹਰਨਾਖਸ਼ ਵਰਗੇ ਜ਼ਾਲਮ, ਬ੍ਰਹਮਾ, ਜੀਸ਼ਸ਼, ਬੁਧ, ਨਾਨਕ ਵਰਗੇ ਅਵਤਾਰ ਸ੍ਰਿਸ਼ਟੀ ਨੂੰ ਅਸਲੀ ਪ੍ਰਵਾਨਗੀ ਦੇ ਰਸਤੇ ਦੀ ਸੋਝੀ ਪਾਉਣ ਲਈ ਸ੍ਰਿਸ਼ਟੀ ਵਿੱਚ ਜਨਮ ਲੈਂਦੇ ਹਨ । ਜਿਹੜੇ ਅਵਤਾਰ ਸੰਸਾਰਕ ਮਾਇਆ ਦੇ ਗੁਲਾਮ ਬਣ ਜਾਂਦੇ ਹਨ, ਉਹ ਆਪਣਾ ਨਵਾਂ ਸੰਸਾਰਕ ਧਰਮ, ਦੁਬਦਾ ਦਾ ਰਸਤਾ ਚਲਾਉਂਦੇ ਹਨ, ਆਪਣਾ ਵਾਪਸ ਜਾਣ ਵਾਲਾ ਰਸਤਾ ਗਵਾ ਲੈਂਦੇ ਹਨ । ਜਿਹੜੇ ਅਵਤਾਰ ਆਪਣੇ ਰਸਤੇ ਤੇ ਅਡੋਲ ਰਹਿੰਦੇ ਹਨ, ਉਹਨਾਂ ਦੀ ਆਤਮਾ, ਪਰਖਣ ਵਾਲੀ ਕੁਠਾਲੀ ਵਿਚੋਂ ਪਾਸ ਹੋ ਕੇ, ਜੋਤ ਵਿੱਚ ਸਮਾ ਜਾਂਦੀ, ਪ੍ਰਵਾਨ ਹੋ ਜਾਂਦੀ ਹੈ ।

The One and Only One, Holy Spirit; Axiom, ever-lasting, existed before creation of the universe, in present and in future His Holy Spirit remains embedded with each soul as His Word, as the right path of acceptance in His Court; His Word remains a symbol of The Righteous Judge, Devil of Death, His 10th Cave, Royal Palace; both Shiv and Shakti. His Word always provided two options to soul, to pick path of Shiv or path of Shakti; He remains beyond any emotional attachment or picking path for his soul. Only His Word, Command prevails in all other events of His Nature; even the mighty King, warrior, guru, prophet must surrender to His Command. His Word has been created unique with the creation of identity of each soul. Once, his soul may immerse within His Holy Spirit; her identity may be eliminated along with unique Word created for soul as guide in worldly life. His virtues remain beyond any limited, imagination or comprehension of His Creation. His soul may be considered as a drop of water, and His Holy Spirit as an ocean; any soul may immerse within His Holy Spirit, becomes a part of His Holy Spirit; however, she may not comprehend His Virtues Completely. However, no one was born nor will ever be born with all unique virtues. Whosoever may have all above virtues; he may be worthy to be called The One and Only One, True Master, True Guru, only worthy of

worship. Whose soul may be sanctified to become worthy of His
Consideration; her cycle of birth and death cycle halted; she moved to
buffer Zone, called Heaven; her soul may be subjected to further
sanctification process as mentioned in Pauree 38 of Jupji; to become worthy
to be immersed with His Holy Spirit; however, very rare soul may one out
of million may be immersed within; all other souls remain in Heaven Zone
waiting for His New Word and not be blessed with salvation. All other
souls remain in the universe and assigned new worldly body till become
worthy of His Consideration. All souls in Heaven Zone are graded with
sanctification index and wait for His Command; all worldly prophets,
Angels, ghosts, and devils may be created from heavenly zone with unique
purpose. Any blessed soul created from Blessed Zone; Heaven may drift
from his unique path becomes victim of sweet poison of worldly wealth; he
may initiate new religion, extension of Shakti, worldly wealth may lose his
place in heaven and must restate his new journey. Any prophet remains on
the right path, mission may be reevaluated in His Oven of purification.
NOTE!

1. Mystery of His Nature may not be written in any Worldly Holy
   Scripture no by any prophet, who may walk in worldly body!
2. From Ancient Ages a burning and unexplainable question! How
   the universe, first soul created.
3. All worldly Holy Scripture gives a confusing answer! Only
   blemished soul is born in the universe to be sanctified; Soul is an
   expansion of unblemished Holy Spirit.
4. This unique mystery has opened the door for creation of religion;
   extension of sweet poison worldly wealth; a never-ending hub of
   corruption in the universe!

The Master Key to open the door of the right path of acceptance in His
Court, salvation may be "saibhaN"! Whosoever may be drenched with the
essence that all souls are an expansion of His Holy Spirit; he may realize that
mankind as a brotherhood. No one may want to harm and deceive himself!
He may be blessed to conquer his own mind; with His mercy and grace, his
cycle of birth and death may be eliminated!

1. **ਪ੍ਰਭ ਦੀ ਰਹਿਮਤ ਕਿਵੇਂ ਬਖਸ਼ਿਸ਼ ਹੋ ਸਕਦੀ ਹੈ? How soul may be blessed?**

ਸੋ ਸੋਚਿ ਨ ਹੋਵਈ	Sochai soch na hova-ee,
ਜੇ ਸੋਚੀ ਲਖ ਵਾਰ॥	jay sochee lakh vaar.
ਚੁਪੈ ਚੁਪ ਨ ਹੋਵਈ	Chupai chup na hova-ee,
ਜੇ ਲਾਇ ਰਹਾ ਲਿਵ ਤਾਰ॥	jay laa-ay rahaa liv taar.
ਭੁਖਿਆ ਭੁਖ ਨ ਉਤਰੀ	Bhukhi-aa bhukh na utree,
ਜੇ ਬੰਨਾ ਪੁਰੀਆ ਭਾਰ॥	jay bannaa puree-aa bhaar.
ਸਹਸ ਸਿਆਣਪਾਂ ਲਖ ਹੋਹਿ	Sahas si-aanpaa lakh hohi,
ਤ ਇਕ ਨ ਚਲੈ ਨਾਲਿ॥	ta ik na chalai naal.
ਕਿਵ ਸਚਿਆਰਾ ਹੋਈਐ	Kiv sachi-aaraa ho-ee-ai,
ਕਿਵ ਕੂੜੈ ਤੁਟੈ ਪਾਲਿ॥	kiv koorhai tutai paal?
ਹੁਕਮਿ ਰਜਾਈ ਚਲਣਾ	Hukam rajaa-ee chalnaa,
ਨਾਨਕ ਲਿਖਿਆ ਨਾਲਿ॥੧॥	Naanak likhi-aa naal. ||1||

ਬਾਰ ਬਾਰ, ਅਨੇਕਾਂ ਵਾਰ ਸੋਚਣ ਨਾਲ ਵੀ ਮਨ ਵਿਚੋਂ ਬੁਰੇ ਖਿਆਲਾਂ ਰੂਪੀ ਮੈਲ ਧੋਤੀ ਨਹੀਂ ਜਾਂਦੀ । ਆਤਮਾ ਦੀ ਪਵਿੱਤਰਤਾ, ਮਨ ਦੀ ਭਟਕਣ ਦੂਰ ਨਹੀਂ ਹੁੰਦੀ । ਤਨ ਦੇ ਇਸ਼ਨਾਨ ਕਰਨ ਨਾਲ ਮਨ ਦੀ ਮੈਲ ਧੋਤੀ ਨਹੀਂ ਜਾ ਸਕਦੀ । ਲੰਮਾ ਸਮਾਂ ਮੌਨ ਧਾਰਨ ਨਾਲ ਆਤਮਾ ਦੀ ਮੌਨਤਾ, ਸ਼ਾਂਤੀ ਨਹੀਂ ਹੁੰਦੀ । ਅਸਲੀ ਮੌਨ ਨਾਲ, ਪ੍ਰਭ ਨਾਲ ਬਿਰਤੀ ਲਗ ਜਾਂਦੀ ਹੈ । ਅਸਲੀ ਮੌਨ ਤਾ ਨਿੰਦਿਆਂ, ਤੋਂ ਰਹਿਤ ਹੋਣ ਨਾਲ ਹੀ ਹੁੰਦਾ ਹੈ । ਭੁੱਖੇ ਰਹਿਣ, ਵਰਤ ਰਖਣ ਨਾਲ, ਮਨ ਵਿਚੋਂ ਇੱਛਾਂ, ਲਾਲਚ ਉਪਰ ਕਾਬੂ ਨਹੀਂ ਪੈਂਦਾ । ਅਸਲੀ ਵਰਤ ਤਾ ਮਨ, ਆਤਮਾ ਦਾ ਸੰਤੋਖ ਹਾਸਿਲ ਕਰਨਾ, ਪ੍ਰਭ ਦੇ ਬਖਸ਼ੇ ਤੇ ਅਡੋਲ ਭਰੋਸਾ ਹੀ ਹੁੰਦਾ ਹੈ । ਭਾਵੇਂ ਜੀਵ ਪੜ੍ਹਕੇ ਕਿਤਨਾ ਵੀ ਗਿਆਨਵਾਨ, ਸਿਆਣਾ ਹੋ ਜਾਵੇ । ਅਨੇਕ ਵਾਰ ਸੋਚਕੇ ਕੰਮ ਕਰੇ, ਫਿਰ ਵੀ ਉਹਨਾਂ ਸਿਆਣਪਾਂ ਦਾ ਪ੍ਰਭ ਦੀ ਮਰਜ਼ੀ ਅੱਗੇ ਕੋਈ ਚਾਰਾ ਨਹੀਂ ਹੈ । ਕਿਸਤਰ੍ਹਾਂ ਮਨ ਸੰਸਾਰਕ ਮਾਇਆ ਦੇ ਬੰਧਨ ਨਾਸ ਕਰ ਸਕਦਾ ਹੈ? ਕਿਸਤਰ੍ਹਾਂ ਆਤਮਾ ਦੀ ਅਗਿਆਨਤਾ ਦਾ ਪਰਦਾ, ਭੇਦ, ਵਿਛੋੜਾ ਪ੍ਰਭ ਨਾਲੋ ਦੂਰ ਹੋ ਸਕਦਾ ਹੈ? ਪ੍ਰਭ ਦੀ ਰਹਿਮਤ, ਕਿਸੇ ਵਿਧੀ, ਚਲਾਕੀ, ਧਰਮ ਦੇ ਰੀਤੀ ਰੀਵਾਜ ਕਰਨ ਨਾਲ, ਬਖਸ਼ਿਸ਼ ਨਹੀਂ ਹੁੰਦੀ । ਕੇਵਲ ਇਕੋ ਇਕ ਹੀ ਰਸਤਾ! ਪ੍ਰਭ ਦੀ ਆਪਣੀ ਰਜ਼ਾ, ਰਹਿਮਤ ਨਾਲ ਹੀ ਬਖਸ਼ਿਸ਼ ਹੁੰਦੀ ਹੈ । ਆਪਣੇ ਮਨ ਦੇ ਅਹੰਕਾਰ ਨੂੰ ਤਿਆਗਕੇ ਸ਼ਬਦ ਅਨੁਸਾਰ ਨਾਲ ਜੀਵਨ ਢਾਲਣ ਨਾਲ, ਦੁਖ, ਸੁਖ ਨੂੰ ਬਖਸ਼ਿਸ਼ ਸਮਝਕੇ ਕਬੂਲ ਕਰਨ ਨਾਲ, ਆਪਾ ਭੇਟਾ ਕਰਨ ਨਾਲ, ਪ੍ਰਭ ਆਪ ਹੀ ਰਖਵਾਲਾ ਬਣ ਜਾਂਦਾ, ਤਰਸ, ਰਹਿਮਤ ਬਖਸ਼ਦਾ ਹੈ ।

Even thinking repeatedly, mind cannot control the evil thoughts; his soul does not become pure, sanctified. Same way by keeping quiet, staying away from conversations, or living in forest; one cannot concentrate on the teachings of His Word, his mind keeps the worldly conversation going within. Same way staying away from food, starving, keeping out of his reach; still his mind cannot control his worldly greed, desires. By reading Holy Scriptures and life experience of saintly souls, one may become very knowledgeable about worldly Holy Scriptures; however, his wisdom may not prepare him for the real journey, real purpose of life. He cannot avoid miseries of his life; His Word, Command prevails; he must endure sufferings. How may he conquer his mind, worldly desires to be sanctified, worthy of Your consideration? How may the separation of soul from His Holy Spirit be eliminated? Whosoever may surrender his self-identity at His Sanctuary, accepts His Word as an ultimate, unchangeable, unavoidable command; he may adopt the teachings of Word with steady and stable belief in his day-to-day life; with His mercy and grace! he may conquer his mind, worldly desires. His soul may be sanctified to become worthy of His consideration; only with His mercy and grace, the curtain of secrecy between his soul and His Holy Spirit may be eliminated.

2. ਪ੍ਰਭ ਦੇ ਹੁਕਮ, ਸ਼ਬਦ ਅੰਦਰ ਕੀ ਹੁੰਦਾ ਹੈ? Power of His Word?

ਹੁਕਮੀ ਹੋਵਨਿ ਆਕਾਰ
ਹੁਕਮੁ ਨ ਕਹਿਆ ਜਾਈ॥
ਹੁਕਮੀ ਹੋਵਨਿ ਜੀਅ
ਹੁਕਮਿ ਮਿਲੈ ਵਡਿਆਈ॥
ਹੁਕਮੀ ਉਤਮੁ ਨੀਚੁ,
ਹੁਕਮਿ ਲਿਖਿ ਦੁਖ ਸੁਖ ਪਾਈਅਹਿ॥
ਇਕਨਾ ਹੁਕਮੀ ਬਖਸੀਸ,
ਇਕਿ ਹੁਕਮੀ ਸਦਾ ਭਵਾਈਅਹਿ॥
ਹੁਕਮੈ ਅੰਦਰਿ ਸਭੁ
ਕੋ ਬਾਹਰਿ ਹੁਕਮ ਨ ਕੋਇ॥
ਨਾਨਕ ਹੁਕਮੈ ਜੇ ਬੁਝੈ
ਤ ਹਉਮੈ ਕਹੈ ਨ ਕੋਇ॥੨॥

Hukmee hovan aakaar,
hukam na kahi-aa jaa-ee.
Hukmee hovan jee-a, hukam milai
vadi-aa-ee.
Hukmee utam neech, hukam likh
dukh sukh paa-ee-ah.
Iknaa hukmee bakhsees,
ik hukmee sadaa bhavaa-ee-ah.
Hukmai andar sabh ko,
baahar hukam na ko-ay.
Naanak hukmai jay bujhai, ta ha-umai
kahai na ko-ay. ||2||

ਪ੍ਰਭ ਦੇ ਹੁਕਮ ਦਾ ਪੂਰਨ ਤਰ੍ਹਾਂ ਵਖਿਆਣ ਨਹੀਂ ਕੀਤਾ ਜਾ ਸਕਦਾ । ਉਸ ਦੇ ਹੁਕਮ ਨਾਲ ਹੀ ਜੀਵਾ ਦਾ ਅਕਾਰ, ਰੂਪ, ਸੂਰਤ ਬਣਦੀ ਹੈ । ਜੀਵ ਪੈਦਾ ਹੁੰਦਾ, ਸਵਾਸ ਲੈਂਦਾ, ਮੁਕਤੀ (ਸੋਭਾ, ਵਡਿਆਈ) ਬਖਸ਼ਿਸ਼ ਹੁੰਦੀ ਹੈ । ਹੁਕਮ ਨਾਲ ਹੀ ਜੀਵ ਨੀਚ ਜਾ ਉਤਮ ਜੂੰਨਾਂ ਵਿੱਚ ਪੈਂਦਾ, ਦੁਖ, ਸੁਖ ਭੁਗਤਦਾ ਹੈ । ਕੋਈ ਜਨਮ ਮਰਨ ਦੇ ਚੱਕਰ ਤੋਂ ਰਹਿਤ (ਮੁਕਤ) ਹੋ ਜਾਂਦਾ ਹੈ । ਕੋਈ ਬਾਰ ਬਾਰ ਜਨਮ, ਮਰਨ ਦੇ ਚੱਕਰ ਵਿੱਚ ਪੈਂਦਾ ਹੈ । ਹਰਇਕ ਜੀਵ ਪ੍ਰਭ ਦੇ ਹੁਕਮ ਵਿੱਚ ਹੀ ਹੈ, ਉਸ ਦੀ ਮਰਜ਼ੀ ਸਭ ਉਪਰ ਚਲਦੀ ਹੈ । ਕੋਈ ਵੀ ਉਸ ਦੀ ਮਰਜ਼ੀ ਤੋਂ ਬਾਹਰ ਨਹੀਂ ਜਾ ਸਕਦਾ । ਜਿਹੜਾ ਵੀ ਪ੍ਰਭ ਦੀ ਮਰਜ਼ੀ ਨੂੰ ਸਮਝ ਲੈਂਦਾ ਹੈ, ਉਸ ਦੇ ਮਨ ਦੇ ਅਹੰਕਾਰ ਦੀ ਜੜ੍ਹ ਖਤਮ ਹੋ ਜਾਂਦੀ ਹੈ । ਪ੍ਰਭ ਦੀ ਰਹਿਮਤ ਦੇ ਰਸਤੇ ਤੇ ਚਲ ਪੈਂਦਾ ਹੈ । ਸ਼ਬਦ ਦੀ ਪਾਲਣਾ ਕਰਦਾ ਸ਼ਬਦ ਵਿੱਚ ਲੀਨ ਹੋ ਜਾਂਦਾ ਹੈ ।

His Word, Command remains beyond any comprehension of His Creation. No one can fully comprehend the real message, essence of His Word and the real purpose of His Creation. Only by His Command, creatures of various form, shapes and colors are born and vanish. Only He is the source of breath and all the happiness and sorrows come by His Command. Some may remain in the cycle of birth and death; others may immerse within His Holy Spirit. Every one remains under His Command, control, no one may be above His Command, reach. Whosoever may be bestowed with His Blessed Vision, he may be enlightened with the essence of His Word, he may conquer his ego, mind. He may adopt the teachings of His Word in his day-to-day life. He may remain intoxicated in meditation in the void of His Word.

3. ਪ੍ਰਭ ਦੇ ਗੁਣ ਕੌਣ ਅਤੇ ਕਿਉਂ ਗਾਉਂਦੇ ਹਨ? Who sings, obeys His Word?

ਗਾਵੈ ਕੋ ਤਾਣੁ ਹੋਵੈ ਕਿਸੈ ਤਾਣੁ॥
ਗਾਵੈ ਕੋ ਦਾਤਿ ਜਾਣੈ ਨੀਸਾਣੁ॥
ਗਾਵੈ ਕੋ ਗੁਣ ਵਡਿਆਈਆ ਚਾਰ॥
ਗਾਵੈ ਕੋ ਵਿਦਿਆ ਵਿਖਮੁ ਵੀਚਾਰੁ॥
ਗਾਵੈ ਕੋ ਸਾਜਿ ਕਰੇ ਤਨੁ ਖੇਹ॥
ਗਾਵੈ ਕੋ ਜੀਅ ਲੈ ਫਿਰਿ ਦੇਹ॥
ਗਾਵੈ ਕੋ ਜਾਪੈ ਦਿਸੈ ਦੂਰਿ॥
ਗਾਵੈ ਕੋ ਵੇਖੈ ਹਾਦਰਾ ਹਦੂਰਿ॥
ਕਥਨਾ ਕਥੀ ਨ ਆਵੈ ਤੋਟਿ॥
ਕਥਿ ਕਥਿ ਕਥੀ ਕੋਟੀ ਕੋਟਿ ਕੋਟਿ॥
ਦੇਂਦਾ ਦੇ ਲੈਂਦੇ ਥਕਿ ਪਾਹਿ॥
ਜੁਗਾ ਜੁਗੰਤਰਿ ਖਾਹੀ ਖਾਹਿ॥
ਹੁਕਮੀ ਹੁਕਮੁ ਚਲਾਏ ਰਾਹੁ॥
ਨਾਨਕ ਵਿਗਸੈ ਵੇਪਰਵਾਹੁ॥ ੩॥

Gaavai ko taan hovai kisai taan.
Gaavai ko daat jaanai neesaan.
Gaavai ko gun vadi-aa-ee-aa chaar.
Gaavai ko vidi-aa vikham veechaar.
Gaavai ko saaj karay tan khayh.
Gaavai ko jee-a lai fir dayh.
Gaavai ko jaapai disai door.
Gaavai ko vaykhai haadraa hadoor.
Kathnaa kathee na aavai tot.
Kath kath kathee kotee kot kot.
Daydaa day laiday thak paahi.
Jugaa jugantar khaahee khaahi.
Hukmee hukam chalaa-ay raahu.
Naanak vigsai vayparvaahu. ||3||

ਪ੍ਰਭ ਦੇ ਸ਼ਬਦ ਨੂੰ ਕੌਣ, ਕੌਣ ਅਤੇ ਕਿਸ ਕਾਰਨ ਕਰਕੇ ਗਾਉਂਦੇ ਹਨ? ਪ੍ਰਭ ਦੇ ਸ਼ਬਦ ਨੂੰ ਅਨੇਕ ਹੀ ਜੀਵ ਆਪਣੇ ਕਾਰਨ ਕਰਕੇ ਗਾਉਂਦੇ ਹਨ । ਜਿਤਨਾ ਵੀ ਕਿਸੇ ਨੂੰ ਗਿਆਨ ਬਖਸ਼ਦਾ ਹੈ, ਉਤਨਾ ਹੀ ਵਖਿਆਣ ਕਰਦਾ, ਕਰ ਸਕਦਾ ਹੈ । ਕਈ ਦਿੱਤੀਆ ਹੋਈ ਬਖਸ਼ਿਸ਼ਾਂ ਨੂੰ, ਪ੍ਰਭ ਦੀ ਹੋਂਦ ਨੂੰ ਹਰ ਥਾਂ ਪ੍ਰਗਟ ਸਮਝਕੇ ਗਾਉਂਦੇ ਹਨ । ਪ੍ਰਭ ਗੁਣਾਂ, ਵਡਿਆਈ ਨੂੰ ਧਿਆਨ ਵਿੱਚ ਰਖਕੇ, ਸਾਡੇ ਖੋਟੇ ਕੰਮਾਂ ਨੂੰ ਵਿਚਾਰਦਾ ਨਹੀਂ । ਕਈ ਗਿਆਨ ਦੀ ਗੰਭੀਰਤਾ, ਅਨੇਕ ਰੁਹਾਨੀ ਕਰਾਮਾਤਾਂ ਕਰਕੇ! ਪਹਿਲੇ ਸਰੀਰ ਨੂੰ ਖੂਬਸੂਰਤ ਬਣਾਉਂਦਾ ਹੈ ਫਿਰ ਇਸ ਨੂੰ ਭਸਮ ਕਰ ਦੇਂਦਾ ਹੈ । ਪਹਿਲੇ ਜੀਵ ਦੇ ਤਨ ਵਿੱਚ ਸਵਾਸ, ਆਤਮਾ ਬਖਸ਼ਦਾ, ਫਿਰ ਮੌਤ ਦੇਂਦਾ ਹੈ । ਇਹ ਅਨੁਭਵ ਕਰਕੇ, ਧਿਆਨ ਵਿੱਚ ਰਖਕੇ, ਪ੍ਰਭ ਦੀ ਹੋਂਦ ਨੂੰ ਹਰ ਸਮੇਂ ਅਤੇ ਹਰ ਜਗ੍ਹ ਤੇ ਮੌਜੂਦ ਹੈ । ਇਹ ਅਨੁਭਵ ਕਰਕੇ, ਪ੍ਰਭ ਜੀਵ ਨੂੰ ਦਖਾਈ ਨਹੀਂ ਦੇਂਦਾ, ਧਿਆਨ ਵਿੱਚ ਰਖਕੇ, ਜਸ ਗਾਉਂਦੇ, ਸਿਮਰਨ ਕਰਦੇ ਹਨ । ਕਥਾ ਕਰਨ ਨਾਲ, ਕਰਤਬਾਂ ਦਾ ਪੂਰਨ ਵਖਿਆਣ ਨਹੀਂ ਹੋ ਸਕਦਾ । ਕਥਾ (ਦੱਸਣ ਵਾਲੀਆਂ ਵਡਿਆਈ) ਦੀ ਘਾਟ ਨਹੀਂ ਹੁੰਦੀ । ਪ੍ਰਭ ਦੀ ਕਥਾ ਬਹੁਤ ਸਮੇਂ ਤੋਂ ਹੀ ਹੁੰਦੀ ਆਈ ਹੈ । ਉਹ ਹਮੇਸ਼ਾਂ ਹੀ ਦਾਤਾਂ ਬਖਸ਼ਦਾ ਰਹਿੰਦਾ ਹੈ । ਪਰ ਜੀਵ ਲੈਂਦਾ ਲੈਂਦਾ ਥੱਕ ਜਾਂਦਾ ਹੈ, ਜੀਵਨ ਭੋਗ ਕੇ ਸੰਸਰ ਵਿਚੋਂ ਚਲੇ ਜਾਂਦਾ ਹੈ । ਪੁਰਾਨੇ ਸਮੇਂ ਤੋਂ ਹੀ ਇਹ ਚਲਦਾ, ਅਗਲੇ ਸਮੇਂ ਵਿੱਚ ਵੀ ਇਹ ਚਲਦਾ ਰਹਿਣਾ ਹੈ । ਪ੍ਰਭ ਹੀ ਸਭ ਜੀਵਾਂ ਨੂੰ ਆਪਣੇ ਹੁਕਮ ਅੰਦਰ ਹੀ ਰਖਦਾ ਹੈ । ਸਾਰੇ ਕਰਮ (ਕੰਮ, ਰਸਤੇ) ਪ੍ਰਭ ਦੇ ਹੀ ਬਣਾਏ ਹੋਏ ਹਨ । ਹਰੇਕ ਹੀ ਉਸ ਦੀ ਮਰਜ਼ੀ ਅਨੁਸਾਰ ਚਲ ਸਕਦਾ ਹੈ । ਆਪ ਬਾਲਕ ਦੀ ਤਰ੍ਹਾਂ ਬੇਫਿਕਰ ਆਪਣੀ ਬਣਾਈ ਸ੍ਰਿਸ਼ਟੀ ਨੂੰ ਦੇਖਕੇ ਪ੍ਰਸੰਨ ਹੁੰਦਾ ਹੈ । ਜਿਸ ਦੀ ਆਤਮਾ ਉਸ ਦੀ ਮਰਜ਼ੀ ਨੂੰ ਸਵੀਕਾਰ ਕਰ ਲੈਂਦੀ ਹੈ । ਉਹ ਰਹਿਮਤ ਨੂੰ ਅਨੁਭਵ ਕਰਦੀ ਹੈ, ਜਨਮ ਮਰਨ ਤੋਂ ਮੁਕਤੀ ਦਾ ਰਸਤਾ ਬਖਸ਼ਿਸ਼ ਹੋ ਜਾਂਦਾ ਹੈ ।

Many may sing His Glory due to their own reasons, purpose. Whatsoever, enlightenment may be bestowed? He may explain His Word, message in his own way. Some may sing His Glory for His Blessings, Omnipresent, treasure of all virtues, overlooks our deficiencies, weakness; others may have His unlimited powers in mind. How has He created wonderful creatures to live and prosper, then destroy their body to dust? Some remain astonished from His non-visible existence, omnipresence. There may not be any shortage of preachers, nor His Virtues may ever be fully comprehended, nor His numbers of virtues completely imagined, described. His Blessings are raining from Ancient Ages, indiscriminately of any worldly social class on His Creation as a justice for his deeds of previous lives. Self-minded may never remain contented and always praying for more. The play of the universe continues from Ancient Ages; one may die after spending his predetermined time. His Command assigns unique task to everyone and monitor his worldly activities, sincerity in his deeds. The True Master remains carefree, worry-free in blossom and enjoy His Creation! Whosoever may surrender his self-identity and accepts His Word as an unavoidable, ultimate command; his soul may become worthy of His consideration. He may realize His Existence prevailing everywhere; he may be blessed with the right path of acceptance in His Court.

4. ਸ੍ਰਿਸ਼ਟੀ ਦੀ ਭਲਾਈ ਨਾਲ ਕੀ ਬਖਸ਼ਿਸ਼? Blessings with good deeds!

ਸਾਚਾ ਸਾਹਿਬੁ ਸਾਚੁ ਨਾਇ	Saachaa saahib saach naa-ay,
ਭਾਖਿਆ ਭਾਉ ਅਪਾਰੁ॥	bhaakhi-aa bhaa-o apaar.
ਆਖਹਿ ਮੰਗਹਿ ਦੇਹਿ ਦੇਹਿ	Aakhahi mangahi dayhi dayhi,
ਦਾਤਿ ਕਰੇ ਦਾਤਾਰੁ॥	daat karay daataar.
ਫੇਰਿ ਕਿ ਅਗੈ ਰਖੀਐ	Fayr ke agai rakhee-ai,
ਜਿਤੁ ਦਿਸੈ ਦਰਬਾਰੁ॥	jit disai darbaar.
ਮੁਹੌ ਕਿ ਬੋਲਣੁ ਬੋਲੀਐ	Muhou ke bolan bolee-ai,
ਜਿਤੁ ਸੁਣਿ ਧਰੇ ਪਿਆਰੁ॥	jit sun Dharay pi-aar.

ਅੰਮ੍ਰਿਤ ਵੇਲਾ ਸਚੁ ਨਾਉ	Amrit vaylaa sach naa-o,
ਵਡਿਆਈ ਵੀਚਾਰੁ॥	vadi-aa-ee veechaar.
ਕਰਮੀ ਆਵੈ ਕਪੜਾ	Karmee aavai kaprhaa,
ਨਦਰੀ ਮੋਖੁ ਦੁਆਰੁ॥	nadree mokh du-aar.
ਨਾਨਕ ਏਵੈ ਜਾਣੀਐ	Naanak ayvai jaanee-ai,
ਸਭੁ ਆਪੇ ਸਚਿਆਰੁ॥੪॥	sabh aapay sachiaar. ||4||

ਅਟਲ ਪ੍ਰਭ, ਨਾ ਮਿਟਨਵਾਲਾ, ਪ੍ਰਭ ਦੀ ਹੋਂਦ ਹਰ ਥਾਂ ਤੇ ਮੌਜੂਦ ਹੈ, ਪ੍ਰਭ ਦਾ ਸ਼ਬਦ ਸਦਾ ਸੱਚ ਰਹਿਣ ਵਾਲਾ, ਹਰਇਕ ਆਤਮਾ ਲਈ ਖਾਸ, ਪ੍ਰਵਾਨਗੀ ਦਾ ਰਸਤਾ ਹੁੰਦਾ ਹੈ । ਉਸ ਦੇ ਸ਼ਬਦ ਦੀ ਸ਼ਰਧਾ ਨਾਲ ਪਾਲਣਾ ਕਰਨ ਨਾਲ, ਸ਼ਬਦ ਦੀ ਹੋਂਦ ਦੀ ਸੋਝੀ ਬਖਸ਼ਿਸ਼ ਹੋ ਸਕਦੀ ਹੈ । ਸਾਰੇ ਹੀ ਪ੍ਰਭ ਪਾਸੋਂ ਦਾਤਾਂ ਮੰਗਦੇ ਰਹਿੰਦੇ ਹਨ, ਆਪ ਹੀ ਦਾਤਾਂ ਬਖਸ਼ਕੇ ਭਰਪੂਰ ਕਰਦਾ ਹੈ । ਪ੍ਰਭ ਮੈਂ ਕਿਹੜੀ ਭੇਟਾ ਚੜ੍ਹਾਵਾ, ਕਿਹੜੇ ਸ਼ਬਦ ਮੂੰਹ ਤੋਂ ਬੋਲਾਂ ਜਿਸ ਨੂੰ ਸੁਣਕੇ ਪ੍ਰਵਾਨਗੀ ਦਾ ਰਸਤਾ ਬਖਸ਼ਿਸ਼ ਹੋ ਜਾਵੇ? ਅੰਮ੍ਰਿਤ ਵੇਲੇ ਆਤਮਾ ਨੂੰ ਅਹੰਕਾਰ ਤੋਂ ਰਹਿਤ ਕਰਕੇ, ਅਡੋਲ ਭਰੋਸੇ ਨਾਲ ਸ਼ਬਦ ਦੇ ਸਿਮਰਨ, ਗੁਣ ਗਾਉਣ ਨਾਲ ਰਹਿਮਤ ਬਖਸ਼ਿਸ਼ ਹੋ ਸਕਦੀ ਹੈ । ਚੰਗੇ ਕੰਮ ਕਰਨ ਨਾਲ ਕੇਵਲ ਉਤਮ, ਮਾਨਸ ਜਨਮ ਹੀ ਬਾਰ ਬਾਰ ਬਖਸ਼ਿਸ਼ ਹੋ ਸਕਦਾ ਹੈ । ਕੇਵਲ ਪ੍ਰਭ ਦੀ ਰਹਿਮਤ ਨਾਲ ਹੀ ਜਨਮ ਮਰਨ ਤੋਂ ਮੁਕਤੀ ਦਾ ਰਸਤਾ ਬਖਸ਼ਿਸ਼ ਹੋ ਸਕਦਾ ਹੈ । ਅੰਤਰਜਾਮੀ ਪ੍ਰਭ, ਦੀ ਹੋਂਦ ਨੂੰ ਹਰ ਜਗ੍ਹਾ, ਹਰ ਸਮੇਂ ਹੀ ਮੌਜੂਦ ਰਹਿਣ ਵਾਲਾ ਸਮਝਣ ਨਾਲ ਆਪ ਹੀ ਪ੍ਰਵਾਨਗੀ ਦਾ ਰਸਤਾ ਬਖਸ਼ਦਾ ਹੈ ।

The Omnipresent, Axiom, Forever Living, Forever True Master! His Word remains true forever; a unique for each soul remains embedded within each soul as a road-map for the reap path of acceptance, prevails unavoidable, unchangeable everywhere. Whosoever may wholeheartedly meditate with devotion; with His mercy and grace, he may be blessed with enlightenment of the essence of His Word; he may realize His Existence within. Everyone prays for Your Forgiveness and Refuge to fulfill their desires; The True Master remains Blessing virtues in-discriminatively of social class and worldly status; only justice, reward for his deeds of previous lives. What may I offer as worship, charity, meditation, singing Your Glory to become worthy of Your Consideration, acceptance in Your Court? In the morning, before worldly desires, necessities wake up! You should sing the glory and obey the teachings of His Word with steady and stable belief; with His mercy and grace, you may be blessed with the right path of acceptance in His Court. Whosoever may believe worldly good deeds may the path of salvation; he may only be blessed with superb race, human life opportunity again; however, his cycle of birth and death may not be eliminated. Whosoever may surrender his self-identity, his ego at His Sanctuary, and accepts His Word as an ultimate command; he may be blessed with the right path of acceptance in His Court.

5. ਕੀ ਮਾਨਸ ਨੂੰ ਪ੍ਰਭ ਦਾ ਰੂਪ ਥਾਪਿਆ ਜਾ ਸਕਦਾ ਹੈ?

ਥਾਪਿਆ ਨ ਜਾਇ ਕੀਤਾ ਨ ਹੋਇ॥	Thaapi-aa na jaa-ay, keetaa na ho-ay.
ਆਪੇ ਆਪਿ ਨਿਰੰਜਨੁ ਸੋਇ॥	Aapay aap niranjan so-ay.
ਜਿਨਿ ਸੇਵਿਆ ਤਿਨਿ ਪਾਇਆ ਮਾਨੁ॥	Jin sayvi-aa tin paa-i-aa maan,
ਨਾਨਕ ਗਾਵੀਐ ਗੁਣੀ ਨਿਧਾਨੁ॥	Naanak gaavee-ai gunee niDhaan.
ਗਾਵੀਐ ਸੁਣੀਐ ਮਨਿ ਰਖੀਐ ਭਾਉ॥	Gaavee-ai sunee-ai man rakhee-ai bhaa-o.
ਦੁਖੁ ਪਰਹਰਿ ਸੁਖੁ ਘਰਿ ਲੈ ਜਾਇ॥	Dukh parhar sukh ghar lai jaa-ay.
ਗੁਰਮੁਖਿ ਨਾਦੰ ਗੁਰਮੁਖਿ ਵੇਦੰ,	Gurmukh naadaN gurmukh vaydaN,
ਗੁਰਮੁਖਿ ਰਹਿਆ ਸਮਾਈ॥	gurmukh rahi-aa samaa-ee.
ਗੁਰੁ ਈਸਰੁ ਗੁਰੁ ਗੋਰਖੁ ਬਰਮਾ	Gur eesar gur gorakh barmaa

ਗੁਰੁ ਪਾਰਬਤੀ ਮਾਈ॥	gur paarbatee maa-ee.
ਜੇ ਹਉ ਜਾਣਾ ਆਖਾ ਨਾਹੀ	Jay ha-o jaanaa aakhaa naahee,
ਕਹਣਾ ਕਥਨੁ ਨ ਜਾਈ	kahnaa kathan na jaa-ee.
ਗੁਰਾ ਇਕ ਦੇਹਿ ਬੁਝਾਈ॥	Guraa ik dayhi bujhaa-ee!
ਸਭਨਾ ਜੀਆ ਕਾ ਇਕੁ ਦਾਤਾ,	Sabhnaa jee-aa kaa ik daataa
ਸੋ ਮੈ ਵਿਸਰਿ ਨ ਜਾਈ॥੫॥	so mai visar na jaa-ee. ||5||

ਮਾਨਸ ਜੀਵ ਨੂੰ ਪ੍ਰਭ ਦਾ ਰੂਪ, ਸੰਸਾਰਕ ਗੱਦੀ ਤੇ ਥਾਪਿਆ ਨਹੀਂ ਜਾ ਸਕਦਾ, ਕੋਈ ਮਾਨਸ ਦਾ ਰੂਪ ਬਣ ਨਹੀਂ ਸਕਦਾ! ਪ੍ਰਭ ਆਪਣੀ ਹੋਂਦ ਵਿਚੋਂ ਆਪਣੀ ਰਜ਼ਾ ਨਾਲ ਹੀ ਕਿਸੇ ਵੀ ਅਕਾਰ ਵਿੱਚ ਪ੍ਰਗਟ ਹੋ ਸਕਦਾ ਹੈ! ਪ੍ਰਭ ਮਾਂ ਦੀ ਕੁੱਖ ਵਿਚੋਂ ਜਾ, ਮਾਂ, ਬਾਪ ਦੇ ਸੰਜੋਗ ਨਿਰਭਰ ਨਹੀਂ ਹੁੰਦਾ ਹੈ, ਪੂਰਨ ਸੁਤੰਤਰ ਪ੍ਰਭ ਆਪਣੀ ਮਰਜ਼ੀ ਅਨੁਸਾਰ ਹਰਇਕ ਥਾਂ ਤੇ ਮੌਜੂਦ ਹੈ । ਜਿਹੜਾ ਮਾਂ ਦੀ ਕੁੱਖ ਵਿਚੋਂ ਜਨਮ ਲੈਂਦਾ, ਪ੍ਰਭ ਕਹਿਣ ਸੇ ਯੋਗ ਨਹੀਂ ਹੋ ਸਕਦਾ, ਜੀਸ਼ਸ਼, ਨਾਨਕ ਪ੍ਰਭ ਨਹੀਂ ਹਨ । ਜਿਹੜਾ ਪ੍ਰਭ ਦੇ ਸ਼ਬਦ ਦਾ ਸਿਮਰਨ ਕਰਦਾ ਹੈ, ਉਸ ਨੂੰ ਗੁਣਾਂ ਦਾ ਖਜ਼ਾਨਾ, ਪ੍ਰਭ ਦੀ ਹੌਂਦ ਅਨੁਭਵ ਹੋ ਸਕਦੀ ਹੈ । ਜਿਹੜਾ ਗੁਣਾਂ ਨਾਲ ਭਰਪੂਰ ਪ੍ਰਭ ਦੇ ਸ਼ਬਦ ਦਾ ਸਿਮਰਨ ਜਾ ਸਰਵਣ ਕਰਨ ਸਮੇਂ, ਪ੍ਰਭ ਨੂੰ ਪਰਤਖ ਰੂਪ ਸਮਝਦਾ ਹੈ, ਉਸ ਦੇ ਮਨ ਵਿੱਚ ਪ੍ਰਭ ਦੇ ਸ਼ਬਦ ਦੀ ਸਿਖਿਆਂ ਪਾਲਣ ਕਰਬ ਦੀ ਸ਼ਰਧਾ ਬਖਸ਼ਿਸ਼ ਹੋ ਜਾਂਦੀ ਹੈ । ਉਸ ਦੇ ਮਨ ਵਿੱਚੋਂ ਸਭ ਤੋਂ ਵਡਾ ਅਹੰਕਾਰ ਰੂਪੀ ਰੋਗ ਖਤਮ ਹੋ ਜਾਂਦਾ ਹੈ, ਉਹ ਸੰਤੋਖ, ਨਿਮ੍ਰਤਾ ਨਾਲ ਭਰਪੂਰ ਹੋ ਜਾਂਦਾ ਹੈ । ਜਿਸ ਤੇ ਪ੍ਰਭ ਦੀ ਰਹਿਮਤ ਦੀ ਨਜ਼ਰ ਨਾਲ ਗੁਰਮਖ ਅਵਸਥਾ ਬਖਸ਼ਿਸ਼ ਹੋ ਜਾਂਦੀ ਹੈ । ਗੁਰਮਖ ਸ਼ਬਦ ਦਾ ਸਿਮਰਨ ਕਰਦਾ, ਪ੍ਰਭ ਦੇ ਸ਼ਬਦ ਦੀ ਸਮਾਧੀ ਵਿੱਚ ਹੀ ਮਸਤ ਹੋ ਜਾਂਦਾ ਹੈ । ਉਸ ਨੂੰ ਸ਼ਬਦ ਦੀ ਸਮਾਧੀ ਵਿਚੋਂ ਹੀ ਸੋਝੀ ਬਖਸ਼ਿਸ਼ ਹੋ ਜਾਂਦੀ, ਪ੍ਰਭ ਦੀ ਹੌਂਦ ਅਨੁਭਵ, ਮਹਿਸੂਸ ਹੋ ਜਾਂਦੀ ਹੈ । ਪ੍ਰਭ ਹੀ ਸਾਰਿਆਂ ਦਾ ਪਰਤਖ ਗੁਰੂ ਹੈ । ਈਸਰ, ਬ੍ਰਹਮਾ, ਗੋਰਖੁ, ਪਾਰਬਤੀ, ਨਾਨਕ ਵਿੱਚ ਵਸਦਾ, ਵਾਪਰਦਾ ਹੈ, ਸਾਰੇ ਹੀ ਉਸ ਦੀ ਪੂਜਾ ਕਰਦੇ ਹਨ । ਦਾਸ ਨੂੰ ਪ੍ਰਭ ਦੀ ਕੁਦਰਤ, ਹੋਂਦ ਦੀ ਸੋਝੀ ਬਖਸ਼ਿਸ਼ ਹੋ ਜਾਂਦੀ ਹੈ । ਫਿਰ ਵੀ ਕੋਈ ਦਾਸ ਪ੍ਰਭ ਦੀ ਹੌਂਦ, ਅੱਖਰਾਂ ਨਾਲ ਲਿਖ ਕੇ, ਬੋਲ ਕੇ ਪੂਰਨ ਤਰ੍ਹਾਂ ਵਖਿਆਣ ਨਹੀਂ ਕਰ ਸਕਦਾ । ਯਾਦ ਰਖੋ! ਸ੍ਰਿਸ਼ਟੀ ਦੇ ਪੈਦਾ ਕਰਨ ਵਾਲੇ ਨੂੰ ਮਨ ਵਿਚੋਂ ਕਦੇ ਵੀ ਭੁਲਾਉਣਾ ਨਹੀਂ ਚਾਹੀਦਾ ।

No human may ever become a symbol of The True Master nor ever be incarnated on His throne. The True Master, His Existence evolves from His Own Holy Spirit and may appear in any structure breathing or non-breathing; Completely independent, Omnipresent, Omniscient, Omnipotent, Axiom, Lives and True Forever. Whosoever may sing the glory, obeys the teachings of His Word His Word with steady and stable belief; with His mercy and grace, he may be enlightened with the essence of His Word, and remain overwhelmed with devotion to meditate on the teachings of His Word. He may conquer his own ego and all his miseries of worldly desires may be eliminated; with His mercy and grace, he may remain intoxicated, in the void of His Word. His true devotee may remain drenched with essence of His Word; his soul may become intoxicated in the everlasting echo of His Word and realize His Existence within. The True Master prevails in all events of His true devotees, Eesar, Gorakh Brahma, Jesus, Nanak gurus. His true devotee may know The True Master; however, His Existence may not be described by speaking nor can be expressed by writing. Remember! You should never forget to meditate, obey His Word.

6. ਕੇਵਲ ਤੀਰਥ ਯਾਤਰਾ ਨਾਲ ਕੀ ਬਖਸ਼ਿਸ਼! Blessings with only piligrimage?

ਤੀਰਥਿ ਨਾਵਾ ਜੇ ਤਿਸੁ ਭਾਵਾ	Tirath naavaa, jay tis bhaavaa,
ਵਿਣੁ ਭਾਣੇ ਕਿ ਨਾਇ ਕਰੀ॥	vin bhaanay ke naa-ay karee.
ਜੇਤੀ ਸਿਰਠਿ ਉਪਾਈ ਵੇਖਾ	Jaytee sirath upaa-ee vaykhaa
ਵਿਣੁ ਕਰਮਾ ਕਿ ਮਿਲੈ ਲਈ॥	vin karmaa ke milai la-ee.
ਮਤਿ ਵਿਚਿ ਰਤਨ ਜਵਾਹਰ ਮਾਣਿਕ,	Mat vich ratan javaahar maanik

ਜੇ ਇਕ ਗੁਰ ਕੀ ਸਿਖ ਸੁਣੀ॥	jay ik gur kee sikh sunee.
ਗੁਰਾ ਇਕ ਦੇਹਿ ਬੁਝਾਈ॥	Guraa ik dayhi bujhaa-ee!
ਸਭਨਾ ਜੀਆ ਕਾ ਇਕੁ ਦਾਤਾ,	Sabhnaa jee-aa kaa ik daataa
ਸੋ ਮੈ ਵਿਸਰਿ ਨ ਜਾਈ॥੬॥	so mai visar na jaa-ee. ||6||

ਜਿਹੜਾ ਆਪਾ ਪ੍ਰਭ ਦੀ ਭੇਟਾ ਕਰ ਦੇਂਦਾ ਹੈ, ਉਸ ਤੇ ਪ੍ਰਭ ਦੀ ਰਹਿਮਤ ਦੀ ਨਜ਼ਰ ਬਖਸ਼ਿਸ਼ ਹੋ ਜਾਂਦੀ, ਉਸ ਦੀ ਤੀਰਥ ਯਾਤਰਾ ਨਾਲ ਆਤਮਾ ਮੈਲ ਧੋਤੀ ਜਾਂਦੀ, ਪਵਿਤ੍ਰਤਾ ਵਾਲਾ ਇਸ਼ਨਾਨ ਹੋ ਜਾਂਦਾ ਹੈ । ਜਿਹੜਾ ਆਪਣੇ ਅਹੰਕਾਰ ਨੂੰ ਖਤਮ ਕਰਕੇ, ਸ਼ਰਣ ਵਿੱਚ ਆਪਾ ਭੇਟਾ ਨਹੀਂ ਕਰਦਾ । ਉਸ ਦਾ ਤੀਰਥਾਂ ਤੇ ਇਸ਼ਨਾਨ ਨਾਲ ਕੋਈ ਲਾਭ ਨਹੀਂ ਹੁੰਦਾ, ਪ੍ਰਭ ਦੀ ਪ੍ਰਵਾਨਗੀ ਦਾ ਰਸਤਾ ਬਖਸ਼ਿਸ਼ ਨਹੀਂ ਹੁੰਦਾ । ਹਰਇਕ ਜੀਵ ਨੂੰ ਪਿਛਲੇ ਜਨਮ ਦੇ ਕੰਮਾਂ ਦਾ ਫਲ ਹੀ ਬਖਸ਼ਦਾ ਹੈ, ਕਿਸੇ ਦਾ ਜ਼ੋਰ ਨਹੀਂ ਹੁੰਦਾ । ਜਿਹੜਾ ਪ੍ਰਭ ਦੇ ਸ਼ਬਦ ਨੂੰ ਅਟਲ ਸਮਝਕੇ ਸਵੀਕਾਰ ਕਰਦਾ, ਸਿਖਿਆਂ ਨਾਲ ਜੀਵਨ ਢਾਲਦਾ ਹੈ । ਉਸ ਨੂੰ ਸਭ ਤੋਂ ਅਮੋਲਕ ਖਜ਼ਾਨਾ ਪ੍ਰਭ ਦੇ ਸ਼ਬਦ ਦੀ ਸੋਝੀ, ਪ੍ਰਭ ਦੀ ਹੋਂਦ ਅਨੁਭਵ ਹੋ ਜਾਂਦੀ ਹੈ । ਯਾਦ ਰਖੋ! ਸ੍ਰਿਸ਼ਟੀ ਦੇ ਪੈਦਾ ਕਰਨ ਵਾਲੇ ਮਾਲਕ ਨੂੰ ਮਨ ਵਿਚੋਂ ਕਦੀ ਵੀ ਭੁਲਣਾ ਨਹੀਂ ਚਾਹੀਦਾ ।

Whosoever may surrender his self-identity, conquer his ego; with His mercy and grace, he may benefit from his pilgrimage and sanctifying bath at Holy Shrines. Whosoever may remain a victim of his ego of his worldly status; his pilgrimage of Holy Shrine may be useless. The destiny of every creature may be prewritten as a reward for his previous deeds; no one has any control over His Blessings. Whosoever may obey the teachings of His Word with steady and stable belief in his day-to-day life; with His mercy and grace, he may be blessed with priceless treasure of enlightenment of the essence His Word; he may realize His Existence prevailing everywhere. Remember! You should never forsake His Word from your heart.

7. ਸੰਸਾਰਕ ਹੈਸੀਅਤ ਨਾਲ ਕੀ ਬਖਸ਼ਿਸ਼ ਹੋ ਸਕਦਾ ਹੈ? What significance of status?

ਜੇ ਜੁਗ ਚਾਰੇ ਆਰਜਾ	Jay jug chaaray aarjaa
ਹੋਰ ਦਸੂਣੀ ਹੋਇ॥	hor dasoonee ho-ay.
ਨਵਾ ਖੰਡਾ ਵਿਚਿ ਜਾਣੀਐ	Navaa khanda vich jaanee-ai,
ਨਾਲਿ ਚਲੈ ਸਭੁ ਕੋਇ॥	naal chalai sabh ko-ay.
ਚੰਗਾ ਨਾਉ ਰਖਾਇ ਕੈ	Changa naa-o rakhaa-ay kai,
ਜਸੁ ਕੀਰਤਿ ਜਗਿ ਲੇਇ॥	jas keerat jag lay-ay.
ਜੇ ਤਿਸੁ ਨਦਰਿ ਨ ਆਵਈ	Jay tis nadar na aavee,
ਤ ਵਾਤ ਨ ਪੁਛੈ ਕੇ॥	ta vaat na puchhai kay.
ਕੀਟਾ ਅੰਦਰਿ ਕੀਟੁ ਕਰਿ	Keetaa andar keet kar
ਦੋਸੀ ਦੋਸੁ ਧਰੇ॥	dosee dos Dharay.
ਨਾਨਕ ਨਿਰਗੁਣਿ ਗੁਣੁ ਕਰੇ	Naanak nirgun gun karay,
ਗੁਣਵੰਤਿਆ ਗੁਣੁ ਦੇ॥	gunvanti-aa gun day.
ਤੇਹਾ ਕੋਇ ਨ ਸੁਝਈ	Tayhaa ko-ay na sujh-ee
ਜਿ ਤਿਸੁ ਗੁਣੁ ਕੋਇ ਕਰੇ॥੭॥	je tis gun ko-ay karay. ||7||

ਅਗਰ ਜੀਵ ਦੀ ਲੰਮੀ ਉਮਰ ਹੋ ਜਾਵੇ, ਜਾ ਬੁਹਤ ਇਲਾਕੇ ਵਿੱਚ ਪ੍ਰਸਿੱਧ ਹੋ ਜਾਵੇ । ਬਹੁਤ ਲੋਕ ਉਸ ਨਾਲ ਸਹਿਮਤ ਹੋ ਜਾਣ, ਜਾ ਚੰਗੇ ਨਾਮ ਨਾਲ ਪ੍ਰਸਿੱਧ ਹੋ ਜਾਵੇ, ਜਾ ਬੁਹਤ ਲੋਕਾ ਤੇ ਹੁਕਮ ਚਲੇ ਹੋਣ, ਬਹੁਤ ਲੋਕਾ ਵੀ ਆਪਣੀ ਪੂਜਾ ਕਰਦੇ ਹੋਣ । ਜਿਸ ਤੇ ਪ੍ਰਭ ਦੀ ਰਹਿਮਤ ਦੀ ਨਜ਼ਰ ਬਖਸ਼ਿਸ਼ ਨਹੀਂ ਹੁੰਦੀ । ਉਸ ਦੀ ਸੰਸਾਰਕ ਹੈਸੀਅਤ ਦੀ, ਪ੍ਰਭ ਦੀ ਦਰਗਾਹ ਵਿੱਚ ਕੋਈ ਮਹੱਤਤਾ ਨਹੀਂ ਹੁੰਦੀ । ਇਸ ਸੰਸਾਰਕ ਮਾਣ, ਸ਼ਾਨ ਦਾ ਵੀ ਅਸਲ ਵਿੱਚ ਕੋਈ ਲਾਭ ਨਹੀਂ ਹੁੰਦਾ ਹੈ । ਜਿਹੜਾ ਆਪਣਾ ਜੀਵਨ ਪ੍ਰਭ ਦੇ ਸ਼ਬਦ ਦੀ ਸਿਖਿਆਂ ਨਾਲ ਨਹੀਂ ਢਾਲਦਾ, ਉਸ ਨੂੰ ਪ੍ਰਵਾਨਗੀ ਦਾ ਰਸਤਾ ਬਖਸ਼ਿਸ਼ ਨਹੀਂ ਹੁੰਦਾ । ਉਸ ਦੇ ਆਪਣੇ ਕੰਮਾਂ ਦਾ ਅਹੰਕਾਰ ਹੀ ਦਰਗਾਹ ਵਿੱਚ ਦੋਸ਼ੀ ਬਣਾਉਂਦਾ, ਨੀਚ ਜੂੰਨਾਂ ਵਿੱਚ ਬਾਰ ਬਾਰ ਜਾਣਾ ਪੈਂਦਾ ਹੈ । ਮਿਹਰਬਾਨ ਪ੍ਰਭ ਨਿਮਾਣੇ ਗੁਣਾਂ ਤੋਂ ਰਹਿਤ, ਅਗਿਅਨੀਆਂ ਨੂੰ ਵੀ ਚੰਗੇ ਗੁਣਾਂ ਨਾਲ

ਭਰਪੂਰ ਕਰ ਦੇਂਦਾ, ਗੁਣਾਂ ਵਾਲੇ ਬਣਾ ਦੇਂਦਾ ਹੈ । ਅਹੰਕਾਰੀ ਗੁਣਾਂ ਵਾਲਿਆਂ ਨੂੰ ਗੁਣਾਂ ਤੋਂ ਰਹਿਤ ਕਰ ਦੇਂਦਾ ਹੈ । ਅਜੇਹਾ ਕੋਈ ਨਹੀਂ ਲੱਭਦਾ ਜਿਹੜਾ ਪ੍ਰਭ ਤੇ ਕੋਈ ਗੁਣ ਕਰੇ ਜਾ ਹਰ ਜੀਵ ਤੇ ਇਤਨੇ ਗੁਣ ਕਰ ਸਕਦਾ ਹੈ ।

One may have a long life; becomes popular and recognized everywhere; many may agree, follow, worship him, he may rule the world. His worldly status may not have any significance in His Court. Whosoever may not adopt the teachings of His Word; he may not be blessed with the right path of acceptance in His Court. His worldly status does not benefit for the real purpose of human life, rather he may become culprit with his false pride of worldly, in His Court. He may remain in the cycle of birth and death. The Merciful True Master may bless humble even virtue-less with great virtues. He may render wise knowledgeable with ego, virtue less, worthless. No one may have such a greatness to favor God nor can help any other human equal to His Blessings.

8. **ਪ੍ਰਭ ਦੇ ਸ਼ਬਦ ਨੂੰ ਕੌਣ ਕੌਣ ਸੁਣਦਾ, ਕੀ ਬਖਸ਼ਿਸ਼ ਹੁੰਦਾ ਹੈ?**

ਸੁਣਿਐ ਸਿਧ ਪੀਰ ਸੁਰਿ ਨਾਥ॥	Suni-ai siDh peer sur naath.
ਸੁਣਿਐ ਧਰਤਿ ਧਵਲ ਆਕਾਸ॥	Suni-ai Dharat Dhaval aakaas.
ਸੁਣਿਐ ਦੀਪ ਲੋਅ ਪਾਤਾਲ॥	Suni-ai deep lo-a paataal.
ਸੁਣਿਐ ਪੋਹਿ ਨ ਸਕੈ ਕਾਲੁ॥	Suni-ai pohi na sakai kaal.
ਨਾਨਕ ਭਗਤਾ ਸਦਾ ਵਿਗਾਸੁ॥	Naanak bhagtaa sadaa vigaas.
ਸੁਣਿਐ ਦੂਖ ਪਾਪ ਕਾ ਨਾਸੁ॥੮॥	Suni-ai dookh paap kaa naas. ||8||

ਜਿਹੜਾ ਸ਼ਬਦ ਦੀ ਧੁਨ ਇਕਾਗਰ ਮਨ ਹੋ ਕੇ ਸ੍ਰਵਣਨ ਕਰਨਾ ਜਾਣ ਲੈਂਦਾ, ਸ੍ਰਵਣਨ ਕਰਦਾ ਹੈ । ਉਸ ਵਿੱਚ ਦੇਵਤਿਆਂ ਵਾਲੇ ਗੁਣ ਆ ਜਾਂਦੇ ਹਨ । ਉਸ ਨੂੰ ਅੰਤਰ-ਆਮਤਾ, ਗਿਆਨ ਪ੍ਰਾਪਤ ਹੋ ਜਾਂਦਾ ਹੈ । ਉਸ ਦੀ ਮੱਤ, ਹਿਰਦਾ ਅਕਾਸ ਦੀ ਤਰ੍ਹਾਂ ਵਿਸ਼ਾਲ ਅਤੇ ਉਜਲ, ਪਵਿੱਤਰ ਹੋ ਜਾਂਦਾ ਹੈ । ਮਨ ਨੂੰ ਸੰਤੋਖ, ਖਿਮਾ ਦੀ ਕਲਾ ਦਾ ਗਿਆਨ ਹੋ ਜਾਂਦਾ ਹੈ । ਪ੍ਰਭ ਦੀ ਹੌਂਦ ਅਨੁਭਵ ਹੋ ਜਾਂਦੀ, ਡੂੰਘਾਈ ਦਾ ਗਿਆਨ ਬਖਸ਼ਿਸ਼ ਹੋ ਜਾਂਦਾ ਹੈ । ਉਸ ਦੀ ਅਹੰਕਾਰ ਦੀ, ਦੁਖਾਂ ਦੀ ਜੜ੍ਹ ਨਾਸ, ਖਤਮ ਹੋ ਜਾਂਦੀ ਹੈ । ਮਨ ਨੂੰ ਕਾਲਾ ਕਰਨ ਵਾਲਾ ਅਗਿਆਨ, ਮੌਤ ਛੋਹ ਵੀ ਨਹੀਂ ਸਕਦੀ । ਜਿਹੜਾ ਸ਼ਬਦ ਦੀ ਧੁਨ ਇਕਾਗਰ ਚਿਤ ਹੋ ਕੇ ਸ੍ਰਵਣਨ ਕਰਦਾ ਹੈ । ਉਹ ਹਮੇਸ਼ਾਂ ਹੀ ਉਸ ਦੀ ਰਜ਼ਾ ਵਿੱਚ ਅਨੰਦ ਵਿੱਚ ਰਹਿੰਦਾ ਹੈ । ਉਸ ਦੀ ਅਹੰਕਾਰ, ਦੁਖਾਂ ਦੀ ਜੜ੍ਹ ਨਾਸ, ਖਤਮ ਹੋ ਜਾਂਦੀ ਹੈ ।

Whosoever may wholeheartedly listen to teachings of His Word; with His mercy and grace, he may be blessed with wisdom, virtues like prophets. He may be enlightened with the essence of His Word within. He may be blessed with overwhelming eternal spiritual wisdom. His soul may be sanctified to become worthy of His Considerations. He may learn the concept of forgiveness even evil deeds of others. He may realize His Existence prevailing everywhere. He may be blessed to conquer his ego; his state of mind may remain beyond any evil thoughts and even the devil of death. Whosoever may wholeheartedly listen the sermons of His Word; with His mercy and grace, he may remain contended and the roots of his ego may be vanished.

9. **ਪ੍ਰਭ ਦੇ ਸ਼ਬਦ ਨੂੰ ਕੌਣ ਕੌਣ ਸੁਣਦਾ, ਕੀ ਬਖਸ਼ਿਸ਼ ਹੁੰਦਾ ਹੈ?**

ਸੁਣਿਐ ਈਸਰੁ ਬਰਮਾ ਇੰਦੁ॥	Suni-ai eesar barmaa ind.
ਸੁਣਿਐ ਮੁਖਿ ਸਾਲਾਹਣ ਮੰਦੁ॥	Suni-ai mukh saalaahan mand.
ਸੁਣਿਐ ਜੋਗ ਜੁਗਤਿ ਤਨਿ ਭੇਦ॥	Suni-ai jog jugat tan bhayd.
ਸੁਣਿਐ ਸਾਸਤ ਸਿਮ੍ਰਿਤਿ ਵੇਦ॥	Suni-ai saasat simrit vayd.
ਨਾਨਕ ਭਗਤਾ ਸਦਾ ਵਿਗਾਸੁ॥	Naanak bhagtaa sadaa vigaas.

ਸੁਣਿਐ ਦੂਖ ਪਾਪ ਕਾ ਨਾਸੁ॥੯॥ Suni-ai dookh paap kaa naas. ||9||

ਜਿਹੜਾ ਵੀ ਸ਼ਬਦ ਦੀ ਧੁਨ ਨੂੰ ਇਕਾਗਰ ਚਿਤ ਹੋ ਕੇ ਸ੍ਰਵਣ ਕਰਨਾ ਜਾਣ ਲੈਂਦਾ ਹੈ । ਉਸ ਵਿੱਚ ਦੇਵਤਿਆਂ (ਈਸਰ, ਬ੍ਰਹਮਾ, ਇੰਦ੍ਰ) ਵਾਲੇ ਗੁਣ ਬਖਸ਼ਿਸ਼ ਹੋ ਜਾਂਦੇ ਹਨ । ਜੀਭ ਤੋਂ ਪ੍ਰਭ ਦੀ ਪ੍ਰਸੰਨਤਾ ਦੇ ਹੀ ਸ਼ਬਦ ਆਉਂਦਾ ਹੈ, ਉਸ ਨੂੰ ਵਰਾਗ, ਗਿਆਨ ਪ੍ਰਾਪਤ ਹੋ ਜਾਂਦਾ ਹੈ । ਦੇਵੀ ਦੇਵਤੇ ਵੀ ਪ੍ਰਭ ਦੀ ਮਹਿਮਾਂ ਦਾ ਸਿਮਰਨ, ਸ੍ਰਵਣ ਕਰਦੇ ਹਨ । ਇਕਾਗਰ ਮਨ ਨਾਲ ਸ੍ਰਵਣ ਕਰਨ ਨਾਲ ਮਨ ਦਾ ਭਰੋਸਾ ਅਡੋਲ ਹੋ ਜਾਂਦਾ, ਭਰਮ ਦੂਰ ਹੋ ਜਾਂਦੇ ਹਨ । ਉਸ ਨੂੰ ਸ਼ਬਦ ਦੀ ਸੋਝੀ ਬਖਸ਼ਿਸ਼ ਹੋ ਜਾਂਦੀ ਹੈ, ਸਰੀਰ ਦੇ ਜੋੜਾਂ ਦਾ, ਸਰੀਰ ਦੀਆਂ ਵਿਧੀਆਂ ਦਾ ਗਿਆਨ ਪ੍ਰਾਪਤ ਹੋ ਜਾਂਦਾ ਹੈ । ਵੇਦਾਂ, ਸਾਸਤਾਂ ਵਿੱਚ ਲਿਖੇ ਹੋਏ ਗੁਣਾਂ, ਭੇਦਾਂ ਦਾ ਵਰਨਣ ਸਮਝ ਜਾਂਦਾ ਹੈ । ਧਾਰਮਕ ਗੰਥਾਂ ਵਿੱਚ ਲਿਖੇ ਮਨ ਤੇ ਜਿੱਤ ਪਾਉਣ ਦੇ ਸਾਧਨਾਂ ਦੀ ਜਾਗਰਤੀ ਹੋ ਜਾਂਦੀ ਹੈ । ਉਸ ਨੂੰ ਸੰਤ ਸਰੂਪ ਦੇ ਸਿਮਰਨ ਕਰਨ ਦੀ ਵਿਧੀ ਦਾ ਗਿਆਨ ਅਨੁਭਵ ਹੋ ਜਾਂਦਾ ਹੈ । ਉਹ ਹਮੇਸ਼ਾਂ ਹੀ ਪ੍ਰਭ ਦੀ ਰਜ਼ਾ ਵਿੱਚ ਅਨੰਦ ਮਾਨਦਾ ਹੈ । ਉਸ ਦੀ ਅਹੰਕਾਰ ਦੀ, ਦੁਖਾਂ ਦੀ ਜੜ੍ਹ ਨਾਸ, ਖਤਮ ਹੋ ਜਾਂਦੀ ਹੈ । ਪਹਿਲਾ ਮੰਦੇ ਕੰਮ ਕਰਨ ਵਾਲਾ ਵੀ ਗਿਆਨੀ ਹੋ ਜਾਂਦਾ ਹੈ । ਉਹ ਪੂਜਣ ਯੋਗ ਹੋ ਜਾਂਦਾ ਹੈ ।

Whosoever may wholeheartedly listen to His Word! He may be blessed with virtues like prophets, angel. (Like Inder, Brahma, Nanak etc.) His tongue may be blessed with virtues to sing the glory of His Word; he may be blessed with virtues of renunciation. All holy souls, prophets, angels sing His Glory. Whosoever may listen His Glory, his belief may be re-enforced on the teachings of His Word and all his suspicions may be eliminated. He may be enlightened with the essence of His Word and functions of human body. He may comprehend the meditation techniques described in Holly Scriptures to conquer mind. He may adopt the teachings of His Word and remains contended with His Blessings. His selfishness and ego may be eradicated from within. Even the evil doers, tyrants may be blessed with good virtues to become worthy worshipping

10. ਪ੍ਰਭ ਦਾ ਸ਼ਬਦ ਸੁਣਨ ਨਾਲ ਕੀ ਬਖਸ਼ਿਸ਼ ਹੁੰਦਾ ਹੈ?

What can be Blessed by listening to His Scripture

ਸੁਣਿਐ ਸਤੁ ਸੰਤੋਖੁ ਗਿਆਨੁ॥ Suni-ai sat santokh gi-aan.
ਸੁਣਿਐ ਅਠਸਠਿ ਕਾ ਇਸਨਾਨੁ॥ Suni-ai athsath kaa isnaan.
ਸੁਣਿਐ ਪੜਿ ਪੜਿ ਪਾਵਹਿ ਮਾਨੁ॥ Suni-ai parh parh paavahi maan.
ਸੁਣਿਐ ਲਾਗੈ ਸਹਜਿ ਧਿਆਨੁ॥ Suni-ai laagai sahj Dhi-aan.
ਨਾਨਕ ਭਗਤਾ ਸਦਾ ਵਿਗਾਸੁ॥ Naanak bhagtaa sadaa vigaas.
ਸੁਣਿਐ ਦੂਖ ਪਾਪ ਕਾ ਨਾਸੁ॥੧੦॥ Suni-ai dookh paap kaa naas. ||10||

ਜਿਹੜਾ ਸ਼ਬਦ ਦੀ ਧੁਨ ਨੂੰ ਇਕਾਗਰ ਚਿਤ ਹੋ ਕੇ ਸ੍ਰਵਣ ਕਰਨਾ ਜਾਣ ਲੈਂਦਾ ਹੈ । ਉਸ ਨੂੰ ਪ੍ਰਭ ਦੇ ਦਰਬਾਰ ਵਿੱਚ ਪ੍ਰਵਾਨਗੀ ਦੇ ਰਸਤੇ ਵਾਲੇ ਗੁਣਾਂ (ਸਤ, ਸੰਤੋਖ, ਧੀਰਜ) ਦੀ ਸੋਝੀ ਬਖਸ਼ਿਸ਼ ਹੋ ਜਾਂਦੀ ਹੈ । ਉਸ ਦੀ ਆਤਮਾ ਪਵਿੱਤਰ ਹੋ ਜਾਂਦੀ, ਸ਼ਬਦ ਦੀ ਸੋਝੀ ਰੂਪੀ ਤੀਰਥ ਦਾ ਖਜ਼ਾਨਾ ਅਨੁਭਵ, ਬਖਸ਼ਿਸ਼ ਹੋ ਜਾਂਦਾ ਹੈ । ਉਸ ਦਾ ਮਨ ਪ੍ਰਭ ਨਾਲੋ ਦੂਰ ਕਰਨ ਵਾਲੇ ਕੰਮਾਂ ਤੋਂ ਰਹਿਤ ਹੋ ਜਾਂਦਾ, ਮੁਕਤੀ ਬਖਸ਼ਿਸ਼ ਹੋ ਜਾਂਦੀ ਹੈ । ਉਹ ਪ੍ਰਭ ਦੀ ਹੋਂਦ ਨੂੰ ਅਨੁਭਵ, ਮਰਜ਼ੀ ਨੂੰ ਸਵੀਕਾਰ ਕਰ ਲੈਂਦਾ ਹੈ । ਉਸ ਨੂੰ ਜੀਵਨ ਵਿੱਚ ਸ਼ਾਂਤੀ, ਸੰਤੋਖ, ਧੀਰਜ ਬਖਸ਼ਿਸ਼ ਹੋ ਜਾਂਦਾ ਹੈ । ਮਨ, ਧਿਆਨ ਪ੍ਰਭ ਦੀ ਜੋਤ ਵਿੱਚ ਲੀਨ, ਮਸਤ ਹੋ ਜਾਂਦਾ ਹੈ । ਉਸ ਨੂੰ ਸੰਤ ਸਰੂਪ ਦੇ ਸਿਮਰਨ ਕਰਨ ਦੀ ਵਿਧੀ ਦੀ ਸੋਝੀ ਬਖਸ਼ਿਸ਼ ਹੋ ਜਾਂਦੀ ਹੈ । ਉਹ ਸਦਾ ਹੀ ਪ੍ਰਭ ਦੀ ਰਜ਼ਾ ਵਿੱਚ ਅਨੰਦ ਮਾਨਦਾ ਹੈ । ਉਸ ਦੇ ਮਨ ਵਿਚੋਂ ਅਹੰਕਾਰ ਦੀ, ਦੁਖਾਂ ਦੀ ਜੜ੍ਹ ਨਾਸ, ਖਤਮ ਹੋ ਜਾਂਦੀ ਹੈ ।

Whosoever may comprehend technique to listen whole heartedly the teachings of His Word. He may remain contended with His Blessings. He may meditate and obeys the teachings of His Word with steady and stable Blessings. He may be rewarded the fruit of pilgrimage, sanctifying bath at

68 Holy Shrines and his soul may be sanctified to become worthy of His Consideration. He may remain awake and alert from demons of worldly desires. He may be bestowed with His Blessed Vision to realize His Existence prevailing everywhere. He may be blessed with the right path of acceptance everywhere. He may remain intoxicated in meditation with patience and contentment in the void of His Word. His way of life may be transfer as His blessed soul. He may his ego and remains contended with His Blessings.

11. ਪ੍ਰਭ ਦਾ ਸ਼ਬਦ ਸੁਣਨ ਨਾਲ ਕੀ ਬਖਸ਼ਿਸ਼ ਹੁੰਦਾ ਹੈ?

Blessed by listening to His Scripture?

ਸੁਣਿਐ ਸਰਾ ਗੁਣਾ ਕੇ ਗਾਹ॥	Suni-ai saraa gunaa kay gaah.
ਸੁਣਿਐ ਸੇਖ ਪੀਰ ਪਾਤਿਸਾਹ॥	Suni-ai saykh peer paatisaah.
ਸੁਣਿਐ ਅੰਧੇ ਪਾਵਹਿ ਰਾਹੁ॥	Suni-ai anDhay paavahi raahu.
ਸੁਣਿਐ ਹਾਥ ਹੋਵੈ ਅਸਗਾਹੁ॥	Suni-ai haath hovai asgaahu.
ਨਾਨਕ ਭਗਤਾ ਸਦਾ ਵਿਗਾਸੁ॥	Naanak bhagtaa sadaa vigaas.
ਸੁਣਿਐ ਦੂਖ ਪਾਪ ਕਾ ਨਾਸੁ॥੧੧॥	Suni-ai dookh paap kaa naas. ||11||

ਜਿਹੜਾ ਵੀ ਸ਼ਬਦ ਦੀ ਧੁਨ ਨੂੰ ਇਕਾਗਰ ਚਿਤ ਹੋ ਕੇ ਸ੍ਰਵਣਨ ਕਰਨਾ ਜਾਣ ਲੈਂਦਾ ਹੈ । ਉਸ ਦੀ ਆਤਮਾ ਨੂੰ ਪ੍ਰਭ ਦੇ ਗੁਣਾਂ ਦੇ ਸਰੋਵਰ ਦੀ ਸੋਝੀ ਬਖਸ਼ਿਸ਼ ਹੋ ਜਾਂਦੀ ਹੈ । ਉਹ ਪ੍ਰਭ ਦੀ ਹੋਂਦ ਨੂੰ ਅਨੁਭਵ ਕਰ ਲੈਂਦਾ ਹੈ । ਉਸ ਦੀ ਆਤਮਾ ਜਨਮ, ਮਰਨ ਦੀ ਪੀੜ ਤੋਂ ਰਹਿਤ ਹੋ ਜਾਂਦੀ ਹੈ । ਅਗਿਆਨੀ ਵੀ ਗਿਆਨ ਦਾ ਰਸਤਾ ਗ੍ਰਹਿਣ ਕਰ ਲੈਂਦਾ, ਮਨ ਵਿਚੋਂ ਅਹੰਕਾਰ ਖਤਮ ਕਰਕੇ ਸਿਮਰਨ ਦੇ ਰਸਤੇ ਤੇ ਅਡੋਲ ਹੋ ਜਾਂਦਾ ਹੈ । ਉਸ ਨੂੰ ਬੇਅੰਤ ਗਿਆਨ ਵਾਲੇ ਪ੍ਰਭ ਦੇ ਕਈ ਗੁਣਾਂ ਦੀ ਸੋਝੀ ਬਖਸ਼ਿਸ਼ ਹੋ ਜਾਂਦੀ ਹੈ । ਉਸ ਨੂੰ ਸੰਤ ਸਰੂਪ ਦੇ ਸਿਮਰਨ ਕਰਨ ਦੀ ਵਿਧੀ ਦਾ ਗਿਆਨ ਹੋ ਜਾਂਦਾ ਹੈ । ਉਹ ਹਮੇਸ਼ਾਂ ਹੀ ਪ੍ਰਭ ਦੀ ਰਜ਼ਾ ਵਿੱਚ ਅਨੰਦ ਰਹਿੰਦੀ ਹੈ । ਉਸ ਦੀ ਅਹੰਕਾਰ ਦੀ, ਦੁਖਾਂ ਦੀ ਜੜ੍ਹ ਨਾਸ, ਖਤਮ ਹੋ ਜਾਂਦੀ ਹੈ ।

Whosoever may comprehend to listen wholeheartedly the message of His Word. He may be blessed with the treasures of His Word; his cycle of birth and death may be eliminated. He may remain intoxicated in meditation in the void of His Word. Even the evil doer may adopt the teachings of His Word with steady and stable belief; with His mercy and grace, he may conquer his ego, false pride. He may be bestowed with unlimited treasures of His Virtues. He may comprehend the techniques of meditation like a blessed soul. He may remain contended with His Blessings.

12. ਸ਼ਬਦ ਨਾਲ ਜੀਵਨ ਢਾਲਣ ਨਾਲ ਮਨ ਦੀ ਕੀ ਅਵਸਥਾ!

ਮੰਨੇ ਕੀ ਗਤਿ ਕਹੀ ਨ ਜਾਇ॥	Mannay kee gat kahee na jaa-ay.
ਜੇ ਕੋ ਕਹੈ ਪਿਛੈ ਪਛੁਤਾਇ॥	Jay ko kahai pichhai pachhutaa-ay.
ਕਾਗਦਿ ਕਲਮ ਨ ਲਿਖਣਹਾਰੁ॥	Kaagad kalam na likhanhaar.
ਮੰਨੇ ਕਾ ਬਹਿ ਕਰਨਿ ਵੀਚਾਰੁ॥	Mannay kaa bahi karan veechaar.
ਐਸਾ ਨਾਮੁ ਨਿਰੰਜਨੁ ਹੋਇ॥	Aisaa naam niranjan ho-ay.
ਜੇ ਕੋ ਮੰਨਿ ਜਾਣੈ ਮਨਿ ਕੋਇ॥੧੨॥	Jay ko man jaanai man ko-ay. ||12||

ਜਿਹੜਾ ਸ਼ਰਧਾ ਨਾਲ ਭਰੋਸਾ ਅਡੋਲ ਰਖਕੇ ਸ਼ਬਦ ਦੀ ਸਿਖਿਆਂ ਨਾਲ ਜੀਵਨ ਢਾਲਦਾ ਹੈ । ਉਸ ਜੀਵ ਨੂੰ ਕੀ ਬਖਸ਼ਿਸ਼ ਹੋ ਸਕਦਾ ਹੈ? ਉਸ ਦੇ ਮਨ ਦੀਆਂ ਮੁਰਾਦਾਂ, ਹਾਲਤ ਕਿਸਤਰ੍ਹਾਂ ਦੀ ਹੁੰਦੀ ਹੈ? ਇਹ ਕੋਈ ਵੀ ਪੂਰਨ ਤਰ੍ਹਾਂ ਵਰਣਨ ਨਹੀਂ ਕਰ ਸਕਦਾ । ਇਥੇ ਤਾ ਯਾਤਰਾ ਅਰੰਭ ਹੀ ਹੁੰਦੀ ਹੈ! ਜਿਸ ਨੂੰ ਸੋਝੀ ਬਖਸ਼ਿਸ਼ ਹੋ ਜਾਂਦੀ ਹੈ, ਕੇਵਲ ਉਹ ਹੀ ਪੂਰਨ ਤਰ੍ਹਾਂ ਵਰਣਨ ਕਰ ਸਕਦਾ ਹੈ! ਉਸ ਨੂੰ ਸੋਝੀ ਬਖਸ਼ਿਸ਼ ਹੋ ਜਾਂਦੀ ਹੈ, ਬੁਹਤ ਕੁਝ ਵਰਣਨ ਕੀਤਾ ਅਤੇ ਬੁਹਤ ਕੁਝ ਵਰਣਨ ਕਰਨ ਵਾਲਾ ਬਾਕੀ ਹੈ । ਉਸ ਨੂੰ ਆਪਣੀ ਸੋਚ ਤੇ ਉਦਾਸੀ, ਨਰਾਜ਼ਗੀ, ਪਛਤਾਵਾ ਹੀ ਹੁੰਦਾ ਹੈ । ਪ੍ਰਭ ਦੇ ਦਾਸ ਦੀ ਮਰਯਾਦਾ, ਹਾਲਤ ਨੂੰ ਪੂਰਨ ਤਰ੍ਹਾਂ ਵਰਣਨ ਨਹੀਂ ਕੀਤਾ ਜਾ ਸਕਦਾ । ਉਸ ਦਾ ਪੂਰਨ ਵਖਿਆਣ ਲਿਖਣ ਲਈ ਇਤਨਾ ਕਾਗਜ, ਕਲਮ ਹੀ ਨਹੀਂ ਬਣੇ, ਨਾ ਹੀ ਕੋਈ ਇਤਨੇ ਗਿਆਨ ਵਾਲਾ ਲਿਖਾਰੀ, ਵਿਦਵਾਨ ਹੀ

ਪੈਦਾ ਹੋਇਆ ਹੈ । ਜਿਸ ਦੀ ਆਤਮਾ ਇਕਾਗਰ ਹੋ ਜਾਂਦੀ ਹੈ, ਉਸ ਤੇ ਪ੍ਰਭ ਦੀ ਰਹਿਮਤ ਦੀ ਨਜ਼ਰ ਬਖਸ਼ਿਸ਼ ਹੋ ਜਾਂਦੀ, ਪ੍ਰਵਾਨਗੀ ਦਾ ਰਸਤਾ ਬਖਸ਼ਿਸ਼ ਹੋ ਜਾਂਦਾ ਹੈ । ਉਹ ਸੰਤ ਸੰਗਤ ਵਿੱਚ ਬੈਠਕੇ ਸ਼ਬਦ, ਮਰਯਾਦਾਂ ਦੀ ਚਰਚਾ, ਸਿਮਰਨ ਕਰਦਾ ਹੈ । ਜਿਤਨੀ ਕਿਸੇ ਨੂੰ ਸੋਝੀ ਬਖਸ਼ਿਸ਼ ਹੁੰਦੀ ਹੈ, ਉਤਨਾਂ ਹੀ ਵਿਚਾਰ ਕਰਦਾ ਹੈ । ਅਟਲ ਅਦੁੱਤੀ ਬ੍ਰਹਮਾ ਦਾ ਸ਼ਬਦ ਪਹਿਲੇ ਵੀ, ਹੁਣ ਵੀ, ਭਵਿੱਖ ਵਿੱਚ ਵੀ ਇਸਤਰ੍ਹਾਂ ਹੀ ਰਹਿੰਦਾ ਹੈ । ਜਿਹੜਾ ਸ਼ਰਧਾ ਨਾਲ ਪ੍ਰਭ ਦੇ ਸ਼ਬਦ ਨੂੰ ਅਟਲ ਸਮਝਕੇ ਪ੍ਰਵਾਨ ਕਰ ਲੈਂਦਾ ਹੈ, ਉਸ ਨੂੰ ਪ੍ਰਭ ਦੀ ਹੋਂਦ ਅਨੁਭਵ ਹੋ ਜਾਂਦੀ ਹੈ, ਉਸ ਦੀ ਬਖਸ਼ਿਸ਼ ਹੋ ਜਾਂਦੀ ਹੈ ।

Whosoever may adopt the teachings of His Word with steady and stable belief in his day-to-day life. What may he be blessed in his human life? What may be his desires, state of his mind? No one may fully comprehend. This may be the start of marathon of spiritual journey. As he explains His Virtues, Glory; he may realize, he has explained quite a bit and much depth need to be comprehended. He may be disappointed and repent for his shallow comprehension of such a vast treasure. No one with such a state of mind has ever born nor enough paper and ink to write complete glory of His Word, His Nature. Whosoever may remain intoxicated in the void of His Word; he may be bestowed with His Blessed Vision, the right path of acceptance in His Court. He may associate in the conjugation of His Holy saint, sings, and share his experience, Blessings with others. More he may share, deeper the comprehension enlightenment may be blessed. The True Master, His Word was true before His Creation, still in present and may remain unchanged in future; forever. Whosoever may adopt with devotion the teachings of His Word with steady and stable belief in his day-to-day life; he may realize His Existence, His Holy Spirit prevailing everywhere.

13. ਸ਼ਬਦ ਨਾਲ ਜੀਵਨ ਢਾਲਣ ਨਾਲ ਮਨ ਦੀ ਕੀ ਅਵਸਥਾ !

State of mind by adopting the teachings of His Word!

ਮੰਨੈ ਸੁਰਤਿ ਹੋਵੈ ਮਨਿ ਬੁਧਿ॥	Mannai surat hovai man buDh.
ਮੰਨੈ ਸਗਲ ਭਵਣ ਕੀ ਸੁਧਿ॥	Mannai sagal bhavan kee suDh.
ਮੰਨੈ ਮੁਹਿ ਚੋਟਾ ਨਾ ਖਾਇ॥	Mannai muhi chotaa naa khaa-ay.
ਮੰਨੈ ਜਮ ਕੈ ਸਾਥਿ ਨ ਜਾਇ॥	Mannai jam kai saath na jaa-ay.
ਐਸਾ ਨਾਮੁ ਨਿਰੰਜਨੁ ਹੋਇ॥	Aisaa naam niranjan ho-ay.
ਜੇ ਕੋ ਮੰਨਿ ਜਾਣੈ ਮਨਿ ਕੋਇ॥੧੩॥	Jay ko man jaanai man ko-ay. ||13||

ਜਿਹੜਾ ਸ਼ਰਧਾ ਨਾਲ ਭਰੋਸਾ ਅਡੋਲ ਕਰਕੇ ਪ੍ਰਭ ਦੇ ਸ਼ਬਦ ਨੂੰ ਅਟਲ ਮੰਨਕੇ ਆਪਣਾ ਜੀਵਨ ਢਾਲਦਾ ਹੈ । ਉਸ ਦੀ ਆਤਮਾ, ਮਨ, ਬੁੱਧੀ ਜਾਗਰਤੀ, ਧੀਰਜ, ਸੰਤੋਖ ਬਖਸ਼ਿਸ਼ ਹੋ ਜਾਂਦੀ ਹੈ । ਪ੍ਰਭ ਦੇ ਪ੍ਰਵਾਨਗੀ ਦੇ ਰਸਤੇ, ਗੁਣਾਂ ਦੇ ਭੰਡਾਰ ਦਾ ਗਿਆਨ ਬਖਸ਼ਿਸ਼ ਹੋ ਜਾਂਦਾ ਹੈ । ਉਸ ਦਾ ਮਨ ਸੰਸਾਰਕ ਥੋੜ੍ਹਾ ਸਮਾਂ ਅਨੰਦ ਦੇਣ ਵਾਲੀਆਂ ਵਾਲੀਆਂ ਇੱਛਾ ਤੋਂ ਰਹਿਤ ਹੋ ਜਾਂਦਾ ਹੈ । ਉਸ ਦੇ ਮਨ ਤੇ ਕੁਝ ਮਿਲਣ ਜਾ ਖੋਂਅ ਜਾਣ ਦਾ ਕੋਈ ਦੁਖ ਨਹੀਂ ਹੁੰਦਾ । ਉਹ ਪ੍ਰਭ ਦੀ ਰਜ਼ਾ, ਬਖਸ਼ਿਸ਼ ਵਿੱਚ ਅਨੰਦ ਮਾਨਦਾ ਹੈ । ਉਹ ਮੌਕੇ ਦੇ ਅਨੁਸਾਰ, ਬਦਲਦਾ ਨਹੀਂ, ਭਾਣੇ ਵਿੱਚ ਹੀ ਪ੍ਰਸੰਨ ਰਹਿੰਦਾ ਹੈ । ਮੌਤ ਦਾ ਡਰ ਖਤਮ, ਮੁਕਤ ਹੋ ਜਾਂਦਾ ਹੈ । ਸ੍ਰਿਜਨਹਾਰ ਦਾ ਸ਼ਬਦ ਪਹਿਲੇ ਵੀ, ਹੁਣ ਵੀ, ਭਵਿੱਖ ਵਿੱਚ ਵੀ ਅਟਲ ਹੀ ਰਹਿੰਦਾ ਹੈ । ਜਿਸ ਤੇ ਰਹਿਮਤ ਦੀ ਨਜ਼ਰ ਬਖਸਦਾ ਹੈ, ਉਸ ਨੂੰ ਪ੍ਰਭ ਦੀ ਹੋਂਦ ਅਨੁਭਵ ਹੋ ਜਾਂਦਾ ਹੈ ।

Whosoever may adopt the teachings of His Word with steady and stable belief in his day-to-day life; with His mercy and grace, he may be blessed devotion and with treasures of His Word. He may be blessed with patience, contentment, and compassion with His Blessings; he may realize His Holy Spirt prevailing everywhere. His state of mind may remain beyond the influence of any profit, loss or short-lived comforts, pleasure of worldly wealth, desires. He remains contended with His Blessings and may never divert from the right path of acceptance in His Court with short-lived gimmicks of sweet poison of worldly wealth; with His mercy and grace, his fear of death may be eliminated. The essence of His Word remains true forever from generations to generations. Whosoever may be bestowed with His Blessed Vision, he may realize His Holy Spirit prevailing everywhere.

14. ਸ਼ਬਦ ਨਾਲ ਜੀਵਨ ਢਾਲਣ ਨਾਲ ਮਨ ਦੀ ਕੀ ਅਵਸਥਾ!

State of mind by adopting the teachings of His Word!

ਮੰਨੈ ਮਾਰਗਿ ਠਾਕ ਨ ਪਾਇ॥	Mannai maarag thaak na paa-ay.
ਮੰਨੈ ਪਤਿ ਸਿਉ ਪਰਗਟੁ ਜਾਇ॥	Mannai pat si-o pargat jaa-ay.
ਮੰਨੈ ਮਗੁ ਨ ਚਲੈ ਪੰਥੁ॥	Mannai mag na chalai panth.
ਮੰਨੈ ਧਰਮ ਸੇਤੀ ਸਨਬੰਧੁ॥	Mannai Dharam saytee san-banDh.
ਐਸਾ ਨਾਮੁ ਨਿਰੰਜਨੁ ਹੋਇ॥	Aisaa naam niranjan ho-ay.
ਜੇ ਕੋ ਮੰਨਿ ਜਾਣੈ ਮਨਿ ਕੋਇ॥੧੪॥	Jay ko man jaanai man ko-ay. ||14||

ਜਿਹੜਾ ਸ਼ਰਧਾ ਨਾਲ ਭਰੋਸਾ ਅਡੋਲ ਰਖਕੇ ਪ੍ਰਭ ਦੇ ਸ਼ਬਦ ਨੂੰ ਅਟਲ ਮੰਨਕੇ ਆਪਣਾ ਜੀਵਨ ਢਾਲਦਾ ਹੈ । ਉਸ ਨੂੰ ਪ੍ਰਭ ਦੀ ਬੰਦਗੀ ਦੇ ਰਸਤੇ ਤੇ ਜਾਣ ਵਿੱਚ ਕਿਸੇ ਕਿਸਮ ਦੀ ਰੋਕ (ਠਾਕ) ਨਹੀਂ ਆਉਂਦੀ। (ਕਾਮ, ਕਰੋਧ, ਅਹੰਕਾਰ, ਮੋਹ ਦੀਆਂ ਰੁਕਾਵਟਾਂ ਨਹੀਂ ਆਉਂਦੀਆਂ) ਉਸ ਨੂੰ ਅਸਲੀ ਮਾਲਕ ਦੀ ਹੋਂਦ ਅਨੁਭਵ ਹੋ ਜਾਂਦੀ ਹੈ । ਉਸ ਦਾ ਮਾਨਸ ਜਨਮ ਸਫਲ ਹੋ ਜਾਂਦਾ, ਮੁਕਤੀ ਬਖਸ਼ਿਸ਼ ਹੋ ਜਾਂਦੀ ਹੈ । ਉਹ ਜਮਦੂਤਾਂ ਵਾਲੇ ਕੰਮ ਨਹੀਂ ਕਰਦਾ, ਜਮ ਦੇ ਕਾਬੂ ਵਿੱਚ ਨਹੀਂ ਹੁੰਦਾ । ਉਹ ਜਨਮ ਮਰਨ ਦੇ ਚੱਕਰ ਤੋਂ ਰਹਿਤ ਹੋ ਜਾਂਦਾ ਹੈ । ਉਸ ਦਾ ਧਰਮਰਾਜ ਨਾਲ (ਸੇਤੀ) ਸੰਬਧ ਹੋ ਜਾਂਦਾ ਹੈ । ਉਸ ਨੂੰ ਧਾਰਮਕ ਗੁਣ (ਸਤਿ, ਸੰਤੋਖ, ਦਇਆ) ਪ੍ਰਾਪਤ ਹੋ ਜਾਂਦੇ ਹਨ । ਸ੍ਰਿਜਨਹਾਰ ਦਾ ਨਾਮ ਪਹਿਲੇ ਵੀ, ਹੁਣ ਵੀ, ਭਵਿੱਖ ਵਿੱਚ ਵੀ ਇਸਤਰ੍ਹਾਂ ਹੀ ਰਹਿੰਦਾ ਹੈ । ਜਿਹੜਾ ਸ਼ਰਧਾ ਨਾਲ ਪ੍ਰਭ ਦੇ ਸ਼ਬਦ ਨੂੰ ਅਟਲ ਮੰਨ ਲੈਂਦਾ ਹੈ । ਉਸ ਨੂੰ ਪ੍ਰਭ ਦੀ ਹੋਂਦ ਅਨੁਭਵ ਅਨੁਭਵ ਹੋ ਜਾਂਦੀ, ਬਖਸ਼ਿਸ਼ ਹੋ ਜਾਂਦੀ ਹੈ ।

Whosoever may adopt the teachings of His Word with steady and stable belief in his day-to-day life; with His mercy and grace, he may be blessed with the right path of meditation and conquers worldly desires, attachments. He may realize His Existence and the real purpose of life; he may be blessed with salvation. He may not perform evil deeds and his cycle of birth and death may be eliminated. He may re-enforce his bonds with The Righteous Judge; He may be blessed with three virtues, patience, contentment, and compassion on less fortunate. His Word remains unchanged from generations to generations. Whosoever may adopt the teachings of His Word with steady and stable belief; with His mercy and grace, he may realize His Existence.

15. ਸ਼ਬਦ ਨਾਲ ਜੀਵਨ ਢਾਲਣ ਨਾਲ ਮਨ ਦੀ ਕੀ ਅਵਸਥਾ!

State of mind by adopting the teachings of His Word!

ਮੰਨੈ ਪਾਵਹਿ ਮੋਖੁ ਦੁਆਰੁ॥	Mannai paavahi mokh du-aar.
ਮੰਨੈ ਪਰਵਾਰੈ ਸਾਧਾਰੁ॥	Mannai parvaarai saaDhaar.
ਮੰਨੈ ਤਰੈ ਤਾਰੇ ਗੁਰੁ ਸਿਖ॥	Mannai tarai taaray gur sikh.
ਮੰਨੈ ਨਾਨਕ ਭਵਹਿ ਨ ਭਿਖ॥	Mannai naanak bhavahi na bhikh.
ਐਸਾ ਨਾਮੁ ਨਿਰੰਜਨੁ ਹੋਇ॥	Aisaa naam niranjan ho-ay.
ਜੇ ਕੋ ਮੰਨਿ ਜਾਣੈ ਮਨਿ ਕੋਇ॥੧੫॥	Jay ko man jaanai man ko-ay. ||15||

ਜਿਹੜੇ ਜੀਵ ਸ਼ਰਧਾ ਨਾਲ ਭਰੋਸਾ ਅਡੋਲ ਕਰ ਕੇ ਮਰਜ਼ੀ ਨੂੰ ਸਵੀਕਾਰ ਕਰਦੇ ਹਨ । ਉਹਨਾਂ ਨੂੰ ਮੁਕਤੀ ਦਾ ਰਸਤਾ, ਉਸ ਦੇ ਘਰ, ਉਸ ਦੀ ਹੋਂਦ ਅਨੁਭਵ ਹੋ ਜਾਂਦਾ ਹੈ । ਆਪ ਵੀ ਭਗਤੀ ਕਰਦਾ ਤਰ ਜਾਂਦਾ, ਆਪਣੇ ਸਾਥੀਆਂ ਨੂੰ ਵੀ ਸ਼ਬਦ ਦੇ ਲੜ ਲਾ ਜਾਂਦਾ ਹੈ । ਉਹਨਾਂ ਨੂੰ ਭਵਿੱਖ ਵਿੱਚ ਵੱਖਰੀਆਂ ਜੂੰਨਾਂ ਵਿੱਚ ਭਉਣਾ ਨਹੀਂ ਪੈਂਦਾ, ਮੁਕਤ ਹੋ ਜਾਂਦੇ ਹੈ । ਸ੍ਰਿਜਨਹਾਰ ਦਾ ਸ਼ਬਦ, ਪਹਿਲੇ ਵੀ, ਹੁਣ ਵੀ, ਭਵਿੱਖ ਵਿੱਚ

ਵੀ ਅਟਲ ਹੀ ਰਹਿੰਦਾ ਹੈ । ਜਿਹੜਾ ਸ਼ਰਧਾ ਨਾਲ ਭਰੋਸਾ ਅਡੋਲ ਰਖਕੇ ਮਰਜ਼ੀ ਨੂੰ ਸਿਰ ਮੱਥੇ ਤੇ ਮੰਨਦਾ ਹੈ । ਉਸ ਨੂੰ ਪ੍ਰਭ ਦੀ ਹੋਂਦ ਅਨੁਭਵ ਹੋ ਜਾਂਦੀ ਹੈ ।

Whosoever may adopt the teachings of His Word with steady and stable belief in his day-to-day life; with His mercy and grace, he may be blessed with the right path of acceptance in His Court, salvation. He may realize His Existence, His Holy Spirit prevailing everywhere. He may remain steady and stable on the right path of acceptance in His Court, Salvation. He may inspire his family and associates to adopt and remain on the right path of acceptance in His Court. His cycle of birth and death may be eliminated. His existence remains unchanged before the creation and after the destruction of universe. Whosoever may adopt the teachings of His Word with steady and stable belief in his day-to-day life; with His mercy and grace, he may realize His Existence.

16. ਸ੍ਰਿਸ਼ਟੀ ਦਾ ਮਾਲਕ, ਹਾਕਮ ਕੌਣ ਹੈ? Who is The True Master?

ਪੰਚ ਪਰਵਾਣ ਪੰਚ ਪਰਧਾਨੁ॥	Panch parvaan panch parDhaan.
ਪੰਚੇ ਪਾਵਹਿ ਦਰਗਹਿ ਮਾਨੁ॥	Panchay paavahi dargahi maan.
ਪੰਚੇ ਸੋਹਹਿ ਦਰਿ ਰਾਜਾਨੁ॥	Panchay sohahi dar raajaan.
ਪੰਚਾ ਕਾ ਗੁਰੁ ਏਕੁ ਧਿਆਨੁ॥	Panchaa kaa gur ayk Dhi-aan.
ਜੇ ਕੋ ਕਹੈ ਕਰੈ ਵੀਚਾਰੁ॥	Jay ko kahai karai veechaar.
ਕਰਤੇ ਕੈ ਕਰਣੈ ਨਾਹੀ ਸੁਮਾਰੁ॥	Kartay kai karnai naahee sumaar.
ਧੌਲੁ ਧਰਮੁ ਦਇਆ ਕਾ ਪੂਤੁ॥	Dhoul Dharam da-i-aa kaa poot.
ਸੰਤੋਖੁ ਥਾਪਿ ਰਖਿਆ ਜਿਨਿ ਸੂਤਿ॥	Santokh thaap rakhi-aa jin soot.
ਜੇ ਕੋ ਬੁਝੈ ਹੋਵੈ ਸਚਿਆਰੁ॥	Jay ko bujhai hovai sachiaar.
ਧਵਲੈ ਉਪਰਿ ਕੇਤਾ ਭਾਰੁ॥	Dhavlai upar kaytaa bhaar.
ਧਰਤੀ ਹੋਰੁ ਪਰੈ ਹੋਰੁ ਹੋਰੁ॥	Dhartee hor parai hor hor.
ਤਿਸ ਤੇ ਭਾਰੁ ਤਲੈ ਕਵਣੁ ਜੋਰੁ॥	Tis tay bhaar talai kavan jor.
ਜੀਅ ਜਾਤਿ ਰੰਗਾ ਕੇ ਨਾਵ॥	Jee-a jaat rangaa kay naav.
ਸਭਨਾ ਲਿਖਿਆ ਵੁੜੀ ਕਲਾਮ॥	Sabhnaa likhi-aa vurhee kalaam.
ਏਹੁ ਲੇਖਾ ਲਿਖਿ ਜਾਣੈ ਕੋਇ॥	Ayhu laykhaa likh jaanai ko-ay.
ਲੇਖਾ ਲਿਖਿਆ ਕੇਤਾ ਹੋਇ॥	Laykhaa likhi-aa kaytaa ho-ay.
ਕੇਤਾ ਤਾਣੁ ਸੁਆਲਿਹੁ ਰੂਪੁ॥	Kaytaa taan su-aalihu roop.
ਕੇਤੀ ਦਾਤਿ ਜਾਣੈ ਕੌਣੁ ਕੂਤੁ॥	Kaytee daat jaanai koun koot.
ਕੀਤਾ ਪਸਾਉ ਏਕੋ ਕਵਾਉ॥	Keetaa pasaa-o ayko kavaa-o.
ਤਿਸ ਤੇ ਹੋਏ ਲਖ ਦਰੀਆਉ॥	Tis tay ho-ay lakh daree-aa-o.
ਕੁਦਰਤਿ ਕਵਣ ਕਹਾ ਵੀਚਾਰੁ॥	Kudrat kavan kahaa veechaar.
ਵਾਰਿਆ ਨ ਜਾਵਾ ਏਕ ਵਾਰ॥	Vaari-aa na jaavaa ayk vaar.
ਜੋ ਤੁਧੁ ਭਾਵੈ ਸਾਈ ਭਲੀ ਕਾਰ॥	Jo tuDh bhaavai saa-ee bhalee kaar.
ਤੂ ਸਦਾ ਸਲਾਮਤਿ ਨਿਰੰਕਾਰ॥੧੬॥	Too sadaa salaamat nirankaar. ||16||

ਉਹ ਅਕਾਲ ਪੁਰਖ (ਪੰਚ), ਮੂਰਤੀਕਾਰ, ਸ੍ਰਿਜਨਹਾਰ ਆਪ ਹੀ ਆਪਣੀ ਬਣਾਈ ਹੋਈ ਮੂਰਤੀ ਵਿੱਚ ਪ੍ਰਵੇਸ਼ ਕਰਦਾ ਹੈ । ਸਾਰਿਆਂ ਤੋਂ ਵਡਾ, ਸਾਰਿਆਂ ਦਾ ਮੁਖੀ (ਪਰਧਾਨ) ਹੈ, ਕਿਸੇ ਦੇ ਹੁਕਮ ਅੰਦਰ ਨਹੀਂ ਹੁੰਦਾ । ਪ੍ਰਭ ਪੰਜਾਂ ਇੰਦ੍ਰੀਆਂ ਨਾਲ ਹਰ ਵਸਤੂ ਦਾ ਗਿਆਨ (ਮਾਣੁ), ਪਾਉਂਦਾ ਹੈ । ਉਹ ਪੰਜਾਂ ਇੰਦ੍ਰੀਆਂ ਨੂੰ ਭਟਕਣ ਤੋਂ ਰੋਕਦਾ ਹੈ । ਇਹ ਇੰਦ੍ਰੀਆਂ ਤਾ ਦਰਵਾਜੇ ਹਨ, ਜਦੋਂ ਵੱਖਰੇ ਵੱਖਰੇ ਕੰਮ ਕਰਨ, ਤਾ ਇਹ ਹੀ ਭਟਕਣ ਦੇ ਰਸਤੇ ਬਣ ਜਾਂਦੇ ਹਨ । ਪ੍ਰਭ ਪੰਜਾਂ ਗਿਆਨ ਇੰਦ੍ਰੀਆਂ ਅੰਦਰ (ਦਰਿ) ਸੋਭਦਾ ਹੈ । ਇਹ ਉਸ ਦੇ ਹੁਕਮ ਅਦੰਰ ਚਲ ਰਹੀਆਂ ਹਨ । ਮਨ ਦਾ ਧਿਆਨ, ਚੇਤਨਾ ਹੀ ਪੰਜਾਂ ਗਿਆਨ ਇੰਦ੍ਰੀਆਂ ਦਾ ਗੁਰੂ, ਪ੍ਰਭ ਦਾ ਸਰੂਪ ਹੈ । ਜਿਤਨਾ ਚਿਰ ਕਿਸੇ ਇੰਦ੍ਰੀ ਦੇ ਕੰਮ ਵਿੱਚ ਧਿਆਨ ਨਾ ਲਾਇਆ ਜਾਂਦਾ, ਇੰਦ੍ਰੀ ਕੇਵਲ ਦਰਵਾਜੇ ਦਾ ਕੰਮ ਹੀ ਕਰਦੀ ਹੈ । ਜਿਹੜਾ ਦਾਵਾ ਕਰਦਾ ਹੈ, ਪੂਰਨ ਤਰ੍ਹਾਂ ਮਨ

ਦੀ ਅਵਸਥਾ ਦਾ ਵਰਣਨ ਕਰ ਸਕਦਾ, ਉਹ ਅਹੰਕਾਰੀ ਹੈ । ਪ੍ਰਭ ਦੇ ਕਰਤਬਾਂ ਦਾ ਕੋਈ ਅੰਤ ਨਹੀਂ, ਪੂਰਨ ਤਰ੍ਹਾਂ ਤੇ ਜਾਣੇ ਨਹੀਂ ਜਾ ਸਕਦੇ । ਸ੍ਰਿਸ਼ਟੀ ਪ੍ਰਭ ਦੇ ਬਣਾਏ ਹੋਏ ਨਿਯਮਾਂ (ਧਰਮ) ਦੇ ਧੁਰੇ (ਧੌਲ) ਅਨੁਸਾਰ ਚਲਦੀ ਹੈ । ਉਸ ਦਾ ਧਰਮ ਹੈ! ਜੀਵ ਦਇਆ ਦਾ ਪਾਤਰ ਹੋਵੇ । ਜਿਹੜਾ ਦਇਆ ਨੂੰ ਆਪਣੇ ਜੀਵਨ ਵਿੱਚ ਢਾਲਦਾ ਹੈ ਉਸ ਨੂੰ ਪ੍ਰਭ ਦੀ ਰਹਿਮਤ ਬਖਸ਼ਿਸ਼ ਹੋ ਜਾਂਦੀ ਹੈ । ਉਸ ਨੇ ਜੀਵਨ ਵਿੱਚ ਸੰਤੋਖ, ਧੀਰਜ ਨੂੰ ਧਾਰਨ (ਥਾਪਿ) ਕੀਤਾ ਹੈ । ਉਸ ਦੀ ਮਰਿਆਦਾ, ਮਰਯਾਦਾ (ਸੂਤਿ- ਬੁੱਧੀ) ਕਦੇ ਡੋਲਦੀ ਨਹੀਂ । ਜਿਹੜਾ ਪ੍ਰਭ ਦੇ ਹੁਕਮ ਨੂੰ ਸਮਝ ਜਾਂਦਾ ਹੈ, ਉਸ ਤੇ ਰਹਿਮਤ ਦੀ ਨਜ਼ਰ ਬਖਸ਼ਿਸ਼ ਹੋ ਜਾਂਦੀ ਹੈ । ਉਹ ਜੀਵ ਸਚਿਆਈਆਂ ਵਾਲਾ, ਅਨੋਖੇ ਗੁਣਾਂ ਵਾਲਾ ਬਣ ਜਾਂਦਾ ਹੈ । ਉਸ ਨੂੰ ਸ੍ਰਿਸ਼ਟੀ ਦੀ ਬਣਤਰ, ਪ੍ਰਭ ਦੀ ਹੋਂਦ ਅਨੁਭਵ ਹੋ ਜਾਂਦੀ ਹੈ । ਪ੍ਰਭ ਨੇ ਬੁਹਤ ਹੀ ਸ੍ਰਿਸ਼ਟੀਆਂ ਰਚੀਆਂ ਹਨ । ਉਹਨਾਂ ਵਿੱਚ ਰਹਿਣ ਵਾਲੇ ਸਾਰੇ ਜੀਵ ਹੀ ਪ੍ਰਭ ਦੇ ਧਰਮ (ਨਿਯਮਾਂ) ਦੇ ਧੁਰੇ (ਧਵਲੈ) ਉੱਪਰ ਚਲਦੇ ਹਨ । ਧਰਮ ਦੇ ਧੁਰੇ ਤੇ ਕਿਤਨਾ ਭਾਰ ਹੈ? ਇਹ ਕਿਸ ਦੇ ਆਸਰੇ ਤੇ ਚਲਦਾ ਹੈ? ਅਨੁਮਾਨ ਨਹੀਂ ਲਾਇਆ ਜਾ ਸਕਦਾ । ਪ੍ਰਭ ਨੇ ਅਨੇਕਾ ਹੀ ਜੀਵ ਪੈਦਾ ਕੀਤੇ, ਅਨੇਕ ਕਿਸਮ ਦੇ ਰੰਗ, ਨਾਮ ਹਨ । ਸਾਰੇ ਜੀਵਾਂ ਦੇ ਭਾਗ ਆਪਣੀ ਹੁਕਮ ਰੂਪੀ ਕਲਮ ਨਾਲ ਲਿਖੇ ਹਨ । ਕੇਵਲ ਪ੍ਰਭ ਹੀ ਲਿਖਿਆ ਜਾਣਦਾ ਹੈ, ਹੋਰ ਕੋਈ ਜਾਣ ਨਹੀਂ ਸਕਦਾ । ਹਰ ਜੀਵ ਪਹਿਲੇ ਲਿਖੇ ਭਾਗਾਂ ਅਨੁਸਾਰ ਹੀ ਸੰਸਾਰ ਵਿੱਚ ਜੀਵਨ ਬਤੀਤ ਕਰਦਾ ਹੈ । ਉਸ ਵਿੱਚ ਕਿਤਨਾ (ਕੇਤੀ) ਕੋ ਬਲ (ਤਾਣੁ) ਹੈ, ਰੂਪ ਕਿਤਨਾ ਸੁੰਦਰ ਹੈ? ਸਲਾਹੁਣ ਯੋਗ, ਕਿਤਨੀਆ ਦਾਤਾਂ (ਕਰਮਾਤਾ) ਦਾ ਮਾਲਕ ਹੈ? ਕਿਤਨੀਆਂ ਬਖਸ਼ਿਸਾਂ ਵਾਲਾ ਹੈ ਪੂਰਨ ਅੰਦਾਜ਼ਾ ਨਹੀਂ ਲਾਇਆ ਜਾ ਸਕਦਾ । ਇਕ ਫਰਨੇ (ਕਵਾਉ) ਤੇ ਹੀ ਸ੍ਰਿਸ਼ਟੀ ਦਾ ਸ੍ਰਿਜਨ (ਪਸਾਉ- ਪੈਦਾ) ਕੀਤਾ ਹੈ । ਇਕ ਫਰਨੇ ਤੇ ਹੁਕਮ ਅਨੁਸਾਰ ਹੀ ਸਾਰੇ ਨਦੀਆਂ, ਦਰਿਆਂ ਬਣੇ, ਚਲਦੇ ਹਨ । ਕੋਈ ਵੀ ਪ੍ਰਭ ਦਾ ਭੇਦ ਪੂਰਨ ਤਰ੍ਹਾਂ ਜਾਣ, ਵਿਚਾਰ, ਵਰਨਣ ਨਹੀਂ ਕਰ ਸਕਦਾ ਹੈ । ਉਸ ਦੇ ਕਰਤਬ ਬਹੁਤ ਹੀ ਅਚੰਭੇ ਹਨ । ਉਸ ਨੂੰ ਸਦਾ ਧੰਨ ਧੰਨ ਹੀ ਕਰੀ ਜਾਵੋ! ਆਪਣਾ ਭਰੋਸਾ ਪ੍ਰਭ ਦੇ ਬਖਸ਼ੇ ਤੇ ਅਡੋਲ ਰਖੋ! ਉਹ ਸਭ ਕੁਝ ਚੰਗਾ, ਸ੍ਰਿਸ਼ਟੀ ਦਾ ਭਲਾ ਹੀ ਕਰਦਾ ਹੈ । ਪ੍ਰਭ ਸਦਾ ਹੀ (ਤਿਨਾਂ ਕਾਲਾ ਵਿੱਚ) (ਸਲਾਮਿਤ) ਮੌਜੂਦ, ਥਿਤ ਰੂਪ ਹੈ । ਇਸਤਰ੍ਹਾਂ ਪ੍ਰਭ ਦੇ ਸਰੂਪ ਤੇ, ਮਰਜ਼ੀ ਤੇ ਨਿਸ਼ਚਾ ਰਖੋ!

The True Master has created five senses within his mind for welfare of soul and these play significant role for the real purpose of worldly journey. His Holy Spirit remains embedded within his soul, dwells within his body, prevails; these senses guide his soul on her journey. His concentration of mind plays the commanding role; the chief, supreme. The Omniscient True Master remains aware about each action through the 5 senses. These five senses guide and protect from the worldly short-lived temptation, gimmicks; however, these 5 senses working in different directions may become source of frustration and obstructions. The True Master remains seated on His Throne among these senses; all senses may only prevail under His Command. The Concentration may be the focal point, guide commander of all five senses; Concentration of mind remains as a symbol of The True Master. Whosoever may not focus on any task! he may not accomplish anything, only act like a door. Whosoever may claim to fully comprehend the function of His Nature; he may be arrogant and ignorant from the reality of life. His Nature, limits and function remains beyond any comprehension of His Creation. The universe may only function as per the fundamentals and guidance as His Command, His Word. Forgiveness may be the foundation of the real purpose of life; forgiveness may lead to **Patience, Contentment, and Compassion**. Whosoever may adopt these 3 disciplines in his life; he may be bestowed with His Blessed Vision. Whosoever may be enlightened with essence of His Word; with His mercy and grace, he may comprehend the nature of 3 universes. He may be blessed with a state of mind like His true devotee. He may be enlightened with the structure of the universe. The

Master has created several universes; all creatures may only prevail under His Command and adopt the principles of His Nature. How much may be the weight, burden on His Pillar of support? What may be the supporting His Pillar? These remains beyond the imagination of His Creation. The True Master has created many kinds of creatures with many colors, sizes, and purpose of life. The True Master prewrites the destiny of each creature before birth and predetermined time of stay in the universe. Only, The True Master knows the destiny of everyone. Every creature may only spend his life span as per prewritten command. How may He be beautiful, strong? How many virtues, miracles powers may be in His Treasure? The numbers and limits of His Blessings remain beyond the comprehension of His Creation. The True Master with single command in a twinkle of eyes has created all creations, rivers, mountains, and universes. No one may fully comprehend nor explains the mystery of His Nature. His Nature, miracles remain fascinating, astonishing. You should always sing His glory and remain gratitude. You should always have a steady and stable belief all His Commands are for the welfare of the universe. Sorrows and pleasures of life should be endured unconditionally as His Blessings.

**** Forgiveness may be the foundation of the real purpose of life;**
**** forgiveness may lead to Patience, Contentment, and Compassion.**

17. ਪੂਜਾ ਕਰਨ, ਸਿਖਿਆਂ ਦੇਣ ਸੋਮੇ, ਗ੍ਰੰਥ ਹਨ! What are sources of teachings?

ਅਸੰਖ ਜਪ ਅਸੰਖ ਭਾਉ॥	AsaNkh jap asaNkh bhaa-o.
ਅਸੰਖ ਪੂਜਾ ਅਸੰਖ ਤਪ ਤਾਉ॥	AsaNkh poojaa asaNkh tap taa-o.
ਅਸੰਖ ਗਰੰਥ ਮੁਖਿ ਵੇਦ ਪਾਠ॥	AsaNkh garanth mukh vayd paath.
ਅਸੰਖ ਜੋਗ ਮਨਿ ਰਹਹਿ ਉਦਾਸ॥	AsaNkh jog man rahahi udaas.
ਅਸੰਖ ਭਗਤ ਗੁਣ ਗਿਆਨ ਵੀਚਾਰ॥	AsaNkh bhagat gun gi-aan veechaar.
ਅਸੰਖ ਸਤੀ ਅਸੰਖ ਦਾਤਾਰ॥	AsaNkh satee asaNkh daataar.
ਅਸੰਖ ਸੂਰ ਮੁਹ ਭਖ ਸਾਰ॥	AsaNkh soor muh bhakh saar.
ਅਸੰਖ ਮੋਨਿ ਲਿਵ ਲਾਇ ਤਾਰ॥	AsaNkh mon liv laa-ay taar.
ਕੁਦਰਤਿ ਕਵਣ ਕਹਾ ਵੀਚਾਰੁ॥	Kudrat kavan kahaa veechaar.
ਵਾਰਿਆ ਨ ਜਾਵਾ ਏਕ ਵਾਰ॥	Vaari-aa na jaavaa ayk vaar.
ਜੋ ਤੁਧੁ ਭਾਵੈ ਸਾਈ ਭਲੀ ਕਾਰ॥	Jo tuDh bhaavai saa-ee bhalee kaar.
ਤੂ ਸਦਾ ਸਲਾਮਤਿ ਨਿਰੰਕਾਰ॥੧੭॥	Too sadaa salaamat nirankaar. ||17||

ਅਸੰਖ=ਅ+ਸੰਖ(ਗਿਨਤੀ)-ਗਿਣਤੀ ਤੋਂ ਰਹਿਤ	ਜਪ= ਭਗਤੀ ਕਰਨ ਦੇ ਸਾਧਨ, ਢੰਗ
ਪੂਜਾ- ਪੂਜਾ ਕਰਨ ਦੇ ਸਾਧਨ, ਵਿਧੀਆਂ	ਤਾਉ-ਢੰਗ, ਤਰੀਕੇ, ਵਿਧੀਆਂ
ਤਪ- ਅਸੂਲ, ਨਿਯਮ, ਸਿਰੜ, ਸਰਬ ਕਰਨਾ	ਭਾਉ-ਪ੍ਰੇਮ, ਪ੍ਰੇਮ ਕਰਨ ਦੇ ਢੰਗ

ਪ੍ਰਭ ਅਨੇਕਾਂ ਹੀ ਬੰਦਗੀ ਦੀਆਂ ਬਾਣੀਆਂ, ਲਗਨ ਲਾਉਣ, ਪੂਜਾ ਕਰਨ, ਤਾਪਸਿਆ ਕਰਨ ਦੀਆਂ ਵਿਧੀਆਂ ਹਨ । ਪ੍ਰਭ ਅਨੇਕਾਂ ਹੀ ਧਰਮ ਦੇ ਗ੍ਰੰਥ, ਪਾਠ ਕਰਨ ਦੇ ਰੀਤ ਰੀਵਾਜ, ਜੋਗਾ ਦੇ ਨਿਯਮ ਆਪਣੇ ਮਨ ਨੂੰ ਸੰਸਾਰਕ ਮੋਹ ਤੋਂ ਦੂਰ ਰਖਣ ਦੀਆਂ ਵਿਧੀਆਂ ਹਨ । ਪ੍ਰਭ ਨੇ ਅਨੇਕਾਂ ਹੀ ਭਗਤ, ਬਖਸ਼ੇ ਸ਼ਬਦ ਦਾ ਵਿਚਾਰ ਕਰਨ ਵਾਲੇ, ਸਿਖਿਆਂ ਦੇਣ ਵਾਲੇ ਸੰਤ, ਅਵਤਾਰ ਪੈਦਾ ਹੋਏ ਹਨ । ਪ੍ਰਭ ਅਨੇਕਾਂ ਹੀ ਬੰਦਗੀ ਕਰਨਵਾਲੇ ਰੂਹਾਨੀ ਯੋਧੇ, ਭਾਰੀ ਤੋ ਭਾਰੀ ਮੁਸ਼ਕਲ ਦਾ ਸਾਹਮਣੇ ਕਰਦੇ ਬੰਦਗੀ ਦੇ ਰਸਤੇ ਤੋ ਡੋਲਦੇ ਨਹੀਂ । ਅਨੇਕਾਂ ਹੀ ਮੌਨੀ ਸੰਤਾਂ ਦੇ ਮਨ ਵਿੱਚ ਤੇਰੀ ਸਦਾ ਚਲਣ ਵਾਲੀ ਧੁਨ ਗੂੰਜਦੀ ਸੁਣਾਈ ਦੇਂਦੀ ਹੈ । ਪ੍ਰਭ ਤੇਰੀ ਕੁਦਰਤ ਨੂੰ ਕਿਵੇਂ ਵਖਿਆਣ ਕੀਤਾ ਜਾ ਸਕਦਾ ਹੈ? ਮੈਂ ਤਾ ਹੈਰਾਨ ਹੀ ਰਹਿੰਦਾ ਹਾ! ਪ੍ਰਭ ਦਾ ਬਖਸ਼ਿਆ, ਕੀਤਾ ਸਭ ਸ੍ਰਿਸ਼ਟੀ ਦੀ ਭਲਾਈ ਦਾ ਹੀ ਹੁੰਦਾ ਹੈ । ਪ੍ਰਭ ਸਦਾ ਰਹਿਣ ਵਾਲੀ ਰੂਹਾਨੀ ਜੋਤ, ਅਸਲੀ ਮਾਲਕ ਹੈ!

In the universe! There are countless meditation techniques to develop a devotion, worship, austere, disciplines, religious Holy Scripture, ritual of reciting scripture (Paath), disciplines of Yoga, to control their mind to stay away from worldly emotions, sweet poison of worldly wealth. You have created countless Holy saints, prophets to spreading the message of Your Word. You have created, countless spiritual warriors to stay unmoved from path of Your Word, even enduring unbearable miseries, hardships, tyranny of worldly rulers. Countless silent saints, (eternal warriors) remain intoxicated, hearing the everlasting echo of Your Word resonating within. My True Master! How may I comprehend, explain Your Nature, Creation? I remain always fascinated, astonished from Your Greatness, Miracles. Your Word, Command, Blessings always prevails for the welfare of Your Creation. The One and Only One, eternal Holy Spirit, True Master.

18. ਸ੍ਰਿਸ਼ਟੀ ਵਿੱਚ ਕੌਣ ਪ੍ਰਭ ਦੇ ਸ਼ਬਦ ਦੀ ਪ੍ਰਵਾਹ ਨਹੀਂ ਕਰਦੇ?

Who does not give significance to His Word?

ਅਸੰਖ ਮੂਰਖ ਅੰਧ ਘੋਰ॥	AsaNkh moorakh anDh ghor.
ਅਸੰਖ ਚੋਰ ਹਰਾਮਖੋਰ॥	AsaNkh chor haraamkhor.
ਅਸੰਖ ਅਮਰ ਕਰਿ ਜਾਹਿ ਜੋਰ॥	AsaNkh amar kar jaahi jor.
ਅਸੰਖ ਗਲਵਢ ਹਤਿਆ ਕਮਾਹਿ॥	AasaNkh galvadh hati-aa kamaahi.
ਅਸੰਖ ਪਾਪੀ ਪਾਪੁ ਕਰਿ ਜਾਹਿ॥	AsaNkh paapee paap kar jaahi.
ਅਸੰਖ ਕੂੜਿਆਰ ਕੂੜੇ ਫਿਰਾਹਿ॥	AsaNkh koorhi-aar koorhay firaahi.
ਅਸੰਖ ਮਲੇਛ ਮਲੁ ਭਖਿ ਖਾਹਿ॥	AsaNkh malaychh mal bhakh khaahi.
ਅਸੰਖ ਨਿੰਦਕ ਸਿਰਿ ਕਰਹਿ ਭਾਰੁ॥	AsaNkh nindak sir karahi bhaar.
ਨਾਨਕੁ ਨੀਚੁ ਕਹੈ ਵੀਚਾਰੁ॥	Naanak neech kahai veechaar.
ਵਾਰਿਆ ਨ ਜਾਵਾ ਏਕ ਵਾਰ॥	Vaari-aa na jaavaa ayk vaar.
ਜੋ ਤੁਧੁ ਭਾਵੈ ਸਾਈ ਭਲੀ ਕਾਰ॥	Jo tuDh bhaavai saa-ee bhalee kaar.
ਤੂ ਸਦਾ ਸਲਾਮਤਿ ਨਿਰੰਕਾਰ॥੧੮॥	Too sadaa salaamat nirankaar. ||18||

ਪ੍ਰਭ ਸ੍ਰਿਸ਼ਟੀ ਵਿੱਚ, ਅਨੇਕਾਂ ਹੀ ਸ਼ਬਦ ਦੀ ਸੋਝੀ ਤੋਂ ਅਗਿਆਨੀ, ਅੰਧੇ ਹਨ, ਅਨੇਕਾ ਚੋਰ, ਡਾਕੂ, ਆਪਣਾ ਹੁਕਮ ਠੋਸਣ ਵਾਲੇ, ਜ਼ਾਲਮ, ਕਾਤਲ, ਪਾਪੀ, ਝੂਠੇ, ਧੋਖੇਬਾਜ, ਹਰਾਮਖੋਰ ਹਰਾਮ ਦੀ ਕਮਾਈ ਖਾਦੇ, ਨਿੰਦਿਆਂ ਕਰਨਵਾਲੇ ਪਾਪਾ ਦਾ ਭਾਰ ਲਈ ਫਿਰਦੇ ਹਨ । ਪ੍ਰਭ ਮੈਂ ਸੰਸਾਰ ਵਿੱਚ ਨੀਚ ਕੰਮ ਕਰਨਵਾਲੇ ਜੀਵਾਂ ਦੇ ਮਨ ਦੀ ਹਾਲਤ ਹੀ ਦੱਸਦਾ ਹਾ । ਪ੍ਰਭ ਮੈਂ ਤੇਰੀ ਕੁਦਰਤ ਤੋਂ ਹੈਰਾਨ ਰਹਿੰਦਾ ਹਾ, ਆਪ ਦਾ ਕੀਤਾ, ਬਖਸ਼ਿਆ ਸਭ ਸ੍ਰਿਸ਼ਟੀ ਦੀ ਭਲਾਈ ਦਾ ਹੀ ਹੈ! ਇਕੋ ਇਕ, ਰੂਹਾਨੀ ਜੋਤ, ਅਸਲੀ ਮਾਲਕ ਹੈ ।

My True Master! Countless self-minded arrogant, ignorant, blind from the essence of Your Word; thieves, robbers, tyrant rulers enforcing their command on innocent, helpless; liars, dishonest deceives others; narcissist covert earnest living of innocents; slanderers, carry the burden of sins for their deeds. My True Master, I am only explaining about the few mean creatures in the universe. How may I comprehend, explain Your Nature, Creation? I always remain fascinated, astonished from Your Greatness, miracles. Your Word, Command, Blessings always remains for the welfare of Your Creation. The One and Only One, eternal Holy Spirit, True Master.

19. ਪ੍ਰਭ ਕੀ ਨਾਮ, ਤਖਤ, ਦਰਬਾਰ ਕਿਥੇ ਹੈ? Where may be His Throne?

ਅਸੰਖ ਨਾਵ ਅਸੰਖ ਥਾਵ॥	AsaNkh naav asaNkh thaav.
ਅਗੰਮ ਅਗੰਮ ਅਸੰਖ ਲੋਅ॥	Agamm agamm asaNkh lo-a.
ਅਸੰਖ ਕਹਹਿ ਸਿਰਿ ਭਾਰੁ ਹੋਇ॥	AsaNkh kehahi sir bhaar ho-ay.
ਅਖਰੀ ਨਾਮੁ ਅਖਰੀ ਸਾਲਾਹ॥	Akhree naam akhree saalaah.

ਅਖਰੀ ਗਿਆਨੁ ਗੀਤ ਗੁਣ ਗਾਹ॥	Akhree gi-aan geet gun gaah.
ਅਖਰੀ ਲਿਖਣੁ ਬੋਲਣੁ ਬਾਣਿ॥	Akhree likhan bolan baan.
ਅਖਰਾ ਸਿਰਿ ਸੰਜੋਗੁ ਵਖਾਣਿ॥	Akhraa sir sanjog vakhaan.
ਜਿਨਿ ਏਹਿ ਲਿਖੇ ਤਿਸੁ ਸਿਰਿ ਨਾਹਿ॥	Jin ayhi likhay tis sir naahi.
ਜਿਵ ਫੁਰਮਾਏ ਤਿਵ ਤਿਵ ਪਾਹਿ॥	Jiv furmaa-ay tiv tiv paahi.
ਜੇਤਾ ਕੀਤਾ ਤੇਤਾ ਨਾਉ॥	Jaytaa keetaa taytaa naa-o.
ਵਿਣੁ ਨਾਵੈ ਨਾਹੀ ਕੋ ਥਾਉ॥	Vin naavai naahee ko thaa-o.
ਕੁਦਰਤਿ ਕਵਣ ਕਹਾ ਵੀਚਾਰੁ॥	Kudrat kavan kahaa veechaar.
ਵਾਰਿਆ ਨ ਜਾਵਾ ਏਕ ਵਾਰ॥	Vaari-aa na jaavaa ayk vaar.
ਜੋ ਤੁਧੁ ਭਾਵੈ ਸਾਈ ਭਲੀ ਕਾਰ॥	Jo tuDh bhaavai saa-ee bhalee kaar.
ਤੂ ਸਦਾ ਸਲਾਮਤਿ ਨਿਰੰਕਾਰ॥੧੯॥	Too sadaa salaamat nirankaar. ||19||

• ਅਗੰਮ- ਪੂਰਨ ਗਿਆਨ ਨਾ ਹੋਵੇ, ਜਿਸ ਤੱਕ ਪਹੁੰਚ ਨਾ ਹੋਵੇ

ਪ੍ਰਭ ਅਨੇਕਾਂ ਹੀ ਨਾਮਾਂ ਨਾਲ ਜਾਣਿਆ ਜਾਂਦਾ, ਅਨੇਕਾਂ ਹੀ ਪੂਜਾ ਕਰਨ ਵਾਲੇ ਮੰਦਰ ਹਨ, ਅਨੇਕਾ ਹੀ ਅਗਮ (ਜਾਣਕਾਰੀ, ਪਹੁੰਚ ਤੋਂ ਬਾਹਰ) ਧਰਤੀ ਦੇ ਖੰਡ ਹਨ, ਅਨੇਕ ਕਹਿਣਾ ਵੀ ਜੀਵ ਦੀ ਸੋਝੀ ਤੋਂ ਬਾਹਰ ਹੈ । ਪ੍ਰਭ ਤੇਰੇ ਬਖਸ਼ੇ ਸ਼ਬਦ ਹੀ ਬੰਦਗੀ ਕਰਨਵਾਲੀ, ਉਸਤਤ ਗਾਉਣ ਵਾਲੀ ਬਾਣੀ ਬਣ ਜਾਂਦੀ ਹੈ । ਤੇਰੇ ਸ਼ਬਦ ਦੀ ਸਿਖਿਆਂ ਵਿਚੋਂ ਰੂਹਾਨੀ ਸੋਝੀ ਬਖਸ਼ਿਸ ਹੁੰਦੀ ਹੈ, ਜੀਭ ਤੇਰੇ ਸ਼ਬਦ ਦੇ ਗੁਣ ਗਾਉਂਦੀ ਹੈ । ਤੇਰੇ ਹੁਕਮ ਨਾਲ ਹੀ ਰੂਹਾਨੀ ਸ਼ਬਦ, ਗ੍ਰੰਥ ਲਿਖੇ ਜਾਂਦੇ, ਬੋਲੇ, ਗਾਏ ਜਾਂਦੇ ਹਨ । ਜੀਵ ਦੇ ਮਸਤਕ ਤੇ ਭਾਗ ਲਿਖੇ ਜਾਂਦੇ ਹਨ । ਜਿਹੜਾ ਪ੍ਰਭ ਸਾਰੇ ਜੀਵਾ ਦੇ ਭਾਗ ਲਿਖਣ ਵਾਲੇ ਪ੍ਰਭ ਦੇ ਭਾਗ ਲਿਖਣ ਵਾਲਾ ਕੋਈ ਨਹੀਂ, ਉਹ ਕੰਮਾਂ ਦੇ ਲੇਖ ਵਿੱਚ ਨਹੀਂ ਹੁੰਦਾ । ਪ੍ਰਭ ਦੀ ਰਹਿਮਤ ਨਾਲ ਹੀ ਸ੍ਰਿਸ਼ਟੀ ਨੂੰ ਕੁਝ ਬਖਸ਼ਿਸ਼ ਹੋ ਸਕਦਾ ਹੈ । ਪ੍ਰਭ ਦਾ ਚਲਾਇਆ ਖੇਲ ਹੀ ਸ੍ਰਿਸ਼ਟੀ ਵਿੱਚ ਹੋ ਸਕਦਾ, ਹੁਕਮ ਤੋਂ ਬਿਨਾਂ ਸ੍ਰਿਸ਼ਟੀ ਵਿੱਚ ਕੁਝ ਨਹੀਂ ਹੋ ਸਕਦਾ, ਸ੍ਰਿਸ਼ਟੀ ਦੀ ਹੋਂਦ ਵੀ ਨਹੀਂ ਰਹਿੰਦੀ । ਪ੍ਰਭ ਦੀ ਤਾਕਤ, ਸ੍ਰਿਸ਼ਟੀ ਸਾਜਨ ਦੀ ਵਿਧੀ, ਕਿਵੇਂ ਜਾਣੀ ਜਾ ਸਕਦੀ ਹੈ! ਮੈਂ ਸਦਾ ਹੀ ਤੇਰੇ ਕਰਤਬਾਂ ਤੋਂ ਹੈਰਾਨ ਹੀ ਰਹਿੰਦਾ ਹਾ! ਪ੍ਰਭ ਦਾ ਕੀਤਾ, ਬਖਸ਼ਿਆ ਸਭ ਕੁਝ ਸ੍ਰਿਸ਼ਟੀ ਦੀ ਭਲਾਈ ਦਾ ਹੀ ਹੈ । ਤੂੰ ਹੀ ਇਕੋ ਇਕ, ਰੂਹਾਨੀ ਜੋਤ, ਅਸਲੀ ਮਾਲਕ ਹੈ ।

The One and Only One, True Master may be remembered by countless worldly names! The True Master has created countless worldly Holy Shrines; celestial realms of earth; even saying countless may be beyond our knowledge. My True Master, spoken words on the tongue of Your true devotee may transform as Your Word, Holy Scripture; Your true devotees may always sing Your Glory. The enlightenment of the essence of Your Word, Nature may remain embedded in adopting the teachings of Your Word; Your devotees sing Your Glory. Whosoever may be bestowed with Your Blessed Vision! he may write The Holy Scripture, spread Your Word, Message, and sings the glory of Your Virtues. The True Master prewrites, engraves the destiny of each creature before birth on his forehead with His inkless pen. Who writes the destiny of everyone; He remains beyond and prewritten destiny, beyond any judgement of His miracles, performed, any event in the universe? Only True Master may bestow virtues on His Creation. The whole universe may only function under Your Ultimate Command; the universe may never exist without Your Command. How may I comprehend, explain Your Power, process of creation of the universe? I always remain fascinated, astonished from Your Greatness, miracles. Your Word, Command, Blessings always remains for the welfare of Your Creation. The One and Only One, eternal Holy Spirit, True Master.

20. ਮੈਲੀ ਆਤਮਾ ਕਿਵੇਂ ਪਵਿੱਤਰ ਹੋ ਸਕਦੀ ਹੈ? How to sanctify soul?

ਭਰੀਐ ਹਥੁ ਪੈਰੁ ਤਨੁ ਦੇਹ॥	Bharee-ai hath pair tan dayh.
ਪਾਣੀ ਧੋਤੈ ਉਤਰਸੁ ਖੇਹ॥	Paanee Dhotai utras khayh.
ਮੂਤ ਪਲੀਤੀ ਕਪੜੁ ਹੋਇ॥	Moot paleetee kaparh ho-ay.
ਦੇ ਸਾਬੂਣੁ ਲਈਐ ਓਹੁ ਧੋਇ॥	Day saaboon la-ee-ai oh Dho-ay.
ਭਰੀਐ ਮਤਿ ਪਾਪਾ ਕੈ ਸੰਗਿ॥	Bharee-ai mat paapaa kai sang.
ਓਹੁ ਧੋਪੈ ਨਾਵੈ ਕੈ ਰੰਗਿ॥	Oh Dhopai naavai kai rang.
ਪੁੰਨੀ ਪਾਪੀ ਆਖਣੁ ਨਾਹਿ॥	Punnee paapee aakhan naahi.
ਕਰਿ ਕਰਿ ਕਰਣਾ ਲਿਖਿ ਲੈ ਜਾਹੁ॥	Kar kar karnaa likh lai jaahu.
ਆਪੇ ਬੀਜਿ ਆਪੇ ਹੀ ਖਾਹੁ॥	Aapay beej aapay hee khaahu.
ਨਾਨਕ ਹੁਕਮੀ ਆਵਹੁ ਜਾਹੁ॥੨੦॥	Naanak hukmee aavhu jaahu. ||20||

ਜਿਸ ਦੇ ਹੱਥ, ਪੈਰ, ਸਰੀਰ ਮਿੱਟੀ ਨਾਲ ਮੈਲੇ ਹੋ ਜਾਂਦਾ ਹੈ! ਪਾਣੀ ਨਾਲ ਧੋਣ ਨਾਲ ਮੈਲ ਦੂਰ, ਹੱਥ ਸਾਫ ਹੋ ਜਾਂਦੇ ਹਨ । ਜਿਹੜਾ ਕਪੜਾ ਮੁਤ੍ਰ ਨਾਲ, ਗੰਦਗੀ ਨਾਲ ਖਰਾਬ ਹੋ ਜਾਂਦਾ ਹੈ । ਉਸ ਕਪੜਾ ਸਾਬਣ ਨਾਲ ਧੋਣ ਨਾਲ ਸਾਫ ਹੋ ਜਾਂਦਾ ਹੈ, ਉਸ ਵਿਚੋਂ ਗੰਦਗੀ ਦੀ ਬੋਅ ਖਤਮ ਹੋ ਜਾਂਦੀ ਹੈ । ਜਿਸ ਜੀਵ ਦੀ ਆਤਮਾ ਬੁਰੇ ਕੰਮਾਂ (ਪਾਪਾ) ਨਾਲ ਭਰਿਸ਼ਟ ਹੋ ਜਾਂਦੀ ਹੈ । ਉਸ ਦੀ ਆਤਮਾ ਦੇ ਪਾਪ ਤੀਰਥ ਇਸ਼ਨਾਨ ਕਰਨ (68 ਤੀਰਥਾਂ), ਸਾਬਣ ਨਾਲ ਧੋਣ ਨਾਲ ਪਵਿੱਤਰ ਨਹੀਂ ਹੁੰਦੀ । ਜੀਵ ਦੀ ਆਤਮਾ, ਕੇਵਲ ਸ਼ਬਦ ਦਾ ਸਿਮਰਨ ਕਰਨ ਨਾਲ ਹੀ ਉਜਲ ਹੋ ਸਕਦੀ ਹੈ । ਜਿਸ ਦੀ ਆਤਮਾ ਤੇ ਪ੍ਰਭ ਦੇ ਸ਼ਬਦ ਦਾ ਰੰਗ ਚੜ੍ਹ ਜਾਂਦਾ, ਪਵਿੱਤਰ ਹੋ ਜਾਂਦਾ ਹੈ । ਉਹ ਪਾਪੀਆਂ ਜਾ ਪੁੰਨੀਆਂ ਦੀ ਗਿਣਤੀ ਵਿੱਚ ਨਹੀਂ ਆਉਂਦਾ । ਪ੍ਰਭ ਦੀ ਰਹਿਮਤ ਦੀ ਨਜ਼ਰ ਬਖਸ਼ਕੇ, ਮੁਕਤੀ ਦਾ ਅਸਲੀ ਰਸਤੇ ਬਖਸ਼ਦਾ ਹੈ । ਉਸ ਨੂੰ ਪ੍ਰਭ ਦੀ ਹੋਂਦ ਅਨੁਭਵ ਹੋ ਜਾਂਦੀ ਹੈ । ਜੀਵ ਦੇ ਸੰਸਾਕ ਕੰਮਾਂ ਦਾ ਲੇਖਾਂ ਪ੍ਰਲੋਕ ਵਿੱਚ ਹੁੰਦਾ ਹੈ । ਪਿਛਲੇ ਜਨਮ ਦੇ ਕੀਤੇ, ਕੰਮਾਂ ਅਨੁਸਾਰ ਹੀ ਜੀਵਨ ਵਿੱਚ ਦੁਖ, ਸੁਖ ਬਖਸ਼ਿਸ਼ ਹੁੰਦੇ ਹਨ । ਪ੍ਰਭ ਦੇ ਹੁਕਮ ਅਨੁਸਾਰ ਹੀ ਵੱਖਰੀਆਂ ਵੱਖਰੀਆਂ ਜੂੰਨਾਂ ਵਿੱਚ ਭਉਦਾ ਹੈ । ਮੁਕਤੀ ਕੇਵਲ ਪ੍ਰਭ ਦੀ ਕ੍ਰਿਪਾ ਨਾਲ ਹੀ ਬਖਸ਼ਿਸ਼ ਹੁੰਦੀ ਹੈ ।

Whose body may become dirty, filthy with mud; he may clean, wash with water. Same way, filthy cloth dirty or soaked with urine, may be washed, cleaned with soap. Whose soul may become blemished with evil, sinful deeds; however, his soul may never be sanctified by pilgrimage, sanctifying bath at Holy Shrines. His soul may only be sanctified by regretting and repenting for his sins. He must surrender his self-identity at His Sanctuary and adopts the teachings of His Word with steady and stable belief in his day-to-day life. Whosoever may remain drenched with the crimson color or the essence of His Word. His soul may not remain in category of sinner or benefactor (person perform charity). He may be blessed with the right path of salvation, accepted at His Sanctuary. He may realize His Existence. All his good and evil deeds stay with his soul after death. He must face The Righteous Judge to endure miseries or cherishes pleasure in his next life cycle. His soul may be cycled through various creature life. Whosoever may be bestowed with His Blessed Vision, as a result of his earnings of His Word, only he may be blessed with the right path of salvation.

21. ਸਿਮਰਨ ਕਰਨ ਦਾ ਕਿਹੜਾ ਸਮਾਂ, ਰੁੱਤ, ਅਸਥਾਨ, ਆਸਣ!

What may be auspicious time to do meditation?

ਤੀਰਥੁ ਤਪੁ ਦਇਆ ਦਤੁ ਦਾਨੁ॥	Tirath tap da-i-aa dat daan.
ਜੇ ਕੋ ਪਾਵੈ ਤਿਲ ਕਾ ਮਾਨੁ॥	Jay ko paavai til kaa maan.
ਸੁਣਿਆ ਮੰਨਿਆ ਮਨਿ ਕੀਤਾ ਭਾਉ॥	Suni-aa mani-aa man keetaa bhaa-o.
ਅੰਤਰਗਤਿ ਤੀਰਥਿ ਮਲਿ ਨਾਉ॥	Antargat tirath mal naa-o.
ਸਭਿ ਗੁਣ ਤੇਰੇ ਮੈ ਨਾਹੀ ਕੋਇ॥	Sabh gun tayray mai naahee ko-ay.

ਵਿਣੁ ਗੁਣ ਕੀਤੇ ਭਗਤਿ ਨ ਹੋਇ॥
ਸੁਅਸਤਿ ਆਥਿ ਬਾਣੀ ਬਰਮਾਉ॥
ਸਤਿ ਸੁਹਾਣੁ ਸਦਾ ਮਨਿ ਚਾਉ॥
ਕਵਣੁ ਸੁ ਵੇਲਾ ਵਖਤੁ ਕਵਣੁ
ਕਵਣ ਥਿਤਿ ਕਵਣੁ ਵਾਰੁ॥
ਕਵਣਿ ਸਿ ਰੁਤੀ ਮਾਹੁ ਕਵਣੁ
ਜਿਤੁ ਹੋਆ ਆਕਾਰੁ,
ਵੇਲ ਨ ਪਾਈਆ ਪੰਡਤੀ
ਜਿ ਹੋਵੈ ਲੇਖੁ ਪੁਰਾਣੁ॥
ਵਖਤੁ ਨ ਪਾਇਓ ਕਾਦੀਆ
ਜਿ ਲਿਖਨਿ ਲੇਖੁ ਕੁਰਾਣੁ॥
ਥਿਤਿ ਵਾਰੁ ਨਾ ਜੋਗੀ ਜਾਣੈ
ਰੁਤਿ ਮਾਹੁ ਨਾ ਕੋਈ॥
ਜਾ ਕਰਤਾ ਸਿਰਠੀ ਕਉ ਸਾਜੇ
ਆਪੇ ਜਾਣੈ ਸੋਈ॥
ਕਿਵ ਕਰਿ ਆਖਾ ਕਿਵ ਸਾਲਾਹੀ
ਕਿਉ ਵਰਨੀ ਕਿਵ ਜਾਣਾ॥
ਨਾਨਕ ਆਖਣਿ ਸਭੁ ਕੋ ਆਖੈ
ਇਕ ਦੂ ਇਕੁ ਸਿਆਣਾ॥
ਵਡਾ ਸਾਹਿਬੁ ਵਡੀ ਨਾਈ
ਕੀਤਾ ਜਾ ਕਾ ਹੋਵੈ॥
ਨਾਨਕ ਜੇ ਕੋ ਆਪੌ ਜਾਣੈ
ਅਗੈ ਗਇਆ ਨ ਸੋਹੈ॥੨੧॥

Vin gun keetay bhagat na ho-ay.
Su-asat aath banee barmaa-o.
Sat suhaan sadaa man chaa-o.
Kavan so vaylaa vakhat kavan
kavan thit kavan vaar.
Kavan se rutee maahu kavan
jit ho-aa aakaar.
Vayl na paa-ee-aa pandtee,
je hovai laykh puraan.
Vakhat na paa-i-o kaadee-aa,
je likhan laykh kuraan.
Thit vaar naa jogee jaanai,
rut maahu naa ko-ee.
Jaa kartaa sirthee ka-o saajay
aapay jaanai so-ee.
Kiv kar aakhaa kiv saalaahee,
ki-o varnee kiv jaanaa.
Naanak aakhan sabh ko aakhai,
ik doo ik si-aanaa.
Vadaa saahib vadee naa-ee
keetaa jaa kaa hovai.
Naanak jay ko aapou jaanai,
agai ga-i-aa na sohai. ||21||

ਪ੍ਰਭ ਨੇ ਤੀਰਥ ਯਾਤਰਾ, ਤਪ ਕਰਨ ਦੀ ਵਿਧੀਆਂ, ਦਾਇਆ ਕਰਨਾ, ਦਾਨ ਕਰਨ ਦੀਆਂ ਵਿਧੀਆਂ, ਪ੍ਰਭ ਨੂੰ ਅੰਦਰੋਂ ਖੋਜਣ, ਲਗਨ ਲਾਉਣ, ਮਾਨਸ ਜਨਮ ਦੇ ਮੰਤਵ ਦੀ ਸੋਝੀ ਲਈ ਹੀ ਬਣਾਏ ਹਨ । ਜਿਹੜਾ ਸ਼ਬਦ ਨੂੰ ਸੁਣਦਾ, ਪ੍ਰਭ ਦੇ ਵਿਛੋੜੇ ਦੀ ਯਾਦ ਮਨ ਵਿੱਚ ਰਖਕੇ ਆਪਣਾ ਜੀਵਨ ਸ਼ਬਦ ਦੀ ਸਿਖਿਆਂ ਨਾਲ ਢਾਲਣ ਹੈ, ਉਸ ਦੀ ਆਤਮਾ ਦਾ ਪਵਿੱਤਰਤਾ ਦਾ ਤੀਰਥ ਇਸ਼ਨਾਨ ਹੋ ਜਾਂਦਾ ਹੈ । ਪ੍ਰਭ ਦੀ ਰਹਿਮਤ ਨਾਲ ਉਸ ਨੂੰ ਸਾਰੇ ਗੁਣ ਹੀ ਬਖਸ਼ਿਸ਼ ਹੋ ਜਾਂਦੇ ਹੁੰਦੇ ਹਨ, ਪ੍ਰਭ ਦੀ ਰਹਿਮਤ ਤੋਂ ਬਿਨਾਂ ਕੋਈ ਬੰਦਗੀ ਨਹੀ ਕਰ ਸਕਦਾ, ਕੋਈ ਗੁਣ ਬਖਸ਼ਿਸ਼ ਨਹੀਂ ਹੋ ਸਕਦਾ । ਮੈਂ ਪ੍ਰਭ ਦੇ ਸ਼ਬਦ ਨੂੰ ਸਿਰ ਝੁਕਾਉਂਦਾ, ਧੰਨਵਾਦੀ ਰਹਿੰਦਾ ਹਾ, ਪ੍ਰਭ ਰਹਿਮਤ ਬਖਸ਼ੋ, ਸ਼ਬਦ ਦੀ ਸਦਾ ਚਲਣ ਵਾਲੀ ਧੁਨ ਮਨ ਵਿੱਚ ਸੁਣਾਈ ਦੇਵੇ! ਮੇਰੇ ਮਨ ਵਿੱਚ ਸ਼ਬਦ ਦੀ ਸੋਝੀ, ਰੂਹਾਨੀ ਜੋਤ ਜਾਗਰਤ ਹੋ ਜਾਵੇ! ਜਿਹੜੀ ਬਾਣੀ ਸੁਣਨ, ਮਨ ਵਿੱਚ ਵਸਾਉਣ ਨਾਲ ਸੰਤ, ਸੋਭਨੀਕ, ਚੇਤਨ ਸਰੂਪ, ਅਨੰਦ ਸਰੂਪ ਹੋ ਜਾਂਦੇ ਹਨ । ਕਿਹੜਾ ਵਕਤ, ਰੁੱਤ, ਸਦੀ, ਦਿਨ, ਮਹੀਨੇ, ਪ੍ਰਭ ਨੇ ਸ੍ਰਿਸ਼ਟੀ ਦਾ ਸਿਰਜਨ, ਜੀਵ ਦਾ ਅਕਾਰ ਬਣਾਇਆ ਹੈ । ਉਸ ਸਮੇਂ ਦਾ (ਪੰਡਿਤਾ) ਵਿਦਵਾਨਾਂ, ਮੁਸਲਮਾਨ ਫਕੀਰਾਂ, ਜੋਗੀਆਂ, ਜੋਤਸ਼ੀਆਂ ਨੂੰ ਵੀ ਕੋਈ ਜਾਣਕਾਰੀ ਨਹੀਂ ਹੈ । ਅਗਰ ਜਾਣਕਾਰੀ ਹੁੰਦੀ, ਧਰਮ ਦੇ ਗ੍ਰੰਥਾਂ ਵਿੱਚ ਜਰੂਰ ਲਿਖਿਆ ਹੋਣਾ ਸੀ । ਉਹ ਸਮਾਂ ਕੇਵਲ ਪ੍ਰਭ ਹੀ ਜਾਣਦਾ ਹੈ । ਕੇਵਲ ਅੰਤਰਜਾਮੀ ਪ੍ਰਭ, ਆਪ ਹੀ ਜਾਣਦਾ ਹੈ! ਕਿਉਂ, ਕਿਵੇਂ ਸਭ ਕੁਝ ਕਰਦਾ, ਕੀ ਮੰਤਵ, ਕਿਸਤਰ੍ਹਾਂ ਆਪਣੇ ਹੁਕਮ ਦੀ ਪਾਲਣਾ ਕਿਸਤਰ੍ਹਾਂ ਕਰਵਾਉਂਦਾ ਹੈ? ਕਿਸਤਰ੍ਹਾਂ ਅਤੇ ਕਿਉਂ ਸ੍ਰਿਸ਼ਟੀ ਬਣਾਈ ਹੈ? ਉਸ ਦੇ ਕਰਤਬਾਂ ਤੋਂ ਸਦਾ ਅਚੰਭੇ, ਉਸ ਨੂੰ ਧੰਨ ਧੰਨ ਹੀ ਕਹੋ । ਹਰਇਕ ਸਮਝਦਾਰ, ਗਿਆਨੀ ਬਣਕੇ, ਰਚਨਾ, ਪਾਲਣਾ, ਉਤਪਤੀ, ਅੰਤਰਯਾਮਤਾ ਨੂੰ ਵਰਣਨ ਕਰਦਾ ਹੈ । ਕੋਈ ਵੀ ਸ਼ਕਤੀ ਜਾਂ ਬ੍ਰਿਤੀ ਕਰਕੇ ਸਪੂਰਨ ਕਰਤਵ ਵਰਨਣ ਨਹੀਂ ਕਰ ਸਕਦਾ । ਪ੍ਰਭ ਸਾਰਿਆਂ ਦਾ ਹੀ ਮਾਲਕ, ਸਭ ਤੋਂ ਵਡਾ, ਉਸ ਦੀ ਮਹੱਤਵ ਪੂਰਕ ਮਹਿਮਾਂ, ਵੱਡੀ ਕੁਦਰਤ ਹੈ । ਸ੍ਰਿਸ਼ਟੀ ਵਿੱਚ ਸਭ ਕੁਝ ਪ੍ਰਭ ਦਾ ਕੀਤਾ ਹੁੰਦਾ ਹੈ, ਆਪ ਹੀ ਸਭ ਜਾਣਦਾ ਹੈ । ਜਿਹੜਾ ਅਹੰਕਾਰੀ ਸਮਝਦਾ ਹੈ, ਉਸ ਨੂੰ ਪ੍ਰਭ ਦੇ ਸਾਰੇ ਕਰਤਬਾਂ ਦਾ ਗਿਆਨ ਹੈ । ਉਸ ਨੂੰ ਪ੍ਰਭ ਦੀ ਦਰਗਾਹ ਵਿੱਚ ਸੋਭਾ, ਜਨਮ ਮਰਨ ਦੇ ਚੱਕਰ ਤੋਂ ਮੁਕਤੀ ਬਖਸ਼ਿਸ਼ ਨਹੀਂ ਹੁੰਦੀ ।

The True Master has created the urge for pilgrimage of Holy Shrine, austere discipline, compassion, charity to search within own mind, body the real purpose of human life opportunity. Whosoever may listen the essence of His Word with concentration, devotion, remember the misery of his separation from His Holy Spirt and adopts the teachings of His Word with steady and stable belief in day-to-day life; with His mercy and grace, his soul may be sanctified; his pilgrimage at 68 Holy Shrines may be rewarded. My True Master, all virtues have been blessed and only Your Trust; without Your Blessed Vision, no one may even meditate on the teachings of Your Word nor any virtues may be blessed. My True Master! I bow my head in gratitude for Your Blessings. I have been blessed with devotion to adopt the teachings of Your Word; with Your mercy and grace, I remain intoxicated, drenched with essence of Your Word; Your Holy Spirit may glow within my heart. What may be the time, moment, day, month, season, of His Creation, the universe? No Hindu Pandits, Yogis, Muslim faqirs or any other religious prophets may be aware; otherwise, that would have been written in their respective religious Holy Scriptures. Only The True Master may know when, how, why the universe had been created; no one else may be blessed to comprehend. You should always remain fascinating astonished from His Nature. All worldly saints, consider themselves wise and describes as much they are enlightened. No one may fully describe His Virtues, Nature. The True Master, greatest of All! Everything happens under His Command. Whosoever may claim to know everything about His Creation; he remains a victim of sweet poison of worldly wealth ego and rebuked in His Court.

22. ਪ੍ਰਭ ਦੇ ਸ਼ਬਦ ਦੀ ਕਿਵੇਂ ਸੋਝੀ, ਪਰਖ ਕੀਤੀ ਜਾ ਸਕਦੀ ਹੈ?

How His Word can be tested, evaluated?

ਪਾਤਾਲਾ ਪਾਤਾਲ ਲਖ ਆਗਾਸਾ ਆਗਾਸ॥	Paataalaa paataal lakh aagaasaa aagaas.
ਓੜਕ ਓੜਕ ਭਾਲਿ ਥਕੇ	Orhak orhak bhaal thakay
ਵੇਦ ਕਹਨਿ ਇਕ ਵਾਤ॥	vayd kahan ik vaat.
ਸਹਸ ਅਠਾਰਹ ਕਹਨਿ ਕਤੇਬਾ	Sahas athaarah kahan kataybaa
ਅਸੁਲੂ ਇਕੁ ਧਾਤੁ॥	asuloo ik Dhaat.
ਲੇਖਾ ਹੋਇ ਤ ਲਿਖੀਐ	Laykhaa ho-ay ta likee-ai
ਲੇਖੈ ਹੋਇ ਵਿਣਾਸੁ॥	laykhai ho-ay vinaas.
ਨਾਨਕ ਵਡਾ ਆਖੀਐ	Naanak vadaa aakhee-ai
ਆਪੇ ਜਾਣੈ ਆਪੁ॥੨੨॥	aapay jaanai aap. ||22|

ਪ੍ਰਭ ਦੇ ਕਰਤਬਾਂ ਦੇ ਅੰਤ ਦੀ ਜਾਣਕਾਰੀ ਕਰਨ ਲਈ ਵਿਦਵਾਨਾਂ, ਭਗਤਾਂ ਨੇ ਵੇਦਾਂ ਦੀਆਂ ਬੁਹਤ ਹੀ ਖੋਜਾਂ ਕੀਤੀਆਂ ਹਨ । ਉਹਨਾਂ ਨੇ ਦੇਖਿਆ ਕੇ ਅਣਗਿਣਤ ਹੀ ਅਕਾਸ਼, ਪਤਾਲ, ਧਰਤੀਆਂ ਹਨ, ਗਿਣਤੀ ਨਹੀਂ ਕੀਤੀ ਜਾ ਸਕਦੀ । ਪ੍ਰਭ ਦੀਆਂ ਚੰਗਆਈਆਂ, ਸ਼ੁਭ ਗੁਣ ਅਕਾਸ਼ ਵਾਂਗ ਵਿਸ਼ਾਲ ਅਤੇ ਨਿਮ੍ਰਤਾ ਪਤਾਲ ਦੀ ਤਰ੍ਹਾਂ ਡੂੰਘੀ ਹੈ । ਕਿਸੇ ਵੀ ਕਰਤਬ ਦਾ ਪੂਰਨ ਵਰਣਨ ਨਹੀਂ ਕੀਤਾ ਜਾ ਸਕਦਾ । ਅਠਾਰਾਂ ਹਜ਼ਾਰ ਆਲਮ ਵਿਦਵਾਨਾਂ (ਮੁਸਲਮਾਨਾਂ ਨੇ ਆਪਣੇ ਮਤ), ਅਠਾਰਾਂ ਪਰਬਾਂ ਵਾਲਾ ਮਹਾਭਾਰਤ ਵੀ, ਕਿਤਾਬਾਂ, ਸਿੰਮ੍ਰਤੀਆਂ, ਸਾਰੇ ਸਾਸਤ੍ਰ ਹੀ, ਇਕ ਗੱਲ ਤੇ ਸਹਿਮਤ ਹਨ । ਸਾਰੀ ਸ੍ਰਿਸ਼ਟੀ ਹੀ ਇਕ ਧਾਤ ਦੀ ਤਰ੍ਹਾਂ, ਮਿਟ ਜਾਣ ਵਾਲੀ ਹੀ ਹੈ, ਕੇਵਲ ਇਕੋ ਇਕ ਪ੍ਰਭ ਹੀ ਸਦਾ ਸਥਿਤ, ਅਟਲ ਰਹਿਣ ਵਾਲਾ, ਨਾ ਮਿਟਨ ਵਾਲਾ ਹੈ । ਪ੍ਰਭ ਦੇ ਕਿਸੇ ਕਰਤਬ ਦਾ ਕੋਈ ਲੇਖਾ ਵੀ ਪੂਰਨ ਤਰ੍ਹਾਂ ਲਿਖਿਆ ਨਹੀਂ ਜਾ ਸਕਦਾ । ਜਿਹੜਾ ਵੀ ਲਿਖਦਾ ਹੈ, ਉਸ ਨੂੰ ਹੋਰ ਜਾਣਕਾਰੀ ਹੋ ਜਾਂਦੀ ਹੈ, ਬੁਹਤ ਕੁਝ ਬਾਕੀ ਹੈ, ਇਹ ਪੂਰਾ ਹੋਣ ਵਾਲਾ ਕੰਮ ਨਹੀਂ ਹੈ । ਪ੍ਰਭ ਦੀ ਕੁਦਰਤ ਦਾ ਕਿਸੇ ਨੇ ਵੀ ਅੰਤ ਨਹੀਂ ਪਾਇਆ । ਜੀਵ

ਦੀ ਉਮਰ ਪੂਰੀ ਹੋ ਜਾਂਦੀ, ਪਰ ਵਰਣਨ ਪੂਰਨ ਨਹੀਂ ਕਰ ਸਕਦਾ । ਪ੍ਰਭ ਸਭ ਤੋਂ ਵਡਾ, ਆਪ ਹੀ ਜਾਣਦਾ, ਕਿਤਨਾ ਵਡਾ, ਵਿਸ਼ਾਲ ਹੈ । ਉਸ ਦੇ ਕਰਤਬਾਂ ਨੂੰ ਵੀ ਬੇਅੰਤ ਬੇਅੰਤ ਸਮਝਕੇ ਹੀ ਗੁਣ ਗਾਵੋ! ਕੇਵਲ ਪ੍ਰਭ ਆਪ ਹੀ ਆਪਣੀ ਰਜ਼ਾ ਜਾਣਦਾ ਹੈ ।

Worldly scholars and prophets are searching from ancient Ages to find the mystery, true depth of His Nature. They may realize the existence of countless earths, under worlds, skies, and His Virtues; however complete imagination may remain beyond any comprehension of His Creation. All worldly Holy Scriptures agree! The universe may be perishable; everything may exist for a predetermined time. Only The One and Only One True Master live forever. His Nature cannot be full described, written by anyone. Has His Nature, Miracles any limit, boundary? Someone may be able write or fully describe. Whosoever may try to write, compile the description, he may exhaust his capital of breathes before completing his task. The project may never be finished; many have been trying from ancient Age in the name of science and inventions, discoveries.

23. ਕੀ ਮਾਨਸ ਪ੍ਰਭ ਦੇ ਸ਼ਬਦ ਦਾ ਪੂਰਨ ਵਖਿਆਣ ਕਰ ਸਕਦਾ ਹੈ?

Who can fully describe His Word?

ਸਾਲਾਹੀ ਸਾਲਾਹਿ	Saalaahee saalaahi
ਏਤੀ ਸੁਰਤਿ ਨ ਪਾਈਆ॥	aytee surat na paa-ee-aa.
ਨਦੀਆ ਅਤੈ ਵਾਹ ਪਵਹਿ	Nadee-aa atai vaah pavahi
ਸਮੁੰਦਿ ਨ ਜਾਣੀਅਹਿ॥	samund na jaanee-ahi.
ਸਮੁੰਦ ਸਾਹ ਸੁਲਤਾਨ	Samund saah sultaan
ਗਿਰਹਾ ਸੇਤੀ ਮਾਲੁ ਧਨੁ॥	girhaa saytee maal Dhan.
ਕੀੜੀ ਤੁਲਿ ਨ ਹੋਵਨੀ	Keerhee tul na hovnee
ਜੇ ਤਿਸੁ ਮਨਹੁ ਨ ਵੀਸਰਹਿ॥੨੩॥	jay tis manhu na veesrahi. ||23||

ਕੋਈ ਵੀ ਇਤਨੀ ਸੋਝੀ, ਗਿਆਨ ਵਾਲਾ ਪੈਦਾ ਨਹੀਂ ਹੋਇਆ, ਜਿਹੜਾ ਸਲਾਹੁਣੇ ਯੋਗ ਪ੍ਰਭ ਦੀ ਪੂਰਨ ਤਰ੍ਹਾਂ ਤੇ ਸਲਾਹਣਾ ਕਰ ਸਕਦਾ । ਜਿਵੇਂ ਨਦੀਆਂ, ਛੋਟੇ ਨਾਲਿਆਂ ਦਾ ਪਾਣੀ, ਸੁਮੰਦਰ ਵਿੱਚ ਰਲਕੇ ਵੀ ਸਮੁੰਦਰ ਦਾ ਅਥਾਹ ਨਹੀਂ ਜਾਣ ਸਕਦਾ । ਇਸਤਰ੍ਹਾਂ, ਜਿਹੜਾ ਭਗਤ, ਆਪਣਾ ਆਪਾ ਸ਼ਬਦ ਦੀ ਭੇਟਾ ਕਰਕੇ, ਪ੍ਰਭ ਦੇ ਸ਼ਬਦ ਰੂਪੀ ਸਮੁੰਦਰ ਵਿੱਚ ਅਭੇਦ ਹੋ ਜਾਂਦਾ ਹੈ, ਪ੍ਰਭ ਦੀ ਹੋਂਦ ਅਨੁਭਵ, ਕਰ ਲੈਂਦਾ, ਪ੍ਰਭ ਦੀ ਸ਼ਾਖ ਬਣ ਜਾਂਦਾ ਹੈ, ਉਸ ਨੂੰ ਵੀ ਕੁਝ ਪ੍ਰਭ ਦੇ ਗੁਣ ਬਖਸ਼ਿਸ਼ ਹੋ ਜਾਂਦੇ ਹਨ । ਉਸ ਦੇ ਬੋਲੇ ਬਚਨ ਪੂਰੇ ਹੋ ਜਾਂਦੇ ਹਨ, ਫਿਰ ਵੀ ਪ੍ਰਭ ਦੀ ਹੋਂਦਾ ਦਾ ਪੂਰਨ ਗਿਆਨ, ਸੋਝੀ ਨਹੀਂ ਹੁੰਦੀ, ਸਾਰੀਆਂ ਕਰਾਮਾਤਾਂ ਨੂੰ ਸਮਝ ਨਹੀਂ ਸਕਦਾ, ਸਮੁੰਦਰ ਸਰੂਪ ਦਾ ਅਥਾਹ ਨਹੀਂ ਜਾਣ ਸਕਦਾ । ਜਿਹੜਾ ਵੀ ਪ੍ਰਭ ਦੇ ਵਿਛੋੜੇ ਨੂੰ ਸਦਾ ਹੀ ਯਾਦ ਰਖਦਾ ਹੈ, ਉਸ ਦੇ ਸ਼ਬਦ ਨੂੰ ਜੀਵਨ ਦਾ ਢੰਗ ਬਣਾਉਂਦਾ ਹੈ, ਉਸ ਦੇ ਮਨ ਵਿਚੋਂ ਅਹੰਕਾਰ ਦੀ ਜੜ੍ਹ ਖਤਮ ਹੋ ਜਾਂਦੀ ਹੈ । ਉਸ ਨੂੰ ਆਪਣੇ ਕੀਤੇ ਤੇ ਕੋਈ ਅਭਿਮਾਨ, ਅਹੰਕਾਰ ਨਹੀਂ ਹੁੰਦਾ । ਉਹ ਹਮੇਸ਼ਾਂ ਹੀ ਧਿਆਨ ਵਿੱਚ ਰਖਦਾ ਹੈ, ਸਭ ਕੁਝ ਕਰਨ ਕਰਾਉਣ ਵਾਲਾ ਇਕੋ ਇਕ ਪ੍ਰਭ ਹੀ ਹੈ, ਆਪਣੇ ਦਾਸ ਨੂੰ ਆਪ ਹੀ ਵਡਿਆਈ ਬਖਸ਼ਦਾ ਹੈ ।

No one has such an enlightenment to fully describe the greatness of our praise worthy The True Master. As rivers, small drains storm rain water may immerse into the ocean; become a part of the ocean; however, rivers and drains may never realize the depth and power of ocean. Same way, His true devotee may surrender his self-identity at His Sanctuary; with His mercy and grace, his soul may immerse within His Holy Spirit; his soul becomes part of His Holy Spirit; however, she may never fully comprehend His Greatness. He may be blessed with virtues; his prayers may be accepted in His Court. Whosoever may remain in renunciation in the memory of his separation from His Holy Spirit fresh within his mind; he may be blessed to conquer his own ego. He always gratitude, everything may only happen under His Command; He bestow honor on His true devotee.

24. ਸ੍ਰਿਸ਼ਟੀਆਂ, ਸਿਮਰਨ ਕਰਨਵਾਲੇ ਜੀਵ ਦੀ ਗਿਣਤੀ! # Of His true devotees

ਅੰਤੁ ਨ ਸਿਫਤੀ ਕਹਣਿ ਨ ਅੰਤੁ॥	Ant na siftee kahan na ant.
ਅੰਤੁ ਨ ਕਰਣੈ ਦੇਣਿ ਨ ਅੰਤੁ॥	Ant na karnai dayn na ant.
ਅੰਤੁ ਨ ਵੇਖਣਿ ਸੁਣਣਿ ਨ ਅੰਤੁ॥	Ant na vaykhan sunan na ant.
ਅੰਤੁ ਨ ਜਾਪੈ ਕਿਆ ਮਨਿ ਮੰਤੁ॥	Ant na jaapai ki-aa man mant.
ਅੰਤੁ ਨ ਜਾਪੈ ਕੀਤਾ ਆਕਾਰੁ॥	Ant na jaapai keetaa aakaar.
ਅੰਤੁ ਨ ਜਾਪੈ ਪਾਰਾਵਾਰੁ॥	Ant na jaapai paaraavaar.
ਅੰਤ ਕਾਰਣਿ ਕੇਤੇ ਬਿਲਲਾਹਿ॥	Ant kaaran kaytay billaahi.
ਤਾ ਕੇ ਅੰਤ ਨ ਪਾਏ ਜਾਹਿ॥	Taa kay ant na paa-ay jaahi.
ਏਹੁ ਅੰਤੁ ਨ ਜਾਣੈ ਕੋਇ॥	Ayhu ant na jaanai ko-ay.
ਬਹੁਤਾ ਕਹੀਐ ਬਹੁਤਾ ਹੋਇ॥	Bahutaa kahee-ai bahutaa ho-ay.
ਵਡਾ ਸਾਹਿਬੁ ਊਚਾ ਥਾਉ॥	Vadaa saahib oochaa thaa-o,
ਊਚੇ ਉਪਰਿ ਊਚਾ ਨਾਉ॥	Oochay upar oochaa naa-o.
ਏਵਡੁ ਊਚਾ ਹੋਵੈ ਕੋਇ॥	Ayvad oochaa hovai ko-ay.
ਤਿਸੁ ਊਚੇ ਕਉ ਜਾਣੈ ਸੋਇ॥	Tis oochay ka-o jaanai so-ay.
ਜੇਵਡੁ ਆਪਿ ਜਾਣੈ ਆਪਿ ਆਪਿ॥	Jayvad aap jaanai aap aap.
ਨਾਨਕ ਨਦਰੀ ਕਰਮੀ ਦਾਤਿ॥੨੪॥	Naanak nadreekarmee daat. ||24||

ਪ੍ਰਭ ਦੀਆਂ ਸਿਫਤਾਂ, ਸਿਫਤ ਕਰਨ ਵਾਲਿਆਂ ਦਾ ਅੰਤ ਨਹੀਂ ਪਾਇਆ ਜਾ ਸਕਦਾ, ਸਿਫਤ ਨੂੰ ਵਰਣਨ ਕਰਨਵਾਲੇ ਵੀ ਬੇਅੰਤ ਹੀ ਹਨ । ਪ੍ਰਭ ਦੇ ਕੀਤੇ ਕਰਤਬਾਂ, ਸ੍ਰਿਸ਼ਟੀਆਂ, ਦਿੱਤੀਆਂ ਅਸੀਸਾਂ ਦਾ ਵੀ ਅੰਤ ਨਹੀਂ ਪਾਇਆ ਜਾ ਸਕਦਾ । ਦੇਖਣ ਨਾਲ ਵੀ ਸਾਰੀਆਂ ਰਚੀਆਂ ਹੋਈਆਂ ਸ੍ਰਿਸ਼ਟੀਆਂ ਦਾ ਅੰਤ ਨਹੀਂ ਪਾਇਆ ਜਾ ਸਕਦਾ । ਜਿਹੜਾ ਦ੍ਰਿਸ਼ਟਾ ਰੂਪ ਸਾਰਿਆਂ ਦੀ ਆਤਮਾ ~~ਰੂਪ ਸਾਰਿਆਂ~~ ਦੇ ਅੰਦਰ ਦੇਖਦਾ ਹੈ, ਉਸ ਸਰੂਪ ਦਾ ਦੇਖਣੇ ਨਾਲ, ਵੀ ਅੰਤ ਨਹੀਂ ਆਉਂਦਾ । ਪ੍ਰਭ ਦੇ ਬਖਸ਼ੇ ਸੁਣਨ ਵਾਲੇ ਕੰਨਾਂ ਦਾ ਵੀ ਅੰਤ ਨਹੀਂ ਆਉਂਦਾ । ਜਿਹੜਾ ਸਭ ਅੰਦਰ ਬੈਠਾ ਦੇਖਦਾ, ਸੁਣਦਾ, ਉਸ ਦਾ ਭੇਦ ਸਮਝਿਆ ਨਹੀਂ ਜਾ ਸਕਦਾ । ਪ੍ਰਭ ਨੇ ਸ੍ਰਿਸ਼ਟੀ ਕਿਉਂ, ਕਿਸਤਰ੍ਹਾਂ ਬਣਾਈ, ਕੀ ਮੰਤਵ ਹੈ? ਵੱਖਰੇ ਵੱਖਰੇ ਅਕਾਰ, ਰੂਪ, ਕਿਸਮਾਂ ਦੇ ਜੀਵ ਦੀ ਗਿਣਤੀ ਨਹੀਂ ਕੀਤੀ ਜਾ ਸਕਦੀ । ਪ੍ਰਭ ਦਾ ਸੰਸਾਰ ਵਿੱਚ ਅਤੇ ਪ੍ਰਲੋਕ ਵਿੱਚ ਚਲਣ ਵਾਲੇ ਪ੍ਰਬੰਧ, ਕਰਤਬਾਂ ਦਾ ਭੇਦ ਨਹੀਂ ਜਾਣਿਆਂ ਜਾ ਸਕਦਾ । ਪ੍ਰਭ ਦੇ ਕਰਤਬਾਂ ਦਾ ਭੇਦ ਜਾਣਨ ਲਈ, ਕਈ ਜੋਗ ਧਾਰਨ ਕਰਦੇ, ਵਿਦਵਾਨ ਵਿਦਿਆਂ, ਬੇਅੰਤ ਸਾਸਤ੍ਰ ਵਿਆਖਿਆ ਕਰਦੇ ਹਨ, ਕਈ ਬੰਦਗੀ ਕਰਦੇ ਹਨ । ਇਹ ਸਾਰੇ ਹੀ ਤਰਲੇ ਮਾਰਦੇ ਹਨ, ਪ੍ਰਭ ਦਾ ਪੂਰਨ ਗਿਆਨ, ਅੰਤ, ਭੇਦ ਓਹਨਾਂ ਤੋਂ ਵੀ ਜਾਣਿਆ ਨਹੀਂ ਗਿਆ । ਅਸਲੀ ਮਾਲਕ, ਸਭ ਤੋਂ ਹੀ ਵਡਾ, ਮਹਾਨ, ਉਸ ਦਾ ਆਸਣ (ਥਾਉ) ਵੀ ਸਭ ਤੋਂ ਵਡਾ, ਪਵਿੱਤਰ ਹੈ, ਪ੍ਰਭ ਦੇ ਬਰਾਬਰ ਹੋਰ ਕੋਈ ਪਹੁੰਚ ਨਹੀਂ ਸਕਦਾ । ਪ੍ਰਭ ਦੀ ਜਿਤਨੀ ਵੀ ਸਿਫਤ ਕੀਤੀ ਜਾਵੇ, ਥੋੜ੍ਹੀ ਹੀ ਹੁੰਦੀ ਹੈ । ਜਿਹੜਾ ਪ੍ਰਭ ਤੋਂ ਵਡਾ ਹੋਵੇ, ਕੇਵਲ ਉਹ ਹੀ ਪ੍ਰਭ ਦੇ ਕਰਤਬਾਂ ਦਾ, ਕੁਦਰਤ ਦਾ ਅੰਦਾਜ਼ਾ ਲਗਾ ਸਕਦਾ ਹੈ । ਕੇਵਲ ਪ੍ਰਭ ਹੀ ਆਪਣੇ ਆਪ ਨੂੰ ਜਾਣ ਸਕਦਾ ਹੈ, ਬ੍ਰਹਮਾ ਰੂਪ ਆਪਣੀ ਕੁਦਰਤ ਆਪ ਹੀ ਜਾਣਦਾ ਹੈ । ਜਿਸ ਤੇ ਰਹਿਮਤ ਦੀ ਨਜ਼ਰ ਬਖਸ਼ਿਸ਼ ਹੋ ਜਾਂਦੀ ਹੈ, ਉਸ ਨੂੰ ਪ੍ਰਭ ਦੀ ਹੋਂਦ ਅਨੁਭਵ ਹੋ ਜਾਂਦੀ, ਉਸ ਵਿੱਚ ਅਭੇਦ ਹੋ ਜਾਂਦਾ ਹੈ ।

The True Master has countless virtues, worshippers sing His glory. He has created countless creatures, and countless Blessings. No one may ever fully Imagine the number of His true devotees, His Virtues nor His Creation. He has blessed ambrosial ears to hear the everlasting each of His Word resonating within heart. The True Master remain seated on His throne within the heart of every creature! The events of His Nature are countless and beyond fully comprehension of His Creation. How, why, what may be the purpose of His Creation? The count of His created countless creatures with different body structure may remain beyond the comprehension of His

Creation. His function and events in worldly life and after death in His Court. Countless devotees, adopt religious robes Yogi; Countless scholars research various Holy Scriptures and countless devotees meditate; all these are various paths, efforts to understand His nature; however, no one may ever fully comprehend His Nature. The True Master, His Holy throne remains the highest and blemish free; no one may be equal or greater than Him. The True Master, greatest of All! His Word always prevails in the universe as an ultimate unchangeable, unavoidable command. Whatsoever, His Creation may sing His praises, glory may not be enough; significant; more need to be praised. Whosoever may be equal or greater; he may be able to comprehend, describes the extent of His Nature. Only He may comprehend His own greatness. Whosoever may be bestowed with His Blessed Vision, he may be blessed with the enlightenment of the essence of His Word; he may realize His Existence and immerse within His Holy Spirit.

25. ਕੀ ਕੋਈ ਮਾਨਸ ਆਪਣੇ ਭਾਗ ਬਦਲ ਸਕਦਾ ਹੈ? Who may rewrite destiny?

ਬਹੁਤਾ ਕਰਮੁ ਲਿਖਿਆ ਨਾ ਜਾਇ॥	Bahutaa karam likhi-aa naa jaa-ay.
ਵਡਾ ਦਾਤਾ ਤਿਲੁ ਨ ਤਮਾਇ॥	Vadaa daataa til na tamaa-ay.
ਕੇਤੇ ਮੰਗਹਿ ਜੋਧ ਅਪਾਰ॥	Kaytay mangahi joDh apaar.
ਕੇਤਿਆ ਗਣਤ ਨਹੀ ਵੀਚਾਰੁ॥	Kayti-aa ganat nahee veechaar.
ਕੇਤੇ ਖਪਿ ਤੁਟਹਿ ਵੇਕਾਰ॥	Kaytay khap tutahi vaykaar.
ਕੇਤੇ ਲੈ ਲੈ ਮੁਕਰੁ ਪਾਹਿ॥	Kaytay lai lai mukar paahi.
ਕੇਤੇ ਮੂਰਖ ਖਾਹੀ ਖਾਹਿ॥	Kaytay moorakh khaahee khaahi.
ਕੇਤਿਆ ਦੂਖ ਭੂਖ ਸਦ ਮਾਰ॥	Kayti-aa dookh bhookh sad maar.
ਏਹਿ ਭਿ ਦਾਤਿ ਤੇਰੀ ਦਾਤਾਰ॥	Ayhi bhe daat tayree daataar.
ਬੰਦਿ ਖਲਾਸੀ ਭਾਣੈ ਹੋਇ॥	Band khalaasee bhaanai ho-ay.
ਹੋਰੁ ਆਖਿ ਨ ਸਕੈ ਕੋਇ॥	Hor aakh na sakai ko-ay.
ਜੇ ਕੋ ਖਾਇਕੁ ਆਖਣਿ ਪਾਇ॥	Jay ko khaa-ik aakhan paa-ay.
ਓਹੁ ਜਾਣੈ ਜੇਤੀਆ ਮੁਹਿ ਖਾਇ॥	Oh jaanai jaytee-aa muhi khaa-ay.
ਆਪੇ ਜਾਣੈ ਆਪੇ ਦੇਇ॥	Aapay jaanai aapay day-ay.
ਆਖਹਿ ਸਿ ਭਿ ਕੇਈ ਕੇਇ॥	Aakhahi se bhe kay-ee kay-ay.
ਜਿਸ ਨੋ ਬਖਸੇ ਸਿਫਤਿ ਸਾਲਾਹ॥	Jis no bakhsay sifat saalaah.
ਨਾਨਕ ਪਾਤਿਸਾਹੀ ਪਾਤਿਸਾਹੁ॥੨੫॥	Naanak paatisaahee paatisaahu. ||25||

ਕੋਈ ਵੀ ਆਪਣੇ ਵਡੇ ਭਾਗ ਆਪ ਨਹੀਂ ਲਿਖ ਸਕਦਾ, ਪ੍ਰਭ ਤੇ ਕਿਸੇ ਦਾ ਜ਼ੋਰ ਨਹੀਂ ਹੈ । ਪ੍ਰਭ ਬੁਹਤ ਹੀ ਮਹਾਨ, ਸਾਰਿਆਂ ਨੂੰ ਦਾਤਾਂ, ਅਸੀਸਾਂ ਬਖਸ਼ਦਾ ਹੈ, ਪਰ ਉਸ ਨੂੰ ਕੋਈ ਰਤਾ ਭਰ ਵੀ ਭੇਟਾ ਲੈਣ ਦੀ ਖਾਹਸ਼ ਨਹੀਂ ਹੁੰਦੀ । ਪ੍ਰਭ ਤੋਂ ਬੁਹਤ ਹੀ ਜੀਵ (ਜੋਧ) ਸੂਰਮਤਾਈ ਦੀ ਦਾਤ ਮੰਗਦੇ, ਕਈ ਜੋਧੇ, ਸਰੀਰ ਨੂੰ ਵਿਕਾਰਾ ਤੋਂ ਰੋਕਣ, ਇੰਦ੍ਰੀਆਂ ਤੇ ਕਾਬੂ ਪਾਉਣ ਲਈ ਬਲ ਮੰਗਦੇ ਹਨ । ਬੇਅੰਤ ਹੀ ਜੀਵ ਹਰ ਵੇਲੇ ਅਰਦਾਸ ਕਰਦੇ ਹਨ, ਪ੍ਰਭ ਵਾਕਾਰਾ ਤੋਂ ਰਹਿਤ ਰਖੋ । ਬੇਅੰਤ ਹੀ ਜੀਵ ਪ੍ਰਭ ਦੀਆਂ ਦਾਤਾਂ ਲੈ ਕੇ ਭੁਲ ਜਾਂਦੇ ਹਨ, ਹਮੇਸ਼ਾਂ ਰੋਸ ਹੀ ਕਰਦੇ ਹਨ, ਸਭ ਕੁਝ ਆਪਣੀ ਹਿੰਮਤ ਨਾਲ ਹੀ ਹਾਸਿਲ ਕੀਤਾ ਹੈ । ਬੇਅੰਤ ਹੀ ਅਗਿਆਨੀ ਆਪਣੀਆਂ ਇੰਦ੍ਰੀਆਂ ਨੂੰ ਅੱਗੇ ਰਖਦੇ, ਲਾਲਚ ਵਿੱਚ ਹੀ ਰਹਿੰਦੇ ਹਨ । ਬੇਅੰਤ ਹੀ ਹਰ ਵੇਲੇ ਦੁਖ (ਅਹੰਕਾਰ, ਭਟਕਣਾਂ), ਲਾਲਚ (ਭੁਖ) ਦੀ ਭਟਕਣ ਵਿੱਚ ਹੀ ਰਹਿੰਦੇ ਹਨ । ਉਹਨਾਂ ਨੂੰ (ਵਿਕਾਰਾ) ਸ਼ਾਂਤੀ, ਸੰਤੋਖ, ਧੀਰਜ ਬਖਸ਼ਿਸ਼ ਨਹੀਂ ਹੁੰਦਾ । ਕਈਆਂ ਨੇ ਆਪਣੀ ਵਿਕਾਰਾਂ ਦੀ ਭੁੱਖ, ਜਨਮ, ਮਰਨ ਦੇ ਦੁਖ, ਵਾਸਨਾ ਤੇ ਕਾਬੂ ਪਾਇਆ, ਮੁਕਤੀ ਦਾ ਰਸਤਾ ਬਖਸ਼ਿਸ਼ ਹੋ ਗਿਆ ਹੈ । ਪ੍ਰਭ ਸਭ ਕੁਝ ਤੇਰੀ ਹੀ ਬਖਸ਼ਿਸ਼ ਹੈ । ਜਿਹੜਾ ਪ੍ਰਭ ਦੇ (ਭਾਣੇ) ਹੁਕਮ ਵਿੱਚ ਚਲਦਾ, ਉਸ ਨੂੰ ਬੰਧਨਾ ਤੋਂ ਛੁਟਕਾਰਾ, ਮੁਕਤੀ ਬਖਸ਼ਦਾ ਹੋ ਜਾਂਦੀ ਹੈ । ਹੋਰ ਕੋਈ ਵੀ ਮੁਕਤੀ ਦੀ ਪ੍ਰਾਪਤੀ ਦਾ ਢੰਗ ਨਹੀਂ ਹੈ । ਜਿਹੜਾ ਅਗਿਆਨੀ, ਮੂਰਖ ਆਪਣੇ ਆਪ ਨੂੰ ਹੁਕਮ ਤੋਂ ਉਪਰ ਸਮਝਦਾ ਹੈ, ਕਿਸੇ ਜੀਵ ਨੂੰ ਮੁਕਤੀ ਕਰਵਾ ਸਕਦਾ ਹੈ । ਉਸ ਨੂੰ ਪ੍ਰਭ ਦੇ ਦਰਬਾਰ ਲਾਨ੍ਹਤਾਂ, ਜਮਾਂ ਦੀਆਂ ਸੱਟਾਂ ਪੈਂਦੀਆਂ ਹਨ । ਅੰਤਰਜਾਮੀ

ਸਭ ਕੁਝ ਜਾਣਦਾ, ਸਾਰਿਆਂ ਦੇ ਹਿਰਦੇ ਵਿੱਚ ਆਪ ਹੀ ਪ੍ਰਵੇਸ਼ ਕਰਦਾ ਹੈ । ਆਪਣੇ ਭਾਣੇ ਅਨੁਸਾਰ ਹੀ ਦੰਡ, ਬਖਸ਼ਿਸ਼ਾਂ, ਨਿਸ਼ਕਾਮ ਸੇਵਾ, ਬ੍ਰਹਮ ਗਿਆਨ ਦੀ ਦਾਤ ਬਖਸ਼ਦਾ ਹੈ । ਜਿਸ ਨੂੰ ਸ਼ਬਦ ਦੇ ਲੜ ਲਾਉਂਦਾ ਹੈ, ਕੇਵਲ ਉਹ ਹੀ ਸੰਗਤ ਵਿੱਚ ਰਲਕੇ ਸਿਮਰਨ, ਕਥਾ, ਵਿਆਖਿਆ ਕਰ ਸਕਦਾ ਹੈ । ਪ੍ਰਭ ਦੀ ਰਹਿਮਤ ਤੋਂ ਬਿਨਾਂ ਸ਼ਬਦ ਦਾ ਸਿਮਰਨ ਨਹੀਂ ਕੀਤਾ ਜਾ ਸਕਦਾ । ਜਿਸ ਦੀ ਸ਼ਬਦ ਦੀ ਕਮਾਈ ਪ੍ਰਵਾਨ ਹੋ ਜਾਂਦਾ ਹੈ, ਉਸ ਨੂੰ ਪ੍ਰਵਾਨਗੀ ਦਾ ਅਸਲੀ ਰਸਤਾ ਬਖਸ਼ਿਸ਼ ਹੋ ਜਾਂਦਾ ਹੈ । ਪ੍ਰਭ ਦਾ ਹੀ ਸਰੂਪ ਬਣ ਜਾਂਦਾ, ਉਸ ਵਿੱਚ ਅਭੇਦ ਹੋ ਜਾਂਦਾ ਹੈ ।

No one can change, alter, or rewrite his own destiny. The True Master Greatest of All, engraves the destiny on every soul before birth. He does not have any desire to be paid by worldly charity for Blessings. Many may be praying for bravery, good health, prosperity, control on worldly desires. So many remain intoxicated in meditation, contented, and gratitude with His Blessings. Many ignorant, self-minded enjoy His Blessings; however, remain uncontented, unthankful and keeps begging more and more. Self-minded, egoists claim that he has accomplished everything by his own wisdom and hard work. Many may endure hunger, pain, and misery all time; however, remains never contented with His Blessings. Whosoever may be blessed with devotion to meditate, only he may adopt the teachings of His Word; with His mercy and grace, his worldly bondage may be conquered, accepted in His Sanctuary. There may not be any other right path of salvation. Whosoever may claim to be beyond the reach of His Command and he may guide others on the right path of salvation; he must eventually repent for his foolishness and captured by the devil of death. The Omniscient True Master remains aware all desires of His Creation; only blesses as per his deeds of previous lives. Whosoever may acknowledge His Word as an ultimate and justice Command; he may remain intoxicated in meditation in the void of His Word. He may remain fascinated from The King of kings and His Nature.

26. ਪ੍ਰਭ ਦੇ ਸ਼ਬਦ ਦੀ ਪਾਲਣਾ ਦੇ ਨਿਯਮ, ਮਹੱਤਤਾ ਕੀ ਹੈ?

ਅਮੁਲ ਗੁਣ ਅਮੁਲ ਵਾਪਾਰ॥
ਅਮੁਲ ਵਾਪਾਰੀਏ ਅਮੁਲ ਭੰਡਾਰ॥
ਅਮੁਲ ਆਵਹਿ ਅਮੁਲ ਲੈ ਜਾਹਿ॥
ਅਮੁਲ ਭਾਇ ਅਮੁਲਾ ਸਮਾਹਿ॥
ਅਮੁਲੁ ਧਰਮੁ ਅਮੁਲੁ ਦੀਬਾਣੁ॥
ਅਮੁਲੁ ਤੁਲੁ ਅਮੁਲੁ ਪਰਵਾਣੁ॥
ਅਮੁਲੁ ਬਖਸੀਸ ਅਮੁਲੁ ਨੀਸਾਣੁ॥
ਅਮੁਲੁ ਕਰਮੁ ਅਮੁਲੁ ਫੁਰਮਾਣੁ॥
ਅਮੁਲੋ ਅਮੁਲੁ ਆਖਿਆ ਨ ਜਾਇ॥
ਆਖਿ ਆਖਿ ਰਹੇ ਲਿਵ ਲਾਇ॥
ਆਖਹਿ ਵੇਦ ਪਾਠ ਪੁਰਾਣ॥
ਆਖਹਿ ਪੜੇ ਕਰਹਿ ਵਖਿਆਣ॥
ਆਖਹਿ ਬਰਮੇ ਆਖਹਿ ਇੰਦ॥
ਆਖਹਿ ਗੋਪੀ ਤੈ ਗੋਵਿੰਦ॥

ਆਖਹਿ ਈਸਰ ਆਖਹਿ ਸਿਧ॥
ਆਖਹਿ ਕੇਤੇ ਕੀਤੇ ਬੁਧ॥
ਆਖਹਿ ਦਾਨਵ ਆਖਹਿ ਦੇਵ॥
ਆਖਹਿ ਸੁਰਿ ਨਰ ਮੁਨਿ ਜਨ ਸੇਵ॥
ਕੇਤੇ ਆਖਹਿ ਆਖਣਿ ਪਾਹਿ॥
ਕੇਤੇ ਕਹਿ ਕਹਿ ਉਠਿ ਉਠਿ ਜਾਹਿ॥

Amul gun, amul vaapaar.
Amul vaapaaree-ay, amul bhandaar.
Amul aavahi, amul lai jaahi.
Amul bhaa-ay, amulaa samaahi.
Amul Dharam, amul deebaan.
Amul tul, amul parvaan.
Amul bakhsees, amul neesaan.
Amul karam, amul furmaan.
Amulo amul aakhi-aa na jaa-ay.
Aakh aakh rahay liv laa-ay.
Aakhahi vayd paath puraan.
Aakhahi parhay karahi vakhi-aan.
Aakhahi barmay aakhahi ind.
Aakhahi gopee tai govind.

Aakhahi eesar aakhahi siDh.
Aakhahi kaytay keetay buDh.
Aakhahi daanav aakhahi dayv.
Aakhahi sur nar mun jan sayv.
Kaytay aakhahi aakhan paahi.
Kaytay kahi kahi uth uth jaahi.

ਏਤੇ ਕੀਤੇ ਹੋਰਿ ਕਰੇਹਿ॥	Aytay keetay hor karayhi.
ਤਾ ਆਖਿ ਨ ਸਕਹਿ ਕੇਈ ਕੇਇ॥	Taa aakh na sakahi kay-ee kay-ay.
ਜੇਵਡੁ ਭਾਵੈ ਤੇਵਡੁ ਹੋਇ॥	Jayvad bhaavai tayvad ho-ay.
ਨਾਨਕ ਜਾਣੈ ਸਾਚਾ ਸੋਇ॥	Nanak jaanai saachaa so-ay.
ਜੇ ਕੋ ਆਖੈ ਬੋਲੁਵਿਗਾੜੁ॥	Jay ko aakhai boluvigaarh.
ਤਾ ਲਿਖੀਐ ਸਿਰਿ ਗਾਵਾਰਾ ਗਾਵਾਰੁ॥੨੬॥	Taa likee-ai sir gaavaaraa gaavaar. 26

ਪ੍ਰਭ ਦੇ ਸ਼ਬਦ ਦੇ ਗੁਣ ਅਮੋਲਕ ਹਨ, ਵਪਾਰ ਕਰਨਵਾਲਾ ਦਾਸ ਵੀ ਅਮੋਲਕ, ਵਡੇ ਭਾਗਾਂ ਵਾਲਾ ਹੀ ਹੁੰਦਾ ਹੈ । ਜਿਹੜਾ ਆਪਾ ਪ੍ਰਭ ਦੇ ਸ਼ਬਦ ਨੂੰ ਭੇਟਾ ਕਰਕੇ, ਸ਼ਬਦ ਨੂੰ ਜੀਵਨ ਵਿੱਚ ਢਾਲਦਾ ਹੈ, ਪ੍ਰਭ ਦੀ ਰਹਿਮਤ ਨਾਲ ਸ਼ਬਦ ਦੀ ਸੋਝੀ ਬਖਸ਼ਿਸ਼ ਹੋ ਜਾਂਦੀ ਹੈ, ਉਸ ਨੂੰ ਮਨ ਦੀ ਅਮੋਲਕ ਅਵਸਥਾ ਬਖਸ਼ਿਸ਼ ਹੋ ਜਾਂਦੀ ਹੈ, ਪ੍ਰਭ ਦੀ ਜੋਤ ਤਨ ਵਿੱਚ ਜਾਗਰਤ ਮਹਿਸੂਸ ਹੋ ਜਾਂਦੀ ਹੈ ਹੈ । ਪ੍ਰਭ ਦੇ ਮਾਨਸ ਜੀਵਨ ਦੇ ਨਿਯਮ, (ਧਰਿਜ, ਸੰਤੋਖ, ਦਾਇਆ); ਧਰਮ (ਮੁਨੱਖਤਾ); ਪ੍ਰਭ ਦਾ ਦਰਬਾਰ ਆਤਮਾ ਵਿੱਚ ਜਾਗਰਤ ਹੋਣਾ ਅਮੋਲਕ ਹੈ । ਪ੍ਰਭ ਦੇ ਦਾਸ ਦੀ ਬੰਦਗੀ ਪਰਖ ਦੇ ਯੋਗ ਹੋਣਾ, ਪ੍ਰਭ ਦੀ ਪਰਖ ਅਟਲ, ਅਮੋਲਕ ਹੈ । ਪ੍ਰਭ ਦੇ ਸ਼ਬਦ ਦੀ ਸੋਭਾ, ਪੂਰਨ ਤਰ੍ਹਾਂ ਗਾਈ ਨਹੀਂ ਜਾ ਸਕਦੀ । ਪ੍ਰਭ ਦਾ ਦਾਸ ਬਾਰ ਬਾਰ ਸ਼ਬਦ ਦਾ ਸਿਮਰਨ ਕਰਦਾ, ਗੁਣ ਗਾਉਂਦਾ, ਸ਼ਬਦ ਦੀ ਸਮਾਧੀ ਵਿੱਚ ਅਡੋਲ ਰਹਿੰਦਾ ਹੈ । ਪ੍ਰਭ ਨੇ ਆਪ ਹੀ ਧਾਰਮਕ ਗ੍ਰੰਥ ਵਿੱਚ ਪ੍ਰਭ ਦੇ ਪ੍ਰਵਾਨ ਹੋਣ ਯੋਗ ਬਣਨ ਦੀਆਂ ਸਿਖਿਆਂ ਬਖਸ਼ੀਆਂ ਹਨ! ਪ੍ਰਭ ਆਪ ਹੀ ਸ਼ਬਦ ਦੀ ਪਾਲਣਾ ਕਰਨ ਦੀ ਮਹੱਤਤਾ ਦੀ ਪ੍ਰੇਰਨਾ ਕਰਦਾ ਹੈ । ਵਿਦਵਾਨ, ਪ੍ਰਚਾਰਕ ਧਾਰਮਕ ਗ੍ਰੰਥਾਂ ਨੂੰ ਪੜ੍ਹਕੇ ਪ੍ਰਚਾਰ ਕਰਦੇ ਹਨ । ਪ੍ਰਭ ਨੇ ਸ੍ਰਿਸ਼ਟੀ ਵਿੱਚ ਅਨੇਕਾਂ ਹੀ ਦਾਸ ਭੇਜੇ ਹਨ- ਬ੍ਰਹਮਾ, ਇੰਦ੍ਰ, ਈਸਰ, ਗੋਪੀਆ, ਨਾਨਕ, ਜੀਸ਼ਸ ਆਦਿ ਗੁਣ ਗਾਉਂਦੇ, ਪ੍ਰੇਰਨਾ ਕਰਦੇ, ਆਪਣਾ ਮਾਨਸ ਜੀਵਨ ਦਾ ਸਮਾਂ ਪੂਰਾ ਕਰਕੇ, ਵਾਪਸ ਚਲੇ ਜਾਂਦੇ ਹਨ, ਇਹ ਖੇਲ ਚਲਦਾ ਹੀ ਰਹਿੰਦਾ, ਅੱਗੇ ਵੀ ਚਲਦੇ ਰਹਿਣ ਵਾਲਾ ਹੈ । ਉਸ ਦੀ ਕੁਦਰਤ ਦਾ ਪੂਰਨ ਵਰਣਨ ਨਹੀਂ ਕੀਤਾ ਜਾ ਸਕਦਾ । ਉਤਨਾਂ ਹੀ ਮਹਾਨ, ਵਡਾ ਹੋ ਜਾਂਦਾ ਹੈ, ਜਿਤਨਾ ਉਸ ਨੂੰ ਭਾਉਂਦਾ ਹੈ, ਆਪਣੀ ਕੁਦਰਤ ਆਪ ਹੀ ਪੂਰਨ ਤਰ੍ਹਾਂ ਜਾਣਦਾ ਹੈ । ਜਿਹੜਾ ਸਮਝਦਾ ਹੈ, ਉਹ ਪੂਰਨ ਤਰ੍ਹਾਂ ਵਰਣਨ ਕਰ ਸਕਦਾ ਹੈ । ਉਹ ਬਹੁਤ ਵਡਾ ਮੂਰਖ ਹੀ ਹੁੰਦਾ ਹੈ, ਸ਼ਬਦ ਦੀ ਸੋਝੀ ਉਸ ਦੇ ਨੇੜੇ ਨਹੀਂ ਜਾਂਦੀ ।

The teachings of His Word, Virtues, The True Master; His devotee adopts the teachings of His Word with steady and stable belief; who may remain intoxicated in the void of His Word, sanctified soul, worthy of His Consideration all are ambrosial, very fortunate. His divine law, Dharma, (patience, contentment, and Compassion); His Throne, 10th door embedded with each soul; His Word, always ultimate justice; His Blessings, His right path of acceptance, symbol of acceptance is all ambrosial. His Blessed Vision, His Ultimate Command, essence of His Word; His true devotee remains intoxicated in the void of His Word all are ambrosial. The True Master has blessed worldly Holy Scriptures (like Vedas, Bible, Quran, Guru Grant Sahib) all inspires with the significance of adopting the virtues of His Dharma in day-to-day life. Many worldly scholars, sermon, teach, inspire the humble and passionate way of life. He sends many His Blessed souls like Brahma, Indra, Nanak, Jesus, and many more to guide His Creation time to time. Many have spoken about His Greatness, significance of adopting His Word in life. Every Holy soul plays an assigned role and move on. This play of universe goes on as designed, non-stop and true forever. From Ancient Ages, many have described His Greatness; however, greatness remains beyond complete explanation and comprehension of His Creation. He may become as big or small with own imagination; He remains embedded with each soul and dwells with his body from the smallest worm and as big as elephant. Only He knows His greatness or size; no one else can fully describe.

Only ignorant, self-minded may claim, to describe Him completely. He must regret and repent, rebuked in His Court.

27. ਦਰਬਾਰ ਕਿਸਤਰ੍ਹਾਂ ਦਾ, ਉਸ ਵਿੱਚ ਕੌਣ, ਕੀ ਕਰਦੇ ਹਨ? Splendor His throne?

ਸੋ ਦਰੁ ਕੇਹਾ ਸੋ ਘਰੁ ਕੇਹਾ	So dar kayhaa so ghar kayhaa,
ਜਿਤੁ ਬਹਿ ਸਰਬ ਸਮਾਲੇ॥	jit bahi sarab samaalay.
ਵਾਜੇ ਨਾਦ ਅਨੇਕ ਅਸੰਖਾ	Vaajay naad anayk asankhaa,
ਕੇਤੇ ਵਾਵਣਹਾਰੇ॥	kaytay vaavanhaaray.
ਕੇਤੇ ਰਾਗ ਪਰੀ ਸਿਉ ਕਹੀਅਨਿ	Kaytay raag paree si-o kahee-an,
ਕੇਤੇ ਗਾਵਣਹਾਰੇ॥	kaytay gaavanhaaray.
ਗਾਵਹਿ ਤੁਹਨੋ ਪਉਣੁ ਪਾਣੀ ਬੈਸੰਤਰੁ,	Gaavahi tuhno pa-un paanee baisantar.
ਗਾਵੈ ਰਾਜਾ ਧਰਮੁ ਦੁਆਰੇ॥	Gaavai raajaa Dharam du-aaray.
ਗਾਵਹਿ ਚਿਤੁ ਗੁਪਤੁ ਲਿਖਿ ਜਾਣਹਿ,	Gaavahi chit gupat likh jaaneh
ਲਿਖਿ ਲਿਖਿ ਧਰਮੁ ਵੀਚਾਰੇ॥	likh likh Dharam veechaaray.
ਗਾਵਹਿ ਈਸਰੁ ਬਰਮਾ ਦੇਵੀ	Gaavahi eesar barmaa dayvee
ਸੋਹਨਿ ਸਦਾ ਸਵਾਰੇ॥	sohan sadaa savaaray.
ਗਾਵਹਿ ਇੰਦ ਇਦਾਸਣਿ ਬੈਠੇ	Gaavahi ind idaasan baithay
ਦੇਵਤਿਆ ਦਰਿ ਨਾਲੇ॥	dayviti-aa dar naalay.
ਗਾਵਹਿ ਸਿਧ ਸਮਾਧੀ ਅੰਦਰਿ	Gaavahi siDh samaaDhee andar
ਗਾਵਨਿ ਸਾਧ ਵਿਚਾਰੇ॥	gaavan saaDh vichaaray.
ਗਾਵਨਿ ਜਤੀ ਸਤੀ ਸੰਤੋਖੀ	Gaavan jatee satee santokhee
ਗਾਵਹਿ ਵੀਰ ਕਰਾਰੇ॥	gaavahi veer karaaray.
ਗਾਵਨਿ ਪੰਡਿਤ ਪੜਨਿ ਰਖੀਸਰ	Gaavan pandit parhan rakheesar
ਜੁਗੁ ਜੁਗੁ ਵੇਦਾ ਨਾਲੇ॥	jug jug vaydaa naalay.
ਗਾਵਹਿ ਮੋਹਣੀਆ ਮਨੁ ਮੋਹਨਿ	Gaavahi mohnee-aa man mohan
ਸੁਰਗਾ ਮਛ ਪਇਆਲੇ॥	surgaa machh pa-i-aalay.
ਗਾਵਨਿ ਰਤਨ ਉਪਾਏ ਤੇਰੇ	Gaavan ratan upaa-ay tayray
ਅਠਸਠਿ ਤੀਰਥ ਨਾਲੇ॥	athsath tirath naalay.
ਗਾਵਹਿ ਜੋਧ ਮਹਾਬਲ ਸੂਰਾ	Gaavahi joDh mahaabal sooraa
ਗਾਵਹਿ ਖਾਣੀ ਚਾਰੇ॥	gaavahi khaanee chaaray.
ਗਾਵਹਿ ਖੰਡ ਮੰਡਲ ਵਰਭੰਡਾ	Gaavahi khand mandal varbhandaa
ਕਰਿ ਕਰਿ ਰਖੇ ਧਾਰੇ॥	kar kar rakhay Dhaaray.
ਸੇਈ ਤੁਧੁਨੋ ਗਾਵਹਿ	Say-ee tuDhuno gaavahi
ਜੋ ਤੁਧੁ ਭਾਵਨਿ,	jo tuDh bhaavan,
ਰਤੇ ਤੇਰੇ ਭਗਤ ਰਸਾਲੇ॥	ratay tayray bhagat rasaalay.
ਹੋਰਿ ਕੇਤੇ ਗਾਵਨਿ	Hor kaytay gaavan
ਸੇ ਮੈ ਚਿਤਿ ਨ ਆਵਨਿ	say mai chit na aavan
ਨਾਨਕੁ ਕਿਆ ਵੀਚਾਰੇ॥	naanak ki-aa veechaaray.
ਸੋਈ ਸੋਈ ਸਦਾ ਸਚੁ ਸਾਹਿਬੁ	So-ee so-ee sadaa sach saahib
ਸਾਚਾ ਸਾਚੀ ਨਾਈ॥	saachaa saachee naa-ee.
ਹੈ ਭੀ ਹੋਸੀ ਜਾਇ ਨ ਜਾਸੀ	Hai bhee hosee jaa-ay na jaasee
ਰਚਨਾ ਜਿਨਿ ਰਚਾਈ॥	rachnaa jin rachaa-ee.
ਰੰਗੀ ਰੰਗੀ ਭਾਤੀ ਕਰਿ ਕਰਿ, ਜਿਨਸੀ	Rangee rangee bhaatee kar kar jinsee
ਮਾਇਆ ਜਿਨਿ ਉਪਾਈ॥	maa-i-aa jin upaa-ee.
ਕਰਿ ਕਰਿ ਵੇਖੈ ਕੀਤਾ ਆਪਣਾ,	Kar kar vaykhai keetaa aapnaa
ਜਿਵ ਤਿਸ ਦੀ ਵਡਿਆਈ॥	jiv tis dee vadi-aa-ee.
ਜੋ ਤਿਸੁ ਭਾਵੈ ਸੋਈ ਕਰਸੀ,	Jo tis bhaavai so-ee karsee
ਹੁਕਮੁ ਨ ਕਰਣਾ ਜਾਈ॥	hukam na karnaa jaa-ee.

ਸੋ ਪਾਤਿਸਾਹੁ ਸਾਹਾ ਪਾਤਿਸਾਹਿਬੁ,
ਨਾਨਕ ਰਹਣੁ ਰਜਾਈ॥੨੭॥

So paatisaahu saahaa paatisaahib
naanak rahan rajaa-ee. ||27||

ਪ੍ਰਭ ਤੇਰਾ ਘਰ, ਆਸਣ ਕਿਤਨੀ ਸ਼ਾਨ ਵਾਲਾ ਹੈ, ਜਿਸ ਵਿੱਚ ਬੈਠ ਕੇ ਸਾਰੀ ਸ੍ਰਿਸ਼ਟੀ ਨੂੰ ਸੰਭਾਲਦਾ, ਰੋਜ਼ੀ, ਕ੍ਰਿਪਾ ਦੀ ਨਜ਼ਰ ਬਖਸ਼ਦਾ ਹੈ? ਪ੍ਰਭ ਦੇ ਘਰ ਵਿੱਚ ਅਨੇਕਾਂ ਹੀ ਸੰਗੀਤ ਚਲਦੇ, ਅਨੇਕਾਂ ਹੀ ਸ਼ਬਦ ਦਾ ਵਿਚਾਰ, ਸਿਮਰਨ ਕਰਦੇ, ਰਾਗ ਚਲਦੇ, ਰਾਗਾਂ ਦੀਆਂ ਪਰੀਆਂ ਹਮੇਸ਼ਾਂ ਰਾਗ ਗਾਉਂਦੀਆ ਹਨ, ਗਿਣਤੀ ਨਹੀਂ ਕੀਤਾ ਜਾ ਸਕਦੀ । ਪ੍ਰਭ ਦੇ ਸ਼ਬਦ ਦੀ ਗੂੰਜ ਸਦਾ ਚਲਦੀ ਰਹਿੰਦੀ ਹੈ । ਪ੍ਰਭ ਦਾ ਸਿਮਰਨ ਹਵਾ, ਪਾਣੀ, ਅੱਗਨੀ, ਧਰਮਰਾਜ, ਚਿਤ੍ਰ ਅਤੇ ਗੁਪਤ, ਈਸਰ, ਬ੍ਰਹਮਾ, ਹੋਰ ਸਾਰੇ ਦੇਵ ਅਤੇ ਦੇਵੀਆਂ ਕਰਦੇ, ਪ੍ਰਭ ਦੀ ਰਹਿਮਤ ਨਾਲ ਦਰਬਾਰ ਵਿੱਚ ਪ੍ਰਵਾਨ ਹੋ ਗਏ ਹਨ । ਇੰਦ੍ਰ, ਸਾਧੂ, ਵਿਦਵਾਨ ਵਿਚਾਰ ਕਰਨਵਾਲੇ, ਸਿਧ, ਜੋਗੀ, ਜਤੀ, ਸਤੀਆਂ ਅਤੇ ਹੋਰ ਸੂਰਮੇ, ਸਾਸਤ੍ਰ ਦੇ ਗਿਆਨ ਵਾਲੇ ਵਿਦਵਾਨ ਪੰਡਿਤ, ਮਨ ਨੂੰ ਮੋਹਣਵਾਲੀ ਸੁਰਾਂ ਵਾਲੇ, ਸਵਰਗ ਤੇ ਪਤਾਲ ਵਿੱਚ ਰਹਿਣ ਵਾਲੀਆਂ ਸਾਰੀਆਂ ਸ੍ਰਿਸ਼ਟੀਆਂ ਹੀ ਸਿਮਰਨ ਕਰਦੀਆਂ, ਜਸ ਗਾਉਂਦੀਆਂ ਹਨ । ਪ੍ਰਭ ਤੇ ਰਹਿਮਤ ਬਖਸ਼ਦਾ ਹੈ, ਕੇਵਲ ਉਹ ਹੀ ਸ਼ਬਦ ਦਾ ਸਿਮਰਨ ਕਰਦਾ, ਸ਼ਬਦ ਦੀ ਸਮਾਧੀ ਵਿੱਚ ਅਡੋਲ ਰਹਿੰਦਾ ਹੈ । ਅਣਗਿਣਤ ਹੋਰ ਵੀ ਗੁਣ ਗਾਉਂਦੇ ਹਨ, ਜਿਹੜੇ ਮੇਰੇ ਖਿਆਲ ਵਿੱਚ ਨਹੀਂ ਅਉਂਦੇ, ਮੈਂ ਬੋਲਣਾ ਭੁਲ ਗਿਆ ਹਾ । ਪ੍ਰਭ ਅਟਲ ਸਦਾ ਰਹਿਣ ਵਾਲਾ, ਸ੍ਰਿਸ਼ਟੀ ਤੋ ਪਹਿਲੇ ਵੀ ਅਤੇ ਸ੍ਰਿਸ਼ਟੀ ਤੋਂ ਪਿਛੋਂ ਵੀ ਅਟਲ ਰਹਿਣ ਵਾਲਾ ਅਸਲੀ ਮਾਲਕ ਹੈ । ਪ੍ਰਭ ਦੇ ਪੈਦਾ ਕੀਤੇ ਰਤਨ, ਅਣਗਿਣਤ ਹੀ ਤੀਰਥ (ਅਠਾਹਠ-68), ਸਾਸਤ੍ਰ, ਵੇਦ, ਸੂਰਮੇ ਹਨ, ਜਿਹਨਾਂ ਨੇ ਆਪਾ ਉਸ ਤੇ ਅਰਪਣ ਕੀਤਾ ਹੈ । ਹੋਰ ਸਾਰੇ ਖੰਡ, ਮੰਡਲ ਵਿੱਚ ਰਹਿਣ ਵਾਲੇ ਜੀਵ ਉਸ ਦਾ ਜਸ ਗਾਉਂਦੇ ਹਨ, ਮਨ ਇਕਾਗਰ ਕਰਕੇ ਸਦਾ ਚਲਣ ਵਾਲੀ ਧੁਨ ਵਿੱਚ ਮਸਤ ਰਹਿੰਦੇ ਹਨ । ਜਿਸ ਤੇ ਰਹਿਮਤ ਦੀ ਨਜ਼ਰ ਬਖਸ਼ਦਾ ਹੈ, ਕੇਵਲ ਉਹ ਹੀ ਸਿਮਰਨ ਕਰ ਸਕਦਾ ਹੈ । ਪ੍ਰਭ ਦੇ ਭਗਤ, ਪੂਜਣ ਯੋਗ ਹੋ ਜਾਂਦੇ, ਸ਼ਬਦ ਦੇ ਸਿਮਰਨ ਵਿੱਚ ਮਸਤ ਰਹਿੰਦੇ, ਮਰਜ਼ੀ ਨੂੰ ਕਬੂਲ ਕਰਕੇ, ਰਜ਼ਾ ਵਿੱਚ ਅਨੰਦ ਮਾਨਦੇ, ਕਰਤਬਾਂ ਦਾ ਧੰਨਵਾਦ ਗਾਉਂਦੇ ਹਨ । ਅਨੇਕਾਂ ਹੀ ਹੋਰ ਜੀਵ ਗਾਉਂਦੇ ਹਨ, ਜਿਹਨਾਂ ਦੀ ਪੂਰਨ ਗਿਣਤੀ ਨਹੀਂ ਕੀਤੀ ਜਾ ਸਕਦੀ । ਪ੍ਰਭ ਨੇ ਅਨੇਕਾਂ ਹੀ ਕਿਸਮਾਂ ਦੇ ਜੀਵ ਬਣਾਏ, ਅਨੇਕਾਂ ਹੀ ਰੰਗ ਰੂਪਾਂ, ਗੁਣਾਂ, ਹਰਇਕ ਵਿੱਚ ਵੱਖਰੇ, ਗੁਣ ਦਾ ਭੰਡਾਰ ਬਖਸ਼ਿਆ ਹੈ । ਸ੍ਰਿਸ਼ਟੀ ਨੂੰ ਆਪ ਹੀ ਪੈਦਾ ਕਰਦਾ, ਦੇਖਦਾ ਅਨੰਦ ਮਾਨਦਾ, ਆਪਣੀ ਮਰਜ਼ੀ ਦਾ ਮਾਲਕ, ਆਪਣੀ ਮੌਜ ਵਿੱਚ ਰਹਿੰਦਾ ਹੈ । ਪ੍ਰਭ, ਕਿਸੇ ਦਾ ਮੁਹਤਾਜ, ਗੁਲਾਮ ਨਹੀਂ, ਸ੍ਰਿਸ਼ਟੀ ਦੇ ਸਾਰੇ ਦੇਵਤੇ, ਮਾਹਰਾਜੇ ਪ੍ਰਭ ਦੇ ਹੁਕਮ ਅੰਦਰ ਹੀ ਹਨ । ਪ੍ਰਭ ਦਾ ਹੁਕਮ ਸਦਾ ਹੀ ਅਟਲ ਵਾਪਰਦਾ ਹੈ । ਪ੍ਰਭ ਦੇ ਦਾਸ ਸਦਾ ਹੀ ਪ੍ਰਭ ਦੇ ਬਖਸ਼ੇ ਤੇ ਸੰਤੋਖ, ਧੰਨਵਾਦ ਹੀ ਗਾਉਂਦਾ ਮਸਤ ਰਹਿੰਦਾ ਹੈ ।

How elegant may be His Throne, Palace to dwell and perform all His functions? Countless musicians, music, gods, angels, devotees, Holy Shrines, Holy priests of all Ages, sing His Glory and remain contented with His Blessings. The everlasting echo of His Word remains resonating nonstop within each soul, in His Nature as the right path of acceptance in His Court. Air, water, fire all underwater, universes, all Holy Shrines, warriors, Holy Scriptures, The Righteous Judge, chitr and gupt, Shivji, Brahma, goddess of Beauty, Indra, Siddhas, Celibates, fanatics, contented devotee, fearless warriors, religious priests, saints, worldly scholars, enchanting heavenly beauty, angels, 68 Holy Shrines, mighty warriors, all planets, solar system, galaxies, His true devotees who have surrender self-identity sings the glory of His Word. Many others, I might have omitted to mention in my ignorance. Whosoever may be blessed with devotion to meditates; he may remain intoxicated in deep meditation in the void of His Word. The Omnipresent True Master, His Command prevails throughout His Nature. He has created many universes, Creations, stars, creatures of various forms, shapes, colors, and various kinds of worldly wealth. Only His Word prevails, no one can change or avoid His Command, Blessings. His true devotee believes, The

One and Only One only King of Kings; only His Word prevails and the only right path of salvation.

28. ਪ੍ਰਭ ਦੇ ਸੇਵਕ, ਸਿਖ, ਹਿੰਦੂ, ਮੁਸਲਮਾਨ ਦਾ, ਰਹਿਤਨਾਮਾ - True Religious robe?

ਮੁੰਦਾ ਸੰਤੋਖੁ ਸਰਮੁ ਪਤੁ ਝੋਲੀ	Munda santokh saram pat jholee
ਧਿਆਨ ਕੀ ਕਰਹਿ ਬਿਭੂਤਿ॥	Dhi-aan kee karahi bibhoot.
ਖਿੰਥਾ ਕਾਲੁ ਕੁਆਰੀ ਕਾਇਆ	Khinthaa kaal ku-aaree kaa-i-aa
ਜੁਗਤਿ ਡੰਡਾ ਪਰਤੀਤਿ॥	jugat dandaa parteet.
ਆਈ ਪੰਥੀ ਸਗਲ ਜਮਾਤੀ	Aa-ee panthee sagal jamaatee
ਮਨਿ ਜੀਤੈ ਜਗੁ ਜੀਤੁ॥	man jeetai jag jeet.
ਆਦੇਸੁ ਤਿਸੈ ਆਦੇਸੁ॥	Aadays tisai aadays.
ਆਦਿ ਅਨੀਲੁ ਅਨਾਦਿ ਅਨਾਹਤਿ,	Aad aneel anaad anaahat
ਜੁਗੁ ਜੁਗੁ ਏਕੋ ਵੇਸੁ॥੨੮॥	jug jug ayko vays. ||28||

ਪ੍ਰਭ ਦੀ ਰਹਿਮਤ ਪ੍ਰਾਪਤ ਕਰਨ ਲਈ ਕਿਸਤਰ੍ਹਾਂ ਦਾ ਭੇਸ ਬਣਾਉਣਾ ਚਾਹੀਦਾ ਹੈ? ਰਹਿਤਨਾਮਾ ਗੁਰਮਖ ਆਪਣੇ ਜੀਵਨ ਨੂੰ ਬੁਰੇ ਕੰਮਾਂ ਤੋਂ ਰਹਿਤ ਰਖਦਾ; ਬਖਸ਼ਿਸ਼ ਲਈ ਧੀਰਜ; ਬਖਸ਼ਿਸ਼ ਤੇ ਸੰਤੋਖ ਰਖਦਾ, ਬਾਣਾ ਧਾਰਨ ਕਰਦਾ, ਆਪਣੇ ਕੰਨਾਂ ਮੁੰਦਰਾਂ ਬਣਾਉਂਦਾ ਹੈ । ਪ੍ਰਭ ਦੇ ਸ਼ਬਦ ਦਾ ਸਿਮਰਨ, ਪਾਲਣਾ ਅਡੋਲ ਭਰੋਸੇ ਨਾਲ ਕਰਦਾ, ਸ਼ਬਦ ਦੀ ਸੋਝੀ ਨੂੰ ਰੋਮ ਰੋਮ ਜਾਗਰਤ ਰਖਣ ਰੂਪੀ ਸਮਾਧੀ ਆਸਣ ਲਾਉਂਦਾ ਹੈ । ਆਪਣੀ ਆਤਮਾ ਦੀ ਪ੍ਰਭ ਦੀ ਜੋਤ ਵਿਚੋਂ ਵਿਛੋੜੇ ਨੂੰ, ਮੌਤ ਨੂੰ ਸਦਾ ਯਾਦ ਰਖਦਾ, ਪ੍ਰਭ ਦੀ ਜੋਤ ਨੂੰ ਹਰਇਕ ਜੀਵ ਵਿੱਚ ਵਸਦੀ ਸਮਝਕੇ, ਪ੍ਰਭ ਦੇ ਸ਼ਬਦ ਨੂੰ ਅਟਲ ਮੰਨਕੇ ਆਪਣੇ ਜੀਵਨ ਦਾ ਢੰਗ, ਧਾਰਮਕ ਚੋਲਾ, ਬਾਣਾ, ਬਣਾਉਂਦਾ ਹੈ । ਪ੍ਰਭ ਦੀ ਜੋਤ ਹੀ ਸਾਰਿਆਂ ਵਿੱਚ ਪ੍ਰਵੇਸ਼ ਮੰਨ ਕੇ, ਹਰਇਕ ਜੀਵ ਨੂੰ ਹੀ ਪ੍ਰਭ ਦਾ ਰੂਪ, ਆਪਣੀ ਆਤਮਾ ਦਾ ਭਾਗ, ਆਪਣਾ ਭਾਈ ਹੀ ਸਮਝਕੇ ਜੀਵਨ ਬਤੀਤ ਕਰਦਾ ਹੈ । ਜਿਹੜਾ ਆਪਣੇ ਮਨ ਤੇ ਕਾਬੂ ਪਾ ਲੈਂਦਾ ਹੈ, ਫਿਰ ਉਸ ਨੂੰ ਕਦੇ ਅਹੰਕਾਰ ਨਹੀਂ ਆਉਂਦਾ, ਸੰਤੋਖ ਬਖਸ਼ਿਸ਼ ਹੋ ਜਾਂਦਾ ਹੈ, ਪ੍ਰਭ ਦੀ ਸਦਾ ਚਲਣ ਵਾਲੀ ਗੂੰਜ ਮੰਨ ਵਿੱਚ ਸੁਣਈ ਦੇਣ ਲਗ ਪੈਂਦੀ ਹੈ । ਪ੍ਰਭ ਹੀ ਸਾਰੇ ਸੰਸਾਰ ਦਾ (ਆਦਿ) ਮੂਲ, ਜੜ੍ਹ ਰੂਪ ਹੈ । ਉਹ ਅਨੀਲੁ (ਅ+ਨੀਲੁ), ਨੀਲੇ ਅਕਾਸ਼ ਆਦਿਕ ਤੱਤਾਂ ਦੇ ਕਾਰਜ ਤੋਂ (ਅ) ਰਹਿਤ ਹੈ । ਉਹ ਕਾਲੀਆਂ, ਖੋਟੀਆਂ ਇੱਛਾਂ ਤੋਂ ਰਹਿਤ ਹੈ । (ਅਨਾਦਿ)- (ਅਨ+ਆਦਿ) ਉਹ ਆਦਿ ਤੋਂ ਰਹਿਤ ਹੈ । ਕੋਈ ਆਦਿ ਨਹੀਂ, ਅਨਾਦੀ, ਜੁਗਾਂ ਜੁਗਾਂ ਵਿੱਚ ਅਟਲ, ਰਹਿਣ ਵਾਲੇ ਮਾਲਕ ਅੱਗੇ ਰਹਿਮਤ ਦੀ ਅਰਦਾਸ ਕਰਦਾ ਹੈ । ਉਸ ਦਾ ਬਖਸ਼ਿਆ ਭੇਖ, ਰੂਪ, ਸਾਦਗੀ ਵਾਲਾ ਬਸਤਰ ਪਹਿਨ ਦਾ ਹੈ । ਹੋਰ ਨਵਾਂ, ਵਖਰਾ ਭੇਖ, ਬਾਣਾ ਜਾ ਚਿੰਨ੍ਹ ਧਾਰਨ ਨਹੀਂ ਕਰਦਾ, ਧਰਮ ਨਹੀਂ ਚਲਾਉਂਦਾ ।

What should be the true robe of His true devotee? His true devotee, controls his mind, evil thoughts and adopts a way of life; Patience for His Blessings; Contentment with His Blessings; Compassion for less fortunate, accepts sorrows and pleasures in life unconditionally as His Worthy Blessings as his robe, ear-rings; as his meditation throne and rubbing ashes on his body. He always remembers unpredictable death, remains in renunciation in the memory of his separation from His Holy Spirit. He keeps his soul, mind beyond the reach of sweet poison of worldly wealth. Whosoever may adopt the teachings of His Word with steady and stable in his day-to-day life; with His mercy and grace, his soul may be sanctified and drenched with essence of His Word. He believes, His Holy Spirit remains embedded within each soul, dwells and prevails within each creature. Every soul is an expansion of His Holy Spirit; His Creation is brotherhood, a symbol of The True Master. Whosoever may adopt such a way of life; with His mercy and grace, he may conquer his own ego and blessed with the right path of acceptance in His Court. He surrenders his self-identity at His Sanctuary and prays for His Forgiveness and Refuge; The Omnipotent, Omniscient,

Omnipresent, Axiom, true forever True Master. He adopts His Blessed body, robe, mankind as religion and he may never adopt any distinguished symbol, robe except mankind as religion.

29. ਪ੍ਰਭ ਦਾ ਖਜ਼ਾਨਾ ਕਿਤਨਾ ਵਡਾ, ਕਿਹੜਾ ਧਨ ਹੈ? How great is His treasure?

ਭੁਗਤਿ ਗਿਆਨੁ ਦਇਆ ਭੰਡਾਰਣਿ,	Bhugat gi-aan da-i-aa bhandaaran
ਘਟਿ ਘਟਿ ਵਾਜਹਿ ਨਾਦ॥	ghat ghat vaajeh naad.
ਆਪਿ ਨਾਥੁ ਨਾਥੀ ਸਭ ਜਾ ਕੀ	Aap naath naathee sabh jaa kee
ਰਿਧਿ ਸਿਧਿ ਅਵਰਾ ਸਾਦ॥	riDh siDh avraa saad.
ਸੰਜੋਗੁ ਵਿਜੋਗੁ ਦੁਇ ਕਾਰ ਚਲਾਵਹਿ,	Sanjog vijog du-ay kaar chalaaveh
ਲੇਖੇ ਆਵਹਿ ਭਾਗ॥	laykhay aavahi bhaag.
ਆਦੇਸੁ ਤਿਸੈ ਆਦੇਸੁ॥	Aadays tisai aadays.
ਆਦਿ ਅਨੀਲੁ ਅਨਾਦਿ ਅਨਾਹਤਿ,	Aad aneel anaad anaahat
ਜੁਗੁ ਜੁਗੁ ਏਕੋ ਵੇਸੁ॥੨੯॥	jug jug ayko vays. ||29||

ਪ੍ਰਭ ਦੇ ਸ਼ਬਦ ਦੀ ਸੋਝੀ ਰੂਪੀ (ਭੁਗੀਤ) ਭੋਜਨ ਹੀ ਖਾਣੇ ਯੋਗ ਹੈ । ਦੂਸਰਿਆਂ ਉਪਰ ਦਇਆ ਕਰਣਾ ਵਾਲੇ ਗੁਣ ਨਾਲ ਹੀ ਪ੍ਰਭ ਦੇ ਭੰਡਾਰ, ਖਜ਼ਾਨੇਂ ਦਾ ਅਨੁਭਵ, ਬਖਸ਼ਿਸ਼ ਹੁੰਦਾ ਹੈ । ਰੋਮ ਰੋਮ ਵਿਚੋਂ ਸਦਾ ਚਲਣ ਵਾਲੀ ਧੁਨ, ਗਾਉਣਾ, ਹੀ (ਨਾਦ) ਵਾਜਾ, ਸੰਗੀਤ ਹੀ ਪ੍ਰਭ ਦੇ ਧੰਨਵਾਦ ਦੀ ਵਿਧੀ ਹੈ । ਪ੍ਰਭ ਆਪ ਹੀ ਸਭ ਦਾ ਮਾਲਕ (ਨਾਥ) ਹੈ । ਸਾਰੀ ਸ੍ਰਿਸ਼ਟੀ ਉਸ ਦੀ ਸਾਜੀ, ਉਸ ਦੇ ਹੁਕਮ ਵਿੱਚ ਬੰਧੀ (ਨੱਥੀ) ਹੋਈ ਹੈ । ਜੀਵ ਦੇ ਮਨ ਵਿੱਚ ਪ੍ਰਭ ਬਣਨ ਦੀ ਇੱਛਾ ਨਹੀਂ ਹੋਣੀ ਚਾਹੀਦੀ । ਪ੍ਰਭ ਆਪਣੀ ਰਹਿਮਤ ਨਾਲ, ਜਿਸ ਜੀਵ ਨੂੰ ਰਿਧੀਆਂ, ਸਿਧੀਆਂ ਬਖਸ਼ਦਾ ਹੈ । ਉਹ ਜੀਵ ਨਿਮ੍ਰਤਾ ਨਾਲ ਭਰ ਜਾਂਦੇ, ਉਸ ਨੂੰ ਰਿਧੀਆਂ ਦਾ ਕੋਈ ਸਵਾਦ, ਕੋਈ ਅਹੰਕਾਰ ਨਹੀਂ ਹੁੰਦਾ । ਇਹਨਾਂ ਰਿਧੀਆਂ ਸਿਧੀਆਂ ਦਾ ਜਦੋਂ ਵੀ ਕਿਸੇ ਨੂੰ ਸਵਾਦ ਆਉਣ ਲਗ ਪੈਂਦਾ ਹੈ । ਉਸ ਸਮੇਂ ਉਹ ਪ੍ਰਭ ਦੇ ਅਨੰਦ ਤੋਂ ਦੂਰ ਹੋ ਜਾਂਦਾ, ਇਹ ਸਵਾਦ ਹੀ ਅਹੰਕਾਰ ਦੀ ਜੜ੍ਹ ਮਜ਼ਬੂਤ ਕਰਦਾ ਹੈ । ਪ੍ਰਭ ਦੇ ਹੁਕਮ ਦੇ ਅਨੁਸਾਰ, ਜੀਵ ਦੀ ਆਤਮਾ ਦਾ ਪ੍ਰਭ ਦੀ ਜੋਤ ਤੋਂ ਵਿਛੋੜਾ ਹੁੰਦਾ ਹੈ । ਜੀਵ ਦੇ ਸੰਸਾਰ ਵਿੱਚ ਕੀਤੇ ਕੰਮਾਂ ਦੇ ਫਲ ਨਾਲ ਹੀ ਪ੍ਰਭ ਜੀਵ ਦੇ ਭਾਗ ਲਿਖਦਾ ਹੈ । ਜੀਵ ਸੰਸਾਰਕ ਜੀਵਨ ਬਤੀਤ ਕਰਦਾ ਹੈ । ਪ੍ਰਭ ਦਾ ਸ਼ਬਦ, ਆਤਮਾ ਵਿੱਚ ਸਮਾਇਆ ਰਹਿੰਦਾ ਹੈ । ਜਿਹੜਾ ਸ਼ਬਦ ਅਨੁਸਾਰ ਜੀਵਨ ਬਤੀਤ ਕਰਦਾ ਹੈ, ਉਸ ਨੂੰ ਸੰਸਾਰਕ ਮਾਇਆ ਰੂਪੀ ਤਿੰਨਾਂ ਪਦਾਰਥਾਂ (ਰਾਜਸ, ਤਾਮਸ, ਸਾਤਸ) ਤੇ ਜਿੱਤ ਬਖਸ਼ਿਸ਼ ਹੁੰਦੀ ਹੈ । ਪ੍ਰਭ ਦੀ ਰਹਿਮਤ ਨਾਲ ਪ੍ਰਵਾਨਗੀ ਦਾ ਅਸਲੀ ਰਸਤਾ, ਚੌਥਾਂ ਪਦਾਰਥ ਬਖਸ਼ਿਸ਼ ਹੁੰਦਾ ਹੈ । ਪ੍ਰਭ ਹੀ ਸਾਰੇ ਸੰਸਾਰ ਦਾ (ਆਦਿ) ਮੂਲ, ਜੜ੍ਹ ਰੂਪ ਹੈ । ਉਹ ਅਨੀਲੁ (ਅ+ਨੀਲੁ), ਨੀਲੇ ਅਕਾਸ਼ ਆਦਿਕ ਤੱਤਾਂ ਦੇ ਕਾਰਜ ਤੋਂ (ਅ) ਰਹਿਤ ਹੈ । ਉਹ ਕਾਲੀਆਂ, ਖੋਟੀਆਂ ਇੱਛਾਂ ਤੋਂ ਰਹਿਤ ਹੈ । (ਅਨਾਦਿ)-(ਅਨ+ਆਦਿ) ਉਹ ਆਦਿ ਤੋਂ ਰਹਿਤ ਹੈ । ਕੋਈ ਆਦਿ ਨਹੀਂ, ਅਨਾਦੀ ਹੈ, ਜੁਗਾਂ ਜੁਗਾਂ ਵਿੱਚ ਅਟਲ, ਮਾਲਕ ਸਮਝਕੇ ਰਹਿਮਤ ਦੀ ਅਰਦਾਸ ਕਰਨੀ ਚਾਹੀਦਾ ਹੈ ।

The enlightenment of the essence of His Word may be the ambrosial worthy nourishment for soul sanctification; with His mercy and grace, he may be blessed with treasure of compassion, forgiveness for less fortunate. He may hear the everlasting echo of His Word resonating within his heart. The One and Only One, True Master, King of kings, guru of all gurus, creates, nourishes, protects, assigns unique tasks, monitors His Creation. All miracle powers to become supreme-being may be bestowed with His Blessed Vision and remains only under His Command. Whosoever may show sign of pride with miracle powers; he may be deprived from His Sanctuary; the root of ego becomes stronger within his mind. His Holy Spirit always keeps cleansing herself and separates blemish soul to be sanctified; her cycle of reincarnation begins. The True Master prewrites his destiny as a reward for his worldly deeds. His roadmap to become acceptable remains embedded as His Word within his soul. Whosoever may adopt the teachings of His Word, embedded within his soul with steady and stable belief; with His mercy and grace, his soul may remain beyond the reach of sweet poison of worldly wealth, three virtues **(Raajas, Taamas, Satvas)** of worldly wealth. He may be blessed with the 4th virtues, the right path of acceptance in His Court, Salvation. The process of separation and immersing of the soul with His Holy Spirit, completes the play of the universe. He should surrender his self-identity at His Sanctuary and prays for His Forgiveness and Refuge; The Axiom, Omnipotent, Omniscient, Omnipresent, true forever True Master;

Three Virtues of worldly wealth: – Raajas, Taamas, Satvas!

ਰਜ ਗੁਣ; Raajas: Mind concentration! The quality of energy and activity!

ਤਮ ਗੁਣ; Taamas: Mind Awareness! The quality of Darkness and inertia!

ਸਤ ਗੁਣ; Satvas: Purity, of mind! The quality of purity and light!

** **Three Virtues of worldly wealth: Arath, Dharam, Kaam!**

ਅਰਥ; Arath: Adopt His Word in life.

ਧਰਮ; Dharam: Self-discipline, own character! Conquer selfishness!

ਕਾਮ; Kaam: Conquer sexual desire for strange woman:

30. ਸ੍ਰਿਸ਼ਟੀ ਦਾ ਪਸਾਰਾ ਕਿਵੇਂ ਹੋਇਆ ਹੈ? How universe is created, expanded?

ਏਕਾ ਮਾਈ ਜੁਗਤਿ ਵਿਆਈ	Aykaa maa-ee jugat vi-aa-ee
ਤਿਨਿ ਚੇਲੇ ਪਰਵਾਣੁ॥	tin chaylay parvaan.
ਇਕੁ ਸੰਸਾਰੀ ਇਕੁ ਭੰਡਾਰੀ	Ik sansaaree ik bhandaaree
ਇਕੁ ਲਾਏ ਦੀਬਾਣੁ॥	ik laa-ay deebaan.
ਜਿਵ ਤਿਸੁ ਭਾਵੈ ਤਿਵੈ ਚਲਾਵੈ	Jiv tis bhaavai tivai chalaavai
ਜਿਵ ਹੋਵੈ ਫੁਰਮਾਣੁ॥	jiv hovai furmaan.
ਓਹੁ ਵੇਖੈ ਓਨਾ ਨਦਰਿ ਨ ਆਵੈ	Oh vaykhai onaa nadar na aavai
ਬਹੁਤਾ ਏਹੁ ਵਿਡਾਣੁ॥	bahutaa ayhu vidaan.
ਆਦੇਸੁ ਤਿਸੈ ਆਦੇਸੁ॥	Aadays tisai aadays.
ਆਦਿ ਅਨੀਲੁ ਅਨਾਦਿ ਅਨਾਹਤਿ,	Aad aneel anaad anaahat
ਜੁਗੁ ਜੁਗੁ ਏਕੋ ਵੇਸੁ॥੩੦	jug jug ayko vays. ||30||

ਕੇਵਲ ਇਕੋ ਇਕ ਪ੍ਰਭ ਹੀ ਸਾਰੀ ਸ੍ਰਿਸ਼ਟੀ ਪੈਦਾ ਕਰਦਾ ਹੈ, ਸਾਰੀ ਸ੍ਰਿਸ਼ਟੀ ਪ੍ਰਭ ਦੀ ਜੋਤ ਦਾ ਪਸਾਰਾ, ਵਿਚੋਂ ਹੀ ਉਤਪਤ ਹੁੰਦੀ ਹੈ । ਜਿਹੜਾ ਸ਼ਬਦ ਦੇ ਇਸ ਤੱਤ ਤੇ ਭਰੋਸਾ ਅਡੋਲ ਰਖਕੇ, ਸ਼ਬਦ ਦਾ ਸਿਖਿਆਂ ਨਾਲ ਜੀਵਨ ਬਤੀਤ ਕਰਦਾ ਹੈ, ਉਸ ਨੂੰ ਪ੍ਰਵਾਨਗੀ ਦਾ ਰਸਤਾ ਬਖਸ਼ਿਸ਼ ਹੋ ਸਕਦਾ ਹੈ । ਇਕੋ ਇਕ ਪ੍ਰਭ ਹੀ ਸ੍ਰਿਸ਼ਟੀ ਪੈਦਾ ਕਰਦਾ, ਪਾਲਣਾ, ਪੋਸਨਾ ਕਰਦਾ, ਗੁਣਾਂ, ਸੋਝੀ ਦਾ ਖਜ਼ਾਨਾ ਬਖਸ਼ਦਾ ਹੈ । ਪ੍ਰਭ ਦੇ ਹੁਕਮ ਨਾਲ ਹੀ ਜੀਵਨ ਦਾ ਰਸਤਾ, ਤਨ ਦੀ, ਸੰਸਾਰਕ ਇੱਛਾਂ ਦੀ ਮੌਤ ਹੁੰਦੀ ਹੈ । ਪ੍ਰਭ ਜੀਵ ਦੇ ਸੰਸਾਰਕ ਕੀਤੇ ਕੰਮਾਂ ਨੂੰ ਪਰਖਦਾ, ਉਸ ਦੇ ਅਗਲੇ ਜੀਵਨ ਦੇ ਭਾਗ ਲਿਖਦਾ, ਨਵੀਂ ਜੂੰਨ ਵਿੱਚ ਭੇਜਦਾ ਹੈ । ਜੀਵ ਕੇਵਲ ਪ੍ਰਭ ਦੇ ਹੁਕਮ ਅੰਦਰ ਹੀ ਚਲ ਸਕਦਾ ਹੈ । ਕੇਵਲ ਪ੍ਰਭ ਦਾ ਅਟਲ ਹੁਕਮ ਹੀ ਚਲਦਾ ਹੈ । ਪ੍ਰਭ ਜੀਵ ਨੂੰ ਪੈਦਾ ਕਰਦਾ, ਪਾਲਣਾ ਪੋਸਨਾ ਕਰਦਾ, ਰਖਿਆ ਕਰਦਾ, ਰਸਤਾ ਬਖਸ਼ਦਾ ਹੈ । ਫਿਰ ਵੀ ਜੀਵ ਦੀ ਨਜ਼ਰ ਵਿੱਚ ਨਹੀਂ ਆਉਦਾ, ਇਹ ਪ੍ਰਭ ਦਾ ਅਨੋਖਾ ਹੀ ਖੇਲ ਹੈ । ਪ੍ਰਭ ਹੀ ਸਾਰੇ ਸੰਸਾਰ ਦਾ (ਆਦਿ) ਮੂਲ, ਜੜ੍ਹ ਰੂਪ ਹੈ । ਉਹ ਅਨੀਲੁ (ਅ+ਨੀਲੁ), ਨੀਲੇ ਅਕਾਸ਼ ਆਦਿਕ ਤੱਤਾਂ ਦੇ ਕਾਰਜ ਤੋਂ (ਅ) ਰਹਿਤ ਹੈ । ਉਹ ਕਾਲੀਆਂ, ਖੋਟੀਆਂ ਇੱਛਾਂ ਤੋਂ ਰਹਿਤ ਹੈ । (ਅਨਾਦਿ)–(ਅਨ+ਆਦਿ) ਉਹ ਆਦਿ ਤੋਂ ਰਹਿਤ ਹੈ । ਕੋਈ ਆਦਿ ਨਹੀਂ, ਆਪ ਅਨਾਦੀ ਹੈ, ਜੁਗਾਂ ਜੁਗਾਂ ਵਿੱਚ ਅਟਲ, ਮਾਲਕ ਸਮਝਕੇ ਰਹਿਮਤ ਦੀ ਅਰਦਾਸ ਕਰਨੀ ਚਾਹੀਦਾ ਹੈ ।

The One and Only One True Master creates new life, as an expansion of His Holy Spirt; only blemish soul may be separated from His Holy Spirit. His soul may be blessed with new body, His new Word, road-map embedded within his soul to sanctify and becomes worthy of His Consideration. Whosoever may adopt the teachings of His Word, embedded within his soul; with His mercy and grace, he may be blessed with the right path of acceptance in His Court. The One and Only One True Master creates, nourishes, protects, and destroys his perishable body; death to his worldly desires. Everything happens under His command, The True Master, Treasures of all virtues. The True Master prevails, monitors all worldly activities of His Creation; however, He remains beyond any visibility and realization of His Creation. His true devotee surrenders his self-identity at His Sanctuary and prays for His Forgiveness and Refuge; The Omnipotent, Axiom, Omniscient, Omnipresent, true forever True Master, before the creation of universe and after the destruction of the universe.

31. ਪ੍ਰਭ ਬਖਸ਼ਿਸ਼ ਕਿਸ ਸਮੇਂ ਕਰਦਾ ਹੈ? When God blesses the Soul?

ਆਸਣੁ ਲੋਇ ਲੋਇ ਭੰਡਾਰ॥	Aasan lo-ay lo-ay bhandaar.
ਜੋ ਕਿਛੁ ਪਾਇਆ ਸੁ ਏਕਾ ਵਾਰ॥	Jo kichh paa-i-aa so aykaa vaar.
ਕਰਿ ਕਰਿ ਵੇਖੈ ਸਿਰਜਣਹਾਰੁ॥	Kar kar vaykhai sirjanhaar.
ਨਾਨਕ ਸਚੇ ਕੀ ਸਾਚੀ ਕਾਰ॥	Naanak sachay kee saachee kaar.
ਆਦੇਸੁ ਤਿਸੈ ਆਦੇਸੁ॥	Aadays tisai aadays.
ਆਦਿ ਅਨੀਲੁ ਅਨਾਦਿ ਅਨਾਹਤਿ,	Aad aneel anaad anaahat
ਜੁਗੁ ਜੁਗੁ ਏਕੋ ਵੇਸੁ॥੩੧॥	jug jug ayko vays. ||31||

ਜੀਵ ਨੂੰ ਸ਼ਬਦ ਦਾ ਸੋਝੀ, ਪ੍ਰਭ ਦੀ ਰਹਿਮਤ ਦੀ ਬਖਸ਼ਿਸ਼ ਲਈ, ਪ੍ਰਭ ਦੀ ਸਾਜੀ ਸ੍ਰਿਸ਼ਟੀ ਵਿੱਚ ਹੀ ਆਸਣ ਲਾਉਣਾ, ਜੀਵਨ ਬਤੀਤ ਕਰਦੇ ਸਿਮਰਨ ਕਰਨਾ ਚਾਹੀਦਾ ਹੈ । ਜੀਵ ਨੂੰ ਵੱਖਰਾ ਆਸਣ ਲਾਉਣ ਦੀ ਕੋਈ ਲੋੜ ਨਹੀਂ ਹੈ । ਸਾਰਿਆਂ ਸ੍ਰਿਸ਼ਟੀਆਂ ਨੂੰ ਰੋਜ਼ੀ ਬਖਸ਼ਣਾ ਹੀ ਪ੍ਰਭ ਦਾ ਸ੍ਰਿਸ਼ਟੀ ਵਿੱਚ ਭੰਡਾਰ ਹੈ । ਪ੍ਰਭ ਨੇ ਜਨਮ ਤੋਂ ਪਹਿਲੇ ਹੀ ਹਰਇਕ ਜੀਵ ਦੇ ਭਾਗਾਂ ਵਿੱਚ ਸਭ ਕੁਝ ਲਿਖਿਆ ਹੈ । ਪ੍ਰਭ ਸਾਰਿਆਂ ਦੀ ਉਤਪਤੀ, ਪਾਲਣਾ ਕਰਦਾ ਹੈ । ਸਾਰੀਆਂ ਦੇ ਕੰਮਾਂ, ਪਾਪਾਂ, ਪੁੰਨਾਂ ਨੂੰ ਜੋਗੀਆਂ ਭੋਗੀਆਂ ਨੂੰ ਦੇਖਦਾ, ਪਰਖਦਾ ਹੈ । ਪ੍ਰਭ ਦੇ ਸ੍ਰਿਸ਼ਟੀ ਨੂੰ ਚਲਾਉਣ ਦੇ ਕਰਤਬ ਵੀ ਅਨੋਖੇ ਹਨ ।

The True Master has established His Royal Throne, 10th door within body of every creature; His Throne within his soul as His Word, The Righteous Judge. Whosoever may have a desire to be enlightened with the essence of His Word; the real path of purpose of human life opportunity; to become worthy of His Consideration; he must meditate, and adopts the teachings of His Word with steady and stable belief in his day-to-day life. His Treasure remain overwhelmed with virtues to provide nourishment and protection to His Creation. The True Master blesses all virtues once at the time of birth to new-born to survive in the universe and to sanctify his soul to become worthy of His Consideration. The True Master creates, nourishes, protects, and monitor all activities in his life. His Creation is real and not a fiction, illusion, imagination; however, perishable after a predetermined time. His true devotee should surrender his self-identity at His Sanctuary and prays for His Forgiveness and Refuge; The Omnipotent, Axiom, Omniscient, Omnipresent, true forever, from True Master; before the creation of universe and after the destruction of the universe.

32. ਪ੍ਰਭ ਦੇ ਬੰਦਗੀ ਕਰਨਵਾਲੇ ਦਾਸ ਕੀ ਮੰਗ ਦੇ ਹਨ ਹੈ? prayer of the Blessed soul?

ਇਕ ਦੂ ਜੀਭੌ ਲਖ ਹੋਹਿ,	Ik doo jeebhou lakh hohi
ਲਖ ਹੋਵਹਿ ਲਖ ਵੀਸ॥	lakh hoveh lakh vees.
ਲਖੁ ਲਖੁ ਗੇੜਾ ਆਖੀਅਹਿ,	Lakh lakh gayrhaa aakhee-ahi
ਏਕੁ ਨਾਮੁ ਜਗਦੀਸ॥	ayk naam jagdees.
ਏਤੁ ਰਾਹਿ ਪਤਿ ਪਵੜੀਆ,	Ayt raahi pat pavrhee-aa
ਚੜੀਐ ਹੋਇ ਇਕੀਸ॥	charhee-ai ho-ay ikees.
ਸੁਣਿ ਗਲਾ ਆਕਾਸ ਕੀ,	Sun galaa aakaas kee
ਕੀਟਾ ਆਈ ਰੀਸ॥	keetaa aa-ee rees.
ਨਾਨਕ ਨਦਰੀ ਪਾਈਐ,	Naanak nadree paa-ee-ai
ਕੂੜੀ ਕੂੜੈ ਠੀਸ॥੩੨॥	koorhee koorhai thees. ‖32‖

ਜੀਵ ਦੀ ਸਿਮਰਨ ਕਰਨ ਦੀ ਇੱਛਾਂ, ਸ਼ਰਧਾ ਇਤਨੀ ਹੋਣੀ ਚਾਹੀਦੀ ਹੈ? ਮਾਲਕ ਮੇਰੀ ਇਕ ਜੀਭ ਤੋਂ ਲਖ ਬਣ ਜਾਣ, ਫਿਰ ਹਰਇਕ ਜੀਭ ਤੋਂ ਵੀਹ ਲਖ ਬਣ ਜਾਣ! ਅਪਣੀ ਰਹਿਮਤ ਦੀ ਨਜ਼ਰ ਬਖਸ਼ਕੇ, ਹਰਇਕ ਜੀਭ ਵਿਚੋਂ ਲਖ ਲਖ ਵਾਰਾ ਸਿਮਰਨ ਕਰਨ ਦੀ ਸਮਰਥਾ ਬਖਸ਼ੋ । ਮੇਰੇ ਮਨ ਵਿੱਚ ਸਦਾ ਚਲਣ ਵਾਲੀ ਸ਼ਬਦ ਦੀ ਧੁਨ ਸੁਣਾਈ ਦੇਵੇ! ਮੈਂ ਸ਼ਬਦ ਦੇ ਸਿਮਰਨ ਵਿੱਚ ਲੀਨ ਹੋਇਆ, ਸ਼ਬਦ ਦੀ ਸਮਾਧੀ, ਪ੍ਰਭ ਦੀ ਜੋਤ ਵਿੱਚ ਸਮਾ ਜਾਵਾ! ਆਪਣੀ ਜੀਭ ਨਾਲ ਸਿਮਰਨ ਰੂਪੀ ਪੌੜੀਆਂ ਦੁਆਰਾ, ਬ੍ਰਹਮ ਵਿੱਚ ਚੜ੍ਹੀਦਾ ਹੈ । ਪ੍ਰਭ ਦੇ ਸ਼ਬਦ ਦੀ ਧੁਨ ਸੁਣਕੇ, ਪਾਪੀ ਵੀ ਬੁਰੇ ਕੰਮ ਤਿਆਗਕੇ, ਸ਼ਬਦ ਦੀ ਸਿਖਿਆਂ ਨੂੰ ਜੀਵਨ ਵਿੱਚ ਢਾਲਕੇ, ਪ੍ਰਵਾਨਗੀ ਦੇ ਰਸਤੇ ਤੇ ਅਡੋਲ ਹੋ ਜਾਂਦੇ ਹਨ ।

His true devotee should always have such a burning anxiety, devotion to meditate on the teachings of His Word? He may always pray for His Forgiveness and refuge to transform his one tongue to lakh tongue then again, each tongue into 20 lakhs tongue. With His Blessed Vision, I may be blessed with devotion to meditate lakhs time on the teachings of His Word. I may hear the everlasting echo of His Word resonating within my heart. I may remain intoxicated in meditation, in the void of His Word; my soul may be absorbed in the everlasting echo of His Word resonating in His Nature. These are steps of ladder to climb to His Royal Palace within his soul! Sometimes hearing the sermons of His true devotee even non-believers, evil doers may renounce sinful path and adopts the teachings of His Word; with His mercy and grace, he may be blessed with the right path of acceptance in His Court.

33. ਮਾਨਸ ਆਪਣੀ ਸਮਰਥਾ, ਬਲ! Capability of creature

ਆਖਣਿ ਜੋਰੁ ਚੁਪੈ ਨਹ ਜੋਰੁ॥	Aakhan jor chupai nah jor.
ਜੋਰੁ ਨ ਮੰਗਣਿ ਦੇਣਿ ਨ ਜੋਰੁ॥	Jor na mangan dayn na jor.
ਜੋਰੁ ਨ ਜੀਵਣਿ ਮਰਣਿ ਨਹ ਜੋਰੁ॥	Jor na jeevan maran nah jor.
ਜੋਰੁ ਨ ਰਾਜਿ ਮਾਲਿ ਮਨਿ ਸੋਰੁ॥	Jor na raaj maal man sor.
ਜੋਰੁ ਨ ਸੁਰਤੀ ਗਿਆਨਿ ਵੀਚਾਰਿ॥	Jor na surtee gi-aan veechaar.
ਜੋਰੁ ਨ ਜੁਗਤੀ ਛੁਟੈ ਸੰਸਾਰੁ॥	Jor na jugtee chhutai sansaar.
ਜਸੁ ਹਥਿ ਜੋਰੁ ਕਰਿ ਵੇਖੈ ਸੋਇ॥	Jis hath jor kar vaykhai so-ay.
ਨਾਨਕ ਉਤਮੁ ਨੀਚੁ ਨ ਕੋਇ॥੩੩॥	Nanak utam neech na ko-ay. ‖33‖

ਹਰਇਕ ਜੀਵ, ਪ੍ਰਭ ਦੇ ਅਧੀਨ ਹੈ, ਪ੍ਰਭ ਦੀ ਮਰਜ਼ੀ ਤੋਂ ਬਿਨਾਂ ਜੀਵ ਵਿੱਚ ਬੋਲਣ, ਚੁਪ ਰਹਿਣ, ਮੰਗਣ, ਦਾਣ, ਜੀਉਂਦੇ ਰਹਿਣ, ਮਰਨ, ਕਿਸੇ ਤੇ ਹੁਕਮ ਚਲਾਉਣ, ਧਨ ਇਕੱਠਾ ਕਰਨ, ਬੰਦਗੀ ਕਰਨ, ਸ਼ਬਦ ਦੀ ਸੋਝੀ ਬਖਸ਼ਿਸ਼ ਹੋਣ, ਮੌਤ ਦੇ ਜਮਦੂਤ ਤੋਂ ਬਚਨ ਦੀ ਕੋਈ ਸਮਰਥਾ, ਜ਼ੋਰ ਨਹੀਂ ਹੁੰਦਾ । ਇਕੋ ਇਕ ਪ੍ਰਭ ਦੇ ਹੁਕਮ ਅੰਦਰ ਹੀ ਸ੍ਰਿਸ਼ਟੀ ਦਾ ਸਾਰਾ ਖੇਲ ਚਲਦਾ ਹੈ । ਹਰਇਕ ਜੀਵ ਦੇ ਸੰਸਾਰ ਵਿੱਚ ਕੀਤੇ ਕੰਮ ਪਰਖਦਾ ਹੈ । ਪ੍ਰਭ ਦੇ ਭਾਣੇ, ਸ਼ਬਦ ਅਨੁਸਾਰ ਹੀ ਜੀਵ ਸੰਸਾਰ ਵਿੱਚ ਜੀਵਨ ਬਤੀਤ ਕਰ ਸਕਦਾ ਹੈ । ਪ੍ਰਭ ਦੇ ਦਰਬਾਰ ਵਿੱਚ ਸੰਸਾਰਕ ਹੈਸੀਅਤ ਦੀ ਕੋਈ ਮਹੱਤਤਾ ਨਹੀਂ ਹੁੰਦੀ, ਕੋਈ ਵੀ ਉਚਾ ਜਾ ਨੀਂਵਾ ਨਹੀ ਹੁੰਦਾ, ਕੀਤੇ ਕੰਮਾਂ ਦਾ ਫਲ ਹੀ ਬਖਸ਼ਿਸ਼ ਹੁੰਦਾ ਹੈ ।

The whole universe remains under His Command alone; as a slave. No one may have any power to control, his tongue to speak or to be quiet; to beg or give charity; live or die; to rule over any one, collect any worldly wealth; to meditate or become enlightened; to escape devil of death, alter the time of his own death. The One and Only One True Master controls all functions, plays of the universe. Worldly status, social low or high class, caste has no significance. Everyone must endure the reward of his worldly deeds and moved to new life or acceptance in His Court.

34. ਧਰਮਾਂ ਦੇ ਬੰਦਗੀ ਦੇ ਢੰਗ, ਕੀ ਮਹੱਤਤਾ ਹੈ? significance of religious rituals?

ਰਾਤੀ ਰੁਤੀ ਥਿਤੀ ਵਾਰ॥	Raatee rutee thitee vaar.
ਪਵਣ ਪਾਣੀ ਅਗਨੀ ਪਾਤਾਲ॥	Pavan paanee agnee paataal.
ਤਿਸੁ ਵਿਚਿ ਧਰਤੀ ਥਾਪਿ ਰਖੀ ਧਰਮ ਸਾਲ॥	Tis vich Dhartee thaap rakhee Dharam saal.
ਤਿਸੁ ਵਿਚਿ ਜੀਅ ਜੁਗਤਿ ਕੇ ਰੰਗ॥	Tis vich jee-a jugat kay rang.
ਤਿਨ ਕੇ ਨਾਮ ਅਨੇਕ ਅਨੰਤ॥	Tin kay naam anayk anant.
ਕਰਮੀ ਕਰਮੀ ਹੋਇ ਵੀਚਾਰੁ॥	Karmee karmee ho-ay veechaar.
ਸਚਾ ਆਪਿ ਸਚਾ ਦਰਬਾਰੁ॥	Sachaa aap sachaa darbaar.
ਤਿਥੈ ਸੋਹਨਿ ਪੰਚ ਪਰਵਾਣੁ॥	Tithai sohan panch parvaan.
ਨਦਰੀ ਕਰਮਿ ਪਵੈ ਨੀਸਾਣੁ॥	Nadree karam pavai neesaan.
ਕਚ ਪਕਾਈ ਓਥੈ ਪਾਇ॥	Kach pakaa-ee othai paa-ay.
ਨਾਨਕ ਗਇਆ ਜਾਪੈ ਜਾਇ॥੩੪॥	Naanak ga-i-aa jaapai jaa-ay. ||34||

ਪ੍ਰਭ ਨੇ ਸਾਰੇ ਦਿਨ, ਰਾਤ, ਸਮੇਂ, ਰੁੱਤ, ਸਦੀ, ਹਵਾ, ਪਾਣੀ, ਅਗਨੀ, ਪਤਾਲ ਬਣਾਏ ਹਨ, ਇਸ ਵਿੱਚ ਧਰਤੀ ਨੂੰ ਧਰਮ (ਨਿਯਮ, ਅਸੂਲ) ਦੀ ਜਗ੍ਹਾ ਬਣਾ ਕੇ ਸਥਾਪਨ ਕੀਤਾ ਹੈ । ਇਸ ਵਿੱਚ ਜੀਵਨ ਬਤੀਤ ਕਰਨ ਦੇ ਨਿਯਮ, ਸ਼ਬਦ ਰੂਪ ਵਿੱਚ ਹਰਇਕ ਜੀਵ ਦੀ ਆਤਮਾ ਵਿੱਚ ਬਖਸ਼ਿਆ, ਸਮਾਇਆ ਹੈ । ਇਸ ਵਿੱਚ ਅਨੇਕਾਂ ਕਿਸਮਾਂ ਦੇ ਜੀਵ ਪੈਦਾ ਕੀਤੇ ਹਨ । ਜੀਵਾਂ ਦੀਆਂ ਕਿਸਮਾਂ ਨਾਮਾਂ ਦੀ ਗਿਣਤੀ ਨਹੀ ਕੀਤੀ ਜਾ ਸਕਦੀ । ਹਰਇਕ ਜੀਵ ਦੇ ਜਨਮ ਦਾ ਖਾਸ ਮੰਤਵ ਹੁੰਦਾ ਹੈ, ਉਸ ਦੀ ਆਤਮਾ ਵਿੱਚ ਸ਼ਬਦ ਰੂਪ ਵਿੱਚ ਸਮਾਇਆ ਰਹਿੰਦਾ ਹੈ । ਮੌਤ ਪਿਛੋਂ ਪ੍ਰਭ ਦੇ ਦਰਬਾਰ ਵਿੱਚ ਲੇਖਾ ਕੀਤਾ ਜਾਂਦਾ ਹੈ, ਪਰਖੇ ਜਾਂਦੇ ਹਨ । ਉਸ ਦੇ ਕਰਮਾਂ ਦਾ ਨਿਰਨਾ ਕੀਤਾ ਜਾਂਦਾ ਹੈ । ਉਸ ਨੂੰ ਕੀ ਫਲ ਬਖਸ਼ਿਸ਼ ਹੋਵੇ ਗਾ? ਪ੍ਰਭ ਦੇ ਦਰਬਾਰ ਵਿੱਚ ਸਦਾ ਇਨਸਾਫ ਹੀ ਹੁੰਦਾ ਹੈ । ਉਸ ਦੇ ਦਰਬਾਰ ਵਿੱਚ ਝੂਠ, ਜਾ ਕਿਸੇ ਦਾ ਹੱਕ ਨਹੀਂ ਮਾਰਿਆ ਜਾਂਦਾ । ਦਰਬਾਰ ਵਿੱਚ ਕੱਚੇ, ਪੱਕੇ ਕਰਮਾਂ ਵਾਲੇ ਦੇ ਕੰਮਾਂ ਦਾ ਨਿਰਨਾ, ਪਰਖ ਹੁੰਦੀ ਹੈ । ਚੰਗੇ ਅਤੇ ਮੰਦੇ ਕਰਮਾਂ ਦੇ ਅਨੁਸਾਰ ਫਲ ਬਖਸ਼ਿਸ਼ ਹੁੰਦਾ ਹੈ । ਜਿਹੜੇ ਜੀਵ ਦੀ ਸ਼ਬਦ ਦੀ ਕਮਾਈ ਪ੍ਰਵਾਨ ਹੋ ਜਾਂਦੀ ਹੈ, ਜਨਮ ਮਰਨ ਦੇ ਦੁਖਾਂ ਤੋਂ ਰਹਿਤ ਹੋ ਜਾਂਦਾ ਹੈ । ਉਹ ਦਰਬਾਰ ਵਿੱਚ ਹਾਜ਼ਰ, ਮੁਖੀ, ਸੋਭਦਾ, ਪ੍ਰਭ ਨੂੰ ਪ੍ਰਵਾਨ ਹੋ ਜਾਂਦਾ ਹੈ ।

The True Master has established day, night, weak, month, time, seasons. He has created air, water, fire and under world. He has established earth as a throne to meditate on the teachings of His Word. He has established His Dharma, path of his worldly life as a road-map as His Word that remains embedded within each soul. He has created various kinds of creatures; the actual names of all creatures remain beyond any comprehension of His Creation. Every creature has assigned a unique purpose of his journey in the universe. His purpose of life and road map to become acceptable remain embedded within his soul as His Word. After death, all his worldly deeds are subjected to judgement of The Righteous Judge. His judgement remains ultimate and true justice, no one may escape with any clever tricks. Whosoever may adopt the teachings of His Word, embedded within his soul;

with His mercy and grace, his earnings of His Word may be accepted in His Court. He may be honored in His Court with salvation.

35. ਧਰਮ ਅਤੇ ਗਿਆਨ ਖੰਡ ਵਾਲੀ ਕੀ ਅਵਸਥਾ ਹੈ?

ਧਰਮ ਖੰਡ ਕਾ ਏਹੋ ਧਰਮੁ॥	dharam khand kaa ayho Dharam.
ਗਿਆਨ ਖੰਡ ਕਾ ਆਖਹੁ ਕਰਮੁ॥	gi-aan khand kaa aakhhu karam.
ਕੇਤੇ ਪਵਣ ਪਾਣੀ ਵੈਸੰਤਰ	kaytay pavan paanee vaisantar
ਕੇਤੇ ਕਾਨ ਮਹੇਸ॥	Kaytay kaan mahays.
ਕੇਤੇ ਬਰਮੇ ਘਾੜਤਿ ਘੜੀਅਹਿ	kaytay barmay ghaarhat gharhee-ahi
ਰੂਪ ਰੰਗ ਕੇ ਵੇਸ॥	roop rang kay vays.
ਕੇਤੀਆ ਕਰਮ ਭੂਮੀ ਮੇਰ	kaytee-aa karam bhoomee mayr
ਕੇਤੇ ਕੇਤੇ ਧੂ ਉਪਦੇਸ॥	kaytay kaytay Dhoo updays.
ਕੇਤੇ ਇੰਦ ਚੰਦ ਸੂਰ ਕੇਤੇ	kaytay ind chand soor kaytay
ਕੇਤੇ ਮੰਡਲ ਦੇਸ॥	kaytay mandal days.
ਕੇਤੇ ਸਿਧ ਬੁਧ ਨਾਥ	kaytay siDh buDh naath
ਕੇਤੇ ਕੇਤੇ ਦੇਵੀ ਵੇਸ॥	kaytay kaytay dayvee vays.
ਕੇਤੇ ਦੇਵ ਦਾਨਵ ਮੁਨਿ ਕੇਤੇ	kaytay dayv daanav mun kaytay
ਕੇਤੇ ਰਤਨ ਸਮੁੰਦ॥	kaytay ratan samund.
ਕੇਤੀਆ ਖਾਣੀ ਕੇਤੀਆ ਬਾਣੀ	kaytee-aa khaanee kaytee-aa banee
ਕੇਤੇ ਪਾਤ ਨਰਿੰਦ॥	kaytay paat narind.
ਕੇਤੀਆ ਸੁਰਤੀ ਸੇਵਕ ਕੇਤੇ	kaytee-aa surtee sayvak kaytay
ਨਾਨਕ ਅੰਤੁ ਨ ਅੰਤੁ॥੩੫॥	naanak ant na ant. ||35||

*** ਸ਼ਬਦ ਦੀ ਸਿਖਿਆਂ ਨਾਲ ਜੀਵਨ ਬਤੀਤ ਕਰਨ ਦੀ ਅਵਸਥਾ ਦਾ ਨਾਮ ਧਰਮ ਖੰਡ ਹੈ!**

ਇਸ ਅਵਸਥਾ ਵਿੱਚ ਜੀਵ ਨੂੰ ਪ੍ਰਭ ਦੀ ਸ੍ਰਿਸ਼ਟੀ ਦੀ, ਸ਼ਬਦ ਦੀ ਸੋਝੀ ਬਖਸ਼ਿਸ਼ ਹੋ ਜਾਂਦੀ ਹੈ । ਉਸ ਨੂੰ ਅਨੇਕਾਂ ਹੀ ਕਿਸਮਾਂ ਸ਼ਕਤੀਆਂ ਦੀ ਸੋਝੀ ਬਖਸ਼ਿਸ਼ ਹੋ ਜਾਂਦੀ ਹੈ । ਅਨੇਕਾਂ ਕਿਸਮ ਦੀਆਂ ਹਵਾਂ, ਧਰਤੀਆਂ, ਪਾਣੀ, ਅੱਗਨੀਆਂ, ਅਕਾਸ਼, ਪਤਾਲ ਅਨੁਭਵ ਹੋ ਜਾਂਦੇ ਹਨ । ਅਨਕਾਂ ਹੀ ਕ੍ਰਿਸ਼ਨ, ਸ਼ਿਵਜੀ, ਬ੍ਰਹਮਾਂ, ਧ੍ਰੂ, ਉਪਦੇਸ਼ ਦੇਣ ਵਾਲੇ ਨਾਰਦ, ਇੰਦ੍ਰ, ਚੰਦ, ਸੂਰਜ, ਸਿਧ, ਨਾਥ, ਦੇਵੀਆਂ, ਦੇਵਤੇ, ਦੈਤ, ਬੁੱਧ, ਜੋਗੀ, ਮੌਨੀ ਸੰਤ, ਫਰਿਸ਼ਤੇ ਪ੍ਰਭ ਦੇ ਹੁਕਮ ਅੰਦਰ ਮਸਤ ਅਨੁਭਵ ਮਹਿਸੂਸ ਹੁੰਦੇ ਹਨ । ਅਨੇਕਾਂ ਰਤਨਾਂ ਭਰੇ ਸਮੁੰਦਰ, ਕਿਤਨੀਆਂ ਰਾਜਵੰਸ਼, ਗ੍ਰੰਥ, ਭਾਸ਼ਾਂ, ਬੰਦਗੀ ਦੀਆ ਵਿਧੀਆਂ ਨਜ਼ਰ ਆਉਂਦੇ ਹਨ । ਅਨੇਕਾਂ ਕਿਸਮਾਂ, ਰੰਗਾਂ ਦੇ ਜੀਵ ਜੰਤ ਪੈਦਾ ਕੀਤੇ ਹਨ । ਅਨੇਕਾ ਹੀ ਪ੍ਰਭ ਦੇ ਦਾਸ, ਅਨੇਕਾਂ ਹੀ ਸੁਰਤੀਆਂ ਹਨ ।

Adopting principle of His Word may be call Dharma Khand!

we speak of the realm of spiritual wisdom. Whosoever may be blessed with such a state of mind as of Dharma Khandi. He may realize many energies sources of energies and enlightenment of His Nature. He may realize countless Airs, waters, types fires, sky, earths, under water creations, moons, Suns etc. He may witness countless Krishnas, Shivas, Brahmas, Dharoo, Inders, Naaraads, Naths, Angels, prophets, Buddhas, godees, Siddhas, demi-gods, demons, silent sages, Yogis all remain intoxicated in the void of His Holy Spirit performing unique function remain embedded within echo of His Word. He may realize countless oceans overwhelmed with jewels, Dynasties, Rulers, languages, Holy Scriptures, meditation thrones, postures, techniques. He may realize countless of worldly creatures of different color, sizes, kinds. There are countless selfless devotees and prophets preaching His Word and remains intoxicated, absorbed within the void His Word. Countless voids of His Holy Spirit.

36. ਗਿਆਨ ਖੰਡ ਵਾਲੀ ਕੀ ਅਵਸਥਾ ਹੈ?

ਗਿਆਨ ਖੰਡ ਮਹਿ ਗਿਆਨੁ ਪਰਚੰਡੁ॥	gi-aan khand meh gi-aan parchand.
ਤਿਥੈ ਨਾਦ ਬਿਨੋਦ ਕੋਡ ਅਨੰਦੁ॥	tithai naad binod kod anand.
ਸਰਮ ਖੰਡ ਕੀ ਬਾਣੀ ਰੂਪੁ॥	saram khand kee banee roop.
ਤਿਥੈ ਘਾੜਤਿ ਘੜੀਐ ਬਹੁਤੁ ਅਨੂਪੁ॥	tithai ghaarhat gharhee-ai bahut anoop.
ਤਾ ਕੀਆ ਗਲਾ ਕਥੀਆ ਨਾ ਜਾਹਿ॥	taa kee-aa galaa kathee-aa naa jaahi.
ਜੇ ਕੋ ਕਹੈ ਪਿਛੈ ਪਛੁਤਾਇ॥	jay ko kahai pichhai pachhutaa-ay.
ਤਿਥੈ ਘੜੀਐ ਸੁਰਤਿ	tithai gharhee-ai surat
ਮਤਿ ਮਨਿ ਬੁਧਿ॥	mat man buDh.
ਤਿਥੈ ਘੜੀਐ ਸੁਰਾ	tithai gharhee-ai suraa
ਸਿਧਾ ਕੀ ਸੁਧਿ॥੩੬॥	siDhaa kee suDh. ||36||

**** ਗਿਆਨ ਖੰਡ ਰੂਹਾਨੀ ਸੋਝੀ ਦੀ ਅਵਸਥਾ ਦਾ ਨਾਮ ਹੈ ।**

ਜਿਸ ਗੁਰਮਖ ਨੂੰ ਇਹ ਅਵਸਥਾ ਬਖਸ਼ਿਸ਼ ਹੋ ਜਾਂਦੀ ਹੈ । ਉਸ ਨੂੰ ਸ਼ਬਦ ਦੀ ਸਦਾ ਚਲਣ ਵਾਲੀ ਗੂੰਜ ਮਨ ਵਿੱਚ ਸੁਣਾਈ ਦੇਂਦੀ ਹੈ ।

**** ਸ਼ਰਮ ਖੰਡ ਨਿਮ੍ਰਤਾ, ਦਾਇਆ, ਤਰਸ, ਅਵਸਥਾ ਦਾ ਨਾਮ ਹੈ ।**

ਜੀਵ ਦੇ ਮਨ ਵਿੱਚ ਅਨੋਖੇ ਹੀ ਸ਼ੁਭ ਗੁਣਾ ਦੀ ਦਾ ਮਨ ਤੇ ਰੰਗ ਚੜ੍ਹ ਜਾਂਦਾ ਹੈ, ਅਭਿਆਸ ਕੀਤਾ ਜਾਂਦਾ ਹੈ । ਉਸ ਦੇ ਮਨ ਦੀ ਅਵਸਥਾ ਦਾ ਵਖਿਆਣ ਨਹੀਂ ਕੀਤਾ ਜਾ ਸਕਦਾ । ਜਿਹੜਾ ਆਪਣੇ ਆਪ ਨੂੰ ਗਿਆਨੀ ਸਮਝਦਾ ਹੈ । ਉਸ ਨੂੰ ਸੋਝੀ ਬਖਸ਼ਿਸ਼ ਹੋ ਜਾਂਦੀ ਹੈ, ਬਹੁਤ ਕੁਝ ਬਾਕੀ ਹੈ । ਇਸ ਖੰਡ ਵਿੱਚ ਰੂਹਾਨੀ ਸੋਝੀ ਦਾ ਅਭਿਆਸ ਕੀਤਾ ਜਾਂਦਾ ਹੈ, ਜੀਵਨ ਵਿਚੋਂ ਕਮੀਆਂ ਨੂੰ ਦੂਰ ਕੀਤਾ ਜਾਂਦਾ ਹੈ, ਉਸ ਦੀ ਆਤਮਾ ਤਨ ਵਿਚੋਂ ਹੀ ਰੁਹਾਨੀ ਸੂਰਮੇ, ਸਿਧ, ਪੂਰਨ ਭਗਤ ਦਾਸ ਪੈਂਦਾ ਹੁੰਦੇ ਹਨ ।

**** The state of enlightenment is called Gyan Zone!**

In the realm of wisdom, spiritual wisdom reigns supreme. Whosoever may be blessed the enlightenment zone; he may hear the everlasting echo of His Word resonating within his heart forever. His spoken words may be transformed as His Word.

**** Sharm Khand is name of Compassion; realm of humility!**

Whosoever may be blessed with state of mind as compassion! His state of mind may be embedded with astonishing ambrosial virtues for welfare for His Creation. He adopts and practice those virtues in his own day to day life and remain drenched with the crimson color of the essence of His Word. His state of mind may remain beyond any comprehension of His Creation. In this zone spiritual enlightenment may be practiced in day-to-day life; deficiencies, weakness, blemish of mind may be sanctified. Spiritual warriors, blessed soul, Siddhas may be born in this state of mind.

37. ਕਰਮ ਖੰਡ ਵਾਲੀ ਕੀ ਅਵਸਥਾ ਹੈ? State of mind of an Enlightened soul?

ਕਰਮ ਖੰਡ ਕੀ ਬਾਣੀ ਜੋਰੁ॥	karam khand kee banee jor.
ਤਿਥੈ ਹੋਰੁ ਨ ਕੋਈ ਹੋਰੁ॥	tithai hor na ko-ee hor.
ਤਿਥੈ ਜੋਧ ਮਹਾਬਲ ਸੂਰ॥	tithai joDh mahaabal soor.
ਤਿਨ ਮਹਿ ਰਾਮੁ ਰਹਿਆ ਭਰਪੂਰ॥	tin meh raam rahi-aa bharpoor.
ਤਿਥੈ ਸੀਤੋ ਸੀਤਾ ਮਹਿਮਾ ਮਾਹਿ॥	tithai seeto seetaa mahimaa maahi.
ਤਾ ਕੇ ਰੂਪ ਨ ਕਥਨੇ ਜਾਹਿ॥	taa kay roop na kathnay jaahi.
ਨਾ ਓਹਿ ਮਰਹਿ ਨ ਠਾਗੇ ਜਾਹਿ॥	naa ohi mareh na thaagay jaahi.
ਜਿਨ ਕੈ ਰਾਮੁ ਵਸੈ ਮਨ ਮਾਹਿ॥	jin kai raam vasai man maahi.
ਤਿਥੈ ਭਗਤ ਵਸਹਿ ਕੇ ਲੋਅ॥	tithai bhagat vaseh kay lo-a.
ਕਰਹਿ ਅਨੰਦੁ ਸਚਾ ਮਨਿ ਸੋਇ॥	karahi anand sachaa man so-ay.
	sach khand vasai nirankaar.

ਸਚ ਖੰਡਿ ਵਸੈ ਨਿਰੰਕਾਰੁ॥	kar kar vaykhai nadar nihaal.
ਕਰਿ ਕਰਿ ਵੇਖੈ ਨਦਰਿ ਨਿਹਾਲ॥	tithai khand mandal varbhand.
ਤਿਥੈ ਖੰਡ ਮੰਡਲ ਵਰਭੰਡ॥	jay ko kathai ta ant na ant.
ਜੇ ਕੋ ਕਥੈ ਤ ਅੰਤ ਨ ਅੰਤ॥	tithai lo-a lo-a aakaar.
ਤਿਥੈ ਲੋਅ ਲੋਅ ਆਕਾਰ॥	jiv jiv hukam tivai tiv kaar.
ਜਿਵ ਜਿਵ ਹੁਕਮੁ ਤਿਵੈ ਤਿਵ ਕਾਰ॥	vaykhai vigsai kar veechaar.
ਵੇਖੈ ਵਿਗਸੈ ਕਰਿ ਵੀਚਾਰੁ॥	naanak kathnaa karrhaa saar. ||37||
ਨਾਨਕ ਕਥਨਾ ਕਰੜਾ ਸਾਰੁ॥੩੭॥	

****ਕਰਮ, ਭਗਤੀ ਦੀ ਕਮਾਈ ਦਾ ਨਾਮ ਹੈ ।**

ਕਰਮ ਖੰਡ ਵਿੱਚ ਕੇਵਲ ਸ਼ਬਦ ਦੀ ਕਮਾਈ ਦਾ ਹੀ ਜ਼ੋਰ ਹੰਦਾ ਹੈ, ਇਤ ਖੰਡ ਕੇਵਲ ਰੂਹਾਨੀ ਮਹਾਬਲੀ ਨੂੰ ਬਖਸ਼ਿਸ਼ ਹੁੰਦਾ ਹੈ, ਉਹ ਸੰਤੋਖ ਨਾਲ ਪ੍ਰਭ ਦੇ ਸ਼ਬਦ ਦੀ ਸਮਾਧੀ ਵਿੱਚ ਹੀ ਸਮਤ ਰਹਿੰਦਾ ਹੈ । ਉਸ ਦੇ ਮਨ ਦੀ ਅਵਸਥਾ ਦਾ ਵਖਿਆਣ ਨਹੀ ਕੀਤਾ ਜਾ ਸਕਦਾ । ਉਸ ਦੀ ਕਮਾਈ ਕੋਈ ਠੱਗ ਨਹੀਂ ਸਕਦਾ ਨਾ ਹੀ ਮੌਤ ਦਾ ਡਰ ਹੀ ਹੁੰਦਾ ਹੈ । ਉਹ ਆਪਣੇ ਅੰਦਰ ਹੀ ਪ੍ਰਭ ਦੀ ਜੋਤ ਵਿੱਚ ਸਮਾਇਆ ਰਹਿੰਦਾ ਹੈ । ਉਹ ਖੰਡ ਵਿੱਚ ਅਨੇਕਾਂ ਸ੍ਰਿਸ਼ਟੀਆ ਦੀਆਂ ਆਤਮਾ ਪ੍ਰਭ ਦੇ ਸ਼ਬਦ ਦੀ ਧੁਨ ਵਿੱਚ ਅਡੋਲ ਰਹਿੰਦੀਆਂ ਹਨ, ਜੋਤ ਵਿੱਚ ਸਮਾਇਆ ਰਹਿੰਦੀਆਂ ਹਨ । ਜਿਹੜੀ ਆਤਮਾ ਤੇ ਪ੍ਰਭ ਦੀ ਰੋਸ਼ਨੀ ਦੀ ਕਿਰਨ ਪਏ ਜਾਂਦੀ ਹੈ, ਉਸ ਦੀ ਹੌਂਦ ਮਿਟ ਜਾਂਦੀ ਹੈ । ਉਸ ਦੀ ਮੁੱਢ ਦੀ ਪਛਾਣ ਖਤਮ ਹੋ ਜਾਂਦੀ ਹੈ । ਪ੍ਰਭ ਨੇ ਅਨੇਕਾਂ ਖੰਡ, ਵਰਭੰਡ ਪੈਦਾ ਕੀਤੇ ਹਨ, ਉਹਨਾਂ ਦਾ ਕੋਈ ਅੰਤ ਨਹੀਂ ਆਉਦਾ, ਪ੍ਰਭ ਆਪਣੀਆਂ ਪੈਦਾ ਕੀਤੀਆਂ ਸ੍ਰਿਸ਼ਟੀਆਂ ਵਿੱਚ ਅਨੰਦ ਮਾਨਦਾ, ਅਡੋਲ ਰਹਿੰਦਾ ਹੈ । ਉਸ ਦੀ ਅਵਸਥਾ, ਪੈਦਾ ਕੀਤੀਆ ਸ੍ਰਿਸ਼ਟੀਆਂ ਦਾ ਅੰਤ ਨਹੀ ਆਉਂਦਾ ।

**** Karam Khand is the name of earnings, wealth of His Word!**

Karam Khand, zone remain dominated with the wealth of His Word. Whose earnings of His Word may be accepted, only he may be blessed with state of mind of Karam Zone. The eternal spiritual warriors may be blessed state of mind as Karam Khand. He may remain overwhelmed with a peace of mind, contentment, and complete bliss of His Word. His state of mind may remain beyond description of His Creation. Neither death nor deception may pull him out of the void of His Holy Spirit. His soul remains in harmony with His Holy Spirit; souls from various universes perform with the command of His Word. Wherever the ray of light, His Blessed Vision may fall, the identity of his soul may be eliminated; the worldly origin of souls cannot be fully described. He has created many planets, solar systems and galaxies beyond any limit or explanation. The True Master cherishes all His Creations. The Nature of various creations remain beyond any limits, boundary, and imagination Comprehension of His Creation.

38. ਦਰਬਾਰ ਵਿੱਚ ਪ੍ਰਵਾਨ ਹੋਈ ਆਤਮਾ ਦੀ ਕੀ ਅਵਸਥਾ ਹੈ?

ਜਤੁ ਪਾਹਾਰਾ ਧੀਰਜੁ ਸੁਨਿਆਰੁ॥	jat paahaaraa Dheeraj suni-aar.
ਅਹਰਣਿ ਮਤਿ ਵੇਦੁ ਹਥੀਆਰੁ॥	ahran mat vayd hathee-aar.
ਭਉ ਖਲਾ ਅਗਨਿ ਤਪ ਤਾਉ॥	bha-o khalaa agan tap taa-o.
ਭਾਂਡਾ ਭਾਉ ਅੰਮ੍ਰਿਤੁ ਤਿਤੁ ਢਾਲਿ॥	bhaaNdaa bhaa-o amrit tit dhaal.
ਘੜੀਐ ਸਬਦੁ ਸਚੀ ਟਕਸਾਲ॥	gharhee-ai sabad sachee taksaal.
ਜਿਨ ਕਉ ਨਦਰਿ ਕਰਮੁ ਤਿਨ ਕਾਰ॥	jin ka-o nadar karam tin kaar.
ਨਾਨਕ ਨਦਰੀ ਨਦਰਿ ਨਿਹਾਲ॥੩੮॥	naanak nadree nadar nihaal. ||38||

ਜਤੁ -ਇੰਦ੍ਰੀਆਂ/ਵਾਸਨਾਵਾ ਨੂੰ ਆਉਗਣਾ ਤੋਂ ਰਹਿਤ	ਧੀਰਜ- ਸੰਤੋਖ- ਸਬਰ
ਪਾਹਾਰਾ - ਰਾਖੀ ਕਰਨੀ, ਕਾਬੂ ਪਾਉਣਾ	ਸੁਨਿਆਰੁ - ਸਿਰਜਨਹਾਰ

ਜਿਵੇਂ ਸੁਨਿਆਰਾ ਸੋਨੇ ਨੂੰ ਬਹੁਤ ਧੀਰਜ ਨਾਲ ਪਿਘਲਾ ਦਾ, ਅੱਗ ਨੂੰ ਕਾਬੂ ਵਿੱਚ ਰਖਦਾ ਹੈ। ਬਹੁਤ ਸੰਤੋਖ ਨਾਲ ਹਥੋੜੇ ਨਾਲ ਗਹਿਣੇ ਬਣਾਉਂਦਾ ਹੈ । ਇਸਤਰ੍ਹਾਂ ਹੀ ਆਪਣੇ ਮਨ ਦੀਆਂ ਤੇ ਕਾਬੂ ਰਖਕੇ, ਸ਼ਬਦ ਦੀ ਸਿਖਿਆਂ ਨਿਯਮਾਂ ਰੂਪੀ ਸਟਾਂ, ਰੁਕਾਵਟਾਂ ਨੂੰ ਸੰਤੋਖ ਨਾਲ ਸਹਿਦਾ, ਪ੍ਰਭ ਦੀ ਬਖਸ਼ਿਸ਼ ਦੀ ਧੀਰਜ ਨਾਲ ਉਡੀਕ ਕਰਦਾ ਹੈ । ਇਸਤਰ੍ਹਾਂ ਹੀ ਆਤਮਾ ਰੂਪੀ ਸੋਨੇ ਨੂੰ ਸੰਸਾਰਕ ਮਾਇਆ ਰੂਪੀ ਭੱਠੀ ਵਿੱਚ ਪਕਾਇਆ ਜਾਂਦਾ ਹੈ । ਉਸ ਦੇ ਮਨ ਵਿੱਚ ਅੱਗ ਜਿਆਦਾ ਤੇਜ਼ ਹੋਣ ਦਾ ਡਰ ਵੀ ਹੁੰਦਾ ਹੈ, ਅੱਗ ਨੂੰ ਹਵਾ ਦੇਂਦਾ, ਤੇਜ਼ ਵੀ ਰਖਦਾ ਹੈ, ਬਹੁਤ ਧੀਰਜ, ਪਿਆਰ ਨਾਲ ਸੰਚੇ ਵਿੱਚ ਪਾਉਂਦਾ ਹੈ । ਉਹ ਸੋਨੇ ਤੋਂ ਗਹਿਣਾ ਬਣਾਉਂਦਾ ਹੈ । ਇਸਤਰ੍ਹਾਂ ਹੀ ਗੁਰਮਖ ਆਪਣੇ ਮਨ ਦੀ ਸ਼ਰਧਾ ਰੂਪੀ ਅੱਗ ਨੂੰ ਪ੍ਰਭ ਦੇ ਵਿਛੋੜੇ ਰੂਪੀ ਡਰ ਨਾਲ ਤੇਜ਼ ਰਖਦਾ ਹੈ । ਸ਼ਬਦ ਦੀ ਸਿਖਿਆਂ ਨੂੰ ਆਪਣੇ ਮਨ ਵਿੱਚ ਵਸਾਉਂਦਾ ਹੈ । ਇਸਤਰ੍ਹਾਂ ਗੁਰਮਖ ਸ਼ਬਦ ਦੀ ਕਮਾਈ ਕਰਦਾ, ਬਖਸ਼ਿਸ਼ ਹੁੰਦੀ ਹੈ । ਜਿਹੜੀ ਆਤਮਾ ਸੰਸਰਕ ਮਾਇਆ ਦੀ ਪਹੁੰਚ ਵਿੱਚ ਨਹੀਂ ਰਹਿੰਦੀ, ਉਹ ਪ੍ਰਭ ਦੀ ਜੋਤ ਵਿੱਚ ਸਮਾਉਣ ਯੋਗ ਬਣ ਜਾਂਦੀ ਹੈ । ਜਿਸ ਤੇ ਪ੍ਰਭ ਦੀ ਰਹਿਮਤ ਦੀ ਨਜ਼ਰ ਬਖਸ਼ਿਸ਼ ਹੋ ਜਾਂਦੀ ਹੈ, ਉਸ ਨੂੰ ਸੰਤ ਸਰੂਪ ਅਵਸਥਾ ਬਖਸ਼ਿਸ਼ ਹੋ ਜਾਂਦੀ ਹੈ । ਪ੍ਰਭ ਅਸਲੀ ਰਸਤਾ ਬਖਸ਼ਦਾ, ਪ੍ਰਵਾਨ ਕਰ ਲੈਂਦਾ ਹੈ ।

As goldsmith control the temperature, keeps the flame with anxiety of perfection in temperature handles melted gold with patience and mold into astonishing jewelry. Same way, His true devotee controls his worldly desires and adopts the teachings of His Word; various restrictions of His Word. He waits patiently for reward, His Blessings and remains contented with His Blessings as worthy, justice. As gold may be melted repeatedly to remove impurities; same way his soul may be repeatedly tested sweet poison of worldly wealth, for sincerity, perfection, patience, and contentment. As pure gold may be minted as coin; same only sanctified soul may be passed through this rigorous sanctification, she may become worthy to be immersed within His Holy Spirit. Self-identity of his soul may be eliminated along with His Word embedded His Word within. Whosoever may be bestowed with His Blessed Vision, only the existence of his soul may be eliminated. All other souls remain in buffer zone; worldly religions called Heaven! Worldly prophets, angels, demons- Satan may be created to further sanctify time to time to further sanctify their souls. His process of soul sanctification may continue.

39. ਸਲੋਕੁ॥ 8-10: ਸ੍ਰਿਸ਼ਟੀ ਦਾ ਖੇਲ ਕਿਵੇਂ ਚਲਦਾ! Play of universe!

ਪਵਣੁ ਗੁਰੂ ਪਾਣੀ ਪਿਤਾ	pavan guroo paanee pitaa
ਮਾਤਾ ਧਰਤਿ ਮਹਤੁ॥	maataa Dharat mahat.
ਦਿਵਸੁ ਰਾਤਿ ਦੁਇ ਦਾਈ ਦਾਇਆ	divas raat du-ay daa-ee daa-i-aa
ਖੇਲੈ ਸਗਲ ਜਗਤੁ॥	khaylai sagal jagat.
ਚੰਗਿਆਈਆ ਬੁਰਿਆਈਆ	chang-aa-ee-aa buri-aa-ee-aa
ਵਾਚੈ ਧਰਮੁ ਹਦੂਰਿ॥	vaachai Dharam hadoor.
ਕਰਮੀ ਆਪੋ ਆਪਣੀ	karmee aapo aapnee
ਕੇ ਨੇੜੈ ਕੇ ਦੂਰਿ॥	kay nayrhai kay door.
ਜਿਨੀ ਨਾਮੁ ਧਿਆਇਆ	jinee naam Dhi-aa-i-aa
ਗਏ ਮਸਕਤਿ ਘਾਲਿ॥	ga-ay maskat ghaal.
ਨਾਨਕ ਤੇ ਮੁਖ ਉਜਲੇ	naanak tay mukh ujlay
ਕੇਤੀ ਛੁਟੀ ਨਾਲਿ॥੧॥	kaytee chhutee naal. ||1||

ਸੰਸਾਰਕ ਤਨ ਦਾ (ਪਵਣ) ਹਵਾ (ਸਵਾਸ) ਹੀ ਮੁੱਢ ਹੈ, ਹਵਾ, ਸਵਾਸਾਂ ਤੋਂ ਬਿਨਾਂ ਜੀਵ ਦਾ ਤਨ ਨਾਸ ਹੋ ਜਾਂਦਾ ਹੈ । ਪਾਣੀ ਦੀ ਸ਼ਕਤੀ ਨਾਲ ਹੀ ਤਨ ਵਿੱਚ ਰਸ, ਧਾਤੂ, ਰਕਤ, ਚਰਬੀ, ਹੱਡੀਆਂ, ਰੋਮ ਆਦਿਕ ਅੱਠੇ ਧਾਤਾਂ ਬਣਦੀਆਂ ਹਨ । ਧਰਤੀ ਹੀ ਸਾਰਿਆਂ ਦਾ ਅਰਾਮ ਕਰਨ ਵਾਲਾ ਆਸਣ ਹੈ,

ਧਰਤੀ ਵਿੱਚ ਮਾਤਾ ਵਾਲੇ ਸਾਰੇ ਗੁਣ ਹੁੰਦੇ ਹਨ, ਸਾਰੇ ਜੀਵ ਹੀ ਧਰਤੀ ਤੇ ਆਰਮ ਕਰਦੇ ਹਨ । ਇਸ ਵਿੱਚ ਉਹ ਸਾਰੇ ਨਿਮ੍ਰਤਾ ਵਾਲੇ ਗੁਣ ਹਨ ਜਿਹੜੇ ਮਾਤਾ ਵਿੱਚ ਹੁੰਦੇ ਹਨ । ਦਿਨ ਅਤੇ ਰਾਤ ਦੋਨੋਂ, ਦੁਇ ਅਤੇ ਦਾਇਆ ਦੀ ਤਰ੍ਹਾਂ ਜੀਵ ਦੀ ਦੇਖ ਭਾਲ, ਰਖਿਆ, ਸੰਭਾਲਨਾ ਕਰਦੇ, ਵਧਣ ਵਿੱਚ ਸੇਧ ਦੇਂਦੇ ਹਨ । ਜੀਵ, ਬਾਲਕ ਦੀ ਤਰ੍ਹਾਂ ਸੰਸਾਰਕ ਧੰਦੇ ਕਰਦਾ ਹੈ । ਉਸ ਦੇ ਚੰਗੇ, ਮੰਦੇ ਕੰਮ, ਆਤਮਾ ਦੇ ਸਾਥ ਰਹਿੰਦੇ, ਪ੍ਰਲੋਕ ਵਿੱਚ, ਦਰਗਾਹ ਵਿੱਚ ਵਿਚਾਰੇ ਜਾਂਦੇ ਹਨ । ਆਪਣੇ ਕੰਮਾਂ ਅਨੁਸਾਰ ਹੀ ਪ੍ਰਭ ਦੇ ਨੇੜੇ ਜਾ ਦੂਰ ਹੋ ਜਾਂਦਾ, ਮੁਕਤੀ ਦਾ ਰਸਤਾ ਜਾ ਜਨਮ ਮਰਨ ਦੇ ਚੱਕਰ ਵਿੱਚ ਜਾਂਦਾ ਹੈ । ਜਿਹੜਾ ਆਪਣਾ ਜੀਵਨ ਸ਼ਬਦ ਦੀ ਸਿਖਿਆਂ ਨਾਲ ਢਾਲਦਾ ਹੈ, ਉਸ ਦੀ ਸ਼ਬਦ ਦੀ ਕੀਤੀ ਕਮਾਈ ਸਫਲ ਹੋ ਜਾਂਦੀ ਹੈ । ਉਹ ਸੰਸਾਰ ਵਿੱਚ ਵੀ ਮੁਖੀ, ਪ੍ਰਲੋਕ ਵਿੱਚ ਵੀ ਮੁਖੀ ਹੋ ਜਾਂਦਾ ਹੈ । ਬੇਅੰਤ ਹੀ ਜੀਵ, ਉਸ ਦਾਸ ਦੀ ਸਿਖਿਆਂ ਨਾਲ ਜੀਵਨ ਢਾਲਕੇ ਮੁਕਤੀ ਦੇ ਰਸਤੇ ਤੇ ਚਲ ਪੈਂਦੇ, ਜੂੰਨਾਂ ਤੋਂ ਛੁਟਕਾਰਾ ਬਖਸ਼ਿਸ਼ ਹੋ ਸਕਦਾ ਹੈ ।

Air may be the key element for survival of his perishable body. His Holy Spirit remains embedded within Air; his body may perish without. Water may be second most significant source of energy, growth, survival of his perishable body. The True Master nourishes and protect his perishable body. Earth remains as a symbol of mother with all the virtues of humility, patience, and tolerance. Day and night provide the environment for growth and wellbeing of the body and soul; he performs assigned worldly chores to survive in the universe. All his good and evil deeds are recorded on his soul and evaluated in His Court. With his own worldly deeds, his soul may become under His Sanctuary and blessed with the right path of acceptance or deprived for the right path and remain in the cycle of birth and death. Whose earnings may be sanctified may proceed to next level of soul purification, sanctification.

40. ਦਰਬਾਰ ਕਿਸਤਰ੍ਹਾਂ ਦਾ, ਉਸ ਵਿੱਚ ਕੌਣ, ਕੀ ਕਰਦੇ ਹਨ

What kind of splendor His throne?

ਸੋ ਦਰੁ ਕੇਹਾ ਸੋ ਘਰੁ ਕੇਹਾ	so dar kayhaa so ghar kayhaa,
ਜਿਤੁ ਬਹਿ ਸਰਬ ਸਮਾਲੇ॥	jit bahi sarab samaalay.
ਵਾਜੇ ਨਾਦ ਅਨੇਕ ਅਸੰਖਾ	vaajay naad anayk asankhaa,
ਕੇਤੇ ਵਾਵਣਹਾਰੇ॥	kaytay vaavanhaaray.
ਕੇਤੇ ਰਾਗ ਪਰੀ ਸਿਉ ਕਹੀਅਨਿ	kaytay raag paree si-o kahee-an,
ਕੇਤੇ ਗਾਵਣਹਾਰੇ॥	kaytay gaavanhaaray.
ਗਾਵਹਿ ਤੁਹਨੋ ਪਉਣੁ ਪਾਣੀ ਬੈਸੰਤਰੁ,	gaavahi tuhno pa-un paanee baisantar.
ਗਾਵੈ ਰਾਜਾ ਧਰਮੁ ਦੁਆਰੇ॥	gaavai raajaa Dharam du-aaray.
ਗਾਵਹਿ ਚਿਤੁ ਗੁਪਤੁ ਲਿਖਿ ਜਾਣਹਿ,	gaavahi chit gupat likh jaaneh
ਲਿਖਿ ਲਿਖਿ ਧਰਮੁ ਵੀਚਾਰੇ॥	likh likh Dharam veechaaray.
ਗਾਵਹਿ ਈਸਰੁ ਬਰਮਾ ਦੇਵੀ	gaavahi eesar barmaa dayvee
ਸੋਹਨਿ ਸਦਾ ਸਵਾਰੇ॥	sohan sadaa savaaray.
ਗਾਵਹਿ ਇੰਦ ਇਦਾਸਣਿ ਬੈਠੇ	gaavahi ind idaasan baithay
ਦੇਵਤਿਆ ਦਰਿ ਨਾਲੇ॥	dayviti-aa dar naalay.
ਗਾਵਹਿ ਸਿਧ ਸਮਾਧੀ ਅੰਦਰਿ	gaavahi siDh samaaDhee andar
ਗਾਵਨਿ ਸਾਧ ਵਿਚਾਰੇ॥	gaavan saaDh vichaaray.
ਗਾਵਨਿ ਜਤੀ ਸਤੀ ਸੰਤੋਖੀ	gaavan jatee satee santokhee
ਗਾਵਹਿ ਵੀਰ ਕਰਾਰੇ॥	gaavahi veer karaaray.
ਗਾਵਨਿ ਪੰਡਿਤ ਪੜਨਿ ਰਖੀਸਰ	gaavan pandit parhan rakheesar
ਜੁਗੁ ਜੁਗੁ ਵੇਦਾ ਨਾਲੇ॥	jug jug vaydaa naalay.

ਗਾਵਹਿ ਮੋਹਣੀਆ ਮਨੁ ਮੋਹਨਿ	gaavahi mohnee-aa man mohan
ਸੁਰਗਾ ਮਛ ਪਇਆਲੇ॥	surgaa machh pa-i-aalay.
ਗਾਵਨਿ ਰਤਨ ਉਪਾਏ ਤੇਰੇ	gaavan ratan upaa-ay tayray
ਅਠਸਠਿ ਤੀਰਥ ਨਾਲੇ॥	athsath tirath naalay.
ਗਾਵਹਿ ਜੋਧ ਮਹਾਬਲ ਸੂਰਾ	gaavahi joDh mahaabal sooraa
ਗਾਵਹਿ ਖਾਣੀ ਚਾਰੇ॥	gaavahi khaanee chaaray.
ਗਾਵਹਿ ਖੰਡ ਮੰਡਲ ਵਰਭੰਡਾ	gaavahi khand mandal varbhandaa
ਕਰਿ ਕਰਿ ਰਖੇ ਧਾਰੇ॥	kar kar rakhay Dhaaray.
ਸੇਈ ਤੁਧੁਨੋ ਗਾਵਹਿ	say-ee tuDhuno gaavahi
ਜੋ ਤੁਧੁ ਭਾਵਨਿ,	jo tuDh bhaavan,
ਰਤੇ ਤੇਰੇ ਭਗਤ ਰਸਾਲੇ॥	ratay tayray bhagat rasaalay.
ਹੋਰਿ ਕੇਤੇ ਗਾਵਨਿ	hor kaytay gaavan
ਸੇ ਮੈ ਚਿਤਿ ਨ ਆਵਨਿ	say mai chit na aavan
ਨਾਨਕੁ ਕਿਆ ਵੀਚਾਰੇ॥	naanak ki-aa veechaaray.
ਸੋਈ ਸੋਈ ਸਦਾ ਸਚੁ ਸਾਹਿਬੁ	so-ee so-ee sadaa sach saahib
ਸਾਚਾ ਸਾਚੀ ਨਾਈ॥	saachaa saachee naa-ee.
ਹੈ ਭੀ ਹੋਸੀ ਜਾਇ ਨ ਜਾਸੀ	hai bhee hosee jaa-ay na jaasee
ਰਚਨਾ ਜਿਨਿ ਰਚਾਈ॥	rachnaa jin rachaa-ee.
ਰੰਗੀ ਰੰਗੀ ਭਾਤੀ ਕਰਿ ਕਰਿ,	rangee rangee bhaatee kar kar
ਜਿਨਸੀ ਮਾਇਆ ਜਿਨਿ ਉਪਾਈ॥	jinsee maa-i-aa jin upaa-ee.
ਕਰਿ ਕਰਿ ਵੇਖੈ ਕੀਤਾ ਆਪਣਾ,	kar kar vaykhai keetaa aapnaa
ਜਿਵ ਤਿਸ ਦੀ ਵਡਿਆਈ॥	jiv tis dee vadi-aa-ee.
ਜੋ ਤਿਸੁ ਭਾਵੈ ਸੋਈ ਕਰਸੀ,	jo tis bhaavai so-ee karsee
ਹੁਕਮੁ ਨ ਕਰਣਾ ਜਾਈ॥	hukam na karnaa jaa-ee.
ਸੋ ਪਾਤਿਸਾਹੁ ਸਾਹਾ ਪਾਤਿਸਾਹਿਬੁ,	so paatisaahu saahaa paatisaahib
ਨਾਨਕ ਰਹਣੁ ਰਜਾਈ॥੧॥	naanak rahan rajaa-ee. ‖1‖

ਪ੍ਰਭ ਤੇਰਾ ਘਰ, ਆਸਣ ਕਿਤਨੀ ਸ਼ਾਨ ਵਾਲਾ ਹੈ, ਜਿਸ ਵਿੱਚ ਬੈਠ ਕੇ ਸਾਰੀ ਸ੍ਰਿਸ਼ਟੀ ਨੂੰ ਸੰਭਾਲਦਾ, ਰੋਜ਼ੀ, ਕ੍ਰਿਪਾ ਦੀ ਨਜ਼ਰ ਬਖਸ਼ਦਾ ਹੈ? ਪ੍ਰਭ ਦੇ ਘਰ ਵਿੱਚ ਅਨੇਕਾਂ ਹੀ ਸੰਗੀਤ ਚਲਦੇ, ਅਨੇਕਾਂ ਹੀ ਸ਼ਬਦ ਦਾ ਵਿਚਾਰ, ਸਿਮਰਨ ਕਰਦੇ, ਰਾਗ ਚਲਦੇ, ਰਾਗਾਂ ਦੀਆਂ ਪਰੀਆਂ ਹਮੇਸ਼ਾਂ ਰਾਗ ਗਾਉਂਦੀਆ ਹਨ, ਗਿਣਤੀ ਨਹੀਂ ਕੀਤਾ ਜਾ ਸਕਦੀ । ਪ੍ਰਭ ਦੇ ਸ਼ਬਦ ਦੀ ਗੂੰਜ ਸਦਾ ਚਲਦੀ ਰਹਿੰਦੀ ਹੈ । ਪ੍ਰਭ ਦਾ ਸਿਮਰਨ ਹਵਾ, ਪਾਣੀ, ਅੱਗਨੀ, ਧਰਮਰਾਜ, ਚਿਤ੍ਰ ਅਤੇ ਗੁਪਤ, ਈਸਰ, ਬ੍ਰਹਮਾ, ਹੋਰ ਸਾਰੇ ਦੇਵ ਅਤੇ ਦੇਵੀਆਂ ਕਰਦੇ, ਪ੍ਰਭ ਦੀ ਰਹਿਮਤ ਨਾਲ ਦਰਬਾਰ ਵਿੱਚ ਪ੍ਰਵਾਨ ਹੋ ਗਏ ਹਨ । ਇੰਦ੍ਰ, ਸਾਧੂ, ਵਿਦਵਾਨ ਵਿਚਾਰ ਕਰਨਵਾਲੇ, ਸਿਧ, ਜੋਗੀ, ਜਤੀ, ਸਤੀਆਂ ਅਤੇ ਹੋਰ ਸੂਰਮੇ, ਸਾਸਤ੍ਰ ਦੇ ਗਿਆਨ ਵਾਲੇ ਵਿਦਵਾਨ ਪੰਡਿਤ, ਮਨ ਨੂੰ ਮੋਹਣਵਾਲੀ ਸੁਰਾਂ ਵਾਲੇ, ਸਵਰਗ ਤੇ ਪਤਾਲ ਵਿੱਚ ਰਹਿਣ ਵਾਲੀਆਂ ਸਾਰੀਆਂ ਸ੍ਰਿਸ਼ਟੀਆਂ ਹੀ ਸਿਮਰਨ ਕਰਦੀਆਂ, ਜਸ ਗਾਉਂਦੀਆਂ ਹਨ । ਪ੍ਰਭ ਤੇ ਰਹਿਮਤ ਬਖਸ਼ਦਾ ਹੈ, ਕੇਵਲ ਉਹ ਹੀ ਸ਼ਬਦ ਦਾ ਸਿਮਰਨ ਕਰਦਾ, ਸ਼ਬਦ ਦੀ ਸਮਾਧੀ ਵਿੱਚ ਅਡੋਲ ਰਹਿੰਦਾ ਹੈ । ਅਣਗਿਣਤ ਹੋਰ ਵੀ ਗੁਣ ਗਾਉਂਦੇ ਹਨ, ਜਿਹੜੇ ਮੇਰੇ ਖਿਆਲ ਵਿੱਚ ਨਹੀਂ ਅਉਂਦੇ, ਮੈਂ ਬੋਲਣਾ ਭੁਲ ਗਿਆ ਹਾ । ਪ੍ਰਭ ਅਟਲ ਸਦਾ ਰਹਿਣ ਵਾਲਾ, ਸ੍ਰਿਸ਼ਟੀ ਤੋ ਪਹਿਲੇ ਵੀ ਅਤੇ ਸ੍ਰਿਸ਼ਟੀ ਤੋਂ ਪਿਛੋਂ ਵੀ ਅਟਲ ਰਹਿਣ ਵਾਲਾ ਅਸਲੀ ਮਾਲਕ ਹੈ । ਪ੍ਰਭ ਦੇ ਪੈਦਾ ਕੀਤੇ ਰਤਨ, ਅਨਗਿਣਤ ਹੀ ਤੀਰਥ (ਅਠਾਹਠ-68), ਸਾਸਤ੍ਰ, ਵੇਦ, ਸੂਰਮੇ ਹਨ, ਜਿਹਨਾਂ ਨੇ ਆਪਾ ਉਸ ਤੇ ਅਰਪਣ ਕੀਤਾ ਹੈ । ਹੋਰ ਸਾਰੇ ਖੰਡ, ਮੰਡਲ ਵਿੱਚ ਰਹਿਣ ਵਾਲੇ ਜੀਵ ਉਸ ਦਾ ਜਸ ਗਾਉਂਦੇ ਹਨ, ਮਨ ਇਕਾਗਰ ਕਰਕੇ ਸਦਾ ਚਲਣ ਵਾਲੀ ਧੁਨ ਵਿੱਚ ਮਸਤ ਰਹਿੰਦੇ ਹਨ । ਜਿਸ ਤੇ ਰਹਿਮਤ ਦੀ ਨਜ਼ਰ ਬਖਸ਼ਦਾ ਹੈ, ਕੇਵਲ ਉਹ ਹੀ ਸਿਮਰਨ ਕਰ ਸਕਦਾ ਹੈ । ਪ੍ਰਭ ਦੇ ਭਗਤ, ਪੂਜਣ ਯੋਗ ਹੋ ਜਾਂਦੇ, ਸ਼ਬਦ ਦੇ ਸਿਮਰਨ ਵਿੱਚ ਮਸਤ ਰਹਿੰਦੇ, ਮਰਜ਼ੀ ਨੂੰ ਕਬੂਲ ਕਰਕੇ, ਰਜ਼ਾ ਵਿੱਚ ਅਨੰਦ ਮਾਨਦੇ, ਕਰਤਬਾਂ ਦਾ ਧੰਨਵਾਦ ਗਾਉਂਦੇ ਹਨ । ਅਨੇਕਾਂ ਹੀ ਹੋਰ ਜੀਵ ਗਾਉਂਦੇ ਹਨ, ਜਿਹਨਾਂ ਦੀ ਪੂਰਨ ਗਿਣਤੀ ਨਹੀਂ ਕੀਤੀ ਜਾ ਸਕਦੀ । ਪ੍ਰਭ ਨੇ ਅਨੇਕਾਂ ਹੀ ਕਿਸਮਾਂ ਦੇ ਜੀਵ ਬਣਾਏ, ਅਨੇਕਾਂ

ਹੀ ਰੰਗ ਰੂਪਾਂ, ਗੁਣਾਂ, ਹਰਇਕ ਵਿੱਚ ਵੱਖਰੇ, ਗੁਣ ਦਾ ਭੰਡਾਰ ਬਖਸ਼ਿਆ ਹੈ । ਸ੍ਰਿਸ਼ਟੀ ਨੂੰ ਆਪ ਹੀ ਪੈਦਾ ਕਰਦਾ, ਦੇਖਦਾ ਅਨੰਦ ਮਾਨਦਾ, ਆਪਣੀ ਮਰਜ਼ੀ ਦਾ ਮਾਲਕ, ਆਪਣੀ ਮੌਜ ਵਿੱਚ ਰਹਿੰਦਾ ਹੈ । ਪ੍ਰਭ, ਕਿਸੇ ਦਾ ਮੁਹਤਾਜ, ਗੁਲਾਮ ਨਹੀਂ, ਸ੍ਰਿਸ਼ਟੀ ਦੇ ਸਾਰੇ ਦੇਵਤੇ, ਮਾਹਰਾਜੇ ਪ੍ਰਭ ਦੇ ਹੁਕਮ ਅੰਦਰ ਹੀ ਹਨ । ਪ੍ਰਭ ਦਾ ਹੁਕਮ ਸਦਾ ਹੀ ਅਟਲ ਵਾਪਰਦਾ ਹੈ । ਪ੍ਰਭ ਦੇ ਦਾਸ ਸਦਾ ਹੀ ਪ੍ਰਭ ਦੇ ਬਖਸ਼ੇ ਤੇ ਸੰਤੋਖ, ਧੰਨਵਾਦ ਹੀ ਗਾਉਂਦਾ ਮਸਤ ਰਹਿੰਦਾ ਹੈ ।

How elegant may be His Throne, Palace to dwell and perform all His functions? Countless musicians, music, gods, angels, devotees, Holy Shrines, Holy priests of all Ages, sing His Glory and remain contented with His Blessings. The everlasting echo of His Word remains resonating nonstop within each soul, in His Nature as the right path of acceptance in His Court. Air, water, fire all underwater, universes, all Holy Shrines, warriors, Holy Scriptures, The Righteous Judge, chitr and gupt, Shivji, Brahma, goddess of Beauty, Indra, Siddhas, Celibates, fanatics, contented devotee, fearless warriors, religious priests, saints, worldly scholars, enchanting heavenly beauty, angels, 68 Holy Shrines, mighty warriors, all planets, solar system, galaxies, His true devotees who have surrender self-identity sings the glory of His Word. Many others, I might have omitted to mention in my ignorance. Whosoever may be blessed with devotion to meditates; he may remain intoxicated in deep meditation in the void of His Word. The Omnipresent True Master, His Command prevails throughout His Nature. He has created many universes, Creations, stars, creatures of various forms, shapes, colors, and various kinds of worldly wealth. Only His Word prevails, no one can change or avoid His Command, Blessings. His true devotee believes, The One and Only One only King of Kings; only His Word prevails and the only right path of salvation.

41. ਆਸਾ ਮਹਲਾ ੧॥ (9-9) Aasaa Mehlaa 1.

ਸੁਣਿ ਵਡਾ ਆਖੈ ਸਭੁ ਕੋਇ॥	sun vadaa aakhai sabh ko-ay.
ਕੇਵਡੁ ਵਡਾ ਡੀਠਾ ਹੋਇ॥	kayvad vadaa deethaa ho-ay.
ਕੀਮਤਿ ਪਾਇ ਨ ਕਹਿਆ ਜਾਇ॥	keemat paa-ay na kahi-aa jaa-ay. kahnai
ਕਹਣੈ ਵਾਲੇ ਤੇਰੇ ਰਹੇ ਸਮਾਇ॥੧॥	vaalay tayray rahay samaa-ay. ‖1‖

ਜਿਹੜਾ ਸੰਤ ਸਰੂਪ, ਪ੍ਰਭ ਦੀ ਰਹਿਮਤ ਨਾਲ ਸ਼ਬਦ ਦੀ ਪਾਲਣਾ ਵਿੱਚ ਲੀਨ ਰਹਿੰਦਾ ਹੈ, ਉਸ ਦੀ ਕਥਨਾ ਨੂੰ ਸੁਣਕੇ ਜਾਣਕਾਰੀ ਹੁੰਦੀ ਹੈ । ਪ੍ਰਭ ਦੀ ਵਡਿਆਈ, ਅਨਮੋਲ ਗੁਣਾਂ ਦਾ ਕੋਈ ਪੂਰਨ ਤਰ੍ਹਾਂ ਵਿਸਥਾਰ ਨਹੀਂ ਕਰ ਸਕਦਾ । ਕੇਵਲ ਪ੍ਰਭ ਦੀ ਬਖਸ਼ੀ ਸੋਝੀ ਨਾਲ ਹੀ ਕਥਾ ਕਰਦਾ ਹੈ । ਉਹਨਾਂ ਦੇ ਕਥਨਾਂ ਨੂੰ ਸੁਣਕੇ ਸਭ ਤੇਰੀ ਵਡਿਆਈ ਕਰਦੇ ਹਨ! ਜਿਸ ਨੂੰ ਪੂਰਨ ਸੋਝੀ ਬਖਸ਼ਿਸ਼ ਹੋ ਜਾਂਦੀ ਹੈ ਕੇਵਲ ਉਹ ਹੀ ਪ੍ਰਭ ਦੀ ਅਸਲੀ ਵਡਿਆਈ, ਕੀਮਤ ਜਾਣ ਸਕਦਾ ਹੈ ।

Whosoever listen to the sermons of His true devotee; he may know as much enlightenment had been blessed to His Holy saint. The limits of virtues, greatness of The True Master, remain beyond any comprehension, imagination of His Creation. Whatsoever the enlightenment may be blessed; His true devotee may only sermon, share the blessed enlightenment of His Word. Everyone may only listen his sermons and sings the glory of His Word. Whosoever may be bestowed with complete enlightenment, only may realize the true depth, greatness of His Virtues.

ਵਡੇ ਮੇਰੇ ਸਾਹਿਬਾ ਗਹਿਰ	vaday mayray saahibaa gahir
ਗੰਭੀਰਾ ਗੁਣੀ ਗਹੀਰਾ॥	gambheeraa gunee gaheeraa.
ਕੋਇ ਨ ਜਾਣੈ ਤੇਰਾ ਕੇਤਾ	ko-ay na jaanai tayra kaytaa
ਕੇਵਡੁ ਚੀਰਾ॥੧॥ ਰਹਾਉ॥	kayvad cheeraa. ‖1‖ rahaa-o.

ਪ੍ਰਭ ਸਭ ਤੋਂ ਵਡਾ, ਸ਼ਰੋਮਣੀ, ਮੁਖੀ ਹੈ । ਤੇਰੀ ਵਿਸ਼ਾਲਤਾ, ਡੂੰਘਾਈ, ਗੰਭੀਰਤਾ, ਗਿਆਨ, ਦਇਆ, ਖਿਮਾ ਦਾ ਕੋਈ ਅੰਤ ਨਹੀਂ ਹੈ । ਤੇਰੇ ਕੀਤੇ ਕਰਤਬਾਂ, ਕਾਰਨਾਂ ਨੂੰ ਪੂਰਨ ਤਰ੍ਹਾਂ ਤੇ ਕੋਈ ਵੀ ਜਾਣ ਨਹੀਂ ਸਕਦਾ ।

The Supreme True Master, Greatest of All! His virtues, unfathomable depth of His mystery, limits of His miracles, Compassion, forgiveness may remain beyond the comprehension, imagination of His Creation.

ਸਭਿ ਸੁਰਤੀ ਮਿਲਿ ਸੁਰਤਿ ਕਮਾਈ॥ sabh surtee mil surat kamaa-ee.
ਸਭ ਕੀਮਤਿ ਮਿਲਿ ਕੀਮਤਿ ਪਾਈ॥ sabh keemat mil keemat paa-ee.
ਗਿਆਨੀ ਧਿਆਨੀ ਗੁਰ ਗੁਰਹਾਈ॥ gi-aanee Dhi-aanee gur gurhaa-ee.
ਕਹਣੁ ਨ ਜਾਈ ਤੇਰੀ ਤਿਲੁ ਵਡਿਆਈ॥੨॥ kahan na jaa-ee tayree til vadi-aa-ee. 2

ਸਾਰੀਆਂ ਸ੍ਰਿਸ਼ਟੀਆਂ ਦੇ ਪੀਰ ਪੈਗੰਬਰ, ਸੰਤ ਸਰੂਪ ਜਿਤਨੀ ਵੀ ਤੇਰੀ ਵਡੀਆਈ ਦੀ ਕਥਨਾ, ਵਿਆਖਿਆ ਕਰਦੇ ਹਨ । ਅਗਰ ਸਾਰੀ ਵੀ ਇਕੱਠੀ ਕਰ ਲਈ ਜਾਵੇ, ਤਾ ਵੀ ਉਹ ਤਿਲ ਭਰ (ਬੁਹਤ ਥੋੜ੍ਹੀ) ਵਿਆਖਿਆ ਹੀ ਕਰ ਸਕਦੇ ਹਨ ।

We may compile all praises, greatness sang by His true devotees of all universes; however, their explanations, descriptions of Your greatness, may be very insignificant amount.

ਸਭਿ ਸਤ ਸਭਿ ਤਪ ਸਭਿ ਚੰਗਿਆਈਆ॥ sabh sat sabh tap sabh chang-aa-ee-aa.
ਸਿਧਾ ਪੁਰਖਾ ਕੀਆ ਵਡਿਆਈਆ॥ siDhaa purkhaa kee-aa vadi-aa-ee-aa.
ਤੁਧੁ ਵਿਣੁ ਸਿਧੀ ਕਿਨੈ ਨ ਪਾਈਆ॥ tuDh vin siDhee kinai na paa-ee-aa.
ਕਰਮਿ ਮਿਲੈ ਨਾਹੀ ਠਾਕਿ ਰਹਾਈਆ॥੩॥ karam milai naahee thaak rahaa-ee-aa. 3

ਜਿਹੜਾ ਵੀ ਭਗਤ, ਸੰਤ ਸਰੂਪ, ਪੀਰ ਪੈਗੰਬਰ, ਅਵਤਾਰ ਸ੍ਰਿਸ਼ਟੀ ਵਿੱਚ ਪੈਦਾ ਹੁੰਦਾ ਹੈ । ਉਹਨਾਂ ਨੂੰ ਸਭ ਕੁਝ ਤੇਰੀ ਰਹਿਮਤ ਨਾਲ ਹੀ ਬਖਸ਼ਿਸ਼ ਹੋਇਆ ਹੈ । ਤੇਰੀ ਰਹਿਮਤ ਤੋਂ ਬਿਨਾਂ ਹੋਰ ਕੋਈ ਵਿਧੀ ਨਹੀਂ, ਸਿਮਰਨ ਨਹੀਂ ਹੋ ਸਕਦਾ । ਜਿਸ ਤੇ ਰਹਿਮਤ ਬਖਸ਼ਦਾ ਹੈ, ਤੇਰੀ ਰਹਿਮਤ ਨੂੰ ਕੋਈ ਰੋਕ ਨਹੀਂ ਸਕਦਾ । ਕਿਸੇ ਪੀਰ ਦੇ ਸਰਾਫ, ਮੰਤ੍ਰ ਜਾ ਜਾਦੂ ਦਾ ਕੋਈ ਅਸਰ ਨਹੀਂ ਹੁੰਦਾ ।

Whosoever saint, Blessed soul, guru, prophet has been sent in the universe; all his enlightenment has been blessed with Your Blessed Vision. Without Your Blessed Vision, there may not be any other technique only he may meditate and stay on the right path of acceptance in Your Court; no other meditation technique, no one may meditate in his life. Whosoever may be bestowed with Your Blessed Vision, no one may stop, restrict Your Blessings nor any curse of worldly guru with any miracle, delay, eliminate, restrict Your Blessings.

ਆਖਣ ਵਾਲਾ ਕਿਆ ਵੇਚਾਰਾ॥ aakhan vaalaa ki-aa vaychaaraa.
ਸਿਫਤੀ ਭਰੇ ਤੇਰੇ ਭੰਡਾਰਾ॥ siftee bharay tayray bhandaaraa.
ਜਿਸੁ ਤੂ ਦੇਹਿ ਤਿਸੈ ਕਿਆ ਚਾਰਾ॥ jis too deh tisai ki-aa chaaraa.
ਨਾਨਕ ਸਚੁ ਸਵਾਰਣਹਾਰਾ॥੪॥੨॥ naanak sach savaaranhaaraa. ||4||2||

ਅਟਲ ਪ੍ਰਭ ਸ੍ਰਿਸ਼ਟੀ ਨੂੰ ਸਾਜਨਵਾਲੇ ਦਾ ਦਇਆ ਬੇਅੰਤ ਖਜ਼ਾਨਾ ਹੈ । ਨਿਮਾਣੇ ਦਾਸ, ਪ੍ਰਭ ਦੀ ਰਹਿਮਤ ਦੇ ਹਮੇਸ਼ਾਂ ਹੀ ਗੁਣ ਗਾਉਂਦੇ ਹਨ । ਜਿਸ ਦਾ ਸਿਮਰਨ ਦਰ ਤੇ ਪ੍ਰਵਾਨ ਹੋ ਜਾਂਦਾ ਹੈ, ਉਸ ਨੂੰ ਰਹਿਮਤ ਬਖਸ਼ਿਸ਼ ਹੋ ਸਕਦੀ ਹੈ, ਹੋਰ ਕੋਈ ਵਿਧੀ, ਜਾ ਚਾਰਾ ਨਹੀਂ ਹੈ । ਜਿਸ ਨੂੰ ਆਪ ਸ਼ਬਦ ਦੇ ਲੜ ਲਾਉਂਦਾ ਹੈ, ਉਹ ਹੋਰ ਕਿਸੇ ਰਹਿਮਤ ਦਾ ਸੋਚ ਵੀ ਨਹੀਂ ਸਕਦਾ । ਆਪ ਹੀ ਜੀਵ ਨੂੰ ਬੰਦਗੀ ਦੇ ਲੜ ਲਾਉਂਦਾ ਹੈ ਅਤੇ ਆਪ ਹੀ ਕਬੂਲ ਕਰਦਾ ਹੈ ।

The True Master, Creator has unlimited treasures of forgiveness and compassion. His humble devotee always remains intoxicated in singing the glory of His Word. Whose meditation may be accepted in His Court; he may be blessed with treasure of enlightenment of His Word, no other meditation worthy of His Blessings. Whosoever may be blessed with devotion to meditate and sing the glory of His Word; he may never think about any other Blessings. He may be accepted in Your Sanctuary.

42. ਆਸਾ ਮਹਲਾ ੧॥ (9-15)

ਆਖਾ ਜੀਵਾ ਵਿਸਰੈ ਮਰਿ ਜਾਉ॥	aakhaa jeevaa visrai mar jaa-o.
ਆਖਣਿ ਅਉਖਾ ਸਾਚਾ ਨਾਉ॥	aakhan a-ukhaa saachaa naa-o.
ਸਾਚੇ ਨਾਮ ਕੀ ਲਾਗੈ ਭੂਖ॥	saachay naam kee laagai bhookh.
ਉਤੁ ਭੂਖੈ ਖਾਇ ਚਲੀਅਹਿ ਦੂਖ॥੧॥	ut bhookhai khaa-ay chalee-ahi dookh. ||1||

ਪ੍ਰਭ ਦੇ ਅਟਲ ਸ਼ਬਦ ਦੇ ਮਾਰਗ ਤੇ ਚਲਕੇ ਜੀਵਨਾ ਬਤੀਤ ਕਰਨਾ ਬੁਹਤ ਔਖਾ ਹੈ । ਪ੍ਰਭ ਰਹਿਮਤ ਬਖਸ਼ਕੇ ਸ਼ਬਦ ਤੇ ਭਰੋਸਾ ਅਡੋਲ ਰਖੋਂ! ਸਵਾਸ ਸਵਾਸ ਸ਼ਬਦ ਦਾ ਸਿਮਰਨ ਕਰਾ, ਜਿਹੜਾ ਸਵਾਸ ਸਿਮਰਨ ਤੋਂ ਬਿਨਾਂ ਹੋਵੇ, ਉਹ ਮੌਤ ਮਹਿਸੂਸ ਹੋਵੇ । ਮਨ ਹਮੇਸ਼ਾਂ ਹੀ ਸ਼ਬਦ ਦੇ ਸਿਮਰਨ, ਪਾਲਣਾ ਵਿੱਚ ਅਡੋਲ ਹੋ ਜਾਵੇ । ਸਿਮਰਨ ਕਰਨ ਨਾਲ ਸਾਰੀਆਂ ਭਟਕਣਾਂ ਦੂਰ ਹੋ ਜਾਣ ।

My Axiom True Master to adopt the teachings of Your Word whole heartedly with steady and stable belief may be tedious and difficult. My True Master bestows Your Blessed Vision, I may meditate on the teachings of Your Word with each breath. Any breath may be without the gratitude of Your Blessings may feel like death, wastage of life. My mind always sings the glory, meditates, and obeys the teachings of Your Word with steady and stable belief; with Your mercy and grace, all my frustrations of worldly desires have been eliminated.

ਸੋ ਕਿਉ ਵਿਸਰੈ ਮੇਰੀ ਮਾਇ॥	so ki-o visrai mayree maa-ay.
ਸਾਚਾ ਸਾਹਿਬੁ ਸਾਚੈ ਨਾਇ॥੧॥	saachaa saahib saachai naa-ay. ||1||
ਰਹਾਉ॥	rahaa-o.

ਸਾਰੀ ਸ੍ਰਿਸ਼ਟੀ ਨੂੰ ਸਾਜਨਵਾਲੇ ਮਾਲਕ ਦਾ ਸ਼ਬਦ ਵੀ ਅਟਲ ਹੈ । ਰਹਿਮਤ ਬਖਸ਼ੋ! ਤੇਰਾ ਸ਼ਬਦ ਮਨ ਵਿਚੋਂ ਵਿਸਰ ਨਾ ਜਾਵੇ ।

The Axiom True Master, Creator of the universe! His Word remains true and unavoidable forever. My True Master bestow Your Blessed Vision, I may never forsake Your Word from my day-to-day life.

ਸਾਚੇ ਨਾਮ ਕੀ ਤਿਲੁ ਵਡਿਆਈ॥	saachay naam kee til vadi-aa-ee.
ਆਖਿ ਥਕੇ ਕੀਮਤਿ ਨਹੀਂ ਪਾਈ॥	aakh thakay keemat nahee paa-ee.
ਜੇ ਸਭਿ ਮਿਲਿ ਕੈ ਆਖਣ ਪਾਹਿ॥	jay sabh mil kai aakhan paahi.
ਵਡਾ ਨ ਹੋਵੈ ਘਾਟਿ ਨ ਜਾਇ॥੨॥	vadaa na hovai ghaat na jaa-ay. ||2||

ਅਗਰ ਸਾਰੀ ਸ੍ਰਿਸ਼ਟੀ ਮਿਲਕੇ ਸ਼ਬਦ ਦੀ ਸੋਭਾ, ਕਥਾ ਕਰਦੇ, ਸ਼ਬਦ ਦੀ ਸਮਾਧੀ ਵਿੱਚ ਲੀਨ, ਸਮਾਏ ਰਹਿਣ! ਫਿਰ ਵੀ ਪ੍ਰਭ ਦੀ ਮਹਿਮਾਂ ਦਾ ਤਿਲ ਭਰ ਹੀ ਵਖਿਆਣ ਕੀਤਾ ਜਾ ਸਕਦਾ ਹੈ । ਜਿਹੜੀ ਸੋਝੀ ਬਖਸ਼ਿਸ਼ ਹੁੰਦੀ ਹੈ, ਕੇਵਲ ਉਹ ਹੀ ਵਖਿਆਣ ਕਰ ਸਕਦਾ ਹੈ । ਸਾਰੀ ਸ੍ਰਿਸ਼ਟੀ ਵੀ ਮਿਲਕੇ ਉਸਤਤ ਜਾ ਬੁਰਾਈ ਕਰਨ, ਇਸ ਨਾਲ ਦੀ ਸੋਭਾ ਵਧਦੀ ਜਾ ਕੋਈ ਕਮੀ ਨਹੀਂ ਆਉਂਦੀ ਹੈ ।

If all creatures of all universes may sing His Virtues, greatness with each breath and remains intoxicated in the void of His Word; however, His Creation may only recite a very insignificant amount. Whatsoever the enlightenment may be bestowed with His Blessed Vision; only that much may be comprehended and explained to His Creation. All universes may sing His Greatness or slander, curse, rebuke; His greatness, glory may never be enhanced nor diminished.

ਨਾ ਓਹੁ ਮਰੈ ਨ ਹੋਵੈ ਸੋਗੁ॥	naa oh marai na hovai sog.
ਦੇਦਾ ਰਹੈ ਨ ਚੂਕੈ ਭੋਗੁ॥	daydaa rahai na chookai bhog.
ਗੁਣੁ ਏਹੋ ਹੋਰੁ ਨਾਹੀ ਕੋਇ॥	gun ayho hor naahee ko-ay.
ਨਾ ਕੋ ਹੋਆ ਨਾ ਕੋ ਹੋਇ॥੩॥	naa ko ho-aa naa ko ho-ay. ||3||

ਜਨਮ ਮਰਨ ਤੋਂ ਰਹਿਤ ਪ੍ਰਭ ਨੂੰ ਕਿਸੇ ਕਿਸਮ ਦਾ ਵਿਛੋੜਾ, ਵਿਰਾਗ ਨਹੀਂ ਹੈ । ਹਮੇਸ਼ਾਂ ਹੀ ਦਾਤਾਂ ਬਖਸ਼ਦਾ ਰਹਿੰਦਾ ਹੈ, ਖਜ਼ਾਨੇਂ ਵਿੱਚ ਕਦੇ ਕਮੀ, ਖਤਮ ਨਹੀਂ ਹੁੰਦਾ । ਇਹੀ ਗੁਣ ਸਭ ਤੋਂ ਅਚਰਜ, ਵੱਖਰਾ ਹੈ, ਪ੍ਰਭ ਵਰਗਾ ਨਾ ਹੀ ਕੋਈ ਹੋਇਆ ਹੈ, ਨਾ ਹੀ ਕੋਈ ਹੋਵੇਗਾ ।

The True Master, His Holy Spirit remains beyond any body structure, cycle of birth and death nor any attachment, separation, or grievance. The True Master always bestow His Virtues to His Creation; His Treasure may never realize any shortage, deficiency. His Virtues remain unique and astonishing, different from all others. No one ever has born nor will be born with such a unique virtue.

ਜੇਵਡੁ ਆਪਿ ਤੇਵਡ ਤੇਰੀ ਦਾਤਿ॥	jayvad aap tayvad tayree daat.
ਜਿਨਿ ਦਿਨੁ ਕਰਿ ਕੈ ਕੀਤੀ ਰਾਤਿ॥	jin din kar kai keetee raat.
ਖਸਮੁ ਵਿਸਾਰਹਿ ਤੇ ਕਮਜਾਤਿ॥	khasam visaareh tay kamjaat.
ਨਾਨਕ ਨਾਵੈ ਬਾਝੁ ਸਨਾਤਿ॥੪॥੩॥	naanak naavai baajh sanaat. ||4||3||

ਪ੍ਰਭ ਤੂੰ ਜਿਤਨਾ ਵਡਾ ਆਪ ਹੈ, ਉਤਨੀ ਹੀ ਵਡੀ ਉਸ ਦੀ ਰਹਿਮਤ ਹੈ, ਪ੍ਰਭ ਨੇ ਹੀ ਦਿਨ, ਰਤਾ ਬਣਾਏ, ਸੁਖ, ਦੁਖ ਬਖਸ਼ਦਾ ਹੈ । ਸਾਰੇ ਜੀਵ ਹੀ ਤੇਰੇ ਸ਼ਬਦ ਦੀ ਪਾਲਣਾ, ਅਰਦਾਸਾਂ ਕਰਦੇ ਹਨ । ਪ੍ਰਭ ਦੇ ਸ਼ਬਦ ਦੇ ਸਿਮਰਨ ਤੋਂ ਬਿਨਾਂ ਸਾਰੇ ਕੰਮ, ਸਵਾਸ ਬਿਰਥੇ ਹੀ ਹਨ । ਜਿਹੜਾ ਸ਼ਬਦ ਦੀ ਸਿਖਿਆਂ ਵਿਸਾਰਕੇ ਹੋਰ ਰਸਤੇ ਤੇ ਚਲਦਾ ਹੈ, ਉਹ ਨੀਵੀਂ ਮੱਤ, ਜਾਤ, ਭਾਗਾਂ ਵਾਲਾ ਬਣ ਜਾਂਦਾ ਹੈ ।

The One and Only One True Master, Greatest of All; His Blessings may be as great as His own greatness. He has created day and night for His Creation to grow and to flourish in life. He blesses pleasures and miseries in worldly life as a reward of deeds of his previous lives. Everyone obeys the teachings of His Word and prays for His Forgiveness and Refuge. Whosoever may not meditate on the teachings of His Word; all his breaths may be just wastage of priceless human life opportunity. Whosoever may ignore His Word, and adopts the teachings of worldly gurus; his path in his life may be wrong. He may be reprimanded with low class, wretched outcasts in Your Court.

43. ਰਾਗੁ ਗੂਜਰੀ ਮਹਲਾ ੪॥ (10-1) Raag Goojree Mehlaa 4

ਹਰਿ ਕੇ ਜਨ ਸਤਿਗੁਰ ਸਤਪੁਰਖਾ,	har kay jan saT`gur satpurkhaa
ਬਿਨਉ ਕਰਉ ਗੁਰ ਪਾਸਿ॥	bina-o kara-o gur paas.
ਹਮ ਕੀਰੇ ਕਿਰਮ ਸਤਿਗੁਰ ਸਰਣਾਈ,	ham keeray kiram saT`gur sarnaa-ee
ਕਰਿ ਦਇਆ ਨਾਮੁ ਪਰਗਾਸਿ॥੧॥	kar da-i-aa naam pargaas. ||1||

ਪ੍ਰਭ ਅਟਲ, ਅਸਲੀ ਮਾਲਕ, ਸਰਬ ਕਲਾ ਸਮਰਥ ਹੈ । ਮੈਂ ਅਗਿਆਨਤਾਂ ਵਿੱਚ ਨੀਚ ਕੰਮ ਕਰਦਾ ਹਾ । ਮੈਂ ਨਿਮਾਣਾ ਬਣਕੇ ਪ੍ਰਭ ਦੀ ਸ਼ਰਣ ਵਿੱਚ ਆਪਾ ਭੇਟਾ ਕੀਤਾ ਹੈ । ਰਹਿਮਤ ਬਖਸ਼ਕੇ ਆਪਣੇ ਸ਼ਬਦ ਦੇ ਲੜ ਲਾਵੋ! ਸ਼ਬਦ ਦੀ ਪਾਲਣਾ ਵਿੱਚ ਲੀਨ ਹੋ ਜਾਵਾ ।

The True Master remains Omnipotent, axiom, unchangeable true forever. I have committed many sins in my ignorance. I have humbly surrendered my self-identity at Your Sanctuary. My True Master bestow Your Blessed Vision and attach me to obey the teachings of Your Word. I may remain intoxicated in meditation in the void of Your Word.

ਮੇਰੇ ਮੀਤ ਗੁਰਦੇਵ	mayray meet gurdayv
ਮੋ ਕਉ ਰਾਮ ਨਾਮੁ ਪਰਗਾਸਿ॥	mo ka-o raam naam pargaas.
ਗੁਰਮਤਿ ਨਾਮੁ ਮੇਰਾ ਪ੍ਰਾਨ ਸਖਾਈ,	gurmat naam mayraa paraan sakhaa-ee
ਹਰਿ ਕੀਰਤਿ ਹਮਰੀ ਰਹਰਾਸਿ॥੧॥ ਰਹਾਉ॥	har keerat hamree rahraas. ||1|| rahaa-o.

ਮੇਰੇ ਅਸਲੀ ਮਾਲਕ, ਸਾਥੀ, ਤੇਰੇ ਸ਼ਬਦ ਦਾ ਸਿਮਰਨ ਹੀ ਮੇਰੇ ਸਵਾਸ ਦਾ ਮੰਤਵ ਬਣ ਜਾਣ । ਤੇਰੇ ਸ਼ਬਦ ਦੀ ਸਮਾਧੀ ਵਿੱਚ ਹਮੇਸ਼ਾਂ ਲਈ ਲੀਨ ਰਹਿਣਾ ਹੀ ਮੇਰੇ ਜੀਵਨ ਦੀ ਖਰਾਕ, ਖਜ਼ਾਨਾ, ਪੂੰਜੀ ਬਣ ਜਾਵੇ ।

My True Master with Your Blessed Vision, meditation on the teachings of Your Word may become the purpose of human life journey. I may always remain intoxicated in in meditation in the void of His Word. My earnings of Your Word may become my nourishment and treasure for my worship.

ਹਰਿ ਜਨ ਕੇ ਵਡ ਭਾਗ ਵਡੇਰੇ, har jan kay vad bhaag vadayray
ਜਿਨ ਹਰਿ ਹਰਿ ਸਰਧਾ ਹਰਿ ਪਿਆਸ॥ jin har har sarDhaa har pi-aas.
ਹਰਿ ਹਰਿ ਨਾਮੁ ਮਿਲੈ ਤ੍ਰਿਪਤਾਸਹਿ, har har naam milai tariptaasahi
ਮਿਲਿ ਸੰਗਤਿ ਗੁਣ ਪਰਗਾਸਿ॥੨॥ mil sangat gun pargaas. ||2||

ਜਿਸ ਦੇ ਮਨ ਵਿੱਚ ਹਰ ਵੇਲੇ ਸਿਮਰਨ ਕਰਨ ਦੀ ਸ਼ਰਧਾ, ਪਿਆਸ ਰਹਿੰਦੀ ਹੈ, ਉਸ ਜੀਵ ਦੇ ਵਡੇ ਭਾਗ ਹੁੰਦੇ ਹਨ । ਉਹ ਸਵਾਸ ਸਵਾਸ ਸਿਮਰਨ ਕਰਕੇ ਆਪਣੀ ਤ੍ਰਿਸ਼ਨਾ, ਭਟਕਣ ਦੂਰ ਕਰਦਾ ਹੈ । ਹੋਰ ਬੰਦਗੀ ਕਰਨਵਾਲੇ ਦਾਸਾਂ ਨਾਲ ਮਿਲਕੇ ਸਿਮਰਨ ਵਿੱਚ ਲੀਨ ਰਹਿੰਦਾ ਹੈ । ਆਪ ਰਸਤੇ ਤੇ ਚਲਦਾ ਹੈ ਅਤੇ ਹੋਰਨਾਂ ਨੂੰ ਵੀ ਪ੍ਰੇਰਨਾ ਕਰਦੇ ਹਨ ।

Whosoever may have a deep devotion to meditate on the teachings of His Word; he may become very fortunate. Whosoever may meditate and singing the glory of His Word; with His mercy and grace, all his frustrations of worldly desires may be eliminated. He may join the conjugation of His Holy saint and remains intoxicated in meditation in the void of His Word. He may remain on the right path of adopting the teachings of His Word and inspires his followers and associated to adopt His Word in day-to-day life.

ਜਿਨ ਹਰਿ ਹਰਿ ਹਰਿ ਰਸੁ ਨਾਮੁ ਨ ਪਾਇਆ, Jin har har har ras naam na paa-i-aa
ਤੇ ਭਾਗਹੀਣ ਜਮ ਪਾਸਿ॥ tay bhaagheen jam paas.
ਜੋ ਸਤਿਗੁਰ ਸਰਣਿ ਸੰਗਤਿ ਨਹੀਂ ਆਏ, Jo saT`gur saran sangat nahee aa-ay
ਧ੍ਰਿਗੁ ਜੀਵੇ ਧ੍ਰਿਗੁ ਜੀਵਾਸਿ॥੩॥ Dharig jeevay Dharig jeevaas. ||3||

ਜਿਸ ਦੇ ਮਨ ਵਿੱਚ ਸਿਮਰਨ ਕਰਨ ਦੀ ਤ੍ਰਿਸ਼ਨਾ, ਪਿਆਸ ਨਹੀਂ ਹੁੰਦੀ ਹੈ, ਉਹ ਮੰਦੇ ਭਾਗਾਂ ਵਾਲਾ ਹੁੰਦਾ ਹੈ । ਜਿਹੜਾ ਪ੍ਰਭ ਦੇ ਸ਼ਬਦ ਦੀ ਸ਼ਰਣ ਨਹੀਂ ਆਉਂਦਾ, ਉਸ ਦੇ ਨਿਯਮ ਤੇ ਨਹੀਂ ਚਲਦਾ, ਉਸ ਦੀ ਸਾਜੀ ਸ੍ਰਿਸ਼ਟੀ ਨਾਲ ਰਲਕੇ ਨਹੀਂ ਚਲਦੇ । ਉਸ ਦਾ ਮਾਨਸ ਜਨਮ ਲੈਣਾ ਬਿਰਥਾ ਹੀ ਜਾਂਦਾ ਹੈ । ਉਹ ਮੁਕਤੀ, ਪ੍ਰਵਾਨਗੀ ਦੇ ਰਸਤੇ ਤੇ ਨਹੀਂ ਚਲਦੇ ।

Whosoever may not have any devotion, desire, thirst to meditate; he may become very unfortunate. Whosoever may not surrender at His Sanctuary nor adopt the teachings of His Word in life nor co-exist in the world; he may waste his human life uselessly. He may never be blessed with the right path of salvation.

ਜਿਨ ਹਰਿ ਜਨ ਸਤਿਗੁਰ ਸੰਗਤਿ ਪਾਈ, Jin har jan saT`gur sangat paa-ee
ਤਿਨ ਧੁਰਿ ਮਸਤਕਿ ਲਿਖਿਆ ਲਿਖਾਸਿ॥ tin Dhur mastak likhi-aa likhaas.
ਧਨੁ ਧੰਨੁ ਸਤਸੰਗਤਿ ਜਿਤੁ ਹਰਿ ਰਸੁ ਪਾਇਆ, Dhan Dhan satsangat jit har ras paa-i-aa
ਮਿਲਿ ਜਨ ਨਾਨਕ ਨਾਮੁ ਪਰਗਾਸਿ॥ ੪॥੪॥ mil jan naanak naam pargaas. ||4||4||

ਜਿਸ ਤੇ ਆਪ ਹੀ ਰਹਿਮਤ ਦੀ ਨਜ਼ਰ ਬਖਸ਼ਦਾ ਹੈ । ਉਹ ਸੰਤ ਸਰੂਪ ਦੇ ਜੀਵਨ ਦੀ ਸਿਖਿਆਂ ਨਾਲ ਜੀਵਨ ਢਾਲਦਾ ਹੈ । ਜਿਸ ਨੂੰ ਉਸ ਦੀ ਸੰਗਤ ਬਖਸ਼ਿਸ਼ ਹੋ ਜਾਂਦੀ ਹੈ, ਉਹ ਬਹੁਤ ਵਡੇ ਭਾਗਾਂ ਵਾਲਾ ਹੁੰਦਾ ਹੈ । ਉਸ ਹਰਜਨ ਦੀ ਸੰਗਤ ਵਿੱਚ ਆਉਣ, ਉਸ ਦੇ ਜੀਵਨ ਦੀ ਸਿਖਿਆਂ ਨਾਲ ਜੀਵਨ ਢਾਲਣ ਨਾਲ ਮੁਕਤੀ ਦਾ ਰਸਤਾ ਬਖਸ਼ਿਸ਼ ਹੋ ਸਕਦਾ ਹੈ ।

Whosoever may be bestowed with His Blessed Vision, he may adopt the life experience teachings of His Holy saint in his day-to-day life. Whosoever may be blessed with his Congregation, he may become very fortunate. Whosoever may join his conjugation and adopt his life experience teachings in his own day to day life; with His mercy and grace, he may be blessed with the right path of salvation.

44. ਰਾਗੁ ਗੂਜਰੀ ਮਹਲਾ ੫॥ (10-8) Raag Goojree Mehlaa 5

ਕਾਹੇ ਰੇ ਮਨ ਚਿਤਵਹਿ ਉਦਮੁ, kaahay ray man chitvahi udamjaa
ਜਾ ਆਹਰਿ ਹਰਿ ਜੀਉ ਪਰਿਆ॥ aahar har jee-o pari-aa.
ਸੈਲ ਪਥਰ ਮਹਿ ਜੰਤ ਉਪਾਏ, Sail pathar meh jant upaa-ay
ਤਾ ਕਾ ਰਿਜਕੁ ਆਗੈ ਕਰਿ ਧਰਿਆ॥੧॥ taa kaa rijak aagai kar Dhari-aa. ||1||

ਮਨ ਵਿੱਚ ਹੋਰ ਭਟਕਣਾਂ, ਤ੍ਰਿਸ਼ਨਾ ਕਿਉਂ ਲਗੀਆਂ ਰਹਿੰਦੀਆਂ ਹਨ? ਜਿਹੜੇ ਕੰਮ ਲਈ ਮਾਨਸ ਜਨਮ ਬਖਸ਼ਿਸ਼ ਹੋਇਆ ਹੈ, ਉਸ ਰਸਤੇ ਤੇ ਚਲਕੇ ਜੀਵਨ ਸਧਾਰੋ! ਜਿਹੜੇ ਸੰਸਾਰਕ ਸੁਖ ਲਈ ਤੂੰ ਵੱਖਰੇ, ਵੱਖਰੇ ਉਦਮ ਕਰਦਾ ਹੈ । ਪ੍ਰਭ ਨੇ ਜਮਨ ਤੋਂ ਪਹਿਲੇ ਹੀ ਪ੍ਰਬੰਧ ਕੀਤਾ ਹੈ । ਸੋਚੋ! ਜਿਹੜੇ ਜੀਵ ਪਥੱਰਾਂ ਵਿੱਚ, ਥੱਲੇ ਪੈਦਾ ਕੀਤੇ ਹਨ, ਉਹਨਾਂ ਦੇ ਖਾਣ ਦਾ ਪ੍ਰਬੰਧ ਵੀ ਆਪ ਹੀ ਕਰਦਾ ਹੈ ।

Why are you frustrated in worldly worries? You should recognize the real purpose of your human life opportunity. You should adopt the teachings of His Word with steady and stable belief in your day-to-day life; with His mercy and grace, your soul may be sanctified to become worthy of His Consideration. Whatsoever efforts are you trying for comforts in your life. The True Master has already prewritten in your destiny and an arranged, before your birth. Imagine! Many creatures may be born within stone; He also blesses creates source of nourishment for their survival before birth.

ਮੇਰੇ ਮਾਧਉ ਜੀ ਸਤਸੰਗਤਿ mayray maaDha-o jee satsangat
ਮਿਲੇ ਸੁ ਤਰਿਆ॥ milay so tari-aa.
ਗੁਰ ਪਰਸਾਦਿ ਪਰਮ ਪਦੁ ਪਾਇਆ, gur parsaad param pad paa-i-aa
ਸੂਕੇ ਕਾਸਟ ਹਰਿਆ॥੧॥ ਰਹਾਉ॥ sookay kaasat hari-aa. ||1|| rahaa-o.

ਜਿਸ ਨੂੰ ਸਾਧ ਸੰਗਤ ਬਖਸ਼ਦਾ ਹੈ, ਜਿਹੜਾ ਉਸ ਸੰਤ ਸਰੂਪ ਦੇ ਜੀਵਨ ਦੀ ਸਿਖਿਆਂ ਨਾਲ ਆਪਣਾ ਜੀਵਨ ਢਾਲਦਾ ਹੈ, ਉਸ ਨੂੰ ਅੰਮ੍ਰਿਤ ਪਵਿੱਤਰ ਰਸ ਬਖਸ਼ਿਸ਼ ਹੋ ਸਕਦਾ ਹੈ । ਉਸ ਦੀ ਮਾਨਸ ਯਾਤਰਾ ਖੁਸ਼ੀਆਂ ਭਰੀ ਸਫਲ ਹੋ ਸਕਦੀ ਹੈ । ਉਸ ਦੀ ਰਹਿਮਤ ਨਾਲ ਸੁਕੇ ਹੋਏ ਵੀ ਹਰੇ ਹੋ ਸਕਦੇ ਹਨ ।

Whosoever may be blessed with the association of His Holy saint; he may adopt his life experience teachings in his own life. He may be blessed with the right path of acceptance, ambrosial nectar of the essence of His Word. His human life journey may be overwhelmed with pleasure and concluded successfully. With His Blessed Vision, even the dead plants may blossom, helpless can prosper in journey of human life.

ਜਨਨਿ ਪਿਤਾ ਲੋਕ ਸੁਤ ਬਨਿਤਾ, Janan pitaa lok sut banitaa
ਕੋਇ ਨ ਕਿਸ ਕੀ ਧਰਿਆ॥ ko-ay na kis kee Dhari-aa.
ਸਿਰਿ ਸਿਰਿ ਰਿਜਕੁ ਸੰਬਾਹੇ ਠਾਕੁਰੁ, Sir sir rijak sambaahay thaakur
ਕਾਹੇ ਮਨ ਭਉ ਕਰਿਆ॥੨॥ kaahay man bha-o kari-aa. ||2||

ਸੰਸਾਰਕ, ਸਬੰਧੀ, ਮਾਤਾ, ਪਿਤਾ, ਪਤਨੀ, ਬੱਚੇ ਦੇ ਸੁਖ ਲਈ ਕੀਤੇ ਯਤਨ, ਅੰਤ ਵਿੱਚ ਕੰਮ ਨਹੀਂ ਆਉਂਦੇ । ਉਹ ਅੰਤ ਵਿੱਚ ਆਸਰਾ ਨਹੀਂ ਬਣਦੇ, ਕਿਉਂ ਫਿਕਰ ਕਰਦਾ ਹੈ?

All worldly relationships, mother, father, brothers, sisters etc. may not be able to support for your human life journey. Why are you unnecessarily and uselessly worried about all these?

ਊਡੇ ਊਡਿ ਆਵੈ ਸੈ ਕੋਸਾ, ooday ood aavai sai kosaa tis
ਤਿਸੁ ਪਾਛੈ ਬਚਰੇ ਛਰਿਆ॥ paachhai bachray chhari-aa.
ਤਿਨ ਕਵਣੁ ਖਲਾਵੈ ਕਵਣੁ ਚੁਗਾਵੈ, tin kavan khalaavai kavan chugaavai
ਮਨ ਮਹਿ ਸਿਮਰਨੁ ਕਰਿਆ॥੩॥ man, meh simran kari-aa. ||3||

ਸੋਚੋ ! ਪੰਛੀ ਆਪਣੇ ਬੱਚੇ ਪਿਛੇ ਛੱਡਕੇ ਕਿਤਨੀ ਦੂਰ ਉਡ ਜਾਂਦੇ ਹਨ । ਪ੍ਰਭ ਆਪ ਹੀ ਚੁਗਣ ਦਾ, ਖਾਣ ਦਾ ਤਾਰੀਕਾ ਬਖਸ਼ਦਾ ਹੈ । ਪ੍ਰਭ ਦੇ ਸ਼ਬਦ ਦਾ ਸਿਮਰਨ, ਸਿਖਿਆਂ ਨਾਲ ਜੀਵਨ ਢਾਲੋ !

Imagine! Birds, animals go far away, leaving their children behind to feed themselves and their children. Who sends them away to feed themselves and who may feed their children? He plans to provide! You should focus on His greatness and adopt the teachings of His Word in your own life.

ਸਭਿ ਨਿਧਾਨ ਦਸ ਅਸਟ ਸਿਧਾਨ	sabh niDhaan das asat sidhaan
ਠਾਕੁਰ ਕਰ ਤਲ ਧਰਿਆ॥	thaakur kar tal Dhari-aa.
ਜਨ ਨਾਨਕ ਬਲਿ ਬਲਿ ਸਦ ਬਲਿ ਜਾਈਐ,	Jan naanak bal bal sad bal jaa-ee-ai
ਤੇਰਾ ਅੰਤੁ ਨ ਪਾਰਾਵਰਿਆ॥੪॥੫॥	tayraa ant na paraavari-aa. ||4||5||

ਜੀਵਨ ਯਾਤਰਾ ਨੂੰ ਸਫਲ ਕਰਨਵਾਲੇ ਸਭ ਤਰੀਕੇ, ਗਿਆਨ ਦੇ ਖਜ਼ਾਨੇਂ, ਸਿਮਰਨ ਕਰਨ ਦੇ ਸਾਰੇ ਅਸਥਾਨ, ਪ੍ਰਭ ਨੇ ਤੇਰੇ ਆਪਣੇ ਤਨ ਵਿੱਚ ਹੀ ਬਖਸ਼ੇ ਹਨ । ਕਰਾਮਾਤਾਂ ਦੇ ਦਾਤੇ ਦੀਆਂ ਦਾਤਾਂ ਦਾ, ਰਹਿਮਤਾਂ ਦਾ, ਕੋਈ ਅੰਤ ਨਹੀਂ ਪਾ ਸਕਦਾ । ਉਸ ਦੀ ਰਹਿਮਤ ਵਿੱਚ ਸ਼ਬਦ ਦੀ ਪਾਲਣਾ ਕਰੋ ! ਉਸ ਨੂੰ ਸਦਾ ਧੰਨ ਧੰਨ ਕਹੋ !

All sources of success in your life journey, treasure of enlightenment, meditation, Holy Shrine have been bestowed within your mind and body. His Miracles, Virtues, Blessings remain beyond any limits, boundaries, and comprehension of His Creation. You should remain gratitude for His Blessings, sing the glory and adopt the teachings of His Word with steady and stable belief in your day-to-day life

45. ਰਾਗੁ ਆਸਾ ਮਹਲਾ ੪ ਸੋ ਪੁਰਖੁ (10-16) Raag Aasaa Mehlaa 4 So Purakh

ੴ ਸਤਿਗੁਰ ਪ੍ਰਸਾਦਿ॥	ik-oNkaar saT`gur parsaad.
ਸੋ ਪੁਰਖੁ ਨਿਰੰਜਨੁ ਹਰਿ ਪੁਰਖੁ ਨਿਰੰਜਨੁ,	so purakh niranjan har purakh
ਹਰਿ ਅਗਮਾ ਅਗਮ ਅਪਾਰਾ॥	niranjan har agmaa agam apaaraa.
ਸਭਿ ਧਿਆਵਹਿ ਸਭਿ ਧਿਆਵਹਿ ਤੁਧੁ ਜੀ,	sabh Dhi-aavahi sabh Dhi-aavahi
ਹਰਿ ਸਚੇ ਸਿਰਜਣਹਾਰਾ॥	tuDh jee har sachay sirjanhaaraa.
ਸਭਿ ਜੀਅ ਤੁਮਾਰੇ ਜੀ ਤੂੰ	sabh jee-a tumaaray jee tooN
ਜੀਆ ਕਾ ਦਾਤਾਰਾ॥	jee-aa kaa daataaraa.
ਹਰਿ ਧਿਆਵਹੁ ਸੰਤਹੁ ਜੀ	har Dhi-aavahu santahu
ਸਭਿ ਦੂਖ ਵਿਸਾਰਣਹਾਰਾ॥	jee sabh dookh visaaranhaaraa.
ਹਰਿ ਆਪੇ ਠਾਕੁਰੁ ਹਰਿ ਆਪੇ ਸੇਵਕੁ ਜੀ,	har aapay thaakur har aapay sayvak
ਕਿਆ ਨਾਨਕ ਜੰਤ ਵਿਚਾਰਾ॥੧॥	jee ki-aa naanak jant vichaaraa. ||1||

ਨਿਰੰਜਨ (ਨਿਰ–ਰਹਿਤ, ਅ–ਜਨ– ਸਦਾ ਖੇੜੇ ਵਿੱਚ ਰਹਿਣ ਵਾਲਾ)
ਅਗਮਾ–ਜੀਵ ਦੀ ਸਮਝ ਤੋਂ ਪਰੇ – ਕਿਸੇ ਗਿਆਨ ਵਧੀ ਤੋਂ ਪਰੇ
ਅਗਮ – ਆਪਣੇ ਆਪ ਪੂਰਨ ਬ੍ਰਹਮ (ਪੁਰਖੁ– ਪੂਰਨ)

ਪ੍ਰਭ ਦੀ ਅਵਸਥਾ, ਗੁਰਬਾਣੀ, ਸ਼ਾਸਤਰਾਂ, ਵੇਦਾਂ, ਕੁਰਾਨ, ਪੁਰਾਨ, ਕਤੇਬ, ਬਾਈਬਲ ਦੇ ਵਿਸਥਾਰ ਨਾਲ ਪੂਰਨ ਤਰ੍ਹਾਂ ਸਮਝੀ ਨਹੀਂ ਜਾ ਸਕਦੀ । ਪ੍ਰਭ ਆਪਣੇ ਆਪ ਵਿੱਚ ਪੂਰਨ ਸਦਾ ਹੀ ਖੇੜੇ ਵਿੱਚ ਰਹਿਣ ਵਾਲਾ ਹੈ । ਪ੍ਰਭ ਦੇ ਸ਼ਬਦ ਦੀ, ਕੁਦਰਤ ਦੀ ਸੋਝੀ, ਕਿਸੇ ਗਿਆਨ ਦੀ ਵਿਧੀ ਜਾ ਧਾਰਮਕ ਗੁਰਬਾਣੀ, ਲਿਖਤਾਂ ਦੇ ਵਿਸਥਾਰ ਨਾਲ ਪੂਰਨ ਤਰ੍ਹਾਂ ਸਮਝੀ ਨਹੀਂ ਜਾ ਸਕਦਾ । ਸਾਰੀ ਸ੍ਰਿਸ਼ਟੀ ਨੂੰ ਸ੍ਰਿਜਨਵਾਲਾ ਅਸਲੀ ਅਟਲ ਮਾਲਕ, ਅਪਾਰ ਹੈ, ਸਾਰੀ ਸ੍ਰਿਸ਼ਟੀ ਹੀ ਸ਼ਬਦ ਦਾ ਸਿਮਰਨ ਕਰਦੀ ਹੈ । ਪ੍ਰਭ ਦਾ ਬਖਸ਼ਿਆ ਗਿਆਨ ਤੋਂ ਹੀ ਸਮਝ ਆਉਂਦਾ ਹੈ, ਬਹੁਤ ਕੁਝ ਸਮਝਣਾ ਬਾਕੀ ਰਹਿੰਦਾ ਹੈ । ਪ੍ਰਭ ਸਾਰੀ ਸ੍ਰਿਸ਼ਟੀ ਦੀ ਰਚਨਾ ਕਰਨ ਵਾਲਾ, ਸਾਰਿਆਂ ਨੂੰ ਦਾਤਾਂ ਬਖਸ਼ਣ ਵਾਲਾ ਹੈ । ਪ੍ਰਭ ਆਪ ਹੀ ਮਾਲਕ, ਠਾਕਰ, ਸਾਰੀ ਸ੍ਰਿਸ਼ਟੀ ਪੂਜਦੀ ਹੈ, ਆਪ ਹੀ ਦਾਸੀ ਦੇ ਮਨ ਵਿੱਚ ਪੂਜਾ ਕਰਦਾ, ਆਪ ਹੀ ਪ੍ਰਵਾਨ ਕਰਦਾ ਹੈ । ਜਿਹੜਾ ਪ੍ਰਭ ਦੇ ਸ਼ਬਦ ਦੇ ਸਿਮਰਨ ਵਿੱਚ ਲੀਨ, ਮਸਤ ਰਹਿੰਦਾ ਹੈ, ਉਸ ਦੇ ਸਾਰੇ ਦੁਖਾਂ ਦੂਰ ਹੋ ਜਾਂਦੇ ਹਨ । (ਸ਼ਾਸਤ੍ਰਾ, ਵੇਦਾਂ, ਕੁਰਾਨ, ਪੁਰਾਨ, ਕਤੇਬ, ਬਾਈਬਲ ਆਦਿ)

The Omnipotent True Master, Primal Being, Immaculate, Pure, Inaccessible, Unreachable and Unrivalled remains in blossom. No Holy Scripture can fully describe, comprehend His Nature and greatness nor with any meditation technique His Nature may be comprehended by His Creation. All living beings are meditating on His Word; The True Creator an ultimate Master of the universe. Whosoever may meditate on the teachings of His Word, he may realizes that much more remain to be explored. The Creator bestows everyone with Blessings. Everyone worships The True Master. His Holy Spirit remains embedded within his soul and dwells within his body; only He may accept His meditation. Whosoever may remain intoxicated in meditation in the void of His Word; with His mercy and grace all his worries may be removed.

ਤੂੰ ਘਟ ਘਟ ਅੰਤਰਿ ਸਰਬ ਨਿਰੰਤਰਿ ਜੀ,
ਹਰਿ ਏਕੋ ਪੁਰਖੁ ਸਮਾਣਾ॥
ਇਕਿ ਦਾਤੇ ਇਕਿ ਭੇਖਾਰੀ ਜੀ
ਸਭਿ ਤੇਰੇ ਚੋਜ ਵਿਡਾਣਾ॥
ਤੂੰ ਆਪੇ ਦਾਤਾ ਆਪੇ ਭੁਗਤਾ ਜੀ,
ਹਉ ਤੁਧੁ ਬਿਨੁ ਅਵਰੁ ਨ ਜਾਣਾ॥
ਤੂੰ ਪਾਰਬ੍ਰਹਮੁ ਬੇਅੰਤੁ ਬੇਅੰਤੁ ਜੀ,
ਤੇਰੇ ਕਿਆ ਗੁਣ ਆਖਿ ਵਖਾਣਾ॥
ਜੋ ਸੇਵਹਿ ਜੋ ਸੇਵਹਿ ਤੁਧੁ ਜੀ,
ਜਨੁ ਨਾਨਕੁ ਤਿਨ ਕੁਰਬਾਣਾ॥੨॥

tooN ghat ghat antar sarab nirantar
jee har ayko purakh samaanaa.
ik daatay ik bhaykhaaree jee
sabh tayray choj vidaanaa.
tooN aapay daataa aapay bhugtaa jee
ha-o tuDh bin avar na jaanaa.
tooN paarbarahm bay-ant bay-ant jee
tayray ki-aa gun aakh vakhaanaa.
jo sayveh jo sayveh tuDh jee jan
naanak tin kurbaanaa. ||2||

ਹਰਇਕ ਜੀਵ ਵਿੱਚ ਆਪ ਹੀ ਵਿਆਪਕ, ਰੋਮ ਰੋਮ ਵਿੱਚ ਹਰ ਸਮੇਂ ਵਸਿਆ ਰਹਿੰਦਾ ਹੈ । ਸੰਸਾਰ ਵਿੱਚ ਕੋਈ ਵਡਾ, ਛੋਟਾ, ਉਚਾ, ਨੀਵਾ, ਰਾਜਾ, ਭਿਖਾਰੀ, ਦਾਨ ਦੇਣ, ਦਾਨ ਲੈਣ ਵਾਲਾ, ਇਹ ਸਭ ਪ੍ਰਭ ਦੇ ਹੀ ਕਰਤਬ ਹਨ । ਆਪ ਹੀ ਜੀਵ ਵਿੱਚ ਦਾਨ ਦੇਣ ਦੀ ਸਮਰਥਾ ਬਖਸ਼ਦਾ ਹੈ, ਆਪੇ ਹੀ ਜੀਵ ਨੂੰ ਬੇਚਾਰਾ ਬਣਾਉਂਦਾ, ਭੀਖ ਮੰਗਾਉਂਦਾ ਹੈ । ਸਭ ਕੁਝ ਪ੍ਰਭ ਦੇ ਵੱਸ ਵਿੱਚ ਹੀ ਹੈ, ਹੋਰ ਕੋਈ ਕਰਨਵਾਲਾ, ਤਾਕਤਵਾਲਾ ਨਹੀਂ ਹੈ । ਪੂਰਨ ਹਾਕਮ ਪ੍ਰਭ ਦੇ ਕਰਤਬਾਂ ਦਾ ਕੋਈ ਅੰਤ ਨਹੀਂ ਪਾ ਸਕਦਾ । ਜਿਹੜਾ ਦਾਸ, ਪ੍ਰਭ ਦੇ ਗੁਣ ਜਾਣ ਕੇ ਸਿਮਰਨ ਵਿੱਚ ਲੀਨ ਰਹਿੰਦਾ ਹੈ, ਉਸ ਜੀਵਾ ਨੂੰ ਧੰਨ ਧੰਨ ਕਹੋ !

His Holy Spirit remains embedded within each soul and dwells in his body. His Holy Spirit remains embedded within each fiber as little as ant and as big as elephant. The Omnipotent, perfect in all respects may render someone as beggar and others honored as king to gives charity to less fortunate. His Nature remains beyond any comprehension of His Creation. He prevails in the heart of those who give charity and within beggars accepting charity. Without His Command nothing may exist in the universe. The True Master, His Nature, limits of His Virtues, miracles remain beyond any known limits. Whosoever may sing the glory and adopts the teachings of His Word with steady and stable belief; with His mercy and grace, he may become a part of His Holy Spirit. His true devotees remain astonished from His Nature.

ਹਰਿ ਧਿਆਵਹਿ ਹਰਿ ਧਿਆਵਹਿ ਤੁਧੁ ਜੀ,
ਸੇ ਜਨ ਜੁਗ ਮਹਿ ਸੁਖਵਾਸੀ॥
ਸੇ ਮੁਕਤੁ ਸੇ ਮੁਕਤੁ ਭਏ
ਜਿਨ ਹਰਿ ਧਿਆਇਆ ਜੀ,
ਤਿਨ ਤੂਟੀ ਜਮ ਕੀ ਫਾਸੀ॥
ਜਿਨ ਨਿਰਭਉ
ਜਿਨ ਹਰਿ ਨਿਰਭਉ ਧਿਆਇਆ ਜੀ
ਤਿਨ ਕਾ ਭਉ ਸਭੁ ਗਵਾਸੀ॥

har Dhi-aavahi har Dhi-aavahi tuDh jee
say jan jug meh sukhvaasee.
say mukat say mukat bha-ay
jin har Dhi-aa-i-aa jee
tin tootee jam kee faasee.
jin nirbha-o
jin har nirbha-o Dhi-aa-i-aa jee
tin kaa bha-o sabh gavaasee.

ਜਿਨ ਸੇਵਿਆ ਜਿਨ ਸੇਵਿਆ ਮੇਰਾ ਹਰਿ ਜੀ, jin sayvi-aa jin sayvi-aa mayraa har jee
ਤੇ ਹਰਿ ਹਰਿ ਰੂਪਿ ਸਮਾਸੀ॥ tay har har roop samaasee.
ਸੇ ਧੰਨੁ ਸੇ ਧੰਨੁ say Dhan say Dhan
ਜਿਨ ਹਰਿ ਧਿਆਇਆ ਜੀ, ਜਨੁ ਨਾਨਕੁ jin har Dhi-aa-i-aa jee jan
ਤਿਨ ਬਲਿ ਜਾਸੀ ॥੩॥ naanak tin bal jaasee. ||3||

ਜਿਹੜਾ ਪ੍ਰਭ ਦੀ ਰਜ਼ਾ ਵਿੱਚ ਰਹਿੰਦਾ, ਸਿਮਰਨ ਕਰਦਾ ਹੈ, ਉਸ ਨੂੰ ਸੰਸਾਰਕ ਜੀਵਨ ਵਿੱਚ ਸੁਖ, ਸੰਤੋਖ ਬਖਸ਼ਿਸ਼ ਹੋ ਜਾਂਦਾ ਹੈ । ਉਸ ਦੀ ਬੰਦਗੀ ਪ੍ਰਵਾਨ ਹੋ ਜਾਂਦਾ, ਜੂੰਨਾਂ ਦੇ ਚੱਕਰ ਤੋਂ ਮੁਕਤ ਹੋ ਜਾਂਦਾ ਹੈ । ਜਿਹੜਾ ਨਿਰਭਉ ਪ੍ਰਭ ਦੇ ਸ਼ਬਦ ਦਾ ਸਿਮਰਨ ਕਰਦਾ ਹੈ, ਉਸ ਦਾ ਮੌਤ ਦਾ ਡਰ ਦੂਰ ਹੋ ਜਾਂਦਾ ਹੈ । ਜਿਹੜਾ ਪ੍ਰਭ ਦੇ ਸ਼ਬਦ ਨੂੰ ਅਡੋਲ ਭਰੋਸੇ ਨਾਲ ਸਿਮਰਨ ਕਰਦਾ ਹੈ, ਉਹ ਪ੍ਰਭ ਦੀ ਜੋਤ ਵਿੱਚ ਹੀ ਅਭੇਦ ਹੋ ਜਾਂਦਾ, ਰੂਪ ਦਾ ਬਣ ਜਾਂਦਾ ਹੈ । ਉਸ ਸੰਤ ਸਰੂਪ ਤੋਂ ਕੁਰਬਾਨ ਜਾਵੋਂ! ਆਪਣੇ ਮਨ ਦੀ ਅਵਸਥਾ ਉਸ ਦੇ ਚਰਨਾਂ ਦੀ ਧੂੜ ਦੀ ਤਰ੍ਹਾਂ ਬਣਾਉਣ ਨਾਲ ਜੀਵਨ ਸਫਲ ਹੋ ਸਕਦਾ ਹੈ ।

Whosoever may meditate on the teachings of Your Word with steady and stable belief; with His mercy and grace, he may be blessed with comforts and contentment in his worldly life, his cycle of birth and death may be eliminated. Whosoever may adopt the teachings of Your Word with steady and stable belief; with His mercy and grace, all his doubt, suspicions and fear of death may be eliminated. He may be blessed with the right path of acceptance in His Court; he may immerse in Your Holy Spirit. He may become like His Symbol; beyond birth and death and becomes very fortunate. You should remain fascinated from His Holy saint and transform your state of mind as humble as the dust of his feet to become worthy of His consideration.

ਤੇਰੀ ਭਗਤਿ ਤੇਰੀ ਭਗਤਿ ਭੰਡਾਰ ਜੀ, tayree bhagat tayree bhagat bhandaar jee
ਭਰੇ ਬਿਅੰਤ ਬੇਅੰਤ॥ bharay bi-ant bay-antaa.
ਤੇਰੇ ਭਗਤ tayray bhagat
ਤੇਰੇ ਭਗਤ ਸਲਾਹਨਿ ਤੁਧੁ ਜੀ, tayray bhagat salaahan tuDh jee
ਹਰਿ ਅਨਿਕ ਅਨੇਕ ਅਨੰਤਾ॥ har anik anayk anantaa.
ਤੇਰੀ ਅਨਿਕ tayree anik
ਤੇਰੀ ਅਨਿਕ ਕਰਹਿ ਹਰਿ ਪੂਜਾ ਜੀ, tayree anik karahi har poojaa jee
ਤਪੁ ਤਾਪਹਿ ਜਪਹਿ ਬੇਅੰਤਾ॥ tap taapeh jaapeh bay-antaa.
ਤੇਰੇ ਅਨੇਕ ਤੇਰੇ ਅਨੇਕ ਪੜਹਿ ਬਹੁ tayray anayk tayray anayk parheh baho
ਸਿਮ੍ਰਿਤਿ ਸਾਸਤ ਜੀ, simrit saasat jee
ਕਰਿ ਕਿਰਿਆ ਖਟੁ ਕਰਮ ਕਰੰਤਾ॥ kar kiri-aa khat karam karantaa.
ਸੇ ਭਗਤ say bhagat
ਸੇ ਭਗਤ ਭਲੇ ਜਨ ਨਾਨਕ ਜੀ, say bhagat bhalay jan naanak jee
ਜੋ ਭਾਵਹਿ ਮੇਰੇ ਹਰਿ ਭਗਵੰਤਾ॥੪॥ jo bhaaveh mayray har bhagvantaa. ||4||

ਤੇਰੀ ਭਗਤੀ ਦੇ ਬੇਅੰਤ ਹੀ ਭੰਡਾਰ, ਬੇਅੰਤ ਹੀ ਭਗਤੀ ਕਰਨ ਦੇ ਸਾਧਨ ਹਨ । ਅਨੇਕਾਂ ਹੀ ਭਗਤ ਤੇਰੇ ਵਿੱਚ ਲੀਨ ਹੋਏ ਰਹਿੰਦੇ ਹਨ । ਅਨੇਕਾਂ ਹੀ ਦਾਸ ਵੱਖਰੇ ਵੱਖਰੇ ਤਰੀਕੇ, ਵਿਧੀ ਨਾਲ ਤੇਰੀ ਪੂਜਾ ਕਰਦੇ ਹਨ । ਅਨੇਕਾਂ ਹੀ ਪ੍ਰਕਾਰ ਦੀਆਂ ਤੇਰੀਆਂ ਬਾਣੀਆਂ, ਆਪ ਹੀ ਭਗਤਾਂ ਦੇ ਮੁੱਖ ਤੋਂ ਉਚਾਰੀਆਂ ਹਨ । ਅਨੇਕਾਂ ਹੀ ਸ਼ੁਭ ਕਰਮ ਆਪਣੀ ਸ੍ਰਿਸ਼ਟੀ ਤੋਂ ਕਰਾਉਂਦਾ ਹੈ । ਜਿਸ ਦੀ ਸੇਵਾ ਪ੍ਰਵਾਨ ਹੋ ਜਾਂਦੀ ਹੈ, ਉਹ ਹੀ ਤੇਰੇ ਘਰ ਵਿੱਚ ਸੋਭਦਾ ਹੈ । ਰਹਿਮਤ ਨਾਲ ਹੀ ਬੰਦਗੀ ਪ੍ਰਵਾਨ ਹੁੰਦੀ ਹੈ ।

You have an unlimited treasure of enlightenment of Your Word and many Holy Scriptures to worship and to sing Your Glory. Countless devotees remain intoxicated in meditate in the void of Your Word. Countless devotees may meditate, worship with many different techniques. You have blessed countless Holy scripture on the tongue of Your true devotees. You may inspire Your Creation to perform countless good deeds for mankind. Whose meditation may be accepted in Your Court; he may be honored in Your Royal Castle. Only You may accept the meditation of Your devotee.

ਤੂੰ ਆਦਿ ਪੁਰਖੁ ਅਪਰੰਪਰੁ ਕਰਤਾ ਜੀ,	tooN aad purakh aprampar kartaa jee
ਤੁਧੁ ਜੇਵਡੁ ਅਵਰੁ ਨ ਕੋਈ॥	tuDh jayvad avar na ko-ee.
ਤੂੰ ਜੁਗੁ ਜੁਗੁ ਏਕੋ	tooN jug jug ayko
ਸਦਾ ਸਦਾ ਤੂੰ ਏਕੋ ਜੀ,	sadaa sadaa tooN ayko jee
ਤੂੰ ਨਿਹਚਲੁ ਕਰਤਾ ਸੋਈ॥	tooN nihchal kartaa so-ee.
ਤੁਧੁ ਆਪੇ ਭਾਵੈ ਸੋਈ ਵਰਤੈ ਜੀ,	tuDh aapay bhaavai so-ee vartai jee
ਤੂੰ ਆਪੇ ਕਰਹਿ ਸੁ ਹੋਈ॥	tooN aapay karahi so ho-ee.
ਤੁਧੁ ਆਪੇ ਸ੍ਰਿਸਟਿ ਸਭ ਉਪਾਈ ਜੀ,	tuDh aapay sarisat sabh upaa-ee jee
ਤੁਧੁ ਆਪੇ ਸਿਰਜਿ ਸਭ ਗੋਈ॥	tuDh aapay siraj sabh go-ee.
ਜਨੁ ਨਾਨਕੁ ਗੁਣ ਗਾਵੈ ਕਰਤੇ ਕੇ ਜੀ,	jan naanak gun gaavai kartay kay jee jo
ਜੋ ਸਭਸੈ ਕਾ ਜਾਣੋਈ॥੫॥੧॥	sabhsai kaa jaano-ee. ||5||1||

ਪ੍ਰਭ, ਸ੍ਰਿਸ਼ਟੀ ਤੋਂ ਪਹਿਲੇ ਵੀ ਅਜੇਹਾ ਸੀ, ਸਭ ਕੁਝ ਪ੍ਰਭ ਦਾ ਕੀਤਾ ਹੀ ਹੁੰਦਾ ਹੈ । ਪ੍ਰਭ ਦੇ ਬਰਾਬਰ ਦਾ ਜਾ ਵਡਾ ਹੋਰ ਕੋਈ ਨਹੀਂ ਹੈ । ਅਟਲ ਨਾ ਬਦਲਨ ਵਾਲੇ ਪ੍ਰਭ ਦੇ ਕਰਤਬ ਬਹੁਤ ਹੀ ਨਿਰਾਰੇ ਹਨ, ਜੀਵ ਦੀ ਸਮਝ ਤੋਂ ਪਰੇ ਹਨ । ਪ੍ਰਭ ਦਾ ਹੁਕਮ ਹੀ ਸ੍ਰਿਸ਼ਟੀ ਵਿੱਚ ਵਾਪਰਦਾ ਹੈ, ਕੇਵਲ ਪ੍ਰਭ ਦਾ ਕੀਤਾ ਹੀ ਹੁੰਦਾ ਹੈ । ਆਪ ਹੀ ਸ੍ਰਿਸ਼ਟੀ ਨੂੰ ਪੈਦਾ ਕਰਦਾ, ਖਤਮ ਕਰਦਾ ਹੈ । ਜੀਵ ਹਮੇਸ਼ਾਂ ਹੀ ਪ੍ਰਭ ਦੇ ਗੁਣ ਸਿਮਰਨ ਕਰੋ, ਇਹ ਖੇਲ ਉਸ ਦਾ ਰਚਿਆ ਹੈ ।

The Omnipotent, Axiom, Omniscient, Omnipresent True Master was before the creation the universe and everything in the universe may happen under His Command. No one may ever be born equal or greater than The True Master. From Ancient Ages! Your nature remains fascinating, astonishing and beyond the comprehension of Your Creation. Everything may appease and may happen in the universe, only happens under Your Command. The True Master has created all creation with His imagination; only he may destroy His Creation in twinkle of eyes. Your true devotees remain fascinated and astonished from Your nature and always sing Your glory. The play of universe has been created by Your Command.

46. ਆਸਾ ਮਹਲਾ ੪॥ (11-14) Aasaa Mehlaa 4.

ਤੂੰ ਕਰਤਾ ਸਚਿਆਰੁ ਮੈਡਾ ਸਾਂਈ॥	tooN kartaa sachiaar maidaa saaN-ee.
ਜੋ ਤਉ ਭਾਵੈ ਸੋਈ ਥੀਸੀ,	Jo ta-o bhaavai so-ee theesee
ਜੋ ਤੂੰ ਦੇਹਿ ਸੋਈ ਹਉ ਪਾਈ॥੧॥	jo tooN deh so-ee ha-o paa-ee. ||1||
ਰਹਾਉ॥	rahaa-o.

ਪ੍ਰਭ, ਸਾਰੀ ਸ੍ਰਿਸ਼ਟੀ ਨੂੰ ਸ੍ਰਿਜਨ ਵਾਲਾ ਅਸਲੀ ਮਾਲਕ, ਹਾਕਮ ਹੈ । ਜੋ ਤੈਨੂੰ ਭਾਉਂਦਾ ਹੈ, ਤੂੰ ਉਹੀ ਕੁਝ ਕਰਦਾ ਹੈ । ਉਹ ਕੁਝ ਹੀ ਜੀਵ ਹਾਸਿਲ ਕਰ ਸਕਦਾ ਹੈ ।

The True Master, Creator, and real ultimate commander! He may only function with His Own imagination; He may bless His Creation with His own Blessed Vision. His Creation may only receive; whatsoever may be bestowed with His Blessed Vision.

ਸਭ ਤੇਰੀ ਤੂੰ ਸਭਨੀ ਧਿਆਇਆ॥	sabh tayree tooN sabhnee Dhi-aa-i-aa.
ਜਿਸ ਨੋ ਕ੍ਰਿਪਾ ਕਰਹਿ,	jis no kirpaa karahi
ਤਿਨਿ ਨਾਮ ਰਤਨੁ ਪਾਇਆ॥	tin naam ratan paa-i-aa.
ਗੁਰਮਖ ਲਾਧਾ ਮਨਮੁਖਿ ਗਵਾਇਆ॥	gurmukh laaDhaa manmukh gavaa-i-aa.
ਤੁਧੁ ਆਪਿ ਵਿਛੋੜਿਆ ਆਪਿ ਮਿਲਾਇਆ॥੧	tuDh aap vichhorhi-aa aap milaa-i-aa. 1

ਸਾਰੇ ਜੀਵ ਹੀ ਪ੍ਰਭ ਦੇ ਸ਼ਬਦ ਦਾ ਸਿਮਰਨ ਕਰਦੇ ਹਨ । ਪ੍ਰਭ ਦੀ ਰਹਿਮਤ ਨਾਲ ਹੀ ਜੀਵ ਨੂੰ ਕੁਝ ਬਖਸ਼ਿਸ਼ ਹੋ ਸਕਦਾ ਹੈ । ਜਿਸ ਨੂੰ ਸ਼ਬਦ ਨਾਲ ਲਗਨ ਬਖਸ਼ਦਾ ਹੈ, ਕੇਵਲ ਉਹ ਹੀ ਸ਼ਬਦ ਦੀ ਪਾਲਣਾ ਵਿੱਚ ਅਡੋਲ ਹੋ ਸਕਦਾ ਹੈ । ਉਸ ਨੂੰ ਪ੍ਰਵਾਨਗੀ ਦਾ ਰਸਤਾ ਬਖਸ਼ਿਸ਼ ਹੋ ਸਕਦਾ ਹੈ । ਜਿਹੜਾ ਹੋਰ ਰਸਤੇ ਤੇ ਭਟਕਦੇ ਰਹਿੰਦਾ ਹੈ, ਉਹ ਜਨਮ ਮਰਨ ਦੇ ਚੱਕਰ ਵਿੱਚ ਹੀ ਰਹਿੰਦਾ ਹੈ ।

Everyone may be meditating on the teachings of His Word; only with His mercy and grace, he may be rewarded. Whosoever may be blessed with devotion, only he may meditate and obeys the teachings of His Word with steady and stable in his day-to-day life. He may be blessed with the right path of salvation. Whosoever may adopt different paths in life; he may be frustrated in the cycle of birth and death.

ਤੂੰ ਦਰੀਆਉ ਸਭ ਤੁਝ ਹੀ ਮਾਹਿ॥	tooN daree-aa-o sabh tujh hee maahi.
ਤੁਝ ਬਿਨੁ ਦੂਜਾ ਕੋਈ ਨਾਹਿ॥	tujh bin doojaa ko-ee naahi.
ਜੀਅ ਜੰਤ ਸਭਿ ਤੇਰਾ ਖੇਲੁ॥	jee-a jant sabh tayraa khayl. vijog mil
ਵਿਜੋਗਿ ਮਿਲਿ ਵਿਛੁੜਿਆ ਸੰਜੋਗੀ ਮੇਲੁ॥੨॥	vichhurhi-aa sanjogee mayl. ||2||

ਵਿਸ਼ਾਲ ਪ੍ਰਭ ਦੇ ਸਾਰੇ ਗੁਣ, ਕਰਮਾਤਾਂ ਸ਼ਬਦ ਦੀ ਪਾਲਣਾ ਕਰਨ ਨਾਲ ਹੀ ਬਖਸ਼ਿਸ਼ ਹੋ ਸਕਦੀਆਂ ਹਨ । ਹੋਰ ਕੋਈ ਤਾਕਤਵਰ ਕੁਝ ਨਹੀਂ ਕਰ ਸਕਦੀ । ਪ੍ਰਭ ਨੇ ਹੀ ਅਨੇਕਾਂ ਕਿਸਮਾਂ ਦੀਆਂ ਸ੍ਰਿਸ਼ਟੀਆਂ ਪੈਦਾ ਕੀਤੀਆਂ ਹਨ । ਪ੍ਰਭ ਦੀ ਰਹਿਮਤ ਨਾਲ ਹੀ ਸ਼ਬਦ ਦੇ ਸਿਮਰਨ ਵਿੱਚ ਲਿਵ ਲਗਦੀ, ਪ੍ਰਵਾਨਗੀ ਦਾ ਅਸਲੀ ਰਸਤਾ ਬਖਸ਼ਿਸ਼ ਹੋ ਸਕਦਾ ਹੈ । ਜਿਸ ਜੀਵ ਦੀ ਬੰਦਗੀ ਦਰਬਾਰ ਵਿੱਚ ਪ੍ਰਵਾਨ ਨਹੀਂ ਹੁੰਦੀ, ਉਸ ਨੂੰ ਵਿਛੋੜਾ ਹੀ ਰਹਿੰਦਾ ਹੈ । ਜਿਹੜਾ ਪ੍ਰਭ ਦੇ ਸ਼ਬਦ ਦੇ ਸ਼ਬਦ ਦਾ ਸਿਮਰਨ ਅਡੋਲ ਭਰੋਸੇ ਨਾਲ ਕਰਦਾ ਹੈ, ਉਹ ਪ੍ਰਭ ਦੀ ਰਹਿਮਤ ਦੇ ਨੇੜੇ ਹੀ ਰਹਿੰਦਾ ਹੈ । ਜਿਸ ਦਾ ਭਰੋਸਾ ਅਡੋਲ ਨਹੀਂ ਹੁੰਦਾ, ਆਪਣੇ ਤੋਂ ਦੂਰ ਹੀ ਰਖਦਾ ਹੈ ।

The True Master is like a vast ocean, treasure of virtues! Whosoever may adopt the teachings of His Word with steady and stable belief in his day-to-day life. No one else may have any power to perform any task in the universe. He has created countless creatures of different kind. Whosoever may remain intoxicated in meditation on the teachings of His Word; with His mercy and grace. he may be blessed with the right path of acceptance in His Court. Whose meditation may not be accepted in Your Court; his soul remains separated and in the cycle of birth and death. Whosoever may meditate with a steady and stable belief on His Command; he may be blessed with the right path of acceptance in His Court; everyone else may remain in the cycle of birth and death.

ਜਿਸ ਨੋ ਤੂ ਜਾਣਾਇਹਿ ਸੋਈ ਜਨੁ ਜਾਣੈ॥	jis no too jaanaa-ihi so-ee jan jaanai.
ਹਰਿ ਗੁਣ ਸਦ ਹੀ ਆਖਿ ਵਖਾਣੈ॥	har gun sad hee aakh vakhaanai.
ਜਿਨਿ ਹਰਿ ਸੇਵਿਆ ਤਿਨਿ ਸੁਖੁ ਪਾਇਆ॥	jin har sayvi-aa tin sukh paa-i-aa.
ਸਹਜੇ ਹੀ ਹਰਿ ਨਾਮਿ ਸਮਾਇਆ॥੩॥	sehjay hee har naam samaa-i-aa. ||3||

ਜਿਸ ਨੂੰ ਪ੍ਰਭ ਰਹਿਮਤ ਬਖਸ਼ਕੇ, ਪ੍ਰਵਾਨਗੀ ਦੇ ਸਿੱਧੇ ਰਸਤੇ ਤੇ ਪਾਉਂਦਾ ਹੈ, ਕੇਵਲ ਉਸ ਨੂੰ ਸੋਝੀ ਬਖਸ਼ਦਾ ਹੋ ਸਕਦੀ ਹੈ । ਉਹ ਹੀ ਸਵਾਸ ਸਵਾਸ ਸ਼ਬਦ ਦੇ ਗੁਣ ਗਾਉਂਦਾ, ਸਿਮਰਨ ਕਰਦਾ ਹੈ, ਉਸ ਨੂੰ ਸੰਤੋਖ ਬਖਸ਼ਿਸ਼ ਹੋ ਸਕਦਾ ਹੈ । ਉਹ ਪ੍ਰਭ ਦੇ ਸ਼ਬਦ ਦਾ ਸਿਮਰਨ ਕਰਦਾ, ਸ਼ਬਦ ਦੀ ਸਮਾਧੀ ਵਿੱਚ ਲੀਨ ਰਹਿੰਦਾ, ਸਮਾ ਜਾਂਦਾ ਹੈ ।

Whosoever may be blessed with the right path of meditation, only he may recognize the significance of enlightenment of the essence of His Word. He may meditate and adopts the teachings of His Word with steady and stable belief with each breath in his day-to-day life; he may be blessed with overwhelming contentment in his life. He remains intoxicated in meditation in the void of His Word and immersed within His Holy Spirit.

ਤੂ ਆਪੇ ਕਰਤਾ — too aapay kartaa
ਤੇਰਾ ਕੀਆ ਸਭੁ ਹੋਇ॥ — tayraa kee-aa sabh ho-ay.
ਤੁਧੁ ਬਿਨੁ ਦੂਜਾ ਅਵਰੁ ਨ ਕੋਇ॥ — tuDh bin doojaa avar na ko-ay.
ਤੂ ਕਰਿ ਕਰਿ ਵੇਖਹਿ ਜਾਣਹਿ ਸੋਇ॥ — too kar kar vaykheh jaaneh so-ay.
ਜਨ ਨਾਨਕ ਗੁਰਮੁਖਿ ਪਰਗਟੁ ਹੋਇ॥੪॥੨ — jan naanak gurmukh pargat ho-ay. 4||2

ਪ੍ਰਭ ਆਪੇ ਹੀ ਸ੍ਰਿਸ਼ਟੀ ਦਾ ਸ੍ਰਿਜਨਹਾਰਾ ਹੈ, ਸਭ ਕੁਝ ਪ੍ਰਭ ਦਾ ਕੀਤਾ ਹੀ ਹੁੰਦਾ ਹੈ । ਪ੍ਰਭ ਤੋਂ ਬਿਨਾਂ ਹੋਰ ਕੋਈ ਦੂਜਾ, ਕੁਝ ਨਹੀਂ ਕਰ ਸਕਦਾ ਹੈ । ਆਪੇ ਹੀ ਕਰਦਾ, ਆਪ ਹੀ ਦੇਖਦਾ ਹੈ । ਪ੍ਰਭ ਦੇ ਪੈਦਾ ਕੀਤੇ ਜੀਵ ਹੀ ਸੰਤ ਸੂਰਪ ਬਣ ਜਾਂਦੇ ਹਨ ।

The One and Only One, True Master, Creator, only His Command may prevail in the universe. No one can do anything without His Blessings. He prevails in all events of His Creation and monitors all events. His creatures may become His Holy saint and His Symbol.

47. ਆਸਾ ਮਹਲਾ ੧॥ (12-2) Aasaa Mehlaa 1

ਤਿਤੁ ਸਰਵਰੜੈ ਭਈਲੇ ਨਿਵਾਸਾ, — tit saravrarhai bha-eelay nivaasaa
ਪਾਣੀ ਪਾਵਕੁ ਤਿਨਹਿ ਕੀਆ॥ — paanee paavak tineh kee-aa.
ਪੰਕਜੁ ਮੋਹ ਪਗੁ ਨਹੀ ਚਾਲੈ, — pankaj moh pag nahee chaalai
ਹਮ ਦੇਖਾ ਤਹ ਡੂਬੀਅਲੇ॥੧॥ — ham daykhaa tah doobee-alay. ||1||

ਜੀਵ, ਸਮੁੰਦਰ ਨਾਲੋ ਗੰਭੀਰ, ਨਾ ਅੰਤ ਜਾਣੇ ਵਾਲੇ ਪ੍ਰਭ ਦੀ ਰਚਾਈ ਹੋਈ ਸ੍ਰਿਸ਼ਟੀ ਵਿੱਚ ਵਸਦਾ ਹੈ । ਸ੍ਰਿਸ਼ਟੀ ਵਿੱਚ ਆਤਮਾ ਨੂੰ ਸੁਖ ਦੇਣ ਵਾਲਾ ਸਾਧਨ ਪਾਣੀ ਅਤੇ ਦੁਖ ਦੇਣ ਵਾਲਾ ਸਾਧਨ, ਅੱਗ, ਸੰਸਾਰਕ ਇੱਛਾਂ ਹਨ । ਪ੍ਰਭ ਨੇ ਸ੍ਰਿਸ਼ਟੀ ਵਿੱਚ ਜੀਵ ਨੂੰ ਵੱਖਰੇ ਲਾਲਚ ਰੂਪੀ ਰਸਤੇ ਹਨ । ਜਿਹੜਾ ਲਾਲਚ ਨਾਲ ਮੋਹ ਜੋੜਦਾ, ਧਿਆਨ ਲਾਉਂਦਾ ਹੈ, ਉਹ ਸੰਸਾਰ ਰੂਪੀ ਸਾਗਰ ਵਿੱਚ ਡੁੱਬ ਜਾਂਦਾ ਹੈ ।

The True Master may be very mysterious ocean, beyond any imagination of His Creation. The True Master has blessed with various comforts for worldly life, like water and miseries, hardship like fire, worldly desires. He has infused various suspicions and greed of worldly wealth. Whosoever may remain intoxicated with sweet poison of worldly wealth; he may drown in terrible ocean of worldly wealth and remains in birth and death cycle.

ਮਨ ਏਕੁ ਨ ਚੇਤਸਿ ਮੂੜ ਮਨਾ॥ — man, ayk na chaytas moorh manaa.
ਹਰਿ ਬਿਸਰਤ ਤੇਰੇ ਗੁਣ ਗਲਿਆ॥੧॥ ਰਹਾਉ॥ — har bisrat tayray gun gali-aa. ||1|| rahaa-o.

ਮੂਰਖਾਂ ਵਾਲਾ ਕੰਮ ਨਾ ਕਰੋ, ਸ਼ਬਦ ਨੂੰ ਮਨੋ ਨਾ ਵਿਸਾਰੋ! ਜਿਸ ਦੇ ਮਨ ਵਿਚੋਂ ਸ਼ਬਦ ਵਿਸਰ ਜਾਂਦਾ ਹੈ, ਉਸ ਦੇ ਸਾਰੇ ਚੰਗੇ ਕੰਮ ਵੀ ਬਿਰਥੇ ਹੀ ਜਾਂਦੇ ਹਨ ।

Don't be stubborn, fool! You should not forsake the teachings of His Word from day-to-day life. Whosoever may forsake the teachings of His Word from his day-to-day life; even his good deeds, meditation and charities may be useless and not be rewarded.

ਨਾ ਹਉ ਜਤੀ ਸਤੀ ਨਹੀ ਪੜਿਆ, — naa ha-o jatee satee nahee parhi-aa
ਮੂਰਖ ਮੁਗਧਾ ਜਨਮੁ ਭਇਆ॥ — moorakh mugDhaa janam bha-i-aa.
ਪ੍ਰਣਵਤਿ ਨਾਨਕ ਤਿਨ ਕੀ ਸਰਣਾ, — paranvat naanak tin kee sarnaa
ਜਿਨ ਤੂ ਨਾਹੀ ਵੀਸਰਿਆ॥੨॥੩॥ — jin too naahee veesri-aa. ||2||3||

ਜੀਵ ਆਪਣੀਆਂ ਇੰਦ੍ਰੀਆਂ ਤੇ ਕਾਬੂ ਨਹੀਂ ਰਖਦਾ (ਜਤੀ), ਪ੍ਰਭ ਦੇ ਕੀਤੇ ਤੇ ਭਰੋਸਾ ਨਹੀਂ ਰਖਦਾ, ਸੂਝਵਾਲੇ ਤੋਂ ਰਸਤੇ ਦੀ ਜਾਣਕਾਰੀ ਲੈ ਕੇ ਨਹੀਂ ਤੇ ਚਲਦਾ ਹੈ । ਆਪਣਾ ਮਾਨਸ ਜੀਵਨ ਮੂਰਖਾ ਦੀ ਤਰ੍ਹਾਂ ਹੀ ਗਵਾ ਲੈਂਦਾ ਹੈ । ਸਮਝੋ! ਆਪਣੀ ਗਲਤੀ ਜਾਣਕੇ ਪ੍ਰਭ ਦੀ ਸ਼ਰਣ ਵਿੱਚ ਆਪਾ ਭੇਟਾ ਕਰੋ! ਪ੍ਰਭ ਸ਼ਰਣ ਵਿੱਚ ਆਏ ਦੀ ਲਾਜ ਰਖਦਾ ਹੈ ।

You do not control your worldly desires nor keep a steady and stable belief on the teachings of His Word, Blessings. You do not even try to understand the right path for human life nor adopts the teachings of His Word in your life. You have wasted your human life opportunity like a fool. You are still breathing! You may realize your foolishness, mistakes, repent, and regret. You should surrender your self-identity at His Sanctuary. The Merciful True Master always protector the honor of His humble true devotee.

48. ਆਸਾ ਮਹਲਾ ੫॥ (12-6) Aasaa Mehlaa 5.

ਭਈ ਪਰਾਪਤਿ ਮਾਨੁਖ ਦੇਹੁਰੀਆ॥	bha-ee paraapat maanukh dayhuree-aa.
ਗੋਬਿੰਦ ਮਿਲਣ ਕੀ ਇਹ ਤੇਰੀ ਬਰੀਆ॥	gobind milan kee ih tayree baree-aa.
ਅਵਰਿ ਕਾਜ ਤੇਰੈ ਕਿਤੈ ਨ ਕਾਮ॥	avar kaaj tayrai kitai na kaam. mil
ਮਿਲੁ ਸਾਧਸੰਗਤਿ ਭਜੁ ਕੇਵਲ ਨਾਮ॥੧॥	saaDhsangat bhaj kayval naam. ||1||

ਪ੍ਰਭ ਨੇ ਮਾਨਸ ਜੀਵਨ ਕੇਵਲ ਸਿਮਰਨ ਕਰਨ ਲਈ ਹੀ ਬਖਸ਼ਿਆ ਹੈ, ਇਹ ਹੀ ਪ੍ਰਭ ਨੂੰ ਮਿਲਣ ਦਾ ਮੌਕਾ ਹੈ । ਜਿਹੜਾ ਸੰਸਾਰ ਵਿੱਚ ਹੋਰ ਦੁਨੀਆਵੀ ਸੁਖਾਂ ਲਈ ਯਤਨ, ਕੰਮ ਕਰਦਾ ਹੈ, ਸਭ ਬਿਰਥੇ ਹੀ ਹਨ । ਸੰਤ ਸਰੂਪ ਨਾਲ ਮਿਲਕੇ ਸਿਮਰਨ ਕਰੋ! ਅੰਤ ਵਿੱਚ ਇਹ ਹੀ ਤੇਰੇ ਕੰਮ ਆਉਣਾ ਹੈ ।

The True Master has blessed your soul with human life to meditate and adopt the teachings of His Word in life. Human life may be the only opportunity to redeem yourselves to become worthy of His Consideration. All other worldly chores are useless for the purpose of human life. You should join the conjugation of His Holy saint and meditate on the teachings of His Word. Your earnings of His Word may be your witness in His Court.

ਸਰੰਜਾਮਿ ਲਾਗੁ ਭਵਜਲ ਤਰਨ ਕੈ॥	saraNjaam laag bhavjal taran kai.
ਜਨਮੁ ਬ੍ਰਿਥਾ ਜਾਤ ਰੰਗਿ ਮਾਇਆ ਕੈ॥੧॥	janam baritha jaat rang maa-i-aa kai.
ਰਹਾਉ॥	||1|| rahaa-o.

ਅਜੇ ਵੀ ਸਮਾਂ ਹੈ, ਕੋਸ਼ਿਸ਼ ਕਰੋ! ਉਸ ਕੰਮ ਵਿੱਚ ਲਗ ਜਾਵੋ । ਜਿਹੜੇ ਜੂੰਨਾਂ ਦੇ ਚੱਕਰ ਵਿਚੋਂ ਮੁਕਤੀ ਦੇ ਰਸਤੇ ਤੇ ਪਾਉਣ, ਤੇਰਾ ਪਾਰ ਉਤਾਰਾ ਹੋ ਜਾਵੇ । ਤੂੰ ਸੰਸਾਰਕ ਸੁਖਾਂ ਵਾਸਤੇ ਕੰਮ ਕਰਦਾ, ਧਨ ਇਕੱਠਾ ਕਰਦਾ ਹੈ, ਇਹ ਸਾਰਾ ਬਿਰਥਾ ਹੀ ਹੈ, ਸਾਥ ਨਹੀਂ ਜਾਣਾ ।

You are still alive! You may still have an opportunity to adopt the teachings of His Word with steady and stable belief; with His mercy and grace, you may be blessed with the right path of salvation. Worldly wealth, comforts may be useless for the real purpose of human life to support your soul in His Court.

ਜਪੁ ਤਪੁ ਸੰਜਮੁ ਧਰਮੁ ਨ ਕਮਾਇਆ॥	jap tap sanjam Dharam na kamaa-i-aa.
ਸੇਵਾ ਸਾਧ ਨ ਜਾਨਿਆ ਹਰਿ ਰਾਇਆ॥	sayvaa saaDh na jaani-aa har raa-i-aa.
ਕਹੁ ਨਾਨਕ ਹਮ ਨੀਚ ਕਰੰਮਾ॥	kaho naanak ham neech karammaa.
ਸਰਣਿ ਪਰੇ ਕੀ ਰਾਖਹੁ ਸਰਮਾ॥ ੨॥੪॥	saran paray kee raakho sarmaa. ||2||4||

ਇਸ ਸੰਸਾਰ ਵਿੱਚ ਆ ਕੇ ਤੂੰ ਕੋਈ ਚੰਗਾ ਕੰਮ, ਕੋਈ ਬੰਦਗੀ, ਇੰਦ੍ਰੀਆਂ ਤੇ ਕਾਬੂ, ਸੰਤ ਸਰੂਪ ਦੀ ਸੇਵਾ ਨਹੀਂ ਕੀਤੀ ਹੈ, ਪ੍ਰਭ ਨੂੰ ਅਟਲ ਅਸਲੀ ਮਾਲਕ ਨਹੀਂ ਮੰਨਿਆ ਹੈ । ਤੂੰ ਹਰ ਵੇਲੇ ਨੀਚਾਂ ਵਾਲੇ ਕੰਮ ਕਰਦਾ ਹੈ । ਅਜੇ ਵੀ ਸਮਾਂ ਹੈ, ਆਪਣਾ ਰਸਤਾ ਬਦਲੋ! ਪ੍ਰਭ ਦੀ ਸ਼ਰਣ ਵਿੱਚ ਆਪਾ ਭੇਟਾ ਕਰੋ! ਉਹ ਭੁਲਾਂ ਬਖਸ਼ਣ ਵਾਲਾ ਮਾਲਕ ਤੇਰੇ ਤੇ ਵੀ ਰਹਿਮਤ ਬਖਸ਼ੇ ਗਾ ।

You have not done any good deed for mankind nor control your worldly desires. You have not served His Holy saint nor accepted The True Master as an ultimate, Axiom Commander. You are always performing mean deeds to hurt others. You are still alive! You may still have an opportunity to change your path, regret and repent your mistakes. You should surrender your self-identity at His Sanctuary. The Merciful True Master, ocean of forgiveness may bless the right path of human life journey.

49. ਸੋਹਿਲਾ ਰਾਗੁ ਗਉੜੀ ਦੀਪਕੀ ਮਹਲਾ ੧॥ (12-10) Ga-orhee Deepkee Mehlaa 1

੧ੳ ਸਤਿਗੁਰ ਪ੍ਰਸਾਦਿ॥	ik-oNkaar saT`gur parsaad
ਜੈ ਘਰਿ ਕੀਰਤਿ ਆਖੀਐ	jai ghar keerat aakhee-ai
ਕਰਤੇ ਕਾ ਹੋਇ ਬੀਚਾਰੋ॥	kartay kaa ho-ay beechaaro.
ਤਿਤੁ ਘਰਿ ਗਾਵਹੁ ਸੋਹਿਲਾ	tit ghar gaavhu sohilaa
ਸਿਵਰਿਹੁ ਸਿਰਜਣਹਾਰੋ ॥੧॥	sivrihu sirjanhaaro. ||1||

ਜਿਸ ਘਰ ਵਿੱਚ ਪ੍ਰਭ ਦੇ ਸ਼ਬਦ ਦਾ ਕੀਰਤਨ, ਸਿਮਰਨ ਹੁੰਦਾ, ਪ੍ਰਭ ਦੀ ਹੋਂਦ ਦਾ ਵਿਚਾਰ ਹੁੰਦਾ ਹੈ । ਉਸ ਘਰ ਵਿੱਚ ਹਮੇਸ਼ਾ ਹੀ ਪ੍ਰਭ ਦੀ ਰਹਿਮਤ ਦਾ ਧੰਨਵਾਦ ਹੀ ਕੀਤਾ ਜਾਂਦਾ ਹੈ ।

Whosoever may always meditate, sings the glory of His Word, comprehend the teachings of His Word to adopt in his day-to-day life. He may remain intoxicated in gratitude for His Blessings. His home may be transformed as Holy Shrine.

ਤੁਮ ਗਾਵਹੁ ਮੇਰੇ ਨਿਰਭਉ ਕਾ ਸੋਹਿਲਾ॥	tum gaavhu mayray nirbha-o kaa sohilaa.
ਹਉ ਵਾਰੀ ਜਿਤੁ ਸੋਹਿਲੈ ਸਦਾ ਸੁਖੁ ਹੋਇ॥	ha-o vaaree jit sohilai sadaa sukh ho-ay.
੧॥ ਰਹਾਉ॥	||1|| rahaa-o.

ਮੇਰੇ ਪਿਆਰੇ ਮਿਤਰੋ ਤੁਸੀ ਵੀ ਉਸ ਸ੍ਰਿਸ਼ਟੀ ਨੂੰ ਸਾਜਨ ਵਾਲੇ ਦਾ ਸਿਮਰਨ ਕਰੋ! ਉਸ ਤੋਂ ਵਾਰੀ ਜਾਵਾ, ਕਰਬਾਨ ਜਾਵਾ! ਉਸ ਦੇ ਸਿਮਰਨ ਕਰਨ ਨਾਲ ਸਦਾ ਖੁਸ਼ੀ, ਖੇੜਾ ਵਰਤਦਾ ਹੈ ।

You should always sing the glory and meditate on the teachings of His Word, The One and Only One, True Master. I remain fascinated from His Greatness! Whosoever may meditate on the teachings of His Word with steady and stable belief in his day-to-day life; with His mercy and grace, he may be blessed with pleasure and blossoms in his life.

ਨਿਤ ਨਿਤ ਜੀਅੜੇ ਸਮਾਲੀਅਨਿ	nit nit jee-arhay samaalee-an
ਦੇਖੈਗਾ ਦੇਵਣਹਾਰੁ॥	daykhaigaa dayvanhaar.
ਤੇਰੇ ਦਾਨੈ ਕੀਮਤਿ ਨਾ ਪਵੈ	tayray daanai keemat naa pavai
ਤਿਸੁ ਦਾਤੇ ਕਵਣੁ ਸੁਮਾਰੁ॥੨॥	tis daatay kavan sumaar. ||2||

ਅੰਤਰਜਾਮੀ ਪ੍ਰਭ ਆਪਣੀ ਸਾਜੀ ਹੋਈ ਸ੍ਰਿਸ਼ਟੀ ਦੀ ਹਰ ਵੇਲੇ ਹੀ ਦੇਖ ਭਾਲ (ਸੰਭਾਲਣਾ) ਕਰਦਾ ਹੈ । ਪ੍ਰਭ ਦੀਆਂ ਬਖਸ਼ਿਆਂ ਦਾਤਾਂ ਦੀ ਕੀਮਤ ਜਾਣੀ ਨਹੀਂ ਜਾ ਸਕਦੀ, ਅਣਮੋਲ ਹਨ । ਨਾ ਹੀ ਪ੍ਰਭ ਨੂੰ ਕਿਸੇ ਦੇ ਬਰਾਬਰ ਤੁਲਨਾ ਕੀਤੀ ਜਾ ਸਕਦੀ, ਪਰਖਿਆ ਹੀ ਜਾ ਸਕਦਾ ਹੈ ।

The Omniscient True Master creates, nourishes, and protects His Creation. The significance of His Blessings may not be fully comprehended nor He may be comparable with anyone.

ਸੰਬਤਿ ਸਾਹਾ ਲਿਖਿਆ	sambat saahaa likhi-aa
ਮਿਲਿ ਕਰਿ ਪਾਵਹੁ ਤੇਲੁ॥	mil kar paavhu tayl.
ਦੇਹੁ ਸਜਣ ਅਸੀਸੜੀਆ	dayh sajan aseesrhee-aa
ਜਿਉ ਹੋਵੈ ਸਾਹਿਬ ਸਿਉ ਮੇਲੁ॥੩॥	ji-o hovai saahib si-o mayl. ||3||

ਮੌਤ ਦਾ ਸਮਾਂ ਅਟਲ, ਨਿਸ਼ਚਤ ਹੈ । ਇਹ ਸੋਗ ਦਾ ਸਮਾਂ ਨਹੀਂ, ਸਗੋਂ ਪ੍ਰਭ ਨੂੰ ਮਿਲਣ ਦੀ ਘੜੀ ਹੈ । ਪ੍ਰਭ ਨੇ ਆਪਣੇ ਦਾਸ ਨੂੰ ਵਾਪਸ ਸੱਦ ਲਿਆ ਹੈ । ਸਾਰੇ ਮਿਲਕੇ ਇਸ ਸੱਦੇ ਲਈ ਪ੍ਰਭ ਦਾ ਧੰਨਵਾਦ ਕਰੋ! ਇਸ ਮੌਕੇ ਤੇ ਸਾਰੇ ਮਿੱਤਰ ਇਕੱਠੇ ਹੋ ਕੇ ਆਤਮਾ ਲਈ ਅਰਦਾਸ ਕਰੋ! ਕਿ ਉਸ ਦਾ ਅਸਲੀ ਮਾਲਕ ਨਾਲ ਸੰਜੋਗ ਹੋ ਜਾਵੇ ।

The time of death is predetermined and unavoidable. The Time of death may not be time for grieving; rather his soul has completed her worldly visit and returning home. This may be the time for a union with The True Creator. We should be grateful and sing His Glory for His invitation. We should join and pray for His Forgiveness and Refuge! The Merciful True Master may accept his soul in His Sanctuary.

ਘਰਿ ਘਰਿ ਏਹੋ ਪਾਹੁਚਾ ghar ghar ayho paahuchaa
ਸਦੜੇ ਨਿਤ ਪਵੰਨਿ॥ sad-rhay nit pavann.
ਸਦਣਹਾਰਾ ਸਿਮਰੀਐ sadanhaaraa simree-ai
ਨਾਨਕ ਸੇ ਦਿਹ ਆਵੰਨਿ॥੪॥੧ naanak say dih aavann. ||4||1||

ਜੀਵ ਦੇ ਜਨਮ ਤੋਂ ਪਹਿਲੇ ਹੀ ਮੌਤ ਦਾ ਸਮਾਂ, ਘੜੀ ਮਿਥੀ ਜਾਂਦੀ ਹੈ । ਇਹ ਕੋਈ ਅਣਹੋਣੀ ਘਟਨਾ ਨਹੀਂ ਹੈ । ਹਰ ਰੋਜ਼ ਹੀ ਕੋਈ ਨਾ ਕੋਈ ਇਸ ਸੰਸਾਰ ਵਿਚੋਂ ਜਾਂਦਾ ਹੈ । ਪ੍ਰਭ ਨੂੰ ਹਰ ਸਮੇਂ ਯਾਦ ਰਖੋ, ਸਿਮਰਨ ਕਰੋ ! ਤੇਰਾ ਸਮਾਂ ਵੀ ਨਜ਼ਦੀਕ ਹੈ ।

The time of death may be predetermined before birth of any worldly creature. Death may not be a strange event in world! Every day, someone may be born and other may die. This is an ongoing play of His Nature and not any unique only happen to anyone. Remember! Your time may be near, approaching.

50. ਰਾਗੁ ਆਸਾ ਮਹਲਾ ੧॥ (12-16) Raag Aasaa Mehlaa 1

ਛਿਅ ਘਰ ਛਿਅ ਗੁਰ ਛਿਅ ਉਪਦੇਸ॥ chhi-a ghar chhi-a gur chhi-a updays.
ਗੁਰੁ ਗੁਰੁ ਏਕੋ ਵੇਸ ਅਨੇਕ॥੧॥ gur gur ayko vays anayk. ||1||

ਇਸ ਸੰਸਾਰ ਵਿੱਚ ਅਨੇਕਾਂ ਧਾਰਮਕ ਸੰਸਥਾਂ, ਪ੍ਰਭ ਦਾ ਸੁਨੇਹਾ ਦੇਣ ਵਾਲੀਆਂ ਹਨ । ਅਨੇਕਾਂ ਹੀ ਸੰਤ ਸਰੂਪ ਸ਼ਬਦ ਦਾ ਉਪਦੇਸ਼ ਕਰਨਵਾਲੇ ਹਨ । ਅਨੇਕਾਂ ਕਿਸਮਾਂ ਦੀਆਂ ਬਾਣੀਆਂ, ਸਾਰੀਆਂ ਹੀ ਅਟਲ ਪ੍ਰਭ ਦੇ ਅਨੇਕਾਂ ਹੀ ਰੂਪ ਹਨ, ਸਾਰੇ ਹੀ ਠੀਕ ਰਸਤੇ ਹਨ ।

ਧਾਰਮਕ ਸੰਸਥਾਂ–ਮੰਦਰ, ਮਸਜਦ, ਧਰਮਸਾਲਾ, ਗੁਰਦਾਵਾਰੇ
ਬਾਣੀਆਂ– ਕਰਾਨ, ਪਰਾਨ, ਗੁਰੂ ਗ੍ਰੰਥ ਸਾਹਿਬ, ਆਦਿ
ਛਿਅ – ਛਿਅ ਨੰਬਰ ਤੋਂ ਨਹੀਂ, ਇਕ ਤੋਂ ਵਧ ਵਾਸਤੇ ਵਰਤਿਆ ਗਿਆ ਹੈ ।

In the universe! Countless religious shrines, Holy Scriptures to spread the message of the teachings of His Word. Countless Blessed souls, His Holy saints to preach the teachings of His Word. All are teachings to become worthy to be blessed with the right path.

ਬਾਬਾ ਜੈ ਘਰਿ ਕਰਤੇ ਕੀਰਤਿ ਹੋਇ॥ baabaa jai ghar kartay keerat ho-ay.
ਸੋ ਘਰੁ ਰਾਖੁ ਵਡਾਈ ਤੋਇ॥੧॥ ਰਹਾਉ॥ so ghar raakh vadaa-ee to-ay. ||1|| rahaa-o.

ਜਿਸ ਅਸਥਾਨ ਤੇ ਪ੍ਰਭ ਦੇ ਸ਼ਬਦ ਦਾ ਕੀਰਤਨ ਹੁੰਦਾ,
ਜਿਹੜੀ ਆਤਮਾ ਅਟਲ ਪ੍ਰਭ ਦੇ ਸ਼ਬਦ ਦਾ ਸਿਮਰਨ ਕਰਦਾ ਹੈ, ਉਸ ਦਾ ਸਿਮਰਨ ਵਾਲਾ ਘਰ, ਤਨ ਮੰਦਰ ਬਣ ਜਾਂਦਾ ਹੈ । ਉਸ ਦੇ ਮਨ, ਜੀਵਨ ਵਿੱਚ ਖੇੜਾ ਬਖਸ਼ਿਸ਼ ਹੋ ਜਾਂਦਾ ਹੈ, ਉਸ ਆਤਮਾ ਦੀ ਮਹਿਮਾਂ ਬੁਹਤ ਉੱਚੀ ਹੋ ਜਾਂਦੀ ਹੈ ।

Whosoever may meditate, sings the glory of His Word; his meditation place, his body may become His Holy Shrine; with His mercy and grace, he may be blessed with blossom in his life. His soul may be blessed with supreme status, glory.

ਵਿਸੁਏ ਚਸਿਆ ਘੜੀਆ ਪਹਰਾ visu-ay chasi-aa gharhee-aa pahraa
ਥਿਤੀ ਵਾਰੀ ਮਾਹੁ ਹੋਆ॥ thitee vaaree maahu ho-aa.
ਸੂਰਜੁ ਏਕੋ ਰੁਤਿ ਅਨੇਕ॥ sooraj ayko rut anayk.
ਨਾਨਕ ਕਰਤੇ ਕੇ ਕੇਤੇ ਵੇਸ॥੨॥੨॥ naanak kartay kay kaytay vays. ||2||2||

ਦਿਨ ਰਾਤ, ਮਹੀਨੇ, ਥਿਤੀ, ਵਾਰ, ਪਲ, ਵੱਖਰੀਆਂ ਰੁਤਾਂ, ਮੌਸਮ ਸਾਰੇ ਇਕ ਸੂਰਜ ਵਿਚੋਂ ਬਣਦੇ ਹਨ । ਇਸਤਰ੍ਹਾਂ ਇਸ ਅਸਲੀ ਮਾਲਕ ਦੀ ਜੋਤ ਵਿਚੋਂ ਹੀ ਅਨੇਕਾਂ ਰੂਪ, ਰੰਗ ਜੀਵ ਪੈਦਾ ਹੁੰਦੇ ਹਨ । ਪ੍ਰਭ ਆਪ ਹੀ ਇਹਨਾਂ ਵਿੱਚ ਆਪਣੀ ਇੱਛਾਂ ਨਾਲ ਪ੍ਰਗਟ ਹੋ ਜਾਂਦਾ ਹੈ ।

In the universe! All seasons, days, months, seasons have been originated from one Sun! Same way all creatures, different color and structures have been created from His Holy Spirit. He may appear in anyone within anyone His own imagination.

51. ਰਾਗੁ ਧਨਾਸਰੀ ਮਹਲਾ ੧॥ (13-1) Raag Dhanaasree Mehlaa 1

ਗਗਨ ਮੈ ਥਾਲੁ ਰਵਿ ਚੰਦੁ ਦੀਪਕ ਬਨੇ, gagan mai thaal rav chand deepak banay
ਤਾਰਿਕਾ ਮੰਡਲ ਜਨਕ ਮੋਤੀ॥ taarikaa mandal janak motee.
ਧੂਪੁ ਮਲਆਨਲੋ ਪਵਣੁ ਚਵਰੋ, Dhoop mal-aanlo pavan chavro
ਕਰੇ ਸਗਲ ਬਨਰਾਇ ਫੂਲੰਤ ਜੋਤੀ॥੧॥ karay sagal banraa-ay foolant jotee. ||1||

ਪ੍ਰਭ, ਅਕਾਸ਼ ਤੇਰੇ ਗੁਣ ਗਾਉਣ, ਧੰਨਵਾਦ ਕਰਨਵਾਲਾ ਪੰਡਾਲ ਹੈ । ਅਨੇਕਾਂ ਹੀ ਚੰਦ ਅਤੇ ਅਨੇਕਾਂ ਹੀ ਤਾਰੇ ਇਸ ਪੰਡਾਲ ਦੀ ਸ਼ਾਨ ਵਧਾਉਂਦੇ ਹਨ । ਅਨੇਕਾਂ ਹੀ ਕਿਸਮਾਂ ਦੇ ਪੌਦੇ, (ਫੁੱਲ, ਬੂਟੇ,) ਸੁਗੰਧ ਦੇਂਦੇ ਹਨ । ਇਹ ਹਵਾ ਸਾਰੇ ਮੰਡਲ ਵਿੱਚ ਮਾਹਿਕ ਵਰਸਾਉਂਦੀ, ਇਹ ਸ੍ਰਿਸ਼ਟੀ ਹੀ ਤੇਰੀ ਭੇਟਾ ਹੈ ।

The sky is the stage to sing Your glory. Many moons and stars enhance Your embellishment and glory. Countless flowers and plants are spreading the aroma. Air spreads the fragrance and the whole universe is Your offering.

ਕੈਸੀ ਆਰਤੀ ਹੋਇ॥ kaisee aartee ho-ay.
ਭਵ ਖੰਡਨਾ ਤੇਰੀ ਆਰਤੀ॥ bhav khandnaa tayree aartee.
ਅਨਹਤਾ ਸਬਦ ਵਾਜੰਤ ਭੇਰੀ॥੧॥ anhataa sabad vaajant bhayree. ||1||
ਰਹਾਉ॥ rahaa-o.

ਅਟਲ ਪ੍ਰਭ, ਮੈਂ ਕਿਸਤਰ੍ਹਾਂ ਦੀ ਆਰਤੀ, ਪੂਜਾ, ਧੰਨਵਾਦ ਕਰਾ । ਮੇਰੇ ਕੋਲ ਕੇਵਲ ਤੇਰਾ ਬਖਸ਼ਿਆ ਹੋਇਆ ਸ਼ਬਦ ਹੀ ਹੈ, ਸਵਾਸ ਸਵਾਸ ਨਾਲ ਸਿਮਰਨ ਕਰਦਾ ਹਾ ।

My Axiom True Master! How may I worship, sing Your Glory, and pray for Your Forgiveness and Refuge? I am singing the glory of Your Blessed Word with breath as my prayer for Your Forgiveness and Refuge.

ਸਹਸ ਤਵ ਨੈਨ ਨਨ, ਨੈਨ ਹਹਿ ਤੋਹਿ ਕਉ, sahas tav nain nan nain heh tohi ka-o
ਸਹਸ ਮੂਰਤਿ ਨਨਾ ਏਕ ਤੁੋਹੀ॥ sahas moorat nanaa ayk tohee.
ਸਹਸ ਪਦ ਬਿਮਲ ਨਨ, ਏਕ ਪਦ ਗੰਧ ਬਿਨੁ, sahas pad bimal nan ayk pad ganDh bin
ਸਹਸ ਤਵ ਗੰਧ ਇਵ ਚਲਤ ਮੋਹੀ॥੨॥ sahas tav ganDh iv chalat mohee. ||2||

ਪ੍ਰਭ ਤੇਰੀਆ ਅਨੇਕਾਂ ਦੇਖਣ ਵਾਲੀਆਂ ਅੱਖਾਂ, ਅਨੇਕਾਂ ਹੀ ਰੂਪ, ਅਨੇਕਾਂ ਹੀ ਪੈਰ, ਅਨੇਕਾਂ ਹੀ ਸੁੰਘਣ ਵਾਲੇ ਨੱਕ, ਅਨੇਕਾਂ ਹੀ ਚਰਨ ਹਨ । ਇਹ ਵੀ ਦੇਖਦਾ ਹਾ! ਤੇਰੀ ਕੋਈ ਅੱਖ, ਪੈਰ, ਨੱਕ, ਚਰਨ ਨਹੀਂ, ਕੋਈ ਇਕ ਸਥਿਤ ਰੂਪ (ਅਕਾਰ) ਨਹੀਂ ਹੈ । ਇਸ ਤੇ ਬੁਹਤ ਅਚੰਭਾ ਹੋ ਗਿਆ ਹਾ । ਇਸ ਹੀ ਵੱਖਰੇ ਪਨ ਨੇ ਬੁਹਤ ਪ੍ਰਭਾਵਤ ਕੀਤਾ ਹੈ ।

My True Master, I may see! You have many eyes, ears, noses, feet astonishing beauty. Next moment, I see no eyes, no ears, no noses, foot, nor any visible shape either. I am entranced from Your unique existence.

ਸਭ ਮਹਿ ਜੋਤਿ ਜੋਤਿ ਹੈ ਸੋਇ॥ sabh meh jot jot hai so-ay.
ਤਿਸ ਦੈ ਚਾਨਣਿ ਸਭ ਮਹਿ ਚਾਨਣੁ ਹੋਇ॥ tis dai chaanan sabh meh chaanan ho-ay.
ਗੁਰ ਸਾਖੀ ਜੋਤਿ ਪਰਗਟੁ ਹੋਇ॥ gur saakhee jot pargat ho-ay.
ਜੋ ਤਿਸੁ ਭਾਵੈ ਸੁ ਆਰਤੀ ਹੋਇ॥੩॥ jo tis bhaavai so aartee ho-ay. ||3||

ਪ੍ਰਭ ਸਭ ਜੀਵਾਂ ਵਿੱਚ ਤੇਰੀ ਜੋਤ ਵਸਦੀ, ਸੋਝੀ ਬਖਸ਼ੀ ਹੈ । ਇਸ ਨਾਲ ਹੀ ਸਾਰੀ ਸ੍ਰਿਸ਼ਟੀ ਵਿੱਚ ਗਿਆਨ, ਚਾਨਣ ਹੋਇਆ ਹੈ । ਤੇਰੇ ਸ਼ਬਦ ਦੀ ਸਿਖਿਆਂ ਨਾਲ ਹੀ ਸ੍ਰਿਸ਼ਟੀ ਵਿਚੋਂ ਅਗਿਆਨਤਾ ਦਾ ਅੰਧੇਰਾ ਦੂਰ, ਚਾਨਣ ਹੋ ਗਿਆ ਹੈ । ਤੇਰੀ ਰਹਿਮਤ ਨਾਲ ਹੀ ਜੀਵ ਨੂੰ ਸੋਝੀ ਬਖਸ਼ਿਸ਼ ਹੁੰਦੀ ਹੈ, ਉਹ ਤੇਰੀ ਹੋਂਦ ਮਹਿਸੂਸ ਕਰ ਸਕਦਾ ਹੈ । ਜਿਹੜੀ ਬੰਦਗੀ ਤੇਰੇ ਦਰਬਾਰ ਵਿੱਚ ਪ੍ਰਵਾਨ ਹੋ ਜਾਂਦੀ ਹੈ, ਉਹ ਹੀ ਤੇਰੀ ਪੂਜਾ, ਆਰਤੀ ਹੈ ।

You Holy Spirit remains embedded within each soul and Your Blesses enlightenment remains within each heart. The teachings of Your Word have enlightened the whole universe. Whosoever may be bestowed with Your Blessed Vision, he may be enlightened. He may realize Your Existence, Your Holy Spirt prevailing everywhere. Whose meditation may be accepted in Your Court; his meditation may be the right meditation, worship and prayer for Your Forgiveness and Refuge.

ਹਰਿ ਚਰਣ ਕਵਲ ਮਕਰੰਦ ਲੋਭਿਤ,	har charan kaval makrand lobhit
ਮਨੋ ਅਨਦਿਨੋ ਮੋਹਿ ਆਹੀ ਪਿਆਸਾ॥	mano andino mohi aahee pi-aasaa.
ਕ੍ਰਿਪਾ ਜਲੁ ਦੇਹਿ ਨਾਨਕ ਸਾਰਿੰਗ ਕਉ,	kirpaa jal deh naanak saaring ka-o
ਹੋਇ ਜਾ ਤੇ ਤੇਰੈ ਨਾਇ ਵਾਸਾ॥੪॥ ੩॥	ho-ay jaa tay tayrai naa-ay vaasaa. ||4||3||

ਮੇਰੇ ਮਨ ਵਿੱਚ ਹਮੇਸ਼ਾਂ ਹੀ ਪ੍ਰਭ ਨੂੰ ਮਿਲਣ ਦੀ ਇੱਛਾਂ, ਲਾਲਚ, ਖਾਹਿਸ਼, ਪਿਆਸ ਰਹਿੰਦੀ ਹੈ । ਪ੍ਰਭ ਰਹਿਮਤ ਬਖਸ਼ੋ! ਮੇਰੇ ਮਨ ਵਿੱਚ ਸ਼ਬਦ ਦੀ ਸੋਝੀ ਘਰ ਕਰ ਜਾਵੇ । ਮੈਂ ਸ਼ਬਦ ਦੇ ਸਿਮਰਨ ਵਿੱਚ ਲੀਨ ਹੋਇਆ ਹੀ ਪ੍ਰਭ ਦੀ ਜੋਤ ਵਿੱਚ ਅਲੋਪ ਹੋ ਜਾਵਾ ।

My True Master! I am always anxious to be enlightened with essence of Your Word; to be blessed with the right path of acceptance in Your Court. I may be drenched with the essence of Your Word. I may remain intoxicated in meditation in the void of Your Word and I may be absorbed within Your Holy Spirit.

52. ਰਾਗੁ ਗਉੜੀ ਪੂਰਬੀ ਮਹਲਾ ੪॥ (13-8) Raag Ga-orhee Poorbee Mehlaa 4.

ਕਾਮਿ ਕਰੋਧਿ ਨਗਰੁ ਬਹੁ ਭਰਿਆ,	kaam karoDh nagar baho bhari-aa
ਮਿਲਿ ਸਾਧੂ ਖੰਡਲ ਖੰਡਾ ਹੇ॥	mil saaDhoo khandal khanda hay.
ਪੂਰਬਿ ਲਿਖਤ ਲਿਖੇ ਗੁਰੁ ਪਾਇਆ,	poorab likhat likhay gur paa-i-aa
ਮਨਿ ਹਰਿ ਲਿਵ ਮੰਡਲ ਮੰਡਾ ਹੇ॥੧॥	man, har liv mandal mandaa hay. ||1||

ਜੀਵ ਦਾ ਮਨ ਕਾਮ, ਕਰੋਧ ਨਾਲ ਭਰੇ ਭਾਂਡੇ ਦੀ ਤਰ੍ਹਾਂ ਹੈ, ਜਿਸ ਨੂੰ ਸੰਤ ਸਰੂਪ ਦੀ ਸੰਗਤ ਬਖਸ਼ਿਸ਼ ਹੋ ਜਾਂਦੀ ਹੈ । ਜਿਹੜਾ ਉਸ ਦੇ ਜੀਵਨ ਦੀ ਸਿਖਿਆਂ ਨਾਲ ਆਪਣਾ ਜੀਵਨ ਢਾਲਦਾ ਹੈ, ਉਸ ਨੂੰ ਹੀ ਮਨ ਦੀਆਂ ਬੁਰੀਆਂ ਇੱਛਾ ਤੇ ਜਿੱਤ ਬਖਸ਼ਿਸ਼ ਹੋ ਸਕਦੀ ਹੈ । ਪਿਛਲੇ ਜਨਮ ਦੇ ਕੀਤੇ ਕਰਮਾਂ ਨਾਲ ਸੰਤ ਦੀ ਸੰਗਤ, ਇਹ ਅਵਸਥਾ ਬਖਸ਼ਿਸ਼ ਹੋ ਸਕਦੀ ਹੈ । ਉਹ ਸ਼ਬਦ ਦੀ ਪਾਲਣਾ, ਸਿਮਰਨ ਵਿੱਚ ਹੀ ਸ਼ਬਦ ਦੀ ਸਮਾਧੀ ਵਿੱਚ ਲੀਨ ਰਹਿੰਦਾ ਹੈ ।

Human mind is like a vessel overflowing with anger and sexual urge with stranger partner! Whosoever may be blessed with the conjugation of His Holy saint, he may adopt his life experience teachings in his day-to-day life; with His mercy and grace, he may conquer the evil thoughts from his mind. Whosoever may have a great prewritten destiny as a reward for his deeds of previous lives; he may be blessed with such a state of mind as His true devotee. He may remain intoxicated in obeying the teachings of His Word in the void of His Word.

ਕਰਿ ਸਾਧੂ ਅੰਜੁਲੀ ਪੁਨੁ ਵਡਾ ਹੇ॥	kar saaDhoo anjulee pun vadaa hay.
ਕਰਿ ਡੰਡਉਤ ਪੁਨੁ ਵਡਾ ਹੇ॥੧॥ ਰਹਾਉ॥	kar dand-ut pun vadaa hay. ||1|| rahaa-o

ਸਾਧੂ, ਮਹਾਤਮਾ ਦੀ ਸੇਵਾ ਕਰਨਾ, ਭੋਜਨ ਕਰਵਾਉਣਾ ਹੀ ਵਡਾ ਪੁੰਨ ਹੈ । ਤੇਰਾ ਰੂਪ ਸਮਝਕੇ ਨਮਸਕਾਰ ਕਰਨਾ, ਸਤਿਕਾਰ ਕਰਨਾ ਹੀ ਤੇਰੀ ਪੂਜਾ ਕਰਨਾ ਹੈ ।

To serve His Holy saints to provide comfort and offering food may be the biggest charities. Whosoever may honor His Holy saint as the symbol of The True Master; his service may be the true worship of The True Master.

ਸਾਕਤ ਹਰਿ ਰਸ ਸਾਦੁ ਨ ਜਾਣਿਆ,
ਤਿਨ ਅੰਤਰਿ ਹਉਮੈ ਕੰਡਾ ਹੇ॥
ਜਿਉ ਜਿਉ ਚਲਹਿ ਚੁਭੈ ਦੁਖੁ ਪਾਵਹਿ,
ਜਮਕਾਲੁ ਸਹਹਿ ਸਿਰਿ ਡੰਡਾ ਹੇ॥੨॥

saakat har ras saad na jaani-aa
tin antar ha-umai kandaa hay.
ji-o ji-o chaleh chubhai dukh paavahi
Jamkaal saheh sir dandaa hay. ||2||

ਮਨਮੁਖ ਦੇ ਮਨ ਵਿੱਚ ਪ੍ਰਭ ਦੇ ਸ਼ਬਦ ਦੀ ਕੋਈ ਸੋਝੀ ਨਹੀ ਹੁੰਦੀ । ਉਸ ਦੇ ਮਨ ਵਿੱਚ ਅਹੰਕਾਰ, ਦਾ ਜ਼ੋਰ ਰਹਿੰਦਾ ਹੈ, ਜੀਵਨ ਵਿੱਚ ਸੰਸਾਰਕ ਇੱਛਾਂ ਦੀਆਂ ਭਟਕਣਾਂ, ਮੁਸੀਬਤਾਂ ਹੀ ਰਹਿੰਦੀਆਂ ਹਨ । ਉਹ ਜਮਦੂਤ ਦੇ ਕਾਬੂ ਵਿੱਚ, ਜਨਮ ਮਰਨ ਦੇ ਚੱਕਰ ਵਿੱਚ ਹੀ ਰਹਿੰਦਾ ਹੈ ।

Self-minded, faithless cynics remains ignorant from the teachings and significance of obeying the teachings of His Word; ego may remain embedded deep within his mind. He may remain in frustrations and endures miseries in life. He may remain in the cycle of birth and death.

ਹਰਿ ਜਨ ਹਰਿ ਹਰਿ ਨਾਮਿ ਸਮਾਣੇ,
ਦੁਖੁ ਜਨਮ ਮਰਣ ਭਵ ਖੰਡਾ ਹੇ॥
ਅਬਿਨਾਸੀ ਪੁਰਖੁ ਪਾਇਆ ਪਰਮੇਸਰੁ,
ਬਹੁ ਸੋਭ ਖੰਡ ਬ੍ਰਹਮੰਡਾ ਹੇ॥੩॥

har jan har har naam samaanay
dukh janam maran bhav khanda hay.
abhinaasee purakh paa-i-aa parmaysar
baho sobh khand barahmandaa hay. ||3||

ਜੀਵ, ਹਰਜਨ (ਪਵਿਤ੍ਰ ਆਤਮਾ) ਬਣਕੇ, ਪ੍ਰਭ ਦੇ ਸ਼ਬਦ ਦਾ ਸਿਮਰਨ ਕਰੋ! ਜਿਹੜਾ ਸ਼ਬਦ ਦੇ ਸਿਮਰਨ, ਪਲਣਾ ਅਡੋਲ ਭਰੋਸੇ ਨਾਲ ਲੀਨ ਹੋ ਜਾਂਦਾ ਹੈ । ਪ੍ਰਭ ਦੀ ਰਹਿਮਤ ਨਾਲ ਉਸ ਦਾ ਜਨਮ ਮਰਨ ਦਾ ਦੁਖ, ਚੱਕਰ ਕਟਿਆ ਜਾ ਸਕਦਾ ਹੈ । ਪ੍ਰਭ ਦੀ ਰਹਿਮਤ ਨਾਲ ਉਸ ਦੇ ਜੀਵਨ ਵਿੱਚ ਨਿਮ੍ਰਤਾ ਘਰ ਕਰ ਜਾਂਦੀ ਹੈ, ਉਸ ਨੂੰ ਪ੍ਰਵਾਗੀ ਦਾ ਅਸਲੀ ਰਸਤਾ ਬਖਸ਼ਿਸ਼ ਹੋ ਜਾਂਦਾ ਹੈ । ਉਸ ਦਾ ਆਪਾ ਮਿਟ ਜਾਂਦਾ ਹੈ, ਪ੍ਰਭ ਦਰਬਾਰ ਵਿੱਚ ਪ੍ਰਵਾਨ ਹੋ ਜਾਂਦਾ ਹੈ ।

You should renounce your evil thoughts, selfishness and obey the teachings of His Word with steady and stable belief in day-to-day life. Whosoever may remain intoxicated in meditation and obeying the teachings of His Word; with His mercy and grace, his cycle of birth and death may be eliminated. He may remain overwhelmed with humility in his life; he may be blessed with the right path of acceptance in His Court. He may conquer his selfishness; his soul may be accepted in His Court.

ਹਮ ਗਰੀਬ ਮਸਕੀਨ ਪ੍ਰਭ ਤੇਰੇ,
ਹਰਿ ਰਾਖੁ ਰਾਖੁ ਵਡ ਵਡਾ ਹੇ॥
ਜਨ ਨਾਨਕ ਨਾਮੁ ਅਧਾਰੁ ਟੇਕ ਹੈ,
ਹਰਿ ਨਾਮੇ ਹੀ ਸੁਖੁ ਮੰਡਾ ਹੇ॥੪॥੪॥

ham gareeb maskeen parabh tayray
har raakh raakh vad vadaa hay.
jan naanak naam aDhaar tayk hai
har naamay hee sukh mandaa hay. ||4||4||

ਪ੍ਰਭ ਮੈਂ ਨਿਮਾਣਾ, ਸਮਰਥਾ ਰਹਿਤ ਤੇਰਾ ਦਾਸ ਹਾ, ਮੈਂ ਆਪਣਾ ਮਨ ਤਨ, ਹੈਸੀਅਤ ਪ੍ਰਭ ਦੀ ਸ਼ਰਣ ਵਿੱਚ ਭੇਟਾ ਕਰਕੇ ਰਹਿਮਤ ਦੀ ਅਰਦਾਸ ਕਰਦਾ ਹਾ! ਸਭ ਤੋਂ ਵਡੇ ਬਖਸ਼ਣਹਾਰੇ ਪ੍ਰਭ, ਆਪ ਹੀ ਰਖਿਆ, ਸੰਭਾਲ ਕਰੋ! ਜਿਹੜਾ ਬਾਕੀ ਸਾਰੇ ਆਸਰੇ ਛੱਡਕੇ, ਪ੍ਰਭ ਦੇ ਬਖਸ਼ੇ ਤੇ ਭਰੋਸਾ ਅਡੋਲ ਰਖਦਾ ਹੈ, ਪ੍ਰਭ ਦੀ ਰਹਿਮਤ ਨਾਲ, ਉਸ ਦੇ ਮਨ ਵਿੱਚ ਖੇੜਾ ਵਸ ਜਾਂਦਾ ਹੈ ।

My True Master, I am humble, meek slave of Your Word! I have humbly surrendered your mind, body, worldly status, self-identity at Your Sanctuary and praying for Your Forgiveness and Refuge. The greatest of All, Ultimate True Master, ocean of forgiveness protect my honor. Whosoever may renounce all other supports, hopes, and have a steady and stable belief on His Ultimate Command, Blessings; with His mercy and grace, he may be enlightened and blessed with blossom in his life.

53. ਰਾਗੁ ਗਉੜੀ ਪੂਰਬੀ ਮਹਲਾ ੫॥ (13-14) Raag Ga-orhee Poorbee Mehlaa 5.

ਕਰਉ ਬੇਨੰਤੀ ਸੁਣਹੁ ਮੇਰੇ ਮੀਤਾ, ਸੰਤ ਟਹਲ ਕੀ ਬੇਲਾ॥
ਈਹਾ ਖਾਟਿ ਚਲਹੁ ਹਰਿ ਲਾਹਾ, ਆਗੈ ਬਸਨੁ ਸੁਹੇਲਾ॥੧॥

kara-o baynantee sunhu mayray meetaa sant tahal kee baylaa.
eehaa khaat chalhu har laahaa aagai basan suhaylaa. ||1||

ਜੀਵ, ਇਹ ਮਾਨਸ ਜੀਵਨ ਹੀ ਪ੍ਰਭ ਦੇ ਸ਼ਬਦ ਦਾ ਸਿਮਰਨ ਕਰਨ ਦਾ ਮੌਕਾ, ਸਮਾਂ ਹੈ । ਜਿਹੜਾ ਮਾਨਸ ਜੀਵਨ ਵਿੱਚ ਸ਼ਬਦ ਦੀ ਕਮਾਈ ਕਰਦਾ ਹੈ, ਉਸ ਦੀ ਸੰਸਾਰਕ ਯਾਤਰਾ ਸਫਲ ਹੋ ਜਾਂਦੀ ਹੈ । ਅਰਦਾਸ ਕਰੋ! ਪ੍ਰਭ ਸੰਤ ਸਰੂਪ ਦੀ ਸੰਗਤ, ਜੀਵਨ ਦਾ ਢੰਗ ਬਖਸ਼ੇ । ਜਿਹੜਾ ਸੰਤ ਦੇ ਜੀਵਨ ਦੀ ਸਿਖਿਆਂ ਨਾਲ ਜੀਵਨ ਢਾਲਦਾ ਹੈ, ਉਸ ਨੂੰ ਮਾਨਸ ਜੀਵਨ ਵਿੱਚ ਖੇੜਾ ਅਤੇ ਅੱਗੇ ਦਰਬਾਰ ਵਿੱਚ ਪ੍ਰਵਾਨਗੀ ਬਖਸ਼ਿਸ਼ ਹੋ ਸਕਦੀ ਹੈ ।

Remember! The True Master has blessed his soul another human life opportunity to sanctify your soul. Whosoever may adopt the teachings of His Word with steady and stable belief and earns the wealth of His Word; with His mercy and grace, his human life may be rewarded. You should pray for His Forgiveness and refuge! He may bless the conjugation of His Holy saint! Whosoever may adopt his life experience teachings in his own day to day life; with His mercy and grace, he may be blessed with blossom in life and acceptance in His Court.

ਅਉਧ ਘਟੈ ਦਿਨਸੁ ਰੈਣਾਰੇ॥
ਮਨ ਗੁਰ ਮਿਲਿ ਕਾਜ ਸਵਾਰੇ॥੧॥ ਰਹਾਉ॥

o-oDh ghatai dinas rainaaray.
man, gur mil kaaj savaaray. ||1|| rahaa-o.

ਜੀਵ ਪ੍ਰਭ ਦਾ ਸਿਮਰਨ ਕਰੋ! ਮਾਨਸ ਜਨਮ ਦਾ ਮਿਥਿਆ ਸਮਾਂ ਹਰ ਦਿਨ ਘੱਟਦਾ ਜਾਂਦਾ ਹੈ । ਪ੍ਰਭ ਦੀ ਰਹਿਮਤ ਨਾਲ ਜਿਸ ਨੂੰ ਪ੍ਰਵਾਨਗੀ ਦਾ ਅਸਲੀ ਰਸਤਾ ਬਖਸ਼ਿਸ਼ ਹੋ ਜਾਂਦਾ ਹੈ, ਉਸ ਦਾ ਮਾਨਸ ਜੀਵਨ ਸਫਲ ਹੋ ਜਾਵੇ, ਜਨਮ ਮਰਨ ਤੋਂ ਛੁਟਕਾਰਾ ਬਖਸ਼ਿਸ਼ ਹੋ ਜਾਂਦਾ ਹੈ ।

You should meditate on the teachings of His Word! Remember! Your predetermined time of human life journey may be diminishing every moment, every day. Whosoever may be blessed with the right path of acceptance in His Court; with His mercy and grace, his human life opportunity may be rewarded. His cycle of birth and death may be eliminated.

ਇਹੁ ਸੰਸਾਰੁ ਬਿਕਾਰੁ ਸੰਸੇ ਮਹਿ, ਤਰਿਓ ਬ੍ਰਹਮ ਗਿਆਨੀ॥
ਜਿਸਹਿ ਜਗਾਇ ਪੀਆਵੈ ਇਹੁ ਰਸੁ, ਅਕਥ ਕਥਾ ਤਿਨਿ ਜਾਨੀ ॥੨॥

ih sansaar bikaar sansay meh tari-o barahm gi-aanee.
jisahi jagaa-ay pee-aavai ih ras akath kathaa tin jaanee. ||2||

ਸੰਸਾਰ ਮਾਇਆ ਦਾ ਗੰਭੀਰ ਜਾਲ ਹੈ, ਜੀਵ ਭਰਮਾਂ ਵਿੱਚ ਲਾਲਚ, ਫਰੇਬ ਦੇ ਧੰਦੇ ਕਰਦਾ ਰਹਿੰਦਾ ਹੈ । ਗੁਰਮਖ ਜੀਵ ਸ਼ਬਦ ਦਾ ਸਿਮਰਨ ਕਰਦਾ ਬਚਾ ਹੋ ਜਾਂਦਾ ਹੈ । ਜਿਸ ਨੂੰ ਆਪ ਹੀ ਸ਼ਬਦ ਦੇ ਲੜ ਲਾਉਂਦਾ ਹੈ, ਉਹ ਸ਼ਬਦ ਦੀ ਪਾਲਣਾ ਕਰਦਾ ਹੈ, ਉਸ ਨੂੰ ਪ੍ਰਵਾਨਗੀ ਦਾ ਅਸਲੀ ਰਸਤਾ, ਸ਼ਬਦ ਦੀ ਸੋਝੀ ਬਖਸ਼ਦਾ ਹੈ ।

The World may be a very mysterious ocean, overwhelmed with sweet poison of worldly wealth. Self-minded may remain intoxicated in religious suspicions and useless deceptive deeds. His true devotee may adopt the teachings of His Word; he may be saved from demon of worldly desires. Whosoever may be blessed with devotion to meditate, he may adopt the teachings of His Word; with His mercy and grace, he may be enlightened and blessed with the right path of acceptance in His Court.

ਜਾ ਕਉ ਆਏ ਸੋਈ ਬਿਹਾਝਹੁ,
ਹਰਿ ਗੁਰ ਤੇ ਮਨਹਿ ਬਸੇਰਾ॥
ਨਿਜ ਘਰਿ ਮਹਲੁ ਪਾਵਹੁ ਸੁਖ ਸਹਜੇ,
ਬਹੁਰਿ ਨ ਹੋਇਗੋ ਫੇਰਾ॥੩॥

jaa ka-o aa-ay so-ee bihaajhahu.
har gur tay maneh basayraa.
nij ghar mahal paavhu sukh sehjay
bahur na ho-igo fayraa. ||3||

ਜੀਵ ਯਾਦ ਰਖੋ! ਜਿਸ ਕਾਰਨ ਪ੍ਰਭ ਨੇ ਮਾਨਸ ਜੀਵਨ ਬਖਸ਼ਿਆ ਹੈ, ਉਹ ਹੀ ਕਰਤਬ ਕਰੋ! ਜਿਹੜਾ ਆਪਣੇ ਮਾਨਸ ਜਨਮ ਦਾ ਮੰਤਵ ਜਾਣ ਜਾਂਦਾ ਹੈ, ਉਹ ਆਪਣੇ ਮਨ ਅੰਦਰ ਹੀ ਖੋਜ ਕਰਦਾ ਹੈ । ਉਸ ਨੂੰ ਸ਼ਬਦ ਦੀ ਸੋਝੀ, ਪ੍ਰਭ ਦੀ ਹੋਂਦ ਮਹਿਸੂਸ ਹੋ ਜਾਂਦੀ ਹੈ, ਆਪਣੇ ਅੰਦਰ ਹੀ ਵਸਣ ਲਗ ਪੈਂਦਾ ਹੈ । ਉਸ ਨੂੰ ਸਾਰੇ ਹੀ ਸੁਖ, ਪ੍ਰਵਾਨਗੀ ਦਾ ਰਸਤਾ ਬਖਸ਼ਿਸ਼ ਹੋ ਜਾਂਦਾ ਹੈ । ਉਸ ਦਾ ਆਵਗਵਨ, ਜਨਮ ਮਰਨ ਦਾ ਚੱਕਰ ਖਤਮ ਹੋ ਜਾਂਦਾ ਹੈ ।

Remember! Why have you been blessed with another human life opportunity? You should only focus on the real purpose of human life! Whosoever may recognize the purpose of his human life opportunity; he may search within his own mind and remains in renunciation in the memory of his separation from His Holy Spirit; with His mercy and grace, he may be enlightened and realize His Existence. He may start dwelling within his own body and mind. He may be blessed with all comforts in worldly life and the right path of acceptance in His Court. His cycle of reincarnation may be eliminated.

ਅੰਤਰਜਾਮੀ ਪੁਰਖ ਬਿਧਾਤੇ
ਸਰਧਾ ਮਨ ਕੀ ਪੂਰੇ॥
ਨਾਨਕ ਦਾਸੁ ਇਹੈ ਸੁਖੁ ਮਾਗੈ,
ਮੋ ਕਉ ਕਰਿ ਸੰਤਨ ਕੀ ਧੂਰੇ॥੪॥੫॥

antarjaamee purakh biDhaatay
sarDhaa man kee pooray.
naanak daas ihai sukh maagai
mo ka-o kar santan kee Dhooray. ||4||5||

ਅੰਤਰਜਾਮੀ ਪ੍ਰਭ, ਜੀਵ ਦੀਆ ਸਾਰੀਆਂ ਇੱਛਾ ਨੂੰ ਆਪ ਹੀ ਜਾਣਦਾ ਹੈ, ਅਪਣੀ ਰਜ਼ਾ ਅਨੁਸਾਰ ਪੂਰੀਆਂ ਕਰਦਾ ਹੈ । ਜੀਵ ਹਮੇਸ਼ਾ ਹੀ ਇਕੋ ਇਕ ਅਰਦਾਸ ਕਰੋ! ਪ੍ਰਭ ਦੀ ਰਜ਼ਾ, ਭਾਣਾ ਨਿਮ੍ਰਤਾ ਨਾਲ ਕਾਬੂ ਕਰਕੇ, ਉਸ ਦੇ ਧੰਨਵਾਦ ਦੇ ਗੁਣ, ਸਿਮਰਨ ਵਿੱਚ ਲੀਨ, ਮਸਤ ਹੋ ਜਾਵੇ ।

The Omniscient True Master remains aware about all worldly desires, needs, and hopes of His Creation He may bestow His Blessed Vision with His imagination, as a reward of his deeds of previous lives. You should always pray for His Forgiveness and Refuge! You should humble accept His Blessings as a worthy reward for your deeds; you should remain intoxicated in meditation and singing the thanks, gratitude.

ਅਰਦਾਸ

ੴ ਸਤਿ ਨਾਮੁ॥
ਵਾਹਿਗੁਰੂ ਜੀ ਕੀ ਫਤਹਿ॥ ਸ੍ਰੀ ਭਗੌਤੀ ਜੀ ਸਹਾਇ॥
ਤੂ ਠਾਕੁਰੁ, ਤੁਮ ਪਹਿ ਅਰਦਾਸਿ॥
ਜੀਉ ਪਿੰਡੁ, ਸਭੁ ਤੇਰੀ ਰਾਸਿ॥

ਤੁਮ, ਮਾਤ, ਪਿਤਾ, ਹਮ ਬਾਰਿਕ ਤੇਰੇ॥
ਤੁਮਰੀ ਕ੍ਰਿਪਾ, ਮਹਿ ਸੂਖ ਘਨੇਰੇ॥
ਕੋਇ ਨ ਜਾਨੈ, ਤੁਮਰਾ ਅੰਤੁ॥
ਊਚੇ ਤੇ, ਊਚਾ ਭਗਵੰਤ॥
ਸਗਲ ਸਮਗ੍ਰੀ, ਤੁਮਰੈ ਸੂਤ੍ਰਿ ਧਾਰੀ॥
ਤੁਮ ਤੇ ਹੋਇ, ਸੁ ਆਗਿਆਕਾਰੀ॥
ਤੁਮਰੀ ਗਤਿ ਮਿਤਿ, ਤੁਮ ਹੀ ਜਾਨੀ॥
ਨਾਨਕ ਦਾਸ, ਸਦਾ ਕੁਰਬਾਨੀ॥੮॥੪॥

ਦਹੋਰਾ

ਸਗਲ ਦੁਆਰ ਕਉ ਛਾਡਿ ਕੈ ਗਹਿਓ ਤੁਹਾਰੋ ਦੁਆਰ॥
ਬਾਂਹਿ ਗਹੇ ਕੀ ਲਾਜ ਅਸ ਗੋਬਿੰਦ ਦਾਸ ਤੁਹਾਰ॥
ਨਾਨਕ ਨਾਮ ਚ੍ਹੜਦੀ ਕਲਾ ।
ਤੇਰੇ ਭਾਣੇ ਸਰਬੱਤ ਦਾ ਭਲਾ ।
ੴ ਬੋਲੇ ਸੋ ਨਿਹਾਲ, ਸਤਿ ਸ੍ਰੀ ਅਕਾਲ ।
ਵਾਹਿਗੁਰੂ ਜੀ ਕਾ ਖਾਲਸਾ, ਵਾਹਿਗੁਰੂ ਜੀ ਕੀ ਫਤਹਿ॥

ਗੁਰੂ ਗ੍ਰੰਥ

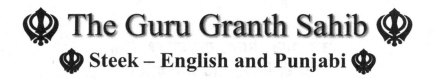

The Guru Granth Sahib

Steek – English and Punjabi

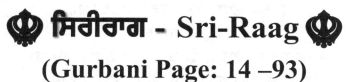

ਸਿਰੀਰਾਗ - Sri-Raag

(Gurbani Page: 14 –93)

(54 – 220)

☬ ਸਿਰੀਰਾਗ (14-93) ☬

ਗੁਰੂ ਗ੍ਰੰਥ ਸਾਹਿਬ – ਮੂਲ ਮੰਤਰ ਵਿੱਚ ਪ੍ਰਭ ਦੀ ਅਵਸਥਾ ਦੀ ਸੋਝੀ ਜਾਣਕਰੀ ਦੱਸੀ ਗਈ ਹੈ!

ਮੂਲ ਮੰਤਰ ਦੇ ਪੰਜ ਭਾਗ:

ਪ੍ਰਭ ਦਾ ਅਕਾਰ, ਸ਼੍ਰਿਸਟੀ ਦਾ ਪ੍ਰਬੰਧ, ਬਣਤਰ, ਮੁਕਤੀ, ਪ੍ਰਭ ਦੀ ਪਛਾਣ!

Five enlightenments of Mool Mantra:

Structure; Function; Creation; Acceptance; Recognition.

ੴ ਸਤਿ ਨਾਮੁ ਕਰਤਾ ਪੁਰਖੁ, ਨਿਰਭਉ ਨਿਰਵੈਰੁ ਅਕਾਲ ਮੂਰਤਿ ਅਜੂਨੀ ਸੈਭੰ ਗੁਰ ਪ੍ਰਸਾਦਿ॥

ik-oNkaar, sat naam, kartaa, purakh, nirbha-o, nirvair, akaal, moorat, ajoonee, saibhaN, gur parsaad.

ਜਪੁ॥ ਆਦਿ ਸਚੁ ਜੁਗਾਦਿ ਸਚੁ॥ ਹੈ ਭੀ ਸਚੁ ਨਾਨਕ ਹੋਸੀ ਭੀ ਸਚੁ॥੧॥

jap.! Aad sach, Jugaad sach. Hai bhee sach, Naanak hosee bhee sach. ||1||

7) **ਪ੍ਰਭ ਦਾ ਅਕਾਰ** – Structure

ੴ	ਪ੍ਰਭ, ਇਕੋ ਇਕ, ਅਕਾਰ ਰਹਿਤ ਜੋਤ, ਸ੍ਰਿਸ਼ਟੀ ਦਾ ਮਾਲਕ!
ik-oNkaar:	The One and Only One, True Master. No form, shape, color, size, in Spirit only.

His Holy Spirit may appear in anything, anyone, anytime at His free Will; beyond any form, shape, size, or color, only Holy Spirit.

8) **ਸ਼੍ਰਿਸਟੀ ਦਾ ਪ੍ਰਬੰਧ:** Function and His Operation!

ਸਤਿ ਨਾਮੁ	ਪ੍ਰਭ ਦਾ ਸ਼ਬਦ, ਭਾਣਾ ਨਾ-ਬਦਲਣ, ਨਾ-ਟਾਲੇ ਜਾਣ ਵਾਲਾ; ਸਦਾ ਵਾਪਰਦਾ; ਹਰਇੱਕ ਆਤਮਾ ਤੇ ਪ੍ਰਭ ਉਕਾਰਦਾ ਹੈ; ਕਾਗਜ਼ ਤੇ ਲਿਖਿਆਂ ਨਹੀਂ ਜਾ ਸਕਦਾ; ਹਰਇੱਕ ਆਤਮਾ ਲਈ ਵੱਖਰਾ ਹੀ ਹੁੰਦਾ, ਸਦਾ ਚਲਣ ਵਾਲੀ ਗੂੰਜ, ਅਚੇਤ ਮਨ –ਸ਼ਿਵ, ਆਤਮਾ ਦੀ ਹੋਂਦ ਨਾਲ ਹੀ ਖਤਮ ਹੋ ਜਾਂਦਾ ਹੈ! ਪ੍ਰਭ ਦੀ ਹੋਂਦ, ਪ੍ਰਵਾਨਗੀ ਦਾ ਅਸਲੀ ਰਸਤਾ, ਸ਼ਬਦ ਵਿੱਚ ਹੀ ਸਮਾਇਆ ਹੈ!	
sat naam:	naam	His Command, His existence, His Word. a unique road-map embedded within each soul.
	sat	Omnipresent, Omniscient, Omnipotent, Unchangeable, Uncompromised, true forever.

The One and Only One, Holy Spirit remains embedded in His Nature, in His Word; only His Command pervades in the universe and nothing else exist without His mercy and grace.

9) **ਸ਼੍ਰਿਸਟੀ ਦੀ ਬਣਤਰ:** – Creation of the universe.

ਸੈਭੰ	ਪ੍ਰਭ ਆਪਣੇ ਆਪ ਵਿਚੋਂ ਉਤਪਤ; ਪ੍ਰਭ ਦੀ ਜੋਤ ਸ਼ਬਦ ਰੂਪ ਵਿੱਚ ਆਤਮਾ ਵਿੱਚ ਸਮਾਈ ਰਹਿੰਦੀ ਹੈ! ਆਤਮਾ, ਪ੍ਰਭ ਦੀ ਜੋਤ ਵਿਚੋਂ ਵਿਛੜੀ, ਜੋਤ ਦਾ ਭਾਗ ਹੈ!
saibhaN:	Universe, Creation, soul is an expansion of His Holy spirit; Soul separated to repent, sanctify to immerse with origin; No soul may be deprived from this opportunity.

The True Master, Creator Himself is The Creation, nothing else exist.

10) **ਮੁਕਤੀ** Salvation – His acceptance.

ਗੁਰ ਪ੍ਰਸਾਦਿ	ਪ੍ਰਭ ਦੀ ਆਪਣੀ ਮਰਜ਼ੀ, ਰਹਿਮਤ ਨਾਲ ਪ੍ਰਵਾਨਗੀ ਹੁੰਦੀ, ਕਿਸੇ ਬੰਦਗੀ, ਵਿਚੋਲੇ, ਗੁਰੂ ਦੀ ਅਰਦਾਸ, ਸਰਾਪ ਨਾਲ ਕੁਝ ਨਹੀਂ ਹੁੰਦਾ!
gur parsaad	His Blessings may only be with His Blessed Vision. No one may counsel nor curse His Blessings.

How, why, Whom, When! He may bestow His Blessed Vision, limits and duration remains beyond any comprehension of His Creation.

11) ਪ੍ਰਭ ਦੀ ਪਛਾਣ – Recognition

ਗੁਣ: – ਕਰਤਾ, ਪੁਰਖੁ, ਨਿਰਭਉ, ਨਿਰਵੈਰੁ, ਅਕਾਲ, ਮੂਰਤਿ, ਅਜੂਨੀ!

Virtues: - kartaa, purakh, nirbha-o nirvair, akaal, moorat, ajoonee

12) ਕੌਣ ਪੂਜਣ ਯੋਗ – Worthy to be worshipped

ਆਦਿ ਸਚੁ ਜੁਗਾਦਿ ਸਚੁ॥
ਹੈ ਭੀ ਸਚੁ ਨਾਨਕ ਹੋਸੀ ਭੀ ਸਚੁ॥੧॥

Aad sach, Jugaad sach.
Hai bhee sach, Naanak hosee bhee sach. ||1||

ਕੇਵਲ ਇਕੋ ਇਕ ਅਟਲ ਪ੍ਰਭ, ਪ੍ਰਭ ਦਾ ਸ਼ਬਦ, ਅਰੰਭ ਤੋਂ ਪਹਿਲੇ, ਹੁਣ, ਭਵਿੱਖ ਵਿੱਚ ਵੀ ਅਟਲ ਰਹਿਣ ਵਾਲਾ ਹੈ । ਕੇਵਲ ਉਸ ਦਾ ਹੁਕਮ ਹੀ ਚਲਦਾ ਹੈ । ਸਭ ਨੂੰ ਉਸ ਅਗੇ ਝੁਕਣਾ ਪੈਂਦਾ ਹੈ ।

ਗੁਰੂ ਗ੍ਰੰਥ ਸਾਹਿਬ ਦੀ ਬਾਣੀ ਦਾ ਤੱਤ – ਮੂਲ ਮੰਤਰ!

ਪ੍ਰਭ ਇਕੋ ਇਕ ਅਕਾਰ ਰਹਿਤ, ਅਟਲ, ਸਦਾ ਰਹਿਣ ਵਾਲੀ ਜੋਤ; ਸ੍ਰਿਸ਼ਟੀ ਵਿੱਚ, ਹਰਇਕ ਆਤਮਾ ਵਿੱਚ ਸ਼ਬਦ ਰੂਪ, ਪ੍ਰਵਾਨਗੀ ਦੇ ਰਸਤੇ ਦੇ ਰੂਪ ਵਿੱਚ ਸਮਾਈ ਹੈ । ਸ੍ਰਿਸ਼ਟੀ ਵਿੱਚ ਕੇਵਲ ਸ਼ਬਦ, ਪ੍ਰਭ ਦੇ ਹੁਕਮ ਰੂਪ ਵਿੱਚ ਵਾਪਰਦਾ ਹੈ, ਹਰਇਕ ਇਕ ਆਤਮਾ ਲਈ ਖਾਸ ਸ਼ਬਦ ਪੈਦਾ ਹੁੰਦਾ, ਆਤਮਾ ਦੀ ਹੋਂਦ ਖਤਮ ਹੋਣ ਨਾਲ ਸ਼ਬਦ ਦੀ ਹੋਂਦ ਵੀ ਖਤਮ ਹੋ ਜਾਂਦੀ ਹੈ । ਪ੍ਰਭ ਦੀ ਜੋਤ ਵਿੱਚ ਅਨੇਕਾ ਹੀ ਗੁਣ ਹਨ, ਸਾਰੇ ਗੁਣ ਆਤਮਾ ਵਿੱਚ ਨਹੀਂ ਹੋ ਸਕਦੇ । ਆਤਮਾ ਇਕ ਪਾਣੀ ਦੀ ਬੂੰਦ ਦੀ ਤਰ੍ਹਾਂ ਹੈ, ਪ੍ਰਭ ਇਕ ਸਮੁੰਦਰ ਦੀ ਤਰ੍ਹਾਂ ਹੈ; ਆਤਮਾ ਸਮੁੰਦਰ ਵਿੱਚ ਸਮਾ ਜਾਣ ਨਾਲ ਵੀ ਸਮੁੰਦਰ ਦੀ ਡੂੰਘਾਈ ਨਹੀਂ ਜਾਣ ਸਕਦੀ । ਪ੍ਰਭ ਦਾ ਦਰਬਾਰ, ਧਰਮਰਾਜ ਦੇ ਰੂਪ ਵਿੱਚ, ਸ਼ਬਦ ਵਿੱਚ ਹੀ ਸਮਾਇਆ ਰਹਿੰਦਾ ਹੈ, ਕੇਵਲ ਪਵਿੱਤਰ ਆਤਮਾ, ਪਰਖਣ ਯੋਗ ਹੀ ਸ੍ਰਿਸ਼ਟੀ ਵਿਚੋਂ ਪ੍ਰਭ ਦੀ ਆਤਮਾ ਨੂੰ ਪਵਿੱਤਰ ਕਰਨ ਵਾਲੀ ਕਠਾਲੀ (ਪੌੜੀ 38) ਵਿੱਚ ਜਾਂਦੀ ਹੈ । ਅਨੇਕਾਂ ਵਿਚੋਂ ਕੋਈ ਵਿਰਲੀ ਹੀ ਆਤਮਾ ਪਾਸ ਹੋ ਕੇ ਪ੍ਰਭ ਦੀ ਸਮੁੰਦਰ ਰੂਪੀ ਜੋਤ ਵਿੱਚ ਸਮਾ ਜਾਂਦੀ ਹੈ । ਬਾਕੀ ਆਤਮਾਂ ਨੂੰ ਗਤੀ, ਮੁਕਤ ਅਵਸਥਾ ਬਖਸ਼ਿਸ਼ ਨਹੀ ਹੁੰਦੀ, ਉਹ ਸਵਰਗ ਰੂਪੀ ਅਵਸਥਾ ਵਿੱਚ ਰਹਿੰਦੀ ਹੈ, ਇਸ ਵਿਚੋਂ ਹੀ ਫਰਿਸ਼ਤੇ, ਭੂਤ ਅਵਸਥਾ ਵਿੱਚ ਹੀ ਰਹਿੰਦੀ ਹੈ, ਆਪਣੀ ਨਵੇਂ ਹੁਕਮ (ਸ਼ਬਦ) ਦੀ ਧੀਰਜ ਨਾਲ ਉਡੀਕ ਕਰਦੀ ਹੈ । ਸਵਰਗ ਅਵਸਥਾ ਵਿਚੋਂ ਹੀ ਹਰਨਾਖਸ਼ ਵਰਗੇ ਜ਼ਾਲਮ, ਬ੍ਰਹਮਾ, ਜੀਸ਼ਸ਼, ਬੁਧ, ਨਾਨਕ ਵਰਗੇ ਅਵਤਾਰ ਸ੍ਰਿਸ਼ਟੀ ਨੂੰ ਅਸਲੀ ਪ੍ਰਵਾਨਗੀ ਦੇ ਰਸਤੇ ਦੀ ਸੋਝੀ ਪਾਉਣ ਲਈ ਸ੍ਰਿਸ਼ਟੀ ਵਿੱਚ ਜਨਮ ਲੈਂਦੇ ਹਨ । ਜਿਹੜੇ ਅਵਤਾਰ ਸੰਸਾਰਕ ਮਾਇਆ ਦੇ ਗੁਲਾਮ ਬਣ ਜਾਂਦੇ ਹਨ, ਉਹ ਆਪਣਾ ਨਵਾਂ ਸੰਸਾਰਕ ਧਰਮ, ਦੁਬਦਾ ਦਾ ਰਸਤਾ ਚਲਾਉਂਦੇ ਹਨ, ਆਪਣਾ ਵਾਪਸ ਜਾਣ ਵਾਲਾ ਰਸਤਾ ਗਵਾ ਲੈਂਦੇ ਹਨ । ਜਿਹੜੇ ਅਵਤਾਰ ਆਪਣੇ ਰਸਤੇ ਤੇ ਅਡੋਲ ਰਹਿੰਦੇ ਹਨ, ਉਹਨਾਂ ਦੀ ਆਤਮਾ, ਪਰਖਣ ਵਾਲੀ ਕੁਠਾਲੀ ਵਿਚੋਂ ਪਾਸ ਹੋ ਕੇ, ਜੋਤ ਵਿੱਚ ਸਮਾ ਜਾਂਦੀ, ਪ੍ਰਵਾਨ ਹੋ ਜਾਂਦੀ ਹੈ ।

The One and Only One, Holy Spirit; Axiom, ever-lasting, existed before creation of the universe, in present and in future His Holy Spirit remains embedded with each soul as His Word, as the right path of acceptance in His Court; His Word remains a symbol of The Righteous Judge, Devil of Death, His 10th Cave, Royal Palace; both Shiv and Shakti. His Word always provided two options to soul, to pick path of Shiv or path of Shakti; He remains beyond any emotional attachment or picking path for his soul. Only His Word, Command prevails in all other events of His Nature; even the mighty King, warrior, guru, prophet must surrender to His Command. His Word has been created unique with the creation of identity of each soul. Once, his soul may immerse within His Holy Spirit; her identity may be eliminated along with unique Word created for soul as guide in worldly life. His virtues remain beyond any limited, imagination or comprehension of His Creation. His soul may be considered as a drop of water, and His Holy Spirit as an ocean; any soul may immerse within His Holy Spirit, becomes a part of His Holy Spirit; however, she may not comprehend His Virtues Completely. However, no one was born nor will ever be born with all unique virtues. Whosoever may have all above virtues; he may be worthy to be called The One and Only One, True Master, True Guru, only worthy of worship. Whose soul may be sanctified to become worthy of His Consideration; her cycle of birth and death cycle halted; she moved to buffer Zone, called Heaven; her soul may be subjected to further sanctification process as mentioned in Pauree 38 of Jupji; to become worthy to be immersed with His Holy Spirit; however, very rare soul may one out of million may be immersed within; all other souls remain in Heaven Zone waiting for His New Word and not be blessed with salvation. All other souls remain in the universe and assigned new worldly body till become worthy of His Consideration. All souls in Heaven Zone are graded with sanctification index and wait for His Command; all worldly prophets, Angels, ghosts, and devils may be created from heavenly zone with unique purpose. Any blessed soul created from Blessed Zone; Heaven may drift from his unique path becomes victim of sweet poison of worldly wealth; he may initiate new religion, extension of Shakti, worldly wealth may lose his place in heaven and must restate his new journey. Any prophet remains on the right path, mission may be reevaluated in His Oven of purification. NOTE!

5. Mystery of His Nature may not be written in any Worldly Holy Scripture no by any prophet, who may walk in worldly body!

6. From Ancient Ages a burning and unexplainable question! How the universe, first soul created.

7. All worldly Holy Scripture gives a confusing answer! Only blemished soul is born in the universe to be sanctified; Soul is an expansion of unblemished Holy Spirit.

8. This unique mystery has opened the door for creation of religion; extension of sweet poison worldly wealth; a never-ending hub of corruption in the universe!

The Master Key to open the door of the right path of acceptance in His Court, salvation may be "saibhaN"! Whosoever may be drenched with the essence that all souls are an expansion of His Holy Spirit; he may realize that mankind as a brotherhood. No one may want to harm and deceive himself! He may be blessed to conquer his own mind; with His mercy and grace, his cycle of birth and death may be eliminated!

54. ਸਿਰੀਰਾਗ ਮਹਲਾ ਪਹਿਲਾ ੧ ਘਰੁ ੧॥ (14-2) **sireeraag mehlaa pahilaa 1.**

ੴ ਸਤਿਗੁਰ ਪ੍ਰਸਾਦਿ॥ ik-oNkaar satgur parsaad.

ਸ੍ਰਿਸ਼ਟੀ ਨੂੰ ਪੈਦਾ ਕਰਨ ਵਾਲਾ, ਇਕੋ ਇਕ, ਪ੍ਰਭ ਤਿੰਨਾਂ ਪਛਾਣਾਂ (ਰੂਪ, ਰੰਗ, ਅਕਾਰ) ਤੋਂ ਰਹਿਤ ਹੈ । ਉਸ ਦੀ ਹੋਂਦ, ਸ਼ਬਦ, ਹੁਕਮ, ਭਾਣਾ ਅਟਲ ਹੈ । ਸ੍ਰਿਸ਼ਟੀ ਨੂੰ ਸੋਝੀ, ਚਾਨਣ ਬਖਸ਼ਣ ਵਾਲਾ ਅਟਲ ਮਾਲਕ ਹੈ । ਕੇਵਲ ਪ੍ਰਭ ਦੀ ਰਹਿਮਤ ਨਾਲ ਹੀ ਪ੍ਰਭ ਦੇ ਦਰਬਾਰ ਵਿੱਚ ਪ੍ਰਵਾਨਗੀ ਦਾ ਰਸਤਾ ਬਖਸ਼ਿਸ਼ ਹੋ ਸਕਦਾ ਹੈ । ਕਿਸੇ ਸੰਸਾਰਕ ਗੁਰੂ ਦੀ ਅਸੀਸ ਨਾਲ ਜਾ ਕੋਈ ਇਸਤਰ੍ਹਾਂ ਦੀ ਬੰਦਗੀ ਨਹੀਂ, ਜਿਸ ਨਾਲ ਬੰਦਗੀ, ਪ੍ਰਭ ਦੇ ਦਰਬਾਰ ਵਿੱਚ ਪ੍ਰਵਾਨ ਹੋ ਸਕਦੀ ਹੈ । ਪ੍ਰਭ ਤੇ ਕੋਈ ਵੀ ਪ੍ਰਭਾਵ, ਦੁਬਿਆ ਨਹੀਂ ਪਾਇਆ ਜਾ ਸਕਦਾ ।

The One and only One True Master, Creator of the universe remains beyond three limitations of recognitions known to mankind; skin color, body structure- size, and beauty. His Word, His Existence, Command remains true forever prevails in the universe; nothing else may exist without His Command. His Word remains the fountain of enlightenment in the universe. Whosoever may be bestowed with His Blessed Vision; only he may be blessed with the right path of acceptance in His Court. His earnings of His Word may be accepted in His Court. No external power, any saint, prophet, worldly guru may influence His Blessings.

ਮੋਤੀ ਤ ਮੰਦਰ ਊਸਰਹਿ, motee ta mandar oosreh
ਰਤਨੀ ਤ ਹੋਹਿ ਜੜਾਉ॥ ratnee ta hohi jarhaa-o.
ਕਸਤੂਰਿ ਕੁੰਗੂ ਅਗਰਿ ਚੰਦਨਿ, kastoor kungoo agar Chandan
ਲੀਪਿ ਆਵੈ ਚਾਉ॥ leep aavai chaa-o.
ਮਤੁ ਦੇਖਿ ਭੂਲਾ ਵੀਸਰੈ, mat daykh bhoolaa veesrai
ਤੇਰਾ ਚਿਤਿ ਨ ਆਵੈ ਨਾਉ॥੧॥ tayraa chit na aavai naa-o. ||1||

ਗੁਰਮਖ ਨੂੰ ਕੀਮਤੀ ਘਰ, ਜਿਸ ਵਿੱਚ ਮੋਤੀ, ਰਤਨ ਜੜੇ ਹੋਣ, ਚੰਦਨ ਦੇ ਦਰਵਾਜੇ ਅਤੇ ਸਜਾਵਟ ਹੋਵੇ, ਕਸਤੂਰ ਦੀ ਸੁਗੰਦ ਆਉਂਦੀ ਹੋਵੇ, ਸੋਹਣੇ ਰੇਸ਼ਮੀ ਬਿਸਤਰ ਵੀ ਬਖਸ਼ਿਸ਼ ਹੋ ਜਾਂਵੇ । ਇਹ ਸਭ ਕੁਝ ਪਾਉਣ ਤੇ ਵੀ, ਗੁਰਮਖ ਬਖਸ਼ਣ ਵਾਲੇ ਦਾ ਧੰਨਵਾਦ ਕਰਨਾ ਨਹੀਂ ਭੁਲਦਾ ।

His true devotee may be blessed with a house made of pearls, jewels, decorated with sandalwood doors, beautiful silky bed, and aroma of vermilion everywhere; even with all these luxuries. His true devotee may never forsake the teachings of His Word. He believes everything in the universe has been blessed, The Trust of The True Master.

ਹਰਿ ਬਿਨੁ ਜੀਉ, ਜਲਿ ਬਲਿ ਜਾਉ॥ har bin jee-o jal bal jaa-o.
ਮੈ ਆਪਣਾ ਗੁਰੁ ਪੂਛਿ ਦੇਖਿਆ, mai aapnaa gur poochh daykhi-aa,
ਅਵਰੁ ਨਾਹੀ ਥਾਉ॥੧॥ ਰਹਾਉ॥ avar naahee thaa-o. ||1|| rahaa-o.

ਪ੍ਰਭ ਦੀ ਰਹਿਮਤ ਤੋਂ ਬਿਨਾਂ ਇਹ ਸਭ ਕੁਝ ਬਖਸ਼ਿਸ਼ ਨਹੀਂ ਹੋ ਸਕਦਾ, ਹੋਰ ਕੋਈ ਇਹ ਸਮਰਥਾ ਵਾਲਾ ਨਹੀਂ ਹੈ । ਕੋਈ ਅਸਲੀ ਸਾਥੀ ਨਹੀਂ ਹੁੰਦਾ ।

Without Blessed Vision of The True Master, nothing may be blessed nor any one may exist with such a power, greatness. No one may remain true companion of soul forever.

ਧਰਤੀ ਤ ਹੀਰੇ ਲਾਲ ਜੜਤੀ, dhartee ta heeray laal jarh-tee
ਪਲਘਿ ਲਾਲ ਜੜਾਉ॥ palagh laal jarhaa-o.
ਮੋਹਣੀ ਮੁਖਿ ਮਣੀ ਸੋਹੈ, mohnee mukh manee sohai
ਕਰੇ ਰੰਗਿ ਪਸਾਉ॥ karay rang pasaa-o.
ਮਤੁ ਦੇਖਿ ਭੂਲਾ ਵੀਸਰੈ, mat daykh bhoolaa veesrai
ਤੇਰਾ ਚਿਤਿ ਨ ਆਵੈ ਨਾਉ॥੨॥ tayraa chit na aavai naa-o. ||2||

ਗੁਰਮਖ ਦੇ ਘਰ ਦੀ ਫਰਸ਼, ਪਲੰਘ ਤੇ ਹੀਰੇ, ਕੀਮਤੀ ਸਜਾਵਟ, ਸੋਹਣਾ ਸੁਲੱਖਣਾ ਜੀਵਨ ਸਾਥੀ, ਜੀਵਨ ਵਿਚ ਅਨੰਦ ਭਰਿਆ ਹੋਵੇ । ਇਹ ਸਭ ਕੁਝ ਪਾਉਣ ਤੇ ਵੀ ਗੁਰਮਖ ਬਖਸ਼ਣ ਵਾਲੇ ਧੰਨਵਾਦ ਕਰਨਾ ਨਹੀਂ ਭੁਲਦਾ ।

His true devotee may be blessed with an elegant, home, castle with floor carved with diamond; bed decorated, set with jewels, diamonds; gorgeous wise soul mate. He may have all luxuries, blossom, and comfort in your life; however, he may never forsake the teachings of His Word, The True Trustee Master.

ਸਿਧੁ ਹੋਵਾ, ਸਿਧਿ ਲਾਈ,	siDh hovaa siDh laa-ee
ਰਿਧਿ ਆਖਾ ਆਉ॥	riDh aakhaa aa-o.
ਗੁਪਤੁ ਪਰਗਟੁ ਹੋਇ ਬੈਸਾ,	gupat pargat ho-ay baisaa
ਲੋਕੁ ਰਾਖੈ ਭਾਉ॥	lok raakhai bhaa-o.
ਮਤੁ ਦੇਖਿ ਭੂਲਾ ਵੀਸਰੈ,	mat daykh bhoolaa veesrai
ਤੇਰਾ ਚਿਤਿ ਨ ਆਵੈ ਨਾਉ॥੩॥	tayraa chit na aavai naa-o. ||3||

ਗੁਰਮਖ ਨੂੰ ਭਗਤੀ ਨਾਲ, ਪ੍ਰਭ ਦੀ ਅਵਸਥਾ ਦੀ ਬਹੁਤ ਸੋਝੀ ਬਖਸ਼ਿਸ਼ ਹੋ ਜਾਵੇ । ਕਰਾਮਾਤਾਂ ਕਰਨ ਦੀ ਸ਼ਕਤੀ ਵੀ ਆ ਜਾਵੇ, ਆਪਣੇ ਆਪ ਨੂੰ ਗੁਪਤ ਕਰ ਸਕੇ, ਸੰਸਾਰ ਵਿਚ ਉਸ ਦੀ ਸ਼ਕਤੀ ਦਾ ਡਰ ਹੋਵੇ । ਇਹ ਸਭ ਕੁਝ ਪਾਉਣ ਤੇ ਵੀ ਗੁਰਮਖ ਬਖਸ਼ਣ ਵਾਲੇ ਧੰਨਵਾਦ ਕਰਨਾ ਨਹੀਂ ਭੁਲਦਾ ।

His true devotee may be blessed with many enlightenments, secretes of His Nature; astonishing miracle power. He may disappear and appear at his own power; everyone may be afraid from his power. With all these miracles, control on other humans; however, he may never forget to sing His glory. His true devotee may remain gratitude for His Blessings, The True Master, Trustee.

ਸੁਲਤਾਨੁ ਹੋਵਾ ਮੇਲਿ ਲਸਕਰ,	sultaan hovaa mayl lascar
ਤਖਤਿ ਰਾਖਾ ਪਾਉ॥	takhat raakhaa paa-o.
ਹੁਕਮੁ ਹਾਸਲੁ ਕਰੀ ਬੈਠਾ,	hukam haasal karee baithaa
ਨਾਨਕਾ ਸਭ ਵਾਉ॥	naankaa sabh vaa-o
ਮਤੁ ਦੇਖਿ ਭੂਲਾ ਵੀਸਰੈ,	mat daykh bhoolaa veesrai
ਤੇਰਾ ਚਿਤਿ ਨ ਆਵੈ ਨਾਉ॥੪॥1॥	tayraa chit na aavai naa-o._||4||2||

ਗੁਰਮਖ ਨੂੰ ਰਾਜ ਗੱਦੀ ਬਖਸ਼ਿਸ਼ ਹੋ ਜਾਵੇ, ਬਹੁਤ ਹੁਕਮ ਅੰਦਰ ਚਲਣ । ਇਤਨੀਆਂ ਸੰਸਾਰਕ ਪਦਵੀਆਂ ਬਖਸ਼ਿਸ਼ ਹੋਣ ਤੇ ਵੀ ਅਸਲੀ ਮਾਲਕ ਦਾ ਧੰਨਵਾਦ ਕਰਨਾ ਨਹੀਂ ਭੁਲਦਾ । ਜਿਸਤਰ੍ਹਾਂ ਪ੍ਰਭ ਦੀ ਰਹਿਮਤ ਨਾਲ ਸਭ ਕੁਝ ਬਖਸ਼ਿਸ਼ ਹੁੰਦਾ ਹੈ, ਇਕ ਪਲ ਵਿੱਚ ਪ੍ਰਭ ਸਭ ਕੁਝ ਖਤਮ ਵੀ ਕਰ ਸਕਦਾ ਹੈ ।

His true devotee may be blessed with a great kingdom; His Command may prevail on many worldly powerful kings. He may be blessed with such an honor, power in the world; however, he may remain gratitude and never forget to sing His glory, The True Master, Trustee. Who may bestow such a greatness; He may deprive from everything in a twinkle of an eye?

55. ਸਿਰੀਰਾਗੁ ਮਹਲਾ ੧॥ (14-9)

ਕੋਟਿ ਕੋਟੀ ਮੇਰੀ ਆਰਜਾ,	kot kotee mayree aarjaa
ਪਵਣੁ ਪੀਅਣੁ ਅਪਿਆਉ॥	pavan pee-an api-aa-o.
ਚੰਦੁ ਸੂਰਜੁ ਦੁਇ ਗੁਫੈ ਨ ਦੇਖਾ,	chand sooraj du-ay gufai na daykhaa
ਸੁਪਨੈ ਸਉਣ ਨ ਥਾਉ॥	supnai sa-un na thaa-o.
ਭੀ ਤੇਰੀ ਕੀਮਤਿ ਨਾ ਪਵੈ,	bhee tayree keemat naa pavai
ਹਉ ਕੇਵਡੁ ਆਖਾ ਨਾਉ॥੧॥	ha-o kayvad aakhaa naa-o. ||1||

ਅਗਰ ਮੇਰੀ ਉਮਰ ਬਹੁਤ ਲੰਮੀ (ਹਜ਼ਾਰਾਂ ਹੀ ਸਾਲ) ਹੋ ਜਾਵੇ, ਜੀਵਨ ਵਾਸਤੇ ਹਵਾ ਤੋਂ ਬਿਨਾਂ ਹੋਰ ਕਿਸੇ ਭੋਜਨ ਦੀ ਜਰੂਰਤ ਨਾ ਪਵੇ । ਜਾ ਫਿਰ ਮੈਂ ਗੁਫਾ ਵਿਚ ਰਹਿੰਦਾ ਹੋਵਾ, ਜਿਥੇ ਸੂਰਜ ਜਾ ਚੰਦ ਦੀ ਰੋਸ਼ਨੀ ਨਾ ਦੇਖਾ, ਸੌਣ ਜਾ ਅਰਾਮ ਕਰਨ ਦਾ ਕੋਈ ਮੌਕਾ ਵੀ ਨਾ ਮਿਲੇ । ਇਤਨੀਆਂ ਮੁਸ਼ਕਲਾਂ ਹੋਣ ਤੇ ਵੀ ਸ਼ਬਦ ਦੀ ਕੀਮਤ ਜਾਣੀ ਨਹੀਂ ਜਾ ਸਕਦੀ, ਫਿਰ ਵੀ ਤੇਰੀ ਰਹਿਮਤ ਦਾ ਧੰਨਵਾਦ ਹੀ ਕਰਦਾ ਜਾਵਾ ।

I may be blessed with a prosper long life of thousand years! I may not need anything, except air to survive or I may live in a cave with no light of Sun, Moon nor any resting place even in my dream. Even with all these miseries, I cannot imagine the true power of the nature of The True Master; I remain debited, gratitude, sing the glory of The True Master.

ਸਾਚਾ ਨਿਰੰਕਾਰੁ ਨਿਜ ਥਾਇ॥	saachaa nirankaar nij thaa-ay.
ਸੁਣਿ ਸੁਣਿ ਆਖਣੁ ਆਖਣਾ,	sun sun aakhan aakh-naa
ਜੇ ਭਾਵੈ ਕਰੇ ਤਮਾਇ॥੧॥ ਰਹਾਉ॥	jay bhaavai karay tamaa-ay. ||1|| rahaa-o.

ਅਟਲ ਪ੍ਰਭ ਆਪਣੀ ਮਰਜ਼ੀ ਨਾਲ ਆਪਣੀ ਬਣਾਈ ਮੂਰਤੀ ਵਿਚ ਮਸਤ ਹੈ । ਹਰਇਕ ਜੀਵ ਪੜ੍ਹਕੇ, ਕਿਸੇ ਤੋਂ ਸੁਣਕੇ, ਕਥਾ, ਕਹਾਣੀ, ਸੁਣਾਉਂਦਾ ਹੈ । ਜਿਸ ਤੇ ਆਪ ਹੀ ਰਹਿਮਤ ਦੀ ਨਜ਼ਰ ਬਖਸ਼ਦਾ ਹੈ, ਕੇਵਲ ਉਹ ਹੀ ਸ਼ਬਦ ਦੀ ਪਾਲਣਾ ਵਿਚ ਲੀਨ ਹੋ ਸਕਦਾ ਹੈ ।

The Axiom, Everlasting, Omnipresent True Master remains embedded within each soul and dwells in his body; structure of His Own Creation. Worldly saints, preachers may read Holy Scriptures or hears from others to sing, preach, sermon His glory and Greatness. Whosoever may be bestowed with His Blessed Vision, only he may remain intoxicated in meditation in the void of His Word.

ਕੁਸਾ ਕਟੀਆ ਵਾਰ ਵਾਰ,	kusaa katee-aa vaar vaar
ਪੀਸਣਿ ਪੀਸਾ ਪਾਇ॥	peesan peesaa paa-ay.
ਅਗੀ ਸੇਤੀ ਜਾਲੀਆ,	agee saytee jaalee-aa
ਭਸਮ ਸੇਤੀ ਰਲਿ ਜਾਉ॥	bhasam saytee ral jaa-o.
ਭੀ ਤੇਰੀ ਕੀਮਤਿ ਨਾ ਪਵੈ,	bhee tayree keemat naa pavai
ਹਉ ਕੇਵਡੁ ਆਖਾ ਨਾਉ॥੨॥	ha-o kayvad aakhaa naa-o. ||2||

ਅਗਰ ਮੇਰੇ ਤਨ ਨੂੰ ਅੰਗ ਅੰਗ ਕੱਟ ਕੇ ਟੋਟੇ ਕੀਤੇ ਜਾਣ, ਫਿਰ ਇਸ ਨੂੰ ਪੀਸ ਕੇ ਆਟਾ ਬਣਾ ਦੇਵੇ, ਜਾ ਅੱਗ ਵਿਚ ਜਲਾ ਕੇ ਭਸਮ, ਮਿਟੀ ਵਿਚ ਰਲ ਜਾਵੇ । ਇਤਨੀਆਂ ਮੁਸ਼ਕਲਾਂ ਹੋਣ ਤੇ ਵੀ ਤੇਰੇ ਸ਼ਬਦ ਦੀ ਕੀਮਤ ਜਾਣੀ ਨਹੀਂ ਜਾ ਸਕਦੀ । ਮੈਂ ਫਿਰ ਵੀ ਤੇਰੀ ਰਹਿਮਤ ਦਾ ਧੰਨਵਾਦ ਹੀ ਕਰਦਾ ਜਾਵਾ ।

State of mind of His true devotee may be such; his limbs may be cut in pieces and grinded as powder or burned into ashes; however, with all these hardships, the true significance of His Blessings cannot be imagined. His true devotee may never forsake singing the glory of His Word.

ਪੰਖੀ ਹੋਇ ਕੈ ਜੇ ਭਵਾ,	pankhee ho-ay kai jay bhavaa
ਸੈ ਅਸਮਾਨੀ ਜਾਉ॥	sai asmaanee jaa-o.
ਨਦਰੀ ਕਿਸੈ ਨ ਆਵਊ,	nadree kisai na aav-oo
ਨਾ ਕਿਛੁ ਪੀਆ ਨ ਖਾਉ॥	naa kichh pee-aa na khaa-o.
ਭੀ ਤੇਰੀ ਕੀਮਤਿ ਨਾ ਪਵੈ,	bhee tayree keemat naa pavai
ਹਉ ਕੇਵਡੁ ਆਖਾ ਨਾਉ॥੩॥	ha-o kayvad aakhaa naa-o. ||3||

ਅਗਰ ਮੈਂ ਪੰਛੀ ਦੀ ਤਰ੍ਹਾਂ ਅਸਮਾਨ ਵਿਚ ਉਡਾਰੀਆਂ ਮਾਰਾ, ਕਿਸੇ ਨੂੰ ਨਜ਼ਰ ਨਾ ਆਵਾ, ਮੈਨੂੰ ਭੁੱਖ ਜਾ ਪਿਆਸ ਨਾ ਲਗੇ । ਇਤਨੀਆਂ ਕਰਾਮਾਤਾਂ ਬਖਸ਼ਿਸ਼ ਹੋਣ ਤੇ ਵੀ ਤੇਰੇ ਸ਼ਬਦ ਦੀ ਕੀਮਤ ਮਹੱਤਤਾ ਜਾਣੀ ਨਹੀਂ ਜਾ ਸਕਦੀ, ਫਿਰ ਵੀ ਤੇਰੀ ਰਹਿਮਤ ਦਾ ਧੰਨਵਾਦ ਹੀ ਕਰਦਾ ਜਾਵਾ ।

I may fly high in the sky like a bird with my imagination! I may become invisible to others, need no food, survive on water only; however, the true significance of His Blessings cannot be imagined. His true devotee may never forsake singing the glory of His Word.

ਨਾਨਕ ਕਾਗਦ ਲਖ ਮਣਾ,	naanak kaagad lakh manaa
ਪੜਿ ਪੜਿ ਕੀਚੈ ਭਾਉ॥	parh parh keechai bhaa-o.
ਮਸੂ ਤੋਟਿ ਨ ਆਵਈ,	masoo tot na aavee
ਲੇਖਣਿ ਪਉਣੁ ਚਲਾਉ॥	laykhan pa-un chalaa-o.
ਭੀ ਤੇਰੀ ਕੀਮਤਿ ਨਾ ਪਵੈ,	bhee tayree keemat naa pavai
ਹਉ ਕੇਵਡੁ ਆਖਾ ਨਾਉ॥੪॥2॥	ha-o kayvad aakhaa naa-o. ||4||||2||

ਅਨੇਕਾਂ ਲਿਖਤਾਂ ਪੜ੍ਹਕੇ, ਇਤਨੀਆਂ ਕਰਮਾਤਾਂ ਦੀ ਸੋਝੀ ਹੋ ਜਾਵੇ, ਫਿਰ ਵੀ ਤੇਰੀਆਂ ਕਰਮਾਤਾਂ, ਤੇਰੇ ਸ਼ਬਦ ਦਾ ਪੂਰਨ ਅੰਦਾਜ਼ਾ ਨਹੀਂ ਲਾਇਆ ਜਾ ਸਕਦਾ । ਇਤਨਾਂ ਗਿਆਨ ਹੋਣ ਤੇ ਵੀ ਤੇਰੇ ਸ਼ਬਦ ਦੀ ਕੀਮਤ ਜਾਣੀ ਨਹੀਂ ਜਾ ਸਕਦੀ, ਮੈਂ ਫਿਰ ਵੀ ਰਹਿਮਤਾਂ ਦਾ ਧੰਨਵਾਦ ਹੀ ਕਰਦਾ ਜਾਵਾ ।

I may read many Holy Scriptures and comprehend many miracles of Your Nature; however, the essence of Your Word and Nature cannot be fully imagined or comprehended. I may never forsake singing Your glory.

56. ਸਿਰੀਰਾਗੁ ਮਹਲਾ ੧॥ (15-2)

ਲੇਖੈ ਬੋਲਣੁ ਬੋਲਣਾ,	laykhai bolan bolnaa
ਲੇਖੈ ਖਾਣਾ ਖਾਉ॥	laykhai khaanaa khaa-o.
ਲੇਖੈ ਵਾਟ ਚਲਾਈਆ,	laykhai vaat chalaa-ee-aa
ਲੇਖੈ ਸੁਣਿ ਵੇਖਾਉ॥	laykhai sun vaykhaa-o.
ਲੇਖੈ ਸਾਹ ਲਵਾਈਅਹਿ,	laykhai saah lavaa-ee-ahi
ਪੜੇ ਕਿ ਪੁਛਣ ਜਾਉ॥੧॥	parhay ke puchhan jaa-o. ||1||

ਅਗਰ ਜਨਮ ਤੋਂ ਪਹਿਲੇ ਹੀ ਜੀਵ ਦੇ ਮੱਥੇ ਤੇ ਲਿਖਿਆ ਹੈ! ਜਿਹੜਾ ਉਸ ਨੇ ਬੋਲਣਾ, ਸੁਣਨਾ, ਸਵਾਸ ਲੈਣੇ, ਖਾਣਾ, ਜਿਸ ਥਾਂ ਤੇ ਘੁੰਮਣਾ ਹੈ, ਤਾ ਫਿਰ ਕਿਸੇ ਸੂਝਵਾਨ, ਸੰਤ, ਪੰਡਿਤ ਤੋਂ ਪੁਛਣ ਦੀ, ਕੋਈ ਕਰਮ ਕਰਨ ਦੀ ਕੀ ਜਰੂਰਤ ਹੈ?

As religious Holy Scripture describes everything have been prewritten before the birth of a creature! What and how much he may speak, wander around, or listen, how many breaths may be taken in life. What may be the significance, necessity to follow any wise person or saint for advice? What may be the necessity to work or earn any living either?

ਬਾਬਾ ਮਾਇਆ ਰਚਨਾ ਧੋਹੁ॥	baabaa maa-i-aa rachnaa Dhohu.
ਅੰਧੈ ਨਾਮੁ ਵਿਸਾਰਿਆ,	anDhai Naam visaari-aa
ਨਾ ਤਿਸੁ ਏਹ ਨ ਓਹੁ॥ ੧॥ ਰਹਾਉ॥	naa tis ayh na oh. ||1|| rahaa-o.

ਸੰਸਾਰਕ ਇੱਛਾਂ (ਸੰਸਾਰਕ ਵਸਤੁਆਂ, ਹੈਸੀਅਤ) ਦਾ ਖੇਲ ਬਹੁਤ ਧੋਖੇ ਵਾਲ ਚੱਕਰ ਹੈ । ਜੀਵ, ਇਸ ਵਿੱਚ ਫਸ ਕੇ ਗਲਤ ਰਸਤੇ ਤੇ ਚਲ ਪੈਂਦਾ, ਮਾਨਸ ਜਨਮ ਦਾ ਅਸਲੀ ਮੰਤਵ, ਪ੍ਰਭ ਦਾ ਸ਼ਬਦ, ਆਪਣੇ ਅਸਲੀ ਕਰਤਬ ਨੂੰ ਭੁਲ ਜਾਂਦਾ ਹੈ । ਉਸ ਨੂੰ ਮਾਨਸ ਜਨਮ ਲੈਣ ਦਾ ਕੋਈ ਲਾਭ ਨਹੀਂ ਹੁੰਦਾ ।

The play of worldly desires and wealth may be very tricky and deceiving. Whosoever may be intoxicated with fantasy of sweet poison of worldly wealth; he may ignore, forgets the real purpose of human life opportunity, forsake the teachings of His Word; he may adopt wrong path in his life. He may never benefit from his priceless human life opportunity.

ਜੀਵਨ ਮਰਣਾ ਜਾਇ ਕੈ,	jeevan marnaa jaa-ay kai
ਏਥੈ ਖਾਜੈ ਕਾਲਿ॥	aythai khaajai kaal.
ਜਿਥੈ ਬਹਿ ਸਮਝਾਈਐ,	jithai bahi samjaa-ee-ai
ਤਿਥੈ ਕੋਇ ਨ ਚਲਿਓ ਨਾਲਿ॥	tithai ko-ay na chali-o naal.
ਰੋਵਣ ਵਾਲੇ ਜੇਤੜੇ,	rovan vaalay jayt-rhay
ਸਭਿ ਬੰਨਹਿ ਪੰਡ ਪਰਾਲਿ॥੨॥	sabh baneh pand paraal. ||2||

ਜਿਹੜਾ ਵੀ ਜੀਵ ਸੰਸਾਰ ਵਿੱਚ ਜਨਮ ਲੈਂਦਾ ਹੈ, ਅੰਤ ਨੂੰ ਮਰ ਜਾਂਦਾ, ਸੰਸਾਰ ਵਿਚੋਂ ਚਲੇ ਜਾਂਦਾ ਹੈ । ਸੰਸਾਰਕ ਚੀਜ਼ਾਂ, ਸਬੰਧਾਂ ਨਾਲ ਜੋੜ, ਪ੍ਰਾਪਤੀ, ਪ੍ਰਭ ਦੇ ਦਰਬਾਰ ਵਿੱਚ, ਮਾਨਸ ਜਨਮ ਦੇ ਲੇਖੇ ਵਿੱਚ ਕੰਮ ਨਹੀਂ ਆਉਂਦੀ । ਜਿਹੜਾ ਕਿਸੇ ਦੀ ਮੌਤ ਦੇ ਵਿਛੋੜੇ ਵਿੱਚ ਕਲਪਦਾ ਹੈ, ਉਹ ਵੀ ਸੰਸਾਰਕ ਬੰਧਨਾਂ ਵਿੱਚ ਹੀ ਹੈ । ਉਸ ਨੇ ਵੀ ਮਾਨਸ ਜਨਮ ਵਿੱਚ ਕੁਝ ਨਹੀਂ ਪਾਇਆ ।

Whosoever may be born in the universe, eventually, dies at predetermined time. Worldly relationships, possessions may help in this worldly life; however, worldly possessions have no significance for the real purpose of human life opportunity. Whosoever may grieve on the death of anyone; he may remain entangled in worldly desires. He has not earned any wealth of His Word to take along. He may not benefit from his human life journey.

ਸਭੁ ਕੋ ਆਖੈ, ਬਹੁਤੁ ਬਹੁਤੁ,	sabh ko aakhai bahut bahut
ਘਟਿ ਨ ਆਖੈ ਕੋਇ॥	ghat na aakhai ko-ay.
ਕੀਮਤਿ ਕਿਨੈ ਨ ਪਾਈਆ,	keemat kinai na paa-ee-aa
ਕਹਣਿ ਨ ਵਡਾ ਹੋਇ॥	kahan na vadaa ho-ay.
ਸਾਚਾ ਸਾਹਬੁ ਏਕੁ ਤੂ,	saachaa saahab ayk too
ਹੋਰਿ ਜੀਆ ਕੇਤੇ ਲੋਅ ॥੩॥	hor jee-aa kaytay lo-a. ||3||

ਪ੍ਰਭ ਨੂੰ ਹਰਇਕ ਹੀ ਵਡਾ ਵਡਾ ਆਖਦਾ ਹੈ, ਕੋਈ ਵੀ ਛੋਟਾ ਨਹੀਂ ਆਖਦਾ । ਕਿਸੇ ਨੇ ਵੀ ਉਸ ਦੀ ਅਸਲੀ ਵਡਿਆਈ, ਪੂਰਨ ਤਰ੍ਹਾਂ ਜਾਣੀ ਨਹੀਂ ਹੈ, ਕੇਵਲ ਵਡਾ ਆਖਣ ਨਾਲ ਕੋਈ ਲਾਭ ਨਹੀਂ ਹੁੰਦਾ । ਇਕੋ ਇਕ ਪ੍ਰਭ ਹੀ ਸ੍ਰਿਸ਼ਟੀ ਦਾ ਅਸਲੀ ਮਾਲਕ ਹੈ, ਬਾਕੀ ਸਾਰੇ ਜੀਵ ਹੀ ਉਸ ਦੇ ਭੇਜੇ ਆਏ ਹਨ ।

Everyone may read Holy Scriptures or listening from others to claim The True Master, the greatest of All! However, no one may comprehend His True Greatness nor benefit from his human life opportunity by singing His Glory, Greatness. The One and Only One, True Master, Creator of the universe! Everyone else may be only His Creation, puppets.

ਨੀਚਾ ਅੰਦਰਿ ਨੀਚ ਜਾਤਿ,	neechaa andar neech jaat
ਨੀਚੀ ਹੂ ਅਤਿ ਨੀਚੁ॥	neechee hoo at neech.
ਨਾਨਕੁ ਤਿਨ ਕੈ ਸੰਗਿ ਸਾਥਿ	naanak tin kai sang saath
ਵਡਿਆ ਸਿਉ ਕਿਆ ਰੀਸ॥	vadi-aa si-o ki-aarees.
ਜਿਥੈ ਨੀਚ ਸਮਾਲੀਅਨਿ,	jithai neech samaalee-an
ਤਿਥੈ ਨਦਰਿ ਤੇਰੀ ਬਖਸੀਸ॥੪॥3॥	tithai nadar tayree bakhsees. ||4||3||

ਆਪਣੇ ਆਪ ਨੂੰ ਛੋਟੀ ਹੈਸੀਅਤ ਵਾਲਾ, ਮਾੜਾ ਸਮਝੋ, ਨਿਮ੍ਰਤਾ ਵਾਲੇ ਬਣੋ । ਕੇਵਲ ਪ੍ਰਭ ਹੀ ਸਭ ਤੋਂ ਵਡਾ ਹੈ, ਬਾਕੀ ਸਾਰੇ ਹੀ ਉਸ ਤੋਂ ਛੋਟੇ ਹਨ । ਆਪਣੀ ਹੈਸੀਅਤ ਦਾ ਅਹੰਕਾਰ, ਪ੍ਰਭ ਦੀ ਰੀਸ ਨਾ ਕਰੋ, ਨਿਮ੍ਰਤਾ ਵਾਲੇ ਤੇ ਅਕਸਰ ਰਹਿਮਤ ਬਖਸ਼ਿਸ਼ ਹੋ ਜਾਂਦੀ ਹੈ ।

You should remain humble and consider yourself less wise, low status than others, and making mistakes in life. The One and Only One, True Master may be worthy to be called the greatest of All. His Creation always survives on His Blessings. You should never claim to be a guru, saint nor boast about your knowledge and achievements. Only humble, meek devotee may be blessed with the right path of acceptance in His Court.

57. ਸਿਰੀਰਾਗੁ ਮਹਲਾ ੧॥ (15-9)

ਲਬੁ ਕੁਤਾ, ਕੂੜੁ ਚੂਹੜਾ,	lab kutaa koorh choohrhaa thag
ਠਗਿ ਖਾਧਾ ਮੁਰਦਾਰੁ॥	khaaDhaa murdaar.
ਪਰ ਨਿੰਦਾ, ਪਰ ਮਲੁ ਮੁਖ ਸੁਧੀ,	par nindaa par mal mukh suDhee
ਅਗਨਿ ਕ੍ਰੋਧੁ ਚੰਡਾਲੁ॥	agan kroDh chandaal.
ਰਸ ਕਸ ਆਪੁ ਸਲਾਹਣਾ,	ras kas aap salaahnaa
ਏ ਕਰਮ ਮੇਰੇ ਕਰਤਾਰ॥੧॥	ay karam mayray kartaar. ||1||

ਜਿਹੜਾ ਲਾਲਚ, ਲੋਭ ਕਰਦਾ ਹੈ ਉਸ ਦੀ ਨੀਅਤ ਕੁੱਤੇ ਵਰਗੀ ਹੁੰਦੀ ਹੈ, ਉਸ ਦੀ ਭੁੱਖ ਕਦੇ ਖਤਮ ਨਹੀਂ ਹੁੰਦੀ । ਇਸਤਰ੍ਹਾਂ ਲਾਲਚੀ ਦੇ ਆਪਣੇ ਮਨ ਵਿੱਚ ਕਦੇ ਸੰਤੋਖ ਨਹੀਂ ਆਉਂਦਾ । ਜਿਹੜਾ ਦਿਖਾਵਾ ਕਰਦਾ, ਝੂਠੀ ਹੀ ਵਡਿਆਈ ਕਰਦਾ, ਉਹ ਜਮਾਦਾਰ ਵਰਗਾ ਹੈ । ਕਿਸੇ ਦੀ ਅਮਾਨਤ ਤੇ ਧੋਖੇ ਨਾਲ ਕਬਜਾ ਕਰਨਾ, ਮੁਰਦੇ ਦੇ ਮਾਸ ਖਾਣ ਬਰਾਬਰ ਹੈ । ਕਿਸੇ ਦੀ ਨਿੰਦਆਂ, ਗੁੱਸਾ, ਕੌੜਾ ਬੋਲਣਾ, ਬੇਅਬਦੀ ਕਰਨੀ, ਉਸ ਅੱਗ ਵਰਗੀ ਹੈ, ਭਿਆਨਕ ਬਿਮਾਰੀ ਵਾਲੇ ਮ੍ਰਿਤਕ ਸਰੀਰ ਨੂੰ ਜਲਾਨ ਵਾਸਤੇ ਜਲਾਈ ਜਾਂਦੀ ਹੈ । ਮੈਂ ਆਪਣੀ ਝੂਠੀ ਵਡਿਆਈ, ਸ਼ਲਾਘਾ ਕਰਨ ਅਤੇ ਕਰਾਉਣ ਵਿੱਚ ਹੀ ਮਸਤ ਹਾ ।

Whosoever may be greedy, his intention, state of mind may be mean like a dog; he may never be contented. Whosoever may be hypocrite, imitate greatness, false pride, ego; his state of mind may be like a janitor. Whosoever may covet, deceives, and robs earnest living of others; his state of mind may be like eating a corpse. Whosoever may slander others, back-biting, angry, speaking rudely with others; his state of mind may be like a terrible fire burned to dispose of corpses with terrible disease. My True Master! I am a mean, engaged in false ego; such is my state of mind.

ਬਾਬਾ ਬੋਲੀਐ ਪਤਿ ਹੋਇ॥	baabaa bolee-ai pat ho-ay.
ਊਤਮ ਸੇ ਦਰਿ ਊਤਮ ਕਹੀਅਹਿ,	ootam say dar ootam kahee-ahi
ਨੀਚ ਕਰਮ ਬਹਿ ਰੋਇ॥੧॥ ਰਹਾਉ॥	neech karam bahi ro-ay. ||1|| rahaa-o.

ਜਿਹੜਾ ਪ੍ਰਭ ਦੇ ਦਰਬਾਰ ਵਿੱਚ, ਲੇਖਾ ਦੇਣ ਵੇਲੇ ਉਤਮ ਹੋਵੇ, ਕੇਵਲ ਉਹ ਹੀ ਉਚਾ ਕਹਿਆ ਜਾ ਸਕਦਾ ਹੈ । ਬਾਕੀ ਸਾਰੇ ਆਪਣੇ ਮੰਦੇ ਕੰਮਾਂ ਕਾਰਨ, ਪਛਤਾਵਾ ਹੀ ਕਰਦੇ ਹਨ । ਪ੍ਰਭ ਦੇ ਦਰਬਾਰ ਵਿੱਚ ਪ੍ਰਵਾਨ ਹੋਣ ਵਾਲੇ ਹੀ ਕੰਮ ਕਰੋ !

Whosoever may be accepted in His Court; only he may be worthy to be called superb, high status. Everyone else may only regret and repents. You should only speak and adopt path acceptable in His Court.

ਰਸੁ ਸੁਇਨਾ, ਰਸੁ ਰੁਪਾ ਕਾਮਣਿ,	ras su-inaa ras rupaa kaaman
ਰਸੁ ਪਰਮਲ ਕੀ ਵਾਸੁ॥	ras parmal kee vaas.
ਰਸੁ ਘੋੜੇ, ਰਸੁ ਸੇਜਾ ਮੰਦਰ,	ras ghorhay ras sayjaa mandar
ਰਸੁ ਮੀਠਾ ਰਸੁ ਮਾਸੁ॥	ras meethaa ras maas.
ਏਤੇ ਰਸ ਸਰੀਰ ਕੇ,	aytay ras sareer kay kai
ਕੈ ਘਟਿ ਨਾਮ ਨਿਵਾਸੁ॥੨॥	ghat Naam nivaas. ||2||

ਜਿਹੜੀ ਖੁਸ਼ੀ ਕੀਮਤੀ ਧਾਤ ਸੋਨਾ, ਚਾਂਦੀ, ਹਾਸਿਲ ਕਰਕੇ, ਸੁਲੱਖਣੀ ਔਰਤ ਦਾ ਸੰਜੋਗ, ਕੀਮਤੀ ਲੱਕੜ ਦੀ ਸੁਗੰਦ, ਸ਼ਾਨ ਵਾਲੀ ਸਵਾਰੀ, ਸੋਹਣੀ ਸੇਜ, ਸਾਵਦਲਾ ਭੋਜਨ ਹਾਸਿਲ ਕਰਨ ਨਾਲ ਮਨ ਨੂੰ ਮਿਲਦੀ ਹੈ । ਇਹ ਸਾਰੀਆਂ ਖੁਸ਼ੀਆ, ਉਸ ਖੁਸ਼ੀ ਦੇ ਤੁਲ, ਬਰਾਬਰ ਨਹੀਂ ਹੰਦਿਆਂ । ਜਿਹੜੀ ਖੁਸ਼ੀ, ਅਨੰਦ, ਪ੍ਰਭ ਦੇ ਸ਼ਬਦ ਨੂੰ ਮਨ ਵਿੱਚ ਜਾਗਰਤ ਕਰਨ ਨਾਲ ਬਖਸ਼ਿਸ਼ ਹੁੰਦਾ ਹੈ ।

As anyone may be very pleased, getting precious metals, like gold, silver, beautiful wife, sandalwood, glamorous home, elegant ride, and delicious food; however, these pleasures may not be comparable with contentment and peace; which may be blessed with the enlightenment of the essence of His Word within.

ਜਿਤੁ ਬੋਲਿਐ ਪਤਿ ਪਾਈਐ,	jit boli-ai pat paa-ee-ai
ਸੋ ਬੋਲਿਆ ਪਰਵਾਣੁ॥	so boli-aa parvaan.
ਫਿਕਾ ਬੋਲਿ ਵਿਗੁਚਣਾ,	fikaa bol viguchnaa
ਸੁਣਿ ਮੂਰਖ ਮਨ ਅਜਾਣ॥	sun moorakh man ajaan.
ਜੋ ਤਿਸੁ ਭਾਵਹਿ ਸੇ ਭਲੇ,	jo tis bhaaveh say bhalay
ਹੋਰਿ ਕਿ ਕਹਣ ਵਖਾਣ॥੩॥	hor ke kahan vakhaan. ||3||

ਜਿਹੜਾ ਫਿੱਕਾ ਬੋਲਦਾ ਹੈ, ਉਸ ਨੂੰ ਅੰਤ ਵਿੱਚ ਦੁਖ ਹੀ ਮਿਲਦਾ ਹੈ । ਕੇਵਲ ਉਹ ਹੀ ਜੀਭ ਤੋਂ ਸ਼ਬਦ ਬੋਲੋ, ਜਿਹੜੇ ਪ੍ਰਭ ਨੂੰ ਭਾਉਂਦੇ ਹਨ, ਬਾਕੀ ਹੋਰ ਬੋਲਣ ਦਾ ਕੋਈ ਮਤਲਬ, ਲਾਭ ਨਹੀਂ ਹੁੰਦਾ । ਪ੍ਰਭ ਜਿਹੜਾ ਕੰਮ ਤੇਰੇ ਦਰ ਤੇ ਪ੍ਰਵਾਨ ਹੋ ਜਾਂਦਾ ਹੈ, ਕੇਵਲ ਉਹ ਹੀ ਕੰਮ, ਬੋਲ ਭਲਾ ਹੈ ।

Whosoever may speak rudely, angrily with others; in the end endure miseries. His anger only results in pain and sorrows. Whatsoever may be acceptable in His Court; only worthy of speaking words, all other words are useless. Whatsoever meditation, prayer may be acceptable in His Court, only that prayer may be beneficial for the real purpose of human life opportunity.

ਤਿਨ ਮਤਿ, ਤਿਨ ਪਤਿ, ਤਿਨ ਧਨੁ ਪਲੈ,	tin mat tin pat tin Dhan palai
ਜਿਨ ਹਿਰਦੈ ਰਹਿਆ ਸਮਾਇ॥	jin hirdai rahi-aa samaa-ay.
ਤਿਨ ਕਾ ਕਿਆ ਸਾਲਾਹਣਾ,	tin kaa ki-aa salaahnaa
ਅਵਰ ਸੁਆਲਿਉ ਕਾਇ॥	avar su-aali-o kaa-ay.
ਨਾਨਕ ਨਦਰੀ ਬਾਹਰੇ,	naanak nadree baahray
ਰਾਚਹਿ ਦਾਨਿ ਨ ਨਾਇ॥੪॥4॥	raacheh daan na naa-ay. ||4||4||

ਜਿਸ ਦੇ ਮਨ ਵਿੱਚ ਪ੍ਰਭ ਦੇ ਸ਼ਬਦ ਦੀ ਜੋਤ ਜਾਗਰਤ ਹੋ ਜਾਂਦੀ ਹੈ, ਸੰਸਾਰਕ ਧਨ, ਮਾਣ, ਸਿਆਣਪ ਉਸ ਦੇ ਪਿਛੇਂ ਪਿਛੇਂ ਫਿਰਦੀ ਹੈ । ਉਸ ਨੂੰ ਕਿਸੇ ਹੋਰ ਮਾਣ ਦੀ ਇੱਛਾ ਨਹੀਂ ਰਹਿੰਦੀ, ਉਸ ਤੋਂ ਵਡਾ ਹੋਰ ਕੋਈ ਸਤਿਕਾਰ ਦਿੱਤਾ ਨਹੀਂ ਜਾ ਸਕਦਾ । ਜਿਸ ਤੇ ਪ੍ਰਭ ਦੀ ਰਹਿਮਤ ਬਖਸ਼ਿਸ਼ ਨਹੀਂ ਹੁੰਦੀ, ਉਸ ਦੀ ਭਗਤੀ ਵਿੱਚ, ਦਾਨ ਦੇਣ ਵਿੱਚ ਅਹੰਕਾਰ ਹੁੰਦਾ ਹੈ, ਪੁੰਨ ਦਾਨ, ਭਗਤੀ ਬਿਰਥੀ ਹੀ ਜਾਂਦੀ ਹੈ ।

Whosoever may be enlightened with the essence of His Word within; worldly wealth, wisdom, honor, all become his slave. He may not have any other worldly desire in his mind; nothing greater can be blessed. Whosoever may be deprived from His Blessed Vision! He must have some deficiency in his meditation, charity, or deeds. He does meditation, good deeds in ego; his meditation and charity may not be accepted in His Court.

58. ਸਿਰੀਰਾਗੁ ਮਹਲਾ ੧॥ (15-17)

ਅਮਲੁ ਗਲੋਲਾ ਕੂੜ ਕਾ,	amal galolaa koorh kaa
ਦਿਤਾ ਦੇਵਣਹਾਰਿ॥	ditaa dayvanhaar.
ਮਤੀ ਮਰਣੁ ਵਿਸਾਰਿਆ,	matee maran visaari-aa
ਖੁਸੀ ਕੀਤੀ ਦਿਨ ਚਾਰਿ॥	khusee keetee din chaar.
ਸਚੁ ਮਿਲਿਆ ਤਿਨ ਸੋਫੀਆ,	sach mili-aa tin sofee-aa
ਰਾਖਣ ਕਉ ਦਰਵਾਰੁ॥੧॥	raakhan ka-o darvaar. ||1||

ਪ੍ਰਭ ਨੇ ਜੀਵ ਨੂੰ ਪੈਦਾ ਕਰਦਿਆ ਹੀ ਉਸ ਦੇ ਕੰਨ ਵਿੱਚ ਫੂਕ ਮਾਰੀ ਹੈ, ਤੂੰ ਸਭ ਤੋਂ ਚੰਗਾ ਹੈ, ਤੇਰੇ ਵਰਗਾ ਕੋਈ ਹੋਰ ਨਹੀਂ ਹੈ । ਜਿਸ ਦੇ ਮਨ ਵਿੱਚ ਇਹ ਨਸ਼ਾ ਘਰ ਕਰ ਜਾਂਦਾ ਹੈ, ਉਹ ਝੂਠੇ ਅਹੰਕਾਰ ਨਾਲ ਭਰ ਜਾਂਦਾ ਹੈ । ਉਹ ਸੰਸਾਰਕ ਖੁਸ਼ੀਆਂ ਵਿੱਚ ਆਪਣਾ ਮਾਨਸ ਜਨਮ ਬਿਰਥਾ ਹੀ ਬਤੀਤ ਕਰਦਾ, ਮੌਤ ਨੂੰ ਭੁਲਾਈ ਰਖਦਾ ਹੈ । ਆਪਣੇ ਆਪ ਨੂੰ ਸਭ ਤੋਂ ਸਿਆਣਾ, ਵਡਾ ਸਮਝਦਾ ਹੈ, ਇਸ ਝੂਠ ਦੀ ਨੀਂਹ ਤੇ ਚਲਦਾ, ਮਾਨਸ ਜਨਮ ਦਾ ਅਸਲੀ ਮੰਤਵ ਭੁਲ ਜਾਂਦਾ ਹੈ । ਜਿਹੜਾ ਝੂਠੇ ਨਸ਼ੇ ਦਾ ਸ਼ਿਕਾਰੀ ਨਹੀਂ ਬਣਦਾ, ਉਹ ਆਪਣਾ ਅਸਲੀ ਮਾਰਗ ਨਹੀਂ ਭੁਲਦਾ । ਜਿਹੜਾ ਆਪਣੇ ਮੰਤਵ ਤੇ ਅਡੋਲ ਰਹਿੰਦਾ, ਉਸ ਰਸਤੇ ਤੇ ਚਲਦਾ, ਪ੍ਰਭ ਦੀ ਰਹਿਮਤ ਦਾ ਪਾਤਰ ਬਣ ਜਾਂਦਾ ਹੈ ।

The True Master blesses his soul human body and infuse a sense of uniqueness, no one may like him. Every departed soul from His Holy Spirit may be blessed with a unique identity, purpose of life and return path His Word. Whosoever may be a victim of his uniqueness as superior! He may remain intoxicated with sweet poison of worldly wealth, false pride, ego, fantasy, short-lived pleasures. He may ignore the unpredictable death; he may forsake the real path of purpose of his human life. Whosoever may not become a victim of sweet poison of worldly wealth; he may adopt the real path of human life journey in day-to-day life; with His mercy and grace, he may become worthy of His consideration.

ਨਾਨਕ ਸਾਚੇ ਕਉ ਸਚੁ ਜਾਣੁ॥	naanak saachay ka-o sach jaan.
ਜਿਤੁ ਸੇਵਿਐ ਸੁਖੁ ਪਾਈਐ,	tit sayvi-ai sukh paa-ee-ai
ਤੇਰੀ ਦਰਗਹ ਚਲੈ ਮਾਣੁ॥੧॥ ਰਹਾਉ॥	tayree dargeh chalai maan. ||1|| rahaa-o.

ਅਟਲ ਪ੍ਰਭ ਨੂੰ ਅਸਲੀ ਮਾਲਕ ਮੰਨਣ ਨਾਲ, ਪ੍ਰਭ ਦੀ ਕ੍ਰਿਪਾ ਦੀ ਦ੍ਰਿਸ਼ਟੀ ਬਖਸ਼ਿਸ਼ ਹੋ ਸਕਦੀ ਹੈ । ਜਿਹੜਾ ਅਡੋਲ ਭਰੋਸੇ ਨਾਲ ਸ਼ਬਦ ਦੀ ਸਿਖਿਆਂ ਨਾਲ ਜੀਵਨ ਬਤੀਤ ਕਰਦਾ ਹੈ, ਉਸ ਨੂੰ ਪ੍ਰਵਾਨਗੀ ਦਾ ਰਸਤਾ ਬਖਸ਼ਿਸ਼ ਹੋ ਸਕਦਾ ਹੈ ।

Whosoever may believe, The True Master, Creator and His Word remains as ultimate and unavoidable forever; he may be bestowed with His Blessed Vision. Whosoever may adopt the teachings of His Word with a steady and stable belief in his day-to-day life; with His mercy and grace, he may be blessed with the right path of salvation.

ਸਚੁ ਸਰਾ ਗੁੜ ਬਾਹਰਾ,	sach saraa gurh baahraa
ਜਿਸੁ ਵਿਚਿ ਸਚਾ ਨਾਉ॥	jis vich sachaa naa-o.
ਸੁਣਹਿ ਵਖਾਣਹਿ ਜੇਤੜੇ,	suneh vakaaneh jayt-rhay
ਹਉ ਤਿਨ ਬਲਿਹਾਰੈ ਜਾਉ॥	ha-o tin balihaarai jaa-o.
ਤਾ ਮਨੁ ਖੀਵਾ ਜਾਣੀਐ,	taa man kheevaa jaanee-ai
ਜਾ ਮਹਲੀ ਪਾਏ ਥਾਉ॥੨॥	jaa mahlee paa-ay thaa-o. ||2||

ਅਟਲ ਪ੍ਰਭ ਦੇ ਸ਼ਬਦ ਦਾ ਨਸ਼ਾ, ਮਸਤੀ, ਸ਼ਬਦ ਦੀ ਪਾਲਣਾ ਨਾਲ ਹੀ ਬਖਸ਼ਿਸ਼ ਹੁੰਦੀ ਹੈ । ਇਸ ਨੂੰ ਕਿਸੇ ਵਿਚੋਲੇ ਦੀ ਲੋੜ ਨਹੀਂ ਹੁੰਦੀ । ਜਿਹੜਾ ਸ਼ਬਦ ਦੀ ਸਿਖਿਆਂ ਨਾਲ ਜੀਵਨ ਢਾਲਦਾ ਹੈ, ਪ੍ਰਭ ਦੀ ਰਹਿਮਤ ਨਾਲ ਉਹ ਜੀਵ ਪੂਜਣ ਯੋਗ ਹੋ ਜਾਂਦਾ ਹੈ, ਬਾਕੀਆਂ ਲਈ ਮਸਾਲ ਬਣ ਜਾਂਦਾ ਹੈ । ਜਿਸ ਤੇ ਕ੍ਰਿਪਾ ਦੀ ਦ੍ਰਿਸ਼ਟੀ ਹੋ ਜਾਂਦੀ ਹੈ, ਉਹ ਹੀ ਅਸਲੀ ਮਸਤੀ ਵਾਲਾ ਜਾਣਿਆ ਜਾਂਦਾ ਹੈ ।

Whosoever may remain intoxicated in obeying the teachings of His Word with steady and stable belief; with His mercy and grace, he may never need middle person, to be blessed with the right path of acceptance in His Court. remain intoxicated in the void of His Word. Whosoever may adopt the teachings of His Word with steady and stable belief; with His mercy and grace, he may become worthy of worship and a pillar of enlightenment for others. Whosoever may be bestowed with His Blessed Vision, only he may remain intoxicated in the void of His Word.

ਨਾਉ ਨੀਰੁ ਚੰਗਿਆਈਆ,	naa-o neer chang-aa-ee-aa
ਸਤੁ ਪਰਮਲੁ ਤਨਿ ਵਾਸੁ॥	sat parmal tan vaas.
ਤਾ ਮੁਖੁ ਹੋਵੈ ਉਜਲਾ,	taa mukh hovai ujlaa
ਲਖ ਦਾਤੀ ਇਕ ਦਾਤਿ॥	lakh daatee ik daat.
ਦੂਖ ਤਿਸੈ ਪਹਿ ਆਖੀਅਹਿ,	dookh tisai peh aakhee-ahi
ਸੂਖ ਜਿਸੈ ਹੀ ਪਾਸਿ॥੩॥	sookh jisai hee paas. ||3||

ਪ੍ਰਭ ਦਾ ਸ਼ਬਦ, ਸ਼ਬਦ ਦੀ ਪਾਲਣਾ ਵਿੱਚ ਮਸਤੀ ਹੀ ਗੁਰਮਖ ਦਾ ਤੀਰਥ ਇਸ਼ਨਾਨ ਬਣ ਜਾਂਦਾ ਹੈ । ਉਸ ਦੇ ਮਨ ਤੇ ਸ਼ਬਦ ਦੀ ਮਸਤੀ ਦਾ ਨੂਰ ਬਖਸ਼ਿਸ਼ ਹੋ ਜਾਂਦਾ, ਹੋਰ ਕੋਈ ਦਾਤ, ਉਸ ਦੇ ਬਰਾਬਰ ਨਹੀਂ ਹੈ । ਕੇਵਲ ਪ੍ਰਭ ਅੱਗੇ ਅਰਦਾਸ ਕਰੋ! ਉਹ ਹੀ ਸਭ ਸੁਖਾਂ ਦਾ ਮਾਲਕ, ਸੰਤੋਖ ਬਖਸ਼ਣ ਵਾਲਾ ਹੈ ।

His true devotee may remain intoxicated in obeying the teachings of His Word with steady and stable belief in day-to-day life; his way of life may be rewarded as sanctifying bath at Holy Shrine. He may be blessed with eternal glow of the enlightenment of the essence of His Word; no other accomplishment may be comparable with his enlightenment. You should only pray for His Forgiveness and Refuge; only The One and Only One, True Master Trustee of all comforts of life.

ਸੋ ਕਿਉ ਮਨਹੁ ਵਿਸਾਰੀਐ,	so ki-o manhu visaaree-ai
ਜਾ ਕੇ ਜੀਅ ਪਰਾਣ॥	jaa kay jee-a paraan.
ਤਿਸੁ ਵਿਣੁ ਸਭੁ ਅਪਵਿੱਤਰ ਹੈ,	tis vin sabh apvitar hai
ਜੇਤਾ ਪੈਨਣੁ ਖਾਣੁ॥	jaytaa painan khaan.
ਹੋਰਿ ਗਲਾਂ ਸਭਿ ਕੂੜੀਆ,	hor galaaN sabh koorhee-aa
ਤੁਧੁ ਭਾਵੈ ਪਰਵਾਣੁ॥੪॥5॥	tuDh bhaavai parvaan. ||4||5||

ਜਿਹੜਾ ਪ੍ਰਭ, ਮਾਨਸ ਤਨ, ਸਵਾਸ ਬਖਸ਼ਦਾ ਹੈ, ਉਸ ਨੂੰ ਮਨ ਵਿਚੋਂ ਕਦੇ ਨਾ ਵਿਸਾਰੋ । ਸ਼ਬਦ ਦੀ ਕਮਾਈ ਤੋਂ ਬਿਨਾਂ ਹੋਰ ਸਭ ਮਨ ਦੀਆਂ ਖੁਸ਼ੀਆਂ, ਖਾਣਾ ਥੋੜਾ ਸਮਾਂ ਹੀ ਅਨੰਦ ਦੇਂਦਾ ਹੈ । ਅਰਦਾਸ ਕਰੋ! ਪ੍ਰਭ ਦੀ ਬਖਸ਼ਿਸ਼ ਹੀ ਮਨ ਦੀ ਇੱਛਾ ਬਣ ਜਾਵੇ । ਬਾਕੀ ਅਰਦਾਸਾਂ ਬਿਰਥੀਆਂ ਹੀ ਹਨ ।

The True Master, Creator blesses human life opportunity to departed soul; you should not forsake the teachings of His Word. Without the wealth of His Word, all other pleasures, delicious foods, only provides comfort for a short time. You should humbly pray for His Forgiveness and Refuge; His Command may become my only desire; all other prayers are useless for human life opportunity.

59. ਸਿਰੀਰਾਗੁ ਮਹਲੁ ੧॥ (16-5)

ਜਾਲਿ ਮੋਹੁ, ਘਸਿ ਮਸੁ ਕਰਿ,	jaal moh ghas mas kar
ਮਤਿ ਕਾਗਦੁ ਕਰਿ ਸਾਰੁ॥	mat kaagad kar saar.
ਭਾਉ ਕਲਮ ਕਰਿ ਚਿਤੁ ਲੇਖਾਰੀ,	bhaa-o kalam kar chit laykhaaree
ਗੁਰ ਪੁਛਿ ਲਿਖੁ ਬੀਚਾਰੁ॥	gur puchh likh beechaar.
ਲਿਖੁ ਨਾਮੁ ਸਾਲਾਹ ਲਿਖੁ,	likh Naam saalaah likh likh
ਲਿਖੁ ਅੰਤੁ ਨ ਪਾਰਾਵਾਰੁ॥੧॥	ant na paaraavaar. ||1||

ਆਪਣੇ ਸੰਸਾਰਕ ਸਬੰਧਾਂ ਤੇ ਕਾਬੂ ਪਾਵੋ! ਇਹਨਾਂ ਇੱਛਾਂ ਨੂੰ ਜਲਾ ਕੇ, ਭਸਮ ਕਰਕੇ ਸਿਆਹੀ ਦੇ, ਆਪਣੀ ਸਿਆਣਪ ਨੂੰ ਕਾਗਜ਼ ਦੇ, ਸ਼ਰਧਾ ਪਿਆਰ ਨੂੰ ਕਲਮ ਦਾ ਰੂਪ ਬਣਾ ਕੇ, ਪ੍ਰਭ ਦੇ ਭਾਣੇ ਵਿੱਚ ਆ ਕੇ ਉਸ ਪਵਿੱਤਰ ਕਾਗਜ਼ ਤੇ ਸ਼ਬਦ ਦੀ ਉਸਤਤ ਲਿਖੋ । ਉਸ ਅਟਲ ਦੇ ਸ਼ਬਦ ਦੀ ਜਿਤਨੀ ਵੀ ਉਸਤਤ ਲਿਖੇ, ਉਹ ਥੋੜ੍ਹੀ ਹੀ ਹੈ । ਪ੍ਰਭ ਹੋਰ ਸੋਝੀ ਬਖਸ਼ਦਾ ਹੈ, ਬਹੁਤ ਕੁਝ ਲਿਖਣ ਵਾਲਾ ਬਾਕੀ ਹੈ, ਇਸ ਦਾ ਅੰਤ ਨਹੀਂ ਆਉਂਦਾ ।

You should control, conquer your worldly bonds, attachments. You should burn your desires to make ink; your own wisdom as paper; your memory of separation as a pen and your devotion as the scriber to write the praises of His Word. Let your conversation be with the inner embedded His Word, the everlasting echo of His Word, resonating within your heart. The True Master may bless much deeper enlightenment; much more needed to be explored; his enlightenment may not have any limits.

ਬਾਬਾ ਏਹੁ ਲੇਖਾ ਲਿਖਿ ਜਾਣੁ॥	baabaa ayhu laykhaa likh jaan.
ਜਿਥੈ ਲੇਖਾ ਮੰਗੀਐ,	jithai laykhaa mangee-ai
ਤਿਥੈ ਹੋਇ ਸਚਾ ਨੀਸਾਣੁ॥੧॥ ਰਹਾਉ॥	tithai ho-ay sachaa neesaan. ||1|| rahaa-o.

ਆਪਣੇ ਕਰਮਾਂ ਨੂੰ ਇਸਤਰ੍ਹਾਂ ਦੀ ਲਿਖਤ ਬਣਾਵੋ! ਦਰਬਾਰ ਵਿੱਚ ਪਹੁੰਚਣ ਤੇ ਪ੍ਰਭ ਆਪ ਹੀ ਗਹਾਈ ਦੇ ਕੇ ਪ੍ਰਵਾਨ ਕਰ ਲੈਂਦਾ ਹੈ ।

You should write a unique legacy of your worldly journey! After death, The True Master may become your witness to accept in His Court.

ਜਿਥੈ ਮਿਲਹਿ ਵਡਿਆਈਆ,	jithai mileh vadi-aa-ee-aa sad
ਸਦ ਖੁਸੀਆ ਸਦ ਚਾਉ॥	khusee-aa sad chaa-o.
ਤਿਨ ਮੁਖਿ ਟਿਕੇ ਨਿਕਲਹਿ	tin mukh tikay niklahi
ਜਿਨ ਮਨਿ ਸਚਾ ਨਾਉ॥	jin man sachaa naa-o.
ਕਰਮਿ ਮਿਲੈ ਤਾ ਪਾਈਐ,	karam milai taa paa-ee-ai

ਨਾਹੀ ਗਲੀ ਵਾਉ ਦੁਆਉ॥੨॥ naahee galee vaa-o du- aa-o. ||2||

ਜਿਸ ਦੀ ਬੰਦਗੀ ਦਰਬਾਰ ਵਿੱਚ ਪ੍ਰਵਾਨ ਹੋ ਜਾਂਦੀ ਹੈ, ਉਸ ਨੂੰ ਆਤਮਕ ਸ਼ਾਂਤੀ ਬਖਸ਼ਿਸ਼ ਹੋ ਜਾਂਦੀ ਹੈ, ਮਨ ਖੁਸ਼ੀਆਂ ਨਾਲ ਭਰ ਜਾਂਦਾ ਹੈ । ਉਹ ਹਰ ਵੇਲੇ ਹੀ ਪ੍ਰਭ ਦੇ ਚਰਨਾਂ ਵਿੱਚ ਲੀਨ ਰਹਿੰਦਾ ਹੈ । ਜਿਸ ਤੇ ਕ੍ਰਿਪਾ ਭਰਪੂਰ ਹੁੰਦੀ ਹੈ । ਇਹ ਅਵਸਤਾ ਉਸ ਨੂੰ ਹੀ ਬਖਸ਼ਿਸ਼ ਹੁੰਦੀ ਹੈ, ਹੋਰ ਗੱਲਾਂ ਬਾਤਾਂ ਨਾਲ ਇਹ ਅਵਸਥਾ ਬਖਸ਼ਿਸ਼ ਨਹੀਂ ਹੁੰਦੀ ।

Whose earnings of His Word may be accepted in His Court. He may be blessed with overwhelming peace of mind and blossom in his life. He may remain intoxicated meditating in the void of His Word. Whosoever may be overwhelmed with His Blessed Vision, only he may be bless with such a state; any other religious technique, rituals may be useless.

ਇਕਿ ਆਵਹਿ ਇਕਿ ਜਾਹਿ, ik aavahi ik jaahi
ਉਠਿ ਰਖੀਅਹਿ ਨਾਵ ਸਲਾਰ॥ uth rakhee-ahi naav salaar.
ਇਕਿ ਉਪਾਏ ਮੰਗਤੇ, ik upaa-ay mangtay
ਇਕਨਾ ਵਡੇ ਦਰਵਾਰ॥ iknaa vaday darvaar.
ਅਗੈ ਗਇਆ ਜਾਣੀਐ, agai ga-i-aa jaanee-ai
ਵਿਣੁ ਨਾਵੈ ਵੇਕਾਰ॥੩॥ vin naavai vaykaar. ||3||

ਇਸ ਸੰਸਾਰ ਵਿੱਚ ਕਈ ਜੰਮਦੇ, ਮਰਦੇ ਹਨ, ਉਹ ਆਪਣੇ ਆਪ ਨੂੰ ਵਡੇ ਨਾਮ ਨਾਲ, ਹੈਸੀਅਤ ਨਾਲ ਦੱਸਦੇ ਹਨ । ਪ੍ਰਭ ਦਾ ਹੀ ਖੇਲ ਹੈ! ਉਹ ਕਿਸੇ ਨੂੰ ਥੋੜੀ ਰਹਿਮਤ, ਮੰਗਤੇ ਦੀ ਤਰ੍ਹਾਂ ਅਤੇ ਕਿਸੇ ਨੂੰ ਹਾਕਮ ਬਣਾ ਕੇ ਭੇਜਦਾ ਹੈ । ਸ਼ਬਦ ਦੀ ਪਾਲਣਾ ਤੋਂ ਇਕੋ ਇਕ ਸੋਝੀ ਬਖਸ਼ਿਸ਼ ਹੁੰਦੀ ਹੈ! ਮਰਨ ਤੋਂ ਪਿਛੋਂ, ਕੇਵਲ ਸ਼ਬਦ ਦੀ ਕਮਾਈ ਹੀ ਸਾਥ ਜਾਂਦੀ ਹੈ, ਬਾਕੀ ਖੇਲ ਇੱਥੇ ਹੀ ਖਤਮ ਹੋ ਜਾਂਦਾ ਹੈ ।

In the universe, countless creatures are born and dies every day. So many self-minded may be recognize with great name, high worldly status. Human life may be a unique play of The True Creator. He may send any soul as a beggar and others may be as rulers or kings as a reward for his deeds of his previous lives. Whosoever may adopt the teachings of His Word; with His mercy and grace, he may be enlightened with unique essence of His Nature. After death, only the wealth of His Word remains with his soul to support in His Court. All worldly wealth, possessions remain in world and useless.

ਭੈ ਤੇਰੈ ਡਰੁ ਅਗਲਾ, bhai tayrai dar aglaa
ਖਪਿ ਖਪਿ ਛਿਜੈ ਦੇਹ॥ khap khap chhijai dayh.
ਨਾਵ ਜਿਨਾ ਸੁਲਤਾਨ ਖਾਨ, naav jinaa sultaan khaan
ਹੋਂਦੇ ਡਿਠੇ ਖੇਹ॥ hoday dithay khayh.
ਨਾਨਕ ਉਠੀ ਚਲਿਆ, naanak uthee chali-aa
ਸਭਿ ਕੂੜੇ ਤੁਟੇ ਨੇਹ॥੪॥6॥ sabh koorhay tutay nayh. ||4||6||

ਮੌਤ ਦਾ ਡਰ ਬਹੁਤ ਭਿਆਨਕ ਮਹਿਸੂਸ ਹੁੰਦਾ ਹੈ । ਜਿਹੜਾ ਆਪਣੇ ਆਪ ਨੂੰ ਹਾਕਮ, ਰਾਜਾ ਸਦਾਉਂਦਾ ਸੀ । ਅੰਤ ਵਿੱਚ ਭਸਮ ਹੋ ਕੇ ਮਿੱਟੀ ਵਿੱਚ ਰਲ ਜਾਂਦਾ, ਹੈਸੀਅਤ, ਧਨ ਨਾਲ ਨਹੀਂ ਜਾਂਦਾ ।

The fear of death may be terrible and very depressing. Whosoever used to be called king; after death, his perishable body becomes ashes. Worldly status and wealth remain on earth; have no significance in His Court.

60. ਸਿਰੀਰਾਗੁ ਮਹਲਾ ੧॥ (16-12)

ਸਭਿ ਰਸ ਮਿਠੇ ਮੰਨਿਐ, sabh ras mithay mani-ai
ਸੁਣਿਐ ਸਾਲੋਣੈ॥ suni-ai saalonay.
ਖਟ ਤੁਰਸੀ ਮੁਖਿ ਬੋਲਣਾ, khat tursee mukh bolnaa
ਮਾਰਣ ਨਾਦ ਕੀਏ॥ maaran naad kee-ay.
ਛਤੀਹ ਅੰਮ੍ਰਿਤ ਭਾਉ ਏਕੁ, chhateeh amrit bhaa-o ayk
ਜਾ ਕਉ ਨਦਰਿ ਕਰੇਇ॥੧॥ jaa ka-o nadar karay-i. ||1||

ਜੀਭ ਦੇ ਸਾਰੇ ਸਵਾਦ ਪ੍ਰਭ ਦੇ ਸ਼ਬਦ ਦੇ ਰਾਗ, ਸ਼ਬਦ ਦੀ ਧੁਨ ਵਿਚੋਂ ਹੀ ਪੈਦਾ ਹੋਏ ਹਨ । ਕੁਝ ਦਾ ਸਵਾਦ ਮਿਠਾਸ ਵਾਲਾ ਅਤੇ ਕੁਝ ਦਾ ਨਮਕੀਨ ਹੈ । ਇਹ ਸਾਰੇ ਹੀ ਮਨ ਨੂੰ ਚੰਗੇ ਲਗਦੇ ਹਨ । ਜਿਸ ਤੇ ਪ੍ਰਭ ਰਹਿਮਤ ਬਖਸ਼ਦਾ ਹੈ! ਉਸ ਨੂੰ ਹਰਇਕ ਭੋਜਨ ਵਿਚੋਂ ਛੱਤੀ ਰਸ ਦਾ ਅਨੁਭਵ ਹੁੰਦਾ ਹੈ ।

All tastes of the tongue, have been evolved from the everlasting echo of His Word. Some may be sweet and others may be salty; all these are soothing to the mind of His true devotee. Whosoever may be bestowed with His Blessed Vision, he may enjoy countless tastes from the same food.

ਬਾਬਾ ਹੋਰੁ ਖਾਣਾ ਖੁਸੀ ਖੁਆਰੁ॥	baabaa hor khaanaa khusee khu-aar.
ਜਿਤੁ ਖਾਧੈ ਤਨੁ ਪੀੜੀਐ,	jit khaaDhai tan peerhee-ai
ਮਨ ਮਹਿ ਚਲਹਿ ਵਿਕਾਰ॥੧॥ ਰਹਾਉ॥	man, meh chaleh vikaar. ||1|| rahaa-o.

ਪ੍ਰਭ ਕੇਵਲ ਆਪਣੀ ਰਹਿਮਤ ਵਾਲਾ ਹੀ ਰਸ ਬਖਸ਼ੋ! ਜਿਹੜਾ ਰਸ ਮੇਰੇ ਮਨ ਦੀ ਭਾਵਨਾ ਬਣ ਜਾਵੇ । ਬਾਕੀ ਸਾਰੇ ਹੀ ਸੰਸਾਰਕ ਰਸਾਂ ਨਾਲ ਮਨ ਵਿੱਚ ਲਾਲਚ ਭਰਦਾ ਹੈ, ਮਨ ਅਸਲੀ ਰਸਤੇ ਤੋਂ ਦੂਰ ਜਾਂਦਾ ਹੈ ।

My True Master blesses the craving for the nectar of Your Word! The taste of the nectar may become the craving of my mind, only desire. With all other cravings may be a sweet poison of worldly wealth; mind may drift away from the right path of salvation.

ਰਤਾ ਪੈਨਣੁ ਮਨੁ ਰਤਾ,	rataa painan man rataa
ਸੁਪੇਦੀ ਸਤੁ ਦਾਨੁ॥	supaydee sat daan.
ਨੀਲੀ ਸਿਆਹੀ ਕਦਾ ਕਰਣੀ,	neelee si-aahee kadaa karnee
ਪਹਿਰਣੁ ਪੈਰ ਧਿਆਨੁ॥	pahiran pair Dhi-aan.
ਕਮਰਬੰਦੁ ਸੰਤੋਖ ਕਾ,	karam-band santokh kaa
ਧਨੁ ਜੋਬਨੁ ਤੇਰਾ ਨਾਮੁ॥੨॥	Dhan joban tayraa Naam. ||2||

ਮਨ ਬੰਦਗੀ ਦਾ ਪਹਿਰਾਵਾ, ਬਾਣਾ ਧਾਰਨ ਕਰੋ! ਪ੍ਰਭ ਦੇ ਸ਼ਬਦ ਵਿੱਚ ਲੀਨ ਹੋਣ ਨਾਲ ਮਨ ਦੀ ਅਵਸਥਾ, ਪ੍ਰਭ ਦੀ ਹੋਂਦ ਨੂੰ ਅਨੁਭਵ ਕਰਨ ਲਗ ਪੈਂਦੀ ਹੈ, ਮਨ ਸਾਫ ਹੋ ਜਾਂਦਾ ਹੈ । ਚੰਗੇ ਕੰਮਾਂ ਨਾਲ, ਮਨ ਵਿਚੋਂ ਬੁਰੇ ਕੰਮਾਂ ਦੀ ਇੱਛਾ ਖਤਮ ਹੋ ਜਾਂਦੀ ਹੈ, ਮਨ ਵਿਚੋਂ ਈਰਖਾ ਦੂਰ ਹੋ ਜਾਂਦੀ ਹੈ । ਮਨ ਵਿੱਚ ਸੰਤੋਖ, ਭਾਣਾ ਪ੍ਰਵਾਨ ਕਰਨ ਦੀ ਸਮਰਥਾ ਜਾਗਰਤ ਹੋ ਜਾਂਦੀ ਹੈ, ਪ੍ਰਭ ਦਾ ਸ਼ਬਦ ਹੀ ਧਨ, ਜੋਬਨ, ਰੂਪ ਬਣ ਜਾਂਦਾ ਹੈ ।

You should adopt the robe of meditation of His Word! Whosoever may remain intoxicated in meditation on the teachings of His Word; he may realize His Existence and his soul may be sanctified. Whosoever may perform good deeds; his evil thoughts of jealousy and desires may be eliminated. He may be blessed with patience, contentment to accept His Command as worthy Blessings. His earnings of His Word may become his glamor, glory beauty, and worldly status.

ਬਾਬਾ ਹੋਰੁ ਪੈਨਣੁ ਖੁਸੀ ਖੁਆਰੁ॥	baabaa hor painan khusee khu-aar.
ਜਿਤੁ ਪੈਧੈ ਤਨੁ ਪੀੜੀਐ,	jit paiDhai tan peerhee-ai
ਮਨ ਮਹਿ ਚਲਹਿ ਵਿਕਾਰ॥੧॥ ਰਹਾਉ॥	man, meh chaleh vikaar. ||1|| rahaa-o.

ਪ੍ਰਭ ਕੇਵਲ ਆਪਣੀ ਰਹਿਮਤ ਵਾਲਾ ਪਹਿਰਾਵਾ ਬਖਸ਼ੋ । ਉਹ ਬਾਣਾ ਹੀ ਮਨ ਦੀ ਇੱਛਾ ਬਣ ਜਾਵੇ, ਬਾਕੀ ਸਾਰੇ ਹੀ ਸੰਸਾਰਕ ਪਹਿਰਾਵੇ ਨਾਲ ਮਨ ਵਿੱਚ ਲਾਲਚ ਭਰ ਜਾਂਦਾ ਹੈ, ਮਨ ਅਸਲੀ ਰਸਤੇ ਤੋਂ ਦੂਰ ਹੋ ਜਾਂਦਾ ਹੈ ।

My True Master blesses the robe of Your Word, Blessed Vision. Your Blessed robe may become the craving of my mind. All other robes may blossom greed within. My mind may drift from the real purpose of human life opportunity.

ਘੋੜੇ ਪਾਖਰ ਸੁਇਨੇ ਸਾਖਤਿ, ghorhay paakhar su-inay saakhat
ਬੂਝਣੁ ਤੇਰੀ ਵਾਟ॥ boojhan tayree vaat.
ਤਰਕਸ ਤੀਰ ਕਮਾਣ ਸਾਂਗ, tarkas teer kamaan saaNg
ਤੇਗਬੰਦ ਗੁਣ ਧਾਤੁ॥ taygband gun Dhaat.
ਵਾਂਜਾ ਨੇਜਾ ਪਤਿ ਸਿਉ ਪਰਗਟੁ, vaajaa nayjaa pat si-o pargat
ਕਰਮੁ ਤੇਰਾ ਮੇਰੀ ਜਾਤਿ॥੩॥ karam tayraa mayree jaat. ||3||

ਜੀਵ ਸ਼ਬਦ ਦੀ ਸਿਖਿਆਂ ਦੀ ਸਵਾਰੀ ਕਰੋ, ਸ਼ਬਦ ਹੀ ਅਸਲੀ ਰਸਤਾ ਤੇ ਪਾਉਣ ਵਾਲਾ ਮਲਾਹ, ਗੁਰੂ ਬਣ ਜਾਵੇ । ਉਹ ਹੀ ਤੇਰੀ ਰਖਿਆ ਕਰਨਵਾਲਾ ਤੀਰਕਮਾਨ, ਢਾਲ ਬਣ ਜਾਵੇ । ਸਵਾਸ ਸਵਾਸ ਦੇ ਕੀਤੇ ਕੰਮਾਂ ਵਿਚੋਂ ਸ਼ਬਦ ਦੀ ਗੂੰਜ ਆਵੇ! ਇਹੀ ਤੇਰੀ ਪਛਾਣ, ਸ਼ਾਨ ਬਣ ਜਾਵੇ ।

You should adopt the teachings of His Word with steady and stable belief; the essence of His Word may become your guide, sailor to lead to the right path of acceptance in His Court. The teaching of His Word may become your bow-arrow, shield-defender. The echo of good deeds, virtues of His Word may resonate forever from your breath. Your deeds may become your recognition, and worldly status.

ਬਾਬਾ ਹੋਰੁ ਚੜਣਾ ਖੁਸੀ ਖੁਆਰੁ॥ baabaa hor charh-naa khusee khu-aar.
ਜਿਤੁ ਚੜਿਐ ਤਨੁ ਪੀੜੀਐ, jit charhi-ai tan peerhee-ai
ਮਨ ਮਹਿ ਚਲਹਿ ਵਿਕਾਰ॥੧॥ ਰਹਾਉ॥ man, meh chaleh vikaar. ||1|| rahaa-o.

ਪ੍ਰਭ ਕੇਵਲ ਆਪਣੀ ਰਹਿਮਤ ਦੀ ਨਜ਼ਰ ਵਾਲੀ ਹੀ ਸਵਾਰੀ ਬਖਸ਼ੋ, ਮੇਰੇ ਮਨ ਦੀ ਭਾਵਨਾ ਬਣ ਜਾਵੇ । ਬਾਕੀ ਸਵਾਰੀਆਂ ਨਾਲ ਮਨ ਵਿੱਚ ਲਾਲਚ ਭਰ ਜਾਂਦਾ ਹੈ, ਮਨ ਅਸਲੀ ਰਸਤੇ ਤੋਂ ਦੂਰ ਹੋ ਜਾਂਦਾ ਹੈ ।

My True Master only blesses the ride of Your Word that becomes the craving, anxiety of my mind. All other rides may blossom greed within. My mind may drift from the real purpose of human life opportunity.

ਘਰ ਮੰਦਰ ਖੁਸੀ ਨਾਮ ਕੀ, ghar mandar khusee Naam kee
ਨਦਰਿ ਤੇਰੀ ਪਰਵਾਰੁ॥ nadar tayree parvaar.
ਹੁਕਮੁ ਸੋਈ ਤੁਧੁ ਭਾਵਸੀ, hukam so-ee tuDh bhaavsee
ਹੋਰੁ ਆਖਣੁ ਬਹੁਤੁ ਅਪਾਰੁ॥ hor aakhan bahut apaar.
ਨਾਨਕ ਸਚਾ ਪਾਤਿਸਾਹੁ, naanak sachaa paatisaahu
ਪੂਛਿ ਨ ਕਰੇ ਬੀਚਾਰੁ॥੪॥ poochh na karay beechaar. ||4||

ਮਨ ਨੂੰ ਪ੍ਰਭ ਦਾ ਮੰਦਰ ਬਣਾਵੋ! ਜਿਸ ਵਿੱਚ ਸਦਾ ਹੀ ਸ਼ਬਦ ਦੀ ਧੁਨ ਚਲੇ, ਪ੍ਰਭ ਦਾ ਭਾਣਾ ਹੀ ਮਨ ਦੀਆਂ ਇੱਛਾਂ ਬਣ ਜਾਣ । ਇਹ ਸਭ ਕੁਝ ਜੀਵ ਦੀ ਆਪਣੀ ਪਹੁੰਚ ਤੋਂ ਬਹੁਤ ਉਪਰ ਹੈ, ਕੇਵਲ ਪ੍ਰਭ ਦੀ ਰਹਿਮਤ ਨਾਲ ਹੀ ਬਖਸ਼ਿਸ਼ ਹੁੰਦਾ ਹੈ, । ਜਿਹੜਾ ਆਪਣਾ ਜੀਵਨ ਸਵਾਸ ਗਰਾਸ ਪ੍ਰਭ ਦੀ ਸਿਖਿਆਂ ਨਾਲ ਢਾਲਦਾ ਹੈ, ਉਸ ਦੇ ਮਨ ਵਿਚੋਂ ਆਪਾ ਖਤਮ ਹੋ ਜਾਂਦਾ ਹੈ ।

You should make your mind as a Holy Shrine, His Temple; where you may hear the everlasting echo of His Word resonates within. Such a state of mind may remain beyond reach and only blessed with His Blessed Vision. Whosoever may adopt the teachings of His Word with each breath; with His mercy and grace, he may conquer his own self-identity.

ਬਾਬਾ ਹੋਰੁ ਸਉਣਾ ਖੁਸੀ ਖੁਆਰੁ॥ baabaa hor sa-unaa khusee khu-aar.
ਜਿਤੁ ਸੁਤੈ ਤਨੁ ਪੀੜੀਐ, jit sutai tan peerhee-ai
ਮਨ ਮਹਿ ਚਲਹਿ ਵਿਕਾਰ॥੧॥ man, meh chaleh vikaar. ||1||
ਰਹਾਉ॥੪॥7॥ rahaa-o. ||4||7||

ਪ੍ਰਭ ਕੇਵਲ ਆਪਣੀ ਨਜ਼ਰ ਵਾਲੀ ਹੀ ਨੀਂਦ ਬਖਸ਼ੋ! ਜੋ ਮੇਰੀ ਮਨ ਦੀ ਭਾਵਨਾ ਬਣ ਜਾਵੇ । ਬਾਕੀ ਸਾਰੇ ਘਰਾਂ ਵਿੱਚ ਸੌਣ ਨਾਲ ਮਨ ਵਿੱਚ ਲਾਲਚ ਭਰਦਾ ਹੈ, ਮਨ ਅਸਲੀ ਰਸਤੇ ਤੋਂ ਦੂਰ ਹੋ ਜਾਂਦਾ ਹੈ ।

My True Master, blesses the sleep of Your Blessed Vision that resting place may become the craving of my mind. Whosoever may be searching different resting place for comfort of life; his mind may drift from the real purpose of human life opportunity.

61. ਸਿਰੀਰਾਗੁ ਮਹਲਾ ੧॥ (17-3)

ਕੁੰਗੂ ਕੀ ਕਾਂਇਆ ਰਤਨਾਂ ਕੀ ਲਲਿਤਾ,	kungoo kee kaaN-i-aa ratnaa kee lalitaa
ਅਗਰਿ ਵਾਸੁ ਤਨਿ ਸਾਸੁ॥	agar vaas tan saas.
ਅਠਸਠਿ ਤੀਰਥ ਕਾ ਮੁਖਿ ਟਿਕਾ,	athsath tirath kaa mukh tikaa
ਤਿਤੁ ਘਟਿ ਮਤਿ ਵਿਗਾਸੁ॥	tit ghat mat vigaas.
ਓਤੁ ਮਤੀ ਸਾਲਾਹਣਾ,	ot matee salaahnaa
ਸਚੁ ਨਾਮੁ ਗੁਣਤਾਸੁ॥੧॥	sach Naam guntaas. ||1||

ਜਿਸ ਦੀ ਜੀਭ ਵਿਚੋਂ, ਅਵਾਜ਼ ਵਿਚੋਂ ਅਨਮੋਲ ਸ਼ਬਦ ਨਿਕਲਦਾ ਹੈ, ਉਸ ਦੇ ਸਵਾਸਾਂ ਵਿਚੋਂ ਸੁਹਾਗ ਦੇ ਸੰਧੂਰ ਦੀ ਸੁਗੰਧ ਆਉਂਦੀ ਹੈ । ਉਸ ਤੇ ਅਠਾਠ 68 ਤੀਰਥਾਂ ਦੀ ਸਫਲ ਯਾਤਰਾ ਦਾ ਨੂਰ, ਰੂਹਾਨੀ ਸੋਝੀ ਚਮਕਦੀ ਹੈ । ਗੁਰਮਖ ਦੇ ਮਨ ਤੇ ਇਤਨੀਆਂ ਸਿਆਣਪਾਂ ਬਖਸ਼ਿਸ਼ ਹੋਣ ਤੇ ਵੀ ਅਹੰਕਾਰ ਨਹੀਂ ਆਉਂਦਾ । ਉਹ ਇਹਨਾਂ ਸਿਆਣਪਾਂ ਨਾਲ ਅਸਲੀ ਮਾਲਕ ਦੇ ਸ਼ਬਦ ਦੀ ਮਹਿਮਾਂ ਗਾਉਂਦਾ ਹੈ ।

Whosoever may sing the glory with each breath from his tongue. From his breath, sounds, the aroma, vermilion spreads everywhere. The eternal glow of enlightenment of the essence of His Word and blessings of pilgrimage of 68 Holy Shrines may be shining on his forehead. His true devotee remains humble! He may not become a victim of ego. He may remain intoxicated in the void of His Word, The True Master and sings the glory of His Word.

ਬਾਬਾ ਹੋਰ ਮਤਿ ਹੋਰ ਹੋਰ॥	baabaa hor mat hor hor.
ਜੇ ਸਉ ਵੇਰ ਕਮਾਈਐ,	jay sa-o vayr kamaa-ee-ai
ਕੂੜੈ ਕੂੜਾ ਜੋਰੁ॥੧॥ ਰਹਾਉ॥	koorhai koorhaa jor. ||1|| rahaa-o.

ਸ਼ਬਦ ਦੀ ਰਸਨਾ ਕਰਨਵਾਲੀ ਹੀ ਅਸਲੀ ਸਿਆਣਪ, ਪ੍ਰਭ ਨੂੰ ਭਾਉਂਦੀ ਹੈ । ਬਾਕੀ ਸਭ ਸਿਆਣਪਾਂ ਬੇਕਾਰ ਹੀ ਹਨ, ਲੋਕ ਦਿਖਾਵੇ ਵਾਲੀਆਂ ਝੂਠੀਆਂ ਹੀ ਹਨ ।

Only the wisdom to sing His glory may be acceptable in His Court. All other wisdoms and deeds are useless and boost false ego within the mind.

ਪੂਜ ਲਗੈ ਪੀਰੁ ਆਖੀਐ,	pooj lagai peer aakhee-ai
ਸਭੁ ਮਿਲੈ ਸੰਸਾਰੁ॥	sabh milai sansaar.
ਨਾਉ ਸਦਾਏ ਆਪਣਾ,	naa-o sadaa-ay aapnaa
ਹੋਵੈ ਸਿਧੁ ਸੁਮਾਰੁ॥	hovai siDh sumaar.
ਜਾ ਪਤਿ ਲੇਖੈ ਨਾ ਪਵੈ,	jaa pat laykhai naa pavai
ਸਭਾ ਪੂਜ ਖੁਆਰੁ॥੨॥	sabhaa pooj khu-aar. ||2||

ਅਗਰ ਇਸ ਸੰਸਾਰ ਵਿੱਚ ਇਸਤਰ੍ਹਾਂ ਦੀ ਅਵਸਥਾ ਬਖਸ਼ਿਸ਼ ਹੋ ਜਾਵੇ! ਸੰਸਾਰਕ ਜੀਵ ਗੁਰੂ, ਪੀਰ ਮੰਨਣ ਲਗ ਪੈਣ । ਤੇਰੇ ਨਾਮ ਦੀ ਡੀਗ ਚਲ ਜਾਵੇ, ਤੇਰੇ ਵਿੱਚ ਰਿਧੀਆਂ ਸਿਧੀਆਂ ਵੀ ਬਖਸ਼ਿਸ਼ ਹੋ ਜਾਣ । ਜਿਸ ਦੀ ਬੰਦਗੀ, ਪ੍ਰਭ ਦੇ ਦਰਬਾਰ ਵਿੱਚ ਕਬੂਲ ਨਾ ਹੋਵੇ! ਉਸ ਦੇ ਜੀਵਨ ਦਾ ਢੰਗ ਮੁਕਤੀ ਦਾ ਰਸਤਾ ਨਹੀਂ, ਬੇਕਾਰ ਹੀ ਮਾਨਸ ਜਨਮ ਗਵਾ ਲਿਆ ।

Whosoever may be blessed with such a state of mind; he may be blessed with miracle powers and everyone may sing his glory as guru. Whose meditation may not be accepted in His Court; his way of life may not become the right path of acceptance in His Court. He has wasted his human life uselessly.

ਜਿਨ ਕਉ ਸਤਿਗੁਰਿ ਥਾਪਿਆ,	jin ka-o saT`gur thaapi-aa
ਤਿਨ ਮੇਟਿ ਨ ਸਕੈ ਕੋਇ॥	tin mayt na sakai ko-ay.
ਓਨਾ ਅੰਦਰਿ ਨਾਮੁ ਨਿਧਾਨੁ ਹੈ,	onaa andar Naam niDhaan hai
ਨਾਮੋ ਪਰਗਟੁ ਹੋਇ॥	Naamo pargat ho-ay.
ਨਾਉ ਪੂਜੀਐ ਨਾਉ ਮੰਨੀਐ,	naa-o poojee-ai naa-o mannee-ai
ਅਖੰਡੁ ਸਦਾ ਸਚੁ ਸੋਇ॥੩॥	akhand sadaa sach so-ay. ||3||

ਜਿਸ ਨੂੰ ਪ੍ਰਭ ਆਪ ਹੀ ਰਹਿਮਤ ਬਖਸ਼ਦਾ ਹੈ! ਕੋਈ ਵੀ ਇਹ ਰਹਿਮਤ ਠੱਗ ਨਹੀਂ ਸਕਦਾ । ਉਸ ਦੇ ਅੰਦਰ ਸ਼ਬਦ ਦੀ ਜੋਤ ਸਦਾ ਲਈ ਜਾਗਰਤ ਹੋ ਜਾਂਦੀ, ਕਦੇ ਖਤਮ ਨਹੀਂ ਹੁੰਦੀ । ਉਹ ਸ਼ਬਦ ਦੀ ਪਾਲਣਾ ਤੋਂ ਬਿਨਾਂ ਕੋਈ ਹੋਰ ਸਿਖਿਆਂ ਨਹੀਂ ਦੇਂਦੇ, ਹੋਰ ਸ਼ਬਦ ਦਾ ਸਿਮਰਨ ਨਹੀਂ ਕਰਦਾ, ਕੇਵਲ ਦਾਸ ਹੀ ਬਣਿਆ ਰਹਿੰਦਾ ਹੈ ।

Whosoever may be bestowed with His blessed Vision; no one can rob his earnings of His Word. He remains enlightened within; the everlasting eternal glow of Holy spirit may never diminish from his heart. He may never advise or preaches any other message except His Word. He may never adopt any other teachings in his life; he may remain contented with His Blessings.

ਖੇਹੂ ਖੇਹ ਰਲਾਈਐ,	khayhoo khayh ralaa-ee-ai
ਤਾ ਜੀਉ ਕੇਹਾ ਹੋਇ॥	taa jee-o kayhaa ho-ay.
ਜਲੀਆ ਸਭਿ ਸਿਆਣਪਾ,	jalee-aa sabh si-aanpaa
ਉਠੀ ਚਲਿਆ ਰੋਇ॥	uthee chali-aa ro-ay.
ਨਾਨਕ ਨਾਮਿ ਵਿਸਾਰਿਐ,	naanak Naam visaari-ai
ਦਰਿ ਗਇਆ ਕਿਆ ਹੋਇ॥੪॥8॥	dar ga-i-aa ki-aa ho-ay. ||4||8||

ਜੀਵ ਦੇ ਸਵਾਸ ਖਤਮ ਹੋਣ ਨਾਲ ਤਨ ਭਸਮ ਹੋ ਜਾਂਦਾ ਹੈ । ਤਨ ਵਿੱਚ ਵਸਦੀ ਆਤਮਾ ਦੀ ਕੀ ਹੁੰਦਾ ਹੈ? ਉਸ ਦੇ ਸਾਰੇ ਸੰਸਾਰਕ ਖੇਲ, ਚਲਾਕੀਆਂ ਤਨ ਦੇ ਨਾਲ ਹੀ ਭਸਮ, ਖਤਮ ਹੋ ਜਾਂਦੀਆਂ ਹਨ, ਆਤਮਾ ਕਰਲਾਉਂਦੀ ਹੈ । ਜਿਹੜਾ ਆਪਣੇ ਮਾਨਸ ਜਨਮ ਵਿੱਚ ਸ਼ਬਦ ਨੂੰ ਚੇਤੇ ਨਹੀਂ ਰਖਦਾ, ਪ੍ਰਭ ਦੀ ਦਰਗਾਹ ਵਿੱਚ ਉਸ ਦੀ ਇਹ ਹੀ ਹਾਲਤ ਹੁੰਦੀ ਹੈ ।

Whose capital of breaths may be exhausted, his body becomes ashes, part of the dirt. What may happen to his soul dwelling within his body? All the cleaver, evil schemes, thoughts may vanish along with his body. His soul must endure the judgement of The Religious Judge. Whosoever may not adopt the teachings of His Word; his soul may be treated same way in His Court.

62. ਸਿਰੀਰਾਗੁ ਮਹਲਾ ੧॥ (17-9)

ਗੁਣਵੰਤੀ ਗੁਣ ਵੀਥਰੈ,	gunvantee gun veethrai
ਅਉਗੁਣਵੰਤੀ ਝੂਰਿ॥	a-ugunvantee jhoor.
ਜੇ ਲੋੜਹਿ ਵਰੁ ਕਾਮਣੀ,	jay lorheh var kaamnee
ਨਹ ਮਿਲੀਐ ਪਿਰ ਕੂਰਿ॥	nah milee-ai pir koor.
ਨਾ ਬੇੜੀ ਨਾ ਤੁਲਹੜਾ,	naa bayrhee naa tulharhaa
ਨਾ ਪਾਈਐ ਪਿਰੁ ਦੂਰਿ॥੧॥	naa paa-ee-ai pir door. ||1||

ਜਿਹੜਾ ਆਪਣੇ ਅਸਲੀ ਮਾਲਕ ਦੇ ਦਰਬਾਰ ਵਿੱਚ ਕਬੂਲ ਹੋਣ ਦੀ ਆਸ ਰਖਦਾ ਹੈ! ਦਰਬਾਰ ਵਿੱਚ ਪਖੰਡ ਨਾਲ, ਜਾ ਬਾਣਾ ਪਾਉਣ ਨਾਲ, ਜਗ੍ਹਾ ਬਖਸ਼ਿਸ਼ ਨਹੀਂ ਹੁੰਦੀ । ਪ੍ਰਭ ਨੇ ਅਰਦਾਸ ਕਬੂਲ ਕਰਕੇ ਮਾਨਸ ਜਨਮ ਬਖਸ਼ਿਆ ਸੀ, ਤੇਰੇ ਵਿੱਚ ਜੋਤ ਸ਼ਰਧਾ, ਖਿੱਚ ਸੀ, ਜਿਸ ਨਾਲ ਤੂੰ ਬੰਦਗੀ ਕਰ ਸਕਦਾ ਸੀ । ਅਗਰ ਜੋਤ ਬੁਝ ਗਈ ਤਾ ਫਿਰ ਪਛਤਾਵੇ ਦਾ ਕੋਈ ਲਾਭ ਨਹੀਂ ਹੁੰਦਾ । ਪ੍ਰਭ ਦਾ ਦਰਬਾਰ ਬਹੁਤ ਦੂਰ ਹੈ, ਉਥੇ ਜਾਣ ਲਈ ਕੋਈ ਬੇੜੀ ਜਾ ਹੋਰ ਸਾਧਨ ਨਹੀਂ ਹੈ ।

Whosoever may have a desire, hope to be accepted in His Court. Remember! Any cleaver trick, hypocrisy or religious robe may no help to find the right path of acceptance in His Court. The True Master accepted your prayer and blessed your soul with human body; your mind was enlightened with His Word, His Spirit within your heart. You must keep the flame glowing within your heart. Whose flame of His Word may be extinguished from within; his regretting and repenting may be useless. His palace is far away! there may not be any boat or other source, method to help.

ਮੇਰੇ ਠਾਕੁਰ ਪੂਰੈ ਤਖਤਿ ਅਡੋਲੁ॥	mayray thaakur poorai takhat adol.
ਗੁਰਮੁਖਿ ਪੂਰਾ ਜੇ ਕਰੇ,	gurmukh pooraa jay karay
ਪਾਈਐ ਸਾਚੁ ਅਤੋਲੁ॥੧॥ ਰਹਾਉ॥	paa-ee-ai saach atol. ||1|| rahaa-o.

ਪ੍ਰਭ ਆਪਣੇ ਆਪ ਵਿੱਚ ਪੂਰਨ, ਸਰਬ ਕਲਾਂ ਸਮਰਥ ਹੈ, ਪ੍ਰਭ ਦੀ ਹੋਂਦ ਅਟਲ ਹੈ । ਜਿਹੜਾ ਆਪਣੀ ਆਤਮਾ ਨੂੰ ਪਵਿੱਤਰ ਕਰ ਲੈਂਦਾ ਹੈ, ਉਸ ਨੂੰ ਗੁਰਮਖ ਅਵਸਥਾ ਬਖਸ਼ਿਸ਼ ਹੋ ਸਕਦੀ ਹੈ । ਉਸ ਨੂੰ ਪ੍ਰਭ ਦੀ ਹੋਂਦ ਅਨੁਭਵ ਹੋ ਜਾਂਦੀ ਹੈ ।

The Omnipotent True Master remains perfect in all respects! His Existence remains axiom and unchangeable. Whosoever may adopt the teachings of His Word to sanctify his soul. He may be blessed with a state of mind as His true devotee; with His mercy and grace, he may realize His Existence everywhere.

ਪ੍ਰਭੁ ਹਰਿਮੰਦਰੁ ਸੋਹਣਾ,	parabh harmandar sohnaa
ਤਿਸੁ ਮਹਿ ਮਾਣਕ ਲਾਲ॥	tis meh maanak laal.
ਮੋਤੀ ਹੀਰਾ ਨਿਰਮਲਾ,	motee heeraa nirmalaa
ਕੰਚਨ ਕੋਟ ਰੀਸਾਲ॥	kanchan kot reesaal.
ਬਿਨੁ ਪਉੜੀ ਗੜਿ ਕਿਉ ਚੜਉ,	bin pa-orhee garh ki-o charha-o
ਗੁਰ ਹਰਿ ਧਿਆਨ ਨਿਹਾਲ॥੨॥	gur har Dhi-aan nihaal. ||2||

ਪ੍ਰਭ ਦਾ ਸ਼ਾਤੀ ਵਾਲਾ ਘਰ ਜੀਵ ਦੇ ਹਿਰਦੇ ਵਿੱਚ ਹੀ ਹੈ । ਤਨ, ਮਨ ਦੇ ਦਸਵੇਂ ਘਰ ਵਿਚੋਂ ਹੀ ਸਾਰੇ ਅਣਮੋਲ ਹੀਰੇ ਮੋਤੀ ਬਖਸ਼ਿਸ਼ ਹੁੰਦੇ ਹਨ । ਇਸ ਮੰਦਰ ਵਿੱਚ ਜਾਣ ਲਈ ਕੋਈ ਪੌੜੀ ਨਹੀਂ, ਕਿਸਤਰ੍ਹਾਂ ਦਾਖਲ ਹੋਵੇ? ਇਸ ਮੰਦਰ ਵਿੱਚ ਜਾਣ ਦਾ ਇਕੋ ਇਕ ਸਾਧਨ ਹੈ, ਅਟਲ ਪ੍ਰਭ ਨੂੰ ਆਪਣਾ ਅਸਲੀ ਮਾਲਕ ਮੰਨਕੇ, ਸ਼ਬਦ ਨਾਲ ਜੀਵਨ ਢਾਲਣ ਨਾਲ ਅਸਲੀ ਰਸਤਾ ਬਖਸ਼ਿਸ਼ ਹੋ ਸਕਦੀ ਹੈ ।

His temple of peace and comforts remains within the core of your heart. All precious jewels and blessings may be bestowed from the 10th house, cave within your mind and body. There may not be any stair to climb to His temple; how may anyone reach 10th door, His Temple? Only one unique, method, the right path to reach His Temple! Whosoever may believe, The One and Only One, True Master, Creator and adopts the teachings of His Word with steady and stable belief in day-to-day life; with His mercy and grace, he may be blessed with the right path of acceptance in His Court.

ਗੁਰੁ ਪਉੜੀ, ਬੇੜੀ ਗੁਰੂ,	gur pa-orhee bayrhee guroo
ਗੁਰੁ ਤੁਲਹਾ ਹਰਿ ਨਾਉ॥	gur tulhaa har naa-o.
ਗੁਰੁ ਸਰੁ ਸਾਗਰੁ ਬੋਹਿਥੋ,	gur sar saagar bohitho
ਗੁਰੁ ਤੀਰਥੁ ਦਰੀਆਉ॥	gur tirath daree-aa-o.
ਜੇ ਤਿਸੁ ਭਾਵੈ ਊਜਲੀ,	jay tis bhaavai oojlee
ਸਤ ਸਰਿ ਨਾਵਣ ਜਾਉ॥੩॥	sat sar naavan jaa-o. ||3||

ਅਟਲ ਪ੍ਰਭ ਦੇ ਸ਼ਬਦ ਦੇ ਸਿਮਰਨ ਦੀ ਪੌੜੀ, ਬੇੜੀ ਹੀ ਸਾਗਰ ਵਿਚੋਂ ਪਾਰ ਲੈ ਜਾ ਸਕਦੀ ਹੈ । ਜਿਸ ਦੀ ਬੰਦਗੀ ਪ੍ਰਭ ਨੰ ਪ੍ਰਵਾਨ ਹੋ ਜਾਂਦੀ ਹੈ, ਉਸ ਦਾ ਮਨ ਹੀ ਤੀਰਥ ਬਣ ਜਾਂਦਾ ਹੈ, ਨੂਰ ਚਮਕਦਾ ਹੈ ।

Whosoever may meditate on the teachings of His Word with steady and stable belief; with His mercy and grace, his earnings of His Word may be transformed as the stair, boat, to take to His Court. The enlightenment of the essence of His Word may become His Holy Shrine; the eternal glow of His Word may be shinning with his heart.

ਪੂਰੋ ਪੂਰੋ ਆਖੀਐ,	pooro pooro aakhee-ai
ਪੂਰੈ ਤਖਤਿ ਨਿਵਾਸ॥	poorai takhat nivaas.
ਪੂਰੈ ਥਾਨਿ ਸੁਹਾਵਣੈ,	poorai thaan suhaavnai
ਪੂਰੈ ਆਸ ਨਿਰਾਸ॥	poorai aas niraas.
ਨਾਨਕ ਪੂਰਾ ਜੇ ਮਿਲੈ,	naanak pooraa jay milai
ਕਿਉ ਘਾਟੈ ਗੁਣ ਤਾਸ॥੪॥9॥	ki-o ghaatai gun taas. ||4||9||

ਸਪੂਰਨ ਪ੍ਰਭ ਦਾ ਆਸਣ, ਤਖਤ ਵੀ ਪੂਰਨ ਹੈ । ਉਹ ਆਪਣੇ ਅਚੰਭੇ ਸਿੰਘਾਸਣ ਤੇ ਬੈਠਾ, ਨਿਮਾਣਿਆਂ ਦੀਆਂ ਆਸਾਂ ਪੂਰੀਆਂ ਕਰਨਵਾਲਾ ਮਾਲਕ ਹੈ । ਜਿਸ ਤੇ ਰਹਿਮਤ ਦੀ ਨਜ਼ਰ ਬਖਸ਼ਦਾ ਹੈ, ਉਸ ਦੀ ਕੋਈ ਹੋਰ ਮੰਗ ਨਹੀਂ ਰਹਿੰਦੀ, ਜੀਵਨ ਵਿੱਚ ਤੋਟ ਨਹੀਂ ਆਉਂਦੀ ।

The Omnipotent True Master remains perfect in all respects; His Holy throne remains sanctified. Seated on astonishing, wonderful His Throne; He bestows virtues and satisfy the prayers of His true devotee. Whosoever may be bestowed with His Blessed Vision, he may not have any worldly left within his mind nor he may never realize any shortage or shortcomings in his life.

63. ਸਿਰੀਰਾਗੁ ਮਹਲਾ ੧॥ (17-16)

ਆਵਹੁ ਭੈਣੇ ਗਲਿ ਮਿਲਹ,	aavhu bhainay gal milah
ਅੰਕਿ ਸਹੇਲੜੀਆਹ॥	ank sahaylrhee-aah.
ਮਿਲਿ ਕੈ ਕਰਹ ਕਹਾਣੀਆ,	mil kai karah kahaanee-aa
ਸੰਮ੍ਰਥ ਕੰਤ ਕੀਆਹ॥	samrath kant kee-aah.
ਸਾਚੇ ਸਾਹਿਬ ਸਭਿ ਗੁਣ,	saachay saahib sabh gun
ਅਉਗਣ ਸਭਿ ਅਸਾਹ॥੧॥	a-ugan sabh asaah. ||1||

ਸੰਗਤ ਵਿੱਚ ਮਿਲਕੇ ਗੁਣਾਂ ਨਾਲ ਭਰਪੂਰ ਪ੍ਰਭ ਦੇ ਗੁਣਾ ਦਾ ਖਿਆਲ, ਵਿਚਾਰ ਸਾਂਝੇ ਕਰੋ । ਪ੍ਰਭ ਦੀ ਬਖਸ਼ਿਸ਼ ਨਾਲ ਹੀ ਜੀਵ ਵਿੱਚ ਸਾਰੇ ਗੁਣ ਬਖਸ਼ਿਸ਼ ਹੁੰਦੇ ਹਨ । ਜੀਵ ਆਪ ਕੁਝ ਨਹੀਂ ਕਰ ਸਕਦਾ, ਜੋ ਉਸ ਨੂੰ ਭਾਉਂਦਾ ਹੈ, ਉਹ ਹੀ ਜੀਵ ਤੋਂ ਕਰਾਉਂਦਾ ਹੈ ।

You should join the conjugation of His Holy saint! You should sing the glory and spread His Word. Whosoever may be bestowed with His Blessed Vision, he may be blessed with all virtues. Nothing may be accomplished with own efforts; only He make anything happen with His imagination.

ਕਰਤਾ ਸਭੁ ਕੋ ਤੇਰੈ ਜੋਰਿ॥	kartaa sabh ko tayrai jor.
ਏਕੁ ਸਬਦੁ ਬੀਚਾਰੀਐ,	ayk sabad beechaaree-ai
ਜਾ ਤੂ ਤਾ ਕਿਆ ਹੋਰਿ॥੧॥ ਰਹਾਉ॥	jaa too taa ki-aa hor. ||1|| rahaa-o.

ਸਭ ਕੁਝ ਪ੍ਰਭ ਦੇ ਭਾਣੇ ਅੰਦਰ ਹੀ ਵਾਪਰਦਾ ਹੈ । ਜਿਸ ਮਨ ਵਿੱਚ ਸ਼ਬਦ ਘਰ ਕਰ ਜਾਂਦਾ ਹੈ, ਉਸ ਦੀਆਂ ਬਾਕੀ ਖਾਹਿਸ਼ਾਂ ਖਤਮ ਹੋ ਜਾਂਦੀਆਂ ਹਨ ।

Everything may be blessed by adopting the teachings of Your Word in day-to-day life. Whosoever may be drenched with the enlightenment of the essence of His Word; with His Mercy and grace, all his worldly desires may vanish from his heart.

ਜਾਇ ਪੁਛਹੁ ਸੋਹਾਗਣੀ,	jaa-ay puchhahu sohaaganee
ਤੁਸੀ ਰਾਵਿਆ ਕਿਨੀ ਗੁਣੀ॥	tusee raavi-aa kinee gunee.
ਸਹਜਿ ਸੰਤੋਖਿ ਸੀਗਾਰੀਆ,	sahj santokh seegaaree-aa
ਮਿਠਾ ਬੋਲਣੀ॥	mithaa bolnee.
ਪਿਰੁ ਰੀਸਾਲੂ ਤਾ ਮਿਲੈ,	pir reesaaloo taa milai
ਜਾ ਗੁਰ ਕਾ ਸਬਦੁ ਸੁਣੀ॥੨॥	jaa gur kaa sabad sunee. ||2||

ਜੀਵ, ਸੰਤ ਸਰੂਪ ਨੂੰ ਮਿਲਕੇ, ਉਸ ਦੇ ਜੀਵਨ ਤੋਂ ਸਿਖਿਆਂ ਲਵੋ! ਉਸ ਨੂੰ ਪ੍ਰਭ ਦੀ ਰਜ਼ਾ ਕਿਸਤਰ੍ਹਾਂ ਬਖਸ਼ਿਸ਼ ਹੋਈ ਹੈ? ਪ੍ਰਭ ਦੀ ਰਜ਼ਾ, ਅਡੋਲ ਭਰੋਸੇ ਨਾਲ ਸ਼ਬਦ ਦੀ ਪਾਲਣਾ, ਜੀਵਨ ਢਾਲਣ ਨਾਲ ਹੀ ਬਖਸ਼ਿਸ਼ ਹੁੰਦੀ ਹੈ । ਉਸ ਦੀ ਰਹਿਮਤ ਦੀ ਨਜ਼ਰ ਨਾਲ ਹੀ ਮਨ ਵਿੱਚ ਧੀਰਜ ਅਤੇ ਸੰਤੋਖ ਬਖਸ਼ਿਸ਼ ਹੋ ਜਾਂਦਾ ਹੈ । ਜਿਸ ਦਾ ਭਰੋਸਾ ਪ੍ਰਭ ਦੇ ਬਖਸ਼ੇ ਤੇ ਅਡੋਲ ਰਹਿੰਦਾ ਹੈ, ਉਸ ਨੂੰ ਹੀ ਗੁਰਮਖ ਅਵਸਥਾ ਬਖਸ਼ਿਸ਼ ਹੁੰਦੀ ਹੈ ।

Join the conjugation of His Holy saint, learn from his life experience! How has he been blessed with such a contentment in his day-to-day life? Whosoever may adopt the teachings of His Word with steady and stable belief in his own life; with His grace and mercy, he may be bestowed with a state of mind as His true devotee. His soul may be sanctified to become worthy of His Consideration.

ਕੇਤੀਆ ਤੇਰੀਆ ਕੁਦਰਤੀ,	kaytee-aa tayree-aa kudratee
ਕੇਵਡ ਤੇਰੀ ਦਾਤਿ॥	kayvad tayree daat
ਕੇਤੇ ਤੇਰੇ ਜੀਅ ਜੰਤ,	kaytay tayray jee-a jant
ਸਿਫਤਿ ਕਰਹਿ ਦਿਨੁ ਰਾਤਿ॥	sifat karahi din raat.
ਕੇਤੇ ਤੇਰੇ ਰੂਪ ਰੰਗ,	kaytay tayray roop rang
ਕੇਤੇ ਜਾਤਿ ਅਜਾਤਿ॥੩॥	kaytay jaat ajaat. ||3||

ਜੀਵ ਪ੍ਰਭ ਦੀਆਂ ਪੈਦਾ ਕੀਤੀਆਂ ਸ੍ਰਿਸ਼ਟੀਆਂ, ਬਖਸ਼ਿਸ਼ਾਂ ਦੀ ਗਿਣਤੀ, ਅੰਤ ਨਹੀਂ ਜਾਣ ਸਕਦਾ । ਕੋਈ ਵੀ ਸ੍ਰਿਸ਼ਟੀ ਵਿੱਚ ਪੈਦਾ ਕੀਤੇ ਅਨੇਕਾਂ ਪ੍ਰਕਾਰ, ਭਾਤਾਂ ਦੇ (84 ਲਖ ਜੂੰਨਾਂ) ਜੀਵਾਂ ਦਾ ਵੀ ਅੰਤ ਨਹੀਂ ਪਾ ਸਕਦਾ ।

The True Master, His Blessings, Virtues, and His created universes remain beyond any imagination, and comprehension of His Creation nor types of creatures in any universe may ever be imagined.

ਸਚੁ ਮਿਲੈ ਸਚੁ ਊਪਜੈ,	sach milai sach oopjai
ਸਚ ਮਹਿ ਸਾਚਿ ਸਮਾਇ॥	sach meh saach samaa-ay.
ਸੁਰਤਿ ਹੋਵੈ ਪਤਿ ਊਗਵੈ,	surat hovai pat oogvai
ਗੁਰਬਚਨੀ ਭਉ ਖਾਇ॥	gurbachnee bha-o khaa-ay.
ਨਾਨਕ ਸਚਾ ਪਾਤਿਸਾਹੁ,	naanak sachaa paatisaahu
ਆਪੇ ਲਏ ਮਿਲਾਇ॥੪॥10॥	aapay la-ay milaa-ay. ||4||10||

ਜਿਸ ਦੀ ਅਟਲ ਪ੍ਰਭ ਦੇ ਸ਼ਬਦ ਵਿੱਚ ਲਗਨ ਲਗਦੀ ਹੈ, ਉਸ ਰਸਤੇ ਤੇ ਚਲਦਾ, ਪ੍ਰਭ ਵਿੱਚ ਹੀ ਅਭੇਦ ਹੋ ਜਾਂਦਾ ਹੈ । ਉਸ ਦੀ ਸ਼ਬਦ ਦੀ ਸੋਝੀ ਵਧਦੀ ਹੈ । ਉਸ ਦੇ ਮਨ ਵਿੱਚ ਪ੍ਰਭ ਦੇ ਵਿਛੋੜੇ ਦੀ ਯਾਦ ਤਾਜ਼ਾ ਰਹਿੰਦੀ ਹੈ । ਉਹ ਨੂੰ ਪ੍ਰਭ ਦੀ ਹੋਂਦ ਅਨੁਭਵ ਹੋ ਜਾਂਦੀ ਹੈ । ਪ੍ਰਭ ਸਭ ਕੁਝ ਆਪਣੀ ਰਜ਼ਾ ਨਾਲ ਹੀ ਬਖਸ਼ਦਾ ਹੈ, ਕਿਸੇ ਦਾ ਜ਼ੋਰ ਨਹੀਂ ਹੁੰਦਾ ।

Whosoever may remain intoxicated meditating with devotion on the teachings of His Word with steady and stable belief; with His mercy and grace, he may immerse within His Holy Spirit. His enlightened may be enhanced within. He may remain in renunciation in the memory of his separation from His Holy Spirit fresh; with His mercy and grace, he may realize His Holy Spirit prevailing everywhere. Everything may only be bestowed with His Blessed Vision; no one may influence nor pressure to change.

64. ਸਿਰੀਰਾਗੁ ਮਹਲਾ ੧॥ (18-4)

ਭਲੀ ਸਰੀ ਜਿ ਉਬਰੀ,	bhalee saree je ubree
ਹਉਮੈ ਮੁਈ ਘਰਾਹੁ॥	ha-umai mu-ee gharaahu.
ਦੂਤ ਲਗੇ ਫਿਰਿ ਚਾਕਰੀ,	doot lagay fir chaakree
ਸਤਿਗੁਰ ਕਾ ਵੇਸਾਹੁ॥	saT`gur kaa vaysaahu.
ਕਲਪ ਤਿਆਗੀ ਬਾਦਿ ਹੈ,	kalap ti-aagee baad hai
ਸਚਾ ਵੇਪਰਵਾਹੁ॥੧॥	sachaa vayparvaahu. ||1||

ਜਿਸ ਤੇ ਪ੍ਰਭ ਰਹਿਮਤ ਦੀ ਨਜ਼ਰ ਬਖਸ਼ਦਾ ਹੈ, ਉਸ ਦੀ ਅਹੰਕਾਰ ਦੀ ਜੜ੍ਹ ਨਾਸ ਹੋ ਜਾਂਦੀ ਹੈ । ਉਸ ਦੇ ਮਨ ਦੀਆਂ ਇੱਛਾਂ ਦੇ ਪੰਜਾਂ ਜਮਦੂਤਾਂ ਤੇ ਜਿੱਤ ਬਖਸ਼ਿਸ਼ ਹੋ ਜਾਂਦੀ, ਉਸ ਦੇ ਸੇਵਕ ਬਣ ਜਾਂਦੀ ਹਨ । ਮਨ ਦੀਆਂ ਚਲਾਕੀਆਂ ਵਾਲੀਆਂ ਵਿਧੀਆਂ ਖਤਮ ਹੋ ਜਾਂਦੀਆਂ ਹਨ । ਸਭ ਕੁਝ ਉਸ ਦੀ ਰਹਿਮਤ ਨਾਲ ਹੀ ਬਖਸ਼ਿਸ਼ ਹੋ ਸਕਦਾ ਹੈ ।

Whosoever may be bestowed with His Blessed Vision, the root of his ego may be uprooted from within heart. The five demons of worldly desires, become his slave. All his clever plans, and evil thoughts may be eliminated from his mind. All may only be bestowed with His Blessed Vision.

ਮਨ ਰੇ ਸਚੁ ਮਿਲੈ ਭਉ ਜਾਇ॥	man, ray sach milai bha-o jaa-ay.
ਭੈ ਬਿਨੁ ਨਿਰਭਉ ਕਿਉ ਥੀਐ,	bhai bin nirbha-o ki-o thee-ai
ਗੁਰਮੁਖਿ ਸਬਦਿ ਸਮਾਇ॥੧॥ ਰਹਾਉ॥	gurmukh sabad samaa-ay. ||1|| rahaa-o.

ਜੀਵ ਦੇ ਮਨ ਵਿਚੋਂ ਮੌਤ ਦਾ ਡਰ ਕਿਵੇਂ ਖਤਮ ਹੋ ਸਕਦਾ ਹੈ? ਜਿਸ ਤੇ ਰਹਿਮਤ ਦੀ ਨਜ਼ਰ ਬਖਸ਼ਦਾ ਹੈ, ਉਸ ਦਾ ਸ਼ਬਦ ਨਾਲ ਜੀਵਨ ਢਾਲਣ ਨਾਲ ਆਪਾ, ਮੌਤ ਦਾ ਡਰ ਵੀ ਖਤਮ ਹੋ ਜਾਂਦਾ ਹੈ । ਉਸ ਦੀ ਆਤਮਾ, ਰੁਹਾਨੀ ਜੋਤ ਵਿੱਚ ਅਲੋਪ ਹੋ ਜਾਂਦੀ ਹੈ ।

How may the fear of death be eliminated from mind? Whosoever may be bestowed with His Blessed Vision, he may adopt the teachings of His Word with steady and stable. He may surrender his self-identity and his fear of death may be eliminated. His soul may be sanctified to become worthy of His Consideration.

ਕੇਤਾ ਆਖਣੁ ਆਖੀਐ,	kaytaa aakhan aakhee-ai
ਆਖਣਿ ਤੋਟਿ ਨ ਹੋਇ॥	aakhan tot na ho-ay.
ਮੰਗਣ ਵਾਲੇ ਕੇਤੜੇ,	mangan vaalay kayt-rhay
ਦਾਤਾ ਏਕੋ ਸੋਇ॥	daataa ayko so-ay.
ਜਿਸ ਕੇ ਜੀਅ ਪਰਾਣ ਹੈ,	jis kay jee-a paraan hai
ਮਨਿ ਵਸਿਐ ਸੁਖੁ ਹੋਇ॥੨॥	man vasi-ai sukh ho-ay. ||2||

ਪ੍ਰਭ ਕਿਹੜੇ ਅੱਖਰਾਂ ਨਾਲ ਤੇਰੀ ਹੋਂਦ ਦਾ ਵਖਿਆਣ ਕਰਾ? ਪੂਰਨ ਤਰ੍ਹਾਂ ਤੇ ਵਿਆਖਿਆ ਕਰਨ ਦੀ ਮੇਰੇ ਵਿੱਚ ਸੋਝੀ, ਸਮਰਥਾ ਨਹੀਂ ਹੈ । ਸ੍ਰਿਸ਼ਟੀ ਵਿੱਚ ਸਾਰੇ ਹੀ ਤੇਰੇ ਕੋਲੋਂ ਮੰਗਣ ਵਾਲੇ ਹੀ ਨਜ਼ਰ ਆਉਂਦੇ ਹਨ । ਕੇਵਲ ਇਕੋ ਇਕ ਮਾਲਕ, ਸਭ ਨੂੰ ਦਾਤਾਂ ਬਖਸ਼ਦਾ ਹੈ । ਜਿਸ ਦੇ ਮਨ ਵਿੱਚ ਸ਼ਬਦ ਘਰ ਕਰ ਜਾਂਦਾ ਹੈ, ਉਸ ਦੀਆਂ ਭਟਕਣਾਂ ਖਤਮ ਹੋ ਜਾਂਦੀਆਂ, ਸ਼ਾਂਤੀ ਬਖਸ਼ਿਸ਼ ਹੋ ਜਾਂਦੀ ਹੈ ।

How and with what letters may I explain, the greatness of Your Existence? I may not be enlightened to comprehend and explain Your existence. In the universe, all creatures appear to be beggars at Your door. The One and Only One, True Master bestows His Virtues. Whosoever may remain drenched with the essence of Your Word; with Your grace and mercy, all his frustration of worldly desires may be eliminated. He may be blessed with contentment in his day-to-day life.

ਜਗੁ ਸੁਪਨਾ ਬਾਜੀ ਬਨੀ,	jag supnaa baajee banee
ਖਿਨ ਮਹਿ ਖੇਲੁ ਖੇਲਾਇ॥	khin meh khayl khaylaa-ay.
ਸੰਜੋਗੀ ਮਿਲਿ ਏਕਸੇ,	sanjogee mil ayksay
ਵਿਜੋਗੀ ਉਠਿ ਜਾਇ॥	vijogee uth jaa-ay.
ਜੋ ਤਿਸੁ ਭਾਣਾ ਸੋ ਥੀਐ,	jo tis bhaanaa so thee-ai
ਅਵਰੁ ਨ ਕਰਣਾ ਜਾਇ॥੩॥	avar na karnaa jaa-ay. ||3||

ਪ੍ਰਭ, ਸ੍ਰਿਸ਼ਟੀ ਤੇਰਾ ਹੀ ਬਣਾਇਆ ਖੇਲ ਹੈ । ਜਿਸ ਤੇ ਰਹਿਮਤ ਦੀ ਨਜ਼ਰ ਬਖਸ਼ਿਸ਼ ਹੋ ਜਾਂਦੀ ਹੈ, ਕੇਵਲ ਉਹ ਹੀ ਬੰਦਗੀ ਦੇ ਮਾਰਗ ਤੇ ਚਲਦਾ ਹੈ, ਬਾਕੀ ਹੋਰ ਰਸਤਿਆਂ ਤੇ ਭਟਕਦੇ ਫਿਰਦੇ ਹਨ । ਸਭ ਕੁਝ ਤੇਰ ਭਾਣੇ ਅੰਦਰ ਹੀ ਹੁੰਦਾ, ਹੋਰ ਕੋਈ ਕੁਝ ਕਰਨਵਾਲਾ ਨਹੀਂ ਹੈ ।

The True Master has created the play of the universe with His imagination, only His created play. Whosoever may be bestowed with His Blessed Vision, only he may adopt the teachings of His Word in his day-to-day life. Everyone else may remain frustrated on other paths of meditation, worldly desires. Everything may only happen under His Command; nothing one else exist.

ਗੁਰਮੁਖਿ ਵਸਤੁ ਵੇਸਾਹੀਐ, gurmukh vasat vaysaahee-ai
ਸਚੁ ਵਖਰੁ ਸਚੁ ਰਾਸਿ॥ sach vakhar sach raas.
ਜਿਨੀ ਸਚੁ ਵਣੰਜਿਆ, jinee sach vananji-aa
ਗੁਰ ਪੂਰੇ ਸਾਬਾਸਿ॥ gur pooray saabaas.
ਨਾਨਕ ਵਸਤੁ ਪਛਾਣਸੀ, naanak vasat pachhaansee
ਸਚੁ ਸਉਦਾ ਜਿਸੁ ਪਾਸਿ॥੪॥11॥ sach sa-udaa jis paas. ||4||11||

ਗੁਰਮਖ ਅਡੋਲ ਭਰੋਸੇ ਨਾਲ ਸ਼ਬਦ ਦੀ ਪਾਲਣਾ ਕਰਦਾ ਹੈ, ਆਪਣਾ ਭਰੋਸਾ ਪ੍ਰਭ ਦੇ ਆਸਰੇ, ਬਖਸ਼ੇ ਤੇ ਅਡੋਲ ਰਖਦਾ ਹੈ । ਉਹ ਸੰਸਾਰਕ ਇੱਛਾਂ ਦੀਆਂ ਭਟਕਣਾਂ ਵਾਲੇ ਰਸਤੇ ਤੇ ਨਹੀਂ ਚਲਦਾ । ਉਹ ਪ੍ਰਭ ਨੂੰ ਹੀ ਅਸਲੀ ਮਾਲਕ ਮੰਨਕੇ ਸ਼ਬਦ ਅਨੁਸਾਰ ਹੀ ਜੀਵਨ ਢਾਲਦਾ ਹੈ । ਪ੍ਰਭ ਆਪ ਹੀ ਉਸ ਨੂੰ ਸੋਝੀ ਬਖਸ਼ਦਾ ਹੈ, ਉਸ ਨੂੰ ਅਸਲੀ ਮਾਲਕ ਦੀ ਪਛਾਣ ਆ ਜਾਂਦੀ ਹੈ ।

His true devotee may obey the teachings of His Word with steady and stable belief and keeps his hope on His Worthy Blessings. He may not remain frustrated with worldly desires. He may consider The One and only One True Master and he may adopt the teachings of His Word with steady and stable belief. He may be enlightened with the essence of His Word. He may recognize the real purpose his human life opportunity, The True Master.

65. ਸਿਰੀਰਾਗੁ ਮਹਲੁ ੧॥ (18-11)

ਧਾਤੁ ਮਿਲੈ ਫੁਨਿ ਧਾਤੁ ਕਉ, dhaat milai fun Dhaat ka-o
ਸਿਫਤੀ ਸਿਫਤਿ ਸਮਾਇ॥ siftee sifat samaa-ay.
ਲਾਲੁ ਗੁਲਾਲੁ ਗਹਬਰਾ, laal gulaal gahbaraa
ਸਚਾ ਰੰਗੁ ਚੜਾਉ॥ sachaa rang charhaa-o.
ਸਚੁ ਮਿਲੈ ਸੰਤੋਖੀਆ, sach milai santokhee-aa
ਹਰਿ ਜਪਿ ਏਕੈ ਭਾਇ॥੧॥ har jap aykai bhaa-ay. ||1||

ਜਿਵੇਂ ਕਈ ਕਿਸਮਾਂ ਦੀਆਂ ਧਾਤਾਂ ਨੂੰ ਇਕੱਠਾ ਪਿਘਲਾ ਕੇ ਇਕ ਨਵੀਂ ਧਾਤ ਬਣ ਜਾਂਦੀ ਹੈ, ਫਿਰ ਧਾਤਾਂ ਨੂੰ ਅਸਾਨੀ ਨਾਲ ਅਲਗ ਨਹੀਂ ਕੀਤਾ ਜਾ ਸਕਦਾ । ਇਸਤਰ੍ਹਾਂ, ਜਿਹੜਾ ਪ੍ਰਭ ਦੀ ਬੰਦਗੀ ਕਰਕੇ ਆਤਮਾ ਨੂੰ ਪਵਿੱਤਰ ਕਰ ਲੈਂਦਾ, ਸ਼ਬਦ ਵਿੱਚ ਲੀਨ ਹੋਇਆ, ਪ੍ਰਭ ਦੀ ਜੋਤ ਵਿੱਚ ਹੀ ਸਮਾ ਜਾਂਦਾ ਹੈ । ਉਸ ਦੀ ਆਤਮਾ ਤੇ ਪ੍ਰਭ ਦੀ ਰਹਿਮਤ ਦਾ ਗੂੜ੍ਹਾ ਰੰਗ ਚੜ੍ਹ ਜਾਂਦਾ ਹੈ । ਉਹ ਆਪਣੇ ਭਰੋਸੇ ਅਤੇ ਧੀਰਜ ਨੂੰ ਡੋਲਣ ਨਹੀਂ ਦੇਂਦਾ, ਪ੍ਰਭ ਦੀ ਬੰਦਗੀ ਵਿੱਚ ਹੀ ਮਸਤ ਰਹਿਦਾ ਹੈ ।

Melting various metals together to form a new metal with unique qualities. These metals may not be separated easily. Whosoever may sanctify his soul to become worthy of His Consideration; his sanctified soul may immerse within His Holy Spirit. His soul remains drench with a deep crimson color of the nectar of the essence of His Word. Her patience and contentment may never drift. He may remain intoxicated in meditation in the void of His Word.

ਭਾਈ ਰੇ ਸੰਤ ਜਨਾ ਕੀ ਰੇਣੁ॥ bhaa-ee ray sant janaa kee rayn.
ਸੰਤ ਸਭਾ ਗੁਰੁ ਪਾਈਐ, sant sabhaa gur paa-ee-ai
ਮੁਕਤਿ ਪਦਾਰਥੁ ਧੇਣੁ॥੧॥ ਰਹਾਉ॥ mukat padaarath Dhayn. ||1|| rahaa-o.

ਜੀਵ, ਸੰਤ ਸਰੂਪ ਦੀ ਸੰਗਤ ਦੇ ਲੜ ਲਗੋ! ਜਿਹੜਾ ਉਸ ਦੇ ਜੀਵਨ ਦੀ ਸਿਖਿਆਂ ਨਾਲ ਆਪਣਾ ਜੀਵਨ ਢਾਲਦਾ ਹੈ! ਉਹ ਪ੍ਰਭ ਦੀ ਦਰਗਾਹ ਵਿੱਚ ਕਬੂਲ ਹੋ ਸਕਦਾ ਹੈ ।

You should join the conjugation of His Holy saint! Whosoever may adopt his life experience teachings in his own day-to-day life; with His mercy and grace, he may be blessed with the right path of acceptance in His Sanctuary.

ਊਚਉ ਥਾਨੁ ਸੁਹਾਵਣਾ, oocha-o thaan suhaavanaa
ਊਪਰਿ ਮਹਲੁ ਮੁਰਾਰਿ॥ oopar mahal muraar.
ਸਚੁ ਕਰਣੀ ਦੇ ਪਾਈਐ, sach karnee day paa-ee-ai
ਦਰੁ ਘਰੁ ਮਹਲੁ ਪਿਆਰਿ॥ dar ghar mahal pi-aar.

ਗੁਰਮੁਖਿ ਮਨੁ ਸਮਝਾਈਐ,	gurmukh man samjaa-ee-ai
ਆਤਮ ਰਾਮੁ ਬੀਚਾਰਿ॥੨॥	aatam raam beechaar. ||2||

ਆਪਣੇ ਮਨ ਨੂੰ ਪ੍ਰਭ ਦੇ ਬੈਠਣ ਯੋਗ ਪਵਿੱਤਰ ਕਰੋ! ਅਟਲ ਪ੍ਰਭ ਦੇ ਸ਼ਬਦ ਅਨੁਸਾਰ ਆਪਣੇ ਜੀਵਨ ਢਾਲਣ ਨਾਲ ਹੀ ਗੁਰਮਖ ਅਵਸਥਾ ਬਖਸ਼ਿਸ਼ ਹੋ ਸਕਦੀ ਹੈ । ਉਸ ਨੂੰ ਅਟਲ ਮਾਲਕ ਦੇ ਘਰ ਦਾ ਦਰਵਾਜਾ ਦਿਖਾਈ ਦੇਂਦਾ ਹੈ । ਜਿਸ ਨੂੰ ਗੁਰਮਖ ਅਵਸਥਾ ਬਖਸ਼ਿਸ਼ ਹੋ ਜਾਂਦੀ ਹੈ, ਉਹ ਆਪਣੇ ਮਨ ਨੂੰ ਪ੍ਰਭ ਦੇ ਭਾਣੇ ਵਿੱਚ ਮਸਤ ਰਹਿਣ ਤੇ ਲਾ ਲੈਂਦਾ ਹੈ ।

You should sanctify your soul to become worthy of His consideration. Whosoever may adopt the teachings of His Word with steady and stable belief; with His mercy and grace, he may be blessed with a state of mind as His true devotee. He may realize His Existence, His 10th door within his mind and body. He may remain in deep meditations in the void of His Word.

ਤ੍ਰਿਬਿਧਿ ਕਰਮ ਕਮਾਈਅਹਿ,	taribaDh karam kamaa-ee-ahi
ਆਸ ਅੰਦੇਸਾ ਹੋਇ॥	aas andaysaa ho-ay.
ਕਿਉ ਗੁਰ ਬਿਨੁ ਤ੍ਰਿਕੁਟੀ ਛੁਟਸੀ,	ki-o gur bin tarikutee chhutsee
ਸਹਜਿ ਮਿਲਿਐ ਸੁਖੁ ਹੋਇ॥	sahj mili-ai sukh ho-ay.
ਨਿਜ ਘਰਿ ਮਹਲੁ ਪਛਾਣੀਐ,	nij ghar mahal pachhaanee-ai
ਨਦਰਿ ਕਰੇ ਮਲੁ ਧੋਇ॥੩॥	nadar karay mal Dho-ay. ||3||

ਜਿਹੜਾ ਆਪਣੇ ਜੀਵਨ ਵਿੱਚ ਤਿੰਨ (ਧੀਰਜ, ਸੰਤੋਖ, ਦਇਆ) ਅਣਮੋਲ ਗੁਣ ਹਾਸਿਲ ਕਰ ਲੈਂਦਾ, ਉਸ ਨੂੰ ਤਿੰਨਾਂ ਇੰਦ੍ਰੀਆਂ, ਕਾਮ, ਕਰੋਧ, ਲੋਭ ਤੇ ਜਿਤ ਬਖਸ਼ਿਸ਼ ਹੋ ਜਾਂਦੀ ਹੈ, ਮਨ ਵਿੱਚ ਪ੍ਰਭ ਦੇ ਸ਼ਬਦ ਦੀ ਸੋਝੀ, ਪ੍ਰਭ ਨੂੰ ਮਿਲਣ ਦੀ ਖਾਹਿਸ਼ ਪੈਦਾ ਹੁੰਦੀ ਹੈ । ਉਸ ਨੂੰ ਸੰਤੋਖ, ਸ਼ਾਂਤੀ ਬਖਸ਼ਿਸ਼ ਹੋ ਜਾਂਦੀ ਹੈ, ਆਪਣੇ ਅੰਦਰੋਂ ਹੀ ਪ੍ਰਭ ਦਾ ਘਰ ਦਿਖਾਈ ਦੇਣ ਲਗ ਪੈਂਦਾ ਹੈ । ਪ੍ਰਭ ਦੀ ਰਹਿਮਤ ਤੋਂ ਬਿਨਾਂ ਇਹਨਾਂ ਤਿੰਨਾਂ ਇੱਛਾ ਤੋਂ ਛੁਟਕਾਰਾ ਬਖਸ਼ਿਸ਼ ਨਹੀਂ ਹੁੰਦਾ ।

Whosoever may acquire three precious (patience, contentment, and compassion) virtues, disciplines in his worldly life; with His mercy and grace, he may conquer three desires of mind, sexual urge, anger, and greed. Only one desire remains dominating in his life to be accepted in His Court, enlightenment of the essences of His Word; with His mercy and grace, he may be blessed with a peace of mind and contentment. He may realize His Existence, His Royal Castle within his own mind and body. Such a state of mind to conquer three worldly desires, sexual urge, anger, greed may only be bestowed with His Blessed Vision.

ਬਿਨੁ ਗੁਰ ਮੈਲੁ ਨ ਉਤਰੈ,	bin gur mail na utrai
ਬਿਨੁ ਹਰਿ ਕਿਉ ਘਰ ਵਾਸੁ॥	bin har ki-o ghar vaas.
ਏਕੋ ਸਬਦੁ ਵੀਚਾਰੀਐ,	ayko sabad veechaaree-ai
ਅਵਰ ਤਿਆਗੈ ਆਸ॥	avar ti-aagai aas.
ਨਾਨਕ ਦੇਖਿ ਦਿਖਾਈਐ,	naanak daykh dikhaa-ee-ai
ਹਉ ਸਦ ਬਲਿਹਾਰੈ ਜਾਸੁ॥੪॥12॥	ha-o sad balihaarai jaas. ||4||12||

ਪ੍ਰਭ ਦੀ ਕ੍ਰਿਪਾ ਤੋਂ ਬਿਨਾਂ ਮਨ ਦੀ ਮੈਲ ਧੋਤੀ ਨਹੀਂ ਜਾ ਸਕਦੀ, ਬੰਦਗੀ ਦੇ ਰਸਤੇ ਤੇ ਅਡੋਲ ਨਹੀਂ ਹੋਇਆ ਜਾ ਸਕਦਾ । ਉਸ ਦੀ ਕ੍ਰਿਪਾ ਤੋਂ ਬਿਨਾਂ ਪ੍ਰਵਾਨਗੀ ਦਾ ਅਸਲੀ ਰਸਤਾ ਬਖਸ਼ਿਸ਼ ਨਹੀਂ ਹੁੰਦਾ । ਜਿਹੜਾ ਬਾਕੀ ਸਾਰੇ ਰਸਤੇ ਤਿਆਗਕੇ ਇਕੋ ਇਕ ਪ੍ਰਭ ਦੇ ਸ਼ਬਦ ਦਾ ਅਡੋਲ ਭਰੋਸੇ ਨਾਲੇ ਸਿਮਰਨਾ, ਪਾਲਣਾ ਕਰਦਾ ਹੈ, ਉਸ ਨੂੰ ਹੀ ਪਭ ਦੇ ਦਰਬਾਰ ਵਿੱਚ ਪ੍ਰਵਾਨਗੀ ਦਾ ਅਸਲੀ ਰਸਤਾ ਬਖਸ਼ਿਸ਼ ਹੋ ਸਕਦਾ ਹੈ । ਉਸ ਸੰਤ ਸਰੂਪ ਜੀਵ ਤੋਂ ਕਰਬਾਨ ਜਾਈਏ! ਜਿਹੜਾ ਆਪ ਸ਼ਬਦ ਦਾ ਸਿਮਰਨ ਕਰਦਾ, ਬਾਕੀਆਂ ਨੂੰ ਸ਼ਬਦ ਦੀ ਪਾਲਣਾ ਕਰਨ ਦੀ ਪ੍ਰੇਰਨਾ ਕਰਦਾ ਹੈ ।

Without His Blessed Vision, no one may adopt the teachings of His Word with steady and stable belief in his day-to-day life nor his soul may be sanctified to become worthy of His Consideration. He may never be blessed with the right path of acceptance in His Court. Whosoever may meditate and adopt the teachings of His Word with steady and stable belief in his day-to-day life and renounce all others paths and hopes; with His mercy and grace, he may be blessed with the right path of acceptance in His Court. I remain fascinated and sacrifice my life to His true devotee! Who may adopt the teachings of His Word and inspires others to follow the same path?

66. ਸਿਰੀਰਾਗੁ ਮਹਲਾ ੧॥ (18-18)

ਧ੍ਰਿਗੁ ਜੀਵਣੁ ਦੋਹਾਗਣੀ,	dharig jeevan duhaaganee
ਮੁਠੀ ਦੂਜੈ ਭਾਇ॥	muthee doojai bhaa-ay.
ਕਲਰ ਕੇਰੀ ਕੰਧ ਜਿਉ,	kalar kayree kanDh ji-o
ਅਹਿਨਿਸਿ ਕਿਰਿ ਢਹਿ ਪਾਇ॥	ahinis kir dheh paa-ay.
ਬਿਨੁ ਸਬਦੈ ਸੁਖੁ ਨਾ ਥੀਐ,	bin sabdai sukh naa thee-ai
ਪਿਰ ਬਿਨੁ ਦੂਖੁ ਨ ਜਾਇ॥੧॥	pir bin dookh na jaa-ay. ||1||

ਜਿਹੜਾ ਇਕੋ ਇਕ ਪ੍ਰਭ ਦੇ ਸ਼ਬਦ ਤੇ ਭਰੋਸਾ ਅਡੋਲ ਨਹੀਂ ਰਖਦਾ, ਵੱਖਰੇ ਵੱਖਰੇ ਗੁਰੂਆਂ ਮਗਰ ਭਟਕਦਾ ਫਿਰਦਾ ਹੈ । ਉਹ ਅਸਲ ਵਿੱਚ ਕਿਸੇ ਤੇ ਵੀ ਆਪਣਾ ਵਿਸ਼ਵਾਸ ਪੱਕ ਕਰਨ ਦੀ ਸਮਰਥਾ ਨਹੀਂ ਰਖਦਾ । ਉਸ ਰੇਤ ਦੀ ਬਣੀ ਕੰਧ ਵਰਗਾ ਹੁੰਦਾ ਹੈ, ਜਿਹੜੀ ਹੌਲੀ ਹੌਲੀ ਕਮਜ਼ੋਰ ਹੁੰਦੀ ਹੈ, ਅਖੀਰ ਵਿੱਚ ਡਿੱਗ ਪੈਂਦੀ ਹੈ । ਇਕੋ ਇਕ ਪ੍ਰਭ ਹੀ ਅਸਲੀ ਮਾਰਗ ਦੀ ਸੋਝੀ ਬਖਸ਼ ਸਕਦਾ ਹੈ । ਕੇਵਲ ਇਕੋ ਇਕ ਪ੍ਰਭ ਤੇ ਹੀ ਭਰੋਸਾ ਅਡੋਲ ਕਰਨ ਨਾਲ ਮਨ ਨੂੰ ਸ਼ਾਂਤੀ ਬਖਸ਼ਿਸ਼ ਹੁੰਦੀ ਹੈ ।

Whosoever may not adopt the teachings of His Word with steady and stable belief and remain following worldly gurus to bless the right path of acceptance. He may not be capable of truly following any path; control his desires. He may be like a sand wall; which may be weakened day by day and eventually fall. Remember! The One and Only One, True Master may bless the right path of acceptance in His Court. Whosoever may obey the teachings of His Word; with His mercy and grace, he may be blessed with a peace, harmony, and blossom within.

ਮੁੰਧੇ ਪਿਰ ਬਿਨੁ ਕਿਆ ਸੀਗਾਰੁ॥	munDhay pir bin ki-aa seegaar.
ਦਰਿ ਘਰਿ ਢੋਈ ਨ ਲਹੈ,	dar ghar dho-ee na lahai
ਦਰਗਹ ਝੂਠੁ ਖੁਆਰੁ॥੧॥ ਰਹਾਉ॥	dargeh jhooth khu-aar. ||1|| rahaa-o.

ਅਟਲ ਪ੍ਰਭ ਤੇ ਅਡੋਲ ਭਰੋਸੇ ਤੋਂ ਬਿਨਾਂ, ਕਿਸੇ ਧਾਰਮਕ ਬਾਣੇ ਨਾਲ ਅਸਲੀ ਮਾਲਕ ਦੇ ਦਰਬਾਰ ਦਾ ਰਸਤਾ ਬਖਸ਼ਿਸ਼ ਨਹੀਂ ਹੋ ਸਕਦਾ, ਮਨ ਭਟਕਣਾਂ ਵਿੱਚ ਹੀ ਰਹਿੰਦਾ ਹੈ । ਉਸ ਨੂੰ ਸੰਸਾਰ ਵਿੱਚ, ਨਾ ਹੀ ਮਰਨ ਤੋਂ ਪਿਛੋਂ ਹੀ ਸ਼ਾਂਤੀ ਬਖਸ਼ਿਸ਼ ਹੁੰਦੀ ਹੈ ।

Without obeying the teachings of His Word with steady and stable belief, only adopting religious rituals are useless. He may not be blessed with the right path of acceptance in His Court; he may remain in frustration of worldly desires. He may not realize any peace in worldly life nor any resting place may be blessed after death.

ਆਪਿ ਸੁਜਾਣੁ ਨ ਭੁਲਈ,	aap sujaan na bhul-ee
ਸਚਾ ਵਡ ਕਿਰਸਾਣੁ॥	sachaa vad kirsaan.
ਪਹਿਲਾ ਧਰਤੀ ਸਾਧਿ ਕੈ,	pahilaa Dhartee saaDh kai
ਸਚੁ ਨਾਮੁ ਦੇ ਦਾਣੁ॥	sach Naam day daan.
ਨਉ ਨਿਧਿ ਉਪਜੈ ਨਾਮੁ ਏਕੁ,	na-o niDh upjai Naam ayk
ਕਰਮਿ ਪਵੈ ਨੀਸਾਣੁ॥੨॥	karam pavai neesaan. ||2||

ਅੰਤਰਜਾਮੀ ਮਨ ਦੀਆਂ ਭਾਵਨਾਂ ਜਾਣਦਾ ਹੈ, ਕਦੇ ਗਲਤੀ ਨਹੀਂ ਕਰਦਾ, ਹਮੇਸ਼ਾਂ ਹੀ ਠੀਕ ਹੀ ਕਰਦਾ ਹੈ । ਪਹਿਲੇ ਆਪਣੇ ਮਨ ਤੋਂ ਦੁਬਿਦਾ ਦੂਰ ਕਰੋ ! ਇਕੋ ਇਕ ਤੇ ਅਡੋਲ ਭਰੋਸਾ ਨਾਲ ਸ਼ਬਦ ਦੀ ਪਾਲਣਾ ਨਾਲ ਜਿਵੇਂ ਜਿਵੇਂ ਤੇਰਾ ਭਰੋਸਾ ਪੱਕਾ ਹੁੰਦਾ, ਤਿਵੇਂ ਤਿਵੇਂ ਦਰ ਦੀ ਸੋਝੀ ਬਖਸ਼ਿਸ਼ ਹੁੰਦੀ ਹੈ ।

The Omniscient, True Master remains aware about all desires of His Creation. He may never make any mistake and His Word; Command always remains for the welfare of His Creation. You should stop wandering in duality, in various directions. You should adopt the teachings of His Word with steady and stable belief; with His mercy and grace, as he starts feeling contented with His Blessings; he may realize His Existence within his heart.

ਗੁਰ ਕਉ ਜਾਨਿ ਨ ਜਾਣਈ,	gur ka-o jaan na jaan-ee
ਕਿਆ ਤਿਸੁ ਚਜੁ ਅਚਾਰੁ॥	ki-aa tis chaj achaar.
ਅੰਧੁਲੈ ਨਾਮੁ ਵਿਸਾਰਿਆ,	anDhulai Naam visaari-aa
ਮਨਮੁਖਿ ਅੰਧ ਗੁਬਾਰੁ॥	manmukh anDh gubaar.
ਆਵਣੁ ਜਾਣੁ ਨ ਚੁਕਈ,	aavan jaan na chuk-ee
ਮਰਿ ਜਨਮੈ ਹੋਇ ਖੁਆਰੁ॥੩॥	mar janmai ho-ay khu-aar. ||3||

ਕੇਵਲ ਧਾਰਮਕ ਬਾਣੀਆਂ ਦੇ ਪੜ੍ਹਨ, ਅਰਥ ਜਾਣਨ ਨਾਲ ਪ੍ਰਭ ਦੇ ਰਸਤੇ ਤੇ ਚਲਿਆ ਨਹੀਂ ਜਾ ਸਕਦਾ, ਕੇਵਲ ਬਾਣੀ ਪੜ੍ਹਨ ਨਾਲ ਮੁਕਤੀ ਬਖਸ਼ਿਸ਼ ਨਹੀਂ ਹੁੰਦੀ । ਜਿਹੜਾ ਬੰਦਗੀ ਦੇ ਅਸਲੀ ਮਾਰਗ ਤੇ ਨਹੀਂ ਚਲਦਾ, ਉਹ ਪ੍ਰਭ ਦੀ ਕ੍ਰਿਪਾ ਵਾਲੇ ਦਰਵਾਜੇ ਤੇ ਕਦੇ ਵੀ ਨਹੀਂ ਪਹੁੰਚ ਸਕਦਾ । ਉਸ ਦਾ ਜੂੰਨਾਂ ਦਾ ਚੱਕਰ ਕਦੇ ਵੀ ਨਹੀਂ ਖਤਮ ਹੁੰਦਾ ।

Only by reading or comprehending the spiritual essence of Holy Scriptures, his mind may not become firm on the teachings of His Word nor blessed with the right path of salvation. Whosoever may not adopt the teachings of His Word in day-to-day life. He may never be blessed with the right path of acceptance nor his cycle of birth and death be eliminated.

ਚੰਦਨੁ ਮੋਲਿ ਅਣਾਇਆ,	chandan mol anaa-i-aa
ਕੁੰਗੂ ਮਾਂਗ ਸੰਧੂਰੁ॥	kungoo maaNg sanDhoor.
ਚੋਆ ਚੰਦਨੁ ਬਹੁ ਘਣਾ,	cho-aa chandan baho ghanaa
ਪਾਨਾ ਨਾਲਿ ਕਪੂਰੁ॥	paanaa naal kapoor.
ਜੇ ਧਨ ਕੰਤਿ ਨ ਭਾਵਈ,	jay Dhan kant na bhaav-ee
ਤ ਸਭਿ ਅਡੰਬਰ ਕੂੜੁ ॥੪॥	ta sabh adambar koorh. ||4||

ਮਨਮੁਖ ਭਾਵੇਂ ਸੰਸਾਰਕ ਪੀਰਾਂ ਦੇ ਪਿਛੇ ਲਗਕੇ ਆਪਣਾ ਬਾਣਾ, ਰੂਪ, ਰੰਗ, ਸੰਤਾਂ ਵਰਗਾ ਬਣਾ ਲਵੇ, ਸੰਸਾਰਕ ਰੀਤ ਰੀਵਾਜ ਨਾਲ, ਪ੍ਰਭ ਦਾ ਦਰਬਾਰ, ਧੂਪ, ਝਾੜੂਓ, ਲੰਗਰ ਲਗਾਵੇ । ਜਿਸ ਦਾ ਸ਼ਬਦ ਦੀ ਸਿਖਿਆਂ ਤੇ ਭਰੋਸਾ ਅਡੋਲ ਨਹੀਂ ਹੁੰਦਾ, ਉਸ ਦੀ ਬੰਦਗੀ ਪ੍ਰਭ ਦੇ ਦਰਬਾਰ ਵਿੱਚ ਪ੍ਰਵਾਨ ਨਹੀਂ ਹੁੰਦੀ, ਸਭ ਕੁਝ ਬਿਰਥਾ ਹੀ ਜਾਂਦਾ ਹੈ ।

Self-minded may follow the teachings of worldly gurus; adopts religious robes; performs religious rituals, establishes a Holy Shrine, and performs service to the humanity. Without firm belief on the teachings of His Word, His Blessings, all his meditations may not be accepted in His Court. All religious rituals are useless for the purpose of life.

ਸਭਿ ਰਸ ਭੋਗਣ ਬਾਦਿ ਹਹਿ,	sabh ras bhogan baad heh
ਸਭਿ ਸੀਗਾਰ ਵਿਕਾਰ॥	sabh seegaar vikaar.
ਜਬ ਲਗੁ ਸਬਦਿ ਨ ਭੇਦੀਐ,	jab lag sabad na bhaydee-ai
ਕਿਉ ਸੋਹੈ ਗੁਰਦੁਆਰਿ॥	ki-o sohai gurdu-aar.
ਨਾਨਕ ਧੰਨੁ ਸੁਹਾਗਣੀ,	naanak Dhan suhaaganee
ਜਿਨ ਸਹ ਨਾਲਿ ਪਿਆਰੁ॥੫॥13॥	jin sah naal pi-aar. ||5||13||

ਜਿਹੜਾ ਆਪਣੇ ਸੰਸਾਰਕ ਕੰਮ ਪ੍ਰਭ ਦੇ ਸ਼ਬਦ ਦੀ ਕਸਵਟੀ ਨਾਲ ਨਹੀਂ ਪਰਖਦਾ, ਸ਼ਬਦ ਨੂੰ ਆਪਣੇ ਜੀਵਨ ਵਿੱਚ ਨਹੀਂ ਢਾਲਦਾ, ਗੁਰਦਵਾਰੇ, ਮੰਦਰ, ਸਭ ਪੂਜਾਂ, ਸਜਾਵਟ ਬਿਰਥੀ ਹੀ ਹੈ । ਕੇਵਲ ਉਹ ਹੀ ਅਸਲੀ ਮੰਦਰ ਹੈ, ਜਿੱਥੇ ਸ਼ਬਦ ਦੀ ਗੂੰਜ ਆਉਂਦੀ ਹੋਵੇ ।

Whosoever may not synchronize his life activities with the teachings of His Word; all his worship, meditation, embellishment of Holy Shrine may be useless. Where the everlasting echo of His Word may be heard resonating nonstop; only that temple may be considered Holy Shrine.

67. ਸਿਰੀਰਾਗੁ ਮਹਲਾ ੧॥ (19-7)

ਸੁੰਞੀ ਦੇਹ ਡਰਾਵਣੀ,	sunjee dayh daraavanee
ਜਾ ਜੀਉ ਵਿਚਹੁ ਜਾਇ॥	jaa jee-o vichahu jaa-ay.
ਭਾਹਿ ਬਲੰਦੀ ਵਿਝਵੀ,	bhaahi balandee vijhvee
ਧੂਉ ਨ ਨਿਕਸਿਓ ਕਾਇ॥	Dhoo-o na niksi-o kaa-ay.
ਪੰਚੇ ਰੁੰਨੇ ਦੁਖਿ ਭਰੇ,	panchay runnay dukh bharay
ਬਿਨਸੇ ਦੂਜੈ ਭਾਇ॥੧॥	binsay doojai bhaa-ay. ||1||

ਜਿਸ ਦੇ ਸਵਾਸ ਖਤਮ ਹੋ ਜਾਂਦੇ ਹਨ ਉਸ ਦਾ ਤਨ ਵੀ ਡਰਾਉਣਾ ਲਗਨ ਲਗ ਪੈਂਦਾ ਹੈ । ਉਸ ਦੀਆਂ ਬੁਰੇ ਕੰਮਾਂ ਦੀ ਪ੍ਰੇਰਨਾ ਕਰਨ ਵਾਲੀਆਂ ਪੰਜੇਂ ਇਦ੍ਰੀਆਂ ਕਰਲਾਉਂਦੀਆਂ ਹਨ । ਅਸਲੀ ਮਾਲਕ ਤੇ ਆਪਣਾ ਭਰੋਸਾ ਅਡੋਲ ਨਾ ਹੋਣ ਨਾਲ ਭਰਮਾਂ ਭੁਲੇਖਿਆਂ ਵਿੱਚ ਹੀ ਭਟਕਦਾ ਸੀ ।

Whose capital of breathes may be exhausted, his body may look horrible like a ghost, very scary. All five demons of worldly desires, inspiring to do evil deeds, now cries and grieves. Whosoever may not obey the teachings of His Word with steady and stable belief, he may remain in frustration in religious suspicions.

ਮੂੜੇ ਰਾਮੁ ਜਪਹੁ ਗੁਣ ਸਾਰਿ॥	moorhay raam japahu gun saar.
ਹਉਮੈ ਮਮਤਾ ਮੋਹਣੀ,	ha-umai mamtaa mohnee
ਸਭ ਮੁਠੀ ਅਹੰਕਾਰਿ॥੧॥ ਰਹਾਉ॥	sabh muthee ahaNkaar. ||1|| rahaa-o.

ਅਣਜਾਣ ਜੀਵ, ਆਪਣੇ ਮਨ ਦੇ ਸੰਤੋਖ ਨੂੰ ਪੱਕਾ ਰਖਕੇ ਪ੍ਰਭ ਦੀ ਬੰਦਗੀ ਕਰੋ । ਮਨ ਦਾ ਅਹੰਕਾਰ, ਸੰਸਾਰਕ ਮੋਹ ਬਹੁਤ ਭਾਰੀ ਹੈ, ਵੱਡੇ ਵੱਡੇ ਡੋਬ ਦੇਂਦਾ ਹੈ । ਜਿਹੜਾ ਸ਼ਬਦ ਦੇ ਸਿਮਰਨ ਵਿੱਚ ਅਡੋਲ ਰਹਿੰਦਾ ਹੈ, ਉਹ ਪ੍ਰਭ ਦੀ ਸ਼ਰਣ ਵਿੱਚ ਪ੍ਰਵਾਨ ਹੋ ਜਾਂਦਾ ਹੈ ।

Ignorant self-minded! You should meditate on the teachings of His Word with steady and stable belief in your day-to-day life. The domination power of demons of ego and worldly bonds, attachments have ruined many intelligent and powerful. Whosoever may meditate on the teachings of His Word with steady and stable belief in his day-to-day life; with His mercy and grace, he may be accepted in His Sanctuary.

ਜਿਨੀ ਨਾਮੁ ਵਿਸਾਰਿਆ,	jinee Naam visaari-aa
ਦੂਜੀ ਕਾਰੈ ਲਗਿ॥	doojee kaarai lag.
ਦੁਬਿਧਾ ਲਾਗੇ ਪਚਿ ਮੁਏ,	dubiDhaa laagay pach mu-ay
ਅੰਤਰਿ ਤ੍ਰਿਸਨਾ ਅਗਿ॥	antar tarisnaa ag.
ਗੁਰਿ ਰਾਖੇ ਸੇ ਉਬਰੇ,	gur raakhay say ubray
ਹੋਰਿ ਮੁਠੀ ਧੰਧੈ ਠਗਿ॥੨॥	hor muthee DhanDhai thag. ||2||

ਜਿਹੜਾ ਜੀਵ ਪ੍ਰਭ ਦੇ ਭਾਣੇ ਤੇ ਨਹੀਂ ਚਲਦਾ, ਉਹ ਤ੍ਰਿਸ਼ਨਾ ਦੇ ਚੱਕਰ ਵਿੱਚ ਫਸ ਜਾਂਦਾ ਹੈ । ਉਹ ਮਨ ਦੀਆਂ ਇੱਛਾਂ ਦੀ ਪ੍ਰਾਪਤੀ ਦੇ ਚੱਕਰ ਵਿੱਚ ਭਟਕਦਾ ਰਹਿੰਦਾ ਹੈ । ਜਿਸ ਨੂੰ ਪ੍ਰਭ ਆਪ ਹੀ ਸ਼ਬਦ ਦੇ ਲੜ ਲਾਉਂਦਾ, ਅਡੋਲ ਰਖਦਾ ਹੈ, ਕੇਵਲ ਉਹ ਹੀ ਜੀਵ ਤ੍ਰਿਸ਼ਨਾ ਤੋਂ ਬਚ ਸਕਦਾ ਹੈ ।

Whosoever may not obey the teachings of His Word with steady and stable belief; he may remain intoxicated with the sweet poison of worldly desires. He may remain frustrated to satisfy his worldly desires for short-lived pleasures. Whosoever may be blessed with devotion to obey the teachings of His Word and kept steady and stable on the right path; with His mercy and grace, only he may be saved from frustration of worldly desires.

ਮੁਈ ਪਰੀਤਿ ਪਿਆਰੁ ਗਇਆ,
ਮੁਆ ਵੈਰੁ ਵਿਰੋਧੁ॥
ਧੰਧਾ ਥਕਾ ਹਉ ਮੁਈ,
ਮਮਤਾ ਮਾਇਆ ਕ੍ਰੋਧੁ॥
ਕਰਮਿ ਮਿਲੈ ਸਚੁ ਪਾਈਐ,
ਗੁਰਮੁਖਿ ਸਦਾ ਨਿਰੋਧੁ॥੩॥

mu-ee pareet pi-aar ga-i-aa,
mu-aa vair viroDh.
dhaa thakaa ha-o mu-ee,
mamtaa maa-i-aa kroDh.
karam milai sach paa-ee-ai
gurmukh sadaa niroDh. ||3||

ਜੀਵ ਦੇ ਸਵਾਸ ਖਤਮ ਹੋਣ ਨਾਲ ਸਾਰੇ ਸੰਸਾਰਕ ਜਾਲ, ਕਾਮ, ਕਰੋਧ, ਲੋਭ, ਮੋਹ, ਅਹੰਕਾਰ ਵੀ ਨਾਲ ਹੀ ਖਤਮ ਹੋ ਜਾਂਦੇ ਹਨ । ਪ੍ਰਭ ਦੇ ਬਖਸ਼ੇ ਤੇ ਸੰਤੋਖ ਨਾਲ ਸ਼ਬਦ ਦੀ ਪਾਲਣਾ ਕਰੋ! ਸਭ ਕੁਝ ਜੀਵ ਦੇ ਪਹਿਲੇ ਲਿਖੇ ਭਾਗਾਂ ਨਾਲ ਹੀ ਨਸੀਬ ਹੁੰਦਾ ਹੈ ।

Whosoever may exhaust his breath, his perishable body may become a corpse; all demons of his worldly desires (sexual urge, anger, greed, attachments ego) may vanish along with his breaths. You should remain contented with His Blessings; you should adopt the teachings of His Word with steady and stable belief in your day-to-day life. You will be blessed as prewritten in your destiny.

ਸਚੀ ਕਾਰੈ ਸਚੁ ਮਿਲੈ,
ਗੁਰਮਤਿ ਪਲੈ ਪਾਇ॥
ਸੋ ਨਰੁ ਜੰਮੈ ਨਾ ਮਰੈ,
ਨਾ ਆਵੈ ਨਾ ਜਾਇ॥
ਨਾਨਕ ਦਰਿ ਪਰਧਾਨੁ ਸੋ,
ਦਰਗਹਿ ਪੈਧਾ ਜਾਇ॥੪॥੧੪॥

sachee kaarai sach milai,
gurmat palai paa-ay.
so nar jammai naa marai
naa aavai naa jaa-ay.
naanak dar parDhaan so
dargahi paiDhaa jaa-ay. ||4||14||

ਜਿਹੜਾ ਅਸਲੀ ਪ੍ਰਭ ਦੀ ਬੰਦਗੀ ਤੇ ਅਡੋਲ ਰਹਿੰਦਾ ਹੈ, ਉਸ ਨੂੰ ਪ੍ਰਭ ਦੀ ਹੋਂਦ ਅਨੁਭਵ ਹੋ ਜਾਂਦੀ ਹੈ । ਉਸ ਦਾ ਜਨਮ ਮਰਨ ਦਾ ਚੱਕਰ ਖਤਮ ਹੋ ਜਾਂਦਾ, ਦਰਬਾਰ ਵਿੱਚ ਪ੍ਰਵਾਨਗੀ ਬਖਸ਼ਿਸ਼ ਹੋ ਜਾਂਦੀ ਹੈ ।

Whosoever may obey the teachings of His Word with steady and stable belief; with His mercy and grace, he may realize His existence prevailing everywhere. His cycle of birth and death may be eliminated. He may be accepted and honored in His Court.

68. ਸਿਰੀਰਾਗੁ ਮਹਲ ੧॥ (19-13)

ਤਨੁ ਜਲਿ ਬਲਿ ਮਾਟੀ ਭਇਆ,
ਮਨੁ ਮਾਇਆ ਮੋਹਿ ਮਨੂਰੁ॥
ਅਉਗਣ ਫਿਰਿ ਲਾਗੂ ਭਏ,
ਕੂਰਿ ਵਜਾਵੈ ਤੂਰੁ॥
ਬਿਨੁ ਸਬਦੈ ਭਰਮਾਈਐ,
ਦੁਬਿਧਾ ਡੋਬੇ ਪੂਰੁ॥੧॥

tan jal bal maatee bha-i-aa,
man maa-i-aa mohi manoor.
a-ugan fir laagoo bha-ay,
koor vajaavai toor.
bin sabdai bharmaa-ee-ai,
dubiDhaa dobay poor. ||1||

ਜੀਵ ਦੇ ਸਵਾਸ ਖਤਮ ਹੋਣ ਨਾਲ ਤਨ ਤਾ ਮਿਟੀ ਵਿੱਚ ਰਲ ਜਾਂਦਾ ਹੈ । ਪਰ ਉਸ ਦੀ ਤ੍ਰਿਸ਼ਨਾਂ ਦੀ ਅੱਗ ਦੁਸ਼ਮਨ ਬਣਕੇ, ਪ੍ਰਭ ਦੇ ਦਰਬਾਰ ਵਿੱਚ ਖੜੀ ਹੁੰਦੀ ਹੈ । ਜਿਸ ਦਾ ਪ੍ਰਭ ਦੇ ਸ਼ਬਦ ਤੇ ਭਰੋਸਾ, ਅਡੋਲ ਨਹੀਂ ਹੁੰਦਾ, ਉਹ ਭਰਮ ਹੀ ਡੁਬ ਜਾਂਦਾ ਹੈ ।

Whose breathes may be exhausted, his perishable body may become dirt. However, all his worldly desires may become his enemies and revealed in His Court. Whosoever may not obey on the teachings of His Word with steady and stable belief; he may drown in religious suspicions.

ਮਨ ਰੇ ਸਬਦਿ ਤਰਹੁ ਚਿਤੁ ਲਾਇ॥
ਜਿਨਿ ਗੁਰਮੁਖਿ ਨਾਮੁ ਨ ਬੂਝਿਆ,
ਮਰਿ ਜਨਮੈ ਆਵੈ ਜਾਇ॥੧॥ ਰਹਾਉ॥

man, ray sabad tarahu chit laa-ay.
jin gurmukh Naam na boojhi-aa,
mar janmai aavai jaa-ay. ||1|| rahaa-o.

ਪ੍ਰਭ ਦਾ ਸ਼ਬਦ ਹੀ ਇਕੋ ਇਕ ਆਤਮਾ ਨੂੰ ਪਾਰ ਲੈ ਜਾਣ ਵਾਲਾ ਜਹਾਜ਼ ਹੈ । ਜਿਹੜਾ ਸ਼ਬਦ ਦੀ ਪਾਲਣਾ ਅਡੋਲ ਭਰੋਸੇ ਨਾਲ ਕਰਦਾ ਹੈ, ਸ਼ਬਦ ਦੇ ਜਹਾਜ਼ ਤੇ ਸਵਾਰ ਹੋ ਜਾਂਦਾ ਹੈ । ਉਹ ਜਨਮ ਮਰਨ

ਚੱਕਰ ਤੋਂ ਰਹਿਤ ਹੋ ਸਕਦਾ ਹੈ । ਜਿਹੜਾ ਸ਼ਬਦ ਦੀ ਪਾਲਣਾ ਵਿੱਚ ਅਡੋਲ ਭਰੋਸਾ ਨਹੀਂ ਰਖਦਾ, ਉਹ ਜਨਮ ਮਰਨ ਦੇ ਚੱਕਰ ਵਿੱਚ ਹੀ ਰਹਿੰਦਾ ਹੈ ।

The teachings of His Word may be a ship to carry your soul to across the terrible worldly ocean of desires. You should wholeheartedly obey the teachings of His Word. Whosoever may adopt the teachings of His Word with steady and stable belief; with His mercy and grace, his cycle of birth and death may be eliminated. Whosoever may not adopt the teachings of His Word; his cycle of birth and death may not be eliminated.

ਤਨੁ ਸੂਚਾ ਸੋ ਆਖੀਐ,	tan soochaa so aakhee-ai
ਜਿਸੁ ਮਹਿ ਸਾਚਾ ਨਾਉ॥	jis meh saachaa naa-o.
ਭੈ ਸਚਿ ਰਾਤੀ ਦੇਹੁਰੀ,	bhai sach raatee dayhuree
ਜਿਹਵਾ ਸਚੁ ਸੁਆਉ॥	jihvaa sach su-aa-o.
ਸਚੀ ਨਦਰਿ ਨਿਹਾਲੀਐ,	sachee nadar nihaalee-ai
ਬਹੁੜਿ ਨ ਪਾਵੈ ਤਾਉ॥੨॥	bahurh na paavai taa-o. ||2||

ਜਿਸ ਦੇ ਮਨ ਤੇ ਪ੍ਰਭ ਦੇ ਭਾਣਾ ਦਾ ਰੰਗ ਚੜ੍ਹਿਆ ਹੈ, ਮਨ ਵਿੱਚ ਮੌਤ ਦਾ ਖੋਫ ਹੈ, ਪ੍ਰਭ ਤੇ ਭਰੋਸਾ ਪੱਕਾ ਹੁੰਦਾ ਹੈ । ਉਸ ਨੂੰ ਹੀ ਪਵਿੱਤਰ ਆਖਿਆ ਜਾ ਸਕਦਾ, ਪ੍ਰਭ ਦੀ ਰਹਿਮਤ ਨਾਲ ਉਸ ਦਾ ਜਨਮ ਮਰਨ ਦਾ ਚੱਕਰ ਖਤਮ ਹੋ ਜਾਂਦਾ ਹੈ ।

Whose may remain drenched with the essence of His Word. He may remain in renunciation in the memory of his separation from His Holy Spirit fresh. He may remain contented with His Blessings, only his soul may be worthy to be called sanctified; with His mercy and grace, his cycle of birth and death may be eliminated.

ਸਾਚੇ ਤੇ ਪਵਨਾ ਭਇਆ,	saachay tay pavnaa bha-i-aa
ਪਵਨੈ ਤੇ ਜਲੁ ਹੋਇ॥	pavnai tay jal ho-ay.
ਜਲ ਤੇ ਤ੍ਰਿਭਵਣੁ ਸਾਜਿਆ,	jal tay taribhavan saaji-aa
ਘਟਿ ਘਟਿ ਜੋਤਿ ਸਮੋਇ॥	ghat ghat jot samo-ay.
ਨਿਰਮਲੁ ਮੈਲਾ ਨਾ ਥੀਐ,	nirmal mailaa naa thee-ai
ਸਬਦਿ ਰਤੇ ਪਤਿ ਹੋਇ॥੩॥	sabad ratay pat ho-ay. ||3||

ਪ੍ਰਭ ਦੀ ਜੋਤ ਵਿਚੋਂ ਹੀ ਹਵਾ ਪੈਦਾ ਹੋਈ ਹੈ, ਫਿਰ ਹਵਾ ਤੋਂ ਪਾਣੀ ਬਣਿਆ ਹੈ, ਫਿਰ ਪਾਣੀ ਵਿਚੋਂ ਪ੍ਰਭ ਨੇ ਤਿੰਨੇਂ ਸ੍ਰਿਸ਼ਟੀਆਂ ਸਾਜੀਆ ਹਨ । (ਜਲ, ਥਲ, ਅਕਾਸ਼) ਫਿਰ ਜੀਵ ਵਿੱਚ ਪ੍ਰਭ ਨੇ ਰੋਸ਼ਨੀ, ਸੋਝੀ, ਬਖਸ਼ੀ ਹੈ, ਸਭ ਕੁਝ ਕਰਨ ਨਾਲ ਵੀ ਉਸ ਦਾ ਜਲ ਕਦੇ ਮੈਲਾ, ਅਪਵਿੱਤਰ ਨਹੀਂ ਹੁੰਦਾ ।

The True Mas created air from His Holy Spirit; water came out of air. The True Master has created three universes from water. The True Master has created three universes - earth, ocean, sky, and all creatures. He has infused the ray of light in all His Creations. Even with so many creations, His nectar, has not become blemish, dirty and always remains sanctified.

ਇਹੁ ਮਨੁ ਸਾਚਿ ਸੰਤੋਖਿਆ,	ih man saach santokhi-aa
ਨਦਰਿ ਕਰੇ ਤਿਸੁ ਮਾਹਿ॥	nadar karay tis maahi.
ਪੰਚ ਭੂਤ ਸਚਿ ਭੈ ਰਤੇ,	panch bhoot sach bhai ratay
ਜੋਤਿ ਸਚੀ ਮਨ ਮਾਹਿ॥	jot sachee man maahi.
ਨਾਨਕ ਅਉਗਣ ਵੀਸਰੇ,	naanak a-ugan veesray
ਗੁਰਿ ਰਾਖੇ ਪਤਿ ਤਾਹਿ॥੪॥15॥	gur raakhay pat taahi. ||4||15||

ਜਿਸ ਦਾ ਸੰਤੋਖ ਪੱਕਾ ਹੋ ਜਾਂਦਾ ਹੈ, ਆਪ ਹੀ ਉਸ ਤੇ ਰਹਿਮਤ ਦੀ ਨਜ਼ਰ ਬਖਸ਼ਦਾ ਹੈ । ਉਸ ਦਾ ਪੰਜਾਂ ਧਾਤਾਂ ਦਾ ਬਣਿਆ ਤਨ ਮੌਤ ਨੂੰ ਹਰ ਵੇਲੇ ਯਾਦ ਰਖਦਾ ਹੈ । ਉਸ ਦੇ ਮਨ ਅੰਦਰ ਪ੍ਰਭ ਦੀ ਰਹਿਮਤ ਦੀ ਰੋਸ਼ਨੀ ਭਰਪੂਰ ਹੁੰਦੀ ਹੈ । ਪ੍ਰਭ ਆਪ ਹੀ ਜੀਵ ਦੀਆਂ ਕਮੀਆਂ ਨੂੰ ਮਾਫ ਕਰ ਦੇਂਦਾ ਹੈ, ਆਪਣੇ ਦਰ ਵਿੱਚ ਬਖਸ਼ ਲੈਂਦਾ ਹੈ ।

Whosoever may remain contented with His Blessings; he may be blessed with His Blessed Vision. His perishable body created with the union of five elements always remembers unpredictable death in his day-to-day play. He may remain overwhelmed with the enlightenment of the essence of His Word. The True Master covers his shortcomings; his soul may be accepted in His Court.

69. ਸਿਰੀਰਾਗੁ ਮਹਲਾ ੧॥ (20-2)

ਨਾਨਕ ਬੇੜੀ ਸਚ ਕੀ,	naanak bayrhee sach kee
ਤਰੀਐ ਗੁਰ ਵੀਚਾਰਿ॥	taree-ai gur veechaar.
ਇਕਿ ਆਵਹਿ ਇਕਿ ਜਾਵਹੀ,	ik aavahi ik jaavhee
ਪੂਰਿ ਭਰੇ ਅਹੰਕਾਰਿ॥	poor bharay ahaNkaar.
ਮਨਹਠਿ ਮਤੀ ਬੂਡੀਐ,	manhath matee boodee-ai
ਗੁਰਮੁਖਿ ਸਚੁ ਸੁ ਤਾਰਿ॥੧॥	gurmukh sach so taar. ||1||

ਸ਼ਬਦ ਦੀ ਪਾਲਣਾ ਕਰਨਾ ਹੀ ਅਟਲ ਪ੍ਰਭ ਦੇ ਦਰਬਾਰ ਨੂੰ ਜਾਣ ਵਾਲਾ ਜਹਾਜ਼ ਬਣ ਜਾਂਦਾ ਹੈ । ਉਸ ਤੇ ਕੇਵਲ ਆਪਣਾ ਜੀਵਨ ਸ਼ਬਦ ਨਾਲ ਢਾਲਣ ਨਾਲ ਹੀ ਚੜ੍ਹਿਆ ਜਾ ਸਕਦਾ ਹੈ । ਕਈ ਜੀਵ ਸੰਸਾਰ ਵਿੱਚ ਆਪਣੇ ਅਹੰਕਾਰ ਵਿੱਚ ਹੀ ਭਟਕਦੇ ਮਰ ਜਾਂਦੇ ਹਨ । ਜਿਹੜਾ ਆਪਣੇ ਆਪ ਨੂੰ ਬਹੁਤ ਗਿਆਨੀ, ਸੋਝੀ ਵਾਲਾ ਮੰਨਦਾ ਹੈ, ਉਹ ਆਪਣੇ ਅਪਰਾਲੇ ਕਰਦਾ ਕਰਦਾ ਮਰ ਜਾਂਦਾ ਹੈ ।

To obey the teachings of His Word may be transformed as a ship to cross terrible worldly ocean to enter His Court. Whosoever may adopt the teachings of His Word with steady and stable belief in his day-to-day life; with His mercy and grace, he may be blessed with a seat on this boat of salvation. Many creatures may die in their ego and worldly worries. Whosoever may think to be very knowledgeable and intellectual; he may dies trying his own researches.

ਗੁਰ ਬਿਨੁ ਕਿਉ ਤਰੀਐ ਸੁਖੁ ਹੋਇ॥	gur bin ki-o taree-ai sukh ho-ay.
ਜਿਉ ਭਾਵੈ ਤਿਉ ਰਾਖੁ ਤੂ,	ji-o bhaavai ti-o raakh too
ਮੈ ਅਵਰੁ ਨ ਦੂਜਾ ਕੋਇ॥੧॥ ਰਹਾਉ॥	mai avar na doojaa ko-ay. ||1|| rahaa-o.

ਜਿਹੜਾ ਪ੍ਰਭ ਦੇ ਸ਼ਬਦ ਨਾਲ ਜੀਵਨ ਢਾਲਦਾ ਹੈ, ਆਪਣੀ ਡੋਰੀ ਪ੍ਰਭ ਦੇ ਬਖਸ਼ੇ ਰਖਦਾ ਹੈ, ਕੇਵਲ ਉਸ ਨੂੰ ਹੀ ਪ੍ਰਭ ਦੀ ਰਹਿਮਤ ਬਖਸ਼ਿਸ਼ ਹੋ ਸਕਦਾ ਹੈ । ਪ੍ਰਭ ਨੂੰ ਭਾਉਂਦਾ ਹੀ ਹੋ ਸਕਦਾ ਹੈ । ਤੇਰੀ ਰਹਿਮਤ ਤੋਂ ਬਿਨਾਂ, ਮਨ ਨੂੰ ਸ਼ਾਂਤੀ ਬਖਸ਼ਿਸ਼ ਨਹੀਂ ਹੁੰਦੀ । ਹੋਰ ਕੋਈ ਆਸਰਾ ਨਹੀਂ ਹੈ ।

Whosoever may adopt the teachings of His Word in day-to-day life and keeps his belief steady and stable on His Blessings; only he may be bestowed with His mercy and grace. Whatsoever may be acceptable in Your Court, only that may happen in the universe. No one may ever be blessed with any peace of mind. I do not have any other support or refuge without Your Sanctuary.

ਆਗੈ ਦੇਖਉ ਡਉ ਜਲੈ,	aagai daykh-a-u da-o jalai
ਪਾਛੈ ਹਰਿਓ ਅੰਗੂਰੁ॥	paachhai hari-o angoor.
ਜਿਸ ਤੇ ਉਪਜੈ ਤਿਸ ਤੇ ਬਿਨਸੈ,	jis tay upjai tis tay binsai
ਘਟਿ ਘਟਿ ਸਚੁ ਭਰਪੂਰਿ॥	ghat ghat sach bharpoor.
ਆਪੇ ਮੇਲਿ ਮਿਲਾਵਹੀ,	aapay mayl milaavahee
ਸਾਚੈ ਮਹਲਿ ਹਦੂਰਿ॥੨॥	saachai mahal hadoor. ||2||

ਮੈਂ ਸੰਸਾਰਕ ਇੱਛਾਂ ਵਿੱਚ ਭਟਕਦਾ, ਤ੍ਰਿਸ਼ਨਾ ਦੀ ਅੱਗ ਮਨ ਵਿੱਚ ਜਲਦੀ ਹੈ, ਪਿਛੇ ਮੌਤ ਸਮੇਟਨ ਲਈ ਘੇਰਾ ਪਾ ਖੜ੍ਹੀ ਹੈ । ਪ੍ਰਭ ਤੇਰੇ ਘਰ ਵਿੱਚ ਕੋਈ ਕਮੀ ਨਹੀਂ! ਰਹਿਮਤ ਬਖਸ਼ੋ! ਮੈਂ ਆਪਾ ਤੇਰੇ ਦਰ ਤੇ ਭੇਟਾ ਕੀਤਾ ਹੈ, ਕੇਵਲ ਤੇਰੇ ਵਿੱਚ ਅਲੋਪ ਹੋਣ ਦੀ ਇਕੋ ਇਕ ਹੀ ਖਾਹਿਸ਼, ਆਸ ਹੈ । ਤੇਰਾ ਮੰਦਰ ਮੇਰੇ ਤਨ ਵਿੱਚ ਹੀ ਉਜਾਗਰ ਹੋ ਜਾਵੇ ।

I remain frustrated with worldly desires; the fire of worldly desires remains burning uncontrolled (wild) within my mind. The devil of death knocking to capture my soul. You have no shortage of Blessings in Your Treasure. I have surrendered my self-identity at Your Sanctuary; with Your mercy and grace, I may be blessed with the right path of acceptance in Your Court. Your Holy Temple may be enlightened within my heart.

ਸਾਹਿ ਸਾਹਿ ਤੁਝੁ ਸੰਮਲਾ,	saahi saahi tujh sammlaa
ਕਦੇ ਨ ਵਿਸਾਰੇਉ॥	kaday na vaysaara-o.
ਜਿਉ ਜਿਉ ਸਾਹਬੁ ਮਨਿ ਵਸੈ,	ji-o ji-o saahab man vasai
ਗੁਰਮੁਖਿ ਅੰਮ੍ਰਿਤੁ ਪੇਉ॥	gurmukh amrit pay-o.
ਮਨੁ ਤਨੁ ਤੇਰਾ ਤੂ ਧਣੀ,	man, tan tayraa too Dhanee
ਗਰਬੁ ਨਿਵਾਰਿ ਸਮੇਉ॥੩॥	garab nivaar samay-o. ||3||

ਪ੍ਰਭ, ਮੈਂ ਸਵਾਸ ਸਵਾਸ ਸ਼ਬਦ ਵਿੱਚ ਮਗਨ ਹੋ ਜਾਵਾ ਅਤੇ ਤੇਰਾ ਸ਼ਬਦ ਕਦੇ ਵੀ ਵਿਸਰ ਨਾ ਜਾਵੇ । ਜਿਵੇਂ ਜਿਵੇਂ ਜੀਵ ਦੇ ਮਨ ਵਿੱਚ ਪ੍ਰਭ ਦੇ ਸ਼ਬਦ ਦਾ ਅਧਾਰ ਹੋ ਜਾਵੇਗਾ, ਗੁਰਮਖਾਂ ਦੇ ਨਾਲ ਚਲ ਪਵੇਗਾ, ਆਪਣਾ ਮਨ, ਤਨ ਅਸਲੀ ਮਾਲਕ ਨੂੰ ਭੇਟਾ ਕਰ ਦੇਵੇਗਾ । ਜਿਹੜਾ ਆਪਾ ਪ੍ਰਭ ਦੀ ਸ਼ਰਣ ਵਿੱਚ ਭੇਟਾ ਕਰ ਦੇਂਦਾ ਹੈ, ਉਸ ਦਾ ਅਹੰਕਾਰ ਤੇ ਕਾਬੂ ਪੈ ਜਾਂਦਾ ਹੈ, ਉਸ ਦੀ ਆਤਮਾ, ਪ੍ਰਭ ਦੀ ਜੋਤ ਵਿੱਚ ਹੀ ਅਲੋਪ ਹੋ ਜਾਂਦੀ ਹੈ ।

My True Master bestows Your Blessed Vision, I may remain intoxicated in meditation in the void of Your Word; I may never forsake the teachings of Your Word. Whosoever may adopt the teachings of His Word in day-to-day life; he may remain in conjugation of His Holy saints. He may surrender his self-identity at His Sanctuary; with His mercy and grace, he may conquer his own ego. He may be blessed with the right path of acceptance in His Court; His soul may be sanctified to become worthy of His Consideration.

ਜਿਨਿ ਏਹੁ ਜਗਤੁ ਉਪਾਇਆ,	jin ayhu jagat upaa-i-aa
ਤ੍ਰਿਭਵਣੁ ਕਰਿ ਆਕਾਰੁ॥	taribhavan kar aakaar.
ਗੁਰਮੁਖਿ ਚਾਨਣੁ ਜਾਣੀਐ,	gurmukh chaanan jaanee-ai
ਮਨਮੁਖਿ ਮੁਗਧੁ ਗੁਬਾਰੁ॥	manmukh mugaDh gubaar.
ਘਟਿ ਘਟਿ ਜੋਤਿ ਨਿਰੰਤਰੀ,	ghat ghat jot nirantree
ਬੂਝੈ ਗੁਰਮਤਿ ਸਾਰੁ॥੪॥	boojhai gurmat saar. ||4||

ਪ੍ਰਭ ਨੇ ਤਿਨੇਂ ਸ੍ਰਿਸ਼ਟੀਆਂ ਪੈਦਾ ਕੀਤੀਆਂ ਹਨ, ਉਸ ਨੇ ਹੀ ਇਹ ਵੱਖ ਵੱਖ ਅਕਾਰਾਂ ਦੇ ਜੀਵ ਪੈਦਾ ਕੀਤੇ ਹਨ । ਜਿਹੜਾ ਉਸ ਦੇ ਭਾਣੇ ਵਿੱਚ ਅਡੋਲ ਰਹਿੰਦਾ ਹੈ, ਉਸ ਨੂੰ ਸ਼ਬਦ ਦੀ ਸੋਝੀ ਬਖਸ਼ਿਸ਼ ਹੋ ਜਾਂਦੀ ਹੈ, ਬਾਕੀ ਜੀਵ ਅਣਜਾਣਤਾ ਵਿੱਚ ਹੀ ਭਟਕਦੇ ਰਹਿੰਦੇ ਹਨ । ਉਸ ਨੂੰ ਪ੍ਰਭ ਦੇ ਭਾਣੇ, ਮਾਨਸ ਜੀਵਨ ਦਾ ਅਸਲੀ ਮੰਤਵ ਸਮਝ ਆ ਜਾਂਦਾ ਹੈ ।

The True Master has created three universes and various shapes, forms, and colors of creatures? Whosoever may adopt the teachings of His Word in his day-to-day life; with His mercy and grace, he may be enlightened with the essence of His Word. He may realize the real purpose of human life. Everyone else may wander around in ignorance.

ਗੁਰਮੁਖਿ ਜਿਨੀ ਜਾਣਿਆ,	gurmukh jinee jaani-aa
ਤਿਨ ਕੀਚੈ ਸਾਬਾਸਿ॥	tin keechai saabaas.
ਸਚੇ ਸੇਤੀ ਰਲਿ ਮਿਲੇ,	sachay saytee ral milay
ਸਚੇ ਗੁਣ ਪਰਗਾਸਿ॥	sachay gun pargaas.
ਨਾਨਕ ਨਾਮਿ ਸੰਤੋਖੀਆ,	naanak Naam santokhee-aa
ਜੀਉ ਪਿੰਡੁ ਪ੍ਰਭ ਪਾਸਿ॥੫॥16॥	jee-o pind parabh paas. ||5||16||

ਉਸ ਤੋਂ ਕੁਰਬਾਨ ਜਾਈਏ ! ਜਿਸ ਨੇ ਪ੍ਰਭ ਦੇ ਸ਼ਬਦ ਨਾਲ ਆਪਣਾ ਜੀਵਨ ਢਾਲ ਲਿਆ ਹੈ । ਉਹ ਪ੍ਰਭ ਵਿੱਚ ਅਲੋਪ ਹੋ ਗਿਆ ਹੈ, ਬਾਕੀਆਂ ਲਈ ਰੋਸ਼ਨੀ ਦਾ ਮੁਨਾਰਾ ਬਣ ਗਿਆ ਹੈ । ਉਸ ਨੇ ਆਪਾ ਮਿਟਾ ਦਿੱਤਾ ਅਤੇ ਭਾਣੇ ਵਿੱਚ ਹੀ ਸਬਰ ਕੀਤਾ ਅਤੇ ਕਰਦਾ ਹੈ ।

I remain fascinated from the sacrifice of His true devotee! Who has adopted the teachings of His Word in his day-to-day life; with His mercy and grace, he has been immersed in His Holy Spirit? He has become a pillar of enlightenment for others. He may surrender his self-identity and remain in patience and contented on His Blessings.

70. ਸਿਰੀਰਾਗੁ ਮਹਲਾ ੧॥ (20-10)

ਸੁਣਿ ਮਨ ਮਿਤ੍ਰ ਪਿਆਰਿਆ,	sun man mitar pi-aari-aa
ਮਿਲੁ ਵੇਲਾ ਹੈ ਏਹ॥	mil vaylaa hai ayh.
ਜਬ ਲਗੁ ਜੋਬਨਿ ਸਾਸੁ ਹੈ,	jab lag joban saas hai
ਤਬ ਲਗੁ ਇਹੁ ਤਨੁ ਦੇਹ॥	tab lag ih tan dayh.
ਬਿਨੁ ਗੁਣ ਕਾਮਿ ਨ ਆਵਈ,	bin gun kaam na aavee
ਢਹਿ ਢੇਰੀ ਤਨੁ ਖੇਹ॥੧॥	dheh dhayree tan khayh. ||1||

ਜਿਤਨਾ ਚਿਰ ਜੀਵ ਦੇ ਸਵਾਸ ਚਲਦੇ ਹਨ, ਉਹ ਆਪਣਾ ਰਸਤਾ ਪਾ ਸਕਦਾ ਹੈ । ਇਸ ਸਮਾਂ ਹੀ ਆਪਣੇ ਆਪ ਨੂੰ ਅਸਲੀ ਮਾਲਕ ਨੂੰ ਸੌਂਪ ਸਕਦਾ ਹੈ । ਇਸ ਸਮਾਂ ਹੀ ਬੰਦਗੀ ਦੇ ਰਸਤੇ ਤੇ ਚਲ ਸਕਦਾ ਹੈ । ਇਹ ਗੁਣ ਹਾਸਿਲ ਕਰਨ ਤੋਂ ਬਿਨਾਂ ਮਾਨਸ ਜਨਮ ਦਾ ਕੋਈ ਲਾਭ ਨਹੀਂ, ਇਹ ਤਨ ਮਿਟੀ ਵਿੱਚ ਹੀ ਰਲ ਜਾਣਾ ਹੈ ।

Whosoever may be still breathing; he may still be blessed with the right path of salvation. He may be able to surrender his self-identity at His Sanctuary, The True Master. He may have time and opportunity to adopt the teachings of His Word with steady and stable belief in his day-to-day life. Whosoever may not adopt such a way of life, acquires these virtues; he may not benefit from his human life opportunity. In the end, his perishable body is going to become ashes.

ਮੇਰੇ ਮਨ ਲੈ ਲਾਹਾ ਘਰਿ ਜਾਹਿ॥	mayray man lai laahaa ghar jaahi.
ਗੁਰਮੁਖਿ ਨਾਮੁ ਸਲਾਹੀਐ,	gurmukh Naam salaahee-ai
ਹਉਮੈ ਨਿਵਰੀ ਭਾਹਿ॥੧॥ ਰਹਾਉ॥	ha-umai nivree bhaahi. ||1|| rahaa-o.

ਜੀਵ ਇਹ ਗੁਣ ਹਾਸਿਲ ਕਰਕੇ ਤੂੰ ਆਪਣੇ ਮਾਲਕ ਦੇ ਘਰ ਜਾਵੋ । ਇਸ ਨਾਲ ਤੂੰ ਗੁਰਮਤ ਦੇ ਮਾਰਗ ਤੇ ਚਲ ਪਵੇਗਾ । ਤੇਰੇ ਮਨ ਵਿਚੋਂ ਅਹੰਕਾਰ ਦੀ ਜੜ੍ਹ ਖਤਮ ਹੋ ਜਾਵੇਗੀ ।

You should acquire these virtues before your last breath, before you may be called in His Court. With such a way of life, you may remain steady and stable on the right path of acceptance in His Court; with His mercy and grace, you may conquer and uproot the ego from your mind.

ਸੁਣਿ ਸੁਣਿ ਗੰਢਣੁ ਗੰਢੀਐ,	sun sun gandhan gandhee-ai
ਲਿਖਿ ਪੜਿ ਬੁਝਹਿ ਭਾਰੁ॥	likh parh bujheh bhaar.
ਤ੍ਰਿਸਨਾ ਅਹਿਨਿਸਿ ਅਗਲੀ,	tarisnaa ahinis aglee
ਹਉਮੈ ਰੋਗੁ ਵਿਕਾਰੁ॥	ha-umai rog vikaar.
ਓਹੁ ਵੇਪਰਵਾਹੁ ਅਤੋਲਵਾ,	oh, vayparvaahu atolvaa
ਗੁਰਮਤਿ ਕੀਮਤਿ ਸਾਰੁ॥੨॥	gurmat keemat saar. ||2||

ਜੀਵ ਹਰ ਰੋਜ਼ ਧਾਰਮਕ ਅਸਥਾਨਾਂ, ਧਾਰਮਕ ਜੀਵਾਂ ਤੋਂ ਸੁਣਦਾ ਹੈ । ਕਥਾ ਸੁਣਦਾ, ਬਾਣੀ ਬਾਬਤ ਬਹੁਤ ਗਿਆਨ ਹਾਸਿਲ ਕਰਦਾ ਹੈ । ਪਰ ਜੀਵ ਦੀ ਤ੍ਰਿਸ਼ਨਾ, ਵਧਦੀ ਜਾਂਦੀ ਹੈ, ਅਹੰਕਾਰ ਦੀ ਜੜ੍ਹ ਪੱਕੀ ਹੁੰਦੀ ਜਾਂਦੀ ਹੈ । ਪ੍ਰਭ ਦੀ ਅਨਮੋਲ ਰਹਿਮਤ ਦੀ ਅਵਸਥਾ, ਜੀਵਨ ਨੂੰ ਸ਼ਬਦ ਦੀ ਸਿਖਿਆਂ ਨਾਲ ਢਾਲਣ ਤੋਂ ਬਿਨਾਂ ਬਖਸ਼ਿਸ਼ ਨਹੀਂ ਹੋ ਸਕਦੀ ।

Self-minded may hear from Holy Shrines and from others. He may listen sermons of life of His Holy ancient saints and he may become very knowledgeable. However, his worldly desires may blossom within his heart; the roots of ego may become solid, firm with in his heart. Without adopting the teachings of His Word with steady and stable belief, he may not be blessed with the right path nor recognize the significance of His Blessed Vision.

ਲਖ ਸਿਆਣਪ ਜੇ ਕਰੀ,	lakh si-aanap jay karee
ਲਖ ਸਿਉ ਪ੍ਰੀਤਿ ਮਿਲਾਪੁ॥	lakh si-o pareet milaap.
ਬਿਨੁ ਸੰਗਤਿ ਸਾਧ ਨ ਧ੍ਰਾਪੀਆ,	bin sangat saaDh na Dharaapee-aa
ਬਿਨੁ ਨਾਵੈ ਦੂਖ ਸੰਤਾਪੁ॥	bin naavai dookh santaap.
ਹਰਿ ਜਪਿ ਜੀਅਰੇ ਛੁਟੀਐ,	har jap jee-aray chhutee-ai
ਗੁਰਮੁਖਿ ਚੀਨੈ ਆਪੁ॥੩॥	gurmukh cheenai aap. ||3||

ਜੀਵ ਭਾਵੇਂ ਕਿਤਨੀਆਂ ਹੀ ਸਿਆਣਪਾਂ ਹਾਸਿਲ ਕਰ ਲਵੇ, ਕਿਤਨੇ ਹੀ ਸ਼ਰਧਾਲੂ ਬਣ ਜਾਣ । ਪਰ ਅਸਲੀ ਸੰਤ ਸਰੂਪ ਦੀ ਸੰਗਤ, ਜੀਵਨ ਦੀ ਸਿਖਿਆਂ ਆਪਣੇ ਜੀਵਨ ਵਿੱਚ ਢਾਲਣ ਤੋਂ ਬਿਨਾਂ, ਮਨ ਵਿੱਚ ਤ੍ਰਿਸ਼ਨਾਂ ਦੀ ਅੱਗ ਦਾ ਦੁਖ ਹੀ ਭੁਗਤਨਾ ਪੈਂਦਾ ਹੈ । ਜਿਹੜਾ ਗੁਰਮਤ ਦੇ ਮਾਰਗ ਤੇ ਅਡੋਲ ਭਰੋਸੇ ਨਾਲ ਚਲਦਾ ਹੈ, ਪ੍ਰਭ ਆਪ ਹੀ ਓਸ ਨੂੰ ਮੁਕਤੀ ਦਾ ਰਸਤਾ ਬਖਸ਼ਦਾ ਹੈ ।

Self-minded, religious scholar may become very knowledgeable, wise and many may follow his teachings; however, without joining the conjugation of His Holy saints and adopting his life experience teachings in his own day to day life, he may suffer the fire of worldly anxiety, desires. Whosoever may adopt the teachings of His Word with steady and stable belief in his day-to-day life; with His mercy and grace, he may be blessed with the right path of salvation, acceptance in His Court.

ਤਨੁ ਮਨੁ ਗੁਰ ਪਹਿ ਵੇਚਿਆ,	tan man gur peh vaychi-aa
ਮਨੁ ਦੀਆ ਸਿਰੁ ਨਾਲਿ॥	man dee-aa sir naal.
ਤ੍ਰਿਭਵਣੁ ਖੋਜਿ ਢੰਢੋਲਿਆ,	taribhavan khoj dhandholi-aa
ਗੁਰਮੁਖਿ ਖੋਜਿ ਨਿਹਾਲਿ॥	gurmukh khoj nihaal.
ਸਤਗੁਰਿ ਮੇਲਿ ਮਿਲਾਇਆ,	saT`gur mayl milaa-i-aa
ਨਾਨਕ ਸੋ ਪ੍ਰਭੁ ਨਾਲਿ॥੪॥17॥	naanak so parabh naal||4||17||

ਅਗਰ ਤੂੰ ਪ੍ਰਭ ਦੀ ਖੋਜ ਕਰਨਾ ਚਾਹੁੰਦਾ ਹੈ, ਤਾ ਉਸ ਤੇ ਭਰੋਸਾ ਅਡੋਲ ਰਖਕੇ ਸ਼ਬਦ ਨਾਲ ਆਪਣਾ ਜੀਵਨ ਢਾਲੋ! ਪ੍ਰਭ ਨੂੰ ਮਨ, ਤਨ ਅਤੇ ਆਪਣੀ ਸੋਝੀ (ਸਿਰ) ਭੇਟਾ ਕਰ ਦੇਵੋਂ । ਇਹ ਹੀ ਇਕੋ ਇਕ ਰਸਤਾ ਹੈ, ਜਿਸ ਤੇ ਚਲਕੇ ਤੂੰ ਉਸ ਨੂੰ ਪ੍ਰਵਾਨ ਹੋ ਸਕਦਾ ਹੈ ।

Whosoever may desire to be blessed with the right path of acceptance in His Court, he should adopt the teachings of His Word with steady and stable in your day-to-day life. He should surrender his mind, body, soul, his wisdom, and self-identity at His Sanctuary to serve His Creation. This may be the one and only one right path of salvation.

71. ਸਿਰੀਰਾਗੁ ਮਹਲਾ ੧॥ (20-17)

ਮਰਣੈ ਕੀ ਚਿੰਤਾ ਨਹੀ,	marnai kee chintaa nahee
ਜੀਵਨ ਕੀ ਨਹੀ ਆਸ॥	jeevan kee nahee aas.
ਤੂ ਸਰਬ ਜੀਆ ਪ੍ਰਤਿਪਾਲਹੀ,	too sarab jee-aa partipaalahee
ਲੇਖੈ ਸਾਸ ਗਿਰਾਸ॥	laykhai saas giraas.
ਅੰਤਰਿ ਗੁਰਮੁਖਿ ਤੂ ਵਸਹਿ,	antar gurmukh too vaseh ji-o
ਜਿਉ ਭਾਵੈ ਤਿਉ ਨਿਰਜਾਸਿ॥੧॥	bhaavai ti-o nirjaas. ||1||

ਪ੍ਰਭ, ਸਭ ਜੀਵਾਂ ਨੂੰ ਪੈਦਾ ਕਰਨਵਾਲਾ ਹੈ, ਪ੍ਰਭ ਦੇ ਹੱਥ ਵਿੱਚ ਜੀਵ ਦੇ ਸਵਾਸਾਂ ਦੀ ਪੂੰਜੀ, ਖਾਣ ਵਾਲੀਆਂ ਗਰਾਹੀਆਂ ਦੀ ਵੀ ਗਿਣਤੀ ਹੈ । ਮੌਤ ਪ੍ਰਭ ਦੇ ਹੁਕਮ ਅਨੁਸਾਰ ਆਉਂਦੀ, ਇਸ ਦੀ ਚਿੱਤਾ, ਆਪਣੇ ਜੀਵਨ ਦੀ ਭਲਾਈ ਦੀ ਵੀ ਕੋਈ ਚਿੱਤਾ ਆਸ ਨਹੀਂ ਹੈ । ਸਭ ਕੁਝ ਪ੍ਰਭ ਦੇ ਹੁਕਮ ਅੰਦਰ, ਪ੍ਰਭ ਨੂੰ ਭਾਉਂਦਾ ਹੀ ਵਾਪਰਦਾ ਹੈ । ਹਰਇਕ ਜੀਵ ਦੇ ਅੰਦਰ ਆਪ ਹੀ ਵਸਦਾ ਹੈ, ਜਿਸ ਤੇ ਰਹਿਮਤ ਦੀ ਨਜ਼ਰ ਬਖਸ਼ਦਾ ਹੈ, ਉਸ ਅੰਦਰ ਆਪ ਹੀ ਪ੍ਰਗਟ ਹੋ ਜਾਂਦਾ ਹੈ ।

The Omniscient True Master, Creator of the universe holds the capital of breathes and the account of his food bites. The time of death has been predetermined before his birth! His true devotee may not worry about death nor his own well-being, everything may only happen under His Command. The True Master, His Holy Spirit remains embedded within each soul and dwells within his body! Whosoever may be bestowed with His Blessed Vision, he may be enlightened with the essence of His Word, remains awake and alert, and realize His Existence prevailing everywhere.

ਜੀਅਰੇ ਰਾਮ ਜਪਤ ਮਨੁ ਮਾਨੁ॥	jee-aray raam japat man maan.
ਅੰਤਰਿ ਲਾਗੀ ਜਲਿ ਬੁਝੀ,	antar laagee jal bujhee
ਪਾਇਆ ਗੁਰਮੁਖਿ ਗਿਆਨੁ॥੧॥ ਰਹਾਉ॥	paa-i-aa gurmukh gi-aan. ||1|| rahaa-o.

ਪ੍ਰਭ ਦੇ ਸ਼ਬਦ ਦਾ ਚਿਤ ਲਾ ਕੇ ਸਿਮਰਨ ਕਰਨ ਨਾਲ, ਮਨ ਅੰਦਰੋਂ ਤ੍ਰਿਸ਼ਨਾ ਦੀ ਅੱਗ ਬੁਝ ਜਾਂਦੀ ਹੈ, ਉਸ ਦੀ ਹੋਂਦ ਅਨੁਭਵ ਹੋ ਸਕਦੀ ਹੈ ।

Whosoever may wholeheartedly meditate, and sing, the glory of His Word; with His mercy and grace, he may conquer his worldly desires and extinguish the fire of anxiety from within. He may realize His Existence prevailing everywhere.

ਅੰਤਰ ਕੀ ਗਤਿ ਜਾਣੀਐ,	antar kee gat jaanee-ai
ਗੁਰ ਮਿਲੀਐ ਸੰਕ ਉਤਾਰਿ॥	gur milee-ai sank utaar.
ਮੁਇਆ ਜਿਤੁ ਘਰਿ ਜਾਈਐ,	mu-i-aa jit ghar jaa-ee-ai
ਤਿਤੁ ਜੀਵਦਿਆ ਮਰੁ ਮਾਰਿ॥	tit jeevdi-aa mar maar.
ਅਨਹਦ ਸਬਦਿ ਸੁਹਾਵਣੇ,	anhad sabad suhaavanay
ਪਾਈਐ ਗੁਰ ਵੀਚਾਰਿ॥੨॥	paa-ee-ai gur veechaar. ||2||

ਆਪਣੇ ਅੰਦਰੋਂ ਹੀ ਪ੍ਰਭ ਦੀ ਜੋਤ ਨੂੰ ਜਾਗਰਤ ਕਰੋ! ਮਨ ਜਾਗਰਤ ਹੋਣ ਨਾਲ ਮਨ ਦੇ ਭੁਲੇਖੇ ਦੂਰ ਹੋ ਜਾਂਦੇ ਹਨ । ਆਪਣੇ ਆਪ ਨੂੰ ਇਸਤਰ੍ਹਾਂ ਢਾਲੋ! ਜਿਹੜੀ ਅਵਸਥਾ ਮੌਤ ਤੋਂ ਪਿਛੋਂ ਮਿਲਣੀ ਹੈ, ਉਹ ਅਵਸਥਾ ਆਪਣੇ ਜੀਵਨ ਵਿੱਚ ਹੀ ਬਖਸ਼ਿਸ਼ ਹੋ ਸਕਦੀ ਹੈ । ਇਹ ਕੁਝ ਕੇਵਲ ਪ੍ਰਭ ਦੇ ਸ਼ਬਦ ਵਿੱਚ ਇਕ ਚਿਤ ਹੋ ਕੇ ਲੀਨ ਹੋਣ ਨਾਲ ਹੀ ਬਖਸ਼ਿਸ਼ ਹੁੰਦਾ ਹੈ ।

You should search the enlightenment of the essence of His Word within. Whosoever may remain enlightened, awake, and alert, he may conquer all his religious suspicions. He should adopt such a way of life; with His mercy and grace, he may be blessed with such a state of mind in worldly life; he may imagine after death. Whosoever may remain intoxicated in meditation in the void of His Word, only he may be blessed with such a state of mind.

ਅਨਹਦ ਬਾਣੀ ਪਾਈਐ,	anhad banee paa-ee-ai
ਤਹ ਹਉਮੈ ਹੋਇ ਬਿਨਾਸੁ॥	tah ha-umai ho-ay binaas.
ਸਤਗੁਰੁ ਸੇਵੇ ਆਪਣਾ,	saT`gur sayvay aapnaa
ਹਉ ਸਦ ਕੁਰਬਾਣੈ ਤਾਸੁ॥	ha-o sad kurbaanai taas.
ਖੜਿ ਦਰਗਹ ਪੈਨਾਈਐ,	kharh dargeh painaa-ee-ai
ਮੁਖਿ ਹਰਿ ਨਾਮ ਨਿਵਾਸੁ॥੩॥	mukh har Naam nivaas. ||3||

ਜਿਸ ਦੇ ਮਨ ਵਿੱਚ ਪ੍ਰਭ ਦੀ ਸਦਾ ਚਲਣ ਵਾਲਾ ਧੰਨ ਸੁਣਾਈ ਦੇਂਦੀ, ਸ਼ਬਦ ਦੀ ਸੋਝੀ ਘਰ ਕਰ ਜਾਂਦਾ ਹੈ, ਉਸ ਦੇ ਮਨ ਵਿਚੋਂ ਅਹੰਕਾਰ ਦੀ ਜੜ੍ਹ ਖਤਮ ਹੋ ਜਾਂਦੀ ਹੈ । ਉਹ ਹਰ ਵੇਲੇ ਹੀ ਪ੍ਰਭ ਦਾ ਧੰਨਵਾਦ ਗਾਉਂਦਾ ਹੈ, ਉਹ ਸੰਸਾਰ ਵਿੱਚ ਵੀ ਪੂਜਣ ਯੋਗ ਹੋ ਜਾਂਦਾ ਹੈ । ਪ੍ਰਭ ਦੇ ਦਰਬਾਰ ਵਿੱਚ ਵੀ ਖਾਸ ਅਸਥਾਨ ਬਖਸ਼ਿਸ਼ ਹੋ ਜਾਂਦਾ ਹੈ ।

Whosoever may hear the everlasting echo of His Word resonating within his heart; with His mercy and grace, he may remain drenched with the essence of His Word; he may conquer the ego of his mind. He may sing the glory of His Word with each breath; with His mercy and grace, he may become worthy of worship and honored in Your Court.

ਜਹ ਦੇਖਾ ਤਹ ਰਵਿ ਰਹੇ,	jah daykhaa tah rav rahay
ਸਿਵ ਸਕਤੀ ਕਾ ਮੇਲੁ॥	siv saktee kaa mayl.
ਤ੍ਰਿਹੁ ਗੁਣ ਬੰਧੀ ਦੇਹੁਰੀ,	tarihu gun banDhee dayhuree
ਜੋ ਆਇਆ ਜਗਿ ਸੋ ਖੇਲੁ॥	jo aa-i-aa jag so khayl.
ਵਿਜੋਗੀ ਦੁਖਿ ਵਿਛੁੜੇ,	vijogee dukh vichhurhay
ਮਨਮੁਖਿ ਲਹਹਿ ਨ ਮੇਲੁ॥੪॥	manmukh laheh na mayl. ||4||

ਪ੍ਰਭ ਹਰਇਕ ਵਿੱਚ ਹੀ ਤੇਰਾ ਰੂਪ ਹੀ ਨਜ਼ਰ ਆਉਂਦਾ ਹੈ, ਸ੍ਰਿਸ਼ਟੀ ਵਿੱਚ ਤੇਰਾ ਨੂਰ, ਸ਼ਕਤੀ ਵਸਦੀ ਹੈ । ਹਰਇਕ ਜੀਵ ਨੂੰ ਹੀ ਸੰਸਾਰਕ ਮਾਇਆ ਰੂਪੀ ਤਿੰਨਾਂ ਤ੍ਰਿਸ਼ਨਾਂ ਵਿਚੋਂ ਹੀ ਗੁਜ਼ਰਨਾ ਪੈਂਦਾ ਹੈ । ਜਿਸ ਨੂੰ ਸੰਤ ਸਰੂਪ ਅਵਸਥਾ ਬਖਸ਼ਿਸ਼ ਹੋ ਜਾਂਦੀ ਹੈ, ਉਹ ਤੇਰੇ ਵਿਛੋੜੇ ਦੇ ਵਿਰਾਗ ਵਿੱਚ ਹੀ ਲੀਨ ਹੋ ਜਾਂਦਾ ਹੈ । ਜਿਸ ਦੇ ਮਨ ਵਿੱਚ ਵਿਛੋੜੇ ਦੀ ਭਾਵਨਾ ਨਹੀਂ ਹੁੰਦੀ, ਉਹ ਬੰਦਗੀ ਦੇ ਰਸਤੇ ਤੇ ਨਹੀਂ ਚਲ ਸਕਦਾ । ਉਹ ਤ੍ਰਿਸ਼ਨਾਂ ਵਿੱਚ ਹੀ ਭਟਕਦਾ ਰਹਿੰਦਾ ਹੈ ।

The True Master! Your Whole Creation may be an expansion of Your Holy Spirit. You have bestowed Your eternal glow and strength to survive in the universe. Every one may have to face the sweet poison of worldly wealth; three worldly wealth, **Raajas, Tamaas, Satvas**. Whosoever may be blessed with a state of mind as His true devotee, he may remain intoxicated in renunciation in the memory of his separation from His Holy Spirit. Whosoever may not follow Your Word nor remain in renunciation in the memory of separation from Your Holy Spirit; he may remain entangled in worries of worldly desires.

Three Virtues of worldly wealth: – Raajas, Taamas, Satvas!

ਰਜ ਗੁਣ; Raajas: Mind concentration! The quality of energy and activity!

ਤਮ ਗੁਣ; Taamas: Mind Awareness! The quality of Darkness and inertia!

ਸਤ ਗੁਣ; Satvas: Purity, of mind! The quality of purity and light!

** **Three Virtues of worldly wealth: Arath, Dharam, Kaam!**

ਅਰਥ; Arath: Adopt His Word in life.

ਧਰਮ; Dharam: Self-discipline, own character! Conquer selfishness!

ਕਾਮ; Kaam: Conquer sexual desire for strange woman:

ਮਨੁ ਬੈਰਾਗੀ ਘਰਿ ਵਸੈ,	man, bairaagee ghar vasai
ਸਚ ਭੈ ਰਾਤਾ ਹੋਇ॥	sach bhai raataa ho-ay.
ਗਿਆਨ ਮਹਾਰਸੁ ਭੋਗਵੈ,	gi-aan mahaaras bhogvai
ਬਾਹੁੜਿ ਭੂਖ ਨ ਹੋਇ॥	baahurh bhookh na ho-ay.
ਨਾਨਕ ਇਹੁ ਮਨੁ ਮਾਰਿ,	naanak ih man maar
ਮਿਲੁ ਭੀ ਫਿਰਿ ਦੁਖੁ ਨ ਹੋਇ॥੫॥18॥	mil bhee fir dukh na ho-ay. ||5||18||

ਜਿਸ ਜੀਵ ਦੇ ਮਨ ਵਿੱਚ ਪ੍ਰਭ ਦੇ ਵਿਛੋੜੇ ਦਾ ਵਿਰਾਗ ਘਰ ਕਰ ਜਾਂਦਾ ਹੈ, ਉਹ ਪ੍ਰਭ ਦੇ ਮਿਲਣ ਦੀ ਭਟਕਣਾਂ ਵਿੱਚ ਰਹਿੰਦਾ ਹੈ । ਉਸ ਨੂੰ ਪ੍ਰਭ, ਆਪ ਹੀ ਸੰਤੋਖ ਵਾਲੀ ਸਿਆਣਪ ਬਖਸ਼ਦਾ ਹੈ, ਉਸ ਦੀਆਂ ਹੋਰ ਤ੍ਰਿਸ਼ਨਾਂ ਖਤਮ ਹੋ ਜਾਂਦੀਆਂ ਹਨ । ਇਕੋ ਇਕ ਵਿਰਾਗ ਦੀ ਵਿਧੀ ਨਾਲ ਪ੍ਰਭ ਦੀ ਦਰਗਾਹ ਦਾ ਅਸਲੀ ਰਸਤਾ ਬਖਸ਼ਿਸ਼ ਹੁੰਦਾ ਹੈ, ਉਸ ਹੋਰ ਕੋਈ ਦੁਖ ਮਹਿਸੂਸ ਨਹੀਂ ਕਰਦਾ ।

Whosoever may remain in the renunciation in the memory of his separation from His Holy Spirit; he may remain anxious to be enlightened, blessed with the right path of acceptance in His Court. The True Master may bless patience and contentment; his other desires and temptations may be eliminated from his heart. The renunciation may be the only one technique of meditation; me may be blessed with the right path of salvation; he may never realize any misery of worldly desires.

72. ਸਿਰੀਰਾਗੁ ਮਹਲਾ ੧॥ (21-7)

ਏਹੁ ਮਨੋ ਮੂਰਖੁ ਲੋਭੀਆ,	ayhu mano moorakh lobhee-aa
ਲੋਭੇ ਲਗਾ ਲੁੋਭਾਨੁ॥	lobhay lagaa lobhaan.
ਸਬਦਿ ਨ ਭੀਜੈ ਸਾਕਤਾ,	sabad na bheejai saaktaa
ਦੁਰਮਤਿ ਆਵਨੁ ਜਾਨੁ॥	durmat aavan jaan.
ਸਾਧੂ ਸਤਗੁਰੁ ਜੇ ਮਿਲੈ,	saaDhoo saT`gur jay milai
ਤਾ ਪਾਈਐ ਗੁਣੀ ਨਿਧਾਨੁ॥੧॥	taa paa-ee-ai gunee niDhaan. ||1||

ਅਣਜਾਣ, ਮਨਮੁਖ, ਸੰਸਾਰਕ ਮਾਲਕੀਅਤ ਦੇ ਲਾਲਚ ਵਿੱਚ ਫਸਿਆ ਹੋਇਆ, ਹਰਇਕ ਦਿਨ ਡੂੰਘਾ ਫਸਦਾ ਜਾਂਦਾ ਹੈ । ਉਸ ਦਾ ਕਠੋਰ ਮਨ, ਪ੍ਰਭ ਦੇ ਸ਼ਬਦ ਵੱਲ ਖਿਆਲ ਵੀ ਨਹੀਂ ਰਖਦਾ । ਜਿਸ ਨੂੰ ਸੰਤ ਸਰੂਪ ਦੀ ਸੰਗਤ ਬਖਸ਼ਿਸ਼ ਨਹੀਂ ਹੁੰਦੀ, ਉਸ ਦਾ ਜਨਮ ਮਰਨ ਦਾ ਚੱਕਰ ਖਤਮ ਨਹੀਂ ਹੁੰਦਾ । ਜਿਸ ਦਾ ਬੰਦਗੀ ਕਰਨਵਾਲੇ ਨਾਲ ਸੰਜੋਗ ਬਖਸ਼ਿਸ਼ ਹੋ ਜਾਂਦਾ, ਉਸ ਨੂੰ ਸ਼ਬਦ ਦੀ ਸੋਝੀ ਹੋ ਜਾਂਦੀ ਹੈ । ਸ਼ਬਦ ਦੀ ਅਡੋਲ ਭਰੋਸੇ ਨਾਲ ਪਾਲਣਾ ਕਰਨ ਨਾਲ ਅਸਲੀ ਮਾਰਗ ਬਖਸ਼ਿਸ਼ ਹੋ ਸਕਦਾ ਹੈ ।

Ignorant, self-minded remains intoxicated, entangled in greed of worldly possessions; everyday he may be getting deeper and deeper. His stubborn mind may not even think about His Word or the purpose of human life. Remember! Without the conjugation of His Holy saint, his cycle of birth and death may never be eliminated. Whosoever may be blessed with the congregation of His Holy saint; he may adopt his life experience in his own day to day life; he may be enlightened from within; with His mercy and grace, he may be blessed with the right path of acceptance in His Court.

ਮਨ ਰੇ ਹਉਮੈ ਛੋਡਿ ਗੁਮਾਨੁ॥	man, ray ha-umai chhod gumaan.
ਹਰਿ ਗੁਰੁ ਸਰਵਰੁ ਸੇਵਿ ਤੂ, ਪਾਵਹਿ	har gur sarvar sayv too paavahi
ਦਰਗਹ ਮਾਨੁ॥੧॥ ਰਹਾਉ॥	dargeh maan. ||1|| rahaa-o.

ਆਪਣੇ ਮਨ ਦੇ ਅਹੰਕਾਰ ਨੂੰ ਤਿਆਗਕੇ, ਆਪਣਾ ਜੀਵਨ ਸ਼ਬਦ ਨਾਲ ਢਾਲੋ! ਇਸ ਨਾਲ ਹੀ ਦਰਬਾਰ ਵਿੱਚ ਪ੍ਰਵਾਨਗੀ ਬਖਸ਼ਿਸ਼ ਹੋ ਸਕਦੀ ਹੈ ।

You should renounce, conquer your ego, worldly desires! You should adopt the teachings of His Word in day-to-day life; with His mercy and grace, your meditation may be accepted in His Court.

ਰਾਮ ਨਾਮੁ ਜਪਿ ਦਿਨਸੁ ਰਾਤਿ,	raam Naam jap dinas raat
ਗੁਰਮੁਖਿ ਹਰਿ ਧਨੁ ਜਾਨੁ॥	gurmukh har Dhan jaan.
ਸਭਿ ਸੁਖ ਹਰਿ ਰਸ ਭੋਗਣੇ,	sabh sukh har ras bhognay
ਸੰਤ ਸਭਾ ਮਿਲਿ ਗਿਆਨੁ॥	sant sabhaa mil gi-aan.
ਨਿਤਿ ਅਹਿਨਿਸਿ ਹਰਿ ਪ੍ਰਭੁ ਸੇਵਿਆ,	nit ahinis har parabh sayvi-aa
ਸਤਗੁਰਿ ਦੀਆ ਨਾਮੁ॥੨॥	saT`gur dee-aa Naam. ||2||

ਜਿਹੜਾ ਪ੍ਰਭ ਦੇ ਸ਼ਬਦ ਦਾ ਸਿਮਰਨ ਅਡੋਲ ਭਰੋਸੇ ਨਾਲ ਦਿਨ ਰਾਤ ਕਰਦਾ ਹੈ, ਪ੍ਰਭ ਦੀ ਰਹਿਮਤ ਨਾਲ ਉਸ ਆਪਣੇ ਅੰਦਰੋਂ ਹੀ ਸੋਝੀ ਬਖਸ਼ਿਸ਼ ਹੋ ਜਾਂਦੀ ਹੈ, ਸੰਤ ਸਰੂਪ ਦੀ ਸੰਗਤ ਬਖਸ਼ਿਸ਼ ਹੋ ਜਾਂਦੀ ਹੈ । ਜਿਹੜਾ ਸੰਤ ਸਰੂਪ ਦੇ ਜੀਵਨ ਦੀ ਸਿਖਿਆਂ ਨਾਲ ਆਪਣਾ ਜੀਵਨ ਢਾਲ ਲੈਂਦਾ ਹੈ, ਉਸ ਦੇ ਮਨ ਵਿੱਚ ਸਦਾ ਚਲਣ ਵਾਲੀ ਧੁਨ ਸੁਣਾਈ ਦੇਂਦੀ ਹੈ । ਉਹ ਪ੍ਰਭ ਦੇ ਸ਼ਬਦ ਦੀ ਸਮਾਧੀ ਵਿੱਚ ਲੀਨ ਰਹਿੰਦਾ ਹੈ ।

Whosoever may sing the glory and adopts the teachings of His Word with steady and stable belief in day-to-day life; with His mercy and grace, he may be enlightened with essence of His Word from within. He may be blessed with the conjugation of His Holy saint. Whosoever may adopt his life experience teachings in his day-to-day life; with His mercy and grace, he may hear the everlasting echo of His Word within. He may remain intoxicated in the void of His Word.

ਕੂਕਰ ਕੂੜੁ ਕਮਾਈਐ,	kookar koorh kamaa-ee-ai
ਗੁਰ ਨਿੰਦਾ ਪਚੈ ਪਚਾਨੁ॥	gur nindaa pachai pachaan.
ਭਰਮੇ ਭੂਲਾ ਦੁਖੁ ਘਣੋ,	bharmay bhoolaa dukh ghano
ਜਮੁ ਮਾਰਿ ਕਰੈ ਖੁਲਹਾਨੁ॥	jam maar karai khulhaan.
ਮਨਮੁਖਿ ਸੁਖੁ ਨ ਪਾਈਐ,	manmukh sukh na paa-ee-ai
ਗੁਰਮੁਖਿ ਸੁਖੁ ਸੁਭਾਨੁ॥੩॥	gurmukh sukh subhaan. ||3||

ਜਿਹੜਾ ਸੰਤ ਸਰੂਪ ਦੀ ਨਿੰਦਿਆ, ਬਰਾਈ ਕਰਦਾ ਹੈ । ਉਹ ਆਪ ਹੀ ਇਸ ਵਿੱਚ ਜਲ ਜਾਂਦਾ, ਦੁਖ ਪਾਉਂਦਾ, ਉਹ ਵੱਖਰੇ ਵੱਖਰੇ ਭਰਮਾਂ, ਰੀਤੀ ਰੀਵਾਜਾਂ ਵਿੱਚ ਭਟਕਦਾ ਰਹਿੰਦਾ ਹੈ । ਆਪਣਾ ਮਾਨਸ ਜਨਮ ਖਤਮ ਕਰਕੇ, ਅੰਤ ਮੌਤ ਦੇ ਮੂੰਹ ਵਿੱਚ ਚਲ ਜਾਂਦਾ ਹੈ । ਕੇਵਲ ਪ੍ਰਭ ਦੇ ਭਾਣੇ ਵਿੱਚ ਰਹਿਣ ਨਾਲ ਹੀ ਸ਼ਾਂਤੀ ਬਖਸ਼ਿਸ਼ ਹੁੰਦੀ ਹੈ, ਬਾਕੀ ਤ੍ਰਿਸ਼ਨਾਂ ਦੇ ਮਗਰ ਲਗਨ ਨਾਲ ਨਹੀਂ ਮਿਲਦੀ ।

Whosoever may slander or rebuke His Holy saint; he may endure miseries, and remains frustrated in religious suspicions, worldly desires. He may waste his human life opportunity; he may be captured by devil of death. Whosoever may adopt the teachings of His Word with steady and stable belief, he may be blessed with a peace of mind and harmony. He may never become a victim of worldly desires.

ਐਥੈ ਧੰਧੁ ਪਿਟਾਈਐ,	aithai DhanDh pitaa-ee-ai
ਸਚੁ ਲਿਖਤੁ ਪਰਵਾਨੁ॥	sach likhat parvaan.
ਹਰਿ ਸਜਣੁ ਗੁਰੁ ਸੇਵਦਾ,	har sajan gur sayvdaa
ਗੁਰ ਕਰਣੀ ਪਰਧਾਨੁ॥	gur karnee parDhaan.
ਨਾਨਕ ਨਾਮੁ ਨ ਵੀਸਰੈ,	naanak Naam na veesrai
ਕਰਮਿ ਸਚੈ ਨੀਸਾਣੁ॥੪॥19॥	karam sachai neesaan. ||4||19||

ਸੰਸਾਰ ਵਿੱਚ ਜੀਵ ਮਾਨਸ ਜਨਮ ਦਾ ਅਸਲੀ ਮੰਤਵ ਵਿਸਾਰ ਕੇ ਤ੍ਰਿਸ਼ਨਾ ਮਗਰ ਲਗ ਜਾਂਦਾ ਹੈ, ਪਰ ਮੌਤ ਤੋਂ ਪਿਛੋਂ ਕੇਵਲ ਸ਼ਬਦ ਦੀ ਕਮਾਈ ਦਾ ਹੀ ਫਲ ਬਖਸ਼ਿਸ਼ ਹੁੰਦਾ ਹੈ । ਪ੍ਰਭ ਦੇ ਅਸਲੀ ਦਾਸ, ਸੇਵਕ ਲਈ ਕੇਵਲ ਪ੍ਰਭ ਦੇ ਸ਼ਬਦ ਦੀ ਕਮਾਈ ਦੀ ਹੀ ਭੁੱਖ ਹੁੰਦੀ ਹੈ, ਇਹ ਹੀ ਉਸ ਨੂੰ ਪਾਰ ਲੈ ਜਾਂਦੀ ਹੈ । ਜੀਵ ਸੰਸਾਰ ਵਿੱਚ ਆ ਕੇ ਸ਼ਬਦ ਨੂੰ ਮਨ ਵਿਚੋਂ ਨਾ ਵਿਸਾਰੋ! ਭਾਣੇ ਅੰਦਰ ਚਲਣ ਨਾਲ ਹੀ ਪ੍ਰਭ ਦੀ ਰਹਿਮਤ ਬਖਸ਼ਿਸ਼ ਹੋ ਸਕਦੀ ਹੈ ।

In worldly life, self-minded may forsake the real purpose of his human life journey. He may remain intoxicated with sweet poison of worldly wealth, worldly desires. After death, only the earnings of His Word may remain his companion to support in His Court. His true devotee may only remain anxious, hungry for earnings of His Word; with His mercy and grace, he may be blessed with the right path of acceptance in His Court. Whosoever may never forsake the teachings of His Word; he may be blessed with the right path of acceptance in His Court; His Blessed Vision.

73. ਸਿਰੀਰਾਗੁ ਮਹਲਾ ੧॥ (21-14)

ਇਕੁ ਤਿਲੁ ਪਿਆਰਾ ਵੀਸਰੈ	ik til pi-aaraa veesrai
ਰੋਗੁ ਵਡਾ ਮਨ ਮਾਹਿ॥	rog vadaa man maahi.
ਕਿਉ ਦਰਗਹ ਪਤਿ ਪਾਈਐ,	ki-o dargeh pat paa-ee-ai
ਜਾ ਹਰਿ ਨ ਵਸੈ ਮਨ ਮਾਹਿ॥	jaa har na vasai man maahi.
ਗੁਰਿ ਮਿਲਿਐ ਸੁਖੁ ਪਾਈਐ,	gur mili-ai sukh paa-ee-ai
ਅਗਨਿ ਮਰੈ ਗੁਣ ਮਾਹਿ॥੧॥	agan marai gun maahi. ‖1‖

ਆਪਣੇ ਮਨ ਵਿੱਚ ਇਸਤਰ੍ਹਾਂ ਦੀ ਅਵਸਥਾ ਧਾਰਨ ਕਰੋ! ਅਗਰ ਇਕ ਪਲ ਵੀ ਧਿਆਨ, ਭਾਣੇ ਵਿੱਚ ਨਾ ਚਲੇ ਤਾ ਕੁਝ ਕਮੀ ਮਹਿਸੂਸ ਹੋਵੇ । ਮਨ ਵਿੱਚ ਫਿਕਰ ਹੋਵੇ, ਮੌਤ ਤੋਂ ਪਿਛੋਂ ਕੀ ਹਾਲ ਹੋਵੇਗਾ? ਜਿਸ ਨੂੰ ਪ੍ਰਭ ਦੀ ਰਹਿਮਤ ਦੀ ਨਜ਼ਰ ਬਖਸ਼ਿਸ਼ ਹੋ ਜਾਂਦੀ ਹੈ, ਉਸ ਦੇ ਮਨ ਦੀਆਂ ਤ੍ਰਿਸ਼ਨਾ ਖਤਮ ਹੋ ਜਾਂਦੀਆਂ ਹਨ, ਮਨ ਵਿੱਚ ਸੰਤੋਖ, ਸ਼ਾਂਤੀ ਭਰ ਜਾਂਦੀ ਹੈ ।

You should adopt such a state of mind! Even forgetting the essence of His Word for a moment, you may feel something missing in your life. You may be worried! What may happen after death? Whosoever may be bestowed with His Blessed Vision, all his worldly desires and worries may vanish from within; peace and harmony may be overwhelmed within his heart.

ਮਨ ਰੇ ਅਹਿਨਿਸਿ, ਹਰਿ ਗੁਣ ਸਾਰਿ॥	man, ray ahinis har gun saar.
ਜਿਨ ਖਿਨੁ ਪਲੁ ਨਾਮੁ ਨ ਵੀਸਰੈ,	jin khin pal Naam na veesrai tay
ਤੇ ਜਨ ਵਿਰਲੇ ਸੰਸਾਰਿ॥੧॥ ਰਹਾਉ॥	jan virlay sansaar. ‖1‖ rahaa-o.

ਮਨ ਤੂੰ ਸਵਾਸ ਗਰਾਸ ਪ੍ਰਭ ਦੇ ਭਾਣੇ ਵਿੱਚ ਜੀਵਨ ਬਤੀਤ ਕਰੋ! ਸੰਸਾਰ ਵਿੱਚ ਵਿਰਲੇ ਹੀ ਸਵਾਸ ਗਰਾਸ ਉਸ ਦੇ ਭਾਣੇ ਤੇ ਚਲਦੇ ਹਨ ।

You should obey and adopt the teachings of His Word with steady and stable belief with each breath; however, very rare devotee may obey the teaching of with each breath.

ਜੋਤੀ ਜੋਤਿ ਮਿਲਾਈਐ,	jotee jot milaa-ee-ai
ਸੁਰਤੀ ਸੁਰਤਿ ਸੰਜੋਗੁ॥	surtee surat sanjog.
ਹਿੰਸਾ ਹਉਮੈ ਗਤੁ ਗਏ,	hinsaa ha-umai gat ga-ay
ਨਾਹੀ ਸਹਸਾ ਸੋਗੁ॥	naahee sahsaa sog.
ਗੁਰਮੁਖਿ ਜਿਸੁ ਹਰਿ ਮਨਿ ਵਸੈ,	gurmukh jis har man vasai
ਤਿਸੁ ਮੇਲੇ ਗੁਰੁ ਸੰਜੋਗੁ॥੨॥	tis maylay gur sanjog. ‖2‖

ਜਿਹੜਾ ਪ੍ਰਭ ਦੇ ਸ਼ਬਦ ਦੇ ਸਿਮਰਨ ਵਿੱਚ ਲੀਨ ਹੋ ਜਾਂਦਾ ਹੈ, ਪ੍ਰਭ ਦੀ ਹੋਂਦ ਉਸ ਦੇ ਮਨ ਅੰਦਰ ਜਾਗਰਤ ਹੋ ਜਾਂਦੀ ਹੈ, ਮਨ ਵਿਚੋਂ ਅਹੰਕਾਰ ਦੀ ਜੜ੍ਹ ਖਤਮ ਹੋ ਜਾਂਦੀ ਹੈ । ਉਸ ਨੂੰ ਦੁਖ, ਸੁਖ ਦਾ ਫਰਕ ਮਹਿਸੂਸ ਨਹੀਂ ਹੁੰਦਾ । ਪ੍ਰਭ ਦੀ ਰਹਿਮਤ ਨਾਲ ਉਸ ਨੂੰ ਗੁਰਮਖ ਅਵਸਥਾ ਬਖਸ਼ਿਸ਼ ਹੋ ਜਾਂਦੀ ਹੈ ।

Whosoever may remain intoxicated in meditation on the teachings of His Word; with His mercy and grace, he may realize His Holy Spirit prevailing within. His ego may be uprooted from within his heart. He may remain contented and in blossom in worldly pleasures and sorrows; with His mercy and grace, he may be blessed with a state of mind as His true devotee.

ਕਾਇਆ ਕਾਮਣਿ ਜੇ ਕਰੀ,	kaa-i-aa kaaman jay karee
ਭੋਗੇ ਭੋਗਣਹਾਰੁ॥	bhogay bhoganhaar.
ਤਿਸੁ ਸਿਉ ਨੇਹੁ ਨ ਕੀਜਈ,	tis si-o nayhu na keej-ee
ਜੋ ਦੀਸੈ ਚਲਣਹਾਰੁ॥	jo deesai chalanhaar.
ਗੁਰਮੁਖਿ ਰਵਹਿ ਸੋਹਾਗਣੀ,	gurmukh raveh sohaaganee
ਸੋ ਪ੍ਰਭੁ ਸੇਜ ਭਤਾਰੁ॥੩॥	so parabh sayj bhataar. ‖3‖

ਜਿਹੜਾ ਜੀਵ ਆਪਾ ਪ੍ਰਭ ਦੇ ਚਰਨਾਂ ਵਿੱਚ ਭੇਟਾ ਕਰ ਦੇਂਦਾ ਹੈ, ਉਸ ਨੂੰ ਮਨ ਅੰਦਰੋਂ ਹੀ ਸ਼ਬਦ ਦੀ ਜਾਗਰਤੀ ਬਖਸ਼ਿਸ਼ ਹੋ ਜਾਂਦੀ ਹੈ । ਜਿਹੜਾ ਵੀ ਸੰਸਾਰ ਵਿੱਚ ਜਨਮ ਲੈਂਦਾ ਹੈ, ਉਹ ਸਮਾਂ ਪਾ ਕੇ ਮਰ ਜਾਂਦਾ ਹੈ, ਉਹ ਸਦਾ ਅਟਲ ਰਹਿਣ ਵਾਲਾ ਮਾਲਕ ਨਹੀਂ ਹੈ । ਜਿਹੜਾ ਜੀਵ ਇਹ ਅਵਸਥਾ ਧਾਰਨ ਕਰ ਲੈਂਦਾ ਹੈ, ਉਸ ਨੂੰ ਪ੍ਰਭ ਦੇ ਦਰਬਾਰ ਵਿੱਚ ਜਗ੍ਹਾ ਬਖਸ਼ਿਸ਼ ਹੋ ਸਕਦੀ ਹੈ ।

Whosoever may surrender his selfishness, self-identity at His Sanctuary; with His mercy and grace, he may be blessed with enlightenment of the essence of His Word from within. Whosoever may be born in this world, eventually he may die! He may not be worthy to be called The True Master. Whosoever may adopt the teachings of His Word with steady and stable belief; with His mercy and grace, he may be honored with a place in His Court.

ਚਾਰੇ ਅਗਨਿ ਨਿਵਾਰਿ ਮਰੁ,	chaaray agan nivaar mar
ਗੁਰਮੁਖਿ ਹਰਿ ਜਲੁ ਪਾਇ॥	gurmukh har jal paa-ay.
ਅੰਤਰਿ ਕਮਲੁ ਪ੍ਰਗਾਸਿਆ,	antar kamal pargaasi-aa
ਅੰਮ੍ਰਿਤੁ ਭਰਿਆ ਅਘਾਇ॥	amrit bhari-aa aghaa-ay.
ਨਾਨਕ ਸਤਗੁਰੁ ਮੀਤੁ ਕਰਿ,	naanak saT`gur meet kar
ਸਚੁ ਪਾਵਹਿ ਦਰਗਹ ਜਾਇ॥ ੪॥20॥	sach paavahi dargeh jaa-ay. ||4||20||

ਜਿਸ ਜੀਵ ਨੂੰ ਗੁਰਮੁਖ ਅਵਸਥਾ ਬਖਸ਼ਿਸ਼ ਹੋ ਜਾਂਦੀ ਹੈ, ਉਸ ਦੇ ਅੰਦਰ ਦੀਆਂ ਚਾਰੇ (ਅਹੰਕਾਰ, ਮੋਹ, ਲੋਭ, ਕਰੋਧ) ਤ੍ਰਿਸ਼ਨਾਂ ਖਤਮ ਹੋ ਜਾਂਦੀਆਂ ਹਨ । ਉਸ ਦੇ ਅੰਦਰ ਪ੍ਰਭ ਦੀ ਕੋਮਲ ਜੋਤ ਜਾਗਰਤ ਹੋ ਜਾਂਦੀ ਹੈ, ਮਨ ਹਰ ਸਮੇਂ ਨਿਮ੍ਰਤਾ ਨਾਲ ਭਰਿਆ ਰਹਿੰਦਾ ਹੈ । ਅਟਲ ਪ੍ਰਭ ਨੂੰ ਆਪਣਾ ਸਾਥੀ ਬਣਾਵੋ! ਖੇਵਲ ਪ੍ਰਭ ਹੀ ਆਤਮਾ ਨੂੰ ਪ੍ਰਵਾਨਗੀ ਬਖਸ਼ਦਾ, ਬਖਸ਼ ਸਕਦਾ ਹੈ ।

Whosoever may be blessed with a state of mind as His true devotee; with His mercy and grace, he may conquer all four (ego, attachment, greed, anger) worldly desires. He may be enlightened with the essence of His Word within his heart, he may remain deeply drenched with humility and modesty. You should always seek His companionship; only The True Master may bless the right path of salvation.

74. ਸਿਰੀਰਾਗੁ ਮਹਲਾ ੧॥ (22-3)

ਹਰਿ ਹਰਿ ਜਪਹੁ ਪਿਆਰਿਆ,	har har japahu pi-aari-aa
ਗੁਰਮਤਿ ਲੇ ਹਰਿ ਬੋਲਿ॥	gurmat lay har bol.
ਮਨੁ ਸਚ ਕਸਵਟੀ ਲਾਈਐ,	man, sach kasvatee laa-ee-ai
ਤੁਲੀਐ ਪੂਰੈ ਤੋਲਿ॥	tulee-ai poorai tol.
ਕੀਮਤਿ ਕਿਨੈ ਨ ਪਾਈਐ,	keemat kinai na paa-ee-ai
ਰਿਦ ਮਾਣਕ ਮੋਲਿ ਅਮੋਲਿ॥੧॥	rid maanak mol amol. ||1||

ਜੀਵ ਪ੍ਰਭ ਦੇ ਸ਼ਬਦ ਦਾ ਸਿਮਰਨ ਕਰੋ! ਉਸ ਨੂੰ ਆਪਣੇ ਜੀਵਨ ਦਾ ਅਧਾਰ ਬਣਾਵੋ! ਹਰ ਵੇਲੇ ਭਾਣੇ ਦੀ ਕਸਵਟੀ ਤੇ ਪੂਰਾ ਹੋਵੇ, ਕਦੇ ਵੀ ਹੋਰ ਪਾਸੇ ਨਾ ਲਗੋ । ਇਸ ਅਣਮੋਲ ਅਵਸਥਾ ਦੀ ਕੀਮਤ ਜਾਣੀ ਨਹੀਂ ਜਾ ਸਕਦੀ, ਕੋਈ ਖੋਹ, ਖਰੀਦ ਨਹੀਂ ਸਕਦਾ ।

You should always meditate and adopt the teachings of His Word with steady and stable belief in your day-to-day life. You should always evaluate your own deeds and way of life with the essence of His Word; you may never wander in different directions. The significance of a state of mind of His true devotee remains beyond comprehension, imagination of His Creation. No one can robe, steal his earnings, treasure of enlightenment of His Word.

ਭਾਈ ਰੇ ਹਰਿ ਹੀਰਾ ਗੁਰ ਮਾਹਿ॥	bhaa-ee ray har heeraa gur maahi.
ਸਤਸੰਗਤਿ ਸਤਗੁਰੁ ਪਾਈਐ,	satsangat saT`gur paa-ee-ai
ਅਹਿਨਿਸਿ ਸਬਦਿ ਸਲਾਹਿ॥੧॥ ਰਹਾਉ॥	ahinis sabad salaahi. ||1|| rahaa-o.

ਪ੍ਰਭ ਦੀ ਰਹਿਮਤ ਦੀ ਅਸਲੀ ਕੀਮਤ, ਸ਼ਬਦ ਦੀ ਪਾਲਣਾ ਵਿੱਚ ਹੀ ਸਮਾਈ ਹੈ । ਕੇਵਲ ਸੰਤ ਸਰੂਪ ਨੂੰ ਹੀ ਕੀਮਤ ਦੀ ਸੋਝੀ ਬਖਸ਼ਿਸ਼ ਹੁੰਦੀ ਹੈ, ਉਸ ਤੋਂ ਹੀ ਉਸ ਦੀ ਕੀਮਤ ਪਾਈ ਜਾ ਸਕਦੀ ਹੈ ।

The true significance of His Blessings remains embedded in adopting the teachings of His Word in day-to-day life. Only His true devotee may be blessed with the essence of His Word, His Blessings. Whosoever may adopt his life experience teachings in his own life, he may realize the significance of His Blessings.

ਸਚੁ ਵਖਰੁ ਧਨੁ ਰਾਸਿ ਲੈ,	sach vakhar Dhan raas lai
ਪਾਈਐ ਗੁਰ ਪਰਗਾਸਿ॥	paa-ee-ai gur pargaas.
ਜਿਉ ਅਗਨਿ ਮਰੈ ਜਲਿ ਪਾਇਐ,	ji-o agan marai jal paa-i-ai
ਤਿਉ ਤ੍ਰਿਸਨਾ ਦਾਸਨਿ ਦਾਸਿ॥	ti-o tarisnaa daasan daas.
ਜਮ ਜੰਦਾਰੁ ਨ ਲਗਈ,	jam jandaar na lag-ee
ਇਉ ਭਉਜਲੁ ਤਰੈ ਤਰਾਸਿ॥੨॥	i-o bha-ojal tarai taraas. ||2||

ਅਡੋਲ ਭਰੋਸੇ ਨਾਲ ਬੰਦਗੀ ਕਰਨ ਦੀ ਸਮਰਥਾ ਵੀ ਪ੍ਰਭ ਦੀ ਰਹਿਮਤ ਨਾਲ ਹੀ ਬਖਸ਼ਿਸ਼ ਹੁੰਦੀ ਹੈ, ਉਹ ਹੀ ਜੀਵ ਨੂੰ ਇਸ ਪਾਸੇ ਲਾਉਂਦਾ ਹੈ । ਜਿਵੇਂ ਪਾਣੀ ਪਾਉਣ ਨਾਲ ਅੱਗ ਬੁਝ ਜਾਂਦੀ ਹੈ, ਇਸਤਰ੍ਹਾਂ ਸਿਮਰਨ ਕਰਨ ਨਾਲ ਮਨ ਦੀਆਂ ਤ੍ਰਿਸ਼ਨਾਂ ਦਾ ਨਾਸ ਹੋ ਜਾਂਦਾ ਹੈ । ਫਿਰ ਉਹ ਮੌਤ ਤੋਂ ਡਰਦਾ ਨਹੀਂ, ਸਗੋਂ ਪ੍ਰਭ ਨੂੰ ਮਿਲਣ ਦਾ ਸਮਾਂ ਬਣ ਜਾਂਦਾ ਹੈ ।

Whosoever may be bestowed with His Blessed Vision, only he be blessed with devotion to meditate and to obey the teachings of His Word with steady and stable belief. Only he may remain steady and stable path. As fire may be extinguished by spraying water; same way meditating on the teachings of His Word, may destroy his anxiety of worldly desires. His fear of death may be eliminated and death may become a time of union with The True Master.

ਗੁਰਮੁਖਿ ਕੂੜੁ ਨ ਭਾਵਈ,	gurmukh koorh na bhaav-ee
ਸਚਿ ਰਤੇ ਸਚ ਭਾਇ॥	sach ratay sach bhaa-ay.
ਸਾਕਤ ਸਚੁ ਨ ਭਾਵਈ,	saakat sach na bhaav-ee
ਕੂੜੈ ਕੂੜੀ ਪਾਂਇ॥	koorhai koorhee paaN-ay.
ਸਚਿ ਰਤੇ ਗੁਰਿ ਮੇਲਿਐ,	sach ratay gur mayli-ai
ਸਚੇ ਸਚਿ ਸਮਾਇ॥੩॥	sachay sach samaa-ay. ||3||

ਸ਼ਬਦ ਦੀ ਬੰਦਗੀ ਕਰਨਵਾਲਾ ਜੀਵ, ਕੇਵਲ ਅਟਲ ਪ੍ਰਭ ਦੇ ਭਾਣੇ ਅੰਦਰ ਹੀ ਚਲਦਾ ਹੈ, ਹੋਰ ਕਿਸੇ ਰੀਤ ਰੀਵਾਜ ਦਾ ਕੋਈ ਫਿਕਰ ਨਹੀਂ ਕਰਦਾ । ਜਿਹੜਾ ਭਾਣੇ ਅੰਦਰ ਨਹੀਂ ਚਲਦਾ, ਉਹ ਬਾਣੀ ਦੀਆਂ ਹੋਰ ਹੀ ਘੜਤਾਂ ਬਣਾਉਂਦਾ, ਤੋੜ ਮਰੋੜ ਕੇ ਵਿਆਖਿਆ ਕਰਦਾ ਹੈ । ਜਿਹੜਾ ਜੀਵ ਭਾਣੇ ਵਿੱਚ ਰੰਗਿਆ ਰਹਿੰਦਾ ਹੈ, ਉਸ ਨੂੰ ਪ੍ਰਭ ਆਪ ਹੀ ਆਪਣੀ ਜੋਤ ਵਿੱਚ ਅਭੇਦ ਕਰ ਲੈਂਦਾ ਹੈ ।

His true devotee may only adopt the teachings of His Word in day-to-day life; he may not consider any religious rituals significant for the real purpose of human life. Whosoever may not obey the teachings of His Word; he may twist the spiritual meaning with ever changing worldly logic; makes up different meanings of His Word. He will explain the Holy Scripture with his own twist. Whosoever may remain drenched with the essence of His Word; with His mercy and grace, he may be immersed in His Holy Spirit.

ਮਨ ਮਹਿ ਮਾਣਕੁ ਲਾਲੁ,	man, meh maanak laal
ਨਾਮੁ ਰਤਨੁ ਪਦਾਰਥੁ ਹੀਰੁ॥	Naam ratan padaarath heer.
ਸਚੁ ਵਖਰੁ ਧਨੁ ਨਾਮੁ ਹੈ,	sach vakhar Dhan Naam hai
ਘਟਿ ਘਟਿ ਗਹਿਰ ਗੰਭੀਰੁ॥	ghat ghat gahir gambheer.
ਨਾਨਕ ਗੁਰਮੁਖਿ ਪਾਈਐ,	naanak gurmukh paa-ee-ai
ਦਇਆ ਕਰੇ ਹਰਿ ਹੀਰੁ॥੪॥21॥	da-i-aa karay har heer. ||4||21||

ਹਰਇਕ ਜੀਵ ਦੇ ਅੰਦਰ ਪ੍ਰਭ ਦਾ ਅਮੋਲਕ ਸ਼ਬਦ ਵਸਦਾ ਹੈ, ਇਸ ਹੀ ਅਸਲੀ ਵਪਾਰ ਕਰਨਵਾਲੀ ਵਸਤੂ ਹੈ, ਹਰ ਹਿਰਦੇ ਵਿੱਚ ਬਹੁਤ ਡੂੰਘੀ ਰਚੀ ਹੋਈ ਹੈ । ਜਿਹੜਾ ਆਪਣੇ ਜੀਵਨ ਨੂੰ ਪ੍ਰਭ ਦੇ ਭਾਣੇ ਅਨੁਸਾਰ ਢਾਲਦਾ ਹੈ, ਉਸ ਨੂੰ ਪ੍ਰਭ ਦੀ ਰਹਿਮਤ ਨਾਲ ਇਹ ਹੋਂਦ ਮਹਿਸੂਸ ਹੋ ਜਾਂਦੀ ਹੈ ।

His priceless Word remains embedded within each soul, dwells deep within his body. His Word may be the true merchandize to trade in human life journey. Whosoever may adopt the teachings of His Word in his day-to-day life; with His mercy and grace, he may realize His Existence everywhere.

75. ਸਿਰੀਰਾਗੁ ਮਹਲਾ ੧॥ (22-10)

ਭਰਮੇ ਭਾਹਿ ਨ ਵਿਝਵੈ,	bharmay bhaahi na vijhvai
ਜੇ ਭਵੈ ਦਿਸੰਤਰ ਦੇਸੁ॥	jay bhavai disantar days.
ਅੰਤਰਿ ਮੈਲੁ ਨ ਉਤਰੈ,	antar mail na utrai
ਧ੍ਰਿਗੁ ਜੀਵਣੁ ਧ੍ਰਿਗੁ ਵੇਸੁ॥	Dharig jeevan Dharig vays.
ਹੋਰੁ ਕਿਤੈ ਭਗਤਿ ਨ ਹੋਵਈ,	hor kitai bhagat na hova-ee
ਬਿਨੁ ਸਤਿਗੁਰ ਕੇ ਉਪਦੇਸ॥੧॥	bin saT`gur kay updays. ||1||

ਜੀਵ ਦੇ ਅੰਦਰੋਂ ਭਰਮ ਦੀ ਜੜ੍ਹ ਕਿਸੇ ਜਾਦੂ ਟੂਣੇ, ਆਪਣੀ ਜਗ੍ਹਾ ਬਦਲਨ, ਜੰਗਲ ਵਿੱਚ ਜਾਣ ਨਾਲ ਦੂਰ ਨਹੀਂ ਹੁੰਦੀ । ਮਨ ਦੀ ਮੈਲ ਕਦੇ ਧੋਤੀ ਨਹੀਂ ਜਾ ਸਕਦੀ, ਇਹ ਤਾ ਰੱਤ ਵਿੱਚ ਸਮਾ ਗਈ ਹੈ । ਇਹ ਕੇਵਲ ਅਟਲ ਪ੍ਰਭ ਦੇ ਭਾਣੇ, ਸ਼ਬਦ ਨਾਲ ਜੀਵਨ ਢਾਲਣ ਨਾਲ ਹੀ ਦੂਰ ਹੋ ਸਕਦੀ ਹੈ ।

The root of suspicions from heart may never be eliminated by miracles, changing place, or living in wild forests away from habitat. The blemish of evil thoughts may remain embedded within each fiber of his blood. Whosoever may adopt the teachings of His Word with steady and stable belief in his day-to-day life, only he may conquer his religious suspicions.

ਮਨ ਰੇ ਗੁਰਮੁਖਿ ਅਗਨਿ ਨਿਵਾਰਿ॥	man, ray gurmukh agan nivaar.
ਗੁਰ ਕਾ ਕਹਿਆ ਮਨਿ ਵਸੈ,	gur kaa kahi-aa man vasai
ਹਉਮੈ ਤ੍ਰਿਸਨਾ ਮਾਰਿ॥੧॥ ਰਹਾਉ॥	ha-umai tarisnaa maar. ||1|| rahaa-o.

ਜਿਹੜਾ ਸ਼ਬਦ ਨਾਲ ਆਪਣਾ ਜੀਵਨ ਢਾਲਦਾ ਹੈ! ਉਸ ਨੂੰ ਗੁਰਮਖ ਅਵਸਥਾ ਬਖਸ਼ਿਸ਼ ਹੋ ਸਕਦੀ ਹੈ । ਇਹ ਤ੍ਰਿਸ਼ਨਾਂ ਦੀ ਜੜ੍ਹ ਆਪਣੇ ਅੰਦਰੋਂ ਆਪ ਹੀ ਖਤਮ ਹੋ ਸਕਦੀ ਹੈ ।

Whosoever may adopt the teachings of His Word with steady and stable belief; with His mercy and grace, he may be blessed with a state of mind as His true devotee. The root of his worldly desires may be uprooted from within.

ਮਨੁ ਮਾਣਕੁ ਨਿਰਮੋਲੁ ਹੈ,	man, maanak nirmol hai
ਰਾਮ ਨਾਮਿ ਪਤਿ ਪਾਇ॥	raam Naam pat paa-ay.
ਮਿਲਿ ਸਤਸੰਗਤਿ ਹਰਿ ਪਾਈਐ,	mil satsangat har paa-ee-ai
ਗੁਰਮੁਖਿ ਹਰਿ ਲਿਵ ਲਾਇ॥	gurmukh har liv laa-ay.
ਆਪੁ ਗਇਆ ਸੁਖੁ ਪਾਇਆ,	aap ga-i-aa sukh paa-i-aa
ਮਿਲਿ ਸਲਲੈ ਸਲਲ ਸਮਾਇ॥੨॥	mil sallai salal samaa-ay. ||2||

ਮਨ ਬਹੁਤ ਅਣਮੋਲ ਹੈ, ਇਸ ਦੀ ਅਸਲੀ ਕੀਮਤ, ਸ਼ਬਦ ਮਨ ਵਿੱਚ ਵਸਾਉਣ ਨਾਲ ਹੀ ਮਹਿਸੂਸ ਹੋ ਸਕਦੀ ਹੈ । ਸੰਤ ਸਰੂਪ ਵਰਗਾ ਜੀਵਨ ਬਤੀਤ ਕਰਨ, ਸ਼ਬਦ ਦੇ ਸਿਮਰਨ ਵਿੱਚ ਲੀਨ ਹੋਇਆ ਹੀ ਬਖਸ਼ਿਸ਼ ਹੁੰਦੀ ਹੈ । ਜਿਸ ਦੇ ਮਨ ਵਿਚੋਂ ਆਪਾ ਖਤਮ ਹੋ ਜਾਂਦਾ ਹੈ, ਉਸ ਨੂੰ ਪ੍ਰਭ ਦੀ ਹੋਂਦ, ਸ਼ਬਦ ਦੀ ਸਦਾ ਅਡੋਲ ਗੂੰਜ ਸੁਣਦੀ ਹੈ । ਪ੍ਰਭ ਆਪ ਹੀ ਆਤਮਾ ਨੂੰ ਪ੍ਰਵਾਨ ਕਰ ਲੈਂਦਾ ਹੈ ।

The mind is very precious ambrosial jewel. Whosoever may remain drenched with the essence of His Word, only he may realize the true significance of His Blessings. Whosoever may adopt the life teachings of His Holy saint with steady and stable belief in his day-to-day life; with His mercy and grace, he may surrender his self-identity at His Sanctuary. He may realize His existence. He may hear the everlasting echo of His Word within his heart; his soul may be accepted in His Court.

ਜਿਨਿ ਹਰਿ ਹਰਿ ਨਾਮੁ ਨ ਚੇਤਿਓ,	jin har har Naam na chayti-o
ਸੁ ਅਉਗੁਣਿ ਆਵੈ ਜਾਇ॥	so a-ogun aavai jaa-ay.
ਜਿਸੁ ਸਤਗੁਰੁ ਪੁਰਖੁ ਨ ਭੇਟਿਓ,	jis saT`gur purakh na bhayti-o
ਸੁ ਭਉਜਲਿ ਪਚੈ ਪਚਾਇ॥	so bha-ojal pachai pachaa-ay.
ਇਹੁ ਮਾਣਕੁ ਜੀਉ ਨਿਰਮੋਲੁ ਹੈ,	ih maanak jee-o nirmol hai
ਇਉ ਕਉਡੀ ਬਦਲੈ ਜਾਇ॥੩॥	i-o ka-udee badlai jaa-ay. ||3||

ਜਿਹੜਾ ਸ਼ਬਦ ਦੀ ਸਿਖਿਆਂ ਨੂੰ ਆਪਣੇ ਜੀਵਨ ਵਿੱਚ ਨਹੀਂ ਢਾਲਦਾ, ਉਹ ਵੱਖਰੀਆਂ ਜੂੰਨਾਂ ਦੇ ਚੱਕਰ ਵਿੱਚ ਹੀ ਰਹਿੰਦਾ ਹੈ । ਉਹ ਜਮਦੂਤ ਦੇ ਹਵਾਲੇ ਹੀ ਕੀਤਾ ਜਾਂਦਾ ਹੈ । ਉਸ ਨੇ ਅਣਮੋਲ ਮਾਨਸ, ਜਨਮ ਬਿਰਥਾ ਹੀ ਗਵਾ ਲਿਆ, ਕੋਈ ਲਾਭ ਨਹੀਂ ਲਿਆ ।

Whosoever may not adopt the teachings of His Word in life; he may remain in the cycle of birth and death as different creature life. He may remain under the control of devil of death. He wastes his priceless human life opportunity uselessly without any benefit.

ਜਿੰਨਾ ਸਤਗੁਰੁ ਰਸਿ ਮਿਲੈ,	jinna saT`gur ras milai
ਸੇ ਪੂਰੇ ਪੁਰਖ ਸੁਜਾਣ॥	say pooray purakh sujaan.
ਗੁਰ ਮਿਲਿ ਭਉਜਲੁ ਲੰਘੀਐ,	gur mil bha-ojal langhee-ai
ਦਰਗਹ ਪਤਿ ਪਰਵਾਣੁ॥	dargeh pat parvaan.
ਨਾਨਕ ਤੇ ਮੁਖ ਉਜਲੇ,	naanak tay mukh ujlay
ਧੁਨਿ ਉਪਜੈ ਸਬਦੁ ਨੀਸਾਣੁ॥੪॥22॥	Dhun upjai sabad neesaan. ||4||22||

ਜਿਸ ਦੇ ਹਿਰਦੇ ਤੇ ਸ਼ਬਦ ਦਾ ਰੰਗ ਚੜ੍ਹ ਜਾਂਦਾ ਹੈ, ਉਸ ਨੂੰ ਸੂਝਵਾਨ ਸਮਝਿਆ ਜਾਂਦਾ ਹੈ । ਉਹ ਸ਼ਬਦ ਦੇ ਜਹਾਜ਼ ਵਿੱਚ ਚੜ੍ਹਕੇ ਸੰਸਾਰਕ ਸਾਗਰ ਨੂੰ ਪਾਰ ਕਰ ਜਾਂਦਾ ਹੈ । ਉਸ ਤੇ ਸ਼ਬਦ ਦਾ ਸਰੂਰ ਆ ਜਾਂਦਾ ਹੈ, ਪ੍ਰਭ ਦੀ ਕ੍ਰਿਪਾ ਭਰਪੂਰ ਹੋ ਜਾਂਦੀ ਹੈ ।

Whosoever may remain drenched with the crimson color of the essence of His Word; he may be considered an enlightened soul. He may be blessed with a seat on rescue ship of His Word to cross the terrible worldly ocean of desires. He may remain drench with the essence of His Word and overwhelmed with His Blessings.

76. ਸਿਰੀਰਾਗੁ ਮਹਲਾ ੧॥ (22-17)

ਵਣਜੁ ਕਰਹੁ ਵਣਜਾਰਿਹੋ,	vanaj karahu vanjaariho
ਵਖਰੁ ਲੇਹੁ ਸਮਾਲਿ॥	vakhar layho samaal.
ਤੈਸੀ ਵਸਤੁ ਵਿਸਾਹੀਐ,	taisee vasat visaahee-ai
ਜੈਸੀ ਨਿਬਹੈ ਨਾਲਿ॥	jaisee nibhai naal.
ਅਗੈ ਸਾਹੁ ਸੁਜਾਣੁ ਹੈ,	agai saahu sujaan hai
ਲੈਸੀ ਵਸਤੁ ਸਮਾਲਿ॥੧॥	laisee vasat samaal. ||1||

ਮਾਨਸ ਜਨਮ ਦਾ ਸਮਾਂ ਬਹੁਤ ਕੀਮਤੀ ਹੈ । ਇਸ ਦੀ ਵਰਤੋਂ ਬਹੁਤ ਧਿਆਨ ਨਾਲ ਕਰੋ! ਆਪਣੇ ਜੀਵਨ ਵਿੱਚ ਸਦਾ ਸਾਥ ਰਹਿਣ ਵਾਲੀ ਕਮਾਈ ਇਕੱਠੀ ਕਰੋ! ਮੌਤ ਤੋਂ ਪਿਛੋਂ ਤੇਰੀ ਬਹੁਤ ਸਿਆਣੇ ਵਪਾਰੀ ਨਾਲ ਮੁਲਾਕਤ ਹੋਵੇਗੀ, ਉਹ ਇਸ ਦੀ ਅਸਲੀ ਕੀਮਤ ਪਾਵੇਗਾ ।

Human life opportunity may be very precious, ambrosial opportunity. You should utilize very carefully. You should only collect the wealth of His Word, a permanent companion of soul forever. After death you are going to interface a very wise merchant; who may perform a real appraisal.

ਭਾਈ ਰੇ ਰਾਮੁ ਕਹਹੁ, ਚਿਤੁ ਲਾਇ॥	bhaa-ee ray raam kahhu chit laa-ay.
ਹਰਿ ਜਸੁ ਵਖਰੁ ਲੈ ਚਲਹੁ,	har jas vakhar lai chalhu
ਸਹੁ ਦੇਖੈ ਪਤੀਆਇ॥੧॥ ਰਹਾਉ॥	saho daykhai patee-aa-ay. ||1|| rahaa-o.

ਆਪਣਾ ਭਰੋਸਾ ਅਡੋਲ ਰਖਕੇ ਪ੍ਰਭ ਦੇ ਸ਼ਬਦ ਦਾ ਸਿਮਰਨ ਕਰੋ! ਇਹ ਅਣਮੋਲ ਕਮਾਈ ਅਖੀਰ ਵਿੱਚ ਵੀ ਤੇਰਾ ਸਾਥ ਦੇਵੇਗੀ ।

You should wholeheartedly adopt the teachings of His Word in your day-to-day life. Only the ambrosial earnings of His Word remain companion with his soul to support in His Court.

ਜਿਨਾ ਰਾਸਿ ਨ ਸਚੁ ਹੈ,	jinaa raas na sach hai
ਕਿਉ ਤਿਨਾ ਸੁਖੁ ਹੋਇ॥	ki-o tinaa sukh ho-ay.
ਖੋਟੈ ਵਣਜਿ ਵਣੰਜਿਐ,	khotai vanaj vananji-ai
ਮਨੁ ਤਨੁ ਖੋਟਾ ਹੋਇ॥	man, tan khotaa ho-ay.
ਫਾਹੀ ਫਾਥੇ ਮਿਰਗ ਜਿਉ,	faahee faathay mirag ji-o
ਦੂਖੁ ਘਣੋ ਨਿਤ ਰੋਇ॥੨॥	dookh ghano nit ro-ay. ‖2‖

ਜਿਸ ਦੇ ਕੋਲ ਸ਼ਬਦ ਦੀ ਕਮਾਈ ਨਹੀਂ ਹੁੰਦੀ! ਮੌਤ ਪਿਛੋਂ ਉਸ ਨੂੰ ਕਿਵੇਂ ਸੁਖ ਬਖਸ਼ਿਸ਼ ਹੋ ਸਕਦਾ ਹੈ? ਉਸ ਨੇ ਬਾਕੀ ਦੀਆਂ ਕਮਾਈਆਂ ਇਥੇ ਹੀ ਛੱਡ ਜਾਣੀਆਂ ਹਨ । ਸੰਸਾਰਕ ਧਨ ਦੀ ਪ੍ਰਭ ਦੇ ਦਰਬਾਰ ਵਿੱਚ ਕੋਈ ਕੀਮਤ ਨਹੀਂ ਹੁੰਦੀ । ਮੌਤ ਤੋਂ ਪਿਛੋਂ ਮਾਨਸ ਆਪਣੇ ਜਾਲ ਵਿੱਚ ਆਪ ਹੀ ਫਸ ਜਾਂਦਾ ਹੈ, ਆਪਣੇ ਕੀਤੇ ਦਾ ਫਲ ਭੁਗਤਦਾ ਹੈ ।

Whosoever may not earn the wealth of His Word! How may he be blessed with any comfort in His Court? All his worldly possessions remain in world and have no value, significance in His Court. After death, he may become a victim of his own evil thoughts and endures the consequences of his deeds.

ਖੋਟੇ ਪੋਤੈ ਨਾ ਪਵਹਿ,	khotay potai naa paveh
ਤਿਨ ਹਰਿ ਗੁਰ ਦਰਸੁ ਨ ਹੋਇ॥	tin har gur daras na ho-ay.
ਖੋਟੇ ਜਾਤਿ ਨ ਪਤਿ ਹੈ,	khotay jaat na pat hai
ਖੋਟਿ ਨ ਸੀਝਸਿ ਕੋਇ॥	khot na seejhas ko-ay.
ਖੋਟੇ ਖੋਟੁ ਕਮਾਵਣਾ,	khotay khot kamaavanaa
ਆਇ ਗਇਆ ਪਤਿ ਖੋਇ॥੩॥	aa-ay ga-i-aa pat kho-ay. ‖3‖

ਪ੍ਰਭ ਦੇ ਦਰਬਾਰ ਵਿੱਚ ਕੇਵਲ ਸ਼ਬਦ ਦੀ ਕਮਾਈ ਹੀ ਕੀਮਤੀ ਹੁੰਦੀ ਹੈ । ਬਾਕੀ ਸੰਸਾਰਕ ਕਮਾਈਆਂ ਦੀ ਕੋਈ ਕੀਮਤ ਨਹੀਂ ਹੁੰਦੀ । ਉਹ ਆਪਣੇ ਸੰਸਾਰਕ ਕੰਮਾਂ ਨਾਲ ਆਪਣੀ ਜਗ੍ਹਾ ਗਵਾ ਲੈਂਦਾ ਹੈ । ਬੁਰੇ ਕੰਮ ਕਰਕੇ, ਕੇਵਲ ਪਛਤਾਵਾ ਹੀ ਕਰਨਾ ਪੈਂਦਾ ਹੈ ।

Only the earnings of His Word may be rewarded and accepted in His Court. All worldly possessions and earnings may not have any significance in His Court for the real purpose of human life opportunity. He may lose his priceless human life opportunity as reward for his evil deeds. He may only regret and repents for his worldly deeds.

ਨਾਨਕ ਮਨੁ ਸਮਝਾਈਐ,	naanak man samjaa-ee-ai
ਗੁਰ ਕੈ ਸਬਦਿ ਸਾਲਾਹ॥	gur kai sabad saalaah.
ਰਾਮ ਨਾਮ ਰੰਗਿ ਰਤਿਆ,	raam Naam rang rati-aa
ਭਾਰੁ ਨ ਭਰਮੁ ਤਿਨਾਹ॥	bhaar na bharam tinaah.
ਹਰਿ ਜਪਿ ਲਾਹਾ ਅਗਲਾ,	har jap laahaa aglaa
ਨਿਰਭਉ ਹਰਿ ਮਨ ਮਾਹ॥੪॥23॥	nirbha-o har man maah. ‖4‖23‖

ਮਨ ਤੇ ਕਾਬੂ ਪਾਵੋ! ਪ੍ਰਭ ਦੇ ਭਾਣੇ ਨੂੰ ਸਮਝਕੇ, ਜੀਵਨ ਵਿੱਚ ਢਾਲੋ! ਜਿਹੜਾ ਸ਼ਬਦ ਦੇ ਰੰਗ ਵਿੱਚ ਰੰਗਿਆ ਜਾਂਦਾ ਹੈ, ਉਸ ਦੇ ਸਾਰੇ ਭਰਮ ਭਲੇਖੇ ਆਪ ਹੀ ਦੂਰ ਹੋ ਜਾਂਦੇ ਹਨ । ਮੌਤ ਪਿਛੋਂ ਉਸ ਨੂੰ ਦਰਗਾਹ ਵਿੱਚ ਪ੍ਰਵਾਨਗੀ ਬਖਸ਼ਿਸ਼ ਹੋ ਸਕਦੀ ਹੈ ।

You should conquer your mind, worldly desires! You should understand, and adopt the teachings of His Word with steady and stable belief in day-to-day life. Whosoever may remain drenched with the crimson color of the essence of His Word; with His mercy and grace, all his suspicions may be eliminated. He may be rewarded, accepted in His Court.

77. ਸਿਰੀਰਾਗੁ ਮਹਲਾ ੧ ਘਰੁ ੨॥ (23-5)

ਧਨੁ ਜੋਬਨੁ ਅਰੁ ਫੁਲੜਾ,	dhan joban ar fulrhaa
ਨਾਠੀਅੜੇ ਦਿਨ ਚਾਰਿ॥	naathee-arhay din chaar.
ਪਬਣਿ ਕੇਰੇ ਪਤ ਜਿਉ,	paban kayray pat ji-o
ਢਲਿ ਢੁਲਿ ਜੁੰਮਣਹਾਰ॥੧॥	dhal dhul jummanhaar. ||1||

ਜੀਵ ਦੀ ਜਵਾਨੀ, ਸੁੰਦਰਤਾ, ਧਨ ਥੋੜ੍ਹੇ ਦਿਨਾਂ ਦਾ ਪ੍ਰਾਹੁਣਾ ਹੈ । ਜਿਸ ਦੀ ਸਵਾਸ ਦੀ ਪੂੰਜੀ ਖਤਮ ਹੋ ਜਾਂਦੀ ਹੈ, ਉਸ ਨੂੰ ਮੌਤ ਘੇਰ ਲੈਂਦੀ ਹੈ ।

Worldly beauty, youth spirit and worldly wealth may remain short-lived in human life journey. Whose capital of breathes may be exhausted; he may be captured by the devil of death.

ਰੰਗੁ ਮਾਣਿ ਲੈ ਪਿਆਰਿਆ,	rang maan lai pi-aari-aa
ਜਾ ਜੋਬਨੁ ਨਉ ਹੁਲਾ॥	jaa joban na-o hulaa.
ਦਿਨ ਥੋੜੜੇ, ਥਕੇ ਭਇਆ	din thorh-rhay thakay bha-i-aa
ਪੁਰਾਣਾ ਚੋਲਾ॥੧॥ ਰਹਾਉ॥	puraanaa cholaa. ||1|| rahaa-o.

ਮਨਮੁਖ ਆਪਣਾ ਜੀਵਨ ਮੌਜ ਮੇਲੇ ਵਿੱਚ ਹੀ ਬਤੀਤ ਕੀਤੀ ਜਾਂਦਾ ਹੈ । ਜੀਵ ਦੀ ਉਮਰ, ਮਿਥਿਆ ਸਮਾਂ ਖਤਮ ਹੋ ਜਾਂਦਾ ਹੈ, ਅੰਤ ਮੌਤ ਹੀ ਆਉਣੀ ਹੈ ।

Self-minded may waste his human life in worldly pleasures. Your predetermined time may be passing very rapidly. In the end, after death, you must face the righteous judge to endure the miseries pf your worldly deeds.

ਸਜਣ ਮੇਰੇ ਰੰਗੁਲੇ,	sajan mayray rangulay
ਜਾਇ ਸੁਤੇ ਜੀਰਾਣਿ॥	jaa-ay sutay jaaraan.
ਹੰ ਭੀ ਵੰਞਾ ਡੁਮਣੀ,	haN bhee vanjaa dumnee
ਰੋਵਾ ਝੀਣੀ ਬਾਣਿ॥੨॥	rovaa jheenee baan. ||2||

ਦੇਖ ਤੇਰੇ ਮਿੱਤਰ ਸਭ ਮਰ ਗਏ ਹਨ, ਤੂੰ ਵੀ ਹਉਕੇ ਭਰਦਾ ਹੈ, ਕਿ ਤੂੰ ਵੀ ਮਰ ਜਾਣਾ ਹੈ ।

Remember! All your friends already have passed away. You are worried, your turn may be approaching rapidly.

ਕੀ ਨ ਸੁਣੇਹੀ ਗੋਰੀਏ,	kee na sunayhee goree-ay
ਆਪਣ ਕੰਨੀ ਸੋਇ॥	aapan kannee so-ay.
ਲਗੀ ਆਵਹਿ ਸਾਹੁਰੈ,	lagee aavahi saahurai
ਨਿਤ ਨ ਪੇਈਆ ਹੋਇ॥੩॥	nit na pay-ee-aa ho-ay. ||3||

ਜੀਵ ਅਜੇ ਮੌਤ ਦਾ ਸੱਦਾ ਨਹੀਂ ਆਇਆ, ਤੂੰ ਆਪਣੇ ਮਨ ਦੀ ਅਗਿਆਣਤਾ ਵਿੱਚ ਸੰਸਾਰਕ ਮਾਇਆ ਦੇ ਨਸ਼ੇ ਵਿੱਚ ਮਸਤ ਹੈ! ਸੰਸਾਰ ਵਿੱਚ ਕੋਈ ਵੀ ਸਦਾ ਨਹੀਂ ਰਹਿੰਦਾ, ਹਰਇਕ ਨੇ ਅਖੀਰ ਮਰ ਹੀ ਜਾਣਾ ਹੈ ।

The devil of death has not called your turn. You remain intoxicated in with sweet poison of worldly wealth, worldly desires. No one may ever live forever in the world. Everyone must endure the judgement; face The Righteous Judge for his worldly deeds.

ਨਾਨਕ ਸੁਤੀ ਪੇਈਐ,	naanak sutee pay-ee-ai
ਜਾਣੁ ਵਿਰਤੀ ਸੰਨਿ॥	jaan virtee sann.
ਗੁਣਾ ਗਵਾਈ ਗੰਠੜੀ,	gunaa gavaa-ee ganth-rhee
ਅਵਗਣ ਚਲੀ ਬੰਨਿ॥੪॥24॥	avgan chalee bann. ||4||24||

ਜਿਹੜਾ ਆਪਣੇ ਮਾਂ, ਬਾਪ ਦੇ ਮਰਨ ਤੇ ਵਿਰਾਗ ਕਰਦਾ ਹੈ, ਉਹ ਵੀ ਅਖੀਰ ਵਿੱਚ ਮਰ ਜਾਂਦਾ ਹੈ । ਆਪਣੇ ਕੀਤੇ ਅਉਗੁਣ ਹੀ ਨਾਲ ਲੈ ਜਾਂਦਾ ਹੈ ।

Whosoever may grieve at the death of his mother or father; he will also die. The burden of his evil deeds, sins remain with his soul and endures miseries in His Court.

78. ਸਿਰੀਰਾਗੁ ਮਹਲਾ ੧ ਘਰੁ ਦੂਜਾ ੨॥ (23-10)

ਆਪੇ ਰਸੀਆ ਆਪਿ ਰਸੁ,	aapay rasee-aa aap ras
ਆਪੇ ਰਾਵਣਹਾਰੁ॥	aapay ravanhaar.
ਆਪੇ ਹੋਵੈ ਚੋਲੜਾ,	aapay hovai cholrhaa
ਆਪੇ ਸੇਜ ਭਤਾਰੁ॥੧॥	aapay sayj bhataar. ||1||

ਪ੍ਰਭ ਆਪ ਹੀ ਸਭ ਕੁਝ ਕਰਨਵਾਲਾ ਹੈ, ਆਪ ਹੀ ਖੇਲ ਕਰਵਾਉਂਦਾ ਹੈ । ਆਪ ਹੀ ਸਭ ਕੁਝ ਕਰਦਾ, ਅਨੰਦ ਮਾਨਦਾ ਹੈ, ਆਪ ਹੀ ਉਹ ਤਖਤ ਹੈ ਅਤੇ ਆਪ ਹੀ ਉਸ ਉਪਰ ਬਰਾਜਮਾਨ ਹੋਣ ਵਾਲਾ ਹੈ ।

The True Master has created the play of the universe! He inspires to His Creation to performs various functions. He prevails in everything and enjoys the play. He may be the Royal Throne and Himself seated on His Throne.

ਰੰਗਿ ਰਤਾ ਮੇਰਾ ਸਾਹਿਬੁ,	rang rataa mayraa saahib
ਰਵਿ ਰਹਿਆ ਭਰਪੂਰਿ॥੧॥ ਰਹਾਉ॥	rav rahi-aa bharpoor. ||1|| rahaa-o.

ਪ੍ਰਭ ਆਪ ਹੀ ਮਹਿਫਲ ਰਚਾਉਣ ਵਾਲਾ, ਆਪ ਹੀ ਰੌਣਕ ਲਾਉਣ ਵਾਲਾ ਹੈ ।

The True Master creates the show of worldly pleasure; He becomes the life of all excitements and enhances the glory of the show.

ਆਪੇ ਮਾਛੀ ਮਛੁਲੀ,	aapay maachhee machhulee
ਆਪੇ ਪਾਣੀ ਜਾਲੁ॥	aapay paanee jaal.
ਆਪੇ ਜਾਲ ਮਣਕੜਾ,	aapay jaal mankarhaa
ਆਪੇ ਅੰਦਰਿ ਲਾਲੁ॥੨॥	aapay andar laal. ||2||

ਪ੍ਰਭ ਆਪ ਹੀ ਜੀਵ ਨੂੰ ਇਸ ਸੰਸਾਰ ਵਿੱਚ ਭੇਜਦਾ ਹੈ । ਆਪ ਹੀ ਤ੍ਰਿਸ਼ਨਾਂ ਪੈਦਾ ਕਰਦਾ, ਆਪ ਹੀ ਜਾਲ ਵਿੱਚ ਫਸਾਉਂਦਾ ਹੈ । ਜੀਵ ਹੀ ਉਸ ਦਾ ਰੂਪ ਹੈ ।

The True Master, Creator, sends blemished soul in the universe to be sanctified in assigned body. He infuses worldly desires within his mind. He infuses the gimmicks of sweet poison of worldly desires. His Creation is an expansion of His Holy Spirit, His Own Symbol.

ਆਪੇ ਬਹੁ ਬਿਧਿ ਰੰਗੁਲਾ,	aapay baho biDh rangulaa
ਸਖੀਏ ਮੇਰਾ ਲਾਲੁ॥	sakhee-ay mayraa laal.
ਨਿਤ ਰਵੈ ਸੋਹਾਗਣੀ,	nit ravai sohaaganee
ਦੇਖੁ ਹਮਾਰਾ ਹਾਲੁ॥੩॥	daykh hamaaraa haal. ||3||

ਪ੍ਰਭ ਆਪ ਹੀ ਅਨੇਕਾਂ ਰੂਪ ਧਾਰਦਾ ਹੈ । ਜਿਹੜਾ ਇਹ ਸਮਝ ਲੈਂਦਾ ਹੈ, ਉਹ ਸਦਾ ਹੀ ਭਾਣੇ ਵਿੱਚ ਅਨੰਦ ਮਾਨਦਾ ਹੈ, ਉਸ ਨੂੰ ਪ੍ਰਭ ਦੀ ਅਵਸਥਾ ਮਹਿਸੂਸ ਹੋ ਜਾਂਦੀ ਹੈ ।

The True Master may appear in various shapes, forms, and in any creature. No one may exist without His Holy Spirit. He remains embedded within each soul and dwells in his body. Whosoever may be enlightened with His Virtues; only he may visualize the existence of His Holy Spirit.

ਪ੍ਰਣਵੈ ਨਾਨਕੁ ਬੇਨਤੀ,	paranvai naanak bayntee
ਤੂ ਸਰਵਰੁ ਤੂ ਹੰਸੁ॥	too sarvar too hans.
ਕਉਲੁ ਤੂ ਹੈ ਕਵੀਆ,	ka-ul too hai kavee-aa
ਤੂ ਹੈ ਆਪੇ ਵੇਖਿ ਵਿਗਸੁ॥੪॥25॥	too hai aapay vaykh vigas. ||4||25||

ਅਰਦਾਸ ਕਰੋ! ਅੰਤਰਜਾਮੀ ਪ੍ਰਭ ਤੂੰ ਹੀ ਹੰਸ ਹੈ, ਆਪ ਹੀ ਮੋਤੀਆਂ ਭਰਿਆ ਸਮੁੰਦਰ ਹੈ । ਆਪ ਹੀ ਸ਼ਬਦ ਦੀ ਸੋਝੀ ਦਾ ਖਜ਼ਾਨਾ ਹੈ । ਆਪ ਹੀ ਦਾਸ ਤੇ ਰਹਿਮਤ ਦੀ ਨਜ਼ਰ ਬਖਸ਼ਕੇ, ਆਪਣੇ ਸ਼ਬਦ ਦਾ ਵਖਿਆਣ ਕਰਵਾਉਂਦਾ ਹੈ, ਇਸ ਯੋਗ ਬਣਾਉਂਦਾ ਹੈ ।

You should always pray for His Forgiveness and refuge! My True Master, You're the eternal swan and the pond, ocean overwhelmed with jewels and pearls. You remain the Treasure of unlimited enlightenment of the essence of Your Word. You may bestow Your Blessed Vision; Your true devotee may sermons, spread the message of Your Word.

79. ਸਿਰੀਰਾਗੁ ਮਹਲਾ ੧ ਘਰੁ ੩॥ (23-15)

ਇਹੁ ਤਨੁ ਧਰਤੀ ਬੀਜੁ ਕਰਮਾ ਕਰੋ,	ih tan Dhartee beej karmaa karo
ਸਲਿਲ ਆਪਾਉ ਸਾਰਿੰਗਪਾਣੀ॥	salil aapaa-o saaringpaanee.
ਮਨੁ ਕਿਰਸਾਣੁ ਹਰਿ ਰਿਦੈ ਜੰਮਾਇ,	man, kirsaan har ridai jammaa-ay
ਲੈ ਇਉ ਪਾਵਸਿ ਪਦੁ ਨਿਰਬਾਣੀ॥੧॥	lai i-o paavas pad nirbaanee. ||1||

ਆਪਣੇ ਤਨ ਨੂੰ ਉਹ ਜ਼ਮੀਨ ਬਣਾਕੇ ਜੀਵਾਂ ਦੀ ਭਲਾਈ ਦੀ ਫਸਲ ਬੀਜੋ! ਸ਼ਬਦ ਦਾ ਪਾਣੀ ਦੇਵੋ । ਮਨ ਨੂੰ ਜ਼ਿਮੀਂਦਾਰ ਬਣਾਕੇ ਸ਼ਬਦ ਨੂੰ ਆਪਣੇ ਹਿਰਦੇ ਵਿੱਚ ਪਰਫੁੱਲਤ ਕਰੋ! ਉਸ ਨੂੰ ਪ੍ਰਭ ਦੀ ਰਹਿਮਤ ਨਾਲ ਗੁਰਮਖ ਅਵਸਥਾ ਬਖਸ਼ਿਸ਼ ਹੋ ਸਕਦੀ ਹੈ ।

You should make your body as farm land and you should grow the crops of wellbeing of His Creation. You should transform your mind as a farmer and blossom the enlightenment of His Word within; with His mercy and grace, you may be blessed with a state of mind as His true devotee.

ਕਾਹੇ ਗਰਬਸਿ ਮੂੜੇ ਮਾਇਆ॥	kaahay garbas moorhay maa-i-aa.
ਪਿਤ ਸੁਤੋ ਸਗਲ ਕਾਲਤ੍ਰ ਮਾਤਾ,	pit suto sagal kaaltar maataa
ਤੇਰੇ ਹੋਹਿ ਨ ਅੰਤਿ ਸਖਾਇਆ॥ ਰਹਾਉ॥	tayray hohi na ant sakhaa-i-aa. ||rahaa-o.

ਅਣਜਾਣ ਜੀਵ ਸੰਸਾਰਕ ਸਬੰਧਾਂ ਦਾ ਕਿਉਂ ਮਾਣ, ਅਹੰਕਾਰ ਕਰਦਾ ਹੈ? ਮਾਂ, ਬਾਪ, ਭੈਣ, ਭਾਈ, ਸਰੇ ਅਖੀਰ ਦੇ ਸਮੇਂ, ਮੌਤ ਤੋਂ ਪਿਛੋਂ ਸਾਥ ਨਹੀਂ ਦੇ ਸਕਦੇ ।

Ignorant self-minded! Why are you boasting about your worldly relatives and status? All worldly relationships may not support you in His Court, after death. (Mother, father, brothers, sisters)

ਬਿਖੈ ਬਿਕਾਰ ਦੁਸਟ ਕਿਰਖਾ ਕਰੇ,	bikhai bikaar dusat kirkhaa karay
ਇਨ ਤਜਿ ਆਤਮੈ ਹੋਇ ਧਿਆਈ॥	in taj aatmai ho-ay Dhi-aa-ee.
ਜਪੁ ਤਪੁ ਸੰਜਮੁ ਹੋਹਿ ਜਬ,	jap tap sanjam hohi jab
ਰਾਖੇ ਕਮਲੁ ਬਿਗਸੈ	raakhay kamal bigsai
ਮਧੁ ਆਸ੍ਰਮਾਈ॥੨॥	maDh aasarmaa-ee. ||2||

ਆਪਣੀਆਂ ਤ੍ਰਿਸ਼ਨਾਂ ਤੇ ਕਾਬੂ ਪਾ ਕੇ, ਆਪਣੇ ਮਨ ਨੂੰ ਸਿੱਧੇ ਰਸਤੇ ਤੇ ਪਾਵੋ! ਤੇਰਾ ਤ੍ਰਿਸ਼ਨਾਂ ਦਾ ਕਾਬੂ ਹੀ, ਉਸ ਦੇ ਭਾਣੇ ਤੇ ਚਲਣ ਵਿੱਚ ਮਦਦ ਕਰੇਗਾ । ਉਸ ਦੀ ਜੋਤ ਤੇਰੇ ਅੰਦਰ ਜਾਗਰਤ ਹੋ ਜਾਵੇਗੀ ।

You should conquer your worldly desires, and adopt the teachings of His Word with steady and stable in your day-to-day life. You may be blessed with the right path of salvation. The enlightenment of the essence of His Word may keep you steady and stable on the right path of acceptance in His Court. His Word may be enlightened within your heart and mind.

ਬੀਸ ਸਪਤਾਹਰੋ ਬਾਸਰੋ ਸੰਗ੍ਰਹੈ,	bees saptaahro baasro sangrahai
ਤੀਨਿ ਖੋੜਾ ਨਿਤ ਕਾਲੁ ਸਾਰੈ॥	teen khorhaa nit kaal saarai.
ਦਸ ਅਠਾਰ ਮੈ ਅਪਰੰਪਰੋ ਚੀਨੈ,	das athaar mai aprampro cheenai
ਕਹੈ ਨਾਨਕੁ ਇਵ ਏਕੁ ਤਾਰੇ ॥੩॥26॥	kahai naanak iv ayk taarai. ||3||26||

ਜਿਹੜਾ ਜੀਵ ਆਪਣੇ ਜੀਵਨ ਦੇ 27 ਤੱਤਾਂ ਨੂੰ ਆਪਣੇ ਕਾਬੂ ਵਿੱਚ ਰਖਦਾ, ਹਮੇਸ਼ਾਂ ਮੌਤ ਨੂੰ ਅਟਲ ਸਮਝਦਾ ਹੈ! ਪ੍ਰਭ ਦੀ ਰਹਿਮਤ ਨਾਲ ਉਸ ਨੂੰ ਪ੍ਰਭ ਦਾ ਦਸਵਾਂ ਦਰ ਦਿਖਾਈ ਦੇਂਦਾ ਹੈ । ਜਿਹੜਾ ਅਸਲੀ ਰਸਤੇ ਤੇ ਅਡੋਲ ਰਹਿੰਦਾ ਹੈ, ਪ੍ਰਭ ਆਪ ਹੀ ਸਾਗਰ ਵਿਚੋਂ ਪਾਰ ਲੰਘਾ ਲੈਂਦਾ ਹੈ ।

Whosoever may realize death may be unpredictable and unavoidable, he may always control 27 elements of his body. He may visualize His 10th door, His Royal Palace. Whosoever may obey the teachings of His Word with steady and stable belief; with His mercy and grace, he may enter through 10thdoor.

80. ਸਿਰੀਰਾਗੁ ਮਹਲਾ ੧ ਘਰੁ ੩॥ (24-1)

ਅਮਲੁ ਕਰਿ ਧਰਤੀ ਬੀਜੁ ਸਬਦੋ	amal kar Dhartee beej sabdo kar
ਕਰਿ ਸਚ ਕੀ ਆਬ, ਨਿਤ ਦੇਹਿ ਪਾਣੀ॥	sach kee aab nit deh paanee.
ਹੋਇ ਕਿਰਸਾਣੁ ਈਮਾਨੁ ਜੰਮਾਇ,	ho-ay kirsaan eemaan jammaa-ay
ਲੈ ਭਿਸਤੁ ਦੋਜਕੁ ਮੂੜੇ ਏਵ ਜਾਣੀ॥੧॥	lai bhisat dojak moorhay ayv jaanee. ||1||

ਪ੍ਰਭ ਦੇ ਭਾਣੇ ਅਨੁਸਾਰ ਕੰਮਾਂ ਨੂੰ ਜ਼ਮੀਨ ਦਾ ਰੂਪ ਬਣਾ ਕੇ, ਸ਼ਬਦ ਦਾ ਬੀਜ ਬੀਜੋ । ਆਪਣੇ ਜੀਵਨ ਨੂੰ ਸ਼ਬਦ ਦੀ ਸਿਖਿਆਂ ਨਾਲ ਜੀਵਨ ਢਾਲਕੇ, ਸ਼ਬਦ ਦੀ ਸਿਖਿਆਂ ਰੂਪੀ ਪਾਣੀ ਦੇਵੋ! ਆਪਣੇ ਆਪ ਨੂੰ ਕਿਸਾਨ ਦਾ ਰੂਪ ਸਮਝਕੇ ਆਪਣੇ ਭਰੋਸੇ ਨਾਲ ਸ਼ਬਦ ਦੀ ਸੋਝੀ ਨੂੰ ਇਸ ਵਿੱਚ ਪਰਫੁੱਲਤ ਕਰੋ । ਪ੍ਰਭ ਦੀ ਰਹਿਮਤ ਨਾਲ ਸਵਰਗ, ਨਰਕ ਦੀ ਜਾਗਰਤ ਸੋਝੀ ਬਖਸ਼ਿਸ਼ ਹੋ ਜਾਂਦੀ ਹੈ ।

You should consider your deeds as a farm land and you should sow the seeds of His Word. You should adopt the teachings of His Word with steady and stable belief in your day-to-day life. You should remain contented with His Blessings. You should consider your mind as a farmer and blossoms the teachings of His Word within; with His mercy and grace, you may be enlightened with state of mind of heaven and hell within your mind.

ਮਤੁ ਜਾਣ ਸਹਿ ਗਲੀ ਪਾਇਆ॥	mat jaan seh galee paa-i-aa.
ਮਾਲ ਕੈ ਮਾਣੈ ਰੂਪ ਕੀ ਸੋਭਾ,	maal kai maanai roop kee sobhaa
ਇਤੁ ਬਿਧੀ ਜਨਮੁ ਗਵਾਇਆ॥੧॥	it biDhee janam gavaa-i-aa. ||1||
ਰਹਾਉ॥	rahaa-o.

ਗੱਲੀ ਬਾਤੀ, ਕੇਵਲ ਸ਼ਬਦ ਸੁਣਨ ਨਾਲ, ਕਦੇ ਕਿਸ ਨੂੰ ਰਹਿਮਤ ਬਖਸ਼ਿਸ਼ ਨਹੀਂ ਹੋਈ । ਸੰਸਾਰਕ ਧਨ ਦੌਲਤ, ਮਾਣ, ਸੋਭਾ ਨਾਲ ਆਪਣਾ ਮਾਨਸ ਜਨਮ ਨਾ ਬਰਬਾਦ ਕਰੋ ।

You should not waste your human life opportunity with a false pride of your worldly status and possessions. No one has ever been accepted in His Court only by listening or preaching the teachings of Holy Scripture.

ਐਬ ਤਨਿ ਚਿਕੜੋ ਇਹੁ ਮਨੁ ਮੀਡਕੋ,	aib tan chikrho ih man meedko
ਕਮਲ ਕੀ ਸਾਰ ਨਹੀ ਮੂਲਿ ਪਾਈ॥	kamal kee saar nahee mool paa-ee.
ਭਉਰੁ ਉਸਤਾਦੁ ਨਿਤ ਭਾਖਿਆ,	bha-ur ustaad nit bhaakhi-aa
ਬੋਲੇ ਕਿਉ ਬੂਝੈ ਜਾ ਨਹ ਬੁਝਾਈ॥੨॥	bolay ki-o boojhai jaa nah bujhaa-ee. ||2||

ਸੰਸਾਰਕ ਇੱਛਾਂ ਕਰਕੇ ਤੂੰ ਆਪਣੇ ਅਨਮੋਲ ਮਨ ਦੀ ਕੀਮਤ ਨਹੀਂ ਜਾਣੀ । ਪ੍ਰਭ ਦਾ ਸ਼ਬਦ ਹਮੇਸ਼ਾਂ ਹੀ ਅਸਲੀ ਰਸਤਾ ਦੱਸਦਾ ਹੈ । ਜਿਹੜਾ ਸ਼ਬਦ ਦੀ ਸਿਖਿਆਂ ਨਾਲ ਆਪਣਾ ਜੀਵਨ ਨਹੀਂ ਢਾਲਦਾ, ਉਸ ਨੂੰ ਕੋਈ ਲਾਭ ਬਖਸ਼ਿਸ਼ ਨਹੀਂ ਹੁੰਦਾ ।

Self-minded may not realize the significance of his human life opportunity due to his worldly desires and misdeeds. His Word always inspires and guides the right path of salvation. Whosoever may not adopt the teachings of His Word in life; he may not benefit from His Blessings, of human life opportunity nor he may be accepted in His Court.

ਆਖਣੁ ਸੁਨਣਾ ਪਉਣ ਕੀ ਬਾਣੀ,	aakhan sunnaa pa-un kee banee
ਇਹੁ ਮਨੁ ਰਤਾ ਮਾਇਆ॥	ih man rataa maa-i-aa.
ਖਸਮ ਕੀ ਨਦਰਿ ਦਿਲਹਿ ਪਸਿੰਦੇ,	khasam kee nadar dilahi pasinday

ਜਿਨੀ ਕਰਿ ਏਕੁ ਧਿਆਇਆ ॥੩॥ jinee kar ayk Dhi-aa-i-aa. ||3||

ਮੰਦਰ, ਗੁਰਦਵਾਰੇ, ਵਿੱਚ ਪੜ੍ਹੀ ਸੁਣੀ ਬਾਣੀ ਇਕ ਹਨੇਰੀ ਦੀ ਤਰ੍ਹਾਂ ਹੀ ਹੁੰਦੀ ਹੈ । ਜੋ ਆਈ ਤੇ ਚਲੇ ਗਈ, ਇਸ ਦਾ ਕੋਈ ਲਾਭ ਨਹੀਂ ਹੁੰਦਾ । ਜਿਹੜਾ ਸ਼ਬਦ ਦੀ ਸਿਖਿਆਂ ਨੂੰ ਅਡੋਲ ਭਰੋਸੇ ਨਾਲ ਜੀਵਨ ਵਿੱਚ ਨਹੀਂ ਢਾਲਦਾ, ਉਸ ਨੂੰ ਅਸਲੀ ਰਸਤਾ ਕਦੇ ਬਖਸ਼ਿਸ਼ ਨੂੰ ਹੋ ਸਕਦਾ ।

Listening to the rhymes of Holy Scripture in Holy Shrine or temple may be like a storm only. The teachings of Holy Scripture may touch your heart; however, the influence of the teachings may never be drenched within. Whosoever may not adopt the teachings of His Word with steady and stable belief in his day-to-day life; he may never be blessed with the right path of salvation, acceptance in His Court.

ਤੀਹ ਕਰਿ ਰਖੇ ਪੰਜ ਕਰਿ, teeh kar rakhay panj kar
ਸਾਥੀ ਨਾਉ ਸੈਤਾਨੁ ਮਤੁ ਕਟਿ ਜਾਈ॥ saathee naa-o saitaan mat kat jaa-ee.
ਨਾਨਕੁ ਆਖੈ ਰਾਹਿ ਪੈ ਚਲਣਾ, naanak aakhai raahi pai chalnaa
ਮਾਲੁ ਧਨੁ ਕਿਤ ਕੂ ਸੰਜਿਆਹੀ ॥੪॥27॥ maal Dhan kit koo sanji-aahee. ||4||27||

ਜੀਵ ਭਾਵੇਂ 30 ਵਰਤ ਰਖੇ, ਭਾਵੇਂ ਪੱਜ ਨਮਾਜਾਂ, ਜਾ ਪੰਜ ਬਾਣੀਆਂ ਪੜ੍ਹੇ, ਨਿਤਨੇਮ ਕਰੇ । ਇਹ ਸਭ ਕੁਝ ਤੇਰਾ ਮਨ, ਜਮਦੂਤ (Devil) ਦੀ ਤਰ੍ਹਾਂ ਖਤਮ ਕਰ ਦੇਂਦਾ ਹੈ । ਅਖੀਰ ਵਿੱਚ ਤੂੰ ਮੌਤ ਦੇ ਰਸਤੇ ਹੀ ਚਲਣਾ ਹੈ । ਇਹ ਸੰਸਾਰਕ ਧਨ, ਮੋਹ ਦੇ ਜਾਲ ਵਿੱਚ ਕਿਉਂ ਫਸਿਆ ਹੈ?

Self-minded may follow the religious rituals of reading five prayers as morning routine, abstain from food 20 days of specific month. His mind will destroy the effects of those teachings like a devil. In the end, he may be captured by devil of death. Why are you intoxicated with worldly wealth and worldly possessions?

81. ਸਿਰੀਰਾਗੁ ਮਹਲਾ ੧ ਘਰੁ ੪॥ (24-7)

ਸੋਈ ਮਉਲਾ ਜਿਨਿ ਜਗੁ ਮਉਲਿਆ, so-ee ma-ulaa jin jag ma-oli-aa
ਹਰਿਆ ਕੀਆ ਸੰਸਾਰੋ॥ hari-aa kee-aa sansaaro.
ਆਬ ਖਾਕੁ ਜਿਨਿ ਬੰਧਿ ਰਹਾਈ, aab khaak jin banDh rahaa-ee
ਧੰਨੁ ਸਿਰਜਣਹਾਰੋ ॥੧॥ Dhan sirjanhaaro. ||1||

ਸ੍ਰਿਸ਼ਟੀ ਦਾ ਮਾਲਕ, ਇਕੋ ਇਕ ਪ੍ਰਭ ਹੀ ਜਲ ਅਤੇ ਥਲ ਪੈਦਾ ਕਰਦਾ, ਇਕੱਠਾ ਹੀ ਰਖਦਾ ਹੈ । ਉਹ ਸਾਰੀ ਸ੍ਰਿਸ਼ਟੀ ਪੈਦਾ ਕਰਦਾ, ਵੱਖਰੀ ਕਿਸਮ ਦੇ ਜੀਵ ਸ੍ਰਿਸਟੀ ਵਿੱਚ ਵਸਦੇ, ਪਰਫੁੱਲਤ ਰਹਿੰਦੇ ਹਨ ।

The One and Only One, True Master creates water, earth and keeps together and stable. Same way your desires (shakti) and His Word (shiv) remain together within your heart, mind, and soul. His Word remains blossoming in all creatures in all universes.

ਮਰਣਾ ਮੁਲਾ ਮਰਣਾ॥ marnaa mulaa marnaa.
ਭੀ ਕਰਤਾਰਹੁ ਡਰਣਾ॥੧॥ ਰਹਾਉ॥ Bhee kartaarahu darnaa. ||1|| rahaa-o.

ਸੰਸਾਰਕ ਗੁਰੂ, ਪੀਰ ਤੂੰ ਵੀ ਪ੍ਰਭ ਦਾ ਖੋਫ ਰਖੋ! ਉਹ ਹੀ ਜੀਵ ਨੂੰ ਜਨਮ ਅਤੇ ਮੌਤ ਦੇਂਦਾ ਹੈ, ਉਸ ਨੂੰ ਕਦੇ ਵੀ ਨਾ ਭੁਲਾਵੋ ।

Worldly guru, you should always keep in mind The Command of The True Master of the universe. Remember! Birth and death may only prevail with His Blessings and His Command.

ਤਾ ਤੂ ਮੁਲਾ ਤਾ ਤੂ ਕਾਜੀ, taa too mulaa taa too kaajee
ਜਾਣਹਿ ਨਾਮੁ ਖੁਦਾਈ॥ jaaneh Naam khudaa-ee.
ਜੇ ਬਹੁਤੇਰਾ ਪੜਿਆ ਹੋਵਹਿ jay bahutayraa parhi-aa hoveh
ਕੋ ਰਹੈ ਨ ਭਰੀਐ ਪਾਈ॥੨॥ ko rahai na bharee-ai paa-ee. ||2||

ਜਿਸ ਦੇ ਮਨ ਵਿੱਚ ਪ੍ਰਭ ਦੇ ਸ਼ਬਦ ਦੀ ਸਿਖਿਆਂ ਰਚ ਜਾਂਦੀ ਹੈ, ਉਹ ਗੁਰੂ, ਪੀਰ ਵਰਗਾ ਹੀ ਬਣ ਜਾਂਦਾ ਹੈ । ਕੋਈ ਕਿਤਨਾ ਵੀ ਗਿਆਨਵਾਨ ਕਿਉਂ ਨਾ ਹੋਵੇ? ਜਿਸ ਦੇ ਸਵਾਸ ਦੀ ਪੂੰਜੀ ਖਤਮ ਹੋ ਜਾਂਦੀ ਹੈ, ਉਸ ਨੂੰ ਮੌਤ ਆ ਜਾਂਦੀ ਹੈ ।

Whosoever may remain drenched with the essence of His Word within his day-to-day life; with His mercy and grace, he may be blessed with a state of mind as His true devotee. No matter how much enlightened may be anyone? Whose capital of breathes may be exhausted; he must die.

ਸੋਈ ਕਾਜੀ ਜਿਨਿ ਆਪੁ ਤਜਿਆ,	so-ee kaajee jin aap taji-aa
ਇਕੁ ਨਾਮੁ ਕੀਆ ਆਧਾਰੋ॥	ik Naam kee-aa aaDhaaro.
ਹੈ ਭੀ ਹੋਸੀ ਜਾਇ ਨ ਜਾਸੀ,	Hai bhee 122ose jaa-ay na jaasee
ਸਚਾ ਸਿਰਜਣਹਾਰੋ ॥੩॥	sachaa sirjanhaaro. ||3||

ਜਿਹੜਾ ਆਪਾ ਪ੍ਰਭ ਦੇ ਭੇਟਾ ਕਰ ਦੇਂਦਾ ਹੈ, ਉਸ ਨੂੰ ਹੀ ਅਸਲੀ ਗੁਰੂ, ਪੀਰ ਅਵਸਥਾ ਬਖਸ਼ਿਸ਼ ਹੋ ਸਕਦੀ ਹੈ । ਇਕੋ ਇਕ ਪ੍ਰਭ ਹੀ ਸਭ ਸ੍ਰਿਸ਼ਟੀ ਨੂੰ ਪੈਦਾ ਕਰਨ ਵਾਲਾ, ਪ੍ਰਭ ਆਪ ਜਨਮ ਮਰਨ ਦੇ ਚੱਕਰ ਵਿੱਚ ਨਹੀਂ ਹੁੰਦਾ ।

Whosoever may surrender his self-identity at His Sanctuary; with His mercy and grace, he may be blessed with a state of mind as His true devotee. The One and Only One, True Master of the universe remains beyond the cycle of birth and death.

ਪੰਜ ਵਖਤ ਨਿਵਾਜ ਗੁਜਾਰਹਿ,	panj vakhat nivaaj gujaareh
ਪੜਹਿ ਕਤੇਬ ਕੁਰਾਣਾ॥	parheh katayb kuraanaa.
ਨਾਨਕੁ ਆਖੈ ਗੋਰ ਸਦੇਈ,	Naanak aakhai gor saday-ee
ਰਹਿਓ ਪੀਣਾ ਖਾਣਾ॥੪॥28॥	rahi-o peenaa khaanaa. ||4||28||

ਜੀਵ ਭਾਵੇਂ ਪੰਜ ਨਮਾਜ਼ਾਂ, ਪੰਜ ਬਾਣੀਆਂ ਪੜ੍ਹੇ, ਜਾ ਧਾਰਮਕ ਗ੍ਰੰਥਾਂ ਦਾ ਪੁਜਾਰੀ ਹੋਵੇ । ਜਿਸ ਦੇ ਸਵਾਸਾਂ ਦੀ ਪੂੰਜੀ ਖਤਮ ਹੋ ਜਾਂਦੀ ਹੈ, ਉਹ ਮੌਤ ਦੇ ਹਵਾਲੇ ਹੋ ਜਾਂਦਾ ਹੈ ।

Any worldly guru, devotee may be a devotional follower, reading routine religious five prayers or a worshipper of religious five sections of religious Holy Scriptures; however, whose capital of breathes may be exhausted, he may be captured by the devil of death to endure the judgement of the devil of death.

82. ਸਿਰੀਰਾਗੁ ਮਹਲਾ ੧ ਘਰੁ ੪॥ (24-12)

ਏਕੁ ਸੁਆਨੁ, ਦੁਇ ਸੁਆਨੀ ਨਾਲਿ॥	ayk su-aan du-ay su-aanee naal.
ਭਲਕੇ ਭਉਕਹਿ, ਸਦਾ ਬਇਆਲਿ॥	bhalkay bha-ukahi sadaa ba-i-aal.
ਕੂੜੁ ਛੁਰਾ, ਮੁਠਾ ਮੁਰਦਾਰੁ॥	koorh chhuraa muthaa murdaar.
ਧਾਣਕ ਰੂਪਿ ਰਹਾ ਕਰਤਾਰ॥੧॥	dhaanak roop rahaa kartaar. ||1||

ਮੈਂ ਲਾਲਚ ਨਾਲ ਭਰਿਆਂ, ਅੰਨ੍ਹਾ ਹੋਇਆਂ ਹਾ । ਮੈਂ ਦਿਨ ਰਾਤ ਠੱਗੀਆਂ, ਚਲਾਕੀਆਂ ਦੀ ਤਰਕੀਬ ਘੜਦਾ ਰਹਿੰਦਾ ਹਾ । ਮੈਂ ਝੂਠ ਅਤੇ ਧੋਖਾ, ਬੇਮਾਨੀ ਦਾ ਧਨ ਹੀ ਖਾਂਦਾ, ਹਡਾਉਂਦਾ, ਮੇਰੀ ਮਾਲਕੀਅਤ, ਹਥਿਆਰ ਹੈ । ਮੇਰੀ ਅਸਲੀਅਤ ਝੂਠ, ਧੋਖਾ ਬਾਜੀ, ਫਰੇਬ ਹੀ ਮੇਰੇ ਕਰਤਬ ਹਨ ।

I am ignorant and blind from the essence of Your Word! I am overwhelmed with greed and fabricate deceptive plans day night. I survive and cherish on the earnings of deceit, dishonesty, and deception, remains my worldly status and my tools. The reality of my life remains deceptive worldly deeds and lies.

ਮੈ ਪਤਿ ਕੀ ਪੰਦਿ, ਨ ਕਰਣੀ ਕੀ ਕਾਰ॥	mai pat kee pand na karnee kee kaar.
ਹਉ ਬਿਗੜੈ ਰੂਪਿ, ਰਹਾ ਬਿਕਰਾਲ॥	ha-o bigrhai roop rahaa bikraal.
ਤੇਰਾ ਏਕੁ ਨਾਮੁ, ਤਾਰੇ ਸੰਸਾਰੁ॥	tayraa ayk Naam taaray sansaar.
ਮੈ ਏਹਾ ਆਸ, ਏਹੋ ਆਧਾਰੁ॥੧॥ ਰਹਾਉ॥	mai ayhaa aas ayho aaDhaar. ||1|| rahaa-o.

ਮੈਂ ਸ੍ਰਿਸ਼ਟੀ ਦੀ ਭਲਾਈ ਦੇ ਕੰਮਾਂ ਵਿੱਚ ਹਿਸਾ ਨਹੀਂ ਲੈਂਦਾ । ਇਹ ਮੇਰੇ ਜੀਵਨ ਦਾ ਰਸਤਾ ਹੈ । ਕੇਵਲ ਪ੍ਰਭ ਹੀ ਸਾਰੇ ਸੰਸਾਰ ਦਾ ਰਖਵਾਲਾ ਹੈ । ਮੇਰੀ ਇਕੋ ਇਕ ਹੀ ਆਸ! ਮੇਰੀ ਵੀ ਰਖਿਆ ਕਰੋ ।

I have not participated in any activity for the welfare of humanity nor adopted the path of His Word in my day-to-day life. Only, The One and Only One, True Master Protector and Savior of the universe! I only pray for His Forgiveness and refuge! bless me devotion to adopt His Word in my life.

ਮੁਖਿ ਨਿੰਦਾ, ਆਖਾ ਦਿਨੁ ਰਾਤਿ॥	mukh nindaa aakhaa din raat.
ਪਰ ਘਰੁ ਜੋਹੀ, ਨੀਚ ਸਨਾਤਿ॥	par ghar johee neech sanaat.
ਕਾਮੁ ਕ੍ਰੋਧੁ ਤਨਿ, ਵਸਹਿ ਚੰਡਾਲ॥	kaam kroDh tan vaseh chandaal.
ਧਾਣਕ ਰੂਪਿ, ਰਹਾ ਕਰਤਾਰ॥੨॥	dhaanak roop rahaa kartaar. ||2||

ਮੈਂ ਦਿਨ ਰਾਤ ਚੁਗਲੀ, ਨਿੰਦਆਂ ਹੀ ਕਰਦਾ ਹਾ । ਮਨ, ਕਾਮਵਾਸਨਾ ਦਾ ਗੁਲਾਮ ਹੋ ਗਿਆ ਹੈ । ਕਰੋਧ, ਨਿਰਾਸ਼ਾ ਮਨ ਵਿੱਚ ਘਰ ਕਰ ਗਈ ਹੈ । ਇਸਤਰ੍ਹਾਂ ਮੈਂ ਇਕ ਜ਼ਖਮੀ ਸ਼ਿਕਾਰੀ ਦੀ ਤਰ੍ਹਾਂ ਜੀਵਨ ਬਤੀਤ ਕਰਦਾ ਹੈ । ਇਹ ਮੇਰੇ ਮਨ ਦੀ ਅਵਸਥਾ ਹੈ ।

I may remain criticizing and back-bite others Day and night. I have become a slave of sexual urge with strange partner; anger of disappointments has dominated my life. I am like an injured hunter, warrior.

ਫਾਹੀ ਸੁਰਤਿ ਮਲੂਕੀ ਵੇਸੁ॥	Faahee surat malookee vays.
ਹਉ ਠੱਗਵਾੜਾ, ਠੱਗੀ ਦੇਸੁ॥	Ha-o thagvaarhaa thagee days.
ਖਰਾ ਸਿਆਣਾ, ਬਹੁਤਾ ਭਾਰੁ॥	Kharaa si-aanaa bahutaa bhaar.
ਧਾਣਕ ਰੂਪਿ, ਰਹਾ ਕਰਤਾਰ॥੩॥	Dhaanak roop rahaa kartaar. ||3||

ਮੈਂ ਬਹੁਤ ਭੋਲੇਪਣ ਦਾ ਦਿਖਾਵਾ ਕਰਦਾ ਹਾ । ਪਰ ਮੇਰਾ ਧਿਆਨ ਹਮੇਸ਼ਾਂ ਧੋਖੇ ਦੀਆਂ ਸਕੀਮਾਂ ਘੜਦਾ ਰਹਿੰਦਾ ਹੈ । ਮੈਂ ਇਕ ਬਹੁਤ ਚਲਾਕ ਠੱਗ ਬਣ ਗਿਆ ਹਾ । ਮੈਂ ਸ੍ਰਿਸ਼ਟੀ ਨੂੰ ਠੱਗਦਾ, ਕੋਈ ਮੇਰੀ ਚਾਲ ਤੋਂ ਉਪਰ ਨਹੀਂ ਹੈ । ਮੇਰੇ ਪਾਸ ਪਾਪਾਂ ਦੀ ਬਹੁਤ ਪੂੰਜੀ, ਪਰਾਇਆ ਧਨ ਖਾਣਾ, ਹੀ ਮੇਰਾ ਜੀਵਨ ਦਾ ਢੰਗ ਹੈ ।

I pretended to be an innocent; however, I always fabricate deceptive schemes. I have become a clever thug to deceive Your Creation. No one may be beyond my reach. I am a very cunning and I am loaded with earnings of sins. Robbing other has become my way of human life.

ਮੈ ਕੀਤਾ ਨ ਜਾਤਾ, ਹਰਾਮਖੋਰੁ॥	mai keetaa na jaataa haraamkhor.
ਹਉ ਕਿਆ ਮੁਹੁ ਦੇਸਾ, ਦੁਸਟੁ ਚੋਰੁ॥	ha-o ki-aa muhu daysaa dusat chor.
ਨਾਨਕੁ ਨੀਚੁ, ਕਹੈ ਬੀਚਾਰੁ॥	naanak neech kahai beechaar.
ਧਾਣਕ ਰੂਪਿ, ਰਹਾ ਕਰਤਾਰ॥੪॥29॥	Dhaanak roop rahaa kartaar. ||4||29||

ਮੈਂ ਤੇਰੀਆਂ ਦਾਤਾਂ ਦੀ ਕੋਈ ਕੀਮਤ ਨਹੀਂ ਪਾਉਂਦਾ । ਮੈਂ ਪਰਾਏ ਧਨ ਤੇ ਕਾਬਜ਼ ਹੋ ਕੇ ਉਹਨਾਂ ਦਾ ਮਖੌਲ ਉਡਾਉਂਦਾ ਹਾ । ਕਿਹੜਾ ਮੂੰਹ ਲੇ ਕੇ ਤੇਰੇ ਸਾਮ੍ਹਣੇ ਆਵਾ । ਚੋਰ ਦੀ ਤਰ੍ਹਾਂ ਹੀ ਤੇਰੇ ਦਰਬਾਰ ਵਿੱਚ ਛਿਪਆ ਹੋਇਆਂ ਹਾ । ਇਸਤਰ੍ਹਾਂ ਹੀ ਮੇਰਾ ਨੀਚਾਂ, ਜ਼ਾਲਮਾਂ ਵਾਲਾ ਜੀਵਨ ਦਾ ਢੰਗ ਹੈ ।

I do not value nor remain gratitude for Your Blessings. I cheated others and make a mockery of their honesty. With such a way of my life! What may I pray, how may stand in front of You? I am hiding like a thief in Your Palace. I am such a low-life life; I have wasted my precious opportunity like a tyrant.

83. ਸਿਰੀਰਾਗੁ ਮਹਲਾ ੧ ਘਰੁ ੪॥ (24-19)

ਏਕਾ ਸੁਰਤਿ ਜੇਤੇ ਹੈ ਜੀਅ॥	aykaa surat jaytay hai jee-a.
ਸੁਰਤਿ ਵਿਹੂਣਾ ਕੋਇ ਨ ਕੀਅ॥	surat vihoonaa ko-ay na kee-a.
ਜੇਹੀ ਸੁਰਤਿ ਤੇਹਾ ਤਿਨ ਰਾਹੁ॥	jayhee surat tayhaa tin raahu.
ਲੇਖਾ ਇਕੋ ਆਵਹੁ ਜਾਹੁ॥੧॥	laykhaa iko aavhu jaahu. ||1||

ਪ੍ਰਭ ਹਰਇਕ ਵਿੱਚ ਸੋਝੀ, ਸੁਰਤ, ਗਿਆਨ ਬਖਸ਼ਕੇ ਹੀ ਸ੍ਰਿਸ਼ਟੀ ਵਿੱਚ ਪੈਦਾ ਕਰਦਾ ਹੈ! ਪ੍ਰਭ ਦੀ ਬਖਸ਼ੀ ਸੋਝੀ ਤੋਂ ਬਿਨਾਂ ਕੋਈ ਕੁਝ ਵੀ ਨਹੀਂ ਕਰ ਸਕਦਾ! ਉਸ ਅਨੁਸਾਰ ਹੀ ਵੱਖਰੇ ਵੱਖਰੇ ਰਸਤੇ ਤੇ ਚਲਦਾ ਹੈ! ਆਪਣੇ ਕੀਤੇ ਕਰਮਾਂ ਅਨੁਸਾਰ ਜੂੰਨਾਂ ਦੇ ਚੱਕਰ ਵਿੱਚ ਜਾਂਦਾ ਹੈ।

The True Master has infused enlightenment of the essence of His Word, the right path of acceptance in His Court before sending any soul in the universe. No one may be beyond His reach nor His Blessings. He inspires, assigns various task to each creature. He may be rewarded or wanders in various life cycles as per his own worldly deeds.

ਕਾਹੇ ਜੀਅ ਕਰਹਿ ਚਤੁਰਾਈ॥ kaahay jee-a karahi chaturaa-ee.
ਲੇਵੈ ਦੇਵੈ ਢਿਲ ਨ ਪਾਈ॥੧॥ ਰਹਾਉ॥ layvai dayvai dhil na paa-ee. ||1|| rahaa-o.

ਕਿਉਂ ਆਪਣੀਆਂ ਚਲਾਕੀਆਂ ਚਲਾਉਂਦਾ ਹੈ? ਪ੍ਰਭ ਦਾਤਾਂ ਬਖਸ਼ਣ ਵਾਲੇ ਜਾ ਰਹਿਮਤ ਦੀ ਨਜ਼ਰ ਦੂਰ ਕਰਨ ਵੇਲੇ ਹੀ ਕੋਈ ਢਿਲ ਕਰਦਾ ਹੈ!

Why are you intoxicated with cleaver and deceptive schemes? Remembered! The Omniscient True Master may never delay in bestowing His Blessed Vision nor delay or hesitate depriving from His Blessed Vision.

ਤੇਰੇ ਜੀਅ ਜੀਆ ਕਾ ਤੋਹਿ॥ tayray jee-a jee-aa kaa tohi.
ਕਿਤ ਕਉ ਸਾਹਿਬ ਆਵਹਿ ਰੋਹਿ॥ kit ka-o saahib aavahi rohi.
ਜੇ ਤੂ ਸਾਹਿਬ ਆਵਹਿ ਰੋਹਿ॥ jay too saahib aavahi rohi.
ਤੂ ਓਨਾ ਕਾ ਤੇਰੇ ਓਹਿ॥੨॥ too onaa kaa tayray ohi. ||2||

ਇਕੋ ਇਕ ਪ੍ਰਭ ਹੀ ਸ੍ਰਿਸ਼ਟੀ ਪੈਦਾ ਕਰਦਾ ਹੈ, ਅਸਲੀ ਮਾਲਕ ਆਪਣੇ ਪੈਦਾ ਕੀਤੇ ਜੀਵਾ ਨਾਲ ਨਰਾਜ਼ ਕਿਵੇਂ ਹੋ ਸਕਦਾ ਹੈ? ਅਗਰ ਨਰਾਜ਼ ਹੋ ਵੀ ਜਾਵੇ, ਫਿਰ ਵੀ ਤੇਰੇ ਪੈਦਾ ਕੀਤੇ, ਹਮੇਸ਼ਾਂ ਤੇਰੇ ਹੀ ਦਾਸ ਰਹਿਣੇ ਹਨ, ਮੁਸੀਬਤ ਵਿੱਚ ਤੂੰ ਹੀ ਉਹਨਾਂ ਦੀ ਰਖਿਆ ਕਰਨੀ ਹੈ!

The True Master, Creator, His Creation remains an expansion of Your Holy Spirit, only Your Trust. How may You disown Your Own imagination, Creation? You may remain disappointed with their worldly deeds? However, everything may only happen with Your Command; he may endure the judgement of the righteous judge. Time of any misery! he may always beg for Your Forgiveness, Refuge, and protection from the devil of death.

ਅਸੀ ਬੋਲਵਿਗਾੜ ਵਿਗਾੜਹ ਬੋਲ॥ asee bolvigaarh vigaarhah bol.
ਤੂ ਨਦਰੀ ਅੰਦਰਿ ਤੋਲਹਿ ਤੋਲ॥ too nadree andar toleh tol.
ਜਹ ਕਰਣੀ ਤਹ ਪੂਰੀ ਮਤਿ॥ jah karnee tah pooree mat.
ਕਰਣੀ ਬਾਝਹੁ ਘਟੇ ਘਟਿ॥੩॥ karnee baajhahu ghatay ghat. ||3||

ਅਣਜਾਣ ਸੰਸਾਰਕ ਜੀਵ ਬੁੜਬੁੜ ਕਰਦਾ ਰੀਹੰਦਾ ਹੈ, ਬਹੁਤ ਬੁਰਾ ਬੋਲ ਜਾਂਦਾ ਹੈ! ਪਰ ਤੇਰੀ ਨਜ਼ਰ ਇਸ ਤੇ ਕੋਈ ਵਿਚਾਰ ਨਹੀਂ ਕਰਦੀ! ਤੂੰ ਸਾਡੇ ਕੀਤੇ ਕੰਮਾਂ ਨੂੰ ਹੀ ਮਾਪਦਾ ਹੈ, ਦਰਬਾਰ ਵਿੱਚ ਕੇਵਲ ਪਵਿੱਤਰ ਭਾਵਨਾਂ ਨਾਲ ਕੀਤੇ ਕੰਮ ਹੀ ਪ੍ਰਵਾਨ ਕਰਦਾ ਹੈ।

Ignorant creatures may always speak rude, nonsense in frustration, his disappointment of his worldly desires; however, The True Master ignore his stupidity, comments of frustration. His worldly deeds may be judged with the essence of His Word; the real purpose of his human life. Only sincere deeds for the well-fare of His Creation may be accepted in His Court.

ਪ੍ਰਣਵਤਿ ਨਾਨਕ, ਗਿਆਨੀ ਕੈਸਾ ਹੋਇ॥ paranvat naanak gi-aanee kaisaa ho-ay.
ਆਪੁ ਪਛਾਣੈ ਬੂਝੈ ਸੋਇ॥ aap pachhaanai boojhai so-ay.
ਗੁਰ ਪਰਸਾਦਿ ਕਰੇ ਬੀਚਾਰੁ॥ gur parsaad karay beechaar.
ਸੋ ਗਿਆਨੀ ਦਰਗਹ ਪਰਵਾਣੁ॥੪॥30॥ so gi-aanee dargeh parvaan. ||4||30||

ਬਿਨਾਂ ਨੇਕੀ ਦੇ ਕੰਮਾਂ ਤੋਂ, ਕੇਵਲ ਦਿਖਾਵੇ ਵਾਲੇ ਕੰਮਾਂ ਨਾਲ ਘਾਟਾ ਹੀ ਹੁੰਦਾ ਹੈ! ਜਿਹੜਾ ਆਪਣੇ ਆਪ ਨੂੰ ਜਾਣ ਜਾਂਦਾ, ਮਾਨਸ ਜੀਵਨ ਦਾ ਮੰਤਵ ਸਮਝ ਜਾਂਦਾ ਹੈ! ਉਹ ਹਰਇਕ ਘਟਨਾ ਵਿੱਚ ਹੀ ਪ੍ਰਭ ਦੀ ਰਹਿਮਤ ਢੂੰਡਦਾ ਹੈ! ਇਸਤਰ੍ਹਾਂ ਅਵਸਥਾ ਵਾਲਾ ਜੀਵ ਪ੍ਰਭ ਦੇ ਦਰਬਾਰ ਵਿੱਚ ਪ੍ਰਵਾਨ ਹੋ ਜਾਂਦਾ ਹੈ!

Without good intention, sincerity with the essence of His Word, all others deeds may be a losing proposition for the real purpose of human life. Whosoever may realize the real purpose of human life opportunity; with His mercy and grace, he may be seeking His Forgiveness and Refuge. His true devotee with such a state of mind may be blessed with the right path of acceptance in His Court; he may be honored in His Court.

84. ਸਿਰੀਰਾਗੁ ਮਹਲਾ ੧ ਘਰੁ ੪॥ (25-5)

ਤੂ ਦਰੀਆਉ ਦਾਨਾ ਬੀਨਾ,	too daree-aa-o daanaa beenaa
ਮੈ ਮਛੁਲੀ ਕੈਸੇ ਅੰਤੁ ਲਹਾ॥	mai machhulee kaisay ant lahaa.
ਜਹ ਜਹ ਦੇਖਾ ਤਹ ਤਹ ਤੂ ਹੈ,	jah jah daykhaa tah tah too hai
ਤੁਝ ਤੇ ਨਿਕਸੀ ਫੂਟਿ ਮਰਾ॥੧॥	tujh tay niksee foot maraa. ||1||

ਪ੍ਰਭ ਅਥਾਹ, ਸਾਗਰ ਦੀ ਤਰ੍ਹਾਂ ਹੀ ਹੈ, ਜੀਵ ਇਕ ਛੋਟਾ, ਮਛਲੀ ਦੀ ਤਰ੍ਹਾਂ ਹੈ! ਪ੍ਰਭ ਦੇ ਕਿਸੇ ਕਰਤਬ ਦਾ ਪੂਰਨ ਗਿਆਨ ਕਿਵੇਂ ਜਾਣ ਸਕਦਾ ਹੈ? ਪ੍ਰਭ ਹਰ ਪਾਸੇ ਹੀ ਨਜ਼ਰ ਆਉਂਦਾ ਹੈ! ਜਦੋਂ ਪਰੇ ਦੇਖਣ ਦੀ ਕੋਸ਼ਿਸ਼ ਕਰਦਾ, ਤਾ ਮੌਤ ਮਹਿਸੂਸ ਹੁੰਦੀ ਹੈ!

The Omniscient, Omnipresent True Master may be as vast as the ocean; how a worldly creation, a fish may imagine His depth, the mystery of His Action, Nature? I may only visualize Your Holy Spirit prevailing everywhere. Your Holy Spirit remains embedded within everything in Your Nature, anything beyond Your existence seams void, death.

ਨ ਜਾਣਾ ਮੇਉ, ਨ ਜਾਣਾ ਜਾਲੀ॥	na jaanaa may-o na jaanaa jaalee.
ਜਾ ਦੁਖੁ ਲਾਗੈ,	jaa dukh laagai
ਤਾ ਤੁਝੈ ਸਮਾਲੀ॥੧॥ ਰਹਾਉ॥	taa tujhai samaalee. ||1|| rahaa-o.

ਪ੍ਰਭ ਮੈਨੂੰ ਜਮਦੂਤ ਦੀ ਪਛਾਣ ਨਹੀਂ, ਨਾ ਹੀ ਉਸ ਦੀਆਂ ਚਲਾਕੀਆਂ ਦੀ ਹੀ ਪਛਾਣ ਹੈ । ਕੇਵਲ ਆਪਣੇ ਮਨ ਦੀਆਂ ਤ੍ਰਿਸ਼ਨਾਂ ਦੀ ਹੀ ਪਛਾਣ ਆਉਂਦੀ ਹੈ! ਮੈਂ ਮੁਸ਼ਕਲ ਆਉਣ ਤੇ ਸ਼ਬਦ ਦਾ ਹੀ ਆਸਰਾ ਭਾਲਦਾ ਹਾ ।

I may not recognize the demons of my worldly desires nor the sweet poison of worldly wealth, her deceptive gimmicks. In crisis! I may only pray for Your Forgiveness and refuge.

ਤੂ ਭਰਪੂਰਿ, ਜਾਨਿਆ ਮੈ ਦੂਰਿ॥	too bharpoor jaani-aa mai door.
ਜੋ ਕਛੁ ਕਰੀ ਸੁ, ਤੇਰੈ ਹਦੂਰਿ॥	jo kachh karee so tayrai hadoor.
ਤੂ ਦੇਖਹਿ, ਹਉ ਮੁਕਰਿ ਪਾਉ॥	too daykheh ha-o mukar paa-o.
ਤੇਰੈ ਕੰਮਿ ਨ, ਤੇਰੈ ਨਾਇ॥੨॥	tayrai kamm na tayrai naa-ay. ||2||

ਮੈਂ ਪ੍ਰਭ ਨੂੰ ਬਹੁਤ ਦੂਰ ਸਮਝਦਾ ਸੀ, ਪਰ ਪ੍ਰਭ ਹਰ ਜਗ੍ਹਾ, ਚੀਜ਼ ਵਿੱਚ ਹੀ ਮੌਜੂਦ ਹੈ! ਮੈਂ ਸਭ ਕੁਝ ਚੰਗੇ, ਮੰਦੇ ਕੰਮ ਪ੍ਰਭ ਦੇ ਸਾਮ੍ਹਣੇ ਹੀ ਕਰਦਾ ਹਾ, ਫਿਰ ਵੀ ਮੰਦੇ ਕੰਮ ਕਰਕੇ ਇਨਕਾਰ ਕਰਦਾ, ਅਪਣੀ ਗਲਤੀ ਨਹੀਂ ਮੰਨਦਾ । ਮੈਂ ਸ੍ਰਿਸ਼ਟੀ ਦੀ ਭਲਾਈ ਦੇ ਕੰਮ ਨਹੀਂ ਕਰਦਾ, ਮੇਰਾ ਜੀਵਨ ਦਾ ਢੰਗ ਵੀ ਪ੍ਰਭ ਦੇ ਸ਼ਬਦ ਅਨੁਸਾਰ ਨਹੀਂ ਹੈ ।

I imagine! The True Master may be far away beyond the reach of His Creation; however, His Holy Spirit remains embedded within each soul and prevails everywhere. I perform all my good and evil deeds in His presence; however, I may never admit my mistakes. I may not perform any good deeds for the welfare of mankind nor my way of life may be according to the teachings of His Word.

ਜੇਤਾ ਦੇਹਿ, ਤੇਤਾ ਹਉ ਖਾਉ॥ jaytaa deh taytaa ha-o khaa-o.
ਬਿਆ ਦਰੁ ਨਾਹੀ, ਕੈ ਦਰਿ ਜਾਉ॥ bi-aa dar naahee kai dar jaa-o.
ਨਾਨਕੁ ਏਕ ਕਹੈ ਅਰਦਾਸਿ॥ naanak ayk kahai ardaas.
ਜੀਉ ਪਿੰਡੁ ਸਭੁ ਤੇਰੈ ਪਾਸਿ॥੩॥ jee-o pind sabh tayrai paas. ||3||

ਮੈਂ, ਪ੍ਰਭ ਦਾ ਬਖਸ਼ਿਆ ਖਾਂਦਾ, ਭੋਗਦਾ ਹਾ, ਹੋਰ ਕੋਈ ਆਸਰਾ, ਰਖਵਾਲਾ, ਮਾਲਕ ਨਹੀਂ ਹੈ! ਮੇਰਾ ਤਨ, ਆਤਮਾ ਪ੍ਰਭ ਦੀ ਦਾਸ ਬਣ ਜਾਵੇ, ਇਹ ਹੀ ਮੇਰੀ ਮੰਗ, ਅਰਦਾਸ ਹੈ ।

I may only survive with His Blessed nourishment; I may not have any other support, protector, True Master. I always pray for His Forgiveness and Refuge; my body, mind, and soul have been blessed and remain His slave.

ਆਪੇ ਨੇੜੈ ਦੂਰਿ ਆਪੇ ਹੀ, aapay nayrhai door aapay hee
ਆਪੇ ਮੰਝਿ ਮਿਆਨੋੁ॥ aapay manjh mi-aano.
ਆਪੇ ਵੇਖੈ ਸੁਣੇ ਆਪੇ ਹੀ, aapay vaykhai sunay aapay hee
ਕੁਦਰਤਿ ਕਰੇ ਜਹਾਨੋੁ॥ kudrat karay jahaano.
ਜੋ ਤਿਸੁ ਭਾਵੈ ਨਾਨਕਾ, jo tis bhaavai naankaa
ਹੁਕਮੁ ਸੋਈ ਪਰਵਾਨੋੁ ॥੪॥31॥॥੩॥ hukam so-ee parvaano. ||4||31||

ਪ੍ਰਭ ਆਪ ਹੀ ਕਿਸੇ ਦੇ ਨੇੜੇ ਆ ਜਾਂਦਾ ਹੈ, ਆਪ ਹੀ ਕਿਸੇ ਨੂੰ ਆਪਣੇ ਤੋਂ ਦੂਰ ਕਰ ਦੇਂਦਾ ਹੈ! ਆਪ ਹੀ ਜੀਵ ਤੋਂ ਸਿਮਰਨ ਕਰਵਾਉਂਦਾ, ਆਪ ਹੀ ਸੁਣਦਾ ਹੈ! ਆਪ ਹੀ ਸ੍ਰਿਸ਼ਟੀ ਪੈਦਾ ਕਰਦਾ, ਕੰਮ ਕਰਨ ਦੀ ਸਮਰਥਾ ਬਖਸ਼ਦਾ ਹੈ । ਰਹਿਮਤ ਬਖਸ਼ੋ! ਆਪਣਾ ਜੀਵਨ ਸ਼ਬਦ ਦੀ ਸਿਖਿਆਂ ਅਨੁਸਾਰ ਹੀ ਢਾਲਣ, ਬਤੀਤ ਕਰਨ ।

The True Master may bestow His Blessed Vision to bring His true devotee close. He may remain intoxicated in meditation in the void of His Word. He may keep self-minded deprived from the right path of acceptance in His Court. The True Master blesses devotion to meditate on the teachings of His Word and listens to the singing of His Glory. The True Master has infused devotion to meditate on the teachings of His Word within the heart of His Creation. The True Master, Treasure of Virtues blesses devotion to meditate and to adopt the teachings of His Word in his day-to-day life.

85. ਸਿਰੀਰਾਗੁ ਮਹਲਾ ੧ ਘਰੁ ੪॥ (25-11)

ਕੀਤਾ ਕਹਾ, ਕਰੇ ਮਨਿ ਮਾਨੁ॥ keetaa kahaa karay man maan.
ਦੇਵਣਹਾਰੇ ਕੈ, ਹਥਿ ਦਾਨੁ॥ dayvanhaaray kai hath daan.
ਭਾਵੈ ਦੇਇ, ਨ ਦੇਈ ਸੋਇ॥ bhaavai day-ay na day-ee so-ay.
ਕੀਤੇ ਕੈ ਕਹਿਐ, ਕਿਆ ਹੋਇ॥੧॥ keetay kai kahi-ai ki-aa ho-ay. ||1||

ਜੀਵ, ਪੈਦਾ ਕਰਨਵਾਲੇ ਦੇ ਹੱਥ ਵਿੱਚ ਹੀ ਸਾਰੀਆਂ ਦਾਤਾਂ ਹਨ । ਆਪਣੀ ਰਹਿਮਤ ਨਾਲ ਹੀ ਸਭ ਕੁਝ ਕਰਦਾ ਹੈ! ਆਪਣੇ ਆਪ ਤੇ ਕਿਉਂ ਘਮੰਡ ਕਰਦਾ ਹੈ? ਉਹ ਕਿਸੇ ਨੂੰ ਦਾਤ ਬਖਸ਼ੇ, ਜਾ ਨਾ, ਤੇਰੇ ਕਹਿਣ ਤੇ ਕੁਝ ਨਹੀਂ ਹੋ ਸਕਦਾ ।

All Blessings may only be bestowed with His Command, The Creator. Why are you boasting, pride of your possessions? He may bless or not any creature with His imagination. Nothing may happen with own efforts, with prayers.

ਆਪੇ ਸਚੁ, ਭਾਵੈ ਤਿਸੁ ਸਚੁ॥ aapay sach bhaavai tis sach.
ਅੰਧਾ ਕਚਾ, ਕਚੁ ਨਿਕਚੁ॥੧॥ ਰਹਾਉ॥ anDhaa kachaa kach nikach. ||1|| rahaa-o.

ਸਾਰੇ ਹੀ ਜੀਵ ਮਿਟ ਜਾਣ ਵਾਲੇ ਹਨ ਆਪਣੇ ਆਪ ਵਿੱਚ ਪੂਰਨ ਨਹੀਂ ਹਨ । ਕੇਵਲ ਸ੍ਰਿਸ਼ਟੀ ਨੂੰ ਪੈਦਾ ਕਰਨਵਾਲਾ ਹੀ ਪੂਰਨ, ਨਾ ਮਿਟਨਵਾਲਾ ਹੈ ।

All creatures are blessed with a predetermined time in perishable human body. No one may ever be perfect and complete within nor live forever. The One and Only One, Creator remains perfect and complete forever.

ਜਾ ਕੇ ਰੁਖ, ਬਿਰਖ ਆਰਾਉ॥ jaa kay rukh birakh aaraa-o.
ਜੇਹੀ ਧਾਤੁ, ਤੇਹਾ ਤਿਨ ਨਾਉ॥ jayhee Dhaat tayhaa tin naa-o.
ਫੁਲੁ ਭਾਉ, ਫਲੁ ਲਿਖਿਆ ਪਾਇ॥ ful bhaa-o fal likhi-aa paa-ay.
ਆਪਿ ਬੀਜਿ, ਆਪੇ ਹੀ ਖਾਇ॥੨॥ aap beej aapay hee khaa-ay. ||2||

ਪ੍ਰਭ ਆਪ ਹੀ ਸਾਰੇ, ਬ੍ਰਿਛ, ਪੌਦੇ, ਬਾਗ ਉਗਾਉਂਦਾ ਹੈ, ਆਪ ਹੀ ਉਹਨਾਂ ਨੂੰ ਵੱਖਰੀਆਂ ਵੱਖਰੀਆਂ ਕਿਸਮਾਂ ਦੇ ਗੁਣ, ਫਲ, ਫੱਲ ਬਖਸ਼ਦਾ ਹੈ, ਆਪ ਹੀ ਉਹਨਾਂ ਨੂੰ ਵੱਖਰੇ ਨਾਮ ਦੇਂਦਾ ਹੈ । ਆਪ ਹੀ ਆਪਣੇ ਜੀਵਾਂ ਵਾਸਤੇ ਪੈਦਾ ਕੀਤੇ ਹਨ, ਆਪ ਹੀ ਉਹਨਾਂ ਨੂੰ ਪਾਲਦਾ ਹੈ ਅਤੇ ਭੋਜਨ ਕਰਵਾਉਂਦਾ ਹੈ ।

The True Master has created all plants, trees, fruits, flowers etc. He has infused various virtues, nutritional values and recognizes with different name. He has created all these as a food, nourishment for His Creation.

ਕਚੀ ਕੰਧ, ਕਚਾ ਵਿਚਿ ਰਾਜੁ॥ kachee kanDh kachaa vich raaj.
ਮਤਿ ਅਲੂਣੀ, ਫਿਕਾ ਸਾਦੁ॥ mat aloonee fikaa saad.
ਨਾਨਕ ਆਣੇ, ਆਵੈ ਰਾਸਿ॥ naanak aanay aavai raas.
ਵਿਣੁ ਨਾਵੈ, ਨਾਹੀ ਸਾਬਾਸਿ॥੩॥32॥ vin naavai naahee saabaas. ||3||32||

ਜੀਵ ਨੂੰ ਪੂਰਨ ਸੋਝੀ ਨਹੀਂ ਹੈ, ਕਿ ਤਨ ਮਿਟ ਜਾਣ ਵਾਲਾ ਹੈ । ਇਸ ਵਿੱਚ ਆਤਮਾ ਨੂੰ ਥੋੜ੍ਹੇ ਸਮੇਂ ਲਈ ਰਹਿਣ ਦਾ ਸਮਾਂ ਦਿੱਤਾ ਹੈ । ਜਿਸ ਤੇ ਰਹਿਮਤ ਬਖਸ਼ਦਾ ਹੈ, ਉਸ ਦੀ ਸੋਝੀ ਹੀ ਅਸਲੀ ਮਾਰਗ ਤੇ ਲੈ ਜਾਂਦੀ ਹੈ । ਉਹ ਸ਼ਬਦ ਨਾਲ ਜੀਵਨ ਢਾਲਦਾ ਤੋਂ ਬਿਨਾਂ ਦਰਬਾਰ ਵਿੱਚ ਢੋਈ ਬਖਸ਼ਿਸ਼ ਨਹੀਂ ਹੁੰਦੀ ।

Self-mind may not comprehend the perishable nature of human body. His soul may be blessed with a predetermined time in perishable human body. Whosoever may be enlightened with the essence of His Word; his enlightenment may lead to the right path of salvation. Without adopting the teachings of His Word; no one may be accepted in His Court.

86. ਸਿਰੀਰਾਗੁ ਮਹਲਾ ੧ ਘਰੁ ੫॥ (25-16)

ਅਛਲ ਛਲਾਈ ਨਹ ਛਲੈ, achhal chhalaa-ee nah chhalai
ਨਹ ਘਾਉ ਕਟਾਰਾ ਕਰਿ ਸਕੈ॥ nah ghaa-o kataaraa kar sakai.
ਜਿਉ ਸਾਹਿਬੁ ਰਾਖੈ ਤਿਉ ਰਹੈ, ji-o saahib raakhai ti-o rahai
ਇਸੁ ਲੋਭੀ ਕਾ ਜੀਉ ਟਲ ਪਲੈ॥੧॥ is lobhee kaa jee-o tal palai. ||1||

ਪ੍ਰਭ ਨੂੰ ਕੋਈ ਧੋਖਾ ਨਹੀਂ ਦੇ ਸਕਦਾ, ਨਾ ਹੀ ਕੋਈ ਹਥਿਆਰ ਹੀ ਜ਼ਖਮੀ ਕਰ ਸਕਦਾ ਹੈ । ਉਹ ਜੀਵ ਦੀ ਲਾਲਚੀ ਆਤਮਾ ਨੂੰ ਇੱਧਰ ਉੱਧਰ ਭਟਕਾਉਂਦਾ ਹੈ ।

The True Master remains beyond the reach of any deception of worldly creatures, power nor any weapon may reach to injure His Holy Spirit. The True Master may motivate self-minded with sweet poison of worldly wealth.

ਬਿਨੁ ਤੇਲ ਦੀਵਾ, ਕਿਉ ਜਲੈ॥੧॥ ਰਹਾਉ॥ bin tayl deevaa ki-o jalai. ||1|| rahaa-o.

ਜਿਵੇਂ ਤੇਲ ਤੋਂ ਬਿਨਾਂ ਦੀਪਕ ਰੌਸ਼ਨੀ ਨਹੀਂ ਦੇਂਦਾ, ਇਸਤਰ੍ਹਾਂ ਸਵਾਸ ਤੋਂ ਬਿਨਾਂ ਆਤਮਾ ਕੁਝ ਨਹੀਂ ਕਰ ਸਕਦੀ ।

As a lamp without oil may not glow or light any room. Same way without breathes, soul cannot do anything.

ਪੋਥੀ ਪੁਰਾਣ ਕਮਾਈਐ॥ pothee puraan kamaa-ee-ai.
ਭਉ ਵਟੀ, ਇਤੁ ਤਨਿ ਪਾਈਐ॥ bha-o vatee it tan paa-ee-ai.
ਸਚੁ ਬੂਝਣੁ, ਆਣਿ ਜਲਾਈਐ॥੨॥ sach boojhan aan jalaa-ee-ai. ||2||

ਪ੍ਰਭ ਦੀ ਹੋਂਦ ਨੂੰ ਅਟਲ ਮੰਨਕੇ ਪ੍ਰਭ ਦੇ ਭਾਣੇ ਤੇ ਚਲੋ! ਪ੍ਰਭ ਦੇ ਭਾਣੇ ਨੂੰ ਤੇਲ ਦਾ ਰੂਪ, ਅਟਲ ਹੋਂਦ ਨੂੰ ਵੱਟੀ ਬਣਾ ਕੇ ਸ਼ਬਦ ਦੀ ਸਿਖਿਆਂ ਨੂੰ ਸਮਝੋ! ਉਸ ਨੂੰ ਆਪਣੇ ਜੀਵਨ ਦਾ ਢੰਗ ਬਣਾਵੋ!

You should consider His Holy Spirit true forever and adopt the teachings of His Word in your day-to-day life. His Word, ultimate Command as oil; His ultimate, forever true existence as the wick to understand the teachings of His

Word. You should adopt the teachings of His Word as the right path, purpose of your human life opportunity.

ਇਹੁ ਤੇਲੁ, ਦੀਵਾ ਇਉ ਜਲੈ॥	ih tayl deevaa i-o jalai.
ਕਰਿ ਚਾਨਣੁ, ਸਾਹਿਬ ਤਉ ਮਿਲੈ॥੧॥	kar chaanan saahib ta-o milai. ||1||
ਰਹਾਉ॥	rahaa-o.

ਇਸਤਰ੍ਹਾਂ ਆਪਣੀ ਆਤਮਾ ਦਾ ਦੀਪਕ ਜਗਾਵੋ! ਪ੍ਰਭ ਦੇ ਸ਼ਬਦ ਦੀ ਸੋਝੀ ਨਾਲ ਆਪਣਾ ਜੀਵਨ ਢਾਲੋ!

Lighten up your soul with the essence of His Word! With the enlightenment of the essence of His Word adopts the teachings of His Word with steady and stable belief in your day-to-day life.

ਇਤੁ ਤਨਿ ਲਾਗੈ ਬਾਣੀਆ॥	it tan laagai baanee-aa.
ਸੁਖੁ ਹੋਵੈ ਸੇਵ ਕਮਾਣੀਆ॥	sukh hovai sayv kamaanee-aa.
ਸਭ ਦੁਨੀਆ ਆਵਣ ਜਾਣੀਆ॥੩॥	sabh dunee-aa aavan jaanee-aa. ||3||

ਆਪਣੇ ਮਨ ਵਿੱਚ ਪ੍ਰਭ ਦੇ ਸ਼ਬਦ ਦਾ ਸਿਮਰਨ ਕਰੋ! ਇਸ ਨਾਲ ਮਨ ਵਿੱਚ ਨਿਮ੍ਰਤਾ ਘਰ ਕਰ ਜਾਂਦੀ ਹੈ, ਮਨ ਵਿੱਚ ਸੰਤੋਖ, ਸ਼ਾਂਤੀ ਆਉਂਦੀ ਹੈ । ਇਹ ਸ੍ਰਿਸ਼ਟੀ ਦਾ ਖੇਲ ਚਲਦਾ ਹੀ ਰਹਿੰਦਾ ਹੈ ।

You should wholeheartedly meditate and sing the glory of His Word. With the enlightenment of the essence of His Word; with His mercy and grace, he may be blessed with humility, patience, and harmony blossom in his day-to-day life. The play of the universe goes on nonstop.

ਵਿਚਿ ਦੁਨੀਆ, ਸੇਵ ਕਮਾਈਐ॥	vich dunee-aa sayv kamaa-ee-ai.
ਤਾ ਦਰਗਹ ਬੈਸਣੁ ਪਾਈਐ॥	taa dargeh baisan paa-ee-ai.
ਕਹੁ ਨਾਨਕ ਬਾਹ ਲੁਡਾਈਐ॥੪॥33॥	kaho naanak baah ludaa-ee-ai. ||4||33||

ਜੀਵ ਸੰਸਾਰ ਵਿੱਚ ਆ ਕੇ ਪ੍ਰਭ ਦੇ ਸ਼ਬਦ ਦੀ ਕਮਾਈ ਕਰੋ! ਜਿਹੜਾ ਸ਼ਬਦ ਨਾਲ ਆਪਣਾ ਜੀਵਨ ਢਾਲਦਾ ਹੈ, ਉਸ ਨੂੰ ਪ੍ਰਭ ਦਾ ਦਰਬਾਰ ਦਿਖਾਈ ਦੇਣ ਲਗ ਪੈਂਦਾ ਹੈ! ਪ੍ਰਭ ਦੀ ਰਹਿਮਤ ਨਾਲ ਦਰਬਾਰ ਵਿੱਚ ਪ੍ਰਵਾਨਗੀ ਬਖਸ਼ਿਸ਼ ਹੋ ਸਕਦੀ ਹੈ । ਉਹ ਸਦਾ ਹੀ ਪ੍ਰਭ ਦੇ ਧੰਨਵਾਦ ਦੇ ਗੁਣ ਗਾਉਂਦਾ ਹੈ ।

You should meditate and earn the wealth of His Word. Whosoever may adopt the teachings of His Word in his day-to-day life; with His mercy and grace, he may be blessed with the right path of salvation; he may visualize His 10th door. He may be blessed with the right path of acceptance in His Court. He may remain in gratitude singing the glory for His Blessings.

87. ਸਿਰੀਰਾਗੁ ਮਹਲਾ ੩ ਘਰੁ ੧॥ (26-3)

੧ਓ ਸਤਿਗੁਰ ਪ੍ਰਸਾਦਿ॥	ik-oNkaar saT`gur parsaad.
ਹਉ ਸਤਿਗੁਰੁ ਸੇਵੀ ਆਪਣਾ,	ha-o saT`gur sayvee aapnaa
ਇਕ ਮਨਿ ਇਕ ਚਿਤਿ ਭਾਇ॥	ik man ik chit bhaa-ay.
ਸਤਿਗੁਰੁ ਮਨ ਕਾਮਨਾ ਤੀਰਥੁ ਹੈ,	saT`gur man kaamnaa tirath hai
ਜਿਸ ਨੋ ਦੇਇ ਬੁਝਾਇ॥	jis no day-ay bujhaa-ay.
ਮਨ ਚਿੰਦਿਆ ਵਰੁ ਪਾਵਣਾ,	man chindi-aa var paavnaa
ਜੋ ਇਛੈ ਸੋ ਫਲੁ ਪਾਇ॥	jo ichhai so fal paa-ay.
ਨਾਉ ਧਿਆਈਐ, ਨਾਉ ਮੰਗੀਐ,	naa-o Dhi-aa-ee-ai naa-o mangee-ai
ਨਾਮੇ ਸਹਜਿ ਸਮਾਇ॥੧॥	Naamay sahj samaa-ay. ||1||

ਜੀਵ, ਇਕਾਗਰ ਮਨ ਹੋ ਕੇ ਪ੍ਰਭ ਦੇ ਸ਼ਬਦ ਦੀ ਪਾਲਣਾ ਕਰੋ! ਜਿਸ ਨੂੰ ਪ੍ਰਭ ਆਪ ਹੀ ਸ਼ਬਦ ਦੀ ਸੋਝੀ ਬਖਸ਼ਦਾ ਹੈ, ਸ਼ਬਦ ਦੀ ਸਿਖਿਆਂ ਹੀ ਪਵਿੱਤਰ ਤੀਰਥ ਬਣ ਜਾਂਦੀ ਹੈ! ਉਸ ਦੇ ਮਨ ਦੀਆਂ ਮੁਰਾਦਾਂ ਪ੍ਰਭ ਆਪ ਹੀ ਪੂਰੀਆਂ ਕਰਦਾ ਹੈ! ਪ੍ਰਭ ਦੇ ਸ਼ਬਦ ਦੀ ਪਾਲਣਾ ਵਿੱਚ ਧਿਆਨ ਲਾਵੋ, ਸ਼ਬਦ ਦੀ ਹੀ ਪੂਜਾ ਕਰੋ! ਸ਼ਬਦ ਦੀ ਪਾਲਣਾ ਵਿੱਚ ਲਗਨ ਅਡੋਲ ਰਖਣ ਦੀ ਅਰਦਾਸ ਕਰੋ! ਜਿਹੜਾ ਸ਼ਬਦ ਨਾਲ ਜੀਵਨ ਢਾਲਦਾ ਹੈ, ਉਸ ਦਾ ਮਨ ਪ੍ਰਭ ਦੀ ਹੋਂਦ, ਸ਼ਬਦ ਵਿੱਚ ਹੀ ਲੀਨ ਹੋ ਜਾਂਦਾ ਹੈ! ਉਸ ਦੇ ਮਨ ਵਿੱਚ ਪੂਰਨ ਸੰਤੋਖ ਬਖਸ਼ਿਸ਼ ਹੋ ਜਾਂਦਾ ਹੈ ।

You should wholeheartedly meditate on the teachings of His Word. Whosoever may be blessed with the enlightenment of the essence of His Word. The essence of His Word may be transformed as a Holy Shrine within his mind; with His mercy and grace, all his spoken and unspoken desires may be satisfied. You should obey and worship the teachings of His Word with steady and stable belief in your day-to-day life. You should pray for His Forgiveness and Refuge, a devotion to obey the teachings of His Word. Whosoever may adopt the teachings of His Word; he may recognize the existence of His Holy Spirit everywhere. He may remain intoxicated in the void of His Word. He may remain in complete contentment in his life.

ਮਨ ਮੇਰੇ ਹਰਿ ਰਸੁ, ਚਾਖੁ ਤਿਖ ਜਾਇ॥	man, mayray har ras chaakh tikh jaa-ay.
ਜਿਨੀ ਗੁਰਮੁਖਿ ਚਾਖਿਆ,	jinee gurmukh chaakhi-aa
ਸਹਜੇ ਰਹੇ ਸਮਾਇ॥੧॥ ਰਹਾਉ॥	sehjay rahay samaa-ay. ||1|| rahaa-o.

ਜਿਹੜਾ ਸ਼ਬਦ ਦੇ ਰਸ ਦਾ ਅਨੰਦ ਮਾਨਦਾ ਹੈ! ਉਸ ਦੇ ਮਨ ਦੀਆਂ ਇੱਛਾਂ ਦੀ ਪਿਆਸ, ਭਟਕਣਾਂ ਖਤਮ ਹੋ ਜਾਂਦੀਆਂ ਹਨ । ਜਿਹੜਾ ਸ਼ਬਦ ਨੂੰ ਆਪਣੇ ਜੀਵਨ ਵਿੱਚ ਢਾਲਦਾ ਹੈ, ਉਸ ਨੂੰ ਗੁਰਮਖ ਅਵਸਥਾ ਬਖਸ਼ਿਸ਼ ਹੋ ਜਾਂਦੀ ਹੈ, ਉਹ ਸ਼ਬਦ ਦੇ ਸਿਮਰਨ ਵਿੱਚ ਹੀ ਲੀਨ ਹੋ ਜਾਂਦਾ ਹੈ ।

Whosoever may remain drenched with the nectar of the essence of His Word; with His mercy and grace, all his frustrations of worldly desires may be eliminated. Whosoever may adopt the teachings of His Word with steady and stable belief in his day-to-day life; with His mercy and grace, he may be blessed with a state of mind as His true devotee. He may remain contented meditating in the void of His Word.

ਜਿਨੀ ਸਤਿਗੁਰੁ ਸੇਵਿਆ,	jinee saT`gur sayvi-aa
ਤਿਨੀ ਪਾਇਆ ਨਾਮੁ ਨਿਧਾਨੁ॥	tinee paa-i-aa Naam niDhaan.
ਅੰਤਰਿ ਹਰਿ ਰਸੁ ਰਵਿ ਰਹਿਆ,	antar har ras rav rahi-aa
ਚੂਕਾ ਮਨਿ ਅਭਿਮਾਨੁ॥	chookaa man abhimaan.
ਹਿਰਦੈ ਕਮਲੁ ਪ੍ਰਗਾਸਿਆ,	hirdai kamal pargaasi-aa
ਲਾਗਾ ਸਹਜਿ ਧਿਆਨੁ॥	laagaa sahj Dhi-aan.
ਮਨੁ ਨਿਰਮਲੁ ਹਰਿ ਰਵਿ ਰਹਿਆ,	man, nirmal har rav rahi-aa
ਪਾਇਆ ਦਰਗਹਿ ਮਾਨੁ॥੨॥	paa-i-aa dargahi maan. ||2||

ਜਿਹੜਾ ਸ਼ਬਦ ਨਾਲ ਜੀਵਨ ਢਾਲ ਲੈਂਦਾ ਹੈ, ਉਸ ਨੂੰ ਸ਼ਬਦ ਦੀ ਸੋਝੀ ਬਖਸ਼ਿਸ਼ ਹੋ ਜਾਂਦੀ ਹੈ । ਜਿਸ ਦੇ ਮਨ ਵਿੱਚ ਸ਼ਬਦ ਘਰ ਕਰ ਜਾਂਦਾ ਹੈ, ਉਸ ਦੇ ਮਨ ਵਿਚੋਂ ਅਹੰਕਾਰ ਖਤਮ ਹੋ ਜਾਂਦਾ ਹੈ । ਮਨ ਅੰਦਰ ਹੀ ਕਮਲ ਦਾ ਫੁੱਲ ਖੇੜੇ ਵਿੱਚ ਆ ਜਾਂਦਾ, ਪ੍ਰਭ ਦੀ ਪਨਾਹ ਵਿੱਚ ਪ੍ਰਵਾਨ ਹੋ ਜਾਂਦੇ ਹਨ । ਉਸ ਦੇ ਮਨ ਦੇ ਦਾਗ਼ ਧੋਤੇ ਜਾਂਦੇ ਹਨ, ਮਨ ਨਿਰਮਲ ਹੋ ਜਾਂਦਾ ਹੈ । ਉਹ ਸ਼ਬਦ ਦੀ ਸਮਾਧੀ ਵਿੱਚ ਹੀ ਪ੍ਰਭ ਦੀ ਜੋਤ ਵਿੱਚ ਅਭੇਦ ਹੋ ਜਾਂਦਾ ਹੈ । ਉਸ ਨੂੰ ਪ੍ਰਭ ਦੇ ਦਰਬਾਰ ਵਿੱਚ ਥਾਂ ਬਖਸ਼ਿਸ਼ ਹੋ ਜਾਂਦੀ ਹੈ ।

Whosoever may adopt the teachings of His Word with steady and stable belief in his day-to-day life; with His mercy and grace, he may be enlightened with the essence of His Word. He may remain drenched with the essence of His Word; he may conquer the ego of His Word. The lotus flower of his soul remains blossomed within; he may be accepted in His Court. His soul remains blemished free and sanctified. He remains meditating on the teachings of His Word; with His mercy and grace, he may be immersed within His Holy Spirit. He may be honored and accepted in His Court.

ਸਤਿਗੁਰੁ ਸੇਵਨਿ ਆਪਣਾ,	saT`gur sayvan aapnaa
ਤੇ ਵਿਰਲੇ ਸੰਸਾਰਿ॥	tay virlay sansaar.
ਹਉਮੈ ਮਮਤਾ ਮਾਰਿ ਕੈ,	ha-umai mamtaa maar kai
ਹਰਿ ਰਾਖਿਆ ਉਰ ਧਾਰਿ॥	har raakhi-aa ur Dhaar.

ਹਉ ਤਿਨ ਕੈ ਬਲਿਹਾਰਣੈ,	ha-o tin kai balihaarnai
ਜਿਨਾ ਨਾਮੇ ਲਗਾ ਪਿਆਰੁ॥	jinaa Naamay lagaa pi-aar.
ਸੇਈ ਸੁਖੀਏ ਚਹੁ ਜੁਗੀ,	say-ee sukhee-ay chahu jugee
ਜਿਨਾ ਨਾਮੁ ਅਖੁਟੁ ਅਪਾਰੁ॥੩॥	jinaa Naam akhut apaar. ||3||

ਸੰਸਾਰ ਵਿੱਚ ਕੋਈ ਵਿਰਲਾ ਹੀ ਜੀਵ ਪ੍ਰਭ ਦਾ ਸ਼ਬਦ ਮਨ ਵਿੱਚ ਵਸਾਉਂਦਾ ਹੈ! ਜਿਸ ਦੇ ਮਨ ਵਿੱਚ ਸ਼ਬਦ ਘਰ ਕਰ ਜਾਂਦਾ ਹੈ, ਉਸ ਨੂੰ ਮੋਹ ਅਤੇ ਅਹੰਕਾਰ ਤੇ ਜਿੱਤ ਬਖਸ਼ਿਸ਼ ਹੋ ਜਾਂਦੀ ਹੈ । ਜਿਸ ਦੇ ਮਨ ਵਿੱਚ ਸ਼ਬਦ ਘਰ ਕਰ ਜਾਂਦਾ ਹੈ, ਉਹ ਜੀਵ ਧੰਨ, ਪੂਜਣ ਯੋਗ ਹੋ ਜਾਂਦਾ ਹੈ! ਜਿਹੜਾ ਪ੍ਰਭ ਦੇ ਵਿਛੋੜੇ ਦੇ ਵਿਰਾਗ, ਭਟਕਣ ਵਿੱਚ ਰਹਿੰਦਾ ਹੈ, ਪ੍ਰਭ ਦੀ ਰਹਿਮਤ ਨਾਲ ਇਸ ਅਵਸਥਾ ਵਾਲਾ ਜੀਵ ਚਾਰੇ ਜੁਗਾਂ ਵਿੱਚ ਹੀ ਸ਼ਾਂਤੀ, ਸੰਤੋਖ ਵਿੱਚ ਰਹਿੰਦਾ ਹੈ ।

A very rare human may remain drenched with the essence of His Word within his heart; with His mercy and grace, he may conquer his worldly attachments and ego of uniqueness. He may become worthy of worshipping. Whosoever may remain in renunciation in the memory of his separation from His Holy Spirit; with His mercy and grace, His true devotee with such a state of mind may remain with patience and contentment in all four ancient Ages.

ਗੁਰ ਮਿਲਿਐ ਨਾਮੁ ਪਾਈਐ,	gur mili-ai Naam paa-ee-ai
ਚੂਕੈ ਮੋਹ ਪਿਆਸ॥	chookai moh pi-aas.
ਹਰਿ ਸੇਤੀ ਮਨੁ ਰਵਿ ਰਹਿਆ,	har saytee man rav rahi-aa
ਘਰ ਹੀ ਮਾਹਿ ਉਦਾਸੁ॥	ghar hee maahi udaas.
ਜਿਨਾ ਹਰਿ ਕਾ ਸਾਦੁ ਆਇਆ,	jinaa har kaa saad aa-i-aa
ਹਉ ਤਿਨ ਬਲਿਹਾਰੈ ਜਾਸੁ॥	ha-o tin balihaarai jaas.
ਨਾਨਕ ਨਦਰੀ ਪਾਈਐ,	naanak nadree paa-ee-ai
ਸਚੁ ਨਾਮੁ ਗੁਣਤਾਸੁ॥੪॥੧॥34॥	sach Naam guntaas. ||4||1||34||

ਸ਼ਬਦ ਦੀ ਅਡੋਲ ਭਰੋਸੇ ਨਾਲ ਪਾਲਣਾ ਕਰਨ ਨਾਲ (ਗੁਰੂ ਮਿਲਣ ਨਾਲ) ਸ਼ਬਦ ਦੀ ਸੋਝੀ ਬਖਸ਼ਿਸ਼ ਹੋ ਜਾਂਦੀ ਹੈ! ਉਸ ਨਾਲ ਇੱਛਾ ਦੀ ਭਟਕਣ ਦੂਰ ਹੋ ਜਾਂਦੀ ਹੈ! ਜਿਸ ਦਾ ਮਨ ਸ਼ਬਦ ਵਿੱਚ ਲੀਨ ਹੋ ਜਾਂਦਾ ਹੈ, ਉਹ ਆਪਣੇ ਅੰਦਰੋਂ ਹੀ ਮਨ ਨੂੰ ਇੱਛਾਂ ਤੋਂ ਰਹਿਤ ਕਰ ਲੈਂਦਾ ਹੈ । ਉਸ ਜੀਵ ਦੇ ਮਨ ਤੇ ਸ਼ਬਦ ਦਾ ਰੰਗ ਚੜ੍ਹ ਜਾਂਦਾ ਹੈ, ਉਹ ਜੀਵ ਪੂਜਣ ਯੋਗ ਬਣ ਜਾਂਦਾ ਹੈ । ਪ੍ਰਭ ਦੀ ਰਹਿਮਤ ਨਾਲ ਹੀ ਮਨ ਸ਼ਬਦ ਵਿੱਚ ਲਗਦਾ, ਪਾਲਣਾ ਕਰਦਾ, ਅਡੋਲ ਹੁੰਦਾ ਹੈ ।

Whosoever may obey the teachings of His Word with steady and stable belief in his day-to-day life; with His mercy and grace, he may be blessed with the enlightenment of the essence of His Word. His mind may remain beyond worldly frustration and worry-free. Whosoever may remain attuned to His Word, intoxicated in meditation in the void of His Word; his state of mind may remain beyond any worldly desire. He may remain drenched with the crimson color of the nectar of the essence of His Word; with His mercy and grace, he may become worthy of worship. Whosoever may be bestowed with His Blessed Vision, only he may meditate and remains dedicated in obeying the teachings of His Word.

88. ਸਿਰੀਰਾਗੁ ਮਹਲਾ ੩॥ (26-13)

ਬਹੁ ਭੇਖ ਕਰਿ ਭਰਮਾਈਐ,	baho bhaykh kar bharmaa-ee-ai
ਮਨਿ ਹਿਰਦੈ ਕਪਟੁ ਕਮਾਇ॥	man hirdai kapat kamaa-ay.
ਹਰਿ ਕਾ ਮਹਲੁ ਨ ਪਾਵਈ,	har kaa mahal na paav-ee
ਮਰਿ ਵਿਸਟਾ ਮਾਹਿ ਸਮਾਇ॥੧॥	mar vistaa maahi samaa-ay. ||1||

ਸੰਸਾਰਕ ਜੀਵ ਵੱਖਰੇ ਵੱਖਰੇ ਧਰਮ ਦੇ ਬਾਣੇ ਪਾਉਂਦਾ, ਧਰਮ ਦੇ ਰੀਤ ਰੀਵਾਜ ਕਰਦਾ ਹੈ । ਉਸ ਦੇ ਮਨ ਵਿੱਚ ਇਕੋ ਇਕ ਪ੍ਰਭ ਦੇ ਬਖਸ਼ੇ ਤੇ ਭਰੋਸਾ ਅਡੋਲ ਨਹੀਂ ਹੁੰਦਾ, ਮਨ ਵਿੱਚ ਲਾਲਚ, ਬੁਰੇ ਖਿਆਲ

ਹੀ ਰਹਿੰਦੇ ਹਨ । ਇਸਤਰ੍ਹਾਂ ਦੀ ਬੰਦਗੀ ਕਰਨ ਨਾਲ, ਮਨ ਪ੍ਰਵਾਨਗੀ ਦੇ ਰਸਤੇ ਤੇ ਨਹੀਂ ਚਲਦਾ । ਸ਼ਬਦ ਦੀ ਸੋਝੀ ਨਹੀਂ ਹੁੰਦੀ, ਮੌਤ ਤੋਂ ਪਿਛੋਂ ਜੂੰਨਾਂ ਚੱਕਰ ਵਿੱਚ ਹੀ ਰਹਿੰਦਾ ਹੈ ।

Whosoever may adopt various religious robes, baptizes, and performs various religious rituals; he may never remain contented with His Blessings. He may remain overwhelmed with greed and evil thoughts. Whosoever may meditate with such a way, he may never remain steady and stable on the right path of acceptance in His Court. He may never be enlightened with the essence of His Word and his cycle of birth and death never ends.

ਮਨ ਰੇ ਗ੍ਰਿਹ ਹੀ ਮਾਹਿ ਉਦਾਸੁ॥ man, ray garih hee maahi udaas.
ਸਚੁ ਸੰਜਮੁ ਕਰਣੀ ਸੋ ਕਰੇ, sach sanjam karnee so karay
ਗੁਰਮੁਖਿ ਹੋਇ ਪਰਗਾਸੁ॥੧॥ ਰਹਾਉ॥ gurmukh ho-ay pargaas. ||1|| rahaa-o.

ਜੀਵ ਆਪਣੇ ਮਨ ਨੂੰ, ਆਪਣੇ ਅੰਦਰੋਂ ਹੀ ਇੱਛਾਂ ਤੋਂ ਰਹਿਤ ਰਖੋ! ਇਸਤਰ੍ਹਾਂ ਸ਼ਬਦ ਦੀ ਪਾਲਣਾ, ਮਨ ਤੇ ਕਾਬੂ ਰਖਕੇ ਸੰਸਾਰਕ ਭਲਾਈ ਦੇ ਕੰਮ ਕਰੋ! ਇਸ ਨਾਲ ਗੁਰਮਖ ਜੀਵ ਨੂੰ ਸ਼ਬਦ ਦੀ ਸੋਝੀ ਬਖਸ਼ਿਸ਼ ਹੋ ਸਕਦੀ ਹੈ ।

You should conquer your worldly desires from within. By conquering your mind, you should do good deeds for His Creation. Whosoever may adopt the teachings of His Word with steady and stable belief; with His mercy and grace, he may be enlightened with the essence of His Word.

ਗੁਰ ਕੈ ਸਬਦਿ ਮਨੁ ਜੀਤਿਆ, gur kai sabad man jeeti-aa
ਗਤਿ ਮੁਕਤਿ ਘਰੈ ਮਹਿ ਪਾਇ॥ gat mukat gharai meh paa-ay.
ਹਰਿ ਕਾ ਨਾਮੁ ਧਿਆਈਐ, har kaa Naam Dhi-aa-ee-ai
ਸਤਸੰਗਤਿ ਮੇਲਿ ਮਿਲਾਇ॥੨॥ satsangat mayl milaa-ay. ||2||

ਜਿਹੜਾ ਪ੍ਰਭ ਦੇ ਸ਼ਬਦ ਨਾਲ ਜੀਵਨ ਢਾਲਦਾ ਹੈ, ਉਸ ਨੂੰ ਮਨ ਦੀਆਂ ਸੰਸਾਰਕ ਇੱਛਾਂ ਤੇ ਕਾਬੂ ਹੁੰਦਾ ਹੈ । ਇਸ ਨਾਲ ਜੀਵ ਆਪਣੇ ਅੰਦਰੋਂ ਹੀ ਪ੍ਰਭ ਦੀ ਜੋਤ ਜਾਗਰਤ ਕਰ ਲੈਂਦਾ ਹੈ, ਮੁਕਤੀ ਦਾ ਰਸਤਾ ਬਖਸ਼ਿਸ਼ ਹੋ ਜਾਂਦਾ ਹੈ । ਜੀਵ ਪ੍ਰਭ ਦੇ ਸ਼ਬਦ ਦਾ ਸਿਮਰਨ, ਬੰਦਗੀ ਕਰੋ! ਇਸ ਨਾਲ ਹੀ ਤੇਰੀ ਆਤਮਾ ਦਾ ਮਨ ਵਿੱਚ ਬੈਠੇ ਸੰਤ ਸਰੂਪ ਨਾਲ ਮਿਲਾਪ ਹੋ ਸਕਦਾ ਹੈ ।

Whosoever may adopt the teachings of His Word with steady and stable belief in day-to-day life; with His mercy and grace, we may conquer his worldly desires from within. He may be enlightened with the essence of His Word and blessed with the right path of salvation from within. You should meditate and sing the glory of His Word. You may be blessed with the union, conjugation with The True Saint embedded within your soul.

ਜੇ ਲਖ ਇਸਤਰੀਆ ਭੋਗ ਕਰਹਿ, jay lakh istaree-aa bhog karahi
ਨਵ ਖੰਡ ਰਾਜੁ ਕਮਾਹਿ॥ nav khand raaj kamaahi.
ਬਿਨੁ ਸਤਿਗੁਰ ਸੁਖੁ ਨ ਪਾਵਈ, bin saT`gur sukh na paav-ee
ਫਿਰਿ ਫਿਰਿ ਜੋਨੀ ਪਾਹਿ॥੩॥ fir fir jonee paahi. ||3||

ਅਗਰ ਕੋਈ ਅਨੇਕਾਂ ਹੀ ਔਰਤਾਂ ਨਾਲ ਕਾਮਵਾਸਨਾ ਦਾ ਅਨੰਦ ਮਾਨੇ, ਜਾ ਨੌ ਖੰਡਾਂ ਦੇ ਰਾਜ ਭਾਗ ਦਾ ਮਾਲਕ ਬਣ ਜਾਵੇ । ਫਿਰ ਵੀ ਪ੍ਰਭ ਦੀ ਰਹਿਮਤ ਦੀ ਨਜ਼ਰ, ਸ਼ਬਦ ਦੀ ਪਾਲਣਾ ਤੋਂ ਬਿਨਾਂ, ਮਨ ਨੂੰ ਸੰਤੋਖ ਬਖਸ਼ਿਸ਼ ਨਹੀਂ ਹੁੰਦਾ, ਆਤਮਾ ਜੂੰਨਾਂ ਦੇ ਚੱਕਰ ਵਿੱਚ ਹੀ ਰਹਿੰਦੀ ਹੈ ।

Whosoever may enjoy the company and sexual pleasure with many beautiful women; he may become a king of big state; however, without His Blessed Vision, adopting the teachings of His Word in life; he may never be blessed with a peace, harmony, and blossom in his heart. His soul endures the misery of birth and death repeatedly.

ਹਰਿ ਹਾਰੁ ਕੰਠਿ ਜਿਨੀ ਪਹਿਰਿਆ, har haar kanth jinee pahiri-aa
ਗੁਰ ਚਰਣੀ ਚਿਤੁ ਲਾਇ॥ gur charnee chit laa-ay.
ਤਿਨਾ ਪਿਛੈ ਰਿਧਿ ਸਿਧਿ ਫਿਰੈ, tinaa pichhai riDh siDh firai
ਓਨਾ ਤਿਲੁ ਨ ਤਮਾਇ॥੪ onaa til na tamaa-ay. ||4||

ਜਿਸ ਦੇ ਮਨ ਵਿੱਚ ਪ੍ਰਭ ਦਾ ਸ਼ਬਦ ਰਚ ਜਾਂਦਾ, ਘਰ ਕਰ ਜਾਂਦਾ ਹੈ । ਓਸ ਦੇ ਜੀਵਨ ਦੀ ਸਿਖਿਆਂ ਨਾਲ ਆਪਣਾ ਜੀਵਨ ਢਾਲਣ ਨਾਲ ਹੀ, ਸ਼ਬਦ ਦੀ ਸੋਝੀ, ਸ਼ਬਦ ਦਾ ਧਨ ਬਖਸ਼ਿਸ਼ ਹੋ ਸਕਦਾ ਹੈ । ਉਹ ਸੰਸਾਰਕ ਧਨ ਦੀ ਪ੍ਰਵਾਹ ਨਹੀਂ ਕਰਦਾ, ਇਸ ਦਾ ਘਮੰਡ ਨਹੀਂ ਕਰਦਾ ।

Whosoever may adopt the teachings of His Word with steady and stable belief; he may be enlightened from within, blessed with earnings of His Word and he may remain drenched with the essence of His Word in his day-to-day life. The worldly wealth may become his slave; however, His true devotee may remain humble and never boast about his possessions.

ਜੋ ਪ੍ਰਭ ਭਾਵੈ ਸੋ ਥੀਐ, jo parabh bhaavai so thee-ai
ਅਵਰੁ ਨ ਕਰਣਾ ਜਾਇ॥ avar na karnaa jaa-ay.
ਜਨੁ ਨਾਨਕੁ ਜੀਵੈ ਨਾਮੁ ਲੈ, jan naanak jeevai Naam lai
ਹਰਿ ਦੇਵਹੁ ਸਹਜਿ ਸੁਭਾਇ॥੫॥੨॥35॥ har dayvhu sahj subhaa-ay. ||5||2||35||

ਜੋ ਵੀ ਪ੍ਰਭ ਦਾ ਭਾਣਾ ਹੁੰਦਾ ਹੈ, ਉਹ ਵਾਪਰ ਕੇ ਹੀ ਰਹਿੰਦਾ ਹੈ, ਕੋਈ ਟਾਲ ਨਹੀਂ ਸਕਦਾ, ਬੀਤ ਜਾਂਦਾ ਹੈ, ਹੋਰ ਕੁਝ ਕੀਤਾ ਨਹੀਂ ਜਾ ਸਕਦਾ । ਬੰਦਗੀ ਕਰਨਵਾਲਾ ਜੀਵ ਪ੍ਰਭ ਦੇ ਸ਼ਬਦ ਦਾ ਧੰਨਵਾਦ ਹੀ ਗਾਉਂਦਾ ਰਹਿੰਦਾ ਹੈ । ਸਦਾ ਹੀ ਅਰਦਾਸ ਕਰਦੇ ਹਨ, ਤੇਰਾ ਭਾਣਾ ਮੀਠਾ ਲਾਗੇ । ਪ੍ਰਭ ਜੋ ਤੈਨੂੰ ਭਾਉਂਦਾ ਹੈ, ਉਹ ਹੀ ਬਖਸ਼, ਅਸੀ ਅਣਜਾਣ ਹਾ ਕੁਝ ਮੰਗਣ ਦੀ ਸੋਝੀ ਨਹੀਂ ।

His Command, His Word prevails and passes with time, nothing else can be done. His true devotee always sings the glory of His Word and remains gratitude for His Blessings. He always prays for His Forgiveness and refuge! May His Blessings become my only desire. I am an ignorant! I may not know, what to pray for even.

89. ਸਿਰੀਰਾਗੁ ਮਹਲਾ ੩ ਘਰੁ ੧॥ (27-1)

ਜਿਸ ਹੀ ਕੀ ਸਿਰਕਾਰ ਹੈ, jis hee kee sirkaar hai
ਤਿਸ ਹੀ ਕਾ ਸਭੁ ਕੋਇ॥ tis hee kaa sabh ko-ay.
ਗੁਰਮੁਖਿ ਕਾਰ ਕਮਾਵਣੀ, gurmukh kaar kamaavnee
ਸਚੁ ਘਟਿ ਪਰਗਟੁ ਹੋਇ॥ sach ghat pargat ho-ay.
ਅੰਤਰਿ ਜਿਸ ਕੈ ਸਚੁ ਵਸੈ, antar jis kai sach vasai
ਸਚੇ ਸਚੀ ਸੋਇ॥ sachay sachee so-ay.
ਸਚਿ ਮਿਲੇ ਸੇ ਨ ਵਿਛੁੜਹਿ, sach milay say na vichhurheh
ਤਿਨ ਨਿਜ ਘਰਿ ਵਾਸਾ ਹੋਇ॥੧॥ tin nij ghar vaaaa ho-ay. ||1||

ਸੰਸਾਰ ਵਿੱਚ ਕੇਵਲ ਇਕੋ ਇਕ ਪ੍ਰਭ ਦਾ ਹੁਕਮ ਹੀ ਚਲਦਾ ਹੈ, ਸਭ ਕੁਝ ਹੀ ਉਸ ਦੀ ਅਮਾਨਤ ਹੈ । ਗੁਰਮਖ, ਸ਼ਬਦ ਦੀ ਕਮਾਈ, ਸੰਸਾਰਕ ਭਲਾਈ ਦੀ ਕਮਾਈ ਕਰਦਾ ਹੈ । ਉਸ ਦੇ ਮਨ ਵਿੱਚ ਸ਼ਬਦ ਦੀ ਸੋਝੀ, ਜਾਗਰਤ ਹੋ ਜਾਂਦੀ ਹੈ । ਉਹ ਆਪਣੇ ਅੰਦਰ ਹੀ ਸ਼ਬਦ ਦੇ ਸਿਮਰਨ ਵਿੱਚ ਲੀਨ, ਸਮਾਧੀ ਵਿੱਚ ਰਹਿੰਦਾ ਹੈ । ਜਿਸ ਨੂੰ ਸ਼ਬਦ ਦੀ ਸੋਝੀ, ਸ਼ਬਦ ਮਨ ਵਿੱਚ ਜਾਗਰਤ ਹੋ ਜਾਂਦਾ ਹੈ, ਉਸ ਨੂੰ ਪ੍ਰਵਾਨਗੀ ਦਾ ਰਸਤਾ ਬਖਸ਼ਿਸ਼ ਹੋ ਜਾਂਦਾ ਹੈ, ਉਹ ਕਦੇ ਵੀ ਭਰਮਾਂ ਵਿੱਚ ਨਹੀਂ ਪੈਂਦਾ । ਉਹ ਆਪਣੇ ਅੰਦਰੋਂ ਹੀ ਦਸਵੇਂ ਘਰ, ਪ੍ਰਭ ਦੇ ਸ਼ਬਦ ਦੀ ਸਮਾਧੀ ਵਿੱਚ ਵਸਦਾ ਹੈ ।

The One and Only One, True Master, Creator of the universe and everything remains only His Trust. His true devotee adopts the teachings of His Word with steady and stable belief; earns the wealth of His Word and performs deeds for the well-fare of His Creation. His true devotee remains in meditation in the void of His Word; he remains steady and stable on the right path of salvation. His true devotee never falls into worldly suspicions! He may enter the 10th door within his mind and body.

ਮੇਰੇ ਰਾਮ ਮੈ ਹਰਿ ਬਿਨੁ ਅਵਰੁ ਨ ਕੋਇ॥	mayray raam mai har bin avar na ko-ay.
ਸਤਗੁਰੁ ਸਚੁ ਪ੍ਰਭੁ ਨਿਰਮਲਾ,	saTgur sach parabh nirmalaa
ਸਬਦਿ ਮਿਲਾਵਾ ਹੋਇ॥੧॥ ਰਹਾਉ॥	sabad milaavaa ho-ay. ||1|| rahaa-o.

ਪ੍ਰਭ ਤੋ ਬਿਨਾਂ ਜੀਵ ਦਾ ਕੋਈ ਹੋਰ ਰਖਵਾਲਾ ਨਹੀਂ ਹੈ । ਪ੍ਰਭ ਦਾ ਸ਼ਬਦ ਅਟਲ, ਪਵਿੱਤਰ ਹੈ, ਸ਼ਬਦ ਨਾਲ ਜੀਵਨ ਢਾਲਣ ਹੀ ਅਸਲੀ ਗੁਰੂ ਨੂੰ ਪ੍ਰਵਾਨ ਹੋਣ ਦਾ ਰਸਤਾ ਹੈ ।

The One and Only One True Master, Creator, Protector of the universe. To adopt the teachings of His Word may be the only right path of acceptance in His Court, union with His True Guru.

ਸਬਦਿ ਮਿਲੈ ਸੋ ਮਿਲਿ ਰਹੈ,	sabad milai so mil rahai
ਜਿਸ ਨਉ ਆਪੇ ਲਏ ਮਿਲਾਇ॥	jis na-o aapay la-ay milaa-ay.
ਦੂਜੈ ਭਾਇ ਕੋ ਨਾ ਮਿਲੈ,	doojai bhaa-ay ko naa milai
ਫਿਰਿ ਫਿਰਿ ਆਵੈ ਜਾਇ॥	fir fir aavai jaa-ay.
ਸਭ ਮਹਿ ਇਕੁ ਵਰਤਦਾ,	sabh meh ik varatdaa
ਏਕੋ ਰਹਿਆ ਸਮਾਇ॥	ayko rahi-aa samaa-ay.
ਜਿਸ ਨਉ ਆਪਿ ਦਇਆਲੁ ਹੋਇ,	jis na-o aap da-i-aal ho-ay
ਸੋ ਗੁਰਮੁਖਿ ਨਾਮਿ ਸਮਾਇ॥੨॥	so gurmukh Naam samaa-ay. ||2||

ਜਿਸ ਤੇ ਪ੍ਰਭ ਆਪ ਹੀ ਰਹਿਮਤ ਬਖਸ਼ਕੇ ਸ਼ਬਦ ਦੇ ਲੜ ਲਾਉਂਦਾ ਹੈ । ਉਹ ਸ਼ਬਦ ਦੀ ਪਾਲਣਾ ਵਿੱਚ ਹੀ ਅਡੋਲ, ਲੀਨ ਰਹਿੰਦਾ ਹੈ । ਜਿਸ ਦਾ ਇਕੋ ਇਕ ਪ੍ਰਭ ਤੇ ਭਰੋਸਾ ਅਡੋਲ ਨਹੀਂ ਹੁੰਦਾ, ਉਹ ਭਰਮਾਂ ਵਿੱਚ ਹੀ ਭਟਕਦਾ ਰਹਿੰਦਾ ਹੈ । ਉਹ ਪ੍ਰਵਾਨਗੀ ਦੇ ਰਸਤੇ ਤੇ ਟਿਕਦਾ ਨਹੀਂ, ਪ੍ਰਵਾਨ ਨਹੀਂ ਹੁੰਦਾ, ਉਹ ਜੂੰਨਾਂ ਦੇ ਚੱਕਰ ਵਿੱਚ ਰਹਿੰਦਾ ਹੈ । ਇਕੋ ਇਕ ਪ੍ਰਭ ਹੀ ਹਰ ਥਾਂ ਤੇ ਵਾਪਰਦਾ ਹੈ, ਹਰਇਕ ਮਨ ਵਿੱਚ ਹੀ ਉਸ ਦੀ ਹੀ ਸਮਾਧੀ ਹੈ । ਜਿਸ ਤੇ ਰਹਿਮਤ ਦੀ ਨਜ਼ਰ ਬਖਸ਼ਦਾ ਹੈ, ਉਸ ਨੂੰ ਸ਼ਬਦ ਦੀ ਪਾਲਣਾ ਵਿੱਚ ਅਡੋਲ ਰਖਦਾ ਹੈ ।

Whosoever may be bestowed with His Blessed Vision, he may be blessed with a devotion to meditate on the teachings of His Word in the void of His Word. Whosoever may not have a firm belief on His Blessings; he may remain in religious suspicions. He may never remain steady and stable on the right path of acceptance in His Court; he may remain in the cycle of birth and death. The One and Only One, Omnipresent True Master remains embedded within each soul. Whosoever may be bestowed with His Blessed Vision, he may obey the teachings of His Word with steady and stable belief in his life.

ਪੜਿ ਪੜਿ ਪੰਡਿਤ ਜੋਤਕੀ,	parh parh pandit jotkee
ਵਾਦ ਕਰਹਿ ਬੀਚਾਰੁ॥	vaad karahi beechaar.
ਮਤਿ ਬੁਧਿ ਭਵੀ ਨ ਬੁਝਈ,	mat buDh bhavee na bujh-ee
ਅੰਤਰਿ ਲੋਭ ਵਿਕਾਰੁ॥	antar lobh vikaar.
ਲਖ ਚਉਰਾਸੀਹ ਭਰਮਦੇ,	lakh cha-oraaseeh bharamday
ਭ੍ਰਮਿ ਭ੍ਰਮਿ ਹੋਇ ਖੁਆਰੁ॥	bharam bharam ho-ay khu-aar.
ਪੂਰਬਿ ਲਿਖਿਆ ਕਮਾਵਣਾ,	poorab likhi-aa kamaavanaa
ਕੋਇ ਨ ਮੇਟਣਹਾਰੁ॥੩॥	ko-ay na maytanhaar. ||3||

ਸੰਸਾਰਕ ਸਿਆਣੇ ਲਿਖਤਾਂ ਪੜ੍ਹਕੇ ਵੱਖਰੇ ਵੱਖਰੇ ਨਿਰਨੇ ਕੱਢਦੇ, ਪ੍ਰੇਰਨਾ ਕਰਦੇ ਹਨ । (ਪੰਡਿਤ, ਜੋਤਸ਼ੀ, ਕਥਾ ਵਾਚਕ, ਗਿਆਨੀ) ਉਸ ਦੀ ਮੱਤ ਤੇ ਲਾਲਚ ਦਾ ਪਰਦਾ, ਅਗਿਆਨਤਾ ਦਾ ਅੰਧੇਰਾ ਹੁੰਦਾ ਹੈ, ਉਸ ਨੂੰ ਪ੍ਰਭ ਦੇ ਸ਼ਬਦ ਦੀ ਕੋਈ ਸੋਝੀ ਨਹੀਂ ਹੁੰਦੀ । ਉਹ 84 ਲਖਾਂ (ਅਨੇਕਾਂ) ਜੂੰਨਾਂ ਵਿੱਚ ਭਟਕਦਾ, ਰਸਤੇ ਤੋਂ ਭੁਲਿਆ ਰਹਿੰਦਾ, ਇਸ ਬਾਬਤ ਸਮਝ ਨਹੀਂ ਹੁੰਦੀ । ਉਹ ਜੂੰਨਾਂ ਦੇ ਚੱਕਰ ਵਿੱਚ ਹੀ ਸਮਾਂ ਬਿਰਥਾ ਹੀ ਗਵਾਈ ਜਾਂਦਾ ਹੈ । ਉਹ ਆਪਣੇ ਜਨਮ ਤੋਂ ਪਹਿਲੇ ਲਿਖੇ ਭਾਗਾਂ ਅਨੁਸਾਰ ਹੀ ਜੀਵਨ ਬਤੀਤ ਕਰਦਾ ਹੈ । ਪ੍ਰਭ ਦਾ ਲਿਖਿਆ ਕੋਈ ਆਪ, ਆਪਣੇ ਯਤਨ ਨਾਲ ਬਦਲ ਨਹੀਂ ਸਕਦਾ ।

Worldly scholars may read various scriptures and come up with various conclusions. His wisdom, state of mind may remain influenced with worldly greed, logic and he may not know the extent of His Word. He may not know the right path nor the enlightenment of the essence of His Word. He may waste his life uselessly in cycle of birth and death. He may perform all his worldly desires as per his prewritten destiny. No one may ever alter, avoid his prewritten destiny by his own efforts.

ਸਤਗੁਰ ਕੀ ਸੇਵਾ ਗਾਖੜੀ,	saT`gur kee sayvaa gaakh-rhee
ਸਿਰੁ ਦੀਜੈ ਆਪੁ ਗਵਾਇ॥	sir deejai aap gavaa-ay.
ਸਬਦਿ ਮਿਲਹਿ ਤਾ ਹਰਿ ਮਿਲੈ,	sabad mileh taa har milai
ਸੇਵਾ ਪਵੈ ਸਭ ਥਾਇ॥	sayvaa pavai sabh thaa-ay.
ਪਾਰਸਿ ਪਰਸਿਐ ਪਾਰਸੁ ਹੋਇ,	paaras parsi-ai paaras ho-ay
ਜੋਤੀ ਜੋਤਿ ਸਮਾਇ॥	jotee jot samaa-ay.
ਜਿਨ ਕਉ ਪੂਰਬਿ ਲਿਖਿਆ,	jin ka-o poorab likhi-aa
ਤਿਨ ਸਤਗੁਰੁ ਮਿਲਿਆ ਆਇ॥੪॥	tin saT`gur mili-aa aa-ay. ||4||

ਪ੍ਰਭ ਦੇ ਸ਼ਬਦ ਦੀ ਪਾਲਣਾ (ਸੇਵਾ ਕਰਨਾ) ਕਰਨੀ ਬਹੁਤ ਮੁਸ਼ਕਲ, ਕਠਨ ਹੈ! ਆਪਣੇ ਮਨ ਦੇ ਅਹੰਕਾਰ ਨੂੰ ਉਸ ਦੇ ਚਰਨਾਂ ਵਿੱਚ ਭੇਟਾ ਕਰੋ! ਦੂਸਰੇ ਦੀ ਭਲਾਈ ਲਈ ਆਪਣੀ ਭਲਾਈ ਪਿਛੇ ਕਰ ਦੇਵੋ । ਜਿਹੜਾ ਸ਼ਬਦ ਦੀ ਸਿਖਿਆਂ ਨਾਲ ਜੀਵਨ ਢਾਲਦਾ ਹੈ, ਉਸ ਨੂੰ ਸ਼ਬਦ ਦੀ ਸੋਝੀ ਬਖਸ਼ਿਸ਼ ਹੋ ਜਾਂਦੀ ਹੈ, ਪ੍ਰਭ ਦੀ ਸ਼ਰਣ ਵਿੱਚ ਪਨਾਹ, ਪ੍ਰਵਾਨਗੀ ਬਖਸ਼ਿਸ਼ ਹੋ ਜਾਂਦੀ ਹੈ । ਉਸ ਦੇ ਮਨ ਦੀ ਅਵਸਥਾ ਬਦਲ ਜਾਂਦੀ ਹੈ, ਅੰਦਰੋਂ ਹੀ ਪ੍ਰਭ ਦੇ ਸ਼ਬਦ ਦੀ ਜੋਤ ਜਾਗਰਤ ਹੋ ਜਾਂਦੀ ਹੈ । ਜਿਸ ਜੀਵ ਦੇ ਭਾਗਾਂ ਵਿੱਚ ਇਹ ਪਹਿਲੇ ਹੀ ਲਿਖਿਆ ਹੁੰਦਾ ਹੈ! ਕੇਵਲ ਉਹ ਹੀ ਸ਼ਬਦ ਨਾਲ ਜੀਵਨ ਢਾਲਦਾ ਹੈ, ਉਸ ਨੂੰ ਦਰਬਾਰ ਵਿੱਚ ਪ੍ਰਵਾਨਗੀ ਦਾ ਰਸਤਾ ਬਖਸ਼ਿਸ਼ ਹੋ ਸਕਦਾ ਹੈ ।

To adopt the teachings of His Word with steady and stable belief in day-to-day life may be very tedious and very difficult undertaking. You must renounce your ego and surrender your self-identity at His Sanctuary. You should sacrifice your own interest to protect the welfare of others, more important than your own. Whosoever may adopt the teachings of His Word with steady and stable belief; he may be enlightened with the essence of His Word; with His mercy and grace, he may be accepted in His Sanctuary. His state of mind may be transformed. He may be enlightened with eternal glow of His Holy Spirit from within. Whosoever may have a great prewritten destiny, only he may adopt the teachings of His Word with steady and stable belief in his own day to day life, he may be blessed with the right path of acceptance in His Court.

ਮਨ ਭੁਖਾ ਭੁਖਾ ਮਤ ਕਰਹਿ,	man, bhukhaa bhukhaa
ਮਤ ਤੂ ਕਰਹਿ ਪੂਕਾਰ॥	mat karahi mat too karahi pookaar.
ਲਖ ਚਉਰਾਸੀਹ ਜਿਨਿ ਸਿਰੀ,	lakh cha-oraaseeh jin siree
ਸਭਸੈ ਦੇਇ ਅਧਾਰੁ॥	sabhsai day-ay aDhaar.
ਨਿਰਭਉ ਸਦਾ ਦਇਆਲੁ ਹੈ,	nirbha-o sadaa da-i-aal hai
ਸਭਨਾ ਕਰਦਾ ਸਾਰ॥	sabhnaa kardaa saar.
ਨਾਨਕ ਗੁਰਮੁਖਿ ਬੁਝੀਐ,	naanak gurmukh bujhee-ai paa-ee-ai
ਪਾਈਐ ਮੋਖ ਦੁਆਰੁ॥੫॥੩॥36॥	mokh du-aar. ||5||3||36||

ਜੀਵ ਹਰ ਵੇਲੇ ਮੰਗਾਂ ਨਾ ਮੰਗੀ ਜਾਵੇ, ਆਪਣੀ ਭੁੱਖ, ਸੰਸਾਰਕ ਇੱਛਾਂ ਨੂੰ ਹੀ ਨਾ ਅੱਗੇ ਰਖੋ! ਜਿਹੜੇ 84 ਲਖਾਂ ਜੂੰਨਾਂ ਵਿੱਚ ਜੀਵ ਪੈਦਾ ਕੀਤੇ ਹਨ, ਪ੍ਰਭ ਸਭ ਨੂੰ ਜੀਵਨ ਦਾ ਆਸਰਾ, ਭੋਜਨ ਬਖਸ਼ਦਾ ਹੈ । ਨਿਡਰ, ਸਦਾ ਹੀ ਤਰਸਵਾਨ, ਦਿਆਲੂ ਪ੍ਰਭ ਹੀ ਸਭ ਦਾ ਰਖਵਾਲਾ ਹੈ । ਜਿਸ ਨੂੰ ਸ਼ਬਦ ਦੀ ਸੋਝੀ ਬਖਸ਼ਿਸ਼ ਹੋ ਜਾਂਦੀ ਹੈ, ਉਸ ਨੂੰ ਹੀ ਗੁਰਮਖ ਅਵਸਥਾ ਬਖਸ਼ਿਸ਼ ਹੋ ਜਾਂਦੀ ਹੈ । ਉਹ ਪ੍ਰਭ ਦੇ ਦਰਬਾਰ ਵਿੱਚ ਪ੍ਰਵਾਨ ਹੋ ਜਾਂਦਾ, ਮੁਕਤੀ ਬਖਸ਼ਿਸ਼ ਹੋ ਜਾਂਦੀ ਹੈ ।

You should control your worldly greed and do not beg more and more. He has created creatures in 84 lakhs types; He provides each creature with support and source of nourishment. The True Master, Protector of His Creation always remain fearless, merciful, and forgiving. Whosoever may be enlightened with the essence of His Word; with His mercy and grace, he may be blessed with a state of mind as His true devotee.

90. ਸਿਰੀਰਾਗੁ ਮਹਲਾ ੩॥ (27-12)

ਜਿਨੀ ਸੁਣਿ ਕੈ ਮੰਨਿਆ,	jinee sun kai mani-aa
ਤਿਨਾ ਨਿਜ ਘਰਿ ਵਾਸੁ॥	tinaa nij ghar vaas.
ਗੁਰਮਤੀ ਸਾਲਾਹਿ ਸਚੁ,	gurmatee saalaahi sach
ਹਰਿ ਪਾਇਆ ਗੁਣਤਾਸੁ॥	har paa-i-aa guntaas.
ਸਬਦਿ ਰਤੇ ਸੇ ਨਿਰਮਲੇ,	sabad ratay say nirmalay
ਹਉ ਸਦ ਬਲਿਹਾਰੈ ਜਾਸੁ॥	ha-o sad balihaarai jaas.
ਹਿਰਦੈ ਜਿਨ ਕੈ ਹਰਿ ਵਸੈ,	hirdai jin kai har vasai
ਤਿਤੁ ਘਟਿ ਹੈ ਪਰਗਾਸੁ॥੧॥	tit ghat hai pargaas. ||1||

ਜਿਹੜਾ ਜੀਵ ਪ੍ਰਭ ਦਾ ਸ਼ਬਦ ਸੁਣਕੇ ਉਸ ਤੇ ਭਰੋਸਾ ਅਡੋਲ ਰਖਦਾ ਹੈ । ਉਹ ਪ੍ਰਭ ਦਾ ਤਖਤ, ਦਸਵਾਂ ਘਰ ਆਪਣੇ ਅੰਦਰ ਹੀ ਢੂੰਡ ਲੈਂਦਾ ਹੈ । ਸ਼ਬਦ ਦੀ ਸਿਖਿਆਂ ਨਾਲ ਹੀ ਉਹ ਪ੍ਰਭ ਦਾ ਧੰਨਵਾਦ ਗਾਉਂਦਾ ਹੈ । ਉਹ ਪ੍ਰਭ ਨੂੰ ਆਪਣੇ ਅੰਦਰੋਂ ਹੀ ਢੂੰਡ ਲੈਂਦਾ ਹੈ, ਉਹ ਪ੍ਰਭ ਦੀ ਸ਼ਾਂਤੀ ਵਾਲੀ ਸਮਾਧੀ ਵਿੱਚ ਦਾਖਲ ਹੋ ਜਾਂਦਾ ਹੈ । ਉਸ ਦੇ ਸ਼ਬਦ ਵਿੱਚ ਲੀਨ ਹੋਏ ਹੀ ਉਸ ਦਾ ਮਨ ਪਵਿੱਤਰ ਹੋ ਜਾਂਦਾ ਹੈ । ਉਹ ਸਦਾ ਲਈ ਉਸ ਤੋਂ ਕੁਰਬਾਨ ਹੋ ਜਾਂਦਾ ਹੈ । ਜਿਸ ਦੇ ਮਨ ਵਿੱਚ ਪ੍ਰਭ ਦਾ ਸ਼ਬਦ ਅਡੋਲ ਹੋ ਜਾਂਦਾ ਹੈ, ਉਸ ਨੂੰ ਜਾਗਰਤੀ, ਰੂਹਾਨੀ ਨੂਰ ਬਖਸ਼ਿਸ਼ ਹੋ ਜਾਂਦਾ ਹੈ ।

Whosoever may listen to the sermons of His Word and believes to be true forever; with His mercy and grace, he may discover His 10th Castle within his own body and heart. He may sing the gratitude for His Blessings with steady and stable belief as the ultimate worthy reward for his worldly deeds. He may be enlightened with the essence of His Word from within; he may enter in void of His Word. His soul may be sanctified. I remain fascinated from the way of life of His true devotee. Whosoever may remain steady and stable belief on the teachings of His Word, as an ultimate command. He may be enlightened from within and the ray of His Holiness glows on his forehead.

ਮਨ ਮੇਰੇ ਹਰਿ ਹਰਿ ਨਿਰਮਲੁ ਧਿਆਇ॥	man, mayray har har nirmal Dhi-aa-ay.
ਧੁਰਿ ਮਸਤਕਿ ਜਿਨ ਕਉ ਲਿਖਿਆ,	dhur mastak jin ka-o likhi-aa
ਸੇ ਗੁਰਮੁਖਿ ਰਹੇ ਲਿਵ ਲਾਇ॥੧॥	say gurmukh rahay liv laa-ay. ||1||
ਰਹਾਉ॥	rahaa-o.

ਪਵਿੱਤਰ ਪ੍ਰਭ ਦੇ ਸ਼ਬਦ ਦੀ ਬੰਦਗੀ ਕਰੋ । ਜਿਸ ਦੇ ਭਾਗਾਂ ਵਿੱਚ ਪਹਿਲੇ ਹੀ ਇਹ ਲਿਖਿਆ ਹੁੰਦਾ ਹੈ । ਉਹ ਹੀ ਗੁਰਮਖ ਅਵਸਥਾ ਪਾ ਕੇ ਪ੍ਰਭ ਦੇ ਵਿਛੋੜੇ ਦੇ ਵਿਰਾਗ ਵਿੱਚ ਲੀਨ ਰਹਿੰਦਾ ਹੈ ।

You should meditate on the teachings of His Holy Word. Whosoever may have a great prewritten destiny, only he may remain in renunciation in the memory of his separation from His Holy Spirit; with His mercy and grace, he may be blessed with state of mind as His true devotee.

ਹਰਿ ਸੰਤਹੁ, ਦੇਖਹੁ ਨਦਰਿ ਕਰਿ,	har santahu daykhhu nadar kar
ਨਿਕਟਿ ਵਸੈ ਭਰਪੂਰਿ॥	nikat vasai bharpoor.
ਗੁਰਮਤਿ ਜਿਨੀ ਪਛਾਣਿਆ,	gurmat jinee pachhaani-aa
ਸੇ ਦੇਖਹਿ ਸਦਾ ਹਦੂਰਿ॥	say daykheh sadaa hadoor.
ਜਿਨ ਗੁਣ ਤਿਨ ਸਦ ਮਨਿ ਵਸੈ,	jin gun tin sad man vasai
ਅਉਗੁਣਵੰਤਿਆ ਦੂਰਿ॥	a-ugunvanti-aa door.
ਮਨਮੁਖ ਗੁਣ ਤੈ ਬਾਹਰੇ,	manmukh gun tai baahray
ਬਿਨੁ ਨਾਵੈ ਮਰਦੇ ਝੂਰਿ॥੨॥	bin naavai marday jhoor. ||2||

ਬੰਦਗੀ ਕਰਨਵਾਲੇ ਤੇ ਸਦਾ ਹੀ ਪ੍ਰਭ ਦੀ ਰਹਿਮਤ ਰਹਿੰਦੀ ਹੈ । ਉਹ ਪ੍ਰਭ ਨੂੰ ਹਰ ਥਾਂ ਵਾਪਰਦਾ, ਮਹਿਸੂਸ ਕਰਦਾ ਹੈ । ਜਿਹੜਾ ਸ਼ਬਦ ਦੀ ਪਾਲਣਾ ਅਡੋਲ ਭਰੋਸਾ ਨਾਲ ਕਰਦਾ ਹੈ, ਉਸ ਨੂੰ ਸ਼ਬਦ ਦੀ ਸੋਝੀ ਬਖਸ਼ਿਸ਼ ਹੋ ਜਾਂਦੀ ਹੈ । ਉਸ ਨੂੰ ਹਰਵੇਲੇ ਹੀ ਪ੍ਰਭ ਵਾਪਰਦਾ ਮਹਿਸੂਸ ਹੁੰਦਾ ਹੈ । ਜਿਸ ਨੂੰ ਸ਼ਬਦ ਦੀ ਪਾਲਣਾ ਕਰਨ ਨਾਲ ਇਹ ਅਵਸਥਾ, ਗੁਣ ਬਖਸ਼ਿਸ਼ ਹੋ ਜਾਂਦੇ ਹਨ, ਉਸ ਦੇ ਮਨ ਵਿੱਚ ਸਦਾ ਹੀ ਪ੍ਰਭ ਦੀ ਜੋਤ ਜਾਗਰਤ ਰਹਿੰਦੀ ਹੈ । ਜਿਸ ਦਾ ਭਰੋਸਾ ਡੋਲਦਾ ਰਹਿੰਦਾ ਹੈ, ਉਹ ਇਕ ਰਸਤੇ ਤੇ ਟਿਕਦਾ ਨਹੀਂ, ਉਸ ਨੂੰ ਸ਼ਬਦ ਦੀ ਸੋਝੀ ਬਖਸ਼ਿਸ਼ ਨਹੀਂ ਹੁੰਦੀ । ਮਨਮਰਜ਼ੀ ਵਾਲੇ ਜੀਵ ਕੋਲ ਬੰਦਗੀ ਦੀ ਕੋਈ ਕਮਾਈ ਨਹੀਂ ਹੁੰਦੀ । ਸ਼ਬਦ ਨਾਲ ਜੀਵਨ ਢਾਲਣ ਤੋਂ ਬਿਨਾਂ ਮਾਯੂਸੀ ਵਿੱਚ ਹੀ ਮਰ ਜਾਂਦਾ ਹੈ ।

His true devotee always remains overwhelmed with His Blessed Vision. He may realize His Holy Spirit prevailing everywhere in each creature. Whosoever may obey the teachings of His Word with steady and stable belief in his day-to-day life; he may be enlightened from within. He may realize His existence, His Holy Spirit prevailing everywhere, every moment. Whosoever may be blessed with such a state of mind; he may remain awake and alert with His eternal spiritual glow shining within. Whosoever may not have a firm belief on the teachings of His Word; he may never stay focused on any one path for long; he may never be enlightened with the essence of His Word. He may remain intoxicated in religious suspicions. Self-minded may not have any wealth of His Word; his meditation may not be accepted in His Court. Without adopting the teachings of His Word, he may die in misery and depression.

ਜਿਨ ਸਬਦਿ ਗੁਰੂ ਸੁਣਿ ਮੰਨਿਆ,	jin sabad guroo sun mani-aa
ਤਿਨ ਮਨਿ ਧਿਆਇਆ ਹਰਿ ਸੋਇ॥	tin man Dhi-aa-I-aa har so-ay.
ਅਨਦਿਨੁ ਭਗਤੀ ਰਤਿਆ,	an-din bhagtee rati-aa
ਮਨੁ ਤਨੁ ਨਿਰਮਲੁ ਹੋਇ॥	man tan nirmal ho-ay.
ਕੂੜਾ ਰੰਗੁ ਕਸੁੰਭ ਕਾ,	koorhaa rang kasumbh kaa
ਬਿਨਸਿ ਜਾਇ ਦੁਖੁ ਰੋਇ॥	binas jaa-ay dukh ro-ay.
ਜਿਸੁ ਅੰਦਰਿ ਨਾਮ ਪ੍ਰਗਾਸੁ ਹੈ,	jis andar naam pargaas hai
ਓਹੁ ਸਦਾ ਸਦਾ ਥਿਰੁ ਹੋਇ॥੩॥	oh sadaa sadaa thir ho-ay. ||3||

ਜਿਹੜਾ ਪ੍ਰਭ ਦਾ ਸ਼ਬਦ ਸੁਣਕੇ ਆਪਣਾ ਭਰੋਸਾ ਅਡੋਲ ਕਰ ਲੈਂਦਾ ਹੈ, ਉਹ ਸ਼ਬਦ ਦਾ ਸਿਮਰਨ ਕਰਦਾ ਸ਼ਬਦ ਸਮਾਧੀ ਵਿੱਚ ਲੀਨ ਰਹਿੰਦਾ ਹੈ, ਉਸ ਦੀ ਆਤਮਾ ਪਵਿੱਤਰ ਹੋ ਜਾਂਦੀ ਹੈ । ਸੰਸਾਰਕ ਮੋਹ, ਮਾਇਆ ਦਾ ਰੰਗ ਥੋੜ੍ਹਾ ਸਮਾਂ ਰਹਿਣ ਵਾਲਾ ਹੀ ਹੈ । ਸਮਾਂ ਦੇ ਨਾਲ ਹੀ ਰੰਗ ਖਤਮ ਹੋ ਜਾਂਦਾ ਹੈ, ਉਹ ਇੱਛਾਂ ਦੀ ਭਟਕਣ ਵਿੱਚ ਰੋਂਦਾ ਕਰਲਾਉਂਦਾ ਰਹਿੰਦਾ ਹੈ । ਜਿਸ ਦੇ ਮਨ ਵਿੱਚ ਸ਼ਬਦ ਦੀ ਜੋਤ ਜਾਗਰਤ ਹੋ ਜਾਂਦੀ ਹੈ, ਉਹ ਸਦਾ ਹੀ ਸੰਤੋਖ ਅਤੇ ਸ਼ਾਂਤੀ ਨਾਲ ਸ਼ਬਦ ਦੀ ਸਮਾਧੀ ਵਿੱਚ ਲੀਨ ਰਹਿੰਦਾ ਹੈ ।

Whosoever may listen the teachings of His Word with steady and stable belief, he may remain intoxicated in meditation in the void of His Word; with His mercy and grace, his soul may be sanctified. Worldly possessions and attachments may provide short-lived comforts in life. Worldly pleasures, and comforts may vanish, disappear overtime. He may remain frustrated and miserable with his worldly desires. Whosoever may be enlightened with the essence of His Word; with His mercy and grace, he may remain in peace and contented meditating in the void of His Word.

ਇਹੁ ਜਨਮੁ ਪਦਾਰਥੁ ਪਾਇ ਕੈ,	ih janam padaarath paa-ay kai
ਹਰਿ ਨਾਮੁ ਨ ਚੇਤੈ ਲਿਵ ਲਾਇ॥	har naam na chaytai liv laa-ay.
ਪਗਿ ਖਿਸਿਐ ਰਹਣਾ ਨਹੀ,	pag khisi-ai rahnaa nahee
ਆਗੈ ਠਉਰੁ ਨ ਪਾਇ॥	aagai tha-ur na paa- ay.
ਓਹ ਵੇਲਾ ਹਥਿ ਨ ਆਵਈ,	oh, vaylaa hath na aavee
ਅੰਤਿ ਗਇਆ ਪਛੁਤਾਇ॥	ant ga-i-aa pachhutaa- ay.
ਜਿਸੁ ਨਦਰਿ ਕਰੇ ਸੋ ਉਬਰੈ,	jis nadar karay so ubrai
ਹਰਿ ਸੇਤੀ ਲਿਵ ਲਾਇ॥੪॥	har saytee liv laa-ay. ||4||

ਜਿਹੜਾ ਅਣਮੋਲ ਮਾਨਸ ਜਨਮ ਵਿੱਚ ਸ਼ਬਦ ਦੀ ਪਾਲਣਾ ਵਿੱਚ ਧਿਆਨ ਨਹੀਂ ਲਾਉਂਦਾ । ਉਸ ਦਾ ਮਨ ਸ਼ਬਦ ਦੀ ਸਿਖਿਆਂ ਤੇ ਅਡੋਲ ਨਹੀਂ ਰਹਿੰਦਾ । ਉਸ ਨੂੰ ਮੌਤ ਪਿਛੋਂ ਵੀ ਕੋਈ ਅਰਾਮ ਕਰਨਵਾਲੀ ਥਾਂ ਬਖਸ਼ਿਸ਼ ਨਹੀਂ ਹੁੰਦੀ । ਮਾਨਸ ਜਨਮ, ਮੁਕਤੀ ਦਾ ਮੌਕਾ ਬਾਰ ਬਾਰ ਬਖਸ਼ਿਸ਼ ਨਹੀਂ ਹੁੰਦਾ, ਅਖੀਰ ਵਿੱਚ ਜੀਵ ਪਛਤਾਉਂਦਾ ਹੀ ਮਰ ਜਾਂਦਾ ਹੈ । ਜਿਸ ਨੂੰ ਪ੍ਰਭ ਰਹਿਮਤ ਨਾਲ ਸ਼ਬਦ ਦਾ ਲੜ ਲਾਉਂਦਾ, ਸੋਝੀ ਬਖਸ਼ਦਾ ਹੈ, ਕੇਵਲ ਉਹ ਹੀ ਸ਼ਬਦ ਵਿੱਚ ਲੀਨ, ਮਸਤ ਰਹਿੰਦਾ ਹੈ ।

Whosoever may not adopt the teachings of His Word in his priceless human life journey. He may never remain focused on real purpose of human life opportunity. He may not be blessed with any permanent resting place after death. The priceless human life opportunity for salvation may not be blessed too often. He may regret, and repent, dies in misery. Whosoever may be blessed with devotion to meditate; with His mercy and grace, only he may remain intoxicated with enlightenment in the void of His Word.

ਦੇਖਾ ਦੇਖੀ ਸਭ ਕਰੇ,	daykhaa daykhee sabh karay
ਮਨਮੁਖਿ ਬੂਝ ਨ ਪਾਇ॥	manmukh boojh na paa-ay.
ਜਿਨ ਗੁਰਮੁਖਿ ਹਿਰਦਾ ਸੁਧੁ ਹੈ,	jin gurmukh hirdaa suDh hai
ਸੇਵ ਪਈ ਤਿਨ ਥਾਇ॥	sayv pa-ee tin thaa-ay.
ਹਰਿ ਗੁਣ ਗਾਵਹਿ ਹਰਿ ਨਿਤ ਪੜਹਿ,	har gun gaavahi har nit parheh
ਹਰਿ ਗੁਣ ਗਾਇ ਸਮਾਇ॥	har gun gaa-ay samaa-ay.
ਨਾਨਕ ਤਿਨ ਕੀ ਬਾਣੀ ਸਦਾ ਸਚੁ ਹੈ,	naanak tin kee banee sadaa sach hai
ਜਿ ਨਾਮਿ ਰਹੇ ਲਿਵ ਲਾਇ ॥੫॥੪॥37॥	je naam rahay liv laa-ay. ||5||4||37||

ਮਨਮਰਜ਼ੀ ਵਾਲਾ ਬੰਦਗੀ ਦਾ ਲੋਕ ਦਿਖਾਵੇ ਕਰਦਾ ਹੈ, ਉਸ ਨੂੰ ਸ਼ਬਦ ਦੀ ਕੋਈ ਸੋਝੀ ਨਹੀਂ ਹੁੰਦੀ । ਜਿਸ ਨੂੰ ਗੁਰਮਖ ਅਵਸਥਾ ਬਖਸ਼ਿਸ਼ ਹੋ ਜਾਂਦੀ ਹੈ, ਉਸ ਦਾ ਮਨ ਪਵਿੱਤਰ ਹੋ ਜਾਂਦਾ ਹੈ, ਉਸ ਦੀ ਬੰਦਗੀ ਪ੍ਰਵਾਨ ਹੋ ਜਾਂਦੀ ਹੈ । ਉਹ ਹਰ ਵੇਲੇ ਸ਼ਬਦ ਪੜ੍ਹਦਾ, ਸ਼ਬਦ ਦੀ ਉਸਤਤ ਗਾਉਂਦਾ ਹੀ ਸ਼ਬਦ ਦੀ ਸਮਾਧੀ ਵਿੱਚ ਅਭੇਦ ਹੋ ਜਾਂਦਾ ਹੈ । ਜਿਹੜਾ ਸ਼ਬਦ ਦੀ ਸਮਾਧੀ ਵਿੱਚ ਲੀਨ ਰਹਿੰਦਾ ਹੈ, ਉਸ ਦੇ ਬੋਲੇ ਸ਼ਬਦ ਬਾਣੀ ਬਣ ਜਾਂਦੇ ਹਨ । ਸਦਾ ਹੀ ਅਟਲ ਰਹਿਣ ਵਾਲੇ ਹੋ ਜਾਂਦੇ ਹਨ ।

Self-minded may only meditate to influence others; he may not have any devotion or enlightenment of the essence of His Word. Whosoever may be enlightened with the essence of His Word, his soul may be sanctified; with His mercy and grace, his meditation may be accepted in His Court. He may always read, recite His Holy Scripture, and sings the glory of His Word. He may remain intoxicated in the void of His Word. His spoken words may be transformed as His Word and true forever.

91. ਸਿਰੀਰਾਗੁ ਮਹਲਾ ੩॥ (28-5)

ਜਿਨੀ ਇਕ ਮਨਿ ਨਾਮੁ ਧਿਆਇਆ,	jinee ik man Naam Dhi-aa-i-aa
ਗੁਰਮਤੀ ਵੀਚਾਰਿ॥	gurmatee veechaar.
ਤਿਨ ਕੇ ਮੁਖ ਸਦ ਉਜਲੇ,	tin kay mukh sad ujlay
ਤਿਤੁ ਸਚੈ ਦਰਬਾਰਿ॥	tit sachai darbaar.
ਓਇ ਅੰਮ੍ਰਿਤੁ ਪੀਵਹਿ ਸਦਾ,	o-ay amrit peeveh sadaa
ਸਦਾ ਸਚੈ ਨਾਮਿ ਪਿਆਰਿ॥੧॥	sadaa sachai Naam pi- aar. ||1||

ਜਿਹੜਾ ਇਕ ਮਨ ਹੋ ਕੇ ਪ੍ਰਭ ਦੇ ਸ਼ਬਦ ਦਾ ਸਿਮਰਨ ਅਡੋਲ ਭਰੋਸੇ ਨਾਲ ਕਰਦਾ ਹੈ, ਉਸ ਤੇ ਰੂਹਾਨੀ ਨੂਰ, ਪ੍ਰਭ ਦੇ ਦਰਬਾਰ ਵਿੱਚ ਸੋਭਾ ਬਖਸ਼ਿਸ਼ ਹੋ ਜਾਂਦੀ ਹੈ । ਉਹ ਸਦਾ ਹੀ ਸ਼ਬਦ ਰੂਪੀ ਅੰਮ੍ਰਿਤ ਦਾ ਅਨੰਦ ਮਾਨਦਾ ਹੈ, ਸ਼ਬਦ ਨਾਲ ਪ੍ਰੀਤ ਡੂੰਘੀ ਹੋ ਜਾਂਦੀ ਹੈ ।

Whosoever may wholeheartedly meditate on the teachings of His Word with steady and stable belief; with His mercy and grace, he may be blessed with His Eternal spiritual glow on his forehead and honored in His Court. He may always enjoy the bliss of His Blessed Vision. He may have a deep devotion and dedication with the teachings of His Word.

ਭਾਈ ਰੇ ਗੁਰਮੁਖਿ ਸਦਾ ਪਤਿ ਹੋਇ॥	bhaa-ee ray gurmukh sadaa pat ho-ay.
ਹਰਿ ਹਰਿ ਸਦਾ ਧਿਆਈਐ,	har har sadaa Dhi-aa-ee-ai
ਮਲੁ ਹਉਮੈ ਕਢੈ ਧੋਇ॥੧॥ ਰਹਾਉ॥	mal ha-umai kadhai Dho-ay. ||1|| rahaa-o.

ਜਿਸ ਨੂੰ ਗੁਰਮਖ ਅਵਸਥਾ ਬਖਸ਼ਿਸ਼ ਹੋ ਜਾਂਦੀ ਹੈ, ਉਸ ਦੀ ਦਰਬਾਰ ਵਿੱਚ ਸਦਾ ਹੀ ਸੋਭਾ ਹੁੰਦੀ ਹੈ । ਉਹ ਸਦਾ ਹੀ ਸ਼ਬਦ ਦੀ ਉਸਤਤ ਗਾਉਂਦਾ ਆਪਣੇ ਅਹੰਕਾਰ ਦੇ ਪਾਪ ਧੋਅ ਲੈਂਦਾ ਹੈ ।

Whosoever may be blessed with a state of mind as His true devotee; with His mercy and grace, he may be honored in His Court. His true devotee always sings the glory of His Word. He may conquer his worldly ego and all his sins may be forgiven.

ਮਨਮੁਖ ਨਾਮੁ ਨ ਜਾਣਨੀ,	manmukh Naam na jaannee
ਵਿਣੁ ਨਾਵੈ ਪਤਿ ਜਾਇ॥	vin naavai pat jaa-ay.
ਸਬਦੈ ਸਾਦੁ ਨ ਆਇਓ,	sabdai saad na aa-i-o
ਲਾਗੇ ਦੂਜੈ ਭਾਇ॥	laagay doojai bhaa-ay.
ਵਿਸਟਾ ਕੇ ਕੀੜੇ ਪਵਹਿ,	vistaa kay keerhay paveh
ਵਿਚਿ ਵਿਸਟਾ ਸੇ	vich vistaa say
ਵਿਸਟਾ ਮਾਹਿ ਸਮਾਇ॥ ੨	vistaa maahi samaa-ay.2

ਮਨਮਰਜ਼ੀ ਕਰਨਵਾਲੇ ਨੂੰ ਸ਼ਬਦ ਦੀ ਸੋਝੀ ਨਹੀਂ ਹੁੰਦੀ । ਸ਼ਬਦ ਦੀ ਸੋਝੀ ਤੋਂ ਬਿਨਾਂ ਕੰਮ ਕਰਦਾ, ਦਰਬਾਰ ਵਿੱਚ ਆਪਣਾ ਥਾਂ ਗਵਾ ਲੈਂਦੇ ਹੈ । ਉਸ ਨੂੰ ਸ਼ਬਦ ਦਾ ਰਸ ਬਖਸ਼ਿਸ਼ ਨਹੀਂ ਹੁੰਦਾ, ਵੱਖਰੇ ਵੱਖਰੇ ਭਰਮਾਂ ਵਿੱਚ ਭਟਕਦਾ ਰਹਿੰਦਾ ਹੈ । ਉਹ ਰੂੜੀ ਦੇ ਕੀੜੇ ਦੀ ਤਰ੍ਹਾਂ, ਰੂੜੀ ਵਿੱਚ ਪੈਦਾ ਹੁੰਦਾ, ਰੂੜੀ ਵਿੱਚ ਹੀ ਡਿੱਗ ਪੈਂਦਾ ਹੈ ਅਤੇ ਉਥੇ ਹੀ ਦੱਬਿਆ ਜਾਂਦਾ ਹੈ ।

Self-minded may not be enlightened with essence of His Word. Whosoever may perform his worldly chores without the enlightenment of the essence of His Word; his meditation may not be accepted in His Court. He may not be blessed with the nectar of the essence of His Word. He may remain intoxicated in religious suspicions. He may be like a worm of manure; he may be born in manure and dies in manure.

ਤਿਨ ਕਾ ਜਨਮੁ ਸਫਲੁ ਹੈ,	tin kaa janam safal hai
ਜੋ ਚਲਹਿ ਸਤਗੁਰ ਭਾਇ॥	jo chaleh saT`gur bhaa-ay.
ਕੁਲੁ ਉਧਾਰਹਿ ਆਪਣਾ,	kul uDhaareh aapnaa
ਧੰਨੁ ਜਣੇਦੀ ਮਾਇ॥	Dhan janaydee maa-ay.
ਹਰਿ ਹਰਿ ਨਾਮੁ ਧਿਆਈਐ,	har har Naam Dhi-aa-ee-ai

ਜਿਸ ਨਉ ਕਿਰਪਾ ਕਰੇ ਰਜਾਇ॥੩॥ jis na-o kirpaa karay rajaa-ay. ||3||

ਜਿਹੜਾ ਪ੍ਰਭ ਦੇ ਸ਼ਬਦ ਦੀ ਪਾਲਣਾ ਕਰਦਾ, ਜੀਵਨ ਬਤੀਤ ਕਰਦਾ ਹੈ, ਉਹ ਮਾਨਸ ਜੀਵਨ ਸਫਲ ਕਰ ਜਾਂਦਾ ਹੈ । ਉਹ ਆਪਣੇ ਸੰਸਾਰਕ ਪਰਿਵਾਰ ਨੂੰ ਵੀ ਬੰਦਗੀ ਦੇ ਰਸਤੇ ਤੇ ਪਾ ਕੇ ਤਾਰ ਜਾਂਦਾ ਹੈ । ਉਸ ਨੂੰ ਜਨਮ ਦੇਣ ਵਾਲੀ ਮਾਂ ਪੂਜਣ ਯੋਗ ਹੋ ਜਾਂਦੀ ਹੈ । ਜਿਸ ਤੇ ਆਪ ਹੀ ਰਹਿਮਤ ਬਖਸ਼ਦਾ ਹੈ, ਕੇਵਲ ਉਹ ਹੀ ਪ੍ਰਭ ਦੇ ਸ਼ਬਦ ਦਾ ਸਿਮਰਨ ਕਰਦਾ ਹੈ ।

Whosoever may adopt the teachings of His Word in day-to-day life; with His mercy and grace, he human life opportunity may be rewarded. He may inspire his followers, family to adopt the teachings of His Word, the right path of acceptance in His Court. His mother may become worthy of worship. Whosoever may be bestowed with His Blessed Vision, only he may remain intoxicated in meditation in the void of His Word.

ਜਿਨੀ ਗੁਰਮੁਖਿ ਨਾਮੁ ਧਿਆਇਆ, jinee gurmukh Naam Dhi-aa-i-aa
ਵਿਚਹੁ ਆਪੁ ਗਵਾਇ॥ vichahu aap gavaa-ay.
ਓਇ ਅੰਦਰਹੁ ਬਾਹਰਹੁ ਨਿਰਮਲੇ, o-ay andrahu baahrahu nirmalay
ਸਚੇ ਸਚਿ ਸਮਾਇ॥ sachay sach samaa-ay.
ਨਾਨਕ ਆਏ ਸੇ ਪਰਵਾਣੁ ਹਹਿ, naanak aa-ay say parvaan heh
ਜਿਨ ਗੁਰਮਤੀ ਹਰਿ ਧਿਆਇ ॥੪॥੫॥38॥ jin gurmatee har Dhi-aa-ay. ||4||5||38||

ਜਿਹੜਾ ਆਪਾ ਪ੍ਰਭ ਦੇ ਸ਼ਬਦ ਦੀ ਪਾਲਣਾ ਦੇ ਭੇਟਾ ਕਰਦਾ ਹੈ, ਉਸ ਨੂੰ ਗੁਰਮਖ ਅਵਸਥਾ ਬਖਸ਼ਿਸ਼ ਹੋ ਜਾਂਦੀ ਹੈ । ਉਸ ਦੀ ਆਤਮਾ ਪਵਿੱਤਰ ਹੋ ਜਾਂਦੀ, ਪ੍ਰਭ ਦੇ ਪਰਖਣ, ਅਭੇਦ ਹੋਣ ਯੋਗ ਹੋ ਜਾਂਦੀ ਹੈ । ਜਿਹੜਾ ਸ਼ਬਦ ਦੀ ਸਿਖਿਆਂ ਨਾਲ ਜੀਵਨ ਢਾਲਦਾ ਹੈ, ਉਸ ਦਾ ਮਾਨਸ ਜਨਮ ਸਫਲ ਹੋ ਜਾਂਦਾ ਹੈ ।

Whosoever may surrender his self-identity to obey the teachings of His Word with steady and stable belief, he may be blessed with state of mind as His true devotee. His soul may be sanctified to become worthy of His consideration. Whosoever may adopt the teachings of His Word with steady and stable belief in day-to-day life; with His mercy and grace, his human life opportunity may be rewarded.

92. ਸਿਰੀਰਾਗੁ ਮਹਲਾ ੩॥ (28-13)

ਹਰਿ ਭਗਤਾ ਹਰਿ ਧਨੁ ਰਾਸਿ ਹੈ, har bhagtaa har Dhan raas hai
ਗੁਰ ਪੂਛਿ ਕਰਹਿ ਵਾਪਾਰੁ॥ gur poochh karahi vaapaar.
ਹਰਿ ਨਾਮੁ ਸਲਾਹਨਿ ਸਦਾ ਸਦਾ, har Naam salaahan sadaa sadaa
ਵਖਰੁ ਹਰਿ ਨਾਮੁ ਅਧਾਰੁ॥ vakhar har Naam aDhaar.
ਗੁਰਿ ਪੂਰੈ ਹਰਿ ਨਾਮੁ ਦ੍ਰਿੜਾਇਆ, gur poorai har Naam drirh-aa-i-aa
ਹਰਿ ਭਗਤਾ ਅਤੁਟੁ ਭੰਡਾਰੁ॥੧॥ har bhagtaa atut bhandaar. ||1||

ਬੰਦਗੀ ਕਰਨਵਾਲਾ ਆਪਣਾ ਜੀਵਨ ਸ਼ਬਦ ਦੀ ਸਿਖਿਆਂ ਨਾਲ ਢਾਲਦਾ, ਸ਼ਬਦ ਦੀ ਕਮਾਈ ਦਾ ਧਨ ਇਕੱਠਾ ਕਰਦਾ ਹੈ । ਪ੍ਰਭ ਦਾ ਸ਼ਬਦ ਹੀ ਉਸ ਦੀ ਵਪਾਰ ਕਰਨਵਾਲੀ ਸਮੱਗਰੀ, ਜੀਵਨ ਦਾ ਆਸਰਾ, ਅਧਾਰ ਬਣ ਜਾਂਦਾ ਹੈ । ਪ੍ਰਭ ਆਪ ਹੀ ਆਪਣੇ ਭਗਤਾ ਦੇ ਮਨ ਵਿੱਚ ਸ਼ਬਦ ਤੇ ਭਰੋਸਾ ਅਡੋਲ ਰਖਦਾ ਹੈ, ਆਪ ਹੀ ਇਹ ਅਣਮੋਲ ਖਜ਼ਾਨਾ ਬਖਸ਼ਦਾ ਹੈ ।

His true devotee may adopt teachings of His Word with steady and stable belief in day-to-day life; with His mercy and grace, he may earn the wealth of His Word. He may only trade the merchandize of His Word as the real purpose of his human life opportunity. The True Master bestows His Blessed Vision on His true devotee to keep steady and stable on the right path of acceptance in His Court. He may be blessed with the treasure of enlightenment of the essence of His Word.

ਭਾਈ ਰੇ ਇਸੁ ਮਨ ਕਉ ਸਮਝਾਇ॥ bhaa-ee ray is man ka-o samjhaa-ay.
ਏ ਮਨ ਆਲਸੁ ਕਿਆ ਕਰਹਿ, ay man aalas ki-aa karahi gurmukh
ਗੁਰਮੁਖਿ ਨਾਮੁ ਧਿਆਇ॥੧॥ ਰਹਾਉ॥ Naam Dhi-aa-ay. ||1|| rahaa-o.

ਜੀਵ ਆਪਣੇ ਮਨ ਨੂੰ ਸਮਝਾਕੇ, ਬੰਦਗੀ ਕਰਨ ਤੇ ਲਾਵੋ! ਆਲਸ ਤਿਆਗਕੇ ਸ਼ਬਦ ਦਾ ਸਿਮਰਨ ਕਰਨ ਨਾਲ ਗੁਰਮਖ ਅਵਸਥਾ ਬਖਸ਼ਿਸ਼ ਹੋ ਸਕਦੀ ਹੈ ।

You should control your worldly desires and inspire your mind to meditate on the teachings of His Word. Whosoever may shun laziness and wholeheartedly meditate on the teachings of His Word; he may be blessed with a state of mind as His true devotee.

ਹਰਿ ਭਗਤਿ ਹਰਿ ਕਾ ਪਿਆਰੁ ਹੈ, har bhagat har kaa pi-aar hai
ਜੇ ਗੁਰਮੁਖਿ ਕਰੇ ਬੀਚਾਰੁ॥ jay gurmukh karay beechaar.
ਪਾਖੰਡਿ ਭਗਤਿ ਨ ਹੋਵਈ, pakhand bhagat na hova-ee
ਦੁਬਿਧਾ ਬੋਲੁ ਖੁਆਰੁ॥ dubiDhaa bol khu-aar.
ਸੋ ਜਨੁ ਰਲਾਇਆ ਨਾ ਰਲੈ, so jan ralaa-i-aa naa ralai
ਜਿਸੁ ਅੰਤਰਿ ਬਿਬੇਕ ਬੀਚਾਰੁ॥੨॥ jis antar bibayk beechaar. ||2||

ਪ੍ਰਭ ਦੇ ਸ਼ਬਦ ਵਿੱਚ ਲਗਨ ਹੀ ਪ੍ਰਭ ਦਾ ਪਿਆਰ ਹੈ । ਗੁਰਮਖ ਪ੍ਰਭ ਦੇ ਸ਼ਬਦ ਦਾ ਵਿਚਾਰ ਕਰਕੇ, ਸ਼ਬਦ ਦੀ ਸਿਖਿਆਂ ਨਾਲ ਜੀਵਨ ਢਾਲਦਾ ਹੈ । ਲੋਕ ਦਿਖਾਵੇ ਲਈ ਧਰਮ ਦੇ ਰੀਤੀ ਰੀਵਾਜ ਕਰਨ ਨਾਲ ਬੰਦਗੀ ਨਹੀਂ ਹੁੰਦੀ, ਇਸ ਨਾਲ, ਮਨ ਵੱਖਰੇ ਵੱਖਰੇ ਪਾਸੇ ਚਲਣ ਨਾਲ ਮਾਯੂਸ ਹੀ ਰਹਿੰਦਾ ਹੈ । ਜਿਸ ਨੂੰ ਸ਼ਬਦ ਦੀ ਸੋਝੀ ਹੋ ਜਾਂਦੀ ਹੈ, ਉਹ ਨਿਮਾਣਾ ਬਣ ਜਾਂਦਾ ਹੈ । ਭਾਵੇਂ ਉਹ ਜੀਵ ਸੰਸਾਰ ਵਿੱਚ ਹੀ ਰਹਿਣ, ਫਿਰ ਵੀ ਉਸ ਦੇ ਜੀਵਨ ਦਾ ਢੰਗ ਵੱਖਰਾ ਰਹਿੰਦਾ ਹੈ, ਉਹ ਪਛਾਣਿਆ ਜਾਂਦਾ ਹੈ ।

The devotion to meditate on the teachings of His Word may be the true devotion with The True Master. His true devotee may always adopt the teachings of His Word in day-to-day life. Whosoever may remain intoxicated with various religious rituals: his routine daily morning prayer, may not be a meditation. By wandering in various directions, he may remain desperate, and miserable. Whosoever may be enlightened with the essence of His Word, he may become humble and polite in his worldly life. He may dwell within world dominated with sweet poison of worldly wealth; however, his way of life may be unique, distinguished, and recognized in world.

ਸੋ ਸੇਵਕੁ ਹਰਿ ਆਖੀਐ, so sayvak har aakhee-ai
ਜੋ ਹਰਿ ਰਾਖੈ ਉਰਿ ਧਾਰਿ॥ jo har raakhai ur Dhaar.
ਮਨੁ ਤਨੁ ਸਉਪੇ ਆਗੈ ਧਰੇ, man, tan sa-upay aagai Dharay
ਹਉਮੈ ਵਿਚਹੁ ਮਾਰਿ॥ ha-umai vichahu maar.
ਧਨੁ ਗੁਰਮੁਖਿ ਸੋ ਪਰਵਾਣੁ ਹੈ, dhan gurmukh so parvaan hai
ਜਿ ਕਦੇ ਨ ਆਵੈ ਹਾਰਿ॥੩॥ je kaday na aavai haar. |3||

ਜਿਸ ਦੇ ਮਨ ਵਿੱਚ ਪ੍ਰਭ ਦਾ ਸ਼ਬਦ ਘਰ ਕਰ ਜਾਂਦਾ ਹੈ, ਕੇਵਲ ਉਹ ਹੀ ਪ੍ਰਭ ਦਾ ਅਸਲੀ ਸੇਵਕ, ਦਾਸ ਬਣਦਾ ਹੈ, ਕਹਿਣ ਦੇ ਯੋਗ ਹੁੰਦਾ ਹੈ । ਉਹ ਆਪਣਾ ਮਨ, ਤਨ ਪ੍ਰਭ ਦੀ ਭੇਟਾ ਕਰਕੇ ਆਪਣੇ ਮਨ ਦੀਆਂ ਇੱਛਾਂ ਤੇ ਜਿੱਤ ਪਾ ਲੈਂਦਾ ਹੈ, ਆਪਣੇ ਅੰਦਰੋਂ ਅਹੰਕਾਰ ਦੀ ਜੜ੍ਹ ਪੁੱਟ ਦੇਂਦਾ ਹੈ । ਇਸਤਰ੍ਹਾਂ ਜੀਵਨ ਬਤੀਤ ਕਰਨਵਾਲਾ ਗੁਰਮਖ ਧੰਨ ਹੁੰਦਾ ਹੈ, ਉਹ ਪ੍ਰਭ ਦੀ ਰਹਿਮਤ ਨਾਲ ਪ੍ਰਵਾਨ ਹੋ ਜਾਂਦਾ ਹੈ । ਉਸ ਨੂੰ ਆਪਣੇ ਮੰਤਵ, ਕੰਮ ਵਿੱਚ ਕਦੇ ਹਾਰ ਨਹੀਂ ਹੁੰਦੀ ।

Whosoever may remain drenched with the essence of His Word, he may become worthy to be called His true devotee. Whosoever may surrender his self-identity at His Sanctuary, he may conquer his worldly desires. He may eliminate his root of the worldly ego from his life. Whosoever may adopt such a way of life; his meditation may be accepted in His Court. He may never be defeated in the purpose of his human life opportunity.

ਕਰਮਿ ਮਿਲੈ ਤਾ ਪਾਈਐ,	karam milai taa paa-ee-ai
ਵਿਣੁ ਕਰਮੈ ਪਾਇਆ ਨ ਜਾਇ॥	vin karmai paa-i-aa na jaa-ay.
ਲਖ ਚਉਰਾਸੀਹ ਤਰਸਦੇ,	lakh cha-oraaseeh tarasday
ਜਿਸੁ ਮੇਲੇ ਸੋ ਮਿਲੈ ਹਰਿ ਆਇ॥	jis maylay so milai har aa-ay.
ਨਾਨਕ ਗੁਰਮੁਖਿ ਹਰਿ ਪਾਇਆ,	naanak gurmukh har paa-i-aa
ਸਦਾ ਹਰਿ ਨਾਮਿ ਸਮਾਇ ॥੪॥੬॥39॥	sadaa har Naam samaa-ay. ||4||6||39||

ਪ੍ਰਭ ਦੀ ਰਹਿਮਤ ਨਾਲ ਚੰਗੇ ਕਰਮਾਂ ਤੋਂ ਬਿਨਾਂ ਬੰਦਗੀ ਦਾ ਰਸਤਾ ਬਖਸ਼ਿਸ਼ ਨਹੀਂ ਹੁੰਦਾ ਹੈ । ਸੰਸਾਰ ਵਿੱਚ 84 ਲਖ ਕਿਸਮਾਂ ਦੇ ਜੀਵ ਹੀ ਪ੍ਰਭ ਦੀ ਰਹਿੰਤ ਮੰਗਦੇ ਹਨ । ਜਿਸ ਨੂੰ ਪ੍ਰਭ ਆਪਣੇ ਨਾਲ ਸੰਜੋਗ ਬਣਾਉਂਦਾ ਹੈ, ਕੇਵਲ ਉਸ ਨੂੰ ਹੀ ਰਸਤੇ ਦੀ ਜਾਣਕਾਰੀ ਬਖਸ਼ਿਸ਼ ਹੁੰਦੀ ਹੈ । ਉਹ ਦਰਬਾਰ ਵਿੱਚ ਪ੍ਰਵਾਨ ਹੋ ਸਕਦਾ ਹੈ । ਗੁਰਮਖ ਪ੍ਰਭ ਦੇ ਸ਼ਬਦ ਦੀ ਸੋਝੀ ਅੰਦਰੋਂ ਹੀ ਖੋਜਦਾ, ਸ਼ਬਦ ਵਿੱਚ ਲੀਨ ਰਹਿੰਦਾ ਹੈ ।

Whosoever may be bestowed with His Blessed Vision, he may perform good deeds; he may be blessed with the right path of salvation. All creatures of 84 lakh races pray for His Forgiveness and Refuge. Whosoever may become worthy of His Blessings, only he may be blessed with the right path of salvation. His meditation may be accepted in His Court. His true devotee may be enlightened from within. He may remain intoxicated in meditation in the void of His Word.

93. ਸਿਰੀਰਾਗੁ ਮਹਲਾ ੩॥ (29-2)

ਸੁਖ ਸਾਗਰੁ ਹਰਿ ਨਾਮੁ ਹੈ,	sukh saagar har Naam hai
ਗੁਰਮੁਖਿ ਪਾਇਆ ਜਾਇ॥	gurmukh paa-i-aa jaa-ay.
ਅਨਦਿਨੁ ਨਾਮੁ ਧਿਆਈਐ,	an-din Naam Dhi-aa-ee-ai
ਸਹਜੇ ਨਾਮਿ ਸਮਾਇ॥	sehjay Naam samaa-ay.
ਅੰਦਰੁ ਰਚੈ ਹਰਿ ਸਚ ਸਿਉ,	andar rachai har sach si-o
ਰਸਨਾ ਹਰਿ ਗੁਣ ਗਾਇ॥੧॥	rasnaa har gun gaa-ay. ||1||

ਪ੍ਰਭ ਦਾ ਸ਼ਬਦ ਸੁਖਾਂ ਦਾ ਭਰਿਆ ਸਾਗਰ ਹੈ । ਕੇਵਲ ਗੁਰਮਖ ਅਵਸਥਾ ਬਖਸ਼ਿਸ਼ ਹੋਣ ਨਾਲ ਹੀ ਸ਼ਬਦ ਦੀ ਸੋਝੀ ਬਖਸ਼ਿਸ਼ ਹੋ ਸਕਦੀ ਹੈ । ਜਿਹੜਾ ਗੁਰਮਖ ਪ੍ਰਭ ਦੇ ਸ਼ਬਦ ਦਾ ਸਿਮਰਨ ਕਰਦਾ, ਧੰਨਵਾਦ ਗਾਉਂਦਾ ਹੈ, ਉਹ ਗੁਰਮਖ ਸਹਿਲੇ ਹੀ ਸ਼ਬਦ ਦੀ ਸਮਾਧੀ ਵਿੱਚ ਲੀਨ ਹੋ ਜਾਂਦਾ ਹੈ । ਉਸ ਦਾ ਮਨ ਆਪਣੇ ਅੰਦਰੋਂ ਹੀ ਪ੍ਰਭ ਦੀ ਜੋਤ ਵਿੱਚ ਅਭੇਦ ਹੋ ਜਾਂਦਾ ਹੈ, ਉਹ ਪ੍ਰਭ ਦੇ ਸ਼ਬਦ ਦੇ ਧੰਨਵਾਦ ਗਾਉਣ ਵਿੱਚ ਹੀ ਮਸਤ ਰਹਿੰਦਾ ਹੈ ।

The teachings of His Word may be an ocean of pleasures and comforts. Only His true devotee, may be enlightened with the essence of His Word from within. Whosoever may meditate and sings the glory of His Word; he may be blessed with a state of mind as His true devotee. He may easily remain intoxicated in the void of His Word. He may be absorbed in the void of His Word. He may remain intoxicated singing the glory of His Word.

ਭਾਈ ਰੇ ਜਗੁ ਦੁਖੀਆ ਦੂਜੈ ਭਾਇ॥	bhaa-ee ray jag dukhee-aa doojai bhaa-ay.
ਗੁਰ ਸਰਣਾਈ ਸੁਖੁ ਲਹਹਿ, ਅਨਦਿਨੁ	gur sarnaa-ee sukh laheh
ਨਾਮੁ ਧਿਆਇ॥੧॥ ਰਹਾਉ॥	an-din Naam Dhi-aa-ay. ||1|| rahaa-o.

ਸੰਸਾਰ ਵਿੱਚ ਵੱਖਰੇ ਵੱਖਰੇ ਰਸਤੇ ਤੇ ਚਲਕੇ ਜੀਵ ਦੁਖ, ਮੁਸ਼ਕਲਾਂ ਹੀ ਪਾਉਂਦਾ ਹੈ । ਪ੍ਰਭ ਦੀ ਸ਼ਰਣ ਵਿੱਚ ਪਨਾਹ ਲੈਣ, ਦਿਨ ਰਾਤ ਸ਼ਬਦ ਦੇ ਸਿਮਰਨ ਨਾਲ ਹੀ ਮਨ ਨੂੰ ਸ਼ਾਂਤੀ ਬਖਸ਼ਿਸ਼ ਹੋ ਸਕਦੀ ਹੈ ।

Whosoever may adopt various religious paths, he may only endure miseries, hardship in his worldly life. Whosoever may surrender his self-identity at His Sanctuary, only he may meditate day and night; with His mercy and grace, he may be blessed with a peace, harmony, and blossom within his heart.

ਸਾਚੇ ਮੈਲੁ ਨ ਲਾਗਈ,	saachay mail na laag-ee
ਮਨੁ ਨਿਰਮਲੁ ਹਰਿ ਧਿਆਇ॥	man nirmal har Dhi-aa-ay.
ਗੁਰਮੁਖਿ ਸ਼ਬਦੁ ਪਛਾਣੀਐ,	gurmukh sabad pachhaanee-ai
ਹਰਿ ਅੰਮ੍ਰਿਤ ਨਾਮਿ ਸਮਾਇ॥	har amrit Naam samaa-ay.
ਗੁਰ ਗਿਆਨੁ ਪ੍ਰਚੰਡੁ ਬਲਾਇਆ,	gur gi-aan parchand balaa-i-aa
ਅਗਿਆਨੁ ਅੰਧੇਰਾ ਜਾਇ॥੨॥	agi-aan anDhayraa jaa-ay. ||2||

ਪ੍ਰਭ ਦਾ ਪਵਿੱਤਰ ਅਟਲ ਸ਼ਬਦ ਨਾ ਬਦਲਨ ਵਾਲਾ ਹੈ, ਇਸ ਨੂੰ ਕੋਈ ਦਾਗ਼ ਨਹੀਂ ਲਗ ਸਕਦਾ । ਪ੍ਰਭ ਦੇ ਸ਼ਬਦ ਦੀ ਬੰਦਗੀ ਕਰਨ ਨਾਲ ਹੀ ਆਤਮਾ ਪਵਿੱਤਰ ਹੋ ਜਾਂਦਾ ਹੈ । ਗੁਰਮਖ ਜੀਵ ਨੂੰ ਸ਼ਬਦ ਦੀ ਸੋਝੀ ਬਖਸ਼ਿਸ਼ ਹੋ ਜਾਂਦੀ ਹੈ, ਉਹ ਸ਼ਬਦ ਵਿੱਚ ਲੀਨ, ਮਸਤ ਹੋ ਜਾਂਦਾ, ਸਮਾਧੀ ਵਿੱਚ ਵਸਦਾ ਹੈ । ਪ੍ਰਭ ਆਪ ਹੀ ਸੋਝੀ ਰੂਪੀ ਰੋਸ਼ਨੀ, ਜਾਗਰਤੀ ਬਖਸ਼ਦਾ ਹੈ, ਮਨ ਦੇ ਭਰਮਾਂ ਦਾ ਹਨੇਰਾ ਦੂਰ ਹੋ ਜਾਂਦਾ ਹੈ ।

His Word, sanctified, true forever remains unblemished, unavoidable, and unchangeable. Whosoever may meditate on the teachings of His Word, his soul may be sanctified. He may remain intoxicated in meditation and dwells in the void of His Word. The True Master, fountain of enlightenment of the essence of His Word! He may bestow enlightenment and awareness within his life; all suspicions of His true devotee may be eliminated.

ਮਨਮੁਖ ਮੈਲੇ ਮਲੁ ਭਰੇ,	manmukh mailay mal bharay
ਹਉਮੈ ਤ੍ਰਿਸਨਾ ਵਿਕਾਰੁ॥	ha-umai tarisnaa vikaar.
ਬਿਨੁ ਸਬਦੈ ਮੈਲੁ ਨ ਉਤਰੈ,	bin sabdai mail na utrai
ਮਰਿ ਜੰਮਹਿ ਹੋਇ ਖੁਆਰੁ॥	mar jameh ho-ay khu-aar.
ਧਾਤੁਰ ਬਾਜੀ ਪਲਚਿ ਰਹੇ,	dhaatur baajee palach rahay
ਨਾ ਉਰਵਾਰੁ ਨ ਪਾਰੁ॥੩॥	naa urvaar na paar. ||3|

ਮਨਮਰਜ਼ੀ ਕਰਨਵਾਲੇ ਦਾ ਮਨ ਦਾਗ਼ੀ ਹੁੰਦਾ ਹੈ, ਮਨ ਵਿੱਚ ਅਹੰਕਾਰ, ਤ੍ਰਿਸ਼ਨਾਂ, ਲਾਲਚ ਭਰਿਆ ਰਹਿੰਦਾ ਹੈ । ਸ਼ਬਦ ਨਾਲ ਜੀਵਨ ਢਾਲਣ ਤੋਂ ਬਿਨਾਂ ਮਨ ਦੀ ਅਹੰਕਾਰ, ਲਾਲਚ ਦੀ ਮੈਲ ਧੋਤੀ ਨਹੀਂ ਜਾ ਸਕਦੀ । ਜੀਵ ਜਨਮ ਮਰਨ ਦੇ ਚੱਕਰ ਵਿੱਚ ਹੀ ਰਹਿੰਦਾ ਹੈ, ਮਾਯੂਸੀ ਵਿੱਚ ਹੀ ਮਾਨਸ ਜਨਮ ਬਿਰਥਾ ਹੀ ਗਵਾ ਜਾਂਦਾ ਹੈ । ਉਸ ਨੂੰ ਸੰਸਾਰ ਵਿੱਚ ਵੀ ਕੋਈ ਟਿਕਾਣਾ ਨਹੀਂ ਮਿਲਦਾ, ਨਾ ਹੀ ਅਗਲੀ ਜੂੰਨ ਵਿੱਚ ਅਰਾਮ ਕਰਨ ਵਾਲੀ ਥਾਂ ਬਖਸ਼ਿਸ਼ ਹੋ ਸਕਦੀ ਹੈ ।

Self-minded may remain blemished with worldly greed, worldly desires, and ego. Without adopting the teachings of His Word in life, he may never conquer his greed and ego. His soul may never be sanctified and he may remain in a cycle of birth and death. He remains desperate and wastes his human life opportunity. He may never find peace, and harmony in this life nor any permanent resting place in the next life.

ਗੁਰਮੁਖਿ ਜਪ ਤਪ ਸੰਜਮੀ,	gurmukh jap tap sanjmee
ਹਰਿ ਕੈ ਨਾਮਿ ਪਿਆਰੁ॥	har kai Naam pi-aar.
ਗੁਰਮੁਖਿ ਸਦਾ ਧਿਆਈਐ,	gurmukh sadaa Dhi-aa-ee-ai
ਏਕੁ ਨਾਮੁ ਕਰਤਾਰੁ॥	ayk Naam kartaar.
ਨਾਨਕ ਨਾਮੁ ਧਿਆਈਐ,	naanak Naam Dhi-aa-ee-ai
ਸਭਨਾ ਜੀਆ ਕਾ ਆਧਾਰੁ॥੪॥੭॥40॥	sabhnaa jee-aa kaa aaDhaar. ||4||7||40||

ਗੁਰਮਖ ਜੀਵ ਦਾ ਜਪ, ਤਪ ਹੀ ਪ੍ਰਭ ਦੇ ਸ਼ਬਦ ਨਾਲ ਲਗਨ, ਸ਼ਬਦ ਨਾਲ ਜੀਵਨ ਢਾਲਣਾ ਹੁੰਦਾ ਹੈ । ਗੁਰਮਖ ਸਦਾ ਹੀ ਪ੍ਰਭ ਦੇ ਸ਼ਬਦ ਦਾ ਸਿਮਰਨ, ਪਾਲਣਾ ਕਰਦਾ ਰਹਿੰਦਾ ਹੈ । ਪ੍ਰਭ ਦੇ ਸ਼ਬਦ ਦਾ ਹੀ ਸਿਮਰਨ ਕਰੋ ! ਉਹ ਹੀ ਸਾਰੇ ਜੀਵਾਂ ਦਾ ਰਖਵਾਲਾ, ਆਸਰਾ ਹੈ !

His true devotee may consider adopting the teachings of His Word with steady and stable belief, his true meditation to earn the wealth of His Word. He may always meditate and obeys the teachings of His Word. You should meditate on the teachings of His Word; The True Protector of His Creation.

94. ਸ੍ਰੀਰਾਗੁ ਮਹਲਾ ੩॥ (29-10)

ਮਨਮੁਖੁ ਮੋਹਿ ਵਿਆਪਿਆ,	manmukh mohi vi-aapi-aa
ਬੈਰਾਗੁ ਉਦਾਸੀ ਨ ਹੋਇ॥	bairaag udaasee na ho-ay.
ਸਬਦੁ ਨ ਚੀਨੈ ਸਦਾ ਦੁਖੁ,	sabad na cheenai sadaa dukh
ਹਰਿ ਦਰਗਹਿ ਪਤਿ ਖੋਇ॥	har dargahi pat kho-ay.
ਹਉਮੈ ਗੁਰਮੁਖਿ ਖੋਈਐ,	ha-umai gurmukh kho-ee-ai
ਨਾਮਿ ਰਤੇ ਸੁਖੁ ਹੋਇ॥੧॥	Naam ratay sukh ho-ay. ||1||

ਮਨਮੁਖ ਸੰਸਾਰਕ ਮੋਹ ਵਿੱਚ ਹੀ ਫਸਿਆ ਰਹਿੰਦਾ ਹੈ, ਉਸ ਦਾ ਮਨ ਕਿਸੇ ਪਾਸੇ ਵੀ ਨਹੀਂ ਲਗਦਾ, ਨਾ ਹੀ ਉਸ ਦਾ ਮਨ ਤਿਆਗੀ ਹੀ ਹੋ ਸਕਦਾ ਹੈ । ਉਹ ਹਰ ਵੇਲੇ ਇੱਛਾਂ ਦੀ ਭਟਕਣ ਵਿੱਚ ਰਹਿੰਦਾ ਹੈ । ਉਹ ਪ੍ਰਭ ਦੇ ਦਰਬਾਰ ਵਿੱਚ ਥਾਂ ਗਵਾ ਲੈਂਦਾ ਹੈ । ਗੁਰਮਖ ਜੀਵ ਆਪਣਾ ਅਹੰਕਾਰ ਖਤਮ ਕਰ ਲੈਂਦਾ ਹੈ, ਸ਼ਬਦ ਵਿੱਚ ਲੀਨ ਹੋਏ ਨੂੰ ਅੰਦਰੋਂ ਹੀ ਸ਼ਾਂਤੀ ਬਖਸ਼ਿਸ਼ ਹੋ ਜਾਂਦੀ ਹੈ ।

Self-minded always remain entangled in worldly desires and attachments. He may never stick on any one path; he may never renounce his worldly attachments and worldly desires. He may remain frustrated with worldly desires. He may waste his human life opportunity to find the right path of acceptance in His Court. His true devotee may conquer his ego; with His mercy and grace, he may remain intoxicated in the void of His Word. He may be blessed with a peace of mind from within.

ਮੇਰੇ ਮਨ ਅਹਿਨਿਸਿ,	mayray man ahinis
ਪੂਰਿ ਰਹੀ ਨਿਤ ਆਸਾ॥	poor rahee nit aasaa.
ਸਤਗੁਰੁ ਸੇਵਿ ਮੋਹੁ ਪਰਜਲੈ,	saT`gur sayv moh parjalai
ਘਰ ਹੀ ਮਾਹਿ ਉਦਾਸਾ॥੧॥ ਰਹਾਉ॥	ghar hee maahi udaasaa. ||1|| rahaa-o.

ਮਨਮੁਖ ਦਾ ਮਨ ਹਰ ਵੇਲੇ ਹੀ ਆਸਾਂ ਅਤੇ ਇੱਛਾਂ ਨਾਲ ਭਰਿਆ ਰਹਿੰਦਾ ਹੈ । ਜਿਹੜਾ ਸ਼ਬਦ ਨਾਲ ਜੀਵਨ ਢਾਲਦਾ ਹੈ, ਉਸ ਨੂੰ ਮਨ ਦੇ ਮੋਹ ਅਤੇ ਇੱਛਾਂ ਤੇ ਜਿੱਤ ਬਖਸ਼ਿਸ਼ ਹੋ ਜਾਂਦੀ ਹੈ । ਆਪਣੇ ਅੰਦਰੋਂ ਹੀ ਇੱਛਾਂ ਤੋਂ ਰਹਿਤ ਹੋ ਸਕਦਾ ਹੈ ।

Self-minded may remain intoxicated with sweet poison of worldly desires. His mind may remain overpowered with hopes and worldly desires. Whosoever may adopt the teachings of His Word with steady and stable belief in his day-to-day life; with His mercy and grace, he may conquer his worldly desires and worldly attachments. He may become beyond the reach of worldly desires; becomes desire free.

ਗੁਰਮਖ ਕਰਮ ਕਮਾਵੈ,	gurmukh karam kamaavai
ਬਿਗਸੈ ਹਰਿ ਬੈਰਾਗੁ ਅਨੰਦੁ॥	bigsai har bairaag anand.
ਅਹਿਨਿਸਿ ਭਗਤਿ ਕਰੇ ਦਿਨੁ ਰਾਤੀ,	ahinis bhagat karay din raatee
ਹਉਮੈ ਮਾਰਿ ਨਿਚੰਦੁ॥	ha-umai maar nichand.
ਵਡੈ ਭਾਗਿ ਸਤਸੰਗਤਿ ਪਾਈ,	vadai bhaag satsangat paa-ee
ਹਰਿ ਪਾਇਆ ਸਹਜਿ ਅਨੰਦੁ॥੨॥	har paa-i-aa sahj anand. ||2||

ਗੁਰਮਖ ਜੀਵ ਸੰਸਾਰਕ ਭਲਾਈ ਦੇ ਕੰਮ ਕਰਦਾ ਹੈ ਅਤੇ ਸਦਾ ਹੀ ਖੇੜੇ ਵਿੱਚ ਰਹਿੰਦਾ ਹੈ । ਉਸ ਦਾ ਮਨ ਸੰਤੋਖ, ਖੇੜੇ ਵਿੱਚ ਰਹਿੰਦਾ ਹੋਇਆ, ਸੰਸਾਰਕ ਮੋਹ ਤੋਂ ਰਹਿਤ ਹੋ ਜਾਂਦਾ ਹੈ । ਉਹ ਦਿਨ ਰਾਤ ਹੀ ਸ਼ਬਦ ਦਾ ਸਿਮਰਨ ਕਰਦਾ, ਆਪਣੇ ਮਨ ਦੇ ਅਹੰਕਾਰ ਤੇ ਕਾਬੂ ਰਖਦਾ, ਬੇਫਿਕਰੇ ਰਹਿੰਦਾ ਹੈ । ਵਡੇ ਭਾਗਾਂ ਨਾਲ ਹੀ ਬੰਦਗੀ ਕਰਨਵਾਲੇ ਦੀ ਸੰਗਤ ਬਖਸ਼ਿਸ਼ ਹੁੰਦੀ ਹੈ । ਪ੍ਰਭ ਦੇ ਸ਼ਬਦ ਦੀ ਸੋਝੀ ਬਖਸ਼ਿਸ਼ ਹੋਈ, ਜਿਸ ਨਾਲ ਮਨ ਅਸਾਨੀ ਨਾਲ ਹੀ ਖੇੜੇ ਵਿੱਚ ਵਸਦਾ ਹੈ ।

His true devotee always performs deeds for the welfare of His Creation; with His mercy and grace, he may remain contented. His soul remains in peace and harmony and beyond the reach of worldly desires and attachments. He may remain worry-free in deep meditation and keeps a lid on his ego.

Whosoever may have a great prewritten destiny, only he may be blessed with the conjugation of His Holy saint. He may be enlightened with the essence of His Word; with His mercy and grace, he may remain in blossom in all worldly environments.

ਸੋ ਸਾਧੂ ਬੈਰਾਗੀ,	so saaDhoo bairaagee
ਸੋਈ ਹਿਰਦੈ ਨਾਮੁ ਵਸਾਏ॥	so-ee hirdai Naam vasaa-ay.
ਅੰਤਰਿ ਲਾਗਿ ਨ ਤਾਮਸੁ ਮੂਲੇ,	antar laag na taamas moolay vichahu
ਵਿਚਹੁ ਆਪੁ ਗਵਾਏ॥	aap gavaa-ay.
ਨਾਮੁ ਨਿਧਾਨੁ ਸਤਗੁਰੂ ਦਿਖਾਲਿਆ,	naam niDhaan saT`guroo dikhaali-aa
ਹਰਿ ਰਸੁ ਪੀਆ ਅਘਾਏ॥੩॥	har ras pee-aa aghaa-ay. ‖3‖

ਜਿਸ ਦਾ ਮਨ ਸ਼ਬਦ ਦੀ ਸੋਝੀ ਨਾਲ ਭਰਿਆ ਹੋਵੇ, ਕੇਵਲ ਉਹ ਹੀ ਜੀਵ ਸਾਧੂ, ਵਿਰਾਗੀ ਹੁੰਦਾ ਹੈ । ਉਹ ਆਪਾ ਪ੍ਰਭ ਦੇ ਸ਼ਬਦ ਦੀ ਸ਼ਰਣ ਵਿੱਚ ਭੇਟਾ ਕਰਦਾ ਹੈ, ਆਪਣੇ ਮਨ ਅੰਦਰ ਪੂਰਨ ਸ਼ਾਂਤੀ ਨਾਲ ਰਹਿੰਦਾ ਹੈ, ਉਸ ਦੇ ਮਨ ਵਿੱਚ ਕਰੋਧ, ਬੁਰੇ ਕੰਮ ਦਾ ਕੋਈ ਵਿਚਾਰ ਨਹੀਂ ਰਹਿੰਦਾ । ਅਸਲੀ ਗੁਰੂ, ਪ੍ਰਭ ਸ਼ਬਦ ਦਾ ਖਜ਼ਾਨਾ ਬਖਸ਼ਦਾ ਹੈ, ਉਹ ਸ਼ਬਦ ਰੂਪੀ ਅੰਮ੍ਰਿਤ ਦਾ ਅਨੰਦ ਮਾਨਦਾ ਹੈ ।

Whosoever may remain overwhelmed with the enlightenment of the essence of His Word; he may be the true renunciatory, His Holy saint. He may surrender his self-identity at His Sanctuary; with His mercy and grace, he may be blessed with complete peace within. He may not have any anger, evil thoughts within his mind. The Omniscient True Master may bestow true treasure of His Word to His true devotee. He may enjoy the nectar of the essence of His Word in his day-to-day life.

ਜਿਨਿ ਕਿਨੈ ਪਾਇਆ ਸਾਧ ਸੰਗਤੀ,	jin kinai paa-i-aa saaDhsangtee
ਪੂਰੈ ਭਾਗਿ ਬੈਰਾਗਿ॥	poorai bhaag bairaag.
ਮਨਮੁਖ ਫਿਰਹਿ ਨ ਜਾਣਹਿ,	manmukh fireh na jaaneh
ਸਤਗੁਰੁ ਹਉਮੈ ਅੰਦਰਿ ਲਾਗਿ॥	saT`gur ha-umai andar laag.
ਨਾਨਕ ਸਬਦਿ ਰਤੇ ਹਰਿ ਨਾਮਿ ਰੰਗਾਏ,	naanak sabad ratay har Naam rangaa-ay
ਬਿਨੁ ਭੈ ਕੇਹੀ ਲਾਗਿ ॥੪॥੮॥41॥	bin bhai kayhee laag. ‖4‖8‖41‖

ਵੱਡੇ ਭਾਗਾਂ ਨਾਲ ਹੀ ਸੰਤ ਸਰੂਪ ਦੀ ਸੰਗਤ ਬਖਸ਼ਿਸ਼ ਹੁੰਦੀ ਹੈ । ਉਹ ਹੀ ਸੰਤ ਦੇ ਜੀਵਨ ਦੀ ਸਿਖਿਆਂ ਨਾਲ ਜੀਵਨ ਢਾਲਕੇ ਤਿਆਗੀ ਬਣ ਜਾਂਦਾ ਹੈ । ਮਨਮਰਜ਼ੀ ਕਰਨਵਾਲੇ ਨੂੰ ਸ਼ਬਦ ਦੀ ਕੋਈ ਸੋਝੀ ਨਹੀਂ ਹੁੰਦੀ, ਸੰਸਾਰ ਵਿੱਚ ਭੁਲਿਆ ਫਿਰਦਾ ਹੈ । ਉਸ ਦੇ ਮਨ ਵਿੱਚ ਅਹੰਕਾਰ ਅਤੇ ਮੋਹ ਦਾ ਜ਼ੋਰ ਰਹਿੰਦਾ ਹੈ । ਜਿਹੜਾ ਸ਼ਬਦ ਨਾਲ ਜੀਵਨ ਢਾਲਦਾ ਹੈ, ਉਸ ਤੇ ਪ੍ਰਭ ਦੇ ਸ਼ਬਦ ਦਾ ਰੰਗ ਚੜ੍ਹ ਜਾਂਦਾ ਹੈ । ਪ੍ਰਭ ਦੇ ਵਿਛੋੜੇ ਦੇ ਵਿਰਾਗ ਤੋਂ ਬਿਨਾਂ ਕਿਵੇਂ ਕੋਈ ਸ਼ਬਦ ਦਾ ਰੰਗ ਆਪਣੇ ਮਨ ਤੇ ਚੜ੍ਹਾ ਸਕਦਾ ਹੈ?

Whosoever may have a great prewritten destiny, only he may be blessed with the conjugation of His Holy saint. He may adopt his life experience in his own life and he may renounce his worldly greed and attachments. Self-minded may not have any understanding of the essence of His Word and he may remain entangled in suspicions. He may remain intoxicated with ego and worldly possessions. Whosoever may adopt the teachings of His Word with steady and stable belief in his day-to-day life; with His mercy and grace, he may remain drenched with deep crimson color of the essence of His Word. How may anyone remain drenched with the crimson color of the nectar of the essence of His Word, without the renunciation of separation from The True Master?

95. ਸਿਰੀਰਾਗੁ ਮਹਲਾ ੩॥ (29-18)

ਘਰ ਹੀ ਸਉਦਾ ਪਾਈਐ,	ghar hee sa-udaa paa-ee-ai
ਅੰਤਰਿ ਸਭ ਵਥੁ ਹੋਇ॥	antar sabh vath ho-ay.
ਖਿਨੁ ਖਿਨੁ ਨਾਮੁ ਸਮਾਲੀਐ,	khin khin Naam samaalee-ai
ਗੁਰਮੁਖਿ ਪਾਵੈ ਕੋਇ॥	gurmukh paavai ko-ay.
ਨਾਮੁ ਨਿਧਾਨੁ ਅਖੁਟੁ ਹੈ,	naam niDhaan akhut hai
ਵਡਭਾਗਿ ਪਰਾਪਤਿ ਹੋਇ॥੧॥	vadbhaag paraapat ho-ay. ||1||

ਜੀਵ ਦੇ ਮਨ ਅੰਦਰ ਹੀ ਪ੍ਰਭ ਦੀ ਜੋਤ, ਸ਼ਬਦ, ਸ਼ਬਦ ਦੀ ਸੋਝੀ ਹੈ, ਕੇਵਲ ਆਪਣੇ ਅੰਦਰ ਵੱਲ ਧਿਆਨ ਲਾਉਣ ਨਾਲ ਹੀ ਬਖਸ਼ਿਸ਼ ਹੋ ਸਕਦੀ ਹੈ । ਕੋਈ ਵਿਰਲਾ ਹੀ ਪਲ ਪਲ ਸ਼ਬਦ ਵਿੱਚ ਧਿਆਨ ਲਾ ਕੇ ਜੀਵਨ ਬਤੀਤ ਕਰਦਾ ਹੈ । ਇਹ ਸ਼ਬਦ ਦਾ ਖਜ਼ਾਨਾ ਖਤਮ ਹੋਣ ਵਾਲਾ ਨਹੀਂ, ਵਡੇ ਭਾਗਾਂ ਨਾਲ ਹੀ ਬਖਸ਼ਿਸ਼ ਹੁੰਦਾ ਹੈ ।

His Holy Spirit and the enlightenment of the essence of His Word have been embedded within each soul. Whosoever may search within his own mind and evaluates his own deeds; with His mercy and grace, he may be blessed with the treasure of enlightenment. However, very rare devotee may adopt the teachings of His Word with steady and stable belief and evaluates his own worldly deeds. The treasure of enlightenment of His Word within each soul may be inexhaustible; only fortunate may be blessed.

ਮੇਰੇ ਮਨ ਤਜਿ ਨਿੰਦਾ ਹਉਮੈ ਅਹੰਕਾਰੁ॥	mayray man taj nindaa ha-umai ahaNkaar.
ਹਰਿ ਜੀਉ ਸਦਾ ਧਿਆਇ,	har jee-o sadaa Dhi-aa-ay
ਤੂ ਗੁਰਮੁਖਿ ਏਕੰਕਾਰੁ॥੧॥ ਰਹਾਉ॥	too gurmukh aykankaar. ||1|| rahaa-o.

ਜੀਵ ਆਪਣੇ ਮਨ ਵਿਚੋਂ ਨਿੰਦਆਂ, ਅਹੰਕਾਰ, ਹੈਸੀਅਤ ਦਾ ਅਭਿਮਾਨ ਤਿਆਗੋ! ਜਿਹੜਾ ਸ਼ਬਦ ਦਾ ਸਿਮਰਨ, ਸ਼ਬਦ ਦੀ ਪਾਲਣਾ ਕਰਦਾ ਹੈ, ਪ੍ਰਭ ਦੀ ਰਹਿਮਤ ਨਾਲ ਗੁਰਮਖ ਅਵਸਥਾ ਬਖਸ਼ਿਸ਼ ਹੋ ਜਾਂਦੀ ਹੈ!

You should renounce your worldly desires, back-biting, slandering others, and ego of your worldly status. Whosoever may surrender his self-identity, meditates adopt the teachings of His Word with steady and stable belief; with His mercy and grace, he may be blessed with a state of mind as His true devotee.

ਗੁਰਮੁਖਾ ਕੇ ਮੁਖ ਉਜਲੇ,	gurmukhaa kay mukh ujlay
ਗੁਰ ਸਬਦੀ ਬੀਚਾਰਿ॥	gur sabdee beechaar.
ਹਲਤਿ ਪਲਤਿ ਸੁਖੁ ਪਾਇਦੇ,	halat palat sukh paa-iday
ਜਪਿ ਜਪਿ ਰਿਦੈ ਮੁਰਾਰਿ॥	jap jap ridai muraar.
ਘਰ ਹੀ ਵਿਚਿ ਮਹਲੁ ਪਾਇਆ,	ghar hee vich mahal paa-i-aa
ਗੁਰ ਸਬਦੀ ਵੀਚਾਰਿ॥੨॥	gur sabdee veechaar. ||2||

ਗੁਰਮਖ ਸ਼ਬਦ ਦੀ ਸਿਖਿਆਂ ਦਾ ਹੀ ਵਿਚਾਰ ਕਰਦਾ ਹੈ, ਉਸ ਨੂੰ ਸ਼ਬਦ ਦਾ ਰੂਹਾਨੀ ਨੂਰ ਬਖਸ਼ਿਸ਼ ਹੋ ਜਾਂਦਾ ਹੈ । ਉਹ ਆਪਣੇ ਮਨ ਵਿੱਚ ਸ਼ਬਦ ਦਾ ਸਿਮਰਨ ਕਰਦਾ, ਉਸਤਤ ਗਾਉਂਦਾ ਹੈ, ਉਸ ਨੂੰ ਸੰਸਾਰ ਵਿੱਚ ਅਤੇ ਮੌਤ ਪਿਛੋਂ ਵੀ ਸ਼ਾਂਤੀ ਬਖਸ਼ਿਸ਼ ਹੋ ਜਾਂਦੀ ਹੈ । ਉਸ ਦੇ ਮਨ ਅੰਦਰ ਹੀ ਪ੍ਰਭ ਦਾ ਦਰਬਾਰ ਜਾਗਰਤ ਹੋ ਜਾਂਦਾ, ਮਹਿਸੂਸ ਕਰਦਾ ਹੈ ।

His true devotee may concentrate on the teachings of His Word in his day-to-day life; with His mercy and grace, he may be blessed with eternal glow of His Holy Spirit. He may meditate and sing the glory of His Word; with His mercy and grace, he may enjoy peace and harmony in world life and honored after death in His Court. He may realize His Royal Throne; 10th gate within his own heart and His Holy spirit prevailing everywhere.

ਸਤਗੁਰ ਤੇ ਜੋ ਮੁਹ ਫੇਰਹਿ,	saT`gur tay jo muh fayreh
ਮਥੇ ਤਿਨ ਕਾਲੇ॥	mathay tin kaalay.
ਅਨਦਿਨੁ ਦੁਖ ਕਮਾਵਦੇ,	an-din dukh kamaavday
ਨਿਤ ਜੋਹੇ ਜਮ ਜਾਲੇ॥	nit johay jam jaalay.
ਸੁਪਨੈ ਸੁਖੁ ਨ ਦੇਖਨੀ,	supnai sukh na daykhnee
ਬਹੁ ਚਿੰਤਾ ਪਰਜਾਲੇ॥੩॥	baho chintaa parjaalay. ||3||

ਜਿਹੜਾ ਸ਼ਬਦ ਨਾਲ ਜੀਵਨ ਨਹੀਂ ਬਤੀਤ ਕਰਦਾ, ਉਸ ਦੇ ਮਨ ਤੇ ਦਾਗ਼ ਲਗ ਜਾਂਦਾ ਹੈ । ਉਹ ਦਿਨ ਰਾਤ ਇੱਛਾਂ ਦੀ ਭਟਕਣ ਵਿੱਚ ਰਹਿੰਦਾ ਹੈ, ਮੌਤ ਦਾ ਫਰਿਸ਼ਤਾ ਉਸ ਨੂੰ ਘੇਰੀ ਰਖਦਾ ਹੈ । ਉਹ ਸੰਸਾਰਕ ਇੱਛਾਂ ਦੀ ਅੱਗ ਵਿੱਚ ਹੀ ਜਲਦਾ, ਭਟਕਦਾ ਰਹਿੰਦਾ ਹੈ । ਉਸ ਨੂੰ ਸੁਪਣੇ ਵਿੱਚ ਵੀ ਸੁਖ, ਸ਼ਾਂਤੀ ਨਸੀਬ ਨਹੀਂ ਹੁੰਦੀ ।

Whosoever may not obey the teachings of His Word; his soul may be blemished with worldly wealth, becomes a victim of sweet poison of worldly wealth. He may remain frustrated with worldly desires, worries; the devil of death remain hanging on his head. He may remain burning in this fire of worldly desires, frustrations, and suspicions. He may never realize any peace and harmony even in his dreams.

ਸਭਨਾ ਕਾ ਦਾਤਾ ਏਕੁ ਹੈ,	sabhnaa kaa daataa ayk hai
ਆਪੇ ਬਖਸ ਕਰੇਇ॥	aapay bakhas karay-i.
ਕਹਣਾ ਕਿਛੂ ਨ ਜਾਵਈ,	kahnaa kichhoo na jaav-ee
ਜਿਸੁ ਭਾਵੈ ਤਿਸੁ ਦੇਇ॥	jis bhaavai tis day-ay.
ਨਾਨਕ ਗੁਰਮੁਖਿ ਪਾਈਐ,	naanak gurmukh paa-ee-ai
ਆਪੇ ਜਾਣੈ ਸੋਇ॥੪॥੯॥42॥	aapay jaanai so-ay. ||4||9||42||

ਇਕੋ ਇਕ ਪ੍ਰਭ ਹੀ ਸਭ ਜੀਵਾਂ ਦਾ ਅਤੇ ਸਭ ਦਾਤਾਂ ਦਾ ਮਾਲਕ ਹੈ । ਉਸ ਅੱਗੇ ਕਿਸੇ ਦਾ ਕੋਈ ਜ਼ੋਰ ਨਹੀਂ ਚਲਦਾ! ਜੋ ਉਸ ਨੂੰ ਭਾਉਂਦਾ ਹੈ, ਉਹ ਹੀ ਕਰਦਾ ਹੈ । ਕਿਸੇ ਦੀ ਕੀਤੀ ਅਰਦਾਸ ਨਾਲ ਕੁਝ ਬਖਸ਼ਿਸ਼ ਨਹੀਂ ਹੁੰਦਾ । ਜਿਹੜਾ ਜੀਵ ਸ਼ਬਦ ਦੀ ਪਾਲਣਾ ਅਡੋਲ ਭਰੋਸੇ ਨਾਲ ਕਰਦਾ ਹੈ, ਉਸ ਨੂੰ ਗੁਰਮਖ ਅਵਸਥਾ ਬਖਸ਼ਿਸ਼ ਹੋ ਸਕਦੀ ਹੈ, ਪ੍ਰਭ ਆਪ ਹੀ ਸਭ ਕੁਝ ਜਾਣਦਾ ਹੈ ।

The One and Only One, True Master, Creator, Trustee of all Virtues! He may bestow with His Blessed Vision; no one may ever pressure or demand anything. No one may ever be rewarded, blessed with any prayer of any Holy saint, worldly guru. Whosoever may wholeheartedly adopt the teachings of His Word with steady and stable belief; with His mercy and grace, his meditation may be accepted, rewarded in His Court. The Omniscient True Master remains aware about the state of mind of His Creation.

96. ਸਿਰੀਰਾਗੁ ਮਹਲਾ ੩॥ (30-6)

ਸਚਾ ਸਾਹਿਬੁ ਸੇਵੀਐ,	sachaa saahib sayvee-ai
ਸਚੁ ਵਡਿਆਈ ਦੇਇ॥	sach vadi-aa-ee day-ay.
ਗੁਰ ਪਰਸਾਦੀ ਮਨਿ ਵਸੈ,	gur parsaadee man vasai
ਹਉਮੈ ਦੂਰਿ ਕਰੇਇ॥	ha-umai door karay-i.
ਇਹੁ ਮਨੁ ਧਾਵਤੁ ਤਾ ਰਹੈ,	ih man Dhaavat taa rahai
ਜਾ ਆਪੇ ਨਦਰਿ ਕਰੇਇ॥੧॥	jaa aapay nadar karay-i. ||1||

ਇਕੋ ਇਕ ਪ੍ਰਭ ਦੇ ਸ਼ਬਦ ਦਾ ਅਡੋਲ ਭਰੋਸੇ ਨਾਲ ਸਿਮਰਨ ਕਰਨ ਨਾਲ ਰਹਿਮਤ ਬਖਸ਼ਿਸ਼ ਹੋ ਸਕਦੀ ਹੈ । ਪ੍ਰਭ ਦੀ ਰਹਿਮਤ ਨਾਲ ਸ਼ਬਦ ਵਿੱਚ ਲਗਨ ਲਗਦੀ, ਅਹੰਕਾਰ ਦੀ ਜੜ੍ਹ ਪੁੱਟੀ ਜਾ ਸਕਦੀ ਹੈ । ਪ੍ਰਭ ਦੀ ਰਹਿਮਤ ਨਾਲ ਭਰਮਾਂ ਵਿੱਚ ਭਟਕਦਾ ਮਨ, ਸ਼ਬਦ ਦੀ ਸਿਖਿਆਂ ਤੇ ਅਡੋਲ ਹੋ ਜਾਂਦਾ ਹੈ ।

Whosoever may meditate on the teachings of His Word; with His mercy and grace, he may be blessed with the right path of acceptance in His Court. He may conquer the ego of his worldly status. His wandering mind in religious suspicions may become steady and stable on the teachings of His Word.

ਭਾਈ ਰੇ ਗੁਰਮੁਖਿ ਹਰਿ ਨਾਮੁ ਧਿਆਇ॥ bhaa-ee ray gurmukh har Naam Dhi-aa-ay.
ਨਾਮੁ ਨਿਧਾਨੁ ਸਦ ਮਨਿ ਵਸੈ, naam niDhaan sad man vasai
ਮਹਲੀ ਪਾਵੈ ਥਾਉ॥੧॥ ਰਹਾਉ॥ mahlee paavai thaa-o. ||1|| rahaa-o.

ਜਿਹੜਾ ਸ਼ਬਦ ਦੀ ਪਾਲਣਾ ਅਡੋਲ ਭਰੋਸੇ ਨਾਲ ਕਰਦਾ ਹੈ, ਉਸ ਨੂੰ ਗੁਰਮਖ ਅਵਸਥਾ ਬਖਸ਼ਿਸ਼ ਹੋ ਜਾਂਦੀ ਹੈ । ਉਸ ਦੇ ਮਨ ਅੰਦਰ ਸ਼ਬਦ ਦੀ ਸੋਝੀ ਦਾ ਖਜ਼ਾਨ ਸਦਾ ਹੀ ਭਰਪੂਰ ਰਹਿੰਦਾ ਹੈ । ਮਨ ਅੰਦਰੋਂ ਹੀ ਸ਼ਾਂਤੀ, ਸੰਤੋਖ, ਪ੍ਰਭ ਦਾ ਦਰਬਾਰ ਬਖਸ਼ਿਸ਼ ਹੋ ਜਾਂਦਾ ਹੈ ।

Whosoever may meditate on the teachings of His Word with steady and stable belief; with His mercy and grace, he may be blessed with a state of mind as His true devotee. His soul, mind may remain overwhelmed with the treasure of enlightenment of the essence of His Word. He may be blessed with the right path of salvation, His Royal Throne from within his mind.

ਮਨਮੁਖ ਮਨੁ ਤਨੁ ਅੰਧੁ ਹੈ, manmukh man tan anDh hai
ਤਿਸ ਨਉ ਠਉਰ ਨ ਠਾਉ॥ tis na-o tha-ur na thaa-o.
ਬਹੁ ਜੋਨੀ ਭਉਦਾ ਫਿਰੈ, baho jonee bha-udaa firai
ਜਿਉ ਸੁੰਞੈਂ ਘਰਿ ਕਾਉ॥ ji-o sunjaiN ghar kaa-o.
ਗੁਰਮਤੀ ਘਟਿ ਚਾਨਣਾ, gurmatee ghat chaannaa
ਸਬਦਿ ਮਿਲੈ ਹਰਿ ਨਾਉ॥੨॥ sabad milai har naa-o. ||2||

ਮਨਮਰਜ਼ੀ ਕਰਨਵਾਲੇ ਦਾ ਮਨ ਅਗਿਆਨਤਾ ਦੇ ਹਨੇਰੇ ਨਾਲ ਭਰਿਆ ਹੁੰਦਾ ਹੈ । ਮਨ ਸ਼ਬਦ ਵਿੱਚ ਨਹੀਂ ਲਗਦਾ, ਸ਼ਬਦ ਦੀ ਕੋਈ ਸੋਝੀ, ਕੋਈ ਆਸਰਾ ਨਹੀਂ ਮਿਲਦਾ । ਜੀਵ ਵੱਖਰੀਆਂ ਜੂੰਨਾਂ ਵਿੱਚ ਭਉਦਾ ਫਿਰਦਾ ਹੈ, ਜਿਵੇਂ ਸੁੰਨੇ, ਖਾਲੀ ਘਰ ਵਿੱਚ ਕਾਂ ਫਿਰਦਾ ਹੈ । ਜਿਹੜਾ ਸ਼ਬਦ ਦੀ ਪਾਲਣਾ ਕਰਦਾ ਹੈ, ਪ੍ਰਭ ਦੀ ਰਹਿਮਤ ਨਾਲ ਸ਼ਬਦ ਦੀ ਸੋਝੀ ਬਖਸ਼ਿਸ਼ ਹੁੰਦੀ ਹੈ । ਸ਼ਬਦ ਦੀ ਸੋਝੀ ਨਾਲ ਮਨ ਵਿੱਚ ਜਾਗਰਤੀ, ਰੋਸ਼ਨੀ ਹੋ ਜਾਂਦੀ ਹੈ ।

Self-minded remains ignorant from the essence of His Word; he may remain entangled in religious suspicions. He may not understand the essence of His Word and he may never stay on any one path to understate the essence of His Word; he may wander as a crow in abandoned house looking for food. He may remain in the cycle of birth and death. Whosoever may obey the teachings of His Word with steady and stable belief; with His mercy and grace, he may be blessed with enlightenment of the essence of His Word and remains awake and alert.

ਤ੍ਰੈ ਗੁਣ ਬਿਖਿਆ ਅੰਧੁ ਹੈ, tarai gun bikhi-aa anDh hai
ਮਾਇਆ ਮੋਹ ਗੁਬਾਰ॥ maa-i-aa moh gubaar.
ਲੋਭੀ ਅਨ ਕਉ ਸੇਵਦੇ, lobhee an ka-o sayvday
ਪੜਿ ਵੇਦਾ ਕਰੈ ਪੂਕਾਰ॥ parh vaydaa karai pookaar.
ਬਿਖਿਆ ਅੰਦਰਿ ਪਚਿ ਮੁਏ, bikhi-aa andar pach mu-ay
ਨਾ ਉਰਵਾਰੁ ਨ ਪਾਰੁ॥੩॥ naa urvaar na paar. ||3||

ਲਾਲਚ ਦੀਆਂ ਤਿੰਨ ਨਿਸ਼ਾਨੀਆਂ ਹੁੰਦੀਆਂ ਹਨ । ਸ਼ਬਦ ਦੀ ਅਗਿਆਨਤਾਂ, ਸੰਸਾਰਕ ਮਾਇਆ ਨਾਲ ਮੋਹ ਅਤੇ ਬੁਰੇ ਕੰਮਾਂ ਦਾ ਖਿਆਲ । ਲਾਲਚੀ ਪ੍ਰਭ ਦੀ ਰਹਿਮਤ ਦਾ ਧੰਨਵਾਦ ਨਹੀਂ ਕਰਦਾ, ਧਿਆਨ ਹੋਰ ਪਾਸੇ ਹੁੰਦਾ ਹੈ । ਭਾਵੇਂ ਉਹ ਲੋਕ ਦਿਖਾਵੇ ਲਈ ਬਾਣੀ, ਪਾਠ ਉਚੀ ਉਚੀ ਪੜ੍ਹੇ, ਧਿਆਨ ਹੋਰ ਪਾਸੇ ਹੁੰਦਾ ਹੈ । ਆਪਣੇ ਲਾਲਚ ਦੇ ਕੀਤੇ ਕੰਮਾਂ ਕਰਕੇ ਹੀ ਮੌਤ ਦੀ ਅੱਗ ਵਿੱਚ ਜਲ ਜਾਂਦਾ ਹੈ । ਉਸ ਨੂੰ ਸੰਸਾਰ ਵਿੱਚ ਸ਼ਾਤੀ ਨਹੀਂ ਮਿਲਦਾ, ਮੌਤ ਪਿਛੋਂ ਵੀ ਅਰਾਮ ਵਾਲੀ ਥਾਂ ਬਖਸ਼ਿਸ਼ ਨਹੀਂ ਹੁੰਦੀ ਹੈ ।

Worldly greed has three signs, indications: Ignorance of His Word, attachment to worldly possessions-relationship and evil thoughts. Greedy may not meditate or prays for His Forgiveness and Refuge. He may read Holy Scripture aloud; however, his mind may wander in different directions. His worldly deeds and his greed may haunt him; he may be captured by devil of death and suffers consequence. He does not find peace and harmony in his worldly life nor any resting place after death.

ਲਾਲਚ ਦੀ ਨਿਸ਼ਾਨੀ	3 Signs of Greed
ਸ਼ਬਦ ਦੀ ਅਗਿਆਨਤਾਂ !	Ignorance of His Word!
ਸੰਸਾਰਕ ਮਾਇਆ ਨਾਲ ਮੋਹ !	attachment to possessions!
ਬੁਰੇ ਕੰਮਾਂ ਦਾ ਖਿਆਲ !	evil thoughts

ਮਾਇਆ ਮੋਹਿ ਵਿਸਾਰਿਆ,	maa-i-aa mohi visaari-aa
ਜਗਤ ਪਿਤਾ ਪ੍ਰਤਿਪਾਲਿ॥	jagat pitaa partipaal.
ਬਾਝਹੁ ਗੁਰੂ ਅਚੇਤੁ ਹੈ,	baajhahu guroo achayt hai
ਸਭ ਬਧੀ ਜਮਕਾਲਿ॥	sabh baDhee jamkaal.
ਨਾਨਕ ਗੁਰਮਤਿ ਉਬਰੇ,	naanak gurmat ubray
ਸਚਾ ਨਾਮੁ ਸਮਾਲਿ॥੪॥੧੦॥43॥	sachaa Naam samaal. ||4||10||43||

ਜੀਵ ਸੰਸਾਰਕ ਮਾਇਆ ਦੇ ਪਿਛੇ ਲਗ ਕੇ, ਅਸਲੀ ਰਖਵਾਲੇ, ਪ੍ਰਭ ਨੂੰ ਮਨੋ ਵਿਸਾਰ ਦੇਂਦਾ ਹੈ । ਸ਼ਬਦ ਦੀ ਸੋਝੀ, ਪਾਲਣਾ ਤੋਂ ਬਿਨਾਂ ਸਾਰੇ ਜੀਵ ਹੀ ਮੌਤ ਦੇ ਬੰਧਨ ਵਿੱਚ ਬੰਧੇ ਹਨ । ਪ੍ਰਭ ਦੀ ਰਹਿਮਤ ਨਾਲ ਹੀ ਜੀਵ ਸ਼ਬਦ ਦੀ ਪਾਲਣਾ, ਵਿਚਾਰ ਕਰਦਾ, ਸੋਝੀ ਪਾਉਂਦਾ ਹੈ ।

Self-minded may remain entangled in worldly wealth, forsakes The True Protector from his mind. Without adopting the teachings of His Word in life, all may be captured by devil of death. His true devotee may adopt the teachings of His Word; with His mercy and grace, he may be enlightened with the essence of His Word from within.

97. ਸਿਰੀਰਾਗੁ ਮਹਲਾ ੩॥ (30-13)

ਤ੍ਰੈ ਗੁਣ ਮਾਇਆ ਮੋਹੁ ਹੈ,	tarai gun maa-i-aa moh hai
ਗੁਰਮੁਖਿ ਚਉਥਾ ਪਦੁ ਪਾਇ॥	gurmukh cha-uthaa pad paa-ay.
ਕਰਿ ਕਿਰਪਾ ਮੇਲਾਇਅਨੁ,	kar kirpaa maylaa-i-an
ਹਰਿ ਨਾਮੁ ਵਸਿਆ ਮਨਿ ਆਇ॥	har Naam vasi-aa man aa-ay.
ਪੋਤੈ ਜਿਨ ਕੈ ਪੁੰਨੁ ਹੈ,	potai jin kai punn hai
ਤਿਨ ਸਤਸੰਗਤਿ ਮੇਲਾਇ॥੧॥	tin satsangat maylaa-ay. ||1||

ਮਾਇਆ ਦੇ ਤਿੰਨ ਗੁਣ - ਰਾਜਸ, ਤਾਮਸ, ਸਾਤਕ! ਜਿਸ ਗੁਰਮਖ ਨੂੰ ਤਿੰਨਾਂ ਤੇ ਜਿੱਤ ਬਖਸ਼ਿਸ਼ ਹੋ ਜਾਂਦੀ ਹੈ, ਉਸ ਨੂੰ ਚੌਥੀ ਅਵਸਥਾ (ਮੁਕਤੀ) ਬਖਸ਼ਿਸ਼ ਹੋ ਸਕਦੀ ਹਨ । ਆਪ ਹੀ ਰਹਿਮਤ ਦੀ ਨਜ਼ਰ ਬਖਸ਼ਕੇ, ਗੁਰਮਖ ਦੀ ਲਗਨ ਸ਼ਬਦ ਵਿੱਚ ਅਡੋਲ ਰਖਦਾ ਹੈ । ਜਿਸ ਦੇ ਮਨ ਵਿੱਚ ਸ਼ਬਦ ਘਰ ਕਰ ਜਾਂਦਾ ਹੈ, ਆਪਣੇ ਵਿੱਚ ਅਭੇਦ ਕਰ ਲੈਂਦਾ ਹੈ । ਜਿਸ ਦੇ ਮਨ ਵਿੱਚ ਸੰਸਾਰਕ ਭਲਾਈ ਦੀ ਕਮਾਈ ਦਾ ਖਜ਼ਾਨਾ ਬਖਸ਼ਿਸ਼ ਹੋ ਜਾਂਦਾ ਹੈ, ਉਸ ਨੂੰ ਸੰਤ ਸਰੂਪ ਜੀਵ ਦੀ ਸੰਗਤ ਬਖਸ਼ਿਸ਼ ਹੋ ਜਾਂਦੀ ਹੈ ।

Worldly wealth has three unique virtues: Rajas, Taamas, and Saatvas! Whosoever may adopt the teachings of His Word with steady and stable belief in his life; with His mercy and grace, he may conquer the three virtues of worldly wealth; he may be blessed with 4th virtue- salvation. The True Master keeps His true devotee on the right path of acceptance in His Court. He may be enlightened with the essence of His Word from within; with His mercy and grace, he may be immersed within His Holy Spirit. He may be blessed with a treasure of wealth of His Word; conjugation of His Holy saint.

Raajas ਰਾਜਸ,	Quality of energetic activity shall pass away; Conquering evil thoughts of mind; No jealousy.
Taamas, ਤਾਮਸ	Quality of lethargic darkness shall pass away. Always remain true to His Word, be truthful.
Saatvas, ਸਾਤਸ	Quality of peaceful light shall pass away as well. Sanctify soul by adopting the teachings of His Word.

ਭਾਈ ਰੇ ਗੁਰਮਤਿ ਸਾਚਿ ਰਹਾਉ॥ bhaa-ee ray gurmat saach rahaa-o.
ਸਾਚੋ ਸਾਚੁ ਕਮਾਵਣਾ, saacho saach kamaavanaa
ਸਾਚੈ ਸਬਦਿ ਮਿਲਾਉ॥੧॥ ਰਹਾਉ॥ saachai sabad milaa-o. ||1|| rahaa-o.

ਜੀਵ, ਆਪਣਾ ਭਰੋਸਾ ਸ਼ਬਦ ਤੇ ਅਡੋਲ ਰਖ ਕੇ ਸ਼ਬਦ ਨਾਲ ਜੀਵਨ ਢਾਲੋ! ਜਿਹੜਾ ਸ਼ਬਦ ਦੀ ਸਿਖਿਆਂ ਨਾਲ ਆਪਣਾ ਜੀਵਨ ਸ਼ਬਦ ਵਿੱਚ ਢਾਲਦਾ ਹੈ, ਕੇਵਲ ਉਸ ਦੀ ਆਤਮਾ ਹੀ ਪਵਿੱਤਰ ਹੋ ਸਕਦੀ ਹੈ, ਕੇਵਲ ਪਵਿੱਤਰ ਜੋਤ ਵਿੱਚ ਸਮਾ ਸਕਦਾ ਹੈ ।

You should adopt the teachings of His Word with steady and stable belief in day-to-day life. Whosoever may adopt the teachings of His Word with steady and stable belief; with His mercy and grace, he may be enlightened within; his soul may be sanctified to become worthy of His Consideration.

ਜਿਨੀ ਨਾਮੁ ਪਛਾਣਿਆ, jinee Naam pachhaani-aa
ਤਿਨ ਵਿਟਹੁ ਬਲਿ ਜਾਉ॥ tin vitahu bal jaa- o.
ਆਪੁ ਛੋਡਿ ਚਰਣੀ ਲਗਾ, aap chhod charnee lagaa
ਚਲਾ ਤਿਨ ਕੈ ਭਾਇ॥ chalaa tin kai bhaa-ay.
ਲਾਹਾ ਹਰਿ ਹਰਿ ਨਾਮੁ ਮਿਲੈ, laahaa har har Naam milai
ਸਹਜੇ ਨਾਮਿ ਸਮਾਇ॥੨॥ sehjay Naam samaa-ay. ||2||

ਜਿਸ ਨੂੰ ਸ਼ਬਦ ਦੀ ਸੋਝੀ ਬਖਸ਼ਿਸ਼ ਹੋ ਜਾਂਦੀ ਹੈ, ਉਹ ਪੂਜਣ ਯੋਗ ਬਣ ਜਾਂਦਾ ਹੈ । ਉਹ ਆਪਾ ਖਤਮ ਕਰਕੇ, ਪ੍ਰਭ ਦੇ ਸ਼ਬਦ ਨਾਲ ਹੀ ਜੀਵਨ ਢਾਲਦਾ ਹੈ । ਉਸ ਦੀ ਸੰਗਤ ਕਰਨ ਵਾਲਾ, ਪ੍ਰਭ ਦੇ ਸ਼ਬਦ ਦੀ ਸੋਝੀ ਦਾ ਲਾਹਾ ਖੱਟਦਾ ਹੈ । ਉਸ ਸ਼ਬਦ ਵਿੱਚ, ਪ੍ਰਭ ਦੇ ਚਰਨਾਂ ਵਿੱਚ ਹੀ ਅਲੋਪ ਹੋ ਜਾਂਦਾ ਹੈ ।

Whosoever may be enlightened with the essence of His Word within; he may become worthy of worship. He may surrender his self-identity and adopts the teachings of His Word in day-to-day life; with His mercy and grace, he may benefit from his priceless human life opportunity. His soul may be accepted in His Sanctuary and immerses with in His Holy Spirit.

ਬਿਨੁ ਗੁਰ ਮਹਲੁ ਨ ਪਾਈਐ, bin gur mahal na paa-ee-ai
ਨਾਮੁ ਨ ਪਰਾਪਤਿ ਹੋਇ॥ Naam na paraapat ho-ay.
ਐਸਾ ਸਤਗੁਰੁ ਲੋੜਿ ਲਹੁ, aisaa saT`gur lorh lahu
ਜਿਦੂ ਪਾਈਐ ਸਚੁ ਸੋਇ॥ jidoo paa-ee-ai sach so-ay.
ਅਸੁਰ ਸੰਘਾਰੈ ਸੁਖਿ ਵਸੈ, asur sanghaarai sukh vasai
ਜੋ ਤਿਸੁ ਭਾਵੈ ਸੁ ਹੋਇ॥੩॥ jo tis bhaavai so ho-ay. ||3||

ਪ੍ਰਭ ਦੀ ਰਹਿਮਤ ਤੋਂ ਬਿਨਾਂ ਜੀਵ ਨੂੰ ਸ਼ਬਦ ਦੀ ਪਾਲਣਾ ਵਿੱਚ ਲਗਨ ਨਹੀਂ ਲਗਦੀ, ਨਾ ਹੀ ਸ਼ਬਦ ਦੀ ਸੋਝੀ ਹੁੰਦੀ ਹੈ । ਇਸਤਰ੍ਹਾਂ ਦਾ ਸਿਖਿਆਂ ਦੇਣ ਵਾਲਾ ਭਗਤ ਲੱਭੋ! ਜਿਹੜਾ ਪ੍ਰਭ ਦੀ ਪ੍ਰਵਾਨਗੀ ਦੇ ਰਸਤੇ ਤੇ ਪਾਵੇ । ਆਪਣੇ ਮਨ ਦੇ ਬੁਰੇ ਖਿਆਲ ਤਿਆਗਕੇ, ਸ਼ਬਦ ਅਨੁਸਾਰ ਜੀਵਨ ਬਤੀਤ ਕਰੋ! ਪ੍ਰਭ ਦਾ ਭਾਣਾ ਟਾਲਿਆ ਨਹੀਂ ਜਾ ਸਕਦਾ, ਬੀਤ ਜਾਂਦਾ, ਪ੍ਰਭ ਆਪ ਹੀ ਸਹਿਣ ਦੀ ਤਾਕਤ ਬਖਸ਼ਦਾ ਹੈ ।

Without His Blessed Vision, no one may be able to adopt the teachings of His Word nor be enlightened with the essence of His Word. You should seek the guidance of such a saint; who may guide on the right path. You should renounce your evil thoughts and adopt the teachings of His Word with steady and stable belief in day-to-day life. His Ultimate Command may never be avoided, altered, changed; must be endured, it passes away. The True Master blesses the strength to endure the sufferings.

ਜੇਹਾ ਸਤਗੁਰੁ ਕਰਿ ਜਾਣਿਆ,	jayhaa saT`gur kar jaani-aa
ਤੇਹੋ ਜੇਹਾ ਸੁਖੁ ਹੋਇ॥	tayho jayhaa sukh ho-ay.
ਏਹੁ ਸਹਸਾ ਮੂਲੇ ਨਾਹੀ,	ayhu sahsaa moolay naahee
ਭਾਉ ਲਾਏ ਜਨੁ ਕੋਇ॥	bhaa-o laa-ay jan ko-ay.
ਨਾਨਕ ਏਕ ਜੋਤਿ ਦੁਇ ਮੂਰਤੀ,	naanak ayk jot du-ay moortee
ਸਬਦਿ ਮਿਲਾਵਾ ਹੋਇ॥੪॥੧੧॥44॥	sabad milaavaa ho-ay. ||4||11||44||

ਜਿਸਤਰ੍ਹਾਂ ਦਾ ਹੀ ਮਨ, ਪ੍ਰਭ ਨੂੰ ਮੰਨਦਾ, ਭਰੋਸਾ ਕਰਦਾ ਹੈ, ਪ੍ਰਭ ਉਸ ਤਰ੍ਹਾਂ ਦਾ ਹੀ ਸੁਖ ਬਖਸ਼ਦਾ ਹੈ । ਇਸ ਵਿੱਚ ਕੋਈ ਸ਼ੱਕ ਨਹੀਂ, ਇਹ ਕੋਈ ਗਲਤ ਕਥਨ ਨਹੀਂ ਹੈ । ਫਿਰ ਵੀ ਕੋਈ ਵਿਰਲਾ ਹੀ ਜੀਵ ਪ੍ਰਭ ਤੇ ਭਰੋਸਾ ਅਡੋਲ ਰਖਦਾ ਹੈ । ਜੀਵ ਦੀ ਆਤਮਾ, ਪ੍ਰਭ ਦੀ ਜੋਤ ਇਕ ਹੀ ਹੈ, ਪਰ ਦੋਂ ਰੂਪਾਂ ਵਿੱਚ ਹੈ । ਜਿਸ ਦਾ ਭਰੋਸਾ ਅਡੋਲ ਹੋ ਜਾਂਦਾ ਹੈ, ਉਸ ਦੀ ਆਤਮਾ ਫਿਰ ਇਕ ਹੋ ਜਾਂਦੀ ਹੈ ।

Whatsoever the belief, His true devotee may have on the teachings of His Word; such a comfort may be blessed to his soul. This may be beyond any doubt! Everyone believes the essence of His Nature; however, very rare may adopt these teachings in his day-to-day life. His soul is an expansion of His Holy Spirit. His soul remains in a unique body; however, His Holy Spirit remains bodyless. Whosoever may have steady and stable belief on His Existence; with His mercy and grace, his soul may immerse within His Holy Spirit and both become one again.

98. ਸਿਰੀਰਾਗੁ ਮਹਲਾ ੩॥ (31-1)

ਅੰਮ੍ਰਿਤੁ ਛੋਡਿ ਬਿਖਿਆ ਲੋਭਾਣੇ,	amrit chhod bikhi-aa lobhaanay
ਸੇਵਾ ਕਰਹਿ ਵਿਡਾਣੀ॥	sayvaa karahi vidaanee.
ਆਪਣਾ ਧਰਮੁ ਗਵਾਵਹਿ	aapnaa Dharam gavaaveh
ਬੂਝਹਿ ਨਾਹੀ, ਅਨਦਿਨੁ ਦੁਖਿ ਵਿਹਾਣੀ॥	boojheh naahee an- din dukh vihaanee.
ਮਨਮੁਖ ਅੰਧ ਨ ਚੇਤਹੀ,	manmukh anDh na chaythee
ਡੂਬਿ ਮੁਏ ਬਿਨੁ ਪਾਣੀ॥੧॥	doob mu-ay bin paanee. ||1||

ਜੀਵ ਸੰਸਾਰਕ ਇੱਛਾਂ ਦੇ, ਮਾਇਆ ਦੇ ਮਗਰ ਲਗਕੇ, ਪ੍ਰਭ ਦੇ ਸ਼ਬਦ ਦਾ ਅੰਮ੍ਰਿਤ ਛੱਡਕੇ, ਸੰਸਾਰਕ ਮਾਇਆ ਰੂਪੀ ਜ਼ਹਿਰ ਪੀਂਦਾ ਹੈ । ਜਿਹੜਾ ਸ਼ਬਦ ਦਾ ਸਿਮਰਨ ਛੱਡਕੇ, ਧਰਮ ਦੇ ਭਰਮਾਂ ਵਿੱਚ, ਰੀਤ ਰੀਵਾਜਾਂ ਵਿੱਚ ਲਗਾ ਫਿਰਦਾ ਹੈ, ਉਸ ਦਾ ਭਰੋਸਾ ਡੋਲ ਜਾਂਦਾ ਹੈ । ਉਸ ਨੂੰ ਸ਼ਬਦ ਦੀ ਕੋਈ ਸੋਝੀ ਨਹੀਂ ਹੁੰਦੀ, ਉਹ ਦਿਨ ਰਾਤ ਇੱਛਾਂ ਦੀ ਅੱਗ ਵਿੱਚ ਦੁਖ ਸਹਿੰਦਾ ਰਹਿੰਦਾ ਹੈ । ਉਹ ਅਗਿਆਨੀ, ਮਨਮਰਜ਼ੀ ਕਰਨਵਾਲਾ ਇਕ ਪਲ ਵੀ ਪ੍ਰਭ ਦੀ ਰਹਿਮਤ ਬਾਬਤ ਨਹੀਂ ਸੋਚਦਾ । ਉਹ ਇਸ ਅਗਿਆਨਤਾ ਵਿੱਚ ਹੀ ਬਿਨਾਂ ਪਾਣੀ ਤੋਂ ਡੁੱਬ ਜਾਂਦਾ ਹੈ । ਮਾਨਸ ਜਨਮ ਬਿਰਥਾ ਹੀ ਗਵਾ ਜਾਂਦਾ ਹੈ ।

Self-minded may remain intoxicated with sweet poison of worldly wealth and forsakes the teachings of His Word from his day-to-day life. He may not adopt the teachings of His Word, the nectar of the essence of His Word rather remains intoxicated with sweet poison of worldly wealth. He remains intoxicated in religious suspicions, rituals. He may not obey the teachings of His Word with steady and stable belief; he may endure agony of worldly desires. The ignorant self-minded may not even think about His Word even for a moment. With his ignorance from the essence of His Word, he may drown in worldly desires and uselessly wastes human life.

ਮਨ ਰੇ ਸਦਾ ਭਜਹੁ ਹਰਿ ਸਰਣਾਈ॥	man, ray sadaa bhajahu har sarnaa-ee.
ਗੁਰ ਕਾ ਸਬਦੁ ਅੰਤਰਿ ਵਸੈ,	gur kaa sabad antar vasai
ਤਾ ਹਰਿ ਵਿਸਰਿ ਨ ਜਾਈ॥੧॥ ਰਹਾਉ॥	taa har visar na jaa-ee. ||1|| rahaa-o.

ਜੀਵ ਹਰ ਵੇਲੇ ਪ੍ਰਭ ਦੇ ਸ਼ਬਦ ਦਾ ਸਿਮਰਨ ਕਰੋ! ਉਸ ਦੀ ਪਨਾਹ ਦੀ ਅਰਦਾਸ ਕਰੋ! ਜਿਸ ਦੇ ਮਨ ਵਿੱਚ ਸ਼ਬਦ ਘਰ ਕਰ ਜਾਂਦਾ ਹੈ, ਉਸ ਦੇ ਮਨ ਵਿਚੋਂ ਪ੍ਰਭ ਦੇ ਵਿਛੋੜੇ ਦਾ ਵਿਰਾਗ ਕਦੇ ਨਹੀਂ ਜਾਂਦਾ ।

You should surrender your self-identity to sing the glory and adopt the teachings of His Word in life! Whosoever may remain drenched with the enlightened of His Word. He may never come out of the renunciation of the memory of his separation from His Holy Spirit.

ਇਹੁ ਸਰੀਰੁ ਮਾਇਆ ਕਾ ਪੁਤਲਾ,	ih sareer maa-i-aa kaa putlaa
ਵਿਚਿ ਹਉਮੈ ਦੁਸਟੀ ਪਾਈ॥	vich ha-umai dustee paa-ee.
ਆਵਣੁ ਜਾਣਾ ਜੰਮਣੁ ਮਰਣਾ,	aavan jaanaa jaman marnaa
ਮਨਮੁਖਿ ਪਤਿ ਗਵਾਈ॥	manmukh pat gavaaee.
ਸਤਗੁਰੁ ਸੇਵਿ ਸਦਾ ਸੁਖੁ ਪਾਇਆ,	saT`gur sayv sadaa sukh paa-i-aa
ਜੋਤੀ ਜੋਤਿ ਮਿਲਾਈ॥੨॥	jotee jot milaa-ee. ||2||

ਜੀਵ ਦਾ ਤਨ ਮਾਇਆ ਦੇ ਹੱਥ ਇਕ ਖਡੋਨੇ ਦੀ ਤਰ੍ਹਾਂ ਹੈ, ਇਸ ਵਿੱਚ ਅਹੰਕਾਰ ਦਾ ਕਾਬੂ ਹੈ! ਜੀਵ ਪ੍ਰਭ ਦੀ ਪ੍ਰਵਾਨਗੀ ਦਾ ਰਸਤਾ, ਮੌਕਾ ਗਵਾ ਲੈਂਦਾ, ਜੂੰਨਾਂ ਵਿੱਚ ਭਉਦਾ ਰਹਿੰਦਾ ਹੈ । ਸ਼ਬਦ ਨਾਲ ਜੀਵਨ ਢਾਲਣ ਨਾਲ ਹੀ ਸ਼ਾਂਤੀ ਦੀ ਅਵਸਥਾ ਬਖਸ਼ਿਸ਼ ਹੋ ਸਕਦੀ ਹੈ । ਉਸ ਦੀ ਆਤਮਾ, ਪ੍ਰਭ ਦੀ ਜੋਤ ਵਿੱਚ ਹੀ ਅਲੋਪ ਹੋ ਜਾਂਦੀ ਹੈ ।

The human body may be like a puppet, in the hand of worldly wealth; he may remain a victim of his ego. He may waste his human life opportunity, the right path of salvation; he may remain in the cycle of birth and death. Whosoever may adopt the teachings of His Word with steady and stable belief; he may be blessed with a peace of mind. His soul may be immersed into His Holy Spirit.

ਸਤਗੁਰ ਕੀ ਸੇਵਾ ਅਤਿ ਸੁਖਾਲੀ,	saT`gur kee sayvaa at sukhaalee
ਜੋ ਇਛੇ ਸੋ ਫਲੁ ਪਾਏ॥	jo ichhay so fal paa-ay.
ਜਤੁ ਸਤੁ ਤਪੁ ਪਵਿਤੁ ਸਰੀਰਾ,	jat sat tap pavit sareeraa
ਹਰਿ ਹਰਿ ਮੰਨਿ ਵਸਾਏ॥	har har man vasaa-ay.
ਸਦਾ ਅਨੰਦਿ ਰਹੈ ਦਿਨੁ ਰਾਤੀ,	sadaa anand rahai din raatee
ਮਿਲਿ ਪ੍ਰੀਤਮ ਸੁਖੁ ਪਾਏ॥੩॥	mil pareetam sukh paa-ay. ||3||

ਜਿਹੜਾ ਸ਼ਬਦ ਨਾਲ ਜੀਵਨ ਢਾਲਦਾ ਹੈ, ਉਸ ਨੂੰ ਮਨ ਵਿੱਚ ਸੁਖਾਂ ਨਾਲ ਭਰੀ ਸ਼ਾਂਤੀ ਦੀ ਅਵਸਥਾ ਬਖਸ਼ਿਸ਼ ਹੋ ਜਾਂਦੀ ਹੈ । ਉਸ ਦੇ ਮਨ ਦੀਆਂ ਸਾਰੀਆਂ ਹੀ ਇੱਛਾਂ ਸਫਲ ਹੋ ਜਾਂਦੀਆਂ ਹਨ । ਮਨ ਵਿੱਚ ਜਤ, ਸਤ, ਤਪ ਬਖਸ਼ਿਸ਼ ਹੋ ਜਾਂਦਾ ਹੈ, ਪ੍ਰਭ ਦਾ ਸ਼ਬਦ ਮਨ ਵਿੱਚ ਘਰ ਕਰ ਜਾਂਦਾ ਹੈ । ਇਸਤਰ੍ਹਾਂ ਜੀਵਨ ਬਤੀਤ ਕਰਨਵਾਲਾ, ਸਦਾ ਹੀ ਖੇੜੇ ਵਿੱਚ ਰਹਿੰਦਾ, ਪੂਰਨ ਸ਼ਾਂਤੀ ਬਖਸ਼ਿਸ਼ ਹੋ ਜਾਂਦੀ ਹੈ ।

ਜਤ - Abstinence	ਸਤ - Truthfulness	ਤਪ - Self-discipline
ਬੁਰੇ ਖਿਆਲਾਂ, ਕੰਮਾਂ ਤੋਂ ਰੋਕਣਾ	ਸਚ ਨਾਲ ਜੀਵਨ ਬਤੀਤ ਕਰਨਾ	ਮਨ ਨੂੰ ਪਵਿੱਤਰ ਕਰਨਾ ।

Whosoever may adopt the teachings of His Word with steady and stable belief; with His mercy and grace, he may be blessed with a peace and harmony in life. All his spoken and unspoken desires may be fully satisfied. He may be blessed with Abstinence, Truthfulness, and Self-discipline. He may remain drenched with the essence of His Word. He may conquer all three worldly desires - **Raajas, Taamas and Saatvas.** He may be blessed with a peace, and blossom within; he may be accepted in His Sanctuary.

ਜੋ ਸਤਗੁਰ ਕੀ ਸਰਣਾਗਤੀ,	jo saT`gur kee sarnaagatee
ਹਉ ਤਿਨ ਕੈ ਬਲਿ ਜਾਉ॥	ha-o tin kai bal jaa-o.
ਦਰਿ ਸਚੈ ਸਚੀ ਵਡਿਆਈ,	dar sachai sachee vadi-aa-ee
ਸਹਜੇ ਸਚਿ ਸਮਾਉ॥	sehjay sach samaa-o.
ਨਾਨਕ ਨਦਰੀ ਪਾਈਐ,	naanak nadree paa-ee-ai

ਗੁਰਮੁਖਿ ਮੇਲਿ ਮਿਲਾਉ॥੪॥੧੨॥45॥ gurmukh mayl milaa-o.||4||12||45||

ਜਿਹੜਾ ਇਸਤਰ੍ਹਾਂ ਦਾ ਜੀਵਨ ਦਾ ਰਸਤਾ ਪਾ ਕੇ ਪ੍ਰਭ ਦੀ ਸ਼ਰਣ ਵਿੱਚ ਪਨਾਹ ਲੈਂਦਾ ਹੈ, ਉਹ ਪੂਜਣ ਯੋਗ ਹੋ ਜਾਂਦਾ ਹੈ । ਉਹ ਪ੍ਰਭ ਦੀ ਰਹਿਮਤ ਨਾਲ ਸ਼ਬਦ ਵਿੱਚ ਹੀ ਲੀਨ ਰਹਿੰਦਾ ਹੈ, ਉਹ ਪ੍ਰਭ ਦੇ ਦਰਬਾਰ ਵਿੱਚ ਸੋਭਦਾ ਹੈ । ਉਸ ਗੁਰਮਖ ਜੀਵ ਦਾ ਪ੍ਰਭ ਨਾਲ ਮਿਲਾਪ ਹੋ ਜਾਂਦਾ ਹੈ ।

Whosoever adopts such a way of life! He may be accepted in His Sanctuary; he may become worthy of worship. He may remain intoxicated in meditation in the void of His Word; with His mercy and grace, he may be accepted and honored in His Court.

99. ਸਿਰੀਰਾਗੁ ਮਹਲਾ ੩॥ (31-8)

ਮਨਮੁਖ ਕਰਮ ਕਮਾਵਣੇ,	manmukh karam kamaavnay
ਜਿਉ ਦੋਹਾਗਣਿ ਤਨਿ ਸੀਗਾਰੁ॥	ji-o dohaagantan seegaar.
ਸੇਜੈ ਕੰਤੁ ਨ ਆਵਈ,	sayjai kant na aavee
ਨਿਤ ਨਿਤ ਹੋਇ ਖੁਆਰੁ॥	nit nit ho-ay khu-aar.
ਪਿਰ ਕਾ ਮਹਲੁ ਨ ਪਾਵਈ,	pir kaa mahal na paav-ee
ਨਾ ਦੀਸੈ ਘਰੁ ਬਾਰੁ॥੧॥	naa deesai ghar baar. ||1||

ਮਨਮੁਖ ਜੀਵ ਧਰਮ ਦੇ ਰੀਤ ਰੀਵਾਜ ਕਰਦਾ ਰਹਿੰਦਾ ਹੈ । ਜਿਵੇਂ ਦੋਹਾਗਣ ਸ਼ੀਗਾਰ ਕਰਦੀ ਹੈ, ਉਸ ਦਾ ਪਤੀ ਉਸ ਦੇ ਪਾਸ ਨਹੀਂ ਆਉਂਦਾ, ਉਹ ਹਰ ਦਿਨ, ਜ਼ਿਆਦਾ ਮਾਯੂਸ ਹੁੰਦੀ ਜਾਂਦੀ ਹੈ । ਉਸ ਨੂੰ ਪ੍ਰਭ ਦੇ ਦਰਬਾਰ ਦਾ ਰਸਤਾ ਨਹੀਂ ਲੱਭਦਾ, ਨਾ ਹੀ ਦਰਬਾਰ ਵਿੱਚ ਢੋਈ ਹੀ ਮਿਲਦੀ ਹੈ ।

Self-minded may performs all religious rituals as a right path of salvation. His state of mind may be like a divorced woman, who may try to maintain her beauty, glamor. As a divorced women may become more desperate every day; same way self-minded may become more miserable every day with religious rituals. He may never be blessed with the right path of meditation in human life nor any permanent resting place in His Court after death.

ਭਾਈਸਿ ਰੇ ਇਕ ਮਨਿ ਨਾਮੁ ਧਿਆਇ॥	bhaa-ee ray ik man NaamDhi-aa-ay.
ਸੰਤਾ ਸੰਗਤਿ ਮਿਲਿ ਰਹੈ,	santaa sangat mil rahai
ਜਪਿ ਰਾਮ ਨਾਮੁ ਸੁਖੁ ਪਾਇ॥੧॥ ਰਹਾਉ॥	jap raam Naam sukh paa-ay. ||1|| rahaa-o.

ਜੀਵ ਇਕ ਮਨ ਹੋ ਕੇ, ਅਡੋਲ ਭਰੋਸਾ ਨਾਲ ਪ੍ਰਭ ਦੇ ਸ਼ਬਦ ਦਾ ਸਿਮਰਨ ਕਰੋ! ਸੰਤ ਸਰੂਪ ਦੀ ਸੰਗਤ ਵਿੱਚ ਸ਼ਬਦ ਦੀ ਸੋਭਾ ਗਾਉਣ, ਸਿਮਰਨ, ਪਾਲਣਾ ਨਾਲ ਮਨ ਨੂੰ ਸ਼ਾਂਤੀ, ਧੀਰਜ ਬਖਸ਼ਿਸ਼ ਹੁੰਦਾ ਹੈ ।

You should wholeheartedly meditate on the teachings of His Word with steady and stable belief in day-to-day life. Whosoever may meditate, and sings the glory in the conjugation of His Holy saint; with His mercy and grace, he may be blessed with a peace, harmony, and blossom in his heart.

ਗੁਰਮੁਖਿ ਸਦਾ ਸੋਹਾਗਣੀ,	gurmukh sadaa sohaaganee
ਪਿਰੁ ਰਾਖਿਆ ਉਰ ਧਾਰਿ॥	pir raakhi-aa ur Dhaar.
ਮਿਠਾ ਬੋਲਹਿ ਨਿਵਿ ਚਲਹਿ,	mithaa boleh niv chaleh
ਸੇਜੈ ਰਵੈ ਭਤਾਰੁ॥	sayjai ravai bhataar.
ਸੋਭਾਵੰਤੀ ਸੋਹਾਗਣੀ,	sobhaavantee sohaaganee
ਜਿਨ ਗੁਰ ਕਾ ਹੇਤੁ ਅਪਾਰੁ॥੨॥	jin gur kaa hayt apaar. ||2||

ਗੁਰਮਖ ਜੀਵ ਦਾ ਮਨ ਸੁਹਾਗਣ ਵਰਗਾ, ਸਦਾ ਪਵਿੱਤਰ ਰਹਿੰਦਾ ਹੈ, ਉਸ ਦੇ ਮਨ ਵਿੱਚ ਪ੍ਰਭ ਦੇ ਸ਼ਬਦ ਦੀ ਸਿਖਿਆਂ ਘਰ ਕਰ ਜਾਂਦੀ ਹੈ, ਉਹ ਸ਼ਬਦ ਦੀ ਸਮਾਧੀ ਵਿੱਚ ਹੀ ਲੀਨ ਰਹਿੰਦਾ ਹੈ । ਉਸ ਦੇ ਜੀਵਨ ਵਿੱਚ ਸਾਦਗੀ, ਨਿਮਰਤਾ, ਬੋਲ ਮਿੱਠੇ, ਨਿਮ੍ਰਤਾ ਵਾਲੇ, ਹੁੰਦੇ ਹਨ । ਉਹ ਆਪਣੇ ਮਾਲਕ, ਪ੍ਰਭ ਦੀ ਰਹਿਮਤ ਦਾ ਅਨੰਦ ਮਾਨਦਾ ਹੈ । ਉਸ ਦੀ ਆਤਮਾ ਪਵਿੱਤਰ ਅਤੇ ਸਦਾ ਖੇੜੇ ਵਿੱਚ ਰਹਿੰਦੀ ਹੈ । ਉਸ ਦੇ ਮਨ ਵਿੱਚ ਪ੍ਰਭ ਦੇ ਵਿਛੋੜੇ ਦਾ ਵਿਰਾਗ ਘਰ ਕਰ ਜਾਂਦਾ ਹੈ ।

The way of life of a His true devotee remains sanctified like a loyal spouse. He may remain intoxicated in meditation in the void of His Word; He may remain drenched with essence of His Word. He may live very modest, polite, humble, and respectful way of life. He may remain overwhelmed with His Blessed Vision. His soul may remain sanctified and in blossom. He remains in deep renunciation in the memory of his separation from His Holy Spirit.

ਪੂਰੈ ਭਾਗਿ ਸਤਗੁਰੁ ਮਿਲੈ, poorai bhaag saT`gur milai
ਜਾ ਭਾਗੈ ਕਾ ਉਦਉ ਹੋਇ॥ jaa bhaagai kaa ud- u ho-ay.
ਅੰਤਰਹੁ ਦੁਖੁ ਭ੍ਰਮੁ ਕਟੀਐ, antrahu dukhbharam katee-ai
ਸੁਖੁ ਪਰਾਪਤਿ ਹੋਇ॥ sukh paraapat ho-ay.
ਗੁਰ ਕੈ ਭਾਣੈ ਜੋ ਚਲੈ, gur kai bhaanai jo chalai
ਦੁਖੁ ਨ ਪਾਵੈ ਕੋਇ॥੩॥ dukh na paavai ko-ay. ||3||

ਜਿਸ ਦੇ ਭਾਗ ਪੂਰੇ ਹੁੰਦੇ ਹਨ, ਉਸ ਨੂੰ ਅਸਲੀ ਗੁਰੂ, ਸ਼ਬਦ ਦੀ ਸੋਝੀ ਬਖਸ਼ਿਸ਼ ਹੁੰਦੀ ਹੈ । ਉਸ ਦੀ ਕਿਸਮਤ ਖੁੱਲ੍ਹਦੀ, ਆਪਣੇ ਅੰਦਰੋਂ ਹੀ ਭਰਮ ਦੂਰ ਹੋ ਜਾਂਦੇ ਹਨ । ਜਿਹੜਾ ਆਪਣਾ ਜੀਵਨ ਸ਼ਬਦ ਨਾਲ ਢਾਲਦਾ ਹੈ, ਉਸ ਨੂੰ ਕਦੇ ਦੁਖ ਮਹਿਸੂਸ ਨਹੀਂ ਹੁੰਦਾ, ਪੂਰਨ ਸੰਤੋਖ ਬਖਸ਼ਿਸ਼ ਹੋ ਜਾਂਦਾ ਹੈ ।

Whosoever may have a great prewritten destiny, he may be blessed with the enlightenment of the essence of His Word. As his prewritten destiny may be rewarded, all his suspicions may be eliminated from within. Whosoever may adopt the teachings of His Word with steady and stable belief in his day-to-day life; with His mercy and grace, he may never endure any agony of desperation. He may be blessed with contentment in his life.

ਗੁਰ ਕੇ ਭਾਣੇ ਵਿਚਿ ਅੰਮ੍ਰਿਤੁ ਹੈ, gur kay bhaanay vich amrit hai
ਸਹਜੇ ਪਾਵੈ ਕੋਇ॥ sehjay paavai ko-ay.
ਜਿਨਾ ਪਰਾਪਤਿ ਤਿਨ ਪੀਆ, jinaa paraapattin pee-aa
ਹਉਮੈ ਵਿਚਹੁ ਖੋਇ॥ ha-umai vichahu kho-ay.
ਨਾਨਕ ਗੁਰਮੁਖਿ ਨਾਮੁ ਧਿਆਈਐ, naanak gurmukhNaam Dhi-aa-ee-ai
ਸਚਿ ਮਿਲਾਵਾ ਹੋਇ ॥੪॥੧੩॥46॥ sach milaavaa ho-ay. ||4||13||46||

ਪ੍ਰਭ ਦਾ ਸ਼ਬਦ ਇਕ ਅਨਮੋਲ ਅੰਮ੍ਰਿਤ ਹੈ! ਜਿਹੜਾ ਸ਼ਬਦ ਨਾਲ ਜੀਵਨ ਢਾਲਦਾ ਹੈ, ਉਸ ਨੂੰ ਅਸਾਨੀ ਨਾਲ ਹੀ ਅੰਮ੍ਰਿਤ ਬਖਸ਼ਿਸ਼ ਹੋ ਜਾਂਦਾ ਹੈ । ਜਿਸ ਦੇ ਭਾਗਾਂ ਵਿੱਚ ਇਹ ਅੰਮ੍ਰਿਤ ਹੁੰਦਾ ਹੈ, ਉਹ ਹੀ ਸ਼ਬਦ ਨਾਲ ਜੀਵਨ ਢਾਲਦਾ ਹੈ । ਉਸ ਦੇ ਮਨ ਵਿਚੋਂ ਅਹੰਕਾਰ ਅਤੇ ਹੈਸੀਅਤ ਦੀ ਜੜ੍ਹ ਪੁੱਟੀ ਜਾਂਦੀ ਹੈ । ਜਿਹੜਾ ਗੁਰਮਖ ਪ੍ਰਭ ਦੇ ਸ਼ਬਦ ਦਾ ਸਿਮਰਨ ਕਰਦਾ, ਜੀਵਨ ਢਾਲਦਾ ਹੈ, ਉਸ ਨੂੰ ਪ੍ਰਭ ਦੀ ਰਹਿਮਤ ਬਖਸ਼ਿਸ਼ ਹੋ ਜਾਂਦੀ ਹੈ ।

The teachings of His Word may be a priceless nectar. Whosoever may adopt the teachings of His Word with steady and stable belief; with His mercy and grace, he may be blessed nectar of the essence of His Word with ease. Whosoever may have a prewritten nectar in his destiny, only he may adopt the teachings of His Word. He may conquer his worldly desires and ego. Whosoever may meditate and adopt the teachings of His Word; he may be accepted in His Sanctuary.

100.ਸਿਰੀਰਾਗੁ ਮਹਲਾ ੩॥ (31-16)

ਜਾ ਪਿਰੁ ਜਾਣੈ ਆਪਣਾ, jaa pir jaanai aapnaa
ਤਨੁ ਮਨੁ ਅਗੈ ਧਰੇਇ॥ tan man agai Dharay-ay.
ਸੋਹਾਗਣੀ ਕਰਮ ਕਮਾਵਦੀਆਂ, sohaaganee karam kamaavdee-aa
ਸੇਈ ਕਰਮ ਕਰੇਇ॥ say-ee karam karay-i.
ਸਹਜੇ ਸਾਚਿ ਮਿਲਾਵੜਾ, sehjay saach milaavrhaa
ਸਾਚੁ ਵਡਾਈ ਦੇਇ॥੧॥ saach vadaa-ee day-ay. ||1||

ਜਿਸ ਨੂੰ ਸੋਝੀ ਬਖਸ਼ਦਾ ਹੈ! ਇਕੋ ਇਕ ਪ੍ਰਭ ਹੀ ਸ੍ਰਿਸ਼ਟੀ ਦਾ ਅਸਲੀ ਮਾਲਕ ਹੈ, ਉਹ ਆਪਣਾ ਤਨ, ਮਨ ਪ੍ਰਭ ਨੂੰ ਭੇਟਾ ਕਰ ਦੇਂਦਾ ਹੈ । ਉਹ ਆਪਣਾ ਜੀਵਨ ਸ਼ਬਦ ਦੀ ਸਿਖਿਆਂ ਨਾਲ ਢਾਲਕੇ, ਆਪਣੇ ਮਨ ਨੂੰ ਪਵਿੱਤਰ ਰਖਦਾ ਹੈ । ਉਸ ਨੂੰ ਅਸਾਨੀ ਨਾਲ ਹੀ ਪ੍ਰਭ ਦੀ ਪ੍ਰਵਾਨਗੀ ਦਾ ਅਸਲੀ ਰਸਤਾ ਬਖਸ਼ਿਸ਼ ਹੋ ਜਾਂਦਾ ਹੈ । ਉਸ ਦੀ ਆਤਮਾ ਦੀ ਜੋਤ ਪ੍ਰਭ ਦੀ ਜੋਤ ਵਿੱਚ ਅਭੇਦ ਹੋ ਜਾਂਦੀ ਹੈ, ਪ੍ਰਭ ਦੇ ਦਰਬਾਰ ਵਿੱਚ ਵਿਸ਼ੇਸ਼ ਥਾਂ ਹਾਸਿਲ ਹੋ ਜਾਂਦੀ ਹੈ ।

Whosoever may be enlightened! The One and Only One, The True Master of the universe! He may surrender his mind, body, self-identity at His Sanctuary. He may adopt the teachings of His Word with steady and stable belief in day-to-day life; with His mercy and grace, he may easily be blessed with the right path of acceptance in His Court. His soul may be sanctified to become worthy of His Consideration. He may be honored with special place in His Court.

ਭਾਈ ਰੇ ਗੁਰ ਬਿਨੁ ਭਗਤਿ ਨ ਹੋਇ॥	bhaa-ee ray gur bin bhagat na ho-ay.
ਬਿਨੁ ਗੁਰ ਭਗਤਿ ਨ ਪਾਈਐ,	bin gur bhagat na paa-ee-ai
ਜੇ ਲੋਚੈ ਸਭੁ ਕੋਇ॥੧॥ ਰਹਾਉ॥	jay lochai sabh ko-ay. ||1|| rahaa-o.

ਜਿਹੜਾ ਸ਼ਬਦ ਦੀ ਪਾਲਣਾ ਨਹੀਂ ਕਰਦਾ, ਉਸ ਦੀ ਬੰਦਗੀ, ਸਿਮਰਨ ਪ੍ਰਵਾਨ ਨਹੀਂ ਹੁੰਦਾ । ਸਾਰੇ ਜੀਵ ਹੀ ਉਸ ਦੀ ਪ੍ਰਵਾਨਗੀ ਪਾਉਣਾ ਲੋਚਦੇ ਹਨ! ਜਿਹੜਾ ਸ਼ਬਦ ਦੀ ਸਿਖਿਆਂ ਨਾਲ ਜੀਵਨ ਢਾਲਦਾ ਹੈ, ਕੇਵਲ ਉਸ ਨੂੰ ਹੀ ਪ੍ਰਵਾਨਗੀ ਦਾ ਰਸਤਾ ਬਖਸ਼ਿਸ਼ ਹੁੰਦਾ ਹੈ ।

Whosoever may not obey the teachings of His Word in life; his meditation may not be accepted in His Court. Everyone may remain anxious to be blessed with the right path of acceptance in His Court. Whosoever may adopt the teachings of His Word with steady and stable belief; with His mercy and grace, only he may be blessed with the right path of acceptance in His Court.

ਲਖ ਚਉਰਾਸੀਹ ਫੇਰੁ ਪਇਆ,	lakh cha-oraaseeh fayr pa-i-aa
ਕਾਮਣਿ ਦੂਜੈ ਭਾਇ॥	kaaman doojai bhaa-ay.
ਬਿਨੁ ਗੁਰ ਨੀਦ ਨ ਆਵਈ,	bin gur need na aavee
ਦੁਖੀ ਰੈਣਿ ਵਿਹਾਇ॥	dukhee rain vihaa-ay.
ਬਿਨੁ ਸਬਦੈ ਪਿਰੁ ਨ ਪਾਈਐ,	bin sabdai pir na paa-ee-ai
ਬਿਰਥਾ ਜਨਮੁ ਗਵਾਇ॥੨॥	birthaa janam gavaa-ay. ||2||

ਜਿਹੜਾ ਚਾਰੇ ਪਾਸੇ ਘਮੁਮਦਾ ਰਹਿੰਦਾ ਹੈ, ਉਹ 84 ਲਖ ਜੂੰਨਾਂ ਦੇ ਚੱਕਰ ਵਿੱਚ ਹੀ ਰਹਿੰਦਾ ਹੈ । ਸ਼ਬਦ ਦੀ ਪਾਲਣਾ ਤੋਂ ਬਿਨਾਂ, ਆਤਮਾ ਨੂੰ ਕੋਈ ਸ਼ਾਂਤੀ ਬਖਸ਼ਿਸ਼ ਨਹੀਂ ਹੁੰਦੀ । ਉਸ ਦਾ ਜੀਵਨ ਦੁਖਾਂ ਵਿੱਚ, ਮਾਯੂਸੀ ਵਿੱਚ ਹੀ ਬਤੀਤ ਹੋ ਜਾਂਦਾ ਹੈ । ਸ਼ਬਦ ਨਾਲ ਜੀਵਨ ਢਾਲਣ ਤੋਂ ਬਿਨਾਂ ਪ੍ਰਭ ਦੀ ਪ੍ਰਵਾਨਗੀ ਦਾ ਰਸਤਾ ਨਹੀਂ ਲੱਭਦਾ । ਇਹ ਮਾਨਸ ਜਨਮ ਬਿਰਥਾ ਹੀ ਬੀਤ ਜਾਂਦਾ ਹੈ ।

Whosoever may wander in various direction, following worldly gurus or baptize with religious rituals, robes. He may remain in the cycle of birth and death. Without adopting the teachings of His Word in life, his soul may be blessed with a peace of mind. He may not be blessed with the right path of acceptance in His Court. He may remain miserable, desperate, and waste his human life opportunity uselessly.

ਹਉ ਹਉ ਕਰਤੀ ਜਗੁ ਫਿਰੀ,	ha-o ha-o kartee jag firee
ਨਾ ਧਨੁ ਸੰਪੈ ਨਾਲਿ॥	naa Dhan sampai naal.
ਅੰਧੀ ਨਾਮੁ ਨ ਚੇਤਈ,	anDhee Naam na chayt-ee sabh
ਸਭ ਬਾਧੀ ਜਮਕਾਲਿ॥	baaDhee jamkaal.
ਸਤਗੁਰਿ ਮਿਲਿਐ ਧਨੁ ਪਾਇਆ,	saT`gur mili-ai Dhan paa-i-aa
ਹਰਿ ਨਾਮਾ ਰਿਦੈ ਸਮਾਲਿ॥੩॥	har Naamaa ridai samaal. ||3||

ਜਿਹੜਾ ਅਹੰਕਾਰ ਵਿੱਚ ਕੰਮ ਕਰਦਾ, ਜੀਵਨ ਬਤੀਤ ਕਰਦਾ ਹੈ । ਸੰਸਾਰਕ ਧਨ ਮੌਤ ਤੋਂ ਪਿਛੋਂ ਕਿਸੇ ਦੇ ਸਾਥ ਨਹੀਂ ਜਾਂਦਾ । ਸ਼ਬਦ ਦੀ ਸੋਝੀ ਤੋਂ ਅਗਿਆਨੀ ਜੀਵ, ਪ੍ਰਭ ਦੇ ਸ਼ਬਦ ਬਾਬਤ ਸੋਚ ਵੀ ਨਹੀਂ ਸਕਦਾ । ਉਹ ਮੌਤ ਦੇ ਬੰਧਨ ਵਿੱਚ ਬੰਧਾ ਰਹਿੰਦਾ ਹੈ । ਜਿਹੜਾ ਸ਼ਬਦ ਨੂੰ ਆਪਣੇ ਮਨ ਵਿੱਚ ਵਸਾਉਂਦਾ, ਕਮਾਈ ਕਰਦਾ ਹੈ, ਉਸ ਨੂੰ ਹੀ ਸਾਥ ਜਾਣ ਵਾਲਾ ਧਨ ਬਖਸ਼ਿਸ਼ ਹੁੰਦਾ ਹੈ ।

Whosoever may remain in ego in his day-to-day life; his earnings may provide short-lived pleasures of worldly life; nothing may remain with him to support in His Court. Ignorant from the enlightenment of the essence of His Word! He may never think about the real purpose of his human life opportunity. He remains in the cycle of birth and death. Whosoever may remain drenched with the essence of His Word; with His mercy and grace, he may be blessed with earnings of His Word, forever companion, even in His Court after death.

ਨਾਮਿ ਰਤੇ ਸੇ ਨਿਰਮਲੇ,	naam ratay say nirmalay
ਗੁਰ ਕੈ ਸਹਜਿ ਸੁਭਾਇ॥	gur kai sahj subhaa-ay.
ਮਨੁ ਤਨੁ ਰਾਤਾ ਰੰਗ ਸਿਉ,	man, tan raataa rang si-o
ਰਸਨਾ ਰਸਨ ਰਸਾਇ॥	rasnaa rasan rasaa-ay.
ਨਾਨਕ ਰੰਗੁ ਨ ਉਤਰੈ,	naanak rang na utrai
ਜੋ ਹਰਿ ਧੁਰਿ ਛੋਡਿਆ ਲਾਇ॥੪॥੧੪॥47॥	jo har Dhur chhodi-aa laa-ay. ||4||14||47||

ਜਿਹੜਾ ਸ਼ਬਦ ਦੀ ਸਿਖਿਆਂ ਨਾਲ ਰੰਗਿਆ ਹੁੰਦਾ ਹੈ, ਉਸ ਦੀ ਆਤਮਾ ਪਵਿੱਤਰ ਰਹਿੰਦੀ ਹੈ । ਉਹ ਸ਼ਬਦ ਦੀ ਪਾਲਣਾ ਕਰਦਾ, ਆਪਣੇ ਅੰਦਰੋਂ ਹੀ ਸ਼ਾਂਤੀ, ਧੀਰਜ ਖੋਜ ਲੈਂਦਾ, ਬਖਸ਼ਿਸ਼ ਹੋ ਜਾਂਦਾ ਹੈ । ਉਸ ਦੇ ਮਨ ਵਿੱਚ ਪ੍ਰਭ ਦੇ ਸ਼ਬਦ ਦੀ ਸਿਖਿਆਂ ਘਰ ਕਰ ਜਾਂਦੀ ਹੈ, ਉਹ ਆਪਣੀ ਜੀਭ ਨਾਲ ਪ੍ਰਭ ਦੇ ਸ਼ਬਦ ਦੀ ਉਸਤਤ ਗਾਉਂਦਾ ਹੈ । ਪ੍ਰਭ ਦੀ ਰਹਿਮਤ ਨਾਲ ਉਸ ਦੇ ਮਨ ਵਿਚੋਂ ਸ਼ਬਦ ਦਾ ਰੰਗ ਕਦੇ ਫਿੱਕਾ ਨਹੀਂ ਹੁੰਦਾ ।

Whosoever may remain drenched with the crimson color of the essence of His Word; his soul may remain sanctified. He may obey the teachings of His Word; with His mercy and grace, he may be blessed with patience and peace of mind from within. He may sing the glory of His Word his tongue. The crimson color of the nectar of the essence may never be fainted from his heart.

101.ਸਿਰੀਰਾਗੁ ਮਹਲਾ ੩॥ (32-4)

ਗੁਰਮੁਖਿ ਕ੍ਰਿਪਾ ਕਰੇ ਭਗਤਿ ਕੀਜੈ,	gurmukh kirpaa karay bhagat keejai
ਬਿਨੁ ਗੁਰ ਭਗਤਿ ਨ ਹੋਈ॥	bin gur bhagat na ho-ee.
ਆਪੈ ਆਪੁ ਮਿਲਾਏ,	aapai aap milaa-ay
ਬੂਝੈ ਤਾ ਨਿਰਮਲੁ ਹੋਵੈ ਸੋਈ॥	boojhai taa nirmal hovai so-ee.
ਹਰਿ ਜੀਉ ਸਾਚਾ ਸਾਚੀ ਬਾਣੀ,	har jee-o saachaa saachee banee
ਸਬਦਿ ਮਿਲਾਵਾ ਹੋਈ॥੧॥	sabad milaavaa ho-ee. ||1||

ਜਿਹੜਾ ਗੁਰਮਖ ਤੇ ਪ੍ਰਭ ਰਹਿਮਤ ਦੀ ਨਜ਼ਰ ਬਖਸ਼ਦਾ ਹੈ, ਉਹ ਹੀ ਸ਼ਬਦ ਦਾ ਸਿਮਰਨ, ਪਾਲਣਾ ਕਰਦਾ, ਜੀਵਨ ਢਾਲਦਾ ਹੈ, ਕੇਵਲ ਉਸ ਨੂੰ ਸ਼ਬਦ ਦੀ ਸੋਝੀ ਹੋ ਜਾਂਦੀ ਹੈ, ਉਸ ਦੀ ਆਤਮਾ ਪਵਿੱਤਰ ਹੋ ਜਾਂਦੀ ਹੈ । ਸਦਾ ਅਟਲ ਰਹਿਣ ਵਾਲੇ ਪ੍ਰਭ ਦਾ ਸ਼ਬਦ ਵੀ ਸਦਾ ਅਟਲ ਰਹਿਣ ਵਾਲਾ ਹੈ । ਪ੍ਰਭ ਦੀ ਜੋਤ ਨਾਲ ਮਿਲਾਪ ਕੇਵਲ ਸ਼ਬਦ ਨਾਲ ਜੀਵਨ ਢਾਲਣ ਨਾਲ ਹੀ ਹੋ ਸਕਦਾ ਹੈ ।

Whosoever may be bestowed with His Blessed Vision! He may meditate, obeys, and adopts the teachings of His Word, only he may be blessed with the enlightenment of the essence of His Word. His soul may be sanctified to become worthy of His Consideration. The Axiom True Master, the teachings of His Word remain Axiom, an ultimate command and true forever. Whosoever may adopt the teachings of His Word with steady and stable belief, only his soul may immerse within His Holy Spirit.

ਭਾਈ ਰੇ ਭਗਤਿਹੀਣੁ ਕਾਹੇ ਜਗਿ ਆਇਆ॥ bhaa-ee ray bhagtiheen kaahay jag aa-i-aa.
ਪੂਰੇ ਗੁਰ ਕੀ ਸੇਵ ਨ ਕੀਨੀ, pooray gur kee sayv na keenee
ਬਿਰਥਾ ਜਨਮੁ ਗਵਾਇਆ॥੧॥ ਰਹਾਉ॥ birthaa janam gavaa-i-aa. ||1|| rahaa-o.

ਜਿਸ ਦਾ ਧਿਆਨ ਸ਼ਬਦ ਵਿੱਚ ਨਹੀਂ ਲਗਦਾ, ਉਸ ਨੂੰ ਮਾਨਸ ਜਨਮ ਹੀ ਕਿਉਂ ਬਖਸ਼ਿਸ਼ ਹੋਇਆ ਹੈ? ਜਿਹੜਾ ਸ਼ਬਦ ਨਾਲ ਜੀਵਨ ਨਹੀਂ ਢਾਲਦਾ, ਉਹ ਮਾਨਸ ਜਨਮ ਬਿਰਥਾ ਹੀ ਗਵਾ ਜਾਂਦਾ ਹੈ ।

Whosoever may not obey the teachings of His Word! Why has he been blessed with human life opportunity? Whosoever may not adopt the teachings of His Word with steady and stable belief in his day-to-day life, he may just waste his human life opportunity uselessly.

ਆਪੇ ਜਗਜੀਵਨੁ ਸੁਖਦਾਤਾ, aapay jagjeevan sukh-daata
ਆਪੇ ਬਖਸਿ ਮਿਲਾਏ॥ aapay bakhas milaa-ay.
ਜੀਅ ਜੰਤ ਏ ਕਿਆ ਵੇਚਾਰੇ, jee-a jant ay ki-aa vaychaaray
ਕਿਆ ਕੋ ਆਖਿ ਸੁਣਾਏ॥ ki-aa ko aakh sunaa-ay.
ਗੁਰਮੁਖਿ ਆਪੇ ਦੇਇ ਵਡਾਈ, gurmukh aapay day-ay vadaa-ee
ਆਪੇ ਸੇਵ ਕਰਾਏ॥੨॥ aapay sayv karaa-ay. ||2||

ਦਾਤਾਂ ਦਾ ਮਾਲਕ ਪ੍ਰਭ ਆਪ ਹੀ ਦਾਤਾਂ ਬਖਸ਼ਦਾ ਹੈ । ਆਪ ਹੀ ਜੀਵ ਦੀਆਂ ਗਲਤੀਆਂ ਬਖਸ਼ਦਾ ਹੈ, ਅਤੇ ਬੰਦਗੀ ਦੇ ਰਸਤੇ ਤੇ ਪਾਉਂਦਾ ਹੈ । ਸੰਸਾਰਕ ਜੀਵ ਆਪ ਕੀ ਕਰ ਸਕਦਾ ਹੈ? ਸਭ ਕੁਝ ਪ੍ਰਭ ਦੇ ਭਾਣੇ ਨਾਲ ਹੀ ਹੁੰਦਾ ਹੈ । ਇਸ ਬਾਬਤ ਹੋਰ ਕੁਝ ਕੀ ਕਿਹਾ ਜਾ ਸਕਦਾ?

The One and Only One, True Trustee all Blessings may bestow His virtues to His Creation. He may forgive the sins of His true devotee and inspires him on the right path of acceptance in His Court. What may anyone accomplish with his own power? Everything may happen with His Blessed Vision. Nothing more could be explained about His Nature.

ਦੇਖਿ ਕੁਟੰਬੁ ਮੋਹਿ ਲੋਭਾਣਾ, daykh kutamb mohi lobhaanaa
ਚਲਦਿਆ ਨਾਲਿ ਨ ਜਾਈ॥ chaldi-aa naal na jaa-ee.
ਸਤਗੁਰੁ ਸੇਵਿ ਗੁਣ ਨਿਧਾਨੁ ਪਾਇਆ, saT`gur sayv gun niDhaan paa-i-aa
ਤਿਸ ਦੀ ਕੀਮ ਨ ਪਾਈ॥ tis dee keem na paa-ee.
ਹਰਿ ਪ੍ਰਭੁ ਸਖਾ ਮੀਤੁ ਪ੍ਰਭੁ ਮੇਰਾ, har parabh sakhaa meet parabh mayraa
ਅੰਤੇ ਹੋਇ ਸਖਾਈ॥੩॥ antay ho-ay sakhaa-ee. ||3||

ਮਨਮੁਖ ਸੰਸਾਰਕ ਪਰਿਵਾਰ ਦੇਖਕੇ, ਉਹਨਾਂ ਦੀ ਮਦਦ ਦਾ ਸੋਚਕੇ, ਮੋਹ ਜੋੜ ਲੈਂਦਾ ਹੈ, ਮਰਨ ਤੇ ਇਹ ਕੋਈ ਸਹਾਇਤਾ ਨਹੀਂ ਕਰ ਸਕਦੇ, ਸਾਥ ਨਹੀਂ ਦੇ ਸਕਦੇ । ਜਿਹੜਾ ਸ਼ਬਦ ਦੀ ਪਾਲਣਾ ਕਰਦਾ ਹੈ, ਉਸ ਨੂੰ ਸ਼ਬਦ ਦੀ ਸੋਝੀ ਬਖਸ਼ਿਸ਼ ਹੋ ਸਕਦੀ ਹੈ । ਅਨਮੋਲ ਸ਼ਬਦ ਦੀ ਸੋਝੀ ਦੀ ਕੀਮਤ ਦਾ ਅੰਦਾਜ਼ਾ ਨਹੀਂ ਲਾਇਆ ਜਾ ਸਕਦਾ । ਪ੍ਰਭ ਹੀ ਅਸਲੀ ਮਿੱਤ੍ਰ, ਸਾਥੀ ਹੈ, ਉਹ ਹੀ ਜੀਵ ਨੂੰ ਰਸਤਾ ਬਖਸ਼ਣਵਾਲਾ ਹੈ । ਅੰਤ ਵਿੱਚ ਦਰਬਾਰ ਵਿੱਚ ਜੀਵ ਦੀ ਕਮਾਈ ਪ੍ਰਵਾਨ ਕਰਨਵਾਲਾ ਹੈ ।

Self-minded may remain attached to his worldly family with a hope of support in his human life journey; however, after death, no one may be able to help his soul in His Court. Whosoever may obey and adopts the teachings of His Word with steady and stable belief in his day-to-day life; with His mercy and grace, he may be enlightened with the essence of His Word. He may be blessed with the everlasting, true companion, earnings of His Word. The significance of earnings of His Word may be beyond any imagination of His Creation. The One and Only One True Master, may bless the right path of acceptance in His Court. In the end, He may be the ultimate authority to accept his meditation, earnings in His Court.

ਆਪਣੈ ਮਨਿ ਚਿਤਿ ਕਹੈ ਕਹਾਏ,	aapnai man chit kahai kahaa-ay
ਬਿਨੁ ਗੁਰ ਆਪੁ ਨ ਜਾਈ॥	bin gur aap na jaa-ee.
ਹਰਿ ਜੀਉ ਦਾਤਾ ਭਗਤਿ ਵਛਲੁ ਹੈ,	har jee-o daataa bhagat vachhal hai
ਕਰਿ ਕਿਰਪਾ ਮੰਨਿ ਵਸਾਈ॥	kar kirpaa man vasaa-ee.
ਨਾਨਕ ਸੋਭਾ ਸੁਰਤਿ ਦੇਇ ਪ੍ਰਭੁ,	naanak sobhaa surat day-ay parabh
ਆਪੇ ਗੁਰਮੁਖਿ ਦੇ ਵਡਿਆਈ ॥੪॥੧੫॥48	aapay gurmukh day vadi-aa-ee.4||15||48

ਜਿਹੜਾ ਆਪਣੇ ਮਨ ਤੇ ਕਾਬੂ ਪਾ ਕੇ, ਸ਼ਬਦ ਦੀ ਪਾਲਣਾ ਨਹੀਂ ਕਰਦਾ, ਉਸ ਦੇ ਮਨ ਵਿਚੋਂ ਆਪਾ ਖਤਮ ਨਹੀਂ ਹੁੰਦਾ । ਪ੍ਰਭ ਹੀ ਦਾਤਾਂ ਦਾ ਭੰਡਾਰੀ, ਦਾਤਾਂ ਬਖਸ਼ਣਵਾਲਾ ਮਾਲਕ ਹੈ । ਉਸ ਤੇ ਭਰੋਸਾ ਅਡੋਲ ਕਰਨ ਨਾਲ ਹੀ ਸ਼ਬਦ ਮਨ ਵਿੱਚ ਜਾਗਰਤ ਹੋ ਸਕਦਾ ਹੈ । ਜਿਸ ਤੇ ਰਹਿਮਤ ਦੀ ਨਜ਼ਰ ਬਖਸ਼ਦਾ ਹੈ, ਉਸ ਨੂੰ ਹੀ ਸ਼ਬਦ ਦੀ ਸੋਝੀ ਹੁੰਦੀ ਹੈ । ਪ੍ਰਭ ਆਪ ਹੀ ਬੰਦਗੀ ਕਰਨਵਾਲੇ ਨੂੰ ਗੁਰਮਖ ਅਵਸਥਾ ਬਖਸ਼ਦਾ ਹੈ ।

Whosoever may not renounce his worldly desires! He may not be able to obey the teachings of His Word in life, nor he may surrender his self-identity at His Sanctuary. The One and only One True Trustee may bestow His Virtues on His Creation. Whosoever may remain steady and stable on the right path, he may be enlightened from within. He may be enlightened with the essence of His Word. He may be blessed with a state of mind as His true devotee.

102.ਸਿਰੀਰਾਗ ਮਹਲਾ ੩॥ (32-12)

ਧਨੁ ਜਨਨੀ ਜਿਨਿ ਜਾਇਆ,	dhan jannee jin jaa-i-aa
ਧੰਨੁ ਪਿਤਾ ਪਰਧਾਨੁ॥	Dhan pitaa parDhaan.
ਸਤਗੁਰੁ ਸੇਵਿ ਸੁਖੁ ਪਾਇਆ,	saT`gur sayv sukh paa-i-aa
ਵਿਚਹੁ ਗਇਆ ਗੁਮਾਨੁ॥	vichahu ga-i-aa gumaan.
ਦਰਿ ਸੇਵਨਿ ਸੰਤ ਜਨ ਖੜੇ,	dar sayvan sant jan kharhay
ਪਾਇਨਿ ਗੁਣੀ ਨਿਧਾਨੁ॥੧॥	paa-in gunee niDhaan. ||1||

ਜਿਹੜਾ ਸ਼ਬਦ ਨਾਲ ਜੀਵਨ ਢਾਲਦਾ ਹੈ, ਉਸ ਨੂੰ ਸੰਤੋਖ, ਸ਼ਾਂਤੀ ਬਖਸ਼ਿਸ਼ ਹੋ ਜਾਂਦੀ ਹੈ । ਉਸ ਦੇ ਮਨ ਵਿਚੋਂ ਅਗਿਆਨਤਾਂ, ਅਹੰਕਾਰ ਦੀ ਜੜ੍ਹ ਪੁੱਟੀ ਜਾਂਦੀ ਹੈ । ਉਸ ਦੇ ਜਨਮ ਦੇਣ ਵਾਲੇ ਮਾਤਾ, ਪਿਤਾ ਸਤਿਕਾਰ ਯੋਗ ਹਨ । ਉਹ ਪ੍ਰਭ ਦੇ ਦਰਬਾਰ ਅੱਗੇ ਖੜ੍ਹੇ, ਨਿਮ੍ਰਤਾ ਨਾਲ ਪ੍ਰਭ ਦੀ ਸੇਵਾ ਕਰਦੇ ਹਨ, ਸ਼ਬਦ ਦੀ ਸੋਝੀ ਦਾ ਖਜ਼ਾਨਾ ਬਖਸ਼ਿਸ਼ ਹੋ ਜਾਂਦਾ ਹੈ ।

Whosoever may adopt the teachings of His Word with steady and stable belief in his day-to-day life; with His mercy and grace, he may be blessed with a peace and contentment. His roots of ego, ignorance, and suspicions may be eliminated from within his mind. His mother and father may be very fortunate and worthy of worship. He may humbly, politely serve His Creation; His mercy and grace, he may be blessed with unlimited treasure of the enlightenment of the essence of His Word.

ਮੇਰੇ ਮਨ ਗੁਰ ਮੁਖਿ ਧਿਆਇ ਹਰਿ ਸੋਇ॥	mayray man gur mukh Dhi-aa-ay har so-ay.
ਗੁਰ ਕਾ ਸਬਦੁ ਮਨਿ ਵਸੈ,	gur kaa sabad man vasai
ਮਨੁ ਤਨੁ ਨਿਰਮਲੁ ਹੋਇ॥੧॥ ਰਹਾਉ॥	man tan nirmal ho-ay. ||1|| rahaa-o

ਜੀਵ, ਗੁਰਮਖ ਬਣਕੇ ਪ੍ਰਭ ਦੇ ਸ਼ਬਦ ਦੀ ਬੰਦਗੀ ਕਰੋ! ਮਨ ਵਿੱਚ ਪ੍ਰਭ ਦਾ ਸ਼ਬਦ ਘਰ ਕਰ ਜਾਣ ਨਾਲ ਮਨ ਪਵਿੱਤਰ ਹੋ ਜਾਂਦਾ ਹੈ ।

You should meditate on the teachings of His Word with steady and stable belief in your day-to-day life. Whosoever may remain drenched with the essence of His Word; with His mercy and grace, his soul may be sanctified.

ਕਰਿ ਕਿਰਪਾ ਘਰਿ ਆਇਆ,	kar kirpaa ghar aa-i-aa
ਆਪੇ ਮਿਲਿਆ ਆਇ॥	aapay mili-aa aa-ay.
ਗੁਰ ਸਬਦੀ ਸਾਲਾਹੀਐ,	gur sabdee salaahee-ai
ਰੰਗੇ ਸਹਜਿ ਸੁਭਾਇ॥	rangay sahj subhaa-ay.
ਸਚੈ ਸਚਿ ਸਮਾਇਆ,	sachai sach samaa-i-aa
ਮਿਲਿ ਰਹੈ ਨ ਵਿਛੁੜਿ ਜਾਇ॥੨॥	mil rahai na vichhurh jaa-ay. ||2||

ਪ੍ਰਭ ਨੇ ਆਪ ਹੀ ਰਹਿਮਤ ਬਖਸ਼ਕੇ ਮੇਰੀ ਲਗਨ ਸ਼ਬਦ ਵਿੱਚ ਲਾਈ ਹੈ । ਪ੍ਰਭ ਆਪ ਹੀ ਮਿਲਣ ਲਈ ਆਇਆ ਹੈ, ਸ਼ਬਦ ਦੀ ਪਾਲਣਾ ਤੇ ਲਾਇਆ ਹੈ । ਜਿਹੜਾ ਸ਼ਬਦ ਦੀ ਉਸਤਤ ਗਾਉਂਦਾ ਹੈ, ਉਸ ਦੇ ਮਨ ਤੇ ਸ਼ਬਦ ਦੀ ਸੋਝੀ ਦਾ ਰੰਗ ਅਸਾਨੀ ਨਾਲ ਹੀ ਚੜ੍ਹ ਜਾਂਦਾ ਹੈ । ਜਿਸ ਦੀ ਆਤਮਾ ਪਵਿੱਤਰ ਹੋ ਜਾਂਦੀ ਹੈ, ਪ੍ਰਭ ਦੀ ਜੋਤ ਵਿੱਚ ਅਭੇਦ ਹੋ ਸਕਦੀ ਹੈ । ਉਸ ਦੀ ਆਤਮਾ ਕਦੇ ਅਲਗ ਨਹੀਂ ਹੁੰਦੀ ।

The True Master has blessed me devotion to obey the teachings of His Word; He may bless the right path of salvation. Whosoever may sing the glory of His Word; with His mercy and grace, his mind may easily be drenched with the crimson color of the essence of His Word. His soul may be sanctified to become worthy of His Consideration; she may never be separated from His Holy Spirit.

ਜੋ ਕਿਛੁ ਕਰਣਾ ਸੁ ਕਰਿ ਰਹਿਆ,	jo kichh karnaa so kar rahi-aa
ਅਵਰੁ ਨ ਕਰਣਾ ਜਾਇ॥	avar na karnaa jaa-ay.
ਚਿਰੀ ਵਿਛੁੰਨੇ ਮੇਲਿਅਨੁ,	chiree vichhunay mayli-an
ਸਤਗੁਰ ਪੰਨੈ ਪਾਇ॥	saT`gur pannai paa-ay.
ਆਪੇ ਕਾਰ ਕਰਾਇਸੀ,	aapay kaar karaa-isee
ਅਵਰੁ ਨ ਕਰਣਾ ਜਾਇ॥੩॥	avar na karnaa jaa-ay. ||3||

ਪ੍ਰਭ ਦਾ ਅਟਲ ਭਾਣਾ ਹੀ ਵਾਪਰਦਾ ਹੈ, ਹੋਰ ਕੋਈ ਜੀਵ ਕੁਝ ਨਹੀਂ ਕਰ ਸਕਦਾ । ਜਿਹੜਾ ਬਹੁਤ ਚਿਰ ਤੋਂ ਪ੍ਰਭ ਨਾਲੋ ਵਿਛੜਿਆਂ ਹੁੰਦਾ ਹੈ, ਪ੍ਰਭ ਉਸ ਨੂੰ ਵੀ ਸਿੱਧੇ ਰਸਤੇ ਤੇ ਪਾ ਕੇ ਆਪਣੇ ਨਾਲ ਮਿਲਾ ਲੈਂਦਾ ਹੈ । ਉਹ ਆਪ ਹੀ ਜੀਵ ਨੂੰ ਵੱਖਰੇ ਵੱਖਰੇ ਧੰਦਿਆਂ ਤੇ ਲਾਉਂਦਾ ਹੈ, ਸੰਸਾਰਕ ਜੀਵ ਦਾ ਕੋਈ ਚਾਰਾ, ਜ਼ੋਰ ਨਹੀਂ ਹੁੰਦਾ ।

The Ultimate Command of The True Master always prevail in the universe; no one can alter, avoid, or change His Command. He may forgive the sins of long separated soul and blesses the right path of salvation. He may assign different tasks to everyone; no one may have any power to alter anything.

ਮਨੁ ਤਨੁ ਰਤਾ ਰੰਗ ਸਿਉ,	man, tan rataa rang si-o
ਹਉਮੈ ਤਜਿ ਵਿਕਾਰ॥	ha-umai taj vikaar.
ਅਹਿਨਿਸਿ ਹਿਰਦੈ ਰਵਿ ਰਹੈ,	ahinis hirdai rav rahai
ਨਿਰਭਉ ਨਾਮੁ ਨਿਰੰਕਾਰ॥	nirbha-o Naam nirankaar.
ਨਾਨਕ ਆਪਿ ਮਿਲਾਇਅਨੁ,	naanak aap milaa-i-an
ਪੂਰੈ ਸਬਦਿ ਅਪਾਰ॥੪॥੧੬॥49॥	poorai sabad apaar. ||4||16||49||

ਜਿਸ ਦੇ ਮਨ ਅਤੇ ਤਨ ਤੇ ਪ੍ਰਭ ਦੇ ਸ਼ਬਦ ਦਾ ਰੰਗ ਚੜ੍ਹਿਆ ਹੁੰਦਾ ਹੈ । ਪ੍ਰਭ ਦੇ ਵਿਛੋੜੇ ਦੇ ਵਿਰਾਗ ਨਾਲ ਹੀ ਮਨ ਵਿਚੋਂ ਅਹੰਕਾਰ ਅਤੇ ਲਾਲਚ, ਖਤਮ ਹੋ ਜਾਂਦਾ ਹੈ । ਉਸ ਦੇ ਮਨ ਵਿੱਚ ਨਿਡਰ ਪ੍ਰਭ ਦਾ ਸ਼ਬਦ ਦਿਨ ਰਾਤ ਘਰ ਕਰ ਜਾਂਦਾ ਹੈ । ਉਹ ਸ਼ਬਦ ਦੀ ਪਾਲਦਾ ਕਰਦਾ, ਪ੍ਰਭ ਦੀ ਜੋਤ ਵਿੱਚ ਹੀ ਅਭੇਦ ਹੋ ਜਾਂਦਾ ਹੈ ।

Whosoever may remain drenched with the essence of His Word. He may conquer his ego and greed with the renunciation of his memory of separation from His Holy Spirit. He may remain intoxicated in meditation in the void of His Word, day, and night. He may remain obeying the teachings of His Word with steady and stable belief; with His mercy and grace, his soul may be immersed within His Holy Spirit.

103.ਸਿਰੀਰਾਗੁ ਮਹਲਾ ੩॥ (32-19)

ਗੋਵਿਦੁ ਗੁਣੀ ਨਿਧਾਨੁ ਹੈ,	govid gunee niDhaan hai
ਅੰਤੁ ਨ ਪਾਇਆ ਜਾਇ॥	ant na paa-i-aa jaa-ay.
ਕਥਨੀ ਬਦਨੀ ਨ ਪਾਈਐ,	kathnee badnee na paa-ee-ai
ਹਉਮੈ ਵਿਚਹੁ ਜਾਇ॥	ha-umai vichahu jaa-ay.
ਸਤਗੁਰਿ ਮਿਲਿਐ ਸਦ ਭੈ ਰਚੈ,	saT`gur mili-ai sad bhai rachai
ਆਪਿ ਵਸੈ ਮਨਿ ਆਇ॥੧॥	aap vasai man aa-ay. ||1||

ਪ੍ਰਭ ਬੇਅੰਤ ਗੁਣਾਂ ਦਾ ਭੰਡਾਰੀ ਹੈ! ਉਸ ਦੇ ਕਿਸੇ ਕਰਤਬ, ਗੁਣ ਦਾ ਕੋਈ ਅੰਤ, ਪੂਰਨ ਜਾਣਕਾਰੀ ਨਹੀਂ ਪਾਈ ਜਾ ਸਕਦੀ । ਕੇਵਲ ਬਾਣੀ ਪੜ੍ਹਿਆ, ਜਾ ਬਾਣੀ ਦੀ ਕਥਾ ਕੀਤੇ ਹੀ ਸੋਝੀ ਨਹੀਂ ਹੋ ਸਕਦੀ ਹੈ । ਰਹਿਮਤ ਕੇਵਲ ਆਪਣੇ ਮਨ ਵਿਚੋਂ ਅਹੰਕਾਰ, ਹੈਸੀਅਤ ਦਾ ਅਭਿਮਾਨ ਕੱਢਣ ਨਾਲ ਹੀ ਬਖਸ਼ਿਸ਼ ਹੋ ਸਕਦੀ ਹੈ । ਸ਼ਬਦ ਦੀ ਸੋਝੀ ਹੋਣ ਨਾਲ ਮਨ ਵਿੱਚ ਪ੍ਰਭ ਦੇ ਵਿਛੋੜੇ ਦਾ ਵਿਰਾਗ ਘਰ ਕਰ ਜਾਂਦਾ ਹੈ । ਉਸ ਦੇ ਮਨ ਵਿੱਚ ਪ੍ਰਭ ਦਾ ਸ਼ਬਦ ਜਾਗਰਤ, ਸੁਚੇਤ ਹੋ ਜਾਂਦਾ ਹੈ ।

The True Master remains the treasure of unlimited virtues. His Nature and virtues remain beyond the comprehension of His Creation. Only by reading, preaching, or writing spiritual meaning, no one may fully comprehend His Nature. Whosoever may conquer his ego and pride of his worldly status; with His mercy and grace, he may be blessed with the right path of acceptance in His Court. Whosoever may be enlightened with the essence of His Word, he may remain intoxicated in renunciation in the memory of his separation from His Holy Spirit. He may remain enlightened, awake, and alert within.

ਭਾਈ ਰੇ ਗੁਰਮੁਖਿ ਬੂਝੈ ਕੋਇ॥	bhaa-ee ray gurmukh boojhai ko-ay.
ਬਿਨੁ ਬੂਝੇ ਕਰਮ ਕਮਾਵਣੇ,	bin boojhay karam kamaavnay
ਜਨਮੁ ਪਦਾਰਥੁ ਖੋਇ॥੧॥ ਰਹਾਉ॥	janam padaarath kho-ay. ||1|| rahaa-o.

ਸੰਸਾਰ ਵਿੱਚ ਕੋਈ ਵਿਰਲਾ ਹੀ ਜੀਵ ਗੁਰਮਖ ਅਵਸਥਾ ਪਾਉਂਦਾ ਹੈ, ਉਸ ਨੂੰ ਸ਼ਬਦ ਦੀ ਸੋਝੀ ਹੁੰਦੀ ਹੈ । ਸ਼ਬਦ ਦੀ ਸੋਝੀ ਤੋਂ ਬਿਨਾਂ, ਜੀਵ ਮਾਨਸ ਜਨਮ ਦਾ ਅਨਮੋਲ ਮੌਕਾ ਗਵਾ ਲੈਂਦਾ ਹੈ ।

Very rare devotee may be blessed with a state of mind as His true devotee. He may be enlightened with the essence of His Word from within. Without the enlightenment of the essence of His Word, the real purpose of human life may be wasted.

ਜਿਨੀ ਚਾਖਿਆ ਤਿਨੀ ਸਾਦੁ ਪਾਇਆ,	jinee chaakhi-aa tinee saad paa-i-aa
ਬਿਨੁ ਚਾਖੇ ਭਰਮਿ ਭੁਲਾਇ॥	bin chaakhay bharam bhulaa-ay.
ਅੰਮ੍ਰਿਤੁ ਸਾਚਾ ਨਾਮੁ ਹੈ,	amrit saachaa Naam hai
ਕਹਣਾ ਕਛੂ ਨ ਜਾਇ॥	kahnaa kachhoo na jaa-ay.
ਪੀਵਤ ਹੂ ਪਰਵਾਣੁ ਭਇਆ,	peevat hoo parvaan bha-i-aa
ਪੂਰੈ ਸਬਦਿ ਸਮਾਇ॥੨॥	poorai sabad samaa-ay. ||2||

ਜਿਹੜਾ ਸ਼ਬਦ ਨਾਲ ਜੀਵਨ ਢਾਲਦਾ ਹੈ, ਉਸ ਨੂੰ ਅਮੋਲਕ ਅੰਮ੍ਰਿਤ ਦੀ ਸੋਝੀ ਬਖਸ਼ਿਸ਼ ਹੁੰਦੀ ਹੈ । ਸ਼ਬਦ ਦੀ ਸੋਝੀ ਤੋਂ ਬਿਨਾਂ ਜੀਵ ਭਰਮਾਂ ਵਿੱਚ ਹੀ ਭਟਕਦਾ ਰਹਿੰਦਾ ਹੈ । ਪ੍ਰਭ ਦੇ ਸ਼ਬਦ ਦੇ ਅਨਮੋਲ ਅੰਮ੍ਰਿਤ ਦੀ ਕੋਈ ਮਾਨਸ ਵਿਆਖਿਆ ਨਹੀਂ ਕਰ ਸਕਦਾ, ਕੋਈ ਜੀਵ ਕਿਸੇ ਨੂੰ ਪ੍ਰਭ ਦਾ ਸ਼ਬਦ ਦੇ ਨਹੀਂ ਸਕਦਾ । ਪ੍ਰਭ ਦੇ ਸ਼ਬਦ ਨਾਲ ਜੀਵਨ ਢਾਲਣ ਨਾਲ, ਜੀਵ ਪ੍ਰਵਾਨਗੀ ਦੇ ਰਸਤੇ ਤੇ ਚਲ ਪੈਂਦਾ ਹੈ । ਇਸ ਵਿੱਚ ਲੀਨ ਹੋਏ ਹੀ ਦਰਬਾਰ ਵਿੱਚ ਪ੍ਰਵਾਨ ਹੋ ਸਕਦਾ ਹੈ ।

Whosoever may adopt the teachings of His Word with steady and stable belief, he may realize the significance of His Blessings. Without the enlightenment of the essence of His Word, he may remain frustrated in religious suspicions. The significance of His Ambrosial Nectar may not be imagined by His Creation nor any worldly guru can bless His Word to anyone. Whosoever may adopt the teachings of His Word with steady and stable belief; with His mercy and grace, he may be inspired on the right path of acceptance in His Court. Whosoever may remain intoxicated in meditation in the void of His Word; with His mercy and grace, he may be accepted in His Court.

ਆਪੇ ਦੇਇ ਤ ਪਾਈਐ,	aapay day-ay ta paa-ee-ai
ਹੋਰੁ ਕਰਣਾ ਕਿਛੂ ਨ ਜਾਇ॥	hor karnaa kichhoo na jaa-ay.
ਦੇਵਣ ਵਾਲੇ ਕੈ ਹਥਿ ਦਾਤਿ ਹੈ,	dayvan vaalay kai hath daat hai
ਗੁਰੂ ਦੁਆਰੈ ਪਾਇ॥	guroo du-aarai paa-ay.
ਜੇਹਾ ਕੀਤੋਨੁ ਤੇਹਾ ਹੋਆ,	jayhaa keeton tayhaa ho-aa
ਜੇਹੇ ਕਰਮ ਕਮਾਇ॥੩॥	jayhay karam kamaa-ay. ||3||

ਜਿਸ ਨੂੰ ਪ੍ਰਭ ਆਪ ਹੀ ਰਹਿਮਤ ਦੀ ਨਜ਼ਰ ਬਖਸ਼ਦਾ ਹੈ, ਉਸ ਨੂੰ ਆਪਣੇ ਅੰਦਰੋਂ ਹੀ ਸ਼ਬਦ ਦੀ ਸੋਝੀ ਹੋ ਜਾਂਦੀ ਹੈ । ਹੋਰ ਕੋਈ ਚਾਰਾ, ਵਿਧੀ, ਧਰਮ ਦਾ ਰਸਤਾ ਨਹੀਂ ਹੈ । ਉਸ ਬਖਸ਼ਣ ਵਾਲੇ ਮਾਲਕ ਦੇ ਵੱਸ ਵਿੱਚ ਸਾਰੇ ਭੰਡਾਰ ਹਨ । ਜਿਹੜਾ ਪ੍ਰਭ ਦੇ ਚਰਨਾਂ ਵਿੱਚ ਆਪਾ ਭੇਟਾ ਕਰ ਦੇਂਦਾ ਹੈ, ਉਸ ਨੂੰ ਹੀ ਸੋਝੀ ਦਾ ਖਜ਼ਾਨਾ ਬਖਸ਼ਿਸ਼ ਹੋ ਸਕਦਾ ਹੈ । ਕੇਵਲ ਪ੍ਰਭ ਦਾ ਅਟਲ ਭਾਣਾ ਹੀ ਵਾਪਰਦਾ ਹੈ, ਬੀਤ ਜਾਂਦਾ ਹੈ । ਹਰਇਕ ਜੀਵ ਉਸ ਦੇ ਭਾਣੇ ਅੰਦਰ ਹੀ ਕੰਮ ਕਰਦਾ, ਕਰ ਸਕਦਾ ਹੈ ।

Whosoever may be bestowed with His Blessed Vision, he may be enlightened with the essence of His Word. There may not be any other technique or religious path for acceptance in His Court. All treasures remain under His Command, only His Trust. Whosoever may surrender his selfishness and self-identity at His Sanctuary; with His mercy and grace, he may be bestowed with the treasure of enlightenment. Only His Ultimate unchangeable, unavoidable command may prevail in the universe and passes on due time. Everyone may only perform all deeds under His Command.

ਜਤੁ ਸਤੁ ਸੰਜਮੁ ਨਾਮੁ ਹੈ,	jat sat sanjam Naam hai
ਵਿਣੁ ਨਾਵੈ ਨਿਰਮਲੁ ਨ ਹੋਇ॥	vin naavai nirmal na ho-ay.
ਪੂਰੈ ਭਾਗਿ ਨਾਮੁ ਮਨਿ ਵਸੈ,	poorai bhaag Naam man vasai
ਸਬਦਿ ਮਿਲਾਵਾ ਹੋਇ॥	sabad milaavaa ho-ay.
ਨਾਨਕ ਸਹਜੇ ਹੀ ਰੰਗਿ ਵਰਤਦਾ,	naanak sehjay hee rang varatdaa
ਹਰਿ ਗੁਣ ਪਾਵੈ ਸੋਇ॥੪॥੧੭॥50॥	har gun paavai so-ay. ||4||17||50||

ਪ੍ਰਭ ਦੇ ਸ਼ਬਦ ਦੀ ਪਾਲਣਾ ਕਰਨ ਨਾਲ ਹੀ ਮਨ ਵਿੱਚ ਜਤ, ਸਤ, ਸੰਜਮ ਹੁੰਦਾ ਹੈ । ਸ਼ਬਦ ਦੀ ਪਾਲਣਾ ਤੋਂ ਬਿਨਾਂ ਮਨ ਪਵਿੱਤਰ ਨਹੀਂ ਹੋ ਸਕਦਾ । ਵਡੇ ਭਾਗਾਂ ਵਾਲਾ ਹੀ ਸ਼ਬਦ ਨਾਲ ਜੀਵਨ ਢਾਲਦਾ, ਉਸ ਦੇ ਮਨ ਵਿੱਚ ਹੀ ਸ਼ਬਦ ਘਰ ਕਰ ਜਾਂਦਾ ਹੈ । ਜਿਸ ਦੀ ਆਤਮਾ ਪਵਿੱਤਰ ਹੋ ਜਾਂਦੀ ਹੈ, ਉਸ ਦੀ ਆਤਮਾ, ਪ੍ਰਭ ਦੀ ਜੋਤ ਵਿੱਚ ਅਭੇਦ ਹੋ ਸਕਦੀ ਹੈ । ਜਿਹੜਾ ਆਪਣੇ ਮਨ ਤੇ ਕਾਬੂ ਪਾ ਕੇ ਸ਼ਾਂਤੀ ਅਤੇ ਸੰਤੋਖ ਨਾਲ ਰਹਿੰਦਾ ਹੈ । ਉਸ ਦੇ ਮਨ ਵਿੱਚ ਪ੍ਰਭ ਦੇ ਵਿਛੋੜੇ ਦਾ ਵਿਰਾਗ ਘਰ ਕਰ ਜਾਂਦਾ ਹੈ । ਉਹ ਪ੍ਰਭ ਦੀ ਰਹਿਮਤ ਨਾਲ ਪ੍ਰਭ ਦੇ ਸ਼ਬਦ ਦੇ ਗੁਣ ਗਾਉਂਦਾ ਹੈ ।

ਜਤ - Abstinence	ਸਤ - Truthfulness	ਤਪ - Self-discipline
ਬੁਰੇ ਖਿਆਲਾਂ, ਕੰਮਾਂ ਤੋਂ ਰੋਕਣਾ	ਸਚ ਨਾਲ ਜੀਵਨ ਬਤੀਤ ਕਰਨਾ	ਮਨ ਨੂੰ ਪਵਿੱਤਰ ਕਰਨਾ ।

Whosoever may obey the teachings of His Word with steady and stable belief, he may remain contented, in patience, and in blossom in his life. Jat, Sat, Sajama are the name of meditation with belief and adopting the teachings of His Word in life. Without adopting the teachings of His Word, his soul cannot be sanctified. Whosoever may have a great prewritten destiny, he may adopt the teachings of His Word with steady and stable belief in life; with His mercy and grace, his soul may be sanctified to become worthy of His consideration. Whosoever conquers worldly desires and remains contented with his own worldly environments. He may remain intoxicated in renunciation in the memory of his separation; with His mercy and grace, he may be blessed with unlimited treasure of enlightenment of the essence of His Word.

104. ਸਿਰੀਰਾਗੁ ਮਹਲਾ ੩॥ (33-7)

ਕਾਂਇਆ ਸਾਧੈ ਉਰਧ ਤਪੁ ਕਰੈ,	kaaN-i-aa saaDhai uraDh tap karai
ਵਿਚਹੁ ਹਉਮੈ ਨ ਜਾਇ॥	vichahu ha-umai na jaa-ay.
ਅਧਿਆਤਮ ਕਰਮ ਜੇ ਕਰੇ,	aDhi-aatam karam jay karay
ਨਾਮੁ ਨ ਕਬ ਹੀ ਪਾਇ॥	Naam na kab hee paa-ay.
ਗੁਰ ਕੈ ਸਬਦਿ ਜੀਵਤੁ ਮਰੈ,	gur kai sabad jeevat marai
ਹਰਿ ਨਾਮੁ ਵਸੈ ਮਨਿ ਆਇ॥੧॥	har Naam vasai man aa-ay. ||1||

ਜੀਵ ਭਾਵੇਂ ਆਪਣੀ ਦ੍ਰਿੜ੍ਹਤਾ ਨਾਲ ਮਨ ਨੂੰ ਸੰਸਾਰਕ ਪਦਾਰਥਾਂ ਤੋਂ ਵਾਂਝਾ ਰਖਕੇ ਬੰਦਗੀ ਕਰੇ, ਫਿਰ ਵੀ ਮਨ ਵਿਚੋਂ ਅਹੰਕਾਰ ਦੀ ਜੜ੍ਹ ਖਤਮ ਨਹੀਂ ਹੁੰਦੀ, ਸਗੋਂ ਦ੍ਰਿੜ੍ਹਤਾ ਤੇ ਅਭਿਮਾਨ ਹੋ ਜਾਂਦਾ ਹੈ । ਜੀਵ ਭਾਵੇਂ ਧਰਮ ਦੇ ਸਾਰੇ ਰੀਤੋ ਰੀਵਾਜ ਕਰੇ, ਫਿਰ ਵੀ ਉਹ ਕਦੇ ਸ਼ਬਦ, ਸ਼ਬਦ ਦੀ ਸੋਝੀ ਹਾਸਿਲ ਨਹੀਂ ਕਰ ਸਕਦਾ । ਪ੍ਰਭ ਦੇ ਸ਼ਬਦ ਦੀ ਪਾਲਣਾ ਕਰਕੇ, ਜੀਉਂਦੇ ਹੋਏ ਮੋਇਆ ਦੀ ਤਰ੍ਹਾਂ ਜੀਵਨ ਬਤੀਤ ਕਰਨ ਨਾਲ ਹੀ ਪ੍ਰਭ ਦਾ ਸ਼ਬਦ ਮਨ ਅੰਦਰ ਵਸਣ ਲਗ ਪੈਂਦਾ ਹੈ ।

You may control your mind with your determination and keep worldly comforts out of reach; however, you may not be able to conquer your ego, rather you may boast about your determination. You may perform all religious rituals rigidly; however, you may never be blessed with enlightenment of the essence of His Word within. Whosoever may adopt the teachings of His Word with steady and stable belief in day-to-day life and lives modest and humble way of life; with His mercy and grace, he may remain intoxicated and drenched with the essence of His Word.

ਸੁਣਿ ਮਨ ਮੇਰੇ ਭਜੁ ਸਤਗੁਰ ਸਰਣਾ॥	sun man mayray bhaj saT`gur sarnaa.
ਗੁਰ ਪਰਸਾਦੀ ਛੁਟੀਐ,	gur parsaadee chhutee-ai
ਬਿਖੁ ਭਵਜਲੁ ਸਬਦਿ ਗੁਰ ਤਰਣਾ॥੧॥	bikh bhavjal sabad gur tarnaa. ||1||
ਰਹਾਉ॥	rahaa-o.

ਜੀਵ ਮਨ ਦੀਆਂ ਇੱਛਾਂ ਤਿਆਗਕੇ, ਆਪਾ ਪ੍ਰਭ ਦੀ ਸ਼ਰਣ ਵਿੱਚ ਆਪਾ ਭੇਟਾ ਕਰੋ! ਜਿਹੜਾ ਸ਼ਬਦ ਨਾਲ ਜੀਵਨ ਢਾਲਦਾ ਹੈ, ਉਹ ਜ਼ਹਿਰ ਦਾ ਭਰਿਆਂ ਇਛਾਂ ਦਾ ਸਾਗਰ ਪਾਰ ਕਰ ਸਕਦਾ ਹੈ!

You should renounce your worldly desires and surrender your self-identity at His Sanctuary. Whosoever may adopt the teachings of His Word with steady and stable belief in his day-to-day life; with His mercy and grace, he may cross the worldly ocean overwhelmed with poison of worldly wealth.

ਤ੍ਰੈ ਗੁਣ ਸਭਾ ਧਾਤੁ ਹੈ,	tarai gun sabhaa Dhaat hai
ਦੂਜਾ ਭਾਉ ਵਿਕਾਰੁ॥	doojaa bhaa-o vikaar.
ਪੰਡਿਤੁ ਪੜੈ ਬੰਧਨ ਮੋਹ ਬਾਧਾ,	pandit parhai banDhan moh baaDhaa
ਨਹ ਬੂਝੈ ਬਿਖਿਆ ਪਿਆਰਿ॥	nah boojhai bikhi-aa pi-aar.
ਸਤਗੁਰਿ ਮਿਲਿਐ ਤ੍ਰਿਕੁਟੀ ਛੂਟੈ,	saT`gur mili-ai tarikutee chhootai
ਚਉਥੈ ਪਦਿ ਮੁਕਤਿ ਦੁਆਰੁ॥੨॥	cha-uthai pad mukat du-aar. ||2||

ਮਾਇਆ ਦੇ ਤਿੰਨਾਂ ਗੁਣਾਂ ਨਾਲ ਪਾਇਆ ਧਨ, ਥੋੜ੍ਹੇ ਸਮੇਂ ਵਿੱਚ ਹੀ ਨਾਸ ਹੋ ਜਾਣਵਾਲਾ ਹੈ । ਵੱਖਰੇ ਵੱਖਰੇ ਪਾਸੇ ਘੁੰਮਣ ਨਾਲ ਮਨ ਵਿੱਚ ਲਾਲਚ, ਧੋਖਾ ਹੀ ਵਧਦਾ ਹੈ । ਧਰਮ ਦਾ ਪੁਜਾਰੀ, ਬਾਣੀ ਪੜ੍ਹਦਾ ਹੈ, ਪਰ ਉਹ ਸੰਸਾਰਕ ਮੋਹ ਦੇ ਬੰਧਨਾ ਵਿੱਚ ਬੰਧਾ ਹੈ । ਉਸ ਦਾ ਪਿਆਰ ਬੁਰੇ ਕੰਮਾਂ ਨਾਲ ਹੁੰਦਾ ਹੈ, ਉਸ ਨੂੰ ਸ਼ਬਦ ਦੀ ਸੋਝੀ ਨਹੀਂ ਹੋ ਸਕਦੀ । ਪ੍ਰਭ ਦੀ ਰਹਿਮਤ ਨਾਲ ਹੀ ਸੰਸਾਰਕ ਮਾਇਆ ਦੇ ਤਿੰਨਾਂ ਗੁਣਾਂ ਦੇ ਬੰਧਨ ਕਟੇ ਜਾਂਦੇ ਹਨ । ਜੀਵ ਨੂੰ ਚੌਥੀ ਅਵਸਥਾ ਬਖਸ਼ਿਸ਼ ਹੋ ਸਕਦੀ ਹੈ, ਪ੍ਰਭ ਦੇ ਦਰਬਾਰ ਵਿੱਚ ਪ੍ਰਵਾਨਗੀ ਬਖਸ਼ਿਸ਼ ਹੋ ਜਾ ਸਕਦੀ ਹੈ ।

The wealth collected with three virtues of worldly wealth may provide short-lived pleasure and comforts in worldly life; however, wandering in various directions, only greed, deceptive and evil thoughts may enhance within his mind. Religious guru, saint read the Holy Scripture; however, remain intoxicated with short-lived glamor, gimmicks of sweet poison of worldly wealth. He may never be blessed with the enlightened of the essence of His Word. Whosoever may conquer three virtues of worldly wealth, his worldly bonds may be broken. He may be blessed with 4th virtue, the right path of acceptance in His Court, salvation.

ਗੁਰ ਤੇ ਮਾਰਗੁ ਪਾਈਐ,	gur tay maarag paa-ee-ai
ਚੂਕੈ ਮੋਹੁ ਗੁਬਾਰੁ॥	chookai moh gubaar.
ਸਬਦਿ ਮਰੈ ਤਾ ਉਧਰੈ,	sabad marai taa uDhrai
ਪਾਏ ਮੋਖ ਦੁਆਰੁ॥	paa-ay mokh du-aar.
ਗੁਰ ਪਰਸਾਦੀ ਮਿਲਿ ਰਹੈ,	gur parsaadee mil rahai
ਸਚੁ ਨਾਮੁ ਕਰਤਾਰੁ॥੩॥	sach Naam kartaar. ||3||

ਪ੍ਰਭ ਦੇ ਸ਼ਬਦ ਦੀ ਪਾਲਣਾ ਕਰਨ ਨਾਲ ਅਸਲੀ ਰਸਤੇ ਦੀ ਸੋਝੀ ਬਖਸ਼ਿਸ਼ ਹੋ ਸਕਦੀ ਹੈ । ਅਗਿਆਨਤਾ ਦਾ ਹਨੇਰਾ ਦੂਰ ਹੁੰਦਾ ਹੈ, ਮਨ ਵਿਚੋਂ ਮੋਹ ਤੋਂ ਛੁਟਕਾਰ ਬਖਸ਼ਿਸ਼ ਹੋ ਸਕਦਾ ਹੈ । ਜਿਹੜਾ ਜੀਵ ਸ਼ਬਦ ਦੀ ਪਾਲਣਾ ਕਰਦਾ ਮਰ ਜਾਂਦਾ ਹੈ, ਉਸ ਦੀ ਬੰਦਗੀ ਪ੍ਰਭ ਦੇ ਦਰਬਾਰ ਵਿੱਚ ਪ੍ਰਵਾਨ ਹੋ ਜਾਂਦਾ ਹੈ, ਮੁਕਤੀ ਦੇ ਦਰ ਤੇ ਖੜ੍ਹਾ ਹੈ । ਪ੍ਰਭ ਦੀ ਰਹਿਮਤ ਨਾਲ ਉਹ ਪ੍ਰਭ ਦੀ ਜੋਤ ਵਿੱਚ ਅਭੇਦ ਹੋਇਆ ਰਹਿੰਦਾ ਹੈ ।

Whosoever may adopt the teachings of His Word with steady and stable belief in his day-to-day life; with His mercy and grace, he may be blessed with the right path of salvation. His ignorance from His Word and worldly bonds may be eliminated. Whosoever may die obeying the teachings of His Word! His meditation may be accepted in His Court; with His mercy and grace, his sins may be forgiven! His soul may immerse within His Holy Spirit.

ਇਹੁ ਮਨੂਆ ਅਤਿ ਸਬਲ ਹੈ,	ih manoo-aa at sabal hai
ਛਡੇ ਨ ਕਿਤੈ ਉਪਾਇ॥	chhaday na kitai upaa-ay.
ਦੂਜੈ ਭਾਇ ਦੁਖੁ ਲਾਇਦਾ,	doojai bhaa-ay dukh laa-idaa
ਬਹੁਤੀ ਦੇਇ ਸਜਾਇ॥	bahutee day-ay sajaa-ay.
ਨਾਨਕ ਨਾਮਿ ਲਗੇ ਸੇ ਉਬਰੇ,	naanak Naam lagay say ubray
ਹਉਮੈ ਸਬਦਿ ਗਵਾਇ ॥੪॥੧੮॥51॥	ha-umai sabad gavaa-ay. ||4||18||51||

ਮਨ ਬਹੁਤ ਤਾਕਤਵਰ, ਜ਼ਿੱਦੀ, ਹੱਠ ਵਿੱਚ ਪੱਕਾ ਹੈ, ਕੇਵਲ ਆਪਣੀ ਕੋਸ਼ਿਸ਼ ਨਾਲ ਇਸ ਨੂੰ ਰੋਕਿਆਂ, ਜਿੱਤ ਨਹੀਂ ਪਾਈ ਜਾ ਸਕਦੀ । ਦੋਂ ਪਾਸੇ ਘੁੰਮਣ ਨਾਲ, ਇਕ ਤੇ ਭਰੋਸਾ ਅਡੋਲ ਨਾ ਕਰਨ ਨਾਲ, ਮਨ ਇੱਛਾਂ ਵਿੱਚ ਭਟਕਦਾ ਰਹਿੰਦਾ ਹੈ, ਅਨੇਕਾਂ ਹੀ ਦੁਖ, ਸਜ਼ਾ ਪਾਉਂਦਾ ਹੈ । ਜਿਹੜਾ ਸ਼ਬਦ ਦੀ ਪਾਲਣਾ ਵਿੱਚ ਮਸਤ ਰਹਿੰਦਾ ਹੈ, ਪ੍ਰਭ ਦੀ ਰਹਿਮਤ ਨਾਲ ਉਸ ਦੀ ਅਹੰਕਾਰ ਦੀ ਜੜ੍ਹ ਖਤਮ ਹੋ ਜਾਂਦੀ ਹੈ ।

Mind remains very determined on his thoughts to be on the right path with own determination, efforts; no one may convince his mind to change, divert his course. Whosoever may not remain contented and wanders in duality, following the teachings of worldly gurus; he may endure many miseries in worldly life. Whosoever may remain intoxicated in obeying the teachings of His Word; with His mercy and grace, his roots of ego of self-identity, uniqueness may be eliminated.

105.ਸਿਰੀਰਾਗੁ ਮਹਲਾ ੩॥ (33-14)

ਕਿਰਪਾ ਕਰੇ ਗੁਰੁ ਪਾਈਐ,	kirpaa karay gur paa-ee-ai
ਹਰਿ ਨਾਮੋ ਦੇਇ ਦ੍ਰਿੜਾਇ॥	har Naamo day-ay drirh-aa-ay.
ਬਿਨੁ ਗੁਰ ਕਿਨੈ ਨ ਪਾਇਓ,	bin gur kinai na paa-i-o
ਬਿਰਥਾ ਜਨਮੁ ਗਵਾਇ॥	birthaa janam gavaa-ay.
ਮਨਮੁਖ ਕਰਮ ਕਮਾਵਣੇ,	manmukh karam kamaavnay
ਦਰਗਹ ਮਿਲੈ ਸਜਾਇ॥੧॥	dargeh milai sajaa-ay. ‖1‖

ਪ੍ਰਭ ਦੀ ਕ੍ਰਿਪਾ ਨਾਲ ਹੀ ਜੀਵ ਦੀ ਲਗਨ ਸ਼ਬਦ ਵਿੱਚ ਲਗਦੀ, ਮਨ ਵਿੱਚ ਸ਼ਬਦ ਦਾ ਬੀਜ ਬੋਇਆ ਜਾਂਦਾ ਹੈ । ਸ਼ਬਦ ਦੀ ਸੋਝੀ ਤੋਂ ਬਿਨਾਂ ਸ਼ਬਦ ਦੀ ਪਾਲਣਾ, ਜੀਵਨ ਸ਼ਬਦ ਨਾਲ ਢਾਲਿਆ ਨਹੀਂ ਜਾ ਸਕਦਾ । ਮਾਨਸ ਜਨਮ ਬਿਰਥਾ ਹੀ ਬੀਤ ਜਾਂਦਾ ਹੈ । ਮਨਮਰਜ਼ੀ ਕਰਨਵਾਲਾ ਆਪਣੀ ਮਰਜ਼ੀ ਅਨੁਸਾਰ, ਸੰਸਾਰਕ ਇੱਛਾਂ ਦੇ ਪਿਛੇ ਲਗਾ, ਆਪਣੇ ਕੰਮਾਂ ਦੀ ਸਜ਼ਾ ਭੁਗਤਦਾ ਹੈ ।

Whosoever may be blessed with a devotion to meditate on the teachings of His Word; he may sow the seed of the essence of His Word within. Without devotion and dedication, he cannot obey, adopts the teachings of His Word with steady and stable belief in his day-to-day life. He may not be blessed with the enlightenment of the essence of His Word, he may waste his priceless human life opportunity. Self-minded may remain intoxicated with sweet poison of worldly wealth, desires. He endures the judgement of his worldly deeds.

ਮਨ ਰੇ ਦੂਜਾ ਭਾਉ ਚੁਕਾਇ॥	man, ray doojaa bhaa-o chukaa-ay.
ਅੰਤਰਿ ਤੇਰੈ ਹਰਿ ਵਸੈ,	antar tayrai har vasai
ਗੁਰ ਸੇਵਾ ਸੁਖੁ ਪਾਇ॥ ਰਹਾਉ॥	gur sayvaa sukh paa-ay. rahaa-o.

ਜੀਵ ਧਰਮਾਂ ਦੇ ਰੀਤੀ ਰੀਵਾਜਾਂ ਮਗਰ ਲਗਕੇ, ਚਾਰੇ ਪਾਸੇ ਵਿਸ਼ਵਾਸ ਕਰਨਾ ਛੱਡ ਦੇਵੋ! ਪ੍ਰਭ ਮਨ ਅੰਦਰ ਹੀ ਵਸਦਾ ਹੈ । ਜਿਹੜਾ ਪ੍ਰਭ ਦੇ ਸ਼ਬਦ ਨਾਲ ਜੀਵਨ ਢਾਲਦਾ ਹੈ, ਉਸ ਨੂੰ ਆਪਣੇ ਅੰਦਰੋਂ ਹੀ ਸ਼ਾਂਤੀ, ਧੀਰਜ, ਸੰਤੋਖ ਬਖਸ਼ਿਸ਼ ਹੋ ਜਾਂਦਾ ਹੈ!

You should renounce your belief on the religious rituals as the right path of acceptance in His Court. His Holy Spirit remains embedded within each soul and dwells with your body, His Temple. Whosoever may adopt the teachings of His Word with steady and stable belief in his day-to-day life; with His mercy and grace, he may be blessed with a peace, patience, and contentment in in his life.

ਸਚੁ ਬਾਣੀ ਸਚੁ ਸਬਦੁ ਹੈ,	sach banee sach sabad hai
ਜਾ ਸਚਿ ਧਰੇ ਪਿਆਰੁ॥	jaa sach Dharay pi-aar.
ਹਰਿ ਕਾ ਨਾਮੁ ਮਨਿ ਵਸੈ,	har kaa Naam man vasai
ਹਉਮੈ ਕ੍ਰੋਧੁ ਨਿਵਾਰਿ॥	ha-umai kroDh nivaar.
ਮਨਿ ਨਿਰਮਲ ਨਾਮੁ ਧਿਆਈਐ,	man, nirmal Naam Dhi-aa-ee-ai
ਤਾ ਪਾਏ ਮੋਖ ਦੁਆਰੁ॥੨॥	taa paa-ay mokh du-aar. ‖2‖

ਜਿਹੜਾ ਪ੍ਰਭ ਦੇ ਸ਼ਬਦ ਦੀ ਸਿਖਿਆਂ ਤੇ ਭਰੋਸਾ ਅਡੋਲ ਰਖਦਾ ਹੈ, ਉਸ ਦੇ ਬੋਲ ਵੀ ਅਟਲ ਹੋ ਜਾਂਦੇ, ਬਾਣੀ ਦਾ ਰੂਪ ਧਾਰਨ ਕਰ ਜੰਦੇ ਹਨ! ਉਹ ਕੇਵਲ ਪ੍ਰਭ ਦੇ ਸ਼ਬਦ ਦਾ ਹੀ ਭਾਵ ਦੱਸਦਾ, ਵਖਿਆਣ ਕਰਦਾ ਹੈ! ਜਿਸ ਦੇ ਮਨ ਵਿੱਚ ਸ਼ਬਦ ਘਰ ਕਰ ਜਾਂਦਾ ਹੈ, ਉਸ ਦੇ ਮਨ ਵਿਚੋਂ ਕਰੋਧ, ਅਹੰਕਾਰ ਦੂਰ ਹੋ ਜਾਂਦਾ ਹੈ । ਜਿਹੜਾ ਇਕ ਮਨ ਹੋ ਕੇ ਸ਼ਬਦ ਦਾ ਸਿਮਰਨ ਕਰਦਾ, ਜੀਵਨ ਢਾਲਦਾ ਹੈ, ਉਸ ਨੂੰ ਪ੍ਰਭ ਦੇ ਦਰਬਾਰ ਵਿੱਚ ਪ੍ਰਵਾਨਗੀ ਦਾ ਰਸਤਾ ਬਖਸ਼ਿਸ਼ ਹੋ ਜਾਂਦਾ ਹੈ ।

Whosoever may have a steady and stable belief on the teachings of His Word. His own spoken words may be transformed as His Word, true forever. He may only explain, spread the spiritual message of His Word. Whosoever may remain drenched with the essence of His Word; with His mercy and grace, he may conquer his anger, greed, and ego of his worldly status. Whosoever may wholeheartedly meditate and adopts the teachings of His Word in life; with His mercy and grace, he may be blessed with the right path of salvation.

ਹਉਮੈ ਵਿਚਿ ਜਗੁ ਬਿਨਸਦਾ,	ha-umai vich jag binasdaa
ਮਰਿ ਜੰਮੈ ਆਵੈ ਜਾਇ॥	mar jammai aavai jaa-ay.
ਮਨਮੁਖ ਸਬਦੁ ਨ ਜਾਣਨੀ,	manmukh sabad na jaannee
ਜਾਸਨਿ ਪਤਿ ਗਵਾਇ॥	jaasan pat gavaa-ay.
ਗੁਰ ਸੇਵਾ ਨਾਉ ਪਾਈਐ,	gur sayvaa naa-o paa-ee-ai
ਸਚੇ ਰਹੈ ਸਮਾਇ॥੩॥	sachay rahai samaa-ay. ‖3‖

ਮਨਮੁਖ ਅਹੰਕਾਰ ਦੀ ਅੱਗ ਵਿੱਚ ਜਲਦਾ ਨਾਸ ਹੋ ਜਾਂਦਾ ਹੈ । ਉਹ ਜੂੰਨਾਂ ਦੇ ਚੱਕਰ ਵਿੱਚ ਹੀ ਰਹਿੰਦਾ ਹੈ । ਮਨਮੁਖ ਨੂੰ ਸ਼ਬਦ ਦੀ ਸੋਝੀ ਨਹੀਂ ਹੁੰਦੀ, ਉਹ ਆਪਣੀ ਪਤ ਗਵਾ ਲੈਂਦਾ ਹੈ, ਮਨ ਦਾਗ਼ੀ ਹੋਇਆ ਹੀ ਮਰ ਜਾਂਦਾ ਹੈ । ਜਿਹੜਾ ਸ਼ਬਦ ਦੀ ਪਾਲਣਾ ਕਰਨ ਵਿੱਚ ਅਡੋਲ ਰਹਿੰਦਾ ਹੈ, ਉਸ ਨੂੰ ਸ਼ਬਦ ਦੀ ਸੋਝੀ ਬਖਸ਼ਿਸ਼ ਹੋ ਜਾਂਦੀ ਹੈ ।

Self-minded remains frustrated in his own ego and wastes his human life opportunity. He may remain in the cycle of birth and death; he may lose his honor in His Court and die with blemish soul. Whosoever may obey the teachings of His Word with steady and stable belief; with His mercy and grace, he may be enlightened with the essence of His Word.

ਸਬਦਿ ਮੰਨਿਐ ਗੁਰੁ ਪਾਈਐ,	sabad mani-ai gur paa-ee-ai
ਵਿਚਹੁ ਆਪੁ ਗਵਾਇ॥	vichahu aap gavaa-ay.
ਅਨਦਿਨੁ ਭਗਤਿ ਕਰੇ,	an-din bhagat karay
ਸਦਾ ਸਾਚੇ ਕੀ ਲਿਵ ਲਾਇ॥	sadaa saachay kee liv laa-ay.
ਨਾਮੁ ਪਦਾਰਥੁ ਮਨਿ ਵਸਿਆ,	naam padaarath man vasi-aa
ਨਾਨਕ ਸਹਜਿ ਸਮਾਇ॥੪॥੧੯॥52॥	naanak sahj samaa-ay. ‖4‖19‖52‖

ਪ੍ਰਭ ਦੇ ਸ਼ਬਦ ਦੀ ਅਡੋਲ ਭਰੋਸੇ ਨਾਲ ਪਾਲਣਾ ਕਰਨ ਨਾਲ ਹੀ ਸ਼ਬਦ ਦੀ ਸੋਝੀ, ਪ੍ਰਵਾਨਗੀ ਦਾ ਰਸਤਾ ਬਖਸ਼ਿਸ਼ ਹੋ ਸਕਦਾ ਹੈ । ਉਸ ਦੇ ਮਨ ਵਿਚੋਂ ਲਾਲਚ, ਮੋਹ ਖਤਮ ਹੋ ਜਾਂਦਾ ਹੈ । ਜੀਵ ਸ਼ਬਦ ਦਾ ਖਜ਼ਾਨਾ ਮਨ ਦੇ ਅੰਦਰ ਹੀ ਹੈ, ਦਿਨ ਰਾਤ, ਸਦਾ ਹੀ ਅਡੋਲ ਭਰੋਸੇ ਨਾਲ ਪ੍ਰਭ ਦੇ ਸ਼ਬਦ ਦਾ ਸਿਮਰਨ ਕਰੋ! ਜਿਸ ਦੇ ਮਨ ਦਾ ਭਰੋਸਾ ਅਡੋਲ ਹੋ ਜਾਂਦਾ ਹੈ, ਉਸ ਦੀ ਆਤਮਾ ਪਵਿੱਤਰ ਹੋ ਜਾਂਦੀ ਹੈ । ਜੀਵ ਦੀ ਆਤਮਾ, ਪ੍ਰਭ ਦੀ ਜੋਤ ਵਿੱਚ ਅਭੇਦ ਹੋ ਸਕਦੀ ਹੈ ।

Whosoever may obey the teachings of His Word with steady and stable belief; with His mercy and grace, he may be blessed with the right path of acceptance in His Court. He may conquer, his greed, worldly bonds, and attachments. The treasure of the enlightenment of the essence of His Word has been embedded within his soul, dwells within his body. You should meditate on the teachings of His Word with steady and stable belief Day and night. Whosoever may remain steady and stable on the path of teachings of His Word, his soul may be sanctified to become worthy of His Considerations. His soul may be immersed within His Holy Spirit.

106.ਸਿਰੀਰਾਗੁ ਮਹਲਾ ੩॥ (34-2)

ਜਿਨੀ ਪੁਰਖੀ ਸਤਗੁਰੁ ਨ ਸੇਵਿਓ,	jinee purkhee saT`gur na sayvi-o
ਸੇ ਦੁਖੀਏ ਜੁਗ ਚਾਰਿ॥	say dukhee-ay jug chaar.
ਘਰਿ ਹੋਦਾ ਪੁਰਖੁ ਨ ਪਛਾਣਿਆ,	ghar hodaa purakh na pachhaani-aa
ਅਭਿਮਾਨਿ ਮੁਠੇ ਅਹੰਕਾਰਿ॥	abhimaan muthay ahaNkaar.
ਸਤਗੁਰੂ ਕਿਆ ਫਿਟਕਿਆ,	saT`guroo ki-aa fitki-aa
ਮੰਗਿ ਥਕੇ ਸੰਸਾਰਿ॥	mang thakay sansaar.
ਸਚਾ ਸਬਦੁ ਨ ਸੇਵਿਓ,	sachaa sabad na sayvi-o
ਸਭਿ ਕਾਜ ਸਵਾਰਣਹਾਰੁ॥੧॥	sabh kaaj savaaranhaar. ‖1‖

ਜਿਹੜਾ ਸ਼ਬਦ ਨਾਲ ਜੀਵਨ ਬਤੀਤ ਨਹੀਂ ਕਰਦਾ, ਉਹ ਚਾਰਾਂ ਜੁਗਾਂ ਵਿੱਚ ਹੀ ਦੁਖਾਂ ਵਿੱਚ, ਇੱਛਾਂ ਵਿੱਚ ਭਟਕਦਾ ਰਹਿੰਦਾ ਹੈ । ਸ਼ਰੋਮਣੀ ਪ੍ਰਭ ਜੀਵ ਦੇ ਅੰਦਰ ਹੀ ਵਸਦਾ ਹੈ, ਪਰ ਜੀਵ ਉਸ ਦੀ ਹੋਂਦ ਮਹਿਸੂਸ ਨਹੀਂ ਕਰਦਾ । ਜੀਵ ਆਪਣੇ ਅਹੰਕਾਰ, ਹੈਸੀਅਤ ਦੇ ਅਭਿਮਾਨ ਵਿੱਚ ਹੀ ਜੀਵਨ ਬਤੀਤ ਕਰਦਾ ਰਹਿੰਦਾ ਹੈ, ਉਸ ਤੇ ਪ੍ਰਭ ਦੀ ਰਹਿਮਤ ਦੀ ਨਜ਼ਰ ਬਖਸ਼ਿਸ਼ ਨਹੀਂ ਹੁੰਦੀ । ਜਿਤਨਾ ਚਿਰ ਸਵਾਸ ਚਲਦੇ ਹਨ, ਉਹ ਘਰ ਘਰ ਮੰਗਦਾ ਫਿਰਦਾ ਹੈ । ਉਹ ਸ਼ਬਦ ਨਾਲ ਜੀਵਨ ਨਹੀਂ ਢਾਲਦਾ, ਸ਼ਬਦ ਦੀ ਪਾਲਣਾ ਹੀ ਸਾਰੀਆਂ ਮੁਸ਼ਕਲਾਂ ਦਾ ਹੱਲ ਹੈ ।

Whosoever may not adopt the teachings of His Word; he may suffer disappointment of worldly desires in all four Ages. His Holy Spirit remains embedded within each soul and dwells within his body. The ignorant may not realize His Existence. He remains intoxicated in his own ego and false pride of his worldly status; he may never be bestowed with His Blessed Vision. His receiving bowl remains upside down, tilted, he may not retain the rain of His Blessings. He may keep praying for His Forgiveness and Refuge from various worldly saint; however, he may never obey, adopts the teachings of His Word; the cure, remedy of all suffering.

ਮਨ ਮੇਰੇ ਸਦਾ ਹਰਿ ਵੇਖੁ ਹਦੂਰਿ॥	man, mayray sadaa har vaykh hadoor.
ਜਨਮ ਮਰਨ ਦੁਖੁ ਪਰਹਰੈ,	janam maran dukh parharai
ਸਬਦਿ ਰਹਿਆ ਭਰਪੂਰਿ॥੧॥ ਰਹਾਉ॥	sabad rahi-aa bharpoor. ||1|| rahaa-o.

ਪ੍ਰਭ ਨੂੰ ਆਪਣੇ ਸਾਮ੍ਹਣੇ, ਹਾਜ਼ਰਾ ਹਜ਼ੂਰ ਸਮਝੋ! ਜਿਸ ਨੂੰ ਰਹਿਮਤ ਦੀ ਨਜ਼ਰ ਬਖਸ਼ਦਾ ਹੈ, ਉਸ ਦੇ ਜਨਮ ਮਰਨ ਦੇ ਦੁਖ ਦੂਰ ਹੋ ਜਾਂਦੇ, ਮਨ ਅਨੰਦ ਨਾਲ ਭਰ ਜਾਂਦਾ ਹੈ ।

You should always believe, The Omnipresent True Master always present. Whosoever may be bestowed with His Blessed Vision, all his miseries of birth and death may be eliminated, he may remain overwhelmed with blossom in life.

ਸਚੁ ਸਲਾਹਨਿ ਸੇ ਸਚੇ,	sach salaahan say sachay
ਸਚਾ ਨਾਮੁ ਅਧਾਰੁ॥	sachaa Naam aDhaar.
ਸਚੀ ਕਾਰ ਕਮਾਵਣੀ,	sachee kaar kamaavnee
ਸਚੇ ਨਾਲਿ ਪਿਆਰੁ॥	sachay naal pi-aar.
ਸਚਾ ਸਾਹੁ ਵਰਤਦਾ,	sachaa saahu varatdaa
ਕੋਇ ਨ ਮੇਟਣਹਾਰੁ॥	ko-ay na maytanhaar.
ਮਨਮੁਖ ਮਹਲੁ ਨ ਪਾਇਨੀ,	manmukh mahal na paa-inee
ਕੂੜਿ ਮੁਠੇ ਕੂੜਿਆਰ॥੨॥	koorh muthay koorhi-aar. ||2||

ਜਿਹੜਾ ਪ੍ਰਭ ਦੇ ਸ਼ਬਦ ਦੀ ਉਸਤਤ ਕਰਦਾ ਹੈ, ਉਸ ਦਾ ਮਨ ਪਵਿੱਤਰ ਹੋ ਜਾਂਦਾ ਹੈ । ਉਸ ਦੇ ਜੀਵਨ ਦਾ ਅਧਾਰ, ਅਸਰਾ ਹੀ ਸ਼ਬਦ ਦੀ ਸਿਖਿਆਂ ਬਣ ਜਾਂਦਾ ਹੈ, ਓਸ ਦਾ ਹਰਇਕ ਕੰਮ ਹੀ ਸੰਸਾਰ ਦੀ ਭਲਾਈ ਦਾ ਹੁੰਦਾ ਹੈ । ਉਸ ਦੇ ਮਨ ਵਿੱਚ ਪ੍ਰਭ ਦੇ ਵਿਛੋੜੇ ਦਾ ਵਿਰਾਗ ਰਹਿੰਦਾ ਹੈ । ਪ੍ਰਭ ਦੇ ਲਿਖੇ ਹੁਕਮ ਨੂੰ ਕੋਈ ਵੀ ਮਿਟਾ ਨਹੀਂ ਸਕਦਾ । ਮਨਮਰਜ਼ੀ ਵਾਲਾ ਪ੍ਰਵਨਗੀ ਦੇ ਰਸਤੇ ਤੇ ਨਹੀਂ ਚਲਦਾ, ਉਸ ਦਾ ਜੀਵਨ, ਵਿਖਾਵੇ ਵਾਲਾ, ਨਾਸ ਹੋ ਜਾਣਾ ਵਾਲਾ ਹੀ ਹੁੰਦਾ ਹੈ ।

Whosoever may sing the glory of His Word, his soul may be sanctified. The guiding principle of his life may become the essence of His Word. All his deeds remain for the welfare of His Creation. He remains in renunciation in the memory of his separation from His Holy Spirit. His Command, prewritten destiny may not be changed by anyone. Self-minded may never adopt the right path of meditation, salvation in his life. His way of life may be hypocrisy, to win worldly glory and short-lived comforts.

ਹਉਮੈ ਕਰਤਾ ਜਗੁ ਮੁਆ, ha-umai kartaa jag mu-aa
ਗੁਰ ਬਿਨੁ ਘੋਰ ਅੰਧਾਰੁ॥ gur bin ghor anDhaar.
ਮਾਇਆ ਮੋਹਿ ਵਿਸਾਰਿਆ, maa-i-aa mohi visaari-aa
ਸੁਖਦਾਤਾ ਦਾਤਾਰੁ॥ sukh-daata daataar.
ਸਤਗੁਰੁ ਸੇਵਹਿ ਤਾ ਉਬਰਹਿ, saT`gur sayveh taa ubreh
ਸਚੁ ਰਖਹਿ ਉਰ ਧਾਰਿ॥ sach rakheh ur Dhaar.
ਕਿਰਪਾ ਤੇ ਹਰਿ ਪਾਈਐ, kirpaa tay har paa-ee-ai
ਸਚਿ ਸਬਦਿ ਵੀਚਾਰਿ॥੩॥ sach sabad veechaar. ||3||

ਸਾਰਾ ਸੰਸਾਰ ਹੀ ਅਹੰਕਾਰ ਵਿੱਚ ਚਲਦਾ ਹੋਇਆ, ਜਨਮ, ਮਰਨ ਦੇ ਚੱਕਰ ਵਿੱਚ ਹੀ ਰਹਿੰਦਾ ਹੈ । ਪ੍ਰਭ ਦੇ ਸ਼ਬਦ ਦੀ ਸੋਝੀ ਤੋਂ ਬਿਨਾਂ ਸੰਸਾਰ ਵਿੱਚ ਅਗਿਆਨਤਾ, ਹਨੇਰਾ ਹੀ ਰਹਿੰਦਾ ਹੈ । ਜੀਵ ਸੰਸਾਰਕ ਮਾਇਆ ਦੇ ਮੋਹ ਦੇ ਜਾਲ ਵਿੱਚ ਫਸ ਕੇ, ਦਾਤਾਂ ਦੇ ਅਸਲੀ ਭੰਡਾਰੀ ਨੂੰ ਮਨ ਵਿਚੋਂ ਵਿਸਾਰ ਦੇਂਦਾ ਹੈ । ਜਿਹੜਾ ਪ੍ਰਭ ਦੇ ਸ਼ਬਦ ਨਾਲ ਜੀਵਨ ਢਾਲਦਾ, ਬਚ ਜਾਂਦਾ ਹੈ, ਉਹ ਹਰ ਵੇਲੇ ਹੀ ਸ਼ਬਦ ਮਨ ਵਿੱਚ ਜਾਗਰਤ ਰਖਦਾ ਹੈ । ਜਿਸ ਜੀਵ ਨੂੰ ਆਪ ਹੀ ਸ਼ਬਦ ਵਿੱਚ ਲਗਨ ਬਖਸ਼ਦਾ ਹੈ । ਉਹ ਸ਼ਬਦ ਤੇ ਵਿਚਾਰ ਕਰਕੇ ਆਪਣੇ ਜੀਵਨ ਵਿੱਚ ਢਾਲਦਾ ਹੈ ।

Everyone remains his own ego of worldly status and remains into the cycle of birth and death. Without the enlightenment of the essence of His Word, ignorance from the purpose of human life remains dominating in worldly life. Self-minded may remain intoxicated with sweet poison of worldly wealth, desires; he may forget the real purpose of human life opportunity. Whosoever may adopt the teachings of His Word with steady and stable belief in his day-to-day life; with His mercy and grace, he may be saved and he may remain awake and alert. Only with His mercy and grace, anyone may remain devoted to His Word, meditation. Whosoever may be blessed with devotion to meditate, only he may adopt the teachings of His Word in your life.

ਸਤਗੁਰੁ ਸੇਵਿ ਮਨੁ ਨਿਰਮਲਾ, saT`gur sayv man nirmalaa
ਹਉਮੈ ਤਜਿ ਵਿਕਾਰ॥ ha-umai taj vikaar.
ਆਪੁ ਛੋਡਿ ਜੀਵਤ ਮਰੈ, aap chhod jeevat marai
ਗੁਰ ਕੈ ਸਬਦਿ ਵੀਚਾਰ॥ gur kai sabad veechaar.
ਧੰਧਾ ਧਾਵਤ ਰਹਿ ਗਏ, dhanDhaa Dhaavat reh ga-ay
ਲਾਗਾ ਸਾਚਿ ਪਿਆਰੁ॥ laagaa saach pi-aar.
ਸਚਿ ਰਤੇ ਮੁਖ ਉਜਲੇ, sach ratay mukh ujlay
ਤਿਤੁ ਸਾਚੈ ਦਰਬਾਰਿ॥੪॥ tit saachai darbaar. ||4||

ਪ੍ਰਭ ਦੇ ਸ਼ਬਦ ਦੀ ਪਾਲਣਾ ਕਰਨ ਨਾਲ ਮਨ ਪਵਿੱਤਰ, ਨਿਰਮਲ ਹੋ ਜਾਂਦਾ ਹੈ । ਮਨ ਵਿਚੋਂ, ਅਹੰਕਾਰ, ਧੋਖਾ, ਲਾਲਚ ਖਤਮ ਹੋ ਜਾਂਦਾ ਹੈ । ਜੀਵ ਆਪਣਾ ਆਪਾ ਖਤਮ ਕਰਕੇ, ਜੀਉਂਦੇ ਹੋਏ ਹੀ ਮੋਇਆ ਦੀ ਤਰ੍ਹਾਂ ਜੀਵਨ ਬਤੀਤ ਕਰੋ! ਸ਼ਬਦ ਨੂੰ ਵਿਚਾਰ ਕੇ ਜੀਵਨ ਦਾ ਢੰਗ ਸ਼ਬਦ ਅਨੁਸਾਰ ਢਾਲੋ । ਜਿਹੜਾ ਪ੍ਰਭ ਦੇ ਸ਼ਬਦ, ਬਖਸ਼ੇ ਤੇ ਭਰੋਸਾ ਅਡੋਲ ਰਖਦਾ ਹੈ, ਉਸ ਨੂੰ ਸੰਸਾਰਕ ਕੰਮਾਂ ਦੀ ਮਹੱਤਤਾ ਖਤਮ ਹੋ ਜਾਂਦੀ ਹੈ । ਉਹ ਸ਼ਬਦ ਨਾਲ ਜੀਵਨ ਢਾਲਦਾ ਹੈ, ਉਸ ਦੀ ਆਤਮਾ ਤੇ ਰੂਹਾਨੀ ਨੂਰ ਚਮਕਦਾ ਹੈ ।

Whosoever may obey the teachings of His Word with steady and stable belief; his soul may be sanctified. He may conquer his greed, deception, and ego of his worldly status. Whosoever may believe, His Word as an Ultimate Command; his state of mind remains beyond the reach of worldly desires. Whosoever may adopt the teachings of His Word with steady and stable belief; with His mercy and grace, he may be blessed with spiritual glory on his forehead and he may be honored in His Court.

ਸਤਗੁਰੁ ਪੁਰਖੁ ਨ ਮੰਨਿਓ,	saT`gur purakh na mani-o
ਸਬਦਿ ਨ ਲਗੋ ਪਿਆਰੁ॥	sabad na lago pi-aar.
ਇਸਨਾਨੁ ਦਾਨੁ ਜੇਤਾ ਕਰਹਿ,	isnaan daan jaytaa karahi
ਦੂਜੈ ਭਾਇ ਖੁਆਰੁ॥	doojai bhaa-ay khu-aar.
ਹਰਿ ਜੀਉ ਆਪਣੀ ਕ੍ਰਿਪਾ ਕਰੇ,	har jee-o aapnee kirpaa karay
ਤਾ ਲਾਗੈ ਨਾਮ ਪਿਆਰੁ॥	taa laagai Naam pi-aar.
ਨਾਨਕ ਨਾਮੁ ਸਮਾਲਿ ਤੂ,	naanak Naam samaal too
ਗੁਰ ਕੈ ਹੇਤਿ ਅਪਾਰਿ॥੫॥੨੦॥53॥	gur kai hayt apaar. ||5||20||53||

ਜਿਸ ਦੇ ਮਨ ਵਿੱਚ ਪ੍ਰਭ ਦੀ ਹੋਂਦ ਤੇ ਭਰੋਸਾ ਨਹੀਂ ਹੁੰਦਾ, ਉਸ ਦਾ ਜੀਵਨ ਦਾ ਢੰਗ ਸ਼ਬਦ ਅਨੁਸਾਰ ਨਹੀਂ ਹੁੰਦਾ, ਸ਼ਬਦ ਨਾਲ ਪਿਆਰ ਨਹੀਂ ਹੁੰਦਾ । ਉਹ ਤੀਰਥਾਂ ਤੇ ਇਸ਼ਨਾਨ ਕਰਦਾ, ਬਾਰ ਬਾਰ ਪੁੰਨ ਦਾਨ ਕਰਦਾ ਹੈ । ਚਾਰੇ ਪਾਸੇ ਘੁੰਮਦਾ, ਧਰਮ ਦੇ ਰੀਤ ਰੀਵਾਜ ਕਰਦਾ ਹੀ ਨਾਸ ਹੋ ਜਾਂਦਾ ਹੈ । ਜਿਸ ਤੇ ਰਹਿਮਤ ਦੀ ਨਜ਼ਰ ਬਖਸ਼ਦਾ ਹੈ, ਉਸ ਦਾ ਭਰੋਸਾ ਸ਼ਬਦ ਦੀ ਪਾਲਣਾ ਵਿੱਚ ਅਡੋਲ ਰਹਿੰਦਾ ਹੈ । ਜੀਵ ਆਪਣਾ ਭਰੋਸਾ ਅਡੋਲ ਕਰਕੇ ਸ਼ਬਦ ਦੀ ਪਾਲਣਾ, ਜੀਵਨ ਦਾ ਢੰਗ ਬਦਲੋ ।

Whosoever may not believe on His Existence; he may never have any devotion nor adopt the teachings of His Word. He may worship at Holy Shrines, sanctifying bath, charity, donates to religious temples; he may waste his life in religious rituals and wandering in all directions. Whosoever may be bestowed with His Blessed Vision, he may adopt the teachings of His Word wholeheartedly. You should obey and adopt the teachings of His Word with steady and stable belief on His Blessings and His existence.

107.ਸਿਰੀਰਾਗੁ ਮਹਲਾ ੩॥ (34-13)

ਕਿਸੁ ਹਉ ਸੇਵੀ ਕਿਆ ਜਪੁ ਕਰੀ,	kis ha-o sayvee ki-aa jap karee
ਸਤਗੁਰ ਪੂਛਉ ਜਾਇ॥	saT`gur poochha-o jaa-ay.
ਸਤਗੁਰ ਕਾ ਭਾਣਾ ਮੰਨਿ ਲਈ,	saT`gur kaa bhaanaa man la-ee
ਵਿਚਹੁ ਆਪੁ ਗਵਾਇ॥	vichahu aap gavaa-ay.
ਏਹਾ ਸੇਵਾ ਚਾਕਰੀ,	ayhaa sayvaa chaakree
ਨਾਮੁ ਵਸੈ ਮਨਿ ਆਇ॥	Naam vasai man aa-ay.
ਨਾਮੈ ਹੀ ਤੇ ਸੁਖੁ ਪਾਈਐ,	naamai hee tay sukh paa-ee-ai
ਸਚੈ ਸਬਦਿ ਸੁਹਾਇ॥੧॥	sachai sabad suhaa-ay. ||1||

ਜੀਵ ਮਨ ਅੰਤਰ ਧਿਆਨ ਹੋ ਕੇ ਪ੍ਰਭ ਅੱਗੇ ਅਰਦਾਸ ਕਰੋ! ਕਿਸ ਦੀ ਸੇਵਾ ਕੀਤੀ ਜਾਵੇ, ਕਿਸ ਦੇ ਸ਼ਬਦ ਦੀ ਉਸਤਤ ਕੀਤੀ ਜਾਵੇ? ਜਿਸ ਦੇ ਮਨ ਵਿੱਚ ਪ੍ਰਭ ਦਾ ਸ਼ਬਦ ਜਾਗਰਤ ਹੋ ਜਾਂਦਾ ਹੈ, ਉਸ ਦੇ ਮਨ ਵਿਚੋਂ ਆਪਾ ਖਤਮ ਹੋ ਜਾਂਦਾ ਹੈ । ਜਿਹੜਾ ਇਸਤਰ੍ਹਾਂ ਸ਼ਬਦ ਦੀ ਸਿਖਿਆਂ ਨਾਲ ਜੀਵਨ ਢਾਲਦਾ ਹੈ, ਉਸ ਦੇ ਮਨ ਵਿੱਚ, ਰੋਮ ਰੋਮ ਸ਼ਬਦ ਘਰ ਕਰ ਜਾਂਦਾ, ਸ਼ਾਂਤੀ, ਸੰਤੋਖ ਬਖਸ਼ਿਸ਼ ਹੋ ਜਾਂਦੀ ਹੈ ।

You should concentrate within and wholeheartedly pray for His Forgiveness and counsel. Who may be worthy to serve or to sing the glory to be blessed with the right path of acceptance in His Court? Whosoever may be enlightened with the essence of His Word; with His mercy and grace, his self-identity may be accepted in His Court. Whosoever may adopt the teachings of His Word with steady and stable belief in his day-to-day life; with His mercy and grace, he may be drenched with the essence of His Word, within each fiber of his body, peace, harmony, and blossom within.

ਮਨ ਮੇਰੇ ਅਨਦਿਨੁ ਜਾਗੁ ਹਰਿ ਚੇਤਿ॥	man, mayray an-din jaag har chayt.
ਆਪਣੀ ਖੇਤੀ ਰਖਿ ਲੈ,	aapnee khaytee rakh lai
ਕੂੰਜ ਪੜੈਗੀ ਖੇਤਿ॥੧॥ ਰਹਾਉ॥	kooNj parhaigee khayt. ||1|| rahaa-o.

ਜੀਵ ਜਾਗਰਤ ਅਤੇ ਸੁਚੇਤ ਹੋ ਕੇ ਪ੍ਰਭ ਦੇ ਸ਼ਬਦ ਵੱਲ ਧਿਆਨ ਲਾਵੋ! ਜਿਹੜਾ ਆਪਣੇ ਮਨ ਦੀ ਖੇਤੀ ਦੀ ਰਾਖੀ ਨਹੀਂ ਕਰਦਾ, ਉਸ ਦੇ ਮਨ ਤੇ ਸੰਸਾਰਕ ਇੱਛਾਂ ਦੀਆਂ ਭਟਕਣਾਂ ਕਾਬੂ ਪਾ ਲੈਂਦੀਆਂ ਹਨ ।

You should remain awake and alert to protect your earnings of His Word. Whosoever may not earn, protect his earnings of His Word, he may remain slave, overpowered by the sweet poison of worldly wealth, desires.

ਮਨ ਕੀਆ ਇਛਾ ਪੂਰੀਆ,	man kee-aa ichhaa pooree-aa
ਸਬਦਿ ਰਹਿਆ ਭਰਪੂਰਿ॥	sabad rahi-aa bharpoor.
ਭੈ ਭਾਇ ਭਗਤਿ ਕਰਹਿ ਦਿਨੁ ਰਾਤੀ,	bhai bhaa-ay bhagat karahi din raatee
ਹਰਿ ਜੀਉ ਵੇਖੈ ਸਦਾ ਹਦੂਰਿ॥	Har jee-o vaykhai sadaa hadoor.
ਸਚੈ ਸਬਦਿ ਸਦਾ ਮਨੁ ਰਾਤਾ,	sachai sabad sadaa man raataa
ਭ੍ਰਮੁ ਗਇਆ ਸਰੀਰਹੁ ਦੂਰਿ॥	bharam ga-i-aa sareerahu door.
ਨਿਰਮਲੁ ਸਾਹਿਬੁ ਪਾਇਆ,	nirmal saahib paa-i-aa
ਸਾਚਾ ਗੁਣੀ ਗਹੀਰੁ॥੨॥	saachaa gunee gaheer. ||2||

ਜਿਹੜਾ ਪ੍ਰਭ ਦੀ ਰਹਿਮਤ ਨਾਲ ਸ਼ਬਦ ਦੀ ਸੋਝੀ ਨਾਲ ਭਰਪੂਰ ਹੋ ਜਾਂਦਾ ਹੈ, ਉਸ ਦੇ ਮਨ ਦੀਆਂ ਸਾਰੀਆਂ ਇੱਛਾਂ ਹੀ ਪੂਰੀਆਂ ਹੋ ਜਾਂਦੀਆਂ, ਭਟਕਣਾਂ ਹੀ ਖਤਮ ਹੋ ਜਾਂਦੀਆਂ ਹਨ । ਜਿਹੜਾ ਪ੍ਰਭ ਦੇ ਵਿਛੋੜੇ ਦੇ ਵਿਰਾਗ ਵਿੱਚ ਦਿਨ ਰਾਤ ਲੀਨ ਰਹਿੰਦਾ ਹੈ । ਉਸ ਦੇ ਮਨ ਵਿੱਚ ਪ੍ਰਭ ਦਾ ਸ਼ਬਦ ਜਾਗਰਤ ਹੋ ਜਾਂਦਾ ਹੈ । ਜਿਸ ਦਾ ਮਨ ਸ਼ਬਦ ਦੀ ਸੋਝੀ ਨਾਲ ਭਰਿਆਂ ਰਹਿੰਦਾ ਹੈ, ਉਸ ਦੇ ਮਨ ਵਿਚੋਂ ਭਰਮ ਖਤਮ ਹੋ ਜਾਂਦੇ ਹਨ । ਉਹ ਨਿਰਮਲ, ਪਵਿੱਤਰਤਾ ਦੇ ਸਾਗਰ ਪ੍ਰਭ ਦੀ ਹੋਂਦ ਮਹਿਸੂਸ ਕਰਦਾ ਹੈ ।

Whosoever may be bestowed with His Blessed Vision! He may remain overwhelmed with the essence of His Word; he may conquer all his worldly desires. His state of mind may become beyond the reach of worldly desires. He may remain intoxicated in renunciation in the memory of his separation from His Holy Spirit. He may remain enlightened with the essence of His Word, he may adopt the teachings of His Word with steady and stable belief in his day-to-day life, all his suspicions may be eliminated. He may realize His Existence, His Holy Spirit, True Master, the ocean of purity.

ਜੋ ਜਾਗੇ ਸੇ ਉਬਰੇ, ਸੂਤੇ ਗਏ ਮੁਹਾਇ॥	jo jaagay say ubray sootay ga-ay muhaa-ay.
ਸਚਾ ਸ਼ਬਦੁ ਨ ਪਛਾਨਿਓ,	sachaa sabad na pachhaani-o
ਸੁਪਨਾ ਗਇਆ ਵਿਹਾਇ॥	supnaa ga-i-aa vihaa-ay.
ਸੁੰਞੇ ਘਰ ਕਾ ਪਾਹੁਣਾ,	sunjay ghar kaa paahunaa
ਜਿਉ ਆਇਆ ਤਿਉ ਜਾਇ॥	ji-o aa-i-aa ti-o jaa-ay.
ਮਨਮੁਖ ਜਨਮੁ ਬਿਰਥਾ ਗਇਆ,	manmukh janam birthaa ga-i-aa
ਕਿਆ ਮੁਹੁ ਦੇਸੀ ਜਾਇ॥੩॥	ki-aa muhu daysee jaa-ay. ||3||

ਜਿਹੜਾ ਆਪਣੀ ਲਿਵ ਪ੍ਰਭ ਦੇ ਸ਼ਬਦ ਵਿੱਚ ਰਖਦਾ, ਜਾਗਰਤ ਅਤੇ ਸੁਚੇਤ ਰਹਿੰਦਾ ਹੈ, ਉਹ ਪ੍ਰਭ ਦੀ ਰਹਿਮਤ ਨਾਲ ਬਚ ਜਾਂਦਾ ਹੈ । ਜਿਹੜਾ ਇਸ ਵੱਲ ਧਿਆਨ ਨਹੀਂ ਲਾਉਂਦਾ, ਸੰਸਾਰਕ ਇੱਛਾਂ ਦੇ ਸਾਗਰ ਵਿੱਚ ਹੀ ਡੁੱਬ ਜਾਂਦਾ ਹੈ, ਉਹ ਅਸਲੀ ਮਾਲਕ, ਪ੍ਰਭ ਨੂੰ ਪਛਾਣ ਨਹੀਂ ਸਕਦਾ, ਉਸ ਦਾ ਜੀਵਨ ਸੁਪਨੇ ਦੀ ਤਰ੍ਹਾਂ ਹੀ ਬੀਤ ਜਾਂਦਾ ਹੈ । ਉਹ ਸੁੰਨੇ, ਖਾਲੀ ਘਰ ਵਿੱਚ ਆਏ ਮਹਿਮਾਨ ਦੀ ਤਰ੍ਹਾਂ ਹੁੰਦਾ ਹੈ । ਜਿਸਤਰ੍ਹਾਂ ਆਉਂਦਾ ਹੈ, ਕੁਝ ਪਾਇਆ ਤੋਂ ਬਿਨਾਂ ਹੀ ਵਾਪਸ ਚਲੇ ਜਾਂਦਾ, ਮਰ ਜਾਂਦਾ ਹੈ । ਮਨਮਰਜ਼ੀ ਕਰਨਵਾਲੇ ਦਾ ਮਾਨਸ ਜਨਮ ਬਿਰਥਾ ਹੀ ਖਤਮ ਹੋ ਜਾਂਦਾ ਹੈ । ਉਹ ਕੀ ਮੂੰਹ ਲੈ ਕੇ ਵਾਪਸ ਜਾਵੇਗੇ?

Whosoever may remain awake and alert on the teachings of His Word; with His mercy and grace, he may be saved. Whosoever may not pay attention to the teachings of His Word; he may drown in worldly ocean of desires and frustrations. He may not realize the real purpose of his human life opportunity. His life remains as a fantasy, a dream. He is like a guest, in abandoned house, he may return empty handed without accomplishment the real purpose of his human life Blessings.

ਸਭ ਕਿਛੁ ਆਪੇ ਆਪਿ ਹੈ,	sabh kichh aapay aap hai
ਹਉਮੈ ਵਿਚਿ ਕਹਨੁ ਨ ਜਾਇ॥	ha-umai vich kahan na jaa-ay.
ਗੁਰ ਕੈ ਸਬਦਿ ਪਛਾਣੀਐ,	gur kai sabad pachhaanee-ai
ਦੁਖੁ ਹਉਮੈ ਵਿਚਹੁ ਗਵਾਇ॥	dukh ha-umai vichahu gavaa-ay.
ਸਤਗੁਰੁ ਸੇਵਨਿ ਆਪਣਾ,	saT`gur sayvan aapnaa
ਹਉ ਤਿਨ ਕੈ ਲਾਗਉ ਪਾਇ॥	ha-o tin kai laaga-o paa-ay.
ਨਾਨਕ ਦਰਿ ਸਚੈ ਸਚਿਆਰ ਹਹਿ,	naanak dar sachai sachiaar heh
ਹਉ ਤਿਨ ਬਲਿਹਾਰੈ ਜਾਉ ॥੪॥੨੧॥54॥	ha-o tin balihaarai jaa-o. ||4||21||54||

ਮਾਨਸ ਜੀਵਨ ਨੂੰ ਸਫਲ ਕਰਨ ਲਈ, ਸਭ ਕੁਝ ਪ੍ਰਭ ਦੇ ਸ਼ਬਦ ਦੀ ਸਿਖਿਆਂ, ਆਪਣੇ ਆਪ ਵਿੱਚ ਹੈ । ਪ੍ਰਭ ਆਪਣੇ ਆਪ ਵਿੱਚ ਪੂਰਨ ਹੈ । ਜਿਹੜਾ ਆਪਣੇ ਅਹੰਕਾਰ, ਹੈਸੀਅਤ ਦੇ ਅਭਿਮਾਨ ਵਿੱਚ ਜੀਵਨ ਬਤੀਤ ਕਰਦਾ ਹੈ, ਉਹ ਇਸ ਬਾਬਤ ਕੁਝ ਵੀ ਵਿਚਾਰ ਨਹੀਂ ਕਰ ਸਕਦਾ । ਜਿਹੜਾ ਸ਼ਬਦ ਦੀ ਸਿਖਿਆਂ ਨਾਲ ਜੀਵਨ ਢਾਲਦਾ ਹੈ, ਉਸ ਨੂੰ ਸ਼ਬਦ ਦੀ ਸੋਝੀ ਬਖਸ਼ਿਸ਼ ਹੋ ਜਾਂਦੀ ਹੈ, ਪ੍ਰਭ ਦੀ ਹੋਂਦ ਮਹਿਸੂਸ ਹੁੰਦੀ ਹੈ, ਮਨ ਵਿਚੋਂ ਅਹੰਕਾਰ ਦੀ ਜੜ੍ਹ, ਦੁਖ ਖਤਮ ਹੋ ਸਕਦੀ ਹੈ । ਉਹ ਸ਼ਬਦ ਦੀ ਪਾਲਣਾ ਕਰਦਾ ਪ੍ਰਵਾਨ ਹੋ ਜਾਂਦਾ, ਉਹ ਪੂਜਣ ਯੋਗ ਹੋ ਜਾਂਦਾ ਹੈ ।

To achieve the real purpose of human life opportunity remains embedded within the teachings of His Word. The One and Only One True Master remains Omnipotent, perfect in all respects. Whosoever may remain in ego, pride of his worldly status; he may never comprehend His Nature. Whosoever may adopt the teachings of His Word; with His mercy and grace, he may realize His existence prevailing everywhere. He may conquer his ego along with all miseries of worldly desires. You should make his life experience teachings, the guiding principle of your day-to-day life. He may be accepted in His Court and he may become worthy worship in world.

108.ਸਿਰੀਰਾਗੁ ਮਹਲਾ ੩॥ (35-4)

ਜੇ ਵੇਲਾ ਵਖਤੁ ਵੀਚਾਰੀਐ,	jay vaylaa vakhat veechaaree-ai
ਤਾ ਕਿਤੁ ਵੇਲਾ ਭਗਤਿ ਹੋਇ॥	taa kit vaylaa bhagat ho-ay.
ਅਨਦਿਨੁ ਨਾਮੇ ਰਤਿਆ,	an-din Naamay rati-aa
ਸਚੇ ਸਚੀ ਸੋਇ॥	sachay sachee so-ay.
ਇਕੁ ਤਿਲੁ ਪਿਆਰਾ ਵਿਸਰੈ,	ik til pi-aaraa visrai
ਭਗਤਿ ਕਿਨੇਹੀ ਹੋਇ॥	bhagat kinayhee ho-ay.
ਮਨੁ ਤਨੁ ਸੀਤਲੁ ਸਾਚ ਸਿਉ,	man, tan seetal saach si-o
ਸਾਸੁ ਨ ਬਿਰਥਾ ਕੋਇ॥੧॥	saas na birthaa ko-ay. ||1||

ਜਿਹੜਾ ਜੀਵ ਬੰਦਗੀ ਕਰਨ ਦਾ ਸਮਾਂ ਗੁਰਬਾਣੀ ਦੇ ਸ਼ਬਦ ਮਿਥਦਾ ਹੈ, ਸਵੇਰਾ, ਸ਼ਾਮ, ਪੰਜ ਨਮਾਜ਼ਾਂ ਦਾ ਸਮਾਂ, ਉਸ ਦੀ ਬੰਦਗੀ ਕਿਸ ਕਿਸਮ ਦਾ ਫਰੇਬ ਹੈ? ਪ੍ਰਭ ਦੇ ਸ਼ਬਦ ਦੀ ਬੰਦਗੀ ਕਰਨਵਾਲਾ, ਦਿਨ ਰਾਤ ਪ੍ਰਭ ਦੇ ਵਿਛੋੜੇ ਦੀ ਯਾਦ, ਸ਼ਬਦ ਦੀ ਸਿਖਿਆਂ ਵਿੱਚ ਲੀਨ ਰਹਿੰਦਾ ਹੈ । ਜਿਸ ਦੇ ਮਨ ਵਿਚੋਂ ਪ੍ਰਭ ਦਾ ਸ਼ਬਦ ਇਕ ਪਲ ਵੀ ਵਿਸਾਰ ਜਾਂਦਾ ਹੈ, ਉਸ ਦੀ ਭਗਤੀ ਕੀ ਮਹੱਤਤਾ ਰਖਦੀ ਹੈ? ਜਿਸ ਦੇ ਮਨ, ਤਨ ਵਿੱਚ ਸ਼ਬਦ ਦੀ ਪਾਲਣਾ ਨਾਲ ਸੰਤੋਖ ਅਤੇ ਸ਼ਾਂਤੀ ਰਹਿੰਦੀ ਹੈ! ਉਹ ਇਕ ਸਵਾਸ ਵੀ ਬਿਰਥਾ ਬਤੀਤ ਨਹੀਂ ਕਰਦਾ ।

Whosoever may define the time and type of Gurbani as right to perform at certain time like 5 prayers, 5-time prayers, and specific time of prayer; he may be a hypocrite! What kind of devotion may be in his meditation? His true devotee remains in renunciation in the memory of his separation from His Holy Spirit. He may remain intoxicated in the void of His Word. Whosoever may forget the essence of His Word even for a moment! What would be the significance of his meditation? Whosoever may remain contented, in obeying the teachings of His Word; he may not even waste one breath without singing His glory.

ਮੇਰੇ ਮਨ ਹਰਿ ਕਾ ਨਾਮੁ ਧਿਆਇ॥	mayray man har kaa NaamDhi-aa-ay.
ਸਾਚੀ ਭਗਤਿ ਤਾ ਥੀਐ,	saachee bhagattaa thee-ai
ਜਾ ਹਰਿ ਵਸੈ ਮਨਿ ਆਇ॥੧॥ ਰਹਾਉ॥	jaa har vasai man aa-ay. ||1|| rahaa-o.

ਮਨ ਹਰ ਵੇਲੇ ਪ੍ਰਭ ਦੇ ਸ਼ਬਦ ਦਾ ਸਿਮਰਨ ਕਰੋ । ਜਿਸ ਦੇ ਮਨ ਵਿੱਚ ਸ਼ਬਦ ਦੀ ਸੋਝੀ ਘਰ ਕਰ ਜਾਂਦੀ ਹੈ, ਉਸ ਦੀ ਹੀ ਅਸਲੀ ਬੰਦਗੀ ਹੁੰਦੀ ਹੈ ।

You should meditate on the teachings of His Word with each breath. Whosoever may remain drenched with the essence of His Word; his meditation may be accepted in His Court; he may remain awake and alert.

ਸਹਜੇ ਖੇਤੀ ਰਾਹੀਐ,	sehjay khaytee raahee-ai
ਸਚੁ ਨਾਮੁ ਬੀਜੁ ਪਾਇ॥	sach Naam beej paa-ay.
ਖੇਤੀ ਜੰਮੀ ਅਗਲੀ,	khaytee jammee aglee
ਮਨੂਆ ਰਜਾ ਸਹਜਿ ਸੁਭਾਇ॥	manoo-aa rajaa sahj subhaa-ay.
ਗੁਰ ਕਾ ਸਬਦੁ ਅੰਮ੍ਰਿਤੁ ਹੈ,	gur kaa sabad amrit hai
ਜਿਤੁ ਪੀਤੈ ਤਿਖ ਜਾਇ॥	jit peetai tikh jaa-ay.
ਇਹੁ ਮਨੁ ਸਾਚਾ ਸਚਿ ਰਤਾ,	ih man saachaa sach rataa
ਸਚੇ ਰਹਿਆ ਸਮਾਇ॥੨॥	sachay rahi-aa samaa-ay. ||2||

ਮਨ ਦਾ ਭਰੋਸਾ ਅਡੋਲ ਕਰਕੇ ਆਪਣੇ ਮਨ ਦੇ ਖੇਤ ਵਿੱਚ ਪ੍ਰਭ ਦਾ ਸ਼ਬਦ ਬੀਜੋ, ਸਿਮਰਨ ਕਰੋ ! ਧੀਰਜ ਰਖਣ ਨਾਲ ਸ਼ਬਦ ਮਨ ਵਿੱਚ ਵਧਦਾ ਹੈ, ਸ਼ਬਦ ਤੇ ਭਰੋਸਾ ਅਡੋਲ ਹੋ ਜਾਂਦਾ ਹੈ, ਮਨ ਵਿੱਚ ਸੰਤੋਖ, ਖੇੜਾ ਘਰ ਕਰ ਜਾਂਦਾ ਹੈ । ਪ੍ਰਭ ਦੇ ਸ਼ਬਦ ਦੇ ਅਣਮੋਲ ਅੰਮ੍ਰਿਤ ਨਾਲ ਇੱਛਾਂ ਦੀ ਪਿਆਸ ਖਤਮ ਹੋ ਜਾਂਦੀ ਹੈ । ਪਵਿੱਤਰ ਹੋਇਆ ਮਨ ਸ਼ਬਦ ਵਿੱਚ ਲੀਨ ਰਹਿੰਦਾ ਹੈ, ਹੋਰ ਪਾਸੇ ਨਹੀਂ ਘੁੰਮਦਾ ।

You should meditate and obey the teachings of His Word with steady and stable belief; with His mercy and grace, you should establish a foundation of devotion to meditate. Whosoever may remain patience with His Blessings; his devotion may be enhanced; he may remain contented and in blossom within. The priceless jewel, the nectar of the essence of His Word, may conquer and eliminate his worldly desires. His sanctified soul may never wander in different directions; he may remain in deep meditation.

ਆਖਣੁ ਵੇਖਣੁ ਬੋਲਣਾ,	aakhan vaykhan bolnaa
ਸਬਦੇ ਰਹਿਆ ਸਮਾਇ॥	sabday rahi-aa samaa-ay.
ਬਾਣੀ ਵਜੀ ਚਹੁ ਜੁਗੀ,	banee vajee chahu jugee
ਸਚੋ ਸਚੁ ਸੁਣਾਇ॥	sacho sach sunaa-ay.
ਹਉਮੈ ਮੇਰਾ ਰਹਿ ਗਇਆ,	ha-umai mayraa reh ga-i-aa
ਸਚੈ ਲਇਆ ਮਿਲਾਇ॥	sachai la-i-aa milaa-ay.
ਤਿਨ ਕਉ ਮਹਲੁ ਹਦੂਰਿ ਹੈ,	tin ka-o mahal hadoor hai
ਜੋ ਸਚਿ ਰਹੇ ਲਿਵ ਲਾਇ॥੩॥	jo sach rahay liv laa-ay. ||3||

ਪ੍ਰਭ ਦੇ ਸ਼ਬਦ ਦੀ ਸਿਖਿਆਂ, ਜੀਵ ਦੇ ਬੋਲ ਵਿੱਚ, ਦੇਖਣ ਵਿੱਚ, ਲਿਖਣ ਵਿੱਚ ਅਲੋਪ ਰਹਿੰਦਾ ਹੈ । ਪ੍ਰਭ ਦੇ ਸ਼ਬਦ ਦੀ ਸਿਖਿਆਂ ਸਦਾ ਅਟਲ ਰਹਿਣ ਵਾਲੀ, ਚਾਰੇ ਜੁਗਾਂ ਵਿੱਚ ਹੀ ਗੂੰਜਦੀ ਰਹਿੰਦੀ ਹੈ । ਗੁਰਮਖ ਦੇ ਮਨ ਵਿਚੋਂ ਅਹੰਕਾਰ ਅਤੇ ਸੰਸਾਰਕ ਮਾਇਆ ਨਾਲ ਮੋਹ ਖਤਮ ਹੋ ਜਾਂਦਾ ਹੈ । ਉਸ ਦੀ ਪਵਿੱਤਰ ਆਤਮਾ, ਪ੍ਰਭ ਦੀ ਜੋਤ ਵਿੱਚ ਅਭੇਦ ਹੋ ਜਾਂਦੀ ਹੈ । ਜਿਹੜਾ ਪ੍ਰਭ ਦੇ ਸ਼ਬਦ ਦੀ ਸਮਾਧੀ ਵਿੱਚ ਲੀਨ ਰਹਿੰਦਾ ਹੈ! ਉਸ ਨੂੰ ਪ੍ਰਭ ਦੇ ਦਰਬਾਰ ਵਿੱਚ ਥਾਂ ਬਖਸ਼ਿਸ਼ ਹੋ ਜਾਂਦੀ ਹੈ ।

The teachings of His Word remain embedded in his speech, writing and deeds of His true devotee. The everlasting echo of the teachings of His Word remains resonating in all four Ages. His true devotee may conquer his ego and intoxication of sweet poison of worldly wealth. His soul may be sanctified to becomes worthy of His consideration. Whosoever may remain intoxicated in meditation in the void of His Word; he may be blessed with honor in His Court.

ਨਦਰੀ ਨਾਮੁ ਧਿਆਈਐ,	nadree NaamDhi-aa-ee-ai
ਵਿਣੁ ਕਰਮਾ ਪਾਇਆ ਨ ਜਾਇ॥	vin karmaa paa-i-aa na jaa-ay.
ਪੂਰੈ ਭਾਗਿ ਸਤਸੰਗਤਿ ਲਹੈ,	poorai bhaag satsangat lahai
ਸਤਗੁਰੁ ਭੇਟੈ ਜਿਸੁ ਆਇ॥	saT`gur bhaytai jis aa-ay.
ਅਨਦਿਨੁ ਨਾਮੇ ਰਤਿਆ,	an-din Naamay rati-aa
ਦੁਖੁ ਬਿਖਿਆ ਵਿਚਹੁ ਜਾਇ॥	dukh bikhi-aa vichahu jaa-ay.
ਨਾਨਕ ਸਬਦਿ ਮਿਲਾਵੜਾ,	naanak sabad milaavrhaa
ਨਾਮੇ ਨਾਮਿ ਸਮਾਇ॥੪॥੨੨॥55॥	Naamay Naam samaa-ay. ||4||22||55||

ਪ੍ਰਭ ਦੀ ਰਹਿਮਤ ਤੋਂ ਬਿਨਾਂ ਮਨ ਸ਼ਬਦ ਦੀ ਪਾਲਣਾ ਵਿੱਚ ਅਡੋਲ ਨਹੀਂ ਹੁੰਦਾ, ਕੇਵਲ ਪ੍ਰਭ ਦੀ ਰਹਿਮਤ ਨਾਲ ਹੀ ਮਨ ਦੀ ਲਗਨ ਸ਼ਬਦ ਵਿੱਚ ਲਗਦੀ ਹੈ । ਵਡੇ ਭਾਗਾਂ ਨਾਲ ਹੀ ਜੀਵ ਨੂੰ ਸੰਤ ਸਰੂਪ ਦੀ ਸੰਗਤ ਬਖਸ਼ਿਸ਼ ਹੁੰਦੀ ਹੈ, ਉਸ ਦੇ ਜੀਵਨ ਦੀ ਸਿਖਿਆਂ ਨਾਲ ਜੀਵਨ ਢਾਲਣ ਨਾਲ ਹੀ ਸ਼ਬਦ ਦੀ ਸੋਝੀ ਬਖਸ਼ਿਸ਼ ਹੋ ਸਕਦੀ ਹੈ । ਜਿਹੜਾ ਦਿਨ ਰਾਤ ਸ਼ਬਦ ਦੇ ਸਿਮਰਨ, ਵਿਛੋੜੇ ਦੀ ਯਾਦ ਵਿੱਚ ਲੀਨ ਹੋ ਜਾਂਦਾ ਹੈ, ਉਸ ਦੇ ਮਨ ਵਿਚੋਂ ਇੱਛਾਂ, ਧੋਖੇ ਦੀ ਭਟਕਨ ਖਤਮ ਹੋ ਜਾਂਦੀ ਹੈ ।

Whosoever may be bestowed with His Blessed Vision, only he may meditate on the teachings of His Word, without wandering in all directions. Whosoever may have a great prewritten destiny, only he may be blessed with the conjugation of His Holy saint. Whosoever may adopt his life experience teachings in his own day to day life; with His mercy and grace, he may be blessed with enlightenment of the essence of His Word. Whosoever may remain intoxicated in renunciation in the memory of his separation from His Holy Spirit. His state of mind, may become beyond the reach of frustration of worldly desires.

109.ਸਿਰੀਰਾਗੁ ਮਹਲਾ ੩॥ (35-13)

ਆਪਣਾ ਭਉ ਤਿਨ ਪਾਇਓਨੁ,	aapnaa bha-o tin paa-i-on
ਜਿਨ ਗੁਰ ਕਾ ਸਬਦੁ ਬੀਚਾਰਿ॥	jin gur kaa sabad beechaar.
ਸਤਸੰਗਤੀ ਸਦਾ ਮਿਲਿ ਰਹੇ,	satsangtee sadaa mil rahay
ਸਚੇ ਕੇ ਗੁਣ ਸਾਰਿ॥	sachay kay gun saar.
ਦੁਬਿਧਾ ਮੈਲੁ ਚੁਕਾਈਅਨੁ,	dubiDhaa mail chukaa-ee-an
ਹਰਿ ਰਾਖਿਆ ਉਰ ਧਾਰਿ॥	har raakhi-aa ur Dhaar.
ਸਚੀ ਬਾਣੀ ਸਚੁ ਮਨਿ,	sachee banee sach man
ਸਚੇ ਨਾਲਿ ਪਿਆਰੁ॥੧॥	sachay naal pi-aar. ||1||

ਜਿਹੜਾ ਸ਼ਬਦ ਦਾ ਵਿਚਾਰ ਕਰਕੇ ਜੀਵਨ ਵਿੱਚ ਢਾਲਦਾ ਹੈ, ਉਸ ਦਾ ਮਨ ਪ੍ਰਭ ਦੇ ਵਿਛੋੜੇ ਦੇ ਵਿਰਾਗ ਨਾਲ ਭਰਿਆ ਰਹਿੰਦਾ ਹੈ । ਉਹ ਸੰਤ ਸਰੂਪ ਵਾਲੀ ਸਮਾਧੀ ਵਿੱਚ ਰਹਿੰਦਾ ਹੈ, ਪ੍ਰਭ ਦਾ ਸ਼ਬਦ, ਪ੍ਰਭ ਦੀ ਜੋਤ ਉਸ ਅੰਦਰ ਜਾਗਰਤ ਹੋ ਜਾਂਦੀ ਹੈ । ਉਸ ਦੇ ਮਨ ਵਿਚੋਂ ਚਾਰੇ ਪਾਸੇ ਘੁੰਮਣ ਵਾਲਾ ਦਾਗ਼ ਧੋਤਾ ਜਾਂਦਾ ਹੈ । ਉਸ ਦਾ ਮਨ ਪ੍ਰਭ ਦੀ ਜੋਤ ਨਾਲ ਜਾਗਰਤ ਰਹਿੰਦਾ ਹੈ । ਉਸ ਦਾ ਆਤਮਾ ਪਵਿੱਤਰ ਹੋ ਜਾਂਦੀ ਹੈ, ਬੋਲ ਪਵਿੱਤਰ ਬਾਣੀ ਦਾ ਰੂਪ ਧਾਰਨ ਕਰ ਲੈਂਦੇ ਹਨ । ਉਸ ਦੀ ਲਗਨ ਸ਼ਬਦ ਦੀ ਪਾਲਣਾ ਵਿੱਚ ਅਡੋਲ ਰਹਿੰਦੀ ਹੈ ।

Whosoever may adopt the teachings of His Word with steady and stable belief; he may remain in deep renunciation in the memory of his separation from His Holy Spirit. His state of mind may remain as His true devotee with the enlightenment in his day-to-day life. He may not wander in any directions; his blemish of duality may be eliminated. He may remain enlightened, awake, and alert on the teachings of His Word. His soul may be sanctified and his spoken words may be transformed as His Word, true forever. His devotion to obey the teachings of His Word may remain unshakable.

ਮਨ ਮੇਰੇ ਹਉਮੈ ਮੈਲੁ ਭਰ ਨਾਲਿ॥ man, mayray ha-umai mail bhar naal.
ਹਰਿ ਨਿਰਮਲੁ ਸਦਾ ਸੋਹਣਾ, har nirmal sadaa sohnaa
ਸਬਦਿ ਸਵਾਰਣਹਾਰੁ॥੧॥ ਰਹਾਉ॥ sabad savaaranhaar. ||1|| rahaa-o.

ਜੀਵ ਦਾ ਮਨ ਸਦਾ ਹੀ ਅਹੰਕਾਰ ਦੀ ਮੈਲ ਨਾਲ ਭਰਿਆ ਰਹਿੰਦਾ ਹੈ । ਕੇਵਲ ਪ੍ਰਭ ਦੇ ਸ਼ਬਦ ਰੂਪੀ ਨਿਰਮਲ ਜਲ ਨਾਲ ਹੀ ਇਹ ਮੈਲ ਧੋਤੀ ਜਾ ਸਕਦੀ ਹੈ ।

Self-minded may remain blemished with his ego of worldly possessions. Whosoever may obey the teachings of His Word with steady and stable belief; only with His mercy and grace, his soul may be sanctified with the nectar of the essence of His Word.

ਸਚੈ ਸਬਦਿ ਮਨੁ ਮੋਹਿਆ, sachai sabad man mohi-aa
ਪ੍ਰਭਿ ਆਪੇ ਲਏ ਮਿਲਾਇ॥ parabh aapay la-ay milaa-ay.
ਅਨਦਿਨੁ ਨਾਮੇ ਰਤਿਆ, an-din Naamay rati-aa
ਜੋਤੀ ਜੋਤਿ ਸਮਾਇ॥ jotee jot samaa-ay.
ਜੋਤੀ ਹੂ ਪ੍ਰਭੁ ਜਾਪਦਾ, jotee hoo parabh jaapdaa
ਬਿਨੁ ਸਤਗੁਰ ਬੂਝ ਨ ਪਾਇ॥ bin saT`gur boojh na paa-ay.
ਜਿਨ ਕਉ ਪੂਰਬਿ ਲਿਖਿਆ, jin ka-o poorab likhi-aa
ਸਤਗੁਰੁ ਭੇਟਿਆ ਤਿਨ ਆਇ॥੨॥ saT`gur bhayti-aa tin aa-ay. ||2||

ਜਿਸ ਦੇ ਮਨ ਤੇ ਸ਼ਬਦ ਦਾ ਰੰਗ ਚੜ੍ਹਿਆ ਰਹਿੰਦਾ ਹੈ, ਪ੍ਰਭ ਉਸ ਦੀ ਸੰਗਤ ਵਿੱਚ ਆਪ ਹੀ ਸਹਾਈ, ਜਾਗਰਤ ਰਹਿੰਦਾ ਹੈ । ਉਹ ਦਿਨ ਰਾਤ ਪ੍ਰਭ ਦੇ ਸ਼ਬਦ ਵਿੱਚ ਲੀਨ ਰਹਿੰਦਾ, ਉਸ ਦੀ ਆਤਮਾ ਪ੍ਰਭ ਦੀ ਜੋਤ ਵਿੱਚ ਅਲੋਪ ਹੋ ਜਾਂਦੀ, ਪ੍ਰਭ ਦੀ ਹੋਂਦ ਦਾ ਭੇਦ ਖੁੱਲ੍ਹਦਾ ਹੈ । ਜਿਹੜਾ ਸ਼ਬਦ ਦੀ ਪਾਲਣਾ ਅਡੋਲ ਭਰੋਸੇ ਨਾਲ ਕਰਦਾ ਹੈ, ਕੇਵਲ ਉਸ ਨੂੰ ਹੀ ਸ਼ਬਦ ਦੀ ਸੋਝੀ ਬਖਸ਼ਿਸ਼ ਹੋ ਸਕਦੀ ਹੈ । ਜਿਹਨਾਂ ਦੇ ਭਾਗਾਂ ਵਿੱਚ ਇਹ ਪਹਿਲੇ ਹੀ ਲਿਖਿਆ ਹੁੰਦਾ ਹੈ, ਕੇਵਲ ਉਸ ਨੂੰ ਹੀ ਪ੍ਰਵਾਨਗੀ ਦਾ ਅਸਲੀ ਰਸਤਾ ਬਖਸ਼ਿਸ਼ ਹੋ ਸਕਦਾ ਹੈ ।

Whosoever may remain drench with the essence of His Word; The True Master remains His savior, protector in every event of his worldly life. He may remain intoxicated in deep meditation in the void of His Word; the curtain of secrecy between his soul and His Holy Spirit may be removed. Whosoever may obey the teachings of His Word with steady and stable belief, only he may be blessed with the enlightenment of the essence of His Word. Whosoever may have a great prewritten destiny, only he may be blessed with the right path of acceptance in His Court.

ਵਿਣੁ ਨਾਵੈ ਸਭ ਡੁਮਣੀ, vin naavai sabh dumnee
ਦੂਜੈ ਭਾਇ ਖੁਆਇ॥ doojai bhaa-ay khu-aa-ay.
ਤਿਸੁ ਬਿਨੁ ਘੜੀ ਨ ਜੀਵਦੀ, tis bin gharhee na jeevdee
ਦੁਖੀ ਰੈਣਿ ਵਿਹਾਇ॥ dukhee rain vihaa-ay.
ਭਰਮਿ ਭੁਲਾਣਾ ਅੰਧੁਲਾ, bharam bhulaanaa anDhulaa
ਫਿਰਿ ਫਿਰਿ ਆਵੈ ਜਾਇ॥ fir fir aavai jaa-ay.
ਨਦਰਿ ਕਰੇ ਪ੍ਰਭੁ ਆਪਣੀ, nadar karay parabh aapnee
ਆਪੇ ਲਏ ਮਿਲਾਇ॥੩॥ aapay la-ay milaa-ay. ||3||

ਪ੍ਰਭ ਦੇ ਸ਼ਬਦ ਦੀ ਪਾਲਣਾ ਤੋਂ ਬਿਨਾਂ ਜੀਵਨ ਦਰਦਨਾਕ ਰਹਿੰਦਾ ਹੈ । ਵੱਖਰੇ ਵੱਖਰੇ ਪਾਸੇ ਘੁੰਮਣ ਨਾਲ ਮਾਨਸ ਜੀਵਨ ਬਿਰਥਾ ਹੀ ਬੀਤ ਜਾਂਦਾ ਹੈ । ਪ੍ਰਭ ਦੀ ਰਹਿਮਤ ਤੋਂ ਬਿਨਾਂ ਮਨ ਇਕ ਪਲ ਵੀ ਸ਼ਾਂਤੀ, ਸੰਤੋਖ ਵਿੱਚ ਨਹੀਂ ਜਾਂਦਾ, ਜੀਵਨ ਮਾਯੂਸੀ ਵਿੱਚ ਹੀ ਬੀਤ ਜਾਂਦਾ ਹੈ । ਧਰਮ ਦੇ ਪਾਏ ਭਰਮਾਂ, ਰੀਤ

ਰੀਵਾਜਾਂ ਵਿੱਚ ਸ਼ਬਦ ਤੋਂ ਅਗਿਆਨੀ ਜੀਵ, ਜੂੰਨਾਂ ਦੇ ਚੱਕਰ ਵਿੱਚ ਹੀ ਰਹਿੰਦਾ ਹੈ । ਜਿਸ ਦੀ ਆਪ ਹੀ ਲਗਨ ਸ਼ਬਦ ਦੀ ਪਾਲਣਾ ਵਿੱਚ ਲਾਉਂਦਾ ਹੈ, ਉਸ ਦੀ ਆਤਮਾ ਪ੍ਰਵਾਨਗੀ ਦੇ ਰਸਤੇ ਤੇ ਚਲਦੀ ਹੈ ।

Whosoever may not obey and adopts the teachings of His Word, his life may be very miserable. He may wander in duality, various paths and wastes his human life opportunity uselessly. He may not realize any peace of mind and contentment; he remains in miseries of disappointments of worldly desires. He may remain intoxicated in religious rituals and suspicions, and in a cycle of birth and death. Whosoever may be blessed with devotion to meditate, only he may be blessed with the right path of salvation.

ਸਭੁ ਕਿਛੁ ਸੁਣਦਾ ਵੇਖਦਾ,	sabh kichh sundaa vaykh-daa
ਕਿਉ ਮੁਕਰਿ ਪਇਆ ਜਾਇ॥	ki-o mukar pa-i-aa jaa-ay.
ਪਾਪੋ ਪਾਪੁ ਕਮਾਵਦੇ,	paapo paap kamaavday
ਪਾਪੇ ਪਚਹਿ ਪਚਾਇ॥	paapay pacheh pachaa-ay.
ਸੋ ਪ੍ਰਭੁ ਨਦਰਿ ਨ ਆਵਈ,	so parabh nadar na aavee
ਮਨਮੁਖਿ ਬੂਝ ਨ ਪਾਇ॥	manmukh boojh na paa-ay.
ਜਿਸੁ ਵੇਖਾਲੇ ਸੋਈ ਵੇਖੈ,	jis vaykhaalay so-ee vaykhai
ਨਾਨਕ ਗੁਰਮੁਖਿ ਪਾਇ॥੪॥੨੩॥56॥	naanak gurmukh paa-ay. ||4||23||56||

ਜੀਵ ਮੰਨਦਾ ਹੈ, ਪ੍ਰਭ ਸਭ ਕੁਝ ਸੁਣਦਾ, ਵੇਖਦਾ ਹੈ । ਫਿਰ ਜੀਵ ਕਿਉਂ ਆਪਣੇ ਬੁਰੇ ਕੀਤੇ ਕੰਮਾਂ ਤੋਂ ਮੁਕਰਦਾ, ਗਲਤੀ ਨਹੀਂ ਮੰਨਦਾ? ਜਿਹੜਾ ਬਾਰ ਬਾਰ ਪਾਪ ਕਰਦਾ, ਉਹ ਪਾਪਾਂ ਵਿੱਚ ਹੀ ਜੰਮਦਾ, ਮਰਦਾ ਰਹਿੰਦਾ ਹੈ । ਮਨਮਰਜ਼ੀ ਕਰਨ ਵਾਲੇ ਨੂੰ ਸ਼ਬਦ ਦੀ ਸੋਝੀ ਨਹੀਂ ਹੁੰਦੀ । ਜਿਸ ਗੁਰਮਖ ਤੇ ਆਪ ਹੀ ਰਹਿਮਤ ਦੀ ਨਜ਼ਰ ਬਖਸ਼ਦਾ ਹੈ, ਕੇਵਲ ਉਸ ਨੂੰ ਆਪਣੀ ਅਵਸਥਾ ਦਾ ਭੇਤ ਖੋਲ੍ਹਦਾ ਹੈ ।

Everyone may believe, The One and only One True Master remains Omnipresent, Omniscient, Omnipotent and monitors all action of His Creation. Why may self-minded deny his evil deeds? Whosoever may commit sins repeatedly, he remains in the cycle of birth and death in miseries. Self-minded may never be blessed with the enlightenment of the essence of His Word nor the right path of acceptance in His Court. He may bestow His Blessed Vision on His true devotee and reveals the mystery of His nature.

110.ਸ੍ਰੀਰਾਗੁ ਮਹਲਾ ੩॥ (36-3)

ਬਿਨੁ ਗੁਰ ਰੋਗੁ ਨ ਤੁਟਈ,	bin gur rog na tut-ee
ਹਉਮੈ ਪੀੜ ਨ ਜਾਇ॥	ha-umai peerh na jaa-ay.
ਗੁਰ ਪਰਸਾਦੀ ਮਨਿ ਵਸੈ,	gur parsaadee man vasai
ਨਾਮੇ ਰਹੈ ਸਮਾਇ॥	Naamay rahai samaa-ay.
ਗੁਰ ਸ਼ਬਦੀ ਹਰਿ ਪਾਈਐ,	gur sabdee har paa-ee-ai
ਬਿਨੁ ਸ਼ਬਦੈ ਭਰਮਿ ਭੁਲਾਇ॥੧॥	bin sabdai bharam bhulaa-ay. ||1||

ਸ਼ਬਦ (ਗੁਰੂ) ਦੀ ਪਾਲਣਾ ਕਰਨ ਤੋਂ ਬਿਨਾਂ ਮਨ ਦੀ ਬਿਮਾਰੀ, ਅਹੰਕਾਰ ਦੀ ਮੈਲ, ਦਰਦ ਦੂਰ ਨਹੀਂ ਹੁੰਦਾ । ਪ੍ਰਭ ਦੀ ਰਹਿਮਤ ਨਾਲ ਹੀ ਸ਼ਬਦ ਮਨ ਵਿੱਚ ਜਾਗਰਤ ਹੋ ਸਕਦਾ ਹੈ, ਜੀਵ ਸ਼ਬਦ ਵਿੱਚ ਲੀਨ ਰਹਿੰਦਾ ਹੈ । ਜਿਹੜਾ ਪ੍ਰਭ ਦੇ ਸ਼ਬਦ ਨਾਲ ਜੀਵਨ ਢਾਲਦਾ ਹੈ, ਉਸ ਨੂੰ ਸ਼ਬਦ ਦੀ ਸੋਝੀ ਬਖਸ਼ਿਸ਼ ਹੁੰਦੀ ਹੈ । ਮਨਮੁਖ ਸ਼ਬਦ ਨਾਲ ਜੀਵਨ ਢਾਲਣ ਤੋਂ ਬਿਨਾਂ ਧਰਮ ਦੇ ਪਾਏ ਭਰਮਾਂ ਵਿੱਚ ਹੀ ਰਹਿੰਦਾ ਹੈ ।

Whosoever may not obey the teachings of His Word with steady and stable belief in life; his blemish of ego, miseries of worldly desires may not be eliminated. Whosoever may be enlightened with the essence of His Word; with His mercy and grace, he may be enlightened in the void of His Word. Whosoever may adopt the teachings of His Word, he may be blessed with the enlightenment of the essence of His Word, the right path of acceptance in His Court; everyone else remains intoxicated in religious ritual and suspicions.

ਮਨ ਰੇ ਨਿਜ ਘਰਿ ਵਾਸਾ ਹੋਇ॥ man, ray nij ghar vaasaa ho-ay.
ਰਾਮ ਨਾਮੁ ਸਾਲਾਹਿ ਤੂ, raam Naam saalaahi too
ਫਿਰਿ ਆਵਣ ਜਾਣੁ ਨ ਹੋਇ॥੧॥ ਰਹਾਉ॥ fir aavan jaan na ho-ay. ||1|| rahaa-o.

ਜੀਵ ਆਪਣੇ ਮਨ ਦੇ ਅੰਦਰੋਂ ਹੀ ਸੰਤੋਖ ਦੀ ਖੋਜ ਕਰੋ! ਜਿਹੜਾ ਪ੍ਰਭ ਦੇ ਸ਼ਬਦ ਦੇ ਗੁਣ ਗਾਉਂਦਾ ਹੈ, ਉਸ ਦਾ ਜੂੰਨਾਂ ਦਾ ਚੱਕਰ ਖਤਮ ਹੋ ਸਕਦਾ ਹੈ ।

You should search peace and contentment from within. Whosoever may sing the glory of His Word; with His mercy and grace, his cycle of birth and death may be eliminated.

ਹਰਿ ਇਕੋ ਦਾਤਾ ਵਰਤਦਾ, har iko daataa varatdaa
ਦੂਜਾ ਅਵਰੁ ਨ ਕੋਇ॥ doojaa avar na ko-ay.
ਸਬਦਿ ਸਾਲਾਹੀ ਮਨਿ ਵਸੈ, sabad saalaahee man vasai
ਸਹਜੇ ਹੀ ਸੁਖੁ ਹੋਇ॥ sehjay hee sukh ho-ay.
ਸਭ ਨਦਰੀ ਅੰਦਰਿ ਵੇਖਦਾ, sabh nadree andar vaykh-daa
ਜੈ ਭਾਵੈ ਤੈ ਦੇਇ॥੨॥ jai bhaavai tai day-ay. ||2||

ਇਕੋ ਇਕ ਪ੍ਰਭ ਹੀ ਹਰ ਥਾਂ, ਹਰਇਕ ਜੀਵ ਵਿੱਚ ਵਾਪਰਦਾ ਹੈ, ਹੋਰ ਕੋਈ ਦੂਸਰਾ ਨਹੀਂ ਹੈ । ਜਿਹੜਾ ਸ਼ਬਦ ਦਾ ਸਿਮਰਨ ਕਰਦਾ, ਜੀਵਨ ਢਾਲਦਾ ਹੈ, ਉਸ ਦੇ ਮਨ ਵਿੱਚ ਪ੍ਰਭ ਦੇ ਸ਼ਬਦ ਦੀ ਸੋਝੀ, ਜਾਗਰਤੀ, ਸੰਤੋਖ, ਸ਼ਾਂਤੀ ਖੇੜੇ ਦੀ ਅਵਸਥਾ ਬਖਸ਼ਿਸ਼ ਹੋ ਸਕਦੀ ਹੈ । ਸਭ ਕੁਝ ਪ੍ਰਭ ਦੇ ਵੱਸ, ਹੁਕਮ ਅੰਦਰ ਹੀ ਹੈ । ਸਭ ਕੁਝ ਕਰਦਾ, ਕਰਾਉਂਦਾ, ਦਾਤਾਂ ਬਖਸ਼ਦਾ ਹੈ ।

The One and Only One, Omnipresent True Master prevails in all events, everywhere in all universes. His Nature remains as an expansion of His Holy Spirit. Whosoever may meditate and adopts the teachings of His Word; with His mercy and grace, he may be blessed with enlightenment, peace contentment and state of blossom in his life. Everything else may only prevail under His Command; only He may bestow His Virtues to His Creation.

ਹਉਮੈ ਸਭਾ ਗਣਤ ਹੈ, ha-umai sabhaa ganat hai
ਗਣਤੈ ਨਉ ਸੁਖੁ ਨਾਹਿ॥ gantai na-o sukh naahi.
ਬਿਖੁ ਕੀ ਕਾਰ ਕਮਾਵਣੀ, bikh kee kaar kamaavnee
ਬਿਖੁ ਹੀ ਮਾਹਿ ਸਮਾਹਿ॥ bikh hee maahi samaahi.
ਬਿਨੁ ਨਾਵੈ ਠਉਰੁ ਨ ਪਾਇਨੀ, bin naavai tha-ur na paa-inee
ਜਮਪੁਰਿ ਦੂਖ ਸਹਾਹਿ॥੩॥ jam pur dookh sahaahi. ||3||

ਜਿਹੜਾ ਅਹੰਕਾਰ ਵਿੱਚ ਕੰਮ ਕਰਦਾ ਹੈ, ਆਪਣੇ ਸਾਰੇ ਕੰਮਾਂ ਦਾ ਲੇਖਾ ਦੇਣਾ ਪੈਂਦਾ ਹੈ । ਉਸ ਨੂੰ ਸ਼ਾਤੀ, ਸੰਤੋਖ ਬਖਸ਼ਿਸ਼ ਨਹੀਂ ਹੁੰਦਾ । ਮਨਮੁਖ ਬੁਰੇ ਖਿਆਲ, ਧੋਖੇ ਦੀ ਵਿਧੀ ਸੋਚਦਾ, ਧੋਖੇ ਵਾਲੇ ਕੰਮ ਕਰਦਾ ਹੈ । ਮਨਮੁਖ ਨੂੰ ਪ੍ਰਭ ਦੇ ਸ਼ਬਦ ਦੀ ਪਾਲਣਾ ਤੋਂ ਬਿਨਾਂ ਸੰਤੋਖ ਬਖਸ਼ਿਸ਼ ਨਹੀਂ ਹੁੰਦੀ, ਮਾਯੂਸੀ ਵਿੱਚ ਹੀ ਮੌਤ ਦੇ ਹਵਾਲੇ ਹੋ ਜਾਂਦਾ ਹੈ ।

Whosoever may perform all his deeds to maintain his ego, worldly status; he may endure the judgement of The Righteous Judge in His Court. He may never be blessed with a peace or contentment in his life. Self-minded may remain intoxicated in evil, deceptive thoughts; he may perform deceptive, evil deeds. He may never realize any contentment; he may be captured by devil of death.

ਜੀਉ ਪਿੰਡੁ ਸਭੁ ਤਿਸ ਦਾ, jee-o pind sabh tis daa
ਤਿਸੈ ਦਾ ਆਧਾਰੁ॥ tisai daa aaDhaar.
ਗੁਰ ਪਰਸਾਦੀ ਬੁਝੀਐ, gur parsaadee bujhee-ai
ਤਾ ਪਾਏ ਮੋਖ ਦੁਆਰੁ॥ taa paa-ay mokh du-aar.
ਨਾਨਕ ਨਾਮੁ ਸਲਾਹਿ ਤੂੰ, naanak Naam salaahi tooN
ਅੰਤੁ ਨ ਪਾਰਾਵਾਰੁ॥੪॥੨੪॥57॥ ant na paaraavaar. ||4||24||57||

ਜੀਵ ਦਾ ਤਨ, ਮਨ ਪ੍ਰਭ ਦੀ ਅਮਾਨਤ ਹੈ, ਕੇਵਲ ਪ੍ਰਭ ਦਾ ਹੀ ਆਸਰਾ ਹੈ । ਪ੍ਰਭ ਦੀ ਰਹਿਮਤ ਨਾਲ ਹੀ ਸ਼ਬਦ ਦੀ ਸੋਝੀ, ਮੁਕਤੀ ਦਾ ਦਰਵਾਜਾ ਖੁੱਲ੍ਹਦਾ ਹੈ । ਜੀਵ ਪ੍ਰਭ ਦੇ ਸ਼ਬਦ ਦੀ ਪਾਲਣਾ, ਸਿਮਰਨ, ਉਸਤਤ ਗਾਵੇ । ਪ੍ਰਭ ਦੇ ਕਿਸੇ ਕੰਮ ਵਿੱਚ ਕੋਈ ਕਮੀ ਨਹੀਂ, ਨਾ ਹੀ ਗੁਣਾਂ ਦਾ ਕੋਈ ਅੰਤ ਹੀ ਹੈ ।

The body and mind of worldly creature remains only His Trust and survives with His Support and protection. Whosoever may be bestowed with His Blessed Vision, only he may be blessed with the right path of acceptance, opens His 10th door of salvation. You should meditate and obeys the teachings of His Word in life and sings His glory. His Blessings and actions may not have any limitation nor deficiency of any virtues.

111.ਸਿਰੀਰਾਗੁ ਮਹਲਾ ੩॥ (36-10)

ਤਿਨਾ ਅਨੰਦੁ ਸਦਾ ਸੁਖੁ ਹੈ,	tinaa anand sadaa sukh hai
ਜਿਨਾ ਸਚੁ ਨਾਮੁ ਆਧਾਰੁ॥	jinaa sach Naam aaDhaar.
ਗੁਰ ਸਬਦੀ ਸਚੁ ਪਾਇਆ,	gur sabdee sach paa-i-aa
ਦੂਖ ਨਿਵਾਰਣਹਾਰੁ॥	dookh nivaaranhaar.
ਸਦਾ ਸਦਾ ਸਾਚੇ ਗੁਣ ਗਾਵਹਿ,	sadaa sadaa saachay gun gaavahi
ਸਾਚੈ ਨਾਇ ਪਿਆਰੁ॥	saachai naa- ay pi-aar.
ਕਿਰਪਾ ਕਰਿ ਕੈ ਆਪਣੀ,	kirpaa kar kai aapnee
ਦਿਤੋਨੁ ਭਗਤਿ ਭੰਡਾਰੁ॥੧॥	diton bhagat bhandaar. ||1||

ਜਿਹੜਾ ਪ੍ਰਭ ਦੇ ਸ਼ਬਦ ਨੂੰ ਜੀਵਨ ਦਾ ਅਧਾਰ ਬਣਾਉਂਦਾ ਹੈ, ਉਹ ਸਦਾ ਹੀ ਖੇੜੇ, ਸੰਤੋਖ ਵਿੱਚ ਰਹਿੰਦਾ ਹੈ । ਉਹ ਸ਼ਬਦ ਨਾਲ ਜੀਵਨ ਢਾਲਦਾ ਹੈ, ਪ੍ਰਭ ਦੀ ਰਹਿਮਤ ਨਾਲ ਇੱਛਾਂ ਤੇ ਜਿੱਤ ਬਖਸ਼ਿਸ਼ ਹੋ ਜਾਂਦੀ ਹੈ । ਉਸ ਸਵਾਸ ਗਰਾਸ, ਹਰ ਵੇਲੇ ਹੀ ਪ੍ਰਭ ਦੇ ਸ਼ਬਦ ਦੀ ਉਸਤਤ ਗਾਉਂਦਾ ਹੈ । ਪ੍ਰਭ ਆਪ ਹੀ ਰਹਿਮਤ ਦੀ ਨਜ਼ਰ, ਸ਼ਬਦ ਦੀ ਸੋਝੀ ਦਾ ਖਜ਼ਾਨ ਬਖਸ਼ਦਾ ਹੈ ।

Whosoever may adopt the teachings of His Word with steady and stable belief in his life; with His mercy and grace, he may be blessed with contentment and blossom in his worldly life. He may conquer his worldly desires; he sings the glory of His Word with every breath. The Merciful True Master may bestow the treasure of enlightenment.

ਮਨ ਰੇ ਸਦਾ ਅਨੰਦੁ ਗੁਣ ਗਾਇ॥	man, ray sadaa anand gun gaa-ay.
ਸਚੀ ਬਾਣੀ ਹਰਿ ਪਾਈਐ,	sachee banee har paa-ee-ai
ਹਰਿ ਸਿਉ ਰਹੈ ਸਮਾਇ॥੧॥ ਰਹਾਉ॥	har si-o rahai samaa-ay. ||1|| rahaa-o.

ਮਨ ਸਦਾ ਹੀ ਪ੍ਰਭ ਦੇ ਸ਼ਬਦ ਦਾ ਸਿਮਰਨ ਕਰੋ, ਪ੍ਰਭ ਦੀਆਂ ਰਹਿਮਤਾਂ ਦਾ ਅਨੰਦ ਮਾਨੋ । ਜਿਹੜਾ ਸ਼ਬਦ ਦੀ ਪਾਲਣਾ ਕਰਦਾ ਪ੍ਰਭ ਦੀ ਰਹਿਮਤ ਨਾਲ ਉਹ ਸ਼ਬਦ ਦੀ ਪਾਲਣਾ ਵਿੱਚ ਲੀਨ ਰਹਿੰਦਾ ਹੈ ।

You should always meditate on the teachings of His Word and enjoy the His Bliss. Whosoever may obey the teachings of His Word; with His mercy and grace, he may remain intoxicated in meditation in the void of His Word.

ਸਚੀ ਭਗਤੀ ਮਨੁ ਲਾਲੁ ਥੀਆ,	sachee bhagtee man laal thee-aa
ਰਤਾ ਸਹਜਿ ਸੁਭਾਇ॥	rataa sahj subhaa-ay.
ਗੁਰ ਸਬਦੀ ਮਨੁ ਮੋਹਿਆ,	gur sabdee man mohi-aa
ਕਹਣਾ ਕਛੂ ਨ ਜਾਇ॥	kahnaa kachhoo na jaa-ay.
ਜਿਹਵਾ ਰਤੀ ਸਬਦਿ ਸਚੈ,	jihvaa ratee sabad sachai
ਅੰਮ੍ਰਿਤੁ ਪੀਵੈ ਰਸਿ ਗੁਣ ਗਾਇ॥	amrit peevai ras gun gaa-ay.
ਗੁਰਮੁਖਿ ਏਹੁ ਰੰਗੁ ਪਾਈਐ,	gurmukh ayhu rang paa-ee-ai
ਜਿਸ ਨੋ ਕਿਰਪਾ ਕਰੇ ਰਜਾਇ॥੨॥	jis no kirpaa karay rajaa-ay. ||2||

ਜਿਹੜਾ ਸ਼ਬਦ ਦੀ ਪਾਲਣਾ ਕਰਦਾ ਹੈ, ਉਸ ਦੇ ਮਨ ਤੇ ਸ਼ਬਦ ਦਾ ਗੂੜ੍ਹਾ ਰੰਗ ਚੜ੍ਹ ਜਾਂਦਾ ਹੈ । ਉਸ ਨੂੰ ਪੂਰਨ ਸ਼ਾਤੀ, ਖੇੜਾ ਬਖਸ਼ਿਸ਼ ਹੋ ਜਾਂਦਾ ਹੈ । ਮਨ ਪ੍ਰਭ ਦੇ ਸ਼ਬਦ ਦੀ ਸੋਝੀ ਨਾਲ ਹੈਰਾਨ ਹੋ ਜਾਂਦਾ ਹੈ, ਡੂੰਘਾ ਪ੍ਰਭਾਵਤ ਹੋ ਜਾਂਦਾ ਹੈ, ਜਿਸ ਦੀ ਵਿਆਖਿਆ ਨਹੀਂ ਕੀਤਾ ਜਾ ਸਕਦਾ । ਜੀਵ ਦੀ ਜੀਭ ਸ਼ਬਦ

ਦੇ ਅਸਲੀ ਰੰਗ ਵਿੱਚ ਰੰਗੀ ਜਾਂਦੀ ਹੈ । ਮਨ ਸ਼ਬਦ ਰੂਪੀ ਅੰਮ੍ਰਿਤ ਨਾਲ ਨਿਹਾਲ ਰਹਿੰਦਾ, ਸ਼ਬਦ ਦਾ ਧੰਨਵਾਦ, ਉਸਤਤ ਦੇ ਗੀਤ ਗਾਉਂਦਾ ਹੈ । ਆਪ ਹੀ ਗੁਰਮਖ ਦੀ ਲਗਨ ਸ਼ਬਦ ਨਾਲ ਲਾਉਂਦਾ ਹੈ ।

Whosoever may obey the teachings of His Word with steady and stable belief; he may remain drenched with the deep crimson of color of the essence of His Word. He may remain in peace and blossom within his heart. He may remain fascinated, astonished from His Nature; his state of mind remains beyond any imagination or comprehension of His Creation. His tongue remains drenched with the enlightenment; with His mercy and grace, His true devotee remains intoxicated in singing the glory in the void of His Word.

ਸੰਸਾ ਇਹੁ ਸੰਸਾਰੁ ਹੈ,	sansaa ih sansaar hai
ਸੁਤਿਆ ਰੈਣਿ ਵਿਹਾਇ॥	suti-aa rain vihaa-ay.
ਇਕਿ ਆਪਣੈ ਭਾਣੈ ਕਢਿ ਲਇਅਨੁ,	ik aapnai bhaanai kadh la-i-an
ਆਪੇ ਲਇਓਨੁ ਮਿਲਾਇ॥	aapay la-i-on milaa-ay.
ਆਪੇ ਹੀ ਆਪਿ ਮਨਿ ਵਸਿਆ,	aapay hee aap man vasi-aa
ਮਾਇਆ ਮੋਹੁ ਚੁਕਾਇ॥	maa-i-aa moh chukaa-ay.
ਆਪਿ ਵਡਾਈ ਦਿਤੀਅਨੁ,	aap vadaa-ee ditee-an
ਗੁਰਮੁਖਿ ਦੇਇ ਬੁਝਾਇ॥੩॥	gurmukh day-ay bujhaa-ay. ||3||

ਸੰਸਾਰ ਇਕ ਸੁਪਨੇ ਦੀ ਤਰ੍ਹਾਂ ਹੈ, ਜੀਵ ਇਸ ਵਿੱਚ ਸੁੱਤਾ ਹੀ ਜੀਵਨ ਬਤੀਤ ਕਰ ਜਾਂਦਾ ਹੈ । ਪ੍ਰਭ ਆਪਣੇ ਭਾਣੇ ਨਾਲ ਹੀ ਕਿਸੇ ਜੀਵ ਨੂੰ ਸ਼ਬਦ ਵਿੱਚ ਲਗਨ ਲਾਉਂਦਾ, ਜਾਗਰਤ ਕਰਦਾ, ਪ੍ਰਵਾਨਗੀ ਦਾ ਰਸਤਾ ਬਖਸ਼ਦਾ ਹੈ । ਉਸ ਦੇ ਮਨ ਵਿੱਚ ਸ਼ਬਦ ਜਾਗਰਤ ਹੋ ਜਾਂਦਾ ਹੈ ਅਤੇ ਸੰਸਾਰਕ ਮਾਇਆ ਦਾ ਮੋਹ ਖਤਮ ਕਰ ਦੇਂਦਾ ਹੈ । ਉਹ ਆਪ ਹੀ ਰਹਿਮਤ ਦੀ ਨਜ਼ਰ ਬਖਸ਼ਕੇ ਗੁਰਮਖ ਨੂੰ ਸ਼ਬਦ ਤੇ ਭਰੋਸਾ ਅਡੋਲ ਕਰਨ ਦੀ ਪ੍ਰੇਰਨਾ ਕਰਦਾ, ਅਡੋਲ ਰਖਦਾ ਹੈ ।

The worldly life may be like a fantasy, wonderful dream. Humans may waste his human life opportunity, sleeping in ignorance from the real purpose of human life opportunity. He may bless devotion to His true devotee meditate and wakes up and adopt the right path of acceptance in His Court. He may be enlightened within and he may conquer his worldly desires, worldly bonds of attachments. His true devotee may be inspired to remain on the right path of salvation.

ਸਭਨਾ ਕਾ ਦਾਤਾ ਏਕੁ ਹੈ,	sabhnaa kaa daataa ayk hai
ਭੁਲਿਆ ਲਏ ਸਮਝਾਇ॥	bhuli-aa la-ay samjhaa-ay.
ਇਕਿ ਆਪੇ ਆਪਿ ਖੁਆਇਅਨੁ,	ik aapay aap khu-aa-i-an
ਦੂਜੈ ਛਡਿਅਨੁ ਲਾਇ॥	doojai chhadi-an laa-ay.
ਗੁਰਮਤੀ ਹਰਿ ਪਾਈਐ,	gurmatee har paa-ee-ai
ਜੋਤੀ ਜੋਤਿ ਮਿਲਾਇ॥	jotee jot milaa-ay.
ਅਨਦਿਨੁ ਨਾਮੇ ਰਤਿਆ,	an-din Naamay rati-aa
ਨਾਨਕ ਨਾਮਿ ਸਮਾਇ॥੪॥੨੫॥58॥	naanak Naam samaa-ay. ||4||25||58||

ਇਕੋ ਇਕ ਸ੍ਰਿਸ਼ਟੀ ਦਾ ਮਾਲਕ, ਆਪ ਹੀ ਦਾਸ ਨੂੰ ਸਿੱਧੇ ਰਸਤੇ ਤੇ ਪਾਉਂਦਾ ਹੈ । ਉਹ ਭੁਲੇ ਨੂੰ ਵੀ ਅਸਲੀ ਰਸਤਾ ਬਖਸ਼ਦਾ ਹੈ । ਆਪ ਹੀ ਮਨਮੁਖ ਨੂੰ ਭਰਮਾਂ ਵਿੱਚ ਪਾਉਂਦਾ, ਸੰਸਾਰਕ ਮਾਇਆ ਨਾਲ ਮੋਹ ਲਾਉਂਦਾ ਹੈ । ਪ੍ਰਭ ਦੇ ਸ਼ਬਦ ਨਾਲ ਜੀਵਨ ਢਾਲਣ ਨਾਲ ਹੀ ਪ੍ਰਭ ਦੇ ਸ਼ਬਦ ਦੀ ਸੋਝੀ ਬਖਸ਼ਿਸ਼ ਹੁੰਦੀ ਹੈ । ਉਸ ਦੀ ਆਤਮਾ ਪ੍ਰਭ ਦੀ ਜੋਤ ਵਿੱਚ ਅਭੇਦ ਹੋ ਜਾਂਦੀ ਹੈ! ਦਿਨ ਰਾਤ ਪ੍ਰਭ ਦੇ ਸ਼ਬਦ ਦੀ ਪਾਲਣਾ, ਧਿਆਨ ਲਾਉਣ ਨਾਲ, ਮਨ ਪ੍ਰਭ ਦੀ ਸਮਾਧੀ ਵਿੱਚ ਵਸਦਾ ਹੈ ।

The One and Only One, True Master, protector of all universes, may bless the right path of acceptance to His true devotee. His wandering true devotee may be re-diverted on the right path. Self-minded may remain intoxicated in religious suspicions. Whosoever may adopt the teachings of His Word with steady and stable belief; with His mercy and grace, he may be enlightened with the essence of His Word. His soul may immerse within His Holy Spirit. His true devotee may remain intoxicated in the void of His Word.

112.ਸਿਰੀਰਾਗੁ ਮਹਲਾ ੩॥ (36-19)

ਗੁਣਵੰਤੀ ਸਚੁ ਪਾਇਆ, gunvantee sach paa-i-aa
ਤ੍ਰਿਸਨਾ ਤਜਿ ਵਿਕਾਰ॥ tarisnaa taj vikaar.
ਗੁਰ ਸਬਦੀ ਮਨੁ ਰੰਗਿਆ, gur sabdee man rangi-aa
ਰਸਨਾ ਪ੍ਰੇਮ ਪਿਆਰਿ॥ rasnaa paraym pi-aar.
ਬਿਨੁ ਸਤਿਗੁਰ ਕਿਨੈ ਨ ਪਾਇਓ, bin saT`gur kinai na paa-i-o
ਕਰਿ ਵੇਖਹੁ ਮਨਿ ਵੀਚਾਰਿ॥ kar vaykhhu man veechaar.
ਮਨਮੁਖ ਮੈਲੁ ਨ ਉਤਰੈ, manmukh mail na utrai
ਜਿਚਰੁ ਗੁਰ ਸਬਦਿ ਨ ਕਰੇ ਪਿਆਰੁ॥੧॥ jichar gur sabad na karay pi-aar. ||1||

ਜਿਹੜਾ ਜੀਵ ਸ਼ਬਦ ਦੀ ਪਾਲਣਾ ਕਰਦਾ ਹੈ, ਉਸ ਨੂੰ ਸ਼ਬਦ ਦੀ ਸੋਝੀ ਬਖਸ਼ਿਸ਼ ਹੋ ਜਾਂਦੀ ਹੈ । ਉਸ ਦੇ ਮਨ ਵਿਚੋਂ ਬੁਰੇ ਕੰਮਾਂ, ਧੋਖੇ, ਲਾਲਚ ਦੀ ਇੱਛਾ ਖਤਮ ਹੋ ਜਾਂਦੀ ਹੈ, ਮਨ ਸ਼ਬਦ ਦੀ ਪਾਲਣਾ ਵਿੱਚ ਮਸਤ ਹੋ ਜਾਂਦਾ, ਜੀਭ ਪ੍ਰਭ ਦੇ ਵਿਛੋੜੇ ਦੇ ਵਿਰਾਗ ਦੇ ਗੀਤ ਗਾਉਂਦੀ ਹੈ । ਸ਼ਬਦ ਦੀ ਪਾਲਣਾ ਤੋਂ ਬਿਨਾਂ ਸੋਝੀ ਬਖਸ਼ਿਸ਼ ਨਹੀਂ ਹੋ ਸਕਦੀ । ਇਸ ਕਥਾ ਦਾ ਆਪਣੇ ਮਨ ਵਿੱਚ ਵਿਚਾਰ ਕਰੋ! ਮਨਮਰਜ਼ੀ ਕਰਨਵਾਲੇ ਦੇ ਮਨ ਵਿਚੋਂ ਇੱਛਾਂ ਦੀ ਮੈਲ ਕਦੇ ਧੋਤੀ ਨਹੀਂ ਜਾਂਦੀ, ਉਸ ਦੀ ਸ਼ਬਦ ਨਾਲ ਲਗਨ ਨਹੀਂ ਲਗਦੀ ।

Whosoever may wholeheartedly obey the teachings of His Word with steady and stable belief His Word; with His mercy and grace, he may be blessed with the enlightenment of the essence of His Word. All his evil thoughts and deceptive plans may be eliminated from within; his tongue remains drenched with the singing in renunciation in the memory of his separation from His Holy Spirit. Whosoever may not obey the teachings of His Word; he may never be blessed with the right path of acceptance in His Court. Remember! Self-minded may never eliminate the blemish of his evil thoughts; he may not have any devotion to meditate on the teachings of His Word.

ਮਨ ਮੇਰੇ ਸਤਿਗੁਰ ਕੈ ਭਾਣੈ ਚਲੁ॥ man, mayray saT`gur kai bhaanai chal.
ਨਿਜ ਘਰਿ ਵਸਹਿ ਅੰਮ੍ਰਿਤੁ ਪੀਵਹਿ, nij ghar vaseh amrit peeveh
ਤਾ ਸੁਖ ਲਹਹਿ ਮਹਲੁ॥੧॥ ਰਹਾਉ॥ taa sukh laheh mahal. ||1|| rahaa-o.

ਜੀਵ ਆਪਣਾ ਜੀਵਨ, ਪ੍ਰਭ ਦੇ ਸ਼ਬਦ ਅਨੁਸਾਰ ਢਾਲੋ! ਜਿਹੜਾ ਆਪਣੇ ਅੰਦਰ ਝਾਤੀ ਮਾਰਦਾ, ਸ਼ਬਦ ਦਾ ਅਨਮੋਲ ਅੰਮ੍ਰਿਤ ਰਸ ਮਾਨਦਾ ਹੈ! ਉਸ ਨੂੰ ਦਰਬਾਰ ਵਿੱਚ ਸ਼ਾਂਤੀ ਸੰਤੋਖ ਬਖਸ਼ਿਸ਼ ਹੋ ਸਕਦਾ ਹੈ ।

You should concentrate and search from within. Whosoever may search within his own mind; he may be blessed with ambrosial nectar of the essence of His Word, peace, and contentment in his life.

ਅਉਗੁਣਵੰਤੀ ਗੁਣੁ ਕੋ ਨਹੀ, a-ugunvantee gun ko nahee
ਬਹਣਿ ਨ ਮਿਲੈ ਹਦੂਰਿ॥ bahan na milai hadoor.
ਮਨਮੁਖਿ ਸਬਦੁ ਨ ਜਾਣਈ, manmukh sabad na jaan-ee
ਅਵਗਣਿ ਸੋ ਪ੍ਰਭੁ ਦੂਰਿ॥ avgan so parabh door.
ਜਿਨੀ ਸਚੁ ਪਛਾਣਿਆ, jinee sach pachhaani-aa
ਸਚਿ ਰਤੇ ਭਰਪੂਰਿ॥ sach ratay bharpoor.
ਗੁਰ ਸਬਦੀ ਮਨੁ ਬੇਧਿਆ, gur sabdee man bayDhi-aa
ਪ੍ਰਭੁ ਮਿਲਿਆ ਆਪਿ ਹਦੂਰਿ॥੨॥ parabh mili-aa aap hadoor. ||2||

ਪ੍ਰਭ ਦੇ ਸ਼ਬਦ ਦੇ ਗੁਣਾਂ ਤੋਂ ਬਿਨਾਂ, ਪ੍ਰਭ ਦੀ ਰਹਿਮਤ ਦੀ ਨਜ਼ਰ ਬਖਸ਼ਿਸ਼ ਨਹੀਂ ਹੁੰਦੀ । ਮਨਮਰਜ਼ੀ ਕਰਨਵਾਲੇ ਨੂੰ ਸ਼ਬਦ ਦੀ ਕੋਈ ਸੋਝੀ ਨਹੀਂ ਹੁੰਦੀ, ਉਹ ਪ੍ਰਭ ਦੀ ਪ੍ਰਵਾਨਗੀ ਦੇ ਰਸਤੇ ਤੋਂ ਦੂਰ ਹੀ ਰਹਿੰਦਾ ਹੈ । ਜਿਹੜਾ ਸ਼ਬਦ ਨਾਲ ਜੀਵਨ ਢਾਲਦਾ ਹੈ, ਉਸ ਤੇ ਪ੍ਰਭ ਦੀ ਰਹਿਮਤ ਦੀ ਨਜ਼ਰ ਬਖਸ਼ਿਸ਼ ਹੁੰਦੀ ਹੈ

। ਉਸ ਦੀ ਲਗਨ ਸ਼ਬਦ ਵਿੱਚ ਲਗੀ ਰਹਿੰਦੀ ਹੈ । ਪ੍ਰਭ ਦਾ ਸ਼ਬਦ, ਤੀਰ ਮਨ ਵਿੱਚ ਚੀਰ ਪਾ ਜਾਂਦਾ ਹੈ । ਪ੍ਰਭ ਆਪ ਹੀ ਉਸ ਨੂੰ ਦਰਬਾਰ ਵਿੱਚ ਸੱਦਾ ਭੇਜਦਾ, ਸ਼ਲਾਘਾ ਕਰਦਾ ਹੈ ।

Whosoever may not adopt the teachings of His Word in his day-to-day life; self-minded may not be blessed with the essence of His Word, nor the right path of acceptance in His Court. He may be deprived from the right path of acceptance in His Court. Whosoever may adopt the teachings of His Word in his day-to-day life, he may remain on the right path of His Blessings. The arrow of the essence of His Word may pierce through his heart. He may be blessed with the right path and honor in His Court.

ਆਪੇ ਰੰਗਣਿ ਰੰਗਿਓਨੁ,	aapay rangan rangi-on
ਸਬਦੇ ਲਇਓਨੁ ਮਿਲਾਇ॥	sabday la-i-on milaa-ay.
ਸਚਾ ਰੰਗੁ ਨ ਉਤਰੈ,	sachaa rang na utrai
ਜੋ ਸਚਿ ਰਤੇ ਲਿਵ ਲਾਇ॥	jo sach ratay liv laa-ay.
ਚਾਰੇ ਕੁੰਡਾ ਭਵਿ ਥਕੇ,	chaaray kundaa bhav thakay
ਮਨਮੁਖ ਬੂਝ ਨ ਪਾਇ॥	manmukh boojh na paa-ay.
ਜਿਸੁ ਸਤਿਗੁਰੁ ਮੇਲੇ ਸੋ ਮਿਲੈ,	jis saT`gur maylay so milai
ਸਚੈ ਸਬਦਿ ਸਮਾਇ॥੩॥	sachai sabad samaa-ay. ||3||

ਆਪ ਹੀ ਜੀਵ ਨੂੰ ਸ਼ਬਦ ਦੇ ਰੰਗ ਵਿੱਚ ਰੰਗਦਾ, ਅਡੋਲ ਰਖਦਾ, ਪ੍ਰਵਾਨ ਕਰਦਾ ਹੈ । ਜਿਹੜਾ ਸ਼ਬਦ ਦੇ ਸਿਮਰਨ ਵਿੱਚ ਮਸਤ ਰਹਿੰਦਾ ਹੈ, ਉਸ ਤੇ ਸ਼ਬਦ ਦਾ ਰੰਗ ਕਦੇ ਫਿੱਕਾ ਨਹੀਂ ਹੁੰਦਾ । ਸ਼ਬਦ ਦੀ ਪਾਲਣਾ ਨਾਲ ਲਗਨ ਘਟਦੀ ਨਹੀਂ । ਮਨਮਰਜ਼ੀ ਕਰਨਵਾਲਾ ਚਾਰੇ ਪਾਸੇ, ਵੱਖਰੇ ਵੱਖਰੇ ਰੀਤ ਰੀਵਾਜ ਕਰਦਾ ਬੇਚਾਰ ਹੋ ਜਾਂਦਾ ਹੈ । ਉਸ ਨੂੰ ਬੰਦਗੀ ਦਾ ਅਸਲੀ ਰਸਤਾ ਬਖਸ਼ਿਸ਼ ਨਹੀਂ ਹੁੰਦਾ । ਜਿਹੜਾ ਸ਼ਬਦ ਦੀ ਪਾਲਣਾ, ਜੀਵਨ ਢਾਲਦਾ ਹੈ, ਉਸ ਦੀ ਆਤਮਾ ਪ੍ਰਭ ਦੀ ਜੋਤ ਵਿੱਚ ਅਲੋਪ ਹੋ ਜਾਂਦੀ ਹੈ ।

Whosoever may remain drenched with the crimson color of the nectar of His Word with steady and stable; with His mercy and grace, he may be accepted in His Court. He may remain intoxicated in meditation in the void of His Word. His devotion, crimson color of the essence of His Word may never faint. Self-minded may remain intoxicated, frustrated in religious rituals. He may never be blessed with the right path of meditation. Whosoever may adopt the teachings of His Word wholeheartedly in day-to-day life; his soul may be sanctified become worthy of His consideration.

ਮਿਤ੍ਰ ਘਣੇਰੇ ਕਰਿ ਥਕੀ,	mitar ghanayray kar thakee
ਮੇਰਾ ਦੁਖੁ ਕਾਟੈ ਕੋਇ॥	mayraa dukh kaatai ko-ay.
ਮਿਲਿ ਪ੍ਰੀਤਮ ਦੁਖੁ ਕਟਿਆ,	mil pareetam dukh kati-aa
ਸਬਦਿ ਮਿਲਾਵਾ ਹੋਇ॥	sabad milaavaa ho-ay.
ਸਚੁ ਖਟਣਾ ਸਚੁ ਰਾਸਿ ਹੈ,	sach khatnaa sach raas hai
ਸਚੇ ਸਚੀ ਸੋਇ॥	sachay sachee so-ay.
ਸਚਿ ਮਿਲੇ ਸੇ ਨ ਵਿਛੁੜਹਿ,	sach milay say na vichhurheh
ਨਾਨਕ ਗੁਰਮੁਖਿ ਹੋਇ॥੪॥੨੬॥59॥	naanak gurmukh ho-ay. ||4||26||59||

ਸੰਸਾਰ ਵਿੱਚ ਜੀਵ ਬਹੁਤ ਸਾਥੀ, ਮਿੱਤਰ ਬਣਾਉਂਦਾ ਹੈ । ਆਸ ਰਖਦਾ, ਕੋਈ ਨਾ ਕੋਈ ਅਸਲੀ ਰਸਤੇ ਤੇ ਪਾ ਕੇ, ਜੂੰਨਾਂ ਦਾ ਚੱਕਰ ਖਤਮ ਕਰਵਾ ਦੇਵੇਗਾ । ਪ੍ਰਭ ਦੀ ਰਹਿਮਤ ਨਾਲ ਜਿਸ ਦੀ ਸ਼ਬਦ ਵਿੱਚ ਲਿਵ ਲਗ ਜਾਂਦੀ ਹੈ, ਉਹ ਸ਼ਬਦ ਦੀ ਸਿਖਿਆਂ ਨਾਲ ਜੀਵਨ ਢਾਲਦਾ ਹੈ । ਉਹ ਸ਼ਬਦ ਦੀ ਕਮਾਈ, ਸੰਸਾਰ ਦੀ ਭਲਾਈ ਦੇ ਕੰਮ ਕਰਦਾ ਹੈ । ਉਹ ਸੰਸਾਰ ਵਿੱਚ ਵੀ ਭਗਤ ਮੰਨਿਆ ਜਾਂਦਾ ਹੈ । ਉਸ ਦੇ ਮਨ ਵਿੱਚ ਸ਼ਬਦ ਘਰ ਕਰ ਜਾਂਦਾ ਹੈ, ਉਹ ਬੰਦਗੀ ਦੇ ਰਸਤੇ ਨਿਮ੍ਰਤਾ ਨਾਲ ਅਡੋਲ ਰਹਿੰਦਾ, ਕਦੇ ਰਸਤਾ ਛੱਡਦਾ ਨਹੀਂ ਹੈ ।

Self-minded may associate with various devotees with a hope that someone may know the right path. He may guide on the right path of salvation to eliminate his cycle of birth and death. Whosoever may be blessed with devotional to meditation, only he may adopt the teachings of His Word in life. He may earn the wealth of His Word; his deeds remain for the well-being for His Creation. He may be honored as His true devotee, saint. Whosoever may remain drenched with the essence of His Word; he may never forsake the right path of meditation. He remains humble and polite in day-to-day life.

113.ਸਿਰੀਰਾਗੁ ਮਹਲਾ ੩॥ (37-9)

ਆਪੇ ਕਾਰਣੁ ਕਰਤਾ ਕਰੇ,	aapay kaaran kartaa karay
ਸ੍ਰਿਸਟਿ ਦੇਖੈ ਆਪਿ ਉਪਾਇ॥	sarisat daykhai aap upaa-ay.
ਸਭ ਏਕੋ ਇਕੁ ਵਰਤਦਾ,	sabh ayko ik varatdaa
ਅਲਖੁ ਨ ਲਖਿਆ ਜਾਇ॥	alakh na lakhi-aa jaa-ay.
ਆਪੇ ਪ੍ਰਭੂ ਦਇਆਲੁ ਹੈ,	aapay parabhoo da-i-aal hai
ਆਪੇ ਦੇਇ ਬੁਝਾਇ॥	aapay day-ay bujhaa-ay.
ਗੁਰਮਤੀ ਸਦ ਮਨਿ ਵਸਿਆ,	gurmatee sad man vasi-aa
ਸਚਿ ਰਹੇ ਲਿਵ ਲਾਇ॥੧॥	sach rahay liv laa-ay. ‖1‖

ਪ੍ਰਭ ਨੇ ਆਪ ਹੀ ਸ੍ਰਿਸ਼ਟੀ ਪੈਦਾ ਕਰਦਾ, ਦੇਖ ਭਾਲ, ਪਾਲਣਾ ਕਰਦਾ ਹੈ । ਇਕੋ ਇਕ ਪ੍ਰਭ ਹੀ ਹਰ ਥਾਂ ਹਰਇਕ ਜੀਵ ਵਿੱਚ ਵਾਪਰਦਾ ਹੈ । ਉਹ ਦੇਖੇ ਜਾਣ ਤੋਂ ਉਪਰ ਹੈ । ਜਿਸ ਤੇ ਰਹਿਮਤ ਦੀ ਨਜ਼ਰ ਬਖਸ਼ਦਾ ਹੈ, ਉਸ ਨੂੰ ਸ਼ਬਦ ਦੀ ਸੋਝੀ ਬਖਸ਼ਿਸ਼ ਹੋ ਜਾਂਦੀ ਹੈ । ਜਿਹੜਾ ਜੀਵ ਸ਼ਬਦ ਦੀ ਪਾਲਣਾ, ਸ਼ਬਦ ਨਾਲ ਜੀਵਨ ਢਾਲਦਾ ਹੈ । ਉਸ ਦੇ ਮਨ ਵਿੱਚ ਸ਼ਬਦ ਘਰ ਕਰ ਜਾਂਦਾ ਹੈ ।

The One and Only One True Master creates, nourishes, and protect His Creation. The Omnipresent True Master remains embedded within each soul, dwells in his body and prevails in every event in His Nature. He remains beyond any visibility and comprehension of His Creation. Whosoever may be bestowed with His Blessed Vision, he may be enlightened with the essence of His Word from within. Whosoever may obey, adopt the teachings of His Word in his day-to-day life; with His mercy and grace, he may remain drenched with the essence of His Word; he remains awake and alert.

ਮਨ ਮੇਰੇ ਗੁਰ ਕੀ ਮੰਨਿ ਲੈ ਰਜਾਇ॥	man, mayray gur kee man lai rajaa-ay.
ਮਨੁ ਤਨੁ ਸੀਤਲੁ ਸਭੁ ਥੀਐ,	man, tan seetal sabh thee-ai
ਨਾਮੁ ਵਸੈ ਮਨਿ ਆਇ॥੧॥ ਰਹਾਉ॥	Naam vasai man aa-ay. ‖1‖ rahaa-o.

ਜੀਵ ਆਪਣੇ ਮਨ ਨੂੰ ਪ੍ਰਭ ਦੀ ਰਜ਼ਾ ਵਿੱਚ ਰਖੋ! ਜਿਹੜਾ ਪ੍ਰਭ ਦੇ ਬਖਸ਼ੇ ਤੇ ਧੀਰਜ ਰਖਦਾ ਹੈ, ਉਸ ਦੇ ਮਨ ਵਿੱਚ ਸ਼ਬਦ ਦੀ ਸਿਖਿਆਂ ਘਰ ਕਰ ਜਾਂਦੀ, ਮਨ ਵਿੱਚ ਸੰਤੋਖ ਬਖਸ਼ਿਸ਼ ਹੋ ਜਾਂਦਾ ਹੈ ।

You should remain contented with your worldly environments. Whosoever may adopt the teachings of His Word in day-to-day life; with His mercy and grace, he may be drenched with the essence of His Word. He may remain in patience and contented with His Blessings.

ਜਿਨਿ ਕਰਿ ਕਾਰਣੁ ਧਾਰਿਆ,	jin kar kaaran Dhaari-aa
ਸੋਈ ਸਾਰ ਕਰੇਇ॥	so-ee saar karay-i.
ਗੁਰ ਕੈ ਸਬਦਿ ਪਛਾਣੀਐ,	gur kai sabad pachhaanee-ai
ਜਾ ਆਪੇ ਨਦਰਿ ਕਰੇਇ॥	jaa aapay nadar karay-i.
ਸੇ ਜਨ ਸਬਦੇ ਸੋਹਣੇ,	say jan sabday sohnay
ਤਿਤੁ ਸਚੈ ਦਰਬਾਰਿ॥	tit sachai darbaar.
ਗੁਰਮੁਖਿ ਸਚੈ ਸਬਦਿ ਰਤੇ,	gurmukh sachai sabad ratay
ਆਪਿ ਮੇਲੇ ਕਰਤਾਰਿ॥੨॥	aap maylay kartaar. ‖2‖

ਪ੍ਰਭ ਨੇ ਸ੍ਰਿਸ਼ਟੀ ਦਾ ਸਾਜਨਾ ਕੀਤੀ, ਪਾਲਣ ਪੋਸਨ ਦਾ ਪ੍ਰਬੰਧ ਆਪ ਹੀ ਕੀਤਾ ਹੈ । ਜਿਸ ਤੇ ਪ੍ਰਭ ਆਪ ਹੀ ਰਹਿਮਤ ਦੀ ਨਜ਼ਰ ਬਖਸ਼ਦਾ ਹੈ, ਕੇਵਲ ਉਸ ਨੂੰ ਹੀ ਸ਼ਬਦ ਦੀ ਸੋਝੀ ਬਖਸ਼ਿਸ਼ ਹੁੰਦੀ ਹੈ । ਜਿਸ ਦੇ ਮਨ ਵਿੱਚ ਸ਼ਬਦ ਦਾ ਸ਼ਿੰਗਾਰ ਹੁੰਦਾ ਹੈ, ਉਹ ਪ੍ਰਭ ਦੇ ਦਰਬਾਰ ਵਿੱਚ ਸੋਭਦਾ ਹੈ । ਉਸ ਨੂੰ ਗੁਰਮਖਾ ਅਵਸਥਾ ਬਖਸ਼ਦਾ, ਉਸ ਤੇ ਪ੍ਰਭ ਦੇ ਸ਼ਬਦ ਦਾ ਰੰਗ ਗੂੜ੍ਹਾ ਚੜ੍ਹਿਆ ਹੁੰਦਾ ਹੈ । ਪ੍ਰਭ ਆਪ ਹੀ ਉਸ ਨੂੰ ਪ੍ਰਵਾਨ ਕਰ ਲੈਂਦਾ ਹੈ ।

The One and Only One, True Master has created, arranged everything for nourishment and protection of His Creation. Whosoever may be bestowed with His Blessed Vision, only he may be enlightened with the essence of His Word from within. Whosoever may be embellished with a deep crimson color of the essence of His Word. He may be honored in His Court. He may be blessed with a state of mind as His true devotee; he may remain drenched with the crimson color of the essence of His Word. His soul may be accepted in His Court.

ਗੁਰਮਤੀ ਸਚੁ ਸਲਾਹਣਾ,	gurmatee sach salaahnaa
ਜਿਸ ਦਾ ਅੰਤੁ ਨ ਪਾਰਾਵਾਰੁ॥	jis daa ant na paaraavaar.
ਘਟਿ ਘਟਿ ਆਪੇ ਹੁਕਮਿ ਵਸੈ,	ghat ghat aapay hukam vasai
ਹੁਕਮੇ ਕਰੇ ਬੀਚਾਰੁ॥	hukmay karay beechaar.
ਗੁਰ ਸਬਦੀ ਸਾਲਾਹੀਐ,	gur sabdee salaahee-ai
ਹਉਮੈ ਵਿਚਹੁ ਖੋਇ॥	ha-umai vichahu kho-ay.
ਸਾ ਧਨ ਨਾਵੈ ਬਾਹਰੀ,	saa Dhan naavai baahree
ਅਵਗਣਵੰਤੀ ਰੋਇ॥੩॥	avganvantee ro-ay. ||3||

ਜੀਵ ਸ਼ਬਦ ਦੀ ਸਿਖਿਆਂ ਨਾਲ ਜੀਵਨ ਢਾਲਕੇ, ਸ਼ਬਦ ਦੀ ਸੋਝੀ ਪਾ ਕੇ, ਪ੍ਰਭ ਦੀ ਉਸਤਤ ਗਾਵੇ ! ਪ੍ਰਭ ਦੇ ਗੁਣਾਂ ਦਾ ਕੋਈ ਅੰਤ ਨਹੀਂ, ਉਸ ਵਿੱਚ ਕੋਈ ਕਮੀ ਨਹੀਂ ਹੈ । ਪ੍ਰਭ ਆਪਣੇ ਹੁਕਮ ਨਾਲ ਹੀ ਹਰਇਕ ਜੀਵ ਦੇ ਮਨ ਵਿੱਚ ਵਸਦਾ ਹੈ । ਪ੍ਰਭ ਦੇ ਹੁਕਮ ਨਾਲ ਹੀ ਜੀਵ ਸ਼ਬਦ ਦਾ ਵਿਚਾਰ ਕਰਦਾ, ਵਿਆਖਿਆ ਕਰਦਾ ਹੈ । ਪ੍ਰਭ ਦੇ ਸ਼ਬਦ ਦੇ ਸਿਮਰਨ, ਸੋਝੀ ਨਾਲ, ਮਨ ਵਿਚੋਂ ਅਹੰਕਾਰ ਦੂਰ ਹੋ ਜਾਦਾ ਹੈ । ਜਿਹੜੀ ਆਤਮਾ ਪ੍ਰਭ ਦੇ ਸ਼ਬਦ ਦੀ ਸੋਝੀ ਤੋਂ ਅਣਜਾਣ ਹੁੰਦੀ ਹੈ, ਉਸ ਨੂੰ ਉਦਾਸੀ, ਦੁਖ ਹੁੰਦਾ ਹੈ ।

You should comprehend, sing the glory, and adopt the teachings of His Word with steady and stable belief in day-to-day life. The True Master remains beyond any limitation, deficiency nor any boundary and limits. His Holy Spirit remains embedded within each soul and dwells within his mind, body. He may inspire His true devotee to spread His Word, explain the events of His Nature. Whosoever may meditate on the teachings of His Word with steady and stable belief; with His mercy and grace, he may be blessed with enlightenment of the essence of His Word. He may conquer his ego from within. Whosoever may remain ignorant from the real purpose of his human life opportunity, he may remain frustrated and miserable in his life.

ਸਚੁ ਸਲਾਹੀ ਸਚਿ ਲਗਾ,	sach salaahee sach lagaa
ਸਚੈ ਨਾਇ ਤ੍ਰਿਪਤਿ ਹੋਇ॥	sachai naa-ay taripat ho-ay.
ਗੁਣ ਵੀਚਾਰੀ ਗੁਣ ਸੰਗ੍ਰਹਾ,	gun veechaaree gun sangrahaa
ਅਵਗੁਣ ਕਢਾ ਧੋਇ॥	avgun kadhaa Dho-ay.
ਆਪੇ ਮੇਲਿ ਮਿਲਾਇਦਾ,	aapay mayl milaa-idaa
ਫਿਰਿ ਵੇਛੋੜਾ ਨ ਹੋਇ॥	fir vaychhorhaa na ho-ay.
ਨਾਨਕ ਗੁਰੁ ਸਾਲਾਹੀ ਆਪਣਾ,	naanak gur saalaahee aapnaa
ਜਿਦੂ ਪਾਈ ਪ੍ਰਭੁ ਸੋਇ॥੪॥੨੭॥60॥	jidoo paa-ee parabh so-ay. ||4||27||60||

ਪ੍ਰਭ ਦੇ ਸ਼ਬਦ ਦੀ ਸ਼ਲਾਘਾ ਕਰਨ ਨਾਲ ਸ਼ਬਦ ਵਿੱਚ ਲਗਨ ਲਗਦੀ, ਮਨ ਦਾ ਭਰੋਸਾ ਸ਼ਬਦ ਤੇ ਅਡੋਲ ਹੋਣ ਲਗ ਪੈਂਦਾ ਹੈ । ਜਿਹੜਾ ਪ੍ਰਭ ਦੇ ਸ਼ਬਦ ਨੂੰ ਵਿਚਾਰ ਕੇ ਜੀਵਨ ਢਾਲਦਾ, ਪ੍ਰਭ ਦੀ ਰਹਿਮਤ ਨਾਲ, ਮਨ ਦੀਆਂ ਇੱਛਾਂ ਦੇ ਦਾਗ਼ ਧੋਅ ਲੈਂਦਾ ਹੈ । ਪ੍ਰਭ ਆਪ ਹੀ ਪ੍ਰਵਾਨਗੀ ਦਾ ਅਸਲੀ ਰਸਤਾ ਬਖਸ਼ਦਾ, ਸ਼ਬਦ ਵਿੱਚ ਲਗਨ ਲਾਉਂਦਾ ਹੈ । ਉਸ ਨੂੰ ਕੋਈ, ਪ੍ਰਭ ਦੇ ਸ਼ਬਦ ਦੀ ਪਾਲਣਾ ਤੋਂ ਅਲਗ, ਵੱਖਰਾ ਨਹੀਂ ਕਰ ਸਕਦਾ । ਉਸ ਨੂੰ ਪ੍ਰਭ ਦੀ ਪ੍ਰਵਾਨਗੀ ਬਖਸ਼ਿਸ਼ ਹੋ ਜਾਂਦੀ ਹੈ ।

Whosoever may sing the glory of His Word with devotion; his belief to meditate and to obey the teachings of His Word may be enhanced. Whosoever may concentrate and adopts the teachings of His Word; with His mercy and grace, he may remain drenched with the essence of His Word. His sins may be forgiven and his soul may be sanctified. He may be blessed with the right path of salvation. He may remain intoxicated in meditation in the void of His Word; with His mercy and grace, his soul may never be separated from His Holy Spirit. His soul may be accepted and honored in His Court.

114.ਸਿਰੀਰਾਗੁ ਮਹਲਾ ੩॥ (37-18)

ਸੁਣਿ ਸੁਣਿ ਕਾਮ ਗਹੇਲੀਏ,	sun sun kaam gahaylee-ay
ਕਿਆ ਚਲਹਿ ਬਾਹ ਲੁਡਾਇ॥	ki-aa chaleh baah ludaa-ay.
ਆਪਣਾ ਪਿਰੁ ਨ ਪਛਾਣਹੀ,	aapnaa pir na pachhaanhee
ਕਿਆ ਮੁਹੁ ਦੇਸਹਿ ਜਾਇ॥	ki-aa muhu dayseh jaa-ay.
ਜਿਨੀ ਸਖੀ ਕੰਤੁ ਪਛਾਣਿਆ,	jinee sakheeN kant pachhaani-aa
ਹਉ ਤਿਨ ਕੈ ਲਾਗਉ ਪਾਇ॥	ha-o tin kai laaga-o paa-ay.
ਤਿਨ ਹੀ ਜੈਸੀ ਥੀ ਰਹਾ,	tin hee jaisee thee rahaa
ਸਤਸੰਗਤਿ ਮੇਲਿ ਮਿਲਾਇ॥੧॥	satsangat mayl milaa-ay. ||1||

ਮਨਮੁਖ, ਕਾਮਵਾਸਨਾ ਦੇ ਜਾਲ ਵਿੱਚ ਫਸਦਾ ਜਾਂਦਾ ਹੈ । ਕਿਉਂ ਆਪਣੀ ਬਾਂਹਵਾ ਪਸਾਰ ਕੇ ਖ਼ੁਸ਼ੀ ਨਾਲ ਚਲਦਾ ਹੈ? ਆਪਣਾ ਅਸਲੀ ਮੂਲ ਪਛਾਣਦਾ ਨਹੀਂ, ਕਿਹੜਾ ਮੂੰਹ ਲੈ ਕੇ ਪ੍ਰਭ ਦੇ ਦਰਬਾਰ ਵਿੱਚ ਵਾਪਸ ਜਾਵੇਗਾ? ਉਸ ਆਤਮਾ ਨੂੰ ਪ੍ਰਣਾਮ ਕਰੋ! ਜਿਹੜੀ ਆਪਣਾ ਆਪ ਪਛਾਣ ਕੇ ਚਲਦੀ ਹੈ । ਜਿਹੜਾ ਸੰਤ ਸਰੂਪ ਦੀ ਸੰਗਤ ਕਰਦਾ, ਉਸ ਦੇ ਜੀਵਨ ਦੀ ਸਿਖਿਆਂ ਨਾਲ ਆਪਣਾ ਜੀਵਨ ਢਾਲਦਾ ਹੈ, ਉਹ ਪ੍ਰਭ ਦੀ ਪ੍ਰਵਾਨਗੀ ਦੇ ਰਸਤੇ ਤੇ ਚਲ ਸਕਦਾ ਹੈ ।

Self-minded remains a slave, a victim of sexual urge with strange partner. Why are you celebrating, boast your gratification of sexual urge, desire? Who may not recognize the real purpose of human life opportunity? What may be his earnings to carry with after death? Whosoever may recognize the right path, purpose of human life opportunity; with His mercy and grace, he may join the conjugation of His Holy saint; he may adopt his life experience teachings in his day-to-day life. He may be blessed with the right path to sanctify his soul to become worthy of His consideration.

ਮੁੰਧੇ ਕੂੜਿ ਮੁਠੀ ਕੂੜਿਆਰਿ॥	munDhay koorh muthee koorhi-aar.
ਪਿਰੁ ਪ੍ਰਭੁ ਸਾਚਾ ਸੋਹਣਾ,	pir parabh saachaa sohnaa
ਪਾਈਐ ਗੁਰ ਬੀਚਾਰਿ॥੧॥ ਰਹਾਉ॥	paa-ee-ai gur beechaar. ||1|| rahaa-o.

ਜਿਹੜਾ ਧੋਖੇ ਦੇ ਕੰਮ ਕਰਦਾ, ਉਹ ਆਪ ਹੀ ਆਪਣੀ ਚਲਾਕੀ ਵਿੱਚ ਫਸ ਜਾਂਦਾ ਹੈ । ਪ੍ਰਭ ਹੀ ਜੀਵ ਦਾ ਅਸਲੀ ਮਾਲਕ, ਰਖਵਾਲਾ ਹੈ । ਕੇਵਲ ਸ਼ਬਦ ਨਾਲ ਜੀਵਨ ਢਾਲਣ ਨਾਲ ਹੀ ਪ੍ਰਭ ਦੀ ਰਹਿਮਤ ਬਖਸ਼ਿਸ਼ ਹੋ ਸਕਦੀ ਹੈ ।

Whosoever may adopt deceptive plans in life, often he may become a victim of his own deceptive plan. The One and Only One, True Master, protector of His Creation! Whosoever may adopt the teachings of His Word with steady and stable belief in his day-to-day life; with His mercy and grace, he may be blessed with the right path of acceptance in His Court.

ਮਨਮੁਖਿ ਕੰਤੁ ਨ ਪਛਾਣਈ,	manmukh kant na pachhaan-ee
ਤਿਨ ਕਿਉ ਰੈਣਿ ਵਿਹਾਇ॥	tin ki-o rain vihaa-ay.
ਗਰਬਿ ਅਟੀਆ ਤ੍ਰਿਸਨਾ ਜਲਹਿ,	garab atee-aa tarisnaa jaleh
ਦੁਖੁ ਪਾਵਹਿ ਦੂਜੈ ਭਾਇ॥	dukh paavahi doojai bhaa-ay.
ਸਬਦਿ ਰਤੀਆ ਸੋਹਾਗਣੀ,	sabad ratee-aa sohaaganee
ਤਿਨ ਵਿਚਹੁ ਹਉਮੈ ਜਾਇ॥	tin vichahu ha-umai jaa-ay.
ਸਦਾ ਪਿਰੁ ਰਾਵਹਿ ਆਪਣਾ,	sadaa pir raaveh aapnaa
ਤਿਨਾ ਸੁਖੇ ਸੁਖਿ ਵਿਹਾਇ॥੨॥	tinaa sukhay sukh vihaa-ay. ॥2॥

ਮਨਮਰਜ਼ੀ ਕਰਨਵਾਲਾ ਜੀਵ ਆਪਣੇ ਮਾਨਸ ਜਨਮ ਦਾ ਮੰਤਵ ਨਹੀਂ ਜਾਣਦਾ, ਉਹ ਆਪਣਾ ਜੀਵਨ ਕਿਵੇਂ ਬਤੀਤ ਕਰੇਗਾ? ਉਹ ਅਹੰਕਾਰ ਨਾਲ ਭਰਿਆ, ਸੰਸਾਰਕ ਇੱਛਾਂ ਵਿੱਚ ਭਟਕਦਾ ਰਹਿੰਦਾ ਹੈ, ਉਹ ਚਾਰੇ ਪਾਸੇ ਘੁੰਮਣ ਨਾਲ ਹੀ ਦੁਖ ਪਾਉਂਦਾ ਹੈ । ਜਿਹੜੀ ਆਤਮਾ ਸ਼ਬਦ ਵਿੱਚ ਲਿਵ ਲਾਉਂਦੀ ਹੈ, ਉਹ ਸ਼ਬਦ ਨਾਲ ਜੀਵਨ ਢਾਲਦੀ ਹੈ, ਉਸ ਦੇ ਮਨ ਵਿਚੋਂ ਅਹੰਕਾਰ, ਹੈਸੀਅਤ ਦਾ ਅਭਿਮਾਨ ਦੂਰ ਹੋ ਜਾਂਦਾ ਹੈ । ਉਹ ਸਦਾ ਹੀ ਪ੍ਰਭ ਦੀ ਰਹਿਮਤ ਵਿੱਚ ਰਹਿੰਦਾ ਹੈ, ਉਸ ਦਾ ਮਾਨਸ ਜਨਮ ਖੇੜੇ ਵਿੱਚ ਹੀ ਬੀਤ ਜਾਂਦਾ ਹੈ ।

Self-minded may not be aware the real purpose of his human life opportunity. How may he adopt the teachings of His Word, the right path in his life? He may remain overwhelmed with his ego; he may remain intoxicated with sweet poison of worldly wealth, desires. He may wander in various possible directions to accomplish and endures miseries in his life. Whosoever may meditate and adopts the teachings of His Word with steady and stable belief in his day-to-day life; with His mercy and grace, he may conquer his own ego, pride of worldly status. He may be blessed with blossom in his life.

ਗਿਆਨ ਵਿਹੂਣੀ ਪਿਰ ਮੁਤੀਆ,	gi-aan vihoonee pir mutee-aa
ਪਿਰਮੁ ਨ ਪਾਇਆ ਜਾਇ॥	piram na paa-i-aa jaa-ay.
ਅਗਿਆਨ ਮਤੀ ਅੰਧੇਰੁ ਹੈ,	agi-aan matee anDhayr hai
ਬਿਨੁ ਪਿਰ ਦੇਖੇ ਭੁਖ ਨ ਜਾਇ॥	bin pir daykhay bhukh na jaa-ay.
ਆਵਹੁ ਮਿਲਹੁ ਸਹੇਲੀਹੋ,	aavhu milhu sahayleeho
ਮੈ ਪਿਰੁ ਦੇਹੁ ਮਿਲਾਇ॥	mai pir dayh milaa-ay.
ਪੂਰੈ ਭਾਗਿ ਸਤਿਗੁਰੁ ਮਿਲੈ,	poorai bhaag saT`gur milai
ਪਿਰੁ ਪਾਇਆ ਸਚਿ ਸਮਾਇ॥੩॥	pir paa-i-aa sach samaa-ay. ॥3॥

ਜਿਸ ਨੂੰ ਸ਼ਬਦ ਦੀ ਲਗਨ ਨਹੀਂ ਹੁੰਦੀ, ਉਹ ਪ੍ਰਵਾਨਗੀ ਦੇ ਰਸਤੇ ਤੇ ਚਲ ਨਹੀਂ ਸਕਦਾ । ਉਹ ਸ਼ਬਦ ਦੀ ਅਗਿਆਨਤਾ ਵਿੱਚ ਰਹਿੰਦਾ ਹੈ, ਮਾਨਸ ਜੀਵਨ ਦੇ ਅਸਲੀ ਰਸਤੇ ਤੋਂ ਵਾਂਝਾ ਰਹਿੰਦਾ ਹੈ । ਮਨ ਦੀਆਂ ਇੱਛਾਂ ਦੇ ਦਰਦ ਕਦੇ ਖਤਮ ਨਹੀਂ ਹੁੰਦੇ । ਜਿਹੜਾ ਸ਼ਬਦ ਦੇ ਲੜ ਲਗਦਾ, ਆਪਣਾ ਜੀਵਨ ਸ਼ਬਦ ਦੀ ਸਿਖਿਆਂ ਨਾਲ ਢਾਲਦਾ ਹੈ, ਪ੍ਰਭ ਦੀ ਰਹਿਮਤ ਨਾਲ ਉਸ ਨੂੰ ਅਸਲੀ ਰਸਤਾ ਬਖਸ਼ਿਸ਼ ਹੁੰਦਾ ਹੈ । ਜਿਸ ਜੀਵ ਦੇ ਵਡੇ ਭਾਗ ਹੁੰਦੇ ਹਨ, ਕੇਵਲ ਉਸ ਦਾ ਮਨ ਸ਼ਬਦ ਵਿੱਚ ਲਗਦਾ ਹੈ । ਉਹ ਅਸਲੀ ਰਸਤਾ ਢੂੰਡ ਲੈਂਦਾ ਹੈ, ਉਹ ਸ਼ਬਦ ਦਾ ਸਿਮਰਨ ਕਰਦਾ, ਸ਼ਬਦ ਦੀ ਸਮਾਧੀ ਵਿੱਚ ਲੀਨ ਹੋ ਜਾਂਦਾ ਹੈ ।

Whosoever may not have devotion to meditate, he may never be blessed with the right path in his life. He may remain ignorant from the teachings of His Word, and deprived from the right path of acceptance in His Court. He endures the misery of worldly desires and birth and death cycle. Whosoever may remain devoted to meditate and adopts the teaching of His Word with steady and stable belief in his day-to-day life; with His mercy and grace, he may be blessed with the right path of salvation. Whosoever may have a great prewritten destiny, only he may remain devoted to meditate; with His mercy and grace, he may search the right path from within. He may remain intoxicated in meditation, in the void of His Holy Spirit.

ਸੇ ਸਹੀਆ ਸੋਹਾਗਣੀ,	say sahee-aa sohaaganee
ਜਿਨ ਕਉ ਨਦਰਿ ਕਰੇਇ॥	jin ka-o nadar karay-i.
ਖਸਮੁ ਪਛਾਣਹਿ ਆਪਣਾ,	khasam pachhaaneh aapnaa
ਤਨੁ ਮਨੁ ਆਗੈ ਦੇਇ॥	tan man aagai day-ay.
ਘਰਿ ਵਰੁ ਪਾਇਆ ਆਪਣਾ,	dhar var paa-i-aa aapnaa
ਹਉਮੈ ਦੂਰਿ ਕਰੇਇ॥	ha-umai door karay-i.
ਨਾਨਕ ਸੋਭਾਵੰਤੀਆ ਸੋਹਾਗਣੀ,	naanak sobhaavantee-aa sohaaganee
ਅਨਦਿਨੁ ਭਗਤਿ ਕਰੇਇ॥ ੪॥੨੮॥61॥	an-din bhagat karay-i. ||4||28||61||

ਜਿਸ ਤੇ ਪ੍ਰਭ ਆਪ ਹੀ ਰਹਿਮਤ ਦੀ ਨਜ਼ਰ ਬਖਸ਼ਦਾ ਹੈ, ਉਹ ਖੇੜੇ ਵਿੱਚ ਰਹਿੰਦਾ ਹੈ । ਜਿਸ ਨੂੰ ਸ਼ਬਦ ਦੀ ਸੋਝੀ ਬਖਸ਼ਿਸ਼ ਹੋ ਜਾਂਦੀ ਹੈ, ਉਹ ਆਪਣਾ ਤਨ, ਮਨ, ਪ੍ਰਭ ਦੀ ਭੇਟਾ ਕਰ ਦੇਂਦਾ ਹੈ । ਉਸ ਨੂੰ ਆਪਣੇ ਮਨ ਦੇ ਅੰਦਰੋਂ ਹੀ ਦਰਬਾਰ ਪ੍ਰਗਟ ਹੋ ਜਾਂਦਾ, ਮਨ ਵਿਚੋਂ ਅਹੰਕਾਰ ਦੀ ਜੜ੍ਹ ਖਤਮ ਹੋ ਜਾਂਦੀ ਹੈ । ਉਸ ਦੀ ਆਤਮਾ ਖੇੜੇ ਵਿੱਚ, ਦਿਨ ਰਾਤ ਪ੍ਰਭ ਦੇ ਸ਼ਬਦ ਵਿੱਚ ਹੀ ਲੀਨ, ਰਹਿੰਦੀ ਹੈ ।

Whosoever may be bestowed with His Blessed Vision, he may remain in blossom in his life. Whosoever may be enlightened with the essence of His Word; he may surrender his mind, body, and self-identity at His Sanctuary. His true devotee may enlighten His throne within his heart; he may conquer his own ego. He may remain blossom, intoxicated in meditation in the void of His Word.

115.ਸਿਰੀਰਾਗੁ ਮਹਲਾ ੩॥ (38-8)

ਇਕਿ ਪਿਰੁ ਰਾਵਹਿ ਆਪਣਾ,	ik pir raaveh aapnaa
ਹਉ ਕੈ ਦਰਿ ਪੂਛਉ ਜਾਇ॥	ha-o kai dar poochha-o jaa-ay.
ਸਤਿਗੁਰੁ ਸੇਵੀ ਭਾਉ ਕਰਿ,	saT`gur sayvee bhaa-o kar
ਮੈ ਪਿਰੁ ਦੇਹੁ ਮਿਲਾਇ॥	mai pir dayh milaa-ay.
ਸਭੁ ਉਪਾਏ ਆਪੇ ਵੇਖੈ,	sabh upaa-ay aapay vaykhai
ਕਿਸੁ ਨੇੜੈ ਕਿਸੁ ਦੂਰਿ॥	kis nayrhai kis door.
ਜਿਨਿ ਪਿਰੁ ਸੰਗੇ ਜਾਣਿਆ,	jin pir sangay jaani-aa
ਪਿਰੁ ਰਾਵੇ ਸਦਾ ਹਦੂਰਿ॥੧॥	pir raavay sadaa hadoor. ||1||

ਕਿਹੜਾ ਜੀਵ, ਸ਼ਬਦ ਦੀ ਪਾਲਣਾ ਕਰਦਾ, ਪ੍ਰਭ ਦੀ ਰਹਿਮਤ ਨਾਲ ਖੇੜੇ ਵਿੱਚ ਰਹਿੰਦਾ ਹੈ । ਜਿਸ ਨੂੰ ਮੈਂ ਪ੍ਰਭ ਦਾ ਰਸਤਾ ਪੁਛਣ ਜਾਵਾ? ਮੈਂ ਮਨ ਲਾ ਕੇ ਸ਼ਬਦ ਦੀ ਪਾਲਣਾ ਕਰਦਾ, ਆਸ ਰਖਦਾ ਹਾ । ਪ੍ਰਭ ਦੀ ਰਹਿਮਤ ਨਾਲ ਪ੍ਰਵਾਨਗੀ ਦਾ ਰਸਤਾ ਬਖਸ਼ਿਸ਼ ਹੋ ਸਕਦਾ ਹੈ । ਪ੍ਰਭ ਹੀ ਸਾਰੀ ਸ੍ਰਿਸ਼ਟੀ ਪੈਦਾ ਕਰਦਾ, ਪਾਲਣਾ, ਪੋਸਨਾ ਕਰਦਾ ਹੈ । ਕੋਈ ਉਸ ਦੇ ਨੇੜੇ ਹੋ ਜਾਂਦਾ, ਕਈ ਉਸ ਤੋਂ ਦੂਰ ਹੋ ਜਾਂਦਾ ਹੈ । ਜਿਹੜਾ ਆਪਣਾ ਜੀਵਨ ਢਾਲਦਾ ਹੈ, ਉਸ ਨੂੰ ਸ਼ਬਦ ਦੀ ਸੋਝੀ ਬਖਸ਼ਦਾ, ਸਦਾ ਹੀ ਸਹਾਈ ਰਹਿੰਦਾ ਹੈ ।

Whosoever may remain contented in obeying the teachings of His Word? Whom may I enquire about the right path of acceptance in His Court? I am wholeheartedly obeying the teachings of His Word with a hope; I may be blessed with the right path of acceptance in His Court. The True Master creates, nourishes, and protects His Creation. Someone may remain close and others may be pushed away from His Royal Palace. Whosoever may adopt the teachings of His Word with steady and stable belief in his day-to-day life; with His mercy and grace, he may be blessed with the enlightenment of the essence of His Word; The True Master remains his companion everywhere.

ਮੁੰਧੇ ਤੂ ਚਲੁ ਗੁਰ ਕੈ ਭਾਇ॥	munDhay too chal gur kai bhaa-ay.
ਅਨਦਿਨੁ ਰਾਵਹਿ ਪਿਰੁ ਆਪਣਾ,	an-din raaveh pir aapnaa
ਸਹਜੇ ਸਚਿ ਸਮਾਇ॥੧॥ ਰਹਾਉ॥	sach samaa-ay. ||1|| rahaa-o.

ਜੀਵ ਸ਼ਬਦ ਦੀ ਸਿਖਿਆਂ ਨਾਲ ਆਪਣਾ ਜੀਵਨ ਢਾਲੋ! ਦਿਨ ਰਾਤ ਉਸ ਦੇ ਸ਼ਬਦ ਦਾ ਸਿਮਰਨ ਕਰੋ! ਜਿਹੜਾ ਆਪਣਾ ਜੀਵਨ ਸ਼ਬਦ ਨਾਲ ਢਾਲਕੇ, ਆਪਣੀ ਆਤਮਾ ਨੂੰ ਪਵਿੱਤਰ ਕਰ ਲੈਂਦਾ ਹੈ, ਉਸ ਦੀ ਆਤਮਾ ਪ੍ਰਭ ਦੀ ਜੋਤ ਵਿੱਚ ਅਭੇਦ ਹੋਣ ਯੋਗ ਹੋ ਜਾਂਦੀ ਹੈ ।

You should meditate and adopt the teachings of His Word with steady and stable belief in your day-to-day life. Whosoever may adopt the teachings of His Word with steady and stable belief; with His mercy and grace, his soul may be sanctified to become worthy of His consideration.

ਸਬਦਿ ਰਤੀਆ ਸੋਹਾਗਣੀ,	sabad ratee-aa sohaaganee
ਸਚੈ ਸਬਦਿ ਸੀਗਾਰਿ॥	sachai sabad seegaar.
ਹਰਿ ਵਰੁ ਪਾਇਨਿ ਘਰਿ ਆਪਣੈ,	har var paa-in ghar aapnai
ਗੁਰ ਕੈ ਹੇਤਿ ਪਿਆਰਿ॥	gur kai hayt pi-aar.
ਸੇਜ ਸੁਹਾਵੀ ਹਰਿ ਰੰਗਿ ਰਵੈ,	sayj suhaavee har rang ravai
ਭਗਤਿ ਭਰੇ ਭੰਡਾਰ॥	bhagat bharay bhandaar.
ਸੋ ਪ੍ਰਭੁ ਪ੍ਰੀਤਮੁ ਮਨਿ ਵਸੈ,	so parabh pareetam man vasai
ਜਿ ਸਭਸੈ ਦੇਇ ਅਧਾਰੁ॥੨॥	je sabhsai day-ay aDhaar. ||2||

ਜਿਹੜਾ ਸ਼ਬਦ ਨਾਲ ਜੀਵਨ ਢਾਲਦਾ ਹੈ, ਉਸ ਤੇ ਸ਼ਬਦ ਦਾ ਰੰਗ ਚੜ੍ਹ ਜਾਂਦਾ, ਰੂਹਾਨੀ ਨੂਰ ਬਖਸ਼ਿਸ਼ ਹੋ ਜਾਂਦਾ ਹੈ । ਉਸ ਦੇ ਆਪਣੇ ਮਨ ਅੰਦਰੋਂ ਹੀ ਪ੍ਰਭ ਦੀ ਜੋਤ ਜਾਗਰਤ ਹੋ ਜਾਂਦੀ ਹੈ । ਉਹ ਪ੍ਰਭ ਦੇ ਸ਼ਬਦ ਦੀ ਸਮਾਧੀ ਵਿੱਚ ਖੇੜੇ ਵਿੱਚ ਹੀ ਰਹਿੰਦਾ ਹੈ, ਉਸ ਤੇ ਸ਼ਬਦ ਦੀ ਸੋਝੀ ਦਾ ਰੰਗ ਗੂੜਾ ਚੜ੍ਹ ਜਾਂਦਾ ਹੈ । ਉਸ ਦੇ ਮਨ ਵਿੱਚ ਸਦਾ ਹੀ ਪ੍ਰਭ ਦੇ ਵਿਛੋੜੇ ਦਾ ਵਿਰਾਗ ਰਹਿੰਦਾ ਹੈ, ਉਹ ਸ਼ਬਦ ਦੀ ਸਿਖਿਆਂ ਦਾ ਹੀ ਸਭ ਕੰਮਾਂ ਦਾ ਆਸਰਾ ਲੈਂਦਾ, ਅਧਾਰ ਬਣਾਉਂਦਾ ਹੈ ।

Whosoever may adopt the teachings of His Word with steady and stable belief, he may remain drenched with the essence of His Word. His Spiritual glow may be shining within his heart and on his forehead. He may remain intoxicated in meditation in the void of His Word. He may remain drenched with the crimson color of the essence of His Word. He may remain in renunciation in the memory of his separation from His Holy Spirit. He may always adopt the essence of His Word as guiding principle of his worldly deeds.

ਪਿਰੁ ਸਾਲਾਹਨਿ ਆਪਣਾ,	pir saalaahan aapnaa
ਤਿਨ ਕੈ ਹਉ ਸਦ ਬਲਿਹਾਰੈ ਜਾਉ॥	tin kai ha-o sad balihaarai jaa-o.
ਮਨੁ ਤਨੁ ਅਰਪੀ ਸਿਰੁ ਦੇਈ,	man, tan arpe sir day-ee
ਤਿਨ ਕੈ ਲਾਗਾ ਪਾਇ॥	tin kai laagaa paa-ay.
ਜਿਨੀ ਇਕੁ ਪਛਾਣਿਆ,	jinee ik pachhaani-aa
ਦੂਜਾ ਭਾਉ ਚੁਕਾਇ॥	doojaa bhaa-o chukaa-ay.
ਗੁਰਮੁਖਿ ਨਾਮੁ ਪਛਾਣੀਐ,	gurmukhNaam pachhaanee-ai
ਨਾਨਕ ਸਚਿ ਸਮਾਇ॥੩॥੨੯॥62॥	naanak sach samaa-ay. ||3||29||62||

ਜਿਹੜਾ ਹਰ ਵੇਲੇ ਸ਼ਬਦ ਨਾਲ ਜੀਵਨ ਢਾਲਦਾ ਹੈ, ਉਸ ਤੋਂ ਕੁਰਬਾਨ ਜਾਵਾ! ਮੈਂ ਆਪਣਾ ਤਨ, ਮਨ ਉਸ ਨੂੰ ਭੇਟਾ ਕਰ ਦੇਵਾ । ਆਪਣਾ ਸਿਰ ਵੀ ਉਸ ਦੇ ਚਰਨ ਵਿੱਚ ਝੁਕਾਵਾਂ । ਜਿਹੜਾ ਜੀਵ ਸ਼ਬਦ ਦੀ ਸਿਖਿਆਂ ਨਾਲ ਜੀਵਨ ਢਾਲਦਾ ਹੈ, ਉਸ ਦਾ ਮਨ ਚਾਰੇ ਪਾਸੇ ਭਟਕਣ ਤੋਂ ਰੁਕ ਜਾਂਦਾ ਹੈ, ਭਰਮ ਦੂਰ ਹੋ ਜਾਂਦੇ ਹਨ । ਗੁਰਮਖ ਜੀਵ ਪ੍ਰਭ ਦੇ ਸ਼ਬਦ ਨਾਲ ਜੀਵਨ ਢਾਲਦਾ, ਸ਼ਬਦ ਦੀ ਸੋਝੀ ਬਖਸ਼ਿਸ਼ ਹੋ ਜਾਂਦੀ, ਉਹ ਸ਼ਬਦ ਦੀ ਸਮਾਧੀ ਵਿੱਚ ਹੀ ਅਡੋਲ ਰਹਿੰਦਾ ਹੈ ।

I remain fascinated, astonished from the life of His true devotee! Who may adopt the teachings of His Word in his day-to-day life? I may surrender my mind, body, and self-identity at his service. Whosoever may adopt the teachings of His Word with steady and stable belief in his day-to-day life. He may not wander in various directions; all his suspicions may be eliminated.

His true devotee may remain intoxicated in meditation, obeying the teachings of His Word, in the void of His Word.

116.ਸਿਰੀਰਾਗੁ ਮਹਲਾ ੩॥ (38-16)

ਹਰਿ ਜੀ ਸਚਾ ਸਚੁ ਤੂ,	har jee sachaa sach too
ਸਭੁ ਕਿਛੁ ਤੇਰੈ ਚੀਰੈ॥	sabh kichh tayrai cheerai.
ਲਖ ਚਉਰਾਸੀਹ ਤਰਸਦੇ,	lakh cha-oraaseeh tarasday
ਫਿਰੇ ਬਿਨੁ ਗੁਰ ਭੇਟੇ ਪੀਰੈ॥	firay bin gur bhaytay peerai.
ਹਰਿ ਜੀਉ ਬਖਸੇ ਬਖਸਿ ਲਏ,	har jee-o bakhsay bakhas la-ay
ਸੂਖ ਸਦਾ ਸਰੀਰੈ॥	sookh sadaa sareerai.
ਗੁਰ ਪਰਸਾਦੀ ਸੇਵ ਕਰੀ,	gur parsaadee sayv karee
ਸਚੁ ਗਹਿਰ ਗੰਭੀਰੈ॥੧॥	sach gahir gambheerai. ||1||

ਪ੍ਰਭ ਤੂੰ ਸਦਾ ਰਹਿਣ ਵਾਲਾ, ਅਟਲ ਹੈ, ਸਭ ਕੁਝ ਪ੍ਰਭ ਦੇ ਹੁਕਮ ਅੰਦਰ ਹੀ ਵਾਪਰਦਾ ਹੈ । 84 ਲਖ ਕਿਸਮਾਂ ਦੇ ਜੀਵ ਤੇਰੀ ਭਾਲ ਵਿੱਚ, ਖੋਜ ਵਿੱਚ ਲਗੇ ਰਹਿੰਦੇ ਹਨ, ਪਰ ਤੇਰੇ ਹੁਕਮ ਦੀ ਪਾਲਣਾ ਕਰਨ ਤੋਂ ਬਿਨਾਂ ਤੇਰੇ ਮਿਲਣ ਦਾ ਰਸਤਾ ਨਹੀਂ ਲੱਭਦਾ । ਜਿਸ ਦੀਆ ਆਪ ਹੀ ਭੁੱਲਾਂ ਬਖਸ਼ਦਾ ਹੈ ਉਸ ਨੂੰ ਹੀ ਪੂਰਨ ਸ਼ਾਂਤੀ ਬਖਸ਼ਿਸ਼ ਹੁੰਦੀ ਹੈ । ਪ੍ਰਭ ਦੀ ਰਹਿਮਤ ਨਾਲ ਹੀ ਕੋਈ ਜੀਵ ਪ੍ਰਭ ਦੇ ਸ਼ਬਦ ਵਿੱਚ ਲਗਨ ਲਾਉਂਦਾ ਹੈ, ਉਸ ਦੀ ਪੂਰਨ ਸਮਾਧੀ ਵਿੱਚ ਦਾਖਲ ਹੋ ਸਕਦਾ ਹੈ ।

The Axiom True Master remains Ever-living everything may happen only under with His Command. His Creation, 84, lakhs races are searching for the right path of His Throne; however, without obeying the teachings of His Word, the right path of acceptance in His Court may not be blessed. Whose sins may be forgiven; only he may be blessed with a peace of mind. Whosoever may be bestowed with His Blessed Vision, only he may remain intoxicated in meditation in the void of His Word.

ਮਨ ਮੇਰੇ ਨਾਮਿ ਰਤੇ ਸੁਖੁ ਹੋਇ॥	man, mayray Naam ratay sukh ho-ay.
ਗੁਰਮਤੀ ਨਾਮੁ ਸਲਾਹੀਐ,	gurmatee Naam salaahee-ai
ਦੂਜਾ ਅਵਰੁ ਨ ਕੋਇ॥੧॥ ਰਹਾਉ॥	doojaa avar na ko-ay. ||1|| rahaa-o.

ਪ੍ਰਭ ਦੇ ਸ਼ਬਦ ਨਾਲ ਜੀਵਨ ਢਾਲਣ ਨਾਲ ਮਨ ਨੂੰ ਸ਼ਾਂਤੀ, ਧੀਰਜ ਬਖਸ਼ਿਸ਼ ਹੁੰਦਾ ਹੈ । ਪ੍ਰਭ ਦੇ ਸ਼ਬਦ ਦੀ ਸਿਖਿਆਂ ਦਾ ਸਿਮਰਨ ਕਰੋ! ਪ੍ਰਭ ਤੋਂ ਬਿਨਾਂ ਹੋਰ ਕੋਈ ਵੀ ਜੀਵ ਦਾ ਰਖਵਾਲਾ ਨਹੀਂ ਹੈ ।

Whosoever may adopt the teachings of His Word with steady and stable belief; with His mercy and grace, he may be blessed with a peace and patience with His Blessings. You should listen to the Holy sermons, and meditate on the teachings of His Word. The One and Only One True Master and protector of His Creation; nothing else may exist without His Command.

ਧਰਮ ਰਾਇ ਨੋ ਹੁਕਮੁ ਹੈ,	dharam raa-ay no hukam hai bahi
ਬਹਿ ਸਚਾ ਧਰਮੁ ਬੀਚਾਰਿ॥	sachaa Dharam beechaar.
ਦੂਜੈ ਭਾਇ ਦੁਸਟੁ ਆਤਮਾ,	doojai bhaa-ay dusat aatmaa
ਓਹੁ ਤੇਰੀ ਸਰਕਾਰ॥	oh tayree sarkaar.
ਅਧਿਆਤਮੀ ਹਰਿ ਗੁਣ ਤਾਸੁ	aDhi-aatmee har gun taas
ਮਨਿ, ਜਪਹਿ ਏਕੁ ਮੁਰਾਰਿ॥	man jaapeh ayk muraar.
ਤਿਨ ਕੀ ਸੇਵਾ ਧਰਮ ਰਾਇ ਕਰੈ,	ain kee sayvaa Dharam raa-ay karai
ਧੰਨੁ ਸਵਾਰਣਹਾਰੁ॥੨॥	Dhan savaaranhaar. ||2||

ਧਰਮਰਾਜ, ਪ੍ਰਭ ਦੇ ਸ਼ਬਦ ਦਾ ਬੰਧਾ ਹੋਇਆ ਹੈ, ਕੇਵਲ ਪ੍ਰਭ ਦੇ ਸ਼ਬਦ ਅਨੁਸਾਰ ਹੀ ਇਨਸਾਫ ਕਰਦਾ ਹੈ । ਜਿਹੜਾ ਸ਼ਬਦ ਨਾਲ ਜੀਵਨ ਨਹੀਂ ਢਾਲਦਾ, ਹੋਰ ਧਰਮਾਂ ਦੇ ਰੀਤ ਰੀਵਾਜ ਮਗਰ ਲਗਾ, ਆਪਣੇ ਕੀਤੇ ਕੰਮਾਂ ਦੀ ਹੀ ਸਜ਼ਾ ਭੁਗਤਦਾ ਹੈ । ਬੰਦਗੀ ਕਰਨਵਾਲਾ, ਸ਼ਬਦ ਉਸਤਤ ਗਾਉਂਦਾ, ਸਿਮਰਨ, ਪਾਲਣਾ ਕਰਦਾ ਹੈ, ਉਸ ਨੂੰ ਸ਼ਬਦ ਦੀ ਸੋਝੀ ਦਾ ਖਜ਼ਾਨਾ ਬਖਸ਼ਿਸ਼ ਹੋ ਜਾਂਦਾ ਹੈ । ਧਰਮਰਾਜ, ਪ੍ਰਭ ਦੇ ਸ਼ਬਦ, ਹੁਕਮ ਦੀ ਪਾਲਣਾ ਕਰਦਾ ਇਨਸਾਫ ਕਰਦਾ ਹੈ । ਪ੍ਰਭ ਹੀ ਧਰਮਰਾਜ ਦਾ ਰੂਪ ਹੈ ।

The Righteous Judge may only perform justice under His Command, Word. Whosoever may not adopt the teachings of His Word; he may remain intoxicated in religious rituals and endures the reward of his deeds. He may endure miseries in His Court. His true devotee may meditate, sings the glory, and adopts the teachings of His Word in day-to-day life; with His mercy and grace, he may be blessed with the treasure of enlightenment of the essence of His Word. The True Master is The Righteous Judge.

ਮਨ ਕੇ ਬਿਕਾਰ ਮਨਹਿ ਤਜੈ, — man, kay bikaar maneh tajai
ਮਨਿ ਚੂਕੈ ਮੋਹੁ ਅਭਿਮਾਨੁ॥ — man, chookai moh abhimaan.
ਆਤਮ ਰਾਮੁ ਪਛਾਣਿਆ, — aatam raam pachhaani-aa
ਸਹਜੇ ਨਾਮਿ ਸਮਾਨੁ॥ — sehjay Naam samaan.
ਬਿਨੁ ਸਤਿਗੁਰ ਮੁਕਤਿ ਨ ਪਾਈਐ, — bin saT`gur mukat na paa-ee-ai
ਮਨਮੁਖਿ ਫਿਰੈ ਦਿਵਾਨੁ॥ — manmukh firai divaan.
ਸਬਦੁ ਨ ਚੀਨੈ ਕਥਨੀ ਬਦਨੀ ਕਰੇ, — sabad na cheenai kathnee badnee karay
ਬਿਖਿਆ ਮਾਹਿ ਸਮਾਨੁ॥੩॥ — bikhi-aa maahi samaan. ||3||

ਜਿਹੜਾ ਆਪਣੇ ਮਨ ਦੇ ਬੁਰੇ ਖਿਆਲ ਮਨ ਵਿਚੋਂ ਕੱਢ ਦੇਂਦਾ, ਸੰਸਾਰਕ ਇੱਛਾਂ ਦਾ ਮੋਹ ਅਤੇ ਅਹੰਕਾਰ, ਹੈਸੀਅਤ ਦਾ ਘਮੰਡ ਤਿਆਗ ਦੇਂਦਾ ਹੈ । ਉਹ ਹਰ ਥਾਂ ਵਾਪਰਨ ਵਾਲੇ ਪ੍ਰਭ ਦੀ ਹੋਂਦ ਮਹਿਸੂਸ ਕਰਦਾ, ਉਸ ਨੂੰ ਪਛਾਣ ਲੈਂਦਾ ਹੈ । ਓਹ ਸ਼ਬਦ ਦੀ ਪਾਲਣਾ ਵਿੱਚ ਅਡੋਲ, ਸਮਾਧੀ ਵਿੱਚ ਰਹਿੰਦੀ ਹੈ । ਮਨਮਰਜ਼ੀ ਕਰਨਵਾਲਾ, ਸ਼ਬਦ ਨਾਲ ਜੀਵਨ ਢਾਲਣ, ਸੋਝੀ ਤੋਂ ਬਿਨਾਂ, ਮੁਕਤੀ ਦੇ ਰਸਤੇ ਤੋਂ ਵਾਂਝਾ ਹੀ ਰਹਿੰਦਾ ਹੈ । ਉਹ ਦਿਵਾਨਾ ਹੋਇਆਂ ਚਾਰੇ ਪਾਸੇ ਭਟਕਦਾ ਰਹਿੰਦਾ ਹੈ, ਉਹ ਪ੍ਰਭ ਦੇ ਸ਼ਬਦ ਨੂੰ ਆਪਣੇ ਜੀਵਨ ਵਿੱਚ ਨਹੀਂ ਢਾਲਦੇ । ਸੰਸਾਰਕ ਜੀਵਨ ਵਿੱਚ ਧੋਖੇ ਅਤੇ ਲਾਲਚ ਮਗਰ ਲਗਾ, ਕੇਵਲ ਲੋਕ ਦਿਖਾਵੇ ਦੀ ਬਾਣੀ ਪੜ੍ਹਦਾ ਬੋਲਦਾ ਹੈ ।

Whosoever may renounce evil thoughts and conquers worldly attachments, ego, and pride of worldly status; with His mercy and grace, he may realize His Existence, recognizes His Nature. He remains in deep meditation in the void of His Word. Self-minded may not adopting the teachings of His Word, nor blessed with the enlightenment of the essence of His Word. He may be deprived from the right path of acceptance in His Court. He remains frustrated with worldly desires without adopting the teachings of His Word. He may remain intoxicated in greed and evil plans; hypocrite may only meditate to gain worldly honor and glory.

ਸਭੁ ਕਿਛੁ ਆਪੇ ਆਪਿ ਹੈ, — sabh kichh aapay aap hai
ਦੂਜਾ ਅਵਰੁ ਨ ਕੋਇ॥ — doojaa avar na ko-ay.
ਜਿਉ ਬੋਲਾਏ ਤਿਉ ਬੋਲੀਐ, — ji-o bolaa-ay ti-o bolee-ai
ਜਾ ਆਪਿ ਬੁਲਾਏ ਸੋਇ॥ — jaa aap bulaa-ay so-ay.
ਗੁਰਮੁਖਿ ਬਾਣੀ ਬ੍ਰਹਮੁ ਹੈ, — gurmukh banee barahm hai
ਸਬਦਿ ਮਿਲਾਵਾ ਹੋਇ॥ — sabad milaavaa ho-ay.
ਨਾਨਕ ਨਾਮੁ ਸਮਾਲਿ ਤੂ, — naanak Naam samaal too
ਜਿਤੁ ਸੇਵਿਐ ਸੁਖੁ ਹੋਇ॥੪॥੩੦॥63॥ — jit sayvi-ai sukh ho-ay. |4||30||63||

ਸਭ ਕੁਝ ਪ੍ਰਭ ਦੇ ਆਪਣੇ ਆਪ ਵਿੱਚ ਹੀ ਹੈ । ਜੀਵ ਕੇਵਲ ਪ੍ਰਭ ਦੇ ਹੁਕਮ ਅੰਦਰ ਹੀ ਸਭ ਕੁਝ ਕਰ ਸਕਦਾ, ਬੋਲ ਸਕਦਾ ਹੈ । ਗੁਰਮਖ ਜੀਵ ਦੇ ਬੋਲ ਹੀ ਪ੍ਰਭ ਦੇ ਬੋਲ ਬਣ ਜਾਂਦੇ, ਬਾਣੀ ਦਾ ਰੂਪ ਧਾਰਨ ਕਰ ਲੈਂਦੇ ਹਨ । ਗੁਰੁਮਖ ਸ਼ਬਦ ਨਾਲ ਜੀਵਨ ਬਤੀਤ ਕਰਦਾ, ਉਸ ਵਿੱਚ ਹੀ ਅਭੇਦ ਹੋ ਜਾਂਦਾ ਹੈ । ਸ਼ਬਦ ਨੂੰ ਯਾਦ ਰਖਣ, ਜੀਵਨ ਢਾਲਣ ਨਾਲ, ਮਨ ਵਿੱਚ ਸ਼ਾਂਤੀ, ਸੰਤੋਖ ਬਖਸ਼ਿਸ਼ ਹੋ ਜਾਂਦਾ ਹੈ ।

Everything remains embedded with the teachings of His Word, under His Command. Everything may happen under His Command; He may inspire anyone to speak and preach His Word. Spoken words of His true devotee may transform as His Word and true forever. He may adopt the teachings of His Word with steady and stable belief in day-to-day life; with His mercy and grace, he may be immersed within His Holy Spirit. Whosoever may adopt the teachings of His Word and remains in renunciation in the memory of his separation from His Holy Spirit; he may be blessed with a peace and contentment.

117.ਸਿਰੀਰਾਗੁ ਮਹਲਾ ੩॥ (39-6)

ਜਗਿ ਹਉਮੈ ਮੈਲੁ ਦੁਖੁ ਪਾਇਆ,	jag ha-umai mail dukh paa-i-aa
ਮਲੁ ਲਾਗੀ ਦੂਜੈ ਭਾਇ॥	mal laagee doojai bhaa-ay.
ਮਲੁ ਹਉਮੈ ਧੋਤੀ ਕਿਵੈ ਨ ਉਤਰੈ,	mal ha-umai Dhotee kivai na utrai
ਜੇ ਸਉ ਤੀਰਥ ਨਾਇ॥	jay sa-o tirath naa-ay.
ਬਹੁ ਬਿਧਿ ਕਰਮ ਕਮਾਵਦੇ,	baho biDh karam kamaavday
ਦੂਣੀ ਮਲੁ ਲਾਗੀ ਆਇ॥	doonee mal laagee aa-ay.
ਪੜਿਐ ਮੈਲੁ ਨ ਉਤਰੈ,	parhi-ai mail na utrai
ਪੂਛਹੁ ਗਿਆਨੀਆ ਜਾਇ॥੧॥	poochhahu gi-aanee-aa jaa-ay. ||1||

ਕਿਸੇ ਸਿਆਣੇ, ਬੰਦਗੀ ਕਰਨਵਾਲੇ ਸੰਤ ਮਹਾਤਮਾ ਨੂੰ ਪੁਛ ਕੇ ਦੇਖ ਲਵੋ! ਸੰਸਾਰਕ ਜੀਵ ਦੇ ਮਨ ਨੂੰ ਅਹੰਕਾਰ ਦੀ ਮੈਲ ਲਗਣ ਨਾਲ ਦੁਖ ਭੋਗਦਾ ਇੱਛਾਂ ਵਿੱਚ ਭਟਕਦਾ ਰਹਿੰਦਾ ਹੈ । ਇਕੋ ਇਕ ਤੇ ਭਰੋਸਾ ਅਡੋਲ ਨਾ ਹੋਣ ਕਰਕੇ ਮਨ ਚਾਰੇ ਪਾਸੇ ਘੁੰਮਦਾ, ਮਨ ਨੂੰ ਮੈਲ ਲਗਦੀ ਹੈ । ਮਨ ਦੀ ਮੈਲ ਅਨੇਕਾਂ ਪਵਿੱਤਰ ਤੀਰਥਾਂ ਤੇ ਇਸ਼ਨਾਨ ਕਰਨ ਨਾਲ ਵੀ ਦੂਰ ਨਹੀਂ ਹੁੰਦੀ । ਧਰਮ ਦੇ ਰੀਤੋਂ ਰੀਵਾਜ ਕਰਨ ਨਾਲ ਮੈਲ ਨੂੰ ਵਧਾਦੀ ਹੈ । ਮਨ ਦੀ ਮੈਲ, ਧਾਰਮਕ ਲਿਖਤਾ ਪੜ੍ਹਨ ਨਾਲ ਦੂਰ ਨਹੀਂ ਹੁੰਦੀ ।

You may counsel His Holy saint, blessed soul! Self-minded may remain blemished with ego and pride of worldly status. The blemish of mind may be the root cause of worldly desires, frustration, and sufferings. Whosoever may be ignorant from the teachings of His Word, lack of belief on His Ultimate power. He may enhance the blemish of his mind and he may wander from shrine to shrine, guru to guru in search for peace of mind. His soul may not be sanctified by pilgrimage, sanctifying bath at Holy Shrine, with religious rituals nor reading Holy Scriptures, Gurbani; he may not be blessed with the right path of acceptance in His Court.

ਮਨ ਮੇਰੇ ਗੁਰ ਸਰਣਿ ਆਵੈ,	man, mayray gur saran aavai
ਤਾ ਨਿਰਮਲੁ ਹੋਇ॥	taa nirmal ho-ay.
ਮਨਮੁਖ ਹਰਿ ਹਰਿ ਕਰਿ ਥਕੇ,	manmukh har har kar thakay
ਮੈਲੁ ਨ ਸਕੀ ਧੋਇ॥੧॥ ਰਹਾਉ॥	mail na sakee Dho-ay. ||1|| rahaa-o.

ਜਿਹੜਾ ਪ੍ਰਭ ਦੇ ਸ਼ਬਦ ਦੀ ਪਾਲਣਾ ਕਰਦਾ, ਆਪਾ ਪ੍ਰਭ ਦੀ ਸ਼ਰਣ ਵਿੱਚ ਭੇਟਾ ਕਰਦਾ ਹੈ, ਉਸ ਦੇ ਮਨ ਦੀ ਮੈਲ ਦੂਰ ਹੋ ਸਕਦੀ ਹੈ, ਉਸ ਨੂੰ ਪ੍ਰਵਾਨਗੀ ਦਾ ਰਸਤਾ ਬਖਸ਼ਿਸ਼ ਹੋ ਸਕਦਾ, ਮਨ ਪਵਿੱਤਰ ਹੋ ਸਕਦਾ ਹੈ । ਮਨਮਰਜ਼ੀ ਕਰਨਵਾਲਾ ਸ਼ਬਦ ਨੂੰ ਪੜ੍ਹਕੇ, ਬੋਲ ਕੇ, ਗਾ ਕੇ ਦਿਵਾਨੇ ਹੋ ਜਾਂਦਾ ਹੈ, ਪਰ ਮਨ ਵਿਚੋਂ ਬੁਰੇ ਖਿਆਲ ਦੀ ਮੈਲ ਨਹੀਂ ਹੁੰਦੀ ।

Whosoever may surrender his self-identity and wholeheartedly obeys the teachings of His Word; with His mercy and grace, he may be blessed with the right path of meditation to sanctify his soul to become worthy of His Consideration. Self-minded may repeatedly read Holy Scripture, sing the glory of ancient prophet; however, may never renounce evil thoughts, intoxication of worldly wealth.

ਮਨਿ ਮੈਲੈ ਭਗਤਿ ਨ ਹੋਵਈ, man, mailai bhagat na hova-ee
ਨਾਮੁ ਨ ਪਾਇਆ ਜਾਇ॥ Naam na paa-i- aa jaa-ay.
ਮਨਮੁਖ ਮੈਲੇ ਮੈਲੇ ਮੁਏ, manmukh mailay mailay
ਜਾਸਨਿ ਪਤਿ ਗਵਾਇ॥ mu-ay jaasan pat gavaa-ay.
ਗੁਰ ਪਰਸਾਦੀ ਮਨਿ ਵਸੈ, gur parsaadee man vasai
ਮਲੁ ਹਉਮੈ ਜਾਇ ਸਮਾਇ॥ mal ha-umai jaa-ay samaa-ay.
ਜਿਉ ਅੰਧੇਰੈ ਦੀਪਕੁ ਬਾਲੀਐ, ji-o anDhayrai deepak baalee-ai
ਤਿਉ ਗੁਰ ਗਿਆਨਿ ਅਗਿਆਨੁ ਤਜਾਇ ॥੨॥ ti-o gur gi-aan agi-aan tajaa-ay. ||2||

ਜਿਸ ਦਾ ਮਨ ਮੈਲਾ ਰਹਿੰਦਾ, ਉਹ ਸ਼ਬਦਾ ਦਾ ਸਿਮਰਨ, ਪਾਲਣਾ ਨਹੀਂ ਕਰ ਸਕਦਾ, ਪ੍ਰਭ ਦੀ ਰਹਿਮਤ ਬਖਸ਼ਿਸ਼ ਨਹੀਂ ਹੋ ਸਕਦੀ । ਮਨਮਰਜ਼ੀ ਕਰਨਵਾਲਾ ਮਨ ਦੀ ਮੈਲ ਨਾਲ ਭਰਿਆ, ਆਪਣਾ ਮਾਣ, ਜ਼ਮੀਰ ਗਵਾ ਕੇ ਮਰ ਜਾਂਦਾ ਹੈ । ਜਿਸ ਤੇ ਪ੍ਰਭ ਰਹਿਮਤ ਦੀ ਨਜ਼ਰ ਬਖਸ਼ਦਾ ਹੈ, ਉਸ ਦੇ ਮਨ ਵਿੱਚ ਸ਼ਬਦ ਦੀ ਸਿਖਿਆਂ ਘਰ ਕਰ ਜਾਂਦੀ ਹੈ, ਪ੍ਰਵਾਨਗੀ ਦਾ ਰਸਤਾ ਬਖਸ਼ਿਸ਼ ਹੋ ਜਾਂਦਾ, ਪਾਪ ਬਖਸ਼ੇ ਜਾਂਦੇ ਹਨ । ਜਿਵੇਂ ਦੀਵਾ ਜਗਾਉਣ ਨਾਲ ਹਨੇਰਾ ਦੂਰ ਹੋ ਜਾਂਦਾ ਹੈ, ਇਸਤਰ੍ਹਾਂ ਸ਼ਬਦ ਦੀ ਸੋਝੀ ਨਾਲ ਮਨ ਵਿਚੋਂ ਅਹੰਕਾਰ, ਅਗਿਆਨਤਾ ਦਾ ਹਨੇਰਾ ਦੂਰ ਹੋ ਜਾਂਦਾ ਹੈ ।

Whosoever may remain blemished with evil thoughts, sweet poison of worldly wealth, he may not remain obeying the teachings of His Word nor blessed with the right path of acceptance in His Court. Self-minded may remain intoxicated with evil thoughts, sweet poison of worldly wealth; he may murder his sub-conscious, and wastes his priceless human life opportunity. Whosoever may be bestowed with His Blessed Vision, he may remain drenched with the essence of His Word; his sins of previous lives may be forgiven. As lighting lamp, the darkness may be eliminated, room may be illuminated; same way, whosoever may be enlightened with the essence of His Word, his ignorance from the real purpose of human life opportunity may be eliminated.

ਹਮ ਕੀਆ ਹਮ ਕਰਹਗੇ, ham kee-aa ham karhagay
ਹਮ ਮੂਰਖ ਗਾਵਾਰ॥ ham moorakh gaavaar.
ਕਰਣੈ ਵਾਲਾ ਵਿਸਰਿਆ, karnai vaalaa visri-aa
ਦੂਜੈ ਭਾਇ ਪਿਆਰ॥ doojai bhaa-ay pi-aar.
ਮਾਇਆ ਜੇਵਡੁ ਦੁਖੁ ਨਹੀ, maa-i-aa jayvad dukh nahee
ਸਭਿ ਭਵਿ ਥਕੇ ਸੰਸਾਰੁ॥ sabh bhav thakay sansaar.
ਗੁਰਮਤੀ ਸੁਖੁ ਪਾਈਐ, gurmatee sukh paa-ee-ai
ਸਚੁ ਨਾਮੁ ਉਰ ਧਾਰਿ॥੩॥ sach Naam ur Dhaar. ||3||

ਹਰਇਕ ਜੀਵ ਸਮਝਦਾ ਹੈ! ਮੈਂ ਪ੍ਰਭ ਦੇ ਸ਼ਬਦ ਦੀ ਪਾਲਣਾ ਕਰਦਾ, ਮੇਰਾ ਜੀਵਨ ਸ਼ਬਦ ਅਨੁਸਾਰ ਹੈ । ਉਹ ਮੂਰਖ ਉਸ ਸਭ ਕੁਝ ਕਰਨਵਾਲੇ ਨੂੰ ਮਨੋ ਵਿਸਾਰ ਦੇਂਦਾ ਹੈ । ਉਸ ਦਾ ਮਨ ਚਾਰੇ ਪਾਸੇ ਘੁੰਮਦਾ ਹੈ । ਸੰਸਾਰਕ ਮਾਇਆ ਵਰਗੀ ਕੋਈ ਹੋਰ ਚਿੰਤਾ ਨਹੀਂ ਹੈ । ਜੀਵ ਨੂੰ ਵੱਖਰੇ ਵੱਖਰੇ ਥਾਂ ਤੇ ਘੁਮਾਉਂਦੀ, ਅੰਤ ਵਿੱਚ ਬੇਚਾਰ, ਮਾਯੂਸ ਹੋ ਜਾਂਦਾ ਹੈ । ਜਿਹੜਾ ਪ੍ਰਭ ਦੇ ਸ਼ਬਦ ਦੀ ਪਾਲਣਾ ਕਰਦਾ, ਉਸ ਨੂੰ ਪੂਰਨ ਸ਼ਾਂਤੀ ਬਖਸ਼ਿਸ਼ ਹੋ ਜਾਂਦੀ, ਪ੍ਰਭ ਦਾ ਸ਼ਬਦ ਮਨ ਵਿੱਚ ਘਰ ਕਰ ਜਾਂਦਾ ਹੈ ।

Everyone believes his way of life as per the teachings of His Word. He obeys the teachings of His Word with steady and stable belief. Ignorant may not recognize reality of worldly life nor His Ultimate power, His Nature. He remains wandering in various directions in deep suspicions of religious rituals. The anxiety of worldly wealth may be the biggest frustration of human life journey. He may remain intoxicated with sweet poison of worldly wealth, his worldly desires; he may remain frustrated, miserable, insane. Whosoever may obey the teachings of His Word with steady and stable belief; with His mercy and grace, he may remain drenched with the essence of His Word and peace of mind.

ਜਿਸ ਨੋ ਮੇਲੇ ਸੋ ਮਿਲੈ,	jis no maylay so milai
ਹਉ ਤਿਸੁ ਬਲਿਹਾਰੈ ਜਾਉ॥	ha-o tis balihaarai jaa-o.
ਏ ਮਨ ਭਗਤੀ ਰਤਿਆ,	ay man bhagtee rati-aa
ਸਚੁ ਬਾਣੀ ਨਿਜ ਥਾਉ॥	sach banee nij thaa-o.
ਮਨਿ ਰਤੇ ਜਿਹਵਾ ਰਤੀ,	man, ratay jihvaa ratee
ਹਰਿ ਗੁਣ ਸਚੇ ਗਾਉ॥	har gun sachay gaa-o.
ਨਾਨਕ ਨਾਮੁ ਨ ਵੀਸਰੈ,	naanak Naam na veesrai
ਸਚੇ ਮਾਹਿ ਸਮਾਉ॥੪॥੩੧॥64॥	sachay maahi samaa-o. ||4||31||64||

ਜਿਸ ਨੂੰ ਪ੍ਰਭ ਆਪ ਹੀ ਸ਼ਬਦ ਵਿੱਚ ਲਗਨ ਲਾਉਂਦਾ, ਸ਼ਬਦ ਦੀ ਪਾਲਣਾ ਤੇ ਅਡੋਲ ਰਖਦਾ ਹੈ । ਉਸ ਜੀਵ ਤੋਂ ਕੁਰਬਾਨ ਜਾਵਾ! ਜਿਹੜਾ ਸ਼ਬਦ ਦੀ ਪਾਲਣਾ ਕਰਦਾ ਹੈ, ਆਪਣੇ ਅੰਦਰ ਹੀ ਸੁਖਾਂ ਵਾਲਾ ਘਰ ਖੋਜ ਲੈਂਦਾ ਹੈ । ਜਿਸ ਜੀਵ ਦੇ ਮਨ ਵਿੱਚ ਸ਼ਬਦ ਦਾ ਰੰਗ ਚੜ੍ਹ ਜਾਂਦਾ, ਜੀਭ ਵਿੱਚ ਭਰ ਜਾਂਦਾ ਹੈ । ਉਹ ਸਦਾ ਰਹਿਣ ਵਾਲੇ ਪ੍ਰਭ ਦੇ ਸ਼ਬਦ ਦੇ ਗੁਣ ਗਾਉਂਦਾ ਹੈ । ਜੀਵ ਪ੍ਰਭ ਦੇ ਸ਼ਬਦ ਦੀ ਪਾਲਣਾ ਕਰਨਾ ਕਦੇ ਵੀ ਨਾ ਭੁਲੋ! ਉਸ ਦੇ ਸ਼ਬਦ ਨਾਲ ਜੀਵਨ ਢਾਲਕੇ, ਸਿਮਰਨ ਵਿੱਚ ਲੀਨ ਹੋਇਆ ਹੀ, ਆਤਮਾ ਪ੍ਰਭ ਦੀ ਜੋਤ ਵਿੱਚ ਅਭੇਦ ਹੋ ਸਕਦੀ ਹੈ ।

Whosoever may be blessed with devotional to meditate, he may obey the teachings of His Word with steady and stable belief, he may be blessed with treasures of comforts from within his heart. I remain fascinated, astonished from His true devotee! Whosoever may obey the teachings of His Word and blessed with the house of comfort from within. His mind and tongue may remain drenched with the crimson color of the nectar of essence of His Word. He remains singing the glory with each breath. You should never forsake the teachings of His Word. Whosoever may adopt the teachings of His Word and remains intoxicated in the void of His Word; with His mercy and grace, he may be blessed with the right path of acceptance in His Court.

118.ਸਿਰੀਰਾਗੁ ਮਹਲਾ ੪ ਘਰੁ ੧॥ (39-15)

ਮੈ ਮਨਿ ਤਨਿ ਬਿਰਹੁ ਅਤਿ ਅਗਲਾ,	mai man tan birahu at aglaa
ਕਿਉ ਪ੍ਰੀਤਮੁ ਮਿਲੈ ਘਰਿ ਆਇ॥	ki-o pareetam milai ghar aa-ay.
ਜਾ ਦੇਖਾ ਪ੍ਰਭੁ ਆਪਣਾ,	jaa daykhaa parabh aapnaa
ਪ੍ਰਭਿ ਦੇਖਿਐ ਦੁਖੁ ਜਾਇ॥	parabhdaykhi-ai dukh jaa-ay.
ਜਾਇ ਪੁਛਾ ਤਿਨ ਸਜਣਾ,	jaa-ay puchhaa tin sajnaa
ਪ੍ਰਭੁ ਕਿਤੁ ਬਿਧਿ ਮਿਲੈ ਮਿਲਾਇ॥੧॥	parabh kit biDh milai milaa-ay. ||1||

ਮੇਰੇ ਮਨ ਵਿੱਚ ਪ੍ਰਭ ਨਾਲੋ ਵਿਛੋੜੇ ਦੀ ਅੱਗ ਜਲਦੀ ਹੈ, ਤੜਪਣ ਬਹੁਤ ਗੰਭੀਰ ਹੈ । ਮੇਰਾ ਪ੍ਰੀਤਮ, ਪ੍ਰਭ ਕਿਵੇਂ ਮੇਰੇ ਮਨ, ਘਰ ਵਿੱਚ ਦਰਸ਼ਨ ਦੇਵੇਗਾ? ਜਿਹੜਾ ਆਪਣੇ ਮਨ ਵਿੱਚ ਪ੍ਰਭ ਦੀ ਹੋਂਦ ਮਹਿਸੂਸ ਕਰਦਾ ਹੈ, ਉਸ ਦੇ ਮਨ ਦੇ ਸਾਰੇ ਦੁਖ ਦੂਰ ਹੋ ਜਾਂਦੇ, ਭੁਲ ਜਾਂਦੇ ਹਨ । ਮੈਂ ਹੋਰ ਬੰਦਗੀ ਕਰਨ ਵਾਲਿਆਂ ਤੋਂ ਪੁਛਦਾ ਹਾ! ਕਿ ਪ੍ਰਭ ਨਾਲ ਕਿਵੇਂ ਮਿਲਾਪ ਹੋਵੇਗਾ?

I am anxious and miserable with the memory of my separation from His Holy Spirit. How may I be blessed with the right path of acceptance in His Court? All my frustrations and miseries may transform into pleasures, blossom with the enlightenment of the essence of His Word within. I always enquire from His Holy saint! How may my soul be sanctified to become worthy of His Consideration?

ਮੇਰੇ ਸਤਿਗੁਰਾ ਮੈ ਤੁਝ ਬਿਨੁ	mayray satiguraa mai tujh bin
ਅਵਰੁ ਨ ਕੋਇ॥	avar na ko-ay.
ਹਮ ਮੂਰਖ ਮੁਗਧ ਸਰਣਾਗਤੀ,	ham moorakh mugaDh sarnaagatee

ਕਰਿ ਕਿਰਪਾ ਮੇਲੇ ਹਰਿ ਸੋਇ॥੧॥ ਰਹਾਉ॥ kar kirpaa maylay har so-ay. ||1|| rahaa-o.

ਮੈਂ ਅਣਜਾਣ, ਮੂਰਖ, ਤੇਰੀ ਸ਼ਰਣ ਵਿੱਚ ਆਪਾ ਭੇਟਾ ਕੀਤਾ ਹੈ, ਮੇਰਾ ਹੋਰ ਕੋਈ ਆਸਰਾ ਨਹੀਂ ਹੈ । ਆਪ ਹੀ ਰਹਿਮਤ ਦੀ ਨਜ਼ਰ ਬਖਸ਼ਕੇ, ਆਪਣੇ ਸ਼ਬਦ ਦੇ ਲੜ ਲਾਵੋ ।

My True Master! I do not have any other support in world. I am ignorant from the real purpose of my human life opportunity. I have surrendered my self-identity at Your Sanctuary; with Your mercy and grace, blesses me devotion to meditate on the teachings of Your Word.

ਸਤਿਗੁਰੁ ਦਾਤਾ ਹਰਿ ਨਾਮ ਕਾ,	saT`gur daataa har Naam kaa
ਪ੍ਰਭੁ ਆਪਿ ਮਿਲਾਵੈ ਸੋਇ॥	parabh aap milaavai so-ay.
ਸਤਿਗੁਰਿ ਹਰਿ ਪ੍ਰਭੁ ਬੁਝਿਆ,	saT`gur har parabh bujhi-aa gur
ਗੁਰ ਜੇਵਡੁ ਅਵਰੁ ਨ ਕੋਇ॥	jayvad avar na ko-ay.
ਹਉ ਗੁਰ ਸਰਣਾਈ ਢਹਿ ਪਵਾ,	ha-o gur sarnaa-ee dheh pavaa kar
ਕਰਿ ਦਇਆ ਮੇਲੇ ਪ੍ਰਭੁ ਸੋਇ॥੨॥	da-i-aa maylay parabh so-ay. ||2||

ਪ੍ਰਭ ਹੀ ਸ਼ਬਦ ਦਾ ਅਸਲੀ ਮਾਲਕ, ਭੰਡਾਰੀ ਹੈ, ਸ਼ਬਦ ਕੇਵਲ ਪ੍ਰਭ ਹੀ ਬਖਸ਼ ਸਕਦਾ ਹੈ । ਪ੍ਰਭ ਆਪ ਹੀ ਬੰਦਗੀ ਤੇ ਚਲਣ ਦਾ ਰਸਤਾ ਖੋਲ੍ਹਦਾ, ਕਾਰਨ ਬਣਾਉਂਦਾ ਹੈ । ਉਹ ਹੀ ਅਸਲੀ ਗੁਰੂ ਕਹਿਣ ਦੇ ਯੋਗ ਹੁੰਦਾ ਹੈ, ਜਿਸ ਨੂੰ ਸ਼ਬਦ ਦੀ ਸੋਝੀ ਬਖੀਸ਼ਸ਼ ਹੋ ਜਾਂਦੀ ਹੈ । ਪ੍ਰਭ ਤੋਂ ਵਡਾ ਹੋਰ ਕੋਈ ਗੁਰੂ, ਸਿਖਿਆਂ ਦੇਣ ਵਾਲਾ ਨਹੀਂ ਹੈ । ਜੀਵ ਉਸ ਦੀ ਸ਼ਰਣ ਵਿੱਚ ਆਪਾ ਭੇਟਾ ਕਰੋ! ਆਪਣੀ ਰਹਿਮਤ ਨਾਲ ਹੀ ਪ੍ਰਵਾਨਗੀ ਦਾ ਰਸਤਾ ਬਖਸ਼ਦਾ ਹੈ ।

The One and Only One True Master, may bless His Word to His true devotee. He may be blessed with the right path of acceptance in His Court. Whosoever may be enlightened with the essence of His Word, only he may be worthy to be called True Guru. No one may be a greater teacher than The True Master. You should wholeheartedly surrender your self-identity at His Sanctuary; with His mercy and grace; you may be blessed with the right path.

ਮਨਹਠਿ ਕਿਨੈ ਨ ਪਾਇਆ,	manhath kinai na paa-i-aa
ਕਰਿ ਉਪਾਵ ਥਕੇ ਸਭੁ ਕੋਇ॥	kar upaav thakay sabh ko-ay.
ਸਹਸ ਸਿਆਣਪ ਕਰਿ ਰਹੇ,	sahas si-aanap kar rahay
ਮਨਿ ਕੋਰੈ ਰੰਗੁ ਨ ਹੋਇ॥	man, korai rang na ho-ay.
ਕੂੜਿ ਕਪਟਿ ਕਿਨੈ ਨ ਪਾਇਓ,	koorh kapat kinai na paa-i-o
ਜੋ ਬੀਜੈ ਖਾਵੈ ਸੋਇ॥੩॥	jo beejai khaavai so-ay. ||3||

ਆਪਣੇ ਮਨ ਨੂੰ ਇੱਛਾਂ ਤੋਂ ਵਾਂਝਾ ਰੱਖਣ ਨਾਲ ਕਦੇ ਪ੍ਰਭ ਦੀ ਰਹਿਮਤ ਬਖਸ਼ਿਸ਼ ਨਹੀਂ ਹੋਈ? ਅਨੇਕਾਂ ਜੀਵ ਹੀ ਮਨ ਦੀ ਦ੍ਰਿੜ੍ਹਤਾ ਕਰਕੇ ਬੇਚਾਰ ਹੋ ਗਏ ਹਨ । ਅਨੇਕਾਂ ਜੀਵ ਹੀ ਆਪਣੇ ਮਨ ਦੀ ਮੱਤ, ਸੋਚ ਨਾਲ ਮਨ ਨੂੰ ਵੱਸ ਕਰਨ ਦੀ ਕੋਸ਼ਿਸ਼ ਕਰਦੇ ਹਨ, ਪਰ ਚੰਚਲ ਮਨ ਤੇ ਪ੍ਰਭ ਦੇ ਸ਼ਬਦ ਦਾ ਰੰਗ ਨਹੀਂ ਚੜ੍ਹਦਾ, ਸ਼ਬਦ ਮਨ ਵਿੱਚ ਘਰ ਨਹੀਂ ਕਰਦਾ । ਦਿਖਾਵੇ ਦੀ ਬੰਦਗੀ ਨਾਲ ਪ੍ਰਭ ਦੀ ਰਹਿਮਤ ਬਖਸ਼ਿਸ਼ ਨਹੀਂ ਹੁੰਦੀ । ਹਰਇਕ ਜੀਵ ਆਪਣੇ ਕੀਤੇ ਕੰਮਾਂ ਦਾ ਫਲ ਹੀ ਅਗਲੇ ਜਨਮ ਵਿੱਚ ਭੋਗਦਾ ਹੈ ।

Has ever anyone been blessed with the right path of acceptance by depriving his mind from worldly comforts and luxuries? Many have been very frustrations with their efforts and determination to control their mind. So many have tried to control with own wisdom and knowledge of Holy Scripture. However, unpredictable mind remains beyond any influence nor drenched with the essence of His Word. Whosoever may not meditate on the teachings of His Word with steady and stable belief on His Ultimate Power; he may never be blessed with the right path of acceptance in His Court. Every soul must endure the judgement of his deeds, in her next cycle of life.

ਸਭਨਾ ਤੇਰੀ ਆਸ ਪ੍ਰਭੁ,	sabhnaa tayree aas parabh sabh jee-a
ਸਭ ਜੀਅ ਤੇਰੇ ਤੂੰ ਰਾਸਿ॥	tayray tooN raas.
ਪ੍ਰਭ ਤੁਧਹੁ ਖਾਲੀ ਕੋ ਨਹੀ,	parabh tuDhhu khaalee ko nahee dar
ਦਰਿ ਗੁਰਮੁਖਾ ਨੋ ਸਾਬਾਸਿ॥	gurmukhaa no saabaas.
ਬਿਖੁ ਭਉਜਲ ਡੁਬਦੇ ਕਢਿ ਲੈ,	bikh bha-ojal dubday kadh lai jan
ਜਨ ਨਾਨਕ ਕੀ ਅਰਦਾਸਿ ॥੪॥੧॥65॥	naanak kee ardaas. ‖4‖1‖65‖

ਸਾਰੇ ਹੀ ਜੀਵ ਤੇਰੇ ਹੀ ਪੈਦਾ ਕੀਤੇ, ਭੇਜੇ, ਤੇਰੀ ਹੀ ਅਮਾਨਤ ਹਨ, ਸਭ ਨੂੰ ਤੇਰਾ ਹੀ ਆਸਰਾ ਹੈ । ਪ੍ਰਭ ਤੇਰੇ ਸ਼ਬਦ ਦੀ ਕਮਾਈ ਵਾਲਾ ਤੇਰੇ ਦਰ ਤੋਂ ਕੋਈ ਖਾਲੀ ਵਾਪਸ ਨਹੀਂ ਆਉਂਦਾ । ਜਿਹੜਾ ਗੁਰਮਖ ਤੇਰੇ ਦਰ ਤੇ ਖੜ੍ਹਾ, ਧੀਰਜ ਨਾਲ ਤੇਰੀ ਉਸਤਤ ਗਾਉਂਦਾ ਹੈ, ਤੇਰੀ ਰਹਿਮਤ ਨਾਲ ਪ੍ਰਵਾਨਗੀ ਦਾ ਅਸਲੀ ਰਸਤਾ ਬਖਸ਼ਿਸ਼ ਹੋ ਜਾਂਦਾ ਹੈ । ਜੀਵ ਇਸ ਇੱਛਾ ਭਰੇ ਭਿਆਨਕ ਸੰਸਾਰਕ ਸਾਗਰ ਵਿੱਚ ਹੀ ਡੁੱਬਦੇ ਜਾਂਦੇ ਹਨ । ਆਪਣੇ ਸ਼ਬਦ ਦੇ ਲੜ ਲਾ ਕੇ ਬਚਾ ਕਰੋ! ਇਹ ਹੀ ਨਿਮਾਣੇ ਦਾਸ ਦੀ ਅਰਦਾਸ ਹੈ ।

The True Master, Creator has created all creature with His imagination; everyone may only survive with His support and all His Trust only. The earnings of His Word may always be rewarded; no one may ever be returned empty handed. His true devotee always sings the glory of His Word with patience. He may be blessed with the right path of acceptance in His Court. Everyone may be drowning in terrible worldly ocean of sweet poison of worldly wealth, desires. I pray for His Forgiveness and Refuge to save His humble slave with devotion to meditate on the teachings of His Word.

119.ਸਿਰੀਰਾਗੁ ਮਹਲਾ ੪॥ (40-4)

ਨਾਮੁ ਮਿਲੈ ਮਨੁ ਤ੍ਰਿਪਤੀਐ,	naam milai man taripat-ee-ai bin
ਬਿਨੁ ਨਾਮੈ ਧ੍ਰਿਗੁ ਜੀਵਾਸੁ॥	Naamai Dharig jeevaas.
ਕੋਈ ਗੁਰਮੁਖਿ ਸਜਣੁ ਜੇ ਮਿਲੈ,	ko-ee gurmukh sajan jay milai mai
ਮੈ ਦਸੇ ਪ੍ਰਭੁ ਗੁਣਤਾਸੁ॥	dasay parabh guntaas.
ਹਉ ਤਿਸੁ ਵਿਟਹੁ ਚਉ ਖੰਨੀਐ,	ha-o tis vitahu cha-o khannee-ai mai
ਮੈ ਨਾਮ ਕਰੇ ਪਰਗਾਸੁ॥੧॥	Naam karay pargaas. ‖1‖

ਜਿਸ ਨੂੰ ਸ਼ਬਦ ਨਾਲ ਲਗਨ ਬਖਸ਼ਦਾ ਹੈ, ਉਸ ਦੇ ਮਨ ਵਿੱਚ ਸ਼ਾਂਤੀ, ਸੰਤੋਖ ਬਖਸ਼ਿਸ਼ ਹੋ ਜਾਂਦਾ ਹੈ । ਸ਼ਬਦ ਦੀ ਪਾਲਣਾ ਤੋਂ ਬਿਨਾਂ ਜੀਵਨ ਵਿੱਚ ਕਰੋਪੀ ਹੀ ਵਾਪਰਦੀ ਹੈ । ਅਗਰ ਜੀਵਨ ਵਿੱਚ ਕਿਸੇ ਗੁਰਮਖ ਨਾਲ ਮਿਲਾਪ ਹੋ ਜਾਵੇ, ਜਿਹੜਾ ਪ੍ਰਭ ਦੇ ਸ਼ਬਦ ਦੀ, ਪ੍ਰਵਾਨਗੀ ਦੇ ਰਸਤੇ ਦੀ ਸੋਝੀ ਪਾਵੇ! ਮੈਂ ਉਸ ਜੀਵ ਤੋਂ ਆਪਾ ਵਾਰ ਦੇਵਾ ।

Whosoever may be blessed with devotion to meditate, obey the teachings of His Word; with His mercy and grace, he may be blessed with a peace and contentment in his day-to-day life. Whosoever may not obey the teachings of His Word; he may remain frustrated and with sweet poison of worldly wealth. Whosoever may be blessed with the conjugation of His Holy saint; by adopting his life experience teachings in own life. He may be blessed with the right path of acceptance in His Court. I remain fascinated from his way of life.

ਮੇਰੇ ਪ੍ਰੀਤਮਾ ਹਉ	mayray pareetamaa ha-o
ਜੀਵਾ ਨਾਮੁ ਧਿਆਇ॥	jeevaa Naam Dhi-aa-ay.
ਬਿਨੁ ਨਾਵੈ ਜੀਵਨੁ ਨਾ ਥੀਐ,	bin naavai jeevan naa thee-ai
ਮੇਰੇ ਸਤਿਗੁਰ ਨਾਮੁ ਦ੍ਰਿੜਾਇ॥੧॥	mayray saT`gur Naam drirh-aa-ay. ‖1‖
ਰਹਾਉ॥	rahaa-o.

ਅਸਲੀ ਗੁਰੂ ਮੇਰੇ ਮਨ ਵਿੱਚ ਸ਼ਬਦ ਉਜਾਗਰ ਕਰ ਦੇਵੋ! ਤੇਰੇ ਸ਼ਬਦ ਦੀ ਪਾਲਣਾ ਨਾਲ ਜੀਵਨ ਬਤੀਤ ਕਰਾ! ਤੇਰੇ ਸ਼ਬਦ ਦੀ ਪਾਲਣਾ ਤੋਂ ਬਿਨਾਂ ਜੀਵਨ ਬਿਰਥਾ ਹੀ ਹੈ ।

My True Master! I may be blessed with the enlightenment of the essence of Your Word. I may adopt the teachings of Your Word with steady and stable belief in my day-to-day life. Without obeying the teachings of Your Word, human life opportunity may be useless.

ਨਾਮੁ ਅਮੋਲਕੁ ਰਤਨੁ ਹੈ,	naam amolak ratan hai
ਪੂਰੇ ਸਤਿਗੁਰ ਪਾਸਿ॥	pooray saT`gur paas.
ਸਤਿਗੁਰ ਸੇਵੈ ਲਗਿਆ,	saT`gur sayvai lagi-aa
ਕਢਿ ਰਤਨੁ ਦੇਵੈ ਪਰਗਾਸਿ॥	kadh ratan dayvai pargaas.
ਧੰਨੁ ਵਡਭਾਗੀ ਵਡ ਭਾਗੀਆ,	dhan vadbhaagee vad bhaagee-aa
ਜੋ ਆਇ ਮਿਲੇ ਗੁਰ ਪਾਸਿ॥੨॥	jo aa-ay milay gur paas. ‖2‖

ਪ੍ਰਭ ਦਾ ਅਣਮੋਲ ਰਤਨ, ਸ਼ਬਦ ਕੇਵਲ ਪ੍ਰਭ ਤੋ ਹੀ ਬਖਸ਼ਿਸ਼ ਹੋ ਸਕਦਾ, ਪ੍ਰਭ ਦਾ ਹੀ ਰੂਪ ਹੈ । ਜਿਹੜਾ ਜੀਵ ਸ਼ਬਦ ਦੀ ਪਾਲਣਾ ਅਡੋਲ ਭਰੋਸੇ ਨਾਲ ਕਰਦਾ, ਸੇਵਾ ਕਰਦਾ ਹੈ, ਸ਼ਬਦ ਦੀ ਸੋਝੀ ਰੂਪੀ ਅਣਮੋਲ ਰਤਨ ਮਨ ਅੰਦਰੋਂ ਹੀ ਜਾਗਰਤ, ਪ੍ਰਗਟ ਹੋ ਜਾਂਦਾ ਹੈ । ਜਿਹੜਾ ਸ਼ਬਦ ਦੀ ਪਾਲਣਾ ਕਰਦਾ, ਸ਼ਬਦ ਦੀ ਸਮਾਧੀ ਵਿੱਚ ਅਲੋਪ ਹੋ ਜਾਂਦੇ ਹਨ, ਉਹ ਵਡੇ ਭਾਗਾਂ ਵਾਲੇ ਹੁੰਦਾ ਹੈ!

The Ambrosial Word may only be blessed With His Blessed Vision, only His Trust; symbol of The True Master. His Word remains embedded within each soul. Whosoever may adopt the teachings of His Word; he may be enlightened with the essence of His Word from within. Whosoever may wholeheartedly obey the teachings of His Word with steady and stable belief; with His mercy and grace he may remain intoxicated in the void of His Word; absorbed within His Holy Spirit. He may be fortunate.

ਜਿਨਾ ਸਤਿਗੁਰ ਪੁਰਖੁ ਨ ਭੇਟਿਓ,	jinaa saT`gur purakh na bhayti-o
ਸੇ ਭਾਗਹੀਣ ਵਸਿ ਕਾਲ॥	say bhaagheen vas kaal.
ਓਇ ਫਿਰਿ ਫਿਰਿ ਜੋਨਿ ਭਵਾਈਅਹਿ,	o-ay fir fir jon bhavaa-ee-ah
ਵਿਚਿ ਵਿਸਟਾ ਕਰਿ ਵਿਕਰਾਲ॥	vich vistaa kar vikraal.
ਓਨਾ ਪਾਸਿ ਦੁਆਸਿ ਨ ਭਿਟੀਐ,	onaa paas du-aas na bhitee-ai
ਜਿਨ ਅੰਤਰਿ ਕ੍ਰੋਧੁ ਚੰਡਾਲ॥੩॥	jin antar kroDh chandaal. ‖3‖

ਮੰਦੇ ਭਾਗਾਂ ਵਾਲਾ ਜੀਵ, ਪ੍ਰਭ ਦੇ ਸ਼ਬਦ ਨਾਲ ਜੀਵਨ ਨਹੀਂ ਢਾਲਦਾ, ਉਹ ਮੌਤ ਦੇ ਹਵਾਲੇ ਹੀ ਹੋ ਜਾਂਦਾ, ਜੂੰਨਾਂ ਦੇ ਚੱਕਰ ਵਿੱਚ ਹੀ ਭਉਦਾ ਰਹਿੰਦਾ ਹੈ । ਉਸ ਦੀ ਹਾਲਤ ਰੂੜੀ ਦੇ ਕੀੜੇ ਵਾਲੀ ਹੀ ਹੁੰਦੀ ਹੈ । ਜਿਸ ਦਾ ਮਨ ਕਰੋਧ ਨਾਲ ਭਰਿਆ ਹੋਇਆ ਹੋਵੇ, ਉਸ ਨਾਲ ਵਿਚਾਰ ਵੀ ਨਾ ਕਰੋ! ਉਸ ਜੀਵ ਦੀ ਸੰਗਤ ਨਾ ਕਰੋ । ਉਹ ਚੰਡਾਲਾਂ ਵਾਲੇ ਕੰਮ ਕਰਦਾ ਹੈ ।

Whosoever may be very unfortunate, he may not adopt the teachings of His Word in life. He may remain in cycle of birth and death under the control of devil of death. His state of mind may be like a worm of manure. Whosoever may remain overwhelmed with anger! You should never associate, or discuss with him! He always does devilish deeds like a tyrant.

ਸਤਿਗੁਰੁ ਪੁਰਖੁ ਅੰਮ੍ਰਿਤ ਸਰੁ,	saT`gur purakh amrit sar
ਵਡਭਾਗੀ ਨਾਵਹਿ ਆਇ॥	vadbhaagee naaveh aa-ay.
ਉਨ ਜਨਮ ਜਨਮ ਕੀ ਮੈਲੁ ਉਤਰੈ,	un janam janam kee mail utrai
ਨਿਰਮਲ ਨਾਮੁ ਦ੍ਰਿੜਾਇ॥	nirmal Naam drirh-aa-ay.
ਜਨ ਨਾਨਕ ਉਤਮ ਪਦੁ ਪਾਇਆ,	jan naanak utam pad paa-i-aa
ਸਤਿਗੁਰ ਕੀ ਲਿਵ ਲਾਇ॥੪॥੨॥66॥	saT`gur kee liv laa-ay. ‖4‖2‖66‖

ਪ੍ਰਭ ਦਾ ਸ਼ਬਦ ਇਕ ਅਣਮੋਲ ਅੰਮ੍ਰਿਤ ਦਾ ਭਰਿਆ ਹੋਇਆ ਸਰੋਵਰ ਹੈ, ਕੇਵਲ ਵਡੇ ਭਾਗਾਂ ਨਾਲ ਹੀ ਇਸ ਵਿੱਚ ਇਸ਼ਨਾਨ ਕੀਤਾ ਜਾਂਦਾ ਹੈ । ਇਸ ਇਸ਼ਨਾਨ ਨਾਲ ਅਨੇਕਾਂ ਜਨਮਾਂ ਦੇ ਕੀਤੇ ਪਾਪ ਧੋਤੇ ਜਾਂਦੇ ਹਨ, ਮਨ ਆਪਣੇ ਅੰਦਰੋਂ ਹੀ ਪਵਿੱਤਰ ਹੋ ਜਾਂਦਾ ਹੈ । ਜਿਹੜਾ ਸ਼ਬਦ ਤੇ ਭਰੋਸਾ ਅਡੋਲ ਕਰਕੇ ਜੀਵਨ

ਢਾਲਦਾ ਹੈ, ਉਸ ਨੂੰ ਉਤਮ ਅਵਸਥਾ ਬਖਸ਼ਿਸ਼ ਹੋ ਸਕਦੀ ਹੈ । ਮਨ ਵਿੱਚ ਪ੍ਰਭ ਦੇ ਸ਼ਬਦ ਦੀ ਧੁਨ, ਗੂੰਜ ਚਲਣ ਲਗ ਪੈਂਦੀ ਹੈ ।

The teachings of His Word remain a Holy Pond of nectar of priceless jewels of essence of His Word. Whosoever may have a great prewritten destiny, only he may take a soul sanctifying bath in the pond of nectar. His sins of many lives may be forgiven and his soul may be sanctified. Whosoever may wholeheartedly adopt the teachings of His Word with steady and stable belief in his day-to-day life. He may be blessed with a superb state of mind. The everlasting echo of His Word may be resonating within his mind.

120.ਸਿਰੀਰਾਗੁ ਮਹਲਾ ੪॥ (40-12)

ਗੁਣ ਗਾਵਾ ਗੁਣ ਵਿਥਰਾ,	gun gaavaa gun vithraa
ਗੁਣ ਬੋਲੀ ਮੇਰੀ ਮਾਇ॥	gun bolee mayree maa-ay.
ਗੁਰਮੁਖਿ ਸਜਣੁ ਗੁਣਕਾਰੀਆ,	gurmukh sajan gunkaaree-aa
ਮਿਲਿ ਸਜਣ ਹਰਿ ਗੁਣ ਗਾਇ॥	mil sajan har gun gaa-ay.
ਹੀਰੈ ਹੀਰੁ ਮਿਲਿ ਬੇਧਿਆ,	heerai heer mil bayDhi-aa
ਰੰਗਿ ਚਲੂਲੈ ਨਾਇ॥੧॥	rang chaloolai naa-ay. ||1||

ਗੁਰਮਖ ਜੀਵ ਨਾਲ ਮਿਲਾਪ ਹੋਣ ਨਾਲ, ਮੈਂ ਪ੍ਰਭ ਦੇ ਸ਼ਬਦ ਦੇ ਗੁਣ ਗਾਉਂਦਾ ਹਾ । ਉਸ ਦੇ ਗੁਣਾਂ ਦਾ ਵਿਚਾਰ, ਕਥਾ ਕਰਦਾ, ਜੀਵਨ ਬਤੀਤ ਕਰਦਾ ਹਾ । ਪ੍ਰਭ ਦੇ ਸ਼ਬਦ ਰੂਪੀ ਰਤਨ ਨੇ ਮੇਰੇ ਮਨ ਦੇ ਰਤਨ ਵਿੱਚ ਚੀਰ ਪਾ ਦਿੱਤਾ ਹੈ, ਜਿਸ ਨਾਲ ਮੇਰੇ ਮਨ ਤੇ ਸ਼ਬਦ ਦਾ ਅਨੋਖਾ ਹੀ ਰੰਗ ਚੜ੍ਹ ਗਿਆ ਹੈ ।

I have been blessed with the association, conjugation of His Holy saint; I have adopted his life experience teachings in my day-to-day life. I have been singing the glory of His Word. The diamond of His Spirit, His Word has pierced throw diamond of my soul. I have been drenched with an astonishing crimson color of the essence of His Word.

ਮੇਰੇ ਗੋਵਿੰਦਾ ਗੁਣ ਗਾਵਾ,	mayray govindaa gun gaavaa
ਤ੍ਰਿਪਤਿ ਮਨਿ ਹੋਇ॥	taripat man ho-ay.
ਅੰਤਰਿ ਪਿਆਸ ਹਰਿ ਨਾਮ ਕੀ,	antar pi-aas har Naam kee gur tus
ਗੁਰੁ ਤੁਸਿ ਮਿਲਾਵੈ ਸੋਇ॥੧॥ ਰਹਾਉ॥	milaavai so-ay. ||1|| rahaa-o.

ਪ੍ਰਭ ਦੇ ਸ਼ਬਦ ਦੇ ਗੁਣ ਗਾਉਣ ਨਾਲ ਮਨ ਨੂੰ ਸੰਤੋਖ, ਸ਼ਾਂਤੀ ਬਖਸ਼ਿਸ਼ ਹੋ ਜਾਂਦੀ ਹੈ । ਜਿਸ ਦੇ ਮਨ ਵਿੱਚ ਪ੍ਰਭ ਨੂੰ ਮਿਲਣ ਦੀ ਪਿਆਸ ਚਮਕਦੀ ਹੈ । ਪ੍ਰਭ ਆਪ ਹੀ ਸ਼ਬਦ ਦੀ ਸੋਝੀ ਬਖਸ਼ਦਾ ਹੈ ।

Whosoever may be singing the glory of His Word; with His mercy and grace, he may be blessed with a peace, and contentment in his worldly life. Whosoever may have a deep anxiety, renunciation in the memory of his separation from His Holy Spirit; with His mercy and grace, he may be blessed with the enlightenment of the essence of His Word.

ਮਨੁ ਰੰਗਹੁ ਵਡਭਾਗੀਹੋ,	man, rangahu vadbhaageeho
ਗੁਰੁ ਤੁਠਾ ਕਰੇ ਪਸਾਉ॥	gur tuthaa karay pasaa-o.
ਗੁਰੁ ਨਾਮੁ ਦ੍ਰਿੜਾਏ ਰੰਗ ਸਿਉ,	gur Naam drirh-aa-ay rang si-o
ਹਉ ਸਤਿਗੁਰ ਕੈ ਬਲਿ ਜਾਉ॥	ha-o saT`gur kai bal jaa-o.
ਬਿਨੁ ਸਤਿਗੁਰ ਹਰਿ ਨਾਮੁ ਨ ਲਭਈ,	bin saT`gur har Naam na labh-ee
ਲਖ ਕੋਟੀ ਕਰਮ ਕਮਾਉ॥੨॥	lakh kotee karam kamaa-o. ||2||

ਵੱਡੇ ਭਾਗਾਂ ਵਾਲੇ ਜੀਵ ਦੇ ਮਨ ਵਿੱਚ ਸ਼ਬਦ ਘਰ ਕਰ ਜਾਂਦਾ ਹੈ । ਆਪ ਹੀ ਸ਼ਬਦ ਦੀ ਸੋਝੀ ਬਖਸ਼ਦਾ ਹੈ । ਜਿਸ ਜੀਵ ਦੇ ਮਨ ਤੇ ਸ਼ਬਦ ਦਾ ਰੰਗ ਚੜ੍ਹ ਜਾਂਦਾ ਹੈ, ਉਸ ਦੇ ਮਨ ਵਿੱਚ ਸ਼ਬਦ ਦੀ ਜਾਗਰਤੀ ਦਾ ਬੀਜ ਬੋਇਆ ਜਾਂਦਾ ਹੈ । ਪ੍ਰਭ ਤੋਂ ਕੁਰਬਾਨ ਜਾਵਾ! ਪ੍ਰਭ ਨੇ ਰਹਿਮਤ ਦੀ ਨਜ਼ਰ ਬਖਸ਼ਕੇ ਸ਼ਬਦ ਦੇ ਲੜ ਲਾਇਆ ਹੈ । ਪ੍ਰਭ ਦੀ ਰਹਿਮਤ ਤੋਂ ਬਿਨਾਂ ਸ਼ਬਦ, ਪ੍ਰਵਾਨਗੀ ਦਾ ਰਸਤਾ ਬਖਸ਼ਿਸ਼ ਨਹੀਂ ਹੁੰਦਾ । ਭਾਵੇਂ ਕੋਈ ਅਨੇਕਾਂ ਹੀ ਧਰਮ ਦੇ ਰੀਤ ਰੀਵਾਜ ਕਰ ਲਵੇ ।

Whosoever may have a great prewritten destiny, only he may remain drenched with the essence of His Word. Whosoever may be bestowed with His Blessed Vision, he may be drenched with crimson color of the essence of His Word; the seed of enlightenment may be sowed within his heart. I may remain astonished, sacrifice from the Greatness of The True Master! I remain dedicated to meditate on the teachings of His Word. No one may every be blessed with the right path of salvation with any religious rituals, meditation.

ਬਿਨੁ ਭਾਗਾ ਸਤਿਗੁਰੁ ਨਾ ਮਿਲੈ, bin bhaagaa saT`gur naa milai
ਘਰਿ ਬੈਠਿਆ ਨਿਕਟਿ ਨਿਤ ਪਾਸਿ॥ ghar baithi-aa nikat nit paas.
ਅੰਤਰਿ ਅਗਿਆਨ ਦੁਖੁ ਭਰਮੁ ਹੈ, antar agi-aan dukh bharam hai
ਵਿਚਿ ਪੜਦਾ ਦੂਰਿ ਪਈਆਸਿ॥ vich parh-daa door pa-ee-aas.
ਬਿਨੁ ਸਤਿਗੁਰ ਭੇਟੇ ਕੰਚਨੁ ਨਾ ਥੀਐ, bin saT`gur bhaytay kanchan naa thee-ai
ਮਨਮੁਖੁ ਲੋਹੁ ਬੂਡਾ ਬੇੜੀ ਪਾਸਿ ॥੩॥ manmukh lohu boodaa bayrhee paas. ||3||

ਜਿਸ ਦੇ ਭਾਗਾਂ ਵਿੱਚ ਜਨਮ ਤੋਂ ਪਹਿਲੇ ਹੀ ਨਾ ਲਿਖਿਆ ਹੋਵੇ, ਉਸ ਦੀ ਲਗਨ ਸ਼ਬਦ ਵਿੱਚ ਨਹੀਂ ਲਗਦੀ, ਸੋਝੀ ਬਖਸ਼ਿਸ਼ ਨਹੀਂ ਹੁੰਦੀ । ਪ੍ਰਭ ਦਾ ਸ਼ਬਦ, ਅਸਲੀ ਗੁਰੂ, ਜੀਵ ਦੀ ਆਤਮਾ ਵਿੱਚ ਹੀ ਸਮਾਇਆ, ਤਨ ਅੰਦਰ ਹੀ ਵਸਦਾ, ਇਤਨਾ ਨੇੜੇ ਹੈ । ਜੀਵ ਦੀ ਅਗਿਆਨਤਾ ਹੀ ਪ੍ਰਭ ਦੀ ਜੋਤ ਦਾ ਪਰਦਾ, ਦੀਵਾਰ, ਕੰਧ ਹੈ । ਪ੍ਰਭ ਦੇ ਸ਼ਬਦ ਦੀ ਪਾਲਣਾ ਕਰਨ ਤੋਂ ਬਿਨਾਂ, ਲੋਹੇ ਵਰਗੇ ਮਨ ਦੀ ਕੋਈ ਕੀਮਤ ਨਹੀਂ ਹੁੰਦੀ, ਸੋਨੇ ਵਿੱਚ ਨਹੀਂ ਢਲਦਾ, ਬਦਲਦਾ । ਮਨਮੁਖ ਇਸਤਰ੍ਹਾਂ ਹੀ ਸੰਸਾਰਕ ਸਾਗਰ ਵਿੱਚ ਡੁੱਬਦਾ ਜਾਂਦਾ ਹੈ, ਇਹ ਸ਼ਬਦ ਦੀ ਬੇੜੀ ਉਸ ਦੇ ਮਨ ਵਿੱਚ ਹੀ ਹੈ ।

Whosoever may not have a prewritten in his destiny, he may never stay focused on obeying the teachings of His Word nor blessed with the enlightenment of the essence of His Word. Even though, His Word, True Guru remains embedded within his soul and dwells within his body, so near; however, his ignorance from the essence of His Word remains a barrier, stone, a curtain. Whosoever may not obey the teachings of His Word; his state of mind remains worthless as a piece of iron; his soul may not be blessed with philosopher's stone essence of His Word to convert his mind into precious metal like gold. Same way, self-minded still drowns in terrible worldly ocean of desires, even though the rescue boat of His Word remains within his mind.

ਸਤਿਗੁਰੁ ਬੋਹਿਥੁ ਹਰਿ ਨਾਵ ਹੈ, saT`gur bohith har naav hai
ਕਿਤੁ ਬਿਧਿ ਚੜਿਆ ਜਾਇ॥ kit biDh charhi-aa jaa-ay.
ਸਤਿਗੁਰ ਕੈ ਭਾਣੈ ਜੋ ਚਲੈ, saT`gur kai bhaanai jo chalai
ਵਿਚਿ ਬੋਹਿਥ ਬੈਠਾ ਆਇ॥ vich bohith baithaa aa-ay.
ਧੰਨੁ ਧੰਨੁ ਵਡਭਾਗੀ ਨਾਨਕਾ, dhan Dhan vadbhaagee naankaa
ਜਿਨਾ ਸਤਿਗੁਰੁ ਲਏ ਮਿਲਾਇ॥੪॥੩॥67॥ jinaa saT`gur la-ay milaa-ay. ||4||3||67||

ਪ੍ਰਭ ਦੇ ਸ਼ਬਦ ਦੀ ਪਾਲਣਾ, ਸਿਖਿਆਂ ਹੀ ਦਰਬਾਰ ਜਾਣ ਵਾਲਾ ਜਹਾਜ਼ ਬਣ ਜਾਂਦਾ ਹੈ । ਇਸ ਜਹਾਜ਼ ਤੇ ਕਿਵੇਂ ਸਵਾਰ ਹੋਇਆ ਜਾਵੇ? ਜਿਹੜਾ ਪ੍ਰਭ ਦੇ ਸ਼ਬਦ ਅਨੁਸਾਰ ਜੀਵਨ ਢਾਲਦਾ ਹੈ, ਉਹ ਹੀ ਇਸ ਜਹਾਜ਼ ਵਿੱਚ ਸਵਾਰ ਹੋ ਸਕਦਾ ਹੈ । ਜਿਹੜਾ ਸ਼ਬਦ ਦੀ ਪਾਲਣਾ ਕਰਦਾ ਦਰਬਾਰ ਵਿੱਚ ਪ੍ਰਵਾਨ ਹੋ ਜਾਂਦਾ ਹੈ, ਉਹ ਧੰਨ, ਵਡੇ ਭਾਗਾਂ ਵਾਲਾ ਹੁੰਦਾ ਹੈ ।

Whosoever may obey the teachings of His Word; his enlightenment may become a rescue ship to reach His Palace. How may anyone be assigned a seat on rescue ship? Whosoever may adopt the teachings of His Word with steady and stable belief in day-to-day life; with His mercy and grace, he may be blessed with a seat on rescue ship. Whosoever may adopt the teachings of His Word; his earnings may be accepted in His Court; become very fortunate.

121.ਸਿਰੀਰਾਗੁ ਮਹਲਾ ੪॥ (41-1)

ਹਉ ਪੰਥੁ ਦਸਾਈ ਨਿਤ ਖੜੀ,	ha-o panth dasaa-ee nit kharhee
ਕੋਈ ਪ੍ਰਭੁ ਦਸੇ ਤਿਨਿ ਜਾਉ॥	ko-ee parabh dasay tin jaa-o.
ਜਿਨੀ ਮੇਰਾ ਪਿਆਰਾ ਰਾਵਿਆ,	jinee mayraa pi-aaraa raavi-aa tin
ਤਿਨ ਪੀਛੈ ਲਾਗਿ ਫਿਰਾਉ॥	peechhai laag firaa-o.
ਕਰਿ ਮਿੰਨਤਿ ਕਰਿ ਜੋਦੜੀ,	kar minat kar jod-rhee mai parabh
ਮੈ ਪ੍ਰਭੁ ਮਿਲਣੈ ਕਾ ਚਾਉ॥੧॥	milnai kaa chaa-o. ||1||

ਮੈਂ ਸੰਸਾਰ ਵਿੱਚ ਜੀਵਨ ਬਤੀਤ ਕਰਦਾ ਹੋਇਆ ਹਰਇਕ ਤੋਂ ਪੁਛਦਾ ਹਾ । ਕੋਈ ਮੈਨੂੰ ਪ੍ਰਭ ਦੀ ਪ੍ਰਵਾਨਗੀ ਦੇ ਰਸਤੇ ਦੀ ਸੋਝੀ ਦੇ ਦੇਵੇ, ਮੈਂ ਉਸ ਪਿਛੇ ਚਲ ਪਵਾਗਾ । ਜਿਹੜਾ ਪ੍ਰਭ ਦੇ ਸ਼ਬਦ ਦੇ ਸਿਮਰਨ, ਪਾਲਣਾ ਵਿੱਚ ਲੀਨ ਰਹਿੰਦਾ ਹੈ, ਮੈਂ ਉਸ ਦੇ ਰਸਤੇ ਤੇ ਚਲਾ । ਹਰਇਕ ਅੱਗੇ ਬੇਨਤੀ ਕਰਦਾ ਹਾ, ਮੇਰੇ ਮਨ ਵਿੱਚ ਪ੍ਰਭ ਨੂੰ ਮਿਲਣ ਦੀ ਡੂੰਘੀ ਖਾਹਿਸ਼ ਹੈ ।

I am enquiring about the right path of acceptance in His Court from everyone. Whosoever may lead me to the right path of salvation; I may surrender my body and mind to serve and adopt his way of life. Whosoever may be intoxicated in meditating and obeying the teachings of His Word with steady and stable belief; I may adopt his way of life in my day-to-day life. I am pleading! I have a deep desire to be accepted in His Sanctuary.

ਮੇਰੇ ਭਾਈ ਜਨਾ ਕੋਈ ਮੋ ਕਉ,	mayray bhaa-ee janaa ko-ee mo ka-o
ਹਰਿ ਪ੍ਰਭੁ ਮੇਲਿ ਮਿਲਾਇ॥	har parabh mayl milaa-ay.
ਹਉ ਸਤਿਗੁਰ ਵਿਟਹੁ ਵਾਰਿਆ,	ha-o saT`gur vitahu vaari-aa
ਜਿਨਿ ਹਰਿ ਪ੍ਰਭੁ ਦੀਆ ਦਿਖਾਇ ॥੧॥	jin har parabh dee-aa dikhaa-ay. ||1||
ਰਹਾਉ॥	rahaa-o.

ਬੰਦਗੀ ਕਰਨਵਾਲੇ ਭਗਤੋ! ਮੈਨੂੰ ਪ੍ਰਭ ਦੀ ਬੰਦਗੀ ਦੇ ਰਸਤੇ ਤੇ ਪਾਵੋ! ਜਿਹੜਾ ਮੈਨੂੰ ਪ੍ਰਭ ਦੇ ਦਰਬਾਰ, ਪ੍ਰਵਾਨਗੀ ਦੇ ਰਸਤੇ ਤੇ ਪਾ ਦੇਵੇ, ਮੈਂ ਉਸ ਅਸਲੀ ਗੁਰੂ ਤੋਂ ਕੁਰਬਾਨ ਜਾਵਾਂ!

My saintly friend! Help me to adopt the right path of meditation. Whosoever may enlighten the right path of meditation! I may surrender my mind and body to serve and adopt his way of life.

ਹੋਇ ਨਿਮਾਣੀ ਢਹਿ ਪਵਾ,	ho-ay nimaanee dheh pavaa
ਪੂਰੇ ਸਤਿਗੁਰ ਪਾਸਿ॥	pooray saT`gur paas.
ਨਿਮਾਣਿਆ ਗੁਰੁ ਮਾਣੁ ਹੈ,	nimaani-aa gur maan hai
ਗੁਰੁ ਸਤਿਗੁਰੁ ਕਰੇ ਸਾਬਾਸਿ॥	gur saT`gur karay saabaas.
ਹਉ ਗੁਰੁ ਸਾਲਾਹਿ ਨ ਰਜਊ,	ha-o gur saalaahi na raj-oo
ਮੈ ਮੇਲੇ ਹਰਿ ਪ੍ਰਭੁ ਪਾਸਿ॥੨॥	mai maylay har parabh paas. ||2||

ਮੈਂ ਨਿਮਾਣਾ ਬਣਕੇ, ਉਸ ਅਸਲੀ ਗੁਰੂ ਦੇ ਚਰਨਾਂ ਵਿੱਚ ਆਪਾ ਭੇਟਾ ਕਰਦਾ ਹਾ । ਪ੍ਰਭ ਹੀ ਨਿਮਾਣੇ ਦਾ ਪਰਦਾ, ਮਾਣ ਰਖਦਾ ਹੈ, ਜੀਵ ਦੀ ਅਡੋਲ ਭਰੋਸੇ ਨਾਲ ਕੀਤੀ ਬੰਦਗੀ ਪ੍ਰਵਾਨ ਕਰਦਾ ਹੈ । ਜਿਹੜਾ ਪ੍ਰਭ ਨਾਲ ਸੰਜੋਗ ਬਣਾ ਦੇਵੇ! ਮੈਂ ਉਸ ਗੁਰੂ ਦੀ ਉਸਤਤ ਕਰਦਾ ਕਦੇ ਥਕਦਾ ਨਹੀਂ ।

I have humbly surrendered my mind and body at His Sanctuary, The True Guru. He remains protector and savior of honor of humble and helpless. He always heeds and blesses His true devotee. Whosoever may guide me to the right path of salvation! I may never be tired of singing his glory.

ਸਤਿਗੁਰ ਨੋ ਸਭ ਕੋ ਲੋਚਦਾ,	saT`gur no sabh ko lochdaa
ਜੇਤਾ ਜਗਤੁ ਸਭੁ ਕੋਇ॥	jaytaa jagat sabh ko-ay.
ਬਿਨੁ ਭਾਗਾ ਦਰਸਨੁ ਨਾ ਥੀਐ,	bin bhaagaa darsan naa thee-ai
ਭਾਗਹੀਣ ਬਹਿ ਰੋਇ॥	bhaagheen bahi ro-ay.
ਜੋ ਹਰਿ ਪ੍ਰਭ ਭਾਣਾ ਸੋ ਥੀਆ,	jo har parabh bhaanaa so thee-aa
ਧੁਰਿ ਲਿਖਿਆ ਨ ਮੇਟੈ ਕੋਇ॥੩॥	Dhur likhi- aa na maytai ko-ay. ||3||

ਸਾਰੇ ਹੀ ਸ੍ਰਿਸ਼ਟੀ ਦੇ ਜੀਵ ਹੀ ਮਨ ਵਿੱਚ ਪ੍ਰਭ ਦੇ ਦਰਬਾਰ ਵਿੱਚ ਪ੍ਰਵਾਨ ਹੋਣ ਦੀ ਆਸ ਰਖਦੇ ਹਨ । ਭਾਗਾਂ ਤੋਂ ਬਿਨਾਂ ਪ੍ਰਭ ਦੀ ਰਹਿਮਤ ਦੀ ਨਜ਼ਰ, ਸ਼ਬਦ ਨਾਲ ਲਗਨ ਬਖਸ਼ਿਸ਼ ਨਹੀਂ ਹੁੰਦੀ । ਉਹ ਸੰਸਾਰਕ ਭਟਕਣਾਂ ਵਿੱਚ ਹੀ ਜੀਵਨ ਬਿਰਥਾ ਗਵਾ ਜਾਂਦਾ ਹੈ । ਕੇਵਲ ਪ੍ਰਭ ਦਾ ਭਾਣਾ ਹੀ ਵਾਪਰਦਾ ਹੈ, ਕੋਈ ਵੀ ਕਿਸੇ ਦੇ ਪਿਛਲੇ ਜਨਮ ਦੇ ਲਿਖੇ ਭਾਗ ਬਦਲ ਨਹੀਂ ਸਕਦਾ ।

His Whole Creation may have desire and hope to be accepted in His Court; Without a great prewritten destiny, he may never meditate on the teachings of His Word with steady and stable belief; he may remain frustrated and waste his human life opportunity. His prewritten destiny may never be changed, only His Command, may prevail in the universe in every event.

ਆਪੇ ਸਤਿਗੁਰੁ ਆਪਿ ਹਰਿ,	aapay saT`gur aap har
ਆਪੇ ਮੇਲਿ ਮਿਲਾਇ॥	aapay mayl milaa-ay.
ਆਪਿ ਦਇਆ ਕਰਿ ਮੇਲਸੀ	aap da-i-aa kar maylsee
ਗੁਰ ਸਤਿਗੁਰ ਪੀਛੈ ਪਾਇ॥	gur saT`gur peechhai paa-ay.
ਸਭੁ ਜਗਜੀਵਨੁ ਜਗਿ ਆਪਿ ਹੈ	sabh jagjeevan jag aap hai
ਨਾਨਕ ਜਲੁ ਜਲਹਿ ਸਮਾਇ॥ ੪॥੪॥68॥	naanak jal jaleh samaa-ay. ||4||4||68||

ਅਸਲੀ ਮਾਲਕ, ਅਸਲੀ ਗੁਰੂ ਆਪ ਹੀ ਸ਼ਬਦ ਦੀ ਕਮਾਈ ਪ੍ਰਵਾਨ ਕਰਦਾ, ਦਰਬਾਰ ਵਿੱਚ ਹਾਜ਼ਰੀ ਬਖਸ਼ਦਾ ਹੈ । ਜਿਹੜਾ ਅਸਲੀ ਗੁਰੂ, ਸ਼ਬਦ ਦੀ ਅਡੋਲ ਭਰੋਸੇ ਨਾਲ ਪਾਲਣਾ ਕਰਦਾ ਹੈ, ਆਪ ਹੀ ਸ਼ਬਦ ਦੇ ਲੜ ਲਾਈ ਰਖਦਾ ਹੈ । ਸਾਰੀ ਸ੍ਰਿਸ਼ਟੀ ਪੈਦਾ ਕਰਨ ਵਾਲਾ, ਆਪ ਹੀ ਸਵਾਸਾਂ ਦਾ ਅਸਲੀ ਮਾਲਕ ਹੈ । ਜਿਵੇਂ ਪਾਣੀ, ਪਾਣੀ ਵਿੱਚ ਅਭੇਦ ਹੋ ਜਾਂਦਾ ਹੈ, ਇਸਤਰ੍ਹਾਂ ਗੁਰਮਖ ਦੀ ਆਤਮਾ ਨੂੰ ਆਪਣੀ ਪ੍ਰਭ ਦੀ ਜੋਤ ਵਿੱਚ ਅਲੋਪ ਕਰ ਲੈਂਦਾ ਹੈ ।

The One and Only One, True Master, Guru, Creator may accept the meditation of His Word and honor His true devotee in His Court. Whosoever may wholeheartedly obey the teachings of His Word with steady and stable belief as an ultimate command; he may be blessed with devotion to stay on the path of meditation. The True Master, Creator remains the trustee of his breathes. As water may added to water and may not be distinguished; same way sanctified soul may be immersed, and become indistinguishable from His Holy Spirit.

122.ਸਿਰੀਰਾਗੁ ਮਹਲਾ ੪॥ (41-9)

ਰਸੁ ਅੰਮ੍ਰਿਤੁ ਨਾਮੁ ਰਸੁ ਅਤਿ ਭਲਾ,	ras amrit Naam ras at bhalaa kit
ਕਿਤੁ ਬਿਧਿ ਮਿਲੈ ਰਸੁ ਖਾਇ॥	biDh milai ras khaa-ay.
ਜਾਇ ਪੁਛਹੁ ਸੋਹਾਗਣੀ,	jaa-ay puchhahu sohaaganee tusaa
ਤੁਸਾ ਕਿਉ ਕਰਿ ਮਿਲਿਆ ਪ੍ਰਭੁ ਆਇ॥	ki-o kar mili- aa parabh aa-ay.
ਓਇ ਵੇਪਰਵਾਹ ਨ ਬੋਲਨੀ,	o-ay vayparvaah na bolnee ha-o
ਹਉ ਮਲਿ ਮਲਿ ਧੋਵਾ ਤਿਨ ਪਾਇ॥੧॥	mal mal Dhovaa tin paa-ay. ||1||

ਪ੍ਰਭ ਦੇ ਸ਼ਬਦ ਦੀ ਸਿਖਿਆਂ ਰੂਪੀ ਅੰਮ੍ਰਿਤ ਬਹੁਤ ਅਨਮੋਲ ਉਤਮ ਹੈ, ਇਸ ਰਸ ਦਾ ਸਵਾਦ ਕਿਵੇਂ ਚੱਖਿਆ, ਜਾਣਿਆ ਜਾਵੇ? ਮੈਂ ਬੰਦਗੀ ਕਰਨਵਾਲੇ, ਅਨੰਦ ਵਿੱਚ ਰਹਿਣ ਵਾਲੇ ਜੀਵ ਨੂੰ ਪੁਛਦਾ ਹਾ! ਉਸ ਨੂੰ ਪ੍ਰਭ ਦੇ ਦਰਬਾਰ ਵਿੱਚ ਪ੍ਰਵਾਨਗੀ ਕਿਵੇਂ ਬਖਸ਼ਿਸ਼ ਹੋਈ ਹੈ? ਉਸ ਦੀ ਅਵਸਥਾ, ਬੇਪ੍ਰਵਾਹ ਹੋ ਜਾਂਦੀ, ਪ੍ਰਭ ਦੇ ਨੂਰ ਦਾ ਕੋਈ ਅਹੰਕਾਰ ਨਹੀਂ ਹੁੰਦਾ । ਮੈਂ ਉਸ ਦੇ ਚਰਨਾਂ ਨੂੰ ਧੋਂਦਾ ਰਹਿੰਦਾ ਹਾ ।

The teachings of His Word are like am ambrosial, superb nectar! How may I become worthy to taste the ambrosial nectar of the essence of His Word? I am enquiring from His true devotee intoxicated in the void of His Word! How had her soul been accepted in His Sanctuary? He remains very polite, without any ego and pride of his state of mind of enlightenment. I have surrendered my mind and body to serve and to provide him comforts.

ਭਾਈ ਰੇ ਮਿਲਿ ਸਜਣ ਹਰਿ ਗੁਣ ਸਾਰਿ॥ bhaa-ee ray mil sajan har gun saar.
ਸਜਣੁ ਸਤਿਗੁਰੁ ਪੁਰਖੁ ਹੈ, sajan saT`gur purakh hai
ਦੁਖੁ ਕਢੈ ਹਉਮੈ ਮਾਰਿ॥੧॥ ਰਹਾਉ dukh kadhai ha-umai maar. ||1|| rahaa-o.

ਜੀਵ ਬੰਦਗੀ ਕਰਨਵਾਲੇ ਦੀ ਸੰਗਤ ਕਰਕੇ, ਉਸ ਦੇ ਜੀਵਨ ਦੀ ਸਿਖਿਆਂ ਨਾਲ ਆਪਣਾ ਜੀਵਨ ਢਾਲੋ! ਪ੍ਰਭ ਦੇ ਸ਼ਬਦ ਦੀ ਉਸਤਤ ਗਾਉਂਦੇ ਜੀਵਨ ਬਤੀਤ ਕਰੋ । ਸਰਬ ਕਲਾ ਸਮਰਥ ਪ੍ਰਭ ਆਪ ਹੀ ਗੁਰਮਖ ਦੇ ਦੁਖ ਦੂਰ ਕਰਦਾ ਹੈ, ਉਸ ਦੇ ਮਨ ਵਿਚੋਂ ਅਹੰਕਾਰ ਦੀ ਜੜ੍ਹ ਨਾਸ ਕਰਦਾ ਹੈ ।

You should associate and join the conjugation of His Holy saint to adopt his life experience teachings in your own life. You should sing the glory and adopt the teachings of His Word with steady and stable belief in your day-to-day life. The Omnipotent True Master blesses patience, contentment and eliminates all miseries, cycle of birth and death of His true devotee. His roots of ego may be eliminated.

ਗੁਰਮੁਖੀਆ ਸੋਹਾਗਣੀ, gurmukhee-aa sohaaganee
ਤਿਨ ਦਇਆ ਪਈ ਮਨਿ ਆਇ॥ tin da-i-aa pa-ee man aa-ay.
ਸਤਿਗੁਰ ਵਚਨੁ ਰਤੰਨੁ ਹੈ, saT`gur vachan ratann hai
ਜੋ ਮੰਨੇ ਸੁ ਹਰਿ ਰਸੁ ਖਾਇ॥ jo mannay so har ras khaa-ay.
ਸੇ ਵਡਭਾਗੀ ਵਡ ਜਾਣੀਅਹਿ, say vadbhaagee vad jaanee-ahi
ਜਿਨ ਹਰਿ ਰਸੁ ਖਾਧਾ ਗੁਰ ਭਾਇ॥੨॥ jin har ras khaaDhaa gur bhaa-ay. ||2||

ਗੁਰਮਖ ਸਦਾ ਹੀ ਅਨੰਦ ਵਿੱਚ, ਤਰਸ, ਦਇਆ, ਨਿਮ੍ਰਤਾ ਨਾਲ ਭਰਿਆਂ ਰਹਿੰਦੀ ਹੈ । ਪ੍ਰਭ ਦਾ ਸ਼ਬਦ ਹੀ ਅਸਲੀ ਕੀਮਤੀ ਰਤਨ ਹੈ । ਜਿਹੜਾ ਵੀ ਮਨ ਅਡੋਲ ਕਰਕੇ, ਸ਼ਰਧਾ ਨਾਲ ਸ਼ਬਦ ਦੀ ਪਾਲਣਾ ਕਰਦਾ ਹੈ, ਉਸ ਨੂੰ ਸ਼ਬਦ ਦੀ ਸੋਝੀ ਰੂਪੀ ਅੰਮ੍ਰਿਤ ਬਖਸ਼ਿਸ਼ ਹੋ ਜਾਂਦਾ ਹੈ । ਉਸ ਦੀ ਆਤਮਾ ਵਡੇ ਭਾਗਾਂ ਵਾਲੀ ਬਣ ਜਾਂਦੀ ਹੈ ।

His true devotee remains drenched with forgiveness, humility, and compassion on less fortunate. The essence of His Word remains priceless jewel. Whosoever may wholeheartedly adopt the teachings of His Word with steady and stable belief in his day-to-day life; with His mercy and grace, he may be blessed with the nectar of the enlightenment of the essence of His Word. His soul may be fortunate to be accepted in His Sanctuary.

ਇਹੁ ਹਰਿ ਰਸੁ ਵਣਿ ਤਿਣਿ ਸਭਤੁ ਹੈ, ih har ras van tin sabhat hai
ਭਾਗਹੀਣ ਨਹੀ ਖਾਇ॥ bhaagheen nahee khaa-ay.
ਬਿਨੁ ਸਤਿਗੁਰ ਪਲੈ ਨਾ ਪਵੈ, bin saT`gur palai naa pavai
ਮਨਮੁਖ ਰਹੇ ਬਿਲਲਾਇ॥ manmukh hay billaa-ay.
ਓਇ ਸਤਿਗੁਰ ਆਗੈ ਨਾ ਨਿਵਹਿ, o-ay saT`gur aagai naa niveh
ਓਨਾ ਅੰਤਰਿ ਕ੍ਰੋਧੁ ਬਲਾਇ॥੩॥ onaa antar kroDh balaa-ay. ||3||

ਪ੍ਰਭ ਦੇ ਸ਼ਬਦ ਦੀ ਵਰਖਾ, ਹਰਇਕ ਥਾਂ, ਜੰਗਲਾਂ, ਘਰਾਂ, ਖੇਤ ਵਿੱਚ ਹਰ ਵੇਲੇ ਹੁੰਦੀ ਰਹਿੰਦੀ ਹੈ । ਭਾਗਾਂ ਤੋਂ ਬਿਨਾਂ ਸ਼ਬਦ ਵਿੱਚ ਲਗਨ ਬਖਸ਼ਿਸ਼ ਨਹੀਂ ਹੁੰਦੀ । ਪ੍ਰਭ ਦੀ ਰਹਿਮਤ ਦੀ ਨਜ਼ਰ ਤੋਂ ਬਿਨਾਂ, ਮਨਮੁਖ ਨੂੰ ਇਹ ਰਸ ਬਖਸ਼ਿਸ਼ ਨਹੀ ਹੁੰਦਾ । ਉਹ ਨਿਮਾਣਾ ਬਣਕੇ ਪ੍ਰਭ ਦੇ ਚਰਨਾਂ ਵਿੱਚ, ਸ਼ਰਣ ਵਿੱਚ ਆਪਾ ਭੇਟਾ ਨਹੀਂ ਕਰਦਾ । ਮਨਮੁਖ ਜੀਵ ਦੇ ਮਨ ਵਿੱਚ ਕਰੋਧ ਹੀ ਭਰਿਆ ਰਹਿੰਦਾ ਹੈ ।

The rain of Blessings of His Word may be pouring everywhere in wild jungles, fields, in family lives indiscriminately all time. Whosoever may not have a prewritten destiny to meditate; he may not obey the teachings of His Word with steady and stable belief. Self-minded may not be bestowed with His Blessed Vision; he may not be blessed with the ambrosial nectar of the essence of His Word. Self-minded may never surrender his self-identity at His Sanctuary; he may remain frustrated, miserable, and angry.

ਹਰਿ ਹਰਿ ਹਰਿ ਰਸੁ ਆਪਿ ਹੈ,	har har har ras aap hai
ਆਪੇ ਹਰਿ ਰਸੁ ਹੋਇ॥	aapay har ras ho-ay.
ਆਪਿ ਦਇਆ ਕਰਿ ਦੇਵਸੀ,	aap da-i-aa kar dayvsee
ਗੁਰਮੁਖਿ ਅੰਮ੍ਰਿਤੁ ਚੋਇ॥	gurmukh amrit cho-ay.
ਸਭੁ ਤਨੁ ਮਨੁ ਹਰਿਆ ਹੋਇਆ,	aabh tan man hari-aa ho-i-aa
ਨਾਨਕ ਹਰਿ ਵਸਿਆ ਮਨਿ ਸੋਇ॥	naanak har vasi-aa man so-ay.
੪॥੫॥69॥	||4||5||69

ਪ੍ਰਭ ਆਪ ਹੀ ਉਹ ਅਮ੍ਰਿੰਤ ਭਰਿਆ ਸ਼ਬਦ ਹੈ, ਸ਼ਬਦ ਦੀ ਸੋਝੀ ਹੀ ਅਮੋਲਕ ਅੰਮ੍ਰਿਤ, ਰਸ ਹੈ । ਪ੍ਰਭ ਆਪ ਹੀ ਗੁਰਮਖ ਨੂੰ ਸ਼ਬਦ ਦੇ ਲੜ ਲਾਉਂਦਾ ਹੈ । ਉਸ ਦੀ ਰਹਿਮਤ ਨਾਲ ਹੀ ਮਨ ਅੰਦਰੋਂ ਹੀ ਸ਼ਬਦ ਦੇ ਰਸ ਦਾ ਸੋਮਾ ਵਗਦਾ ਹੈ । ਜਿਸ ਦੇ ਮਨ ਵਿੱਚ ਸ਼ਬਦ ਘਰ ਕਰ ਜਾਂਦਾ, ਜਾਗਰਤ ਹੋ ਜਾਂਦਾ ਹੈ । ਉਸ ਦੇ ਤਨ, ਮਨ ਤੇ ਖੇੜਾ ਵਸ ਜਾਂਦਾ ਹੈ ।

The True Master remains an ocean of the essence of His Word; the enlightenment of the essence of His Word may be the nectar. Whosoever may be blessed with a devotion to meditate; he may obey the teachings of His Word with steady and stable belief; he may be blessed with the fountain of enlightenment and blossom from within. Whosoever may remain drenched with the essence of His Word, awake and alert; he may remain overwhelmed with contentment and blossom.

123.ਸਿਰੀਰਾਗੁ ਮਹਲਾ ੪॥ (41-17)

ਦਿਨਸੁ ਚੜੈ ਫਿਰਿ ਆਥਵੈ,	dinas charhai fir aathvai
ਰੈਣਿ ਸਬਾਈ ਜਾਇ॥	rain sabaa-ee jaa-ay.
ਆਵ ਘਟੈ ਨਰੁ ਨਾ ਬੁਝੈ,	aav ghatai nar naa bujhai
ਨਿਤਿ ਮੂਸਾ ਲਾਜੁ ਟੁਕਾਇ॥	nit moosaa laaj tukaa-ay.
ਗੁੜੁ ਮਿਠਾ ਮਾਇਆ ਪਸਰਿਆ,	gurh mithaa maa-i-aa pasri-aa
ਮਨਮੁਖੁ ਲਗਿ ਮਾਖੀ ਪਚੈ ਪਚਾਇ॥੧॥	manmukh lag maakhee pachai pachaa-ay. ||1||

ਜਿਵੇਂ ਦਿਨ, ਰਾਤ ਚੜ੍ਹਦੇ, ਬੀਤ ਜਾਂਦੇ ਹਨ, ਇਸਤਰ੍ਹਾਂ ਜੀਵ ਦੇ ਜੀਵਨ ਦਾ ਸਮਾਂ ਬੀਤਦਾ ਜਾਂਦਾ ਹੈ, ਮੌਤ ਨੇੜੇ ਆਉਂਦੀ ਜਾਂਦੀ ਹੈ । ਸੰਸਾਰਕ ਮਾਇਆ ਆਪਣਾ ਮਿੱਠਾ ਰਸ, ਸੰਸਾਰਕ ਸੁਖ ਦੇਂਦੀ ਰਹਿੰਦੀ ਹੈ । ਮਨਮੁਖ ਜੀਵ ਆਪਣੇ ਲਾਲਚ ਵਿੱਚ ਜਿਵੇਂ ਮੱਖੀ ਮਿੱਠੇ ਵਾਲੀ ਸੋਟੀ ਨੂੰ ਚੰਬੜੀ ਰਹਿੰਦੀ ਹੈ, ਇਸਤਰ੍ਹਾਂ ਹੀ ਮਾਨਸ ਜੀਵਨ ਬਿਰਥਾ ਹੀ ਗਵਾ ਕੇ ਮਰ ਜਾਂਦਾ ਹੈ ।

As sun rises, sets, night. starts may finish! Same way our stay on earth in human body may be decreasing every day; end of life may be approaching very fast. Sweet poison of worldly wealth provides comforts and pleasures of worldly life. Self-minded may remain greedy, attached to worldly wealth as honey-bee remains attached to honey; he wastes his human life opportunity.

ਭਾਈ ਰੇ ਮੈ ਮੀਤੁ ਸਖਾ ਪ੍ਰਭੁ ਸੋਇ॥	bhaa-ee ray mai meet sakhaa parabh so-ay.
ਪੁਤੁ ਕਲਤੁ ਮੋਹੁ ਬਿਖੁ ਹੈ,	put kalat moh bikh hai
ਅੰਤਿ ਬੇਲੀ ਕੋਇ ਨ ਹੋਇ॥੧॥ ਰਹਾਉ॥	ant baylee ko-ay na ho-ay. ||1|| rahaa-o.

ਕੇਵਲ ਪ੍ਰਭ ਹੀ ਜੀਵ ਦਾ ਸਦਾ ਸਾਥ ਰਹਿਣ ਵਾਲਾ ਅਸਲੀ ਸਾਥੀ ਹੈ । ਸੰਸਾਰਕ ਪਰਿਵਾਰ ਨਾਲ ਮੋਹ ਇਕ ਮਿੱਠੇ ਜ਼ਹਿਰ ਦੀ ਤਰ੍ਹਾਂ ਹੀ ਹੈ, ਅੰਤ ਵਿੱਚ ਮੌਤ ਪਿਛੋਂ, ਦਰਬਾਰ ਵਿੱਚ ਲੇਖਾ ਦੇਣ ਵੇਲੇ ਕੋਈ ਵੀ ਸਾਥ ਨਹੀਂ ਦੇ ਸਕਦਾ ।

The One and Only One, True Master always remain a true companion of his soul. Worldly relationships bonds are like a sweet poison of worldly wealth. After death! No one may support to clear his account of sins in His Court.

ਗੁਰਮਤਿ ਹਰਿ ਲਿਵ ਉਬਰੇ,	gurmat har liv ubray
ਅਲਿਪਤੁ ਰਹੇ ਸਰਣਾਇ॥	alipat rahay sarnaa-ay.
ਓਨੀ ਚਲਣੁ ਸਦਾ ਨਿਹਾਲਿਆ,	onee chalan sadaa nihaali-aa
ਹਰਿ ਖਰਚੁ ਲੀਆ ਪਤਿ ਪਾਇ॥	har kharach lee- aa pat paa-ay.
ਗੁਰਮੁਖਿ ਦਰਗਹ ਮੰਨੀਅਹਿ,	gurmukh dargeh manee-ah
ਹਰਿ ਆਪਿ ਲਏ ਗਲਿ ਲਾਇ॥੨॥	har aap la-ay gal laa-ay. ||2||

ਕਈ ਜੀਵਾਂ ਨੂੰ ਪ੍ਰਭ ਦੇ ਸ਼ਬਦ ਦੀ ਪਾਲਣਾ ਕਰਦੇ, ਸ਼ਬਦ ਦੀ ਸੋਝੀ ਬਖਸ਼ਿਸ਼ ਹੋ ਜਾਂਦੀ ਹੈ । ਉਹ ਸੰਸਾਰ ਵਿੱਚ ਰਹਿੰਦਾ ਹੋਇਆ ਵੀ ਸੰਸਾਰਕ ਮਾਇਆ ਦੇ ਪ੍ਰਭਾਵ ਤੋਂ ਰਹਿਤ ਰਹਿੰਦਾ ਹੈ । ਉਸ ਨੂੰ ਪ੍ਰਭ ਦੀ ਸ਼ਰਣ ਵਿੱਚ ਪਨਾਹ ਬਖਸ਼ਿਸ਼ ਹੋ ਜਾਂਦੀ ਹੈ । ਉਹ ਹਮੇਸ਼ਾਂ ਹੀ ਮੌਤ ਨੂੰ ਯਾਦ ਰਖਦਾ, ਸ਼ਬਦ ਦੀ ਕਮਾਈ ਇਕੱਠੀ ਕਰਦਾ ਹੈ । ਪ੍ਰਭ ਦੀ ਰਹਿਮਤ ਨਾਲ ਉਸ ਨੂੰ ਗੁਰਮਖ ਅਵਸਥਾ ਬਖਸ਼ਿਸ਼ ਹੋ ਜਾਂਦੀ ਹੈ, ਪ੍ਰਭ ਦੇ ਦਰਬਾਰ ਵਿੱਚ ਪ੍ਰਵਾਨ ਹੋ ਜਾਂਦਾ ਹੈ । ਆਪ ਹੀ ਰਖਵਾਲਾ ਬਣ ਕੇ ਗੱਲੇ ਲਾਉਂਦਾ ਹੈ ।

Whosoever may obey the teachings of His Word with steady and stable belief; with His mercy and grace, he may be enlightened with the essence of His Word. He dwells in worldly ocean dominated with sweet poison of worldly wealth; however, he may remain beyond the influence of worldly wealth, desires. He may be accepted at His Sanctuary. He always remembers unpredictable death and only earns the wealth of His Word. He may be blessed with a state of mind as His true devotee and honored in His Court. He may be embraced by The True Master in His Sanctuary.

ਗੁਰਮੁਖਾ ਨੋ ਪੰਥੁ ਪਰਗਟਾ,	gurmukhaa no panth pargataa
ਦਰਿ ਠਾਕ ਨ ਕੋਈ ਪਾਇ॥	dar thaak na ko-ee paa-ay.
ਹਰਿ ਨਾਮੁ ਸਲਾਹਨਿ ਨਾਮੁ ਮਨਿ,	har Naam salaahan Naam man
ਨਾਮਿ ਰਹਨਿ ਲਿਵ ਲਾਇ॥	Naam rahan liv laa-ay.
ਅਨਹਦ ਧੁਨੀ ਦਰਿ ਵਜਦੇ,	anhad Dhunee dar vajday
ਦਰਿ ਸਚੈ ਸੋਭਾ ਪਾਇ॥੩॥	dar sachai sobhaa paa-ay. ||3||

ਪ੍ਰਭ ਆਪ ਹੀ, ਗੁਰਮਖ ਨੂੰ ਅਸਲੀ ਰਸਤੇ ਦੀ ਸੋਝੀ ਬਖਸ਼ਦਾ ਹੈ । ਉਸ ਦੇ ਰਸਤੇ ਵਿੱਚ ਕੋਈ ਰੁਕਾਵਟ ਨਹੀਂ ਆਉਂਦੀ । ਉਹ ਪ੍ਰਭ ਦੇ ਸ਼ਬਦ ਲੜ ਲਗਾ, ਉਸਤਤ ਗਾਉਂਦਾ, ਜੀਵਨ ਢਾਲਦਾ, ਸ਼ਬਦ ਨੂੰ ਮਨ ਵਿੱਚ ਵਸਾਉਂਦਾ ਹੈ । ਉਸ ਦੇ ਮਨ ਵਿੱਚ ਸਦਾ ਚਲਣ ਵਾਲੀ ਸ਼ਬਦ ਦੀ ਗੂੰਜ ਸੁਣਾਈ ਦੇਂਦੀ ਹੈ । ਉਸ ਨੂੰ ਪ੍ਰਭ ਦੇ ਦਰਬਾਰ ਵਿੱਚ ਸੋਭਾ ਬਖਸ਼ਿਸ਼ ਹੁੰਦੀ ਹੈ ।

The True Master bestows His Blessed Vision on His true devotee! He may be blessed with the right path of acceptance in His Court; all his hinderances may be removed. He may devotionally sing the glory, adopts the teachings of His Word with steady and stable belief; with His mercy and grace, he may remain drenched with the essence of His Word. He may hear the everlasting echo of His Word, resonating within his heart; he may he be honored in His Court.

ਜਿਨੀ ਗੁਰਮੁਖਿ ਨਾਮੁ ਸਲਾਹਿਆ,	jinee gurmukh Naam sahaali-aa tinaa
ਤਿਨਾ ਸਭ ਕੋ ਕਹੈ ਸਾਬਾਸਿ॥	sabh ko kahai saabaas.
ਤਿਨ ਕੀ ਸੰਗਤਿ ਦੇਹਿ ਪ੍ਰਭ,	tin kee sangat deh parabh
ਮੈ ਜਾਚਿਕ ਕੀ ਅਰਦਾਸਿ॥	mai jaachik kee ardaas.
ਨਾਨਕ ਭਾਗ ਵਡੇ ਤਿਨਾ ਗੁਰਮੁਖਾ,	naanak bhaag vaday tinaa gurmukhaa
ਜਿਨ ਅੰਤਰਿ ਨਾਮੁ ਪਰਗਾਸਿ॥	jin antar Naam pargaas.
੪॥੩੩॥੩੧॥੬॥70॥	||4||33||31||6||70||

ਜਿਹੜਾ ਗੁਰਮਖ ਜੀਵ ਪ੍ਰਭ ਦੇ ਸ਼ਬਦ ਦੀ ਉਸਤਤ ਗਾਉਂਦਾ ਹੈ, ਸੰਸਾਰ ਵਿੱਚ ਵੀ ਸਾਰੇ ਉਸ ਦੀ ਸੋਭਾ, ਸਤਿਕਾਰ ਕਰਦੇ ਹਨ । ਜੀਵ ਨਿਮਾਣਾ ਬਣਕੇ ਪ੍ਰਭ ਅੱਗੇ ਅਰਦਾਸ ਕਰੋ! ਜਿਸ ਜੀਵ ਦੇ ਮਨ ਵਿੱਚ ਪ੍ਰਭ ਦੇ ਸ਼ਬਦ ਦੀ ਜੋਤ ਜਾਗਰਤ ਹੋਈ ਹੈ, ਉਸ ਦੀ ਸੰਗਤ ਬਖਸ਼ੋ । ਜਿਸ ਦੇ ਵੱਡੇ ਭਾਗਾਂ ਹੁੰਦੇ ਹਨ, ਉਸ ਦੇ ਮਨ ਅੰਦਰ ਪ੍ਰਭ ਦੇ ਸ਼ਬਦ ਦੀ ਸੋਝੀ, ਜੋਤ ਜਾਗਰਤ ਰਹਿੰਦੀ ਹੈ ।

Whosoever may sing the glory of His Word, he may be honored in world as His true devotee. You should humbly pray for His Forgiveness and Refuge! You may be blessed with the congregation of enlightened Holy saint. Whosoever may have a great prewritten destiny, only he may be enlightened with the essence of His Word, awake and alert.

124.ਸਿਰੀਰਾਗੁ ਮਹਲਾ ੫॥ (42-6)

ਕਿਆ ਤੂ ਰਤਾ ਦੇਖਿ ਕੈ,	ki-aa too rataa daykh kai
ਪੁਤ੍ਰ ਕਲਤ੍ਰ ਸੀਗਾਰ॥	putar kaltar seegaar.
ਰਸ ਭੋਗਹਿ ਖੁਸੀਆ ਕਰਹਿ,	ras bhogeh khusee-aa karahi
ਮਾਣਹਿ ਰੰਗ ਅਪਾਰ॥	maaneh rang apaar.
ਬਹੁਤੁ ਕਰਹਿ ਫੁਰਮਾਇਸੀ,	bahut karahi furmaa-isee
ਵਰਤਹਿ ਹੋਇ ਅਫਾਰ॥	varteh ho-ay afaar.
ਕਰਤਾ ਚਿਤਿ ਨ ਆਵਈ,	kartaa chit na aavee
ਮਨਮੁਖ ਅੰਧ ਗਵਾਰ॥੧॥	manmukh anDh gavaar. ||1||

ਜੀਵ ਕਿਉਂ ਆਪਣੇ ਪੁੱਤਰ, ਸੁੰਦਰ ਪਤਨੀ ਨੂੰ ਦੇਖ ਕੇ ਬਹੁਤ ਅਭਿਮਾਨ ਕਰਦਾ, ਖੁਸ਼ ਹੁੰਦਾ ਹੈ? ਅਨੇਕਾਂ ਮਨੋਰੰਜਨ ਵਿੱਚ ਲਗਾ, ਸ਼ਾਹੀ ਭੋਜਨ ਵਿੱਚ ਮਸਤ ਰਹਿੰਦਾ ਹੈ । ਆਪਣੇ ਆਪ ਨੂੰ ਬਾਕੀ ਜੀਵਾਂ ਤੋਂ ਚੰਗਾ, ਵਡਾ, ਸਿਆਣਾਂ ਸਮਝਦਾ ਹੈ, ਬਾਕੀ ਜੀਵਾਂ ਤੇ ਆਪਣਾ ਹੁਕਮ ਚਲਾਉਂਦਾ ਹੈ । ਮੂਰਖ ਅਗਿਆਨੀ, ਮਨਮਰਜ਼ੀ ਕਰਨਵਾਲੇ ਜੀਵ, ਤੂੰ ਕਦੇ ਅਸਲੀ ਮਾਲਕ, ਪੈਦਾ ਕਰਨਵਾਲੇ ਨੂੰ ਮਨ ਵਿੱਚ ਯਾਦ ਨਹੀਂ ਰਖਦਾ, ਉਸ ਦੇ ਭਾਣੇ ਤੋਂ ਡਰਦਾ ਨਹੀਂ ।

Why are you boasting by seeing your beautiful wife and children? Why are you intoxicated with food delicacy and short-lived entertainments in worldly life? You consider yourselves better, wiser, higher status and enforce your opinion on others. Self-minded, ignorant! You may not remember The True Master, creator nor worried about the real purpose of human life opportunity.

ਮੇਰੇ ਮਨ ਸੁਖਦਾਤਾ ਹਰਿ ਸੋਇ॥	mayray man sukh-daata har so-ay.
ਗੁਰ ਪਰਸਾਦੀ ਪਾਈਐ,	gur parsaadee paa-ee-ai karam
ਕਰਮਿ ਪਰਾਪਤਿ ਹੋਇ॥੧॥ ਰਹਾਉ॥	paraapat ho-ay. ||1|| rahaa-o.

ਪ੍ਰਭ ਹੀ ਸਾਰੇ ਸੁਖਾਂ ਦਾ ਬਖਸ਼ਣਹਾਰਾ ਹੈ । ਉਸ ਦੀ ਰਹਿਮਤ ਨਾਲ ਹੀ ਪ੍ਰਵਾਨਗੀ ਦਾ ਰਸਤਾ, ਦਰਬਾਰ ਵਿੱਚ ਪ੍ਰਵਾਨਗੀ ਬਖਸ਼ਿਸ਼ ਹੁੰਦੀ ਹੈ ।

The One and Only One True Master, blesses all comforts to His Creation. Whosoever may be bestowed with His Blessed Vision, he may be blessed with the right path of meditation and accepted in His Court.

ਕਪੜਿ ਭੋਗਿ ਲਪਟਾਇਆ,	kaparh bhog laptaa-i-aa
ਸੁਇਨਾ ਰੁਪਾ ਖਾਕੁ॥	su-inaa rupaa khaak.
ਹੈਵਰ ਗੈਵਰ ਬਹੁ ਰੰਗੇ,	haivar gaivar baho rangay
ਕੀਏ ਰਥ ਅਥਾਕ॥	kee-ay rath athaak.
ਕਿਸ ਹੀ ਚਿਤਿ ਨ ਪਾਵਹੀ,	kis hee chit na paavhee
ਬਿਸਰਿਆ ਸਭ ਸਾਕ॥	bisri-aa sabh saak.
ਸਿਰਜਣਹਾਰਿ ਭੁਲਾਇਆ,	sirjanhaar bhulaa-i-aa
ਵਿਣੁ ਨਾਵੈ ਨਾਪਾਕ॥੨॥	vin naavai naapaak. ||2||

ਮਾਨਸ ਜੀਵ ਸ਼ਾਨਦਾਰ ਕਪੜੇ ਅਤੇ ਕੀਮਤੀ ਗਹਿਣੇ ਪਹਿਨਣ ਦਾ ਅਭਿਮਾਨ ਕਰਦਾ ਹੈ । ਅਗਿਆਨੀ ਨੂੰ ਸੋਝੀ ਨਹੀਂ! ਸੰਸਾਰਕ ਮਾਇਆ, ਸੋਨਾ, ਚਾਂਦੀ ਪ੍ਰਭ ਦੇ ਦਰਬਾਰ ਵਿੱਚ ਭਸਮ ਦੀ ਤਰ੍ਹਾਂ ਹੀ ਹਨ । ਉਹ ਸ਼ਾਨਦਾਰ ਘੋੜੇ, ਹਾਥੀ, ਰੱਥ ਇਕੱਠੇ ਕਰਦਾ, ਆਪਣੇ ਧਨ ਦੌਲਤ ਤੋਂ ਬਿਨਾਂ ਹੋਰ ਕਿਸੇ ਦਾ ਖਿਆਲ ਨਹੀਂ ਕਰਦਾ । ਉਸ ਅਸਲੀ ਮਾਲਕ, ਮਾਨਸ ਜਨਮ ਬਖਸ਼ਣ ਵਾਲੇ ਦੇ ਸ਼ਬਦ ਦਾ ਖਿਆਲ ਨਹੀਂ ਰਖਦਾ । ਸ਼ਬਦ ਦੀ ਪਾਲਣਾ ਤੋਂ ਬਿਨਾਂ ਬਾਕੀ ਸਾਰੇ ਧੰਦੇ ਹੀ ਮਨ ਵਿੱਚ ਲਾਲਚ ਵਧਾਉਂਦੇ ਹਨ ।

Ignorant self-minded may boast about his expensive clothes and jewelry. Ignorant may not realize, all worldly possessions, gold and silver are like ashes in His Court. Some may collect elegant elephants, houses, chariots; he may not care or worry about welfare of others nor His Command, of The True Master, Creator. Without adopting the teachings of His Word; all other tasks may create greed, jealousy, and blemish of his soul.

ਲੈਦਾ ਬਦ ਦੁਆਇ ਤੂੰ,	laidaa bad du-aa-ay
ਮਾਇਆ ਕਰਹਿ ਇਕਤ॥	tooN maa-i-aa karahi ikat.
ਜਿਸ ਨੋ ਤੂੰ ਪਤੀਆਇਦਾ,	jis no tooN patee-aa-idaa
ਸੋ ਸਣੁ ਤੁਝੈ ਅਨਿਤ॥	so san tujhai anit.
ਅਹੰਕਾਰੁ ਕਰਹਿ ਅਹੰਕਾਰੀਆ,	ahaNkaar karahi ahaNkaaree-aa
ਵਿਆਪਿਆ ਮਨ ਕੀ ਮਤਿ॥	vi-aapi-aa man kee mat.
ਤਿਨਿ ਪ੍ਰਭਿ ਆਪਿ ਭੁਲਾਇਆ,	tin parabh aap bhulaa-i-aa
ਨਾ ਤਿਸੁ ਜਾਤਿ ਨ ਪਤਿ॥੩॥	naa tis jaat na pat. ||3||

ਮਨਮੁਖ ਸੰਸਾਰਕ ਮਾਇਆ ਦੇ ਲਾਲਚ ਵਿੱਚ ਲਗਾ, ਬੁਰੇ ਕੰਮਾਂ ਕਰਦਾ, ਫਸ ਜਾਂਦਾ ਹੈ । ਜਿਸ ਨੂੰ ਖੁਸ਼ ਕਰਨ ਲਈ ਇਹ ਬੁਰੇ ਕੰਮ ਕਰਦਾ ਹੈ, ਉਹ ਵੀ ਸੰਸਾਰ ਵਿਚੋਂ ਚਲੇ ਜਾਂਦਾ ਹੈ । ਆਪਣੇ ਅਹੰਕਾਰ, ਮਸਤ ਵਿੱਚ ਹੀ ਆਪਣੀ ਮੱਤ, ਸੋਝੀ ਗਵਾ ਲੈਂਦਾ ਹੈ । ਜਿਸ ਨੂੰ ਪ੍ਰਭ ਆਪ ਹੀ ਭੁਲਾ ਦੇਂਦਾ ਹੈ, ਉਸ ਨੂੰ ਕੋਈ ਮਾਣ, ਸੋਭਾ ਸੁਖ ਬਖਸ਼ਿਸ਼ ਨਹੀਂ ਹੋ ਸਕਦਾ ।

Whosoever may remain intoxicated in worldly greed, he may remain indulged in evil deeds. Whom he may be trying to please with evil deeds; he may also be captured by devil of death. He may lose his common sense and honor in intoxication of his ego. Whosoever may be deprived from the right path of meditation, he may never be blessed with any comfort nor honor.

ਸਤਿਗੁਰਿ ਪੁਰਖਿ ਮਿਲਾਇਆ,	saT`gur purakh milaa-i-aa
ਇਕੋ ਸਜਣੁ ਸੋਇ॥	iko sajan so-ay.
ਹਰਿ ਜਨ ਕਾ ਰਾਖਾ ਏਕੁ ਹੈ,	har jan kaa raakhaa ayk hai
ਕਿਆ ਮਾਨਸ ਹਉਮੈ ਰੋਇ॥	ki-aa maanas ha-umai ro-ay.
ਜੋ ਹਰਿ ਜਨ ਭਾਵੈ ਸੋ ਕਰੇ,	jo har jan bhaavai so karay dar
ਦਰਿ ਫੇਰੁ ਨ ਪਾਵੈ ਕੋਇ॥	fayr na paavai ko-ay.
ਨਾਨਕ ਰਤਾ ਰੰਗਿ ਹਰਿ,	naanak rataa rang har
ਸਭ ਜਗ ਮਹਿ ਚਾਨਣੁ ਹੋਇ॥੪॥੧॥71	sabh jag meh chaanan ho-ay. ||4||1||71||

ਜਿਹੜਾ ਸ਼ਬਦ ਦੀ ਪਾਲਣਾ ਕਰਦਾ, ਪ੍ਰਭ ਆਪ ਹੀ ਸ਼ਬਦ ਦੀ ਸੋਝੀ ਬਖਸ਼ਦਾ, ਆਪਣੇ ਸੇਵਕਾਂ ਦਾ ਰਾਖਵਾਲਾ ਹੁੰਦਾ ਹੈ । ਮਾਨਸ ਕਿਉਂ ਆਪਣੇ ਅਹੰਕਾਰ ਵਿੱਚ ਰੋਂਦਾ ਕਰਲਾਉਂਦਾ ਹੈ? ਪ੍ਰਭ ਦੇ ਦਾਸ, ਹਰਜਨ ਦਾ ਜੀਵਨ ਸਦਾ ਹੀ ਸ਼ਬਦ ਅਨੁਸਾਰ ਹੁੰਦਾ, ਪ੍ਰਭ ਨੂੰ ਭਾਉਂਦਾ ਹੈ । ਦਾਸ ਦੇ ਮਨ ਦੀ ਕੋਈ ਅਰਦਾਸ ਬਿਰਥਾ ਨਹੀਂ ਜਾਂਦੀ । ਪ੍ਰਭ ਦਾ ਦਾਸ ਸ਼ਬਦ ਵਿੱਚ ਲੀਨ ਰਹਿੰਦਾ, ਸ਼ਬਦ ਦੀ ਸਿਖਿਆਂ ਮਨ ਵਿੱਚ ਘਰ ਕਰ ਜਾਂਦੀ ਹੈ । ਉਸ ਦਾ ਅਗਿਆਨਤਾ ਦਾ ਅੰਧੇਰਾ ਦੂਰ ਹੋ ਜਾਂਦਾ ਹੈ ।

Whosoever may adopt the teachings of His Word; with His mercy and grace, he may be blessed with the enlightenment of the essence of His Word, he may remain in His Sanctuary, under His protection. Why may self-minded remain frustrated in his own ego? The way of life of His true devotee may remain as per the teachings of His Word, acceptable in His Court. His spoken or unspoken desire may not be wasted, always satisfied. His true devotee always remains intoxicated in meditation in the void of His Word and he may remain drenched with the essence of His Word. His ignorance from the real purpose of human life opportunity may be eliminated.

125.ਸਿਰੀਰਾਗੁ ਮਹਲਾ ੫॥ (42-15)

ਮਨਿ ਬਿਲਾਸੁ ਬਹੁ ਰੰਗੁ ਘਣਾ,	man, bilaas baho rang ghanaa
ਦ੍ਰਿਸਟਿ ਭੂਲਿ ਖੁਸੀਆ॥	darisat bhool khusee-aa.
ਛਤ੍ਰਧਾਰ ਬਾਦਿਸਾਹੀਆ,	chhatarDhaar baadisaahee-aa
ਵਿਚਿ ਸਹਸੇ ਪਰੀਆ॥੧॥	vich sahsay paree-aa. ||1||

ਜਿਹੜੇ ਜੀਵ ਦਾ ਮਨ ਸੰਸਾਰਕ ਮਨੋਰੰਜਨ ਵਿੱਚ ਮੋਹਿਤ ਹੋ ਜਾਂਦਾ ਹੈ । ਉਸ ਦਾ ਮਨ ਆਪਣੇ ਜੀਵਨ ਵਿੱਚ ਸਦਾ ਅਨੰਦ ਦੇਣ ਵਾਲਾ ਰਸਤਾ ਭੁਲ ਜਾਂਦਾ ਹੈ । ਜਿਹੜੇ ਵਡੇ ਵਡੇ ਰਾਜੇ ਇਹਨਾਂ ਸੰਸਾਰਕ ਅਨੰਦਾਂ ਪਿਛੇ ਲਗੇ ਰਹਿੰਦੇ ਹਨ, ਉਹ ਇੱਛਾਂ ਦੇ ਜਾਲ, ਵਿੱਚ ਹੀ ਮਾਨਸ ਜਨਮ ਬਿਰਥਾ ਹੀ ਗਵਾ ਜਾਂਦੇ ਹਨ ।

Whosoever may remain intoxicated in worldly pleasures; he may remain ignorant from the right path of everlasting true happiness. Worldly kings, rich and famous! Who may remain indulged in worldly happiness; he may waste his priceless human lives opportunity, intoxicated with sweet poison of worldly wealth?

ਭਾਈ ਰੇ ਸੁਖੁ, ਸਾਧਸੰਗਿ ਪਾਇਆ॥	bhaa-ee ray sukh saaDhsang paa-i-aa.
ਲਿਖਿਆ ਲੇਖੁ ਤਿਨਿ ਪੁਰਖਿ ਬਿਧਾਤੈ,	likhi-aa laykh tin purakh biDhaatai
ਦੁਖੁ ਸਹਸਾ ਮਿਟਿ ਗਇਆ॥੧॥ ਰਹਾਉ॥	dukh sahsaa mit ga-i-aa. ||1|| rahaa-o.

ਜਿਹੜਾ ਬੰਦਗੀ ਕਰਨਵਾਲੇ ਦੀ ਸੰਗਤ ਕਰਦਾ ਹੈ, ਉਸ ਦੇ ਮਨ ਵਿੱਚ ਸੰਤੋਖ ਬਖਸ਼ਿਸ਼ ਹੋ ਜਾਂਦਾ ਹੈ । ਜਿਸ ਦੇ ਭਾਗਾਂ ਵਿੱਚ ਆਪ ਹੀ ਲਿਖਦਾ ਹੈ, ਉਸ ਦੇ ਮਨ ਦੀਆਂ ਇੱਛਾਂ ਦੀ ਚਿੰਤਾ ਦੂਰ ਹੋ ਸਕਦੀ ਹੈ ।

Whosoever may remain in the conjugation of His Holy saint and adopts his life experience teachings in his day-to-day life; with His mercy and grace, he may be blessed with a peace, and contentment within his mind. Whosoever may have a great prewritten destiny, all his worries of his mind may be eliminated.

ਜੇਤੇ ਥਾਨ ਥਨੰਤਰਾ,	jaytay thaan banantaraa
ਤੇਤੇ ਭਵਿ ਆਇਆ॥	taytay bhav aa-i-aa.
ਧਨ ਪਾਤੀ ਵਡ ਭੂਮੀਆ,	dhan paatee vad bhoomee-aa
ਮੇਰੀ ਮੇਰੀ ਕਰਿ ਪਰਿਆ॥੨॥	mayree mayree kar pari-aa. ||2||

ਸੰਸਾਰ ਵਿੱਚ ਅਨੇਕਾਂ ਹੀ ਅਨੋਖੇ, ਮਨ ਨੂੰ ਹੈਰਾਨ ਕਰਨਵਾਲੇ ਅਸਥਾਨ ਹਨ! ਸਾਰੇ ਹੀ ਘੁੰਮਕੇ ਦੇਖ ਲਏ ਹਨ । ਸੰਸਾਰ ਵਿੱਚ ਵਡੇ ਵਡੇ ਧਨਾਢ, ਅਮੀਰ ਜੀਵ ਮੇਰੀ ਮੇਰੀ ਕਰਦੇ ਮਰ ਗਏ ਹਨ ।

I have visited all wonder-lands and astonishing Holy Shrines in the world. There are many rich and famous in the universe. All remain intoxicated with sweet poison of worldly wealth, selfishness and collecting worldly possessions; however, no one remains contented with his holding and remain worried for more.

ਹੁਕਮੁ ਚਲਾਏ ਨਿਸੰਗ ਹੋਇ,	hukam chalaa-ay nisang ho-ay
ਵਰਤੈ ਅਫਰਿਆ॥	vartai afri-aa.
ਸਭੁ ਕੋ ਵਸਗਤਿ ਕਰਿ ਲਇਓਨੁ,	sabh ko vasgat kar la-i-on
ਬਿਨੁ ਨਾਵੈ ਖਾਕੁ ਰਲਿਆ॥੩॥	bin naavai khaak rali-aa. ||3||

ਉਹ ਆਪਣੇ ਅਹੰਕਾਰ ਵਿੱਚ ਆਪਣਾ ਹੁਕਮ ਚਲਾਉਂਦਾ, ਬਾਕੀ ਜੀਵਾਂ ਤੋਂ ਮਨਾਉਂਦਾ ਹੈ । ਉਹ ਅਨੇਕਾਂ ਜੀਵਾਂ ਨੂੰ ਆਪਣੇ ਹੁਕਮ ਅੰਦਰ ਕਰ ਲੈਂਦਾ ਹੈ, ਪਰ ਪ੍ਰਭ ਦੇ ਸ਼ਬਦ ਦੀ ਪਾਲਣਾ ਤੋਂ ਬਿਨਾਂ ਸਾਰੇ ਹੀ ਅੰਤ ਵਿੱਚ ਭਸਮ ਵਿੱਚ ਰਲ ਜਾਂਦੇ ਹਨ ।

Whosoever may remain intoxicated in his own ego; he may enforce his own rule on others. He may establish his rule over many helpless; however, without adopting the teachings of His Word, all his worldly possessions are like ashes in His Court.

ਕੋਟਿ ਤੇਤੀਸ ਸੇਵਕਾਂ,	kot taytees sayvkaa
ਸਿਧ ਸਾਧਿਕ ਦਰਿ ਖਰਿਆ॥	siDh saaDhik dar khari-aa.
ਗਿਰੰਬਾਰੀ ਵਡ ਸਾਹਬੀ,	girambaaree vad saahbee
ਸਭੁ ਨਾਨਕ ਸੁਪਨੁ ਥੀਆ॥੪॥੨॥72॥	sabh naanak supan thee-aa. ||4||2||72||

33 ਕਰੋੜ ਦੇਵਤੇ, ਅਨੇਕਾਂ ਸਿਧ, ਸਾਧੂ ਦਰ ਤੇ ਖੜ੍ਹੇ ਰਹਿੰਦੇ, ਸੇਵਾ ਕਰਦੇ ਹਨ । ਜਿਹੜੇ ਸ਼ਾਨਦਾਰ ਮਹਿਲਾਂ, ਮੰਦ੍ਰਾਂ ਵਿੱਚ ਵਸਦੇ, ਪਹਾੜਾਂ ਤੇ ਸਮੁੰਦਰਾ ਤੇ ਰਾਜ ਕਰਦੇ ਹਨ, ਅੰਤ ਵਿੱਚ ਇਕ ਸੁਪਨੇ ਦੀ ਤਰ੍ਹਾਂ ਹੀ ਨਾਸ ਹੋ ਜਾਂਦੇ, ਖਤਮ ਹੋ ਜਾਂਦੇ ਹਨ ।

Many (3.3 million) true devotees, remain contented and serve His Word wholeheartedly with patience. Whosoever was dwelling in wonderful, glamorous palaces, Holy Shrines, on hill top or rule the ocean. In the end, as prewritten in his destiny, everything becomes as a dream, fantasy after death and have no significance in His Court.

126.ਸਿਰੀਰਾਗੁ ਮਹਲਾ ੫॥ (43-1)

ਭਲਕੇ ਉਠਿ ਪਪੋਲੀਐ,	bhalkay uth papolee-ai
ਵਿਣੁ ਬੁਝੇ ਮੁਗਧ ਅਜਾਣਿ॥	vin bujhay mugaDh ajaan.
ਸੋ ਪ੍ਰਭੁ ਚਿਤਿ ਨ ਆਇਓ,	so parabh chit na aa-i-o
ਛੁਟੈਗੀ ਬੇਬਾਣਿ॥	chhutaigee baybaan.
ਸਤਿਗੁਰ ਸੇਤੀ ਚਿਤੁ ਲਾਇ,	saT`gur saytee chit laa-ay
ਸਦਾ ਸਦਾ ਰੰਗੁ ਮਾਣਿ॥੧॥	sadaa sadaa rang maan. ||1||

ਜੀਵ ਸਵੇਰੇ ਉੱਠ ਕੇ ਆਪਣੇ ਤਨ ਨੂੰ ਸਵਾਰਦਾ ਹੈ, ਅਣਜਾਣ, ਅਗਿਆਨੀ ਸ਼ਬਦ ਦੀ ਸੋਝੀ ਤੋਂ ਬਿਨਾਂ ਭਰਮਾਂ ਵਿੱਚ ਹੀ ਰਹਿੰਦਾ ਹੈ । ਜਿਸ ਦੇ ਮਨ ਵਿੱਚ ਪ੍ਰਭ ਦੇ ਸ਼ਬਦ ਦਾ ਵਿਰਾਗ ਨਹੀਂ ਹੁੰਦਾ, ਉਸ ਦਾ ਤਨ ਭਸਮ ਹੋ ਜਾਂਦਾ ਹੈ, ਉਸ ਦੀ ਭਸਮ ਉਜਾੜ, ਥਾਂ ਤੇ ਖਲਾਰੀ ਜਾਂਦੀ ਹੈ । ਜਿਹੜਾ ਪ੍ਰਭ ਦੇ ਸ਼ਬਦ ਦੀ ਪਾਲਣਾ ਅਡੋਲ ਭਰੋਸੇ ਨਾਲ ਕਰਦਾ ਹੈ, ਉਹ ਸਦਾ ਹੀ ਪ੍ਰਭ ਦੀ ਰਹਿਮਤ ਦਾ ਅਨੰਦ ਮਾਨਦਾ ਹੈ ।

Self-minded may wake up in morning, embellishes and freshen up; however, without the enlightenment of His Word, he may remain in religious suspicions. Whosoever may not remain in renunciation in the memory of his separation from His Holy Spirit; his human body may only become ashes and spread in abandon places or in running water. Whosoever may adopt the teachings of His Word with steady and stable belief; he may remain in peace and contented with His Blessings.

ਪ੍ਰਾਣੀ ਤੂੰ ਆਇਆ ਲਾਹਾ ਲੈਣਿ॥	paraanee tooN aa-i-aa laahaa lain.
ਲਗਾ ਕਿਤੁ ਕੁਫਕੜੇ,	lagaa kit khufkarhay
ਸਭ ਮੁਕਦੀ ਚਲੀ ਰੈਣਿ॥੧॥ ਰਹਾਉ॥	sabh mukdee chalee rain. ||1|| rahaa-o.

ਪ੍ਰਭ ਨੇ ਮਾਨਸ ਜਨਮ, ਮੁਕਤੀ ਪਾਉਣ ਲਈ ਹੀ ਬਖਸ਼ਿਆ ਹੈ । ਸੰਸਾਰ ਵਿੱਚ ਆ ਕੇ ਕਿਹੜੇ ਬਿਰਥੇ ਕੰਮਾਂ ਵਿੱਚ ਹੀ ਲਗ ਪਿਆ ਹੈ? ਤੇਰਾ ਮਾਨਸ ਜਨਮ ਦਾ ਸਮਾਂ ਬੀਤ ਦਾ ਜਾਂਦਾ ਹੈ ।

The True Master has blessed, his soul another human life opportunity to sanctify to become worthy of His Consideration, to be blessed with the right path of acceptance in His Court. Why have you been indulged in useless worldly deeds? Your predetermined time of human life may be being wasted.

ਕੁਦਮ ਕਰੇ ਪਸੁ ਪੰਖੀਆ,	kudam karay pas pankhee-aa
ਦਿਸੈ ਨਾਹੀ ਕਾਲੁ॥	disai naahee kaal.
ਓਤੈ ਸਾਥਿ ਮਨੁਖੁ ਹੈ,	otai saath manukh hai
ਫਾਥਾ ਮਾਇਆ ਜਾਲਿ॥	faathaa maa-i-aa jaal.
ਮੁਕਤੇ ਸੇਈ ਭਾਲੀਅਹਿ,	muktay say-ee bhaalee-ah
ਜਿ ਸਚਾ ਨਾਮੁ ਸਮਾਲਿ॥੨॥	je sachaa Naam samaal. ||2||

ਪਸੂ, ਪੰਛੀ ਸਾਰਾ ਦਿਨ ਖੇਲ ਕਰਕੇ, ਆਪਣਾ ਜੀਵਨ ਬਤੀਤ ਕਰ ਲੈਂਦੇ ਹਨ, ਉਹਨਾਂ ਨੂੰ ਮੌਤ ਦੀ ਕੋਈ ਸੋਝੀ ਨਹੀਂ ਹੁੰਦੀ । ਮਾਨਸ ਸੰਸਾਰਕ ਮਾਇਆ ਦੇ ਮੋਹ ਵਿੱਚ ਫਸਿਆ, ਜਨਵਰਾਂ ਦੀ ਤਰ੍ਹਾਂ ਹੀ ਜੀਵਨ ਬਤੀਤ ਕਰਦਾ ਹੈ । ਜਿਹੜਾ ਪ੍ਰਭ ਦੇ ਸ਼ਬਦ ਦੀ ਪਾਲਣਾ ਅਡੋਲ ਭਰੋਸੇ ਨਾਲ ਕਰਦਾ ਹੈ, ਉਸ ਦੇ ਮਨ ਵਿੱਚ ਸ਼ਬਦ ਘਰ ਕਰ ਜਾਂਦਾ ਹੈ, ਪ੍ਰਭ ਦੀ ਰਹਿਮਤ ਨਾਲ ਉਸ ਨੂੰ ਪ੍ਰਵਾਨਗੀ ਦਾ ਰਸਤਾ ਬਖਸ਼ਿਸ਼ ਹੋ ਜਾਂਦਾ ਹੈ ।

All worldly creatures, birds, animals spend life in worldly play; all remains ignorant from the unpredictable death. Self-minded remain intoxicated with sweet poison of worldly wealth and wastes his priceless human life opportunity like animals. Whosoever may adopt the teachings of His Word with steady and stable belief in his day-to-day life; with His mercy and grace, he may remain drenched with the essence of His Word within. He may be blessed with the right path of salvation, of human life opportunity.

ਜੋ ਘਰੁ ਛਡਿ ਗਵਾਵਣਾ,	jo ghar chhad gavaavnaa
ਸੋ ਲਗਾ ਮਨ ਮਾਹਿ॥	so lagaa man maahi.
ਜਿਥੈ ਜਾਇ ਤੁਧੁ ਵਰਤਣਾ,	jithai jaa-ay tuDh vartanaa
ਤਿਸ ਕੀ ਚਿੰਤਾ ਨਾਹਿ॥	tis kee chintaa naahi.
ਫਾਥੇ ਸੇਈ ਨਿਕਲੇ,	faathay say-ee niklay
ਜਿ ਗੁਰ ਕੀ ਪੈਰੀ ਪਾਹਿ॥੩॥	je gur kee pairee paahi. ||3||

ਜਿਹੜਾ ਘਰ ਸਦਾ ਰਹਿਣ ਵਾਲਾ ਨਹੀਂ, ਅੰਤ ਵਿੱਚ ਛੱਡ ਜਾਣਾ ਹੈ । ਮਨਮੁਖ ਉਸ ਨਾਲ ਮੋਹ ਜੋੜੀ ਰਖਦਾ ਹੈ । ਉਸ ਨੂੰ ਅਸਲੀ ਸਦਾ ਰਹਿਣ ਵਾਲਾ ਘਰ ਦੀ ਕੋਈ ਸੋਝੀ, ਚਿੰਤਾ ਨਹੀਂ ਹੁੰਦੀ । ਜਿਹੜਾ ਸ਼ਬਦ ਦੇ ਲੜ ਲਗ ਜਾਂਦਾ ਹੈ, ਉਹ ਸੰਸਾਰਕ ਮੋਹ ਦੇ ਬੰਧਨਾਂ ਵਿਚੋਂ ਮੁਕਤ ਹੋ ਜਾਂਦਾ ਹੈ ।

Self-mind may remain attached to a short-lived worldly house; which he may eventually leave after death of his body. He may not be worried or aware of permanent resting place for his soul. Whosoever may wholeheartedly adopt the teachings of His Word with steady and stable belief in day-to-day life, he may conquer his worldly bonds and devil of death.

ਕੋਈ ਰਖਿ ਨ ਸਕਈ,	ko-ee rakh na sak-ee
ਦੂਜਾ ਕੋ ਨ ਦਿਖਾਇ॥	doojaa ko na dikhaa-ay.
ਚਾਰੇ ਕੁੰਡਾ ਭਾਲਿ ਕੈ,	chaaray kundaa bhaal kai
ਆਇ ਪਇਆ ਸਰਣਾਇ॥	aa-ay pa-i-aa sarnaa-ay.
ਨਾਨਕ ਸਚੈ ਪਾਤਿਸਾਹਿ,	naanak sachai paatisaah
ਡੁਬਦਾ ਲਇਆ ਕਢਾਇ॥੪॥੩॥73॥	dubdaa la-i-aa kadhaa-ay. ||4||3||73||

ਪ੍ਰਭ ਤੋਂ ਬਿਨਾਂ ਹੋਰ ਕੋਈ ਜੀਵ ਦਾ ਅਸਲੀ ਰਖਵਾਲਾ ਨਹੀਂ ਹੈ । ਚਾਰੇ ਪਾਸੇ ਘੁੰਮਕੇ, ਬੇਚਾਰ ਹੋ ਕੇ ਤੇਰੀ ਸ਼ਰਣ ਵਿੱਚ ਆਪਾ ਭੇਟਾ ਕੀਤਾ ਹੈ । ਸ੍ਰਿਸ਼ਟੀ ਦੇ ਅਸਲੀ ਮਾਲਕ ਸ਼ਰਣ ਵਿੱਚ ਪਨਾਹ ਬਖਸ਼ੋ !

The One and only One True Master Protector of His Creation; no one else may the protector, savior of his soul. I have been frustrated in pilgrimage at Holy Shrines, reading Holy Scriptures. I have surrendered my self-identity at Your Sanctuary. The Merciful True Master bless the right path of acceptance in Your Court.

127.ਸਿਰੀਰਾਗੁ ਮਹਲਾ ੫॥ (43-8)

ਘੜੀ ਮੁਹਤ ਕਾ ਪਾਹੁਣਾ,	gharhee muhat kaa paahunaa
ਕਾਜ ਸਵਾਰਣਹਾਰੁ॥	kaaj savaaranhaar.
ਮਾਇਆ ਕਾਮਿ ਵਿਆਪਿਆ,	maa-i-aa kaam vi-aapi-aa
ਸਮਝੈ ਨਾਹੀ ਗਾਵਾਰੁ॥	samjhai naahee gaavaar.
ਉਠਿ ਚਲਿਆ ਪਛੁਤਾਇਆ,	uth chali-aa pachhutaa-i-aa
ਪਰਿਆ ਵਸਿ ਜੰਦਾਰ॥੧॥	pari-aa vas jandaar. ||1||

ਪ੍ਰਭ ਮਾਨਸ ਜਨਮ ਦਾ ਮਿਥਿਆ ਥੋੜ੍ਹਾ ਸਮਾਂ ਹੀ ਜੀਵ ਨੂੰ ਜਨਮ ਸਫਲ ਕਰਨ ਲਈ ਬਖਸ਼ਦਾ ਹੈ । ਅਣਜਾਣ ਸੰਸਾਰਕ ਮਾਇਆ, ਕਾਮਵਾਸਨਾ ਦੇ ਜਾਲ ਵਿੱਚ ਫਸ ਕੇ ਗਵਾ ਲੈਂਦਾ ਹੈ । ਉਹ ਮਾਨਸ ਜਨਮ ਲੈਂਦਾ ਹੈ, ਪਛਤਾਵਾ ਕਰਦਾ ਹੀ ਮਰ ਜਾਂਦਾ ਹੈ, ਮੌਤ ਦੇ ਜਮਦੂਤ ਦੇ ਹਵਾਲੇ ਹੀ ਹੋ ਜਾਂਦਾ ਹੈ ।

His soul has been blessed with a predetermined, limited time, human body to meditate and sanctify his soul to become worthy of His Consideration. Ignorant self-minded remains intoxicated with sweet poison of worldly wealth, desires, like worldly bonds, attachments, and sexual urges. He may waste his human life opportunity uselessly. He takes birth from the womb of mother, regrets, repents, and waste his opportunity. He may be captured by the devil of death repeatedly.

ਅੰਧੇ ਤੂੰ ਬੈਠਾ ਕੰਧੀ ਪਾਹਿ॥	anDhay tooN baithaa kanDhee paahi.
ਜੇ ਹੋਵੀ ਪੂਰਬਿ ਲਿਖਿਆ,	jay hovee poorab likhi-aa
ਤਾ ਗੁਰ ਕਾ ਬਚਨੁ ਕਮਾਹਿ॥੧॥ ਰਹਾਉ॥	taa gur kaa bachan kamaahi. ||1|| rahaa-o

ਅਣਜਾਣ, ਮਾਨਸ, ਇਕ ਰੇਤ ਦੀ ਕੰਧ ਤੇ ਬੈਠਾ ਹੈ । ਜਿਸ ਦੇ ਭਾਗਾਂ ਵਿੱਚ ਪ੍ਰਭ ਦੇ ਸ਼ਬਦ ਦੀ ਕਮਾਈ ਲਿਖੀ ਹੁੰਦੀ ਹੈ, ਉਸ ਦੀ ਲਗਨ ਹੀ ਸ਼ਬਦ ਦੀ ਪਾਲਣਾ ਵਿੱਚ ਲਗ ਸਕਦੀ ਹੈ ।

Ignorant! Your human body may be like a pillar, a wall of sand. Whosoever may have a prewritten destiny, only he may obey the teachings of His Word and earns the wealth of His Word.

ਹਰੀ ਨਾਹੀ ਨਹ ਡਡੁਰੀ,	haree naahee nah daduree
ਪਕੀ ਵਢਣਹਾਰ॥	pakee vadhanhaar.
ਲੈ ਲੈ ਦਾਤ ਪਹੁਤਿਆ,	lai lai daat pahuti-aa
ਲਾਵੇ ਕਰਿ ਤਈਆਰੁ॥	laavay kar ta-ee-aar.
ਜਾ ਹੋਆ ਹੁਕਮੁ ਕਿਰਸਾਣ ਦਾ,	jaa ho-aa hukam kirsaan daa
ਤਾ ਲੁਣਿ ਮਿਣਿਆ ਖੇਤਾਰੁ॥੨॥	taa lun mini-aa khaytaar. ||2||

ਜਿਵੇਂ ਫਸਲ ਭਾਵੇਂ ਕੱਚੀ ਜਾ ਪੱਕੀ ਫਸਲ ਹੋਵੇ । ਜਦੋਂ ਖੇਤ ਦੇ ਮਾਲਕ ਦਾ ਹੁਕਮ ਹੁੰਦਾ ਹੈ । ਉਹ ਵਾਢੀ ਕਰਨਵਾਲਾ ਫਸਲ ਕੱਟ ਦੇਂਦਾ, ਗੰਠ ਬੰਨ ਕੇ ਲੈ ਜਾਂਦਾ ਹੈ । ਇੱਸਤਰ੍ਹਾਂ ਹੀ ਮੌਤ ਜੀਵ ਦੀ ਉਮਰ ਦਾ ਵਤਕਰਾ ਨਹੀਂ ਕਰਦੀ, ਪ੍ਰਭ ਦੇ ਹੁਕਮ ਨਾਲ ਹੀ ਆਤਮਾ ਨੂੰ ਵਾਪਸ ਲੈ ਜਾਂਦੀ ਹੈ ।

The true owner may order his servant to cut the plantation. The servant does not evaluate; field may be ready or not for harvest; he harvests and bundles the plantation. Same way the devil of death only obeys His Command without any discrimination about his age of other worldly environments.

ਪਹਿਲਾ ਪਹਰੁ ਧੰਧੈ ਗਇਆ,	pahilaa pahar DhanDhai ga-i-aa
ਦੂਜੈ ਭਰਿ ਸੋਇਆ॥	doojai bhar so-i-aa.
ਤੀਜੈ ਝਾਖ ਝਖਾਇਆ,	teejai jhaakh jhakhaa-i-aa
ਚਉਥੈ ਭੋਰੁ ਭਇਆ॥	cha-uthai bhor bha-i-aa.
ਕਦ ਹੀ ਚਿਤਿ ਨ ਆਇਓ,	kad hee chit na aa-i-o
ਜਿਨਿ ਜੀਉ ਪਿੰਡੁ ਦੀਆ॥੩॥	jin jee-o pind dee-aa. ||3||

ਜੀਵ ਦੇ ਜੀਵਨ ਦਾ ਪਹਿਲਾ ਸਮਾਂ ਬਚਪਨ ਵਿੱਚ ਬੀਤ ਜਾਂਦਾ ਹੈ, ਦੂਜੇ ਪਹਿਰ ਜਵਾਨੀ ਦੀ ਮਸਤੀ ਵਿੱਚ ਬੀਤ ਜਾਂਦਾ ਹੈ, ਤੀਜੇ ਪਹਿਰ ਸੰਸਾਰਕ ਮੋਹ ਦੇ ਜਾਲ ਵਿੱਚ ਫਸ ਕੇ ਬਿਰਥੇ ਕੰਮਾਂ ਵਿੱਚ ਲਗਾ ਰਹਿੰਦਾ ਹੈ, ਚੋਥੇ ਪਹਿਰ ਮੌਤ ਦੇ ਫਿਕਰ ਵਿੱਚ ਪੈ ਜਾਂਦਾ ਹੈ । ਮਾਨਸ ਜਨਮ ਦੇ ਸਾਰੇ ਸਮੇਂ ਵਿੱਚ ਕਦੇ ਜਨਮ ਦੇ ਬਖਸ਼ਣ ਵਾਲੇ ਵੱਲ ਧਿਆਨ ਨਹੀਂ ਲਾਉਂਦਾ ।

The first stage of human life may be spent in childhood; second stage remains intoxicated with his youth, strength, and ego; third stage remains entangled in worldly responsibilities and worldly greed. Fourth stage the devil of death seems near and worries about death. In his human life span, he may not even think about or thanks The True Master, The Creator.

ਸਾਧਸੰਗਤਿ ਕਉ ਵਾਰਿਆ,	saaDhsangat ka-o vaari-aa
ਜੀਉ ਕੀਆ ਕੁਰਬਾਣੁ॥	jee-o kee-aa kurbaan.
ਜਿਸ ਤੇ ਸੋਝੀ ਮਨਿ ਪਈ,	jis tay soJhee man pa-ee
ਮਿਲਿਆ ਪੁਰਖੁ ਸੁਜਾਣੁ॥	mili-aa purakh sujaan.
ਨਾਨਕ ਡਿਠਾ ਸਦਾ ਨਾਲਿ,	naanak dithaa sadaa naal har
ਹਰਿ ਅੰਤਰਜਾਮੀ ਜਾਣੁ॥੪॥੪॥74॥	antarjaamee jaan. ||4||4||74||

ਜਿਹੜਾ ਬੰਦਗੀ ਕਰਨਵਾਲੇ, ਸੰਤ ਦੀ ਸੰਗਤ ਵਿੱਚ, ਉਸ ਦੇ ਜੀਵਨ ਦੀ ਸਿਖਿਆਂ ਦੇ ਅਧਾਰ ਤੇ ਜੀਵਨ ਬਤੀਤ ਕਰਦਾ ਹੈ, ਉਹ ਮਾਨਸ ਜਨਮ ਪ੍ਰਭ ਦੇ ਲੇਖੇ ਲਾ ਦੇਂਦਾ ਹੈ । ਉਸ ਨੂੰ ਸ਼ਬਦ ਦੀ ਸੋਝੀ ਬਖਸ਼ਿਸ਼ ਹੋ ਜਾਂਦੀ ਹੈ । ਪ੍ਰਭ ਦੀ ਯਾਦ ਮਨ ਵਿੱਚ ਘਰ ਕਰ ਜਾਂਦੀ ਹੈ, ਪ੍ਰਭ ਦੀ ਜੋਤ ਮਨ ਵਿੱਚ ਜਾਗਰਤ ਹੋ ਜਾਂਦੀ ਹੈ । ਬੰਦਗੀ ਕਰਨਵਾਲਾ ਜੀਵ ਪ੍ਰਭ ਨੂੰ ਹਰ ਸਮੇਂ ਹਾਜ਼ਰਾ ਹਜ਼ੂਰ ਦੇਖਦਾ ਹੈ, ਉਹ ਅੰਤਰਜਾਮੀ ਨੂੰ ਸਦਾ ਸਾਥ ਮਹਿਸੂਸ ਕਰਦਾ ਹੈ ।

Whosoever may remain in the conjugation of His Holy saint and adopts his life experience in his own life; his human life journey be rewarded, accepted in His Court. He may be blessed with the essence of His Word. He may remain in renunciation of the memory of his separation from His Holy Spirit, always fresh in his mind. He may be blessed with eternal spiritual glow within his heart and on his forehead. He may always realize, The Omniscient True Master, prevailing and monitors all worldly actions and remains his companion forever.

128.ਸਿਰੀਰਾਗੁ ਮਹਲਾ ੫॥ (43-15)

ਸਭੇ ਗਲਾ ਵਿਸਰਨੁ,	sabhay galaa visran
ਇਕੋ ਵਿਸਰਿ ਨ ਜਾਉ॥	iko visar na jaa-o.
ਧੰਧਾ ਸਭੁ ਜਲਾਇ ਕੈ,	dhanDhaa sabh jalaa-ay kai
ਗੁਰਿ ਨਾਮੁ ਦੀਆ ਸਚੁ ਸੁਆਉ॥	gur Naam dee-aa sach su-aa-o.
ਆਸਾ ਸਭੇ ਲਾਹਿ ਕੈ,	aasaa sabhay laahi kai
ਇਕਾ ਆਸ ਕਮਾਉ॥	ikaa aas kamaa-o.
ਜਿਨੀ ਸਤਿਗੁਰੁ ਸੇਵਿਆ,	jinee saT`gur sayvi-aa
ਤਿਨ ਅਗੈ ਮਿਲਿਆ ਥਾਉ॥੧॥	tin agai mili-aa thaa-o. ||1||

ਪ੍ਰਭ ਦੀ ਰਹਿਮਤ ਨਾਲ ਮਨ ਦੀਆਂ ਸੰਸਾਰਕ ਇੱਛਾਂ ਤੇ ਕਾਬੂ ਬਖਸ਼ਿਸ਼ ਹੋ ਗਿਆ ਹੈ, ਮਾਨਸ ਜਨਮ ਦਾ ਅਸਲੀ ਮਨੋਰਥ ਲੱਭ ਗਿਆ ਹੈ । ਹੁਣ ਮਨ ਸੰਸਾਰਕ ਧੰਦੇ ਦੀ ਕੋਈ ਪ੍ਰਵਾਹ ਨਹੀਂ ਕਰਦਾ, ਮਨ ਪ੍ਰਭ ਦੇ ਸ਼ਬਦ ਦੀ ਪਾਲਣਾ ਵਿੱਚ ਮਸਤ ਰਹਿੰਦਾ ਹੈ । ਸੰਸਾਰਕ ਜੀਵਾਂ ਦੇ ਹੋਰ ਧਰਮ ਦੇ ਰੀਤੋਂ ਰੀਵਾਜ ਪਿਛੇ ਨਹੀਂ ਲਗਦਾ, ਕੇਵਲ ਪ੍ਰਭ ਦੇ ਸ਼ਬਦ ਤੇ ਭਰੋਸਾ ਅਡੋਲ ਰਖਦਾ ਹਾ । ਜਿਹੜਾ ਪ੍ਰਭ ਦੇ ਸ਼ਬਦ ਦੀ ਅਡੋਲ ਭਰੋਸੇ ਨਾਲ ਪਾਲਣਾ ਕਰਦਾ ਹੈ! ਉਹ ਪ੍ਰਭ ਦੇ ਦਰਬਾਰ ਵਿੱਚ ਪ੍ਰਵਾਨ ਹੋ ਸਕਦਾ ਹੈ ।

Whosoever may conquer all his worldly desires; with His mercy and grace, he be enlightened with the real purpose of his human life opportunity. He may not worry about any religious rituals; he may only concentrate on the meditation on the teachings of His Word. He may obey, and adopts the teachings of His Word with steady and stable belief in his day-to-day life; with His mercy and grace, he may become worthy of His consideration.

ਮਨ ਮੇਰੇ ਕਰਤੇ ਨੋ ਸਾਲਾਹਿ॥ man, mayray kartay no saalaahi.
ਸਭੇ ਛਡਿ ਸਿਆਣਪਾ, sabhay chhad si-aanpaa
ਗੁਰ ਕੀ ਪੈਰੀ ਪਾਹਿ॥੧॥ ਰਹਾਉ॥ gur kee pairee paahi. ||1|| rahaa-o.

ਪ੍ਰਭ ਦੇ ਸ਼ਬਦ ਦੀ ਪਾਲਣਾ ਕਰੋ, ਸ਼ਬਦ ਦੇ ਗੁਣ ਗਾਵੋ! ਆਪਣੇ ਮਨ ਦੀਆਂ ਚਲਾਕੀਆਂ ਤਿਆਗ ਕੇ, ਪ੍ਰਭ ਦੀ ਸ਼ਰਣ ਵਿੱਚ ਆਵੋ!

You should renounce all evil thoughts and surrender at His Sanctuary. You should sing the glory and obey the teachings of His Word with steady and stable belief in in your day-to-day life.

ਦੁਖ ਭੁਖ ਨਹ ਵਿਆਪਈ, dukh bhukh nah vi-aapa-ee
ਜੇ ਸੁਖਦਾਤਾ ਮਨਿ ਹੋਇ॥ jay sukh-daata man ho-ay.
ਕਿਤ ਹੀ ਕੰਮਿ ਨ ਛਿਜੀਐ, kit hee kamm na chhijee-ai
ਜਾ ਹਿਰਦੈ ਸਚਾ ਸੋਇ॥ jaa hirdai sachaa so-ay.
ਜਿਸੁ ਤੂੰ ਰਖਹਿ ਹਥ ਦੇ, jis tooN rakheh hath day
ਤਿਸੁ ਮਾਰਿ ਨ ਸਕੈ ਕੋਇ॥ tis maar na sakai ko-ay.
ਸੁਖਦਾਤਾ ਗੁਰੁ ਸੇਵੀਐ, sukh-daata gur sayvee-ai
ਸਭਿ ਅਵਗਣ ਕਢੈ ਧੋਇ॥੨॥ sabh avgan kadhai Dho-ay. ||2||

ਜਿਸ ਦੇ ਮਨ ਵਿੱਚ ਪ੍ਰਭ ਦਾ ਸ਼ਬਦ ਘਰ ਕਰ ਜਾਂਦਾ ਹੈ, ਉਸ ਨੂੰ ਕੋਈ ਸੰਸਾਰਕ ਚਿੰਤਾ, ਕਿਸੇ ਸੰਸਾਰਕ ਪ੍ਰਾਪਤੀ ਨਾਲ ਮਨ ਵਿੱਚ ਅਹੰਕਾਰ ਹੀ ਆਉਂਦਾ ਹੈ । ਜਿਹੜਾ ਪ੍ਰਭ ਦੇ ਸ਼ਬਦ ਅਨੁਸਾਰ ਜੀਵਨ ਢਾਲਦਾ ਹੈ, ਉਸ ਨੂੰ ਕਿਸੇ ਕੰਮ ਵਿੱਚ ਘਾਟਾ ਨਹੀਂ ਆਉਂਦਾ, ਪ੍ਰਭ ਆਪ ਹੀ ਰਖਿਆ ਕਰਦਾ ਹੈ । ਪ੍ਰਭ ਆਪ ਹੀ ਰਖਵਾਲਾ ਬਣ ਜਾਂਦਾ ਹੈ, ਉਸ ਦਾ ਕੋਈ ਨੁਕਸਾਨ ਨਹੀਂ ਕਰ ਸਕਦਾ । ਸੁਖਾਂ ਦੇ ਦਾਤੇ ਦੇ ਸ਼ਬਦ ਦੀ ਪਾਲਣਾ ਕਰਨ ਨਾਲ ਮਨ ਦੇ ਸਾਰੇ ਪਾਪ ਬਖਸ਼ੇ ਜਾਂਦੇ ਹਨ ।

Whosoever may remain drenched with the essence of His Word; with His mercy and grace, he may not be worried about any worldly desires nor boast about any worldly accomplishments. Whosoever may adopt the teachings of His Word, he may never realize any deficiency in his life. He may be accepted in His Sanctuary; all his sins may be forgiven.

ਸੇਵਾ ਮੰਗੈ ਸੇਵਕੋ, sayvaa mangai sayvko
ਲਾਈਆਂ ਅਪੁਨੀ ਸੇਵ॥ laa-ee-aaN apunee sayv.
ਸਾਧੂ ਸੰਗੁ ਮਸਕਤੇ, saaDhoo sang maskatay
ਤੂਠੈ ਪਾਵਾ ਦੇਵ॥ toothai paavaa dayv.
ਸਭੁ ਕਿਛੁ ਵਸਗਤਿ ਸਾਹਿਬੈ, sabh kichh vasgat saahibai
ਆਪੇ ਕਰਣ ਕਰੇਵ॥ aapay karan karayv.
ਸਤਿਗੁਰ ਕੈ ਬਲਿਹਾਰਣੈ, saT`gur kai balihaarnai
ਮਨਸਾ ਸਭ ਪੂਰੇਵ ॥੩॥ mansaa sabh poorayv. ||3||

ਬੰਦਗੀ ਕਰਨਵਾਲਾ ਸਦਾ ਹੀ ਪ੍ਰਭ ਦੇ ਦਾਸ ਦੀ ਸੇਵਾ ਕਰਨ ਦੀ ਬਖਸ਼ਿਸ਼ ਮੰਗਦਾ ਹੈ! ਜਿਸ ਤੇ ਆਪ ਹੀ ਰਹਿਮਤ ਦੀ ਨਜ਼ਰ ਬਖਸ਼ਦਾ ਹੈ, ਉਸ ਨੂੰ ਹੀ ਸੰਤ ਸਰੂਪ ਦੀ ਸੇਵਾ ਕਰਨੀ ਨਸੀਬ ਹੁੰਦੀ ਹੈ! ਪ੍ਰਭ ਹੀ ਸਭ ਕੁਝ ਕਰਨ ਕਰਾਉਣ ਵਾਲਾ ਅਸਲੀ ਮਾਲਕ ਹੈ, ਸਭ ਕੁਝ ਪ੍ਰਭ ਦੇ ਭਾਣੇ ਅੰਦਰ ਹੀ ਹੁੰਦਾ ਹੈ । ਪ੍ਰਭ ਤੋਂ ਕੁਰਬਾਨ ਜਾਵਾ! ਜਿਹੜਾ ਮਨ ਦੀਆਂ ਆਸਾਂ ਵੀ ਪੂਰੀਆਂ ਕਰਦਾ, ਸੰਤੋਖ ਬਖਸ਼ਦਾ ਹੈ ।

His true devotee may always pray to serve His Holy saint. Whosoever may be bestowed with His Blessed Vision, only he may be blessed with the conjugation of His Holy saint. The One and Only One, True Master prevails in everywhere in every event; only His Command, Word remain true forever. I remain fascinated from His Nature, The True Master! Who may satisfy all spoken and unspoken desires and blesses contentment to His true devotee?

ਇਕੋ ਦਿਸੈ ਸਜਣੋ,	iko disai sajno
ਇਕੋ ਭਾਈ ਮੀਤੁ॥	iko bhaa-ee meet.
ਇਕਸੈ ਦੀ ਸਾਮਗਰੀ,	iksai dee saamagree
ਇਕਸੈ ਦੀ ਹੈ ਰੀਤਿ॥	iksai dee hai reet.
ਇਕਸ ਸਿਉ ਮਨੁ ਮਾਨਿਆ,	ikas si-o man maani-aa
ਤਾ ਹੋਆ ਨਿਹਚਲੁ ਚੀਤੁ॥	taa ho-aa nihchal cheet.
ਸਚੁ ਖਾਣਾ ਸਚੁ ਪੈਨਣਾ,	sach khaanaa sach painnaa
ਟੇਕ ਨਾਨਕ ਸਚੁ ਕੀਤੁ॥੪॥੫॥75॥	tayk naanak sach keet. ||4||5||75||

ਇਕੋ ਇਕ ਪ੍ਰਭ ਹੀ ਜੀਵ ਦਾ ਅਸਲੀ ਸਾਥੀ, ਮਿੱਤ੍ਰ, ਭਾਈ ਹੈ, ਜੀਵ ਦੇ ਤਨ ਦੇ ਸਾਰੇ ਅੰਗ ਪ੍ਰਭ ਦੀ ਜੋਤ ਵਿਚੋਂ ਹੀ ਪੈਦਾ ਹੁੰਦੇ, ਉਸ ਦੇ ਭਾਣੇ ਅੰਦਰ ਹੀ ਚਲਦੇ ਹਨ । ਜਿਸ ਦਾ ਭਰੋਸਾ ਇਕੋ ਇਕ ਪ੍ਰਭ ਦੇ ਬਖਸ਼ੇ ਤੇ ਅਡੋਲ ਹੋ ਜਾਂਦਾ ਹੈ, ਉਸ ਨੂੰ ਅਨੰਦ, ਧੀਰਜ, ਸੰਤੋਖ ਬਖਸ਼ਿਸ਼ ਹੋ ਜਾਂਦਾ ਹੈ, ਮਨ ਇਕ ਤੇ ਟਿਕ ਜਾਂਦਾ ਹੈ । ਉਸ ਜੀਵ ਦਾ ਖਾਣ ਵਾਲਾ ਭੋਜਨ, ਪਹਿਨਣ ਵਾਲੇ ਕਪੜੇ, ਉਸ ਦੇ ਜੀਵਨ ਦਾ ਅਧਾਰ, ਆਸਰਾ ਕੇਵਲ ਪ੍ਰਭ ਦਾ ਸ਼ਬਦ ਹੀ ਬਣ ਜਾਂਦਾ ਹੈ ।

The One and Only One, True Master remains a true companion, friend, brother, and supporter of his soul. All limbs have been created and function under His Command. Whosoever may remain steady and stable on the teachings of His Word, he may be blessed with pleasures, comforts, patience, and contentment in his life. The enlightenment of the essence of His Word may become his nourishment, clothes, and purpose of his human life.

129.ਸਿਰੀਰਾਗੁ ਮਹਲਾ ੫॥ (44-4)

ਸਭੇ ਥੋਕ ਪਰਾਪਤੇ,	sabhay thok paraapatay
ਜੇ ਆਵੈ ਇਕੁ ਹਥਿ॥	jay aavai ik hath.
ਜਨਮੁ ਪਦਾਰਥੁ ਸਫਲੁ ਹੈ,	janam padaarath safal hai
ਜੇ ਸਚਾ ਸਬਦੁ ਕਥਿ॥	jay sachaa sabad kath.
ਗੁਰ ਤੇ ਮਹਲੁ ਪਰਾਪਤੇ,	gur tay mahal paraapatay
ਜਿਸੁ ਲਿਖਿਆ ਹੋਵੈ ਮਥਿ॥੧॥	jis likhi-aa hovai math. ||1||

ਜਿਸ ਤੇ ਪ੍ਰਭ ਦੀ ਰਹਿਮਤ ਦੀ ਨਜ਼ਰ ਬਖਸ਼ਿਸ਼ ਹੋ ਜਾਂਦੀ ਹੈ, ਉਸ ਦੇ ਜੀਵ ਦੇ ਸਾਰੇ ਕਾਰਜ ਸਫਲ ਹੋ ਜਾਂਦੇ, ਮਨੋਰਥ ਪੂਰੇ ਹੋ ਜਾਂਦੇ ਹਨ! ਜਿਸ ਦੇ ਮਨ ਵਿੱਚੋਂ੍ਰਭ ਦੀ ਸਿਖਿਆਂ ਵਸ ਜਾਂਦੀ ਹੈ, ਉਸ ਦਾ ਮਾਨਸ ਜਨਮ ਸਫਲ ਹੋ ਜਾਂਦਾ ਹੈ! ਜਿਸ ਦੇ ਭਾਗਾਂ ਵਿੱਚ ਪਹਿਲੇ ਹੀ ਲਿਖਿਆ ਹੁੰਦਾ ਹੈ, ਉਸ ਤੇ ਪ੍ਰਭ ਦੀ ਰਹਿਮਤ ਦੀ ਨਜ਼ਰ ਬਖਸ਼ਿਸ਼ ਹੁੰਦੀ ਹੈ । ਉਸ ਨੂੰ ਸ਼ਬਦ ਦੀ ਪਾਲਣਾ ਕਰਨ ਨਾਲ ਸ਼ਬਦ ਦੀ ਸੋਝੀ ਹੋ ਜਾਂਦੀ ਹੈ, ਪ੍ਰਭ ਦੇ ਦਰਬਾਰ ਵਿੱਚ ਪ੍ਰਵਾਨਗੀ ਬਖਸ਼ਿਸ਼ ਹੋ ਜਾਂਦੀ ਹੈ ।

Whosoever may be bestowed with His Blessed Vision; all his chores of human life may be concluded, successful. Whosoever may remain drenched with the essence of His Word, his human life journey becomes fruitful. Whosoever may have a great prewritten destiny, only he may be bestowed with His Blessed Vision. He may adopt the teachings of His Word with steady and stable belief in day-to-day life. He may be blessed with the enlightenment of the essence of His Word; with His mercy and grace, his soul may be accepted in His Court.

ਮੇਰੇ ਮਨ ਏਕਸ ਸਿਉ ਚਿਤੁ ਲਾਇ॥	mayray man aykas si-o chit laa-ay.
ਏਕਸ ਬਿਨੁ ਸਭ ਧੰਧੁ ਹੈ,	aykas bin sabh DhanDh hai s
ਸਭ ਮਿਥਿਆ ਮੋਹੁ ਮਾਇ॥੧॥ ਰਹਾਉ॥	abh mithi-aa moh maa-ay. ||1|| rahaa-o.

ਜੀਵ ਇਕੋ ਇਕ ਪ੍ਰਭ ਦੇ ਸ਼ਬਦ ਵਿੱਚ ਧਿਆਨ ਲਾਵੋ! ਪ੍ਰਭ ਦੇ ਸ਼ਬਦ ਦੀ ਪਾਲਣਾ ਕਰਨ ਤੋਂ ਬਿਨਾਂ ਸਾਰੇ ਕੰਮ ਹੀ ਬਿਰਥੇ ਹਨ, ਸੰਸਾਰਕ ਮਾਇਆ ਦੇ ਮੋਹ ਵਿੱਚ ਫਸਾ ਦੇਂਦੇ ਹਨ!

You should always focus and obey on the teachings of His Word; all other worldly deeds are useless; a sweet poison of worldly wealth.

ਲਖ ਖੁਸੀਆ ਪਾਤਿਸਾਹੀਆ,	lakh khusee-aa paatisaahee-aa
ਜੇ ਸਤਿਗੁਰੁ ਨਦਰਿ ਕਰੇਇ॥	jay saT`gur nadar karay-i.
ਨਿਮਖ ਏਕ ਹਰਿ ਨਾਮੁ ਦੇਇ,	nimakh ayk har Naam day-ay
ਮੇਰਾ ਮਨੁ ਤਨੁ ਸੀਤਲੁ ਹੋਇ॥	mayraa man tan seetal ho-ay.
ਜਿਸ ਕਉ ਪੂਰਬਿ ਲਿਖਿਆ,	jis ka-o poorab likhi-aa
ਤਿਨਿ ਸਤਿਗੁਰ ਚਰਨ ਗਹੇ॥੨॥	tin saT`gur charan gahay. ||2||

ਜਿਸ ਤੇ ਪ੍ਰਭ ਰਹਿਮਤ ਦੀ ਨਜ਼ਰ ਬਖਸ਼ਦਾ ਹੈ, ਉਸ ਨੂੰ ਅਨੇਕਾਂ ਹੀ ਅਨਮੋਲ ਖੁਸ਼ੀਆਂ ਬਖਸ਼ਿਸ਼ ਹੋ ਜਾਂਦੀਆਂ ਹਨ । ਜਿਸ ਤੇ ਇਕ ਪਲ ਲਈ ਵੀ ਪ੍ਰਭ, ਸ਼ਬਦ ਨਾਲ ਲਗਨ ਬਖਸ਼ ਦੇਵੇ, ਉਸ ਦੇ ਮਨ, ਤਨ ਵਿੱਚ ਸੰਤੋਖ, ਸ਼ਾਂਤੀ ਭਰ ਜਾਂਦੀ ਹੈ । ਜਿਸ ਦੇ ਭਾਗਾਂ ਵਿੱਚ ਪਹਿਲੇ ਹੀ ਲਿਖਿਆ ਹੋਵੇ! ਉਹ ਹੀ ਪ੍ਰਭ ਦੇ ਸ਼ਬਦ ਦੀ ਪਾਲਣਾ, ਸ਼ਬਦ ਦੇ ਲੜ ਲਗਦਾ ਹੈ । ਉਹ ਹੀ ਪ੍ਰਭ ਦੀ ਸ਼ਰਣ ਵਿੱਚ ਵਸਦਾ ਹੈ ।

Whosoever may be bestowed with His Blessed Vision, he may be blessed with unlimited pleasures in his life. Whosoever may be blessed with the enlightenment even for a moment, his mind and body may be overwhelmed with a peace of mind and contentment. Whosoever may have a great prewritten destiny, he may wholeheartedly obey and meditate on the teachings of His Word; with His mercy and grace, he may be accepted in His Sanctuary.

ਸਫਲ ਮੂਰਤੁ ਸਫਲਾ ਘੜੀ,	safal moorat saflaa gharhee
ਜਿਤੁ ਸਚੇ ਨਾਲਿ ਪਿਆਰੁ॥	jit sachay naal pi-aar.
ਦੂਖੁ ਸੰਤਾਪੁ ਨ ਲਗਈ,	dookh santaap na lag-ee
ਜਿਸੁ ਹਰਿ ਕਾ ਨਾਮੁ ਅਧਾਰੁ॥	jis har kaa Naam aDhaar.
ਬਾਹ ਪਕੜਿ ਗੁਰਿ ਕਾਢਿਆ,	baah pakarh gur kaadhi-aa
ਸੋਈ ਉਤਰਿਆ ਪਾਰਿ॥੩॥	so-ee utri-aa paar. ||3||

ਜਿਹੜਾ ਸ਼ਬਦ ਦੀ ਪਾਲਣਾ, ਸਿਮਰਨ ਵਿੱਚ ਲੀਨ ਹੋ ਜਾਂਦਾ ਹੈ, ਉਸ ਦਾ ਪਲ, ਘੜੀ, ਸਮਾਂ ਸਫਲ ਹੋ ਜਾਂਦਾ ਹੈ! ਜਿਸ ਦੇ ਜੀਵਨ ਦਾ ਅਧਾਰ ਪ੍ਰਭ ਦਾ ਸ਼ਬਦ ਬਣ ਜਾਂਦਾ ਹੈ, ਉਸ ਨੂੰ ਸੰਸਾਰਕ ਇੱਛਾਂ ਦਾ ਕੋਈ ਦੁਖ, ਭਟਕਣ ਤੰਗ ਨਹੀਂ ਕਰਦੀ । ਜਿਸ ਨੂੰ ਪ੍ਰਭ ਆਪ ਹੀ ਰਹਿਮਤ ਬਖਸ਼ਕੇ ਸ਼ਬਦ ਦੀ ਪਾਲਣਾ ਤੇ ਅਡੋਲ ਰਖਦਾ ਹੈ, ਕੇਵਲ ਉਹ ਹੀ ਸੰਸਾਰਕ ਸਾਗਰ ਪਾ ਕਰ ਸਕਦਾ ਹੈ ।

Whosoever may obey the teachings of His Word and remains intoxicated in the void of His Word; his moment, time, human life become successful. He may adopt the teachings of His Word as a guiding principle of human life journey; his state of mind may become beyond the reach of any worldly miseries and frustrations. Whosoever may be blessed and kept steady and stable on the right path of salvation, only he may be accepted in His Court.

ਥਾਨੁ ਸੁਹਾਵਾ ਪਵਿਤੁ ਹੈ,	thaan suhaavaa pavit hai
ਜਿਥੈ ਸੰਤ ਸਭਾ॥	jithai sant sabhaa.
ਢੋਈ ਤਿਸ ਹੀ ਨੋ ਮਿਲੈ,	dho-ee tis hee no milai
ਜਿਨਿ ਪੂਰਾ ਗੁਰੂ ਲਭਾ॥	jin pooraa guroo labhaa.
ਨਾਨਕ ਬਧਾ ਘਰੁ ਤਹਾਂ,	naanak baDhaa ghar tahaaN
ਜਿਥੈ ਮਿਰਤੁ ਨ ਜਨਮੁ ਜਰਾ॥੪॥੬॥76॥	jithai mirat na janam jaraa. ||4||6||76||

ਉਹ ਥਾਂ, ਸੰਗਤ ਪਵਿੱਤਰ ਹੋ ਜਾਂਦੀ ਹੈ, ਜਿੱਥੇ ਬੰਦਗੀ ਕਰਨਵਾਲੇ ਇਕੱਠੇ ਹੋ ਕੇ ਪ੍ਰਭ ਦੇ ਸ਼ਬਦ ਦੇ ਗੁਣ ਗਾਉਂਦੇ ਹਨ! ਜਿਹੜਾ ਸ਼ਬਦ ਦੀ ਸੋਝੀ ਪਾ ਕੇ ਆਪਣਾ ਜੀਵਨ ਸ਼ਬਦ ਨਾਲ ਢਾਲਦਾ ਹੈ, ਕੇਵਲ ਉਹ ਹੀ ਪ੍ਰਭ ਦੇ ਦਰਬਾਰ ਵਿੱਚ ਪ੍ਰਵਾਨ ਹੋ ਸਕਦਾ ਹੈ! ਪ੍ਰਭ ਦਾ ਦਰਬਾਰ ਉਸ ਥਾਂ ਤੇ ਹੁੰਦਾ ਹੈ! ਜਿੱਥੇ ਕਦੇ ਮੌਤ, ਜਨਮ, ਬੁਢੇਪਾ ਨਹੀਂ ਹੁੰਦਾ, ਕੋਈ ਜੂੰਨਾਂ ਬਦਲਨ ਵਾਲ ਆਸਣ ਨਹੀਂ ਹੁੰਦਾ!

Wherever, His true devotees sing His Glory that place may become Holy Shrine, His Holy conjugation. Whosoever may adopt the teachings of His Word with steady and stable belief in his day-to-day life; with His mercy and grace, only he may be accepted in His Sanctuary. His place may become His Royal Palace, Throne. Wherever no death, birth, old age nor a place to transfer soul from one body to another, only that place may be worthy to be called His Palace.

130.ਸਿਰੀਰਾਗੁ ਮਹਲਾ ੫॥ (44-11)

ਸੋਈ ਧਿਆਈਐ ਜੀਅੜੇ,	so-ee Dhi-aa-ee-ai jee-arhay
ਸਿਰਿ ਸਾਹਾਂ ਪਾਤਿਸਾਹੁ॥	sir saahaaN paatisaahu.
ਤਿਸ ਹੀ ਕੀ ਕਰਿ ਆਸ ਮਨ,	tis hee kee kar aas man
ਜਿਸ ਕਾ ਸਭਸੁ ਵੇਸਾਹੁ॥	jis kaa sabhas vaysaahu.
ਸਭਿ ਸਿਆਣਪਾ ਛਡਿ ਕੈ,	sabh si-aanpaa chhad kai
ਗੁਰ ਕੀ ਚਰਣੀ ਪਾਹੁ॥੧॥	gur kee charnee paahu. ||1||

ਪ੍ਰਭ ਦੇ ਸ਼ਬਦ ਦਾ ਸਿਮਰਨ ਕਰੋ! ਉਹ ਹੀ ਸਾਰੇ ਸੰਸਾਰਕ ਰਾਜਿਆਂ ਦਾ ਅਸਲੀ ਮਾਲਕ ਹੈ, ਸਾਰੇ ਉਸ ਦੇ ਗੁਲਾਮ ਹਨ । ਜੀਵ ਆਪਣੇ ਮਨ ਵਿੱਚ ਕੇਵਲ ਉਸ ਤੋਂ ਕੁਝ ਪ੍ਰਾਪਤ ਕਰਨ ਦੀ ਆਸ ਰਖੋ, ਭਰੋਸਾ ਅਡੋਲ ਰਖੋ! ਜਿਸ ਤੇ ਸਾਰੀ ਸ੍ਰਿਸ਼ਟੀ ਹੀ ਆਸ, ਭਰੋਸਾ ਰਖਦੀ ਹੈ । ਆਪਣੇ ਮਨ ਦੀਆਂ ਸਾਰੀਆਂ ਚਲਾਕੀਆਂ ਤਿਆਗ ਕੇ ਉਸ ਦੇ ਸ਼ਬਦ ਦੀ ਪਾਲਣਾ ਕਰੋ! ਉਸ ਦੇ ਬਖਸ਼ੇ ਤੇ ਸੰਤੋਖ, ਧੀਰਜ ਰਖੋ!

You should only meditate on the teachings of His Word with steady and stable belief; The True Master, King of all worldly Kings. You should only believe, hope, and pray for His Forgiveness and Refuge. Everything may only be blessed from His Royal Palace. The whole universe depends on His protection and support. You should renounce all evil thoughts and humbly obey the teachings of His Word with steady and stable belief; with His mercy and grace, you may be blessed with patience and contentment.

ਮਨ ਮੇਰੇ ਸੁਖ ਸਹਜ ਸੇਤੀ ਜਪਿ ਨਾਉ॥	man, mayray sukh sahj saytee jap naa-o.
ਆਠ ਪਹਰ ਪ੍ਰਭੁ ਧਿਆਇ,	aath pahar parabh Dhi-aa-ay
ਤੂੰ ਗੁਣ ਗੋਇੰਦ ਨਿਤ ਗਾਉ॥੧॥ ਰਹਾਉ॥	tooN gun go-ind nit gaa-o. ||1|| rahaa-o.

ਜੀਵ, ਮਨ ਵਿੱਚ ਭਰੋਸਾ ਅਡੋਲ ਰਖਕੇ ਪ੍ਰਭ ਦੇ ਸ਼ਬਦ ਦਾ ਸਿਮਰਨ ਕਰੋ! ਦਿਨ ਰਾਤ, ਅੱਠੇ ਪਹਿਰ, ਸਵਾਸ ਸਵਾਸ ਸ੍ਰਿਸ਼ਟੀ ਦੇ ਮਾਲਕ ਦੇ ਸ਼ਬਦ ਦੇ ਗੁਣ ਗਾਵੋ!

You should meditate on the teachings of His Word with steady and stable belief in your day-to-day life. You should sing the glory of His Word with each breath Day and night.

ਤਿਸ ਕੀ ਸਰਨੀ ਪਰੁ ਮਨਾ,	tis kee sarnee par manaa
ਜਿਸੁ ਜੇਵਡੁ ਅਵਰੁ ਨ ਕੋਇ॥	jis jayvad avar na ko-ay.
ਜਿਸੁ ਸਿਮਰਤ ਸੁਖੁ ਹੋਇ ਘਣਾ,	tis simrat sukh ho-ay ghanaa
ਦੁਖੁ ਦਰਦੁ ਨ ਮੂਲੇ ਹੋਇ॥	dukh darad na moolay ho-ay.
ਸਦਾ ਸਦਾ ਕਰਿ ਚਾਕਰੀ,	sadaa sadaa kar chaakree
ਪ੍ਰਭੁ ਸਾਹਿਬੁ ਸਚਾ ਸੋਇ॥੨॥	parabh saahib sachaa so-ay. ||2||

ਜੀਵ ਪ੍ਰਭ ਦੇ ਚਰਨਾਂ ਵਿੱਚ ਪਨਾਹ, ਸ਼ਰਣ ਵਿੱਚ ਆਪਾ ਭੇਟਾ ਕਰੋ! ਪ੍ਰਭ ਤੋਂ ਵਡਾ ਹੋਰ ਕੋਈ ਨਹੀਂ ਹੈ । ਜਿਸ ਦੇ ਸ਼ਬਦ ਦਾ ਸਿਮਰਨ ਕਰਨ ਨਾਲ ਮਨ ਵਿੱਚ ਸੰਤੋਖ, ਧੀਰਜ ਘਰ ਕਰ ਜਾਂਦਾ ਹੈ, ਕੋਈ ਸੰਸਾਰਕ ਇੱਛਾਂ ਦੀ ਭਟਕਣ ਤੰਗ ਨਹੀਂ ਕਰਦੀ । ਮਨ ਸਦਾ ਹੀ ਉਸ ਦੇ ਸ਼ਬਦ ਦੀ ਪਾਲਣਾ ਕਰੋ! ਉਹ ਹੀ ਅਸਲੀ ਮਾਲਕ ਹੈ, ਅਸਲੀ ਰਸਤਾ ਬਖਸ਼ਣ ਵਾਲਾ ਗੁਰੂ ਹੈ ।

You should surrender your mind, body, and worldly status at His Sanctuary. Who may be The True Creator of the universe, the Greatest of All? Whosoever may meditate on the teachings of His Word with steady and stable belief; with His mercy and grace, he may remain drenched with patience and contentment; no worldly desires can frustrate. You should always obey the teachings of His Word; The True Guru, to bless the right path of acceptance in His Court.

ਸਾਧਸੰਗਤਿ ਹੋਇ ਨਿਰਮਲਾ,	saaDhsangat ho-ay nirmalaa
ਕਟੀਐ ਜਮ ਕੀ ਫਾਸ॥	katee-ai jam kee faas.
ਸੁਖਦਾਤਾ ਭੈ ਭੰਜਨੋ,	sukh-daata bhai bhanjno
ਤਿਸੁ ਆਗੈ ਕਰਿ ਅਰਦਾਸਿ॥	tis aagai kar ardaas.
ਮਿਹਰ ਕਰੇ ਜਿਸੁ ਮਿਹਰਵਾਨੁ,	mihar karay jis miharvaan
ਤਾਂ ਕਾਰਜੁ ਆਵੈ ਰਾਸਿ॥੩॥	taaN kaaraj aavai raas. ||3||

ਬੰਦਗੀ ਕਰਨਵਾਲੇ ਦੀ ਸੰਗਤ ਕਰਨ, ਅਧਾਰ ਤੇ ਜੀਵਨ ਢਾਲਣ ਨਾਲ ਮਨ ਦੀ ਮੈਲ ਧੋਤੀ ਜਾਂਦੀ, ਮਨ ਪਵਿੱਤਰ ਹੋ ਜਾਂਦਾ ਹੈ । ਮੌਤ ਦੇ ਜਮਦੂਤ ਦਾ ਫੰਧਾ ਕਟਿਆ ਜਾਂਦਾ ਹੈ । ਪ੍ਰਭ ਹੀ ਸਾਰੇ ਦੁਖਾਂ ਚਿੰਤਾਂ ਦਾ ਨਾਸ ਕਰਨਵਾਲਾ ਹੈ । ਪ੍ਰਭ ਅੱਗੇ ਅਰਦਾਸ ਕਰੋ! ਆਪ ਹੀ ਰਹਿਮਤਾ ਦੀ ਨਜ਼ਰ ਬਖਸ਼ਦਾ ਹੈ, ਮਾਨਸ ਜਨਮ ਦੇ ਸਾਰੇ ਲੇਖਾ ਖਤਮ ਹੋ ਜਾਂਦਾ ਹੈ ।

Whosoever may adopt the life experience teachings of His Holy saint in his day-to-day life; all his sins may be forgiven. His soul may be sanctified to become worthy of His Consideration; his fear of devil of death may be eliminated. The True Master may eliminate all worries and sorrows of his soul. You should pray for His Forgiveness and Refuge! Whosoever may be bestowed with His Blessed Vision, his human life may be concluded, all accounts may be cleared.

ਬਹੁਤੋ ਬਹੁਤੁ ਵਖਾਣੀਐ,	bahuto bahut vakhaanee-ai
ਊਚੋ ਊਚਾ ਥਾਉ॥	oocho oochaa thaa-o.
ਵਰਨਾ ਚਿਹਨਾ ਬਾਹਰਾ,	varnaa chihnaa baahraa
ਕੀਮਤਿ ਕਹਿ ਨ ਸਕਾਉ॥	keemat kahi na sakaa-o.
ਨਾਨਕ ਕਉ ਪ੍ਰਭ ਮਾਇਆ ਕਰਿ,	naanak ka-o parabh ma-i-aa kar
ਸਚੁ ਦੇਵਹੁ ਅਪੁਣਾ ਨਾਉ॥੪॥੭॥77॥	sach dayvhu apunaa naa-o. ||4||7||77||

ਪ੍ਰਭ ਹੀ ਸਭ ਤੋਂ ਵਡਾ, ਸ਼ੇਨਸਾਹ ਦਾ ਸ਼ੇਨਸਾਹ ਹੈ । ਉਸ ਦਾ ਕੋਈ ਰੰਗ, ਰੂਪ ਅਕਾਰ, ਨਿਸ਼ਾਨ ਨਹੀਂ ਹੈ । ਉਸ ਦੀ ਰਹਿਮਤ ਦੀ ਕੀਮਤ ਦਾ ਅੰਦਾਜ਼ਾ ਨਹੀਂ ਲਾਇਆ ਜਾ ਸਕਦਾ । ਪ੍ਰਭ ਰਹਿਮਤ ਬਖਸ਼ੋ! ਆਪਣੇ ਬੰਦਗੀ ਕਰਨਵਾਲੇ ਦਾਸ ਨੂੰ ਆਪਣੇ ਸ਼ਬਦ ਦੇ ਲੜ ਲਾਵੋ!

The One and Only One True Master, King of Kings! He remains beyond the limitation of known recognitions, like color, shape, and form. The extent and significance of His Blessings remains beyond any imagination of His Creation. Only He may bless a devotion to meditate to His true devotee.

131.ਸ੍ਰੀਰਾਗੁ ਮਹਲਾ ੫॥ (44-18)

ਨਾਮੁ ਧਿਆਏ ਸੋ ਸੁਖੀ,	naam Dhi-aa-ay so sukhee
ਤਿਸੁ ਮੁਖੁ ਊਜਲੁ ਹੋਇ॥	tis mukh oojal ho-ay.
ਪੂਰੇ ਗੁਰ ਤੇ ਪਾਈਐ,	pooray gur tay paa-ee-ai
ਪਰਗਟੁ ਸਭਨੀ ਲੋਇ॥	pargat sabhnee lo-ay.
ਸਾਧਸੰਗਤਿ ਕੈ ਘਰਿ ਵਸੈ,	saaDhsangat kai ghar vasai
ਏਕੋ ਸਚਾ ਸੋਇ॥੧॥	ayko sachaa so-ay. ||1||

ਜਿਹੜਾ ਪ੍ਰਭ ਦੇ ਸ਼ਬਦ ਦਾ ਸਿਮਰਨ ਕਰਦਾ ਹੈ । ਉਸ ਦੇ ਮਨ ਵਿੱਚ ਸੰਤੋਖ ਭਰ ਜਾਦਾ, ਚੇਹਰੇ ਤੇ ਅਨੋਖਾ ਨੂਰ ਚਮਕਦਾ ਹੈ । ਕੇਵਲ ਪੂਰਨ ਗੁਰੂ, ਪ੍ਰਭ ਹੀ ਸ਼ਬਦ ਬਖਸ਼ਦਾ ਹੈ । ਜਿਹੜਾ ਸ਼ਬਦ ਮਨ ਵਿੱਚ ਵਸਾ ਲੈਂਦਾ ਹੈ, ਉਸ ਦੀ ਸੋਭਾ ਚਾਰੇ ਜੁਗਾਂ ਵਿੱਚ ਹੀ ਹੁੰਦੀ ਹੈ । ਸ਼ਬਦ ਨਾਲ ਜੀਵਨ ਬਤੀਤ ਕਰਨਵਾਲੇ ਦੇ ਮਨ ਅੰਦਰ ਪ੍ਰਭ ਦੀ ਜੋਤ ਜਾਗਰਤ ਹੋ ਜਾਂਦੀ ਹੈ । ਬੰਦਗੀ ਕਰਨਵਾਲੇ ਦੀ ਸੰਗਤ ਵਿੱਚ ਪ੍ਰਭ ਵਸਦਾ ਹੈ ।

Whosoever may wholeheartedly meditate on the teachings of His Word; with His mercy and grace, he may remain contented and the spiritual glow of His Holy Spirit may shine on his forehead. Only, The True Guru may bless His Word to His true devotee. Whosoever may remain drenched with the essence of His Word; he may be honored in all four Ages. Whosoever may adopt the teachings of His Word in life, he may be enlightened from within. His Blessings remains overwhelming in the congregation of His true devotees.

ਮੇਰੇ ਮਨ ਹਰਿ ਹਰਿ ਨਾਮੁ ਧਿਆਇ॥	mayray man har har Naam Dhi-aa-ay.
ਨਾਮੁ ਸਹਾਈ ਸਦਾ ਸੰਗਿ,	naam sahaa-ee sadaa sang
ਆਗੈ ਲਏ ਛਡਾਇ॥੧॥ ਰਹਾਉ॥	aagai la-ay chhadaa-ay. ||1|| rahaa-o.

ਪ੍ਰਭ ਦੇ ਸ਼ਬਦ ਦਾ ਸਿਮਰਨ ਕਰੋ! ਪ੍ਰਭ ਦੇ ਸ਼ਬਦ ਦੀ ਸੋਝੀ ਹੀ ਅਸਲੀ ਸਾਥੀ ਹੈ, ਸਦਾ ਹੀ ਅਸਲੀ ਰਸਤੇ ਦੀ ਪ੍ਰੇਰਨਾ ਕਰਦਾ ਹੈ । ਸ਼ਬਦ ਦੀ ਕਮਾਈ ਹੀ ਸੰਸਾਰ ਵਿੱਚ ਅਤੇ ਮੌਤ ਪਿਛੋਂ ਦਰਬਾਰ ਵਿੱਚ ਸਹਾਈ ਹੁੰਦੀ ਹੈ ।

You should meditate on the teachings of His Word. The enlightenment of the essence of His Word remains a true companion of your soul to inspire the right path. Only the earnings of His Word support your soul in worldly life and in His Court after death.

ਦੁਨੀਆ ਕੀਆ ਵਡਿਆਈਆ,	dunee-aa kee-aa vadi-aa-ee-aa
ਕਵਨੈ ਆਵਹਿ ਕਾਮਿ॥	kavnai aavahi kaam.
ਮਾਇਆ ਕਾ ਰੰਗੁ ਸਭੁ ਫਿਕਾ,	maa-i-aa kaa rang sabh fikaa
ਜਾਤੋ ਬਿਨਸਿ ਨਿਦਾਨਿ॥	jaato binas nidaan.
ਜਾ ਕੈ ਹਿਰਦੈ ਹਰਿ ਵਸੈ,	jaa kai hirdai har vasai
ਸੋ ਪੂਰਾ ਪਰਧਾਨੁ॥੨॥	so pooraa parDhaan. ||2||

ਸੰਸਾਰਕ ਮਾਇਆ ਨਾਲ ਥੋੜ੍ਹਾ ਸਮਾਂ ਅਨੰਦ ਮਿਲਦਾ, ਅੰਤ ਵਿੱਚ ਬੀਤ ਜਾਂਦਾ, ਫਿੱਕਾ ਪੈ ਜਾਂਦਾ ਹੈ । ਸੰਸਾਰਕ ਸੋਭਾ ਦੀ ਕੀ ਮਹੱਤਤਾ ਹੈ? ਜਿਸ ਦੇ ਮਨ ਵਿੱਚ ਸ਼ਬਦ ਪੂਰਨ ਤਰ੍ਹਾਂ ਜਾਗਰਤ ਹੋ ਜਾਂਦਾ ਹੈ! ਉਹ ਪ੍ਰਭ ਦੇ ਦਰਬਾਰ ਵਿੱਚ ਸੋਭਾ ਪਾਉਂਦਾ, ਮੁਖੀ ਹੁੰਦਾ ਹੈ ।

Worldly wealth, possessions may provide short-lived worldly honor, and comforts, eventually faint away after death in His Court. What may be the significance of worldly honor? Whosoever may remain drenched with enlightenment of the essence of His Word, he may be accepted in His Court.

ਸਾਧੂ ਕੀ ਹੋਹੁ ਰੇਣੁਕਾ,	saaDhoo kee hohu raynukaa
ਅਪਣਾ ਆਪੁ ਤਿਆਗਿ॥	apnaa aap ti-aag.
ਉਪਾਵ ਸਿਆਣਪ ਸਗਲ ਛਡਿ,	upaav si-aanap sagal chhad
ਗੁਰ ਕੀ ਚਰਣੀ ਲਾਗੁ॥	gur kee charnee laag.
ਤਿਸਹਿ ਪਰਾਪਤਿ ਰਤਨੁ ਹੋਇ,	tiseh paraapat ratan ho-ay
ਜਿਸੁ ਮਸਤਕਿ ਹੋਵੈ ਭਾਗੁ॥੩॥	jis mastak hovai bhaag. ||3||

ਮਨ ਦੀ ਖੁਦਗਰਜ਼ੀ ਤਿਆਗ ਕੇ, ਸੰਤ ਦੇ ਜੀਵਨ ਦੇ ਅਧਾਰ ਤੇ ਆਪਣਾ ਜੀਵਨ ਢਾਲੋ । ਮਨ ਦੀਆਂ ਚਲਾਕੀਆਂ ਛੱਡਕੇ ਸ਼ਬਦ ਦੇ ਲੜ ਲਗੋ! ਪ੍ਰਭ ਦੀ ਸ਼ਰਣ ਵਿੱਚ ਆਪਾ ਭੇਟਾ ਕਰੋ! ਜਿਸ ਦੇ ਭਾਗਾਂ ਵਿੱਚ ਪਹਿਲੇ ਹੀ ਲਿਖਿਆ ਹੁੰਦਾ ਹੈ, ਇਹ ਕੇਵਲ ਉਸ ਨੂੰ ਹੀ ਇਹ ਅਵਸਥਾ ਬਖਸ਼ਿਸ਼ ਹੁੰਦੀ ਹੈ ।

You should renounce your selfishness and adopt the life experience teachings of His Holy saint in your own day-to-day life. You should renounce your evil thoughts and humbly surrender your self-identity at His Sanctuary. Whosoever may have a great prewritten destiny, only he may be blessed with such a state of mind as His true devotee.

ਤਿਸ ਪਰਾਪਤਿ ਭਾਈਹੋ,	tisai paraapat bhaa-eeho
ਜਿਸੁ ਦੇਵੈ ਪ੍ਰਭੁ ਆਪਿ॥	jis dayvai parabh aap.
ਸਤਿਗੁਰ ਕੀ ਸੇਵਾ ਸੋ ਕਰੇ,	saT`gur kee sayvaa so karay
ਜਿਸੁ ਬਿਨਸੈ ਹਉਮੈ ਤਾਪੁ॥	jis binsai ha-umai taap.
ਨਾਨਕ ਕਉ ਗੁਰੁ ਭੇਟਿਆ,	naanak ka-o gur bhayti-aa
ਬਿਨਸੇ ਸਗਲ ਸੰਤਾਪ॥੪॥੮॥78॥	binsay sagal santaap. ||4||8||78||

ਜਿਸ ਤੇ ਆਪ ਹੀ ਰਹਿਮਤ ਦੀ ਨਜ਼ਰ ਬਖਸ਼ਦਾ ਹੈ । ਕੇਵਲ ਉਹ ਹੀ ਪ੍ਰਭ ਦੇ ਸ਼ਬਦ ਦੀ ਪਾਲਣਾ ਕਰ ਸਕਦਾ ਹੈ! ਉਸ ਨੂੰ ਪ੍ਰਭ ਦੇ ਸ਼ਬਦ ਦੀ ਸੋਝੀ, ਮਨ ਵਿੱਚ ਪ੍ਰਭ ਦਾ ਸ਼ਬਦ ਘਰ ਕਰ ਜਾਂਦਾ ਹੈ । ਉਸ ਨੂੰ ਮਨ ਦੀਆਂ ਇੱਛਾਂ ਤੇ, ਅਹੰਕਾਰ ਤੇ ਜਿੱਤ ਬਖਸ਼ਿਸ਼ ਹੋ ਜਾਂਦੀ ਹੈ ।

Whosoever may be bestowed with His Blessed Vision, only he may be blessed with the enlightenment of the essence of His Word. Whosoever may conquer his worldly desires, only he may meditate and adopt the teachings of His Word in his life. He may be enlightened with the essence of His Word; he may conquer his worldly desires.

132.ਸਿਰੀਰਾਗੁ ਮਹਲਾ ੫॥ (45-6)

ਇਕੁ ਪਛਾਣੂ ਜੀਅ ਕਾ,	ik pachhaanoo jee-a kaa
ਇਕੋ ਰਖਣਹਾਰੁ॥	iko rakhanhaar.
ਇਕਸ ਕਾ ਮਨਿ ਆਸਰਾ,	ikas kaa man aasraa
ਇਕੋ ਪ੍ਰਾਣ ਅਧਾਰੁ॥	iko paraan aDhaar.
ਤਿਸੁ ਸਰਣਾਈ ਸਦਾ ਸੁਖੁ,	tis sarnaa-ee sadaa sukh
ਪਾਰਬ੍ਰਹਮੁ ਕਰਤਾਰੁ॥੧॥	paarbarahm kartaar. ||1||

ਇਕੋ ਇਕ ਪ੍ਰਭ ਹੀ ਸਾਰੀ ਸ੍ਰਿਸ਼ਟੀ ਨੂੰ ਪੈਦਾ ਕਰਨਵਾਲਾ ਅਸਲੀ ਮਾਲਕ, ਜੀਵਾਂ ਦੇ ਮਨ ਦੀਆਂ ਇੱਛਾਂ, ਖਾਹਿਸ਼ਾਂ ਦਾ ਜਾਣਨਵਾਲਾ, ਸਾਰੀ ਸ੍ਰਿਸ਼ਟੀ ਦਾ ਰਖਵਾਲਾ ਹੈ । ਉਹ ਹੀ ਜੀਵ ਦੇ ਮਨ ਦਾ ਆਧਾਰ, ਸਵਾਸ ਦਾ ਆਸਰਾ, ਅਸਲੀ ਮਾਲਕ ਹੈ । ਉਸ ਦੀ ਸ਼ਰਣ ਵਿੱਚ ਰਹਿਣ ਨਾਲ ਮਨ ਵਿੱਚ ਪੂਰਨ ਸੰਤੋਖ ਬਖਸ਼ਿਸ਼ ਹੋ ਸਕਦਾ ਹੈ ।

The One and Only One, Omniscient True Creator, protector of universe! He remains aware of all desires of His Creation. The True Master, Trustee of our breathes and support in worldly life. Whosoever may surrender his self-identity ay His Sanctuary, he may remain fully contented with his worldly environments.

ਮਨ ਮੇਰੇ ਸਗਲ ਉਪਾਵ ਤਿਆਗੁ॥	man, mayray sagal upaav ti-aag.
ਗੁਰੁ ਪੂਰਾ ਆਰਾਧਿ ਨਿਤ,	gur pooraa aaraaDh nit
ਇਕਸੁ ਕੀ ਲਿਵ ਲਾਗੁ॥੧॥ ਰਹਾਉ॥	ikas kee liv laag. ||1|| rahaa-o.

ਜੀਵ ਆਪਣੇ ਮਨ ਦੀਆਂ ਚਲਾਕੀਆਂ ਤਿਆਗਕੇ, ਪ੍ਰਭ ਦੀ ਰਜ਼ਾ ਵਿੱਚ ਜੀਵਨ ਬਤੀਤ ਕਰੋ! ਦਿਨ ਰਾਤ ਪੂਰਨ ਗੁਰੂ, ਸ਼ਬਦ ਦੇ ਅਧਾਰ ਤੇ ਸ਼ਬਦ ਦੀ ਪਾਲਣਾ, ਜੀਵਨ ਢਾਲੋ!

You should renounce your evil and cleaver thoughts and wholeheartedly accept your destiny. You should meditate, obey, and adopt the teachings of His Word in day-to-day life.

ਇਕੋ ਭਾਈ ਮਿਤੁ, ਇਕੁ ਇਕੋ ਮਾਤ ਪਿਤਾ॥	iko bhaa-ee mit ik iko maat pitaa.
ਇਕਸ ਕੀ ਮਨਿ ਟੇਕ ਹੈ,	ikas kee man tayk hai jin
ਜਿਨਿ ਜੀਉ ਪਿੰਡੁ ਦਿਤਾ॥	jee-o pind ditaa.
ਸੋ ਪ੍ਰਭੁ ਮਨਹੁ ਨ ਵਿਸਰੈ,	so parabh manhu na visrai
ਜਿਨਿ ਸਭੁ ਕਿਛੁ ਵਸਿ ਕੀਤਾ॥੨॥	jin sabh kichh vas keetaa. ||2||

ਇਕੋ ਇਕ ਪ੍ਰਭ ਹੀ ਸਾਥੀ, ਭਾਈ, ਮਾਤਾ, ਪਿਤਾ ਦੇ ਰੂਪ ਵਿੱਚ ਮਦਦ, ਰਖਿਆ ਕਰਦਾ ਹੈ । ਉਹ ਹੀ ਜੀਵ ਨੂੰ ਤਨ ਅਤੇ ਮਨ ਬਖਸ਼ਦਾ ਹੈ । ਉਹ ਹੀ ਇਸ ਦਾ ਆਸਰਾ, ਮੁੱਢ ਹੈ । ਮੇਰੇ ਮਨ ਉਸ ਪ੍ਰਭ ਨੂੰ ਕਦੇ ਮਨ ਵਿਚੋਂ ਨਾ ਵਿਸਾਰੋ! ਸਾਰੀਆਂ ਕਰਾਮਾਤਾਂ, ਕਰਤਬ ਉਸ ਦੇ ਭਾਣੇ ਅੰਦਰ ਹੀ ਹਨ ।

The One and Only One, True Master remains a protector as mother, father, brothers, sisters and as a true friend. He blesses his soul with human body, mind, support, and origin. The true purpose of human life opportunity may be to obey the teachings of His Word. You should never forsake His Word; everything may only happen under His Command.

ਘਰਿ ਇਕੋ ਬਾਹਰਿ ਇਕੋ,	ghar iko baahar iko
ਥਾਨ ਥਨੰਤਰਿ ਆਪਿ॥	thaan thanantar aap.
ਜੀਅ ਜੰਤ ਸਭਿ ਜਿਨਿ ਕੀਏ,	jee-a jant sabh jin kee-ay
ਆਠ ਪਹਰ ਤਿਸੁ ਜਾਪਿ॥	aath pahar tis jaap.
ਇਕਸੁ ਸੇਤੀ ਰਤਿਆ,	ikas saytee rati-aa
ਨ ਹੋਵੀ ਸੋਗ ਸੰਤਾਪੁ॥੩॥	na hovee sog santaap. ||3||

ਸ੍ਰਿਸ਼ਟੀ ਦੇ ਸਾਰੇ ਜੀਵ ਜੰਤ ਹੀ ਪ੍ਰਭ ਦੇ ਪੈਦਾ ਕੀਤੇ ਹੋਏ ਹਨ । ਇਕੋ ਇਕ ਪ੍ਰਭ ਹੀ ਸਭ ਜੀਵਾਂ ਦੇ ਤਨ ਵਿੱਚ, ਬਾਹਰ ਸੰਸਾਰ ਵਿੱਚ, ਸ੍ਰਿਸ਼ਟੀ, ਖੰਡਾਂ, ਬ੍ਰਹਮੰਡਾਂ ਵਿੱਚ ਵਸਦਾ, ਵਾਪਰਦਾ ਹੈ । ਜਿਹੜਾ, 24 ਘੰਟੇ ਉਸ ਦੇ ਸ਼ਬਦ ਦਾ ਸਿਮਰਨ ਕਰਦਾ, ਪ੍ਰਭ ਦੇ ਵਿਛੋੜੇ ਦੇ ਵਿਰਾਗ ਵਿੱਚ ਰੰਗਿਆ ਰਹਿੰਦਾ ਹੈ, ਉਸ ਨੂੰ ਕਦੇ ਕੋਈ ਇੱਛਾ ਪ੍ਰੇਸ਼ਾਨ ਨਹੀਂ ਕਰ ਸਕਦੀ ।

The One and Only One, True Master, Creator of His Creation! His Holy Spirit remains embedded within each soul, dwells and prevails within his body and outside in the universe everywhere. Whosoever may meditate and remains drenched in renunciation in the memory of his separation from His Holy Spirit; he may never be frustrated with any worldly worry.

ਪਾਰਬ੍ਰਹਮੁ ਪ੍ਰਭੁ ਏਕੁ ਹੈ,	paarbarahm parabh ayk hai
ਦੂਜਾ ਨਾਹੀ ਕੋਇ॥	doojaa naahee ko-ay.
ਜੀਉ ਪਿੰਡੁ ਸਭੁ ਤਿਸ ਕਾ,	jee-o pind sabh tis kaa
ਜੋ ਤਿਸੁ ਭਾਵੈ ਸੁ ਹੋਇ॥	jo tis bhaavai so ho-ay.
ਗੁਰਿ ਪੂਰੈ ਪੂਰਾ ਭਇਆ,	gur poorai pooraa bha-i-aa
ਜਪਿ ਨਾਨਕ ਸਚਾ ਸੋਇ॥੪॥੯॥79॥	jap naanak sachaa so-ay. ||4||9||79||

ਇਕੋ ਇਕ ਪ੍ਰਭ ਹੀ ਸਾਰੇ ਖੰਡਾਂ, ਬ੍ਰਹਮੰਡਾਂ, ਸ੍ਰਿਸ਼ਟੀ ਦਾ ਹਾਕਮ ਹੈ, ਹੋਰ ਕੋਈ ਦੂਸਰਾ ਨਹੀਂ ਹੈ । ਜੀਵ ਦਾ ਤਨ, ਮਨ ਉਸ ਦੀ ਅਮਾਨਤ ਹੈ । ਪ੍ਰਭ ਦਾ ਭਾਉਂਦਾ ਹੀ ਵਾਪਰ ਕੇ ਰਹਿੰਦਾ, ਬੀਤ ਜਾਂਦਾ ਹੈ । ਇਕੋ ਇਕ ਪ੍ਰਭ ਦੇ ਸ਼ਬਦ ਦਾ ਸਿਮਰਨ, ਜੀਵਨ ਢਾਲਣ ਨਾਲ ਮਨ ਪਵਿੱਤਰ ਹੋ ਜਾਂਦਾ ਹੈ ।

The One and Only One, True Master, Commander on the universe! No one else may exists without His Command. Our body and mind remain only His Trust. Only His Command prevails in all universes and passes away. Whosoever may meditate and adopts the teachings of His Word with steady and stable belief; with His mercy and grace, his soul may be sanctified.

133.ਸਿਰੀਰਾਗੁ ਮਹਲਾ ੫॥ (45-13)

ਜਿਨਾ ਸਤਿਗੁਰ ਸਿਉ ਚਿਤੁ ਲਾਇਆ,	jinaa saT`gur si-o chit laa-i-aa
ਸੇ ਪੂਰੇ ਪਰਧਾਨ॥	say pooray parDhaan.
ਜਿਨ ਕਉ ਆਪਿ ਦਇਆਲੁ ਹੋਇ,	jin ka-o aap da-i-aal ho-ay
ਤਿਨ ਉਪਜੈ ਮਨਿ ਗਿਆਨੁ॥	tin upjai man gi-aan.
ਜਿਨ ਕਉ ਮਸਤਕਿ ਲਿਖਿਆ,	jin ka-o mastak likhi-aa
ਤਿਨ ਪਾਇਆ ਹਰਿ ਨਾਮੁ॥੧॥	tin paa-i-aa har Naam. ||1||

ਜਿਸ ਦੇ ਮਨ ਵਿੱਚ ਪ੍ਰਭ ਦਾ ਸ਼ਬਦ ਵਸ ਜਾਂਦਾ ਹੈ, ਉਸ ਨੂੰ ਪੂਰਨ ਪੁਰਖ ਅਵਸਥਾ ਬਖਸ਼ਿਸ਼ ਹੋ ਜਾਂਦਾ ਹੈ । ਉਸ ਦਾ ਮਾਨਸ ਜਨਮ ਸਫਲ ਹੋ ਜਾਂਦਾ, ਦਰਬਾਰ ਵਿੱਚ ਸੋਭਦਾ ਹੈ । ਜਿਸ ਤੇ ਪ੍ਰਭ ਰਹਿਮਤ ਦੀ ਨਜ਼ਰ ਬਖਸ਼ਦਾ, ਉਸ ਦੇ ਮਨ ਵਿੱਚ ਸ਼ਬਦ ਦੀ ਸੋਝੀ ਬਖਸ਼ਦਾ, ਭਰਮਾਂ ਦਾ ਹਨੇਰਾ ਦੂਰ ਹੋ ਜਾਂਦਾ ਹੈ । ਕੇਵਲ ਜੀਵ ਦੇ ਪਹਿਲੇ ਲਿਖੇ ਭਾਗਾਂ ਨਾਲ ਹੀ, ਇਹ ਗੁਰਮਖ ਅਵਸਥਾ ਬਖਸ਼ਿਸ਼ ਹੋ ਸਕਦੀ ਹੈ ।

Whosoever may remain drenched with the essence of His Word, he may be blessed with a state of mind as His true devotee. He human life opportunity may be rewarded and honored in His Court. Whosoever may be bestowed with His Blessed Vision, only he may be enlightened within and all his suspicions may be removed. Whosoever may have a great prewritten destiny, only he may be blessed with a state of mind as His true devotee.

ਮਨ ਮੇਰੇ ਏਕੋ ਨਾਮੁ ਧਿਆਇ॥	man, mayray ayko Naam Dhi-aa-ay.
ਸਰਬ ਸੁਖਾ ਸੁਖ ਊਪਜਹਿ,	sarab sukhaa sukh oopjahi
ਦਰਗਹ ਪੈਧਾ ਜਾਇ॥੧॥ ਰਹਾਉ॥	dargeh paiDhaa jaa-ay. ||1|| rahaa-o.

ਇਕੋ ਇਕ ਪ੍ਰਭ ਦੇ ਸ਼ਬਦ ਦਾ ਅਡੋਲ ਭਰੋਸੇ ਨਾਲ ਸਿਮਰਨ ਕਰਨ ਨਾਲ, ਮਨ ਵਿੱਚ ਸਦਾ ਰਹਿਣ ਵਾਲਾ ਖੇੜਾ ਵਸ ਜਾਂਦਾ ਹੈ । ਪ੍ਰਭ ਦੇ ਦਰਬਾਰ ਵਿੱਚ ਸੋਭਾ ਬਖਸ਼ਿਸ਼ ਹੁੰਦੀ ਹੈ ।

Whosoever may meditate on the teachings of His Word, The One and Only One, True Master; he may be blessed with everlasting contentment and blossom in his life. His soul may be bestowed with honor in His Court.

ਜਨਮ ਮਰਣ ਕਾ ਭਉ ਗਇਆ,	janam maran kaa bha-o ga-i-aa
ਭਾਉ ਭਗਤਿ ਗੋਪਾਲ॥	bhaa-o bhagat gopaal.
ਸਾਧੂ ਸੰਗਤਿ ਨਿਰਮਲਾ,	saaDhoo sangat nirmalaa
ਆਪਿ ਕਰੇ ਪ੍ਰਤਿਪਾਲ॥	aap karay partipaal.
ਜਨਮ ਮਰਣ ਕੀ ਮਲੁ ਕਟੀਐ,	janam maran kee mal katee-ai
ਗੁਰ ਦਰਸਨੁ ਦੇਖਿ ਨਿਹਾਲ॥੨॥	gur darsan daykh nihaal. ||2||

ਜਿਹੜਾ ਸ਼ਬਦ ਦੀ ਪਾਲਨਾ ਕਰਦਾ ਹੈ, ਉਸ ਦੇ ਮਨ ਵਿਚੋਂ ਜੂੰਨਾਂ ਦੇ ਚੱਕਰ ਦਾ ਡਰ ਦੂਰ ਹੋ ਜਾਂਦਾ ਹੈ । ਸੰਤ ਸਰੂਪ ਦੇ ਉਪਦੇਸ਼ ਨਾਲ ਜੀਵਨ ਢਾਲਣ ਨਾਲ ਪ੍ਰਭ ਆਪ ਹੀ ਮਨ ਨੂੰ ਪਵਿੱਤਰ ਕਰਦਾ ਹੈ, ਉਸ ਦਾ ਭਰੋਸਾ ਅਡੋਲ ਰਖਦਾ ਹੈ । ਪ੍ਰਭ ਦੀ ਰਹਿਮਤ ਦੀ ਨਜ਼ਰ ਬਖਸ਼ਿਸ਼ ਹੋਣ ਨਾਲ ਜੀਵ ਦੇ ਅਨੇਕਾਂ ਜਨਮਾਂ ਦੀ ਮੈਲ ਧੋਤੀ ਜਾਂਦੀ ਹੈ, ਜੂੰਨਾਂ ਦਾ ਚੱਕਰ ਖਤਮ ਹੋ ਜਾਂਦਾ ਹੈ ।

Whosoever may adopt the teachings of His Word with steady and stable belief; with His mercy and grace, his fear of death may be eliminated. His soul may be sanctified to become worthy of His Consideration. Whosoever may be bestowed with His Blessed Vision, his blemish of many previous lives may be eliminated, sins may be forgiven. His cycle of birth and death may be eliminated.

ਥਾਨ ਥਨੰਤਰਿ ਰਵਿ ਰਹਿਆ,	thaan thanantar rav rahi-aa
ਪਾਰਬ੍ਰਹਮੁ ਪ੍ਰਭੁ ਸੋਇ॥	paarbarahm parabh so-ay.
ਸਭਨਾ ਦਾਤਾ ਏਕੁ ਹੈ,	sabhnaa daataa ayk hai
ਦੂਜਾ ਨਾਹੀ ਕੋਇ॥	doojaa naahee ko-ay.
ਤਿਸੁ ਸਰਣਾਈ ਛੁਟੀਐ,	tis sarnaa-ee chhutee-ai
ਕੀਤਾ ਲੋੜੇ ਸੁ ਹੋਇ॥੩॥	keetaa lorhay so ho-ay. ||3||

ਪ੍ਰਭ ਹੀ ਸਾਰੇ ਖੰਡਾਂ ਬ੍ਰਹਮੰਡਾਂ ਵਿੱਚ ਵਸਦਾ, ਵਾਪਰਦਾ ਹੈ । ਉਸ ਤੋਂ ਬਿਨਾਂ ਹੋਰ ਕੋਈ ਨਹੀਂ ਹੈ । ਉਹ ਹੀ ਤਿੰਨਾਂ ਸ੍ਰਿਸ਼ਟੀਆਂ ਵਿੱਚ ਜੀਵਾਂ ਨੂੰ ਦਾਤਾਂ ਦੇਣ ਵਾਲਾ ਹੈ । ਹੋਰ ਕੋਈ ਇਹ ਸਮਰਥਾ ਵਾਲਾ ਪੈਦਾ ਨਹੀਂ ਹੋ ਸਕਦਾ ਹੈ । ਜਿਹੜਾ ਪ੍ਰਭ ਦੀ ਸ਼ਰਣ ਵਿੱਚ ਆਪਾ ਢਾਲਦਾ ਹੈ, ਉਸ ਦਾ ਬਚਾ ਹੋ ਜਾਂਦਾ ਹੈ, ਮਨ ਦੀਆਂ ਸਾਰੀਆਂ ਇੱਛਾਂ ਪੂਰੀਆਂ ਹੋ ਜਾਂਦੀਆਂ ਹਨ ।

The One and Only One True Master remains embedded within each soul and dwells within same body. Only He prevails in all universes, absolutely no one else exists. Only He blesses all virtues to His Creations. No one with such a greatness, Omnipotent may ever be born in the universe. Whosoever may surrender his self-identity at His Sanctuary and adopts the teachings of His Word in life, his soul may be saved. All his spoken and unspoken desires may be fulfilled.

ਜਿਨ ਮਨਿ ਵਸਿਆ ਪਾਰਬ੍ਰਹਮੁ, jin man vasi-aa paarbarahm
ਸੇ ਪੂਰੇ ਪਰਧਾਨ॥ say pooray parDhaan.
ਤਿਨ ਕੀ ਸੋਭਾ ਨਿਰਮਲੀ, tin kee sobhaa nirmalee
ਪਰਗਟੁ ਭਈ ਜਹਾਨ॥ pargat bha-ee jahaan.
ਜਿਨੀ ਮੇਰਾ ਪ੍ਰਭੁ ਧਿਆਇਆ, jinee mayraa parabh Dhi-aa-i-a
ਨਾਨਕ ਤਿਨ ਕੁਰਬਾਨ॥੪॥੧੦॥80॥ naanak tin kurbaan. ||4||10||80||

ਜਿਸ ਦੇ ਮਨ ਵਿੱਚ ਪ੍ਰਭ ਦਾ ਸ਼ਬਦ ਵਸ ਜਾਂਦਾ ਹੈ, ਉਸ ਨੂੰ ਪੂਰਨ ਪੁਰਖ ਅਵਸਥਾ ਬਖਸ਼ਿਸ਼ ਹੋ ਜਾਂਦੀ, ਉਹ ਪ੍ਰਭ ਦੇ ਦਰਬਾਰ ਵਿੱਚ ਸੋਭਦਾ ਹੈ । ਉਸ ਦੇ ਮਨ ਤੇ ਕੋਈ ਇੱਛਾਂ ਰੂਪੀ ਦਾਗ਼ ਨਹੀਂ ਲਗ ਸਕਦਾ । ਉਹ ਸੰਸਾਰ ਵਿੱਚ ਅਤੇ ਦਰਬਾਰ ਵਿੱਚ ਵੀ ਸੋਭਦਾ ਹੈ । ਜਿਹੜਾ ਪ੍ਰਭ ਦੇ ਸ਼ਬਦ ਨਾਲ ਜੀਵਨ ਬਤੀਤ ਕਰਦਾ ਹੈ । ਬੰਦਗੀ ਕਰਨਵਾਲੇ ਉਸ ਤੋਂ ਕੁਰਬਾਨ ਜਾਂਦੇ, ਧੰਨ ਧੰਨ ਕਹਿੰਦੇ ਹਨ ।

Whosoever may remain drenched with the enlightenment of the essence of His Word; with His mercy and grace, he may be blessed with a state of mind as His true devotee and honored in His Court. He may never be blemished with any worldly desires. He may be honored in worldly life and in His Court. Whosoever may adopt the teachings of His Word in his day-to-day life; His true devotees remain fascinated from his way of life and honored in world.

134. ਸਿਰੀਰਾਗੁ ਮਹਲਾ ੫॥ (46-1)

ਮਿਲਿ ਸਤਿਗੁਰ ਸਭੁ ਦੁਖੁ ਗਇਆ, Mil saT`gur sabh dukh ga-i-aa
ਹਰਿ ਸੁਖੁ ਵਸਿਆ ਮਨਿ ਆਇ॥ har sukh vasi-aa man aa-ay.
ਅੰਤਰਿ ਜੋਤਿ ਪ੍ਰਗਾਸੀਆ, antar jot pargaasee-aa
ਏਕਸੁ ਸਿਉ ਲਿਵ ਲਾਇ॥ aykas si-o liv laa-ay.
ਮਿਲਿ ਸਾਧੂ ਮੁਖੁ ਊਜਲਾ mil saaDhoo mukh oojlaa
ਪੂਰਬਿ ਲਿਖਿਆ ਪਾਇ॥ poorab likhi-aa paa-ay.
ਗੁਣ ਗੋਵਿੰਦ ਨਿਤ ਗਾਵਣੇ, gun govind nit gaavnay
ਨਿਰਮਲ ਸਾਚੈ ਨਾਇ॥੧॥ nirmal saachai naa-ay. ||1||

ਪੂਰਨ ਗੁਰੂ ਦੇ ਸੰਜੋਗ, ਸ਼ਬਦ ਦੀ ਸੋਝੀ ਹੋਣ ਨਾਲ, ਮਨ ਦੇ ਸਾਰੇ ਦੁਖ ਦੂਰ ਹੋ ਜਾਂਦੇ ਹਨ, ਮਨ ਵਿੱਚ ਸੰਤੋਖ ਬਖਸ਼ਿਸ਼ ਹੋ ਜਾਂਦਾ ਹੈ । ਪ੍ਰਭ ਦੀ ਜੋਤ ਮਨ ਵਿੱਚ ਜਾਗਰਤ ਹੋ ਜਾਂਦੀ, ਮਨ ਸ਼ਬਦ ਦੀ ਪਾਲਣਾ ਵਿੱਚ ਲੀਨ ਹੋ ਜਾਂਦਾ ਹੈ । ਸੰਤ ਸਰੂਪ ਦੀ ਸੰਗਤ ਵਿੱਚ ਮਨ ਵਿੱਚ ਸ਼ਬਦ ਰੂਪੀ ਨੂਰ ਬਖਸ਼ਿਸ਼ ਹੋ ਜਾਂਦਾ ਹੈ । ਉਸ ਨੂੰ ਪਿਛਲੇ ਜਨਮ ਦੇ ਲਿਖੇ ਭਾਗਾਂ ਦਾ ਹੀ ਫਲ ਬਖਸ਼ਿਸ਼ ਹੋ ਜਾਂਦਾ ਹੈ । ਜਿਹੜਾ ਪ੍ਰਭ ਦੇ ਸ਼ਬਦ ਦੇ ਗੁਣ ਗਾਉਂਦਾ, ਜੀਵਨ ਢਾਲਦਾ ਹੈ, ਉਸ ਦਾ ਮਨ ਦਾਗ਼ ਤੋਂ ਰਹਿਤ, ਪਵਿੱਤਰ ਹੋ ਜਾਂਦਾ ਹੈ ।

Whosoever may be bestowed with His Blessed Vision, enlightened with the essence of His Word, all his miseries of worldly desires may be eliminated; he may remain overwhelmed with contentment in his life. He may remain intoxicated in obeying the teachings of His Word; he may be enlightened from within. He may remain in the conjugation of His Holy saint and blessed with eternal, spiritual glow within his heart and on his forehead. His prewritten destiny may be rewarded. Whosoever may sing the glory and adopts the teachings of His Word; his soul may be sanctified.

ਮੇਰੇ ਮਨ ਗੁਰ ਸਬਦੀ ਸੁਖੁ ਹੋਇ॥ mayray man gur sabdee sukh ho-ay.
ਗੁਰ ਪੂਰੇ ਕੀ ਚਾਕਰੀ, gur pooray kee chaakree
ਬਿਰਥਾ ਜਾਇ ਨ ਕੋਇ॥੧॥ ਰਹਾਉ॥ birthaa jaa-ay na ko-ay. ||1|| rahaa-o.

ਜੀਵ ਪ੍ਰਭ ਦੇ ਸ਼ਬਦ ਦੀ ਪਾਲਣਾ ਕਰਨ ਨਾਲ ਮਨ ਵਿੱਚ ਸੰਤੋਖ ਭਰ ਜਾਂਦਾ ਹੈ । ਸ਼ਬਦ ਦੀ ਪਾਲਣਾ ਕਰਦੇ ਜੀਵ ਦੀ ਸ਼ਬਦ ਦੀ ਕਮਾਈ ਕਦੇ ਬਿਰਥੀ ਨਹੀਂ ਜਾਂਦੀ ।

Whosoever may adopt the teachings of His Word; he may remain overwhelmed with patience and contentment within. His earnings of His Word, prayers may never be wasted.

ਮਨ ਕੀਆ ਇਛਾਂ ਪੂਰੀਆ,	man kee-aa ichhaaN pooree-aa
ਪਾਇਆ ਨਾਮੁ ਨਿਧਾਨੁ॥	paa-i-aa Naam niDhaan.
ਅੰਤਰਜਾਮੀ ਸਦਾ ਸੰਗਿ,	antarjaamee sadaa sang
ਕਰਣੈਹਾਰੁ ਪਛਾਨੁ॥	karnaihaar pachhaan.
ਗੁਰ ਪਰਸਾਦੀ ਮੁਖੁ ਊਜਲਾ,	gur parsaadee mukh oojlaa
ਜਪਿ ਨਾਮੁ ਦਾਨੁ ਇਸਨਾਨੁ॥	jap Naam daan isnaan.
ਕਾਮੁ ਕ੍ਰੋਧੁ ਲੋਭੁ ਬਿਨਸਿਆ,	kaam kroDh lobh binsi-aa
ਤਜਿਆ ਸਭੁ ਅਭਿਮਾਨੁ॥੨॥	taji-aa sabh abhimaan. ||2||

ਜਿਸ ਦੇ ਮਨ ਵਿੱਚ ਪ੍ਰਭ ਦੇ ਸ਼ਬਦ ਦੀ ਸੋਝੀ ਬਖਸ਼ਿਸ਼ ਹੋ ਜਾਂਦੀ ਹੈ! ਉਸ ਦੇ ਮਨ ਦੀਆਂ ਸਾਰੀਆਂ ਮੁਰਾਦਾਂ ਪੂਰੀਆਂ ਹੋ ਜਾਂਦੀਆਂ ਹਨ । ਅੰਤਰਜਾਮੀ ਪ੍ਰਭ ਸਦਾ ਹੀ ਆਪਨੇ ਪੈਦਾ ਕੀਤੇ ਜੀਵ ਦੇ ਸਾਥ ਰਹਿੰਦਾ ਹੈ । ਪ੍ਰਭ ਨੂੰ ਅਸਲੀ ਮਾਲਕ ਮੰਨਕੇ ਸ਼ਬਦ ਤੇ ਭਰੋਸਾ ਅਡੋਲ ਰਖੋ! ਪ੍ਰਭ ਦੀ ਰਹਿਮਤ ਦੀ ਨਜ਼ਰ ਨਾਲ ਮਨ ਵਿੱਚ ਸ਼ਬਦ ਰੂਪੀ ਨੂਰ ਬਖਸ਼ਿਸ਼ ਹੋ ਜਾਂਦਾ ਹੈ । ਸ਼ਬਦ ਦੇ ਗੁਣ ਗਾਉਂਦੇ ਕੀਤੇ ਪੁੰਨ, ਦਾਨ, ਤੀਰਥ ਇਸ਼ਨਾਨ ਪ੍ਰਵਾਨ ਹੋ ਜਾਂਦੇ ਹਨ । ਮਨ ਵਿਚੋਂ ਕਾਮਵਾਸਨਾ, ਕਰੋਧ, ਲਾਲਚ ਦੂਰ ਹੋ ਜਾਂਦਾ ਹੈ, ਅਹੰਕਾਰ ਤੇ ਜਿੱਤ ਬਖਸ਼ਿਸ਼ ਹੋ ਜਾਂਦੀ ਹੈ ।

Whosoever may be enlightened with the essence of His Word; all his spoken and unspoken desires may be eliminated. The Omniscient True Master, Creator always remains a true companion with the soul of His Creation. Whosoever may accept, recognizes, The One and Only One True Master, Creator and accept His Word as an ultimate worthy Blessings; with His mercy and grace, His eternal, spiritual glow may be shinning on his forehead. Whosoever may be singing the glory of His Word, performs any charity, pilgrimage of Holy Shrines, sanctifying bath may be accepted. He may conquer five demons of worldly desires and self-identity.

ਪਾਇਆ ਲਾਹਾ ਲਾਭੁ ਨਾਮ,	paa-i-aa laahaa laabh Naam
ਪੂਰਨ ਹੋਏ ਕਾਮ॥	pooran ho-ay kaam.
ਕਰਿ ਕਿਰਪਾ ਪ੍ਰਭਿ ਮੇਲਿਆ,	kar kirpaa parabh mayli-aa
ਦੀਆਂ ਅਪਣਾ ਨਾਮੁ॥	dee-aa apnaa Naam.
ਆਵਣ ਜਾਣਾ ਰਹਿ ਗਇਆ,	aavan jaanaa reh ga-i-aa
ਆਪਿ ਹੋਆ ਮਿਹਰਵਾਨੁ॥	aap ho-aa miharvaan.
ਸਚੁ ਮਹਲੁ ਘਰੁ ਪਾਇਆ,	sach mahal ghar paa-i-aa
ਗੁਰ ਕਾ ਸਬਦੁ ਪਛਾਨੁ॥੩॥	gur kaa sabad pachhaan. ||3||

ਉਸ ਨੂੰ ਮਨ ਵਿੱਚ ਸ਼ਬਦ ਦੀ ਸੋਝੀ ਰੂਪੀ ਫਲ ਬਖਸ਼ਿਸ਼ ਹੋ ਜਾਂਦਾ, ਮਾਨਸ ਜਨਮ ਦੇ ਸਾਰੇ ਕੰਮ ਸਫਲ ਹੋ ਜਾਂਦੇ ਹਨ । ਜਿਸ ਨੂੰ ਪ੍ਰਭ ਆਪ ਹੀ ਸ਼ਬਦ ਦੀ ਪਾਲਣਾ ਤੇ ਅਡੋਲ ਰਖਦਾ, ਅਸਲੀ ਰਸਤਾ ਬਖਸ਼ਦਾ ਹੈ । ਉਸ ਦਾ ਜੂੰਨਾਂ ਦਾ ਚੱਕਰ ਖਤਮ ਹੋ ਜਾਂਦਾ ਹੈ । ਪ੍ਰਭ ਦੇ ਸ਼ਬਦ ਦੀ ਸੋਝੀ ਹੋਣ ਨਾਲ ਸ਼ਬਦ ਮਨ ਵਿੱਚ ਵਸ ਜਾਂਦਾ ਹੈ । ਦਰਬਾਰ ਵਿੱਚ ਪ੍ਰਵਾਨਗੀ ਬਖਸ਼ਿਸ਼ ਹੋ ਜਾਂਦੀ ਹੈ ।

Whosoever may be rewarded with the enlightenment of the essence of His Word; all the chores of his human life opportunity may be succeed. He may obey the teachings of His Word and blessed with the right path of acceptance in His Court; his cycle of birth and death may be eliminated. He may remain drenched with the essence of His Word. His soul may be sanctified and becomes worthy of His consideration.

ਭਗਤ ਜਨਾ ਕਉ ਰਾਖਦਾ,	bhagat janaa ka-o raakh-daa
ਆਪਣੀ ਕਿਰਪਾ ਧਾਰਿ॥	aapnee kirpaa Dhaar.
ਹਲਤਿ ਪਲਤਿ ਮੁਖ ਊਜਲੇ,	halat palat mukh oojlay
ਸਾਚੇ ਕੇ ਗੁਣ ਸਾਰਿ॥	saachay kay gun saar.
ਆਠ ਪਹਰ ਗੁਣ ਸਾਰਦੇ,	aath pahar gun saarday

ਰਤੇ ਰੰਗਿ ਅਪਾਰ॥	ratay rang apaar.
ਪਾਰਬ੍ਰਹਮੁ ਸੁਖ ਸਾਗਰੋ,	paarbarahm sukh saagro
ਨਾਨਕ ਸਦ ਬਲਿਹਾਰ॥੪॥੧੧॥81॥	naanak sad balihaar. ||4||11||81||

ਪ੍ਰਭ ਆਪ ਹੀ ਆਪਣੇ ਬੰਦਗੀ ਵਾਲੇ ਦਾਸ ਤੇ ਰਹਿਮਤ ਦੀ ਨਜ਼ਰ ਬਖਸ਼ਦਾ, ਰਖਿਆ ਕਰਦਾ ਹੈ । ਜਿਹੜਾ ਅਟਲ ਪ੍ਰਭ ਦੇ ਸ਼ਬਦ ਨਾਲ ਜੀਵਨ ਢਾਲਦਾ ਹੈ! ਉਸ ਤੇ ਸੰਸਾਰ ਵਿੱਚ ਸ਼ਬਦ ਰੂਪੀ ਨੂਰ ਚਮਕਦਾ, ਦਰਬਾਰ ਵਿੱਚ ਵੀ ਸੋਭਾ ਬਖਸ਼ਿਸ਼ ਹੋ ਜਾਂਦੀ ਹੈ । ਉਹ ਦਿਨ ਰਾਤ ਪ੍ਰਭ ਦੇ ਸ਼ਬਦ ਦੀ ਸਮਾਧੀ, ਉਸਤਤ ਗਾਉਣ ਵਿੱਚ, ਪ੍ਰਭ ਦੇ ਵਿਛੋੜੇ ਦੇ ਵਿਰਾਗ ਵਿੱਚ ਮਸਤ ਰਹਿੰਦਾ ਹੈ । ਬੰਦਗੀ ਕਰਨਵਾਲਾ ਸੁਖਾਂ, ਰਹਿਮਤਾ ਦੇ ਦਾਤੇ ਤੋਂ ਸਦਾ ਹੀ ਕੁਰਬਾਨ ਜਾਂਦਾ, ਕਰਮਾਤਾਂ ਤੋਂ ਹੈਰਾਨ ਹੋਇਆ ਰਹਿੰਦਾ ਹੈ ।

The True Master bestows His Blessed Vision and protects His true devotee from worldly desires. Whosoever may adopt the teachings of His Word with steady and stable belief, he may be blessed with eternal, spiritual glow and honored in His Court. He may remain intoxicated in meditation, in renunciation in the memory of his separation from His Holy Spirit. His true devotee may remain fascinated and astonished from His miracles, His Nature.

135.ਸਿਰੀਰਾਗੁ ਮਹਲਾ ੫॥ (46-10)

ਪੂਰਾ ਸਤਿਗੁਰੁ ਜੇ ਮਿਲੈ,	pooraa saT`gur jay milai
ਪਾਈਐ ਸਬਦੁ ਨਿਧਾਨੁ॥	paa-ee-ai sabad niDhaan.
ਕਰਿ ਕਿਰਪਾ ਪ੍ਰਭ ਆਪਣੀ,	kar kirpaa parabh aapnee
ਜਪੀਐ ਅੰਮ੍ਰਿਤ ਨਾਮੁ॥	japee-ai amrit Naam.
ਜਨਮ ਮਰਣ ਦੁਖੁ ਕਾਟੀਐ,	janam maran dukh kaatee-ai
ਲਾਗੈ ਸਹਜਿ ਧਿਆਨੁ॥੧॥	laagai sahj Dhi-aan. ||1||

ਜਿਸ ਦਾ ਪੂਰਨ ਗੁਰੂ ਨਾਲ ਸੰਜੋਗ ਹੋ ਜਾਵੇ, ਉਸ ਨੂੰ ਹੀ ਸ਼ਬਦ ਦੀ ਸੋਝੀ ਬਖਸ਼ਿਸ਼ ਹੋ ਸਕਦੀ ਹੈ । ਮਾਲਕ ਰਹਿਮਤ ਦੀ ਨਜ਼ਰ ਬਖਸ਼ੋ! ਮੈਂ ਸ਼ਬਦ ਦੇ ਸਿਮਰਨ ਵਿੱਚ ਮਸਤ ਹੋ ਜਾਵਾ । ਜਿਹੜਾ ਸ਼ਬਦ ਦਾ ਸਿਮਰਨ ਅਡੋਲ ਭਰੋਸੇ ਨਾਲ ਕਰਦਾ ਹੈ, ਉਸ ਦੀ ਜਨਮ, ਮਰਨ ਦੀ ਪੀੜ, ਦੁਖ ਖਤਮ ਹੋ ਜਾਂਦਾ ਹੈ ।

Whosoever may be blessed with devotion to meditate on the teachings of His Word; he may be enlightened from within. The True Master bestow Your Blessed Vision, I may remain intoxicated in meditate in the void of Your Word. Whosoever may meditate and adopts the teachings of His Word with steady and stable belief, his cycle of birth and death may be eliminated.

ਮੇਰੇ ਮਨ ਪ੍ਰਭ ਸਰਣਾਈ ਪਾਇ॥	mayray man parabh sarnaa-ee paa-ay.
ਹਰਿ ਬਿਨੁ ਦੂਜਾ ਕੋ ਨਹੀਂ,	har bin doojaa ko nahee
ਏਕੋ ਨਾਮੁ ਧਿਆਇ॥੧॥ ਰਹਾਉ॥	ayko Naam Dhi-aa-ay. ||1|| rahaa-o.

ਜੀਵ ਪ੍ਰਭ ਦੀ ਸ਼ਰਣ ਵਿੱਚ ਆਪਾ ਭੇਟਾ ਕਰਕੇ, ਅਡੋਲ ਭਰੋਸੇ ਨਾਲ ਇਕੋ ਇਕ ਪ੍ਰਭ ਦੇ ਸ਼ਬਦ ਦਾ ਸਿਮਰਨ ਕਰੋ! ਹੋਰ ਕੋਈ ਸਿਮਰਨ ਕਰਨ ਦੇ ਯੋਗ ਨਹੀਂ ਹੈ ।

You should surrender your self-identity at His Sanctuary and meditate on the teachings of His Word with steady and stable belief. No one else may be worthy to be worshipped.

ਕੀਮਤਿ ਕਹਣੁ ਨ ਜਾਈਐ,	keemat kahan na jaa-ee-ai
ਸਾਗਰੁ ਗੁਣੀ ਅਥਾਹੁ॥	saagar gunee athaahu.
ਵਡਭਾਗੀ ਮਿਲੁ ਸੰਗਤੀ,	vadbhaagee mil sangtee
ਸਚਾ ਸਬਦੁ ਵਿਸਾਹੁ॥	sachaa sabad visaahu.
ਕਰਿ ਸੇਵਾ ਸੁਖ ਸਾਗਰੈ,	kar sayvaa sukh saagrai
ਸਿਰਿ ਸਾਹਾ ਪਾਤਿਸਾਹੁ॥੨॥	sir saahaa paatisaahu. ||2||

ਪ੍ਰਭ ਗੁਣਾਂ ਦਾ ਭਰਿਆ ਸਾਗਰ ਹੈ, ਉਸ ਦੀ ਕੀਮਤ ਦਾ ਕੋਈ ਅੰਦਾਜ਼ਾ ਨਹੀਂ ਲਾ ਸਕਦਾ । ਵਡੇ ਭਾਗਾਂ ਵਾਲੇ ਜੀਵ ਨੂੰ ਸੰਤ ਸਰੂਪ ਦੀ ਸੰਗਤ ਬਖਸ਼ਿਸ਼ ਹੁੰਦੀ ਹੈ । ਸਾਧ ਸੰਗਤ ਵਿੱਚ ਪ੍ਰਭ ਦੀ ਰਹਿਮਤ ਭਰਪੂਰ ਹੁੰਦੀ ਹੈ । ਉਥੇ ਸ਼ਬਦ ਦੀ ਪਾਲਣਾ ਕਰਨ ਦੀ ਵਿਧੀ ਸਿਖੀ ਜਾਂਦੀ ਹੈ । ਮਨ, ਰਹਿਮਤਾਂ ਦੇ ਮਾਲਕ, ਸ਼ੇਨਸਾਹ ਦੇ ਸ਼ੇਨਸਾਹ ਦੇ ਸ਼ਬਦ ਦੀ ਪਾਲਣਾ ਕਰੋ, ਸੇਵਾ ਕਰੋ !

The teachings of His Word remain an ocean overwhelmed with unlimited virtues. The significance of His Blessings and virtues remains beyond any imagination of His Creation. Whosoever may have a great prewritten Destiny, only he may be blessed with the conjugation of His Holy saint. The True Master remains merciful and gracious in the conjugation of His Holy saints. The technique to adopt the teachings of His Word may be learned, and practiced in his congregation. You should always meditate on the teachings of His Word; The Word of King of Kings.

ਚਰਣ ਕਮਲ ਕਾ ਆਸਰਾ,	charan kamal kaa aasraa
ਦੂਜਾ ਨਾਹੀ ਠਾਉ॥	doojaa naahee thaa-o.
ਮੈ ਧਰ ਤੇਰੀ ਪਾਰਬ੍ਰਹਮ,	mai Dhar tayree paarbarahm
ਤੇਰੈ ਤਾਣਿ ਰਹਾਉ॥	tayrai taan rahaa-o.
ਨਿਮਾਣਿਆ ਪ੍ਰਭੁ ਮਾਣੁ ਤੂੰ,	nimaani-aa parabh maan tooN
ਤੇਰੈ ਸੰਗਿ ਸਮਾਉ॥੩॥	tayrai sang samaa-o.||2||

ਜੀਵ ਪ੍ਰਭ ਦੇ ਸ਼ਬਦ ਦੇ, ਕੋਮਲ ਚਰਨਾਂ ਦਾ ਆਸਰਾ ਲਵੋ ! ਸ਼ਬਦ ਨਾਲ ਜੀਵਨ ਢਾਲਣ ਤੋਂ ਬਿਨਾਂ ਹੋਰ ਕੋਈ ਸੰਤੋਖ ਵਾਲਾ ਸਾਗਰ, ਘਰ ਨਹੀਂ ਹੈ । ਪ੍ਰਭ ਮੇਰਾ ਮਨ ਕੇਵਲ ਤੇਰੇ ਸ਼ਬਦ ਦਾ ਹੀ ਆਸਰਾ ਲੈਂਦਾ ਹੈ, ਤੇਰੀ ਰਹਿਮਤ ਤੋਂ ਬਿਨਾਂ ਮੇਰੀ ਹੋਰ ਕੋਈ ਹੋਂਦ ਨਹੀਂ ਹੈ । ਪ੍ਰਭ ਤੂੰ ਹੀ ਨਿਮਾਣਿਆ ਦਾ ਮਾਣ ਰਖਣ ਵਾਲਾ ਹੈ, ਮੇਰੇ ਮਨ ਵਿੱਚ ਤੇਰੀ ਸ਼ਰਣ ਵਿੱਚ ਪਨਾਹ ਲੈਣ ਦੀ ਹੀ ਇੱਛਾ, ਭੁੱਖ ਹੈ ।

You should only seek the support of His Word, His sanctified feet in life. Without adopting the teachings of His Word in life, there may not be any other right path of contentment. I always pray for Your Forgiveness and Refuge. I have no worldly status, existence without Your Blessed Vision. You are the protector and savior of honor of Your true devotee! I only pray for Your Sanctuary.

ਹਰਿ ਜਪੀਐ ਆਰਾਧੀਐ,	har japee-ai aaraaDhee-ai
ਆਠ ਪਹਰ ਗੋਵਿੰਦੁ॥	aath pahar govind.
ਜੀਅ ਪ੍ਰਾਣ ਤਨੁ ਧਨੁ ਰਖੇ,	jee-a paraan tan Dhan rakhay
ਕਰਿ ਕਿਰਪਾ ਰਾਖੀ ਜਿੰਦੁ॥	kar kirpaa raakhee jind.
ਨਾਨਕ ਸਗਲੇ ਦੋਖ ਉਤਾਰਿਅਨੁ,	naanak saglay dokh utaari-an
ਪ੍ਰਭੁ ਪਾਰਬ੍ਰਹਮ ਬਖਸਿੰਦੁ॥ ੪॥੧੨॥82॥	parabh paarbarahm bakhsind. ||4||12||82||

ਜੀਵ ਦਿਨ ਰਾਤ, ਪ੍ਰਭ ਦੇ ਸ਼ਬਦ ਦਾ ਸਿਮਰਨ, ਗੁਣ ਗਵੋ, ਸ਼ਬਦ ਦੀ ਪਾਲਣਾ ਕਰੋ ! ਪ੍ਰਭ ਹੀ ਜੀਵ ਦੀ ਆਤਮਾ, ਤਨ, ਸਵਾਸ ਦਾ ਆਸਰਾ ਹੈ । ਉਹ ਹੀ ਮਨ ਨੂੰ ਅਡੋਲ ਰਖਦਾ, ਆਤਮਾ ਦੀ ਰਖਿਆ ਕਰਦਾ ਹੈ । ਪ੍ਰਭ ਆਪ ਹੀ ਬੰਦਗੀ ਕਰਨਵਾਲੇ ਦੇ ਪਾਪ ਧੋਅ ਦੇਂਦਾ ਹੈ, ਉਸ ਦੀਆਂ ਭੁੱਲਾ ਬਖਸ਼ਦਾ ਹੈ ।

You should sing the glory, meditate, and obey the teachings of His Word with steady and stable belief Day and night. He is the pillar of support of soul, body, breathes and keeps on the right path. He may forgive the sins of His true devotee and sanctifies his soul.

136. ਸਿਰੀਰਾਗੁ ਮਹਲਾ ੫॥ (46-17)

ਪ੍ਰੀਤਿ ਲਗੀ ਤਿਸੁ ਸਚ ਸਿਉ,	pareet lagee tis sach si-o
ਮਰੈ ਨ ਆਵੈ ਜਾਇ॥	marai na aavai jaa-ay.
ਨਾ ਵੇਛੋੜਿਆ ਵਿਛੁੜੈ,	naa vaychhorhi-aa vichhurhai
ਸਭ ਮਹਿ ਰਹਿਆ ਸਮਾਇ॥	sabh meh rahi-aa samaa-ay.

ਦੀਨ ਦਰਦ ਦੁਖ ਭੰਜਨਾ, deen darad dukh bhanjnaa
ਸੇਵਕ ਕੈ ਸਤ ਭਾਇ॥ sayvak kai sat bhaa-ay.
ਅਚਰਜ ਰੂਪੁ ਨਿਰੰਜਨੋ, achraj roop niranjano
ਗੁਰਿ ਮੇਲਾਇਆ ਮਾਇ॥੧॥ gur maylaa-i-aa maa-ay. ||1||

ਮੇਰੀ ਲਗਨ ਜਨਮ ਮਰਨ ਤੋਂ ਰਹਿਤ ਅਟਲ ਪ੍ਰਭ ਦੇ ਸ਼ਬਦ ਨਾਲ ਲਗੀ ਹੈ । ਪ੍ਰਭ ਦੇ ਸ਼ਬਦ ਨੂੰ ਮਨ ਵਿਚੋਂ ਵਿਸਾਰ ਦੇਣ ਨਾਲ, ਪ੍ਰਭ ਆਤਮਾ ਤੋਂ ਵੱਖਰਾ ਨਹੀਂ ਹੋ ਸਕਦਾ । ਪ੍ਰਭ ਦੀ ਜੋਤ ਹੀ ਆਤਮਾ ਵਿੱਚ ਹੀ ਸਮਾਈ ਹਰਇਕ ਤਨ ਵਿੱਚ ਵਸਦੀ, ਵਾਪਰਦੀ ਹੈ । ਉਹ ਆਪਣੇ ਨਿਮਾਣੇ ਸੇਵਕ ਦੇ ਸਾਰੇ ਦੁਖ, ਨਾਸ ਕਰਨਵਾਲਾ ਹੈ । ਪ੍ਰਭ ਦੀ ਬੰਦਗੀ ਕਰਨਵਾਲੇ ਨਾਲ ਬਹੁਤ ਡੂੰਘੀ ਪ੍ਰੀਤ ਹੁੰਦੀ ਹੈ । ਜਿਸ ਦੇ ਮਨ ਵਿੱਚ ਸ਼ਬਦ ਘਰ ਕਰ ਜਾਂਦਾ, ਉਸ ਨੂੰ ਪਵਿੱਤਰ ਅਕਾਰ ਰਹਿਤ ਜੋਤ ਮਹਿਸੂਸ ਹੋ ਸਕਦੀ ਹੈ ।

My devotion, focus remains on the teachings of His Word; The Omnipresent, beyond birth and death True Master. Self-minded may forsake the teachings of His Word from his day-to-day life; however, The True Master may never be separated soul. He remains embedded within each soul, dwells and prevails everywhere. He may eliminate all worries and sufferings of His true devotee. He remains deeply attached and concerned about the welfare of His true devotees. The True Master remains as unique bodyless His Holy Spirit. Whosoever may remain drenched with the essence of His Word, only he may realize His Existence prevailing everywhere.

ਭਾਈ ਰੇ ਮੀਤੁ ਕਰਹੁ ਪ੍ਰਭੁ ਸੋਇ॥ bhaa-ee ray meet karahu parabh so-ay.
ਮਾਇਆ ਮੋਹ ਪਰੀਤਿ ਧ੍ਰਿਗੁ, maa-i-aa moh pareet Dharig
ਸੁਖੀ ਨ ਦੀਸੈ ਕੋਇ॥੧॥ ਰਹਾਉ॥ sukhee na deesai ko-ay. ||1|| rahaa-o.

ਜੀਵ ਪ੍ਰਭ ਦੇ ਸ਼ਬਦ ਨਾਲ ਲਗਨ ਲਾਵੋ! ਸੰਸਾਰਕ ਮਾਇਆ ਨਾਲ ਮੋਹ ਲਾਉਣ, ਪਿਛੇ ਲਗਨ ਵਾਲੇ ਨੂੰ ਕਦੇ ਸੰਤੋਖ ਬਖਸ਼ਿਸ਼ ਨਹੀਂ ਹੁੰਦਾ ।

You should meditate and adopt the teachings of His Word in your life. Whosoever may remain intoxicated with sweet poison of worldly, may never realize any peace or contentment in life.

ਦਾਨਾ ਦਾਤਾ ਸੀਲਵੰਤੁ, daanaa daataa seelvant
ਨਿਰਮਲੁ ਰੂਪੁ ਅਪਾਰੁ॥ nirmal roop apaar.
ਸਖਾ ਸਹਾਈ ਅਤਿ ਵਡਾ, sakhaa sahaa-ee at vadaa
ਊਚਾ ਵਡਾ ਅਪਾਰੁ॥ oochaa vadaa apaar.
ਬਾਲਕੁ ਬਿਰਧਿ ਨ ਜਾਣੀਐ, baalak biraDh na jaanee-ai
ਨਿਹਚਲੁ ਤਿਸੁ ਦਰਵਾਰੁ॥ nihchal tis darvaar.
ਜੋ ਮੰਗੀਐ ਸੋਈ ਪਾਈਐ, jo mangee-ai so-ee paa-ee-ai
ਨਿਧਾਰਾ ਆਧਾਰੁ॥੨॥ niDhaaraa aaDhaar. ||2||

ਦਾਤਾਂ ਦਾ ਮਾਲਕ ਬਹੁਤ ਸੂਝਵਾਲਾ, ਤਰਸਵਾਨ, ਪਵਿੱਤਰ, ਸੁੰਦਰ, ਬੇਅੰਤ, ਅੰਤ ਤੋਂ ਰਹਿਤ ਹੈ । ਉਹ ਹੀ ਜੀਵ ਦਾ ਅਸਲੀ ਸਾਥੀ, ਮਦਦ ਕਰਨਵਾਲਾ, ਬਹੁਤ ਦਿਆਲੂ ਹੈ । ਉਸ ਨੂੰ ਕਦੇ ਬਾਲਕ ਜਾ ਬਿਰਧ ਨਹੀਂ ਕਿਹਾ ਜਾ ਸਕਦਾ ਹੈ । ਉਸ ਦਾ ਦਰਬਾਰ ਸਦਾ ਹੀ ਅਟਲ ਰਹਿਣ ਵਾਲਾ ਹੈ । ਪਵਿਤਰ ਮਨ ਦੀ ਇੱਛਾ ਬਖਸ਼ਿਸ਼ ਹੋ ਜਾਂਦੀ ਹੈ । ਪ੍ਰਭ ਬੇ-ਆਸਰੇ ਦਾ ਆਸਰਾ, ਮਨ ਨੂੰ ਅਡੋਲ ਰਖਦਾ ਹੈ ।

The True Master, Treasure of all virtues remains very merciful, sanctified, unblemished and beyond any limits. The One and Only One remains true companion, supporter of his soul forever. He is beyond the effect of time; He may not be called a child or old. His throne remains unchanged forever. Whosoever may pray with sanctified mind; his prayer may always be satisfied. He remains the pillar of support of the helpless to stay on the right path.

ਜਿਸੁ ਪੇਖਤ ਕਿਲਵਿਖ ਹਿਰਹਿ,	jis paykhat kilvikh hireh
ਮਨਿ ਤਨਿ ਹੋਵੈ ਸਾਂਤਿ॥	man tan hovai saaNt.
ਇਕ ਮਨਿ ਏਕੁ ਧਿਆਈਐ,	ik man ayk Dhi-aa-ee-ai
ਮਨ ਕੀ ਲਾਹਿ ਭਰਾਂਤਿ॥	man kee laahi bharaaNt.
ਗੁਣ ਨਿਧਾਨੁ ਨਵਤਨੁ ਸਦਾ,	gun niDhaan navtan sadaa
ਪੂਰਨ ਜਾ ਕੀ ਦਾਤਿ॥	pooran jaa kee daat.
ਸਦਾ ਸਦਾ ਆਰਾਧੀਐ,	sadaa sadaa aaraaDhee-ai
ਦਿਨੁ ਵਿਸਰਹੁ ਨਹੀ ਰਾਤਿ॥੩॥	din visrahu nahee raat. ||3||

ਉਸ ਨੂੰ ਦੇਖਣ ਨਾਲ, ਸ਼ਬਦ ਦੀ ਪਾਲਣਾ ਨਾਲ ਮਨ ਵਿਚੋਂ ਬੁਰੇ ਖਿਆਲ ਨਾਸ ਹੋ ਜਾਂਦੇ ਹਨ । ਤਨ, ਮਨ ਵਿੱਚ ਸੰਤੋਖ ਭਰ ਜਾਂਦਾ, ਖੇੜਾ ਵਸ ਜਾਂਦਾ ਹੈ । ਜਿਹੜਾ ਇਕਾਗਰ ਮਨ ਹੋ ਕੇ ਸ਼ਬਦ ਦਾ ਸਿਮਰਨ, ਪਾਲਣਾ ਕਰਦਾ ਹੈ । ਉਸ ਦੇ ਮਨ ਦੇ ਸਾਰੇ ਦੁਖ ਦੂਰ ਹੋ ਜਾਂਦੇ ਹਨ । ਪ੍ਰਭ ਗੁਣਾਂ ਦਾ ਖਜ਼ਾਨਾ, ਭੰਡਾਰੀ, ਸਦਾ ਹੀ ਮਨ ਨੂੰ ਤਾਜ਼ਾ ਰਖਣਵਾਲਾ ਹੈ । ਉਸ ਦੀ ਦਾਤ ਸਦਾ ਹੀ ਪੂਰਨ ਅਤੇ ਪੂਰੀ ਹੁੰਦੀ ਹੈ । ਜੀਵ ਸਦਾ ਹੀ ਉਸ ਦੇ ਸ਼ਬਦ ਦਾ ਸਿਮਰਨ ਕਰੋ! ਦਿਨ ਰਾਤ ਕਦੇ ਉਸ ਨੂੰ ਮਨੋ ਨਾ ਵਿਸਾਰੋ!

Whosoever may be bestowed with His Blessed Vision; he may obey the teachings of His Word and all his evil thoughts may be eliminated. He may be blessed with a peace, contentment, and blossom in his life. Whosoever may meditate on the teachings of His Word with steady and stable belief; with His mercy and grace, all his sorrows may be eliminated. The True Master, Treasure of all Blessings and always keeps our mind rejuvenated. His Blessings are always complete in all respects. You should always meditate on the teachings of His Word and never forsake His Word from your life.

ਜਿਨ ਕਉ ਪੂਰਬਿ ਲਿਖਿਆ,	jin ka-o poorab likhi-aa
ਤਿਨ ਕਾ ਸਖਾ ਗੋਵਿੰਦੁ॥	tin kaa sakhaa govind.
ਤਨੁ ਮਨੁ ਧਨੁ ਅਰਪੀ ਸਭੋ,	tan man Dhan arpee sabho
ਸਗਲ ਵਾਰੀਐ ਇਹ ਜਿੰਦੁ॥	sagal vaaree-ai ih jind.
ਦੇਖੈ ਸੁਣੈ ਹਦੂਰਿ ਸਦ,	daykhai sunai hadoor sad
ਘਟਿ ਘਟਿ ਬ੍ਰਹਮੁ ਰਵਿੰਦੁ॥	ghat ghat barahm ravind.
ਅਕਿਰਤਘਣਾ ਨੋ ਪਾਲਦਾ,	akirat-ghanaa no paaldaa
ਪ੍ਰਭ ਨਾਨਕ ਸਦ ਬਖਸਿੰਦੁ॥੪॥੧੨॥83॥	parabh naanak sad bakhsind. ||4||12||83||

ਜਿਸ ਦੇ ਭਾਗਾਂ ਵਿੱਚ ਪਹਿਲੇ ਹੀ ਲਿਖਿਆ ਹੁੰਦਾ ਹੈ! ਪ੍ਰਭ, ਉਸ ਦਾ ਹੀ ਸਾਥੀ ਬਣ ਜਾਂਦਾ ਹੈ । ਜੀਵ ਆਪਣਾ ਤਨ, ਮਨ, ਹੈਸੀਅਤ ਪ੍ਰਭ ਦੇ ਭੇਟਾ ਕਰ ਦੇਵੋ! ਪ੍ਰਭ ਸਦਾ ਹੀ ਜੀਵ ਦੇ ਨੇੜੇ, ਹੱਥ ਤੇ, ਆਤਮਾ ਵਿੱਚ ਹੀ ਸਮਾਇਆ ਹੈ । ਉਸ ਦੇ ਤਨ, ਮਨ ਵਿੱਚ ਵਸਦਾ, ਵਾਪਰਦਾ ਹੈ । ਪ੍ਰਭ ਆਪਣੀ ਪੈਦਾ ਕੀਤੀ ਸ੍ਰਿਸ਼ਟੀ ਦੀ ਦੇਖ ਭਾਲ, ਰਖਿਆ ਕਰਦਾ ਹੈ । ਗੁਰਮਖ ਨੂੰ ਸਦਾ ਲਈ ਹੀ ਬਖਸ਼ ਦੇਂਦਾ ਹੈ ।

Whosoever may have a great prewritten destiny, He remains his protector and companion. You should surrender your mind, body, and self-identity at His Sanctuary. The True Master always remain near, listens, and monitors all actions. He remains embedded within each soul, dwells within his body, beyond any emotional attachments. He protects His Creation indiscriminately, believer or non-believers. His true devotee may become beyond any account of any worldly deed.

137. ਸਿਰੀਰਾਗੁ ਮਹਲਾ ੫॥ (47-7)

ਮਨੁ ਤਨੁ ਧਨੁ ਜਿਨਿ ਪ੍ਰਭਿ ਦੀਆਂ,	man tan Dhan jin parabh dee-aa
ਰਖਿਆ ਸਹਜਿ ਸਵਾਰਿ॥	rakhi-aa sahj savaar.
ਸਰਬ ਕਲਾ ਕਰਿ ਥਾਪਿਆ,	sarab kalaa kar thaapi-aa
ਅੰਤਰਿ ਜੋਤਿ ਅਪਾਰ॥	antar jot apaar.

ਸਦਾ ਸਦਾ ਪ੍ਰਭੁ ਸਿਮਰੀਐ,	sadaa sadaa parabh simree-ai
ਅੰਤਰਿ ਰਖੁ ਉਰ ਧਾਰਿ॥੧॥	antar rakh ur Dhaar. ||1||

ਪ੍ਰਭ ਆਪ ਹੀ ਮਨ, ਤਨ ਅਤੇ ਹੈਸੀਅਤ ਬਖਸ਼ਦਾ ਹੈ, ਆਪ ਹੀ ਜੀਵ ਦੀ ਸੰਭਾਲ ਕਰਦਾ, ਸਵਾਰਦਾ ਹੈ, ਜੀਵ ਨੂੰ ਕੰਮ ਕਰਨ ਦੀ ਸਮਰਥਾ ਬਖਸ਼ਦਾ ਹੈ । ਆਪਣੀ ਰੋਸ਼ਨੀ, ਸੋਝੀ ਮਨ ਵਿੱਚ ਜਾਗਰਤ ਕਰਦਾ ਹੈ । ਜੀਵ ਸਦਾ ਹੀ ਉਸ ਦੇ ਸ਼ਬਦ ਦਾ ਸਿਮਰਨ ਕਰੋ । ਉਸ ਦੇ ਸ਼ਬਦ ਨੂੰ ਮਨ ਵਿੱਚ ਜਾਗਰਤ ਕਰੋ !

The True Master blesses his soul with mind, body, self-identity, and worldly status. He nourishes, embellishes, protects, and blesses wisdom and strength to perform worldly deeds to survive. He may be enlightened with the essence of His Word. You should always meditate on the teachings of His Word and remains awake and alert.

ਮੇਰੇ ਮਨ ਹਰਿ ਬਿਨੁ ਅਵਰੁ ਨ ਕੋਇ॥	mayray man har bin avar na ko-ay.
ਪ੍ਰਭ ਸਰਣਾਈ ਸਦਾ ਰਹੁ,	parabh sarnaa-ee sadaa rahu
ਦੂਖੁ ਨ ਵਿਆਪੈ ਕੋਇ॥੧॥ ਰਹਾਉ॥	`dookh na vi-aapai ko-ay. ||1|| rahaa-o.

ਪ੍ਰਭ ਤੋਂ ਬਿਨਾਂ ਰਖਿਆ ਕਰਨਵਾਲਾ ਹੋਰ ਕੋਈ ਨਹੀਂ ਹੈ । ਜਿਹੜਾ ਸ਼ਬਦ ਨਾਲ ਜੀਵਨ ਢਾਲਦਾ, ਆਪਾ ਸ਼ਰਣ ਵਿੱਚ ਭੇਟਾ ਕਰਦਾ ਹੈ, ਉਸ ਨੂੰ ਕੋਈ ਸੰਸਾਰਕ ਇੱਛਾਂ ਦਾ ਦੁਖ ਪਰੇਸ਼ਾਨ ਨਹੀਂ ਕਰ ਸਕਦਾ ।

The True Master, Protector of the universe, no one else exist without His Command. Whosoever may adopt the teachings of His Word and surrenders his mind, body, and self-identity at His Sanctuary; no worldly desires may frustrate or disturb his state of mind.

ਰਤਨ ਪਦਾਰਥ ਮਾਣਕਾ,	ratan padaarath maankaa su-inaa
ਸੁਇਨਾ ਰੁਪਾ ਖਾਕੁ॥	rupaa khaak.
ਮਾਤ ਪਿਤਾ ਸੁਤ ਬੰਧਪਾ,	maat pitaa sut banDhpaa koorhay
ਕੂੜੇ ਸਭੇ ਸਾਖ॥	sabhay saak.
ਜਿਨਿ ਕੀਤਾ ਤਿਸਹਿ ਨ ਜਾਣਈ,	jin keetaa tiseh na jaan-ee
ਮਨਮੁਖ ਪਸੁ ਨਾਪਾਖ॥੨॥	manmukh pas naapaak. ||2||

ਪ੍ਰਭ ਦਾ ਸ਼ਬਦ ਹੀ ਨਾ-ਨਾਸ ਹੋਣ ਵਾਲਾ ਅਨਮੋਲ ਰਤਨ, ਪਦਾਰਥ ਹੈ । ਸੰਸਾਰਕ ਅਨਮੋਲ ਪਦਾਰਥ ਸੋਨਾ, ਚਾਂਦੀ ਸਾਰੇ ਭਸਮ ਦੇ ਬਰਾਬਰ ਹੀ ਹਨ । ਸੰਸਾਰਕ ਮਾਤਾ, ਪਿਤ, ਭੈਣ, ਭਾਈ, ਬੱਚੇ, ਰਿਸ਼ਤੇਦਾਰ ਥੋੜ੍ਹਾ ਸਮਾਂ ਸਾਥ ਦੇਣ ਵਾਲੇ ਸਬੰਧ ਹੀ ਹਨ । ਮਨਮੁਖ ਜਾਨਵਰਾਂ ਦੀ ਤਰ੍ਹਾਂ, ਅਗਿਆਨੀ, ਸਭ ਕੁਝ ਕਰਨਵਾਲੇ ਅਸਲੀ ਮਾਲਕ ਨੂੰ ਪਛਾਣਦਾ ਨਹੀਂ । ਉਸ ਨੂੰ ਮਨ ਵਿੱਚ ਯਾਦ ਨਹੀਂ ਰਖਦਾ ।

The enlightenment of the essence of His Word may be indestructible ambrosial jewel worthy of collecting. All worldly precious metals, gold, silver, diamonds are just like ashes in His Court. Worldly relationships can provide comfort and short-lived support in worldly life. (Mother, father, brother, sister, kids, spouse). Self-minded lives like other animals, ignorant from the real purpose of human life opportunity. He may not recognize His Existence and the real purpose of his human life opportunity.

ਅੰਤਰਿ ਬਾਹਰਿ ਰਵਿ ਰਹਿਆ,	antar baahar rav rahi-aa
ਤਿਸ ਨੋ ਜਾਣੈ ਦੂਰਿ॥	tis no jaanai door.
ਤ੍ਰਿਸਨਾ ਲਾਗੀ ਰਚਿ ਰਹਿਆ,	tarisnaa laagee rach rahi-aa
ਅੰਤਰਿ ਹਉਮੈ ਕੂਰਿ॥	antar ha-umai koor.
ਭਗਤੀ ਨਾਮ ਵਿਹੂਣਿਆ,	bhagtee Naam vihooni-aa
ਆਵਹਿ ਵੰਞਹਿ ਪੂਰ॥੩॥	aavahi vanjahi poor. ||3||

ਜਿਹੜਾ ਅੰਦਰ, ਬਾਹਰ ਵਸਦੇ, ਵਾਪਰਦੇ, ਪ੍ਰਭ ਨੂੰ ਦੂਰ ਸਮਝਦਾ ਹੈ । ਉਹ ਮਨ ਦੀਆਂ ਇੱਛਾਂ ਦੇ ਪਿਛੇ ਲਗਾ ਰਹਿੰਦਾ ਹੈ, ਉਸ ਦਾ ਮਨ ਅਹੰਕਾਰ, ਧੋਖੇ, ਚਲਾਕੀਆਂ ਨਾਲ ਭਰਿਆ ਹੁੰਦਾ ਹੈ । ਪ੍ਰਭ ਦੇ ਸ਼ਬਦ ਦੀ ਪਾਲਣਾ ਕਰਨ ਤੋਂ ਬਿਨਾਂ, ਅਨੇਕਾਂ ਜੀਵ ਹੀ ਜੂੰਨਾਂ ਦੇ ਚੱਕਰ ਵਿੱਚ ਹੀ ਰਹਿੰਦੇ ਹਨ ।

The True Master remains embedded and dwells with his body and prevails in the universe; whosoever may believe the True Master remains far away from his reach. He may remain intoxicated with sweet poison of his worldly desires. He may remain overwhelmed with evil, clever thoughts, and ego. Whosoever may not obey the teachings of His Word; he remains in the cycle of birth and death.

ਰਾਖਿ ਲੇਹੁ ਪ੍ਰਭੁ ਕਰਣਹਾਰ,	raakh layho parabh karanhaar
ਜੀਅ ਜੰਤ ਕਰਿ ਦਇਆ॥	jee-a jant kar da-i-aa.
ਬਿਨੁ ਪ੍ਰਭ ਕੋਇ ਨ ਰਖਨਹਾਰੁ,	bin parabh ko-ay na rakhanhaar
ਮਹਾ ਬਿਕਟ ਜਮ ਭਇਆ॥	mahaa bikat jam bha-i-aa.
ਨਾਨਕ ਨਾਮੁ ਨ ਵੀਸਰਉ,	naanak Naam na veesra-o
ਕਰਿ ਅਪੁਨੀ ਹਰਿ ਮਇਆ॥੪॥੧੪॥84॥	kar apunee har ma-i-aa. ‖4‖14‖84‖

ਰਹਿਮਤਾ ਦੇ ਮਾਲਕ ਰਹਿਮਤ ਬਖਸ਼ੋ! ਆਪਣੀ ਪੈਦਾ ਕੀਤੀ ਸ੍ਰਿਸ਼ਟੀ ਨੂੰ ਸ਼ਬਦ ਦੀ ਪਾਲਣਾ ਦੇ ਰਸਤੇ ਤੇ ਪਾ ਕੇ ਰਖਿਆ ਕਰੋ! ਪ੍ਰਭ ਤੋਂ ਬਿਨਾਂ ਹੋਰ ਕੋਈ ਪ੍ਰਵਾਨਗੀ ਬਖਸ਼ਣ ਵਾਲਾ ਨਹੀਂ ਹੈ । ਮੌਤ ਦਾ ਜਮਦੂਤ ਬਹੁਤ ਜ਼ਾਲਮ ਹੈ, ਜੀਵ ਦੇ ਮਨ ਦੀਆਂ ਭਾਵਨਾ ਦੀ ਕੋਈ ਪ੍ਰਵਾਹ ਨਹੀਂ ਕਰਦਾ । ਰਹਿਮਤ ਦੇ ਮਾਲਕ ਰਹਿਮਤ ਬਖਸ਼ੋ! ਮੇਰੇ ਮਨ ਵਿਚੋਂ ਸ਼ਬਦ ਕਦੇ ਵਿਸਰ ਨਾ ਜਾਵੇ, ਮੇਰੇ ਮਨ ਵਿਚੋਂ ਸ਼ਬਦ ਦੀ ਲਗਨ ਕਦੇ ਵੀ ਟੁੱਟ ਨਾ ਜਾਵੇ!

The True Master blesses devotion to obey the teachings of His Word and protects His Creation. No one else may accept his soul and eliminates the cycle of birth and death. The cruel devil of death does not care about any feelings or cries of the soul. I always pray for His Forgiveness and Refuge; I may never forsake His Word from my day-to-day life.

138. ਸਿਰੀਰਾਗੁ ਮਹਲਾ ੫॥ (47-15)

ਮੇਰਾ ਤਨੁ ਅਰੁ ਧਨੁ,	mayraa tan ar Dhan
ਮੇਰਾ ਰਾਜ ਰੂਪ ਮੈ ਦੇਸੁ॥	mayraa raaj roop mai days.
ਸੁਤ ਦਾਰਾ ਬਨਿਤਾ ਅਨੇਕ,	sut daaraa banitaa anayk
ਬਹੁਤੁ ਰੰਗ ਅਰੁ ਵੇਸ॥	bahut rang ar vays.
ਹਰਿ ਨਾਮੁ ਰਿਦੈ ਨ ਵਸਈ,	har Naam ridai na vas-ee
ਕਾਰਜਿ ਕਿਤੈ ਨ ਲੇਖਿ॥੧॥	kaaraj kitai na laykh. ‖1‖

ਜੀਵ ਭਾਵੇਂ ਆਪਣੇ ਤਨ ਦੀ ਸੁੰਦਰਤਾ, ਧਨ ਨੂੰ ਆਪਣੀ ਮਾਲਕੀਅਤ, ਮੇਰੀ ਮੇਰੀ ਕਰਦਾ ਰਹਿੰਦਾ ਹੈ! ਭਾਵੇਂ ਉਸ ਦੇ ਬੱਚੇ, ਬੀਵੀ, ਅਨੇਕਾਂ ਰਖੇਲ, ਗੋਲੀਆਂ, ਮਨੋਰੰਜਨ ਦੇ ਅਨੇਕਾਂ ਸਾਧਨ ਹੋਣ । ਜਿਹੜਾ ਸ਼ਬਦ ਅਨੁਸਾਰ ਜੀਵਨ ਨਹੀਂ ਢਾਲਦਾ, ਉਸ ਦੇ ਮਨ ਵਿੱਚ ਸ਼ਬਦ ਘਰ ਨਹੀਂ ਕਰਦਾ । ਇਹ ਸਭ ਕੁਝ ਮਾਨਸ ਜੀਵਨ ਦੇ ਮੰਤਵ ਲਈ ਬਿਰਥੇ ਹੀ ਹਨ ।

Self-minded may have a gorgeous body, intelligent mind, worldly possessions, wealth, kids, spouse, many servants, and sources of entertainment in life. Whosoever may not adopt the teachings of His Word in his day-to-day life; he may never be enlightened with the real path, purpose of his human life opportunity. All his worldly possessions, worldly chores, deeds may be useless for the real purpose of his human life journey.

ਮੇਰੇ ਮਨ ਹਰਿ ਹਰਿ ਨਾਮੁ ਧਿਆਇ॥	mayray man har har Naam Dhi-aa-ay.
ਕਰਿ ਸੰਗਤਿ ਨਿਤ ਸਾਧ ਕੀ,	kar sangat nit saaDh kee
ਗੁਰ ਚਰਣੀ ਚਿਤੁ ਲਾਇ॥੧॥ ਰਹਾਉ॥	gur charnee chit laa-ay. ‖1‖ rahaa-o.

ਜੀਵ ਸਦਾ ਹੀ ਬੰਦਗੀ ਕਰਨਵਾਲੇ ਦੀ ਸੰਗਤ ਕਰੋ! ਪ੍ਰਭ ਦੇ ਸ਼ਬਦ ਦਾ ਸਿਮਰਨ, ਪਾਲਣਾ ਜੀਵਨ ਢਾਲੋ!

You should always meditate on the teachings of His Word and associate with His true devotees. You should adopt the teachings of His Word in your day-to-day life.

ਨਾਮੁ ਨਿਧਾਨੁ ਧਿਆਈਐ,	naam niDhaan Dhi-aa-ee-ai
ਮਸਤਕਿ ਹੋਵੈ ਭਾਗੁ॥	mastak hovai bhaag.
ਕਾਰਜ ਸਭਿ ਸਵਾਰੀਅਹਿ,	kaaraj sabh savaaree-ah
ਗੁਰ ਕੀ ਚਰਣੀ ਲਾਗੁ॥	gur kee charnee laag.
ਹਉਮੈ ਰੋਗੁ ਭ੍ਰਮੁ ਕਟੀਐ,	ha-umai rog bharam katee-ai
ਨਾ ਆਵੈ ਨਾ ਜਾਗੁ॥੨॥	naa aavai naa jaag. ||2||

ਜਿਸ ਦੇ ਵਡੇ ਭਾਗ ਲਿਖੇ ਹੁੰਦੇ ਹਨ, ਉਸ ਨੂੰ ਸ਼ਬਦ ਦੀ ਪਾਲਣਾ ਕਰਦੇ, ਸ਼ਬਦ ਦੀ ਸੋਝੀ ਬਖਸ਼ਿਸ਼ ਹੋ ਜਾਂਦੀ ਹੈ । ਜਿਹੜਾ ਪ੍ਰਭ ਦੀ ਸ਼ਰਨ ਵਿੱਚ ਆਪਾ ਭੇਟਾ ਕਰ ਦੇਂਦਾ ਹੈ, ਉਸ ਦੇ ਮਾਨਸ ਜਨਮ ਦੇ ਸਾਰੇ ਕਾਰਜ ਸਫਲ ਹੋ ਜਾਂਦੇ ਹਨ । ਉਸ ਦੇ ਮਨ ਦੇ ਭਰਮ ਅਤੇ ਅਹੰਕਾਰ ਨਾਸ ਹੋ ਜਾਂਦਾ ਹੈ । ਉਹ ਫਿਰ ਜੂੰਨਾਂ ਦੇ ਚੱਕਰ ਵਿੱਚ ਨਹੀਂ ਰਹਿੰਦਾ ।

Whosoever may have a great prewritten destiny, only he may obey the teachings of His Word; with His mercy and grace, he may be blessed with the enlightenment of the essence of His Word. Whosoever may surrender his self-identity at His Sanctuary; with His mercy and grace, his sins of many previous lives may be forgiven and his human life journey may be rewarded. He may conquer his ego and his cycle of birth and death may be eliminated.

ਕਰਿ ਸੰਗਤਿ ਤੂ ਸਾਧ ਕੀ,	kar sangat too saaDh kee
ਅਠਸਠਿ ਤੀਰਥ ਨਾਉ॥	athsath tirath naa-o.
ਜੀਉ ਪ੍ਰਾਣ ਮਨੁ ਤਨੁ ਹਰੇ,	jee-o paraan man tan haray
ਸਾਚਾ ਏਹੁ ਸੁਆਉ॥	saachaa ayhu su-aa-o.
ਐਥੈ ਮਿਲਹਿ ਵਡਾਈਆ,	aithai mileh vadaa-ee-aa
ਦਰਗਹਿ ਪਾਵਹਿ ਥਾਉ॥੩॥	dargahi paavahi thaa-o. ||3||

ਜੀਵ ਸੰਤ ਸਰੂਪ ਦੇ ਜੀਵਨ ਨਾਲ ਜੀਵਨ ਢਾਲਣ ਨੂੰ 68 ਤੀਰਤਾਂ ਰੂਪੀ ਇਸ਼ਨਾਨ ਸਮਝੋ । ਇਸ ਨਾਲ ਆਤਮਾ, ਸਵਾਸ, ਤਨ, ਮਨ ਵਿੱਚ ਖੇੜਾ ਨਾਲ ਬਖਸ਼ਿਸ਼ ਹੋ ਜਾਂਦਾ ਹੈ, ਇਹ ਹੀ ਮਾਨਸ ਜੀਵਨ ਦਾ ਮਨੋਰਥ ਹੈ । ਉਸ ਨੂੰ ਸੰਸਾਰ ਵਿੱਚ ਸੋਭਾ, ਮੌਤ ਪਿਛੋਂ ਪ੍ਰਭ ਦੇ ਦਰਬਾਰ ਵਿੱਚ ਪ੍ਰਵਾਨਗੀ ਬਖਸ਼ਿਸ਼ ਹੋ ਸਕਦੀ ਹੈ ।

You should consider adopting the life experience teachings of His Holy saint as a soul sanctifying bath, pilgrimage at 68 Holy Shrines. His soul, body, mind and breathes remain overwhelmed with blossom. This may be the true purpose of human life Blessings. He may be honored in worldly life and accepted in His Sanctuary.

ਕਰੇ ਕਰਾਏ ਆਪਿ ਪ੍ਰਭੁ,	karay karaa-ay aap parabh
ਸਭੁ ਕਿਛੁ ਤਿਸ ਹੀ ਹਾਥਿ॥	sabh kichh tis hee haath.
ਮਾਰਿ ਆਪੇ ਜੀਵਾਲਦਾ,	maar aapay jeevaaldaa
ਅੰਤਰਿ ਬਾਹਰਿ ਸਾਥਿ॥	antar baahar saath.
ਨਾਨਕ ਪ੍ਰਭ ਸਰਣਾਗਤੀ,	naanak parabh sarnaagatee sarab
ਸਰਬ ਘਟਾ ਕੇ ਨਾਥ॥੪॥੧੫॥85॥	ghataa kay naath. ||4||15||85||

ਸਭ ਕੁਝ ਪ੍ਰਭ ਦੇ ਭਾਣੇ ਅੰਦਰ ਹੀ ਹੁੰਦਾ, ਆਪ ਹੀ ਸਭ ਕੁਝ ਕਰਦਾ, ਜੀਵ ਤੋਂ ਕਰਵਾਉਂਦਾ ਹੈ । ਆਪ ਹੀ ਜੀਵ ਵਿੱਚ ਸਵਾਸ ਬਖਸ਼ਦਾ, ਮੌਤ ਦੇਂਦਾ, ਵਾਪਸ ਸੱਦ ਲੈਂਦਾ ਹੈ । ਪ੍ਰਭ ਦੀ ਜੋਤ ਸੰਸਾਰ ਵਿੱਚ ਅਤੇ ਮੌਤ ਪਿਛੋਂ ਵੀ ਆਤਮਾ ਦੇ ਸਾਥ ਰਹਿੰਦੀ ਹੈ । ਬੰਦਗੀ ਕਰਨਵਾਲਾ ਸਦਾ ਹੀ ਮਾਲਕ ਦੇ ਸ਼ਬਦ ਨਾਲ ਜੀਵਨ ਬਤੀਤ ਕਰਦਾ ਸ਼ਰਣ ਵਿੱਚ ਰਹਿੰਦਾ ਹੈ ।

The One and Only One True Master prevails through His Creation. He blesses his soul with breathes, death to endure the judgement of his worldly deeds. His Holy spirit remains companion of his soul in worldly life and after death. His true devotee wholeheartedly adopts the teachings of His Word in life and remains contented in Your Sanctuary.

139. ਸਿਰੀਰਾਗੁ ਮਹਲਾ ੫॥ (48-3)

ਸਰਣਿ ਪਏ ਪ੍ਰਭ ਆਪਣੇ,	saran pa-ay parabh aapnay
ਗੁਰੁ ਹੋਆ ਕਿਰਪਾਲੁ॥	gur ho-aa kirpaal.
ਸਤਗੁਰ ਕੈ ਉਪਦੇਸਿਐ,	saT`gur kai updaysi-ai
ਬਿਨਸੇ ਸਰਬ ਜੰਜਾਲ॥	binsay sarab janjaal.
ਅੰਦਰੁ ਲਗਾ ਰਾਮ ਨਾਮਿ,	andar lagaa raam Naam
ਅੰਮ੍ਰਿਤ ਨਦਰਿ ਨਿਹਾਲੁ॥੧॥	amrit nadar nihaal. ||1||

ਜਿਹੜਾ ਪ੍ਰਭ ਦੀ ਸ਼ਰਣ ਵਿੱਚ ਆਪਾ ਭੇਟਾ ਕਰਦਾ ਹੈ, ਪ੍ਰਭ ਆਪਣੇ ਦਾਸ ਤੇ ਰਹਿਮਤ ਬਖਸ਼ਦਾ ਹੈ । ਜਿਹੜਾ ਪ੍ਰਭ ਦੇ ਸ਼ਬਦ ਦੀ ਸਿਖਿਆਂ ਨਾਲ ਜੀਵਨ ਢਾਲਦਾ ਹੈ, ਉਸ ਦੇ ਸੰਸਾਰਕ ਬੰਧਨ ਟੁੱਟ ਜਾਂਦੇ, ਸੰਸਾਰਕ ਇੱਛਾਂ ਤੇ ਜਿੱਤ ਬਖਸ਼ਿਸ਼ ਹੋ ਜਾਂਦੀ ਹੈ । ਪ੍ਰਭ ਦੇ ਸ਼ਬਦ ਤੇ ਭਰੋਸਾ ਅਡੋਲ ਰਹਿੰਦਾ, ਮਨ ਵਿੱਚ ਘਰ ਕਰ ਜਾਂਦਾ ਹੈ । ਉਸ ਨੂੰ ਸ਼ਬਦ ਦੀ ਸੋਝੀ, ਜਾਗਰਤੀ ਬਖਸ਼ਿਸ਼ ਹੋ ਜਾਂਦੀ ਹੈ ।

Whosoever may surrender his self-identity at His Sanctuary; The True Master remains merciful on his soul. Whosoever may adopt the teachings of His Word with steady and stable belief; all his worldly bonds may be relinquished. He may conquer his worldly desires. His belief may remain steady and stable and he may remain drenched with the essence of His Word. He may be blessed with the enlightenment and remains awake and alert.

ਮਨ ਮੇਰੇ ਸਤਿਗੁਰ ਸੇਵਾ ਸਾਰੁ॥	man, mayray saT`gur sayvaa saar.
ਕਰੇ ਦਇਆ ਪ੍ਰਭੁ ਆਪਣੀ,	karay da-i-aa parabh aapnee
ਇਕ ਨਿਮਖ ਨ ਮਨਹੁ ਵਿਸਾਰੁ॥ ਰਹਾਉ॥	ik nimakh na manhu visaar. rahaa-o.

ਪ੍ਰਭ ਦੇ ਸ਼ਬਦ ਦੀ ਪਾਲਣਾ, ਸਿਮਰਨ ਕਰੋ! ਆਪ ਹੀ ਰਹਿਮਤ ਦੀ ਨਜ਼ਰ ਬਖਸ਼ਦਾ ਹੈ । ਪ੍ਰਭ ਨੂੰ ਮਨ ਵਿਚੋਂ ਇਕ ਪਲ ਵੀ ਨਾ ਵਿਸਾਰੋ!

You should meditate and obey the teachings of His Word with steady and stable belief. The True Master may bestow His Blessed Vision; you should never forsake the teachings of His Word.

ਗੁਣ ਗੋਵਿੰਦ ਨਿਤ ਗਾਵੀਅਹਿ,	gun govind nit gavee-ah
ਅਵਗੁਣ ਕਟਣਹਾਰ॥	avgun katanhaar.
ਬਿਨੁ ਹਰਿ ਨਾਮ ਨ ਸੁਖੁ ਹੋਇ,	bin har Naam na sukh ho-ay
ਕਰਿ ਡਿਠੇ ਬਿਸਥਾਰ॥	kar dithay bisthaar.
ਸਹਜੇ ਸਿਫਤੀ ਰਤਿਆ,	sehjay siftee rati-aa
ਭਵਜਲੁ ਉਤਰੇ ਪਾਰਿ॥੨॥	bhavjal utray paar. ||2||

ਜੀਵ ਸਵਾਸ ਗਰਾਸ ਪ੍ਰਭ ਦੇ ਸ਼ਬਦ ਦੇ ਗੁਣ ਗਾਵੋ! ਪ੍ਰਭ ਹੀ ਮਨ ਦੇ ਬੁਰੇ ਖਿਆਲ ਨਾਸ ਕਰਨਵਾਲਾ ਹੈ । ਸੰਸਾਰ ਦੇ ਸਾਰੇ ਰੀਤ ਰੀਵਾਜ ਕਰਕੇ ਦੇਖ ਲਏ ਹਨ । ਪ੍ਰਭ ਦੇ ਸ਼ਬਦ ਦੀ ਪਾਲਣਾ ਤੋਂ ਬਿਨਾਂ ਮਨ ਵਿੱਚ ਸੰਤੋਖ ਬਖਸ਼ਿਸ਼ ਨਹੀਂ ਹੁੰਦਾ । ਜਿਹੜਾ ਸ਼ਬਦ ਦੀ ਪਾਲਣਾ ਅਡੋਲ ਭਰੋਸੇ ਨਾਲ ਕਰਦਾ ਹੈ, ਉਹ ਪ੍ਰਵਾਨਗੀ ਦੇ ਰਸਤੇ ਤੇ ਅਡੋਲ ਹੋ ਜਾਂਦਾ ਹੈ ।

You should meditate on the teachings of His Word with each breath. The True Master may destroy all his evil thoughts. I have tried all religious rituals. Whosoever may not obey the teachings of His Word, he may never feel contented with his own environments. Whosoever may obey the teachings of His Word with steady and stable belief; with His mercy and grace, he may remain on the right path of acceptance in His court.

ਤੀਰਥ ਵਰਤ ਲਖ ਸੰਜਮਾ,	tirath varat lakh sanjmaa
ਪਾਈਐ ਸਾਧੂ ਧੂਰਿ॥	paa-ee-ai saaDhoo Dhoor.
ਲੂਕਿ ਕਮਾਵੈ ਕਿਸ ਤੇ,	took kamaavai kis tay
ਜਾ ਵੇਖੈ ਸਦਾ ਹਦੂਰਿ॥	jaa vaykhai sadaa hadoor.
ਥਾਨ ਥਨੰਤਰਿ ਰਵਿ ਰਹਿਆ,	thaan thanantar rav rahi-aa

ਪ੍ਰਭੁ ਮੇਰਾ ਭਰਪੂਰਿ॥੩॥ parabh mayraa bharpoor. ||3||

ਤੀਰਥ ਯਾਤਰਾਂ, ਇਸ਼ਨਾਨ ਦਾ ਫਲ ਸੰਤਾਂ ਦੇ ਚਰਨਾਂ ਦੀ ਧੂੜ ਵਿਚੋਂ ਹੀ ਬਖਸ਼ਿਸ਼ ਹੋ ਜਾਂਦਾ ਹੈ । ਅੰਤਰਜਾਮੀ ਸਭ ਕੁਝ ਦੇਖਦਾ ਹੈ! ਕਿਸ ਤੋਂ ਆਪਣੇ ਅਉਗੁਣ ਛਪਾਉਂਦਾ ਹੈ? ਪ੍ਰਭ ਹਰ ਥਾਂ ਤੇ ਹਾਜ਼ਰਾ ਹਜ਼ੂਰ ਰਹਿੰਦਾ ਹੈ, ਸਾਰੇ ਖੰਡਾਂ, ਬ੍ਰਹਮੰਡਾਂ ਵਿੱਚ ਵਸਦਾ, ਵਾਪਰਦਾ ਹੈ ।

The reward of pilgrimage of Holy Shrines may be blessed by serving His Holy saint. The Omniscient True Master remains aware and monitors all your deeds. From whom are you hiding your evil deeds? The Omnipresent True Master prevails in all universes everywhere.

ਸਚੁ ਪਾਤਿਸਾਹੀ ਅਮਰੁ ਸਚੁ, sach paatisaahee amar
ਸਚੇ ਸਚਾ ਥਾਨੁ॥ sach sachay sachaa thaan.
ਸਚੀ ਕੁਦਰਤਿ ਧਾਰੀਅਨੁ, sachee kudrat Dhaaree-an
ਸਚਿ ਸਿਰਜਿਓਨੁ ਜਹਾਨੁ॥ sach sirji-on jahaan.
ਨਾਨਕ ਜਪੀਐ ਸਚੁ ਨਾਮੁ, naanak japee-ai sach Naam
ਹਉ ਸਦਾ ਸਦਾ ਕੁਰਬਾਨੁ॥੪॥੧੬॥86॥ ha-o sadaa sadaa kurbaan. ||4||16||86||

ਪ੍ਰਭ ਦੀ ਤਾਕਤ, ਪ੍ਰਭ ਦਾ ਭਾਣਾ, ਸ਼ਬਦ ਅਟਲ ਹੈ । ਉਸ ਦੀਆਂ ਕਰਮਾਤਾਂ ਸਦਾ ਅਟਲ ਰਹਿਣ ਵਾਲੀਆਂ ਹਨ । ਉਸ ਦੀ ਸ੍ਰਿਸ਼ਟੀ ਦੇ ਜੀਵਾਂ ਨੂੰ ਪੈਦਾ ਕਰਨ ਦੀ ਕੁਦਰਤ ਅਟਲ ਹੈ । ਉਸ ਦੀ ਸ੍ਰਿਸ਼ਟੀ ਦੀ ਸਾਜਨਾ ਅਕਾਰ ਸਭ ਅਟਲ ਹਨ । ਜੀਵ ਸਦਾ ਹੀ ਪ੍ਰਭ ਦੇ ਸ਼ਬਦ ਦਾ ਸਿਮਰਨ ਕਰੋ! ਉਸ ਦੀ ਕੁਦਰਤ ਸਦਾ ਹੀ ਮਨ ਨੂੰ ਹੈਰਾਨ ਕਰਨਵਾਲੀ ਹੈ ।

The Axiom True Master, His Word, Commands, miracles remain unchangeable. His power of Creation of universe, all shapes and forms are real and not illusionary. You should always meditate on the teachings of His Word. His nature remains astonishing and unpredictable.

140.ਸਿਰੀਰਾਗੁ ਮਹਲਾ ੫॥ (48-10)

ਉਦਮੁ ਕਰਿ ਹਰਿ ਜਾਪਣਾ, udam kar har jaapnaa
ਵਡਭਾਗੀ ਧਨੁ ਖਾਟਿ॥ vadbhaagee Dhan khaat.
ਸੰਤਸੰਗਿ ਹਰਿ ਸਿਮਰਣਾ, satsang har simranaa
ਮਲੁ ਜਨਮ ਜਨਮ ਕੀ ਕਾਟਿ॥੧॥ mal janam janam kee kaat. ||1||

ਜੀਵ ਉਦਮ ਕਰਕੇ, ਸ਼ਬਦ ਦਾ ਸਿਮਰਨ ਕਰੋ! ਜਿਸ ਦੀ ਲਗਨ ਸ਼ਬਦ ਦੀ ਪਾਲਣਾ ਵਿੱਚ ਲਗਦੀ ਹੈ, ਉਹ ਵਡਭਾਗੀ ਹੁੰਦਾ ਹੈ! ਸੰਤ ਸਰੂਪ ਜੀਵ ਦੀ ਸੰਗਤ ਵਿੱਚ ਸ਼ਬਦ ਦੇ ਗੁਣ ਗਾਉਣ ਨਾਲ ਮਨ ਦੇ ਅਨੇਕਾਂ ਜਨਮਾਂ ਦੇ ਪਾਪ ਧੋਤੇ ਜਾਂਦੇ ਹਨ ।

You should take an initiation and meditate on the teachings of His Word! Whosoever may meditate on the teachings of His Word with steady and stable belief in his day-to-day life; she may become very fortunate. Whosoever may sing the glory of His Word in the conjugation of His Holy saint; with His mercy and grace, his sins of previous lives may be forgiven.

ਮਨ ਮੇਰੇ ਰਾਮ ਨਾਮੁ ਜਪਿ ਜਾਪੁ॥ man, mayray raam Naam jap jaap.
ਮਨ ਇਛੇ ਫਲ ਭੁੰਚਿ ਤੂ, man, ichhay fal bhunch too
ਸਭੁ ਚੂਕੈ ਸੋਗੁ ਸੰਤਾਪੁ॥ ਰਹਾਉ॥ sabh chookai sog santaap. rahaa-o.

ਜੀਵ ਪ੍ਰਭ ਦੇ ਗੁਣ ਗਾਉਣ, ਸ਼ਬਦ ਦੀ ਪਾਲਣਾ ਕਰੋ! ਜਿਹੜਾ ਪ੍ਰਭ ਦੇ ਸ਼ਬਦ ਨਾਲ ਜੀਵਨ ਢਾਲਦਾ ਹੈ, ਉਸ ਦੇ ਮਨ ਦੀਆਂ ਮੁਰਾਦਾਂ ਪੂਰੀ ਹੋ ਜਾਂਦੀਆਂ ਹਨ । ਉਸ ਦੇ ਮਨ ਵਿਚੋਂ ਸੰਸਾਰਕ ਇੱਛਾਂ ਦੀਆਂ ਭਟਕਣਾਂ, ਦੁਖ ਦੂਰ ਹੋ ਜਾਂਦੇ ਹਨ ।

You should sing the glory and meditate on the teachings of His Word with steady and stable belief. Whosoever may adopt the teachings of His Word; with His mercy and grace, his spoken and unspoken desires may be fully satisfied. His frustrations and worries of worldly desires may be eliminated.

ਜਿਸੁ ਕਾਰਣਿ ਤਨੁ ਧਾਰਿਆ,	jis kaaran tan Dhaari-aa
ਸੋ ਪ੍ਰਭੁ ਡਿਠਾ ਨਾਲਿ॥	so parabh dithaa naal.
ਜਲਿ ਥਲਿ ਮਹੀਅਲਿ ਪੂਰਿਆ,	jal thal mahee-al poori-aa
ਪ੍ਰਭੁ ਆਪਣੀ ਨਦਰਿ ਨਿਹਾਲਿ॥੨॥	parabh aapnee nadar nihaal. ||2||

ਜਿਸ ਪ੍ਰਭ ਨਾਲ ਮਿਲਾਪ ਕਰਨ ਲਈ ਇਹ ਮਾਨਸ ਜਨਮ ਬਖਸ਼ਿਸ਼ ਹੋਇਆ ਹੈ । ਉਹ ਪ੍ਰਭ ਸਦਾ ਹੀ ਆਤਮਾ ਦੇ ਸਾਥ ਹੀ ਤਨ ਵਿੱਚ ਵਸਦਾ ਹੈ । ਪ੍ਰਭ ਜਲ, ਥਲ, ਅਕਾਸ਼ ਵਿੱਚ ਵੀ ਵਾਪਰਦਾ ਹੈ । ਉਹ ਆਪਣੀ ਰਜ਼ਾ ਨਾਲ ਸਭ ਕੁਝ ਕਰਦਾ, ਦੇਖਦਾ ਹੈ ।

The real purpose of human life opportunity may be become acceptable in His Court. The True Master always remains embedded within your soul and dwells within Your body and mind. He also prevails in water, earth, under earth and in sky. The Master prevails and monitors every event in world.

ਮਨੁ ਤਨੁ ਨਿਰਮਲੁ ਹੋਇਆ,	man, tan nirmal ho-i-aa
ਲਾਗੀ ਸਾਚੁ ਪਰੀਤਿ॥	laagee saach pareet.
ਚਰਣ ਭਜੇ ਪਾਰਬ੍ਰਹਮ ਕੇ,	charan bhajay paarbarahm kay
ਸਭਿ ਜਪ ਤਪ ਤਿਨ ਹੀ ਕੀਤਿ॥੩॥	sabh jap tap tin hee keet. ||3||

ਜਿਸ ਦੇ ਮਨ ਵਿੱਚ ਪ੍ਰਭ ਦਾ ਸ਼ਬਦ ਜਾਗਰਤ ਹੋ ਜਾਂਦਾ ਹੈ । ਉਸ ਦਾ ਤਨ, ਮਨ ਪਵਿੱਤਰ ਹੋ ਜਾਂਦਾ, ਮਨ ਵਿੱਚ ਕੋਈ ਬੁਰੇ ਖਿਆਲ ਨਹੀਂ ਰਹਿੰਦੇ । ਜਿਹੜਾ ਪ੍ਰਭ ਦੇ ਸ਼ਬਦ ਨਾਲ ਜੀਵਨ ਢਾਲਦਾ, ਸ਼ਰਣ ਵਿੱਚ ਆਪਾ ਭੇਟਾ ਕਰ ਦੇਂਦਾ ਹੈ । ਉਸ ਦਾ ਸਿਮਰਨ ਕਰਨਾ ਹੀ ਅਸਲੀ ਜਪ, ਤਪ ਹੈ, ਦਰਬਾਰ ਵਿੱਚ ਪ੍ਰਵਾਨਗੀ ਬਖਸ਼ਿਸ਼ ਹੋ ਸਕਦੀ ਹੈ ।

Whosoever may remain enlightened with the essence of His Word; his soul may be sanctified. Whosoever may surrender his self-identity and adopt the teachings of His Word; with His mercy and grace, all his meditations and austerities become the right path of acceptance in His Court.

ਰਤਨ ਜਵੇਹਰ ਮਾਣਿਕਾ,	ratan javayhar maanikaa
ਅੰਮ੍ਰਿਤੁ ਹਰਿ ਕਾ ਨਾਉ॥	amrit har kaa naa-o.
ਸੂਖ ਸਹਜ ਆਨੰਦ ਰਸ,	sookh sahj aanand ras
ਜਨ ਨਾਨਕ ਹਰਿ ਗੁਣ ਗਾਉ॥੪॥੧੭॥87॥	jan naanak har gun gaa-o. ||4||17||87||

ਪ੍ਰਭ ਦੇ ਸ਼ਬਦ ਦੀ ਸੋਝੀ ਹੀ ਉਹ ਅਣਮੋਲ ਰਤਨ, ਅੰਮ੍ਰਿਤ ਹੈ । ਜਿਸ ਨਾਲ ਜੀਵ ਦੇ ਮਨ ਵਿੱਚ ਸਦਾ ਰਹਿਣ ਵਾਲਾ ਖੇੜਾ ਘਰ ਕਰ ਜਾਂਦਾ ਹੈ ।

The enlightenment of the essence of His Word may be real precious jewel. Whosoever may be blessed with ambrosial nectar of the essence of His Word; with His mercy and grace, he may be overwhelmed with blossom in his life.

141.ਸਿਰੀਰਾਗੁ ਮਹਲਾ ੫॥ (48-15)

ਸੋਈ ਸਾਸਤੁ ਸਉਣੁ ਸੋਇ,	so-ee saasat sa-un so-ay
ਜਿਤੁ ਜਪੀਐ ਹਰਿ ਨਾਉ॥	jit japee-ai har naa-o.
ਚਰਣ ਕਮਲ ਗੁਰਿ ਧਨੁ ਦੀਆ,	charan kamal gur Dhan dee-aa
ਮਿਲਿਆ ਨਿਥਾਵੇ ਥਾਉ॥	mili-aa nithaavay thaa-o.
ਸਾਚੀ ਪੂੰਜੀ ਸਚੁ ਸੰਜਮੋ,	saachee poonjee sach sanjamo
ਆਠ ਪਹਰ ਗੁਣ ਗਾਉ॥	aath pahar gun gaa-o.
ਕਰਿ ਕਿਰਪਾ ਪ੍ਰਭੁ ਭੇਟਿਆ,	kar kirpaa parabh bhayti-aa
ਮਰਣੁ ਨ ਆਵਣੁ ਜਾਉ॥੧॥	maran na aavan jaa-o. ||1||

ਜਿਸ ਬਾਣੀ ਨਾਲ ਪ੍ਰਭ ਦੇ ਗੁਣ ਗਾਏ ਜਾਂਦੇ ਹਨ, ਉਹ ਹੀ ਬਾਣੀ, ਪ੍ਰਭ ਦੇ ਸ਼ਬਦ ਦਾ ਰੂਪ ਬਣ ਜਾਂਦੀ ਹੈ, ਉਹ ਰਾਗ ਹੀ, ਪ੍ਰਭ ਦੇ ਸ਼ਬਦ ਦੀ ਧੁਨ ਬਣ ਜਾਂਦੀ ਹੈ । ਪ੍ਰਭ ਨੇ ਆਪਣੇ ਚਰਨਾਂ ਵਿੱਚ ਪਨਾਹ, ਸ਼ਬਦ ਨਾਲ ਲਗਨ ਬਖਸ਼ੀ ਹੈ । ਜਿਸ ਨਿਮਾਣੇ ਕੋਲ ਕੋਈ ਅਰਾਮ ਕਰਨਵਾਲਾ ਥਾਂ ਵੀ ਨਹੀਂ ਸੀ, ਪ੍ਰਭ ਉਸ ਨੂੰ ਵੀ ਆਪਣੇ ਚਰਨਾਂ ਵਿੱਚ ਥਾਂ ਬਖਸ਼ਦਾ ਹੈ । ਪ੍ਰਭ ਦੇ ਸ਼ਬਦ ਦਾ ਸਵਾਸ ਗਰਾਸ ਸਿਮਰਨ ਨਾਲ ਸ਼ਬਦ ਦੀ ਸੋਝੀ ਰੂਪੀ ਅਣਮੋਲ ਖਜ਼ਾਨਾ, ਮਾਨਸ ਜੀਵਨ ਦਾ ਅਸਲੀ ਢੰਗ ਬਖਸ਼ਿਸ਼ ਹੋ ਜਾਂਦਾ ਹੈ । ਪ੍ਰਭ

ਆਪ ਹੀ ਰਹਿਮਤ ਦੀ ਨਜ਼ਰ ਬਖਸ਼ਦਾ, ਸ਼ਬਦ ਦੇ ਲੜ ਲਾਉਂਦਾ ਹੈ । ਉਸ ਨੂੰ ਸ਼ਬਦ ਦੀ ਸੋਝੀ ਹੋ ਜਾਂਦੀ ਹੈ, ਆਤਮਾ ਜੂੰਨਾਂ ਤੋਂ ਰਹਿਤ ਹੋ ਸਕਦੀ ਹੈ ।

Any rhyme of Holy Scripture may be sung in renunciation in the memory of his separation from His Holy Spirit; the rhyme may be transformed as His Word. The echo of the music to sing His Glory may be transform as the everlasting echo of His Word. The True Master has blessed a devotion and His Sanctuary to His humble true devotee. Whosoever may not have place to hide his head; he may be blessed with a permanent resting place in His Royal palace. Whosoever may meditate with each breath; with His mercy and grace, he may be blessed with the treasure of enlightenment of the essence of His Word; the real path of purpose of his human life opportunity. Whosoever may be blessed with devotion to meditate; with His mercy and grace, he may be enlightened from within and his reincarnation may be eliminated.

ਮੇਰੇ ਮਨ ਹਰਿ ਭਜੁ ਸਦਾ ਇਕ ਰੰਗਿ॥	mayray man har bhaj sadaa ik rang.
ਘਟ ਘਟ ਅੰਤਰਿ ਰਵਿ ਰਹਿਆ,	ghat ghat antar rav rahi-aa
ਸਦਾ ਸਹਾਈ ਸੰਗਿ॥੧॥ ਰਹਾਉ॥	sadaa sahaa-ee sang. ||1|| rahaa-o.

ਜੀਵ ਸਦਾ ਹੀ ਇਕਾਗਰ ਮਨ ਹੋ ਕੇ, ਅਡੋਲ ਭਰੋਸਾ ਰਖਕੇ ਸ਼ਬਦ ਦੀ ਪਾਲਣਾ ਕਰੋ! ਉਹ ਹਰਇਕ ਦੇ ਮਨ ਵਿੱਚ ਵਸਦਾ, ਹਰ ਵੇਲੇ ਜੀਵ ਦੇ ਸਾਥ ਹੁੰਦਾ ਹੈ । ਸਦਾ ਹੀ ਆਤਮਾ ਦਾ ਆਸਰਾ ਹੁੰਦਾ ਹੈ ।

You should obey the teachings of His Word with steady and stable belief in day-to-day life. His Holy Spirit remains embedded within each soul and dwells within his body; always companion and support of his soul.

ਸੁਖਾ ਕੀ ਮਿਤਿ ਕਿਆ ਗਣੀ,	sukhaa kee mit ki-aa ganee
ਜਾ ਸਿਮਰੀ ਗੋਵਿੰਦੁ॥	jaa simree govind.
ਜਿਨ ਚਾਖਿਆ ਸੇ ਤ੍ਰਿਪਤਾਸਿਆ,	jin chaakhi-aa say tariptaasi-aa
ਉਹ ਰਸੁ ਜਾਣੈ ਜਿੰਦੁ॥	uh ras jaanai jind.
ਸੰਤਾ ਸੰਗਤਿ ਮਨਿ ਵਸੈ,	santaa sangat man vasai
ਪ੍ਰਭੁ ਪ੍ਰੀਤਮੁ ਬਖਸਿੰਦੁ॥	parabh pareetam bakhsind.
ਜਿਨਿ ਸੇਵਿਆ ਪ੍ਰਭੁ ਆਪਣਾ,	jin sayvi-aa parabh aapnaa
ਸੋਈ ਰਾਜ ਨਰਿੰਦੁ॥੨॥	so-ee raaj narind. ||2||

ਜਿਹੜੀ ਖੁਸ਼ੀ, ਅਨੰਦ ਪ੍ਰਭ ਦੇ ਸ਼ਬਦ ਦੀ ਪਾਲਣਾ ਕਰਨ ਨਾਲ ਬਖਸ਼ਿਸ਼ ਹੁੰਦਾ ਹੈ, ਉਸ ਦਾ ਅੰਦਾਜ਼ਾ ਨਹੀਂ ਲਾਇਆ ਜਾ ਸਕਦਾ । ਜਿਹੜਾ ਉਸ ਰਸ ਦਾ ਅਨੰਦ ਮਾਨਦਾ ਹੈ, ਉਸ ਦੇ ਮਨ ਵਿੱਚ ਸੰਤੋਖ ਭਰ ਜਾਂਦਾ ਹੈ, ਉਸ ਦੀ ਆਤਮਾ ਪ੍ਰਭ ਦੀ ਰਹਿਮਤ ਮਹਿਸੂਸ ਕਰਦੀ ਹੈ । ਸੰਤਾਂ ਦੀ ਸੰਗਤ ਵਿੱਚ ਵਸਣ, ਸਿਖਿਆਂ ਨਾਲ ਜੀਵਨ ਢਾਲਣ ਨਾਲ ਪ੍ਰਭ ਦੇ ਸ਼ਬਦ ਦੀ ਸੋਝੀ ਬਖਸ਼ਿਸ਼ ਹੋ ਜਾਂਦੀ, ਮਨ ਵਿੱਚ ਸ਼ਬਦ ਘਰ ਕਰ ਜਾਂਦਾ ਹੈ । ਜਿਹੜਾ ਪ੍ਰਭ ਦੇ ਸ਼ਬਦ ਦੀ ਸੇਵਾ ਕਰਦਾ ਹੈ, ਉਸ ਦੀ ਅਵਸਥਾ, ਸ਼ੇਨਸਾਹਾ ਦੇ ਸ਼ੇਨਸਾਹ ਵਰਗੀ ਹੋ ਜਾਂਦੀ ਹੈ ।

Whosoever may obey the teachings of His Word; he may be blessed with such a unique pleasure; the significance of pleasures, remains beyond the imagination of His Creation. He may cherish the pleasure, and remains overwhelmed with contentment. His soul may realize His Existence.

Whosoever may join the conjugation of His Holy saint and adopts his life experience teachings in his day-to-day life; with His mercy and grace, he may be drenched with the enlightenment of the essence of His Word. Whosoever may serve His Creation; his state of mind better than the King of kings.

ਅਉਸਰਿ ਹਰਿ ਜਸੁ ਗੁਣ ਰਮਣ,	a-osar har jas gun raman
ਜਿਤੁ ਕੋਟਿ ਮਜਨ ਇਸਨਾਨੁ॥	jit kot majan isnaan.
ਰਸਨਾ ਉਚਰੈ ਗੁਣਵਤੀ,	rasnaa uchrai gunvatee
ਕੋਇ ਨ ਪੁਜੈ ਦਾਨੁ॥	ko-ay na pujai daan.

ਦ੍ਰਿਸਟਿ ਧਾਰਿ ਮਨਿ ਤਨਿ ਵਸੈ,	darisat Dhaar man tan vasai
ਦਇਆਲ ਪੁਰਖੁ ਮਿਹਰਵਾਨੁ॥	da-i-aal purakh miharvaan.
ਜੀਉ ਪਿੰਡੁ ਧਨੁ ਤਿਸ ਦਾ,	jee-o pind Dhan tis daa
ਹਉ ਸਦਾ ਸਦਾ ਕੁਰਬਾਨੁ॥੩॥	ha-o sadaa sadaa kurbaan. ||3||

ਮਾਨਸ ਜਨਮ ਦੇ ਸਮਾਂ ਵਿੱਚ ਹੀ ਪ੍ਰਭ ਦੇ ਸ਼ਬਦ ਦੇ ਗੁਣ ਗਾਏ ਜਾ ਸਕਦੇ ਹਨ । ਜਿਹੜਾ ਸ਼ਬਦ ਦੇ ਗੁਣ, ਪ੍ਰਭ ਦੇ ਬਖਸ਼ੇ ਤੇ ਅਡੋਲ ਭਰੋਸੇ ਨਾਲ ਗਾਉਂਦਾ ਹੈ, ਉਸ ਦੇ ਅਨੇਕਾਂ ਜਨਮਾਂ ਦੇ ਪਾਪ ਧੋਤੇ ਜਾਂਦੇ, ਮਨ ਪਵਿੱਤਰ ਹੋ ਸਕਦਾ ਹੈ । ਕੋਈ ਵੀ ਪੁੰਨ, ਦਾਨ, ਆਪਣੀ ਜੀਭ ਵਿਚੋਂ ਪ੍ਰਭ ਦੇ ਸ਼ਬਦ ਦੇ ਗੁਣ ਗਾਉਂਦੇ ਦੀ ਤੁਲਨਾ ਨਹੀਂ ਕਰ ਸਕਦਾ । ਪ੍ਰਭ ਆਪਣੀ ਰਹਿਮਤ ਨਾਲ ਗੁਰਮਖ ਦੇ ਤਨ, ਮਨ ਵਿੱਚ ਜਾਗਰਤ ਹੋ ਜਾਂਦਾ ਹੈ । ਜੀਵ ਦਾ ਮਨ, ਤਨ, ਹੈਸੀਅਤ ਪ੍ਰਭ ਦੀ ਹੀ ਅਮਾਨਤ ਹੈ! ਸਦਾ ਹੀ ਉਸ ਦੀ ਕੁਦਰਤ ਤੋਂ ਕੁਰਬਾਨ ਜਾਵੋ!

The human life journey may be an opportunity to sing the glory of His Word. Whosoever may remain contented with His Blessings as worthy reward for his deeds; his sins of previous lives may be forgiven and his soul may be sanctified. No charity may be compared with singing in renunciation in the memory of his separation from His Holy Spirit with your own tongue. Whosoever may be bestowed with His Blessed Vision, he may be enlightened from within. The human body, mind and worldly status remain only His Trust. I remain fascinated, astonished from His Nature.

ਮਿਲਿਆ ਕਦੇ ਨ ਵਿਛੁੜੈ,	mili-aa kaday na vichhurhai
ਜੋ ਮੇਲਿਆ ਕਰਤਾਰਿ॥	jo mayli-aa kartaar.
ਦਾਸਾ ਕੇ ਬੰਧਨ ਕਟਿਆ,	daasaa kay banDhan kati-aa
ਸਾਚੈ ਸਿਰਜਣਹਾਰਿ॥	saachai sirjanhaar.
ਭੂਲਾ ਮਾਰਗਿ ਪਾਇਓਨੁ,	bhoolaa maarag paa-i-on
ਗੁਣ ਅਵਗੁਣ ਨ ਬੀਚਾਰਿ॥	gun avgun na beechaar.
ਨਾਨਕ ਤਿਸੁ ਸਰਣਾਗਤੀ,	naanak tis sarnaagatee
ਜਿ ਸਗਲ ਘਟਾ ਆਧਾਰੁ॥੪॥੧੮॥88॥	je sagal ghataa aaDhaar. ||4||18||88||

ਜਿਸ ਨੂੰ ਪ੍ਰਭ ਆਪਣੀ ਰਹਿਮਤ ਨਾਲ ਸ਼ਬਦ ਨਾਲ ਲੜ ਲਾਉਂਦਾ, ਅਸਲੀ ਰਸਤਾ ਬਖਸ਼ਦਾ ਹੈ, ਉਸ ਨੂੰ ਕੋਈ ਵੀ ਪ੍ਰਭ ਨਾਲੋ ਵਿਛੋੜ ਨਹੀਂ ਸਕਦਾ । ਆਪ ਹੀ ਉਸ ਦੇ ਸੰਸਾਰਕ ਬੰਧਨ ਕੱਟ, ਦੂਰ ਕਰਦਾ ਹੈ । ਆਪਣੇ ਭੁਲੇ ਦਾਸ ਨੂੰ ਵੀ ਸਿੱਧੇ ਰਸਤੇ ਤੇ ਪਾਉਂਦਾ, ਭੁੱਲਾਂ ਬਖਸ਼ਦਾ ਹੈ । ਉਹ ਹਰਇਕ ਤਨ, ਮਨ ਵਿੱਚ ਹੀ ਵਸਣ ਵਾਲੇ ਮਾਲਕ ਦੀ ਸ਼ਰਣ ਵਿੱਚ ਆਪਾ ਭੇਟਾ ਕਰਦਾ ਜੀਵਨ ਬਤੀਤ ਕਰਦਾ ਹੈ ।

Whosoever may be blessed with a devotion to meditate on the teachings of His Word; he may be blessed with the right path of acceptance in His Court. His soul may never be separated from His Holy Spirit. He may destroy the worldly bonds of His true devotee. He may guide lost soul, His true devotee on the right path of acceptance in His Court. His true devotee may surrender his self-identity at His Sanctuary; The True Master remains embedded within each soul and prevails everywhere in the universe.

142.ਸਿਰੀਰਾਗੁ ਮਹਲਾ ੫॥ (49-6)

ਰਸਨਾ ਸਚਾ ਸਿਮਰੀਐ,	rasnaa sachaa simree-ai
ਮਨੁ ਤਨੁ ਨਿਰਮਲੁ ਹੋਇ॥	man, tan nirmal ho-ay.
ਮਾਤ ਪਿਤਾ ਸਾਕ ਅਗਲੇ,	maat pitaa saak aglay
ਤਿਸੁ ਬਿਨੁ ਅਵਰੁ ਨ ਕੋਇ॥	tis bin avar na ko-ay.
ਮਿਹਰ ਕਰੇ ਜੇ ਆਪਣੀ,	mihar karay jay aapnee
ਚਸਾ ਨ ਵਿਸਰੈ ਸੋਇ॥੧॥	chasaa na visrai so-ay. ||1||

ਆਪਣੀ ਜੀਭ ਨਾਲ ਬਾਰ ਬਾਰ ਸ਼ਬਦ ਦਾ ਸਿਮਰਨ ਕਰਨ ਨਾਲ ਆਤਮਾ ਪਵਿੱਤਰ ਹੋ ਜਾਂਦੀ ਹੈ, ਮਨ ਦੇ ਬੁਰੇ ਖਿਆਲ ਦੂਰ ਹੋ ਜਾਂਦੇ ਹਨ । ਪ੍ਰਭ ਦੀ ਰਹਿਮਤ ਤੋਂ ਬਿਨਾਂ ਕੋਈ ਸੰਸਾਰਕ ਮਾਤਾ, ਪਿਤਾ, ਸਾਬੰਧੀ, ਸਾਥ ਨਹੀਂ ਦੇ ਸਕਦੇ । ਜਿਸ ਤੇ ਪ੍ਰਭ ਆਪਣੀ ਰਹਿਮਤ ਦੀ ਨਜ਼ਰ ਬਖਸ਼ਦਾ ਹੈ, ਉਹ ਕਦੇ ਢਿਲ ਨਹੀਂ ਕਰਦਾ, ਉਹ ਇਕ ਪਲ ਵੀ ਮਨ ਵਿਚੋਂ ਸ਼ਬਦ ਨਹੀਂ ਭੁਲਾਉਂਦਾ ।

Whosoever may meditate on the teachings of His Word with each breath; his soul may be sanctified and evil thoughts may be eliminated. No worldly relationships, like mother, father, brother, and sisters cannot stay with and support his soul in His Court. Whosoever may be bestowed with His Blessed Vision, he may never forget His Word even for moment from his heart.

ਮਨ ਮੇਰੇ ਸਾਚਾ ਸੇਵਿ ਜਿਚਰੁ ਸਾਸੁ॥	man, mayray saachaa sayv jichar saas.
ਬਿਨੁ ਸਚੇ ਸਭ ਕੂੜੁ ਹੈ,	bin sachay sabh koorh hai
ਅੰਤੇ ਹੋਇ ਬਿਨਾਸੁ॥੧॥ ਰਹਾਉ॥	antay ho-ay binaas. ‖1‖ rahaa-o.

ਜਿਤਨਾ ਚਿਰ ਜੀਵ ਦੇ ਸਵਾਸ ਚਲਦੇ ਹਨ, ਪ੍ਰਭ ਦੇ ਸ਼ਬਦ ਦਾ ਸਿਮਰਨ ਕਰੋ! ਪ੍ਰਭ ਦੇ ਸ਼ਬਦ ਦੀ ਪਾਲਣਾ ਤੋਂ ਬਿਨਾਂ ਬਾਕੀ ਸਾਰੇ ਧੰਦੇ ਥੋੜ੍ਹਾ ਸਮਾਂ ਅਨੰਦ ਦੇਣ ਵਾਲੇ ਹੀ ਹਨ, ਅੰਤ ਵਿੱਚ ਨਾਸ ਹੋ ਜਾਂਦੇ ਹਨ ।

Whosoever may be breathing, alive! He should meditate and adopt the teachings of His Word with steady and stable belief in his day-to-day life. All other worldly deeds may provide short-lived worldly pleasures. Worldly wealth may not support his soul after death in His Court.

ਸਾਹਿਬੁ ਮੇਰਾ ਨਿਰਮਲਾ,	saahib mayraa nirmalaa
ਤਿਸੁ ਬਿਨੁ ਰਹਣੁ ਨ ਜਾਇ॥	tis bin rahan na jaa-ay.
ਮੇਰੈ ਮਨਿ ਤਨਿ ਭੁਖ ਅਤਿ ਅਗਲੀ,	mayrai man tan bhukh at aglee
ਕੋਈ ਆਣਿ ਮਿਲਾਵੈ ਮਾਇ॥	ko-ee aan milaavai maa-ay.
ਚਾਰੇ ਕੁੰਡਾ ਭਾਲੀਆ,	chaaray kundaa bhaalee-aa
ਸਹ ਬਿਨੁ ਅਵਰੁ ਨ ਜਾਇ॥੨॥	sah bin avar na jaa-ay. ‖2‖

ਜਿਹੜਾ ਪਵਿੱਤਰ ਪ੍ਰਭ ਦੇ ਸ਼ਬਦ ਦੀ ਪਾਲਣਾ ਨਹੀਂ ਕਰਦਾ, ਉਸ ਦੇ ਮਨ ਵਿੱਚ ਚੈਨ ਨਹੀਂ ਆਉਂਦਾ, ਮਨ ਭਟਕਦਾ ਰਹਿੰਦਾ ਹੈ । ਮੇਰੇ ਮਨ, ਤਨ ਵਿੱਚ ਪ੍ਰਭ ਨੂੰ ਮਿਲਣ ਦੀ ਬਹੁਤ ਭੁੱਖ ਚਮਕਦੀ ਹੈ । ਕੋਈ ਪ੍ਰਭ ਦਾ ਦਾਸ, ਦੀ ਪ੍ਰਵਾਨਗੀ ਦੇ ਰਸਤੇ ਦੀ ਸੋਝੀ ਪਾਵੇ! ਮੈਂ ਸੰਸਾਰ ਦੇ ਚਾਰੇ ਕੋਨੇ ਹੀ ਖੋਜ ਲਏ ਹਨ, ਪ੍ਰਭ ਦੀ ਰਹਿਮਤ ਤੋਂ ਬਿਨਾਂ ਮਨ ਵਿੱਚ ਕੋਈ ਸੰਤੋਖ ਨਹੀਂ ਆਉਂਦਾ ।

Whosoever may not obey the teachings of His Word with steady and stable belief, his mind remains frustrated with worldly desires. I have a deep desire, anxiety to be enlightened with the essence of His Word (Blessed Vision of The True Master). I pray! Any of His true devotee may guide me to the right path. I have wandered around in all directions, places; however, without His mercy and grace, my soul may not find peace and contentment.

ਤਿਸੁ ਆਗੈ ਅਰਦਾਸਿ ਕਰਿ,	tis aagai ardaas kar
ਜੋ ਮੇਲੇ ਕਰਤਾਰੁ॥	jo maylay kartaar.
ਸਤਿਗੁਰੁ ਦਾਤਾ ਨਾਮ ਕਾ,	saT`gur daataa Naam kaa
ਪੂਰਾ ਜਿਸੁ ਭੰਡਾਰੁ॥	pooraa jis bhandaar.
ਸਦਾ ਸਦਾ ਸਾਲਾਹੀਐ,	sadaa sadaa salaahee-ai
ਅੰਤੁ ਨ ਪਾਰਾਵਾਰੁ॥੩॥	ant na paaraavaar. ‖3‖

ਜਿਹੜਾ ਪ੍ਰਭ ਦੀ ਪ੍ਰਵਾਨਗੀ ਦੇ ਰਸਤੇ ਤੇ ਪਾ ਦੇਵੇ! ਮੈਂ ਉਸ ਅੱਗੇ ਅਰਦਾਸ ਕਰਾ! ਪ੍ਰਭ ਹੀ ਸ਼ਬਦ ਦੀ ਦਾਤ ਦੇਣ ਵਾਲਾ ਅਸਲੀ ਮਾਲਕ ਹੈ, ਉਸ ਦੇ ਕੋਲ ਸ਼ਬਦ ਦੇ ਪੂਰਨ, ਬੇਅੰਤ ਭੰਡਾਰ ਹਨ । ਉਸ ਵਿੱਚ ਕੋਈ ਕਮੀ, ਦਾਗ਼ ਨਹੀਂ ਹੈ । ਉਸ ਦੇ ਸ਼ਬਦ ਦੀ ਸਵਾਸ ਗਰਾਸ ਸਿਮਰਨ ਕਰੋ, ਗੁਣ ਗਾਵੋ!

I may worship and pray from His true devotee; who may guide me to the right path of acceptance in His Court. The One and Only One, True Master, Treasure of unlimited Virtues, enlightenment of the essence of His Word. He has no blemish nor any deficiency in His Blessings. You should sing the glory and meditate on the teachings of His Word with each breath.

ਪਰਵਦਗਾਰੁ ਸਾਲਾਹੀਐ,	parvardagaar salaahee-ai
ਜਿਸ ਦੇ ਚਲਤ ਅਨੇਕ॥	jis day chalat anayk.
ਸਦਾ ਸਦਾ ਆਰਾਧੀਐ,	sadaa sadaa aaraaDhee-ai
ਏਹਾ ਮਤਿ ਵਿਸੇਖ॥	ayhaa mat visaykh.
ਮਨਿ ਤਨਿ ਮਿਠਾ ਤਿਸੁ ਲਗੈ,	man, tan mithaa tis lagai
ਜਿਸੁ ਮਸਤਕਿ ਨਾਨਕ ਲੇਖ॥੪॥੧੯॥89॥	jis mastak naanak laykh. ||4||19||89||

ਜੀਵ ਪ੍ਰਭ ਦੇ ਸ਼ਬਦ ਦੀ ਉਸਤਤ ਗਾਵੋ, ਸਦਾ ਹੀ ਸਿਮਰਨ ਕਰੋ! ਉਸ ਦੀ ਕੁਦਰਤ ਦੇ ਅਨੇਕਾਂ ਹੀ ਰੰਗ, ਤਰੀਕੇ, ਕਰਾਮਾਤਾਂ ਹਨ । ਇਹ ਹੀ ਵਿਸ਼ੇਸ਼ ਮੱਤ, ਉਤਮ ਧੰਦਾ ਹੈ । ਜਿਸ ਦੇ ਭਾਗਾਂ ਵਿੱਚ ਇਹ ਲਿਖਿਆ ਹੁੰਦਾ ਹੈ, ਉਸ ਦੇ ਤਨ, ਮਨ ਨੂੰ ਪ੍ਰਭ ਦਾ ਸ਼ਬਦ ਮਿੱਠਾ ਲਗਦਾ ਹੈ ।

You should sing the glory and meditate on the teachings of His Word with steady and stable belief in your day-to-day life. He has unlimited miracles and virtues in His Nature for the real purpose of life. This may be supreme task and priceless counsel in human life. Whosoever may have a great prewritten destiny, only he may enjoy the sweetness, nectar of His Word.

143.ਸਿਰੀਰਾਗੁ ਮਹਲਾ ੫॥ (49-13)

ਸੰਤ ਜਨਹੁ ਮਿਲਿ ਭਾਈਹੋ,	sant janhu mil bhaa-eeho
ਸਚਾ ਨਾਮੁ ਸਮਾਲਿ॥	sachaa Naam samaal.
ਤੋਸਾ ਬੰਧਹੁ ਜੀਅ ਕਾ,	tosaa banDhhu jee-a kaa
ਐਥੈ ਓਥੈ ਨਾਲਿ॥	aithai othai naal.
ਗੁਰ ਪੂਰੇ ਤੇ ਪਾਈਐ,	gur pooray tay paa-ee-ai
ਅਪਣੀ ਨਦਰਿ ਨਿਹਾਲਿ॥	apnee nadar nihaal.
ਕਰਮਿ ਪਰਾਪਤਿ ਤਿਸੁ ਹੋਵੈ,	karam paraapat tis hovai
ਜਿਸ ਨੋ ਹੋਇ ਦਇਆਲੁ॥੧॥	jis no hou-ay da-i-aal. ||1||

ਸੰਤ ਸਰੂਪ ਦੀ ਸੰਗਤ ਵਿੱਚ ਰਲ ਕੇ ਪ੍ਰਭ ਦੇ ਸ਼ਬਦ ਦੀ ਉਸਤਤ ਗਾਵੋ, ਸ਼ਬਦ ਦੀ ਪਾਲਣਾ ਕਰੋ! ਆਤਮਾ ਦੇ ਸਫਰ ਲਈ ਉਹ ਧਨ ਇਕੱਠਾ ਕਰੋ! ਜਿਹੜਾ ਸੰਸਾਰ ਵਿੱਚ ਅਤੇ ਮੌਤ ਪਿਛੋਂ ਵੀ ਤੇਰੇ ਸਾਥ ਜਾਵੇ । ਜਿਸ ਤੇ ਪ੍ਰਭ ਦੀ ਰਹਿਮਤ ਦੀ ਨਜ਼ਰ ਬਖਸ਼ਦਾ ਹੈ, ਕੇਵਲ ਉਸ ਦੀ ਹੀ ਸ਼ਬਦ ਨਾਲ ਲਗਨ ਲਗਦੀ, ਸ਼ਬਦ ਦਾ ਕਮਾਈ ਕਰਦਾ, ਧਨ ਬਖਸ਼ਿਸ਼ ਹੋ ਸਕਦਾ ਹੈ । ਇਹ ਉਸ ਦੇ ਭਾਗਾਂ ਵਿੱਚ ਹੁੰਦਾ ਹੈ, ਜਿਸ ਦੀ ਕਮਾਈ ਪ੍ਰਭ ਆਪ ਪ੍ਰਵਾਨ ਕਰਦਾ ਹੈ ।

You should join the conjugation of His Holy saint and adopt his life experience teachings and sing the glory of His Word in your day-to-day life. You should only collect the earnings of His Word that may support in worldly life and after death. Whosoever may be bestowed with His Blessed Vision, only he may be dedicated to meditate; with His mercy and grace, he may be blessed with wealth of His Word. Whosoever may have a great prewritten destiny, only his earnings may be accepted in His Court.

ਮੇਰੇ ਮਨ ਗੁਰ ਜੇਵਡੁ ਅਵਰੁ ਨ ਕੋਇ॥	mayray man gur jayvad avar na ko-ay.
ਦੂਜਾ ਥਾਉ ਨ ਕੋ ਸੁਝੈ,	doojaa thaa-o na ko sujhai
ਗੁਰ ਮੇਲੇ ਸਚੁ ਸੋਇ॥੧॥ ਰਹਾਉ॥	gur maylay sach so-ay. ||1|| rahaa-o.

ਪ੍ਰਭ ਤੋਂ ਵਡਾ ਹੋਰ ਕੋਈ ਨਹੀਂ ਹੈ । ਮੈਂ ਹੋਰ ਕੋਈ ਥਾਂ ਦਾ ਸੋਚ ਵੀ ਨਹੀਂ ਸਕਦਾ, ਆਪ ਹੀ ਸ਼ਬਦ ਦੀ ਪਾਲਣਾ ਦੇ ਲੜ ਲਾਉਂਦਾ ਹੈ ।

No one may be equal nor greater than The One and only One True Master, His Holy Spirit. I may not even imagine to follow any other worldly guru, prophet! Who may bless or lead to the right path of acceptance in His Court?

ਸਗਲ ਪਦਾਰਥ ਤਿਸੁ ਮਿਲੇ,	sagal padaarath tis milay
ਜਿਨਿ ਗੁਰੁ ਡਿਠਾ ਜਾਇ॥	jin gur dithaa jaa-ay.
ਗੁਰ ਚਰਣੀ ਜਿਨ ਮਨੁ ਲਗਾ,	gur charnee jin man lagaa
ਸੇ ਵਡਭਾਗੀ ਮਾਇ॥	say vadbhaagee maa-ay.
ਗੁਰੁ ਦਾਤਾ ਸਮਰਥੁ ਗੁਰੁ,	gur daataa samrath gur
ਗੁਰੁ ਸਭ ਮਹਿ ਰਹਿਆ ਸਮਾਇ॥	gur sabh meh rahi-aa samaa-ay.
ਗੁਰੁ ਪਰਮੇਸਰੁ ਪਾਰਬ੍ਰਹਮੁ,	gur parmaysar paarbarahm
ਗੁਰੁ ਡੁਬਦਾ ਲਏ ਤਰਾਇ॥੨॥	gur dubdaa la-ay taraa-ay. ||2||

ਜਿਹੜਾ ਮਨ ਵਿੱਚ ਸ਼ਰਧਾ, ਭਰੋਸਾ ਅਡੋਲ ਰਖਕੇ, ਆਪਾ ਪ੍ਰਭ ਦੀ ਭੇਟਾ ਕਰ ਦੇਂਦਾ ਹੈ, ਉਸ ਨੂੰ ਮਨ ਦੀਆਂ ਸਾਰੀਆਂ ਹੀ ਮੁਰਾਦਾਂ ਬਖਸ਼ਿਸ਼ ਹੋ ਜਾਂਦੀਆ ਹਨ । ਜਿਸ ਦਾ ਮਨ ਪ੍ਰਭ ਦੇ ਚਰਨਾਂ, ਸ਼ਬਦ ਦੀ ਪਾਲਣਾ ਵਿੱਚ ਅਡੋਲ ਰਹਿੰਦਾ ਹੈ, ਉਹ ਵਡੇ ਭਾਗਾਂ ਵਾਲੇ ਹੋ ਜਾਂਦਾ ਹੈ । ਪ੍ਰਭ ਹੀ ਦਾਤਾਂ ਬਖਸ਼ਣ ਵਾਲਾ ਅਸਲੀ ਮਾਲਕ ਹੈ, ਸਭ ਕਰਾਮਾਤਾਂ ਉਸ ਦੇ ਭਾਣੇ ਅੰਦਰ ਹੀ ਹਨ । ਉਹ ਹੀ ਹਰ ਆਤਮਾ ਵਿੱਚ ਸਮਾਇਆ, ਤਨ ਵਿੱਚ ਵਸਦਾ, ਵਾਪਰਦਾ ਹੈ । ਪ੍ਰਭ ਦਾ ਸ਼ਬਦ ਹੀ ਪ੍ਰਭ ਦਾ ਰੂਪ ਹੈ, ਸ਼ਬਦ ਦੀ ਪਾਲਣਾ ਕਰਨਾ ਹੀ ਪ੍ਰਭ ਦੀ ਪੂਜਾ ਹੈ, ਆਤਮਾ, ਗਲਤ ਰਸਤਾ ਤਿਆਗਕੇ ਪ੍ਰਵਾਨ ਹੋ ਸਕਦੀ ਹੈ ।

Whosoever may wholeheartedly surrender his self-identity at His sanctuary and meditates on the teachings of His Word with steady and stable belief; with His mercy and grace, all his spoken and unspoken desires may be satisfied. He may be very fortunate and accepted in His Sanctuary. The One and Only One, True Master, Treasure of all virtues; all miracles prevail only under His Command. His Holy Spirit remains embedded within each soul and dwell and prevails within his body and in every event in the universe. The essence of His Word is a symbol of The True Master; obeying the teachings of His Word may be true worship; with His mercy and grace, he may renounce wrong path. His soul may be accepted in His Court.

ਕਿਤੁ ਮੁਖਿ ਗੁਰੁ ਸਾਲਾਹੀਐ,	kit mukh gur salaahee-ai
ਕਰਣ ਕਾਰਣ ਸਮਰਥੁ॥	karan kaaran samrath.
ਸੇ ਮਥੇ ਨਿਹਚਲ ਰਹੇ,	say mathay nihchal rahay
ਜਿਨ ਗੁਰਿ ਧਾਰਿਆ ਹਥੁ॥	jin gur Dhaari-aa hath.
ਗੁਰਿ ਅੰਮ੍ਰਿਤ ਨਾਮੁ ਪੀਆਲਿਆ,	gur amrit Naam pee-aali-aa
ਜਨਮ ਮਰਨ ਕਾ ਪਥੁ॥	janam maran kaa path.
ਗੁਰੁ ਪਰਮੇਸਰੁ ਸੇਵਿਆ,	gur parmaysar sayvi-aa
ਭੈ ਭੰਜਨੁ ਦੁਖ ਲਥੁ॥੩॥	bhai bhanjan dukh lath. ||3||

ਕਿਸ ਜੀਭ ਨਾਲ ਪ੍ਰਭ ਦੀ ਉਸਤਤ ਗਾਵਾ, ਪ੍ਰਭ ਹੀ ਸਭ ਕਾਰਨਾਂ ਦਾ ਕਾਰਨ ਹੈ । ਜਿਸ ਤੇ ਰਹਿਮਤ ਭਰਿਆ ਹੱਥ ਰਖਦਾ ਹੈ, ਉਸ ਦੇ ਮਨ ਵਿੱਚ ਸੰਤੋਖ ਭਰ ਜਾਂਦਾ ਹੈ । ਪ੍ਰਭ ਆਪ ਹੀ ਰਹਿਮਤ ਬਖਸ਼ਦਾ ਹੈ, ਜੀਵ ਨੂੰ ਸ਼ਬਦ ਦੀ ਪਾਲਣਾ ਤੇ ਲਾਉਂਦਾ ਹੈ, ਸ਼ਬਦ ਦੀ ਸੋਝੀ ਰੂਪੀ ਅੰਮ੍ਰਿਤ ਬਖਸ਼ਦਾ ਹੈ । ਉਸ ਦਾ ਜਨਮ ਮਰਨ ਦਾ ਚੱਕਰ ਖਤਮ ਹੋ ਜਾਂਦਾ ਹੈ । ਪ੍ਰਭ ਦੇ ਸ਼ਬਦ ਦੀ ਪਾਲਣਾ, ਜੀਵਨ ਢਾਲਣ ਨਾਲ ਦੁਖਾਂ ਦਾ ਨਾਸ ਕਰਨਵਾਲਾ, ਮਾਨਸ ਦੇ ਸੰਸਾਰਕ ਦੁਖ ਦੂਰ ਕਰ ਦੇਂਦਾ ਹੈ ।

With what tongue may I sing the glory of The True Master? Everything may only happen under His Command. Whosoever may be bestowed with His Blessed Vision, he may remain overwhelmed with contentment. He may bless the devotion to meditate and the nectar of the essence of His Word to His true devotee. His cycle of birth and death may be eliminated. Whosoever may adopt the teachings of His Word with steady and stable belief; with His mercy and grace, The Destroyer of miseries may eliminate all his miseries.

ਸਤਿਗੁਰੁ ਗਹਿਰ ਗਭੀਰੁ ਹੈ,	saT`gur gahir gabheer hai
ਸੁਖ ਸਾਗਰੁ ਅਘਖੰਡੁ॥	sukh saagar agh-khand.
ਜਿਨਿ ਗੁਰੁ ਸੇਵਿਆ ਆਪਣਾ,	jin gur sayvi-aa aapnaa
ਜਮਦੂਤ ਨ ਲਾਗੈ ਡੰਡੁ॥	jamdoot na laagai dand.
ਗੁਰ ਨਾਲਿ ਤੁਲਿ ਨ ਲਗਈ,	gur naal tul na lag-ee
ਖੋਜਿ ਡਿਠਾ ਬ੍ਰਹਮੰਡੁ॥	khoj dithaa barahmand.
ਨਾਮੁ ਨਿਧਾਨੁ ਸਤਿਗੁਰਿ ਦੀਆ ਸੁਖੁ,	naam niDhaan saT`gur dee-aa sukh
ਨਾਨਕ ਮਨ ਮਹਿ ਮੰਡੁ॥ ੪॥੨੦॥90॥	naanak man meh mand. ||4||20||90||

ਪ੍ਰਭ ਦਾ ਸ਼ਬਦ ਹੀ ਸੁਖਾਂ ਦਾ ਡੂੰਘਾਂ ਸਾਗਰ, ਪਾਪਾਂ ਦਾ ਨਾਸ ਕਰਨਵਾਲਾ ਹੈ । ਜਿਹੜਾ ਸ਼ਬਦ ਦੀ ਪਾਲਣਾ ਕਰਦਾ ਹੈ, ਮੌਤ ਦਾ ਜਮਦੂਤ, ਉਸ ਦੇ ਲਾਗੇ ਨਹੀਂ ਜਾ ਸਕਦਾ । ਸਾਰੇ ਖੰਡ, ਬ੍ਰਹਮੰਡ ਖੋਜਕੇ ਦੇਖ ਲਏ ਹਨ, ਪ੍ਰਭ ਦੇ ਬਰਾਬਰ ਦਾ ਹੋਰ ਕੋਈ ਨਹੀਂ ਹੈ । ਪ੍ਰਭ ਨੇ ਆਪ ਹੀ ਸੋਝੀ ਦਾ ਖਜ਼ਾਨ, ਸ਼ਬਦ ਦੀ ਪਾਲਣਾ ਵਿੱਚ ਹੀ ਬਖਸ਼ਿਆ ਹੈ । ਸ਼ਬਦ ਦੀ ਪਾਲਣਾ ਨਾਲ ਮਨ ਵਿੱਚ ਸੰਤੋਖ ਭਰ ਜਾਂਦਾ ਹੈ ।

The teachings of His Word are an ocean of unlimited comforts of life. Whosoever may wholeheartedly meditate on the teachings of His Word; his soul may become beyond the reach of devil of death. I have searched all universes; no one may be equal or close to His Virtues. He has embedded the treasure of enlightenment of the essence of His Word in obeying the teachings of His Word. Whosoever may obey the teachings of His Word, he remains overwhelmed with contentment.

144.ਸਿਰੀਰਾਗੁ ਮਹਲਾ ੫॥ (50-3)

ਮਿਠਾ ਕਰਿ ਕੈ ਖਾਇਆ,	mithaa kar kai khaa-i-aa
ਕਉੜਾ ਉਪਜਿਆ ਸਾਦੁ॥	ka-urhaa upji-aa saad.
ਭਾਈ ਮੀਤ ਸੁਰਿਦ ਕੀਏ,	bhaa-ee meet surid kee-ay
ਬਿਖਿਆ ਰਚਿਆ ਬਾਦੁ॥	bikhi-aa rachi-aa baad.
ਜਾਦੇ ਬਿਲਮ ਨ ਹੋਵਈ,	jaaNday bilam na hova-ee
ਵਿਣੁ ਨਾਵੈ ਬਿਸਮਾਦੁ॥੧॥	vin naavai bismaad. ||1||

ਜੀਵ ਧਰਮ ਦੇ ਰੀਤ ਰੀਵਾਜ ਨੂੰ ਹੀ ਸੰਸਾਰ ਦੀ ਭਲਾਈ ਦੇ ਕੰਮ ਸਮਝਕੇ ਕਰਦਾ ਹੈ, ਪਰ ਉਸ ਨੂੰ ਫਲ ਨਹੀਂ ਬਖਸ਼ਿਸ਼ ਹੁੰਦਾ, ਪ੍ਰਭ ਦੇ ਦਰ ਤੇ ਪ੍ਰਵਾਨ ਨਹੀਂ ਹੁੰਦੇ । ਉਹ ਮਿੱਠਾ ਸਮਝਕੇ ਖਾਂਦਾ ਹੈ, ਪਰ ਉਸ ਦਾ ਸਵਾਦ, ਮਜ਼ਾ ਨਹੀਂ ਆਉਂਦਾ । ਉਹ ਸੰਸਾਰਕ ਸਬੰਧਾਂ, ਭਾਈ, ਮਿੱਤ੍ਰਾਂ ਨਾਲ ਮੋਹ ਲਾਈ ਰਖਦਾ ਹੈ । ਇਸ ਨਾਲ ਬਿਰਥੇ ਹੀ ਲਾਲਚ ਅਤੇ ਫਰੇਬ ਦੇ ਕੰਮ ਕਰਦਾ ਹੈ । ਉਸ ਦੇ ਮਿੱਤ੍ਰ, ਭਾਈ ਮੁਸ਼ਕਲ ਆਉਣ ਤੇ ਇਕ ਪਲ ਵਿੱਚ ਹੀ ਸਾਥ ਛੱਡ ਜਾਂਦੇ ਹਨ । ਪ੍ਰਭ ਦੇ ਸ਼ਬਦ ਦੀ ਕਮਾਈ ਤੋਂ ਬਿਨਾਂ ਉਹ ਬੇਚਾਰ ਹੋਇਆ ਰਹਿੰਦਾ ਹੈ ।

Self-minded may perform religious rituals as good deeds for His Creation; his earnings may not be accepted or rewarded in His Court. He remains attached to worldly delicacies; he may not have any long-lasting enjoyment. His bonds with worldly relationships may enhance his greed; he may perform evil and deceptive deeds. His friends may abandon him at the time miseries; he must endure hardships alone. Without the earnings of His Word, his soul remains frustrated and miserable.

ਮੇਰੇ ਮਨ ਸਤਗੁਰ ਕੀ ਸੇਵਾ ਲਾਗੁ॥	mayray man satgur kee sayvaa laag.
ਜੋ ਦੀਸੈ ਸੋ ਵਿਣਸਣਾ	jo deesai so vinsanaa
ਮਨ ਕੀ ਮਤਿ ਤਿਆਗੁ॥੧॥ ਰਹਾਉ॥	man kee mat ti-aag. ||1|| rahaa-o.

ਜੀਵ ਪ੍ਰਭ ਦੇ ਸ਼ਬਦ ਦੀ ਪਾਲਣਾ ਕਰੋ! ਜੋ ਵੀ ਸ੍ਰਿਸ਼ਟੀ ਵਿੱਚ ਦਿਸਦਾ ਹੈ, ਥੋੜ੍ਹਾ ਸਮੇਂ ਵਿੱਚ ਹੀ ਖਤਮ ਹੋ ਜਾਣਾ ਹੈ । ਆਪਣੇ ਮਨ ਦੀਆਂ ਚਲਾਕੀਆਂ ਨੂੰ ਤਿਆਗਕੇ ਪ੍ਰਭ ਦੀ ਸ਼ਰਣ ਵਿੱਚ ਆਪਾ ਭੇਟਾ ਕਰੋ!

You should meditate and adopt the teachings of His Word with steady and stable belief in day-to-day life. Everything visible in the universe, may perish after predetermined time. You should renounce your evil thoughts and humbly surrender your self-identity at His Sanctuary.

ਜਿਉ ਕੂਕਰੁ ਹਰਕਾਇਆ,	ji-o kookar harkaa-i-aa
ਧਾਵੈ ਦਹ ਦਿਸ ਜਾਇ॥	Dhaavai dah dis jaa-ay.
ਲੋਭੀ ਜੰਤੁ ਨ ਜਾਣਈ,	lobhee jant na jaan-ee
ਭਖੁ ਅਭਖੁ ਸਭ ਖਾਇ॥	bhakh abhakh sabh khaa-ay.
ਕਾਮ ਕ੍ਰੋਧ ਮਦਿ ਬਿਆਪਿਆ,	kaam kroDh mad bi-aapi-aa
ਫਿਰਿ ਫਿਰਿ ਜੋਨੀ ਪਾਇ॥੨॥	fir fir jonee paa-ay. ||2||

ਜਿਵੇਂ ਪਾਗਲ ਕੁੱਤਾ ਚਾਰੇ ਪਾਸੇ ਬਿਨਾਂ ਕਿਸੇ ਮੰਤਵ ਦੇ ਦੌੜਦਾ ਫਿਰਦਾ ਹੈ । ਇਸਤਰ੍ਹਾਂ ਹੀ ਲਾਲਚੀ ਮਾਨਸ ਨੂੰ ਕੋਈ ਸੋਝੀ ਨਹੀਂ ਹੁੰਦੀ । ਉਹ ਲਾਲਚ ਵਿੱਚ ਹੀ ਲਾਭ ਅਤੇ ਨੁਕਸਾਨ ਕਰਨਵਾਲੇ ਪਦਾਰਥ ਪ੍ਰਾਪਤ ਕਰਦਾ, ਆਪਣੇ ਕਾਬੂ ਵਿੱਚ ਕਰਨ ਦਾ ਯਤਨ ਕਰਦਾ ਰਹਿੰਦਾ ਹੈ । ਮਾਨਸ ਕਾਮਵਾਸਨਾ, ਕਰੋਧ ਦੇ ਜਾਲ ਵਿੱਚ ਫਸਿਆ ਬਾਰ ਬਾਰ ਜੂੰਨਾਂ ਵਿੱਚ ਭਉਦਾ ਰਹਿੰਦਾ ਹੈ ।

As a mad, crazy dog, may bark and wanders in all directions without any reason. Same way a greedy person may remain ignorant from the real purpose of life. He may collect worldly possessions in greed. Some are profitable and others may not be profitable. He may try to control these worldly goods. He may remain intoxicated with sexual urge and anger. He may remain in the cycle of birth and death.

ਮਾਇਆ ਜਾਲੁ ਪਸਾਰਿਆ,	maa-i-aa jaal pasaari-aa
ਭੀਤਰਿ ਚੋਗ ਬਣਾਇ॥	bheetar chog banaa-ay.
ਤ੍ਰਿਸਨਾ ਪੰਖੀ ਫਾਸਿਆ,	tarisnaa pankhee faasi-aa
ਨਿਕਸੁ ਨ ਪਾਏ ਮਾਇ॥	nikas na paa-ay maa-ay.
ਜਿਨਿ ਕੀਤਾ ਤਿਸਹਿ ਨ ਜਾਣਈ,	jin keetaa tiseh na jaan-ee
ਫਿਰਿ ਫਿਰਿ ਆਵੈ ਜਾਇ॥੩॥	fir fir aavai jaa-ay. ||3||

ਪ੍ਰਭ ਨੇ ਆਪ ਹੀ ਸੰਸਾਰਕ ਮਾਇਆ ਦਾ ਜਾਲ, ਲਾਲਚੀ ਜੀਵਾਂ ਨੂੰ ਪਕੜਨ ਲਈ ਪਾਇਆ ਹੈ । ਜਿਹੜਾ ਲਾਲਚੀ ਜੀਵ ਇਸ ਜਾਲ ਵਿੱਚ ਫਸ ਜਾਂਦਾ ਹੈ, ਫਿਰ ਇਸ ਵਿਚੋਂ ਬਚਕੇ ਨਹੀਂ ਨਿਕਲਦਾ । ਜਿਹੜਾ ਮਾਲਕ ਦੇ ਸ਼ਬਦ ਦੀ ਪਾਲਣਾ ਨਹੀਂ ਕਰਦਾ, ਉਹ ਜੂੰਨਾਂ ਵਿੱਚ ਭਉਦਾ ਰਹਿੰਦਾ ਹੈ ।

The True Master has infused the sweet poison of worldly wealth to monitor the sincerity of His true devotee. Self-minded, greedy may remain intoxicated with sweet poison of worldly wealth. Whosoever may become a victim of worldly wealth, he may never be saved, even with his own sincere efforts. Whosoever may not obey the teachings of His Word, The True Master, Creator; he remains in the cycle of birth and death.

ਅਨਿਕ ਪ੍ਰਕਾਰੀ ਮੋਹਿਆ,	anik parkaaree mohi-aa
ਬਹੁ ਬਿਧਿ ਇਹੁ ਸੰਸਾਰੁ॥	baho biDh ih sansaar.
ਜਿਸ ਨੋ ਰਖੈ ਸੋ ਰਹੈ,	jis no rakhai so rahai
ਸੰਮ੍ਰਿਥੁ ਪੁਰਖੁ ਅਪਾਰੁ॥	samrith purakh apaar.
ਹਰਿ ਜਨ ਹਰਿ ਲਿਵ ਉਧਰੇ,	har jan har liv uDhray
ਨਾਨਕ ਸਦ ਬਲਿਹਾਰੁ॥੪॥੨੧॥91॥	naanak sad balihaar. ||4||21||91||

ਸੰਸਾਰਕ ਮਾਇਆ ਨੇ ਅਨੇਕਾਂ ਹੀ ਰੂਪਾਂ ਨਾਲ ਮਾਨਸ ਨੂੰ ਮੋਹਿਆ ਹੈ । ਜਿਸ ਦੀ ਪ੍ਰਭ ਆਪ ਰਖਿਆ ਕਰਦਾ ਹੈ, ਕੇਵਲ ਉਹ ਹੀ ਇਸ ਜਾਲ ਵਿਚੋਂ ਬਚਦਾ ਹੈ । ਪ੍ਰਭ ਦਾ ਦਾਸ, ਸ਼ਬਦ ਦੀ ਪਾਲਣਾ ਵਿੱਚ ਲੀਨ ਹੋਇਆ, ਪ੍ਰਭ ਦੇ ਵਿਛੋੜੇ ਦੇ ਵਿਰਾਗ ਵਿੱਚ ਮਸਤ ਹੋਇਆ ਬਚ ਜਾਂਦਾ ਹੈ । ਬੰਦਗੀ ਕਰਨਵਾਲਾ ਸਦਾ ਹੀ ਉਸ ਤੋਂ ਕੁਰਬਾਨ ਜਾਂਦਾ ਹੈ!

Worldly wealth has many colors and clever gimmicks to intoxicate a greedy. Whosoever may be accepted in His Sanctuary, only he may be saved. His True devotee remains in deep meditation in renunciation in the memory of his separation; he may be saved. He may remain fascinated from His true devotes.

145.ਸਿਰੀਰਾਗੁ ਮਹਲਾ ੫ ਘਰੁ ੨॥ (50-10)

ਗੋਇਲਿ ਆਇਆ ਗੋਇਲੀ,	go-il aa-i-aa go-ilee ki-aa
ਕਿਆ ਤਿਸੁ ਡੰਫੁ ਪਸਾਰੁ॥	tis damf pasaar.
ਮੁਹਲਤਿ ਪੁੰਨੀ ਚਲਣਾ,	muhlat punnee chalnaa
ਤੂੰ ਸੰਮਲੁ ਘਰ ਬਾਰੁ॥੧॥	tooN sammal ghar baar. ||1||

ਮਾਨਸ ਜੀਵ ਲਾਲਚ ਭਰੇ ਸੰਸਾਰ ਵਿੱਚ ਜਨਮ ਲੈਂਦਾ ਹੈ । ਇਥੇ ਸੰਸਾਰਕ ਮਾਇਆ ਕਿਹੜੇ ਕਿਹੜੇ ਰੂਪਾਂ ਦਾ ਦਿਖਾਵਾ ਕਰਦੀ, ਉਸ ਨੂੰ ਆਪਣੇ ਜਾਲ ਵਿੱਚ ਫਸਾਉਂਦੀ ਹੈ? ਜੀਵ ਦਾ ਸੰਸਾਰ ਵਿੱਚ ਮਿਥਿਆ ਸਮਾਂ ਪੂਰਾ ਹੋਣ ਤੇ ਉਸ ਦੀ ਆਤਮਾ ਨੂੰ ਵਾਪਸ ਜਾਣਾ ਪੈਣਾ ਹੈ । ਆਪਣਾ ਮਾਨਸ ਜਨਮ ਦਾ ਮਨੋਰਥ ਨਾ ਭੁਲੋ, ਆਪਣੇ ਅਸਲੀ ਘਰ ਦੀ ਯਾਦ ਰਖੋ!

His soul may be blessed with human life opportunity and enter worldly ocean overwhelmed with sweet poison of worldly wealth. What various gimmicks may worldly wealth, short-lived pleasures to capture greedy self-minded? His soul may relinquish his human body after predetermined time to clear his account of his worldly deeds. You should never forget the real purpose of human life opportunity.

ਹਰਿ ਗੁਣ ਗਾਉ ਮਨਾ,	har gun gaa-o manaa
ਸਤਿਗੁਰੁ ਸੇਵਿ ਪਿਆਰਿ॥	saT`gur sayv pi-aar.
ਕਿਆ ਥੋੜੜੀ ਬਾਤ ਗੁਮਾਨੁ॥੧॥	ki-aa thorh-rhee baat gumaan.
ਰਹਾਉ॥	||1|| rahaa-o.

ਪ੍ਰਭ ਦੇ ਸ਼ਬਦ ਦੇ ਗੁਣ ਗਾਵੋ, ਸ਼ਬਦ ਦੀ ਪਾਲਣਾ ਕਰੋ! ਕਿਉਂ ਸੰਸਾਰ ਵਿੱਚ ਥੋੜ੍ਹੀ ਪ੍ਰਾਪਤੀ ਤੇ ਘਮੰਡ, ਅਭਿਮਾਨ ਕਰਦਾ ਹੈ?

Why are you boasting of insignificant worldly achievements? You should wholeheartedly sing the glory and obey the teachings of His Word.

ਜੈਸੇ ਰੈਣਿ ਪਰਾਹੁਣੇ,	jaisay rain paraahunay
ਉਠਿ ਚਲਸਹਿ ਪਰਭਾਤਿ॥	uth chalsahi parbhaat
ਕਿਆ ਤੂੰ ਰਤਾ ਗਿਰਸਤ ਸਿਉ,	ki-aa tooN rataa girsat si-o
ਸਭ ਫੁਲਾ ਕੀ ਬਾਗਾਤਿ॥੨॥	sabh fulaa kee baagaat. ||2||

ਜਿਵੇਂ ਰਾਤ ਦੇ ਆਇਆ ਮਹਿਮਾਨ, ਦਿਨ ਚੜ੍ਹਨ ਤੇ ਚਲੇ ਜਾਂਦਾ ਹੈ । ਜੀਵ ਸੰਸਾਰਕ ਘਰ, ਮਾਲਕੀਅਤ ਨਾਲ ਇਤਨਾ ਮੋਹ ਕਿਉਂ ਲਾਇਆ ਹੈ? ਇਹ ਤਾ ਬਗੀਚੇ ਦੇ ਫੁੱਲਾਂ ਵਰਗੀ ਹੈ, ਥੋੜ੍ਹੇ ਸਮਾਂ ਵਿੱਚ ਮੁਰਝਾ ਜਾਂਦੀ, ਖਤਮ ਹੋ ਜਾਂਦੀ ਹੈ ।

Remember! A guest may visit and stay night, he may depart with sun rise next day. Why have you such an attachment to perishable worldly possessions? Worldly wealth may be like a flower that may wither away after a little while.

ਮੇਰੀ ਮੇਰੀ ਕਿਆ ਕਰਹਿ,	mayree mayree ki-aa karahi
ਜਿਨਿ ਦੀਆ ਸੋ ਪ੍ਰਭੁ ਲੋੜਿ॥	jin dee-aa so parabh lorh.
ਸਰਪਰ ਉਠੀ ਚਲਣਾ,	sarpar uthee chalnaa
ਛਡਿ ਜਾਸੀ ਲਖ ਕਰੋੜਿ ॥੩॥	chhad jaasee lakh karorh. ||3||

ਕਿਉਂ ਸੰਸਾਰਕ ਧਨ ਨੂੰ ਮੇਰਾ ਮੇਰਾ ਸਮਝਕੇ ਅਭਿਮਾਨ ਕਰਦਾ ਹੈ? ਅਸਲੀ ਮਾਲਕ, ਬਖਸ਼ਣ ਵਾਲੇ ਨੂੰ ਸਦਾ ਹੀ ਯਾਦ ਰਖੋ! ਹਮੇਸ਼ਾ ਅਟਲ ਤੱਤ ਵਿੱਚ ਧਿਆਨ ਰਖੋ! ਸਭ ਨੇ ਇਕ ਦਿਨ ਸੰਸਾਰ ਛੱਡਕੇ ਮਰ ਜਾਣਾ, ਵਾਪਸ ਚਲੇ ਜਾਣਾ ਹੈ ।

Why are you boasting about your worldly possessions? Always remember The True Master! Who have blessed all these worldly possessions! Everyone must return at predetermined time leaving all worldly possessions on earth.

ਲਖ ਚਉਰਾਸੀਹ ਭ੍ਰਮਤਿਆ,	lakh cha-oraaseeh bharmati-aa
ਦੁਲਭ ਜਨਮੁ ਪਾਇਓਇ॥	dulabh janam paa-i-o-ay.
ਨਾਨਕ ਨਾਮੁ ਸਮਾਲਿ ਤੂੰ,	naanak Naam samaal tooN
ਸੋ ਦਿਨੁ ਨੇੜਾ ਆਇਓਇ॥੪॥੨੨॥92॥	so din nayrhaa aa- i-o-ay. ||4||22||92|

84 **ਲਖ ਜੂੰਨਾਂ ਵਿਚੋਂ ਭਉਦੇ ਹੋਏ ਨੂੰ ਬਹੁਤ ਚੰਗੀ ਕਿਸਮਤ ਨਾਲ ਹੀ ਅਣਮੋਲ, ਦੁਰਲਭ ਮਾਨਸ ਜਨਮ ਬਖਸ਼ਿਸ਼ ਹੋਇਆ ਹੈ । ਪ੍ਰਭ ਦੇ ਸ਼ਬਦ ਦੀ ਸਿਖਿਆਂ ਨਾਲ ਜੀਵਨ ਢਾਲੋ, ਤੇਰਾ ਸਮਾਂ ਵੀ ਨੇੜੇ ਆਉਂਦਾ ਜਾਂਦਾ ਹੈ ।**

Wandering in many cycles of birth and death! You have been blessed with priceless human life opportunity. You should adopt the teachings of His Word, the real purpose of human life; your death may be approaching near.

146.ਸਿਰੀਰਾਗੁ ਮਹਲਾ ੫॥ (50-16)

ਤਿਚਰੁ ਵਸਹਿ ਸੁਹੇਲੜੀ,	tichar vaseh suhaylrhee
ਜਿਚਰੁ ਸਾਥੀ ਨਾਲਿ॥	jichar saathee naal.
ਜਾ ਸਾਥੀ ਉਠੀ ਚਲਿਆ,	jaa saathee uthee chali-aa
ਤਾ ਧਨ ਖਾਕੂ ਰਾਲਿ॥੧॥	taa Dhan khaakoo raal. ||1||

ਜਿਤਨਾ ਚਿਰ ਸਵਾਸ ਚਲਦੇ ਹਨ, ਸਵਾਸਾਂ ਦਾ ਅਸਲੀ ਮਾਲਕ ਸਾਥ ਰਹਿੰਦਾ ਹੈ, ਜੀਵ ਸੰਸਾਰਕ ਅਨੰਦ ਮਾਨਦਾ ਹੈ । ਜਿਸ ਦੇ ਸਵਾਸ ਪੂਰੇ ਹੋ ਜਾਂਦੇ, ਉਸ ਦੇ ਤਨ, ਸੰਸਾਰਕ ਧਨ ਦੀ ਕੋਈ ਕੀਮਤ ਮਹੱਤਤਾ ਨਹੀਂ ਹੁੰਦੀ, ਭਸਮ ਹੀ ਹੋ ਜਾਣਾ ਹੈ ।

Whosoever may be breathing, His Holy Spirit dwells with his body, he may enjoy worldly pleasures. Whosoever may exhaust his capital of breathes, his body may become a worthless corpse; his worldly wealth may not have any significance.

ਮਨਿ ਬੈਰਾਗੁ ਭਇਆ,	man, bairaag bha-i-aa
ਦਰਸਨੁ ਦੇਖਣੈ ਕਾ ਚਾਉ॥	darsan daykh-nai kaa chaa-o.
ਧੰਨੁ ਸੁ ਤੇਰਾ ਥਾਨੁ॥੧॥ ਰਹਾਉ॥	dhan so tayraa thaan. ||1|| rahaa-o.

ਪ੍ਰਭ ਦਾ ਦਰਬਾਰ ਰਹਿਮਤਾਂ ਭਰਿਆ ਹੈ । ਜਿਸ ਦਾ ਮਨ ਸੰਸਾਰਕ ਇੱਛਾਂ ਤੋਂ ਰਹਿਤ ਹੋ ਜਾਂਦਾ ਹੈ, ਉਸ ਦੇ ਮਨ ਵਿੱਚ ਹੀ ਪ੍ਰਭ ਨੂੰ ਦੇਖਣ, ਸ਼ਬਦ ਦੀ ਸੋਝੀ ਦੀ ਸ਼ਰਧਾ ਚਮਕਦੀ ਹੈ ।

The Merciful True Master remains overwhelmed with Virtues, Blessings. Whosoever may conquer his worldly desires, temptations; he may only have a burning desire, anxiety to be blessed with the enlightenment of the essence of His Word.

ਜਿਚਰੁ ਵਸਿਆ ਕੰਤੁ ਘਰਿ,	jichar vasi-aa kant ghar
ਜੀਉ ਜੀਉ ਸਭਿ ਕਹਾਤਿ॥	jee-o jee-o sabh kahaat.
ਜਾ ਉਠੀ ਚਲਸੀ ਕੰਤੜਾ,	jaa uthee chalsee kant-rhaa
ਤਾ ਕੋਇ ਨ ਪੁਛੈ ਤੇਰੀ ਬਾਤ॥੨॥	taa ko-ay na puchhai tayree baat. ||2||

ਜਿਤਨਾ ਚਿਰ ਤਨ ਵਿੱਚ ਸਵਾਸ ਚਲਦੇ ਹਨ, ਸਾਰੇ ਹੀ ਸਤਿਕਾਰ ਨਾਲ ਬੋਲਦੇ ਹਨ । ਜਦੋਂ ਸਵਾਸ ਨਿਕਲ ਜਾਂਦੇ ਹਨ, ਤਾ ਇਸ ਤਨ ਦੀ ਕੋਈ ਪ੍ਰਵਾਹ ਨਹੀਂ ਕਰਦਾ, ਘਰ ਵਿੱਚ ਨਹੀਂ ਰਖਦਾ ।

If you are breathing, everyone respects, honors you, your body. When you stop breathing, no one care about your body, does not want to keep your body, corpse at home.

ਪੇਈਅੜੈ ਸਹੁ ਸੇਵਿ ਤੂੰ,	pay-ee-arhai saho sayv tooN
ਸਾਹੁਰੜੈ ਸੁਖਿ ਵਸੁ॥	saahurrhai sukh vas.
ਗੁਰ ਮਿਲਿ ਚਜੁ ਅਚਾਰੁ ਸਿਖੁ,	gur mil chaj achaar sikh

ਤੁਧੁ ਕਦੇ ਨ ਲਗੈ ਦੁਖੁ ॥੩॥ tuDh kaday na lagai dukh. ||3||

ਜੀਵ, ਸੰਸਾਰ ਵਿੱਚ ਆਪਣੇ ਜਨਮ ਦੇਣ ਵਾਲੇ ਮਾਤਾ, ਪਿਤਾ ਦੇ ਘਰ ਵਿੱਚ ਵਸਦੇ ਹੋਏ, ਪ੍ਰਭ ਦੇ ਸ਼ਬਦ ਦੀ ਪਾਲਣਾ ਕਰੋ । ਮੌਤ ਤੋਂ ਪਿਛੋਂ ਆਪਣੇ ਸਹੁਰੇ ਘਰ, ਪ੍ਰਭ ਦੇ ਦਰਬਾਰ ਵਿੱਚ ਸੁਖ, ਸੋਭਾ ਬਖਸ਼ਿਸ਼ ਹੋ ਜਾਂਦੀ ਹੈ । ਜਿਹੜਾ ਪ੍ਰਭ ਨੂੰ ਹਾਜ਼ਰ ਸਮਝਕੇ ਆਦਰ ਨਾਲ ਸ਼ਬਦ ਦੀ ਪਾਲਣਾ ਕਰਦਾ ਹੈ! ਉਸ ਨੂੰ ਕਦੇ ਵੀ ਸੰਸਾਰਕ ਇੱਛਾਂ ਦਾ ਦੁਖ, ਭਟਕਣ ਤੰਗ ਨਹੀਂ ਕਰਦੀ ।

Whosoever may obey the teachings of His Word, while still living and breathing in this world; with His mercy and grace, he may be accepted and honored in His Court after death. Whosoever may believe! The Omnipresent True Master monitors all events of His Creation and obeys the teachings of His Word as an ultimate command; he may never endure any worldly frustration or miseries.

ਸਭਨਾ ਸਾਹੁਰੈ ਵੰਞਣਾ, sabhnaa saahurai vanj-naa
ਸਭਿ ਮੁਕਲਾਵਣਹਾਰ॥ sabh muklaavanhaar.
ਨਾਨਕ ਧੰਨੁ ਸੋਹਾਗਣੀ, naanak Dhan sohaaganee
ਜਿਨ ਸਹ ਨਾਲਿ ਪਿਆਰੁ॥੪॥੨੩॥93॥ jin sah naal pi-aar. ||4||23||93||

ਜਿਹੜਾ ਵੀ ਸੰਸਾਰਕ ਵਿੱਚ ਪੈਦਾ ਹੁੰਦਾ, ਨਾਸ ਹੋ ਜਾਣ ਵਾਲਾ ਤਨ ਬਖਸ਼ਿਸ਼ ਹੁੰਦਾ ਹੈ, ਉਸ ਨੂੰ ਅੰਤ ਵਿੱਚ ਮੌਤ ਆਉਂਦੀ ਹੈ । ਉਸ ਦੀ ਆਤਮਾ ਨੂੰ ਆਪਣੇ ਸੰਸਾਰਕ ਕੰਮਾ ਦਾ ਲੇਖਾ ਦੇਣਾ ਪੈਂਦਾ ਹੈ । ਜਿਸ ਦੀ ਕਮਾਈ ਦਰਬਾਰ ਵਿੱਚ ਪ੍ਰਵਾਨ ਹੋ ਜਾਂਦੀ ਹੈ, ਉਹ ਆਤਮਾ ਧੰਨ ਹੈ!

Whosoever may be born, blessed with a perishable worldly body; he must die after predetermined time. His soul must depart to endure the judgement of his worldly deeds. Whose earnings may be accepted in His Court; his soul may become very fortunate.

147.ਸਿਰੀਰਾਗੁ ਮਹਲਾ ੫ ਘਰੁ ੬॥ (51-2)

ਕਰਣ ਕਾਰਣ ਏਕੁ ਓਹੀ, karan kaaran ayk ohee
ਜਿਨਿ ਕੀਆ ਆਕਾਰੁ॥ jin kee-aa aakaar.
ਤਿਸਹਿ ਧਿਆਵਹੁ ਮਨ ਮੇਰੇ, tiseh Dhi-aavahu man mayray
ਸਰਬ ਕੋ ਆਧਾਰੁ॥੧॥ sarab ko aaDhaar. ||1||

ਇਕੋ ਇਕ ਪ੍ਰਭ ਹੀ ਸਭ ਕੁਝ ਕਰਨਵਾਲਾ, ਜੀਵ ਨੂੰ ਮਾਨਸ ਤਨ ਬਖਸ਼ਣ ਵਾਲਾ ਅਸਲੀ ਮਾਲਕ ਹੈ । ਉਸ ਦੇ ਸ਼ਬਦ ਦਾ ਸਿਮਰਨ, ਪਾਲਣਾ ਕਰੋ! ਉਹ ਹੀ ਸਾਰੀ ਸ੍ਰਿਸ਼ਟੀ ਦਾ ਰਖਵਾਲਾ, ਆਸਰਾ ਹੈ ।

The One and Only One True Master blessed priceless human body, human life opportunity to His Soul; only His Command may prevail in the universe. You should always meditate on the teachings of His Word; The True Master, Protector of the universe.

ਗੁਰ ਕੇ ਚਰਨ ਮਨ ਮਹਿ ਧਿਆਇ॥ gur kay charan man meh Dhi-aa-ay.
ਛੋਡਿ ਸਗਲ ਸਿਆਣਪਾ, chhod sagal si-aanpaa
ਸਾਚਿ ਸਬਦਿ ਲਿਵ ਲਾਇ॥੧॥ ਰਹਾਉ॥ saach sabad liv laa-ay. ||1|| rahaa-o.

ਜੀਵ ਪ੍ਰਭ ਦੇ ਸ਼ਬਦ ਦਾ ਸਿਮਰਨ, ਸ਼ਬਦ ਅਨੁਸਾਰ ਜੀਵਨ ਬਤੀਤ ਕਰੋ! ਆਪਣੇ ਮਨ ਦੀਆਂ ਚਲਾਕੀਆਂ ਛੱਡਕੇ ਪ੍ਰਭ ਦੇ ਸ਼ਬਦ ਦੀ ਪਾਲਣਾ ਦੇ ਲੜ ਲਗੋ!

You should renounce your evil and clever thoughts and obey the teachings of His Word. While meditating and adopting the teachings of His Word always remain humble and polite.

ਦੁਖੁ ਕਲੇਸੁ ਨ ਭਉ ਬਿਆਪੈ, dukh kalays na bha-o bi-aapai
ਗੁਰ ਮੰਤ੍ਰੁ ਹਿਰਦੈ ਹੋਇ॥ gur mantar hirdai ho-ay.
ਕੋਟਿ ਜਤਨਾ ਕਰਿ ਰਹੇ, kot jatnaa kar rahay
ਗੁਰ ਬਿਨੁ ਤਰਿਓ ਨ ਕੋਇ॥੨॥ gur bin tari-o na ko-ay. ||2||

ਜਿਸ ਦੇ ਮਨ ਵਿੱਚ ਪ੍ਰਭ ਦਾ ਸ਼ਬਦ ਘਰ ਕਰ ਜਾਂਦਾ ਹੈ, ਉਸ ਦੇ ਮਨ ਨੂੰ ਕੋਈ ਸੰਸਾਰਕ ਇੱਛਾਂ ਰੂਪੀ ਭਟਕਣ, ਦੁਖ ਨਹੀਂ ਲਗਦਾ । ਸੰਸਾਰਕ ਜੀਵ ਅਨੇਕਾਂ ਯਤਨ ਕਰਦਾ, ਧਰਮ ਦੇ ਰੀਤੋ ਰੀਵਾਜ ਕਰਦਾ ਰਹਿੰਦਾ ਹੈ । ਸ਼ਬਦ ਨਾਲ ਜੀਵਨ ਢਾਲਣ ਤੋਂ ਬਿਨਾਂ, ਪ੍ਰਭ ਦੀ ਰਹਿਮਤ ਬਖਸ਼ਿਸ਼ ਨਹੀਂ ਹੁੰਦੀ ।

Whosoever may remain drenched with the enlightenment of the essence of His Word within; with His mercy and grace, his state of mind may remain beyond any worldly anxiety. Self-minded may perform various meditations, religious rituals to sanctify his soul; however, without meditating and adopting the teachings of His Word with steady and stable belief in his day to day, his meditation may not be accepted in His Court.

ਦੇਖਿ ਦਰਸਨੁ ਮਨੁ ਸਾਧਾਰੈ,	daykh darsan man saDhaarai
ਪਾਪ ਸਗਲੇ ਜਾਹਿ॥	paap saglay jaahi.
ਹਉ ਤਿਨ ਕੈ ਬਲਿਹਾਰਣੈ,	ha-o tin kai balihaarnai
ਜਿ ਗੁਰ ਕੀ ਪੈਰੀ ਪਾਹਿ॥੩॥	je gur kee pairee paahi. ||3||

ਗੁਰੂ ਦੇ ਦਰਸ਼ਨ, ਸ਼ਬਦ ਦੀ ਪਾਲਣਾ, ਸ਼ਬਦ ਦੀ ਸੋਝੀ ਬਖਸ਼ਿਸ਼ ਹੋਣ ਨਾਲ, ਮਨ ਵਿੱਚ ਸੰਤੋਖ ਭਰ ਜਾਂਦਾ ਹੈ, ਮਨ ਦੇ ਬੁਰੇ ਖਿਆਲ ਖਤਮ ਹੋ ਜਾਂਦੇ ਹਨ । ਜਿਹੜੇ ਪ੍ਰਭ ਦੇ ਸ਼ਬਦ ਦੀ ਸਿਖਿਆਂ ਆਪਣੇ ਜੀਵਨ ਵਿੱਚ ਢਾਲਦਾ, ਜੀਵਨ ਬਤੀਤ ਕਰਦਾ ਹੈ । ਬੰਦਗੀ ਕਰਨਵਾਲਾ ਸਦਾ ਹੀ ਉਸ ਜੀਵਾਂ ਨੂੰ ਧੰਨ ਧੰਨ ਕਹਿੰਦਾ ਹੈ!

Whosoever may be adopts the teachings of His Word with steady and stable in his day-to-day life; with His mercy and grace, he may be enlightened and overwhelmed with contentment. All his evil thoughts may be eliminated. Whosoever may adopt the teachings of His Word in his day-to-day life; His true devotee may remain fascinated from his way of life.

ਸਾਧਸੰਗਤਿ ਮਨਿ ਵਸੈ,	saaDhsangat man vasai
ਸਾਚੁ ਹਰਿ ਕਾ ਨਾਉ॥	saach har kaa naa-o.
ਸੇ ਵਡਭਾਗੀ ਨਾਨਕਾ,	say vadbhaagee naankaa
ਜਿਨਾ ਮਨਿ ਇਹੁ ਭਾਉ॥੪॥੨੪॥94॥	jinaa man ih bhaa-o. ||4||24||94||

ਸੰਤ ਸਰੂਪ ਦੇ ਜੀਵਨ ਦੇ ਅਧਾਰ ਤੇ ਜੀਵਨ ਢਾਲਣ ਨਾਲ ਸ਼ਬਦ ਮਨ ਵਿੱਚ ਜਾਗਰਤ ਹੋ ਜਾਂਦਾ ਹੈ । ਜਿਸ ਦੇ ਮਨ ਵਿੱਚ ਪ੍ਰਭ ਦੇ ਵਿਛੋੜੇ ਦਾ ਵਿਰਾਗ ਭਰਿਆ ਰਹਿੰਦਾ ਹੈ, ਉਹ ਵਡੇ ਭਾਗਾਂ ਵਾਲਾ ਹੁੰਦਾ ਹੈ!

Whosoever may adopt the life experience teachings of His Holy saint in his day-to-day life; with His mercy and grace, he may be enlightened from within. Whosoever remains in renunciation of the memory of his separation from His Holy Spirit becomes very fortunate.

148.ਸਿਰੀਰਾਗੁ ਮਹਲਾ ੫॥ (51-7)

ਸੰਚਿ ਹਰਿ ਧਨੁ ਪੂਜਿ ਸਤਿਗੁਰੁ,	sanch har Dhan pooj saT`gur
ਛੋਡਿ ਸਗਲ ਵਿਕਾਰ॥	chhod sagal vikaar.
ਜਿਨਿ ਤੂੰ ਸਾਜਿ ਸਵਾਰਿਆ,	jin tooN saaj savaari-aa
ਹਰਿ ਸਿਮਰਿ, ਹੋਇ ਉਧਾਰੁ॥੧॥	har simar ho-ay uDhaar. ||1||

ਜੀਵ ਪ੍ਰਭ ਦੇ ਸ਼ਬਦ ਦੀ ਕਮਾਈ ਕਰੋ! ਪ੍ਰਭ ਦੇ ਸ਼ਬਦ ਦੇ ਗੁਣ ਗਾਵੋ, ਵਿਚਾਰ ਕਰੋ! ਆਪਣੇ ਮਨ ਦੀਆਂ ਚਲਾਕੀਆਂ, ਲਾਲਚ ਤਿਆਗ ਦੇਵੋ! ਪ੍ਰਭ ਹੀ ਮਾਨਸ ਜਨਮ, ਤਨ ਬਖਸ਼ਦਾ, ਪਾਲਣਾ ਪੋਸਨਾ ਕਰਦਾ ਹੈ । ਪ੍ਰਭ ਦੇ ਸ਼ਬਦ ਦਾ ਸਿਮਰਨ ਕਰਨ ਨਾਲ, ਸ਼ਰਣ ਵਿੱਚ ਪਨਾਹ ਬਖਸ਼ਿਸ਼ ਹੋ ਜਾਂਦੀ ਹੈ ।

You should renounce your evil and cleaver thoughts! You should sing the glory and meditate the teachings of Your Word. The True Master creates, nourishes, and protects in worldly life. Whosoever may meditate on the teachings of His Word; with his mercy and grace, his soul may be accepted in His Sanctuary.

ਜਪਿ ਮਨ ਨਾਮੁ ਏਕੁ ਅਪਾਰੁ॥ jap man Naam ayk apaar.
ਪ੍ਰਾਨ ਮਨੁ, ਤਨੁ, ਜਿਨਹਿ ਦੀਆਂ, paraan man tan jineh dee-aa
ਰਿਦੇ ਕਾ ਆਧਾਰੁ॥੧॥ ਰਹਾਉ॥ riday kaa aaDhaar. ||1|| rahaa-o.

ਜੀਵ! ਪ੍ਰਭ ਦੇ ਸ਼ਬਦ ਦੇ ਅਨੋਖੇ, ਬੇਅੰਤ ਗੁਣ ਗਾਵੋ! ਸਿਮਰਨ ਕਰੋ! ਤੇਰਾ ਤਨ, ਮਨ, ਸਵਾਸ ਉਸ ਦੀ ਅਮਾਨਤ ਹੈ, ਉਹ ਹੀ ਆਤਮਾ ਦਾ ਆਸਰਾ, ਅਧਾਰ ਹੈ ।

You should sing the glory of astonishing and limitless virtues of The True Master. Your body, mind and breaths have been blessed and remains only His Trust. He remains the pillar of support and guiding principle of your soul.

ਕਾਮਿ, ਕ੍ਰੋਧਿ, ਅਹੰਕਾਰਿ, kaam kroDh ahaNkaar
ਮਾਤੇ ਵਿਆਪਿਆ ਸੰਸਾਰੁ॥ maatay vi-aapi-aa sansaar.
ਪਉ ਸੰਤ ਸਰਣੀ, ਲਾਗੁ ਚਰਣੀ pa-o sant sarnee laag charnee
ਮਿਟੈ ਦੂਖੁ ਅੰਧਾਰੁ॥੨॥ mitai dookh anDhaar. ||2||

ਸਾਰਾ ਸੰਸਾਰ ਹੀ ਕਾਮਵਾਸਨਾ, ਕਰੋਧ, ਅਹੰਕਾਰ ਦੇ ਜਾਲ ਵਿੱਚ ਫਸਿਆ, ਪਾਗਲ ਹੋਇਆ ਹੈ । ਜਿਹੜਾ ਬੰਦਗੀ ਕਰਨ ਵਾਲੇ ਦੀ ਸੰਗਤ ਵਿੱਚ ਆਉਂਦਾ, ਉਸ ਦੇ ਜੀਵਨ ਦੀ ਸਿਖਿਆਂ ਨਾਲ ਆਪਣਾ ਜੀਵਨ ਢਾਲਦਾ ਹੈ, ਉਸ ਦੇ ਮਨ ਵਿਚੋਂ ਇੱਛਾਂ ਦਾ ਦੁਖ, ਅਗਿਆਨਤਾ ਦੂਰ ਹੋ ਜਾਂਦੀ ਹੈ ।

The whole universe remains intoxicated with sweet poison of worldly wealth; he may become a victim of sexual urge, anger, and ego. Whosoever may humbly join the conjugation of His Holy saint and adopts his life experience in his day-to-day life; with His mercy and grace, he may conquer his worldly desires. His ignorance from the real purpose of human life may be eliminated.

ਸਤੁ, ਸੰਤੋਖੁ, ਦਇਆ ਕਮਾਵੈ, sat santokhda-i-aa kamaavai
ਏਹ ਕਰਣੀ ਸਾਰ॥ ayh karnee saar.
ਆਪੁ ਛੋਡਿ ਸਭ ਹੋਇ ਰੇਣਾ, aap chhod sabh ho-ay raynaa
ਜਿਸੁ ਦੇਇ ਪ੍ਰਭੁ ਨਿਰੰਕਾਰੁ॥੩॥ jis day-ay parabh nirankaar. ||3||

ਧੀਰਜ, ਸੰਤੋਖ, ਦਇਆ ਵਾਲਾ ਜੀਵਨ ਬਤੀਤ ਕਰਨਾ ਹੀ ਪ੍ਰਭ ਦੀ ਰਜ਼ਾ ਅੰਦਰ ਰਹਿਣਾ ਹੈ । ਜਿਸ ਤੇ ਪ੍ਰਭ ਆਪ ਰਹਿਮਤ ਦੀ ਨਜ਼ਰ ਬਖਸ਼ਦਾ ਹੈ, ਕੇਵਲ ਉਹ ਹੀ ਆਪਣੇ ਮਨ ਦੀ ਖੁਦਗਰਜ਼ੀ, ਅਹੰਕਰ ਤਿਆਗਦਾ ਹੈ । ਆਪਣੇ ਆਪ ਨੂੰ ਦੂਸਰੇਂ ਤੋਂ ਨੀਵਾਂ ਸਮਝਕੇ ਜੀਵਨ ਬਤੀਤ ਕਰਦਾ ਹੈ ।

Whosoever may adopt patience, contentment, and mercy on others; his way of life may remain as per the teachings of His Word. Whosoever may be bestowed with His Blessed Vision, only he may relinquish, conquer his selfishness and ego. He may consider himself, lower, less wise than others.

ਜੋ ਦੀਸੈ ਸੋ ਸਗਲ ਤੂੰਹੈ, jo deesai so sagal tooNhai
ਪਸਰਿਆ ਪਾਸਾਰੁ॥ pasri-aa paasaar.
ਕਹੁ ਨਾਨਕ, ਗੁਰਿ ਭਰਮੁ ਕਾਟਿਆ, kaho naanak gur bharam kaati-aa
ਸਗਲ ਬ੍ਰਹਮ ਬੀਚਾਰੁ॥੪॥੨੫॥95॥ sagal barahm beechaar. ||4||25||95||

ਸ੍ਰਿਸ਼ਟੀ ਵਿੱਚ ਨਜ਼ਰ ਆਉਣ ਵਾਲਾ ਸਭ ਕੁਝ ਹੀ ਪ੍ਰਭ ਦੀ ਕੁਦਰਤ ਹੈ । ਪ੍ਰਭ ਦੀ ਜੋਤ ਦਾ ਪਸਾਰਾ, ਖੇਲ ਹੈ । ਆਪ ਹੀ ਬੰਦਗੀ ਕਰਨਵਾਲੇ ਦਾਸ ਦੇ ਭਰਮ ਦੂਰ ਕਰ ਦੇਂਦਾ ਹੈ, ਉਸ ਨੂੰ ਸਾਰੀ ਸ੍ਰਿਸ਼ਟੀ ਹੀ ਪ੍ਰਭ ਦਾ ਰੂਪ ਨਜ਼ਰ ਆਉਂਦੀ ਹੈ ।

Whatsoever may exist and visible may be His Nature; the play created with His Command. The True Master may eliminate all suspicions of His true devotee. He may visualize universe as an expansion of His Holy Spirit.

149.ਸਿਰੀਰਾਗੁ ਮਹਲਾ ੫॥ (51-12)

ਦੁਕ੍ਰਿਤ, ਸੁਕ੍ਰਿਤ, ਮੰਧੇ dukarit sukarit manDhay
ਸੰਸਾਰੁ ਸਗਲਾਣਾ॥ sansaar saglaanaa.
ਦੁਹਹੂੰ ਤੇ ਰਹਤ ਭਗਤੁ ਹੈ, duhhooN tay rahat bhagat hai
ਕੋਈ ਵਿਰਲਾ ਜਾਣਾ॥੧॥ ko-ee virlaa jaanaa. ||1||

ਸਾਰਾ ਸੰਸਾਰ ਹੀ ਪੁੰਨ, ਪਾਪ, ਚੰਗੇ, ਮੰਦੇ ਕਰਮਾਂ ਦੇ ਵਿਚਾਰ ਵਿੱਚ ਫਸਿਆ ਹੋਇਆ ਹੈ । ਪ੍ਰਭ ਦਾ ਦਾਸ ਇਹਨਾਂ ਦੋਨਾਂ ਦੇ ਵਿਚਾਰ, ਲੇਖੇ ਵਿੱਚ ਨਹੀਂ ਆਉਂਦਾ । ਵਿਰਲੇ ਹੀ ਜੀਵ ਨੂੰ ਇਹ ਅਵਸਥਾ ਬਖਸ਼ਿਸ਼ ਹੁੰਦੀ ਹੈ ।

The whole world remains in the suspicions of good, bad deeds; sins, and charity. His true devotee rises above all suspicions and obeys the teachings of His Word; however, very rare may be blessed with such a state of mind.

ਠਾਕੁਰੁ ਸਰਬੇ ਸਮਾਣਾ॥	khaakur sarbay samaanaa.
ਕਿਆ ਕਹਉ ਸੁਣਉ ਸੁਆਮੀ,	ki-aa kaha-o suna-o su-aamee
ਤੂੰ ਵਡ ਪੁਰਖੁ ਸੁਜਾਣਾ॥੧॥ ਰਹਾਉ॥	tooN vad purakh sujaanaa. ||1|| rahaa-o.

ਪ੍ਰਭ ਸਾਰੀ ਸ੍ਰਿਸ਼ਟੀ ਦੇ ਜੀਵਾਂ ਵਿੱਚ ਹੀ ਸਮਾਇਆ ਹੈ । ਹੋਰ ਕੀ ਕਹਿਆ ਬੋਲਾ ਜਾ ਸੁਣਾ? ਪ੍ਰਭ ਸਭ ਤੋਂ ਵਡਾ, ਮਹਾਨ, ਤਾਕਤਵਰ, ਸਭ ਕੁਝ ਆਪ ਹੀ ਜਾਣਦਾ ਹੈ ।

The True Master, His Holy Spirit remains embedded within each soul, dwells and prevails in the universe. What else may be said or heard about His Nature? The Omniscient, Omnipotent, Omnipresent True Master may be the Greatest of All, always knowing and watching.

ਮਾਨ ਅਭਿਮਾਨ ਮੰਧੇ,	maan abhimaan manDhay
ਸੋ ਸੇਵਕੁ ਨਾਹੀ॥	so sayvak naahee.
ਤਤ ਸਮਦਰਸੀ, ਸੰਤਹੁ ਕੋਈ,	tat samadrasee santahu ko-ee
ਕੋਟਿ ਮੰਧਾਹੀ॥੨॥	kot manDhaahee. ||2||

ਜਿਸ ਜੀਵ ਤੇ ਨਿੰਦਿਆਂ ਜਾ ਸ਼ਲਾਘਾ ਕਰਨ ਦਾ ਕੋਈ ਪ੍ਰਭਾਵ ਆ ਜਾਂਦਾ ਹੈ, ਉਸ ਨੂੰ ਦਾਸ ਅਵਸਥਾ ਬਖਸ਼ਿਸ਼ ਨਹੀਂ ਹੋ ਸਕਦੀ, ਉਸ ਦਾ ਭਰੋਸਾ ਸ਼ਬਦ ਤੇ ਅਡੋਲ ਨਹੀਂ ਹੁੰਦਾ । ਜਿਹੜਾ ਪ੍ਰਭ ਦੀ ਹੋਂਦ, ਅਸਲੀਅਤ ਤੇ ਭਰੋਸਾ ਅਡੋਲ ਰਖਦਾ ਹੈ, ਕੋਈ ਵਿਰਲਾ ਹੀ ਇਸਤਰ੍ਹਾਂ ਦੀ ਅਵਸਥਾ ਵਾਲਾ ਸੰਤ ਹੁੰਦਾ ਹੈ । ਜਿਹੜਾ ਸਭ ਵਿੱਚ ਪ੍ਰਭ ਦਾ ਹੀ ਰੂਪ ਦੇਖਦਾ ਹੈ ।

Whosoever may be influence by slandering, criticism, or praises; he may never be blessed with a state of mind as His true devotee. He may never obey the teachings of His Word with steady and stable belief on Your Blessings. Whosoever may keep steady and stable belief on His Existence, His Ultimate Command; however, very rare devotee may be blessed with such a state of mind. Who may realize same Holy Spirit embedded within each soul?

ਕਹਨ ਕਹਾਵਨ, ਇਹੁ ਕੀਰਤਿ ਕਰਲਾ॥	kahan kahaavan ih keerat karlaa.
ਕਥਨ ਕਹਨ ਤੇ ਮੁਕਤ,	kathan kahan tay muktaa
ਗੁਰਮੁਖਿ ਕੋਈ ਵਿਰਲਾ॥੩॥	gurmukh ko-ee virlaa. ||3||

ਸੰਸਾਰਕ ਜੀਵ ਪ੍ਰਭ ਦੀ ਹੋਂਦ ਬਾਬਤ ਬੋਲਦੇ, ਵਿਚਾਰ ਕਰਦੇ ਹਨ, ਉਹ ਇਸ ਨੂੰ ਹੀ ਪ੍ਰਭ ਦੀ ਉਸਤਤ ਗਾਉਣਾ ਸਮਝਦੇ ਹਨ । ਕੋਈ ਵਿਰਲਾ ਹੀ ਜੀਵ ਕਥਨਾ ਤੋਂ ਉਪਰ ਹੁੰਦਾ, ਆਪਣਾ ਜੀਵਨ ਸ਼ਬਦ ਦੀ ਸਿਖਿਆਂ ਨਾਲ ਢਾਲਦਾ ਹੈ, ਕੇਵਲ ਉਸ ਨੂੰ ਹੀ ਗੁਰਮਖ ਅਵਸਥਾ ਬਖਸ਼ਿਸ਼ ਹੁੰਦੀ ਹੈ ।

Worldly preachers preach the sermons of the essence of His Word; however, ignorant believes teachings, and preaching as his meditation. Very rare devotee may rise above singing, preaching and adopts the teachings of His Word with steady and stable belief in his day-to-day life; only he may be blessed with a state of mind as His true devotee.

ਗਤਿ ਅਵਿਗਤਿ,	gat avigat
ਕਛੁ ਨਦਰਿ ਨ ਆਇਆ॥	kachh nadar na aa-i-aa.
ਸੰਤਨ ਕੀ ਰੇਣੁ,	santan kee rayn
ਨਾਨਕ ਦਾਨੁ ਪਾਇਆ॥੪॥੨੬॥96॥	naanak daan paa-i-aa. ||4||26||96||

ਪ੍ਰਭ ਦਾ ਦਾਸ ਕਦੇ ਸਵਰਗ, ਨਰਕ, ਜਾ ਮੁਕਤੀ ਦੀ ਅਰਦਾਸ, ਮੰਗ ਨਹੀਂ ਕਰਦਾ । ਉਹ ਹਮੇਸ਼ਾਂ ਹੀ ਬੰਦਗੀ ਕਰਨਵਾਲੇ ਦਾਸਾਂ ਦੇ ਚਰਨਾਂ ਦੀ ਧੂੜ ਹੀ ਮੰਗਦਾ ਹੈ ।

His true devotee may never pray for heaven, hell, or salvation. He may only pray for His Forgiveness and Refuge to be blessed with the dust of the feet of His Holy saint, his conjugation.

150.ਸਿਰੀਰਾਗੁ ਮਹਲਾ ੫ ਘਰੁ ੭॥ (51-17)

ਤੇਰੈ ਭਰੋਸੈ ਪਿਆਰੇ,	tayrai bharosai pi-aaray
ਮੈ ਲਾਡ ਲਡਾਇਆ॥	mai laad ladaa-i-aa.
ਭੂਲਹਿ ਚੂਕਹਿ ਬਾਰਿਕ,	bhooleh chookeh baarik
ਤੂੰ ਹਰਿ ਪਿਤਾ ਮਾਇਆ॥੧॥	tooN har pitaa maa-i-aa. ||1||

ਪ੍ਰਭ ਤੇਰੇ ਬਖਸ਼ੇ ਤੇ ਭਰੋਸਾ ਅਡੋਲ ਰਖਣ ਨਾਲ, ਮੇਰੇ ਮਨ ਵਿੱਚ ਅਨੰਦ ਖੇੜਾ ਵਸ ਗਿਆ ਹੈ । ਮੈਂ ਅਣਜਾਣ ਬੱਚੇ ਦੀ ਤਰ੍ਹਾਂ ਕਈ ਗਲਤੀਆਂ ਕਰਦਾ ਹਾ । ਤੂੰ ਪਿਤਾ, ਮਾਤਾ ਦੀ ਤਰ੍ਹਾਂ ਸੂਝਵਾਨ, ਮੇਰੀਆਂ ਭੁਲਾਂ ਬਖਸ਼ਕੇ ਸਿੱਧੇ ਰਸਤੇ ਤੇ ਅਡੋਲ ਰਖੋ!

I remain contented with my worldly environment as worthy Your Blessings; with Your mercy and grace, I remain in peace, and blossom in my life. As an ignorant child! I make mischievously and mistakes. You are wise and mature like mother and father. I pray for Your Forgiveness and Refuge to bless me the right path of meditation.

ਸੁਹੇਲਾ, ਕਹਨੁ ਕਹਾਵਨੁ॥	suhaylaa kahan kahaavan.
ਤੇਰਾ, ਬਿਖਮੁ, ਭਾਵਨੁ॥੧॥ ਰਹਾਉ॥	tayraa bikham bhaavan. ||1|| rahaa-o.

ਪ੍ਰਭ, ਦੇ ਭਾਣੇ ਨੂੰ ਅਟਲ ਕਹਿਣਾ ਬਹੁਤ ਅਸਾਨ ਹੈ, ਪਰ ਇਸ ਨੂੰ ਅਟਲ ਮੰਨਕੇ, ਅਨੰਦ ਮਾਨਣਾ ਬਹੁਤ ਮੁਸ਼ਕਲ ਹੈ ।

It may be very easy to claim Your Word, Command as an axiom; however, to adopt in real life may be very difficult.

ਹਉ ਮਾਣੁ ਤਾਣੁ ਕਰਉ ਤੇਰਾ,	ha-o maan taan kara-o tayraa
ਹਉ ਜਾਨਉ ਆਪਾ॥	ha-o jaan-o aapaa.
ਸਭ ਹੀ ਮਧਿ, ਸਭਹਿ ਤੇ ਬਾਹਰਿ,	sabh hee maDh sabheh tay baahar
ਬੇਮੁਹਤਾਜ ਬਾਪਾ ॥੨॥	baymuhtaaj baapaa. ||2||

ਜਿਹੜਾ ਤੇਰੇ ਤੇ ਬਖਸ਼ੇ ਤੇ ਭਰੋਸਾ ਅਡੋਲ ਰਖਦਾ ਹੈ, ਉਸ ਦਾ ਮਨ ਕਦੇ ਡੋਲਦਾ ਨਹੀਂ, ਤੂੰ ਹੀ ਮੇਰਾ ਰਖਵਾਲਾ ਹੈ । ਤੂੰ ਆਪਣੇ ਆਪ ਵਿੱਚ ਪੂਰਨ, ਸਰਬ ਕਲਾ ਸਮਰਥ, ਅਸਲੀ ਮਾਲਕ ਹੈ ।

Whosoever may have an unshakable faith on Ultimate Command, he may never drift from the right path. The Omnipotent True Master prevails everywhere and r perfect, complete in all aspects.

ਪਿਤਾ, ਹਉ ਜਾਨਉ ਨਾਹੀ,	pitaa ha-o jaan-o naahee
ਤੇਰੀ ਕਵਨ ਜੁਗਤਾ॥	tayree kavan jugtaa.
ਬੰਧਨ ਮੁਕਤੁ ਸੰਤਹੁ,	banDhan mukat santahu
ਮੇਰੀ ਰਾਖੈ ਮਮਤਾ॥੩॥	mayree raakhai mamtaa. ||3||

ਪ੍ਰਭ ਤੂੰ ਬਹੁਤ ਗੰਭੀਰ ਹੈ, ਮੈਂ ਕਿਵੇਂ ਤੇਰੀ ਕੁਦਰਤ ਸਮਝ ਸਕਦਾ ਹਾ? ਪ੍ਰਭ ਆਪ ਹੀ ਰਹਿਮਤ ਬਖਸ਼ਕੇ, ਦਾਸ ਦੇ ਸੰਸਾਰਕ ਮਾਇਆ ਦੇ ਬੰਧਨ ਤੋੜ ਦੇਂਦਾ ਹੈ । ਜਿਹੜਾ ਭਰੋਸਾ ਅਡੋਲ ਰਖਦਾ ਹੈ! ਆਪ ਹੀ ਪ੍ਰਵਾਨਗੀ ਦੇ ਰਸਤੇ ਤੇ ਅਡੋਲ ਰਖਕੇ ਬਖਸ਼ ਲੈਂਦਾ ਹੈ ।

How may I comprehend Your mysterious Nature? The True Master may eliminate all worldly bonds of His true devotee. Whosoever may obey the teachings of His Word with steady and stable belief; with His mercy and grace, he may remain on the right path and accepted in His Court.

ਭਏ ਕਿਰਪਾਲ ਠਾਕੁਰ,	bha-ay kirpaal thaakur
ਰਹਿਓ ਆਵਣ ਜਾਣਾ॥	rahi-o aavan jaanaa.
ਗੁਰ ਮਿਲਿ, ਨਾਨਕ,	gur mil naanak
ਪਾਰਬ੍ਰਹਮੁ ਪਛਾਣਾ॥੪॥੨੭॥97॥	paarbarahm pachhaanaa. ||4||27||97||

ਪ੍ਰਭ ਨੇ ਰਹਿਮਤ ਬਖਸ਼ਕੇ ਮੇਰਾ ਜੂੰਨਾਂ ਦਾ ਚੱਕਰ ਖਤਮ ਕਰ ਦਿੱਤਾ ਲੇਖਾ ਪੂਰਾ ਕਰ ਦਿੱਤਾ ਹੈ । ਬੰਦਗੀ ਕਰਨਵਾਲੇ ਸ਼ਬਦ ਦੀ ਪਾਲਣਾ ਕਰਦਾ, ਪ੍ਰਭ ਦੀ ਰਹਿਮਤ ਜਾਣ ਜਾਂਦਾ, ਪ੍ਰਵਾਨ ਹੋ ਜਾਂਦਾ ਹੈ ।

The True Master has bestowed His Blessed Vision; my cycle of birth and death has been eliminated. He has forgiven my sins of previous lives. Whosoever may surrender his self-identity and adopts the teachings of His Word; with His mercy and grace, he may realize His existence. He may be accepted in His Court.

151.ਸਿਰੀਰਾਗੁ ਮਹਲਾ ੫ ਘਰੁ ੧॥ (52-2)

ਸੰਤ ਜਨਾ ਮਿਲਿ ਭਾਈਆ,	sant janaa mil bhaa-ee-aa
ਕਟਿਅੜਾ ਜਮਕਾਲੁ॥	kati-arhaa jamkaal.
ਸਚਾ ਸਾਹਿਬੁ ਮਨਿ ਵੁਠਾ,	sachaa saahib man vuthaa
ਹੋਆ ਖਸਮੁ ਦਇਆਲੁ॥	ho-aa khasam da-i-aal.
ਪੂਰਾ ਸਤਿਗੁਰੁ ਭੇਟਿਆ,	pooraa saT`gur bhayti-aa
ਬਿਨਸਿਆ ਸਭੁ ਜੰਜਾਲੁ॥੧॥	binsi-aa sabh janjaal. ||1||

ਸੰਤ ਸਰੂਪ ਦੇ ਜੀਵਨ ਦੇ ਅਧਾਰ ਤੇ ਜੀਵਨ ਢਾਲਣ ਨਾਲ ਮੌਤ ਦੇ ਜਮਦੂਤ ਤੇ ਜਿੱਤ ਬਖਸ਼ਿਸ਼ ਹੋ ਜਾਂਦੀ ਹੈ । ਜਿਸ ਤੇ ਪ੍ਰਭ ਆਪ ਹੀ ਰਹਿਮਤ ਬਖਸ਼ਦਾ ਹੈ ਉਸ ਦੇ ਮਨ ਵਿੱਚ ਸ਼ਬਦ ਵਸ ਜਾਂਦਾ, ਘਰ ਕਰ ਜਾਂਦਾ ਹੈ । ਸ਼ਬਦ ਦੀ ਸਮਾਧੀ ਵਿੱਚ ਵਸਦੇ ਜੀਵ ਦੇ ਸੰਸਾਰਕ ਇੱਛਾਂ ਦੇ ਮੋਹ ਖਤਮ ਹੋ ਜਾਂਦੇ ਹਨ, ਮੋਹ ਰਹਿਤ ਹੋ ਜਾਂਦਾ ਹੈ ।

Whosoever may adopt the life experience teachings of His true devotee; with his mercy and grace, he may conquer the devil of death. He may be enlightened and remains drenched with the essence of His Word. He may remain intoxicated in meditation in the void of His Word; with his mercy and grace, he may conquer his worldly bonds and eliminates of worldly desires.

ਮੇਰੇ ਸਤਿਗੁਰਾ, ਹਉ ਤੁਧੁ,	mayray satiguraa ha-o tuDh
ਵਿਟਹੁ ਕੁਰਬਾਣੁ॥	vitahu kurbaan.
ਤੇਰੇ ਦਰਸਨ ਕਉ ਬਲਿਹਾਰਣੈ,	tayray darsan ka-o balihaarnai
ਤੁਸਿ ਦਿਤਾ ਅੰਮ੍ਰਿਤ ਨਾਮੁ॥੧॥ ਰਹਾਉ॥	tus ditaa amrit Naam. ||1|| rahaa-o.

ਮੈਂ ਸਦਾ ਹੀ ਪ੍ਰਭ ਦੀ ਕੁਦਰਤ ਤੋਂ ਕੁਰਬਾਨ ਜਾਂਦਾ ਹਾ । ਪ੍ਰਭ ਆਪਣੀ ਰਹਿਮਤ ਬਖਸ਼ਕੇ ਸ਼ਬਦ ਦੀ ਸੋਝੀ ਬਖਸ਼ੀ ਹੈ ।

I am always astonished and fascinated from His Nature. Whosoever may be bestowed with His Blessed Vision, he may be blessed with the enlightenment of His Word in life.

ਜਿਨ ਤੂੰ ਸੇਵਿਆ ਭਾਉ ਕਰਿ,	jin tooN sayvi-aa bhaa-o kar
ਸੇਈ ਪੁਰਖ ਸੁਜਾਨ॥	say-ee purakh sujaan.
ਤਿਨਾ ਪਿਛੈ ਛੁਟੀਐ,	tinaa pichhai chhutee-ai
ਜਿਨ ਅੰਦਰਿ ਨਾਮੁ ਨਿਧਾਨੁ॥	jin andar Naam niDhaan.
ਗੁਰ ਜੇਵਡੁ ਦਾਤਾ ਕੋ ਨਹੀਂ,	gur jayvad daataa ko nahee
ਜਿਨਿ ਦਿਤਾ ਆਤਮ ਦਾਨੁ॥੨॥	jin ditaa aatam daan. ||2||

ਜਿਹੜਾ ਪ੍ਰਭ ਦੇ ਵਿਛੋੜੇ ਦੇ ਡਰ, ਵਿਰਾਗ ਵਿੱਚ ਸ਼ਬਦ ਦਾ ਸਿਮਰਨ ਕਰਦਾ ਹੈ, ਉਹ ਹੀ ਅਸਲੀ ਸੂਝਵਾਨ ਹੁੰਦਾ ਹੈ । ਜਿਸ ਦੇ ਮਨ ਅੰਦਰ ਪ੍ਰਭ ਦੇ ਸ਼ਬਦ ਦੀ ਸੋਝੀ ਦਾ ਖਜ਼ਾਨਾ ਜਾਗਰਤ ਹੁੰਦਾ ਹੈ, ਉਸ ਪਿਛੇ ਲਗਕੇ ਅਨੇਕਾਂ ਹੀ ਜੀਵ ਬੰਦਗੀ ਦੇ ਰਸਤੇ ਤੇ ਚਲਕੇ ਪ੍ਰਵਾਨ ਹੋ ਜਾਂਦੇ ਹਨ । ਪ੍ਰਭ ਤੋਂ ਵਡਾ ਹੋਰ ਕੋਈ ਦਾਨੀ, ਦਾਤਾ ਨਹੀਂ, ਜਿਹੜਾ ਆਤਮਾ ਨੂੰ ਸੋਝੀ ਬਖਸ਼ ਸਕਦਾ ਹੈ ।

Whosoever may meditate on the teachings of His Word; in renunciation in the memory of his separation from His Holy Spirit. He may be enlightened devotee. Whosoever may be enlightened with the essence of His Word; he may remain steady and stable on the path of accepted in His Court. No one else may be equal or greater donor. He may be blessed the enlightenment, the right path of salvation.

ਆਏ ਸੇ ਪਰਵਾਣੁ ਹਹਿ,	aa-ay say parvaan heh
ਜਿਨ ਗੁਰੁ ਮਿਲਿਆ ਸੁਭਾਇ॥	jin gur mili-aa subhaa-ay.
ਸਚੇ ਸੇਤੀ ਰਤਿਆ,	sachay saytee rati-aa
ਦਰਗਹ ਬੈਸਣੁ ਜਾਇ॥	dargeh baisan jaa-ay.
ਕਰਤੇ ਹਥਿ ਵਡਿਆਈਆ,	kartay hath vadi-aa-ee-aa
ਪੂਰਬਿ ਲਿਖਿਆ ਪਾਇ॥੩॥	poorab likhi-aa paa-ay. ||3||

ਜਿਸ ਦੇ ਮਨ ਵਿੱਚ ਪ੍ਰਭ ਦੇ ਸ਼ਬਦ ਤੇ ਭਰੋਸਾ ਅਡੋਲ ਹੁੰਦਾ ਹੈ, ਉਸ ਜੀਵ ਦਾ ਸੰਸਾਰ ਵਿੱਚ ਜਨਮ ਲੈਣਾ ਸਫਲ ਹੋ ਜਾਂਦਾ ਹੈ । ਆਪਣਾ ਜੀਵਨ ਸ਼ਬਦ ਨਾਲ ਢਾਲਕੇ, ਪ੍ਰਭ ਦੇ ਸ਼ਬਦ ਦੀ ਸਮਾਧੀ ਵਿੱਚ ਵਸਦਾ ਹੋਇਆ, ਪ੍ਰਭ ਦੇ ਦਰਬਾਰ ਵਿੱਚ ਪ੍ਰਵਾਨ ਹੋ ਜਾਂਦਾ ਹੈ । ਪ੍ਰਭ ਦੇ ਸ਼ਬਦ ਦੀ ਪਾਲਣਾ, ਭਾਣੇ ਵਿੱਚ ਹੀ ਸਾਰੀਆਂ ਵਡਿਆਈਆਂ ਹਨ । ਇਹ ਪਹਿਲੇ ਲਿਖੇ ਭਾਗਾਂ ਨਾਲ ਹੀ ਬਖਸ਼ਿਸ਼ ਹੁੰਦੀਆਂ ਹਨ ।

Whosoever may meditate and obey the teachings of His Word with steady and stable belief; with His mercy and grace, he may remain intoxicated in the void of His Word, his human life may be rewarding. He may be blessed with the right path of acceptance in His Court. All greatness remains embedded within adopting the teachings of His Word. Whosoever may have a great prewritten destiny only he may be blessed with such a state of mind as His true devotee.

ਸਚੁ ਕਰਤਾ, ਸਚੁ ਕਰਣਹਾਰੁ,	sach kartaa sach karanhaar
ਸਚੁ ਸਾਹਿਬੁ, ਸਚੁ ਟੇਕ॥	sach saahib sach tayk.
ਸਚੋ ਸਚੁ ਵਖਾਣੀਐ,	sacho sach vakhaanee-ai
ਸਚੋ ਬੁਧਿ ਬਿਬੇਕ॥	sacho buDh bibayk.
ਸਰਬ ਨਿਰੰਤਰਿ ਰਵਿ ਰਹਿਆ,	sarab nirantar rav rahi-aa jap
ਜਪਿ ਨਾਨਕ ਜੀਵੈ ਏਕ॥੪॥੨੮॥98॥	naanak jeevai ayk. ||4||28||98||

ਸ੍ਰਿਸ਼ਟੀ ਨੂੰ ਸਾਜਣ ਵਾਲੇ ਅਟਲ ਪ੍ਰਭ ਦਾ ਭਾਣਾ, ਸ਼ਬਦ ਵੀ ਅਟਲ ਹੈ । ਪ੍ਰਭ ਦਾ ਆਸਰਾ ਵੀ ਸਦਾ ਰਹਿਣ ਵਾਲਾ ਹੈ । ਪ੍ਰਭ ਦਾ ਭਾਣਾ ਅਟਲ, ਸਦਾ ਰਹਿਣ ਵਾਲੀ ਸਚਾਈ ਹੈ । ਪ੍ਰਭ ਦੇ ਸ਼ਬਦ ਦੀ ਪਾਲਣਾ ਕਰਨ ਨਾਲ ਮਨ ਵਿੱਚ ਸੰਤੋਖ, ਭਰੋਸਾ ਅਡੋਲ ਰਹਿੰਦਾ ਹੈ । ਬੰਦਗੀ ਕਰਨਵਾਲਾ ਸ਼ਬਦ ਦਾ ਸਿਮਰਨ, ਪਾਲਣਾ ਕਰਦਾ ਜੀਵਨ ਬਤੀਤ ਕਰਦਾ ਹੈ, ਉਸ ਦੇ ਜੀਵਨ ਦਾ ਧੰਦਾ ਹੀ ਬਣ ਜਾਂਦਾ ਹੈ ।

The True Master, Creator, His Word remains axiom, unchangeable; His support and Blessings are true forever. His unavoidable Command always prevails. Whosoever may adopt the teachings of His Word; with His mercy and grace, he may be blessed with a peace, harmony, and blossom within. His true devotee may consider meditating and adopting the teachings of His Word as the sole purpose of his human life opportunity.

152.ਸਿਰੀਰਾਗੁ ਮਹਲਾ ੫॥ (52-9)

ਗੁਰੁ ਪਰਮੇਸੁਰੁ ਪੂਜੀਐ,	gur parmaysur poojee-ai
ਮਨਿ ਤਨਿ ਲਾਇ ਪਿਆਰੁ॥	man tan laa-ay pi-aar.
ਸਤਿਗੁਰੁ ਦਾਤਾ ਜੀਅ ਕਾ,	saT`gur daataa jee-a kaa
ਸਭਸੈ ਦੇਇ ਅਧਾਰੁ॥	sabhsai day-ay aDhaar.
ਸਤਿਗੁਰ ਬਚਨ ਕਮਾਵਣੇ,	saT`gur bachan kamaavnay
ਸਚਾ ਏਹੁ ਵੀਚਾਰੁ॥	sachaa ayhu veechaar.
ਬਿਨੁ ਸਾਧੂ ਸੰਗਤਿ ਰਤਿਆ,	bin saaDhoo sangat rati-aa
ਮਾਇਆ ਮੋਹੁ ਸਭੁ ਛਾਰੁ॥੧॥	maa-i-aa moh sabh chhaar. ||1||

ਜੀਵ, ਅਕਾਰ, ਦੇਖਣ ਤੋਂ ਰਹਿਤ ਪ੍ਰਭ ਦੇ ਵਿਛੋੜੇ ਦੇ ਵਿਰਾਗ ਵਿੱਚ ਤਨ, ਮਨ ਨਾਲ ਸ਼ਬਦ ਦਾ ਸਿਮਰਨ, ਪਾਲਣਾ ਕਰੋ! ਪ੍ਰਭ ਹੀ ਜੀਵਾਂ ਨੂੰ ਸਵਾਸ ਬਖਸ਼ਦਾ, ਆਤਮਾਂ ਦਾ ਆਸਰਾ, ਰਖਵਾਲਾ ਹੈ । ਸ਼ਬਦ ਦੀ ਪਾਲਣਾ, ਕਮਾਈ ਹੀ ਮਾਨਸ ਜਨਮ ਦਾ ਅਸਲੀ ਧੰਦਾ, ਪ੍ਰਵਾਨਗੀ ਦਾ ਰਸਤਾ ਹੈ । ਸੰਤ ਸਰੂਪ ਦੇ ਜੀਵਨ ਦੀ ਸਿਖਿਆਂ ਨੂੰ ਆਪਣੇ ਜੀਵਨ ਵਿੱਚ ਢਾਲਣ ਤੋਂ ਬਿਨਾਂ ਜੀਵ ਸੰਸਾਰਕ ਮਾਇਆ ਦੇ ਲਾਲਚ ਵਿੱਚ ਫਸ ਜਾਂਦਾ ਹੈ । ਸੰਸਾਰਕ ਮਾਇਆ ਦੀ ਦਰਬਾਰ ਵਿੱਚ ਕੋਈ ਕੀਮਤ ਨਹੀਂ, ਭਸਮ ਦੀ ਤਰ੍ਹਾਂ ਹੀ ਹੁੰਦੀ ਹੈ ।

You should remain in renunciation in memory of your separation from the formless, beyond recognition Holy Spirit. You should wholeheartedly meditate and obey the teachings of His Word. He blesses a capital of breath and the protector of soul. Whosoever may adopt the teachings of His Word; his earnings of His Word may become the right path of acceptance in His Court; the real purpose of human life. Without adopting the life experience teachings of His Holy saint; he may become a victim of greed. Worldly wealth may not have any significance; just like dust in His Court.

ਮੇਰੇ ਸਾਜਨ, ਹਰਿ ਹਰਿ, ਨਾਮੁ ਸਮਾਲਿ॥	mayray saajan har har Naam samaal.
ਸਾਧੂ ਸੰਗਤਿ ਮਨਿ ਵਸੈ,	saaDhoo sangat man vasai
ਪੂਰਨ ਹੋਵੈ ਘਾਲ॥੧॥ ਰਹਾਉ॥	pooran hovai ghaal. ||1|| rahaa-o

ਮੇਰੇ ਸੰਸਾਰਕ ਮਿੱਤਰ, ਪ੍ਰਭ ਦੇ ਸ਼ਬਦ ਦੇ ਗੁਣਾਂ ਦਾ ਵਿਚਾਰ ਕਰਕੇ ਆਪਣਾ ਜੀਵਨ ਸ਼ਬਦ ਨਾਲ ਢਾਲੋ! ਸੰਤ ਸਰੂਪ ਦੀ ਸੰਗਤ ਕਰਨ ਨਾਲ, ਸ਼ਬਦ ਨੂੰ ਮਨ ਵਿੱਚ ਵਸਾਉਣ ਦੀ ਵਿਧੀ ਬਖਸ਼ਿਸ਼ ਹੁੰਦੀ ਹੈ, ਇਸ ਨਾਲ ਸੰਸਾਰ ਵਿੱਚ ਕੀਤੀ ਕਮਾਈ ਦਾ ਲਾਭ ਬਖਸ਼ਿਸ਼ ਹੋ ਸਕਦਾ ਹੈ ।

You should think about and adopt teachings of His Word in your life. In the conjugation of His Holy saint, the techniques to meditate may be practiced. Whosoever may adopt his life experience in his own life; with His mercy and grace, his earnings may be rewarded in His Court.

ਗੁਰੁ ਸਮਰਥੁ ਅਪਾਰੁ ਗੁਰੁ,	gur samrath apaar gur
ਵਡਭਾਗੀ ਦਰਸਨੁ ਹੋਇ॥	vadbhaagee darsan ho-ay.
ਗੁਰੁ ਅਗੋਚਰੁ ਨਿਰਮਲਾ,	gur agochar nirmalaa
ਗੁਰ ਜੇਵਡੁ ਅਵਰੁ ਨ ਕੋਇ॥	gur jayvad avar na ko-ay.
ਗੁਰੁ ਕਰਤਾ ਗੁਰੁ ਕਰਣਹਾਰੁ,	gur kartaa gur karanhaar
ਗੁਰਮੁਖਿ ਸਚੀ ਸੋਇ॥	gurmukh sachee so-ay.
ਗੁਰ ਤੇ ਬਾਹਰਿ ਕਿਛੁ ਨਹੀਂ,	gur tay baahar kichh nahee
ਗੁਰੁ ਕੀਤਾ ਲੋੜੇ ਸੁ ਹੋਇ॥੨॥	gur keetaa lorhay so ho-ay. ||2||

ਪ੍ਰਭ ਸਰਬ ਕਲਾ ਸਮਰਥ, ਬੇਅੰਤ ਹੈ! ਵਡੇ ਭਾਗਾਂ ਨਾਲ ਹੀ ਰਹਿਮਤ ਦੀ ਨਜ਼ਰ ਬਖਸ਼ਿਸ਼ ਹੁੰਦੀ, ਸ਼ਬਦ ਵਿੱਚ ਲਗਨ ਲਗਦੀ ਹੈ । ਪ੍ਰਭ ਦੀ ਅਵਸਥਾ, ਅਨੋਖੀ, ਨਿਰਮਲ, ਪਵਿੱਤਰ ਹੈ, ਪ੍ਰਭ ਦੇ ਬਰਾਬਰ ਦਾ ਹੋਰ ਕੋਈ ਨਹੀਂ ਹੈ । ਪ੍ਰਭ ਹੀ ਸਭ ਕੁਝ ਕਰਨਵਾਲਾ, ਬਖਸ਼ਿਸ਼ਾਂ ਦੇਣ ਵਾਲਾ ਹੈ । ਪ੍ਰਭ ਹੀ ਗੁਰਮਖ ਨੂੰ ਸੋਭਾ, ਵਡਿਆਈ ਬਖਸ਼ਦਾ ਹੈ । ਕੋਈ ਵੀ ਕਰਮਾਤ ਪ੍ਰਭ ਦੇ ਭਾਣੇ ਤੋਂ ਉਪਰ ਨਹੀਂ ਹੈ । ਸਭ ਕੁਝ ਭਾਣੇ ਅੰਦਰ ਹੀ ਵਾਪਰਦਾ ਹੈ, ਪ੍ਰਭ ਦਾ ਭਾਣਾ ਵਾਪਰਕੇ ਹੀ ਰਹਿੰਦਾ ਹੈ ।

The Omnipotent True Master, Treasure of unlimited Virtues! Whosoever may be bestowed with His Blessed Vision; he may remain devoted to meditate. His Nature remains astonishing, sanctified beyond any imagination and comprehension of His Creation; only His Ultimate Command prevails in every activity. The True Master enhance the glory and honor of His true devotee. No miracle remains beyond His reach nor any one may be equal or comparable. Only His unavoidable Command always prevails and passes on.

ਗੁਰੁ ਤੀਰਥੁ ਗੁਰੁ ਪਾਰਜਾਤੁ,	gur tirath gur paarjaat
ਗੁਰੁ ਮਨਸਾ ਪੂਰਣਹਾਰੁ॥	gur mansaa pooranhaar.
ਗੁਰੁ ਦਾਤਾ ਹਰਿ ਨਾਮੁ ਦੇਇ,	gur daataa har Naam day-ay
ਉਧਰੈ ਸਭੁ ਸੰਸਾਰੁ॥	uDhrai sabh sansaar.
ਗੁਰੁ ਸਮਰਥੁ, ਗੁਰੁ ਨਿਰੰਕਾਰੁ,	gur samrath gur nirankaar
ਗੁਰੁ ਊਚਾ ਅਗਮ ਅਪਾਰੁ॥	gur oochaa agam apaar.
ਗੁਰ ਕੀ ਮਹਿਮਾ ਅਗਮ ਹੈ,	gur kee mahimaa agam hai
ਕਿਆ ਕਥੇ ਕਥਨਹਾਰੁ॥੩॥	ki-aa kathay kathanhaar. ||3||

ਪ੍ਰਭ ਦਾ ਸ਼ਬਦ ਦੀ ਪਾਲਣਾ ਹੀ ਪਵਿੱਤਰ ਤੀਰਥ ਯਾਤਰਾ, ਇਸ਼ਨਾਨ ਹੈ । ਸ਼ਬਦ ਦੀ ਪਾਲਣਾ ਹੀ ਇੱਛਾਂ ਪੂਰੀਆਂ ਕਰਨਵਾਲਾ ਫਰਿਸ਼ਤਾ, ਮਨਸ਼ਾ, ਇੱਛਾਂ ਪੂਰੀਆਂ ਕਰਨਵਾਲਾ ਬ੍ਰਿਛ ਹੈ । ਪ੍ਰਭ ਦਾ ਸ਼ਬਦ ਹੀ ਮਨ ਦੀਆਂ ਇੱਛਾਂ ਪੂਰੀਆਂ ਕਰਨਵਾਲਾ ਮਾਲਕ ਹੈ । ਜਿਹੜਾ ਸ਼ਬਦ ਦੀ ਪਾਲਣਾ ਕਰਦਾ ਹੈ, ਉਸ ਨੂੰ ਹੀ ਪ੍ਰਭ ਦੇ ਦਰਬਾਰ ਵਿੱਚ ਪ੍ਰਵਾਨਗੀ ਦਾ ਰਸਤਾ ਬਖਸ਼ਿਸ਼ ਹੋ ਸਕਦਾ ਹੈ । ਕੇਵਲ ਪ੍ਰਭ ਹੀ ਜੀਵ ਦੇ ਮਨ ਵਿੱਚ ਸ਼ਬਦ ਦੀ ਜਾਗਰਤੀ ਬਖਸ਼ਦਾ ਹੈ । ਪ੍ਰਭ ਦੀ ਮਹਿਮਾਂ ਬਹੁਤ ਮਹਾਨ ਹੈ, ਪੂਰਨ ਤਰ੍ਹਾਂ ਕੀਤੀ ਨਹੀਂ ਜਾ ਸਕਦੀ । ਮਾਨਸ ਨਿਮਾਣਾ ਉਸ ਬਾਬਤ ਕੀ ਵਿਆਖਿਆ ਕਰ ਸਕਦਾ ਹੈ?

Adopting the teachings of His Word with steady and stable belief may be a true pilgrimage of Holy Shrine, sanctifying bath. Obeying the teachings of His Word may be an Elysian tree to satisfy all spoken and unspoken desires. Whosoever may adopt the teachings of His Word, his soul may be sanctified to become worthy of His Consideration. He may be blessed with the right path of acceptance in His Court and enlightened with the essence of His Word. His Nature remains astonishing, beyond any imagination. What may a human explain about His Virtues with his own wisdom?

ਜਿਤੜੇ ਫਲ ਮਨਿ ਬਾਛੀਅਹਿ,	jit-rhay fal man baachhee-ah
ਤਿਤੜੇ ਸਤਿਗੁਰ ਪਾਸਿ॥	tit-rhay saT`gur paas.
ਪੂਰਬ ਲਿਖੇ ਪਾਵਣੇ,	poorab likhay paavnay
ਸਾਚੁ ਨਾਮੁ ਦੇ ਰਾਸਿ॥	saach Naam day raas.
ਸਤਿਗੁਰ ਸਰਣੀ ਆਇਆਂ,	saT`gur sarnee aa-i-aaN
ਬਾਹੁੜਿ ਨਹੀਂ ਬਿਨਾਸੁ॥	baahurh nahee binaas.
ਹਰਿ ਨਾਨਕ ਕਦੇ ਨ ਵਿਸਰਉ,	har naanak kaday na visra-o
ਏਹੁ ਜੀਉ ਪਿੰਡੁ ਤੇਰਾ ਸਾਸੁ॥੪॥੨੯॥99॥	ayhu jee-o pind tayraa saas. ||4||29||99||

ਮਨ ਵਿੱਚ ਸਭ ਇੱਛਾਂ ਦਾ ਇਲਾਜ ਪ੍ਰਭ ਦੇ ਸ਼ਬਦ ਦੀ ਪਾਲਣਾ ਨਾਲ ਹੀ ਬਖਸ਼ਿਸ਼ ਹੋ ਸਕਦਾ ਹੈ । ਜਿਸ ਦੇ ਭਾਗਾਂ ਵਿੱਚ ਪਹਿਲੇ ਹੀ ਲਿਖਿਆ ਹੁੰਦਾ ਹੈ, ਕੇਵਲ ਉਸ ਨੂੰ ਗੁਰਮਖ ਅਵਸਥਾ, ਸ਼ਬਦ ਦੀ ਸੋਝੀ ਦਾ ਖਜ਼ਾਨਾ ਬਖਸ਼ਿਸ਼ ਹੋ ਸਕਦਾ ਹੈ । ਜਿਹੜਾ ਪ੍ਰਭ ਦੀ ਸ਼ਰਣ ਵਿੱਚ ਆਪਾ ਭੇਟਾ ਕਰ ਦੇਂਦਾ ਹੈ, ਉਸ ਨੂੰ ਜੂੰਨਾਂ ਵਿੱਚ ਨਹੀਂ ਭਉਣਾ ਪੈਂਦਾ । ਬੰਦਗੀ ਕਰਨਵਾਲੇ ਸਦਾ ਹੀ ਇਹ ਅਰਦਾਸ ਕਰਦਾ ਹੈ! ਮਨ, ਤਨ, ਸਵਾਸ ਤੇਰੀ ਹੀ ਅਮਾਨਤ ਹੈ, ਤੇਰਾ ਸ਼ਬਦ ਮਨ ਵਿਚੋਂ ਕਦੇ ਵੀ ਨਾ ਵਿਸਰ ਜਾਵੇ ।

The remedy, cure for all worldly desires may remain embedded within obeying the teachings of His Word. Whosoever may have a great prewritten destiny, only he may be blessed with a state of mind as His true devotee, treasure of enlightenment of the essence of His Word. Whosoever may surrender his self-identity at His Sanctuary, only his cycle of birth and death may be eliminated. His true devotee always prays for His Forgiveness and Refuge. He may never forget to obey the teachings of His Word; His body, mind and breaths are only His Trust.

153.ਸਿਰੀਰਾਗੁ ਮਹਲਾ ੫॥ (52-18)

ਸੰਤ ਜਨਹੁ ਸੁਣਿ ਭਾਈਹੋ,	sant janhu sunbhaa-eeho
ਛੂਟਨੁ ਸਾਚੈ ਨਾਇ॥	chhootan saachai naa-ay.
ਗੁਰ ਕੇ ਚਰਣ ਸਰੇਵਣੇ,	gur kay charan sarayvnay
ਤੀਰਥ ਹਰਿ ਕਾ ਨਾਉ॥	tirath har kaa naa-o.
ਆਗੈ ਦਰਗਹਿ ਮੰਨੀਅਹਿ,	aagai dargahi manee-ah
ਮਿਲੈ ਨਿਥਾਵੇ ਥਾਉ॥੧॥	milai nithaavay thaa-o. ||1||

ਸੰਸਰ ਵਿੱਚ ਬੰਦਗੀ ਕਰਨਵਾਲੇ ਭਗਤੋ! ਜਨਮ ਮਰਨ ਦਾ ਚੱਕਰ ਕੇਵਲ ਸ਼ਬਦ ਦੀ ਪਾਲਣਾ ਕਰਨ ਨਾਲ ਹੀ ਖਤਮ ਹੋ ਸਕਦਾ ਹੈ । ਗੁਰੂ ਦੇ ਚਰਨਾਂ ਵਿੱਚ ਸੇਵਾ, ਸ਼ਬਦ ਨਾਲ ਜੀਵਨ ਬਤੀਤ ਕਰਨ ਨੂੰ ਹੀ ਤੀਰਥ ਯਾਤਰ ਸਮਝੋ! ਸ਼ਬਦ ਦੀ ਪਾਲਣਾ ਦੀ ਕਮਾਈ, ਪ੍ਰਭ ਦੇ ਦਰਬਾਰ ਵਿੱਚ ਸਾਥ ਜਾਂਦੀ ਹੈ । ਇਸ ਨਾਲ ਹੀ ਦਰਬਾਰ ਵਿੱਚ ਪ੍ਰਵਾਨਗੀ ਬਖਸ਼ਿਸ਼ ਹੋ ਸਕਦੀ ਹੈ । ਜਿਸ ਨਿਮਾਣੇ ਜੀਵ ਦਾ ਕੋਈ ਘਰ ਘਾਟ ਨਹੀਂ ਹੁੰਦਾ, ਉਸ ਨੂੰ ਵੀ ਪ੍ਰਭ ਦਰਬਾਰ ਵਿੱਚ ਅਰਾਮ ਕਰਨਵਾਲਾ ਥਾਂ ਬਖਸ਼ਿਸ਼ ਹੋ ਸਕਦਾ ਹੈ ।

You should always remember! The cycle of birth and death may only be eliminated by adopting the teachings of His Word in day-to-day life. You should consider adopting the teachings of His Word as the pilgrimage to Holy Shrine. Only earnings of His Word remain with his soul to support in His Court after death. The poor, humble who may not have an earthly home; with His mercy and grace, he may be honored with a permanent resting place in His Palace.

ਭਾਈ ਰੇ ਸਾਚੀ ਸਤਿਗੁਰ ਸੇਵ॥	bhaa-ee ray saachee saT`gur sayv.
ਸਤਿਗੁਰ ਤੁਠੈ ਪਾਈਐ,	saT`gur tuthai paa-ee-ai
ਪੂਰਨ ਅਲਖ ਅਭੇਵ ॥੧॥ ਰਹਾਉ॥	pooran alakh abhayv. ||1|| rahaa-o.

ਭਗਤ ਜਨੋ! ਪ੍ਰਭ ਦੇ ਸ਼ਬਦ ਦੀ ਪਾਲਣਾ ਹੀ ਅਸਲੀ, ਸਦਾ ਸਾਥ ਜਾਣ ਵਾਲੀ ਕਮਾਈ, ਧਨ ਹੈ । ਜਿਸ ਦੀ ਸ਼ਬਦ ਦੀ ਕਮਾਈ ਪ੍ਰਵਾਨ ਹੋ ਜਾਂਦੀ ਹੈ, ਉਸ ਦੀ ਆਤਮਾ ਨਾ-ਦੇਖੇ ਜਾਣ ਵਾਲੇ ਪ੍ਰਭ ਦੀ ਜੋਤ ਵਿੱਚ ਅਲੋਪ ਹੋ ਜਾਂਦੀ ਹੈ ।

The earnings of adopting the teachings of His Word may remain with his soul to support after death. Whose meditation may be accepted in His Court; his soul may be immersed within His Holy Spirit.

ਸਤਿਗੁਰ ਵਿਟਹੁ ਵਾਰਿਆ,	saT`gur vitahu vaari-aa
ਜਿਨਿ ਦਿਤਾ ਸਚੁ ਨਾਉ॥	jin ditaa sach naa-o.
ਅਨਦਿਨੁ ਸਚੁ ਸਲਾਹਣਾ,	an-din sach salaahnaa
ਸਚੇ ਕੇ ਗੁਣ ਗਾਉ॥	sachay kay gun gaa-o.
ਸਚੁ ਖਾਣਾ ਸਚੁ ਪੈਨਣਾ,	sach khaanaa sach painnaa
ਸਚੇ ਸਚਾ ਨਾਉ॥੨॥	sachay sachaa naa-o. ||2||

ਉਸ ਅਟਲ ਪ੍ਰਭ ਤੋਂ ਕੁਰਬਾਨ ਜਾਵਾ! ਜਿਸ ਨੇ ਆਪ ਹੀ ਸ਼ਬਦ ਬਖਸ਼ਿਆ ਹੈ । ਦਿਨ ਰਾਤ, ਸਵਾਸ ਗਰਾਸ ਪ੍ਰਭ ਦੇ ਸ਼ਬਦ ਦੀ ਪਾਲਣਾ ਕਰਦਾ, ਉਸਤਤ ਗਾਉਂਦਾ ਹਾ । ਜਿਹੜਾ ਪ੍ਰਭ ਦੇ ਸ਼ਬਦ ਨਾਲ ਜੀਵਨ ਢਾਲਦਾ ਹੈ, ਉਸ ਦਾ ਖਾਣਾ, ਪਹਿਨਣਾ, ਬੋਲਣਾ ਪ੍ਰਭ ਦੀ ਰਜ਼ਾ ਹੀ ਬਣ ਜਾਂਦਾ ਹੈ ।

I may remain fascinated, astonished from the nature of The True Master! Whosoever may be blessed with devotion to sing the glory and obeys the teachings of His Word, Day, and night. Whosoever may adopt the teachings of His Word; his nourishment, robe and way of life may become as per the teachings of His Word, the right path of acceptance in His Court.

ਸਾਸਿ ਗਿਰਾਸਿ ਨ ਵਿਸਰੈ,	saas giraas na visrai
ਸਫਲੁ ਮੂਰਤਿ ਗੁਰੁ ਆਪਿ॥	safal moorat gur aap.
ਗੁਰ ਜੇਵਡੁ ਅਵਰੁ ਨ ਦਿਸਈ,	gur jayvad avar na dis-ee
ਆਠ ਪਹਰ ਤਿਸੁ ਜਾਪਿ॥	aath pahar tis jaap.

ਨਦਰਿ ਕਰੇ ਤਾ ਪਾਈਐ, nadar karay taa paa-ee-ai
ਸਚੁ ਨਾਮੁ ਗੁਣਤਾਸਿ॥੩॥ sach Naam guntaas. ||3||

ਜੀਵ ਆਪਣੇ ਸਵਾਸ ਗਰਾਸ ਪ੍ਰਭ ਦੇ ਸ਼ਬਦ ਦਾ ਸਿਮਰਨ ਕਰੋ! ਪ੍ਰਭ ਦਾ ਸ਼ਬਦ ਹੀ ਪ੍ਰਭ ਦਾ ਅਕਾਰ, ਮੂਰਤ, ਰੂਪ ਹੈ । ਪ੍ਰਭ ਦੇ ਸ਼ਬਦ ਦੇ ਬਰਾਬਰ ਹੋਰ ਕੋਈ ਨਹੀਂ ਹੈ । ਜਿਸ ਤੇ ਪ੍ਰਭ ਇਕ ਪਲ ਹੀ ਰਹਿਮਤ ਦੀ ਨਜ਼ਰ ਬਖਸ਼ਦਾ ਹੈ, ਉਸ ਦੇ ਮਨ ਵਿੱਚ ਸ਼ਬਦ ਜਾਗਰਤ ਹੋ ਜਾਂਦਾ ਹੈ, ਸ਼ਬਦ ਦੀ ਸੋਝੀ ਦਾ ਖਜ਼ਾਨ ਖੁੱਲ੍ਹ ਜਾਂਦਾ ਹੈ ।

You should meditate on the teachings of His Word with each breath. The enlightenment of the essence of His Word may be the symbol of The True Master. No meditation may be equal to or greater than obeying the teachings of His Word with steady and stable belief. Whosoever may be bestowed with His Blessed Vision even for a moment; he may be enlightened with the essence of His Word, His Treasure within.

ਗੁਰੁ ਪਰਮੇਸਰੁ ਏਕੁ ਹੈ, gur parmaysar ayk hai
ਸਭ ਮਹਿ ਰਹਿਆ ਸਮਾਇ॥ sabh meh rahi-aa samaa-ay.
ਜਿਨ ਕਉ ਪੂਰਬਿ ਲਿਖਿਆ, jin ka-o poorab likhi-aa
ਸੇਈ ਨਾਮੁ ਧਿਆਇ॥ say-ee NaamDhi-aa-ay.
ਨਾਨਕ ਗੁਰ ਸਰਣਾਗਤੀ, naanak gur sarnaagatee
ਮਰੈ ਨ ਆਵੈ ਜਾਇ॥੪॥੩੦॥100॥ marai na aavai jaa-ay. ||4||30||100||

ਪ੍ਰਭ ਦਾ ਸ਼ਬਦ (ਗੁਰੂ) ਹੀ ਪ੍ਰਭ ਦਾ ਰੂਪ ਹੈ । ਇਹ ਸ਼ਬਦ ਹਰਇਕ ਮਨ ਵਿੱਚ ਹੀ ਸਮਾਇਆ ਰਹਿੰਦਾ ਹੈ । ਜਿਹਨਾਂ ਜੀਵਾਂ ਦੇ ਭਾਗਾਂ ਵਿੱਚ ਪਹਿਲੇ ਹੀ ਲਿਖਿਆ ਹੁੰਦਾ ਹੈ, ਕੇਵਲ ਉਹ ਹੀ ਪ੍ਰਭ ਦੇ ਸ਼ਬਦ ਦਾ ਸਿਮਰਨ, ਪਾਲਣਾ ਕਰਦਾ ਹੈ । ਉਸ ਜੀਵਾਂ ਤੋਂ ਸਦਾ ਹੀ ਕੁਰਬਾਨ ਜਾਂਦਾ, ਧੰਨ ਧੰਨ ਕਹਿੰਦਾ ਹਾ । ਜਿਹੜਾ ਸ਼ਬਦ ਦੀ ਪਾਲਣਾ ਕਰਕੇ ਪ੍ਰਭ ਦੇ ਦਰਬਾਰ ਵਿੱਚ ਪ੍ਰਵਾਨ ਹੋ ਜਾਂਦਾ ਹੈ, ਉਹ ਫਿਰ ਕਦੇ ਜੂੰਨਾਂ ਦੇ ਚੱਕਰ ਵਿੱਚ ਨਹੀਂ ਜਾਂਦਾ ।

His Holy Spirit remains embedded within the enlightenment of the essence of His Word. His Holy Spirit remains embedded within each soul and dwells within his body. Whosoever may have a great prewritten destiny, only he may remain intoxicated in obeying the teachings of His Word. I may remain fascinated, astonished from His true devotee! Who may adopt the teachings of His Word and his earnings have been accepted in His Court? His Word has been accepted in His Court. He may never be subjected to the cycle of birth and death.

154.ਸਿਰੀਰਾਗੁ ਮਹਲਾ ੧ ਘਰੁ ੧॥ ਅਸਟਪਦੀਆ॥ (53-8)

ੴ ਸਤਿਗੁਰ ਪ੍ਰਸਾਦਿ॥ ik-oNkaar saT`gur parsaad.
ਆਖਿ ਆਖਿ ਮਨੁ ਵਾਵਣਾ, aakh aakh man vaavnaa
ਜਿਉ ਜਿਉ ਜਾਪੈ ਵਾਇ॥ ji-o ji-o jaapai vaa-ay.
ਜਿਸ ਨੋ ਵਾਇ ਸੁਣਾਈਐ, jis no vaa-ay sunaa-ee-ai
ਸੋ ਕੇਵਡੁ ਕਿਤੁ ਥਾਇ॥ so kayvad kit thaa-ay.
ਆਖਣ ਵਾਲੇ ਜੇਤੜੇ, aakhan vaalay jayt-rhay
ਸਭਿ ਆਖਿ ਰਹੇ ਲਿਵ ਲਾਇ॥੧॥ sabh aakh rahay liv laa-ay. ||1||

ਮੈਂ ਪ੍ਰਭ ਦੇ ਗੁਣ ਗਾਉਣ ਵਿੱਚ ਹੀ ਮਸਤ ਹਾ । ਜਿਤਨੀ ਉਸਤਤ ਕਰਦਾ ਹਾ, ਉਤਨੀ ਹੀ ਹੋਰ ਸੋਝੀ ਬਖਸ਼ਿਸ਼ ਹੋ ਜਾਂਦੀ ਹੈ । ਮੇਰਾ ਸੋਚਾਂ ਵਿੱਚ ਪੈ ਜਾਂਦਾ ਹੈ! ਜਿਸ ਦੀ ਮੈਂ ਉਸਤਤ ਗਾਉਂਦਾ ਹਾ, ਉਸ ਦਾ ਆਸਣ ਕਿਤਨਾ ਸ਼ਾਨਦਾਰ ਹੋਵੇਗਾ? ਗੁਰਮਖ ਸ਼ਬਦ ਦਾ ਸਿਮਰਨ ਕਰਦਾ ਪ੍ਰਵਾਨ ਹੋ ਜਾਂਦਾ ਹੈ ।

I am intoxicated in singing His Glory, The True Master! My enlightenment is enhancing day by day. I remain fascinated! How splendorous would be the throne of My True Master? His true devotee remains intoxicated in the void of His Word; he may be absorbed within Your Holy spirit.

ਬਾਬਾ, ਅਲਹੁ ਅਗਮ ਅਪਾਰੁ॥	baabaa alhu agam apaar.
ਪਾਕੀ ਨਾਈ, ਪਾਕ ਥਾਇ,	paakee naa-ee paak thaa-ay
ਸਚਾ ਪਰਵਦਿਗਾਰੁ॥੧॥ ਰਹਾਉ॥	sachaa paravdigaar. ||1|| rahaa-o.

ਪ੍ਰਭ ਨੂੰ ਪੂਰਨ ਜਾਣਨ ਦੀ ਸੋਝੀ ਜੀਵ ਦੀ ਪਹੁੰਚ ਵਿੱਚ ਨਹੀਂ ਹੈ । ਪ੍ਰਭ ਬਹੁਤ ਮਹਾਨ, ਸ਼ਬਦ, ਤਖਤ ਵੀ ਅਚੰਭਾ, ਅਣਮੋਲ, ਪ੍ਰਭ ਸਭ ਦਾ ਹੀ ਰਖਵਾਲਾ ਹੈ ।

The enlightenment of His nature remains beyond any comprehension of His Creation. The Omnipotent, astonishing, the Greatest of All, remains the True Protector of the universe.

ਤੇਰਾ ਹੁਕਮੁ ਨ ਜਾਪੀ ਕੇਤੜਾ,	tayraa hukam na jaapee kayt-rhaa
ਲਿਖਿ ਨ ਜਾਣੈ ਕੋਇ॥	likh na jaanai ko-ay.
ਜੇ ਸਉ ਸਾਇਰ ਮੇਲੀਅਹਿ,	jay sa-o saa-ir maylee-ah
ਤਿਲੁ ਨ ਪੁਜਾਵਹਿ ਰੋਇ॥	til na pujaaveh ro-ay.
ਕੀਮਤਿ ਕਿਨੈ ਨ ਪਾਈਆ,	keemat kinai na paa-ee-aa
ਸਭਿ ਸੁਣਿ ਸੁਣਿ ਆਖਹਿ ਸੋਇ॥੨॥	sabh sun sun aakhahi so-ay. ||2||

ਪ੍ਰਭ ਤੇਰੇ ਭਾਣੇ ਨੂੰ ਪੂਰਨ ਤਰ੍ਹਾਂ ਤੇ ਜਾਣਿਆਂ, ਲਿਖਿਆ ਨਹੀਂ ਜਾ ਸਕਦਾ ਹੈ । ਭਾਵੇਂ ਅਣਗਿਣਤ ਹੀ ਲਿਖਾਰੀ ਰਲਕੇ, ਲਿਖਣ ਦੀ ਕੋਸ਼ਿਸ਼ ਕਰਨ ਫਿਰ ਵੀ ਕੇਵਲ ਕੁਝ ਮਾਤਰਾ ਹੀ ਲਿਖ ਸਕਦੇ ਹਨ । ਸ਼ਬਦ ਦੀ ਅਸਲੀ ਕੀਮਤ ਜਾਣੀ ਨਹੀਂ ਜਾ ਸਕਦੀ । ਸਭ ਇਕ ਦੂਜੇ ਤੋਂ ਸੁਣਕੇ ਆਪਣੀ ਸੋਝੀ ਅਨੁਸਾਰ ਹੀ ਲਿਖਦੇ ਹਨ ।

His Word, Command may never be fully comprehended nor written on paper. No one can fully understand His Word, command nor can write the true spiritual meaning and purpose of His Word. Even though all scholars may join to compile their enlightenments, still a very insignificant explanation of His Word may be written. The true significance of His Word, Blessings may not be fully comprehended by His Creation. Everyone listens from others and combine with own comprehension, may writes the essence of His Blessings.

ਪੀਰ ਪੈਕਾਮਰ, ਸਾਲਕ ਸਾਦਕ,	peer paikaamar saalak saadak
ਸੁਹਦੇ ਅਉਰੁ ਸਹੀਦ॥	suhday a-or saheed.
ਸੇਖ ਮਸਾਇਕ, ਕਾਜੀ ਮੁਲਾ,	saykh masaa-ik kaajee mulaa
ਦਰਿ ਦਰਵੇਸ ਰਸੀਦ॥	dar darvays raseed.
ਬਰਕਤਿ ਤਿਨ ਕਉ ਅਗਲੀ,	barkattin ka-o aglee
ਪੜਦੇ ਰਹਨਿ ਦਰੂਦ॥੩॥	parh-day rahan darood. ||3||

ਸੰਤ ਸਰੂਪ, ਆਪਣੇ ਤਰੀਕੇ ਨਾਲ ਤੇਰੇ ਸੇਵਕ ਬਣਕੇ, ਸਿਮਰਨ ਕਰਦੇ ਹਨ । ਆਪ ਹੀ ਹੋਰ ਸੋਝੀ ਬਖਸ਼ਦਾ ਹੈ, ਉਹ ਤੇਰੇ ਦਰ ਤੇ ਹੀ ਮਸਤ ਰਹਿੰਦੇ ਹਨ ।

Your true devotees, may humbly with own technique meditate and patiently stand at Your door. You may enhance much deeper enlightenment of Your Word.

ਪੁਛਿ ਨ ਸਾਜੇ, ਪੁਛਿ ਨ ਢਾਹੇ,	puchh na saajay puchh na dhaahay
ਪੁਛਿ ਨ ਦੇਵੈ ਲੇਇ॥	puchh na dayvai lay-ay.
ਆਪਣੀ ਕੁਦਰਤਿ ਆਪੇ ਜਾਣੈ,	aapnee kudrat aapay jaanai
ਆਪੇ ਕਰਣੁ ਕਰੇਇ॥	aapay karan karay-i.
ਸਭਨਾ ਵੇਖੈ ਨਦਰਿ ਕਰਿ,	sabhnaa vaykhai nadar kar
ਜੈ ਭਾਵੈ ਤੈ ਦੇਇ॥੪॥	jai bhaavai tai day-ay. ||4||

ਆਪਣੇ ਆਪ ਵਿੱਚ ਪੂਰਨ ਪ੍ਰਭ, ਕਿਸੇ ਦੀ ਸਲਾਹ ਨਹੀਂ ਲੈਂਦਾ, ਆਪਣੀ ਮਰਜ਼ੀ ਆਪ ਹੀ ਜਾਣਦਾ ਹੈ । ਹਰਇਕ ਜੀਵ ਪ੍ਰਭ ਦੀ ਨਜ਼ਰ ਅੰਦਰ ਹੀ ਸਭ ਕੰਮ ਕਰਦਾ ਹੈ । ਜਿਸ ਦੀ ਬੰਦਗੀ ਤੇ ਪ੍ਰਸੰਨ ਹੋ ਜਾਂਦਾ ਹੈ, ਪ੍ਰਵਾਨ ਕਰਦਾ ਹੈ ।

The Omnipotent Perfect True Master may never need any counsel, while any event of His Nature, Blessings. Everyone may only perform worldly deeds, under His Command. Whose meditation may be accepted in His Court; he may be blessed with salvation.

ਥਾਵਾ ਨਾਵ ਨ ਜਾਣੀਅਹਿ,	thaavaa naav na jaanee-ahi
ਨਾਵਾ ਕੇਵਡੁ ਨਾਉ॥	naavaa kayvad naa-o.
ਜਿਥੈ ਵਸੈ ਮੇਰਾ ਪਾਤਿਸਾਹੁ,	tithai vasai mayraa paatisaahu
ਸੋ ਕੇਵਡੁ ਹੈ ਥਾਉ॥	so kayvad hai thaa-o.
ਅੰਬੜਿ ਕੋਇ ਨ ਸਕਈ,	ambarh ko-ay na sak-ee
ਹਉ ਕਿਸ ਨੋ ਪੁਛਣਿ ਜਾਉ॥੫॥	ha-o kis no puchhan jaa-o. ||5||

ਪ੍ਰਭ ਦੀ ਤਾਕਤ ਦਾ, ਭਾਣੇ ਦਾ, ਸ਼ਬਦ ਦਾ ਕੋਈ ਅਸਲੀ ਮਤਲਬ ਨਹੀਂ ਜਾਣ ਸਕਦਾ । ਉਹ ਕਿਤਨਾ ਕੋ ਮਹਾਨ ਹੈ? ਜਿਸ ਥਾਂ ਤੇ ਉਹ ਚਰਨ ਰਖਦਾ, ਸ਼ਬਦ ਦਾ ਸਿਮਰਨ ਹੁੰਦਾ ਹੈ, ਉਹ ਥਾਂ ਪਵਿੱਤਰ, ਪੂਜਣ ਯੋਗ ਬਣ ਜਾਂਦਾ ਹੈ । ਅਗਰ ਕੋਈ ਪ੍ਰਭ ਨੂੰ ਪੂਰਨ ਤਰ੍ਹਾਂ ਜਾਣ ਹੀ ਨਹੀਂ ਸਕਦਾ, ਫਿਰ ਮੈਂ ਕਿਸ ਕੋਲੋ ਉਸ ਨੂੰ ਮਿਲਣ ਦਾ ਰਸਤਾ ਪੁਛਾ? ਕਿਸ ਦੀ ਸਿਖਿਆਂ ਤੇ ਚਲਕੇ ਉਸ ਦੀ ਰਹਿਮਤ ਹਾਸਿਲ ਕਰਾ?

The greatness, power and the true essence of His Word remains beyond any imagination, comprehension of His Creation. How great may be The True Master? Any place His true devotee may meditate that place may become worthy of worship. As no one may fully comprehend His Greatness and Nature! Whom should I enquire to find the right path of salvation? Whom may I follow to be blessed with the right path of accepted in His Court?

ਵਰਨਾ ਵਰਨ ਨ ਭਾਵਨੀ,	varnaa varan na bhaavnee
ਜੇ ਕਿਸੈ ਵਡਾ ਕਰੇਇ॥	jay kisai vadaa karay-i.
ਵਡੇ ਹਥਿ ਵਡਿਆਈਆ,	vaday hath vadi-aa-ee-aa
ਜੈ ਭਾਵੈ ਤੈ ਦੇਇ॥	jai bhaavai tai day-ay.
ਹੁਕਮਿ ਸਵਾਰੇ ਆਪਣੈ,	hukam savaaray aapnai
ਚਸਾ ਨ ਢਿਲ ਕਰੇਇ॥੬॥	chasaa na dhil karay-i. ||6||

ਜਿਸ ਨੂੰ ਪ੍ਰਭ ਆਪ ਵਡਾ ਕਰਦਾ ਹੈ, ਉਸ ਦੇ ਬਰਾਬਰ ਦਾ ਕੋਈ ਹੋਰ ਨਹੀਂ ਹੋ ਸਕਦਾ । ਪ੍ਰਭ ਸਭ ਤੋਂ ਵਡਾ ਹੈ ਅਤੇ ਉਸ ਦੇ ਹੱਥ ਵਿੱਚ ਹੀ ਸਭ ਦਾਤਾਂ ਹਨ । ਉਹ ਆਪਣੀ ਮਰਜ਼ੀ ਅਨੁਸਾਰ ਹੀ ਬਖਸ਼ਦਾ ਹੈ । ਉਹ ਦਾਤ ਬਖਸ਼ਣ ਸਮੇਂ ਕਦੇ ਢਿਲ ਨਹੀਂ ਕਰਦਾ ।

Whosoever may be honored with His Blessed Vision, no one may be comparable with his greatness. The True Master, Greatest of All, Treasure of all virtues! He may never hesitate or delay forgiveness or Blessings His Creation.

ਸਭੁ ਕੋ ਆਖੈ ਬਹੁਤੁ ਬਹੁਤੁ,	sabh ko aakhai bahut bahut
ਲੈਣੈ ਕੈ ਵੀਚਾਰਿ॥	lainai kai veechaar.
ਕੇਵਡੁ ਦਾਤਾ ਆਖੀਐ,	kayvad daataa aakhee-ai
ਦੇ ਕੈ ਰਹਿਆ ਸੁਮਾਰਿ॥	day kai rahi-aa sumaar.
ਨਾਨਕ ਤੋਟਿ ਨ ਆਵਈ,	naanak tot na aavee
ਤੇਰੇ ਜੁਗਹ ਜੁਗਹ ਭੰਡਾਰ॥੭॥1॥	tayray jugah jugah bhandaar. ||7||1||

ਹਰਇਕ ਹੀ ਪ੍ਰਭ ਅੱਗੇ ਵੱਡੀ ਅਰਦਾਸ ਕਰਦਾ, ਮੰਨਤ ਮੰਗਦਾ ਹੈ । ਉਹ ਸਬਰ, ਸੰਤੋਖ ਨਹੀਂ ਕਰਦਾ, ਲਾਲਚ ਨਾਲ ਹੀ ਮੰਗਦਾ ਹੈ । ਉਸ ਦਾਤੇ ਨੂੰ ਕਿਤਨਾ ਕੋਂ ਵੱਡਾ ਆਖੀਏ? ਕਿਸੇ ਦਾਤ ਦਾ ਕੋਈ ਅੰਦਾਜ਼ਾ ਨਹੀਂ ਲਾਇਆ ਜਾ ਸਕਦਾ । ਉਸ ਦੇ ਖਜ਼ਾਨੇਂ ਦਾ ਵੀ ਕੋਈ ਅੰਦਾਜ਼ਾ ਨਹੀਂ ਲਾਇਆ ਜਾ ਸਕਦਾ, ਕਦੇ ਕਮੀ ਨਹੀਂ ਆਉਂਦੀ ।

Everyone may pray for various, many worldly virtues. Self-minded, greedy may never be contented with any Blessings. His Greatness, significance of His Blessings, depth of His treasures remains beyond any imagination of His Creation; never be any shortage in His Treasure.

155.ਮਹਲਾ ੧॥ (53-19)

ਸਭੇ ਕੰਤ ਮਹੇਲੀਆ,	sabhay kant mahaylee-aa
ਸਗਲੀਆ ਕਰਹਿ ਸੀਗਾਰੁ॥	saglee-aa karahi seegaar.
ਗਣਤ ਗਣਾਵਣਿ ਆਈਆ,	ganat ganaavan aa-ee-aa
ਸੂਹਾ ਵੇਸੁ ਵਿਕਾਰੁ॥	soohaa vays vikaar.
ਪਾਖੰਡਿ ਪ੍ਰੇਮੁ ਨ ਪਾਈਐ,	pakhand paraym na paa-ee-ai
ਖੋਟਾ ਪਾਜੁ ਖੁਆਰੁ॥੧॥	khotaa paaj khu- aar. ||1|

ਹਰਇਕ ਆਪਣੇ ਆਪ ਨੂੰ ਪ੍ਰਭ ਦੇ ਮਿਲਣ ਯੋਗ ਬਣਾਉਣ ਦੀ ਕੋਸ਼ਿਸ਼ ਕਰਦਾ ਹੈ । ਆਪਣੀ ਸੋਝੀ ਨਾਲ ਉਹ ਹੀ ਕੰਮ ਕਰਨ ਦੀ ਕੋਸ਼ਿਸ਼ ਕਰਦਾ, ਪ੍ਰਭ ਦੇ ਚਰਨਾਂ ਵਿੱਚ ਜਗ੍ਹਾ ਬਖਸ਼ਣ ਦੀ ਆਸ ਕਰਦਾ ਹੈ । ਜਿਸ ਦੀ ਬੰਦਗੀ ਪ੍ਰਭ ਦੀ ਨਜ਼ਰ ਵਿੱਚ ਪ੍ਰਵਾਨ ਹੋ ਜਾਂਦੀ ਹੈ, ਉਸ ਨੂੰ ਪ੍ਰਵਾਨਗੀ ਦਾ ਅਸਲੀ ਰਸਤਾ ਬਖਸ਼ਿਸ਼ ਹੋ ਜਾਂਦਾ ਹੈ । ਪ੍ਰਭ ਦੀ ਰਹਿਮਤ ਕਿਸੇ ਰੀਤ ਰੀਵਾਜ ਕਰਨ ਨਾਲ ਜਾ ਕੋਈ ਸਗਨ ਕਰਨ ਨਾਲ ਬਖਸ਼ਿਸ਼ ਨਹੀਂ ਹੁੰਦੀ ।

Every one may meditate with a hope to become worthy of His consideration. He may perform all worldly deeds with his own understanding to become acceptable in His Court. Whose meditation may be accepted in His Court; with His mercy and grace, he may be blessed with the right path of acceptance in His Court. His Blessings may never be diminished with any religious rituals nor any curse of worldly guru.

ਹਰਿ ਜੀਉ, ਇਉ ਪਿਰੁ, ਰਾਵੈ ਨਾਰਿ॥	har jee-o i-o pir raavai naar.
ਤੁਧੁ ਭਾਵਨਿ ਸੋਹਾਗਣੀ,	tuDh bhaavan sohaaganee
ਅਪਣੀ ਕਿਰਪਾ ਲੈਹਿ ਸਵਾਰਿ॥੧॥ ਰਹਾਉ॥	apnee kirpaa laihi savaar. ||1|| rahaa-o.

ਜਿਸ ਬੰਦਗੀ ਨਾਲ ਰਹਿਮਤ ਦੀ ਨਜ਼ਰ ਬਖਸ਼ਦਾ ਹੈ, ਉਹ ਹੀ ਸੁਭਾਗਾ ਕੰਮ, ਬੰਦਗੀ ਹੈ । ਆਪ ਹੀ ਰਹਿਮਤ ਬਖਸ਼ਕੇ ਦਾਸ ਨੂੰ ਪ੍ਰਵਾਨਗੀ ਦੇ ਅਸਲੀ ਰਸਤੇ ਦੀ ਸੋਝੀ ਬਖਸ਼ਦਾ ਹੈ ।

With what meditation, The True Master may bestow His Blessed Vision? His mediation may become the right path of acceptance in His Court, very fortunate. The True Master may bless the right path of acceptance to His true devotee.

ਗੁਰ ਸਬਦੀ ਸੀਗਾਰੀਆ	gur sabdee seegaaree-aa
ਤਨੁ, ਮਨੁ, ਪਿਰ ਕੈ ਪਾਸਿ॥	tan man pir kai paas.
ਦੁਇ ਕਰ ਜੋੜਿ ਖੜੀ ਤਕੈ,	du-ay kar jorhkharhee takai
ਸਚੁ ਕਹੈ ਅਰਦਾਸਿ॥	sach kahai ardaas.
ਲਾਲਿ ਰਤੀ ਸਚ ਭੈ ਵਸੀ,	laal ratee sach bhai vasee
ਭਾਇ ਰਤੀ ਰੰਗਿ ਰਾਸਿ॥੨॥	bhaa-ay ratee rang raas. ||2||

ਜਿਹੜਾ ਆਪਣੇ ਆਪ ਨੂੰ ਸ਼ਬਦ ਦੇ ਅਨੁਸਾਰ ਢਾਲ ਲੈਂਦਾ ਹੈ, ਆਪਣਾ ਤਨ, ਮਨ ਪ੍ਰਭ ਨੂੰ ਸੌਂਪ ਦੇਂਦਾ ਹੈ, ਉਹ ਪ੍ਰਭ ਦੇ ਚਰਨਾਂ ਵਿੱਚ ਨਿਮ੍ਰਤਾ ਨਾਲ ਹਰ ਵੇਲੇ ਧੰਨਵਾਦ ਹੀ ਗਾਉਂਦਾ ਹੈ, ਉਸ ਦੀ ਅਰਦਾਸ ਪੂਰੀ ਹੋ ਜਾਂਦੀ ਹੈ । ਉਹ ਪ੍ਰਭ ਦੇ ਵਿਛੋੜੇ ਦੇ ਵਿਰਾਗ ਵਿੱਚ ਹੀ ਜੀਵਨ ਬਤੀਤ ਕਰਦਾ ਹੈ, ਉਸ ਦਾ ਮਨ ਸ਼ਰਧਾ ਨਾਲ ਰੰਗਿਆ ਰਹਿੰਦਾ ਹੈ, ਪ੍ਰਭ ਦੀ ਰੂਹਾਨੀ ਜੋਤ ਉਸ ਦੇ ਮਨ ਵਿੱਚ ਜਾਗਰਤ ਹੋ ਜਾਂਦੀ ਹੈ ।

Whosoever may adopt the teachings of His Word in day-to-day life; with His mercy and grace, he may surrender his mind and body at His Sanctuary. He may humbly sing His Glory and serve His Creation. His spoken and unspoken prayers may be fully satisfied. He may remain in renunciation in the memory of his separation from His Holy Spirit. He remains drenched with the essence of His Word within his heart.

ਪ੍ਰਿਅ ਕੀ ਚੇਰੀ ਕਾਂਢੀਐ,	pari-a kee chayree kaaNdhee-ai
ਲਾਲੀ ਮਾਨੈ ਨਾਉ॥	laalee maanai naa-o.
ਸਾਚੀ ਪ੍ਰੀਤਿ ਨ ਤੁਟਈ,	saachee pareet na tut-ee
ਸਾਚੇ ਮੇਲਿ ਮਿਲਾਉ॥	saachay mayl milaa-o.
ਸਬਦਿ ਰਤੀ ਮਨੁ ਵੇਧਿਆ,	sabad ratee man vayDhi-aa
ਹਉ ਸਦ ਬਲਿਹਾਰੈ ਜਾਉ॥੩॥	ha-o sad balihaarai jaa-o. ||3||

ਜਿਹੜਾ ਜੀਵ ਹਰ ਵੇਲੇ ਹੀ ਪ੍ਰਭ ਦੇ ਭਾਣੇ ਅੰਦਰ ਚਲਦਾ ਹੈ, ਉਸ ਤੇ ਕਦੇ ਨੁਕਤਾਚੀਨੀ ਨਹੀਂ ਕਰਦਾ, ਉਸ ਦਾ ਭਰੋਸਾ ਪ੍ਰਭ ਦੇ ਸ਼ਬਦ ਤੇ ਅਡੋਲ ਹੋ ਜਾਂਦਾ ਹੈ । ਉਸ ਦੇ ਮੂੰਹ ਵਿਚੋਂ ਹਮੇਸ਼ਾਂ ਹੀ ਪ੍ਰਭ ਦੇ ਸ਼ਬਦ ਦੀ ਉਸਤਤ ਹੀ ਨਿਕਲਦੀ ਹੈ ।

Whosoever may always obey and adopts the teachings of His Word with steady and stable belief; he may never grievance or criticize His Word. He may always sing the glory, praises of His Blessings.

ਸਾ ਧਨ ਰੰਡ ਨ ਬੈਸਈ,	saa Dhan rand na bais-ee jay
ਜੇ ਸਤਿਗੁਰ ਮਾਹਿ ਸਮਾਇ॥	saT`gur maahi samaa-ay.
ਪਿਰੁ ਰੀਸਾਲੂ ਨਉਤਨੋ,	pir reesaaloo na-otano
ਸਾਚਉ ਮਰੈ ਨ ਜਾਇ॥	saacha-o marai na jaa-ay.
ਨਿਤ ਰਵੈ ਸੋਹਾਗਣੀ,	nit ravai sohaaganee
ਸਾਚੀ ਨਦਰਿ ਰਜਾਇ॥੪॥	saachee nadar rajaa-ay. ||4||

ਜਿਹੜਾ ਪ੍ਰਭ ਦੀ ਜੋਤ ਵਿੱਚ ਲੀਨ ਰਹਿੰਦਾ, ਮਨ ਹਰ ਵੇਲੇ ਹੀ ਪ੍ਰਭ ਦੇ ਭਾਣੇ ਨੂੰ ਅਟਲ ਸਮਝਦਾ ਹੈ । ਉਹ ਸ਼ਬਦ ਅਨੁਸਾਰ ਹੀ ਜੀਵਨ ਬਤੀਤ ਕਰਦਾ ਹੈ । ਉਸ ਦੇ ਮਨ ਦੀ ਸ਼ਾਂਤੀ ਕਦੇ ਭੰਗ ਨਹੀਂ ਹੁੰਦੀ, ਉਸ ਨੂੰ ਕਿਸੇ ਪ੍ਰਾਪਤ ਹੋਣ ਜਾ ਖੋਹ ਜਾਣ ਦਾ ਕੋਈ ਅੰਤਰ ਨਹੀਂ ਹੁੰਦਾ ।

Whosoever may adopt the teachings of His Word with steady and stable in day-to-day life; with His mercy and grace, he may remain intoxicated in the void of His Word. His peace of mind may never be disturbed. His state of mind may remain above the influence of both worldly profit or loss.

ਸਾਚੁ ਧੜੀ ਧਨ ਮਾਡੀਐ,	saach Dharhee Dhan maadee-ai
ਕਾਪੜੁ ਪ੍ਰੇਮ ਸੀਗਾਰੁ॥	kaaparh paraym seegaar.
ਚੰਦਨੁ ਚੀਤਿ ਵਸਾਇਆ,	chandan cheet vasaa-i-aa
ਮੰਦਰੁ ਦਸਵਾ ਦੁਆਰੁ॥	mandar dasvaa du-aar.
ਦੀਪਕੁ ਸਬਦਿ ਵਿਗਾਸਿਆ,	deepak sabad vigaasi-aa
ਰਾਮ ਨਾਮੁ ਉਰ ਹਾਰੁ॥੫॥	raam Naam ur haar. ||5||

ਜਿਹੜਾ ਆਪਣੇ ਮਨ ਨੂੰ ਪ੍ਰਭ ਦੇ ਭਾਣੇ ਵਿੱਚ ਰਖਦਾ ਹੈ, ਆਪਣੀ ਆਤਮਾ ਦੀ ਮੈਲ ਧੋਅ ਲੈਂਦਾ ਹੈ । ਉਸ ਦੇ ਮਨ ਵਿਚੋਂ ਨਿਮਰਤਾ ਦੀ ਹੀ ਅਵਾਜ਼ ਆਉਂਦੀ ਹੈ । ਉਸ ਦੇ ਮਨ ਵਿੱਚ ਦਸਵਾਂ ਦਰਵਾਜਾ ਦਿਖਾਈ ਦੇਂਦਾ, ਸ਼ਬਦ ਦੀ ਜੋਤ ਜਾਗਰਤ ਹੋ ਜਾਂਦੀ ਹੈ । ਪ੍ਰਭ ਆਪ ਹੀ ਰਹਿਮਤ ਬਖਸ਼ਕੇ ਉਸ ਨੂੰ ਦਰਬਾਰ ਵਿੱਚ ਪ੍ਰਵਾਨ ਕਰ ਲੈਂਦਾ ਹੈ ।

Whosoever may surrender his mind, body, and worldly status at His Sanctuary; with His mercy and grace, his sins may be forgiven and his soul may be sanctified. His tongue may always remain polite and humble. He may be enlightened with the 10th gate within his heart; with His mercy and grace his meditation may be accepted in His Court.

ਨਾਰੀ ਅੰਦਰਿ ਸੋਹਣੀ,	naaree andar sohnee
ਮਸਤਕਿ ਮਣੀ ਪਿਆਰੁ॥	mastak manee pi-aar.
ਸੋਭਾ ਸੁਰਤਿ ਸੁਹਾਵਣੀ,	sobhaa surat suhaavanee
ਸਾਚੈ ਪ੍ਰੇਮਿ ਅਪਾਰ॥	saachai paraym apaar.
ਬਿਨੁ ਪਿਰ ਪੁਰਖੁ ਨ ਜਾਣਈ,	bin pir purakh na jaan-ee
ਸਾਚੇ ਗੁਰ ਕੈ ਹੇਤਿ ਪਿਆਰਿ॥੬॥	saachay gur kai hayt pi-aar. ||6||

ਉਹ ਸੰਸਾਰ ਵਿੱਚ ਸਭ ਤੋਂ ਅਨੋਖਾ ਹੀ ਬਣ ਜਾਂਦਾ ਹੈ, ਉਸ ਦੇ ਮੱਥੇ ਤੇ ਪ੍ਰਭ ਦਾ ਅਨੋਖਾ ਹੀ ਨੂਰ ਚਮਕਦਾ ਹੈ । ਸੰਸਾਰਕ ਜੀਵ ਵੀ ਉਸ ਦੀ ਸੋਭਾ ਕਰਦੇ ਹਨ, ਪਰ ਉਹ ਸਭ ਕੁਝ ਤੇਰਾ ਤੇਰਾ ਹੀ ਕਹਿੰਦਾ ਹੈ । ਉਸ ਨੂੰ ਹਰਇਕ ਵਿੱਚ ਪ੍ਰਭ ਦਾ ਰੂਪ ਹੀ ਦਿਖਾਈ ਦੇਂਦਾ ਹੈ ।

His human life journey may become astonishing and unique. The eternal, spiritual glow of His Holy Spirit may be shinning on his forehead. Everyone may honor in his worldly life; he may never boast about any events in his life; He always remain gratitude to The True Master for His Blessings. He may visualize only His Holy Spirit prevails within everyone.

ਨਿਸਿ ਅੰਧਿਆਰੀ ਸੁਤੀਏ,	nis anDhi-aaree sutee-ay
ਕਿਉ ਪਿਰ ਬਿਨੁ ਰੈਣਿ ਵਿਹਾਇ॥	ki-o pir bin rain vihaa-ay.
ਅੰਕੁ ਜਲਉ ਤਨੁ ਜਾਲੀਅਉ,	ank jala-o tan jaalee-a-o
ਮਨੁ ਧਨੁ ਜਲਿ ਬਲਿ ਜਾਇ॥	man Dhan jal bal jaa-ay.
ਜਾ ਧਨ ਕੰਤਿ ਨ ਰਾਵੀਆ,	jaa Dhan kant na raavee-aa
ਤਾ ਬਿਰਥਾ ਜੋਬਨੁ ਜਾਇ॥੭॥	taa birthaa joban jaa-ay. ||7||

ਜਿਹੜਾ ਜੀਵ ਪ੍ਰਭ ਦੇ ਸ਼ਬਦ ਦਾ ਸਿਮਰਨ, ਬੰਦਗੀ ਨਹੀਂ ਕਰਦਾ, ਉਸ ਦੇ ਜੀਵਨ ਵਿੱਚ ਹਨੇਰਾ ਹੀ ਛਾਇਆ ਰਹਿੰਦਾ ਹੈ । ਉਸ ਨੂੰ ਅਸਲੀ ਰਸਤ ਬਖਸ਼ਿਸ਼ ਨਹੀਂ ਹੁੰਦਾ, ਉਸ ਦਾ ਜਵਾਨੀ ਵਾਲਾ ਰੂਪ ਰੰਗ, ਸੰਸਾਰਕ ਧਨ, ਸ਼ਾਨ ਹੀ ਡੂੰਘੇ ਘੇਰੇ ਵਿੱਚ ਪਾ ਦੇਂਦੀ ਹੈ । ਉਹ ਨੇ ਮਾਨਸ ਜਨਮ ਬਿਰਥਾ ਹੀ ਗਵਾ ਲਿਆ ।

Whosoever may not adopt the teachings of His Word with steady and stable belief in his day-to-day life. He may remain ignorant from the real purpose of human life opportunity. He may never be blessed with the right path of salvation. He may remain intoxicated with sweet poison of worldly wealth, with youth, beauty, worldly status. He may waste his human life uselessly.

ਸੇਜੈ ਕੰਤ ਮਹੇਲੜੀ,	sayjai kant mahaylrhee
ਸੂਤੀ ਬੂਝ ਨ ਪਾਇ॥	sootee boojh na paa-ay.
ਹਉ ਸੁਤੀ ਪਿਰੁ ਜਾਗਣਾ,	ha-o sutee pir jaagnaa
ਕਿਸ ਕਉ ਪੂਛਉ ਜਾਇ॥	kis ka-o poochha-o jaa-ay.
ਸਤਿਗੁਰਿ ਮੇਲੀ ਭੈ ਵਸੀ,	saT`gur maylee bhai vase
ਨਾਨਕ ਪ੍ਰੇਮੁ ਸਖਾਇ॥੮॥2॥	naanak paraym sakhaa-ay. ||8||2||

ਜੀਵ ਤੂੰ ਕਿਉਂ ਭੁਲੇਪੇ ਵਿੱਚ ਪੈ ਗਿਆ ਹੈ? ਪ੍ਰਭ ਤੇਰੇ ਅੰਦਰ ਹੈ, ਉਥੇ ਕਿਉਂ ਨਹੀਂ ਭਾਲਦਾ? ਬਾਹਰ ਹੋਰ ਥਾਂ ਤੇ ਕੀ ਰਸਤਾ ਪੁਛਦਾ ਹੈ? ਆਪਣੇ ਅੰਦਰ ਹੀ ਢੂੰਡੋ, ਦੁਬਿਦਾ ਛੱਡਕੇ ਉਸ ਪਿਛੇ ਲਗੋ, ਆਪ ਹੀ ਅਸਲੀ ਰਸਤੇ ਤੇ ਅਡੋਲ ਰਖਦਾ ਹੈ ।

Why are you trapped into suspicions, religious rituals? The True Master dwells within your body! Why are you not searching within your own body? Why are you searching other places? You should stop wandering all over, renounce duality, search within your mind; with His mercy and grace, The Merciful True Master may bless the right path of salvation.

156.ਸਿਰੀਰਾਗੁ ਮਹਲਾ ੧॥ (54-13)

ਆਪੇ ਗੁਣ ਆਪੇ ਕਥੈ,	aapay gun aapay kathai
ਆਪੇ ਸੁਣਿ ਵੀਚਾਰੁ॥	aapay sun veechaar.
ਆਪੇ ਰਤਨੁ ਪਰਖਿ,	aapay ratan parakh
ਤੂੰ ਆਪੇ ਮੋਲੁ ਅਪਾਰੁ॥	tooN aapay mol apaar.
ਸਾਚਉ ਮਾਨੁ ਮਹਤੁ ਤੂੰ,	saacha-o maan mahat tooN
ਆਪੇ ਦੇਵਣਹਾਰੁ॥੧॥	aapay dayvanhaar. ||1||

ਪ੍ਰਭ ਤੂੰ ਆਪ ਹੀ ਸਾਰੇ ਗੁਣਾਂ ਦਾ ਭੰਡਾਰੀ ਹੈ, ਆਪ ਹੀ ਵਿਆਖਿਆ ਕਰਾਉਂਦਾ, ਆਪ ਹੀ ਇਹ ਵਿਚਾਰ ਸੁਣਦਾ ਹੈ । ਆਪ ਹੀ ਰਹਿਮਤ ਬਖਸ਼ਕੇ ਜੀਵ ਨੂੰ ਅਣਮੋਲ ਰਤਨ ਸ਼ਬਦ ਦਾ ਸੋਝੀ ਬਖਸ਼ਦਾ ਹੈ, ਆਪ ਹੀ ਵਿਆਖਿਆ ਸੁਣਕੇ ਰਹਿਮਤ ਬਖਸ਼ਦਾ ਹੈ । ਅਣਮੋਲ ਗੁਣਾਂ ਦੀ ਕੀਮਤ ਜਾਣੀ ਨਹੀਂ ਜਾ ਸਕਦੀ । ਅਟਲ ਪ੍ਰਭ ਦੀ ਸ਼ਾਨ, ਰਹਿਮਤ ਵੀ ਅਟਲ ਹੈ, ਸਾਰਿਆਂ ਨੂੰ ਦਾਤਾਂ ਬਖਸ਼ਣ ਵਾਲਾ ਮਾਲਕ ਹੈ ।

The True Master, Treasure of All Blessings, enlightens His true devotee to explain the sermons of His Word; He listen to his sermons. He may bestow His Blessed Vision on His true devotee to enlighten with the essence of his Word. The significance of His Virtues, Blessings may remain beyond the imagination, comprehension of His Creation. The Glory, Greatness of Axiom True Master remains and true forever! Only The True Master bestows everyone with Blessings.

ਹਰਿ ਜੀਉ ਤੂੰ ਕਰਤਾ ਕਰਤਾਰੁ॥	har jee-o tooN kartaa kartaar.
ਜਿਉ ਭਾਵੈ ਤਿਉ ਰਾਖੁ ਤੂੰ,	ji-o bhaavai ti-o raakh tooN
ਹਰਿ ਨਾਮੁ ਮਿਲੈ ਆਚਾਰੁ॥੧॥ ਰਹਾਉ॥	har Naam milai aachaar. ||1|| rahaa-o.

ਪ੍ਰਭ ਆਪ ਹੀ ਸਾਰੀ ਸ੍ਰਿਸ਼ਟੀ ਨੂੰ ਸਿਰਜਨ ਵਾਲਾ ਹੈ, ਆਪ ਹੀ ਇਸ ਦਾ ਕਾਰਨ ਜਾਣਦਾ ਹੈ । ਆਪਣੀ ਰਜ਼ਾ ਨਾਲ ਹੀ ਜੀਵ ਨੂੰ ਰਹਿਮਤ ਬਖਸ਼ਦਾ । ਮੇਰੀ ਇਹ ਹੀ ਅਰਦਾਸ ਹੈ! ਮੇਰਾ ਇਹ ਮਾਨਸ ਜਨਮ ਸ਼ਬਦ ਦੇ ਲੇਖੇ ਲਾ ਦੇਵੋਂ ।

The True Master, Creator, know the purpose of His Creation. Only with His mercy and grace, He blessed His Creation. I may only pray for His Forgiveness and refuge; I may sacrifice surrender may human life opportunity to serve His Word.

ਆਪੇ ਹੀਰਾ ਨਿਰਮਲਾ,	aapay heeraa nirmalaa
ਆਪੇ ਰੰਗੁ ਮਜੀਠ॥	aapay rang majeeth.
ਆਪੇ ਮੋਤੀ ਊਜਲੋ,	aapay motee oojlo
ਆਪੇ ਭਗਤ ਬਸੀਠੁ॥	aapay bhagat baseeth.
ਗੁਰ ਕੈ ਸਬਦਿ ਸਲਾਹਣਾ,	gur kai sabad salaahnaa
ਘਟਿ ਘਟਿ ਡੀਠੁ ਅਡੀਠੁ॥੨॥	ghat ghat deeth adeeth. ||2||

ਪ੍ਰਭ, ਪ੍ਰਭ ਦਾ ਸ਼ਬਦ ਹੀ ਬਿਨਾਂ ਦਾਗ਼ ਵਾਲਾ ਰਤਨ, ਮੋਤੀ ਹੈ । ਪ੍ਰਭ ਦੇ ਸ਼ਬਦ ਦੀ ਪਾਲਣਾ ਨਾਲ ਹੀ ਅਣਮੋਲ ਰੰਗ ਗੁਰਮਖ ਤੇ ਚੜ੍ਹ ਜਾਂਦਾ ਹੈ । ਆਪ ਹੀ ਬੰਦਗੀ ਕਰਨਵਾਲਾ ਸੇਵਕ, ਸਿਖਿਆਂ ਦੇਣ ਵਾਲਾ ਸੰਤ, ਪੁਜਾਰੀ ਹੈ । ਮੈਂ ਬਾਰ ਬਾਰ ਸ਼ਬਦ ਦੀ ਉਸਤਤ ਹੀ ਗਾਉਂਦਾ ਹਾ । ਪ੍ਰਭ ਜੀਵ ਦੇ ਦੇਖਣ ਤੋਂ ਉਪਰ ਹੈ, ਪਰ ਹਰ ਥਾਂ ਮੌਜੂਦਗੀ ਮਹਿਸੂਸ ਹੁੰਦੀ ਹੈ ।

His Word is priceless unblemished jewel. Whosoever may obey the teachings of His Word; he may remain drenched with the crimson color of the essence of His Word. The True Master prevails through His true devotee, worshipper, and blessed soul to enlighten his creation. I may remain singing the glory of His Word repeatedly. The True Master remains beyond visibility; however, his true devotee may realize His Existence everywhere.

ਆਪੇ ਸਾਗਰੁ ਬੋਹਿਥਾ,	aapay saagar bohithaa
ਆਪੇ ਪਾਰੁ ਅਪਾਰੁ॥	aapay paar apaar.
ਸਾਚੀ ਵਾਟ ਸੁਜਾਣੁ ਤੂੰ,	saachee vaat sujaan tooN
ਸਬਦਿ ਲਘਾਵਣਹਾਰੁ॥	sabad laghaavanhaar.
ਨਿਡਰਿਆ ਡਰੁ ਜਾਣੀਐ,	nidri-aa dar jaanee-ai
ਬਾਝੁ ਗੁਰੂ ਗੁਬਾਰੁ॥੩॥	baajh guroo gubaar. ||3||

ਪ੍ਰਭ ਆਪ ਹੀ ਸੰਸਾਰਕ ਸਾਗਰ ਹੈ, ਸ਼ਬਦ ਹੀ ਉਹ ਬੇੜੀ ਹੈ, ਆਪ ਹੀ ਸਮੁੰਦਰ ਦਾ ਸੰਸਾਰ ਵਾਲਾ ਪਾਸਾ, ਮੌਤ ਪਿਛੋਂ ਵਾਲਾ, ਸਵਰਗ ਵਾਲਾ ਪਾਸਾ ਹੈ । ਪ੍ਰਭ ਦਾ ਸ਼ਬਦ ਹੀ ਉਹ ਅਸਲੀ ਰਸਤਾ, ਮਲਾਹ ਹੈ । ਜਿਸ ਦੀ ਸਿਖਿਆਂ ਨਾਲੇ ਜੀਵ ਪਾਰ ਜਾ ਸਕਦਾ ਹੈ । ਅਸਲੀ ਮਲਾਹ, ਪ੍ਰਭ ਦੇ ਸ਼ਬਦ ਤੋਂ ਬਿਨਾਂ, ਇਹ ਸਾਗਰ ਨੂੰ ਪਾਰ ਕਰਨਾ ਬਹੁਤ ਮੁਸ਼ਕਲ ਹੈ, ਡਰ ਵਾਲਾ ਕੰਮ, ਭਾਰੀ ਖਤਰਾ (Chance) ਲੈਣ ਵਾਲਾ ਕੰਮ ਹੀ ਹੈ ।

The True Master is the worldly ocean; rescue boat to carry His true devotee to the other shore. He is worldly shore and other shore of His Court. The teachings of His Word may be the right path of acceptance in Your Court.
Without The True Sailor, Master, the teachings of His Word, crossing worldly ocean may be tedious and difficult proposition.

ਅਸਥਿਰੁ ਕਰਤਾ ਦੇਖੀਐ,	asthir kartaa daykhee-ai
ਹੋਰੁ ਕੇਤੀ ਆਵੈ ਜਾਇ॥	hor kaytee aavai jaa-ay.
ਆਪੇ ਨਿਰਮਲੁ ਏਕੁ ਤੂੰ,	aapay nirmal ayk tooN
ਹੋਰ ਬੰਧੀ ਧੰਧੈ ਪਾਇ॥	hor banDhee DhanDhai paa-ay.
ਗੁਰਿ ਰਾਖੇ ਸੇ ਉਬਰੇ,	gur raakhay say ubray
ਸਾਚੇ ਸਿਉ ਲਿਵ ਲਾਇ॥੪॥	saachay si-o liv laa-ay. ||4||

ਇਕੋ ਇਕ ਪ੍ਰਭ ਹੀ, ਸਦਾ ਰਹਿਣ ਵਾਲਾ ਹੈ, ਬਾਕੀ ਸਭ ਕੁਝ ਨਾਸ ਹੋ ਜਾਣ ਵਾਲਾ ਹੈ । ਕੇਵਲ ਪ੍ਰਭ ਹੀ ਪਵਿੱਤਰ ਹੈ, ਬਾਕੀ ਸਾਰੀ ਸ੍ਰਿਸ਼ਟੀ ਹੀ ਧੰਦਿਆਂ ਦੀ ਮੁਹਤਾਜ ਹੈ । ਜਿਸ ਜੀਵ ਨੂੰ ਆਪ ਹੀ ਸ਼ਬਦ ਦੀ ਲਗਨ ਬਖਸ਼ਦਾ ਹੈ, ਸ਼ਬਦ ਦੀ ਪਾਲਣਾ ਤੇ ਅਡੋਲ ਰਖਦਾ ਹੈ, ਕੇਵਲ ਉਹ ਹੀ ਸਾਗਰ ਪਾਰ ਕਰ ਜਾਂਦਾ ਹੈ ।

The One and Only One, True Master remain true and forever-living; everyone else may be perishable after predetermined time. Only The True Master sanctified beyond any worries; everyone else may be a victim of worldly deeds, responsibilities, bonds. Whosoever may be blessed with devotion to adopt the teachings of His Word, only he may remain steady and stable on the right path; he may swim this worldly ocean.

ਹਰਿ ਜੀਉ ਸਬਦਿ ਪਛਾਣੀਐ,	har jee-o sabad pachhaanee-ai
ਸਾਚਿ ਰਤੇ ਗੁਰ ਵਾਕਿ॥	saach ratay gur vaak.
ਤਿਤੁ ਤਨਿ ਮੈਲੁ ਨ ਲਗਈ,	tit tan mail na lag-ee
ਸਚ ਘਰਿ ਜਿਸੁ ਓਤਾਕੁ॥	sach ghar jis otaak.
ਨਦਰਿ ਕਰੇ ਸਚੁ ਪਾਈਐ,	nadar karay sach paa-ee-ai
ਬਿਨੁ ਨਾਵੈ ਕਿਆ ਸਾਕੁ ॥੫॥	bin naavai ki-aa saak. ||5||

ਜਿਹੜਾ ਅਟਲ ਪ੍ਰਭ ਦੇ ਸ਼ਬਦ ਵਿੱਚ ਲੀਨ ਹੋ ਜਾਂਦਾ ਹੈ, ਉਸ ਨੂੰ ਹੀ ਸ਼ਬਦ ਦੀ ਸੋਝੀ ਬਖਸ਼ਿਸ਼ ਹੁੰਦੀ, ਪ੍ਰਭ ਦੀ ਹੋਂਦ ਅਨੁਭਵ ਹੁੰਦੀ ਹੈ । ਜਿਹੜਾ ਸ਼ਬਦ ਦਾ ਮੂਲ ਪਛਾਣ ਜਾਂਦਾ ਹੈ, ਉਸ ਨੂੰ ਸੰਸਾਰਕ ਇੱਛਾਂ ਦੀ ਮੈਲ ਨਹੀਂ ਲਗਦੀ । ਉਹ ਪ੍ਰਭ ਦੇ ਦਰਬਾਰ ਵਿੱਚ, ਆਪਣੇ ਘਰ ਵਿੱਚ ਵਸਣ ਲਗ ਪੈਂਦਾ ਹੈ । ਜਿਸ ਤੇ ਪ੍ਰਭ ਕ੍ਰਿਪਾ ਦੀ ਨਜ਼ਰ ਬਖਸ਼ਦਾ ਹੈ, ਉਸ ਨੂੰ ਪ੍ਰਭ ਸ਼ਬਦ ਦੀ ਸੋਝੀ ਹੋ ਜਾਂਦੀ ਹੈ । ਸੋਝੀ ਤੋਂ ਬਿਨਾਂ, ਪ੍ਰਭ ਦੇ ਘਰ ਨਾਲ ਕੋਈ ਸਬੰਧ ਬਖਸ਼ਿਸ਼ ਨਹੀਂ ਹੋ ਸਕਦਾ ।

Whosoever may remain intoxicated in meditating in the void of His Word; with His mercy and grace, he may be enlightened with the essence of his Word; he may realize His Existence everywhere. Whosoever recognizes the purpose of human life opportunity; his soul may never be blemished with worldly desires. He may dwell within his own body within His Royal Palace. Whosoever may be bestowed with His Blessed Vision, he may be enlightened with the essence of His Word. Without the earnings of His Word, his soul may not develop any relationship with His Holy Spirit.

ਜਿਨੀ ਸਚੁ ਪਛਾਣਿਆ,	jinee sach pachhaani-aa
ਸੇ ਸੁਖੀਏ ਜੁਗ ਚਾਰਿ॥	say sukhee-ay jug chaar.
ਹਉਮੈ ਤ੍ਰਿਸਨਾ ਮਾਰਿ ਕੈ,	ha-umai tarisnaa maar kai
ਸਚੁ ਰਖਿਆ ਉਰ ਧਾਰਿ॥	sach rakhi-aa ur Dhaar.
ਜਗ ਮਹਿ ਲਾਹਾ ਏਕੁ ਨਾਮੁ,	jag meh laahaa ayk Naam
ਪਾਈਐ ਗੁਰ ਵੀਚਾਰਿ॥੬॥	paa-ee-ai gur veechaar. ||6||

ਜਿਸ ਨੂੰ ਅਟਲ ਪ੍ਰਭ ਦੇ ਸ਼ਬਦ ਦੀ ਸੋਝੀ ਬਖਸ਼ਿਸ਼ ਹੋ ਜਾਂਦੀ ਹੈ, ਉਹ ਚਾਰਾਂ ਜੁਗਾਂ ਵਿੱਚ ਹੀ ਸ਼ਾਂਤੀ ਵਿੱਚ ਰਹਿੰਦਾ ਹੈ । ਉਹ ਆਪਣੀ ਅਹੰਕਾਰ ਦੀ ਜੜ੍ਹ ਖਤਮ ਕਰਕੇ, ਸ਼ਬਦ ਵਿੱਚ ਲੀਨ ਹੋ ਜਾਂਦਾ ਹੈ । ਸ਼ਬਦ ਦਾ ਸਿਮਰਨ ਕਰਨਾ ਹੀ ਮਾਨਸ ਜਨਮ ਦਾ ਇਕ ਹੀ ਮੰਤਵ ਹੈ । ਉਸ ਨੂੰ ਪ੍ਰਵਾਨਗੀ ਦਾ ਅਸਲੀ ਰਸਤਾ ਬਖਸ਼ਿਸ਼ ਹੋ ਜਾਂਦਾ ਹੈ ।

Whosoever may be blessed with the essence of His Word; he may remain in peace and contented in all four Ages! He may conquer his ego and adopts the teachings of His Word in day-to-day life. To meditate on the teachings of His Word may be the only real purpose of human life opportunity. He may be blessed with the right path of acceptance in His Court.

ਸਾਚਉ ਵਖਰੁ ਲਾਦੀਐ,	saacha-o vakhar laadee-ai
ਲਾਭੁ ਸਦਾ ਸਚੁ ਰਾਸਿ॥	laabh sadaa sach raas.
ਸਾਚੀ ਦਰਗਹ ਬੈਸਈ,	saachee dargeh bais-ee
ਭਗਤਿ ਸਚੀ ਅਰਦਾਸਿ॥	bhagat sachee ardaas.
ਪਤਿ ਸਿਉ ਲੇਖਾ ਨਿਬੜੈ,	pat si-o laykhaa nibrhai
ਰਾਮ ਨਾਮੁ ਪਰਗਾਸਿ॥੭॥	raam Naam pargaas. ||7||

ਜਿਸ ਨੂੰ ਪ੍ਰਭ ਦੀ ਰਹਿਮਤ ਨਾਲ ਸ਼ਬਦ ਦਾ ਖਜ਼ਾਨਾ ਬਖਸ਼ਿਸ਼ ਹੋ ਜਾਂਦਾ ਹੈ । ਇਹ ਉਸ ਦੇ ਸਾਥ ਹੀ ਰਹਿੰਦਾ ਹੈ, ਕੋਈ ਖੋਹ ਨਹੀਂ ਸਕਦਾ, ਇਹ ਖਜ਼ਾਨਾ ਹੀ ਜੀਵ ਨੂੰ ਪ੍ਰਭ ਦੇ ਘਰ ਵਿੱਚ ਥਾਂ ਬਖਸ਼ਦਾ ਹੈ । ਉਹ ਬੰਦਗੀ ਵਿੱਚ ਲੀਨ ਰਹਿੰਦਾ ਹੈ । ਪ੍ਰਭ ਇਸ ਖਜ਼ਾਨੇਂ ਨਾਲ ਹੀ ਜੂੰਨਾਂ ਦਾ ਲੇਖਾ ਖਤਮ, ਪੂਰਾ ਕਰ ਦੇਂਦਾ ਹੈ । ਉਹ ਪ੍ਰਭ ਦੀ ਜੋਤ, ਰੋਸ਼ਨੀ ਵਿੱਚ ਅਭੇਦ ਹੋ ਜਾਂਦਾ ਹੈ ।

Whosoever may be blessed with treasure of His Word, no one can rob the enlightenment of the essence of His Word and his earnings always remains with him. Only with the earnings of His Word, his soul may be honored in His Court and remains intoxicated in meditation in the void of His Word. His earnings of His Word may satisfy his account to eliminate his cycle of birth and death. His soul may immerse in His Holy Spirit.

ਊਚਾ ਊਚਉ ਆਖੀਐ,	oochaa oocha-o aakhee-ai
ਕਹਉ ਨ ਦੇਖਿਆ ਜਾਇ॥	kaha-o na daykhi-aa jaa-ay.
ਜਹ ਦੇਖਾ ਤਹ ਏਕੁ ਤੂੰ,	jah daykhaa tah ayk tooN
ਸਤਿਗੁਰਿ ਦੀਆ ਦਿਖਾਇ॥	saT`gur dee-aa dikhaa-ay.
ਜੋਤਿ ਨਿਰੰਤਰਿ ਜਾਣੀਐ,	jot nirantar jaanee-ai
ਨਾਨਕ ਸਹਜਿ ਸੁਭਾਇ॥੮॥3॥	naanak sahj subhaa-ay. ||8||3||

ਪ੍ਰਭ ਨੂੰ ਸਭ ਉਚਾ ਉਚਾ ਆਖਦੇ ਹਨ, ਪ੍ਰਭ ਜੀਵ ਦੀ ਪਹੁੰਚ ਤੋਂ ਉਪਰ ਹੈ । ਉਸ ਦੀ ਮਹਾਨਤਾ ਦਾ ਅੰਦਾਜ਼ਾ ਨਹੀਂ ਲਾਇਆ ਜਾ ਸਕਦਾ । ਹਰਇਕ ਥਾਂ, ਚੀਜ਼ ਵਿੱਚ ਪ੍ਰਭ ਹੀ ਨਜ਼ਰ ਆਉਂਦਾ ਹੈ, ਹੋਰ ਕੁਝ ਮਹਿਸੂਸ ਨਹੀਂ ਹੰਦਾ । ਜਿਸ ਨੂੰ ਇਹ ਅਵਸਥਾ ਬਖਸ਼ਿਸ਼ ਹੋ ਜਾਂਦੀ ਹੈ । ਪ੍ਰਭ ਦੀ ਜੋਤ ਹਿਰਦੇ ਵਿੱਚ ਜਾਗਰਤ ਹੋ ਜਾਂਦੀ ਹੈ ।

Everyone may claim The True Master, Greatest of All; however, He remains beyond the reach of His Creation. His greatness may remain beyond any imagination of His Creation. His true devotee may realize His Existence everywhere; he may never realize any other existence. Whosoever may be blessed with such a state of mind; his soul may be immersed within His Holy Spirit.

157. ਸਿਰੀਰਾਗੁ ਮਹਲਾ ੧॥ (55-7)

ਮਛੁਲੀ ਜਾਲੁ ਨ ਜਾਣਿਆ,	machhulee jaal na jaani-aa
ਸਰੁ ਖਾਰਾ ਅਸਗਾਹੁ॥	sar khaaraa asgaahu.
ਅਤਿ ਸਿਆਣੀ ਸੋਹਣੀ,	at si-aanee sohnee
ਕਿਉ ਕੀਤੋ ਵੇਸਾਹੁ॥	ki-o keeto vaysaahu.
ਕੀਤੇ ਕਾਰਣਿ ਪਾਕੜੀ,	keetay kaaran paakrhee
ਕਾਲੁ ਨ ਟਲੈ ਸਿਰਾਹੁ॥੧॥	kaal na talai siraahu. ||1||

ਜਿਵੇਂ ਮਛਲੀ ਬਹੁਤ ਸੁੰਦਰ, ਸਿਆਣੀ, ਚਲਾਕ ਹੁੰਦੀ ਹੈ । ਸ੍ਰਿਸ਼ਟੀ ਦੇ ਸਾਰੇ ਜੀਵ ਹੀ ਇਸ ਨੂੰ ਪਕੜਨ ਦਾ ਯਤਨ ਕਰਦੇ ਹਨ, ਪਰ ਉਹ ਬਚਦੀ ਰਹਿੰਦੀ ਹੈ । ਉਹ ਵੀ ਸਾਗਰ ਦੇ ਡੂੰਘੇ, ਧੁੰਦਲੇ ਪਾਣੀ ਵਿੱਚ ਜਾਲ ਦੀ ਪਛਾਣ ਨਹੀਂ ਕਰ ਸਕਦੀ, ਜਾਲ ਵਿੱਚ ਫਸ ਜਾਂਦੀ ਹੈ । ਇਸਤਰ੍ਹਾਂ ਜੀਵ ਵੀ ਆਪਣੀਆਂ, ਚਲਾਕੀਆਂ ਨਾਲ ਮਾਇਆ, ਇੱਛਾਂ ਦੇ ਜਾਲ ਤੋਂ ਬਚਦਾ ਰਹਿੰਦਾ ਹੈ । ਕਦੇ ਲਾਲਚ ਇਤਨਾ ਭਾਰੀ ਹੋ ਜਾਂਦਾ ਹੈ, ਇਸ ਚੱਕਰ ਵਿੱਚ ਫਸ ਜਾਂਦਾ ਹੈ । ਉਸ ਨੂੰ ਆਪਣੇ ਕੀਤੇ ਦੀ ਸਜ਼ਾ ਭੋਗਣੀ ਪੈਂਦੀ ਹੈ, ਉਹ ਆਪਣਾ ਮਾਨਸ ਜਨਮ ਬਿਰਥਾ ਹੀ ਗਵਾ ਲੈਂਦਾ ਹੈ ।

As may fish be very clever! she escapes from everyone who may try to catch her in the ocean; however, she may not recognize the trap, net in deep, dark ocean water. Same way, human may try to escape the sweet poison of worldly wealth, desires with his wisdom, cleverness; however, sometimes the greed, sweet poison of worldly wealth may become so heavy, he may become victim. He must endure the punishment of his greed and he wastes his life.

ਭਾਈ ਰੇ ਇਉ ਸਿਰਿ ਜਾਣਹੁ ਕਾਲੁ॥	bhaa-ee ray i-o sir jaanhu kaal.
ਜਿਉ ਮਛੀ ਤਿਉ ਮਾਣਸਾ,	ji-o machhee ti-o maansaa
ਪਵੈ ਅਚਿੰਤਾ ਜਾਲੁ॥੧॥ ਰਹਾਉ॥	pavai achintaa jaal. ||1||rahaa-o.

ਜਿਵੇਂ ਮਛਲੀ ਸਾਗਰ ਵਿੱਚ ਜਾਲ ਵਿੱਚ ਫਸ ਜਾਂਦੀ ਹੈ । ਇਸਤਰ੍ਹਾਂ ਮਾਨਸ ਵੀ ਸੰਸਾਰਕ ਇੱਛਾਂ ਦੇ ਜਾਲ ਵਿੱਚ ਫਸ ਜਾਂਦਾ ਹੈ । ਮੌਤ ਦੇ ਜਮਦੂਤਾਂ ਦੇ ਕਾਬੂ ਵਿੱਚ ਆ ਜਾਂਦਾ ਹੈ, ਆਪਣੇ ਕੀਤੇ ਦਾ ਲੇਖਾ ਦੇਣਾ ਪੈਂਦਾ ਹੈ ।

As a fish lives in the ocean! Same way, human dwells in the ocean overwhelmed with worldly desires. He may become a victim of temptation of sweet poison of worldly desires, wealth. He may be captured by the devil of death; he must endure the miseries of his worldly deeds.

ਸਭੁ ਜਗੁ ਬਾਧੋ ਕਾਲ ਕੋ,	sabh jag baaDho kaal ko
ਬਿਨੁ ਗੁਰ ਕਾਲੁ ਅਫਾਰੁ॥	bin gur kaal afaar.
ਸਚਿ ਰਤੇ ਸੇ ਉਬਰੇ,	sach ratay say ubray
ਦੁਬਿਧਾ ਛੋਡਿ ਵਿਕਾਰ॥	dubiDhaa chhod vikaar.
ਹਉ ਤਿਨ ਕੈ ਬਲਿਹਾਰਣੈ,	ha-o tin kai balihaarnai
ਦਰਿ ਸਚੈ ਸਚਿਆਰ॥੨॥	dar sachai sachiaar. ||2||

ਸਾਰੀ ਸ੍ਰਿਸ਼ਟੀ ਹੀ ਜਮਦੂਤਾਂ (ਮੌਤ) ਦੇ ਕਾਬੂ ਵਿੱਚ ਹੈ, ਕੇਵਲ ਪ੍ਰਭ ਦੇ ਸ਼ਬਦ ਦੇ ਲੜ ਲਗਣ ਨਾਲ ਹੀ ਜਮਾਂ ਦੇ ਕਾਬੂ ਤੋਂ ਛੁਟਕਾਰਾ ਬਖਸ਼ਿਸ਼ ਹੋ ਸਕਦਾ ਹੈ । ਉਸ ਦਾ ਮੌਤ ਸਮਾਂ ਪ੍ਰਭ ਨੂੰ ਮਿਲਣ ਦਾ ਸਮਾਂ ਬਣ ਜਾਂਦਾ ਹੈ । ਜਿਹੜਾ ਸੰਸਾਰਕ ਇੱਛਾਂ ਨੂੰ ਤਿਆਗਕੇ ਸ਼ਬਦ ਦਾ ਆਸਰਾ ਲੈਂਦਾ ਹੈ, ਉਹ ਜਮਾਂ ਦੇ ਕਾਬੂ ਵਿੱਚ ਨਹੀਂ ਰਹਿੰਦਾ । ਉਸ ਜੀਵ ਤੋਂ ਕਰਬਾਨ ਜਾਈਏ! ਜਿਹੜਾ ਸੰਸਾਰ ਵਿੱਚ ਰਹਿੰਦਾ ਹੋਇਆ ਹੀ ਇੱਛਾਂ ਤੋਂ ਰਹਿਤ ਹੋ ਜਾਂਦਾ ਹੈ ।

The whole Creation remains under the seize of devil of death. Whosoever may remain intoxicated in meditation on the teachings of His Word, only his soul may conquer the devil of death. His time of departure from universe may become a time of union with His Holy Spirit. Whosoever may renounce his worldly desires and seeks a refuge, support of His Word; with His mercy and grace, his soul may be beyond the reach of devil of death. I remain fascinated, astonished from His true devotee; who may conquer his worldly desire, while still alive.

ਸੀਚਾਨੇ ਜਿਉ ਪੰਖੀਆ,	seechaanay ji-o pankhee-aa
ਜਾਲੀ ਬਧਿਕ ਹਾਥਿ॥	jaalee baDhik haath.
ਗੁਰਿ ਰਾਖੇ ਸੇ ਉਬਰੇ,	gur raakhay say ubray
ਹੋਰਿ ਫਾਥੇ ਚੋਗੈ ਸਾਥਿ॥	hor faathay chogai saath.
ਬਿਨੁ ਨਾਵੈ ਚੁਣਿ ਸੁਟੀਅਹਿ,	bin naavai chun sutee-ah
ਕੋਇ ਨ ਸੰਗੀ ਸਾਥਿ॥੩॥	ko-ay na sangee saath. ||3||

ਜਿਵੇਂ ਪੰਛੀਆਂ ਤੇ ਵਡੇ ਜਾਨਵਰ (ਇੱਲ) ਤਾੜ ਲਾਈ ਰਖਦੇ ਹਨ, ਇਸਤਰ੍ਹਾਂ ਹੀ ਸ਼ਰੀਕ ਜਾਲ ਲਾਈ ਰਖਦਾ ਹੈ । ਜਿਹੜਾ ਪ੍ਰਭ ਦੀ ਰਖਵਾਲੀ ਵਿੱਚ ਹੁੰਦਾ ਹੈ, ਉਹ ਹੀ ਬਚਦਾ ਹੈ, ਬਾਕੀ ਜਾਲ ਵਿੱਚ ਫਸ ਜਾਂਦੇ ਹਨ । ਜਿਹੜਾ ਸ਼ਬਦ ਅਨੁਸਾਰ ਨਹੀਂ ਚਲਦਾ, ਉਸ ਨੂੰ ਰਖਵਾਲੀ ਤੋਂ ਕੱਢ ਦਿੱਤਾ ਜਾਂਦਾ ਹੈ, ਉਸ ਦਾ ਦਰਗਾਹ ਵਿੱਚ ਕੋਈ ਸੰਜੋਗੀ ਨਹੀਂ ਰਹਿੰਦਾ ।

As a bigger bird captures the small bird for food. Same way jealous family member keeps his evil traps. Whosoever may be accepted at His Sanctuary, protection; he may be saved, others fall into sweet trap. Whosoever may not adopt the teachings of His Word, he may be deprived from His Protection. He may not have any supporter in His Court after death.

ਸਚੋ ਸਚਾ ਆਖੀਐ,	sacho sachaa aakhee-ai
ਸਚੇ ਸਚਾ ਥਾਨੁ॥	sachay sachaa thaan.
ਜਿਨੀ ਸਚਾ ਮੰਨਿਆ,	jinee sachaa mani-aa
ਤਿਨ ਮਨਿ ਸਚੁ ਧਿਆਨੁ॥	tin man sach Dhi-aan.
ਮਨਿ ਮੁਖਿ ਸੂਚੇ ਜਾਣੀਅਹਿ,	man, mukh soochay jaanee-ahi
ਗੁਰਮੁਖਿ ਜਿਨਾ ਗਿਆਨੁ॥੪॥	gurmukh jinaa gi-aan. ||4||

ਪ੍ਰਭ ਦੀ ਹੋਂਦ ਨੂੰ ਸਭ ਤੋਂ ਪਵਿੱਤਰ ਮੰਨਿਆ ਜਾਂਦਾ ਹੈ । ਜਿਹੜੇ ਪ੍ਰਭ ਦਾ ਭਾਣਾ ਮੰਨ ਲੈਂਦਾ ਹੈ, ਉਹ ਬੰਦਗੀ ਵਿੱਚ ਲਗ ਜਾਂਦਾ ਹੈ । ਜਿਸ ਨੂੰ ਸ਼ਬਦ ਦੀ ਸੋਝੀ, ਗੁਰਮਖ ਅਵਸਥਾ ਬਖਸ਼ਿਸ਼ ਹੋ ਸਕਦੀ ਹੈ । ਉਸ ਦੇ ਬੋਲੇ ਸ਼ਬਦ ਵੀ ਪਵਿੱਤਰ ਹੋ ਜਾਂਦੇ ਹਨ ।

The existence of Holy Spirit, His Word are considered sanctified. Whosoever may adopt the teachings of His Word as an ultimate command; he may remain in deep meditation in the void of His Word. Whosoever may recognize the purpose of his human life; with His mercy and grace, he may be blessed with superb state of mind. His spoken words may be transformed as His Word, true forever.

ਸਤਿਗੁਰ ਅਗੈ ਅਰਦਾਸਿ ਕਰਿ,	saT`gur agai ardaas kar
ਸਾਜਨੁ ਦੇਇ ਮਿਲਾਇ॥	saajan day-ay milaa-ay.
ਸਾਜਨਿ ਮਿਲਿਐ ਸੁਖੁ ਪਾਇਆ,	saajan mili-ai sukh paa-i-aa
ਜਮਦੂਤ ਮੁਏ ਬਿਖੁ ਖਾਇ॥	jamdoot mu-ay bikhkhaa-ay.
ਨਾਵੈ ਅੰਦਰਿ ਹਉ ਵਸਾਂ,	naavai andar ha-o vasaaN
ਨਾਉ ਵਸੈ ਮਨਿ ਆਇ॥੫॥	naa-o vasai man aa-ay. ||5||

ਜੀਵ ਪ੍ਰਭ ਅੱਗੇ ਅਰਦਾਸ ਕਰੋ! ਉਹ ਅਸਲੀ ਮਿੱਤਰ ਨਾਲ ਮਿਲਾਪ ਕਰਵਾਉਂਦਾ ਹੈ, ਉਸ ਦੇ ਜੀਵਨ ਦੀ ਸਿਖਿਆਂ ਨੂੰ ਆਪਣੇ ਜੀਵਨ ਵਿੱਚ ਢਾਲਣ ਨਾਲ, ਮਨ ਨੂੰ ਸ਼ਾਂਤੀ, ਜਮਦੂਤਾਂ ਦਾ ਡਰ ਖਤਮ ਹੋ ਜਾਂਦਾ ਹੈ । ਜਿਸ ਦੀ ਸ਼ਬਦ ਵਿੱਚ ਲਿਵ ਲਗ ਜਾਂਦੀ ਹੈ, ਸ਼ਬਦ ਮਨ ਵਿੱਚ ਘਰ ਕਰ ਜਾਂਦਾ ਹੈ, ਉਹ ਮਨ ਨੂੰ ਭਟਕਣਾਂ ਵਾਲੇ ਪਾਸੇ ਜਾਣ ਨਹੀਂ ਦੇਂਦਾ ।

You should pray for His Forgiveness and Refuge! He may bless the conjugation of His Holy saint. Who may adopt his life experience teachings in his own life; with His mercy and grace, he may be blessed with the right path of acceptance in His Court? He may be blessed with a peace and harmony in his life. Whosoever may remain intoxicated in meditation on the teachings of His Word, he may be enlightened from within. His state of mind may remain beyond the reach of worldly desires and frustrations.

ਬਾਝੁ ਗੁਰੂ ਗੁਬਾਰੁ ਹੈ,	baajh guroo gubaar hai
ਬਿਨੁ ਸਬਦੈ ਬੂਝ ਨ ਪਾਇ॥	bin sabdai boojh na paa-ay.
ਗੁਰਮਤੀ ਪਰਗਾਸੁ ਹੋਇ,	gurmatee pargaas ho-ay
ਸਚਿ ਰਹੈ ਲਿਵ ਲਾਇ॥	sach rahai liv laa-ay.
ਤਿਥੈ ਕਾਲੁ ਨ ਸੰਚਰੈ,	tithai kaal na sanchrai
ਜੋਤੀ ਜੋਤਿ ਸਮਾਇ॥੬॥	jotee jot samaa-ay. ||6||

ਪ੍ਰਭ ਦੇ ਸ਼ਬਦ ਦੀ ਸੋਝੀ, ਰੋਸ਼ਨੀ ਤੋਂ ਬਿਨਾਂ ਹਰ ਪਾਸੇ ਹਨੇਰਾ ਹੀ ਹੈ । ਪ੍ਰਭ ਦੇ ਸ਼ਬਦ ਦੀ ਪਾਲਣਾ ਤੋ ਬਿਨਾਂ ਸ਼ਬਦ ਦੀ ਸੋਝੀ, ਰੋਸ਼ਨੀ ਬਖਸ਼ਿਸ਼ ਨਹੀਂ ਹੁੰਦੀ । ਕੇਵਲ ਸ਼ਬਦ ਦੀ ਸਿਖਿਆਂ ਨਾਲ ਹੀ ਸੋਝੀ ਬਖਸ਼ਿਸ਼ ਹੁੰਦੀ ਹੈ । ਜਿਹੜਾ ਸ਼ਬਦ ਦੀ ਸਮਾਧੀ ਵਿੱਚ ਲੀਨ ਰਹਿੰਦਾ ਹੈ, ਉਸ ਦੀ ਆਤਮਾ ਪ੍ਰਭ ਦੀ ਜੋਤ ਵਿੱਚ ਹੀ ਅਲੋਪ ਹੋ ਜਾਂਦੀ ਹੈ, ਜਮਦੂਤ ਛੋਹ ਨਹੀਂ ਸਕਦਾ ।

Without the enlightenment of the essence of His Word, everyone remains ignorant from the real purpose of human life opportunity. Whosoever may adopt the teachings of His Word, only he may be enlightened from within. Whosoever may remain intoxicated in the void of His Word; with His mercy and grace, his soul may remain beyond the reach of devil of death; she may be immersed with in His Holy Spirit.

ਤੂੰ ਹੈ ਸਾਜਨੁ ਤੂੰ ਸੁਜਾਣੁ,	tooNhai saajan tooN sujaan
ਤੂੰ ਆਪੇ ਮੇਲਣਹਾਰੁ॥	tooN aapay maylanhaar.
ਗੁਰ ਸਬਦੀ ਸਾਲਾਹੀਐ,	gur sabdee salaahee-ai
ਅੰਤੁ ਨ ਪਾਰਾਵਾਰੁ॥	ant na paaraavaar.
ਤਿਥੈ ਕਾਲੁ ਨ ਅਪੜੈ,	tithai kaal na aprhai
ਜਿਥੈ ਗੁਰ ਕਾ ਸਬਦੁ ਅਪਾਰੁ॥੭॥	jithai gur kaa sabad apaar. ||7||

ਅੰਤਰਜਾਮੀ ਪ੍ਰਭ ਹੀ ਜੀਵ ਦਾ ਅਸਲੀ ਮਿੱਤਰ ਹੈ, ਆਪ ਹੀ ਜੀਵ ਨੂੰ ਬੰਦਗੀ ਤੇ ਲਾਉਣ ਵਾਲਾ ਹੈ । ਉਹ ਹੀ ਪ੍ਰਭ ਦੇ ਬਖਸ਼ੇ ਦੀ ਉਸਤਤ ਗਾਉਂਦਾ ਹੈ । ਪ੍ਰਭ ਦੀ ਕੁਦਰਤ ਦਾ ਅੰਤ ਨਹੀਂ ਪਾਇਆ ਜਾ ਸਕਦਾ । ਜਿਸ ਦੇ ਅੰਦਰ ਸ਼ਬਦ ਦੀ ਸਦਾ ਚਲਣ ਵਾਲੀ ਗੂੰਜ ਸੁਣਾਈ ਦੇਂਦੀ ਹੈ, ਉਸ ਤੇ ਜਮਦੂਤ ਦਾ ਕੋਈ ਕਾਬੂ ਨਹੀਂ ਰਹਿੰਦਾ ।

The Omniscient True Master, remains true companion and blesses the devotion to meditate on the teachings His Word. His true devotee may remain singing the glory of His Word. His Nature, extent of His miracles, Blessings remain beyond any limit and comprehension of His Creation. Whosoever may hear the everlasting echo of His Word resonating within; he may remain beyond the control of devil of death.

ਹੁਕਮੀ ਸਭੇ ਊਪਜਹਿ,	hukmee sabhay oopjahi
ਹੁਕਮੀ ਕਾਰ ਕਮਾਹਿ॥	hukmee kaar kamaahi.
ਹੁਕਮੀ ਕਾਲੈ ਵਸਿ ਹੈ,	hukmee kaalai vas hai
ਹੁਕਮੀ ਸਾਚਿ ਸਮਾਹਿ॥	hukmee saach samaahi.
ਨਾਨਕ, ਜੋ ਤਿਸੁ ਭਾਵੈ ਸੋ ਥੀਐ,	naanak jo tis bhaavai so thee-ai
ਇਨਾ ਜੰਤਾ ਵਸਿ ਕਿਛੁ ਨਾਹਿ॥ ੮॥4॥	inaa jantaa vas kichh naahi. ||8||4||

ਪ੍ਰਭ ਦੇ ਹੁਕਮ ਨਾਲ ਹੀ ਸ੍ਰਿਸ਼ਟੀ ਦੀ ਸਾਜਨਾ ਹੋਈ ਹੈ, ਸਾਰੇ ਜੀਵ ਸੰਸਾਰਕ ਧੰਦੇ ਕਰਦੇ ਹਨ । ਪ੍ਰਭ ਦੇ ਹੁਕਮ ਨਾਲ ਹੀ ਜੀਵ ਜਮਦੂਤਾਂ ਦੇ ਕਾਬੂ ਵਿੱਚ ਜਾਂਦਾ ਹੈ, ਹੁਕਮ ਨਾਲ ਹੀ ਪ੍ਰਭ ਦੀ ਰੋਸ਼ਨੀ ਦਾ ਭਾਗ ਬਣਦਾ ਹੈ । ਸਭ ਕੁਝ ਪ੍ਰਭ ਦਾ ਕੀਤਾ ਹੀ ਹੁੰਦਾ ਹੈ, ਹੋਰ ਕਿਸੇ ਜੀਵ ਦੇ ਵੱਸ ਵਿੱਚ ਕੁਝ ਨਹੀਂ ਹੈ, ਇਹ ਸਾਰਾ ਪ੍ਰਭ ਦਾ ਖੇਲ ਹੈ ।

The True Master, Creator has created the universe with His Own Imagination, Command; only He inspire and assigns worldly chores to His Creation. With His Command the devil of death may capture any soul or any soul may become a part of His Holy Spirit. Every event in the universe may only happen under His Command, only His play, no one else has any power.

158. ਸਿਰੀਰਾਗੁ ਮਹਲਾ ੧॥ (55-19)

ਮਨਿ ਜੂਠੈ, ਤਨਿ ਜੂਠਿ ਹੈ,	man, jota tan jooth hai
ਜਿਹਵਾ ਜੂਠੀ ਹੋਇ॥	jihvaa joothee ho-ay.
ਮੁਖਿ ਝੂਠੈ, ਝੂਠੁ ਬੋਲਣਾ,	mukh jhoothai jhooth bolnaa
ਕਿਉ ਕਰਿ ਸੂਚਾ ਹੋਇ॥	ki-o kar soochaa ho-ay.
ਬਿਨੁ ਅਭ ਸਬਦ ਨ ਮਾਂਜੀਐ,	bin abh sabad na maaNjee-ai
ਸਾਚੇ ਤੇ ਸਚੁ ਹੋਇ॥੧॥	saachay tay sach ho-ay. ||1||

ਜਿਸ ਦੇ ਮਨ ਵਿੱਚ ਖੋਟੇ ਵਿਚਾਰ ਹੁੰਦੇ, ਉਸ ਦਾ ਸਰੀਰ ਵੀ ਬੁਰੇ ਕੰਮ ਕਰਦਾ, ਉਸ ਦੇ ਬੋਲ ਵੀ ਕੌੜੇ, ਧੋਖੇ ਵਾਲੇ ਹੋ ਜਾਂਦੇ ਹਨ । ਉਹ ਹਰ ਵੇਲੇ ਧੋਖੇ ਨੂੰ ਹੀ ਹਰ ਕੰਮ ਦਾ ਅਧਾਰ ਬਣਾਉਂਦਾ ਹੈ । ਕਿਸਤਰ੍ਹਾਂ ਮਨ ਨੂੰ ਖੋਟੇ ਕੰਮਾਂ ਤੋਂ ਰੋਕਿਆਂ ਜਾ ਸਕਦਾ ਹੈ? ਮਨ ਨੂੰ ਸਿੱਧੇ ਰਸਤੇ ਤੇ ਪਾਉਣ ਵਾਲੀ ਸਿਖਿਆਂ, ਕੇਵਲ ਪ੍ਰਭ ਦੇ ਸ਼ਬਦ ਦੀ ਪਾਲਣਾ ਨਾਲ ਹੀ ਬਖਸ਼ਿਸ਼ ਹੋ ਸਕਦੀ, ਮਨ ਪਵਿੱਤਰ ਹੋ ਸਕਦਾ ਹੈ ।

Whosoever may have evil thoughts within his mind; his body may only perform evil deeds. He may remain overwhelmed with anger, his tongue may speak rude, harsh, and deceptive words; only the deception may become the basis of his day-to-day life. How may mind be prevented from deceptive thoughts, deeds? Whosoever may adopt the teachings of His Word with steady and stable belief; with His mercy and grace, he may only be blessed with right path; his soul may be sanctified

ਮੁੰਧੇ ਗੁਣਹੀਣੀ, ਸੁਖੁ ਕੇਹਿ॥	munDhay gunheenee sukh kayhi.
ਪਿਰੁ ਰਲੀਆ, ਰਸਿ ਮਾਣਸੀ,	pir ralee-aa ras maansee
ਸਾਚਿ ਸਬਦਿ ਸੁਖੁ ਨੇਹਿ॥੧॥ ਰਹਾਉ॥	saach sabad sukh nayhi. ||1|| rahaa-o.

ਅਗਰ ਮਨ ਦੀ ਸ਼ਾਂਤੀ ਹਾਸਿਲ ਕਰਨੀ ਹੈ ਤਾ ਸ਼ਬਦ ਨਾਲ ਜੀਵਨ ਢਾਲੋ । ਮਨ ਪ੍ਰਭ ਦੇ ਸ਼ਬਦ ਵਿੱਚ ਮਸਤ ਹੋ ਜਾਵੇਗਾ, ਗੁਣ ਹਾਸਿਲ ਕਰਨ ਤੋਂ ਬਿਨਾਂ ਮਨ ਨੂੰ ਸ਼ਾਂਤੀ ਬਖਸ਼ਿਸ਼ ਨਹੀਂ ਹੋ ਸਕਦੀ ।

Whosoever may wish to have a peace and harmony in life; he must adopt the teachings of His Word in his day-to-day life. He may remain intoxicated in meditation in the void of His Word; with His mercy and grace, he may be enlightened from within; no one may be blessed with a peace and harmony without the enlightenment of the essence of His Word

ਪਿਰੁ ਪਰਦੇਸੀ ਜੇ ਥੀਐ,	pir pardaysee jay thee-ai
ਧਨ ਵਾਂਢੀ ਝੂਰੇਇ॥	Dhan vaaNdhee jooray-ay.
ਜਿਉ ਜਲਿ ਥੋੜੈ ਮਛੁਲੀ,	ji-o jal thorhai machhulee
ਕਰਣ ਪਲਾਵ ਕਰੇਇ॥	karan palaav karay-i.
ਪਿਰ ਭਾਵੈ ਸੁਖੁ ਪਾਈਐ,	pir bhaavai sukh paa-ee-ai
ਜਾ ਆਪੇ ਨਦਰਿ ਕਰੇਇ॥੨॥	jaa aapay nadar karay-i. ||2||

ਜਿਹੜਾ ਪ੍ਰਭ ਦੇ ਸ਼ਬਦ ਨੂੰ ਮਨ ਵਿਚੋਂ ਵਿਸਾਰ ਦੇਂਦਾ ਹੈ, ਉਸ ਦੇ ਮਨ ਤੇ ਦੁਖਾਂ ਦਾ ਪਾਹੜ ਆ ਜਾਂਦਾ ਹੈ, ਉਸ ਦੀ ਹਾਲਤ ਦਰਦਨਾਕ ਹੋ ਜਾਂਦੀ, ਜਿਵੇਂ ਥੋੜ੍ਹੇ ਪਾਣੀ ਵਿੱਚ ਮੱਛੀ ਤੜਪਦੀ ਹੈ । ਅਗਰ ਪ੍ਰਭ ਦੀ ਕ੍ਰਿਪਾ ਦੀ ਨਜ਼ਰ ਬਖਸ਼ ਦੇਵੇ, ਤਾ ਫਿਰ ਖੁਸ਼ੀਆਂ ਵਾਪਸ ਆ ਜਾਂਦੀਆਂ ਹਨ

Whosoever may forsake the teachings of His Word from his day-to-day life; he may endure terrible, unbearable miseries. His state of mind may remain miserable like a fish with very little or no water. Whosoever may be bestowed with His Blessed Vision, pleasures and blossom may return in his life.

ਪਿਰੁ ਸਾਲਾਹੀ ਆਪਣਾ,	pir saalaahee aapnaa
ਸਖੀ ਸਹੇਲੀ ਨਾਲਿ॥	sakhee sahaylee naal.
ਤਨਿ ਸੋਹੈ ਮਨੁ ਮੋਹਿਆ,	tan sohai man mohi-aa
ਰਤੀ ਰੰਗਿ ਨਿਹਾਲਿ॥	ratee rang nihaal.
ਸਬਦਿ ਸਵਾਰੀ ਸੋਹਣੀ,	sabad savaaree sohnee
ਪਿਰੁ ਰਾਵੇ ਗੁਣ ਨਾਲਿ॥੩॥	pir raavay gun naal. ||3||

ਜੀਵ ਆਪਣੇ ਸੰਜੋਗੀਆਂ ਨਾਲ ਮਿਲਕੇ ਪ੍ਰਭ ਦੀ ਉਸਤਤ ਗਾਵੋ ! ਉਸ ਨਾਲ ਮਨ, ਤਨ ਵਿੱਚ ਖੇੜੇ, ਪ੍ਰਭ ਦੀ ਰਹਿਮਤ ਦਾ ਰੰਗ ਚੜ੍ਹ ਜਾਂਦਾ ਹੈ । ਜਿਹੜਾ ਸ਼ਬਦ ਦੇ ਸਿਮਰਨ ਵਿੱਚ ਲੀਨ ਹੋ ਜਾਂਦਾ ਹੈ, ਉਸ ਦਾ ਪ੍ਰਭ ਨਾਲ ਸਬੰਧ ਰਾਸ ਆ ਜਾਂਦਾ ਹੈ ।

You should join the conjugation of His Holy saint and wholeheartedly sing the glory of His Word. You may be drenched with the crimson color of the essence of His Word. You may remain overwhelmed with pleasure, blossom and intoxicated in deep meditation in the void of His Word; with His mercy and grace, you may be accepted in His Sanctuary.

ਕਾਮਣਿ ਕਾਮਿ ਨ ਆਵਈ,	kaaman kaam na aavee
ਖੋਟੀ ਅਵਗਣਿਆਰਿ॥	khotee avgani-aar.
ਨਾ ਸੁਖੁ ਪੇਈਐ ਸਾਹੁਰੈ,	naa sukh pay-ee-ai saahurai
ਝੂਠਿ ਜਲੀ ਵੇਕਾਰਿ॥	jhooth jalee vaykaar.
ਆਵਣੁ ਵੰਞਣੁ ਡਾਖੜੋ,	aavan vanjan daakh-rho
ਛੋਡੀ ਕੰਤਿ ਵਿਸਾਰਿ॥੪॥	chhodee kant visaar. ||4||

ਜਿਹੜਾ ਜੀਵ ਖੋਟੇ ਕੰਮਾਂ ਵਿੱਚ ਹੀ ਲਗਾ ਰਹਿੰਦਾ ਹੈ, ਉਸ ਦੀ ਕਮਾਈ ਮੌਤ ਤੋਂ ਪਿਛੋਂ ਕਿਸੇ ਕੰਮ ਨਹੀਂ ਆਉਂਦੀ । ਉਸ ਨੂੰ ਸੰਸਾਰਕ ਜੀਵਨ ਵਿੱਚ ਵੀ ਕੋਈ ਮਹੱਤਤਾ ਨਹੀਂ ਮਿਲਦੀ, ਉਹ ਸੰਸਾਰਕ ਇੱਛਾਂ ਦੀ ਭਟਕਣ ਵਿੱਚ ਹੀ ਰਹਿੰਦਾ ਹੈ । ਉਹ ਬਹੁਤ ਮਾੜੀਆਂ ਜੂੰਨਾਂ ਵਿੱਚ ਰਹਿੰਦਾ ਹੈ ।

Whosoever may perform evil deeds, his worldly earnings may have no significance after death. He remains in frustrations of worldly desires. He remains in the cycle birth and death, lower, miserable races.

ਪਿਰ ਕੀ ਨਾਰਿ ਸੁਹਾਵਣੀ,	pir kee naar suhaavanee
ਮੁਤੀ ਸੋ ਕਿਤੁ ਸਾਦਿ॥	mutee so kit saad.
ਪਿਰ ਕੈ ਕਾਮਿ ਨ ਆਵਈ,	pir kai kaam na aavee
ਬੋਲੇ ਫਾਦਿਲੁ ਬਾਦਿ॥	bolay faadil baad.
ਦਰਿ ਘਰਿ ਢੋਈ ਨਾ ਲਹੈ,	dar ghar dho-ee naa lahai
ਛੂਟੀ ਦੂਜੈ ਸਾਦਿ॥੫॥	chhootee doojai saad. ||5||

ਜਿਹੜਾ ਆਪਣੇ ਜੀਵਨ ਵਿੱਚ ਪ੍ਰਭ ਦੇ ਸ਼ਬਦ ਦੇ ਗੁਣ ਧਾਰਨ ਕਰ ਲੈਂਦਾ ਹੈ, ਉਸ ਨੂੰ ਬਹੁਤ ਰਹਿਮਤਾਂ ਬਖਸ਼ਿਸ਼ ਹੋ ਜਾਂਦੀਆਂ ਹੈ । ਜਿਹੜਾ ਸੰਸਾਰਕ ਇੱਛਾਂ ਦੇ ਪਿਛੇ ਲਗਕੇ ਖੋਟੇ ਕੰਮ ਕਰਦਾ ਹੈ, ਪ੍ਰਭ ਦੀ ਨਜ਼ਰ ਤੋਂ ਦੂਰ ਜਾਂਦਾ ਹੈ, ਫਿਰ ਉਸ ਨੂੰ ਕੋਈ ਸੁਖ ਨਹੀਂ, ਕੇਵਲ ਦੁਖਾਂ ਹੀ ਮਿਲਦੇ ਹਨ ।

Whosoever may adopt the teachings of His Word in day-to-day life, he may be bestowed with His Blessed Vision. Whosoever may remain intoxicated in sweet poison of worldly wealth and performs evil deeds; he may be deprived from the right path of acceptance in His Court. He may not find any peace and contentment in his life; only faces miseries.

ਪੰਡਿਤ ਵਾਚਹਿ ਪੋਥੀਆ,	pandit vaacheh pothee-aa
ਨਾ ਬੂਝਹਿ ਵੀਚਾਰੁ॥	naa boojheh veechaar.
ਅਨ, ਕਉ ਮਤੀ ਦੇ ਚਲਹਿ,	an, ka-o matee day chaleh
ਮਾਇਆ ਕਾ ਵਾਪਾਰੁ॥	maa-i-aa kaa vaapaar.
ਕਥਨੀ ਝੂਠੀ ਜਗੁ ਭਵੈ,	kathnee jhoothee jag bhavai
ਰਹਣੀ ਸਬਦੁ ਸੁ ਸਾਰੁ॥੬॥	rahnee sabad so saar. ||6||

ਵਿਦਵਾਨ, ਧਾਰਮਕ ਲਿਖਤਾ ਪੜ੍ਹਕੇ, ਵਖਿਆਣ ਕਰਦੇ ਹਨ, ਪਰ ਅਸਲੀ ਜੀਵਨ ਦਾ ਢੰਗ ਨਹੀਂ ਜਾਣਦੇ । ਬਾਣੀ ਦੇ ਗਿਆਨ ਨਾਲ ਬਾਕੀਆਂ ਨੂੰ ਰਸਤਾ ਦੱਸਦੇ ਹਨ, ਪਰ ਉਹਨਾਂ ਦਾ ਆਪਣਾ ਵਿਸ਼ਵਾਸ ਨਹੀਂ ਬਣਦਾ, ਆਪ ਅਮਲ ਨਹੀਂ ਕਰਦੇ । ਉਹ ਆਪ ਜਨਮ, ਮਰਨ ਦੇ ਚੱਕਰ ਵਿੱਚ ਹੀ ਭਟਕਦੇ ਰਹਿੰਦੇ ਹਨ । ਜਿਹੜਾ ਸ਼ਬਦ ਦੇ ਗਿਆਨ ਨੂੰ ਸੋਝੀ ਵਿੱਚ ਬਦਲ ਕੇ ਆਪਣੇ ਜੀਵਨ ਵਿੱਚ ਢਾਲ ਲੈਂਦਾ ਹੈ, ਉਸ ਨੂੰ ਦਰਬਾਰ ਵਿੱਚ ਪ੍ਰਵਾਨਗੀ ਦਾ ਰਸਤਾ ਬਖਸ਼ਿਸ਼ ਹੋ ਜਾਂਦਾ ਹੈ ।

Worldly scholars, may read Holy Scripture, and explains the spiritual message of ancient Holy saint; however, he may remain ignorant from the right path of human life journey. He may educate others about the right path; however, he may not have a steady and stable belief on the teachings of His Word, nor adopts in his own day to day life; he may remain in the cycle of birth and death. Whosoever may transform his knowledge to enlightenment; he may adopt the teachings of His Word within his own life. He may be blessed with the right path accepted in His Court.

ਕੇਤੇ ਪੰਡਿਤ ਜੋਤਕੀ,	kaytay pandit jotkee
ਬੇਦਾ ਕਰਹਿ ਬੀਚਾਰੁ॥	baydaa karahi beechaar.
ਵਾਦਿ ਵਿਰੋਧਿ ਸਲਾਹਣੇ,	vaad viroDh salaahnay
ਵਾਦੇ ਆਵਣੁ ਜਾਣੁ॥	vaaday aavan jaan.
ਬਿਨੁ ਗੁਰ ਕਰਮ ਨ ਛੁਟਸੀ,	bin gur karam na chhutsee
ਕਹਿ ਸੁਣਿ ਆਖਿ ਵਖਾਣੁ॥੭॥	kahi sun aakh vakhaan. ||7||

ਸੰਸਾਰ ਵਿੱਚ ਅਨੇਕਾਂ ਹੀ ਧਾਰਮਕ ਵਿਦਵਾਨ, ਜੋਤਸ਼ੀ ਧਾਰਮਕ ਗਿਆਨ ਦਾ ਵਿਚਾਰ ਕਰਦੇ, ਦਾਵਾ ਕਰਦੇ ਹਨ । ਆਪਣੇ ਵਿਚਾਰ ਨੂੰ ਬਹੁਤ ਠੋਸ ਕਥਾਂ, ਵਿਆਖਿਆ ਨਾਲ ਸਾਬਤ ਕਰਦੇ ਹਨ । ਉਹ ਆਪ ਦਲੀਲਾਂ ਵਿੱਚ ਹੀ ਰਹਿੰਦੇ ਹਨ ਅਤੇ ਜਨਮ ਮਰਨ ਦੇ ਚੱਕਰ ਵਿੱਚ ਹੀ ਰਹਿੰਦੇ ਹਨ । ਪ੍ਰਭ ਦੀ ਰਹਿਮਤ ਤੋਂ ਬਿਨਾਂ ਕਰਮਾਂ ਦਾ ਲੇਖਾ ਖਤਮ ਨਹੀਂ ਹੁੰਦਾ ।

Many scholars, astrologists, may preach His nature, Greatness. They claim to know, how to be blessed with the right path of acceptance in His Court. They support their argument with marvelous life stories of holy saints; however, they may remain in fantasy land and not adopt in own life. They remain in cycle of birth and death. Without His Blessed Vision, his sins may not be forgiven; his accounts may not be fully cleared.

ਸਭਿ ਗੁਣਵੰਤੀ ਆਖੀਅਹਿ,	sabh gunvantee aakhee-ahi
ਮੈ ਗੁਣੁ ਨਾਹੀ ਕੋਇ॥	mai gun naahee ko-ay.
ਹਰਿ ਵਰੁ ਨਾਰਿ ਸੁਹਾਵਣੀ,	har var naar suhaavanee
ਮੈ ਭਾਵੈ ਪ੍ਰਭੁ ਸੋਇ॥	mai bhaavai parabh so-ay.
ਨਾਨਕ ਸਬਦਿ ਮਿਲਾਵੜਾ,	naanak sabad milaavrhaa
ਨਾ ਵੇਛੋੜਾ ਹੋਇ॥੮॥5॥	naa vaychhorhaa ho-ay. ‖8‖5‖

ਸਾਰਾ ਸੰਸਾਰ ਹੀ ਆਪਣੇ ਆਪ ਨੂੰ ਗੁਣਾਂ ਨਾਲ ਭਰਿਆ ਸਮਝਦਾ, ਦਾਵਾ ਕਰਦਾ ਹੈ । ਪਰ ਮੈਨੂੰ ਨਿਮਾਣੇ ਨੂੰ ਮੇਰੇ ਵਿੱਚ ਕੋਈ ਗੁਣ ਨਜ਼ਰ ਨਹੀਂ ਆਉਂਦਾ । ਜਿਸ ਦੇ ਕੰਮ ਪ੍ਰਭ ਆਪ ਹੀ ਪ੍ਰਵਾਨ ਕਰਦਾ ਹੈ, ਉਹ ਹੀ ਅਸਲੀ ਗੁਣਾਂ ਵਾਲਾ ਹੁੰਦਾ ਹੈ । ਜਿਹੜਾ ਕੰਮ ਪ੍ਰਭ ਨੂੰ ਭਾਉਂਦਾ ਹੈ, ਉਹ ਹੀ ਅਸਲੀ ਗੁਣ ਹੈ । ਜਿਸ ਦਾ ਮਨ ਸ਼ਬਦ ਵਿੱਚ ਲੀਨ ਹੋ ਜਾਂਦਾ ਹੈ, ਉਹ ਹੀ ਪ੍ਰਭ ਦੀ ਜੋਤ ਵਿੱਚ ਅਭੇਦ ਹੋ ਜਾਂਦਾ ਹੈ ।

Everyone may claim to be blessed with good virtues and following the teachings of His Word in life; however, I have not recognized any good virtues within me. Whose deeds may be accepted, recognized in His Court, only he may be worthy to be called blessed soul. Whatsoever may be acceptable in His Court, only that deed may be worthy, true virtue. Whosoever may remain intoxicated in meditating in the void of His Word, he remains carefree and immerse in His Holy Spirit.

159.ਸਿਰੀਰਾਗੁ ਮਹਲਾ ੧॥ (56-12)

ਜਪੁ ਤਪੁ ਸੰਜਮੁ ਸਾਧੀਐ,	jap tap sanjam saaDhee-ai
ਤੀਰਥਿ ਕੀਚੈ ਵਾਸੁ॥	tirath keechai vaas.
ਪੁੰਨ ਦਾਨ ਚੰਗਿਆਈਆ,	punn daan chang-aa-ee-aa
ਬਿਨੁ ਸਾਚੇ ਕਿਆ ਤਾਸੁ॥	bin saachay ki-aa taas.
ਜੇਹਾ ਰਾਧੇ ਤੇਹਾ ਲੁਣੈ,	jayhaa raaDhay tayhaa lunai
ਬਿਨੁ ਗੁਣ ਜਨਮੁ ਵਿਣਾਸੁ॥੧॥	bin gun janam vinaas. ‖1‖

ਜੀਵ ਭਾਵੇਂ ਬਾਣੀ ਗਾਵੇ, ਪਵਿੱਤਰ ਤੀਰਥਾਂ ਤੇ ਨਿਵਾਸ ਕਰੇ, ਮਨ ਤੇ ਕਾਬੂ ਪਾਉਣ ਦੀ ਕੋਸ਼ਿਸ਼, ਪੁੰਨ ਦਾਨ, ਚੰਗੇ ਕੰਮ ਕਰੇ, ਪਰ ਜਿਤਨਾ ਚਿਰ ਇਹ ਦੇ ਵਿਛੋੜੇ ਦੇ ਵਿਰਾਗ ਵਿੱਚ ਨਹੀਂ ਹੁੰਦੇ, ਕੋਈ ਲਾਭ ਨਹੀਂ ਹੁੰਦਾ । ਸ਼ਬਦ ਦੇ ਰਸਤੇ ਤੇ ਚਲਣ ਤੋਂ ਬਿਨਾਂ ਜਨਮ ਬਿਰਥਾ ਹੀ ਬੀਤ ਜਾਂਦਾ ਹੈ, ਜੀਵ ਆਪਣੇ ਕੀਤੇ ਦਾ ਫਲ ਹੀ ਬਖਸ਼ਿਸ਼ ਹੁੰਦਾ ਹੈ ।

Self-minded may recite Holy Scripture, dwells at Holy Shrine, deprive his mind from worldly luxuries, performs charity and good deeds; however, all these may not be in renunciation in the memory of separation from His Holy Spirit, his deeds, efforts may not be rewarded. Whosoever may not adopt the teachings of His Word with a steady and stable belief; his human life may be wasted uselessly. His soul may endure the reward of his deeds.

ਮੁੰਧੇ ਗੁਣ ਦਾਸੀ ਸੁਖੁ ਹੋਇ॥	munDhay gun daasee sukh ho-ay.
ਅਵਗਣ ਤਿਆਗਿ ਸਮਾਈਐ,	avgan ti-aag samaa-ee-ai
ਗੁਰਮਤਿ ਪੂਰਾ ਸੋਇ॥੧॥ ਰਹਾਉ॥	gurmat pooraa so-ay. ‖1‖ rahaa-o.

ਜਿਹੜਾ ਅਸਲੀ ਮਾਲਕ ਦਾ ਗੁਲਾਮ ਬਣਕੇ, ਜੀਵਨ ਬਤੀਤ ਕਰਦਾ ਹੈ, ਆਪਣੀਆਂ ਇੱਛਾਂ ਨੂੰ ਤਿਆਗ ਕੇ ਸ਼ਬਦ ਦਾ ਸਿਮਰਨ ਕਰਦਾ ਹੈ । ਉਸ ਨੂੰ ਹੀ ਪ੍ਰਭ ਦੇ ਘਰ ਦਾ ਦਰਵਾਜਾ ਦਿਖਾਈ ਦੇਂਦਾ ਹੈ ।

Whosoever may renounce his worldly desires and remains as a true slave, devotee of the teachings of His Word; with His mercy and grace, he may realize, His 10th door within his own body and mind.

ਵਿਣੁ ਰਾਸੀ, ਵਾਪਾਰੀਆ	vin raasee vapaaree-aa
ਤਕੇ ਕੁੰਡਾ ਚਾਰਿ॥	takay kundaa chaar.
ਮੂਲੁ ਨ ਬੁਝੈ ਆਪਣਾ,	mool na bujhai aapnaa
ਵਸਤੁ ਰਹੀ ਘਰ ਬਾਰਿ॥	vasat rahee ghar baar.

ਵਿਣੁ ਵਖਰ ਦੁਖੁ ਅਗਲਾ, vin vakhar dukh aglaa
ਕੂੜਿ ਮੁਠੀ ਕੂੜਿਆਰਿ॥੨॥ koorh muthee koorhi-aar. ||2||

ਕਿਸੇ ਅਸਲੀ ਪੂੰਜੀ ਤੋਂ ਬਿਨਾਂ ਵਪਾਰ ਕਰਨਾ, ਚਾਰੇ ਪਾਸੇ ਭਟਕਣਾ ਹੀ ਹੈ । ਜਿਹੜਾ ਆਪਣਾ ਮੂਲ ਨਹੀਂ ਪਛਾਣਦਾ, ਕਿਸੇ ਕੰਮ ਵਿੱਚ ਕਾਮਯਾਬੀ ਬਖਸ਼ਿਸ਼ ਨਹੀਂ ਹੁੰਦੀ । ਬਿਨਾਂ ਕਿਸੇ ਮਨੋਰਥ ਦੇ ਜੀਵਨ ਬਤੀਤ ਕਰਨਾ, ਮੁਸੀਬਤਾਂ ਵਿੱਚ ਹੀ ਰਹਿਣਾ ਹੈ! ਆਪਣੇ ਆਪ ਨੂੰ ਝੂਠ ਦੀ ਨੀਂਹ ਤੇ ਜੀਵਨ ਬਤੀਤ ਕਰਨਾ ਹੈ ।

Whosoever may not have core capability, real investment, he may not succeed in any business. Same way, who may not realize the purpose of his human life, how can he succeed in life? Living human life without any real purpose may be enduring miseries only. He may remain in fantasy world and wastes his life in false assumptions.

ਲਾਹਾ ਅਹਿਨਿਸਿ ਨਉਤਨਾ, laahaa ahinis na-otanaa
ਪਰਖੇ ਰਤਨੁ ਵੀਚਾਰਿ॥ parkhay ratan veechaar.
ਵਸਤੁ ਲਹੈ ਘਰਿ ਆਪਣੈ, vasat lahai ghar aapnai
ਚਲੈ ਕਾਰਜੁ ਸਾਰਿ॥ chalai kaaraj saar.
ਵਣਜਾਰਿਆ ਸਿਉ ਵਣਜੁ ਕਰਿ, vanjaari-aa si-o vanaj kar
ਗੁਰਮੁਖਿ ਬ੍ਰਹਮੁ ਬੀਚਾਰਿ॥੩॥ gurmukh barahm beechaar. ||3||

ਜਿਹੜਾ ਸ਼ਬਦ ਰਤਨ ਨੂੰ, ਆਪਣੇ ਕੰਮਾਂ ਨੂੰ ਦਿਨ ਰਾਤ ਪਰਖਦਾ ਹੈ, ਉਹ ਅਕਸਰ ਲਾਭ ਲੈ ਜਾਂਦਾ ਹੈ । ਉਹ ਅਣਮੋਲ ਰਤਨ ਆਪਣੇ ਘਰ, ਮਨ ਵਿੱਚ ਰਖਦਾ ਹੈ । ਉਹ ਆਪਣਾ ਕਾਰਜ ਪੂਰਾ ਕਰ ਜਾਂਦਾ ਹੈ । ਜੀਵ ਅਸਲੀ ਵਪਾਰੀ ਨਾਲ ਵਪਾਰ ਕਰੋ! ਗੁਰਮਖ ਜੀਵ ਪ੍ਰਭ ਦੇ ਸ਼ਬਦ ਦਾ ਹੀ ਵਪਾਰ, ਵਿਚਾਰ ਕਰਦੇ ਹਨ ।

Whosoever may search and inquire about the true jewel, His Word Day and night; he may be enlightened from within. He may adopt the teachings of His Word and succeed in his human life journey. You should only trade with genuine, trader. His true devotee meditates and only trades His Word.

ਸੰਤਾਂ ਸੰਗਤਿ ਪਾਈਐ, santaaN sangat paa-ee-ai
ਜੇ ਮੇਲੇ ਮੇਲਣਹਾਰੁ॥ jay maylay maylanhaar.
ਮਿਲਿਆ ਹੋਇ ਨ ਵਿਛੁੜੈ, mili-aa ho-ay na vichhurhai
ਜਿਸੁ ਅੰਤਰਿ ਜੋਤਿ ਅਪਾਰ॥ jis antar jot apaar.
ਸਚੈ ਆਸਣਿ ਸਚਿ ਰਹੈ, sachai aasan sach rahai
ਸਚੈ ਪ੍ਰੇਮ ਪਿਆਰ॥੪॥ sachai paraym pi-aar. ||4||

ਪ੍ਰਭ ਦੀ ਰਹਿਮਤ ਨਾਲ ਹੀ ਸੰਤ ਸੁਰਪ ਦੀ ਸੰਗਤ ਬਖਸ਼ਿਸ਼ ਹੁੰਦੀ ਹੈ । ਉਸ ਦੀ ਸੰਗਤ ਵਿੱਚ ਸ਼ਬਦ ਵਿੱਚ ਲਿਵ ਲਗ ਜਾਂਦੀ ਹੈ । ਜਿਸ ਦੇ ਮਨ ਵਿੱਚ ਪ੍ਰਭ ਦੀ ਜੋਤ ਜਾਗਰਤ ਹੋ ਜਾਂਦੀ ਹੈ, ਉਸ ਦੇ ਮਨ ਵਿਚੋਂ ਜੋਤ ਕਦੇ ਬੁਝਦੀ ਨਹੀਂ । ਉਹ ਅਟਲ ਪ੍ਰਭ ਦੀ ਬੰਦਗੀ ਵਿੱਚ ਹੀ ਮਗਨ ਰਹਿੰਦਾ ਹੈ ।

Whosoever may be bestowed with His Blessed Vision, only he may be blessed with the association of His Holy saint. He may remain intoxicated in the void of His Word. Whosoever may be enlightened with eternal glow of His Holy Spirit within; with His mercy and grace, his glow may never be diminished from his forehead. He may remain intoxicated in meditation in the void of His Word, His Sanctuary.

ਜਿਨੀ ਆਪੁ ਪਛਾਣਿਆ, jinee aap pachhaani-aa
ਘਰ ਮਹਿ ਮਹਲੁ ਸੁਥਾਇ॥ ghar meh mahal suthaa-ay.
ਸਚੇ ਸੇਤੀ ਰਤਿਆ, sachay saytee rati-aa
ਸਚੋ ਪਲੈ ਪਾਇ॥ sacho palai paa-ay.
ਤ੍ਰਿਭਵਣਿ ਸੋ ਪ੍ਰਭੁ ਜਾਣੀਐ, taribhavan so parabh jaanee-ai
ਸਾਚੋ ਸਾਚੈ ਨਾਇ॥੫॥ saacho saachai naa-ay. ||5||

ਜਿਹੜਾ ਜੀਵ ਨੇ ਆਪਣੇ ਆਪ ਨੂੰ ਜਾਣ ਲੈਂਦਾ ਹੈ, ਉਸ ਨੂੰ ਆਪਣੇ ਅੰਦਰੋਂ ਹੀ ਸ਼ਬਦ ਦੀ ਸੋਝੀ ਬਖਸ਼ਿਸ਼ ਹੋ ਜਾਂਦੀ ਹੈ । ਉਹ ਫਿਰ ਸ਼ਬਦ ਵਿੱਚ ਹੀ ਲੀਨ ਰਹਿੰਦਾ ਹੈ । ਪ੍ਰਭ ਤਿੰਨਾਂ ਸ੍ਰਿਸ਼ਟੀ ਵਿੱਚ ਹੀ ਹਰ ਥਾਂ ਤੇ ਮੌਜੂਦ, ਪ੍ਰਭ ਦਾ ਸ਼ਬਦ ਵੀ ਹਰ ਸਮੇਂ ਅਟਲ ਰਹਿੰਦਾ ਹੈ ।

Whosoever may recognize his own mind, he may discover the essence of His Word from within. He may remain intoxicated in meditation in the void of His Word. The Omnipresent True Master prevails in three universes; His Command, the teachings of His Word remain true forever.

ਸਾ ਧਨ ਖਰੀ ਸੁਹਾਵਣੀ,	saa Dhan kharee suhaavanee
ਜਿਨਿ ਪਿਰੁ ਜਾਤਾ ਸੰਗਿ॥	jin pir jaataa sang.
ਮਹਲੀ ਮਹਲਿ ਬੁਲਾਈਐ,	mahlee mahal bulaa-ee-ai
ਸੋ ਪਿਰੁ ਰਾਵੇ ਰੰਗਿ॥	so pir raavay rang.
ਸਚਿ ਸੁਹਾਗਣਿ ਸਾ ਭਲੀ,	sach suhaagan saa bhalee
ਪਿਰਿ ਮੋਹੀ ਗੁਣ ਸੰਗਿ॥6॥	pir mohee gun sang. ||6||

ਜਿਹੜਾ ਪ੍ਰਭ ਨੂੰ ਹਰ ਸਮੇਂ ਆਪਣੇ ਨਾਲ ਮਹਿਸੂਸ ਕਰਦਾ ਹੈ, ਉਹ ਹਮੇਸ਼ਾਂ ਹੀ ਖੇੜੇ ਵਿੱਚ ਰਹਿੰਦਾ ਹੈ । ਉਸ ਨੂੰ ਹਰ ਵੇਲੇ ਪ੍ਰਭ ਦੀ ਕ੍ਰਿਪਾ ਭਰਪੂਰ ਨਜ਼ਰ ਆਉਂਦੀ ਹੈ । ਉਹ ਹਰ ਵੇਲੇ ਹੀ ਸ਼ਬਦ ਵਿੱਚ ਹੀ ਲੀਨ ਰਹਿੰਦਾ, ਸ਼ਬਦ ਅਨੁਸਾਰ ਹੀ ਕੰਮ ਕਰਦਾ ਹੈ । ਜਿਹੜੇ ਅਸਲੀ ਰਸਤਾ ਨਹੀਂ ਜਾਣਦੇ, ਉਹ ਹੋਰ ਗੁਰੂਆਂ, ਪੀਰਾਂ ਮਗਰ ਲਗਕੇ, ਉਹਨਾਂ ਦੇ ਦੱਸੇ ਰਸਤੇ ਤੇ ਚਲਕੇ ਬੰਦਗੀ ਕਰਦਾ ਹੈ ।

Whosoever may realize His Existence within all the time, he may remain in peace and contentment. He always remains overwhelmed with His Blessings. He may remain intoxicated in meditation in the void of His Word. Whosoever may not know the real path or forsakes the teachings of His Word; he may follow the teachings of worldly guru, and adopts religious rituals and robes.

ਭੂਲੀ ਭੂਲੀ ਥਲਿ ਚੜਾ,	bhoolee bhoolee thal charhaa
ਥਲਿ ਚੜਿ ਡੂਗਰਿ ਜਾਉ॥	thal charh doogar jaa-o.
ਬਨ ਮਹਿ ਭੂਲੀ ਜੇ ਫਿਰਾ,	ban meh bhoolee jay firaa
ਬਿਨੁ ਗੁਰ ਬੂਝ ਨ ਪਾਉ॥	bin gur boojh na paa-o.
ਨਾਵਹੁ ਭੂਲੀ ਜੇ ਫਿਰਾ,	naavhu bhoolee jay firaa fir
ਫਿਰਿ ਫਿਰਿ ਆਵਉ ਜਾਉ॥੭॥	fir aava-o jaa-o. ||7||

ਉਹ ਸੰਸਾਰਕ ਗੁਰੂ ਦੀ ਸਿਖਿਆਂ ਨਾਲ ਹੀ ਸੁੰਨੇ ਥਾਂ, ਜੰਗਲਾਂ ਵਿੱਚ ਸ਼ਾਂਤੀ ਦੀ ਖੋਜ ਵਿੱਚ ਲਗਾ ਰਹਿੰਦਾ ਹੈ । ਪ੍ਰਭ ਦੇ ਸ਼ਬਦ ਦੀ ਸਿਖਿਆਂ, ਸੋਝੀ ਤੋਂ ਬਿਨਾਂ ਮੁਕਤੀ ਦਾ ਰਸਤਾ ਬਖਸ਼ਿਸ਼ ਨਹੀਂ ਹੁੰਦਾ । ਉਹ ਜਨਮ ਮਰਨ ਦੇ ਚੱਕਰ ਵਿੱਚ ਹੀ ਭਟਕਦਾ ਰਹਿੰਦਾ ਹੈ ।

Whosoever may follow the teachings of worldly guru; he may remain searching peace of mind in the forest or abandoned places. Whosoever may not adopt the teachings of His Word; he may not be blessed with the right path of acceptance in His Court. He may remain in the cycle of birth and death.

ਪੁਛਹੁ ਜਾਇ ਪਧਾਊਆ,	puchhahu jaa-ay paDhaa-oo-aa
ਚਲੇ ਚਾਕਰ ਹੋਇ॥	chalay chaakar ho-ay.
ਰਾਜਨੁ ਜਾਣਹਿ ਆਪਣਾ,	raajan jaaneh aapnaa
ਦਰਿ ਘਰਿ ਠਾਕ ਨ ਹੋਇ॥	dar ghar thaak na ho-ay.
ਨਾਨਕ ਏਕੋ ਰਵਿ ਰਹਿਆ,	naanak ayko rav rahi-aa
ਦੂਜਾ ਅਵਰੁ ਨ ਕੋਇ॥੮॥6॥	doojaa avar na ko-ay. ||8||6||

ਜੀਵ ਬੰਦਗੀ ਕਰਨ ਵਾਲੇ ਦੇ ਜੀਵਨ ਦੀ ਸਿਖਿਆਂ ਨੂੰ ਆਪਣੇ ਜੀਵਨ ਵਿੱਚ ਢਾਲਣ ਨਾਲ ਸੋਝੀ ਬਖਸ਼ਿਸ਼ ਹੋ ਜਾਂਦੀ ਹੈ । ਕਿਵੇਂ ਪ੍ਰਭ ਦੇ ਅਸਲੀ ਸੇਵਕ ਬਣਕੇ ਬੰਦਗੀ ਕੀਤੀ ਜਾਂਦੀ ਹੈ? ਉਹ ਆਪਣੇ ਅਸਲੀ ਮਾਲਕ ਨੂੰ ਪਛਾਣ ਜਾਂਦਾ ਹੈ । ਉਸ ਨੂੰ ਪ੍ਰਭ ਦੇ ਦਰਬਾਰ ਵਿੱਚ ਜਾਣ ਲਈ ਕੋਈ ਰੁਕਾਵਟ ਨਹੀਂ ਪੈਂਦੀ । ਹਰ ਵੇਲੇ, ਥਾਂ ਤੇ ਪ੍ਰਭ ਆਪ ਹੀ ਵਾਪਰਦਾ ਹੈ, ਹੋਰ ਕੋਈ ਦੂਜਾ ਕੁਝ ਨਹੀਂ ਕਰ ਸਕਦਾ ਹੈ ।

Whosoever may adopt the life experience teachings of His Holy saint in his day-to-day life; with His mercy and grace, he may be enlightened. How to adopt the teachings of His Word to become His true devotee, slave? He may recognize the real purpose of his human life opportunity; with His mercy and grace, all his restrictions to enter His Palace may be eliminated. The True Master prevails everywhere, no one else may exists without His command.

160.ਸਿਰੀਰਾਗੁ ਮਹਲਾ ੧॥ (57-5)

ਗੁਰ ਤੇ ਨਿਰਮਲੁ ਜਾਣੀਐ,	gur tay nirmal jaanee-ai
ਨਿਰਮਲ ਦੇਹ ਸਰੀਰੁ॥	nirmal dayh sareer.
ਨਿਰਮਲੁ ਸਾਚੋ ਮਨਿ ਵਸੈ,	nirmal saacho man vasai
ਸੋ ਜਾਣੈ ਅਭ ਪੀਰ॥	so jaanai abh peer.
ਸਹਜੈ ਤੇ ਸੁਖੁ ਅਗਲੋ,	sahjai tay sukh aglo
ਨਾ ਲਾਗੈ ਜਮ ਤੀਰੁ॥੧॥	naa laagai jam teer. ||1||

ਸ਼ਬਦ (ਗੁਰ) ਦੀ ਸੋਝੀ ਪ੍ਰਾਪਤ ਕਰਨ ਨਾਲ, ਪ੍ਰਭ ਦੀ ਹੋਂਦ ਮਹਿਸੂਸ ਹੋ ਸਕਦੀ ਹੈ । ਇਸ ਨਾਲ ਆਤਮਾ ਦੀ ਮੈਲ ਧੋਤੀ ਜਾਂਦੀ ਹੈ, ਆਤਮਾ ਨਿਰਮਲ ਹੋ ਜਾਂਦੀ ਹੈ । ਪ੍ਰਭ ਦੇ ਸ਼ਬਦ ਦੀ ਜਾਗਰਤੀ ਨਾਲ ਸ਼ਬਦ ਹਿਰਦੇ ਵਿੱਚ ਘਰ ਕਰ ਜਾਂਦਾ ਹੈ । ਪ੍ਰਭ ਆਪ ਹੀ ਆਤਮਾ ਦੀ ਇੱਛਾਂ ਦੀ ਪੀੜ ਜਾਣਦਾ ਹੈ । ਜਿਹੜਾ ਸ਼ਬਦ ਦੇ ਰਸਤੇ ਤੇ ਚਲਦਾ ਹੈ, ਉਸ ਦੇ ਮਨ ਵਿੱਚ ਸ਼ਾਂਤੀ, ਸੰਤੋਖ ਬਖਸ਼ਿਸ਼ ਹੋ ਜਾਂਦਾ ਹੈ ।

Whosoever may be enlightened from within; he may realize His Existence everywhere. All his blemish of worldly desires may be eliminated and his soul may be sanctified. He may remain drench with the essence of His Word. The Omniscient True Master remains aware of worldly desires of his soul. Whosoever may adopt the teachings of His Word; he may remain in peace and contented.

ਭਾਈ ਰੇ, ਮੈਲੁ ਨਾਹੀ,	bhaa-ee ray mail naahee
ਨਿਰਮਲ ਜਲਿ ਨਾਇ॥	nirmal jal naa-ay.
ਨਿਰਮਲੁ ਸਾਚਾ ਏਕੁ ਤੂ,	nirmal saachaa ayk too
ਹੋਰੁ ਮੈਲੁ ਭਰੀ ਸਭ ਜਾਇ॥੧॥ ਰਹਾਉ॥	hor mail bharee sabh jaa-ay. ||1|| rahaa-o.

ਪ੍ਰਭ ਦਾ ਸ਼ਬਦ ਹੀ ਨਿਰਮਲ ਜਲ ਹੈ, ਜਿਸ ਨਾਲ ਆਤਮਾ ਪਵਿੱਤਰ ਹੋ ਸਕਦੀ ਹੈ । ਮਨ ਦੀ ਮੈਲ ਕੇਵਲ ਸ਼ਬਦ ਦੀ ਸੋਝੀ ਨਾਲ ਹੀ ਧੋਤੀ ਜਾ ਸਕਦੀ ਹੈ । ਹੋਰ ਕੋਈ ਵਿਧੀ ਨਹੀਂ ਹੈ ।

The teachings of His Word may be a sanctifying nectar to remove the blemish of soul. Whosoever may be enlightened with the essence of His Word; only his sins may be forgiven, the blemish of his soul may be eliminated. There may not be any other meditation or technique, right path.

ਹਰਿ ਕਾ ਮੰਦਰੁ ਸੋਹਣਾ,	har kaa mandar sohnaa
ਕੀਆ ਕਰਣੈਹਾਰਿ॥	kee-aa karnaihaar.
ਰਵਿ ਸਸਿ ਦੀਪ ਅਨੂਪ ਜੋਤਿ,	rav sas deep anoop jot
ਤ੍ਰਿਭਵਣਿ ਜੋਤਿ ਅਪਾਰ॥	taribhavan jot apaar.
ਹਾਟ ਪਟਣ ਗੜ ਕੋਠੜੀ,	haat patan garh koth-rhee
ਸਚੁ ਸਉਦਾ ਵਾਪਾਰ॥੨॥	sach sa-udaa vaapaar. ||2||

ਪ੍ਰਭ ਨੇ ਆਪ ਹੀ, ਜੀਵ ਦਾ ਤਨ, ਆਪਣਾ ਮੰਦਰ ਬਹੁਤ ਸੋਹਣਾ, ਸ਼ਾਨਦਾਰ ਵਾਲਾ ਬਣਾਇਆ ਹੈ । ਪ੍ਰਭ ਦੀ ਜੋਤ ਦੀ ਬਹੁਤ ਅਚੰਬੀ ਰੋਸ਼ਨੀ ਨਾਲ ਤਿੰਨਾਂ ਸ੍ਰਿਸ਼ਟੀਆਂ ਵਿੱਚ ਹੀ ਜਗਮਗ ਰੋਸ਼ਨੀ ਹੁੰਦੀ ਹੈ । ਜਿਸ ਜੀਵ ਦੇ ਅੰਦਰ ਪ੍ਰਭ ਦੀ ਜੋਤ, ਸ਼ਬਦ ਜਾਗਰਤ ਹੋ ਜਾਂਦਾ ਹੈ । ਉਥੇ ਕੇਵਲ ਪ੍ਰਭ ਦੇ ਸ਼ਬਦ ਦਾ ਹੀ ਵਪਾਰ ਹੁੰਦਾ ਹੈ ।

The True Master has created his body as His elegant Holy Temple. His astonishing Holy Spirit has illuminated in all three universes. Whosoever may be enlightened with the essence of His Word. He may adopt the teachings of His Word in day-to-day life and trade the enlightenment of the essence of His Word.

ਗਿਆਨ ਅੰਜਨੁ ਭੈ ਭੰਜਨਾ,	gi-aan anjan bhai bhanjnaa
ਦੇਖੁ ਨਿਰੰਜਨ ਭਾਇ॥	daykh niranjan bhaa-ay.
ਗੁਪਤੁ ਪ੍ਰਗਟੁ ਸਭ ਜਾਣੀਐ,	gupat pargat sabh jaanee-ai
ਜੇ ਮਨੁ ਰਾਖੈ ਠਾਇ॥	jay man raakhai thaa-ay.
ਐਸਾ ਸਤਿਗੁਰੁ ਜੇ ਮਿਲੈ,	aisaa saT`gur jay milai
ਤਾ ਸਹਜੇ ਲਏ ਮਿਲਾਇ॥੩॥	taa sehjay la-ay milaa-ay. ||3||

ਜਿਸ ਦਾ ਪ੍ਰਭ ਦੇ ਬਖਸ਼ੇ, ਸ਼ਬਦ ਦੀ ਸਿਖਿਆਂ ਤੇ ਭਰੋਸਾ ਅਡੋਲ ਹੋ ਜਾਂਦਾ ਹੈ, ਉਸ ਨੂੰ ਆਪਣੇ ਅੰਦਰੋਂ ਹੀ ਸੋਝੀ ਬਖਸ਼ਿਸ਼ ਹੋ ਜਾਂਦੀ ਹੈ । ਉਸ ਦੇ ਮਨ ਵਿਚੋਂ ਜਮਦੂਤਾਂ ਦਾ ਡਰ ਖਤਮ ਹੋ ਜਾਂਦਾ ਹੈ । ਜਿਸ ਨੂੰ ਇਸਤਰ੍ਹਾਂ ਦੀ ਗੁਰਮਖ ਅਵਸਥਾ ਬਖਸ਼ਿਸ਼ ਹੋ ਜਾਂਦੀ ਹੈ, ਉਹ ਸ਼ਬਦ ਵਿੱਚ ਹੀ ਲੀਨ ਰਹਿੰਦਾ ਹੈ ।

Whosoever may adopt the teachings of His Word with steady and stable belief on His Ultimate Command, Blessings; with His mercy and grace, he may be enlightened from within. His fear of devil of death may be eliminated. He may be accepted in His Sanctuary. Whosoever may be blessed with such a state of mind as His true devotee; he may remain intoxicated in the void of His Word.

ਕਸਿ ਕਸਵਟੀ ਲਾਈਐ,	kas kasvatee laa-ee-ai
ਪਰਖੇ ਹਿਤੁ ਚਿਤੁ ਲਾਇ॥	parkhay hit chit laa-ay.
ਖੋਟੇ ਠਉਰ ਨ ਪਾਇਨੀ,	khotay tha-ur na paa-inee
ਖਰੇ ਖਜ਼ਾਨੈ ਪਾਇ॥	kharay khajaanai paa-ay.
ਆਸ ਅੰਦੇਸਾ ਦੂਰਿ ਕਰਿ,	aas andaysaa door kar
ਇਉ ਮਲੁ ਜਾਇ ਸਮਾਇ॥੪॥	i-o mal jaa-ay samaa-ay. ||4||

ਅੰਤਰਜਾਮੀ ਪ੍ਰਭ ਅਡੋਲ ਭਰੋਸੇ ਨੂੰ ਆਪ ਹੀ ਜਾਣਦਾ ਹੈ । ਜਿਸ ਦਾ ਭਰੋਸਾ ਪੱਕਾ ਨਹੀਂ ਹੁੰਦਾ, ਉਹ ਭਰਮਾਂ ਵਿੱਚ ਭਟਕਦਾ ਰਹਿੰਦਾ, ਉਥੇ ਟਿਕਦਾ ਨਹੀਂ । ਜਿਹੜਾ ਪ੍ਰਭ ਦੇ ਸ਼ਬਦ ਦੀ ਸਿਖਿਆਂ ਤੇ ਭਰੋਸਾ ਅਡੋਲ ਰਖਦਾ ਹੈ, ਉਸ ਦੀ ਦੁਬਦਾ ਦੀ ਮੈਲ ਖਤਮ ਹੋ ਜਾਂਦੀ ਹੈ ।

The Omniscient True Master remains aware about the belief of every creature. Whosoever may not have a steady and stable belief on His Word, Blessings; he may remain frustrated in suspicions and he may not stay on any path for long. Whosoever may adopt the teachings of his Word with steady and stable belief; his suspicions and the blemish of duality may be eliminated.

ਸੁਖ ਕਉ ਮਾਗੈ ਸਭੁ ਕੋ,	sukh ka-o maagai sabh ko
ਦੁਖੁ ਨ ਮਾਗੈ ਕੋਇ॥	dukh na maagai ko-ay.
ਸੁਖੈ ਕਉ ਦੁਖੁ ਅਗਲਾ,	sukhai ka-o dukh aglaa
ਮਨਮੁਖਿ ਬੂਝ ਨ ਹੋਇ॥	manmukh boojh na ho-ay.
ਸੁਖ ਦੁਖ ਸਮ ਕਰਿ ਜਾਣੀਅਹਿ,	sukh dukh sam kar jaanee-ahi
ਸਬਦਿ ਭੇਦਿ ਸੁਖੁ ਹੋਇ॥੫॥	sabad bhayd sukh ho-ay. ||5||

ਹਰਇਕ ਜੀਵ ਹਮੇਸ਼ਾਂ ਖੁਸ਼ੀਆਂ ਹੀ ਮੰਗਦਾ ਹੈ, ਕਦੇ ਮੁਸ਼ਕਲਾਂ ਨਹੀਂ ਮੰਗਦਾ । ਸਭ ਕੁਝ ਪ੍ਰਭ ਦੀ ਰਹਿਮਤ ਨਾਲ ਹੀ ਬਖਸ਼ਿਸ਼ ਹੁੰਦਾ ਹੈ । ਜਿਸ ਦੇ ਸੁਖ ਪ੍ਰਾਪਤ ਕਰਨਵਾਲੇ ਕੰਮ ਨਹੀਂ ਹੁੰਦੇ, ਉਸ ਨੂੰ ਦੁਖ ਹੀ ਮਿਲਦਾ ਹੈ । ਜਿਸ ਨੂੰ ਸ਼ਬਦ ਦੀ ਸੋਝੀ ਬਖਸ਼ਿਸ਼ ਹੋ ਜਾਂਦੀ ਹੈ, ਉਹ ਦੁਖ, ਸੁਖ ਨੂੰ ਪ੍ਰਭ ਦੀ ਬਖਸ਼ਿਸ਼ ਸਮਝ ਕੇ ਅਨੰਦ ਮਾਨਦਾ ਹੈ, ਇਸ ਵਿੱਚ ਕੋਈ ਅੰਤਰ ਨਹੀਂ ਸਮਝਦਾ ।

Everyone prays for pleasures in worldly life and no one may pray for any miseries. However, miseries and pleasure may be blessed with His Command. Whose previous lives deeds may not be as per the teachings of

His Word; he may only endure miseries in his life. Whosoever may be enlightened with the essence of His Word, he may accept pleasure and sorrows as His Blessings and his state of mind remains unchanged.

ਬੇਦੁ ਪੁਕਾਰੇ ਵਾਚੀਐ,	bayd pukaaray vaachee-ai
ਬਾਣੀ ਬ੍ਰਹਮ ਬਿਆਸੁ॥	banee barahm bi-aas.
ਮੁਨਿ ਜਨ ਸੇਵਕ ਸਾਧਿਕਾ,	mun jan sayvak saaDhikaa
ਨਾਮਿ ਰਤੇ ਗੁਣਤਾਸੁ॥	Naam ratay guntaas.
ਸਚਿ ਰਤੇ ਸੇ ਜਿਣਿ ਗਏ,	sach ratay say jin ga-ay
ਹਉ ਸਦ ਬਲਿਹਾਰੈ ਜਾਸੁ॥੬॥	ha-o sad balihaarai jaas. ||6||

ਜਿਹੜਾ ਵੇਦ, ਜਾ ਹੋਰ ਧਾਰਮਕ ਗੰਥ ਪੜ੍ਹਦਾ, ਵਿਚਾਰਦਾ ਹੈ, ਨਾਲ ਅੱਖਰਾਂ ਦੀ ਜਾਣਕਾਰੀ ਹੋ ਜਾਂਦੀ ਹੈ, ਸਮਝ ਆ ਜਾਂਦੀ ਹੈ । ਅਸਲੀ ਬੰਦਗੀ ਕਰਨਵਾਲਾ ਸ਼ਬਦ ਦੇ ਸਿਮਰਨ ਵਿੱਚ ਲੀਨ ਹੋਇਆ ਹੀ, ਪ੍ਰਭ ਦੀ ਦਰਗਾਹ ਵਿੱਚ ਪ੍ਰਵਾਨ ਹੋ ਜਾਂਦਾ ਹੈ । ਮਾਨਸ ਜਨਮ ਦੀ ਬਾਜੀ ਵਿੱਚ ਜਿੱਤ ਬਖਸ਼ਿਸ਼ ਹੋ ਜਾਂਦੀ, ਉਹ, ਪੂਜਣ ਯੋਗ ਹੋ ਜਾਂਦੇ ਹਨ ।

Whosoever may read worldly religious Holy Scriptures, he may become very knowledgeable about the meaning of written words in the scripture. His true devotee remains intoxicated in the void of His Word; with His mercy and grace, he may be blessed with the right path of acceptance in His Court. He may conquer his human life journey and he may become worthy of worship.

ਚਹੁ ਜੁਗਿ ਮੈਲੇ ਮਲੁ ਭਰੇ,	chahu jug mailay mal bharay
ਜਿਨ ਮੁਖਿ ਨਾਮੁ ਨ ਹੋਇ॥	jin mukh Naam na ho-ay.
ਭਗਤੀ ਭਾਇ ਵਿਹੂਣਿਆ,	bhagtee bhaa-ay vihooni-aa
ਮੁਹੁ ਕਾਲਾ ਪਤਿ ਖੋਇ॥	muhu kaalaa pat kho-ay.
ਜਿਨੀ ਨਾਮੁ ਵਿਸਾਰਿਆ,	jinee Naam visaari-aa
ਅਵਗਣ ਮੁਠੀ ਰੋਇ॥੭॥	avgan muthee ro-ay. ||7||

ਜਿਹੜਾ ਸ਼ਬਦ ਨੂੰ ਆਪਣੇ ਹਿਰਦੇ ਵਿੱਚ ਨਹੀਂ ਵਸਾਉਂਦਾ, ਉਸ ਅਨੁਸਾਰ ਜੀਵਨ ਨਹੀਂ ਬਤੀਤ ਕਰਦਾ । ਉਸ ਦਾ ਮਨ ਸੰਸਾਰਕ ਇੱਛਾਂ ਦੀ ਭਟਕਣ ਵਿੱਚ ਹੀ ਰਹਿੰਦਾ ਹੈ । ਬੰਦਗੀ ਤੋਂ ਬਿਨਾਂ ਸ਼ਰਮੰਦਿਗੀ ਹੀ ਮਿਲਦੀ ਹੈ, ਮੌਤ ਤੋਂ ਪਿਛੋਂ ਪਛਤਾਵਾ ਹੀ ਕਰਦਾ ਹੈ ।

Whosoever may not adopt the teachings of His Word; he may remain frustrated and blemished with worldly desires. Whosoever may not meditate on the teachings of His Word; he may remain frustrated and rebuked in His Court. He may only regret and repents after death.

ਖੋਜਤ ਖੋਜਤ ਪਾਇਆ,	khojat khojat paa-i-aa
ਡਰੁ ਕਰਿ ਮਿਲੈ ਮਿਲਾਇ॥	dar kar milai milaa-ay.
ਆਪੁ ਪਛਾਣੈ ਘਰਿ ਵਸੈ,	aap pachhaanai ghar vasai
ਹਉਮੈ ਤ੍ਰਿਸਨਾ ਜਾਇ॥	ha-umai tarisnaa jaa-ay.
ਨਾਨਕ ਨਿਰਮਲ ਊਜਲੇ,	naanak nirmal oojlay jo
ਜੋ ਰਾਤੇ ਹਰਿ ਨਾਇ॥੮॥ 7॥	raatay har naa-ay. ||8||7||

ਜਿਹੜੇ ਜੀਵ ਪ੍ਰਭ ਦੇ ਵਿਰਾਗ, ਵਿਛੋੜੇ ਵਿੱਚ ਉਸ ਦੀ ਖੋਜ ਕਰਦਾ ਹੈ, ਉਸ ਦਾ ਮਨ ਅਡੋਲ ਹੋ ਜਾਂਦਾ ਹੈ, ਉਹ ਪ੍ਰਭ ਨੂੰ ਖੋਜ ਲੈਂਦਾ ਹੈ । ਉਸ ਨੂੰ ਆਪਣੇ ਆਪ ਦੀ ਪਛਾਣ, ਮਾਨਸ ਜਨਮ ਦੇ ਮੰਤਵ ਦੀ ਸੋਝੀ ਬਖਸ਼ਿਸ਼ ਹੋ ਜਾਂਦੀ ਹੈ । ਉਸ ਦੀਆਂ ਇੱਛਾਂ, ਸਭ ਤੋਂ ਵਡੀ ਅਹੰਕਾਰ ਦੀ ਜੜ੍ਹ ਖਤਮ ਹੋ ਜਾਂਦੀ ਹੈ, ਬੰਦਗੀ ਵਿੱਚ ਲੀਨ ਹੋਏ ਹੀ ਪ੍ਰਵਾਨ ਹੋ ਜਾਂਦਾ, ਉਸ ਦੀ ਆਤਮਾ ਪਵਿੱਤਰ ਹੋ ਜਾਂਦੀ ਹੈ ।

Whosoever may remain in renunciation in the memory of his separation from His Holy Spirit and keeps searching within his mind. He may become steady and stable on his path and he may be blessed with the right path, the purpose of his human life from within. He may conquer his ego of worldly status. His true devotee remains drench with the essence of His Word; his soul may be sanctified to become worthy of His Consideration.

161.ਸਿਰੀਰਾਗੁ ਮਹਲਾ ੧॥ (57-18)

ਸੁਣਿ ਮਨ ਭੂਲੇ ਬਾਵਰੇ,	Sun man bhoolay baavray
ਗੁਰ ਕੀ ਚਰਣੀ ਲਾਗੁ॥	gur kee charnee laag.
ਹਰਿ ਜਪਿ ਨਾਮੁ ਧਿਆਇ ਤੂ,	Har jap Naam Dhi-aa-ay too
ਜਮੁ ਡਰਪੈ ਦੁਖ ਭਾਗੁ॥	jam darpai dukh bhaag.
ਦੂਖੁ ਘਣੋ ਦੋਹਾਗਣੀ,	Dookh ghano duhaaganee
ਕਿਉ ਥਿਰੁ ਰਹੈ ਸੁਹਾਗੁ॥੧॥	ki-o thir rahai suhaag. ||1||

ਜੀਵ ਆਪਣੇ ਮਨ ਨੂੰ ਸਮਝਾ ਕੇ ਪ੍ਰਭ ਦੇ ਸ਼ਬਦ ਤੇ ਭਰੋਸਾ ਪੱਕਾ ਕਰੋ । ਜਿਸ ਦਾ ਪ੍ਰਭ ਦੇ ਸ਼ਬਦ ਦੀ ਸਿਖਿਆਂ ਤੇ ਭਰੋਸਾ ਅਡੋਲ ਰਹਿੰਦਾ ਹੈ, ਉਹ ਜਮ ਦੇ ਵੱਸ ਤੋਂ ਦੂਰ ਹੋ ਜਾਂਦਾ, ਮੌਤ ਦਾ ਡਰ ਖਤਮ ਹੋ ਜਾਂਦਾ ਹੈ । ਉਸ ਨੂੰ ਸੋਝੀ ਹੋ ਜਾਂਦੀ ਹੈ! ਕੋਈ ਸੰਸਾਰ ਵਿੱਚ ਸਦਾ ਨਹੀਂ ਰਹਿੰਦਾ, ਜਨਮ ਮਰਨ ਹੀ ਸ੍ਰਿਸ਼ਟੀ ਦਾ ਖੇਲ ਹੈ, ਮੌਤ ਦਾ ਸਮਾਂ ਜਨਮ ਤੋਂ ਪਹਿਲੇ ਹੀ ਮਿਥਿਆ ਹੁੰਦਾ ਹੈ ।

Ignorant! You must obey the teachings of His Word with steady and stable belief in your day-to-day life. Whosoever may remain on the path of meditation; his fear of death may be eliminated; his soul may remain beyond the reach of devil of death. He may recognize, world may not be a permanent resting place for his soul. His soul has been blessed with perishable worldly body for a predetermined time and his body must perish, death.

ਭਾਈ ਰੇ, ਅਵਰੁ ਨਾਹੀ ਮੈ ਥਾਉ॥	bhaa-ee ray avar naahee mai thaa-o.
ਮੈ ਧਨੁ ਨਾਮੁ ਨਿਧਾਨੁ ਹੈ,	mai Dhan naam niDhaan hai
ਗੁਰਿ ਦੀਆ ਬਲਿ ਜਾਉ॥੧॥ ਰਹਾਉ॥	gur dee-aa bal jaa-o. ||1|| rahaa-o.

ਪ੍ਰਭ ਹੀ ਸ਼ਬਦ ਦੀ ਪਾਲਣਾ ਰੂਪੀ ਧਨ ਬਖਸ਼ਦਾ ਹੈ, ਉਸ ਦਾ ਧੰਨਵਾਦ ਕਰੋ । ਇਹ ਹੀ ਅਸਲੀ ਰਸਤਾ ਹੈ, ਬਾਕੀ ਸਾਰੇ ਰਸਤੇ ਬਿਰਥੇ ਹੀ ਹਨ ।

The True Master may bless the devotion to obey the teachings of His Word. He blessed the earnings of His Word; You should always sing the glory for His Blessings. Adopting the essence of His Word may be only right path; all the other meditations may be useless for the journey of human life.

ਗੁਰਮਤਿ ਪਤਿ ਸਾਬਾਸਿ ਤਿਸੁ,	gurmat pat saabaas tis tis
ਤਿਸ ਕੈ ਸੰਗਿ ਮਿਲਾਉ॥	kai sang milaa-o.
ਤਿਸੁ ਬਿਨੁ ਘੜੀ ਨ ਜੀਵਊ,	tis bin gharhee na jeev-oo
ਬਿਨੁ ਨਾਵੈ ਮਰਿ ਜਾਉ॥	bin naavai mar jaa-o.
ਮੈ ਅੰਧੁਲੇ ਨਾਮੁ ਨ ਵੀਸਰੈ,	mai anDhulay naam na veesrai
ਟੇਕ ਟਿਕੀ ਘਰਿ ਜਾਉ॥੨॥	tayk tikee ghar jaa-o. ||2||

ਜਿਹੜਾ ਸ਼ਬਦ ਹੀ ਪਾਲਣਾ ਕਰਦਾ ਹੈ, ਉਸ ਨੂੰ ਅਸਲੀ ਰਸਤੇ ਦੀ ਸੋਝੀ ਬਖਸ਼ਿਸ਼ ਹੋ ਜਾਂਦੀ ਹੈ । ਸ਼ਬਦ ਨਾਲ ਜੀਵਨ ਢਾਲਣ ਨਾਲ ਹੀ ਪ੍ਰਭ ਦੇ ਦਰਬਾਰ ਵਿੱਚ ਥਾਂ ਬਖਸ਼ਿਸ਼ ਹੁੰਦੀ ਹੈ । ਅਣਜਾਣ ਜੀਵ ਨੂੰ ਸੋਝੀ ਨਹੀਂ ਹੁੰਦੀ, ਸ਼ਬਦ ਤੇ ਚਲਣ ਤੋਂ ਬਿਨਾਂ ਬਾਕੀ ਸਾਰੇ ਕੰਮਾਂ ਦਾ ਮਾਨਸ ਜਨਮ ਦੇ ਮੰਤਵ ਲਈ ਕੋਈ ਲਾਭ ਨਹੀਂ ਹੁੰਦਾ । ਕੇਵਲ ਸ਼ਬਦ ਦੀ ਸਿਖਿਆਂ ਅਨੁਸਾਰ ਜੀਵਨ ਬਤੀਤ ਕਰਨਵਾਲਾ ਹੀ ਪ੍ਰਵਾਨਗੀ ਦਾ ਰਸਤਾ ਹੈ, ਬਾਕੀ ਸਾਰੇ ਰਸਤੇ, ਉਸ ਦੇ ਘਰ, ਪ੍ਰਵਾਨਗੀ ਵਾਲੇ ਨਹੀਂ ਹਨ । ਕੇਵਲ ਸਿਮਰਨ ਵਿੱਚ ਮਨ ਅਡੋਲ ਰਖਣ ਨਾਲ ਹੀ ਮੁਕਤੀ ਬਖਸ਼ਿਸ਼ ਹੋ ਸਕਦੀ ਹੈ ।

Whosoever may obey and adopts the teachings of His Word; with His mercy and grace, he may be blessed with the right path of acceptance in His Court, he may be accepted in His Court. Ignorant, self-minded may not realize; without adopting the teachings of His Word, all other religious ritual of worship may not have any significance for the purpose of human life journey. Whosoever may adopt the teachings of His Word with steady and stable belief in life; with His mercy and grace, he may be blessed with the right path of acceptance in His Court; only he may be blessed with salvation.

ਗੁਰੂ ਜਿਨਾ ਕਾ ਅੰਧੁਲਾ,	guroo jinaa kaa anDhulaa
ਚੇਲੇ ਨਾਹੀ ਠਾਉ॥	chaylay naahee thaa-o.
ਬਿਨੁ ਸਤਿਗੁਰ ਨਾਉ ਨ ਪਾਈਐ,	bin saT`gur naa-o na paa-ee-ai
ਬਿਨੁ ਨਾਵੈ ਕਿਆ ਸੁਆਉ॥	bin naavai ki-aa su-aa-o.
ਆਇ ਗਇਆ ਪਛੁਤਾਵਣਾ,	aa-ay ga-i-aa pachhutaavnaa
ਜਿਉ ਸੁੰਞੈ ਘਰਿ ਕਾਉ॥੩॥	ji-o sunjai ghar kaa-o. ||3||

ਜਿਸ ਸਿਖਿਆਂ ਦੇਣ ਵਾਲੇ ਨੂੰ ਆਪ ਸ਼ਬਦ ਦੀ ਸੋਝੀ ਨਹੀਂ ਹੁੰਦੀ, ਉਹ ਕਿਵੇਂ ਅਸਲੀ ਰਸਤੇ ਦੀ ਸਿਖਿਆਂ ਦੇ ਸਕਦਾ ਹੈ? ਉਸ ਦੇ ਸੇਵਕ ਗਲਤ ਰਸਤੇ ਤੇ ਚਲਕੇ, ਕਿਸੇ ਮਨੋਰਥ ਤੇ ਨਹੀਂ ਪਹੁੰਚਦੇ । ਪ੍ਰਭ ਦੀ ਰਹਿਮਤ ਤੋਂ ਬਿਨਾਂ ਸ਼ਬਦ ਦੀ ਸਿਖਿਆਂ ਨਾਲ ਜੀਵਨ ਢਾਲਿਆ ਨਹੀਂ ਜਾ ਸਕਦਾ, ਸੋਝੀ ਬਖਸ਼ਿਸ਼ ਨਹੀਂ ਹੁੰਦੀ, ਪ੍ਰਭ ਦੇ ਚਰਨਾਂ ਵਿੱਚ ਥਾਂ ਬਖਸ਼ਿਸ਼ ਨਹੀਂ ਹੋ ਸਕਦਾ । ਉਸ ਦਾ ਮਾਨਸ ਜਨਮ ਬਿਰਥਾ ਹੀ ਜਾਂਦਾ, ਕੋਈ ਲਾਭ ਨਹੀਂ ਮਿਲਦਾ । ਜਿਵੇਂ ਖਾਲੀ ਘਰ ਵਿੱਚ ਜਾਣ ਨਾਲ ਕਿਸੇ ਨਾਲ ਮਿਲਾਪ ਨਹੀਂ ਹੁੰਦਾ ।

Whose guide or guru may not adopt the teachings of His Word in his own life, nor enlightened with the essence of His Word! How may he guide anyone on the right path of acceptance in His Court? His followers may adopt wrong teachings in life and they waste their human life opportunity. He may not be blessed with a permanent resting place in His Court. His human life may be wasted; his condition may like a visitor in abandoned house; where no one may be there to honor him.

ਬਿਨੁ ਨਾਵੈ ਦੁਖੁ ਦੇਹੁਰੀ,	bin naavai dukh dayhuree
ਜਿਉ ਕਲਰ ਕੀ ਭੀਤਿ॥	ji-o kalar kee bheet.
ਤਬ ਲਗੁ ਮਹਲੁ ਨ ਪਾਈਐ,	tab lag mahal na paa-ee-ai
ਜਬ ਲਗੁ ਸਾਚੁ ਨ ਚੀਤਿ॥	jab lag saach na cheet.
ਸਬਦਿ ਰਪੈ ਘਰੁ ਪਾਈਐ,	sabad rapai ghar paa-ee-ai
ਨਿਰਬਾਣੀ ਪਦੁ ਨੀਤਿ॥੪॥	nirbaanee pad neet. ||4||

ਜਿਹੜਾ ਸ਼ਬਦ ਦੀ ਸਿਖਿਆਂ ਅਨੁਸਾਰ ਜੀਵਨ ਨਹੀਂ ਢਾਲਦਾ, ਉਸ ਨੂੰ ਦਰਬਾਰ ਵਿੱਚ ਥਾਂ ਬਖਸ਼ਿਸ਼, ਨਹੀਂ ਹੁੰਦੀ । ਮਾਨਸ ਸਰੀਰ ਮਨ ਦੀਆਂ ਇੱਛਾਂ ਦਾ ਗੁਲਾਮ ਹੀ ਰਹਿੰਦਾ ਹੈ, ਰੇਤ ਦੀ ਕੰਧ ਤਰ੍ਹਾਂ ਹੀ ਸਮਾਂ ਪੈਣ ਤੇ ਖਿਲਰ ਜਾਂਦਾ ਹੈ । ਜਿਹੜਾ ਸ਼ਬਦ ਦੀ ਸਿਖਿਆਂ ਤੇ ਚਲਦਾ ਹੈ, ਉਸ ਨੂੰ ਪੂਰਨ ਸ਼ਾਂਤੀ ਬਖਸ਼ਿਸ਼ ਹੋ ਜਾਂਦੀ ਹੈ, ਪ੍ਰਭ ਦੇ ਘਰ ਵਿੱਚ ਪ੍ਰਵਾਨਗੀ ਬਖਸ਼ਿਸ਼ ਹੋ ਸਕਦੀ ਹੈ ।

Whosoever may not adopt the teachings of His Word; he may not be blessed with any permanent resting place in His Court. He remains a victim of worldly desires, sweet poison of worldly wealth; his life, his body may be like a pillar of sand. He remains a slave of worldly desires. His soul may not be accepted in His Sanctuary. Whosoever may not adopt the teachings of His Word wholeheartedly in day-to-day life; he may not be blessed with a peace of mind nor his soul may be accepted in His Sanctuary.

ਹਉ ਗੁਰ ਪੂਛਉ ਆਪਣੇ,	ha-o gur poochha-o aapnay
ਗੁਰ ਪੁਛਿ ਕਾਰ ਕਮਾਉ॥	gur puchh kaar kamaa-o.
ਸਬਦਿ ਸਲਾਹੀ ਮਨਿ ਵਸੈ,	sabad salaahee man vasai
ਹਉਮੈ ਦੁਖੁ ਜਲਿ ਜਾਉ॥	ha-umai dukh jal jaa-o.
ਸਹਜੇ ਹੋਇ ਮਿਲਾਵੜਾ,	sehjay ho-ay milaavrhaa
ਸਾਚੇ ਸਾਚਿ ਮਿਲਾਉ॥੫॥	saachay saach milaa-o. ||5||

ਜੀਵ ਸ਼ਬਦ ਨਾਲ ਆਪਣਾ ਜੀਵਨ ਢਾਲਣ ਨਾਲ, ਸ਼ਬਦ ਦੀ ਸੋਝੀ ਬਖਸ਼ਿਸ਼ ਹੋ ਜਾਂਦੀ ਹੈ । ਸ਼ਬਦ ਨੂੰ ਅਪਣਾਉਣ ਨਾਲ ਹੀ ਜਮਦੂਤ ਦਾ ਡਰ ਖਤਮ ਹੋ ਸਕਦਾ ਹੈ, ਮਨ ਵਿਚੋਂ ਅਹੰਕਾਰ ਦੀ ਜੜ੍ਹ ਖਤਮ ਹੋ ਜਾਂਦੀ ਹੈ, ਜਨਮ, ਮਰਨ ਦੀ ਸੋਝੀ ਹੋ ਜਾਂਦੀ ਹੈ । ਜਿਹੜਾ ਪ੍ਰਭ ਦੀ ਬਖਸ਼ਿਸ਼ ਲਈ ਧੀਰਜ ਰਖਦਾ ਹੈ, ਆਪਣੇ ਆਪ ਹੀ ਹਿਰਦੇ ਵਿੱਚ ਪ੍ਰਭ ਦੀ ਜੋਤ ਜਾਗਰਤ ਹੋ ਜਾਂਦੀ ਹੈ ।

Whosoever may adopt the teachings of His Word; with His mercy and grace, he may be blessed with the enlightenment of the essence of His Word. His fear of death may be eliminated. He may conquer his ego; with His mercy and grace, he may be enlightened with the cycle of birth and death. Whosoever may remain in patience and contented with His Blessings; eternal glow of His Holy Spirit may be shing within his heart and on his forehead.

ਸਬਦਿ ਰਤੇ ਸੇ ਨਿਰਮਲੇ,	sabad ratay say nirmalay
ਤਜਿ ਕਾਮ ਕ੍ਰੋਧੁ ਅਹੰਕਾਰੁ॥	taj kaam kroDh ahaNkaar.
ਨਾਮੁ ਸਲਾਹਨਿ ਸਦ ਸਦਾ,	naam salaahan sad sadaa
ਹਰਿ ਰਾਖਹਿ ਉਰ ਧਾਰਿ॥	har raakhahi ur Dhaar.
ਸੋ ਕਿਉ ਮਨਹੁ ਵਿਸਾਰੀਐ,	so ki-o manhu visaaree-ai
ਸਭ ਜੀਆ ਕਾ ਆਧਾਰੁ॥੬॥	sabh jee-aa kaa aaDhaar. ||6||

ਜਿਹੜਾ ਜੀਵ ਸ਼ਬਦ ਵਿੱਚ ਲੀਨ ਹੋ ਜਾਂਦਾ ਹੈ । ਉਸ ਦਾ ਮਨ ਸੰਸਾਰਕ ਇੱਛਾਂ ਕਾਮ ਕਰੋਧ, ਅਹੰਕਾਰ ਤਿਆਗ ਕੇ ਪਵਿੱਤਰ ਹੋ ਜਾਂਦਾ ਹੈ । ਉਹ ਹਰ ਵੇਲੇ ਸਿਮਰਨ ਕਰਦਾ, ਪ੍ਰਭ ਦੇ ਬਖਸ਼ੇ ਤੇ ਸੰਤੋਖ ਵਿੱਚ ਅਡੋਲ ਰਹਿੰਦਾ ਹੈ । ਉਸ ਦੇ ਮਨ ਵਿੱਚ ਸ਼ਬਦ ਦਾ ਸੋਝੀ ਘਰ ਕਰ ਜਾਂਦੀ ਹੈ, ਪ੍ਰਭ ਹੀ ਸਾਰੀ ਸ੍ਰਿਸ਼ਟੀ ਦਾ ਅਧਾਰ, ਆਸਰਾ, ਸਿਰਜਨ ਦਾ ਕਾਰਨ ਹੈ । ਉਹ ਸ਼ਬਦ ਨੂੰ ਮਨੋ ਕਦੇ ਵਿਸਾਰ ਦਾ ਨਹੀਂ ।

Whosoever may remain drench with the essence of His Word; with His mercy and grace, he may be enlightened with the essence of His Word; he may conquer his ego and worldly desires. He may be enlightened, The One and Only One True Master is the supporting pillar of the universe. He may never forsake the teachings of His Word from his day-to-day life.

ਸਬਦਿ ਮਰੈ ਸੋ ਮਰਿ ਰਹੈ,	sabad marai so mar rahai
ਫਿਰਿ ਮਰੈ ਨ ਦੂਜੀ ਵਾਰ॥	fir marai na doojee vaar.
ਸਬਦੈ ਹੀ ਤੇ ਪਾਈਐ,	sabdai hee tay paa-ee-ai
ਹਰਿ ਨਾਮੇ ਲਗੈ ਪਿਆਰੁ॥	har naamay lagai pi-aar.
ਬਿਨੁ ਸਬਦੈ ਜਗੁ ਭੂਲਾ ਫਿਰੈ,	bin sabdai jag bhoolaa firai
ਮਰਿ ਜਨਮੈ ਵਾਰੋ ਵਾਰ॥੭॥	mar janmai vaaro vaar. ||7||

ਜਿਹੜਾ ਸ਼ਬਦ ਅਨੁਸਾਰ ਜੀਵਨ ਬਤੀਤ ਕਰਦਾ ਹੈ, ਉਸ ਦਾ ਮਨ ਸ਼ਬਦ ਦੀ ਪਾਲਣਾ ਕਰਦਾ ਹੀ ਪ੍ਰਭ ਨਾਲ ਪਿਆਰ ਕਰਨ ਲਗ ਪੈਂਦਾ ਹੈ । ਉਸ ਨੂੰ ਜਨਮ ਮਰਨ ਦੇ ਚੱਕਰ ਤੋਂ ਛੁਟਕਾਰਾ ਬਖਸ਼ਿਸ਼ ਹੋ ਜਾਂਦਾ ਹੈ । ਜਿਹੜਾ ਜੀਵਨ ਸੰਸਾਰਕ ਇੱਛਾਂ ਦੇ ਅਧਾਰ ਤੇ ਬਤੀਤ ਕਰਦਾ, ਸ਼ਬਦ ਨਹੀਂ ਪਛਾਣਦਾ ਹੈ, ਉਹ ਜਨਮ ਮਰਨ ਦੇ ਚੱਕਰ ਵਿੱਚ ਹੀ ਰਹਿੰਦਾ ਹੈ ।

Whosoever may wholeheartedly adopt the teachings of His Word in life; his devotion may be enhanced while obeying the teachings of His Word. His cycle of birth and death may be eliminated. Whosoever may remain intoxicated with worldly desires; he may not realize the essence of His Word; he may remain in the cycle of birth and death.

ਸਭ ਸਾਲਾਹੇ ਆਪ ਕਉ,	sabh salaahai aap ka-o
ਵਡਹੁ ਵਡੇਰੀ ਹੋਇ॥	vadahu vadayree ho-ay.
ਗੁਰ ਬਿਨੁ ਆਪੁ ਨ ਚੀਨੀਐ,	gur bin aap na cheenee-ai
ਕਹੇ ਸੁਣੇ ਕਿਆ ਹੋਇ॥	kahay sunay ki-aa ho-ay.
ਨਾਨਕ ਸਬਦਿ ਪਛਾਣੀਐ,	naanak sabad pachhaanee-ai
ਹਉਮੈ ਕਰੈ ਨ ਕੋਇ॥੮॥8॥	ha-umai karai na ko-ay. ||8||8||

ਹਰਇਕ ਜੀਵ ਆਪਣੇ ਆਪ ਨੂੰ ਪਵਿੱਤਰ ਕਹਿੰਦਾ ਹੈ, ਕਿ ਉਹ ਸ਼ਬਦ ਦੇ ਅਸੂਲਾਂ ਤੇ ਚਲਣਵਾਲਾ ਹੈ । ਸ਼ਬਦ ਦੀ ਸੋਝੀ ਪਾ ਕੇ, ਜੀਵਨ ਢਾਲਣ ਤੋਂ ਬਿਨਾਂ, ਕੇਵਲ ਪੜ੍ਹਨ ਜਾ ਸੁਣਨ ਨਾਲ ਕੁਝ ਬਖਸ਼ਿਸ਼ ਨਹੀਂ ਹੁੰਦਾ । ਜਿਤਨਾ ਚਿਰ ਜੀਵਨ ਸ਼ਬਦ ਅਨੁਸਾਰ ਢਾਲਿਆ ਨਾ ਜਾਵੇ । ਜੀਵ ਨੂੰ ਆਪਣੇ ਆਪ ਦੀ ਪਛਾਣ ਨਹੀਂ ਹੁੰਦੀ, ਮਾਨਸ ਜਨਮ ਦਾ ਮੰਤਵ ਸਮਝ ਨਹੀਂ ਆਉਂਦਾ, ਅਹੰਕਾਰ ਦੀ ਜੜ੍ਹ ਖਤਮ ਨਹੀਂ ਹੁੰਦੀ ।

Everyone believes! His way of life remains as the teachings of His Word and his mind remains blemish free. Only reading or listening His Holy Scripture, without understanding and adopting the teachings of His Word in life, nothing may be blessed. Whosoever may not adopt the teachings of His Word in life, nor realize the purpose of life; he may never conquer his ego and pride of his worldly status.

162.ਸਿਰੀਰਾਗੁ ਮਹਲਾ ੧॥ (58-12)

ਬਿਨੁ ਪਿਰ ਧਨ ਸੀਗਾਰੀਐ,	bin pir Dhan seegaaree-ai
ਜੋਬਨੁ ਬਾਦਿ ਖੁਆਰੁ॥	joban baad khu-aar.
ਨਾ ਮਾਣੇ ਸੁਖਿ ਸੇਜੜੀ,	naa maanay sukh sayjrhee
ਬਿਨੁ ਪਿਰ ਬਾਦਿ ਸੀਗਾਰੁ॥	bin pir baad seegaar.
ਦੂਖੁ ਘਣੋ ਦੋਹਾਗਣੀ,	dookh ghano duhaaganee
ਨਾ ਘਰਿ ਸੇਜ ਭਤਾਰੁ॥੧॥	naa ghar sayj bhataar. ||1||

ਪ੍ਰਭ ਦੇ ਸ਼ਬਦ ਨੂੰ ਆਪਣੇ ਜੀਵਨ ਵਿੱਚ ਢਾਲਣ ਤੋਂ ਬਿਨਾਂ, ਧਾਰਮਕ ਬਾਣੇ, ਨਿਤਨੇਮ, ਬਾਣੀ ਪੜ੍ਹਨ ਦਾ ਕੋਈ ਲਾਭ ਨਹੀਂ ਹੁੰਦਾ । ਮਨਮੁਖ ਆਪਣੀ ਮਾਨਸ ਜੀਵਨ ਬਿਰਥਾ ਹੀ ਬੀਤ ਜਾਂਦੀ ਹੈ । ਪ੍ਰਭ ਦੀ ਰਹਿਮਤ ਦੀ ਨਜ਼ਰ ਬਖਸ਼ਿਸ਼ ਨਹੀਂ ਹੁੰਦੀ । ਇਹ ਸੰਸਾਰਕ ਧਾਰਮਕ ਰਸਤੇ ਸਾਰੇ ਫਰੇਬ ਹੀ ਹਨ, ਇਸ ਨਾਲ ਪ੍ਰਭ ਦੇ ਘਰ ਥਾਂ ਬਖਸ਼ਿਸ਼ ਨਹੀਂ ਹੁੰਦੀ, ਜਨਮ ਮਰਨ ਦਾ ਚੱਕਰ ਖਤਮ ਨਹੀਂ ਹੁੰਦਾ ।

Whosoever may not adopt the teachings of His Word and only adopting, religious robes, baptizing with religious principles; all his prayers are useless. Self-minded may waste his human life opportunity uselessly. He may never be bestowed with His Blessed Vision nor the right path of acceptance in His Court. All religious rituals are deception, expansion of worldly wealth. No one may be blessed with the right path of acceptance; his cycle of birth and death may not be eliminated.

ਮਨ ਰੇ ਰਾਮ ਜਪਹੁ ਸੁਖੁ ਹੋਇ॥	man, ray raam japahu sukh ho-ay.
ਬਿਨੁ ਗੁਰ ਪ੍ਰੇਮੁ ਨ ਪਾਈਐ,	bingur paraym na paa-ee-ai
ਸਬਦਿ ਮਿਲੈ ਰੰਗੁ ਹੋਇ॥੧॥ ਰਹਾਉ॥	sabad milai rang ho-ay. ||1|| rahaa-o.

ਸ਼ਬਦ ਨੂੰ ਜੀਵਨ ਵਿੱਚ ਢਾਲਣ ਤੋਂ ਬਿਨਾਂ ਅਸਲੀ ਰਸਤਾ ਬਖਸ਼ਿਸ਼ ਨਹੀਂ ਹੁੰਦਾ । ਸ਼ਬਦ ਮਨ ਵਿੱਚ ਵਸਾਉਣ ਨਾਲ ਹੀ ਰਹਿਮਤ ਦਾ ਰੰਗ ਚੜ੍ਹ ਜਾਂਦਾ ਹੈ, ਸ਼ਬਦ ਦਾ ਸਿਮਰਨ ਕਰਨ ਨਾਲ ਹੀ ਮਨ ਨੂੰ ਸ਼ਾਂਤੀ, ਸੁਖ ਬਖਸ਼ਿਸ਼ ਹੁੰਦਾ ਹੈ ।

Without adopting the teachings of His Word in day-to-day life, no one may be blessed with the right path of acceptance in His Court nor remain drenched with the crimson color of the essence of His Word. Whosoever may meditate on the teachings of His Word with steady and stable belief in life, his may be blessed with a peace of mind and pleasures in his worldly life.

ਗੁਰ ਸੇਵਾ ਸੁਖੁ ਪਾਈਐ,	gur sayvaa sukh paa-ee-ai
ਹਰਿ ਵਰੁ ਸਹਜਿ ਸੀਗਾਰੁ॥	har var sahj seegaar.
ਸਚਿ ਮਾਣੇ ਪਿਰ ਸੇਜੜੀ,	sach maanay pir sayjrhee
ਗੂੜਾ ਹੇਤੁ ਪਿਆਰੁ॥	goorhaa hayt pi-aar.
ਗੁਰਮੁਖਿ ਜਾਣਿ ਸਿਞਾਣੀਐ,	gurmukh jaan sinjaanee-ai
ਗੁਰਿ ਮੇਲੀ ਗੁਣ ਚਾਰੁ॥੨॥	gur maylee gun chaar. ||2||

ਸ਼ਬਦ ਦੀ ਕਮਾਈ ਕਰਨ ਨਾਲ ਹੀ ਸਾਰੇ ਸੁਖ, ਅਨੰਦ, ਸ਼ਾਂਤੀ ਬਖਸ਼ਿਸ਼ ਹੁੰਦੀ ਹੈ । ਇਸ ਨਾਲ ਹੀ ਪ੍ਰਭ ਦੀ ਰਹਿਮਤ ਦੀ ਨਜ਼ਰ ਬਖਸ਼ਿਸ਼ ਹੋ ਸਕਦੀ ਹੈ, ਮਨ ਬੰਦਗੀ ਵਿੱਚ ਅਡੋਲ ਰਹਿੰਦਾ ਹੈ । ਗੁਰਮਖ ਅਵਸਥਾ ਹਾਸਿਲ ਕਰਨ ਨਾਲ ਹੀ ਆਪਣੇ ਅੰਦਰੋਂ ਉਸ ਦੀ ਪਛਾਣ ਹੁੰਦੀ ਹੈ । ਅੰਦਰੋਂ ਜਾਗਰਤੀ ਹੋਣ ਨਾਲ ਹੀ ਮਨ ਸ਼ਬਦ ਵਿੱਚ ਅਡੋਲ ਰਹਿੰਦਾ ਹੈ ।

Whosoever may earn the wealth of His Word, he may be blessed with pleasure, comforts, and peace of mind; with His mercy and grace, he may remain intoxicated in meditation in the void of His Word. He may be blessed with a state of mind as His true devotee. He may recognize the purpose of his human life opportunity from within. He may be enlightened with the essence of His Word and remains firm on the right path of acceptance in His Court.

ਸਚਿ ਮਿਲਹੁ, ਵਰ ਕਾਮਣੀ,	sach milhu var kaamnee
ਪਿਰਿ ਮੋਹੀ ਰੰਗੁ ਲਾਇ॥	pir mohee rang laa-ay.
ਮਨੁ ਤਨੁ ਸਾਚਿ ਵਿਗਸਿਆ,	man, tan saach vigsi-aa
ਕੀਮਤਿ ਕਹਣੁ ਨ ਜਾਇ॥	keemat kahan na jaa-ay.
ਹਰਿ ਵਰੁ ਘਰਿ ਸੋਹਾਗਣੀ,	har var ghar sohaaganee
ਨਿਰਮਲ ਸਾਚੈ ਨਾਇ॥੩॥	nirmal saachai naa-ay. ||3||

ਸ਼ਬਦ (ਗੁਰ) ਨੂੰ ਅਪਣਾਉਣ ਨਾਲ ਅਸਲੀ ਰਸਤਾ ਬਖਸ਼ਿਸ਼ ਹੋ ਸਕਦਾ ਹੈ । ਉਸ ਤੇ ਚਲਣ ਨਾਲ, ਪ੍ਰਭ ਦੀ ਰਜ਼ਾ ਵਿੱਚ ਮਨ ਟਿਕਨ ਲਗ ਪੈਂਦਾ ਹੈ । ਜੀਵ ਦੇ ਮਨ, ਤਨ ਵਿੱਚ ਇਕ ਅਨੋਖਾ ਹੀ ਖੇੜਾ ਬਖਸ਼ਿਸ਼ ਹੋ ਜਾਂਦਾ ਹੈ, ਜਿਸ ਦੀ ਕੀਮਤ ਦਾ ਵਖਿਆਣ ਨਹੀਂ ਕੀਤਾ ਜਾ ਸਕਦਾ । ਜਿਸ ਦਾ ਮਨ ਸ਼ਬਦ ਵਿੱਚ ਲੀਨ, ਅਡੋਲ ਹੋ ਜਾਂਦਾ, ਉਸ ਦੇ ਮਨ ਦੀ ਮੈਲ ਧੋਤੀ ਜਾਂਦੀ ਹੈ, ਉਹ ਹਰ ਵੇਲੇ ਪ੍ਰਭ ਦੀ ਰਹਿਮਤ ਨਾਲ ਖੇੜੇ ਵਿੱਚ ਹੀ ਰਹਿੰਦਾ ਹੈ ।

Whosoever may adopt the teachings of His Word in life; with His mercy and grace, he may be blessed with the right path of acceptance in His Court. He may remain steady and stable on the right path. He may be blessed with an astonishing enlightenment; the significance of his enlightenment may not be imagined by His Creation. Whosoever may remain intoxicated in meditation in the void of His Word; his sins may be forgiven, blemish eliminated. He may remain in blossom in his worldly life.

ਮਨ ਮਹਿ ਮਨੂਆ ਜੇ ਮਰੈ,	man, meh manoo-aa jay marai
ਤਾ ਪਿਰੁ ਰਾਵੈ ਨਾਰਿ॥	taa pir raavai naar.
ਇਕਤੁ ਤਾਗੈ ਰਲਿ ਮਿਲੈ,	ikat taagai ral milai
ਗਲਿ ਮੋਤੀਅਨ ਕਾ ਹਾਰੁ॥	gal motee-an kaa haar.
ਸੰਤ ਸਭਾ ਸੁਖੁ ਊਪਜੈ,	sant sabhaa sukh oopjai
ਗੁਰਮੁਖਿ ਨਾਮ ਅਧਾਰੁ॥੪॥	gurmukh naam aDhaar. ||4||

ਜਿਸ ਦੇ ਮਨ ਵਿਚੋਂ ਅਹੰਕਾਰ ਦੀ ਜੜ੍ਹ ਮਰ ਜਾਂਦੀ ਹੈ, ਉਸ ਦੇ ਮਨ ਤੇ ਪ੍ਰਭ ਦੇ ਸ਼ਬਦ ਦਾ ਰੰਗ ਚੜ੍ਹ ਜਾਂਦਾ ਹੈ, ਮਨ ਬੰਦਗੀ ਕਰਨ ਵਾਲਿਆਂ ਦੀ ਲੜੀ ਵਿੱਚ ਰਲ ਜਾਂਦਾ ਹੈ, ਉਸ ਨੂੰ ਅਣਮੋਲ ਅਵਸਥਾ ਬਖਸ਼ਿਸ਼ ਹੋ ਜਾਂਦੀ ਹੈ । ਜੀਵ, ਸੰਤ ਸਰੂਪ ਦੀ ਸੰਗਤ ਵਿੱਚ ਅਨੰਦ, ਖੇੜਾ ਵਿੱਚ ਵਸਦਾ ਹੈ । ਉਸ ਦੇ ਮਨ ਦਾ ਅਧਾਰ, ਆਸਰਾ ਕੇਵਲ ਪ੍ਰਭ ਦਾ ਸ਼ਬਦ, ਭਾਣਾ ਹੀ ਬਣ ਜਾਂਦਾ ਹੈ, ਬਾਕੀ ਸਾਰੀਆਂ ਦੁਬਦਾ, ਭਰਮਾਂ ਦਾ ਨਾਸ ਹੋ ਜਾਂਦਾ ਹੈ ।

Whosoever may conquer his own ego, his mind may be drench with the essence of His Word. He may be blessed with the conjugation of His Holy saint. He may be blessed with superb state of mind. He may remain in the congregation of His Holy saint and he remains in blossom. His way of life may be on the principles of the essence of His Word. All his religious suspicions and duality may be eliminated.

ਖਿਨ ਮਹਿ ਉਪਜੈ ਖਿਨਿ ਖਪੈ, khin meh upjai khin khapai
ਖਿਨੁ ਆਵੈ ਖਿਨੁ ਜਾਇ॥ khin aavai khin jaa-ay.
ਸਬਦੁ ਪਛਾਣੈ ਰਵਿ ਰਹੈ, sabad pachhaanai rav rahai
ਨਾ ਤਿਸੁ ਕਾਲੁ ਸੰਤਾਇ॥ naa tis kaal santaa-ay.
ਸਾਹਿਬੁ ਅਤੁਲੁ ਨ ਤੋਲੀਐ, saahib atul na tolee-ai kathan
ਕਥਨਿ ਨ ਪਾਇਆ ਜਾਇ॥੫॥ na paa-i-aa jaa-ay. ||5||

ਜੀਵ ਦਾ ਜਨਮ, ਮੌਤ ਇਕ ਪਲ ਵਿੱਚ ਹੋ ਜਾਂਦਾ ਹੈ, ਇਹ ਪਲ ਜਾਣਿਆ ਨਹੀਂ ਜਾ ਸਕਦਾ । ਜਿਹੜਾ ਜੀਵ ਸ਼ਬਦ ਦਾ ਅਸਲੀ ਮਤਲਬ ਪਛਾਣ, ਜਾਣ ਜਾਂਦਾ ਹੈ, ਉਹ ਪ੍ਰਭ ਨੂੰ ਮਿਲਣ ਦੇ ਰਸਤੇ ਤੇ ਚਲ ਪੈਂਦਾ ਹੈ । ਉਸ ਵਿੱਚ ਹੀ ਅਭੇਦ ਹੋ ਜਾਂਦਾ ਹੈ, ਜਨਮ ਮਰਨ ਦਾ ਲੇਖਾ ਖਤਮ ਕਰ ਜਾਂਦਾ ਹੈ । ਪ੍ਰਭ ਦੇ ਕਿਸੇ ਕਰਤਬ ਦਾ ਅੰਤ ਨਹੀਂ ਪਾਇਆ ਜਾ ਸਕਦਾ, ਉਸ ਦੇ ਕਰਤਬ ਨੂੰ ਕਿਸੇ ਵਿਧੀ ਨਾਲ ਪਰਖਿਆ ਨਹੀਂ ਜਾ ਸਕਦਾ । ਕੇਵਲ ਪੜ੍ਹਨ ਜਾ ਬੋਲਣ ਨਾਲ ਰਹਿਮਤ ਬਖਸ਼ਿਸ਼ ਨਹੀਂ ਹੁੰਦੀ ।

Birth and death of a creature remains unpredictable that moment may never be comprehended by His Creation. Whosoever may recognize the real purpose of human life, he may be blessed with the right path of acceptance. He may immerse in His Holy Spirit and his cycle of birth and death may be eliminated. His Nature, limits of His Blessings, miracles may remain beyond the comprehension, prediction of His Creation. Only by reciting, preaching, writing spiritual meaning; the right path may not be blessed.

ਵਾਪਾਰੀ ਵਣਜਾਰਿਆ, vaapaaree vanjaari-aa
ਆਏ ਵਜਹੁ ਲਿਖਾਇ॥ aa-ay vajahu likhaa-ay.
ਕਾਰ ਕਮਾਵਹਿ ਸਚ ਕੀ, kaar kamaaveh sach kee
ਲਾਹਾ ਮਿਲੈ ਰਜਾਇ॥ laahaa milai rajaa-ay.
ਪੂੰਜੀ ਸਾਚੀ ਗੁਰੁ ਮਿਲੈ, poonjee saachee gur milai
ਨਾ ਤਿਸੁ ਤਿਲੁ ਨ ਤਮਾਇ॥੬॥ naa tis til na tamaa-ay. ||6||

ਹਰਇਕ ਜੀਵ ਸੰਸਾਰ ਵਿੱਚ ਪ੍ਰਭ ਦੇ ਹੁਕਮ ਨਾਲ ਹੀ ਸ਼ਬਦ ਦੀ ਕਮਾਈ ਕਰ ਸਕਦਾ ਹੈ । ਜਿਹੜਾ ਸ਼ਬਦ ਦੀ ਖੋਜ ਵਿੱਚ ਭਰੋਸਾ ਅਡੋਲ ਰਖਦਾ ਹੈ । ਉਸ ਦੇ ਭਾਣੇ ਅੰਦਰ ਹੀ ਸੰਤੋਖ ਵਿੱਚ ਰਹਿੰਦਾ ਹੈ, ਕੇਵਲ ਉਸ ਨੂੰ ਹੀ ਸ਼ਬਦ ਦੀ ਕਮਾਈ ਬਖਸ਼ਿਸ਼ ਹੁੰਦੀ ਹੈ । ਉਸ ਨੂੰ ਇਸ ਦੇ ਫਲ ਮਿਲਣ ਦੀ ਕੋਈ ਇੱਛਾ, ਭਾਵਨਾ ਨਹੀਂ ਹੁੰਦੀ, ਕਿਸੇ ਪ੍ਰਾਪਤੀ ਦਾ ਕੋਈ ਲਾਲਚ ਨਹੀਂ ਹੰਦਾ ।

Everyone may only meditate and earns the wealth of His Word with His Command. Whosoever remain searching with steady and stable belief on His Word within; with His mercy and grace, he may be blessed with contentment. only he may be blessed with the wealth of His Word. He may not worry or desire to be rewarded; His state of mind is not affected with any honor.

ਗੁਰਮੁਖਿ ਤੋਲਿ ਤੁੋਲਾਇਸੀ, burmukh tol tolaa-isee
ਸਚੁ ਤਰਾਜੀ ਤੋਲੁ॥ sach taraajee tol.
ਆਸਾ ਮਨਸਾ ਮੋਹਣੀ, aasaa mansaa mohnee
ਗੁਰਿ ਠਾਕੀ ਸਚੁ ਬੋਲੁ॥ gur thaakee sach bol.
ਆਪਿ ਤੁਲਾਏ ਤੋਲਸੀ, aap tulaa-ay tolsee
ਪੂਰੇ ਪੂਰਾ ਤੋਲੁ॥੭॥ pooray pooraa tol. ||7||

ਗੁਰਮਖ ਅਵਸਥਾ ਦੀ ਪਰਖ, ਸ਼ਬਦ ਦੀ ਕਸਵਟੀ ਨਾਲ ਪ੍ਰਭ ਆਪ ਹੀ ਕਰਦਾ ਹੈ । ਪ੍ਰਭ ਆਪ ਹੀ ਉਸ ਦੀਆਂ ਸੰਸਾਰਕ ਇੱਛਾਂ, ਮਨ ਦੀਆਂ ਭਟਕਣਾਂ ਦੂਰ ਕਰਦਾ ਹੈ । ਸ਼ਬਦ ਦੇ ਅਸਰ ਨਾਲ ਜੀਭ ਵਿਚੋਂ ਪ੍ਰਭ ਦੀ ਉਸਤਤ ਦੇ ਹੀ ਬੋਲ ਨਿਕਲਦੇ ਹਨ, ਇੱਛਾਂ ਦਾ ਨਾਸ ਕਰ ਦੇਂਦੇ ਹਨ । ਪ੍ਰਭ ਆਪ ਹੀ ਸਭ ਕੁਝ ਦਾ ਨਿਰਨਾ ਕਰਦਾ ਹੈ । ਦਰਬਾਰ ਕਦੇ ਗਲਤੀ ਨਹੀਂ ਕਰਦਾ, ਕੇਵਲ ਇਨਸਾਫ ਹੀ ਕਰਦਾ ਹੈ ।

The True Master may appraise the state of mind and earnings of His true devotee with the scale of His Word. He may eliminate all his worldly desires and frustrations. His blemish of worldly desires may be destroyed by singing the glory of His Word; with His mercy and grace, his earnings may be rewarded.

ਕਥਨੈ ਕਹਣਿ ਨ ਛੁਟੀਐ,	kathnai kahan na chhutee-ai
ਨਾ ਪੜਿ ਪੁਸਤਕ ਭਾਰ॥	naa parh pustak bhaar.
ਕਾਇਆ ਸੋਚ ਨ ਪਾਈਐ,	kaa-i-aa soch na paa-ee-ai
ਬਿਨੁ ਹਰਿ ਭਗਤਿ ਪਿਆਰ॥	bin har bhagat pi-aar.
ਨਾਨਕ ਨਾਮੁ ਨ ਵੀਸਰੈ,	naanak naam na veesrai
ਮੇਲੇ ਗੁਰੁ ਕਰਤਾਰ॥੮॥9॥	maylay gur kartaar. ||8||9||

ਕੇਵਲ ਸ਼ਬਦ ਪੜ੍ਹਣ, ਜਾ ਪ੍ਰਚਾਰ ਕਰਨ ਨਾਲ ਰਹਿਮਤ ਦਾ ਰਸਤਾ ਬਖਸ਼ਿਸ਼ ਨਹੀਂ ਹੁੰਦਾ । ਮਨ ਨੂੰ ਸ਼ਬਦ ਅਨੁਸਾਰ ਢਾਲਣ ਤੋਂ ਬਿਨਾਂ ਮਨ ਪਵਿੱਤਰ ਨਹੀਂ ਹੁੰਦਾ, ਮਨ ਦੀਆਂ ਇੱਛਾਂ, ਭਟਕਣਾਂ ਤੇ ਕਾਬੂ ਨਹੀਂ ਪੈਂਦਾ । ਜੀਵ ਆਪਣੇ ਮਨ ਨੂੰ ਪ੍ਰਭ ਦੇ ਸ਼ਬਦ ਤੋਂ ਦੂਰ ਨਾ ਕਰੋ! ਇਸ ਵਿੱਚ ਭਰੋਸੇ ਅਡੋਲ ਰਖਣ ਨਾਲ ਹੀ ਪ੍ਰਭ ਦੀ ਰਹਿਮਤ ਦੀ ਨਜ਼ਰ ਬਖਸ਼ਿਸ਼ ਹੁੰਦੀ ਹੈ ।

Whosoever may only recite or preach His Holy Scripture; he may not be blessed with the right path of acceptance in His Court. Whosoever may not adopt the teachings of His Word in day-to-day life, his soul may not be sanctified nor he may conquer his ego, worldly desires. You should not forsake the teachings of His Word in your life. Whosoever may obey the teachings of His Word; only he may be bless with the right path of acceptance in His Court.

163.ਸਿਰੀਰਾਗੁ ਮਹਲਾ ੧॥ (59-6)

ਸਤਿਗੁਰੁ ਪੂਰਾ ਜੇ ਮਿਲੈ,	saT`gur pooraa jay milai
ਪਾਈਐ ਰਤਨੁ ਬੀਚਾਰੁ॥	paa-ee-ai ratan beechaar.
ਮਨੁ ਦੀਜੈ ਗੁਰ ਆਪਣੇ,	man, deejai gur aapnay
ਪਾਈਐ ਸਰਬ ਪਿਆਰੁ॥	paa-ee-ai sarab pi-aar.
ਮੁਕਤਿ ਪਦਾਰਥੁ ਪਾਈਐ,	mukat padaarath paa-ee-ai
ਅਵਗਣ ਮੇਟਣਹਾਰੁ॥੧॥	avgan maytanhaar. ||1||

ਜਿਸ ਤੇ ਪ੍ਰਭ ਦੀ ਰਹਿਮਤ ਦੀ ਨਜ਼ਰ ਬਖਸ਼ਿਸ਼ ਹੋ ਜਾਂਦੀ ਹੈ, ਉਸ ਨੂੰ ਸ਼ਬਦ ਦੀ ਸੋਝੀ ਬਖਸ਼ਿਸ਼ ਹੋ ਜਾਂਦੀ, ਪ੍ਰਵਾਨਗੀ ਦਾ ਰਸਤਾ ਬਖਸ਼ਿਸ਼ ਹੋ ਜਾਂਦਾ ਹੈ । ਜਿਹੜਾ ਸ਼ਬਦ ਦੀ ਬੰਦਗੀ, ਪਾਲਣਾ ਵਿੱਚ ਅਡੋਲ ਰਹਿੰਦਾ ਹੈ, ਉਸ ਨੂੰ ਹਰ ਪਾਸੇ ਪ੍ਰਭ ਦਾ ਰੂਪ ਹੀ ਨਜ਼ਰ ਆਉਂਦਾ ਹੈ । ਜੀਵ ਦਾ ਸ੍ਰਿਸ਼ਟੀ ਨਾਲ ਪਿਆਰ, ਸੇਵਾ ਭਾਵਨਾ ਚਲ ਪੈਂਦੀ ਹੈ । ਪ੍ਰਭ ਆਪ ਹੀ ਅਉਗੁਣ ਬਖਸ਼ ਦੇਂਦਾ ਹੈ, ਮੁਕਤੀ ਦੇ ਰਸਤੇ ਤੇ ਅਡੋਲ ਰਖਦਾ ਹੈ ।

Whosoever may be bestowed with His Blessed Vision, he may be enlightened with the essence of His Word; he may be blessed with the right path of acceptance in His Court. Whosoever may adopt the teachings of His Word; he may realize His existence everywhere. His desire, urge to serve His Creation may blossom within his heart. The True Master may forgive his sins and keeps him on the right path of salvation.

ਭਾਈ ਰੇ ਗੁਰ ਬਿਨੁ,	bhaa-ee ray gur bin
ਗਿਆਨੁ ਨ ਹੋਇ॥	gi-aan na ho-ay.
ਪੂਛਹੁ ਬ੍ਰਹਮੇ ਨਾਰਦੈ,	poochhahu barahmay naardai
ਬੇਦ ਬਿਆਸੈ ਕੋਇ॥੧॥ ਰਹਾਉ॥	bayd bi-aasai ko-ay. ||1|| rahaa-o.

ਸੰਸਾਰਕ ਗਿਆਨੀਆਂ, ਬੰਦਗੀ ਕਰਨ ਵਾਲਿਆਂ, ਧਾਰਮਕ ਲਿਖਤਾਂ ਤੋਂ ਇਹ ਹੀ ਸੋਝੀ ਮਿਲਦੀ ਹੈ । ਬ੍ਰਹਮਾ, ਨਾਰਦ, ਬਿਆਸ ਜੋ ਗਿਆਨੀ ਹੋਏ ਹਨ, ਉਹਨਾਂ ਦੀਆਂ ਲਿਖਤਾਂ ਖੋਜ ਕਰਕੇ ਵੇਖੋ! ਅਸਲੀ ਗੁਰੂ (ਅਟਲ ਗੁਰੂ, ਸ਼ਬਦ ਗੁਰੂ) ਤੋਂ ਬਿਨਾਂ ਬੰਦਗੀ ਕਰਨ ਦਾ ਢੰਗ ਬਖਸ਼ਿਸ਼ ਨਹੀਂ ਹੁੰਦਾ ।

Whosoever read worldly Holy Scriptures and review various religious books ancient saints. He may be enlightened with unique essence of His Nature. Without adopting the teachings of His Word in life; no one may ever be blessed with the right path of acceptance in His Court.

ਗਿਆਨੁ ਧਿਆਨੁ ਧੁਨਿ ਜਾਣੀਐ,	gi-aan Dhi-aan Dhun jaanee-ai
ਅਕਥੁ ਕਹਾਵੈ ਸੋਇ॥	akath kahaavai so-ay.
ਸਫਲਿਓ ਬਿਰਖੁ ਹਰੀਆਵਲਾ,	safli-o birakh haree-aavlaa
ਛਾਵ ਘਣੇਰੀ ਹੋਇ॥	chhaav ghanayree ho-ay.
ਲਾਲ ਜਵੇਹਰ ਮਾਣਕੀ,	laal javayhar maankee
ਗੁਰ ਭੰਡਾਰੈ ਸੋਇ॥੨॥	gur bhandaarai so-ay. ||2||

ਜਿਸ ਨੂੰ ਸ਼ਬਦ ਦੀ ਸੋਝੀ ਬਖਸ਼ਿਸ਼ ਹੋ ਜਾਂਦੀ ਹੈ, ਸ਼ਬਦ ਦੀ ਸਿਖਿਆਂ ਨੂੰ ਅਪਣਾਉਣ ਨਾਲ ਅਕਥ ਕਥਨਾਂ, ਕਰਤਬਾਂ ਦੀ ਸੋਝੀ ਬਖਸ਼ਿਸ਼ ਹੋ ਜਾਂਦੀ ਹੈ । ਸ਼ਬਦ ਵਿੱਚ ਪ੍ਰਭ ਦੇ ਕਰਤਬਾਂ ਦੇ ਗਿਆਨ ਦਾ ਅਤੁਲ ਖਜ਼ਾਨਾ, ਭੰਡਾਰ ਹੈ । ਉਹ ਜੀਵ ਨੂੰ ਪ੍ਰਾਪਤ, ਬਖਸ਼ਿਸ਼ ਹੋ ਜਾਂਦਾ ਹੈ ।

Whosoever may be enlightened with the essence of His Word; he may adopt the teachings of His Word; with His mercy and grace, he may comprehend unexplainable events of His Nature. The teachings of His Word may be embedded with inexhaustible treasures of enlightenment of the essence of His Word. Whosoever may obey the teachings of His Word, only he may be blessed with the treasure of enlightenments.

ਗੁਰ ਭੰਡਾਰੈ ਪਾਈਐ,	gur bhandaarai paa-ee-ai
ਨਿਰਮਲ ਨਾਮ ਪਿਆਰੁ॥	nirmal naam pi-aar.
ਸਾਚੋ ਵਖਰੁ ਸੰਚੀਐ,	saacho vakhar sanchee-ai
ਪੂਰੈ ਕਰਮਿ ਅਪਾਰੁ॥	poorai karam apaar.
ਸੁਖਦਾਤਾ ਦੁਖ ਮੇਟਣੋ,	sukh-daata dukh maytno
ਸਤਿਗੁਰੁ ਅਸੁਰ ਸੰਘਾਰੁ॥੩॥	saT`gur asur sanghaar. ||3||

ਗੁਰਮਖ ਨੂੰ ਸ਼ਬਦ ਦੇ ਗਿਆਨ ਦੇ ਭੰਡਾਰ ਵਿਚੋਂ ਬੰਦਗੀ ਕਰਨ ਦਾ ਅਣਮੋਲ ਢੰਗ ਲੱਭ ਜਾਂਦਾ ਹੈ । ਉਸ ਦਾ ਮਨ ਕੇਵਲ ਅਟਲ ਦੇ ਸ਼ਬਦ ਦਾ ਹੀ ਜਾਪ, ਵਾਪਾਰ ਕਰਦਾ ਹੈ । ਮਨ ਦੀਆਂ ਸਾਰੀਆਂ ਇੱਛਾਂ, ਭਟਕਣਾਂ ਖਤਮ ਹੋ ਜਾਂਦੀਆਂ ਹਨ । ਪ੍ਰਭ ਆਪ ਹੀ ਸਾਰੀਆਂ ਮੁਸ਼ਕਲਾਂ ਦਾ ਹੱਲ ਬਖਸ਼ਦਾ, ਮਨ ਸੰਤੋਖ ਨਾਲ ਠੰਡਾ, ਸੀਤਲ ਹੋ ਜਾਂਦਾ ਹੈ ।

His true devotee may discover the hidden treasure of enlightenment by adopting the teachings of His Word. He may only remain intoxicated in meditation in the void of His Word. All the worries, frustrations, worldly desires may be eliminated. He may conquer his own mind. The True Master blesses the solutions of all the problems; peace and harmony prevail within.

ਭਵਜਲੁ ਬਿਖਮੁ ਡਰਾਵਣੋ,	bhavjal bikham daraavno
ਨਾ ਕੰਧੀ ਨਾ ਪਾਰੁ॥	naa kanDhee naa paar.
ਨਾ ਬੇੜੀ ਨਾ ਤੁਲਹੜਾ,	naa bayrhee naa tulharhaa
ਨਾ ਤਿਸੁ ਵੰਝੁ ਮਲਾਰੁ॥	naa tis vanjh malaar.
ਸਤਿਗੁਰੁ ਭੈ ਕਾ ਬੋਹਿਥਾ,	saT`gur bhai kaa bohithaa
ਨਦਰੀ ਪਾਰਿ ਉਤਾਰੁ॥੪॥	nadree paar utaar. ||4||

ਸੰਸਾਰ ਇੱਛਾਂ ਨਾਲ ਭਰੇ ਇਕ ਭਿਆਨਕ ਸਾਗਰ ਦੀ ਤਰ੍ਹਾਂ ਹੈ, ਇਸ ਨੂੰ ਪਾਰ ਕਰਨ ਲਈ ਕੋਈ ਬੇੜੀ, ਜਹਾਜ਼ ਜਾ ਮਲਾਹ, ਸੂਝ ਦੇਣ ਵਾਲਾ ਨਹੀਂ ਹੁੰਦਾ । ਇਸ ਇੱਛਾਂ ਦੇ ਭਿਆਨਕ ਸਾਗਰ ਨੂੰ ਪਾਰ ਕਰਨ ਲਈ ਕੇਵਲ ਸ਼ਬਦ ਦੀ ਪਾਲਣਾ ਹੀ ਬੇੜੀ ਹੈ । ਜਿਹੜਾ ਸ਼ਬਦ ਅਨੁਸਾਰ ਜੀਵਨ ਢਾਲਦਾ ਹੈ, ਉਸ ਨੂੰ ਰਹਿਮਤ ਬਖਸ਼ਿਸ਼ ਹੋ ਸਕਦੀ ਹੈ, ਉਸ ਦੀ ਆਤਮਾ ਜਨਮ ਮਰਨ ਦੇ ਚੱਕਰ ਤੋਂ ਰਹਿਤ ਹੋ ਸਕਦੀ ਹੈ ।

The world may be a terrible ocean of worldly desires. There may not be any rescue boat or sailor to guide the soul to reach the other shore. The teachings of His Word may be the only guide, sailor, rescue boat. Whosoever may adopt the teachings of His Word; with His mercy and grace, he may be blessed with the right path of acceptance in His Court. His cycle of birth and death may be eliminated.

ਇਕੁ ਤਿਲੁ ਪਿਆਰਾ ਵਿਸਰੈ,	ik til pi-aaraa visrai
ਦੁਖੁ ਲਾਗੈ ਸੁਖੁ ਜਾਇ॥	dukh laagai sukh jaa-ay.
ਜਿਹਵਾ ਜਲਉ ਜਲਾਵਣੀ,	jihvaa jala-o jalaavanee
ਨਾਮੁ ਨ ਜਪੈ ਰਸਾਇ॥	naam na japai rasaa-ay.
ਘਟੁ ਬਿਨਸੈ ਦੁਖੁ ਅਗਲੋ,	ghat binsai dukh aglo
ਜਮੁ ਪਕੜੈ ਪਛੁਤਾਇ॥੫॥	jam pakrhai pachhutaa-ay. ‖5‖

ਜੀਵ ਆਪਣੇ ਮਨ ਦੀ ਅਵਸਥਾ ਇਸਤਰ੍ਹਾਂ ਦੀ ਢਾਲੋ! ਜਿਸ ਸਮੇਂ ਪ੍ਰਭ ਦਾ ਸ਼ਬਦ ਚੇਤੇ ਨਾ ਆਵੇ ਤਾ ਉਸ ਦੇ ਵਿਛੋੜੇ ਦੇ ਵਿਰਾਗ ਦਾ ਦਰਦ ਮਹਿਸੂਸ ਹੋਵੇ । ਜਿਸ ਘੜੀ ਜੀਭ ਵਿਚੋਂ ਸ਼ਬਦ ਦੀ ਅਵਾਜ਼ ਨਾ ਨਿਕਲੇ, ਇਹ ਮਹਿਸੂਸ ਹੋਵੇ ਕਿ ਆਤਮਾ ਵਿਛੋੜੇ ਦੀ ਅੱਗ ਵਿੱਚ ਜਲਦੀ ਹੈ । ਇਹ ਮਹਿਸੂਸ ਹੋਵੇ ਜਿਵੇਂ ਸਰੀਰ ਭਸਮ ਹੋ ਰਹਿਆ ਹੈ, ਇਸ ਵਿਚੋਂ ਪਛਤਾਵੇਂ ਦੀ ਗੂੰਜ, ਪੁਕਾਰ ਨਿਕਲੇ ।

You should transform your state of mind such a way! Any time His Word may be forgotten from your mind; you may feel miserable with renunciation of the memory of separation from His Holy Spirit. Without singing the glory of His Word; he may feel burning in the fire of separation. His body may be converted to ashes and he may only hear the echo of repentance.

ਮੇਰੀ ਮੇਰੀ ਕਰਿ ਗਏ,	mayree mayree kar ga-ay
ਤਨੁ ਧਨੁ ਕਲਤੁ ਨ ਸਾਥਿ॥	tan Dhan kalat na saath.
ਬਿਨੁ ਨਾਵੈ ਧਨੁ ਬਾਦਿ ਹੈ,	bin naavai Dhan baad hai
ਭੂਲੋ ਮਾਰਗਿ ਆਥਿ॥	bhoolo maarag aath.
ਸਾਚਉ ਸਾਹਿਬੁ ਸੇਵੀਐ,	saacha-o saahib sayvee-ai
ਗੁਰਮੁਖਿ ਅਕਥੋ ਕਾਥਿ॥੬॥	gurmukh aktho kaath. ‖6‖

ਜੀਵ ਸਾਰੀ ਉਮਰ ਹੀ ਮੇਰੀ ਮੇਰੀ ਕਰਦਾ, ਸੰਸਾਰਕ ਹੈਸੀਅਤ ਹਾਸਿਲ ਕਰਦਾ ਰੀਹੰਦਾ ਹੈ । ਮਰਨ ਤੋਂ ਪਿਛੋਂ ਸਰੀਰ, ਸੰਸਾਰਕ ਧਨ ਜਾ ਸਬੰਧ ਕੋਈ ਦਰਗਾਹ ਵਿੱਚ ਸਾਥ ਨਹੀਂ ਜਾਂਦਾ । ਸ਼ਬਦ ਦੀ ਕਮਾਈ ਤੋਂ ਬਿਨਾਂ ਹੋਰ ਸਭ ਕਮਾਈਆਂ ਬਿਰਥੀਆਂ ਹੀ ਹਨ । ਉਹਨਾਂ ਮਗਰ ਲਗਣਾ ਗਲਤ ਰਸਤੇ ਹੀ ਹੈ । ਜੀਵ ਸ਼ਬਦ ਦੀ ਕਮਾਈ ਕਰੋ! ਇਸ ਨਾਲ ਗੁਰਮਖ ਅਵਸਥਾ ਬਖਸ਼ਿਸ਼ ਹੋ ਜਾਂਦੀ, ਪ੍ਰਭ ਦੀਆਂ ਅਕਥ ਕਰਤਬਾਂ ਦੀ ਸੋਝੀ ਬਖਸ਼ਿਸ਼ ਹੋ ਜਾਂਦੀ ਹੈ ।

Self-minded may collect worldly possessions and struggle to maintain his worldly status, ego. After death, none of his possessions, family or friends can support in His Court. Without the earnings of His Word all other possessions are useless. All leads to the wrong paths, evil and sinful deeds. You should adopt the teachings of His Word to become His true devotee. The Merciful True Master forgives and enlightens with the comprehension of unexplainable events of His Nature.

ਆਵੈ ਜਾਇ ਭਵਾਈਐ,	aavai jaa-ay bhavaa-ee-ai
ਪਇਐ ਕਿਰਤਿ ਕਮਾਇ॥	pa-i-ai kirat kamaa-ay.
ਪੂਰਬਿ ਲਿਖਿਆ ਕਿਉ ਮੇਟੀਐ,	poorab likhi-aa ki-o maytee-ai l
ਲਿਖਿਆ ਲੇਖੁ ਰਜਾਇ॥	ikhi-aa laykh rajaa-ay.
ਬਿਨੁ ਹਰਿ ਨਾਮ ਨ ਛੁਟੀਐ,	din har naam na chhutee-ai
ਗੁਰਮਤਿ ਮਿਲੈ ਮਿਲਾਇ॥੭॥	gurmat milai milaa-ay. ‖7‖

ਜੀਵ ਆਪਣੇ ਕੀਤੇ ਹੋਏ ਕਰਮਾਂ ਨਾਲ ਹੀ ਵੱਖਰੀਆਂ ਵੱਖਰੀਆਂ ਜੂੰਨਾਂ ਵਿੱਚ ਜਾਂਦਾ ਹੈ, ਪ੍ਰਭ ਦੀ ਰਜ਼ਾ ਨਾਲ ਲਿਖੇ ਭਾਗ ਮਿਟਦੇ ਨਹੀਂ, ਸ਼ਬਦ ਦੀ ਬੰਦਗੀ ਤੋਂ ਬਿਨਾਂ ਇਹ ਲਿਖਤ ਬਦਲੀ ਨਹੀਂ ਜਾ ਸਕਦੀ । ਪ੍ਰਭ ਆਪ ਹੀ ਲਿਖਣਵਾਲਾ ਹੈ ਅਤੇ ਆਪ ਹੀ ਬਖਸ਼ਣਵਾਲਾ ਹੈ । ਬੰਦਗੀ ਕਰਨ ਨਾਲ ਗੁਰਮਖ ਅਵਸਥਾ ਬਖਸ਼ਿਸ਼ ਹੋ ਸਕਦੀ, ਪ੍ਰਵਾਨ ਹੋ ਸਕਦਾ ਹੈ ।

His soul may remain in cycle of birth and death as the reward of his previous lives. His prewritten destiny may never be changed by his own efforts, without adopting the teachings of His Word wholeheartedly. The True Master prewrites and may erase the account of all deeds. Whosoever may be blessed with a state of mind as His true devotee, he may be blessed with the right path of acceptance in His Court.

ਤਿਸੁ ਬਿਨੁ ਮੇਰਾ ਕੋ ਨਹੀਂ,	tis bin mayraa ko nahee
ਜਿਸ ਕਾ ਜੀਉ ਪਰਾਨੁ॥	jis kaa jee-o paraan.
ਹਉਮੈ ਮਮਤਾ ਜਲਿ ਬਲਉ,	ha-umai mamtaa jal bala-o
ਲੋਭੁ ਜਲਉ ਅਭਿਮਾਨੁ॥	lobh jala-o abhimaan.
ਨਾਨਕ ਸਬਦੁ ਵੀਚਾਰੀਐ,	naanak sabad veechaaree-ai
ਪਾਈਐ ਗੁਣੀ ਨਿਧਾਨੁ॥੮॥10॥	paa-ee-ai gunee niDhaan. ||8||10||

ਪ੍ਰਭ ਤੋਂ ਬਿਨਾਂ ਜੀਵ ਦਾ ਕੋਈ ਅਸਲੀ ਸਾਥੀ ਨਹੀਂ ਹੈ, ਪ੍ਰਭ ਹੀ ਜੀਵ ਨੂੰ ਸਵਾਸਾਂ ਦੀ ਪੂੰਜੀ ਦੇ ਕੇ ਸੰਸਾਰ ਵਿੱਚ ਭੇਜਦਾ ਹੈ । ਪ੍ਰਭ ਮੇਰੀ ਅਹੰਕਾਰ ਦੀ ਜੜ੍ਹ ਖਤਮ, ਮੋਹ, ਲਾਲਚ ਨੂੰ ਮਿਟਾ, ਜਲਾ ਦੇਵੋ । ਜੀਵ ਸ਼ਬਦ ਦਾ ਆਸਰਾ ਲਵੋ! ਆਪਣੇ ਜੀਵਨ ਨੂੰ ਇਸ ਅਨੁਸਾਰ ਢਾਲੋ! ਇਸ ਨਾਲ ਪ੍ਰਭ ਦੀ ਰਹਿਮਤ ਦੀ ਨਜ਼ਰ ਬਖਸ਼ਿਸ਼ ਹੋ ਸਕਦੀ ਹੈ ।

The True Master may be the only true friend and supporter of His Creation. He blesses the capital of breaths to soul and blesses with worldly body. He blesses the enlightenment to conquer ego and greed. You should wholeheartedly adopt the teachings of His Word and humbly surrender your self-identity at His Sanctuary. The Merciful True Master may bless the right path and keeps His true devotee on the right path of acceptance in His Court.

164.ਸਿਰੀਰਾਗੁ ਮਹਲਾ ੧॥ (59-18)

ਰੇ ਮਨ ਐਸੀ ਹਰਿ ਸਿਉ ਪ੍ਰੀਤਿ ਕਰਿ,	ray man aisee har si-o pareet kar
ਜੈਸੀ ਜਲ ਕਮਲੇਹਿ॥	jaisee jal kamlayhi.
ਲਹਰੀ ਨਾਲਿ ਪਛਾੜੀਐ,	lahree naal pachhaarhee-ai
ਭੀ ਵਿਗਸੈ ਅਸਨੇਹਿ॥	bhee vigsai asnayhi.
ਜਲ ਮਹਿ ਜੀਅ ਉਪਾਇ ਕੈ,	jal meh jee-a upaa-ay kai
ਬਿਨੁ ਜਲ ਮਰਣੁ ਤਿਨੇਹਿ॥੧॥	bin jal maran tinayhi. ||1||

ਜੀਵ ਪ੍ਰਭ ਨਾਲ ਆਪਣੀ ਪ੍ਰੀਤ, ਇਸਤਰ੍ਹਾਂ ਦੀ ਬਣਾਵੋ! ਜਿਵੇਂ ਕਮਲ ਦੇ ਫੁੱਲ ਦੀ ਪਾਣੀ ਨਾਲ ਹੁੰਦੀ, ਮੱਛੀ ਦੀ ਪਾਣੀ ਨਾਲ ਹੰਦੀ ਹੈ । ਪਾਣੀ ਦੀਆਂ ਲਹਿਰਾਂ ਦੀਆਂ ਸੱਟਾਂ ਨਾਲ ਦੁਖ ਸਹਿੰਦਾ ਹੈ, ਪਰ ਫਿਰ ਵੀ ਪਾਣੀ ਦੀ ਪ੍ਰੀਤ ਨਾਲ ਖੇੜੇ ਵਿੱਚ ਰਹਿੰਦਾ ਹੈ । ਇਸਤਰ੍ਹਾਂ ਜਿਹੜਾ ਜੀਵ ਜਲ ਵਿੱਚ ਪੈਦਾ ਕਰਦਾ ਹੈ, ਉਸ ਦੇ ਜੀਵਨ ਦਾ ਆਸਰਾ ਪਾਣੀ ਹੀ ਹੁੰਦਾ ਹੈ! ਪਾਣੀ ਤੋਂ ਅਲਗ ਕਰਨ ਨਾਲ ਨਾਸ ਹੋ ਜਾਂਦਾ ਹੈ ।

Your devotion with His Word should be like lotus flower with water. He suffers the blows of waves of rough water, remain in blossom. Same way whosoever are born in water, fish has a love for water. Water is the support of her life; without water she dies.

ਮਨ ਰੇ ਕਿਉ ਛੂਟਹਿ, ਬਿਨੁ ਪਿਆਰ॥	man, ray ki-o chhooteh bin pi-aar.
ਗੁਰਮੁਖਿ ਅੰਤਰਿ ਰਵਿ ਰਹਿਆ,	gurmukh antar rav rahi-aa
ਬਖਸੇ ਭਗਤਿ ਭੰਡਾਰ॥੧॥ ਰਹਾਉ॥	bakhsay bhagat bhandaar. ||1|| rahaa-o

ਜੀਵ ਗੁਰਮਖ ਅਵਸਥਾ ਹਾਸਿਲ ਕਰੋ! ਜਿਵੇਂ ਗੁਰਮਖ ਦਾ ਮਨ ਹਰ ਵੇਲੇ ਪ੍ਰਭ ਦੇ ਸ਼ਬਦ ਵਿੱਚ ਹੀ ਲੀਨ ਰਹਿੰਦਾ ਹੈ । ਉਸ ਦੀ ਰਹਿਮਤ ਦੇ ਅਨੇਕਾਂ ਹੀ ਭੰਡਾਰ ਬਖਸ਼ਿਸ਼ ਹੋ ਜਾਂਦੇ ਹਨ । ਉਸ ਅਵਸਥਾ ਤੋਂ ਬਿਨਾਂ ਤੇਰਾ ਜਨਮ ਮਰਨ ਤੋਂ ਛੁਟਕਾਰਾ ਨਹੀਂ ਹੋ ਸਕਦਾ ।

Whosoever may be blessed with that state of mind as His true devotee; he may remain intoxicated with the essence of Word. He may be blessed with a treasure of enlightenment of the essence of His Word. Without such a state of mind, his cycle of birth and death may never be eliminated.

ਰੇ ਮਨ ਐਸੀ ਹਰਿ ਸਿਉ ਪ੍ਰੀਤਿ ਕਰਿ,	ray man aisee har si-o pareet kar
ਜੈਸੀ ਮਛੁਲੀ ਨੀਰ॥	jaisee machhulee neer.
ਜਿਉ ਅਧਿਕਉ ਤਿਉ ਸੁਖੁ ਘਣੋ,	ji-o aDhika-o ti-o sukh ghano
ਮਨਿ ਤਨਿ ਸਾਂਤਿ ਸਰੀਰ॥	man tan saaNt sareer.
ਬਿਨੁ ਜਲ ਘੜੀ ਨ ਜੀਵਈ,	bin jal gharhee na jeev-ee
ਪ੍ਰਭੁ ਜਾਣੈ ਅਭ ਪੀਰ॥੨॥	parabh jaanai abh peer. ||2||

ਜੀਵ ਪ੍ਰਭ ਦੀ ਪ੍ਰੀਤ ਨੂੰ ਇਤਨਾ ਪੱਕੀ ਕਰੋ, ਜਿਵੇਂ ਮੱਛੀ ਦੀ ਪਾਣੀ ਨਾਲ ਹੁੰਦੀ ਹੈ, ਜਿਤਨਾ ਬਹੁਤਾ ਪਾਣੀ ਹੁੰਦਾ ਹੈ, ਉਸ ਦੇ ਮਨ ਦੀ ਖੁਸ਼ੀ ਉਤਨੀ ਹੀ ਵਧ ਜਾਂਦੀ ਹੈ । ਪਾਣੀ ਤੋਂ ਬਿਨਾਂ ਘੜੀ ਪਲ ਵੀ ਜਿਉਂਦੀ ਨਹੀਂ ਰਹਿੰਦੀ । ਪਾਣੀ ਹੀ ਜੀਵਨ ਦਾ ਅਧਾਰ, ਆਸਰਾ ਹੰਦਾ ਹੈ ।

You should have your devotion with His Word as strong as fish may have with water. Deeper may be the water, more pleasure, blossom she may realize. Without water, she cannot survive for a moment; water is the support, survival of her breath, life.

ਰੇ ਮਨ ਐਸੀ ਹਰਿ ਸਿਉ ਪ੍ਰੀਤਿ ਕਰਿ,	ray man aisee har si-o pareet kar
ਜੈਸੀ ਚਾਤ੍ਰਿਕ ਮੇਹ॥	jaisee chaatrik mayh.
ਸਰ ਭਰਿ ਥਲ ਹਰੀਆਵਲੇ,	sar bhar thal haree-aavlay
ਇਕ ਬੂੰਦ ਨ ਪਵਈ ਕੇਹ॥	ik boond na pav-ee kayh.
ਕਰਮਿ ਮਿਲੈ ਸੋ ਪਾਈਐ,	karam milai so paa-ee-ai
ਕਿਰਤੁ ਪਇਆ ਸਿਰਿ ਦੇਹ॥੩॥	kirat pa-i-aa sir dayh. ||3||

ਜੀਵ ਆਪਣੀ ਪ੍ਰਭ ਨਾਲ ਪ੍ਰੀਤ ਇਤਨੀ ਪੱਕੀ ਕਰੋ! ਜਿਤਨੀ ਚਾਤ੍ਰਿਕ ਦੀ ਵਰਖਾ ਨਾਲ ਹੁੰਦੀ ਹੈ । ਸਾਰੀ ਧਰਤੀ ਤੇ ਭਾਵੇਂ ਕਿਤਨਾ ਵੀ ਪਾਣੀ ਆ ਜਾਵੇ, ਮੀਂਹ ਪਵੇ । ਜਿਤਨਾ ਚਿਰ ਪ੍ਰਭ ਦੀ ਰਹਿਮਤ ਨਾਲ ਮੀਂਹ ਦੀ ਬੂੰਦ ਉਸ ਦੇ ਮੂੰਹ ਵਿੱਚ ਨਾ ਪਵੇ! ਉਹ ਆਪਣੀ ਜਾਨ ਦੇ ਦੇਂਦਾ ਹੈ । ਇਹ ਕ੍ਰਿਪਾ ਉਸ ਨੂੰ ਪਿਛਲੇ ਜਨਮ ਦੇ ਕਰਮਾਂ ਨਾਲ ਹੀ ਬਖਸ਼ਿਸ਼ ਹੁੰਦੀ ਹੈ ।

You should have your devotion with His Word as strong as a singing-bird has with rain. No matter how much rain may flood the earth, unless drop of water does not fall in his mouth, he put his life at risk for that drop. You should conquer your worldly status to enlighten His Word within. This Blessings may only be the reward for his previous life deeds.

ਰੇ ਮਨ ਐਸੀ ਹਰਿ ਸਿਉ ਪ੍ਰੀਤਿ ਕਰਿ,	ray man aisee har si-o pareet kar
ਜੈਸੀ ਜਲ ਦੁਧ ਹੋਇ॥	jaisee jal duDh ho-ay.
ਆਵਟਣੁ ਆਪੇ ਖਵੈ,	aavtan aapay khavai duDh
ਦੁਧ ਕਉ ਖਪਣਿ ਨ ਦੇਇ॥	ka-o khapan na day-ay.
ਆਪੇ ਮੇਲਿ ਵਿਛੁੰਨਿਆ,	aapay mayl vichhunni-aa
ਸਚਿ ਵਡਿਆਈ ਦੇਇ॥੪॥	sach vadi-aa-ee day-ay. ||4||

ਜੀਵ ਪ੍ਰਭ ਨਾਲ ਆਪਣੀ ਪ੍ਰੀਤ ਇਤਨੀ ਪੱਕੀ ਕਰੋ! ਜਿਵੇਂ ਪਾਣੀ ਦੀ ਦੁੱਧ ਨਾਲ ਹੁੰਦੀ ਹੈ, ਪਾਣੀ ਅੱਗ ਦਾ ਸੇਕ ਆਪ ਸਹਿੰਦਾ ਹੈ, ਅਖੀਰ ਖਤਮ ਹੋ ਜਾਂਦਾ ਹੈ, ਪਰ ਦੁੱਧ ਨੂੰ ਜਲਨ ਤੋਂ ਬਚਾਈ ਰਖਦਾ ਹੈ । ਪ੍ਰਭ ਆਪ ਹੀ ਰਹਿਮਤ ਬਖਸ਼ਦਾ, ਆਪਣੇ ਨਾਲੋ ਵਿਛੜੇ ਹੋਏ ਦਾਸ ਨੂੰ ਸਿੱਧੇ ਰਸਤੇ ਪਾ ਕੇ ਆਪਣੇ ਸ਼ਬਦ ਨਾਲ ਜੋੜ ਲੈਂਦਾ ਹੈ ।

You should have your devotion with His Word as strong as water has with milk. As water evaporates with heat and saves the milk. You should sacrifice your selfishness to obey the teachings of His Word. The merciful True Master may bless his soul with the right path of salvation.

ਰੇ ਮਨ ਐਸੀ ਹਰਿ ਸਿਉ ਪ੍ਰੀਤਿ ਕਰਿ,	ray man aisee har si-o pareet kar
ਜੈਸੀ ਚਕਵੀ ਸੂਰ॥	jaisee chakvee soor.
ਖਿਨੁ ਪਲੁ ਨੀਦ ਨ ਸੋਵਈ,	khin pal need na sov-ee
ਜਾਣੈ ਦੂਰਿ ਹਜੂਰਿ॥	jaanai door hajoor.
ਮਨਮੁਖਿ ਸੋਝੀ ਨਾ ਪਵੈ,	manmukh soJhee naa pavai
ਗੁਰਮੁਖਿ ਸਦਾ ਹਜੂਰਿ॥੫॥	gurmukh sadaa hajoor. ||5||

ਪ੍ਰਭ ਨਾਲ ਆਪਣੀ ਪ੍ਰੀਤ ਇਤਨੀ ਪੱਕੀ ਕਰੋ! ਜਿਤਨੀ, ਚੱਕਵੀ ਦੀ ਸੂਰਜ ਨਾਲ ਹੁੰਦੀ ਹੈ, ਉਹ ਇਕ ਪਲ ਵੀ ਸੌਂਦੀ ਨਹੀਂ । ਇਹ ਮਨ ਵਿੱਚ ਰਖਕੇ ਕਿ ਸੂਰਜ ਬਹੁਤ ਨਜ਼ਦੀਕ ਹੈ । ਇਸਤਰ੍ਹਾਂ ਗੁਰਮਖ ਜੀਵ ਨੂੰ ਪ੍ਰਭ ਹਮੇਸ਼ਾਂ ਹੀ ਨਜ਼ਦੀਕ ਹੀ ਮਹਿਸੂਸ ਹੁੰਦਾ ਹੈ । ਕੋਈ ਕੰਮ ਨਹੀਂ ਕਰਦਾ ਜਿਹੜਾ ਪ੍ਰਭ ਨੂੰ ਭਾਉਂਦਾ ਨਾ ਹੋਵੇ । ਮਨਮੁਖ ਹਮੇਸ਼ਾਂ ਹੀ ਪ੍ਰਭ ਨੂੰ ਬਹੁਤ ਦੂਰ ਸਮਝਦਾ ਹੈ । ਉਸ ਦਾ ਫਿਕਰ ਨਹੀਂ ਕਰਦਾ, ਧਿਆਨ ਨਹੀਂ ਲਾਉਂਦਾ ।

You should have your devotion with His Word as strong as chive-duck has with the Sun. She has firm belief that Sun may be very near and does not sleep until she witnesses the Sun rises. Same way His true devotee believes His Holy Spirit is within and watching everything. He adopts the teachings of His Word in life; all his deeds remain as the teachings of His Word. Non-believer thinks! God is far away; he may never worry about His Word.

ਮਨਮੁਖਿ ਗਣਤ ਗਣਾਵਣੀ,	manmukh ganat ganaavanee
ਕਰਤਾ ਕਰੇ ਸੁ ਹੋਇ॥	kartaa karay so ho-ay.
ਤਾ ਕੀ ਕੀਮਤਿ ਨਾ ਪਵੈ,	taa kee keemat naa pavai
ਜੇ ਲੋਚੈ ਸਭੁ ਕੋਇ॥	jay lochai sabh ko-ay.
ਗੁਰਮਤਿ ਹੋਇ ਤ ਪਾਈਐ,	gurmat ho-ay ta paa-ee-ai
ਸਚਿ ਮਿਲੈ ਸੁਖੁ ਹੋਇ॥੬॥	sach milai sukh ho-ay. ||6||

ਮਨਮੁਖ ਆਪਣੀਆਂ ਸਕੀਮਾਂ ਬਣਾਉਂਦਾ ਰਹਿੰਦਾ ਹੈ! ਕੇਵਲ ਪ੍ਰਭ ਨੂੰ ਭਾਉਂਦਾ ਹੀ ਹੋ ਸਕਦਾ ਹੈ । ਉਸ ਦੇ ਕਰਤਬਾਂ ਦੀ ਕੀਮਤ ਦਾ ਕੋਈ ਅੰਦਾਜ਼ਾ ਨਹੀਂ ਲਾਇਆ ਜਾ ਸਕਦਾ, ਭਾਵੇਂ ਹਰਇਕ ਜੀਵ ਆਪਣੀ ਆਪਣੀ ਕੋਸ਼ਿਸ਼ ਕਰਦਾ ਹੈ । ਜਿਸ ਨੂੰ ਸ਼ਬਦ ਦੀ ਸੋਝੀ ਬਖਸ਼ਿਸ਼ ਹੋ ਜਾਂਦੀ ਹੈ, ਉਸ ਨੂੰ ਹੀ ਇਸ ਦੀ ਜਾਣਕਾਰੀ ਹੁੰਦੀ ਹੈ । ਪ੍ਰਭ ਨਾਲ ਮਿਲਣ ਨਾਲ ਹੀ ਅਸਲੀ ਸ਼ਾਂਤੀ ਬਖਸ਼ਿਸ਼ ਹੁੰਦੀ ਹੈ ।

Non-believer may think about cleaver and hard efforts; however, only His Command prevails. His Nature, Miracles remain beyond the imagination of His Creation; everyone may try all his efforts. Whosoever may be enlightened with the essence of His Word, only he may comprehend the essence of His Nature. Whosoever may be blessed with the right path of acceptance in His Court, only he may be blessed with a peace, contentment, and harmony, blossom in his life.

ਸਚਾ ਨੇਹੁ ਨ ਤੁਟਈ,	sachaa nayhu na tut-ee
ਜੇ ਸਤਿਗੁਰੁ ਭੇਟੈ ਸੋਇ॥	jay saT`gur bhaytai so-ay.
ਗਿਆਨ ਪਦਾਰਥੁ ਪਾਈਐ,	gi-aan padaarath paa-ee-ai
ਤ੍ਰਿਭਵਣ ਸੋਝੀ ਹੋਇ॥	taribhavan soJhee ho-ay.
ਨਿਰਮਲੁ ਨਾਮੁ ਨ ਵੀਸਰੈ,	nirmal naam na veesrai
ਜੇ ਗੁਣ ਕਾ ਗਾਹਕੁ ਹੋਇ॥੭॥	jay gun kaa gaahak ho-ay. ||7||

ਜਿਸ ਨੂੰ ਸ਼ਬਦ ਦੀ ਸੋਝੀ ਹੋ ਜਾਂਦੀ ਹੈ! ਉਸ ਦਾ ਮਨ ਬੰਦਗੀ ਤੋਂ ਕਦੇ ਦੂਰ ਨਹੀਂ ਹੁੰਦਾ । ਉਹ ਰਹਿਮਤ ਦਾ ਪਾਤਰ ਹੋ ਜਾਂਦਾ ਹੈ । ਸ਼ਬਦ ਦੀ ਸੋਝੀ ਹੋਣ ਨਾਲ ਜੀਵ ਨੂੰ ਤਿੰਨਾਂ ਸ੍ਰਿਸ਼ਟੀਆਂ ਦਾ ਗਿਆਨ ਹੋ ਜਾਂਦਾ ਹੈ । ਇਸ ਅਵਸਥਾ ਵਿੱਚ ਸ਼ਬਦ ਤੇ ਭਰੋਸਾ ਅਡੋਲ ਹੋ ਜਾਂਦਾ ਹੈ ।

Whosoever may be enlightened with His Word; with His mercy and grace, he may never forsake the path of meditation on the teachings of His Word. His soul becomes worthy of His consideration. Whosoever may be blessed with the enlightenment of the essence of His Word; with His mercy and grace, he may visualize the function of all the three universes. He may be blessed with such a state of mind, he remains steady and stable on the teachings of His Word, His Blessings.

ਖੇਲਿ ਗਏ ਸੇ ਪੰਖਣੂੰ,	khayl ga-ay say paNkh-nooN
ਜੋ ਚੁਗਦੇ ਸਰ ਤਲਿ॥	jo chugday sar tal.
ਘੜੀ ਕਿ ਮੁਹਤਿ ਕਿ ਚਲਣਾ,	gharhee ke muhat ke chalnaa
ਖੇਲਣੁ ਅਜੁ ਕਿ ਕਲਿ॥	khaylan aj ke kal.
ਜਿਸੁ ਤੂੰ ਮੇਲਹਿ ਸੋ ਮਿਲੈ,	jis tooN mayleh so milai
ਜਾਇ ਸਚਾ ਪਿੜੁ ਮਲਿ॥੮॥	jaa-ay sachaa pirh mal. ||8||

ਜਿਹੜੇ ਪੰਛੀ ਪਾਣੀ ਦੇ ਕਿਨਾਰੇ ਆਪਣਾ ਚੋਗਾ ਚੁਗਦੇ, ਜਿਵੇਂ ਉਹ ਉਡ ਜਾਂਦੇ ਹਨ । ਇਸਤਰ੍ਹਾਂ ਜਿਹੜਾ ਜਨਮ ਲੈਂਦਾ ਹੈ, ਥੋੜ੍ਹਾ ਚਿਰ ਸੰਸਾਰ ਵਿੱਚ ਖੇਲ ਕਰਕੇ ਚਲਾ ਜਾਂਦਾ ਹੈ । ਜਿਸ ਤੇ ਰਹਿਮਤ ਦੀ ਨਜ਼ਰ ਬਖਸ਼ਦਾ ਹੈ, ਉਹ ਉਸ ਵਿੱਚ ਅਭੇਦ ਹੋ ਜਾਂਦਾ, ਦਰਬਾਰ ਵਿੱਚ ਥਾਂ ਪ੍ਰਾਪਤ, ਬਖਸ਼ਿਸ਼ ਹੋ ਜਾਂਦੀ ਹੈ ।

As the birds, pecking on the shore may fly away. Same way, whosoever may be born in the universe, he must die after predetermined time. Whosoever may be bestowed with Blessed Vision, he may be accepted in His Sanctuary and immerses in Holy Spirit.

ਬਿਨੁ ਗੁਰ ਪ੍ਰੀਤਿ ਨ ਊਪਜੈ,	bin gur pareet na oopjai
ਹਉਮੈ ਮੈਲੁ ਨ ਜਾਇ॥	ha-umai mail na jaa-ay.
ਸੋਹੰ ਆਪੁ ਪਛਾਣੀਐ,	sohaN aap pachhaanee-ai
ਸਬਦਿ ਭੇਦਿ ਪਤੀਆਇ॥	sabad bhayd patee-aa-ay.
ਗੁਰਮੁਖਿ ਆਪੁ ਪਛਾਣੀਐ,	gurmukh aap pachhaanee-ai
ਅਵਰ ਕਿ ਕਰੇ ਕਰਾਇ॥੯॥	avar ke karay karaa-ay. ||9||

ਜਿਤਨਾ ਚਿਰ ਪ੍ਰਭ ਸ਼ਬਦ ਨਾਲ ਲਗਨ ਨਹੀਂ ਬਖਸ਼ਦਾ, ਜੀਵ ਦੀ ਬੰਦਗੀ ਵਿੱਚ ਲਿਵ ਨਹੀਂ ਲਗਦੀ । ਉਸ ਦੀ ਆਤਮਾ ਪਵਿੱਤਰ ਨਹੀਂ ਹੁੰਦੀ । ਜਿਹੜਾ ਪ੍ਰਭ ਨੂੰ ਅੰਦਰੋਂ ਹੀ ਢੂੰਡ ਲੈਂਦਾ ਹੈ, ਉਸ ਨੂੰ ਸ਼ਬਦ ਦੀ ਸੋਝੀ ਹੋ ਜਾਂਦੀ ਹੈ । ਜਿਸ ਨੂੰ ਗੁਰਮਖ ਅਵਸਥਾ ਬਖਸ਼ਿਸ਼ ਹੋ ਜਾਂਦੀ ਹੈ! ਉਹ ਆਪਣੇ ਆਪ ਨੂੰ ਜਾਣ ਜਾਂਦਾ ਹੈ । ਕਿ ਪ੍ਰਭ ਉਸ ਦੇ ਅੰਦਰ ਹੀ ਵਸਦਾ ਹੈ, ਉਸ ਨੂੰ ਹੋਰ ਥਾਂ ਢੂੰਡਨ ਦੀ ਕੋਈ ਜਰੂਰਤ ਨਹੀਂ ਰਹਿੰਦੀ ।

Whosoever may not be blessed with His devotion to meditate; he may never stay steady and stable on meditation. Without meditation, his soul may not be sanctified. Whosoever may always search within; with His mercy and grace, he may be blessed with enlightenment. He may recognize the real purpose of his human life opportunity. He may realize His Existence within his own mind; he may never wander anywhere to find peace of mind.

ਮਿਲਿਆ ਕਾ ਕਿਆ ਮੇਲੀਐ,	mili-aa kaa ki-aa maylee-ai
ਸਬਦਿ ਮਿਲੇ ਪਤੀਆਇ॥	sabad milay patee-aa-ay.
ਮਨਮੁਖਿ ਸੋਝੀ ਨਾ ਪਵੈ,	manmukh soJhee naa pavai
ਵੀਛੁੜਿ ਚੋਟਾ ਖਾਇ॥	veechhurh chotaa khaa-ay.
ਨਾਨਕ ਦਰੁ ਘਰੁ ਏਕੁ ਹੈ,	naanak dar ghar ayk hai
ਅਵਰੁ ਨ ਦੂਜੀ ਜਾਇ॥੧੦॥11॥	avar na doojee jaa-ay. ||10||11||

ਜਿਹੜੇ ਜੀਵ ਪਹਿਲੇ ਹੀ ਪ੍ਰਭ ਦੀ ਬੰਦਗੀ ਦੇ ਰਸਤੇ ਚਲਦੇ ਹਨ! ਉਸ ਨੂੰ ਸ਼ਬਦ ਦੀ ਪਾਲਣਾ ਵਿਚੋਂ ਹੀ ਸਭ ਕੁਝ ਬਖਸ਼ਿਸ਼ ਹੋ ਜਾਂਦਾ ਹੈ । ਮਨਮੁਖ ਜੀਵ ਨੂੰ ਇਹ ਸੋਝੀ, ਸਮਝ ਨਹੀਂ ਆਉਂਦੀ । ਉਹ ਇੱਛਾਂ ਦੀ ਭਟਕਣ ਵਿੱਚ ਹੀ ਜਨਮ ਮਰਨ ਦੇ ਚੱਕਰ ਵਿੱਚ ਰਹਿੰਦਾ ਹੈ । ਪ੍ਰਭ ਦੇ ਦਰਬਾਰ ਵਿੱਚ ਜਾਣ ਲਈ ਇਕੋ ਇਕ ਸ਼ਬਦ ਦੀ ਪਾਲਣਾ, ਵਿਰਾਗ ਦਾ ਹੀ ਰਸਤਾ ਹੈ, ਬਾਕੀ ਸਾਰੇ ਹੀ ਗਲਤ ਰਸਤੇ ਹਨ ।

Whosoever may already obey the teachings of His Word; with His mercy and grace, he may be blessed everything from obeying the teachings of His Word. Self-minded may never realize the power, Blessings of His Word. He remains in religious suspicions and in the cycle of birth and death. The One and Only One right path of adopting the teachings of His Word, in renunciation in the memory of his separation from His Holy Spirit, may lead to the right path of acceptance in His Court.

165.ਸਿਰੀਰਾਗੁ ਮਹਲਾ ੧॥ (60-15)

ਮਨਮੁਖਿ ਭੁਲੈ ਭੁਲਾਈਐ,	manmukh bhulai bhulaa-ee-ai
ਭੂਲੀ ਠਉਰ ਨ ਕਾਇ॥	bhoolee tha-ur na kaa-ay.
ਗੁਰ ਬਿਨੁ ਕੋ ਨ ਦਿਖਾਵਈ,	gur bin ko na dikhaava-ee
ਅੰਧੀ ਆਵੈ ਜਾਇ॥	anDhee aavai jaa-ay.
ਗਿਆਨ ਪਦਾਰਥੁ ਖੋਇਆ,	gi-aan padaarath kho-i-aa
ਠਗਿਆ ਮੁਠਾ ਜਾਇ॥੧॥	thagi-aa muthaa jaa-ay. ||1||

ਮਨਮੁਖ ਜੀਵ ਆਪਣੇ ਮਾਨਸ ਜਨਮ ਲੈਣ ਦਾ ਅਸਲੀ ਕਾਰਨ ਭੁਲ ਜਾਂਦਾ ਹੈ । ਉਹ ਸੰਸਾਰਕ ਇੱਛਾਂ ਦੀਆਂ ਭਟਕਣਾਂ ਵਿੱਚ ਹੀ ਰਹਿੰਦਾ ਹੈ, ਉਸ ਨੂੰ ਕੋਈ ਸੰਤੋਖ ਨਹੀਂ ਮਿਲਦਾ । ਪ੍ਰਭ ਦੀ ਰਹਿਮਤ, ਸ਼ਬਦ ਦੀ ਪਾਲਣਾ ਤੋਂ ਬਿਨਾਂ ਅਸਲੀ ਰਸਤੇ ਦੀ ਸੋਝੀ ਬਖਸ਼ਿਸ਼ ਨਹੀਂ ਹੁੰਦੀ । ਅਗਿਆਨਤਾ ਵਿੱਚ ਹੀ ਜੀਵ ਗਲਤ ਰਸਤੇ ਤੇ ਚਲਦਾ, ਜੀਵਨ ਬਿਰਥਾ ਹੀ ਗਵਾ ਜਾਂਦਾ ਹੈ । ਉਸ ਨੇ ਗਿਆਨ ਹਾਸਿਲ ਕਰਨਵਾਲਾ ਰਸਤਾ ਖੋਹ ਲਿਆ ਹੈ, ਉਹ ਫਰੇਬ ਵਾਲੇ ਰਸਤੇ ਤੇ ਹੀ ਚਲਦਾ ਹੈ ।

Self-minded may not recognize the real purpose of human life. He remains intoxicated in sweet poison of worldly wealth, desires; he may never remain contented with any worldly achievements. He may not be bestowed with His Blessed Vision, nor adopts the teachings of His Word in his day-to-day life. He may not be blessed with the enlightenment of the essence of His Word. In ignorance, he may follow wrong path of worldly desires and wastes his human life opportunity uselessly. He has lost the right path of enlightenment of His Word; he remains on path of deception and hypocrisy.

ਬਾਬਾ ਮਾਇਆ ਭਰਮਿ ਭੁਲਾਇ॥	baabaa maa-i-aa bharam bhulaa-ay.
ਭਰਮਿ ਭੁਲੀ ਡੋਹਾਗਣੀ,	bharam bhulee dohaaganee
ਨਾ ਪਿਰ ਅੰਕਿ ਸਮਾਇ॥੧॥ ਰਹਾਉ॥	naa pir ank samaa-ay. ||1|| rahaa-o.

ਸੰਸਾਰ ਵਿੱਚ ਮਾਇਆ ਦਾ ਜਾਲ ਬਹੁਤ ਭਾਰੀ ਹੈ । ਇਹ ਸੰਸਾਰਕ ਜੀਵਾਂ ਨੂੰ ਲਾਲਚ ਦੇ ਜਾਲ ਵਿੱਚ ਫਸਾ ਲੈਂਦਾ ਹੈ । ਜਿਹੜਾ ਮਾਇਆ, ਲਾਲਚ ਦੇ ਚੱਕਰ ਵਿੱਚ ਫਸ ਜਾਂਦਾ ਹੈ, ਉਹ ਬੰਦਗੀ ਦੇ ਰਸਤੇ ਵੱਲ ਚਲ ਹੀ ਨਹੀਂ ਸਕਦਾ ।

The sweet poison of worldly wealth dominates worldly life. Self-minded remains intoxicated with short-lived temptations, pleasure, gimmicks of worldly wealth. Whosoever may become a victim of sweet poison of worldly wealth. He may never be able to stay on the path of medication in his life.

ਭੂਲੀ ਫਿਰੈ ਦਿਸੰਤਰੀ,	bhoolee firai disantree
ਭੂਲੀ ਗ੍ਰਿਹੁ ਤਜਿ ਜਾਇ॥	bhoolee garihu taj jaa-ay.
ਭੂਲੀ ਡੂੰਗਰਿ ਥਲਿ ਚੜੈ,	bhoolee doongar thal charhai
ਭਰਮੈ ਮਨੁ ਡੋਲਾਇ॥	bharmai man dolaa-ay.
ਧੁਰਹੁ ਵਿਛੁੰਨੀ ਕਿਉ ਮਿਲੈ,	dharahu vichhunnee ki-o milai

ਗਰਬਿ ਮੁਠੀ ਬਿਲਲਾਇ॥੨॥	garab muthee billaa-ay. ||2||

ਧੋਖੇ ਬਾਜ ਜੀਵ ਅਣਜਾਣ ਰਸਤਿਆਂ ਤੇ ਭਉਦਾ ਫਿਰਦਾ ਹੈ । ਉਸ ਤੇ ਪ੍ਰਭ ਦੇ ਦਰਬਾਰ ਦੇ ਰਸਤੇ ਤੇ ਚਲਣ ਤੇ ਪਾਬੰਦੀ ਲਗ ਜਾਂਦੀ ਹੈ । ਉਹ ਵੱਖਰੀਆਂ ਵੱਖਰੀਆਂ ਜਗ੍ਹਾਂ ਤੇ ਹੋਰ ਬੰਦਗੀ ਦੇ ਰਸਤਿਆਂ ਤੇ ਚਲਦਾ ਹੈ । ਮਨ ਇਕ ਰਸਤੇ ਤੇ ਟਿਕਦਾ ਨਹੀਂ, ਭਰਮ ਭੁਲੇਖਿਆਂ ਵਿੱਚ ਭਟਕਦਾ ਰਹਿੰਦਾ ਹੈ । ਪ੍ਰਭ ਤੋਂ ਵਿਛੜੀ ਆਤਮਾ ਪ੍ਰਵਾਨਗੀ ਦੇ ਮਿਲਣ ਦੇ ਰਸਤੇ ਤੇ ਕਿਵੇਂ ਆ ਸਕਦੀ ਹੈ? ਇਹ ਆਪਣੇ ਸੰਸਾਰਕ ਹੈਸੀਅਤ ਦੇ ਅਹੰਕਾਰ ਵਿੱਚ ਹੀ ਕਰਲਾਉਂਦੀ ਰਹਿੰਦੀ ਹੈ ।

Self-minded with deceptive thoughts wanders on ignorance paths in worldly life. He has been restrained, banned from following the teachings of His Word. He may worship at various renowned shrines and meditates, performs religious rituals. He may wander in suspicions; he cannot stay focus on any one path. How may his separated soul find the right path? She remains frustrated and miserable in ego, pride of her worldly status.

ਵਿਛੁੜਿਆ ਗੁਰੁ ਮੇਲਸੀ,	vichhurhi-aa gur maylsee
ਹਰਿ ਰਸਿ ਨਾਮ ਪਿਆਰਿ॥	har ras Naam pi-aar.
ਸਾਚਿ ਸਹਜਿ ਸੋਭਾ ਘਣੀ,	saach sahj sobhaa ghanee
ਹਰਿ ਗੁਣ ਨਾਮ ਅਧਾਰਿ॥	har gun Naam aDhaar.
ਜਿਉ ਭਾਵੈ ਤਿਉ ਰਖੁ ਤੂੰ,	ji-o bhaavai ti-o rakh tooN
ਮੈ ਤੁਝ ਬਿਨੁ ਕਵਨੁ ਭਤਾਰੁ॥੩॥	mai tujh bin kavan bhataar. ||3|

ਜਿਹੜੀ ਵਿਛੜੀ ਹੋਈ ਆਤਮਾ ਬੰਦਗੀ ਦੇ ਬਾਕੀ ਸਾਰੇ ਰਸਤੇ ਤਿਆਗ ਕੇ, ਅਸਲੀ ਰਸਤੇ, ਪ੍ਰਭ ਦੇ ਸ਼ਬਦ ਨੂੰ ਆਪਣੇ ਜੀਵਨ ਦਾ ਅਧਾਰ ਬਣਾ ਲੈਂਦੀ, ਫਿਰ ਉਸ ਦਾ ਪ੍ਰਭ ਨਾਲ ਸੰਜੋਗ ਹੋ ਸਕਦਾ ਹੈ । ਪ੍ਰਭ ਦੇ ਸ਼ਬਦ ਨੂੰ ਅਪਣਾਉਣ ਨਾਲ ਹੀ ਰਹਿਮਤ ਬਖਸ਼ਿਸ਼ ਹੋ ਸਕਦੀ ਹੈ । ਪ੍ਰਭ ਆਪ ਹੀ ਕਾਰਨ ਬਣਾਉਂਦਾ, ਸਭ ਕੁਝ ਆਪ ਹੀ ਕਰਦਾ ਹੈ । ਮੇਰੀ ਇਕੋ ਇਕ ਅਰਦਾਸ ਹੈ! ਰਹਿਮਤ ਬਖਸ਼ੋ ।

Any separated soul may renounce all other religious paths of meditation, religious rituals and wholeheartedly adopts the teachings of His Word in life; with His mercy and grace, he may be blessed with the right path of acceptance in His Court. The True Master creates all causes and always prevails in all events in the universe. I may only pray for His Forgiveness and Refuge.

ਅਖਰ ਪੜਿ ਪੜਿ ਭੁਲੀਐ,	akhar parh parh bhulee-ai
ਭੇਖੀ ਬਹੁਤੁ ਅਭਿਮਾਨੁ॥	bhaykhee bahut abhimaan.
ਤੀਰਥ ਨਾਤਾ ਕਿਆ ਕਰੇ,	tirath naataa ki-aa karay
ਮਨ ਮਹਿ ਮੈਲੁ ਗੁਮਾਨੁ॥	man meh mail gumaan.
ਗੁਰ ਬਿਨੁ ਕਿਨਿ ਸਮਝਾਈਐ,	gur bin kin samjaa-ee-ai
ਮਨੁ ਰਾਜਾ ਸੁਲਤਾਨੁ॥੪॥	man raajaa sultaan. ||4||

ਜੀਵ, ਬਾਣੀ ਬਾਰ ਬਾਰ ਪੜ੍ਹਕੇ, ਸਮਝਕੇ ਫਿਰ ਵੀ ਗਲਤੀਆਂ ਕਰਦਾ ਹੈ । ਉਹ ਸਗੋਂ ਆਪਣੇ ਧਾਰਮਕ ਬਾਣੇ ਦਾ ਹੀ ਅਹੰਕਾਰ ਕਰਦਾ ਹੈ । ਉਹ ਮੰਨੇ ਹੋਏ ਪਵਿੱਤਰ ਤੀਰਥਾਂ ਤੇ ਇਸ਼ਨਾਨ ਕਰਦਾ ਹੈ । ਪਰ ਉਸ ਦੇ ਮਨ ਦੀ ਅਹੰਕਾਰ ਦੀ ਮੈਲ ਨਹੀਂ ਜਾਂਦੀ । ਤੀਰਤਾਂ ਤੇ ਇਸ਼ਨਾਨ ਕਰਨ ਦਾ ਕੋਈ ਲਾਭ ਨਹੀਂ ਹੁੰਦਾ । ਤਨ ਨੂੰ ਧੋਣ ਨਾਲ ਮਨ ਦੀ ਮੈਲ ਦੂਰ ਨਹੀਂ ਹੋ ਸਕਦੀ । ਸ਼ਬਦ ਦੀ ਪਾਲਣਾ ਤੋ ਬਿਨਾਂ ਸੋਝੀ ਨਹੀਂ ਹੁੰਦੀ, ਕਿ ਪ੍ਰਭ ਤਾ ਤਨ ਦੇ ਅੰਦਰ ਵਸਦਾ ਹੈ ।

Self-minded may recite Holy Scriptures repeatedly, he may realize the spiritual message; however, he may make mistakes in worldly life; he may even boast about his religious robe as a symbol of his worship. He may pilgrimage at various renowned Holy Shrines to take soul sanctifying bath.

His pilgrimages may not be able to remove the blemish of his mind, his evil thoughts, and deeds. Whosoever may adopt the teachings of His Word; with His mercy and grace, he may realize His Holy Spirit remains embedded within his soul. Whosoever may sanctify his soul, he may be blessed with the right path of acceptance in His Court. Taking a bath of body may not eliminate the blemish of his mind, evil deeds.

ਪ੍ਰੇਮ ਪਦਾਰਥੁ ਪਾਈਐ,	paraym padaarath paa-ee-ai
ਗੁਰਮੁਖਿ ਤਤੁ ਵੀਚਾਰੁ॥	gurmukh tat veechaar.
ਸਾ ਧਨ ਆਪੁ ਗਵਾਇਆ,	saa Dhan aap gavaa-i-aa
ਗੁਰ ਕੈ ਸਬਦਿ ਸੀਗਾਰੁ॥	gur kai sabad seegaar.
ਘਰ ਹੀ ਸੋ ਪਿਰੁ ਪਾਇਆ,	ghar hee so pir paa-i-aa
ਗੁਰ ਕੈ ਹੇਤਿ ਅਪਾਰੁ॥੫॥	gur kai hayt apaar. ||5||

ਜਿਹੜਾ ਜੀਵ ਆਪਣਾ ਅਸਲੀ ਮੂਲ, ਮੁੱਢ ਨਹੀਂ ਭੁਲਦਾ, ਮਾਨਸ ਜਨਮ ਕਿਉਂ ਬਖਸ਼ਿਸ਼ ਹੋਇਆ ਹੈ? ਉਹ ਪ੍ਰਭ ਦੀ ਬੰਦਗੀ ਦਾ ਅਸਲੀ ਢੰਗ ਜਾਣ ਜਾਂਦਾ ਹੈ । ਜਿਹੜੀ ਆਤਮਾ ਆਪਾ ਮਿਟਾ ਦੇਂਦੀ ਹੈ, ਉਹ ਪ੍ਰਭ ਦੀ ਰਹਿਮਤ ਦੇ ਪਾਤਰ, ਯੋਗ ਹੋ ਜਾਂਦੀ ਹੈ । ਉਹ ਆਪਣੇ ਅੰਦਰੋਂ ਹੀ ਪ੍ਰਭ ਦੀ ਜੋਤ ਜਾਗਰਤ ਕਰ ਲੈਂਦੀ ਹੈ, ਲਗਨ ਅਡੋਲ ਹੋ ਜਾਂਦੀ ਹੈ ।

Whosoever may not forget the real purpose of his human life! Why has his soul been blessed with another opportunity, human life? He may be blessed with the right path of salvation, by adopts the teachings of His Word in life. Whosoever may surrender his self-identity at His Sanctuary and adopts the teachings of His Word with steady and stable belief in his day-to-day life; with His mercy and grace, his soul may be sanctified to become worthy of His consideration. He may be enlightened with the essence of His Word from within and remains intoxicated in the void of His Word.

ਗੁਰ ਕੀ ਸੇਵਾ ਚਾਕਰੀ,	gur kee sayvaa chaakree
ਮਨੁ ਨਿਰਮਲੁ ਸੁਖੁ ਹੋਇ॥	man nirmal sukh ho-ay.
ਗੁਰ ਕਾ ਸਬਦੁ ਮਨਿ ਵਸਿਆ,	gur kaa sabad man vasi-aa
ਹਉਮੈ ਵਿਚਹੁ ਖੋਇ॥	ha-umai vichahu kho-ay.
ਨਾਮੁ ਪਦਾਰਥੁ ਪਾਇਆ,	naam padaarath paa-i-aa
ਲਾਭੁ ਸਦਾ ਮਨਿ ਹੋਇ॥੬॥	laabh sadaa man ho-ay. ||6||

ਜਿਹੜਾ ਜੀਵ ਸ੍ਰਿਸ਼ਟੀ ਦੀ ਭਲਾਈ ਦਾ ਕੰਮ ਕਰਦਾ ਹੈ । ਉਸ ਦੇ ਮਨ ਦੀ ਮੈਲ ਧੋਤੀ ਜਾਂਦੀ ਹੈ, ਉਸ ਨੂੰ ਸੰਤੋਖ ਬਖਸ਼ਿਸ਼ ਹੋ ਜਾਂਦਾ ਹੈ । ਉਸ ਦੇ ਮਨ ਵਿੱਚ ਸ਼ਬਦ ਘਰ ਕਰ ਜਾਂਦਾ ਹੈ, ਉਸ ਦੀ ਅਹੰਕਾਰ ਦੀ ਜੜ੍ਹ ਖਤਮ ਹੋ ਜਾਂਦੀ ਹੈ । ਉਸ ਨੂੰ ਸ਼ਬਦ ਦੀ ਸੋਝੀ, ਸਦਾ ਰਹਿਣ ਵਾਲੀ ਕਮਾਈ, ਫਲ ਬਖਸ਼ਿਸ਼ ਹੋ ਜਾਂਦਾ ਹੈ ।

Whosoever may perform good deeds, serves His Creation; with His mercy and grace, his soul may be sanctified. He may remain drenched with the essence of His Word and remains overwhelmed with peace, contentment, and blossoms in his heart. He may conquer his own ego. He may be blessed with the enlightenment of the essence of His Word, everlasting wealth of His Word.

ਕਰਮਿ ਮਿਲੈ ਤਾ ਪਾਈਐ,	karam milai taa paa-ee-ai
ਆਪਿ ਨ ਲਇਆ ਜਾਇ॥	aap na la-i-aa jaa-ay.
ਗੁਰ ਕੀ ਚਰਣੀ ਲਗਿ ਰਹੁ,	gur kee charnee lag rahu
ਵਿਚਹੁ ਆਪੁ ਗਵਾਇ॥	vichahu aap gavaa-ay.
ਸਚੇ ਸੇਤੀ ਰਤਿਆ,	sachay saytee rati-aa
ਸਚੋ ਪਲੈ ਪਾਇ॥੭॥	sacho palai paa-ay. ||7||

ਜਿਸ ਦੇ ਭਾਗਾਂ ਵਿੱਚ ਲਿਖਿਆ ਹੋਇਆ ਹੁੰਦਾ ਹੈ, ਉਸ ਨੂੰ ਸ਼ਬਦ ਦੀ ਲਗਨ ਬਖਸ਼ਿਸ਼ ਹੁੰਦੀ ਹੈ, ਹੋਰ ਕੋਈ ਚਾਰਾ ਨਹੀਂ ਹੈ । ਜੀਵ ਆਪਣੇ ਆਪ ਨੂੰ ਪ੍ਰਭ ਦੇ ਭੇਟਾ ਕਰਕੇ, ਮਨ ਅਡੋਲ ਕਰਕੇ, ਪ੍ਰਭ ਦੀ ਬੰਦਗੀ ਵਿੱਚ ਲੀਨ ਰਹਿੰਦਾ ਹੈ, ਪ੍ਰਭ ਦੀ ਰਹਿਮਤ ਨਾਲ ਉਸ ਦਾ ਮਨ ਪ੍ਰਭ ਦੇ ਸ਼ਬਦ ਦੇ ਰੰਗ ਵਿੱਚ ਰੰਗਿਆ ਜਾਂਦਾ ਹੈ । ਪ੍ਰਭ ਦਾ ਸ਼ਬਦ ਹੀ ਉਸ ਦੇ ਜੀਵਨ ਦਾ ਅਧਾਰ ਬਣ ਜਾਂਦਾ ਹੈ ।

Whosoever may have a prewritten destiny, only he may be blessed with devotion to obey the teachings of His Word with steady and stable belief in his day-to-day life; no other meditation may bring him on the right path. Whosoever may surrender his self-identity at His Sanctuary and remains intoxicated in meditation in the void of His Word; with His mercy and grace, he may remain drenched with the crimson color of the essence of His Word. Obeying the teachings of His Word may become his only purpose of human life.

ਭੁਲਣ ਅੰਦਰਿ ਸਭੁ ਕੋ,	bhulan andar sabh ko
ਅਭੁਲੁ ਗੁਰੂ ਕਰਤਾਰੁ॥	abhul guroo kartaar.
ਗੁਰਮਤਿ ਮਨੁ ਸਮਝਾਇਆ,	gurmat man samjhaa-i-aa
ਲਾਗਾ ਤਿਸੈ ਪਿਆਰੁ॥	laagaa tisai pi-aar.
ਨਾਨਕ ਸਾਚੁ ਨ ਵੀਸਰੈ,	naanak saach na veesrai
ਮੇਲੇ ਸਬਦੁ ਅਪਾਰੁ॥੮॥12॥	maylay sabad apaar. ||8||12||

ਹਰਇਕ ਜੀਵ ਦਿਨ ਰਾਤ, ਜਾਣੇ, ਅਣਜਾਣੇ ਗਲਤੀਆਂ ਕਰਦਾ ਰਹਿੰਦਾ ਹੈ । ਪ੍ਰਭ ਕਦੇ ਗਲਤੀ ਨਹੀਂ ਕਰਦਾ । ਪ੍ਰਭ ਕਿਸੇ ਦਾ ਕੀਤਾ ਚੰਗਾ, ਮੰਦਾ ਕੰਮ ਨਹੀਂ ਭੁਲਦਾ, ਫਲ ਜਰੂਰ ਬਖਸ਼ਦਾ ਹੈ । ਜਿਹੜਾ ਆਪਣਾ ਧਿਆਨ ਸ਼ਬਦ ਦੀ ਪਾਲਣਾ ਵਿੱਚ ਲਾਉਂਦਾ ਹੈ, ਉਸ ਦੀ ਆਤਮਾ ਪ੍ਰਭ ਦੀ ਰਹਿਮਤ ਦੇ ਯੋਗ ਹੋ ਜਾਂਦੀ ਹੈ । ਉਹ ਪ੍ਰਭ ਦੇ ਸ਼ਬਦ ਨੂੰ ਕਦੇ ਮਨ ਵਿਚੋਂ ਨਹੀਂ ਵਸਾਰਦਾ! ਜਿਸ ਦਾ ਪ੍ਰਭ ਦੇ ਸ਼ਬਦ ਦੀ ਸਿਖਿਆਂ ਵਿੱਚ ਭਰੋਸਾ ਅਡੋਲ ਹੋ ਜਾਂਦਾ ਹੈ, ਉਸ ਨੂੰ ਦਰਬਾਰ ਵਿੱਚ ਥਾਂ ਬਖਸ਼ਿਸ਼ ਹੋ ਸਕਦਾ ਹੈ ।

Everyone may be making mistakes some intentionally and others in ignorance from the right or wrong. The True Master may never make any mistake nor repent on any event of His Nature. The Omniscient True Master always monitors all events of His Creation; he may never ignore any good or bad deeds of His Creation; always rewarded. Whosoever may adopt the teachings of His Word wholeheartedly; with His mercy and grace, his soul may become worthy of His consideration. He may never forsake the teachings of His Word. Whosoever may remain intoxicated in meditation with steady and stable belief; with His mercy and grace, his soul may be blessed with place in His Royal Palace.

166.ਸਿਰੀਰਾਗੁ ਮਹਲਾ ੧॥ (61-9)

ਤ੍ਰਿਸਨਾ ਮਾਇਆ ਮੋਹਣੀ,	tarisnaa maa-i-aa mohnee
ਸੁਤ ਬੰਧਪ ਘਰ ਨਾਰਿ॥	sut banDhap ghar naar.
ਧਨਿ ਜੋਬਨਿ ਜਗੁ ਠਗਿਆ,	dhan joban jag thagi-aa
ਲਬਿ ਲੋਭਿ ਅਹੰਕਾਰਿ॥	lab lobh ahaNkaar
ਮੋਹ ਠਗਉਲੀ ਹਉ ਮੁਈ,	moh thag-ulee ha-o mu-ee
ਸਾ ਵਰਤੈ ਸੰਸਾਰਿ॥੧॥	saa vartai sansaar. ||1||

ਸੰਸਾਰਕ ਇੱਛਾਂ, ਧਨ, ਜੀਵਾਂ ਦਾ ਮੋਹ, ਮਨ ਨੂੰ ਕਾਬੂ ਕਰੀ ਰਖਦੀਆਂ ਹਨ ।(ਬੱਚੇ, ਬੀਵੀ, ਮਾਤਾ, ਪਿਤਾ) ਸੰਸਾਰਕ ਹੈਸੀਅਤ, ਜਵਾਨੀ, ਲਾਲਚ ਅਤੇ ਅਹੰਕਾਰ, ਜੀਵ ਨੂੰ ਅਸਲੀਅਤ ਤੋਂ ਧੋਖੇ ਨਾਲ ਦੂਰ ਰਖਦਾ ਹੈ । ਇਹਨਾਂ ਇੱਛਾਂ ਦੇ ਮੋਹ ਨੇ ਮੇਰੇ ਜੀਵਨ ਦਾ ਰਸਤਾ ਬਦਲ ਕੇ ਤਬਾਹ ਕਰ ਦਿੱਤਾ ਹੈ । ਇਸ ਨੇ ਸਾਰੇ ਸੰਸਾਰ ਨੂੰ ਗੁਲਾਮ ਬਣਾਇਆ ਹੈ ।

Worldly desires, possessions, attachment to worldly families may keep a good control on his day-to-day life. Worldly status, youth, greed, and ego keeps them away from the reality, true purpose of life. These worldly desires, attachments, and possessions has changed my path and ruined my life. These have conquered all creatures of the universe.

ਮੇਰੇ ਪ੍ਰੀਤਮਾ, mayray pareetamaa
ਮੈ ਤੁਝ ਬਿਨੁ ਅਵਰੁ ਨ ਕੋਇ॥ mai tujh bin avar na ko-ay.
ਮੈ ਤੁਝ ਬਿਨੁ ਅਵਰੁ ਨ ਭਾਵਈ, mai tujh bin avar na bhaav-ee
ਤੂੰ ਭਾਵਹਿ ਸੁਖੁ ਹੋਇ॥੧॥ ਰਹਾਉ॥ tooN bhaaveh sukh ho-ay. ||1|| rahaa-o.

ਪ੍ਰਭ ਤੇਰੇ ਤੋਂ ਬਿਨਾਂ ਮੇਰਾ ਹੋਰ ਕੋਈ ਆਸਰਾ ਨਹੀਂ ਹੈ! ਸਾਰਾ ਸੰਸਾਰ ਹੀ ਇੱਛਾਂ ਅਤੇ ਮੋਹ ਵਿੱਚ ਫਸਿਆ ਹੈ । ਮੈਨੂੰ ਹਰ ਵੇਲੇ ਤੇਰੇ ਵਿਛੋੜੇ ਦਾ ਖਿਆਲ ਰਹਿੰਦਾ ਹੈ, ਮਨ ਵਿੱਚ ਸ਼ਾਂਤੀ ਰਹਿੰਦੀ ਹੈ ।

The True Master, the teachings of Your Word may be the only real support for my soul. The whole world may be a trapped of worldly desires and attachment to worldly possessions. I always remain in renunciation in the memory of my separation from His Holy Spirit and contented.

ਨਾਮੁ ਸਾਲਾਹੀ ਰੰਗ ਸਿਉ, naam saalaahee rang si-o
ਗੁਰ ਕੈ ਸਬਦਿ ਸੰਤੋਖੁ॥ gur kai sabad santokh.
ਜੋ ਦੀਸੈ ਸੋ ਚਲਸੀ, jo deesai so chalsee
ਕੂੜਾ ਮੋਹੁ ਨ ਵੇਖੁ॥ koorhaa moh na vaykh.
ਵਾਟ ਵਟਾਊ ਆਇਆ, vaat vataa-oo aa-i-aa
ਨਿਤ ਚਲਦਾ ਸਾਥੁ ਦੇਖੁ॥੨॥ nit chaldaa saath daykh. ||2||

ਜੀਵ ਮਨ ਲਾ ਕੇ ਪ੍ਰਭ ਦੇ ਸ਼ਬਦ ਦਾ ਕੀਰਤਨ ਕਰੋ! ਜਿਸ ਦੇ ਮਨ ਤੇ ਸ਼ਬਦ ਦਾ ਰੰਗ ਚੜ੍ਹ ਜਾਂਦਾ ਹੈ, ਉਸ ਨੂੰ ਮਨ ਵਿੱਚ ਸ਼ਾਂਤੀ ਬਖਸ਼ਿਸ਼ ਹੋ ਜਾਂਦੀ ਹੈ । ਸੰਸਾਰ ਵਿੱਚ ਨਜ਼ਰ ਆਉਣ ਵਾਲਾ ਸਭ ਕੁਝ ਥੋੜ੍ਹਾ ਸਮਾਂ ਹੀ ਰਹਿਣ ਵਾਲਾ ਹੈ । ਜੀਵ ਸੰਸਾਰ ਵਿੱਚ ਯਾਤਰੀ ਦੀ ਤਰ੍ਹਾਂ ਆਉਂਦਾ ਹੈ । ਪ੍ਰਭ ਦਾ ਸ਼ਬਦ ਛੱਡਕੇ ਇਸ ਨਾਲ ਮੋਹ ਨਾ ਲਾਵੋ । ਸਾਰੇ ਯਾਤਰੀ ਹੀ ਸਫਰ ਪੂਰਾ ਕਰਕੇ ਵਾਪਸ ਚਲੇ ਜਾਂਦੇ ਹਨ ।

You should wholeheartedly meditate, and sing the glory of His Word. Whosoever may remain drenched with the essence of His Word; with His mercy and grace, he may be overwhelmed with contentment. Everything visible in this world may vanish after a short period of time. You should not forsake His Word nor remain intoxicated in worldly desires. You should consider yourselves as a guest, traveler in the world; you must return to settle the account for your worldly deeds.

ਆਖਣਿ ਆਖਹਿ ਕੇਤੜੇ, aakhan aakhahi kayt-rhay
ਗੁਰ ਬਿਨੁ ਬੂਝ ਨ ਹੋਇ॥ gur bin boojh na ho-ay.
ਨਾਮੁ ਵਡਾਈ ਜੇ ਮਿਲੈ, naam vadaa-ee jay milai
ਸਚਿ ਰਪੈ ਪਤਿ ਹੋਇ॥ sach rapai pat ho-ay.
ਜੋ ਤੁਧੁ ਭਾਵਹਿ ਸੇ ਭਲੇ, jo tuDh bhaaveh say bhalay
ਖੋਟਾ ਖਰਾ ਨ ਕੋਇ॥੩॥ khotaa kharaa na ko-ay. ||3||

ਹਰ ਰੋਜ਼ ਹੀ ਪ੍ਰਚਾਰਕ ਪ੍ਰਭ ਦੇ ਸ਼ਬਦ ਦਾ ਪ੍ਰਚਾਰ ਕਰਦਾ ਹੈ, ਪਰ ਪ੍ਰਭ ਦੀ ਰਹਿਮਤ ਤੋਂ ਬਿਨਾਂ ਸ਼ਬਦ ਦੀ ਸੋਝੀ ਬਖਸ਼ਿਸ਼ ਨਹੀਂ ਹੁੰਦੀ । ਜਿਸ ਜੀਵ ਨੂੰ ਸ਼ਬਦ ਦੀ ਸੋਝੀ ਬਖਸ਼ਿਸ਼ ਹੋ ਜਾਂਦੀ ਹੈ, ਉਹ ਆਪਣੇ ਜੀਵਨ ਨੂੰ ਸ਼ਬਦ ਅਨੁਸਾਰ ਢਾਲਕੇ ਬੰਦਗੀ ਵਿੱਚ ਲੀਨ ਹੋ ਜਾਂਦਾ ਹੈ । ਜੋ ਪ੍ਰਭ ਨੂੰ ਭਾਉਂਦਾ ਹੈ, ਕੇਵਲ ਉਹ ਹੀ ਚੰਗਾ ਹੁੰਦਾ ਹੈ! ਹੋਰ ਸੰਸਾਰ ਵਿੱਚ ਕਿਸੇ ਨੂੰ ਚੰਗਾ, ਮੰਦਾ ਕਿਵੇਂ ਕਿਹਾ ਜਾ ਸਕਦਾ ਹੈ?

Many preachers may peach the teachings of the Holy Scriptures every day; however, without His Blessings, no one may comprehend the true message of His Word. Whosoever may be enlightened with the essence of His Word, he may adopt the teachings of His Word and remains intoxicated in the void of His Word. Whatsoever may be acceptable in His Court; only worthy to be call good. How can anyone claim, any deed as good or bad?

ਗੁਰ ਸਰਣਾਈ ਛੁਟੀਐ,
ਮਨਮੁਖ ਖੋਟੀ ਰਾਸਿ॥
ਅਸਟ ਧਾਤੁ ਪਾਤਿਸਾਹ ਕੀ,
ਘੜੀਐ ਸਬਦਿ ਵਿਗਾਸਿ॥
ਆਪੇ ਪਰਖੇ ਪਾਰਖੂ,
ਪਵੈ ਖਜਾਨੈ ਰਾਸਿ॥੪॥

gur sarnaa-ee chhutee-ai
manmukh khotee raas.
asat Dhaat paatisaah kee
gharhee-ai sabad vigaas.
aapay parkhay paarkhoo
pavai khajaanai raas. ||4||

ਮਨ ਦੀ ਮੱਤ ਤੇ ਚਲਣ ਨਾਲ ਕਿਸੇ ਪਾਸੇ ਨਹੀਂ ਲੱਗਿਆ ਜਾ ਸਕਦਾ, ਕੇਵਲ ਸ਼ਬਦ ਅਨੁਸਾਰ ਹੀ ਜੀਵਨ ਨੂੰ ਢਾਲਣ ਨਾਲ ਰਹਿਮਤ ਦੀ ਨਜ਼ਰ ਬਖਸ਼ਿਸ਼ ਹੁੰਦੀ ਹੈ । ਜਿਵੇਂ ਕੋਈ ਰਾਜਾ ਅੱਠਾਂ ਧਾਤਾਂ ਨੂੰ ਮਿਲਾ ਕੇ ਸਿੱਕਾ ਬਣਾਉਂਦਾ ਹੈ, ਇਸਤਰ੍ਹਾਂ ਸ਼ਬਦ ਵਿੱਚ ਲਗਨ ਨਾਲ ਸ਼ਬਦ ਦੀ ਕਮਾਈ ਕੀਤੀ ਜਾਂਦੀ ਹੈ । ਪ੍ਰਭ ਆਪ ਹੀ ਫਲ ਬਖਸ਼ਦਾ ਹੈ । ਜਿਸ ਦੀ ਕਮਾਈ ਮਨਜ਼ੂਰ ਕਰਦਾ, ਉਸ ਦਾ ਲੇਖਾ ਖਤਮ ਹੋ ਜਾਂਦਾ ਹੈ ।

Whosoever may remain intoxicated in his worldly desires; he may never succeed in the real purpose of his human life. Whosoever may adopt the teachings of His Word in life; with His mercy and grace, he may be blessed with the right path. As any worldly kings may mix various elements to make his own currency; same way by adopting and singing the glory of His Word wholeheartedly, he may be enlightened, blessed with the wealth of His Word. The True Master may reward his earnings. He may be accepted in His Court; all his sins may be forgiven.

ਤੇਰੀ ਕੀਮਤਿ ਨਾ ਪਵੈ,
ਸਭ ਡਿਠੀ ਠੋਕਿ ਵਜਾਇ॥
ਕਹਣੈ ਹਾਥ ਨ ਲਭਈ,
ਸਚਿ ਟਿਕੈ ਪਤਿ ਪਾਇ॥
ਗੁਰਮਤਿ ਤੂੰ ਸਾਲਾਹਣਾ,
ਹੋਰੁ ਕੀਮਤਿ ਕਹਣੁ ਨ ਜਾਇ॥੫॥

tayree keemat naa pavai
sabh dithee thok vajaa-ay.
kahnai haath na labh-ee
sach tikai pat paa-ay.
gurmat tooN salaahnaa
hor keemat kahan na jaa-ay. ||5||

ਪ੍ਰਭ ਦੇ ਸ਼ਬਦ ਦੀ ਕੀਮਤ ਸੰਸਾਰਕ ਪੈਮਾਨੇ ਨਾਲ ਜਾਣੀ ਨਹੀਂ ਜਾ ਸਕਦੀ । ਜੀਵ ਹਰ ਵੇਲੇ ਹੀ ਸੰਸਾਰਕ ਤਰੀਕੇ ਨਾਲ ਪਰਖਦਾ ਰਹਿੰਦਾ ਹੈ । ਜਿਹੜਾ ਸ਼ਬਦ ਨਾਲ ਜੀਵਨ ਨਹੀਂ ਢਾਲਦਾ, ਉਸ ਨੂੰ ਪੜ੍ਹਨ, ਪ੍ਰਚਾਰ ਕਰਨ ਨਾਲ ਕੁਝ ਬਖਸ਼ਿਸ਼ ਨਹੀਂ ਹੁੰਦਾ । ਕੇਵਲ ਭਰੋਸੇ ਨਾਲ ਸ਼ਬਦ ਦੀ ਸਿਖਿਆਂ ਤੇ ਚਲਣ ਨਾਲ ਹੀ ਸੰਤੋਖ ਬਖਸ਼ਿਸ਼ ਹੋ ਸਕਦਾ ਹੈ । ਸ਼ਬਦ ਦੀ ਸੋਝੀ ਨਾਲ ਹੀ ਪ੍ਰਭ ਦੀ ਉਸਤਤ ਕੀਤੀ ਜਾ ਸਕਦੀ ਹੈ । ਹੋਰ ਕਿਸੇ ਤਰੀਕੇ ਨਾਲ ਇਸ ਦੀ ਕੀਮਤ ਦਾ ਪੂਰਨ ਅੰਦਾਜ਼ਾ ਨਹੀਂ ਲਾਇਆ ਜਾ ਸਕਦਾ ।

The true worth, significance of the essence of His Word may never be comprehended with any worldly known technique. Self-minded may estimate with worldly technique, own state of mind. Whosoever may not adopt the teachings of His Word in day-to-day life; his reciting and preaching the teachings of Holy Scripture may not have any significance for his human life opportunity. Whosoever may adopt the teachings of His Word with a steady and stable belief; only with His mercy and grace, he may be blessed with contentment in his life. He r may be enlightened, only he may sing the glory of His Word. With any other worldly renowned techniques, the significance of His Blessings may not be comprehended.

ਜਿਤੁ ਤਨਿ ਨਾਮੁ ਨ ਭਾਵਈ,
ਤਿਤੁ ਤਨਿ ਹਉਮੈ ਵਾਦੁ॥
ਗੁਰ ਬਿਨੁ ਗਿਆਨੁ ਨ ਪਾਈਐ,
ਬਿਖਿਆ ਦੂਜਾ ਸਾਦੁ॥
ਬਿਨੁ ਗੁਣ ਕਾਮਿ ਨ ਆਵਈ,
ਮਾਇਆ ਫੀਕਾ ਸਾਦੁ॥੬॥

jit tan Naam na bhaav-ee
tit tan ha-umai vaad.
gur bin gi-aan na paa-ee-ai
bikhi-aa doojaa saad.
bin gun kaam na aavee
maa-i-aa feekaa saad. ||6||

ਜਿਹੜਾ ਜੀਵ ਪ੍ਰਭ ਦੇ ਸ਼ਬਦ ਨੂੰ ਮਨ ਵਿੱਚ ਨਹੀਂ ਵਸਾਉਂਦਾ, ਉਸ ਦਾ ਤਨ ਅਹੰਕਾਰ ਦੀ ਅੱਗ ਨਾਲ ਜ਼ਖਮੀ ਹੋਇਆ ਹੁੰਦਾ ਹੈ । ਪ੍ਰਭ ਦੀ ਰਹਿਮਤ ਤੋਂ ਬਿਨਾਂ ਸ਼ਬਦ ਦੀ ਸੋਝੀ ਨਹੀਂ ਹੋ ਸਕਦੀ । ਬਾਕੀ ਹੋਰ ਸਭ ਤਰੀਕੇ ਨਾਲ ਰਹਿਮਤ ਬਖਸ਼ਿਸ਼ ਨਹੀਂ ਹੁੰਦੀ । ਸ਼ਬਦ ਦੀ ਕਮਾਈ ਤੋਂ ਬਿਨਾਂ ਬਾਕੀ ਕਮਾਈਆਂ ਦੀ ਦਰਬਾਰ ਵਿੱਚ ਕੋਈ ਕੀਮਤ ਨਹੀਂ ਪੈਂਦੀ, ਉਸ ਨਾਲ ਪ੍ਰਵਾਨਗੀ ਬਖਸ਼ਿਸ਼ ਨਹੀਂ ਹੁੰਦੀ, ਸ਼ਰਮਿੰਦਗੀ ਹੀ ਮਿਲਦੀ ਹੈ ।

Whosoever may not adopt the teachings of His Word in his own life; his body and mind may remain burning in the fire of ego; his soul may remain blemished with ego of his worldly status. Without the enlightenment of the essence of His Word, he may not be blessed with the right path of acceptance in His Court. Without the earnings of His Word, all worldly possessions may not have any significance in His Court nor accepted in His Court, only embarrassed.

ਆਸਾ ਅੰਦਰਿ ਜੰਮਿਆ,	aasaa andar jammi-aa
ਆਸਾ ਰਸ ਕਸ ਖਾਇ॥	aasaa ras kas khaa-ay.
ਆਸਾ ਬੰਧਿ ਚਲਾਈਐ,	aasaa banDh chalaa-ee-ai
ਮੁਹੇ ਮੁਹਿ ਚੋਟਾ ਖਾਇ॥	muhay muhi chotaa khaa-ay.
ਅਵਗਣਿ ਬਧਾ ਮਾਰੀਐ,	avgan baDhaa maaree-ai
ਛੂਟੈ ਗੁਰਮਤਿ ਨਾਇ॥੭॥	chhootai gurmat naa-ay. ||7||

ਜੀਵ ਬਹੁਤ ਇੱਛਾਂ ਲੇ ਕੇ ਸੰਸਾਰ ਵਿੱਚ ਜਨਮ ਲੈਂਦਾ ਹੈ । ਉਹਨਾਂ ਨੂੰ ਪੂਰਾ ਕਰਨ ਲਈ ਕਈ ਚੰਗੇ, ਮੰਦੇ ਕੰਮ ਕਰਦਾ ਹੈ । ਜਿਹੜਾ ਸੰਸਾਰਕ ਇੱਛਾਂ ਦਾ ਗੁਲਾਮ ਬਣ ਜਾਂਦਾ ਹੈ! ਉਸ ਨੂੰ ਮਰਨ ਤੋਂ ਪਿਛੋਂ ਆਪਣੇ ਕੀਤੇ ਦਾ ਫਲ ਭੁਗਤਣਾ ਪੈਂਦਾ ਹੈ, ਲਾਨ੍ਹਤਾਂ ਹੀ ਪੈਂਦੀਆਂ ਹਨ । ਮੰਦੇ ਕੰਮਾਂ ਵਾਲਾ ਜਮਦੂਤਾਂ ਦੇ ਕਾਬੂ ਵਿੱਚ ਹੀ ਰਹਿੰਦਾ ਹੈ । ਸ਼ਬਦ ਦੀ ਕਮਾਈ ਕਰਨਵਾਲਾ ਦਰਬਾਰ ਵਿੱਚ ਪ੍ਰਵਾਨ ਹੋ ਜਾਂਦਾ ਹੈ ।

His soul may be blessed with human life opportunity with lot of hopes and expectations. He may attempt various plans, chores, good and bad deeds to accomplish his desires. Whosoever may become a slave of worldly desires, he must endure the judgement of his worldly desires. He may be rebuked in His Court. Evil doer may be captured, punished by the devil of death, and remains in the cycled of birth and death. Whosoever may earn the wealth of His Word, he may be accepted in His Court.

ਸਰਬੇ ਥਾਈ ਏਕੁ ਤੂੰ,	aarbay thaa-ee ayk tooN
ਜਿਉ ਭਾਵੈ ਤਿਉ ਰਾਖੁ॥	ji-o bhaavai ti-o raakh.
ਗੁਰਮਤਿ ਸਾਚਾ ਮਨਿ ਵਸੈ,	gurmat saachaa man vasai
ਨਾਮੁ ਭਲੋ ਪਤਿ ਸਾਖੁ॥	Naam bhalo pat saakh.
ਹਉਮੈ ਰੋਗੁ ਗਵਾਈਐ,	ha-umai rog gavaa-ee-ai
ਸਬਦਿ ਸਚੈ ਸਚੁ ਭਾਖੁ ॥੮॥	sabad sachai sach bhaakh. ||8||

ਪ੍ਰਭ ਤੂੰ ਹਰ ਥਾਂ ਤੇ ਹੀ ਵਾਪਰਦਾ ਹੈ, ਆਪਣੀ ਰਜ਼ਾ ਨਾਲ ਹੀ ਸਭ ਕੁਝ ਕਰਦਾ ਹੈ । ਪ੍ਰਭ ਆਪਣੀ ਰਹਿਮਤ ਨਾਲ ਸ਼ਬਦ ਦੀ ਲਗਨ ਬਖਸ਼ੋ! ਜਿਹੜਾ ਸ਼ਬਦ ਦੀ ਪਾਲਣਾ ਕਰਦਾ ਹੈ, ਉਸ ਦੇ ਮਨ ਵਿੱਚ ਸ਼ਬਦ ਦੀ ਸੋਝੀ ਘਰ ਕਰ ਜਾਂਦੀ ਹੈ, ਪ੍ਰਵਾਨਗੀ ਦਾ ਰਸਤਾ ਬਖਸ਼ਿਸ਼ ਹੋ ਜਾਂਦਾ ਹੈ । ਉਸ ਦੀ ਅਹੰਕਾਰ ਦੀ ਜੜ੍ਹ ਖਤਮ ਹੋ ਜਾਂਦੀ ਹੈ, ਮਨ ਵਿੱਚ ਸ਼ਬਦ ਦੀ ਗੂੰਜ ਚਲ ਪੈਂਦੀ ਹੈ ।

The Omnipresent True Master prevails everywhere with His imagination. The Merciful True Master blesses a devotion to obey the teachings of His Word. Whosoever may adopt the teachings of His Word; with His mercy and grace, he may be drenched with the essence of His Word, he may be blessed with the right path of acceptance in His Court. His root of ego and worldly status may be eliminated; he may hear the everlasting echo of His Word resonating within his heart.

ਆਕਾਸੀ ਪਾਤਾਲਿ	aakaasee paataal
ਤੂੰ, ਤ੍ਰਿਭਵਣਿ ਰਹਿਆ ਸਮਾਇ॥	tooN taribhavan rahi-aa samaa-ay.
ਆਪੇ ਭਗਤੀ ਭਾਉ ਤੂੰ,	aapay bhagtee bhaa-o tooN
ਆਪੇ ਮਿਲਹਿ ਮਿਲਾਇ॥	aapay mileh milaa-ay.
ਨਾਨਕ ਨਾਮੁ ਨ ਵੀਸਰੈ,	naanak Naam na veesrai ji-o bhaavai
ਜਿਉ ਭਾਵੈ ਤਿਵੈ ਰਜਾਇ॥੯॥13॥	tivai rajaa-ay. ||9||13||

ਪ੍ਰਭ ਤਿੰਨਾਂ ਸ੍ਰਿਸ਼ਟੀਆਂ ਵਿੱਚ ਅਤੇ ਹਰਇਕ ਜੀਵ ਦੇ ਅੰਦਰ ਆਪ ਹੀ ਵਾਪਰਦਾ ਵਸਦਾ ਹੈ । ਆਪ ਹੀ ਜੀਵ ਨੂੰ ਬੰਦਗੀ ਤੇ ਲਾਉਂਦਾ, ਅਡੋਲ ਰਖਦਾ, ਪ੍ਰਵਾਨ ਕਰਦਾ ਹੈ । ਮੇਰੀ ਇਕੋ ਇਕ ਅਰਦਾਸ ਹੈ, ਕਿ ਮੇਰੇ ਹਿਰਦੇ ਵਿਚੋਂ ਤੇਰਾ ਸ਼ਬਦ ਨਾ ਵਿਸਰ ਜਾਵੇ । ਹਮੇਸ਼ਾਂ ਤੇਰੀ ਰਜ਼ਾ ਵਿੱਚ ਹੀ ਚਲਦੇ ਹੋਏ ਤੇਰੀ ਬਖਸ਼ਿਸ਼ ਹੀ ਮੇਰੀ ਮੰਗ ਬਣ ਜਾਵੇ ।

The True Master, His Holy Spirit remains embedded within his soul and dwells within his body. He remains Omnipresent in all the three universes and in the body and mind of every creature. He blesses devotional to meditate and keep His true devotee steady and stable on the path and accepts his meditation in His Court. I may only pray for His Forgiveness and Refuge; I may never forsake His Word from my day-to-day life. I may pray, my wish may become only His Blessings.

167.ਸਿਰੀਰਾਗੁ ਮਹਲਾ ੧॥ (62-3)

ਰਾਮ ਨਾਮਿ ਮਨੁ ਬੇਧਿਆ,	raam Naam man bayDhi-aa
ਅਵਰੁ ਕਿ ਕਰੀ ਵੀਚਾਰੁ॥	avar ke karee veechaar.
ਸਬਦ ਸੁਰਤਿ ਸੁਖੁ ਊਪਜੈ,	sabad surat sukh oopjai
ਪ੍ਰਭ ਰਾਤਉ ਸੁਖ ਸਾਰੁ॥	parabh raata-o sukh saar.
ਜਿਉ ਭਾਵੈ ਤਿਉ ਰਾਖੁ ਤੂੰ,	ji-o bhaavai ti-o raakh tooN
ਮੈ ਹਰਿ ਨਾਮੁ ਅਧਾਰੁ॥੧॥	mai har Naam aDhaar. ||1||

ਮੇਰਾ ਮਨ ਪ੍ਰਭ ਦੇ ਸ਼ਬਦ ਦੇ ਬੰਧਨਾ ਵਿੱਚ ਬੰਧਿਆ ਹੋਇਆ ਹੈ । ਮੈਨੂੰ ਹੋਰ ਕੋਈ ਵਿਚਾਰ ਕਰਨ ਦੀ ਸੋਝੀ ਨਹੀਂ ਹੈ । ਮੈਨੂੰ ਸ਼ਬਦ ਦੀ ਸੋਝੀ ਨਾਲ ਪੂਰਨ ਸੰਤੋਖ, ਸ਼ਾਂਤੀ ਬਖਸ਼ਿਸ਼ ਹੋਈ ਹੈ । ਮਨ ਤੇ ਇਸ ਦਾ ਰੰਗ ਗੂੜ੍ਹਾ ਚੜ੍ਹਿਆ ਹੈ । ਜੋ ਤੈਨੂੰ ਭਾਉਂਦਾ ਧੰਦੇ ਤੇ ਲਾਵੇਂ, ਕੇਵਲ ਤੂੰ ਹੀ ਮੇਰਾ ਆਸਰਾ ਹੈ ।

My mind remains intoxicated with a devotional bondage with Your Word. I have no other desires, understating to think about anything else. I am contented and in complete peace. My mind remains drenched with the essence of Your Word. Whatsoever may be acceptable in Your Court assign that chore, I have only your support in my life.

ਮਨ ਰੇ, ਸਾਚੀ ਖਸਮ ਰਜਾਇ॥	man, ray saachee khasam rajaa-ay.
ਜਿਨਿ ਤਨੁ ਮਨੁ ਸਾਜਿ ਸੀਗਾਰਿਆ,	jin tan man saaj seegaari-aa
ਤਿਸੁ ਸੇਤੀ ਲਿਵ ਲਾਇ॥੧॥ ਰਹਾਉ॥	tis saytee liv laa-ay. ||1|| rahaa-o.

ਮਨ, ਪ੍ਰਭ ਦਾ ਭਾਣਾ ਅਟਲ ਹੈ, ਉਸ ਨਾਲ ਆਪਣੀ ਪ੍ਰੀਤ ਪੱਕੀ ਰਖੋ । ਪ੍ਰਭ ਹੀ ਜੀਵ ਨੂੰ ਪੈਦਾ ਕਰਦਾ, ਪਾਲਣਾ, ਪੋਸਨਾ ਅਤੇ ਸ਼ਿੰਗਾਰ ਕਰਦਾ ਹੈ ।

His Command remains axiom, unchangeable and true forever. You should wholeheartedly meditate on the teachings of His Word, Blessings with steady and stable belief. The True Master creates, nourishes, and embellishes His Creation.

ਤਨੁ ਬੈਸੰਤਰਿ ਹੋਮੀਐ,	tan baisantar homee-ai
ਇਕ ਰਤੀ ਤੋਲਿ ਕਟਾਇ॥	ik ratee tol kataa-ay.
ਤਨੁ ਮਨੁ ਸਮਧਾ ਜੇ ਕਰੀ,	tan man samDhaa jay karee
ਅਨਦਿਨੁ ਅਗਨਿ ਜਲਾਇ॥	an-din agan jalaa-ay.
ਹਰਿ ਨਾਮੈ ਤੁਲਿ ਨ ਪੁਜਈ,	har Naamai tul na puj-ee
ਜੇ ਲਖ ਕੋਟੀ ਕਰਮ ਕਮਾਇ॥੨॥	jay lakh kotee karam kamaa-ay. ||2||

ਜੀਵ ਅਗਰ ਆਪਣੇ ਸਰੀਰ ਦੇ ਟੋਟੇ ਕਰਕੇ ਅੱਗ ਵਿੱਚ ਜਲਾ ਦੇਵੇਂ! ਆਪਣੇ ਤਨ, ਮਨ ਨੂੰ ਉਸ ਅੱਗ ਦਾ ਬਾਲਨ ਬਣਾ ਕੇ ਭਸਮ ਕਰ ਦੇਵੇ! ਜਾ ਲਖਾਂ ਹੀ ਧਾਰਮਕ ਰੀਤ ਰੀਵਾਜ ਕਰੇ । ਇਹਨਾਂ ਸਾਰੀਆਂ ਕੁਰਬਾਨੀਆਂ ਦੀ ਕਮਾਈ, ਸ਼ਬਦ ਦੇ ਸਿਮਰਨ ਦੇ ਬਰਾਬਰ ਨਹੀਂ ਹੁੰਦੀ, ਬਹੁਤ ਥੋੜ੍ਹੀ ਹੀ ਹੁੰਦੀ ਹੈ ।

Whosoever may sacrifice, cut his body limb into pieces and burns his mind in the fire or performs millions of religious rituals; all these sacrifices may not be equal or comparable with a devotional meditation on the teachings of His Word. All these may fall short; have no significance in His Court.

ਅਰਧ ਸਰੀਰੁ ਕਟਾਈਐ,	araDh sareer kataa-ee-ai
ਸਿਰਿ ਕਰਵਤੁ ਧਰਾਇ॥	sir karvat Dharaa-ay.
ਤਨੁ ਹੈਮੰਚਲਿ ਗਾਲੀਐ,	tan haimanchal gaalee-ai
ਭੀ ਮਨ, ਤੇ ਰੋਗੁ ਨ ਜਾਇ॥	bhee man tay rog na jaa-ay.
ਹਰਿ ਨਾਮੈ ਤੁਲਿ ਨ ਪੁਜਈ,	har Naamai tul na puj-ee
ਸਭ ਡਿਠੀ ਠੋਕਿ ਵਜਾਇ॥੩॥	sabh dithee thok vajaa-ay. ||3||

ਜੀਵ ਤੇਰਾ ਸਰੀਰ ਸਿਰ ਤੋਂ ਚੀਰ ਕੇ ਦੋ ਟੁੱਟੇ ਕਰ ਦਿੱਤਾ ਜਾਵੇ! ਜਾ ਇਸ ਨੂੰ ਬਰਫ ਵਿੱਚ ਦੱਬ ਦਿੱਤਾ ਜਾਵੇ, ਬਰਫ ਤਰ੍ਹਾਂ ਜੰਮਾ ਦਿੱਤਾ ਜਾਵੇ । ਫਿਰ ਵੀ ਮਨ ਦੀਆਂ ਇੱਛਾਂ ਦਾ ਰੋਗ ਦੂਰ ਨਹੀਂ ਹੁੰਦਾ । ਇਹ ਸਾਰੀਆਂ ਕੁਰਬਾਨੀਆਂ ਦੀ ਕਮਾਈ, ਪ੍ਰਭ ਦੇ ਸ਼ਬਦ ਦੇ ਸਿਮਰਨ ਬਰਾਬਰ ਨਹੀਂ ਹੁੰਦੀ । ਉਸ ਦੇ ਦਰਬਾਰ ਵਿੱਚ ਕੋਈ ਕੀਮਤ ਨਹੀਂ ਪੈਂਦੀ । ਸੰਸਾਰਕ ਜੀਵਾਂ ਨੇ ਇਹ ਸਭ ਕੁਝ ਪਰਖਕੇ ਦੇਖਿਆ ਹੈ ।

Your body may cut into two pieces from head to toe or your body may be buried in snow and frozen as a block; even then the disease of your worldly desires may not be eliminated from your mind. All these sacrifices may not be comparable to a devotional singing of His Word. All other religious defined sacrifices have no significance in His Court for the purpose of your life. Worldly saints have already tested these techniques.

ਕੰਚਨ ਕੇ ਕੋਟ ਦਤੁ ਕਰੀ,	kanchan kay kot dat karee
ਬਹੁ ਹੈਵਰ ਗੈਵਰ ਦਾਨੁ॥	baho haivar gaivar daan.
ਭੂਮਿ ਦਾਨੁ ਗਊਆ ਘਣੀ,	bhoom daan ga-oo-aa ghanee
ਭੀ ਅੰਤਰਿ ਗਰਬੁ ਗੁਮਾਨੁ॥	bhee antar garab gumaan.
ਰਾਮ ਨਾਮਿ ਮਨੁ ਬੇਧਿਆ,	raam Naam man bayDhi-aa
ਗੁਰਿ ਦੀਆ ਸਚੁ ਦਾਨੁ॥੪॥	gur dee-aa sach daan. ||4||

ਜਿਹੜਾ ਜੀਵ ਬਹੁਤ ਦਾਨ, ਸੋਨਾ, ਸੰਸਾਰਕ ਧੰਨ, ਘੋੜੇ, ਹਾਥੀ, ਜ਼ਮੀਨ, ਪਵਿੱਤਰ ਜਾਨਵਰ, ਗਊ ਦਾਨ ਕਰੇ, ਫਿਰ ਵੀ ਮੰਨ ਵਿਚੋਂ ਅਹੰਕਾਰ ਦੀ ਜੜ੍ਹ ਖਤਮ ਨਹੀਂ ਹੁੰਦੀ, ਵਧਦੀ ਜਾਂਦੀ ਹੈ । ਜਿਹੜਾ ਮਨ ਨੂੰ ਸ਼ਬਦ ਅਨੁਸਾਰ ਢਾਲਦਾ ਹੈ, ਪ੍ਰਭ ਆਪ ਹੀ ਅਸਲੀ ਦਾਨ ਬਖਸ਼ਦਾ ਹੈ, ਜਿਸ ਨਾਲ ਜਨਮ, ਮਰਨ ਦਾ ਚੱਕਰ ਖਤਮ ਹੋ ਜਾਂਦਾ ਹੈ ।

Whosoever may donate huge amounts of gold, worldly possessions, horses, elephants, a large piece of land or holy animals; however, the root of his ego may not be eliminated, rather enhanced. Whosoever may adopt the teachings of His Word in his day-to-day life; with His mercy and grace, he may be blessed with the right path of acceptance in His Court. His cycle of birth and death may be eliminated.

ਮਨਹਠ ਬੁਧੀ ਕੇਤੀਆ,	manhath buDhee kaytee-aa
ਕੇਤੇ ਬੇਦ ਬੀਚਾਰ॥	kaytay bayd beechaar.
ਕੇਤੇ ਬੰਧਨ ਜੀਅ ਕੇ,	kaytay banDhan jee-a kay
ਗੁਰਮੁਖਿ ਮੋਖ ਦੁਆਰ॥	gurmukh mokh du-aar.
ਸਚਹੁ ਓਰੈ ਸਭੁ ਕੋ,	sachahu orai sabh ko
ਉਪਰਿ ਸਚੁ ਆਚਾਰੁ॥੫॥	upar sach aachaar. ||5||

ਸੰਸਾਰ ਵਿੱਚ ਅਨੇਕਾਂ ਹੀ ਦ੍ਰਿੜ੍ਹਤਾ ਵਾਲੇ ਵਿਦਵਾਨ, ਧਾਰਮਕ ਲਿਖਤਾ ਨੂੰ ਘੋਖਦੇ ਹਨ । ਪਰ ਆਤਮਾ ਅਨੇਕਾਂ ਹੀ ਜਾਲਾਂ ਵਿੱਚ ਫਸੀ ਹੈ, ਕੇਵਲ ਗੁਰਮਖ ਅਵਸਥਾ ਵਾਲੇ ਨੂੰ ਹੀ ਮੁਕਤੀ ਦਾ ਰਸਤਾ ਬਖਸ਼ਿਸ਼ ਹੁੰਦਾ ਹੈ । ਪ੍ਰਭ ਦਾ ਸ਼ਬਦ, ਸਭ ਤੋਂ ਉਚਾ ਹੈ, ਪਰ ਆਪਣਾ ਜੀਵਨ ਸ਼ਬਦ ਦੀ ਸਿਖਿਆਂ ਅਨੁਸਾਰ ਢਾਲਣਾ, ਜੀਵਨ ਬਤੀਤ ਕਰਨਾ ਇਸ ਤੋਂ ਵੀ ਮਹੱਤਤਾ ਵਾਲਾ ਹੁੰਦਾ ਹੈ ।

In this universe, there are several determined scholars, devotees, who may search and investigate all religious Holy Scriptures. However, human mind remains intoxicated with various worldly desires, greed. Whosoever may adopt the teachings of His Word, only he may be blessed with the right path of salvation. His Word may be considered, most significant and true forever; however, adopting the teachings of His Word in day-to-day life may even be more significant.

ਸਭੁ ਕੋ ਊਚਾ ਆਖੀਐ,	sabh ko oochaa aakhee-ai
ਨੀਚੁ ਨ ਦੀਸੈ ਕੋਇ॥	neech na deesai ko-ay.
ਇਕਨੈ ਭਾਂਡੇ ਸਾਜਿਐ,	iknai bhaaNday saaji-ai
ਇਕੁ ਚਾਨਣੁ ਤਿਹੁ ਲੋਇ॥	ik chaanan tihu lo-ay.
ਕਰਮਿ ਮਿਲੈ ਸਚੁ ਪਾਈਐ,	karam milai sach paa-ee-ai
ਧੁਰਿ ਬਖਸ ਨ ਮੇਟੈ ਕੋਇ॥੬॥	Dhur bakhas na maytai ko-ay. ||6||

ਪ੍ਰਭ ਦੇ ਪੈਦਾ ਕੀਤਾ ਜੀਵ ਨੂੰ ਉਤਮ ਹੀ ਆਖਣਾ ਚਾਹੀਦਾ ਹੈ, ਕਿਸੇ ਨੂੰ ਨੀਚ ਨਹੀਂ ਕਹਿਣਾ ਚਾਹੀਦਾ । ਸਾਰੇ ਸਰੀਰ, ਅਕਾਰ ਪ੍ਰਭ ਨੇ ਬਣਾਏ ਹਨ, ਹਰ ਵਿੱਚ ਪ੍ਰਭ ਦੀ ਜੋਤ ਵਸਦੀ ਹੈ । ਜਿਸ ਤੇ ਰਹਿਮਤ ਬਖਸ਼ਦਾ ਹੈ, ਉਹ ਪ੍ਰਵਾਨਗੀ ਦੇ ਰਸਤੇ ਤੇ ਚਲ ਪੈਂਦਾ ਹੈ । ਪ੍ਰਭ ਦੀ ਰਹਿਮਤ ਉਸ ਕੋਲੋ ਕੋਈ ਖੋਹ ਜਾ ਖਰੀਦ ਨਹੀਂ ਸਕਦਾ ।

Whosoever may be born in the world; His Creation may be called superb and unique; no one should be called a lowly class or mean spirited. The True Master has created all body structures worthy for His dwelling with His Imagination. Whosoever may be bestowed with His blessed Vision, he may adopt the right path of salvation. No one can rob or purchase His Blessings with worldly wealth.

ਸਾਧੁ ਮਿਲੈ ਸਾਧੂ ਜਨੈ,	saaDh milai saaDhoo janai
ਸੰਤੋਖੁ ਵਸੈ ਗੁਰ ਭਾਇ॥	santokh vasai gur bhaa-ay.
ਅਕਥ ਕਥਾ ਵੀਚਾਰੀਐ,	akath kathaa veechaaree-ai
ਜੇ ਸਤਿਗੁਰ ਮਾਹਿ ਸਮਾਇ॥	jay saT`gur maahi samaa-ay.
ਪੀ ਅੰਮ੍ਰਿਤੁ ਸੰਤੋਖਿਆ,	pee amrit santokhi-aa
ਦਰਗਹਿ ਪੈਧਾ ਜਾਇ॥੭॥	dargahi paiDhaa jaa-ay. ||7||

ਜਦੋਂ ਇਕ ਬੰਦਗੀ ਕਰਨਵਾਲਾ ਦੂਸਰੇ ਬੰਦਗੀ ਕਰਨਵਾਲੇ ਨੂੰ ਮਿਲਦਾ ਹੈ, ਦੋਨੋਂ ਹੀ ਪ੍ਰਭ ਦੇ ਸ਼ਬਦ ਨੂੰ ਵਿਚਾਰ ਕੇ ਸੰਤੋਖ, ਧੀਰਜ ਹਾਸਿਲ ਕਰਦੇ ਹਨ । ਉਹ ਨਾ–ਕਥੀ ਜਾਣ ਵਾਲੀਆਂ ਕਰਤਬਾਂ ਦਾ ਵਿਚਾਰ ਕਰਕੇ ਬੰਦਗੀ ਵਿੱਚ ਹੀ ਲੀਨ ਹੋ ਜਾਂਦੇ ਹਨ । ਉਹ ਸ਼ਬਦ ਦਾ ਰਸ ਮਾਨਦੇ ਦਰਬਾਰ ਵਿੱਚ ਪ੍ਰਵਾਨ ਹੋ ਜਾਂਦੇ ਹਨ ।

When more than one true devotee meets; all may discuss and learn the true significance, spiritual message of His Word; all remain in peace and contented. They discuss the unexplainable nature and miracles of His nature and enter deep revelation in the void of His Word. His true devotee enjoys the nectar of His Word; he remains firm on the right path of salvation.

ਘਟਿ ਘਟਿ ਵਾਜੈ ਕਿੰਗੁਰੀ,	ghat ghat vaajai kinguree an-din
ਅਨਦਿਨੁ ਸਬਦਿ ਸੁਭਾਇ॥	sabad subhaa-ay.
ਵਿਰਲੇ ਕਉ ਸੋਝੀ ਪਈ,	virlay ka-o soJhee pa-ee gurmukh
ਗੁਰਮੁਖਿ ਮਨੁ ਸਮਝਾਇ॥	man samjhaa-ay.

ਨਾਨਕ ਨਾਮੁ ਨ ਵੀਸਰੈ,	naanak Naam na veesrai chhootai
ਛੂਟੈ ਸਬਦੁ ਕਮਾਇ॥੮॥14॥	sabad kamaa-ay. ‖8‖14‖

ਹਰਇਕ ਜੀਵ ਦੇ ਹਿਰਦੇ ਵਿੱਚ ਸ਼ਬਦ ਦੀ ਧੁਨ ਚਲਦੀ ਹੈ । ਕਿਸੇ ਵਿਰਲੇ ਜੀਵ ਨੂੰ ਹੀ ਇਸ ਦਾ ਗਿਆਨ, ਸੋਝੀ ਹੁੰਦੀ, ਸੁਣਾਈ ਦੇਂਦੀ ਹੈ । ਜਿਸ ਨੂੰ ਗੁਰਮਖ ਅਵਸਥਾ ਬਖਸ਼ਿਸ਼ ਹੋ ਜਾਂਦੀ ਹੈ, ਉਸ ਨੂੰ ਇਸ ਦੀ ਸੋਝੀ ਬਖਸ਼ਿਸ਼ ਹੋ ਜਾਂਦੀ ਹੈ । ਜੀਵ ਪ੍ਰਭ ਦੇ ਸ਼ਬਦ ਨੂੰ ਕਦੇ ਆਪਣੇ ਮਨ ਵਿਚੋਂ ਨਾ ਵਸਾਰੋ! ਸ਼ਬਦ ਦੀ ਕਮਾਈ ਹੀ ਪ੍ਰਵਾਨਗੀ ਦੇ ਰਸਤੇ ਤੇ ਅਡੋਲ ਰਖਦੀ ਹੈ ।

The everlasting echo of His Word always resonates within each heart; however, very rare devotee may be enlightened with existence of everlasting echo or hear resonating within his own heart. Whosoever may be blessed with a state of mind as His true devotee, only he may be enlightened with the essence of His Word. You should never forsake the teachings of His Word from your mind. Earnings of His Word keep him on the right path of acceptance in His Court.

168.ਸਿਰੀਰਾਗੁ ਮਹਲਾ ੧॥ (62-16)

ਚਿਤੇ ਦਿਸਹਿ ਧਉਲਹਰ,	chitay diseh Dha-ulhar
ਬਗੇ ਬੰਕ ਦੁਆਰ॥	bagay bank du-aar.
ਕਰਿ ਮਨ ਖੁਸੀ ਉਸਾਰਿਆ,	kar man khusee usaari-aa
ਦੂਜੈ ਹੇਤਿ ਪਿਆਰਿ॥	doojai hayt pi-aar.
ਅੰਦਰੁ ਖਾਲੀ ਪ੍ਰੇਮ ਬਿਨੁ,	andar khaalee paraym bin
ਢਹਿ ਢੇਰੀ ਤਨੁ ਛਾਰੁ॥੧॥	dheh dhayree tan chhaar. ‖1‖

ਸੰਸਾਰ ਵਿੱਚ ਇਹ ਵਡੇ ਵਡੇ ਮਹਿਲ, ਮਾੜੀਆਂ ਸਾਰੇ ਮਨ ਨੂੰ ਖੁਸ਼ ਕਰਨ ਲਈ ਬਣਾਏ ਜਾਂਦੇ ਹਨ । ਜਿਸ ਨੂੰ ਇਹਨਾਂ ਨਾਲ ਹੀ ਖੁਸ਼ੀ ਹੁੰਦੀ ਹੈ, ਉਸ ਦਾ ਮਨ ਦੁਬਦਾ ਵਿੱਚ ਭਟਕਦਾ ਹੈ, ਮਨ ਤੇ ਅਟਲ ਪ੍ਰਭ ਦੇ ਬਖਸ਼ੇ ਤੇ ਭਰੋਸਾ ਅਡੋਲ ਨਹੀਂ ਹੁੰਦਾ । ਉਸ ਦੇ ਮਨ ਵਿੱਚ ਸ਼ਬਦ ਨਾਲ ਲਗਨ, ਸ਼ਬਦ ਦੀ ਕਮਾਈ ਨਹੀਂ ਹੁੰਦੀ । ਉਸ ਦਾ ਤਨ ਮਿੱਟੀ ਦਾ ਪੁਤਲਾ, ਮਿੱਟੀ ਵਿੱਚ ਹੀ ਰਲ ਜਾਂਦਾ ਹੈ ।
(ਮੰਦਰ ਗੁਰਦੁਅਰੇ, ਬਹੁਤ ਸੁੰਦਰ, ਆਲਾ ਸ਼ਾਹੀ ਘਰ)

There are many big elegant castles, temples, shrines built for the pleasure and happiness of mind. Whosoever may enjoy the worldly pleasure, elegant castles, and worldly things; he may never remain contented with His Blessings. He indulges in duality of various faiths. He may wander in frustration; he may never have a firm belief in His Blessings. He may never stay on any path with steady and stable belief. His gorgeous body may be an an idol made of mud and eventually becomes a part of dirt.

ਭਾਈ ਰੇ, ਤਨੁ ਧਨੁ,ਸਾਥਿ ਨ ਹੋਇ॥	bhaa-ee ray tan Dhan saath na ho-ay.
ਰਾਮ ਨਾਮੁ ਧਨੁ ਨਿਰਮਲੋ,	raam naam Dhan nirmalo
ਗੁਰੁ ਦਾਤਿ ਕਰੇ ਪ੍ਰਭੁ ਸੋਇ॥੧॥ ਰਹਾਉ॥	gur daat karay parabh so-ay. ‖1‖ rahaa-o.

ਜੀਵ ਇਹ ਸਰੀਰ, ਤਨ, ਸੰਸਾਰਕ ਧਨ, ਹੈਸੀਅਤ ਮਰਨ ਤੋਂ ਪਿਛੋਂ ਸਾਥ ਨਹੀਂ ਜਾਂਦੀ । ਪ੍ਰਭ ਦੇ ਸ਼ਬਦ ਦੀ ਕਮਾਈ ਹੀ ਸਾਥ ਜਾਣ ਵਾਲੀ ਹੈ । ਕੇਵਲ ਪ੍ਰਭ ਦੀ ਰਹਿਮਤ ਨਾਲ ਹੀ ਬਖਸ਼ਿਸ਼ ਹੁੰਦੀ ਹੈ ।

Your body, worldly possessions, status may not stay with your soul to support after death in His Court. Only earnings of His Word remain with soul to support in His Court; only with His mercy and grace, he may be blessed with the right path of acceptance in His Court.

ਰਾਮ ਨਾਮੁ ਧਨੁ ਨਿਰਮਲੋ,	raam naam Dhan nirmalo
ਜੇ ਦੇਵੈ ਦੇਵਣਹਾਰੁ॥	jay dayvai dayvanhaar.
ਆਗੈ ਪੂਛ ਨ ਹੋਵਈ,	aagai poochh na hova-ee
ਜਿਸੁ ਬੇਲੀ ਗੁਰੁ ਕਰਤਾਰੁ॥	jis baylee gur kartaar.
ਆਪਿ ਛਡਾਏ ਛੁਟੀਐ,	aap chhadaa-ay chhutee-ai

ਆਪੇ ਬਖਸਣਹਾਰੁ॥੨॥	aapay bakhsanhaar. ||2||

ਪ੍ਰਭ ਦੇ ਸ਼ਬਦ ਦੀ ਕਮਾਈ ਹੀ ਪਵਿੱਤਰ ਕਮਾਈ ਹੈ । ਕੇਵਲ ਪ੍ਰਭ ਦੀ ਰਹਿਮਤ ਨਾਲ ਹੀ ਬਖਸ਼ਿਸ਼ ਹੋ ਸਕਦੀ ਹੈ । ਜਿਸ ਦਾ ਪ੍ਰਭ ਨਾਲ ਸੰਜੋਗ ਬਣ ਜਾਂਦਾ ਹੈ । ਉਸ ਨੂੰ ਦਰਗਾਹ ਵਿੱਚ ਕੋਈ ਲੇਖਾ ਨਹੀਂ ਦੇਣਾ ਪੈਂਦਾ । ਪ੍ਰਭ ਆਪ ਹੀ ਜੀਵ ਨੂੰ ਮੁਕਤੀ ਬਖਸ਼ਦਾ, ਆਪ ਹੀ ਜਮਦੂਤਾਂ ਦੇ ਵੱਸ ਪਾਉਂਦਾ ਹੈ ।

The earnings of His Word may be sanctified earnings worthy of His Consideration; with His mercy and grace, only His true devotee may be blessed with earning of His Word. Whosoever may be blessed with the right path of acceptance in His Court. His soul may remain beyond the judgement of deeds of his previous lives. True Master may bless salvation or he may be captured by the devil of death.

ਮਨਮੁਖੁ ਜਾਣੈ ਆਪਣੇ,	manmukh jaanai aapnay
ਧੀਆ ਪੂਤ ਸੰਜੋਗੁ॥	Dhee-aa poot sanjog.
ਨਾਰੀ ਦੇਖਿ ਵਿਗਾਸੀਅਹਿ,	naaree daykh vigaasee-ah
ਨਾਲੇ ਹਰਖੁ ਸੁ ਸੋਗੁ॥	naalay harakh so sog.
ਗੁਰਮੁਖਿ ਸਬਦਿ ਰੰਗਾਵਲੇ,	gurmukh sabad rangaavlay
ਅਹਿਨਿਸਿ ਹਰਿ ਰਸੁ ਭੋਗੁ॥੩॥	ahinis har ras bhog. ||3||

ਮਨਮੁਖੁ ਜੀਵ ਸੰਸਾਰਕ ਪਰਿਵਾਰ ਨੂੰ ਆਪਣਾ ਸਮਝਕੇ ਅਭਿਮਾਨ ਕਰਦਾ ਹੈ । ਆਪਣੀ ਸੁੰਦਰ ਪਤਨੀ ਨੂੰ ਦੇਖਕੇ ਬਹੁਤ ਖੁਸ਼ ਹੁੰਦਾ ਹੈ । ਸੰਸਾਰ ਵਿੱਚ ਇਸ ਨਾਲ ਮੁਸ਼ਕਲਾਂ ਹੀ ਆਉਂਦੀਆਂ ਹਨ । ਗੁਰਮਖ ਜੀਵ ਪ੍ਰਭ ਦੇ ਸ਼ਬਦ ਵਿੱਚ ਲੀਨ ਹੋਇਆ ਅਨੰਦ ਮਾਨਦਾ ਹੈ । ਉਹ ਇਸ ਵਿਚੋਂ ਹੀ ਸਾਰੀਆਂ ਬਖਸ਼ਿਸ਼ਾਂ ਹਾਸਿਲ ਕਰ ਲੈਂਦਾ ਹੈ ।

Self-minded boast about his worldly family as his own possessions. He feels very delighted to see his beautiful wife and children. Worldly families may provide happiness and comforts; however, worldly greed, and miseries remains embedded with worldly wealth. His true devotee remains intoxicated in meditation in the void of His Word. He may be blessed with contentment, and harmony from his meditation.

ਚਿਤੁ ਚਲੈ ਵਿਤੁ ਜਾਵਣੋ,	chit chalai vit jaavno
ਸਾਕਤ ਡੋਲਿ ਡੋਲਾਇ॥	saakat dol dolaa-ay.
ਬਾਹਰਿ ਢੂੰਢਿ ਵਿਗੁਚੀਐ,	baahar dhoondh viguchee-ai
ਘਰ ਮਹਿ ਵਸਤੁ ਸੁਥਾਇ॥	ghar meh vasat suthaa-ay.
ਮਨਮੁਖਿ ਹਉਮੈ ਕਰਿ ਮੁਸੀ,	manmukh ha-umai kar musee
ਗੁਰਮੁਖਿ ਪਲੈ ਪਾਇ॥੪॥	gurmukh palai paa-ay. ||4||

ਜਿਸ ਦਾ ਪ੍ਰਭ ਤੇ ਵਿਸ਼ਵਾਸ ਨਹੀਂ ਹੁੰਦਾ, ਉਹ ਵੱਖਰੀਆਂ ਵੱਖਰੀਆਂ ਥਾਂ ਤੇ ਸ਼ਾਂਤੀ, ਧਨ ਖੋਜਦਾ ਰਹਿੰਦਾ ਹੈ । ਇਕ ਰਸਤੇ ਤੇ ਟਿਕਦਾ ਨਹੀਂ । ਅਣਜਾਣ, ਜਿਸ ਦੀ ਤਲਾਸ਼ ਕਰਦਾ ਹੈ! ਉਸ ਦੇ ਅੰਦਰ ਹੀ ਹੈ, ਉਸ ਪਾਸੇ ਧਿਆਨ ਨਹੀਂ ਲਾਉਂਦਾ । ਅਹੰਕਾਰ ਵਿੱਚ ਹੀ ਰਹਿੰਦਾ ਮੁਨਮੁਖ ਨੂੰ ਪ੍ਰਵਾਨਗੀ ਦਾ ਅਸਲੀ ਰਸਤਾ ਬਖਸ਼ਿਸ਼ ਨਹੀਂ ਹੋ ਸਕਦਾ । ਗੁਰਮਖ ਜੀਵ ਸੰਤੋਖ ਨਾਲ ਬੰਦਗੀ ਕਰਦਾ, ਆਪਣੇ ਅੰਦਰੋਂ ਹੀ ਪ੍ਰਭ ਦੀ ਜੋਤ ਜਾਗਰਤ ਹੋ ਜਾਂਦੀ, ਬਖਸ਼ਿਸ਼ ਹੋ ਜਾਂਦੀ ਹੈ ।

Whosoever may not have a steady and stable belief on the teachings of His Word; he may remain wandering in pilgrimage at various Holy Shrines, religious places to find peace of mind. He may never stay focused on anyone path. Whatsoever may the ignorant be trying to find? The ambrosial jewel, the enlightenment of the essence of His Word remains embedded within his soul and dwells within his body; however, he may never search within his own mind. Self-minded intoxicated in his own ego may not be blessed with the right path of acceptance in His Court. His true devotee may meditate with patience, and contentment. He may be enlightened from within.

ਸਾਕਤ ਨਿਰਗੁਣਿਆਰਿਆ,	saakat nirguni-aari-aa
ਆਪਣਾ ਮੂਲੁ ਪਛਾਣੁ॥	aapnaa mool pachhaan.
ਰਕਤੁ ਬਿੰਦੁ ਕਾ ਇਹੁ ਤਨੋ,	rakat bind kaa ih tano
ਅਗਨੀ ਪਾਸਿ ਪਿਰਾਣੁ॥	agnee paas piraan.
ਪਵਣੈ ਕੈ ਵਸਿ ਦੇਹੁਰੀ,	pavnai kai vas dayhuree
ਮਸਤਕਿ ਸਚੁ ਨੀਸਾਣੁ॥੫॥	mastak sach neesaan. ||5||

ਅਣਜਾਣ ਜੀਵ, ਮਨ ਮੱਤ ਛੱਡਕੇ ਆਪਣੇ ਆਪ ਨੂੰ ਪਛਾਣੋ । ਤੇਰਾ ਤਨ, ਰੱਤ ਅਤੇ ਧਾਂਤ ਦਾ ਬਣਿਆ ਹੋਇਆ ਹੈ । ਅੰਤ ਵਿੱਚ ਅੱਗ ਵਿੱਚ ਹੀ ਭਸਮ ਹੋ ਜਾਣਾ ਹੈ । ਤੇਰਾ ਸਰੀਰ ਸਵਾਸਾਂ ਦਾ ਗੁਲਾਮ ਹੈ, ਤੇਰੇ ਮੱਥੇ ਤੇ ਇਸ ਦਾ ਹਿਸਾਬ ਲਿਖਿਆ ਹੈ ।

Ignorant! You must renounce your evil thoughts and recognize the real purpose of your human life opportunity. Your body has been created with blood and semen. In the end, your body may be burned to ashes. You remain a slave of breaths; your good and bad deeds are inscribed on your forehead.

ਬਹੁਤਾ ਜੀਵਨੁ ਮੰਗੀਐ,	bahutaa jeevan mangee-ai
ਮੁਆ ਨ ਲੋੜੈ ਕੋਇ॥	mu-aa na lorhai ko-ay.
ਸੁਖ ਜੀਵਨੁ ਤਿਸੁ ਆਖੀਐ,	sukh jeevan tis aakhee-ai
ਜਿਸੁ ਗੁਰਮੁਖਿ ਵਸਿਆ ਸੋਇ॥	jis gurmukh vasi-aa so-ay.
ਨਾਮ ਵਿਹੂਣੇ ਕਿਆ ਗਣੀ,	naam vihoonay ki-aa ganee
ਜਿਸੁ ਹਰਿ ਗੁਰ ਦਰਸੁ ਨ ਹੋਇ॥੬॥	jis har gur daras na ho-ay. ||6||

ਹਰਇਕ ਜੀਵ ਲੰਮੀ ਉਮਰ ਹੀ ਮੰਗਦਾ ਹੈ, ਕੋਈ ਮੌਤ ਨਹੀਂ ਮੰਗਦਾ । ਜਿਹੜਾ ਆਪਣੇ ਅੰਦਰ ਜੋਤ ਜਾਗਰਤ ਕਰ ਲੈਂਦਾ ਹੈ, ਸੁਖਾਂ ਵਾਲਾ ਜੀਵਨ ਕੇਵਲ ਉਸ ਨੂੰ ਹੀ ਬਖਸ਼ਿਸ਼ ਹੁੰਦਾ ਹੈ । ਜਿਸ ਦੇ ਮਨ ਅੰਦਰ ਪ੍ਰਭ ਦੇ ਸ਼ਬਦ ਦੀ ਜੋਤ ਜਾਗਰਤ ਨਹੀਂ ਹੁੰਦੀ, ਪ੍ਰਭ ਦੀ ਹੋਂਦ ਮਹਿਸੂਸ ਨਹੀਂ ਹੁੰਦੀ, ਉਸ ਦੇ ਜੀਵਨ ਦਾ ਕੋਈ ਲਾਭ ਨਹੀਂ ਹੁੰਦਾ ।

Everyone may pray for long and happy life; no one may pray for miseries or death. Whosoever may be enlightened with the essence of His Word, only his life may be full of comforts. Without the enlightenment of the essence of His Word, he may not benefit from his human life opportunity.

ਜਿਉ ਸੁਪਨੈ ਨਿਸਿ ਭੁਲੀਐ,	ji-o supnai nis bhulee-ai
ਜਬ ਲਗਿ ਨਿਦ੍ਰਾ ਹੋਇ॥	jab lag nidraa ho-ay.
ਇਉ ਸਰਪਨਿ ਕੈ ਵਸਿ ਜੀਅੜਾ,	i-o sarpan kai vas jee-arhaa
ਅੰਤਰਿ ਹਉਮੈ ਦੋਇ॥	antar ha-umai do-ay.
ਗੁਰਮਤਿ ਹੋਇ ਵੀਚਾਰੀਐ	gurmat ho-ay veechaaree-ai
ਸੁਪਨਾ ਇਹੁ ਜਗੁ ਲੋਇ॥੭॥	supnaa ih jag lo-ay. ||7||

ਜਿਸ ਦੇ ਮਨ ਵਿੱਚ ਅਹੰਕਾਰ, ਭਰਮ ਭਟਕਦੇ ਰਹਿੰਦੇ ਹਨ, ਉਹ ਸੁੱਤਾ, ਸੁਪਨੇ ਵਿੱਚ ਹੀ ਘੁੰਮਦਾ ਰਹਿੰਦਾ ਹੈ । ਉਸ ਦਾ ਜੀਵਨ ਮਾਇਆ ਧਾਰੀ ਸੱਪ ਦੇ ਅਧੀਨ ਹੀ ਰਹਿੰਦਾ ਹੈ । ਜਿਹੜੇ ਜੀਵ ਨੂੰ ਗੁਰਮਖ ਅਵਸਥਾ ਬਖਸ਼ਿਸ਼ ਹੋ ਜਾਂਦੀ ਹੈ । ਉਹ ਨੂੰ ਸੋਝੀ ਜਾਂਦੀ ਹੈ, ਇਹ ਜੀਵਨ ਵੀ ਇਕ ਸੁਪਨੇ ਵਰਗਾ ਹੈ ।

Whosoever may remain intoxicated in his ego of worldly status; he may remain frustrated in religious suspicions. He may remain ignorant from the reality of human life and remains sleeping in fantasy world. He remains a slave of worldly possessions and under the influence of the snake of worldly wealth. Whosoever may adopt the teachings of His Word; he may be blessed with a state of mind as His true devotee. He may realize, human life is like a short visit on earth; his entire life may be over like a dream.

ਅਗਨਿ ਮਰੈ ਜਲੁ ਪਾਈਐ,	agan marai jal paa-ee-ai
ਜਿਉ ਬਾਰਿਕ ਦੂਧੈ ਮਾਇ॥	ji-o baarik dooDhai maa-ay.
ਬਿਨੁ ਜਲ ਕਮਲ ਸੁ ਨਾ ਥੀਐ,	bin jal kamal so naa thee-ai
ਬਿਨੁ ਜਲ ਮੀਨੁ ਮਰਾਇ॥	bin jal meen maraa-ay.
ਨਾਨਕ ਗੁਰਮੁਖਿ ਹਰਿ ਰਸਿ ਮਿਲੈ,	naanak gurmukh har ras milai
ਜੀਵਾ ਹਰਿ ਗੁਣ ਗਾਇ॥੮॥15॥	jeevaa har gun gaa-ay. ||8||15||

ਜਿਵੇਂ ਅੱਗ, ਪਾਣੀ ਮਿਲਣ ਤੇ ਖਤਮ ਹੋ ਜਾਂਦੀ ਹੈ, ਬੱਚਾ ਮਾਂ ਦਾ ਦੁਧ ਲੇ ਕੇ ਸੰਤੁਸ਼ਟ ਹੋ ਜਾਂਦਾ ਹੈ । ਜਿਵੇਂ ਕਮਲ ਫੁੱਲ ਪਾਣੀ ਬਿਨਾਂ ਨਹੀਂ ਹੁੰਦਾ, ਮੱਛੀ ਪਾਣੀ ਬਿਨਾ ਮਰ ਜਾਂਦੀ ਹੈ । ਇਸਤਰ੍ਹਾਂ ਗੁਰਮਖ ਨੂੰ ਪ੍ਰਭ ਦੇ ਸ਼ਬਦ ਦੇ ਸਿਮਰਨ ਬਿਨਾਂ ਚੈਨ ਨਹੀਂ ਆਉਂਦਾ । ਉਸ ਵਿੱਚ ਹੀ ਲੀਨ ਹੋਇਆਂ ਹੀ ਅਰਾਮ ਮਿਲਦਾ ਹੈ ।

As fire may be extinguished by pouring water; a child may stop crying, contented with mother's milk. As lotus flower cannot blossom without water; fish dies without water. Same way His true devotee may not remain comfortable and contentment without singing the glory of His Word. He may feel comfortable and contented in the meditation in the void of His Word.

169.ਸਿਰੀਰਾਗੁ ਮਹਲਾ ੧॥ (63-10)

ਡੂੰਗਰੁ ਦੇਖਿ ਡਰਾਵਣੋ,	doongar daykh daraavno
ਪੇਈਅੜੈ ਡਰੀਆਸੁ॥	pay-ee-arhai daree-aas.
ਉਚਉ ਪਰਬਤੁ ਗਾਖੜੋ,	oocha-o parbat gaakh-rho
ਨਾ ਪਉੜੀ ਤਿਤੁ ਤਾਸੁ॥	naa pa-orhee tit taas.
ਗੁਰਮੁਖਿ ਅੰਤਰਿ ਜਾਣਿਆ,	gurmukh antar jaani-aa
ਗੁਰਿ ਮੇਲੀ ਤਰੀਆਸੁ॥੧॥	gur maylee taree-aas. ||1||

ਸੰਸਾਰ ਇਕ ਬਹੁਤ ਉਚਾ ਪਰਬਤ ਹੈ, ਉਸ ਤੇ ਚੜ੍ਹਨਾ ਬਹੁਤ ਕਠਨ ਹੈ । ਉਥੇ ਮੇਰੇ ਅਸਲੀ ਮਾਲਕ ਦਾ ਘਰ, ਦਰਬਾਰ ਹੈ । ਉਸ ਤੇ ਚੜ੍ਹਨ ਲਈ ਕੋਈ ਪੌੜੀ ਨਹੀਂ, ਉਸ ਤੇ ਚੜ੍ਹਨ ਦਾ ਰਸਤਾ ਬਹੁਤ ਔਖਾ ਹੈ । ਜਿਹੜੇ ਜੀਵ ਨੂੰ ਗੁਰਮਖ ਅਵਸਥਾ ਬਖਸ਼ਿਸ਼ ਹੋ ਜਾਂਦੀ ਹੈ, ਉਸ ਨੂੰ ਸ਼ਬਦ ਦੀ ਪਾਲਣਾ ਨਾਲ ਸੋਝੀ ਹੋ ਜਾਂਦੀ ਹੈ, ਕਿ ਅਸਲੀ ਮਾਲਕ ਦਾ ਘਰ ਜੀਵ ਦੇ ਤਨ ਅੰਦਰ ਹੀ ਹੈ । ਪ੍ਰਭ ਨੇ ਆਪ ਹੀ ਸ਼ਬਦ ਦੀ ਪਾਲਣਾ ਵਿੱਚ ਸੋਝੀ ਬਖਸ਼ੀ ਹੈ ।

Worldly life may be like a steep mountain, very difficult to climb. The Castle of The True Master may be on the top of this mountain. No stairs to climb the mountain and the path is very tedious and difficult. Whosoever may adopt the teachings of His Word; with His mercy and grace, he may realize! His castle is within his own body and mind. He must search within to be blessed with the right path of acceptance in His Court.

ਭਾਈ ਰੇ ਭਵਜਲੁ, ਬਿਖਮੁ ਡਰਾਂਉ॥	bhaa-ee ray bhavjal bikham daraaN-o.
ਪੂਰਾ ਸਤਿਗੁਰੁ ਰਸਿ ਮਿਲੈ,	pooraa saT`gur ras milai
ਗੁਰੁ ਤਾਰੇ ਹਰਿ ਨਾਉ॥੧॥ ਰਹਾਉ॥	gur taaray har naa-o. ||1|| rahaa-o.

ਸੰਸਾਰਕ ਸਾਗਰ ਬਹੁਤ ਭਿਆਨਕ ਹੈ, ਕੇਵਲ ਪ੍ਰਭ ਦੀ ਰਹਿਮਤ ਨਾਲ ਹੀ ਸ਼ਬਦ ਦੀ ਸੋਝੀ ਬਖਸ਼ਿਸ਼ ਹੁੰਦੀ ਹੈ, ਸਾਗਰ ਪਾਰ ਕੀਤਾ ਜਾ ਸਕਦਾ ਹੈ ।

The worldly ocean may be frightening. Whosoever may be enlightened with the essence of His Word; he may remain steady and stable to swim cross that ocean.

ਚਲਾ ਚਲਾ ਜੇ ਕਰੀ,	chalaa chalaa jay karee
ਜਾਣਾ ਚਲਣਹਾਰੁ॥	jaanaa chalanhaar.
ਜੋ ਆਇਆ ਸੋ ਚਲਸੀ,	jo aa-i-aa so chalsee
ਅਮਰੁ ਸੁ ਗੁਰੁ ਕਰਤਾਰੁ॥	amar so gur kartaar.
ਭੀ ਸਚਾ ਸਾਲਾਹਣਾ,	bhee sachaa salaahnaa

ਸਚੈ ਥਾਨਿ ਪਿਆਰੁ॥੨॥	sachai thaan pi-aar. ||2||

ਹਰਇਕ ਜੀਵ ਹਰ ਵੇਲੇ ਕਹਿੰਦਾ ਹੈ ਕਿ ਮੌਤ ਆਉਣੀ ਹੈ । ਅਖੀਰ ਵਿੱਚ ਜੀਵਨ ਦਾ ਅੰਤ ਆ ਹੀ ਜਾਂਦਾ ਹੈ । ਜਿਹੜਾ ਜੀਵ ਹੀ ਜਨਮ ਲੈਂਦਾ, ਉਸ ਨੂੰ ਮੌਤ ਆਉਂਦੀ ਹੈ, ਕੇਵਲ ਪ੍ਰਭ ਹੀ, ਜਨਮ, ਮਰਨ ਤੋਂ ਰਹਿਤ ਹੈ । ਅਟਲ ਪ੍ਰਭ ਦੇ ਸ਼ਬਦ ਦਾ ਸਦਾ ਹੀ ਸਿਮਰਨ ਕਰੋ । ਉਸ ਦੇ ਇਨਸਾਫ ਦੇ ਘਰ ਨਾਲ ਪਿਆਰ ਅਡੋਲ ਰਖੋ !

Everyone recognizes that death is certain and unavoidable. His death comes at predetermined moment; cycle of birth and death continue forever; only, The One and Only One True Master remains beyond birth and death. You should always meditate on the teachings of His Word, His house of justice.

ਦਰ ਘਰ ਮਹਲਾ ਸੋਹਣੇ,	dar ghar mehlaa sohnay
ਪਕੇ ਕੋਟ ਹਜਾਰ॥	pakay kot hajaar.
ਹਸਤੀ ਘੋੜੇ ਪਾਖਰੇ,	hastee ghorhay paakhray
ਲਸਕਰ ਲਖ ਅਪਾਰ॥	laskar lakh apaar.
ਕਿਸ ਹੀ ਨਾਲਿ ਨ ਚਲਿਆ,	kis hee naal na chali-aa
ਖਪਿ ਖਪਿ ਮੁਏ ਅਸਾਰ॥੩॥	khap khap mu-ay asaar. ||3||

ਜੀਵ ਆਪਣੇ ਰਹਿਣ ਲਈ ਪੱਕੇ ਘਰ, ਮਹਿਲ ਬਣਾਉਂਦਾ ਹੈ । ਸਵਾਰੀ ਲਈ ਘੋੜੇ, ਹਾਥੀ ਰਖਦਾ ਹੈ, ਰਖਿਆ ਲਈ ਹਜ਼ਾਰਾਂ ਦੀ ਫੋਜ ਬਣਾਉਂਦਾ ਹੈ । ਜੀਵ ਇਹ ਨਹੀਂ ਜਾਣਦਾ, ਇਹ ਕੋਈ ਚੀਜ਼ ਮਰਨ ਤੇ ਸਾਥ ਨਹੀਂ ਜਾਣੀ, ਇਹ ਫੋਜ ਮੌਤ ਤੋਂ ਬਚਾ ਨਹੀਂ ਸਕਦੀ ।

Self-minded may build a strong castle for his residence and collects horses, elephants for his ride and pleasures. He may hire strong security force, an army for his protection and safety. Ignorant may not realize! His possessions may not remain with his soul after death, nor his security force or army can protect from the devil of death.

ਸੁਇਨਾ ਰੁਪਾ ਸੰਚੀਐ,	su-inaa rupaa sanchee-ai
ਮਾਲੁ ਜਾਲੁ ਜੰਜਾਲੁ॥	maal jaal janjaal.
ਸਭ ਜਗ ਮਹਿ ਦੋਹੀ ਫੇਰੀਐ,	sabh jag meh dohee fayree-ai
ਬਿਨੁ ਨਾਵੈ ਸਿਰਿ ਕਾਲੁ॥	bin naavai sir kaal.
ਪਿੰਡੁ ਪੜੈ ਜੀਉ ਖੇਲਸੀ,	pind parhai jee-o khaylsee
ਬਦਫੈਲੀ ਕਿਆ ਹਾਲੁ॥੪॥	badfailee ki-aa haal. ||4||

ਜੀਵ ਸੰਸਾਰ ਵਿੱਚ ਧਨ ਇਕੱਠਾ ਕਰਦਾ ਹੈ । ਸੰਸਾਰਕ ਧਨ ਹੀ ਮਾਇਆ ਦਾ ਜਾਲ ਹੈ । ਸੰਸਾਰਕ, ਹੈਸੀਅਤ, ਰਾਜ ਸਭ ਸੰਸਾਰ ਵਿੱਚ ਹੀ ਸੋਭਾ ਦੇਂਦੇ ਹਨ । ਸ਼ਬਦ ਦੇ ਧਨ ਤੋਂ ਬਿਨਾਂ ਜਮਦੂਤਾਂ ਦੇ ਵੱਸ ਹੀ ਪੈਂਦਾ ਹੈ । ਸਵਾਸ ਖਤਮ ਹੋ ਜਾਣ ਤੇ ਇਸ ਮੰਦੇ ਕੰਮਾਂ ਵਾਲੇ ਜੀਵ ਦਾ ਕੀ ਹਾਲ ਹੁੰਦਾ ਹੈ?

Self-minded may collecting worldly, possessions for worldly comforts! He becomes a victim of sweet poison of worldly wealth. Worldly status or kingdoms, glory may only provide honor, comforts in worldly life. Whosoever may not have earnings of His Word, he may be captured by the devil of death. Whose capital of breath may be exhausted! What would be the condition of his soul?

ਪੁਤਾ ਦੇਖਿ ਵਿਗਸੀਐ,	putaa daykh vigsee-ai
ਨਾਰੀ ਸੇਜ ਭਤਾਰ॥	naaree sayj bhataar.
ਚੋਆ ਚੰਦਨੁ ਲਾਈਐ,	cho-aa chandan laa-ee-ai
ਕਾਪੜੁ ਰੂਪੁ ਸੀਗਾਰੁ॥	kaaparh roop seegaar.
ਖੇਹੂ ਖੇਹ ਰਲਾਈਐ,	khayhoo khayh ralaa-ee-ai
ਛੋਡਿ ਚਲੈ ਘਰ ਬਾਰੁ॥੫॥	chhod chalai ghar baar. ||5||

ਆਪਣੇ ਪੁਤਰ, ਪਤਨੀ ਨੂੰ ਆਪਣੇ ਪਲਗ ਦੀ ਸੇਜ ਤੇ ਦੇਖ ਕੇ ਬਹੁਤ ਅਨੰਦ ਮਾਨਦਾ ਹੈ । ਆਪਣੇ ਆਪ ਨੂੰ ਸ਼ਾਨਦਾਰ ਕਪੜਿਆਂ ਨਾਲ, ਕੀਮਤੀ ਅਤਰ ਨਾਲ ਸਜਾਉਂਦਾ ਹੈ । ਮੌਤ ਤੋਂ ਪਿਛੋਂ ਉਸ ਦਾ ਤਨ ਮਿੱਟੀ ਵਿੱਚ ਰਲ ਜਾਂਦਾ ਹੈ । ਘਰ, ਧਨ, ਸਾਰੇ ਹੀ ਸੰਸਾਰ ਵਿੱਚ ਹੀ ਛੱਡ ਜਾਂਦੇ ਹਨ ।

Self-minded may be very happy, proud to see his children, his beautiful wife on his elegant bed. He embellishes with elegant cloths and expensive fragments. After death his body may be burned to ashes. All his worldly possessions must be left behind in this world; his worldly glory have no significance in His Court for the real purpose of his human life journey.

ਮਹਰ ਮਲੂਕ ਕਹਾਈਐ,	mahar malook kahaa-ee-ai
ਰਾਜਾ ਰਾਉ ਕਿ ਖਾਨੁ॥	raajaa raa-o ke khaan.
ਚਉਧਰੀ ਰਾਉ ਸਦਾਈਐ,	cha-uDhree raa-o sadaa-ee-ai
ਜਲਿ ਬਲੀਐ ਅਭਿਮਾਨ॥	jal balee-ai abhimaan.
ਮਨਮੁਖਿ ਨਾਮੁ ਵਿਸਾਰਿਆ,	manmukh Naam visaari-aa
ਜਿਉ ਡਵਿ ਦਧਾ ਕਾਨੁ॥੬॥	ji-o dav daDhaa kaan. ||6||

ਜੀਵ ਭਾਵੇਂ ਆਪਣੇ ਆਪ ਨੂੰ ਰਾਜਾ ਜਾ ਮਹਾਰਾਜਾ, ਚੋਧਰੀ ਸਦਾਵੇ, ਉਹ ਅਹੰਕਾਰ ਦੀ ਅੱਗ ਵਿੱਚ ਜਲਦਾ ਰਹਿੰਦਾ ਹੈ । ਮਨਮੁਖ ਜੀਵ ਸ਼ਬਦ ਵਿੱਚ ਧਿਆਨ ਨਹੀਂ ਲਾਉਂਦਾ, ਉਸ ਦੀ ਸੰਸਾਰਕ ਹੈਸੀਅਤ ਘਾਹ ਦੇ ਢੇਰ ਦੀ ਤਰ੍ਹਾਂ ਹੀ ਜਲ ਜਾਂਦੀ ਹੈ ।

No matter! Self-minded may be a King of Kings, chief of community; however, he always remains burning in the fire of his ego and worldly status. Self-minded may not pay any attention to His Word; his worldly possessions, status may burn like a heap of grass.

ਹਉਮੈ ਕਰਿ ਕਰਿ ਜਾਇਸੀ,	ha-umai kar kar jaa-isee
ਜੋ ਆਇਆ ਜਗ ਮਾਹਿ॥	jo aa-i-aa jag maahi.
ਸਭੁ ਜਗੁ ਕਾਜਲ ਕੋਠੜੀ,	sabh jag kaajal koth-rhee
ਤਨੁ ਮਨੁ ਦੇਹ ਸੁਆਹਿ॥	tan man dayh su-aahi.
ਗੁਰਿ ਰਾਖੇ ਸੇ ਨਿਰਮਲੇ,	gur raakhay say nirmalay
ਸਬਦਿ ਨਿਵਾਰੀ ਭਾਹਿ॥੭॥	sabad nivaaree bhaahi. ||7||

ਜਿਹੜਾ ਜੀਵ ਸੰਸਾਰ ਵਿੱਚ ਅਹੰਕਾਰ ਵਿੱਚ ਰਹਿੰਦਾ ਹੈ, ਉਹ ਮੌਤ ਦੇ ਹਵਾਲੇ ਹੀ ਰਹਿੰਦਾ ਹੈ । ਸਾਰਾ ਸੰਸਾਰ ਹੀ ਇਕ ਗਦਾਮ ਹੀ ਹੈ ਜਿਸ ਵਿੱਚ ਹਨੇਰਾ ਹੀ ਹੈ । ਉਸ ਦਾ ਮਨ ਮੰਦੇ ਕੰਮ ਕਰਕੇ ਮੈਲਾ ਹੋਇਆ ਹੈ । ਜਿਸ ਦੀ ਪ੍ਰਭ ਆਪ ਰਖਿਆ ਕਰਦਾ ਹੈ, ਉਸ ਨੂੰ ਸ਼ਬਦ ਦੇ ਲੜ ਲਾਉਂਦਾ ਹੈ । ਉਸ ਨੂੰ ਸ਼ਬਦ ਦੀ ਸੋਝੀ ਬਖਸ਼ਿਸ਼ ਹੋ ਜਾਂਦੀ ਹੈ, ਇੱਛਾਂ ਦੀ ਅੱਗ ਖਤਮ ਕਰ ਲੈਂਦਾ ਹੈ ।

Whosoever may remain in his own ego, he may be captured by the devil of death. The whole world may be like a dark warehouse. His mind may be blemished with evil deeds. Whosoever may be bestowed with His Blessed Vision, he may be attached to a devotional meditation. He may adopt the teachings of His Word in his life; with His mercy and grace, he may be enlightened with the essence of His Word, his fire of worldly desires may be extinguished.

ਨਾਨਕ ਤਰੀਐ ਸਚਿ ਨਾਮਿ,	naanak taree-ai sach Naam sir saahaa
ਸਿਰਿ ਸਾਹਾ ਪਾਤਿਸਾਹੁ॥	paatisaahu.
ਮੈ ਹਰਿ ਨਾਮੁ ਨ ਵੀਸਰੈ,	mai har Naam na veesrai har Naam
ਹਰਿ ਨਾਮੁ ਰਤਨੁ ਵੇਸਾਹੁ॥	ratan vaysaahu.
ਮਨਮੁਖ ਭਉਜਲਿ ਪਚਿ ਮੁਏ,	manmukh bha-ojal pach mu-ay
ਗੁਰਮੁਖਿ ਤਰੇ ਅਥਾਹੁ॥੮॥16॥	gurmukh taray athaahu. ||8||16||

ਜੀਵ ਸ਼ਬਦ ਵਿੱਚ ਲੀਨ ਹੋ ਕੇ ਸਾਗਰ ਪਾਰ ਕਰ ਜਾਂਦੇ ਹਨ । ਪ੍ਰਭ ਰਹਿਮਤ ਬਖਸ਼ੋ! ਕਿ ਪ੍ਰਭ ਦਾ ਸ਼ਬਦ ਮੇਰੇ ਦਿੱਲ ਵਿਚੋਂ ਨਾ ਵਿਸਰ ਜਾਵੇ । ਮਨਮੁਖ ਜੀਵ ਕੋਸ਼ਿਸ਼ ਕਰਦਾ ਕਰਦਾ ਹੀ ਸਾਗਰ ਵਿੱਚ ਡੁੱਬ ਜਾਂਦਾ ਹੈ । ਗੁਰਮਖ ਨੂੰ ਸ਼ਬਦ ਦਾ ਸਿਮਰਨ ਕਰਦੇ ਨੂੰ ਸ਼ਬਦ ਦੀ ਸੋਝੀ, ਅਣਮੋਲ ਰਤਨ ਬਖਸ਼ਿਸ਼ ਹੋ ਜਾਂਦਾ ਹੈ, ਉਹ ਸਾਗਰ ਪਾਰ ਕਰ ਜਾਂਦਾ ਹੈ ।

Whosoever may remain intoxicated in meditation in the void of His Word; with His mercy and grace, he may reach the other shore. My True Master, I may never forsake the teachings of Your Word. Self-minded keeps trying various meditations, teachings of worldly gurus; he may drown in worldly ocean of greed. His true devotee remains in deep meditation in the void of His Word; with His mercy and grace, he may be enlightened with the precious jewels of His Word, He may cross the worldly ocean of greed.

170.ਸਿਰੀਰਾਗੁ ਮਹਲਾ ੧ ਘਰੁ ੨॥ (64-3)

ਮੁਕਾਮੁ ਕਰਿ ਘਰਿ ਬੈਸਣਾ,	mukaam kar ghar baisnaa
ਨਿਤ ਚਲਣੈ ਕੀ ਧੋਖ॥	nit chalnai kee Dhokh.
ਮੁਕਾਮੁ ਤਾ ਪਰੁ ਜਾਣੀਐ,	mukaam taa par jaanee-ai
ਜਾ ਰਹੈ ਨਿਹਚਲੁ ਲੋਖ॥੧॥	jaa rahai nihchal lok. ||1||

ਜੀਵ ਸੰਸਾਰ ਵਿੱਚ ਆਪਣਾ ਘਰ ਬਣਾਉਂਦਾ ਹੈ । ਇਸ ਨੂੰ ਅਰਾਮ ਕਰਨਵਾਲੀ ਜਗ੍ਹਾ ਆਖਦਾ ਹੈ । ਪਰ ਉਸ ਦੇ ਮਨ ਵਿੱਚ ਮੌਤ ਦਾ ਖਿਆਲ ਰਹਿੰਦਾ ਹੈ, ਕਿ ਇਕ ਦਿਨ ਇਹ ਘਰ ਛੱਡਕੇ ਜਾਣਾ ਹੈ । ਅਗਰ ਸਦਾ ਹੀ ਇਥੇ ਰਹਿਣਾ ਹੋਵੇ, ਕੋਈ ਬਦਲੀ ਨਾ ਹੋਣੀ ਹੋਵੇ, ਤਾ ਹੀ ਸੰਸਾਰਕ ਘਰ ਨੂੰ ਅਰਾਮ ਕਰਨਵਾਲੀ ਜਗ੍ਹਾ ਕਿਹਾ ਜਾ ਸਕਦਾ ਹੈ ।

Self-minded may make a house in this world; he may claim as his resting place. The fear of death always consuming his thoughts; he is going to leave everything behind at death. Worldly residences may only be worthy to be called resting place; where, he may live forever. His soul must return to endure the judgement of his deeds

ਦੁਨੀਆ ਕੈਸਿ ਮੁਕਾਮੇ॥	dunee-aa kais mukaamay.
ਕਰਿ ਸਿਦਕੁ ਕਰਣੀ ਖਰਚੁ,	kar sidak karnee kharach
ਬਾਧਹੁ ਲਾਗਿ ਰਹੁ ਨਾਮੇ ॥੧॥ ਰਹਾਉ॥	baaDhhu laag rahu Naamay. ||1|| rahaa-o.

ਸੰਸਾਰ ਕਿਸਤਰ੍ਹਾਂ ਦੀ ਅਰਾਮ ਕਰਨਵਾਲੀ ਜਗ੍ਹਾ ਹੈ? ਜੀਵ ਇਥੇ ਧਾਰਮਕ ਕੰਮ ਕਰਦਾ, ਸ਼ਬਦ ਦੀ ਕਮਾਈ ਕਰਦਾ ਹੈ । ਸ਼ਬਦ ਕਮਾਈ ਨਾਲ ਲੈ ਕੇ ਆਪਣੇ ਅਸਲੀ ਮਾਲਕ ਦੇ ਘਰ ਚਲੇ ਜਾਂਦਾ ਹੈ ।

What kind of resting place may be this world? He may perform various religious rituals, deeds and earns wealth of His Word. His soul may carry his wealth of His Word to support in His Court, after death.

ਜੋਗੀ ਤ ਆਸਣੁ ਕਰਿ ਬਹੈ,	jogee ta aasan kar bahai
ਮੁਲਾ ਬਹੈ ਮੁਕਾਮਿ॥	mulaa bahai mukaam.
ਪੰਡਿਤ ਵਖਾਣਹਿ ਪੋਥੀਆ,	pandit vakaaneh pothee-aa
ਸਿਧ ਬਹਹਿ ਦੇਵ ਸਥਾਨਿ॥੨॥	siDh baheh dayv sathaan. ||2||

ਸੰਸਾਰ ਵਿੱਚ ਹਰ ਧਾਰਮਕ ਵਰਗ ਦੇ ਜੀਵ ਆਪਣੇ ਆਪਣੇ ਤਰੀਕੇ ਨਾਲ ਬੰਦਗੀ ਕਰਦੇ ਹਨ । ਜੋਗੀ, ਜੋਗਾ ਦਾ ਆਸਣ ਲਾਉਂਦਾ, ਮੁੱਲਾ ਮਸੀਤ ਵਿੱਚ ਨਮਾਜ਼ ਪੜ੍ਹਦਾ, ਪੰਡਿਤ ਵੇਦਾਂ ਦਾ ਵਿਚਾਰ ਕਰਦਾ, ਸਿਧ ਆਪਣੇ ਗੁਰੂ ਦੇ ਮੰਦਰ ਵਿੱਚ ਬੰਦਗੀ ਕਰਦਾ, ਸਿਧ ਸ਼ਿਵਾਂ ਦੀ ਪੂਜਾ ਕਰਦਾ, ਮੌਨੀ, ਸ਼ੇਖ, ਪੀਰ, ਆਪਣੇ ਆਪਣੇ ਤਰੀਕੇ ਨਾਲ ਬੰਦਗੀ ਕਰਦੇ ਹਨ । ਸਿਖ ਗੁਰੂ ਗ੍ਰੰਥ ਨੂੰ ਪ੍ਰਵਾਨਗੀ ਦਾ ਰਸਤਾ ਸਮਝਦਾ ਹੈ ।

In the universe! Everyone may meditate with unique practice defined by his religious belief. Yogi establishes a program of meditation; Muslim reads 5 prayers, Namaz in mosque; Brahman reads and discuss the meaning of Vedas; sidhs worship shiva; Sikhs read defined 5 Gurbani, scripts. However, adopting the teachings of His Word, renunciation in the memory of his separation from His Holy Spirit may be the only right path of salvation.

Five Prayers of Muslim Religion		
Sunrise	Salat al-fajr	
Noon	Salat al-zuhr	
Afternoon	Salat al-'asr	
Sunset	Salat al maghrib	
Night	Salat al-'isha	

Indeed, the good deeds drive away the evil deeds. This is a Reminder to those who are mindful of Allah."

ਸੁਰ ਸਿਧ ਗਣ ਗੰਧਰਬ,
ਮੁਨਿ ਜਨ ਸੇਖ ਪੀਰ ਸਲਾਰ॥
ਦਰਿ ਕੂਚ ਕੂਚਾ ਕਰਿ ਗਏ,
ਅਵਰੇ ਭਿ ਚਲਣਹਾਰ॥੩॥

sur siDh gan ganDharab mun jan
saykh peer salaar.
sar kooch koochaa kar ga-ay avray
bhe chalanhaar. ||3||

ਪਰ ਇਹ ਸਾਰੇ (ਸਿੱਧ, ਸੇਖ, ਪੀਰ) ਹੀ ਆਪਣਾ ਜੀਵਨ ਭੋਗਕੇ ਮਰ ਜਾਂਦੇ ਹਨ । ਅੱਗੇ ਆਉਣ ਵਾਲਿਆਂ ਨੇ ਵੀ ਮਰ ਜਾਣਾ ਹੈ ।

All these religious preachers may die after predetermined time in human life. The cycle of birth and death continue forever.

ਸੁਲਤਾਨ ਖਾਨ ਮਲੂਕ ਉਮਰੇ,
ਗਏ ਕਰਿ ਕਰਿ ਕੂਚੁ॥
ਘੜੀ ਮੁਹਤਿ ਕਿ ਚਲਣਾ,
ਦਿੱਲ ਸਮਝੁ ਤੂੰ ਭਿ ਪਹੂਚੁ॥੪॥

sultaan khaan malook umray
ga-ay kar kar kooch.
gharhee muhat ke chalnaa
dil samajh tooN bhe pahooch. ||4||

ਸੰਸਾਰ ਵਿੱਚ ਵਡੇ ਵਡੇ ਰਾਜੇ, ਜੋਧੇ ਹੋਏ ਹਨ । ਸਭ ਹੀ ਅਖੀਰ ਵਿੱਚ ਮੌਤ ਦੇ ਹਵਾਲੇ ਹੀ ਹੋ ਗਏ ਹਨ । ਜੀਵ ਸਮਝ, ਤੂੰ ਵੀ ਘੜੀ ਮੁਹਲਤ ਦਾ ਪ੍ਰਾਹੁਣਾ ਹੈ, ਤੂੰ ਵੀ ਅਖੀਰ ਵਿੱਚ ਮਰ ਜਾਣਾ ਹੈ ।

In this world, many brave kings and warriors were born. All have died after predetermined time and captured by the devil of death. Remember! You are also a guest in the universe for a predetermined time; death is unavoidable.

ਸਬਦਾਹ ਮਾਹਿ ਵਖਾਣੀਐ,
ਵਿਰਲਾ ਤ ਬੂਝੈ ਕੋਇ॥
ਨਾਨਕੁ ਵਖਾਣੈ ਬੇਨਤੀ,
ਜਲਿ ਥਲਿ ਮਹੀਅਲਿ ਸੋਇ॥੫॥

sabdaah maahi vakhaanee-ai
virlaa ta boojhai ko-ay.
naanak vakhaanai bayntee
jal thal mahee-al so-ay. ||5||

ਕੋਈ ਵਿਰਲਾ ਹੀ ਸ਼ਬਦ ਦਾ ਇਹ ਤੱਤ ਸਮਝਦਾ ਹੈ । ਜੀਵ ਉਸ ਪ੍ਰਭ ਦੀ ਬੰਦਗੀ ਕਰੋ । ਜਿਹੜਾ ਤਿੰਨਾਂ ਸ੍ਰਿਸ਼ਟੀਆਂ ਵਿੱਚ ਹੀ ਵਾਪਰਦਾ ਹੈ, ਹਜ਼ਾਰਾ ਹਜ਼ੂਰ ਹੈ ।

Everyone believes death remains unpredictable, unavoidable, and certain; however, very rare may be enlightened with the essence of His Word. You should always adopt the teachings of His Word. The Creator of the universe prevails everywhere all the time forever.

ਅਲਾਹੁ ਅਲਖੁ ਅਗੰਮੁ ਕਾਦਰੁ,
ਕਰਣਹਾਰੁ ਕਰੀਮੁ॥
ਸਭ ਦੁਨੀ ਆਵਣ ਜਾਵਣੀ,
ਮੁਕਾਮੁ ਏਕੁ ਰਹੀਮੁ॥੬॥

alaahu alakh agamm kaadar
karanhaar kareem.
sabh dunee aavan jaavnee
mukaam ayk raheem. ||6||

ਪ੍ਰਭ ਹੀ ਬਹੁਤ ਨਾਮਾਂ ਨਾਲ ਜਾਣਿਆ ਜਾਂਦਾ ਹੈ । ਸਭ ਤੋਂ ਵਡਾ, ਰਹਿਮਤਾਂ ਦਾ ਦਾਤਾ ਅਟਲ ਹੈ । ਬਾਕੀ ਸਾਰੀ ਸ੍ਰਿਸ਼ਟੀ ਥੋੜ੍ਹਾ ਸਮਾਂ ਰਹਿਣ ਵਾਲੀ, ਖਤਮ ਹੋ ਜਾਣ ਵਾਲੀ ਹੈ ।

The One and Only One, True Master, greatest of All, Treasure of all Virtues, may be recognized by many names. All other creatures have been sent in the universe for predetermined time for unique purpose.

ਮੁਕਾਮੁ ਤਿਸ ਨੋ ਆਖੀਐ,	mukaam tis no aakhee-ai
ਜਿਸੁ ਸਿਸਿ ਨ ਹੋਵੀ ਲੇਖੁ॥	jis sis na hovee laykh.
ਅਸਮਾਨੁ ਧਰਤੀ ਚਲਸੀ,	asmaan Dhartee chalsee
ਮੁਕਾਮੁ ਓਹੀ ਏਕੁ ॥੭॥	mukaam ohee ayk. ||7||

ਜਿਹੜਾ ਅਟਲ, ਲੇਖੇ ਤੋਂ ਰਹਿਤ ਹੋਵੇ, ਉਸ ਨੂੰ ਹੀ ਪ੍ਰਭ ਆਖਿਆ ਜਾ ਸਕਦਾ ਹੈ । ਧਰਤੀ ਅਤੇ ਅਕਾਸ਼ ਸਾਰੇ ਹੀ ਬੀਤ ਜਾਣ ਵਾਲੇ ਹਨ, ਕੇਵਲ ਪ੍ਰਭ ਹੀ ਸਦਾ ਅਟਲ ਰਹਿਣ ਵਾਲਾ ਹੈ ।

Whosoever may live forever; beyond any account of His deeds; only He may be worthy to be called The True Guru, True Master. Earth, Sky, and Seas shall disappear, vanish over a period; only The One and Only One True Master remains true, lives forever, and remains unchanged.

ਦਿਨ ਰਵਿ ਚਲੈ ਨਿਸਿ ਸਸਿ,	din rav chalai nis sas
ਚਲੈ ਤਾਰਿਕਾ ਲਖ ਪਲੋਇ॥	chalai taarikaa lakh palo-ay.
ਮੁਕਾਮੁ ਓਹੀ ਏਕੁ ਹੈ,	mukaam ohee ayk hai
ਨਾਨਕਾ ਸਚੁ ਬੁਗੋਇ॥੮॥17॥	naankaa sach bugo-ay. ||8||17||
ਮਹਲੇ ਪਹਿਲੇ ਸਤਾਰਹ ਅਸਟਪਦੀਆ॥	

ਦਿਨ, ਰਾਤ, ਸੂਰਜ, ਚੰਦ, ਤਾਰੇ ਸਾਰੇ ਹੀ ਬੀਤ ਜਾਂਦੇ, ਸਦਾ ਨਹੀਂ ਰਹਿੰਦੇ! ਕੇਵਲ ਪ੍ਰਭ ਹੀ ਅਟਲ ਰਹਿਣ ਵਾਲਾ ਹੈ ।

Day, night, Sun, moon, and stars all disappear over a period and may not live forever. The One and Only One True Master lives forever.

171.ਸਿਰੀਰਾਗੁ ਮਹਲਾ ੩ ਘਰੁ ੧ ਅਸਟਪਦੀਆ (64-14)

੧ੴ ਸਤਿਗੁਰ ਪ੍ਰਸਾਦਿ॥	ik-oNkaar saT`gur parsaad.
ਗੁਰਮੁਖਿ ਕ੍ਰਿਪਾ ਕਰੇ ਭਗਤਿ ਕੀਜੈ,	gurmukh kirpaa karay bhagat keejai
ਬਿਨੁ ਗੁਰ ਭਗਤਿ ਨ ਹੋਇ॥	bin gur bhagat na ho-ay.
ਆਪੈ ਆਪੁ ਮਿਲਾਏ,	aapai aap milaa-ay
ਬੂਝੈ ਤਾ ਨਿਰਮਲੁ ਹੋਵੈ ਕੋਇ॥	boojhai taa nirmal hovai ko-ay.
ਹਰਿ ਜੀਉ ਸਚਾ ਸਚੀ ਬਾਣੀ,	har jee-o sachaa sachee banee
ਸਬਦਿ ਮਿਲਾਵਾ ਹੋਇ॥੧॥	sabad milaavaa ho-ay. ||1||

ਪ੍ਰਭ ਦੀ ਰਹਿਮਤ ਨਾਲ ਹੀ ਗੁਰਮਖ ਦੀ ਸ਼ਬਦ ਵਿੱਚ ਲਗਨ ਲਗਦੀ ਹੈ । ਸ਼ਬਦ (ਗੁਰੂ) ਦੀ ਪਾਲਣਾ ਤੋਂ ਬਿਨਾਂ ਬੰਦਗੀ ਨਹੀਂ ਹੋ ਸਕਦੀ । ਜਿਸ ਤੇ ਪ੍ਰਭ ਆਪ ਹੀ ਰਹਿਮਤ ਦੀ ਨਜ਼ਰ ਬਖਸ਼ਸ਼ਾ ਹੈ, ਉਸ ਨੂੰ ਹੀ ਸ਼ਬਦ ਦੀ ਸੋਝੀ ਹੁੰਦੀ, ਮਨ ਪਵਿੱਤਰ ਹੋ ਸਕਦਾ ਹੈ । ਪਵਿੱਤਰ ਪ੍ਰਭ ਦਾ ਸ਼ਬਦ ਵੀ ਪਵਿੱਤਰ ਹੈ । ਜਿਹੜਾ ਸ਼ਬਦ ਨਾਲ ਜੀਵਨ ਢਾਲਦਾ ਹੈ, ਉਸ ਨੂੰ ਪ੍ਰਵਾਨਗੀ ਦੇ ਰਸਤੇ ਦੀ ਸੋਝੀ ਬਖਸ਼ਿਸ਼ ਹੁੰਦੀ ਹੈ ।

The True Master blesses a devotion to meditate to His true devotee. Whosoever may not obey and adopts the teachings of His Word, he may not stay focused on any one path of meditation. Whosoever may be bestowed with His Blessed Vision, he may be enlightened from within; his soul may be sanctified. His Holy Spirit, His Word remains sanctified. Whosoever may adopt the teachings of His Word with steady and stable belief; with His mercy and grace, he may be blessed with the right path of salvation.

ਭਾਈ ਰੇ, ਭਗਤਿਹੀਣੁ	bhaa-ee ray bhagtiheen
ਕਾਹੇ ਜਗਿ ਆਇਆ॥	kaahay jag aa-i-aa.
ਪੂਰੇ ਗੁਰ ਕੀ ਸੇਵ ਨ ਕੀਨੀ,	pooray gur kee sayv na keenee
ਬਿਰਥਾ ਜਨਮੁ ਗਵਾਇਆ॥੧॥ ਰਹਾਉ॥	birthaa janam gavaa-i-aa. ||1|| rahaa-o.

ਜਿਸ ਦੇ ਮਨ ਵਿੱਚ ਸ਼ਬਦ ਦੀ ਪਾਲਣਾ ਦੀ ਲਗਨ ਨਹੀਂ ਹੁੰਦੀ । ਉਸ ਨੂੰ ਮਾਨਸ ਜਨਮ ਕਿਉਂ ਬਖਸ਼ਿਸ਼ ਹੋਇਆ ਹੈ? ਉਹ ਪ੍ਰਭ ਦੇ ਸ਼ਬਦ ਦੀ ਪਾਲਣਾ ਤੋ ਬਿਨਾਂ, ਮਾਨਸ ਜਨਮ ਬਿਰਥਾ ਹੀ ਗਵਾ ਜਾਂਦਾ ਹੈ ।

Whosoever may not have a devotion to obey the teachings of His Word! Why has he been blessed with human life opportunity? Whosoever may not obey the teachings of His Word, he wastes his human life opportunity, uselessly.

ਆਪੇ ਹਰਿ ਜਗਜੀਵਨੁ ਦਾਤਾ,	aapay har jagjeevan daataa
ਆਪੇ ਬਖਸਿ ਮਿਲਾਏ॥	aapay bakhas milaa-ay.
ਜੀਅ ਜੰਤ ਏ ਕਿਆ ਵੇਚਾਰੇ,	jee-a jant ay ki-aa vaychaaray
ਕਿਆ ਕੋ ਆਖਿ ਸੁਣਾਏ॥	ki-aa ko aakh sunaa-ay.
ਗੁਰਮੁਖਿ ਆਪੇ ਦੇ ਵਡਿਆਈ,	gurmukh aapay day vadi-aa-ee
ਆਪੇ ਸੇਵ ਕਰਾਏ॥੨॥	aapay sayv karaa-ay. ||2||

ਪ੍ਰਭ ਆਪ ਹੀ ਜੀਵ ਨੂੰ ਜੀਵਨ ਬਖਸ਼ਣ ਵਾਲਾ ਹੈ, ਆਪ ਹੀ ਗਲਤੀਆਂ ਬਖਸ਼ਕੇ, ਸਿੱਧੇ ਰਸਤੇ ਅਡੋਲ ਰਖਕੇ ਪ੍ਰਵਾਨ ਕਰਦਾ ਹੈ । ਸੰਸਾਰ ਵਿੱਚ ਪੈਦਾ ਹੋਇਆ ਨਿਮਾਣੇ ਜੀਵ ਕੌਣ ਹੈ? ਉਹ ਜੀਵ ਕੀ ਬੋਲ ਸਕਦਾ, ਵਿਆਖਿਆ ਕਰ ਸਕਦਾ ਹੈ? ਪ੍ਰਭ ਆਪ ਹੀ ਗੁਰਮਖ ਨੂੰ ਰਹਿਮਤ, ਮਾਣ ਬਖਸ਼ਦਾ ਹੈ । ਆਪ ਹੀ ਉਸ ਤੋਂ ਸ਼ਬਦ ਦੀ ਕਮਾਈ ਕਰਾਉਂਦਾ ਹੈ, ਉਸ ਦੇ ਕਾਰਜ ਵਿੱਚ ਸਹਾਈ ਹੁੰਦਾ ਹੈ ।

The True Master blesses his soul with a human life opportunity to sanctify, to become worth of His Consideration. He may forgive his sins and keeps him on the right path of acceptance in His Court. Who may be the humble soul, humans, born in this universe? What may he speak or explain about His Nature? He may bless enlightenment of the essence of His Word and honor His true devotee? His true devotee may be inspired to meditate and earn the wealth of His Word. He prevails in his meditation to be successful in life.

ਦੇਖਿ ਕੁਟੰਬੁ ਮੋਹਿ ਲੋਭਾਣਾ,	daykh kutamb mohi lobhaanaa
ਚਲਦਿਆ ਨਾਲਿ ਨ ਜਾਈ॥	chaldi-aa naal na jaa-ee.
ਸਤਿਗੁਰੁ ਸੇਵਿ ਗੁਣ ਨਿਧਾਨੁ ਪਾਇਆ,	saT`gur sayv gun niDhaan paa-i-aa
ਤਿਸ ਕੀ ਕੀਮ ਨ ਪਾਈ॥	tis kee keem na paa-ee.
ਪ੍ਰਭੁ ਸਖਾ ਹਰਿ ਜੀਉ,	parabh sakhaa har jee-o
ਮੇਰਾ ਅੰਤੇ ਹੋਇ ਸਖਾਈ॥੩॥	mayraa antay ho-ay sakhaa-ee. ||3||

ਜੀਵ ਆਪਣੇ ਸੰਸਾਰਕ ਪਰਿਵਾਰ ਨੂੰ ਦੇਖ ਕੇ ਮੋਹ ਦੇ ਜਾਲ ਵਿੱਚ ਫਸ ਜਾਂਦਾ ਹੈ । ਉਸ ਦਾ ਪਰਿਵਾਰ ਮੌਤ ਪਿਛੋ ਉਸ ਦੀ ਕੋਈ ਮਦਦ ਨਹੀਂ ਕਰ ਸਕਦਾ, ਉਸ ਨਾਲ ਨਹੀਂ ਜਾ ਸਕਦਾ । ਪ੍ਰਭ ਦੇ ਸ਼ਬਦ ਦੀ ਪਾਲਣਾ ਕਰਨ ਨਾਲ ਹੀ ਅਣਮੋਲ ਖਾਜ਼ਾਨੇ, ਸ਼ਬਦ ਦੀ ਸੋਝੀ ਬਖਸ਼ਿਸ਼ ਹੁੰਦੀ ਹੈ, ਇਸ ਦੀ ਕੀਮਤ ਜਾਣੀ ਨਹੀਂ ਜਾ ਸਕਦੀ । ਜੀਵ ਪ੍ਰਭ ਨੂੰ ਹੀ ਆਪਣਾ ਸਾਥੀ ਬਣਾਵੋ! ਉਹ ਹੀ ਕੰਮ ਕਰੋ, ਜਿਸ ਨਾਲ ਪ੍ਰਭ ਸਾਥੀ ਬਣ ਜਾਵੇ । ਮੌਤ ਪਿਛੋਂ ਕੇਵਲ ਸ਼ਬਦ ਦੀ ਕਮਾਈ ਹੀ ਜੀਵ ਦਾ ਸਾਥੀ, ਆਸਰਾ ਹੁੰਦਾ ਹੈ ।

Self-minded may remain intoxicated with belonging, and attachment, love his family. However, after death, family may not help to support in His Court. Whosoever may obey the teachings of His Word; with His mercy and grace, he may be blessed with a treasure of enlightenment of the essence of His Word. The true significance of His Blessings, enlightenment of the essence of His Word may remain beyond the imagination of His Creation. You should make The True Master, His Word as your companion! Whosoever may adopt the teachings of his Word with steady and stable belief; with His mercy and grace, his earnings of His Word remain a companion of his soul to support in His Court, after death.

ਪੇਈਅੜੈ ਜਗਜੀਵਨੁ ਦਾਤਾ,	pay-ee-arhai jagjeevan daataa
ਮਨਮੁਖਿ ਪਤਿ ਗਵਾਈ॥	manmukh pat gavaa-ee.
ਬਿਨੁ ਸਤਿਗੁਰ ਕੋ ਮਗੁ ਨ ਜਾਣੈ,	bin saT`gur ko mag na jaanai
ਅੰਧੇ ਠਉਰ ਨ ਕਾਈ॥	anDhay tha-ur na kaa-ee.
ਹਰਿ ਸੁਖਦਾਤਾ ਮਨਿ ਨਹੀ ਵਸਿਆ,	har sukh-daata man nahee vasi-aa
ਅੰਤਿ ਗਇਆ ਪਛੁਤਾਈ॥੪॥	ant ga-i-aa pachhutaa-ee. ||4||

ਸੰਸਾਰ ਵਿੱਚ ਪ੍ਰਭ ਹੀ ਸ਼ਬਦ ਨਾਲ ਲਗਨ, ਦਾਤਾਂ ਬਖਸ਼ਣ ਵਾਲਾ ਮਾਲਕ ਹੈ । ਮਨਮਰਜ਼ੀ ਕਰਨਵਾਲਾ ਆਪਣਾ ਵਿਸ਼ਵਾਸ ਗਵਾ ਲੈਂਦਾ ਹੈ । ਪ੍ਰਭ ਦੀ ਰਹਿਮਤ ਤੋਂ ਬਿਨਾਂ ਕੋਈ ਪ੍ਰਵਾਨਗੀ ਦਾ ਅਸਲੀ ਰਸਤਾ ਨਹੀਂ ਜਾਣ ਸਕਦਾ । ਅਗਿਆਨੀ ਜੀਵ ਨੂੰ ਕੋਈ ਸ਼ਾਂਤੀ, ਸੰਤੋਖ ਬਖਸ਼ਿਸ਼ ਨਹੀਂ ਹੁੰਦਾ । ਜਿਸ ਦੇ ਮਨ ਵਿੱਚ ਦਾਤਾਂ ਦੇ ਭੰਡਾਰੀ ਦਾ ਸ਼ਬਦ ਘਰ ਨਹੀਂ ਕਰਦਾ, ਉਹ ਮੌਤ ਪਿਛੋਂ ਪਛਤਾਵਾ ਹੀ ਕਰਦਾ ਹੈ ।

The One and Only One, True Master may bless a devotion to meditate. Self-minded may lose his own belief on the teachings of His Word and honor in His Court. Ignorant self-minded may not find the right path of salvation. He may not be blessed with a peace and contentment in his life. Whosoever may not remain drench with the essence of His Word, The Treasurer of All Blessings; he may only regret and repents after death.

ਪੇਈਅੜੈ ਜਗਜੀਵਨੁ ਦਾਤਾ,	pay-ee-arhai jagjeevan daataa
ਗੁਰਮਤਿ ਮੰਨਿ ਵਸਾਇਆ॥	gurmat man vasaa-i-aa.
ਅਨਦਿਨੁ ਭਗਤਿ ਕਰਹਿ ਦਿਨੁ ਰਾਤੀ,	an-din bhagat karahi din raatee ha-
ਹਉਮੈ ਮੋਹੁ ਚੁਕਾਇਆ॥	umai moh chukaa-i-aa.
ਜਿਸੁ ਸਿਉ ਰਾਤਾ ਤੈਸੋ ਹੋਵੈ,	jis si-o raataa taiso hovai sachay
ਸਚੇ ਸਚਿ ਸਮਾਇਆ॥੫॥	sach samaa-i-aa. ||5||

ਸੰਸਾਰ ਵਿੱਚ ਪ੍ਰਭ ਹੀ ਦਾਤਾਂ ਦੇਣ ਵਾਲਾ, ਲਗਨ ਲਾਉਣ ਵਾਲਾ ਹੈ । ਗੁਰਮਖ ਜੀਵ ਉਸ ਨੂੰ ਮਨ ਵਿੱਚ ਵਸਾ ਲੈਂਦੇ ਹਨ, ਉਹ ਦਿਨ ਰਾਤ ਉਸ ਦੇ ਸ਼ਬਦ ਦੀ ਪਾਲਣਾ, ਸਿਮਰਨ ਕਰਦਾ ਹੈ । ਆਪਣੇ ਮਨ ਵਿਚੋਂ ਸੰਸਾਰਕ ਇੱਛਾਂ ਨਾਲ ਮੋਹ ਅਤੇ ਅਹੰਕਾਰ ਖਤਮ ਕਰ ਲੈਂਦਾ ਹੈ । ਜਿਸ ਦੇ ਮਨ ਵਿੱਚ ਪ੍ਰਭ ਦੇ ਸ਼ਬਦ ਨਾਲ ਲਗਨ, ਸੁਰਤੀ ਲਗ ਜਾਂਦੀ ਹੈ, ਉਸ ਦੇ ਮਨ ਵਿੱਚ ਪ੍ਰਭ ਦੀ ਜੋਤ ਜਾਗਰਤ ਹੋ ਜਾਂਦਾ ਹੈ । ਉਹ ਪ੍ਰਭ ਦਾ ਹੀ ਰੂਪ ਬਣ ਜਾਂਦਾ ਹੈ, ਉਸ ਵਿੱਚ ਹੀ ਅਲੋਪ ਹੋ ਜਾਂਦਾ ਹੈ ।

The One and Only One, True Master may bless a devotion to meditate. His true devotee meditates, obeys the teachings of His Word with steady and stable belief in day and night; with His mercy and grace, he may remain drenched with the essence of His Word. He may conquer his worldly desires and his ego. Whosoever may remain intoxicated in meditation in the void of His Word; with His mercy and grace, his eternal spiritual glow may shine within, he may remain awake and alert. He may become a symbol of The True Master and immerses within His Holy Spirit.

ਆਪੇ ਨਦਰਿ ਕਰੇ ਭਾਉ ਲਾਏ,	aapay nadar karay bhaa-o laa-ay
ਗੁਰ ਸਬਦੀ ਬੀਚਾਰਿ॥	gur sabdee beechaar.
ਸਤਿਗੁਰੁ ਸੇਵਿਐ ਸਹਜੁ ਊਪਜੈ,	saT`gur sayvi-ai sahj oopjai
ਹਉਮੈ ਤ੍ਰਿਸਨਾ ਮਾਰਿ॥	ha-umai tarisnaa maar.
ਹਰਿ ਗੁਣਦਾਤਾ ਸਦ ਮਨਿ ਵਸੈ,	har gundaataa sad man vasai
ਸਚੁ ਰਖਿਆ ਉਰ ਧਾਰਿ॥੬॥	sach rakhi-aa ur Dhaar. ||6||

ਜਿਸ ਤੇ ਪ੍ਰਭ ਆਪ ਹੀ ਰਹਿਮਤ ਦੀ ਨਜ਼ਰ ਬਖਸ਼ਦਾ, ਸ਼ਬਦ ਨਾਲ ਲਗਨ ਲਾਉਂਦਾ ਹੈ, ਉਹ ਹੀ ਸ਼ਬਦ ਦੀ ਬੰਦਗੀ ਕਰ ਸਕਦਾ ਹੈ । ਪ੍ਰਭ ਆਪ ਹੀ ਉਸ ਨੂੰ ਸ਼ਬਦ ਦੀ ਸੋਝੀ ਬਖਸ਼ਦਾ ਹੈ । ਜਿਸ ਦਾ ਭਰੋਸਾ ਪ੍ਰਭ ਦੇ ਸ਼ਬਦ ਤੇ ਅਡੋਲ ਹੋ ਜਾਂਦਾ ਹੈ, ਉਸ ਦੇ ਮਨ ਵਿੱਚ ਖੇੜਾ ਬਖਸ਼ਿਸ਼ ਹੋ ਸਕਦਾ ਹੈ । ਉਸ ਦੇ ਮਨ ਵਿਚੋਂ ਅਹੰਕਾਰ ਅਤੇ ਇੱਛਾਂ ਖਤਮ ਹੋ ਜਾਂਦੀਆਂ ਹਨ । ਉਸ ਦੇ ਮਨ ਵਿੱਚ ਪ੍ਰਭ ਦੀ ਜੋਤ ਜਾਗਰਤ ਹੋ ਜਾਂਦੀ ਹੈ ।

Whosoever may be bestowed with His Blessed Vision, he may remain focused on meditation and obeying the teachings of His Word in life; with His mercy and grace, he may be blessed with the enlightenment of the essence of His Word. He may be blessed with a peace, contentment, and blossom in his life. He may conquer his ego and worldly desires. His eternal Holy Spirit may be glowing within and shinning on his forehead.

ਪ੍ਰਭੁ ਮੇਰਾ ਸਦਾ ਨਿਰਮਲਾ,	parabh mayraa sadaa nirmalaa
ਮਨਿ ਨਿਰਮਲਿ ਪਾਇਆ ਜਾਇ॥	man nirmal paa-i-aa jaa-ay.
ਨਾਮੁ ਨਿਧਾਨੁ ਹਰਿ ਮਨਿ ਵਸੈ,	naam niDhaan har man vasai
ਹਉਮੈ ਦੁਖੁ ਸਭੁ ਜਾਇ॥	ha-umai dukh sabh jaa-ay.
ਸਤਿਗੁਰਿ ਸਬਦੁ ਸੁਣਾਇਆ,	saT`gur sabad sunaa-i-aa
ਹਉ ਸਦ ਬਲਿਹਾਰੈ ਜਾਉ॥੭॥	ha-o sad balihaarai jaa-o. ||7||

ਪ੍ਰਭ ਸਦਾ ਹੀ ਪਵਿੱਤਰ ਰਹਿੰਦਾ ਹੈ! ਕੇਵਲ ਆਤਮਾ ਨੂੰ ਪਵਿੱਤਰ ਕਰਨ ਨਾਲ ਹੀ ਰਹਿਮਤ ਬਖਸ਼ਿਸ਼ ਹੋ ਸਕਦੀ ਹੈ । ਜਿਸ ਦੇ ਮਨ ਵਿੱਚ ਪ੍ਰਭ ਦਾ ਸ਼ਬਦ ਦੀ ਸੋਝੀ ਘਰ ਕਰ ਜਾਂਦੀ ਹੈ, ਉਸ ਦੇ ਮਨ ਵਿੱਚ ਖੇੜਾ ਰਹਿੰਦਾ ਹੈ । ਉਸ ਦੇ ਮਨ ਵਿਚੋਂ ਅਹੰਕਾਰ ਅਤੇ ਇੱਛਾਂ ਦੀਆਂ ਭਟਕਣਾਂ ਖਤਮ ਹੋ ਜਾਂਦੀਆਂ ਹਨ । ਜਿਸ ਨੂੰ ਸ਼ਬਦ ਦੀ ਸੋਝੀ ਬਖਸ਼ਦਾ ਹੈ! ਉਹ ਹੀ ਸ਼ਬਦ ਦਾ ਵਖਿਆਣ ਕਰ ਸਕਦਾ ਹੈ, ਉਹ ਹੀ ਪੂਜਣ ਯੋਗ ਹੋ ਜਾਂਦਾ ਹੈ ।

His Holy Spirit remains sanctified, without any blemish or deficiency. Only sanctified soul may be blessed with the right path of acceptance in His Court. Whosoever may remain drenched with the essence of His Word; with His mercy and grace, he may be overwhelmed with contentment blossom, his ego, frustrations may be eliminated. He may be blessed with the enlightenment of the essence of His Word; he may be able to explain His Nature and becomes worthy of worship.

ਆਪਣੈ ਮਨਿ ਚਿਤਿ ਕਹੈ ਕਹਾਏ,	aapnai man chit kahai kahaa-ay
ਬਿਨੁ ਗੁਰ ਆਪੁ ਨ ਜਾਈ॥	bin gur aap na jaa-ee.
ਹਰਿ ਜੀਉ ਭਗਤਿ ਵਛਲੁ ਸੁਖਦਾਤਾ,	har jee-o bhagat vachhal sukh-daata
ਕਰਿ ਕਿਰਪਾ ਮੰਨਿ ਵਸਾਈ॥	kar kirpaa man vasaa-ee.
ਨਾਨਕ ਸੋਭਾ ਸੁਰਤਿ ਦੇਇ ਪ੍ਰਭੁ ਆਪੇ,	naanak sobhaa surat day-ay parabh aapay
ਗੁਰਮੁਖਿ ਦੇ ਵਡਿਆਈ॥ ੮॥੧॥18॥	gurmukh day vadi-aa-ee. ||8||1||18||

ਜੀਵ ਭਾਵੇਂ ਆਪਣੇ ਮਨ ਵਿੱਚ ਕੁਝ ਵੀ ਸੋਚਦਾ, ਸਮਝਦਾ ਹੋਵੇ । ਪਰ ਸ਼ਬਦ ਨਾਲ ਜੀਵਨ ਢਾਲਣ ਤੋਂ ਬਿਨਾਂ, ਜੀਵ ਦਾ ਆਪਾ ਖਤਮ ਨਹੀਂ ਹੁੰਦਾ । ਪ੍ਰਭ ਹੀ ਸੁਖਾਂ ਦਾ ਦਾਤਾ ਹੈ! ਉਹ ਆਪਣੇ ਬੰਦਗੀ ਕਰਨ ਵਾਲੇ ਦੇ ਪਿਆਰ ਵਿੱਚ ਲੀਨ ਰਹਿੰਦਾ ਹੈ । ਉਹ ਆਪਣੀ ਰਹਿਮਤ ਨਾਲ ਹੀ ਜੀਵ ਦੇ ਮਨ ਵਿੱਚ ਵਸਦਾ, ਜਾਗਰਤ ਹੁੰਦਾ ਹੈ । ਪ੍ਰਭ ਆਪ ਹੀ ਜੀਵ ਨੂੰ ਸੁਚੇਤ ਰਖਦਾ ਹੈ, ਸ਼ਬਦ ਦੀ ਸੋਝੀ ਬਖਸ਼ਦਾ ਹੈ । ਸ਼ਬਦ ਵਿੱਚ ਲਗਨ ਅਡੋਲ ਰਖਦਾ ਹੈ, ਆਪ ਹੀ ਗੁਰਮਖ ਨੂੰ ਪ੍ਰਵਾਨ ਕਰਕੇ ਮਹੱਤਤਾ ਬਖਸ਼ਦਾ ਹੈ ।

Self-minded may think about the teachings of His Word; he may be very knowledgeable of the spiritual message. Whosoever may not adopt the teachings of His Word with steady and stable belief in his day-to-day life; he may never conquer his own mind nor surrender his self-identity at His Sanctuary. The True Master, Treasure of all the Blessings, remains bonded with love and devotion of His true devotee. His eternal spiritual glow shines within the heart of His true devotee; with His mercy and grace, His true devotee remains enlightened, steady, and stable on the path of acceptance in His Court. He may be accepted and honored in His Court.

172.ਸਿਰੀਰਾਗੁ ਮਹਲਾ ੩॥ (65-10)

ਹਉਮੈ ਕਰਮ ਕਮਾਵਦੇ,	ha-umai karam kamaavday
ਜਮਡੰਡੁ ਲਗੈ ਤਿਨ ਆਇ॥	jamdand lagai tin aa-ay.
ਜਿ ਸਤਿਗੁਰੁ ਸੇਵਨਿ ਸੇ ਉਬਰੇ,	je saT`gur sayvan say ubray
ਹਰਿ ਸੇਤੀ ਲਿਵ ਲਾਇ॥੧॥	har saytee liv laa-ay. ||1||

ਜਿਹੜਾ ਜੀਵ ਆਪਣੇ ਅਹੰਕਾਰ ਪਿਛੇ ਲਗਕੇ ਕੰਮ ਕਰਦਾ ਰਹਿੰਦਾ ਹੈ । ਉਹ ਜੂੰਨਾਂ ਦੇ ਚੱਕਰ ਵਿੱਚ ਹੀ ਰਹਿੰਦਾ ਹੈ । ਜਿਹੜਾ ਸ਼ਬਦ ਦੀ ਪਾਲਣਾ ਵਿੱਚ ਲਗ ਜਾਂਦਾ ਹੈ, ਉਹ ਪ੍ਰਭ ਦੀ ਰਹਿਮਤ ਨਾਲ ਜੂੰਨਾਂ ਦੇ ਚੱਕਰ ਵਿਚੋਂ ਬਚ ਜਾਂਦਾ ਹੈ ।

Whosoever may remain intoxicated in his ego in his worldly deeds. He remains in a cycle of birth and death. Whosoever may obey the teachings of His Word with steady and stable belief in his day-to-day life; with His mercy and grace, he may be saved from the cycle of birth and death.

ਮਨ ਰੇ ਗੁਰਮੁਖਿ ਨਾਮੁ ਧਿਆਇ॥	man, ray gurmukh Naam Dhi-aa-ay.
ਧੁਰਿ ਪੂਰਬਿ ਕਰਤੈ ਲਿਖਿਆ,	dhur poorab kartai likhi-aa
ਤਿਨਾ ਗੁਰਮਤਿ ਨਾਮਿ ਸਮਾਇ॥੧॥	tinaa gurmat Naam samaa-ay. ||1||
ਰਹਾਉ॥	rahaa-o.

ਜੀਵ ਗੁਰਮਖ ਬਣਕੇ ਸ਼ਬਦ ਦੀ ਬੰਦਗੀ ਕਰੋ! ਜਿਸ ਦੇ ਭਾਗਾਂ ਵਿੱਚ ਪਹਿਲੇ ਹੀ ਲਿਖਿਆ ਹੁੰਦਾ ਹੈ । ਉਹ ਹੀ ਅਡੋਲ ਭਰੋਸੇ ਨਾਲ ਸ਼ਬਦ ਨਾਲ ਜੀਵਨ ਢਾਲਦੇ ਹਨ ।

You must meditate on the teachings of His Word as His true devotee. Whosoever may have a great prewritten destiny, only he may adopt the teachings of His Word with steady and stable belief in day-to-day life.

ਵਿਣੁ ਸਤਿਗੁਰ ਪਰਤੀਤਿ ਨ ਆਵਈ,	vin saT`gur parteet na aavee
ਨਾਮਿ ਨ ਲਾਗੋ ਭਾਉ॥	Naam na laago bhaa-o.
ਸੁਪਨੈ ਸੁਖੁ ਨ ਪਾਵਈ,	supnai sukh na paav-ee
ਦੁਖ ਮਹਿ ਸਵੈ ਸਮਾਇ॥੨॥	dukh meh savai samaa-ay. ||2||

ਪ੍ਰਭ ਦੀ ਰਹਿਮਤ ਤੋਂ ਬਿਨਾਂ ਸ਼ਬਦ ਨਾਲ ਲਗਨ ਨਹੀਂ ਲਗਦੀ, ਭਰੋਸਾ ਅਡੋਲ ਨਹੀਂ ਹੁੰਦਾ, ਸ਼ਬਦ ਮਨ ਵਿੱਚ ਘਰ ਨਹੀਂ ਕਰਦਾ । ਉਸ ਜੀਵ ਨੂੰ ਸੁਪਨੇ ਵਿੱਚ ਵੀ ਕੋਈ ਸੁਖ ਨਜ਼ਰ ਨਹੀਂ ਆਉਂਦਾ, ਉਹ ਸਦਾ ਭਟਕਣਾਂ ਵਿੱਚ ਹੀ ਰਹਿੰਦਾ ਹੈ ।

Whosoever may be deprived from His Blessed Vision! He may not have a devotion to meditate nor remains steady and stable on one path. He may never be drenched with the essence of His Word. He may never realize peace and comfort even in his dream. He may remain frustrated with worldly desires in his day-to-day life.

ਜੇ ਹਰਿ ਹਰਿ ਕੀਚੈ ਬਹੁਤੁ ਲੋਚੀਐ	jay har har keechai bahut lochee-ai
ਕਿਰਤੁ ਨ ਮੇਟਿਆ ਜਾਇ॥	kirat na mayti-aa jaa-ay.
ਹਰਿ ਕਾ ਭਾਣਾ ਭਗਤੀ ਮੰਨਿਆ	har kaa bhaanaa bhagtee mani-aa
ਸੇ ਭਗਤ ਪਏ ਦਰਿ ਥਾਇ॥੩॥	say bhagat pa-ay dar thaa-ay. ||3||

ਕੋਈ ਜੀਵ ਧਾਰਮਕ ਬਾਣੀ ਦਾ ਪਾਠ ਕਰੇ, ਬਹੁਤ ਅਰਦਾਸ ਕਰੇ, ਫਿਰ ਵੀ ਉਸ ਦੇ ਪਿਛਲੇ ਜਨਮ ਦੇ ਕੀਤੇ ਕਰਮ ਮਿਟਦੇ ਨਹੀਂ, ਫਲ ਭੋਗਣਾ ਹੀ ਪੈਂਦਾ ਹੈ । ਬੰਦਗੀ ਕਰਨਵਾਲਾ ਆਪਾ ਪ੍ਰਭ ਦੇ ਭੇਟਾ ਕਰ ਦੇਂਦਾ ਹੈ । ਜਿਹੜਾ ਪ੍ਰਭ ਦੀ ਰਜ਼ਾ ਨੂੰ ਬਖਸ਼ਿਸ਼ ਸਮਝਕੇ ਮੰਨਦਾ ਹੈ, ਉਸ ਨੂੰ ਪ੍ਰਵਾਨਗੀ ਦਾ ਰਸਤਾ ਬਖਸ਼ਿਸ਼ ਹੋ ਸਕਦਾ ਹੈ ।

Anyone may meditate, and prays for His Forgiveness and Refuge; however, his prewritten destiny, his sins may not be forgiven, he must endure the judgement of his worldly deeds, sins. His true devotee surrenders his mind, body, and worldly status at His Sanctuary. Whosoever may accept his own worldly environments as His Worthy Blessings; with His mercy and grace, he may be blessed with the right path of acceptance in His Court.

ਗੁਰੁ ਸਬਦੁ ਦਿੜਾਵੈ ਰੰਗ ਸਿਉ,	gur sabad dirhaavai rang si-o
ਬਿਨੁ ਕਿਰਪਾ ਲਇਆ ਨ ਜਾਇ॥	bin kirpaa la-i-aa na jaa-ay.
ਜੇ ਸਉ ਅੰਮ੍ਰਿਤੁ ਨੀਰੀਐ,	jay sa-o amrit neeree-ai
ਭੀ ਬਿਖੁ ਫਲੁ ਲਾਗੈ ਧਾਇ॥੪॥	bhee bikh fal laagai Dhaa-ay. ||4||

ਪ੍ਰਭ ਦੀ ਰਹਿਮਤ ਤੋਂ ਬਿਨਾਂ ਪ੍ਰਭ ਦੇ ਸ਼ਬਦ ਵਿੱਚ ਲਗਨ ਨਹੀਂ ਲਗਦੀ, ਸ਼ਬਦ ਦਾ ਸਿਮਰਨ ਨਹੀਂ ਕੀਤਾ ਜਾ ਸਕਦਾ । ਜਿਵੇਂ ਜ਼ਹਿਰੀਲੇ ਬ੍ਰਿਛ ਨੂੰ ਅੰਮ੍ਰਿਤ ਦਾ ਪਾਣੀ ਦਿੱਤਾ ਜਾਵੇ, ਫਿਰ ਵੀ ਉਸ ਪੌਦੇ ਨੂੰ ਜ਼ਹਿਰੀਲਾ ਫਲ ਹੀ ਲਗਦਾ ਹੈ, ਫਲ ਕੌੜਾ ਹੀ ਰਹਿੰਦਾ ਹੈ ।

Whosoever may be deprived from His Blessed Vision! He may not remain devoted to meditate on the teachings of His Word with steady and stable belief in his day-to-day life. As the poisonous tree may be irrigated with Holy water, nectar; still the fruit remains poisonous and bitter.

ਸੇ ਜਨ ਸਚੇ ਨਿਰਮਲੇ,	say jan sachay nirmalay
ਜਿਨ ਸਤਿਗੁਰ ਨਾਲਿ ਪਿਆਰੁ॥	jin saT`gur naal pi-aar.
ਸਤਿਗੁਰ ਕਾ ਭਾਣਾ ਕਮਾਵਦੇ,	saT`gur kaa bhaanaa kamaavday
ਬਿਖੁ ਹਉਮੈ ਤਜਿ ਵਿਕਾਰੁ॥੫॥	bikh ha-umai taj vikaar. ||5||

ਜਿਹੜੇ ਜੀਵ ਦੀ ਲਗਨ ਸ਼ਬਦ ਦੀ ਪਾਲਣਾ ਵਿੱਚ ਲਗ ਜਾਂਦੀ ਹੈ, ਉਸ ਦਾ ਮਨ ਪਵਿੱਤਰ ਹੋ ਜਾਂਦਾ ਹੈ । ਉਹ ਪ੍ਰਭ ਦੇ ਭਾਣੇ ਅਨੁਸਾਰ ਜੀਵਨ ਬਤੀਤ ਕਰਦਾ ਹੈ । ਉਸ ਦੇ ਮਨ ਵਿਚੋਂ ਅਹੰਕਾਰ ਅਤੇ ਧੋਖੇ ਦੀ ਨੀਅਤ ਖਤਮ ਹੋ ਜਾਂਦੀ ਹੈ ।

Whosoever may wholeheartedly meditate on the teachings of His Word; his evil thoughts of his mind may be eliminated. He may adopt the teachings of His Word with steady and stable belief; with His mercy and grace, his ego and deceptive thoughts may be eliminated from his mind.

ਮਨਹਠਿ ਕਿਤੈ ਉਪਾਇ ਨ ਛੂਟੀਐ,	manhath kitai upaa-ay na chhootee-ai
ਸਿਮ੍ਰਿਤਿ ਸਾਸਤ੍ਰ ਸੋਧਹੁ ਜਾਇ॥	simrit saastar soDhhu jaa-ay.
ਮਿਲਿ ਸੰਗਤਿ ਸਾਧੂ ਉਬਰੇ,	mil sangat saaDhoo ubray
ਗੁਰ ਕਾ ਸਬਦੁ ਕਮਾਇ॥੬॥	gur kaa sabad kamaa-ay. ||6||

ਮਨ ਨੂੰ ਸੰਸਾਰਕ ਇੱਛਾਂ ਤੋਂ ਵਾਂਝਾ ਰਖਣ ਨਾਲ ਮੁਕਤੀ ਦਾ ਰਸਤਾ ਬਖਸ਼ਿਸ਼ ਨਹੀਂ ਹੋ ਸਕਦਾ ਹੈ । ਧਾਰਮਕ ਗ੍ਰੰਥ, ਸਿਮ੍ਰਿਤ, ਸਾਸਤਰ ਵਿਚਾਰ ਕੇ ਦੇਖੋ! ਕੇਵਲ ਸੰਤ ਸਰੂਪ ਦੀ ਸੰਗਤ ਕਰਕੇ, ਜੀਵਨ ਦੀ ਸਿਖਿਆਂ ਨੂੰ ਆਪਣੇ ਜੀਵਨ ਵਿੱਚ ਢਾਲਣ ਨਾਲ ਹੀ ਮੁਕਤੀ ਦਾ ਰਸਤਾ ਬਖਸ਼ਿਸ਼ ਹੋ ਸਕਦਾ ਹੈ ।

Whosoever may deprive and keeps worldly comforts, desire beyond his reach, with his determination, meditation routine; he may not be blessed with the right path of salvation. One may explore religious Holy Scriptures! Whosoever may remain in conjugation of His Holy saint and adopts his life experience teachings in his own life; with His mercy and grace, he may be blessed with the right path of acceptance in His Court.

ਹਰਿ ਕਾ ਨਾਮੁ ਨਿਧਾਨੁ ਹੈ,	har kaa Naam niDhaan hai
ਜਿਸੁ ਅੰਤੁ ਨ ਪਾਰਾਵਾਰੁ॥	jis ant na paaraavaar.
ਗੁਰਮੁਖਿ ਸੇਈ ਸੋਹਦੇ,	gurmukh say-ee sohday
ਜਿਨ ਕਿਰਪਾ ਕਰੇ ਕਰਤਾਰੁ॥੭॥	jin kirpaa karay kartaar. ||7|

ਪ੍ਰਭ ਦਾ ਸ਼ਬਦ ਹੀ ਖੇੜੇ ਵਾਲਾ ਖਜ਼ਾਨਾ ਹੈ, ਉਸ ਵਿੱਚ ਕੋਈ ਦਾਗ਼, ਕਮੀ ਜਾ ਅੰਤ ਨਹੀਂ ਹੈ । ਪ੍ਰਭ ਆਪ ਹੀ ਗੁਰਮਖ ਤੇ ਤਰਸ ਬਖਸ਼ਦਾ, ਉਸ ਨੂੰ ਦਰਬਾਰ ਵਿੱਚ ਸੋਭਦਾ ਹੈ ।

His Word remains a treasure of unlimited virtues, and blossom, without any blemish, weakness, or any limit. Whosoever may be bestowed with His Blessed Vision, he may be accepted and honored in His Court.

ਨਾਨਕ ਦਾਤਾ ਏਕੁ ਹੈ, naanak daataa ayk hai
ਦੂਜਾ ਅਉਰੁ ਨ ਕੋਇ॥ doojaa a-or na ko-ay.
ਗੁਰ ਪਰਸਾਦੀ ਪਾਈਐ, gur parsaadee paa-ee-ai
ਕਰਮਿ ਪਰਾਪਤਿ ਹੋਇ॥੮॥੨॥19॥ karam paraapat ho-ay. ||8||2||19||

ਇਕੋ ਇਕ ਪ੍ਰਭ ਹੀ ਸ੍ਰਿਸ਼ਟੀ ਨੂੰ ਸ੍ਰਿਜਨ, ਪਾਲਣਾ ਕਰਨਵਾਲਾ ਹੈ, ਹੋਰ ਕੋਈ ਦੂਸਰਾ ਨਹੀਂ ਹੈ । ਕੇਵਲ ਪ੍ਰਭ ਦੀ ਰਹਿਮਤ ਨਾਲ ਹੀ, ਪ੍ਰਭ ਦੀ ਹੋਂਦ ਮਹਿਸੂਸ ਹੁੰਦੀ ਹੈ ।

The One and Only One True Master, Creator of the universe, creates, nourishes, and protects His Creation; no one else may exist without His Command. Whosoever may be bestowed with His Blessed Vision, only he may realize His Existence.

173.ਸਿਰੀਰਾਗੁ ਮਹਲਾ ੩॥ (66-1)

ਪੰਖੀ ਬਿਰਖਿ ਸੁਹਾਵੜਾ, pankhee birakh suhaavrhaa
ਸਚੁ ਚੁਗੈ ਗੁਰ ਭਾਇ॥ sach chugai gur bhaa-ay.
ਹਰਿ ਰਸੁ ਪੀਵੈ ਸਹਜਿ ਰਹੈ, har ras peevai sahj rahai
ਉਡੈ ਨ ਆਵੈ ਜਾਇ॥ udai na aavai jaa-ay.
ਨਿਜ ਘਰਿ ਵਾਸਾ ਪਾਇਆ, nij ghar vaasaa paa-i-aa
ਹਰਿ ਹਰਿ ਨਾਮਿ ਸਮਾਇ॥੧॥ har har Naam samaa-ay. ||1||

ਜਿਹੜਾ ਸੰਸਾਰਕ ਤਨ ਵਿੱਚ ਰਹਿੰਦਾ ਹੋਇਆ, ਪ੍ਰਭ ਦੇ ਸ਼ਬਦ ਦਾ ਸਿਮਰਨ ਕਰਦਾ, ਅਣਮੋਲ ਅੰਮ੍ਰਿਤ, ਸ਼ਬਦ ਦੀ ਸਿਖਿਆਂ ਜੀਵਨ ਢਾਲਦਾ ਹੈ । ਪ੍ਰਭ ਦੀ ਰਹਿਮਤ ਨਾਲ, ਉਹ ਜਨਮ ਮਰਨ ਦੇ ਚੱਕਰ ਵਿੱਚ ਨਹੀਂ ਜਾਂਦੀ । ਉਹ ਪ੍ਰਭ ਦੀ ਜੋਤ ਨੂੰ ਆਪਣੇ ਅੰਦਰ ਹੀ ਜਾਗਰਤ ਕਰਕੇ, ਸ਼ਬਦ ਦੀ ਸਮਾਧੀ ਵਿੱਚ ਹੀ ਸ਼ਾਮਲ ਹੋ ਜਾਂਦੀ ਹੈ ।

Whosoever may meditate on the teachings of His Word, while in human body; with His mercy and grace, his soul may be enlightened with the essence of His Word, an ambrosial nectar of the essence of His Word. He may adopt the teachings of His Word in his day-to-day life. He may not remain in the cycle of birth and death. Eternal glow of His Holy Spirit may be shinning within; his soul may enter the void of His Holy Spirit.

ਮਨ ਰੇ ਗੁਰ ਕੀ ਕਾਰ ਕਮਾਇ॥ man, ray gur kee kaar kamaa-ay.
ਗੁਰ ਕੈ ਭਾਣੈ ਜੇ ਚਲਹਿ, kur kai bhaanai jay chaleh
ਤਾ ਅਨਦਿਨੁ ਰਾਚਹਿ ਹਰਿ ਨਾਇ॥੧॥ taa an-din raacheh har naa-ay. ||1||
ਰਹਾਉ॥ rahaa-o.

ਪ੍ਰਭ ਦੇ ਸ਼ਬਦ ਦੀ ਪਾਲਣਾ ਕਰੋ ! ਪ੍ਰਭ ਦੇ ਸ਼ਬਦ ਨਾਲ ਜੀਵਨ ਢਾਲਣ ਨਾਲ ਮਨ ਪ੍ਰਭ ਦੀ ਸਮਾਧੀ ਵਿੱਚ, ਸ਼ਬਦ ਵਿੱਚ ਹੀ ਦਿਨ ਰਾਤ ਅਡੋਲ ਸਕਦਾ ਹੈ ।

You should adopt the teachings of His Word in day-to-day life. Whosoever may adopt the teachings of His Word with steady and stable belief; he may remain intoxicated in the void of His Word.

ਪੰਖੀ ਬਿਰਖ ਸੁਹਾਵੜੇ, pankhee birakh suhaavrhay
ਊਡਹਿ ਚਹੁ ਦਿਸਿ ਜਾਹਿ॥ oodeh chahu dis jaahi.
ਜੇਤਾ ਊਡਹਿ ਦੁਖ ਘਣੇ, jaytaa oodeh dukh ghanay
ਨਿਤ ਦਾਝਹਿ ਤੈ ਬਿਲਲਾਹਿ॥ nit daajheh tai billaahi.
ਬਿਨੁ ਗੁਰ ਮਹਲੁ ਨ ਜਾਪਈ, bin gur mahal na jaap-ee
ਨਾ ਅੰਮ੍ਰਿਤ ਫਲ ਪਾਹਿ॥੨॥ naa amrit fal paahi. ||2||

ਜਿਸ ਦਾ ਮਨ, ਤਨ ਦੇ ਸੁੰਦਰ ਬ੍ਰਿਛ ਵਿਚੋਂ ਉਡ ਕੇ ਚਾਰੇ ਪਾਸੇ ਘੁੰਮਦਾ ਰਹਿੰਦਾ ਹੈ । ਜਿਤਨਾ ਹੀ ਘੁੰਮਦਾ ਹੈ, ਉਸ ਦੇ ਮਨ ਦੇ ਦੁਖ, ਇੱਛਾਂ ਦੀਆਂ ਭਟਕਣਾਂ ਹੀ ਵਧਦੀਆਂ ਹਨ । ਪ੍ਰਭ ਦੇ ਸ਼ਬਦ ਨਾਲ ਜੀਵਨ ਢਾਲਣ ਤੋਂ ਬਿਨਾਂ, ਪ੍ਰਭ ਦੀ ਪ੍ਰਵਾਨਗੀ ਦਾ ਰਸਤਾ ਬਖਸ਼ਿਸ਼ ਨਹੀਂ ਹੁੰਦਾ ।

Whose mind may wander out of his beautiful body; his miseries and frustrations may grow bigger and bigger. Whosoever may not adopt the teachings of His Word in day-to-day life, he may never be blessed with the right path of acceptance in His Court.

ਗੁਰਮੁਖਿ ਬ੍ਰਹਮੁ ਹਰੀਆਵਲਾ,	gurmukh barahm haree-aavlaa
ਸਾਚੈ ਸਹਜਿ ਸੁਭਾਇ॥	saachai sahj subhaa-ay.
ਸਾਖਾ ਤੀਨਿ ਨਿਵਾਰੀਆ,	saakhaa teen nivaaree-aa
ਏਕ ਸਬਦਿ ਲਿਵ ਲਾਇ॥	ayk sabad liv laa-ay.
ਅੰਮ੍ਰਿਤ ਫਲੁ ਹਰਿ ਏਕੁ ਹੈ,	amrit fal har ayk hai
ਆਪੇ ਦੇਇ ਖਵਾਇ॥੩॥	aapay day-ay khavaa-ay. ‖3‖

ਪ੍ਰਭ ਦੀ ਤਰ੍ਹਾਂ, ਗੁਰਮਖ ਜੀਵ ਵੀ ਸਦਾ ਹੀ ਹਰਿਆਵਲਾ, ਖੇੜੇ ਵਿੱਚ ਰਹਿੰਦਾ ਹੈ । ਉਹ ਪ੍ਰਭ ਦੀ ਰਹਿਮਤ ਨਾਲ ਸ਼ਾਂਤੀ, ਸੰਤੋਖ, ਸ਼ਬਦ ਦੀ ਮਸਤੀ ਵਿੱਚ ਰਹਿੰਦਾ ਹੈ । ਉਹ ਸੰਸਾਰਕ ਮਾਇਆ ਦੇ ਤਿੰਨੇਂ ਰੂਪ (ਰਾਜਸ, ਤਾਪਸ, ਸਾਤਸ) ਤਿਆਗ ਦੇਂਦਾ ਹੈ, ਕੇਵਲ ਪ੍ਰਭ ਦੇ ਸ਼ਬਦ ਨੂੰ ਹੀ ਜੀਵਨ ਦਾ ਅਧਾਰ ਬਣਾਉਂਦਾ ਹੈ । ਸ੍ਰਿਸ਼ਟੀ ਵਿੱਚ ਇਕੋ ਇਕ ਪ੍ਰਭ ਦਾ ਸ਼ਬਦ ਹੀ ਅਨਮੋਲ ਫਲ ਹੈ । ਕੇਵਲ ਪ੍ਰਭ ਦੀ ਆਪਣੀ ਰਹਿਮਤ ਨਾਲ ਹੀ ਬਖਸ਼ਿਸ਼ ਹੋ ਸਕਦਾ ਹੈ ।

His true devotee always remains in peace and blossom like The True Master; with His mercy and grace, he may remain intoxicated in meditation in peace, contentment and intoxicated with devotion to meditate on the teachings of His Word. He may renounce and conquers three types of worldly wealth like **Raajas, Taamas, Satvas**. He may only pray for His Forgiveness and Refuge. His Word remains the only precious jewel, nectar in the universe. Whosoever may be bestowed with His Blessed Vision, only he may be blessed with the right path of acceptance in His Court.

Three Virtues of worldly wealth: – Raajas, Taamas, Satvas!

ਰਜ ਗੁਣ; Raajas: Mind concentration! The quality of energy and activity!

ਤਮ ਗੁਣ; Taamas: Mind Awareness! The quality of Darkness and inertia!

ਸਤ ਗੁਣ; Satvas: Purity, of mind! The quality of purity and light!

** **Three Virtues of worldly wealth: Arath, Dharam, Kaam!**

ਅਰਥ; Arath: Adopt His Word in life.

ਧਰਮ; Dharam: Self-discipline, own character! Conquer selfishness!

ਕਾਮ; Kaam: Conquer sexual desire for strange woman:

ਮਨਮੁਖ ਊਭੇ ਸੁਕਿ ਗਏ,	manmukh oobhay suk ga-ay
ਨਾ ਫਲੁ ਤਿੰਨਾ ਛਾਉ॥	naa fal tinnaa chhaa-o.
ਤਿੰਨਾ ਪਾਸਿ ਨ ਬੈਸੀਐ,	tinnaa paas na baisee-ai
ਓਨਾ ਘਰੁ ਨ ਗਿਰਾਉ॥	onaa ghar na giraa-o.
ਕਟੀਅਹਿ ਤੈ ਨਿਤ ਜਾਲੀਅਹਿ,	katee-ah tai nit jaalee-ah
ਓਨਾ ਸ਼ਬਦੁ ਨ ਨਾਉ॥੪॥	onaa sabad na naa-o. ‖4‖

ਮਨਮਰਜ਼ੀ ਕਰਨਵਾਲਾ, ਉਸ ਸੁੱਕੇ ਬ੍ਰਿਛ ਵਰਗਾ ਹੁੰਦਾ ਹੈ । ਜਿਸ ਦੇ ਛਾਂ ਦੇਣ ਵਾਲੇ ਪੱਤੇ ਵੀ ਨਹੀਂ ਹੁੰਦੇ, ਨਾ ਹੀ ਕੋਈ ਫਲ ਹੀ ਹੁੰਦਾ ਹੈ । ਉਸ ਦੇ ਮਗਰ ਨਾ ਲਗੋ! ਆਪਣੇ ਜੀਵਨ ਦਾ ਢੰਗ ਨਾ ਬਣਾਵੋ । ਉਸ ਦਾ ਕੋਈ ਥਾਂ, ਟਿਕਾਣਾ, ਜੀਵਨ ਦਾ ਕੋਈ ਆਦਰਸ਼ ਨਹੀਂ ਹੁੰਦਾ । ਉਹ ਹਰ ਵੇਲੇ ਇੱਛਾਂ ਦੀ ਅੱਗ ਵਿੱਚ ਜਲਦਾ ਰਹਿੰਦਾ ਹੈ । ਉਹ ਸ਼ਬਦ ਦੀ ਪਾਲਣਾ ਨਹੀਂ ਕਰਦਾ, ਨਾ ਹੀ ਸ਼ਬਦ ਜਾਣਦਾ ਹੈ ।

Self-minded may be like a dry, dead tree; dead tree may not have any leaf to provides shade nor any fruit. You should not follow the way of life of self-minded; he may not have any principle in his worldly life. He remains burning in the fire of worldly desires. He may not know nor obeys the teachings of His Word in his day-to-day life.

ਹੁਕਮੇ ਕਰਮ ਕਮਾਵਣੇ, hukmay karam kamaavnay
ਪਇਐ ਕਿਰਤਿ ਫਿਰਾਉ॥ pa-i-ai kirat firaa-o.
ਹੁਕਮੇ ਦਰਸਨੁ ਦੇਖਣਾ, hukmay darsan daykh-naa
ਜਹ ਭੇਜਹਿ ਤਹ ਜਾਉ॥ jah bhayjeh tah jaa-o.
ਹੁਕਮੇ ਹਰਿ ਹਰਿ ਮਨਿ ਵਸੈ, hukmay har har man vasai
ਹੁਕਮੇ ਸਚਿ ਸਮਾਉ॥੫॥ hukmay sach samaa-o. ||5||

ਪ੍ਰਭ ਦੇ ਹੁਕਮ ਨਾਲ ਹੀ ਜੀਵ ਸੰਸਾਰ ਵਿੱਚ ਕੰਮ ਕਰਦਾ, ਚਾਰੇ ਪਾਸੇ ਹੱਥ ਮਾਰਦਾ ਹੈ । ਉਹ ਆਪਣੇ ਪਿਛਲੇ ਜਨਮ ਦੇ ਕੀਤੇ ਕੰਮਾਂ ਅਨੁਸਾਰ ਹੀ ਜੀਵਨ ਭੋਗਦਾ ਹੈ । ਪ੍ਰਭ ਦੇ ਹੁਕਮ ਨਾਲ ਹੀ ਕਿਸੇ ਜੀਵ ਦੀ ਸ਼ਬਦ ਵਿੱਚ ਲਗਨ ਲਗਦੀ ਹੈ, ਪ੍ਰਭ ਨੂੰ ਮਿਲਣ ਦੀ ਤ੍ਰਿਸ਼ਨਾ ਵਧਦੀ ਹੈ । ਉਹ ਪ੍ਰਭ ਦੇ ਸ਼ਬਦ ਨਾਲ ਹੀ ਜੀਵਨ ਢਾਲਦਾ ਹੈ, ਉਸ ਦੇ ਮਨ ਅੰਦਰ ਪ੍ਰਭ ਦੇ ਸ਼ਬਦ ਦੀ ਸਦਾ ਚਲਣ ਵਾਲੀ ਗੂੰਜ ਸੁਣਾਈ ਦੇਂਦੀ ਹੈ । ਪ੍ਰਭ ਦੀ ਰਹਿਮਤ ਨਾਲ ਉਸ ਦੀ ਆਤਮਾ, ਪ੍ਰਭ ਦੀ ਜੋਤ ਵਿੱਚ ਅਲੋਪ ਹੋ ਜਾਂਦੀ ਹੈ ।

All worldly creatures perform all worldly deeds and wander in all directions in frustrations. He may spend his life as prewritten in his destiny as a judgement of his deeds of previous lives. Whosoever may be blessed with devotion, he may remain intoxicated in meditation and his devotion may blossom within his mind. Whosoever may adopt the teachings of His Word with steady and stable belief in day-to-day life; with His mercy and grace, he may hear the everlasting echo of His Word resonating within his heart. His soul may be immersed within His Holy Spirit.

ਹੁਕਮੁ ਨ ਜਾਣਹਿ ਬਪੁੜੇ, hukam na jaaneh bapurhay
ਭੂਲੇ ਫਿਰਹਿ ਗਵਾਰ॥ bhoolay fireh gavaar.
ਮਨਹਠਿ ਕਰਮ ਕਮਾਵਦੇ, manhath karam kamaavday
ਨਿਤ ਨਿਤ ਹੋਹਿ ਖੁਆਰੁ॥ nit nit hohi khu-aar.
ਅੰਤਰਿ ਸਾਂਤਿ ਨ ਆਵਈ, antar saaNt na aavee
ਨਾ ਸਚਿ ਲਗੈ ਪਿਆਰੁ॥੬॥ naa sach lagai pi-aar. ||6||

ਮੂਰਖ ਜੀਵ ਪ੍ਰਭ ਦਾ ਸ਼ਬਦ, ਹੁਕਮ ਨਹੀਂ ਜਾਣਦਾ, ਉਹ ਚਾਰੇ ਪਾਸੇ ਘੁੰਮਦਾ ਰਹਿੰਦਾ ਹੈ । ਉਹ ਆਪਣੇ ਮਨ ਨੂੰ ਸੰਸਾਰਕ ਇੱਛਾਂ ਤੋਂ ਵਾਂਝੇ ਰਖਣ ਦੀ ਕੋਸ਼ਿਸ਼ ਕਰਦਾ ਰਹਿੰਦਾ ਹੈ । ਉਹ ਆਪਣੀ ਆਤਮਾ ਨੂੰ ਸਦਾ ਲਈ ਦਾਗ਼ੀ ਕਰ ਲੈਂਦਾ ਹੈ । ਉਸ ਦੇ ਮਨ ਵਿੱਚ ਸ਼ਾਂਤੀ ਸੰਤੋਖ ਬਖਸ਼ਿਸ਼ ਨਹੀਂ ਹੁੰਦਾ, ਨਾ ਹੀ ਉਸ ਦੀ ਸ਼ਬਦ ਵਿੱਚ ਲਿਵ ਲਗਦੀ ਹੈ ।

Ignorant, self-minded may comprehend His Word and wanders around all directions. He may keep worldly desires beyond the reach of his mind. His soul may be permanently blemished. He may not remain focused on the meditation of His Word nor blessed with any peace and contentment.

ਗੁਰਮੁਖੀਆ ਮੁਹ ਸੋਹਣੇ, gurmukhee-aa muh sohnay
ਗੁਰ ਕੈ ਹੇਤਿ ਪਿਆਰਿ॥ gur kai hayt pi-aar.
ਸਚੀ ਭਗਤੀ ਸਚਿ ਰਤੇ, sachee bhagtee sach ratay
ਦਰਿ ਸਚੈ ਸਚਿਆਰ॥ dar sachai sachiaar.
ਆਏ ਸੇ ਪਰਵਾਣੁ ਹੈ, aa-ay say parvaan hai
ਸਭ ਕੁਲ ਕਾ ਕਰਹਿ ਉਧਾਰੁ॥੭॥ sabh kul kaa karahi uDhaar. ||7||

ਜਿਸ ਦੇ ਮਨ ਵਿੱਚ ਪ੍ਰਭ ਦਾ ਸ਼ਬਦ ਘਰ ਕਰ ਜਾਂਦਾ ਹੈ । ਉਸ ਗੁਰਮਖ ਦਾ ਚੇਹਰਾ ਸੁੰਦਰ, ਨੂਰ ਵਾਲਾ ਹੁੰਦਾ ਹੈ, ਭਰੋਸੇ ਨਾਲ, ਲਗਨ ਨਾਲ ਉਹ ਪ੍ਰਭ ਦੇ ਸ਼ਬਦ ਦਾ ਸਿਮਰਨ, ਪਾਲਣਾ ਕਰਦਾ ਹੈ । ਉਸ ਨੂੰ ਸ਼ਬਦ ਦੀ ਪਾਲਣਾ ਕਰਦੇ ਨੂੰ ਸ਼ਬਦੀ ਸੋਝੀ, ਬਖਸ਼ਿਸ਼ ਹੋ ਜਾਂਦੀ ਹੈ । ਉਸ ਜੀਵ ਦਾ ਸੰਸਾਰ ਵਿੱਚ ਜਨਮ ਲੈਣਾ ਸੁਭਾਗਾ ਹੁੰਦਾ ਹੈ । ਉਹ ਆਪਣਾ ਮਾਨਸ ਜਨਮ ਸਫਲ ਕਰ ਜਾਂਦਾ, ਸਾਥੀਆਂ, ਪਰਿਵਾਰ ਨੂੰ ਵੀ ਇਸ ਰਸਤੇ ਤੇ ਪ੍ਰੇਰਨਾ ਕਰਕੇ, ਪ੍ਰਵਾਨਗੀ ਦੇ ਰਸਤੇ ਤੇ ਅਡੋਲ ਕਰ ਜਾਂਦਾ ਹੈ ।

Whosoever may remain drenched with the essence of His Word; with His mercy and grace, he may be blessed with eternal spiritual grow on his forehead. He may meditate and obeys the teachings of His Word with steady and stable belief in his day-to-day life. He may be blessed with the enlightenment of the essence of His Word. His human life opportunity may be considered very fortunate. His human life may be rewarded and he may inspire his family and associates to remain steady and stable on the path of acceptance in His Court.

ਸਭ ਨਦਰੀ ਕਰਮ ਕਮਾਵਦੇ,	sabh nadree karam kamaavday
ਨਦਰੀ ਬਾਹਰਿ ਨ ਕੋਇ॥	nadree baahar na ko-ay.
ਜੈਸੀ ਨਦਰਿ ਕਰਿ ਦੇਖੈ ਸਚਾ,	jaisee nadar kar daykhai sachaa
ਤੈਸਾ ਹੀ ਕੋ ਹੋਇ॥	taisaa hee ko ho-ay.
ਨਾਨਕ ਨਾਮਿ ਵਡਾਈਆ,	naanak Naam vadaa-ee-aa
ਕਰਮਿ ਪਰਾਪਤਿ ਹੋਇ॥੮॥੩॥20॥	karam paraapat ho-ay. ||8||3||20||

ਸਾਰੇ ਜੀਵ ਪ੍ਰਭ ਦੇ ਹੁਕਮ ਅੰਦਰ ਹੀ ਕੰਮ ਕਰਦੇ ਹਨ । ਕੋਈ ਵੀ ਹੁਕਮ ਤੋਂ ਬਾਹਰ ਕੋਈ ਕੰਮ ਨਹੀਂ ਕਰ ਸਕਦਾ । ਪ੍ਰਭ ਦਾ ਹੁਕਮ ਹੀ ਵਾਪਰਦਾ ਹੈ । ਜਿਸਤਰ੍ਹਾਂ ਦਾ ਪ੍ਰਭ ਜੀਵ ਨੂੰ ਬਣਾਉਂਦਾ ਹੈ, ਜੀਵ ਉਸ ਤਰ੍ਹਾਂ ਦਾ ਹੀ ਬਣ ਜਾਂਦਾ ਹੈ । ਇਹ ਪ੍ਰਭ ਦੇ ਸ਼ਬਦ ਦੀ ਵਡਿਆਈ ਹੈ, ਸ਼ਬਦ ਦੀ ਸੋਝੀ ਕੇਵਲ ਪ੍ਰਭ ਦੀ ਆਪਣੀ ਰਹਿਮਤ ਨਾਲ ਹੀ ਬਖਸ਼ਿਸ਼ ਹੁੰਦੀ ਹੈ ।

Everyone may perform all worldly deeds under His Command; no one may do anything beyond His Command. Only His Command may prevail in the universe. Whatsoever state of mind may be blessed; he may become same kind of person. The True Master has unique Greatness, Nature! Whosoever may obey the teachings of His Word, only he may be blessed with the enlightenment of the essence of His Word.

174.ਸਿਰੀਰਾਗੁ ਮਹਲਾ ੩॥ (66-14)

ਗੁਰਮੁਖਿ ਨਾਮੁ ਧਿਆਈਐ,	gurmukh Naam Dhi-aa-ee-ai
ਮਨਮੁਖਿ ਬੂਝ ਨ ਪਾਇ॥	manmukh boojh na paa-ay.
ਗੁਰਮੁਖਿ ਸਦਾ ਮੁਖ ਊਜਲੇ,	gurmukh sadaa mukh oojlay
ਹਰਿ ਵਸਿਆ ਮਨਿ ਆਇ॥	har vasi-aa man aa-ay.
ਸਹਜੇ ਹੀ ਸੁਖੁ ਪਾਈਐ,	sehjay hee sukh paa-ee-ai
ਸਹਜੇ ਰਹੈ ਸਮਾਇ॥੧॥	sehjay rahai samaa-ay. ||1||

ਗੁਰਮਖ ਜੀਵ ਦੀ ਲਗਨ ਹਰ ਵੇਲੇ ਪ੍ਰਭ ਦੇ ਸ਼ਬਦ ਵਿੱਚ ਹੀ ਲਗੀ ਰਹਿੰਦੀ ਹੈ । ਮਨਮੁਖ ਜੀਵ ਨੂੰ ਸ਼ਬਦ ਦੀ ਕੋਈ ਮਹੱਤਤਾ ਨਹੀਂ ਹੁੰਦੀ । ਗੁਰਮਖ ਜੀਵ ਦੇ ਅੰਦਰ ਪ੍ਰਭ ਦਾ ਸ਼ਬਦ ਗੂੰਜਦਾ ਸੁਣਾਈ ਦੇਂਦਾ ਹੈ, ਉਸ ਤੇ ਸ਼ਬਦ ਦਾ ਨੂਰ ਚਮਕਦਾ ਹੈ । ਉਹ ਸੰਤੋਖ, ਧੀਰਜ ਵਿੱਚ ਰਹਿੰਦੇ ਨੂੰ ਸ਼ਬਦ ਦੀ ਸੋਝੀ ਬਖਸ਼ਿਸ਼ ਹੋ ਜਾਂਦੀ, ਅਡੋਲ ਭਰੋਸਾ ਅਡੋਲ ਨਾਲ ਸ਼ਬਦ ਦੇ ਸਿਮਰਨ ਵਿੱਚ ਹੀ ਲੀਨ, ਮਸਤ ਰਹਿੰਦਾ ਹੈ ।

His True devotee always remains focused in singing and obeying the teachings of His Word. Self-minded may not realize the significance of His Word or His Blessings. His true devotee may hear the everlasting echo of His Word resonates within his mind and he remains awake and alert. The eternal spiritual glory of His Holy Spirit may shine on his forehead. He may remain patience and contented with the enlightenment of the essence of His Word. He may remain intoxicated in mediation in the void of His Word.

ਭਾਈ ਰੇ ਦਾਸਨਿ ਦਾਸਾ ਹੋਇ॥	bhaa-ee ray daasan daasaa ho-ay.
ਗੁਰ ਕੀ ਸੇਵਾ ਗੁਰ ਭਗਤਿ ਹੈ,	gur kee sayvaa gur bhagat hai
ਵਿਰਲਾ ਪਾਏ ਕੋਇ॥੧॥ ਰਹਾਉ॥	virlaa paa-ay ko-ay. ||1|| rahaa-o.

ਜੀਵ ਪ੍ਰਭ ਦੇ ਸ਼ਬਦ ਦੇ ਦਾਸ ਬਣ ਜਾਵੋ! ਸ਼ਬਦ ਨਾਲ ਜੀਵਨ ਢਾਲਣਾ ਹੀ ਪ੍ਰਭ ਦੀ ਸੇਵਾ ਹੈ । ਕੋਈ ਵਿਰਲਾ ਹੀ ਇਹ ਸਮਝਦਾ, ਕਰਦਾ ਹੈ ।

You should become a true servant of His Word. To adopting the teachings of His Word may be the real worship and service of His Word; however, very rare may be enlightened with essence of His Word, Nature.

ਸਦਾ ਸੁਹਾਗੁ ਸੁਹਾਗਣੀ, sadaa suhaag suhaaganee
ਜੇ ਚਲਹਿ ਸਤਿਗੁਰ ਭਾਇ॥ jay chaleh saT`gur bhaa-ay.
ਸਦਾ ਪਿਰੁ ਨਿਹਚਲੁ ਪਾਈਐ, sadaa pir nihchal paa-ee-ai
ਨਾ ਓਹੁ ਮਰੈ ਨ ਜਾਇ॥ naa oh marai na jaa-ay.
ਸਬਦਿ ਮਿਲੀ ਨਾ ਵੀਛੁੜੈ, sabad milee naa veechhurhai
ਪਿਰ ਕੈ ਅੰਕਿ ਸਮਾਇ॥੨॥ pir kai ank samaa-ay. ||2||

ਜਿਹੜੀ ਆਤਮਾ ਪ੍ਰਭ ਦੇ ਸ਼ਬਦ ਨਾਲ ਜੀਵਨ ਢਾਲਦੀ ਹੈ, ਸੁਭਾਗਣ ਹੋ ਜਾਂਦੀ ਹੈ, ਪ੍ਰਭ ਸਦਾ ਹੀ ਹਰ ਕਾਰਜ ਵਿੱਚ ਉਸ ਦਾ ਸਹਾਈ ਹੁੰਦਾ ਹੈ । ਜਿਹੜਾ ਪ੍ਰਭ ਨੂੰ ਸਦਾ ਹੀ ਅਟਲ ਰਹਿਣ ਵਾਲਾ, ਜਨਮ, ਮਰਨ ਤੋਂ ਰਹਿਤ ਮੰਨਦਾ ਹੈ । ਉਸ ਦੀ ਆਤਮਾ ਹਮੇਸ਼ਾਂ ਹੀ ਪ੍ਰਭ ਦੇ ਚਰਨਾਂ ਵਿੱਚ, ਸ਼ਬਦ ਦੀ ਸਮਾਧੀ ਵਿੱਚ ਮਸਤ ਰਹਿੰਦੀ ਹੈ । ਜਿਹੜਾ ਇਕ ਵਾਰ ਸ਼ਬਦ ਨਾਲ ਜੀਵਨ ਢਾਲ ਲੈਂਦਾ ਹੈ । ਉਹ ਕਦੇ ਵੀ ਸ਼ਬਦ ਦੀ ਪਾਲਣਾ ਤੋਂ ਰੁਕਦਾ ਨਹੀਂ । ਉਹ ਪ੍ਰਭ ਦੀ ਸਮਾਧੀ ਵਿੱਚ ਹੀ ਅਲੋਪ ਹੋ ਜਾਂਦੀ ਹੈ ।

Whosoever may adopt the teachings of His Word; his soul may become very fortunate. The True Master always prevails in all his day-to-day life chores. The Axion True Master remains beyond any birth and death cycle. His true devotee always surrenders his self-identity at His Sanctuary; The True Master. Whosoever may adopt the teachings of His Word wholeheartedly in his life; he may never forsake the right path of acceptance in His Court. He may remain intoxicated in the void of His Word.

ਹਰਿ ਨਿਰਮਲੁ ਅਤਿ ਊਜਲਾ, har nirmal at oojlaa
ਬਿਨੁ ਗੁਰ ਪਾਇਆ ਨ ਜਾਇ॥ bin gur paa-i-aa na jaa-ay.
ਪਾਠੁ ਪੜੈ ਨਾ ਬੂਝਈ, paath parhai naa boojh-ee
ਭੇਖੀ ਭਰਮਿ ਭੁਲਾਇ॥ bhaykhee bharam bhulaa-ay.
ਗੁਰਮਤੀ ਹਰਿ ਸਦਾ ਪਾਇਆ, gurmatee har sadaa paa-i-aa
ਰਸਨਾ ਹਰਿ ਰਸੁ ਸਮਾਇ॥੩॥ rasnaa har ras samaa-ay. ||3||

ਪ੍ਰਭ ਦਾ ਨਿਰਮਲ, ਪਵਿੱਤਰ ਸ਼ਬਦ, ਕਿਸੇ ਦਾਗ਼ ਤੋਂ ਰਹਿਤ ਹੈ । ਪ੍ਰਭ ਦੀ ਰਹਿਮਤ ਤੋਂ ਬਿਨਾਂ ਸ਼ਬਦ ਦੀ ਸੋਝੀ ਬਖਸ਼ਿਸ਼ ਨਹੀਂ ਹੋ ਸਕਦੀ । ਕੋਈ ਪਾਠ ਪੜ੍ਹਨ ਨਾਲ, ਧਰਮ ਦੇ ਬਾਣੇ, ਰੀਤ ਰੀਵਾਜ ਨਾਲ ਪ੍ਰਭ ਦੀ ਰਹਿਮਤ ਬਖਸ਼ਿਸ਼ ਨਹੀਂ ਹੋ ਸਕਦੀ । ਜਿਹੜਾ ਸ਼ਬਦ ਦੀ ਸਿਖਿਆਂ ਨਾਲ ਜੀਵਨ ਢਾਲਦਾ ਹੈ, ਕੇਵਲ ਉਸ ਨੂੰ ਹੀ ਪ੍ਰਵਾਨਗੀ ਦਾ ਅਸਲੀ ਰਸਤਾ ਬਖਸ਼ਿਸ਼ ਹੋ ਸਕਦਾ ਹੈ । ਉਸ ਦੀ ਜੀਭ ਪ੍ਰਭ ਦੀ ਉਸਤਤ ਨਾਲ ਭਰ ਜਾਂਦੀ ਹੈ ।

His Holy Spirit and His Word remains sanctified, blemish free. Whosoever may not have been bestowed with His Blessed Vision, he may never be blessed with the essence of His Word. Only by reading Holy Scripture, religious baptism, religious rituals, no one may ever be blessed with the right path of acceptance in His Court. Whosoever may adopt the teachings of His Word with steady and stable belief; with His mercy and grace, he may be blessed with the right path of acceptance in His Court; his tongue may be overwhelmed with praises of His Virtues.

ਮਾਇਆ ਮੋਹੁ ਚੁਕਾਇਆ, maa-i-aa moh chukaa-i-aa
ਗੁਰਮਤੀ ਸਹਜਿ ਸੁਭਾਇ॥ gurmatee sahj subhaa-ay.
ਬਿਨੁ ਸਬਦੈ ਜਗੁ ਦੁਖੀਆ ਫਿਰੈ, bin sabdai jag dukhee-aa firai
ਮਨਮੁਖਾ ਨੋ ਗਈ ਖਾਇ॥ manmukhaa no ga-ee khaa-ay.

ਸਬਦੇ ਨਾਮੁ ਧਿਆਈਐ,
ਸਬਦੇ ਸਚਿ ਸਮਾਇ॥੪॥

sabday Naam Dhi-aa-ee-ai
sabday sach samaa-ay. ||4||

ਜਿਹੜਾ ਸ਼ਬਦ ਨਾਲ ਜੀਵਨ ਢਾਲਦਾ ਹੈ, ਉਸ ਨੂੰ ਪ੍ਰਭ ਦੇ ਸ਼ਬਦ ਦੀ ਸੋਝੀ ਬਖਸ਼ਿਸ਼ ਹੋ ਜਾਂਦੀ ਹੈ, ਉਸ ਦਾ ਸੰਸਾਰਕ ਮਾਇਆ ਦਾ ਮੋਹ ਖਤਮ ਹੋ ਜਾਂਦਾ ਹੈ । ਸਾਰਾ ਸੰਸਾਰ ਹੀ ਸ਼ਬਦ ਦੀ ਪਾਲਣਾ ਤੋਂ ਬਿਨਾਂ ਭਟਕਦਾ ਰਹਿੰਦਾ ਹੈ । ਮਨਮੁਖ ਮਾਇਆ ਦੇ ਜਾਲ ਵਿੱਚ ਫਸਿਆ, ਪ੍ਰਵਾਨਗੀ ਦਾ ਰਸਤਾ ਗਵਾ ਲੈਂਦਾ ਹੈ । ਕੇਵਲ ਸ਼ਬਦ ਨਾਲ ਜੀਵਨ ਢਾਲਣ ਨਾਲ ਹੀ ਪ੍ਰਭ ਦੀ ਰਹਿਮਤ ਬਖਸ਼ਿਸ਼ ਹੁੰਦੀ ਹੈ ।

Whosoever may adopt the teachings of His Word; with His mercy and grace, he may be enlightened with the essence of His Word, He may conquer his attachment of worldly desires, wealth. Self-minded may remain intoxicated in sweet poison of worldly wealth. He may be deprived from the right path of salvation. Whosoever may adopt the teachings of His Word, only he may be blessed with the right path of acceptance in His Court.

ਮਾਇਆ ਭੂਲੇ ਸਿਧ ਫਿਰਹਿ,
ਸਮਾਧਿ ਨ ਲਗੈ ਸੁਭਾਇ॥
ਤੀਨੇ ਲੋਅ ਵਿਆਪਤ ਹੈ,
ਅਧਿਕ ਰਹੀ ਲਪਟਾਇ॥
ਬਿਨੁ ਗੁਰ ਮੁਕਤਿ ਨ ਪਾਈਐ,
ਨਾ ਦੁਬਿਧਾ ਮਾਇਆ ਜਾਇ॥੫॥

maa-i-aa bhoolay siDh fireh
samaaDh na lagai subhaa-ay.
teenay lo-a vi-aapat hai
aDhik rahee laptaa-ay.
bin gur mukat na paa-ee-ai
naa dubiDhaa maa-i-aa jaa-ay. ||5||

ਸਾਧੂ, ਸਿਧ ਵੀ ਸੰਸਾਰਕ ਮਾਇਆ ਦੇ ਪਿੱਛੇ ਲਗੇ ਫਿਰਦੇ ਹਨ, ਉਹ ਵੀ ਪ੍ਰਭ ਦੇ ਸ਼ਬਦ ਦੀ ਸਮਾਧੀ ਵਿੱਚ ਨਹੀਂ ਜਾਂਦੇ । ਤਿੰਨੋਂ ਸ੍ਰਿਸ਼ਟੀਆਂ ਹੀ ਮਾਇਆ ਦੇ ਜਾਲ ਵਿੱਚ ਫਸੀਆ ਹੋਈਆ ਹਨ । ਪ੍ਰਭ ਦੇ ਸ਼ਬਦ ਦੀ ਅਡੋਲ ਭਰੋਸਾ ਨਾਲ ਪਾਲਣਾ ਕਰਨ ਤੋਂ ਬਿਨਾਂ, ਮੁਕਤੀ ਦਾ ਰਸਤਾ ਬਖਸ਼ਿਸ਼ ਨਹੀਂ ਹੋ ਸਕਦਾ, ਮਨ ਵਿਚੋਂ ਧਰਮ ਦੇ ਪਾਏ ਭਰਮ ਦੂਰ ਨਹੀਂ ਹੁੰਦੇ, ਮਾਇਆ ਦਾ ਮੋਹ ਖਤਮ ਨਹੀਂ ਹੁੰਦਾ ।

Even devotees, Saints and enlightened souls often become a victim of worldly wealth. They may not enter the void of His Word. All three universes remain intoxicated with the sweet poison of worldly wealth in some form. Whosoever may not obey the teachings of His Word with steady and stable belief; he may never be blessed with the right path of acceptance in His Court. He may not conquer his religious suspicions, rituals nor the attachments of worldly wealth.

ਮਾਇਆ ਕਿਸ ਨੋ ਆਖੀਐ,
ਕਿਆ ਮਾਇਆ ਕਰਮ ਕਮਾਇ॥
ਦੁਖਿ ਸੁਖਿ ਏਹੁ ਜੀਉ ਬਧੁ ਹੈ,
ਹਉਮੈ ਕਰਮ ਕਮਾਇ॥
ਬਿਨੁ ਸਬਦੈ ਭਰਮੁ ਨ ਚੁਕਈ,
ਨਾ ਵਿਚਹੁ ਹਉਮੈ ਜਾਇ॥੬॥

maa-i-aa kis no aakhee-ai
ki-aa maa-i-aa karam kamaa-ay.
dukh sukh ayhu jee-o baDh hai
ha-umai karam kamaa-ay.
bin sabdai bharam na chook-ee
naa vichahu ha-umai jaa-ay. ||6||

ਸੰਸਾਰਕ ਮਾਇਆ ਦਾ ਕੀ ਰੂਪ, ਮਾਇਆ ਕੀ ਕਰਦੀ ਹੈ? ਸੰਸਾਰਕ ਜੀਵਨ ਦੁਖਾਂ ਅਤੇ ਸੁਖਾਂ ਨਾਲ ਭਰਿਆ ਹੈ । ਜੀਵ ਆਪਣੇ ਹੈਸੀਅਤ ਦੇ ਅਹੰਕਾਰ ਵਿੱਚ ਹੀ ਕੰਮ ਕਰਦੇ ਰਹਿੰਦਾ ਹੈ । ਜਿਹੜਾ ਸ਼ਬਦ ਦੀ ਪਾਲਣਾ ਨਹੀਂ ਕਰਦਾ, ਉਸ ਦੇ ਮਨ ਵਿਚੋਂ ਧਰਮ ਦੇ ਪਾਏ ਭਰਮ, ਅਹੰਕਾਰ ਦੂਰ ਨਹੀਂ ਹੁੰਦਾ ।

What may be the worldly wealth: How may worldly wealth influence mind of self-minded? Worldly life may remain overwhelmed with pleasures and miseries. Self-minded may perform every deed in his ego and pride of his worldly status. Whosoever may not wholeheartedly obey the teachings of His Word; he may never conquer his ego of self-identity nor religious suspicion.

ਬਿਨੁ ਪ੍ਰੀਤੀ ਭਗਤਿ ਨ ਹੋਵਈ,
ਬਿਨੁ ਸਬਦੈ ਥਾਇ ਨ ਪਾਇ॥
ਸਬਦੇ ਹਉਮੈ ਮਾਰੀਐ,

bin pareetee bhagat na hova-ee
bin sabdai thaa-ay na paa-ay.
sabday ha-umai maaree-ai

ਮਾਇਆ ਕਾ ਭ੍ਰਮੁ ਜਾਇ॥	maa-i-aa kaa bharam jaa-ay.
ਨਾਮੁ ਪਦਾਰਥੁ ਪਾਈਐ,	naam padaarath paa-ee-ai
ਗੁਰਮੁਖਿ ਸਹਜਿ ਸੁਭਾਇ॥੭॥	gurmukh sahj subhaa-ay. ||7||

ਜਿਸ ਦੀ ਸ਼ਬਦ ਨਾਲ ਲਗਨ ਨਹੀਂ ਹੁੰਦੀ, ਉਹ ਸ਼ਬਦ ਦੀ ਪਾਲਣਾ ਨਹੀਂ ਕਰ ਸਕਦਾ! ਜਿਹੜਾ ਸ਼ਬਦ ਨਾਲ ਜੀਵਨ ਨਹੀਂ ਢਾਲਣ, ਉਸ ਨੂੰ ਪ੍ਰਵਨਗੀ ਦਾ ਰਸਤਾ ਬਖਸ਼ਿਸ਼ ਨਹੀਂ ਹੁੰਦਾ । ਜਿਹੜਾ ਸ਼ਬਦ ਦੀ ਪਾਲਣਾ ਕਰਦਾ, ਉਸ ਨੂੰ ਮਨ ਦੇ ਅਹੰਕਾਰ ਤੇ ਜਿੱਤ ਬਖਸ਼ਿਸ਼ ਹੋ ਸਕਦੀ ਹੈ, ਮਾਇਆ ਦੇ ਮੋਹ ਦਾ ਨਾਸ ਹੋ ਜਾਂਦਾ ਹੈ । ਜਿਸ ਨੂੰ ਗੁਰਮਖ ਅਵਸਥਾ ਬਖਸ਼ਿਸ਼ ਹੋ ਜਾਂਦੀ ਹੈ, ਉਸ ਨੂੰ ਅਸਾਨੀ ਨਾਲ ਹੀ ਪ੍ਰਵਾਨਗੀ ਬਖਸ਼ਿਸ਼ ਹੋ ਜਾਂਦੀ ਹੈ ।

Whosoever may not have any devotion to meditate; he may never adopt the teachings of His Word with steady and stable belief nor he may be blessed with the right path of acceptance in His Court. Whosoever may obey the teachings of His Word wholeheartedly; with His mercy and grace, he may conquer his own ego, attachments to worldly wealth. He may be blessed with a state of mind as His true devotee; his soul may be redeemed and blessed with salvation.

ਬਿਨੁ ਗੁਰ ਗੁਣ ਨ ਜਾਪਨੀ,	bin gur gun na jaapnee
ਬਿਨੁ ਗੁਣ ਭਗਤਿ ਨ ਹੋਇ॥	bin gun bhagat na ho-ay.
ਭਗਤਿ ਵਛਲੁ ਹਰਿ ਮਨਿ ਵਸਿਆ,	bhagat vachhal har man vasi-aa
ਸਹਜਿ ਮਿਲਿਆ ਪ੍ਰਭੁ ਸੋਇ॥	sahj mili-aa parabh so-ay.
ਨਾਨਕ ਸਬਦੇ ਹਰਿ ਸਾਲਾਹੀਐ,	naanak sabday har salaahee-ai
ਕਰਮਿ ਪਰਾਪਤਿ ਹੋਇ॥੮॥੪॥21॥	karam paraapat ho-ay. ||8||4||21||

ਜਿਹੜਾ ਸ਼ਬਦ ਨਾਲ ਜੀਵਨ ਨਹੀਂ ਢਾਲਦਾ, ਉਸ ਦੇ ਜੀਵਨ ਵਿੱਚ ਸੰਸਾਰਕ ਭਲਾਈ ਦੇ ਗੁਣ ਬਖਸ਼ਿਸ਼ ਨਹੀਂ ਹੁੰਦੇ । ਜਿਸ ਦੇ ਮਨ ਵਿੱਚ ਸੰਸਾਰਕ ਭਲਾਈ ਦੇ ਗੁਣਾਂ ਬਖਸ਼ਿਸ਼ ਨਹੀਂ ਹੁੰਦੇ, ਉਸ ਦੀ ਸ਼ਬਦ ਵਿੱਚ ਲਗਨ ਨਹੀਂ ਲਗਦੀ, ਸ਼ਬਦ ਤੇ ਭਰੋਸਾ ਅਡੋਲ ਨਹੀਂ ਹੁੰਦਾ । ਪ੍ਰਭ ਆਪਣੇ ਸੇਵਕ ਨਾਲ ਪਿਆਰ ਕਰਦਾ ਹੈ, ਉਸ ਦੇ ਹਰ ਕਾਰਜ ਵਿੱਚ ਆਪ ਸਹਾਈ ਹੁੰਦਾ ਹੈ । ਉਸ ਨੂੰ ਅਸਾਨੀ ਨਾਲ ਹੀ ਦਰਬਾਰ ਵਿੱਚ ਪ੍ਰਵਾਨਗੀ ਬਖਸ਼ਿਸ਼ ਹੋ ਜਾਂਦੀ ਹੈ । ਉਹ ਸ਼ਬਦ ਦੀ ਉਸਤਤ, ਪ੍ਰਭ ਦਾ ਧੰਨਵਾਦ ਗਾਉਣਾ ਹੈ । ਪ੍ਰਭ ਆਪਣੀ ਰਹਿਮਤ ਨਾਲ ਹੀ ਪ੍ਰਵਾਨਗੀ ਬਖਸ਼ਦਾ ਹੈ ।

Whosoever may not adopt the teachings of His Word in day-to-day life, he may not be blessed with the virtues for well-fare of His Creation. He may not have devotion to meditate nor he may stay on the path of obeying the teachings of His Word. The True Master remains companion of His true devotee and he remains enlightened with the essence of His Word. His true devotee may be blessed with the right path of acceptance in His Court.

Singing praises of His Word may be the true meditation, gratitude to The True Master for His Blessings; with His mercy and grace, he may be accepted in His Court.

175.ਸਿਰੀਰਾਗੁ ਮਹਲਾ ੩॥ (67-8)

ਮਾਇਆ ਮੋਹੁ ਮੇਰੈ ਪ੍ਰਭਿ ਕੀਨਾ,	maa-i-aa moh mayrai parabh keenaa
ਆਪੇ ਭਰਮਿ ਭੁਲਾਏ॥	aapay bharam bhulaa-ay.
ਮਨਮੁਖਿ ਕਰਮ ਕਰਹਿ ਨਹੀ ਬੂਝਹਿ,	manmukh karam karahi nahee boojheh
ਬਿਰਥਾ ਜਨਮੁ ਗਵਾਏ॥	birthaa janam gavaa-ay.
ਗੁਰਬਾਣੀ ਇਸੁ ਜਗ ਮਹਿ ਚਾਨਣੁ,	gurbaanee is jag meh chaanan
ਕਰਮਿ ਵਸੈ ਮਨਿ ਆਏ॥੧॥	karam vasai man aa-ay. ||1||

ਪ੍ਰਭ ਨੇ ਆਪ ਹੀ ਮਾਇਆ ਦਾ ਮੋਹ, ਜਾਲ ਬਣਾਇਆ, ਆਪੇ ਹੀ ਜੀਵ ਨੂੰ ਭਰਮਾਂ ਭੁਲੇਖਿਆ ਵਿੱਚ ਪਾਉਂਦਾ ਹੈ । ਮਨਮਰਜ਼ੀ ਵਾਲਾ ਸਾਰੇ ਧੰਦੇ ਕਰਦਾ ਰਹਿੰਦਾ ਹੈ, ਪਰ ਉਸ ਨੂੰ ਚੰਗੇ ਮੰਦੇ ਦੀ ਕੋਈ ਸੋਝੀ ਨਹੀਂ ਹੁੰਦੀ! ਆਪਣਾ ਮਾਨਸ ਜਨਮ ਬਿਰਥਾ ਹੀ ਗਵਾ ਜਾਂਦਾ ਹੈ । ਪ੍ਰਭ ਦਾ ਸ਼ਬਦ ਹੀ ਸੰਸਾਰ ਵਿੱਚ ਜਾਗਰਤੀ ਵਾਲੀ ਰੋਸ਼ਨੀ ਹੈ । ਪ੍ਰਭ ਦੀ ਰਹਿਮਤ ਨਾਲ ਮਨ ਵਿੱਚ ਸ਼ਬਦ ਘਰ ਕਰਦਾ ਹੈ ।

The True Master has infused the sweet poison of worldly wealth to check the sincerity of His true devotee. Self-minded may remain intoxicated in suspicions, in worldly deeds; however, he may not distinguish between good or evil deeds. He may waste his human life uselessly. The essence of His Word may be the only pillar of enlightenment to eliminate ignorance from the world. He may bestow His Blessed Vision; His true devotee may be enlightened and remains drenched with the essence of His Word.

ਮਨ ਰੇ ਨਾਮੁ ਜਪਹੁ ਸੁਖੁ ਹੋਇ॥	man, ray Naam japahu sukh ho-ay.
ਗੁਰੁ ਪੂਰਾ ਸਾਲਾਹੀਐ,	gur pooraa salaahee-ai
ਸਹਜਿ ਮਿਲੈ ਪ੍ਰਭੁ ਸੋਇ॥੧॥ ਰਹਾਉ॥	sahj milai parabh so-ay. ‖1‖ rahaa-o.

ਜਿਹੜਾ ਸ਼ਬਦ ਦਾ ਸਿਮਰਨ ਕਰਦਾ ਹੈ, ਉਸ ਦੇ ਮਨ ਵਿੱਚ ਸ਼ਾਂਤੀ, ਸੰਤੋਖ ਬਖਸ਼ਿਸ਼ ਹੋ ਜਾਂਦਾ ਹੈ । ਜਿਹੜਾ ਪ੍ਰਭ ਦੇ ਸ਼ਬਦ ਦੀ ਉਸਤਤ ਗਾਉਂਦਾ ਹੈ, ਉਸ ਨੂੰ ਅਸਾਨੀ ਨਾਲ ਹੀ ਪ੍ਰਭ ਨਾਲ ਮਿਲਾਪ ਹੋ ਜਾਂਦਾ ਹੈ । ਪ੍ਰਭ ਦੇ ਸ਼ਬਦ ਦੀ ਸੋਝੀ ਹੋ ਜਾਂਦੀ ਹੈ ।

Whosoever may meditate wholeheartedly on the teachings of His Word; with His mercy and grace, he may be blessed with a peace and harmony. Whosoever may sing the glory of His Word; he may be blessed with the right path of salvation. He may be enlightened with the essence of His Word.

ਭਰਮੁ ਗਇਆ ਭਉ ਭਾਗਿਆ,	bharam ga-i-aa bha-o bhaagi-aa
ਹਰਿ ਚਰਣੀ ਚਿਤੁ ਲਾਇ॥	har charnee chit laa-ay.
ਗੁਰਮੁਖਿ ਸਬਦੁ ਕਮਾਈਐ,	gurmukh sabad kamaa-ee-ai
ਹਰਿ ਵਸੈ ਮਨਿ ਆਇ॥	har vasai man aa-ay.
ਘਰਿ ਮਹਲਿ ਸਚਿ ਸਮਾਈਐ,	ghar mahal sach samaa-ee-ai
ਜਮਕਾਲੁ ਨ ਸਕੈ ਖਾਇ॥੨॥	jamkaal na sakai khaa-ay. ‖2‖

ਜਿਹੜਾ ਆਪਣਾ ਧਿਆਨ ਪ੍ਰਭ ਦੇ ਸ਼ਬਦ ਦੀ ਪਾਲਣਾ ਵਿੱਚ ਲਾਉਂਦਾ ਹੈ, ਉਸ ਦੇ ਮਨ ਦੇ ਸਾਰੇ ਭਰਮ, ਮੌਤ ਦਾ ਡਰ ਦੂਰ ਹੋ ਜਾਂਦਾ ਹੈ । ਗੁਰਮਖ ਜੀਵ ਪ੍ਰਭ ਦੇ ਸ਼ਬਦ ਨੂੰ ਆਪਣੇ ਜੀਵਨ ਵਿੱਚ ਢਾਲਦਾ ਹੈ, ਉਸ ਦੇ ਮਨ ਵਿੱਚ ਪ੍ਰਭ ਦਾ ਸ਼ਬਦ ਘਰ ਕਰ ਜਾਂਦਾ ਹੈ । ਆਪਣੇ ਮਨ ਅੰਦਰ ਹੀ ਪ੍ਰਭ ਦੀ ਸਮਾਧੀ ਵਿੱਚ ਅਡੋਲ ਹੋ ਜਾਂਦਾ ਹੈ, ਉਸ ਨੂੰ ਮੌਤ ਦਾ ਜਮਦੂਤ ਛੋਹ ਵੀ ਨਹੀਂ ਸਕਦਾ ।

Whosoever may focus, concentrates, and obeys the teachings of His Word; with His mercy and grace, all his religious suspicions and fear of death may also be eliminated. His true devotee always adopts the teachings of His Word; with His mercy and grace, he may remain drenched within his heart. He may remain intoxicated in the void of His Holy Spirit; his soul may remain beyond the reach of devil of death and salvation may be blessed.

ਨਾਮਾ ਛੀਬਾ, ਕਬੀਰੁ ਜੁੋਲਾਹਾ,	naamaa chheebaa kabeer jolaahaa
ਪੂਰੇ ਗੁਰ ਤੇ ਗਤਿ ਪਾਈ॥	pooray gur tay gat paa-ee.
ਬ੍ਰਹਮ ਕੇ ਬੇਤੇ, ਸਬਦੁ ਪਛਾਣਹਿ,	barahm kay baytay sabad pachhaaneh
ਹਉਮੈ ਜਾਤਿ ਗਵਾਈ॥	ha-umai jaat gavaa-ee.
ਸੁਰਿ ਨਰ ਤਿਨ ਕੀ ਬਾਣੀ ਗਾਵਹਿ,	sur nar tin kee banee gaavahi
ਕੋਇ ਨ ਮੇਟੈ ਭਾਈ॥੩॥	ko-ay na maytai bhaa-ee. ‖3‖

ਨਾਮਾ ਛੀਬਾ, ਕਬੀਰ ਜੁਲਾਹਾ, ਦੋਨੋਂ ਹੀ ਛੋਟੀ ਜਾਤ ਦੇ ਨਿਮਾਣੇ ਜੀਵ ਸਨ । ਦੋਨਾਂ ਨੂੰ ਪ੍ਰਭ ਦੇ ਸ਼ਬਦ ਦੀ ਪਾਲਣਾ ਕਰਨ ਨਾਲ ਪ੍ਰਭ ਦੀ ਰਹਿਮਤ, ਮੁਕਤੀ ਬਖਸ਼ਿਸ਼ ਹੋ ਗਈ । ਜਿਹੜੇ ਜੀਵ ਨੂੰ ਸ਼ਬਦ ਦੀ ਸੋਝੀ ਬਖਸ਼ਿਸ਼ ਹੋ ਜਾਂਦੀ ਹੈ, ਉਹ ਪ੍ਰਭ ਦੀ ਹੌਂਦ ਜਾਣ ਜਾਂਦਾ ਹੈ । ਉਸ ਦੇ ਮਨ ਵਿਚੋਂ ਅਹੰਕਾਰ ਖਤਮ

ਹੋ ਜਾਂਦਾ ਹੈ, ਹੈਸੀਅਤ ਦਾ ਵਿਤਕਰਾ ਦੂਰ ਹੋ ਜਾਂਦਾ ਹੈ । ਉਸ ਦੇ ਬੋਲੇ ਹੋਏ ਕਥਨ ਬਾਣੀ ਦਾ ਰੂਪ ਧਾਰਨ ਕਰ ਲੈਂਦੇ ਹਨ । ਉਸ ਦੇ ਕਥਨ ਸਦਾ ਸੱਚ ਰਹਿਣ ਵਾਲੇ ਬਣ ਜਾਂਦੇ ਹਨ, ਮਿਟਾਏ ਨਹੀਂ ਜਾ ਸਕਦੇ । ਬੰਦਗੀ ਕਰਨਵਾਲੇ ਉਸ ਦੇ ਕਥਨਾ ਦਾ ਸਿਮਰਨ ਕਰਦੇ ਹਨ ।

Nama and Kabir both were from the worldly low caste. However, both were obeying the teachings of His Word, wholeheartedly; with His mercy and grace, both were blessed with the right path of salvation and honored in His Court. Whosoever may be enlightened with His Word, he may realize His existence, Holy Spirit prevailing everywhere. He may conquer his ego and pride of his worldly status. His spoken words may be transformed as His Word true forever. His spoken words become unchangeable, true forever. His True devotee meditates on the spoken words of His Holy saints.

ਦੈਤ, ਪੁਤੁ, ਕਰਮ, ਧਰਮ,	dait put karam Dharam
ਕਿਛੁ ਸੰਜਮ ਨ ਪੜੈ,	kichh sanjam na parhai
ਦੂਜਾ ਭਾਉ ਨ ਜਾਣੈ॥	doojaa bhaa-o na jaanai.
ਸਤਿਗੁਰੁ ਭੇਟਿਐ ਨਿਰਮਲੁ ਹੋਆ,	saT`gur bhayti-ai nirmal ho-aa
ਅਨਦਿਨੁ ਨਾਮੁ ਵਖਾਣੈ॥	an-din Naam vakhaanai.
ਏਕੋ ਪੜੈ ਏਕੋ ਨਾਉ ਬੂਝੈ,	ayko parhai ayko naa-o boojhai
ਦੂਜਾ ਅਵਰੁ ਨ ਜਾਣੈ॥੪॥	doojaa avar na jaanai. ||4

ਹਰਨਾਖਸ਼ ਦੈਤ, ਦੇ ਪੁੱਤਰ ਪਰਲਾਦ ਨੇ ਕੋਈ ਧਰਮ ਦੇ ਰੀਤ ਰੀਵਾਜ ਨਹੀਂ ਪੜ੍ਹੇ, ਜਾਣੇ, ਨਾ ਹੀ ਕੋਈ ਤਪ ਹੀ ਕੀਤਾ, ਨਾ ਹੀ ਧਰਮ ਮਗਰ ਲਗਕੇ ਵੱਖਰੇ ਵੱਖਰੇ ਪਾਸੇ ਘੁੰਮਦਾ ਰਿਹਾ । ਉਸ ਨੂੰ ਪ੍ਰਭ ਦੇ ਸ਼ਬਦ ਦੀ ਸੋਝੀ ਬਖਸ਼ਿਸ਼ ਹੋਈ, ਉਸ ਦਾ ਮਨ, ਆਤਮਾ ਪਵਿੱਤਰ ਹੋ ਗਈ । ਉਹ ਦਿਨ ਰਾਤ ਪ੍ਰਭ ਦੇ ਸ਼ਬਦ ਦੀ ਉਸਤਤ ਗਾਉਣ ਲਗ ਪਿਆ । ਉਹ ਕੇਵਲ ਇਕੋ ਇਕ ਪ੍ਰਭ ਦਾ ਸ਼ਬਦ ਹੀ ਬੋਲਦਾ, ਉਸ ਦੇ ਸ਼ਬਦ ਦੀ ਪਾਲਣਾ ਕਰਦਾ, ਉਸ ਨੂੰ ਹੋਰ ਕਿਸੇ ਰੀਤ ਰੀਵਾਜ ਦੀ ਕੋਈ ਸੋਝੀ ਨਹੀਂ ਸੀ ।

Prahalad son of mighty, Tyrant king, **Hernaksh** has not performed any religious rituals, hard meditation nor wandered in the religious beliefs. He was blessed with the enlightened of the essence of His Word within his heart; with His mercy and grace, his soul was sanctified. He remains intoxicated in singing his glory day and night; he may only speak and obeys His Word; Prahalad may never care to know nor recognized any religious rituals.

ਖਟੁ ਦਰਸਨ ਜੋਗੀ ਸੰਨਿਆਸੀ,	khat darsan jogee sani-aasee
ਬਿਨੁ ਗੁਰ ਭਰਮਿ ਭੁਲਾਏ॥	bin gur bharam bhulaa-ay.
ਸਤਿਗੁਰੁ ਸੇਵਹਿ ਤਾ ਗਤਿ ਮਿਤਿ ਪਾਵਹਿ,	saT`gur sayveh taa gat mit paavahi
ਹਰਿ ਜੀਉ ਮੰਨਿ ਵਸਾਏ॥	har jee-o man vasaa-ay.
ਸਚੀ ਬਾਣੀ ਸਿਉ ਚਿਤੁ ਲਾਗੈ,	sachee banee si-o chit laagai
ਆਵਣੁ ਜਾਣੁ ਰਹਾਏ॥੫॥	aavan jaan rahaa- ay. ||5||

ਸੰਨਿਆਸੀ, ਜੋਗ ਦੇ ਛੇ, ਜੀਵਨ ਬਤੀਤ ਕਰਨ ਦੇ ਤਾਰੀਕੇ ਅਪਣਾ ਕੇ ਦਿਵਾਨੇ ਹੋ ਗਏ । ਅਸਲੀ ਪ੍ਰਭ ਦੇ ਸ਼ਬਦ ਦੀ ਸੋਝੀ ਤੋਂ ਬਿਨਾਂ ਮਨ ਦੇ ਭਰਮ ਦੂਰ ਨਹੀਂ ਹੋਏ । ਜਿਹੜਾ ਅਸਲੀ ਗੁਰੂ ਦੇ ਸ਼ਬਦ ਦੀ ਪਾਲਣਾ ਕਰਦਾ ਹੈ, ਉਸ ਨੂੰ ਗਤੀ ਦਾ ਰਸਤਾ ਬਖਸ਼ਿਸ਼ ਹੋ ਸਕਦਾ ਹੈ । ਉਸ ਦੇ ਸ਼ਬਦ ਨਾਲ ਜੀਵਨ ਢਾਲਣ ਨਾਲ ਹੀ ਸ਼ਬਦ ਮਨ ਵਿੱਚ ਘਰ ਕਰ ਸਕਦਾ ਹੈ । ਜੀਵ, ਪ੍ਰਭ ਦੀ ਬਾਣੀ, ਸ਼ਬਦ ਵੀ ਸਦਾ ਸੱਚ ਰਹਿਣ ਵਾਲਾ ਹੈ । ਜਿਹੜਾ ਪ੍ਰਭ ਦੇ ਸ਼ਬਦ ਦੀ ਪਾਲਣਾ ਅਡੋਲ ਭਰੋਸੇ ਨਾਲ ਕਰਦਾ ਹੈ, ਉਸ ਦਾ ਜੂੰਨਾਂ ਦਾ ਚੱਕਰ ਖਤਮ ਹੋ ਸਕਦਾ ਹੈ ।

Yogi adopts six principles of renunciation, meditation, Holy living. However, without the enlightenment of the essence of His Word within, he may remain a victim of worldly suspicions. Whosoever may adopt the teachings of His Word; with His mercy and grace, he may be blessed with the right path of salvation. He may remain drench with the essence of His Word. His Word remains an ultimate command and true forever. Whosoever may obey the teachings of His Word with steady and stable belief; with His mercy and grace, his cycle of birth and death may be eliminated.

ਪੰਡਿਤ ਪੜਿ ਪੜਿ ਵਾਦੁ ਵਖਾਣਹਿ,	pandit parh parh vaad vakaaneh
ਬਿਨੁ ਗੁਰ ਭਰਮਿ ਭੁਲਾਏ॥	bin gur bharam bhulaa-ay.
ਲਖ ਚਉਰਾਸੀਹ ਫੇਰੁ ਪਇਆ,	lakh cha-oraaseeh fayr pa-i-aa
ਬਿਨੁ ਸਬਦੈ ਮੁਕਤਿ ਨ ਪਾਏ॥	bin sabdai mukat na paa-ay.
ਜਾ ਨਾਉ ਚੇਤੈ ਤਾ ਗਤਿ ਪਾਏ,	jaa naa-o chaytai taa gat paa-ay
ਜਾ ਸਤਿਗੁਰੁ ਮੇਲਿ ਮਿਲਾਏ॥੬॥	jaa saT`gur mayl milaa-ay. ||6||

ਸੰਸਾਰ ਦੇ ਗਿਆਨੀ, ਪੰਡਿਤ, ਧਰਮ ਦੇ ਗ੍ਰੰਥ ਪੜ੍ਹਕੇ ਵੱਖਰੇ ਵੱਖਰੇ ਪਖ ਤੇ ਵਿਚਾਰ ਕਰਦੇ ਹਨ, ਪਰ ਪ੍ਰਭ ਦੇ ਸ਼ਬਦ ਦੀ ਸੋਝੀ ਤੋਂ ਬਿਨਾਂ, ਮਨ ਦੇ ਭਰਮ ਦੂਰ ਨਹੀਂ ਹੁੰਦੇ । ਉਹਨਾਂ ਦਾ ਆਪਸ ਵਿੱਚ ਵਿਤਕਰਾ ਖਤਮ ਨਹੀਂ ਹੁੰਦਾ, ਉਹ 84 ਲਖ ਜੂੰਨਾਂ ਦੇ ਚੱਕਰ ਵਿੱਚ ਹੀ ਰਹਿੰਦੇ ਹਨ । ਪ੍ਰਭ ਦੇ ਸ਼ਬਦ ਨਾਲ ਜੀਵਨ ਢਾਲਣ ਤੋਂ ਬਿਨਾਂ ਮੁਕਤੀ ਦਾ ਰਸਤਾ ਬਖਸ਼ਿਸ਼ ਨਹੀਂ ਹੁੰਦਾ । ਜਿਸ ਦੇ ਮਨ ਵਿੱਚ ਸ਼ਬਦ ਤੇ ਭਰੋਸਾ ਅਡੋਲ ਹੋ ਜਾਂਦਾ ਹੈ, ਉਸ ਨੂੰ ਗਤੀ ਵਾਲੀ ਅਵਸਥਾ ਬਖਸ਼ਿਸ਼ ਹੋ ਸਕਦੀ ਹੈ ।

Worldly scholars and religious priests recite spiritual scripture and explain various aspects of the scripture. However, without the enlightenment of the essence of His Word within, he may remain in religious suspicions. The difference of opinions about the true meaning of scripture may not be reconciled, synchronized. The cycle of birth and death, 8.4 million races may continue in his life. Whosoever may not adopt the teachings of His Word in day-to-day life, he may never be blessed with the right path of salvation, acceptance in His Court. Whosoever may obey the teachings of His Word a steady and stable belief on; with His mercy and grace, he may be blessed with salvation.

ਸਤਸੰਗਤਿ ਮਹਿ ਨਾਮੁ ਹਰਿ ਉਪਜੈ,	satsangat meh Naam har upjai
ਜਾ ਸਤਿਗੁਰੁ ਮਿਲੈ ਸੁਭਾਏ॥	jaa saT`gur milai subhaa-ay.
ਮਨੁ ਤਨੁ ਅਰਪੀ ਆਪੁ ਗਵਾਈ,	man, tan arpee aap gavaa-ee
ਚਲਾ ਸਤਿਗੁਰ ਭਾਏ॥	chalaa saT`gur bhaa- ay.
ਸਦ ਬਲਿਹਾਰੀ ਗੁਰ ਅਪੁਨੇ,	sad balihaaree gur apunay
ਵਿਟਹੁ ਜਿ ਹਰਿ ਸੇਤੀ ਚਿਤੁ ਲਾਏ॥੭॥	vitahu je har saytee chit laa-ay. ||7|

ਸੰਤ ਸਰੂਪ ਜੀਵ ਦੀ ਸੰਗਤ ਵਿੱਚ ਸ਼ਬਦ ਦਾ ਧਨ ਇਕੱਠਾ ਕੀਤਾ ਜਾਂਦਾ ਹੈ, ਸ਼ਬਦ ਦੀ ਚਰਚਾ, ਵਡਿਆਈ ਹੁੰਦੀ ਹੈ । ਪ੍ਰਭ ਆਪ ਹੀ ਉਸ ਸੰਗਤ ਵਿੱਚ ਹਾਜ਼ਰ ਹੁੰਦਾ ਹੈ, ਉਥੇ ਹੀ ਉਸ ਨਾਲ ਮਿਲਾਪ, ਪ੍ਰੀਤ ਹੁੰਦੀ ਹੈ । ਉਸ ਸੰਗਤ ਵਿੱਚ ਮਨ, ਤਨ, ਆਪਾ ਪ੍ਰਭ ਅੱਗੇ ਭੇਟਾ ਕਰਨ ਹੀ ਸਿਖਿਆਂ ਜਾਂਦਾ ਹੈ । ਜਿਹੜਾ ਆਪਾ ਗਵਾ ਲੈਂਦਾ, ਖਤਮ ਕਰ ਲੈਂਦਾ ਹੈ । ਉਹ ਪ੍ਰਭ ਦੀ ਜੋਤ ਪ੍ਰਭ ਦੀ ਸਮਾਧੀ ਵਿੱਚ ਵਸਦਾ ਹੈ । ਜਿਸ ਨੂੰ ਪ੍ਰਭ ਦੀ ਸ਼ਰਣ ਵਿੱਚ ਪਨਾਹ ਬਖਸ਼ਿਸ਼ ਹੋ ਜਾਂਦੀ ਹੈ, ਉਹ ਜੀਵ ਪੂਜਣ ਯੋਗ ਹੋ ਜਾਂਦਾ ਹੈ ।

In the congregation of His Holy saint, the wealth of His Word may be earned. The True Master remains merciful and generous with His Blessings. In the conjugation of His Holy saint, technique to surrender mind and body at His Sanctuary may be practiced and redefined. Whosoever may surrender his self-identity at His Sanctuary; he may remain intoxicated in the void of his Word. He may become worthy of worship

ਸੋ ਬ੍ਰਾਹਮਣੁ ਬ੍ਰਹਮੁ ਜੋ ਬਿੰਦੇ,	so baraahman barahm jo binday har
ਹਰਿ ਸੇਤੀ ਰੰਗਿ ਰਾਤਾ॥	saytee rang raataa.
ਪ੍ਰਭੁ ਨਿਕਟਿ ਵਸੈ, ਸਭਨਾ ਘਟ ਅੰਤਰਿ,	parabh nikat vasai sabhnaa ghat antar
ਗੁਰਮੁਖਿ ਵਿਰਲੈ ਜਾਤਾ॥	gurmukh virlai jaataa.
ਨਾਨਕ ਨਾਮੁ ਮਿਲੈ ਵਡਿਆਈ,	naanak Naam milai vadi-aa-ee
ਗੁਰ ਕੈ ਸਬਦਿ ਪਛਾਤਾ॥ ੮॥੫॥22॥	gur kai sabad pachhaataa. ||8||5||22

ਜਿਹੜਾ ਪ੍ਰਭ (ਬ੍ਰਹਮ) ਦੇ ਸ਼ਬਦ ਦੀ ਪਾਲਣਾ ਕਰਕੇ ਸ਼ਬਦ ਦੇ ਰੰਗ ਨਾਲ ਰੰਗਿਆ ਰਹਿੰਦਾ ਹੈ, ਕੇਵਲ ਉਹ ਹੀ ਗਿਆਨਵਾਨ, ਬ੍ਰਹਮਣ ਹੈ । ਪ੍ਰਭ ਸਾਰੇ ਜੀਵਾਂ ਦੇ ਅੰਦਰ, ਨੇੜੇ ਹੀ ਵਸਦਾ ਹੈ, ਫਿਰ ਵੀ ਕੋਈ ਵਿਰਲਾ ਹੀ ਉਸ ਦੀ ਸੋਝੀ ਪਾਉਂਦਾ ਹੈ, ਉਸ ਦੀ ਰਹਿਮਤ ਪਾਉਂਦਾ ਹੈ । ਸ਼ਬਦ ਦੀ ਪਾਲਣਾ, ਜੀਵਨ ਢਾਲਣ ਨਾਲ ਹੀ ਵਡਿਆਈ ਵਾਲੀ ਅਵਸਥਾ ਬਖਸ਼ਿਸ਼ ਹੋ ਸਕਦੀ ਹੈ ।

Whosoever may obey the teachings of His Word with steady and stable belief; he may remain drenched with the crimson color of the essence of His Word. Only he may become worthy of calling enlightened one. His Holy Spirit remains embedded within each soul and dwells within his body. However, very rare devotee may be blessed with the enlightenment of the essence of His Word. Whosoever may wholeheartedly obey the teachings of His Word in day-to-day life; with His mercy and grace, he may be blessed with superb state of mind; worthy of His consideration.

176.ਸਿਰੀਰਾਗੁ ਮਹਲਾ ੩॥ (68-4)

ਸਹਜੈ ਨੋ ਸਭ ਲੋਚਦੀ,	sahjai no sabh lochdee
ਬਿਨੁ ਗੁਰ ਪਾਇਆ ਨ ਜਾਇ॥	bin gur paa-i-aa na jaa-ay.
ਪੜਿ ਪੜਿ ਪੰਡਿਤ ਜੋਤਕੀ,	parh parh pandit jotkee
ਥਕੇ ਭੇਖੀ ਭਰਮਿ ਭੁਲਾਇ॥	thakay bhaykhee bharam bhulaa-ay.
ਗੁਰ ਭੇਟੇ ਸਹਜੁ ਪਾਇਆ,	gur bhaytay sahj paa-i-aa aapnee
ਆਪਣੀ ਕਿਰਪਾ ਕਰੇ ਰਜਾਇ॥੧॥	kirpaa karay rajaa-ay. ||1||

ਸਭ ਜੀਵ ਆਪਣਾ ਧਿਆਨ ਪ੍ਰਭ ਦੇ ਸ਼ਬਦ ਵਿੱਚ ਲਾਉਣਾ ਚਾਹੁੰਦੇ ਹਨ, ਪਰ ਪ੍ਰਭ ਦੀ ਰਹਿਮਤ ਤੋਂ ਬਿਨਾਂ ਸ਼ਬਦ ਵਿੱਚ ਲਗਨ ਨਹੀਂ ਲਗਦੀ । ਪੰਡਿਤ, ਧਰਮ ਦੇ ਗਿਆਨੀ, ਧਰਮ ਦੇ ਗ੍ਰੰਥ, ਜੋਤਸ਼ ਦੀਆਂ ਕਿਤਾਬਾਂ ਪੜ੍ਹ ਕੇ ਬੇਚਾਰ ਹੋ ਜਾਂਦੇ ਹਨ, ਪਰ ਧਰਮ ਦੇ ਰੀਤ ਰੀਵਾਜ ਨਾਲ ਮਨ ਦੇ ਭਰਮ ਦੂਰ ਨਹੀਂ ਹੁੰਦੇ, ਮਨ ਦਾ ਭਰੋਸਾ ਇਕੋ ਇਕ ਪ੍ਰਭ ਦੇ ਬਖਸ਼ੇ ਤੇ ਅਡੋਲ ਨਹੀਂ ਹੁੰਦਾ । ਜਿਸ ਤੇ ਆਪ ਹੀ ਰਹਿਮਤ ਦੀ ਨਜ਼ਰ ਬਖਸ਼ਦਾ ਹੈ, ਉਸ ਦੀ ਲਗਨ ਸ਼ਬਦ ਦੀ ਪਾਲਣਾ ਵਿੱਚ ਲਗਦੀ ਹੈ । ਸ਼ਬਦ ਨਾਲ ਜੀਵਨ ਢਾਲਣ ਨਾਲ ਅਸਾਨੀ ਨਾਲ ਹੀ ਭਰੋਸਾ ਅਡੋਲ ਹੋਣ ਲਗ ਪੈਂਦਾ ਹੈ ।

Everyone may meditate, concentrates on the teachings of His Word; however, without His Blessed Vision, he may not remain steady and stable on meditation of His Word. Pundit, religious scholar read religious scripture and astrology books; however, he remains frustrated. He may not get rid of religious suspicions, rituals; he may never remain steady and stable on the teachings of His Word. Whosoever may be blessed with His Blessed Vision, only he may adopt the teachings of His Word with steady and stable in day-to-day life. His belief may be enhanced on His Blessings.

ਭਾਈ ਰੇ, ਗੁਰ ਬਿਨੁ ਸਹਜੁ ਨ ਹੋਇ॥	bhaa-ee ray gur bin sahj na ho-ay.
ਸਬਦੈ ਹੀ ਤੇ ਸਹਜੁ ਊਪਜੈ,	sabdai hee tay sahj oopjai
ਹਰਿ ਪਾਇਆ ਸਚੁ ਸੋਇ॥੧॥ ਰਹਾਉ॥	har paa-i-aa sach so-ay. ||1|| rahaa-o.

ਪ੍ਰਭ ਦੀ ਰਹਿਮਤ ਤੋਂ ਬਿਨਾਂ ਸ਼ਬਦ ਵਿੱਚ ਲਗਨ ਨਹੀਂ ਲਗਦੀ । ਜਿਹੜਾ ਸ਼ਬਦ ਦੀ ਸਿਖਿਆਂ ਨੂੰ ਮਨ ਵਿੱਚ ਵਸਾਉਂਦਾ ਹੈ, ਉਸ ਦਾ ਸ਼ਬਦ ਨਾਲ ਪਿਆਰ ਵਧਦਾ ਹੈ, ਇਕੋ ਇਕ ਤੇ ਭਰੋਸਾ ਅਡੋਲ ਹੋ ਜਾਂਦਾ ਹੈ । ਇਸ ਨਾਲ ਪ੍ਰਭ ਦੀ ਰਹਿਮਤ ਦੀ ਨਜ਼ਰ ਬਖਸ਼ਿਸ਼ ਹੁੰਦੀ ਹੈ ।

Without His Blessed Vision, no one may remain focused on meditation on the teachings of His Word. Whosoever may adopt the teachings of His Word, he may remain drenched with essence of His Word. His devotion may enhance and he remains on the right path of meditation. He may be accepted in His Sanctuary.

ਸਹਜੇ ਗਾਵਿਆ ਥਾਇ ਪਵੈ,	sehjay gaavi-aa thaa-ay pavai
ਬਿਨੁ ਸਹਜੈ ਕਥਨੀ ਬਾਦਿ॥	bin sahjai kathnee baad.
ਸਹਜੇ ਹੀ ਭਗਤਿ ਊਪਜੈ,	sehjay hee bhagat oopjai
ਸਹਜਿ ਪਿਆਰਿ ਬੈਰਾਗਿ॥	sahj pi-aar bairaag.
ਸਹਜੈ ਹੀ ਤੇ ਸੁਖ ਸਾਤਿ ਹੋਇ,	sahjai hee tay sukh saat ho-ay
ਬਿਨੁ ਸਹਜੈ ਜੀਵਣੁ ਬਾਦਿ॥੨॥	bin sahjai jeevan baad. ||2||

ਜਿਹੜਾ ਸਿਮਰਨ, ਧੰਨੰਵਾਦ ਸ਼ਰਧਾ ਨਾਲ ਗਾਇਆ ਜਾਂਦਾ ਹੈ, ਉਹ ਹੀ ਪ੍ਰਭ ਨੂੰ ਪ੍ਰਵਾਨ ਹੁੰਦਾ ਹੈ । ਮਨ ਦਾ ਭਰੋਸਾ ਅਡੋਲ ਕਰਨ ਤੋਂ ਬਿਨਾਂ ਸ਼ਬਦ ਦਾ ਸਿਮਰਨ, ਬਾਣੀ ਪੜ੍ਹਨਾ ਬਿਰਥਾ ਹੀ ਸਮਾਂ ਬਤੀਤ ਕਰਨਾ ਹੁੰਦਾ ਹੈ । ਜਿਹੜਾ ਸ਼ਬਦ ਦਾ ਸਿਮਰਨ, ਪਾਲਣਾ ਅਡੋਲ ਭਰੋਸੇ ਨਾਲ ਕਰਦਾ ਹੈ, ਉਸ ਦੀ ਸ਼ਬਦ ਵਿੱਚ ਲਗਨ, ਬਖਸ਼ੇ ਤੇ ਭਰੋਸਾ ਅਡੋਲ ਹੋਣ ਲਗ ਪੈਂਦਾ ਹੈ । ਉਸ ਨੂੰ ਮਨ ਵਿੱਚ ਸ਼ਾਂਤੀ, ਸੰਤੋਖ ਬਖਸ਼ਿਸ਼ ਹੋ ਜਾਂਦਾ ਹੈ । ਸ਼ਬਦ ਤੇ ਭਰੋਸਾ ਅਡੋਲ ਕਰਨ ਤੋਂ ਬਿਨਾਂ ਜੀਵਨ ਬਤੀਤ ਕਰਨਾ ਬਿਰਥਾ ਹੀ ਹੈ ।

Whosoever may wholeheartedly meditations and sing the glory of His Word; with His mercy and grace, his meditation may be accepted in His Court. Without accepting His Word as an Ultimate Command; reciting religious scripture and meditating may be a waste of time. Whosoever may meditate and obeys the teachings of His Word with steady and stable belief; his concentration and devotion may become intense. He may be blessed with a peace of mind and contentment. Whosoever may not obey the teachings of His Word, he may waste his precious human life opportunity.

ਸਹਜਿ ਸਾਲਾਹੀ ਸਦਾ ਸਦਾ,	sahj saalaahee sadaa sadaa
ਸਹਜਿ ਸਮਾਧਿ ਲਗਾਇ॥	sahj samaaDh lagaa-ay.
ਸਹਜੇ ਹੀ ਗੁਣ ਊਚਰੈ,	sehjay hee gun oochrai
ਭਗਤਿ ਕਰੇ ਲਿਵ ਲਾਇ॥	bhagat karay liv laa-ay.
ਸਬਦੇ ਹੀ ਹਰਿ ਮਨਿ ਵਸੈ,	sabday hee har man vasai
ਰਸਨਾ ਹਰਿ ਰਸੁ ਖਾਇ॥੩॥	rasnaa har ras khaa-ay. ||3||

ਜੀਵ, ਮਨ ਦਾ ਭਰੋਸਾ ਅਡੋਲ ਕਰਕੇ ਪ੍ਰਭ ਦੇ ਸ਼ਬਦ ਦੇ ਗੁਣ ਗਾਵੋ! ਜਿਹੜਾ ਸ਼ਬਦ ਦੀ ਪਾਲਣਾ ਵਿੱਚ ਅਡੋਲ ਰਹਿੰਦਾ ਹੈ, ਉਹ ਪ੍ਰਭ ਦੇ ਸ਼ਬਦ ਦੀ ਸਮਾਧੀ ਵਿੱਚ ਵਸਦਾ ਹੈ । ਮਨ ਵਿੱਚ ਭਰੋਸਾ ਅਡੋਲ ਕਰਨ ਨਾਲ ਹੀ ਸ਼ਬਦ ਦੀ ਉਸਤਤ, ਕੀਰਤਨ ਕੀਤਾ ਜਾ ਸਕਦਾ ਹੈ । ਉਸ ਨਾਲ ਹੀ ਜੀਵ ਦਾ ਮਨ ਸ਼ਬਦ ਵਿੱਚ ਲੀਨ ਹੋ ਜਾਂਦਾ ਹੈ । ਸ਼ਬਦ ਨਾਲ ਜੀਵਨ ਢਾਲਣ ਨਾਲ ਮਨ ਵਿੱਚ ਸ਼ਬਦ ਘਰ ਕਰ ਜਾਂਦਾ ਹੈ, ਜੀਭ ਤੇ ਸ਼ਬਦ ਦਾ ਰਸ ਆਉਂਦਾ ਹੈ, ਮਨ ਸ਼ਬਦ ਦੇ ਰਸ ਦਾ ਅਨੰਦ ਮਾਨਦਾ ਹੈ ।

You should sing the glory of His Word with steady and stable belief. Whosoever may remain on the right path of meditation; he may dwell within the void of His Word, His Sanctuary. Whosoever may obey the teachings of His Word with a steady and stable belief; he may remain intoxicated in singing, His Glory, Praise. He may remain intoxicated in meditation in the void of His Word. Whosoever may adopt the teachings of His Word; he may remain drenched with the essence of His Word; he may cherish the ambrosial nectar, His Bliss on His tongue.

ਸਹਜੇ ਕਾਲੁ ਵਿਡਾਰਿਆ,	sehjay kaal vidaari-aa
ਸਚ ਸਰਣਾਈ ਪਾਇ॥	sach sarnaa-ee paa-ay.
ਸਹਜੇ ਹਰਿ ਨਾਮੁ ਮਨਿ ਵਸਿਆ,	sehjay har Naam man vasi-aa
ਸਚੀ ਕਾਰ ਕਮਾਇ॥	sachee kaar kamaa-ay.
ਸੇ ਵਡਭਾਗੀ ਜਿਨੀ ਪਾਇਆ,	say vadbhaagee jinee paa-i-aa
ਸਹਜੇ ਰਹੇ ਸਮਾਇ॥੪॥	sehjay rahay samaa-ay. ||4||

ਜਿਹੜਾ ਪ੍ਰਭ ਦੇ ਸ਼ਬਦ ਦੀ ਪਾਲਣਾ ਅਡੋਲ ਭਰੋਸਾ ਨਾਲ ਕਰਦਾ ਹੈ, ਉਸ ਦਾ ਮੌਤ ਦਾ ਡਰ ਖਤਮ ਹੋ ਜਾਂਦਾ ਹੈ, ਉਹ ਪ੍ਰਭ ਦੀ ਸ਼ਰਣ ਵਿੱਚ ਪ੍ਰਵਾਨ ਹੋ ਜਾਂਦਾ ਹੈ । ਉਸ ਦੇ ਮਨ ਵਿੱਚ ਪ੍ਰਭ ਦਾ ਸ਼ਬਦ ਮਨ ਵਿੱਚ ਘਰ ਕਰ ਜਾਂਦਾ ਹੈ, ਸ਼ਬਦ ਦੀ ਕਮਾਈ ਬਖਸ਼ਿਸ਼ ਹੋ ਜਾਂਦੀ ਹੈ । ਜਿਸ ਨੂੰ ਪ੍ਰਭ ਦੀ ਰਹਿਮਤ ਨਾਲ ਸ਼ਬਦ ਵਿੱਚ ਲਗਨ ਬਖਸ਼ਿਸ਼ ਹੋ ਜਾਂਦੀ, ਭਰੋਸਾ ਅਡੋਲ ਹੋ ਜਾਂਦਾ ਹੈ । ਉਹ ਸ਼ਬਦ ਵਿੱਚ ਹੀ ਲੀਨ ਹੋ ਜਾਂਦਾ ਹੈ, ਉਹ ਬਹੁਤ ਵਡਭਾਗੀ ਹੋ ਜਾਂਦਾ ਹੈ ।

Whosoever may obey the teachings of His Word; with His mercy and grace, he may be accepted in His Sanctuary and his fear of death may disappear. He may be enlightened with the essence of His Word from within; with His mercy and grace, he may be blessed with the wealth of His Word. He may remain intoxicated in meditation in the void of His Word; he may become very fortunate.

ਮਾਇਆ ਵਿਚਿ ਸਹਜੁ ਨ ਊਪਜੈ,	maa-i-aa vich sahj na oopjai
ਮਾਇਆ ਦੂਜੈ ਭਾਇ॥	maa-i-aa doojai bhaa-ay.
ਮਨਮੁਖ ਕਰਮ ਕਮਾਵਣੇ,	manmukh karam kamaavnay
ਹਉਮੈ ਜਲੈ ਜਲਾਇ॥	ha-umai jalai jalaa-ay.
ਜੰਮਣੁ ਮਰਣੁ ਨ ਚੂਕਈ,	jaman maran na chook-ee
ਫਿਰਿ ਫਿਰਿ ਆਵੈ ਜਾਇ॥੫॥	fir fir aavai jaa-ay. ||5||

ਸੰਸਾਰਕ ਮਾਇਆ ਵਿੱਚ ਧਿਆਨ ਲਾਉਣ ਨਾਲ ਮਨ ਦਾ ਭਰੋਸਾ ਸ਼ਬਦ ਵਿੱਚ ਅਡੋਲ ਨਹੀਂ ਹੁੰਦਾ, ਮਨ ਧਰਮ ਦੇ ਪਾਏ ਭਰਮਾਂ ਵਿੱਚ ਹੀ ਭਟਕਦਾਂ ਰਹਿੰਦਾ ਹੈ । ਮਨਮਰਜ਼ੀ ਕਰਨਵਾਲਾ ਅਹੰਕਾਰ ਵਿੱਚ ਹੀ ਸਾਰੇ ਕੰਮ ਕਰਦਾ ਹੈ । ਉਹ ਮਨ ਦੀਆਂ ਇੱਛਾਂ ਦੇ ਜਾਲ ਵਿੱਚ ਹੀ ਫਸ ਜਾਂਦਾ, ਜਲ ਜਾਂਦਾ ਹੈ । ਉਸ ਦਾ ਜਨਮ, ਮਰਨ ਦਾ ਚੱਕਰ ਖਤਮ ਨਹੀਂ ਹੁੰਦਾ, ਉਹ ਵੱਖਰੀਆਂ ਜੂੰਨਾਂ ਵਿੱਚ ਹੀ ਭਉਦਾ ਰਹਿੰਦਾ ਹੈ ।

Whosoever may remain intoxicated with sweet poison of worldly wealth; he may never remain contented nor accept His Word as an ultimate command. He may remain frustrated, wandering in religious rituals and suspicions. Self-minded performs all his deeds in his ego. He remains a victim of worldly desires and attachments. He remains in the cycle of birth and death.

ਤ੍ਰਿਹੁ ਗੁਣਾ ਵਿਚਿ ਸਹਜੁ ਨ ਪਾਈਐ,	tarihu gunaa vich sahj na paa-ee-a
ਤ੍ਰੈ ਗੁਣ ਭਰਮਿ ਭੁਲਾਇ॥	tarai gun bharam bhulaa-ay.
ਪੜੀਐ ਗੁਣੀਐ ਕਿਆ ਕਥੀਐ,	parhee-ai gunee-ai ki-aa kathee-ai
ਜਾ ਮੁੰਢਹੁ ਘੁਥਾ ਜਾਇ॥	jaa mundhhu ghuthaa jaa-ay.
ਚਉਥੇ ਪਦ ਮਹਿ ਸਹਜੁ ਹੈ,	cha-uthay pad meh sahj hai
ਗੁਰਮੁਖਿ ਪਲੈ ਪਾਇ॥੬॥	gurmukh palai paa-ay. ||6||

ਮਾਇਆ ਦੇ ਤਿੰਨਾਂ ਰੂਪਾਂ ਮਗਰ ਲਗ ਕੇ ਮਨ ਵਿੱਚ ਸੰਤੋਖ, ਸ਼ਬਦ ਤੇ ਭਰੋਸਾ ਅਡੋਲ ਨਹੀਂ ਹੁੰਦਾ । ਇਹ ਮਾਇਆ ਦੇ ਤਿੰਨੇਂ ਗੁਣ ਜੀਵ ਨੂੰ ਧਰਮ ਦੇ ਪਾਏ ਭਰਮਾਂ ਵਿੱਚ ਹੋਰ ਡੂੰਘਾ ਲੈ ਜਾਂਦੇ ਹਨ । ਜਿਹੜਾ ਮਾਨਸ ਜਨਮ ਦਾ ਮੰਤਵ ਹੀ ਭੁਲ ਜਾਂਦਾ ਹੈ, ਉਸ ਨੂੰ ਬਾਣੀ ਪੜ੍ਹਨ, ਪਾਠ, ਨਿਤਨੇਮ ਕਰਨ, ਸ਼ਬਦ ਦਾ ਵਿਚਾਰ ਕਰਨ ਦਾ ਕੀ ਲਾਭ ਹੈ? ਚੌਥੀ ਅਵਸਥਾ, ਮੁਕਤੀ ਦੀ ਅਵਸਥਾ ਵਿੱਚ ਹੀ ਮਨ ਨੂੰ ਸੰਤੋਖ, ਸ਼ਾਂਤੀ ਬਖਸ਼ਿਸ਼ ਹੋ ਸਕਦੀ ਹੈ । ਗੁਰਮਖ ਸ਼ਬਦ ਦੇ ਧਨ ਦੀ ਕਮਾਈ ਹੀ ਇਕੱਠੀ ਕਰਦਾ ਹੈ ।

Whosoever may remain intoxicated with sweet poison of worldly wealth, he may never realize any contentment nor belief on His Blessings. Three virtues of worldly wealth **Raajas, Taamas, Satvas** may intoxicate self-minded deeper in suspicions. Whosoever may forsake the real purpose of his human life opportunity! What would he benefit from daily prayers and discussing His Virtues? Whosoever may be blessed with 4th state of mind; with His mercy and grace, he may be blessed with a peace, harmony, and blossoms in his life. He may only collect the true earnings of His Word.

ਨਿਰਗੁਣ ਨਾਮੁ ਨਿਧਾਨੁ ਹੈ,	nirgun Naam niDhaan hai
ਸਹਜੇ ਸੋਝੀ ਹੋਇ॥	sehjay soJhee ho-ay.
ਗੁਣਵੰਤੀ ਸਾਲਾਹਿਆ,	gunvantee salaahi-aa
ਸਚੇ ਸਚੀ ਸੋਇ॥	sachay sachee so-ay.
ਭੁਲਿਆ ਸਹਜਿ ਮਿਲਾਇਸੀ,	bhuli-aa sahj milaa-isee
ਸਬਦਿ ਮਿਲਾਵਾ ਹੋਇ॥੭॥	sabad milaavaa ho-ay. ‖7‖

ਉਸ ਪਵਿੱਤਰ ਅਕਾਰ ਰਹਿਤ ਪ੍ਰਭ ਦਾ ਸ਼ਬਦ ਹੀ ਅਣਮੋਲ ਖਜ਼ਾਨਾ ਹੈ! ਜਿਸ ਦਾ ਮਨ ਸ਼ਬਦ ਵਿੱਚ ਅਡੋਲ ਹੋ ਜਾਂਦਾ ਹੈ, ਉਸ ਨੂੰ ਸ਼ਬਦ ਦੀ ਸੋਝੀ ਬਖਸ਼ਿਸ਼ ਹੋ ਸਕਦੀ ਹੈ । ਸ਼ਬਦ ਦੇ ਗੁਣ, ਸੋਭਾ ਗਾਉਣ ਨਾਲ ਹੀ ਪ੍ਰਭ ਦੇ ਸ਼ਬਦ ਦਾ ਰੰਗ ਚੜ੍ਹਦਾ ਹੈ । ਉਸ ਦਾ ਸ਼ਬਦ ਸਦਾ ਹੀ ਸੱਚ ਰਹਿਣ ਵਾਲਾ ਹੈ । ਪ੍ਰਭ ਆਪਣੇ ਭੁਲੇ ਹੋਏ ਸੇਵਕ ਨੂੰ ਆਪ ਹੀ ਰਸਤੇ ਦੀ ਸੋਝੀ ਬਖਸ਼ਦਾ ਹੈ, ਸ਼ਬਦ ਨਾਲ ਲਗਨ ਲਾਉਂਦਾ ਹੈ । ਸ਼ਬਦ ਵਿੱਚ ਭਰੋਸਾ ਅਡੋਲ ਕਰਨ ਨਾਲ ਹੀ ਸ਼ਬਦ ਦੀ ਸੋਝੀ ਬਖਸ਼ਿਸ਼ ਹੁੰਦੀ ਹੈ । ਸ਼ਬਦ ਮਨ ਵਿੱਚ ਵਸਦਾ ਹੈ, ਪ੍ਰਭ ਦੀ ਜੋਤ ਮਨ ਵਿੱਚ ਜਾਗਰਤ ਹੁੰਦੀ ਹੈ ।

The teachings of His Word, formless, shapeless The True Master may be the precious treasure of enlightenment. Whosoever may adopt the teachings of His Word in the day-to-day life, he may remain drenched with the enlightenment of the essence of His Word. He may sing the praises of His virtues; he may remain drenched the crimson color of the essence of His Word. His Word remains true forever. The True Master may inspire His wandering true devotee on the right path and blesses devotion to meditate. He may be blessed with enlightenment of the essence of His Word. His eternal spiritual glow may be shinning on his forehead.

ਬਿਨੁ ਸਹਜੈ ਸਭੁ ਅੰਧੁ ਹੈ,	bin sahjai sabh anDh hai
ਮਾਇਆ ਮੋਹੁ ਗੁਬਾਰੁ॥	maa-i-aa moh gubaar.
ਸਹਜੇ ਹੀ ਸੋਝੀ ਪਈ,	sehjay hee soJhee pa-ee
ਸਚੈ ਸਬਦਿ ਅਪਾਰਿ॥	sachai sabad apaar.
ਆਪੇ ਬਖਸਿ ਮਿਲਾਇਅਨੁ,	aapay bakhas milaa-i-an
ਪੂਰੇ ਗੁਰ ਕਰਤਾਰਿ॥੮॥	pooray gur kartaar. ‖8‖

ਸ਼ਬਦ ਤੇ ਭਰੋਸਾ ਅਡੋਲ ਕਰਨ ਤੋਂ ਬਿਨਾਂ ਮਨ ਵਿੱਚ ਅਗਿਆਨਤਾਂ ਦਾ ਹਨੇਰਾ ਹੀ ਰਹਿੰਦਾ ਹੈ । ਮਨ ਵਿੱਚ ਮਾਇਆ ਦੇ ਮੋਹ ਦਾ ਕਾਬੂ, ਮਨ ਵਿੱਚ ਅਗਿਆਨਤਾ ਦਾ ਹੀ ਜ਼ੋਰ ਰਹਿੰਦਾ ਹੈ । ਮਨ ਦਾ ਭਰੋਸ ਅਡੋਲ ਕਰਨ ਨਾਲ ਹੀ ਮਨ ਵਿੱਚ ਸ਼ਬਦ ਦੀ ਲਗਨ ਲਗਦੀ ਹੈ । ਸ਼ਬਦ ਦੀ ਪਾਲਣਾ ਕਰਨ ਨਾਲ ਹੀ ਸ਼ਬਦ ਦੀ ਸੋਝੀ ਬਖਸ਼ਿਸ਼ ਹੋ ਜਾਂਦੀ ਹੈ । ਪ੍ਰਭ ਆਪ ਹੀ ਜੀਵ ਦੀ ਲਗਨ ਤੇ ਤਰਸ ਕਰਦਾ, ਭੁੱਲਾਂ ਬਖਸ਼ਦਾ ਹੈ, ਆਪਣੀ ਜੋਤ ਵਿੱਚ ਅਲੋਪ ਕਰ ਲੈਂਦਾ ਹੈ ।

Whosoever may not obey the teachings of His Word with steady, and stable belief; he may remain ignorant from the essence of His Word. He may remain in religious suspicions. Whosoever may adopt the teachings of His Word with steady and stable belief; he may be blessed with the enlightenment of the essence of His Word. The Merciful True Master may forgive his sins and accepts his soul in His Sanctuary.

ਸਹਜੇ ਅਦਿਸਟੁ ਪਛਾਣੀਐ,	sehjay adisat pachhaanee-ai
ਨਿਰਭਉ ਜੋਤਿ ਨਿਰੰਕਾਰੁ॥	nirbha-o jot nirankaar.
ਸਭਨਾ ਜੀਆ ਕਾ ਇਕੁ ਦਾਤਾ,	sabhnaa jee-aa kaa ik daataa
ਜੋਤੀ ਜੋਤਿ ਮਿਲਾਵਣਹਾਰੁ॥	jotee jot milaavanhaar.
ਪੂਰੈ ਸਬਦਿ ਸਲਾਹੀਐ,	poorai sabad salaahee-ai
ਜਿਸ ਦਾ ਅੰਤੁ ਨ ਪਾਰਾਵਾਰੁ॥੯॥	jis daa ant na paaraavaar. ‖9‖

ਜਿਹੜਾ ਅਡੋਲ ਭਰੋਸਾ ਨਾਲ ਸ਼ਬਦ ਦੀ ਪਾਲਣਾ ਕਰਦਾ ਹੈ, ਉਸ ਨੂੰ ਨਾ ਦੇਖੇ ਜਾਣ ਵਾਲੇ, ਨਿਡਰ, ਅਕਾਰ ਤੋਂ ਰਹਿਤ ਪ੍ਰਭ ਦੀ ਹੋਂਦ ਮਹਿਸੂਸ ਹੁੰਦੀ ਹੈ । ਉਸ ਦੇ ਮਨ ਵਿੱਚ ਜੋਤ ਜਾਗਰਤ ਹੁੰਦੀ ਹੈ । ਕੇਵਲ ਇਕੋ ਇਕ ਪ੍ਰਭ ਹੀ ਸਾਰੀ ਸ੍ਰਿਸ਼ਟੀ ਨੂੰ ਦਾਤਾਂ ਬਖਸ਼ਣ ਵਾਲਾ ਭੰਡਾਰੀ ਹੈ, ਉਹ ਗੁਰਮਖ ਦੀ ਆਤਮਾ ਨੂੰ ਆਪਣੀ ਜੋਤ ਵਿੱਚ ਹੀ ਅਲੋਪ ਕਰ ਲੈਂਦਾ ਹੈ । ਪ੍ਰਭ ਦੇ ਪਵਿੱਤਰ ਸ਼ਬਦ ਦਾ ਹੀ ਸਿਮਰਨ ਕਰੋ! ਉਸ ਵਿੱਚ ਕੋਈ ਕਮੀ, ਦਾਗ਼ ਨਹੀਂ ਹੁੰਦਾ, ਉਸ ਦੇ ਕਿਸੇ ਕਰਤਬ ਦਾ ਕੋਈ ਅੰਤ ਨਹੀਂ ਹੈ ।

Whosoever may obey the teachings of His Word with steady and stable belief; with His mercy and grace, he may realize the existence of fearless, beyond visibility True Master. His eternal spiritual glow may be shinning in the mind of His true devotee. The One and Only One True Master, Treasure of all the Blessings! He may absorb the soul of His true devotee within His Holy Spirit. You should meditate on the teachings of His Holy Word! He may remain beyond any blemish, weakness, limits, and comprehension His Creation.

ਗਿਆਨੀਆ ਕਾ ਧਨੁ ਨਾਮੁ ਹੈ,	gi-aanee-aa kaa Dhan Naam hai
ਸਹਜਿ ਕਰਹਿ ਵਾਪਾਰੁ॥	sahj karahi vaapaar.
ਅਨਦਿਨੁ ਲਾਹਾ ਹਰਿ ਨਾਮੁ ਲੈਨਿ,	an-din laahaa har Naam lain
ਅਖੁਟ ਭਰੇ ਭੰਡਾਰ॥	akhut bharay bhandaar.
ਨਾਨਕ ਤੋਟਿ ਨ ਆਵਈ,	naanak tot na aavee
ਦੀਏ ਦੇਵਣਹਾਰਿ॥੧੦॥੬॥23॥	dee-ay dayvanhaar. ||10||6||23||

ਜਿਹੜੇ ਪ੍ਰਭ ਦੇ ਸ਼ਬਦ ਦੇ ਗਿਆਨ ਦੇ ਵਪਾਰੀ ਹੁੰਦਾ ਹੈ, ਉਸ ਦੇ ਜੀਵਨ ਦਾ ਮੰਤਵ, ਕਮਾਈ ਹੀ ਸ਼ਬਦ ਦਾ ਧਨ ਇਕੱਠਾ ਕਰਨਾ ਹੈ । ਜਿਹੜਾ ਸਦਾ ਰਹਿਣ ਵਾਲੇ ਦੇ ਸ਼ਬਦ ਦਾ ਵਪਾਰ ਕਰਦਾ ਹੈ, ਉਹ ਦਿਨ ਰਾਤ ਪ੍ਰਭ ਦੇ ਸ਼ਬਦ ਦੀ ਸੋਝੀ ਦਾ ਲਾਹ ਖਟਦਾ ਹੈ । ਉਸ ਦੇ ਸ਼ਬਦ ਦਾ ਅਥਾਹ ਖਜ਼ਾਨੇਂ ਵਿੱਚ ਕਦੇ ਘਾਟ, ਕਮੀ ਨਹੀਂ ਹੁੰਦੀ । ਜਿਸ ਨੂੰ ਦਾਤਾਂ ਬਖਸ਼ਦਾ ਹੈ! ਉਸ ਨੂੰ ਕੋਈ ਕਮੀ ਨਹੀਂ ਰਹਿੰਦੀ, ਚਾਰ ਪਾਸੇ ਅਨੰਦ, ਖੇੜਾ ਹੀ ਰਹਿੰਦਾ ਹੈ ।

Whosoever may be a trader, merchant of His Word, the true purpose of his life! He may only collect the earnings of His Word. Whosoever may meditate on the teachings of His Word; he may earn the wealth of His Word Day and night. His unlimited treasure of enlightenment of the essence of His Word may never be exhausted nor any deficiency. Whosoever may be blessed with His Treasure, he may never realize any deficiency in his life; peace, harmony, and blossom prevail in his life forever.

177.ਸਿਰੀਰਾਗੁ ਮਹਲਾ ੩॥ (69-1)

ਸਤਿਗੁਰਿ ਮਿਲਿਐ ਫੇਰੁ ਨ ਪਵੈ,	saT`gur mili-ai fayr na pavai
ਜਨਮ ਮਰਣ ਦੁਖੁ ਜਾਇ॥	janam maran dukh jaa-ay.
ਪੂਰੈ ਸਬਦਿ ਸਭ ਸੋਝੀ ਹੋਈ,	poorai sabad sabh soJhee ho-ee
ਹਰਿ ਨਾਮੈ ਰਹੈ ਸਮਾਇ॥੧॥	har Naamai rahai samaa-ay. ||1||

ਪ੍ਰਭ ਦੇ ਦਰਬਾਰ ਵਿੱਚ ਪ੍ਰਵਾਨ ਹੋਈ ਆਤਮਾ ਨੂੰ ਜੂੰਨਾਂ ਦੇ ਚੱਕਰ ਵਿੱਚ ਨਹੀਂ ਜਾਣਾ ਪੈਂਦਾ । ਪ੍ਰਭ ਦੇ ਪੂਰਨ ਸ਼ਬਦ ਦੀ ਪਾਲਣਾ ਨਾਲ ਹੀ ਮਨ ਨੂੰ ਸ਼ਬਦ ਦੀ ਸੋਝੀ ਬਖਸ਼ਿਸ਼ ਹੋਈ ਹੈ । ਮਨ ਪ੍ਰਭ ਦੇ ਸ਼ਬਦ ਪਾਲਣਾ ਕਰਦਾ ਹੀ ਪ੍ਰਭ ਦੀ ਸਮਾਧੀ ਵਿੱਚ ਲੀਨ ਹੋ ਗਿਆ ਹੈ ।

Once soul may be accepted in His Court; she may not remain in the cycle of birth and death. I am obeying the teachings of His Word, The Perfect True Master; with His mercy and grace, I have been blessed with the enlightened of His Word from within. I remain intoxicated in meditation and obeying in the void of His Holy Spirit.

ਮਨ ਮੇਰੇ ਸਤਿਗੁਰ ਸਿਉ ਚਿਤੁ ਲਾਇ॥ man, mayray saT`gur si-o chit laa-ay.
ਨਿਰਮਲੁ ਨਾਮੁ ਸਦ ਨਵਤਨੋ, nirmal Naam sad navtano
ਆਪਿ ਵਸੈ ਮਨਿ ਆਇ॥੧॥ ਰਹਾਉ॥ aap vasai man aa-ay. ||1|| rahaa-o.

ਪ੍ਰਭ ਦੇ ਸ਼ਬਦ ਵਿੱਚ ਹੀ ਧਿਆਨ, ਲਗਨ ਲਾਵੋ! ਪ੍ਰਭ ਦਾ ਸ਼ਬਦ ਨਿਰਮਲ, ਪਵਿੱਤਰ, ਸਦਾ ਤਾਜ਼ਾ, ਰਹਿਣ ਵਾਲਾ ਹੈ । ਪ੍ਰਭ ਦੀ ਰਹਿਮਤ ਨਾਲ ਹੀ ਜੀਵ ਦੇ ਮਨ ਵਿੱਚ ਸ਼ਬਦ ਘਰ ਕਰ ਜਾਂਦਾ, ਸ਼ਬਦ ਨਾਲ ਲਗਨ ਵਧਦੀ ਹੈ । ਜਿਸ ਨੂੰ ਸ਼ਬਦ ਦੀ ਸੋਝੀ ਬਖਸ਼ਿਸ਼ ਹੋ ਜਾਂਦੀ ਹੈ, ਉਸ ਦੇ ਇਕੋ ਇਕ ਤੇ ਭਰੋਸਾ ਅਡੋਲ ਹੋ ਜਾਂਦਾ ਹੈ, ਪ੍ਰਭ ਦੀ ਰਹਿਮਤ ਦੀ ਨਜ਼ਰ ਬਖਸ਼ਿਸ਼ ਹੋ ਜਾਂਦੀ ਹੈ ।

You should concentrate on the teachings of His Word. The teachings of His Word always remain fresh, and true forever; with His mercy and grace, he may remain drenched with the essence of His Word; his devotion may be enhanced. Whosoever may be enlightened with of the essence of His Word; he may be blessed with the right path of acceptance in His Court.

ਹਰਿ ਜੀਉ ਰਾਖਹੁ ਅਪੁਨੀ ਸਰਣਾਈ, har jee-o raakho apunee sarnaa-ee
ਜਿਉ ਰਾਖਹਿ ਤਿਉ ਰਹਣਾ॥ ji-o raakhahi ti-o rahnaa.
ਗੁਰ ਕੈ ਸਬਦਿ ਜੀਵਤੁ ਮਰੈ, gur kai sabad jeevat marai
ਗੁਰਮੁਖਿ ਭਵਜਲੁ ਤਰਣਾ॥੨॥ gurmukh bhavjal tarnaa. ||2||

ਪ੍ਰਭ ਆਪ ਹੀ ਰਹਿਮਤ ਬਖਸ਼ਕੇ ਆਪਣੀ ਸ਼ਰਣ ਵਿੱਚ ਰਖੋ! ਸ਼ਬਦ ਦੀ ਪਾਲਣਾ, ਦਰਬਾਰ ਵਿੱਚ ਪ੍ਰਵਾਨ ਹੋਣ ਵਾਲਾ ਧੰਦਾ ਬਖਸ਼ੋ! ਜਿਹੜਾ ਪ੍ਰਭ ਦੇ ਸ਼ਬਦ ਨਾਲ ਜੀਵਨ ਢਾਲਦਾ ਹੈ, ਪ੍ਰਭ ਉਸ ਨੂੰ ਗੁਰਮਖ ਅਵਸਥਾ ਬਖਸ਼ਦਾ ਹੈ । ਉਸ ਦੇ ਮਨ ਦੀ ਅਵਸਥਾ ਬਦਲ ਜਾਂਦੀ ਹੈ, ਉਸ ਦੇ ਜੀਵਨ ਵਿੱਚ ਨਿਮ੍ਰਤਾ, ਤਰਸ, ਸੰਤੋਖ ਬਖਸ਼ਿਸ਼ ਹੋ ਜਾਂਦਾ, ਮਨ ਅਹੰਕਰ ਰਹਿਤ ਹੋ ਜਾਂਦਾ ਹੈ । ਸ਼ਬਦ ਦੀ ਪਾਲਣਾ ਕਰਦਾ ਹੋਇਆ ਜੀਵ ਸੰਸਾਰਕ ਸਾਗਰ ਪਾਰ ਕਰ ਜਾਂਦਾ ਹੈ ।

The True Master bestow Your Blessed Vision, I may be blessed with the path of Your Sanctuary. The Merciful True Master blesses the right path of acceptance in Your Court. Whosoever may adopt the teachings of His Word in his day-to-day life; with His mercy and grace, he may be blessed with a state of mind as His true devotee. His state of mind may be transformed to become humble, merciful, contented, compassionate and free from ego. He may remain intoxicated in obeying the teachings of His Word; with His mercy and grace, he may cross the terrible worldly ocean.

ਵਡੈ ਭਾਗਿ ਨਾਉ ਪਾਈਐ, vadai bhaag naa-o paa-ee-ai
ਗੁਰਮਤਿ ਸਬਦਿ ਸੁਹਾਈ॥ gurmat sabad suhaa-ee.
ਆਪੇ ਮਨਿ ਵਸਿਆ ਪ੍ਰਭੁ, aapay man vasi-aa parabh
ਕਰਤਾ ਸਹਜੇ ਰਹਿਆ ਸਮਾਈ॥੩॥ kartaa sehjay rahi-aa samaa-ee. ||3||

ਜਿਸ ਜੀਵ ਦੇ ਵਡੇ ਭਾਗ ਹੁੰਦੇ ਹਨ, ਉਸ ਦੀ ਹੀ ਸ਼ਬਦ ਵਿੱਚ ਲਗਨ ਲਗਦੀ ਹੈ । ਉਹ ਸ਼ਬਦ ਦੀ ਪਾਲਣਾ ਅਡੋਲ ਭਰੋਸੇ ਨਾਲ ਕਰਦਾ, ਦਰਬਾਰ ਵਿੱਚ ਪ੍ਰਵਾਨ ਹੋ ਜਾਂਦਾ ਹੈ । ਪ੍ਰਭ ਦੇ ਸ਼ਬਦ ਦੀ ਸੋਝੀ ਉਸ ਦੇ ਮਨ ਵਿੱਚ ਰਚ ਜਾਂਦੀ, ਵਸਣ ਲਗ ਪੈਂਦੀ ਹੈ । ਉਸ ਦਾ ਮਨ ਪ੍ਰਭ ਦੀ ਜੋਤ ਦੀ ਸਮਾਧੀ ਵਿੱਚ ਲੀਨ ਹੋ ਜਾਂਦਾ ਹੈ, ਮਨ ਸੰਤੋਖ, ਖੇੜੇ ਬਖਸ਼ਿਸ਼ ਹੋ ਜਾਂਦਾ ਹੈ ।

Whosoever may have a great prewritten destiny only he may remain devoted, dedicated to obey the teachings of His Word with steady and stable belief; with His mercy and grace, he may be blessed with the right path of acceptance in His Court. He may remain intoxicated with the essence in the void of His Word; with His mercy and grace, he may be overwhelmed with contentment and blossom in his life.

ਇਕਨਾ ਮਨਮੁਖਿ ਸਬਦੁ ਨ ਭਾਵੈ, iknaa manmukh sabad na bhaavai
ਬੰਧਨਿ ਬੰਧਿ ਭਵਾਇਆ॥ banDh bhavaa-i-aa.
ਲਖ ਚਉਰਾਸੀਹ ਫਿਰਿ ਫਿਰਿ ਆਵੈ, lakh cha-oraaseeh fir fir aavai

ਬਿਰਥਾ ਜਨਮੁ ਗਵਾਇਆ॥੪॥ birthaa janam gavaa-i-aa. ||4||

ਮਨਮਰਜ਼ੀ ਕਰਨਵਾਲੇ ਜੀਵ ਨੂੰ ਸ਼ਬਦ ਨਾਲ ਕੋਈ ਲਗਨ, ਭਰੋਸਾ ਨਹੀਂ ਹੁੰਦਾ । ਉਹ ਮੌਤ ਦੇ ਫਰਿਸ਼ਤੇ ਦੇ ਫਧੇ ਵਿੱਚ ਬੰਧਾ, ਜੂੰਨਾਂ ਦੇ ਚੱਕਰ ਵਿੱਚ ਹੀ ਰਹਿੰਦਾ ਹੈ । 84 ਲਖ ਜੂੰਨਾਂ ਦੇ ਚੱਕਰ ਵਿੱਚ ਭਉਦਾ, ਮਾਨਸ ਜਨਮ ਬਿਰਥਾ ਹੀ ਗਵਾ ਜਾਂਦਾ ਹੈ ।

Self-minded may not any believe nor any devotion to obey the teachings of His Word. He may remain on the path of devil of death, he may remain in the cycle of birth and death of 8.4 million races. He may waste his precious human life opportunity.

ਭਗਤਾ ਮਨਿ ਆਨੰਦੁ ਹੈ, bhagtaa man aanand hai
ਸਚੈ ਸਬਦਿ ਰੰਗਿ ਰਾਤੇ॥ sachai sabad rang raatay.
ਅਨਦਿਨੁ ਗੁਣ ਗਾਵਹਿ ਸਦ ਨਿਰਮਲ, an-din gun gaavahi sad nirmal
ਸਹਜੇ ਨਾਮਿ ਸਮਾਤੇ॥੫॥ sehjay Naam samaatay. ||5

ਬੰਦਗੀ ਕਰਨਵਾਲੇ ਦੇ ਮਨ ਵਿੱਚ ਸਦਾ ਹੀ ਖੇੜਾ ਰਹਿੰਦਾ ਹੈ । ਉਸ ਦੀ ਲਗਨ ਸ਼ਬਦ ਦੀ ਪਾਲਣਾ, ਜੀਵਨ ਢਾਲਣ ਵਿੱਚ ਹੀ ਲਗੀ ਰਹਿੰਦੀ ਹੈ । ਉਹ ਦਿਨ ਰਾਤ ਪ੍ਰਭ ਦੇ ਸ਼ਬਦ ਦੇ ਗੁਣ ਗਾਉਂਦਾ, ਮਨ ਵਿੱਚ ਸੰਤੋਖ ਰਖਦਾ ਹੈ । ਪ੍ਰਭ ਦੇ ਸ਼ਬਦ ਦੀ ਪਾਲਣਾ ਵਿੱਚ ਹੀ ਮਸਤ, ਲੀਨ ਰਹਿੰਦਾ ਹੈ ।

His true devotee always lives peaceful and harmonious life. He always obeys, and adopts the teachings of His Word in day-to-day life. He sings the glory of His virtues Day and night. He may remain intoxication obeying the teachings of His Word, in peace and contented.

ਗੁਰਮੁਖਿ ਅੰਮ੍ਰਿਤ ਬਾਣੀ ਬੋਲਹਿ, gurmukh amrit banee boleh
ਸਭ ਆਤਮ ਰਾਮੁ ਪਛਾਣੀ॥ sabh aatam raam pachhaanee.
ਏਕੋ ਸੇਵਨਿ ਏਕੁ ਅਰਾਧਹਿ, ayko sayvan ayk araaDheh
ਗੁਰਮੁਖਿ ਅਕਥ ਕਹਾਣੀ॥੬॥ gurmukh akath kahaanee. ||6||

ਗੁਰਮਖ ਦੇ ਮਨ ਵਿਚੋਂ ਹਰ ਵੇਲੇ ਪ੍ਰਭ ਦੇ ਸ਼ਬਦ ਦੇ ਬੋਲ ਹੀ ਨਿਕਲਦੇ ਹਨ । ਉਹ ਸਭ ਤੋਂ ਵਡੀ, ਪ੍ਰਭ ਦੀ ਹੋਂਦ ਪਛਾਣ ਲੈਂਦਾ ਹੈ । ਗੁਰਮਖ ਇਕੋ ਇਕ ਪ੍ਰਭ ਦੀ ਸੇਵਾ, ਸ਼ਬਦ ਦਾ ਸਿਮਰਨ ਕਰਦਾ ਹੈ । ਉਹ ਪ੍ਰਭ ਦੇ ਅਕਥ ਸ਼ਬਦ ਦੀ ਵਿਆਖਿਆ, ਚਰਚਾ ਕਰਦਾ ਹੈ ।

His True devotee always sings the glory, virtues of His Word. He may realize His Existence, His Holy Spirit prevailing within his heart. His True devotee may only serve, meditates on the teachings of His Word; with His mercy and grace, he may explain the unexplainable eternal events of the universe.

ਸਚਾ ਸਾਹਿਬੁ ਸੇਵੀਐ, sachaa saahib sayvee-ai
ਗੁਰਮੁਖਿ ਵਸੈ ਮਨਿ ਆਇ॥ gurmukh vasai man aa-ay.
ਸਦਾ ਰੰਗਿ ਰਾਤੇ ਸਚ ਸਿਉ, sadaa rang raatay sach si-o
ਅਪੁਨੀ ਕਿਰਪਾ ਕਰੇ ਮਿਲਾਇ॥੭॥ apunee kirpaa karay milaa-ay. ||7||

ਗੁਰਮਖ ਜੀਵ ਉਸ ਅਟਲ ਪ੍ਰਭ ਦੇ ਸ਼ਬਦ ਦੀ ਪਾਲਣਾ ਵਿੱਚ ਭਰੋਸਾ ਅਡੋਲ ਰਖਦਾ ਹੈ । ਉਸ ਦੇ ਮਨ ਵਿੱਚ ਪ੍ਰਭ ਦੇ ਸ਼ਬਦ ਦੀ ਸੋਝੀ ਰਚ, ਵਸ ਜਾਂਦੀ ਹੈ । ਉਹ ਪ੍ਰਭ ਦੀ ਸਮਾਧੀ ਵਿੱਚ ਸਦਾ ਲਈ ਲੀਨ ਹੋ ਜਾਂਦਾ ਹੈ । ਰਹਿਮਤਾ ਦਾ ਮਾਲਕ, ਪ੍ਰਭ ਆਪ ਹੀ ਦਰਬਾਰ ਵਿੱਚ ਪ੍ਰਵਾਨਗੀ ਦਾ ਰਸਤਾ ਬਖਸ਼ਦਾ ਹੈ ।

His true devotee remains intoxicated in obeying the teachings of His Word with steady and stable belief; with His mercy and grace, he may remain drenched with the essence of His Word. He may remain intoxicated in meditation in the void of His Word; he may be blessed with the right path of acceptance in His Court.

ਆਪੇ ਕਰੇ ਕਰਾਏ ਆਪੇ, aapay karay karaa-ay aapay
ਇਕਨਾ ਸੁਤਿਆ ਦੇਇ ਜਗਾਇ॥ iknaa suti-aa day-ay jagaa-ay.
ਆਪੇ ਮੇਲਿ ਮਿਲਾਇਦਾ, aapay mayl milaa-idaa
ਨਾਨਕ ਸਬਦਿ ਸਮਾਇ॥੮॥੭॥24॥ naanak sabad samaa-ay. ||8||7||24||

ਪ੍ਰਭ ਆਪ ਹੀ ਸਭ ਕੁਝ ਕਰਦਾ, ਕਰਾਉਂਦਾ ਹੈ । ਕਿਸੇ ਭੁਲੇ ਜੀਵ ਨੂੰ ਆਪ ਹੀ ਸਿੱਧੇ ਰਸਤੇ ਤੇ ਪਾਉਂਦਾ, ਉਸ ਨੂੰ ਸੁਤੇ ਹੋਏ ਨੂੰ ਜਗਾ ਕੇ ਬੰਦਗੀ ਤੇ ਲਾਉਂਦਾ ਹੈ । ਉਹ ਆਪ ਹੀ ਜੀਵ ਨੂੰ ਦਰਬਾਰ ਵਿੱਚ ਪ੍ਰਵਾਨਗੀ ਦਾ ਰਸਤਾ ਬਖਸ਼ਦਾ ਹੈ, ਆਪਣੀ ਜੋਤ ਵਿੱਚ ਅਲੋਪ ਕਰ ਲੈਂਦਾ ਹੈ । ਜੀਵ ਉਸ ਦੇ ਸ਼ਬਦ ਦੇ ਸਿਮਰਨ ਵਿੱਚ ਲੀਨ ਰਹੋ !

The True Master prevails in every event in His Nature and sometimes through His slave, devotee to enhance his glory, honor. He may guide His lost true devotee, on the right path of salvation. He may be blessed with the right path of acceptance in His Court; with His mercy and grace, he may be accepted and honor in His Court. You should meditate on the teachings of His Word wholeheartedly!

178.ਸਿਰੀਰਾਗੁ ਮਹਲਾ ੩॥ (69-11)

ਸਤਿਗੁਰਿ ਸੇਵਿਐ ਮਨੁ ਨਿਰਮਲਾ,	saT`gur sayvi-ai man nirmalaa
ਭਏ ਪਵਿਤੁ ਸਰੀਰ॥	bha-ay pavit sareer.
ਮਨਿ ਆਨੰਦੁ ਸਦਾ ਸੁਖੁ ਪਾਇਆ,	man, aanand sadaa sukh paa-i-aa
ਭੇਟਿਆ ਗਹਿਰ ਗੰਭੀਰੁ॥	bhayti-aa gahir gambheer.
ਸਚੀ ਸੰਗਤਿ ਬੈਸਣਾ,	sachee sangat baisnaa
ਸਚਿ ਨਾਮਿ ਮਨੁ ਧੀਰ॥੧॥	sach Naam man Dheer. ||1||

ਜਿਹੜਾ ਸ਼ਬਦ ਦੀ ਪਾਲਣਾ ਕਰਦਾ ਹੈ, ਉਸ ਦਾ ਮਨ, ਤਨ (ਵੈਰ, ਵਿਰੋਧ, ਨਿੰਦਿਆ ਤੋਂ ਰਹਿਤ) ਪਵਿੱਤਰ ਹੋ ਜਾਂਦਾ ਹੈ, ਮਨ ਵਿੱਚ ਸ਼ਾਂਤੀ, ਸੰਤੋਖ ਧੀਰਜ ਵਸ ਜਾਂਦਾ ਹੈ । ਮਨ, ਤਨ ਪ੍ਰਭ ਦੇ ਚਰਨਾਂ ਵਿੱਚ ਭੇਟਾ ਹੋ ਜਾਂਦਾ ਹੈ । ਸੰਤ ਸਰੂਪ ਦੀ ਸੰਗਤ, ਜੀਵਨ ਦੀ ਸਿਖਿਆਂ ਨਾਲ ਜੀਵਨ ਢਾਲਣ ਨਾਲ ਪ੍ਰਭ ਦੇ ਬਖਸ਼ੇ ਤੇ ਸੰਤੋਖ ਅਡੋਲ ਹੋ ਜਾਂਦਾ ਹੈ ।

Whosoever may adopt the teachings of His Word in day-to-day life, his mind and body may be sanctified; his state of mind may become beyond jealousy, enmity and slandering other opposing opinions. He may surrender his mind, body, and worldly status at His Sanctuary; he may remain overwhelmed with a peace and contentment. Whosoever may remain in the conjugation of His Holy saint and adopts his life experience teachings in his own day to day life; with His mercy and grace, he may be blessed with contentment in life.

ਮਨ ਰੇ, ਸਤਿਗੁਰੁ ਸੇਵਿ ਨਿਸੰਗੁ॥	man, ray saT`gur sayv nisang.
ਸਤਿਗੁਰੁ ਸੇਵਿਐ ਹਰਿ ਮਨਿ ਵਸੈ,	saT`gur sayvi-ai har man vasai
ਲਗੈ ਨ ਮੈਲੁ ਪਤੰਗੁ॥੧॥ ਰਹਾਉ॥	lagai na mail patang. ||1|| rahaa-o.

ਪ੍ਰਭ ਦੇ ਸ਼ਬਦ ਦੀ ਪਾਲਣਾ ਕਰਦੇ, ਮਨ ਨੂੰ ਚਾਰੇ ਪਾਸੇ ਨਹੀਂ ਰਖਣਾ ਚਾਹੀਦਾ । ਪ੍ਰਭ ਦੇ ਸ਼ਬਦ ਦੀ ਪਾਲਣਾ ਕਰਨ ਨਾਲ ਹੀ ਪ੍ਰਭ ਦੇ ਸ਼ਬਦ ਦੀ ਸਿਖਿਆਂ ਮਨ ਵਿੱਚ ਘਰ ਕਰ ਜਾਂਦੀ ਹੈ । ਮਨ ਨੂੰ ਸੰਸਾਰਕ ਇੱਛਾਂ ਦੀ ਕੋਈ ਮੈਲ ਛੋਹ ਨਹੀਂ ਸਕਦੀ ।

You should obey the teachings of His Word with steady and stable belief and bring your wandering mind to the pillar of enlightenment, His Word. Whosoever may wholeheartedly obey the teachings of His Word; with His mercy and grace, he may remain drenched with the essence of His Word. His state of mind may become beyond the reach of blemish of worldly desires.

ਸਚੈ ਸਬਦਿ ਪਤਿ ਊਪਜੈ,	sachai sabad pat oopjai
ਸਚੇ ਸਚਾ ਨਾਉ॥	sachay sachaa naa-o.
ਜਿਨੀ ਹਉਮੈ ਮਾਰਿ ਪਛਾਣਿਆ,	jinee ha-umai maar pachhaani-aa
ਹਉ ਤਿਨ ਬਲਿਹਾਰੈ ਜਾਉ॥	ha-o tin balihaarai jaa-o.
ਮਨਮੁਖ ਸਚੁ ਨ ਜਾਣਨੀ,	manmukh sach na jaannee
ਤਿਨ ਠਉਰ ਨ ਕਤਹੂ ਥਾਉ॥੨॥	tin tha-ur na kathoo thaa-o. ||2||

ਪ੍ਰਭ ਦੇ ਸ਼ਬਦ ਨਾਲ ਜੀਵਨ ਢਾਲਣ ਨਾਲ ਪ੍ਰਭ ਦੀ ਰਹਿਮਤ ਬਖਸ਼ਿਸ਼ ਹੋ ਸਕਦੀ ਹੈ । ਪ੍ਰਭ ਦੇ ਸ਼ਬਦ ਦੀ ਸਿਖਿਆਂ ਹੀ ਸਦਾ ਪਵਿੱਤਰ ਰਹਿਣ ਵਾਲਾ ਜੀਵਨ ਦਾ ਢੰਗ ਹੈ । ਜਿਹੜਾ ਆਪਣੇ ਅਹੰਕਾਰ ਤੇ ਜਿੱਤ ਪਾਉਂਦਾ, ਸ਼ਬਦ ਦੀ ਪਾਲਣਾ ਵਿੱਚ ਅਡੋਲ ਹੋ ਜਾਂਦਾ ਹੈ! ਉਸ ਤੋਂ ਕੁਰਬਾਨ ਜਾਵੋ! ਉਹ ਪੂਜਣ ਯੋਗ ਹੋ ਜਾਂਦਾ ਹੈ । ਮਨਮਰਜ਼ੀ ਕਰਨਵਾਲੇ ਨੂੰ ਪ੍ਰਭ ਦੇ ਸ਼ਬਦ ਦੀ ਕੋਈ ਸੋਝੀ ਨਹੀਂ ਹੁੰਦੀ । ਉਸ ਦੇ ਮਨ ਵਿੱਚ ਸੰਤੋਖ ਬਖਸ਼ਿਸ਼ ਨਹੀਂ ਹੁੰਦਾ, ਉਹ ਇੱਛਾ ਦੀ ਅੱਗ ਵਿੱਚ ਹੀ ਭਟਕਦਾ ਰਹਿੰਦਾ ਹੈ ।

Whosoever may adopt the teachings of His Word in day-to-day life; he may be blessed with the enlightenment of the essence of His Word. Whosoever may conquer his own ego and meditates wholeheartedly on the teachings of His Word. I remain fascinated from his way of life; he may become worthy of worship. Self-minded may not have any enlightenment of the essence of His Word. He may not have peace or contentment; he may remain frustrated burning in the lava of worldly desires.

ਸਚੁ ਖਾਣਾ ਸਚੁ ਪੈਨਣਾ,	sach khaanaa sach painnaa
ਸਚੇ ਹੀ ਵਿਚਿ ਵਾਸੁ॥	sachay hee vich vaas.
ਸਦਾ ਸਚਾ ਸਾਲਾਹਣਾ,	sadaa sachaa salaahnaa
ਸਚੈ ਸਬਦਿ ਨਿਵਾਸੁ॥	sachai sabad nivaas.
ਸਭੁ ਆਤਮ ਰਾਮੁ ਪਛਾਣਿਆ,	sabh aatam raam pachhaani-aa
ਗੁਰਮਤੀ ਨਿਜ ਘਰਿ ਵਾਸੁ॥੩॥	gurmatee nij ghar vaas. ‖3‖

ਜਿਹੜਾ ਸ਼ਬਦ ਰੂਪੀ ਭੋਜਨ ਖਾਂਦਾ, ਪਹਿਰਾਵਾ ਪਹਿਨਦਾ ਹੈ, ਲੋਕ ਦਿਖਾਵਾ ਨਹੀਂ ਕਰਦਾ । ਪ੍ਰਭ ਦਾ ਸ਼ਬਦ ਉਸ ਦੇ ਮਨ ਵਿੱਚ ਘਰ ਕਰ ਜਾਂਦਾ ਹੈ, ਮਨ ਵਿੱਚ ਪ੍ਰਭ ਦੇ ਸ਼ਬਦ ਦੀ ਸੋਝੀ ਹੋ ਜਾਂਦੀ ਹੈ, ਜੀਵਨ ਸ਼ਬਦ ਨਾਲ ਢਾਲ ਲੈਂਦਾ ਹੈ । ਪ੍ਰਭ ਦੇ ਸ਼ਬਦ ਦੀ ਸਿਖਿਆਂ ਮਨ ਵਿੱਚ ਰਚ ਜਾਂਦੀ ਹੈ, ਮਨ ਆਪਣੇ ਅੰਦਰੋਂ ਹੀ ਪ੍ਰਭ ਦੀ ਜੋਤ ਢੂੰਡ ਲੈਂਦਾ ਹੈ ।

Whosoever may adopt the teachings of His Word and remains contented with His Blessings; he may never seek worldly honor nor remain hypocrite. He may be blessed with the enlightenment of the essence of His Word, he may adopt modestly in his life and he remains drenched with the essence of His Word. He may be enlightened with the essence His Word from within.

ਸਚੁ ਵੇਖਣੁ ਸਚੁ ਬੋਲਣਾ,	sach vaykhan sach bolnaa
ਤਨੁ ਮਨੁ ਸਚਾ ਹੋਇ॥	tan man sachaa ho-ay.
ਸਚੀ ਸਾਖੀ ਉਪਦੇਸੁ ਸਚੁ,	sachee saakhee updays sach
ਸਚੇ ਸਚੀ ਸੋਇ॥	sachay sachee so-ay.
ਜਿੰਨੀ ਸਚੁ ਵਿਸਾਰਿਆ,	jinnee sach visaari-aa
ਸੇ ਦੁਖੀਏ ਚਲੇ ਰੋਇ॥੪॥	say dukhee-ay chalay ro-ay. ‖4‖

ਉਹ ਪ੍ਰਭ ਦੇ ਸ਼ਬਦ ਦੀ ਅੱਖ ਨਾਲ ਹੀ ਸਭ ਨੂੰ ਦੇਖਦਾ, ਸ਼ਬਦ ਦਾ ਹੀ ਵਿਚਾਰ ਕਰਦਾ, ਬੋਲਦਾ ਹੈ । ਉਸ ਦਾ ਮਨ, ਤਨ ਹੀ ਪ੍ਰਭ ਦੇ ਸ਼ਬਦ ਅਨੁਸਾਰ ਪਵਿੱਤਰ ਹੋ ਜਾਂਦਾ ਹੈ । ਉਸ ਜੀਵਾਂ ਦੀ ਸਿਖਿਆਂ ਵੀ ਸੱਚੀ, ਜੀਵਨ ਦਾ ਢੰਗ ਵੀ ਸ਼ਬਦ ਅਨੁਸਾਰ ਹੁੰਦਾ ਹੈ, ਉਹ ਪ੍ਰਭ ਦਾ ਰੂਪ ਹੀ ਬਣ ਜਾਂਦਾ ਹੈ । ਜਿਹੜਾ ਪ੍ਰਭ ਦਾ ਸ਼ਬਦ ਮਨ ਵਿਚੋਂ ਵਿਸਾਰ ਦੇਂਦਾ ਹੈ, ਸੰਸਾਰਕ ਇੱਛਾਂ ਪਿਛੇ ਲਗਾ ਰਹਿੰਦਾ ਹੈ । ਉਸ ਦਾ ਜੀਵਨ ਦਰਦਨਾਕ ਰਹਿੰਦਾ, ਉਹ ਰੋਂਦਾ, ਕਰਲਾਉਂਦਾ, ਪਛਤਾਵਾ ਕਰਦਾ ਮੌਤ ਦੇ ਹਵਾਲੇ ਹੋ ਜਾਂਦਾ ਹੈ ।

His true devotee may treat everyone and realize His Holy Spirit alive and awake in his body. He may only sing His Glory; his soul may be sanctified. His way of life may become as per the essence of His Word; his state of mind may become a symbol of The True Master. Whosoever may forsake the teachings of His Word; he may remain intoxicated with worldly desires; his life may become very miserable. He may be captured by the devil of death, frustrated, regretting, and repenting.

ਸਤਿਗੁਰੁ ਜਿਨੀ ਨ ਸੇਵਿਓ,	saT`gur jinee na sayvi-o
ਸੇ ਕਿਤੁ ਆਏ ਸੰਸਾਰਿ॥	say kit aa-ay sansaar.
ਜਮ ਦਰਿ ਬਧੇ ਮਾਰੀਅਹਿ,	jam dar baDhay maaree-ah
ਕੂਕ ਨ ਸੁਣੈ ਪੂਕਾਰ॥	kook na sunai pookaar.
ਬਿਰਥਾ ਜਨਮੁ ਗਵਾਇਆ,	birthaa janam gavaa-i-aa
ਮਰਿ ਜੰਮਹਿ ਵਾਰੋ ਵਾਰ॥੫॥	mar jameh vaaro vaar. ||5||

ਜਿਹੜਾ ਸ਼ਬਦ ਨਾਲ ਜੀਵਨ ਨਹੀਂ ਢਾਲਦਾ, ਉਸ ਦਾ ਮਾਨਸ ਜਨਮ ਲੈਣਾ ਹੀ ਬਿਰਥਾ ਹੰਦਾ ਹੈ । ਉਸ ਨੂੰ ਮਾਨਸ ਜਨਮ ਕਿਉਂ ਬਖਸ਼ਿਸ਼ ਹੋਇਆ ਹੈ? ਉਸ ਨੂੰ ਜਮਦੂਤਾਂ ਦੀ ਮਾਰ ਪੈਂਦੀ ਹੈ, ਉਸ ਦੀ ਅਰਦਾਸ ਕਦੇ ਪ੍ਰਵਾਨ ਨਹੀਂ ਹੁੰਦੀ । ਉਹ ਆਪਣਾ ਮਾਨਸ ਜਨਮ ਬਿਰਥਾ ਹੀ ਗਵਾ ਕੇ, ਜੂੰਨਾਂ ਦੇ ਚੱਕਰ ਵਿੱਚ ਹੀ ਰਹਿੰਦਾ ਹੈ ।

Whosoever may not adopt the teachings of His Word; his human life may be worthless. Why has he been blessed with human life opportunity? He may be captured by the devil of death; his prayers may never be answered. He wastes his priceless human life; he remains in the cycle of birth and death.

ਏਹੁ ਜਗੁ ਜਲਤਾ ਦੇਖਿ ਕੈ,	ayhu jag jaltaa daykh kai
ਭਜਿ ਪਏ ਸਤਿਗੁਰ ਸਰਣਾ॥	bhaj pa-ay saT`gur sarnaa.
ਸਤਿਗੁਰਿ ਸਚੁ ਦਿੜਾਇਆ,	saT`gur sach dirhaa-i-aa
ਸਦਾ ਸਚਿ ਸੰਜਮਿ ਰਹਣਾ॥	sadaa sach sanjam rahnaa.
ਸਤਿਗੁਰ ਸਚਾ ਹੈ ਬੋਹਿਥਾ,	saT`gur sachaa hai bohithaa
ਸਬਦੇ ਭਵਜਲੁ ਤਰਣਾ॥੬॥	sabday bhavjal tarnaa. ||6||

ਬੰਦਗੀ ਕਰਨਵਾਲੇ ਨੂੰ ਸੰਸਾਰ ਦੀਆਂ ਇੱਛਾਂ ਦੀ ਸੋਝੀ ਹੋ ਜਾਂਦੀ ਹੈ, ਉਹ ਪ੍ਰਭ ਦੀ ਸ਼ਰਣ ਵਿੱਚ ਪਨਾਹ ਢੂੰਡ ਲੈਂਦਾ ਹੈ । ਪ੍ਰਭ ਆਪ ਹੀ ਉਸ ਦੇ ਅੰਦਰ ਸ਼ਬਦ ਦਾ ਬੀਜ, ਲਗਨ ਲਾਉਂਦਾ ਹੈ । ਉਹ ਪ੍ਰਭ ਦੇ ਬਖਸ਼ੇ ਤੇ ਭਰੋਸਾ ਅਡੋਲ ਕਰਕੇ ਮਨ ਦੀਆਂ ਇੱਛਾਂ ਤੇ ਜਿੱਤ ਪਾ ਲੈਂਦਾ ਹੈ । ਪ੍ਰਭ ਦਾ ਸ਼ਬਦ ਹੀ ਪ੍ਰਵਾਨਗੀ ਵਾਲਾ ਜਹਾਜ਼ ਹੈ । ਜਿਹੜਾ ਪ੍ਰਭ ਦੇ ਸ਼ਬਦ ਦੀ ਸਿਖਿਆਂ ਨਾਲ ਜੀਵਨ ਢਾਲਦਾ ਹੈ, ਉਹ ਹੀ ਸੰਸਾਰਕ ਸਾਗਰ ਪਾਰ ਕਰ ਸਕਦਾ ਹੈ ।

His true devotee may acknowledge the existence and intent of worldly desires; he may surrender his self-identity at His Sanctuary and pray for His Forgiveness and refuge! The True Master may bless devotion, sows the seed of meditation on the teachings of His Word within his heart. His true devotee may remain steady and stable on the path of meditation; he may conquer his worldly desires. The teachings of His Word may be the true rescue ship, boat of salvation. Whosoever may adopt the teachings of His Word in day-to-day life, he may cross the ocean of worldly desires.

ਲਖ ਚਉਰਾਸੀਹ ਫਿਰਦੇ ਰਹੇ,	lakh cha-oraaseeh firday rahay
ਬਿਨੁ ਸਤਿਗੁਰ ਮੁਕਤਿ ਨ ਹੋਈ॥	bin saT`gur mukat na ho-ee.
ਪੜਿ ਪੜਿ ਪੰਡਿਤ ਮੋਨੀ ਥਕੇ,	parh parh pandit monee thakay
ਦੂਜੈ ਭਾਇ ਪਤਿ ਖੋਈ॥	doojai bhaa-ay pat kho-ee.
ਸਤਿਗੁਰਿ ਸਬਦੁ ਸੁਣਾਇਆ,	saT`gur sabad sunaa-i-aa
ਬਿਨੁ ਸਚੇ ਅਵਰੁ ਨ ਕੋਈ॥੭॥	bin sachay avar na ko-ee. ||7||

ਜੀਵ 84 ਲਖ ਜੂੰਨਾਂ ਵਿੱਚ ਭਉਂਦਾ ਰਹਿੰਦਾ ਹੈ, ਪ੍ਰਭ ਦੀ ਰਹਿਮਤ ਤੋਂ ਬਿਨਾਂ ਮੁਕਤੀ ਦਾ ਰਸਤਾ ਬਖਸ਼ਿਸ਼ ਹੁੰਦਾ । ਸੰਸਾਰਕ ਗਿਆਨੀ ਬਾਣੀ ਦਾ ਪਾਠ ਕਰਕੇ, ਖੋਜ ਕਰਕੇ, ਬੇਚਾਰ ਹੋ ਜਾਂਦਾ ਹੈ । ਉਸ ਦਾ ਭਰੋਸਾ, ਪ੍ਰਭ ਦੇ ਬਖਸ਼ੇ ਤੇ ਅਡੋਲ ਨਹੀਂ ਹੁੰਦਾ, ਚਾਰੇ ਪਾਸੇ ਮੁਕਤੀ ਖੋਜਦਾ ਰਹਿੰਦਾ ਹੈ । ਆਪਣੀ ਪਤ ਗਵਾ ਜਾਂਦਾ, ਮਾਨਸ ਜਨਮ ਬਿਰਥਾ ਹੀ ਬਤੀਤ ਕਰ ਜਾਂਦਾ ਹੈ । ਜਿਹੜਾ ਸ਼ਬਦ ਦੀ ਪਾਲਣਾ, ਜੀਵਨ ਢਾਲਦਾ ਹੈ, ਕੇਵਲ ਉਸ ਨੂੰ ਹੀ ਮੁਕਤੀ ਦਾ ਰਸਤਾ ਦਾ ਰਸਤਾ ਬਖਸ਼ਿਸ਼ ਹੋ ਜਾਂਦਾ ਹੈ ।

Blemished soul remain wandering in 8.4 million life cycles! Whosoever may not be bestowed with His Blessed Vision, he may never be blessed with the right path of salvation. Worldly scholar, priest recites the Holy Scriptures and discuss the essence of the scripture; however, he may not have faith nor adopt the teachings of His Word in his own day to day life. He may remain frustrated on various religious paths to find the right path of salvation. He may lose his creditability and wastes his human life opportunity. Whosoever may obey and adopts the teachings of His Word in day-to-day life; with His mercy and grace, he may be blessed with the right path of salvation.

ਜੋ ਸਚੈ ਲਾਏ ਸੇ ਸਚਿ ਲਗੇ,	jo sachai laa-ay say sach lagay
ਨਿਤ ਸਚੀ ਕਾਰ ਕਰੰਨਿ॥	nit sachee kaar karann.
ਤਿਨਾ ਨਿਜ ਘਰਿ ਵਾਸਾ ਪਾਇਆ,	tinaa nij ghar vaasaa paa-i-aa sachai
ਸਚੈ ਮਹਲਿ ਰਹੰਨਿ॥	mahal rahann.
ਨਾਨਕ ਭਗਤ ਸੁਖੀਏ ਸਦਾ,	naanak bhagat sukhee-ay sadaa
ਸਚੈ ਨਾਮਿ ਰਚੰਨਿ॥੮॥੧੭॥੮॥25॥	sachai Naam rachann. ||8||17||8||25||

ਜਿਸ ਨੂੰ ਪ੍ਰਭ ਆਪ ਹੀ ਸ਼ਬਦ ਦੇ ਲੜ ਲਾਉਂਦਾ ਹੈ, ਕੇਵਲ ਉਹ ਹੀ ਸ਼ਬਦ ਨਾਲ ਜੀਵਨ ਢਾਲਦਾ ਹੈ । ਉਸ ਦੇ ਜੀਵਨ ਦੇ ਸਾਰੇ ਢੰਗ ਹੀ ਸ਼ਬਦ ਦੇ ਅਧਾਰ ਤੇ ਰਹਿੰਦੇ ਹਨ । ਉਹ ਜੀਵ ਆਪਣੇ ਅੰਦਰ ਹੀ ਪ੍ਰਭ ਦੇ ਘਰ ਵਿੱਚ ਵਸਣ ਲਗ ਪੈਂਦਾ ਹੈ । ਪ੍ਰਭ ਦੇ ਦਰਬਾਰ ਦੀ ਸੋਝੀ ਬਖਸ਼ਿਸ਼ ਹੋ ਜਾਂਦੀ ਹੈ । ਪ੍ਰਭ ਦੇ ਸ਼ਬਦ ਦੀ ਬੰਦਗੀ ਕਰਨਵਾਲਾ ਸਦਾ ਹੀ ਸੰਤੋਖ, ਖੇੜੇ ਵਿੱਚ ਵਸਦਾ, ਸ਼ਬਦ ਦੀ ਪਾਲਣਾ ਕਰਦਾ ਸ਼ਬਦ ਦੀ ਸਮਾਧੀ ਵਿੱਚ ਲੀਨ ਰਹਿੰਦਾ ਹੈ ।

Whosoever may be blessed with devotion to meditate, only he may adopt the teachings of His Word with steady and stable belief in his day-to-day life. His way of life, all worldly deeds may remain as per the teachings of His Word. He may be enlightened and dwells in His Holy Shrine within his own mind and body. He remains intoxicated in meditation on the teachings of His Word in the void of His Word. He may be overwhelmed with contentment and in blossom

179.ਰਾਗੁ ਮਹਲਾ ੫ ਅਸਟਪਦੀਆ॥ (70-6)

ਜਾ ਕਉ ਮੁਸਕਲੁ ਅਤਿ ਬਣੈ,	jaa ka-o muskal at banai
ਢੋਈ ਕੋਇ ਨ ਦੇਇ॥	dho-ee ko-ay na day-ay.
ਲਾਗੂ ਹੋਏ ਦੁਸਮਨਾ,	laagoo ho-ay dusmanaa
ਸਾਕ ਭਿ ਭਜਿ ਖਲੇ॥	saak bhe bhaj khalay.
ਸਭੋ ਭਜੈ ਆਸਰਾ,	sabho bhajai aasraa
ਚੁਕੈ ਸਭੁ ਅਸਰਾਉ॥	chukai sabh asraa-o.
ਚਿਤਿ ਆਵੈ ਓਸੁ ਪਾਰਬ੍ਰਹਮੁ,	chit aavai os paarbarahm
ਲਗੈ ਨ ਤਤੀ ਵਾਉ॥੧॥	lagai na tatee vaa-o. ||1||

ਜੀਵ ਤੇ ਭਾਰੀ ਮੁਸੀਬਤ ਆਉਣ ਸਮੇਂ ਉਸ ਨੂੰ ਆਸਰਾ ਦੇਣ ਵਾਲਾ ਮਦਦ ਕਰਨਵਾਲਾ ਕੋਈ ਨਜ਼ਰ ਨਹੀਂ ਆਉਂਦਾ । ਉਸ ਦੇ ਸਾਥੀ, ਮਿੱਤਰ ਵੀ ਦੁਸ਼ਮਣਾਂ ਦੀ ਤਰ੍ਹਾਂ ਵਰਤਾਉ ਕਰਦੇ ਹਨ । ਕੋਈ ਰਿਸ਼ਤੇਦਾਰ, ਭਾਈ ਸਬੰਧੀ ਵੀ ਸਹਾਇਤਾ ਕਰਨ ਲਈ ਤਿਆਰ ਨਹੀਂ ਹੁੰਦਾ । ਜੀਵ ਦਾ ਮਨ ਡੋਲ ਜਾਂਦਾ ਹੈ, ਕੋਈ ਆਸਾ ਨਹੀਂ ਰਹਿੰਦੀ, ਕਿਨਾਰਾ ਨਹੀਂ ਦਿੱਸਦਾ । ਜਿਹੜਾ ਉਸ ਵੇਲੇ ਵੀ ਪ੍ਰਭ ਦਾ ਸ਼ਬਦ ਮਨੋ ਸਿਮਰਨ ਕਰਦਾ ਹੈ, ਪ੍ਰਭ ਉਸ ਨੂੰ ਤੱਤੀ ਹਵਾ ਵੀ ਨਹੀਂ ਲਗ ਸਕਦੀ ।

At the time of worldly life misery! No one may seem to help or support or attempt to pull through his hard time, misery. Even his worldly friends may behave like enemy. No family members or relatives may be willing to support to pull through his miseries of life. His belief may be shaken; he may not have any hope nor he imagine the end of his misery. However, he may wholeheartedly pray for His Forgiveness and Refuge; The True Master may become his guardian to console and save him without any sufferings.

ਸਾਹਿਬੁ ਨਿਤਾਣਿਆ ਕਾ ਤਾਣੁ॥ saahib nitaani-aa kaa taan.
ਆਇ ਨ ਜਾਈ ਥਿਰੁ ਸਦਾ, aa-ay na jaa-ee thir sadaa
ਗੁਰ ਸਬਦੀ ਸਚੁ ਜਾਣੁ॥੧॥ ਰਹਾਉ॥ gur sabdee sach jaan. ||1|| rahaa-o.

ਪ੍ਰਭ ਜਨਮ ਮਰਨ ਦੇ ਚੱਕਰ ਤੋਂ ਰਹਿਤ, ਸਦਾ ਹੀ ਅਟਲ ਰਹਿਣ ਵਾਲਾ ਹੈ । ਪ੍ਰਭ ਕਮਜ਼ੋਰ ਦੀ ਤਾਕਤ ਬਣ ਜਾਂਦਾ ਹੈ । ਜਿਹੜਾ ਸ਼ਬਦ ਦੀ ਪਾਲਣਾ ਕਰਦਾ, ਉਸ ਨੂੰ ਰਹਿਮਤ ਬਖਸ਼ਿਸ਼ ਹੋ ਸਕਦੀ ਹੈ ।

The Axiom True Master, beyond birth and death lives forever. He may become the support and strength of helpless and humble. Whosoever may obey the teachings of His Word with steady and stable belief; he may be enlightened with the essence of His Word.

ਜੇ ਕੋ ਹੋਵੈ ਦੁਬਲਾ, ਨੰਗ ਭੁਖ ਕੀ ਪੀਰ॥ jay ko hovai dublaa nang bhukh kee peer.
ਦਮੜਾ ਪਲੈ ਨਾ ਪਵੈ, damrhaa palai naa pavai
ਨਾ ਕੋ ਦੇਵੈ ਧੀਰ॥ naa ko dayvai Dheer.
ਸੁਆਰਥੁ ਸੁਆਉ ਨ ਕੋ ਕਰੇ, su-aarath su-aa-o na ko karay
ਨਾ ਕਿਛੁ ਹੋਵੈ ਕਾਜੁ॥ naa kichh hovai kaaj.
ਚਿਤਿ ਆਵੈ ਓਸੁ ਪਾਰਬ੍ਰਹਮੁ, chit aavai os paarbarahm
ਤਾ ਨਿਹਚਲੁ ਹੋਵੈ ਰਾਜੁ ॥੨॥ taa nihchal hovai raaj. ||2||

ਜਿਹੜੇ ਭੁੱਖੇ, ਨਿਮਾਣੇ ਗਰੀਬ ਕੋਲ ਸੰਸਾਰਕ ਜੀਵਨ ਦੇ ਅਰਾਮ ਦੇਣ ਵਾਲਾ ਧਨ ਨਹੀਂ ਹੁੰਦਾ, ਉਸ ਦਾ ਕੋਈ ਵੀ ਸਾਥ ਨਹੀਂ ਦੇਂਦਾ, ਆਪਣਾ ਨਹੀਂ ਕਹਿੰਦਾ । ਉਸ ਦੇ ਮਨ ਦੀਆਂ ਇੱਛਾਂ, ਖਾਹਿਸ਼ਾ ਦੀ ਕੋਈ ਪ੍ਰਵਾਹ ਨਹੀਂ ਕਰਦਾ, ਕੋਈ ਵੀ ਕੰਮ ਸਫਲ ਨਹੀਂ ਹੁੰਦਾ । ਇਸਤਰ੍ਹਾਂ ਦੀ ਹਾਲਤ ਵਿੱਚ ਜਿਹੜਾ ਅਡੋਲ ਭਰੋਸੇ ਨਾਲ ਪ੍ਰਭ ਦੇ ਸ਼ਬਦ ਦਾ ਸਿਮਰਨ ਕਰਦਾ ਹੈ, ਪ੍ਰਭ ਉਸ ਨੂੰ ਰਾਜ ਤਖਤ ਬਖਸ਼ ਦੇਂਦਾ ਹੈ ।

Whosoever may be poor, hungry, helpless and has no place to live or any comforts in life; no one may help or support in life. No one may care about his desires, wishes nor compassion for his state of mind; he may not have any success in any worldly task. However, he may meditate on teachings of His Word with steady and stable belief; even in such a state! The Merciful True Master may become his savior and blesses with worldly kingdom.

ਜਾ ਕਉ ਚਿੰਤਾ ਬਹੁਤੁ ਬਹੁਤੁ, jaa ka-o chintaa bahut bahut
ਦੇਹੀ ਵਿਆਪੈ ਰੋਗੁ॥ dayhee vi-aapai rog.
ਗ੍ਰਿਸਤਿ ਕੁਟੰਬਿ ਪਲੇਟਿਆ, garisat kutamb palayti-aa
ਕਦੇ ਹਰਖੁ ਕਦੇ ਸੋਗੁ॥ kaday harakh kaday sog.
ਗਉਣੁ ਕਰੇ ਚਹੁ ਕੁੰਟ ਕਾ, ga-on karay chahu kunt kaa
ਘੜੀ ਨ ਬੈਸਣੁ ਸੋਇ॥ gharhee na baisan so-ay.
ਚਿਤਿ ਆਵੈ ਓਸੁ ਪਾਰਬ੍ਰਹਮੁ, chit aavai os paarbarahm
ਤਨੁ ਮਨੁ ਸੀਤਲੁ ਹੋਇ॥੩॥ tan man seetal ho-ay. ||3||

ਜਿਸ ਦੇ ਮਨ ਨੂੰ ਬਹੁਤ ਸੰਸਾਰ ਚਿੰਤਾਂ ਪਰੇਸ਼ਾਨ ਕਰਦੀਆਂ ਹੋਣ, ਤਨ ਨੂੰ ਰੋਗ ਲਗ ਜਾਵੇ, ਜੀਵ ਦਾ ਮਨ ਸੰਸਾਰਕ ਪਰਿਵਾਰ ਦੇ ਧੰਦੇ, ਮੋਹ ਵਿੱਚ ਫਸਿਆ ਹੋਵੇ । ਕਦੇ ਖੁਸ਼ੀ, ਕਦੇ ਗੰਮੀ ਆਵੇ, ਮਨ ਚਾਰੇ ਪਾਸੇ ਘੁੰਮਦਾ, ਇਕ ਪਲ ਲਈ ਵੀ ਮਨ ਵਿੱਚ ਸੰਤੋਖ ਨਾ ਆਵੇ । ਜਿਹੜਾ ਇਸ ਹਾਲਤ ਵਿੱਚ ਵੀ ਪ੍ਰਭ ਦੀ ਸ਼ਰਣ ਵਿੱਚ ਆਪਾ ਭੇਟਾ ਕਰਕੇ, ਸ਼ਬਦ ਦੇ ਸਿਮਰਨ ਕਰਦਾ ਹੈ, ਪ੍ਰਭ ਦੀ ਰਹਿਮਤ ਨਾਲ ਉਸ ਦੇ ਤਨ, ਮਨ ਵਿੱਚ ਸ਼ਾਂਤੀ, ਧੀਰਜ ਅਤੇ ਸੰਤੋਖ ਬਖਸ਼ਿਸ਼ ਹੋ ਜਾਂਦਾ ਹੈ ।

Whosoever may be frustrated with many worldly worries, suffering terrible disease; worrying about the worldly responsibilities, possessions, and attachment to his family. He may be feeling sometimes sadness or excited; he may be wandering in different directions and never contented. In such a state of mind of stress! Whosoever may surrender his self-identity at His

Sanctuary and meditate on the teachings of His Word with steady and stable belief; with His mercy and grace, he may be blessed with forgiveness, peace, contentment, patience in his life.

ਕਾਮਿ ਕਰੋਧਿ ਮੋਹਿ ਵਸਿ ਕੀਆ,	kaam karoDh mohi vas kee-aa
ਕਿਰਪਨ ਲੋਭਿ ਪਿਆਰੁ॥	kirpan lobh pi-aar.
ਚਾਰੇ ਕਿਲਵਿਖ ਉਨਿ ਅਘ ਕੀਏ,	chaaray kilvikh un agh kee-ay
ਹੋਆ ਅਸੁਰ ਸੰਘਾਰੁ॥	ho-aa asur sanghaar.
ਪੋਥੀ ਗੀਤ ਕਵਿਤ ਕਿਛੁ,	pothee geet kavit kichh
ਕਦੇ ਨ ਕਰਨਿ ਧਰਿਆ॥	kaday na karan Dhari-aa.
ਚਿਤਿ ਆਵੈ ਓਸੁ ਪਾਰਬ੍ਰਹਮੁ,	chit aavai os paarbarahm
ਤਾ ਨਿਮਖ ਸਿਮਰਤ ਤਰਿਆ॥੪॥	taa nimakh simrat tari-aa. ||4||

ਜਿਹੜਾ ਕਾਮਵਾਸਨਾ, ਕਰੋਧ, ਸੰਸਾਰਕ ਮੋਹ ਮਾਇਆ ਦੇ ਜਾਲ ਵਿੱਚ ਡੂੰਘਾ ਫਸਿਆ ਹੋਵੇ । ਬਹੁਤ ਵਡੇ ਪਾਪ, ਗਲਤੀਆਂ ਕੀਤੀਆਂ ਹੋਣ, ਕਤਲ ਵੀ ਕੀਤੇ ਹੋਣ । ਕਿਸੇ ਧਾਰਮਕ ਲਿਖਤ ਨੂੰ ਕਦੇ ਵੀ ਪੜ੍ਹਿਆ ਜਾ ਸੁਣਿਆ ਵੀ ਨਾ ਹੋਵੇ । ਜਿਹੜਾ ਇਸ ਸਮੇਂ ਵੀ ਪ੍ਰਭ ਦੀ ਸ਼ਰਣ ਵਿੱਚ ਆਪਾ ਭੇਟਾ ਕਰਦਾ ਹੈ । ਰਹਿਮਤਾਂ ਦਾ ਮਾਲਕ, ਉਸ ਨੂੰ ਵੀ ਸਿੱਧੇ ਰਸਤੇ ਤੇ ਪਾ ਕੇ ਬਚਾ ਲੈਂਦਾ ਹੈ ।

Whosoever may be intoxicated with 5 demons of worldly desires; he might have committed may sins, ever murder. He may not have read or heard any Holy Scripture. Even at that time! Whosoever may surrender his self-identity at His Sanctuary; The True Treasure of all Virtues, Blessings, may guide him on the right path of acceptance in His Court.
(Sexual urge, anger, greed, attachment, and ego)

ਸਾਸਤ ਸਿੰਮ੍ਰਿਤਿ ਬੇਦ ਚਾਰਿ	saasat simrit bayd chaar
ਮੁਖਾਗਰ ਬਿਚਰੇ॥	mukhaagar bichray.
ਤਪੇ ਤਪੀਸਰ ਜੋਗੀਆ,	tapay tapeesar jogee-aa
ਤੀਰਥਿ ਗਵਨੁ ਕਰੇ॥	tirath gavan karay.
ਖਟੁ ਕਰਮਾ ਤੇ ਦੁਗੁਣੇ,	khat karmaa tay dugunai poojaa
ਪੂਜਾ ਕਰਤਾ ਨਾਇ॥	kartaa naa-ay.
ਰੰਗੁ ਨ ਲਗੀ ਪਾਰਬ੍ਰਹਮ,	rang na lagee paarbarahm
ਤਾ ਸਰਪਰ ਨਰਕੇ ਜਾਇ॥੫॥	taa sarpar narkay jaa-ay. ||5||

ਜਿਹੜਾ ਧਾਰਮਕ ਗ੍ਰੰਥ, ਸਾਸਤ੍ਰ, ਸਿੰਮ੍ਰਿਤਿ, ਵੇਦ, ਸਿਖ ਗ੍ਰੰਥ ਜਬਾਨੀ ਯਾਦ ਕਰ ਲਵੇ । ਤਪ, ਜਤ, ਸਤ ਰਖੇ; ਪਵਿੱਤਰ ਤੀਰਥਾਂ ਤੇ ਇਸ਼ਨਾਨ, ਧਰਮ ਦੇ ਰੀਤ ਰੀਵਾਜ, ਪੁੰਨ ਦਾਨ, ਪੂਜਾ ਕਰਦਾ ਹੋਵੇ । ਜਿਹੜਾ ਪ੍ਰਭ ਦੀ ਸ਼ਰਣ ਵਿੱਚ ਆਪਾ ਭੇਟਾ ਨਹੀਂ ਕਰਦਾ, ਉਸ ਨੂੰ ਪ੍ਰਭ ਦੇ ਦਰਬਾਰ ਵਿੱਚ ਥਾਂ ਬਖਸ਼ਿਸ਼ ਨਹੀਂ ਹੁੰਦੀ ।

Whosoever may memorize and recites all Holy Scriptures; performs various disciplines, meditation, pilgrimage, and soul sanctifying bath at Holy Shrines, religious rituals, huge donations, and many charitable deeds. However, he may not humbly surrender his self-identity at His Sanctuary; all his worldly deeds, meditation may not reward any place in His Court.

ਰਾਜ ਮਿਲਕ ਸਿਕਦਾਰੀਆ,	raaj milak sikdaaree-aa
ਰਸ ਭੋਗਣ ਬਿਸਥਾਰ॥	ras bhogan bisthaar.
ਬਾਗ ਸੁਹਾਵੇ ਸੋਹਣੇ,	baag suhaavay sohnay
ਚਲੈ ਹੁਕਮੁ ਅਫਾਰ॥	chalai hukam afaar.
ਰੰਗ ਤਮਾਸੇ ਬਹੁ ਬਿਧੀ,	rang tamaasay baho biDhee
ਚਾਇ ਲਗਿ ਰਹਿਆ॥	chaa-ay lag rahi-aa.
ਚਿਤਿ ਨ ਆਇਓ ਪਾਰਬ੍ਰਹਮੁ,	chit na aa-i-o paarbarahm
ਤਾ ਸਰਪ ਕੀ ਜੂਨਿ ਗਇਆ॥੬॥	taa sarap kee joon ga-i-aa. ||6||

ਜੀਵ ਭਾਵੇਂ ਸੰਸਾਰ ਵਿੱਚ ਰਾਜ ਭਾਗ, ਵਡੀ ਮਾਲਕੀਅਤ, ਅਨੇਕਾਂ ਖੁਸ਼ੀਆਂ ਮਾਨਦਾ ਹੋਵੇ । ਸੈਰ ਕਰਨ ਲਈ ਸੁੰਦਰ ਫੁੱਲਾਂ ਵਾਲੇ ਬਗੀਚੇ, ਅਨੇਕਾਂ ਹੀ ਉਸ ਦੇ ਹੁਕਮ ਅੰਦਰ ਚਲਣ ਵਾਲੇ ਹੋਣ । ਭਾਵੇਂ ਅਨੇਕਾਂ ਕਿਸਮ ਦੇ ਮਨੋਰੰਜਨ ਦੇ ਸਾਧਨ, ਜੀਵਨ ਖੇੜੇ ਨਾਲੇ ਭਰਿਆ ਹੋਵੇ । ਜਿਹੜੇ ਸਭ ਕੁਝ ਬਖਸ਼ਣ ਵਾਲੇ ਪ੍ਰਭ ਨੂੰ ਮਨ ਵਿੱਚ ਯਾਦ ਨਹੀਂ ਰਖਦਾ । ਉਸ ਦੀ ਸ਼ਰਣ ਵਿੱਚ ਆਪਾ ਭੇਟਾ ਕਰਕੇ, ਸ਼ਬਦ ਦੀ ਪਾਲਣਾ ਨਹੀਂ ਕਰਦਾ, ਉਹ ਸੱਪ ਵਰਗੀ ਨੀਚ ਜੂੰਨ ਵਿੱਚ ਹੀ ਪੈਂਦਾ ਹੈ ।

Self-minded may have a great worldly status, kingdom, many possessions, wonderful, gardens to walk, many may be under His Command, full entertainments, and worldly pleasures. However, he may not remember, The True Master, Trustee of All Blessings; he may not humbly surrender his self-identity at His Sanctuary, he may be cycled through terrible life, like a snake.

ਬਹੁਤੁ ਧਨਾਢਿ ਅਚਾਰਵੰਤੁ,	bahut Dhanaadh achaarvant
ਸੋਭਾ ਨਿਰਮਲ ਰੀਤਿ॥	sobhaa nirmal reet.
ਮਾਤ ਪਿਤਾ ਸੁਤ ਭਾਈਆ,	maat pitaa sut bhaa-ee-aa
ਸਾਜਨ ਸੰਗਿ ਪਰੀਤਿ॥	saajan sang pareet.
ਲਸਕਰ ਤਰਕਸਬੰਦ ਬੰਦ ਜੀਉ,	laskar tarkasband band jee-o
ਜੀਉ ਸਗਲੀ ਕੀਤ॥	jee-o saglee keet.
ਚਿਤਿ ਨ ਆਇਓ ਪਾਰਬ੍ਰਹਮੁ,	chit na aa-i-o paarbarahm
ਤਾ ਖੜਿ ਰਸਾਤਲਿ ਦੀਤ॥੭॥	taa kharh rasaatal deet. ||7||

ਜੀਵ ਭਾਵੇਂ ਬਹੁਤ ਅਮੀਰ, ਧਨਾਢ ਹੋਵੇ, ਉਸ ਦਾ ਚਾਲ ਚਲਣ ਵੀ ਦਾਗ਼ ਤੋਂ ਰਹਿਤ ਹੋਵੇ । ਧਰਮ ਦਾ ਪੂਰਨ ਪੁਜਾਰੀ ਵੀ ਹੋਵੇ, ਭਾਵੇਂ ਉਹ ਮਾਤਾ ਪਿਤਾ ਦਾ ਮਨੋ ਸਤਿਕਾਰ ਕਰਦਾ ਹੋਵੇ । ਭੈਣ, ਭਰਾ, ਪਤਨੀ ਬੱਚੇ ਵੀ ਬਹੁਤ ਪਿਆਰ ਕਰਦੇ ਹੋਣ । ਹਿਫਾਜ਼ਤ ਲਈ ਅਨੇਕਾਂ ਤਾਕਤ ਵਾਲੇ ਸਿਪਾਈ, ਹਥਿਆਰ, ਹੁਕਮ ਚਾਰੇ ਪਾਸੇ ਚਲਦਾ ਹੋਵੇ । ਫਿਰ ਵੀ ਅਗਰ ਉਹ ਪ੍ਰਭ ਨੂੰ ਮਨੋ ਨਾ ਯਾਦ ਰਖੇ, ਸਿਮਰਨ ਨਾ ਕਰੇ! ਤਾ ਉਸ ਨੂੰ ਦਰਬਾਰ ਵਿੱਚ ਢੋਈ ਨਹੀਂ ਮਿਲਦੀ, ਨਰਕਾ ਵਿੱਚ ਹੀ ਜਾਂਦਾ ਹੈ ।

Self-minded may be wealthy, spotless character, believer of Holy Scripture, religious rituals; he may be very respectful to his mother, father and loves his brothers, sisters, spouse, and his children. He may have brave warriors to protect him from worldly dangers and rules all over the world. However, he may not remember, The True Master, Trustee of all Blessings; he may be assigned to hell after death.

ਕਾਇਆ ਰੋਗੁ ਨ ਛਿਦ੍ਰੁ ਕਿਛੁ,	kaa-i-aa rog na chhidar kichh
ਨਾ ਕਿਛੁ ਕਾੜਾ ਸੋਗੁ॥	naa kichh kaarhaa sog.
ਮਿਰਤੁ ਨ ਆਵੀ ਚਿਤਿ ਤਿਸੁ,	mirat na aavee chit tis
ਅਹਿਨਿਸਿ ਭੋਗੈ ਭੋਗੁ॥	ahinis bhogai bhog.
ਸਭ ਕਿਛੁ ਕੀਤੋਨੁ ਆਪਣਾ,	sabh kichh keeton aapnaa
ਜੀਇ ਨ ਸੰਕ ਧਰਿਆ॥	jee-ay na sank Dhari-aa.
ਚਿਤਿ ਨ ਆਇਓ ਪਾਰਬ੍ਰਹਮੁ,	chit na aa-i-o paarbarahm
ਜਮਕੰਕਰ ਵਸਿ ਪਰਿਆ॥੮॥	jamkankar vas pari-aa. ||8||

ਭਾਵੇਂ ਜੀਵ ਦਾ ਤਨ ਬਹੁਤ ਸੁਸ਼ੀਲਾ, ਸੁੰਦਰ, ਰੋਗ ਰਹਿਤ, ਜੀਵਨ ਚਿੰਤਾਂ ਰਹਿਤ ਹੋਵੇ । ਉਸ ਦੇ ਮਨ ਵਿੱਚ ਮੌਤ ਦਾ ਕੋਈ ਡਰ ਵੀ ਨਾ ਹੋਵੇ, ਦਿਨ ਰਾਤ ਅਨੰਦ ਵਾਲਾ ਜੀਵਨ ਹੋਵੇ । ਸੰਸਾਰ ਵਿੱਚ ਸਭ ਕੁਝ ਹੀ ਆਪਣਾ ਹੋਵੇ, ਮਨ ਵਿੱਚ ਕੋਈ ਡਰ ਨਾ ਹੋਵੇ । ਫਿਰ ਵੀ ਜਿਹੜਾ ਪ੍ਰਭ ਨੂੰ ਮਨ ਵਿੱਚ ਯਾਦ ਨਹੀਂ ਰਖਦਾ, ਸ਼ਬਦ ਨਾਲ ਜੀਵਨ ਨਹੀਂ ਢਾਲਦਾ, ਉਹ ਮੌਤ ਦੇ ਜਮਦੂਤਾਂ ਦੇ ਹਵਾਲੇ ਹੀ ਕੀਤਾ ਜਾਂਦਾ ਹੈ ।

Self-minded may have a gorgeous body, no diseases, no worldly desires, no fear of death; enjoys pleasures of life day and night. Everything may belong to him; have absolutely no fear of anything in his mind. However, he may not remember The True Master, Trustee, nor adopt the teachings of His Word in life; he may be captured by the devil of death and punished.

ਕਿਰਪਾ ਕਰੇ ਜਿਸੁ ਪਾਰਬ੍ਰਹਮੁ,	kirpaa karay jis paarbarahm
ਹੋਵੈ ਸਾਧੂ ਸੰਗੁ॥	hovai saaDhoo sang.
ਜਿਉ ਜਿਉ ਓਹੁ ਵਧਾਈਐ,	ji-o ji-o oh vaDhaa-ee-ai
ਤਿਉ ਤਿਉ ਹਰਿ ਸਿਉ ਰੰਗੁ॥	ti-o ti-o har si-o rang.
ਦੁਹਾ ਸਿਰਿਆ ਕਾ ਖਸਮੁ ਆਪਿ,	duhaa siri-aa kaa khasam aap
ਅਵਰੁ ਨ ਦੂਜਾ ਥਾਉ॥	avar na doojaa thaa-o.
ਸਤਿਗੁਰ ਤੁਠੈ ਪਾਇਆ,	saT`gur tuthai paa-i-aa
ਨਾਨਕ ਸਚਾ ਨਾਉ॥੯॥੧॥26॥	naanak sachaa naa-o. ||9||1||26||

ਜਿਸ ਨੂੰ ਅਗਰ ਪ੍ਰਭ ਆਪ ਹੀ ਸੰਤ ਸਰੂਪ ਦੀ ਸੰਗਤ ਬਖਸ਼ਦਾ ਹੈ । ਜਿਤਨਾ ਵੀ ਸਮਾਂ ਸੰਗਤ ਵਿੱਚ ਬਤੀਤ ਕਰਦਾ ਹੈ, ਉਸ ਦਾ ਸ਼ਬਦ ਨਾਲ ਲਗਨ, ਸ਼ਰਧਾ ਅਡੋਲ ਹੁੰਦੀ ਜਾਂਦੀ ਹੈ । ਪ੍ਰਭ ਹੀ ਦੋਨਾਂ ਸਿਰਿਆਂ ਦਾ, ਸੰਸਾਰ ਵਿੱਚ ਅਤੇ ਮੌਤ ਪਿਛੋਂ ਦਰਬਾਰ ਵਿੱਚ ਆਪ ਹੀ ਮਾਲਕ ਹੈ, ਹੋਰ ਕੋਈ ਦੂਸਰਾ ਨਹੀਂ ਹੈ । ਜਿਸ ਦੀ ਸ਼ਬਦ ਦੀ ਕਮਾਈ ਦਰਬਾਰ ਵਿੱਚ ਪ੍ਰਵਾਨ ਹੋ ਜਾਂਦੀ ਹੈ । ਉਸ ਦੇ ਮਨ ਵਿੱਚ ਸ਼ਬਦ ਵਸ ਜਾਂਦਾ ਹੈ, ਉਹ ਮਨ ਵਿੱਚ ਹੀ ਸ਼ਬਦ ਦੀ ਸਮਾਧੀ ਵਿੱਚ ਲੀਨ ਰਹਿੰਦਾ ਹੈ ।

Whosoever may be blessed with the association, conjugation of His Holy saint. As he may spend time and adopts his life experience teachings in life; his devotion and dedication may be enhanced. The One and Only One, True Creator remains True Master at both places, in universe and after death; no one else may even exist without His Command. Whose earnings of His Word may be accepted in His Court; with His mercy and grace, he may remain intoxicated in the void of His Word.

180.ਸਿਰੀਰਾਗੁ ਮਹਲਾ ੫ ਘਰੁ ੫॥ (71-5)

ਜਾਨਉ ਨਹੀ ਭਾਵੈ, ਕਵਨ ਬਾਤਾ॥	jaan-o nahee bhaavai kavan baataa.
ਮਨ ਖੋਜਿ ਮਾਰਗੁ॥੧॥ ਰਹਾਉ॥	man, khoj maarag. ||1|| rahaa-o.

ਮੇਰੇ ਮਨ ਅਸਲੀ ਰਸਤਾ ਖੋਜੋ । ਮੈਨੂੰ ਜਾਣਕਾਰੀ ਨਹੀਂ, ਪ੍ਰਭ ਨੂੰ ਕਿਵੇਂ ਖੁਸ਼ ਕੀਤਾ ਜਾ ਸਕਦਾ, ਕਿਵੇਂ ਰਹਿਮਤ ਪਾਈ ਜਾ ਸਕਦੀ ਹੈ?

You should search the right path of His Blessings, acceptance. I remain ignorant from the right path of meditation! How to become worthy of His Consideration?

ਧਿਆਨੀ ਧਿਆਨੁ ਲਾਵਹਿ॥	dhi-aanee Dhi-aan laaveh.
ਗਿਆਨੀ ਗਿਆਨੁ ਕਮਾਵਹਿ॥	gi-aanee gi-aan kamaaveh.
ਪ੍ਰਭੁ ਕਿਨ ਹੀ ਜਾਤਾ॥੧॥	parabh kin hee jaataa. ||1||

ਬੰਦਗੀ ਕਰਨਵਾਲਾ ਆਪਣਾ ਧਿਆਨ, ਪ੍ਰਭ ਦੇ ਸ਼ਬਦ ਦੀ ਪਾਲਣਾ ਵਿੱਚ ਹੀ ਰਖਦਾ ਹੈ । ਗਿਆਨੀ ਬਾਣੀ ਪੜ੍ਹਦਾ, ਖੋਜਦਾ, ਵਿਚਾਰ ਕਰਦਾ ਹੈ । ਫਿਰ ਵੀ ਵਿਰਲਾ ਹੀ ਜੀਵ ਨੂੰ, ਪ੍ਰਭ ਦੀ ਪ੍ਰਵਾਨਗੀ ਦਾ ਰਸਤਾ ਬਖਸ਼ਿਸ਼ ਹੁੰਦਾ ਹੈ ।

His true devotee always concentrates on obeying the teachings of His Word. Worldly scholar recites worldly Holy Scripture and discusses the essence of the scripture. However, very rare may be blessed with the right path of salvation.

ਭਗਉਤੀ ਰਹਤ ਜੁਗਤਾ॥	bhag-utee rahat jugtaa.
ਜੋਗੀ ਕਹਤ ਮੁਕਤਾ॥	jogee kahat muktaa.
ਤਪਸੀ ਤਪਹਿ ਰਾਤਾ॥੨॥	tapsee tapeh raataa. ||2||

ਬੰਦਗੀ ਕਰਨਵਾਲਾ, ਸਿਮਰਨ ਕਰਨਵਾਲਾ ਮਨ ਤੇ ਕਾਬੂ ਪਾ ਕੇ ਸਿਮਰਨ ਕਰਦਾ ਹੈ । ਜੋਗੀ ਮੁਕਤੀ ਦਾ ਵਿਚਾਰ ਕਰਦਾ, ਵਿਧੀ ਅਪਣਾਉਂਦਾ ਹੈ । ਤਪਸਿਆ ਕਰਨਵਾਲਾ ਆਪਣੇ ਮਨ ਨੂੰ ਸੰਸਾਰ ਇੱਛਾਂ ਤੋਂ ਵਾਂਝਾ ਰਖਕੇ ਸਿਮਰਨ ਕਰਦਾ ਹੈ ।

His true devotee controls his worldly desires and meditates on the teachings of His Word. Yogi thinks about and adopts the meditation techniques to sanctify his soul to become worthy of His Consideration, salvation. True hermits keep his worldly desires beyond the reach of his mind and meditates on the teachings of His Word.

ਮੋਨੀ ਮੋਨਿਧਾਰੀ॥	monee moniDhaaree.
ਸਨਿਆਸੀ ਬ੍ਰਹਮਚਾਰੀ॥	sani-aasee barahamchaaree.
ਉਦਾਸੀ ਉਦਾਸਿ ਰਾਤਾ॥੩॥	udaasee udaas raataa. ‖3‖

ਮੋਨੀ, ਆਪਣੀ ਜੀਭ ਤੇ ਕਾਬੂ ਪਾ ਕੇ ਪ੍ਰਭ ਨੂੰ ਯਾਦ ਕਰਦਾ ਹੈ । ਸੰਨਿਆਸੀ ਸੰਸਾਰਕ ਜੀਵਾਂ ਤੋਂ ਵੱਖਰਾ ਹੋ ਕੇ, ਪ੍ਰਭ ਨੂੰ ਮਨ ਵਿੱਚ ਯਾਦ ਕਰਦਾ ਹੈ । ਉਦਾਸੀ ਪ੍ਰਭ ਦੇ ਵਿਛੋੜੇ ਦੇ ਵਿਰਾਗ ਵਿੱਚ ਰਹਿੰਦਾ ਹੈ ।

The men of silence, observe silence and control on his tongue to remember The True Master. Hermit, Sanyaasee observes celibacy and stays away from opposite sex, does not marry, control his sexual urge. Udaasees, Renunciatory remains intoxicated in the memory of his separation from His Holy Spirit, fresh within his mind.

ਭਗਤਿ ਨਵੈ ਪਰਕਾਰਾ॥	bhagat navai parkaaraa.
ਪੰਡਿਤੁ ਵੇਦੁ ਪੁਕਾਰਾ॥	pandit vayd pukaaraa.
ਗਿਰਸਤੀ ਗਿਰਸਤਿ ਧਰਮਾਤਾ॥੪॥	girsatee girsat Dharmaataa. ‖4‖

ਸੰਸਾਰ ਵਿੱਚ ਬੰਦਗੀ ਕਰਨ ਵਾਲਾ ਨੌ ਵਿਧੀਆਂ ਨਾਲ ਪੂਜਾ ਕਰਨ ਨੂੰ ਮਹੱਤਤਾ ਦੇਂਦੇ ਹਨ । ਪੰਡਿਤ ਵੇਦ ਪੜ੍ਹਦਾ, ਵਿਆਖਿਆ ਕਰਦਾ ਹੈ । ਗ੍ਰਿਸਤੀ ਆਪਣਾ ਭਰੋਸਾ ਪਰਿਵਾਰ ਦੀ ਪਾਲਣਾ ਵਿੱਚ ਰਖਦਾ ਹੈ ।

In the universe! Various devotees meditate with nine techniques of worships. Everyone may signify, adopts different techniques to meditate, sanctify his soul. Worldly, scholars recite the Holy Scripture and explain the essence of the teachings to other, consider as his meditation. The family man believes in family structure nourishes and protects his family as a worship, to serve The True Master, Creator.

ਇਕ ਸਬਦੀ ਬਹੁ ਰੂਪਿ ਅਵਧੂਤਾ॥	ik sabdee baho roop avDhootaa.
ਕਾਪੜੀ ਕਉਤੇ ਜਾਗੂਤਾ॥	kaaprhee ka-utay jaagootaa.
ਇਕਿ ਤੀਰਥਿ ਨਾਤਾ॥੫॥	ik tirath naataa. ‖5‖

ਕਈ ਕੇਵਲ ਇਕ ਸ਼ਬਦ ਹੀ ਬੋਲਦੇ ਹਨ । ਕਈ ਅਨੇਕਾਂ ਭੇਖ ਕਰਦੇ ਹਨ । ਕਈ ਸਭ ਕੁਝ ਤਿਆਗ ਕੇ ਨੰਗੇ ਹੀ ਰਹਿੰਦੇ ਹਨ । ਚਮਤਕਾਰ ਕਰਨਵਾਲਾ ਚੋਲਾ ਪਾਉਂਦਾ, ਹਰ ਵੇਲੇ ਜਾਗਦਾ ਹੀ ਰਹਿੰਦਾ ਹੈ । ਕਈ ਸਦਾ ਹੀ ਤੀਰਥਾਂ ਤੇ ਇਸ਼ਨਾਨ ਕਰਦੇ ਹਨ, ਤੀਰਥਾਂ ਤੇ ਵਸਦੇ ਹਨ ।

Some worldly Saint may speak only one word, The One and Only One. Many may adopt various unique robes. Many may renounce cloths and live naked. The person who performs miracles may wear unique religious robe; he may stay awake. There are so many pilgrimages at Holy Shrine, to take a soul sanctifying bath.

ਨਿਰਹਾਰ ਵਰਤੀ ਆਪਰਸਾ॥	nirhaar vartee aaprasaa.
ਇਕਿ ਲੂਕਿ ਨ ਦੇਵਹਿ ਦਰਸਾ॥	ik look na dayveh darsaa.
ਇਕਿ ਮਨ ਹੀ ਗਿਆਤਾ॥੬॥	ik man hee gi-aataa. ‖6‖

ਕਈ ਭੋਜਨ ਤੋਂ ਬਿਨਾਂ ਹੀ ਰਹਿੰਦੇ, ਵਰਤ ਰਖਦੇ ਹਨ, ਕਿਸੇ ਨੂੰ ਛੋਹਦੇ ਨਹੀਂ । ਕਈ ਲੁਕ ਕੇ ਰਹਿੰਦੇ ਹਨ, ਕਿਸੇ ਨੂੰ ਦਿਖਾਈ ਨਹੀਂ ਦੇਂਦੇ । ਕਈ ਆਪਣੇ ਮਨ ਦੇ ਗਿਆਨ ਵਿੱਚ ਹੀ ਮਸਤ ਰਹਿੰਦੇ ਹਨ ।

So many may abstain food for many days; may not touch anyone. Many may remain hidings and never want to be seen. Many may remain contented intoxicated with their knowledge.

ਘਾਟਿ ਨ ਕਿਨ ਹੀ ਕਹਾਇਆ॥ ghaat na kin hee kahaa-i-aa.
ਸਭ ਕਹਤੇ ਹੈ ਪਾਇਆ॥ sabh kahtay hai paa-i-aa.
ਜਿਸੁ ਮੇਲੇ ਸੋ ਭਗਤਾ॥੭॥ jis maylay so bhagtaa. ||7||

ਕੋਈ ਵੀ ਆਪਣੇ ਆਪ ਵਿੱਚ ਕੋਈ ਘਾਟ, ਕਮੀ ਨਹੀਂ ਦੱਸਦਾ । ਸਾਰੇ ਹੀ ਕਹਿੰਦੇ ਹਨ, ਪ੍ਰਭ ਨੇ ਰਹਿਮਤ ਬਖਸ਼ੀ ਹੈ । ਜਿਸ ਨੂੰ ਪ੍ਰਭ ਆਪਣੇ ਵਿੱਚ ਅਲੋਪ, ਅਭੇਦ ਕਰ ਲੈਂਦਾ ਹੈ, ਕੇਵਲ ਉਹ ਹੀ ਪ੍ਰਭ ਦਾ ਦਾਸ ਹੁੰਦਾ ਹੈ ।

No one may ever mention, having any deficiencies in their meditation. Everyone claim to be bestowed with His Blessed Vision and claims to be on the right path of meditation, acceptance. Who may be immersed within His Holy Spirit; only he may be worthy to be called His true devotee?

ਸਗਲ ਉਕਤਿ ਉਪਾਵਾ॥ sagal ukat upaavaa.
ਤਿਆਗੀ ਸਰਨਿ ਪਾਵਾ॥ ti-aagee saran paavaa.
ਨਾਨਕੁ ਗੁਰ ਚਰਣਿ ਪਰਾਤਾ॥੮॥੨॥27॥ naanak gur charan paraataa. ||8||2||27||

ਜੀਵ ਮਨ ਦੀਆਂ ਸਾਰੀਆਂ ਵਿਧੀਆਂ ਤਿਆਗਕੇ ਪ੍ਰਭ ਦੀ ਸ਼ਰਣ ਵਿੱਚ ਆਪਾ ਭੇਟਾ ਕਰੋ! ਅਸਲੀ ਦਾਸ ਸਦਾ ਹੀ ਪ੍ਰਭ ਦੇ ਸ਼ਬਦ ਨਾਲ ਜੀਵਨ ਢਾਲਦਾ ਹੈ । ਪ੍ਰਭ ਦੇ ਸ਼ਬਦ ਨੂੰ ਮਨ ਵਿੱਚ ਵਸਾਉਂਦਾ ਹੈ ।

You should renounce all clever techniques and worldly desires! You should humbly surrender your self-identity at His Sanctuary. His true devotee may always adopt the teachings of His Word and remains awake and alert.

181.ਸਿਰੀਰਾਗੁ ਮਹਲਾ ੧ ਘਰੁ ੩॥ (71-15)

ੴ ਸਤਿਗੁਰ ਪ੍ਰਸਾਦਿ॥ Ik-oNkaar saT`gur parsaad.
ਜੋਗੀ ਅੰਦਰਿ ਜੋਗੀਆ॥ jogee andar jogee-aa.
ਤੂੰ ਭੋਗੀ ਅੰਦਰਿ ਭੋਗੀਆ॥ tooN bhogee andar bhogee-aa.
ਤੇਰਾ ਅੰਤੁ ਨ ਪਾਇਆ, tayraa ant na paa-i-aa
ਸੁਰਗਿ ਮਛਿ ਪਇਆਲਿ ਜੀਉ॥੧॥ surag machh pa-i-aal jee-o. ||1||

ਪ੍ਰਭ, ਮੈਂ ਸੰਤਾਂ, ਜੋਗੀਆਂ ਦੇ ਜੀਵਨ ਤੇ ਝਾਤੀ ਮਾਰਦਾ ਹਾ, ਤੂੰ ਹੀ ਸਭ ਤੋਂ ਵਡਾ ਜੋਗੀ ਮਹਿਸੂਸ ਹੁੰਦਾ ਹੈ । ਅਗਰ ਸੰਸਾਰੀ ਜੀਵਾਂ ਵੱਲ ਦੇਖਦਾ ਹਾ, ਤੂੰ ਹੀ ਸਭ ਤੋਂ ਵਡਾ ਦੁਨੀਆਦਾਰ ਮਹਿਸੂਸ ਹੁੰਦਾ ਹੈ । ਪ੍ਰਭ ਤੇਰੇ ਕਿਸੇ ਕਰਤਬ ਦਾ ਅੰਤ ਨਹੀਂ ਪਾਇਆ ਜਾ ਸਕਦਾ ਹੈ । ਤਿੰਨਾਂ ਸ੍ਰਿਸ਼ਟੀਆਂ ਵਿੱਚ ਹੀ ਕੋਈ ਅੰਤ ਜਾਣਿਆ ਨਹੀਂ ਜਾ ਸਕਦਾ ।

My True Master! Comparing Your greatness with the worldly saints, yogi; You seem like the greatest hermit. Comparing You with the family men of the world; You are the greatest, dedicated family man. You prevail in all three universes! the extent, limits of Your miracles, events may be beyond the imagination of Your Creation.

ਹਉ ਵਾਰੀ ਹਉ ਵਾਰਣੈ, ha-o vaaree ha-o vaarnai,
ਕੁਰਬਾਣੁ ਤੇਰੇ ਨਾਵ ਨੋ ॥੧॥ ਰਹਾਉ॥ kurbaan tayray naav no. ||1|| rahaa-o.

ਪ੍ਰਭ ਮੈਂ ਤੇਰੇ ਤੋਂ ਅਚੰਭਾ, ਹੈਰਾਨ ਹੋਇਆ ਰਹਿੰਦਾ ਹੈ । ਮੇਰਾ ਸਿਰ ਧੰਨਵਾਦ ਨਾਲ ਝੁਕ ਜਾਂਦਾ ਹੈ ।

My True Master! I remain astonished and fascinated from Your nature. I bow my head in gratitude for Your Blessings.

ਤੁਧੁ ਸੰਸਾਰੁ ਉਪਾਇਆ॥ tuDh sansaar upaa-i-aa.
ਸਿਰੇ ਸਿਰਿ ਧੰਧੇ ਲਾਇਆ॥ siray sir DhanDhay laa-i-aa.
ਵੇਖਹਿ ਕੀਤਾ ਆਪਣਾ, vaykheh keetaa aapnaa
ਕਰਿ ਕੁਦਰਤਿ ਪਾਸਾ ਢਾਲਿ ਜੀਉ॥੨॥ kar kudrat paasaa dhaal jee-o. ||2||

ਪ੍ਰਭ ਆਪ ਹੀ ਸਾਰੀ ਸ੍ਰਿਸ਼ਟੀ ਸਾਜਦਾ ਹੈ । ਹਰਇਕ ਜੀਵ ਨੂੰ ਆਪਣੇ ਆਪਣੇ ਧੰਦਿਆ ਤੇ ਰਖਦਾ ਹੈ । ਆਪਣੇ ਬਣਾਏ ਖੇਲ ਨੂੰ ਆਪ ਹੀ ਵੱਖਰੇ ਵੱਖਰੇ ਢੰਗਾਂ ਨਾਲ ਵੇਖਦਾ ਹੈ ।

The True Master creates and assigns various tasks, duties to every creature. He monitors the actions of all creatures and enjoys His own play.

ਪਰਗਟਿ ਪਾਹਾਰੈ ਜਾਪਦਾ॥ pargat pahaarai jaapdaa.
ਸਭੁ ਨਾਵੈ ਨੋ ਪਰਤਾਪਦਾ॥ sabh naavai no partaapdaa.
ਸਤਿਗੁਰ ਬਾਝੁ ਨ ਪਾਇਓ, saT`gur baajh na paa-i-o
ਸਭ ਮੋਹੀ ਮਾਇਆ ਜਾਲਿ ਜੀਉ॥੩॥ sabh mohee maa-i-aa jaal jee-o. ||3||

ਪ੍ਰਭ ਆਪਣੀ ਬਣਾਈ ਹੋਈ ਮੂਰਤੀ ਵਿੱਚ ਆਪ ਵਸਦਾ ਹੈ । ਸਾਰੇ ਜੀਵ ਹੀ ਪ੍ਰਭ ਦੀ ਰਹਿਮਤ, ਸ਼ਬਦ ਦੀ ਸੋਝੀ ਦੀ ਆਸ ਰਖਦੇ ਹਨ । ਜਿਸ ਤੇ ਪ੍ਰਭ ਰਹਿਮਤ ਦੀ ਨਜ਼ਰ ਬਖਸ਼ਦਾ ਹੈ, ਕੇਵਲ ਉਹ ਹੀ ਇਸ ਪਾਸੇ ਚਲਦਾ ਹੈ, ਬਾਕੀ ਸਾਰੇ ਹੀ ਸੰਸਾਰਕ, ਮਾਇਆ ਮੋਹ ਦੇ ਜਾਲ ਵਿੱਚ ਫਸੇ ਹਨ ।

The True Master creates His Creation, His Holy Spirit as His Word remains embedded within each soul. He dwells within his mind and body. Everyone wishes, hopes to become worthy of His Consideration Blessings. Whosoever may be bestowed with His Blessed Vision, he may be blessed with the right path of salvation. Everyone else may remain victim of sweet poison of worldly wealth and emotional bonds.

ਸਤਿਗੁਰ ਕਉ ਬਲਿ ਜਾਈਐ॥ saT`gur ka-o bal jaa-ee-ai.
ਜਿਤੁ ਮਿਲਿਐ ਪਰਮ ਗਤਿ ਪਾਈਐ॥ jit mili-ai param gat paa-ee-ai.
ਸੁਰਿ ਨਰ ਮੁਨਿ ਜਨ ਲੋਚਦੇ, sur nar mun jan lochday
ਸੋ ਸਤਿਗੁਰਿ ਦੀਆ ਬੁਝਾਇ ਜੀਉ॥੪॥ so saT`gur dee-aa bujhaa-ay jee-o. ||4||

ਪ੍ਰਭ ਦੇ ਸ਼ਬਦ ਦੀ ਸੋਝੀ ਦੀ ਬਖਸ਼ਿਸ਼ ਲਈ ਸੰਤ ਮਹਾਤਮਾ ਤਰਸਦੇ ਹਨ । ਮੈਂ ਅਟਲ ਪ੍ਰਭ ਤੋਂ ਕਰਬਾਨ ਜਾਵਾ! ਆਪਣਾ ਆਪ ਮਿਟਾ ਦੇਵਾ! ਮੈਨੂੰ ਪੂਰਨ ਸੰਤੋਖ, ਸ਼ਬਦ ਦੀ ਸੋਝੀ ਬਖਸ਼ਿਆ ਹੋਈ ਹੈ ।

Even worldly saints remain anxious and pray for His Forgiveness and Refuse to be blessed with the enlightenment of the essence of His Word. I remain am fascinated and astonished from His Greatness! I may surrender myself-identity, human life to serve His Creation. I have been blessed with the enlightenment of the essence of His Word and contented with His Blessings.

ਸਤਸੰਗਤਿ ਕੈਸੀ ਜਾਣੀਐ॥ satsangat kaisee jaanee-ai.
ਜਿਥੈ ਏਕੋ ਨਾਮੁ ਵਖਾਣੀਐ॥ jithai ayko Naam vakhaanee-ai.
ਏਕੋ ਨਾਮੁ ਹੁਕਮੁ ਹੈ, ਨਾਨਕ ayko Naam hukam hai naanak
ਸਤਿਗੁਰਿ ਦੀਆ ਬੁਝਾਇ ਜੀਉ॥੫॥ saT`gur dee-aa bujhaa-ay jee- o. ||5||

ਸਤ ਸੰਗਤ ਇਸਤਰ੍ਹਾਂ ਦੀ ਹੁੰਦੀ ਹੈ? ਜਿੱਥੇ ਕੇਵਲ ਪ੍ਰਭ ਦੇ ਸ਼ਬਦ ਦਾ ਵਿਚਾਰ, ਚਰਚਾ ਹੁੰਦੀ ਹੈ । ਸ਼ਬਦ ਦੇ ਧੰਨਵਾਦ ਦੀ ਅਵਾਜ਼ ਚਲਦੀ ਰਹਿੰਦੀ ਹੈ । ਪ੍ਰਭ ਦੀ ਰਹਿਮਤ ਨਾਲ ਸ਼ਬਦ ਦੀ ਸੋਝੀ ਬਖਸ਼ਿਸ਼ ਹੋ ਗਈ ਹੈ ।

How may Sat- Sangat, Holy Conjugation be defined? Wherever only His Word may be recited; the essences of His Word be practice in worldly life; only such a gathering may be worthy to be called Holy conjugation, congregation. The echo of praises of His Word resonates in the air. His true devotees may be singing with each breath; with His mercy and grace, His Word may remain enlightened within the heart of devotees.

ਇਹੁ ਜਗਤੁ ਭਰਮਿ ਭੁਲਾਇਆ॥ ih jagat bharam bhulaa-i-aa.
ਆਪਹੁ ਤੁਧੁ ਖੁਆਇਆ॥ aaphu tuDh khu-aa-i-aa.
ਪਰਤਾਪੁ ਲਗਾ ਦੋਹਾਗਣੀ, partaap lagaa duhaaganee
ਭਾਗ ਜਿਨਾ ਕੇ ਨਾਹਿ ਜੀਉ॥੬॥ bhaag jinaa kay naahi jee-o. ||6||

ਪ੍ਰਭ, ਆਪ ਹੀ ਸੰਸਾਰ ਵਿੱਚ ਭਰਮਾਂ ਦਾ ਜਾਲ ਵਿਛਾਉਂਦਾ ਹੈ । ਆਪ ਹੀ ਜੀਵ ਨੂੰ ਇਸ ਰਸਤੇ ਤੇ ਪਾਉਂਦਾ ਹੈ । ਜਿਹੜਾ ਇਸ ਵਿੱਚ ਫਸ ਜਾਂਦਾ ਹੈ, ਉਸ ਦੇ ਭਾਗਾਂ ਵਿੱਚ ਅਸਲੀ ਰਸਤਾ ਨਹੀਂ ਹੁੰਦਾ ।

The True Master has infused worldly suspicions, sweet poison of worldly wealth. Self-minded may remain intoxicated with sweet poison of worldly wealth, short-lived gimmicks of worldly wealth. Whosoever may become a victim of worldly wealth; the right path of acceptance has not been prewritten in his destiny.

ਦੋਹਾਗਣੀ ਕਿਆ ਨੀਸਾਣੀਆ॥	duhaaganee ki-aa neesaanee-aa.
ਖਸਮਹੁ ਘੁਥੀਆ, ਫਿਰਹਿ ਨਿਮਾਣੀਆ॥	khasmahu ghuthee-aa fireh nimaanee-aa.
ਮੈਲੇ ਵੇਸ ਤਿਨਾ ਕਾਮਣੀ,	mailay vays tinaa kaamnee
ਦੁਖੀ ਰੈਣਿ ਵਿਹਾਇ ਜੀਉ॥੭॥	dukhee rain vihaa- ay jee-o. ||7||

ਅਸਲੀ ਰਸਤੇ ਤੋਂ ਵਿਛੜੀ ਆਤਮਾ ਦੀ ਕੀ ਨਿਸ਼ਾਨੀ ਹੁੰਦੀ ਹੈ? ਉਹ ਭਰਮ ਭੁਲੇਖਿਆ ਵਿੱਚ, ਰੀਤ ਰੀਵਾਜ ਵਿੱਚ ਲਗੀ ਰਹਿੰਦੀ ਹੈ, ਉਸ ਦੀ ਆਤਮਾ ਮੈਲੀ ਹੋ ਜਾਂਦੀ ਹੈ । ਉਹ ਧਾਰਮਕ ਰੀਤ ਰੀਵਾਜਾਂ ਨੂੰ ਹੀ ਅਸਲੀ ਰਸਤਾ ਸਮਝਦੀ ਹੈ । ਰਾਤ ਦਿਨ ਬੰਦਗੀ ਕਰਦੀ, ਰੋਂਦੀ ਕੁਰਲਾਉਂਦੀ ਹੈ ।

What may the sign of a separated soul from the right path? She may become a victim of religious rituals and suspicions; she may remain blemished with worldly desires. She may consider religious rituals as right path of acceptance in His Court. She remains frustrated with worldly desires.

ਸੋਹਾਗਣੀ ਕਿਆ ਕਰਮੁ ਕਮਾਇਆ॥	sohaaganee ki-aa karam kamaa-i-aa.
ਪੂਰਬਿ ਲਿਖਿਆ ਫਲੁ ਪਾਇਆ॥	poorab likhi-aa fal paa-i-aa.
ਨਦਰਿ ਕਰੇ ਕੈ ਆਪਣੀ,	nadar karay kai aapnee aapay
ਆਪੇ ਲਏ ਮਿਲਾਇ ਜੀਉ॥੮॥	la-ay milaa-ay jee-o. ||8||

ਜਿਸ ਆਤਮਾ ਦਾ ਪ੍ਰਭ ਤੇ ਭਰੋਸਾ ਅਡੋਲ ਹੋ ਜਾਂਦਾ ਹੈ, ਉਸ ਨੂੰ ਆਪਣੇ ਭਾਗਾਂ ਦਾ ਫਲ ਬਖਸ਼ਿਸ਼ ਹੋ ਜਾਂਦਾ ਹੈ । ਆਪ ਹੀ ਰਹਿਮਤ ਬਖਸ਼ਕੇ ਆਪਣੇ ਨਾਲ ਸੰਜੋਗ ਬਣਾ ਦੇਂਦਾ ਹੈ ।

Whosoever may have a steady and stable belief on the teachings of His Word; with His mercy and grace, he may be rewarded his prewritten destiny. He may be blessed with the right path of acceptance in His Court.

ਹੁਕਮੁ ਜਿਨਾ ਨੋ ਮਨਾਇਆ॥	hukam jinaa no manaa-i-aa.
ਤਿਨ ਅੰਤਰਿ ਸਬਦੁ ਵਸਾਇਆ॥	tin antar sabad vasaa-i-aa.
ਸਹੀਆ ਸੇ ਸੋਹਾਗਣੀ,	sahee-aa say sohaaganee
ਜਿਨ ਸਹ ਨਾਲਿ ਪਿਆਰੁ ਜੀਉ॥੯॥	jin sah naal pi-aar jee-o. ||9||

ਜਿਹੜਾ ਜੀਵ ਪ੍ਰਭ ਦੇ ਸ਼ਬਦ ਨੂੰ ਸਦਾ ਸੱਚ, ਅਟਲ ਮੰਨ ਕੇ ਪ੍ਰਵਾਨ ਕਰ ਲੈਂਦਾ ਹੈ । ਉਸ ਨੂੰ ਅੰਦਰੋਂ ਹੀ ਸ਼ਬਦ ਦੀ ਸੋਝੀ ਹੋ ਜਾਂਦੀ, ਜੋਤ ਜਾਗਰਤ ਹੋ ਜਾਂਦੀ ਹੈ । ਅਸਲੀ ਸੇਵਕ ਦਾ ਸ਼ਬਦ ਤੇ ਭਰੋਸਾ ਅਡੋਲ ਰਹਿੰਦਾ ਹੈ, ਦੁਖ ਸੁਖ ਨੂੰ ਪ੍ਰਭ ਦੀ ਬਖਸ਼ਿਸ਼ ਸਮਝਕੇ ਅਨੰਦ ਮਾਨਦਾ ਹੈ ।

Whosoever may accept His Word as an ultimate true forever. He may be enlightened from within and remains awake and alert. His true devotee always obeys the teachings of His Word with steady and stable belief. He accepts pleasures and sorrows as His Blessings and remains contented.

ਜਿਨਾ ਭਾਣੇ ਕਾ ਰਸੁ ਆਇਆ॥	jinaa bhaanay kaa ras aa-i-aa.
ਤਿਨ ਵਿਚਹੁ ਭਰਮੁ ਚੁਕਾਇਆ॥	tin vichahu bharam chukaa-i-aa.
ਨਾਨਕ ਸਤਿਗੁਰੁ ਐਸਾ ਜਾਣੀਐ,	naanak saT`gur aisaa jaanee-ai
ਜੋ ਸਭਸੈ ਲਏ ਮਿਲਾਇ ਜੀਉ ॥੧੦॥	jo sabhsai la-ay milaa-ay jee-o. ||10||

ਜਿਸ ਆਤਮਾ ਤੇ ਸ਼ਬਦ ਦਾ ਰੰਗ ਚੜ੍ਹ ਜਾਂਦਾ ਹੈ । ਉਸ ਵਿਚੋਂ ਭਰਮ ਦੀ ਜੜ੍ਹ ਖਤਮ ਹੋ ਜਾਂਦੀ ਹੈ । ਅਟਲ ਗੁਰੂ ਸਦਾ ਹੀ ਇਨਸਾਫ ਨਾਲ ਜੀਵ ਦੀ ਕਮਾਈ ਨੂੰ ਪ੍ਰਵਾਨ ਕਰਦਾ ਹੈ ।

Whosoever may remain drenched with the teachings of His Word within, his roots of suspicions may be vanished. The True Master always accepts the earnest living, wealth of His Word of His true devotee; only justice prevails in His Court.

ਸਤਿਗੁਰਿ ਮਿਲਿਐ ਫਲੁ ਪਾਇਆ॥ saT`gur mili-ai fal paa-i-aa.
ਜਿਨਿ ਵਿਚਹੁ ਅਹਕਰਣੁ ਚੁਕਾਇਆ॥ jin vichahu ahkaran chukaa-i-aa.
ਦੁਰਮਤਿ ਕਾ ਦੁਖੁ ਕਟਿਆ, durmat kaa dukh kati-aa
ਭਾਗੁ ਬੈਠਾ ਮਸਤਕਿ ਆਇ ਜੀਉ॥੧੧॥ bhaag baithaa mastak aa-ay jee-o. ||11||

ਜਿਸ ਦੇ ਆਪਣੇ ਅੰਦਰੋਂ ਅਹੰਕਾਰ ਦੀ ਜੜ੍ਹ ਖਤਮ ਹੋ ਜਾਂਦੀ ਹੈ, ਉਸ ਨੂੰ ਪ੍ਰਭ ਦੀ ਰਹਿਮਤ ਬਖਸ਼ਿਸ਼ ਹੋ ਸਕਦੀ ਹੈ । ਉਸ ਦੇ ਮਨ ਦਾ ਦੁਬਦਾ ਦਾ ਦੁਖ ਖਤਮ ਹੋ ਜਾਂਦਾ ਹੈ, ਆਪਣੇ ਭਾਗਾਂ ਦਾ ਫਲ ਬਖਸ਼ਿਸ਼ ਹੋ ਜਾਂਦਾ ਹੈ ।

Whosoever may conquer his ego and worldly desires; he may become worthy of His Blessings. His duality, sufferings of the wandering mind may be eliminated. His prewritten destiny may be rewarded.

ਅੰਮ੍ਰਿਤੁ ਤੇਰੀ ਬਾਣੀਆ॥ amrit tayree baanee-aa.
ਤੇਰਿਆ ਭਗਤਾ ਰਿਦੈ ਸਮਾਣੀਆ॥ tayri-aa bhagtaa ridai samaanee-aa.
ਸੁਖ ਸੇਵਾ ਅੰਦਰਿ ਰਖਿਐ, sukh sayvaa andar rakhi-ai
ਆਪਣੀ ਨਦਰਿ ਕਰਹਿ ਨਿਸਤਾਰਿ ਜੀਉ॥੧੨॥ aapnee nadar karahi nistaar jee-o. ||12||

ਪ੍ਰਭ ਦੇ ਸ਼ਬਦ ਦੀ ਅਮ੍ਰਿਤ ਭਰੀ, ਬਾਣੀ ਸੇਵਕਾਂ ਦੇ ਮਨ ਵਿੱਚ ਘਰ ਕਰੀ ਬੈਠੀ ਹੈ । ਜਿਹੜਾ ਨਿਮ੍ਰਤਾ ਨਾਲ ਪ੍ਰਭ ਦੇ ਸ਼ਬਦ ਦੀ ਪਾਲਣਾ ਕਰਦਾ ਹੈ । ਆਪ ਹੀ ਰਹਿਮਤਾਂ ਨਾਲ ਭਰਪੂਰ ਕਰਦਾ ਹੈ ।

Your Word and Holy Scripture are overwhelmed with the nectar of the essence of Your Word! Your true devotee remains drenched with the essence of Your Word. Whosoever may humbly obey the teachings of Your Word; with Your mercy and grace, he may remain overwhelmed with virtues of Your nature.

ਸਤਿਗੁਰੁ ਮਿਲਿਆ ਜਾਣੀਐ॥ saT`gur mili-aa jaanee-ai.
ਜਿਤੁ ਮਿਲਿਐ ਨਾਮੁ ਵਖਾਣੀਐ॥ jit mili-ai Naam vakhaanee-ai.
ਸਤਿਗੁਰ ਬਾਝੁ ਨ ਪਾਇਓ, saT`gur baajh na paa-i-o
ਸਭ ਥਕੀ ਕਰਮ ਕਮਾਇ ਜੀਉ॥੧੩॥ sabh thakee karam kamaa-ay jee-o. ||13||

ਉਹ ਜੀਵ ਹੀ ਪ੍ਰਭ ਦਾ ਅਸਲੀ ਦਾਸ ਹੁੰਦਾ ਹੈ । ਜਿਸ ਦੇ ਮਿਲਣ ਨਾਲ ਪ੍ਰਭ ਦੇ ਸ਼ਬਦ ਦੀ ਜਾਗ ਲਗ ਜਾਵੇ, ਅੰਦਰ ਜੋਤ ਜਾਗਰਤ ਹੋ ਜਾਵੇ । ਪ੍ਰਭ ਦੀ ਰਹਿਮਤ ਤੋਂ ਬਿਨਾਂ ਇਹ ਅਵਸਥਾ ਬਖਸ਼ਿਸ਼ ਨਹੀਂ ਹੋ ਸਕਦੀ, ਬਾਕੀ ਸਾਰੇ ਤਰੀਕੇ ਅਪਣਾ ਕੇ ਬਹੁਤ ਲੋਕ ਹਾਰ ਗਏ, ਮੌਤ ਦੇ ਹਵਾਲੇ ਹੋ ਗਏ ਹਨ ।

The association of His true devotee, may ignite the urge, devotion to remain intoxicated in the void of His Word. He may be blessed with the enlightened of the essence of His Word from within. He may be worthy to being called His true devotee. Without His Blessed Vision, no one may be blessed a state of mind as His true devotee. By evaluating all other techniques, world saints have become frustrated, lost faith, hopes, and captured by the devil of death.

ਹਉ ਸਤਿਗੁਰ ਵਿਟਹੁ ਘੁਮਾਇਆ॥ ha-o saT`gur vitahu ghumaa-i-aa.
ਜਿਨਿ ਭ੍ਰਮਿ ਭੁਲਾ ਮਾਰਗਿ ਪਾਇਆ॥ jin bharam bhulaa maarag paa-i-aa.
ਨਦਰਿ ਕਰੇ ਜੇ ਆਪਣੀ, nadar karay jay aapnee aapay
ਆਪੇ ਲਏ ਰਲਾਇ ਜੀਉ॥੧੪॥ la-ay ralaa-ay jee-o. ||14||

ਪ੍ਰਭ ਤੋਂ ਕਰਬਾਨ ਜਾਵਾ! ਜਿਸ ਨੇ ਰਹਿਮਤ ਬਖਸ਼ਕੇ, ਮਨ ਦੇ ਭਰਮ ਦੂਰ ਕਰਕੇ, ਬੰਦਗੀ ਦਾ ਰਸਤੇ ਬਖਸ਼ਿਆ ਹੈ । ਦਿਆਲੂ ਪ੍ਰਭ, ਆਪਣੀ ਰਹਿਮਤ ਨਾਲ ਹੀ ਮੁਕਤੀ ਦਾ ਰਸਤਾ ਬਖਸ਼ਦਾ ਹੈ ।

I remain fascinated from His Holy Master! Who has eliminated all my suspicions and blessed the right path of salvation? The Merciful True Master may bless the right path of salvation to His true devotee.

ਤੂੰ ਸਭਨਾ ਮਾਹਿ ਸਮਾਇਆ॥ tooN sabhnaa maahi samaa-i-aa.
ਤਿਨਿ ਕਰਤੈ ਆਪੁ ਲੁਕਾਇਆ॥ tin kartai aap lukaa-i-aa.
ਨਾਨਕ ਗੁਰਮੁਖਿ ਪਰਗਟੁ ਹੋਇਆ, naanak gurmukh pargat ho-i-aa
ਜਾ ਕਉ ਜੋਤਿ ਧਰੀ ਕਰਤਾਰਿ ਜੀਉ॥੧੫॥ jaa ka-o jot Dharee kartaar jee-o. ||15||

ਪ੍ਰਭ ਹਰਇਕ ਜੀਵ ਅੰਦਰ ਹੀ ਵਸਦਾ ਹੈ, ਪਰ ਜੀਵ ਨੂੰ ਮਹਿਸੂਸ ਨਹੀਂ ਹੁੰਦਾ । ਕੇਵਲ ਗੁਰਮਖ ਜੀਵ ਨੂੰ ਇਹ ਸੋਝੀ ਬਖਸ਼ਦਾ ਹੈ । ਉਸ ਦੇ ਮਨ ਵਿੱਚ ਹੀ ਜੋਤ ਜਾਗਰਤ ਹੁੰਦੀ ਹੈ ।

His Holy Spirit remains embedded within his soul and dwells within his mind and body; however, self-minded may not realize His Existence prevailing within his heart. Only His true devotee may be enlightened and eternal glow of His Holy Spirit may be shinning within and he remains awake and alert.

ਆਪੇ ਖਸਮਿ ਨਿਵਾਜਿਆ॥	aapay khasam nivaaji-aa.
ਜੀਉ ਪਿੰਡੁ ਦੇ ਸਾਜਿਆ॥	jee-o pind day saaji-aa.
ਆਪਣੇ ਸੇਵਕ ਕੀ ਪੈਜ ਰਖੀਆ,	aapnay sayvak kee paij rakhee-aa
ਦੁਇ ਕਰ ਮਸਤਕਿ ਧਾਰਿ ਜੀਉ॥੧੬॥	du-ay kar mastak Dhaar jee-o. ||16||

ਪ੍ਰਭ ਆਪ ਹੀ ਜਿਸ ਨੂੰ ਸ਼ਬਦ ਦੀ ਸੋਝੀ ਦਾ ਮਾਣ ਬਖਸ਼ਦਾ ਹੈ । ਉਸ ਦਾ ਤਨ, ਮਨ ਪਵਿੱਤਰ ਹੋ ਜਾਂਦਾ ਹੈ । ਪ੍ਰਭ, ਆਪ ਹੀ ਆਪਣੇ ਸੇਵਕ ਦੀ ਰਖਿਆ ਕਰਦਾ, ਰਹਿਮਤ ਬਖਸ਼ਕੇ ਭਾਗ ਬਦਲ ਦੇਂਦਾ ਹੈ ।

Whosoever may be blessed with the enlightenment of the essence of His Word within his heart; his soul may be sanctified. The Merciful True Master may protect and change the path of life of His true devotee forever.

ਸਭਿ ਸੰਜਮ ਰਹੇ ਸਿਆਣਪਾ॥	sabh sanjam rahay si-aanpaa.
ਮੇਰਾ ਪ੍ਰਭੁ ਸਭੁ ਕਿਛੁ ਜਾਣਦਾ॥	mayraa parabh sabh kichh jaandaa.
ਪ੍ਰਗਟ ਪ੍ਰਤਾਪੁ ਵਰਤਾਇਓ,	pargat partaap vartaa-i-o
ਸਭੁ ਲੋਕੁ ਕਰੈ ਜੈਕਾਰੁ ਜੀਉ॥੧੭॥	sabh lok karai jaikaar jee-o. ||17||

ਧਾਰਮਕ ਰੀਤ ਰੀਵਾਜ ਸਾਰੇ ਹੀ ਚਲਾਕੀਆਂ, ਫਰੇਬ ਹਨ । ਅੰਤਰਜਾਮੀ ਸਭ ਕੁਝ ਜਾਣਦਾ ਹੈ, ਆਪਣੀ ਸ਼ਾਨ, ਮਾਣ ਹਮੇਸ਼ਾਂ ਹੀ ਸਥਿਤ ਰਹਿੰਦਾ ਹੈ । ਸਾਰੇ ਹੀ ਉਸ ਨੂੰ ਧੰਨ ਧੰਨ ਹੀ ਕਹਿੰਦੇ ਹਨ, ਕੋਈ ਅੰਤ ਨਹੀਂ ਪਾ ਸਕਦਾ ।

All worldly religious rituals may be clever tricks, deception, and greed. The Omniscient True master remains aware of everything and preserve His honor, dignity. Everyone claims The True Master, The Greatest of All; however, no one may ever comprehend His limits, tests His power.

ਮੇਰੇ ਗੁਣ ਅਵਗਨ ਨ ਬੀਚਾਰਿਆ॥	mayray gun avgan na beechaari-aa.
ਪ੍ਰਭਿ ਅਪਣਾ ਬਿਰਦੁ ਸਮਾਰਿਆ॥	parabh apnaa birad samaari-aa.
ਕੰਠਿ ਲਾਇ ਕੈ ਰਖਿਓਨੁ,	kanth laa-ay kai rakhi-on
ਲਗੈ ਨ ਤਤੀ ਵਾਉ ਜੀਉ॥੧੮॥	lagai na tatee vaa-o jee-o. ||18||

ਤਰਸਵਾਨ ਪ੍ਰਭ, ਆਪਣੀ ਮਰਜ਼ੀ ਨਾਲ ਹੀ ਜੀਵ ਦੇ ਮੰਦੇ, ਚੰਗੇ ਕੰਮ ਦਾ ਲੇਖਾ ਨਹੀਂ ਕਰਦਾ, ਭੁਲਾ ਦੇਂਦਾ ਹੈ । ਜਿਸ ਤੇ ਰਹਿਮਤ ਦੀ ਨਜ਼ਰ ਬਖਸ਼ਦਾ ਹੈ । ਉਸ ਨੂੰ ਕੋਈ ਮੁਸ਼ਕਲ ਛੋਹ ਨਹੀਂ ਸਕਦੀ, ਸਭ ਮੁਸ਼ਕਲਾਂ ਦਾ ਹੱਲ ਬਖਸ਼ ਦੇਂਦਾ ਹੈ ।

The Merciful True Master may ignore the sins of worldly deeds of His true devotee. Whosoever may be bestowed with His Blessed Vision, his state of mind may become beyond the reach of any worldly misery or hardship. He may be blessed with cure of his misery.

ਮੈ ਮਨਿ ਤਨਿ ਪ੍ਰਭੂ ਧਿਆਇਆ॥	mai man tan parabhoo Dhi-aa-i-aa.
ਜੀਇ ਇਛਿਅੜਾ ਫਲੁ ਪਾਇਆ॥	jee-ay ichhi-arhaa fal paa-i-aa.
ਸਾਹ ਪਾਤਿਸਾਹ ਸਿਰਿ ਖਸਮੁ ਤੂੰ,	saah paatisaah sir khasam tooN
ਜਪਿ ਨਾਨਕ ਜੀਵੈ ਨਾਉ ਜੀਉ॥੧੯॥	jap naanak jeevai naa-o jee-o. ||19||

ਮੈਂ ਮਨ, ਤਨ ਨਾਲ ਪ੍ਰਭ ਦੇ ਸ਼ਬਦ ਦੀ ਪਾਲਣਾ ਕਰਦਾ ਹਾ । ਪ੍ਰਭ ਨੇ ਬਹੁਤ ਬਖਸ਼ਿਸ਼ਾਂ ਨਾਲ ਨਿਹਾਲ ਕੀਤਾ ਹੈ । ਪ੍ਰਭ ਹੀ ਜੀਵ ਦਾ ਅਸਲੀ ਮਾਲਕ ਹੈ, ਮੈਂ ਪ੍ਰਭ ਸ਼ਬਦ ਦਾ ਹੀ ਸਿਮਰਨ ਕਰਦਾ ਹਾ ।

I am wholeheartedly obeying the teachings of His Word in day-to-day life; with Your mercy and grace, I am overwhelmed with His Bliss. The One and Only One True Master! I am only meditating on the teachings of His Word.

ਤੁਧੁ ਆਪੇ ਆਪੁ ਉਪਾਇਆ॥	tuDh aapay aap upaa-i-aa.
ਦੂਜਾ ਖੇਲੁ ਕਰਿ ਦਿਖਲਾਇਆ॥	doojaa khayl kar dikhlaa-i-aa.
ਸਭੁ ਸਚੋ ਸਚੁ ਵਰਤਦਾ,	sabh sacho sach varatdaa
ਜਿਸੁ ਭਾਵੈ ਤਿਸੈ ਬੁਝਾਇ ਜੀਉ॥੨੦॥	jis bhaavai tisai bujhaa-ay jee-o. ||20||

ਪ੍ਰਭ ਹੀ ਸ੍ਰਿਸ਼ਟੀ ਨੂੰ ਪੈਦਾ ਕਰਦਾ ਹੈ । ਆਪ ਹੀ ਭਰਮਾਂ ਦਾ ਖੇਲ ਬਣਾਇਆ ਹੈ । ਆਪ ਹੀ ਹਰ ਥਾਂ ਵਾਪਰਦਾ ਹੈ । ਪ੍ਰਭ ਆਪਣੀ ਰਹਿਮਤ ਨਾਲ ਹੀ ਸ਼ਬਦ ਨਾਲ ਲਗਨ ਬਖਸ਼ਦਾ ਹੈ ।

The True Master has created His Creation and the whole play of the universe. He has infused the universe with, religious suspicions, sweet poison of worldly wealth. The Omnipresent True Master prevails everywhere. His true devotee may be blessed with devotion to obey the teachings of His Word.

ਗੁਰ ਪਰਸਾਦੀ ਪਾਇਆ॥	gur parsaadee paa-i-aa.
ਤਿਥੈ ਮਾਇਆ ਮੋਹੁ ਚੁਕਾਇਆ॥	tithai maa-i-aa moh chukaa-i-aa.
ਕਿਰਪਾ ਕਰਿ ਕੈ ਆਪਣੀ,	kirpaa kar kai aapnee aapay
ਆਪੇ ਲਏ ਸਮਾਇ ਜੀਉ॥੨੧॥	la-ay samaa-ay jee-o. ||21||

ਜਿਸ ਤੇ ਪ੍ਰਭ ਆਪ ਕ੍ਰਿਪਾ ਬਖਸ਼ਦਾ ਹੈ । ਉਸ ਜੀਵ ਦਾ ਸੰਸਾਰਕ ਮਾਇਆ ਨਾਲ ਮੋਹ ਦੂਰ, ਖਤਮ ਹੋ ਜਾਂਦਾ ਹੈ । ਆਪ ਹੀ ਸ਼ਬਦ ਦੀ ਪਾਲਣਾ, ਅਸਲੀ ਰਸਤੇ ਤੇ ਅਡੋਲ ਰਖਕੇ ਆਪਣੇ ਵਿੱਚ ਅਲੋਪ ਕਰ ਲੈਂਦਾ ਹੈ ।

Whosoever may be bestowed with His Blessed Vision, his attachment with worldly wealth, greed and emotional bonds with family may be eliminated. He may inspire and guides on the right path of meditation and he may be absorbed within His Holy Spirit.

ਗੋਪੀ ਨੈ ਗੋਆਲੀਆ॥	gopee nai go-aalee-aa.
ਤੁਧੁ ਆਪੇ ਗੋਇ ਉਠਾਲੀਆ॥	tuDh aapay go-ay uthaalee-aa.
ਹੁਕਮੀ ਭਾਂਡੇ ਸਾਜਿਆ,	hukmee bhaaNday saaji-aa
ਤੂੰ ਆਪੇ ਭੰਨਿ ਸਵਾਰਿ ਜੀਉ॥੨੨॥	tooN aapay bhann savaar jee-o. ||22||

ਪ੍ਰਭ ਤੂੰ ਆਪ ਹੀ ਉਹ ਪੂਜਣ ਵਾਲੀਆਂ ਗੋਪੀਆਂ ਬਣਾਈਆਂ ਹਨ । ਆਪ ਹੀ ਜੀਵ ਨੂੰ ਇਹਨਾਂ ਖੇਲਾ ਵਿੱਚ ਲਾਇਆ ਹੈ । ਆਪ ਹੀ ਸ੍ਰਿਸ਼ਟੀ ਸਾਜਦਾ, ਇਸ ਨੂੰ ਖਤਮ ਕਰਦਾ ਹੈ । ਆਪ ਹੀ ਜੀਵ ਦੇ ਤਨ ਨੂੰ ਸ਼ਿੰਗਾਰਦਾ, ਆਪ ਹੀ ਭਸਮ ਕਰਦਾ ਹੈ । ਕੇਵਲ ਪ੍ਰਭ ਹੀ ਸਾਰਾ ਖੇਲ ਜਾਣਦਾ ਹੈ ।

The True Master may be the symbol of angels, worthy of worship. He assigns His Creation in various tasks in the universe. The True Master creates, nourishes, and protects His Creation; he may destroy any creature at predetermined time. He embellishes his body and destroys his body at predetermined time. Only He may know the true purpose of this play.

ਜਿਨ ਸਤਿਗੁਰ ਸਿਉ ਚਿਤੁ ਲਾਇਆ॥	jin saT`gur si-o chit laa-i-aa. tinee
ਤਿਨੀ ਦੂਜਾ ਭਾਉ ਚੁਕਾਇਆ॥	doojaa bhaa-o chukaa-i-aa.
ਨਿਰਮਲ ਜੋਤਿ ਤਿਨ ਪ੍ਰਾਣੀਆ,	nirmal jot tin paraanee-aa o-ay
ਓਇ ਚਲੇ ਜਨਮੁ ਸਵਾਰਿ ਜੀਉ॥੨੩॥	chalay janam savaar jee-o. ||23||

ਜਿਸ ਨੇ ਸ਼ਬਦ ਵਿੱਚ ਧਿਆਨ ਲਾਇਆ ਹੈ । ਉਸ ਦਾ ਮਨ ਭਰਮਾਂ ਤੋਂ ਦੂਰ ਹੋ ਜਾਂਦਾ ਹੈ । ਉਸ ਦੀ ਆਤਮਾ ਨਿਰਮਲ, ਪਵਿੱਤਰ ਹੋ ਜਾਂਦੀ ਹੈ । ਓਹ ਆਪਣੀ ਮਾਨਸ ਯਾਤਰਾ ਸਫਲ ਕਰ ਜਾਂਦਾ ਹੈ ।

Whosoever may wholeheartedly concentrate on teachings of His Word, all his suspicions may be eliminated from within his mind. His soul may be sanctified to become worthy of His Consideration.

ਤੇਰੀਆ ਸਦਾ ਸਦਾ ਚੰਗਿਆਈਆ॥ tayree-aa sadaa sadaa chang-aa-ee-aa.
ਮੈ ਰਾਤਿ ਦਿਹੈ ਵਡਿਆਈਆਂ॥ mai raat dihai vadi-aa-ee- aaN.
ਅਣਮੰਗਿਆ ਦਾਨੁ ਦੇਵਣਾ, anmangi-aa daan dayvnaa
ਕਹੁ ਨਾਨਕ ਸਚੁ ਸਮਾਲਿ ਜੀਉ॥ kaho naanak sach samaal jee-o.
੨੪॥੧॥28॥ ||24||1||

ਪ੍ਰਭ ਦੇ ਗੁਣਾਂ ਦਾ ਅੰਤ ਨਹੀਂ ਆਉਂਦਾ । ਮੈਂ ਸਵਾਸ ਗਰਾਸ ਪ੍ਰਭ ਦੇ ਗੁਣਾਂ ਦੀ ਉਸਤਤ ਹੀ ਗਾਉਂਦਾ ਰਹਿੰਦਾ ਹਾ । ਪ੍ਰਭ ਬਿਨਾਂ ਮੰਗਣ ਤੋਂ ਹੀ ਰਹਿਮਤਾਂ ਬਖਸ਼ਦਾ ਰਹਿੰਦਾ ਹੈ । ਇਹ ਪ੍ਰਭ ਦੀ ਹੀ ਵਡਿਆਈ ਹੈ! ਪ੍ਰਭ ਸਭ ਕੁਝ ਜਾਣਦਾ, ਜੀਵ ਨੂੰ ਕੀ ਚਾਹੀਦਾ ਹੈ?

The Virtues of The True Master remains beyond any limit, or comprehension of His Creation. I am singing the glory of His Blessings with each breath, Day, and night. The True Master bestows His Virtues on His Creation, without any prayer. This may be a unique greatness of The True Master. The Omniscient True Master remains aware about any desires of His Creation?

182.ਸਿਰੀਰਾਗੁ ਮਹਲਾ ੫॥ (73-7)

ਪੈ ਪਾਇ ਮਨਾਈ ਸੋਇ ਜੀਉ॥ pai paa-ay manaa-ee so-ay jee-o.
ਸਤਿਗੁਰ ਪੁਰਖਿ ਮਿਲਾਇਆ, saT`gur purakh milaa-i-aa tis jayvad
ਤਿਸੁ ਜੇਵਡੁ ਅਵਰੁ ਨ ਕੋਇ ਜੀਉ॥੧॥ ਰਹਾਉ॥ avar na ko-ay jee-o. ||1|| rahaa- o.

ਪ੍ਰਭ ਨਾਲੋ ਹੋਰ ਵਡਾ ਦਾਤਾ, ਮਾਲਕ ਕੋਈ ਨਹੀਂ ਹੈ । ਮੈਂ ਪ੍ਰਭ ਦੀ ਸ਼ਰਣ ਵਿੱਚ ਅਤਪਾ ਭੇਟਾ ਕੀਤਾ ਹੈ! ਪੂਰਨ ਗੁਰੂ, ਸ਼ਬਦ ਦੀ ਪਾਲਣਾ ਕਰਨ ਨਾਲ ਸ਼ਬਦ ਦੀ ਸੋਝੀ ਬਖਸ਼ਿਸ਼ ਹੋ ਗਈ ਹੈ । ਪ੍ਰਭ ਦੀ ਰਹਿਮਤ ਨਾਲ ਪ੍ਰਵਾਨਗੀ ਦਾ ਰਸਤਾ ਬਖਸ਼ਿਸ਼ ਹੋ ਗਿਆ ਹੈ ।

The Omnipotent True Master, greatest of All. I have humbly surrendered my self-identity at His Sanctuary. I am obeying the teachings of His Word with steady and stable belief in my day-to-day life; with His mercy and grace, I have been enlightened with the essence of His Word. I have been blessed with the right path of accepted in His Court.

ਗੋਸਾਈ ਮਿਹੰਡਾ ਇਠੜਾ॥ gosaa-ee mihandaa ith-rhaa.
ਅੰਮ ਅਬੇ ਥਾਵਹੁ ਮਿਠੜਾ॥ amm abay thaavhu mith-rhaa.
ਭੈਣ ਭਾਈ ਸਭਿ ਸਜਣਾ, bhain bhaa-ee sabh sajnaa
ਤੁਧੁ ਜੇਹਾ ਨਾਹੀ ਕੋਇ ਜੀਉ॥੧॥ tuDh jayhaa naahee ko-ay jee-o. |1||

ਪ੍ਰਭ ਮੈਨੂੰ ਬਹੁਤ ਪਿਆਰਾ ਲਗਦਾ ਹੈ । ਮੇਰਾ ਪਿਆਰ ਉਸ ਨਾਲ ਮਾਤਾ, ਪਿਤਾ ਦੀ ਤਰ੍ਹਾਂ ਹੀ ਹੈ । ਪ੍ਰਭ ਬਹੁਤ ਨਿਮਰਤਾ ਵਾਲਾ ਹੈ । ਮੈਂ ਆਪਣੇ ਭੈਣ, ਭਾਈ, ਮਿੱਤਰਾ ਨੂੰ ਪਰਖ ਕੇ ਦੇਖਿਆ ਹੈ! ਕੋਈ ਵੀ ਉਸ ਦੇ ਤੁਲ ਹੋਰ ਕੋਈ ਨਹੀਂ ਹੈ ।

I have a deep devotion, dedication with the teachings of His Word. My emotional attachment may be intense like my parents; mother and father. The True Master remains very humble, forgiving, and compassionate. I have evaluated the nature of my family members, brothers, sisters, spouse, kids, and friends; no one may even come close to His kindness.

ਤੇਰੈ ਹੁਕਮੇ ਸਾਵਣੁ ਆਇਆ॥ tayrai hukmay saavan aa-i-aa. mai
ਮੈ ਸਤ ਕਾ ਹਲੁ ਜੋਆਇਆ॥ sat kaa hal jo-aa-i-aa.
ਨਾਉ ਬੀਜਣ ਲਗਾ ਆਸ ਕਰਿ, naa-o beejan lagaa aas kar har
ਹਰਿ ਬੋਹਲ ਬਖਸ ਜਮਾਇ ਜੀਉ॥੨॥ bohal bakhas jamaa-ay jee-o. ||2||

ਪ੍ਰਭ ਤੇਰੇ ਹੁਕਮ ਨਾਲ ਮੇਰੇ ਤੇ ਰਹਿਮਤਾਂ ਦੀ ਵਰਖਾ ਦਾ ਮੌਸਮ ਆਇਆ ਹੈ । ਮੈਂ ਮਨ ਦੀ ਧਰਤੀ ਤੇ ਅਟਲ ਸ਼ਬਦ ਦਾ ਹਲ ਚਲਾਇਆ ਹੈ । ਮਨ ਵਿੱਚ ਤੇਰੇ ਸ਼ਬਦ ਦਾ ਬੀਜ ਪਾਇਆ ਹੈ । ਮਨ ਵਿੱਚ ਆਸ ਹੈ । ਪ੍ਰਭ ਹਮੇਸ਼ਾ ਹੀ ਦਾ ਫਲ ਬਖਸ਼ਦਾ ਹੈ ।

The True Master has bestowed the season of His Blessings in my life. I have ploughed the earth of my mind with His Word, forever true. I have sowed the seed of His Word within. I hope and belief! The merciful True Master always reward the earnings of His Word.

ਹਉ ਗੁਰ ਮਿਲਿ ਇਕੁ ਪਛਾਣਦਾ॥	ha-o gur mil ik pachhaandaa. duyaa
ਦੁਜਾ ਕਾਗਲੁ ਚਿਤਿ ਨ ਜਾਣਦਾ॥	kaagal chit na jaandaa.
ਹਰਿ ਇਕਤੈ ਕਾਰੈ ਲਾਇਓਨੁ,	har iktai kaarai laa-i-on ji-o bhaavai
ਜਿਉ ਭਾਵੈ ਤਿਵੈ ਨਿਬਾਹਿ ਜੀਉ॥੩॥	tiNvai nibaahi jee-o. ||3||

ਪ੍ਰਭ ਦੇ ਸ਼ਬਦ ਦੀ ਪਾਲਣਾ ਕਰਨ ਨਾਲ, ਮਨ ਵਿੱਚ ਸ਼ਬਦ ਦੀ ਲਗਨ ਲਗ ਗਈ ਹੈ । ਮਨ ਵਿੱਚ ਹੋਰ ਕੋਈ ਖਿਆਲ, ਧਿਆਨ, ਚਿੰਤਾ ਨਹੀਂ ਹੈ, ਕੇਵਲ ਪ੍ਰਭ ਦੇ ਸ਼ਬਦ ਵਿੱਚ ਹੀ ਲਿਵ ਲਗੀ ਹੈ । ਪ੍ਰਭ ਨੇ ਮਨ ਨੂੰ ਇਕੋ ਇਕ ਸ਼ਬਦ ਦੀ ਪਾਲਣਾ ਦੇ ਧੰਦੇ ਤੇ ਲਾਇਆ ਹੈ । ਜਿਵੇਂ ਹੀ ਪ੍ਰਭ ਨੂੰ ਭਾਉਂਦਾ ਹੈ, ਪ੍ਰਭ ਮੇਰੇ ਕੋਲੋਂ ਕਰਵਾਉਂਦਾ ਹੈ । – (ਸ਼ਬਦ ਦੀ ਸੋਝੀ ਹੀ ਅਸਲੀ ਗੁਰੂ ਦੇ ਦਰਸ਼ਨ ਹਨ)

I am obeying the teachings of His Word with steady and stable belief in my day-to-day life. I may remain intoxicated, concentrate on the teachings of His Word without any worry of worldly desires. I may only remain intoxicated in meditation in the void of His Word. My True Master has assigned me only one task to meditate on the teachings of His Word. He inspires, guide on any worldly task with His Imagination.

ਤੁਸੀ ਭੋਗਿਹੁ ਭੁੰਚਹੁ ਭਾਈਹੋ॥	tusee bhogihu bhunchahu bhaa-eeho.gur
ਗੁਰਿ ਦੀਬਾਨਿ ਕਵਾਇ ਪੈਨਾਈਓ॥	deebaan kavaa-ay painaa-ee-o.
ਹਉ ਹੋਆ ਮਾਹਰੁ ਪਿੰਡ ਦਾ,	ha-o ho-aa maahar pind daa
ਬੰਨਿ ਆਦੇ ਪੰਜਿ ਸਰੀਕ ਜੀਉ॥੪॥	bann aaday panj sareek jee-o. ||4||

ਕਿਉਂ ਮੂੰਹ ਦੇ ਲਾਲਚ ਪਿਛੇ ਲਗਾ ਹੈ? ਪ੍ਰਭ ਨੇ ਆਪ ਹੀ ਰਹਿਮਤ ਦਾ ਚੋਲਾ ਬਖਸ਼ਿਆ ਹੈ । ਮੈਂ ਆਪਣੇ ਮਨ, ਤਨ ਦਾ ਆਪ ਹੀ ਮਾਲਕ ਬਣ ਗਿਆ ਹਾ । ਮਨ ਦੀਆਂ ਇੱਛਾਂ ਦੇ ਪੰਜੇ ਦੁਸ਼ਮਣ ਹੀ ਆਪਣੇ ਕਾਬੂ ਵਿੱਚ ਕਰ ਲਏ ਹਨ ।

Why are you intoxicated in the worldly greed? The True Master has blessed the priceless human life opportunity. I have become the true owner of my body and mind; with His mercy and grace, I have conquered all my five demons of worldly desires.

ਹਉ ਆਇਆ ਸਾਮ੍ਹੈ ਤਿਹੰਡੀਆ॥	ha-o aa-i-aa saamaiH tihandee-aa.
ਪੰਜਿ ਕਿਰਸਾਣ ਮੁਜੇਰੇ ਮਿਹਡਿਆ॥	panj kirsaan mujayray mihdi-aa.
ਕੰਨੁ ਕੋਈ ਕਢਿ ਨ ਹੰਘਈ,	kann ko-ee kadh na hangh-ee
ਨਾਨਕ ਵੁਠਾ ਘੁਘਿ ਗਿਰਾਉ ਜੀਉ॥੫॥	naanak vuthaa ghugh giraa-o jee-o. ||5||

ਪ੍ਰਭ ਮੈਂ ਤੇਰੀ ਸ਼ਰਣ ਵਿੱਚ ਆਇਆ ਹਾ । ਮਨ ਦੀਆਂ ਇੱਛਾਂ ਦੇ ਪੰਜੇਂ ਚੋਰ ਹੀ ਮੇਰੇ ਗੁਲਾਮ ਬਣ ਗਏ ਹਨ । ਇਹਨਾਂ ਵਿਚੋਂ ਕੋਈ ਵੀ ਪਰੇਸ਼ਾਨ ਨਹੀਂ ਕਰਦਾ, ਮਨ ਵਿੱਚ ਅਨੰਦ ਖੇੜਾ ਵਸਦਾ ਹੈ ।

The True Master I have surrendered my self-identity at Your Sanctuary; with Your mercy and grace, I have conquered five demons of worldly desires. All demons have become my slaves. Worldly desire no longer frustrates my peace of mind and blossom in my heart.

ਹਉ ਵਾਰੀ ਘੁੰਮਾ ਜਾਵਦਾ॥	ha-o vaaree ghummaa jaavdaa.
ਇਕ ਸਾਹਾ ਤੁਧੁ ਧਿਆਇਦਾ॥	ik saahaa tuDh Dhi-aa-idaa.
ਉਜੜੁ ਥੇਹੁ ਵਸਾਇਓ,	ujarh thayhu vasaa-i-o
ਹਉ ਤੁਧ ਵਿਟਹੁ ਕੁਰਬਾਣੁ ਜੀਉ॥੬॥	ha-o tuDh vitahu kurbaan jee-o. ||6||

ਪ੍ਰਭ, ਮੈਂ ਆਪਣਾ ਮਨ ਤੇਰੇ ਲੇਖੇ ਲਾ ਦਿੱਤਾ ਹੈ । ਸਵਾਸ ਗਰਾਸ ਸ਼ਬਦ ਦੀ ਪਾਲਣਾ, ਸਿਮਰਨ ਕਰਦਾ ਹਾ । ਮੇਰੇ ਉਜੜੇ ਮਨ ਦੇ ਖੇਤ ਵਿੱਚ ਤੇਰੀ ਰਹਿਮਤ ਨਾਲ ਖੁਸ਼ਹਾਲੀ ਬਖਸ਼ਿਸ਼ ਹੋਈ ਹੈ ।

The True Master! I have surrendered my body and mind at Your Sanctuary to serve Your Creation. I meditate and obey the teachings of Your Word with steady and stable belief with each breath. My wandering mind, vandalized farm; with Your mercy and grace, I am on the right path. The prosperity and all pleasures have been restored within my life

ਹਰਿ ਇਠੈ ਨਿਤ ਧਿਆਇਦਾ॥ har ithai nit Dhi-aa-idaa.
ਮਨਿ ਚਿੰਦੀ ਸੋ ਫਲੁ ਪਾਇਦਾ॥ man, chindee so fal paa-idaa.
ਸਭੇ ਕਾਜ ਸਵਾਰਿਅਨੁ, sabhay kaaj savaari-an
ਲਾਹੀਅਨੁ ਮਨ ਕੀ ਭੁਖ ਜੀਉ॥੭॥ laahee-an man kee bhukh jee-o. ||7||

ਪ੍ਰਭ ਦਾ ਸ਼ਬਦ ਹੀ ਮਨ ਨੂੰ ਪਿਆਰਾ ਲਗਦਾ ਹੈ । ਹਰ ਪਲ ਹੀ ਸ਼ਬਦ ਦਾ ਸਿਮਰਨ ਕਰਦਾ ਹਾ । ਮੇਰੇ ਮਨ ਦੀਆਂ ਮੁਰਾਦਾਂ ਪੂਰੀਆਂ ਹੋ ਗਈਆ ਹਨ । ਮਨ ਵਿੱਚ ਕੋਈ ਭਟਕਣ ਨਹੀਂ, ਮਾਨਸ ਜਨਮ ਦੇ ਸਾਰੇ ਕਾਰਜ ਪੂਰੇ ਹੋ ਗਏ ਹਨ ।

The teachings of His Word are very comforting to my mind. I meditate on the teachings of His Word with each breath; with His mercy and grace, all my spoken and unspoken desires have been satisfied. I have no frustrations of worldly desires and my human life journey has been successfully.

ਮੈ ਛਡਿਆ ਸਭੋ ਧੰਧੜਾ॥ mai chhadi-aa sabho DhanDh-rhaa.
ਗੋਸਾਈ ਸੇਵੀ ਸਚੜਾ॥ gosaa-ee sayvee sachrhaa.
ਨਉ ਨਿਧਿ ਨਾਮੁ ਨਿਧਾਨੁ ਹਰਿ, na-o niDh Naam niDhaan har
ਮੈ ਪਲੈ ਬਧਾ ਛਿਕਿ ਜੀਉ॥੮॥ mai palai baDhaa chhik jee-o. ||8||

ਸਾਰੇ ਸੰਸਾਰਕ ਧੰਦੇ ਮਨ ਵਿਚੋਂ ਕੱਢ ਦਿੱਤੇ ਹਨ । ਮਨ ਵਿਚੋਂ ਇੱਛਾਂ ਦਾ ਨਾਸ ਹੋ ਗਿਆ ਹੈ । ਮਨ ਸ੍ਰਿਸ਼ਟੀ ਦੇ ਮਾਲਕ ਦੇ ਸ਼ਬਦ ਦੀ ਪਾਲਣਾ ਵਿੱਚ ਅਡੋਲ ਭਰੋਸੇ ਨਾਲ ਲੀਨ ਹੋ ਗਿਆ ਹੈ । ਪ੍ਰਭ ਨੇ ਸੋਝੀ ਦੇ ਨੌ ਖਜਾਨਿਆਂ ਦੇ ਮਾਲਕ ਦੇ ਲੜ ਲਗਾ ਹੋਇਆ ਹਾ ।

I have renounced all chores of worldly desires from my mind; with His mercy and grace, my state of mind has become beyond the reach of worldly desires. I am wholeheartedly obeying the teachings of His Word with steady and stable belief. I remain intoxicated in meditation in the void of His Word. The True Master has blessed nine treasures of enlightenment.

ਮੈ ਸੁਖੀ ਹੂੰ ਸੁਖੁ ਪਾਇਆ॥ mai sukhee hooN sukh paa-i-aa.
ਗੁਰਿ ਅੰਤਰਿ ਸਬਦੁ ਵਸਾਇਆ॥ gur antar sabad vasaa-i-aa.
ਸਤਿਗੁਰਿ ਪੁਰਖਿ ਵਿਖਾਲਿਆ, saT`gur purakh vikhaali-aa
ਮਸਤਕਿ ਧਰਿ ਕੈ ਹਥੁ ਜੀਉ॥੯॥ mastak Dhar kai hath jee-o. ||9||

ਮੈਂ ਪ੍ਰਭ ਦੇ ਸ਼ਬਦ ਦੀ ਪਾਲਣਾ ਵਿਚੋਂ ਡੂੰਘਾ ਅਨੰਦ ਮਾਨਦਾ ਹਾ । ਪ੍ਰਭ ਦੀ ਰਹਿਮਤ ਮਨ ਵਿੱਚ ਸ਼ਬਦ ਜਾਗਰਤ ਹੋ ਗਿਆ ਹੈ । ਮੇਰੇ ਮਨ ਵਿੱਚ ਅਸਲੀ ਮਾਲਕ ਦੀ ਹੋਂਦ ਮਹਿਸੂਸ ਹੋ ਗਈ ਹੈ । ਪ੍ਰਭ ਨੇ ਰਹਿਮਤ ਦੀ ਨਜ਼ਰ ਬਖਸ਼ਕੇ, ਸ਼ਰਣ ਵਿੱਚ ਪਨਾਹ ਪ੍ਰਵਾਨ ਹੋ ਗਈ ਹੈ ।

I enjoy deep pleasures in meditation and obeying the teachings of His Word. The True Master has blessed the enlightenment of the essence of His Word. With the enlightenment of the essence of His Word, I have acknowledged, realized His Existence, His Holy Spirit prevailing everywhere. He has bestowed His Blessed Vision; I have been accepted in His Sanctuary.

ਮੈ ਬਧੀ ਸਚੁ ਧਰਮ ਸਾਲ ਹੇ॥ mai baDhee sach Dharam saal hai.
ਗੁਰਸਿਖਾ ਲਹਦਾ ਭਾਲਿ ਕੈ॥ gursikhaa lahdaa bhaal kai.
ਪੈਰ ਧੋਵਾ ਪਖਾ ਫੇਰਦਾ, pair Dhovaa pakhaa fayrdaa
ਤਿਸੁ ਨਿਵਿ ਨਿਵਿ ਲਗਾ ਪਾਇ ਜੀਉ॥੧੦॥ tis niv niv lagaa paa-ay jee-o. ||10||

ਮੈਂ ਮਨ ਵਿੱਚ ਪ੍ਰਭ ਦਾ ਸ਼ਬਦ ਰੂਪੀ ਮੰਦਰ ਸਥਾਪਨ ਕੀਤਾ ਹੈ । ਮੈਂ ਪ੍ਰਭ ਦੇ ਸ਼ਬਦ ਨੂੰ, ਸੋਝੀ ਨੂੰ ਮਨ ਵਿੱਚ ਵਸਾਇਆ ਹੈ । ਉਸ ਸ਼ਬਦ ਦੀ ਪਾਲਣਾ ਵਿੱਚ, ਪ੍ਰਭ ਦੇ ਚਰਨਾਂ ਵਿੱਚ ਲੀਨ ਰਹਿੰਦਾ ਹੈ ।

I have established the temple of His Word within my heart. I have drenched the enlightenment of the essence of His Word within my mind, His Holy Shrine. I remain awake and alert in this temple. I remain intoxicated in the void His Word; humbly remain in His Sanctuary.

ਸੁਣਿ ਗਲਾ ਗੁਰ ਪਹਿ ਆਇਆ॥ sun galaa gur peh aa-i-aa.
ਨਾਮੁ ਦਾਨੁ ਇਸਨਾਨੁ ਦਿੜਾਇਆ॥ naam daan isnaan dirhaa-i-aa.
ਸਭੁ ਮੁਕਤੁ ਹੋਆ ਸੈਸਾਰੜਾ, sabh mukat ho-aa saisaarrhaa
ਨਾਨਕ ਸਚੀ ਬੇੜੀ ਚਾੜਿ ਜੀਉ॥੧੧॥ naanak sachee bayrhee chaarh jee-o. ||11||

ਅਸਲੀ ਗੁਰੂ (ਸ਼ਬਦ) ਦੀ ਉਪਮਾਂ ਸੁਣਕੇ, ਆਪਾ ਗੁਰੂ ਦੇ ਚਰਨਾਂ, ਸ਼ਬਦ ਦੇ ਰਸਤੇ ਤੇ ਭੇਟਾ ਕੀਤਾ ਹੈ । ਸ਼ਬਦ ਦੀ ਪਾਲਣਾ ਕਰਨ ਨਾਲ ਪ੍ਰਭ ਦਾ ਸ਼ਬਦ ਜੀਵਨ ਦਾ ਢੰਗ ਬਣ ਗਿਆ ਹੈ । ਸ਼ਬਦ ਮਨ ਵਿੱਚ ਵਸ ਗਿਆ, ਮਨ ਵਿੱਚੋ ਸੰਸਾਰਕ ਇੱਛਾਂ ਦੀ ਮੈਲ ਧੋਤੀ ਗਈ । ਸਾਰੀ ਸ੍ਰਿਸ਼ਟੀ ਦੇ ਜੀਵ ਹੀ ਸ਼ਬਦ ਨਾਲ ਜੀਵਨ ਢਾਲਕੇ ਮੁਕਤੀ ਦੇ ਰਸਤੇ ਤੇ ਚਲ ਸਕਦੇ ਹਨ, ਦਰਬਾਰ ਵਿੱਚ ਪ੍ਰਵਾਨ ਹੋ ਸਕਦੇ ਹਨ ।

I have listened to the greatness, of His Holy Spirit, The True Master! I have humbly surrendered may self-identity at His Sanctuary. I have adopted the teachings of His Word in my day-to-day life. I remain drenched, awake, and alert with the essence of His Word; with His mercy and grace, all my sins of previous lives have been forgiven. All creatures of the world may adopt the teachings of His Word; with His mercy and grace, everyone may be blessed with the right path of accepted in His Court.

ਸਭ ਸ੍ਰਿਸਟਿ ਸੇਵੇ ਦਿਨੁ ਰਾਤਿ ਜੀਉ॥ sabh sarisat sayvay din raat jee-o.
ਦੇ ਕੰਨੁ ਸੁਣਹੁ ਅਰਦਾਸਿ ਜੀਉ॥ day kann sunhu ardaas jee-o.
ਠੋਕਿ ਵਜਾਇ ਸਭ ਡਿਠੀਆ, thok vajaa-ay sabh dithee-aa
ਤੁਸਿ ਆਪੇ ਲਇਅਨੁ ਛਡਾਇ ਜੀਉ॥੧੨॥ tus aapay la-i-an chhadaa-ay jee-o. ||12||

ਸਾਰੀ ਸ੍ਰਿਸ਼ਟੀ ਦੇ ਜੀਵ ਹੀ ਦਿਨ ਰਾਤ ਪ੍ਰਭ ਦੇ ਸ਼ਬਦ ਦਾ ਸਿਮਰਨ ਕਰਦੇ ਹਨ । ਰਹਿਮਤ ਬਖਸ਼ੋ! ਆਪਣੇ ਜੀਵਾਂ ਦੀ ਪੁਕਾਰ ਸੁਣੋ! ਸਾਰੇ ਬਾਕੀ ਰਸਤੇ ਪਰਖ ਕੇ ਦੇਖੇ ਹਨ, ਕੇਵਲ ਰਹਿਮਤਾਂ ਦਾ ਮਾਲਕ ਹੀ ਆਪਣੇ ਦਾਸਾਂ ਨੂੰ ਪ੍ਰਵਾਨ ਕਰ ਸਕਦਾ ਹੈ ।

Your Whole Creation meditates on the teachings of Your Word. My True Master bestows Your Blessed Vision to bless devotion to obey the teachings of Your Word. I have evaluated all other paths of meditation; only The True Master may accept His true devotee in His Court.

ਹੁਣਿ ਹੁਕਮੁ ਹੋਆ ਮਿਹਰਵਾਣ ਦਾ॥ hun hukam ho-aa miharvaan daa.
ਪੈ ਕੋਇ ਨ ਕਿਸੈ ਰਵਾਣਦਾ॥ pai ko-ay na kisai ranjaandaa.
ਸਭ ਸੁਖਾਲੀ ਵੁਠੀਆ, sabh sukhaalee vuthee-aa
ਇਹੁ ਹੋਆ ਹਲੇਮੀ ਰਾਜੁ ਜੀਉ॥੧੩॥ ih ho-aa halaymee raaj jee-o. ||13||

ਸੰਸਾਰਕ ਭਗਤ ਜਨੋ! ਇਹ ਪ੍ਰਭ ਦਾ ਭਾਣਾ, ਹੁਕਮ ਹੈ । ਕੋਈ ਕਿਸੇ ਦਾ ਬੁਰਾ ਨਾ ਕਰੋ! ਦੁਖ ਨਾ ਦੇਵੋ! ਸਾਰੇ ਰਲਕੇ ਪ੍ਰਭ ਦੇ ਸ਼ਬਦ ਦੀ ਪਾਲਣਾ ਕਰੋ! ਉਸ ਦੇ ਹੁਕਮ ਅੰਦਰ ਚਲਕੇ ਅਨੰਦ ਮਾਣੋ!

Listen and obey His Command, His Word! Do not have evil thought nor hurt anyone. You should co-exist with each other and obey the teachings of His Word to enjoy the Blessings of human life.

ਝਿੰਮਿ ਝਿੰਮਿ ਅੰਮ੍ਰਿਤੁ ਵਰਸਦਾ॥ jhimm jhimm amrit varasdaa.
ਬੋਲਾਇਆ ਬੋਲੀ ਖਸਮ ਦਾ॥ bolaa-i-aa bolee khasam daa.
ਬਹੁ ਮਾਣੁ ਕੀਆ ਤੁਧੁ ਉਪਰੇ, baho maan kee-aa tuDh upray
ਤੂੰ ਆਪੇ ਪਾਇਹਿ ਥਾਇ ਜੀਉ॥੧੪॥ tooN aapay paa- ihi thaa-ay jee-o. ||14||

ਪ੍ਰਭ ਦਾ ਰਹਿਮਤਾਂ ਭਰਿਆਂ ਸ਼ਬਦ ਰੂਪੀ ਮੀਂਹ ਸਦਾ ਹੀ ਵਸਦਾ ਰਹਿੰਦਾ ਹੈ । ਮਾਨਸ ਜੀਵ ਉਹ ਕੁਝ ਹੀ ਕਰ ਸਕਦਾ ਹੈ, ਜੋ ਪ੍ਰਭ ਆਪ ਕਰਵਾਉਂਦਾ ਹੈ, ਕੇਵਲ ਪ੍ਰਭ ਦਾ ਭਾਣਾ ਹੀ ਵਾਪਰਦਾ ਹੈ । ਮੈਂ ਸ਼ਬਦ ਤੇ ਅਡੋਲ ਭਰੋਸੇ ਨਾਲ ਸ਼ਬਦ ਨੂੰ ਪ੍ਰਵਾਨ ਕੀਤਾ ਹੈ । ਆਪਣੀ ਸ਼ਰਣ ਵਿੱਚ ਪਨਾਹ ਬਖਸ਼ੋ!

His Blessings and the essence of His Word is always raining on His Creation. Human may only perform worldly task as blessed; only His Command may prevail. I am obeying the teachings of His Word with steady and stable belief as an ultimate command in my day-to-day life. My Merciful True Master blesses Your Sanctuary.

ਤੇਰਿਆ ਭਗਤਾ ਭੁਖ ਸਦ ਤੇਰੀਆ॥	tayri-aa bhagtaa bhukh sad tayree-aa.
ਹਰਿ ਲੋਚਾ ਪੂਰਨ ਮੇਰੀਆ॥	har lochaa pooran mayree-aa.
ਦੇਹੁ ਦਰਸੁ ਸੁਖਦਾਤਿਆ,	dayh daras sukh-daati-aa
ਮੈ ਗਲ ਵਿਚਿ ਲੈਹੁ ਮਿਲਾਇ ਜੀਉ॥੧੫॥	mai gal vich laihu milaa-ay jee-o. ||15||

ਪ੍ਰਭ ਤੇਰੇ ਦਾਸਾਂ ਨੂੰ ਸਦਾ ਹੀ ਤੇਰੇ ਦਰਸ਼ਨ ਦੀ ਭੁੱਖ, ਵਿਛੋੜੇ ਦਾ ਵਿਰਾਗ ਰਹਿੰਦਾ ਹੈ । ਰਹਿਮਤ ਬਖਸ਼ੋ! ਆਪਣੇ ਦਾਸਾਂ ਦੀਆਂ ਆਸਾਂ, ਮੁਰਾਦਾਂ ਪੂਰੀਆਂ ਕਰੋ! ਰਹਿਮਤਾਂ ਦੇ ਮਾਲਕ, ਸ਼ਬਦ ਦੇ ਲੜ ਲਾਵੋ! ਆਪਣੀ ਸ਼ਰਣ ਵਿੱਚ ਪਨਾਹ ਬਖਸ਼ੋ!

Your true devotee always remains anxious, hungry for Your Blessed Vision. He always remains in renunciation in the memory of his separation from Your Holy Spirit. You bestow Your Blessed Vision to satisfies his hunger, hopes; with Your mercy and grace, I may be devoted to meditate and accepted in Your Sanctuary.

ਤੁਧੁ ਜੇਵਡੁ ਅਵਰੁ ਨ ਭਾਲਿਆ॥	tuDh jayvad avar na bhaali-aa.
ਤੂੰ ਦੀਪ ਲੋਅ ਪਇਆਲਿਆ॥	tooN deep lo-a pa-i-aali-aa.
ਤੂੰ ਥਾਨਿ ਥਨੰਤਰਿ ਰਵਿ ਰਹਿਆ,	tooN thaan thanantar rav rahi-aa
ਨਾਨਕ ਭਗਤਾ ਸਚੁ ਅਧਾਰੁ ਜੀਉ॥੧੬॥	naanak bhagtaa sach aDhaar jee-o. ||16||

ਪ੍ਰਭ ਤੇਰੇ ਬਰਾਬਰ ਦਾ ਹੋਰ ਕੋਈ ਨਹੀਂ ਹੈ, ਪ੍ਰਭ ਹੀ ਸਭ ਦੀਪਾਂ, ਖੰਡਾਂ, ਬ੍ਰਹਮੰਡਾਂ ਵਿੱਚ ਵਾਪਰਦਾ ਹੈ । ਪ੍ਰਭ ਹੀ ਜਲ, ਥਲ, ਅਕਾਸ਼ ਵਿੱਚ ਵਾਪਰਦਾ ਹੈ । ਆਪਣੇ ਦਾਸ ਦਾ ਅਸਲੀ ਸਾਥੀ, ਰਖਵਾਲਾ ਹੈ ।

No one may be equal to or greater than The True Master. He prevails in all universes; in, on and under earth and above in skies. The True Master remains a true companion, supporter, and protector of His true devotee.

ਹਉ ਗੋਸਾਈ ਦਾ ਪਹਿਲਵਾਨੜਾ॥	ha-o gosaa-ee daa pahilvaanrhaa.
ਮੈ ਗੁਰ ਮਿਲਿ ਉਚ ਦੁਮਾਲੜਾ॥	mai gur mil uch dumaalrhaa.
ਸਭ ਹੋਈ ਛਿੰਝ ਇਕਠੀਆ,	sabh ho-ee chhinjh ikthee-aa
ਦਯੁ ਬੈਠਾ ਵੇਖੈ ਆਪਿ ਜੀਉ॥੧੭॥	da-yu baithaa vaykhai aap jee-o. ||17||

ਮੈਂ ਤੇਰਾ ਸੰਸਾਰ ਵਿੱਚ ਭੇਜਿਆ ਪੁਤਲਾ, ਖਿਡਾਰੀ ਹਾ । ਮੈਂ ਅਸਲੀ ਗੁਰੂ, ਬਖਸ਼ੇ ਸ਼ਬਦ ਦੇ ਲੜ ਲਗਕੇ ਸੰਸਾਰ ਵਿੱਚ ਖੇਡ ਕਰਦਾ ਹਾ । ਸਾਰੀ ਸ੍ਰਿਸ਼ਟੀ ਹੀ ਮੇਰਾ ਖੇਲ ਦੇਖਦੀ ਹੈ । ਪ੍ਰਭ ਆਪ ਤਖਤ ਤੇ ਬੈਠਾ, ਖੇਲ ਕਰਵਾਉਂਦਾ, ਖੇਲਦਾ ਅਨੰਦ ਮਾਨਦਾ ਹੈ ।

The True Master has created, nourished and I play like a poppet. The True Master has blessed devotion to obey the teachings His Word. I may remain intoxicated in meditation in the void of His Word. I am playing the role of a servant as assigned by The True Master. The whole universe is watching my play. The True Master seated on His Throne cherish the pleasure of all the plays.

ਵਾਤ ਵਜਨਿ ਟੰਮਕ ਭੇਰੀਆ॥	vaat vajan tamak bhayree-aa.
ਮਲ ਲਥੇ ਲੈਦੇ ਫੇਰੀਆ॥	mal lathay laiday fayree-aa.
ਨਿਹਤੇ ਪੰਜਿ ਜੁਆਨ ਮੈ,	nihtay panj ju-aan mai
ਗੁਰ ਥਾਪੀ ਦਿਤੀ ਕੰਡਿ ਜੀਉ॥੧੮॥	gur thaapee ditee kand jee-o. ||18||

ਜਿਵੇਂ ਖੇਲ ਦੇ ਮੈਦਾਨ ਵਿੱਚ ਢੋਲ ਵੱਜਦੇ, ਖੇਲ ਦੇਖਣ ਵਾਲੇ ਮੈਦਾਨ ਦੇ ਘੇਰੇ ਬੈਠੇ ਦੇਖਦੇ ਹਨ । ਇਸਤਰ੍ਹਾਂ ਹੀ ਮੈਂ ਇਹ ਸੰਸਾਰਕ ਖੇਲ ਵਿੱਚ ਆਇਆ ਹਾ । ਅਸਲੀ ਗੁਰੂ ਨੇ ਸ਼ਬਦ ਦੀ ਪਾਲਣਾ ਦੇ ਲੜ ਲਾਇਆ ਹੈ । ਸੰਸਾਰਕ ਇੱਛਾਂ ਦੇ ਪੰਜਾਂ ਵਿਰੋਧੀਆਂ ਨੂੰ ਮਾਰ ਪਾਈ ਹੈ, ਜਿੱਤ ਪਾਈ ਹੈ । ਇਹ ਸਭ ਤੇਰੀ ਰਹਿਮਤ ਦੇ ਸਦਕੇ ਹੀ ਹੋਇਆ ਹੈ ।

As in the playground there may be beating of drum, a loud noise, and excitement before the start of play; everyone sits around the playground to watch the show. The same way, I perform in the playground of human life. The True Master has blessed a devotion to obey the teachings of His Word; with His mercy and grace, I have conquered five demons of worldly desires. My True Master, has prevailed throw me to conquer my demons! The victory of Your Word.

ਸਭ ਇਕਠੇ ਹੋਇ ਆਇਆ॥	sabh ikthay ho-ay aa-i-aa.
ਘਰਿ ਜਾਸਨਿ ਵਾਟ ਵਟਾਇਆ॥	ghar jaasan vaat vataa-i-aa.
ਗੁਰਮੁਖਿ ਲਾਹਾ ਲੈ ਗਏ,	gurmukh laahaa lai ga-ay
ਮਨਮੁਖ ਚਲੇ ਮੂਲੁ ਗਵਾਇ ਜੀਉ॥੧੯॥	manmukh chalay mool gavaa-ay jee-o. 19

ਸਾਰੇ ਜੀਵ ਹੀ ਸੰਸਾਰ ਵਿੱਚ ਇਕ ਤਰੀਕੇ ਨਾਲ ਆਉਂਦੇ, ਜਨਮ ਲੈਂਦੇ ਹਨ । ਪਰ ਹਰ ਇਕ ਹੀ ਵੱਖਰੇ ਵੱਖਰੇ ਤਰੀਕੇ ਨਾਲ ਵਾਪਸ ਤੇਰੇ ਦਰਬਾਰ ਵਿੱਚ ਜਾਂਦਾ ਹੈ । ਜਿਹੜਾ ਸ਼ਬਦ ਦੀ ਕਮਾਈ ਸਾਥ ਲੈ ਜਾਂਦਾ ਹੈ, ਉਸ ਦਾ ਮਾਨਸ ਜਨਮ ਸਫਲ ਹੋ ਜਾਂਦਾ ਹੈ । ਮਨਮੁਖ ਆਪਣਾ ਪਹਿਲਾ ਧਨ ਵੀ ਗਵਾ ਜਾਂਦਾ, ਹੋਰ ਪਾਪਾਂ ਦਾ ਭਾਰ ਇਕੱਠਾ ਕਰਕੇ ਵਾਪਸ ਜਾਂਦਾ ਹੈ ।

Everyone comes to the earth same way, with the same purpose of life. However, everyone may return different way, under different environments and conditions. Whosoever may earn and carries the wealth of Your Word; He concludes his journey successfully. Self-minded may lose his marbles and carries an additional burden of evil deeds, sins; he may be punished.

ਤੂੰ ਵਰਨਾ ਚਿਹਨਾ ਬਾਹਰਾ॥	tooN varnaa chihnaa baahraa.
ਹਰਿ ਦਿਸਹਿ ਹਾਜਰੁ ਜਾਹਰਾ॥	har diseh haajar jaahraa.
ਸੁਣਿ ਸੁਣਿ ਤੁਝੈ ਧਿਆਇਦੇ,	sun sun tujhai Dhi-aa-iday
ਤੇਰੇ ਭਗਤ ਰਤੇ ਗੁਣਤਾਸੁ ਜੀਉ॥੨੦॥	tayray bhagat ratay guntaas jee-o. ||20||

ਪ੍ਰਭ ਕਿਸੇ ਨਿਸ਼ਾਨ, ਚਿੰਨ ਤੋਂ ਰਹਿਤ ਹੈ । ਹਰ ਥਾਂ ਤੇ ਹਾਜ਼ਰਾ ਹਜ਼ੂਰ ਵਾਪਰਦਾ ਹੈ । ਤੇਰਾ ਦਾਸ ਸ਼ਬਦ ਦੀ ਸੋਭਾ ਸੁਣਕੇ, ਸਿਮਰਨ ਵਿੱਚ ਲੀਨ ਰਹਿੰਦਾ ਹੈ । ਸ਼ਬਦ ਦੀ ਸਮਾਧੀ ਵਿੱਚ ਵਸਦਾ ਹੈ ।

The Omnipresent True Master remains beyond any known sign, symbols, of recognition. He prevails everywhere omnipresent. His True devotee listens to His Word, meditates, and remains intoxicated in meditation in the void of His Word. He may enter the void of Your Word in his meditation and he may be absorbed within Your Holy Spirit.

ਮੈ ਜੁਗਿ ਜੁਗਿ ਦਯੈ ਸੇਵੜੀ॥	mai jug jug da-yai sayvrhee.
ਗੁਰਿ ਕਟੀ ਮਿਹਡੀ ਜੇਵੜੀ॥	gur katee mihdee jayvrhee.
ਹਉ ਬਾਹੁੜਿ ਛਿੰਝ ਨ ਨਚਊ,	ha-o baahurh chhinjh na nach-oo
ਨਾਨਕ ਅਉਸਰੁ ਲਧਾ ਭਾਲਿ ਜੀਉ॥	naanak a-osar laDhaa bhaal jee-o.
੨੧॥੨॥29॥	||21||2||29

ਪ੍ਰਭ ਮੈਂ ਜੁਗਾਂ ਜੁਗਾਂ ਤੋਂ ਤੇਰਾ ਦਾਸ, ਸੇਵਕ, ਗੁਲਾਮ ਹਾ । ਅਡੋਲ ਭਰੋਸੇ ਨਾਲ ਸ਼ਬਦ ਦੀ ਪਾਲਣਾ ਕਰਨ ਨਾਲ ਤੇਰੀ ਰਹਿਮਤ ਬਖਸ਼ਿਸ਼ ਹੋਈ ਹੈ । ਮੇਰੇ ਸੰਸਾਰਕ ਇੱਛਾਂ ਦੇ ਬੰਧਨ ਕੱਟੇ ਗਏ ਹਨ । ਮੈਂ ਸ਼ਬਦ ਨਾਲ ਜੀਵਨ ਢਾਲਕੇ ਮਾਨਸ ਜੀਵਨ ਦਾ ਖੇਲ ਕਰਦਾ ਹੈ । ਪ੍ਰਭ ਆਪਣੀ ਰਹਿਮਤ ਨਾਲ ਹੀ ਅਮੋਲਕ ਮੌਕਾ ਬਖਸ਼ਿਆ ਹੈ । ਮੇਰਾ ਜੂੰਨਾਂ ਦਾ ਚੱਕਰ ਖਤਮ ਹੋ ਸਕਦਾ ਹੈ ।

My True Master, I am a slave of Your slaves from Ages. I am obeying the teachings of Your Word with a steady and stable belief; with Your mercy and grace, my worldly bonds have been broken. I have adopted the teachings of Your Word in day-to-day life. The True Master has bestowed His Blessed Vision, I have been blessed with priceless opportunity of human life. My cycle of birth and death may be eliminated; I may not enter the womb of mother again.

183.ਸਿਰੀਰਾਗ ਮਹਲਾ ੧ ਪਹਰੇ ਘਰੁ ੧॥ (74-15)

ਜੀਵਨ ਚਾਰ ਭਾਗਾਂ ਵਿੱਚ ਵੰਡਿਆ ਹੋਇਆ ਹੈ ।

ੴ ਸਤਿਗੁਰ ਪ੍ਰਸਾਦਿ॥ ik-oNkaar saT`gur parsaad.

ਇਕੋ ਇਕ ਹੀ ਸਾਰੀਆਂ ਸ੍ਰਿਸ਼ਟੀਆਂ ਦਾ ਅਸਲੀ ਮਾਲਕ ਹੈ । ਉਹ ਤਿੰਨਾਂ ਗੁਣਾਂ (ਰੂਪ, ਰੰਗ, ਅਕਾਰ) ਤੋਂ ਰਹਿਤ ਹੈ । ਪ੍ਰਭ ਦੀ ਹੋਂਦ ਸਦਾ ਰਹਿਣ ਵਾਲੀ, ਸ਼ਬਦ ਹੀ ਸਦਾ ਸੱਚ, ਅਟਲ ਵਾਪਰਦਾ ਹੈ । ਆਪਣੀ ਰਜ਼ਾ ਨਾਲ ਕਿਸੇ ਵੀ ਜੀਵ, ਚੀਜ਼ ਵਿੱਚ ਕਿਸੇ ਵੇਲੇ ਵੀ ਪ੍ਰਗਟ ਹੋ ਸਕਦਾ ਹੈ । ਰਹਿਮਤ ਕੇਵਲ ਉਸ ਦੀ ਆਪਣੀ ਕ੍ਰਿਪਾ ਨਾਲ ਹੀ ਬਖਸ਼ਿਸ਼ ਹੋ ਸਕਦੀ ਹੈ ।

The One and Only One, formless and shapeless Holy spirit, True Master of the universe. He remains beyond three known recognitions like color, shape, form. His existence lives forever, His Word remains always true, prevails, unavoidable as an ultimate command; only with His mercy and grace, He may appear in anything in breathing or non-breathing structure.

ਪਹਿਲੈ ਪਹਰੈ ਰੈਣਿ ਕੈ ਵਣਜਾਰਿਆ,	pahilai pahrai rain kai vanjaari-aa
ਮਿਤ੍ਰਾ ਹੁਕਮਿ ਪਇਆ ਗਰਭਾਸਿ॥	mitraa hukam pa-i-aa garbhaas.
ਉਰਧ ਤਪੁ ਅੰਤਰਿ ਕਰੇ ਵਣਜਾਰਿਆ,	uraDh tap antar karay vanjaari-aa
ਮਿਤ੍ਰਾ ਖਸਮ ਸੇਤੀ ਅਰਦਾਸਿ॥	mitraa khasam saytee ardaas.
ਖਸਮ ਸੇਤੀ ਅਰਦਾਸਿ ਵਖਾਣੈ,	khasam saytee ardaas vakhaanai
ਉਰਧ ਧਿਆਨਿ ਲਿਵ ਲਾਗਾ॥	uraDh Dhi-aan liv laagaa.
ਨਾ ਮਰਜਾਦੁ ਆਇਆ ਕਲਿ ਭੀਤਰਿ,	naa marjaad aa-i-aa kal bheetar
ਬਾਹੁੜਿ ਜਾਸੀ ਨਾਗਾ॥	baahurh jaasee naagaa.
ਜੈਸੀ ਕਲਮ ਵੁੜੀ ਹੈ ਮਸਤਕਿ,	jaisee kalam vurhee hai mastak
ਤੈਸੀ ਜੀਅੜੇ ਪਾਸਿ॥	taisee jee-arhay paas.
ਕਹੁ ਨਾਨਕ ਪ੍ਰਾਣੀ ਪਹਿਲੈ ਪਹਰੈ,	kaho naanak paraanee pahilai pahrai
ਹੁਕਮਿ ਪਇਆ ਗਰਭਾਸਿ॥੧॥	hukam pa-i-aa garbhaas. ||1||

ਪਹਿਲੇ ਪਹਰੇ (ਭਾਗ) ਆਤਮਾ, ਪ੍ਰਭ ਦੀ ਰਜ਼ਾ ਨਾਲ ਮਾਨਸ ਜਨਮ ਲੈਣ ਲਈ ਮਾਤਾ ਦੇ ਗਰਭ ਵਿੱਚ ਜਾਂਦੀ ਹੈ । ਉਥੇ ਪੁੱਠੀ ਲੱਟਕੀ, ਹਰ ਸਮੇਂ ਪ੍ਰਭ ਅੱਗੇ ਅਰਦਾਸ ਕਰਦੀ ਹੈ । ਪ੍ਰਭ ਉਸ ਦੇ ਭਾਗ ਲਿਖਦਾ ਹੈ । ਆਤਮਾ ਨੂੰ ਸੰਸਾਰ ਵਿੱਚ ਬਿਨਾਂ ਲਿਬਾਸ ਦੇ ਭੇਜਦਾ ਹੈ । ਜਿਹੜੇ ਲਿਬਾਸ ਨਾਲ ਸੰਸਾਰ ਵਿੱਚ ਜਨਮ ਹੁੰਦਾ ਹੈ, ਉਹ ਹੀ ਵਾਪਸ ਲੈ ਕੇ ਜਾਣਾ ਹੈ । ਮਾਨਸ ਜੀਵਨ ਭਗਤੀ ਕਰਨ ਲਈ ਹੀ ਬਖਸ਼ਿਸ਼ ਹੋਇਆ ਹੈ । ਇਹ ਸਮਾਂ ਮਾਤਾ ਦੇ ਗਰਭ ਵਿੱਚ ਹੀ ਬੀਤ ਜਾਂਦਾ ਹੈ ।

The first stage! His soul enters the womb of mother by His Command and remains hanging upside down praying for His Forgiveness and Refuge Day and night. The True Master prewrites her destiny. She enters the world without any clothes or robe; she may return to His Court without any clothes. His soul has been blessed with human body, life to meditate on the teachings of His Word. Her journey begins in the womb of mother.

ਦੂਜੈ ਪਹਰੈ ਰੈਣਿ ਕੈ ਵਣਜਾਰਿਆ,	doojai pahrai rain kai vanjaari-aa
ਮਿਤ੍ਰਾ ਵਿਸਰਿ ਗਇਆ ਧਿਆਨੁ॥	mitraa visar ga-i-aa Dhi-aan.
ਹਥੋ ਹਥਿ ਨਚਾਈਐ ਵਣਜਾਰਿਆ,	hatho hath nachaa-ee-ai vanjaari-aa
ਮਿਤ੍ਰਾ ਜਿਉ ਜਸੁਦਾ ਘਰਿ ਕਾਨੁ॥	mitraa ji-o jasudaa ghar kaan.

ਹਥੋ ਹਥਿ ਨਚਾਈਐ ਪ੍ਰਾਣੀ,	hatho hath nachaa-ee-ai paraanee
ਮਾਤ ਕਹੈ ਸੁਤੁ ਮੇਰਾ॥	maat kahai sut mayraa.
ਚੇਤਿ ਅਚੇਤ ਮੂੜ ਮਨ ਮੇਰੇ,	chayt achayt moorh man mayray
ਅੰਤਿ ਨਹੀ ਕਛੁ ਤੇਰਾ॥	ant nahee kachh tayraa.
ਜਿਨਿ ਰਚਿ ਰਚਿਆ ਤਿਸਹਿ ਨ ਜਾਣੈ	jin rach rachi-aa tiseh na jaanai
ਮਨ ਭੀਤਰਿ ਧਰਿ ਗਿਆਨੁ॥	man, bheetar Dhar gi-aan.
ਕਹੁ ਨਾਨਕ ਪ੍ਰਾਣੀ ਦੂਜੈ ਪਹਰੈ	kaho naanak paraanee doojai pahrai
ਵਿਸਰਿ ਗਇਆ ਧਿਆਨੁ॥੨॥	visar ga-i-aa Dhi-aan. ||2||

ਦੂਜਾ ਭਾਗ: ਜੀਵ ਸੰਸਾਰ ਵਿੱਚ ਪੈਦਾ ਹੁੰਦਾ, ਸੰਸਾਰ ਵਿੱਚ ਚਾਨਣ, ਰੋਸ਼ਨੀ ਦੇਖਦਾ ਹੈ । ਸੰਸਾਰਕ ਜੀਵਾਂ ਨਾਲ ਸਬੰਧ ਜੋੜਦਾ ਹੈ । ਮਾਤਾ ਆਪਣਾ ਪੁਤਰ ਸਮਝਦੀ ਹੈ, ਉਸ ਦੇ ਸੁਖ ਲਈ ਬਿਨਾਂ ਕਿਸੇ ਲਾਲਚ ਦੇ ਆਪਣਾ ਸੁਖ ਕੁਰਬਾਨ ਕਰਦੀ ਹੈ । ਉਹ ਸੰਸਾਰਕ ਮੋਹ, ਜਾਲ ਵਿੱਚ ਆਪਣੇ ਅਸਲੀ ਮਾਲਕ ਨੂੰ ਭੁਲਾ ਲੈਂਦਾ ਹੈ । ਅਗਿਆਨੀ ਮਾਨਸ ਭੁਲ ਜਾਂਦਾ ਹੈ! ਇਹ ਉਸ ਦੇ ਕੁਝ ਨਹੀਂ ਲਗਦੇ, ਅਖਰੀਲੇ ਸਮੇਂ ਇਹਨਾਂ ਕੰਮ ਨਹੀਂ ਆਉਣਾ । ਪ੍ਰਭ ਨੂੰ ਮਨ ਵਿਚੋਂ ਨਾ ਵਿਸਾਰੋ; ਉਸ ਦਾ ਧਿਆਨ ਕਰੋ! ਇਹ ਸਾਰਾ ਉਸ ਦਾ ਹੀ ਖੇਲ ਹੈ ।

Second stage of life, starts with your birth! He sees the light in the universe! He develops worldly bonds, relationships, love of mother, comforts of worldly wealth. Mother feels, as her own son, possession; she will sacrifice her own comforts without any greed. He remains intoxicated with worldly bonds, attachments, love, the sweet poison of worldly wealth. He may forget the real purpose of human life, opportunity. Ignorant may not realize! Worldly relationships, bonds have no significance for the real purpose of human life opportunity. In the end, after death cannot support in His Court. You should not forsake The True Master, Creator, from your mind. You should always concentrate on the teachings of His Word! The True Master has designed the play of the universe and only He prevails in each event.

ਤੀਜੈ ਪਹਰੈ ਰੈਣਿ ਕੈ ਵਣਜਾਰਿਆ,	teejai pahrai rain kai vanjaari-aa
ਮਿਤ੍ਰਾ ਧਨ ਜੋਬਨ ਸਿਉ ਚਿਤੁ॥	mitraa Dhan joban si-o chit.
ਹਰਿ ਕਾ ਨਾਮੁ ਨ ਚੇਤਹੀ ਵਣਜਾਰਿਆ,	har kaa Naam na chaythee vanjaari-aa
ਮਿਤ੍ਰਾ ਬਧਾ ਛੁਟਹਿ ਜਿਤੁ॥	mitraa baDhaa chhuteh jit.
ਹਰਿ ਕਾ ਨਾਮੁ ਨ ਚੇਤੈ ਪ੍ਰਾਣੀ,	har kaa Naam na chaytai paraanee
ਬਿਕਲੁ ਭਇਆ ਸੰਗਿ ਮਾਇਆ॥	bikal bha-i-aa sang maa-i-aa.
ਧਨ ਸਿਉ ਰਤਾ ਜੋਬਨਿ ਮਤਾ,	dhan si-o rataa joban mataa
ਅਹਿਲਾ ਜਨਮੁ ਗਵਾਇਆ॥	ahilaa janam gavaa-i-aa.
ਧਰਮ ਸੇਤੀ ਵਾਪਾਰੁ ਨ ਕੀਤੋ,	dharam saytee vaapaar na keeto
ਕਰਮੁ ਨ ਕੀਤੋ ਮਿਤੁ॥	karam na keeto mit.
ਕਹੁ ਨਾਨਕ ਤੀਜੈ ਪਹਰੈ ਪ੍ਰਾਣੀ,	kaho naanak teejai pahrai paraanee
ਧਨ ਜੋਬਨ ਸਿਉ ਚਿਤੁ॥੩॥	Dhan joban si-o chit. ||3||

ਤੀਜਾਂ ਭਾਗ: ਜੀਵ ਆਪਣੇ ਪੈਰ ਸੰਭਾਲਦਾ ਹੈ । ਇਸ ਸਮੇਂ, ਸੰਸਾਰਕ ਜਾਲ ਵਿੱਚ ਪੂਰੇ ਤਰ੍ਹਾਂ ਫਸ ਜਾਂਦਾ ਹੈ । ਰੂਪ, ਜਵਾਨੀ, ਮਾਇਕ ਰੂਪੀ ਹੈਸਿਅਤ ਦਾ ਅਹੰਕਾਰ ਕਾਬੂ ਕਰ ਲੈਂਦਾ ਹੈ । ਸੰਸਾਰਕ ਮਾਇਆ ਦਾ ਭੂਤ ਸਵਾਰ ਰਹਿੰਦਾ ਹੈ, ਅਸਲੀ ਮਾਲਕ ਨੂੰ ਵਿਸਾਰ ਲੈਂਦਾ ਹੈ । ਜਵਾਨੀ ਦੀ ਉਮਰ! ਪ੍ਰਭ ਦੇ ਸਿਮਰਨ ਤੋਂ ਬਿਨਾਂ ਹੀ, ਆਪਣਾ ਜੀਵਨ ਬਤੀਤ ਕਰ ਲੈਂਦਾ ਹੈ । ਭੁਲ ਜਾਂਦਾ ਹੈ! ਸੰਸਾਰਕ ਪਦਾਰਥ ਨਾਸ ਹੋ ਜਾਣ ਵਾਲੇ ਹੀ ਹਨ ।

The third phase, stage of life begins! He starts growing up, moving around and entertains worldly things, religious beliefs, and selfish ways. At this time, he may remain intoxicated with sweet poison of worldly wealth, worldly play. He remains intoxicated with your youth, strength, power, and beauty;

all are extension of worldly wealth. He may completely ignore His Word; his opportunity may be wasted without any meditation. He may never realize the real purpose of his human r life opportunity without adopting the teachings of His Word in his day-to-day life. He may forget! All these worldly possessions are perishable.

ਚਉਥੈ ਪਹਰੈ ਰੈਣਿ ਕੈ ਵਣਜਾਰਿਆ,	cha-uthai pahrai rain kai vanjaari-aa
ਮਿਤ੍ਰਾ ਲਾਵੀ ਆਇਆ ਖੇਤੁ॥	mitraa laavee aa-i-aa khayt.
ਜਾ ਜਮਿ ਪਕੜਿ ਚਲਾਇਆ ਵਣਜਾਰਿਆ,	jaa jam pakarh chalaa-i-aa vanjaari-aa
ਮਿਤ੍ਰਾ ਕਿਸੈ ਨ ਮਿਲਿਆ ਭੇਤੁ॥	mitraa kisai na mili-aa bhayt.
ਭੇਤੁ ਚੇਤੁ ਹਰਿ ਕਿਸੈ ਨ ਮਿਲਿਓ,	bhayt chayt har kisai na mili-o
ਜਾ ਜਮਿ ਪਕੜਿ ਚਲਾਇਆ॥	jaa jam pakarh chalaa-i-aa.
ਝੂਠਾ ਰੁਦਨੁ ਹੋਆ ਦੁੋਆਲੈ,	jhoothaa rudan ho-aa do-aalai
ਖਿਨ ਮਹਿ ਭਇਆ ਪਰਾਇਆ॥	khin meh bha-i-aa paraa-i-aa.
ਸਾਈ ਵਸਤੁ ਪਰਾਪਤਿ ਹੋਈ,	saa-ee vasat paraapat ho-ee
ਜਿਸੁ ਸਿਉ ਲਾਇਆ ਹੇਤੁ॥	jis si-o laa-i-aa hayt.
ਕਹੁ ਨਾਨਕ ਪ੍ਰਾਣੀ ਚਉਥੈ ਪਹਰੈ,	kaho naanak paraanee cha-uthai
ਲਾਵੀ ਲੁਣਿਆ ਖੇਤੁ॥੪॥੧॥	pahrai laavee luni-aa khayt. ||4||1||

ਜੀਵਨ ਦਾ ਚੋਥਾਂ ਭਾਗ: ਜੀਵ ਨੂੰ ਆਖਰੀ ਸਮਾਂ ਆਉਂਦਾ ਹੈ! ਭੇਜਣ ਵਾਲਾ, ਵਾਪਸ ਆਉਣ ਦਾ ਸੱਦਾ ਭੇਜਦਾ ਹੈ । ਇਸ ਸਮੇਂ ਕੀਤੀ ਹੋਈ ਬੰਦਗੀ ਅਨੁਸਾਰ ਜਮਦੂਤ ਪਕੜ ਕੇ ਲੈ ਜਾਂਦੇ ਹਨ । ਕੋਈ ਨਹੀਂ ਜਾਣਦਾ, ਉਹ ਕਿਥੇ ਚਲੇ ਜਾਂਦਾ ਹੈ । ਉਸ ਦਾ ਸੰਸਾਰਕ ਜੀਵਾਂ, ਸੰਸਾਰਕ ਪਦਾਰਥਾਂ ਨਾਲ ਸਬੰਧ ਖਤਮ ਹੋ ਜਾਂਦਾ ਹੈ । ਅਣਜਾਣ ਸੰਸਾਰਕ ਪਰਿਵਾਰ, ਆਪਣੇ ਲਾਲਚ ਵਿੱਚ ਉਸ ਦੀ ਘਾਟ ਮਹਿਸੂਸ ਕਰਦੇ, ਵਿਰਾਗ ਕਰਦੇ ਹਨ । ਉਸ ਨੂੰ ਕੇਵਲ ਸ਼ਬਦ ਦੀ ਕਮਾਈ ਦਾ ਹੀ ਫਲ ਬਖਸ਼ਿਸ਼ ਹੁੰਦਾ ਹੈ ।

The fourth and the last stage of life! Devil of death knocks at his head. The True Master, Creator, has sent the massager of death to clear his account for his worldly deeds. Whosoever may not have wealth of His Word, he may be captured by the devil of death and endures the judgement of The Righteous Judge. No one knows, what may be next cycle of life of his soul? All his worldly bonds, attachments, relationships, and possessions and his worldly desires may be eliminated. Ignorant, worldly family may grieve, realizes his absence for own greed. Whosoever may meditate on the teachings of His Word; earns wealth of His Word; his soul may be sanctified to become worthy of His Consideration, salvation.

184.ਸਿਰੀਰਾਗੁ ਮਹਲਾ ੧॥ (75-11)

ਪਹਿਲੈ ਪਹਰੈ ਰੈਣਿ ਕੈ ਵਣਜਾਰਿਆ,	pahilai pahrai rain kai vanjaari-aa
ਮਿਤ੍ਰਾ ਬਾਲਕ ਬੁਧਿ ਅਚੇਤੁ॥	mitraa baalak buDh achayt.
ਖੀਰੁ ਪੀਐ ਖੇਲਾਈਐ ਵਣਜਾਰਿਆ,	kheer pee-ai khaylaa-ee-ai vanjaari-aa
ਮਿਤ੍ਰਾ ਮਾਤ ਪਿਤਾ ਸੁਤ ਹੇਤੁ॥	mitraa maat pitaa sut hayt.
ਮਾਤ ਪਿਤਾ ਸੁਤ ਨੇਹੁ ਘਨੇਰਾ,	maat pitaa sut nayhu ghanayraa
ਮਾਇਆ ਮੋਹੁ ਸਬਾਈ॥	maa-i-aa moh sabaa-ee.
ਸੰਜੋਗੀ ਆਇਆ ਕਿਰਤੁ ਕਮਾਇਆ,	sanjogee aa-i-aa kirat kamaa-i-aa
ਕਰਣੀ ਕਾਰ ਕਰਾਈ॥	karnee kaar karaa-ee.
ਰਾਮ ਨਾਮ ਬਿਨੁ ਮੁਕਤਿ ਨ ਹੋਈ,	raam Naam bin mukat na ho-ee
ਬੂਡੀ ਦੂਜੈ ਹੇਤਿ॥	boodee doojai hayt.
ਕਹੁ ਨਾਨਕ ਪ੍ਰਾਣੀ ਪਹਿਲੈ ਪਹਰੈ,	kaho naanak paraanee pahilai pahrai
ਛੂਟਹਿਗਾ ਹਰਿ ਚੇਤਿ॥੧॥	chhootahigaa har chayt. ||1||

ਜੀਵ ਨੂੰ ਮਾਨਸ ਜੀਵਨ, ਪਿਛਲੇ ਜਨਮ ਦੇ ਚੰਗੇ ਕੰਮਾਂ ਦਾ ਫਲ ਬਖਸ਼ਿਸ਼ ਹੁੰਦਾ ਹੈ । ਉਸ ਦੀ ਆਤਮਾ ਸੰਸਾਰਕ ਇੱਛਾਂ ਤੋਂ ਰਹਿਤ ਹੁੰਦੀ ਹੈ । ਸੰਸਾਰਕ ਮਾਤਾ, ਪਿਤਾ ਅਗਿਆਨੀ ਹੀ ਹੁੰਦੇ ਹਨ । ਉਹ ਆਪਣੇ ਬੱਚੇ ਨੂੰ ਬਹੁਤ ਪਿਆਰ ਕਰਦੇ ਹਨ, ਪਰ ਸੰਸਾਰਕ ਧੰਦੇ ਵਿੱਚ ਮਗਨ ਰਹਿੰਦੇ ਹਨ । ਅਤਮਾ ਦੇ ਮਾਨਸ ਜਨਮ ਦੀ ਬਖਸ਼ਿਸ਼ ਦੇ ਅਸਲੀ ਮੰਤਵ ਵਿੱਚ ਕੋਈ ਮਦਦ ਨਹੀਂ ਕਰ ਸਕਦੇ । ਆਤਮਾ ਦਾ ਅਗਲਾ ਜੀਵਨ ਨਵਾਂ ਹੀ ਅਰੰਭ ਹੁੰਦਾ ਹੈ, ਪਿਛਲੇ ਕੰਮਾਂ ਦਾ ਲੇਖਾ ਖਤਮ ਹੋ ਜਾਂਦਾ ਹੈ, ਇਸ ਜੀਵਨ ਵਿੱਚ ਸ਼ਬਦ ਦੀ ਕਮਾਈ ਲੇਖਾ ਹੁੰਦਾ, ਫਲ ਬਖਸ਼ਿਸ਼ ਹੁੰਦਾ ਹੈ । ਜਿਹੜਾ ਸ਼ਬਦ ਦੀ ਕਮਾਈ ਨਹੀਂ ਕਰਦਾ, ਉਸ ਨੂੰ ਮੁਕਤੀ ਦਾ ਰਸਤਾ ਬਖਸ਼ਿਸ਼ ਨਹੀਂ ਹੁੰਦਾ! ਉਸ ਸੰਸਾਰਕ ਸਬੰਧਾ ਨਾਲ ਹੀ ਮਾਨਸ ਜਨਮ ਬਿਰਥਾ ਹੀ ਬਤੀਤ ਕਰ ਲੈਂਦਾ ਹੈ ।

The first stage, of human life journey! His soul has been rewarded for his good deeds of his previous life cycle. His soul may not have any blemish of worldly desires; even though his soul enters the universe with domination of sweet poison of worldly wealth. His worldly mother and father both remain ignorant from her real purpose of human life opportunity; both parents love, nourish and protect in worldly life, even sacrificing own comforts; however, both remain intoxicated with necessities of worldly life. Both are ignorant to guide in the real purpose of her human life opportunity. His soul has been blessed with another opportunity to sanctify to become worthy of His Consideration. Her soul starts new life cycle with no baggage of previous worldly deeds or sins; she has been blessed with a new road map, His Word to become worthy of His Consideration. In the end-of-life cycle, her soul may be rewarded for her worldly deeds. Whosoever may not adopt the teachings of His Word with steady and stable belief in life, he may not be rewarded with the wealth of His Word nor the right path of acceptance in His Court. She may become a victim of sweet poison of worldly wealth and wastes her precious human life opportunity.

ਦੂਜੈ ਪਹਰੈ ਰੈਣਿ ਕੈ ਵਣਜਾਰਿਆ,	doojai pahrai rain kai vanjaari-aa
ਮਿਤ੍ਰਾ ਭਰਿ ਜੋਬਨਿ ਮੈ ਮਤਿ॥	mitraa bhar joban mai mat.
ਅਹਿਨਿਸਿ ਕਾਮਿ ਵਿਆਪਿਆ ਵਣਜਾਰਿਆ,	ahinis kaam vi-aapi-aa vanjaari-aa
ਮਿਤ੍ਰਾ ਅੰਧੁਲੇ ਨਾਮੁ ਨ ਚਿਤਿ॥	mitraa anDhulay Naam na chit.
ਰਾਮ ਨਾਮੁ ਘਟ ਅੰਤਰਿ ਨਾਹੀ,	raam Naam ghat antar naahee
ਹੋਰਿ ਜਾਣੈ ਰਸ ਕਸ ਮੀਠੇ॥	hor jaanai ras kas meethay.
ਗਿਆਨੁ ਧਿਆਨੁ ਗੁਣ ਸੰਜਮੁ ਨਾਹੀ,	gi-aan Dhi-aan gun sanjam naahee
ਜਨਮਿ ਮਰਹੁਗੇ ਝੂਠੇ॥	janam marhugay jhoothay.
ਤੀਰਥ ਵਰਤ ਸੁਚਿ ਸੰਜਮੁ ਨਾਹੀ,	tirath varat such sanjam naahee
ਕਰਮੁ ਧਰਮੁ ਨਹੀ ਪੂਜਾ॥	karam Dharam nahee poojaa.
ਨਾਨਕ ਭਾਇ ਭਗਤਿ ਨਿਸਤਾਰਾ,	naanak bhaa-ay bhagat nistaaraa
ਦੁਬਿਧਾ ਵਿਆਪੈ ਦੂਜਾ ॥੨॥੧॥	dubiDhaa vi- aapai doojaa. ||2||

ਦੂਜੇ ਪਹਰੇ, ਜੀਵਾਨੀ ਦਾ ਨਸਾ ਕਾਬੂ ਪਾ ਲੈਂਦਾ ਹੈ । ਉਹ ਕਾਮਵਾਸਨਾ ਵਿੱਚ ਅੰਧਾ ਹੋਇਆ ਰਹਿੰਦਾ, ਗੁਲਾਮ ਬਣ ਜਾਂਦਾ ਹੈ । ਪ੍ਰਭ ਦੇ ਸ਼ਬਦ ਦਾ ਸਿਮਰਨ ਮਨ ਵਿਚੋਂ ਵਿਸਰ ਜਾਂਦਾ, ਸੰਸਾਰਕ ਧੰਦੇ ਬੁਹਤ ਮਹੱਤਵ ਪੂਰਕ ਬਣ ਜਾਂਦੇ ਹਨ । ਉਸ ਨੂੰ ਬੰਦਗੀ ਦੀ ਕਮਾਈ, ਸ਼ਬਦ ਦਾ ਧਨ, ਸ਼ਬਦ ਦੀ ਸੋਝੀ, ਬਖਸ਼ਿਸ਼ ਨਹੀਂ ਹੁੰਦੀ, ਜੀਵਨ ਦਾ ਅਸਲੀ ਮੰਤਵ ਭੁੱਲ ਜਾਂਦਾ ਹੈ! ਜਨਮ ਮਰਨ ਦੇ ਚੱਕਰ ਵਿੱਚ ਪੈ ਜਾਂਦਾ ਹੈ । ਸੰਸਾਰਕ ਧਰਮ ਦੇ ਬਣਾਏ ਹੋਏ ਨਿਯਮਾਂ ਨਾਲ ਆਪਣੀਆਂ ਇੰਦ੍ਰੀਆਂ ਤੇ ਆਪ ਕਾਬੂ ਪਾਉਣ ਦੀਆ ਕੋਸ਼ਿਸ਼ਾਂ ਕਰਦਾ ਹੈ । ਇਹ ਬਿਰਥੇ ਹੀ ਤਾਰੀਕੇ ਧਾਰਨ ਕਰਦਾ ਹੈ! ਯਾਦ ਰਖੋ! ਧਰਾਮਕ ਰੀਤ ਰੀਵਾਜ ਸਭ ਬਿਰਥੇ ਹੀ ਹਨ! ਕੇਵਲ ਅਡੋਲ ਭਰੋਸੇ ਨਾਲ ਬੰਦਗੀ ਕਰਨ ਨਾਲ ਹੀ ਮੁਕਤੀ ਦਾ ਰਸਤਾ ਬਖਸ਼ਿਸ਼ ਹੁੰਦਾ ਹੈ । ਉਹ ਆਪਣਾ ਰਸਤਾ ਮਜ਼ਬੂਤ ਕਰ ਲੈਂਦੇ ਹਨ ।

(ਤੀਰਥਾਂ ਤੇ ਇਸ਼ਨਾਨ ਕਰਨ, ਧਾਰਮਕ ਰਹਿਤਾ, ਪੂਜਾ)

In the second stage! His life may be dominated with intoxication of youth, strength, and power in his day-to-day life. He may become a victim of sweet poison of worldly wealth; intoxicated with sexual urge with strange partner. His worldly necessities may become more significant and he may forget to meditate, misery of his separation from His Holy Spirit. He may not meditate nor blessed with the earnings of His Word; he may forget the real purpose of his human life opportunity. He remains in the cycle of birth and death. He may adopt religious rituals, to control his worldly desires. Remember! All worldly meditation technique, religious rituals may be useless for the real purpose of her human life opportunity. Whosoever may adopt the teachings of His Word with steady and stable belief; with His mercy and grace, he may be blessed with the right path of acceptance in His Court. He may remain intoxicated in meditation in the void of His Word.

Religious rituals: Sanctifying bath, baptism, worship worldly gurus, idols etc.

ਤੀਜੈ ਪਹਰੈ ਰੈਣਿ ਕੈ ਵਣਜਾਰਿਆ,	teejai pahrai rain kai vanjaari-aa
ਮਿਤ੍ਰਾ ਸਰਿ ਹੰਸ ਉਲਥੜੇ ਆਇ॥	mitraa sar hans ultharhay aa-ay.
ਜੋਬਨੁ ਘਟੈ ਜਰੂਆ ਜਿਣੈ ਵਣਜਾਰਿਆ,	joban ghatai jaroo-aa jinai vanjaari-aa
ਮਿਤ੍ਰਾ ਆਵ ਘਟੈ ਦਿਨੁ ਜਾਇ॥	mitraa aav ghatai din jaa-ay.
ਅੰਤਿ ਕਾਲਿ ਪਛੁਤਾਸੀ ਅੰਧੁਲੇ,	ant kaal pachhutaasee anDhulay
ਜਾ ਜਮਿ ਪਕੜਿ ਚਲਾਇਆ॥	jaa jam pakarh chalaa-i-aa.
ਸਭੁ ਕਿਛੁ ਅਪੁਨਾ ਕਰਿ ਕਰਿ ਰਾਖਿਆ,	sabh kichh apunaa kar kar raakhi-aa
ਖਿਨ ਮਹਿ ਭਇਆ ਪਰਾਇਆ॥	khin meh bha-i-aa paraa-i-aa.
ਬੁਧਿ ਵਿਸਰਜੀ ਗਈ ਸਿਆਣਪ,	buDh visarjee ga-ee si-aanap
ਕਰਿ ਅਵਗਣ ਪਛੁਤਾਇ॥	kar avgan pachhutaa-ay.
ਕਹੁ ਨਾਨਕ ਪ੍ਰਾਣੀ ਤੀਜੈ ਪਹਰੈ,	kaho naanak paraanee teejai pahrai
ਪ੍ਰਭੁ ਚੇਤਹੁ ਲਿਵ ਲਾਇ॥੩॥ ੧	parabh chaytahu liv laa-ay. ||3||

ਤੀਜਾ ਪਹਰੇ ! ਜਵਾਨੀ ਅਤੇ ਜੋਬਨ ਢੱਲ ਜਾਂਦਾ, ਵਾਲ ਚਿੱਟੇ ਹੋ ਜਾਂਦੇ, ਬੁਹਤ ਸਮਾਂ ਬੀਤ ਗਿਆ ਹੈ । ਅਖੀਰਲੇ ਸਮੇਂ ਪਛਤਾਵਾ ਲਗ ਜਾਂਦਾ ਹੈ । ਉਹ ਮੌਤ ਦੇ ਜਮਦੂਤ ਦੇ ਕਾਬੂ ਵਿੱਚ ਆ ਜਾਂਦਾ, ਸੰਸਾਰ ਵਿੱਚ ਸਭ ਕੁਝ ਹੀ ਪਰਾਇਆ ਹੋ ਜਾਂਦਾ ਹੈ । ਉਹ ਸਿਆਣਪ ਦਾ ਅਭਿਮਾਨ ਕਰਦਾ ਸੀ, ਉਸ ਦੀ ਸਿਆਣਪ ਸਾਰੇ ਕਾਰਜ ਸਵਾਰੇ ਗੀ ! ਉਹ ਵੀ ਵਿਸਰ ਜਾਂਦੀ ਹੈ । ਉਹ ਪਛਤਾਵਾ ਕਰਦਾ, ਉਸ ਨੂੰ ਪ੍ਰਭ ਦੇ ਸ਼ਬਦ ਦੀ ਬੰਦਗੀ ਕਰਨੀ ਚਾਹੀਦਾ ਹੈ । ਜਿਹੜੇ ਆਪਣਾ ਅਸਲੀ ਮੰਤਵ ਨਹੀਂ ਭੁਲਦਾ, ਉਹ ਸ਼ਬਦ ਦੀ ਸਮਾਧੀ ਵਿੱਚ ਹੀ ਲੀਨ ਰਹਿੰਦਾ ਹੈ ।

In the third stage of life! Her youth, strength, and beauty of your human body may diminish; her hairs turn gray, white, and skin wrinkled. He already has been wasted much of her time. He regrets and repents for deeds of her youth. His soul may be captured the devil of death and her belongings, possessions left on earth; even his proud possession, his intelligence, wisdom has also disappeared. He regrets and repents; he should have meditated on the teachings of His Word. Whosoever may not forget the real purpose of human life, he may remain intoxicated in meditation in the void of His Word.

ਚਉਥੈ ਪਹਰੈ ਰੈਣਿ ਕੈ ਵਣਜਾਰਿਆ,	cha-uthai pahrai rain kai vanjaari-aa
ਮਿਤ੍ਰਾ ਬਿਰਧਿ ਭਇਆ ਤਨੁ ਖੀਣੁ॥	mitraa biraDh bha-i-aa tan kheen.
ਅਖੀ ਅੰਧੁ ਨ ਦੀਸਈ ਵਣਜਾਰਿਆ,	akhee anDh na dees-ee vanjaari-aa
ਮਿਤ੍ਰਾ ਕੰਨੀ ਸੁਣੈ ਨ ਵੈਣ॥	mitraa kannee sunai na vain
ਅਖੀ ਅੰਧੁ ਜੀਭ ਰਸੁ ਨਾਹੀ,	akhee anDh jeebh ras naahee
ਰਹੇ ਪਰਾਕਉ ਤਾਣਾ॥	rahay paraaka-o taanaa.
ਗੁਣ ਅੰਤਰਿ ਨਾਹੀ ਕਿਉ ਸੁਖੁ ਪਾਵੈ,	gun antar naahee ki-o sukh paavai

ਮਨਮੁਖ ਆਵਣ ਜਾਣਾ॥	manmukh aavan jaanaa.
ਖੜੁ ਪਕੀ ਕੁੜਿ ਭਜੈ ਬਿਨਸੈ,	kharh pakee kurh bhajai binsai
ਆਇ ਚਲੈ ਕਿਆ ਮਾਣੁ॥	aa-ay chalai ki- aa maan.
ਕਹੁ ਨਾਨਕ ਪ੍ਰਾਣੀ ਚਉਥੈ ਪਹਰੈ,	kaho naanak paraanee cha-uthai pahrai
ਗੁਰਮੁਖਿ ਸਬਦੁ ਪਛਾਣੁ॥੪॥	gurmukh sabad pachhaan. ||4||

ਚੋਥੇ ਪਹਰੇ, ਉਮਰ ਬੀਤ ਜਾਂਦੀ ਹੈ! ਸਾਰੀਰ ਵਿੱਚ ਬੁਢੇਪਾ ਆ ਜਾਂਦਾ, ਅੱਖਾਂ ਤੋਂ ਘਟ ਦਿੱਸਦਾ, ਕੰਨਾਂ ਤੋਂ ਘਟ ਸੁਣਦਾ, ਜੀਭ ਦਾ ਸਵਾਦ ਖਤਮ ਹੋ ਜਾਂਦਾ ਹੈ । ਦੂਸਰੇ ਦੇ ਆਸਰੇ ਬਾਕੀ ਦਾ ਜੀਵਨ ਬਤੀਤ ਕਰਦਾ ਹੈ । ਸਭ ਕੁਝ ਖਤਮ ਹੋਣ ਦਾ ਸਮਾਂ ਆ ਜਾਂਦਾ ਹੈ । ਜਿਹੜੇ ਸੰਸਾਰਕ ਪਦਾਰਥਾਂ ਦਾ ਬੁਹਤ ਅਹੰਕਾਰ ਕਰਦਾ ਸੀ! ਸਭ ਕੁਝ ਨਾਸ ਹੋ ਗਿਆ । ਗੁਰਮਖ, ਪ੍ਰਭ ਦੇ ਸ਼ਬਦ ਦੇ ਸਿਮਰਨ, ਸ਼ਬਦ ਦੀ ਕਮਾਈ ਦਾ ਆਸਰਾ ਲੈਂਦਾ ਹੈ ।

In the fourth stage; human life is almost over! His body has become feeble, old; eye sight compromised; hearing diminished; taste of tongue gone. He spends the rest of his life depending on others. Now everything in his life end. He was boasting about his worldly possessions; all may belong to someone else. His true devotee always prays for His Forgiveness and Refuge; his wealth of His Word remains his pillar of support in His Court.

ਓੜਕੁ ਆਇਆ ਤਿਨ ਸਾਹਿਆ ਵਣਜਾਰਿਆ,	orhak aa-i-aa tin saahi-aa vanjaari-aa
ਮਿਤ੍ਰਾ ਜਰੁ ਜਰਵਾਣਾ ਕੰਨਿ॥	mitraa jar jarvaanaa kann.
ਇਕ ਰਤੀ ਗੁਣ ਨ ਸਮਾਣਿਆ ਵਣਜਾਰਿਆ,	ik ratee gun na samaani-aa vanjaari-aa
ਮਿਤ੍ਰਾ ਅਵਗਣ ਖੜਸਨਿ ਬੰਨਿ॥	mitraa avgan kharhsan bann.
ਗੁਣ ਸੰਜਮਿ ਜਾਵੈ ਚੋਟ ਨ ਖਾਵੈ,	gun sanjam jaavai chot na khaavai
ਨਾ ਤਿਸੁ ਜੰਮਣੁ ਮਰਣਾ॥	naa tis jaman marnaa.
ਕਾਲੁ ਜਾਲੁ ਜਮੁ ਜੋਹਿ ਨ ਸਾਕੈ,	kaal jaal jam johi na saakai
ਭਾਇ ਭਗਤਿ ਭੈ ਤਰਣਾ॥	bhaa-ay bhagat bhai tarnaa.
ਪਤਿ ਸੇਤੀ ਜਾਵੈ ਸਹਜਿ ਸਮਾਵੈ,	pat saytee jaavai sahj samaavai
ਸਗਲੇ ਦੂਖ ਮਿਟਾਵੈ॥	saglay dookh mitaavai.
ਕਹੁ ਨਾਨਕ ਪ੍ਰਾਣੀ	kaho naanak paraanee
ਗੁਰਮੁਖਿ ਛੂਟੈ,	gurmukh chhootai
ਸਾਚੇ ਤੇ ਪਤਿ ਪਾਵੈ॥੫॥੨॥	saachay tay pat paavai. ||5||2||

ਮੌਤ ਦੇ ਸੱਦਾ ਤੇ ਬੁੱਡਾਪੇ ਵਿੱਚ ਆਖਰੀ ਸਵਾਸ ਖਤਮ ਹੋ ਜਾਂਦੇ ਹਨ । ਸੰਸਾਰਕ ਧੰਦੇ ਕਿਸੇ ਕੰਮ ਨਹੀਂ ਆਉਂਦੇ, ਬੁਰੇ ਕੰਮਾਂ, ਪਾਪਾਂ ਦਾ ਭਾਰ ਆਤਮਾ ਦੇ ਸਾਥ ਜਾਂਦਾ ਹੈ । ਜਿਹੜਾ ਆਪਣੀਆਂ ਇਛਾਂ, ਇੰਦ੍ਰੀਆਂ ਤੇ ਕਾਬੂ ਰਖਦਾ ਹੈ, ਉਹ ਜਮਦੂਤ ਦੇ ਵੱਸ ਵਿੱਚ ਨਹੀਂ ਜਾਂਦਾ! ਉਸ ਨੂੰ ਮੌਤ, ਜਮਦੂਤਾਂ ਦਾ ਡਰ ਨਹੀਂ ਹੁੰਦਾ । ਉਹ ਜਨਮ ਮਰਨ ਦੇ ਚੱਕਰ ਵਿੱਚ ਨਹੀਂ ਰਹਿੰਦਾ, ਉਹ ਸੰਸਾਰਾਕ ਯਾਤਰਾ ਸਫਲ ਕਰ ਜਾਂਦਾ ਹੈ । ਜਿਸ ਦੀ ਸ਼ਬਦ ਦੀ ਕਮਾਈ ਪ੍ਰਵਾਨ ਹੋ ਜਾਂਦੀ ਹੈ, ਉਸ ਦੇ ਸਾਰੇ ਦੁਖ ਸਹਿਲੇ ਹੀ ਦੂਰ ਹੋ ਜਾਂਦੇ ਹਨ । ਉਸ ਨੂੰ ਦਰਗਾਹ ਵਿੱਚ ਥਾਂ ਬਖਸ਼ਿਸ਼ ਹੋ ਜਾਂਦੀ, ਉਸ ਦੀ ਆਤਮਾ, ਪ੍ਰਭ ਦੀ ਜੋਤ ਵਿੱਚ ਹੀ ਅਭੇਦ ਹੋ ਜਾਂਦਾ ਹੈ ।

The massager, devil of death knocks at his door, his capital of breathes may be exhausted. All his worldly deeds, and possessions may not help; however, all his sins of worldly deeds remain with his soul. He must endure the judgement of The Righteous Judge. Whosoever may conquer his worldly desires! His soul remains beyond the reach of devil of death and the cycle of birth and death. He may conclude his purpose of human life opportunity successfully. His meditation may be accepted in His Sanctuary; all his frustrations of worldly life may be eliminated with ease. He may be blessed with the congregation of The True Master; his soul may be immersed within His Holy Spirit.

185.ਸਿਰੀਰਾਗੁ ਮਹਲਾ ੪॥ (76-10)

ਪਹਿਲੈ ਪਹਰੈ ਰੈਣਿ ਕੈ ਵਣਜਾਰਿਆ,
ਮਿਤ੍ਰਾ ਹਰਿ ਪਾਇਆ ਉਦਰ ਮੰਝਾਰਿ॥
ਹਰਿ ਧਿਆਵੈ ਹਰਿ ਉਚਰੈ ਵਣਜਾਰਿਆ,
ਮਿਤ੍ਰਾ ਹਰਿ ਹਰਿ ਨਾਮੁ ਸਮਾਰਿ॥
ਹਰਿ ਹਰਿ ਨਾਮੁ ਜਪੇ ਆਰਾਧੇ
ਵਿਚਿ ਅਗਨੀ ਹਰਿ ਜਪਿ ਜੀਵਿਆ॥
ਬਾਹਰਿ ਜਨਮੁ ਭਇਆ ਮੁਖਿ ਲਾਗਾ,
ਸਰਸੇ ਪਿਤਾ ਮਾਤ ਥੀਵਿਆ॥
ਜਿਸ ਕੀ ਵਸਤੁ ਤਿਸੁ ਚੇਤਹੁ ਪ੍ਰਾਣੀ,
ਕਰਿ ਹਿਰਦੈ ਗੁਰਮੁਖਿ ਬੀਚਾਰਿ॥
ਕਹੁ ਨਾਨਕ ਪ੍ਰਾਣੀ ਪਹਿਲੈ ਪਹਰੈ,
ਹਰਿ ਜਪੀਐ ਕਿਰਪਾ ਧਾਰਿ॥੧॥

pahilai pahrai rain kai vanjaari-aa
mitraa har paa-i-aa udar manjhaar.
har Dhi-aavai har uchrai vanjaari-aa
mitraa har har Naam samaar.
har har Naam japay aaraaDhay
vich agnee har jap jeevi-aa.
baahar janam bha-i-aa mukh laagaa
sarsay pitaa maat theevi-aa.
jis kee vasat tis chaytahu paraanee
kar hirdai gurmukh beechaar.
kaho naanak paraanee pahilai pahrai
har japee-ai kirpaa Dhaar. |1||

ਜੀਵ, ਪਹਿਲੇ ਪਹਰੇ! ਪ੍ਰਭ ਨੇ ਮਾਤਾ ਦੇ ਗਰਭ ਵਿੱਚ ਬੰਦਗੀ ਕਰਨ, ਸ਼ਬਦ ਸਿਮਰਨ ਲਈ, ਮਾਨਸ ਜਨਮ ਬਖਸ਼ਿਆ ਹੈ । ਸ਼ਬਦ ਦੇ ਸਿਮਰਨ ਨਾਲ ਹੀ ਪ੍ਰਭ, ਗਰਭ ਵਿੱਚ ਸੰਭਾਲਨਾ ਕਰਦਾ ਹੈ । ਮਾਤਾ ਦੀ ਕੁੱਖ ਵਿਚੋਂ ਬਾਹਰ ਆਉਣ ਤੇ ਸੰਸਾਰਕ ਮਾਤਾ ਪਿਤਾ ਬੁਹਤ ਖੁਸ਼ ਹੁੰਦੇ ਹਨ । ਹਮੇਸ਼ਾਂ ਯਾਦ ਰਖੋਂ! ਅਸਲੀ ਮਾਲਕ ਕੌਣ ਹੈ? ਉਸ ਨੂੰ ਮਨ ਵਿਚੋਂ ਕਦੇ ਨਾ ਵਿਸਾਰੋ! ਇਹ ਸਮਾਂ ਦਿੱਲ ਲਗਾ ਕੇ ਪ੍ਰਭ ਦੀ ਬੰਦਗੀ ਵਿੱਚ ਬਤੀਤ ਕਰੋ ।

In the first stage! Her soul enters the womb of mother to meditate on the teachings of His Word; she has been blessed with human life opportunity to meditate on the teachings of His Word. The True Master nourishes and protects her fetus. As soul enters the world with a human body from the womb; her worldly mother and father feel blessed, very grateful to The True Master for His Blessings. Always remember! Who may be The True Master? Never forsake His Word from your day-to-day life. You should meditate on the teachings of His Word with steady and stable belief in day-to-day life.

ਦੂਜੈ ਪਹਰੈ ਰੈਣਿ ਕੈ ਵਣਜਾਰਿਆ,
ਮਿਤ੍ਰਾ ਮਨੁ ਲਾਗਾ ਦੂਜੈ ਭਾਇ॥
ਮੇਰਾ ਮੇਰਾ ਕਰਿ ਪਾਲੀਐ ਵਣਜਾਰਿਆ,
ਮਿਤ੍ਰਾ ਲੇ ਮਾਤ ਪਿਤਾ ਗਲਿ ਲਾਇ॥
ਲਾਵੈ ਮਾਤ ਪਿਤਾ ਸਦਾ ਗਲ ਸੇਤੀ,
ਮਨਿ ਜਾਣੈ ਖਟਿ ਖਵਾਏ॥
ਜੋ ਦੇਵੈ ਤਿਸੈ ਨ ਜਾਣੈ ਮੂੜਾ,
ਦਿਤੇ ਨੋ ਲਪਟਾਏ॥
ਕੋਈ ਗੁਰਮੁਖਿ ਹੋਵੈ ਸੁ ਕਰੈ ਵੀਚਾਰੁ
ਹਰਿ ਧਿਆਵੈ ਮਨਿ ਲਿਵ ਲਾਇ॥
ਕਹੁ ਨਾਨਕ ਦੂਜੈ ਪਹਰੈ ਪ੍ਰਾਣੀ
ਤਿਸੁ ਕਾਲੁ ਨ ਕਬਹੂੰ ਖਾਇ॥੨॥

doojai pahrai rain kai vanjaari-aa
mitraa man laagaa doojai bhaa-ay.
mayraa mayraa kar paalee-ai vanjaari-aa
mitraa lay maat pitaa gal laa-ay.
laavai maat pitaa sadaa gal saytee, man,
jaanai khat khavaa-ay.
jo dayvai tisai na jaanai moorhaa
ditay no laptaa-ay.
ko-ee gurmukh hovai so karai veechaar
har Dhi-aavai man liv laa-ay.
kaho naanak doojai pahrai paraanee
tis kaal na kabahooN khaa-ay. ||2||

ਦੂਜੇ ਪਹਿਰੇ! ਜੀਵ ਨੂੰ ਸੰਸਾਰਕ ਮਾਤਾ, ਪਿਤਾ ਬਹੁਤਾ ਪਿਆਰ ਕਰਦੇ ਹਨ । ਸੰਸਾਰਕ ਮਾਤਾ, ਪਿਤਾ ਦੀ ਕੁਰਬਾਨੀ ਸਦਕਾ, ਪਿਆਰ ਨਾਲ ਦਾ ਧਿਆਨ ਦੋਂ ਪਾਸੇ ਲਗ ਜਾਂਦਾ ਹੈ! ਅਸਲੀ ਮਾਲਕ ਦੀ ਰਹਿਮਤ ਖਾਤਰ ਨਾਲ ਮਾਨਸ ਜਨਮ ਬਖਸ਼ਿਸ਼ ਹੋਇਆ ਹੈ । ਸੰਸਾਰਕ ਮਾਤਾ, ਪਿਤਾ ਆਪਣਾ ਬਣਾਉਂਦੇ, ਸਮਝਦੇ, ਪਾਲਣ ਪੋਸਨ ਕਰਦੇ ਹਨ । ਉਹਨਾਂ ਦੇ ਮਨ ਇੱਛਾਂ ਬਣਦੀ ਹੈ, ਵਡਾ ਹੋ ਕੇ, ਸੰਸਾਰਕ ਕਮਾਈ ਕਰਕੇ ਸੁਖ ਦੇਵੇਗਾ । ਆਪਣੇ ਪਾਲਣ ਪੋਸਨ ਦੇ ਕੰਮ ਦੇ ਫਲ ਦੀ ਇੱਛਾ ਰਖਦੇ ਹਨ । ਯਾਦ ਰਖੋਂ! ਕੇਵਲ ਪ੍ਰਭ ਹੀ ਮਾਨਸ ਜਨਮ ਬਖਸ਼ਦਾ ਹੈ? ਉਸ ਨੂੰ ਮਨ ਵਿਚੋਂ ਕਦੇ ਵੀ ਨਾ ਵਿਸਾਰੋ । ਕੋਈ ਵਿਰਲਾ ਹੀ ਸੰਤ ਸਰੂਪ, ਮਨ ਲਾ ਕੇ ਸ਼ਬਦ ਦਾ ਸਿਮਰਨ ਕਰਦਾ ਹੈ, ਉਸ ਦਾ ਮੌਤ ਦਾ ਡਰ ਦੂਰ, ਜਨਮ ਮਰਨ ਦਾ ਚੱਕਰ ਖਤਮ ਹੋ ਜਾਂਦਾ, ਜਮਦੂਤ ਲਾਗੇ ਨਹੀਂ ਆਉਂਦਾ ।

In the second stage! Worldly mother and father are deeply in love with you. With the love and the sacrifices of your worldly mother and father! Your concentrate, focus split on two different directions; duality has born in your worldly life. Remember! You have been blessed with another opportunity of human life to sanctify your soul to become worthy of His Consideration. Your worldly parents feel blessed with your birth, gratitude to The True Master. Your parents remain focused to nourish, protect and creates feeling dependability and belonging. They hope you may prosper in your life to become a support in their old age. Always remember! Only The True Master may bless human life opportunity. You should never forsake the teachings of His Words. Very rare saint may remain intoxicated in the void of His Word; with His mercy and grace, his cycle of birth and death may be eliminated.

ਤੀਜੈ ਪਹਰੈ ਰੈਣਿ ਕੈ ਵਣਜਾਰਿਆ,	teejai pahrai rain kai vanjaari-aa,
ਮਿਤ੍ਰਾ ਮਨੁ ਲਗਾ ਆਲਿ ਜੰਜਾਲਿ॥	mitraa man lagaa aal janjaal.
ਧਨੁ ਚਿਤਵੈ ਧਨੁ ਸੰਚਵੈ ਵਣਜਾਰਿਆ,	dhan chitvai Dhan sanchvai vanjaari-aa,
ਮਿਤ੍ਰਾ ਹਰਿ ਨਾਮਾ ਹਰਿ ਨ ਸਮਾਲਿ॥	mitraa har Naamaa har na samaal.
ਹਰਿ ਨਾਮਾ ਹਰਿ ਹਰਿ ਕਦੇ ਨ ਸਮਾਲੈ,	har Naamaa har har kaday na samaalai
ਜਿ ਹੋਵੈ ਅੰਤਿ ਸਖਾਈ॥	je hovai ant sakhaa-ee.
ਇਹੁ ਧਨੁ ਸੰਪੈ ਮਾਇਆ ਝੂਠੀ,	ih Dhan sampai maa-i-aa jhoothee,
ਅੰਤਿ ਛੋਡਿ ਚਲਿਆ ਪਛੁਤਾਈ॥	ant chhod chali-aa pachhutaa-ee.
ਜਿਸ ਨੋ ਕਿਰਪਾ ਕਰੇ ਗੁਰੁ ਮੇਲੇ,	jis no kirpaa karay gur maylay
ਸੋ ਹਰਿ ਹਰਿ ਨਾਮੁ ਸਮਾਲਿ॥	so har har Naam samaal.
ਕਹੁ ਨਾਨਕ ਤੀਜੈ ਪਹਰੈ ਪ੍ਰਾਣੀ,	kaho naanak teejai pahrai paraanee
ਸੇ ਜਾਇ ਮਿਲੇ ਹਰਿ ਨਾਲਿ॥੩॥	say jaa-ay milay har naal. ||3||

ਤੀਜੇ ਪਹਰੇ, ਜੀਵ ਦਾ ਮਨ, ਸੰਸਾਰਕ ਧਨ, ਦੌਲਤ ਇਕੱਠੀ ਕਰਨ ਵਿੱਚ ਲਗ ਜਾਂਦਾ ਹੈ । ਪ੍ਰਭ ਦਾ ਸ਼ਬਦ ਖਿਆਲ ਵਿੱਚ ਵੀ ਨਹੀਂ ਆਉਂਦਾ । ਉਹ ਪ੍ਰਭ ਦੇ ਸ਼ਬਦ ਦਾ ਸਿਮਰਨ, ਸਦਾ ਸਾਥ ਜਾਣ ਵਾਲਾ, ਸ਼ਬਦ ਦਾ ਧਨ ਇਕੱਠਾ ਨਹੀਂ ਕਰਦਾ । ਉਹ ਸੰਸਾਰਕ ਧਨ, ਦੌਲਤ, ਸੁਖ ਦੇ ਯਤਨ ਕਰਦਾ ਹੈ । ਸੰਸਾਰਕ ਧਨ, ਅਖਰਿਲੇ ਸਮੇਂ ਸੰਸਾਰ ਵਿੱਚ ਹੀ ਛੱਡਣੇ ਪੈਂਦੇ ਹਨ । ਜਿਸ ਤੇ ਪ੍ਰਭ ਰਹਿਮਤ ਦੀ ਨਜ਼ਰ ਬਖਸ਼ਦਾ ਹੈ! ਉਹ ਹੀ ਸਿਮਰਨ ਵਿੱਚ ਲਗਦਾ ਹੈ, ਉਸ ਦੀ ਆਤਮਾ ਅਸਲੀ ਅਟਲ ਮਾਲਕ ਵਿੱਚ ਅਭੇਦ ਹੋਣ ਦੇ ਯੋਗ ਬਣ ਜਾਂਦੀ ਹੈ ।

In third stage! He may remain intoxicated in collecting worldly wealth, possessions. He may not even think to meditate, the real purpose of human life. He may not meditate to become worth to be blessed with wealth of His Word to support in His Court. However, he may collect worldly possessions and comforts for his worldly life. He may return with the burden of sins and worldly possession left on earth. Whosoever may be bestowed with His Blessed Vision, he may remain intoxicated in meditation in the void of His Word; his soul may be become worthy of His Consideration.

ਚਉਥੈ ਪਹਰੈ ਰੈਣਿ ਕੈ ਵਣਜਾਰਿਆ,	cha-uthai pahrai rain kai vanjaari-aa
ਮਿਤ੍ਰਾ ਹਰਿ ਚਲਣ ਵੇਲਾ ਆਦੀ॥	mitraa har chalan vaylaa aadee.
ਕਰਿ ਸੇਵਹੁ ਪੂਰਾ ਸਤਿਗੁਰੂ ਵਣਜਾਰਿਆ,	kar sayvhu pooraa saT`guroo vanjaari-
ਮਿਤ੍ਰਾ ਸਭ ਚਲੀ ਰੈਣਿ ਵਿਹਾਦੀ॥	aa mitraa sabh chalee rain vihaadee.
ਹਰਿ ਸੇਵਹੁ ਖਿਨੁ ਖਿਨੁ	har sayvhu khin khin
ਢਿਲ ਮੂਲਿ ਨ ਕਰਿਹੁ,	dhil mool na karihu.
ਜਿਤੁ ਅਸਥਿਰੁ ਜੁਗੁ ਜੁਗੁ ਹੋਵਹੁ॥	jit asthir jug jug hovhu.
ਹਰਿ ਸੇਤੀ ਸਦ ਮਾਣਹੁ ਰਲੀਆ,	har saytee sad maanhu ralee-aa,
ਜਨਮ ਮਰਣ ਦੁਖ ਖੋਵਹੁ॥	janam maran dukh khovhu.

ਗੁਰ ਸਤਿਗੁਰ ਸੁਆਮੀ ਭੇਦੁ ਨ ਜਾਣਹੁ,	gur saT`gur su-aamee bhayd na jaanhu
ਜਿਤੁ ਮਿਲਿ ਹਰਿ ਭਗਤਿ ਸੁਖਾਂਦੀ॥	jit mil har bhagat sukhaaNdee.
ਕਹੁ ਨਾਨਕ ਪ੍ਰਾਣੀ ਚਉਥੈ ਪਹਰੈ,	kaho naanak paraanee cha-uthai pahrai
ਸਫਲਿਓ ਰੈਣਿ ਭਗਤਾ ਦੀ॥੪॥੧॥੩॥	safli-o rain bhagtaa dee. ‖4‖1‖3‖

ਚੋਥੇਂ ਪਹਰੇ, ਮੌਤ ਦਾ ਸੱਦਾ ਆ ਜਾਂਦਾ ਹੈ । ਇਸਤਰ੍ਹਾਂ ਪ੍ਰਭ ਦੀ ਬੰਦਗੀ, ਸ਼ਬਦ ਦੀ ਕਮਾਈ ਤੋਂ ਬਿਨਾਂ ਹੀ ਸਾਰੀ ਉਮਰ ਬਤੀਤ ਹੋ ਜਾਂਦੀ ਹੈ । ਅਟਲ ਪ੍ਰਭ ਦੇ ਸ਼ਬਦ ਦੇ ਸਿਮਰਨ ਕਰਨ ਵਿੱਚ ਢਿਲ ਨਾ ਕਰੋ, ਸਮਾਂ ਬਿਰਥਾ ਨਾ ਬਤੀਤ ਕਰੋ! ਜਿਹੜਾ ਸਿਮਰਨ ਵਿੱਚ ਮਸਤ ਰਹਿੰਦਾ ਹੈ, ਉਸ ਦਾ ਜਨਮ ਮਰਨ ਦਾ ਚੱਕਰ ਖਤਮ ਹੋ ਸਕਦਾ ਹੈ । ਸੰਤ ਸਰੂਪ ਵਿੱਚ ਅਤੇ ਪ੍ਰਭ ਕੋਈ ਪਰਦਾ ਨਹੀਂ ਰਹਿੰਦਾ । ਜਿਹੜਾ ਸੰਤ ਸਰੂਪ ਦੀ ਸੰਗਤ ਕਰਕੇ, ਉਸ ਦੇ ਜੀਵਨ ਦੀ ਸਿਖਿਆਂ ਨਾਲ ਆਪਣਾ ਜੀਵਨ ਢਾਲਦਾ ਹੈ, ਉਸ ਦੇ ਮਨ ਵਿੱਚ ਪ੍ਰਭ ਨੂੰ ਮਿਲਣ ਵਰਗਾ ਹੀ ਸੰਤੋਖ ਘਰ ਕਰ ਜਾਂਦਾ ਹੈ । ਜਿਹੜਾ ਆਪਾ ਪ੍ਰਭ ਦੀ ਸ਼ਰਣ ਵਿੱਚ ਭੇਟਾ ਕਰ ਦੇਂਦਾ ਹੈ, ਉਹ ਨੂੰ ਸੰਤ ਸਰੂਪ ਅਵਸਥਾ ਬਖਸ਼ਿਸ਼ ਹੋ ਜਾਂਦੀ ਹੈ । ਉਸ ਜੀਵ ਦਾ ਸਾਥ ਕਰਨ ਨਾਲ ਮਾਨਸ ਜਨਮ ਯਾਤਰਾ ਸਫਲ ਹੋ ਜਾਂਦੀ ਹੈ ।

In the fourth stage, the messenger of death knocks at your door. Self-minded may waste his human life opportunity without meditating on the teachings of His Word. You should not be lazy to meditate on the teachings of His Word and waste your human life opportunity. Whosoever may meditate and remains intoxicated with the essence of His Word; with His mercy and grace, his cycle of birth and death may be eliminated. His true devotee may be blessed with a supreme state of mind and his curtain of secrecy between his soul and His Holy Spirit may be beyond the distinction of His Creation. Whosoever may join the conjugation of His Holy saint and adopts his life experience in his own life; he may be blessed with similar peace and contentment as accepted in His Court. Whosoever may surrender his self-identity at His Sanctuary; he may be blessed with a state of mind, as the symbol of The Master. His human life his journey may become successful.

186.ਸਿਰੀਰਾਗੁ ਮਹਲਾ ੫॥ (77-7)

ਪਹਿਲੈ ਪਹਰੈ ਰੈਣਿ ਕੈ ਵਣਜਾਰਿਆ,	oahilai pahrai rain kai vanjaari-aa
ਮਿਤ੍ਰਾ ਧਰਿ ਪਾਇਤਾ ਉਦਰੈ ਮਾਹਿ॥	mitraa Dhar paa-itaa udrai maahi.
ਦਸੀ ਮਾਸੀ ਮਾਨਸੁ ਕੀਆ ਵਣਜਾਰਿਆ,	dasee maasee maanas kee-aa vanjaari-aa
ਮਿਤ੍ਰਾ ਕਰਿ ਮੁਹਲਤਿ ਕਰਮ ਕਮਾਹਿ॥	mitraa kar muhlat karam kamaahi.
ਮੁਹਲਤਿ ਕਰਿ ਦੀਨੀ ਕਰਮ ਕਮਾਣੇ,	muhlat kar deenee karam kamaanay
ਜੈਸਾ ਲਿਖਤੁ ਧੁਰਿ ਪਾਇਆ॥	jaisaa likhat Dhur paa-i-aa.
ਮਾਤ ਪਿਤਾ ਭਾਈ ਸੁਤ ਬਨਿਤਾ,	maat pitaa bhaa-ee sut banitaa
ਤਿਨ ਭੀਤਰਿ ਪ੍ਰਭੂ ਸੰਜੋਇਆ॥	tin bheetar parabhoo sanjo-i-aa.
ਕਰਮ ਸੁਕਰਮ ਕਰਾਏ ਆਪੇ,	karam sukaram karaa-ay aapay
ਇਸੁ ਜੰਤੈ ਵਸਿ ਕਿਛੁ ਨਾਹਿ॥	is jantai vas kichh naahi.
ਕਹੁ ਨਾਨਕ ਪ੍ਰਾਣੀ ਪਹਿਲੈ ਪਹਰੈ,	kaho naanak paraanee pahilai pahrai
ਧਰਿ ਪਾਇਤਾ ਉਦਰੈ ਮਾਹਿ॥੧॥	Dhar paa-itaa udrai maahi. ‖1‖

ਪਹਿਲੇ ਪਹਰੇ ਮਾਤਾ ਦੀ ਕੁੱਖ ਵਿੱਚ ਆਤਮਾ ਨੂੰ ਮਾਨਸ ਤਨ, ਜੀਵਨ, ਮਿਥਿਆ ਸਮਾਂ ਧਰਤੀ ਤੇ ਚੰਗੇ ਕੰਮ ਕਰਨ ਲਈ ਬਖਸ਼ਦਾ । ਮਾਨਸ ਜਨਮ ਦਾ ਮੰਤਵ ਸ਼ਬਦ ਰੂਪ ਵਿੱਚ ਬਖਸ਼ਦਾ ਹੈ । ਪਿਛਲੇ ਜਨਮ ਦੇ ਕੰਮਾਂ ਦੇ ਫਲ, ਮਾਤਾ, ਪਿਤਾ, ਭੈਣ, ਭਾਈ, ਪਤਨੀ ਮਿੱਤਰ ਦਾ ਸਾਥ ਬਖਸ਼ਦਾ ਹੈ । ਉਹ ਆਪ ਹੀ ਚੰਗੇ ਅਤੇ ਮੰਦੇ ਕੰਮ ਕਰਵਾਉਂਦਾ ਹੈ, ਜੀਵ ਦੇ ਵੱਸ ਵਿੱਚ ਕੁਝ ਨਹੀਂ ਹੈ ।

In the first stage! His soul has been blessed with human mother; predetermined time on earth to perform good deeds. He prewrites his destiny as a unique His Word, purpose of his human life opportunity. He may be blessed the association of worldly mother, father, brothers, sisters, spouse, and friends. The world remains dominated with two rival powers; Shiv and Shakti! The True Master inspires his soul to pick one path; path of His Word, Shiv or path of worldly wealth, Shakti. He prevails in his deeds to be successful. The everlasting echo of His Word remains resonating within; His Word remains alerting risk on his selected path. His creation may not have any control on the function of his deeds in worldly life.

ਦੂਜੈ ਪਹਰੈ ਰੈਣਿ ਕੈ ਵਣਜਾਰਿਆ,	doojai pahrai rain kai vanjaari-aa
ਮਿਤ੍ਰਾ ਭਰਿ ਜੁਆਨੀ ਲਹਰੀ ਦੇਇ॥	mitraa bhar ju-aanee lahree day-ay.
ਬੁਰਾ ਭਲਾ ਨ ਪਛਾਣਈ ਵਣਜਾਰਿਆ,	buraa bhalaa na pachhaan-ee vanjaari-aa
ਮਿਤ੍ਰਾ ਮਨੁ ਮਤਾ ਅਹੰਮੇਇ॥	mitraa man mataa ahamay-ay.
ਬੁਰਾ ਭਲਾ ਨ ਪਛਾਣੈ ਪ੍ਰਾਣੀ,	buraa bhalaa na pachhaanai paraanee
ਆਗੈ ਪੰਥੁ ਕਰਾਰਾ॥	aagai panth karaaraa.
ਪੂਰਾ ਸਤਿਗੁਰੁ ਕਬਹੂੰ ਨ ਸੇਵਿਆ,	pooraa saT`gur kabahooN na sayvi-aa
ਸਿਰਿ ਠਾਢੇ ਜਮ ਜੰਦਾਰਾ॥	sir thaadhay jam jandaaraa.
ਧਰਮ ਰਾਇ ਜਬ ਪਕਰਸਿ ਬਵਰੇ,	dharam raa-ay jab pakras bavray
ਤਬ ਕਿਆ ਜਬਾਬੁ ਕਰੇਇ॥	tab ki-aa jabaab karay-i.
ਕਹੁ ਨਾਨਕ ਦੂਜੈ ਪਹਰੈ ਪ੍ਰਾਣੀ,	Kaho naanak doojai pahrai paraanee
ਭਰਿ ਜੋਬਨੁ ਲਹਰੀ ਦੇਇ॥੨॥	bhar joban lahree day-ay. ||2||

ਦੂਜੇ ਪਹਰੇ ਜਵਾਨੀ ਦਾ ਨਸਾ ਕਾਬੂ ਪਾ ਲੈਂਦਾ ਹੈ । ਚੰਗੇ ਮੰਦੇ ਦੀ ਪਛਾਣ ਨਹੀਂ ਰਹਿੰਦੀ, ਆਪਣੀ ਮਰਜ਼ੀ ਤੇ ਸਵਾਰ ਰਹਿੰਦਾ ਹੈ, ਅਗਲਾ ਰਸਤਾ ਬੁਹਤ ਖਤਰਨਾਕ ਹੋ ਜਾਂਦਾ ਹੈ । ਜਿਹੜਾ ਬੁਰੇ ਕੰਮਾਂ ਕਰਦਾ ਹੈ, ਜਮਦੂਤ ਦੇ ਘੇਰੇ ਵਿੱਚ ਰਹਿੰਦਾ ਹੈ । ਉਹ ਅਟਲ ਮਾਲਕ ਦਾ ਸਿਮਰਨ, ਚੰਗੇ ਕੰਮ ਨਹੀਂ ਕਰਦਾ । ਮੌਤ ਪਿਛੋਂ ਕੀ ਜਵਾਬ ਦੇਵੇਂਗਾ? ਉਹ ਸਮਾਂ ਜਵਾਨੀ ਦੀ ਮਸਤੀ ਵਿੱਚ ਹੀ ਗਵਾ ਲੈਂਦਾ ਹੈ ।

In the second stage! He remains intoxicated with glamor of his youth. He may not distinguish the difference good or evil deeds. Whosoever may pick the path of worldly wealth, his desires; his next path may become miserable. Self-mind, evil doer may become a victim of sweet poison of worldly wealth, and captured by devil of death. What may he answer for his worldly deeds, accomplishment to satisfy purpose of his human life? He has wasted, the second stage of his human life.

ਤੀਜੈ ਪਹਰੈ ਰੈਣਿ ਕੈ ਵਣਜਾਰਿਆ,	teejai pahrai rain kai vanjaari-aa
ਮਿਤ੍ਰਾ ਬਿਖੁ ਸੰਚੈ ਅੰਧੁ ਅਗਿਆਨੁ॥	mitraa bikh sanchai anDh agi-aan.
ਪੁਤ੍ਰਿ ਕਲਤ੍ਰਿ ਮੋਹਿ ਲਪਟਿਆ ਵਣਜਾਰਿਆ,	putir kaltir mohi lapti-aa vanjaari-aa
ਮਿਤ੍ਰਾ ਅੰਤਰਿ ਲਹਰਿ ਲੋਭਾਨੁ॥	mitraa antar lahar lobhaan.
ਅੰਤਰਿ ਲਹਰਿ ਲੋਭਾਨੁ ਪਰਾਨੀ,	antar lahar lobhaan paraanee
ਸੋ ਪ੍ਰਭੁ ਚਿਤਿ ਨ ਆਵੈ॥	so parabh chit na aavai.
ਸਾਧਸੰਗਤਿ ਸਿਉ ਸੰਗੁ ਨ ਕੀਆ,	saaDhsangat si-o sang na kee-aa
ਬਹੁ ਜੋਨੀ ਦੁਖੁ ਪਾਵੈ॥	baho jonee dukh paavai.
ਸਿਰਜਨਹਾਰੁ ਵਿਸਾਰਿਆ ਸੁਆਮੀ	sirjanhaar visaari-aa su-aamee
ਇਕ ਨਿਮਖ ਨ ਲਗੋ ਧਿਆਨੁ॥	ik nimakh na lago Dhi-aan.
ਕਹੁ ਨਾਨਕ ਪ੍ਰਾਣੀ ਤੀਜੈ ਪਹਰੈ,	kaho naanak paraanee teejai pahrai
ਬਿਖੁ ਸੰਚੇ ਅੰਧੁ ਅਗਿਆਨੁ॥੩॥	bikh sanchay anDh agi-aan. ||3||

ਤੀਜੇ ਪਹਰੇ ਜੀਵ ਅਗਿਆਨਤਾ ਵਿੱਚ ਸੰਸਾਰਕ ਮਾਇਆ ਰੂਪੀ ਜ਼ਹਿਰ ਇਕੱਠਾ ਕਰਦਾ ਰਹਿਦਾ ਹੈ । ਸੰਸਾਰਕ ਸਬੰਧਾਂ ਨਾਲ ਮੋਹ ਇਤਨਾ ਗੰਭੀਰ ਕਰ ਲੈਂਦਾ ਹੈ, ਮਨ ਵਿਚੋਂ ਪ੍ਰਭ ਨੂੰ ਭੁਲਾ ਲੈਂਦਾ ਹੈ । ਉਹ ਪ੍ਰਭ ਦੇ ਸ਼ਬਦ ਦਾ ਸਿਮਰਨ ਨਹੀ ਕਰਦਾ, ਸੰਤ ਰੂਪ ਜੀਵ ਦੀ ਸੰਗਤ ਕਰਕੇ ਆਪਣਾ ਜੀਵਨ ਨਹੀਂ ਢਾਲਦਾ । ਉਹ ਆਪਣੇ ਵਾਸਤੇ ਦੁਖ ਇਕੱਠਾ ਕਰਦਾ, ਦੁਖ ਪਾਉਂਦਾ ਹੈ । ਉਸ ਦਾ ਸਮਾਂ ਅਗਿਆਨਤਾ ਵਿੱਚ ਹੀ ਬਤੀਤ ਕਰਦਾ ਹੈ ।

In the third stage! He remains ignorant from the right path and remains intoxicated collecting sweet poison of worldly wealth, possessions. His attachment and love with the worldly possessions may become so intense; he may forget the true purpose of life nor associates with His true devotee, adopts his life experience the teachings in his day-to-day life. He may only harvest miseries and sufferings. He has wasted his third stage in ignorance from the right path.

ਚਉਥੈ ਪਹਰੈ ਰੈਣਿ ਕੈ ਵਣਜਾਰਿਆ,	cha-uthai pahrai rain kai vanjaari-aa
ਮਿਤ੍ਰਾ ਦਿਨੁ ਨੇੜੈ ਆਇਆ ਸੋਇ॥	mitraa din nayrhai aa-i-aa so-ay.
ਗੁਰਮੁਖਿ ਨਾਮੁ ਸਮਾਲਿ ਤੂੰ ਵਣਜਾਰਿਆ,	gurmukh Naam samaal tooN vanjaari-aa
ਮਿਤ੍ਰਾ ਤੇਰਾ ਦਰਗਹ ਬੇਲੀ ਹੋਇ॥	mitraa tayraa dargeh baylee ho-ay.
ਗੁਰਮੁਖਿ ਨਾਮੁ ਸਮਾਲਿ ਪਰਾਣੀ,	gurmukh Naam samaal paraanee
ਅੰਤੇ ਹੋਇ ਸਖਾਈ॥	antay ho-ay sakhaa-ee.
ਇਹੁ ਮੋਹੁ ਮਾਇਆ ਤੇਰੈ ਸੰਗਿ ਨ ਚਾਲੈ,	ih moh maa-i-aa tayrai sang na chaalai
ਝੂਠੀ ਪ੍ਰੀਤਿ ਲਗਾਈ॥	jhoothee pareet lagaa-ee.
ਸਗਲੀ ਰੈਣਿ ਗੁਦਰੀ ਅੰਧਿਆਰੀ,	saglee rain gudree anDhi-aaree
ਸੇਵਿ ਸਤਿਗੁਰੁ ਚਾਨਣੁ ਹੋਇ॥	sayv saT`gur chaanan ho-ay.
ਕਹੁ ਨਾਨਕ ਪ੍ਰਾਣੀ ਚਉਥੈ ਪਹਰੈ,	kaho naanak paraanee cha-uthai pahrai
ਦਿਨੁ ਨੇੜੈ ਆਇਆ ਸੋਇ॥੪॥	din nayrhai aa-i-aa so-ay. ||4||

ਚੋਥੇਂ ਪਹਰੇ, ਮਰਨ ਦਾ ਸਮਾਂ ਨੇੜੇ ਆ ਜਾਂਦਾ ਹੈ । ਯਾਦ ਰਖੋ! ਪ੍ਰਭ ਦੇ ਸ਼ਬਦ ਦੇ ਸਿਮਰਨ ਦੀ ਕਮਾਈ ਹੀ ਆਤਮਾ ਦਾ ਸਾਥ ਜਾਣਾ ਵਾਲਾ ਧਨ ਹੈ । ਅਟਲ ਪ੍ਰਭ ਦੇ ਦਰਬਾਰ ਵਿੱਚ ਅਗਵਾਹੀ ਦੇਂਦਾ ਹੈ । ਗੁਰਮਖ ਸੰਸਾਰਕ ਧਨ, ਨਾਲ ਮੋਹ ਨਹੀਂ ਲਾਉਂਦਾ । ਉਹ ਜਾਣਦਾ ਹੈ, ਸੰਸਾਰਕ ਧਨ ਸਾਥ ਨਹੀਂ ਜਾਂਦਾ, ਇਥੇ ਹੀ ਛੱਡ ਜਾਣਾ ਹੈ । ਜਿਸ ਨੂੰ ਹਰ ਜਨ ਅਵਸਥਾ ਬਖਸ਼ਿਸ਼ ਹੋ ਜਾਂਦੀ ਹੈ, ਉਸ ਨੂੰ ਅੰਦਰੋਂ ਹੀ ਚਾਨਣ, ਅਸਲੀ ਰਸਤਾ ਬਖਸ਼ਿਸ਼ ਹੋ ਜਾਂਦਾ ਹੈ । ਉਸ ਨੂੰ ਖੇੜੇ ਦਾ ਥਾਂ ਨੇੜੇ ਦਿੱਸਦਾ ਹੈ ।

In the fourth stage! The devil of death knocks at his door. Remember! only the earnings of His Word remain true companion of his soul to support in His Court after death. His true devotee may not remain attached to worldly possessions and bonds; he may be enlightened; his worldly wealth may provide comforts in worldly life and has no significance in His Court. Whosoever may be blessed with a state of mind as His true devotee; with His mercy and grace, he may be enlightened from within; the right path of acceptance in His Court. He may visualize his permanent resting place, His Royal Palace nearby within his reach.

ਲਿਖਿਆ ਆਇਆ ਗੋਵਿੰਦ ਕਾ ਵਣਜਾਰਿਆ,	likhi-aa aa-i-aa govind kaa vanjaari-aa
ਮਿਤ੍ਰਾ ਉਠਿ ਚਲੇ ਕਮਾਣਾ ਸਾਥਿ॥	mitraa uth chalay kamaanaa saath.
ਇਕ ਰਤੀ ਬਿਲਮ ਨ ਦੇਵਨੀ ਵਣਜਾਰਿਆ,	ik ratee bilam na dayvnee vanjaari-aa
ਮਿਤ੍ਰਾ ਓਨੀ ਤਕੜੇ ਪਾਏ ਹਾਥ॥	mitraa onee Takrhay paa-ay haath.
ਲਿਖਿਆ ਆਇਆ ਪਕੜਿ ਚਲਾਇਆ,	likhi-aa aa-i-aa pakarh chalaa-i-aa
ਮਨਮੁਖ ਸਦਾ ਦੁਹੇਲੇ॥	manmukh sadaa duhaylay.
ਜਿਨੀ ਪੂਰਾ ਸਤਿਗੁਰੁ ਸੇਵਿਆ,	jinee pooraa saT`gur sayvi-aa
ਸੇ ਦਰਗਹ ਸਦਾ ਸੁਹੇਲੇ॥	say dargeh sadaa suhaylay.
ਕਰਮ ਧਰਤੀ ਸਰੀਰੁ ਜੁਗ ਅੰਤਰਿ,	karam Dhartee sareer jug antar
ਜੋ ਬੋਵੈ ਸੋ ਖਾਤਿ॥	jo bovai so khaat.
ਕਹੁ ਨਾਨਕ ਭਗਤ ਸੋਹਹਿ ਦਰਵਾਰੇ,	kaho naanak bhagat soheh darvaaray
ਮਨਮੁਖ ਸਦਾ ਭਵਾਤਿ॥੫॥੧॥4॥	manmukh sadaa bhavaat. ||5||1||4||

ਜੀਵ ਮਿਥੇ ਸਮੇਂ ਅਨੁਸਾਰ ਮੌਤ ਆਉਂਦੀ ਹੈ, ਆਪਣੇ ਸਮੇਂ ਤੋਂ ਬਦਲੀ ਨਹੀਂ ਜਾ ਸਕਦੀ । ਮਨਮੁਖ ਜੀਵ ਦਾ ਬਾਕੀ ਦਾ ਸਮਾਂ ਦੁਖ ਵਾਲਾ ਹੀ ਰਹਿੰਦਾ ਹੈ । ਜਿਹੜਾ ਪ੍ਰਭ ਦਾ ਸ਼ਬਦ ਦਾ ਸਿਮਰਨ ਕਰਦਾ ਹੈ, ਉਹ ਦਰਗਾਹ ਵਿੱਚ ਪ੍ਰਵਾਨ ਹੋ ਜਾਂਦਾ ਹੈ । ਮਾਨਸ ਜਨਮ ਸ਼ਬਦ ਦੀ ਕਮਾਈ ਕਰਨ ਵਾਸਤੇ ਬਖਸ਼ਿਸ਼ ਹੁੰਦਾ ਹੈ । ਜਿਹੜੇ ਜੀਵ ਚੰਗੇ ਕੰਮ ਕਰਦਾ, ਸ਼ਬਦ ਦਾ ਧਨ ਇਕੱਠਾ ਕਰਦਾ ਹੈ, ਉਹ ਪ੍ਰਵਾਨ ਹੋ ਜਾਂਦਾ ਹੈ । ਉਹ ਸਦਾ ਹੀ ਜਨਮ ਮਰਨ ਤੋਂ ਛੁਟ ਜਾਂਦਾ ਹੈ ।

The devil of death knocks at predetermined time, unavoidable; time of death may never be changed. Self-minded suffers rest of time in miseries continuously. Whosoever may meditate and adopts the teachings of His Word with steady and stable belief in his day-to-day life; with His mercy and grace, he may be accepted in His Court. His soul has been blessed with good deeds to collect wealth of His Word to be sanctify to become worthy of His Consideration; with His mercy and grace, his soul may be accepted in His Court; his cycle of birth and death may be eliminated forever.

187.ਸਿਰੀਰਾਗੁ ਮਹਲਾ ੪ ਘਰੁ ੨ ਛੰਤ (78-7)

੧ਓ ਸਤਿਗੁਰ ਪ੍ਰਸਾਦਿ॥	ik-oNkaar satgur parsaad.
ਮੁੰਧ ਇਆਣੀ ਪੇਈਅੜੇ,	munDh i-aanee pay-ee-arhai
ਕਿਉ ਕਰਿ ਹਰਿ ਦਰਸਨੁ ਪਿਖੈ॥	ki-o kar har darsan pikhai.
ਹਰਿ ਹਰਿ ਅਪਨੀ ਕਿਰਪਾ ਕਰੇ,	har har apnee kirpaa karay
ਗੁਰਮੁਖਿ ਸਾਹੁਰੜੈ ਕੰਮ ਸਿਖੈ॥	gurmukh saahurrhai kamm sikhai.
ਸਾਹੁਰੜੈ ਕੰਮ ਸਿਖੈ ਗੁਰਮੁਖਿ,	saahurrhai kamm sikhai gurmukh
ਹਰਿ ਹਰਿ ਸਦਾ ਧਿਆਏ॥	har har sadaa Dhi-aa-ay.
ਸਹੀਆ ਵਿਚਿ ਫਿਰੈ ਸੁਹੇਲੀ,	sahee-aa vich firai suhaylee
ਹਰਿ ਦਰਗਹ ਬਾਹ ਲੁਡਾਏ॥	har dargeh baah ludaa-ay.
ਲੇਖਾ ਧਰਮ ਰਾਇ ਕੀ ਬਾਕੀ,	laykhaa Dharam raa-ay kee baakee
ਜਪਿ ਹਰਿ ਹਰਿ ਨਾਮੁ ਕਿਰਖੈ॥	jap har har naam kirkhai.
ਮੁੰਧ ਇਆਣੀ ਪੇਈਅੜੇ,	munDh i-aanee pay-ee-arhai
ਗੁਰਮੁਖਿ ਹਰਿ ਦਰਸਨੁ ਦਿਖੈ॥੧॥	gurmukh har darsan dikhai. ||1||

ਜੀਵ ਦੀ ਅਣਜਾਣ ਆਤਮਾ ਸੰਸਾਰ ਵਿੱਚ ਆਪਣੇ ਸੰਸਾਰਕ ਮਾਤਾ, ਪਿਤਾ ਦੇ ਘਰ ਵਿੱਚ ਰਹਿੰਦੀ ਹੋਈ ਨੂੰ ਪ੍ਰਭ ਦੀ ਰਹਿਮਤ ਦੀ ਨਜ਼ਰ ਕਿਵੇਂ ਪ੍ਰਾਪਤ ਕਰ ਸਕਦੀ ਹੈ? ਜਿਸ ਤੇ ਪ੍ਰਭ ਰਹਿਮਤ ਦੀ ਨਜ਼ਰ ਬਖਸ਼ਦਾ ਹੈ, ਉਸ ਦੀ ਆਤਮਾ ਸੰਸਾਰ ਵਿਚ ਰਹਿੰਦੀ ਹੋਈ, ਪ੍ਰਭ ਦੇ ਸਬਦ ਦੀ ਪਾਲਨਾ ਵਿੱਚ ਅਡੋਲ ਰਹਿੰਦੀ ਹੈ । ਸ਼ਬਦ ਦੀ ਸਿਖਿਆਂ ਅਨੁਸਾਰ ਜੀਵਨ ਬਾਤੀਤ ਕਰਦੀ ਹੈ । ਗੁਰਮਖ ਨੂੰ ਸ਼ਬਦ ਦੀ ਸੋਝੀ ਬਖਸ਼ਿਸ਼ ਹੋ ਜਾਂਦੀ ਹੈ । ਉਹ ਸ਼ਬਦ ਦੀ ਸਮਾਧੀ ਵਿਚ ਲੀਨ ਹੋ ਜਾਂਦਾ, ਸ਼ਬਦ ਦੇ ਗੀਤ ਗਾਉਂਦਾ ਹੈ । ਉਹ ਬੰਦਗੀ ਕਰਨ ਵਾਲੇ ਦੀ ਸੰਗਤ, ਵਿੱਚ ਪ੍ਰਭ ਦੇ ਦਰਬਾਰ, ਆਪਣੇ ਮਨ ਅੰਦਰ ਸੰਤੋਖ, ਅਨੰਦ, ਖੇੜ੍ਹ ਵਿਚ ਰਹਿੰਦਾ ਹੈ । ਜਿਹੜਾ ਹਰ ਵੇਲੇ ਸ਼ਬਦ ਦੀ ਪਾਲਨਾ ਕਰਦਾ ਹੈ, ਧਰਮਰਾਜ, ਪ੍ਰਭ ਦਾ ਸੇਵਕ ਉਸ ਦਾ ਲੇਖਾ ਸਾਫ, ਪੂਰਾ ਕਰ ਦੇਦਾ ਹੈ । ਉਸ ਦਾ ਜਨਮ, ਮਰਨ ਦਾ ਚੱਕਰ ਖਤਮ ਹੋ ਜਾਦਾ ਹੈ । ਉਸ ਅਣਜਾਣ ਆਤਮਾ ਨੂੰ ਸੰਸਾਰ ਵਿੱਚ ਰਹਿੰਦੇ ਹੋਏ ਹੀ ਗੁਰਮਖ ਅਵਸਥਾ ਬਖਸ਼ਿਸ਼ ਹੋ ਜਾਂਦੀ ਹੈ । ਪ੍ਰਭ ਦੇ ਦਰਬਾਰ ਵਿੱਚ ਪ੍ਰਵਾਨਗੀ ਦਾ ਰਸਤਾ ਬਖਸ਼ਿਸ਼ ਹੋ ਜਾਂਦਾ ਹੈ ।

Ignorant soul dwells in worldly life in the house of her parents. How may she be bestowed with His Blessed Vision? Whosoever may obey and adopts the teachings of His Word with steady and stable belief; with His mercy and grace, he may be blessed with the enlightenment of the essence of His Word. He may remain intoxicated in meditation and singing the glory in the void of His Word. He remains in the conjugation overwhelmed with contentment, pleasure, and blossom. Whosoever may obey the teachings of His Word with steady and stable belief in his day-to-day life; with His mercy and grace, The Righteous Judge may eliminate the account of his sins of previous lives. His cycle of birth and death may be eliminated. He may be blessed with the right path of acceptance in His Court.

ਵੀਆਹੁ ਹੋਆ ਮੇਰੇ ਬਾਬੁਲਾ,	vee-aahu ho-aa mayray babulaa
ਗੁਰਮੁਖੇ ਹਰਿ ਪਾਇਆ॥	gurmukhay har paa-i-aa.
ਅਗਿਆਨੁ ਅੰਧੇਰਾ ਕਟਿਆ,	agi-aan anDhayraa kati-aa
ਗੁਰ ਗਿਆਨੁ ਪ੍ਰਚੰਡੁ ਬਲਾਇਆ॥	gur gi-aan parchand balaa-i-aa.
ਬਲਿਆ ਗੁਰ ਗਿਆਨੁ ਅੰਧੇਰਾ ਬਿਨਸਿਆ,	bali-aa gur gi-aan anDhayraa binsi-aa
ਹਰਿ ਰਤਨੁ ਪਦਾਰਥੁ ਲਾਧਾ॥	har ratan padaarath laaDhaa.
ਹਉਮੈ ਰੋਗੁ ਗਇਆ ਦੁਖੁ ਲਾਥਾ,	ha-umai rog ga-i-aa dukh laathaa
ਆਪੁ ਆਪੈ ਗੁਰਮਤਿ ਖਾਧਾ॥	aap aapai gurmat khaaDhaa.
ਅਕਾਲ ਮੂਰਤਿ ਵਰੁ ਪਾਇਆ ਅਬਿਨਾਸੀ,	akaal moorat var paa-i-aa abhinaasee
ਨਾ ਕਦੇ ਮਰੈ ਨ ਜਾਇਆ॥	naa kaday marai na jaa-i-aa.
ਵੀਆਹੁ ਹੋਆ ਮੇਰੇ ਬਾਬੋਲਾ,	vee-aahu ho-aa mayray baabolaa
ਗੁਰਮੁਖੇ, ਹਰਿ ਪਾਇਆ॥੨॥	gurmukhay har paa-i-aa. ||2||

ਪ੍ਰਭ ਨੇ ਰਹਿਮਤ ਦੀ ਨਜ਼ਰ ਬਖਸ਼ੀ ਹੈ, ਮੇਰੀ ਸ਼ਬਦ ਦੀ ਪਾਲਣਾ ਵਿੱਚ ਲਗਨ ਲਗੀ ਹੈ । ਮੇਰਾ ਅਗਿਆਨਤਾ ਦਾ ਅੰਧੇਰਾ ਦੂਰ ਹੋ ਗਿਆ ਹੈ। ਪ੍ਰਭ ਦੀ ਰਹਿਮਤ ਨਾਲ ਸਬਦ ਦੀ ਸੋਝੀ ਬਖਸ਼ਿਸ਼ ਹੋ ਗਈ ਹੈ । ਪ੍ਰਭ ਦੇ ਸਬਦ ਦੀ ਪਾਲਨਾ ਨਾਲ ਮਨ ਦੀ ਅਗਿਆਨਤਾ, ਭਰਮਾਂ ਦਾ ਨਾਸ਼ ਹੋ ਗਿਆ ਹੈ । ਪ੍ਰਭ ਦੇ ਸਬਦ ਦੀ ਸੋਝੀ ਰੂਪੀ ਅਮੋਲਕ ਰਤਨ ਬਖਸ਼ਿਸ਼ ਹੋ ਗਿਆ ਹੈ । ਮਨ ਦਾ ਅਹੰਕਾਰ ਦੇ ਰੋਗ, ਇੱਛਾਂ ਦੀਆ ਭਟਕਣਾਂ, ਦੂਖ ਖਤਮ ਹੋ ਗਏ ਹਨ । ਸਬਦ ਦੀ ਪਾਲਨਾ ਨਾਲ ਮੇਰਾ ਆਪਾ ਖਤਮ ਹੋ ਗਿਆ, ਮੇਰੀ ਆਤਮਾ ਪ੍ਰਭ ਦੀ ਜੋਤ ਵਿਚ ਹੀ ਅਭੇਦ ਹੋ ਗਈ ਹੈ। ਮੇਰਾ ਸੰਜੋਗ ਅਕਾਰ, ਮੌਤ, ਜਨਮ, ਮਰਨ, ਨਾਸ ਹੋਣ ਤੋਂ ਰਹਿਤ ਪ੍ਰਭ ਨਾਲ ਹੋ ਗਿਆ ਹੈ। ਫਿਰ ਕਦੀ ਵਿਛੋੜਾ ਨਹੀਂ ਹੁੰਦਾ । ਮੇਰੇ ਅਸਲੀ ਮਾਲਕ ਦੀ ਰਹਿਮਤ ਨਾਲ, ਸਬਦ ਦੀ ਸੋਝੀ, ਲਗਨ ਅਡੋਲ ਹੋ ਗਈ ਹੈ।

The True Master has bestowed His Blessed Vision, I have a deep devotion to obey the teachings of His Word; my ignorance from the teachings of His Word has been eliminated. I have been enlightened with the essence of His Word; all may suspicions have been eliminated. I have been blessed with ambrosial nectar of the essence of His Word. I have conquered my ego of worldly status; all my miseries of worldly desires have been eliminated. I have surrendered may self-identity at His Sanctuary, I have been blessed with the right path of acceptance in His Court. I have been accepted in the court of beyond structure, death, cycle of reincarnation True Master. My soul may never be separated.

ਹਰਿ ਸਤਿ ਸਤੇ ਮੇਰੇ ਬਾਬੁਲਾ,	har sat satay mayray babulaa
ਹਰਿ ਜਨ ਮਿਲਿ ਜੰਞ ਸੁਹੰਦੀ॥	har jan mil janj suhandee.
ਪੇਵਕੜੈ ਹਰਿ ਜਪਿ ਸੁਹੇਲੀ,	payvkarhai har jap suhaylee
ਵਿਚਿ ਸਾਹੁਰੜੈ ਖਰੀ ਸੋਹੰਦੀ॥	vich saahurrhai kharee sohandee.
ਸਾਹੁਰੜੈ ਵਿਚਿ ਖਰੀ ਸੋਹੰਦੀ,	saahurrhai vich kharee sohandee
ਜਿਨਿ ਪੇਵਕੜੈ ਨਾਮੁ ਸਮਾਲਿਆ॥	jin payvkarhai naam samaali-aa.
ਸਭੁ ਸਫਲਿਓ ਜਨਮੁ ਤਿਨਾ ਦਾ,	sabh safli-o janam tinaa daa
ਗੁਰਮੁਖਿ ਜਿਨਾ,	gurmukh jinaa
ਮਨੁ ਜਿਣਿ ਪਾਸਾ ਢਾਲਿਆ॥	man jin paasaa dhaali-aa.
ਹਰਿ ਸੰਤ ਜਨਾ ਮਿਲਿ ਕਾਰਜੁ ਸੋਹਿਆ,	har sant janaa mil kaaraj sohi-aa
ਵਰੁ ਪਾਇਆ ਪੁਰਖੁ ਅਨੰਦੀ॥	var paa-i-aa purakh anandee.
ਹਰਿ ਸਤਿ ਸਤਿ ਮੇਰੇ ਬਾਬੋਲਾ,	har sat sat mayray baabolaa

ਹਰਿ ਜਨ ਮਿਲਿ ਜੰਞ ਸੁੋਹੰਦੀ॥੩॥ har jan mil janj sohandee. ||3||

ਪ੍ਰਭ ਹੀ ਸਭ ਤੋਂ ਪਵਿਤ੍ਰ, ਸਦਾ ਪਵਿਤ੍ਰ ਰਹਿਣ ਵਾਲਾ ਹੈ । ਜਿਹੜਾ ਬੰਦਗੀ ਕਰਨ ਵਾਲੇ ਨਾਲ ਰਲਕੇ, ਸੰਗਤ ਵਿਚ ਉਸਤਤ ਕਰਦਾ ਹੈ, ਉਸ ਦੇ ਹਰ ਪਾਸੇ ਖੇੜਾ ਵਸਣ ਲਗ ਪੈਂਦਾ ਹੈ । ਜਿਹੜਾ ਸੰਸਾਰ ਵਿਚ ਰਹਿੰਦਾ ਸ਼ਬਦ ਦੀ ਪਾਲਨਾ ਉਸਤਤ ਗਾਉਂਦਾ ਹੈ, ਉਸ ਦੇ ਮਨ ਵਿਚ ਅਨੰਦ ਰਹਿੰਦਾ ਹੈ । ਮੌਤ ਪਿਛੋਂ ਵੀ ਪ੍ਰਭ ਦੇ ਦਰਬਾਰ ਵਿੱਚ ਉਸ ਦੇ ਮਨ ਅਨੰਦ, ਖੇੜਾ ਵਸਦਾ ਹੈ । ਪ੍ਰਭ ਦੇ ਦਰਬਾਰ ਵਿਚ ਉਹ ਆਤਮਾ ਨੂੰ ਸੋਭਾ ਬਖਸ਼ਿਸ਼ ਹੋ ਜਾਂਦੀ ਹੈ । ਉਸ ਸਦਾ ਹੀ ਪ੍ਰਭ ਦਾ ਸ਼ਬਦ ਮਨ ਵਿਚ ਵਸਾਈ ਰਖਦੀ ਹੈ । ਉਸ ਦਾ ਮਾਨਸ ਜਨਮ ਸਫਲ ਹੋ ਜਾਂਦਾ ਹੈ । ਜਿਹੜਾ ਆਪਣੇ ਮਨ ਦੀਆਂ ਇੱਛਾਂ ਤੇ ਜਿੱਤ ਪਾ ਲੈਂਦਾ ਹੈ । ਉਹ ਮਾਨਸ ਜਨਮ ਦੀ ਬਾਜੀ ਤੇ ਜਿੱਤ ਪਾ ਲੈਂਦਾ ਹੈ । ਉਹ ਜੀਵ ਬੰਦਗੀ ਕਰਨ ਵਾਲੇ, ਨਿਮ੍ਰਤਾ ਵਾਲੇ ਦੀ ਸੰਗਤ ਵਿਚ ਮਿਲਕੇ ਪ੍ਰਭ ਦੇ ਸ਼ਬਦ ਦੀ ਉਸਤਤ ਗਾਉਂਦਾ ਹੈ । ਉਸ ਤੇ ਪ੍ਰਭ ਦੀ ਰਹਿਮਤ ਦੀ ਨਜ਼ਰ ਬਖਸ਼ਿਸ਼ ਹੋ ਜਾਂਦੀ ਹੈ । ਸਬਦ ਦੀ ਕਮਾਈ ਪ੍ਰਵਾਨ ਹੋ ਜਾਦੀ ਹੈ।

The True Master may be the most sanctified and always remain blemish-free. Whosoever may join the conjugation of His Holy saint and sings the glory of His Word; he may realize blossom all around. He realizes pleasure and contentment in his life and honored in His Court, after death. He may remain drenched with the teachings of His Word; his human life journey may be concluded. He may remain in the conjugation of His Holy saint and sings the glory of His Word; with His mercy and grace, his earnings of His Word may be accepted in His Court.

ਹਰਿ ਪ੍ਰਭੁ ਮੇਰੇ ਬਾਬੁਲਾ, har parabh mayray babulaa
ਹਰਿ ਦੇਵਹੁ ਦਾਨੁ ਮੈ ਦਾਜੋ॥ har dayvhu daan mai daajo.
ਹਰਿ ਕਪੜੋ ਹਰਿ ਸੋਭਾ ਦੇਵਹੁ, har kaprho har sobhaa dayvhu
ਜਿਤੁ ਸਵਰੈ ਮੇਰਾ ਕਾਜੋ॥ jit savrai mayraa kaajo.
ਹਰਿ ਹਰਿ ਭਗਤੀ ਕਾਜੁ ਸੁਹੇਲਾ, har har bhagtee kaaj suhaylaa
ਗੁਰਿ ਸਤਿਗੁਰਿ ਦਾਨੁ ਦਿਵਾਇਆ॥ gur satgur daan divaa-i-aa.
ਖੰਡਿ ਵਰਭੰਡਿ ਹਰਿ ਸੋਭਾ ਹੋਈ, khand varbhand har sobhaa ho-ee
ਇਹੁ ਦਾਨੁ ਨ ਰਲੈ ਰਲਾਇਆ॥ ih daan na ralai ralaa-i-aa.
ਹੋਰਿ ਮਨਮੁਖ ਦਾਜੁ ਜਿ ਰਖਿ ਦਿਖਾਲਹਿ, hor manmukh daaj je rakh dikhaaleh
ਸੁ ਕੂੜੁ ਅਹੰਕਾਰੁ ਕਚੁ ਪਾਜੋ॥ so koorh ahaNkaar kach paajo.
ਹਰਿ ਪ੍ਰਭ ਮੇਰੇ ਬਾਬੁਲਾ, har parabh mayray babulaa
ਹਰਿ ਦੇਵਹੁ ਦਾਨੁ ਮੈ ਦਾਜੋ॥੪॥ har dayvhu daan mai daajo. ||4||

ਮੇਰੇ ਅਸਲੀ ਮਾਲਕ ਰਹਿਮਤ ਬਖਸ਼ੋ ! ਮੈਨੂੰ ਸ਼ਬਦ ਦੀ ਦੀ ਪਾਲਣਾ ਦੀ ਲਗਨ, ਸ਼ਰਧਾ ਬਖਸ਼ੋ । ਜਿਸ ਨਾਲ ਮੇਰੇ ਮਾਨਸ ਜਨਮ ਦੇ ਸਾਰੇ ਕਾਰਜ ਸਫਲ ਹੋ ਜਾਣ । ਪ੍ਰਭ ਦੇ ਸ਼ਬਦ ਦੀ ਸ਼ਰਧਾ ਨਾਲ ਪਾਲਣਾ ਕਰਨ ਨਾਲ ਮਾਨਸ ਜਨਮ ਦਾ ਸਫਰ ਖੇੜੇ ਵਿੱਚ ਬੀਤ ਜਾਂਦਾ ਹੈ । ਪ੍ਰਭ ਦੀ ਰਹਿਮਤ ਨਾਲ ਸ਼ਬਦ ਦੀ ਸੋਝੀ, ਜਾਗਰਤੀ ਬਖਸ਼ਿਸ਼ ਹੋ ਜਾਂਦਾ ਹੈ । ਸਾਰੇ ਸੰਸਾਰ ਵਿਚ ਪ੍ਰਭ ਦੀ ਰਹਿਮਤ ਨਾਲ ਸੋਭਾ ਹੁੰਦੀ ਹੈ । ਪ੍ਰਭ ਦੀ ਰਹਿਮਤ ਦਾ ਫਲ, ਰੰਗ ਕਦੇ ਫਿੱਕਾ ਨਹੀ ਪੈਂਦਾ । ਇਸ ਦੀ ਤਲਨਾ ਹੋਰ ਕਿਸੇ ਨਾਲ ਨਹੀਂ ਕੀਤੀ ਜਾ ਸਕਦੀ । ਹੋਰ ਸਭ ਬੰਦਗੀ, ਕੇਵਲ ਦਿਖਾਵੇ ਦੀ ਹੀ ਬੰਦਗੀ ਹੁੰਦੀ ਹੈ, ਮਨ ਵਿਚ ਝੂਠਾ ਅਹੰਕਾਰ ਹੀ ਵਧਦਾ ਹੈ। ਉਸ ਦੀ ਪ੍ਰਭ ਦੇ ਦਰਬਾਰ ਵਿਚ ਕੋਈ ਮਹੱਤਤਾ ਨਹੀਂ ਹੁੰਦੀ । ਪ੍ਰਭ ਆਪ ਰਹਿਮਤ ਬਖਸ਼ਕੇ ਪ੍ਰਭ ਦੇ ਸਬਦ ਨਾਲ ਸ਼ਰਧਾ, ਪਾਲਨਾ ਨਾਲ ਹੀ ਕਰਨ ਦੀ ਲਗਨ ਬਖਸ਼ੋ !

My True Master blesses devotion to obey the teachings of Your Word. Whosoever may obey the teachings of His Word with steady and stable belief, his human life may become very pleasant and rewarding. He may be enlightened with the essence of His Word and honored in worldly life. The glory, crimson color of His Blessings may never be diminished. No worldly reward, accomplishment may be comparable with His Blessings. All other mediation may be a hypocrisy and enhance ego within. These may not have any significance in His Court for the purpose of human life journey. The True Master, blesses devotion to obey the teachings of Your Word.

ਹਰਿ ਰਾਮ ਰਾਮ ਮੇਰੇ ਬਾਬੋਲਾ,	har raam raam mayray baabolaa
ਪਿਰ ਮਿਲਿ ਧਨ ਵੇਲ ਵਧੰਦੀ॥	pir mil Dhan vayl vaDhandee.
ਹਰਿ ਜੁਗਹ ਜੁਗੋ, ਜੁਗ ਜੁਗਹ ਜੁਗੋ,	har jugah jugo jug jugah jugo sad
ਸਦ ਪੀੜੀ ਗੁਰੂ ਚਲੰਦੀ॥	peerhee guroo chalandee.
ਜੁਗਿ ਜੁਗਿ ਪੀੜੀ ਚਲੈ ਸਤਿਗੁਰ ਕੀ,	jug jug peerhee chalai satgur kee jinee
ਜਿਨੀ ਗੁਰਮੁਖਿ ਨਾਮੁ ਧਿਆਇਆ॥	gurmukh naam Dhi-aa-i-aa.
ਹਰਿ ਪੁਰਖੁ ਨ ਕਬ ਹੀ ਬਿਨਸੈ ਜਾਵੈ,	har purakh na kab hee binsai jaavai
ਨਿਤ ਦੇਵੈ ਚੜੈ ਸਵਾਇਆ॥	nit dayvai charhai savaa-i-aa.
ਨਾਨਕ ਸੰਤ ਸੰਤ ਹਰਿ ਏਕੋ ਜਪਿ,	naanak sant sant har ayko jap
ਹਰਿ ਹਰਿ ਨਾਮੁ ਸੋਹੰਦੀ॥	har har naam sohandee.
ਹਰਿ ਰਾਮ ਰਾਮ ਮੇਰੇ ਬਾਬੁਲਾ,	har raam raam mayray babulaa
ਪਿਰ ਮਿਲਿ ਧਨ ਵੇਲ ਵਧੰਦੀ॥੫॥੧॥	pir mil Dhan vayl vaDhandee. ||5||1||

ਜਿਹੜਾ ਹਰ ਥਾਂ ਵਸਣ, ਵਾਪਰਨ ਵਾਲੇ ਪ੍ਰਭ ਦੇ ਸ਼ਬਦ ਦੀ ਪਾਲਣਾ ਕਰਦਾ ਹੈ, ਉਸ ਦੇ ਮਨ ਵਿਚ ਸ਼ਬਦ ਨਾਲ ਲਗਨ ਵਧਦੀ ਰਹਿੰਦੀ ਹੈ । ਜਿਵੇ ਕੋਈ ਵੇਲ ਵਧਦੀ ਰਹਿੰਦੀ ਹੈ । ਜੁਗਾਂ ਜੁਗਾਂ ਤੋਂ ਜਿਹੜਾ ਪ੍ਰਭ ਦੇ ਸ਼ਬਦ ਦੀ ਪਾਲਣਾ ਕਰਦਾ ਹੈ । ਉਹ ਸਦਾ ਹੀ ਪ੍ਰਭ ਦੇ ਦਰਬਾਰ ਦੇ ਵਾਸੀ ਬਣ ਜਾਂਦਾ ਹੈ । ਉਸ ਦੀ ਸ਼ਬਦ ਨਾਲ ਪ੍ਰੀਤ, ਲਗਨ ਵਧਦੀ ਰਹਿੰਦੀ ਹੈ । ਉਹ ਸਦਾ ਹੀ ਸ਼ਬਦ ਦੀ ਸਮਾਧੀ ਵਿਚ ਵਸਦਾ ਹੈ । ਪ੍ਰਭ ਸਦਾ ਅਟੱਲ ਰਹਿਣ ਵਾਲਾ, ਕਦੇ ਨਾਸ ਨਹੀਂ ਹੁੰਦਾ, ਉਸ ਦੀ ਬਖਸ਼ੀ ਸ਼ਬਦ ਦੀ ਦਾਤ ਵੀ ਕਦੇ ਨਾਸ ਨਹੀਂ ਹੁੰਦੀ, ਵਧਦੀ ਰਹਿੰਦੀ ਹੈ । ਪ੍ਰਭ ਦੇ ਸ਼ਬਦ ਦੀ ਬੰਦਗੀ ਕਰਨ ਵਾਲਾ ਹਰ ਵੇਲੇ ਸ਼ਬਦ ਦੀ ਉਸਤਤ ਗਾਉਂਦਾ ਰਹਿੰਦਾ ਹੈ । ਉਸ ਦੇ ਮਨ ਵਿੱਚ ਸਦਾ ਰਹਿਣ ਵਾਲਾ ਖੇੜਾ ਬਖਸ਼ਿਸ਼ ਹੁੰਦਾ ਹੈ, ਸ਼ਬਦ ਦਾ ਨੂੰਰ ਚਮਕਦਾ ਹੈ । ਪ੍ਰਭ ਦੀਆਂ ਰਹਿਮਤਾਂ ਵਿੱਚ ਸਦਾ ਹੀ ਬਰਕਤ ਰਹਿੰਦੀ ਹੈ ।

Whosoever may meditate on the teachings of His Word, The Omnipresent True Master; with His mercy and grace, his devotion may enhance. From Ancient Ages! Whosoever may obey the teachings of His Word; with His mercy and grace, he may be blessed with permanent resting place in His Royal Palace. His devotion may be enhanced. He remains intoxicated in meditation in the void of His Word. The True Master lives forever and beyond any destruction or blemish; His Blessings may never be diminished. He may remain intoxicated in singing the glory of His Word. He remains in blossom and the eternal glow of His Holy Spirit may be shinning. His Blessings may enhance over a period.

188.ਸਿਰੀਰਾਗੁ ਮਹਲਾ ੫ ਛੰਤ॥ (79-8)

੧ੴ ਸਤਿਗੁਰ ਪ੍ਰਸਾਦਿ॥	ik-oNkaar saT`gur parsaad.
ਮਨ ਪਿਆਰਿਆ ਜੀਉ ਮਿਤ੍ਰਾ,	man pi-aari-aa jee-o mitraa
ਗੋਬਿੰਦ ਨਾਮੁ ਸਮਾਲੇ॥	gobind Naam samaalay.
ਮਨ ਪਿਆਰਿਆ ਜੀ ਮਿਤ੍ਰਾ,	man pi-aari-aa jee mitraa
ਹਰਿ ਨਿਬਹੈ ਤੇਰੈ ਨਾਲੇ॥	har nibhai tayrai naalay.
ਸੰਗਿ ਸਹਾਈ ਹਰਿ ਨਾਮੁ ਧਿਆਈ,	sang sahaa-ee har Naam Dhi-aa-ee
ਬਿਰਥਾ ਕੋਇ ਨ ਜਾਏ॥	birthaa ko-ay na jaa-ay.
ਮਨ ਚਿੰਦੇ ਸੇਈ ਫਲ ਪਾਵਹਿ,	man, chinday say-ee fal paavahi
ਚਰਣ ਕਮਲ ਚਿਤੁ ਲਾਏ॥	charan kamal chit laa-ay.
ਜਲਿ ਥਲਿ ਪੂਰਿ ਰਹਿਆ ਬਨਵਾਰੀ,	jal thal poor rahi-aa banvaaree
ਘਟਿ ਘਟਿ ਨਦਰਿ ਨਿਹਾਲੇ॥	ghat ghat nadar nihaalay.
ਨਾਨਕੁ ਸਿਖ ਦੇਇ ਮਨ ਪ੍ਰੀਤਮ,	naanak sikh day-ay man pareetam
ਸਾਧਸੰਗਿ ਭ੍ਰਮੁ ਜਾਲੇ॥੧॥	saaDhsang bharam jaalay. ||1||

ਸ੍ਰਿਸ਼ਟੀ ਦੇ ਮਾਲਕ ਦੇ ਸ਼ਬਦ ਵਿੱਚ ਧਿਆਨ ਲਾਵੋ! ਉਹ ਸਦਾ ਹੀ ਆਤਮਾ ਦੇ ਸਾਥ ਰਹਿੰਦਾ ਹੈ । ਜਿਹੜਾ ਵੀ ਪ੍ਰਭ ਦੇ ਸ਼ਬਦ ਤੇ ਭਰੋਸਾ ਅਡੋਲ ਰਖਕੇ ਸਿਮਰਨ ਕਰਦਾ ਹੈ । ਉਹ ਕਦੇ ਖਾਲੀ ਨਹੀਂ ਆਉਂਦਾ, ਉਸ ਦੇ ਮਨ ਦੀਆਂ ਮੁਰਾਦਾਂ ਪੂਰੀਆਂ ਹੋ ਜਾਂਦੀਆਂ ਹਨ । ਸ਼ਬਦ ਦਾ ਧਨ ਸਦਾ ਹੀ ਸਾਥੀ ਹੁੰਦਾ, ਆਸਰਾ ਬਣਦਾ ਹੈ । ਜਿਹੜਾ ਪ੍ਰਭ ਦੇ ਚਰਨਾਂ ਵਿੱਚ ਧਿਆਨ ਲਾਉਂਦਾ, ਸ਼ਰਣ ਵਿੱਚ ਆਪਾ ਭੇਟਾ ਕਰਦਾ ਹੈ, ਉਸ ਦੇ ਮਨ ਦੀਆਂ ਮੁਰਾਦਾਂ ਪੂਰੀਆਂ ਹੋ ਜਾਂਦੀਆਂ, ਮਨ ਖੇੜੇ ਵਿੱਚ ਵਸਣ ਲਗ ਪੈਂਦਾ ਹੈ । ਪ੍ਰਭ ਦੀ ਜੋਤ ਹਰਇਕ ਆਤਮਾ ਵਿੱਚ ਵਸਦੀ, ਹਰ ਥਾਂ, ਜਲ, ਥਲ, ਅਕਾਸ਼ ਵਿੱਚ ਹਰ ਵੇਲੇ ਹੀ ਵਾਪਰਦਾ, ਜਾਦਰਤ ਰਹਿੰਦਾ ਹੈ । । ਭਗਤਾ ਦੀ ਬਾਣੀ, ਸ਼ਬਦ ਇਹ ਹੀ ਪ੍ਰੇਰਨਾ ਕਰਦੀ, ਦਾਸਾਂ ਦੇ ਜੀਵਨ ਦੀ ਸਿਖਿਆਂ ਨਾਲ ਆਪਣਾ ਜੀਵਨ ਢਾਲਣ ਨਾਲ, ਮਨ ਦੇ ਭਰਮ ਦੂਰ ਹੋ ਜਾਂਦੇ ਹਨ ।

You should always abide by His Word, The True Master. His Word always remains as a true companion of your soul. Whosoever may obey the teachings of His Word with steady and stable belief; with His mercy and grace, he may never return empty-handed from His Palace. Earnings of His Word remains as a true companion and pillar of support of his soul. Whosoever may surrender his self-identity and remains intoxicated in meditation in the void of His Word; with His mercy and grace, all his spoken and unspoken prayers may be fully satisfied. He may remain overwhelmed with a peace and contentment in his worldly life. His Holy Spirit remains embedded within each soul, dwells within body and prevails everywhere all the time, in water, in, on and under earth, and in sky. The essence of His Word and life experience of His Holy saints may inspire, enlightens! Whosoever may adopt life experience teachings of His Holy saint in his day-to-day life; all his worldly religious suspicions may be eliminated and remains awake and alert.

ਮਨ ਪਿਆਰਿਆ ਜੀ ਮਿਤ੍ਰਾ,	man pi-aari-aa jee mitraa
ਹਰਿ ਬਿਨੁ ਝੂਠੁ ਪਸਾਰੇ॥	har bin jhooth pasaaray.
ਮਨ ਪਿਆਰਿਆ ਜੀਉ ਮਿਤ੍ਰਾ,	man pi-aari-aa jee-o mitraa
ਬਿਖੁ ਸਾਗਰੁ ਸੰਸਾਰੇ॥	bikh saagar sansaaray.
ਚਰਣ ਕਮਲ ਕਰਿ ਬੋਹਿਥੁ ਕਰਤੇ,	charan kamal kar bohith kartay
ਸਹਸਾ ਦੂਖੁ ਨ ਬਿਆਪੈ॥	sahsaa dookh na bi-aapai.
ਗੁਰੁ ਪੂਰਾ ਭੇਟੈ ਵਡਭਾਗੀ,	gur pooraa bhaytai vadbhaagee
ਆਠ ਪਹਰ ਪ੍ਰਭੁ ਜਾਪੈ॥	aath pahar parabh jaapai.
ਆਦਿ ਜੁਗਾਦੀ ਸੇਵਕ ਸੁਆਮੀ,	aad jugaadee sayvak su-aamee
ਭਗਤਾ ਨਾਮੁ ਅਧਾਰੇ॥	bhagtaa Naam aDhaaray.
ਨਾਨਕੁ ਸਿਖ ਦੇਇ ਮਨ ਪ੍ਰੀਤਮ,	naanak sikh day-ay man pareetam
ਬਿਨੁ ਹਰਿ ਝੂਠ ਪਸਾਰੇ॥੨॥	bin har jhooth pasaaray. ||2||

ਇਹ ਸੰਸਾਰ ਮਾਇਆ ਰੂਪੀ, ਜ਼ਹਿਰ, ਲਾਲਚ ਭਰੇ ਸਾਗਰ ਦੀ ਤਰ੍ਹਾਂ ਹੀ ਹੈ । ਪ੍ਰਭ ਦੇ ਸ਼ਬਦ ਤੋਂ ਬਿਨਾਂ ਹੋਰ ਸਾਰੇ ਖੇਲ ਥੋੜ੍ਹਾ ਸਮਾਂ ਅਨੰਦ ਦੇਣ ਵਾਲੇ ਹੀ ਹਨ । ਇਸ ਸੰਸਾਰ ਵਿੱਚ ਗੁਜ਼ਰਦੇ ਹੋਏ ਆਪਣਾ ਧਿਆਨ, ਪ੍ਰਭ ਦੇ ਚਰਨਾਂ ਵਿੱਚ, ਸ਼ਬਦ ਦੀ ਸਿਖਿਆਂ ਵਿੱਚ ਰਖੋ! ਇਸ ਨਾਲ ਸੰਸਾਰਕ ਇੱਛਾਂ ਰੂਪੀ ਦੁਖ, ਭਟਕਣ ਮਨ ਨੂੰ ਪਰੇਸ਼ਾਨ ਨਹੀਂ ਕਰਦੀ । ਜਿਹੜਾ ਪੂਰਨ ਗੁਰੂ, ਸ਼ਬਦ ਦੀ ਪਾਲਣਾ ਅਡੋਲ ਭਰੋਸਾ ਨਾਲ ਕਰਦਾ ਹੈ । ਉਸ ਦੇ ਮਨ ਵਿੱਚ ਕੋਈ ਭਰਮ ਭੁਲੇਖਾ ਨਹੀਂ ਰਹਿੰਦਾ । ਜੁਗਾਂ, ਜੁਗਾਂ ਤੋਂ ਭਗਤ, ਬੰਦਗੀ ਕਰਨਵਾਲੇ ਪ੍ਰਭ ਦੇ ਸ਼ਬਦ ਦਾ ਸਿਮਰਨ ਕਰਦੇ ਹਨ । ਜਿਹੜਾ ਪ੍ਰਭ ਦੇ ਸ਼ਬਦ ਨੂੰ ਜੀਵਨ ਦਾ ਸਾਧਨ, ਆਸਰਾ ਬਣਾਉਂਦਾ ਹੈ, ਪ੍ਰਭ ਆਪ ਹੀ ਸਹਾਈ ਹੁੰਦਾ ਹੈ । ਪ੍ਰਭ ਦੇ ਦਾਸਾਂ ਦੀ ਸਿਖਿਆਂ! ਸ਼ਬਦ ਦੀ ਪਾਲਣਾ ਤੋਂ ਬਿਨਾਂ ਸਾਰੇ ਧੰਦੇ ਹੀ ਝੂਠੇ, ਥੋੜ੍ਹਾ ਸਮਾਂ ਅਨੰਦ ਦੇਣ ਵਾਲੇ ਹਨ ।

World is like an ocean overflowing, overwhelming with sweet poison of worldly wealth, greed, and short-lived pleasures to victimize every creature. In worldly life, you should always adopt the teachings of His Word and humbly surrender your self-identity at His Sanctuary. Whosoever may adopt the teachings of His Word with steady and stable belief in his life; the misery of worldly desires may not frustrate his mind; all his suspicions may be eliminated. From ancient Ages! His true devotees have been meditating on the teachings of His Word with steady and stable belief. Whosoever may adopt the essence of His Word as guiding principle of his day-to-day life; the purpose of human life; The True Master remains his pillar of support in every moment of his life. All Holy Scriptures claim! Without the earnings of His Word, all worldly chores, may provide a short-lived comfort in life

ਮਨ ਪਿਆਰਿਆ ਜੀਉ ਮਿਤ੍ਰਾ,	man, pi-aari-aa jee-o mitraa
ਹਰਿ ਲਦੇ ਖੇਪ ਸਵਲੀ॥	har laday khayp savlee.
ਮਨ ਪਿਆਰਿਆ ਜੀਉ ਮਿਤ੍ਰਾ,	man pi-aari-aa jee-o mitraa
ਹਰਿ ਦਰੁ ਨਿਹਚਲੁ ਮਲੀ॥	har dar nihchal malee.
ਹਰਿ ਦਰੁ ਸੇਵੇ ਅਲਖ ਅਭੇਵੇ,	har dar sayvay alakh abhayvay
ਨਿਹਚਲੁ ਆਸਣੁ ਪਾਇਆ॥	nihchal aasan paa-i-aa.
ਤਹ ਜਨਮ ਨ ਮਰਣੁ ਨ ਆਵਣ ਜਾਣਾ,	tah janam na maran na aavan jaanaa
ਸੰਸਾ ਦੂਖੁ ਮਿਟਾਇਆ॥	sansaa dookh mitaa-i-aa.
ਚਿਤ੍ਰ ਗੁਪਤ ਕਾ ਕਾਗਦੁ ਫਾਰਿਆ,	chitar gupat kaa kaagad faari-aa
ਜਮਦੂਤਾਂ ਕਛੂ ਨ ਚਲੀ॥	jamdootaa kachhoo na chalee.
ਨਾਨਕੁ ਸਿਖ ਦੇਇ ਮਨ ਪ੍ਰੀਤਮ,	naanak sikh day-ay man pareetam
ਹਰਿ ਲਦੇ ਖੇਪ ਸਵਲੀ॥੩॥	har laday khayp savlee. ||3||

ਜੀਵ ਪ੍ਰਭ ਦੇ ਸ਼ਬਦ ਦੀ ਕਮਾਈ, ਸਦਾ ਸਾਥ ਰਹਿਣ ਵਾਲਾ, ਧਨ ਇਕੱਠਾ ਕਰੋ! ਪ੍ਰਭ ਦੀ ਰਹਿਮਤ ਨਾਲ ਦਰਬਾਰ ਵਿੱਚ ਪ੍ਰਵਾਨਗੀ ਦਾ ਅਸਲੀ ਰਸਤਾ ਬਖਸ਼ਿਸ਼ ਹੋ ਜਾਂਦਾ ਹੈ । ਜਿਹੜਾ ਨਾ ਨਾਸ ਹੋਣ ਵਾਲ ਦੇ ਦਰਵਾਜੇ ਤੇ ਖੜ੍ਹਾ ਹੁੰਦਾ ਹੈ, ਉਸ ਦੇ ਮਨ ਦੀ ਅਵਸਥਾ ਉਤਮ ਹੋ ਜਾਂਦੀ, ਜੂੰਨਾਂ ਦਾ ਚੱਕਰ ਖਤਮ ਹੋ ਜਾਂਦਾ ਹੈ । ਉਸ ਦਾ ਮਨ ਇੱਛਾਂ ਤੋਂ ਰਹਿਤ ਹੋ ਜਾਂਦਾ ਹੈ, ਫਿਰ ਜਨਮ ਮਰਨ ਵਿੱਚ ਨਹੀਂ ਜਾਣਾ ਪੈਂਦਾ । ਉਸ ਦੇ ਸ੍ਰਿਸ਼ਟੀ ਵਿੱਚ ਚੰਗੇ, ਮੰਦੇ ਕੰਮਾਂ ਦਾ ਲੇਖਾ ਖਤਮ ਹੋ ਜਾਂਦਾ ਹੈ, ਮੌਤ ਦਾ ਜਮਦੂਤ ਛੋਹ ਵੀ ਨਹੀਂ ਸਕਦਾ । ਪ੍ਰਭ ਦੇ ਦਾਸਾਂ ਦੀ ਸਿਖਿਆਂ! ਮਾਨਸ ਜਨਮ ਕੇਵਲ ਸ਼ਬਦ ਦੀ ਕਮਾਈ ਕਰਨ ਲਈ ਬਖਸ਼ਿਸ਼ ਹੋਇਆ ਹੈ!

You should always collect the earnings of His Word, a true companion of your soul, even stands witness in His Court after death; with His mercy and grace, the right path of acceptance in His Court may be blessed. Whosoever may stand with patience, contented at the door of indestructible The True Master. He may be blessed with supreme state of mind, beyond the reach of worldly desires. His cycle of birth and death may be eliminated; he may never to enter the womb of a mother. All his sins of previous lives may be forgiven. His Holy saints inspires! Human life opportunity has been blessed to earn the wealth of His Word, sanctify soul to become worthy of His Consideration.

ਮਨ ਪਿਆਰਿਆ ਜੀਉ ਮਿਤ੍ਰਾ,	man pi-aari-aa jee-o mitraa
ਕਰਿ ਸੰਤਾ ਸੰਗਿ ਨਿਵਾਸੋ॥	kar santaa sang nivaaso.
ਮਨ ਪਿਆਰਿਆ ਜੀਉ ਮਿਤ੍ਰਾ,	man pi-aari-aa jee-o mitraa
ਹਰਿ ਨਾਮੁ ਜਪਤ ਪਰਗਾਸੋ॥	har Naam japat pargaaso.
ਸਿਮਰਿ ਸੁਆਮੀ ਸੁਖਹ ਗਾਮੀ,	simar su-aamee sukhah gaamee
ਇਛ ਸਗਲੀ ਪੁੰਨੀਆ॥	ichh saglee punnee-aa.
ਪੁਰਬੇ ਕਮਾਏ ਸ੍ਰੀਰੰਗ ਪਾਏ,	purbay kamaa-ay sareerang paa-ay
ਹਰਿ ਮਿਲੇ ਚਿਰੀ ਵਿਛੁੰਨਿਆ॥	har milay chiree vichhunni-aa.
ਅੰਤਰਿ ਬਾਹਰਿ ਸਰਬਤਿ ਰਵਿਆ,	antar baahar sarbat ravi-aa man upji-aa
ਮਨਿ ਉਪਜਿਆ ਬਿਸੁਆਸੋ॥	bisu-aaso.
ਨਾਨਕੁ ਸਿਖ ਦੇਇ ਮਨ ਪ੍ਰੀਤਮ,	naanak sikh day-ay man pareetam

ਕਰਿ ਸੰਤਾ ਸੰਗਿ ਨਿਵਾਸੋ ॥੪॥ kar santaa sang nivaaso. ||4||

ਜੀਵ ਬੰਦਗੀ ਕਰਨਵਾਲੇ ਦੀ ਸੰਗਤ ਕਰਕੇ, ਉਸ ਦੇ ਜੀਵਨ ਦੀ ਸਿਖਿਆਂ ਨਾਲ ਆਪਣਾ ਜੀਵਨ ਢਾਲੋ! ਜਿਹੜਾ ਸ਼ਬਦ ਦੀ ਸਿਖਿਆਂ ਨਾਲ ਜੀਵਨ ਢਾਲਦਾ ਹੈ, ਉਸ ਦੇ ਮਨ ਵਿੱਚ ਪ੍ਰਭ ਦੀ ਜੋਤ ਜਾਗਰਤ ਹੋ ਜਾਂਦੀ ਹੈ । ਉਸ ਦੇ ਮਨ ਦੀਆਂ ਇੱਛਾਂ ਹੀ ਪ੍ਰਭ ਦੇ ਸ਼ਬਦ ਦੀ ਪਾਲਣਾ ਬਣ ਜਾਂਦੀਆਂ, ਸਭ ਸੰਸਾਰਕ ਇੱਛਾਂ ਖਤਮ ਹੋ ਜਾਂਦੀਆਂ ਹਨ । ਪਿਛਲੇ ਜਨਮ ਦੇ ਕੀਤੇ ਚੰਗੇ ਕੰਮਾਂ ਨਾਲ ਹੀ ਮਨ ਪ੍ਰਭ ਦੇ ਸ਼ਬਦ ਦੀ ਪਾਲਣਾ ਵਿੱਚ ਲਗਦਾ ਹੈ । ਚਿਰਾ ਤੋਂ ਵਿਛੜੀ ਆਤਮਾ ਨੂੰ ਪ੍ਰਵਾਨਗੀ ਦਾ ਅਸਲੀ ਰਸਤਾ ਬਖਸ਼ਿਸ਼ ਹੋ ਜਾਂਦਾ ਹੈ । ਸ਼ਬਦ ਦੀ ਪਾਲਣਾ ਤੇ ਅਡੋਲ ਰਹਿਣ ਨਾਲ ਆਤਮਾ ਪ੍ਰਭ ਦੀ ਜੋਤ ਵਿੱਚ ਅਲੋਪ ਹੋ ਜਾਂਦੀ ਹੈ । ਪ੍ਰਭ ਦੇ ਦਾਸਾਂ ਦੀ ਸਿਖਿਆਂ! ਬੰਦਗੀ ਕਰਨਵਾਲੇ ਦੇ ਜੀਵਨ, ਆਪਣੇ ਜੀਵਨ ਦੇ ਆਧਰ ਬਣਾਵੋ!

You should always join the congregation of His true devotee and adopt his life teachings in your own life. Whosoever may adopt the teachings of His Word with steady and stable belief; with His mercy and grace, he may be enlightened from within. He may be left one desire within his mind to obey the teachings of His Word; all worldly desires may be eliminated. Whosoever may have a great prewritten destiny, only he may be blessed with devotion to obey the teachings of His Word. His soul separated from long times may be blessed with the right path of salvation; with His mercy and grace, his soul may be absorbed within His Holy Spirit. His true devotee inspires! You should always adopt the teachings of His Word as the guiding principle of your life.

ਮਨ ਪਿਆਰਿਆ ਜੀਉ ਮਿਤ੍ਰਾ,	man pi-aari-aa jee-o mitraa
ਹਰਿ ਪ੍ਰੇਮ ਭਗਤਿ ਮਨੁ ਲੀਨਾ॥	har paraym bhagat man leenaa.
ਮਨ ਪਿਆਰਿਆ ਜੀਉ ਮਿਤ੍ਰਾ,	man pi-aari-aa jee-o mitraa
ਹਰਿ ਜਲ ਮਿਲਿ ਜੀਵੇ ਮੀਨਾ॥	har jal mil jeevay meenaa.
ਹਰਿ ਪੀ ਆਘਾਨੇ ਅੰਮ੍ਰਿਤ ਬਾਨੇ,	har pee aaghaanay amrit baanay
ਸ੍ਰਬ ਸੁਖਾ ਮਨ ਵੁਠੇ॥	sarab sukhaa man vuthay.
ਸ੍ਰੀਧਰ ਪਾਏ ਮੰਗਲ ਗਾਏ,	sareeDhar paa-ay mangal gaa-ay
ਇਛ ਪੁੰਨੀ ਸਤਿਗੁਰ ਤੁਠੇ॥	ichh punnee saT`gur tuthay.
ਲੜਿ ਲੀਨੇ ਲਾਏ ਨਉ ਨਿਧਿ ਪਾਏ,	larh leenay laa-ay na-o niDh paa-ay
ਨਾਉ ਸਰਬਸੁ ਠਾਕੁਰਿ ਦੀਨਾ॥	naa-o sarbas thaakur deenaa.
ਨਾਨਕ ਸਿਖ ਸੰਤ ਸਮਝਾਈ,	naanak sikh sant samjhaa-ee
ਹਰਿ ਪ੍ਰੇਮ ਭਗਤਿ ਮਨੁ ਲੀਨਾ॥੫॥੧॥੨॥	har paraym bhagat man leenaa. ||5||1||2||

ਮਨ ਆਪਣੀ ਲਗਨ, ਪ੍ਰਭ ਦੇ ਸ਼ਬਦ ਦੀ ਪਾਲਣਾ ਵਿੱਚ ਲਾਵੋ, ਸ਼ਬਦ ਦੀ ਸਮਾਧੀ ਵਿੱਚ ਵਸੋ! ਆਪਣੇ ਮਨ ਦੀ ਅਵਸਥਾ, ਉਸ ਮੱਛੀ ਵਰਗੀ ਬਣਾਵੋ! ਜਿਵੇਂ ਮੱਛੀ ਪਾਣੀ ਤੋਂ ਬਿਨਾਂ ਜੀਵਤ ਨਹੀਂ ਰਹਿੰਦੀ, ਤੇਰਾ ਮਨ ਸ਼ਬਦ ਦੀ ਪਾਲਣਾ ਤੋਂ ਬਿਨਾਂ ਮੁਰਦੇ ਦੀ ਤਰ੍ਹਾਂ ਹੀ ਸਮਝੇ । ਪ੍ਰਭ ਦੇ ਸ਼ਬਦ ਦੀ ਪਾਲਣਾ ਰੂਪੀ ਅੰਮ੍ਰਿਤ ਨਾਲ ਮਨ ਵਿੱਚ ਧੀਰਜ, ਸੰਤੋਖ, ਆਪਣੇ ਅੰਦਰੋਂ ਹੀ ਜਾਗਰਤ ਹੋ ਜਾਵੇ । ਪ੍ਰਭ ਆਪ ਹੀ ਰਹਿਮਤ ਬਖਸ਼ਦਾ ਮਨ ਦੀ ਅਵਸਥਾ ਬਦਲ ਜਾਂਦੀ, ਸ਼ਬਦ ਦੀ ਸੋਝੀ, ਗਿਆਨ ਦੇ ਨੌ ਖਜ਼ਾਨੇਂ ਬਖਸ਼ਦਾ ਹੈ । ਪ੍ਰਭ ਆਪਣੇ ਸ਼ਬਦ ਦੀ ਸੋਝੀ, ਸ਼ਰਣ ਵਿੱਚ ਪਨਾਹ ਬਖਸ਼ਦਾ ਹੈ । ਉਸ ਦਾ ਸ਼ਬਦ ਹੀ ਆਤਮਾ ਦਾ ਅਸਲੀ ਮਨੋਰਥ ਹੁੰਦਾ ਹੈ । ਪ੍ਰਭ ਦੇ ਦਾਸਾਂ ਸਿਖਿਆਂ! ਪ੍ਰਭ ਦੇ ਬਖਸ਼ੇ ਤੇ ਸੰਤੋਖ ਨਾਲ ਸ਼ਬਦ ਦੀ ਪਾਲਣਾ ਕਰੋ!

You should always concentrate and remain intoxicated in meditating in the void of His Word. You should transform your state of mind like a fish, who may not survive without water; any time you may forget His Word, you may feel, life may not be worth living. Whosoever may obey the teachings of His Word with steady and stable belief; with His mercy and grace, he may be blessed with contentment, patience and with His Blessings. He may be blessed with nine treasures of enlightenment and acceptance in His

Sanctuary; his state of mind may be transformed. The Merciful True Master may bless the soul with enlightenment of the essence of His Word and acceptance in His Sanctuary. The teachings of His Word may become the real purpose of his human life. His true devotee inspires! You should obey the teachings of His Word with patience and contentment.

189.ਸਿਰੀਰਾਗ ਕੇ ਛੰਤ ਮਹਲਾ ੫॥ ਡਖਣਾ॥ (80-7)

੧ਓ ਸਤਿਗੁਰ ਪ੍ਰਸਾਦਿ॥	ik-oNkaar saT`gur parsaad.
ਹਠ ਮਝਾਹੂ ਮਾ ਪਿਰੀ,	hath majhaahoo maa
ਪਸੇ ਕਿਉ ਦੀਦਾਰ॥	piree pasay ki-o deedaar.
ਸੰਤ ਸਰਣਾਈ ਲਭਣੇ,	sant sarnaa-ee labh-nay
ਨਾਨਕ ਪ੍ਰਾਣ ਅਧਾਰ॥੧॥	naanak paraan aDhaar. ||1||

ਪ੍ਰਭ ਮੇਰੇ ਮਨ ਵਿੱਚ ਡੂੰਘਾ ਵਸਦਾ ਹੈ, ਮੈਂ ਪ੍ਰਭ ਦੇ ਦਰਸ਼ਨ ਕਿਵੇਂ ਕਰ ਸਕਾ? ਜਿਹੜਾ ਬੰਦਗੀ ਕਰਨਵਾਲੇ ਸੰਤ ਦੀ ਸ਼ਰਣ ਵਿੱਚ ਵਸਦਾ, ਆਪਣਾ ਜੀਵਨ ਉਸ ਦੇ ਜੀਵਨ ਦੇ ਅਧਾਰ ਤੇ ਢਾਲਦਾ ਹੈ, ਉਹ ਸਵਾਸਾਂ ਦੇ ਮਾਲਕ ਦੀ ਹੋਂਦ ਮਹਿਸੂਸ ਕਰ ਲੈਂਦਾ ਹੈ ।

The True Master, His Holy Spirit remain embedded within each soul! How may I visualize, realize His Existence prevailing everywhere? Whosoever may join the conjugation of His Holy saint and adopts his life experience teachings within his day-to-day life; with His mercy and grace, he may visualize, realize the existence of The True Master.

ਛੰਤੁ॥ (80-9)

ਚਰਨ ਕਮਲ ਸਿਉ ਪ੍ਰੀਤਿ ਰੀਤਿ,	charan kamal si-o pareet reet
ਸੰਤਨ ਮਨਿ ਆਵਏ ਜੀਉ॥	santan man aav-ay jee-o.
ਦੁਤੀਆ ਭਾਉ ਬਿਪਰੀਤਿ,	dutee-aa bhaa-o bipreet
ਅਨੀਤਿ ਦਾਸਾ ਨਹ ਭਾਵਏ ਜੀਉ॥	aneet daasaa nah bhaav-ay jee-o.
ਦਾਸਾ ਨਹ ਭਾਵਏ ਬਿਨੁ ਦਰਸਾਵਏ,	daasaa nah bhaav-ay bin darsaav-ay
ਇਕ ਖਿਨੁ ਧੀਰਜੁ ਕਿਉ ਕਰੇ॥	ik khin Dheeraj ki-o karai.
ਨਾਮ ਬਿਹੂਨਾ ਤਨੁ ਮਨੁ ਹੀਨਾ,	naam bihoonaa tan man heenaa
ਜਲ ਬਿਨੁ ਮਛੁਲੀ ਜਿਉ ਮਰੇ॥	jal bin machhulee ji-o marai.
ਮਿਲੁ ਮੇਰੇ ਪਿਆਰੇ ਪ੍ਰਾਨ ਅਧਾਰੇ	mil mayray pi-aaray paraan aDhaaray
ਗੁਣ ਸਾਧਸੰਗਿ ਮਿਲਿ ਗਾਵਏ॥	gun saaDhsang mil gaav-ay.
ਨਾਨਕ ਕੇ ਸੁਆਮੀ ਧਾਰਿ ਅਨੁਗ੍ਰਹੁ	naanak kay su-aamee Dhaar anoograhu
ਮਨਿ ਤਨਿ ਅੰਕਿ ਸਮਾਵਏ॥੧॥	man, tan ank samaav-ay. ||1||

ਜਿਹੜਾ ਸ਼ਬਦ ਨਾਲ ਜੀਵਨ ਢਾਲਦਾ ਹੈ, ਉਸ ਦਾ ਮਨ ਸ਼ਬਦ ਦੀ ਸ਼ਰਣ ਵਿੱਚ ਆਪ ਭੇਟਾ ਕਰ ਦੇਂਦਾ ਹੈ । ਬੰਦਗੀ ਕਰਨਵਾਲੇ ਦੇ ਮਨ ਵਿੱਚ ਪ੍ਰਭ ਦੀ ਜੋਤ ਜਾਗਰਤ ਹੋ ਜਾਂਦੀ ਹੈ । ਉਸ ਦੇ ਮਨ ਵਿੱਚ ਬੁਰੇ ਖਿਆਲ, ਲਾਲਚ, ਨਿੰਦਿਆਂ ਵਰਗੀਆਂ ਆਦਤਾਂ ਨਹੀਂ ਪੈਂਦੀਆਂ, ਭੁਲੇਖੇ ਦੂਰ ਹੋ ਜਾਂਦੇ ਹਨ । ਦਾਸ ਨੂੰ ਸ਼ਬਦ ਦੀ ਸੋਝੀ ਰੂਪੀ ਦਰਸ਼ਨ ਤੋਂ ਬਿਨਾਂ ਹੋਰ ਕੁਝ ਵੀ ਮਨ ਨੂੰ ਭਾਉਂਦਾ ਨਹੀਂ । ਸ਼ਬਦ ਦੀ ਸੋਝੀ ਤੋਂ ਬਿਨਾਂ ਕਿਵੇਂ ਇਕ ਪਲ ਵੀ ਮਨ ਵਿੱਚ ਸੰਤੋਖ, ਸ਼ਾਂਤੀ ਮਹਿਸੂਸ ਕਰ ਸਕਦਾ ਹੈ? ਉਸ ਦਾ ਮਨ ਪ੍ਰਭ ਦੇ ਸ਼ਬਦ ਦੇ ਸਿਮਰਨ ਤੋਂ ਬਿਨਾਂ ਪਰੇਸ਼ਨ ਹੁੰਦਾ ਹੈ, ਜਿਵੇਂ ਮੱਛੀ ਪਾਣੀ ਤੋਂ ਬਿਨਾਂ ਭਟਕਦੀ ਹੈ । ਸਵਾਸਾਂ ਦੇ ਮਾਲਕ ਰਹਿਮਤ ਬਖਸ਼ੋ! ਮੈਂ ਸੰਤਾਂ ਦੀ ਸੰਗਤ ਵਿੱਚ ਸ਼ਬਦ ਦਾ ਸਿਮਰਨ, ਗੁਣ ਗਾਉਂਦਾ, ਤੇਰੇ ਸ਼ਬਦ ਦੀ ਸਮਾਧੀ ਵਿੱਚ ਵਸਣ ਲਗ ਪਵੇ!

Whosoever may adopt the teachings of His Word wholeheartedly, he may surrender his self-identity at His Sanctuary. He may be blessed with the enlightenment of the essence of His Word and remains awake and alert. He may not have evil thoughts within his mind nor bad habits like greed, slandering, or hurting others; all his suspicions may be eliminated. His state of mind may be transformed such a way, he may remain in peace and contented with the essence of His Word. His true devotee may be blessed with the state of mind that accept His Word and nothing else appeases his mind or makes him happy. How may he realize a peace and harmony; without obeying the teachings of His Word? His state of mind may remain miserable like a fish without water, without the enlightenment of the essence of His Word. The True Master, Trustee on my breathes bestows Your Blessed Vision, I may join the conjugation of His Holy saint sings the glory Your Word and remain intoxicated in the medication in the void of His Word.

190.ਸਿਰੀਰਾਗ ਕੇ ਛੰਤ ਮਹਲਾ ੫॥ ਡਖਣਾ॥ (80-13)

ਸੋਹੰਦੜੋ ਹਭ ਠਾਇ,	sohandarho habh thaa-ay
ਕੋਇ ਨ ਦਿਸੈ ਡੂਜੜੋ॥	ko-ay na disai doojrho.
ਖੁਲ੍ਹ੍ੜੇ ਕਪਾਟ, ਨਾਨਕ,	khulHrhay kapaat naanak
ਸਤਿਗੁਰ ਭੇਟਤੇ ॥੧॥	saT`gur bhayttay. ||1||

ਪ੍ਰਭ ਹਰ ਥਾਂ ਤੇ ਸ਼ਾਨ ਨਾਲ, ਖੇੜੇ ਵਿੱਚ ਵਸਦਾ ਹੈ । ਪ੍ਰਭ ਦੇ ਸ਼ਬਦ ਦੀ ਤੋਂ ਬਿਨਾਂ ਮੇਰਾ ਮਨ ਹੋਰ ਕੁਝ ਨਹੀਂ ਦੇਖਦਾ । ਜਿਹੜਾ ਪ੍ਰਭ ਦੇ ਸ਼ਬਦ ਨਾਲ ਜੀਵਨ ਢਾਲਦਾ ਹੈ, ਉਸ ਨੂੰ ਪ੍ਰਵਾਨਗੀ ਦਾ ਰਸਤਾ ਬਖਸ਼ਿਸ਼ ਹੋ ਸਕਦਾ ਹੈ, ਉਸ ਲਈ ਦਰਬਾਰ ਦਾ ਦਰਵਾਜਾ ਖੁੱਲ੍ਹ ਜਾਂਦਾ ਹੈ ।

The True Master, His Holy Spirit remains embedded within each soul and dwells within his body. The Omnipresent prevails everywhere in the universe. Whosoever may adopt the teachings of His Word; with His mercy and grace, he may be blessed with the right path of acceptance in His Court. All the doors of His Court may be opened for His true devotee.

ਛੰਤੁ॥

ਤੇਰੇ ਬਚਨ ਅਨੂਪ ਅਪਾਰ ਸੰਤਨ,	tayray bachan anoop apaar santan
ਆਧਾਰ ਬਾਣੀ ਬੀਚਾਰੀਐ ਜੀਉ॥	aaDhaar banee beechaaree-ai jee-o.
ਸਿਮਰਤ ਸਾਸ ਗਿਰਾਸ ਪੂਰਨ ਬਿਸੁਆਸ,	simrat saas giraas pooran bisu-aas
ਕਿਉ ਮਨਹੁ ਬਿਸਾਰੀਐ ਜੀਉ॥	ki-o manhu bisaaree-ai jee-o.
ਕਿਉ ਮਨਹੁ ਬੇਸਾਰੀਐ,	ki-o manhu baysaaree-ai
ਨਿਮਖ ਨਹੀ ਟਾਰੀਐ,	nimakh nahee taaree-ai gunvan
ਗੁਣਵੰਤ ਪ੍ਰਾਨ ਹਮਾਰੇ॥	paraan hamaaray.
ਮਨ ਬਾਂਛਤ ਫਲ ਦੇਤ ਹੈ ਸੁਆਮੀ,	man, baaNchhat fal dayt hai su-aamee
ਜੀਅ ਕੀ ਬਿਰਥਾ ਸਾਰੇ॥	jee-a kee birthaa saaray.
ਅਨਾਥ ਕੇ ਨਾਥੇ ਸ੍ਰਬ ਕੈ ਸਾਥੇ,	anaath kay naathay sarab kai saathay
ਜਪਿ ਜੂਐ ਜਨਮੁ ਨ ਹਾਰੀਐ॥	jap joo-ai janam na haaree-ai.
ਨਾਨਕ ਕੀ ਬੇਨੰਤੀ ਪ੍ਰਭ ਪਹਿ,	naanak kee baynantee parabh peh
ਕ੍ਰਿਪਾ ਕਰਿ ਭਵਜਲੁ ਤਾਰੀਐ॥੨॥	kirpaa kar bhavjal taaree-ai. ||2||

ਪ੍ਰਭ ਦੇ ਅਣਮੋਲ ਸ਼ਬਦ ਦੀ ਤੁਲਨਾ ਹੋਰ ਕਿਸੇ ਨਾਲ ਨਹੀਂ ਕੀਤੀ ਜਾ ਸਕਦੀ, ਦਾਸਾਂ ਦੇ ਸਿਮਰਨ ਦਾ ਅਧਾਰ, ਹੀ ਬਾਣੀ ਬਣ ਜਾਂਦਾ ਹੈ । ਮੈਂ ਸ਼ਬਦ ਦਾ ਸਿਮਰਨ ਅਡੋਲ ਭਰੋਸੇ ਨਾਲ ਸਵਾਸ ਗਰਾਸ ਕਰਦਾ ਹਾ । ਮੈਂ ਆਪਣੇ ਮਨ ਵਿਚੋਂ ਸ਼ਬਦ ਦਾ ਸਿਮਰਨ, ਪਾਲਣਾ ਕਰਨਾ, ਕਿਵੇਂ ਵਿਸਾਰ ਸਕਦਾ ਹਾ? ਪ੍ਰਭ ਦਾ ਸ਼ਬਦ ਹੀ ਸਭ ਤੋਂ ਅਣਮੋਲ ਪਦਾਰਥ, ਮੇਰੇ ਸਵਾਸ ਦਾ ਆਸਰਾ ਹੈ । ਪ੍ਰਭ ਆਪਣੇ ਦਾਸ ਦੇ ਮਨ ਦੀਆਂ ਮੁਰਾਦਾਂ ਪੂਰੀਆਂ ਕਰਦਾ ਹੈ । ਅੰਤਰਜਾਮੀ ਜੀਵ ਦੇ ਮਨ ਦੇ ਸੁਪਨੇ, ਬਿਰਥੇ ਵਿਚਾਰ, ਖਿਆਲ ਸਭ ਜਾਣਦਾ ਹੈ । ਪ੍ਰਭ ਹੀ ਨਾਥਾਂ ਦਾ ਨਾਥ, ਗੁਰੂਾਂ ਦਾ ਗੁਰੂ ਹੈ । ਜਿਹੜਾ ਸ਼ਬਦ ਦਾ ਸਿਮਰਨ ਕਰਦਾ ਹੈ, ਉਸ ਦਾ ਮਾਨਸ ਜਨਮ ਬਿਰਥਾ ਨਹੀਂ ਜਾਂਦਾ, ਜਨਮ ਲੇਖੇ ਲਗ ਜਾਂਦਾ ਹੈ । ਪ੍ਰਭ ਦੇ ਸ਼ਬਦ ਦਾ ਦਾਸ ਸਦਾ ਹੀ ਰਹਿਮਤ ਦੀ ਅਰਦਾਸ ਕਰਦਾ, ਸ਼ਬਦ ਦੀ ਸ਼ਰਣ ਵਿੱਚ ਹੀ ਰਹਿੰਦਾ ਹੈ ।

The essence of ambrosial, precious, priceless His Word may not be compared with anything else. The essence of His Word remains the foundation of meditation of His true devotee. I obey and adopt the teachings of His Word wholeheartedly with steady and stable belief in my day-to-day life. How may I forget to obey, meditate on the teachings of His Word? I am ignorant from the real purpose of my human life opportunity. The teachings of the priceless possession, fruit, essence, of His Word remains the pillars of support of my breaths. The Omniscient, King of Kings, the guru of gurus, remains aware of hopes, and intension of His creation. He may satisfy all spoken, unspoken desires and hopes of His true devotee. Whosoever may meditate on the teachings of His Word with steady and stable belief; with His mercy and grace, his meditation may never be wasted, he may conclude his human life journey successfully. His true devotee always prays for His Forgiven and Refuge to be blessed with devotion to become worthy of His Consideration.

191.ਸਿਰੀਰਾਗ ਕੇ ਛੰਤ ਮਹਲਾ ੫॥ ਡਖਣਾ॥ (80-18)

ਧੂੜੀ ਮਜਨੁ ਸਾਧ ਖੇ,	dhoorhee majan saaDh khay
ਸਾਈ ਥੀਏ ਕ੍ਰਿਪਾਲ॥	saa-ee thee-ay kirpaal.
ਲਧੇ ਹਭੇ ਥੋਕੜੇ,	laDhay habhay thokrhay
ਨਾਨਕ ਹਰਿ ਧਨੁ ਮਾਲ॥੧॥	naanak har Dhan maal. ||1

ਜਿਸ ਤੇ ਪ੍ਰਭ ਆਪ ਹੀ ਰਹਿਮਤ ਦੀ ਨਜ਼ਰ ਬਖਸ਼ਦਾ ਹੈ, ਉਹ ਸੰਤਾਂ ਦੇ ਚਰਨਾਂ ਦੀ ਧੂੜ ਨਾਲ ਆਤਮਾ ਨੂੰ ਪਵਿੱਤਰ ਕਰਨ ਵਾਲਾ ਇਸ਼ਨਾਨ ਕਰ ਸਕਦਾ ਹੈ । ਪ੍ਰਭ ਦੇ ਦਾਸ ਦੀ ਹੈਸੀਅਤ, ਮਾਲਕੀਅਤ ਹੀ ਪ੍ਰਭ ਦੇ ਸ਼ਬਦ ਦੀ ਪਾਲਣਾ ਦੀ ਕਮਾਈ ਹੁੰਦੀ ਹੈ ।

Whosoever may be bestowed with His Blessed Vision, only may be blessed to take a soul sanctifying bath with the dust of feet of His Holy saint; adopts his life experience teachings in his own day to day life. The earnings of His Word may become his worldly status and all worldly possessions of His true devotee.

ਛੰਤੁ॥

ਸੁੰਦਰ ਸੁਆਮੀ ਧਾਮ ਭਗਤਹ ਬਿਸ੍ਰਾਮ,	sundar su-aamee Dhaam bhagtah
ਆਸਾ ਲਗਿ ਜੀਵਤੇ ਜੀਉ॥	bisraam aasaa lag jeevtay jee-o.
ਮਨਿ ਤਨੇ ਗਲਤਾਨ ਸਿਮਰਤ ਪ੍ਰਭ ਨਾਮ,	man, tanay galtaan simrat parabh Naam
ਹਰਿ ਅੰਮ੍ਰਿਤੁ ਪੀਵਤੇ ਜੀਉ॥	har amrit peevtay jee-o.
ਅੰਮ੍ਰਿਤੁ ਹਰਿ ਪੀਵਤੇ, ਸਦਾ ਥਿਰੁ ਥੀਵਤੇ,	amrit har peevtay sadaa thir theevtay
ਬਿਖੈ ਬਨੁ ਫੀਕਾ ਜਾਨਿਆ॥	bikhai ban feekaa jaani-aa.
ਭਏ ਕਿਰਪਾਲ ਗੋਪਾਲ ਪ੍ਰਭ ਮੇਰੇ,	bha-ay kirpaal gopaal parabh mayray
ਸਾਧਸੰਗਤਿ ਨਿਧਿ ਮਾਨਿਆ॥	saaDhsangat niDh maani-aa.
ਸਰਬਸੋ ਸੂਖ ਆਨੰਦ ਘਨ ਪਿਆਰੇ,	sarbaso sookh aanand ghan pi-aaray
ਹਰਿ ਰਤਨੁ ਮਨ ਅੰਤਰਿ ਸੀਵਤੇ॥	har ratan man antar seevtay.
ਇਕੁ ਤਿਲੁ ਨਹੀ ਵਿਸਰੈ ਪ੍ਰਾਨ ਆਧਾਰਾ,	ik til nahee visrai paraan aaDhaaraa
ਜਪਿ ਜਪਿ ਨਾਨਕ ਜੀਵਤੇ ॥੩॥	jap jap naanak jeevtay. ||3||

ਪ੍ਰਭ ਦਾ ਦਰਬਾਰ ਬਹੁਤ ਸੁੰਦਰ, ਅਨੰਦ ਦੇਣ ਵਾਲਾ ਆਸਣ, ਭਗਤਾਂ ਦੇ ਅਰਾਮ ਕਰਨਵਾਲਾ ਘਰ ਹੁੰਦਾ ਹੈ! ਭਗਤ ਆਸ ਤੇ ਹੀ ਜੀਵਨ ਬਤੀਤ ਕਰਦਾ ਹੈ । ਉਹ ਸ਼ਬਦ ਦੇ ਸਿਮਰਨ ਵਿੱਚ ਲੀਨ ਪ੍ਰਭ ਦੇ ਸ਼ਬਦ ਦੀ ਸਮਾਧੀ ਵਿੱਚ ਵਸਦਾ ਹੈ । ਉਹ ਪ੍ਰਭ ਦੇ ਸ਼ਬਦ ਦੀ ਸੋਝੀ ਰੂਪੀ ਅੰਮ੍ਰਿਤ ਪਾਨ ਕਰਦਾ ਹੈ । ਉਸ ਨੂੰ ਸ਼ਾਤੀ, ਸੰਤੋਖ ਵਾਲੀ ਉਤਮ ਅਵਸਥਾ ਬਖਸ਼ਿਸ਼ ਹੋ ਜਾਂਦੀ ਹੈ । ਉਸ ਨੂੰ ਪ੍ਰਭ ਸੋਝੀ ਬਖਸ਼ਦਾ ਹੈ, ਸੰਸਾਰਕ ਇੱਛਾਂ ਰੂਪੀ ਧਨ ਨਾਲ ਮਨ ਨੂੰ ਕੋਈ ਅਨੰਦ, ਸ਼ਾਂਤੀ ਬਖਸ਼ਿਸ਼ ਨਹੀਂ ਹੁੰਦੀ, ਬਿਰਥਾ ਹੀ ਹੈ । ਜਿਸ ਤੇ

ਸ੍ਰਿਸ਼ਟੀ ਦਾ ਮਾਲਕ ਆਪ ਹੀ ਰਹਿਮਤ ਦੀ ਨਜ਼ਰ ਬਖਸ਼ਦਾ ਹੈ, ਉਸ ਨੂੰ ਸੰਤਾਂ ਦੀ ਸੰਗਤ ਬਖਸ਼ਿਸ਼ ਹੁੰਦੀ ਹੈ । ਜਿਹੜਾ ਸੰਤਾ ਦੇ ਜੀਵਨ ਦੀ ਸਿਖਿਆਂ ਨਾਲ ਆਪਣਾ ਜੀਵਨ ਢਾਲਦਾ ਹੈ, ਉਸ ਨੂੰ ਸ਼ਬਦ ਦੀ ਸੋਝੀ ਬਖਸ਼ਿਸ਼ ਹੁੰਦੀ ਹੈ! ਉਸ ਦੇ ਮਨ ਵਿੱਚ ਅਨੰਦ, ਖੇੜਾ ਵਸਣ ਲਗ ਪੈਂਦਾ ਹੈ । ਜਿਸ ਦੇ ਮਨ ਵਿੱਚ ਪ੍ਰਭ ਦੀ ਜੋਤ ਜਾਗਰਤ ਹੋ ਜਾਂਦੀ ਹੈ, ਉਹ ਇਕ ਪਲ ਵੀ ਸ਼ਬਦ ਨੂੰ ਮਨ ਵਿਚੋਂ ਵਿਸਾਰਦਾ ਨਹੀਂ, ਸਵਾਸ ਗਰਾਸ ਸ਼ਬਦ ਦਾ ਸਿਮਰਨ ਕਰਦਾ ਹੈ ।

His Royal Marvelous Palace may be a meditation throne and a permanent resting place for His true devotee; eternal life may be the resting place of His true devotee. He remains intoxicated with such a desire, hope in his worldly life. He may be blessed with the nectar of the essence of His Word. He may be blessed with a peace of mind, contentment state of mind. He may realize! All worldly possessions, desires are useless for the purpose of human life to provide any peace and comforts. Whosoever may be bestowed with His Blessed Vision, he may be blessed with the conjugation of His Holy saints. He may adopt his life experience teachings in his own day to day life. He may remain overwhelmed with contentment and blossom. His eternal glow may be shinning within his heart. He may remain intoxicated in meditation the void; he may never forsake the right path of acceptance in His Court.

192.ਸਿਰੀਰਾਗ ਕੇ ਛੰਤ ਮਹਲਾ ੫॥ ਡਖਣਾ॥ (81-4)

ਜੋ ਤਉ ਕੀਨੇ ਆਪਣੇ,	jo ta-o keenay aapnay
ਤਿਨਾ ਕੂੰ ਮਿਲਿਓਹਿ॥	tinaa kooN mili-ohi.
ਆਪੇ ਹੀ ਆਪਿ ਮੋਹਿਓਹੁ,	aapay hee aap mohi-ohu
ਜਸੁ ਨਾਨਕ ਆਪਿ ਸੁਣਿਓਹਿ॥੧॥	jas naanak aap suni-ohi. ||1||

ਜਿਸ ਤੇ ਰਹਿਮਤ ਦੀ ਨਜ਼ਰ ਬਖਸ਼ਕੇ ਆਪਣਾ ਬਣਾ ਲੈਂਦਾ ਹੈ, ਉਸ ਨੂੰ ਪ੍ਰਵਾਨਗੀ ਦਾ ਰਸਤਾ ਬਖਸ਼ਦਾ, ਆਪਣੇ ਵਿੱਚ ਅਭੇਦ ਕਰ ਲੈਂਦਾ ਹੈ । ਆਪ ਹੀ ਉਸ ਨੂੰ ਸ਼ਬਦ ਦੀ ਪ੍ਰੇਰਨਾ, ਉਸਤਤ ਗਾਉਣ ਤੇ ਲਾਉਂਦਾ ਹੈ । ਆਪ ਹੀ ਆਪਣੀ ਉਸਤਤ ਸੁਣਕੇ ਪ੍ਰਸੰਨ ਹੁੰਦਾ ਹੈ ।

Whosoever may be bestowed with His Blessed Vision, he may be accepted in His Sanctuary. He may be blessed with the right path of acceptance in His Court; he may immerse within His Holy Spirit. He may be inspired to sing the glory of His Word; He may be pleased with his devotion.

ਛੰਤ

ਪ੍ਰੇਮ ਠਗਉਰੀ ਪਾਇ ਰੀਝਾਇ,	paraym thag-uree paa-ay reejhaa-ay
ਗੋਬਿੰਦ ਮਨੁ ਮੋਹਿਆ ਜੀਉ॥	gobind man mohi-aa jee-o.
ਸੰਤਨ ਕੈ ਪਰਸਾਦਿ ਅਗਾਧਿ	santan kai parsaad agaaDh
ਕੰਠੇ, ਲਗਿ ਸੋਹਿਆ ਜੀਉ॥	kanthay lag sohi-aa jee-o.
ਹਰਿ ਕੰਠਿ ਲਗਿ ਸੋਹਿਆ,	har kanth lag sohi-aa
ਦੋਖ ਸਭਿ ਜੋਹਿਆ,	dokh sabh johi-aa
ਭਗਤਿ ਲਖੵਣ ਕਰਿ ਵਸਿ ਭਏ॥	bhagat lakh-yan kar vas bha-ay.
ਮਨਿ ਸਰਬ ਸੁਖ ਵੁਠੇ ਗੋਵਿਦ ਤੁਠੇ,	man, sarab sukh vuthay govid tuthay
ਜਨਮ ਮਰਣਾ ਸਭਿ ਮਿਟਿ ਗਏ॥	janam marnaa sabh mit ga-ay.
ਸਖੀ ਮੰਗਲੋ ਗਾਇਆ, ਇਛ ਪੁਜਾਇਆ,	sakhee manglo gaa-i-aa ichh pujaa-i-aa
ਬਹੁੜਿ ਨ ਮਾਇਆ ਹੋਹਿਆ॥	bahurh na maa-i-aa hohi-aa.
ਕਰੁ ਗਹਿ ਲੀਨੇ ਨਾਨਕ ਪ੍ਰਭ ਪਿਆਰੇ,	kar geh leenay naanak parabh pi-aaray
ਸੰਸਾਰੁ ਸਾਗਰੁ ਨਹੀ ਪੋਹਿਆ॥੪॥	sansaar saagar nahee pohi-aa. ||4||

ਮੈਂ ਪ੍ਰਭ ਦੇ ਵਿਛੋੜੇ ਦੇ ਵਿਰਾਗ ਵਿੱਚ ਸ਼ਬਦ ਦਾ ਸਿਮਰਨ ਕਰਦਾ ਹਾ । ਮੇਰੇ ਪ੍ਰੀਤ ਭਰੇ ਸ਼ਬਦ, ਲਗਨ ਨਾਲ ਪ੍ਰਭ ਦੇ ਸ਼ਬਦ ਦਾ ਮਨ ਤੇ ਨਸ਼ਾ ਹੋ ਗਿਆ ਹੈ । ਸੰਤਾਂ ਦੀ ਰਹਿਮਤ ਨਾਲ ਮੇਰਾ ਮਨ ਪ੍ਰਭ ਦੇ ਸ਼ਬਦ ਤੇ ਭਰੋਸਾ ਅਡੋਲ ਕਰਕੇ ਸਿਮਰਨ ਨਾਲ ਮੇਰਾ ਮਨ ਪ੍ਰਭ ਤੇ ਮੋਹਿਤ ਹੋ ਗਿਆ ਹੈ । ਮੇਰੇ ਮਨ ਦੇ ਸਾਰੇ

ਗੁਰੂ ਗ੍ਰੰਥ- Guru Granth - ਭਾਵ ਅਰਥ॥ 365

ਦੁਖ, ਇੱਛਾਂ ਨਾਸ ਹੋ ਗਈਆਂ ਹਨ । ਜਿਹੜਾ ਪ੍ਰਭ ਦੇ ਸ਼ਬਦ ਤੇ ਅਡੋਲ ਭਰੋਸੇ ਨਾਲ ਪ੍ਰਭ ਦੇ ਪ੍ਰੇਮ ਦੇ ਬੰਧਨ ਵਿੱਚ ਬੰਨਿਆ ਜਾਂਦਾ ਹੈ, ਉਸ ਦੇ ਮਨ ਵਿੱਚ ਅਨੰਦ ਖੇੜਾ ਵਸਣ ਲਗ ਪੈਂਦਾ ਹੈ । ਸ੍ਰਿਸ਼ਟੀ ਦੇ ਮਾਲਕ ਦੀ ਰਹਿਮਤਾਂ ਦੀ ਵਰਖਾ ਨਾਲ ਜਨਮ ਮਰਨ ਦਾ ਚੱਕਰ ਖਤਮ ਹੋ ਜਾਂਦਾ ਹੈ । ਮਨ ਖੁਸ਼ੀ ਨਾਲ ਪ੍ਰਭ ਦੇ ਸ਼ਬਦ ਦਾ ਸਿਮਰਨ, ਗੁਣ ਗਾਵੋ ! ਮੇਰੇ ਮਨ ਦੀਆਂ ਮੁਰਾਦਾਂ ਪੂਰੀਆਂ ਹੋ ਗਈਆਂ ਹਨ । ਹੁਣ ਮੈਂ ਫਿਰ ਕਦੇ ਸੰਸਾਰਕ ਮਾਇਆ ਦੇ ਜਾਲ ਵਿੱਚ, ਬੰਧਨਾਂ ਵਿੱਚ ਨਹੀਂ ਫਸ ਸਕਦਾ । ਪ੍ਰਭ ਨੇ ਮੇਰਾ ਹੱਥ ਆਪ ਪਕੜ ਲਿਆ ਹੈ, ਹੁਣ ਮੈਂ ਸੰਸਾਰਕ ਸਾਗਰ ਵਿੱਚ ਕਦੇ ਨਹੀਂ ਡੁੱਬਾਗਾ ।

I am meditating in deep renunciation in the memory of my separation from His Holy Spirit. I have been intoxicated with devotion to meditate His comforting Word. I remain gratitude to His Holy saint, I remain intoxicated in meditation in the void of His Word. All my worldly desires and miseries have been eliminated. Whosoever may obey the teachings of His Word with steady and stable belief; he may remain in deep bondage with the essence of His Word. His cycle of birth and death may be eliminated. I may remain intoxicated in meditation; all my spoken and unspoken desires may be eliminated. All my bonds of worldly wealth, desires have been eliminated. The True Master has held my hand; I may never drown in worldly ocean.

193.ਸਿਰੀਰਾਗ ਕੇ ਛੰਤ ਮਹਲਾ ੫॥ ਡਖਣਾ॥ (81-9)

ਸਾਈ ਨਾਮੁ ਅਮੋਲੁ,	saa-ee Naam amol
ਕੀਮ ਨ ਕੋਈ ਜਾਣਦੋ॥	keem na ko-ee jaando.
ਜਿਨਾ ਭਾਗ ਮਥਾਹਿ ਸੇ,	jinaa bhaag mathaahi say
ਨਾਨਕ ਹਰਿ ਰੰਗੁ ਮਾਣਦੋ ॥੧॥	naanak har rang maando. ||1||

ਪ੍ਰਭ ਦਾ ਸ਼ਬਦ ਇਕ ਅਨਮੋਲ ਰਤਨ ਹੈ, ਜਿਸ ਦੀ ਕੀਮਤ ਜਾਣੀ ਨਹੀਂ ਜਾ ਸਕਦੀ । ਜਿਸ ਦੇ ਜਨਮ ਤੋਂ ਪਹਿਲੇ ਹੀ ਵਡੇ ਭਾਗ ਮੱਥੇ ਤੇ ਲਿਖੇ ਹੁੰਦਾ ਹਨ, ਕੇਵਲ ਉਹ ਹੀ ਰਹਿਮਤ ਅਨੰਦ ਮਾਨਦਾ ਹੈ ।

The significance of teachings of precious and supreme jewel His Word may remain beyond the imagination of His Creation. Whosoever may have a great prewritten destiny, only he may be blessed with blossom in his life.

ਛੰਤੁ॥

ਕਹਤੇ ਪਵਿਤ੍ਰ ਸੁਣਤੇ ਸਭਿ,	kahtay pavitar suntay sabh
ਧੰਨੁ ਲਿਖਤੀ ਕੁਲੁ ਤਾਰਿਆ ਜੀਉ॥	Dhan likh-teeN kul taari-aa jee-o.
ਜਿਨ ਕਉ ਸਾਧੂ ਸੰਗੁ ਨਾਮ ਹਰਿ ਰੰਗੁ,	jin ka-o saaDhoo sang Naam har rang
ਤਿਨੀ ਬ੍ਰਹਮੁ ਬੀਚਾਰਿਆ ਜੀਉ॥	tinee barahm beechaari-aa jee-o.
ਬ੍ਰਹਮੁ ਬੀਚਾਰਿਆ ਜਨਮੁ ਸਵਾਰਿਆ,	barahm beechaari-aa janam savaari-aa
ਪੂਰਨ ਕਿਰਪਾ ਪ੍ਰਭਿ ਕਰੀ॥	pooran kirpaa parabh karee.
ਕਰੁ ਗਹਿ ਲੀਨੇ ਹਰਿ ਜਸੋ ਦੀਨੇ,	kar geh leenay har jaso deenay
ਜੋਨਿ ਨਾ ਧਾਵੈ ਨਹ ਮਰੀ॥	jon naa Dhaavai nah maree.
ਸਤਿਗੁਰ ਦਇਆਲ ਕਿਰਪਾਲ ਭੇਟਤ,	saT`gur da-i-aal kirpaal bhaytat
ਹਰੇ ਕਾਮੁ ਕ੍ਰੋਧੁ ਲੋਭੁ ਮਾਰਿਆ॥	haray kaam kroDh lobh maari-aa.
ਕਥਨੁ ਨ ਜਾਇ ਅਕਥੁ ਸੁਆਮੀ,	kathan na jaa-ay akath su-aamee
ਸਦਕੈ ਜਾਇ ਨਾਨਕੁ ਵਾਰਿਆ॥ ੫॥੧॥੩॥	sadkai jaa-ay naanak vaari-aa. ||5||1||3||

ਜਿਹੜਾ ਪ੍ਰਭ ਦੇ ਸ਼ਬਦ ਦੇ ਗੁਣ ਗਾਉਂਦਾ ਹੈ, ਉਹ ਨੂੰ ਪ੍ਰਵਾਨਗੀ ਦਾ ਰਸਤਾ ਬਖਸ਼ਿਸ਼ ਹੋ ਜਾਂਦਾ ਹੈ । ਜਿਹੜਾ ਸੁਣਦਾ ਹੈ, ਉਸ ਤੇ ਰਹਿਮਤ ਦੀ ਨਜ਼ਰ ਬਖਸ਼ਿਸ਼ ਹੋ ਜਾਂਦੀ ਹੈ । ਜਿਹੜਾ ਸ਼ਬਦ, ਸ਼ਬਦ ਦੇ ਭਾਵ ਅਰਥ ਲਿਖਦਾ, ਸਾਂਝੇ ਕਰਦਾ ਹੈ , ਆਪਣੀਆਂ ਕੁਲਾਂ ਤਾਰ ਜਾਂਦਾ ਹੈ । ਜਿਹੜਾ ਪ੍ਰਭ ਦੇ ਸ਼ਬਦ ਨੂੰ ਵਿਚਾਰਕੇ ਆਪਣਾ ਜੀਵਨ ਢਾਲਦਾ ਹੈ, ਉਸ ਦੇ ਮਨ ਦੀ ਮੈਲ ਧੋਤੀ ਜਾਂਦੀ ਹੈ, ਬੁਰੇ ਖਿਆਲ ਨਾਸ ਹੋ ਜਾਂਦੇ ਹਨ । ਪ੍ਰਭ ਆਪ ਹੀ ਰਹਿਮਤ ਦੀ ਨਜ਼ਰ ਬਖਸ਼ਦਾ ਹੈ । ਪ੍ਰਭ ਆਪ ਹੀ ਉਸ ਦਾ ਹੱਥ ਪਕੜਦਾ, ਸੋਭਾ ਬਖਸ਼ਦਾ ਹੈ, ਉਸ ਨੂੰ ਫਿਰ ਜੂੰਨਾਂ ਵਿੱਚ ਨਹੀਂ ਭਉਂਣਾ ਪੈਂਦਾ, ਫਿਰ ਬਾਰ ਬਾਰ ਮਰਨਾ

ਨਹੀਂ ਪੈਂਦਾ । ਪ੍ਰਭ ਦੇ ਸ਼ਬਦ ਦੀ ਪਾਲਣਾ ਤੇ ਭਰੋਸਾ ਅਡੋਲ ਕਰਨ ਨਾਲ, ਮੇਰੇ ਮਨ ਦੀ ਕਾਮਵਾਸਨਾ, ਕਰੋਧ ਅਤੇ ਲਾਲਚ ਤੇ ਜਿੱਤ ਬਖਸ਼ਿਸ਼ ਹੋ ਗਈ ਹੈ । ਪ੍ਰਭ ਦੇ ਕਿਸੇ ਕਰਤਬ, ਰੂਪ ਅਕਾਰ ਦਾ ਕਥਨ, ਵਿਆਖਿਆ ਨਹੀਂ ਕੀਤੀ ਜਾ ਸਕਦੀ । ਪ੍ਰਭ ਦੇ ਦਾਸ ਸਦਾ ਹੀ ਕੁਰਬਾਨ ਜਾਂਦਾ, ਹੈਰਾਨ ਰਹਿੰਦਾ ਹੈ ।

Whosoever may sing the glory of His Word; with His mercy and grace, he may be blessed with the right path of acceptance in His Court. Whosoever may listen to the sermons of His Word; he may be bestowed with His Blessed Vision. Whosoever may write and share the spiritual meanings of His Word; his next generation may adopt the teachings of His Word, his way of life; he may save his generations. Whosoever may read, listens, understands, and adopts the teachings of His Word in his own day-to-day life; his soul may be sanctified and all his evil thoughts may be eliminated. Whosoever may be bestowed with His Blessed Vision; his cycle of birth and death may be eliminated forever. He may never enter the womb of mother again. He may conquer the demons of his worldly desires like sexual urges, anger, and greed in his day-to-day life. His nature, miracles, color may not be imagined. His true devotee remains astonished and fascinated from His Nature.

194.ਸਿਰੀਰਾਗੁ ਮਹਲਾ ੪ ਵਣਜਾਰਾ (81-15)

੧ਓ ਸਤਿ ਨਾਮੁ ਗੁਰ ਪ੍ਰਸਾਦਿ॥	ik-oNkaar sat Naam gur parsaad.
ਹਰਿ ਹਰਿ ਉਤਮੁ ਨਾਮੁ ਹੈ,	har har utam Naam hai
ਜਿਨਿ ਸਿਰਿਆ ਸਭੁ ਕੋਇ ਜੀਉ॥	jin siri-aa sabh ko-ay jee-o.
ਹਰਿ ਜੀਅ ਸਭੇ ਪ੍ਰਤਿਪਾਲਦਾ,	har jee-a sabhay partipaaldaa
ਘਟਿ ਘਟਿ ਰਮਈਆ ਸੋਇ॥	ghat ghat rama-ee- aa so-ay.
ਸੋ ਹਰਿ ਸਦਾ ਧਿਆਈਐ,	so har sadaa Dhi-aa-ee-ai
ਤਿਸੁ ਬਿਨੁ ਅਵਰੁ ਨ ਕੋਇ॥	tis bin avar na ko-ay.
ਜੋ ਮੋਹਿ ਮਾਇਆ ਚਿਤੁ ਲਾਇਦੇ,	jo mohi maa-i-aa chit laa-iday
ਸੇ ਛੋਡਿ ਚਲੇ ਦੁਖੁ ਰੋਇ॥	say chhod chalay dukh ro-ay.
ਜਨ ਨਾਨਕ ਨਾਮੁ ਧਿਆਇਆ,	jan naanak Naam Dhi-aa-i-aa
ਹਰਿ ਅੰਤਿ ਸਖਾਈ ਹੋਇ॥੧॥	har ant sakhaa-ee ho-ay. ‖1‖

ਪ੍ਰਭ ਦਾ ਸ਼ਬਦ ਹੀ ਸਭ ਤੋਂ ਅਣਮੋਲ, ਉਤਮ ਹੈ । ਪ੍ਰਭ ਹੀ ਸ੍ਰਿਸ਼ਟੀ ਸਾਜਕੇ ਸਾਰੇ ਜੀਵਾਂ ਦੀ ਪਾਲਣਾ ਕਰਦਾ, ਤਨ, ਮਨ ਵਿੱਚ ਆਪ ਵਸਦਾ, ਵਾਪਰਦਾ ਹੈ । ਜੀਵ, ਹਰ ਵੇਲੇ ਪ੍ਰਭ ਦੇ ਸ਼ਬਦ ਦੀ ਪਾਲਣਾ ਕਰੋ! ਗੁਣ ਗਾਵੋ! ਉਸ ਦੇ ਸ਼ਬਦ ਦੀ ਪਾਲਣਾ ਤੋਂ ਬਿਨਾਂ ਬਾਕੀ ਸਾਰੇ ਕੰਮ ਬਿਰਥੇ ਹੀ ਹਨ । ਪ੍ਰਭ ਤੋਂ ਬਿਨਾਂ ਹੋਰ ਕੋਈ ਜੀਵ ਦਾ ਆਸਰਾ ਦੇਣ ਵਾਲਾ ਨਹੀਂ ਹੈ । ਜਿਹੜਾ ਮਾਨਸ ਜਨਮ ਵਿੱਚ ਸੰਸਾਰਕ ਮਾਇਆ ਨਾਲ ਮੋਹ ਲਾਉਂਦਾ ਹੈ, ਉਹ ਅੰਤ ਵਿੱਚ ਰੋਂਦਾ ਕਰਲਾਉਂਦਾ ਹੀ ਮਰ, ਵਾਪਸ ਜਾਂਦਾ ਹੈ । ਜਿਹੜਾ ਸੇਵਕ ਪ੍ਰਭ ਦੇ ਸ਼ਬਦ ਦੀ ਪਾਲਣਾ ਤੇ ਅਡੋਲ ਰਹਿੰਦਾ ਹੈ, ਅੰਤ ਵਿੱਚ ਉਹ ਪ੍ਰਭ ਦੀ ਰਹਿਮਤ ਨਾਲ ਪ੍ਰਵਾਨ ਹੋ ਜਾਂਦਾ ਹੈ ।

The teachings of His Word remain precious, priceless, and supreme; The Master, Creator creates, nourishes, and remains embedded within each soul, dwells and prevails with in each creature. You should always sing the glory and obey the teachings of His Word in day-to-day life. The teachings of His Word may be the only worthy tasks; all other deeds worthless and useless for the purpose of life. The One and Only One, True Master remains the true pillar of support of all the creatures. Whosoever may remain intoxicated with short-lived gimmicks of worldly wealth, he becomes slave of worldly desires. He may return empty-handed to His Court, after death. Whosoever may obey the teachings of His Word with steady and stable in his day-to-day life; with

His mercy and grace, he may be blessed with the right path of acceptance in His Court.

ਮੈ ਹਰਿ ਬਿਨੁ ਅਵਰੁ ਨ ਕੋਇ॥	mai har bin avar na ko-ay.
ਹਰਿ ਗੁਰ ਸਰਣਾਈ ਪਾਈਐ ਵਣਜਾਰਿਆ,	har gur sarnaa-ee paa-ee-ai vanjaari-aa
ਮਿਤ੍ਰਾ ਵਡਭਾਗਿ ਪਰਾਪਤਿ ਹੋਇ॥੧॥	mitraa vadbhaag paraapat ho-ay. ||1||
ਰਹਾਉ॥	rahaa-o.

ਪ੍ਰਭ ਤੋਂ ਬਿਨਾਂ ਹੋਰ ਕੋਈ ਮੇਰਾ ਆਸਰਾ, ਸਾਥੀ ਨਹੀਂ ਹੈ । ਜਿਹੜਾ ਪ੍ਰਭ ਦੇ ਸ਼ਬਦ ਦੀ ਸ਼ਰਣ ਵਿੱਚ ਆਪਾ ਭੇਟਾ ਕਰ ਦੇਂਦਾ ਹੈ, ਉਸ ਨੂੰ ਪ੍ਰਭ ਦੇ ਸ਼ਬਦ ਦੀ ਸੋਝੀ ਬਖਸ਼ਿਸ਼ ਹੋ ਸਕਦੀ ਹੈ । ਉਹ ਪ੍ਰਭ ਦੀ ਸ਼ਰਣ ਵਿੱਚ ਪਨਾਹ, ਪ੍ਰਵਾਨਗੀ ਨਾਲ ਵਡੇ ਭਾਗਾਂ ਵਾਲਾ ਹੋ ਜਾਂਦਾ ਹੈ ।

I have no other support or companion without The True Master, earnings of His Word. Whosoever may surrender his self-identity at His Sanctuary; with His mercy and grace he be blessed with the enlightenment of the essence of His Word. Whosoever may be accepted in His Sanctuary; he may become very fortunate.

ਸੰਤ ਜਨਾ ਵਿਣੁ ਭਾਈਆ,	sant janaa vin bhaa-ee-aa
ਹਰਿ ਕਿਨੈ ਨ ਪਾਇਆ ਨਾਉ॥	har kinai na paa-i-aa naa-o.
ਵਿਚਿ ਹਉਮੈ ਕਰਮ ਕਮਾਵਦੇ,	vich ha-umai karam kamaavday
ਜਿਉ ਵੇਸੁਆ ਪੁਤੁ ਨਿਨਾਉ॥	ji-o vaysu-aa put ninaa-o.
ਪਿਤਾ ਜਾਤਿ ਤਾ ਹੋਈਐ,	pitaa jaat taa ho-ee-ai
ਗੁਰੁ ਤੁਠਾ ਕਰੇ ਪਸਾਉ॥	gur tuthaa karay pasaa-o.
ਵਡਭਾਗੀ ਗੁਰੁ ਪਾਇਆ,	vadbhaagee gur paa-i-aa
ਹਰਿ ਅਹਿਨਿਸਿ ਲਗਾ ਭਾਉ॥	har ahinis lagaa bhaa-o.
ਜਨ ਨਾਨਕਿ ਬ੍ਰਹਮੁ ਪਛਾਣਿਆ,	jan naanak barahm pachhaani-aa
ਹਰਿ ਕੀਰਤਿ ਕਰਮ ਕਮਾਉ॥੨॥	har keerat karam kamaa-o. ||2||

ਮਨ ਵਿੱਚ ਸੰਤਾਂ ਵਾਲੀ ਅਵਸਥਾ ਧਾਰਨ ਕਰਨ ਤੋਂ ਬਿਨਾਂ, ਮਨ ਸ਼ਬਦ ਵਿੱਚ ਅਡੋਲ ਨਹੀਂ ਰਹਿੰਦਾ, ਸ਼ਬਦ ਦੀ ਸੋਝੀ ਨਹੀਂ ਹੁੰਦੀ । ਜਿਹੜਾ ਅਹੰਕਾਰ ਵਿੱਚ ਕੰਮ ਕਰਦਾ ਹੈ, ਉਸ ਦੀ ਹਾਲਤ ਵੇਸਵਾ ਦੇ ਬੱਚੇ ਵਾਲੀ ਹੁੰਦੀ ਹੈ, ਜਿਸ ਨੂੰ ਆਪਣੇ ਅਸਲੀ ਪਿਤਾ ਦਾ ਪਤਾ ਨਹੀਂ ਹੁੰਦਾ । ਜਿਸ ਦੀ ਸ਼ਬਦ ਦੀ ਕਮਾਈ ਦਰਬਾਰ ਵਿੱਚ ਪ੍ਰਵਾਨ ਹੋ ਜਾਂਦੀ ਹੈ, ਪ੍ਰਭ ਦੀ ਰਹਿਮਤ ਨਾਲ, ਉਸ ਨੂੰ ਅਸਲੀ ਦਾਸ ਅਵਸਥਾ ਬਖਸ਼ਿਸ਼ ਹੋ ਜਾਂਦੀ ਹੈ । ਵਡੇ ਭਾਗਾਂ ਨਾਲ ਹੀ ਪ੍ਰਭ ਦੇ ਸ਼ਬਦ ਵਿੱਚ ਲਗਨ ਲਗਦੀ, ਸ਼ਬਦ ਦੀ ਸੋਝੀ ਹੁੰਦੀ ਹੈ । ਦਿਨ ਰਾਤ ਪ੍ਰਭ ਦੇ ਸ਼ਬਦ ਦੀ ਪਾਲਣਾ ਕਰੋ! ਜਿਹੜਾ ਬੰਦਗੀ ਕਰਨਵਾਲਾ ਪ੍ਰਭ ਦੀ ਹੋਂਦ ਮਹਿਸੂਸ ਕਰ ਲੈਂਦਾ ਹੈ, ਉਹ ਆਪਣਾ ਜੀਵਨ ਸ਼ਬਦ ਅਨੁਸਾਰ ਢਾਲਕੇ ਸ਼ਬਦ ਦੀ ਉਸਤਤ ਗਾਉਂਦਾ ਹੈ । ਉਸ ਦੀ ਬੰਦਗੀ ਉਸ ਦੇ ਕੰਮਾਂ ਤੋਂ ਪਛਾਣੀ ਜਾਂਦੀ ਹੈ ।

Without adopting the teachings of His Word, no one may obey the teachings of His Word with steady and stable belief, nor enlightened with the essence of His Word. Whosoever may remain intoxicated in his ego, his state of mind may remain like a child of unwedded woman, who may not be aware about his birth father. Whose earnings of His Word may be accepted in His Court; with His mercy and grace, he may be blessed a state of mind as His true devotee. Whosoever may have a great prewritten destiny, only he may remain intoxicated in the void of His Word, he may be enlightened from within. You should obey and adopt the teachings of His Word in your day-to-day life. Whosoever may realize His Existence prevailing everywhere; he may adopt and sings the glory of His Word in day-to-day life. His meditation may be recognized from his day-to-day life.

ਮਨਿ ਹਰਿ ਹਰਿ ਲਗਾ ਚਾਉ॥	man, har har lagaa chaa-o.
ਗੁਰਿ ਪੂਰੈ ਨਾਮੁ ਦ੍ਰਿੜਾਇਆ,	gur poorai Naam drirh-aa-i-aa har
ਹਰਿ ਮਿਲਿਆ ਹਰਿ ਪ੍ਰਭ ਨਾਉ॥੧॥ ਰਹਾਉ॥	mili-aa har parabh naa-o. ||1|| rahaa-o.

ਪ੍ਰਭ ਨੇ ਰਹਿਮਤ ਬਖਸ਼ਕੇ ਮਨ ਵਿੱਚ ਸ਼ਬਦ ਦੀ ਲਗਨ ਦਾ ਬੀਜ ਬੀਜਿਆ ਹੈ । ਮੇਰੇ ਮਨ ਵਿੱਚ ਪ੍ਰਭ ਦੇ ਸ਼ਬਦ ਨਾਲ ਡੂੰਘੀ ਸ਼ਰਧਾ, ਲਗਨ ਹੈ । ਪ੍ਰਭ ਦੇ ਸ਼ਬਦ ਦੀ ਪਾਲਣਾ ਕਰਦੇ ਮਨ ਵਿੱਚ ਪ੍ਰਭ ਦੀ ਜੋਤ ਜਾਗਰਤ ਹੋ ਗਈ ਹੈ ।

The Merciful True Master has sowed the seed of devotion to meditate. I have a deep desire and devotion to adopt the teachings of His Word. I have adopted the teachings of His Word with steady and stable belief; with His mercy and grace, His eternal glow has been shining within and I remain awake and alert.

ਜਬ ਲਗੁ ਜੋਬਨਿ ਸਾਸੁ ਹੈ,	jab lag joban saas hai
ਤਬ ਲਗੁ ਨਾਮੁ ਧਿਆਇ॥	tab lag Naam Dhi-aa-ay.
ਚਲਦਿਆ ਨਾਲਿ ਹਰਿ ਚਲਸੀ,	chaldi-aa naal har chalsee
ਹਰਿ ਅੰਤੇ ਲਏ ਛਡਾਇ॥	har antay la-ay chhadaa-ay.
ਹਉ ਬਲਿਹਾਰੀ ਤਿਨ ਕਉ,	ha-o balihaaree tin ka-o
ਜਿਨ ਹਰਿ ਮਨਿ ਵੁਠਾ ਆਇ॥	jin har man vuthaa aa-ay.
ਜਿਨੀ ਹਰਿ ਹਰਿ ਨਾਮੁ ਨ ਚੇਤਿਓ,	jinee har har Naam na chayti-o
ਸੇ ਅੰਤਿ ਗਏ ਪਛੁਤਾਇ॥	say ant ga-ay pachhutaa-ay.
ਧੁਰਿ ਮਸਤਕਿ ਹਰਿ ਪ੍ਰਭਿ ਲਿਖਿਆ,	dhur mastak har parabh likhi-aa
ਜਨ ਨਾਨਕ ਨਾਮੁ ਧਿਆਇ॥੩॥	jan naanak Naam Dhi-aa-ay. ||3||

ਜੀਵ ਜਿਤਨਾ ਚਿਰ ਤਨ ਵਿੱਚ ਸਵਾਸ ਚਲਦੇ ਹਨ, ਪ੍ਰਭ ਦੇ ਸ਼ਬਦ ਦਾ ਸਿਮਰਨ, ਪਾਲਣਾ ਕਰੋ! ਜਿਹੜਾ ਸ਼ਬਦ ਦੀ ਸਿਖਿਆਂ ਨਾਲ ਜੀਵਨ ਢਾਲਦਾ ਹੈ, ਪ੍ਰਭ ਆਪ ਹੀ ਅਸਲੀ ਰਸਤੇ ਤੇ ਅਡੋਲ ਰਖਦਾ ਹੈ । ਅੰਤ ਵਿੱਚ ਮੌਤ ਤੋਂ ਪਿਛੋਂ ਆਪਣੇ ਦਰਬਾਰ ਵਿੱਚ ਪ੍ਰਵਾਨਗੀ ਬਖਸ਼ਦਾ ਹੈ । ਉਸ ਜੀਵਾਂ ਤੋਂ ਕੁਰਬਾਨ ਜਾਵਾ! ਜਿਸ ਦੇ ਮਨ ਵਿੱਚ ਸ਼ਬਦ ਦੀ ਸੋਝੀ ਘਰ ਕਰ ਜਾਂਦੀ ਹੈ । ਜਿਹੜਾ ਪ੍ਰਭ ਦੇ ਸ਼ਬਦ ਦੀ ਪਾਲਣਾ ਨਹੀਂ ਕਰਦਾ । ਉਹ ਅੰਤ ਵਿੱਚ ਮੌਤ ਤੇ ਪਛਤਾਵਾ ਹੀ ਕਰਦਾ, ਜੂੰਨਾਂ ਦੇ ਚੱਕਰ ਵਿੱਚ ਰਹਿੰਦਾ ਹੈ । ਜਿਸ ਦੇ ਭਾਗਾਂ ਵਿੱਚ ਜਨਮ ਤੋਂ ਪਹਿਲੇ ਹੀ ਲਿਖਿਆ ਹੁੰਦਾ ਹੈ, ਕੇਵਲ ਉਹ ਹੀ ਸ਼ਬਦ ਦੀ ਪਾਲਣਾ ਕਰਦਾ ਕਰ ਸਕਦਾ ਹੈ ।

You should meditate and obey on the teachings of His Word with each breath. Whosoever may adopt the teachings of His Word with steady and stable belief; with His mercy and grace, he may remain dedicated on the right path of acceptance in His Court. After death, his soul may be accepted in His Court. I remain fascinated from the life of His true devotees; who may remain drenched with the enlightenment of the essence of His Word. Whosoever may not remain gratitude for his human life opportunity; he may only repent for his sins; he may remain in the cycle of birth and death. Whosoever may have a great prewritten destiny, only he may obey the teachings of His Word.

ਮਨ ਹਰਿ ਹਰਿ ਪ੍ਰੀਤਿ ਲਗਾਇ॥	man, har har pareet lagaa-ay.
ਵਡਭਾਗੀ ਗੁਰੁ ਪਾਇਆ,	vadbhaagee gur paa-i-aa
ਗੁਰ ਸ਼ਬਦੀ ਪਾਰਿ ਲਘਾਇ॥੧॥ ਰਹਾਉ॥	gur sabdee paar laghaa-ay. ||1|| rahaa-o.

ਪ੍ਰਭ ਦੇ ਸ਼ਬਦ ਨਾਲ ਲਗਨ ਲਾਵੋ! ਵਡੇ ਭਾਗਾਂ ਨਾਲ ਹੀ ਪ੍ਰਭ ਦੇ ਸ਼ਬਦ ਨਾਲ ਲਗਨ ਲਗਦੀ ਹੈ । ਪ੍ਰਭ ਦੇ ਸ਼ਬਦ ਦੀ ਪਾਲਣਾ ਕਰਨ ਨਾਲ, ਜੀਵ ਪ੍ਰਭ ਦੇ ਦਰਬਾਰ ਵਿੱਚ ਪ੍ਰਵਾਨ ਹੋ ਜਾਂਦਾ ਹੈ, ਜੂੰਨਾਂ ਦੇ ਚੱਕਰ ਵਿਚੋਂ ਬਚ ਜਾਂਦਾ ਹੈ ।

You should be dedicated to a devotional meditation on the teachings of His Word. Whosoever may have a great prewritten destiny, only he may obey, and meditate on the teachings of His Word. His soul may be sanctified to become worthy of His Consideration; his cycle of birth and death may be eliminated.

ਹਰਿ ਆਪੇ ਆਪੁ ਉਪਾਇਦਾ,	har aapay aap upaa-idaa
ਹਰਿ ਆਪੇ ਦੇਵੈ ਲੇਇ॥	har aapay dayvai lay- ay.
ਹਰਿ ਆਪੇ ਭਰਮਿ ਭੁਲਾਇਦਾ,	har aapay bharam bhulaa-idaa
ਹਰਿ ਆਪੇ ਹੀ ਮਤਿ ਦੇਇ॥	har aapay hee mat day-ay.
ਗੁਰਮੁਖਾ ਮਨਿ ਪਰਗਾਸੁ ਹੈ,	gurmukhaa man pargaas hai
ਸੇ ਵਿਰਲੇ ਕੇਈ ਕੇਇ॥	say virlay kay-ee kay-ay.
ਹਉ ਬਲਿਹਾਰੀ ਤਿਨ ਕਉ,	ha-o balihaaree tin ka-o
ਜਿਨ ਹਰਿ ਪਾਇਆ ਗੁਰਮਤੇ॥	jin har paa-i-aa gurmatay.
ਜਨ ਨਾਨਕਿ ਕਮਲੁ ਪਰਗਾਸਿਆ,	jan naanak kamal pargaasi-aa
ਮਨਿ ਹਰਿ ਹਰਿ ਵੁਠੜਾ ਹੇ॥੪॥	man har har vuth- rhaa hay. ||4||

ਪ੍ਰਭ ਆਪ ਹੀ ਜੀਵ ਨੂੰ ਪੈਦਾ ਕਰਦਾ, ਸਵਾਸ ਬਖਸ਼ਦਾ, ਸਵਾਸਾਂ ਦੀ ਪੂੰਜੀ ਖਤਮ ਕਰਦਾ, ਮੌਤ ਦੇਂਦਾ ਹੈ । ਪ੍ਰਭ ਆਪ ਹੀ ਭਰਮਾਂ ਵਿੱਚ ਪਾਉਂਦਾ, ਭਰਮ ਦੂਰ ਕਰਦਾ, ਜਾਗਰਤੀ ਬਖਸ਼ਦਾ ਹੈ । ਗੁਰਮਖ ਦੇ ਮਨ ਵਿੱਚ ਪ੍ਰਭ ਦੀ ਜੋਤ ਜਾਗਰਤ ਹੁੰਦੀ ਹੈ, ਪ੍ਰਭ ਦੇ ਨੂਰ ਦੀ ਰੋਸ਼ਨੀ ਹੁੰਦੀ ਹੈ । ਵਿਰਲੇ ਹੀ ਜੀਵ ਨੂੰ ਗੁਰਮਖ ਅਵਸਥਾ ਬਖਸ਼ਿਸ਼ ਹੁੰਦੀ ਹੈ । ਉਸ ਜੀਵ ਤੋਂ ਕੁਰਬਾਨ ਜਾਵਾ! ਜਿਹੜਾ ਸ਼ਬਦ ਦੀ ਪਾਲਣਾ ਕਰਦਾ ਪ੍ਰਵਾਨ ਹੋ ਗਿਆ ਹੈ । ਉਸ ਦੇ ਮਨ ਦਾ ਕਮਲ ਦਾ ਫੁੱਲ ਖੇੜੇ ਵਿੱਚ ਰਹਿੰਦਾ ਹੈ, ਸ਼ਬਦ ਮਨ ਵਿੱਚ ਘਰ ਕਰ ਜਾਂਦਾ, ਵਸਣ ਲਗ ਪੈਂਦਾ ਹੈ ।

The True Master creates, blesses a capital of breathes and human body for a predetermined time to sanctify his soul; she must return to endure the judgement of his worldly deeds. He has infused worldly suspicions in his life, he may enlighten the essence of His Word and eliminates his suspicions. His true devotee may remain enlightened and the eternal glow of His Word may shine on his forehead. However, very rare may be blessed with a state of mind as His true devotee. I remain fascinated from His true devotee! Who may remain intoxicated in meditation in the void of His Word; he may be immersed with His Holy Spirit? The Lotus flower of his soul may always remain in blossom. He remains enlightened within and remains awake and alert all the time.

ਮਨਿ ਹਰਿ ਹਰਿ ਜਪਨੁ ਕਰੇ॥	man, har har japan karay.
ਹਰਿ ਗੁਰ ਸਰਣਾਈ ਭਜਿ ਪਉ ਜਿੰਦੂ,	har gur Sarnaa-ee bhaj pa-o jindoo
ਸਭ ਕਿਲਵਿਖ ਦੁਖ ਪਰਹਰੇ ॥੧॥	sabh kilvikh dukh parharay. ||1||
ਰਹਾਉ॥	rahaa-o.

ਸ਼ਬਦ ਦਾ ਜਾਪ ਕਰਨ, ਪ੍ਰਭ ਦੀ ਸ਼ਰਣ ਵਿੱਚ ਆਪਾ ਭੇਟਾ ਕਰਨ ਵਿੱਚ ਢਿਲ ਨਾ ਕਰੋ! ਜਿਹੜੀ ਆਤਮਾ ਸ਼ਰਣ ਵਿੱਚ ਪ੍ਰਵਾਨ ਹੋ ਜਾਂਦੀ ਹੈ । ਉਸ ਦੇ ਸਾਰੇ ਪਾਪ ਧੋਤੇ ਜਾਂਦੇ ਹਨ, ਦੁਖ ਖਤਮ ਹੋ ਜਾਂਦੇ ਹਨ ।

You should never hesitate or delay for a moment to surrender your self-identity at His Sanctuary. Whosoever may be accepted in His Sanctuary; all his sins may be forgiven, all his worldly desires, miseries may be eliminated.

ਘਟਿ ਘਟਿ ਰਮਈਆ ਮਨਿ ਵਸੈ,	ghat ghat rama-ee-aa man vasai
ਕਿਉ ਪਾਈਐ ਕਿਤੁ ਭਤਿ॥	ki-o paa-ee-ai kit bhat.
ਗੁਰੁ ਪੂਰਾ ਸਤਿਗੁਰੁ ਭੇਟੀਐ,	gur pooraa saT`gur bhaytee-ai
ਹਰਿ ਆਇ ਵਸੈ ਮਨਿ ਚਿਤਿ॥	har aa-ay vasai man chit.
ਮੈ ਧਰ ਨਾਮੁ ਅਧਾਰੁ ਹੈ,	mai Dhar Naam aDhaar hai

ਹਰਿ ਨਾਮੈ ਤੇ ਗਤਿ ਮਤਿ॥	har Naamai tay gat mat.
ਮੈ ਹਰਿ ਹਰਿ ਨਾਮੁ ਵਿਸਾਹੁ ਹੈ,	mai har har Naam visaahu hai
ਹਰਿ ਨਾਮੇ ਹੀ ਜਤਿ ਪਤਿ॥	har Naamay hee jat pat.
ਜਨ ਨਾਨਕ ਨਾਮੁ ਧਿਆਇਆ,	jan naanak Naam Dhi-aa-i-aa
ਰੰਗਿ ਰਤੜਾ ਹਰਿ ਰੰਗਿ ਰਤਿ॥੫॥	rang rat-rhaa har rang rat. ||5||

ਹਰ ਥਾਂ ਵਸਣ ਵਾਲਾ ਪ੍ਰਭ, ਹਰਇਕ ਜੀਵ ਦੇ ਤਨ ਵਿੱਚ ਵੀ ਵਸਦਾ ਹੈ । ਪ੍ਰਭ ਦੀ ਜੋਤ, ਸ਼ਬਦ ਦੀ ਸੋਝੀ ਮਨ ਵਿੱਚ ਕਿਵੇਂ ਜਾਗਰਤ ਕੀਤੀ ਜਾ ਸਕਦੀ ਹੈ? ਪੂਰਨ ਗੁਰੂ, ਪ੍ਰਭ ਦੇ ਸ਼ਬਦ ਦੀ ਪਾਲਣਾ ਕਰਨ ਨਾਲ, ਪ੍ਰਵਾਨਗੀ ਦਾ ਅਸਲੀ ਰਸਤਾ ਬਖਸ਼ਿਸ਼ ਹੋ ਜਾਂਦਾ ਹੈ, ਸ਼ਬਦ ਮਨ ਵਿੱਚ ਵਸਣ ਲਗ ਪੈਂਦਾ ਹੈ । ਪ੍ਰਭ ਦੇ ਸ਼ਬਦ ਦੀ ਪਾਲਣਾ ਹੀ ਜੀਵ ਦਾ ਸੰਸਾਰ ਵਿੱਚ ਆਸਰਾ, ਅਧਾਰ ਹੈ । ਜਿਹੜਾ ਸ਼ਬਦ ਦੀ ਪਾਲਣਾ ਕਰਦਾ ਹੈ, ਉਸ ਨੂੰ ਸ਼ਬਦ ਦੀ ਸੋਝੀ, ਪ੍ਰਭ ਦੇ ਦਰਬਾਰ ਵਿੱਚ ਪ੍ਰਵਾਨਗੀ ਬਖਸ਼ਿਸ਼ ਹੁੰਦੀ ਹੈ । ਪ੍ਰਭ ਦੇ ਸ਼ਬਦ ਦੀ ਪਾਲਣਾ ਨਾਲ ਹੀ ਮਨ ਦਾ ਭਰੋਸਾ ਅਡੋਲ ਰਖਦਾ ਹੈ । ਮੇਰੀ ਹੈਸੀਅਤ, ਮਾਣ ਹੀ ਪ੍ਰਭ ਦੇ ਸ਼ਬਦ ਦੀ ਪਾਲਣਾ ਬਣ ਗਿਆ ਹੈ । ਬੰਦਗੀ ਕਰਨਵਾਲਾ ਪ੍ਰਭ ਦੇ ਸ਼ਬਦ ਦਾ ਹੀ ਜਾਪ, ਪਾਲਣਾ ਕਰਦਾ ਹੈ । ਉਸ ਦੇ ਮਨ, ਤਨ ਤੇ ਸ਼ਬਦ ਦਾ ਨੂਰ, ਰੰਗ ਚੜ੍ਹ ਜਾਂਦਾ, ਬਖਸ਼ਿਸ਼ ਹੋ ਜਾਂਦਾ ਹੈ ।

The Omnipresent True Master remains embedded within each soul and dwells within his body. How may the essence of His Word be enlightened within heart? Whosoever may obey and adopts the teachings His Word, he may be blessed with the right path of acceptance in His Court; he may remain drenched with the essence of His Word within. The sole purpose of human life opportunity may be to adopt the teachings of His Word in day-to-day life. Whosoever may adopt the teachings of His Word with steady and stable belief; with His mercy and grace, he may be enlightened within and his soul may be sanctified to become worthy of His consideration. He may remain intoxicated with His Blessings in the void of His Word. My True Master, obeying the teachings and earnings of Your Word has become my worldly status and honor. His true devotee remains drenched with essence and crimson color of the nectar of the essence of His Word.

ਹਰਿ ਧਿਆਵਹੁ ਹਰਿ ਪ੍ਰਭੁ ਸਤਿ॥	har Dhi-aavahu har parabh sat.
ਗੁਰ ਬਚਨੀ ਹਰਿ ਪ੍ਰਭੁ ਜਾਣਿਆ,	gur bachnee har parabh jaani-aa
ਸਭ ਹਰਿ ਪ੍ਰਭੁ ਤੇ ਉਤਪਤਿ॥੧॥ ਰਹਾਉ॥	sabh har parabh tay utpat. ||1|| rahaa-o.

ਅਟਲ ਪ੍ਰਭ ਹੀ ਸ੍ਰਿਸ਼ਟੀ ਦੀ ਸਾਜਨਾ ਕਰਨਵਾਲਾ ਮਾਲਕ ਹੈ । ਜਿਹੜਾ ਪ੍ਰਭ ਦੇ ਸ਼ਬਦ ਦੀ ਪਾਲਣਾ ਕਰਦਾ ਹੈ, ਪ੍ਰਭ ਦੇ ਰਹਿਮਤ ਨਾਲ ਪ੍ਰਭ ਦੇ ਸ਼ਬਦ ਦੀ ਸੋਝੀ ਬਖਸ਼ਿਸ਼ ਹੋ ਸਕਦੀ ਹੈ ।

The Forever Living True Master, Creator of the universe! Whosoever may obey and adopts the teachings of His Word with steady and stable belief in his day-to-day life; with His mercy and grace, he may be blessed with the enlightenment of the essence of His Word within.

ਜਿਨ ਕਉ ਪੂਰਬਿ ਲਿਖਿਆ,	jin ka-o poorab likhi-aa
ਸੇ ਆਇ ਮਿਲੇ ਗੁਰ ਪਾਸਿ॥	say aa-ay milay gur paas.
ਸੇਵਕ ਭਾਇ ਵਣਜਾਰਿਅ ਮਿਤ੍ਰਾ,	sayvak bhaa-ay vanjaari-aa mitraa
ਗੁਰੁ ਹਰਿ ਹਰਿ ਨਾਮੁ ਪ੍ਰਗਾਸਿ॥	gur har har Naam pargaas.
ਧਨੁ ਧਨੁ ਵਣਜੁ ਵਾਪਾਰੀਆ,	dhan Dhan vanaj vapaaree-aa
ਜਿਨ ਵਖਰੁ ਲਦਿਅੜਾ ਹਰਿ ਰਾਸਿ॥	jin vakhar ladi- arhaa har raas.
ਗੁਰਮੁਖਾ ਦਰਿ ਮੁਖ ਉਜਲੇ,	gurmukhaa dar mukh ujlay
ਸੇ ਆਇ ਮਿਲੇ ਹਰਿ ਪਾਸਿ॥	say aa-ay milay har paas.
ਜਨ ਨਾਨਕ ਗੁਰੁ ਤਿਨ ਪਾਇਆ	jan naanak gur tin paa-i-aa
ਜਿਨਾ ਆਪਿ ਤੁਠਾ ਗੁਣਤਾਸਿ॥੬॥	jinaa aap tuthaa guntaas. ||6||

ਜਿਸ ਦੇ ਭਾਗਾਂ ਵਿੱਚ ਪਹਿਲੇ ਹੀ ਲਿਖਿਆ ਹੁੰਦਾ ਹੈ । ਉਹ ਪ੍ਰਭ ਦੇ ਸ਼ਬਦ ਦੀ ਪਾਲਣਾ ਕਰਕੇ, ਪ੍ਰਭ ਦੇ ਦਰਬਾਰ ਵਿੱਚ ਪ੍ਰਵਾਨ ਹੋ ਜਾਂਦਾ ਹੈ । ਉਸ ਦੇ ਮਨ ਵਿੱਚ ਸ਼ਬਦ ਦੀ ਪਾਲਣਾ ਕਰਨ ਦੀ ਸ਼ਰਧਾ, ਭਰੋਸਾ ਅਡੋਲ ਰਹਿੰਦਾ ਹੈ । ਉਸ ਦੇ ਮਨ ਵਿੱਚ ਪ੍ਰਭ ਦੀ ਜੋਤ ਜਾਗਰਤ ਹੋ ਜਾਂਦੀ ਹੈ, ਮਨ ਵਿੱਚ ਨੂਰ ਚਮਕਦਾ ਹੈ । ਜਿਹੜਾ ਪ੍ਰਭ ਦੇ ਸ਼ਬਦ ਦੀ ਕਮਾਈ ਇਕੱਠੀ ਕਰ ਲੈਂਦਾ, ਉਹ ਬੰਦਗੀ ਕਰਨਵਾਲਾ, ਸ਼ਬਦ ਦਾ ਵਪਾਰੀ ਹੁੰਦਾ ਹੈ । ਉਸ ਗੁਰਮਖਾਂ ਦੇ ਚੇਹਰੇ ਤੇ ਪ੍ਰਭ ਦੀ ਰਹਿਮਤ ਦਾ ਨੂਰ ਚਮਕਦਾ ਹੈ, ਉਹ ਪ੍ਰਭ ਦੇ ਦਰਬਾਰ ਵਿੱਚ ਪ੍ਰਵਾਨ ਹੋ ਜਾਂਦਾ ਹੈ । ਜਿਸ ਦੀ ਸ਼ਬਦ ਦੀ ਕਮਾਈ ਪ੍ਰਵਾਨ ਹੋ ਜਾਂਦੀ ਹੈ, ਕੇਵਲ ਉਸ ਨੂੰ ਹੀ ਪ੍ਰਭ ਦੇ ਸ਼ਬਦ ਦੀ ਸੋਝੀ ਬਖਸ਼ਿਸ਼ ਹੁੰਦੀ ਹੈ ।

Whosoever may have a great prewritten destiny, only he may adopt the teachings of His Word with steady and stable belief in his day-to-day life. He may be accepted in His Court. He may remain steady and stable on the right path of meditation; with His mercy and grace, he may remain enlightened within and the eternal glow of His Holy Spirit may be shining within his heart. Whosoever may collect the earnings of His Word; he may become His true devotee, the merchant, trader of His Word. The eternal glow of His Holy Spirit may be shining on his forehead; with His mercy and grace, he may be accepted in His Court. Whose earnings of His Word may be accepted in His Court, only he may be blessed with the enlightenment of the essence of His Word.

ਹਰਿ ਧਿਆਵਹੁ ਸਾਸਿ ਗਿਰਾਸਿ॥	har Dhi-aavahu saas giraas.
ਮਨਿ ਪ੍ਰੀਤਿ ਲਗੀ ਤਿਨਾ ਗੁਰਮੁਖਾ,	man, pareet lagee tinaa gurmukhaa har
ਹਰਿ ਨਾਮੁ ਜਿਨਾ ਰਹਰਾਸਿ॥੧॥ ਰਹਾਉ॥੧॥	Naam jinaa rahraas. ‖1‖ rahaa-o. ‖1‖

ਜੀਵ ਸਵਾਸ ਗਰਾਸ ਪ੍ਰਭ ਦੇ ਸ਼ਬਦ ਦਾ ਜਾਪ ਕਰੋ! ਜਿਸ ਦੇ ਮਨ ਵਿੱਚ ਪ੍ਰਭ ਦਾ ਸ਼ਬਦ ਵਸਣ ਲਗ ਪੈਂਦਾ ਹੈ । ਉਹ ਹਰ ਵੇਲੇ ਸ਼ਬਦ ਦੀ ਪਾਲਣਾ, ਸਿਮਰਨ ਕਰਦਾ, ਸ਼ਬਦ ਦੀ ਸਮਾਧੀ ਵਿੱਚ ਲੀਨ ਰਹਿੰਦਾ ਹੈ । ਪ੍ਰਭ ਦੀ ਜੋਤ ਮਨ ਵਿੱਚ ਜਾਗਰਤ ਰਹਿੰਦੀ ਹੈ ।

You should meditate on the teachings of His Word with each breath. Whosoever may remain drenched with the enlightenment of the essence of His Word; with His mercy and grace, he may remain intoxicated in meditation in the void of His Word. He may remain enlightened within and remains awake and alert all the time.

195.ਸਿਰੀਰਾਗ ਕੀ ਵਾਰ – ਸਲੋਕ ਮਃ ੩॥ (83-1)

੧ਓ ਸਤਿਗੁਰ ਪ੍ਰਸਾਦਿ॥	ik-oNkaar saT`gur parsaad.
ਰਾਗਾ ਵਿਚਿ ਸ੍ਰੀਰਾਗੁ ਹੈ,	raagaa vich sareeraag hai
ਜੇ ਸਚਿ ਧਰੇ ਪਿਆਰੁ॥	jay sach Dharay pi-aar.
ਸਦਾ ਹਰਿ ਸਚੁ ਮਨਿ ਵਸੈ,	sadaa har sach man vasai
ਨਿਹਚਲ ਮਤਿ ਅਪਾਰੁ॥	nihchal mat apaar.
ਰਤਨੁ ਅਮੋਲਕੁ ਪਾਇਆ,	ratan amolak paa-i-aa
ਗੁਰ ਕਾ ਸਬਦੁ ਬੀਚਾਰੁ॥	gur kaa sabad beechaar.
ਜਿਹਵਾ ਸਚੀ ਮਨੁ ਸਚਾ,	jihvaa sachee man
ਸਚਾ ਸਰੀਰ ਅਕਾਰੁ॥	sachaa sachaa sareer akaar.
ਨਾਨਕ ਸਚੈ ਸਤਿਗੁਰਿ ਸੇਵਿਐ,	naanak sachai saT`gur sayvi-ai
ਸਦਾ ਸਚੁ ਵਾਪਾਰੁ॥੧॥	sadaa sach vaapaar. ‖1‖

ਬਾਣੀ ਦੇ ਸਾਰੇ ਰਾਗਾਂ ਵਿਚੋਂ ਸਿਰੀਰਾਗ ਬਹੁਤ ਮਹੱਤਵ ਪੂਰਕ ਹੈ, ਇਹ ਰਾਗ ਜੀਵ ਦੇ ਮਨ ਨੂੰ ਸ਼ਬਦ ਨਾਲ ਸੰਜੋਗ ਬਣਾਉਂਦਾ, ਵਧਾਉਂਦਾ ਹੈ । ਜਿਸ ਦੇ ਮਨ ਵਿੱਚ ਸ਼ਬਦ ਵਸਣ ਲਗ ਪੈਂਦਾ ਹੈ, ਉਸ ਨੂੰ ਸ਼ਬਦ ਦੀ ਸੋਝੀ ਹੋ ਜਾਂਦੀ ਹੈ, ਮਨ ਵਿੱਚ ਧੀਰਜ, ਸੰਤੋਖ ਵਸ ਜਾਂਦਾ ਹੈ । ਜਿਹੜਾ ਸ਼ਬਦ ਨਾਲ ਜੀਵਨ ਢਾਲਦਾ ਹੈ, ਉਸ ਨੂੰ ਅਨਮੋਲ ਅਵਸਥਾ ਬਖਸ਼ਿਸ਼ ਹੋ ਸਕਦੀ ਹੈ, ਮਨ ਸ਼ਬਦ ਦੀ ਉਸਤਤ ਨਾਲ ਭਰ ਜਾਂਦਾ ਹੈ, ਮਨ ਦੀਆਂ ਸੋਚਾਂ ਸ਼ਬਦ ਅਨੁਸਾਰ ਬਣ ਜਾਂਦੀਆਂ ਹਨ । ਉਸ ਦੇ ਤਨ ਦਾ ਅਕਾਰ, ਸਜਾਵਟ

ਵੀ ਸ਼ਬਦ ਅਨੁਸਾਰ ਹੋ ਜਾਂਦੀ ਹੈ । ਉਹ ਆਪਣਾ ਜੀਵਨ ਸ਼ਬਦ ਨਾਲ ਢਾਲਦਾ ਹੈ, ਉਸ ਦਾ ਧੰਦਾ ਹੀ ਸ਼ਬਦ ਦੀ ਪਾਲਣਾ ਕਰਨਾ ਬਣ ਜਾਂਦਾ ਹੈ ।

The Sri-Raag may be considered the most unique and significant, supreme raag in the scripture of Guru Grant sahib. Whosoever may recite the scripture of Sri-Raag; with His mercy and grace, his devotion with the teachings of His Word may be enhanced. Whosoever may remain drenched with the essence of His Word; with His mercy and grace, he may be blessed with patience, contentment, and enlightenment of the essence of His Word. Whosoever may adopt the teachings of His Word with steady and stable belief in his day-to-day life; with His mercy and grace, he may be blessed with ambrosial state of mind and he remains overwhelmed with the praises of His Word. His thoughts may be transformed as per the teachings of His Word. The embellishment of his body become sanctified as per the essence of His Word. He may adopt the teachings of His Word in day-to-day life as the only purpose of his human life opportunity.

ਮਃ ੩॥

ਹੋਰੁ ਬਿਰਹਾ ਸਭ ਧਾਤੁ ਹੈ,	hor birhaa sabh Dhaat hai
ਜਬ ਲਗੁ ਸਾਹਿਬ ਪ੍ਰੀਤਿ ਨ ਹੋਇ॥	jab lag saahib pareet na ho-ay.
ਇਹੁ ਮਨੁ ਮਾਇਆ ਮੋਹਿਆ,	ih man maa-i-aa mohi-aa
ਵੇਖਣੁ ਸੁਨਣੁ ਨ ਹੋਇ॥	vaykhan sunan na ho-ay.
ਸਹ ਦੇਖੇ ਬਿਨੁ ਪ੍ਰੀਤਿ ਨ ਊਪਜੈ,	sah daykhay bin pareet na oopjai
ਅੰਧਾ ਕਿਆ ਕਰੇਇ॥	anDhaa ki-aa karay-i.
ਨਾਨਕ ਜਿਨਿ ਅਖੀ ਲੀਤੀਆ,	naanak jin akhee leetee-aa,
ਸੋਈ ਸਚਾ ਦੇਇ॥੨॥	so-ee sachaa day-ay. ||2||

ਜਿਹੜਾ ਆਪਣਾ ਜੀਵਨ ਸ਼ਬਦ ਨਾਲ ਨਹੀਂ ਢਾਲਦਾ, ਉਸ ਦੇ ਸਾਰੇ ਧੰਦੇ ਹੀ ਸੰਸਾਰਕ ਮਾਇਆ, ਲਾਲਚ ਦੇ ਪ੍ਰਭਾਵ ਅੰਦਰ ਹੁੰਦੇ ਹਨ । ਉਸ ਦਾ ਮਨ ਮਾਇਆ ਦੇ ਨਸ਼ੇ ਵਿੱਚ ਅੰਨ੍ਹਾ, ਬੋਲਾ ਹੁੰਦਾ ਹੈ । ਉਸ ਨੂੰ ਪ੍ਰਭ ਦਾ ਭਾਣਾ ਦਿਖਾਈ ਨਹੀਂ ਦੇਂਦਾ, ਸ਼ਬਦ ਦੀ ਅਵਾਜ਼ ਨਹੀਂ ਸੁਣਦੀ । ਪ੍ਰਭ ਦੇ ਸ਼ਬਦ ਦੀ ਪਾਲਣਾ ਕਰਨ ਤੋਂ ਬਿਨਾਂ ਸ਼ਬਦ ਨਾਲ ਲਗਨ ਨਹੀਂ ਲਗਦੀ । ਉਹ ਅਗਿਆਨੀ ਜੀਵ ਕੀ ਕਰ ਸਕਦਾ ਹੈ? ਜਿਹੜਾ ਪ੍ਰਭ, ਸ਼ਬਦ ਨਾਲ ਲਗਨ ਲਾਉਣ ਵਾਲੀਆਂ ਅੱਖਾਂ ਬੰਦ ਕਰਦਾ ਹੈ, ਉਹ ਹੀ ਇਹ ਰੋਸ਼ਨੀ ਵਾਪਸ ਬਖਸ਼ ਸਕਦਾ ਹੈ ।

Whosoever may not adopt the teachings of His Word in his day-to-day life, all his worldly chores remain under the influence of worldly wealth, greed. He may remain intoxicated with sweet poison of worldly wealth and blind from the reality of worldly life. He may never hear the everlasting echo of His Word resonating within nor visualize His Holy Spirit prevailing everywhere. Without obeying the teachings of His Word, no one may remain steady and stable on meditation. What may ignorant humans accomplish at his own? Whosoever may close your eyes from meditation, only He may bless devotion to meditate on the teachings of His Word.

ਪਉੜੀ॥ (83-6)

ਹਰਿ ਇਕੋ ਕਰਤਾ ਇਕੁ,	har iko kartaa ik
ਇਕੋ ਦੀਬਾਣੁ ਹਰਿ॥	iko deebaan har.
ਹਰਿ ਇਕਸੈ ਦਾ ਹੈ ਅਮਰੁ,	har iksai daa hai amar
ਇਕੋ ਹਰਿ ਚਿਤਿ ਧਰਿ॥	iko har chitDhar.
ਹਰਿ ਤਿਸੁ ਬਿਨੁ ਕੋਈ ਨਾਹਿ,	har tis bin ko-ee naahi dar bharam
ਡਰੁ ਭ੍ਰਮੁ ਭਉ ਦੂਰਿ ਕਰਿ॥	bha-o door kar.

ਹਰਿ ਤਿਸੈ ਨੋ ਸਾਲਾਹਿ,	har tisai no saalaahi
ਜਿ ਤੁਧੁ ਰਖੈ ਬਾਹਰਿ ਘਰਿ॥	je tuDh rakhai baahar ghar.
ਹਰਿ ਜਿਸ ਨੋ ਹੋਇ ਦਇਆਲੁ,	har jis no ho-ay da-i-aal
ਸੋ ਹਰਿ ਜਪਿ ਭਉ ਬਿਖਮੁ ਤਰਿ॥1॥	so har jap bha-o bikham tar. ||1||

ਸ੍ਰਿਸ਼ਟੀ ਨੂੰ ਸ੍ਰਿਜਨ ਵਾਲੇ ਪ੍ਰਭ ਦਾ ਇਕੋ ਇਕ ਹੀ ਉਸ ਦਾ ਦਰਬਾਰ, ਤਖਤ ਹੈ । ਜੀਵ ਪ੍ਰਭ ਦੇ ਸ਼ਬਦ ਨੂੰ ਹੀ ਸਦਾ ਆਪਣੇ ਧਿਆਨ ਵਿੱਚ ਰਖੋ! ਉਸ ਆਪਣੇ ਜੀਵਨ ਦਾ ਅਧਾਰ, ਆਸਰਾ ਬਣਾਵੋ! ਕੇਵਲ ਪ੍ਰਭ ਹੀ ਜੀਵ ਦਾ ਮੌਤ ਦਾ ਡਰ, ਭਰਮ ਦੂਰ ਕਰ ਸਕਦਾ ਹੈ । ਉਸ ਪ੍ਰਭ ਦੇ ਸ਼ਬਦ ਦੀ ਉਸਤਤ ਗਾਵੋ, ਮਨ ਦੀਆਂ ਇੱਛਾਂ ਨੂੰ ਤਿਆਗ ਕੇ ਸ਼ਬਦ ਦਾ ਸਿਮਰਨ, ਪਾਲਣ ਕਰੋ! ਜਿਸ ਤੇ ਪ੍ਰਭ ਆਪ ਦਿਆਲ ਹੋ ਜਾਂਦਾ ਹੈ, ਉਸ ਨੂੰ ਸ਼ਬਦ ਦੀ ਸੋਝੀ ਬਖਸ਼ਦਾ ਹੈ! ਉਸ ਦੀ ਜੀਭ ਸ਼ਬਦ ਦੇ ਗੁਣ ਗਾਉਂਦੀ ਹੈ, ਓਹ ਡਰ ਭਰਿਆ ਸੰਸਾਰਕ ਸਾਗਰ ਪਾਰ ਕਰ ਜਾਂਦਾ ਹੈ ।

The One and Only One True Master, Creator of the universe has only one throne. You should always focus on the teachings of His Word and you should only pray for His Forgiveness and Refuge. Only The True Master may eliminate the fear of death and worldly suspicions. You should always sing the glory, meditate on the teachings of His Word. Whosoever may be bestowed with His Blessed Vision, he may be blessed with the essence of His Word. His tongue may remain overwhelmed with His Praises, and he may swim the terrible ocean of worldly desires.

196.ਸਲੋਕ ਮਃ ੧: (83-9)

ਦਾਤੀ ਸਾਹਿਬ ਸੰਦੀਆ,	daatee saahib sandee-aa
ਕਿਆ ਚਲੈ ਤਿਸੁ ਨਾਲਿ॥	ki-aa chalai tis naal.
ਇਕ ਜਾਗੰਦੇ ਨਾ ਲਹੰਨਿ,	ik jaaganday naa lahann
ਇਕਨਾ ਸੁਤਿਆ ਦੇਇ ਉਠਾਲਿ॥੧॥	iknaa suti-aa day-ay uthaal. ||1||

ਪ੍ਰਭ ਦੀਆਂ ਕਰਾਮਾਤਾਂ ਦੇ ਨਜ਼ਾਰੇ ਵੱਖਰੇ ਹੀ ਹਨ, ਮਾਨਸ ਉਸ ਨਾਲ ਤੁਲਨਾ ਨਹੀਂ ਕਰ ਸਕਦਾ । ਕਈ ਜੀਵ ਰਾਤ ਦਿਨ ਬੰਦਗੀ ਕਰਦੇ ਬੇਚਾਰ ਹੋ ਜਾਂਦੇ ਹਨ, ਮਨ ਡੋਲਣ ਕਰਕੇ ਕੁਝ ਪ੍ਰਾਪਤ ਨਹੀਂ ਕਰਦੇ । ਜਿਸ ਦਾ ਮਨ ਅਡੋਲ ਰਹਿੰਦਾ ਹੈ, ਉਸ ਨੂੰ ਆਪ ਜਗਾ ਕੇ ਰਹਿਮਤ ਨਾਲ ਨਿਹਾਲ ਕਰਦਾ ਹੈ ।

His miracles are unique and marvelous, no worldly play may be comparable with His Glory, entertainment. Many may meditate day and night; however, may not have a steady and stable belief on His Ultimate Command; he may remain miserable with frustrations. He may never be blessed with the right path of acceptance in His Court. Whosoever may obey the teachings of His Word, with steady and stable belief; with His mercy and grace, he may be overwhelmed with His Bliss.

ਮਃ ੧॥

ਸਿਦਕੁ ਸਬੂਰੀ ਸਾਦਿਕਾ,	sidak sabooree saadikaa sabar
ਸਬਰੁ ਤੋਸਾ ਮਲਾਇਕਾ॥	tosaa malaa-ikaaN.
ਦੀਦਾਰੁ ਪੂਰੇ ਪਾਇਸਾ,	deedaar pooray paa-isaa thaa-o
ਥਾਉ ਨਾਹੀ ਖਾਇਕਾ॥੨॥	naahee khaa-ikaa. ||2||

ਪ੍ਰਭ ਦੇ ਸ਼ਬਦ ਦੀ ਪਾਲਣਾ ਅਡੋਲ ਭਰੋਸਾ ਨਾਲ ਕਰਨਾ ਹੀ ਧੀਰਜ, ਸੰਤੋਖ, ਰਹਿਮਤ ਦਾ ਰਸਤਾ, ਭੋਜਨ ਹੈ । ਕੇਵਲ ਗੱਲਾਂ ਬਾਤਾਂ ਨਾਲ, ਧਾਰਮਕ ਰੀਤ ਰੀਵਾਜਾਂ ਨਾਲ ਕੁਝ ਹਾਸਿਲ ਨਹੀਂ ਹੁੰਦਾ ।

To obey the teachings of His Word with steady and stable belief, with patience, contentment, right nourishment, and path of His Blessings. Only by reading, writing, preaching, and performing any religious rituals nothing may be blessed in human life.

ਪਉੜੀ॥

ਸਭ ਆਪੇ ਤੁਧੁ ਉਪਾਇ ਕੈ,	sabh aapay tuDh upaa-ay kai
ਆਪਿ ਕਾਰੈ ਲਾਈ॥	aap kaarai laa-ee.
ਤੂੰ ਆਪੇ ਵੇਖਿ ਵਿਗਸਦਾ,	tooN aapay vaykh vigsadaa
ਆਪਣੀ ਵਡਿਆਈ॥	aapnee vadi-aa-ee.
ਹਰਿ ਤੁਧਹੁ ਬਾਹਰਿ ਕਿਛੁ ਨਾਹੀ,	har tuDhhu baahar kichh naahee
ਤੂੰ ਸਚਾ ਸਾਈ॥	tooN sachaa saa-ee.
ਤੂੰ ਆਪੇ ਆਪਿ ਵਰਤਦਾ,	tooN aapay aap varatdaa
ਸਭਨੀ ਹੀ ਥਾਈ॥	sabhnee hee thaa-ee.
ਹਰਿ ਤਿਸੈ ਧਿਆਵਹੁ ਸੰਤ ਜਨਹੁ,	har tisai Dhi-aavahu sant janhu
ਜੋ ਲਏ ਛਡਾਈ॥2॥	jo la-ay chhadaa-ee. ‖2‖

ਪ੍ਰਭ ਆਪ ਹੀ ਜੀਵ ਪੈਦਾ ਕਰਦਾ, ਵੱਖਰੇ ਵੱਖਰੇ ਕੰਮਾਂ ਤੇ ਲਾਉਂਦਾ ਹੈ । ਉਹਨਾਂ ਤੋਂ ਆਪਣੀ ਵਡਿਆਈ ਸੁਣਕੇ ਪ੍ਰਸੰਨ ਹੁੰਦਾ ਹੈ । ਪ੍ਰਭ ਹੀ ਹਰਇਕ ਜੀਵ ਵਿੱਚ, ਹਰ ਥਾਂ ਵਾਪਰਦਾ, ਪ੍ਰਭ ਤੋਂ ਬਿਨਾਂ ਹੋਰ ਕੋਈ ਦੂਜਾ ਮਾਲਕ ਨਹੀਂ ਹੈ । ਸ੍ਰਿਸ਼ਟੀ ਦੇ ਸਾਰੇ ਸੰਤ ਸਰੂਪ ਤੇਰੇ ਸ਼ਬਦ ਦਾ ਹੀ ਸਿਮਰਨ ਕਰਦੇ ਹਨ ।

The True Master, Creator creates and assigns different unique task to everyone in the universe. He may remain in blossom listening praises from their tongue. The Omnipresent True Master remains embedded within each soul, dwells within his body and prevails everywhere; no one else may exist without His Command. All saints, blessed soul remains intoxicated in meditating and singing His Glory.

197.ਸਲੋਕ ਮਃ ੧॥ (83-13)

ਫਕੜ ਜਾਤੀ, ਫਕੜੁ ਨਾਉ॥	fakarh jaatee fakarh naa-o.
ਸਭਨਾ ਜੀਆ, ਇਕਾ ਛਾਉ॥	sabhnaa jee-aa ikaa chhaa-o.
ਆਪਹੁ ਜੇ ਕੋ ਭਲਾ ਕਹਾਏ॥	aaphu jay ko bhalaa kahaa-ay.
ਨਾਨਕ ਤਾ ਪਰੁ ਜਾਪੈ,	naanak taa par jaapai
ਜਾ ਪਤਿ ਲੇਖੈ ਪਾਏ॥੧॥	jaa pat laykhai paa-ay. ‖1‖

ਸੰਸਾਰਕ ਜਾਤ, ਵਡੇ ਵਡੇ ਨਾਮ ਦੀ ਕੋਈ ਮਹੱਤਤਾ ਨਹੀਂ ਹੁੰਦੀ, ਸਭ ਜੀਵਾਂ ਦੀ ਆਪ ਹੀ ਰਖਿਆ ਕਰਦਾ ਹੈ । ਜੀਵ ਭਾਵੇਂ ਆਪਣੇ ਆਪ ਨੂੰ ਚੰਗੇ ਕਰਮ ਕਰਨਵਾਲਾ ਸਮਝੇ । ਜਿਸ ਦੀ ਸ਼ਬਦ ਦੀ ਕਮਾਈ ਪ੍ਰਭ ਨੂੰ ਪ੍ਰਵਾਨ ਹੋ ਜਾਂਦੀ ਹੈ, ਕੇਵਲ ਉਹ ਹੀ ਚੰਗੇ ਕੰਮਾਂ ਵਾਲਾ ਹੁੰਦਾ ਹੈ ।

Worldly social high caste or great name may not have any significance in His Court. He protects His Creation with His own imagination. Anyone may believe he may be doing good deeds for community, mankind; however, whose earnings of His Word may be accepted in His Court; only his deeds may be worthy to be calling as good deeds.

ਮਃ ੨॥ (83-15)

ਜਿਸੁ ਪਿਆਰੇ ਸਿਉ ਨੇਹੁ,	jis pi-aaray si-o nayhu
ਤਿਸੁ ਆਗੈ ਮਰਿ ਚਲੀਐ॥	tis aagai mar chalee-ai.
ਧ੍ਰਿਗੁ ਜੀਵਨੁ ਸੰਸਾਰਿ,	dharig jeevan sansaar
ਤਾ ਕੈ ਪਾਛੈ ਜੀਵਣਾ॥੨॥	taa kai paachhai jeevnaa. ‖2‖

ਜਿਹੜਾ ਪ੍ਰਭ ਦੇ ਬਖਸ਼ੇ ਤੇ ਅਡੋਲ ਭਰੋਸੇ ਨਾਲ ਸ਼ਬਦ ਦੀ ਪਾਲਣਾ ਕਰਦਾ ਹੈ ਉਹ ਆਪਾ ਪ੍ਰਭ ਦੇ ਚਰਨਾਂ ਵਿੱਚ ਭੇਟਾ ਕਰਦਾ ਹੈ । ਜਿਸ ਦੇ ਮਨ ਵਿਚੋਂ, ਜੀਵਨ ਵਿਚੋਂ ਪ੍ਰਭ ਦੇ ਸ਼ਬਦ ਦੀ ਸਿਖਿਆਂ ਵਿਸਰ ਜਾਂਦੀ ਹੈ, ਉਸ ਦਾ ਮਾਨਸ ਜੀਵਨ ਬਿਰਥਾ ਹੀ ਬੀਤ ਜਾਂਦਾ ਹੈ ।

Whosoever obey the teachings of His Word with steady and stable belief; he may surrender his self-identity at His Sanctuary. Whosoever may forsake the teachings of His Word and His Ultimate Command, Blessings; his human life opportunity may be wasted.

ਪਉੜੀ॥ (83-16)

ਤੁਧੁ ਆਪੇ ਧਰਤੀ ਸਾਜੀਐ,	tuDh aapay Dhartee saajee-ai
ਚੰਦੁ ਸੂਰਜੁ ਦੁਇ ਦੀਵੇ॥	chand sooraj du-ay deevay.
ਦਸ ਚਾਰਿ ਹਟ ਤੁਧੁ ਸਾਜਿਆ,	das chaar hat tuDh saaji-aa
ਵਾਪਾਰੁ ਕਰੀਵੇ॥	vaapaar kareevay.
ਇਕਨਾ ਨੋ ਹਰਿ ਲਾਭੁ ਦੇਇ,	iknaa no har laabh day-ay
ਜੋ ਗੁਰਮੁਖਿ ਥੀਵੈ॥	jo gurmukh theevay.
ਤਿਨ ਜਮਕਾਲੁ ਨ ਵਿਆਪਈ,	tin jamkaal na vi-aapa-ee
ਜਿਨ ਸਚੁ ਅੰਮ੍ਰਿਤੁ ਪੀਵੈ॥	jin sach amrit peevay.
ਓਇ ਆਪਿ ਛੁਟੇ ਪਰਵਾਰ ਸਿਉ,	o-ay aap chhutay parvaar si-o
ਤਿਨ ਪਿਛੈ ਸਭੁ ਜਗਤੁ ਛੁਟੀਵੈ॥3॥	tin pichhai sabh jagat chhuteevay. ||3|

ਪ੍ਰਭ ਤੂੰ ਹੀ ਧਰਤੀ ਬਣਾਈ ਹੈ, ਇਸ ਤੇ ਰੋਸ਼ਨੀ ਦੇਣ ਲਈ ਸੂਰਜ ਅਤੇ ਚੰਦ ਬਣਾਏ ਹਨ, ਤੂੰ ਆਪ ਹੀ 14 ਬੰਦਗੀ ਕਰਨ ਵਾਲੇ ਧੰਦੇ, ਵਿਧੀਆਂ, ਆਸਣ, (workshop) ਬਣਾਏ ਹਨ । ਜਿਹੜਾ ਸ਼ਬਦ ਦੀ ਪਾਲਣਾ ਰੂਪੀ ਅੰਮ੍ਰਿਤ ਪੀਂਦਾ ਹੈ, ਉਸ ਨੂੰ ਗੁਰਮਖ ਅਵਸਥਾ ਬਖਸ਼ਦਾ ਹੈ, ਉਹ ਜਮਦੂਤਾਂ ਦੇ ਕਾਬੂ ਤੋਂ ਰਹਿਤ ਹੋ ਜਾਂਦੇ ਹਨ । ਉਸ ਨੂੰ ਸ਼ਬਦ ਦੀ ਸੋਝੀ ਬਖਸ਼ਦਾ ਹੈ, ਉਹ ਸ਼ਬਦ ਦੀ ਸਮਾਧੀ ਵਿੱਚ ਹੀ ਲੀਨ ਹੋ ਜਾਂਦਾ ਹੈ । ਉਸ ਨੂੰ ਮੁਕਤ ਅਵਸਥਾ ਬਖਸ਼ਿਸ਼ ਹੋ ਜਾਂਦੀ ਹੈ, ਸੰਜੋਗੀਆਂ ਨੂੰ ਵੀ ਪ੍ਰਵਾਨਗੀ ਦੇ ਰਸਤੇ ਤੇ ਪਾ ਜਾਂਦਾ ਹੈ ।

The True Master has created two fountains of light; the sun and moon to illuminate His Creation. The Master has enlightened, established 14 techniques of mediation to conquer own mind; meditation throne on earth. Whosoever may adopt the teachings of His Word; he may be blessed with enlightenment, a state of mind as His true devotee. His state of mind may become beyond the reach of devil of death. He may remain intoxicated in deep meditation in the void of His Word. He may be blessed with the right path of salvation; he may inspire his family and followers on that right path of salvation.

The 14 Mindfulness Trainings – Conquer own mind! Thich Nhat Hanh		
1	Openness:	Aware of the suffering created by fanaticism and intolerance!
• Remain determined not to be idolatrous about or bound to any doctrine, theory, or ideology, even Buddhist (Guru Granth Sahib). (Buddhist teachings are guiding means to help me learn to look deeply and to develop my understanding and compassion. They are not doctrines to fight, kill or die for.)		
2	Non-attachment to Views	Aware of suffering created by attachment to views and wrong perceptions!
• Determined to avoid being narrow-minded and bound to present views. Learn and practice non-attachment from views in order to be open to others' insights and experiences. Be aware that the knowledge I presently possess is not changeless, absolute truth. (Truth is found in life and I will observe life within and around me in every moment, ready to learn throughout my life.)		

3	Freedom of Thought:	Aware of the suffering brought about when I impose my views on others!

- Committed not to force others, even my children, by any means. whatsoever – such as authority, threat, money, propaganda, or indoctrination – to adopt my views.

(Respect the right of others to be different and to choose what to believe and how to decide. However, help others renounce fanaticism and narrowness through compassionate dialogue.)

4	Awareness of Suffering:	Aware that looking deeply at the nature of suffering can help me develop compassion and find ways out of suffering!

- Determined not to avoid or close my eyes before suffering.
- Committed to finding ways, including personal contact, images, and sounds, to be with those who suffer;
- Understand their situation deeply and help them transform their suffering into compassion, peace, and joy.

5	Simple, Healthy Living	Aware that true happiness is rooted in peace, solidity, freedom, and compassion, and not in wealth or fame!

- Determined not to take as the aim of my life fame, profit, wealth, or sensual pleasure, nor to accumulate wealth while millions are hungry and dying.
- Committed to living simply and sharing my time, energy, and material resources with those in real need.
- Practice mindful consuming, not using alcohol, drugs or any other products that bring toxins into my own and the collective body and consciousness.

6	Dealing with Anger:	Aware that anger blocks communication and creates suffering!

- Determined to take care of the energy of anger when it arises and to recognize and transform the seeds of anger that lie deep in my consciousness.
- Determined, when anger comes up, not to do or say anything, but to practice mindful breathing or mindful walking and acknowledge, embrace, and look deeply into my anger.
- Learn to look with the eyes of compassion on those are the cause of anger.

7	Dwelling Happily in the Present Moment	Aware that life is available only in the present moment; possible to live happily in the here and now!

- Committed to training myself to live deeply each moment of daily life.
- Not to lose myself in dispersion or be carried away by regrets about the past, worries about the future, or craving, anger, or jealousy in the present.
- Practice mindful breathing to come back to what is happening in the present moment.

- Determined to learn the art of mindful living by touching the wondrous, refreshing and healing elements that are inside and around me.

(Nourishing seeds of joy, peace, love and understanding in myself, thus facilitating the work of transformation and healing in my consciousness.)

8	Community and Communication:	Aware that lack of communication always brings separation and suffering!

- Committed to training myself in the practice of compassionate listening and loving speech.
- Learn to listen deeply without judging or reacting and refrain from uttering words that may create discord or cause the community to break.

(Make every effort to keep communications open, to reconcile and resolve all conflicts, however small may be.)

9	Truthful and Loving Speech:	Aware that words can create suffering or happiness!

- Committed to learnings to speak truthfully and constructively, using only words that inspire hope and confidence.
- Determined not to say untruthful things for the sake of personal interest or to impress people, nor to utter words that might cause division or hatred.
- Do not spread rumor, may not know to be certain nor criticize or condemn things of which not sure.
- Do best to speak out about situations of injustice, even when doing so may threaten my safety.

10	Protecting the (Congregation)	Aware that the essence and aim of a Sangha is the practice of understanding and compassion!

- Determined not to use Holy Conjugation for personal gain or profit or transform our community into a political instrument. A spiritual community should, however, take a clear stand against oppression and injustice; should strive to change the situation without engaging in partisan conflicts.

11	Right Livelihood	Aware that great violence and injustice have been done to the environment and society!

- Committed not to live with a vocation that is harmful to humans and nature.
- Do best to select a livelihood that helps realize my ideal of understanding and compassion.
- Aware of global economic, political, and social realities;
- Behave responsibly as a consumer and as a citizen, not investing in companies that deprive others of their chance to live.

12	Reverence for Life	Aware that much suffering is caused by war and conflict!

- Determined to cultivate non-violence, understanding and compassion in daily life,
- To promote peace education, mindful mediation, and reconciliation, within families, communities, nations and in the world.

- Determined not to kill and not to let others kill.
- Diligently practice deep looking with my Sangha to discover better ways to protect life and prevent war.

13	Generosity:	Aware of the suffering caused by exploitation, social injustice, stealing and oppression!

- Committed to cultivating loving kindness and learnings ways to work for the well-being of people, animals, plants, and minerals.
- Practice generosity by sharing time, energy, and material resources with those who are in need.
- Determined not to steal nor possess anything, belong to others.
- Respect the property of others, try to prevent others from profiting from human suffering or the suffering of other beings.

14	Right Conduct For lay members	Aware that sexual relations motivated by craving! cannot dissipate the feeling of loneliness, but will create more suffering, frustrations, and isolation!

- Determined not to engage in sexual relations without mutual understanding, love, and a long-term commitment.
- Sexual relations, must be aware of future suffering that may be caused.
- To preserve the happiness of myself and others!
- Must respect the rights and commitments of myself and others.
- Do everything in power to protect children from sexual abuse.
- protect couples and families from being broken by sexual misconduct.
- Treat my body with respect and preserve my vital energies (sexual, breath, spirit) for the realization of my bodhisattva ideal.
- Be fully aware of the responsibility for bringing new lives in the world.
- Meditate on the world into which we are bringing new beings.

198.ਸਲੋਕ ਮਃ ੧॥ (83-18)

ਕੁਦਰਤਿ ਕਰਿ ਕੈ ਵਸਿਆ ਸੋਇ॥
ਵਖਤੁ ਵੀਚਾਰੇ, ਸੁ ਬੰਦਾ ਹੋਇ॥
ਕੁਦਰਤਿ ਹੈ, ਕੀਮਤਿ ਨਹੀਂ ਪਾਇ॥
ਜਾ ਕੀਮਤਿ ਪਾਇ, ਤ ਕਹੀ ਨ ਜਾਇ॥
ਸਰੈ ਸਰੀਅਤਿ ਕਰਹਿ ਬੀਚਾਰ॥
ਬਿਨੁ ਬੂਝੇ ਕੈਸੇ ਪਾਵਹਿ ਪਾਰੁ॥
ਸਿਦਕੁ ਕਰਿ ਸਿਜਦਾ, ਮਨੁ ਕਰਿ ਮਖਸੂਦੁ॥
ਜਿਹ ਧਿਰਿ ਦੇਖਾ,
ਤਿਹ ਧਿਰਿ ਮਉਜੂਦੁ॥੧॥

kudrat kar kai vasi-aa so-ay. vakhat
veechaaray so bandaa ho-ay.
kudrat hai keemat nahee paa-ay.jaa
keemat paa-ay ta kahee na jaa-ay.
sarai saree-at karahi beechaar.bin
boojhay kaisay paavahi paar.
sidak kar sijdaa man kar makhsood.
jih Dhir daykhaa
tih Dhir ma-ujood. ||1||

ਪ੍ਰਭ ਆਪ ਹੀ ਸ੍ਰਿਸ਼ਟੀ ਸਾਜਕੇ ਇਸ ਵਿੱਚ ਆਪ ਹੀ ਬਰਾਜਮਾਨ, ਵਸਦਾ ਹੈ । ਜਿਸ ਨੂੰ ਇਹ ਸੋਝੀ ਹੋ ਜਾਂਦੀ ਹੈ, ਕਿ ਮਾਨਸ ਜਨਮ ਮਿਥੇ ਸਮੇਂ ਲਈ ਹੀ ਬਖਸ਼ਿਸ਼ ਹੋਇਆ ਹੈ, ਉਹ ਤੇਰਾ ਅਸਲੀ ਸੇਵਕ ਬਣ ਜਾਂਦਾ ਹੈ । ਇਸ ਅਣਮੋਲ ਦਾਤ ਦੀ ਕੀਮਤ ਜਾਣੀ ਨਹੀਂ ਜਾ ਸਕਦੀ । ਕਈ ਜੀਵ ਧਾਰਮਕ ਰੀਤ ਰੀਵਾਜ ਦੇ ਵਿਚਾਰ ਕਰਦੇ ਹਨ, ਮਹੱਤਤਾ ਦੱਸਦੇ ਹਨ । ਪਰ ਪ੍ਰਭ ਦੇ ਸ਼ਬਦ ਦੀ ਸੋਝੀ ਤੋਂ ਬਿਨਾਂ ਕੋਈ ਪ੍ਰਵਾਨਗੀ ਦੇ ਰਸਤੇ ਤੇ ਨਹੀਂ ਚਲ ਸਕਦਾ । ਧੀਰਜ, ਸੰਤੋਖ ਨਾਲ ਬੰਦਗੀ ਕਰੋ! ਆਪਣੇ ਮਨ ਤੇ ਜਿੱਤ

ਪਾਉਣਾ ਹੀ ਮੰਤਵ ਹੋਣਾ ਚਾਹੀਦਾ ਹੈ । ਜਿਸ ਨੂੰ ਇਹ ਅਵਸਥਾ ਬਖਸ਼ਿਸ਼ ਹੋ ਜਾਂਦੀ ਹੈ, ਉਸ ਨੂੰ ਹਰ ਪਾਸੇ ਹੀ ਰਹਿਮਤ ਨਜ਼ਰ ਆਉਂਦੀ ਹੈ ।

The True Master has created the universe and established His Throne on earth in the soul of every creature. His Holy Spirit remains embedded within each soul and remain seat on His Throne. Whosoever may be enlightened; his human life may be blessed only for a predetermined, limited time to become His true servant. The true significance of His Blessings remains beyond the comprehension of His Creation. Religious scholars describe the significance of religious rituals; however, without the enlightenment, of His Word, the right path of salvation may not be blessed. You should meditate on the teachings of His Word with a steady and stable belief. Your real purpose of human life should be to conquer your mind to sanctify your soul to become worthy of His Consideration. Whosoever may be enlightened with such a purpose of human life; with His mercy and grace, he may realize His existence everywhere.

ਮਃ ੩॥ (84-3)

ਗੁਰ ਸਭਾ ਏਵ ਨ ਪਾਈਐ,	gur sabhaa ayv na paa-ee-ai
ਨਾ ਨੇੜੈ ਨਾ ਦੂਰਿ॥	naa nayrhai naa door.
ਨਾਨਕ ਸਤਿਗੁਰੁ ਤਾਂ ਮਿਲੈ,	naanak saT`gur taaN milai
ਜਾ ਮਨੁ ਰਹੈ ਹਦੂਰਿ॥੨॥	jaa man rahai hadoor. ||2||

ਪ੍ਰਭ ਦੀ ਰਹਿਮਤ, ਧਾਰਮਕ ਰੀਤ ਰੀਵਾਜਾਂ ਨਾਲ ਬਖਸ਼ਿਸ਼ ਨਹੀਂ ਹੋ ਸਕਦੀ । ਇਹਨਾਂ ਨਾਲ ਕੋਈ ਪ੍ਰਭ ਦੇ ਨੇੜੇ ਜਾ ਦੂਰ ਨਹੀਂ ਹੋ ਜਾਂਦਾ । ਜਿਹੜਾ ਪ੍ਰਭ ਨੂੰ ਹਮੇਸ਼ਾਂ ਹਾਜ਼ਰਾ ਹਜ਼ੂਰ ਸਮਝਕੇ ਜੀਵਨ ਬਤੀਤ ਕਰਦਾ ਹੈ, ਕੇਵਲ ਉਸ ਨੂੰ ਹੀ ਪ੍ਰਵਾਨਗੀ ਦਾ ਅਸਲੀ ਰਸਤਾ ਬਖਸ਼ਿਸ਼ ਹੋ ਸਕਦਾ ਹੈ ।

His Blessed Vision may not be blessed by performing religious rituals. No one may become closer or afar from His Holy Spirit by performing religious rituals. Whosoever may adopt the teachings of His Word steady and stable belief; with His mercy and grace, only he may be blessed with the right path of acceptance in His Court; The Omnipresent True Master monitors all events of His Nature.

ਪਉੜੀ॥ (84-4)

ਸਪਤ ਦੀਪ ਸਪਤ ਸਾਗਰਾ, ਨਵ ਖੰਡ,	sapat deep sapat saagraa nav khand
ਚਾਰਿ ਵੇਦ ਦਸ ਅਸਟ ਪੁਰਾਣਾ॥	chaar vayddas asat puraanaa.
ਹਰਿ ਸਭਨਾ ਵਿਚਿ ਤੂੰ ਵਰਤਦਾ,	har sabhnaa vich tooN varatdaa
ਹਰਿ ਸਭਨਾ ਭਾਣਾ॥	har sabhnaa bhaanaa.
ਸਭਿ ਤੁਝੈ ਧਿਆਵਹਿ ਜੀਅ ਜੰਤ,	sabhtujhai Dhi-aavahi jee-a jant
ਹਰਿ ਸਾਰਗ ਪਾਣਾ॥	har saarag paanaa.
ਜੋ ਗੁਰਮੁਖਿ ਹਰਿ ਆਰਾਧਦੇ,	jo gurmukh har aaraaDhaday
ਤਿਨ ਹਉ ਕੁਰਬਾਣਾ॥	tin ha-o kurbaanaa.
ਤੂੰ ਆਪੇ ਆਪਿ ਵਰਤਦਾ,	tooN aapay aap varatdaa
ਕਰਿ ਚੋਜ ਵਿਡਾਣਾ॥4॥	kar choj vidaanaa. ||4||

ਸੰਸਾਰ ਵਿੱਚ ਸੱਤ ਦੀਪ, ਸੱਤ ਸਾਗਰ, ਨੌਂ ਖੰਡ, ਚਾਰ ਵੇਦ, ਅੱਠਾਰਾਂ ਪੁਰਾਨ ਮੰਨੇ ਗਏ ਹਨ । ਸਾਰਿਆਂ ਵਿੱਚ ਹੀ ਪ੍ਰਭ ਦੇ ਸ਼ਬਦ ਦੀ ਮਹਿਮਾਂ ਦੱਸੀ ਗਈ ਹੈ । ਸਾਰੀਆਂ ਸ੍ਰਿਸ਼ਟੀਆਂ ਹੀ ਆਪਣੇ ਢੰਗ ਨਾਲ ਸਿਮਰਨ ਕਰਦੀਆਂ, ਰਹਿਮਤਾਂ ਮੰਗਦੀਆਂ ਹਨ । ਜਿਸ ਨੂੰ ਗੁਰਮਖ ਅਵਸਥਾ ਬਖਸ਼ਿਸ਼ ਹੋ ਜਾਂਦੀ, ਉਹ ਪੂਜਣ ਯੋਗ ਹੋ ਜਾਂਦਾ ਹੈ । ਸਾਰਾ ਖੇਲ ਪ੍ਰਭ ਦਾ ਹੀ ਰਚਿਆ, ਆਪ ਹੀ ਸਭ ਥਾਂ ਵਾਪਰਦਾ ਹੈ ।

In the universe has common belief! There are 7 islands of earth, 7 oceans, nine regions, 4 Vedas, 18 Puranas. All Holy Scriptures describe the significance of adopting the teachings of His Word. Everyone meditates with own religious recognized worshiping belief and prays for His Forgiveness and Refuge. Whosoever may be blessed with a state of mind as His true devotee; with His mercy and grace, he may become worthy of worship. The True Master has created the play and prevails in each event in the universe.

199. ਸਲੋਕ ਮਃ ੩॥ (84-7)

ਕਲਉ ਮਸਾਜਨੀ ਕਿਆ ਸਦਾਈਐ,	kala-o masaajnee ki-aa sadaa-ee-ai
ਹਿਰਦੈ ਹੀ ਲਿਖਿ ਲੇਹੁ॥	hirdai hee likh layho.
ਸਦਾ ਸਾਹਿਬ ਕੈ ਰੰਗਿ ਰਹੈ,	sadaa saahib kai rang rahai
ਕਬਹੂੰ ਨ ਤੂਟਸਿ ਨੇਹੁ॥	kabahooN na tootas nayhu.
ਕਲਉ ਮਸਾਜਨੀ ਜਾਇਸੀ,	kala-o masaajnee jaa-isee
ਲਿਖਿਆ ਭੀ ਨਾਲੇ ਜਾਇ॥	likhi-aa bhee naalay jaa-ay.
ਨਾਨਕ ਸਹ ਪ੍ਰੀਤਿ ਨ ਜਾਇਸੀ,	naanak sah pareet na jaa-isee
ਜੋ ਧੁਰਿ ਛੋਡੀ ਸਚੈ ਪਾਇ॥੧॥	jo Dhur chhodee sachai paa-ay. ||1||

ਪ੍ਰਭ ਦਾ ਸ਼ਬਦ ਲਿਖਣ ਲਈ ਕਾਗਦ ਜਾ ਕਲਮ ਦੀ ਕੀ ਲੋੜ ਹੈ? ਪ੍ਰਭ ਦਾ ਸ਼ਬਦ ਕੇਵਲ ਜੀਵ ਦੀ ਆਤਮਾ ਵਿੱਚ ਪ੍ਰਭ ਦੀ ਰਹਿਮਤ ਨਾਲ ਹੀ ਉਕਾਰਿਆ, ਲਿਖਿਆ ਜਾ ਸਕਦਾ ਹੈ । ਸਦਾ ਹੀ ਪ੍ਰਭ ਦੇ ਸ਼ਬਦ ਦੀ ਬੰਦਗੀ ਵਿੱਚ ਲੀਨ, ਮਸਤ ਰਹੋ! ਮਨ ਵਿਚੋਂ ਕਦੇ ਨਾ ਵਿਸਾਰੋ! ਜਿਸ ਜੀਵ ਦੇ ਪਿਛਲੇ ਜਨਮ ਦੇ ਭਾਗਾਂ ਵਿੱਚ ਹੀ ਹੁੰਦਾ ਹੈ, ਉਸ ਦੇ ਮਨ ਵਿਚੋਂ ਸ਼ਬਦ ਦੀ ਲਗਨ ਕਦੇ ਵੀ ਖਤਮ ਨਹੀਂ ਹੁੰਦੀ ।

What may be the necessity of paper, and ink to write His Word? Only The True Master engraves His Word on each soul with His inkless pen. You should always remain intoxicated in meditation in the void His Word. You should never forsake His Word from day-to-day life. Whosoever may have a great prewritten destiny; his devotion to obey the teachings of His Word may never be diminished or eliminated.

ਮਃ ੩॥ (84-9)

ਨਦਰੀ ਆਵਦਾ ਨਾਲਿ ਨ ਚਲਈ,	nadree aavdaa naal na chal-ee
ਵੇਖਹੁ ਕੋ ਵਿਉਪਾਇ॥	vaykhhu ko vi- upaa-ay.
ਸਤਿਗੁਰਿ ਸਚੁ ਦ੍ਰਿੜਾਇਆ,	saT`gur sach drirh-aa-i-aa
ਸਚਿ ਰਹਹੁ ਲਿਵ ਲਾਇ॥	sach rahhu liv laa-ay.
ਨਾਨਕ ਸਬਦੀ ਸਚੁ ਹੈ,	naanak sabdee sach hai
ਕਰਮੀ ਪਲੈ ਪਾਇ॥੨॥	karmee palai paa-ay. ||2||

ਸੰਸਾਰ ਵਿੱਚ ਦੇਖਣ ਵਿੱਚ ਆਉਣ ਵਾਲਾ ਸਭ ਕੁਝ ਮਰਨ ਤੇ ਜੀਵ ਦੇ ਸਾਥ ਨਹੀਂ ਜਾਂਦਾ । ਜੀਵ ਦਾ ਮਨ ਕਿਹੜੇ ਸੰਸਾਰਕ ਨਜ਼ਾਰੇ ਨੂੰ ਜੀਵ ਦੇਖਣਾ ਚਾਹੁੰਦਾ ਹੈ? ਪ੍ਰਭ ਨੇ ਸ਼ਬਦ ਦਾ ਬੀਜ ਜੀਵ ਦੇ ਮਨ ਵਿੱਚ ਹੀ ਬੀਜਿਆ ਹੈ । ਉਸ ਦੇ ਸ਼ਬਦ ਦੀ ਸਮਾਧੀ ਵਿੱਚ ਹੀ ਲੀਨ, ਮਸਤ ਰਹੋ । ਸ਼ਬਦ ਹੀ ਸਦਾ ਸੱਚ ਰਹਿਣ ਵਾਲਾ ਹੈ, ਇਹ ਚੰਗੇ ਕੰਮ ਕੀਤਿਆਂ ਹੀ ਬਖਸ਼ਿਸ਼ ਹੋ ਸਕਦਾ ਹੈ ।

Whatsoever may be visibly in this world! Nothing may stay with his soul after death. What may be the attraction of worldly scenes, miracles, his mind remains anxious to witness? The True Master has already sowed the seed of His Word within his mind, soul. He should always remain intoxicated in meditation on the teachings of His Word; His Command prevails unchangeable forever. The enlightenment of the essence of His Word may only be blessed by obeying the teachings of His Word.

ਪਉੜੀ॥ (84-10)

ਹਰਿ ਅੰਦਰਿ ਬਾਹਰਿ ਇਕੁ ਤੂੰ, ਤੂੰ ਜਾਣਹਿ ਭੇਤੁ॥	har andar baahar ik tooN tooN jaaneh bhayt.
ਜੋ ਕੀਚੈ ਸੋ ਹਰਿ ਜਾਣਦਾ, ਮੇਰੇ ਮਨ ਹਰਿ ਚੇਤੁ॥	jo keechai so har jaandaa mayray man har chayt.
ਸੋ ਡਰੈ ਜਿ ਪਾਪ ਕਮਾਵਦਾ, ਧਰਮੀ ਵਿਗਸੇਤੁ॥	so darai je paap kamaavdaa Dharmee vigsayt.
ਤੂੰ ਸਚਾ ਆਪਿ ਨਿਆਉ ਸਚੁ, ਤਾ ਡਰੀਐ ਕੇਤੁ॥	tooN sachaa aap ni-aa-o sach taa daree-ai kayt.
ਜਿਨਾ ਨਾਨਕ ਸਚੁ ਪਛਾਣਿਆ, ਸੇ ਸਚਿ ਰਲੇਤੁ॥5॥	jinaa naanak sach pachhaani-aa say sach ralayt. ‖5‖

ਅੰਤਰਜਾਮੀ ਪ੍ਰਭ ਆਪ ਹੀ ਜੀਵ ਦੇ ਮਨ ਅੰਦਰ ਅਤੇ ਸੰਸਾਰ ਵਿੱਚ ਵਾਪਰਦਾ ਹੈ । ਮਨ ਵਿੱਚ ਪ੍ਰਭ ਦੇ ਸ਼ਬਦ ਦਾ ਖਿਆਲ ਰਖੋ! ਅੰਤਰਜਾਮੀ ਪ੍ਰਭ ਜੀਵ ਦੇ ਕੀਤੇ ਸਭ ਕੰਮ ਜਾਣਦਾ ਹੈ । ਆਪ ਹੀ ਹਰ ਕਰਤਬ ਦਾ ਕਾਰਨ ਬਣਾਉਂਦਾ ਹੈ । ਜਿਹੜਾ ਪਾਪਾਂ ਵਾਲੇ ਕੰਮ ਕਰਦਾ ਹੈ, ਉਹ ਡਰ ਵਿੱਚ ਹੀ ਜੀਵਨ ਬਤੀਤ ਕਰਦਾ ਹੈ । ਜਿਹੜਾ ਸ਼ਬਦ ਅਨੁਸਾਰ ਕੰਮ ਕਰਦਾ ਹੈ, ਉਹ ਅਨੰਦ ਮਾਨਦਾ ਹੈ । ਪਵਿੱਤਰ ਪ੍ਰਭ ਦਾ ਇਨਸਾਫ ਵੀ ਸਦਾ ਸੱਚਾ, ਅਟਲ ਹੈ । ਜੀਵ ਇਨਸਾਫ ਤੋਂ ਕੋਈ ਕਿਉਂ ਡਰਦਾ ਹੈ? ਜਿਹੜਾ ਸ਼ਬਦ ਦੀ ਸਿਖਿਆਂ ਨਾਲ ਜੀਵਨ ਢਾਲਦਾ ਹੈ । ਉਸ ਨੂੰ ਸੋਝੀ ਬਖਸ਼ਿਸ਼ ਹੋ ਜਾਂਦੀ ਹੈ । ਦਰਬਾਰ ਵਿੱਚ ਕੇਵਲ ਇਨਸਾਫ ਹੀ ਹੁੰਦਾ ਹੈ, ਉਸ ਨੂੰ ਆਪਣੀ ਜੋਤ ਵਿੱਚ ਹੀ ਅਲੋਪ ਕਰ ਲੈਂਦਾ ਹੈ ।

The Omniscient True Master remains embedded within each soul, dwells and prevails in every event in the universe. The Axiom, Omniscient True Master remains aware of every event of His Creation; he creates the cause of each action; nothing may be hidden from Him. Evil doer remains in constant fear, and frustrations. The True Master always performs justice. Why may anyone be afraid from His Blessings? Whosoever may adopt the teachings of His Word in day-to-day life; with His mercy and grace, he may be blessed with the enlightenment of the essence of His Word. Only justice prevails in His Court; he may sanctify his soul and may immerse within His Holy Spirit.

200.ਸਲੋਕ ਮਃ ੩॥ (84-13)

ਕਲਮ ਜਲਉ ਸਣੁ ਮਸਵਾਣੀਐ, ਕਾਗਦੁ ਭੀ ਜਲਿ ਜਾਉ॥	kalam jala-o san masvaanee-ai kaagadbhee jal jaa-o.
ਲਿਖਣ ਵਾਲਾ ਜਲਿ ਬਲਉ, ਜਿਨਿ ਲਿਖਿਆ ਦੂਜਾ ਭਾਉ॥	likhan vaalaa jal bala-o jin likhi-aa doojaa bhaa-o.
ਨਾਨਕ ਪੂਰਬਿ ਲਿਖਿਆ ਕਮਾਵਣਾ, ਅਵਰੁ ਨ ਕਰਣਾ ਜਾਇ॥੧॥	naanak poorab likhi-aa kamaavanaa avar na karnaa jaa-ay. ‖1‖

ਜਿਹੜਾ ਦੁਬਦਾ (ਦਵੈਤ) ਬਾਬਤ, ਪ੍ਰਭ ਦੇ ਸ਼ਬਦ ਤੋਂ ਬਿਨਾਂ ਹੋਰ ਕਿਸੇ ਦੀ ਬੰਦਗੀ ਬਾਬਤ ਲਿਖਦਾ ਹੈ । ਉਹ ਜੀਵ, ਉਹ ਕਾਗਦ, ਉਹ ਕਲਮ, ਉਹ ਸਿਆਹੀ, ਉਹ ਲਿਖਾਰੀ ਜਲਾ ਦੇਵੋ! ਜੀਵ ਪਿਛਲੇ ਜੀਵਨ ਦੇ ਕੰਮਾਂ ਦੇ ਫਲ, ਪਹਿਲੇ ਹੀ ਲਿਖੇ ਭਾਗਾਂ ਅਨੁਸਾਰ ਹੀ ਕੰਮ ਕਰਦਾ, ਹੋਰ ਕੁੱਝ ਨਹੀਂ ਕਰ ਸਕਦਾ ।

Whosoever may write about duality or anything other than meditation on the teachings of His Word; that paper, ink and the writer should be burned to ashes. Whatsoever the destiny may have been prewritten as the reward of deeds of his previous lives; he may only perform deeds in his current life.

ਮ: ੩॥ (84-15)

ਹੋਰੁ ਕੂੜੁ ਪੜਣਾ, ਕੂੜੁ ਬੋਲਣਾ,	hor koorh parh-naa koorh bolnaa
ਮਾਇਆ ਨਾਲਿ ਪਿਆਰੁ॥	maa-i-aa naal pi-aar.
ਨਾਨਕ ਵਿਣੁ ਨਾਵੈ ਕੋ ਥਿਰੁ ਨਹੀ,	naanak vin naavai ko thir nahee
ਪੜਿ ਪੜਿ ਹੋਇ ਖੁਆਰੁ॥੨॥	parh parh ho-ay khu-aar. ‖2‖

ਸ਼ਬਦ ਤੋਂ ਬਿਨਾਂ ਹੋਰ ਕੁਝ ਪੜ੍ਹਨਾ, ਬੋਲਣਾ, ਸੰਸਾਰਕ ਮਾਇਆ ਦੀ ਗੁਲਾਮੀ ਅੰਦਰ ਹੀ ਹੁੰਦਾ ਹੈ । ਜੀਵਨ ਵਿੱਚ ਸ਼ਬਦ ਤੋਂ ਬਿਨਾਂ ਹੋਰ ਕੁਝ ਵੀ ਸਦਾ ਰਹਿਣ ਵਾਲਾ ਨਹੀਂ, ਥੋੜ੍ਹਾ ਸਮੇਂ ਰਹਿਣ ਵਾਲਾ ਹੈ । ਜਿਹੜਾ ਸੰਸਾਰਕ ਮਾਇਆ ਪਿਛੇ ਲਗਕੇ ਜੀਵਨ ਬਤੀਤ ਕਰਦਾ ਹੈ, ਉਹ ਮਾਨਸ ਜਨਮ ਬਿਰਥਾ ਹੀ ਗਵਾ ਜਾਂਦਾ ਹੈ ।

Without reading, reciting, and living by the teachings of His Word, all other preaching may be a sweet poison of worldly wealth and greed. Only the earnings of His Word remain as true companion forever; everything else may be short-lived and perish. Whosoever may remain intoxicated with sweet poison of worldly wealth; he wastes his human life opportunity uselessly.

ਪਉੜੀ॥ (84-16)

ਹਰਿ ਕੀ ਵਡਿਆਈ ਵਡੀ ਹੈ,	har kee vadi-aa-ee vadee hai
ਹਰਿ ਕੀਰਤਨੁ ਹਰਿ ਕਾ॥	har keertan har kaa.
ਹਰਿ ਕੀ ਵਡਿਆਈ ਵਡੀ ਹੈ,	har kee vadi-aa-ee vadee hai
ਜਾ ਨਿਆਉ ਹੈ ਧਰਮ ਕਾ॥	jaa ni-aa-o hai Dharam kaa.
ਹਰਿ ਕੀ ਵਡਿਆਈ ਵਡੀ ਹੈ,	har kee vadi-aa-ee vadee hai
ਜਾ ਫਲੁ ਹੈ ਜੀਅ ਕਾ॥	jaa fal hai jee-a kaa.
ਹਰਿ ਕੀ ਵਡਿਆਈ ਵਡੀ ਹੈ,	har kee vadi-aa-ee vadee hai
ਜਾ ਨ ਸੁਣਈ, ਕਹਿਆ ਚੁਗਲ ਕਾ॥	jaa na sun-ee kahi- aa chugal kaa.
ਹਰਿ ਕੀ ਵਡਿਆਈ ਵਡੀ ਹੈ,	har kee vadi-aa-ee vadee hai
ਅਪੁਛਿਆ ਦਾਨੁ ਦੇਵਕਾ॥੬॥	apuchhi-aa daan dayvkaa. ‖6‖

ਪ੍ਰਭ ਦੇ ਗੁਣ ਬਹੁਤ ਅਨਮੋਲ, ਅਨੇਕਾਂ ਹਨ, ਸ਼ਬਦ ਦੇ ਵਿਰਾਗ ਵਿੱਚ ਕੀਰਤਨ, ਸਿਮਰਨ ਕਰਨਾ ਬਹੁਤ ਮਹੱਤਵ ਪੂਰਕ ਬੰਦਗੀ ਹੈ । ਪ੍ਰਭ ਹਰ ਵੇਲੇ ਇਨਸਾਫ ਹੀ ਕਰਦਾ ਹੈ, ਇਹ ਬਹੁਤ ਵਡਾ ਮਹੱਤਵ ਪੂਰਕ ਗੁਣ ਹੈ । ਉਹ ਹਰਇਕ ਨੂੰ ਆਪਣੇ ਕੀਤੇ ਦਾ ਫਲ ਜਰੂਰ ਬਖਸ਼ਦਾ ਹੈ, ਕਿਸੇ ਦੀ ਘਾਲ ਬਿਰਥਾ ਨਹੀਂ ਜਾਣ ਦੇਂਦਾ । ਉਹ ਕਿਸੇ ਦੀ ਨਿੰਦਿਆਂ ਜਾ ਚੁਗਲੀ, ਜਾ ਅਰਦਾਸ ਤੇ ਕੋਈ ਅਮਲ ਨਹੀਂ ਕਰਦਾ । ਲੋਕ ਦਿਖਾਵੇ ਵਾਲੀ ਕਿਸੇ ਹੋਰ ਦੀ ਕੀਤੀ ਅਰਦਾਸ ਤੇ ਕੋਈ ਸੁਣਾਈ ਨਹੀਂ ਕਰਦਾ । ਇਹ ਸਭ ਤੋਂ ਵਡਾ ਗੁਣ ਹੈ! ਬਿਨਾਂ ਕੁਝ ਮੰਗਣ ਤੋਂ, ਆਪ ਹੀ ਜੀਵ ਨੂੰ ਲੋੜ ਅਨੁਸਾਰ ਬਖਸ਼ਦਾ ਹੈ ।

The True Master, Treasure of ambrosial, precious, and priceless virtues. Whosoever may meditate and sings in renunciation in the memory of separation His Holy Spirit; his singing may be the most significant worship in human life. The True Master has unlimited unique virtues; only justice prevails in His Court! His Blessings. He always rewards the honest earnings of His Creation. Whosoever may regret and repents; with His mercy and grace, he may be blessed with the right path. He may never reward the prayer of curse, back-biting, slandering. The meditation, prayers to win worldly honor or fame, may never be acceptable in His Court. He always blesses once at the time of birth; a unique virtue.

201.ਸਲੋਕ ਮ: ੩॥ (84-19)

ਹਉ ਹਉ ਕਰਤੀ ਸਭ ਮੁਈ,	ha-o ha-o kartee sabh mu-ee
ਸੰਪਉ ਕਿਸੈ ਨ ਨਾਲਿ॥	sampa-o kisai na naal.
ਦੂਜੈ ਭਾਇ, ਦੁਖੁ ਪਾਇਆ,	doojai bhaa-ay dukh paa-i-aa
ਸਭ ਜੋਹੀ ਜਮਕਾਲਿ॥	sabh johee jamkaal.

ਨਾਨਕ ਗੁਰਮੁਖਿ ਉਬਰੇ,	naanak gurmukh ubray
ਸਾਚਾ ਨਾਮੁ ਸਮਾਲਿ॥੧॥	saachaa Naam samaal. ||1||

ਜਿਹੜਾ ਸੰਸਾਰ ਵਿੱਚ ਮੇਰੀ ਮੇਰੀ ਕਰਦਾ ਅਹੰਕਾਰ ਵਿੱਚ ਮਰ ਜਾਂਦਾ ਹੈ, ਉਸ ਦੀ ਸੰਸਾਰਕ ਮਲਕੀਅਤ, ਹੈਸੀਅਤ ਉਸ ਦੇ ਸਾਥ ਨਹੀਂ ਜਾਂਦੀ, ਮੌਤ ਪਿਛੋਂ ਕਿਸੇ ਕੰਮ ਨਹੀਂ ਆਉਂਦੀ । ਕਿਉਂਕਿ ਉਹ ਪ੍ਰਭ ਨੂੰ ਮੁਕਤੀ ਦਾ ਦਾਤਾ ਨਹੀਂ ਮੰਨਦਾ, ਹੋਰ ਦੂਸਰੇ ਨੂੰ ਜੀਵਨ ਬਖਸ਼ਣ ਵਾਲਾ ਮੰਨਦਾ ਹੈ । ਉਹ ਸੰਸਾਰਕ ਇੱਛਾਂ ਦੇ ਦੁਖ ਵਿੱਚ ਹੀ ਮਰ ਜਾਂਦਾ ਹੈ । ਮੌਤ ਦਾ ਫਰਿਸ਼ਤਾ ਸਭ ਕੁਝ ਦੇਖਦਾ ਹੈ । ਜਿਹੜਾ ਗੁਰਮਖ ਹਰ ਵੇਲੇ ਸ਼ਬਦ ਦਾ ਵਿਚਾਰ ਕਰਦਾ, ਉਸ ਨੂੰ ਪ੍ਰਭ ਦੀ ਸ਼ਰਣ ਵਿੱਚ ਪ੍ਰਵਾਨਗੀ ਬਖਸ਼ਿਸ਼ ਹੋ ਜਾਂਦੀ ਹੈ ।

Whosoever may claim everything his own possession and dies in his ego; his worldly possessions and status does not support in His Court and have no significance for the real purpose for his human life journey. He may never consider The One and Only One True Master of salvation rather someone else as his savior. He endures miseries of worldly desires and dies in worries, frustration. The devil of death monitors all activities. His true devotee always remains in renunciation in the memory of his separation from His Holy Spirit fresh within his mind; with His mercy and grace, he may be accepted in His Sanctuary.

ਮঃ ੧॥ (85-1)

ਗੱਲੀ ਅਸੀ ਚੰਗੀਆ,	galeeN asee changee-aa
ਆਚਾਰੀ ਬੁਰੀਆਹ॥	aachaaree buree-aah.
ਮਨਹੁ ਕੁਸੁਧਾ ਕਾਲੀਆ,	manhu kusuDhaa kaalee-aa
ਬਾਹਰਿ ਚਿਟਵੀਆਹ॥	baahar chitvee-aah.
ਰੀਸਾ ਕਰਿਹ ਤਿਨਾੜੀਆ,	reesaa karih tinaarhee-aa
ਜੋ ਸੇਵਹਿ ਦਰੁ ਖੜੀਆਹ॥	jo sayveh dar kharhee-aah.
ਨਾਲਿ ਖਸਮੈ ਰਤੀਆ,	naal khasmai ratee-aa
ਮਾਣਹਿ ਸੁਖਿ ਰਲੀਆਹ॥	maaneh sukh ralee- aah.
ਹੋਦੈ ਤਾਣਿ ਨਿਤਾਣੀਆ,	hodai taan nitaanee-aa
ਰਹਹਿ ਨਿਮਾਨਣੀਆਹ॥	raheh nimaannee-aah.
ਨਾਨਕ ਜਨਮੁ ਸਕਾਰਥਾ,	naanak janam sakaarthaa
ਜੇ ਤਿਨ ਕੈ ਸੰਗਿ ਮਿਲਾਹ॥੨॥	jay tin kai sang milaah. ||2||

ਸੰਸਾਰਕ ਵਿੱਚ ਗੱਲਾਂ ਬਾਤਾਂ ਵਿੱਚ ਬਹੁਤ ਬੰਦਗੀ ਕਰਨਵਾਲੇ ਹੁੰਦੇ ਹਨ, ਪਰ ਉਹਨਾਂ ਦੇ ਮਨ ਵਿੱਚ ਬੁਰੇ ਖਿਆਲ, ਸੋਚਾਂ ਰਹਿੰਦੀਆਂ ਹਨ । ਉਹਨਾਂ ਦਾ ਮਨ ਬੁਰੀਆਂ ਕਰਤੂਤਾਂ ਨਾਲ ਭਰਿਆਂ ਹੁੰਦਾ ਹੈ । ਉਹ ਵੀ ਬਾਣਾ, ਦਿਖਾਵਾ, ਸੰਸਾਰਕ ਭਲਾਈ ਕਰਨਵਾਲੇ ਜੀਵਾਂ ਦੀ ਤਰ੍ਹਾਂ ਹੀ ਕਰਦੇ ਹਨ । ਉਹ ਪ੍ਰਭ ਦੀ ਹਜ਼ੂਰੀ ਵਿੱਚ ਪ੍ਰਵਾਨ ਹੋਏ ਸੇਵਕਾਂ ਦੀਆਂ ਰੀਸਾਂ ਕਰਦੇ ਹਨ । ਗੁਰਮਖ ਪ੍ਰਭ ਦੇ ਵਿਛੋੜੇ ਦੇ ਵਿਰਾਗ ਵਿੱਚ ਮਸਤ ਰਹਿੰਦਾ, ਸਦਾ ਖੇੜੇ ਵਿੱਚ ਅਨੰਦ ਵਿੱਚ ਰਹਿੰਦਾ ਹੈ । ਉਹ ਬਲ ਹੁੰਦਿਆਂ ਵੀ ਬਲ ਦਾ ਜ਼ੋਰ ਨਹੀਂ ਦਿਖਾਉਂਦਾ, ਘਮੰਡ ਨਹੀਂ ਕਰਦਾ । ਉਹ ਹਰ ਵੇਲੇ ਨਿਮਰਤਾ ਨਾਲ ਨਿਮਾਣਾ ਬਣਕੇ ਜੀਵਨ ਬਤੀਤ ਕਰਦਾ ਹੈ । ਜਿਹੜਾ ਉਸ ਦੇ ਜੀਵਨ ਦੀ ਸਿਖਿਆਂ ਨਾਲ ਆਪਣਾ ਜੀਵਨ ਢਾਲਦਾ ਹੈ, ਉਸ ਦਾ ਵੀ ਜਨਮ ਸਫਲ ਹੋ ਜਾਂਦਾ ਹੈ ।

Many may be pretending to be meditating on the teachings of His Word; however, their mind remains overwhelmed with evil thoughts, deeds, and greed. They may adopt the religious robe and perform worldly good deeds as gesture of meditation. They may be imitating His true devotees, who have been accepted in His Sanctuary. His true devotee remains intoxicated with the essence of His Word. He meditates in renunciation in the memory of his separation from His Holy Spirit. He remains in peace, contented and harmony in all worldly conditions. Even though he may be blessed with the physical and mental strength; however, he may remain humble and never enforce his thoughts on others. He will never boast of his enlightenments. He remains humble and merciful in his deeds in life. Whosoever may adopt his life experience teachings in day-to-day life; he may be blessed with the right path of salvation. His human life journey becomes a successful.

ਪਉੜੀ॥ (85-4)

ਤੂੰ ਆਪੇ ਜਲੁ ਮੀਨਾ ਹੈ,	tooN aapay jal meenaa hai
ਆਪੇ ਆਪੇ ਹੀ ਆਪਿ ਜਾਲੁ॥	aapay aapay hee aap jaal.
ਤੂੰ ਆਪੇ ਜਾਲੁ ਵਤਾਇਦਾ,	tooN aapay jaal vataa-idaa
ਆਪੇ ਵਿਚਿ ਸੇਬਾਲੁ॥	aapay vich saybaal.
ਤੂੰ ਆਪੇ ਕਮਲੁ ਅਲਿਪਤੁ ਹੈ,	tooN aapay kamal alipat hai
ਸੈ ਹਥਾ ਵਿਚਿ ਗੁਲਾਲੁ॥	sai hathaa vich gulaal.
ਤੂੰ ਆਪੇ ਮੁਕਤਿ ਕਰਾਇਦਾ,	tooN aapay mukat karaa-idaa
ਇਕ ਨਿਮਖ ਘੜੀ ਕਰਿ ਖਿਆਲੁ॥	ik nimakhgharhee kar khi-aal.
ਹਰਿ ਤੁਧਹੁ ਬਾਹਰਿ ਕਿਛੁ ਨਹੀ,	har tuDhhu baahar kichh nahee
ਗੁਰ ਸਬਦੀ ਵੇਖਿ ਨਿਹਾਲੁ॥7॥	gur sabdee vaykh nihaal. ||7||

ਪ੍ਰਭ ਤੂੰ ਆਪ ਹੀ ਪਾਣੀ, ਆਪ ਹੀ ਪਾਣੀ ਵਿੱਚ ਰਹਿੰਦੀ ਮੱਛੀ, ਆਪ ਹੀ ਪਕੜਨ ਵਾਲਾ ਜਾਲ ਹੈ । ਆਪ ਹੀ ਮੱਛੀ ਨੂੰ ਪਕੜਨ ਵਾਲਾ ਜਾਲ ਪਾਣੀ ਵਿੱਚ ਪਸਾਰਦਾ ਹੈ, ਆਪ ਹੀ ਮੱਛੀ ਨੂੰ ਘੇਰਨਵਾਲਾ ਬੇਟ, ਮਾਸ ਦੀ ਬੋਟੀ ਹੈ । ਆਪ ਹੀ ਕਮਲ ਦਾ ਫੁੱਲ, ਜਿਹੜਾ ਗੰਦੇ ਟੋਬੇ ਵਿੱਚ ਖੇੜੇ ਵਿੱਚ ਰਹਿੰਦਾ ਹੈ । ਜਿਹੜਾ ਇਕ ਪਲ ਵੀ ਸ਼ਬਦ ਦਾ ਸੋਚਦਾ ਹੈ, ਆਪ ਹੀ ਉਸ ਨੂੰ ਮੁਕਤੀ ਦਾ ਰਸਤਾ ਬਖਸ਼ਦਾ ਹੈ । ਕੁਝ ਵੀ ਪ੍ਰਭ ਦੇ ਵੱਸ ਤੋਂ ਬਾਹਰ ਨਹੀਂ ਹੈ! ਮੈਂ ਸ਼ਬਦ ਦੀ ਪਾਲਣਾ ਕਰਦਾ, ਬਖਸ਼ੇ ਦਾ ਅਨੰਦ ਮਾਨਦਾ ਹਾ ।

The True Master is ocean, and the fish lives and survive with water. He is also the fishermen, who spreads his net to catch the fish. He is also a worm on the hook to attracts the big fish to be caught. He is the lotus flower; who remains blemish free and blossoms in filthy worldly water. Whosoever even thinks for a moment about His Word; with His mercy and grace, he may be blessed with the right path of salvation. Nothing in this world may be beyond His reach. I wholeheartedly meditates on the teachings of His Word with a steady and stable belief; I enjoy peace and contentment in my life.

202.ਸਲੋਕ ਮਃ ੩॥ (85-7)

ਹੁਕਮੁ ਨ ਜਾਣੈ ਬਹੁਤਾ ਰੋਵੈ॥	hukam na jaanai bahutaa rovai.
ਅੰਦਰਿ ਧੋਖਾ ਨੀਦ ਨ ਸੋਵੈ॥	andar Dhokhaa need na sovai.
ਜੇ ਧਨ ਖਸਮੈ ਚਲੈ ਰਜਾਈ॥	jay Dhan khasmai chalai rajaa-ee.
ਦਰਿ ਘਰਿ ਸੋਭਾ ਮਹਲਿ ਬੁਲਾਈ॥	dar ghar sobhaa mahal bulaa-ee.
ਨਾਨਕ ਕਰਮੀ ਇਹ ਮਤਿ ਪਾਈ॥	naanak karmee ih mat paa-ee.
ਗੁਰ ਪਰਸਾਦੀ ਸਚਿ ਸਮਾਈ॥੧॥	gur parsaadee sach samaa-ee. ||1||

ਜਿਹੜਾ ਪ੍ਰਭ ਦਾ ਸ਼ਬਦ ਨਹੀਂ ਜਾਣਦਾ, ਸ਼ਬਦ ਦੀ ਸੋਝੀ ਨਹੀਂ ਹੁੰਦੀ, ਉਹ ਬਹੁਤ ਦੁਖਾਂ ਵਾਲਾ ਜੀਵਨ ਬਤੀਤ ਕਰਦਾ ਹੈ । ਉਸ ਦੇ ਮਨ ਵਿੱਚ ਧੋਖਾ, ਲਾਲਚ ਹੀ ਰਹਿੰਦਾ ਹੈ, ਉਸ ਨੂੰ ਕੋਈ ਸ਼ਾਂਤੀ, ਸੁਖ ਦੀ ਨੀਂਦ ਬਖਸ਼ਿਸ਼ ਨਹੀਂ ਹੁੰਦੀ । ਜਿਹੜਾ ਪ੍ਰਭ ਦੇ ਸ਼ਬਦ ਨਾਲ ਜੀਵਨ ਢਾਲਦਾ, ਉਸ ਨੂੰ ਪ੍ਰਭ ਦੀ ਰਹਿਮਤ ਦਾ ਸੱਦਾ, ਦਰਬਾਰ ਵਿੱਚ ਸੋਭਾ ਬਖਸ਼ਿਸ਼ ਹੋ ਸਕਦੀ ਹੈ । ਪ੍ਰਭ ਦੀ ਰਹਿਮਤ ਨਾਲ ਹੀ ਜੀਵ ਨੂੰ ਸ਼ਬਦ ਦੀ ਸੋਝੀ ਹੋ ਜਾਂਦੀ ਹੈ, ਉਹ ਪ੍ਰਭ ਦੇ ਸ਼ਬਦ ਦੀ ਪਾਲਣਾ ਵਿੱਚ ਲੀਨ ਹੋ ਜਾਂਦਾ ਹੈ ।

Whosoever may not be enlightened with the essence of His Word; he remains in sorrows, miseries and intoxicated with deception and greed. He may never be blessed with a peace of mind, nor a sound worry free sleep, either. Whosoever may adopt the teachings of His Word; with His mercy and grace, he may be enlightened from within. He may be honored in His Court. He may remain intoxicated in meditation in the void of His Word.

ਮਃ ੩॥ (85-9)

ਮਨਮੁਖ ਨਾਮ ਵਿਹੂਣਿਆ,	manmukh Naam vihooni-aa rang
ਰੰਗੁ ਕਸੁੰਭਾ ਦੇਖਿ ਨ ਭੁਲੁ॥	kasumbhaa daykh na bhul.
ਇਸ ਕਾ ਰੰਗੁ ਦਿਨ ਥੋੜਿਆ,	is kaa rang din thorhi-aa
ਛੋਛਾ ਇਸ ਦਾ ਮੁਲੁ॥	chhochhaa is daa mul.
ਦੂਜੈ ਲਗੇ ਪਚਿ ਮੁਏ,	doojai lagay pach mu-ay
ਮੂਰਖ ਅੰਧ ਗਵਾਰ॥	moorakh anDh gavaar.
ਬਿਸਟਾ ਅੰਦਰਿ ਕੀਟ ਸੇ,	bistaa andar keet say
ਪਇ ਪਚਹਿ ਵਾਰੋ ਵਾਰ॥	pa-i pacheh vaaro vaar.
ਨਾਨਕ ਨਾਮ ਰਤੇ ਸੇ ਰੰਗੁਲੇ,	naanak Naam ratay say rangulay
ਗੁਰ ਕੈ ਸਹਜਿ ਸੁਭਾਇ॥	gur kai sahj subhaa-ay.
ਭਗਤੀ ਰੰਗੁ ਨ ਉਤਰੈ,	bhagtee rang na utrai
ਸਹਜੇ ਰਹੈ ਸਮਾਇ॥੨॥	sehjay rahai samaa-ay. ||2||

ਮਨਮਰਜ਼ੀ ਕਰਨਵਾਲੇ, ਇਸ ਸੰਤਾਂ ਵਾਲਾ ਬਾਣੇ, ਨੂੰ ਭੁਲ ਜਾਵੋ ! ਬਾਣੇ ਦੇ ਰੰਗ ਦੀ ਕੋਈ ਮਹੱਤਤਾ ਨਹੀਂ, ਪ੍ਰਭ ਦੀ ਰਹਿਮਤ ਬਾਣੇ ਨਾਲ ਬਖਸ਼ਿਸ਼ ਨਹੀਂ ਹੁੰਦੀ । ਅਣਜਾਣ, ਸ਼ਬਦ ਤੋਂ ਅਗਿਆਨੀ ਜੀਵ ਧਰਮਾਂ ਦੇ ਰੀਤ ਰੀਵਾਜ ਵਿੱਚ ਲਗਾ, ਆਪਣੀ ਮੂਰਖਤਾ ਵਿੱਚ ਹੀ ਮਾਨਸ ਜਨਮ ਬਿਰਥਾ ਹੀ ਗਵਾ ਜਾਂਦਾ ਹੈ । ਉਹ ਰੂੜੀ ਦੇ ਕੀੜੇ ਵਾਂਗ, ਗੰਦਗੀ ਵਿੱਚ ਹੀ ਜਨਮ ਲੈਂਦਾ, ਬਾਰ ਬਾਰ ਜੂੰਨਾਂ ਵਿੱਚ ਰਹਿੰਦਾ ਹੈ । ਜਿਹੜਾ ਸ਼ਬਦ ਦੀ ਪਾਲਣਾ ਨਾਲ ਜੀਵਨ ਢਾਲਦਾ ਹੈ, ਉਹ ਸੰਤੋਖ ਵਿੱਚ ਖੇੜੇ ਵਿੱਚ ਹੀ ਰਹਿੰਦਾ ਹੈ । ਉਸ ਦੇ ਮਨ ਵਿਚੋਂ ਬੰਦਗੀ ਦੀ ਲਗਨ ਦਾ ਰੰਗ ਕਦੇ ਫਿੱਕਾ ਨਹੀਂ ਹੁੰਦਾ । ਪ੍ਰਭ ਦੇ ਸ਼ਬਦ ਦੀ ਸਮਾਧੀ ਵਿੱਚ ਹੀ ਪ੍ਰਭ ਦੀ ਜੋਤ ਵਿੱਚ ਅਲੋਪ ਹੋ ਜਾਂਦਾ ਹੈ ।

Self-minded renounces your saintly robe; He may not be tricked, fooled by your saintly robe. The religious robe, worldly status, religious baptism has no significance in His Court. Self-minded may remain indulged, intoxicated in religious rituals; he may waste his priceless opportunity of human life in his ignorance. He may be like a worm of manure, born and dies in manure, in a cycle of birth and death. Whosoever may adopt the teachings of His Word with steady and stable belief; with His mercy and grace, he may enjoy peace and contentment in his life. His devotion, crimson color of the essence of His Word may never diminish from his way of life. He may remain intoxicated in meditation in the void of His Word; he may be accepted in His Court, immerses in His Holy Spirit.

ਪਉੜੀ॥ (85-12)

ਸਿਸਟਿ ਉਪਾਈ ਸਭ,	sisat upaa-ee sabh
ਤੁਧੁ ਆਪੇ ਰਿਜਕੁ ਸੰਬਾਹਿਆ॥	tuDh aapay rijak sambaahi-aa.
ਇਕਿ ਵਲੁ ਛਲੁ ਕਰਿ ਕੈ ਖਾਵਦੇ,	ik val chhal kar kai khaavday
ਮੁਹਹੁ ਕੂੜੁ ਕੁਸਤੁ ਤਿਨੀ ਢਾਹਿਆ॥	muhhu koorh kusat tinee dhaahi-aa.
ਤੁਧੁ ਆਪੇ ਭਾਵੈ ਸੋ ਕਰਹਿ,	tuDh aapay bhaavai so karahi
ਤੁਧੁ ਓਤੈ ਕੰਮਿ ਓਇ ਲਾਇਆ॥	tuDh otai kamm o-ay laa-i-aa.
ਇਕਨਾ ਸਚੁ ਬੁਝਾਇਓਨੁ,	iknaa sach bujhaa-i-on
ਤਿਨਾ ਅਤੁਟ ਭੰਡਾਰ ਦੇਵਾਇਆ॥	tinaa atut bhandaar dayvaa-i-aa.
ਹਰਿ ਚੇਤਿ ਖਾਹਿ ਤਿਨਾ ਸਫਲੁ ਹੈ,	har chayt khaahi tinaa safal hai
ਅਚੇਤਾ ਹਥ ਤਡਾਇਆ॥8॥	achaytaa hath tadaa-i-aa. ||8||

ਕਈ ਜੀਵ ਧੋਖੇ, ਅਤੇ ਫਰੇਬ ਦਾ ਜੀਵਨ ਬਤੀਤ ਕਰਦੇ ਹਨ । ਉਹਨਾਂ ਦੇ ਬੋਲਾਂ ਵਿੱਚ ਸਦਾ ਹੀ ਕਰੋਧ ਅਤੇ ਨਿੰਦਿਆਂ ਹੁੰਦੀ ਹੈ । ਜੋ ਪ੍ਰਭ ਨੂੰ ਭਾਉਂਦਾ ਹੈ, ਉਸ ਹੀ ਧੰਦੇ ਤੇ ਲਾਉਂਦਾ ਹੈ । ਜਿਸ ਨੂੰ ਸ਼ਬਦ ਵਿੱਚ ਲਗਨ ਬਖਸ਼ਦਾ ਹੈ! ਉਸ ਨੂੰ ਸ਼ਬਦ ਦੀ ਸੋਝੀ ਦਾ ਅਤੁਟ ਖਜ਼ਾਨਾ ਬਖਸ਼ਦਾ ਹੈ । ਜਿਹੜਾ ਸ਼ਬਦ ਨਾਲ ਜੀਵਨ ਢਾਲਦਾ ਹੈ, ਉਹ ਅਨੰਦ ਸੰਤੋਖ ਨਾਲ ਜੀਵਨ ਬਤੀਤ ਕਰਦਾ ਹੈ । ਜਿਹੜਾ ਸ਼ਬਦ ਨਾਲ

ਜੀਵਨ ਬਤੀਤ ਨਹੀਂ ਕਰਦਾ, ਉਹ ਮਨ ਦੀਆਂ ਇੱਛਾਂ ਦਾ ਗੁਲਾਮ ਰਹਿੰਦਾ ਹੈ । ਉਸ ਦੀ ਭੁੱਖ ਕਦੇ ਖਤਮ ਨਹੀਂ ਹੁੰਦੀ, ਸਦਾ ਮੰਗਦਾ ਹੀ ਰਹਿੰਦਾ ਹੈ ।

Some may live a life of deception and falsehood. He always speaks rude, angry words, slandering and frustration from the events of human life. The True Master assigns every creature a unique task with His own imagination. Whosoever may be blessed with a devotion to meditate on the teachings of His Word; with His mercy and grace, he may be blessed with a treasure of enlightenments. Whosoever may adopt the teachings of His Word with steady and stable belief; in his life, he may enjoy peace and contentment in his life. Whosoever may not adopt the teachings of His Word; he may remain intoxicated with sweet poison of worldly wealth. His anxiety, lava of worldly desires may never be extinguished; he always begs for more.

203. ਸਲੋਕ ਮਃ ੩॥ (85-15)

ਪੜਿ ਪੜਿ ਪੰਡਿਤ ਬੇਦ ਵਖਾਣਹਿ,	parh parh pandit bayd vakaaneh
ਮਾਇਆ ਮੋਹ ਸੁਆਇ॥	maa-i-aa moh su-aa-ay.
ਦੂਜੈ ਭਾਇ, ਹਰਿ ਨਾਮੁ ਵਿਸਾਰਿਆ,	doojai bhaa-ay har Naam visaari-aa
ਮਨ ਮੂਰਖ ਮਿਲੈ ਸਜਾਇ॥	man, moorakh milai sajaa-ay.
ਜਿਨਿ ਜੀਉ ਪਿੰਡੁ ਦਿਤਾ,	jin jee-o pind ditaa
ਤਿਸੁ ਕਬਹੂੰ ਨ ਚੇਤੈ,	tis kabahooN na chaytai
ਜੋ ਦੇਂਦਾ ਰਿਜਕੁ ਸੰਬਾਹਿ॥	jo dayNdaa rijak sambaahi.
ਜਮ ਕਾ ਫਾਹਾ ਗਲਹੁ ਨ ਕਟੀਐ,	jam kaa faahaa galhu na katee-ai
ਫਿਰਿ ਫਿਰਿ ਆਵੈ ਜਾਇ॥	fir fir aavai jaa-ay.
ਮਨਮੁਖਿ ਕਿਛੂ ਨ ਸੂਝੈ ਅੰਧੁਲੇ,	manmukh kichhoo na soojhai anDhulay
ਪੂਰਬਿ ਲਿਖਿਆ ਕਮਾਇ॥	poorab likhi-aa kamaa-ay.
ਪੂਰੈ ਭਾਗਿ ਸਤਿਗੁਰੁ ਮਿਲੈ,	poorai bhaag saT`gur milai
ਸੁਖਦਾਤਾ ਨਾਮੁ ਵਸੈ ਮਨਿ ਆਇ॥	sukh-daata Naam vasai man aa-ay.
ਸੁਖੁ ਮਾਣਹਿ ਸੁਖੁ ਪੈਨਣਾ,	sukh maaneh sukh painnaa
ਸੁਖੇ ਸੁਖਿ ਵਿਹਾਇ॥	sukhay sukh vihaa-ay.
ਨਾਨਕ ਸੋ ਨਾਉ ਮਨਹੁ ਨ ਵਿਸਾਰੀਐ,	naanak so naa-o manhu na visaaree-ai
ਜਿਤੁ ਦਰਿ ਸਚੈ ਸੋਭਾ ਪਾਇ॥੧॥	jit dar sachai sobhaa paa-ay. ‖1‖

ਜਿਹੜਾ ਸੰਸਾਰ ਗਿਆਨੀ, ਪੰਡਿਤ, ਪੁਜਾਰੀ, ਹਰ ਵੇਲੇ ਪਾਠ, ਕਥਾਂ, ਕੀਰਤਨ ਕਰਦਾ ਹੈ, ਮਨ ਵਿੱਚ ਸੰਸਾਰਕ ਮਾਇਆ ਦਾ ਲੋਭ ਵੀ ਭਰਿਆਂ ਹੁੰਦਾ ਹੈ । ਉਸ ਦੇ ਪਾਏ ਹੋਏ, ਧਰਮਾਂ ਦੇ ਭਰਮਾਂ ਨਾਲ ਜੀਵ ਚਾਰੇ ਪਾਸੇ ਭਟਕਦਾ ਰਹਿੰਦਾ ਹੈ, ਉਹ ਅਣਜਾਣ ਆਪਣੇ ਕੀਤੇ ਕੰਮਾਂ ਦਾ ਹੀ ਫਲ ਭੋਗਦੇ ਹਨ । ਜਿਹੜਾ ਤਨ, ਮਨ ਅਤੇ ਪੇਟ ਭਰਨ ਲਈ ਭੋਜਨ ਬਖਸ਼ਣ ਵਾਲੇ ਪ੍ਰਭ ਦਾ ਕਦੇ ਧੰਨਵਾਦ ਨਹੀਂ ਕਰਦਾ । ਉਸ ਦਾ ਮੌਤ ਦਾ ਫੰਧਾ ਗਲ ਵਿਚੋਂ ਕੱਟਿਆ ਨਹੀਂ ਜਾ ਸਕਦਾ, ਉਹ ਜੂੰਨਾਂ ਦੇ ਚੱਕਰ ਵਿੱਚ ਹੀ ਰਹਿੰਦਾ ਹੈ । ਮਨਮਰਜ਼ੀ ਕਰਨਵਾਲੇ ਜੀਵ ਨੂੰ ਸ਼ਬਦ ਦੀ ਕੋਈ ਸੋਝੀ ਨਹੀਂ ਹੁੰਦੀ । ਜਿਹੜਾ ਭਾਗਾਂ ਵਿੱਚ ਜਨਮ ਤੋਂ ਪਹਿਲੇ ਹੀ ਲਿਖਿਆ ਹੁੰਦਾ ਹੈ, ਉਹ ਕੁਝ ਹੀ ਕਰਦਾ ਹੈ! ਜਿਸ ਦੇ ਵਡੇ ਭਾਗਾਂ ਹੁੰਦੇ ਹਨ, ਉਸ ਨੂੰ ਹੀ ਸ਼ਬਦ ਵਿੱਚ ਲਗਨ ਲਾਉਂਦਾ ਹੈ । ਜਿਹੜਾ ਸ਼ਬਦ ਨਾਲ ਜੀਵਨ ਢਾਲਦਾ, ਉਸ ਦੇ ਮਨ ਵਿੱਚ ਸ਼ਬਦ ਦੀ ਸੋਝੀ ਘਰ ਕਰ ਜਾਂਦੀ ਹੈ । ਉਹ ਆਪਣਾ ਜੀਵਨ ਅਨੰਦ, ਸੰਤੋਖ ਨਾਲ ਬਤੀਤ ਕਰਦਾ ਹੈ । ਪ੍ਰਭ ਦਾ ਸ਼ਬਦ ਮਨ ਵਿਚੋਂ ਕਦੇ ਨਹੀਂ ਵਿਸਾਰਦਾ, ਉਸ ਨੂੰ ਦਰਬਾਰ ਵਿੱਚ ਪ੍ਰਵਾਨਗੀ ਬਖਸ਼ਿਸ਼ ਹੋ ਜਾਂਦੀ ਹੈ ।

Whosoever may recite religious Holy Scripture, preaches the spiritual teachings, and explains the meanings of the Holy Scripture; however, he may remain a slave of worldly desires and greed. Such a saint, priest, religious guru creates religious suspicions, rituals, religious baptism; he may endure the miseries of his misguided worldly deeds. He may never remain gratitude nor believe the teachings of His Word; The True Master, who creates, nourishes, protects, and blesses the right path of acceptance in His Court. His cycle of birth and death may never be eliminated. Self-minded may not have any enlightenment of the essence of His Word; he can only preform deeds as prewritten in his destiny. Whosoever may have a great prewritten destiny, only he may be blessed with devotion to meditate and adopts the teachings of His Word in life; with His mercy and grace, he may be enlightened with the essence of His Word. He may be blessed with comforts, pleasures, and contentment in his life. He may never forsake His Word; he may become worthy of His consideration and he may be accepted in His Court.

ਮਃ ੩॥ (85-19)

ਸਤਿਗੁਰੁ ਸੇਵਿ ਸੁਖੁ ਪਾਇਆ,	saT`gur sayv sukh paa-i-aa
ਸਚੁ ਨਾਮੁ ਗੁਣਤਾਸੁ॥	sach Naam guntaas.
ਗੁਰਮਤੀ ਆਪੁ ਪਛਾਣਿਆ,	gurmatee aap pachhaani-aa
ਰਾਮ ਨਾਮ ਪਰਗਾਸੁ॥	raam Naam pargaas.
ਸਚੋ ਸਚੁ ਕਮਾਵਣਾ,	sacho sach kamaavanaa
ਵਡਿਆਈ ਵਡੇ ਪਾਸਿ॥	vadi-aa-ee vaday paas.
ਜੀਉ ਪਿੰਡੁ ਸਭੁ ਤਿਸ ਕਾ,	jee-o pind sabh tis kaa
ਸਿਫਤਿ ਕਰੇ ਅਰਦਾਸਿ॥	sifat karay ardaas.
ਸਚੈ ਸਬਦਿ ਸਾਲਾਹਣਾ,	sachai sabad salaahnaa
ਸੁਖੇ ਸੁਖਿ ਨਿਵਾਸੁ॥	sukhay sukh nivaas.
ਜਪੁ ਤਪੁ ਸੰਜਮੁ ਮਨੈ ਮਾਹਿ,	jap tap sanjam manai maahi
ਬਿਨੁ ਨਾਵੈ ਧ੍ਰਿਗੁ ਜੀਵਾਸੁ॥	bin naavai Dharig jeevaas.
ਗੁਰਮਤੀ ਨਾਉ ਪਾਈਐ,	gurmatee naa-o paa-ee-ai
ਮਨਮੁਖ ਮੋਹਿ ਵਿਣਾਸੁ॥	manmukh mohi vinaas.
ਜਿਉ ਭਾਵੈ ਤਿਉ ਰਾਖੁ ਤੂੰ,	ji-o bhaavai ti-o raakh tooN
ਨਾਨਕੁ ਤੇਰਾ ਦਾਸੁ॥੨॥	naanak tayraa daas. ||2||

ਜਿਹੜਾ ਸ਼ਬਦ ਨਾਲ ਜੀਵਨ ਢਾਲਦਾ ਹੈ, ਉਸ ਦੇ ਮਨ ਵਿੱਚ ਸੰਤੋਖ ਬਖਸ਼ਿਸ਼ ਹੁੰਦਾ ਹੈ, ਪ੍ਰਭ ਦੇ ਸ਼ਬਦ ਦੀ ਸੋਝੀ ਹੀ ਖੇੜੇ ਦਾ ਖਜ਼ਾਨਾ ਹੈ । ਜਿਹੜਾ ਆਪਣੇ ਆਪ ਨੂੰ ਪਛਾਣ ਲੈਂਦਾ ਹੈ, ਉਸ ਦੇ ਅੰਦਰ ਪ੍ਰਭ ਦੀ ਜੋਤ ਜਾਗਰਤ ਹੋ ਜਾਂਦੀ ਹੈ । ਸਾਰੀਆਂ ਵਡਿਆਈਆਂ ਪ੍ਰਭ ਦੇ ਵੱਸ ਵਿੱਚ ਹੀ ਹਨ, ਜੀਵ ਦਾ ਮਨ, ਤਨ ਪ੍ਰਭ ਦੀ ਅਮਾਨਤ ਹੈ । ਜੀਵ ਪ੍ਰਭ ਦੇ ਸ਼ਬਦ ਨਾਲ ਜੀਵਨ ਢਾਲਣ, ਉਸਤਤ, ਗੁਣ ਗਾਉਣ ਨਾਲ ਸ਼ਬਦ ਦੀ ਕਮਾਈ ਬਖਸ਼ਿਸ਼ ਹੋ ਸਕਦੀ ਹੈ । ਪ੍ਰਭ ਅੱਗੇ ਸਦਾ ਰਹਿਮਤ ਦੀ ਅਰਦਾਸ ਕਰੋ । ਪ੍ਰਭ ਦੀ ਰਹਿਮਤ ਨਾਲ ਮਨ ਵਿੱਚ ਸ਼ਾਂਤੀ ਸੰਤੋਖ ਬਖਸ਼ਿਸ਼ ਹੋ ਜਾਂਦਾ ਹੈ । ਜੀਵ ਭਾਵੇਂ ਆਪਣੇ ਮਨ ਨੂੰ ਇੱਛਾਂ ਤੋਂ ਵਾਂਝਾ ਰਖਕੇ ਜਪ, ਤਪ ਕਰੇ । ਸ਼ਬਦ ਨਾਲ ਜੀਵਨ ਢਾਲਣ ਤੋਂ ਬਿਨਾਂ ਮਾਨਸ ਜਨਮ ਬਿਰਥਾ ਹੀ ਹੈ । ਕੇਵਲ ਸ਼ਬਦ ਦੀ ਪਾਲਣਾ ਕਰਨ ਨਾਲ ਹੀ ਸ਼ਬਦ ਦੀ ਸੋਝੀ ਬਖਸ਼ਿਸ਼ ਹੋ ਜਾਂਦੀ ਹੈ ਮਨਮਰਜ਼ੀ ਕਰਨਵਾਲੇ ਸੰਸਾਰਕ ਮਾਇਆ ਦੇ ਮੋਹ ਦੇ ਜਾਲ ਵਿੱਚ ਫਸੇ ਰਹਿੰਦੇ ਹਨ । ਪ੍ਰਭ, ਆਪਣੀ ਰਜ਼ਾ ਵਿੱਚ ਹੀ ਦਾਸ ਨੂੰ ਰਖੋ! ਮੇਰਾ ਹੋਰ ਕੋਈ ਆਸਰਾ ਨਹੀਂ ਹੈ ।

Whosoever may adopt the teachings of His Word with steady and stable belief in day-to-day life; with His mercy and grace, he may be blessed with contentment and blossom in his day-to-day life. His Word is the treasure of all the pleasures. Whosoever may be enlightened with the essence of His Word and he may recognize the purpose of his human life opportunity; with His mercy and grace, the eternal spiritual glow may ignite within his heart. All greatness, virtues, Blessings remain under His Command, our body, mind, and worldly status remains His Trust only. Whosoever may sing the glory, adopts the teachings of His Word with steady and stable belief; with

His mercy and grace, he may be blessed with the wealth of His Word. He may be blessed with a peace and contentment. Even though some may keep worldly desires beyond the reach, deprive his mind and meditates day and night; however, without adopting the teachings of His Word; his human life may be wasted uselessly. Whosoever may adopt the teachings of His Word with steady and stable belief, only he may be enlightened from within. Self-minded remains intoxicated with sweet poison of the worldly wealth, desires. You should always pray for His Forgiveness and Refuge; I have no other hope, support; always keeps me within the teachings of Your Word, Your Command.

ਪਉੜੀ॥ (86-4)

ਸਭੁ ਕੋ ਤੇਰਾ, ਤੂੰ ਸਭਸੁ ਦਾ,	sabh ko tayraa tooN sabhas daa
ਤੂੰ ਸਭਨਾ ਰਾਸਿ॥	tooN sabhnaa raas.
ਸਭਿ ਤੁਧੈ ਪਾਸਹੁ ਮੰਗਦੇ,	sabh tuDhai paashu mangday
ਨਿਤ ਕਰਿ ਅਰਦਾਸਿ॥	nit kar ardaas.
ਜਿਸੁ ਤੂੰ ਦੇਹਿ ਤਿਸੁ ਸਭੁ ਕਿਛੁ ਮਿਲੈ,	jis tooN deh tis sabh kichh milai
ਇਕਨਾ ਦੂਰਿ ਹੈ ਪਾਸਿ॥	iknaa door hai paas.
ਤੁਧੁ ਬਾਝਹੁ ਥਾਉ ਕੋ ਨਾਹੀ,	tuDh baajhahu thaa-o ko naahee
ਜਿਸੁ ਪਾਸਹੁ ਮੰਗੀਐ,	jis paashu mangee-ai
ਮਨਿ ਵੇਖਹੁ ਕੋ ਨਿਰਜਾਸਿ॥	man vaykhhu ko nirjaas.
ਸਭਿ ਤੁਧੈ ਨੋ ਸਾਲਾਹਦੇ,	sabh tuDhai no salaahday
ਦਰਿ ਗੁਰਮੁਖਾ ਨੋ ਪਰਗਾਸਿ॥9॥	dar gurmukhaa no pargaas. ||9||

ਸਾਰੇ ਜੀਵ ਹੀ ਪ੍ਰਭ ਦੇ ਦਾਸ, ਪ੍ਰਭ ਹੀ ਸਾਰਿਆਂ ਦਾ ਧਨ, ਪ੍ਰਭ ਸਭ ਦਾ ਹੀ ਮਾਲਕ ਹੈ । ਸਾਰੇ ਹੀ ਪ੍ਰਭ ਅੱਗੇ ਹਰ ਰੋਜ਼ ਅਰਦਾਸ ਕਰਦੇ, ਮੰਗਦੇ ਹਨ । ਜਿਸ ਤੇ ਰਹਿਮਤ ਦੀ ਨਜ਼ਰ ਬਖਸ਼ਦਾ ਹੈ, ਉਸ ਦੀ ਅਰਦਾਸ ਪੂਰ ਹੋ ਜਾਂਦੀ ਹੈ । ਪ੍ਰਭ ਦੀ ਜੋਤ, ਸ਼ਬਦ ਰੂਪ ਵਿੱਚ ਆਤਮਾ ਅੰਦਰ ਸਮਾਈ ਰਹਿੰਦੀ ਹੈ, ਮਨਮੁਖ ਦੀ ਪਹੁੰਚ ਤੋਂ ਬਹੁਤ ਦੂਰ, ਗੁਰਮਖ ਨੂੰ ਬਹੁਤ ਨੇੜੇ, ਆਪਣੇ ਅੰਦਰ ਹੀ ਵਾਪਰਦੀ ਮਹਿਸੂਸ ਹੁੰਦੀ ਹੈ । ਪ੍ਰਭ ਤੋਂ ਬਿਨਾਂ ਹੋਰ ਕੋਈ ਸ੍ਰਿਸ਼ਟੀ ਦਾ ਮਾਲਕ ਨਹੀਂ, ਕੁਝ ਬਖਸ਼ਿਸ਼ ਨਹੀਂ ਹੋ ਸਕਦਾ ਹੈ । ਇਹ ਸੋਚ ਕੇ ਮਨ ਵਿੱਚ ਮਾਯੂਸੀ ਆ ਜਾਂਦਾ ਹੈ । ਸਾਰੇ ਜੀਵ ਹੀ ਪ੍ਰਭ ਦੀ ਉਸਤਤ ਗਾਉਂਦੇ ਹਨ, ਆਪ ਹੀ ਗੁਰਮਖਾਂ ਦੇ ਮਨ ਵਿੱਚ ਖੇੜਾ ਬਖਸ਼ਦਾ ਹੈ ।

The One and Only One True Master, Trustee of His Creation, all Virtues. Everyone prays for His Forgiveness and Refuse. Whosoever may be bestowed with His Blessed Vision, only his prayer may be answered. His Holy Spirit as His Word remains embedded within each soul and dwells within his body; however, His Holy Spirit remains for away from the reach of self-minded; His true devotee may realize His Existence prevails everywhere. The One and Only One, True Master and nothing may be blessed from anyone else, worldly saint, guru. With thoughts of such unique power, mind may be very depression. Everyone sings His Glory; however, His true devotee may be blessed with contentment in life.

204. ਸਲੋਕ ਮਃ ੩॥ (86-7)

ਪੰਡਿਤੁ ਪੜਿ ਪੜਿ ਉਚਾ ਕੂਕਦਾ,	pandit parh parh uchaa kookdaa
ਮਾਇਆ ਮੋਹਿ ਪਿਆਰੁ॥	maa-i-aa mohi pi-aar.
ਅੰਤਰਿ ਬ੍ਰਹਮੁ ਨ ਚੀਨਈ,	antar barahm na cheen-ee
ਮਨਿ ਮੂਰਖੁ ਗਾਵਾਰੁ॥	man moorakh gaavaar.
ਦੂਜੈ ਭਾਇ ਜਗਤੁ ਪਰਬੋਧਦਾ,	doojai bhaa-ay jagat parboDhadaa
ਨਾ ਬੂਝੈ ਬੀਚਾਰੁ॥	naa boojhai beechaar.
ਬਿਰਥਾ ਜਨਮੁ ਗਵਾਇਆ,	birthaa janam gavaa-i-aa

ਮਰਿ ਜੰਮੈ ਵਾਰੋ ਵਾਰ॥੧॥	mar jammai vaaro vaar. ||1||

ਧਰਮ ਦਾ ਗਿਆਨੀ, ਪੰਡਿਤ ਬਾਣੀ, ਪੜ੍ਹਦਾ, ਜ਼ੋਰ ਨਾਲ ਸ਼ਬਦ ਦਾ ਵਿਚਾਰ ਕਰਦਾ ਹੈ, ਪਰ ਮਨ ਵਿੱਚ ਸੰਸਾਰਕ ਇੱਛਾਂ ਦਾ, ਮਾਇਆ ਇਕੱਠੀ ਕਰਨ ਦਾ ਲਾਲਚ ਰਹਿੰਦਾ ਹੈ । ਉਹ ਆਪਣਾ ਜੀਵਨ ਪ੍ਰਭ ਦੇ ਸ਼ਬਦ ਦੀ ਸਿਖਿਆਂ ਨਾਲ ਢਾਲਦਾ ਨਹੀਂ, ਸ਼ਬਦ ਦੀ ਸੋਝੀ ਤੋਂ ਅਣਜਾਣ ਹੀ ਰਹਿੰਦਾ ਹੈ । ਉਹ ਆਪ ਵੱਖਰੇ, ਵੱਖਰੇ ਧਰਮ ਦੇ ਰੀਤ ਰੀਵਾਜ ਮਗਰ ਲਗਾ ਰਹਿੰਦਾ ਹੈ, ਪਰ ਬਾਕੀ ਜੀਵਾਂ ਨੂੰ ਸ਼ਬਦ ਦੀ ਸਿਖਿਆਂ ਦੇਂਦਾ ਹੈ । ਉਸ ਦੇ ਆਪਣੇ ਜੀਵਨ ਵਿੱਚ ਪ੍ਰਭ ਦੇ ਸ਼ਬਦ ਦਾ ਕੋਈ ਪ੍ਰਭਾਵ ਨਹੀਂ ਹੁੰਦਾ । ਉਹ ਆਪਣਾ ਮਾਨਸ ਜਨਮ ਬਿਰਥਾ ਹੀ ਗਵਾ ਜਾਂਦਾ, ਜੂੰਨਾਂ ਦੇ ਚੱਕਰ ਵਿੱਚ ਹੀ ਰਹਿੰਦਾ ਹੈ ।

Religious priests, scholars may recite The Holy Scripture and explains the spiritual message with great enthusiasm; however, his own way of life remain dominated with worldly desires, wealth, and greed. He may not adopt the teachings of His Word in his own life; he remains ignorant from the enlightenment of the essence of His Word. He remains intoxicated in religious rituals; however, he preaches, stress others to adopt the teachings of the Holy Scripture in day-to-day life. He may not have any influence of the teachings of His Word in his own life. He may waste his human life and remains in the cycle of birth and death.

ਮਃ ੩॥ (86-9)

ਜਿਨੀ ਸਤਿਗੁਰੁ ਸੇਵਿਆ,	jinee saT`gur sayvi-aa
ਤਿਨੀ ਨਾਉ ਪਾਇਆ,	tinee naa-o paa-i-aa
ਬੂਝਹੁ ਕਰਿ ਬੀਚਾਰੁ॥	boojhhu kar beechaar.
ਸਦਾ ਸਾਂਤਿ ਸੁਖੁ ਮਨਿ ਵਸੈ,	sadaa saaNt sukh man vasai
ਚੂਕੈ ਕੂਕ ਪੁਕਾਰ॥	chookai kook pukaar.
ਆਪੈ ਨੋ ਆਪੁ ਖਾਇ,	aapai no aap khaa-ay
ਮਨੁ ਨਿਰਮਲੁ ਹੋਵੈ,	man nirmal hovai
ਗੁਰ ਸਬਦੀ ਵੀਚਾਰੁ॥	gur sabdee veechaar.
ਨਾਨਕ ਸਬਦਿ ਰਤੇ ਸੇ ਮੁਕਤੁ ਹੈ,	naanak sabad ratay say mukat hai
ਹਰਿ ਜੀਉ ਹੇਤਿ ਪਿਆਰੁ॥੨॥	har jee-o hayt pi-aar. ||2||

ਜਿਹੜਾ ਜੀਵ ਪ੍ਰਭ ਦੇ ਸ਼ਬਦ ਦੀ ਪਾਲਣਾ ਕਰਦਾ ਹੈ, ਉਸ ਨੂੰ ਸ਼ਬਦ ਦੀ ਸੋਝੀ ਬਖਸ਼ਿਸ਼ ਹੋ ਜਾਂਦੀ ਹੈ, ਉਸ ਦੇ ਮਨ ਵਿੱਚ ਸ਼ਬਦ ਘਰ ਕਰ ਜਾਂਦਾ ਹੈ । ਇਸ ਕਥਾ ਦਾ ਵਿਚਾਰ ਕਰੋ! ਉਸ ਦੇ ਮਨ ਵਿੱਚ ਸੰਤੋਖ, ਧੀਰਜ, ਸ਼ਾਂਤੀ ਵਸ ਜਾਂਦੀ, ਮਨ ਦੀਆਂ ਭਟਕਣਾਂ ਤੇ ਕਾਬੂ ਪੈ ਜਾਂਦਾ ਹੈ । ਜਿਹੜਾ ਪ੍ਰਭ ਦੇ ਸ਼ਬਦ ਨਾਲ ਜੀਵਨ ਢਾਲਦਾ, ਲੀਨ ਰਹਿੰਦਾ ਹੈ, ਉਸ ਨੂੰ ਦਾਸ ਅਵਸਥਾ ਬਖਸ਼ਿਸ਼ ਹੋ ਜਾਂਦੀ, ਉਹ ਪ੍ਰਵਾਨ ਹੋ ਜਾਂਦਾ ਹੈ । ਪ੍ਰਭ ਦੀ ਜੋਤ ਵਿੱਚ ਹੀ ਅਭੇਦ ਹੋ ਜਾਂਦਾ ਹੈ ।

Whosoever adopts the teachings of His Word with steady and stable belief in day-to-day life; with His mercy and grace, he may remain drenched with the enlightenment of the essence of His Word. He may conquer his frustration of worldly desires; with His mercy and grace, he may remain overwhelmed with patience and contentment. He may be blessed with the state of mind as His true devotee. He may be blessed with the right path of acceptance in His Court. He may remain intoxicated in the void of His Word; his soul may be sanctified, immersed within His Holy Spirit.

ਪਉੜੀ॥ (86-11)

ਹਰਿ ਕੀ ਸੇਵਾ ਸਫਲ ਹੈ,	har kee sayvaa safal hai
ਗੁਰਮੁਖਿ ਪਾਵੈ ਥਾਇ॥	gurmukh paavai thaa-ay.
ਜਿਸੁ ਹਰਿ ਭਾਵੈ ਤਿਸੁ ਗੁਰੁ ਮਿਲੈ,	jis har bhaavai tis gur milai
ਸੋ ਹਰਿ ਨਾਮੁ ਧਿਆਇ॥	so har Naam Dhi-aa-ay.
ਗੁਰ ਸਬਦੀ ਹਰਿ ਪਾਈਐ,	gur sabdee har paa-ee-ai

ਹਰਿ ਪਾਰਿ ਲਘਾਇ॥	har paar laghaa-ay.
ਮਨਹਠਿ ਕਿਨੈ ਨ ਪਾਇਓ,	manhath kinai na paa-i-o
ਪੁਛਹੁ ਵੇਦਾ ਜਾਇ॥	puchhahu vaydaa jaa-ay.
ਨਾਨਕ ਹਰਿ ਕੀ ਸੇਵਾ ਸੋ ਕਰੇ,	naanak har kee sayvaa so karay
ਜਿਸੁ ਲਏ ਹਰਿ ਲਾਇ॥10॥	jis la-ay har laa-ay. ||10||

ਜਿਹੜਾ ਪ੍ਰਭ ਦੇ ਸ਼ਬਦ ਦੀ ਪਾਲਣਾ ਕਰਕੇ ਦਰਬਾਰ ਵਿੱਚ ਪ੍ਰਵਾਨ ਹੋ ਜਾਂਦੇ ਹਨ, ਉਸ ਦੀ ਮਾਨਸ ਯਾਤਰਾ ਸਫਲ ਹੋ ਜਾਂਦੀ ਹੈ । ਜਿਸ ਤੇ ਆਪ ਹੀ ਰਹਿਮਤ ਬਖਸ਼ਦਾ ਹੈ, ਓਹ ਹੀ ਸ਼ਬਦ ਦੀ ਪਾਲਣਾ ਵਿੱਚ ਲਗਨ ਲਾਉਂਦਾ ਹੈ । ਪ੍ਰਭ ਦੇ ਸ਼ਬਦ ਦੀ ਪਾਲਣਾ ਕਰਨ ਨਾਲ ਹੀ ਪ੍ਰਭ ਦੇ ਸ਼ਬਦ ਦੀ ਸੋਝੀ ਬਖਸ਼ਿਸ਼ ਹੋ ਜਾਂਦੀ ਹੈ । ਉਸ ਨੂੰ ਪ੍ਰਵਾਨਗੀ ਦਾ ਰਸਤਾ ਬਖਸ਼ਿਸ਼ ਹੋ ਜਾਂਦਾ ਹੈ । ਕੇਵਲ ਆਪਣੇ ਮਨ ਨੂੰ ਸੰਸਾਰਕ ਇੱਛਾਂ ਤੋਂ ਵਾਂਝਿਆਂ ਰਖਣ ਨਾਲ ਰਹਿਮਤ ਬਖਸ਼ਿਸ਼ ਨਹੀਂ ਹੁੰਦੀ । ਧਰਮ ਦੇ ਗ੍ਰੰਥਾਂ ਨੂੰ ਵਿਚਾਰ ਕੇ ਦੇਖੋ ! ਜਿਸ ਤੇ ਪ੍ਰਭ ਰਹਿਮਤ ਦੀ ਨਜ਼ਰ ਬਖਸ਼ਦਾ ਹੈ, ਉਹ ਸ਼ਬਦ ਦੀ ਪਾਲਣਾ ਵਿੱਚ ਅਡੋਲ ਰਹਿੰਦਾ ਹੈ, ਕੇਵਲ ਉਹ ਹੀ ਪ੍ਰਭ ਦੇ ਦਰਬਾਰ ਵਿੱਚ ਪ੍ਰਵਾਨ ਹੁੰਦਾ ਹੈ ।

Whosoever may adopt the teachings of His Word with steady and stable belief; with His mercy and grace, he may be accepted in His Court. His purpose of human life journey may be concluded successfully. Whosoever may be bestowed with His Blessed Vision, only he may meditate, obeys, and adopts the teachings of His Word in his own life. He may remain intoxicated in meditation the void of His Word; his soul may be accepted in His Court. Only by depriving and keeping the worldly desires beyond the reach of his mind; no one may ever be blessed with the right path of acceptance in His Court. You should review the religious Holy Scriptures! Whosoever may be bestowed with a devotional to meditate; he may adopt the teachings of His Word in his day-to-day life. His soul may become worthy of His Consideration.

205.ਸਲੋਕ ਮः ੩॥ (86-14)

ਨਨਾਕ ਸੋ ਸੂਰਾ ਵਰੀਆਮੁ,	naanak so sooraa varee-aam
ਜਿਨਿ ਵਿਚਹੁ ਦੁਸਟੁ ਅਹੰਕਰਣੁ ਮਾਰਿਆ॥	jin vichahu dusat ahankaran maari-aa.
ਗੁਰਮੁਖਿ ਨਾਮੁ ਸਾਲਾਹਿ,	gurmukh Naam saalaahi
ਜਨਮੁ ਸਵਾਰਿਆ॥	janam savaari-aa.
ਆਪਿ ਹੋਆ ਸਦਾ ਮੁਕਤੁ,	aap ho-aa sadaa mukat
ਸਭੁ ਕੁਲੁ ਨਿਸਤਾਰਿਆ॥	sabh kul nistaari-aa.
ਸੋਹਨਿ ਸਚਿ ਦੁਆਰਿ, ਨਾਮੁ ਪਿਆਰਿਆ॥	sohan sach du-aar Naam pi-aari-aa.
ਮਨਮੁਖ ਮਰਹਿ ਅਹੰਕਾਰਿ,	manmukh mareh ahaNkaar
ਮਰਣੁ ਵਿਗਾੜਿਆ॥	maran vigaarhi-aa.
ਸਭੋ ਵਰਤੈ ਹੁਕਮੁ,	sabho vartai hukam
ਕਿਆ ਕਰਹਿ ਵਿਚਾਰਿਆ॥	ki-aa karahi vichaari-aa.
ਆਪਹੁ ਦੂਜੈ ਲਗਿ, ਖਸਮੁ ਵਿਸਾਰਿਆ॥	aaphu doojai lag khasam visaari-aa.
ਨਾਨਕ ਬਿਨੁ ਨਾਵੈ ਸਭੁ ਦੁਖੁ,	naanak bin naavai sabh dukh
ਸੁਖੁ ਵਿਸਾਰਿਆ॥੧॥	sukh visaari-aa. ||1||

ਜਿਹੜਾ ਆਪਣੇ ਮਨ ਦੀਆਂ ਸੰਸਾਰਕ ਇੱਛਾਂ ਤੇ ਜਿੱਤ ਪਾ ਲੈਂਦਾ ਹੈ, ਸੰਸਾਰ ਵਿੱਚ ਉਸ ਨੂੰ ਸੂਰਮਾ ਕਿਹਾ ਜਾ ਸਕਦਾ ਹੈ ! ਗੁਰਮਖ ਪ੍ਰਭ ਦੇ ਸ਼ਬਦ ਦਾ ਸਿਮਰਨ ਕਰਦਾ, ਆਪਣਾ ਜੀਵਨ ਸਫਲ ਕਰ ਜਾਂਦਾ ਹੈ । ਉਸ ਨੂੰ ਪ੍ਰਭ ਦੇ ਦਰਬਾਰ ਵਿੱਚ ਪ੍ਰਵਾਨਗੀ, ਮੁਕਤੀ ਬਖਸ਼ਿਸ਼ ਹੋ ਜਾਂਦੀ, ਆਪਣੀਆਂ ਕੁਲਾਂ ਨੂੰ ਪ੍ਰਵਾਨਗੀ ਦੇ ਰਸਤੇ ਤੇ ਅਡੋਲ ਕਰ ਜਾਂਦਾ ਹੈ । ਜਿਹੜਾ ਪ੍ਰਭ ਦੇ ਸ਼ਬਦ ਦੀ ਪਾਲਣਾ ਵਿੱਚ ਅਡੋਲ ਰਹਿੰਦਾ ਹੈ, ਉਸ ਨੂੰ ਪ੍ਰਭ ਦੇ ਦਰਬਾਰ ਵਿੱਚ ਸੋਭਾ ਬਖਸ਼ਿਸ਼ ਹੋ ਜਾਂਦੀ ਹੈ । ਮਨਮਰਜ਼ੀ ਵਾਲਾ ਆਪਣੀ ਸੰਸਾਰਕ ਹੈਸੀਅਤ ਦੇ ਅਹੰਕਾਰ ਵਿੱਚ ਹੀ ਮਰ ਜਾਂਦਾ ਹੈ, ਉਸ ਦੀ ਮੌਤ ਬਹੁਤ ਦਰਦਨਾਕ ਹੁੰਦੀ ਹੈ । ਸੰਸਾਰ ਵਿੱਚ ਸਭ ਕੁਝ ਪ੍ਰਭ ਦੇ ਹੁਕਮ ਅੰਦਰ ਹੀ ਹੁੰਦਾ ਹੈ, ਨਿਮਾਣੇ ਜੀਵ ਦਾ ਕੋਈ ਜ਼ੋਰ, ਚਾਰਾ ਨਹੀਂ ਹੁੰਦਾ ।

ਜੀਵ ਆਪਣੇ ਮਨ ਦੇ ਲਾਲਚ ਅਤੇ ਧਰਮ ਦੇ ਰੀਤ ਰੀਵਾਜਾਂ ਪਿਛੇ ਲਗ ਜਾਂਦਾ ਹੈ! ਉਹ ਪ੍ਰਭ ਦੇ ਸ਼ਬਦ ਦੀ ਪਾਲਣਾ ਕਰਨਾ ਭੁਲਾ ਲੈਂਦਾ ਹੈ । ਪ੍ਰਭ ਦੇ ਸ਼ਬਦ ਦੀ ਪਾਲਣਾ ਕਰਨ ਤੋਂ ਬਿਨਾਂ ਜੀਵਨ ਵਿੱਚ ਸਾਰੇ ਦੁਖ ਹੀ ਹਨ, ਕੋਈ ਸੁਖ ਨਜ਼ਰ ਨਹੀਂ ਆਉਂਦਾ ।

Whosoever may conquer his worldly desires, he may become worthy to be called as a warrior, brave soldier. His true devotee may wholeheartedly meditate on the teachings of His Word; with His mercy and grace, his human life journey may be successful. His soul becomes worthy of His Consideration, he may be blessed with salvation. He may inspire his next generations on the right path of acceptance in His Court. Whosoever may dedicate his life to obey the teachings of His Word, he may be honored in His Court. Self-minded remains in ego and the pride of his worldly status and dies a miserable death in his ego. Everything happens under His Command, no one has any control over his own destiny. Whosoever may remain intoxicated in worldly greed and religious rituals. He may forget the teachings of His Word. Without adopting the teachings of His Word, he endures miseries in life.

ਮਃ ੩॥ (86-18)

ਗੁਰਿ ਪੂਰੈ ਹਰਿ ਨਾਮੁ ਦਿੜਾਇਆ,	gur poorai har Naam dirhaa-i-aa
ਤਿਨਿ ਵਿਚਹੁ ਭਰਮੁ ਚੁਕਾਇਆ॥	tin vichahu bharam chukaa-i-aa.
ਰਾਮ ਨਾਮੁ ਹਰਿ ਕੀਰਤਿ ਗਾਈ,	raam Naam har keerat gaa-ee
ਕਰਿ ਚਾਨਣੁ ਮਗੁ ਦਿਖਾਇਆ॥	kar chaanan mag dikhaa-i-aa.
ਹਉਮੈ ਮਾਰਿ ਏਕ ਲਿਵ ਲਾਗੀ,	ha-umai maar ayk liv laagee
ਅੰਤਰਿ ਨਾਮੁ ਵਸਾਇਆ॥	antar Naam vasaa-i-aa.
ਗੁਰਮਤੀ ਜਮੁ ਜੋਹਿ ਨ ਸਾਕੈ,	gurmatee jam johi na saakai
ਸਾਚੈ ਨਾਮਿ ਸਮਾਇਆ॥	saachai Naam samaa-i-aa.
ਸਭੁ ਆਪੇ ਆਪਿ ਵਰਤੈ ਕਰਤਾ,	sabh aapay aap vartai kartaa
ਜੋ ਭਾਵੈ ਸੋ ਨਾਇ ਲਾਇਆ॥	jo bhaavai so naa-ay laa-i-aa.
ਜਨ ਨਾਨਕੁ ਨਾਮੁ ਲਏ ਤਾ ਜੀਵੈ,	jan naanak Naam la-ay taa jeevai
ਬਿਨੁ ਨਾਵੈ ਖਿਨੁ ਮਰਿ ਜਾਇਆ॥ ੨॥	bin naavai khin mar jaa-i-aa. ||2||

ਪ੍ਰਭ ਨੇ ਰਹਿਮਤ ਬਖਸ਼ਕੇ ਮੇਰੇ ਮਨ ਵਿੱਚ ਸ਼ਬਦ ਦੀ ਪਾਲਣਾ ਦਾ ਬੀਜ ਬਖਸ਼ਿਆ ਹੈ, ਮੇਰੇ ਮਨ ਦੇ ਭਰਮ ਦੂਰ ਹੋ ਗਏ ਹਨ । ਪ੍ਰਭ ਦੇ ਸ਼ਬਦ ਦਾ ਸਿਮਰਨ ਕਰਦੇ ਮਨ ਵਿੱਚ ਸ਼ਬਦ ਦੀ ਸੋਝੀ ਬਖਸ਼ਿਸ਼ ਹੋ ਗਈ ਹੈ । ਜਿਹੜਾ ਆਪਣੇ ਮਨ ਦੇ ਅਹੰਕਾਰ ਤੇ ਜਿੱਤ ਪਾ ਲੈਂਦਾ ਹੈ, ਉਸ ਦੇ ਮਨ ਦੀ ਲਗਨ ਸ਼ਬਦ ਦੀ ਪਾਲਣਾ ਵਿੱਚ ਲਗ ਜਾਂਦੀ ਹੈ, ਮਨ ਅੰਦਰ ਪ੍ਰਭ ਦਾ ਸ਼ਬਦ ਘਰ ਕਰ ਜਾਂਦਾ ਹੈ । ਉਹ ਪ੍ਰਭ ਦੇ ਸ਼ਬਦ ਦੇ ਸਿਮਰਨ ਵਿੱਚ ਹੀ ਲੀਨ ਹੋ ਜਾਂਦਾ ਹੈ । ਮੌਤ ਦਾ ਫਰਿਸ਼ਤਾ ਉਸ ਨੂੰ ਛੋਹ ਵੀ ਨਹੀਂ ਸਕਦਾ । ਪ੍ਰਭ ਹਰ ਥਾਂ ਆਪ ਹੀ ਵਾਪਰਦਾ ਹੈ, ਜਿਸ ਤੇ ਰਹਿਮਤ ਬਖਸ਼ਦਾ ਹੈ, ਉਸ ਨੂੰ ਸ਼ਬਦ ਦੀ ਪਾਲਣਾ ਵਿੱਚ ਲਗਨ ਲਾਉਂਦਾ ਹੈ । ਉਸ ਦੇ ਮਨ ਵਿੱਚ ਵੀ ਸੰਸਾਰਕ ਇੱਛਾਂ ਆਉਂਦੀਆਂ ਹਨ, ਜਿਹੜਾ ਸਮਾਂ ਪ੍ਰਭ ਦੇ ਸ਼ਬਦ ਦਾ ਸਿਮਰਨ ਵਿੱਚ ਬੀਤਦਾ ਹੈ, ਉਹ ਹੀ ਸਮਾਂ ਸਫਲ ਹੁੰਦਾ ਹੈ । ਜਿਹੜਾ ਸਵਾਸ ਸ਼ਬਦ ਦੇ ਸਿਮਰਨ ਤੋਂ ਬਿਨਾਂ ਆਉਂਦਾ ਹੈ, ਉਹ ਬਿਰਥਾ ਹੀ ਹੈ ।

The Merciful True Master has sowed the seed of His Word within my mind; all my suspicions have been eliminated. Whosoever may meditate and adopts the teachings of His Word; with His mercy and grace, he may be enlightened from within, he may remain awake and alert. Whosoever may conquer his ego of worldly status; with His mercy and grace, he may remain intoxicated in the void of His Word. His soul may become beyond the reach of devil of death. The Omnipresent True Master prevails everywhere. Whosoever may be blessed with devotion to meditate on the teachings of His Word; worldly desires and thoughts come in his mind. Whatsoever time spent in meditation that may earnings the wealth of His Word; any breath without singing the glory of His Word may be wasted.

ਪਉੜੀ॥ (87-2)

ਜੋ ਮਿਲਿਆ ਹਰਿ ਦੀਬਾਣ ਸਿਉ, ਸੋ ਸਭਨੀ ਦੀਬਾਣੀ ਮਿਲਿਆ॥	jo mili-aa har deebaan si-o so sabhnee deebaanee mili-aa.
ਜਿਥੈ ਓਹੁ ਜਾਇ, ਤਿਥੈ ਓਹੁ ਸੁਰਖਰੂ, ਉਸ ਕੈ ਮੁਹਿ ਡਿਠੈ, ਸਭ ਪਾਪੀ ਤਰਿਆ॥	jithai oh jaa-ay tithai oh surkharoo us kai muhi dithai sabh paapee tari-aa.
ਓਸੁ ਅੰਤਰਿ ਨਾਮੁ ਨਿਧਾਨੁ ਹੈ, ਨਾਮੋ ਪਰਵਰਿਆ॥	os antar Naam niDhaan hai Naamo parvaari-aa.
ਨਾਉ ਪੂਜੀਐ ਨਾਉ ਮੰਨੀਐ, ਨਾਇ ਕਿਲਵਿਖ ਸਭ ਹਿਰਿਆ॥	naa-o poojee-ai naa-o mannee-ai naa-ay kilvikh sabh hiri-aa.
ਜਿਨੀ ਨਾਮੁ ਧਿਆਇਆ ਇਕ ਮਨਿ, ਇਕ ਚਿਤਿ ਸੇ ਅਸਥਿਰੁ ਜਗਿ ਰਹਿਆ॥11॥	jinee Naam Dhi-aa-i-aa ik man ik chit say asthir jag rahi-aa. ||11||

ਜਿਹੜਾ ਕੰਮ ਪ੍ਰਭ ਦੇ ਦਰਬਾਰ ਵਿੱਚ ਪ੍ਰਵਾਨ ਹੁੰਦਾ ਹੈ, ਉਹ ਕੰਮ ਹਰ ਥਾਂ, ਹਰ ਮੌਕੇ ਤੇ ਹੀ ਸੁਭਾਗਾ ਹੁੰਦਾ ਹੈ । ਉਹ ਜੀਵ ਜਿੱਥੇ ਵੀ ਜਾਂਦਾ, ਕੰਮ ਨੂੰ ਹੱਥ ਪਾਉਂਦਾ, ਉਹ ਹੀ ਸਫਲ ਹੋ ਜਾਂਦਾ ਹੈ । ਸਾਰੇ ਹੀ ਉਸ ਦੀ ਸੋਭਾ ਗਾਉਂਦੇ ਹਨ, ਉਸ ਦੇ ਦਰਸ਼ਨ ਕਰਕੇ, ਬੋਲ ਸੁਣਕੇ, ਬੁਰੇ ਕੰਮ ਕਰਨਵਾਲੇ ਵੀ ਸੰਸਾਰ ਦੀ ਭਲਾਈ ਦੇ ਕੰਮ ਕਰਨ ਲਗ ਪੈਂਦੇ ਹਨ । ਉਸ ਜੀਵ ਦੇ ਅੰਦਰ ਪ੍ਰਭ ਦੇ ਸ਼ਬਦ ਦੀ ਸੋਝੀ ਭਰਪੂਰ ਹੁੰਦੀ ਹੈ । ਪ੍ਰਭ ਦੇ ਸ਼ਬਦ ਦੀ ਪਾਲਣਾ ਨਾਲ ਹੀ ਉਹ ਜੀਵ ਤਰ ਜਾਂਦਾ, ਪ੍ਰਵਾਨ ਹੋ ਜਾਂਦਾ ਹੈ । ਪ੍ਰਭ ਦੇ ਸ਼ਬਦ ਦੀ ਪਾਲਣਾ ਕਰਨ, ਸ਼ਬਦ ਗਾਉਣ ਨਾਲ ਜੀਵ ਦੇ ਕੀਤੇ ਪਾਪ ਬਖਸ਼ੇ ਜਾਂਦੇ ਹਨ । ਜਿਹੜਾ ਇਕਾਗਰ ਮਨ ਹੋ ਕੇ ਪ੍ਰਭ ਦੇ ਸ਼ਬਦ ਦਾ ਸਿਮਰਨ ਕਰਦਾ ਹੈ! ਉਹ ਇਸ ਸੰਸਾਰ ਵਿੱਚ ਵੀ ਸੰਤੋਖ ਨਾਲ ਹੀ ਰਹਿੰਦਾ ਹੈ, ਕੋਈ ਮਨ ਵਿੱਚ ਭਟਕਣਾਂ ਨਹੀਂ ਆਉਂਦੀ ।

Any deed accepted in His Court may always be considered fortunate. Wherever he goes, whatsoever he may attempt, always be blessed with success. Everyone may sing his praises; by listening to his sermons and way of his life even evil thinkers may adopt good deed for mankind. He may remain overwhelmed with the enlightenment of the essence of His Word. His true devotee may adopt the teachings of His Word in life, his soul may be accepted in His Court. Whosoever may sing the glory and adopts the teachings of His Word; with His mercy and grace his sins of previous life may be forgiven. He may be blessed with contentment and his worldly frustrations may be eliminated.

206.ਸਲੋਕ ਮਃ ੩॥ (87-6)

ਆਤਮਾ ਦੇਉ ਪੂਜੀਐ, ਗੁਰ ਕੈ ਸਹਜਿ ਸੁਭਾਇ॥	aatmaa day-o poojee-ai gur kai sahj subhaa-ay.
ਆਤਮੇ ਨੋ ਆਤਮੇ ਦੀ ਪ੍ਰਤੀਤਿ ਹੋਇ, ਤਾ ਘਰ ਹੀ ਪਰਚਾ ਪਾਇ॥	aatmay no aatmay dee parteet ho-ay taa ghar hee parchaa paa-ay.
ਆਤਮਾ ਅਡੋਲੁ ਨ ਡੋਲਈ, ਗੁਰ ਕੈ ਭਾਇ ਸੁਭਾਇ॥	aatmaa adol na dol-ee gur kai bhaa-ay subhaa-ay.
ਗੁਰ ਵਿਣੁ ਸਹਜੁ ਨ ਆਵਈ, ਲੋਭੁ ਮੈਲੁ, ਨ ਵਿਚਹੁ ਜਾਇ॥	gur vin sahj na aavee l obh mail na vichahu jaa-ay.
ਖਿਨੁ ਪਲੁ ਹਰਿ ਨਾਮੁ ਮਨਿ ਵਸੈ, ਸਭ ਅਠਸਠਿ ਤੀਰਥ ਨਾਇ॥	Khin pal har Naam man vasai sabh athsath tirath naa-ay.
ਸਚੇ ਮੈਲੁ ਨ ਲਗਈ, ਮਲੁ ਲਾਗੈ ਦੂਜੈ ਭਾਇ॥	sachay mail na lag-ee mal laagai doojai bhaa-ay.
ਧੋਤੀ ਮੂਲਿ ਨ ਉਤਰੈ,	Dhotee mool na utrai

ਜੇ ਅਠਸਠਿ ਤੀਰਥ ਨਾਇ॥	jay athsath tirath naa-ay.
ਮਨਮੁਖ ਕਰਮ ਕਰੇ ਅਹੰਕਾਰੀ,	manmukh karam karay ahaNkaaree
ਸਭੁ ਦੁਖੋ ਦੁਖੁ ਕਮਾਇ॥	sabh dukho dukh kamaa-ay.
ਨਾਨਕ ਮੈਲਾ ਊਜਲੁ ਤਾ ਥੀਐ,	naanak mailaa oojal taa thee-ai
ਜਾ ਸਤਿਗੁਰ ਮਾਹਿ ਸਮਾਇ॥੧॥	jaa saT`gur maahi samaa-ay. ‖1‖

ਜਿਹੜਾ ਅਡੋਲ ਭਰੋਸਾ ਨਾਲ ਪ੍ਰਭ ਦੇ ਸ਼ਬਦ ਦੀ ਪਾਲਣਾ, ਪੂਜਾ ਕਰਦਾ ਹੈ ਉਸ ਦੇ ਮਨ ਵਿੱਚ ਸੰਤੋਖ ਘਰ ਕਰ ਜਾਂਦਾ ਹੈ । ਉਸ ਨੂੰ ਪ੍ਰਭ ਦੀ ਜੋਤ ਦੀ ਸੋਝੀ ਬਖਸ਼ਿਸ਼ ਹੋ ਜਾਂਦੀ ਹੈ । ਆਪਣੇ ਅੰਦਰੋਂ ਹੀ ਉਸ ਜੋਤ ਨੂੰ ਜਾਗਰਤ ਕਰ ਲੈਂਦਾ, ਆਤਮਾ ਅਡੋਲ ਹੋ ਜਾਂਦੀ ਹੈ, ਇਸ ਦਾ ਸਬੰਧ, ਪ੍ਰਭ ਦੇ ਸ਼ਬਦ ਨਾਲ ਜੁੜ ਜਾਂਦਾ ਹੈ । ਪ੍ਰਭ ਦੀ ਰਹਿਮਤ ਤੋਂ ਬਿਨਾਂ ਸ਼ਬਦ ਦੀ ਸੋਝੀ, ਮਨ ਵਿਚੋਂ ਲਾਲਚ, ਇੱਛਾਂ ਦੂਰ ਨਹੀਂ ਹੁੰਦੀਆਂ । ਜਿਸ ਦੇ ਮਨ ਵਿੱਚ ਇਕ ਪਲ ਵੀ ਪ੍ਰਭ ਦਾ ਸ਼ਬਦ ਜਾਗਰਤ ਹੋ ਜਾਂਦਾ ਹੈ, ਉਸ ਦੇ ਮਨ ਵਿੱਚ ਹੀ 68 ਤੀਰਤਾਂ ਦਾ ਇਸ਼ਨਾਨ ਹੋ ਜਾਂਦਾ ਹੈ । ਉਸ ਨੂੰ ਫਿਰ ਕਦੇ ਇੱਛਾਂ ਦੀ ਮੈਲ ਨਹੀਂ ਲਗਦੀ, ਮਨ ਵਿਚੋਂ ਚਾਰੇ ਪਾਸੇ ਦੀਆਂ ਭਟਕਣਾਂ ਖਤਮ ਹੋ ਜਾਂਦੀਆਂ ਹਨ । ਜਿਸ ਦਾ ਮਨ ਇਕ ਤੇ ਭਰੋਸਾ ਅਡੋਲ ਨਹੀਂ ਕਰਦਾ, ਉਸ ਦੇ ਮਨ ਨੂੰ ਮੈਲ ਲਗਦੀ ਹੈ, ਮਨ ਦੀ ਮੈਲ ਪਵਿੱਤਰ ਤੀਰਥਾਂ ਤੇ ਇਸ਼ਨਾਨ ਨਾਲ ਕਦੇ ਵੀ ਪਵਿੱਤਰ, ਧੋਤੀ ਨਹੀਂ ਜਾਂਦੀ । ਮਨਮਰਜ਼ੀ ਕਰਨਵਾਲੇ ਸਾਰੇ ਕੰਮ ਹੀ ਅਹੰਕਾਰ ਦੇ ਜ਼ੋਰ ਅੰਦਰ ਕਰਦੇ ਹਨ । ਉਹ ਦਰਬਾਰ ਵਿੱਚ ਪ੍ਰਵਾਨ ਨਹੀਂ ਹੁੰਦਾ, ਉਸ ਨੂੰ ਦੁਖ, ਭਟਕਣਾਂ ਹੀ ਮਿਲਦੀਆਂ ਹਨ । ਜਿਹੜਾ ਆਪਾ ਪ੍ਰਭ ਨੂੰ ਭੇਟਾ ਕਰ ਦੰਦਾ ਹੈ, ਉਸ ਦਾ ਮੈਲਾ ਮਨ ਪਵਿੱਤਰ ਹੋ ਜਾਂਦਾ ਹੈ ।

Whosoever may obey and adopts the teachings of His Word with steady and stable belief in her life; with His mercy and grace, he may be blessed with contentment. He may realize His Existence prevailing everywhere, he remains awake and alert. He may remain intoxicated on the right path of acceptance in His Court. He may be blessed with the enlightenment of the essence of His Word from within. His soul may be rewarded with the fruit of baths at 68 Holy shrines. His greed of worldly desires may be eliminated from within his mind. Whosoever may not obey the teachings of His Word with a steady and stable belief; his blemish of worldly desires may never be washed away by pilgrimage and sanctifying bath at Holy Pond, Shrines. Self-minded may remain intoxicated in his ego and all his worldly deeds remains under the influence of worldly wealth. He may never be blessed with the right path of acceptance in His Court. Whosoever may surrender his self-identity at His Sanctuary; his soul may be sanctified and accepted at His Sanctuary.

ਮਃ ੩॥ (87-10)

ਮਨਮੁਖੁ ਲੋਕੁ ਸਮਝਾਈਐ,	manmukh lok samjaa-ee-ai
ਕਦਹੁ ਸਮਝਾਇਆ ਜਾਇ॥	kadahu samjhaa-i-aa jaa-ay.
ਮਨਮੁਖੁ ਰਲਾਇਆ ਨਾ ਰਲੈ,	manmukh ralaa-i-aa naa ralai
ਪਇਐ ਕਿਰਤਿ ਫਿਰਾਇ॥	pa-i-ai kirat firaa-ay.
ਲਿਵ ਧਾਤੁ ਦੁਇ ਰਾਹ ਹੈ,	liv Dhaat du-ay raah hai
ਹੁਕਮੀ ਕਾਰ ਕਮਾਇ॥	hukmee kaar kamaa-ay.
ਗੁਰਮੁਖਿ ਆਪਣਾ ਮਨੁ ਮਾਰਿਆ,	gurmukh aapnaa man maari-aa
ਸਬਦਿ ਕਸਵਟੀ ਲਾਇ॥	sabad kasvatee laa-ay.
ਮਨ ਹੀ ਨਾਲਿ ਝਗੜਾ,	man, hee naal jhagrhaa
ਮਨ ਹੀ ਨਾਲਿ ਸਥ,	man hee naal sath
ਮਨ ਹੀ ਮੰਝਿ ਸਮਾਇ॥	man, hee manjh samaa-ay.
ਮਨੁ ਜੋ ਇਛੇ ਸੋ ਲਹੈ,	man, jo ichhay so lahai
ਸਚੈ ਸਬਦਿ ਸੁਭਾਇ॥	sachai sabad subhaa-ay.
ਅੰਮ੍ਰਿਤ ਨਾਮੁ ਸਦ ਭੁੰਚੀਐ,	amrit Naam sad bhunchee-ai

ਗੁਰਮੁਖਿ ਕਾਰ ਕਮਾਇ॥ gurmukh kaar kamaa-ay.
ਵਿਣੁ ਮਨੈ ਜਿ ਹੋਰੀ ਨਾਲਿ ਲੁਝਣਾ, vin manai je horee naal lujh-naa
ਜਾਸੀ ਜਨਮੁ ਗਵਾਇ॥ jaasee janam gavaa-ay.
ਮਨਮੁਖੀ ਮਨਹਠਿ ਹਾਰਿਆ, manmukhee manhath haari-aa
ਕੂੜੁ ਕੁਸਤੁ ਕਮਾਇ॥ koorh kusat kamaa-ay.
ਗੁਰ ਪਰਸਾਦੀ ਮਨੁ ਜਿਣੈ, gur parsaadee man jinai
ਹਰਿ ਸੇਤੀ ਲਿਵ ਲਾਇ॥ har saytee liv laa-ay.
ਨਾਨਕ ਗੁਰਮੁਖਿ ਸਚੁ ਕਮਾਵੈ, naanak gurmukh sach kamaavai
ਮਨਮੁਖਿ ਆਵੈ ਜਾਇ॥੨॥ manmukh aavai jaa-ay. ||2||

ਮਨਮੁਖ, ਮਨਮਰਜ਼ੀ ਕਰਨਵਾਲੇ ਨੂੰ ਭਾਵੇਂ ਸ਼ਬਦ ਦੀ ਸੋਝੀ, ਗਿਆਨ ਦਿੱਤਾ ਵੀ ਜਾਵੇ, ਪਰ ਉਸ ਦਾ ਭਰੋਸਾ ਸ਼ਬਦ ਦੀ ਸਿਖਿਆਂ ਵਿੱਚ ਅਡੋਲ ਨਹੀਂ ਹੁੰਦਾ । ਮਨਮਰਜ਼ੀ ਕਰਨਵਾਲਾ ਜੀਵ ਬੰਦਗੀ ਕਰਨ ਵਾਲਿਆਂ ਵਿੱਚ ਰਲ ਨਹੀਂ ਸਕਦਾ, ਉਸ ਦੇ ਰਸਤੇ ਤੇ ਚਲ ਨਹੀਂ ਸਕਦਾ । ਉਹ ਆਪਣੇ ਪਿਛਲੇ ਜਨਮ ਦੇ ਕੀਤੇ ਕੰਮਾਂ ਕਰਕੇ ਹੀ ਜੂੰਨਾਂ ਦੇ ਚੱਕਰ ਵਿੱਚ ਰਹਿੰਦਾ ਹੈ । ਸ਼ਬਦ ਵਿੱਚ ਲਗਨ ਅਤੇ ਸੰਸਾਰ ਵਿੱਚ ਮੋਹ ਲਾਉਣਾ ਦੋਂ ਵੱਖਰੇ, ਅਲਗ ਰਸਤੇ ਹਨ । ਹਰਇਕ ਜੀਵ ਪ੍ਰਭ ਦੀ ਰਹਿਮਤ, ਹੁਕਮ ਨਾਲ ਹੀ ਇਕ ਰਸਤੇ ਤੇ ਚਲ ਸਕਦਾ ਹੈ । ਗੁਰਮਖ ਸ਼ਬਦ ਦੀ ਕਸਵਟੀ ਨਾਲ ਆਪਣੇ ਮਨ ਦੀਆਂ ਇੱਛਾਂ ਤੇ ਜਿੱਤ ਪਾ ਲੈਂਦੇ ਹਨ । ਉਹ ਜੀਵ ਆਪਣੇ ਮਨ ਨਾਲ ਹੀ ਝਗੜਾ ਕਰਦਾ ਹੈ, ਮਨ ਨੂੰ ਸਮਝਾਉਂਦਾ ਹੈ, ਅਖੀਰ ਵਿੱਚ ਮਨ ਤੇ ਜਿੱਤ ਪਾ ਲੈਂਦਾ ਹੈ, ਮਨ ਵਿੱਚ ਸੰਤੋਖ ਧੀਰਜ ਘਰ ਕਰ ਜਾਂਦਾ ਹੈ । ਸ਼ਬਦ ਤੇ ਭਰੋਸਾ ਅਡੋਲ ਕਰਨ ਨਾਲ ਮਨ ਦੀਆਂ ਅਣਬੋਲੀਆਂ ਇੱਛਾਂ ਪੂਰੀਆਂ ਹੋ ਜਾਂਦੀਆਂ ਹਨ, ਪ੍ਰਭ ਦਾ ਹੁਕਮ ਹੀ ਮਨ ਦੀਆਂ ਇੱਛਾਂ ਬਣ ਜਾਂਦੀਆਂ ਹਨ । ਗੁਰਮਖ ਜੀਵ ਸਦਾ ਹੀ ਆਪਣਾ ਜੀਵਨ ਪ੍ਰਭ ਦੇ ਸ਼ਬਦ ਦੀ ਸਿਖਿਆਂ ਨਾਲ ਹੀ ਢਾਲਦਾ ਹੈ । ਜਿਹੜਾ ਜੀਵ ਆਪਣੇ ਮਨ ਦੇ ਵਿਚਾਰਾਂ ਨੂੰ ਧਿਆਨ ਨਹੀਂ ਦੇਂਦੇ, ਜੀਵਨ ਸ਼ਬਦ ਅਨੁਸਾਰ ਨਹੀਂ ਢਾਲਦਾ, ਉਹ ਆਪਣਾ ਮਾਨਸ ਜਨਮ ਬਿਰਥਾ ਹੀ ਗਵਾ ਜਾਂਦਾ ਹੈ । ਮਨਮਰਜ਼ੀ ਕਰਨਵਾਲਾ ਆਪਣੇ ਮਨ ਤੇ ਜ਼ੋਰ, ਹੱਠ ਕਰਕੇ ਮਨ ਦੀ ਦਿਸ਼ਾ, ਸੋਚ ਬਦਲਦਾ, ਗਲਤ ਰਸਤੇ ਤੇ ਚਲਕੇ, ਝੂਠੇ ਧੰਦੇ ਵਿੱਚ ਲਗ ਕੇ ਜੀਵਨ ਦੀ ਬਾਜੀ ਹਾਰ ਜਾਂਦਾ ਹੈ । ਜਿਹੜਾ ਆਪਣੇ ਮਨ ਤੇ ਜਿੱਤ ਪਾ ਲੈਂਦਾ, ਪ੍ਰਭ ਦੀ ਰਹਿਮਤ ਨਾਲ, ਪ੍ਰਭ ਦੇ ਸ਼ਬਦ ਦੀ ਬੰਦਗੀ ਤੇ ਲਗ ਪੈਂਦਾ ਹੈ । ਗੁਰਮਖ ਸਦਾ ਹੀ ਪ੍ਰਭ ਦੇ ਸ਼ਬਦ ਦੀ ਕਮਾਈ ਕਰਦਾ ਹੈ । ਮਨਮੁਖ ਆਪਣੇ ਮਨ ਦੇ ਜ਼ੋਰ ਵਿੱਚ ਹੀ ਚਲਦਾ, ਜੂੰਨਾਂ ਦੇ ਚੱਕਰ ਵਿੱਚ ਹੀ ਰਹਿੰਦਾ ਹੈ ।

Self-minded may be taught the spiritual meanings and the knowledge of His Word; however, his mind does not remain steady and stable on the path of His Word. Self-minded may never associates with His true devotee for a long period nor adopt the teachings of His Word in his own life. He may never be blessed with the right path to salvation. He remains in the cycle of birth and death. With his prewritten destiny as a punishment of his past deeds, he may remain in a cycle of birth and death. The devotional attachment to His Word; path of Shiv and attachment to worldly status, possessions; Shakti- sweet poison of worldly wealth are two separate, uniquely different ways of life. With his prewritten destiny, everyone may adopt one path in life. His true devotee may evaluate his desires, deeds with the essence of His Word; he may conquer his own mind and worldly desires. He argues and convinces his mind; in the end his mind surrenders to his subconscious mind, His Word. He may be blessed with patience and contentment with his own worldly environments. All his spoken and unspoken desires may be satisfied, eliminated from within. His Blessings may be transformed as his desires. His true devotee always adopts the teachings of His Word in his life. Whosoever may not adopt the teachings of His Word; he may waste his human life opportunity. Self-minded with his own determination may try to change his thoughts and follows the wrong path, deceptive ways of life. He may lose the play, the game of human life. Whosoever may conquer his own mind; he may adopt the teachings of His Word in his own life. His true devotee may always earn the wealth of His Word. Self-minded meditates with his own determination and remains in the cycle of birth and death.

ਪਉੜੀ॥ (87-16)

ਹਰਿ ਕੇ ਸੰਤ ਸੁਣਹੁ ਜਨ ਭਾਈ,	har kay sant sunhu jan bhaa-ee
ਹਰਿ ਸਤਿਗੁਰ ਕੀ ਇਕ ਸਾਖੀ॥	har saT`gur kee ik saakhee.
ਜਿਸੁ ਧੁਰਿ ਭਾਗੁ ਹੋਵੈ ਮੁਖਿ ਮਸਤਕਿ,	jis Dhur bhaag hovai mukh mastak
ਤਿਨਿ ਜਨਿ ਲੈ ਹਿਰਦੈ ਰਾਖੀ॥	tin jan lai hirdai raakhee.
ਹਰਿ ਅੰਮ੍ਰਿਤ ਕਥਾ ਸਰੇਸਟ ਊਤਮ,	har amrit kathaa saraysat ootam
ਗੁਰ ਬਚਨੀ ਸਹਜੇ ਚਾਖੀ॥	gur bachnee sehjay chaakhee.
ਤਹ ਭਇਆ ਪ੍ਰਗਾਸੁ,	tah bha-i-aa pargaas
ਮਿਟਿਆ ਅੰਧਿਆਰਾ,	miti-aa anDhi-aaraa
ਜਿਉ ਸੂਰਜ ਰੈਣਿ ਕਿਰਾਖੀ॥	ji-o sooraj rain kiraakhee.
ਅਦਿਸਟੁ ਅਗੋਚਰੁ ਅਲਖੁ ਨਿਰੰਜਨੁ,	adisat agochar alakh niranjan
ਸੋ ਦੇਖਿਆ ਗੁਰਮੁਖਿ ਆਖੀ ॥12॥	so daykhi-aa gurmukh aakhee. ||12||

ਸੰਸਾਰ ਵਿੱਚ ਬੰਦਗੀ ਕਰਨਵਾਲੇ ਭਗਤ ਜਨੋ! ਇਕੋ ਇਕ ਪ੍ਰਭ ਦੇ ਕਰਤਬਾਂ ਦੀ ਕਥਾ ਸੁਣੋ! ਜਿਸ ਦੇ ਭਾਗਾਂ ਵਿੱਚ ਜਨਮ ਤੋਂ ਪਹਿਲੇ ਹੀ ਪ੍ਰਭ ਦੇ ਸ਼ਬਦ ਦੀ ਪਾਲਣਾ ਕਰਨਾ ਲਿਖਿਆ ਹੈ । ਉਸ ਦੇ ਮਨ ਅੰਦਰ ਹੀ ਸ਼ਬਦ ਘਰ ਕਰਦਾ ਹੈ, ਪ੍ਰਭ ਦੇ ਸ਼ਬਦ ਦਾ ਨੂਰ ਬਖਸ਼ਿਸ਼ ਹੁੰਦਾ ਹੈ । ਪ੍ਰਭ ਦੇ ਸ਼ਬਦ ਦੀ ਕਥਾ ਬਹੁਤ ਅਨਮੋਲ ਹੈ, ਇਸ ਦਾ ਰਸ ਪ੍ਰਭ ਦੇ ਸ਼ਬਦ ਦੀ ਪਾਲਣਾ ਕਰਨ ਨਾਲ ਹੀ ਮਹਿਸੂਸ ਹੁੰਦਾ ਹੈ । ਜਿਵੇਂ ਸੂਰਜ ਦੇ ਚੜ੍ਹਨ, ਰੋਸ਼ਨੀ ਨਾਲ ਰਾਤ ਦਾ ਹਨੇਰਾ ਦੂਰ ਹੋ ਜਾਂਦਾ ਹੈ । ਇਸਤਰ੍ਹਾਂ ਹੀ ਸ਼ਬਦ ਦੀ ਸੋਝੀ ਨਾਲ ਹੀ ਮਨ ਦੇ ਸਾਰੇ ਭਰਮ, ਸੰਸਾਰਕ ਇੱਛਾਂ ਦੀਆਂ ਭਟਕਣਾਂ ਦੂਰ ਹੋ ਜਾਂਦੀਆਂ ਹਨ । ਗੁਰਮਖ ਨੂੰ ਨਾ–ਦੇਖੇ ਜਾਣ ਵਾਲੇ ਪ੍ਰਭ ਦੀ ਹੋਂਦ, ਇਸਤਰ੍ਹਾਂ ਪ੍ਰਤੱਖ ਨਜ਼ਰ ਆਉਂਦੀ ਹੈ । ਜਿਵੇਂ ਕਿਸੇ ਚੀਜ਼ ਨੂੰ ਅੱਖਾਂ ਨਾਲ ਦੇਖਿਆ ਜਾਂਦਾ ਹੈ ।

Worldly devotees keep in mind! You should concentrate on the essence of Holy Scripture, His Word, listen to the sermons of His Glory. Whosoever may have a great pre-written destiny, only he may adopt the teachings of His Word in life. He may be enlightened with essence of His Word; the eternal glow of His Word may shine within his heart and on his forehead. The essence of His Word is a precious jewel! Whosoever may adopt the teachings of His Word with steady and stable belief, only he may realize His existence prevailing everywhere. As with the rising Sun, the darkness of night may be eliminated; same way the enlightenment of the essence of His Word, all the suspicions and the frustrations of worldly desires may be eliminated. His true devotee realizes His existence as in front as a living and breathing.

207.ਸਲੋਕੁ ਮਃ ੩॥ (87-19)

ਸਤਿਗੁਰੁ ਸੇਵੇ ਆਪਣਾ,	saT`gur sayvay aapnaa
ਸੋ ਸਿਰੁ ਲੇਖੈ ਲਾਇ॥	so sir laykhai laa-ay.
ਵਿਚਹੁ ਆਪੁ ਗਵਾਇ ਕੈ,	vichahu aap gavaa-ay kai
ਰਹਨਿ ਸਚਿ ਲਿਵ ਲਾਇ॥	rahan sach liv laa-ay.
ਸਤਿਗੁਰੁ ਜਿਨੀ ਨ ਸੇਵਿਓ,	saT`gur jinee na sayvi-o
ਤਿਨਾ ਬਿਰਥਾ ਜਨਮੁ ਗਵਾਇ॥	tinaa birthaa janam gavaa-ay.
ਨਾਨਕ ਜੋ ਤਿਸੁ ਭਾਵੈ ਸੋ ਕਰੇ,	naanak jo tis bhaavai so karay
ਕਹਣਾ ਕਿਛੂ ਨ ਜਾਇ॥੧॥	kahnaa kichhoo na jaa-ay. ||1||

ਜਿਹੜਾ ਸ਼ਬਦ ਦੀ ਪਾਲਣਾ ਕਰਦਾ ਹੈ, ਉਸ ਦੀ ਬੰਦਗੀ ਦਰਗਾਹ ਵਿੱਚ ਪ੍ਰਵਾਨ ਹੋ ਜਾਂਦੀ ਹੈ । ਉਸ ਦੇ ਮਨ ਵਿਚੋਂ ਆਪਾ ਮਿਟ ਜਾਂਦਾ ਹੈ, ਉਹ ਸ਼ਬਦ ਦੀ ਸਮਾਧੀ ਵਿੱਚ ਲੀਨ ਰਹਿੰਦਾ ਹੈ । ਜਿਹੜਾ ਸ਼ਬਦ ਦੀ ਪਾਲਣਾ ਨਹੀਂ ਕਰਦਾ, ਉਹ ਆਪਣਾ ਜਨਮ ਬਿਰਥਾ ਹੀ ਗਵਾ ਜਾਂਦਾ ਹੈ । ਪ੍ਰਭ ਸਭ ਕੁਝ ਆਪਣੀ ਰਜ਼ਾ ਨਾਲ ਹੀ ਕਰਦਾ ਹੈ, ਉਸ ਦੇ ਕੀਤੇ ਤੇ ਕਿਸੇ ਦਾ ਜ਼ੋਰ ਨਹੀਂ ਚਲਦਾ ।

Whosoever may adopt the teachings of His Word; his meditation may be accepted in His Court. He may conquer his own selfishness and remains intoxicated in meditation in the void of His Word. Whosoever may not adopt the teachings of His Word, he may waste his human life opportunity uselessly. Only His Ultimate, unavoidable Command, Word prevails; no one may have any power or control to change His Word.

ਮਃ ੩॥ (88-3)

ਮਨੁ ਵੇਕਾਰੀ ਵੇੜਿਆ,	man, vaykaaree vayrhi-aa
ਵੇਕਾਰਾ ਕਰਮ ਕਮਾਇ॥	vaykaaraa karam kamaa-ay.
ਦੂਜੈ ਭਾਇ, ਅਗਿਆਨੀ ਪੂਜਦੇ,	doojai bhaa-ay agi-aanee poojday
ਦਰਗਹ ਮਿਲੈ ਸਜਾਇ॥	dargeh milai sajaa-ay.
ਆਤਮ ਦੇਉ ਪੂਜੀਐ,	aatam day-o poojee-ai
ਬਿਨੁ ਸਤਿਗੁਰ ਬੂਝ ਨ ਪਾਇ॥	bin saT`gur boojh na paa-ay.
ਜਪੁ ਤਪੁ ਸੰਜਮੁ ਭਾਣਾ ਸਤਿਗੁਰੂ ਕਾ,	jap tap sanjam bhaanaa saT`guroo kaa
ਕਰਮੀ ਪਲੈ ਪਾਇ॥	karmee palai paa-ay.
ਨਾਨਕ ਸੇਵਾ ਸੁਰਤਿ ਕਮਾਵਣੀ,	naanak sayvaa surat kamaavnee
ਜੋ ਹਰਿ ਭਾਵੈ ਸੋ ਥਾਇ ਪਾਇ॥੨॥	jo har bhaavai so thaa-ay paa-ay. ||2||

ਜਿਸ ਦਾ ਮਨ ਬੁਰੇ ਕੰਮਾਂ ਦੀਆਂ ਸੋਚਾਂ ਵਿੱਚ ਲਗਾ ਰਹਿੰਦਾ ਹੈ, ਉਹ ਬੁਰੇ ਕੰਮ ਹੀ ਕਰਦਾ ਹੈ । ਅਗਿਅਨੀ ਜੀਵ ਚਾਰੇ ਪਾਸੇ ਘੁੰਮਦਾ ਫਿਰਦਾ ਹੈ, ਉਸ ਨੂੰ ਪ੍ਰਭ ਦੇ ਦਰਬਾਰ ਵਿੱਚ ਕੋਈ ਢੋਈ ਨਹੀਂ ਮਿਲਦੀ । ਜੀਵ ਆਤਮਾ ਦੀ ਰੋਸ਼ਨੀ ਦੀ ਪੂਜਾ ਕਰੋ! ਪ੍ਰਭ ਦੇ ਸ਼ਬਦ ਦੀ ਪਾਲਣਾ ਕਰਨ ਤੋਂ ਬਿਨਾਂ ਸ਼ਬਦ ਦੀ ਸੋਝੀ ਬਖਸ਼ਿਸ਼ ਨਹੀਂ ਹੁੰਦੀ । ਕੇਵਲ ਆਪਣੇ ਮਨ ਨੂੰ ਪ੍ਰਭ ਦੇ ਭਾਣੇ ਦੇ ਭੇਟਾ ਕਰਨ ਨਾਲ ਹੀ ਜਪ, ਤਪ, ਮਨ ਤੇ ਕਾਬੂ ਬਖਸ਼ਿਸ਼ ਹੋ ਸਕਦਾ ਹੈ । ਆਪਣੇ ਮਨ ਨੂੰ ਸੁਚੇਤ ਰਖਕੇ ਸ਼ਬਦ ਦੀ ਪਾਲਣਾ ਵਾਲੀ ਕਮਾਈ ਨਾਲ ਹੀ ਪ੍ਰਵਾਨਗੀ ਬਖਸ਼ਿਸ਼ ਹੋ ਸਕਦੀ ਹੈ ।

Whosoever may remain overwhelmed with evil thoughts; he may perform evil deeds and wanders in all directions. Even his good deeds may not be accepted in His Court. You should worship His Holy Spirit, the essence of His Word. Without wholeheartedly adopting the teachings of His Word; no one may ever be enlightened from within. Whosoever may surrender his mind and body at His Sanctuary, His Word; his devotional meditation may be accepted, he may conquer his own mind, worldly desires. Whosoever may remain awake and alert in his meditation, only his earnings He may be blessed with the right path of acceptance in His Court. His soul may become worthy of His consideration.

ਪਉੜੀ॥ (88-5)

ਹਰਿ ਹਰਿ ਨਾਮੁ ਜਪਹੁ ਮਨ ਮੇਰੇ,	har har Naam japahu man mayray
ਜਿਤੁ ਸਦਾ ਸੁਖੁ ਹੋਵੈ ਦਿਨੁ ਰਾਤੀ॥	jit sadaa sukh hovai din raatee.
ਹਰਿ ਹਰਿ ਨਾਮੁ ਜਪਹੁ ਮਨ ਮੇਰੇ,	har har Naam japahu man mayray
ਜਿਤੁ ਸਿਮਰਤ ਸਭਿ ਕਿਲਵਿਖ ਪਾਪ ਲਹਾਤੀ॥	jit simrat sabh kilvikh paap lahaatee.
ਹਰਿ ਹਰਿ ਨਾਮੁ ਜਪਹੁ ਮਨ ਮੇਰੇ,	har har Naam japahu man mayray
ਜਿਤੁ ਦਾਲਦੁ ਦੁਖ ਭੁਖ ਸਭ ਲਹਿ ਜਾਤੀ॥	jit daalad dukh bhukh sabh leh jaatee.
ਹਰਿ ਹਰਿ ਨਾਮੁ ਜਪਹੁ ਮਨ ਮੇਰੇ,	har har Naam japahu man mayray
ਮੁਖਿ ਗੁਰਮੁਖਿ ਪ੍ਰੀਤਿ ਲਗਾਤੀ॥	mukh gurmukh pareet lagaatee.

ਜਿਤੁ ਮੁਖਿ ਭਾਗੁ ਲਿਖਿਆ ਧੁਰਿ ਸਾਚੈ, jit mukh bhaag likhi-aa Dhur saachai
ਹਰਿ ਤਿਤੁ ਮੁਖਿ ਨਾਮੁ ਜਪਾਤੀ॥13॥ har tit mukh Naam japaatee. ||13||

ਮਨ ਸਦਾ ਹੀ ਉਸ ਪ੍ਰਭ ਦੇ ਸ਼ਬਦ ਦਾ ਸਿਮਰਨ ਕਰੋ! ਜਿਸ ਦੇ ਸਿਮਰਨ ਕਰਨ ਨਾਲ ਰਹਿਮਤ ਦੀ ਨਜ਼ਰ ਬਖਸ਼ਿਸ਼ ਹੋ ਸਕਦੀ ਹੈ, ਮਨ ਵਿੱਚ ਦਿਨ ਰਾਤ ਸੁਖ ਬਖਸ਼ਿਸ਼ ਹੋ ਸਕਦਾ, ਮਨ ਦੇ ਪਾਪ ਧੋਤੇ ਜਾਂਦੇ ਹਨ । ਮਨ ਦੀਆਂ ਸਾਰੀਆਂ ਇੱਛਾਂ, ਚਿੰਤਾਂ ਦੂਰ ਹੋ ਜਾਂਦੀਆਂ ਹਨ । ਗੁਰਮਖ ਦੀ ਪ੍ਰੀਤ ਪ੍ਰਭ ਦੇ ਸ਼ਬਦ ਨਾਲ ਵਧਦੀ, ਸ਼ਬਦ ਵਿੱਚ ਭਰੋਸਾ ਅਡੋਲ ਹੁੰਦਾ ਹੈ । ਜਿਸ ਦੇ ਭਾਗਾਂ ਵਿੱਚ ਇਹ ਪਹਿਲੇ ਹੀ ਲਿਖਿਆ ਹੁੰਦਾ ਹੈ । ਉਸ ਦੀ ਸ਼ਬਦ ਨਾਲ ਲਗਨ ਲਗਦੀ ਹੈ, ਉਹ ਹੀ ਸ਼ਬਦ ਦਾ ਸਿਮਰਨ ਕਰਦਾ ਹੈ ।

You should always meditate on the teachings of His Word, His Holy Spirit. Whosoever may meditate on the teachings of His Word; he may be blessed with patience, contentment, and comforts. His sins of previous lives may be forgiven; he may conquer his own worldly desires; his worries and frustrations may be eliminated. The devotion of His true devotee may be enhanced and blossom prevails within his heart. His belief on the teachings of His Word may become steady and stable, unshakable. Whosoever may have a prewritten destiny to obey the teachings of His Word, only he may be dedicated to adopt the teachings of His Word.

208.ਸਲੋਕ ਮਃ ੩॥ (88-9)

ਸਤਿਗੁਰੁ ਜਿਨੀ ਨ ਸੇਵਿਓ, saT`gur jinee na sayvi-o
ਸਬਦਿ ਨ ਕੀਤੋ ਵੀਚਾਰੁ॥ sabad na keeto veechaar.
ਅੰਤਰਿ ਗਿਆਨੁ ਨ ਆਇਓ, antar gi-aan na aa-i-o
ਮਿਰਤਕੁ ਹੈ ਸੰਸਾਰਿ॥ mirtak hai sansaar.
ਲਖ ਚਉਰਾਸੀਹ ਫੇਰੁ ਪਇਆ, lakh cha-oraaseeh fayr pa-i-aa
ਮਰਿ ਜੰਮੈ ਹੋਇ ਖੁਆਰੁ॥ mar jammai ho-ay khu-aar.
ਸਤਿਗੁਰ ਕੀ ਸੇਵਾ ਸੋ ਕਰੇ, saT`gur kee sayvaa so karay
ਜਿਸ ਨੋ ਆਪਿ ਕਰਾਏ ਸੋਇ॥ jis no aap karaa-ay so-ay.
ਸਤਿਗੁਰ ਵਿਚਿ ਨਾਮੁ ਨਿਧਾਨੁ ਹੈ, saT`gur vich Naam niDhaan hai
ਕਰਮਿ ਪਰਾਪਤਿ ਹੋਇ॥ karam paraapat ho-ay.
ਸਚਿ ਰਤੇ ਗੁਰ ਸਬਦ ਸਿਉ, sach ratay gur sabad si-o
ਤਿਨ ਸਚੀ ਸਦਾ ਲਿਵ ਹੋਇ॥ tin sachee sadaa liv ho-ay.
ਨਾਨਕ ਜਿਸ ਨੋ ਮੇਲੇ, ਨ ਵਿਛੁੜੈ, naanak jis no maylay na vichhurhai
ਸਹਜਿ ਸਮਾਵੈ ਸੋਇ॥੧॥ sahj samaavai so-ay. ||1||

ਜਿਹੜਾ ਪ੍ਰਭ ਦੇ ਸ਼ਬਦ ਬਾਬਤ ਸੋਚਦਾ ਨਹੀਂ, ਵਿਚਾਰਦਾ ਪਾਲਣਾ ਨਹੀਂ ਕਰਦੇ । ਉਸ ਦਾ ਭਰੋਸਾ ਪ੍ਰਭ ਦੇ ਸ਼ਬਦ ਤੇ, ਬਖਸ਼ੇ ਤੇ ਅਡੋਲ ਨਹੀਂ ਹੁੰਦਾ, ਸ਼ਬਦ ਦੀ ਸੋਝੀ ਬਖਸ਼ਿਸ਼ ਨਹੀਂ ਹੁੰਦੀ । ਉਸ ਦਾ ਮਾਨਸ ਜਨਮ ਲੈਣਾ ਬਿਰਥਾ ਹੀ ਹੁੰਦਾ ਹੈ । ਉਹ ਸੰਸਾਰ ਵਿੱਚ ਮਰਿਆ ਦੇ ਸਮਾਨ ਹੀ ਹੈ । ਉਹ 84 ਲਖ ਜੂੰਨਾਂ ਦੇ ਚੱਕਰ ਵਿੱਚ ਹੀ ਰਹਿੰਦਾ ਹੈ । ਉਹ ਆਪਣਾ ਮਾਨਸ ਦਾ ਸਮਾਂ, ਜਨਮ, ਮਰਨ ਦੇ ਚੱਕਰ ਵਿੱਚ ਹੀ ਗਵਾ ਜਾਂਦਾ ਹੈ । ਜਿਸ ਤੇ ਆਪ ਰਹਿਮਤ ਦੀ ਨਜ਼ਰ ਬਖਸ਼ਦਾ ਹੈ, ਕੇਵਲ ਉਹ ਹੀ ਸ਼ਬਦ ਨਾਲ ਜੀਵਨ ਬਤੀਤ ਕਰ ਸਕਦਾ ਹੈ । ਪ੍ਰਭ ਦੀ ਰਹਿਮਤ ਨਾਲ ਆਪਣੇ ਅੰਦਰੋਂ ਹੀ ਸ਼ਬਦ ਦੀ ਸੋਝੀ ਦਾ ਖਜ਼ਾਨਾ ਬਖਸ਼ਿਸ਼ ਹੋ ਜਾਂਦਾ ਹੈ । ਜਿਸ ਦੀ ਲਗਨ ਪ੍ਰਭ ਦੇ ਸ਼ਬਦ ਨਾਲ ਅਡੋਲ ਹੋ ਜਾਂਦੀ ਹੈ । ਉਹ ਪ੍ਰਭ ਦੇ ਸ਼ਬਦ ਨਾਲ ਸਦਾ ਤਾਜ਼ਾ ਰਹਿਣ ਵਾਲੀ ਪ੍ਰੀਤ ਜੋੜ ਲੈਂਦਾ ਹੈ । ਉਸ ਦੀ ਆਤਮਾ ਪ੍ਰਭ ਦੀ ਜੋਤ ਵਿੱਚ ਅਲੋਪ ਹੋ ਜਾਂਦੀ ਹੈ, ਉਹ ਕਦੇ ਵੱਖਰੀ ਨਹੀਂ ਹੁੰਦੀ, ਉਹ ਪ੍ਰਭ ਦੀ ਜੋਤ ਦਾ ਿਭਾਗ ਬਣ ਜਾਂਦੀ ਹੈ ।

Whosoever may not think about, try to understand, and to obey the teachings of His Word with steady and stable belief. He may never remain contended with His Blessings, nor blessed with the enlightenment of the essence of His Word, his human life opportunity may be wasted. He may remain in the cycle of 8.4 million different birth and death cycle; he may be considered dead for the real purpose of human life opportunity. Whosoever may adopt the teachings of His Word with steady and stable belief; with His mercy and grace, he may be blessed with the enlightenment of the essence of His Word from within. He may remain drenched with the essence of His Word; comforting to his mind. His soul may be sanctified to become worthy of His Consideration; with His mercy and grace, his soul may immerse and becomes an inseparable from His Holy Spirit.

ਮਃ ੩॥ (88-13)

ਸੋ ਭਗਉਤੀ, ਜੋ ਭਗਵੰਤੈ ਜਾਣੈ॥	so bhag-utee jo bhagvantai jaanai.
ਗੁਰ ਪਰਸਾਦੀ ਆਪੁ ਪਛਾਣੈ॥	gur parsaadee aap pachhaanai.
ਧਾਵਤੁ ਰਾਖੈ, ਇਕਤੁ ਘਰਿ ਆਣੈ॥	dhaavat raakhai ikat ghar aanai.
ਜੀਵਤੁ ਮਰੈ, ਹਰਿ ਨਾਮੁ ਵਖਾਣੈ॥	jeevat marai har Naam vakhaanai.
ਐਸਾ ਭਗਉਤੀ, ਉਤਮੁ ਹੋਇ॥	aisaa bhag-utee utam ho-ay.
ਨਾਨਕ ਸਚਿ ਸਮਾਵੈ ਸੋਇ॥੨॥	naanak sach samaavai so-ay. ||2||

ਜਿਸ ਨੂੰ ਸ਼ਬਦ ਦੀ, ਆਪਣੇ ਮਾਨਸ ਜਨਮ ਦੇ ਮੰਤਵ ਦੀ ਸੋਝੀ ਬਖਸ਼ਿਸ਼ ਹੋ ਜਾਂਦੀ ਹੈ, ਉਸ ਨੂੰ ਗੁਰਮਖ ਅਵਸਥਾ ਬਖਸ਼ਿਸ਼ ਹੋ ਜਾਂਦੀ ਹੈ । ਉਸ ਨੂੰ ਚਾਰੇ ਪਾਸੇ ਘੁੰਮਣ ਵਾਲੇ ਮਨ ਤੇ ਕਾਬੂ ਬਖਸ਼ਿਸ਼ ਹੋ ਸਕਦਾ ਹੈ । ਉਹ ਆਪਣੇ ਮਨ ਦੇ ਅੰਦਰ ਸ਼ਬਦ ਦੀ ਸੋਝੀ ਖੋਜਣ ਤੇ ਅਡੋਲ ਰਹਿੰਦਾ ਹੈ । ਉਹ ਆਪਣੀ ਹੌਂਦ, ਮਾਨਸ ਜੀਵਨ ਪ੍ਰਭ ਦੇ ਭੇਟਾ ਕਰਕੇ, ਨਿਮਾਣਾ ਬਣਕੇ, ਮਰਿਆ ਦੀ ਤਰ੍ਹਾਂ, ਨਿਮ੍ਰਤਾ, ਸਾਦਗੀ ਨਾਲ ਹੀ ਜੀਵਨ ਬਤੀਤ ਕਰਦਾ, ਪ੍ਰਭ ਦੇ ਸ਼ਬਦ ਦੇ ਸਿਮਰਨ ਵਿੱਚ ਲੀਨ ਹੋਇਆ, ਸ਼ਬਦ ਦੀ ਸਮਾਧੀ ਵਿੱਚ ਵਸਦਾ ਹੈ । ਇਸਤਰ੍ਹਾਂ ਦੀ ਬੰਦਗੀ ਕਰਨਵਾਲਾ ਪ੍ਰਭ ਦੇ ਦਰਬਾਰ ਵਿੱਚ ਪ੍ਰਵਾਨ ਹੋ ਜਾਂਦਾ, ਉਤਮ ਅਵਸਥਾ ਬਖਸ਼ਿਸ਼ ਹੋ ਜਾਂਦੀ ਹੈ, ਉਹ ਪ੍ਰਭ ਦੀ ਜੋਤ ਵਿੱਚ ਹੀ ਅਭੇਦ ਹੋ ਜਾਂਦਾ ਹੈ ।

Whosoever may be enlightened with the essence of His Word; he may realize the real purpose of his human life opportunity; existence of Holy Spirit prevailing everywhere. He may be blessed with a state of mind as His true devotee. He may conquer his own wandering mind and remains intoxicated searching within. He may surrender his self-identity at His Sanctuary; he may remain humble like a dead, meek person and remains intoxicated in meditation in the void of His Word. His earnings of His Word may be accepted in His Court; he may be blessed with a state of mind as His true devotee, his soul may immerse within His Holy Spirit.

ਮਃ ੩॥ (88-15)

ਅੰਤਰਿ ਕਪਟੁ, ਭਗਉਤੀ ਕਹਾਏ॥	antar kapat bhag-utee kahaa-ay.
ਪਾਖੰਡਿ, ਪਾਰਬ੍ਰਹਮੁ ਕਦੇ ਨ ਪਾਏ॥	pakhand paarbarahm kaday na paa-ay.
ਪਰ ਨਿੰਦਾ ਕਰੇ, ਅੰਤਰਿ ਮਲੁ ਲਾਏ॥	par nindaa karay antar mal laa-ay.
ਬਾਹਰਿ ਮਲੁ ਧੋਵੈ,	baahar mal Dhovai
ਮਨ ਕੀ ਜੂਠਿ ਨ ਜਾਏ॥	man kee jooth na jaa-ay.
ਸਤਸੰਗਤਿ ਸਿਉ ਬਾਦੁ ਰਚਾਏ॥	satsangat si-o baad rachaa-ay.
ਅਨਦਿਨੁ ਦੁਖੀਆ,	an-din dukhee-aa
ਦੂਜੈ ਭਾਇ ਰਚਾਏ॥	doojai bhaa-ay rachaa-ay.
ਹਰਿ ਨਾਮੁ ਨ ਚੇਤੈ,	har Naam na chaytai
ਬਹੁ ਕਰਮ ਕਮਾਏ॥	baho karam kamaa-ay.
ਪੂਰਬ ਲਿਖਿਆ, ਸੁ ਮੇਟਣਾ ਨ ਜਾਏ॥	poorab likhi-aa so maytnaa na jaa-ay.
ਨਾਨਕ ਬਿਨੁ ਸਤਿਗੁਰ ਸੇਵੇ,	naanak bin saT`gur sayvay
ਮੋਖੁ ਨ ਪਾਏ॥੩॥	mokh na paa-ay. ||3||

ਜਿਹੜਾ ਜੀਵ ਭਗਤਾ ਵਾਲਾ ਬਾਣਾ ਪਾਉਂਦਾ ਹੈ, ਪਰ ਮਨ ਵਿੱਚ ਕਰੋਧ, ਲਾਲਚ, ਧੋਖਾ ਭਰਿਆਂ ਹੁੰਦਾ ਹੈ । ਉਹ ਪੰਖਾਡੀ, ਬਾਣੇ ਦੇ ਪਾਖੰਡ ਨਾਲ ਪ੍ਰਭ ਨੂੰ ਧੋਖਾ ਨਹੀਂ ਦੇ ਸਕਦਾ, ਪ੍ਰਭ ਦੀ ਪ੍ਰਵਾਨਗੀ ਬਖਸ਼ਿਸ਼ ਨਹੀਂ ਹੋ ਸਕਦੀ । ਉਹ ਚੁਗਲੀ ਨਿੰਦਿਆਂ ਕਰਦਾ, ਆਪਣੇ ਮਨ ਦੀ ਪਾਪਾਂ ਦੀ ਮੈਲ ਵਧਾਉਂਦਾ ਹੈ । ਉਹ ਤੀਰਥਾਂ ਤੇ ਇਸ਼ਨਾਨ ਕਰਦਾ, ਪਰ ਮਨ ਦੀ ਮੈਲ ਧੋਤੀ ਨਹੀਂ ਜਾਂਦੀ । ਉਹ ਸੰਤ ਸਰੂਪਾਂ ਦੀ ਸਿਖਿਆਂ ਦੀ ਨਿੰਦਿਆ ਕਰਦਾ ਹੈ । ਉਸ ਨੂੰ ਪ੍ਰਭ ਦੇ ਸ਼ਬਦ ਦੀ ਕੋਈ ਸੋਝੀ ਨਹੀਂ, ਪਰ ਉਹ ਧਰਮ ਦੇ ਰੀਤ ਰੀਵਾਜ ਬਹੁਤ ਜ਼ੋਰ ਨਾਲ ਕਰਦਾ ਹੈ । ਉਹ ਆਪਣੇ ਪਿਛਲੇ ਜਨਮ ਦੇ ਲਿਖੇ ਭਾਗ ਮਿਟਾ ਨਹੀਂ ਸਕਦਾ । ਜੀਵ ਯਾਦ ਰਖੋ! ਸ਼ਬਦ ਨਾਲ ਜੀਵਨ ਢਾਲਣ ਤੋਂ ਬਿਨਾਂ ਦਰਬਾਰ ਵਿੱਚ ਪ੍ਰਵਾਨਗੀ ਬਖਸ਼ਿਸ਼ ਨਹੀਂ ਹੋ ਸਕਦੀ ।

Whosoever may be baptized with religious norms and adopts the religious robe like a saint, His true devotee; however, he remains overwhelmed with jealousy, anger, greed, and deception. Remember! The Omniscient True Master cannot be deceived by any religious robe, he may never be accepted in His Court. His slandering others may increase the burden of sins of his soul. His pilgrimage and soul sanctifying bath at Holy Shrine may not eliminate the blemish of his sins, evil deeds. He may criticize and slanders the teachings of His true devotee; he may never be blessed with the right path of acceptance in His Court. He may never be blessed with the enlightenment of the essence of His Word; however, he may preach and performs religious rituals aggressively as his meditation routine. His prewritten destiny may never be changed. Whosoever may not adopt the teachings of His Word with steady and stable belief in his day-to-day life, nor his soul be accepted in His Court.

ਪਉੜੀ॥ (88-18)

ਸਤਿਗੁਰੁ ਜਿਨੀ ਧਿਆਇਆ,	saT`gur jinee Dhi-aa-i-aa
ਸੇ ਕੜਿ ਨ ਸਵਾਹੀ॥	say karh na savaahee.
ਸਤਿਗੁਰੁ ਜਿਨੀ ਧਿਆਇਆ,	saT`gur jinee Dhi-aa-i-aa
ਸੇ ਤ੍ਰਿਪਤਿ ਅਘਾਹੀ॥	say taripat aghaahee.
ਸਤਿਗੁਰੁ ਜਿਨੀ ਧਿਆਇਆ,	saT`gur jinee Dhi-aa-i-aa
ਤਿਨ ਜਮ ਡਰੁ ਨਾਹੀ॥	tin jam dar naahee.
ਜਿਨ ਕਉ ਹੋਆ ਕ੍ਰਿਪਾਲੁ ਹਰਿ,	jin ka-o ho-aa kirpaal har
ਸੇ ਸਤਿਗੁਰ ਪੈਰੀ ਪਾਹੀ॥	say saT`gur pairee paahee.
ਤਿਨ ਐਥੈ ਓਥੈ ਮੁਖ ਉਜਲੇ,	tin aithai othai mukh ujlay
ਹਰਿ ਦਰਗਹ ਪੈਧੇ ਜਾਹੀ॥14॥	har dargeh paiDhay jaahee. ||14||

ਜਿਹੜਾ ਜੀਵ ਪ੍ਰਭ ਦੇ ਸ਼ਬਦ ਨਾਲ ਜੀਵਨ ਢਾਲਦਾ ਹੈ, ਉਹ ਮਿੱਟੀ ਵਿੱਚ ਨਹੀਂ ਰੁਲਦਾ । ਉਸ ਦੇ ਮਨ ਵਿੱਚ ਸਦਾ ਰਹਿਣ ਵਾਲੀ ਸ਼ਾਂਤੀ, ਸੰਤੋਖ ਬਖਸ਼ਿਸ਼ ਹੋ ਜਾਂਦਾ, ਮੌਤ ਦਾ ਡਰ ਖਤਮ ਹੋ ਜਾਂਦਾ ਹੈ । ਜਿਸ ਤੇ ਪ੍ਰਭ ਰਹਿਮਤ ਦੀ ਨਜ਼ਰ ਬਖਸ਼ਦਾ ਹੈ, ਉਸ ਦੀ ਸ਼ਬਦ ਦੀ ਪਾਲਣਾ ਤੇ ਲਗਨ ਲਗ ਜਾਂਦੀ ਹੈ । ਉਸ ਦੀ ਸੰਸਾਰ ਵਿੱਚ ਅਤੇ ਮੌਤ ਤੋਂ ਪਿਛੋਂ ਵੀ ਸੋਭਾ ਹੀ ਹੁੰਦੀ ਹੈ । ਪ੍ਰਭ ਦੇ ਦਰਬਾਰ ਵਿੱਚ ਵਿਸ਼ੇਸ਼ ਥਾਂ ਬਖਸ਼ਿਸ਼ ਹੋ ਜਾਂਦੀ ਹੈ ।

Whosoever may adopt the teachings of His Word with steady and stable belief; his soul may not remain miserable rather blessed with a peace and contentment with His Blessings. His fear of death may be eliminated. Whosoever may be blessed with devotion to meditation on the teachings of His Word; he may remain intoxicated in meditation in the void of His Word. He may be honored in his worldly life and after death in His Court. He may be honored with a unique status as His true devotee.

209.ਸਲੋਕ ਮਃ ੨॥ (89-2)

ਜੋ ਸਿਰੁ ਸਾਂਈ ਨਾ ਨਿਵੈ,	jo sir saaN-ee naa nivai
ਸੋ ਸਿਰੁ ਦੀਜੈ ਡਾਰਿ॥	so sir deejai daar.
ਨਾਨਕ ਜਿਸੁ ਪਿੰਜਰ ਮਹਿ ਬਿਰਹਾ ਨਹੀਂ,	naanak jis pinjar meh birhaa nahee
ਸੋ ਪਿੰਜਰੁ ਲੈ ਜਾਰਿ॥੧॥	so pinjar lai jaar. ||1||

ਜਿਹੜੇ ਜੀਵ ਦਾ ਮਨ ਪ੍ਰਭ ਦੀਆਂ ਬਖਸ਼ਿਸ਼ਾਂ ਦਾ ਧੰਨਵਾਦ ਨਹੀਂ ਕਰਦਾ, ਉਸ ਦਾ ਮਾਨਸ ਜੀਵਨ ਬਿਰਥਾ, ਕੋਈ ਲਾਭ ਨਹੀਂ ਹੁੰਦਾ । ਜਿਸ ਦੇ ਹਿਰਦੇ ਵਿੱਚ ਪ੍ਰਭ ਨਾਲੋਂ ਵਿਛੋੜੇ ਦਾ ਵਿਰਾਗ ਨਹੀਂ ਹੁੰਦਾ, ਉਹ ਜੀਉਂਦਾ ਹੀ ਜਲਾ ਦੇਣ ਦੇ ਯੋਗ ਹੁੰਦਾ ਹੈ ।

Whosoever may not remain gratitude for His Blessings; for priceless human life opportunity. He may never adopt the teachings of His Word in his day-to-day life to benefit from human life. Whosoever may not remain in renunciation in the memory of his separation from His Holy Spirit; he may be deserved to be burn alive.

ਮਃ ੫॥ (89-3)

ਮੁੰਢਹੁ ਭੁਲੀ ਨਾਨਕਾ,	mundhhu bhulee naankaa
ਫਿਰਿ ਫਿਰਿ ਜਨਮਿ ਮੁਈਆਸੁ॥	fir fir janam mu-ee- aas.
ਕਸਤੂਰੀ ਕੈ ਭੋਲੜੈ,	kastooree kai bholrhai
ਗੰਦੇ ਡੁੰਮਿ ਪਈਆਸੁ॥੨॥	gunday dumm pa-ee- aas. ||2||

ਜਿਹੜਾ ਆਪਣੇ ਅਸਲੀ ਮਾਲਕ ਨੂੰ ਭੁਲ ਜਾਂਦਾ, ਮਾਨਸ ਜਨਮ ਦਾ ਮੰਤਵ ਭੁਲ ਜਾਂਦਾ ਹੈ, ਉਹ ਜਨਮ ਮਰਨ ਦੇ ਚੱਕਰ ਵਿੱਚ ਹੀ ਰਹਿੰਦਾ ਹੈ । ਉਹ ਧਰਮ ਦੇ ਨਿਯਮਾਂ ਨਾਲ ਬੰਦਗੀ, ਨਿਤਨੇਮ ਕਰਦਾ ਹੈ, ਇਸ ਨਾਲ ਭਰਮਾਂ ਵਿੱਚ ਡੂੰਘਾ ਫਸ ਜਾਂਦੀ, ਸੰਸਾਰਕ ਮਾਇਆ ਦਾ ਗੁਲਾਮ ਬਣ ਜਾਂਦਾ ਹੈ ।

Whosoever may forget the real purpose of his human life opportunity, His Blessings, The True Master. He may remain in the cycle of birth and death. He may adopt the religious principle of meditation, daily routine; however, he may remain intoxicated with sweet poison of worldly wealth and he becomes a victim of worldly wealth.

ਪਉੜੀ॥ (89-4)

ਸੋ ਐਸਾ ਹਰਿ ਨਾਮੁ ਧਿਆਈਐ ਮਨ ਮੇਰੇ,	so aisaa har Naam japee-ai man mayray
ਜੋ ਸਭਨਾ ਉਪਰਿ ਹੁਕਮੁ ਚਲਾਏ॥	jo antee a-osar la-ay chhadaa-ay.
ਸੋ ਐਸਾ ਹਰਿ ਨਾਮੁ ਜਪੀਐ ਮਨ ਮੇਰੇ,	so aisaa har naam japee-ai man mayray
ਜੋ ਅੰਤੀ ਅਉਸਰਿ ਲਏ ਛਡਾਏ॥	jo antee a-osar la-ay chhadaa-ay.
ਸੋ ਐਸਾ ਹਰਿ ਨਾਮੁ ਜਪੀਐ ਮਨ ਮੇਰੇ,	so aisaa har Naam japee-ai man mayray
ਜੁ ਮਨ ਕੀ ਤ੍ਰਿਸਨਾ ਸਭ ਭੁਖ ਗਵਾਏ॥	jo man kee tarisnaa sabh bhukh gavaa-ay.
ਸੋ ਗੁਰਮੁਖਿ ਨਾਮੁ ਜਪਿਆ ਵਡਭਾਗੀ,	so gurmukh Naam japi-aa vadbhaagee
ਤਿਨ ਨਿੰਦਕ ਦੁਸਟ ਸਭਿ ਪੈਰੀ ਪਾਏ॥	tin nindak dusat sabh pairee paa-ay.
ਨਾਨਕ ਨਾਮੁ ਅਰਾਧਿ, ਸਭਨਾ ਤੇ ਵਡਾ,	naanak Naam araaDh sabhnaa tay vadaa
ਸਭਿ ਨਾਵੈ ਅਗੈ ਆਣਿ ਨਿਵਾਏ॥15॥	sabh naavai agai aan nivaa-ay. ||15||

ਮਾਲਕ ਦੇ ਸ਼ਬਦ ਦਾ ਸਿਮਰਨ ਕਰੋ! ਜਿਸ ਦਾ ਹੁਕਮ ਹਰਇਕ ਉਪਰ ਚਲਦਾ ਹੈ । ਜਿਹੜਾ ਮਰਨ ਤੋਂ ਪਿਛੋਂ ਜਮਾਂ ਤੋਂ ਛੱਡਾ ਲਵੇਗਾ । ਜਿਹੜਾ ਸੰਸਾਰਕ ਇੱਛਾਂ ਤੇ ਕਾਬੂ ਬਖਸ਼ ਦੇਂਦਾ, ਮਨ ਦੀਆਂ ਤ੍ਰਿਸ਼ਨਾ ਖਤਮ ਕਰ ਦੇਂਦਾ ਹੈ । ਜਿਹੜਾ ਪ੍ਰਭ ਦਾ ਸਿਮਰਨ ਕਰਦਾ ਹੈ, ਉਸ ਨੂੰ ਗੁਰਮਖ ਅਵਸਥਾ ਬਖਸ਼ਿਸ਼ ਹੋ ਜਾਂਦੀ ਹੈ । ਉਸ ਦਾ ਸੰਸਾਰ ਵਿੱਚ ਕਿਸੇ ਨਾਲ ਵੈਰ ਵਿਰੋਧ ਨਹੀਂ ਰਹਿੰਦਾ । ਸਾਰੇ ਹੀ ਮਿੱਤਰ ਬਣ ਜਾਂਦੇ, ਮਿੱਤਰ ਦਿਖਾਈ ਦੇਂਦੇ ਹਨ । ਜੀਵ ਉਸ ਅਟਲ ਪ੍ਰਭ ਦੇ ਸ਼ਬਦ ਦਾ ਸਿਮਰਨ ਕਰੋ! ਜਿਹੜਾ ਸਭ ਤੋਂ ਵਡਾ ਹੈ, ਸਾਰੇ ਹੀ ਉਸ ਅੱਗੇ ਅਰਦਾਸ ਕਰਦੇ ਹਨ ।

You should always meditate on the teachings of His Word, The True Master; only His ultimate Command prevails over everyone, no one may be beyond His reach. Only He may be the savior from the devil of death.

He may bless to conquer and to renounce, eliminate worldly desires from his mind. Whosoever may meditate on the teachings of His Word, he may be blessed with a state of mind as His true devotee. He may not have any jealousy with anyone else on the earth; everyone seems like a friend and not an enemy. The True Master, Greatest of All! Everyone prays for His Forgiveness and Refuge. You should always meditate on the teachings of Word His Word.

210.ਸਲੋਕ ਮਃ ੩॥ (89-8)

ਵੇਸ ਕਰੇ ਕੁਰੂਪਿ ਕੁਲਖਣੀ,	vays karay kuroop kulkhanee
ਮਨਿ ਖੋਟੈ ਕੂੜਿਆਰਿ॥	man khotai koorhi-aar.
ਪਿਰ ਕੈ ਭਾਣੈ ਨਾ ਚਲੈ,	pir kai bhaanai naa chalai
ਹੁਕਮੁ ਕਰੇ ਗਾਵਾਰਿ॥	hukam karay gaavaar.
ਗੁਰ ਕੈ ਭਾਣੈ ਜੋ ਚਲੈ,	gur kai bhaanai jo chalai
ਸਭਿ ਦੁਖ ਨਿਵਾਰਣਹਾਰਿ॥	sabh dukh nivaaranhaar.
ਲਿਖਿਆ ਮੇਟਿ ਨ ਸਕੀਐ,	likhi-aa mayt na sakee-ai
ਜੋ ਧੁਰਿ ਲਿਖਿਆ ਕਰਤਾਰਿ॥	jo Dhur likhi-aa kartaar.
ਮਨੁ ਤਨੁ ਸਉਪੇ ਕੰਤ ਕਉ,	man, tan sa-upay kant ka-o
ਸਬਦੇ ਧਰੇ ਪਿਆਰੁ॥	sabday Dharay pi-aar.
ਬਿਨੁ ਨਾਵੈ ਕਿਨੈ ਨ ਪਾਇਆ,	bin naavai kinai na paa-i-aa
ਦੇਖਹੁ ਰਿਦੈ ਬੀਚਾਰਿ॥	daykhhu ridai beechaar.
ਨਾਨਕ ਸਾ ਸੁਆਲਿਓ ਸੁਲਖਣੀ,	naanak saa su-aali-o sulakh-nee
ਜਿ ਰਾਵੀ ਸਿਰਜਨਹਾਰਿ॥੧॥	je raavee sirjanhaar. ||1||

ਜੀਵ ਭਾਵੇਂ ਸੰਤਾਂ ਵਾਲਾ, ਧਾਰਮਕ ਬਾਣਾ ਪਾਵੇ, ਉਸ ਦੇ ਮਨ ਵਿੱਚ ਬੁਰੇ ਖਿਆਲ ਹੀ ਭਟਕਦੇ ਰਹਿੰਦੇ ਹਨ, ਉਸ ਦਾ ਮਨ ਮੈਲਾ ਹੀ ਰਹਿੰਦਾ ਹੈ । ਉਹ ਸ਼ਬਦ ਅਨੁਸਾਰ ਆਪਣਾ ਜੀਵਨ ਬਤੀਤ ਨਹੀਂ ਕਰਦਾ, ਸਗੋਂ ਆਪਣੇ ਮਨਮਰਜ਼ੀ, ਧਰਮ ਦੇ ਰੀਤ ਰੀਵਾਜ ਕਰਦਾ ਰਹਿੰਦਾ ਹੈ । ਜਿਹੜਾ ਪ੍ਰਭ ਦੇ ਸ਼ਬਦ ਨਾਲ ਜੀਵਨ ਢਾਲਦਾ ਹੈ, ਉਸ ਦੀ ਸੰਸਾਰਕ ਇੱਛਾਂ ਦੀ ਭਟਕਣ, ਦੁਖ ਖਤਮ ਹੋ ਜਾਂਦੇ ਹਨ । ਜੀਵ ਦਾ ਜਨਮ ਤੋਂ ਪਹਿਲੇ ਲਿਖਿਆ ਭਾਗ ਮਿਟ ਨਹੀਂ ਸਕਦਾ । ਜੀਵ ਦਾ ਮਨ, ਤਨ ਪ੍ਰਭ ਦੀ ਹੀ ਅਮਾਨਤ ਹੈ । ਜਿਹੜਾ ਮਨ, ਤਨ ਪ੍ਰਭ ਦੀ ਭੇਟਾ ਕਰ ਦੇਂਦਾ ਹੈ, ਉਸ ਦੀ ਸ਼ਬਦ ਦੀ ਪਾਲਣਾ ਵਿੱਚ ਲਗਨ ਲਗ ਜਾਂਦੀ ਹੈ । ਪ੍ਰਭ ਦੇ ਸ਼ਬਦ ਨਾਲ ਜੀਵਨ ਢਾਲਣ ਤੋਂ ਬਿਨਾਂ, ਪ੍ਰਵਾਨਗੀ ਦਾ ਰਸਤਾ ਬਖਸ਼ਿਸ਼ ਨਹੀਂ ਹੋ ਸਕਦਾ । ਇਸ ਵਿਚਾਰ ਦਾ ਆਪਣੇ ਮਨ ਵਿੱਚ ਧਿਆਨ ਰਖੋਂ! ਜਿਸ ਤੇ ਪ੍ਰਭ ਰਹਿਮਤ ਦੀ ਨਜ਼ਰ ਬਖਸ਼ਦਾ ਹੈ, ਉਸ ਦੀ ਪ੍ਰਭ ਦੇ ਸ਼ਬਦ ਨਾਲ ਲਗਨ ਲਗ ਜਾਂਦੀ ਹੈ, ਉਸ ਤੇ ਪ੍ਰਭ ਦੇ ਸ਼ਬਦ ਦਾ ਨੂਰ ਚਮਕਦਾ ਹੈ ।

Whosoever may baptize and adopts religious robe, his mind may remain frustrated with evil thoughts within his mind; he may remain blemished with duality, path of religion, worldly guru, and path of His Word. Self-minded may never adopt the teachings His Word with steady and stable belief in his day-to-day life; however, he may perform religious rituals very rigidly and other meditation. Whosoever may adopt the teachings of His Word with steady and stable belief in his day-to-day life; with His mercy and grace, his frustration of worldly worries and sufferings may be resolved, eliminated from his mind. The True Master, Creator, Trustee of mind and body of His Creation. Whosoever may surrender his mind, body, and self-identity at His Sanctuary to serve His Word, Creation; with His mercy and grace, his devotion to meditate becomes stronger. Whosoever may not adopt the teachings of His Word; he may never be blessed with, the right path of salvation. Remember! Whosoever may be bestowed with His Blessed Vision, his devotion to meditate may be enhanced. The eternal glow of His Holy Spirit may shine within his heart.

ਮਃ ੩॥ (89-12)

ਮਾਇਆ ਮੋਹੁ ਗੁਬਾਰੁ ਹੈ,	maa-i-aa moh gubaar hai
ਤਿਸ ਦਾ ਨ ਦਿਸੈ ਉਰਵਾਰੁ ਨ ਪਾਰੁ॥	tis daa na disai urvaar na paar.
ਮਨਮੁਖ ਅਗਿਆਨੀ	manmukh agi-aanee
ਮਹਾ ਦੁਖੁ ਪਾਇਦੇ,	mahaa dukh paa-iday
ਡੁਬੇ ਹਰਿ ਨਾਮੁ ਵਿਸਾਰਿ॥	dubay har Naam visaar.
ਭਲਕੇ ਉਠਿ ਬਹੁ ਕਰਮ ਕਮਾਵਹਿ,	bhalkay uth baho karam kamaaveh
ਦੂਜੈ ਭਾਇ ਪਿਆਰੁ॥	doojai bhaa- ay pi-aar.
ਸਤਿਗੁਰੁ ਸੇਵਹਿ ਆਪਣਾ,	saT`gur sayveh aapnaa
ਭਉਜਲੁ ਉਤਰੇ ਪਾਰਿ॥	bha-ojal utray paar.
ਨਾਨਕ ਗੁਰਮੁਖਿ ਸਚਿ ਸਮਾਵਹਿ,	naanak gurmukh sach samaaveh
ਸਚੁ ਨਾਮੁ ਉਰ ਧਾਰਿ॥੨॥	sach Naam ur Dhaar. ||2||

ਸੰਸਾਰਕ ਮਾਇਆ ਦਾ ਮੋਹ ਇਕ ਅਗਿਆਨਤਾ ਦਾ ਸਾਗਰ ਹੈ । ਜਿਹੜਾ ਸੰਸਾਰਕ ਮਾਇਆ ਦਾ ਗੁਲਾਮ ਬਣ ਜਾਂਦਾ ਹੈ, ਉਸ ਨੂੰ ਮਾਨਸ ਜੀਵਨ ਵਿੱਚ ਸ਼ਾਂਤੀ, ਸੰਤੋਖ ਬਖਸ਼ਿਸ਼ ਨਹੀਂ ਹੁੰਦਾ ਹੈ, ਨਾ ਹੀ ਮੌਤ ਤੋਂ ਪਿਛੋਂ ਪ੍ਰਭ ਦੇ ਦਰਬਾਰ ਵਿੱਚ ਹੀ ਪ੍ਰਵਾਨਗੀ ਬਖਸ਼ਿਸ਼ ਹੁੰਦੀ ਹੈ । ਮਨਮਰਜ਼ੀ ਕਰਨਵਾਲੇ ਨੂੰ ਸੰਸਾਰ ਵਿੱਚ ਬਹੁਤ ਇੱਛਾਂ ਦੀਆਂ ਭਟਕਣਾਂ ਹੀ ਰਹਿੰਦੀਆਂ ਹਨ, ਉਹ ਪ੍ਰਭ ਦਾ ਸ਼ਬਦ ਵਿਸਾਰ ਲੈਂਦਾ ਹੈ । ਉਹ ਧਰਮ ਦੇ ਰੀਤ ਰੀਵਾਜ, ਨਿਤਨੇਮ ਕਰਦਾ ਹੈ, ਪਰ ਉਸ ਦੇ ਮਨ ਦਾ ਭਰੋਸਾ ਇਕੋ ਇਕ ਪ੍ਰਭ ਦੇ ਬਖਸ਼ੇ ਤੇ ਅਡੋਲ ਨਹੀਂ ਹੁੰਦਾ । ਜਿਹੜਾ ਪ੍ਰਭ ਦੇ ਸ਼ਬਦ ਦਾ ਸਿਮਰਨ, ਸਿਖਿਆਂ ਨਾਲ ਜੀਵਨ ਢਾਲਦਾ ਹੈ, ਉਹ ਸੰਸਾਰਕ ਸਾਗਰ ਪਾਰ ਕਰ ਜਾਂਦਾ, ਦਰਬਾਰ ਵਿੱਚ ਪ੍ਰਵਾਨ ਹੋ ਜਾਂਦਾ ਹੈ । ਉਸ ਦੇ ਮਨ ਵਿੱਚ ਸ਼ਬਦ ਦੀ ਸੋਝੀ, ਬਖਸ਼ਿਸ਼ ਹੋ ਜਾਂਦੀ ਹੈ । ਉਹ ਪ੍ਰਭ ਦੇ ਸ਼ਬਦ ਦੀ ਪਾਲਣਾ ਕਰਦਾ, ਸ਼ਬਦ ਦੀ ਸਮਾਧੀ ਵਿੱਚ ਅਡੋਲੇ ਰਹਿੰਦਾ ਹੈ ।

The Worldly Ocean remains overwhelmed with sweet poison of worldly wealth, ignorance from the enlightenment of the essence of His Word. Whosoever may remain intoxicated with sweet poison of worldly desires; he may never be blessed with a peace and contentment in worldly life, nor acceptance in His Court after death. Self-minded may forsake the path of His Word; he remains intoxicated and frustrated with his worldly desires. He may perform religious rituals, routine prayers meditation; however, he may not remain contented with His Blessings as an ultimate justice for his worldly deeds. Whosoever may meditate, and adopts the teachings of His Word with steady and stable belied in day-to-day life; with His mercy and grace, he may be blessed with the right path of acceptance in His Court. He may be enlightened with the essence of His Word and remains awake and alert in his day-to-day life. He remains intoxicated in meditation in the void of His Word.

ਪਉੜੀ॥ (89-14)

ਹਰਿ ਜਲਿ ਥਲਿ ਮਹੀਅਲਿ ਭਰਪੂਰਿ,	har jal thal mahee-al bharpoor
ਦੂਜਾ ਨਾਹਿ ਕੋਇ॥	doojaa naahi ko-ay.
ਹਰਿ ਆਪਿ ਬਹਿ ਕਰੇ ਨਿਆਉ,	har aap bahi karay ni-aa-o
ਕੂੜਿਆਰ ਸਭ ਮਾਰਿ ਕਢੋਇ॥	koorhi-aar sabh maar kadho-ay.
ਸਚਿਆਰਾ ਦੇਇ ਵਡਿਆਈ,	sachi-aaraa day-ay vadi-aa-ee
ਹਰਿ ਧਰਮ ਨਿਆਉ ਕੀਓਇ॥	har Dharam ni-aa- o kee-o-ay.
ਸਭ ਹਰਿ ਕੀ ਕਰਹੁ ਉਸਤਤਿ,	sabh har kee karahu ustat
ਜਿਨਿ ਗਰੀਬ ਅਨਾਥ ਰਾਖਿ ਲੀਓਇ॥	jin gareeb anaath raakh lee-o-i.
ਜੈਕਾਰੁ ਕੀਓ ਧਰਮੀਆ ਕਾ,	jaikaar kee-o dharmee-aa kaa
ਪਾਪੀ ਕਉ ਡੰਡੁ ਦੀਓਇ॥16॥	paapee ka-o dand dee-o-i. ||16||

ਪ੍ਰਭ ਹਰ ਥਾਂ, ਜਲ, ਥਲ ਵਿੱਚ ਭਰਪੂਰ ਵਸਦਾ ਹੈ, ਪ੍ਰਭ ਤੋਂ ਬਿਨਾਂ ਹੋਰ ਕੋਈ ਦੂਸਰਾ ਨਹੀਂ ਹੈ । ਪ੍ਰਭ ਆਪ ਹੀ ਸਾਰੇ ਇਨਸਾਫ ਕਰਦਾ ਹੈ, ਬੁਰੇ ਖਿਆਲ, ਕੰਮ ਕਰਨਵਾਲੇ ਨੂੰ ਦਰਬਾਰ ਵਿੱਚ ਪ੍ਰਵਾਨਗੀ ਦਾ ਰਸਤਾ ਬਖਸ਼ਿਸ਼ ਨਹੀਂ ਹੁੰਦਾ । ਜਿਹੜਾ ਪ੍ਰਭ ਦੇ ਸ਼ਬਦ ਦੀ ਪਾਲਣਾ ਕਰਦਾ, ਉਸ ਦੀ ਸ਼ਬਦ ਦੀ ਕਮਾਈ ਦਾ ਫਲ, ਪ੍ਰਵਾਨਗੀ ਦਾ ਰਸਤਾ ਬਖਸ਼ਦਾ ਹੈ । ਜੀਵ, ਪ੍ਰਭ ਦੇ ਸ਼ਬਦ ਦੀ ਉਸਤਤ, ਸਿਮਰਨ ਕਰੋ! ਜਿਹੜਾ ਨਿਮਾਣਿਆਂ ਦਾ ਮਾਣ, ਬੰਦਗੀ ਕਰਨਵਾਲੇ ਦਾ ਪਰਦਾ ਰਖਦਾ ਹੈ । ਉਹ ਹੀ ਸ਼ਬਦ ਦੀ ਕਮਾਈ ਦਾ ਫਲ ਬਖਸ਼ਦਾ ਹੈ, ਪਾਪੀਆਂ ਨੂੰ ਸਜ਼ਾ ਦੇਂਦਾ, ਜੂੰਨਾਂ ਦੇ ਚੱਕਰ ਵਿੱਚ ਹੀ ਰਖਦਾ ਹੈ ।

The Omnipresent True Master overwhelmed with His Blessings, Virtues and prevails in water, in, on, under earth all the time; no one else may exist without His Command. He Word, ultimate justice prevails in the universe; evil doer may never be blessed with the right path of acceptance in His Court. Whosoever may adopt the teachings of His Word with steady and stable belief in his day-to-day life; with His mercy and grace, his earnings may be accepted, he may be blessed with the right path of acceptance in His Court. You should always meditate and sing the glory of His Word; the protector and savior of the honor of His true devotee. He always rewards selfless deeds for His Creation; evil doers may be punished and he remains in the cycle of birth and death.

211.ਸਲੋਕ ਮਃ ੩॥ (89-18)

ਮਨਮੁਖ ਮੈਲੀ ਕਾਮਣੀ,	manmukh mailee kaamnee
ਕੁਲਖਣੀ ਕੁਨਾਰਿ॥	kulkhanee kunaar.
ਪਿਰੁ ਛੋਡਿਆ ਘਰਿ ਆਪਣਾ,	pir chhodi-aa ghar aapnaa
ਪਰ ਪੁਰਖੈ ਨਾਲਿ ਪਿਆਰੁ॥	par purkhai naal pi-aar.
ਤ੍ਰਿਸਨਾ ਕਦੇ ਨ ਚੁਕਈ,	tarisnaa kaday na chuk-ee
ਜਲਦੀ ਕਰੇ ਪੂਕਾਰ॥	jaldee karay pookaar.
ਨਾਨਕ ਬਿਨੁ ਨਾਵੈ ਕੁਰੂਪਿ ਕੁਸੋਹਣੀ,	naanak bin naavai kuroop kusohanee
ਪਰਹਰਿ ਛੋਡੀ ਭਤਾਰਿ॥ ੧॥	parhar chhodee bhataar. ||1||

ਮਨਮਰਜ਼ੀ ਕਰਨਵਾਲੇ ਜੀਵ ਦਾ ਮਨ, ਬੁਰੇ ਖਿਆਲਾਂ ਨਾਲ ਭਰਿਆ ਹੁੰਦਾ ਹੈ । ਉਹ ਬਦਚਲਨ ਔਰਤ ਦੀ ਤਰ੍ਹਾਂ ਹੁੰਦਾ ਹੈ, ਜਿਹੜੀ ਆਪਣੇ ਅਸਲੀ ਪਤੀ ਨੂੰ ਛੱਡਕੇ ਬਾਕੀਆਂ ਨਾਲ ਸੰਜੋਗ ਬਣਾਉਂਦੀ ਹੈ । ਉਸ ਦੇ ਮਨ ਨੂੰ ਕਦੇ ਕਿਸੇ ਵੀ ਪ੍ਰਾਪਤੀ ਨਾਲ ਸੰਤੋਖ ਨਹੀਂ ਆਉਂਦਾ, ਉਹ ਇੱਛਾਂ ਦੀ ਅੱਗ ਵਿੱਚ ਭਟਕਦਾ ਰਹਿੰਦਾ ਹੈ । ਜਿਹੜਾ ਸ਼ਬਦ ਦੀ ਪਾਲਣਾ ਨਹੀਂ ਕਰਦਾ, ਉਸ ਦਾ ਜੀਵਨ ਕੋਈ ਮਹੱਤਤਾ ਪੂਰਕ ਨਹੀਂ ਹੁੰਦਾ । ਪ੍ਰਭ ਦੀ ਰਹਿਮਤਾਂ ਦੀ ਨਜ਼ਰ ਬਖਸ਼ਿਸ਼ ਨਹੀਂ ਹੁੰਦੀ ।

Self-minded may remain overwhelmed with evil thoughts within his mind. His state of mind may be like a characterless woman, who may remain sexually intimate with strange partner. He may never be contented with any of his accomplishments. He may remain frustrated with worldly desires. Whosoever may not adopt the teachings of His Word in life, his human life may not have any significance. He may never be blessed with the right path of acceptance in His Court.

ਮਃ ੩॥ (90-1)

ਸਬਦਿ ਰਤੀ ਸੋਹਾਗਣੀ,	sabad ratee sohaaganee
ਸਤਿਗੁਰ ਕੈ ਭਾਇ ਪਿਆਰਿ॥	saT`gur kai bhaa-ay pi-aar.
ਸਦਾ ਰਾਵੇ ਪਿਰੁ ਆਪਣਾ,	sadaa raavay pir aapnaa
ਸਚੈ ਪ੍ਰੇਮਿ ਪਿਆਰਿ॥	sachai paraym pi-aar.
ਅਤਿ ਸੁਆਲਿਉ ਸੁੰਦਰੀ,	at su-aali-o sundree
ਸੋਭਾਵੰਤੀ ਨਾਰਿ॥	sobhaavantee naar.
ਨਾਨਕ ਨਾਮਿ ਸੋਹਾਗਣੀ,	naanak Naam sohaaganee

ਮੇਲੀ ਮੇਲਣਹਾਰਿ॥੨॥ maylee maylanhaar. ||2||

ਜਿਹੜਾ ਸ਼ਬਦ ਨਾਲ ਜੀਵਨ ਢਾਲਦਾ ਹੈ, ਉਹ ਸ਼ਬਦ ਦੀ ਸੋਝੀ ਵਿੱਚ ਰੰਗਿਆ ਰਹਿੰਦਾ ਹੈ । ਉਸ ਦੇ ਮਨ ਵਿੱਚ ਸ਼ਬਦ ਦੀ ਸੋਝੀ ਘਰ ਕਰ ਜਾਂਦਾ ਹੈ, ਉਸ ਸਦਾ ਹੀ ਸੁਚੇਤ, ਜਾਗਰਤ ਰਹਿੰਦਾ ਹੈ । ਪ੍ਰਭ ਦੀ ਰਹਿਮਤ ਨਾਲ ਸਾਰੇ ਹੀ ਉਸ ਦੀ ਸੋਭਾ ਕਰਦੇ ਹਨ । ਉਸ ਦੇ ਜੀਵਨ ਦਾ ਪ੍ਰਭਾਵ ਬਾਕੀ ਸਾਥੀਆਂ ਦੇ ਮਨ ਵਿੱਚ ਘਰ ਕਰ ਜਾਂਦਾ ਹੈ । ਉਸ ਦੀ ਆਤਮਾ ਪ੍ਰਭ ਦੇ ਦਰਬਾਰ ਵਿੱਚ ਪ੍ਰਵਾਨ ਹੋ ਜਾਂਦੀ ਹੈ ।

Whosoever may adopt the teachings of His Word with steady and stable belief; with His mercy and grace, he may remain drenched with the essence of His Word. He may remain overwhelmed with His Blessings. He may be bestowed with His Blessed Vision; everyone may honor and praises his way of life. His way of life may have a deep influence on others to adopt the right path. He may be blessed with the right path of acceptance in His Court; his soul may be sanctified and accepted in His Court.

ਪਉੜੀ॥ (90-3)

ਹਰਿ ਤੇਰੀ ਸਭ ਕਰਹਿ ਉਸਤਤਿ, har tayree sabh karahi ustat
ਜਿਨਿ ਫਾਥੇ ਕਾਢਿਆ॥ jin faathay kaadhi-aa.
ਹਰਿ ਤੁਧਨੋ ਕਰਹਿ ਸਭ ਨਮਸਕਾਰੁ, har tuDhno karahi sabh namaskaar
ਜਿਨਿ ਪਾਪੈ ਤੇ ਰਾਖਿਆ॥ jin paapai tay raakhi-aa.
ਹਰਿ ਨਿਮਾਣਿਆ ਤੂੰ ਮਾਣੁ, har nimaani-aa tooN maan
ਹਰਿ ਡਾਢੀ ਹੂੰ ਤੂੰ ਡਾਢਿਆ॥ har daadhee hooN tooN daadhi-aa.
ਹਰਿ ਅਹੰਕਾਰੀਆ ਮਾਰਿ ਨਿਵਾਏ, har ahaNkaaree-aa maar nivaa-ay
ਮਨਮੁਖ ਮੂੜ ਸਾਧਿਆ॥ manmukh moorh saaDhi-aa.
ਹਰਿ ਭਗਤਾ ਦੇਇ ਵਡਿਆਈ, har bhagtaa day-ay vadi-aa-ee
ਗਰੀਬ ਅਨਾਥਿਆ॥17॥ gareeb anaathi-aa. ||17||

ਸਾਰੀ ਸ੍ਰਿਸ਼ਟੀ ਹੀ ਪ੍ਰਭ ਦੀ ਉਸਤਤ ਗਾਉਂਦੀ ਹੈ । ਪ੍ਰਭ ਹੀ ਰਹਿਮਤ ਬਖਸ਼ਕੇ ਜੀਵ ਦੇ ਸੰਸਾਰਕ ਬੰਧਨ ਤੋੜ ਦੇਂਦਾ ਹੈ । ਹਰਇਕ ਜੀਵ ਪ੍ਰਭ ਦੀ ਪੂਜਾ, ਬਖਸ਼ਿਸ਼ਾਂ ਦਾ ਧੰਨਵਾਦ ਕਰਦਾ ਹੈ, ਆਪ ਹੀ ਜੀਵ ਦੇ ਪਾਪ ਬਖਸ਼ਦਾ ਹੈ । ਪ੍ਰਭ ਸਭ ਤੋਂ ਵਡਾ ਤਾਕਤਵਰ, ਆਪ ਹੀ ਨਿਮਾਣੇ ਦਾ ਮਾਣ ਰਖਦਾ ਹੈ । ਪ੍ਰਭ ਅਹੰਕਾਰੀ ਦਾ ਅਭਿਮਾਨ ਤੋੜਦਾ, ਮੂਰਖਾਂ ਨੂੰ ਬੁਰੇ ਕੰਮਾਂ ਦੀ ਚੇਤਾਬਨੀ, ਸਜ਼ਾ ਦੇਂਦਾ, ਸੁਧਾਰ ਕਰਨ ਦੀ ਪ੍ਰੇਰਨਾ ਕਰਦਾ ਹੈ । ਪ੍ਰਭ ਨਿਮਾਣਿਆਂ ਦਾਸਾਂ, ਭੁਲਿਆਂ ਨੂੰ ਵੀ ਪ੍ਰਵਾਨਗੀ ਦੇ ਰਸਤੇ ਤੇ ਪਾਉਂਦਾ ਹੈ ।

The universe sings the glory of His Word, The One and Only One, True Master. He may bless His true devotee to conquer his worldly bonds of emotions and worldly desires and possessions. Everyone may sing the glory of His Word, remains gratitude for His Blessings. The One and Only One, True Master may forgive the evil deeds, sins of His Creation. The Omnipotent True Master, greatest, most powerful, protector of the honor of His humble true devotee. He may rebuke the pride of most arrogant and shows him the reality of life. He may warn, punish the evil deeds, and inspires to adopt the right path of His Word in day-to-day life. He may be blessed with the right path to His true devotee, drifted from the right path of salvation.

212.ਸਲੋਕ ਮਃ ੩॥ (90-6)

ਸਤਿਗੁਰ ਕੈ ਭਾਣੈ ਜੋ ਚਲੈ, saT`gur kai bhaanai jo chalai
ਤਿਸੁ ਵਡਿਆਈ ਵਡੀ ਹੋਇ॥ tis vadi-aa-ee vadee ho-ay.
ਹਰਿ ਕਾ ਨਾਮੁ ਉਤਮੁ, har kaa Naam utam
ਮਨਿ ਵਸੈ ਮੇਟਿ ਨ ਸਕੈ ਕੋਇ॥ man vasai mayt na sakai ko-ay.
ਕਿਰਪਾ ਕਰੇ ਜਿਸੁ ਆਪਣੀ, kirpaa karay jis aapnee
ਤਿਸੁ ਕਰਮਿ ਪਰਾਪਤਿ ਹੋਇ॥ tis karam paraapat ho-ay.

ਨਾਨਕ ਕਾਰਣੁ ਕਰਤੇ ਵਸਿ ਹੈ,	naanak kaaran kartay vas hai
ਗੁਰਮੁਖਿ ਬੂਝੈ ਕੋਇ॥੧॥	gurmukh boojhai ko-ay. ||1||

ਜਿਹੜਾ ਸ਼ਬਦ ਨਾਲ ਆਪਣਾ ਜੀਵਨ ਢਾਲਦਾ ਹੈ, ਪ੍ਰਭ ਆਪਣੀ ਰਹਿਮਤ ਨਾਲ ਉਸ ਨੂੰ ਉਤਮ ਅਵਸਥਾ ਬਖਸ਼ਦਾ, ਉਸ ਦੇ ਮਨ ਵਿੱਚ ਸ਼ਬਦ ਦੀ ਸੋਝੀ ਘਰ ਕਰ ਜਾਂਦਾ ਹੈ । ਪ੍ਰਭ ਦੀ ਰਹਿਮਤ ਕੋਈ ਜਾਦੂ ਟੂਣੇ ਨਾਲ ਖੋਹ ਨਹੀਂ ਸਕਦਾ । ਜਿਸ ਤੇ ਪ੍ਰਭ ਆਪ ਹੀ ਰਹਿਮਤ ਦੀ ਨਜ਼ਰ ਬਖਸ਼ਦਾ ਹੈ, ਉਸ ਨੂੰ ਸੋਝੀ ਹੋ ਜਾਂਦੀ ਹੈ, ਸਾਰੀ ਕੁਦਰਤ, ਸੰਸਾਰ ਦੇ ਸਾਰੇ ਕੰਮ, ਕਰਤਬ ਪ੍ਰਭ ਦੇ ਵੱਸ ਵਿੱਚ ਹੀ ਹਨ । ਵਿਰਲੇ ਹੀ ਗੁਰਮਖ ਨੂੰ ਸੋਝੀ ਬਖਸ਼ਿਸ਼ ਹੁੰਦੀ ਹੈ ।

Whosoever may adopt the teachings of His Word with steady and stable belief; he may be blessed with supreme state of mind as His true devotee. His Blessings may never be eliminated, or destroyed by the curse of any Worldly prophet, priest, saint etc. Whosoever may be bestowed with His Blessed Vision, he may be enlightened; His Nature and all events of the world are only under His Command. However, very rare His true devotee may be blessed with enlightenment of His nature.

ਮਃ ੩॥ (90-8)

ਨਾਨਕ ਹਰਿ ਨਾਮੁ ਜਿਨੀ ਆਰਾਧਿਆ,	naanak har Naam jinee aaraaDhi-aa
ਅਨਦਿਨੁ ਹਰਿ ਲਿਵ ਤਾਰ॥	an-din har liv taar.
ਮਾਇਆ ਬੰਦੀ ਖਸਮ ਕੀ,	maa-i-aa bandee khasam kee
ਤਿਨ ਅਗੈ ਕਮਾਵੈ ਕਾਰ॥	tin agai kamaavai kaar.
ਪੂਰੈ ਪੂਰਾ ਕਰਿ ਛੋਡਿਆ,	poorai pooraa kar chhodi-aa
ਹੁਕਮਿ ਸਵਾਰਣਹਾਰ॥	hukam savaaranhaar.
ਗੁਰ ਪਰਸਾਦੀ ਜਿਨਿ ਬੁਝਿਆ,	gur parsaadee jin bujhi-aa
ਤਿਨਿ ਪਾਇਆ ਮੋਖ ਦੁਆਰੁ॥	tin paa-i-aa mokh du-aar.
ਮਨਮੁਖ ਹੁਕਮੁ ਨ ਜਾਣਨੀ,	manmukh hukam na jaannee
ਤਿਨ ਮਾਰੇ ਜਮ ਜੰਦਾਰੁ॥	tin maaray jam jandaar.
ਗੁਰਮੁਖਿ ਜਿਨੀ ਅਰਾਧਿਆ,	gurmukh jinee araaDhi-aa
ਤਿਨੀ ਤਰਿਆ ਭਉਜਲੁ ਸੰਸਾਰੁ॥	tinee tari-aa bha-ojal sansaar.
ਸਭਿ ਅਉਗਣ, ਗੁਣੀ ਮਿਟਾਇਆ,	sabh a-ugan gunee mitaa-i-aa
ਗੁਰੁ ਆਪੇ ਬਖਸਣਹਾਰੁ॥੨॥	gur aapay bakhsanhaar. ||2||

ਜਿਹੜਾ ਪ੍ਰਭ ਦੇ ਸ਼ਬਦ ਨਾਲ ਜੀਵਨ ਢਾਲਦਾ ਹੈ, ਦਿਨ ਰਾਤ ਸ਼ਬਦ ਦਾ ਸਿਮਰਨ ਕਰਦਾ ਹੈ । ਉਸ ਦੀ ਲਿਵ, ਸਮਾਧੀ ਪ੍ਰਭ ਦੇ ਸ਼ਬਦ ਵਿੱਚ ਲਗ ਜਾਂਦੀ ਹੈ । ਸੰਸਾਰਕ ਮਾਇਆ ਪ੍ਰਭ ਦੀ ਹੀ ਗੁਲਾਮ ਹੈ! ਇਹ ਬੰਦਗੀ ਕਰਨ ਵਾਲਿਆਂ ਦੀ ਵੀ ਦਾਸੀ ਬਣ ਜਾਂਦੀ ਹੈ । ਪੂਰਨ ਪ੍ਰਭ ਆਪਣੇ ਬੰਦਗੀ ਕਰਨਵਾਲੇ ਨੂੰ ਵੀ ਪੂਰਨ, ਪਵਿੱਤਰ ਕਰ ਦੇਂਦਾ ਹੈ । ਉਸ ਦਾ ਭਾਣਾ ਹੀ ਵਾਪਰਦਾ ਹੈ, ਪ੍ਰਭ ਦੀ ਰਹਿਮਤ ਨਾਲ ਉਹ ਸ਼ਬਦ ਨੂੰ ਸਮਝ ਜਾਂਦਾ ਹੈ, ਸੋਝੀ ਨਾਲ ਜੀਵਨ ਢਾਲਦਾ ਹੈ । ਉਸ ਨੂੰ ਮੁਕਤੀ ਦਾ ਰਸਤਾ ਬਖਸ਼ਿਸ਼ ਹੋ ਜਾਂਦਾ ਹੈ । ਮਨਮਰਜ਼ੀ ਕਰਨਵਾਲੇ ਨੂੰ ਸ਼ਬਦ ਦੀ ਸੋਝੀ ਨਹੀਂ ਹੁੰਦੀ, ਉਹ ਮੌਤ ਦੇ ਫਰਿਸ਼ਤੇ ਦੇ ਕਾਬੂ ਵਿੱਚ ਹੀ ਜਾਂਦਾ, ਜੂੰਨਾਂ ਦੇ ਚੱਕਰ ਵਿੱਚ ਰਹਿੰਦਾ ਹੈ । ਜਿਹੜੇ ਜੀਵ ਨੂੰ ਗੁਰਮਖ ਅਵਸਥਾ ਬਖਸ਼ਿਸ਼ ਹੋ ਜਾਂਦੀ ਹੈ, ਉਹ ਸੰਸਾਰਕ ਸਾਗਰ ਪਾਰ ਕਰ ਜਾਂਦਾ ਹੈ । ਪ੍ਰਭ ਆਪ ਹੀ ਉਸ ਦੇ ਅਉਗੁਣ ਬਖਸ਼ਦਾ, ਪਾਪ ਧੋਤੇ ਜਾਂਦੇ ਹਨ । ਉਸ ਨੂੰ ਗੁਣਾਂ ਵਾਲਾ ਬਣਾ ਦੇਂਦਾ ਹੈ ।

Whosoever may meditate and adopts the teachings of His Word with steady and stable belief in his day-to-day life; with His mercy and grace, he may remain in deep meditation in the void of His Word. Worldly wealth remains a slave of The True Master; with His mercy and grace, she may become the slave of His true devotee. His Holy Spirit remains sanctified, blemish free, His true devotee may also become blemish free. His soul may be sanctified to become worthy of His Consideration. His true devotee may adopt the teachings of His Word in life; with His mercy and grace, he may be blessed with right path of salvation. Self-minded may not be enlightened. He may be captured and punished by the devil of death into the cycle of birth and death. Whosoever may be blessed with a state of mind as His true devotee; he may meditate on the teachings of His Word with steady and stable; with His mercy and grace, he may be blessed with the right path; he may cross the terrible ocean of worldly desires. All his deficiencies, sins may be ignored. He may be blessed with wisdom and great virtues.

ਪਉੜੀ॥ (90-12)

ਹਰਿ ਕੀ ਭਗਤਾ ਪਰਤੀਤਿ,	har kee bhagtaa parteet
ਹਰਿ ਸਭ ਕਿਛੁ ਜਾਣਦਾ॥	har sabh kichh jaandaa.
ਹਰਿ ਜੇਵਡੁ ਨਾਹੀ ਕੋਈ ਜਾਣੁ,	har jayvad naahee ko-ee jaan
ਹਰਿ ਧਰਮੁ ਬੀਚਾਰਦਾ॥	har Dharam beechaardaa.
ਕਾੜਾ ਅੰਦੇਸਾ ਕਿਉ ਕੀਜੈ,	kaarhaa andaysaa ki-o keejai
ਜਾ ਨਾਹੀ ਅਧਰਮਿ ਮਾਰਦਾ॥	jaa naahee aDhram maardaa.
ਸਚਾ ਸਾਹਿਬੁ ਸਚੁ ਨਿਆਉ,	sachaa saahib sach ni-aa-o
ਪਾਪੀ ਨਰੁ ਹਾਰਦਾ॥	paapee nar haardaa.
ਸਾਲਾਹਿਹੁ ਭਗਤਹੁ ਕਰ ਜੋੜਿ,	saalaahihu bhagtahu kar jorh
ਹਰਿ ਭਗਤ ਜਨ ਤਾਰਦਾ॥18॥	har bhagat jan taardaa. ||18||

ਅੰਤਰਜਾਮੀ ਪ੍ਰਭ ਸਭ ਕੁਝ ਆਪ ਹੀ ਜਾਣਦਾ ਹੈ, ਪ੍ਰਭ ਤੋਂ ਵਡਾ ਹੋਰ ਕੋਈ ਨਹੀਂ ਹੈ । ਅਸਲੀ ਦਾਸਾਂ ਦਾ ਭਰੋਸਾ ਸ਼ਬਦ ਤੇ ਅਡੋਲ ਰਹਿੰਦਾ ਹੈ । ਪ੍ਰਭ ਸਦਾ ਹੀ ਇਨਸਾਫ ਹੀ ਕਰਦਾ ਹੈ, ਕਿਸੇ ਦਾ ਹੱਕ ਨਹੀਂ ਮਾਰਦਾ । ਕਿਉਂ ਉਸ ਦੇ ਕੀਤੇ ਦੀ ਚਿੰਤਾਂ ਕਰੀਏ? ਪ੍ਰਭ ਕਦੇ ਕਿਸੇ ਬੁਰੇ ਕੰਮ ਕਰਨ ਤੋਂ ਬਿਨਾਂ ਸਜ਼ਾ ਨਹੀਂ ਦੇਂਦਾ । ਪ੍ਰਭ ਆਪ ਇਨਸਾਫ ਕਰਨਵਾਲਾ ਹੈ, ਪਾਪੀ ਦਰਬਾਰ ਵਿੱਚ ਹਾਰਦੇ, ਘਾਟਾ ਹੀ ਪਾਉਂਦੇ ਹਨ । ਭਗਤ ਜਨੋ! ਮਨ ਇਕਾਗਰ ਕਰਕੇ ਸ਼ਬਦ ਦਾ ਸਿਮਰਨ, ਪਾਲਣਾ ਕਰੋ! ਉਹ ਆਪਣੇ ਬੰਦਗੀ ਕਰਨਵਾਲੇ ਨਿਮਾਣੇ ਦਾਸ ਨੂੰ ਪ੍ਰਵਾਨ ਕਰਦਾ, ਮੁਕਤੀ ਬਖਸ਼ਦਾ ਹੈ ।

The Omniscient, Axiom True Master, Greatest of All, remains aware about all events of His Nature and intention of His Creation. His Command, an ultimate justice prevails! He always rewards the earnest living of His Creation. No meditation of His Word may be ignored. He may never punish anyone without committing evil sin. Why should anyone worry about His Blessings? His true devotee always obeys the teachings of His Word with steady and stable belief. The Righteous Judge always perform justice; sinner, evil doer may always lose in His Court. Whosoever may meditate and adopts the teachings of His Word with steady and stable; with His mercy and grace, His true devotee may be blessed with the right path of salvation and he may be accepted in His Sanctuary.

213.ਸਲੋਕ ਮਃ ੩॥ (90-15)

ਆਪਣੇ ਪ੍ਰੀਤਮ ਮਿਲਿ ਰਹਾ,	aapnay pareetam mil rahaa
ਅੰਤਰਿ ਰਖਾ ਉਰਿ ਧਾਰਿ॥	antar rakhaa ur Dhaar.
ਸਾਲਾਹੀ ਸੋ ਪ੍ਰਭ ਸਦਾ ਸਦਾ,	saalaahee so parabh sadaa sadaa
ਗੁਰ ਕੈ ਹੇਤਿ ਪਿਆਰਿ॥	gur kai hayt pi-aar.
ਨਾਨਕ ਜਿਸੁ ਨਦਰਿ ਕਰੇ	naanak jis nadar karay
ਤਿਸੁ ਮੇਲਿ ਲਏ,	tis mayl la-ay
ਸਾਈ ਸੁਹਾਗਣਿ ਨਾਰਿ॥੧॥	saa-ee suhaagan naar. ||1||

ਅਗਰ ਮੇਰਾ, ਆਪਣੇ ਪ੍ਰੀਤਮ ਨਾਲ ਮਿਲਾਪ ਹੋ ਜਾਵੇ, ਸ਼ਬਦ ਦੀ ਸੋਝੀ ਬਖਸ਼ਿਸ਼ ਹੋ ਜਾਵੇ! ਮੈਂ ਆਪਣੇ ਪ੍ਰੀਤਮ ਨੂੰ ਆਪਣੇ ਹਿਰਦੇ ਵਿੱਚ ਵਸਾ ਲਵਾ । ਦਿਨ ਰਾਤ ਸ਼ਰਧਾ ਨਾਲ ਸ਼ਬਦ ਦੀ ਪਾਲਣਾ ਕਰਾ । ਜਿਸ ਤੇ ਪ੍ਰਭ ਰਹਿਮਤ ਦੀ ਨਜ਼ਰ ਬਖਸ਼ਦਾ ਹੈ, ਉਸ ਨੂੰ ਪ੍ਰਭ ਦੇ ਸ਼ਬਦ ਵਿੱਚ ਲਗਨ ਲਗਦੀ ਹੈ । ਉਸ ਦੀ ਆਤਮਾ ਪ੍ਰਭ ਦੇ ਮਿਲਣ ਦੇ ਯੋਗ ਹੋ ਜਾਂਦੀ ਹੈ ।

The True Master may bestow His Blessed Vision, I may be blessed with the enlightenment of the essence of His Word. I may remain intoxicated in meditation and drenched with the essence of His Word. I may remain intoxicated in meditation the void of His Word. Whosoever may be bestowed with His Blessed Vision; he may remain drenched with the essence of His Word. His soul may become worthy of His Consideration.

ਮਃ ੩॥ (90-17)

ਗੁਰ ਸੇਵਾ ਤੇ ਹਰਿ ਪਾਈਐ,	gur sayvaa tay har paa-ee-ai
ਜਾ ਕਉ ਨਦਰਿ ਕਰੇਇ॥	jaa ka-o nadar karay-i.
ਮਾਨਸ ਤੇ ਦੇਵਤੇ ਭਏ,	maanas tay dayvtay bha-ay
ਧਿਆਇਆ ਨਾਮੁ ਹਰੇ॥	Dhi-aa-i-aa Naam haray.
ਹਉਮੈ ਮਾਰਿ ਮਿਲਾਇਅਨੁ,	ha-umai maar milaa-i-an
ਗੁਰ ਕੈ ਸਬਦਿ ਤਰੇ॥	gur kai sabad taray.
ਨਾਨਕ ਸਹਜਿ ਸਮਾਇਅਨੁ,	naanak sahj samaa-i-an
ਹਰਿ ਆਪਣੀ ਕ੍ਰਿਪਾ ਕਰੇ॥੨॥	har aapnee kirpaa karay. ||2||

ਜਿਸ ਤੇ ਪ੍ਰਭ ਆਪ ਹੀ ਰਹਿਮਤ ਬਖਸ਼ਦਾ ਹੈ, ਉਸ ਦੀ ਸ਼ਬਦ ਵਿੱਚ ਲਗਨ ਲਗਦੀ ਹੈ । ਜਿਹੜਾ ਸ਼ਬਦ ਨਾਲ ਜੀਵਨ ਢਾਲਦਾ ਹੈ, ਉਸ ਨੂੰ ਪ੍ਰਭ ਦੇ ਸ਼ਬਦ ਦੀ ਸੋਝੀ ਬਖਸ਼ਿਸ਼ ਹੁੰਦੀ ਹੈ । ਪ੍ਰਭ ਰਹਿਮਤ ਬਖਸ਼ਕੇ ਉਸ ਨੂੰ ਮਾਨਸ ਤੋਂ ਦੇਵਿਤਿਆਂ ਵਾਲੀ ਅਵਸਥਾ ਬਖਸ਼ਦਾ ਹੈ । ਉਸ ਨੂੰ ਆਪਣੇ ਮਨ ਦੇ ਅਹੰਕਾਰ ਤੇ ਜਿੱਤ ਬਖਸ਼ਿਸ਼ ਹੋ ਜਾਂਦੀ ਹੈ, ਪ੍ਰਵਾਨਗੀ ਦਾ ਅਸਲੀ ਰਸਤਾ ਬਖਸ਼ਿਸ਼ ਹੋ ਜਾਂਦਾ ਹੈ । ਉਸ ਦਾ ਜਨਮ ਮਰਨ ਦਾ ਚੱਕਰ ਖਤਮ ਹੋ ਜਾਂਦਾ ਹੈ । ਪ੍ਰਭ ਰਹਿਮਤ ਦੀ ਨਜ਼ਰ ਬਖਸ਼ਦਾ ਹੈ । ਉਹ ਸ਼ਬਦ ਦੀ ਪਾਲਣਾ ਕਰਦਾ ਹੋਇਆ ਪ੍ਰਭ ਦੀ ਜੋਤ ਦੀ ਸਮਾਧੀ ਵਿੱਚ ਅਭੇਦ ਹੋ ਜਾਂਦਾ ਹੈ ।

Whosoever may be bestowed with His Blessed Vision, His true devotee may remain devoted to mediate. Whosoever may adopt the teachings of His Word with steady and stable belief in day-to-day life; with His mercy and grace, he may be enlightened with the essence of His Word from within. The True Master may transform his state of mind as prophet. He may conquer his ego and he may be blessed with the right path of acceptance in His Court. His cycle of birth and death may be eliminated. Whosoever may be bestowed with His Blessed Vision, he may remain intoxicated in the void of His Word and immersed within His Holy Spirit.

ਪਉੜੀ॥ (90-19)

ਹਰਿ ਆਪਣੀ ਭਗਤਿ ਕਰਾਇ,	har aapnee bhagat karaa-ay
ਵਡਿਆਈ ਵੇਖਾਲੀਅਨੁ॥	vadi-aa-ee vaykhaali-an.
ਆਪਣੀ ਆਪਿ ਕਰੇ ਪਰਤੀਤਿ,	aapnee aap karay parteet
ਆਪੇ ਸੇਵ ਘਾਲੀਅਨੁ॥	aapay sayv ghaalee-an.
ਹਰਿ ਭਗਤਾ ਨੋ ਦੇਇ ਅਨੰਦੁ,	har bhagtaa no day-ay anand
ਥਿਰੁ ਘਰੀ ਬਹਾਲਿਅਨੁ॥	thir gharee bahaali-an.
ਪਾਪੀਆ ਨੋ ਨ ਦੇਈ ਥਿਰੁ ਰਹਣਿ,	paapee-aa no na day-ee thir rahan
ਚੁਣਿ ਨਰਕ ਘੋਰਿ ਚਾਲਿਅਨੁ॥	chun narak ghor chaali-an.
ਹਰਿ ਭਗਤਾ ਨੋ ਦੇਇ ਪਿਆਰੁ,	har bhagtaa no day-ay pi-aar
ਕਰਿ ਅੰਗੁ ਨਿਸਤਾਰਿਅਨੁ॥19॥	kar ang nistaari-an. ||19||

ਪ੍ਰਭ ਆਪ ਹੀ ਕਿਸੇ ਜੀਵ ਦੀ ਲਗਨ ਸ਼ਬਦ ਦੀ ਪਾਲਣਾ ਵਿੱਚ ਲਾਉਂਦਾ ਹੈ, ਉਸ ਨੂੰ ਸ਼ਬਦ ਦੀ ਸੋਝੀ ਬਖਸ਼ਦਾ ਹੈ । ਉਹ ਆਪ ਹੀ ਜੀਵ ਦਾ ਭਰੋਸਾ ਸ਼ਬਦ ਤੇ ਅਡੋਲ ਕਰਦਾ ਹੈ, ਆਪ ਹੀ ਉਸ ਨੂੰ ਸੰਸਾਰਕ ਭਾਲਾਈ, ਸੇਵਾ ਤੇ ਲਾਉਂਦਾ ਹੈ । ਉਹ ਆਪਣੇ ਭਗਤਾ ਨੂੰ ਸ਼ਬਦ ਦੀ ਪਾਲਣਾ ਵਿੱਚ, ਖੇੜੇ ਵਿੱਚ ਰਖਦਾ ਹੈ । ਆਪਣੇ ਦਰਬਾਰ ਵਿੱਚ ਥਾਂ ਬਖਸ਼ਦਾ, ਪ੍ਰਵਾਨ ਕਰਦਾ ਹੈ । ਉਹ ਪਾਪ ਕਰਨਵਾਲੇ ਨੂੰ ਸ਼ਾਂਤੀ, ਸੰਤੋਖ ਨਹੀਂ ਬਖਸ਼ਦਾ, ਉਹ ਸੰਸਾਰਕ ਇੱਛਾਂ ਵਿੱਚ ਹੀ ਭਟਕਦਾ ਰਹਿੰਦਾ ਹੈ । ਉਸ ਨੂੰ ਚੁਣ ਚੁਣ ਕੇ ਜੂੰਨਾਂ (ਨਰਕ) ਵਿੱਚ ਭੇਜਦਾ ਹੈ । ਉਹ ਆਪਣੇ ਭਗਤਾ ਨੂੰ ਸੰਤੋਖ, ਖੇੜਾ ਬਖਸ਼ਦਾ ਹੈ । ਉਹ ਪ੍ਰਭ ਦਾ ਆਪਣਾ ਅੰਗ ਬਣ ਜਾਂਦਾ ਹੈ, ਉਸ ਦੀ ਸਮਾਧੀ ਵਿੱਚ ਚਲੇ ਜਾਂਦਾ ਹੈ ।

Whosoever may be blessed with devotion to obey the teachings of His Word; with His mercy and grace, he may be enlightened with the essence of His Word from within. He may keep His true devotee steady and stable on the right path and to serve His Creation. His true devotee may remain intoxicated in obeying the teachings of His Word; with His mercy and grace, he may be blessed with a peace and contentment from within. His true devotee may be blessed with a permanent resting place in His Court. Self-minded, evil doers may never realize any peace and contentment in his life. He remains frustrated in the cycle, through the worst life experiences, life of a low creature. His true devotee may remain contented and in blossom; with His mercy and grace, he may become a limb of His Holy Spirit and dwells in the void of His Word.

214.ਸਲੋਕ ਮਃ ੧॥ (91-3)

ਕੁਬੁਧਿ ਡੂਮਣੀ ਕੁਦਇਆ ਕਸਾਇਣਿ,	kubuDh doomnee kud-i-aa kasaa-in
ਪਰ ਨਿੰਦਾ, ਘਟ ਚੂਹੜੀ	par nindaa ghat Choohrhee
ਮੁਠੀ ਕ੍ਰੋਧਿ ਚੰਡਾਲਿ॥	muthee kroDh chandaal.
ਕਾਰੀ ਕਢੀ ਕਿਆ ਥੀਐ,	kaaree kadhee ki-aa thee-ai
ਜਾਂ ਚਾਰੇ ਬੈਠੀਆ ਨਾਲਿ॥	jaaN chaaray baithee- aa naal.
ਸਚੁ ਸੰਜਮੁ ਕਰਣੀ ਕਾਰਾਂ,	sach sanjam karnee kaaraaN
ਨਾਵਣੁ ਨਾਉ ਜਪੇਹੀ॥	naavan naa-o japayhee.
ਨਾਨਕ ਅਗੈ ਊਤਮ ਸੇਈ,	naanak agai ootam say-ee
ਜਿ ਪਾਪਾਂ ਪੰਦਿ ਨ ਦੇਹੀ॥੧॥	je paapaaN pand na dayhee. ||1||

ਫਰੇਬ ਨਾਲ ਰਹਿਣਾ ਇਕ ਮੂਰਖ ਮੱਤ ਵਾਲੇ ਜੀਵ, ਦੀ ਨਿਸ਼ਾਨੀ ਹੁੰਦੀ ਹੈ । ਬਾਕੀ ਜੀਵਾਂ ਤੇ ਜ਼ੁਲਮ ਕਰਨਾ, ਜਲਾਲ ਦੀ ਨਿਸ਼ਾਨੀ ਹੈ । ਦੂਸਰਿਆਂ ਦੀ ਨਿੰਦਿਆਂ, ਚੁਗਲੀ ਕਰਨਾ ਨੀਚ ਕਰਮ ਕਰਨਵਾਲੇ ਦੀ ਨਿਸ਼ਾਨੀ ਹੁੰਦੀ ਹੈ । ਬਾਕੀਆਂ ਨਾਲ ਕਰੋਧ ਕਰਨਾ ਚੰਡਾਲ ਦੀ ਨਿਸ਼ਾਨੀ ਹੈ । ਜਿਸ ਦੇ ਮਨ ਵਿੱਚ, ਇਹਨਾਂ ਵਿਚੋਂ ਇਕ ਦਾ ਵੀ ਨਿਵਾਸ ਹੁੰਦਾ ਹੈ, ਉਹ ਸ਼ਬਦ ਦੀ ਕਮਾਈ ਨਹੀਂ ਕਰ ਸਕਦਾ । ਆਪਣੇ ਮਨ ਦੀਆਂ ਇੱਛਾ ਤੇ ਜਿੱਤ ਪਾ ਕੇ, ਪ੍ਰਭ ਦੇ ਬਖਸ਼ੇ ਤੇ ਭਰੋਸਾ ਅਡੋਲ ਰਖਕੇ, ਸ੍ਰਿਸ਼ਟੀ ਦੇ ਭਲੇ ਦੇ ਕੰਮ ਕਰੋ! ਜਿਹੜਾ ਸ਼ਬਦ ਨਾਲ ਜੀਵਨ ਢਾਲਦਾ ਹੈ, ਉਸ ਦੀ ਆਤਮਾ ਪਵਿੱਤਰ ਹੋ ਜਾਂਦੀ ਹੈ । ਜਿਹੜਾ ਪਾਪਾਂ ਵਾਲੇ ਕੰਮ ਨਹੀਂ ਸੋਚਦਾ ਉਸ ਦਾ ਮਨ ਪ੍ਰਵਾਨ ਹੋਣ ਦੇ ਯੋਗ ਬਣ ਸਕਦਾ ਹੈ ।

To be hypocritic, living deceptive life may be the sign of a foolish unwise person. Tyranny on others may be a sign of a tyrant. Slandering, criticizing others may be a sign of mean, evil spirited person. Treating others rudely with anger may be a sign of a bitter, with low esteem, depressed, frustrated and loser. Whosoever may become a victim of any demon, out of four demons; he may never remain on the path of acceptance in His Court. You should renounce your worldly desires and remain contented with your own worldly environment and serve His Creation. Whosoever may adopt the teachings of His Word with steady and stable belief in his day-to-day life;

with His mercy and grace, his soul may be sanctified to become worthy of His consideration.

ਮਃ ੧॥

ਕਿਆ ਹੰਸੁ ਕਿਆ ਬਗੁਲਾ,	ki-aa hans ki-aa bagulaa
ਜਾ ਕਉ ਨਦਰਿ ਕਰੇਇ॥	aa ka-o nadar karay-i.
ਜੋ ਤਿਸੁ ਭਾਵੈ ਨਾਨਕਾ,	jo tis bhaavai naankaa
ਕਾਗਹੁ ਹੰਸੁ ਕਰੇਇ॥੨॥	kaagahu hans karay-i. ||2||

ਸੰਸਾਰ ਵਿੱਚ, ਕਿਸੇ ਜੀਵ ਨੂੰ ਚੰਗਾ ਜਾ ਮਾੜਾ ਕਿਵੇਂ ਆਖਿਆ ਜਾ ਸਕਦਾ ਹੈ? ਇਹ ਸਭ ਕੁਝ ਪ੍ਰਭ ਦੇ ਹੁਕਮ ਨਾਲ ਹੀ ਹੁੰਦਾ ਹੈ । ਜਿਸ ਤੇ ਪ੍ਰਭ ਦੀ ਰਹਿਮਤ ਦੀ ਨਜ਼ਰ ਬਖਸ਼ਿਸ਼ ਹੋ ਜਾਂਦੀ ਹੈ । ਉਹ ਮੰਦੇ ਕੰਮ ਕਰਨਵਾਲਾ ਵੀ ਸਿੱਧੇ ਰਸਤੇ ਤੇ ਆ ਜਾਂਦਾ ਹੈ । ਆਪਣੇ ਕੀਤੇ ਦਾ ਪਛਤਾਵਾ ਕਰਕੇ ਚੰਗੇ ਕੰਮ ਕਰਨ ਲਗ ਪੈਂਦਾ ਹੈ । ਗੁਰਮਖ ਅਵਸਥਾ ਬਖਸ਼ਿਸ਼ ਹੋ ਜਾਂਦੀ ਹੈ ।

How may anyone be call good or evil person in the world? His Command may only prevail in every event! What may anyone accomplish at his own power, wisdom in his human life? Whosoever may be bestowed with His Blessed Vision; even the evil doer may regret and repents and adopts the path of His Word to serve His Creation. He may be blessed with a state of mind as His true devotee.

ਪਉੜੀ॥

ਕੀਤਾ ਲੋੜੀਐ ਕੰਮੁ,	keetaa lorhee-ai kamm
ਸੁ ਹਰਿ ਪਹਿ ਆਖੀਐ॥	so har peh aakhee-ai.
ਕਾਰਜੁ ਦੇਇ ਸਵਾਰਿ,	kaaraj day-ay savaar
ਸਤਿਗੁਰ ਸਚੁ ਸਾਖੀਐ॥	saT`gur sach saakhee-ai.
ਸੰਤਾ ਸੰਗਿ ਨਿਧਾਨੁ,	santaa sang niDhaan
ਅੰਮ੍ਰਿਤੁ ਚਾਖੀਐ॥	amrit chaakhee-ai.
ਭੈ ਭੰਜਨ ਮਿਹਰਵਾਨ,	bhai bhanjan miharvaan
ਦਾਸ ਕੀ ਰਾਖੀਐ॥	daas kee raakhee-ai.
ਨਾਨਕ ਹਰਿ ਗੁਣ ਗਾਇ,	naanak har gun gaa-ay
ਅਲਖੁ ਪ੍ਰਭੁ ਲਾਖੀਐ॥20॥	alakh parabh laakhee-ai. ||20||

ਜੀਵ ਹਰਇਕ ਕੰਮ ਕਰਨਾ ਸਮੇਂ, ਪ੍ਰਭ ਅੱਗੇ ਰਹਿਮਤ ਦੀ ਅਰਦਾਸ ਕਰੋ! ਜਿਸ ਦਾ ਭਰੋਸਾ ਪ੍ਰਭ ਦੇ ਬਖਸ਼ੇ ਤੇ ਅਡੋਲ ਰਹਿੰਦਾ ਹੈ, ਉਸ ਦਾ ਇੱਛਾਂ ਵਾਲਾ ਮਨ, ਪ੍ਰਭ ਦੇ ਸ਼ਬਦ ਦੀ ਅਵਾਜ਼ ਸੁਣਦਾ ਹੈ, ਪ੍ਰਭ ਕਦੇ ਗਲਤ ਰਸਤੇ ਤੇ ਜਾਣ ਨਹੀਂ ਦੇਂਦਾ । ਪ੍ਰਭ ਆਪ ਹੀ ਸਿੱਧਾ ਰਸਤਾ, ਕੰਮ ਵਿੱਚ ਸਫਲਤਾ ਬਖਸ਼ਦਾ ਹੈ । ਪ੍ਰਭ ਆਪ ਹੀ ਜੀਵ ਨੂੰ ਸੰਤ ਸਰੂਪ ਦੀ ਸੰਗਤ ਬਖਸ਼ਦਾ ਹੈ । ਜੀਵ ਨੂੰ ਸ਼ਬਦ ਦੀ ਸੋਝੀ ਬਖਸ਼ਿਸ਼ ਹੋ ਜਾਂਦੀ, ਸ਼ਬਦ ਦਾ ਰੰਗ ਹਿਰਦੇ ਤੇ ਚੜ੍ਹ ਜਾਂਦਾ ਹੈ । ਦਿਆਲੂ ਪ੍ਰਭ ਆਪ ਹੀ ਤਰਸ ਬਖਸ਼ਦਾ, ਆਪਣੇ ਸੇਵਕ ਦੀ ਰਖਿਆ ਕਰਦਾ ਹੈ । ਜਿਹੜਾ ਅਡੋਲ ਭਰੋਸੇ ਨਾਲ ਸ਼ਬਦ ਦੀ ਪਾਲਣਾ ਕਰਦਾ ਹੈ, ਪ੍ਰਭ ਦੀ ਰਹਿਮਤ ਨਾਲ ਉਸ ਨੂੰ ਪ੍ਰਭ ਦੀ ਜੋਤ ਅੰਦਰੋਂ ਹੀ ਅਨੁਭਵ ਹੋ ਜਾਂਦੀ ਹੈ ।

You should always pray for His Forgiveness and Guidance before initiating any task. Whosoever may have a steady and stable belief on His Ultimate Blessings; the everlasting echo of His Word (sub-conscious mind) may never guide on the wrong path. He may surrender his self-identity at His Sanctuary. He may guide on the right path and prevails in his task. He may be blessed with the conjugation with His Holy saint. Whosoever may adopt his life experience teachings in his own day to day life. He may be drenched with crimson color of the enlightenment of the essence of His Word. The Merciful True Master may protect His true devotee in worldly life. Whosoever may meditate and obey the teachings of His Word; with His mercy and grace, he may realize His Existence from within his mind.

215.ਸਲੋਕ ਮਃ ੩॥ (91-8)

ਜੀਉ ਪਿੰਡੁ ਸਭੁ ਤਿਸ ਕਾ,	jee-o pind sabhtis kaa
ਸਭਸੈ ਦੇਇ ਅਧਾਰੁ॥	sabhsai day-ay aDhaar.
ਨਾਨਕ ਗੁਰਮੁਖਿ ਸੇਵੀਐ,	naanak gurmukh sayvee-ai
ਸਦਾ ਸਦਾ ਦਾਤਾਰੁ॥	sadaa sadaa daataar.
ਹਉ ਬਲਿਹਾਰੀ ਤਿਨ ਕਉ,	ha-o balihaaree tin ka-o
ਜਿਨਿ ਧਿਆਇਆ ਹਰਿ ਨਿਰੰਕਾਰੁ॥	jin Dhi-aa-i-aa har nirankaar.
ਓਨਾ ਕੇ ਮੁਖ ਸਦ ਉਜਲੇ,	onaa kay mukh sad ujlay
ਓਨਾ ਨੋ ਸਭੁ ਜਗਤੁ ਕਰੇ ਨਮਸਕਾਰੁ॥੧॥	onaa no sabh jagat karay namaskaar. ||1||

ਜੀਵ ਦਾ ਤਨ, ਮਨ ਪ੍ਰਭ ਦੀ ਅਮਾਨਤ ਹੈ । ਉਹ ਹੀ ਸਾਰਿਆਂ ਦਾ ਆਸਰਾ ਹੈ, ਪਾਲਣਾ ਕਰਦਾ ਹੈ । ਜਿਹੜਾ ਗੁਰਮਖ ਜੀਵ ਦਿਨ ਰਾਤ ਉਸ ਦੇ ਸ਼ਬਦ ਦਾ ਸਿਮਰਨ, ਪਾਲਣਾ ਕਰਦਾ ਹੈ, ਉਹ ਜੀਵ ਪੂਜਣ ਯੋਗ ਹੋ ਜਾਂਦਾ ਹੈ । ਪ੍ਰਭ ਸਦਾ ਦਾਤਾਂ ਬਖਸ਼ਦਾ ਰਹਿੰਦਾ ਹੈ । ਜਿਹੜਾ ਇਕ ਮਨ ਹੋ ਕੇ ਉਸ ਦੇ ਸ਼ਬਦ ਦੀ ਪਾਲਣਾ, ਸਿਮਰਨ ਕਰਦਾ ਹੈ, ਉਸ ਜੀਵ ਤੇ ਸ਼ਬਦ ਦਾ ਨੂਰ ਸਦਾ ਹੀ ਚਮਕਦਾ ਰਹਿੰਦਾ ਹੈ, ਸਾਰਾ ਸੰਸਾਰ ਵੀ ਉਸ ਦੀ ਸੋਭਾ ਕਰਦਾ ਹੈ ।

The True Master creates, nourishes, protects, and remains a pillar of support of His Creation. The body and mind of everyone is the Trust of The True Master alone. Whosoever may meditate and obeys the teachings of His Word Day and night; with His mercy and grace, he may become worthy of worship. The True Master bestows His Blessings, Virtues on His Creation, every moment non-stop. Whosoever may wholeheartedly meditate and adopts the teachings of His Word, with steady and stable belief Day and night; the glow of His Holy Spirit may be shining on his mind, whole world may honor and praises his way of life.

ਮਃ ੩॥

ਸਤਿਗੁਰ ਮਿਲਿਐ ਉਲਟੀ ਭਈ,	saT`gur mili-ai ultee bha-ee
ਨਵ ਨਿਧਿ ਖਰਚਿਉ ਖਾਉ॥	nav niDh kharchi-o khaa-o.
ਅਠਾਰਹ ਸਿਧੀ ਪਿਛੈ ਲਗੀਆ,	athaarah siDhee pichhai lagee-aa
ਫਿਰਨਿ ਨਿਜ ਘਰਿ ਵਸੈ ਨਿਜ ਥਾਇ॥	firan nij ghar vasai nij thaa-ay.
ਅਨਹਦ ਧੁਨੀ ਸਦ ਵਜਦੇ,	anhadDhunee sad vajday
ਉਨਮਨਿ ਹਰਿ ਲਿਵ ਲਾਇ॥	unman har liv laa-ay.
ਨਾਨਕ ਹਰਿ ਭਗਤਿ ਤਿਨਾ ਕੈ ਮਨਿ ਵਸੈ,	naanak har bhagattinaa kai man vasai
ਜਿਨ ਮਸਤਕਿ ਲਿਖਿਆ ਧੁਰਿ ਪਾਇ॥੨॥	jin mastak likhi-aa Dhur paa-ay. ||2||

ਪ੍ਰਭ ਦੇ ਸ਼ਬਦ ਦੀ ਸੋਝੀ ਹੋਣ ਨਾਲ ਜੀਵ ਦੇ ਮਨ ਦੀ ਅਵਸਥਾ ਹੀ ਬਦਲ ਜਾਂਦੀ ਹੈ । ਉਸ ਨੂੰ ਸ਼ਬਦ ਦੇ ਨੌਂ ਖਜ਼ਾਨੇਂ ਬਖੀਸ਼ਸ਼ ਹੋ ਜਾਂਦੇ, ਗਿਆਨ ਹੋ ਜਾਂਦਾ ਹੈ । ਜਿਸ ਦੇ ਮਨ ਵਿੱਚ ਸ਼ਬਦ ਘਰ ਕਰ ਜਾਂਦਾ ਹੈ! ਉਸ ਦੇ ਚਰਨਾਂ ਵਿੱਚ, ਪਿਛੇ 9 ਰਿਧੀਆਂ, 18 ਸਿਧੀਆਂ ਫਿਰਦੀਆਂ ਹਨ । ਉਸ ਦੇ ਮਨ ਵਿੱਚ ਪ੍ਰਭ ਦੇ ਸ਼ਬਦ ਦੀ ਸਦਾ ਚਲਣ ਵਾਲੀ ਅਨੋਖੀ ਹੀ ਗੂੰਜ ਸੁਣਾਈ ਦੇਂਦੀ ਹੈ । ਉਹ ਸ਼ਬਦ ਦੀ ਸਮਾਧੀ ਵਿੱਚ ਹੀ ਲੀਨ ਹੋ ਜਾਂਦਾ ਹੈ । ਜਿਸ ਦੇ ਭਾਗਾਂ ਵਿੱਚ ਧੁਰ ਤੋਂ ਹੀ ਲਿਖਿਆ ਹੁੰਦਾ ਹੈ । ਉਸ ਉਪਰ ਪ੍ਰਭ ਦੇ ਸ਼ਬਦ ਦਾ ਨੂਰ ਚਮਕਦਾ ਹੈ । ਉਸ ਵਡਭਾਗੀ ਦੇ ਮਨ ਵਿੱਚ ਪ੍ਰਭ ਵਸਦਾ, ਜਾਗਰਤ ਹੋ ਜਾਂਦਾ ਹੈ ।

Whosoever may be enlightened with the essence of His Word within; with His mercy and grace, his heart and mind may be transformed for better. He may be blessed with nine treasures of enlightenment of the essence of His Word and he remains awake and alert all the time. All miracle powers; 9 Ridias- supreme beings, 18 Sidias-18 supreme beings may become his slave. He may hear the everlasting echo of His Word resonating within his heart all the time. He remains intoxicated in meditation in the void of His Word. Whosoever may have a great prewritten destiny, only he may be blessed with the eternal spiritual glow shining within his heart; he may remain awake and alert in his meditation.

ਪਉੜੀ॥ (91-13)

ਹਉ ਢਾਢੀ ਹਰਿ ਪ੍ਰਭ ਖਸਮ ਕਾ,
ਹਰਿ ਕੈ ਦਰਿ ਆਇਆ॥
ਹਰਿ ਅੰਦਰਿ ਸੁਣੀ ਪੂਕਾਰ,
ਢਾਢੀ ਮੁਖਿ ਲਾਇਆ॥
ਹਰਿ ਪੁਛਿਆ ਢਾਢੀ ਸਦਿ ਕੈ,
ਕਿਤੁ ਅਰਥਿ ਤੂੰ ਆਇਆ॥
ਨਿਤ ਦੇਵਹੁ ਦਾਨੁ ਦਇਆਲ ਪ੍ਰਭ,
ਹਰਿ ਨਾਮੁ ਧਿਆਇਆ॥
ਹਰਿ ਦਾਤੈ ਹਰਿ ਨਾਮੁ ਜਪਾਇਆ,
ਨਾਨਕੁ ਪੈਨਾਇਆ॥21॥੧॥ ਸੁਧੁ

ha-o dhaadhee har parabh khasam kaa
har kai dar aa-i-aa.
har andar sunee pookaar
dhaadhee mukh laa-i-aa.
har puchhi-aa dhaadhee sad kai
kit arath tooN aa-i-aa.
nitdayvhu daan da-i-aal parabh
har Naam Dhi-aa-i-aa.
har daatai har Naam japaa-i-aa
naanak painaa-i-aa. ||21||1|| suDhu

ਜਿਹੜਾ ਪ੍ਰਭ ਦੇ ਸ਼ਬਦ ਦੀ ਪਾਲਣਾ, ਸਿਮਰਨ ਕਰਨਵਾਲਾ ਪ੍ਰਭ ਦੇ ਘਰ ਅਰਦਾਸ ਕਰਦਾ ਹੈ । ਉਸ ਦੀ ਵਿਰਾਗ ਭਰੀ ਅਰਦਾਸ ਸੁਣਕੇ, ਪ੍ਰਭ ਆਪ ਹੀ ਉਸ ਨੂੰ ਆਪਣੇ ਦਰਬਾਰ, ਮਨ ਦੇ ਦਸਵੇਂ ਘਰ ਵਿੱਚ ਦਰਸ਼ਨ ਦੇਂਦਾ ਹੈ । ਆਪਣੇ ਦਾਸ ਨੂੰ ਪੁਛਦਾ ਹੈ! ਕਿਹੜੇ ਕੰਮ ਲਈ ਮੇਰੇ ਕੋਲ ਆਇਆ, ਅਰਦਾਸ ਕਰਦਾ ਹੈ? ਪ੍ਰਭ ਰਹਿਮਤ ਬਖਸ਼ਕੇ ਮੇਰੀ ਲਗਨ ਸ਼ਬਦ ਵਿੱਚ ਅਡੋਲ ਰਖਕੇ ਡੋਲਣ ਤੋਂ ਬਚਾ ਲਵੇ । ਜੀਵ, ਪ੍ਰਭ ਦੇ ਸ਼ਬਦ ਦਾ ਸਿਮਰਨ ਇਕ ਮਨ ਹੋ ਕੇ ਕਰੋ । ਆਪ ਹੀ ਰਹਿਮਤ ਦੀ ਨਜ਼ਰ ਬਖਸ਼ਦਾ, ਪ੍ਰਵਾਨਗੀ ਦੇ ਰਸਤੇ ਤੇ ਅਡੋਲ ਰਖਦਾ ਹੈ ।

Whosoever, His true devotee, may meditate and obeys the teachings of His Word! The Merciful True heeds his prayer of renunciation; he may realize His Blessed Vision within his heart, His Royal 10th door. He may hear the everlasting echo of His Word resonating within! What for are you praying? My True Master blesses me devotion to remain steady and stable on the path of meditation. The Merciful Generous, True Master may bless the right path of salvation.

Fundamentals of Spiritual Teachings – Gurbani - Vedas		Sikh	Hindu
4. Beliefs about sacred matters–God, soul, and cosmos–are essential to one's approach to life. 5. Beliefs determine - thoughts and attitudes about life, which in turn direct our actions. 6. By our actions, we create our destiny.			
1.	The One and Only One, all-pervasive Supreme Being who is both immanent and transcendent, both Creator and Unmanifest Reality.	Yes	Yes
2.	In the divinity of the four Vedas, the world's most ancient scripture, and venerate the Agamas as equally revealed. These primordial hymns are God's word and the bedrock of Sanatana Dharma, the eternal religion.	Yes	Yes
3.	The universe undergoes endless cycles of creation, preservation, and dissolution.	Yes	Yes
4.	Karma, the law of cause and effect by which everyone, creates his own destiny by his thoughts, words, and deeds.	Yes	Yes

5.	The soul reincarnates, evolving through many births until all karmas have been resolved, and moksha, liberation from the cycle of rebirth, is attained. Not a single soul will be deprived of this destiny.	Yes	Yes
6.	Divine beings exist in unseen worlds and that worship, and devotional meditation create a communion with His Holy Spirit-God.	Yes	Yes
7.	Enlightened Devotee, slave master, or sat-guru, may guide on the right path to realize, The Transcendent Absolute; personal discipline, good conduct, purification, pilgrimage, self-inquiry, meditation and surrender at His Sanctuary.	Yes	Yes
8.	All life is sacred, to be loved and revered, and therefore practice ahimsa, noninjury, in thought, word and deed.	Yes	Yes
9.	No religion teaches the only way to salvation above all others, but that all genuine paths are facets of Enlightenment, God's Light, deserving tolerance and understanding.	Yes	Yes

216.ਸਿਰੀਰਾਗੁ ਕਬੀਰ ਜੀ॥ (91-17)

ਏਕੁ ਸੁਆਨੁ ਕੈ ਘਰਿ ਗਾਵਣਾ॥ ayk su-aan kai ghar gaavnaa

ੴ ਸਤਿਗੁਰ ਪ੍ਰਸਾਦਿ॥ ik-oNkaar saT`gur parsaad.
ਜਨਨੀ ਜਾਨਤ ਸੁਤੁ ਬਡਾ ਹੋਤੁ ਹੈ, jannee jaanat sut badaa hot hai
ਇਤਨਾ ਕੁ ਨ ਜਾਨੈ, itnaa ko na jaanai
ਜਿ ਦਿਨ ਦਿਨ ਅਵਧ ਘਟਤੁ ਹੈ॥ je din din avaDh ghatat hai.
ਮੋਰ ਮੋਰ ਕਰਿ ਅਧਿਕ ਲਾਡੁ, mor mor kar aDhik laad
ਧਰਿ ਪੇਖਤ ਹੀ ਜਮਰਾਉ ਹਸੈ ॥੧॥ Dhar paykhat hee jamraa-o hasai. ||1||

ਮਾਤਾ ਆਪਣੇ ਬੱਚੇ ਵੱਲ ਦੇਖ ਕੇ ਖੁਸ਼ ਹੁੰਦੀ ਹੈ ਕਿ ਉਹ ਹਰ ਦਿਨ ਵਡਾ ਹੁੰਦਾ ਹੈ । ਉਸ ਨੂੰ ਸਮਝ ਨਹੀਂ ਹੁੰਦੀ! ਉਸ ਦੇ ਮਾਨਸ ਜੀਵਨ ਦਾ ਸਮਾਂ ਬੀਤ ਦਾ ਜਾਂਦਾ ਹੈ । ਮਾਂ ਬੱਚੇ ਨੂੰ ਆਪਣਾ ਸਮਝਕੇ ਪਿਆਰ ਨਾਲ ਲਾਡ ਲਡਾਉਂਦੀ ਹੈ । ਮੌਤ ਦਾ ਫਰਿਸ਼ਤਾ ਮਾਂ ਦੀ ਅਣਜਾਣਤਾ ਤੇ ਹੱਸਦਾ ਹੈ ।

Mother may watch her child growing, she remains overwhelmed with contentment and gratitude for His Blessings. She may not realize his predetermined time on earth decreasing every moment. She believes new-born as part of her flesh and blood; she nourishes, protects with love. The devil of death remains amazed, astonished at her ignorance.

ਐਸਾ ਤੈਂ ਜਗੁ ਭਰਮਿ ਲਾਇਆ॥ aisaa taiN jag bharam laa-i-aa.
ਕੈਸੇ ਬੂਝੈ, ਜਬ ਮੋਹਿਆ ਹੈ ਮਾਇਆ॥੧॥ kaisay boojhai jab mohi-aa hai maa-i-aa.
ਰਹਾਉ॥ ||1|| rahaa-o.

ਪ੍ਰਭ ਨੇ ਆਪ ਹੀ ਜੀਵ ਨੂੰ ਮੋਹ ਰੂਪੀ ਮਾਇਆ ਦੇ ਜਾਲ ਵਿੱਚ ਬੰਧਿਆ, ਭਲੇਖਾ ਪਾਇਆ ਹੈ । ਸੰਸਾਰਕ ਜੀਵ ਕਿਸਤਰ੍ਹਾਂ ਤੇਰੀ ਪ੍ਰਭ ਦੀ ਕੁਦਰਤ ਨੂੰ ਸਮਝ ਸਕਦਾ ਹੈ? ਜਿਸ ਤੇ ਰਹਿਮਤ ਦੀ ਨਜ਼ਰ ਬਖਸ਼ਦਾ ਹੈ, ਉਸ ਦੇ ਮਨ ਦੀ ਅਵਸਥਾ ਬਦਲ ਜਾਂਦੀ ਹੈ, ਉਹ ਮੋਹ ਵਿੱਚ ਰਹਿੰਦਾ ਹੋਇਆ ਵੀ, ਮਮਤਾ ਦੇ ਮੋਹ ਦੇ ਪ੍ਰਭਾਵ ਦੀ ਪਹੁੰਚ ਤੋਂ ਦੂਰ ਰਹਿੰਦਾ ਹੈ ।

The True Master has infused the devotion, attachment, love within the heart of mother to nourish, protect as an angel of His Holy Spirit! How may mother may realize, her attachment be her suspicions only? How may she realize her love, an extension of worldly wealth, His Nature? Whosoever may be bestowed with His Blessed Vision, his state of mind may be transformed and remains beyond the reach of influence of emotional bonds.

ਕਹਤ ਕਬੀਰ ਛੋਡਿ ਬਿਖਿਆ ਰਸ,	kahat kabeer chhod bikhi-aa ras
ਇਤੁ ਸੰਗਤਿ ਨਿਹਚਉ ਮਰਣਾ॥	it sangat nihcha-o marnaa.
ਰਮਈਆ ਜਪਹੁ ਪ੍ਰਾਣੀ,	rama-ee-aa japahu paraanee
ਅਨਤ ਜੀਵਨ ਬਾਣੀ,	anat jeevan banee
ਇਨ ਬਿਧਿ ਭਵ ਸਾਗਰੁ ਤਰਣਾ॥੨॥	in biDh bhav saagar tarnaa. ||2||

ਜੀਵ ਲਾਲਚ, ਧੋਖੇ ਦੀ ਕਮਾਈ ਤਿਆਗ ਦੇਵੋ! ਇਸ ਧੋਖੇ ਵਿੱਚ ਫਸਕੇ ਹੀ ਮਰ ਜਾਣਾ ਹੈ । ਪ੍ਰਭ ਦੇ ਸ਼ਬਦ ਦਾ ਸਿਮਰਨ ਕਰੋ! ਪ੍ਰਭ ਆਪ ਹੀ ਰਹਿਮਤ ਦੀ ਨਜ਼ਰ ਬਖਸ਼ਦਾ, ਭਿਆਨਕ ਸੰਸਾਰਕ ਸਾਗਰ ਪਾਰ ਕਰਨ, ਪ੍ਰਵਾਨਗੀ ਦਾ ਅਸਲੀ ਰਸਤਾ ਬਖਸ਼ਦਾ ਸਕਦਾ ਹੈ ।

You should renounce your greed, ego, and deception. You may waste your priceless human life opportunity with sweet poison of worldly wealth. You should meditate on the teachings of His Word with steady and stable belief in your day-to-day life; The Merciful True Master may bestow His Blessed Vision to bless the right path to cross the terrible ocean of worldly desires.

ਜਾ ਤਿਸੁ ਭਾਵੈ ਤਾ ਲਾਗੈ ਭਾਉ॥	jaaN tis bhaavai taa laagai bhaa-o.
ਭਰਮੁ ਭੁਲਾਵਾ ਵਿਚਹੁ ਜਾਇ॥	bharam bhulaavaa vichahu jaa-ay.
ਉਪਜੈ ਸਹਜੁ ਗਿਆਨ ਮਤਿ ਜਾਗੈ॥	upjai sahj gi-aan mat jaagai.
ਗੁਰ ਪ੍ਰਸਾਦਿ ਅੰਤਰਿ ਲਿਵ ਲਾਗੈ॥੩॥	gur parsaad antar liv laagai. ||3||

ਜਿਸ ਤੇ ਪ੍ਰਭ ਦੀ ਰਹਿਮਤ ਦੀ ਨਜ਼ਰ ਬਖਸ਼ਦਾ ਹੈ! ਉਸ ਦੇ ਮਨ ਦੇ ਭਰਮ ਦੂਰ ਹੋ ਜਾਂਦੇ, ਸ਼ਬਦ ਵਿੱਚ ਲਗਨ ਲਗ ਜਾਂਦੀ ਹੈ । ਉਸ ਨੂੰ ਆਪਣੇ ਅੰਦਰੋਂ ਹੀ ਸ਼ਾਂਤੀ, ਸੰਤੋਖ, ਜਾਗਰਤੀ, ਸ਼ਬਦ ਦੀ ਸੋਝੀ ਬਖਸ਼ਿਸ਼ ਹੋ ਜਾਂਦੀ ਹੈ । ਪ੍ਰਭ ਦੀ ਰਹਿਮਤ ਨਾਲ, ਉਹ ਸ਼ਬਦ ਦੇ ਸਿਮਰਨ ਵਿੱਚ ਲੀਨ ਹੋ ਜਾਂਦਾ, ਸਿਮਰਨ ਵਿੱਚ ਸਚੇਤ ਅਤੇ ਅਡੋਲ ਰਹਿੰਦਾ ਹੈ ।

Whosoever may be bestowed with His Blessed Vision, all his suspicions may be eliminated. He may remain devoted to meditate and obey the teachings of His Word. He may be blessed with a peace, contentment, enlightenment of the essence of His Word from within. He may remain awake and alert. He may remain intoxicated in meditation in the void of His Word.

ਇਤੁ ਸੰਗਤਿ ਨਾਹੀ ਮਰਣਾ॥	it sangat naahee marnaa.
ਹੁਕਮੁ ਪਛਾਣਿ ਤਾ ਖਸਮੈ ਮਿਲਣਾ॥੧॥	hukam pachhaan taa khasmai milnaa. ||1||
ਰਹਾਉ ਦੂਜਾ॥	rahaa-o doojaa.s

ਜਿਹੜਾ ਪ੍ਰਭ ਦੇ ਦਾਸ ਦੀ ਸੰਗਤ ਕਰਦਾ, ਸ਼ਬਦ ਦੀ ਪਾਲਣਾ ਕਰਦਾ ਹੈ, ਉਸ ਦਾ ਮੌਤ ਦਾ ਡਰ ਦੂਰ ਹੋ ਜਾਂਦਾ ਹੈ । ਜਿਹੜਾ ਦਾਸ ਦੇ ਜੀਵਨ ਦੀ ਸਿਖਿਆਂ ਨਾਲ ਆਪਣਾ ਜੀਵਨ ਢਾਲਦਾ ਹੈ, ਉਹ ਪ੍ਰਭ ਦੇ ਦਰਬਾਰ ਵਿੱਚ ਪ੍ਰਵਾਨ ਹੋ ਜਾਂਦਾ ਹੈ ।

Whosoever may join the conjugation of His Holy saint; meditates and obeys the teachings of His Word; his fear of death may be eliminated. Whosoever may adopt his life experience teachings in his own day-to-day life, his soul may become worthy of His consideration and accepted in His Court.

217. ਸਿਰੀਰਾਗੁ ਤ੍ਰਿਲੋਚਨ ਕਾ॥ (92-5)

ਮਾਇਆ ਮੋਹੁ ਮਨਿ ਆਗਲੜਾ ਪ੍ਰਾਣੀ,	maa-i-aa moh man aaglarhaa paraanee
ਜਰਾ ਮਰਣੁ ਭਉ ਵਿਸਰਿ ਗਇਆ॥	jaraa maran bha-o visar ga-i-aa.
ਕੁਟੰਬੁ ਦੇਖਿ ਬਿਗਸਹਿ ਕਮਲਾ,	kutamb daykh bigsahi kamlaa
ਜਿਉ ਪਰ ਘਰਿ ਜੋਹਹਿ ਕਪਟ ਨਰਾ॥੧॥	ji-o par ghar joheh kapat naraa. ||1||

ਜਿਹੜਾ ਜੀਵ ਸੰਸਾਰਕ ਧਨ ਦੇ ਜਾਲ ਵਿੱਚ ਡੂੰਘਾ ਫਸ ਜਾਂਦਾ ਹੈ । ਉਹ ਆਪਣੇ ਬੁਢੇਪੇ ਅਤੇ ਮੌਤ ਦੇ ਡਰ ਨੂੰ ਭੁਲਾ ਬੈਠਾ ਹੈ । ਉਹ ਆਪਣੇ ਸੰਸਾਰਕ ਪਰਿਵਾਰ ਨੂੰ ਦੇਖਕੇ ਕਮਲ ਦੇ ਫੁੱਲ ਵਾਂਗ ਖੇੜੇ ਵਿੱਚ ਰਹਿੰਦਾ ਹੈ । ਧੋਖੇ, ਫਰੇਬ ਨਾਲ ਦੂਸਰਿਆਂ ਦੇ ਘਰ ਤੇ ਕਬਜ਼ਾ ਕਰਦਾ ਹੈ ।

Whosoever may remain intoxicated with the sweet poison of worldly wealth; unfortunately, he may forget the fear of old age and death. He may remain intoxicated and blossom like lotus flower seeing his family prosper. He may rob the earnest living of others by deceptive gimmicks of honesty.

ਦੂੜਾ ਆਇਓਹਿ ਜਮਹਿ ਤਣਾ॥	doorhaa aa-i-ohi jameh tanaa.
ਤਿਨ ਆਗਲੜੈ ਮੈ ਰਹਣੁ ਨ ਜਾਇ॥	tin aaglarhai mai rahan na jaa-ay.
ਕੋਈ ਕੋਈ ਸਾਜਣੁ ਆਇ ਕਹੈ॥	ko-ee ko-ee saajan aa-ay kahai.
ਮਿਲੁ ਮੇਰੇ ਬੀਠੁਲਾ,	mil mayray beethulaa
ਲੈ ਬਾਹੜੀ ਵਲਾਇ॥	lai baahrhee valaa-ay.
ਮਿਲੁ ਮੇਰੇ ਰਮਈਆ,	mil mayray rama-ee-aa
ਮੈ ਲੇਹਿ ਛਡਾਇ॥੧॥ ਰਹਾਉ॥	mai layhi chhadaa-ay. ||1|| rahaa-o.

ਮਿਥੇ ਸਮੇਂ ਤੇ ਮੌਤ ਦਾ ਫਰਿਸ਼ਤਾ ਆਉਂਦਾ ਹੈ, ਉਸ ਦੀ ਤਾਕਤ ਅੱਗੇ ਕੋਈ ਖੜ੍ਹਾ ਨਹੀਂ ਹੋ ਸਕਦਾ । ਉਸ ਵੇਲੇ ਕੋਈ ਵਿਰਲਾ ਹੀ ਸਾਥੀ ਹੁੰਦਾ ਹੈ । ਜਿਹੜਾ ਆਤਮਾ ਨੂੰ ਆਸਰਾ, ਪ੍ਰਭ ਦੇ ਦਰਬਾਰ ਵਿੱਚ ਸਹਾਈ ਹੋ ਸਕਦਾ ਹੈ । ਪ੍ਰਭ ਆਪਣੀ ਸ਼ਰਣ ਵਿੱਚ ਪਨਾਹ ਬਖਸ਼ਕੇ ਬਚਾ ਲਵੇ!

At predetermined time the devil of death may knock at his head to capture his soul; nothing may be able to stop. His soul may not have any companion or savior. No one may support and become a witness in His Court. My True Master, accepts me in Your Sanctuary and save me from the devil of death.

ਅਨਿਕ ਅਨਿਕ ਭੋਗ ਰਾਜ ਬਿਸਰੇ,	anik anik bhog raaj bisray
ਪ੍ਰਾਣੀ ਸੰਸਾਰ ਸਾਗਰ ਪੈ	paraanee sansaar saagar pai
ਅਮਰੁ ਭਇਆ॥	amar bha-i-aa.
ਮਾਇਆ ਮੂਠਾ ਚੇਤਸਿ ਨਾਹੀ,	maa-i-aa moothaa chaytas naahee
ਜਨਮੁ ਗਵਾਇਓ ਆਲਸੀਆ॥੨॥	janam gavaa-i-o aalsee-aa. ||2||

ਜੀਵ ਸੰਸਾਰਕ ਅਰਾਮ, ਅਨੰਦ ਦੇ ਕਈ ਕਿਸਮਾਂ ਦੇ ਸਾਧਨ ਬਣਾਉਂਦਾ ਹੈ । ਉਹ ਸੰਸਾਰ ਵਿੱਚ ਸਦਾ ਰਹਿਣ ਦਾ ਸੋਚਦਾ ਹੈ, ਉਸ ਨੂੰ ਕੋਈ ਛੋਹ ਨਹੀਂ ਸਕਦਾ । ਉਹ ਸੰਸਾਰਕ ਸਾਗਰ ਵਿੱਚ ਹੀ ਡੁੱਬਦਾ ਜਾਂਦਾ ਹੈ । ਜੀਵ ਮਾਇਆ ਦੇ ਮੋਹ ਫਸਿਆ, ਮਨ ਵਿਚੋਂ ਪ੍ਰਭ ਦਾ ਸ਼ਬਦ ਵਿਸਾਰ ਛੱਡਦਾ ਹੈ । ਉਹ ਆਪਣਾ ਜੀਵਨ ਸੁਸਤੀ ਵਿੱਚ ਹੀ ਬਰਬਾਦ ਕਰ ਜਾਂਦਾ ਹੈ ।

Self-minded may create, establishes various sources for comforts in his worldly life. Ignorance thinks! He may be immortal and plans to live forever; he may be beyond the reach of anyone, even the devil of death. Ignorant self-minded may drowning in a terrible ocean of worldly desires and sins. He remains intoxicated with sweet poison of worldly wealth; he may forsake the path of meditation on the teachings of His Word. He wastes his priceless opportunity of human life just being lazy.

ਬਿਖਮ ਘੋਰ ਪੰਥਿ ਚਾਲਣਾ ਪ੍ਰਾਣੀ,	bikham ghor panth chaalnaa paraanee
ਰਵਿ ਸਸਿ ਤਹ ਨ ਪ੍ਰਵੇਸੰ॥	rav sas tah na parvaysaN.
ਮਾਇਆ ਮੋਹੁ ਤਬ ਬਿਸਰਿ ਗਇਆ,	maa-i-aa moh tab bisar ga-i-aa jaaN
ਜਾਂ ਤਜੀਅਲੇ ਸੰਸਾਰੰ॥੩॥	tajee-alay saNsaaraN. ||3||

ਯਾਦ ਰਖੋ! ਮੌਤ ਪਿਛੋਂ ਜਾਣ ਵਾਲਾ ਰਸਤਾ ਬਹੁਤ ਖਤਰਨਾਕ, ਡਰਾਉਣਾ ਹੈ । ਉਥੇ ਸੂਰਜ ਦੀ ਰੋਸ਼ਨੀ ਜਾ ਚੰਦ ਦੀ ਚਮਕ ਨਹੀਂ ਹੁੰਦੀ । ਜਿਸ ਦੇ ਸਵਾਸ ਖਤਮ ਹੋ ਜਾਂਦੇ ਹਨ, ਉਸ ਦਾ ਸੰਸਾਰਕ ਧਨ, ਮੋਹ, ਹੈਸੀਅਤ ਆਤਮਾ ਦੇ ਸਾਥ ਨਹੀਂ ਜਾਂਦੀ, ਪ੍ਰਭ ਦੇ ਦਰਬਾਰ ਵਿੱਚ ਕੋਈ ਮਹੱਤਤਾ ਨਹੀਂ ਹੁੰਦੀ ।

Remember! Your path after death may be very horrible and dangerous. There may not be any Sun light nor Moon shines on your path. Whosoever may exhaust the capital of his breaths, his worldly possessions, status, and emotional attachments remain on earth and have no significance in His Court.

ਆਜੁ ਮੇਰੈ ਮਨਿ ਪ੍ਰਗਟੁ ਭਇਆ ਹੈ,	aaj mayrai man pargat bha-i-aa hai
ਪੇਖੀਅਲੇ ਧਰਮਰਾਓ॥	paykhee- alay Dharamraa-o.
ਤਹ ਕਰ ਦਲ ਕਰਨਿ ਮਹਾਬਲੀ,	tah kar dal karan mahaabalee
ਤਿਨ ਆਗਲੜੈ ਮੈ ਰਹਣੁ ਨ ਜਾਇ॥੪॥	tin aaglarhai mai rahan na jaa-ay. ||4||

ਮੈਨੂੰ ਸੋਝੀ ਹੋਈ ਹੈ! ਧਰਮਰਾਜ ਮੇਰੇ ਸਾਰੇ ਕੰਮ ਹੀ ਦੇਖਦਾ ਹੈ । ਮੌਤ ਦਾ ਫਰਿਸ਼ਤਾ, ਜੀਵ ਨੂੰ ਆਪਣੇ ਹੱਥਾ ਵਿੱਚ ਹੀ ਮਸਲ ਦੇਂਦਾ ਹੈ । ਮੈਂ ਉਸ ਦੇ ਸਾਹਮਣੇ ਟਿਕ ਨਹੀਂ ਸਕਦਾ ।

I have realized! The Righteous Judge monitors all my worldly deeds of His Creation. His powerful devil of death may crush my soul in his palm of hand. My soul cannot avoid or resist.

ਜੇ ਕੋ ਮੂੰ ਉਪਦੇਸੁ ਕਰਤੁ ਹੈ,	jay ko mooN updays karat hai
ਤਾ ਵਣਿ ਤ੍ਰਿਣਿ ਰਤੜਾ ਨਾਰਾਇਣਾ॥	taa van tarin rat-rhaa naaraa-inaa.
ਐ ਜੀ ਤੂੰ ਆਪੇ ਸਭ ਕਿਛੁ ਜਾਣਦਾ,	ai jee tooN aapay sabh kichh jaandaa
ਬਦਤਿ ਤ੍ਰਿਲੋਚਨੁ ਰਾਮਈਆ॥੫॥2॥	badat tarilochan raam-ee-aa. ||5||2||

ਬੰਦਗੀ ਕਰਨ ਵਾਲਾ ਇਕੋ ਇਕ ਹੀ ਸਿਖਿਆਂ ਦੇ ਸਕਦਾ ਹੈ! ਪ੍ਰਭ ਹਰ ਥਾਂ, ਜੰਗਲਾਂ ਅਤੇ ਖੇਤਾ ਵਿੱਚ ਆਪ ਹੀ ਵਾਪਰਦਾ ਹੈ । ਪ੍ਰਭ ਸਭ ਕੁਝ ਆਪ ਹੀ ਜਾਣਦਾ, ਕਰਦਾ ਹੈ, ਰਹਿਮਤ ਬਖਸ਼ੇ ।

His true devotee may only highlight His Greatness! The Omnipresent, Omniscient, Omnipotent, Axiom True Master prevails everywhere in His Nature, in wild jungle, in field, in worldly family life. He remains aware all intentions and monitors all activities of His Creation. He remains very merciful on His True devotee and blesses the right path of acceptance in His Court.

218.ਸ੍ਰੀਰਾਗੁ ਭਗਤ ਕਬੀਰ ਜੀਉ ਕਾ॥ (92-14)

ਅਚਰਜ ਏਕੁ ਸੁਨਹੁ ਰੇ ਪੰਡੀਆ,	achraj ayk sunhu ray pandee-aa
ਅਬ ਕਿਛੁ ਕਹਨੁ ਨ ਜਾਈ॥	ab kichh kahan na jaa-ee.
ਸੁਰਿ ਨਰ ਗਣ ਗੰਧ੍ਰਬ ਜਿਨਿ ਮੋਹੇ,	sur nar gan ganDharab jin mohay
ਤ੍ਰਿਭਵਣ ਮੇਖੁਲੀ ਲਾਈ॥੧॥	taribhavan maykhulee laa-ee. ||1||

ਸੰਸਾਰਕ ਗਿਆਨੀ ਸਮਝੋ! ਇਕੋ ਇਕ ਪ੍ਰਭ ਬਹੁਤ ਅਚੰਭਾ ਹੈ, ਉਸ ਦੀ ਪੂਰਨ ਵਿਆਖਿਆ ਜੀਵ ਦੀ ਸੋਝੀ ਵਿੱਚ ਨਹੀਂ ਹੈ । ਉਸ ਨੇ ਫਰਿਸ਼ਤੇ, ਪਰੀਆਂ ਅਤੇ ਸਵਰਗ ਦੇ ਸੰਗਤਿ ਵਾਲੇ ਸਾਰੇ ਉਸ ਦੇ ਗੁਲਾਮ ਹੀ ਹਨ । ਉਸ ਦੇ ਸੰਗੀਤ, ਸ਼ਬਦ ਦੀ ਧੁਨ ਸਦਾ ਹੀ ਤਿੰਨਾਂ ਸ੍ਰਿਸ਼ਟੀਆਂ ਵਿੱਚ ਚਲਦੀ ਰਹਿੰਦੀ ਹੈ ।

Worldly scholar remembers! The One and Only One True Master, remains fascinating and astonishing! His Nature may remain beyond any imagination, explanation, and comprehension of His Creation. All the angels, His spiritual messengers, heavenly singers, miracles remain under His Command, only His salves. The everlasting echo of His Word remains resonates in all the three universes forever; with His mercy and grace, only His true devotee may hear the echo.

ਰਾਜਾ ਰਾਮ ਅਨਹਦ ਕਿੰਗੁਰੀ ਬਾਜੈ॥	raajaa raam anhad kinguree baajai.
ਜਾ ਕੀ ਦਿਸਟਿ ਨਾਦ ਲਿਵ ਲਾਗੈ॥੧॥	jaa kee disat naad liv laagai. ||1||
ਰਹਾਉ॥	rahaa-o.

ਤਿੰਨਾਂ ਸ੍ਰਿਸ਼ਟੀਆਂ ਵਿੱਚ ਉਸ ਦੀ ਸਦਾ ਅਟਲ ਰਹਿਣ ਵਾਲੀ ਧੁਨ ਚਲਦੀ ਹੈ । ਪ੍ਰਭ ਦੀ ਰਹਿਮਤ ਨਾਲ, ਜਿਸ ਗੁਰਮਖ ਨੂੰ ਧੁਨ ਸੁਣਾਈ ਦੇਂਦੀ ਹੈ, ਉਹ ਸ਼ਬਦ ਦੀ ਸਮਾਧੀ ਵਿੱਚ ਮਸਤ ਰਹਿੰਦਾ ਹੈ ।

The everlasting echo of His Word remains resonating within all three universes. His true devotee may be bestowed with His Blessed Vision, only he may hear the everlasting echo of His Word; he may remain intoxicated in the void of His Word.

ਭਾਠੀ ਗਗਨੁ ਸਿੰਙਿਆ ਅਰੁ ਚੁੰਙਿਆ,	bhaathee gagan sinyi-aa ar chunyi-aa
ਕਲਸ ਇਕੁ ਪਾਇਆ॥	kanak kalas ik paa-i-aa.
ਤਿਸੁ ਮਹਿ ਧਾਰ ਚੁਐ ਅਤਿ ਨਿਰਮਲ,	tis meh Dhaar chu-ai at nirmal
ਰਸ ਮਹਿ ਰਸਨ ਚੁਆਇਆ॥ ੨॥	ras meh rasan chu-aa-i-aa. ||2||

ਬੰਦਗੀ ਪਰਖਣ ਵਾਲੀ ਭੱਠੀ ਵਿੱਚ ਸੇਵਕ ਦੀ ਲਗਨ ਨੂੰ ਪਾ ਕੇ ਪਵਿੱਤਰ ਕੀਤਾ ਜਾਂਦਾ ਹੈ । ਜਿਹੜੀ ਆਤਮਾ ਉਸ ਵਿਚੋਂ ਪਾਰ ਲੰਘ ਜਾਂਦੀ ਹੈ । ਉਹ ਦੀ ਆਤਮਾ ਪ੍ਰਭ ਦੇ ਪਰਖਣ ਯੋਗ ਹੋ ਜਾਂਦੀ ਹੈ ।

The meditation of His true devotee may be purified in a unique oven. Whose soul may be passed the critical test of purification. His soul may be sanctified to become worthy of His Consideration.

ਏਕ ਜੁ ਬਾਤ ਅਨੂਪ ਬਨੀ ਹੈ,	ayk jo baat anoop banee hai pavan
ਪਵਨ ਪਿਆਲਾ ਸਾਜਿਆ॥	pi-aalaa saaji-aa.
ਤੀਨਿ ਭਵਨ ਮਹਿ ਏਕੋ ਜੋਗੀ,	teen bhavan meh ayko jogee
ਕਹਹੁ ਕਵਨੁ ਹੈ ਰਾਜਾ ॥੩॥	kahhu kavan hai raajaa. ||3||

ਪ੍ਰਭ ਦੀ ਭੱਠੀ ਵਿੱਚ ਇਕ ਅਨੋਖੀ ਘਟਨਾ ਵਾਪਰਦੀ ਹੈ । ਇਥੇ ਸਵਾਸ ਇਕ ਪਿਆਲੇ ਦਾ ਰੂਪ ਧਾਰਨ ਕਰਦੇ ਹਨ । ਤਿੰਨਾਂ ਸ੍ਰਿਸ਼ਟੀਆਂ ਵਿੱਚ ਹੀ ਉਸ ਦੀ ਆਤਮਾ ਨੂੰ ਇਕ ਵਿਸ਼ੇਸ਼ ਅਵਸਥਾ ਬਖਸ਼ਿਸ਼ ਹੋ ਜਾਂਦੀ ਹੈ । ਸੰਸਾਰਕ ਰਾਜੇ, ਸ਼ੇਨਸਾਹ ਉਸ ਦੇ ਤੁਲ ਨਹੀਂ ਹੋ ਸਕਦੇ ।

In the His eternal oven, his soul may experience a unique transformation. His breaths may be transformed as a unique drinking bowl, cup. In all three universes! His true devotee may be blessed with that unique state of mind. All the worldly kings, emperors may not be equal to nor comparable with his state of mind.

ਐਸੇ ਗਿਆਨ ਪ੍ਰਗਟਿਆ ਪੁਰਖੋਤਮ,	aisay gi-aan pargati-aa purkhotam
ਕਹੁ ਕਬੀਰ ਰੰਗਿ ਰਾਤਾ॥	kaho kabeer rang raataa.
ਅਉਰ ਦੁਨੀ ਸਭ ਭਰਮਿ ਭੁਲਾਨੀ,	a-or dunee sabhbharam bhulaanee
ਮਨੁ ਰਾਮ ਰਸਾਇਨ ਮਾਤਾ॥੪॥3॥	man, raam rasaa-in maataa. ||4||3||

ਪ੍ਰਭ ਦੇ ਸ਼ਬਦ ਦੀ ਸੋਝੀ ਨਾਲ ਉਸ ਵਿਸ਼ੇਸ਼ ਜੋਤ ਨੇ ਮੇਰੇ ਮਨ ਵਿੱਚ ਪ੍ਰਭ ਦੇ ਸ਼ਬਦ ਦੀ ਜੋਤ ਜਾਗਰਤ ਕਰ ਦਿੱਤੀ ਹੈ । ਮੈਂ ਪ੍ਰਭ ਦੇ ਸ਼ਬਦ ਦੀ ਪ੍ਰੀਤ ਵਿੱਚ ਹੀ ਲੀਨ ਹੋ ਗਿਆ ਹਾ । ਸਾਰਾ ਸੰਸਾਰ ਹੀ ਭਰਮਾਂ ਵਿੱਚ ਫਸਿਆ ਹੈ । ਮੇਰਾ ਮਨ ਉਸ ਦੇ ਸ਼ਬਦ ਦੇ ਨਸ਼ੇ ਵਿੱਚ ਮਸਤ ਹੈ ।

I have been blessed with the enlightenment of the essence of His Word; with His mercy and grace, I have a unique eternal glow shining within my soul. I remain awake and alert all the time. I remain intoxicated in meditation in the void of His Word. The whole universe remains entangled in suspicions; however, I am intoxicated with devotion, meditation in the void of His Word.

219.ਸ੍ਰੀਰਾਗ ਬਾਣੀ ਭਗਤ ਬੇਣੀ ਜੀਉ ਕੀ॥ (93-1) ਪਹਰਿਆ ਕੈ ਘਰਿ ਗਾਵਣਾ॥

੧ਓ ਸਤਿਗੁਰ ਪ੍ਰਸਾਦਿ॥	ik-oNkaar saT`gur parsaad.
ਰੇ ਨਰ ਗਰਭ ਕੁੰਡਲ ਜਬ ਆਛਤ,	ray nar garabh kundal jab aachhat
ਉਰਧ ਧਿਆਨ ਲਿਵ ਲਾਗਾ॥	uraDh Dhi-aan liv laagaa.
ਮਿਰਤਕ ਪਿੰਡਿ ਪਦ ਮਦ ਨਾ ਅਹਿਨਿਸਿ,	mirtak pind pad mad naa ahinis
ਏਕੁ ਅਗਿਆਨ ਸੁ ਨਾਗਾ॥	ayk agi-aan so naagaa.
ਤੇ ਦਿਨ ਸੰਮਲੁ ਕਸਟ ਮਹਾ ਦੁਖ,	tay din sammal kasat mahaa dukh
ਅਬ ਚਿਤੁ ਅਧਿਕ ਪਸਾਰਿਆ॥	ab chit aDhik pasaari-aa.
ਗਰਭ ਛੋਡਿ ਮ੍ਰਿਤ ਮੰਡਲ ਆਇਆ,	garabhchhod mitar mandal aa-i-aa

ਤਉ ਨਰਹਰਿ ਮਨਹੁ ਬਿਸਾਰਿਆ॥੧॥ ta-o narhar manhu bisaari-aa. ||1||

ਜੀਵ ਮਾਤਾ ਦੇ ਗਰਭ ਵਿੱਚ ਪੁੱਠਾ ਲਟਕਿਆ ਹੋਇਆ ਸੀ, ਉਸ ਦਾ ਧਿਆਨ ਪ੍ਰਭ ਵਿੱਚ ਲੀਨ ਹੋਇਆ ਸੀ । ਉਸ ਨੂੰ ਆਪਣੇ ਨਾਸ ਹੋ ਜਾਣਵਾਲੇ ਤਨ ਦੇ ਅਕਾਰ ਦਾ ਕੋਈ ਘਮੰਡ ਨਹੀਂ ਸੀ । ਰਾਤ ਦਿਨ ਵਿੱਚ ਕੋਈ ਅੰਤਰ ਨਹੀਂ ਸੀ, ਸੁੰਨ ਥਾਂ ਤੇ ਕਿਸੇ ਸੋਝੀ ਤੋਂ ਬਿਨਾਂ ਰਹਿੰਦਾ ਸੀ । ਸੰਸਾਰ ਵਿੱਚ ਜਨਮ ਤੋ ਪਿਛੋਂ ਆਪਣੀ ਹੈਸੀਅਤ, ਇੱਛਾਂ ਦਾ ਜਾਲ ਖਲਾਰਿਆ ਹੈ । ਜੀਵ, ਭਿਆਨਕ, ਦਰਦ ਵਾਲੇ, ਦੁਖਾਂ ਵਾਲੇ ਦਿਨ ਯਾਦ ਕਰੋ! ਮਾਤਾ ਦੇ ਗਰਭ ਵਿਚੋਂ, ਨਾਸ ਹੋ ਜਾਣ ਵਾਲੇ ਸੰਸਾਰ ਜਨਮ ਲੈ ਕੇ, ਪ੍ਰਭ ਦੀ ਯਾਦ ਭੁਲ ਗਈ ਹੈ ।

You were hanging upside down in the womb of your mother! You remain in renunciation in the memory of your separation from His Holy Spirit. You were not boasting about your perishable body. You were not realizing any distinction between day or night nor any enlightenment in the void, in darkness. After birth, you have spread your ego of worldly desires, your conscious and worldly status. You should always keep the memory of your miseries in the womb of mother fresh within. From the womb of mother, you entered the perishable world overwhelmed with worldly desires. You have forgotten the memory of your separation from His Holy Spirit.

ਫਿਰਿ ਪਛੁਤਾਵਹਿਗਾ ਮੂੜਿਆ, fir pachhutaavhigaa moorhi-aa
ਤੂੰ ਕਵਨ ਕੁਮਤਿ ਭ੍ਰਮਿ ਲਾਗਾ॥ tooN kavan kumatbharam laagaa.
ਚੇਤਿ ਰਾਮੁ ਨਾਹੀ ਜਮ ਪੁਰਿ ਜਾਹਿਗਾ, chayt raam naahee jam pur jaahigaa
ਜਿਨ ਬਿਚਰੈ ਅਨਰਾਧਾ॥੧॥ ਰਹਾਉ॥ jan bichrai anraaDhaa. ||1|| rahaa-o.

ਕਿਉਂ ਬੁਰੇ ਕੰਮਾਂ ਵਿੱਚ, ਭਰਮਾਂ ਵਿੱਚ ਫਸ ਗਿਆ ਹੈ? ਆਪਣੇ ਆਪ ਤੇ ਕਾਬੂ ਰਖੋਂ, ਪ੍ਰਭ ਦਾ ਸ਼ਬਦ ਯਾਦ ਰਖੋਂ! ਜਮਦੂਤਾਂ ਦੇ ਹਵਾਲੇ ਵਿੱਚ ਜਾਵੇਗਾ, ਫਿਰ ਪਛਤਾਵਾ ਕਰੇਗਾ । ਕਿਉਂ ਚਾਰੇ ਪਾਸੇ ਘੁੰਮਦਾ ਫਿਰਦਾ ਹੈ?

Why are you intoxicated with evil thoughts and suspicions of worldly desires? You should control your worldly desires and meditate on the teachings of His Word: otherwise, you may repent and regret your deeds. You may be captured and punished by the devil of death. Why are you wandering in all direction?

ਬਾਲ ਬਿਨੋਦ ਚਿੰਦ ਰਸ ਲਾਗਾ, baal binod chind ras laagaa
ਖਿਨੁ ਖਿਨੁ ਮੋਹਿ ਬਿਆਪੈ॥ khin khin mohi bi-aapai.
ਰਸੁ ਮਿਸੁ ਮੇਧੁ ਅੰਮ੍ਰਿਤੁ ਬਿਖੁ ਚਾਖੀ, ras mis mayDh amrit bikh chaakhee
ਤਉ ਪੰਚ ਪ੍ਰਗਟ ਸੰਤਾਪੈ॥ ta-o panch pargat santaapai.
ਜਪੁ ਤਪੁ ਸੰਜਮੁ ਛੋਡਿ ਸੁਕ੍ਰਿਤ, jap tap sanjam chhod sukarit
ਮਤਿ ਰਾਮ ਨਾਮੁ ਨ ਅਰਾਧਿਆ॥ mat raam Naam na araaDhi-aa.
ਉਛਲਿਆ ਕਾਮੁ ਕਾਲ ਮਤਿ ਲਾਗੀ, uchhli-aa kaam kaal mat laagee
ਤਉ ਆਨਿ ਸਕਤਿ ਗਲਿ ਬਾਂਧਿਆ॥੨॥ ta-o aan sakat gal baaNDhi-aa. ||2||

ਜੀਵ ਬਾਲਕ ਵਾਂਗ ਖੇਲ ਕਰਦਾ ਹੈ, ਹਰ ਵੇਲੇ ਅਨੰਦ ਹੀ ਭਾਲਦਾ ਹੈ । ਹਰ ਪਲ ਸੰਸਾਰਕ ਮੋਹ ਵਿੱਚ ਫਸਦਾ ਜਾਂਦਾ ਹੈ । ਉਹ ਜੀਵਨ ਵਿੱਚ ਚੰਗੇ, ਮੰਦੇ ਕੰਮ ਕਰਦਾ, ਸੰਸਾਰਕ ਜ਼ਹਿਰ ਅਤੇ ਅੰਮ੍ਰਿਤ ਦਾ ਸਵਾਦ ਲੈਂਦਾ ਹੈ । ਇਹਨਾਂ ਵਿਚੋਂ ਹੀ ਪੰਜ ਇੱਛਾਂ ਪੈਦਾ ਹੁੰਦੀਆਂ ਹਨ, ਜੀਵ ਨੂੰ ਤੰਗ ਕਰਦੀਆਂ ਹਨ । ਤੂੰ ਬੰਦਗੀ ਕਰਨੀ, ਆਪਣੀਆਂ ਇੱਛਾਂ ਤੇ ਕਾਬੂ, ਚੰਗੇ ਕੰਮ ਤਿਆਗ ਦਿੱਤੇ, ਸ਼ਬਦ ਦੀ ਕੋਈ ਪ੍ਰਵਾਹ ਨਹੀਂ ਕਰਦਾ! ਤੇਰੇ ਅੰਦਰ ਕਾਮਵਾਸਨਾ ਦੀ ਅੱਗ, ਜਵਾਲਾ ਚਲਦਾ ਹੈ, ਤੇਰੀ ਮੱਤ ਤੇ ਹੇਨਰਾ ਛਾਇਆ ਹੈ, ਤੂੰ ਜਾਦੂ ਟੂਣੇ ਦੇ ਮਗਰ ਲਗਾ ਹੈ ।

You are behaving like a child; always craving for worldly pleasures in day-to-day life. Every moment you are becoming a victim of worldly attachments, possessions, thoughts, actions, and good deeds. You may not distinguish the difference between good or evil deeds; you may taste both poison and essence of His Holy nectar, His Word. All the worldly desires have been created from your way of life. You may endure miseries and frustrations. You have forsaken to meditate on the teachings of His Word. You should control your worldly desires, thoughts, and do good deeds for mankind. You do not pay attention nor care about the teachings of His Word. The volcano of sexual urge remains burning within your heart. Your ignorance from the real purpose of human life has consumed your wisdom. You firmly believe in the miracles performed by worldly saints.

ਤਰੁਣ ਤੇਜੁ ਪਰ ਤ੍ਰਿਅ ਮੁਖੁ ਜੋਹਹਿ,	tarun tayj par tari-a mukh joheh sar
ਸਰੁ ਅਪਸਰੁ ਨ ਪਛਾਣਿਆ॥	apsar na pachhaani-aa.
ਉਨਮਤ ਕਾਮਿ ਮਹਾ ਬਿਖੁ ਭੂਲੈ,	unmat kaam mahaa bikh bhoolai
ਪਾਪੁ ਪੁੰਨੁ ਨ ਪਛਾਨਿਆ॥	paap punn na pachhaani-aa.
ਸੁਤ ਸੰਪਤਿ ਦੇਖਿ	sut sampat daykh
ਇਹੁ ਮਨੁ ਗਰਬਿਆ ਰਾਮੁ	ih man garbi-aa raam
ਰਿਦੈ ਤੇ ਖੋਇਆ॥	ridai tay kho-i-aa.
ਅਵਰ ਮਰਤ ਮਾਇਆ ਮਨੁ ਤੋਲੇ,	avar marat maa-i-aa man tolay ta-o
ਤਉ ਭਗ ਮੁਖਿ ਜਨਮੁ ਵਿਗੋਇਆ॥੩॥	bhag mukh janam vigo-i-aa. ||3||

ਜਵਾਨੀ ਦੇ ਨਸ਼ੇ ਵਿੱਚ ਚੰਗੇ, ਮੰਦੇ ਕੰਮ ਵਿੱਚ ਕੋਈ ਅੰਤਰ ਨਹੀਂ ਜਾਣਦਾ । ਆਪਣੇ ਬੱਚਿਆਂ ਤੇ ਮਾਲਕੀਅਤ ਨੂੰ ਦੇਖਕੇ ਬਹੁਤ ਘਮੰਡ ਕਰਦਾ ਹੈ । ਆਪਣੀ ਆਕੜ, ਹੈਸੀਅਤ ਨਾਲ ਆਪਣੇ ਮਨ ਵਿਚੋਂ ਸ਼ਬਦ ਦੀ ਪਾਲਣਾ ਨੂੰ ਕੱਢ ਦਿੱਤਾ ਹੈ! ਜਿਹੜਾ ਜੀਵ ਹੋਰ ਕਿਸੇ ਜੀਵ ਦੀ ਮੌਤ ਆਉਣ ਤੇ, ਆਪਣੀ ਦੌਲਤ ਦਾ ਸੋਚ ਕੇ ਘਮੰਡ ਕਰਦਾ ਹੈ । ਉਹ ਸਾਰਾ ਜੀਵਨ ਸਵਾਦ ਅਤੇ ਕਾਮਵਾਸਨਾ ਵਿੱਚ ਹੀ ਬਰਬਾਦ ਕਰ ਜਾਂਦਾ ਹੈ । - (ਮੰਦੇ ਕੰਮ ਪਰਾਈ ਔਰਤ ਦੇ ਕਾਮਵਾਸਨਾ)

You remain intoxicated in your youth; you may not distinguish the difference between good or evil deeds, like having a sexual desire with strange women. You may boast to see your child and spouse. With ego of worldly status, you have forsaken to meditate on the teachings of His Word. At death of others; you may boast about your worldly possessions and accomplishments. You have wasted priceless human life opportunity; with tastes and sexual urges.

ਪੁੰਡਰ ਕੇਸ ਕੁਸਮ ਤੇ ਧਉਲੇ,	pundar kays kusam tay Dha-ulay
ਸਪਤ ਪਾਤਾਲ ਕੀ ਬਾਣੀ॥	sapat paataal kee 418ane.
ਲੋਚਨ ਸ੍ਰਮਹਿ ਬੁਧਿ ਬਲ ਨਾਠੀ,	lochan sarmeh buDh bal naathe
ਤਾ ਕਾਮੁ ਪਵਸਿ ਮਾਧਾਣੀ॥	taa kaam pavas maaDhaanee.
ਤਾ ਤੇ ਬਿਖੈ ਭਈ ਮਤਿ ਪਾਵਸਿ,	taa tay bikhai bha-ee mat paavas
ਕਾਇਆ ਕਮਲੁ ਕੁਮਲਾਣਾ॥	kaa-i-aa kamal kumlaanaa.
ਅਵਗਤਿ ਬਾਣਿ ਛੋਡਿ ਮ੍ਰਿਤ ਮੰਡਲਿ,	avgat baanchhod mitar mandal
ਤਉ ਪਾਛੈ ਪਛੁਤਾਣਾ॥੪॥	ta-o paachhai pachhutaanaa. ||4||

ਤੇਰੇ ਵਾਲ ਚਿੱਟੇ, ਕਾਹੀ ਦੇ ਫੁੱਲ ਵਰਗੇ ਹਨ । ਅਵਾਜ਼ ਇਤਨੀ ਕਮਜ਼ੋਰ ਹੋ ਗਈ ਹੈ, ਜਿਵੇਂ ਸੱਤਵੇ ਪੁਤਾਲ ਵਿਚੋਂ ਆਉਂਦੀ ਹੈ । ਤੇਰੀਆਂ ਅੱਖਾਂ ਵਿਚੋਂ ਅੰਥਰੂ, ਮੱਤ, ਯਾਦ, ਤਾਕਤ ਖਤਮ ਹੋ ਗਈ ਹੈ, ਫਿਰ ਵੀ ਕਾਮਵਾਸਨਾ ਦੀ ਅੱਗ ਜਲਦੀ ਹੈ । ਤੇਰਾ ਮਨ ਦੀ ਮੱਤ ਧੋਖੇ ਦੀਆਂ ਸਕੀਮਾਂ ਨਾਲ ਖਤਮ ਹੋ ਗਈ ਹੈ, ਤੇਰੇ ਤਨ ਦਾ ਕਮਲ ਦਾ ਫੁੱਲ ਮੁਰਝਾ ਗਿਆ, ਸੁੱਕ ਗਿਆ ਹੈ । ਪ੍ਰਭ ਦੇ ਸ਼ਬਦ ਦਾ ਸਿਮਰਨ ਕਰਨਾ, ਪ੍ਰਭ ਦੀ ਯਾਦ ਭੁਲਾ ਦਿੱਤੀ ਹੈ । ਇਸ ਨਾਸ ਹੋ ਜਾਣ ਵਾਲੇ ਸੰਸਾਰ ਵਿੱਚ ਪਛਤਾਵਾ ਕਰੇਗਾ, ਉਦਾਸੀ, ਨਰਾਜ਼ਗੀ ਹੀ ਹੋਵੇਗੀ ।

Your hairs have turned white, gray from original color with your old age. Your sound may be very feeble; as buried under seven earths. Tears are dripping from your eyes, compromised memory, wisdom, intelligence, your strength, has been vanished; however, your sexual desire may be very intense. Your mind has been wasted and destroyed with evil thoughts, ways, and plans. The lotus flower of your body has been also dried out and you are at the brick of death. You have forsaken to meditating on the teachings of His Word and forgotten the miseries of the memory of your separation from His Holy Spirit. You are going to repent in this perishable world. You are going to face disappointments, despair, and miseries in rest of your life.

ਨਿਕੁਟੀ ਦੇਹ ਦੇਖਿ ਧੁਨਿ ਉਪਜੈ,	nikutee dayh daykhDhun upjai
ਮਾਨ ਕਰਤ ਨਹੀ ਬੂਝੈ॥	maan karat nahee boojhai.
ਲਾਲਚੁ ਕਰੈ ਜੀਵਨ ਪਦ ਕਾਰਨ,	laalach karai jeevan pad kaaran
ਲੋਚਨ ਕਛੂ ਨ ਸੂਝੈ॥	lochan kachhoo na soojhai.
ਥਾਕਾ ਤੇਜੁ ਉਡਿਆ ਮਨੁ ਪੰਖੀ,	thaakaa tayj udi-aa man pankhee
ਘਰਿ ਆਂਗਨਿ ਨ ਸੁਖਾਈ॥	ghar aaNgan na sukhaa-ee.
ਬੇਣੀ ਕਹੈ ਸੁਨਹੁ ਰੇ ਭਗਤਹੁ,	baynee kahai sunhu ray bhagtahu
ਮਰਨ ਮੁਕਤਿ ਕਿਨਿ ਪਾਈ॥੫॥	maran mukat kin paa-ee. ||5||

ਆਪਣੇ ਛੋਟੇ ਬੱਚੇ ਵੱਲ ਦੇਖ ਕੇ ਤੇਰਾ ਮਨ ਪਿਆਰ ਨਾਲ ਭਰ ਜਾਂਦਾ ਹੈ । ਉਹਨਾਂ ਦਾ ਬਹੁਤ ਘਮੰਡ ਕਰਦਾ ਹੈ, ਪਰ ਤੈਨੂੰ ਇਸ ਦੀ ਕੋਈ ਸੋਝੀ ਨਹੀਂ ਹੁੰਦੀ । ਮਨ ਵਿੱਚ ਲੰਮੀ ਉਮਰ ਦੀ ਖਾਹਿਸ਼ ਹੁੰਦੀ ਹੈ, ਪਰ ਤੇਰੀਆਂ ਅੱਖਾਂ ਵਿੱਚ ਕੁਝ ਦਿਖਾਈ ਨਹੀਂ ਦੇਂਦਾ । ਤੇਰੇ ਸਵਾਸ ਖਤਮ ਹੋ ਗਏ ਹਨ, ਤੇਰੀ ਆਤਮਾ ਵਾਪਸ ਚਲੇ ਗਈ ਹੈ, ਤੂੰ ਆਪਣੇ ਤਨ ਵਿੱਚ ਰੁਕ ਨਹੀਂ ਸਕਦਾ । ਯਾਦ ਰਖੋ! ਕੌਣ ਇਸਤਰ੍ਹਾਂ ਜੀਵਨ ਬਤੀਤ ਕਰਨ ਪਿਛੋਂ ਮੁਕਤੀ ਪਾ ਸਕਦਾ ਹੈ?

Your mind remains overwhelmed with love, and pride, seeing your young children; however, you may not be aware about your fate. You have a deep desire and hope for long life; however, your eyesight is compromised; your capital of breaths has been exhausted; your soul already departed from your body. You cannot stay in your body any longer. How may you be blessed with the right path of salvation with such a way of human life?

220.ਸਿਰੀਰਾਗੁ ਰਵਿਦਾਸ ਜੀ (93-15)

ਤੋਹੀ ਮੋਹੀ, ਮੋਹੀ ਤੋਹੀ, ਅੰਤਰੁ ਕੈਸਾ॥	tohee mohee mohee tohee antar kaisaa.
ਕਨਕ ਕਟਿਕ, ਜਲ ਤਰੰਗ ਜੈਸਾ॥੧॥	kanak katik jal tarang jaisaa. ||1||

ਪ੍ਰਭ ਤੂੰ ਮੇਰੇ ਵਿੱਚ ਹੈ ਅਤੇ ਮੈਂ ਤੇਰੇ ਵਿੱਚ ਵਸਦਾ ਹਾ । ਹੁਣ ਤੇਰੇ ਅਤੇ ਮੇਰੇ ਵਿੱਚ ਕੋਈ ਭੇਦ, ਅੰਤਰ ਨਹੀਂ ਹੈ । ਜਿਵੇਂ ਸੋਨਾ, ਸੋਨੇ ਦੇ ਕੰਗਨ, ਪਾਣੀ ਜਾ ਪਾਣੀ ਦੀ ਛੱਲ ਵਾਂਗ ਹੀ ਹੈ ।

The True Master, Your Holy Spirit has been embedded within my soul and my soul is part of Your Holy Spirit. My soul has no curtain of secrecy from Your Holy Spirit, beyond the recognition of Your Creation. As gold and the jewelry of gold; water and waves of water are the same. Same way my soul and Your Holy Spirit have become same.

ਜਉ ਪੈ ਹਮ ਨ ਪਾਪ ਕਰੰਤਾ,	ja-o pai ham na paap karantaa
ਅਹੇ ਅਨੰਤਾ॥	ahay anantaa.
ਪਤਿਤ ਪਾਵਨ ਨਾਮੁ ਕੈਸੇ ਹੁੰਤਾ॥੧॥	patit paavan Naam kaisay huntaa. ||1||
ਰਹਾਉ॥	rahaa-o.

ਪ੍ਰਭ ਅਗਰ ਮੈਂ ਕੋਈ ਪਾਪ ਨਾ ਕਰਦਾ, ਤਾ ਕੌਣ ਤੈਨੂੰ ਪਾਪ ਬਖਸ਼ਣ ਵਾਲਾ ਕਹਿੰਦਾ?

My True Master, Imagine! No one would have ever committed any sin. Who would have called You a redeemer of sinners, The True Master?

ਤੁਮ੍ ਜੁ ਨਾਇਕ ਆਛਹੁ ਅੰਤਰਜਾਮੀ॥	tumH jo naa-ik aachhahu antarjaamee.
ਪ੍ਰਭ ਤੇ ਜਨੁ ਜਾਨੀਜੈ,	parabhtay jan jaaneejai
ਜਨ ਤੇ ਸੁਆਮੀ॥੨॥	jan tay su-aamee. ||2||

ਮੇਰਾ ਅਸਲੀ ਮਾਲਕ, ਅੰਤਰਜਾਮੀ ਪ੍ਰਭ ਮੇਰੇ ਅੰਦਰ ਹੀ ਵਸਦਾ ਹੈ । ਜਿਵੇਂ ਸੇਵਕ ਆਪਣੇ ਮਾਲਕ ਦੀ ਹੈਸੀਅਤ ਨਾਲ ਹੀ ਜਾਣਿਆ ਜਾਂਦਾ ਹੈ । ਇਸਤਰ੍ਹਾਂ ਮਾਲਕ ਵੀ ਆਪਣੇ ਗੁਲਾਮ ਦੇ ਕੰਮਾਂ ਦੀ ਪਰਖ ਤੋਂ ਜਾਣਿਆ ਜਾਂਦਾ ਹੈ ।

My Omniscient Axiom True Master, remains embedded within my soul, dwells and prevails within my soul. As a servant may be known with the status of his master; same way the reputation of His Master may be defined with the actions, the character of his servant.

ਸਰੀਰੁ ਆਰਾਧੈ,	sareer aaraaDhai
ਮੋ ਕਉ ਬੀਚਾਰੁ ਦੇਹੂ॥	mo ka-o beechaar dayhoo.
ਰਵਿਦਾਸ ਸਮ ਦਲ ਸਮਝਾਵੈ ਕੋਊ॥੩॥	ravidaas sam dal samjhaavai ko-oo. ||3||

ਪ੍ਰਭ ਰਹਿਮਤ ਬਖਸ਼ੋ! ਮੈਂ ਤੇਰੀ ਬੰਦਗੀ, ਸਿਮਰਨ ਵਿੱਚ ਆਪਣੇ ਅੰਦਰ ਹੀ ਲੀਨ ਹੋ ਜਾਵਾ । ਸੰਸਾਰ ਵਿੱਚ ਵਿਰਲੇ ਹੀ ਜੀਵ ਨੂੰ ਸੋਝੀ ਬਖਸ਼ਿਸ਼ ਹੁੰਦੀ ਹੈ, ਪ੍ਰਭ ਹੀ ਹਰਇਕ ਆਤਮਾ ਵਿੱਚ ਸਮਾਇਆ, ਉਸ ਦੇ ਤਨ ਵਿੱਚ ਵਸਦਾ, ਵਾਪਰਦਾ ਹੈ ।

The True Master bestows Your Blessed Vision! I may remain intoxicated in meditation within my own body and dwell within the void of Your Word. Very rare may be blessed with the enlightenment and realizes, His Holy Spirit remains embedded within his own soul and dwells with his own body.

The 14 Mindfulness Trainings – Conquer own mind! Thich Nhat Hanh		
1	Openness:	Aware of the suffering created by fanaticism and intolerance!
•		Remain determined not to be idolatrous about or bound to any doctrine, theory, or ideology, even Buddhist (Guru Granth Sahib). (Buddhist teachings are guiding means to help me learn to look deeply and to develop my understanding and compassion. They are not doctrines to fight, kill or die for.)
2	Non-attachment to Views	Aware of suffering created by attachment to views and wrong perceptions!
•		Determined to avoid being narrow-minded and bound to present views. Learn and practice non-attachment from views in order to be open to others' insights and experiences. Be aware that the knowledge I presently possess is not changeless, absolute truth. (Truth is found in life and I will observe life within and around me in every moment, ready to learn throughout my life.)
3	Freedom of Thought:	Aware of the suffering brought about when I impose my views on others!
•		Committed not to force others, even my children, by any means. whatsoever – such as authority, threat, money, propaganda, or indoctrination – to adopt my views. (Respect the right of others to be different and to choose what to believe and how to decide. However, help others renounce fanaticism and narrowness through compassionate dialogue.)
4	Awareness of Suffering:	Aware that looking deeply at the nature of suffering can help me develop compassion and find ways out of suffering!
•		Determined not to avoid or close my eyes before suffering.
•		Committed to finding ways, including personal contact, images, and sounds, to be with those who suffer;
•		Understand their situation deeply and help them transform their suffering into compassion, peace, and joy.
5	Simple, Healthy Living	Aware that true happiness is rooted in peace, solidity, freedom, and compassion, and not in wealth or fame!
•		Determined not to take as the aim of my life fame, profit, wealth, or sensual pleasure, nor to accumulate wealth while millions are hungry and dying.
•		Committed to living simply and sharing my time, energy, and material resources with those in real need.
•		Practice mindful consuming, not using alcohol, drugs or any other products that bring toxins into my own and the collective body and consciousness.
6	Dealing with Anger:	Aware that anger blocks communication and creates suffering!

- Determined to take care of the energy of anger when it arises and to recognize and transform the seeds of anger that lie deep in my consciousness.
- Determined, when anger comes up, not to do or say anything, but to practice mindful breathing or mindful walking and acknowledge, embrace, and look deeply into my anger.
- Learn to look with the eyes of compassion on those are the cause of anger.

7	Dwelling in Present Moment	Aware that life is available only in the present; possible to live happily in the here and now!

- Committed to training myself to live deeply each moment of life.
- Not to lose myself in dispersion or be carried away by regrets about the past, worries about the future, or craving, anger, or jealousy in the present.
- Practice mindful breathing to come back to what is happening in the present moment.
- Determined to learn the art of mindful living by touching the wondrous, refreshing and healing elements that are inside and around me.

(Nourishing seeds of joy, peace, love and understanding in myself, thus facilitating the work of transformation and healing in my consciousness.)

8	Community and Communication	Aware that lack of communication always brings separation and suffering!

- Committed to training myself in the practice of compassionate listening and loving speech.
- Learn to listen without judging or reacting and refrain from uttering words that may create discord or cause the community to break.

(Make every effort to keep communications open, to reconcile and resolve all conflicts, however small may be.)

9	Truthful and Loving Speech:	Aware that words can create suffering or happiness!

- Committed to learnings to speak truthfully and constructively, using only words that inspire hope and confidence.
- Determined not to say untruthful things for the sake of personal interest or to impress people, nor to utter words that might cause division or hatred.
- Do not spread rumor, may not know to be certain nor criticize or condemn things of which not sure.
- Do best to speak out about situations of injustice, even when doing so may threaten my safety.

10	Protecting the Sangha: (Congregation)	Aware that the essence and aim of a Sangha is the practice of understanding and compassion!

- Determined not to use Holy Conjugation for personal gain or profit or transform our community into a political instrument. A spiritual community should, however, take a clear stand

		against oppression and injustice; should strive to change the situation without engaging in partisan conflicts.
11	Right Livelihood	Aware that great violence and injustice have been done to the environment and society!
		• Committed not to live with a vocation that is harmful to humans and nature.
		• Do best to select a livelihood that helps realize my ideal of understanding and compassion.
		• Aware of global economic, political, and social realities;
		• Behave responsibly as a consumer and a citizen, not investing in companies that deprive others of their chance to live.
12	Reverence for Life	Aware that much suffering is caused by war and conflict!

- Determined to cultivate non-violence, understanding and compassion in daily life,
- To promote peace education, mindful mediation, and reconciliation, within families, communities, nations and in the world.
- Determined not to kill and not to let others kill.
- Diligently practice deep looking with my Sangha to discover better ways to protect life and prevent war.

13	Generosity:	Aware of the suffering caused by exploitation, social injustice, stealing and oppression!

- Committed to cultivating loving kindness and learnings ways to work for the well-being of people, animals, plants, and minerals.
- Practice generosity by sharing time, energy, and material resources with those who are in need.
- Determined not to steal nor possess anything, belong to others.
- Respect the property of others, try to prevent others from profiting from human suffering or the suffering of other beings.

14	Right Conduct For lay members	Aware that sexual relations motivated by craving! cannot dissipate the feeling of loneliness, but will create more suffering, frustrations, and isolation!

- Determined not to engage in sexual relations without mutual understanding, love, and a long-term commitment.
- Sexual relations, must be aware of future suffering that may be caused.
- To preserve the happiness of myself and others!
- Must respect the rights and commitments of myself and others.
- Do everything in power to protect children from sexual abuse.
- protect couples and families from being broken by sexual misconduct.
- Treat my body with respect and preserve my vital energies (sexual, breath, spirit) for the realization of my bodhisattva ideal.
- Be fully aware of the responsibility for bringing new lives in the world.
- Meditate on the world into which we are bringing new beings.

Fundamentals of Human behavior:

Our beliefs determine our thoughts and attitudes about life, which in turn direct our actions. By our actions, we create our destiny.

Our Beliefs about sacred matters–God, soul, and cosmos–are essential to one's approach to life

Summary of 9 Fundamentals of Hindu spirituality:

1	Hindus believe in a one, all-pervasive Supreme Being who is both immanent and transcendent, both Creator and Unmanifest Reality.
2	Hindus believe in the divinity of the four Vedas, the world's most ancient scripture, and venerate the Agamas as equally revealed. These primordial hymns are God's word and the bedrock of Santayana, Dharma, the eternal religion.
3	Hindus believe that the universe undergoes endless cycles of creation, preservation, and dissolution.
4	Hindus believe in karma, the law of cause and effect. Everyone creates his own destiny by thoughts, words, and deeds.
5	Hindus believe that the soul reincarnates, evolving through many births until all karmas have been resolved, and moksha, liberation from the cycle of rebirth. Not a single soul will be deprived of this destiny.
6	Hindus believe that divine beings exist in unseen worlds. Temple worship, rituals, sacraments, and personal devotionals create a communion with these devas and gods. -middle guide.
7	Hindus believe that an enlightened master, or sat guru, is essential to know the Transcendent Absolute, as are personal discipline, good conduct, purification, pilgrimage, self-inquiry, meditation, and surrender.
8	Hindus believe that all life is sacred, to be loved and revered, and therefore practice ahimsa, noninjury, in thought, word and deed.
9	Hindus believe that no religion teaches the only way to salvation above all others, but that all genuine paths are facets of God's Light, deserving tolerance and understanding.

ਗੁਰੂ ਗ੍ਰੰਥ

The Guru Granth Sahib

Steek – English and Punjabi

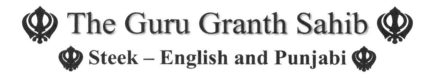

ਰਾਗੁ ਮਾਝ - Raag Maajh

(Gurbani Page: 94 –150)

(221 – 351)

☬ ਰਾਗੁ ਮਾਝ (94-150) ☬

221.ਰਾਗੁ ਮਾਝ ਚਉਪਦੇ ਘਰੁ ੧ ਮਹਲਾ ੪ (94-1)

Raag maajh cha-upday ghar 1 mehlaa 4

ਗੁਰੂ ਗ੍ਰੰਥ ਸਾਹਿਬ – ਮੂਲ ਮੰਤਰ ਵਿੱਚ ਪ੍ਰਭ ਦੀ ਅਵਸਥਾ ਦੀ ਸੋਝੀ ਜਾਣਕਰੀ ਦੱਸੀ ਗਈ ਹੈ!

ਮੂਲ ਮੰਤਰ ਦੇ ਪੰਜ ਭਾਗ:

ਪ੍ਰਭ ਦਾ ਅਕਾਰ, ਸ੍ਰਿਸਟੀ ਦਾ ਪ੍ਰਬੰਧ,
ਬਣਤਰ, ਮੁਕਤੀ, ਪ੍ਰਭ ਦੀ ਪਛਾਣ!

Five enlightenments of Mool Mantra:

Structure; Function; Creation;
Acceptance; Recognition.

ੴ ਸਤਿ ਨਾਮੁ ਕਰਤਾ ਪੁਰਖੁ, ਨਿਰਭਉ ਨਿਰਵੈਰੁ ਅਕਾਲ ਮੂਰਤਿ ਅਜੂਨੀ ਸੈਭੰ ਗੁਰ ਪ੍ਰਸਾਦਿ॥

ik-oNkaar, sat naam, kartaa, purakh, nirbha-o, nirvair, akaal, moorat, ajoonee, saibhaN, gur parsaad.

ਜਪੁ॥ ਆਦਿ ਸਚੁ ਜੁਗਾਦਿ ਸਚੁ॥ ਹੈ ਭੀ ਸਚੁ ਨਾਨਕ ਹੋਸੀ ਭੀ ਸਚੁ॥੧॥

jap.! Aad sach, Jugaad sach. Hai bhee sach, Naanak hosee bhee sach. ||1||

13) ਪ੍ਰਭ ਦਾ ਅਕਾਰ – Structure

ੴ	ਪ੍ਰਭ, ਇਕੋ ਇਕ, ਅਕਾਰ ਰਹਿਤ ਜੋਤ, ਸ੍ਰਿਸ਼ਟੀ ਦਾ ਮਾਲਕ!
ik-oNkaar:	The One and Only One, True Master. No form, shape, color, size, in Spirit only.

His Holy Spirit may appear in anything, anyone, anytime at His free Will; beyond any form, shape, size, or color, only Holy Spirit.

14) ਸ੍ਰਿਸਟੀ ਦਾ ਪ੍ਰਬੰਧ: Function and His Operation!

ਸਤਿ ਨਾਮੁ	ਪ੍ਰਭ ਦਾ ਸ਼ਬਦ, ਭਾਣਾ ਨਾ-ਬਦਲਣ, ਨਾ-ਟਾਲੇ ਜਾਣ ਵਾਲਾ; ਸਦਾ ਵਾਪਰਦਾ; ਹਰਇੱਕ ਆਤਮਾ ਤੇ ਪ੍ਰਭ ਉਕਾਰਦਾ ਹੈ; ਕਾਗਜ਼ ਤੇ ਲਿਖਿਆਂ ਨਹੀਂ ਜਾ ਸਕਦਾ; ਹਰਇੱਕ ਆਤਮਾ ਲਈ ਵੱਖਰਾ ਹੀ ਹੁੰਦਾ, ਸਦਾ ਚਲਣ ਵਾਲੀ ਗੂੰਜ, ਅਚੇਤ ਮਨ -ਸ਼ਿਵ, ਆਤਮਾ ਦੀ ਹੋਂਦ ਨਾਲ ਹੀ ਖਤਮ ਹੋ ਜਾਂਦਾ ਹੈ! ਪ੍ਰਭ ਦੀ ਹੋਂਦ, ਪ੍ਰਵਾਨਗੀ ਦਾ ਅਸਲੀ ਰਸਤਾ, ਸ਼ਬਦ ਵਿੱਚ ਹੀ ਸਮਾਇਆ ਹੈ!	
sat naam:	naam	His Command, His existence, His Word. a unique road-map embedded within each soul.
	sat	Omnipresent, Omniscient, Omnipotent, Unchangeable, Uncompromised, true forever.

The One and Only One, Holy Spirit remains embedded in His Nature, in His Word; only His Command pervades in the universe and nothing else exist without His mercy and grace.

15) ਸ੍ਰਿਸਟੀ ਦੀ ਬਣਤਰ: – Creation of the universe.

ਸੈਭੰ	ਪ੍ਰਭ ਆਪਣੇ ਆਪ ਵਿਚੋਂ ਉਤਪਤ; ਪ੍ਰਭ ਦੀ ਜੋਤ ਸ਼ਬਦ ਰੂਪ ਵਿੱਚ ਆਤਮਾ ਵਿੱਚ ਸਮਾਈ ਰਹਿੰਦੀ ਹੈ! ਆਤਮਾ, ਪ੍ਰਭ ਦੀ ਜੋਤ ਵਿਚੋਂ ਵਿਛੜੀ, ਜੋਤ ਦਾ ਭਾਗ ਹੈ!
saibhaN:	Universe, Creation, soul is an expansion of His Holy spirit; Soul separated to repent, sanctify to immerse with origin; No soul may be deprived from this opportunity.

The True Master, Creator Himself is The Creation, nothing else exist.

16) ਮੁਕਤੀ Salvation – His acceptance.

ਗੁਰ ਪ੍ਰਸਾਦਿ	ਪ੍ਰਭ ਦੀ ਆਪਣੀ ਮਰਜ਼ੀ, ਰਹਿਮਤ ਨਾਲ ਪ੍ਰਵਾਨਗੀ ਹੁੰਦੀ, ਕਿਸੇ ਬੰਦਗੀ, ਵਿਚੋਲੇ, ਗੁਰੂ ਦੀ ਅਰਦਾਸ, ਸਰਾਪ ਨਾਲ ਕੁਝ ਨਹੀਂ ਹੁੰਦਾ!
gur parsaad	His Blessings may only be with His Blessed Vision. No one may counsel nor curse His Blessings.

How, why, Whom, When! He may bestow His Blessed Vision, limits and duration remains beyond any comprehension of His Creation.

17) ਪ੍ਰਭ ਦੀ ਪਛਾਣ – Recognition

ਗੁਣ: – ਕਰਤਾ, ਪੁਰਖੁ, ਨਿਰਭਉ, ਨਿਰਵੈਰੁ, ਅਕਾਲ, ਮੂਰਤਿ, ਅਜੂਨੀ!

Virtues: - kartaa, purakh, nirbha-o nirvair, akaal, moorat, ajoonee

18) ਕੌਣ ਪੂਜਣ ਯੋਗ – Worthy to be worshipped

ਆਦਿ ਸਚੁ ਜੁਗਾਦਿ ਸਚੁ॥
ਹੈ ਭੀ ਸਚੁ ਨਾਨਕ ਹੋਸੀ ਭੀ ਸਚੁ॥੧॥

Aad sach, Jugaad sach.
Hai bhee sach, Naanak hosee bhee sach. ||1||

ਕੇਵਲ ਇਕੋ ਇਕ ਅਟਲ ਪ੍ਰਭ, ਪ੍ਰਭ ਦਾ ਸ਼ਬਦ, ਅਰੰਭ ਤੋਂ ਪਹਿਲੇ, ਹੁਣ, ਭਵਿੱਖ ਵਿੱਚ ਵੀ ਅਟਲ ਰਹਿਣ ਵਾਲਾ ਹੈ । ਕੇਵਲ ਉਸ ਦਾ ਹੁਕਮ ਹੀ ਚਲਦਾ ਹੈ । ਸਭ ਨੂੰ ਉਸ ਅਗੇ ਝੁਕਣਾ ਪੈਂਦਾ ਹੈ ।

ਗੁਰੂ ਗ੍ਰੰਥ ਸਾਹਿਬ ਦੀ ਬਾਣੀ ਦਾ ਤੱਤ – ਮੂਲ ਮੰਤਰ!

ਪ੍ਰਭ ਇਕੋ ਇਕ ਅਕਾਰ ਰਹਿਤ, ਅਟਲ, ਸਦਾ ਰਹਿਣ ਵਾਲੀ ਜੋਤ; ਸ੍ਰਿਸ਼ਟੀ ਵਿੱਚ, ਹਰਇਕ ਆਤਮਾ ਵਿੱਚ ਸ਼ਬਦ ਰੂਪ, ਪ੍ਰਵਾਨਗੀ ਦੇ ਰਸਤੇ ਦੇ ਰੂਪ ਵਿੱਚ ਸਮਾਈ ਹੈ । ਸ੍ਰਿਸ਼ਟੀ ਵਿੱਚ ਕੇਵਲ ਸ਼ਬਦ, ਪ੍ਰਭ ਦੇ ਹੁਕਮ ਰੂਪ ਵਿੱਚ ਵਾਪਰਦਾ ਹੈ, ਹਰਇਕ ਇਕ ਆਤਮਾ ਲਈ ਖਾਸ ਸ਼ਬਦ ਪੈਦਾ ਹੁੰਦਾ, ਆਤਮਾ ਦੀ ਹੋਂਦ ਖਤਮ ਹੋਣ ਨਾਲ ਸ਼ਬਦ ਦੀ ਹੋਂਦ ਵੀ ਖਤਮ ਹੋ ਜਾਂਦੀ ਹੈ । ਪ੍ਰਭ ਦੀ ਜੋਤ ਵਿੱਚ ਅਨੇਕਾ ਹੀ ਗੁਣ ਹਨ, ਸਾਰੇ ਗੁਣ ਆਤਮਾ ਵਿੱਚ ਨਹੀਂ ਹੋ ਸਕਦੇ । ਆਤਮਾ ਇਕ ਪਾਣੀ ਦੀ ਬੂੰਦ ਦੀ ਤਰ੍ਹਾਂ ਹੈ, ਪ੍ਰਭ ਇਕ ਸਮੁੰਦਰ ਦੀ ਤਰ੍ਹਾਂ ਹੈ; ਆਤਮਾ ਸਮੁੰਦਰ ਵਿੱਚ ਸਮਾ ਜਾਣ ਨਾਲ ਵੀ ਸਮੁੰਦਰ ਦੀ ਡੂੰਘਾਈ ਨਹੀਂ ਜਾਣ ਸਕਦੀ । ਪ੍ਰਭ ਦਾ ਦਰਬਾਰ, ਧਰਮਰਾਜ ਦੇ ਰੂਪ ਵਿੱਚ, ਸ਼ਬਦ ਵਿੱਚ ਹੀ ਸਮਾਇਆ ਰਹਿੰਦਾ ਹੈ, ਕੇਵਲ ਪਵਿੱਤਰ ਆਤਮਾ, ਪਰਖਣ ਯੋਗ ਹੀ ਸ੍ਰਿਸ਼ਟੀ ਵਿਚੋਂ ਪ੍ਰਭ ਦੀ ਆਤਮਾ ਨੂੰ ਪਵਿੱਤਰ ਕਰਨ ਵਾਲੀ ਕਠਾਲੀ (ਪੌੜੀ 38) ਵਿੱਚ ਜਾਂਦੀ ਹੈ । ਅਨੇਕਾਂ ਵਿਚੋਂ ਕੋਈ ਵਿਰਲੀ ਹੀ ਆਤਮਾ ਪਾਸ ਹੋ ਕੇ ਪ੍ਰਭ ਦੀ ਸਮੁੰਦਰ ਰੂਪੀ ਜੋਤ ਵਿੱਚ ਸਮਾ ਜਾਂਦੀ ਹੈ । ਬਾਕੀ ਆਤਮਾਂ ਨੂੰ ਗਤੀ, ਮੁਕਤ ਅਵਸਥਾ ਬਖਸ਼ਿਸ਼ ਨਹੀ ਹੁੰਦੀ, ਉਹ ਸਵਰਗ ਰੂਪੀ ਅਵਸਥਾ ਵਿੱਚ ਰਹਿੰਦੀ ਹੈ, ਇਸ ਵਿਚੋਂ ਹੀ ਫਰਿਸ਼ਤੇ, ਭੂਤ ਅਵਸਥਾ ਵਿੱਚ ਹੀ ਰਹਿੰਦੀ ਹੈ, ਆਪਣੀ ਨਵੇਂ ਹੁਕਮ (ਸ਼ਬਦ) ਦੀ ਧੀਰਜ ਨਾਲ ਉਡੀਕ ਕਰਦੀ ਹੈ । ਸਵਰਗ ਅਵਸਥਾ ਵਿਚੋਂ ਹੀ ਹਰਨਾਖਸ਼ ਵਰਗੇ ਜ਼ਾਲਮ, ਬ੍ਰਹਮਾ, ਜੀਸ਼ਸ਼, ਬੁਧ, ਨਾਨਕ ਵਰਗੇ ਅਵਤਾਰ ਸ੍ਰਿਸ਼ਟੀ ਨੂੰ ਅਸਲੀ ਪ੍ਰਵਾਨਗੀ ਦੇ ਰਸਤੇ ਦੀ ਸੋਝੀ ਪਾਉਣ ਲਈ ਸ੍ਰਿਸ਼ਟੀ ਵਿੱਚ ਜਨਮ ਲੈਂਦੇ ਹਨ । ਜਿਹੜੇ ਅਵਤਾਰ ਸੰਸਾਰਕ ਮਾਇਆ ਦੇ ਗੁਲਾਮ ਬਣ ਜਾਂਦੇ ਹਨ, ਉਹ ਆਪਣਾ ਨਵਾਂ ਸੰਸਾਰਕ ਧਰਮ, ਦੁਬਦਾ ਦਾ ਰਸਤਾ ਚਲਾਉਂਦੇ ਹਨ, ਆਪਣਾ ਵਾਪਸ ਜਾਣ ਵਾਲਾ ਰਸਤਾ ਗਵਾ ਲੈਂਦੇ ਹਨ । ਜਿਹੜੇ ਅਵਤਾਰ ਆਪਣੇ ਰਸਤੇ ਤੇ ਅਡੋਲ ਰਹਿੰਦੇ ਹਨ, ਉਹਨਾਂ ਦੀ ਆਤਮਾ, ਪਰਖਣ ਵਾਲੀ ਕੁਠਾਲੀ ਵਿਚੋਂ ਪਾਸ ਹੋ ਕੇ, ਜੋਤ ਵਿੱਚ ਸਮਾ ਜਾਂਦੀ, ਪ੍ਰਵਾਨ ਹੋ ਜਾਂਦੀ ਹੈ ।

The One and Only One, Holy Spirit; Axiom, ever-lasting, existed before creation of the universe, in present and in future His Holy Spirit remains embedded with each soul as His Word, as the right path of acceptance in His Court; His Word remains a symbol of The Righteous Judge, Devil of Death, His 10th Cave, Royal Palace; both Shiv and Shakti. His Word always provided two options to soul, to pick path of Shiv or path of Shakti; He remains beyond any emotional attachment or picking path for his soul. Only His Word, Command prevails in all other events of His Nature; even the mighty King, warrior, guru, prophet must surrender to His Command. His Word has been created unique with the creation of identity of each soul. Once, his soul may immerse within His Holy Spirit; her identity may be eliminated along with unique Word created for soul as guide in worldly life. His virtues remain beyond any limited, imagination or comprehension of His Creation. His soul may be considered as a drop of water, and His Holy

Spirit as an ocean; any soul may immerse within His Holy Spirit, becomes a part of His Holy Spirit; however, she may not comprehend His Virtues Completely. However, no one was born nor will ever be born with all unique virtues. Whosoever may have all above virtues; he may be worthy to be called The One and Only One, True Master, True Guru, only worthy of worship. Whose soul may be sanctified to become worthy of His Consideration; her cycle of birth and death cycle halted; she moved to buffer Zone, called Heaven; her soul may be subjected to further sanctification process as mentioned in Pauree 38 of Jupji; to become worthy to be immersed with His Holy Spirit; however, very rare soul may one out of million may be immersed within; all other souls remain in Heaven Zone waiting for His New Word and not be blessed with salvation. All other souls remain in the universe and assigned new worldly body till become worthy of His Consideration. All souls in Heaven Zone are graded with sanctification index and wait for His Command; all worldly prophets, Angels, ghosts, and devils may be created from heavenly zone with unique purpose. Any blessed soul created from Blessed Zone; Heaven may drift from his unique path becomes victim of sweet poison of worldly wealth; he may initiate new religion, extension of Shakti, worldly wealth may lose his place in heaven and must restate his new journey. Any prophet remains on the right path, mission may be reevaluated in His Oven of purification. NOTE!

9. Mystery of His Nature may not be written in any Worldly Holy Scripture no by any prophet, who may walk in worldly body!
10. From Ancient Ages a burning and unexplainable question! How the universe, first soul created.
11. All worldly Holy Scripture gives a confusing answer! Only blemished soul is born in the universe to be sanctified; Soul is an expansion of unblemished Holy Spirit.
12. This unique mystery has opened the door for creation of religion; extension of sweet poison worldly wealth; a never-ending hub of corruption in the universe!

The Master Key to open the door of the right path of acceptance in His Court, salvation may be "saibhaN"! Whosoever may be drenched with the essence that all souls are an expansion of His Holy Spirit; he may realize that mankind as a brotherhood. No one may want to harm and deceive himself! He may be blessed to conquer his own mind; with His mercy and grace, his cycle of birth and death may be eliminated!

ਹਰਿ ਹਰਿ ਨਾਮੁ ਮੈ, ਹਰਿ ਮਨਿ ਭਾਇਆ॥ hr har Naam mai har man bhaa-i-aa.
ਵਡਭਾਗੀ ਹਰਿ ਨਾਮੁ ਧਿਆਇਆ॥ vadbhaagee har Naam Dhi-aa-i-aa.
ਗੁਰਿ ਪੂਰੈ ਹਰਿ ਨਾਮ ਸਿਧਿ ਪਾਈ, gur poorai har Naam siDh paa-ee
ਕੋ ਵਿਰਲਾ ਗੁਰਮਤਿ ਚਲੈ ਜੀਉ॥੧॥ ko virlaa gurmat chalai jee-o. ||1||

ਅਗਰ ਵਡੇ ਭਾਗ ਹੋਣ ਤਾ ਹੀ ਸ਼ਬਦ ਨਾਲ ਲਗਨ ਲਗਦੀ ਹੈ । ਪ੍ਰਭ ਦੇ ਸ਼ਬਦ ਦੀ ਪਾਲਣਾ ਕਰਦੇ, ਪ੍ਰਭ ਦਾ ਸ਼ਬਦ ਮਨ ਨੂੰ ਭਾਉਣ ਲਗ ਪਿਆ ਹੈ । ਸ਼ਬਦ ਦੀ ਰੂਹਾਨੀ ਮੱਤ, ਪ੍ਰਭ ਦੇ ਸ਼ਬਦ ਦੀ ਪਾਲਣਾ ਨਾਲ ਹੀ ਬਖਸ਼ਿਸ਼ ਹੋ ਸਕਦੀ ਹੈ, ਫਿਰ ਵੀ ਕੋਈ ਵਿਰਲਾ ਹੀ ਅਡੋਲ ਭਰੋਸੇ ਨਾਲ ਪ੍ਰਭ ਦੇ ਸ਼ਬਦ ਦੀ ਪਾਲਣਾ ਕਰਦਾ ਹੈ ।

Whosoever may have a great prewritten destiny, only he may remain devoted to a devotional meditation on the teachings of His Word. By meditation on the teachings of His Word repeatedly; the essence of His Word may become very comforting to his heart. The eternal, spiritual enlightenment of the essence of His Word may only be blessed by The True guru, One and Only One True Master. However, very rare devotee may wholeheartedly obey and adopts the teachings of His Word in own day to day life.

ਮੈ ਹਰਿ ਹਰਿ ਖਰਚੁ ਲਇਆ ਬੰਨਿ ਪਲੈ॥ mai har har kharach la-i-aa bann palai.
ਮੇਰਾ ਪ੍ਰਾਣ ਸਖਾਈ mayraa paraan sakhaa-ee
ਸਦਾ ਨਾਲਿ ਚਲੈ॥ sadaa naal chalai.
ਗੁਰਿ ਪੂਰੈ ਹਰਿ ਨਾਮੁ ਦਿੜਾਇਆ, gur poorai har Naam dirhaa-i-aa
ਹਰਿ ਨਿਹਚਲੁ ਹਰਿ ਧਨੁ ਪਲੈ ਜੀਉ॥੨॥ har nihchal har Dhan palai jee-o. ||2||

ਮੈਂ ਸ਼ਬਦ ਦੀ ਪਾਲਣਾ, ਸਿਮਰਨ ਕਰਕੇ ਪ੍ਰਭ ਦੇ ਸ਼ਬਦ ਦੀ ਕਮਾਈ ਇਕੱਠੀ ਕੀਤੀ ਹੈ । ਮੇਰੇ ਸਵਾਸਾਂ ਦਾ ਮਾਲਕ, ਸਾਥੀ ਸਦਾ ਹੀ ਮੇਰੇ ਅੱਗ ਸੰਗ, ਸਾਥ ਰਹਿੰਦਾ ਹੈ । ਪੂਰਨ ਗੁਰੂ ਨੇ ਮੇਰੇ ਮਨ ਵਿੱਚ ਸ਼ਬਦ, ਸ਼ਬਦ ਦੀ ਪਾਲਣਾ ਦਾ ਬੀਜ ਬੋਇਆ ਹੈ । ਮੇਰੇ ਮਨ ਵਿੱਚ ਨਾ ਨਾਸ ਹੋਣ ਵਾਲੇ ਪ੍ਰਭ ਦੇ ਸ਼ਬਦ ਦਾ ਖਜ਼ਾਨਾ ਹੈ ।

I have collected, earned the wealth of His Word by meditating and obeying the teachings of His Word wholeheartedly. The True Master, Trustee of my breaths always remains my companion and support in my day-to-day life, in each action. The True Master, His Holy Spirit had sowed the seed of His Word within my heart. He has blessed unperishable uncorruptible treasure of His Word.

ਹਰਿ ਹਰਿ ਸਜਣੁ ਮੇਰਾ ਪ੍ਰੀਤਮੁ ਰਾਇਆ॥ har har sajan mayraa pareetam raa-i-aa.
ਕੋਈ ਆਣਿ ਮਿਲਾਵੈ, ko-ee aan milaavai mayray
ਮੇਰੇ ਪ੍ਰਾਣ ਜੀਵਾਇਆ॥ paraan jeevaa-i-aa.
ਹਉ ਰਹਿ ਨ ਸਕਾ ha-o reh na sakaa
ਬਿਨੁ ਦੇਖੇ ਪ੍ਰੀਤਮਾ, bin daykhay pareetamaa
ਮੈ ਨੀਰੁ ਵਹੇ ਵਹਿ ਚਲੈ ਜੀਉ॥੩॥ mai neer vahay veh chalai jee-o. ||3||

ਪ੍ਰਭ, ਪ੍ਰਭ ਦਾ ਸ਼ਬਦ ਹੀ ਮੇਰਾ ਸਭ ਤੋਂ ਚੰਗਾ ਸਾਥੀ, ਮੇਰਾ ਅਸਲੀ ਮਾਲਕ ਹੈ । ਜਿਹੜਾ ਪ੍ਰਭ ਨਾਲ ਮਿਲਾਪ, ਪ੍ਰਵਾਨਗੀ ਦੇ ਰਸਤੇ ਤੇ ਪਾ ਦੇਵੇ । ਉਸ ਨਾਲ ਮੇਰੇ ਸਵਾਸ ਨਵੇਂ ਸਿਰੇ ਤੋਂ ਚਲ ਪੈਣਗੇ । ਪ੍ਰਭ ਦੇ ਸ਼ਬਦ ਦੇ ਸਿਮਰਨ, ਪ੍ਰਭ ਨੂੰ ਦੇਖਣ ਤੋਂ ਬਿਨਾਂ ਮੇਰੇ ਸਵਾਸ ਨਹੀਂ ਚਲਦੇ, ਅੱਖਾਂ ਵਿਚੋਂ ਵਿਛੋੜੇ ਦੇ ਅੱਥਰੂ ਵਹਿਣ ਲਗ ਪੈਂਦੇ ਹਨ ।

His Word remains my true companion, best friend, and My True Master! Whosoever may guide me on to the right path of union with The True Master; with His mercy and grace, my breaths may rejuvenate all over again. Without seeing The True Master, without meditating on the teachings of His Word, I feel my breaths are useless, just wastage. My eyes are sweating with tears of renunciation in the memory of my separation from His Holy Spirit.

ਸਤਿਗੁਰੁ ਮਿਤ੍ਰੁ ਮੇਰਾ ਬਾਲ ਸਖਾਈ॥	saT`gur mitar mayraa baal sakhaa-ee.
ਹਉ ਰਹਿ ਨ ਸਕਾ	ha-o reh na sakaa
ਬਿਨੁ ਦੇਖੇ ਮੇਰੀ ਮਾਈ॥	bin daykhay mayree maa-ee.
ਹਰਿ ਜੀਉ ਕ੍ਰਿਪਾ ਕਰਹੁ ਗੁਰੁ ਮੇਲਹੁ,	har jee-o kirpaa karahu gur maylhu
ਜਨ ਨਾਨਕ ਹਰਿ ਧਨੁ ਪਲੈ ਜੀਉ॥੪॥੧॥	jan naanak har Dhan palai jee-o. ||4||1||

ਬਚਪਨ ਤੋਂ ਹੀ ਪ੍ਰਭ ਦਾ ਸ਼ਬਦ ਮੇਰਾ ਅਸਲੀ ਸਾਥੀ ਹੈ । ਸ਼ਬਦ ਦੀ ਪਾਲਣਾ, ਦੇਖਣ ਤੋਂ ਬਿਨਾਂ, ਮੇਰੇ ਮਨ ਵਿੱਚ ਸ਼ਾਂਤੀ ਨਹੀਂ ਆਉਂਦੀ । ਪ੍ਰਭ ਰਹਿਮਤ ਬਖਸ਼ੋ ! ਮੈਂ ਸ਼ਬਦ ਦੀ ਪਾਲਣਾ ਵਿੱਚ ਅਡੋਲ ਹੋ ਜਾਵਾ । ਸ਼ਬਦ ਦੀ ਕਮਾਈ ਕਰਕੇ ਪ੍ਰਭ ਦੇ ਦਰਬਾਰ ਵਿੱਚ ਪ੍ਰਵਾਨ ਹੋ ਜਾਵਾ ।

His Word is my companion from childhood. Without meditating, obeying the teachings of His Word, I may not enjoy peace, prosperity, or harmony. With the earnings of His Word, I pray and hope to be accepted in His Court.

222.ਮਾਝ ਮਹਲਾ ੪॥ (94-9)

ਮਧੁਸੂਦਨ ਮੇਰੇ ਮਨ ਤਨ ਪ੍ਰਾਨਾ॥	maDhusoodan mayray man tan paraanaa.
ਹਉ ਹਰਿ ਬਿਨੁ ਦੂਜਾ, ਅਵਰੁ ਨ ਜਾਨਾ॥	ha-o har bin doojaa avar na jaanaa.
ਕੋਈ ਸਜਣੁ ਸੰਤੁ ਮਿਲੈ ਵਡਭਾਗੀ,	ko-ee sajan sant milai vadbhaagee
ਮੈ ਹਰਿ ਪ੍ਰਭੁ ਪਿਆਰਾ ਦਸੈ ਜੀਉ॥੧॥	mai har parabh pi-aaraa dasai jee-o. ||1||

ਪ੍ਰਭ ਹੀ ਮੇਰੇ ਮਨ, ਤਨ, ਸਵਾਸ ਦਾ ਅਸਲੀ ਮਾਲਕ ਹੈ । ਪ੍ਰਭ ਤੋਂ ਬਿਨਾਂ ਮੇਰਾ ਹੋਰ ਕੋਈ ਆਸਰਾ, ਸਾਥੀ ਨਹੀਂ ਹੈ । ਅਗਰ ਕਿਸੇ ਸੰਤ ਸਰੂਪ ਜੀਵ ਦੀ ਸੰਗਤ ਬਖਸ਼ਿਸ਼ ਹੋ ਜਾਵੇ । ਜਿਹੜਾ ਮੈਨੂੰ ਪ੍ਰਭ ਦੀ ਪ੍ਰਵਾਨਗੀ ਦੇ ਰਸਤੇ ਤੇ ਪਾ ਦੇਵੇ, ਸ਼ਬਦ ਦੀ ਸੋਝੀ ਪਾ ਦੇਵੇ ।

The One and Only One True Master is the trustee of my mind, body, soul, and breaths. I have no other true companion except The True Master in this universe. I pray for the conjugation of His Holy saint; by adopting his life experience teachings in my day-to-day life; I may be encouraged to remain steady and stable on the right path of union with The True Master.

ਹਉ ਮਨੁ ਤਨੁ ਖੋਜੀ ਭਾਲਿ ਭਾਲਾਈ॥	ha-o man tan khojee bhaal bhaalaa-ee.
ਕਿਉ ਪਿਆਰਾ ਪ੍ਰੀਤਮੁ	ki-o pi-aaraa pareetam
ਮਿਲੈ ਮੇਰੀ ਮਾਈ॥	milai mayree maa-ee.
ਮਿਲਿ ਸਤਸੰਗਤਿ ਖੋਜੁ ਦਸਾਈ,	mil satsangatkhoj dasaa-ee
ਵਿਚਿ ਸੰਗਤਿ ਹਰਿ ਪ੍ਰਭੁ ਵਸੈ ਜੀਉ॥੨॥	vich sangat har parabh vasai jee-o. ||2||

ਮੈਂ ਆਪਣੇ ਮਨ ਅਤੇ ਤਨ ਨੂੰ ਬਾਰ ਬਾਰ ਖੋਜਿਆ, ਪਰਖਿਆ ਹੈ । ਮੈਂ ਆਪਣੇ ਪ੍ਰੀਤਮ ਨੂੰ ਕਿਵੇਂ ਮਿਲ ਸਕਾ? ਕਿਸਤਰ੍ਹਾਂ ਉਸ ਨਾਲ ਸੰਜੋਗ ਹੋ ਜਾਵੇ? ਸੰਤ ਸੰਗਤ ਕਰਨ ਨਾਲ ਮੈਨੂੰ ਰਸਤੇ ਦੀ ਸੋਝੀ ਬਖਸ਼ਿਸ਼ ਹੋ ਗਈ ਹੈ । ਪ੍ਰਭ ਆਪ ਹੀ ਸੰਤ ਸੰਗਤ ਵਿੱਚ ਵਸਦਾ ਹੈ ।

I have searched within my mind and body repeatedly. How may I find the right path of acceptance in His Court? How may I be blessed with the association of my True Master? How may I be blessed with the association, conjugation of His Holy Saint? The True Master has bestowed His Blessed Vision, I have been enlightened with the right path of acceptance in His Court. The True Master remains very gracious, forgiving in the congregation of His true devotees.

ਮੇਰਾ ਪਿਆਰਾ ਪ੍ਰੀਤਮੁ	mayraa pi-aaraa pareetam
ਸਤਿਗੁਰੁ ਰਖਵਾਲਾ॥	saT`gur rakhvaalaa.
ਹਮ ਬਾਰਿਕ ਦੀਨ ਕਰਹੁ ਪ੍ਰਤਿਪਾਲਾ॥	ham baarik deen karahu partipaalaa.
ਮੇਰਾ ਮਾਤ ਪਿਤਾ ਗੁਰੁ ਸਤਿਗੁਰੁ ਪੂਰਾ,	mayraa maat pitaa gur saT`gur pooraa
ਗੁਰ ਜਲ ਮਿਲਿ ਕਮਲੁ ਵਿਗਸੈ ਜੀਉ॥੩॥	gur jal mil kamal vigsai jee-o. ||3||

ਮੇਰਾ ਪ੍ਰੀਤਮ, ਪ੍ਰਭ ਆਪ ਹੀ ਮੇਰਾ ਰਖਵਾਲਾ ਹੈ । ਮੈਂ ਅਣਜਾਣ, ਬੇਚਾਰ ਬਾਲਕ ਹਾ! ਰਹਿਮਤ ਬਖਸ਼ੋ, ਅਸਲੀ ਰਸਤਾ ਬਖਸ਼ੋ, ਅਡੋਲ ਰਖੋ! ਪ੍ਰਭ ਹੀ ਮੇਰੇ ਮਾਤਾ, ਪਿਤਾ ਦੇ ਰੂਪ ਵਿੱਚ ਮੇਰੀ ਪਾਲਣਾ ਕਰਨ ਲਈ ਆਉਂਦਾ ਹੈ । ਸ਼ਬਦ ਦੀ ਸੋਝੀ ਰੂਪੀ ਪਾਣੀ ਨਾਲ ਮੇਰੇ ਮਨ ਦਾ ਕਮਲ ਦਾ ਫੁੱਲ ਖੇੜੇ ਵਿੱਚ ਆ ਜਾਂਦਾ ਹੈ ।

The True Master, true lover, remains my protector, savior. I am an ignorant helpless child; with Your mercy and grace, blesses devotion to meditate on the teachings of Your Word with steady and stable belief. The True Master comes as a guide like worldly parents to obey the teachings of His Word. Whosoever may be blessed with the nectar of the essence of His Word; the lotus flower of his mind, soul may remain in blossom in worldly life.

ਮੈ ਬਿਨੁ ਗੁਰ ਦੇਖੇ ਨੀਦ ਨ ਆਵੈ॥	mai bin gur daykhay need na aavai.
ਮੇਰੇ ਮਨ ਤਨਿ ਵੇਦਨ,	mayray man tan vaydan
ਗੁਰ ਬਿਰਹੁ ਲਗਾਵੈ॥	gur birahu lagaavai.
ਹਰਿ ਹਰਿ ਦਇਆ ਕਰਹੁ ਗੁਰੁ ਮੇਲਹੁ,	har har da-i-aa karahu gur maylhu
ਜਨ ਨਾਨਕ ਗੁਰ ਮਿਲਿ ਰਹਸੈ ਜੀਉ॥੪॥੨॥	jan naanak gur mil rahsai jee-o. ||4||2||

ਮੇਰਾ ਮਨ, ਤਨ ਪ੍ਰਭ ਦੇ ਵਿਛੋੜੇ ਦੇ ਵਿਰਾਗ ਵਿੱਚ ਭਟਕਦਾ ਹੈ । ਪ੍ਰਭ ਦੇ ਸ਼ਬਦ ਦੀ ਪਾਲਣਾ ਕਰਨ, ਲਿਵ ਲਾਉਣ ਤੋਂ ਬਿਨਾਂ ਨੀਂਦ ਨਹੀਂ ਆਉਂਦੀ । ਪ੍ਰਭ ਆਪਣੀ ਰਹਿਮਤ ਨਾਲ ਸ਼ਬਦ ਦੀ ਸੋਝੀ ਦੇਣ ਵਾਲੇ ਸੰਤ ਸਰੂਪ ਦੀ ਸੰਗਤ ਬਖਸ਼ੋ! ਜਿਸ ਦੇ ਜੀਵਨ ਦੀ ਸਿਖਿਆਂ ਨੂੰ ਆਪਣੇ ਜੀਵਨ ਵਿੱਚ ਢਾਲਣ ਨਾਲ ਪ੍ਰਵਾਨਗੀ ਦੇ ਰਸਤੇ ਦੀ ਸੋਝੀ ਬਖਸ਼ਿਸ਼ ਹੋ ਜਾਵੇ । ਮੇਰੇ ਮਨ ਦਾ ਕਮਲ ਦਾ ਫੁੱਲ ਖੇੜੇ ਵਿੱਚ ਆ ਜਾਵੇ ।

My mind, and body remains frustrated in renunciation in the memory of my separation from His Holy Spirit. I remain miserable, sleepless without obeying the teachings of His Word. The Merciful True Master bestows Your Blessed Vision to bless the conjugation of Your Holy saint. I may adopt his life experience teachings in my day-to-day life; with Your mercy and grace, I may be blessed with the right path of acceptance in Your Court. The lotus flower of my soul be blossomed again.

223.ਮਾਝ ਮਹਲਾ ੪॥ (95-1)

ਹਰਿ ਗੁਣ ਪੜੀਐ ਹਰਿ ਗੁਣ ਗੁਣੀਐ॥	har gun parhee-ai har gun gunee-ai.
ਹਰਿ ਹਰਿ ਨਾਮ ਕਥਾ ਨਿਤ ਸੁਣੀਐ॥	har har Naam kathaa nit sunee-ai.
ਮਿਲਿ ਸਤਸੰਗਤਿ ਹਰਿ ਗੁਣ ਗਾਏ,	mil satsangat har gun gaa-ay jag bha-
ਜਗੁ ਭਉਜਲੁ ਦੁਤਰੁ ਤਰੀਐ ਜੀਉ॥੧॥	ojal dutar taree-ai jee-o. ||1||

ਪ੍ਰਭ ਦੇ ਸ਼ਬਦ ਨੂੰ ਪੜ੍ਹਨ, ਵਿਚਾਰ ਕਰਨ, ਬਾਰ ਬਾਰ ਸ਼ਬਦ ਦੀ ਕਥਾ ਸੁਣਨ, ਸੰਤ ਸੰਗਤ ਕਰਨ ਅਤੇ ਸ਼ਬਦ ਦੀ ਉਸਤਤ ਗਾਉਣ ਨਾਲ, ਆਤਮਾ ਭਿਆਨਕ ਸੰਸਾਰਕ ਸਾਗਰ ਨੂੰ ਪਾਰ ਕਰ ਜਾਂਦੀ ਹੈ ।

By reading, reciting, discussing, concentrating, thinking about, listening to the sermons of His Word, and singing the glory of His Word in congregation of His true devotees; his soul may cross the terrible ocean of worldly desires.

ਆਉ ਸਖੀ ਹਰਿ ਮੇਲੁ ਕਰੇਹਾ॥	aa-o sakhee har mayl karayhaa. mayray
ਮੇਰੇ ਪ੍ਰੀਤਮ ਕਾ ਮੈ ਦੇਇ ਸਨੇਹਾ॥	pareetam kaa mai day-ay sanayhaa.
ਮੇਰਾ ਮਿਤ੍ਰੁ ਸਖਾ ਸੋ ਪ੍ਰੀਤਮੁ ਭਾਈ,	mayraa mitar sakhaa so pareetam bhaa-ee
ਮੈ ਦਸੇ ਹਰਿ ਨਰਹਰੀਐ ਜੀਉ॥੨॥	mai dasay har narharee-ai jee-o. ||2||

ਪ੍ਰਭ ਦੇ ਸ਼ਬਦ ਦਾ ਸਿਮਰਨ, ਪਾਲਣਾ, ਜੀਵਨ ਵਿੱਚ ਢਾਲੋ! ਜਿਹੜਾ ਪ੍ਰਭ ਦੇ ਪ੍ਰਵਾਨਗੀ ਦੇ ਰਸਤੇ ਦੀ ਸੋਝੀ ਪਾ ਦੇਵੇ, ਕੇਵਲ ਉਹ ਹੀ ਮੇਰਾ ਸਾਥੀ, ਪਿਆਰਾ, ਭਾਈ ਹੈ ।

You should meditate, obey, and adopt the teachings of His Word with steady and stable belief. Whosoever may guide on the right path of acceptance in His Court; Only he may be worthy to be call true companion, brother.

ਮੇਰੀ ਬੇਦਨ ਹਰਿ ਗੁਰੁ ਪੂਰਾ ਜਾਣੈ॥	mayree baydan har gur pooraa jaanai.
ਹਉ ਰਹਿ ਨ ਸਕਾ ਬਿਨੁ ਨਾਮ ਵਖਾਣੈ॥	ha-o reh na sakaa bin naam vakhaanay.
ਮੈ ਅਉਖਧੁ ਮੰਤ੍ਰੁ ਦੀਜੈ ਗੁਰ ਪੂਰੇ,	mai a-ukhaDh mantar deejai gur pooray
ਮੈ ਹਰਿ ਹਰਿ ਨਾਮਿ ਉਧਰੀਐ ਜੀਉ॥੩॥	mai har har naam uDhree-ai jee-o. ‖3‖

ਕੇਵਲ ਪ੍ਰਭ ਹੀ ਮੇਰੇ ਮਨ ਦੇ ਰੋਗ ਨੂੰ ਪੂਰਨ ਤਰ੍ਹਾਂ ਜਾਣਦਾ ਹੈ । ਹਰ ਵੇਲੇ ਪ੍ਰਭ ਦੇ ਸ਼ਬਦ ਦੇ ਸਿਮਰਨ ਕਰਨ ਤੋਂ ਬਿਨਾਂ ਸ਼ਾਂਤੀ ਬਖਸ਼ਿਸ਼ ਨਹੀਂ ਹੁੰਦੀ । ਪ੍ਰਭ ਆਪਣੀ ਰਹਿਮਤ ਨਾਲ ਸ਼ਬਦ ਦਾ ਮੰਤ੍ਰ ਬਖਸ਼ੋ! ਜਿਸ ਦਾ ਸਿਮਰਨ ਕਰਨ ਨਾਲ ਦਰਬਾਰ ਵਿੱਚ ਪ੍ਰਵਾਨਗੀ ਦਾ ਰਸਤਾ ਬਖਸ਼ਿਸ਼ ਹੋ ਜਾਵਾ ।

Only The Omniscient True Master may truly comprehend all diseases of my worldly desires, and wicked ways. Whosoever may not meditate on the teachings of His Word with steady and stable belief; he may not enjoy peace of mind and contentment in his life. The True Master bestows Your Blessed Vision a devotion to meditate; I may adopt the teachings in my day-to-day life; I may be blessed with the right path of acceptance in His Court.

ਹਮ ਚਾਤ੍ਰਿਕ ਦੀਨ ਸਤਿਗੁਰ ਸਰਣਾਈ॥	ham chaatrik deen saT`gur sarnaa-ee.
ਹਰਿ ਹਰਿ ਨਾਮੁ ਬੂੰਦ ਮੁਖਿ ਪਾਈ॥	har har naam boond mukh paa-ee.
ਹਰਿ ਜਲਨਿਧਿ ਹਮ ਜਲ ਕੇ ਮੀਨੇ,	har jalniDh ham jal kay meenay
ਜਨ ਨਾਨਕ ਜਲ ਬਿਨੁ ਮਰੀਐ ਜੀਉ॥੪॥੩॥	jan naanak jal bin maree-ai jee-o. ‖4‖3‖

ਮੈਂ ਨਿਮਾਣਾ, ਸ਼ਬਦ ਦੇ ਗੀਤ ਗਾਉਣ ਵਾਲੇ ਪੰਛੀ, ਨੇ ਆਪਾ ਤੇਰੀ ਸ਼ਰਣ ਵਿੱਚ ਭੇਟਾ ਕੀਤਾ ਹੈ! ਪ੍ਰਭ ਰਹਿਮਤ ਬਖਸ਼ੋ! ਦਰ ਤੇ ਆਏ ਮੰਗਤੇ, ਪੰਛੀ ਦੇ ਮੂੰਹ ਵਿੱਚ ਸ਼ਬਦ ਰੂਪੀ ਅੰਮ੍ਰਿਤ ਦੀ ਬੂੰਦ ਪਾਵੋਂ! ਪ੍ਰਭ ਦਾ ਸ਼ਬਦ ਹੀ ਅੰਮ੍ਰਿਤ ਭਰਿਆ ਸਾਗਰ, ਸਮੁੰਦਰ ਹੈ । ਮੈਂ, ਨਿਮਾਣੀ ਮੱਛੀ ਜਲ ਦੇ ਸਾਗਰ ਵਿੱਚ ਤੇਰੀ ਪਨਾਹ ਵਿੱਚ ਆਈ ਹਾ । ਸ਼ਬਦ ਰੂਪੀ ਜਲ ਤੋਂ ਬਿਨਾਂ ਜਿਉਂਦੀ ਨਹੀਂ ਰਹ ਸਕਦੀ ।

I have surrendered my self-identity at Your Sanctuary and singing the glory of Your Word as your humble servant, devotee. The Merciful True Master bestows the drop of nectar in my mouth. The essence of Your Word may be an overwhelming ocean of nectar. I am like a lonely, helpless fish swimming in the ocean of nectar of enlightenment; I have surrendered mt self-identity at Your Sanctuary. I may not survive without the nectar of the essence of Your Word.

224.ਮਾਝ ਮਹਲਾ ੪॥ (95-6)

ਬੰਦਗੀ ਕਰਨਵਾਲੇ ਪ੍ਰਭ ਦੇ ਦਾਸ ਕ੍ਰਿਪਾ ਕਰੋ! ਮੈਨੂੰ ਆਪਣੇ ਸਾਥ ਮਿਲਾ ਲਵੋ! ਪ੍ਰਭ ਦੀ ਪ੍ਰਵਾਨਗੀ ਦੇ ਰਸਤਾ ਦੀ ਸੋਝੀ ਬਖਸ਼ੋ! ਮੇਰੇ ਮਨ ਵਿੱਚ ਪ੍ਰਭ ਨੂੰ ਮਿਲਣ ਦੀ ਬਹੁਤ ਸ਼ਰਧਾ ਹੈ । ਜੀਵਨ ਦੇ ਦਾਤੇ, ਸਵਾਸਾਂ ਦੇ ਮਾਲਕ ਰਹਿਮਤ ਬਖਸ਼ੋ! ਤੇਰੇ ਦਰਸ਼ਨ ਕਰਨ ਨਾਲ ਮਨ ਵਿੱਚ ਸੰਤੋਖ, ਠੰਡ ਪੈ ਜਾਂਦੀ, ਮਨ ਖੇੜੇ ਵਿੱਚ ਆ ਜਾਂਦਾ ਹੈ ।

The True Master bestows Your Blessed Vision to blesses the conjugation of Your Holy saint. I may be blessed with the right path of acceptance in Your Court. I have a deep devotion, desire, and anxiety to be enlightened with the essence of Your Word. My True Master, Trustee of my breathes, only with Your Blessed Vision, I may remain contented and the lotus flower of my mind may be blossomed from within.

ਮਿਲਿ ਸਤਸੰਗਿ ਬੋਲੀ ਹਰਿ ਬਾਣੀ॥	mil satsang bolee har banee.
ਹਰਿ ਹਰਿ ਕਥਾ ਮੇਰੈ ਮਨਿ ਭਾਣੀ॥	har har kathaa mayrai man bhaanee.
ਹਰਿ ਹਰਿ ਅੰਮ੍ਰਿਤੁ ਹਰਿ ਮਨਿ ਭਾਵੈ,	har har amrit har man bhaavai
ਮਿਲਿ ਸਤਿਗੁਰ ਅੰਮ੍ਰਿਤੁ ਪੀਜੈ ਜੀਉ॥੨॥	mil saT`gur amrit peejai jee-o. ‖2‖

ਸੰਤ ਸੰਗਤ ਵਿੱਚ ਮਿਲਕੇ, ਸ਼ਬਦ ਦਾ ਸਿਮਰਨ, ਉਸਤਤ ਗਾਉਣ ਨਾਲ ਪ੍ਰਭ ਦਾ ਸ਼ਬਦ ਮਨ ਨੂੰ ਭਾਉਣ ਲਗ ਪੈਂਦਾ ਹੈ । ਸ਼ਬਦ ਦੀ ਸੋਝੀ ਰੂਪੀ ਅੰਮ੍ਰਿਤ ਮਨ ਨੂੰ ਬਹੁਤ ਮਿੱਠਾ ਲਗਦਾ ਹੈ । ਅਡੋਲ ਭਰੋਸੇ ਨਾਲ ਸ਼ਬਦ ਦੀ ਪਾਲਣਾ ਨਾਲ ਹੀ ਇਹ ਅੰਮ੍ਰਿਤ ਬਖਸ਼ਿਸ਼ ਹੋ ਸਕਦਾ ਹੈ ।

Whosoever may join the conjugation of His Holy saint, meditating, and singing the glory of His Word; the teachings of His Word may become soothing to his mind. Whosoever may obey the teachings of His Word with steady and stable belief in day-to-day life; with His mercy and grace, he may be blessed with the nectar of the essence of His Word.

ਵਡਭਾਗੀ ਹਰਿ ਸੰਗਤਿ ਪਾਵਹਿ॥	vadbhaagee har sangat paavahi.
ਭਾਗਹੀਨ ਭ੍ਰਮਿ ਚੋਟਾ ਖਾਵਹਿ॥	bhaagheen bharam chotaa khaaveh.
ਬਿਨੁ ਭਾਗਾਂ ਸਤਸੰਗੁ ਨ ਲਭੈ,	bin bhaagaa satsang na labhai
ਬਿਨੁ ਸੰਗਤਿ ਮੈਲੁ ਭਰੀਜੈ ਜੀਉ॥੩॥	bin sangat mail bhareejai jee-o. ||3||

ਜਿਸ ਦੇ ਵਡੇ ਭਾਗ ਹੁੰਦੇ ਹਨ, ਉਸ ਨੂੰ ਹੀ ਸੰਤ ਸੰਗਤ ਨਸੀਬ, ਬਖਸ਼ਿਸ਼ ਹੁੰਦੀ ਹੈ । ਬਿਨਾਂ ਭਾਗਾਂ ਤੋਂ ਸੰਤ ਸੰਗਤ ਬਖਸ਼ਿਸ਼ ਨਹੀਂ ਹੁੰਦੀ । ਉਸ ਦਾ ਮਨ ਦਾਗ਼ੀ, ਮੈਲ ਨਾਲ ਹੀ ਭਰਿਆਂ ਰਹਿੰਦਾ ਹੈ ।

Whosoever may have a great prewritten destiny, only he may be blessed with the association, conjugation of His true devotee. Without a great fortune the conjugation of His Holy saint may not be blessed. His mind may remain overwhelmed with blemish of evil thoughts.

ਮੈ ਆਇ ਮਿਲਹੁ ਜਗਜੀਵਨ ਪਿਆਰੇ॥	mai aa-ay milhu jagjeevan pi-aaray.
ਹਰਿ ਹਰਿ ਨਾਮੁ ਦਇਆ ਮਨਿ ਧਾਰੇ॥	har har naam da-i-aa man Dhaaray.
ਗੁਰਮਤਿ ਨਾਮੁ ਮੀਠਾ ਮਨਿ ਭਾਇਆ,	gurmat naam meethaa man bhaa-i-aa
ਜਨ ਨਾਨਕ ਨਾਮਿ ਮਨੁ ਭੀਜੈ ਜੀਉ॥੪॥੪॥	jan naanak naam man bheejai jee-o. ||4||4||

ਮੈਂ ਪ੍ਰਭ ਦੀ ਸ਼ਰਣ ਵਿੱਚ ਆਪਾ ਭੇਟਾ ਕਰਦਾ ਹਾ । ਆਪਣੀ ਰਹਿਮਤ ਨਾਲ ਸ਼ਬਦ ਦੀ ਪਾਲਣਾ ਵਿੱਚ ਲਗਨ ਬਖਸ਼ੋ! ਮੇਰੇ ਮਨ ਵਿੱਚ ਸ਼ਬਦ ਦੀ ਸੋਝੀ ਘਰ ਕਰ ਜਾਵੇ । ਜਿਹੜਾ ਸ਼ਬਦ ਦੀ ਪਾਲਣਾ, ਸਿਮਰਨ ਕਰਦਾ ਹੈ, ਉਸ ਦੇ ਮਨ ਨੂੰ ਸ਼ਬਦ ਦੀ ਸਿਖਿਆਂ ਭਾਉਣ ਲਗ ਪੈਂਦੀ ਹੈ । ਉਸ ਦੇ ਮਨ ਤੇ ਸ਼ਬਦ ਦਾ ਰੰਗ ਰਚ ਜਾਂਦਾ, ਮਨ ਖੇੜੇ ਵਿੱਚ ਵਸਦਾ ਹੈ ।

I have humbly surrendered my self-identity at Your Sanctuary! The Merciful True Master blesses devotion to obey the teachings of Your Word. Whosoever may meditate and obeys the teachings of His Word with steady and stable belief; with His mercy and grace, the essence of His Word may become soothing to my soul. He may remain drenched with the essence of Your Word and remain overwhelmed with contentment and blossom.

225.ਮਾਝ ਮਹਲਾ ੪॥ (95-12)

ਹਰਿ ਗੁਰ ਗਿਆਨੁ, ਹਰਿ ਰਸੁ ਹਰਿ ਪਾਇਆ॥	mar gur gi-aan har ras har paa-i-aa.
ਮਨੁ ਹਰਿ ਰੰਗਿ ਰਾਤਾ, ਹਰਿ ਰਸੁ ਪੀਆਇਆ॥	man, har rang raataa har ras pee-aa-i-aa.
ਹਰਿ ਹਰਿ ਨਾਮੁ ਮੁਖਿ ਹਰਿ ਹਰਿ ਬੋਲੀ,	har har Naam mukh har har bolee
ਮਨੁ ਹਰਿ ਰਸਿ ਟੁਲਿ ਟੁਲਿ ਪਉਦਾ ਜੀਉ॥੧॥	man, har ras tul tul pa-udaa jee-o. ||1||

ਸ਼ਬਦ ਦੀ ਪਾਲਣਾ ਕਰਨ ਨਾਲ, ਸ਼ਬਦ ਦੀ ਸੋਝੀ ਹੋ ਗਈ ਹੈ, ਸ਼ਬਦ ਮਨ ਵਿੱਚ ਵਸ ਗਿਆ ਹੈ । ਸ਼ਬਦ ਦੇ ਤੱਤ ਦੀ ਜਾਗਰਤੀ ਹੋ ਗਈ ਹੈ । ਮਨ ਪ੍ਰਭ ਦੇ ਸ਼ਬਦ ਦੀ ਪ੍ਰੀਤ ਨਾਲ ਰਚਿਆ ਹੈ, ਸ਼ਬਦ ਦੀ ਸੋਝੀ ਰੂਪੀ ਅੰਮ੍ਰਿਤ ਦੇ ਰਸ ਅਨੰਦ ਮਾਨਦਾ ਹੈ । ਆਪਣੀ ਜੀਭ ਨਾਲ ਪ੍ਰਭ ਦੇ ਸ਼ਬਦ ਦੀ ਉਸਤਤ ਗਾਉਂਦਾ ਹਾ । ਮੇਰਾ ਮਨ ਸ਼ਬਦ ਦੀ ਸੋਝੀ ਨਾਲ ਭਰਿਆ ਹੈ ।

I am obeying the teachings of His Word; with His mercy and grace, I am drenched with the essence of His Word. I am enjoying the nectar of the essence of the teachings of His Word. I am singing the glory of His Word with my tongue and I am overwhelmed with the essence of His Word.

ਆਵਹੁ ਸੰਤ ਮੈ ਗਲਿ ਮੇਲਾਈਐ॥	aavhu sant mai gal maylaa-ee-ai.
ਮੇਰੇ ਪ੍ਰੀਤਮ ਕੀ ਮੈ ਕਥਾ ਸੁਣਾਈਐ॥	mayray pareetam kee mai kathaa sunaa-ee-ai.
ਹਰਿ ਕੇ ਸੰਤ ਮਿਲਹੁ ਮਨੁ ਦੇਵਾ,	har kay sant milhu man dayvaa
ਜੋ ਗੁਰਬਾਣੀ ਮੁਖਿ ਚਉਦਾ ਜੀਉ॥੨॥	jo gurbaanee mukh cha-udaa jee-o. ||2||

ਮੇਰੇ ਬੰਦਗੀ ਕਰਨਵਾਲੇ ਸਾਥੀ, ਪ੍ਰਨਾਮ । ਮੈਨੂੰ ਪ੍ਰਭ ਦੇ ਸ਼ਬਦ ਦੀ ਕਥਾ ਸੁਣਾਵੋ! ਜਿਹੜਾ ਆਪਣੀ ਜੀਭ ਤੋਂ ਪ੍ਰਭ ਦੇ ਸ਼ਬਦ ਦੇ ਗੁਣ ਗਾਉਂਦਾ ਹੈ । ਮੈਂ ਆਪਾ ਤੋਂ ਵਾਰ ਦੇਵਾ ।

My true companion, I bow at your feet! My true companion, sings the glory of His virtues and sermons of His Word. Whosoever may sing the glory of His Word with his own tongue! I remain fascinated from his way of life.

ਵਡਭਾਗੀ ਹਰਿ ਸੰਤੁ ਮਿਲਾਇਆ॥	vadbhaagee har sant milaa-i-aa.
ਗੁਰਿ ਪੂਰੈ ਹਰਿ ਰਸੁ ਮੁਖਿ ਪਾਇਆ॥	gur poorai har ras mukh paa-i-aa.
ਭਾਗਹੀਨ ਸਤਿਗੁਰੁ ਨਹੀਂ ਪਾਇਆ,	bhaagheen saT`gur nahee paa-i-aa
ਮਨਮੁਖੁ ਗਰਭ ਜੂਨੀ	manmukh Garabh joonee
ਨਿਤਿ ਪਉਦਾ ਜੀਉ॥੩॥	nit pa-udaa jee-o. ||3||

ਮੇਰੇ ਵਡੇ ਭਾਗ ਹੋ ਗਏ, ਪ੍ਰਭ ਦੀ ਰਹਿਮਤ ਨਾਲ ਸੰਤ ਸਰੂਪ ਜੀਵ ਨਾਲ ਸੰਜੋਗ ਹੋ ਗਿਆ ਹੈ । ਪੂਰਨ ਗੁਰੂ ਨੇ ਮੇਰੀ ਜੀਭ ਤੇ ਸ਼ਬਦ ਦੀ ਸੋਝੀ, ਸ਼ਬਦ ਦੇ ਗੁਣ ਗਾਉਣ ਦੀ ਸਮਰਥਾ ਬਖਸ਼ੀ ਹੈ । ਜਿਸ ਦੇ ਮੰਦੇ ਭਾਗ ਹੁੰਦੇ ਹਨ, ਉਸ ਦੀ ਸ਼ਬਦ ਨਾਲ ਲਗਨ ਨਹੀਂ ਲਗਦੀ । ਉਹ ਮਨਮੁਖ ਜੂੰਨਾਂ ਦੇ ਚੱਕਰ ਵਿੱਚ ਭਉਦਾ ਰਹਿੰਦਾ ਹੈ ।

I have been blessed with great fortune! I have been blessed with the association of His true devotee. The True Master has blessed the essence of His teachings at my tongue! I have been blessed with a devotion, to sing His Glory. Whosoever may be unfortunate, he may not obey the teachings of His Word! Self-minded remains in the cycle of birth and death.

ਆਪਿ ਦਇਆਲਿ ਦਇਆ ਪ੍ਰਭਿ ਧਾਰੀ॥	aap da-i-aal da-i-aa parabh Dhaaree.
ਮਲੁ ਹਉਮੈ ਬਿਖਿਆ ਸਭ ਨਿਵਾਰੀ॥	mal ha-umai bikhi-aa sabh nivaaree.
ਨਾਨਕ ਹਟ ਪਟਣ ਵਿਚਿ ਕਾਂਇਆ,	naanak hat patan vich kaaN-i-aa
ਹਰਿ ਲੈਂਦੇ ਗੁਰਮੁਖਿ ਸਉਦਾ ਜੀਉ॥੪॥੫॥	har laiNday gurmukh sa-udaa jee-o. ||4||5||

ਰਹਿਮਤਾਂ ਦੇ ਦਾਤੇ ਨੇ ਰਹਿਮਤ ਦੀ ਨਜ਼ਰ ਬਖਸ਼ੀ ਹੈ । ਮੇਰੇ ਮਨ ਵਿਚੋਂ ਅਹੰਕਾਰ ਰੂਪੀ ਜ਼ਹਿਰ ਪੂਰਨ ਤਰ੍ਹਾਂ ਨਾਸ, ਖਤਮ ਕਰ ਦਿੱਤਾ ਹੈ । ਇਸ ਤਨ ਰੂਪੀ ਬਜ਼ਾਰ ਵਿੱਚ ਹੁਣ ਆਤਮਾ ਗੁਰਮਖ ਅਵਸਥਾ ਪਾ ਕੇ ਪ੍ਰਭ ਦੇ ਸ਼ਬਦ ਦਾ ਵਪਾਰ ਕਰਦੀ ਹੈ । ਸ਼ਬਦ ਦਾ ਧਨ ਇਕੱਠਾ ਕਰਦੀ ਹੈ ।

The Merciful True Master has bestowed His Blessed Vision on my soul. The poison of my ego has been destroyed from my mind. I have been blessed with a state of mind as His true devotee. I may earn the wealth of His Word within the market-place of my mind.

226.ਮਾਝ ਮਹਲਾ ੪॥ (95-18)

ਹਉ ਗੁਣ ਗੋਵਿੰਦ ਹਰਿ ਨਾਮੁ ਧਿਆਈ॥	ha-o gun govind har Naam Dhi-aa-ee.
ਮਿਲਿ ਸੰਗਤਿ ਮਨਿ ਨਾਮੁ ਵਸਾਈ॥	mil sangat man Naam vasaa-ee.
ਹਰਿ ਪ੍ਰਭ ਅਗਮ ਅਗੋਚਰ ਸੁਆਮੀ,	har parabh agam agochar su-aamee
ਮਿਲਿ ਸਤਿਗੁਰ ਹਰਿ ਰਸੁ ਕੀਚੈ ਜੀਉ॥੧॥	mil saT`gur har ras keechai jee-o. ||1||

ਮੈਂ ਸ੍ਰਿਸ਼ਟੀ ਦੇ ਮਾਲਕ ਦੇ ਸ਼ਬਦ ਦੀ ਉਸਤਤ ਗਾਉਂਦਾ, ਸ਼ਬਦ ਦਾ ਸਿਮਰਨ ਕਰਦਾ ਹਾ । ਜਿਹੜਾ ਸੰਤ ਸੰਗਤ ਵਿੱਚ ਰਲਕੇ ਸਿਮਰਨ ਕਰਦਾ ਹੈ, ਉਸ ਦਾ ਸ਼ਬਦ ਤੇ ਭਰੋਸਾ ਅਡੋਲ ਹੋ ਜਾਂਦਾ ਹੈ, ਸ਼ਬਦ ਮਨ ਵਿੱਚ ਘਰ ਕਰ ਜਾਂਦਾ ਹੈ । ਪ੍ਰਭ ਦੇਖੇ ਜਾਣ, ਪਹੁੰਚ ਵਿੱਚ ਨਹੀਂ ਹੈ, ਉਸ ਦੇ ਸ਼ਬਦ ਦੀ ਪਾਲਣਾ ਕਰਨ ਨਾਲ ਉਸ ਦੇ ਸ਼ਬਦ ਦੀ ਸੋਝੀ ਹੋ ਜਾਂਦੀ ਹੈ, ਮਨ ਤੇ ਸ਼ਬਦ ਦਾ ਪ੍ਰਭਾਵ ਅਡੋਲ ਹੋ ਜਾਂਦਾ ਹੈ ।

I am meditating and singing the glory of His Word. Whosoever may meditate in the conjugation of His Holy saint; with His mercy and grace, his belief may remain steady and stable on His Ultimate Command. He may remain drenched with the essence of His Word. The True Master remains beyond any visibility, reach, and comprehension of His Creation. Whosoever may obey the teachings of His Word; with His mercy and grace, he be enlightened and belief remains firm on His Ultimate Command.

ਧਨੁ ਧਨੁ ਹਰਿ ਜਨ, ਜਿਨਿ ਹਰਿ ਪ੍ਰਭੁ ਜਾਤਾ॥ ਜਾਇ ਪੁਛਾ ਜਨ, ਹਰਿ ਕੀ ਬਾਤਾ॥	dhan Dhan har jan jin har parabh jaataa. jaa-ay puchhaa jan har kee baataa.
ਪਾਵ ਮਲੋਵਾ ਮਲਿ ਮਲਿ ਧੋਵਾ,	paav malovaa mal mal Dhovaa
ਮਿਲਿ ਹਰਿ ਜਨ ਹਰਿ ਰਸੁ ਪੀਚੈ ਜੀਉ॥੨॥	mil har jan har ras peechai jee-o. ||2||

ਜਿਹੜੇ ਬੰਦਗੀ ਕਰਨਵਾਲੇ ਨੂੰ ਪ੍ਰਭ ਦੇ ਸ਼ਬਦ ਦਾ ਸਿਮਰਨ ਕਰਕੇ, ਪ੍ਰਭ ਦੀ ਹੋਂਦ ਮਹਿਸੂਸ ਹੋ ਜਾਂਦੀ ਹੈ, ਉਹ ਨਿਮ੍ਰਤਾ ਵਾਲਾ ਸੇਵਕ ਧੰਨ ਹੁੰਦਾ ਹੈ । ਉਹ ਸੋਝੀ ਵਾਲੇ ਜੀਵ ਦੇ ਪਿਛੇ ਲਗਦਾ, ਪ੍ਰਭ ਦੇ ਸ਼ਬਦ ਦੀ ਕਥਾ ਸੁਣਦਾ ਹੈ । ਜਿਸ ਦੇ ਮਨ ਵਿੱਚ ਪ੍ਰਭ ਦਾ ਸ਼ਬਦ ਵਸਦਾ ਹੈ । ਉਸ ਦਾਸ ਦੀ ਸੇਵਾ ਕਰਦਾ ਹੈ ।

Whosoever may meditate on the teachings of His Word; with His mercy and grace, he may realize His Existence. His humbled true devotees may be true servant of The True Master. By following the teachings and listening to his sermons of His Word; I have been drenched with the essence of His Word. I may humbly wash his feet and serve to provide comforts.

ਸਤਿਗੁਰ ਦਾਤੈ ਨਾਮੁ ਦਿੜਾਇਆ॥	saT`gur daatai Naamdirhaa-i-aa.
ਵਡਭਾਗੀ ਗੁਰ ਦਰਸਨੁ ਪਾਇਆ॥	vadbhaagee gur darsan paa-i-aa.
ਅੰਮ੍ਰਿਤ ਰਸੁ ਸਚੁ ਅੰਮ੍ਰਿਤੁ ਬੋਲੀ,	amrit ras sach amrit bolee gur
ਗੁਰਿ ਪੂਰੈ ਅੰਮ੍ਰਿਤੁ ਲੀਚੈ ਜੀਉ॥੩॥	poorai amrit leechai jee-o. ||3||

ਅਸਲੀ ਮਾਲਕ ਨੇ ਸ਼ਬਦ ਦੀ ਪਾਲਣਾ ਦੀ ਲਗਨ ਦਾ ਬੀਜ ਮੇਰੇ ਮਨ ਵਿੱਚ ਬੋਇਆ ਹੈ । ਵਡੇ ਭਾਗ ਹੋ ਗਏ, ਮੈਨੂੰ ਪ੍ਰਭ ਦੀ ਰਹਿਮਤ ਨਾਲ ਸ਼ਬਦ ਦੀ ਸੋਝੀ ਰੂਪੀ ਦਰਸ਼ਨ ਬਖਸ਼ਿਸ਼ ਹੋਏ ਹਨ । ਪ੍ਰਭ ਦੇ ਸ਼ਬਦ ਦੀ ਸੋਝੀ ਹੀ ਅਮੋਲਕ ਅੰਮ੍ਰਿਤ, ਪ੍ਰਭ ਦੇ ਸ਼ਬਦ ਦਾ ਤੱਤ ਹੈ । ਪ੍ਰਭ ਦੇ ਅਮੋਲਕ ਸ਼ਬਦ ਦੀ ਪਾਲਣਾ ਕਰਨ ਨਾਲ ਹੀ ਇਸ ਅੰਮ੍ਰਿਤ, ਸ਼ਬਦ ਦੀ ਸੋਝੀ ਬਖਸ਼ਿਸ਼ ਹੋ ਸਕਦੀ ਹੈ ।

The True Master has sowed the seed of His Word within my mind. I have a great prewritten destiny; I have been blessed with the enlightenment of the essence of His Word; the priceless, precious jewel. Whosoever may obey the teachings of His Word; with His mercy and grace, he may be blessed with the ambrosial enlightenment, the nectar of the essence of His Word.

ਹਰਿ ਸਤਸੰਗਤਿ, ਸਤ ਪੁਰਖੁ ਮਿਲਾਈਐ॥	har satsangat sat purakh milaa-ee-ai.
ਮਿਲਿ ਸਤਸੰਗਤਿ, ਹਰਿ ਨਾਮੁ ਧਿਆਈਐ॥	mil satsangat har NaamDhi-aa-ee-ai.
ਨਾਨਕ ਹਰਿ ਕਥਾ ਸੁਣੀ ਮੁਖਿ ਬੋਲੀ,	naanak har kathaa sunee mukh bolee
ਗੁਰਮਤਿ ਹਰਿ ਨਾਮਿ ਪਰੀਚੈ ਜੀਉ ॥੪॥੬॥	gurmat har Naam pareechai jee-o. ||4||6||

ਪ੍ਰਭ ਨੇ ਰਹਿਮਤ ਬਖਸ਼ੀ ਹੈ, ਮੈਨੂੰ ਬੰਦਗੀ ਕਰਨ ਵਾਲੇ ਦੀ ਸੰਗਤ ਬਖਸ਼ੀ ਹੈ । ਸੰਤ ਸੰਗਤ ਵਿੱਚ ਰਲਕੇ, ਮੈਂ ਪ੍ਰਭ ਦੇ ਸ਼ਬਦ ਦਾ ਸਿਮਰਨ, ਪਾਲਣਾ ਕਰਦਾ ਹਾ । ਮੈਂ ਪ੍ਰਭ ਦੇ ਸ਼ਬਦ ਦੀ ਕਥਾ, ਸਿਖਿਆਂ ਸੁਣਦਾ ਹਾ । ਇਸ ਨਾਲ ਮਨ ਵਿੱਚ ਪੂਰਨ ਸੰਤੋਖ ਬਖਸ਼ਿਸ਼ ਹੋ ਸਕਦਾ ਹੈ ।

I have been blessed with the association of His true devotee. I have joined the conjugation of His Holy saint to meditate and obey the teachings of His Word. I hear and embrace his sermons of the teachings of His Word. I have adopted his life experience teachings in my day-to-day life; with His mercy and grace, I am blessed with a peace, and harmony in my human life journey.

227.ਮਾਝ ਮਹਲਾ ੪॥ (96-5)

ਆਵਹੁ ਭੈਣੇ, ਤੁਸੀ ਮਿਲਹੁ ਪਿਆਰੀਆ॥	aavhu bhainay tusee milhu pi-aaree-aa.
ਜੋ ਮੇਰਾ ਪ੍ਰੀਤਮੁ ਦਸੇ,	jo mayraa pareetam dasay
ਤਿਸ ਕੈ ਹਉ ਵਾਰੀਆ॥	tis kai ha-o vaaree-aa.
ਮਿਲਿ ਸਤਸੰਗਤਿ ਲਧਾ ਹਰਿ ਸਜਣੁ,	mil satsangat laDhaa har sajan
ਹਉ ਸਤਿਗੁਰ ਵਿਟਹੁ ਘੁਮਾਈਆ ਜੀਉ॥੧	ha-o saT`gur vitahu ghumaa-ee-aa jee-o.1

ਮੇਰੇ ਸਾਥੀਓ! ਉਸ ਨਾਲ ਸੰਜੋਗ ਬਣਾਵੋ! ਜਿਹੜਾ ਪ੍ਰਭ ਦੇ ਸ਼ਬਦ ਦੀ ਸਮਾਧੀ ਵਿੱਚ ਵਸਦਾ ਹੈ । ਉਸ ਬੰਦਗੀ ਕਰਨ ਵਾਲੇ ਤੋਂ ਕੁਰਬਾਨ ਜਾਵਾਂ । ਉਸ ਦੀ ਸੰਗਤ ਵਿੱਚ ਰਲਕੇ, ਉਸ ਦੇ ਜੀਵਨ ਦੀ ਸਿਖਿਆਂ ਨਾਲ ਜੀਵਨ ਢਾਲਣ ਨਾਲ ਸ਼ਬਦ ਦੀ ਸੋਝੀ ਬਖਸ਼ਿਸ਼ ਹੋ ਗਈ ਹੈ ।

Let us join the conjugation of His Holy saint! Who may be intoxicated in meditation in the void of His Word? I am fascinating and astonished from his way of life. Whosoever may join his conjugation and adopts his life experience teachings in his own life; with His mercy and grace, I have been enlightened with the essence of His Word.

ਜਹ ਜਹ ਦੇਖਾ ਤਹ ਤਹ ਸੁਆਮੀ॥	jah jah daykhaa tah tah su-aamee.
ਤੂ ਘਟਿ ਘਟਿ ਰਵਿਆ ਅੰਤਰਜਾਮੀ॥	too ghat ghat ravi-aa antarjaamee.
ਗੁਰਿ ਪੂਰੈ ਹਰਿ ਨਾਲਿ ਦਿਖਾਲਿਆ,	gur poorai har naal dikhaali-aa
ਹਉ ਸਤਿਗੁਰ ਵਿਟਹੁ ਸਦ ਵਾਰਿਆ ਜੀਉ॥੨	ha-o saT`gur Vitahu sad vaari-aa jee-o.2

ਮੈਨੂੰ ਮਨ ਦੀ ਅਵਸਥਾ ਇਸਤਰ੍ਹਾਂ ਦੀ ਬਖਸ਼ਿਸ਼ ਹੋ ਗਈ ਹੈ । ਮੈਨੂੰ ਹਰ ਪਾਸੇ, ਪ੍ਰਭ ਹੀ ਨਜ਼ਰ ਆਉਂਦਾ ਹੈ । ਅੰਤਰਜਾਮੀ ਪ੍ਰਭ ਹਰ ਥਾਂ, ਹਰਇਕ ਮਨ ਵਿੱਚ ਵਾਪਰਦਾ, ਮਨ ਦੀਆਂ ਖਾਹਿਸ਼ਾਂ ਜਾਣਦਾ ਹੈ । ਪ੍ਰਭ ਦੇ ਸ਼ਬਦ ਦੀ ਸਿਖਿਆਂ ਤੋਂ ਕੁਰਬਾਨ ਜਾਵਾਂ! ਪ੍ਰਭ ਦੀ ਰਹਿਮਤ ਨਾਲ, ਪ੍ਰਭ ਸਦਾ ਹੀ ਮੇਰੇ ਨਾਲ ਮਨ ਵਿੱਚ ਵਸਦਾ ਮਹਿਸੂਸ ਹੁੰਦਾ ਹੈ ।

I have been blessed with such a state of mind; I may only visualize His Holy Spirit prevailing everywhere. The Omniscient, Axiom True Master remains aware off all desires of His Creation. I remain fascinated, astonished from the essence of His Word! The True Master has bestowed His Blessed Vision, I realize The True Master remain embedded within my soul and prevails in my all events.

ਏਕੋ ਪਵਣੁ ਮਾਟੀ ਸਭ ਏਕਾ,	ayko pavan maatee sabh aykaa
ਸਭ ਏਕਾ ਜੋਤਿ ਸਬਾਈਆ॥	sabh aykaa jot sabaa-ee-aa.
ਸਭ ਇਕਾ ਜੋਤਿ ਵਰਤੈ ਭਿਨਿ ਭਿਨਿ,	sabh ikaa jot vartai bhin bhin
ਨ ਰਲਈ ਕਿਸੈ ਦੀ ਰਲਾਈਆ॥	na ral-ee kisai dee ralaa-ee-aa.
ਗੁਰ ਪਰਸਾਦੀ ਇਕੁ ਨਦਰੀ ਆਇਆ,	gur parsaadee ik nadree aa-i-aa
ਹਉ ਸਤਿਗੁਰ ਵਿਟਹੁ ਵਤਾਇਆ ਜੀਉ॥੩॥	ha-o saT`gur Vitahu vataa-i-aa jee-o. 3

ਹਰਇਕ ਜੀਵ ਵਿੱਚ ਇਕ ਕਿਸਮ ਦੇ ਹੀ ਸਵਾਸ ਚਲਦੇ ਹਨ, ਸਾਰਿਆਂ ਤੇ ਇਕ ਕਿਸਮ ਦਾ ਹੀ ਦਿਨ ਵਾਪਰਦਾ ਹੈ । ਹਰਇਕ ਅੰਦਰ ਇਕੋ ਇਕ ਪ੍ਰਭ ਦੀ ਹੀ ਜੋਤ ਚਲਦੀ, ਵਾਪਰਦੀ, ਰੋਸ਼ਨੀ ਦੇਂਦੀ ਹੈ । ਅਨੇਕਾਂ ਜੀਵਾਂ ਵਿੱਚ ਰੋਸ਼ਨੀ ਦੇਣ ਨਾਲ ਵੀ ਇਸ ਦੀ ਚਮਕ ਮੱਧਮ, ਰੋਸ਼ਨੀ ਘੱਟਦੀ ਨਹੀਂ । ਉਸ ਜੋਤ ਤੋਂ ਕੁਰਬਾਨ ਜਾਵਾ! ਪ੍ਰਭ ਦੀ ਰਹਿਮਤ ਨਾਲ, ਪ੍ਰਭ ਦੀ ਜੋਤ ਮੇਰੇ ਮਨ ਵਿੱਚ ਜਾਗਰਤ ਹੋਈ ਹੈ ।

Every creature has the same kind of breath, and same worldly environment prevails. His Holy Spirit remains embedded within each soul to enlighten and prevails within each heart. The intensity of His Holy Spirit may never be diminished or weakened, by providing light in each heart. I remain gratitude for His Blessings! I have been bestowed His Blessed Vision to enlightened with the essence of His Word from within.

ਜਨੁ ਨਾਨਕੁ ਬੋਲੈ ਅੰਮ੍ਰਿਤ ਬਾਣੀ॥	jan naanak bolai amrit banee.
ਗੁਰਸਿਖਾਂ ਕੈ ਮਨਿ ਪਿਆਰੀ ਭਾਣੀ॥	gursikhaaN kai man pi-aaree bhaanee.
ਉਪਦੇਸੁ ਕਰੇ ਗੁਰੁ ਸਤਿਗੁਰੁ ਪੂਰਾ,	updays karay gur saT`gur pooraa
ਗੁਰੁ ਸਤਿਗੁਰੁ ਪਰਉਪਕਾਰੀਆ ਜੀਉ॥੪॥੭	gur saT`gur par- upkaaree-aa jee-o.4||7

ਸਤ ਚਉਪਦੇ ਮਹਲੇ ਚਉਥੇ ਕੇ॥

ਪ੍ਰਭ ਦੀ ਰਹਿਮਤ ਨਾਲ ਬੰਦਗੀ ਕਰਨਵਾਲੇ ਦੇ ਬੋਲ ਵੀ ਬਾਣੀ ਦਾ ਰੂਪ ਧਾਰਨ ਕਰ ਜਾਂਦੇ ਹਨ । ਉਸ ਦੇ ਬੋਲੇ ਸ਼ਬਦ, ਗੁਰਮਖ ਦੇ ਮਨ ਨੂੰ ਬਹੁਤ ਪਿਆਰੇ ਲਗਦੇ, ਭਾਉਂਦੇ ਹਨ । ਪ੍ਰਭ ਨੇ ਆਪਣੀ ਸਿਖਿਆਂ, ਸੋਝੀ ਸ਼ਬਦ ਦੀ ਪਾਲਣਾ ਵਿੱਚ ਹੀ ਬਖਸ਼ੀ ਹੈ । ਪ੍ਰਭ ਬਹੁਤ ਦਿਆਲੂ, ਸਦਾ ਰਹਿਮਤਾਂ ਬਖਸ਼ਦਾ ਹੈ ।

Whosoever may be bestowed with His Blessed Vision; his spoken words may be transformed as His Word, true forever and very soothing and comforting to the mind of His true devotee. The True Master has embedded the enlightenment of the essence of His Word within obeying the teachings of His Word. The Merciful True Master may remain very compassionate, and forgiving on His Creation.

228.ਮਾਝ ਮਹਲਾ ੫ ਚਉਪਦੇ ਘਰੁ ੧॥ (96-14)

ਮੇਰਾ ਮਨੁ ਲੋਚੈ ਗੁਰ ਦਰਸਨ ਤਾਈ॥	mayraa man lochai gur darsan taa-ee.
ਬਿਲਪ ਕਰੇ ਚਾਤ੍ਰਿਕ ਕੀ ਨਿਆਈ॥	bilap karay chaatrik kee ni-aa-ee.
ਤ੍ਰਿਖਾ ਨ ਉਤਰੈ, ਸਾਂਤਿ ਨ ਆਵੈ,	tarikhaa na utrai saaNt na aavai
ਬਿਨੁ ਦਰਸਨ ਸੰਤ ਪਿਆਰੇ ਜੀਉ॥੧॥	bin darsan sant pi-aaray jee-o. ||1||

ਮੇਰਾ ਮਨ ਵਿੱਚ ਪ੍ਰਭ ਦੇ ਵਿਛੋੜੇ ਦਾ ਵਿਰਾਗ ਭਰਿਆਂ ਹੋਇਆ ਹੈ, ਮੈਂ ਪ੍ਰਭ ਦੇ ਦਰਸ਼ਨ ਕਰਨ ਲਈ ਭਟਕਦਾ, ਬਾਬੀਏ ਵਾਂਗ ਕਰਲਾਉਂਦਾ ਹਾ । ਮੇਰੇ ਮਨ ਦੀ ਪਿਆਸ ਬੁਝਦੀ ਨਹੀਂ । ਪ੍ਰਭ ਦੇ ਦੇਖਣ ਤੋਂ ਬਿਨਾਂ ਮਨ ਨੂੰ ਸ਼ਾਂਤੀ, ਸੰਤੋਖ ਮਹਿਸੂਸ ਨਹੀਂ ਹੁੰਦਾ ।

My mind remains miserable in renunciation in the memory of my separation from The True Master. I remain frustrated and cry like the rain-bird to realize His Blessed Vision, the enlightenment of the essence of His Word. My thirst may never be quenched nor realize any peace of mind, contentment without the enlightenment of essence of His Word.

ਹਉ ਘੋਲੀ ਜੀਉ ਘੋਲਿ ਘੁਮਾਈ,	ha-o gholee jee-o ghol ghumaa-ee
ਗੁਰ ਦਰਸਨ ਸੰਤ ਪਿਆਰੇ ਜੀਉ॥੧॥	gur darsan sant pi-aaray jee-o. ||1||
ਰਹਾਉ॥	rahaa-o.

ਮੇਰੇ ਸਵਾਮੀ! ਮੈਂ ਤੇਰੇ ਤੋਂ ਕੁਰਬਾਨ ਜਾਵਾ! ਮੇਰਾ ਮਨ, ਪ੍ਰਭ ਦੇ ਦਰਸ਼ਨ ਕਰਨ ਲਈ ਹਰ ਕੁਰਬਾਨੀ ਕਰਨ ਲਈ ਤਿਆਰ ਰਹਿੰਦਾ ਹੈ ।

My True Master! I remain fascinated, grateful from Your Blessed Vision! I remain always ready to sacrifice my self-identity to become worthy of Your Consideration, the enlightenment of the essence of Your Word.

ਤੇਰਾ ਮੁਖੁ ਸੁਹਾਵਾ,	tayraa mukh suhaavaa
ਜੀਉ ਸਹਜ ਧੁਨਿ ਬਾਣੀ॥	jee-o sahj Dhun banee.
ਚਿਰੁ ਹੋਆ ਦੇਖੇ ਸਾਰਿੰਗਪਾਣੀ॥	chir ho-aa daykhay saaringpaanee.
ਧੰਨੁ ਸੁ ਦੇਸੁ ਜਹਾ ਤੂੰ ਵਸਿਆ,	dhan so days jahaa tooN vasi-aa
ਮੇਰੇ ਸਜਣ ਮੀਤ ਮੁਰਾਰੇ ਜੀਉ॥੨॥	mayray sajan meet muraaray jee-o. ||2||

ਪ੍ਰਭ ਦੇ ਰੂਪ, ਮੇਰੇ ਸੰਤ ਪਿਆਰੇ, ਤੇਰਾ ਮੁੱਖ ਬਹੁਤ ਸੁੰਦਰ ਹੈ । ਤੇਰੀ ਬਾਣੀ, ਬੋਲ ਮਨ ਨੂੰ ਸ਼ਾਂਤ ਕਰਨਵਾਲੇ ਹਨ । ਪ੍ਰਭ, ਤੇਰੇ ਦਰਸ਼ਨ ਕੀਤੇ ਨੂੰ ਬਹੁਤ ਚਿਰ ਹੋ ਗਿਆ ਹੈ, ਮੇਰਾ ਮਨ ਬਾਬੀਏ ਵਾਂਗ ਭਟਕਦਾ ਹੈ । ਜਿੱਥੇ ਤੇਰਾ ਵਾਸਾ ਹੈ, ਉਹ ਦੇਸ, ਘਰ ਧੰਨ ਹੈ । ਤੂੰ ਹੀ ਉਸ ਪ੍ਰਭ ਦਾ ਰੂਪ ਹੈ, ਤੂੰ ਹੀ ਮੇਰਾ ਅਸਲੀ ਸਾਥੀ ਹੈ ।

His Holy saint! You are the symbol of The True Master; His spiritual glow shines on your forehead and your face is very glamorous and priceless. Whosoever may listen to your sermons of His Word; he may be overwhelmed with a peace of mind. I had been separated from Your Holy Spirit long time. I remain anxious and desperately wandering like a rain-bird. His Holy saint your house, where you remain awake and alert may become very fortunate place, Holy Shrine. You are the symbol of The True Master! You are my only true companion.

ਹਉ ਘੋਲੀ ਹਉ ਘੋਲਿ ਘੁਮਾਈ,	ha-o gholee ha-o ghol ghumaa-ee
ਗੁਰ ਸਜਣ ਮੀਤ ਮੁਰਾਰੇ ਜੀਉ॥੧॥	gur sajan meet muraaray jee-o. ||1||
ਰਹਾਉ॥	rahaa-o.

ਮੇਰੇ ਸਵਾਮੀ! ਮੈਂ ਤੇਰੇ ਤੋਂ ਕੁਰਬਾਨ ਜਾਵਾ! ਮੇਰਾ ਮਨ, ਪ੍ਰਭ ਦੇ ਦਰਸ਼ਨ ਕਰਨ ਲਈ ਹਰ ਕੁਰਬਾਨੀ ਕਰਨ ਲਈ ਤਿਆਰ ਰਹਿੰਦਾ ਹੈ ।

My True Master! I remain fascinated, grateful from Your Blessed Vision! I remain ready to sacrifice my self-identity to become worthy of Your Consideration.

ਇਕ ਘੜੀ ਨ ਮਿਲਤੇ ਤਾ ਕਲਿਜੁਗੁ ਹੋਤਾ॥	ik gharhee na miltay taa kalijug hotaa.
ਹੁਣਿ ਕਦਿ ਮਿਲੀਐ	hun kad milee-ai
ਪ੍ਰਿਅ ਤੁਧੁ ਭਗਵੰਤਾ॥	pari-a tuDh bhagvantaa.
ਮੋਹਿ ਰੈਣਿ ਨ ਵਿਹਾਵੈ, ਨੀਦ ਨ ਆਵੈ,	mohi rain na vihaavai need na aavai
ਬਿਨੁ ਦੇਖੇ ਗੁਰ ਦਰਬਾਰੇ ਜੀਉ॥੩॥	bin Daykhay gur darbaaray jee-o. ||3||

ਮੇਰੇ ਸਵਾਮੀ! ਅਗਰ ਇਕ ਪਲ ਤੇਰੇ ਦਰਸ਼ਨ ਨਹੀਂ ਹੁੰਦੇ, ਤਾ ਮਨ ਦੀ ਅਵਸਥਾ ਕੱਲਯੁਗ ਵਰਗੀ ਹੋ ਜਾਂਦੀ ਸੀ । ਹੁਣ ਕਿਸ ਸਮੇਂ ਤੇਰੇ ਦਰਸ਼ਨ ਹੋਣਗੇ? ਤੇਰੇ ਦਰਬਾਰ ਦੇ ਦਰਸ਼ਨ ਕਰਨ ਤੋਂ ਬਿਨਾਂ, ਮੇਰੀਆਂ ਰਾਤਾਂ ਖਤਮ ਨਹੀਂ ਹੁੰਦੀਆਂ, ਨੀਂਦ ਨਹੀਂ ਆਉਂਦੀ, ਮਨ ਪਰੇਸ਼ਾਨ ਰਹਿੰਦਾ ਹੈ ।

My True Master! Forgetting Your Word even for a moment, my worldly life may feel like hell. When would I be fortunate enough to have Your Blessed Vision? Without the enlightenment of Your Word my nights are becoming miserable and I remain very frustrated.

ਹਉ ਘੋਲੀ ਜੀਉ ਘੋਲਿ ਘੁਮਾਈ,	ha-o gholee jee-o ghol ghumaa-ee
ਤਿਸੁ ਸਚੇ ਗੁਰ ਦਰਬਾਰੇ ਜੀਉ॥੧॥	tis sachay gur darbaaray jee-o. ||1||
ਰਹਾਉ॥	rahaa-o.

ਮੇਰੇ ਸਵਾਮੀ! ਮੈਂ ਤੇਰੇ ਤੋਂ ਕੁਰਬਾਨ ਜਾਵਾ! ਮੇਰਾ ਮਨ, ਪ੍ਰਭ ਦੇ ਦਰਸ਼ਨ ਕਰਨ ਲਈ ਹਰ ਕੁਰਬਾਨੀ ਕਰਨ ਲਈ ਤਿਆਰ ਰਹਿੰਦਾ ਹੈ ।

My True Master! I remain fascinated, grateful from Your Blessed Vision! I remain ready to sacrifice my self-identity to become worthy of Your Consideration.

ਭਾਗੁ ਹੋਆ ਗੁਰਿ ਸੰਤੁ ਮਿਲਾਇਆ॥	bhaag ho-aa gur sant milaa-i-aa.
ਪ੍ਰਭੁ ਅਬਿਨਾਸੀ ਘਰ ਮਹਿ ਪਾਇਆ॥	parabh abhinaasee ghar meh paa-i-aa.
ਸੇਵ ਕਰੀ ਪਲੁ ਚਸਾ ਨ ਵਿਛੁੜਾ,	sayv karee pal chasaa na vichhurhaa
ਜਨ ਨਾਨਕ ਦਾਸ ਤੁਮਾਰੇ ਜੀਉ॥੪॥	jan naanak daas tumaaray jee-o. ||4||

ਮੇਰੇ ਵਡੇ ਭਾਗ ਹੋ ਗਏ! ਮੈਨੂੰ ਸ਼ਬਦ ਦੀ ਪਾਲਣਾ ਕਰਨ ਨਾਲ, ਮਨ ਵਿਚੋਂ ਹੀ ਉਸ ਅਵਿਨਾਸੀ ਪ੍ਰਭ ਦੀ ਜੋਤ ਜਾਗਰਤ ਹੋ ਗਈ ਹੈ । ਮੈਂ ਪ੍ਰਭ ਦੇ ਸ਼ਬਦ ਦੀ ਪਾਲਣਾ ਕਰਦਾ, ਇਕ ਪਲ ਵੀ ਸ਼ਬਦ ਦੀ ਸਿਖਿਆਂ ਨੂੰ ਮਨ ਵਿਚੋਂ ਵਿਸਾਰਦਾ ਨਹੀਂ । ਮੇਰੇ ਸਵਾਮੀ! ਮੈਂ ਤੇਰਾ ਦਾਸ, ਗੁਲਾਮ ਬਣ ਗਿਆ ਹਾ ।

I have become very fortune! I have adopted the teachings of His Word; with His mercy and grace, I have been enlightened with the essence of His Word from within. I have adopted His Word in my day-to-day life and I will never forsake His Word from my heart even for a moment. My True Master, I am Your humble slave, true devotee.

ਹਉ ਘੋਲੀ ਜੀਉ ਘੋਲਿ ਘੁਮਾਈ,	ha-o gholee jee-o ghol ghumaa-ee
ਜਨ ਨਾਨਕ ਦਾਸ ਤੁਮਾਰੇ ਜੀਉ॥	jan naanak daas tumaaray jee-o.
ਰਹਾਉ॥੧॥੮॥	rahaa-o. ||1||8||

ਮੇਰੇ ਸਵਾਮੀ! ਤੇਰੇ ਤੋਂ ਕੁਰਬਾਨ ਜਾਵਾ! ਮੇਰੀ ਬੰਦਗੀ ਤੇਰੇ ਦਰਬਾਰ ਵਿੱਚ ਪ੍ਰਵਾਨ ਹੋ ਗਈ ਹੈ, ਤੇਰਾ ਦਾਸ, ਗੁਲਾਮ, ਚਾਕਰ ਬਣ ਗਿਆ ਹਾ ।

My True Master! I remain fascinated and grateful from Your Blessed Vision! My meditation, earnings of Your Word has been accepted in Your Court. I have been blessed a state of mind as Your true servant, devotee.

229. ਰਾਗੁ ਮਾਝ ਮਹਲਾ ੫॥ (97-4)

ਸਾ ਰੁਤਿ ਸੁਹਾਵੀ, ਜਿਤੁ ਤੁਧੁ ਸਮਾਲੀ॥ saa rut suhaavee jit tuDh samaalee.
ਸੋ ਕੰਮੁ ਸੁਹੇਲਾ ਜੋ ਤੇਰੀ ਘਾਲੀ॥ so kamm suhaylaa jo tayree ghaalee.
ਸੋ ਰਿਦਾ ਸੁਹੇਲਾ ਜਿਤੁ ਰਿਦੈ ਤੂੰ ਵੁਠਾ, so ridaa suhaylaa jit ridai tooN vuthaa
ਸਭਨਾ ਕੇ ਦਾਤਾਰਾ ਜੀਉ॥੧॥ sabhnaa kay daataaraa jee-o. ||1||

ਜਦੋਂ ਤੇਰੇ ਸ਼ਬਦ ਦਾ ਸਿਮਰਨ ਕਰਦਾ, ਧਿਆਨ ਤੇਰੇ ਚਰਨਾਂ ਵਿੱਚ ਲਾਉਂਦਾ ਹਾ । ਉਹ ਸਮਾਂ, ਘੜੀ, ਰੁਤ ਸੁਹਾਵੀ, ਮਨ ਨੂੰ ਅਨੰਦ ਦੇਣ ਵਾਲੀ ਹੋ ਜਾਂਦੀ ਹੈ । ਜਿਹੜਾ ਕੰਮ ਸ਼ਬਦ ਦੀ ਪਾਲਣਾ ਵਿੱਚ ਕੀਤਾ ਜਾਂਦਾ ਹੈ, ਉਹ ਕੰਮ ਸਫਲ ਹੋ ਜਾਂਦਾ ਹੈ । ਜਿਸ ਦੇ ਮਨ ਵਿੱਚ ਪ੍ਰਭ ਦੇ ਸ਼ਬਦ ਦੀ ਸਿਖਿਆਂ ਘਰ ਕਰ ਜਾਂਦੀ ਹੈ । ਉਹ ਵਡੇ ਭਾਗਾਂ ਵਾਲਾ ਹੋ ਜਾਂਦਾ, ਰਹਿਮਤਾਂ ਨਾਲ ਭਰਪੂਰ ਹੋ ਜਾਂਦਾ ਹੈ ।

When, I may meditate and concentrate on the teachings of Your Word in my day-to-day life; with Your mercy and grace, the time, moment, season may become very soothing and pleasant to my soul. Any work, deed may be performed by adopting the teachings of Your Word; with Your mercy and grace, all my deeds may become acceptable in Your Court. Whosoever may remain drenched with the essence of His Word; with His mercy and grace, he may remain overwhelmed with contentment and Your Blessings.

ਤੂੰ ਸਾਝਾ ਸਾਹਿਬੁ ਬਾਪੁ ਹਮਾਰਾ॥ tooN saajhaa saahib baap hamaaraa.
ਨਉ ਨਿਧਿ ਤੇਰੈ ਅਖੁਟ ਭੰਡਾਰਾ॥ na-o niDh tayrai akhut bhandaaraa.
ਜਿਸੁ ਤੂੰ ਦੇਹਿ ਸੁ ਤ੍ਰਿਪਤਿ ਅਘਾਵੈ, jis tooN deh so taripat aghaavai
ਸੋਈ ਭਗਤੁ ਤੁਮਾਰਾ ਜੀਉ॥੨॥ so-ee bhagat tumaaraa jee-o. ||2||

ਪ੍ਰਭ ਹੀ ਸਾਰੀ ਸ੍ਰਿਸ਼ਟੀ ਦੀ ਸਾਜਨਾ ਕਰਨਵਾਲਾ ਅਸਲੀ ਮਾਲਕ ਹੈ । ਪ੍ਰਭ ਦੇ ਘਰ ਵਿੱਚ ਸ਼ਬਦ ਦੀ ਸੋਝੀ ਦੇ ਅਤੁੱਟ ਭੰਡਾਰ ਹਨ । ਜਿਸ ਨੂੰ ਆਪ ਹੀ ਰਹਿਮਤ ਬਖਸ਼ਦਾ ਹੈ, ਉਸ ਨੂੰ ਹੀ ਸ਼ਬਦ ਦੀ ਸੋਝੀ ਦਾ ਭੰਡਾਰ ਬਖਸ਼ਿਸ਼ ਹੁੰਦਾ ਹੈ । ਉਸ ਦੇ ਮਨ ਵਿੱਚ ਸੰਤੋਖ, ਖੇੜਾ ਵਸ ਜਾਂਦਾ ਹੈ, ਉਸ ਨੂੰ ਦਾਸ ਅਵਸਥਾ ਬਖਸ਼ਿਸ਼ ਹੋ ਸਕਦੀ ਹੈ ।

The One and Only One, True Master, Creator, and trustee of the universe. His Treasure of the enlightenment of the essence of His Word may be unlimited. Whosoever may be bestowed with His Blessed Vision, only he may be blessed with the treasure of virtues of His Word. He may remain overwhelmed with contentment, harmony, and blossom in his worldly life. He may be blessed with a state of mind as His true devotee.

ਸਭੁ ਕੋ ਆਸੈ ਤੇਰੀ ਬੈਠਾ॥ sabh ko aasai tayree baithaa.
ਘਟ ਘਟ ਅੰਤਰਿ ਤੂੰਹੈ ਵੁਠਾ॥ ghat ghat antar tooNhai vuthaa.
ਸਭੇ ਸਾਝੀਵਾਲ ਸਦਾਇਨਿ, sabhay saajheevaal sadaa-in
ਤੂੰ ਕਿਸੈ ਨ ਦਿਸਹਿ ਬਾਹਰਾ ਜੀਉ॥੩॥ tooN kisai na diseh baahraa jee-o. ||3||

ਸਾਰੇ ਸੰਸਾਰਕ ਜੀਵ ਹੀ ਪ੍ਰਭ ਤੇ ਆਸ ਰਖਦੇ ਹਨ, ਪ੍ਰਭ ਹਰਇਕ ਦੇ ਮਨ ਵਿੱਚ ਡੂੰਘੇ ਥਾਂ ਤੇ ਕੇਂਦਰ ਵਿੱਚ ਵਸਦਾ ਹੈ । ਸਾਰਿਆ ਨੂੰ ਹੀ ਰਹਿਮਤਾਂ ਬਖਸ਼ਦਾ ਹੈ । ਕੋਈ ਵੀ ਪ੍ਰਭ ਦੀ ਪਹੁੰਚ ਤੋਂ ਉਪਰ, ਰਹਿਮਤ ਤੋਂ ਬਿਨਾਂ ਮਾਨਸ ਜਨਮ ਬਖਸ਼ਿਸ਼ ਨਹੀਂ ਹਿ ਸਕਦਾ ।

All creatures of universe always hope for His Blessings, Blessed Vision. His Holy Spirit remains embedded within each soul and dwells within the center of each soul, in 10th cave within his body. No one may be beyond His reach, nor anyone may be blessed with human life without His Blessings.

ਤੂੰ ਆਪੇ ਗੁਰਮੁਖਿ ਮੁਕਤਿ ਕਰਾਇਹਿ॥ tooN aapay gurmukh mukat karaa-ihi.
ਤੂੰ ਆਪੇ ਮਨਮੁਖਿ ਜਨਮਿ ਭਵਾਇਹਿ॥ tooN aapay manmukh janam bhavaa-ihi.
ਨਾਨਕ ਦਾਸ ਤੇਰੈ ਬਲਿਹਾਰੈ, naanak daas tayrai balihaarai
ਸਭੁ ਤੇਰਾ ਖੇਲੁ ਦਸਾਹਰਾ ਜੀਉ॥੪॥੨॥੯॥ sabh tayraa khayl dasaahraa jee-o. ||4||2||9||

ਪ੍ਰਭ ਤੂੰ ਆਪ ਹੀ ਕਿਸੇ ਨੂੰ ਗੁਰਮਖ ਅਵਸਥਾ ਬਖਸ਼ਕੇ ਦਰਬਾਰ ਵਿੱਚ ਪ੍ਰਵਾਨ ਕਰ ਲੈਂਦਾ ਹੈ । ਆਪ ਹੀ ਮਨਮੁਖ ਨੂੰ ਭਰਮਾਂ ਵਿੱਚ ਪਾ ਕੇ ਜੂੰਨਾਂ ਦੇ ਚੱਕਰ ਵਿੱਚ ਪਾਈ ਰਖਦਾ ਹੈ । ਤੇਰੇ ਦਾਸ ਸਦਾ ਹੀ ਤੇਰੇ ਕਰਤਬਾਂ ਤੋਂ ਹੈਰਾਨ ਰਹਿੰਦੇ, ਧੰਨ ਧੰਨ ਹੀ ਕਹਿੰਦੇ ਹਨ । ਪ੍ਰਭ ਆਪ ਹੀ ਸ੍ਰਿਸ਼ਟੀ ਦਾ ਸਾਰਾ ਖੇਲ ਕਰਦਾ, ਦੇਖਦਾ ਹੈ ।

You may bestow Your Blessed Vision, to accept Your true devotee in Your Court. Self-minded may remain intoxicated in the suspicion of the world religions and he may remain in the cycle of birth and death. Your true devotee always remains fascinated and sings the greatness of Your glory. You create, prevail, and monitor all events, deeds of Your Creation.

230. ਮਾਝ ਮਹਲਾ ੫॥ (97-10)

ਅਨਹਦੁ ਵਾਜੈ ਸਹਜਿ ਸੁਹੇਲਾ॥	anhad vaajai sahj suhaylaa.
ਸਬਦਿ ਅਨੰਦ ਕਰੇ ਸਦ ਕੇਲਾ॥	sabad anand karay sad kaylaa.
ਸਹਜ ਗੁਫਾ ਮਹਿ ਤਾੜੀ ਲਾਈ,	sahj gufaa meh taarhee laa-ee
ਆਸਣੁ ਊਚ ਸਵਾਰਿਆ ਜੀਉ॥੧॥	aasan ooch savaari-aa jee-o. ‖1‖

ਪ੍ਰਭ ਦੇ ਸ਼ਬਦ ਦੀ ਗੂੰਜਨ ਵਾਲੀ ਧੁਨ ਸਦਾ ਅਡੋਲ ਚਲਦੀ ਰਹਿੰਦੀ ਹੈ । ਸ਼ਬਦ ਦੀ ਬੰਦਗੀ ਕਰਨਵਾਲੇ ਦੇ ਮਨ ਨੂੰ ਅਨੰਦ, ਖੇੜਾ ਦੇਂਦੀ ਹੈ । ਪ੍ਰਭ ਆਪ ਹੀ ਉਸ ਦੀ ਲਿਵ, ਸ਼ਬਦ ਦੀ ਸਮਾਧੀ ਵਿੱਚ ਲਾਉਂਦਾ ਹੈ, ਉਸ ਦਾ ਮਨ ਸ਼ਬਦ ਦੀ ਪਾਲਨਾ ਵਿੱਚ ਅਡੋਲ ਰਖਦਾ ਹੈ ।

The everlasting echo of His Word always remain resonating within every heart unchanged forever. The everlasting echo remains soothing and comforting to the soul of His true devotee. The True Master may bless a devotion to meditate on the teachings of His Word; with His mercy and grace, His true devotee may obey the teachings of His Word with steady and stable in his day-to-day life.

ਫਿਰਿ ਘਿਰਿ ਅਪੁਨੇ ਗ੍ਰਿਹ ਮਹਿ ਆਇਆ॥	fir ghir apunay garih meh aa-i-aa.
ਜੋ ਲੋੜੀਦਾ ਸੋਈ ਪਾਇਆ॥	jo lorheedaa so-ee paa-i-aa.
ਤ੍ਰਿਪਤਿ ਅਘਾਇ ਰਹਿਆ ਹੈ ਸੰਤਹੁ,	taripat aghaa-ay rahi-aa hai santahu
ਗੁਰਿ ਅਨਭਉ ਪੁਰਖੁ ਦਿਖਾਰਿਆ ਜੀਉ॥੨॥	gur anbha-o purakh dikhaari-aa jee-o. ‖2‖

ਮੇਰਾ ਮਨ ਅਨੇਕਾਂ ਘਰਾਂ ਵਿਚੋਂ ਘੁੰਮਦਾ ਹੋਇਆ ਅੰਤ ਵਿੱਚ ਅਸਲੀ ਘਰ, ਰਸਤੇ ਤੇ ਆਇਆ ਹੈ । ਜਿਹੜਾ ਰਸਤਾ ਕਈ ਜਨਮਾਂ ਤੋਂ ਵਿਛੜਿਆ ਸੀ, ਉਸ ਦੀ ਸੋਝੀ ਬਖਸ਼ਿਸ਼ ਹੋ ਗਈ ਹੈ । ਮੇਰੇ ਮਨ ਵਿੱਚ ਪੂਰਨ ਸੰਤੋਖ, ਸ਼ਾਂਤੀ ਬਖਸ਼ਿਸ਼ ਹੋ ਗਈ ਹੈ । ਮੈਨੂ ਸ਼ਬਦ ਦੀ ਪਾਲਨਾ ਨਾਲ ਅਸਲੀ ਨਿਡਰ ਗੁਰੂ, ਪ੍ਰਭ ਦੀ ਸ਼ਰਣ ਵਿੱਚ ਪ੍ਰਵਾਨਗੀ ਬਖਸ਼ਿਸ਼ ਹੋ ਗਈ ਹੈ ।

My mind has been wandering in many directions, in various religious paths. In the end, I have adopted the right path, His Word. I had forsaken the path of His Word many lifetimes ago; with His mercy and grace, I have been blessed with the enlightenment of the essence of His Word. I have been accepted at His Sanctuary and I am overwhelmed with peace, contentment, and blossom within.

ਆਪੇ ਰਾਜਨੁ ਆਪੇ ਲੋਗਾ॥	aapay raajan aapay logaa.
ਆਪਿ ਨਿਰਬਾਣੀ ਆਪੇ ਭੋਗਾ॥	aap nirbaanee aapay bhogaa.
ਆਪੇ ਤਖਤਿ ਬਹੈ ਸਚੁ ਨਿਆਈ,	aapay takhat bahai sach ni-aa-ee
ਸਭ ਚੂਕੀ ਕੂਕ ਪੁਕਾਰਿਆ ਜੀਉ॥੩॥	sabh chookee kook pukaari-aa jee-o. ‖3‖

ਪ੍ਰਭ ਆਪ ਹੀ ਹਾਕਮ, ਆਪ ਹੀ ਪਰਜਾ, ਆਪ ਹੀ ਸਮਾਧੀ ਵਿੱਚ ਸੰਸਾਰਕ ਅਨੰਦ ਮਾਨਦਾ ਹੈ । ਆਪ ਹੀ ਤਖਤ ਤੇ ਬੈਠਾ ਇਨਸਾਫ ਕਰਦਾ ਹੈ । ਆਪ ਹੀ ਨਿਮਾਣੇ ਦੀ ਅਰਦਾਸ ਸੁਣਦਾ ਹੈ ।

The True Master, Ultimate Commander; He remains embedded within each soul and remains intoxicated in the void of His Word. He cherishes His Creation, His Nature. The True Master, Righteous Judge performs justice. He heeds to the prayer of His humble meek devotee, servant.

ਜੇਹਾ ਡਿਠਾ ਮੈ ਤੇਹੋ ਕਹਿਆ॥	jayhaa dithaa mai tayho kahi-aa. tis
ਤਿਸੁ ਰਸੁ ਆਇਆ, ਜਿਨਿ ਭੇਦੁ ਲਹਿਆ॥	ras aa-i-aa jin bhayd lahi-aa.
ਜੋਤੀ ਜੋਤਿ ਮਿਲੀ ਸੁਖੁ ਪਾਇਆ,	jotee jot milee sukh paa-i-aa jan
ਜਨ ਨਾਨਕ ਇਕੁ ਪਸਾਰਿਆ ਜੀਉ॥੪॥੩॥੧੦॥	naanak ik pasaari-aa jee-o. ||4||3||10||

ਮੈਂ ਪ੍ਰਭ ਰਹਿਮਤ ਨਾਲ ਬਖਸ਼ੀ ਸੋਝੀ ਦੀ ਹੀ ਵਿਆਖਿਆ ਕੀਤੀ ਹੈ । ਜਿਸ ਨੂੰ ਪ੍ਰਭ ਆਪ ਸੋਝੀ ਬਖਸ਼ਦਾ, ਭੇਦ ਦੂਰ ਕਰਦਾ ਹੈ, ਕੇਵਲ ਉਹ ਹੀ ਪ੍ਰਭ ਦੀ ਰਹਿਮਤ ਦਾ ਨਜ਼ਾਰਾ ਜਾਣਦਾ ਹੈ । ਜਿਸ ਦੀ ਆਤਮਾ ਦੀ ਪ੍ਰਭ ਦੀ ਜੋਤ ਵਿੱਚ ਅਲੋਪ ਹੋ ਜਾਂਦੀ ਹੈ, ਉਸ ਨੂੰ ਸਾਰੇ ਅਨੰਦ ਮਹਿਸੂਸ ਹੁੰਦੇ ਹਨ । ਉਹ ਦਾਸ ਪ੍ਰਭ ਦਾ ਹੀ ਰੂਪ ਬਣ ਜਾਂਦਾ ਹੈ ।

Whatsoever the enlightenment, I have been blessed with Your mercy and grace, I am only sharing the same enlightenment, with the whole universe. Whosoever may be enlightened and his curtain of secrecy may be removed; with His mercy and grace, only he may enjoy the pleasures of His Blessings. Whose soul may be immersed with His Holy Spirit; only he may realize all the pleasures. His true devotee may become a symbol of The True Master.

231.ਮਾਝ ਮਹਲਾ ੫॥ (97-15)

ਜਿਤੁ ਘਰਿ ਪਿਰਿ ਸੋਹਾਗੁ ਬਣਾਇਆ॥	jit ghar pir sohaag banaa-i-aa. tit
ਤਿਤੁ ਘਰਿ ਸਖੀਏ ਮੰਗਲੁ ਗਾਇਆ॥	ghar sakhee-ay mangal gaa-i-aa.
ਅਨਦ ਬਿਨੋਦ ਤਿਤੈ ਘਰਿ ਸੋਹਹਿ,	anad binod titai ghar soheh
ਜੋ ਧਨ ਕੰਤਿ ਸਿਗਾਰੀ ਜੀਉ॥੧॥	jo Dhan kant sigaaree jee-o. ||1||

ਜਿਸ ਦੀ ਆਤਮਾ ਪ੍ਰਭ ਦੀ ਜੋਤ ਵਿੱਚ ਮਿਲਾਪ ਹੋ ਜਾਂਦਾ ਹੈ, ਉਸ ਦੇ ਮਨ ਵਿੱਚ ਸ਼ਬਦ ਦੀ ਸਦਾ ਚੱਲਣ ਵਾਲੀ ਗੂੰਜ, ਧੁਨ ਸੁਣਾਈ ਦੇਂਦੀ ਹੈ । ਉਸ ਦੇ ਮਨ ਵਿੱਚ ਸ਼ਬਦ ਦੀ ਸੋਝੀ ਬਖਸ਼ਿਸ਼ ਹੋ ਜਾਂਦੀ ਹੈ, ਉਸ ਦੇ ਮਨ ਵਿੱਚ, ਸ਼ਬਦ ਦੀ ਸੋਝੀ ਘਰ ਕਰ ਜਾਂਦੀ ਸਦਾ ਹੀ ਖੇੜਾ ਵਸਦਾ ਹੈ ।

Whose soul may be immersed within His Holy Spirit; with His mercy and grace, he may hear the everlasting echo of His Word resonating within his heart forever. He may remain drenched with the essence of His Word. He may be overwhelmed with enlightenment, peace, and blossom in his life.

ਸਾ ਗੁਣਵੰਤੀ ਸਾ ਵਡਭਾਗਣਿ॥	saa gunvantee saa vadbhaagan.
ਪੁਤ੍ਰਵੰਤੀ ਸੀਲਵੰਤਿ ਸੋਹਾਗਣਿ॥	putarvantee seelvant sohagan.
ਰੂਪਵੰਤਿ ਸਾ ਸੁਘੜਿ ਬਿਚਖਣਿ,	roopvant saa sugharh bichkhan
ਜੋ ਧਨ ਕੰਤ ਪਿਆਰੀ ਜੀਉ॥੨॥	jo Dhan kant pi-aaree jee-o. ||2||

ਜਿਸ ਦੇ ਮਨ ਵਿੱਚ ਸ਼ਬਦ ਦੇ ਗੁਣ ਵਸਣ ਲਗ ਪੈਂਦੇ ਹਨ, ਉਸ ਦੀ ਆਤਮਾ ਵਡੇ ਭਾਗਾਂ ਵਾਲੀ ਹੋ ਜਾਂਦੀ ਹੈ । ਉਸ ਦੀ ਗੋਦ ਪਰਫੁੱਲਤ ਹੋ ਜਾਂਦੀ ਹੈ, ਪ੍ਰਭ ਦੀ ਜੋਤ ਨਾਲ ਸੰਜੋਗ ਹੋ ਜਾਂਦਾ ਹੈ । ਉਹ ਆਤਮਾ ਜਾਗਰਤ ਅਤੇ ਸੁਚੇਤ ਹੋ ਜਾਂਦੀ ਹੈ, ਪ੍ਰਭ ਦੀ ਸ਼ਰਣ ਵਿੱਚ ਪ੍ਰਵਾਨ ਹੋ ਜਾਂਦੀ ਹੈ ।

Whosoever may be blessed with the great virtues of His Word; he may become very fortunate. His human life opportunity may be rewarded; his soul may be immersed within His Holy Spirit. He may remain awake and alert; with His mercy and grace, he may be accepted in His Sanctuary.

ਅਚਾਰਵੰਤਿ ਸਾਈ ਪਰਧਾਨੇ॥	achaarvant saa-ee parDhaanaysabh
ਸਭ ਸਿੰਗਾਰ ਬਣੇ ਤਿਸੁ ਗਿਆਨੇ॥	singaar banay tis gi-aanay.
ਸਾ ਕੁਲਵੰਤੀ ਸਾ ਸਭਰਾਈ,	saa kulvantee saa sabhraa-ee
ਜੋ ਪਿਰਿ ਕੈ ਰੰਗਿ ਸਵਾਰੀ ਜੀਉ॥੩॥	jo pir kai rang savaaree jee-o. ||3||

ਓਹ ਸੁਲਝੇ ਗੁਣਾਂ ਵਾਲਾ ਸਭ ਤੋਂ ਉਤਮ, ਸੋਭਾ ਵਾਲਾ ਬਣ ਜਾਂਦਾ ਹੈ । ਉਸ ਤੇ ਸ਼ਬਦ ਦੀ ਸੋਝੀ ਦਾ ਨੂਰ, ਸ਼ਿੰਗਾਰ ਚਮਕਦਾ ਹੈ । ਉਹ ਉਤਮ ਖਾਨਦਾਨੀ ਵਾਲੀ ਬਣ ਜਾਂਦਾ ਹੈ, ਉਸ ਦੀ ਆਤਮਾ ਨੂੰ ਪ੍ਰਭ ਦੇ ਦਰਬਾਰ ਵਿੱਚ ਸੋਭਾ ਬਖਸ਼ਿਸ਼ ਹੋ ਜਾਂਦੀ ਹੈ ।

Whosoever may be blessed with great virtues of the essence of His Word; his soul may become supreme and honored in His Court. He may be embellished with the eternal glow of the spiritual enlightenment. He may become a great legacy, genealogy. His soul may be accepted and honored in His Court.

ਮਹਿਮਾ ਤਿਸ ਕੀ ਕਹਣੁ ਨ ਜਾਇ॥ mahimaa tis kee kahan na jaa-ay.
ਜੋ ਪਿਰਿ ਮੇਲਿ ਲਈ ਅੰਗਿ ਲਾਇ॥ jo pir mayl la-ee ang laa-ay.
ਥਿਰੁ ਸੁਹਾਗੁ ਵਰੁ ਅਗਮੁ ਅਗੋਚਰੁ, thir suhaag var agam agochar
ਜਨ ਨਾਨਕ ਪ੍ਰੇਮ ਸਾਧਾਰੀ ਜੀਉ॥ jan naanak Paraym saaDhaaree jee-o.
੪॥੪॥੧੧॥ ||4||4||11||

ਉਸ ਦੀ ਆਤਮਾ ਦੀ ਵਡਿਆਈ ਦੀ ਵਿਆਖਿਆ ਨਹੀਂ ਕੀਤਾ ਜਾ ਸਕਦਾ, ਉਸ ਦਾ ਅਸਲੀ ਮਾਲਕ, ਪ੍ਰਭ ਨਾਲ ਸੰਜੋਗ ਹੋ ਜਾਂਦਾ ਹੈ । ਉਸ ਦਾ ਪ੍ਰਭ ਨਾਲੋ ਵਿਛੋੜਾ ਸਦਾ ਲਈ ਖਤਮ ਹੋ ਜਾਂਦਾ ਹੈ । ਜਿਹੜਾ ਪ੍ਰਭ ਕਿਸੇ ਜੀਵ ਦੀ ਜਾਣਕਾਰੀ, ਪਹੁੰਚ ਵਿੱਚ ਨਹੀਂ ਹੈ, ਬੰਦਗੀ ਕਰਨਵਾਲੇ ਨੂੰ ਕੇਵਲ ਉਸ ਦਾ ਹੀ ਆਸਰਾ ਹੁੰਦਾ ਹੈ, ਉਸ ਅੱਗੇ ਹੀ ਅਰਦਾਸ ਕਰਦਾ ਹੈ ।

The greatness of his soul may not be fully comprehended and explained by His Creation. He may be blessed with the right path of acceptance in His Court. His separation from His Holy Spirit may be eliminated forever. His true devotee always begs for the forgiveness, refuge of The True Master, who remains beyond any reach or comprehension of His Creation.

232.ਮਾਝ ਮਹਲਾ ੫॥ (98-1)

ਖੋਜਤ ਖੋਜਤ ਦਰਸਨ ਚਾਹੇ॥ khojat khojat darsan chaahay.
ਭਾਤਿ ਭਾਤਿ ਬਨ ਬਨ ਅਵਗਾਹੇ॥ bhaat bhaat ban ban avgaahay.
ਨਿਰਗੁਣੁ ਸਰਗੁਣੁ ਹਰਿ ਹਰਿ ਮੇਰਾ, nirgun sargun har har mayraa
ਕੋਈ ਹੈ ਜੀਉ ਆਣਿ ਮਿਲਾਵੈ ਜੀਉ॥੧॥ ko-ee hai jee-o aan milaavai jee-o. ||1||

ਮੈਂ ਪ੍ਰਭ ਦੇ ਦਰਸ਼ਨ ਕਰਨ ਲਈ, ਸ਼ਬਦ ਦੀ ਸੋਝੀ ਪਾਉਣ ਲਈ, ਥਾਂ ਥਾਂ ਤੇ ਜੰਗਲਾਂ, ਉਜਾੜਾਂ ਵਿੱਚ ਘੁੰਮਦਾ ਫਿਰਦਾ ਹਾ । ਕੀ ਸੰਸਾਰ ਵਿੱਚ ਕੋਈ ਮਾਨਸ ਇਸਤਰ੍ਹਾਂ ਦੀ ਅਵਸਥਾ ਵਾਲਾ ਸੰਤ ਹੈ, ਜਿਸ ਨੂੰ ਪ੍ਰਭ ਦੇ ਦਰਬਾਰ ਦੇ ਅਸਲੀ ਰਸਤੇ ਦੀ ਸੋਝੀ ਹੈ, ਉਸ ਨਾਲ ਮਿਲਾਪ ਕਰਵਾ ਦੇਵੇ?

I have been wandering from shrine to shrine, in wild jungles abandoned places to search for the right path of acceptance in His Court. Is there any devotee who may be enlightened with the right path of acceptance in His Court? I may join the conjugation of His Holy saint, I may adopt his life experience teachings in my life; with His mercy and grace, I may be blessed with the right path of acceptance in His Court.

ਖਟੁ ਸਾਸਤ ਬਿਚਰਤ ਮੁਖਿ ਗਿਆਨਾ॥ khat saasat bichrat mukh gi-aanaa.
ਪੂਜਾ ਤਿਲਕੁ ਤੀਰਥ ਇਸਨਾਨਾ॥ poojaa tilak tirath isnaanaa.
ਨਿਵਲੀ ਕਰਮ ਆਸਨ ਚਉਰਾਸੀਹ, nivlee karam aasan cha-oraaseeh
ਇਨ ਮਹਿ ਸਾਂਤਿ ਨ ਆਵੈ ਜੀਉ॥੨॥ in meh saaNt na aavai jee-o. ||2||

ਕਈ ਮਾਨਸ, ਸਾਸਤ੍ਰ ਦੇ ਛੇ ਗਿਆਨ ਆਪਣੇ ਮੂੰਹ ਵਿਚੋਂ ਬੋਲਦੇ, ਸਿਮਰਨ ਕਰਦੇ ਹਨ । ਕਈ ਆਪਣੇ ਮੱਥੇ ਤੇ ਪਵਿੱਤਰਤਾ ਦਾ ਤਿਲਕ ਲਾਉਂਦੇ ਹਨ । ਕਈ ਮੰਨੇ ਹੋਏ ਪਵਿੱਤਰ ਤੀਰਥਾਂ ਤੇ ਇਸ਼ਨਾਨ ਕਰਦੇ, ਰੀਤ ਰੀਵਾਜ ਕਰਦੇ ਹਨ । ਉਹ ਧਰਮ ਦੇ ਰੀਤ ਰੀਵਾਜ ਨਾਲ ਜੋਗਾ ਦੇ 84 ਢੰਗ (ਪੋਸਚਰ) ਬਣਾਉਂਦੇ ਹਨ, ਪਰ ਫਿਰ ਵੀ ਮਨ ਨੂੰ ਕੋਈ ਸੰਤੋਖ, ਸ਼ਾਂਤੀ ਨਹੀਂ ਮਿਲਦੀ । ।

Many devotees may memorize all the six shastra, schools of Philosophy by heart, recite without seeing and meditate on the teachings of Holy Scripture. Some may mark a sign of purity on his forehead; others may bath at various

Holy Shrines as a ritual of religious worship. He may adopt 84 Yogic postures of meditation; however, he may not find peace of mind and contentment.

ਅਨਿਕ ਬਰਖ ਕੀਏ ਜਪ ਤਾਪਾ॥	anik barakh kee-ay jap taapaa.
ਗਵਨੁ ਕੀਆ ਧਰਤੀ ਭਰਮਾਤਾ॥	gavan kee-aa Dhartee bharmaataa.
ਇਕੁ ਖਿਨੁ ਹਿਰਦੈ ਸਾਂਤਿ ਨ ਆਵੈ,	ik khin hirdai saaNt na aavai
ਜੋਗੀ ਬਹੁੜਿ ਬਹੁੜਿ ਉਠਿ ਧਾਵੈ ਜੀਉ॥੩	jogee bahurh Bahurh uth Dhaavai jee-o. 3

ਉਹ ਅਨੇਕਾਂ ਸਾਲ ਹੀ ਜਪ, ਤਪ ਕਰਦੇ, ਧਰਤੀ ਤੇ ਚਾਰੇ ਪਾਸੇ ਪ੍ਰਭ ਦੀ ਤਲਾਸ਼ ਵਿੱਚ ਘੁੰਮਦੇ ਰਹਿੰਦਾ ਹੈ । ਪਰ ਇਕੋ ਇਕ ਪ੍ਰਭ ਦਾ ਸ਼ਬਦ ਮਨ ਵਿੱਚ ਵਸਾਉਣ ਤੋਂ ਬਿਨਾਂ ਮਨ ਵਿੱਚ ਸ਼ਾਂਤੀ, ਸੰਤੋਖ ਬਖਸ਼ਿਸ਼ ਨਹੀਂ ਹੋ ਸਕਦਾ । ਉਹ ਜੋਗੀ, ਬੰਦਗੀ ਕਰਨਵਾਲਾ ਬਾਰ ਬਾਰ ਇਹ ਹੀ ਅਭਿਆਸ ਕਰਦਾ ਹੈ ।

Several may meditate, practice austere self-discipline for years and years, and roam around various parts of the earth to find the enlightenment. However, without adopting the teachings of His Word with steady and stable belief, he may not realize any peace and contentment in life. He may repeatedly practice austere self-discipline for years and years.

ਕਰਿ ਕਿਰਪਾ ਮੋਹਿ ਸਾਧੁ ਮਿਲਾਇਆ॥	kar kirpaa mohi saaDh milaa-i-aa. man,
ਮਨੁ ਤਨੁ ਸੀਤਲੁ ਧੀਰਜੁ ਪਾਇਆ॥	tan seetal Dheeraj paa-i-aa.
ਪ੍ਰਭੁ ਅਬਿਨਾਸੀ ਬਸਿਆ ਘਟ ਭੀਤਰਿ,	parabh abhinaasee basi-aa ghat bheetar
ਹਰਿ ਮੰਗਲੁ ਨਾਨਕੁ ਗਾਵੈ ਜੀਉ॥	har Mangal naanak gaavai jee-o.
੪॥੫॥੧੨॥	||4||5||12||

ਜਿਸ ਤੇ ਪ੍ਰਭ ਰਹਿਮਤ ਬਖਸ਼ਦਾ ਹੈ, ਉਸ ਦਾ ਸੰਜੋਗ ਬੰਦਗੀ ਕਰਨਵਾਲੇ ਨਾਲ ਬਣਾਉਂਦਾ ਹੈ । ਉਸ ਦੇ ਜੀਵਨ ਦੇ ਅਧਾਰ ਤੇ ਜੀਵਨ ਢਾਲਣ ਨਾਲ ਮਨ ਵਿੱਚ ਸ਼ਾਂਤੀ, ਧੀਰਜ, ਸੰਤੋਖ, ਖੇੜਾ ਵਸ ਜਾਂਦਾ ਹੈ । ਉਸ ਦੇ ਮਨ ਵਿੱਚ ਪ੍ਰਭ ਦਾ ਸ਼ਬਦ ਘਰ ਕਰ ਜਾਂਦਾ ਹੈ । ਉਹ ਪ੍ਰਭ ਦੇ ਸ਼ਬਦ ਦੀ ਸਮਾਧੀ ਵਿੱਚ ਵਸਣ ਲਗ ਪੈਂਦਾ ਹੈ । ਉਸ ਨੂੰ ਸਦਾ ਅਮਰ ਰਹਿਣ ਵਾਲੀ ਅਵਸਥਾ ਬਖਸ਼ਿਸ਼ ਹੋ ਜਾਂਦੀ ਹੈ ।

Whosoever may be blessed with the conjugation of His Holy saint. He may adopt his life experience teachings of his day-to-day life; with His mercy and grace, he may be blessed with peace, patience, contentment, and blossom in his human life. He may remain drench with the essence of His Word and dwells in the void of His Word.

233.ਮਾਝ ਮਹਲਾ ੫॥ (98-7)

ਪਾਰਬ੍ਰਹਮ ਅਪਰੰਪਰ ਦੇਵਾ॥	paarbarahm aprampar dayvaa.
ਅਗਮ ਅਗੋਚਰ ਅਲਖ ਅਭੇਵਾ॥	agam agochar alakh abhayvaa.
ਦੀਨ ਦਇਆਲ ਗੋਪਾਲ ਗੋਬਿੰਦਾ,	deen da-i-aal gopaal gobindaa
ਹਰਿ ਧਿਆਵਹੁ ਗੁਰਮੁਖਿ ਗਾਤੀ ਜੀਉ॥੧	har Dhi-aavahu Gurmukh gaatee jee-o. 1

ਬੇਅੰਤ ਪ੍ਰਭ, ਰੂਹਾਨੀ ਜੋਤ, ਅਉਗੁਣਾਂ ਤੋਂ, ਪਹੁੰਚ ਤੋਂ, ਜਾਣਕਾਰੀ ਤੋਂ ਰਹਿਤ ਹੈ । ਉਸ ਦੇ ਕਿਸੇ ਕਰਤਬ ਦੀ ਵਿਆਖਿਆ ਨਹੀਂ ਕੀਤਾ ਜਾ ਸਕਦੀ । ਉਹ ਨਿਮਾਣੇ ਦਾ ਆਸਰਾ, ਸ੍ਰਿਸ਼ਟੀ ਦਾ ਰਖਵਾਲਾ ਹੈ । ਗੁਰਮਖ ਨੂੰ ਉਸ ਦੇ ਸ਼ਬਦ ਦੀ ਪਾਲਣਾ ਕਰਦੇ ਹੋਏ ਨੂੰ ਰਹਿਮਤ ਬਖਸ਼ਿਸ਼ ਹੋ ਜਾਂਦੀ ਹੈ ।

The eternal Holy Spirit remains beyond any blemish, comprehension, and reach, of His Creation nor events of His Nature may not be fully explained by His Creation. He remains the pillar of support of the humble, helpless and the protector of His Creation. His true devotee obeys the teachings of His Word; with His mercy and grace, he may be blessed with the right path of salvation.

ਗੁਰਮੁਖਿ ਮਧੁਸੂਦਨੁ ਨਿਸਤਾਰੇ॥	gurmukh maDhusoodan nistaaray.
ਗੁਰਮੁਖਿ ਸੰਗੀ ਕ੍ਰਿਸਨ ਮੁਰਾਰੇ॥	gurmukh sangee krisan muraaray.
ਦਇਆਲ ਦਮੋਦਰੁ ਗੁਰਮੁਖਿ ਪਾਈਐ,	da-i-aal damodar gurmukh paa-ee-ai
ਹੋਰਤੁ ਕਿਤੈ ਨ ਭਾਤੀ ਜੀਉ॥੨॥	horat kitai na bhaatee jee-o. ||2||

ਪ੍ਰਭ ਆਪ ਹੀ ਗੁਰਮਖ ਨੂੰ ਸ਼ਬਦ ਦੇ ਲੜ ਲਾਉਂਦਾ, ਸ਼ਬਦ ਦੀ ਪਾਲਨਾ ਕਰਦੇ ਗੁਰਮਖ ਦੇ ਸਦਾ ਹੀ ਸੰਗੀ, ਸਾਥੀ ਹੁੰਦਾ ਹੈ । ਉਸ ਨੂੰ ਗੁਰਮਖ ਅਵਸਥਾ ਬਖਸ਼ਿਸ਼ ਹੋ ਜਾਂਦੀ ਹੈ, ਹੋਰ ਕਿਸੇ ਵਿਧੀ ਨਾਲ ਪ੍ਰਭ ਦੀ ਰਹਿਮਤ ਨਹੀਂ ਪਾਈ ਜਾ ਸਕਦੀ ।

The Merciful True Master may bless devotion to meditate on the teachings of His Word to His true devotee. Whosoever may obey the teachings of His Word with steady and stable belief; with His mercy and grace, He may remain his companion and support in his day-to-day life. He may be blessed with a state of mind as His true devotee. The right path of acceptance in His Court may not be blessed with any other meditation or own efforts.

ਨਿਰਹਾਰੀ ਕੇਸਵ ਨਿਰਵੈਰਾ॥	nirhaaree kaysav nirvairaa.
ਕੋਟਿ ਜਨਾ ਜਾ ਕੇ ਪੂਜਹਿ ਪੈਰਾ॥	kot janaa jaa kay poojeh pairaa.
ਗੁਰਮੁਖਿ ਹਿਰਦੈ ਜਾ ਕੈ ਹਰਿ ਹਰਿ,	gurmukh hirdai jaa kai har har
ਸੋਈ ਭਗਤੁ ਇਕਾਤੀ ਜੀਉ॥੩॥	so-ee bhagat ikaatee jee-o. ||3||

ਗੁਰਮਖ ਦੇ ਮਨ ਵਿੱਚ ਕੋਈ ਸੰਸਾਰਕ ਇੱਛਾਂ ਨਹੀਂ, ਕਿਸੇ ਨਾਲ ਕੋਈ ਵੈਰ, ਵਿਰੋਧ ਨਹੀਂ ਹੁੰਦਾ । ਸੰਸਾਰ ਵਿੱਚ ਅਨੇਕਾਂ ਹੀ ਜੀਵ ਉਸ ਦੇ ਅਦਰਸ਼ਾਂ ਦੀ ਪੂਜਾ ਕਰਦੇ ਹਨ । ਜਿਸ ਦੇ ਮਨ ਵਿੱਚ ਪ੍ਰਭ ਦਾ ਸ਼ਬਦ ਵਸਦਾ ਹੈ, ਉਸ ਨੂੰ ਹੀ ਗੁਰਮਖ ਅਵਸਥਾ ਬਖਸ਼ਿਸ਼ ਹੋ ਸਕਦੀ ਹੈ । ਜਿਸ ਦਾ ਮਨ ਪ੍ਰਭ ਦੇ ਵਿਛੋੜੇ ਦੇ ਵਿਰਾਗ ਨਾਲ ਭਰਿਆ ਹੁੰਦਾ ਹੈ, ਕੇਵਲ ਉਸ ਨੂੰ ਹੀ ਦਾਸ ਅਵਸਥਾ ਬਖਸ਼ਿਸ਼ ਹੁੰਦੀ ਹੈ ।

His true devotee may not have any worldly desire, jealousy, and animosity with anyone. Many may follow his ideal way of life in own day-to-day life. Whose may remain drenched with the essence of His Word; he may be blessed with a state of mind as His true devotee. Whosoever may remain overwhelmed with renunciation in the memory of his separation from His Holy, only his soul may become worthy of His Consideration. Only he may be blessed with a state of mind as His true devotee.

ਅਮੋਘ ਦਰਸਨ ਬੇਅੰਤ ਅਪਾਰਾ॥	amogh darsan bay-ant apaaraa.
ਵਡ ਸਮਰਥੁ ਸਦਾ ਦਾਤਾਰਾ॥	vad samrath sadaa daataaraa.
ਗੁਰਮੁਖਿ ਨਾਮੁ ਜਪੀਐ ਤਿਤੁ ਤਰੀਐ,	gurmukh Naam japee-ai tit taree-ai
ਗਤਿ ਨਾਨਕ ਵਿਰਲੀ ਜਾਤੀ ਜੀਉ॥੪॥੬॥੧੩	gat naanak virlee jaatee jee-o. 4||6||13

ਪ੍ਰਭ ਦੀ ਰਹਿਮਤ ਦਾ ਫਲ ਸਦਾ ਰਹਿਣ ਵਾਲਾ ਹੁੰਦਾ ਹੈ, ਉਸ ਦੀ ਰਹਿਮਤ ਦੀ ਤੁਲਨਾ ਕਿਸ ਹੋਰ ਪ੍ਰਾਪਤੀ ਨਾਲ ਨਹੀਂ ਕੀਤੀ ਜਾ ਸਕਦੀ । ਦਾਤਾਂ ਦੇ ਮਾਲਕ ਦਾ ਰਹਿਮਤਾਂ ਦਾ ਭੰਡਾਰ ਬੇਅੰਤ ਹੈ । ਉਸ ਦੀਆਂ ਰਹਿਮਤਾਂ ਦੀ ਵਰਖਾ ਸਦਾ ਹੀ ਹੁੰਦੀ ਰਹਿੰਦੀ ਹੈ । ਜਿਹੜਾ ਗੁਰਮਖ ਪ੍ਰਭ ਦੇ ਸ਼ਬਦ ਦਾ ਸਿਮਰਨ ਕਰਦਾ ਹੈ, ਉਹ ਸੰਸਾਰਕ ਸਾਗਰ ਪਾਰ ਕਰ ਜਾਂਦਾ ਹੈ, ਫਿਰ ਵੀ ਕੋਈ ਵਿਰਲਾ ਹੀ ਸ਼ਬਦ ਨਾਲ ਆਪਣਾ ਜੀਵਨ ਢਾਲਦਾ ਹੈ ।

His Blessings remain axiom forever! His Blessings may not be compared with any other worldly achievement or any worldly rewards. The True Master remains the trustee of unlimited virtues. His Blessings are always pouring indiscriminately, non-stop on His Creation. Whosoever may meditate on the teachings of His Word with steady and stable belief; with His mercy and grace, he may cross the terrible ocean of worldly desires. However, very rare devotee may adopt the teachings of His Word in his day-to-day life

234.ਮਾਝ ਮਹਲਾ ੫॥ (98-13)

ਕਹਿਆ ਕਰਣਾ ਦਿਤਾ ਲੈਣਾ॥	kahi-aa karnaa ditaa lainaa.
ਗਰੀਬਾ ਅਨਾਥਾ ਤੇਰਾ ਮਾਣਾ॥	gareebaa anaathaa tayraa maanaa.
ਸਭ ਕਿਛੁ ਤੂੰਹੈ,	sabh kichhtooNhai
ਤੂੰਹੈ ਮੇਰੇ ਪਿਆਰੇ,	tooNhai mayray pi-aaray
ਤੇਰੀ ਕੁਦਰਤਿ ਕਉ ਬਲਿ ਜਾਈ ਜੀਉ॥੧॥	Tayre kudrat ka-o bal jaa-ee jee- o. ||1||

ਪ੍ਰਭ ਦੀ ਭਾਣਾ ਹੀ ਸਾਰੀ ਸ੍ਰਿਸ਼ਟੀ ਵਿੱਚ ਵਾਪਰਦਾ ਹੈ, ਬਖਸ਼ੀ ਹੋਈ ਦਾਤ ਹੀ ਸਾਰੇ ਪਾਉਂਦੇ ਹਨ । ਪ੍ਰਭ ਹੀ ਨਿਮਾਣਿਆਂ ਦਾ ਆਸਰਾ, ਰਖਵਾਲਾ ਹੈ, ਉਸ ਦੀ ਸੋਭਾ ਬਣਾਉਂਦਾ ਹੈ । ਪ੍ਰਭ, ਸ੍ਰਿਸ਼ਟੀ ਵਿੱਚ ਸਭ ਕੁਝ ਤੇਰੀ ਹੀ ਅਮਾਨਤ ਹੈ । ਮੈਂ ਪ੍ਰਭ ਦੀ ਕੁਦਰਤ ਤੋਂ ਸਦਾ ਹੀ ਕੁਰਬਾਨ ਜਾਂਦਾ ਹਾ । ਮੇਰੀ ਲਗਨ ਪ੍ਰਭ ਦੇ ਸ਼ਬਦ ਦੀ ਪਾਲਣਾ ਵਿੱਚ ਹੀ ਅਡੋਲ ਹੈ, ਮੇਰੇ ਮਨ ਨੂੰ ਪਿਆਰੀ ਲਗਦੀ ਹੈ,

His Command prevails in the universe; everyone may only achieve every virtue with His Blessings. The True Master remains the pillar of support, protection and bestows honor on His humble true devotee. Everything in the universe remains only His trust. I always remain grateful and gratitude for His Blessings. Only His Word may be soothing to my mind; I am meditating wholeheartedly on the teachings of His Word.

ਭਾਣੈ ਉਝੜ ਭਾਣੈ ਰਾਹਾ॥	bhaanai ujharhbhaanai raahaa.
ਭਾਣੈ ਹਰਿ ਗੁਣ ਗੁਰਮੁਖਿ ਗਾਵਾਹਾ॥	bhaanai har gun gurmukh gaavaahaa.
ਭਾਣੈ ਭਰਮਿ ਭਵੈ ਬਹੁ ਜੂਨੀ,	bhaanai bharam bhavai baho joonee
ਸਭ ਕਿਛੁ ਤਿਸੈ ਰਜਾਈ ਜੀਉ॥੨॥	sabh Kichhtisai rajaa-ee jee-o. ||2||

ਪ੍ਰਭ ਦੇ ਭਾਣੇ, ਹੁਕਮ ਨਾਲ ਹੀ ਮਾਨਸ ਥਾਂ ਥਾਂ ਤੇ ਧੱਕੇ ਖਾਂਦਾ ਰਹਿੰਦਾ ਹੈ, ਭਾਣੇ ਨਾਲ ਹੀ ਸਿੱਧੇ ਰਸਤੇ ਦੀ ਸੋਝੀ ਬਖਸ਼ਿਸ਼ ਹੁੰਦੀ ਹੈ । ਪ੍ਰਭ ਦੀ ਰਹਿਮਤ ਨਾਲ ਹੀ ਜੀਵ ਗੁਰਮਖ ਅਵਸਥਾ ਬਖਸ਼ਿਸ਼ ਹੁੰਦੀ, ਸ਼ਬਦ ਦੇ ਗੁਣ ਗਾਉਂਦਾ ਹੈ । ਪ੍ਰਭ ਦੇ ਭਾਣੇ ਨਾਲ ਹੀ ਆਤਮਾ ਅਨੇਕਾਂ ਜਨਮ ਭਟਕਦੀ ਰਹਿੰਦਾ ਹੈ । ਸਭ ਕੁਝ ਪ੍ਰਭ ਦੇ ਭਾਣੇ ਅੰਦਰ ਹੀ ਵਾਪਰਦਾ ਹੈ ।

The True Master, His Command prevails in the universe; self-minded may remain wandering in religious suspicions and frustration searching for the right path. His true devotee may be blessed with the right path of salvation, acceptance in His Court. He may remain intoxicated in meditation and singing His glory with each breath. With His Command, the soul of self-minded may remain in the cycle of birth and death long time. Only His Command prevails and nothing may be beyond His Command.

ਨਾ ਕੋ ਮੂਰਖੁ ਨਾ ਕੋ ਸਿਆਣਾ॥	naa ko moorakh naa ko si-aanaa.
ਵਰਤੈ ਸਭ ਕਿਛੁ ਤੇਰਾ ਭਾਣਾ॥	vartai sabh kichhtayraa bhaanaa.
ਅਗਮ ਅਗੋਚਰ ਬੇਅੰਤ ਅਥਾਹਾ,	agam agochar bay-ant athaahaa
ਤੇਰੀ ਕੀਮਤਿ ਕਹਣੁ ਨ ਜਾਈ ਜੀਉ॥੩॥	tayree keemat kahan na jaa-ee jee-o. ||3||

ਮਾਨਸ ਕਿਸੇ ਨੂੰ ਕਿਵੇਂ ਮੂਰਖ ਜਾ ਸੂਝਵਾਨ ਦੱਸ ਸਕਦਾ ਹੈ? ਹਰ ਕਰਤਬ ਵਿੱਚ ਪ੍ਰਭ ਦਾ ਭਾਣਾ ਹੀ ਵਾਪਰਦਾ ਹੈ । ਪ੍ਰਭ ਅੰਤ ਤੋਂ, ਜਾਣਕਾਰੀ ਤੋਂ, ਪਹੁੰਚ ਤੋਂ ਰਹਿਤ ਹੈ । ਪ੍ਰਭ ਦੀ ਰਹਿਮਤ ਦੀ ਮਹੱਤਤਾ ਪੂਰੀ ਤਰ੍ਹਾਂ ਜਾਣੀ ਨਹੀਂ ਜਾ ਸਕਦੀ ।

How can anyone be called foolish or wise; ignorant or enlightened in the universe? Only His Command prevails in all events within everyone. His Command remains beyond any limitation, comprehension of His Creation. The significance of His Blessings may not be fully imagined, comprehend.

ਖਾਕੁ ਸੰਤਨ ਕੀ ਦੇਹੁ ਪਿਆਰੇ॥	khaak santan kee dayh pi-aaray.
ਆਇ ਪਇਆ ਹਰਿ ਤੇਰੈ ਦੁਆਰੇ॥	aa-ay pa-i-aa har tayrai du-aarai.
ਦਰਸਨੁ ਪੇਖਤ ਮਨੁ ਆਘਾਵੈ,	darsan paykhat man aaghaavai naanak
ਨਾਨਕ ਮਿਲਣੁ ਸੁਭਾਈ ਜੀਉ॥੪॥੭॥੧੪॥	milan subhaa-ee jee-o. ||4||7||14||

ਪ੍ਰਭ ਰਹਿਮਤ ਬਖਸ਼ਕੇ ਬੰਦਗੀ ਕਰਨਵਾਲੇ ਸੰਤਾਂ ਦੇ ਚਰਨਾਂ ਦੀ ਧੂੜ ਬਖਸ਼ੋ! ਮੈਂ ਤੇਰੀ ਸ਼ਰਣ ਵਿੱਚ ਨਿਮਾਣਾ ਬਣਕੇ ਭੀਖ ਮੰਗਦਾ ਹਾ । ਤੇਰੇ ਦਰਸ਼ਨ ਕਰਨ, ਸ਼ਬਦ ਦੀ ਪਾਲਣਾ ਨਾਲ ਮਨ ਵਿੱਚ ਸੰਤੋਖ ਭਰ ਗਿਆ ਹੈ । ਮਨ ਤੇਰੇ ਸ਼ਬਦ ਦੀ ਸਮਾਧੀ ਵਿੱਚ ਵਸਣ ਲਗ ਪਿਆ ਹੈ ।

The True Master blesses me devotion to obey the teachings of Your Word; the conjugation of Your Holy saint. I have humbled surrendered my self-identity at Your Sanctuary for Your Forgiveness and Refuge. I have adopted the teachings of Your Word in my day-to-day life; with Your mercy and grace, I am overwhelmed with a peace, contentment, and blossom within. I am intoxicated in meditation in the void of Your Word.

235.ਮਾਝ ਮਹਲਾ ੫॥ (98-18)

ਦੁਖੁ ਤਦੇ, ਜਾ ਵਿਸਰਿ ਜਾਵੈ॥	dukh taday jaa visar jaavai. bhukh
ਭੁਖ ਵਿਆਪੈ, ਬਹੁ ਬਿਧਿ ਧਾਵੈ॥	vi-aapai baho biDh Dhaavai.
ਸਿਮਰਤ ਨਾਮੁ ਸਦਾ ਸੁਹੇਲਾ,	simrat Naam sadaa suhaylaa jis
ਜਿਸੁ ਦੇਵੈ ਦੀਨ ਦਇਆਲਾ ਜੀਉ॥੧॥	dayvai deen da-i-aalaa jee-o. ‖1‖

ਜਿਹੜਾ ਪ੍ਰਭ ਦੇ ਸ਼ਬਦ ਅਨੁਸਾਰ ਜੀਵਨ ਬਤੀਤ ਨਹੀਂ ਕਰਦਾ, ਉਸ ਨੂੰ ਸੰਸਾਰਕ ਇੱਛਾਂ ਦਾ ਦੁਖ, ਲਗਦਾ ਹੈ । ਉਸ ਦੀ ਸੰਸਾਰਕ ਮਨੋਰਥ ਪਾਉਣ ਦੀ ਭੁੱਖ ਖਤਮ ਨਹੀਂ ਹੁੰਦੀ, ਹੋਰ ਇੱਛਾਂ ਵਧਦੀਆਂ ਹਨ, ਉਸ ਦਾ ਮਨ ਲਾਲਚ ਨਾਲ ਭਰਿਆਂ ਰਹਿੰਦਾ ਹੈ । ਪ੍ਰਭ ਆਪ ਹੀ ਆਪਣੇ ਨਿਮਾਣੇ ਦਾਸ ਤੇ ਰਹਿਮਤ ਬਖਸ਼ਦਾ ਹੈ । ਉਹ ਸ਼ਬਦ ਦੀ ਪਾਲਣਾ, ਸਿਮਰਨ ਕਰਦਾ, ਸਦਾ ਹੀ ਖੇੜੇ ਵਿੱਚ ਵਸਦਾ ਹੈ ।

Whosoever may not adopt the teachings of His Word in day-to-day life, he may remain miserable with ever increasing worldly desires. He may endure miseries and frustration of disappointments in his day-to-day life. His hunger for worldly desires may never be satisfied rather grows bigger; he may remain overwhelmed with greed. The True Master may bestow His Blessed Vision, His true devotee may meditate, and obeys the teachings of His Word with steady and stable; he may remain overwhelmed with peace and blossom.

ਸਤਿਗੁਰੁ ਮੇਰਾ ਵਡ ਸਮਰਥਾ॥	saT`gur mayraa vad samrathaa.
ਜੀਇ ਸਮਾਲੀ, ਤਾ ਸਭੁ ਦੁਖੁ ਲਥਾ॥	jee-ay samaalee taa sabh dukh lathaa.
ਚਿੰਤਾ ਰੋਗੁ ਗਈ, ਹਉ ਪੀੜਾ,	chintaa rog ga-ee ha-o peerhaa
ਆਪਿ ਕਰੇ ਪ੍ਰਤਿਪਾਲਾ ਜੀਉ॥੨॥	aap karay partipaalaa jee-o. ‖2‖

ਜਿਸ ਦੇ ਮਨ ਵਿੱਚ ਸਰਬ ਕਲਾ ਸਮਰਥ ਪ੍ਰਭ ਦਾ ਸ਼ਬਦ ਘਰ ਕਰ ਜਾਂਦਾ ਹੈ, ਉਸ ਦੇ ਮਨ ਦੀਆਂ ਸੰਸਾਰਕ ਇੱਛਾਂ ਦੀ ਭੁੱਖ ਖਤਮ, ਨਾਸ ਹੋ ਜਾਂਦੀ ਹੈ । ਉਸ ਨੂੰ ਮਨ ਦੇ ਅਹੰਕਾਰ ਤੇ ਜਿੱਤ ਬਖਸ਼ਿਸ਼ ਹੋ ਜਾਂਦੀ ਹੈ । ਪ੍ਰਭ ਆਪ ਹੀ ਸਿੱਧੇ ਰਸਤੇ ਤੇ ਪਾਉਂਦਾ ਹੈ ।

Whosoever may remain drenched with the enlightenment of the essence of His Word; all his worldly desires may be eliminated from within his mind. He may conquer his own worldly ego. He may be blessed with the right path of salvation.

ਬਾਰਿਕ ਵਾਂਗੀ ਹਉ ਸਭ ਕਿਛੁ ਮੰਗਾ॥	baarik vaaNgee ha-o sabh kichh mangaa.
ਦੇਦੇ ਤੋਟਿ ਨਾਹੀ ਪ੍ਰਭ ਰੰਗਾ॥	dayday tot naahee parabh rangaa.
ਪੈਰੀ ਪੈ ਪੈ ਬਹੁਤੁ ਮਨਾਈ,	pairee pai pai bahut manaa-ee
ਦੀਨ ਦਇਆਲ ਗੋਪਾਲਾ ਜੀਉ॥੩॥	deen da-i-aal gopaalaa jee-o. ‖3‖

ਮਾਨਸ ਬਾਲਕ ਵਾਂਗ ਹਰ ਵੇਲੇ ਮੰਗਦਾ ਰਹਿੰਦਾ ਹੈ, ਕਦੇ ਸਿਦਕ ਨਹੀਂ ਕਰਦਾ । ਪ੍ਰਭ ਬਹੁਤ ਰਹਿਮਤਾਂ ਦਾ ਮਾਲਕ ਹੈ, ਉਸ ਦੇ ਦਰ ਤੇ ਗਿਆ ਕੋਈ ਖਾਲੀ ਨਹੀਂ ਆਉਂਦਾ । ਮੈਂ ਪਲ ਪਲ ਉਸ ਅੱਗੇ ਰਹਿਮਤ ਦੀ ਅਰਦਾਸ ਕਰਦਾ ਹਾ । ਉਹ ਹੀ ਨਿਮਾਣਿਆ ਦਾ ਆਸਰਾ, ਸ੍ਰਿਸ਼ਟੀ ਦਾ ਰਖਵਾਲਾ ਹੈ ।

Ignorant human may behave like a child and always begs for more; he may never be contented with His Blessings. Whosoever may humbly surrender at His Sanctuary; The True Trustee of all treasures; he may never be returned empty-handed. I always pray for His forgiveness and refuge. He remains the pillar of support and the protector of His humble devotee.

ਹਉ ਬਲਿਹਾਰੀ ਸਤਿਗੁਰ ਪੂਰੇ॥	ha-o balihaaree saT`gur pooray.
ਜਿਨਿ ਬੰਧਨ ਕਾਟੇ ਸਗਲੇ ਮੇਰੇ॥	jin banDhan kaatay saglay mayray.
ਹਿਰਦੈ ਨਾਮੁ ਦੇ ਨਿਰਮਲ ਕੀਏ,	hirdai Naamday nirmal kee-ay
ਨਾਨਕ ਰੰਗਿ ਰਸਾਲਾ ਜੀਉ॥੪॥੮॥੧੫॥	naanak rang rasaalaa jee-o. ‖4‖8‖15‖

ਮੈਂ ਪੂਰਨ ਗੁਰੂ ਤੋਂ ਕੁਰਬਾਨ ਜਾਵਾ! ਜਿਸ ਨੇ ਰਹਿਮਤ ਬਖਸ਼ਕੇ ਮੇਰੇ ਸੰਸਾਰਕ ਇੱਛਾਂ ਦੇ ਸਾਰੇ ਬੰਧਨ ਨਾਸ ਕਰ ਦਿੱਤੇ ਹਨ । ਪ੍ਰਭ ਦਾ ਸ਼ਬਦ ਮਨ ਵਿੱਚ ਵਸਣ ਨਾਲ, ਮੇਰਾ ਮਨ ਪਵਿੱਤਰ ਹੋ ਗਿਆ ਹੈ, ਮੇਰੇ ਮਨ ਵਿਚੋਂ ਪ੍ਰਭ ਦੇ ਸ਼ਬਦ ਦੀ ਸੋਝੀ ਰੂਪੀ ਅੰਮ੍ਰਿਤ ਸਿੰਮਦਾ ਹੈ ।

I always remain fascinated from The True Guru! He has bestowed His Blessed Vision; all my bonds of worldly desires have been eliminated. I remain drenched with the essence of His Word; my soul has become sanctified. The nectar of the essence of His Word, remains oozing from the 10th cave of my soul.

236.ਮਾਝ ਮਹਲਾ ੫॥ 99-4

ਲਾਲ ਗੋਪਾਲ ਦਇਆਲ ਰੰਗੀਲੇ॥	laal gopaal da-i-aal rangeelay. gahir
ਗਹਿਰ ਗੰਭੀਰ ਬੇਅੰਤ ਗੋਵਿੰਦੇ॥	gambheer bay-ant govinday.
ਊਚ ਅਥਾਹ ਬੇਅੰਤ ਸੁਆਮੀ,	ooch athaah bay-ant su-aamee simar
ਸਿਮਰਿ ਸਿਮਰਿ ਹਉ ਜੀਵਾਂ ਜੀਉ॥੧॥	simar ha-o jeevaaN jee-o. ||1||

ਪ੍ਰਭ ਬਹੁਤ ਤਰਸਵਾਨ, ਮਨ ਨੂੰ ਪਿਆਰਾ ਲਗਣ ਵਾਲਾ, ਜੀਵਾਂ ਦਾ ਰਖਵਾਲਾ, ਬਹੁਤ ਗੰਭੀਰ, ਡੂੰਘੀ ਸੋਝੀ, ਗਿਆਨਵਾਲਾ ਹੈ । ਪ੍ਰਭ ਦੇ ਕਿਸੇ ਕਰਤਬ ਦਾ ਅੰਤ ਨਹੀਂ ਪਾਇਆ ਜਾ ਸਕਦਾ । ਮੇਰੇ ਸਵਾਮੀ, ਮਾਲਕ ਅੰਤ ਤੋਂ ਰਹਿਤ, ਸਭ ਤੋਂ ਵਡਾ, ਉਚਾ ਹੈ । ਮੈਂ ਸ਼ਬਦ ਦੀ ਸਮਾਧੀ ਵਿੱਚ ਹੀ ਵਸਦਾ ਹਾ ।

The Merciful True Master, Protector of Universe remains very mysterious, compassionate, with deep wisdom and enlightenment of the essence of His Word. The teachings of His Word remain very comforting to the mind of His True devotee. His miracles, Nature remains beyond any limit nor comprehension of His Creation. The True Master, the Greatest of All. I remain intoxicated in meditation in the void of His Word.

ਦੁਖ ਭੰਜਨ ਨਿਧਾਨ ਅਮੋਲੇ॥	dukh bhanjan niDhaan amolay.
ਨਿਰਭਉ ਨਿਰਵੈਰ ਅਥਾਹ ਅਤੋਲੇ॥	nirbha-o nirvair athaah atolay.
ਅਕਾਲ ਮੂਰਤਿ ਅਜੂਨੀ ਸੰਭੌ,	akaal moorat ajoonee sambhou
ਮਨ ਸਿਮਰਤ ਠੰਢਾ ਥੀਵਾਂ ਜੀਉ॥੨॥	man, simrat thandhaa theevaaN jee-o. ||2||

ਪ੍ਰਭ ਡਰ, ਵੈਰ ਤੋਂ, ਜਨਮ ਮਰਨ ਤੋਂ ਰਹਿਤ, ਜੀਵ ਦੇ ਦੁਖਾਂ ਦਾ ਨਾਸ ਕਰਨਵਾਲਾ, ਅਨਮੋਲ ਗੁਣਾਂ ਦਾ ਖਜ਼ਾਨਾ, ਭੰਡਾਰੀ, ਸਦਾ ਅਟਲ ਰਹਿਣ ਵਾਲਾ, ਆਪਣੇ ਆਪ ਵਿਚੋਂ ਚਮਕਣਵਾਲਾ ਹੈ । ਸ਼ਬਦ ਵਿੱਚ ਧਿਆਨ ਲਾਉਣ, ਸਿਮਰਨ ਕਰਨ ਨਾਲ ਮਨ ਵਿੱਚ ਧੀਰਜ, ਸੰਤੋਖ ਭਰ ਜਾਂਦਾ ਹੈ, ਮਨ ਵਿੱਚ ਸਦਾ ਰਹਿਣ ਵਾਲਾ ਖੇੜਾ ਵਸ ਜਾਂਦਾ ਹੈ ।

The True Master beyond any jealousy, enmity, cycle of birth and death, destroyer of all miseries and the treasures of precious virtues. He may evolve, appears from His own Holy Spirit. Whosoever may meditate, obeys the teachings of His Word; with His mercy and grace, he may be blessed with patience, contentment, and blossom forever.

ਸਦਾ ਸੰਗੀ ਹਰਿ ਰੰਗ ਗੋਪਾਲਾ॥	sadaa sangee har rang gopaalaa.
ਊਚ ਨੀਚ ਕਰੇ ਪ੍ਰਤਿਪਾਲਾ॥	ooch neech karay partipaalaa.
ਨਾਮੁ ਰਸਾਇਣੁ ਮਨੁ ਤ੍ਰਿਪਤਾਇਣੁ,	naam rasaa-in man tariptaa-in
ਗੁਰਮੁਖਿ ਅੰਮ੍ਰਿਤੁ ਪੀਵਾਂ ਜੀਉ॥੩॥	gurmukh amrit peevaaN jee-o. ||3||

ਸ੍ਰਿਸ਼ਟੀ ਦਾ ਰਖਵਾਲਾ ਸਦਾ ਹੀ ਮੇਰੇ ਸਾਥ ਰਹਿੰਦਾ ਹੈ । ਉਹ ਉਚ, ਨੀਚ, ਨਿਮਾਣੇ ਅਤੇ ਘਮੰਡੀ ਦੀ ਵੀ ਰਖਿਆ ਕਰਦਾ ਹੈ । ਜਿਸ ਦੇ ਮਨ ਵਿੱਚ ਸ਼ਬਦ ਵਿੱਚ ਸ਼ਬਦ ਘਰ ਕਰ ਜਾਂਦਾ, ਉਸ ਦੇ ਮਨ ਵਿੱਚ ਸੰਤੋਖ ਬਖਸ਼ਿਸ਼ ਹੋ ਜਾਂਦਾ ਹੈ । ਗੁਰਮਖ ਇਹ ਸ਼ਬਦ ਰੂਪੀ ਅੰਮ੍ਰਿਤ ਪੀ ਕੇ ਅਨੰਦ ਮਾਨਦਾ ਹੈ ।

The True Master and protector of the universe always remains my companion. He always protects, all high, low, evil thinker, person with pride and humble and helpless devotee. Whosoever may remain drenched the teachings of His Word, he may be blessed with contentment. His True devotee may enjoy the nectar, the essence of His Word.

ਦੁਖਿ ਸੁਖਿ ਪਿਆਰੇ ਤੁਧੁ ਧਿਆਈ॥	dukh sukh pi-aaray tuDhDhi-aa-ee. ayh
ਏਹ ਸੁਮਤਿ ਗੁਰੂ ਤੇ ਪਾਈ॥	sumat guroo tay paa-ee.
ਨਾਨਕ ਕੀ ਧਰ ਤੂੰਹੈ ਠਾਕੁਰ,	naanak kee Dhar tooNhai thaakur
ਹਰਿ ਰੰਗਿ ਪਾਰਿ ਪਰੀਵਾਂ ਜੀਉ॥੪॥੯॥੧੬॥	har rang paar pareevaaN jee-o. ||4||9||16

ਪ੍ਰਭ ਤੇਰੇ ਸ਼ਬਦ ਦੀ ਪਾਲਣਾ ਤੋਂ ਇਹ ਹੀ ਸੋਝੀ ਪਾਈ ਹੈ । ਦੁਖ ਵਿੱਚ ਵੀ ਸ਼ਬਦ ਦਾ ਹੀ ਸਿਮਰਨ ਕੀਤਾ ਜਾਵੇ, ਸਭ ਕੁਝ ਭਾਣੇ ਅੰਦਰ ਹੀ ਵਾਪਰਦਾ ਹੈ । ਬੰਦਗੀ ਕਰਨਵਾਲੇ ਦਾਸ ਦੀ ਲਗਨ ਸਦਾ ਹੀ ਤੇਰੇ ਸ਼ਬਦ ਦੀ ਪਾਲਣਾ ਵਿੱਚ ਲਗੀ ਰਹਿੰਦੀ ਹੈ । ਜਿਹੜਾ ਸ਼ਬਦ ਦੀ ਪਾਲਣਾ ਅਡੋਲ ਭਰੋਸੇ ਨਾਲ ਕਰਦਾ ਹੈ, ਉਸ ਨੂੰ ਪ੍ਰਵਾਨਗੀ ਦਾ ਅਸਲੀ ਰਸਤਾ ਬਖਸ਼ਿਸ਼ ਹੋ ਜਾਂਦਾ ਹੈ ।

Whosoever may obey and adopt the teachings of His Word in day-to-day life; with His mercy and grace, he may be enlightened; he should always meditate on the teachings of His Word, even in a worst time of Your life, everything may only happen under His Command. His true devotee intoxicated in obeying the teachings of His Word. Whosoever may obey the teachings of His Word with a steady and stable belief; with His mercy and grace, he may be blessed with the right path of acceptance in His Court.

237.ਮਾਝ ਮਹਲਾ ੫॥ (99-10)

ਧੰਨੁ ਸੁ ਵੇਲਾ ਜਿਤੁ ਮੈ ਸਤਿਗੁਰੁ ਮਿਲਿਆ॥	dhan so vaylaa jit mai saT`gur mili-aa.
ਸਫਲੁ ਦਰਸਨੁ ਨੇਤ੍ਰ ਪੇਖਤ ਤਰਿਆ॥	safal darsan naytar paykhattari-aa.
ਧੰਨੁ ਮੂਰਤ ਚਸੇ ਪਲ ਘੜੀਆ,	dhan moorat chasay pal gharhee-aa
ਧੰਨਿ ਸੁ ਓਇ ਸੰਜੋਗਾ ਜੀਉ॥੧॥	dhan so o-ay sanjogaa jee-o. ||1||

ਜਿਸ ਨੂੰ ਪ੍ਰਭ ਨਾਲ ਮਿਲਾਪ ਹੋਇਆ, ਭਾਵ ਪ੍ਰਭ ਦੇ ਸ਼ਬਦ ਦੀ ਸੋਝੀ ਹੋ ਜਾਂਦੀ ਹੈ, ਉਸ ਦਾ ਹਰ ਵੇਲਾ, ਸਮਾਂ ਵਡਭਾਗਾ ਹੋ ਜਾਂਦਾ ਹੈ । ਮੈਂ ਸ਼ਬਦ ਦੀ ਸੋਝੀ ਨੂੰ ਜੀਵਨ ਵਿੱਚ ਵਸਾਉਣ ਨਾਲ ਤੇਰੀ ਪ੍ਰਵਾਨਗੀ ਦੇ ਰਸਤੇ ਤੇ ਅਡੋਲ ਹੋ ਗਿਆ ਹਾ । ਜਿਸ ਦਾ ਮਨ ਸ਼ਬਦ ਦੇ ਲੜ ਲਗ ਜਾਂਦਾ ਹੈ, ਉਸ ਦਾ ਹਰਇਕ ਪਲ, ਘੜੀ, ਸਮਾਂ ਵਡਭਾਗਾ ਹੋ ਜਾਂਦਾ ਹੈ ।

Whosoever may be blessed with the enlightenment of the essence of Your Word; all moments, events of his life may become very fortunate. I have adopted the essence of Your Word in my day-to-day life; with Your mercy and grace, I remain steady and stable on the right path of acceptance in His Court. Whosoever may remain steady and stable on the path of obeying the teachings of His Word; all moments of his life may become very fortunate.

ਉਦਮੁ ਕਰਤ ਮਨੁ ਨਿਰਮਲੁ ਹੋਆ॥	udam karat man nirmal ho-aa.
ਹਰਿ ਮਾਰਗਿ ਚਲਤ,	har maarag chalat
ਭ੍ਰਮੁ ਸਗਲਾ ਖੋਇਆ॥	bharam saglaa kho-i-aa.
ਨਾਮੁ ਨਿਧਾਨੁ ਸਤਿਗੁਰੂ ਸੁਣਾਇਆ,	naam niDhaan saT`guroo sunaa-i-aa
ਮਿਟਿ ਗਏ ਸਗਲੇ ਰੋਗਾ ਜੀਉ॥੨॥	mit ga-ay saglay rogaa jee-o. ||2||

ਜਿਹੜਾ ਪ੍ਰਭ ਦੇ ਸ਼ਬਦ ਦੀ ਪਾਲਣਾ ਤੇ ਅਡੋਲ ਰਹਿੰਦਾ ਹੈ, ਉਸ ਦੇ ਮਨ ਦੀ ਮੈਲ ਧੋਤੀ ਜਾਂਦੀ ਹੈ । ਸ਼ਬਦ ਨਾਲ ਜੀਵਨ ਢਾਲਣ ਨਾਲ ਮਨ ਵਿਚੋਂ ਭਰਮ ਦੂਰ ਹੋ ਜਾਂਦੇ ਹਨ । ਸ਼ਬਦ ਦੀ ਪਾਲਣਾ ਨੇ ਮੇਰੇ ਮਨ ਵਿੱਚ ਸ਼ਬਦ ਨੂੰ ਜਾਗਰਤ ਕੀਤਾ ਹੈ । ਮੇਰੇ ਮਨ ਦੇ ਇੱਛਾਂ ਦੇ ਦੁਖ ਨਾਸ ਹੋ ਗਏ ਹਨ ।

Whosoever may obey the teachings His Word and remains steady and stable on the path; with His mercy and grace, his sins of many previous lives may be forgiven, eliminated and his soul may be sanctified. All his worldly suspicions may be eliminated. I am obeying the teachings of His Word; with His mercy and grace, I have been enlightened with the essence of His Word. All my miseries of worldly desires have been eliminated from my mind.

ਅੰਤਰਿਸ ਬਾਹਰਿ ਤੇਰੀ ਬਾਣੀ॥ antar baahar tayree banee.
ਤੁਧੁ ਆਪਿ ਕਥੀ ਤੈ ਆਪਿ ਵਖਾਣੀ॥ tuDh aap kathee tai aap vakhaanee.
ਗੁਰਿ ਕਹਿਆ ਸਭੁ ਏਕੋ ਏਕੋ, gur kahi-aa sabh ayko ayko
ਅਵਰੁ ਨ ਕੋਈ ਹੋਇਗਾ ਜੀਉ॥੩॥ avar na ko-ee ho- igaa jee-o. ||3||

ਪ੍ਰਭ, ਜੀਵ ਦੇ ਅੰਦਰ ਅਤੇ ਸੰਸਾਰ ਵਿੱਚ ਤੇਰੇ ਸ਼ਬਦ ਦੀ ਗੂੰਜ ਚਲਦੀ ਹੈ । ਤੂੰ ਆਪ ਹੀ ਬੋਲਦਾ ਹੈ, ਆਪ ਹੀ ਇਸ ਦਾ ਵਖਿਆਣ ਕਰਦਾ ਹੈ । ਸ਼ਬਦ ਦੀ ਸੋਝੀ ਤੋਂ ਜਾਣਕਾਰੀ ਹੁੰਦੀ ਹੈ, ਇਕੋ ਇਕ ਪ੍ਰਭ ਹੀ ਸਾਰੇ ਸ੍ਰਿਸ਼ਟੀ ਦੇ ਜੀਵਾਂ ਅੰਦਰ ਹੀ ਵਸਦਾ ਹੈ । ਪ੍ਰਭ ਤੋਂ ਬਿਨਾਂ ਹੋਰ ਕੋਈ ਸ੍ਰਿਸ਼ਟੀ ਦਾ ਖੇਲ ਚਲਾ ਨਹੀਂ ਸਕਦਾ ।

The everlasting echo of Your Word resonates in the universe and in the heart of every creature. The True Master, sermons, speaks on the tongue of His true devotee and only He explains the meaning, essence of His Word. Whosoever may be enlightened with the essence of His Word; with His mercy and grace, he may realize, The One and Only One True Master, prevails and dwells within the body of each creature and in the outside world all the time. No one else can prevail everywhere or runs the play of the universe.

ਅੰਮ੍ਰਿਤ ਰਸੁ ਹਰਿ ਗੁਰ ਤੇ ਪੀਆ॥ Amrit ras har gur tay pee-aa.
ਹਰਿ ਪੈਨਣੁ ਨਾਮੁ ਭੋਜਨੁ ਥੀਆ॥ har painanNaambhojan thee-aa.
ਨਾਮਿ ਰੰਗ ਨਾਮਿ ਚੋਜ ਤਮਾਸੇ, naam rang Naam choj tamaasay
ਨਾਉ ਨਾਨਕ ਕੀਨੇ ਭੋਗਾ ਜੀਉ॥ naa-o naanak keenay bhogaa jee-o.
੪॥੧੦॥੧੭॥ ||4||10||17||

ਪ੍ਰਭ ਦੇ ਸ਼ਬਦ ਦੀ ਸੋਝੀ ਰੂਪੀ ਅੰਮ੍ਰਿਤ, ਸ਼ਬਦ ਦੀ ਪਾਲਣਾ ਕਰਨ ਨਾਲ ਹੀ ਬਖਸ਼ਿਸ਼ ਹੋ ਸਕਦਾ ਹੈ । ਮੇਰਾ ਬਾਣਾ, ਅਤੇ ਭੋਜਨ ਪ੍ਰਭ ਦੇ ਸ਼ਬਦ ਦੀ ਪਾਲਣਾ ਕਰਨਾ ਹੀ ਬਣ ਗਿਆ ਹੈ । ਪ੍ਰਭ ਦਾ ਸ਼ਬਦ ਹੀ ਮੇਰੇ ਮਨ ਨੂੰ ਅਰਾਮ ਦੇਣ ਵਾਲਾ, ਮੇਰੇ ਜੀਵਨ ਦਾ ਖੇਲ, ਮੇਰਾ ਮਨੋਰੰਜਨ ਹੈ । ਮੈਂ ਪ੍ਰਭ ਦੇ ਸ਼ਬਦ ਦੀ ਪਾਲਣਾ ਨੂੰ ਹੀ ਮਨ ਦਾ ਮਨੋਰੰਜਨ ਬਣਾਇਆ ਹੈ ।

Whosoever may obey the teachings of His Word with steady and stable belief; with His mercy and grace, he may be blessed with the nectar of the essence of His Word. My worldly robe, my nourishment has become obeying the teachings of His Word. The teachings of His Word have become my comforting zone, my refuge, and the play of worldly life my entertainment. I have adopted the teachings of His Word as my entertainment.

238.ਮਾਝ ਮਹਲਾ ੫॥ (99-15)

ਸਗਲ ਸੰਤਨ ਪਹਿ, ਵਸਤੁ ਇਕ ਮਾਂਗਉ॥ sagal santan peh vasat ik maaNga-o.
ਕਰਉ ਬਿਨੰਤੀ ਮਾਨੁ ਤਿਆਗਉ॥ kara-o binantee maan ti-aaga-o.
ਵਾਰਿ ਵਾਰਿ ਜਾਈ ਲਖ ਵਰੀਆ, vaar vaar jaa-ee lakh varee-aa
ਦੇਹੁ ਸੰਤਨ ਕੀ ਧੂਰਾ ਜੀਉ॥੧॥ dayh santan kee Dhooraa jee-o. ||1||

ਮੈਂ ਬੰਦਗੀ ਕਰਨਵਾਲੇ ਭਗਤ, ਸੰਤ ਕੋਲੋ ਇਕੋ ਇਕ ਪਦਾਰਥ ਮੰਗਦਾ ਹਾ । ਆਪਣੇ ਮਨ ਦਾ ਅਭਿਮਾਨ ਨਾਸ ਕਰਕੇ ਆਪਣੀ ਅਰਦਾਸ ਕਰਦਾ ਹਾ । ਸੰਤਾਂ ਦੇ ਚਰਨਾਂ ਦੀ ਧੂੜ ਪਾਉਣ ਲਈ ਆਪਣੇ ਆਪ ਨੂੰ ਲੱਖ ਵਾਰ ਕੁਰਬਾਨ ਕਰ ਦੇਵਾ ।

I pray and beg from His Holy saint One and Only One Blessings; I may swallow my pride. I wholeheartedly pray for the dust of the feet of His true devotee. I am willing and ready for any sacrifice for His Blessed Vision.

ਤੁਮ ਦਾਤੇ ਤੁਮ ਪੁਰਖ ਬਿਧਾਤੇ॥ tum daatay tum purakh biDhaatay.
ਤੁਮ ਸਮਰਥ ਸਦਾ ਸੁਖਦਾਤੇ॥ tum samrath sadaa sukh-daatay.
ਸਭ ਕੋ ਤੁਮ ਹੀ ਤੇ ਵਰਸਾਵੈ, sabh ko tum hee tay varsaavai
ਅਉਸਰੁ ਕਰਹੁ ਹਮਾਰਾ ਪੂਰਾ ਜੀਉ॥੨॥ a-osar karahu hamaaraa pooraa jee-o. ||2||

ਪ੍ਰਭ ਹੀ ਦਾਤਾਂ ਦੇਣਵਾਲਾ, ਭਾਗ ਲਿਖਣ ਵਾਲਾ ਮਾਲਕ ਹੈ । ਮਨ ਨੂੰ ਸੰਤੋਖ ਦੇਣ ਵਾਲਾ, ਸਰਬ ਕਲਾ ਸਮਰਥ ਨਿਰੰਕਾਰ ਹੈ । ਪ੍ਰਭ ਹੀ ਸਭ ਨੂੰ ਦਾਤਾਂ ਬਖਸ਼ਦਾ, ਮਨ ਦੀਆਂ ਮੁਰਾਦਾਂ ਪੂਰੀਆਂ ਕਰਦਾ ਹੈ ।

The One and Only One, The True Master bestows all virtues and prewrites, engraves the destiny of every creature before birth. The Omnipotent True Master may bless contentment to His Creation. The True Master bestows His Blessed Vision, to satisfy all spoken, and unspoken desires of my mind.

ਦਰਸਨਿ ਤੇਰੈ ਭਵਨ ਪੁਨੀਤਾ॥ darsan tayrai bhavan puneetaa.
ਆਤਮ ਗੜੁ ਬਿਖਮੁ ਤਿਨਾ ਹੀ ਜੀਤਾ॥ aatam garh bikham tinaa hee jeetaa.
ਤੁਮ ਦਾਤੇ ਤੁਮ ਪੁਰਖ ਬਿਧਾਤੇ, tum daatay tum purakh biDhaatay
ਤੁਧੁ ਜੇਵਡੁ ਅਵਰੁ ਨ ਸੂਰਾ ਜੀਉ॥੩॥ tuDh jayvad avar na sooraa jee-o. ||3||

ਪ੍ਰਭ ਹੀ ਦਾਤਾਂ ਦੇਣ ਵਾਲਾ ਮਾਲਕ ਹੈ, ਪ੍ਰਭ ਦੀ ਰਹਿਮਤ ਨਾਲ, ਮਨ ਮੰਦਰ ਪ੍ਰਭ ਦੇ ਦਰ ਪ੍ਰਵਾਨ ਹੋ ਜਾਂਦਾ ਹੈ । ਮਨ ਦੇ ਕਿਲੇ ਦੀ ਦੀਵਾਰ ਟੁੱਟ ਜਾਂਦੀ ਹੈ, ਮਨ ਤੇ ਜਿੱਤ ਬਖਸ਼ਿਸ਼ ਹੋ ਜਾਂਦੀ ਹੈ । ਭਾਗ ਲਿਖਣ ਵਾਲਾ ਨਿਰੰਕਾਰ, ਸਭ ਤੋਂ ਵਡਾ, ਤਾਕਤਵਰ ਹੈ, ਪ੍ਰਭ ਤੋਂ ਵਡਾ ਹੋਰ ਕੋਈ ਸੂਰਾ ਨਹੀਂ ਹੈ ।

The True Master of all Blessings! Whosoever may be bestowed with His Blessed Vision, his soul, His Holy Shrine may be accepted in His Court. The curtain of secrecy between his soul and His Holy Spirit may be torn down. His true devotee may conquer his own mind, and worldly desires. The True Master, Greatest of All, may inscriber prewritten destiny on each soul before sending in the world; no one may be a greater warrior than The True Master.

ਰੇਨੁ ਸੰਤਨ ਕੀ ਮੇਰੈ ਮੁਖਿ ਲਾਗੀ॥ rayn santan kee mayrai mukh laagee.
ਦੁਰਮਤਿ ਬਿਨਸੀ, ਕੁਬੁਧਿ ਅਭਾਗੀ॥ durmat binsee kubuDh abhaagee.
ਸਚ ਘਰਿ ਬੈਸਿ ਰਹੇ ਗੁਣ ਗਾਏ, sach ghar bais rahay gun gaa-ay
ਨਾਨਕ ਬਿਨਸੇ ਕੂਰਾ ਜੀਉ॥੪॥੧੧॥੧੮॥ naanak binsay kooraa jee-o. ||4||11||18||

ਜਿਹੜਾ ਸੰਤਾਂ ਦੇ ਚਰਨਾਂ ਦੀ ਧੂੜ ਆਪਣੇ ਮਸਤਕ ਤੇ ਲਾਉਂਦਾ, ਭਾਵ ਆਪਣਾ ਜੀਵਨ ਸੰਤਾਂ ਦੇ ਜੀਵਨ ਦੇ ਅਧਾਰ ਤੇ ਢਾਲਦਾ ਹੈ । ਉਸ ਦੇ ਮਨ ਦੇ ਬੁਰੇ ਖਿਆਲ, ਮੰਦੇ ਭਾਗ, ਘਮੰਡ ਨਾਸ ਹੋ ਜਾਂਦਾ ਹੈ । ਮੈਂ ਆਪਣੇ ਘਰ ਅੰਦਰ ਹੀ ਖੋਜ ਕਰਦਾ, ਝਾਤੀ ਮਾਰਦਾ, ਸ਼ਬਦ ਦੇ ਗੁਣ ਗਾਉਂਦਾ ਹਾ । ਮਨ ਵਿਚੋਂ ਦਿਖਾਵਾ ਨਾਸ ਹੋ ਗਿਆ, ਮਨ ਇੱਛਾਂ ਰਹਿਤ ਹੋ ਗਿਆ ਹੈ ।

Whosoever may adopt the life experience teachings of His Holy saint in his own day to day life; with His mercy and grace, all his evil thoughts, pride of worldly possessions may be eliminated. I have searched within and evaluated my own deeds. I am singing the glory of His Word; all my hypocrisy, falsehood and all my worldly issues has been eliminated.

239.ਮਾਝ ਮਹਲਾ ੫॥ (100-2)

ਵਿਸਰੁ ਨਾਹੀ ਏਵਡ ਦਾਤੇ॥ visar naahee ayvad daatay. kar
ਕਰਿ ਕਿਰਪਾ ਭਗਤਨ ਸੰਗਿ ਰਾਤੇ॥ kirpaa bhagtan sang raatay.
ਦਿਨਸੁ ਰੈਣਿ ਜਿਉ ਤੁਧੁ ਧਿਆਈ, dinas rain ji-o tuDhDhi-aa-ee
ਏਹੁ ਦਾਨੁ ਮੋਹਿ ਕਰਣਾ ਜੀਉ ॥੧॥ ayhu daan mohi karnaa jee-o. ||1||

ਪ੍ਰਭ ਰਹਿਮਤ ਬਖਸ਼ੋ! ਮੇਰੇ ਮਨ ਵਿਚੋਂ ਤੇਰਾ ਸ਼ਬਦ ਇਕ ਪਲ ਵੀ ਨਾ ਵਿਸਰ ਜਾਵੇ । ਮੇਰਾ ਮਨ ਤੇਰੇ ਸ਼ਬਦ ਦੀ ਸਮਾਧੀ ਵਿੱਚ ਵਸਣ ਲਗ ਪਵੇ! ਮੈਂ ਦਿਨ ਰਾਤ ਸ਼ਬਦ ਦੀ ਪਾਲਣਾ ਕਰਾ, ਸਿਮਰਨ ਕਰਾ!

My True Master bestows Your Blessed Vision; I may never forsake to obey the teachings of Your Word even for a moment. I may remain intoxicated in meditation in the void of Your Word. I may obey and meditate on the teachings in the void of Your Word, Day, and night.

ਮਾਟੀ ਅੰਧੀ ਸੁਰਤਿ ਸਮਾਈ॥	maatee anDhee surat samaa-ee.
ਸਭ ਕਿਛੁ ਦੀਆ ਭਲੀਆ ਜਾਈ॥	sabh kichhdee-aa bhalee-aa jaa-ee.
ਅਨਦ ਬਿਨੋਦ ਚੋਜ ਤਮਾਸੇ,	anad binod choj tamaasay
ਤੁਧੁ ਭਾਵੈ ਸੋ ਹੋਣਾ ਜੀਉ॥੨॥	tuDh bhaavai so honaa jee-o. ॥2॥

ਪ੍ਰਭ ਇਸ ਮਿੱਟੀ ਦੇ ਬਣੇ ਤਨ ਵਿੱਚ ਤੂੰ ਗਿਆਨ, ਜਾਗਰਤੀ ਭਰੀ ਹੈ । ਸਭ ਕੁਝ, ਸਭ ਥਾਂ ਜੋ ਵਾਪਰਦਾ ਹੈ, ਉਹ ਤੇਰੀ ਹੀ ਰਹਿਮਤ ਹੈ, ਸ੍ਰਿਸ਼ਟੀ ਦੀ ਭਲਾਈ ਲਈ ਹੀ ਹੁੰਦਾ ਹੈ । ਤੇਰੇ ਹੁਕਮ ਅੰਦਰ ਹੀ ਸੰਸਾਰਕ ਖੁਸ਼ੀਆਂ, ਅਨੰਦ, ਮਨੋਰੰਜਨ, ਖੇਲ ਵਾਪਰਦਾ ਹੈ, ਸਮਾਂ ਪਾ ਕੇ ਬੀਤ ਜਾਂਦਾ ਹੈ ।

The True Master has embedded this perishable body with the knowledge, enlightenment, and awareness of His Word. Only His Command prevails in the universe and everything may only happen for the welfare of His Creation. His Command plays non-stop and all happiness, pleasures, entertainment and play of His Creation; however, everything remains for predetermined time and disappear.

ਜਿਸ ਦਾ ਦਿਤਾ ਸਭੁ ਕਿਛੁ ਲੈਣਾ॥	jis daa ditaa sabh kichh lainaa.
ਛਤੀਹ ਅੰਮ੍ਰਿਤ ਭੋਜਨੁ ਖਾਣਾ॥	chhateeh amritbhojan khaanaa.
ਸੇਜ ਸੁਖਾਲੀ ਸੀਤਲੁ ਪਵਣਾ,	sayj sukhaalee seetal pavnaa
ਸਹਜ ਕੇਲ ਰੰਗ ਕਰਣਾ ਜੀਉ॥੩॥	sahj kayl rang karnaa jee-o. ॥3॥

ਸੰਸਾਰ ਵਿੱਚ ਜੀਵ ਨੂੰ ਸਭ ਕੁਝ ਤੇਰੀ ਰਹਿਮਤ ਨਾਲ ਹੀ ਬਖਸ਼ਿਸ਼ ਹੁੰਦਾ ਹੈ । ਪ੍ਰਭ ਦੀ ਬਖਸ਼ਿਸ਼ ਨਾਲ ਹੀ ਅਨੇਕਾਂ ਪ੍ਰਕਾਰ ਦੇ ਭੋਜਨਾ ਦਾ ਅਨੰਦ ਮਾਨਦਾ ਹੈ । ਘਰ, ਅਰਾਮ ਵਾਲਾ ਥਾਂ, ਠੰਡੀ ਹਵਾ, ਮਨ ਵਿੱਚ ਸ਼ਾਂਤੀ, ਸੰਤੋਖ, ਖੇੜਾ ਵਸਦਾ ਹੈ ।

In this universe, only with His Blessed Vision, His Creation may achieve everything; all worldly pleasures and delicacies in worldly life. He may be blessed with a comfortable home, peace, contentment, and blossom.

ਸਾ ਬੁਧਿ ਦੀਜੈ ਜਿਤੁ ਵਿਸਰਹਿ ਨਾਹੀ॥	saa buDhdeejai jit visrahi naahee.
ਸਾ ਮਤਿ ਦੀਜੈ ਜਿਤੁ ਤੁਧੁ ਧਿਆਈ॥	saa matdeejai jittuDhDhi-aa-ee.
ਸਾਸ ਸਾਸ ਤੇਰੇ ਗੁਣ ਗਾਵਾ,	saas saas tayray gun gaavaa
ਓਟ ਨਾਨਕ ਗੁਰ ਚਰਣਾ ਜੀਉ॥	ot naanak gur charnaa jee-o.
੪॥੧੨॥੧੯॥	॥4॥12॥19॥

ਪ੍ਰਭ ਰਹਿਮਤ ਨਾਲ ਸੋਝੀ ਬਖਸ਼ੋ ! ਮੈਂ ਮਨ ਵਿਚੋਂ ਤੇਰਾ ਸ਼ਬਦ ਕਦੇ ਨਾ ਵਿਸਰਾ ! ਸਦਾ ਹੀ ਸਵਾਸ ਸਵਾਸ ਤੇਰੇ ਸ਼ਬਦ ਦੀ ਪਾਲਣਾ, ਸਿਮਰਨ ਕਰਾ । ਮਨ ਦੇ ਅਡੋਲ ਭਰੋਸੇ ਨਾਲ ਦਰ ਤੇ ਪ੍ਰਵਾਨ ਹੋ ਜਾਵਾ ।

My Merciful True Master bestows Your Blessed Vision; I may never forsake Your Word from my heart! I may always sing the glory, meditate, and obey the teachings of Your Word with each breath. My steady and stable belief may be rewarded with the right path of acceptance in Your Court.

240.ਮਾਝ ਮਹਲਾ ੫॥ (100-7)

ਸਿਫਤਿ ਸਾਲਾਹਣੁ ਤੇਰਾ ਹੁਕਮੁ ਰਜਾਈ॥	sifat saalaahan tayraa hukam rajaa-ee.
ਸੋ ਗਿਆਨੁ ਧਿਆਨੁ ਜੋ ਤੁਧੁ ਭਾਈ॥	so gi-aan Dhi-aan jo tuDh bhaa-ee.
ਸੋਈ ਜਪੁ ਜੋ ਪ੍ਰਭ ਜੀਉ ਭਾਵੈ,	so-ee jap jo parabh jee-o
ਭਾਣੈ ਪੂਰ ਗਿਆਨਾ ਜੀਉ॥੧॥	bhaavai bhaanai poor gi-aanaa jee-o. ॥1॥

ਤੇਰੇ ਸ਼ਬਦ ਦੀ ਉਸਤਤ ਗਾਉਂਦਾ, ਤੇਰੇ ਸ਼ਬਦ ਦੀ ਪਾਲਣਾ ਵਿੱਚ ਅਡੋਲ ਹੋ ਜਾਵਾਂ । ਮੇਰੀ ਬੰਦਗੀ, ਕਮਾਈ ਤੇਰੇ ਦਰਬਾਰ ਵਿੱਚ ਪ੍ਰਵਾਨ ਹੋ ਜਾਵੇ । ਮੈਂ ਸ਼ਬਦ ਦੇ ਲੜ ਲਗਾ ਰਹਾ । ਜਿਹੜੀ ਬੰਦਗੀ, ਸਿਮਰਨ, ਪ੍ਰਭ ਨੂੰ ਭਾਉਂਦਾ ਹੈ, ਉਹ ਹੀ ਅਸਲੀ ਪੂਜਾ ਹੁੰਦੀ ਹੈ । ਸ਼ਬਦ ਦੀ ਪਾਲਣਾ ਵਿੱਚ ਭਰੋਸਾ ਅਡੋਲ ਰਖਣਾ ਹੀ ਸ਼ਬਦ ਦੀ ਸੋਝੀ ਹੈ । ਪ੍ਰਭ ਦਾ ਭਾਣਾ, ਸ਼ਬਦ ਹੈ ।

I may remain intoxicated singing the glory of Your Word; with Your mercy and grace, my meditation, the earnings of Your Word may be accepted in Your Court. My soul may become worthy of Your consideration. I always remain in devotional meditation on Your Word. Whatsoever the meditation, earnings may be acceptable in Your Court; only that may be true worship. Whosoever may obey the teachings of Your Word; his way of life is the path of enlightenment and acceptance in His Court.

ਅੰਮ੍ਰਿਤੁ ਨਾਮੁ ਤੇਰਾ ਸੋਈ ਗਾਵੈ॥	amrit Naam tayraa so-ee gaavai.
ਜੋ ਸਾਹਿਬ ਤੇਰੈ ਮਨਿ ਭਾਵੈ॥	jo saahib tayrai man bhaavai.
ਤੂੰ ਸੰਤਨ ਕਾ ਸੰਤ ਤੁਮਾਰੇ,	tooN santan kaa sant tumaaray
ਸੰਤ ਸਾਹਿਬ ਮਨੁ ਮਾਨਾ ਜੀਉ॥੨॥	sant saahib man maanaa jee-o. ||2||

ਜਿਸ ਤੇ ਰਹਿਮਤ ਦੀ ਨਜ਼ਰ ਬਖਸ਼ਿਸ਼ ਹੋ ਜਾਂਦੀ ਹੈ, ਕੇਵਲ ਉਹ ਹੀ ਸ਼ਬਦ ਦੀ ਉਸਤਤ ਗਾਉਂਦਾ ਹੈ । ਜਿਹੜਾ ਤੇਰੀ ਪ੍ਰਵਾਨਗੀ ਦੇ ਰਸਤੇ ਤੇ ਚਲਦਾ ਹੈ, ਉਸ ਨੂੰ ਦਾਸ ਅਵਸਥਾ ਬਖਸ਼ਿਸ਼ ਹੋ ਜਾਂਦੀ ਹੈ । ਪ੍ਰਭ ਬੰਦਗੀ ਕਰਨਵਾਲੇ ਭਗਤਾ ਦਾ ਆਪਣਾ ਬਣ ਜਾਂਦਾ ਹੈ । ਉਹ ਸ਼ਬਦ ਦੀ ਪਾਲਣਾ ਵਿੱਚ ਅਡੋਲ ਰਹਿੰਦੇ, ਦਰਬਾਰ ਵਿੱਚ ਸੋਭ ਦੇ ਹਨ ।

Whosoever may be bestowed with His Blessed Vision; only he may sing the glory of His Word. Whosoever may remain steady and stable on the right path of meditation; he may be blessed with a state of mind as His true devotee. The True Master may become a true companion of Your true devotee. He may obey the teachings of His Word with steady and stable belief; with His mercy and grace, he may be honored in His Court.

ਤੂੰ ਸੰਤਨ ਕੀ ਕਰਹਿ ਪ੍ਰਤਿਪਾਲਾ॥	tooN santan kee karahi partipaalaa.
ਸੰਤ ਖੇਲਹਿ ਤੁਮ ਸੰਗਿ ਗੋਪਾਲਾ॥	sant khayleh tum sang gopaalaa.
ਅਪੁਨੇ ਸੰਤ ਤੁਧੁ ਖਰੇ ਪਿਆਰੇ,	apunay santtuDhkharay pi-aaray
ਤੂ ਸੰਤਨ ਕੇ ਪ੍ਰਾਨਾ ਜੀਉ॥੩॥	too santan kay paraanaa jee-o. ||3||

ਪ੍ਰਭ ਤੂੰ ਬੰਦਗੀ ਕਰਨਵਾਲੇ ਸੰਤ ਦੀ ਆਪ ਰਖਿਆ ਕਰਦਾ ਹੈ । ਉਹ ਸ਼ਬਦ ਦੀ ਪਾਲਣਾ ਵਿੱਚ ਅਡੋਲ ਰਹਿੰਦਾ ਹੈ । ਬੰਦਗੀ ਕਰਨਵਾਲਾ ਦਾਸ ਪ੍ਰਭ ਨੂੰ ਬਹੁਤ ਪਿਆਰਾ ਲਗਦਾ ਹੈ, ਪ੍ਰਭ ਹੀ ਉਸ ਦੇ ਸਵਾਸਾਂ ਦਾ ਆਸਰਾ, ਅਧਾਰ ਬਣ ਜਾਂਦਾ ਹੈ ।

His true devotee obeys the teachings of His Word with steady and stable belief. The True Master remains his savior, and protector in the universe. of His true devotee. His true devotee may become dear to The True Master! He becomes the supporting pillar of his breath and essence of His Word may become the purpose of his life, way of his life.

ਉਨ ਸੰਤਨ ਕੈ ਮੇਰਾ ਮਨੁ ਕੁਰਬਾਨੇ॥	un santan kai mayraa man kurbaanay.
ਜਿਨ ਤੂੰ ਜਾਤਾ ਜੋ ਤੁਧੁ ਮਨਿ ਭਾਨੇ॥	jin tooN jaataa jo tuDh man bhaanay.
ਤਿਨ ਕੈ ਸੰਗਿ ਸਦਾ ਸੁਖੁ ਪਾਇਆ,	tin kai sang sadaa sukh paa-i-aa
ਹਰਿ ਰਸ ਨਾਨਕ ਤ੍ਰਿਪਤਿ ਅਘਾਨਾ ਜੀਉ॥	har ras naanak taripat aghaanaa jee-o
੪॥੧੩॥੨੦॥	||4||13||20||

ਪ੍ਰਭ ਮੈਂ ਬੰਦਗੀ ਕਰਨ ਵਾਲੇ ਤੋਂ ਕੁਰਬਾਨ ਜਾਵਾ! ਜਿਹੜਾ ਭਾਣੇ ਨੂੰ ਜਾਣ ਜਾਂਦਾ ਹੈ, ਜਿਸ ਦੀ ਸ਼ਬਦ ਦੀ ਕਮਾਈ ਪ੍ਰਭ ਪ੍ਰਵਾਨ ਕਰਦਾ ਹੈ । ਉਸ ਦੀ ਸੰਗਤ ਵਿੱਚ ਵਸਣ, ਸਿਖਿਆਂ ਨਾਲ ਜੀਵਨ ਢਾਲਣ ਨਾਲ, ਮਨ ਵਿੱਚ ਸਦਾ ਹੀ ਖੇੜਾ ਵਸਦਾ, ਅਨੰਦ ਰਹਿੰਦਾ ਹੈ, ਮਨ ਇੱਛਾਂ ਰਹਿਤ ਰਹਿੰਦਾ ਹੈ ।

I remain fascinated from the way of life of His true devotee! Who may be enlightened within and his meditation, earnings may be accepted in His Court? Whosoever may join his conjugation and adopts his life experience teachings in own life. His soul may be blessed with peace, and harmony and all his worldly desires may be eliminated.

241.ਮਾਝ ਮਹਲਾ ੫॥ (100-13)

ਤੂੰ ਜਲਨਿਧਿ ਹਮ ਮੀਨ ਤੁਮਾਰੇ॥	tooN jalniDh ham meen tumaaray
ਤੇਰਾ ਨਾਮੁ ਬੂੰਦ	tayraa Naam boond
ਹਮ ਚਾਤ੍ਰਿਕ ਤਿਖਹਾਰੇ॥	ham chaatrik tikhhaaray.
ਤੁਮਰੀ ਆਸ ਪਿਆਸਾ ਤੁਮਰੀ,	tumree aas pi-aasaa tumree
ਤੁਮ ਹੀ ਸੰਗਿ ਮਨੁ ਲੀਨਾ ਜੀਉ॥੧॥	tum hee sang man leenaa jee-o. ||1||

ਪ੍ਰਭ ਅੰਮ੍ਰਿਤ ਭਰਿਆ ਸਾਗਰ ਹੈ, ਮੈਂ ਇਕ ਮੱਛੀ ਦੀ ਤਰ੍ਹਾਂ ਹੀ ਹਾ । ਪ੍ਰਭ ਹੀ ਉਹ ਮੀਂਹ ਦੀ ਬੂੰਦ ਹੈ ਜਿਹੜੀ ਚਾਤ੍ਰਿਕ ਦੀ ਪਿਆਸ ਬੁਝਾਉਂਦੀ ਹੈ । ਪ੍ਰਭ ਹੀ ਮੇਰੀ ਆਸ, ਮੇਰੀ ਪਿਆਸ ਹੈ । ਮੇਰਾ ਮਨ ਪ੍ਰਭ ਦੇ ਸ਼ਬਦ ਦੀ ਸਮਾਧੀ ਵਿੱਚ ਵਸਦਾ ਹੈ ।

The True Master is an ocean overwhelmed with nectar, the essence of Your Word; I am merely a small, helpless fish in the ocean. The teachings of Your Word may be a unique drop of rainy water to quench the thirst of singing bird. Your Blessings are my only hope and my thirst; I remain intoxication in meditation in the void of Your Word.

ਜਿਉ ਬਾਰਿਕੁ ਪੀ ਖੀਰੁ ਅਘਾਵੈ॥	ji-o baarik pee kheer aghaavai.
ਜਿਉ ਨਿਰਧਨੁ ਧਨੁ ਦੇਖਿ ਸੁਖੁ ਪਾਵੈ॥	ji-o nirDhan Dhan daykh sukh paavai.
ਤ੍ਰਿਖਾਵੰਤ ਜਲੁ ਪੀਵਤ ਠੰਢਾ,	tarikhaavaNt jal peevat thandhaa
ਤਿਉ ਹਰਿ ਸੰਗਿ ਇਹੁ ਮਨੁ ਭੀਨਾ ਜੀਉ॥੨॥	ti-o har sang ih man bheenaa jee-o. ||2||

ਜਿਵੇਂ ਬੱਚਾ ਦੁੱਧ ਮਿਲਣ ਨਾਲ ਸ਼ਾਂਤ ਹੋ ਜਾਂਦਾ ਹੈ । ਗਰੀਬ ਨੂੰ ਧਨ ਮਿਲਣ ਨਾਲ ਖੁਸ਼ੀ ਮਿਲਦੀ ਹੈ । ਪਿਆਸੇ ਨੂੰ ਠੰਡਾ ਪਾਣੀ ਪੀਣ ਨਾਲ ਸ਼ਾਂਤੀ ਮਿਲਦੀ ਹੈ । ਇਸਤਰ੍ਹਾਂ ਬੰਦਗੀ ਕਰਨਵਾਲੇ ਦਾ ਮਨ ਸ਼ਬਦ ਦੇ ਸਿਮਰਨ ਕਰਨ ਨਾਲ, ਸ਼ਬਦ ਦੇ ਗੁਣ ਗਾਉਣ ਨਾਲ ਸ਼ਾਂਤ ਹੋ ਜਾਂਦਾ ਹੈ ।

As a child may become quiet, comfortable and in peace with milk of his mother; poor may become happy by achieving some worldly wealth; the thirsty can become calm and peaceful with cold water to drink. Same way His true devotee may become calm and peaceful singing His Glory.

ਜਿਉ ਅੰਧਿਆਰੈ ਦੀਪਕੁ ਪਰਗਾਸਾ॥	ji-o anDhi-aarai deepak pargaasaa.
ਭਰਤਾ ਚਿਤਵਤ ਪੂਰਨ ਆਸਾ॥	bhartaa chitvat pooran aasaa.
ਮਿਲਿ ਪ੍ਰੀਤਮ ਜਿਉ ਹੋਤ ਅਨੰਦਾ,	mil pareetam ji-o hot anandaa
ਤਿਉ ਹਰਿ ਰੰਗਿ ਮਨੁ ਰੰਗੀਨਾ ਜੀਉ॥੩॥	ti-o har rang man rangeenaa jee-o. ||3||

ਜਿਵੇਂ ਦੀਵਾ ਜਗਉਣ ਨਾਲ ਹਨੇਰਾ ਦੂਰ ਹੋ ਜਾਂਦਾ ਹੈ । ਪਤਨੀ ਦੇ ਮਨ ਦੀ ਚਿੰਤਾ, ਪਤੀ ਦੀ ਸੋਚ ਨਾਲ ਖਤਮ ਹੋ ਜਾਂਦੀ ਹੈ । ਜਿਵੇਂ ਪ੍ਰੇਮਕਾ ਨੂੰ ਪ੍ਰੇਮੀ ਮਿਲਣ ਨਾਲ ਅਨੰਦ, ਮਿਲਦਾ ਹੈ । ਇਸਤਰ੍ਹਾਂ ਦਾਸ ਨੂੰ ਸ਼ਬਦ ਦੀ ਸਮਾਧੀ ਵਿੱਚ ਅਡੋਲ ਹੋਣ ਨਾਲ ਅਨੰਦ ਮਿਲਦਾ ਹੈ ।

As the darkness in the room may be eliminated with light, lamp; worries of wife, may vanish by thinking about her husband; lover may cherish pleasure meeting his beloved. Same way, His true devotee may remain contented meditating in the void of Your Word.

ਸੰਤਨ ਮੋ ਕਉ ਹਰਿ ਮਾਰਗਿ ਪਾਇਆ॥	santan mo ka-o har maarag paa-i-aa.
ਸਾਧ ਕ੍ਰਿਪਾਲਿ ਹਰਿ ਸੰਗਿ ਗਿਝਾਇਆ॥	saaDh kirpaal har sang gijhaa-i-aa.
ਹਰਿ ਹਮਰਾ ਹਮ ਹਰਿ ਕੇ ਦਾਸੇ,	har hamraa ham har kay daasay
ਨਾਨਕ ਸਬਦੁ ਗੁਰੂ ਸਚੁ ਦੀਨਾ ਜੀਉ॥	naanak sabad guroo sach deenaa jee-o.
੪॥੧੪॥੨੧॥	||4||14||21||

ਬੰਦਗੀ ਕਰਨਵਾਲੇ ਸੰਤ ਨੇ ਪ੍ਰਭ ਦੀ ਪ੍ਰਵਾਨਗੀ ਦੇ ਰਸਤੇ ਦੀ ਸੋਝੀ ਬਖਸ਼ੀ ਹੈ । ਪ੍ਰਭ ਦੀ ਰਹਿਮਤ ਨਾਲ ਮੈਂ ਸ਼ਬਦ ਦੀ ਪਾਲਣਾ ਵਿੱਚ ਅਡੋਲ ਹੋਇਆ ਹਾ । ਮੈਂ ਅਸਲੀ ਮਾਲਕ ਪ੍ਰਭ ਦਾ ਦਾਸ, ਗੁਲਾਮ ਬਣ ਗਿਆ ਹਾ । ਪ੍ਰਭ ਨੇ ਰਹਿਮਤ ਬਖਸ਼ਕੇ ਸ਼ਬਦ ਦੇ ਲੜ ਲਾਇਆ ਹੈ ।

His Holy saint has inspired and guided me on the right path of salvation; with His mercy and grace, I have become steady and stable in obeying the teachings of His Word. I am only slave of The True Master. He has blessed me with a devotion to meditate on the teachings His Word.

242.ਮਾਝ ਮਹਲਾ ੫॥ (100-18)

ਅੰਮ੍ਰਿਤ ਨਾਮੁ ਸਦਾ ਨਿਰਮਲੀਆ॥	amrit Naam sadaa nirmalee-aa. sukh-
ਸੁਖਦਾਈ ਦੂਖ ਬਿਡਾਰਨ ਹਰੀਆ॥	daa-ee dookh bidaaran haree-aa.
ਅਵਰਿ ਸਾਦ ਚਖਿ ਸਗਲੇ ਦੇਖੇ,	avar saad chakh saglay daykhay
ਮਨ ਹਰਿ ਰਸੁ ਸਭ ਤੇ ਮੀਠਾ ਜੀਉ॥੧॥	man, har ras sabhtay meethaa jee-o. ||1||

ਪ੍ਰਭ ਦਾ ਸ਼ਬਦ ਅਮੋਲਕ, ਆਤਮਾ, ਮਨ ਨੂੰ ਪਵਿੱਤਰ ਕਰਨਵਾਲਾ ਹੈ । ਪ੍ਰਭ ਹੀ ਮਨ ਨੂੰ ਸੰਤੋਖ, ਸ਼ਾਂਤੀ ਬਖਸ਼ਣ ਵਾਲਾ, ਦੁਖ ਦੂਰ ਕਰਨਵਾਲਾ ਅਸਲੀ ਮਾਲਕ ਹੈ । ਮੈਂ ਸੰਸਾਰ ਵਿੱਚ ਹੋਰ ਸਾਰੇ ਰਸਾ ਦਾ ਸਵਾਦ ਚਖ ਕੇ ਦੇਖ ਲਿਆ ਹੈ । ਹੋਰ ਕੋਈ ਰਸ ਪ੍ਰਭ ਦੇ ਸ਼ਬਦ ਦੇ ਅਨਮੋਲ ਅੰਮ੍ਰਿਤ ਦੇ ਤੁਲ ਨਹੀਂ ਹੈ ।

His priceless, precious Word may purify and sanctify my soul. Only, The True Master may destroy all worries of the mind and blesses peace and contentment. I have tested all other meditations, the essence of all other teachings; there may not be any other meditation, equal or comparable with the meditation, the enlightenment of the essence of His Word.

ਜੋ ਜੋ ਪੀਵੈ ਸੋ ਤ੍ਰਿਪਤਾਵੈ॥	jo jo peevai so tariptaavai.
ਅਮਰੁ ਹੋਵੈ ਜੋ ਨਾਮ ਰਸੁ ਪਾਵੈ॥	amar hovai jo Naam ras paavai.
ਨਾਮ ਨਿਧਾਨ ਤਿਸਹਿ ਪਰਾਪਤਿ,	naam niDhaan tiseh paraapat
ਜਿਸੁ ਸਬਦੁ ਗੁਰੂ ਮਨਿ ਵੂਠਾ ਜੀਉ॥੨॥	jis sabad guroo man voothaa jee-o. ||2||

ਜਿਹੜਾ ਸ਼ਬਦ ਦੇ ਲੜ ਲਗਦਾ, ਅੰਮ੍ਰਿਤ ਦਾ ਰਸ ਮਾਨਦਾ ਹੈ, ਉਸ ਨੂੰ ਪੂਰਨ ਸੰਤੋਖ ਬਖਸ਼ਿਸ਼ ਹੋ ਜਾਂਦਾ ਹੈ । ਜਿਹੜਾ ਵੀ ਆਪਣਾ ਜੀਵਨ ਸ਼ਬਦ ਨਾਲ ਢਾਲਦਾ, ਉਸ ਨੂੰ ਅਮਰ ਅਵਸਥਾ ਬਖਸ਼ਿਸ਼ ਹੋ ਸਕਦੀ ਹੈ । ਜਿਸ ਦੇ ਮਨ ਵਿੱਚ ਸ਼ਬਦ ਘਰ ਕਰ ਜਾਂਦਾ ਹੈ, ਉਸ ਨੂੰ ਹੀ ਪ੍ਰਵਾਨਗੀ ਦਾ ਅਸਲੀ ਰਸਤਾ ਬਖਸ਼ਿਸ਼ ਹੋ ਸਕਦਾ ਹੈ ।

Whosoever may meditate on the teachings of His Word; he may cherish the nectar of the essence of His Word. He may be blessed with complete contentment with the essence of His Word. Whosoever may adopt the teachings of His Word with steady and stable belief; with His mercy and grace, he may be blessed with eternal life after death. Whosoever may be drenched with the enlightenment of the essence of His Word; With His mercy and grace, he may be blessed with the right path of acceptance in His Court.

ਜਿਨਿ ਹਰਿ ਰਸੁ ਪਾਇਆ,	jin har ras paa-i-aa
ਸੋ ਤ੍ਰਿਪਤਿ ਅਘਾਨਾ॥	so taripat aghaanaa.
ਜਿਨਿ ਹਰਿ ਸਾਦੁ ਪਾਇਆ,	jin har saad paa-i-aa
ਸੋ ਨਾਹਿ ਡੁਲਾਨਾ॥	so naahi dulaanaa.
ਤਿਸਹਿ ਪਰਾਪਤਿ ਹਰਿ ਹਰਿ ਨਾਮਾ,	tiseh paraapat har har Naamaa
ਜਿਸੁ ਮਸਤਕਿ ਭਾਗੀਠਾ ਜੀਉ॥੩॥	jis mastak bhaageethaa jee-o. ||3||

ਜਿਹੜਾ ਸ਼ਬਦ ਦੇ ਲੜ ਲਗ ਜਾਂਦਾ ਹੈ, ਉਸ ਦੇ ਮਨ ਵਿੱਚ ਪੂਰਨ ਸੰਤੋਖ ਵਸ ਜਾਂਦਾ ਹੈ । ਜਿਹੜਾ ਆਪਣਾ ਜੀਵਨ ਸ਼ਬਦ ਦੀ ਸਿਖਿਆਂ ਨਾਲ ਢਾਲਦਾ ਹੈ, ਉਸ ਦਾ ਭਰੋਸਾ ਕਦੇ ਡੋਲਦਾ ਨਹੀਂ । ਜਿਸ ਦੇ ਭਾਗਾਂ ਵਿੱਚ ਜਨਮ ਤੇ ਹੀ ਇਹ ਲਿਖਿਆ ਹੁੰਦਾ ਹੈ, ਇਹ ਅਵਸਥਾ ਉਸ ਨੂੰ ਬਖਸ਼ਿਸ਼ ਹੋ ਸਕਦੀ ਹੈ ।

Whosoever may meditate on the teachings of His Word with steady and stable belief; with His mercy and grace, he may be blessed with a complete contentment with His Blessings. Whosoever may adopt the teachings of His Word in his day-to-day life, he never forsakes his belief on His Blessings.

Whosoever may have a great prewritten destiny, only he may be blessed with such a state of mind as His true devotee.

ਹਰਿ ਇਕਸੁ ਹਥਿ ਆਇਆ, ਵਰਸਾਣੇ ਬਹੁਤੇਰੇ॥
ਤਿਸੁ ਲਗਿ ਮੁਕਤੁ ਭਏ ਘਣੇਰੇ॥
ਨਾਮੁ ਨਿਧਾਨਾ ਗੁਰਮੁਖਿ ਪਾਈਐ,
ਕਹੁ ਨਾਨਕ, ਵਿਰਲੀ ਡੀਠਾ ਜੀਉ॥ ੪॥੧੫॥੨੨॥

har ikas hath aa-i-aa varsaanay bahutayray.
tis lag mukatbha-ay ghanayray.
naam niDhaanaa gurmukh paa-ee-ai
kaho naanak virlee deethaa jee-o. ||4||15||22||

ਪ੍ਰਭ ਅਨੇਕਾਂ ਹੀ ਜੀਵਾਂ ਨੂੰ ਦਾਤਾਂ, ਰਹਿਮਤਾਂ ਬਖਸ਼ਦਾ ਹੈ । ਜਿਹੜਾ ਉਸ ਦੇ ਸ਼ਬਦ ਦੇ ਲੜ ਲਗ ਜਾਂਦਾ ਹੈ, ਉਹ ਪ੍ਰਵਾਨਗੀ ਦੇ ਰਸਤੇ ਤੇ ਚਲ ਪੈਂਦਾ ਹੈ । ਜਿਸ ਨੂੰ ਗੁਰਮਖ ਅਵਸਥਾ ਬਖਸ਼ਿਸ਼ ਹੋ ਜਾਂਦੀ ਹੈ, ਉਸ ਨੂੰ ਸੋਝੀ ਦਾ ਖਜ਼ਾਨਾ ਬਖਸ਼ਿਸ਼ ਹੋ ਜਾਂਦਾ ਹੈ । ਫਿਰ ਵੀ ਕੋਈ ਵਿਰਲਾ ਹੀ ਜੀਵ ਆਪਣਾ ਭਰੋਸਾ ਅਡੋਲ ਰਖਦਾ ਹੈ, ਇਹ ਅਵਸਥਾ ਬਖਸ਼ਿਸ਼ ਹੁੰਦੀ ਹੈ ।

The True Master may bless many virtues to His Creation. Whosoever may adopt the teachings of His Word with a steady and stable belief in his day-to-day life; with His mercy and grace, he may remain on the right path of salvation. Whosoever may be blessed with a state of mind as His true devotee. He may be blessed with the treasure of enlightenment of the essence of His Word; however, very rare devotee may have steady and stable on the essence of His Word; he may be blessed with such a state of mind.

243.ਮਾਝ ਮਹਲਾ ੫॥ (101-5)

ਨਿਧਿ ਸਿਧਿ ਰਿਧਿ ਹਰਿ, ਹਰਿ ਹਰਿ ਮੇਰੈ॥
ਜਨਮੁ ਪਦਾਰਥੁ, ਗਹਿਰ ਗੰਭੀਰੈ॥
ਲਾਖ ਕੋਟ ਖੁਸੀਆ ਰੰਗ ਰਾਵੈ,
ਜੋ ਗੁਰ ਲਾਗਾ ਪਾਈ ਜੀਉ॥੧॥

niDh siDh riDh har har har mayrai.
janam padaarath gahir gambheerai.
laakh kot khusee-aa rang raavai
jo gur laagaa paa-ee jee-o. ||1||

ਪ੍ਰਭ, ਸ਼ਬਦ ਦੀ ਸੋਝੀ ਦੇ ਅਨੇਕਾਂ ਭੰਡਾਰਾਂ ਦਾ ਮਾਲਕ ਹੈ । ਰਿਧੀਆਂ, ਸਿਧੀਆਂ, ਕਰਾਮਾਤਾਂ, ਸਿਆਣਪਾਂ ਦਾ ਇਕੋ ਇਕ ਹੀ ਅਸਲੀ ਮਾਲਕ ਹੈ । ਪ੍ਰਭ ਦੀ ਅਵਸਥਾ ਡੂੰਘੀ ਅਤੇ ਗੰਭੀਰ ਹੈ । ਪ੍ਰਭ ਹੀ ਜੀਵਨ ਦਾ, ਸਵਾਸਾਂ ਦਾ ਸੋਮਾ ਹੈ ।

The One and Only One, True Master trustee of all treasures of enlightenment of the essence of His Word. The One and Only One, True Master of all miracles, astonishing events, wisdom over all worldly prophets and scholars. His nature remains very deep and mysterious. The True Master remains fountain of life and breathes of His Creation.

ਦਰਸਨੁ ਪੇਖਤ, ਭਏ ਪੁਨੀਤਾ॥
ਸਗਲ ਉਧਾਰੇ, ਭਾਈ ਮੀਤਾ॥
ਅਗਮ ਅਗੋਚਰੁ ਸੁਆਮੀ ਅਪੁਨਾ,
ਗੁਰ ਕਿਰਪਾ ਤੇ ਸਚੁ ਧਿਆਈ ਜੀਉ॥੨॥

darsan paykhat bha-ay puneetaa.
sagal uDhaaray bhaa-ee meetaa.
agam agochar su-aamee apunaa
gur kirpaa tay sach Dhi-aa-ee jee-o. ||2||

ਉਸ ਦੇ ਦਰਸ਼ਨ ਕਰਨ ਨਾਲ, ਸ਼ਬਦ ਦੀ ਸੋਝੀ ਪਾਉਣ ਨਾਲ ਮਨ ਪਵਿੱਤਰ ਹੋ ਜਾਂਦਾ, ਮੈਲ ਧੋਤੀ ਜਾਂਦੀ ਹੈ । ਜਿਹੜਾ ਪ੍ਰਭ ਦੇ ਸ਼ਬਦ ਦੇ ਲੜ ਲਗ ਜਾਂਦਾ ਹੈ, ਉਸ ਦੀਆਂ ਕੁਲਾਂ ਤਰ ਜਾਂਦੀਆਂ ਹਨ । ਪ੍ਰਭ, ਜੀਵ ਦੀ ਪਹੁੰਚ, ਜਾਣਕਾਰੀ ਤੋਂ ਉਪਰ ਹੈ । ਕੇਵਲ ਪ੍ਰਭ ਦੀ ਰਹਿਮਤ ਨਾਲ ਹੀ ਸ਼ਬਦ ਦੇ ਲੜ ਲਗਣ, ਸ਼ਬਦ ਦਾ ਸਿਮਰਨ ਕਰਨ ਦੀ ਲਗਨ ਬਖਸ਼ਿਸ਼ ਹੋ ਸਕਦੀ ਹੈ ।

Whosoever may be blessed with the enlightenment of the essence of His Word; with His mercy and grace, his blemish of previous lives may be eliminated, sins may be forgiven. Whosoever may meditate, adopts the teachings of His Word with steady and stable belief; with His mercy and grace, his next generations may be blessed with devotional attachment to meditate on the teachings of His Word. The True Master remains beyond reach and comprehension of His Creation. Only, The True Master may bless devotion to meditate and remains steady and stable on the right path.

ਜਾ ਕਉ ਖੋਜਹਿ ਸਰਬ ਉਪਾਏ॥ jaa ka-o khojeh sarab upaa-ay.
ਵਡਭਾਗੀ ਦਰਸਨੁ ਕੋ ਵਿਰਲਾ ਪਾਏ॥ vadbhaagee darsan ko virlaa paa-ay.
ਊਚ ਅਪਾਰ ਅਗੋਚਰ ਥਾਨਾ, ooch apaar agochar thaanaa
ਓਹੁ ਮਹਲੁ ਗੁਰੂ ਦੇਖਾਈ ਜੀਉ॥੩॥ oh mahal guroo daykhaa-ee jee-o. ||3||

ਪ੍ਰਭ ਨੂੰ ਸ੍ਰਿਸ਼ਟੀ ਵਿੱਚ ਸਾਰੇ ਹੀ ਆਪਣੇ ਤਰੀਕੇ ਨਾਲ ਖੋਜਦੇ ਹਨ, ਪਰ ਕੋਈ ਵਿਰਲਾ ਹੀ ਉਸ ਰਸਤੇ ਤੇ ਅਡੋਲ ਰਹਿੰਦਾ, ਰਹਿਮਤ ਬਖਸ਼ਿਸ਼ ਹੁੰਦੀ ਹੈ । ਉਸ ਦੇ ਤਖਤ, ਰੂਹਾਨੀ, ਅਨੋਖਾ ਘਰ ਦੀ ਸੋਝੀ ਕੇਵਲ ਪ੍ਰਭ ਦੀ ਰਹਿਮਤ ਨਾਲ ਹੀ ਬਖਸ਼ਿਸ਼ ਹੁੰਦੀ ਹੈ ।

Everyone may be meditating, searching the enlightenment of the essence of His Word with various techniques of meditation. However, very rare devotee may remain steady and stable on the right path of His Blessings. Whosoever may be bestowed with His Blessed Vision, he may realize His existence, eternal throne, astonishing Royal Palace.

ਗਹਿਰ ਗੰਭੀਰ, ਅੰਮ੍ਰਿਤ ਨਾਮੁ ਤੇਰਾ॥ gahir gambheer amrit Naam tayraa.
ਮੁਕਤਿ ਭਇਆ, ਜਿਸੁ ਰਿਦੈ ਵਸੇਰਾ॥ mukat bha-i-aa jis ridai vasayraa.
ਗੁਰਿ ਬੰਧਨ ਤਿਨ ਕੇ ਸਗਲੇ ਕਾਟੇ, gur banDhan tin kay saglay kaatay
ਜਨ ਨਾਨਕ ਸਹਜਿ ਸਮਾਈ ਜੀਉ॥ jan naanak sahj samaa-ee jee-o.
੪॥੧੬॥੨੩॥ ||4||16||23||

ਪ੍ਰਭ ਦੇ ਅਣਮੋਲ ਸ਼ਬਦ ਦੀ ਬਹੁਤ ਡੂੰਘਾਈ, ਗੰਭੀਰਤਾ ਹੈ । ਜਿਸ ਦੇ ਮਨ ਪ੍ਰਭ ਦਾ ਸ਼ਬਦ ਘਰ ਕਰ ਜਾਂਦਾ ਹੈ, ਉਸ ਨੂੰ ਮੁਕਤ ਅਵਸਥਾ ਬਖਸ਼ਿਸ਼ ਹੋ ਸਕਦੀ ਹੈ । ਜਿਹੜਾ ਪ੍ਰਭ ਦੇ ਸ਼ਬਦ ਦੀ ਸਮਾਧੀ ਵਿੱਚ ਵਸਦਾ ਹੈ, ਪ੍ਰਭ ਆਪ ਦੀ ਰਹਿਮਤ ਨਾਲ ਉਸ ਦੇ ਸੰਸਾਰਕ ਮਾਇਆ ਦੇ ਬੰਧਨ ਕੱਟੇ ਜਾਂਦੇ ਹਨ, ਉਸ ਨੂੰ ਸੰਸਾਰਕ ਇੱਛਾਂ ਤੋਂ ਰਹਿਤ ਕਰ ਦੇਂਦਾ ਹੈ ।

The essence of Your

His Word remains priceless, precious, very far-fetching enlightenment, and mysterious. Whosoever may remain drenched with the essence of His Word; with Your mercy and grace, he may be blessed with the right path of salvation. Whosoever may remain intoxicated in meditation in the void of His Word; his worldly bond, attachments may be eliminated. His state of mind may remain beyond the reach of worldly desires.

244.ਮਾਝ ਮਹਲਾ ੫॥ (101-11)

ਪ੍ਰਭ ਕਿਰਪਾ ਤੇ, ਹਰਿ ਹਰਿ ਧਿਆਵਉ॥ parabh kirpaa tay har har Dhi-aava-o.
ਪ੍ਰਭੂ ਦਇਆ ਤੇ, ਮੰਗਲੁ ਗਾਵਉ॥ parabhoo da-i-aa tay mangal gaava-o.
ਊਠਤ ਬੈਠਤ ਸੋਵਤ ਜਾਗਤ ਹਰਿ oothat baithat sovat jaagat har
ਧਿਆਈਐ, ਸਗਲ ਅਵਰਦਾ ਜੀਉ॥੧॥ Dhi-aa-ee-ai sagal avradaa jee-o. ||1||

ਜਿਸ ਦੀ ਲਗਨ, ਪ੍ਰਭ ਆਪ ਹੀ ਸ਼ਬਦ ਦੀ ਪਾਲਣਾ, ਸਿਮਰਨ ਵਿੱਚ ਲਾਉਂਦਾ ਹੈ । ਕੇਵਲ ਉਹ ਹੀ ਆਪਣੀ ਜੀਭ ਨਾਲ ਸ਼ਬਦ ਦੇ ਗੁਣ ਗਾਉਂਦਾ ਹੈ । ਜੀਵ ਬੈਠਦੇ, ਉਠਦੇ, ਸੌਂਦੇ, ਜਾਗਦੇ, ਜਿਤਨਾ ਚਿਰ ਸਵਾਸ ਚਲਦੇ ਹਨ, ਸ਼ਬਦ ਦੀ ਪਾਲਣਾ ਵਿੱਚ ਅਡੋਲ ਹੋ ਜਾਵੇ!

Whosoever may be blessed with devotion to meditate and obey the teachings of His Word; with His mercy and grace, only he may meditate, obeys, and sings the glory, praises of His Word with his own tongue in day-to-day life. You should meditate and obey the teachings of His Word with steady and stable belief with each breath.

ਨਾਮੁ ਅਉਖਧੁ, ਮੋ ਕਉ, ਸਾਧੂ ਦੀਆ॥ naam a-ukhaDh mo ka-o saaDhoo dee-aa.
ਕਿਲਬਿਖ ਕਾਟੇ, ਨਿਰਮਲੁ ਥੀਆ॥ kilbikh kaatay nirmal thee-aa.
ਅਨਦੁ ਭਇਆ ਨਿਕਸੀ ਸਭ ਪੀਰਾ, anadbha-i-aa niksee sabh peeraa
ਸਗਲ ਬਿਨਾਸੇ ਦਰਦਾ ਜੀਉ॥੨॥ sagal binaasay dardaa jee-o. ||2||

ਸੰਤਾਂ ਦੀ ਸੰਗਤ ਵਿੱਚ ਕੇਵਲ ਪ੍ਰਭ ਦੇ ਸ਼ਬਦ ਦੀ ਪਾਲਣਾ, ਸਿਮਰਨ ਦੀ ਸਿਖਿਆਂ ਮਿਲਦੀ ਹੈ । ਉਸ ਦੀ ਸਿਖਿਆਂ ਨਾਲ ਜੀਵਨ ਢਾਲਣ ਨਾਲ ਮਨ ਦੀ ਮੈਲ ਧੋਤੀ ਜਾਂਦੀ ਹੈ । ਮਨ ਵਿਚੋਂ ਇੱਛਾਂ ਰੂਪੀ ਭਟਕਣਾਂ, ਦੁਖ ਦੂਰ ਹੋ ਜਾਂਦੇ ਹਨ । ਮਨ ਵਿੱਚ ਅਨੰਦ ਵਸਣ ਲਗ ਪੈਂਦਾ, ਸਾਰੇ ਸੰਸਾਰਕ ਦੁਖਾਂ, ਚਿੰਤਾਂ ਦਾ ਨਾਸ ਹੋ ਜਾਂਦਾ ਹੈ ।

In the congregation of His Holy saint, only the technique to adopt the teachings of His Word may be practiced. Whosoever may adopt the teachings of His Word in his day-to-day life; with His mercy and grace, his sins of previous lives may be forgiven, his soul may be sanctified to become worthy of His Consideration. All his frustrations, miseries of worldly desires may be eliminated from his mind and he may cherish peace and pleasures.

ਜਿਸ ਕਾ ਅੰਗੁ ਕਰੇ ਮੇਰਾ ਪਿਆਰਾ॥	jis kaa ang karay mayraa pi-aaraa.
ਸੋ ਮੁਕਤਾ ਸਾਗਰ ਸੰਸਾਰਾ॥	so muktaa saagar sansaaraa.
ਸਤਿ ਕਰੇ ਜਿਨਿ ਗੁਰੂ ਪਛਾਤਾ,	sat karay jin guroo pachhaataa
ਸੋ ਕਾਹੇ ਕਉ ਡਰਦਾ ਜੀਉ॥੩॥	so kaahay ka-o dardaa jee-o. ||3||

ਜਿਸ ਦੇ ਮਨ ਵਿੱਚ ਪ੍ਰਭ ਦੀ ਜੋਤ ਜਾਗਰਤ ਹੋ ਜਾਂਦੀ ਹੈ, ਪ੍ਰਭ ਉਸ ਦੇ ਅੰਗ ਸੰਗ ਸਹਾਈ ਹੋ ਜਾਂਦਾ, ਰਖਵਾਲਾ ਬਣ ਜਾਂਦਾ ਹੈ । ਉਹ ਸੰਸਾਰਕ ਸਾਗਰ ਪਾਰ ਕਰ ਜਾਂਦਾ ਹੈ, ਮੁਕਤ ਅਵਸਥਾ ਬਖਸ਼ਿਸ਼ ਹੋ ਜਾਂਦੀ ਹੈ । ਜਿਸ ਨੂੰ ਪ੍ਰਭ ਦੇ ਸ਼ਬਦ ਦੀ ਸੋਝੀ ਬਖਸ਼ਿਸ਼ ਹੋ ਜਾਂਦੀ ਹੈ, ਉਹ ਪ੍ਰਭ ਦੇ ਸ਼ਬਦ ਨੂੰ ਅਟਲ ਮੰਨ ਕੇ ਜੀਵਨ ਢਾਲਦਾ ਹੈ । ਉਹ ਕਿਵੇਂ ਕਿਸੇ ਇੱਛਾਂ ਦੀ ਭਟਕਣ ਵਿੱਚ ਫਸ ਸਕਦਾ ਹੈ?

Whosoever may be blessed with the enlightenment of the essence of His Word; The Merciful True Master remains his companion, protector. He may cross the terrible ocean of worldly desires; with His mercy and grace, he may be blessed with the right path of salvation. Whosoever may be blessed with the enlightenment of the essence His Word, he may adopt the teachings of His Word as an ultimate, unavoidable Command. How may he be entangled in any worldly desires, frustrations?

ਜਬ ਤੇ ਸਾਧੂ ਸੰਗਤਿ ਪਾਏ॥	jab tay saaDhoo sangat paa-ay.
ਗੁਰ ਭੇਟਤ ਹਉ ਗਈ ਬਲਾਏ॥	gur bhaytat ha-o ga-ee balaa-ay.
ਸਾਸਿ ਸਾਸਿ ਹਰਿ ਗਾਵੈ,	saas saas har gaavai
ਨਾਨਕੁ, ਸਤਿਗੁਰ ਢਾਕਿ ਲੀਆ	naanak saT`gur dhaak lee- aa
ਮੇਰਾ ਪੜਦਾ ਜੀਉ॥ ੪॥੧੭॥੨੪॥	mayraa parh-daa jee-o. ||4||17||24||

ਜਿਹੜਾ ਬੰਦਗੀ ਕਰਨਵਾਲੇ ਦੀ ਸੰਗਤ ਕਰਦਾ ਹੈ, ਉਸ ਦੇ ਜੀਵਨ ਦੀ ਸਿਖਿਆਂ ਨਾਲ ਆਪਣਾ ਜੀਵਨ ਢਾਲਦਾ ਹੈ, ਉਸ ਦੇ ਮਨ ਵਿਚੋਂ ਅਹੰਕਾਰ ਦਾ ਨਾਸ ਹੋ ਜਾਂਦਾ ਹੈ । ਉਹ ਸਵਾਸ ਸਵਾਸ ਸ਼ਬਦ ਦਾ ਸਿਮਰਨ ਕਰਦਾ ਹੈ । ਪ੍ਰਭ ਆਪ ਹੀ ਉਸ ਦੀ ਰਖਿਆ ਕਰਦਾ, ਪਰਦਾ ਢੱਕ ਲੈਂਦਾ ਹੈ ।

Whosoever may join the conjugation of His Holy saint! Whosoever may adopt his life experience teachings in his own life; with His mercy and grace, he may conquer, destroy his own ego. He may meditate on the teachings of His Word with each breath. The True Master becomes his savior, protector of his honor in his day-to-day life

245. ਮਾਝ ਮਹਲਾ ੫॥ (101-16)

ਓਤਿ ਪੋਤਿ ਸੇਵਕ, ਸੰਗਿ ਰਾਤਾ॥	ot pot sayvak sang raataa.
ਪ੍ਰਭ ਪ੍ਰਤਿਪਾਲੇ, ਸੇਵਕ ਸੁਖਦਾਤਾ॥	parabh partipaalay sayvak sukh-daata.
ਪਾਣੀ ਪਖਾ ਪੀਸਉ ਸੇਵਕ ਕੈ,	paanee pakhaa peesa-o sayvak kai
ਠਾਕੁਰ ਹੀ ਕਾ ਆਹਰੁ ਜੀਉ॥੧॥	thaakur hee kaa aahar jee-o. ||1||

ਪ੍ਰਭ ਆਪਣੇ ਦਾਸ ਦੇ ਜੀਵਨ ਵਿੱਚ ਥਾਂ ਥਾਂ ਤੇ ਸਹਾਈ ਹੁੰਦਾ ਹੈ । ਸੰਤੋਖ ਦਾ ਦਾਤਾ ਆਪਣੇ ਦਾਸ ਦੀ ਆਪ ਸੋਭਾ ਬਣਾਉਂਦਾ ਹੈ । ਸ਼ਬਦ ਦੀ ਬੰਦਗੀ ਕਰਨਵਾਲਾ, ਪ੍ਰਭ ਦੇ ਦਾਸ ਨੂੰ ਪ੍ਰਭ ਦਾ ਰੂਪ ਮੰਨ ਕੇ ਉਸ ਦੀ ਚਾਕਰੀ, ਸੇਵਾ ਵਿੱਚ ਅਡੋਲ ਰਹਿੰਦਾ ਹੈ ।

The True Master remains companion and supporter of His true devotee in every aspect of his worldly life. The True Trustee of contentment protects and enhance the glory of His true devotee in worldly life. His true devotee always considers His Holy saint as the symbol of The True Master. He serves and provides comfort to His Holy saint in his day-to-day life.

ਕਾਟਿ ਸਿਲਕ, ਪ੍ਰਭਿ ਸੇਵਾ ਲਾਇਆ॥	kaat silak parabh sayvaa laa-i-aa.
ਹੁਕਮੁ ਸਾਹਿਬ ਕਾ, ਸੇਵਕ ਮਨਿ ਭਾਇਆ॥	hukam saahib kaa sayvak man bhaa-i-aa.
ਸੋਈ ਕਮਾਵੈ ਜੋ ਸਾਹਿਬ ਭਾਵੈ,	so-ee kamaavai jo saahib bhaavai
ਸੇਵਕੁ ਅੰਤਰਿ ਬਾਹਰਿ ਮਾਹਰੁ ਜੀਉ॥੨॥	sayvak antar baahar maahar jee-o. ||2||

ਆਪਣੇ ਦਾਸ ਦੇ ਅਹੰਕਾਰ ਦੇ ਬੰਧਨ ਕੱਟ ਦੇਂਦਾ, ਉਸ ਨੂੰ ਸ਼ਬਦ ਦੀ ਪਾਲਣਾ ਵਿੱਚ ਅਡੋਲ ਰਖਦਾ ਹੈ । ਪ੍ਰਭ ਦੇ ਸ਼ਬਦ ਦੀ ਪਾਲਣਾ ਕਰਨੀ, ਦਾਸ ਦੇ ਮਨ ਨੂੰ ਅਨੰਦ ਦੇਂਦੀ, ਖੇੜੇ ਵਿੱਚ ਰਖਦੀ ਹੈ । ਪ੍ਰਭ ਦਾ ਦਾਸ ਕੇਵਲ ਸ਼ਬਦ ਦੀ ਕਮਾਈ ਕਰਦਾ, ਉਹ ਕੁਝ ਹੀ ਕਰਦਾ ਹੈ, ਜੋ ਪ੍ਰਭ ਨੂੰ ਭਾਉਂਦਾ ਹੈ । ਉਹ ਪ੍ਰਭ ਦੀ ਅੰਦਰਲੀ ਅਤੇ ਬਾਹਰਲੀ ਅਵਸਥਾ ਨੂੰ ਜਾਣ ਜਾਂਦਾ ਹੈ । ਉਸ ਦਾਸ ਦੇ ਮਨ ਵਿਚੋਂ, ਰੂਹਾਨੀ ਜੋਤ ਨਾਲੋਂ ਪਰਦਾ, ਦੀਵਾਰ ਟੁੱਟ ਜਾਂਦੀ ਹੈ ।

The True Master eliminates the bonds of ego of His true devotee; with His mercy and grace, he may remain meditating on the teachings of His Word with steady and stable belief in his day-to-day life. His true devotee cherishes pleasure and blossom in obeying the teachings of His Word. His true devotee may only collect the earnings of His Word and only performs deeds acceptable in His Court. He may be enlightened with eternal and external state of His Nature. The curtain of secrecy between his soul and His Holy spirit may be eliminated.

ਤੂੰ ਦਾਨਾ ਠਾਕੁਰੁ ਸਭ ਬਿਧਿ ਜਾਨਹਿ॥	tooNdaanaa thaakur sabh biDh jaaneh.
ਠਾਕੁਰ ਕੇ ਸੇਵਕ ਹਰਿ ਰੰਗ ਮਾਣਹਿ॥	thaakur kay sayvak har rang maaneh.
ਜੋ ਕਿਛੁ ਠਾਕੁਰ ਕਾ, ਸੋ ਸੇਵਕ ਕਾ,	jo kichhthaakur kaa so sayvak kaa
ਸੇਵਕੁ ਠਾਕੁਰ ਹੀ ਸੰਗਿ ਜਾਹਰੁ ਜੀਉ॥੩॥	sayvak Thaakur hee sang jaahar jee-o. ||3||

ਅੰਤਰਜਾਮੀ ਪ੍ਰਭ ਸਭ ਮਨ ਦੀਆਂ ਭਾਵਨਾਂ ਜਾਣਦਾ ਹੈ, ਸਭ ਕਰਤਬ ਕਰਨ ਦੀ ਸਮਰਥਾ ਰਖਦਾ ਹੈ । ਪ੍ਰਭ ਦਾ ਦਾਸ ਪ੍ਰਭ ਦੇ ਸ਼ਬਦ ਦੀ ਪਾਲਣਾ ਵਿੱਚ ਸਦਾ ਹੀ ਅਨੰਦ ਮਾਨਦਾ ਹੈ, ਖੇੜੇ ਵਿੱਚ ਵਸਦਾ, ਦੁਖ, ਸੁਖ ਵਿੱਚ ਸਦਾ ਹੀ ਨਿਰਾਰਾ ਰਹਿੰਦਾ ਹੈ । ਜੋ ਅਵਸਥਾ ਪ੍ਰਭ ਦੀ ਹੁੰਦੀ ਹੈ, ਉਹ ਹੀ ਅਵਸਥਾ ਪ੍ਰਭ ਦੇ ਦਾਸ ਦੀ ਹੋ ਜਾਂਦੀ ਹੈ । ਦਾਸ ਦੀ ਆਤਮਾ, ਪ੍ਰਭ ਦੀ ਜੋਤ ਵਿੱਚ ਅਭੇਦ, ਅਲੋਪ ਹੋ ਜਾਂਦੀ ਹੈ ।

The Omniscient, Axiom, True Master remains aware about the hopes and desires of everyone. His true devotee cherishes pleasures in obeying the teachings of His Word; with His mercy and grace, he remains in blossom in all worldly environments; he endures miseries and pleasures same way as His Worthy Blessings. His true devotee may be blessed with a unique state of mind as a state of mind as His Holy Spirit; with His mercy and grace, his soul may immerse in His Holy Spirit.

ਅਪੁਨੈ ਠਾਕੁਰਿ ਜੋ ਪਹਿਰਾਇਆ॥	apunai thaakur jo pehraa-i-aa.
ਬਹੁਰਿ ਨ ਲੇਖਾ ਪੁਛਿ ਬੁਲਾਇਆ॥	bahur na laykhaa puchh bulaa-i-aa.
ਤਿਸੁ ਸੇਵਕ ਕੈ ਨਾਨਕ ਕੁਰਬਾਣੀ,	tis sayvak kai naanak kurbaanee
ਸੋ ਗਹਿਰ ਗਭੀਰਾ ਗਉਹਰੁ ਜੀਉ॥	so gahir gabheeraa ga-uhar jee-o.
੪॥੧੮॥੨੫॥	||4||18||25||

ਜਿਸ ਦਾਸ ਨੂੰ ਪ੍ਰਭ ਆਪ ਰਹਿਮਤ ਦਾ, ਸੋਭਾ ਦਾ ਚੋਲਾ ਬਖਸ਼ਦਾ ਹੈ । ਉਸ ਨੂੰ ਫਿਰ ਕੋਈ ਹੋਰ ਲੇਖਾ ਨਹੀਂ ਪੁਛ ਸਕਦਾ, ਲੇਖਾ ਸਾਫ, ਪੂਰਾ ਹੋ ਜਾਂਦਾ ਹੈ । ਜਿਹੜਾ ਇਸ ਅਵਸਥਾ ਵਾਲਾ ਸ਼ਬਦ ਦੀ ਸਮਾਧੀ ਵਿੱਚ ਵਸਦਾ ਹੈ । ਬੰਦਗੀ ਕਰਨਵਾਲੇ ਦਾਸ, ਸਦਾ ਹੀ ਉਸ ਦਾਸ ਤੋਂ ਕੁਰਬਾਨ ਜਾਂਦੇ ਹਨ!

Whosoever may be blessed with the robe of honor, all accounts of his deeds are cleared. No one may ever judge his worldly deeds. Whosoever may be blessed with such a state of mind, he remains intoxicated in the void of His Word. His true devotees may remain fascinated from his state of mind.

246.ਮਾਝ ਮਹਲਾ ੫॥ (102-3)

ਸਭ ਕਿਛੁ ਘਰ ਮਹਿ, ਬਾਹਰਿ ਨਾਹੀ॥ sabh kichh ghar meh baahar naahee.
ਬਾਹਰਿ ਟੋਲੈ, ਸੋ ਭਰਮਿ ਭੁਲਾਹੀ॥ baahar tolai so bharam bhulaahee.
ਗੁਰ ਪਰਸਾਦੀ ਜਿਨੀ ਅੰਤਰਿ ਪਾਇਆ, gur parsaadee jinee antar paa-i-aa
ਸੋ ਅੰਤਰਿ ਬਾਹਰਿ ਸੁਹੇਲਾ ਜੀਉ॥੧॥ so antar Baahar suhaylaa jee-o. ||1||

ਪ੍ਰਭ ਨੇ ਜੀਵ ਦੇ ਤਨ ਅੰਦਰ ਹੀ ਪ੍ਰਭ ਨੂੰ ਪ੍ਰਵਾਨ ਹੋਣ ਦੀਆਂ ਸਾਰੀਆਂ ਵਿਧੀਆਂ ਬਖਸ਼ੀਆ ਹਨ । ਜਿਹੜਾ ਪ੍ਰਭ ਦੀ ਪ੍ਰਵਾਨਗੀ ਦਾ ਰਸਤਾ ਹੋਰ ਥਾਂ ਤੇ ਖੋਜਦਾ ਰਹਿੰਦਾ ਹੈ, ਉਹ ਭੁੱਲਾ ਹੋਇਆ, ਭਰਮਾਂ ਵਿੱਚ ਫਸਿਆ ਰਹਿੰਦਾ ਹੈ । ਜਿਸ ਨੂੰ ਰਹਿਮਤ ਨਾਲ ਸ਼ਬਦ ਦੀ ਸੋਝੀ ਬਖਸ਼ਿਸ਼ ਹੋ ਜਾਂਦੀ ਹੈ, ਉਸ ਦੇ ਮਨ ਵਿੱਚ ਪ੍ਰਭ ਦੀ ਜੋਤ ਜਾਗਰਤ ਹੋ ਜਾਂਦੀ ਹੈ । ਉਸ ਦੇ ਮਨ ਅੰਦਰ ਅਤੇ ਬਾਹਰ ਸੰਸਾਰਕ ਜੀਵਨ ਵਿੱਚ ਅਨੰਦ, ਖੇੜਾ ਵਸ ਜਾਂਦਾ ਹੈ ।

The True Master has embedded all techniques to find the right path of salvation, acceptance in His Court, within his body and soul. Whosoever may always search for the right path of salvation at different places, relying on different methods of meditation other than His Word. He has lost the right path and he remains intoxicated in worldly suspicions. Whosoever may be enlightened with the essence of His Word; he may remain overwhelmed with pleasure, blossom, awake and alert in his worldly life.

ਝਿਮਿ ਝਿਮਿ ਵਰਸੈ ਅੰਮ੍ਰਿਤ ਧਾਰਾ॥ jhim jhim varsai amrit Dhaaraa.
ਮਨੁ ਪੀਵੈ ਸੁਨਿ ਸਬਦੁ ਬੀਚਾਰਾ॥ man, peevai sun sabad beechaaraa.
ਅਨਦ ਬਿਨੋਦ ਕਰੇ ਦਿਨ ਰਾਤੀ, anad binod karay din raatee
ਸਦਾ ਸਦਾ ਹਰਿ ਕੇਲਾ ਜੀਉ॥੨॥ sadaa sadaa har kaylaa jee-o. ||2||

ਪ੍ਰਭ ਦੇ ਅਣਮੋਲ ਸ਼ਬਦ ਰੂਪੀ ਅੰਮ੍ਰਿਤ ਮਨ ਦੇ ਦਸਵੇਂ ਘਰ ਵਿਚੋਂ ਸਿੰਮਦਾ ਹੈ । ਜਿਹੜਾ ਪ੍ਰਭ ਦੇ ਸ਼ਬਦ ਦੀ ਪਾਲਣਾ ਕਰਦਾ ਹੈ, ਉਸ ਦੇ ਮਨ ਵਿੱਚ ਵਸ ਜਾਂਦਾ ਹੈ । ਉਹ ਅੰਮ੍ਰਿਤ ਦੇ ਰਸ ਦਾ ਅਨੰਦ ਮਾਨਦਾ ਹੈ । ਉਹ ਦਿਨ ਰਾਤ, ਸ਼ਬਦ ਦੀ ਪਾਲਣਾ ਤੇ ਅਡੋਲ ਰਹਿੰਦਾ, ਖੇੜੇ ਵਿੱਚ ਵਸਦਾ ਹੈ ।

The priceless, precious teachings, the nectar of the essence His Word remains oozing out of the 10th cave of his soul. Whosoever may adopt the teachings of His Word in day-to-day life; with His mercy and grace, he may remain drenched and enjoys priceless nectar of His Word within. He may obey the teachings of His Word with steady and stable belief in his day-to-day life; with His mercy and grace, he may remain overwhelmed with a peace and harmony in day-to-day life.

ਜਨਮ ਜਨਮ ਕਾ ਵਿਛੁੜਿਆ ਮਿਲਿਆ॥ janam janam kaa vichhurhi-aa mili-aa.
ਸਾਧ ਕ੍ਰਿਪਾ ਤੇ ਸੂਕਾ ਹਰਿਆ॥ saaDh kirpaa tay sookaa hari-aa.
ਸੁਮਤਿ ਪਾਏ ਨਾਮੁ ਧਿਆਏ, sumat paa-ay Naam Dhi-aa-ay
ਗੁਰਮੁਖਿ ਹੋਏ ਮੇਲਾ ਜੀਉ॥੩॥ gurmukh ho-ay maylaa jee-o. ||3||

ਜਿਹੜਾ ਅਨੇਕਾਂ ਜਨਮਾਂ ਦਾ ਪ੍ਰਭ ਨਾਲੋ ਵਿਛੜਿਆ ਹੋਇਆ, ਜੀਵ ਵੀ ਪ੍ਰਵਾਨਗੀ ਦੇ ਰਸਤੇ ਤੇ ਚਲ ਪੈਂਦਾ ਹੈ । ਪ੍ਰਭ ਦੀ ਰਹਿਮਤ ਨਾਲ ਉਸ ਦੇ ਮਨ ਦਾ ਕਮਲ ਦਾ ਸੁੱਕਾ ਹੋਇਆ ਫੁੱਲ ਵੀ ਖੇੜੇ ਵਿੱਚ ਆ ਜਾਂਦਾ ਹੈ । ਉਸ ਨੂੰ ਸ਼ਬਦ ਦੀ ਪਾਲਣਾ, ਸਿਮਰਨ ਕਰਦੇ, ਪ੍ਰਭ ਦੇ ਸ਼ਬਦ ਦੀ ਸੋਝੀ ਬਖਸ਼ਿਸ਼ ਹੋ ਸਕਦੀ ਹੈ, ਪ੍ਰਭ ਦੀ ਪ੍ਰਵਾਨਗੀ ਦੇ ਰਸਤੇ ਤੇ ਅਡੋਲ ਹੋ ਜਾਂਦਾ ਹੈ ।

Whosoever may be separated from long time from His Holy Spirit; even, he may adopt the teachings of His Word; with His mercy and grace, he may be blessed with the right path of acceptance in his n day-to-day life. Even the dried-out lotus flower of his soul may blossom once again. Whosoever may meditate, obeys the teachings of His Word; with His mercy and grace, he may be enlightened with the essence of His Word. He may remain steady and stable on the right path of salvation.

ਜਲ ਤਰੰਗੁ ਜਿਉ ਜਲਹਿ ਸਮਾਇਆ॥	jal tarang ji-o jaleh samaa-i-aa.
ਤਿਉ ਜੋਤੀ ਸੰਗਿ ਜੋਤਿ ਮਿਲਾਇਆ॥	ti-o jotee sang jot milaa-i-aa.
ਕਹੁ ਨਾਨਕ ਭ੍ਰਮ ਕਟੇ ਕਿਵਾੜਾ,	kaho naanak bharam katay kivaarhaa
ਬਹੁੜਿ ਨ ਹੋਈਐ ਜਉਲਾ ਜੀਉ॥	bahurh na ho-ee-ai ja-ulaa jee-o.
੪॥੧੯॥੨੬॥	||4||19||26||

ਜਿਵੇਂ ਸਾਗਰ ਵਿੱਚ ਪਾਣੀ ਦੀ ਛਲ, ਪਾਣੀ ਵਿੱਚ ਹੀ ਸਮਾਂ ਜਾਂਦੀ ਹੈ । ਇਸਤਰ੍ਹਾਂ ਵਿਛੜੀ ਹੋਈ ਆਤਮਾ ਦੀ ਜੋਤ ਪ੍ਰਭ ਦੀ ਜੋਤ ਵਿੱਚ ਅਲੋਪ ਹੋ ਜਾਂਦੀ ਹੈ । ਪ੍ਰਭ ਆਪ ਰਹਿਮਤ ਬਖਸ਼ਕੇ, ਉਸ ਦੇ ਭਰਮ ਦੂਰ ਕਰ ਦੇਂਦਾ ਹੈ, ਉਹ ਹੋਰ ਪਾਸੇ ਨਹੀਂ ਘੁੰਮਦਾ, ਸ਼ਬਦ ਦੀ ਪਾਲਣਾ ਤੇ ਅਡੋਲ ਹੋ ਜਾਂਦਾ ਹੈ ।

As the ocean wave of water may immerse in the ocean water; same way separated soul may immerse in His Holy Spirit. The True Master may eliminate the ignorance and suspicions of his mind; with His mercy and grace, he may remain steady and stable meditating on the teachings of His Word; he may no longer wanders in different directions.

247.ਮਾਝ ਮਹਲਾ ੫॥ (102-9)

ਤਿਸੁ ਕੁਰਬਾਣੀ, ਜਿਨਿ ਤੂੰ ਸੁਣਿਆ॥	tis kurbaanee jin tooN suni-aa.
ਤਿਸੁ ਬਲਿਹਾਰੀ, ਜਿਨਿ ਰਸਨਾ ਭਣਿਆ॥	tis balihaaree jin rasnaa bhani-aa.
ਵਾਰਿ ਵਾਰਿ ਜਾਈ ਤਿਸੁ ਵਿਟਹੁ,	vaar vaar jaa-ee tis vitahu
ਜੋ ਮਨਿ ਤਨਿ ਤੁਧੁ ਆਰਾਧੇ ਜੀਉ॥੧॥	jo man tan tuDh aaraaDhay jee-o. ||1||

ਜਿਹੜਾ ਪ੍ਰਭ ਦਾ ਸ਼ਬਦ ਆਪਣੇ ਕੰਨਾਂ ਨਾਲ ਸੁਣਦਾ, ਪ੍ਰਭ ਦੇ ਸ਼ਬਦ ਦੀ ਉਸਤਤ ਆਪਣੀ ਜੀਭ ਨਾਲ ਗਾਉਂਦਾ ਹੈ । ਬੰਦਗੀ ਕਰਨਵਾਲਾ, ਉਸ ਤੋਂ ਕੁਰਬਾਨ ਜਾਂਦਾ, ਰਹਿੰਦਾ ਹੈ! ਪ੍ਰਭ ਦਾ ਦਾਸ, ਉਸ ਦੇ ਜੀਵਨ ਤੋ ਹੈਰਾਨ ਹੀ ਰਹਿੰਦਾ ਹੈ, ਜਿਹੜਾ ਤਨ, ਮਨ ਨਾਲ ਪ੍ਰਭ ਦੇ ਸ਼ਬਦ ਦਾ ਸਿਮਰਨ ਕਰਦਾ ਹੈ ।

Whosoever may hear the sermons of His Word in his ear and sings the glory of His Word with his tongue. His true devotee remains fascinated, astonished from his way of life. He may wholeheartedly remain intoxicated in meditation on the teachings of His Word.

ਤਿਸੁ ਚਰਣ ਪਖਾਲੀ,	tis charan pakhaalee
ਜੋ ਤੇਰੈ ਮਾਰਗਿ ਚਾਲੇ॥	jo tayrai maarag chaalai.
ਨੈਨ ਨਿਹਾਲੀ, ਤਿਸੁ ਪੁਰਖ ਦਇਆਲੇ॥	nain nihaalee tis purakhda-i-aalai.
ਮਨੁ ਦੇਵਾ ਤਿਸੁ ਅਪੁਨੇ ਸਾਜਨ,	man, dayvaa tis apunay saajan
ਜਿਨਿ ਗੁਰ ਮਿਲਿ ਸੋ ਪ੍ਰਭੁ ਲਾਧੇ ਜੀਉ॥੨॥	jin gur mil so parabh laaDhay jee-o. ||2||

ਜਿਹੜਾ ਪ੍ਰਭ ਦੇ ਸ਼ਬਦ ਦੀ ਪਾਲਣਾ ਅਡੋਲ ਭਰੋਸੇ ਨਾਲ ਕਰਦਾ, ਸ਼ਬਦ ਦੀ ਸੋਝੀ ਨਾਲ ਆਪਣਾ ਜੀਵਨ ਢਾਲ ਲੈਂਦਾ ਹੈ । ਮੇਰੀਆਂ ਅੱਖਾਂ ਉਸ ਦੇ ਦਰਸ਼ਨ ਕਰਨ ਲਈ ਤਰਸ ਦੀਆਂ ਹਨ । ਮੈਂ ਉਸ ਜੀਵ ਦੇ ਚਰਨ ਧੋਵਾ, ਆਪਣਾ ਮਨ, ਤਨ ਉਸ ਦੇ ਲੇਖੇ ਲਾ ਦੇਵਾ!

Whosoever may obey and adopt the teachings of His Word with steady and stable belief; I may wash his feet, adopt his life experience teachings in my day-to-day life. My eyes remain anxious to join his conjugation. I may surrender my mind, body, and worldly status at his service.

ਸੇ ਵਡਭਾਗੀ, ਜਿਨਿ ਤੁਮ ਜਾਣੈ॥	say vadbhaagee jin tum jaanay.
ਸਭ ਕੈ ਮਧੇ, ਅਲਿਪਤ ਨਿਰਬਾਣੈ॥	sabh kai maDhay alipat nirbaanay.
ਸਾਧ ਕੈ ਸੰਗਿ ਉਨਿ ਭਉਜਲੁ ਤਰਿਆ,	saaDh kai sang un bha-ojal tari-aa
ਸਗਲ ਦੂਤ ਉਨਿ ਸਾਧੇ ਜੀਉ॥੩॥	sagal doot un saaDhay jee-o. ||3||

ਵੱਡੇ ਭਾਗਾਂ ਵਾਲਾ ਨੂੰ ਹੀ ਪ੍ਰਭ ਦੇ ਦਰਬਾਰ ਦੇ ਰਸਤਾ ਦੀ ਸੋਝੀ ਬਖਸ਼ਿਸ਼ ਹੋ ਜਾਂਦੀ ਹੈ । ਉਹ ਸੰਸਾਰ ਵਿੱਚ ਰਹਿੰਦਾ ਹੋਇਆ ਵੀ ਸੰਸਾਰਕ ਇੱਛਾਂ ਤੋਂ ਰਹਿਤ ਰਹਿੰਦਾ ਹੈ । ਬੰਦਗੀ ਕਰਨਵਾਲੇ ਦੀ ਸੰਗਤ ਵਿੱਚ, ਸ਼ਬਦ ਨਾਲ ਜੀਵਨ ਬਤੀਤ ਕਰਦਾ, ਮਨ ਦੀਆਂ ਇੱਛਾਂ ਤੇ ਕਾਬੂ ਪਾ ਲੈਂਦਾ ਹੈ । ਉਹ ਸੰਸਾਰਕ ਸਾਗਰ ਪਾਰ ਕਰ ਜਾਂਦਾ, ਪ੍ਰਭ ਦੀ ਸ਼ਰਣ ਵਿੱਚ ਪ੍ਰਵਾਨ ਹੋ ਜਾਂਦਾ ਹੈ ।

Whosoever may have a great prewritten destiny, only he may be blessed with the right path of salvation. He remains beyond the reach of worldly desires and temptation in his worldly life. He may remain in the conjugation of His Holy saint and he adopts his life experience teachings in his day-to-day life; with His mercy and grace, his state of mind may remain beyond the reach of worldly temptations. He may cross terrible ocean of worldly desire and conquers his own mind. He may be accepted in Your Sanctuary.

ਤਿਨ ਕੀ ਸਰਣਿ ਪਰਿਆ ਮਨੁ ਮੇਰਾ॥	tin kee saran pari-aa man mayraa.
ਮਾਣੁ ਤਾਣੁ ਤਜਿ ਮੋਹੁ ਅੰਧੇਰਾ॥	maantaantaj moh anDhayraa.
ਨਾਮੁ ਦਾਨੁ ਦੀਜੈ ਨਾਨਕ ਕਉ,	naam daan deejai naanak ka-o
ਤਿਸੁ ਪ੍ਰਭ ਅਗਮ ਅਗਾਧੇ ਜੀਉ॥	tis parabh agam agaaDhay jee-o.
੪॥੨੦॥੨੭॥	||4||20||27||

ਮੈਂ ਉਸ ਦੀ ਸੰਗਤ ਵਿੱਚ ਆਪਣੇ ਮਨ ਦਾ ਅਹੰਕਾਰ ਨਾਸ ਕਰਕੇ ਆਇਆ ਹਾ । ਮੈਂ ਆਪਣੇ ਮੋਹ ਤੇ ਜਿੱਤ ਪਾ ਲਈ ਹੈ । ਰਹਿਮਤਾਂ ਦੇ ਮਾਲਕ ਆਪਣੇ ਦਾਸ ਨੂੰ ਆਪਣਾ ਸ਼ਬਦ ਦੇ ਲੜ ਲਾਵੋ, ਸ਼ਬਦ ਦੀ ਸੋਝੀ ਬਖਸ਼ੋ !

I have swallowed my false pride, conquered my ego and I have surrendered in the conjugation of His Holy saint. The True Master of all virtues! Blesses a devotion to meditate on the teachings of Your Word; with Your mercy and grace, I may remain steady and stable on the path of salvation.

248.ਮਾਝ ਮਹਲਾ ੫॥ (102-14)

ਤੂੰ ਪੇਡੁ, ਸਾਖ ਤੇਰੀ ਫੂਲੀ॥	tooN payd saakhtayree foolee.
ਤੂੰ ਸੂਖਮੁ, ਹੋਆ ਅਸਥੂਲੀ॥	tooN sookham ho-aa asthoolee.
ਤੂੰ ਜਲਨਿਧਿ ਤੂੰ ਫੇਨੁ ਬੁਦਬੁਦਾ,	tooN jalniDhtooN fayn budbudaa
ਤੁਧੁ ਬਿਨੁ ਅਵਰੁ ਨ ਭਾਲੀਐ ਜੀਉ॥੧॥	tuDh bin avar na bhaalee-ai jee-o. ||1||

ਪ੍ਰਭ ਇਕ ਬ੍ਰਿਛ ਹੈ, ਉਸ ਦੀਆਂ ਟਹਿਣੀਆ ਤੇ ਫੁੱਲ ਖੇੜੇ ਵਿੱਚ ਹਨ । ਇਕ ਛੋਟੀ ਪਤੀ ਤੋਂ ਵਡਾ ਖੇੜੇ ਵਾਲ ਫੁੱਲ ਬਣ ਗਿਆ ਹੈ । ਪ੍ਰਭ ਹੀ ਸਾਗਰ ਦਾ ਪਾਣੀ, ਆਪ ਹੀ ਇਸ ਦੀਆਂ ਛਲਾਂ ਹਨ । ਮੈਨੂੰ ਤੇਰੀ ਹੋਂਦ ਤੋਂ ਬਿਨਾਂ ਹੋਰ ਕੁਝ ਨਜ਼ਰ ਨਹੀਂ ਆਉਂਦਾ ।

The True Master is a splendorous tree with branches blossomed with flowers. You have become a bigger tree with many flowers from a small leaf of Your Holy Spirit. The whole universe may be an expansion of Your Holy spirit. You are the ocean and the waves of the ocean. I do not see anything else except Your Command prevailing everywhere.

ਤੂੰ ਸੂਤੁ ਮਣੀਏ, ਭੀ ਤੂੰਹੈ॥	tooN soot manee-ay bhee tooNhai.
ਤੂੰ ਗੰਠੀ, ਮੇਰੁ ਸਿਰਿ ਤੂੰਹੈ॥	tooN ganthee mayr sir tooNhai.
ਆਦਿ ਮਧਿ ਅੰਤਿ ਪ੍ਰਭੁ ਸੋਈ,	aad maDh ant parabh so-ee
ਅਵਰੁ ਨ ਕੋਇ ਦਿਖਾਲੀਐ ਜੀਉ॥੨॥	avar na ko-ay dikhaalee-ai jee-o. ||2||

ਪ੍ਰਭ ਆਪ ਹੀ ਮਾਲ਼ਾ ਦਾ ਧਾਗਾ, ਆਪ ਹੀ ਮਾਲ਼ਾ ਦਾ ਮਣਕਾ ਹੈ । ਆਪ ਹੀ ਉਹ ਗੰਢ, ਆਪ ਹੀ ਬੰਦਗੀ ਕਰਨਵਾਲੀ ਮਾਲ਼ਾ ਹੈ । ਆਦਿ, ਅੰਤ ਅਤੇ ਮੱਧ ਵਿੱਚ ਇਕੋ ਇਕ ਪ੍ਰਭ ਹੀ ਭਰਪੂਰ ਹੈ । ਉਸ ਤੋਂ ਬਿਨਾਂ ਹੋਰ ਕੋਈ ਨਜ਼ਰ ਨਹੀਂ ਆਉਂਦਾ ।

The True Master is the thread, beads, knots, and the rosary of worship. In the past, in the end and in the middle, He remains overwhelmed with Blessings. I do not see any other things, except His Holy Spirit prevailing in the universe.

ਤੂੰ ਨਿਰਗੁਣੁ ਸਰਗੁਣੁ ਸੁਖਦਾਤਾ॥	tooN nirgun sargun sukh-daata.
ਤੂੰ ਨਿਰਬਾਣੁ ਰਸੀਆ ਰੰਗਿ ਰਾਤਾ॥	tooN nirbaan rasee-aa rang raataa.
ਅਪਣੇ ਕਰਤਬ ਆਪੇ ਜਾਣਹਿ,	apnay kartab aapay jaaneh
ਆਪੇ ਤੁਧੁ ਸਮਾਲੀਐ ਜੀਉ॥੩॥	aapay tuDh samaalee- ai jee-o. ||3||

ਪ੍ਰਭ ਅਉਗੁਣਾਂ ਤੋਂ ਰਹਿਤ, ਗੁਣਾਂ ਦਾ ਭੰਡਾਰੀ, ਦਾਤਾਂ, ਸੁਖਾਂ ਦਾ ਮਾਲਕ ਹੈ । ਪ੍ਰਭ ਦੀ ਜੋਤ ਸਭ ਜੀਵਾਂ ਦੇ ਅੰਦਰ ਵਸਦੀ ਹੋਈ ਵੀ ਆਤਮਾ ਦੇ ਮੋਹ ਤੋਂ ਵੱਖਰੀ ਰਹਿੰਦੀ ਹੈ । ਪ੍ਰਭ ਆਪਣੇ ਕਰਤਬ ਆਪ ਹੀ ਜਾਣਦਾ ਹੈ, ਆਪਣੇ ਆਪ ਵਿੱਚ ਹੀ ਨਿਰੰਤਰ ਰਹਿੰਦਾ ਹੈ ।

The True Master, His Holy Spirit remains beyond any blemish of worldly temptations; treasure of all Blessings, comforts, and pleasures. His Holy Spirit remains embedded within each soul and dwells within his body; however, He remains beyond the reach of any feelings, desire of soul. The Omniscient, Omnipotent True Master remains aware about the real purpose of all events of nature.

ਤੂੰ ਠਾਕੁਰੁ ਸੇਵਕੁ ਫੁਨਿ ਆਪੈ॥	tooNthaakur sayvak fun aapay.
ਤੂੰ ਗੁਪਤੁ ਪਰਗਟੁ ਪ੍ਰਭ ਆਪੈ॥	tooN gupat pargat parabh aapay.
ਨਾਨਕ ਦਾਸੁ ਸਦਾ ਗੁਣ ਗਾਵੈ,	naanak daas sadaa gun gaavai
ਇਕ ਭੋਰੀ ਨਦਰਿ ਨਿਹਾਲੀਐ ਜੀਉ॥	ik bhoree nadar nihaalee-ai jee-o.
੪॥੨੧॥੨੮॥	||4||21||28||

ਪ੍ਰਭ ਆਪ ਹੀ ਮਾਲਕ ਹੈ ਅਤੇ ਆਪ ਹੀ ਉਸ ਦਾਸ ਵਿੱਚ ਵੀ ਵਸਦਾ ਹੈ । ਆਪ ਹੀ ਗੁਪਤ ਰਹਿੰਦਾ ਹੈ, ਕਿਸੇ ਨੂੰ ਦਿਖਾਈ ਨਹੀਂ ਦੇਂਦਾ, ਆਪ ਹੀ ਸਭ ਕਰਤਬਾਂ ਵਿੱਚ ਵਾਪਰਦਾ ਹੈ । ਬੰਦਗੀ ਕਰਨਵਾਲਾ ਸਦਾ ਹੀ ਸ਼ਬਦ ਦੇ ਗੁਣ ਗਾਉਂਦਾ ਹੈ । ਸਦਾ ਹੀ ਰਹਿਮਤ ਦੀ ਅਰਦਾਸ ਕਰਦਾ ਹੈ ।

The True Master remains embedded within each soul and prevails in all events of His Creation. He remains invisible and may appear in any event in the life of His Creation. He controls every event in the universe. Your true devotee always sings the glory of Your Word. He prays for His forgiveness and Refuge.

249.ਮਾਝ ਮਹਲਾ ੫॥ (103-1)

ਸਫਲ ਸੁ ਬਾਣੀ, ਜਿਤੁ ਨਾਮੁ ਵਖਾਣੀ॥	safal so banee jit Naam vakhaanee.
ਗੁਰ ਪਰਸਾਦਿ, ਕਿਨੈ ਵਿਰਲੈ ਜਾਣੀ॥	gur parsaad kinai virlai jaanee.
ਧੰਨੁ ਸੁ ਵੇਲਾ ਜਿਤੁ ਹਰਿ ਗਾਵਤ ਸੁਨਣਾ,	dhan so vaylaa jit har gaavat sunnaa
ਆਏ ਤੇ ਪਰਵਾਨਾ ਜੀਉ॥੧॥	aa-ay tay parvaanaa jee-o. ||1||

ਜਿਹਨਾਂ ਅੱਖਰਾਂ ਨਾਲ ਸ਼ਬਦ ਦੀ ਉਸਤਤ, ਵਿਆਖਿਆ ਕੀਤੀ ਜਾਂਦੀ ਹੈ, ਉਹ ਅੱਖਰ ਸੁਭਾਗੇ ਹਨ । ਪ੍ਰਭ, ਵਿਰਲੇ ਹੀ ਜੀਵ ਨੂੰ ਸ਼ਬਦ ਦੀ ਸੋਝੀ ਬਖਸ਼ਿਸ਼ ਹੁੰਦੀ ਹੈ । ਤੇਰੀ ਹੀ ਰਹਿਮਤ ਹੈ । ਜਿਹੜੇ ਸਮੇਂ ਜੀਵ ਪ੍ਰਭ ਦੇ ਸ਼ਬਦ ਦੇ ਗੁਣ ਗਾਉਂਦਾ ਹੈ । ਉਹ ਵੇਲਾ ਸੁਭਾਗਾ ਹੋ ਜਾਂਦਾ, ਸਮਾਂ ਲੇਖੇ ਲਗ ਜਾਂਦਾ ਹੈ ।

The written letters used to explain the praises of Your Glory becomes very fortunate; however, very rare devotee may be enlightened the essence of Your Word. All may be Your Greatness! Whosoever may sing the glory of Your Word; his time may be accepted and rewarded in Your Court.

ਸੇ ਨੇਤ੍ਰ ਪਰਵਾਣੁ, ਜਿਨੀ ਦਰਸਨੁ ਪੇਖਾ॥	say naytar parvaan jinee darsan paykhaa.
ਸੇ ਕਰ ਭਲੇ, ਜਿਨੀ ਹਰਿ ਜਸੁ ਲੇਖਾ॥	say kar bhalay jinee har jas laykhaa.
ਸੇ ਚਰਣ ਸੁਹਾਵੇ ਜੋ ਹਰਿ ਮਾਰਗਿ ਚਲੇ,	say charan suhaavay jo har maarag chalay
ਹਉ ਬਲਿ ਤਿਨ ਸੰਗਿ ਪਛਾਣਾ ਜੀਉ॥੨॥	ha-o bal tin sang pachhaanaa jee-o. ||2||

ਜਿਹਨਾਂ ਅੱਖਾਂ ਨੇ ਤੇਰੇ, ਤੇਰੇ ਸ਼ਬਦ ਦੇ ਦਰਸ਼ਨ ਕੀਤੇ ਹਨ, ਉਹ ਅੱਖਾਂ ਤੇਰੇ ਪ੍ਰਵਾਨ ਹੋ ਜਾਂਦੀਆਂ ਹਨ । ਜਿਹੜੇ ਤੇਰੇ ਸ਼ਬਦ ਦੀ ਉਸਤਤ, ਵਿਆਖਿਆ ਲਿਖਦੇ ਹਨ, ਉਹ ਹੱਥ ਭਲੇ, ਪ੍ਰਵਾਨ ਹੋ ਜਾਂਦੇ ਹਨ! ਜਿਹੜੇ ਤੇਰੇ ਸ਼ਬਦ ਦੇ, ਪ੍ਰਵਾਨਗੀ ਦੇ ਮਾਰਗ ਤੇ ਅਡੋਲ ਚਲਦੇ ਹਨ, ਉਹ ਪੈਰ ਵਡਭਾਗੇ ਹੋ ਜਾਂਦੇ ਹਨ! ਜਿਹੜੇ ਤੇਰੇ ਦਰਬਾਰ ਵਿੱਚ ਪ੍ਰਵਾਨ ਹੋ ਜਾਂਦੇ ਹਨ । ਉਸ ਬੰਦਗੀ ਵਾਲੇ ਦਾਸਾਂ ਤੋਂ ਕੁਰਬਾਨ ਜਾਵਾਂ!

Whosoever may witness the letters of Your Holy Scripture with eyes of his mind; with Your mercy and grace, his eyes may be accepted in Your Court. Whosoever may write the praises of Your Word; with His mercy and grace, his hands may become fortunate. Whosoever may wake on feet on the right path of salvation; his feet may become fortunate. Whosoever may be accepted in Your Court! I may surrender my mind and body at his service.

ਸੁਣਿ ਸਾਜਨ ਮੇਰੇ ਮੀਤ ਪਿਆਰੇ॥	_sun saajan mayray meet pi-aaray.
ਸਾਧਸੰਗਿ, ਖਿਨ ਮਾਹਿ ਉਧਾਰੇ॥	saaDhsang khin maahi uDhaaray.
ਕਿਲਵਿਖ ਕਾਟਿ ਹੋਆ ਮਨੁ ਨਿਰਮਲੁ,	kilvikh kaat ho-aa man nirmal
ਮਿਟਿ ਗਏ ਆਵਣ ਜਾਣਾ ਜੀਉ॥੩॥	mit ga-ay aavan jaanaa jee-o. ||3||

ਜਿਹੜਾ ਬੰਦਗੀ ਕਰਨਵਾਲੇ ਦੀ ਸੰਗਤ ਕਰਦਾ, ਉਸ ਦੇ ਜੀਵਨ ਦੀ ਸਿਖਿਆਂ ਨਾਲ ਆਪਣਾ ਜੀਵਨ ਢਾਲਦਾ ਹੈ, ਉਸ ਨੂੰ ਪ੍ਰਵਾਨਗੀ ਦੇ ਅਸਲੀ ਰਸਤੇ ਦੀ ਸੋਝੀ ਬਖਸ਼ਿਸ਼ ਹੋ ਜਾਂਦੀ ਹੈ । ਪ੍ਰਭ ਆਪ ਹੀ ਮਨ ਦੇ ਬੁਰੇ ਖਿਆਲ ਨਾਸ ਕਰ ਦੇਂਦਾ, ਮਨ ਪਵਿੱਤਰ ਹੋ ਜਾਂਦਾ ਹੈ, ਜੂੰਨਾਂ ਦਾ ਚੱਕਰ ਖਤਮ ਹੋ ਜਾਂਦਾ ਹੈ ।

Whosoever may join the conjugation of His Holy saint and adopts his life experience teachings in his day-to-day life; with His mercy and grace, he may be blessed with the right path of salvation. The True Master may eliminate all his evil thoughts. His soul may be sanctified to become worthy of His Consideration; his cycle of birth and death may be eliminated.

ਦੁਇ ਕਰ ਜੋੜਿ ਇਕੁ ਬਿਨਉ ਕਰੀਜੈ॥	du-ay kar jorh ik bin-o kareejai.
ਕਰਿ ਕਿਰਪਾ ਡੁਬਦਾ ਪਥਰੁ ਲੀਜੈ॥	kar kirpaa dubdaa pathar leejai.
ਨਾਨਕ ਕਉ ਪ੍ਰਭ ਭਏ ਕ੍ਰਿਪਾਲਾ,	naanak ka-o parabhbha-ay kirpaalaa
ਪ੍ਰਭ ਨਾਨਕ ਮਨਿ ਭਾਣਾ ਜੀਉ॥	parabh naanak man bhaanaa jee-o.
੪॥੨੨॥੨੯॥	||4||22||29||

ਮੈਂ ਨਿਮ੍ਰਤਾ ਨਾਲ ਦੋਨੋਂ ਹੱਥ ਜੋੜ ਕੇ ਅਰਦਾਸ ਕਰਦਾ ਹਾ । ਪ੍ਰਭ ਆਪਣੀ ਰਹਿਮਤ ਨਾਲ ਸਿੱਧੇ ਰਸਤੇ ਤੇ, ਸ਼ਬਦ ਦੇ ਲੜ ਲਾ ਕੇ ਇਸ ਪੱਥਰ ਦਿੱਲ, ਮਾਨਸ ਨੂੰ ਬਚਾ ਲਵੋ! ਪ੍ਰਭ ਆਪ ਹੀ ਬੰਦਗੀ ਕਰਨਵਾਲੇ ਤੇ ਰਹਿਮਤ ਦੀ ਨਜ਼ਰ ਬਖਸ਼ਦਾ ਹੈ । ਉਸ ਦੇ ਮਨ ਵਿੱਚ ਸ਼ਬਦ ਵਸ ਜਾਂਦਾ ਹੈ ।

I am humbly praying for Your Forgiveness and Refuge to be blessed with devotion to meditate. My True Master bestows Your Blessed Vision to save ignorant stone hearted human. I may remain drenched with the essence of His Word.

250.ਮਾਝ ਮਹਲਾ ੫॥ (103-7)

ਅੰਮ੍ਰਿਤ ਬਾਣੀ ਹਰਿ ਹਰਿ ਤੇਰੀ॥	amrit banee har har tayree.
ਸੁਣਿ ਸੁਣਿ ਹੋਵੈ ਪਰਮ ਗਤਿ ਮੇਰੀ॥	sun sun hovai param gat mayree.
ਜਲਨਿ ਬੁਝੀ ਸੀਤਲੁ ਹੋਇ ਮਨੂਆ,	jalan bujhee seetal ho-ay manoo-aa
ਸਤਿਗੁਰ ਕਾ ਦਰਸਨੁ ਪਾਏ ਜੀਉ॥੧॥	saT`gur kaa darsan paa-ay jee-o. ||1||

ਪ੍ਰਭ ਤੇਰੀ ਬਾਣੀ ਦੇ ਅੱਖਰ ਅਣਮੋਲ ਹਨ । ਇਹਨਾਂ ਨੂੰ ਸੁਣ ਕੇ, ਮਨ ਵਿੱਚ ਵਸਾਉਣ ਨਾਲ ਮਨ ਵਿੱਚ ਸੰਤੋਖ, ਧੀਰਜ ਬਖਸ਼ਿਸ਼ ਹੋ ਜਾਂਦਾ ਹੈ । ਇਸ ਬਾਣੀ ਦੀ ਸਿਖਿਆਂ ਨੂੰ ਜੀਵਨ ਵਿੱਚ ਢਾਲਣ ਨਾਲ ਮਨ ਵਿਚੋਂ ਤ੍ਰਿਸ਼ਨਾ ਦੀ ਅੱਗ ਬੁਝ ਜਾਂਦੀ ਹੈ, ਮਨ ਵਿੱਚ ਠੰਡ ਪੈ ਜਾਂਦੀ ਹੈ । ਇਹ ਹੀ ਪ੍ਰਭ ਦੇ ਦਰਸ਼ਨ ਹਨ, ਉਸ ਦੀ ਰਹਿਮਤ ਦੀ ਨਿਸ਼ਾਨੀ ਹੈ ।

The letter of Your Holy Scripture may be ambrosial! Whosoever may listen to the sermons of Your Word; he may remain drenched with the essence of His Word; with Your mercy and grace, he may be blessed with overwhelming patience and contentment. Whosoever may adopt the teachings of Your Word with steady and stable belief in his day-to-day life; with Your mercy and grace, his fire of worldly desires may be extinguished. He may be overwhelmed with peace and harmony within his mind. This may be the sign of His Blessings; called visualizing His Holy Spirit.

ਸੁਖੁ ਭਇਆ, ਦੁਖੁ ਦੂਰਿ ਪਰਾਨਾ॥	sookh bha-i-aa dukh door paraanaa.
ਸੰਤ ਰਸਨ, ਹਰਿ ਨਾਮੁ ਵਖਾਨਾ॥	sant rasan har Naam vakhaanaa.
ਜਲ ਥਲ ਨੀਰਿ ਭਰੇ ਸਰ ਸੁਭਰ,	jal thal neer bharay sar subhar
ਬਿਰਥਾ ਕੋਇ ਨ ਜਾਏ ਜੀਉ॥੨॥	birthaa ko-ay na jaa-ay jee-o. ||2||

ਪ੍ਰਭ ਦੇ ਸ਼ਬਦ ਦੀ ਬੰਦਗੀ ਕਰਨਵਾਲਾ, ਸ਼ਬਦ ਦੇ ਗੁਣ ਗਾਉਂਦਾ ਹੈ । ਉਸ ਦੇ ਮਨ ਵਿੱਚ ਅਨੰਦ ਵਸ ਜਾਂਦਾ, ਮਨ ਦੀਆਂ ਚਿੰਤਾਂ ਦਾ ਨਾਸ ਹੋ ਜਾਂਦਾ ਹੈ । ਸ੍ਰਿਸ਼ਟੀ ਵਿੱਚ ਜਲ, ਥਲ ਵਿੱਚ ਤੇਰੇ ਸ਼ਬਦ ਦੀ ਗੂੰਜ ਸਦਾ ਹੀ ਚਲਦੀ ਹੈ, ਕੋਈ ਵੀ ਥਾਂ ਤੇਰੀ ਰਹਿਮਤ ਦੀ ਨਜ਼ਰ ਤੋਂ ਖਾਲੀ ਨਹੀਂ ਹੈ ।

Whosoever may meditate and sings the glory of His Word; with His mercy and grace, he may be overwhelmed with a peace and pleasure; all worries and frustration of his worldly desires may be eliminated. His everlasting echo remains resonating in the whole universe, in water and on earth. There may not be any place beyond His reach.

ਦਇਆ ਧਾਰੀ ਤਿਨਿ ਸਿਰਜਨਹਾਰੇ॥	da-i-aa Dhaaree tin sirjanhaaray.
ਜੀਅ ਜੰਤ ਸਗਲੇ ਪ੍ਰਤਿਪਾਰੇ॥	jee-a jant saglay partipaaray.
ਮਿਹਰਵਾਨ ਕਿਰਪਾਲ ਦਇਆਲਾ,	miharvaan kirpaal da-i-aalaa
ਸਗਲੇ ਤ੍ਰਿਪਤਿ ਅਘਾਏ ਜੀਉ॥੩॥	saglay taripat aghaa-ay jee-o. ||3||

ਸਾਰੀ ਸ੍ਰਿਸ਼ਟੀ ਤੇ ਰਹਿਮਤ ਦੀ ਵਰਖਾ ਹੋ ਰਹੀ ਹੈ । ਸ੍ਰਿਸ਼ਟੀ ਦੇ ਸਾਰੇ ਜੀਵ ਜੰਤਾਂ ਨੂੰ ਭੋਜਨ ਪ੍ਰਾਪਤ ਹੁੰਦਾ ਹੈ । ਰਹਿਮਤਾਂ ਦਾ ਮਾਲਕ ਬਹੁਤ ਤਰਸਵਾਨ ਹੈ, ਉਸ ਦੀ ਰਹਿਮਤ ਨਾਲ ਸਾਰੇ ਹੀ ਮਨ ਸੰਤੋਖ ਨਾਲ ਭਰ ਜਾਂਦੇ ਹਨ ।

The Blessings of The True Master, Creator are raining continuously. All creatures are blessed with food, nourishments. With His Blessed Vision, everyone may remain overwhelmed with contentment with His Blessings.

ਵਣੁ ਤ੍ਰਿਣੁ ਤ੍ਰਿਭਵਣੁ ਕੀਤੋਨੁ ਹਰਿਆ॥	van tarin taribhavan keeton hari-aa.
ਕਰਣਹਾਰਿ ਖਿਨ ਭੀਤਰਿ ਕਰਿਆ॥	karanhaar khin bheetar kari-aa.
ਗੁਰਮੁਖਿ ਨਾਨਕ ਤਿਸੈ ਅਰਾਧੇ,	gurmukh naanak tisai araaDhay man,
ਮਨ ਕੀ ਆਸ ਪੁਜਾਏ ਜੀਉ॥੪॥੨੩॥੩੦॥	kee aas pujaa-ay jee-o. ||4||23||30||

ਸ੍ਰਿਸ਼ਟੀ ਵਿੱਚ ਚਾਰੇ ਪਾਸੇ ਹਰੀਆਲੀ, ਅਨੰਦ ਵਸਦਾ ਹੈ । ਸਭ ਕੁਝ ਉਸ ਦੀ ਕੁਦਰਤ ਨਾਲ ਹੀ ਹੁੰਦਾ ਹੈ । ਜਿਸ ਨੂੰ ਗੁਰਮਖ ਅਵਸਥਾ ਬਖਸ਼ਿਸ਼ ਹੋ ਜਾਂਦੀ ਹੈ । ਉਹ ਇੱਛਾਂ ਪੂਰੀਆਂ ਕਰਨਵਾਲੇ ਮਾਲਕ ਦੇ ਸ਼ਬਦ ਦੀ ਪਾਲਣਾ ਵਿੱਚ ਅਡੋਲ ਰਹਿੰਦਾ ਹੈ । ਉਸ ਦੇ ਮਨ ਵਿੱਚ ਸੰਤੋਖ ਭਰਿਆ ਰਹਿੰਦਾ ਹੈ ।

In the universe, harmony, pleasures, and blossom may be prevailing; only with His mercy and grace, everything may only happen. Whosoever may be blessed with a state of mind as His true devotee; with His mercy and grace, he may remain intoxicated in obeying the teachings of His Word with steady and stable in his belief. He may remain overwhelmed with contentment with His Blessings.

251.ਮਾਝ ਮਹਲਾ ੫॥ (103-12)

ਤੂੰ ਮੇਰਾ ਪਿਤਾ ਤੂੰਹੈ ਮੇਰਾ ਮਾਤਾ॥	tooN mayraa pitaa tooNhai mayraa maataa.
ਤੂੰ ਮੇਰਾ ਬੰਧਪੁ	tooN mayraa banDhap
ਤੂੰ ਮੇਰਾ ਭ੍ਰਾਤਾ॥	tooN mayraa bharaataa.
ਤੂੰ ਮੇਰਾ ਰਾਖਾ ਸਭਨੀ ਥਾਈ,	tooN mayraa raakhaa sabhnee thaa-ee
ਤਾ ਭਉ ਕੇਹਾ ਕਾੜਾ ਜੀਉ॥੧॥	taa bha-o kayhaa kaarhaa jee-o. ||1||

ਪ੍ਰਭ ਹੀ ਸੰਸਾਰ ਵਿੱਚ ਮਾਤਾ, ਪਿਤਾ ਦੇ ਰੂਪ ਵਿੱਚ ਮੇਰੀ ਪਾਲਣਾ ਪੋਸਨਾ ਕਰਦਾ ਹੈ । ਪ੍ਰਭ ਹੀ ਮੇਰੇ ਭਾਈ, ਮਿਤ੍ਰ ਦੇ ਰੂਪ ਵਿੱਚ ਸਾਥ ਦੇਂਦਾ ਹੈ । ਪ੍ਰਭ ਆਪ ਹੀ ਮੇਰਾ ਸਭ ਥਾਂ ਤੇ ਰਖਵਾਲਾ ਬਣਦਾ ਹੈ । ਮੈਨੂੰ ਹੋਰ ਕਿਸੇ ਦਾ ਡਰ ਕਿਵੇਂ ਹੋ ਸਕਦਾ ਹੈ?

The True Master prevails in the mind of my mother, father to nourish and to protect me. He prevails in the mind of my brothers and friends to become my true companion. The True Master remains the savior of His true devotee everywhere, in his worldly life. How may I be afraid of anyone else?

ਤੁਮਰੀ ਕ੍ਰਿਪਾ ਤੇ ਤੁਧੁ ਪਛਾਣਾ॥	tumree kirpaa tay tuDh pachhaanaa.
ਤੂੰ ਮੇਰੀ ਓਟ ਤੂੰਹੈ ਮੇਰਾ ਮਾਣਾ॥	tooN mayree ot tooNhai mayraa maanaa.
ਤੁਝ ਬਿਨੁ ਦੂਜਾ ਅਵਰੁ ਨ ਕੋਈ,	tujh bin doojaa avar na ko-ee
ਸਭੁ ਤੇਰਾ ਖੇਲੁ ਅਖਾੜਾ ਜੀਉ॥੨॥	sabh tayraa khayl akhaarhaa jee-o. ||2||

ਪ੍ਰਭ ਦੀ ਰਹਿਮਤ ਨਾਲ ਹੀ ਸ਼ਬਦ ਦੀ ਸੋਝੀ ਬਖਸ਼ਿਸ਼ ਹੁੰਦੀ ਹੈ, ਸ਼ਬਦ ਮਨ ਵਿੱਚ ਵਸਦਾ ਹੈ । ਪ੍ਰਭ ਦੀ ਸ਼ਰਣ ਹੀ ਮੇਰੀ ਰਖਿਆ, ਮੇਰਾ ਮਾਣ, ਸੋਭਾ, ਹੈਸੀਅਤ ਹੈ । ਪ੍ਰਭ ਤੋਂ ਬਿਨਾਂ ਕੋਈ ਹੋਰ ਰਖਿਆ ਕਰਨਵਾਲਾ ਨਹੀਂ ਹੈ । ਪ੍ਰਭ ਨੇ ਹੀ ਸ੍ਰਿਸ਼ਟੀ ਦਾ ਖੇਲ ਰਚਿਆ, ਆਪ ਹੀ ਹਰ ਵੇਲੇ ਵਾਪਰਦਾ ਹੈ ।

Whosoever may be bestowed with His Blessed Vision, he may be enlightened with the essence of Your Word. He may remain drenched with the essence of His Word. His Sanctuary may be my honor, and my worldly status. No one else may be the protector His Creation. He has established the whole play of the universe and He prevails everywhere in every event.

ਜੀਅ ਜੰਤ ਸਭਿ ਤੁਧੁ ਉਪਾਏ॥	jee-a jant sabhtuDh upaa-ay.
ਜਿਤੁ ਜਿਤੁ ਭਾਣਾ ਤਿਤੁ ਤਿਤੁ ਲਾਏ॥	jit jitbhaanaa tittit laa-ay.
ਸਭ ਕਿਛੁ ਕੀਤਾ ਤੇਰਾ ਹੋਵੈ,	sabh kichh keetaa tayraa hovai
ਨਾਹੀ ਕਿਛੁ ਅਸਾੜਾ ਜੀਉ॥੩॥	naahee kichh asaarhaa jee-o. ||3||

ਪ੍ਰਭ ਸ੍ਰਿਸ਼ਟੀ ਵਿੱਚ ਸਾਰੇ ਜੀਵ ਜੰਤ ਤੇਰੇ ਹੀ ਪੈਦਾ ਕੀਤੇ ਹਨ । ਜਿਸਤਰ੍ਹਾਂ ਦੇ ਧੰਦੇ ਤੇ ਲਾਉਂਦਾ ਹੈ, ਉਹ ਹੀ ਕੰਮ ਕਰ ਸਕਦੇ ਹਨ । ਸ੍ਰਿਸ਼ਟੀ ਵਿੱਚ ਚਾਰੇ ਪਾਸੇ ਤੇਰਾ ਹੀ ਭਾਣਾ ਵਾਪਰਦਾ ਹੈ, ਤੇਰਾ ਹੀ ਕੀਤਾ ਹੁੰਦਾ ਹੈ । ਸੰਸਾਰਕ ਜੀਵਾਂ ਦੇ ਵੱਸ ਵਿੱਚ ਕੁਝ ਨਹੀਂ, ਉਹ ਆਪਣੇ ਆਪ ਕੁਝ ਨਹੀਂ ਕਰ ਸਕਦੇ ।

The One and Only One True Master, Creator of the universe! His Creation may only perform assigned task. His Command prevails and everything may only be accomplished with Your Blessings. No one else may have any power, control nor can perform any task at his own discretion.

ਨਾਮੁ ਧਿਆਇ ਮਹਾ ਸੁਖੁ ਪਾਇਆ॥	naam Dhi-aa-ay mahaa sukh paa-i-aa.
ਹਰਿ ਗੁਣ ਗਾਇ ਮੇਰਾ ਮਨੁ ਸੀਤਲਾਇਆ॥	har gun gaa-ay mayraa man seetlaa-i-aa.
ਗੁਰਿ ਪੂਰੈ ਵਜੀ ਵਾਧਾਈ,	gur poorai vajee vaaDhaa-ee naanak
ਨਾਨਕ ਜਿਤਾ ਬਿਖਾੜਾ ਜੀਉ॥	jitaa bikhaarhaa jee-o.
੪॥੨੪॥੩੧॥	||4||24||31||

ਜਿਹੜਾ ਪ੍ਰਭ ਦੇ ਸ਼ਬਦ ਦਾ ਸਿਮਰਨ, ਪਾਲਣਾ ਕਰਦਾ ਹੈ, ਉਸ ਦੇ ਮਨ ਵਿੱਚ ਸੰਤੋਖ ਭਰ ਜਾਂਦਾ ਹੈ । ਪ੍ਰਭ ਦੇ ਸ਼ਬਦ ਦੇ ਗੁਣ ਗਾਉਣ ਨਾਲ ਮਨ ਵਿੱਚ ਠੰਡ, ਖੇੜਾ ਵਸ ਜਾਂਦਾ ਹੈ । ਜਿਹੜਾ ਪ੍ਰਭ ਦੇ ਸ਼ਬਦ (ਪੂਰਨ ਗੁਰੂ) ਦੀ ਪਾਲਣਾ ਵਿੱਚ ਅਡੋਲ ਰਹਿੰਦਾ ਹੈ, ਉਸ ਨੂੰ ਮਨ ਦੀਆਂ ਸੰਸਾਰਕ ਇੱਛਾਂ ਤੇ ਜਿੱਤ ਬਖਸ਼ਿਸ਼ ਹੋ ਜਾਂਦੀ ਹੈ । ਆਤਮਾ ਨੂੰ ਪ੍ਰਭ ਦੇ ਦਰਬਾਰ ਵਿੱਚ ਸੋਭਾ ਬਖਸ਼ਿਸ਼ ਹੋ ਜਾਂਦੀ ਹੈ ।

Whosoever may sing the glory, meditates, adopts the teachings of His Word in his day-to-day life; with His mercy and grace, he may be blessed with contentment, peace, comforts, and blossom in his day-to-day life. He may conquer his worldly desires; with His mercy and grace, his soul may be honored in His Court.

252.ਮਾਝ ਮਹਲਾ ੫॥ (103-18)

ਜੀਅ ਪ੍ਰਾਣ ਪ੍ਰਭ ਮਨਹਿ ਅਧਾਰਾ॥	jee-a paraan parabh maneh aDhaaraa.
ਭਗਤ ਜੀਵਹਿ ਗੁਣ ਗਾਇ ਅਪਾਰਾ॥	bhagat jeeveh gun gaa-ay apaaraa.
ਗੁਣ ਨਿਧਾਨ ਅੰਮ੍ਰਿਤੁ ਹਰਿ ਨਾਮਾ,	gun niDhaan amrit har Naamaa
ਹਰਿ ਧਿਆਇ ਧਿਆਇ	har Dhi-aa-ay Dhi-aa-ay
ਸੁਖੁ ਪਾਇਆ ਜੀਉ॥੧॥	sukh paa-i- aa jee-o. ||1||

ਪ੍ਰਭ ਦਾ ਸ਼ਬਦ ਹੀ ਜੀਵ ਦੇ ਸਵਾਸਾਂ ਦਾ ਸੋਮਾ, ਜੀਵਨ ਦਾ ਅਧਾਰ, ਆਸਰਾ ਹੈ । ਭਗਤ, ਪ੍ਰਭ ਦੇ ਸ਼ਬਦ ਦੇ ਗੁਣ ਗਾਉਂਦੇ ਹੀ ਆਪਣਾ ਜੀਵਨ ਬਤੀਤ ਕਰਦੇ ਹਨ । ਪ੍ਰਭ ਦਾ ਸ਼ਬਦ ਹੀ ਗਿਆਨ, ਸੋਝੀ ਦਾ ਖਜ਼ਾਨਾ, ਭੰਡਾਰ ਹੈ । ਜਿਹੜਾ ਸ਼ਬਦ ਦੀ ਪਾਲਣਾ ਵਿੱਚ ਅਡੋਲ ਰਹਿੰਦਾ ਹੈ, ਉਸ ਨੂੰ ਮਨ ਵਿੱਚ ਸੰਤੋਖ, ਅਨੰਦ ਬਖਸ਼ਿਸ਼ ਹੋ ਸਕਦਾ ਹੈ ।

The teachings of His Word may be the fountain of breathes and guiding principles of his human life journey. His true devotee may remain intoxicated singing the glory and adopt the teachings of His Word in day-to-day life. The teachings of His Word may be the treasure of enlightenment of the essence of His Word. His true devotee may remain contented and comfortable in worldly life.

ਮਨਸਾ ਧਾਰਿ ਜੋ ਘਰ ਤੇ ਆਵੈ॥	mansaa Dhaar jo ghar tay aavai.
ਸਾਧਸੰਗਿ ਜਨਮੁ ਮਰਣੁ ਮਿਟਾਵੈ॥	saaDhsang janam maran mitaavai.
ਆਸ ਮਨੋਰਥੁ ਪੂਰਨੁ ਹੋਵੈ,	aas manorath pooran hovai
ਭੇਟਤ ਗੁਰ ਦਰਸਾਇਆ ਜੀਉ॥੨॥	bhaytat gur darsaa-i-aa jee-o. ||2||

ਜਿਹੜਾ ਮਨ ਇਕਾਗਰ ਕਰਕੇ, ਭਰੋਸਾ ਅਡੋਲ ਰਖਕੇ, ਪ੍ਰਭ ਦੀ ਸ਼ਰਣ ਵਿੱਚ ਆਪਾ ਭੇਟਾ ਕਰਦਾ ਹੈ । ਉਸ ਦੇ ਮਨ ਦੀਆਂ ਮੁਰਾਦਾਂ ਪੂਰੀਆਂ ਹੋ ਜਾਂਦੀਆ ਹਨ, ਮਨ ਦੀਆਂ ਸੰਸਾਰਕ ਇੱਛਾਂ ਤੇ ਜਿੱਤ ਬਖਸ਼ਿਸ਼ ਹੋ ਜਾਂਦੀ ਹੈ । ਉਸ ਦਾ ਜਨਮ ਮਰਨ ਦਾ ਚੱਕਰ ਖਤਮ ਹੋ ਜਾਂਦਾ ਹੈ ।

Whosoever may surrender his self-identity at His Sanctuary with a steady and stable on His Ultimate Command. All his spoken and unspoken desires may be satisfied and he may conquer his own ego. His cycle of birth and death may be eliminated.

ਅਗਮ ਅਗੋਚਰ ਕਿਛੁ ਮਿਤਿ ਨਹੀ ਜਾਨੀ॥	agam agochar kichh mit nahee jaanee.
ਸਾਧਿਕ ਸਿਧ ਧਿਆਵਹਿ ਗਿਆਨੀ॥	saaDhik siDhDhi-aavahi gi-aanee.
ਖੁਦੀ ਮਿਟੀ ਚੂਕਾ ਭੋਲਾਵਾ,	khudee mitee chookaa bholaavaa
ਗੁਰਿ ਮਨ ਹੀ ਮਹਿ ਪ੍ਰਗਟਾਇਆ ਜੀਉ॥੩	gur man hee meh paragtaa-i-aa jee-o. 3

ਪ੍ਰਭ ਦੀ ਗੰਭੀਰਤਾ, ਸਿਆਣਪ, ਕਿਸੇ ਕਰਤਬ ਦਾ ਅੰਤ ਨਹੀਂ ਜਾਣਿਆ ਜਾ ਸਕਦਾ । ਸੰਤ, ਸਿਧ, ਬੰਦਗੀ ਕਰਨਵਾਲੇ, ਜੋਗੀ ਸਾਰੇ ਹੀ ਸ਼ਬਦ ਦਾ ਹੀ ਸਿਮਰਨ ਕਰਦੇ ਹਨ । ਜਿਹੜਾ ਸ਼ਬਦ ਦੀ ਪਾਲਣਾ ਤੇ ਅਡੋਲ ਰਹਿੰਦਾ ਹੈ, ਉਸ ਦਾ ਮਨ ਵਿਚੋਂ ਆਪਾ ਨਾਸ ਹੋ ਜਾਂਦਾ, ਅਹੰਕਾਰ ਤੇ ਜਿੱਤ ਬਖਸ਼ਿਸ਼ ਹੋ ਜਾਂਦੀ ਹੈ । ਮਨ ਜਾਗਰਤ ਅਤੇ ਸੁਚੇਤ ਹੋ ਜਾਂਦਾ ਹੈ, ਪ੍ਰਭ ਦੀ ਜੋਤ ਮਨ ਵਿੱਚ ਜਾਗਰਤ ਹੋ ਜਾਂਦਾ ਹੈ ।

The depth, mystery of His enlightenment, limits of His Miracles may remain beyond any comprehension of His Creation. Devotees of all religions may meditate only on the teachings of His Word. Whosoever may obey the teachings of His Word with steady and stable belief; with His mercy and grace, his self-identity may be eliminated; he may conquer his own ego. He may remain awake and alert; His Eternal spiritual glow may be shining within his heart and on his forehead.

ਅਨਦ ਮੰਗਲ ਕਲਿਆਣ ਨਿਧਾਨਾ॥	anad mangal kali-aan niDhaanaa.
ਸੂਖ ਸਹਜ ਹਰਿ ਨਾਮੁ ਵਖਾਨਾ॥	sookh sahj har Naam vakhaanaa.
ਹੋਇ ਕ੍ਰਿਪਾਲੁ ਸੁਆਮੀ ਅਪਨਾ,	ho-ay kirpaal su-aamee apnaa
ਨਾਉ ਨਾਨਕ ਘਰ ਮਹਿ ਆਇਆ ਜੀਉ॥	naa-o naanak ghar meh aa-i-aa jee-o.
੪॥੨੫॥੩੨॥	||4||25||32||

ਪ੍ਰਭ ਦੇ ਸ਼ਬਦ ਦੀ ਪਾਲਣਾ ਕਰਨ ਨਾਲ ਮਨ ਵਿੱਚ ਜਾਗਰਤੀ ਬਖਸ਼ਿਸ਼ ਹੋ ਜਾਂਦੀ ਹੈ । ਉਸ ਦੇ ਮਨ ਵਿੱਚ ਸ਼ਾਂਤੀ, ਸੰਤੋਖ ਭਰ ਜਾਂਦਾ ਹੈ । ਜਿਸ ਤੇ ਪ੍ਰਭ ਆਪ ਰਹਿਮਤ ਬਖਸ਼ਦਾ ਹੈ, ਉਸ ਮਾਨਸ ਨੂੰ ਸ਼ਬਦ ਦੇ ਲੜ ਲਾਉਂਦਾ ਹੈ । ਉਸ ਦੇ ਮਨ ਵਿੱਚ ਸ਼ਬਦ ਦੀ ਸਿਖਿਆਂ ਘਰ ਕਰ ਜਾਂਦੀ ਹੈ ।

Whosoever may obey the teachings of His Word with steady and stable belief; with His mercy and grace, he may be enlightened with the essence of His Word. He may remain overwhelmed with a peace and contentment. Whosoever may be bestowed with His Blessed Vision; he may be blessed with devotion to meditate and remain drench with the essence of His Word.

253. ਮਾਝ ਮਹਲਾ ੫॥ (104-4)

ਸੁਣਿ ਸੁਣਿ ਜੀਵਾ ਸੋਇ ਤੁਮਾਰੀ॥	sun sun jeevaa so-ay tumaaree.
ਤੂੰ ਪ੍ਰੀਤਮੁ ਠਾਕੁਰੁ ਅਤਿ ਭਾਰੀ॥	tooN pareetam thaakur atbhaaree.
ਤੁਮਰੇ ਕਰਤਬ ਤੁਮ ਹੀ ਜਾਣਹੁ,	tumray kartab tum hee jaanhu
ਤੁਮਰੀ ਓਟ ਗੋਪਾਲਾ ਜੀਉ॥੧॥	tumree ot gopaalaa jee-o. ||1||

ਪ੍ਰਭ ਦੇ ਸ਼ਬਦ ਦੀ ਸਿਖਿਆਂ ਹੀ ਜੀਵਨ ਦਾ ਸੋਮਾ, ਜੀਵਨ ਦਾ ਆਸਰਾ ਹੈ । ਪ੍ਰਭ ਹੀ ਮੇਰਾ ਅਸਲੀ ਮਾਲਕ, ਸਵਾਮੀ ਹੈ । ਪ੍ਰਭ ਆਪਣੀ ਕੁਦਰਤ ਕੇਵਲ ਆਪ ਹੀ ਜਾਣਦਾ ਹੈ । ਮਾਨਸ ਪ੍ਰਭ ਦੇ ਆਸਰੇ, ਰਹਿਮਤ ਨਾਲ ਹੀ ਸੰਸਾਰਕ ਸਾਗਰ ਪਾਰ ਕਰ ਸਕਦਾ ਹੈ ।

The teachings of His Word may be the fountain and pillar of support of my life. Only The Omniscient True Master, savior knows significance of His Miracles. Whosoever may obey the teachings of His Word with steady and stable belief; with His mercy and grace, his true devotee may cross the terrible worldly ocean of desires.

ਗੁਣ ਗਾਵਤ ਮਨੁ ਹਰਿਆ ਹੋਵੈ॥	gun gaavat man hari-aa hovai.
ਕਥਾ ਸੁਣਤ ਮਲੁ ਸਗਲੀ ਖੋਵੈ॥	kathaa sunat mal saglee khovai.
ਭੇਟਤ ਸੰਗਿ ਸਾਧ ਸੰਤਨ ਕੈ,	bhaytat sang saaDh santan kai
ਸਦਾ ਜਪਉ ਦਇਆਲਾ ਜੀਉ॥੨॥	sadaa japa-o da-i-aalaa jee-o. ||2||

ਪ੍ਰਭ ਦੇ ਸ਼ਬਦ ਦੇ ਗੁਣ ਗਾਉਣ ਨਾਲ ਮਨ ਵਿੱਚ ਨਵਾਂ ਜੀਵਨ ਬਖਸ਼ਿਸ਼ ਹੋ ਜਾਂਦਾ ਹੈ । ਸ਼ਬਦ ਦੀ ਵਿਆਖਿਆ ਸੁਣਨ, ਮਨ ਵਿੱਚ ਵਸਾਉਣ ਨਾਲ ਮਨ ਦੀ ਮੈਲ ਧੋਤੀ ਜਾਂਦੀ ਹੈ । ਮੈਂ ਬੰਦਗੀ ਕਰਨ ਵਾਲੇ ਦੀ ਸੰਗਤ ਵਿੱਚ ਰਲਕੇ, ਸ਼ਬਦ ਦਾ ਸਿਮਰਨ, ਪਾਲਣਾ ਕਰਦਾ ਹਾ । ਉਸ ਦੇ ਜੀਵਨ ਦੀ ਸਿਖਿਆਂ ਨੂੰ ਮਨ ਵਿੱਚ ਵਸਾਉਂਦਾ ਹਾ ।

Whosoever may sing the glory, listen to the sermons of His Word; with His mercy and grace, he may be rejuvenated with new life. Whosoever may adopt the teachings of His Word in day-to-day life, all his sins of previous lives may be forgiven. His soul may be sanctified to become worthy of His Consideration. I remain in the congregation of His Holy saint to meditate, obey, and adopt his life experience teachings in my day-to-day life.

ਪ੍ਰਭੁ ਅਪੁਨਾ ਸਾਸਿ ਸਾਸਿ ਸਮਾਰਉ॥	parabh apunaa saas saas samaara-o.
ਇਹ ਮਤਿ ਗੁਰ ਪ੍ਰਸਾਦਿ ਮਨਿ ਧਾਰਉ॥	ih mat gur parsaad man Dhaara-o.
ਤੁਮਰੀ ਕ੍ਰਿਪਾ ਤੇ ਹੋਇ ਪ੍ਰਗਾਸਾ,	tumree kirpaa tay ho-ay pargaasaa
ਸਰਬ ਮਾਇਆ ਪ੍ਰਤਿਪਾਲਾ ਜੀਉ॥੩॥	sarab ma- i-aa partipaalaa jee-o. ||3||

ਜੀਵ, ਪ੍ਰਭ ਦੇ ਸ਼ਬਦ ਦੀ ਉਸਤਤ ਸਵਾਸ ਸਵਾਸ ਗਾਵੇ! ਪ੍ਰਭ ਦੀ ਰਹਿਮਤ ਨਾਲ ਹੀ ਮਨ ਵਿੱਚ ਸ਼ਬਦ ਦੀ ਸਿਖਿਆਂ ਘਰ ਕਰ ਜਾਂਦੀ ਹੈ । ਪ੍ਰਭ ਦੀ ਰਹਿਮਤ ਨਾਲ ਹੀ ਮਨ ਸੁਚੇਤ, ਜਾਗਰਤ ਰਹਿੰਦਾ ਹੈ । ਤਰਸਵਾਨ ਮਾਲਕ ਹੀ ਸਭ ਜੀਵਾਂ ਦੀ ਪਾਲਣਾ ਪੋਸਨਾ, ਰਖਿਆ ਕਰਦਾ ਹੈ ।

You should sing the glory and praises of His Virtues with each breath. Whosoever may be bestowed with His Blessed Vision; he may remain drenched with the essence of His Word; he may remain awake and alert in meditation. The merciful True Master provides nourishment and protection to all creatures in the universe.

ਸਤਿ ਸਤਿ ਸਤਿ ਪ੍ਰਭੁ ਸੋਈ॥	sat sat sat parabh so-ee.
ਸਦਾ ਸਦਾ ਸਦ ਆਪੇ ਹੋਈ॥	sadaa sadaa sad aapay ho-ee.
ਚਲਿਤ ਤੁਮਾਰੇ, ਪ੍ਰਗਟ ਪਿਆਰੇ ਦੇਖਿ,	chalittumaaray pargat pi-aaray daykh
ਨਾਨਕ ਭਏ ਨਿਹਾਲਾ ਜੀਉ॥੪॥੨੬॥੩੩॥	naanak bha-ay nihaalaa jee-o. ‖4‖26‖33‖

ਪ੍ਰਭ ਆਪ ਵੀ, ਅਟਲ ਰਹਿਣ ਵਾਲਾ, ਸ਼ਬਦ ਵੀ ਸਦਾ ਸੱਚ ਹੈ । ਸਦਾ ਹੀ ਪ੍ਰਭ ਦਾ ਭਾਣਾ ਵਾਪਰਦਾ ਹੈ, ਟਾਲਿਆ, ਰੋਕਿਆਂ ਨਹੀਂ ਜਾ ਸਕਦਾ, ਬੀਤ ਜਾਂਦਾ ਹੈ । ਪ੍ਰਭ ਦੀ ਕੁਦਰਤ ਦੇ ਖੇਲ ਨਿਰਾਲਾ ਹੀ ਹੁੰਦਾ ਹੈ । ਆਪ ਹੀ ਆਪਣੇ ਦਾਸ ਵਿੱਚ ਪ੍ਰਗਟ ਹੁੰਦਾ ਹੈ । ਉਸ ਤੋਂ ਕਰਤਬ ਕਰਾਉਂਦਾ ਹੈ ।

The Axiom True Master remains unchanged and His Word may be true forever. His Command always prevails and may not be altered, changed, or stopped and passes at predetermined time. The play of His Creation remains astonishing and mysterious. His Holy Spirit may appear within His true devotee and performs miracles through His true devotee.

254.ਮਾਝ ਮਹਲਾ ੫॥ (104-10)

ਹੁਕਮੀ ਵਰਸਣ ਲਾਗੇ ਮੇਹਾ॥	hukmee varsan laagay mayhaa.
ਸਾਜਨ ਸੰਤ ਮਿਲਿ ਨਾਮੁ ਜਪੇਹਾ॥	saajan sant mil Naam japayhaa.
ਸੀਤਲ ਸਾਂਤਿ ਸਹਜ ਸੁਖੁ ਪਾਇਆ,	seetal saaNt sahj sukh paa-i-aa
ਠਾਢਿ ਪਾਈ ਪ੍ਰਭਿ ਆਪੇ ਜੀਉ॥੧॥	thaadh paa-ee parabh aapay jee-o. ‖1‖

ਪ੍ਰਭ ਦੇ ਹੁਕਮ ਅੰਦਰ ਹੀ ਰਹਿਮਤਾਂ ਦਾ ਮੀਂਹ ਵਰਸਦਾ ਹੈ । ਉਸ ਦੇ ਹੁਕਮ ਅੰਦਰ ਹੀ ਬੰਦਗੀ ਕਰਨਵਾਲਾ, ਪ੍ਰਭ ਦੇ ਸ਼ਬਦ ਦੇ ਗੁਣ ਗਾਉਂਦਾ, ਸਿਮਰਨ ਕਰਦਾ, ਸ਼ਬਦ ਦੀ ਪਾਲਣਾ ਕਰਦਾ ਹੈ । ਪ੍ਰਭ ਦੀ ਰਹਿਮਤ ਨਾਲ ਦੀ ਉਸ ਦੀ ਲਗਨ ਸ਼ਬਦ ਦੀ ਸਮਾਧੀ ਵਿੱਚ ਬਦਲ ਜਾਂਦੀ ਹੈ । ਸ਼ਬਦ ਦੀ ਪਾਲਣਾ ਤੇ ਭਰੋਸਾ ਅਡੋਲ ਰਖਦਾ ਹੈ ।

The rain of Blessings may be pouring in the universe with His Command. His true devotee may sing the glory, meditates, and adopts the teachings of His Word with steady and stable belief in day-to-day life. His devotion may be transformed as his intoxication in the void of His Word; with His mercy and grace, His true devotee remains steady and stable on the right path of acceptance in His Court.

ਸਭੁ ਕਿਛੁ ਬਹੁਤੋ ਬਹੁਤੁ ਉਪਾਇਆ॥	sabh kichh bahuto bahut upaa-i-aa.
ਕਰਿ ਕਿਰਪਾ ਪ੍ਰਭਿ ਸਗਲ ਰਜਾਇਆ॥	kar kirpaa parabh sagal rajaa-i-aa.
ਦਾਤਿ ਕਰਹੁ ਮੇਰੇ ਦਾਤਾਰਾ,	daat karahu mayray daataaraa
ਜੀਅ ਜੰਤ ਸਭਿ ਧ੍ਰਾਪੇ ਜੀਉ॥੨॥	jee-a jant sabhDharaapay jee-o. ‖2‖

ਪ੍ਰਭ ਆਪਣੀ ਰਹਿਮਤ ਨਾਲ ਸਭ ਕੁਝ ਲੋੜ ਅਨੁਸਾਰ ਹੀ ਪੈਦਾ ਕਰਦਾ ਹੈ । ਸਾਰੇ ਜੀਵਾਂ ਨੂੰ ਪੇਟ ਭਰਨ ਲਈ ਭੋਜਨ, ਮਨ ਵਿੱਚ ਸੰਤੋਖ ਬਖਸ਼ਦਾ ਹੈ । ਦਾਤਾਂ ਦਾ ਮਾਲਕ ਸਾਰੇ ਜੀਵਾਂ ਨੂੰ ਦਾਤਾ ਬਖਸ਼ਦਾ ਹੈ, ਮਨ ਦੀਆਂ ਇੱਛਾਂ ਪੂਰੀਆਂ ਕਰਦਾ ਹੈ ।

The True Master may create everything as needed for His Creation. He may bless nourishment to satisfy hunger and blesses contentment. The True Master may bless virtues to all creatures and satisfies the genuine desires of His Creation.

ਸਚਾ ਸਾਹਿਬੁ ਸਚੀ ਨਾਈ॥
ਗੁਰ ਪਰਸਾਦਿ ਤਿਸੁ ਸਦਾ ਧਿਆਈ॥
ਜਨਮ ਮਰਣ ਭੈ ਕਾਟੇ ਮੋਹਾ,
ਬਿਨਸੇ ਸੋਗ ਸੰਤਾਪੇ ਜੀਉ॥੩॥

sachaa saahib sachee naa-ee.
gur parsaad tis sadaa Dhi-aa-ee.
janam maran bhai kaatay mohaa
binsay sog santaapay jee-o. ||3||

ਅਟਲ ਪ੍ਰਭ ਦਾ ਸ਼ਬਦ ਵੀ ਸਦਾ ਸੱਚ ਰਹਿਣ ਵਾਲਾ ਹੈ । ਪ੍ਰਭ ਦੀ ਰਹਿਮਤ ਨਾਲ ਹੀ ਜੀਵ, ਸਦਾ ਹੀ ਸ਼ਬਦ ਦਾ ਸਿਮਰਨ ਕਰਦੇ ਹਨ । ਆਪਣੀ ਹੀ ਦਾਸ ਦੇ ਸੰਸਾਰਕ ਬੰਧਨ ਤੋੜਦਾ, ਉਸ ਨੂੰ ਸੰਸਾਰਕ ਇੱਛਾਂ ਰਹਿਤ ਕਰ ਦੇਂਦਾ ਹੈ । ਉਸ ਦਾ ਜਨਮ ਮਰਨ ਦਾ ਚੱਕਰ ਖਤਮ ਕਰ ਦੇਂਦਾ ਹੈ ।

The Axiom True Master, His Word remains unchangeable and true forever. Whosoever may be blessed with His Blessed Vision, he may meditate on the teachings of His Word. He may relinquish the worldly bonds of His true devotee. He may become beyond the reach of worldly desires and his cycle of birth and death may be eliminated.

ਸਾਸਿ ਸਾਸਿ ਨਾਨਕੁ ਸਾਲਾਹੇ॥
ਸਿਮਰਤ ਨਾਮੁ ਕਾਟੇ ਸਭਿ ਫਾਹੇ॥
ਪੂਰਨ ਆਸ ਕਰੀ ਖਿਨ ਭੀਤਰਿ,
ਹਰਿ ਹਰਿ ਹਰਿ ਗੁਣ ਜਾਪੇ ਜੀਉ॥੪॥੨੭॥੩੪॥

saas saas naanak saalaahay. simrat
Naam kaatay sabh faahay.
pooran aas karee khin bheetar har
har har gun jaapay jee-o. ||4||27||34||

ਜਿਹੜਾ ਬੰਦਗੀ ਕਰਨਵਾਲਾ, ਸਵਾਸ ਸਵਾਸ ਸ਼ਬਦ ਦਾ ਸਿਮਰਨ ਕਰਦਾ, ਸ਼ਬਦ ਦੀ ਪਾਲਣਾ ਤੇ ਅਡੋਲ ਰਹਿੰਦਾ ਹੈ, ਉਸ ਦੇ ਸਾਰੇ ਸੰਸਾਰਕ ਬੰਧਨ ਖਤਮ ਹੋ ਜਾਂਦੇ ਹਨ । ਪ੍ਰਭ ਦੇ ਸ਼ਬਦ ਦੀ ਪਾਲਣਾ, ਸਿਮਰਨ ਕਰਨ ਨਾਲ ਮਨ ਦੀਆਂ ਮੁਰਾਦਾਂ ਇਕ ਪਲ ਵਿੱਚ ਹੀ ਪੂਰੀਆਂ ਹੋ ਜਾਂਦੀਆਂ ਹਨ ।

Whosoever may meditate, obeys, and adopts the teachings of His Word with steady and stable belief with each breath; with His mercy and grace, his worldly bonds may be eliminated. All his spoken and unspoken desires may be satisfied.

255.ਮਾਝ ਮਹਲਾ ੫॥ (104-15)

ਆਉ ਸਾਜਨ ਸੰਤ ਮੀਤ ਪਿਆਰੇ॥
ਮਿਲਿ ਗਾਵਹ ਗੁਣ ਅਗਮ ਅਪਾਰੇ॥
ਗਾਵਤ ਸੁਣਤ ਸਭੇ ਹੀ ਮੁਕਤੇ,
ਸੋ ਧਿਆਈਐ ਜਿਨਿ ਹਮ ਕੀਏ ਜੀਉ॥੧॥

aa-o saajan sant meet pi-aaray.
mil gaavah gun agam apaaray.
gaavat sunat sabhay hee muktay
so Dhi-aa-ee-ai jin ham kee-ay jee- o. 1

ਸਾਰੇ ਰਲਕੇ ਉਸ ਬੇਅੰਤ, ਅਥਾਹ, ਨਾ–ਜਾਣੇ ਜਾਣਵਾਲੇ ਮਾਲਕ ਦੇ ਸ਼ਬਦ ਦੇ ਗੁਣ ਗਾਵੋ! ਜਿਹੜਾ ਸ਼ਬਦ ਦਾ ਸਿਮਰਨ ਕਰਦਾ, ਜੀਵਨ ਢਾਲਦਾ ਹੈ, ਉਸ ਨੂੰ ਮੁਕਤ ਅਵਸਥਾ ਬਖਸ਼ਿਸ਼ ਹੋ ਸਕਦੀ ਹੈ ।

Let us join the conjugation of His Holy saint and sing the glory and praises His Virtues; His Nature, limit of His Blessings remains beyond any comprehension of His Creation. Whosoever may meditate and adopts the teachings of His Word wholeheartedly in his day-to-day life; he may be blessed with the salvation from birth and death.

ਜਨਮ ਜਨਮ ਕੇ ਕਿਲਬਿਖ ਜਾਵਹਿ॥
ਮਨਿ ਚਿੰਦੇ ਸੇਈ ਫਲ ਪਾਵਹਿ॥
ਸਿਮਰਿ ਸਾਹਿਬੁ ਸੋ ਸਚੁ ਸੁਆਮੀ,
ਰਿਜਕੁ ਸਭਸੁ ਕਉ ਦੀਏ ਜੀਉ॥੨॥

janam janam kay kilbikh jaaveh.
man, chinday say-ee fal paavahi.
simar saahib so sach su-aamee rijak
sabhas ka-o dee-ay jee-o. ||2||

ਸ਼ਬਦ ਦੀ ਪਾਲਣਾ ਕਰਨਵਾਲੇ ਮਾਨਸ ਦੇ ਅਨੇਕਾਂ ਜਨਮਾਂ ਦੇ ਕੀਤੇ ਪਾਪ ਧੋਤੇ ਜਾਂਦੇ ਹਨ । ਮਨ ਦੀਆਂ ਮੁਰਾਦਾਂ ਪੂਰੀਆਂ ਹੋ ਜਾਂਦੀਆਂ ਹਨ । ਉਸ ਮਾਲਕ ਦੇ ਸ਼ਬਦ ਦਾ ਸਿਮਰਨ ਕਰੋ । ਜਿਹੜਾ ਸਾਰੇ ਜੀਵਾਂ ਦੀ ਪਾਲਣਾ, ਰਖਿਆ ਕਰਦਾ, ਦਾਤਾਂ ਬਖਸ਼ਦਾ ਹੈ ।

Whosever may adopt the teachings of His Word with steady and stable belief in his day-to-day life; with His mercy and grace, all his sins may be forgiven. His spoken and unspoken desires may be satisfied. Let us meditate on the teachings of His Word; The True Master creates, nourishes, protects, and blesses each soul with virtues.

ਨਾਮੁ ਜਪਤ ਸਰਬ ਸੁਖੁ ਪਾਈਐ॥	naam japat sarab sukh paa-ee-ai.
ਸਭੁ ਭਉ ਬਿਨਸੈ ਹਰਿ ਹਰਿ ਧਿਆਈਐ॥	sabhbha-o binsai har har Dhi-aa-ee-ai.
ਜਿਨਿ ਸੇਵਿਆ ਸੋ ਪਾਰਗਿਰਾਮੀ,	jin sayvi-aa so paargiramee
ਕਾਰਜ ਸਗਲੇ ਥੀਏ ਜੀਉ॥੩॥	kaaraj saglay thee-ay jee-o. ||3||

ਪ੍ਰਭ ਦੇ ਸ਼ਬਦ ਦਾ ਸਿਮਰਨ ਕਰਨ ਨਾਲ, ਮਨ ਵਿੱਚ ਸਾਰੇ ਅਨੰਦ ਸੁਖ ਬਖਸ਼ਿਸ਼ ਹੋ ਜਾਂਦੇ, ਸਾਰੇ ਡਰ, ਭਰਮ ਦੂਰ ਹੋ ਜਾਂਦੇ ਹਨ । ਜਿਹੜਾ ਪ੍ਰਭ ਦੇ ਸ਼ਬਦ ਦੀ ਪਾਲਣਾ ਕਰਦਾ, ਉਸ ਨੂੰ ਦਰਬਾਰ ਵਿੱਚ ਪ੍ਰਵਾਨਗੀ ਦਾ ਰਸਤਾ ਬਖਸ਼ਿਸ਼ ਹੋ ਜਾਂਦਾ ਹੈ । ਉਸ ਦਾ ਮਾਨਸ ਜਨਮ ਸਫਲ ਹੋ ਜਾਂਦਾ, ਜੂੰਨਾਂ ਦਾ ਚੱਕਰ ਖਤਮ ਹੋ ਜਾਂਦਾ ਹੈ ।

Whosoever may meditate on the teachings of His Word; with His mercy and grace, he may be blessed with pleasure and comforts. All his fears and worldly suspicions may be eliminated. Whosoever may adopt the teachings of His Word in day-to-day life; with His mercy and grace, he may be accepted in His Court. His purpose of human life opportunity may be rewarded. His cycle of birth and death may be eliminated.

ਆਇ ਪਇਆ ਤੇਰੀ ਸਰਣਾਈ॥	aa-ay pa-i-aa tayree sarnaa-ee.
ਜਿਉ ਭਾਵੈ ਤਿਉ ਲੈਹਿ ਮਿਲਾਈ॥	ji-o bhaavai ti-o laihi milaa-ee.
ਕਰਿ ਕਿਰਪਾ ਪ੍ਰਭੁ ਭਗਤੀ ਲਾਵਹੁ,	kar kirpaa parabhbhagtee laavhu
ਸਚੁ ਨਾਨਕ ਅੰਮ੍ਰਿਤੁ ਪੀਏ ਜੀਉ॥	sach naanak amrit pee-ay jee-o.
੪॥੨੮॥੩੫॥	||4||28||35||

ਮੈਂ ਆਪਾ ਤੇਰੀ ਸ਼ਰਣ ਵਿੱਚ ਭੇਟਾ ਕਰਦਾ ਹਾ । ਜਿਵੇਂ ਤੈਨੂੰ ਭਾਉਂਦਾ, ਰਖਿਆ ਕਰੋ, ਸਿੱਧੇ ਰਸਤੇ ਤੇ ਪਾਵੋ! ਜਿਸ ਹਾਲਤ ਵਿੱਚ ਰਖੋ, ਉਹ ਹੀ ਭਲਾ ਹੈ । ਰਹਿਮਤਾਂ ਦੇ ਮਾਲਕ ਸ਼ਬਦ ਦੇ ਲੜ ਲਾਵੋ! ਸ਼ਬਦ ਵਿੱਚ ਅਡੋਲ ਹੋ ਕੇ ਤੇਰੇ ਅਨਮੋਲ ਅੰਮ੍ਰਿਤ ਦਾ ਰਸ ਬਖਸ਼ਿਸ਼ ਹੋਵੇ!

I have humbly surrendered my self-identity at Your Sanctuary. Whatsoever may be stored in my destiny; I accept as worthy Blessings without any grievances; guide me on the right path to protect my honor. The True Master blesses me devotion to meditate and keeps me steady and stable on the right path, I may cherish the nectar of the essence of Your Word.

256.ਮਾਝ ਮਹਲਾ ੫॥ (105-1)

ਭਏ ਕ੍ਰਿਪਾਲ ਗੋਵਿੰਦ ਗੁਸਾਈ॥	bha-ay kirpaal govind gusaa-ee.
ਮੇਘੁ ਵਰਸੈ ਸਭਨੀ ਥਾਈ॥	maygh varsai sabhnee thaa-ee.
ਦੀਨ ਦਇਆਲ ਸਦਾ ਕਿਰਪਾਲਾ,	deen da-i-aal sadaa kirpaalaa
ਠਾਢਿ ਪਾਈ ਕਰਤਾਰੇ ਜੀਉ॥੧॥	thaadh paa-ee kartaaray jee-o. ||1||

ਰਹਿਮਤਾਂ ਦਾ ਮਾਲਕ ਸਦਾ ਹੀ ਤਰਸਵਾਨ, ਜੀਵ ਦੇ ਸਵਾਸਾਂ ਦਾ ਆਸਰਾ ਹੈ । ਉਸ ਦੀਆਂ ਰਹਿਮਤਾਂ ਦਾ ਮੀਂਹ ਸਦਾ ਹੀ ਵਰਸਦਾ ਰਹਿੰਦਾ ਹੈ । ਤਰਸਵਾਨ ਰਹਿਮਤਾਂ ਦਾ ਮਾਲਕ ਸਦਾ ਹੀ ਸਾਰੀ ਸ੍ਰਿਸ਼ਟੀ ਤੇ ਹੀ ਰਹਿਮਤ ਦੀ ਨਜ਼ਰ ਬਖਸ਼ਦਾ, ਰਖਿਆ ਕਰਦਾ ਹੈ ।

The merciful True Master remains the support pillar, source of breaths. His Blessings are always raining on His Creation indiscriminately. The Merciful True Master of Blessings always blesses and protects His Creation.

ਅਪੁਨੇ ਜੀਅ ਜੰਤ ਪ੍ਰਤਿਪਾਰੇ॥	apunay jee-a jant partipaaray. ji-o
ਜਿਉ ਬਾਰਿਕ ਮਾਤਾ ਸੰਮਾਰੇ॥	baarik maataa sammaaray.
ਦੁਖ ਭੰਜਨ ਸੁਖ ਸਾਗਰ ਸੁਆਮੀ,	dukh bhanjan sukh saagar su-aamee
ਦੇਤ ਸਗਲ ਆਹਾਰੇ ਜੀਉ॥੨॥	dayt sagal aahaaray jee-o. ||2||

ਪ੍ਰਭ ਸ੍ਰਿਸ਼ਟੀ ਦੇ ਸਾਰੇ ਜੀਵਾਂ ਦੀ ਦੇਖ ਭਾਲ ਇਸਤਰ੍ਹਾਂ ਕਰਦਾ ਹੈ, ਜਿਵੇਂ ਮਾਤਾ ਆਪਣੇ ਬੱਚਿਆ ਦੀ ਦੇਖ ਭਾਲ ਕਰਦੀ ਹੈ । ਪ੍ਰਭ ਹੀ ਦੁਖਾਂ ਦਾ ਨਾਸ ਕਰਨਵਾਲਾ ਅਸਲੀ ਮਾਲਕ ਹੈ । ਸਾਰੇ ਜੀਵਾਂ ਨੂੰ ਧੰਦੇ ਤੇ ਲਾਉਂਦਾ, ਭੋਜਨ ਬਖਸ਼ਦਾ ਹੈ ।

The True Master nourishes and protects His Creation as the worldly parents may nourish and protect their own child. The One and Only One, True Master may destroy all sorrows of life. He assigns each creature a unique task to survive and provides nourishment.

ਜਲਿ ਥਲਿ ਪੂਰਿ ਰਹਿਆ ਮਿਹਰਵਾਨਾ॥	jal thal poor rahi-aa miharvaanaa.
ਸਦ ਬਲਿਹਾਰਿ ਜਾਈਐ ਕੁਰਬਾਨਾ॥	sad balihaar jaa-ee-ai kurbaanaa.
ਰੈਣਿ ਦਿਨਸੁ ਤਿਸੁ ਸਦਾ ਧਿਆਈ,	rain dinas tis sadaa Dhi-aa-ee
ਜਿ ਖਿਨ ਮਹਿ ਸਗਲ ਉਧਾਰੇ ਜੀਉ॥੩॥	je khin meh sagal uDhaaray jee-o. ‖3‖

ਰਹਿਮਤਾਂ ਦਾ ਮਾਲਕ ਹਰ ਥਾਂ, ਹਰ ਵੇਲੇ ਜਲ, ਥਲ ਵਿੱਚ ਵਸਦਾ, ਵਾਪਰਦਾ ਹੈ । ਉਸ ਦੇ ਦਾਸ, ਸਦਾ ਹੀ ਉਸ ਦੀ ਕੁਦਰਤ ਤੋਂ ਕੁਰਬਾਨ, ਹੈਰਾਨ ਹੀ ਰਹਿੰਦੇ ਹਨ । ਦਿਨ ਰਾਤ ਸਦਾ ਹੀ ਪ੍ਰਭ ਦੇ ਸ਼ਬਦ ਦਾ ਸਿਮਰਨ ਕਰੋ! ਓਹ ਇਕ ਪਲ ਵਿੱਚ ਹੀ ਜੀਵ ਨੂੰ ਪਾਰ ਕਰ ਦੇਂਦਾ, ਤਾਰ ਦੇਂਦਾ ਹੈ, ਮਾਨਸ ਜਨਮ ਸਫਲ ਕਰ ਦੇਂਦਾ ਹੈ ।

The Omnipresent True Master of all Blessings prevails everywhere in water and in, on, under earth all time. His true devotee always remains fascinated from His nature, His Blessings, and miracles. You should meditate on the teachings of His Word Day and night. He may bless and carries His true devotee to the other shore in a twinkle of an eyes. He may make his human life successful and eliminate the cycle of his birth and death.

ਰਾਖਿ ਲੀਏ ਸਗਲੇ ਪ੍ਰਭਿ ਆਪੇ॥	raakh lee-ay saglay parabh aapay.
ਉਤਰਿ ਗਏ ਸਭ ਸੋਗ ਸੰਤਾਪੇ॥	utar ga-ay sabh sog santaapay.
ਨਾਮੁ ਜਪਤ ਮਨੁ ਤਨੁ ਹਰੀਆਵਲੁ,	naam japat man tan haree-aaval
ਪ੍ਰਭ ਨਾਨਕ ਨਦਰਿ ਨਿਹਾਰੇ ਜੀਉ॥	parabh naanak nadar nihaaray jee- o.
੪॥੨੯॥੩੬॥	‖4‖29‖36‖

ਪ੍ਰਭ ਸਾਰੇ ਜੀਵਾਂ ਦੀ ਆਪ ਹੀ ਰਖਿਆ ਕਰਦਾ ਹੈ, ਉਸ ਦੇ ਦੁਖ, ਦਰਦ ਨਾਸ ਕਰ ਦੇਂਦਾ ਹੈ । ਉਸ ਦੇ ਸ਼ਬਦ ਦਾ ਸਿਮਰਨ ਕਰਨ ਨਾਲ ਤਨ, ਮਨ ਵਿੱਚ ਨਵਾਂ ਜੀਵਨ, ਨਵੀਂ ਆਸ ਆ ਜਾਂਦੀ ਹੈ । ਪ੍ਰਭ ਆਪ ਹੀ ਆਪਣੇ ਦਾਸ ਤੇ ਰਹਿਮਤ ਦੀ ਨਜ਼ਰ ਬਖਸ਼ਦਾ ਹੈ ।

The True Master may protect all creatures of the universe; eliminates all miseries. Whosoever may meditate on the teachings of His Word with steady and stable belief; with His mercy and grace, he may be rejuvenated with new hopes and excitements. The True Master bestows His Blessed Vision on His true devotee.

257.ਮਾਝ ਮਹਲਾ ੫॥ (105-7)

ਜਿਥੈ ਨਾਮੁ ਜਪੀਐ ਪ੍ਰਭ ਪਿਆਰੇ॥	jithai Naam japee-ai parabh pi-aaray.
ਸੇ ਅਸਥਲ ਸੋਇਨ ਚਉਬਾਰੇ॥	say asthal so-in cha-ubaaray.
ਜਿਥੈ ਨਾਮੁ ਨ ਜਪੀਐ ਮੇਰੇ ਗੋਇਦਾ,	jithai Naam na japee-ai mayray go-idaa
ਸੇਈ ਨਗਰ ਉਜਾੜੀ ਜੀਉ॥੧॥	say-ee nagar ujaarhee jee-o. ‖1‖

ਜਿੱਥੇ ਵੀ ਬੰਦਗੀ ਕਰਨਵਾਲਾ, ਪ੍ਰਭ ਦੇ ਸ਼ਬਦ ਦਾ ਸਿਮਰਨ ਕਰਦਾ ਹੈ, ਉਹ ਥਾਂ ਹੀ ਪ੍ਰਭ ਦਾ ਪਵਿੱਤਰ ਦਰਬਾਰ, ਤਖਤ, ਮੰਦਰ ਬਣ ਜਾਂਦਾ ਹੈ । ਜਿਸ ਅਸਥਾਨ ਤੇ ਪ੍ਰਭ ਦੇ ਸ਼ਬਦ ਦੀ ਪਾਲਣਾ ਨਹੀਂ ਹੁੰਦੀ । ਉਹ ਮੰਦਰ, ਗੁਰੂਦਵਾਰਾ ਵੀ ਉਜੜ ਜਾਂਦਾ, ਡਰਾਉਣਾ ਬਣ ਜਾਂਦਾ ਹੈ ।

Remember! Wherever, His true devotee may meditate on the teachings of His Word that place, house, may be become a Holy Shrine, Holy throne. Wherever no one may sing His Glory or meditates on the teachings of His Word; even Holy Shrines, may become as ghost town and horrible for the visitors.

ਹਰਿ ਰੁਖੀ ਰੋਟੀ ਖਾਇ ਸਮਾਲੇ॥ har rukhee rotee khaa-ay samaalay.
ਹਰਿ ਅੰਤਰਿ ਬਾਹਰਿ ਨਦਰਿ ਨਿਹਾਲੇ॥ har antar baahar nadar nihaalay.
ਖਾਇ ਖਾਇ ਕਰੇ ਬਦਫੈਲੀ, khaa-ay khaa-ay karay badfailee
ਜਾਣੁ ਵਿਸੂ ਕੀ ਵਾੜੀ ਜੀਉ॥੨॥ jaan visoo kee vaarhee jee-o. ||2||

ਜਿਹੜਾ ਪ੍ਰਭ ਦੇ ਸ਼ਬਦ ਦਾ ਸਿਮਰਨ ਕਰਦਾ ਹੈ । ਉਸ ਨੂੰ ਸਾਦਾ ਭੋਜਨ, ਰੁਖੀ ਰੋਟੀ ਵੀ ਮਨ ਨੂੰ ਅਨੰਦ ਦੇਂਦੀ ਹੈ, ਅੰਦਰ, ਬਾਹਰ ਖੇੜਾ ਵਸਦਾ ਹੈ । ਜਿਹੜਾ ਬੁਰੇ ਕੰਮ ਕਰਦਾ, ਬੁਰਾ ਸੋਚਦਾ ਹੈ, ਉਸ ਦਾ ਸ਼ਾਹੀ ਭੋਜਨ ਵੀ ਜ਼ਹਿਰ ਦੀ ਤਰ੍ਹਾਂ, ਕਹਿਰ ਵਾਲਾ ਬਣ ਜਾਂਦਾ, ਮਨ ਵਿੱਚ ਪਰੇਸ਼ਾਨੀ ਹੀ ਰਹਿੰਦੀ ਹੈ ।

Whosoever may meditate on the teachings of His Word wholeheartedly; he may realize peace of mind and comfort, even with the poorest food. He may enjoy His Bliss within his heart and outside world. Whosoever may have evil thoughts and performs evil deeds. His royal dinner may be like a poison, curse; he may remain frustrated with his worldly desires.

ਸੰਤਾ ਸੇਤੀ ਰੰਗੁ ਨ ਲਾਏ॥ santaa saytee rang na laa-ay. saakat
ਸਾਕਤ ਸੰਗਿ ਵਿਕਰਮ ਕਮਾਏ॥ sang vikram kamaa-ay.
ਦੁਲਭ ਦੇਹ ਖੋਈ ਅਗਿਆਨੀ, dulabh dayh kho-ee agi-aanee
ਜੜ ਅਪੁਣੀ ਆਪਿ ਉਪਾੜੀ ਜੀਉ॥੩॥ jarh apunee aap upaarhee jee-o. ||3||

ਜਿਹੜਾ ਬੰਦਗੀ ਕਰਨਵਾਲੇ ਦਾ ਬੁਰਾ ਕਰਦਾ, ਨਿੰਦਿਆਂ ਕਰਦਾ ਹੈ । ਉਹ ਸਾਕਤ, ਬੁਰੇ ਕੰਮ ਕਰਨਵਾਲੇ ਦੀ ਸੰਗਤ ਵਿੱਚ ਹੀ ਰਹਿੰਦਾ ਹੈ । ਉਹ ਦੁਰਲਭ ਮਾਨਸ ਜਨਮ ਬਿਰਥਾ ਹੀ ਗਵਾ ਜਾਂਦਾ ਹੈ । ਉਹ ਅਗਿਆਨਤਾਂ ਵਿੱਚ ਆਪ ਹੀ ਆਪਣੀਆਂ ਜੜ੍ਹ ਪੁੱਟ ਜਾਂਦਾ, ਗਲ ਵਿੱਚ ਜੂੰਨਾਂ ਦਾ ਫੰਧਾ ਪਾਉਂਦਾ ਹੈ ।

Whosoever may think evil, physically or verbally insults, rebukes His true devotee. He may associate with evil-doer, non-believers. He may waste his priceless human life opportunity. He may destroy his own roots in own ignorance. He may hang himself with the chain of cycle of birth and death.

ਤੇਰੀ ਸਰਣਿ ਮੇਰੇ ਦੀਨ ਦਇਆਲਾ॥ tayree saran mayray deen da-i-aalaa.
ਸੁਖ ਸਾਗਰ ਮੇਰੇ ਗੁਰ ਗੋਪਾਲਾ॥ sukh saagar mayray gur gopaalaa.
ਕਰਿ ਕਿਰਪਾ ਨਾਨਕੁ ਗੁਣ ਗਾਵੈ, kar kirpaa naanak gun gaavai
ਰਾਖਹੁ ਸਰਮ ਅਸਾੜੀ ਜੀਉ॥੪॥੩੦॥੩੭ raakho saram asaarhee jee-o. ||4||30||37

ਸੁਖਾਂ ਦੇ ਸਾਗਰ, ਸ੍ਰਿਸ਼ਟੀ ਦੇ ਮਾਲਕ, ਮੈਂ ਤੇਰੀ ਸ਼ਰਣ ਵਿੱਚ ਆਪਾ ਭੇਟਾ ਕਰਦਾ ਹੈ । ਪ੍ਰਭ ਮੈਂ ਤੇਰੀ ਸ਼ਰਣ ਵਿੱਚ ਤੇਰੇ ਸ਼ਬਦ ਦੇ ਗੁਣ ਗਾਉਂਦਾ ਹਾ! ਆਪਣੀ ਰਹਿਮਤ ਨਾਲ ਸ਼ਰਣ ਵਿੱਚ ਆਏ ਨੂੰ ਬਖਸ਼ੋ!

The True Master, the ocean of comforts! I have humbly surrendered my self-identity at Your Sanctuary and singing the glory of Your Word; with Your Blessed Vision saves the honor of beggar at Your door.

258.ਮਾਝ ਮਹਲਾ ੫॥ (105-12)

ਚਰਣ ਠਾਕੁਰ ਕੇ ਰਿਦੈ ਸਮਾਣੈ॥ charan thaakur kay ridai samaanay.
ਕਲਿ ਕਲੇਸ ਸਭ ਦੂਰਿ ਪਇਆਣੈ॥ kal kalays sabh door pa-i-aanay.
ਸਾਂਤਿ ਸੂਖ ਸਹਜ ਧੁਨਿ ਉਪਜੀ, saaNt sookh sahj Dhun upjee
ਸਾਧੂ ਸੰਗਿ ਨਿਵਾਸਾ ਜੀਉ॥੧॥ saaDhoo sang nivaasaa jee-o. ||1||

ਜਿਹੜਾ ਪ੍ਰਭ ਦੇ ਸ਼ਬਦ ਨਾਲ ਜੀਵਨ ਢਾਲ ਲੈਂਦਾ, ਮਨ ਵਿੱਚ ਸ਼ਬਦ ਦੀ ਸਿਖਿਆਂ ਵਸ ਜਾਂਦੀ ਹੈ । ਉਸ ਦੇ ਸੰਸਾਰਕ ਇੱਛਾਂ ਦੇ ਦੁਖ, ਭਟਕਣਾਂ ਨਾਸ ਹੋ ਜਾਂਦੀਆਂ ਹਨ । ਉਸ ਦਾ ਜੀਵਨ ਸੰਤਾਂ ਦੇ ਜੀਵਨ ਵਰਗਾ ਬਣ ਜਾਂਦਾ ਹੈ, ਸੰਤਾਂ ਦੀ ਸੰਗਤ ਵਿੱਚ ਵਸਦਾ ਹੈ । ਉਸ ਦੇ ਮਨ ਵਿੱਚ ਸ਼ਬਦ ਦੀ ਗੂੰਜ ਚਲਦੀ ਸੁਣਾਈ ਦੇਂਦੀ, ਅਨੰਦ, ਸੰਤੋਖ, ਖੇੜਾ ਵਸਦਾ ਹੈ ।

Whosoever may adopt the teachings of His Word in day-to-day life, he may remain drenched with the essence of His Word within. All his frustrations and miseries of worldly desires may be eliminated; with His mercy and grace, he may be blessed with a state of mind as His true devotee. He may remain in conjugation of His Holy saint. He may hear the everlasting echo of His Word resonating within his heart; with His mercy and grace, he may remain overwhelmed with peace and contentment in his worldly desires.

ਲਾਗੀ ਪ੍ਰੀਤਿ ਨ ਤੂਟੈ ਮੂਲੇ॥	laagee pareet na tootai moolay.
ਹਰਿ ਅੰਤਰਿ ਬਾਹਰਿ ਰਹਿਆ ਭਰਪੂਰੇ॥	har antar baahar rahi-aa bharpooray.
ਸਿਮਰਿ ਸਿਮਰਿ ਸਿਮਰਿ ਗੁਣ ਗਾਵਾ,	simar simar simar gun gaavaa
ਕਾਟੀ ਜਮ ਕੀ ਫਾਸਾ ਜੀਉ॥੨॥	kaatee jam kee faasaa jee-o. ||2||

ਜਿਸ ਦੇ ਮਨ ਵਿੱਚ ਪ੍ਰਭ ਦਾ ਸ਼ਬਦ ਵਿੱਚ ਵਸਦਾ ਹੈ, ਉਹ ਕਦੇ ਵੀ ਮਨ ਵਿਚੋਂ ਪ੍ਰਭ ਦਾ ਸ਼ਬਦ ਵਿਸਾਰਦਾ ਨਹੀਂ । ਪ੍ਰਭ ਹਰ ਥਾਂ ਤੇ ਹਰ ਵੇਲੇ ਭਰਪੂਰ ਵਸਦਾ, ਵਾਪਰਦਾ ਹੈ । ਜਿਹੜਾ ਬਾਰ ਬਾਰ ਸਿਮਰਨ ਕਰਦਾ ਹੈ, ਉਸ ਦਾ ਮਾਨਸ ਜਨਮ ਸਫਲ ਹੋ ਜਾਂਦਾ ਹੈ, ਜੂੰਨਾਂ ਦਾ ਚੱਕਰ ਖਤਮ ਹੋ ਜਾਂਦਾ ਹੈ ।

Whosoever may remain drenched with the essence of His Word; he may never forsake the teachings of His Word from his day-to-day life. The Omnipresent, True Master prevails and blesses His Creation everywhere. Whosoever may meditate repeatedly on the teachings of His Word; with His mercy and grace, his human life opportunity may be rewarded. His cycle of birth and death may be eliminated forever.

ਅੰਮ੍ਰਿਤੁ ਵਰਖੈ ਅਨਹਦ ਬਾਣੀ॥	amrit varkhai anhad banee.
ਮਨ ਤਨ ਅੰਤਰਿ ਸਾਂਤਿ ਸਮਾਣੀ॥	man, tan antar saaNt samaanee.
ਤ੍ਰਿਪਤਿ ਅਘਾਇ ਰਹੇ ਜਨ ਤੇਰੇ,	taripat aghaa-ay rahay jan tayray
ਸਤਿਗੁਰਿ ਕੀਆ ਦਿਲਾਸਾ ਜੀਉ॥੩॥	saT`gur kee-aa dilaasaa jee-o. ||3||

ਜੀਵ ਦੇ ਮਨ ਦੇ ਦਸਵੇਂ ਘਰ ਵਿੱਚ ਪ੍ਰਭ ਦੇ ਸ਼ਬਦ ਦੀ ਧੁਨ ਸਦਾ ਹੀ ਚਲਦੀ ਰਹਿੰਦੀ ਹੈ । ਜਿਸ ਨੂੰ ਸੁਣਾਈ ਦੇਂਦੀ ਹੈ, ਉਹ ਸੰਤੋਖ ਨਾਲ, ਸ਼ਬਦ ਦੀ ਸਮਾਧੀ ਵਿੱਚ ਵਸਦਾ ਹੈ । ਪ੍ਰਭ ਦੇ ਦਾਸ ਸਦਾ ਹੀ ਧੀਰਜ, ਸੰਤੋਖ ਵਿੱਚ ਰਹਿੰਦਾ, ਸ਼ਬਦ ਦੀ ਪਾਲਣਾ ਕਰਦਾ ਰਹਿੰਦਾ ਹੈ । ਪ੍ਰਭ ਆਪਣੀ ਰਹਿਮਤ ਨਾਲ ਉਸ ਦੇ ਮਨ ਵਿੱਚ ਸੰਤੋਖ, ਖੇੜੇ ਬਖਸ਼ਦਾ ਹੈ ।

The everlasting echo of His Word may always resonate within the 10th castle of soul. Whosoever may hear the everlasting echo; he may remain contented and dwells in the void of His Word. He may obey the teachings of His Word in patience, contented, and in blossom with His Blessings.

ਜਿਸ ਕਾ ਸਾ ਤਿਸ ਤੇ ਫਲੁ ਪਾਇਆ॥	jis kaa saa tis tay fal paa-i-aa.
ਕਰਿ ਕਿਰਪਾ ਪ੍ਰਭ ਸੰਗਿ ਮਿਲਾਇਆ॥	kar kirpaa parabh sang milaa-i-aa.
ਆਵਣ ਜਾਣ ਰਹੇ ਵਡਭਾਗੀ,	aavan jaan rahay vadbhaagee naanak
ਨਾਨਕ ਪੂਰਨ ਆਸਾ ਜੀਉ॥੪॥੩੧॥੩੮॥	pooran aasaa jee-o. ||4||31||38||

ਸੰਸਾਰਕ ਜੀਵ ਪ੍ਰਭ ਦੀ ਹੀ ਅਮਾਨਤ ਹਨ, ਉਹ ਸਾਰੇ ਫਲ ਪ੍ਰਭ ਦੀ ਜੋਤ ਵਿਚੋਂ ਹੀ ਪਾਉਂਦੇ ਹਨ । ਪ੍ਰਭ ਆਪ ਹੀ ਰਹਿਮਤ ਬਖਸ਼ਕੇ, ਬੰਦਗੀ ਕਰਨਵਾਲੇ ਨੂੰ ਸ਼ਬਦ ਦੀ ਪਾਲਣਾ ਵਿੱਚ, ਪ੍ਰਵਾਨਗੀ ਦੇ ਰਸਤੇ ਤੇ ਅਡੋਲ ਰਖਦਾ ਹੈ । ਵਡੇ ਭਾਗਾਂ ਵਾਲੇ ਜੀਵਾਂ ਦੀਆਂ ਮੁਰਾਦਾਂ ਪੂਰੀਆਂ ਹੋ ਜਾਂਦੀਆਂ ਹਨ, ਉਸ ਦਾ ਜੂੰਨਾਂ ਦਾ ਚੱਕਰ ਖਤਮ ਹੋ ਜਾਂਦਾ ਹੈ ।

All creatures of the universe are trust of The True Master. His Creation may be an expansion of His Holy Spirit. He always keeps His true devotee steady and stable in meditation on the teachings of His Word, on the right path of salvation. Whosoever may have a great prewritten destiny, all his spoken and unspoken desires may be satisfied. His cycle of birth and death may be eliminated

259.ਮਾਝ ਮਹਲਾ ੫॥ (105-17)

ਮੀਹੁ ਪਇਆ ਪਰਮੇਸਰਿ ਪਾਇਆ॥	meehu pa-i-aa parmaysar paa-i-aa.
ਜੀਅ ਜੰਤ ਸਭਿ ਸੁਖੀ ਵਸਾਇਆ॥	jee-a jant sabh sukhee vasaa-i-aa.
ਗਇਆ ਕਲੇਸੁ ਭਇਆ ਸੁਖੁ ਸਾਚਾ,	ga-i-aa kalays bha-i-aa sukh saachaa
ਹਰਿ ਹਰਿ ਨਾਮੁ ਸਮਾਲੀ ਜੀਉ॥੧॥	har har Naam samaalee jee-o. ||1||

ਪ੍ਰਭ ਆਪ ਹੀ ਰਹਿਮਤਾਂ ਦੀ ਵਰਖਾ ਕਰਦਾ ਰਹਿੰਦਾ ਹੈ । ਆਪਣੇ ਪੈਦਾ ਕੀਤੇ ਜੀਵਾਂ ਨੂੰ ਭੋਜਨ ਬਖਸ਼ਦਾ, ਸੰਤੋਖ ਵਿੱਚ ਰਖਦਾ ਹੈ । ਜਿਹੜਾ ਪ੍ਰਭ ਦੇ ਸ਼ਬਦ ਦਾ ਸਿਮਰਨ ਕਰਦਾ, ਸ਼ਬਦ ਦੀ ਸਿਖਿਆਂ ਨੂੰ ਮਨ ਵਿੱਚ ਵਸਾਉਂਦਾ ਹੈ । ਉਸ ਦੀਆਂ ਭਟਕਣਾਂ ਨਾਸ ਹੋ ਜਾਂਦੀਆਂ ਹਨ, ਮਨ ਵਿੱਚ ਖੇੜਾ ਵਸ ਜਾਂਦਾ ਹੈ ।

The raining of His Blessings may be pouring indiscriminately in the universe. He creates a source of nourishment and contentment in worldly life of His Creation. Whosoever may wholeheartedly meditate, adopts the teachings of His Word in day-to-day life; all his frustrations d may be eliminated. He may be overwhelmed with blossom in his worldly life.

ਜਿਸ ਕੇ ਸੇ ਤਿਨ ਹੀ ਪ੍ਰਤਿਪਾਰੇ॥	jis kay say tin hee partipaaray.
ਪਾਰਬ੍ਰਹਮ ਪ੍ਰਭ ਭਏ ਰਖਵਾਰੇ॥	paarbarahm parabhbha-ay rakhvaaray.
ਸੁਣੀ ਬੇਨੰਤੀ ਠਾਕੁਰਿ ਮੇਰੈ,	sunee baynantee thaakur mayrai
ਪੂਰਨ ਹੋਈ ਘਾਲੀ ਜੀਉ॥੨॥	pooran ho- ee ghaalee jee-o. ||2||

ਪ੍ਰਭ ਆਪ ਹੀ ਆਪਣੇ ਪੈਦਾ ਕੀਤੇ ਜੀਵਾਂ ਲਈ ਭੋਜਨ ਦਾ ਆਸਰਾ ਬਣਾਉਂਦਾ, ਰਖਿਆ ਕਰਦਾ ਹੈ । ਪ੍ਰਭ ਆਪਣੇ ਦਾਸ ਦੀ ਅਰਦਾਸ ਆਪ ਸੁਣਦਾ, ਉਸ ਦੇ ਅੰਗ ਸੰਗ ਸਹਾਈ ਰਹਿੰਦਾ ਹੈ । ਉਸ ਦੀ ਕੀਤੀ ਕਮਾਈ ਦਾ ਫਲ ਬਖਸ਼ਦਾ ਹੈ ।

The True Master, Creator, creates, establishes the source of nourishment, food and protects His Creation. He may heed the prayers of His true devotee and remains his companion, supporter and rewards his earnings of His Word.

ਸਰਬ ਜੀਆ ਕਉ ਦੇਵਣਹਾਰਾ॥	sarab jee-aa ka-o dayvanhaaraa.
ਗੁਰ ਪਰਸਾਦੀ ਨਦਰਿ ਨਿਹਾਰਾ॥	gur parsaadee nadar nihaaraa.
ਜਲ ਥਲ ਮਹੀਅਲ ਸਭਿ ਤ੍ਰਿਪਤਾਣੇ,	jal thal mahee-al sabhtariptaanay
ਸਾਧੂ ਚਰਨ ਪਖਾਲੀ ਜੀਉ॥੩॥	saaDhoo charan pakhaalee jee-o. ||3||

ਇਕੋ ਇਕ ਮਾਲਕ ਹੀ ਸਭ ਜੀਵਾਂ ਨੂੰ ਦਾਤਾਂ ਬਖਸ਼ਣ ਵਾਲਾ ਹੈ । ਤਰਸਵਾਨ ਆਪਣੇ ਦਾਸ ਤੇ ਰਹਿਮਤ ਦੀ ਨਜ਼ਰ ਬਖਸ਼ਦਾ ਹੈ । ਉਸ ਪ੍ਰਭ ਤੋਂ ਕੁਰਬਾਨ ਜਾਵਾ! ਉਹ ਜਲ, ਥਲ, ਅਕਾਸ਼ ਵਿੱਚ ਸਾਰੇ ਜੀਵਾਂ ਦੀ ਪਾਲਣਾ ਪੋਸਨਾ, ਰਖਿਆ ਕਰਦਾ ਆਇਆ ਹੈ ।

The One and Only One, True Master blesses all creatures of the universe with virtues. The Merciful True Master bestow His Blessed Vision on His true devotee. I remain fascinated from His Greatness! He protects and nourishes all creatures in water, in, on, under earth, in sky.

ਮਨ ਕੀ ਇਛ ਪੁਜਾਵਣਹਾਰਾ॥	man, kee ichh pujaavanhaaraa.
ਸਦਾ ਸਦਾ ਜਾਈ ਬਲਿਹਾਰਾ॥	sadaa sadaa jaa-ee balihaaraa.
ਨਾਨਕ ਦਾਨੁ ਕੀਆ ਦੁਖ ਭਮਜਨਿ,	naanak daan kee-aa dukhbhanjan
ਰਤੇ ਰੰਗਿ ਰਸਾਲੀ ਜੀਉ॥੪॥੩੨॥੩੯॥	ratay rang rasaalee jee-o. ||4||32||39||

ਪ੍ਰਭ ਜੀਵ ਦੇ ਮਨ ਦੀਆਂ ਇੱਛਾਂ ਜਾਣਦਾ ਹੈ, ਆਪ ਹੀ ਪੂਰੀਆਂ ਕਰਦਾ ਹੈ । ਪ੍ਰਭ ਦਾ ਦਾਸ ਉਸ ਦੀ ਕੁਦਰਤ ਤੋਂ ਸਦਾ ਹੀ ਕੁਰਬਾਨ ਜਾਂਦਾ ਹੈ । ਦੁਖਾਂ ਦੇ ਨਾਸ ਕਰਨਵਾਲੇ ਪ੍ਰਭ ਨੇ ਆਪਣੀ ਰਹਿਮਤ ਨਾਲ ਸ਼ਬਦ ਦੇ ਲੜ ਲਾਇਆ ਹੈ । ਮੈਂ ਪ੍ਰਭ ਦੇ ਸ਼ਬਦ ਦੀ ਸਮਾਧੀ ਵਿੱਚ ਵਸਦਾ ਹਾ ।

The Omniscient remains aware about all desires of every creature and satisfies their hunger. His true devotees always remain fascinated and grateful for His Blessings. The True Master, Destroyer of sorrows, has attached me to devotional meditation on the teachings of His Word. I remain intoxicated in meditation in void of His Word.

260.ਮਾਝ ਮਹਲਾ ੫॥ (106-4)

ਮਨੁ ਤਨੁ ਤੇਰਾ ਧਨੁ ਭੀ ਤੇਰਾ॥	man, tan tayraa Dhan bhee tayraa.
ਤੂੰ ਠਾਕੁਰੁ ਸੁਆਮੀ ਪ੍ਰਭੁ ਮੇਰਾ॥	tooN thaakur su-aamee parabh mayraa.
ਜੀਉ ਪਿੰਡੁ ਸਭੁ ਰਾਸਿ ਤੁਮਾਰੀ,	jee-o pind sabh raas tumaaree
ਤੇਰਾ ਜ਼ੋਰੁ ਗੋਪਾਲਾ ਜੀਉ॥੧॥	tayraa jor gopaalaa jee-o. ||1||

ਮੇਰਾ ਤਨ, ਮਨ ਸੰਸਾਰਕ ਹੈਸੀਅਤ (ਧਨ) ਸਭ ਤੇਰੀ ਹੀ ਅਮਾਨਤ ਹੈ, ਪ੍ਰਭ ਹੀ ਮੇਰਾ ਅਸਲੀ ਮਾਲਕ, ਸਵਾਮੀ ਹੈ । ਪ੍ਰਭ ਨੇ ਹੀ ਮੇਰੇ ਤਨ ਵਿੱਚ ਕੁਝ ਕਰਨ ਦੀ ਸਮਰਥਾ, ਤਾਕਤ, ਸੋਝੀ ਬਖਸ਼ਿਸ਼ ਹੈ । ਸਭ ਕੁਝ ਪ੍ਰਭ ਦੇ ਹੁਕਮ ਅੰਦਰ ਹੁੰਦਾ ਹੈ, ਪ੍ਰਭ, ਮੇਰੇ ਤਨ ਵਿੱਚ ਹੀ ਵਸਦਾ ਹੈ ।

My body, mind and worldly status may only be the trust of My True Master. All my strength, wisdom, urge to accomplish worldly deeds have been blessed with His mercy and grace. Only The True Master may prevail in the universe and everything remains under His Ultimate Command; The True Master remains embedded with my soul and dwells within my body.

ਸਦਾ ਸਦਾ ਤੂੰਹੈ ਸੁਖਦਾਈ॥	sadaa sadaa tooNhai sukh-daa-ee.
ਨਿਵਿ ਨਿਵਿ ਲਾਗਾ ਤੇਰੀ ਪਾਈ॥	niv niv laagaa tayree paa-ee.
ਕਾਰ ਕਮਾਵਾ ਜੇ ਤੁਧੁ ਭਾਵਾ,	kaar kamaavaa jay tuDh bhaavaa
ਜਾ ਤੂੰ ਦੇਹਿ ਦਇਆਲਾ ਜੀਉ॥੨॥	jaa tooN deh da-i-aalaa jee-o. ||2||

ਪ੍ਰਭ ਹਰ ਵੇਲੇ ਰਹਿਮਤਾਂ, ਸੁਖ ਬਖਸ਼ਦਾ ਹੈ । ਮੈਂ ਤੇਰਾ ਬਹੁਤ ਰਿਣੀ, ਆਪਣਾ ਸਿਰ ਝੁਕਾਉਦਾ ਹਾ । ਤੇਰੇ ਚਰਨਾਂ ਦਾ, ਸ਼ਬਦ ਦੀ ਸੋਝੀ ਦਾ ਆਸਰਾ ਹੀ ਮੰਗਦਾ ਹਾ । ਮਿਹਰਬਾਨ ਮਾਲਕ, ਮੈਂ ਕੇਵਲ ਤੇਰੇ ਹੁਕਮ ਅੰਦਰ ਹੀ ਕੁਝ ਕਰ ਸਕਦਾ ਹਾ ।

The Merciful True Master always bestow His Virtues on His Creation. I am very grateful and bow my head in gratitude for Your loving kindness. I may always pray for Your Forgiveness and Refuge; the enlightenment of the essence of Your Word; dust of the feet of Your Holy saint. The Merciful Gracious True Master; only Your Command may prevail in the universe; nothing else may exist.

ਪ੍ਰਭ ਤੁਮ ਤੇ ਲਹਣਾ, ਤੂੰ ਮੇਰਾ ਗਹਣਾ॥	parabh tum tay lahnaa tooN mayraa gahnaa.
ਜੋ ਤੂੰ ਦੇਹਿ ਸੋਈ ਸੁਖ ਸਹਣਾ॥	jo tooNdeh so-ee sukh sahnaa.
ਜਿਥੈ ਰਖਹਿ ਬੈਕੁੰਠੁ ਤਿਥਾਈ,	jithai rakheh baikuNth tithaa-ee tooN
ਤੂੰ ਸਭਨਾ ਕੇ ਪ੍ਰਤਿਪਾਲਾ ਜੀਉ॥੩॥	sabhnaa kay partipaalaa jee-o. ||3||

ਮੇਰੀ ਸੰਸਾਰ ਵਿੱਚ ਸੋਭਾ, ਹੈਸੀਅਤ ਤੇਰੀ ਬਖਸ਼ਿਸ਼ ਹੀ ਹੈ । ਮੈਂ ਤੇਰੇ ਬਖਸ਼ੇ ਵਿੱਚ ਹੀ ਅਨੰਦ ਮਾਨਦਾ, ਖੇੜੇ ਵਿੱਚ ਵਸਦਾ ਹਾ । ਜਿਸ ਹਾਲਤ ਵਿੱਚ ਰਖਦਾ ਹੈ, ਮੈਂ ਉਸ ਹਾਲਤ ਵਿੱਚ ਹੀ ਅਨੰਦ ਵਿੱਚ ਰਹਿੰਦਾ, ਕੋਈ ਸੋਗ ਨਹੀਂ ਕਰਦਾ । ਤੂੰ ਹੀ ਸਾਰੀ ਸ੍ਰਿਸ਼ਟੀ ਦੀ ਰਖਿਆ, ਪਾਲਣਾ ਕਰਦਾ ਹੈ ।

All my honors and worldly status have been blessed with His Blessed Vision. I always remain contented and in blossom with His Blessings. I may never grievance with His Blessings; I may always consider my worldly condition as His Worthy Blessings. The True Master, Creator, nourisher, and protector of His Creation.

ਸਿਮਰਿ ਸਿਮਰਿ ਨਾਨਕ ਸੁਖੁ ਪਾਇਆ॥	simar simar naanak sukh paa-i-aa.
ਆਠ ਪਹਰ ਤੇਰੇ ਗੁਣ ਗਾਇਆ॥	aath pahar tayray gun gaa-i-aa.
ਸਗਲ ਮਨੋਰਥ ਪੂਰਨ ਹੋਏ,	sagal manorath pooran ho-ay
ਕਦੇ ਨ ਹੋਇ ਦੁਖਾਲਾ ਜੀਉ॥	kaday na ho-ay dukhaalaa jee-o.

੪॥੩੩॥੪੦॥ ||4||33||40||

ਜਿਹੜਾ ਸ਼ਬਦ ਦਾ ਸਵਾਸ ਸਵਾਸ ਅਡੋਲ ਭਰੋਸੇ ਨਾਲ ਸਿਮਰਨ ਕਰਦਾ, ਉਸ ਦੇ ਮਨ ਵਿੱਚ ਸੰਤੋਖ ਵਸ ਜਾਂਦਾ ਹਾ । ਉਹ ਸ਼ਬਦ ਦੇ ਗੁਣ ਗਾਉਂਦਾ ਵਿੱਚ ਦਿਨ ਰਾਤ ਮਸਤ ਰਹਿੰਦਾ ਹੈ । ਪ੍ਰਭ ਦੀ ਰਹਿਮਤ ਨਾਲ ਮੇਰੇ ਮਨ ਦੀਆਂ ਇੱਛਾਂ ਪੂਰਨ ਹੋ ਗਈਆਂ ਹਨ, ਮਨ ਸੰਸਾਰਕ ਇੱਛਾਂ ਤੋਂ ਰਹਿਤ ਹੋ ਗਿਆ ਹੈ । ਹੁਣ ਮਨ ਵਿੱਚ ਕਦੇ ਸੋਗ, ਚਿੰਤਾ ਨਹੀਂ ਆਉਂਦੀ ।

Whosoever may meditate on the teachings of His Word with steady and stable belief with each breath; with His mercy and grace, he may remain overwhelmed with contentment in his worldly life. He may remain intoxicated in singing the glory of Your Word Day and night. My True Master has bestowed His Blessed Vision, all my spoken and unspoken desires have been fully satisfied. My state of mind has become beyond the reach of worldly desires; I may never grievance or worry about any worldly desires.

261.ਮਾਝ ਮਹਲਾ ੫॥ (106-9)

ਪਾਰਬ੍ਰਹਮਿ ਪ੍ਰਭਿ ਮੇਘੁ ਪਠਾਇਆ॥	paarbarahm parabh maygh pathaa-i-aa.
ਜਲਿ ਥਲਿ ਮਹੀਅਲਿ,	jal thal mahee-al
ਦਹ ਦਿਸਿ ਵਰਸਾਇਆ॥	dah dis varsaa-i-aa.
ਸਾਂਤਿ ਭਈ ਬੁਝੀ ਸਭ ਤ੍ਰਿਸਨਾ,	saaNt bha-ee bujhee sabh tarisnaa
ਅਨਦੁ ਭਇਆ ਸਭ ਠਾਈ ਜੀਉ॥੧॥	anad bha-i- aa sabh thaa-ee jee-o. ||1||

ਪ੍ਰਭ ਦੀਆਂ ਰਹਿਮਤਾਂ ਦਾ ਮੀਂਹ ਚਾਰੇ ਪਾਸੇ, ਜਲ, ਥਲ ਵਿੱਚ ਵਰਸਦਾ ਹੈ । ਸਾਰੀ ਸ੍ਰਿਸ਼ਟੀ ਹੀ ਸੰਤੋਖ ਵਿੱਚ ਵਸਦੀ ਹੈ । ਚਾਰੇ ਪਾਸੇ ਅਨੰਦ ਹੀ ਨਜ਼ਰ ਆਉਂਦਾ, ਸਭ ਦੇ ਮਨ ਦੀ ਪਿਆਸ ਬੁਝ ਗਈ ਹੈ ।

The True Master, Your Blessings are pouring like a non-stop rain in all direction, in water, in, on, and under the earth. Your Creation remains contented, and enjoys the pleasures of Your Blessings. The thrust of worldly desires of everyone has been quenched and pleasure prevails everywhere.

ਸੁਖਦਾਤਾ ਦੁਖ ਭੰਜਨਹਾਰਾ॥	sukh-daata dukh bhaNjanhaaraa.
ਆਪੇ ਬਖਸਿ ਕਰੇ ਜੀਅ ਸਾਰਾ॥	aapay bakhas karay jee-a saaraa.
ਅਪਨੇ ਕੀਤੇ ਨੋ ਆਪਿ ਪ੍ਰਤਿਪਾਲੇ,	apnay keetay no aap partipaalay
ਪਇ ਪੈਰੀ ਤਿਸਹਿ ਮਨਾਈ ਜੀਉ॥੨॥	pa-i pairee tiseh manaa-ee jee-o. ||2||

ਦੁਖਾਂ ਦਾ ਨਾਸ ਕਰਨਵਾਲਾ ਪ੍ਰਭ ਹੀ ਸੁਖਾਂ ਦੀਆਂ ਦਾਤਾਂ ਬਖਸ਼ਣ ਵਾਲਾ ਮਾਲਕ ਹੈ । ਆਪ ਹੀ ਸੰਸਾਰਕ ਜੀਵਾਂ ਦੀਆਂ ਭੁੱਲਾਂ ਬਖਸ਼ਕੇ, ਸਿੱਧੇ ਰਸਤੇ ਤੇ ਪਾਉਂਦਾ ਹੈ । ਆਪ ਹੀ ਆਪਣੀ ਪੈਦਾ ਕੀਤੀ ਸ੍ਰਿਸ਼ਟੀ ਦੀ ਪਾਲਣਾ ਪੋਸਨਾ, ਰਖਿਆ ਕਰਦਾ ਹੈ । ਤੇਰੇ ਦਾਸ ਤੇਰੇ ਕਰਤਬਾਂ ਨੂੰ ਧੰਨ ਧੰਨ ਹੀ ਕਹਿੰਦੇ ਹਨ ।

The True Master, Destroyer of miseries, blesses comfort and harmony to His Creation. The True Master may forgive the ignorant mistakes and sins of His true devotee and inspire on the right path of acceptance in His Court. You nourish and protect Your Creation. Your true devotee may remain fascinated with Your Glory; always claims The Greatness of All.

ਜਾ ਕੀ ਸਰਣਿ ਪਇਆ ਗਤਿ ਪਾਈਐ॥	jaa kee saran pa-i-aa gat paa-ee-ai.
ਸਾਸਿ ਸਾਸਿ ਹਰਿ ਨਾਮੁ ਧਿਆਈਐ॥	saas saas har Naam Dhi-aa-ee-ai.
ਤਿਸੁ ਬਿਨੁ ਹੋਰੁ ਨ ਦੂਜਾ ਠਾਕੁਰੁ,	tis bin hor na doojaa thaakur
ਸਭ ਤਿਸੈ ਕੀਆ ਜਾਈ ਜੀਉ॥੩॥	sabh tisai kee-aa jaa-ee jee-o. ||3||

ਜਿਸ ਦੀ ਸ਼ਰਣ ਵਿੱਚ ਪਨਾਹ ਲੈਣ ਨਾਲ ਪ੍ਰਵਾਨਗੀ ਦੇ ਰਸਤੇ ਦੀ ਸੋਝੀ ਹੁੰਦੀ ਹੈ, ਸਦਾ ਹੀ ਸਵਾਸ ਸਵਾਸ ਉਸ ਦੇ ਸ਼ਬਦ ਦਾ ਸਿਮਰਨ, ਪਾਲਣਾ ਕਰੋ! ਪ੍ਰਭ ਤੋਂ ਬਿਨਾਂ ਹੋਰ ਕੋਈ ਸ੍ਰਿਸ਼ਟੀ ਦੇ ਜੀਵਾਂ ਦਾ ਮਾਲਕ ਨਹੀਂ ਹੈ, ਸਾਰੀ ਸ੍ਰਿਸ਼ਟੀ ਉਸ ਦੀ ਹੀ ਅਮਾਨਤ ਹੈ ।

Whosoever may surrender his self-identity at His Sanctuary, he may be blessed with the right path of acceptance in His Court. You should always meditate and obey the teachings of His Word Day and night. The One and Only One, True Master, may only be The Trustee of His Creation.

ਤੇਰਾ ਮਾਣੁ ਤਾਣੁ ਪ੍ਰਭ ਤੇਰਾ॥	tayraa maan taan parabh tayraa.
ਤੂੰ ਸਚਾ ਸਾਹਿਬੁ ਗੁਣੀ ਗਹੇਰਾ॥	tooN sachaa saahib gunee gahayraa.
ਨਾਨਕੁ ਦਾਸੁ ਕਹੈ ਬੇਨੰਤੀ,	naanak daas kahai baynantee
ਆਠ ਪਹਰ ਤੁਧੁ ਧਿਆਈ ਜੀਉ॥	aath pahar tuDh Dhi-aa-ee jee-o.
੪॥੩੪॥੪੧॥	||4||34||41||

ਪ੍ਰਭ, ਜੀਵਾਂ ਨੂੰ ਸੋਭਾ, ਕੰਮ ਕਰਨ ਦੀ ਸਮਰਥਾ, ਉਦਮ ਤੇਰਾ ਬਖਸ਼ਿਆ ਹੋਇਆ ਹੈ । ਸਭ ਤੇਰੇ ਹੁਕਮ ਅੰਦਰ ਹੀ ਹੁੰਦਾ ਹੈ । ਪ੍ਰਭ ਹੀ ਕਰਤਬਾਂ, ਗੁਣਾਂ ਦਾ ਬੇਅੰਤ ਸਾਗਰ ਹੈ । ਬੰਦਗੀ ਕਰਨਵਾਲਾ ਦਿਨ ਰਾਤ ਤੇਰੇ ਅੱਗੇ ਹੀ ਰਹਿਮਤ ਦੀ ਅਰਦਾਸ ਕਰਦਾ ਹੈ । ਤੇਰੇ ਸ਼ਬਦ ਦੇ ਵਿੱਚ ਲਿਵ ਲਾਈ ਰਖਦਾ ਹੈ ।

The True Master, may bless strength, urge to do good deeds, and honor in worldly life. Everything remains under Your Command. The True Master remains a deep ocean of unlimited events, and miracles. Your true devotee always prays for Your Forgiveness and Refuge. He remains intoxicated in deep meditation in the void of Your Word.

262.ਮਾਝ ਮਹਲਾ ੫॥ (106-15)

ਸਭੇ ਸੁਖ ਭਏ ਪ੍ਰਭ ਤੁਠੇ॥	sabhay sukhbha-ay parabh tuthay.
ਗੁਰ ਪੂਰੇ ਕੇ ਚਰਣ ਮਨਿ ਵੁਠੇ॥	gur pooray kay charan man vuthay.
ਸਹਜ ਸਮਾਧਿ ਲਗੀ ਲਿਵ ਅੰਤਰਿ,	sahj samaaDh lagee liv antar
ਸੋ ਰਸੁ ਸੋਈ ਜਾਣੈ ਜੀਉ॥੧॥	so ras so-ee jaanai jee-o. ||1||

ਪ੍ਰਭ ਦੀ ਰਹਿਮਤ ਨਾਲ ਜਿਸ ਦੇ ਮਨ ਵਿੱਚ ਪ੍ਰਭ ਦੇ ਸ਼ਬਦ ਦੀ ਸਿਖਿਆਂ ਘਰ ਕਰ ਜਾਂਦੀ ਹੈ! ਉਸ ਨੂੰ ਸੰਸਾਰ ਵਿੱਚ ਸਭ ਸੁਖ, ਮਨ ਵਿੱਚ ਖੇੜਾ ਬਖਸ਼ਿਸ਼ ਹੋ ਜਾਂਦਾ ਹੈ । ਉਹ ਪ੍ਰਭ ਦੇ ਸ਼ਬਦ ਦੀ ਸਮਾਧੀ ਵਿੱਚ ਵਸਣ ਲਗ ਪੈਂਦਾ ਹੈ । ਪ੍ਰਭ ਆਪ ਹੀ ਸ਼ਬਦ ਦੀ ਸਮਾਧੀ ਦਾ ਰਸ ਜਾਣਦਾ, ਵਿਆਖਿਆ ਨਹੀਂ ਕੀਤਾ ਜਾ ਸਕਦੀ ।

Whosoever may be drenched with the essence of His Word; with His mercy and grace, he may be blessed with all comforts, pleasures in his life. He may remain intoxicated in meditation in the void of His Word. Only The True Master may realize the taste of the essence of the nectar of the void of His Word. The taste remains beyond explanation of His Creation.

ਅਗਮ ਅਗੋਚਰੁ ਸਾਹਿਬੁ ਮੇਰਾ॥	agam agochar saahib mayraa.
ਘਟ ਘਟ ਅੰਤਰਿ ਵਰਤੈ ਨੇਰਾ॥	ghat ghat antar vartai nayraa.
ਸਦਾ ਅਲਿਪਤੁ ਜੀਆ ਕਾ ਦਾਤਾ,	sadaa alipat jee-aa kaa daataa
ਕੋ ਵਿਰਲਾ ਆਪੁ ਪਛਾਣੈ ਜੀਉ॥ ੨॥	ko virlaa aap pachhaanai jee-o. ||2||

ਪ੍ਰਭ ਹਰਇਕ ਤਨ ਵਿੱਚ, ਜੀਵ ਦੇ ਬਹੁਤ ਨੇੜੇ ਹੀ ਵਸਦਾ ਹੈ, ਜੀਵ ਦੀ ਪਹੁੰਚ, ਜਾਣਕਾਰੀ ਵਿੱਚ ਨਹੀਂ ਆਉਂਦਾ । ਪ੍ਰਭ ਹਰਇਕ ਜੀਵ ਦੀ ਅਵਸਥਾ ਦੀ ਜਾਣਕਾਰੀ ਰਖਦਾ ਹੈ । ਉਹ ਜੀਵਾਂ ਦੇ ਮੋਹ ਤੋਂ ਸਦਾ ਹੀ ਅਲਗ, ਰਹਿਤ ਰਹਿੰਦਾ ਹੈ । ਕੋਈ ਵਿਰਲਾ ਹੀ ਜੀਵ ਆਪਣੇ ਮਨ ਨੂੰ ਜਾਣਦਾ, ਜਾਣ ਸਕਦਾ ਹੈ ।

The True Master remains embedded within each soul and dwells within his body; beyond any emotional attachment. He remains beyond the reach and comprehension of His Creation. Very rare creature may fully realize his own state of mind.

ਪ੍ਰਭ ਮਿਲਣੈ ਕੀ ਏਹ ਨੀਸਾਣੀ॥	parabh milnai kee ayh neesaanee.
ਮਨਿ ਇਕੋ ਸਚਾ ਹੁਕਮੁ ਪਛਾਣੀ॥	man, iko sachaa hukam pachhaanee.
ਸਹਜਿ ਸੰਤੋਖਿ ਸਦਾ ਤ੍ਰਿਪਤਾਸੇ,	sahj santokh sadaa tariptaasay nad
ਅਨਦੁ ਖਸਮ ਕੈ ਭਾਣੈ ਜੀਉ॥੩॥	khasam kai bhaanai jee-o. ‖3‖

ਪ੍ਰਭ ਨਾਲ ਆਤਮਾ ਦਾ ਸੰਜੋਗ ਹੋਣ ਦੀ ਇਕੋ ਇਕ ਹੀ ਨਿਸ਼ਾਨੀ ਹੈ । ਜੀਵ ਦਾ ਮਨ ਪ੍ਰਭ ਦੇ ਸ਼ਬਦ ਦੀ ਪਾਲਣਾ ਤੇ ਅਡੋਲ ਹੋ ਜਾਂਦਾ ਹੈ । ਉਸ ਦੇ ਮਨ ਵਿੱਚ ਧੀਰਜ, ਸੰਤੋਖ ਅਤੇ ਸਦਾ ਹੀ ਖੇੜੇ ਵਸਦਾ ਹੈ, ਦੁਖ ਵਿੱਚ ਮਨ ਦੀ ਅਵਸਥਾ ਬਦਲਦੀ ਨਹੀਂ ।

What may be the sign of the union of his soul with His Holy Spirit? His true devotee may obey the teachings of His Word with steady and stable belief in day-to-day life. He may remain in patience, contentment and in blossom in all his worldly conditions. His state of mind may no longer be affected with worldly pleasures and sorrows.

ਹਥੀ ਦਿਤੀ ਪ੍ਰਭਿ ਦੇਵਣਹਾਰੇ॥	hathee ditee parabh dayvanhaarai.
ਜਨਮ ਮਰਣ ਰੋਗ ਸਭਿ ਨਿਵਾਰੇ॥	janam maran rog sabh nivaaray.
ਨਾਨਕ ਦਾਸ ਕੀਏ ਪ੍ਰਭਿ ਅਪੁਨੇ,	naanak daas kee-ay parabh apunay
ਹਰਿ ਕੀਰਤਨਿ ਰੰਗ ਮਾਣੇ ਜੀਉ॥	har keertan rang maanay jee-o.
੪॥੩੫॥੪੨॥	‖4‖35‖42‖

ਪ੍ਰਭ ਆਪਣੇ ਦਾਸ ਨੂੰ ਆਪਣਾ ਲੜ ਆਪ ਬਖਸ਼ਦਾ, ਆਸਰਾ ਦੇਂਦਾ ਹੈ । ਅਨੇਕਾਂ ਜਨਮਾਂ ਦੇ ਪਾਪ ਬਖਸ਼ਦਾ, ਜਨਮ ਮਰਨ ਦਾ ਲੇਖਾ ਖਤਮ ਕਰ ਦੇਂਦਾ ਹੈ । ਬੰਦਗੀ ਕਰਨਵਾਲਾ ਦਾਸ ਸਦਾ ਹੀ ਪ੍ਰਭ ਦੇ ਸ਼ਬਦ ਦੇ ਗੁਣ ਗਾਉਂਦਾ ਰਹਿੰਦਾ ਹੈ । ਉਸ ਦੇ ਸ਼ਬਦ ਦੀ ਸਮਾਧੀ ਵਿੱਚ ਵਸਦਾ ਹੈ ।

The True Master may bless guidance, hand, and His support to His true devotee. He may forgive his sins and satisfies his accounts of sins of previous lives; his cycle of birth and death may be eliminated. His true devotee always sings the glory of His Word and remains intoxicated in meditation in the void of His Word.

263.ਮਾਝ ਮਹਲਾ ੫॥ (107-1)

ਕੀਨੀ ਦਇਆ ਗੋਪਾਲ ਗੁਸਾਈ॥	keenee da-i-aa gopaal gusaa-ee.
ਗੁਰ ਕੇ ਚਰਣ ਵਸੇ ਮਨ ਮਾਹੀ॥	gur kay charan vasay man maahee.
ਅੰਗੀਕਾਰੁ ਕੀਆ ਤਿਨਿ ਕਰਤੈ,	angeekaar kee-aa tin kartai
ਦੁਖ ਕਾ ਡੇਰਾ ਢਾਹਿਆ ਜੀਉ॥੧॥	dukh kaa dayraa dhaahi-aa jee-o. ‖1‖

ਜਿਸ ਤੇ ਪ੍ਰਭ ਆਪ ਹੀ ਰਹਿਮਤ ਬਖਸ਼ਦਾ ਹੈ । ਪ੍ਰਭ ਦਾ ਸ਼ਬਦ ਉਸ ਦੇ ਮਨ ਵਿੱਚ ਵਸ ਜਾਂਦਾ ਹੈ । ਪ੍ਰਭ ਉਸ ਜੀਵ ਨੂੰ ਆਪਣਾ ਅੰਗ ਬਣਾ ਲੈਂਦਾ ਹੈ । ਉਸ ਦੇ ਕੀਤੇ ਪਾਪਾਂ ਦੀ ਮੈਲ ਮਨ ਵਿਚੋਂ ਧੋਤੀ ਜਾਂਦੀ, ਪਾਪ ਬਖਸ਼ ਦੇਂਦਾ ਹੈ । ਸੰਸਾਰਕ ਚਿੰਤਾਂ ਦਾ ਨਾਸ ਕਰ ਦੇਂਦਾ ਹੈ ।

Whosoever may be bestowed with His Blessed Vision; he may remain drenched with the essence of His Word. The True Master may make His true devotee as a part of His Limbs. The blemish of his soul of evil deeds may be eliminated, sins may be forgiven. All his frustrations of worldly desires may be eliminated.

ਮਨਿ ਤਨਿ ਵਸਿਆ ਸਚਾ ਸੋਈ॥	man, tan vasi-aa sachaa so-ee.
ਬਿਖੜਾ ਥਾਨੁ ਨ ਦਿਸੈ ਕੋਈ॥	bikh-rhaa thaan na disai ko-ee.
ਦੂਤ ਦੁਸਮਣ ਸਭਿ ਸਜਣ ਹੋਏ,	dootdusman sabh sajan ho-ay
ਏਕੋ ਸੁਆਮੀ ਆਹਿਆ ਜੀਉ॥ ੨॥	ayko su-aamee aahi-aa jee-o. ‖2‖

ਜਿਸ ਦੇ ਮਨ ਵਿੱਚ ਸ਼ਬਦ ਵਸ ਜਾਂਦਾ ਹੈ, ਉਸ ਨੂੰ ਕੋਈ ਧੰਦਾ, ਕੰਮ ਮੰਦਾ ਨਹੀਂ ਲਗਦਾ । ਕੋਈ ਵੀ ਜੀਵਨ ਦੀ ਹਾਲਤ ਬੁਰੀ ਨਹੀਂ ਲਗਦੀ । ਉਸ ਦੇ ਮਨ ਵਿੱਚ ਕਿਸੇ ਨਾਲ ਵੈਰ, ਵਿਰੋਧ ਨਹੀਂ ਰਹਿੰਦਾ । ਸਾਰਿਆਂ ਵਿੱਚ ਪ੍ਰਭ ਦਾ ਰੂਪ ਹੀ ਨਜ਼ਰ ਆਉਂਦਾ ਹੈ ।

Whosoever may remain drenched with the essence of His Word within his mind. He may not consider any worldly tasks as bad; he realizes all tasks are blessed by The True Master. He remains contented with his worldly environments. He may not have any jealousy or enmity with anyone. He may acknowledge same Holy Spirit embedded within every soul.

ਜੋ ਕਿਛੁ ਕਰੇ ਸੁ ਆਪੇ ਆਪੈ॥ jo kichh karay so aapay aapai.
ਬੁਧਿ ਸਿਆਣਪ ਕਿਛੂ ਨ ਜਾਪੈ॥ buDh si-aanap kichhoo na jaapai.
ਆਪਣਿਆ ਸੰਤਾ ਨੋ ਆਪਿ ਸਹਾਈ, aapni-aa santaa no aap sahaa-ee
ਪ੍ਰਭਿ ਭਰਮ ਭੁਲਾਵਾ ਲਾਹਿਆ ਜੀਉ॥੩ parabh bharam bhulaavaa laahi-aa jee-o.3

ਉਸ ਦੇ ਮਨ ਦੀ ਅਵਸਥਾ ਇਸਤਰ੍ਹਾਂ ਬਣ ਜਾਂਦੀ ਹੈ! ਸ੍ਰਿਸ਼ਟੀ ਵਿੱਚ ਸਭ ਕੁਝ ਪ੍ਰਭ ਦਾ ਕੀਤਾ ਹੀ ਹੁੰਦਾ ਹੈ, ਉਹ ਆਪ ਹੀ ਵਾਪਰਦਾ ਹੈ । ਉਸ ਦੀ ਕੁਦਰਤ ਕੋਈ ਜਾਣ ਨਹੀਂ ਸਕਦਾ, ਵਿਆਖਿਆ ਨਹੀਂ ਕਰ ਸਕਦਾ । ਉਹ ਆਪਣੇ ਬੰਦਗੀ ਕਰਨ ਵਾਲੇ ਦੀ ਆਪ ਹੀ ਰਖਿਆ ਕਰਦਾ ਹੈ । ਉਸ ਦਾ ਮਨ ਸ਼ਬਦ ਦੀ ਪਾਲਣਾ ਵਿੱਚ ਅਡੋਲ ਰਖਦਾ ਹੈ । ਉਸ ਦੇ ਮਨ ਵਿਚੋਂ ਸਾਰੇ ਭਰਮ ਭੁਲੇਖੇ ਦੂਰ ਹੋ ਜਾਂਦੇ ਹਨ ।

Whosoever may be blessed with a state of mind as His true devotee. He may realize everything happens under His Command; He prevails in each action, in every heart. His Nature remains beyond any comprehension of His Creation. The True Master remains protector of His true devotee. Whosoever may obey the teachings of His Word with steady and stable belief; with His mercy and grace, all his suspicions may be eliminated.

ਚਰਣ ਕਮਲ ਜਨ ਕਾ ਆਧਾਰੋ॥ charan kamal jan kaa aaDhaaro.
ਆਠ ਪਹਰ ਰਾਮ ਨਾਮੁ ਵਾਪਾਰੋ॥ aath pahar raam Naam vaapaaro.
ਸਹਜ ਅਨੰਦ ਗਾਵਹਿ ਗੁਣ ਗੋਵਿੰਦ, sahj anand gaavahi gun govind
ਪ੍ਰਭ ਨਾਨਕ ਸਰਬ ਸਮਾਹਿਆ ਜੀਉ॥ parabh naanak sarab samaahi-aa jee-o.
੪॥੩੬॥੪੩॥ ||4||36||43||

ਪ੍ਰਭ ਦੇ ਸ਼ਬਦ ਦੀ ਬੰਦਗੀ ਕਰਨਵਾਲਾ ਦਿਨ ਰਾਤ ਸ਼ਬਦ ਦਾ ਸਿਮਰਨ ਕਰਦਾ, ਆਪਣਾ ਜੀਵਨ ਸ਼ਬਦ ਦੀ ਸਿਖਿਆਂ ਨਾਲ ਢਾਲਦਾ ਹੈ । ਸ਼ਬਦ ਦੀ ਸਿਖਿਆਂ ਹੀ ਉਸ ਦੇ ਜੀਵਨ ਦਾ ਆਸਰਾ, ਅਧਾਰ ਹੁੰਦਾ ਹੈ । ਉਸ ਦੇ ਮਨ ਵਿੱਚ ਪ੍ਰਭ ਦੀ ਜੋਤ ਜਾਗਰਤ ਹੋ ਜਾਂਦੀ ਹੈ । ਪ੍ਰਭ ਦੀ ਜੋਤ ਹਰ ਥਾਂ ਅਤੇ ਹਰ ਤਨ ਵਿੱਚ ਵਸਦੀ, ਵਾਪਰਦੀ ਹੈ ।

His true devotee may meditate and adopts the teachings of His Word with steady and stable belief in his day-to-day life. The teachings of His Word remain the supporting pillar and the purpose of his life. The True Master remains embedded within each soul and dwells within his body. His true devotee may be enlightened with the glow of His Holy Spirit within. The Omnipresent True Master dwells in the body of every creature and prevails in every event in his life.

264.ਮਾਝ ਮਹਲਾ ੫॥ (107-6)

ਸੋ ਸਚੁ ਮੰਦਰੁ ਜਿਤੁ ਸਚੁ ਧਿਆਈਐ॥ so sach mandar jit sach Dhi-aa-ee-ai.
ਸੋ ਰਿਦਾ ਸੁਹੇਲਾ ਜਿਤੁ ਹਰਿ ਗੁਣ ਗਾਈਐ॥ so ridaa suhaylaa jit har gun gaa-ee-ai.
ਸਾ ਧਰਤਿ ਸੁਹਾਵੀ ਜਿਤੁ ਵਸਹਿ ਹਰਿ ਜਨ, saa Dharat suhaavee jit vaseh har jan
ਸਚੇ ਨਾਮ ਵਿਟਹੁ ਕੁਰਬਾਣੋ ਜੀਉ॥੧॥ sachay Naam vitahu kurbaano jee-o. ||1

ਜਿਸ ਮਨ ਵਿੱਚ ਪ੍ਰਭ ਦੇ ਸ਼ਬਦ ਦਾ ਸਿਮਰਨ ਹੁੰਦਾ ਹੈ, ਉਹ ਰਹਿਮਤਾਂ ਨਾਲ ਭਰ ਜਾਂਦਾ ਹੈ । ਜਿਸ ਅਸਥਾਨ ਤੇ ਪ੍ਰਭ ਦੇ ਸ਼ਬਦ ਦਾ ਸਿਮਰਨ, ਕੀਰਤਨ ਹੁੰਦਾ ਹੈ, ਉਹ ਅਸਲੀ ਮੰਦਰ, ਪ੍ਰਭ ਦਾ ਦਰਬਾਰ ਬਣ ਜਾਂਦਾ ਹੈ । ਜਿਥੇ ਪ੍ਰਭ ਦੇ ਸ਼ਬਦ ਦੀ ਬੰਦਗੀ ਕਰਨਵਾਲਾ ਜੀਵ ਵਸਦਾ ਹੈ । ਉਹ ਨਗਰ, ਧਰਤੀ ਪਵਿੱਤਰ ਹੋ ਜਾਂਦੀ ਹੈ । ਬੰਦਗੀ ਕਰਨਵਾਲਾ ਦਾਸ ਸਦਾ ਹੀ ਪ੍ਰਭ ਦੇ ਸ਼ਬਦ ਤੋਂ ਕੁਰਬਾਨ ਜਾਂਦਾ ਹੈ ।

Whosoever may wholeheartedly meditate on the teachings of His Word; with His mercy and grace, he may remain overwhelmed with His Blessings. Wherever, His true devote, may sing the glory, meditates on the teachings of His Word; with His mercy and grace, his place may become a Holy Shrine. His true devotee always remains fascinated from the glory of His Word, nature, events, and His Blessings.

ਸਚੁ ਵਡਾਈ ਕੀਮ ਨ ਪਾਈ॥	sach vadaa-ee keem na paa-ee.
ਕੁਦਰਤਿ ਕਰਮੁ ਨ ਕਹਣਾ ਜਾਈ॥	kudrat karam na kahnaa jaa-ee.
ਧਿਆਇ ਧਿਆਇ ਜੀਵਹਿ ਜਨ ਤੇਰੇ,	dhi-aa-ay Dhi-aa-ay jeeveh jan tayray
ਸਚੁ ਸਬਦੁ ਮਨਿ ਮਾਣੋ ਜੀਉ॥੨॥	sach Sabad man maano jee-o. ‖2‖

ਪ੍ਰਭ ਦੀ ਮਹਿਮਾਂ, ਵਡਿਆਈ ਦਾ ਪੂਰਨ ਗਿਆਨ ਪਾਇਆ ਨਹੀਂ ਜਾ ਸਕਦਾ । ਉਸ ਦੇ ਕਿਸੇ ਕਰਤਬ ਦੀ ਕੋਈ ਹੱਦ ਜਾਣੀ ਨਹੀਂ ਜਾ ਸਕਦੀ, ਕੋਈ ਅੰਤ ਨਹੀਂ ਹੁੰਦਾ ਹੈ । ਨਿਮਾਣੇ ਦਾਸ ਸ਼ਬਦ ਦਾ ਸਿਮਰਨ ਕਰਦੇ, ਸ਼ਬਦ ਦੀ ਸਮਾਧੀ ਵਿੱਚ ਵਸਣ ਲਗ ਪੈਂਦੇ ਹਨ । ਉਸ ਨੂੰ ਪ੍ਰਭ ਦੇ ਸ਼ਬਦ ਦੀ ਸੋਝੀ ਦਾ ਖਜ਼ਾਨਾ ਬਖਸ਼ਿਸ਼ ਹੋ ਜਾਂਦਾ ਹੈ, ਉਸ ਦਾ ਮਨ ਹੀ ਸੋਝੀ ਦਾ ਖਜ਼ਾਨਾ ਬਣ ਜਾਂਦਾ ਹੈ ।

The Greatness of The True Master may never be fully comprehended by His Creation. The events of His nature remain beyond any limits and boundaries. His humbled true devotee may remain intoxicated in the void of His Word. He may be blessed with the treasure of enlightenment of the essence of His Word; his mind may be transformed as the treasure of enlightenment.

ਸਚੁ ਸਾਲਾਹਣੁ ਵਡਭਾਗੀ ਪਾਈਐ॥	sach saalaahan vadbhaagee paa-ee-ai.
ਗੁਰ ਪਰਸਾਦੀ ਹਰਿ ਗੁਣ ਗਾਈਐ॥	gur parsaadee har gun gaa-ee-ai.
ਰੰਗਿ ਰਤੇ ਤੇਰੈ ਤੁਧੁ ਭਾਵਹਿ,	rang ratay tayrai tuDh bhaaveh sach
ਸਚੁ ਨਾਮੁ ਨੀਸਾਣੋ ਜੀਉ॥੩॥	Naam neesaano jee-o. ‖3‖

ਜਿਸ ਜੀਵ ਦੇ ਵਡੇ ਭਾਗ ਹੋਣ ਉਹ ਹੀ ਪ੍ਰਭ ਦੇ ਸ਼ਬਦ ਦੀ ਪਾਲਣਾ ਦੇ ਲੜ ਲਗਦਾ ਹੈ । ਪ੍ਰਭ ਦੀ ਰਹਿਮਤ ਦੀ ਨਜ਼ਰ ਨਾਲ ਹੀ ਜੀਵ ਪ੍ਰਭ ਦੇ ਸ਼ਬਦ ਦੇ ਗੁਣ ਗਾਉਂਦਾ ਹੈ । ਜਿਹੜਾ ਜੀਵ ਤੇਰੇ ਸ਼ਬਦ ਵਿੱਚ ਲਿਵ ਲਾਉਂਦਾ ਹੈ! ਉਹ ਪ੍ਰਭ ਦੇ ਦਰਬਾਰ ਵਿੱਚ ਪ੍ਰਵਾਨ ਹੋ ਜਾਂਦਾ ਹੈ । ਤੇਰਾ ਸ਼ਬਦ ਹੀ ਉਸ ਦਾ ਨੂਰ, ਨਿਸ਼ਾਨ ਬਣ ਜਾਂਦਾ ਹੈ ।

Whosoever may have a great prewritten destiny, only he may remain steady and stable in meditation on the teachings of His Word. He may be singing the glory of His Word. Whosoever may remain intoxicated in meditation in the void of His Word; with His mercy and grace, he may be blessed with the right path of acceptance in His Court. The eternal spiritual glow of His Word may be shinning on his heart and forehead.

ਸਚੇ ਅੰਤੁ ਨ ਜਾਣੈ ਕੋਈ॥	sachay ant na jaanai ko-ee.
ਥਾਨਿ ਥਨੰਤਰਿ ਸਚਾ ਸੋਈ॥	thaan thanantar sachaa so-ee.
ਨਾਨਕ ਸਚੁ ਧਿਆਈਐ ਸਦ ਹੀ,	naanak sach Dhi-aa-ee-ai sad hee
ਅੰਤਰਜਾਮੀ ਜਾਣੋ ਜੀਉ॥੪॥੩੭॥੪੪॥	antarjaamee jaano jee-o. ‖4‖37‖44‖

ਕੋਈ ਇਸ ਅਵਸਥਾ ਵਾਲਾ ਮਾਨਸ ਪੈਦਾ ਨਹੀਂ ਹੋਇਆ, ਜਿਹੜਾ ਪ੍ਰਭ ਦੀ ਕੋਈ ਹੱਦ, ਅੰਤ ਜਾਣ ਸਕਦਾ ਹੈ । ਪ੍ਰਭ ਆਪ ਹੀ ਹਰ ਥਾਂ ਤੇ ਜਲ, ਥਲ, ਅਕਾਸ਼ ਵਿੱਚ ਵਾਪਰਦਾ ਹੈ । ਬੰਦਗੀ ਕਰਨਵਾਲਾ ਦਾਸ ਸਦਾ ਹੀ ਅੰਤਰਜਾਮੀ, ਦੇ ਸ਼ਬਦ ਦਾ ਅਡੋਲ ਭਰੋਸੇ ਨਾਲ ਸਿਮਰਨ ਕਰਦਾ ਹੈ ।

No one in the universe may ever be born with a state of mind to fully comprehend the limit of His Nature. The Omnipresent True Master dwells and always prevails in the water, in, on, under the earth, in sky all time. His true devotee always meditates wholeheartedly on the teachings of His Word; The Omniscient, Axiom True Master.

ਗੁਰੂ ਗ੍ਰੰਥ- Guru Granth - ਭਾਵ ਅਰਥ॥ 481

265.ਮਾਝ ਮਹਲਾ ੫॥ 107-12

ਰੈਣਿ ਸੁਹਾਵੜੀ ਦਿਨਸੁ ਸੁਹੇਲਾ॥ rain suhaavarhee dinas suhaylaa.
ਜਪਿ ਅੰਮ੍ਰਿਤ ਨਾਮੁ ਸੰਤਸੰਗਿ ਮੇਲਾ॥ jap amrit Naam satsang maylaa.
ਘੜੀ ਮੂਰਤ ਸਿਮਰਤ ਪਲ ਵੰਞਹਿ, gharhee moorat simrat pal vanjahi
ਜੀਵਨੁ ਸਫਲੁ ਤਿਥਾਈ ਜੀਉ॥੧॥ jeevan safal tithaa-ee jee-o. ||1||

ਜਿਹੜਾ ਜੀਵ ਬੰਦਗੀ ਕਰਨਵਾਲੇ, ਸੰਤ ਦੀ ਸੰਗਤ ਵਿੱਚ ਆ ਕੇ ਪ੍ਰਭ ਦੇ ਸ਼ਬਦ ਦਾ ਸਿਮਰਨ ਕਰਦਾ, ਗੁਣ ਗਾਉਂਦਾ ਹੈ । ਉਸ ਦਾ ਦਿਨ, ਰਾਤ, ਕੋਈ ਵੀ, ਸਾਰੇ ਸਮੇਂ ਸੁਭਾਗਾਂ ਹੋ ਜਾਂਦੇ ਹਨ! ਜਿਹੜਾ ਇਕ ਪਲ, ਘੜੀ ਵੀ ਆਪ ਪ੍ਰਭ ਦੀ ਸ਼ਰਣ ਵਿੱਚ ਭੇਟਾ ਕਰ ਦੇਂਦਾ ਹੈ, ਸ਼ਬਦ ਦਾ ਸਿਮਰਨ ਕਰਦਾ ਹੈ । ਉਸ ਦਾ ਜੀਵਨ ਸਫਲ ਹੋ ਜਾਂਦਾ ਹੈ, ਮਨ ਵਿੱਚ ਖੇੜਾ ਘਰ ਕਰ ਜਾਂਦਾ ਹੈ ।

Whosoever may join the conjugation of His Holy saint and sings the glory of His Word or meditate on the teachings of His Word; with His mercy and grace, all his days, nights and seasons become fortunate. Whosoever may surrender his self-identity at His Sanctuary; with His mercy and grace, his human life opportunity may be rewarded.

ਸਿਮਰਤ ਨਾਮੁ ਦੋਖ ਸਭਿ ਲਾਥੇ॥ simrat Naam dokh sabh laathay.
ਅੰਤਰਿ ਬਾਹਰਿ ਹਰਿ ਪ੍ਰਭੁ ਸਾਥੇ॥ antar baahar har parabh saathay.
ਭੈ ਭਉ ਭਰਮੁ ਖੋਇਆ ਗੁਰਿ ਪੂਰੈ, bhai bha-o bharam kho-i-aa gur poorai
ਦੇਖਾ ਸਭਨੀ ਜਾਈ ਜੀਉ॥੨॥ daykhaa sabhnee jaa-ee jee- o. ||2||

ਜਿਹੜਾ ਪ੍ਰਭ ਦੇ ਸ਼ਬਦ ਦਾ ਸਿਮਰਨ ਕਰਦਾ, ਉਸ ਦੇ ਅਨੇਕਾਂ ਜਨਮਾਂ ਦੇ ਕੀਤੇ ਪਾਪ ਧੋਤੇ ਜਾਂਦੇ ਹਨ, ਮਨ ਪਵਿੱਤਰ ਹੋ ਜਾਂਦਾ ਹੈ । ਉਸ ਦੇ ਮਨ ਦੇ ਅੰਦਰ, ਸੰਸਾਰਕ ਜੀਵਨ ਵਿੱਚ ਪ੍ਰਭ ਸਦਾ ਹੀ ਸਹਾਈ, ਰਖਵਾਲਾ ਬਣ ਜਾਂਦਾ ਹੈ । ਪ੍ਰਭ ਆਪ ਹੀ ਮਨ ਦੇ ਸਾਰੇ ਡਰ, ਭੁਲੇਖੇ ਦੂਰ ਕਰ ਦੇਂਦਾ ਹੈ । ਉਸ ਦੀ ਆਤਮਾ ਹਰ ਥਾਂ ਪ੍ਰਭ ਦੀ ਹੋਂਦ ਮਹਿਸੂਸ ਕਰਨ ਲਗ ਪੈਂਦੀ ਹੈ ।

Whosoever may meditate wholeheartedly on the teachings of His Word with steady and stable belief; with His mercy and grace, his sins of many previous lives may be forgiven. His soul may be sanctified to become worthy of His Considerations. The True Master may become his true companion and protector. All his fears and suspicions may be eliminated. He may realize His existence prevailing in everything.

ਪ੍ਰਭੁ ਸਮਰਥੁ ਵਡ ਊਚ ਅਪਾਰਾ॥ parabh samrath vad ooch apaaraa.
ਨਉ ਨਿਧਿ ਨਾਮੁ ਭਰੇ ਭੰਡਾਰਾ॥ na-o niDh Naam bharay bhandaaraa.
ਆਦਿ ਅੰਤਿ ਮਧਿ ਪ੍ਰਭੁ ਸੋਈ, aad ant maDh parabh so-ee
ਦੂਜਾ ਲਵੈ ਨ ਲਾਈ ਜੀਉ॥੩॥ doojaa lavai na laa-ee jee-o. ||3||

ਪ੍ਰਭ ਬਹੁਤ ਤਾਕਤਵਰ, ਸਭ ਕੁਝ ਕਰਨ ਦੀ ਸਮਰਥਾ ਰਖਦਾ ਹੈ, ਕੋਈ ਅੰਤ ਨਹੀਂ ਹੈ । ਉਸ ਦੇ ਸ਼ਬਦ ਦੀ ਸੋਝੀ, ਗਿਆਨ ਦੇ ਅਨੇਕਾਂ ਖਜ਼ਾਨੇਂ ਸਦਾ ਹੀ ਭਰੇ ਰਹਿੰਦੇ ਹਨ, ਸਦਾ ਹੀ ਰਹਿਮਤਾਂ ਦਾ ਮੀਂਹ ਵਰਸਦਾ ਰਹਿੰਦਾ ਹੈ । ਜੀਵ ਦੇ ਪੈਦਾ ਹੋਣ ਤੋਂ ਪਹਿਲੇ, ਜੀਵਨ ਵਿੱਚ, ਮੌਤ ਪਿਛੋਂ ਵੀ ਆਪ ਹੀ ਵਾਪਰਦਾ ਹੈ । ਸਭ ਕੁਝ ਅਸਲੀ ਮਾਲਕ ਦਾ ਕੀਤਾ ਹੁੰਦਾ ਹੈ, ਹੋਰ ਕੋਈ ਦੂਸਰਾ ਕਰਨਵਾਲ ਨਹੀਂ ਹੈ ।

The Omnipotent True Master the most powerful and capable of doing everything for His Creation. His treasures of enlightenment of the essence of His Word remains overwhelmed; His Blessings may remain pouring indiscriminately, non-stop rain on His Creation. The True Master may prevail, before the birth, in worldly life and after the death in every event; no one else may exist or without His Blessings.

ਕਰਿ ਕਿਰਪਾ ਮੇਰੇ ਦੀਨ ਦਇਆਲਾ॥ kar kirpaa mayray deen da-i-aalaa.
ਜਾਚਿਕੁ ਜਾਚੈ ਸਾਧ ਰਵਾਲਾ॥ jaachik jaachai saaDh ravaalaa.
ਦੇਹਿ ਦਾਨੁ ਨਾਨਕੁ ਜਨੁ ਮਾਗੈ, deh daan naanak jan maagai
ਸਦਾ ਸਦਾ ਹਰਿ ਧਿਆਈ ਜੀਉ॥ sadaa sadaa har Dhi-aa-ee jee-o.

॥੪॥੩੮॥੪੫॥ ||4||38||45||

ਤਰਸਵਾਨ, ਰਹਿਮਤਾਂ ਦੇ ਮਾਲਕ ਆਪਣੇ ਨਿਮਾਣੇ ਦਾਸ ਤੇ ਰਹਿਮਤ ਬਖਸ਼ੋ! ਸਦਾ ਹੀ ਅਰਦਾਸ ਕਰਦਾ ਹਾ! ਬੰਦਗੀ ਕਰਨਵਾਲੇ ਸੰਤਾਂ ਦੇ ਚਰਨਾਂ ਦੀ ਧੂੜ ਬਖਸ਼ੋ! ਆਪਣਾ ਜੀਵਨ ਉਸ ਦੇ ਜੀਵਨ ਦੇ ਅਧਾਰ ਤੇ ਢਾਲ ਸਕਾ । ਬੰਦਗੀ ਕਰਨਵਾਲੇ ਸਦਾ ਹੀ ਇਕੋ ਇਕ ਅਰਦਾਸ ਕਰਦਾ ਹੈ! ਸਦਾ ਹੀ ਤੇਰੇ ਸ਼ਬਦ ਦੀ ਪਾਲਣਾ ਵਿੱਚ ਲਿਵ ਲਗੀ ਰਹੇ! ਸ਼ਬਦ ਤੇ ਭਰੋਸਾ ਅਡੋਲ ਰਖੋ ।

The Merciful True Master blesses Your humble true devotee. I always pray and humbly beg for the conjugation of Your Holy saint. I may be able to adopt his life experience teachings in my day-to-day life wholeheartedly. His true devotee always prays for His Forgiveness and Refuge! I may remain intoxicated in obeying the teachings of Your Word with steady and stable belief in my day-to-day life.

266.ਮਾਝ ਮਹਲਾ ੫॥ (107-17)

ਐਥੈ ਤੂੰਹੈ ਆਗੈ ਆਪੇ॥	aithai tooNhai aagai aapay.
ਜੀਅ ਜੰਤ੍ਰ ਸਭਿ ਤੇਰੇ ਥਾਪੇ॥	jee-a jantar sabh tayray thaapay.
ਤੁਧੁ ਬਿਨੁ ਅਵਰੁ ਨ ਕੋਈ ਕਰਤੇ,	tuDh bin avar na ko-ee kartay
ਮੈ ਧਰ ਓਟ ਤੁਮਾਰੀ ਜੀਉ॥੧॥	mai Dhar ot tumaaree jee-o. ||1||

ਪ੍ਰਭ ਸੰਸਾਰ ਵਿੱਚ, ਜੀਵ ਦੇ ਜੀਵਨ ਵਿੱਚ, ਮੌਤ ਪਿਛੋਂ ਵੀ ਤੇਰਾ ਭਾਣਾ ਵਾਪਰਦਾ ਹੈ । ਸ੍ਰਿਸ਼ਟੀ ਦੇ ਸਾਰੇ ਜੀਵ ਜੰਤ ਤੇਰੇ ਪੈਦਾ ਕੀਤੇ ਹੋਏ ਹੀ ਹਨ । ਤੇਰੇ ਤੋਂ ਬਿਨਾਂ ਹੋਰ ਕੋਈ ਇਹ ਕੁਝ ਕਰਨ ਦੀ ਸਮਰਥਾ ਨਹੀਂ ਰਖਦਾ । ਤੂੰ ਹੀ ਆਪਣੀ ਸ੍ਰਿਸ਼ਟੀ ਦੇ ਜੀਵਾਂ ਦੀ ਪਾਲਣਾ ਕਰਦਾ, ਰਖਿਆ ਕਰਦਾ ਹੈ ।

The True Master may prevail in the universe, worldly life and after death in His Court. The True Master, Creator of the universe! Your Creation is an expansion of Your Holy Spirit. No one else may be capable to perform all functions of the universe. You nourish and protect of Your Creation.

ਰਸਨਾ ਜਪਿ ਜਪਿ ਜੀਵੈ ਸੁਆਮੀ॥	rasnaa jap jap jeevai su-aamee.
ਪਾਰਬ੍ਰਹਮ ਪ੍ਰਭ ਅੰਤਰਜਾਮੀ॥	paarbarahm parabh antarjaamee.
ਜਿਨਿ ਸੇਵਿਆ ਤਿਨ ਹੀ ਸੁਖੁ ਪਾਇਆ,	jin sayvi-aa tin hee sukh paa-i-aa
ਸੋ ਜਨਮੁ ਨ ਜੂਐ ਹਾਰੀ ਜੀਉ॥੨॥	so janam na joo-ai haaree jee-o. ||2||

ਮੇਰੀ ਜੀਭ ਸ਼ਬਦ ਦਾ ਸਿਮਰਨ ਕਰਦੀ ਦਿਨ ਬਤੀਤ ਕਰਦੀ ਹੈ । ਅੰਤਰਜਾਮੀ ਪ੍ਰਭ ਜੀਵ ਦੇ ਮਨ ਦੀ ਅਵਸਥਾ ਜਾਣਦਾ ਹੈ । ਜਿਹੜਾ ਸ਼ਬਦ ਤੇ ਭਰੋਸਾ ਅਡੋਲ ਰਖਕੇ ਸਿਮਰਨ ਕਰਦਾ ਹੈ, ਉਸ ਨੂੰ ਸੰਤੋਖ ਬਖਸ਼ਿਸ਼ ਹੁੰਦਾ ਹੈ । ਉਸ ਮਾਨਸ ਜਨਮ ਦੀ ਬਾਜੀ ਨਹੀਂ ਹਾਰਦਾ, ਬਿਰਥਾ ਨਹੀਂ ਜਾਂਦਾ ।

My tongue sings the glory and meditates on the teachings of Your Word. The Omniscient, True Master remains aware about the state of mind of every creature. Whosoever may obey the teachings of meditates on Your Word with steady and stable belief; with Your mercy and grace, he may be blessed with peace and contentment in his life. He may not waste his priceless human life.

ਨਾਮੁ ਅਵਖਧੁ ਜਿਨਿ ਜਨ ਤੇਰੈ ਪਾਇਆ॥	naam avkhaDh jin jan tayrai paa-i-aa.
ਜਨਮ ਜਨਮ ਕਾ ਰੋਗੁ ਗਵਾਇਆ॥	janam janam kaa rog gavaa-i-aa.
ਹਰਿ ਕੀਰਤਨੁ ਗਾਵਹੁ ਦਿਨੁ ਰਾਤੀ,	har keertan gaavhu din raatee safal
ਸਫਲ ਏਹਾ ਹੈ ਕਾਰੀ ਜੀਉ॥੩॥	ayhaa hai kaaree jee-o. ||3||

ਜਿਹੜਾ ਬੰਦਗੀ ਕਰਨਵਾਲਾ ਸ਼ਬਦ ਨੂੰ ਮਨ ਦੇ ਸਭ ਰੋਗਾਂ ਦੀ ਦਿਵਾਈ ਮੰਨਦਾ, ਮਨ ਵਿੱਚ ਵਸਾਉਂਦਾ ਹੈ । ਉਸ ਦੇ ਮਨ ਦੀ ਅਵਸਥਾ, ਸੰਸਾਰਕ ਇੱਛਾਂ ਦੀ ਪਹੁੰਚ ਤੋਂ ਉੱਪਰ ਰਹਿੰਦੀ ਹੈ, ਮਨ ਇੱਛਾਂ ਰਹਿਤ ਹੋ ਜਾਂਦਾ ਹੈ । ਉਹ ਦਿਨ ਰਾਤ ਪ੍ਰਭ ਦੇ ਸ਼ਬਦ ਦਾ ਸਿਮਰਨ, ਕੀਰਤਨ ਗਾਉਂਦਾ ਹੈ, ਇਹ ਹੀ ਜੀਵਨ ਦਾ ਧੰਦਾ ਬਣ ਜਾਂਦਾ ਹੈ ।

Whosoever may believe the teachings of His Word may be the cure of all miseries of worldly desires; he may remain drenched with the essence of His Word. His state of mind may remain beyond the reach of worldly desires, miseries.; he may become worry-free. He may sing the glory and meditates on the teachings of His Word as the only purpose of his human life journey.

ਦ੍ਰਿਸਟਿ ਧਾਰਿ ਅਪਨਾ ਦਾਸੁ ਸਵਾਰਿਆ॥	darisat Dhaar apnaa daas savaari-aa.
ਘਟ ਘਟ ਅੰਤਰਿ	ghat ghat antar
ਪਾਰਬ੍ਰਹਮੁ ਨਮਸਕਾਰਿਆ॥	paarbarahm namaskaari-aa.
ਇਕਸੁ ਵਿਣੁ ਹੋਰੁ ਦੂਜਾ ਨਾਹੀ ਬਾਬਾ,	ikas vin hor doojaa naahee baabaa
ਨਾਨਕ ਇਹ ਮਤਿ ਸਾਰੀ ਜੀਉ॥੪॥੩੯॥੪੬	naanak ih mat saaree jee-o. ॥4॥39॥46॥

ਪ੍ਰਭ ਆਪ ਹੀ ਰਹਿਮਤ ਬਖਸ਼ਕੇ ਆਪਣੇ ਦਾਸ ਦਾ ਭਰੋਸਾ ਸ਼ਬਦ ਤੇ ਅਡੋਲ ਰਖਦਾ ਹੈ । ਉਸ ਦਾ ਦਾਸ, ਨਿਮ੍ਰਤਾ ਨਾਲ ਸ਼ਬਦ ਦਾ ਸਿਮਰਨ, ਪੂਜਾ ਕਰਦਾ, ਗੁਣ ਗਾਉਂਦਾ ਹੈ । ਪ੍ਰਭ ਤੋਂ ਬਿਨਾਂ ਹੋਰ ਕੋਈ ਸ੍ਰਿਸ਼ਟੀ ਨੂੰ ਪੈਦਾ, ਪਾਲਣਾ, ਰਖਿਆ ਨਹੀਂ ਕਰ ਸਕਦਾ ਹੈ । ਮਨ ਵਿੱਚ ਸ਼ਬਦ, ਦੇ ਇਸ ਤੱਤ ਤੇ ਭਰੋਸਾ ਅਡੋਲ ਕਰਨਾ ਹੀ ਸਭ ਤੋਂ ਵਡੀ ਸਿਆਣਪ, ਸ਼ਬਦ ਦੀ ਸੋਝੀ ਹੈ ।

The Merciful True Master may maintain the belief of His true devotee steady and stable on the essence of His Word. His true devotee humbly meditates on the teachings of His Word, worships, and sings the glory of His Word. No one else can create or nourish and protect His creatures. To keeping a steady and stable belief on this essence of His Word may be greatest wisdom; the enlightenment of the essence His Word.

267.ਮਾਝ ਮਹਲਾ ੫॥ (108-4)

ਮਨੁ ਤਨੁ ਰਤਾ ਰਾਮ ਪਿਆਰੇ॥	man, tan rataa raam pi-aaray.
ਸਰਬਸੁ ਦੀਜੈ ਅਪਨਾ ਵਾਰੇ॥	sarbas deejai apnaa vaaray.
ਆਠ ਪਹਰ ਗੋਵਿੰਦ ਗੁਣ ਗਾਈਐ,	aath pahar govind gun gaa-ee-ai
ਬਿਸਰੁ ਨ ਕੋਈ ਸਾਸਾ ਜੀਉ॥੧॥	bisar na ko-ee saasaa jee-o. ॥1॥

ਮੇਰਾ ਮਨ, ਤਨ, ਪ੍ਰਭ ਵਿਛੋੜੇ ਦੇ ਵਿਰਾਗ ਵਿੱਚ ਲੀਨ ਹੈ, ਮੇਰੇ ਮਨ ਵਿੱਚ ਸ਼ਬਦ ਦੀ ਸੋਝੀ ਰਚੀ ਹੋਈ ਹੈ । ਬੰਦਗੀ ਕਰਨਵਾਲਾ, ਆਪਣਾ ਤਨ, ਮਨ, ਸਭ ਕੁਝ ਤੇਰੇ ਲੇਖੇ ਲਾਈ ਰਖਦਾ ਹੈ । ਪ੍ਰਭ ਦੇ ਸ਼ਬਦ ਦਾ ਸਿਮਰਨ ਕਰੋ । ਇਕ ਵੀ ਸਵਾਸ ਪ੍ਰਭ ਦੇ ਸ਼ਬਦ ਦੇ ਸਿਮਰਨ ਤੋਂ ਬਿਨਾਂ ਬਿਰਥਾ ਨਾ ਜਾਵੇ ।

My mind remains in renunciation in the memory of my separation from Your Holy Spirit. I remain drenched with the essence of Your Word within. I have humbly surrendered my body, mind, and worldly status at Your service. You should day and night meditate on the teachings of His Word; you should not waste even one breath without singing the glory of His Word.

ਸੋਈ ਸਾਜਨ ਮੀਤੁ ਪਿਆਰਾ॥	so-ee saajan meet pi-aaraa.
ਰਾਮ ਨਾਮੁ ਸਾਧਸੰਗਿ ਬੀਚਾਰਾ॥	raam Naam saaDhsang beechaaraa.
ਸਾਧੂ ਸੰਗਿ ਤਰੀਜੈ ਸਾਗਰੁ,	saaDhoo sang tareejai saagar
ਕਟੀਐ ਜਮ ਕੀ ਫਾਸਾ ਜੀਉ॥੨॥	katee-ai jam kee faasaa jee-o. ॥2॥

ਪ੍ਰਭ ਹੀ ਬੰਦਗੀ ਕਰਨਵਾਲੇ ਦਾ ਸਾਥੀ, ਅਸਲੀ ਮਿੱਤਰ, ਸਬੰਧੀ, ਭਾਈ ਹੁੰਦਾ ਹੈ । ਉਹ ਸੰਗਤ ਵਿੱਚ ਰਲਕੇ ਸ਼ਬਦ ਦਾ ਹੀ ਸਿਮਰਨ, ਵਿਚਾਰ ਕਰਦੇ, ਗੁਣ ਗਾਉਂਦਾ ਹੈ । ਜਿਹੜਾ ਸੰਤਾਂ ਦੇ ਜੀਵਨ ਨੂੰ ਅਧਾਰ ਬਣਾਕੇ ਆਪਣਾ ਜੀਵਨ ਢਾਲਦਾ ਹੈ, ਉਹ ਪ੍ਰਭ ਦੇ ਦਰਬਾਰ ਵਿੱਚ ਪ੍ਰਵਾਨਗੀ ਦੇ ਰਸਤੇ ਤੇ ਅਡੋਲ ਹੋ ਜਾਂਦਾ ਹੈ । ਪ੍ਰਭ ਆਪਣੀ ਰਹਿਮਤ ਨਾਲ ਉਸ ਦਾ ਜਨਮ ਮਰਨ ਦਾ ਚੱਕਰ ਖਤਮ ਕਰ ਦੇਂਦਾ ਹੈ ।

The True Master remains a true friend, companion, brother of His true devotee. His true devotee may join the congregation of His Holy saint, meditates, and sings the glory of His Word. Whosoever may adopt the life experience of His Holy saint in his day-to-day life; with His mercy and grace, he may be blessed with the right path of acceptance in His Court. The True Master may eliminate his cycle of birth and death.

ਚਾਰਿ ਪਦਾਰਥ ਹਰਿ ਕੀ ਸੇਵਾ॥	chaar padaarath har kee sayvaa.
ਪਾਰਜਾਤੁ ਜਪਿ ਅਲਖ ਅਭੇਵਾ॥	Paarjaat jap alakh abhayvaa.
ਕਾਮੁ ਕ੍ਰੋਧੁ ਕਿਲਬਿਖ ਗੁਰਿ ਕਾਟੇ,	Kaam kroDh kilbikh gur kaatay
ਪੂਰਨ ਹੋਈ ਆਸਾ ਜੀਉ॥੩॥	pooran ho-ee aasaa jee-o. ||3||

ਜਿਹੜੇ ਚਾਰ ਪਦਾਰਥ ਪਾਉਣ ਲਈ ਜੀਵ ਸੰਸਾਰ ਵਿੱਚ ਆਉਂਦਾ ਹੈ । ਉਹ ਪ੍ਰਭ ਦੇ ਸ਼ਬਦ ਦੀ ਅਡੋਲ ਭਰੋਸੇ ਨਾਲ ਪਾਲਣਾ ਕਰਨ ਨਾਲ ਬਖਸ਼ਿਸ਼ ਹੋ ਸਕਦੇ ਹਨ । ਪ੍ਰਭ ਦਾ ਸ਼ਬਦ ਹੀ ਇੱਛਾਂ ਪੂਰੀਆਂ ਕਰਨਵਾਲਾ ਬ੍ਰਿਛ ਹੈ । ਨਾ ਦੇਖੇ, ਜਾਣੇ ਜਾਣ ਵਾਲੇ ਦੇ ਸ਼ਬਦ ਦੀ ਪਾਲਣਾ ਨਾਲ ਹੀ ਰਹਿਮਤ ਬਖਸ਼ਿਸ਼ ਹੁੰਦੀ ਹੈ । ਜਿਸ ਤੇ ਰਹਿਮਤ ਦੀ ਨਜ਼ਰ ਬਖਸ਼ਦਾ ਹੈ, ਉਸ ਦੇ ਮਨ ਦੇ ਬੁਰੇ ਖਿਆਲ, ਮੰਦੇ ਕੰਮਾਂ, ਪਾਪਾਂ, ਕਾਮਵਾਸਨਾ, ਕਰੋਧ ਤੇ ਜਿੱਤ ਬਖਸ਼ਦਾ ਹੈ, ਮਨ ਦੀਆਂ ਇੱਛਾਂ ਪੂਰੀਆਂ ਕਰ ਦੇਂਦਾ ਹੈ ।

The true purpose of human life opportunity to conquer three virtues of worldly wealth to sanctify your soul to become worth of His Consideration. All four virtues may only be blessed by meditating and adopting the teachings of His Word in day-to-day life. The enlightenment of the essence of His Word may be an Elysian tree, the tree of fulfilling all spoken and unspoken desires. Whosoever may meditate on the teachings of His Word; The axiom, Omniscient, beyond seeing, understandings and reach. The gracious and merciful True Master may bestow His Blessed Vision to eliminate all evil deeds of mind and to bless a victory on his sexual desires, anger, and urge to do evil deeds. All his spoken and unspoken desires may be satisfied.

ਪੂਰਨ ਭਾਗ ਭਏ ਜਿਸੁ ਪ੍ਰਾਣੀ॥	pooran bhaag bha-ay jis paraanee.
ਸਾਧਸੰਗਿ ਮਿਲੇ ਸਾਰੰਗਪਾਣੀ॥	saaDhsang milay saarangpaanee.
ਨਾਨਕ ਨਾਮੁ ਵਸਿਆ ਜਿਸੁ ਅੰਤਰਿ,	Naanak Naam vasi-aa jis antar
ਪਰਵਾਣੁ ਗਿਰਸਤ ਉਦਾਸਾ ਜੀਉ॥੪॥੪੦॥੪੭	parvaan girsat udaasaa jee-o. 4||40||47

ਜਿਸ ਦੇ ਵਡੇ ਭਾਗ ਹੁੰਦੇ ਹਨ, ਉਸ ਨੂੰ ਹੀ ਬੰਦਗੀ ਕਰਨਵਾਲੇ ਸੰਤ ਦੀ ਸੰਗਤ ਨਸੀਬ ਹੁੰਦੀ ਹੈ । ਜਿਸ ਦੇ ਮਨ ਵਿੱਚ ਪ੍ਰਭ ਦਾ ਸ਼ਬਦ ਵਸ ਜਾਂਦਾ ਹੈ । ਉਸ ਦੀ ਸ਼ਬਦ ਦੀ ਕਮਾਈ ਪ੍ਰਭ ਦੇ ਪ੍ਰਵਾਨ ਹੋ ਜਾਂਦੀ ਹੈ । ਭਾਵੇਂ ਉਹ ਪਰਿਵਾਰ ਵਿੱਚ, ਗ੍ਰਿਸਤੀ ਵਿੱਚ, ਸੰਨਿਆਸੀ ਜੰਗਲਾਂ ਵਿੱਚ ਰਹਿੰਦਾ ਹੋਵੇ ।

Whosoever may have a great prewritten destiny, only he may be blessed with the conjugation of His Holy saint. Whosoever may remain drenched with the essence of His Word, his meditation, earnings of His Word may be accepted in His Court. He may be a family person, saint, a hermit in forest, in temples or a royal kingdom or throne.

268.ਮਾਝ ਮਹਲਾ ੫॥ (108-9)

ਸਿਮਰਤ ਨਾਮੁ ਰਿਦੈ ਸੁਖੁ ਪਾਇਆ॥	simrat Naam ridai sukh paa-i-aa.
ਕਰਿ ਕਿਰਪਾ ਭਗਤੀ ਪ੍ਰਗਟਾਇਆ॥	kar kirpaa bhagteeN paragtaa-i-aa.
ਸੰਤਸੰਗਿ ਮਿਲਿ ਹਰਿ ਹਰਿ ਜਪਿਆ,	satsang mil har har japi-aa
ਬਿਨਸੇ ਆਲਸ ਰੋਗਾ ਜੀਉ॥੧॥	binsay aalas rogaa jee-o. ||1||

ਜਿਹੜਾ ਸ਼ਬਦ ਦਾ ਸਿਮਰਨ, ਸ਼ਬਦ ਦੀ ਪਾਲਣਾ ਕਰਦਾ ਹੈ, ਉਸ ਦੇ ਮਨ ਵਿੱਚ ਸੰਤੋਖ ਵਸ ਜਾਂਦਾ ਹੈ । ਪ੍ਰਭ ਦੀ ਰਹਿਮਤ ਨਾਲ ਉਸ ਜੀਵ ਦੀ ਸੰਸਾਰ ਵਿੱਚ ਵੀ ਸੋਭਾ ਬਣ ਜਾਂਦੀ ਹੈ । ਜਿਹੜਾ ਬੰਦਗੀ ਕਰਨਵਾਲੇ ਸੰਤਾਂ ਦੀ ਸੰਗਤ ਕਰਕੇ, ਸ਼ਬਦ ਦਾ ਸਿਮਰਨ ਕਰਦਾ ਹੈ! ਉਸ ਦੇ ਮਨ ਦੀ ਆਲਸ ਦੂਰ ਹੋ ਜਾਂਦੀ ਹੈ ।

Whosoever may meditate and obeys the teachings of His Word with steady and stable belief; with His mercy and grace, he may be blessed with a peace and contentment in his life. He may be honored in his worldly life also. Whosoever may join the congregation of His Holy saint and meditates wholeheartedly on the teachings of His Word; with His mercy and grace, all his evil thoughts and laziness may be eliminated from his mind; he may be rejuvenated with new hopes and excitements.

ਜਾ ਕੈ ਗ੍ਰਿਹਿ ਨਵ ਨਿਧਿ ਹਰਿ ਭਾਈ॥	jaa kai garihi nav niDh har bhaa-ee.
ਤਿਸੁ ਮਿਲਿਆ ਜਿਸੁ ਪੁਰਬ ਕਮਾਈ॥	tis mili-aa jis purab kamaa-ee.
ਗਿਆਨ ਧਿਆਨ ਪੂਰਨ ਪਰਮੇਸੁਰ,	gi-aan Dhi-aan pooran parmaysur
ਪ੍ਰਭੁ ਸਭਨਾ ਗਲਾ ਜੋਗਾ ਜੀਉ॥੨॥	parabh sabhnaa galaa jogaa jee-o. ||2||

ਜਿਹੜੇ ਜੀਵ ਨੂੰ ਆਪਣੇ ਪਿਛਲੇ ਜਨਮ ਦੇ ਕੀਤੇ ਚੰਗੇ ਕੰਮਾਂ ਕਰਕੇ ਰਹਿਮਤ ਦੀ ਨਜ਼ਰ ਬਖਸ਼ਿਸ਼ ਹੁੰਦੀ ਹੈ । ਉਸ ਦੇ ਮਨ ਵਿੱਚ ਸ਼ਬਦ ਦੀ ਸੋਝੀ ਦੇ ਅਨੇਕਾਂ ਖਜ਼ਾਨੇਂ ਭਰ ਜਾਂਦੇ ਹਨ । ਪ੍ਰਭ ਹੀ ਸੋਝੀ, ਸੁਰਤੀ, ਜਾਗਰਤੀ ਦਾ ਦਾਤਾ, ਸਭ ਕੁਝ ਕਰਨ ਦੀ ਸਮਰਥਾ ਵਾਲਾ ਅਟਲ ਮਾਲਕ ਹੈ ।

Whosoever may be bestowed with His blessed Vision as a reward of deeds of his previous lives. He may remain overwhelmed with many treasures of enlightenment within his mind. The One and Only One, Omnipotent True Master, treasure of all enlightenment! He has the capability to accomplish everything; nothing may be beyond His reach.

ਖਿਨ ਮਹਿ ਥਾਪਿ ਉਥਾਪਨਹਾਰਾ॥	khin meh thaap uthaapanhaaraa.
ਆਪਿ ਇਕੰਤੀ ਆਪਿ ਪਸਾਰਾ॥	aap ikantee aap pasaaraa.
ਲੇਪੁ ਨਹੀ ਜਗਜੀਵਨ ਦਾਤੇ,	layp nahee jagjeevan daatay
ਦਰਸਨ ਡਿਠੇ ਲਹਨਿ ਵਿਜੋਗਾ ਜੀਉ॥੩॥	darsan dithay lahan vijogaa jee-o. ||3||

ਪ੍ਰਭ ਇਕ ਪਲ ਵਿੱਚ ਹੀ ਕਿਸੇ ਨੂੰ ਬਣਾ ਦੇਂਦਾ, ਢਾਹ ਦੇਂਦਾ ਹੈ । ਉਹ ਆਪ ਹੀ ਇਕੋ ਇਕ, ਆਪ ਹੀ ਅਨੇਕਾਂ ਜੀਵਾਂ ਵਿੱਚ ਵੀ ਵਸਦਾ ਹੈ । ਸ੍ਰਿਸ਼ਟੀ ਦੇ ਸਵਾਸਾਂ ਦੇ ਮਾਲਕ ਦੇ ਸ਼ਬਦ ਨੂੰ ਕਦੇ ਮੈਲ ਨਹੀਂ ਲਗਦੀ । ਪ੍ਰਭ ਦੀ ਰਹਿਮਤ ਨਾਲ ਇਕ ਪਲ ਵਿੱਚ ਹੀ ਸਾਰੇ ਦੁਖ, ਭਟਕਣਾਂ ਦੂਰ ਹੋ ਜਾਂਦੀਆਂ ਹਨ । ਇਸ ਸ਼ਬਦ ਰੂਪੀ ਜਹਾਜ਼ ਦੀ, ਪਹਿਲੇ ਲਿਖੇ ਭਾਗਾਂ ਨਾਲ ਹੀ ਬਖਸ਼ਿਸ਼ ਹੁੰਦਾ ਹੈ ।

The True Master may create or destroys everything in a twinkle of eyes. The One and Only One prevails and dwells in each creature. The True Master, owner of all breaths of the universe; His Word may never be blemished by worldly desires. The Merciful may eliminate all sorrows of the worldly desires in a twinkle of eyes. Whosoever may have a great prewritten destiny; only he may be blessed with such a rescue ship in his worldly life.

ਅੰਚਲਿ ਲਾਇ ਸਭ ਸਿਸਟਿ ਤਰਾਈ॥	anchal laa-ay sabh sisat taraa-ee.
ਆਪਣਾ ਨਾਉ ਆਪਿ ਜਪਾਈ॥	aapnaa naa-o aap japaa-ee.
ਗੁਰ ਬੋਹਿਥੁ ਪਾਇਆ ਕਿਰਪਾ ਤੇ,	gur bohith paa-i-aa kirpaa tay
ਨਾਨਕ ਧੁਰਿ ਸੰਜੋਗਾ ਜੀਉ॥੪॥੪੧॥੪੮॥	naanak Dhur sanjogaa jee-o. ||4||41||48||

ਪ੍ਰਭ ਦੇ ਸ਼ਬਦ ਦੇ ਲੜ ਲਗਕੇ ਸਾਰੇ ਸ੍ਰਿਸ਼ਟੀ ਦੇ ਜੀਵ ਹੀ ਪਾਰ ਹੋ ਸਕਦੇ ਹਨ । ਪ੍ਰਭ ਆਪ ਹੀ ਰਹਿਮਤ ਬਖਸ਼ਕੇ, ਆਪਣੇ ਜੀਵਾਂ ਨੂੰ ਸ਼ਬਦ ਦੀ ਪਾਲਣਾ ਤੇ ਲਾਉਂਦਾ ਹੈ, ਪ੍ਰਭ ਦੇ ਸ਼ਬਦ ਦੀ ਸੋਝੀ ਪਾਉਂਦਾ ਹੈ ।

Whosoever may meditate on the teachings of His Word with steady and stable belief; with His mercy and grace, all may be blessed with the right path of acceptance in His Court. The True Master blesses devotion to meditate to His true devotee; he may be blessed with the enlightenment.

269.ਮਾਝ ਮਹਲਾ ੫॥ (108-14)

ਸੋਈ ਕਰਣਾ ਜਿ ਆਪਿ ਕਰਾਏ॥	so-ee karnaa je aap karaa-ay.
ਜਿਥੈ ਰਖੈ ਸਾ ਭਲੀ ਜਾਏ॥	jithai rakhai saa bhalee jaa-ay.
ਸੋਈ ਸਿਆਣਾ ਸੋ ਪਤਿਵੰਤਾ,	So-ee si-aanaa so pativantaa
ਹੁਕਮੁ ਲਗੈ ਜਿਸੁ ਮੀਠਾ ਜੀਉ॥੧॥	hukam lagai jis meethaa jee-o. ||1||

ਸੰਸਾਰਕ ਜੀਵ ਉਹ ਕੁਝ ਹੀ ਕਰ ਸਕਦਾ ਹੈ, ਜੋ ਪ੍ਰਭ ਉਸ ਤੋਂ ਕਰਵਾਉਂਦਾ ਹੈ । ਜਿੱਥੇ ਪ੍ਰਭ ਉਸ ਨੂੰ ਰਖਦਾ, ਸੰਸਾਰਕ ਜੀਵ ਵਾਸਤੇ ਉਹ ਅਵਸਥਾ, ਹਾਲਤ ਹੀ ਭਲੀ ਹੁੰਦੀ ਹੈ । ਜਿਹੜਾ ਪ੍ਰਭ ਦੇ ਬਖਸ਼ੇ ਵਿੱਚ ਅਨੰਦ, ਖੇੜੇ ਵਿੱਚ ਰਹਿੰਦਾ ਹੈ । ਉਹ ਹੀ ਸਿਆਣਪ, ਸੋਭਾ ਵਾਲਾ, ਪ੍ਰਭ ਦਾ ਦਾਸ ਹੁੰਦਾ ਹੈ ।

Worldly creature may only be assigned task with His Blessings. Only His blessed, worldly environment, may be the best for His true devotee. Whosoever may remain contented and blossom with his own worldly environment. He may be wisest and honorable His true devotee.

ਸਭ ਪਰੋਈ ਇਕਤੁ ਧਾਗੈ॥ sabh paro-ee ikat Dhaagai.
ਜਿਸੁ ਲਾਇ ਲਏ ਸੋ ਚਰਣੀ ਲਾਗੈ॥ jis laa-ay la-ay so charnee laagai.
ਊਂਧ ਕਵਲੁ ਜਿਸੁ ਹੋਇ ਪ੍ਰਗਾਸਾ, ooNDh kaval jis ho-ay pargaasaa
ਤਿਨਿ ਸਰਬ ਨਿਰੰਜਨੁ ਡੀਠਾ ਜੀਉ॥੨॥ tin sarab niranjan deethaa jee-o. ||2||

ਪ੍ਰਭ ਸਾਰੀ ਸ੍ਰਿਸ਼ਟੀ ਦੇ ਜੀਵਾਂ ਨੂੰ ਇਕੋ ਡੋਰੀ ਦੇ ਧਾਗੇ ਵਿੱਚ ਪਰੋਂਦਾ ਹੈ । ਜਿਸ ਤੇ ਰਹਿਮਤ ਬਖਸ਼ਦਾ ਹੈ, ਉਸ ਨੂੰ ਆਪਣੇ ਚਰਨਾਂ, ਸ਼ਰਣ ਵਿੱਚ ਸ਼ਬਦ ਦੇ ਲੜ ਲਾਉਂਦਾ ਹੈ । ਉਸ ਦਾਸ ਦੇ ਮਨ ਦਾ ਕਮਲ ਦਾ ਫੁੱਲ ਖੇੜੇ ਵਿੱਚ ਰਹਿੰਦਾ ਹੈ! ਉਸ ਵਿੱਚ ਪ੍ਰਭ ਦੀ ਜੋਤ ਜਾਗਰਤ, ਸ਼ਬਦ ਦਾ ਨੂਰ ਚਮਕਦਾ ਹੈ ।

The True Master has stringed all humans, creatures in same thread of His rosary. Whosoever may be bestowed with His Blessed Vision, he may be blessed with devotion to meditate on the teachings of His Word. He may be accepted in His Sanctuary. The lotus flower of his mind may be blossomed in his worldly conditions. The spiritual glow of His Word may shine on his forehead.

ਤੇਰੀ ਮਹਿਮਾ ਤੂੰਹੈ ਜਾਣਹਿ॥ tayree mahimaa tooNhai jaaneh. apnaa
ਅਪਣਾ ਆਪੁ ਤੂੰ ਆਪਿ ਪਛਾਣਹਿ॥ aap tooN aap pachhaaneh.
ਹਉ ਬਲਿਹਾਰੀ ਸੰਤਨ ਤੇਰੇ, ha-o balihaaree santan tayray
ਜਿਨਿ ਕਾਮੁ ਕ੍ਰੋਧੁ ਲੋਭੁ ਪੀਠਾ ਜੀਉ॥੩॥ jin kaam kroDh lobh peethaa jee-o. ||3||

ਪ੍ਰਭ ਆਪਣੀ ਮਹਿਮਾਂ, ਵਡਿਆਈ ਆਪ ਹੀ ਜਾਣਦਾ ਹੈ । ਆਪ ਹੀ ਆਪਣੇ ਆਪ ਨੂੰ ਜਾਣਦਾ, ਪਛਾਣਦਾ ਹੈ । ਪ੍ਰਭ ਤੇਰੇ ਸੰਤ ਤੋਂ ਕੁਰਬਾਨ ਜਾਵਾਂ! ਜਿਸ ਨੇ ਕਾਮਵਾਸਨਾ, ਕਰੋਧ, ਲਾਲਚ ਨੂੰ ਪਿਠ ਦਿੱਤੀ ਹੈ, ਜਿੱਤ ਪਾਈ ਹੈ ।

The One and Only One, Omniscient True Master may comprehend His Own greatness, the limits of His virtues. Only He may know the state of His Nature. I remain fascinated from state of mind, of His true devotee. Who has conquered his own worldly desire, has become desire less?

ਤੂੰ ਨਿਰਵੈਰੁ ਸੰਤ ਤੇਰੇ ਨਿਰਮਲ॥ tooN nirvair santtayray nirmal.
ਜਿਨ ਦੇਖੇ ਸਭ ਉਤਰਹਿ ਕਲਮਲ॥ jin daykhay sabh utreh kalmal.
ਨਾਨਕ ਨਾਮੁ ਧਿਆਇ ਧਿਆਇ ਜੀਵੈ, naanak Naam Dhi-aa-ay Dhi-aa-ay jeevai
ਬਿਨਸਿਆ ਭ੍ਰਮੁ ਭਉ ਧੀਠਾ ਜੀਉ॥ binsi-aa bharam bha-o Dheethaa jee-o.
੪॥੪੨॥੪੯॥ ||4||42||49||

ਪ੍ਰਭ ਵੈਰ, ਵਿਰੋਧ ਤੋਂ ਰਹਿਤ ਹੈ, ਪ੍ਰਭ ਦੇ ਸੰਤਾਂ ਦਾ ਮਨ ਵੀ ਪਵਿੱਤਰ ਰਹਿੰਦਾ ਹੈ । ਜਿਹੜਾ ਸੰਤਾ ਦੇ ਜੀਵਨ ਦੀ ਸਿਖਿਆਂ ਨਾਲ ਜੀਵਨ ਢਾਲਦਾ ਹੈ, ਉਸ ਦੇ ਮਨ ਦੇ ਪਾਪ ਧੋਤੇ ਜਾਂਦੇ ਹਨ । ਬੰਦਗੀ ਕਰਨਵਾਲਾ ਦਾਸ ਸ਼ਬਦ ਦਾ ਸਿਮਰਨ ਕਰਦਾ, ਜੀਵਨ ਬਤੀਤ ਕਰਦਾ ਹੈ । ਉਸ ਦੇ ਅੜੀਅਲ ਮਨ ਦੇ ਸਾਰੇ ਭਰਮ ਭੁਲੇਖੇ ਨਾਸ, ਦੂਰ ਹੋ ਜਾਂਦੇ ਹਨ ।

The True Master remain beyond any jealousy or enmity on any kind with anyone. The soul of Your Holy saint remains sanctified and blemish-free. Whosoever may adopt the life experience teachings of His Holy saint in his own day to day life; with His mercy and grace, all his sins of previous lives may be forgiven. He may remain intoxicated in meditation in his human life journey. All suspicions of his stubborn mind may be eliminated. He may become humble as the dust of feet of His Holy saint.

270.ਮਾਂਝ ਮਹਲਾ ੫॥ (109-1)

ਝੂਠਾ ਮੰਗਣੁ ਜੇ ਕੋਈ ਮਾਗੈ॥ jhoothaa mangan jay ko-ee maagai.
ਤਿਸ ਕਉ ਮਰਤੇ ਘੜੀ ਨ ਲਾਗੈ॥ tis ka-o martay gharhee na laagai.
ਪਾਰਬ੍ਰਹਮੁ ਜੋ ਸਦ ਹੀ ਸੇਵੈ, paarbarahm jo sad hee sayvai
ਸੋ ਗੁਰ ਮਿਲਿ ਨਿਹਚਲੁ ਕਹਣਾ॥੧॥ so gur mil nihchal kahnaa. ||1||

ਜਿਹੜੇ ਤੇਰੇ ਦਰ ਤੋਂ ਥੋੜ੍ਹਾ ਸਮਾਂ ਰਹਿਣ ਵਾਲਾ ਅਨੰਦ, ਖੁਸ਼ੀਆਂ ਮੰਗਦਾ ਹੈ! ਉਸ ਦੇ ਮਨ ਦਾ ਭਰੋਸਾ ਥੋੜ੍ਹੇ ਸਮੇਂ ਵਿੱਚ ਹੀ ਡੋਲ ਜਾਂਦਾ ਹੈ । ਜਿਹੜੇ ਪ੍ਰਭ ਦੇ ਸ਼ਬਦ ਦੀ ਸਦਾ ਹੀ ਪਾਲਣਾ, ਸਿਮਰਨ ਕਰਦਾ ਹੈ । ਉਸ ਨੂੰ ਪ੍ਰਭ ਅਮਰ ਅਵਸਥਾ ਬਖਸ਼ਦਾ ਹੈ ।

Whosoever may pray for short-lived worldly pleasures and happiness; his belief may never remain steady and stable on one path. He may wander from shrine to shrine, guru to guru to find peace of mind. Whosoever may meditate and obey the teachings of His Word with steady and stable belief; with His mercy and grace, he may be blessed with the right path of acceptance in His Court; immortal state of mind.

ਪ੍ਰੇਮ ਭਗਤਿ ਜਿਸ ਕੈ ਮਨਿ ਲਾਗੀ॥ paraym bhagat jis kai man laagee.
ਗੁਣ ਗਾਵੈ ਅਨਦਿਨੁ ਨਿਤਿ ਜਾਗੀ॥ gun gaavai an-din nit jaagee.
ਬਾਹ ਪਕੜਿ ਤਿਸੁ ਸੁਆਮੀ ਮੇਲੈ, baah pakarhtis su-aamee maylai
ਜਿਸ ਕੈ ਮਸਤਕਿ ਲਹਣਾ॥੨॥ jis kai mastak lahnaa. ||2||

ਜਿਸ ਦੇ ਮਨ ਵਿੱਚ ਪ੍ਰਭ ਦੇ ਵਿਛੋੜੇ ਦਾ ਵਿਰਾਗ ਭਰਿਆ ਰਹਿੰਦਾ ਹੈ! ਉਸ ਦੇ ਮਨ ਵਿੱਚ ਸ਼ਬਦ ਦੀ ਲਗਨ ਲਗੀ ਰਹਿੰਦੀ ਹੈ । ਜਿਸ ਦੇ ਭਾਗਾਂ ਵਿੱਚ ਪਹਿਲੇ ਹੀ ਲਿਖਿਆ ਹੁੰਦਾ ਹੈ! ਉਹ ਦਿਨ ਰਾਤ ਸੁਚੇਤ, ਜਾਗਰਤ ਹੋਏ, ਸ਼ਬਦ ਦਾ ਸਿਮਰਨ ਕਰਦਾ, ਗੁਣ ਗਾਉਂਦਾ ਹੈ । ਉਸ ਨੂੰ ਪ੍ਰਭ ਆਪ ਹੀ ਰਹਿਮਤ ਬਖਸ਼ਕੇ ਸ਼ਬਦ ਦੀ ਪਾਲਣਾ ਵਿੱਚ ਅਡੋਲ ਰਖਦਾ, ਪ੍ਰਵਾਨਗੀ ਦੇ ਰਸਤੇ ਤੇ ਪਾਉਂਦਾ ਹੈ ।

Whosoever may remain overwhelmed, in renunciation in the memory of his separation from His Holy Spirit; with His mercy and grace, he may remain attached to devotional meditation on the teachings of His Word. Whosoever may have a great prewritten destiny, only he may remain awake and alert in devotional meditation. He may sing the glory of His Word Day and night. He may remain awake and alert. The Merciful True Master may keep him steady and stable on the right path of salvation.

ਚਰਨ ਕਮਲ ਭਗਤਾਂ ਮਨਿ ਵੁਠੇ॥ charan kamal bhagtaaN man vuthay.
ਵਿਣੁ ਪਰਮੇਸਰ ਸਗਲੇ ਮੁਠੇ॥ vin parmaysar saglay muthay.
ਸੰਤ ਜਨਾਂ ਕੀ ਧੂੜਿ ਨਿਤ ਬਾਂਛਹਿ, sant janaaN kee Dhoorh nit baaNchheh
ਨਾਮੁ ਸਚੇ ਕਾ ਗਹਣਾ॥੩॥ naam Sachay kaa gahnaa. ||3||

ਦਾਸ ਦੇ ਮਨ ਵਿੱਚ ਸ਼ਬਦ ਵਸਦਾ ਹੈ । ਉਸ ਦਾ ਜੀਵਨ ਸ਼ਬਦ ਅਨੁਸਾਰ ਬਣ ਜਾਂਦਾ ਹੈ । ਪ੍ਰਭ ਦੇ ਸ਼ਬਦ ਦੀ ਪਾਲਣਾ ਤੋਂ ਬਿਨਾਂ ਉਸ ਨੂੰ ਜੀਵਨ ਬਿਰਥਾ ਹੀ ਮਹਿਸੂਸ ਹੁੰਦਾ ਹੈ । ਮਾਨਸ ਜੀਵਨ ਦਾ ਹੋਰ ਕੋਈ ਮੰਤਵ ਨਹੀਂ ਹੁੰਦਾ । ਪ੍ਰਭ ਦਾ ਦਾਸ ਸਦਾ ਹੀ ਰਹਿਮਤ ਦੀ ਅਰਦਾਸ ਕਰਦਾ ਹੈ! ਸੰਤਾਂ ਦੇ ਚਰਨਾਂ ਦੀ ਧੂੜ ਹੀ ਮੰਗਦਾ ਹੈ । ਪ੍ਰਭ ਦੇ ਸ਼ਬਦ ਦੀ ਸੋਝੀ ਹੀ ਉਸ ਦੀ ਹੈਸੀਅਤ, ਸੋਭਾ ਬਣ ਜਾਂਦਾ ਹੈ ।

His true devotee may remain intoxicated in the void of His Word. His way of life remains as the teachings of His Word. He may realize his human life may useless, without obeying the teachings of His Word in day-to-day life. His true devotee always prays for His Forgiveness and the dust of the feet of His Holy saint. The enlightenment of the essence of His Word may become his worldly status and worldly honor.

ਊਠਤ ਬੈਠਤ ਹਰਿ ਹਰਿ ਗਾਈਐ॥ oothat baithat har har gaa-ee-ai.
ਜਿਸੁ ਸਿਮਰਤ ਵਰੁ ਨਿਹਚਲੁ ਪਾਈਐ॥ jis simrat var nihchal paa-ee-ai.
ਨਾਨਕ ਕਉ ਪ੍ਰਭ ਹੋਇ ਦਇਆਲਾ, naanak ka-o parabh ho-ay da-i-aalaa

ਤੇਰਾ ਕੀਤਾ ਸਹਣਾ॥੪॥੪੩॥੫੦॥ tayraa keetaa sahnaa. ||4||43||50||

ਜਿਹੜਾ ਦਿਨ ਰਾਤ, ਬੈਠਦੇ, ਉੱਠਦੇ ਪ੍ਰਭ ਦੇ ਸ਼ਬਦ ਦੇ ਗੁਣ ਗਾਉਂਦਾ ਹੈ । ਪ੍ਰਭ ਦੇ ਸ਼ਬਦ ਦਾ ਸਿਮਰਨ ਕਰਦੇ ਹੋਇਆ ਰੂਹਾਨੀ ਸਮਾਧੀ ਵਿੱਚ ਵਸਦਾ ਹੈ । ਪ੍ਰਭ ਆਪਣੇ ਦਾਸਾਂ ਤੇ ਰਹਿਮਤ ਬਖਸ਼ਦਾ ਹੈ । ਉਹ ਭਾਣੇ ਵਿੱਚ ਅਨੰਦ ਮਾਨਦਾ, ਕਦੇ ਸੋਗ ਨਹੀਂ ਕਰਦਾ । ਬਖੀਸ਼ਸ਼ ਦਾ ਧੰਨਵਾਦ ਹੀ ਕਰਦਾ ਹੈ ।

Whosoever may meditate and sings the glory of His Word with each breath, while sleeping, waking up, sitting down, and walking around. While meditating wholeheartedly on the teachings of His Word; he may enter the eternal void of His Word. The True Master bestows His Blessed Vision on His true devotee. He may remain contented and in blossom. He may never grieve and always remains gratitude for His Blessings

ਰਾਗੁ ਮਾਝ ਅਸਟਪਦੀਆ

271.ਰਾਗੁ ਮਾਝ ਅਸਟਪਦੀਆ ਮਹਲਾ ੧ ਘਰੁ ੧॥ (109-7)

ੴ ਸਤਿਗੁਰ ਪ੍ਰਸਾਦਿ॥ ik-oNkaar saT`gur parsaad.
ਸਬਦਿ ਰੰਗਾਏ ਹੁਕਮਿ ਸਬਾਏ॥ sabad rangaa-ay hukam sabaa-ay.
ਸਚੀ ਦਰਗਹ ਮਹਲਿ ਬੁਲਾਏ॥ sachee dargeh mahal bulaa-ay.
ਸਚੇ ਦੀਨ ਦਇਆਲ ਮੇਰੇ ਸਾਹਿਬਾ, sachay deen da-i-aal mayray saahibaa
ਸਚੇ ਮਨੁ ਪਤੀਆਵਣਿਆ॥੧॥ sachay man patee-aavani-aa. ||1||

ਪ੍ਰਭ ਦੇ ਭਾਣੇ ਨਾਲ ਹਰਇਕ ਜੀਵ ਹੀ ਸ਼ਬਦ, ਵਿੱਚ ਰੰਗਿਆ ਹੈ । ਜਿਸ ਦੇ ਸਿਮਰਨ ਤੇ ਪ੍ਰਭ ਪ੍ਰਸੰਨ ਹੋ ਜਾਂਦਾ ਹੈ, ਉਸ ਨੂੰ ਦਰਬਾਰ ਵਿੱਚ ਥਾਂ ਬਖਸ਼ਦਾ ਹੈ । ਆਪਣੇ ਦਾਸਾਂ ਤੇ ਬਹੁਤ ਦਿਆਲ ਹੈ, ਉਹ ਰਹਿਮਤ ਪਾ ਕੇ ਅਨੰਦ ਮਾਨਦੇ ਹਨ ।

Everyone remains drenched with the essence of His Word. Whose earnings may be as per the teachings of His Word; he may be blessed with the right path of acceptance in His Court. The Merciful True may remain very gracious; His true devotee enjoys peace and blossom in day-to-day life.

ਹਉ ਵਾਰੀ ਜੀਉ ਵਾਰੀ ha-o vaaree jee-o vaaree
ਸਬਦਿ ਸੁਹਾਵਣਿਆ॥ sabad suhaavani-aa.
ਅੰਮ੍ਰਿਤ ਨਾਮੁ ਸਦਾ ਸੁਖਦਾਤਾ, amrit Naam sadaa sukh-daata
ਗੁਰਮਤੀ ਮੰਨਿ ਵਸਾਵਣਿਆ॥੧॥ ਰਹਾਉ॥ gurmatee man vasaavani-aa. ||1|| rahaa-o.

ਮੇਰੀ ਉਸ ਭਗਤ ਨੂੰ ਸਲਾਮ ਹੈ, ਜਿਸ ਦੇ ਮਨ ਵਿੱਚ ਸ਼ਬਦ ਘਰ ਕਰ ਜਾਂਦਾ ਹੈ । ਕੇਵਲ ਸ਼ਬਦ ਦੀ ਸੋਝੀ ਨਾਲ ਹੀ ਮਨ ਦੀ ਲਗਨ ਸ਼ਬਦ ਦੀ ਪਾਲਣਾ ਵਿੱਚ ਲਗਦੀ ਹੈ । ਮਨ ਨੂੰ ਸਦਾ ਅਟਲ ਰਹਿਣ ਵਾਲਾ ਅਨੰਦ ਬਖਸ਼ਿਸ਼ ਹੁੰਦਾ ਹੈ ।

I remain fascinated from the way of life of His true devotee; who may remain drench with the essence of His Word. Whosoever may be enlightened with the essence of His Word, only he may remain steady and stable in meditation of His Word; with His mercy and grace, he may be blessed with a peace, contentment, and harmony forever

ਨਾ ਕੋ ਮੇਰਾ ਹਉ ਕਿਸੁ ਕੇਰਾ॥ naa ko mayraa ha-o kis kayraa.
ਸਾਚਾ ਠਾਕੁਰੁ ਤ੍ਰਿਭਵਣਿ ਮੇਰਾ॥ saachaa thaakur taribhavan mayraa.
ਹਉਮੈ ਕਰਿ ਕਰਿ ਜਾਇ ਘਣੇਰੀ, ha-umai kar kar jaa-ay ghanayree
ਕਰਿ ਅਵਗਣ ਪਛੋਤਾਵਣਿਆ॥੨॥ kar avgan pachhotaavani-aa. ||2||

ਤਿੰਨਾਂ ਸ੍ਰਿਸ਼ਟੀਆਂ ਵਿੱਚ ਹੀ ਵਾਪਰਨ ਵਾਲਾ ਪ੍ਰਭ ਹੀ ਕੇਵਲ ਮੇਰਾ ਅਸਲੀ ਸਾਥੀ ਹੈ । ਹੋਰ ਕਿਸੇ ਨਾਲ ਮੇਰੀ ਕੋਈ ਲਗਨ, ਸਬੰਧ ਨਹੀਂ ਹੈ । ਸੰਸਾਰ ਵਿੱਚ ਬਹੁਤ ਜੀਵ ਅਹੰਕਾਰ ਵਿੱਚ ਹੀ ਕਮਾਈ ਕਰਦੇ, ਮਰਨ ਤੇ ਪਛਤਾਵਾ ਕਰਦੇ, ਖਿਮਾ ਮੰਗਦੇ ਹਨ । ਉਸ ਵੇਲੇ ਕੋਈ ਲਾਭ ਨਹੀਂ ਹੁੰਦਾ ।

The True Master prevails in all three universes; only He may be my true companion in the universe. I do not have any association or relationship or emotional bonds with anyone else in the universe. So many creatures may earn their livings in ego; however, they may repent and regret after death. His repentance may not benefit, nor any pity may be bestowed.

ਹੁਕਮੁ ਪਛਾਣੈ ਸੁ ਹਰਿ ਗੁਣ ਵਖਾਣੈ॥	hukam pachhaanai so har gun vakhaanai.
ਗੁਰ ਕੈ ਸਬਦਿ ਨਾਮਿ ਨੀਸਾਣੈ॥	gur kai sabad Naam neesaanai.
ਸਭਨਾ ਕਾ ਦਰਿ ਲੇਖਾ,	sabhnaa kaa dar laykhaa
ਸਚੈ ਛੂਟਸਿ ਨਾਮਿ ਸੁਹਾਵਣਿਆ॥੩॥	sachai chhootas Naam suhaavani-aa. ‖3‖

ਜਿਹੜਾ ਜੀਵਨ ਨੂੰ ਸ਼ਬਦ ਅਨੁਸਾਰ ਢਾਲਕੇ ਸਿਮਰਨ ਕਰਦਾ ਹੈ, ਉਸ ਨੂੰ ਸ਼ਬਦ ਦੀ ਸੋਝੀ ਬਖਸ਼ਿਸ਼ ਹੋ ਜਾਂਦੀ, ਉਸ ਦੀ ਬੰਦਗੀ ਪ੍ਰਵਾਨ ਹੋ ਜਾਂਦੀ ਹੈ । ਹਰਇਕ ਜੀਵ ਦੇ ਕਰਮਾਂ ਦਾ ਲੇਖਾ ਧਰਮਰਾਜ ਦੇ ਦਰਬਾਰ ਵਿੱਚ ਹੁੰਦਾ ਹੈ । ਜਿਸ ਦੀ ਬੰਦਗੀ ਪ੍ਰਵਾਨ ਹੋ ਜਾਂਦੀ ਹੈ, ਉਸ ਦਾ ਜਨਮ ਮਰਨ ਦੇ ਚੱਕਰ ਖਤਮ ਹੋ ਜਾਂਦਾ, ਬਾਕੀ ਜੂੰਨਾਂ ਦੇ ਚੱਕਰ ਵਿੱਚ ਹੀ ਰਹਿੰਦੇ ਹਨ ।

Whosoever may adopt the teachings of His Word in his day-to-day life; with His mercy and grace, his meditation may be accepted in His Court. He may be enlightened from within. Everyone must face the consequences of his worldly deeds in the Court of The Righteous Judge in the 10th cave of his soul. Whose meditation may be accepted in His Court; with His mercy and grace, his cycle of birth and death may be eliminated. Everyone else may remain in the cycle of birth and death.

ਮਨਮੁਖੁ ਭੂਲਾ ਠਉਰੁ ਨ ਪਾਏ॥	manmukh bhoolaa tha-ur na paa-ay.
ਜਮ ਦਰਿ ਬਧਾ ਚੋਟਾ ਖਾਏ॥	jam dar baDhaa chotaa khaa-ay.
ਬਿਨੁ ਨਾਵੈ ਕੋ ਸੰਗਿ ਨ ਸਾਥੀ,	bin naavai ko sang na saathee
ਮੁਕਤੇ ਨਾਮੁ ਧਿਆਵਣਿਆ॥੪॥	muktay Naam Dhi-aavani-aa. ‖4‖

ਮਨਮੁਖ ਇੱਛਾਂ ਦੀ ਭਟਕਣਾਂ ਵਿੱਚ ਹੀ ਰਹਿੰਦਾ, ਮੁਸੀਬਤਾਂ ਹੀ ਆਉਂਦੀਆਂ ਹਨ । ਮੌਤ ਤੋਂ ਪਿਛੋਂ ਕੇਵਲ ਬੰਦਗੀ ਦੀ ਕਮਾਈ ਹੀ ਸਾਥ ਜਾਂਦੀ, ਬਾਕੀ ਸੰਸਾਰਕ ਕਮਾਈ ਬਿਰਥੀ ਹੈ । ਲਿਖੇ ਭਾਗਾਂ ਨਾਲ ਹੀ ਪ੍ਰਵਾਨਗੀ, ਜਨਮ ਮਰਨ ਤੋਂ ਛੁਟਕਾਰਾ ਬਖਸ਼ਿਸ਼ ਹੁੰਦਾ ਹੈ ।

The self-minded may remain frustrated with worldly desires; he may endure miseries in his worldly life. Only the wealth of His Word may support in His Court; all other worldly wealth may be useless for the real purpose of his human life. Whosoever may have a great prewritten destiny, only he may be blessed with the right path of acceptance in His Court. Only his cycle of birth and death may be eliminated.

ਸਾਕਤ ਕੂੜੇ ਸਚੁ ਨ ਭਾਵੈ॥	saakat koorhay sach na bhaavai.
ਦੁਬਿਧਾ ਬਾਧਾ ਆਵੈ ਜਾਵੈ॥	dubiDhaa baaDhaa aavai jaavai.
ਲਿਖਿਆ ਲੇਖੁ ਨ ਮੇਟੈ ਕੋਈ,	likhi-aa laykh na maytai ko-ee
ਗੁਰਮੁਖਿ ਮੁਕਤਿ ਕਰਾਵਣਿਆ॥੫॥	gurmukh mukat karaavani-aa. ‖5‖

ਫਰੇਬ, ਧੋਖੇ ਨਾਲ ਜੀਵਨ ਵਾਲੇ ਨੂੰ ਇਨਸਾਫ ਜਾ ਹੱਕ ਦੀ ਕਮਾਈ ਨਾਲ ਖੁਸ਼ੀ ਨਹੀਂ ਹੰਦੀ । ਉਸ ਦਾ ਭਰੋਸਾ ਪ੍ਰਭ ਦੇ ਬਖਸ਼ੇ ਤੇ ਅਡੋਲ ਨਹੀਂ ਹੁੰਦਾ, ਜੂੰਨਾਂ ਦੇ ਚੱਕਰ ਵਿੱਚ ਹੀ ਰਹਿੰਦਾ ਹੈ । ਜੀਵ ਦੇ ਭਾਗ ਬਦਲੇ ਨਹੀਂ ਜਾ ਸਕਦੇ, ਕੇਵਲ ਗੁਰਮਖ ਹੀ ਰਹਿਮਤ ਪਾ ਕੇ ਲੇਖਾ ਖਤਮ ਕਰਵਾ ਲੈਂਦਾ ਹੈ ।

Whosoever may have deceptive thoughts and lives by robbing the earnest living of others. He may not be pleased or satisfied, contented with his day-to-day earnest living. He may not have a steady and stable belief on His Blessings; he may remain in the cycle of birth and death. Prewritten destiny of anyone may never be changed. Only His true devotee may be bestowed with His Blessed Vision and clear his account of worldly deeds.

ਪੇਈਅੜੈ ਪਿਰੁ ਜਾਤੋ ਨਾਹੀ॥	pay-ee-arhai pir jaato naahee.
ਝੂਠਿ ਵਿਛੁੰਨੀ ਰੋਵੈ ਧਾਹੀ॥	jhooth vichhunnee rovai Dhaahee.
ਅਵਗਣਿ ਮੁਠੀ ਮਹਲੁ ਨ ਪਾਏ,	avgan muthee mahal na paa-ay
ਅਵਗਣ ਗੁਣਿ ਬਖਸਾਵਣਿਆ॥੬॥	avgan gun bakhsaavani-aa. ‖6‖

ਆਤਮਾ ਨੂੰ ਮਾਂ ਦੇ ਪੇਟ ਵਿੱਚ ਪ੍ਰਭ ਦੀ ਜਾਣਕਾਰੀ, ਸ਼ਬਦ ਦੀ ਸੋਝੀ ਨਹੀਂ ਹੁੰਦੀ, ਉਸ ਦੇ ਵਿਛੋੜੇ ਦੇ ਵਿਰਾਗ ਵਿੱਚ ਹੀ ਰਹਿੰਦੀ ਹੈ । ਅਉਗੁਣਾਂ ਨਾਲ ਭਰੀ ਆਤਮਾ ਮਾਲਕ ਦੇ ਘਰ ਨਹੀਂ ਜਾ ਸਕਦੀ । ਜੀਵਨ ਵਿੱਚ ਸ਼ਬਦ ਦੀ ਕਮਾਈ ਕਰਨ ਨਾਲ ਹੀ ਅਉਗੁਣ ਬਖਸ਼ੇ ਜਾ ਸਕਦੇ ਹਨ, ਮਾਲਕ ਦਾ ਘਰ ਫਿਰ ਬਖਸ਼ਿਸ਼ ਹੋ ਸਕਦਾ ਹੈ ।

In the womb of mother, his soul may not realize, or enlightened with the essence of His Word. She remains in renunciation in the memory of her separation from His Holy Spirit. Her blemished soul with sins; evil thoughts cannot return to her permanent resting place. She may not immerse in His Holy Spirit. Whosoever may earn the wealth of His Word; only her sins may be forgiven. The True Master may accept her soul in His Sanctuary.

ਪੇਈਅੜੈ ਜਿਨਿ ਜਾਤਾ ਪਿਆਰਾ॥	pay-ee-arhai jin jaataa pi-aaraa.
ਗੁਰਮੁਖਿ ਬੂਝੈ ਤਤੁ ਬੀਚਾਰਾ॥	gurmukh boojhai tat beechaaraa.
ਆਵਣੁ ਜਾਣਾ ਠਾਕਿ ਰਹਾਏ,	aavan jaanaa thaak rahaa-ay
ਸਚੈ ਨਾਮਿ ਸਮਾਵਣਿਆ॥੭॥	sachai Naam samaavani-aa. ‖7‖

ਜਿਸ ਨੇ ਆਪਣੇ ਅੰਦਰੋਂ ਹੀ ਪ੍ਰਭ ਨੂੰ ਜਾਣ ਲਿਆ, ਉਸ ਨੂੰ ਗੁਰਮਖ ਅਵਸਥਾ ਬਖਸ਼ਿਸ਼ ਹੋ ਜਾਂਦੀ ਹੈ । ਉਸ ਨੂੰ ਸ਼ਬਦ ਦੀ ਸੋਝੀ ਹੋ ਜਾਂਦੀ, ਬੰਦਗੀ ਕਰਨ ਦਾ ਅਸਲੀ ਰਸਤਾ ਬਖਸ਼ਿਸ਼ ਹੋ ਜਾਂਦਾ ਹੈ । ਉਸ ਦਾ ਜੂੰਨਾਂ ਦਾ ਚੱਕਰ ਖਤਮ ਹੋ ਜਾਂਦਾ ਹੈ, ਉਸ ਵਿੱਚ ਹੀ ਅਲੋਪ ਹੋ ਜਾਂਦਾ ਹੈ ।

Whosoever may recognize His Holy Spirit, the real purpose of his human life opportunity; with His mercy and grace, he may be blessed with a state of mind as His true devotee. He may be enlightened with the essence of His Word; with His mercy and grace, he may be blessed with the right path of acceptance in His Court. His cycle of birth and death may be eliminated; with His mercy and grace, his soul may immerse within His Holy Spirit.

ਗੁਰਮੁਖਿ ਬੂਝੈ ਅਕਥੁ ਕਹਾਵੈ॥	gurmukh boojhai akath kahaavai.
ਸਚੇ ਠਾਕੁਰ ਸਾਚੋ ਭਾਵੈ॥	sachay thaakur saacho bhaavai.
ਨਾਨਕ ਸਚੁ ਕਹੈ ਬੇਨੰਤੀ,	naanak sach kahai baynantee
ਸਚੁ ਮਿਲੈ ਗੁਣ ਗਾਵਣਿਆ॥੮॥੧॥	sach milai gun gaavani-aa. ‖8‖1‖

ਜਿਸ ਨੂੰ ਗੁਰਮਖ ਅਵਸਥਾ ਬਖਸ਼ਿਸ਼ ਹੋ ਜਾਂਦੀ ਹੈ । ਉਹ ਨਾ ਕਥੀਆ ਜਾਣ ਵਾਲੀਆਂ ਕਰਮਾਤਾਂ ਦਾ ਵਖਿਆਣ ਕਰਦਾ ਹੈ । ਮਨ ਦੀ ਪਵਿੱਤਰਤਾ ਪ੍ਰਭ ਨੂੰ ਬਹੁਤ ਪਿਆਰੀ ਲਗਦੀ ਹੈ । ਜੀਵ ਅਟਲ ਪ੍ਰਭ ਦੇ ਸ਼ਬਦ ਦਾ ਸਿਮਰਨ ਕਰੋ! ਉਸ ਦੇ ਗੁਣਾਂ ਦੀ ਉਸਤਤ ਗਾਵੋ, ਧੰਨਵਾਦ ਕਰੋ ।

Whosoever may be blessed with a state of mind as His true devotee; with His mercy and grace, he may be enlightened to explain indescribable events of His Nature. The sanctification of soul may be very pleasing to The True Master. You should meditate, sing the glory of His Word, forever true! You should always remain gratitude for His Blessings and sing His Glory!

272.ਮਾਝ ਮਹਲਾ ੩ ਘਰੁ ੧॥ (109-19)

ਕਰਮੁ ਹੋਵੈ ਸਤਿਗੁਰੂ ਮਿਲਾਏ॥	karam hovai saT`guroo milaa-ay.
ਸੇਵਾ ਸੁਰਤਿ ਸਬਦਿ ਚਿਤੁ ਲਾਏ॥	sayvaa surat sabad chit laa-ay.
ਹਉਮੈ ਮਾਰਿ ਸਦਾ ਸੁਖੁ ਪਾਇਆ,	ha-umai maar sadaa sukh paa-i-aa
ਮਾਇਆ ਮੋਹੁ ਚੁਕਾਵਣਿਆ॥੧॥	maa-i-aa moh chukaavani-aa. ‖1‖

ਜਿਸ ਤੇ ਪ੍ਰਭ ਦੀ ਰਹਿਮਤ ਦੀ ਨਜ਼ਰ ਬਖਸ਼ਦਾ ਹੈ, ਉਸ ਦੀ ਸ਼ਬਦ ਨਾਲ ਲਗਨ ਲਗਦੀ ਹੈ । ਉਹ ਜੀਵ ਸੁਚੇਤ ਰਹਿੰਦਾ ਹੋਇਆ, ਦੂਸਰੇ ਦੀ ਭਲਾਈ ਬਾਬਤ ਕੰਮ ਕਰਦਾ ਹੋਇਆ, ਆਪਣਾ ਜੀਵਨ ਸ਼ਬਦ ਦੀ ਸਿਖਿਆਂ ਨਾਲ ਢਾਲਦਾ ਹੈ । ਉਹ ਆਪਣੇ ਅੰਦਰੋਂ ਅਹੰਕਾਰ ਤੇ ਜਿੱਤ ਪਾ ਲੈਂਦਾ ਹੈ । ਉਸ ਦੇ ਮਨ ਵਿੱਚ ਸੰਤੋਖ ਬਖਸ਼ਿਸ਼ ਹੋ ਜਾਂਦਾ ਹੈ । ਉਸ ਦਾ ਸੰਸਾਰਕ ਮਾਇਆ ਨਾਲੋ ਮੋਹ ਖਤਮ ਹੋ ਜਾਂਦਾ, ਜਿੱਤ ਬਖਸ਼ਿਸ਼ ਹੋ ਜਾਂਦੀ ਹੈ ।

Whosoever may be bestowed with His Blessed Vision, he may remain devoted to meditate, obeys the teachings of His Word with steady and stable belief in his day-to-day life. He may remain awake and alert, helping mankind; he adopts the teachings of His Word in day-to-day life. He may conquer his ego from within, he may be blessed with contentment within his mind. He may conquer his intoxication of bonds of worldly wealth.

ਹਉ ਵਾਰੀ ਜੀਉ ਵਾਰੀ,	ha-o vaaree jee-o vaaree
ਸਤਿਗੁਰ ਕੈ ਬਲਿਹਾਰਣਿਆ॥	saT`gur kai balihaarni-aa.
ਗੁਰਮਤੀ ਪਰਗਾਸੁ ਹੋਆ ਜੀ,	gurmatee pargaas ho-aa jee
ਅਨਦਿਨੁ ਹਰਿ ਗੁਣ ਗਾਵਣਿਆ॥੧॥ ਰਹਾਉ॥	an-din har gun gaavani-aa. ||1|| rahaa-o.

ਪ੍ਰਭ ਤੋਂ ਕੁਰਬਾਨ ਜਾਵਾ ! ਪ੍ਰਭ ਦੀ ਰਹਿਮਤ ਨਾਲ ਮੇਰਾ ਮਨ, ਸ਼ਬਦ ਦੀ ਪਾਲਣਾ ਵਿੱਚ ਅਡੋਲ ਹੋ ਗਿਆ ਹੈ । ਪ੍ਰਭ ਨੇ ਸ਼ਬਦ ਦੀ ਸੋਝੀ ਬਖਸ਼ੀ ਹੈ, ਮਨ ਵਿੱਚ ਪ੍ਰਭ ਦੀ ਜੋਤ ਜਾਗਰਤ ਹੋ ਗਈ, ਮਨ ਸੁਚੇਤ ਹੋ ਗਿਆ ਹੈ । ਮੈਂ ਮਨ ਦਿਨ ਰਾਤ ਪ੍ਰਭ ਦੇ ਸ਼ਬਦ ਦਾ ਸਿਮਰਨ ਕਰਦਾ, ਗੀਤ ਗਾਉਂਦਾ ਹੈ ।

I remain fascinated from His Nature, Blessings; with His mercy and grace, I am meditating and obeying the teachings of His Word with steady and stable belief in my day-to-day life. I have been enlightened from within. I remain awake and alert, meditating and sing the glory of His Word Day and night.

ਤਨੁ ਮਨੁ ਖੋਜੇ ਤਾ ਨਾਉ ਪਾਏ॥	tan man khojay taa naa-o paa-ay.
ਧਾਵਤੁ ਰਾਖੈ ਠਾਕਿ ਰਹਾਏ॥	dhaavat raakhai thaak rahaa-ay.
ਗੁਰ ਕੀ ਬਾਣੀ ਅਨਦਿਨੁ ਗਾਵੈ,	gur kee banee an-din gaavai
ਸਹਜੇ ਭਗਤਿ ਕਰਾਵਣਿਆ॥੨॥	sehjay bhagat Karaavani-aa. ||2||

ਜਿਹੜਾ ਆਪਣੇ ਤਨ, ਮਨ ਦੇ ਅੰਦਰ ਪ੍ਰਭ ਦੇ ਸ਼ਬਦ ਦੀ ਖੋਜ ਕਰਦਾ ਹੈ, ਉਸ ਨੂੰ ਸ਼ਬਦ ਦੀ ਸੋਝੀ ਬਖਸ਼ਿਸ਼ ਹੋ ਜਾਂਦੀ ਹੈ । ਜੀਵ ਆਪਣੇ ਲਾਲਚੀ ਮਨ ਨੂੰ ਚਾਰੇ ਪਾਸੇ ਘੁੰਮਣ ਤੇ ਕਾਬੂ ਰਖੋ ! ਪ੍ਰਭ ਦਾ ਦਾਸ, ਦਿਨ ਰਾਤ ਪ੍ਰਭ ਦੇ ਸ਼ਬਦ ਦੀ ਪਾਲਣਾ, ਸਿਮਰਨ ਕਰਦਾ, ਬਖਸ਼ੇ ਦਾ ਧੰਨਵਾਦ ਕਰਦਾ ਹੈ ।

Whosoever may search the right path of His Word from within; with his mercy and grace, he may be enlightened from within. You should conquer your own greedy mind and stop wandering around in all directions. His true devotee may wholeheartedly obey, adopts, and sings the glory of His Word.

ਇਸੁ ਕਾਇਆ ਅੰਦਰਿ ਵਸਤੁ ਅਸੰਖਾ॥	is kaa-i-aa andar vasat asankhaa.
ਗੁਰਮੁਖਿ ਸਾਚੁ ਮਿਲੈ ਤਾ ਵੇਖਾ॥	gurmukh saach milai taa vaykhaa.
ਨਉ ਦਰਵਾਜੇ ਦਸਵੈ ਮੁਕਤਾ,	na-o darvaajay dasvai muktaa
ਅਨਹਦ ਸਬਦੁ ਵਜਾਵਣਿਆ॥੩॥	anhad sabad vajaavani-aa. ||3||

ਇਸ ਤਨ ਦੇ ਅੰਦਰ ਅਨੇਕਾਂ ਹੀ ਇੱਛਾਂ ਹਨ । ਗੁਰਮਖ ਜੀਵ ਕੇਵਲ ਪ੍ਰਭ ਦੇ ਸ਼ਬਦ ਵਿੱਚ ਹੀ ਧਿਆਨ ਰਖਦਾ ਹੈ । ਉਸ ਨੂੰ ਸ਼ਬਦ ਦੀ ਸੋਝੀ ਬਖਸ਼ਿਸ਼ ਹੋ ਜਾਂਦੀ ਹੈ । ਮਨ ਦੇ ਨੌ ਦਰਵਾਜਿਆਂ ਦੇ ਉਪਰ ਦਸਵੇਂ ਦਰਵਾਜੇ ਦੀ ਸੋਝੀ ਹੋ ਜਾਂਦੀ ਹੈ । ਦਸਵਾਂ ਘਰ ਹੀ ਮੁਕਤੀ ਦਾ ਘਰ ਹੈ । ਉਸ ਦੇ ਮਨ ਵਿੱਚ ਸਦਾ ਚਲਣ ਵਾਲੀ ਸ਼ਬਦ ਦੀ ਗੂੰਜ ਸੁਣਾਈ ਦੇਣ ਲਗ ਪੈਂਦੀ ਹੈ ।

Human mind remains overwhelmed with many worldly desires with the sweet poison of worldly wealth. His True devotee may only concentrate on the teachings of His Word; with His mercy and grace, he may be blessed with the enlightenment of the essence of His Word from within. He may realize His existence, the 10th door, His throne above the nine windows of his mind of desires. The 10th door is the house of salvation. He may hear the everlasting echo of His Word resonating within his heart.

ਸਚਾ ਸਾਹਿਬੁ ਸਚੀ ਨਾਈ॥	sachaa saahib sachee naa-ee.
ਗੁਰ ਪਰਸਾਦੀ ਮੰਨਿ ਵਸਾਈ॥	gur parsaadee man vasaa-ee.
ਅਨਦਿਨੁ ਸਦਾ ਰਹੈ ਰੰਗਿ ਰਾਤਾ,	an-din sadaa rahai rang raataa
ਦਰਿ ਸਚੈ ਸੋਝੀ ਪਾਵਣਿਆ॥੪॥	dar sachai soJhee paavni-aa. ||4||

ਅਟਲ ਮਾਲਕ, ਪ੍ਰਭ ਦਾ ਸ਼ਬਦ ਵੀ ਸਦਾ ਰਹਿਣ ਵਾਲਾ ਹੈ । ਪ੍ਰਭ ਦੀ ਰਹਿਮਤ ਨਾਲ ਹੀ ਸ਼ਬਦ, ਜੀਵ ਦੇ ਮਨ ਵਿੱਚ ਘਰ ਕਰ ਸਕਦਾ ਹੈ । ਦਿਨ ਰਾਤ ਸ਼ਬਦ ਨਾਲ ਜੀਵਨ ਢਾਲਣ, ਸਿਮਰਨ ਕਰਨ ਨਾਲ ਦਰਬਾਰ ਦੇ ਰਸਤੇ ਦੀ ਸੋਝੀ ਬਖਸ਼ਿਸ਼ ਹੋ ਜਾਂਦੀ ਹੈ ।

The Axiom True Master and His Word remains true forever. Whosoever may be bestowed with His Blessed Vision, he may be drenched with the essence of His Word. Whosoever may meditate and adopts the teachings of His Word in his day-to-day life; with His mercy and grace, he may be blessed with the right path, enlightened with the existence of His throne.

ਪਾਪ ਪੁੰਨ ਕੀ ਸਾਰ ਨ ਜਾਣੀ॥	paap punn kee saar na jaanee.
ਦੂਜੈ ਲਾਗੀ ਭਰਮਿ ਭੁਲਾਣੀ॥	doojai laagee bharam bhulaanee.
ਅਗਿਆਨੀ ਅੰਧਾ ਮਗੁ ਨ ਜਾਣੈ,	agi-aanee anDhaa mag na jaanai
ਫਿਰਿ ਫਿਰਿ ਆਵਣ ਜਾਵਣਿਆ॥੫॥	fir fir aavan jaavani-aa. ||5||

ਜਿਹੜੇ ਜੀਵ ਨੂੰ ਪੁੰਨ ਜਾ ਪਾਪ ਦੇ ਕੰਮ ਵਿੱਚ ਕੋਈ ਅੰਤਰ ਦੀ ਸੋਝੀ ਨਹੀਂ ਹੁੰਦੀ, ਉਹ ਸੰਸਾਰਕ ਧਰਮਾਂ ਦੇ ਭਰਮ ਵਿੱਚ ਫਸਿਆ ਰਹਿੰਦਾ ਹੈ । ਉਹ ਸ਼ਬਦ ਦੇ ਗਿਆਨ ਤੋਂ ਅੰਧਾ ਹੁੰਦਾ ਹੈ, ਉਸ ਨੂੰ ਮੁਕਤੀ ਦੇ ਰਸਤੇ ਦੀ ਕੋਈ ਸੋਝੀ ਨਹੀ, ਜੂੰਨਾਂ ਦੇ ਚੱਕਰ ਵਿੱਚ ਹੀ ਰਹਿੰਦਾ ਹੈ ।

Whosoever may not recognize the distinction between a good and evil deeds. He remains entangled with religious suspicions, rituals. He remains ignorant from the essence of His Word. He may never be blessed with the right path of salvation. He remains in the cycle of birth and death.

ਗੁਰ ਸੇਵਾ ਤੇ ਸਦਾ ਸੁਖੁ ਪਾਇਆ॥	gur sayvaa tay sadaa sukh paa-i-aa.
ਹਉਮੈ ਮੇਰਾ ਠਾਕਿ ਰਹਾਇਆ॥	ha-umai mayraa thaak rahaa-i-aa.
ਗੁਰ ਸਾਖੀ ਮਿਟਿਆ ਅੰਧਿਆਰਾ,	gur saakhee miti-aa anDhi-aaraa
ਬਜਰ ਕਪਾਟ ਖੁਲਾਵਣਿਆ॥੬॥	bajar kapaat khulaavani-aa. ||6||

ਜਿਹੜਾ ਪ੍ਰਭ ਦੇ ਸ਼ਬਦ ਨਾਲ ਜੀਵਨ ਢਾਲਦਾ ਹੈ, ਉਸ ਦੇ ਮਨ ਨੂੰ ਸ਼ਾਂਤੀ, ਸੰਤੋਖ ਬਖਸ਼ਿਸ਼ ਹੋ ਜਾਂਦੀ ਹੈ, ਮਨ ਵਿਚੋਂ ਅਹੰਕਾਰ ਖਤਮ ਹੋ ਜਾਂਦਾ ਹੈ । ਪ੍ਰਭ ਦੇ ਸ਼ਬਦ ਦੀ ਸੋਝੀ ਨਾਲ ਮਨ ਦੇ ਭਰਮ ਦੂਰ ਹੋ ਜਾਂਦੇ ਹਨ, ਪ੍ਰਭ ਦੇ ਦਸਵੇਂ ਦਰ ਦਾ ਭਾਰਾ ਦਰਵਾਜਾ ਖੁੱਲ੍ਹ ਜਾਂਦਾ ਹੈ ।

Whosoever may adopt the teachings of His Word in day-to-day life; with His mercy and grace, his mind may be blessed with a peace and contentment with His Blessings. He may conquer his own ego of his mind. Whosoever may be enlightened with the essence of His Word; with His mercy and grace, all his suspicions may be eliminated. Heavy door of the 10th house of salvation, may be open for his soul.

ਹਉਮੈ ਮਾਰਿ ਮੰਨਿ ਵਸਾਇਆ॥	ha-umai maar man vasaa-i-aa. gur
ਗੁਰ ਚਰਣੀ ਸਦਾ ਚਿਤੁ ਲਾਇਆ॥	charnee sadaa chit laa-i-aa.
ਗੁਰ ਕਿਰਪਾ ਤੇ ਮਨੁ ਤਨੁ ਨਿਰਮਲੁ,	gur kirpaa tay man tan nirmal
ਨਿਰਮਲ ਨਾਮੁ ਧਿਆਵਣਿਆ॥੭॥	nirmal Naam Dhi-aavani-aa. ||7||

ਜਿਹੜਾ ਆਪਣੇ ਅਹੰਕਾਰ ਤੇ ਜਿੱਤ ਪਾ ਲੈਂਦਾ ਹੈ, ਉਸ ਦੇ ਮਨ ਵਿੱਚ ਪ੍ਰਭ ਦਾ ਸ਼ਬਦ ਘਰ ਕਰ ਜਾਂਦਾ ਹੈ । ਉਸ ਜੀਵ ਨੂੰ ਪ੍ਰਭ ਦੇ ਚਰਨਾਂ ਵਿੱਚ ਪਨਾਹ ਬਖਸ਼ਿਸ਼ ਹੋ ਜਾਂਦੀ ਹੈ । ਉਸ ਜੀਵ ਦਾ ਤਨ, ਮਨ ਪਵਿੱਤਰ, ਨਿਰਮਲ ਹੋ ਜਾਂਦਾ ਹੈ, ਮਨ ਸ਼ਬਦ ਦੇ ਸਿਮਰਨ ਵਿੱਚ ਲੀਨ ਹੋ ਜਾਂਦਾ ਹੈ, ਸ਼ਬਦ ਦੀ ਸਮਾਧੀ ਵਿੱਚ ਚਲੇ ਜਾਂਦਾ ਹੈ ।

Whosoever may conquer his own ego; with His mercy and grace, he may be drenched with the enlightenment of the essence of His Word within. He may be blessed with acceptance in His Sanctuary. His body, mind and soul may be sanctified to become worthy of His Consideration. He may remain intoxicated in meditation in the void of His Word.

ਜੀਵਨੁ ਮਰਣਾ ਸਭੁ ਤੁਧੈ ਤਾਈ॥	jeevan marnaa sabh tuDhai taa-ee. jis
ਜਿਸੁ ਬਖਸੇ ਤਿਸੁ ਦੇ ਵਡਿਆਈ॥	bakhsay tis day vadi-aa-ee.
ਨਾਨਕ ਨਾਮੁ ਧਿਆਇ ਸਦਾ ਤੂੰ,	naanak Naam Dhi-aa-ay sadaa tooN
ਜੰਮਣੁ ਮਰਣੁ ਸਵਾਰਣਿਆ॥ ੮॥੧॥੨॥	jaman maran savaarni-aa. ||8||1||2||

ਪ੍ਰਭ ਜਨਮ ਤੋਂ ਮਰਨ ਤਕ ਸਭ ਕੁਝ ਤੇਰੇ ਹੁਕਮ ਅੰਦਰ ਹੀ ਹੁੰਦਾ ਹੈ । ਜਿਸ ਤੇ ਰਹਿਮਤ ਦੀ ਨਜ਼ਰ ਬਖਸ਼ਦਾ ਹੈ, ਉਸ ਤੇ ਪ੍ਰਭ ਦੇ ਸ਼ਬਦ ਦਾ ਨੂਰ ਬਖਸ਼ਿਸ਼ ਹੋ ਜਾਂਦਾ ਹੈ । ਉਹ ਦਿਨ ਰਾਤ ਸ਼ਬਦ ਦੀ ਪਾਲਣਾ ਵਿੱਚ ਅਡੋਲ ਰਹਿੰਦਾ ਹੈ । ਉਸ ਦਾ ਮਾਨਸ ਜਨਮ ਸਫਲ ਹੋ ਜਾਂਦਾ ਹੈ । ਉਹ ਜੀਵਨ ਅਤੇ ਮੌਤ ਤੇ, ਦੋਨੇਂ ਸਮੇਂ ਹੀ ਖੇੜੇ ਵਿੱਚ ਰਹਿੰਦਾ ਹੈ ।

The True Master, His Command prevails from birth to death in all events in nature. Whosoever may be bestowed with His Blessed Vision, he may be blessed with the eternal glow of the enlightenment of the essence of His Word on his forehead. He may obey the teachings of His Word with steady and stable belief day and night. His human life journey may become successful. He remains in peace in his worldly life and after death in His Court.

273.ਮਾਝ ਮਹਲਾ ੩॥ (110-12)

ਮੇਰਾ ਪ੍ਰਭੁ ਨਿਰਮਲੁ ਅਗਮ ਅਪਾਰਾ॥	mayraa parabh nirmal agam apaaraa.
ਬਿਨੁ ਤਕੜੀ ਤੋਲੈ ਸੰਸਾਰਾ॥	bin takrhee tolai sansaaraa.
ਗੁਰਮੁਖਿ ਹੋਵੈ ਸੋਈ ਬੂਝੈ,	gurmukh hovai so-ee boojhai
ਗੁਣ ਕਹਿ ਗੁਣੀ ਸਮਾਵਣਿਆ॥੧॥	gun kahi gunee samaavani-aa. ||1||

ਪਵਿੱਤਰ ਪ੍ਰਭ ਜੀਵ ਦੀ ਪਹੁੰਚ ਵਿੱਚ ਨਹੀਂ, ਉਸ ਦਾ ਕਿਸੇ ਕਿਸਮ ਦਾ ਅੰਤ ਨਹੀਂ ਜਾਣਿਆ ਜਾ ਸਕਦਾ ਹੈ । ਉਹ ਬਿਨਾਂ ਕਿਸੇ ਤੱਕੜੀ ਤੋਂ ਸ੍ਰਿਸ਼ਟੀ ਦੇ ਸਾਰੇ ਕੰਮ ਦੀ ਪਰਖ, ਅਨੁਮਾਨ ਲਾ ਲੈਂਦਾ ਹੈ । ਜਿਹੜਾ ਪ੍ਰਭ ਦੇ ਸ਼ਬਦ ਨਾਲ ਜੀਵਨ ਢਾਲਦਾ ਹੈ, ਉਸ ਨੂੰ ਸ਼ਬਦ ਦੀ ਸੋਝੀ, ਗੁਰਮਖ ਅਵਸਥਾ ਬਖਸ਼ਿਸ਼ ਹੋ ਜਾਂਦੀ ਹੈ । ਉਹ ਸ਼ਬਦ ਦਾ ਧੰਨਵਾਦ ਕਰਦਾ, ਪ੍ਰਭ ਦੀ ਸਮਾਧੀ ਵਿੱਚ ਲੀਨ ਹੋ ਜਾਂਦਾ ਹੈ ।

The True Master, His Miracles remains beyond any limit, reach and comprehension of His Creation. The True Master may evaluate all deeds of His Creation without any weighing scale. Whosoever may adopt the teachings of His Word wholeheartedly in day-to-day life; with His mercy and grace, he may be enlightened with the essence of His Word and a state of mind as His true devotee. He may remain intoxicated in the void of His Word, singing the gratitude for His Blessings.

ਹਉ ਵਾਰੀ ਜੀਉ ਵਾਰੀ,	ha-o vaaree jee-o vaaree
ਹਰਿ ਕਾ ਨਾਮੁ ਮੰਨਿ ਵਸਾਵਣਿਆ॥	har kaa Naam man vasaavani-aa.
ਜੋ ਸਚਿ ਲਾਗੇ ਸੇ ਅਨਦਿਨੁ ਜਾਗੇ,	jo sach laagay say an-din jaagay
ਦਰਿ ਸਚੈ ਸੋਭਾ ਪਾਵਣਿਆ॥੧॥ ਰਹਾਉ॥	dar sachai Sobhaa paavni-aa. ||1|| rahaa-o.

ਉਸ ਜੀਵਾ ਤੋਂ ਕੁਰਬਾਨ ਜਾਵਾ! ਜਿਸ ਦੇ ਮਨ ਵਿੱਚ ਪ੍ਰਭ ਦਾ ਸ਼ਬਦ ਘਰ ਕਰ ਜਾਂਦਾ ਹੈ । ਉਹ ਦਿਨ ਰਾਤ, ਪ੍ਰਭ ਦੇ ਸ਼ਬਦ ਵਿੱਚ ਭਰੋਸਾ ਅਡੋਲ ਰਖਦੇ ਹਨ । ਉਸ ਨੂੰ ਪ੍ਰਭ ਦੇ ਦਰਬਾਰ ਵਿੱਚ ਪ੍ਰਵਾਨਗੀ ਦਾ ਅਸਲੀ ਰਸਤਾ ਬਖਸ਼ਿਸ਼ ਹੋ ਸਕਦਾ ਹੈ ।

I remain fascinated from the way of life of His true devotee; whosoever may remain drench with the essence of His Word. His true devotee remains steady and stable on the teachings of His Word Day and night; he may be blessed with acceptance in His Court.

ਆਪਿ ਸੁਣੈ ਤੈ ਆਪੇ ਵੇਖੈ॥	aap sunai tai aapay vaykhai. J
ਜਿਸ ਨੋ ਨਦਰਿ ਕਰੇ ਸੋਈ ਜਨੁ ਲੇਖੈ॥	is no nadar karay so-ee jan laykhai.
ਆਪੇ ਲਾਇ ਲਏ ਸੋ ਲਾਗੈ,	aapay laa-ay la-ay so laagai
ਗੁਰਮੁਖਿ ਸਚੁ ਕਮਾਵਣਿਆ॥੨॥	gurmukh sach kamaavani-aa. ||2||

ਪ੍ਰਭ ਆਪ ਹੀ ਜੀਵ ਦਾ ਸਿਮਰਨ ਸੁਣਦਾ, ਉਸ ਦੇ ਜੀਵਨ ਦਾ ਢੰਗ ਦੇਖਦਾ ਹੈ । ਜਿਸ ਤੇ ਪ੍ਰਭ ਆਪ ਹੀ ਰਹਿਮਤ ਦੀ ਨਜ਼ਰ ਬਖਸ਼ਦਾ ਹੈ । ਉਸ ਦੇ ਜੀਵਨ ਦਾ ਢੰਗ ਪ੍ਰਭ ਨੂੰ ਪ੍ਰਵਾਨ ਹੋ ਜਾਂਦਾ ਹੈ । ਜਿਸ ਨੂੰ ਪ੍ਰਭ ਆਪ ਸ਼ਬਦ ਵਿੱਚ ਲਗਨ ਲਾਉਂਦਾ ਹੈ, ਉਹ ਹੀ ਸ਼ਬਦ ਵਿੱਚ ਲਗਦਾ ਹੈ । ਗੁਰਮਖ ਜੀਵ ਹਰ ਪਲ ਸ਼ਬਦ ਦੀ ਕਮਾਈ ਕਰਦਾ ਹੈ ।

The True Master listens to the meditations, prayer of His true devotee and monitors his way of life. Whosoever may be bestowed with His Blessed Vision, his way of life becomes acceptable in His Court. Whosoever may be attached to a devotional meditation, only he may become steady and stable in his meditation. His true devotee may perform all deeds to earn the wealth of His Word.

ਜਿਸੁ ਆਪਿ ਭੁਲਾਏ ਸੁ ਕਿਥੈ ਹਥੁ ਪਾਏ॥	jis aap bhulaa-ay so kithai hath paa-ay.
ਪੂਰਬਿ ਲਿਖਿਆ ਸੁ ਮੇਟਣਾ ਨ ਜਾਏ॥	poorab likhi-aa so maytnaa na jaa-ay.
ਜਿਨ ਸਤਿਗੁਰੁ ਮਿਲਿਆ ਸੇ ਵਡਭਾਗੀ,	jin saT`gur mili-aa say vadbhaagee
ਪੂਰੈ ਕਰਮਿ ਮਿਲਾਵਣਿਆ॥੩॥	poorai karam milaavani-aa. ||3||

ਜਿਸ ਨੂੰ ਪ੍ਰਭ ਆਪ ਹੀ ਗਲਤ ਰਸਤੇ ਤੇ ਪਾਉਂਦਾ ਹੈ, ਉਸ ਨੂੰ ਕੌਣ ਪ੍ਰਵਾਨਗੀ ਦੇ ਰਸਤੇ ਤੇ ਪਾ ਸਕਦਾ ਹੈ? ਇਹ ਸਭ ਕੁਝ ਜਨਮ ਤੋਂ ਪਹਿਲੇ ਹੀ ਲਿਖਿਆ ਹੁੰਦਾ ਹੈ, ਇਸ ਨੂੰ ਕੋਈ ਮਿਟਾ ਨਹੀਂ ਸਕਦਾ । ਪ੍ਰਭ ਦੀ ਰਹਿਮਤ ਨਾਲ ਜਿਸ ਦੀ ਸ਼ਬਦ ਨਾਲ ਲਗਨ ਲਗਦੀ ਹੈ । ਉਹ ਬਹੁਤ ਵਡਭਾਗੀ ਹੁੰਦਾ ਹੈ । ਇਹ ਰਸਤਾ ਚੰਗੇ ਭਾਗਾਂ ਨਾਲ ਹੀ ਬਖਸ਼ਿਸ਼ ਹੁੰਦਾ ਹੈ ।

Whosoever may be misguided from the right path of salvation by The True Master! Who may guide him on the right path of acceptance in His Court? Everything may happen with prewritten destiny and any event may not be avoided. Whosoever may be blessed with devotion to medicate on the teachings of His Word; with His mercy and grace, he may become very fortunate. This right path of salvation may only be blessed with good fortune by believing in His Word.

ਪੇਈਅੜੈ ਧਨ ਅਨਦਿਨੁ ਸੁਤੀ॥	pay-ee-arhai Dhan an-din sutee.
ਕੰਤਿ ਵਿਸਾਰੀ ਅਵਗਣਿ ਮੁਤੀ॥	kant visaaree avgan mutee.
ਅਨਦਿਨੁ ਸਦਾ ਫਿਰੈ ਬਿਲਲਾਦੀ,	an-din sadaa firai billaadee
ਬਿਨੁ ਪਿਰ ਨੀਦ ਨ ਪਾਵਣਿਆ॥੪॥	bin pir need na paavni-aa. ||4||

ਜੀਵ ਸੰਸਾਰ ਵਿੱਚ ਦਿਨ ਰਾਤ, ਪ੍ਰਭ ਦੇ ਸ਼ਬਦ ਤੋਂ ਅਣਜਾਣ ਰਹਿੰਦਾ ਹੈ, ਉਹ ਪ੍ਰਭ ਦਾ ਸ਼ਬਦ ਭੁਲਾ ਲੈਂਦਾ ਹੈ । ਉਸ ਦੇ ਸੰਸਾਰਕ ਕੰਮਾਂ ਕਰਕੇ ਹੀ ਉਸ ਨੂੰ ਪ੍ਰਵਾਨਗੀ ਦੇ ਰਸਤੇ ਦੀ ਸੋਝੀ ਨਹੀਂ ਹੁੰਦੀ । ਉਹ ਦਿਨ ਰਾਤ ਸੰਸਾਰਕ ਇੱਛਾਂ ਦੀ ਪੀੜ ਨਾਲ ਮਜਬੂਰ ਰਹਿੰਦਾ ਹੈ । ਉਸ ਨੂੰ ਕੋਈ ਵੀ ਸੁਖ ਅਰਾਮ, ਸੰਤੋਖ ਬਖਸ਼ਿਸ਼ ਨਹੀਂ ਹੁੰਦਾ ।

Human remains ignorant from the essence of His Word; he may forget, ignore the teachings of His Word in day-to-day life. With his deep attachment to worldly accomplishments; he may be deprived from the right path of salvation. He may endure miseries in frustration of worldly desires Day and night. He may never be blessed with comfort or contentment in his life.

ਪੇਈਅੜੈ ਸੁਖਦਾਤਾ ਜਾਤਾ॥	pay-ee-arhai sukh-daata jaataa.
ਹਉਮੈ ਮਾਰਿ ਗੁਰ ਸਬਦਿ ਪਛਾਤਾ॥	ha-umai maar gur sabad pachhaataa.
ਸੇਜ ਸੁਹਾਵੀ ਸਦਾ ਪਿਰੁ ਰਾਵੇ,	sayj suhaavee sadaa pir raavay
ਸਚੁ ਸੀਗਾਰੁ ਬਣਾਵਣਿਆ॥੫॥	sach seegaar banaavani-aa. ||5||

ਸੰਸਾਰ ਵਿੱਚ ਕੇਵਲ ਪ੍ਰਭ ਹੀ ਪ੍ਰਵਾਨਗੀ ਦੇ ਰਸਤੇ ਦੀ ਸੋਝੀ ਬਖਸ਼ ਸਕਦਾ ਹੈ । ਜਿਹੜਾ ਆਪਣੇ ਮਨ ਵਿੱਚ ਅਹੰਕਾਰ ਤੇ ਜਿੱਤ ਪਾ ਕੇ, ਸ਼ਬਦ ਨਾਲ ਜੀਵਨ ਢਾਲ ਲੈਂਦਾ ਹੈ, ਉਸ ਦਾ ਮਨ ਖੇੜੇ, ਸੰਤੋਖ ਨਾਲ ਭਰਿਆ ਰਹਿੰਦਾ ਹੈ । ਉਹ ਪ੍ਰਭ ਦੇ ਸ਼ਬਦ ਦਾ ਸਿਮਰਨ ਕਰਨ ਲਗ ਪੈਂਦੇ ਹਨ ।

The One and Only One True Master may bless the right path of acceptance in His Court. Whosoever may conquer his ego and adopts the teachings of His Word in day-to-day life; with His mercy and grace, he may be blessed with overwhelming contentment and blossom in his day-to-day life. He remains steady and stable in the meditation in the void of His Word.

ਲਖ ਚਉਰਾਸੀਹ ਜੀਅ ਉਪਾਏ॥	lakh cha-oraaseeh jee-a upaa-ay.
ਜਿਸ ਨੋ ਨਦਰਿ ਕਰੇ ਤਿਸੁ ਗੁਰੂ ਮਿਲਾਏ॥	jis no nadar karay tis guroo milaa-ay.
ਕਿਲਬਿਖ ਕਾਟਿ ਸਦਾ ਜਨ ਨਿਰਮਲ,	kilbikh kaat sadaa jan nirmal
ਦਰਿ ਸਚੈ ਨਾਮਿ ਸੁਹਾਵਣਿਆ॥੬॥	dar sachai Naam suhaavani-aa. ||6||

ਪ੍ਰਭ ਨੇ 84 ਲਖ ਕਿਸਮਾਂ ਦੇ ਜੀਵ ਪੈਦਾ ਕੀਤੇ ਹਨ । ਜਿਸ ਤੇ ਆਪ ਹੀ ਰਹਿਮਤ ਦੀ ਨਜ਼ਰ ਬਖਸ਼ਦਾ, ਉਹ ਪ੍ਰਵਾਨਗੀ ਦੇ ਰਸਤੇ ਤੇ ਚਲ ਪੈਂਦਾ ਹੈ । ਉਹ ਸੇਵਕ ਆਪਣੇ ਪਾਪਾਂ ਵਾਲੇ ਕੰਮ ਤਿਆਗਕੇ ਮਨ ਨੂੰ ਪਵਿੱਤਰ ਕਰ ਲੈਂਦਾ ਹੈ, ਉਸ ਨੂੰ ਪ੍ਰਭ ਦੇ ਦਰਬਾਰ ਵਿੱਚ ਸੋਭਦਾ ਬਖਸ਼ਿਸ਼ ਹੋ ਸਕਦੀ ਹੈ ।

The True Master has created 8.4 million types of creatures in this universe. Whosoever may be bestowed with His Blessed Vision, he may be inspired on the right path of acceptance in His Court. His true devotee may renounce his evil deeds and sanctifies his soul. He may be honored in His Court.

ਲੇਖਾ ਮਾਗੈ ਤਾ ਕਿਨਿ ਦੀਐ॥	laykhaa maagai taa kin dee-ai.
ਸੁਖੁ ਨਾਹੀ ਫੁਨਿ ਦੂਐ ਤੀਐ॥	sukh naahee fun doo-ai tee-ai.
ਆਪੇ ਬਖਸਿ ਲਏ ਪ੍ਰਭੁ ਸਾਚਾ,	aapay bakhas la-ay parabh saachaa
ਆਪੇ ਬਖਸਿ ਮਿਲਾਵਣਿਆ॥੭॥	aapay bakhas milaavani-aa. ||7||

ਪ੍ਰਭ ਦੇ ਦਰਬਾਰ ਵਿੱਚ ਜੀਵ ਦੇ ਸ੍ਰਿਸ਼ਟੀ ਦੇ ਕੰਮਾਂ ਦਾ ਲੇਖਾ ਕੀਤਾ ਜਾਂਦਾ ਹੈ । ਉਥੇ ਕੌਣ ਜਵਾਬ ਦੇਂਦਾ ਹੈ? ਸੰਸਾਰ ਵਿੱਚ ਦੋਂ, ਤਿੰਨ ਪਾਸੇ ਘੁੰਮਣ ਨਾਲ ਮਨ ਨੂੰ ਸ਼ਾਂਤੀ ਨਹੀਂ ਮਿਲਦੀ । ਜਿਸ ਨੂੰ ਪ੍ਰਭ ਆਪ ਹੀ ਬਖਸ਼ ਦੇਂਦਾ ਹੈ, ਉਹ ਹੀ ਪ੍ਰਭ ਦੇ ਸ਼ਬਦ ਨਾਲ ਜੀਵਨ ਢਾਲ ਸਕਦਾ ਹੈ । ਉਹ ਹੀ ਦਰਬਾਰ ਵਿੱਚ ਪ੍ਰਵਾਨ ਹੋ ਸਕਦਾ ਹੈ ।

The Righteous Judge evaluates the worldly deeds of everyone. Who may explain his action in worldly life? Whosoever may be wandering in various directions, his mind may not be blessed with any peace of mind. Whosoever may be bestowed with His Blessed Vision, only he may adopt the teachings of His Word in his day-to-day life. He may be blessed with the right path of accepted in His Court.

ਆਪਿ ਕਰੇ ਤੈ ਆਪਿ ਕਰਾਏ॥	aap karay tai aap karaa-ay.
ਪੂਰੇ ਗੁਰ ਕੈ ਸਬਦਿ ਮਿਲਾਏ॥	pooray gur kai sabad milaa-ay.
ਨਾਨਕ ਨਾਮੁ ਮਿਲੈ ਵਡਿਆਈ,	naanak Naam milai vadi-aa-ee
ਆਪੇ ਮੇਲਿ ਮਿਲਾਵਣਿਆ॥੮॥੨॥੩॥	aapay mayl milaavani-aa. ||8||2||3||

ਪ੍ਰਭ ਆਪ ਹੀ ਸਭ ਕਰਤਬਾਂ ਕਾਰਨ ਬਣਾਉਂਦਾ, ਆਪ ਹੀ ਸਭ ਕੁਝ ਕਰਦਾ ਹੈ । ਜਿਹੜਾ ਸ਼ਬਦ ਦੀ ਪਾਲਣਾ ਕਰਦਾ ਹੈ, ਪ੍ਰਭ ਦੀ ਰਹਿਮਤ ਨਾਲ ਉਸ ਨੂੰ ਪ੍ਰਵਾਨਗੀ ਦਾ ਰਸਤਾ ਬਖਸ਼ਿਸ਼ ਹੋ ਸਕਦਾ ਹੈ । ਜਿਹੜਾ ਪ੍ਰਭ ਦੇ ਸ਼ਬਦ ਨਾਲ ਜੀਵਨ ਢਾਲਦਾ ਹੈ, ਉਸ ਦੀ ਹੀ ਪ੍ਰਭ ਦੇ ਸ਼ਬਦ ਵਿੱਚ ਲਗਨ ਲਗਦੀ ਹੈ । ਉਸ ਨੂੰ ਦਰਬਾਰ ਵਿੱਚ ਪ੍ਰਵਾਨਗੀ ਦਾ ਅਸਲੀ ਰਸਤਾ ਬਖਸ਼ਿਸ਼ ਹੋ ਸਕਦਾ ਹੈ ।

The True Master creates the purpose of all events in the universe and Himself prevails in every event. Whosoever may adopt the teachings of His Word in day-to-day life; with His mercy and grace, he may be blessed with the right path of salvation. Whosoever may adopt the teachings of His Word, he may be blessed with devotion and dedication to obey the teachings of His Word. He may be blessed with the right path of acceptance in His Court.

274.ਮਾਝ ਮਹਲਾ ੩॥ (111-5)

ਇਕੋ ਆਪਿ ਫਿਰੈ ਪਰਛੰਨਾ॥	iko aap firai parchhannaa.
ਗੁਰਮੁਖਿ ਵੇਖਾ ਤਾ ਇਹੁ ਮਨੁ ਭਿੰਨਾ॥	gurmukh vaykhaa taa ih man bhinnaa.
ਤ੍ਰਿਸਨਾ ਤਜਿ ਸਹਜ ਸੁਖੁ ਪਾਇਆ,	tarisnaa taj sahj sukh paa-i-aa
ਏਕੋ ਮੰਨਿ ਵਸਾਵਣਿਆ॥੧॥	ayko man vasaavani-aa. ||1||

ਇਕੋ ਇਕ ਮਾਲਕ ਹੀ ਜੀਵ ਨੂੰ ਹੈਰਾਨਗੀ ਵਿੱਚ ਪਾਉਂਦਾ ਹੈ । ਜਿਹੜਾ ਸ਼ਬਦ ਦੀ ਪਾਲਣਾ ਅਡੋਲ ਭਰੋਸੇ ਨਾਲ ਕਰਦਾ ਹੈ, ਉਸ ਨੂੰ ਸ਼ਬਦ ਦੀ ਸੋਝੀ, ਗੁਰਮਖ ਅਵਸਥਾ ਬਖਸ਼ਿਸ਼ ਹੋ ਜਾਂਦੀ ਹੈ । ਉਸ ਦੇ ਮਨ ਵਿੱਚ ਖੇੜਾ, ਸ਼ਬਦ ਦੀ ਪਾਲਣਾ ਦੀ ਲਗਨ ਵਧਦੀ ਹੈ । ਜਿਹੜਾ ਮਨ ਦੀਆਂ ਤ੍ਰਿਸ਼ਨਾ ਨੂੰ ਤਿਆਗ ਦੇਂਦਾ ਹੈ, ਪ੍ਰਭ ਦੀ ਰਹਿਮਤ ਨਾਲ ਉਸ ਨੂੰ ਆਪਣੇ ਮਨ ਅੰਦਰੋਂ ਹੀ ਸ਼ਾਂਤੀ, ਸੰਤਖ ਬਖਸ਼ਿਸ਼ ਹੋ ਜਾਂਦਾ ਹੈ । ਉਸ ਦੇ ਮਨ ਵਿੱਚ ਪ੍ਰਭ ਦਾ ਸ਼ਬਦ ਘਰ ਕਰ ਜਾਂਦਾ ਹੈ ।

The One and Only One, True Master, creates anxiety in every mind. Whosoever may obey the teachings of His Word with steady and stable belief; with His mercy and grace, he may be enlightened with the essence of His Word. He may be blessed with a state of mind as His true devotee. His devotion to meditate and blossom in his life may be enhanced. Whosoever may renounce his worldly desires; with His mercy and grace, he may be enlightened, overwhelmed with a peace of mind, and contentment. He may remain drenched with the essence of His Word.

ਹਉ ਵਾਰੀ ਜੀਉ ਵਾਰੀ,	ha-o vaaree jee-o vaaree
ਇਕਸੁ ਸਿਉ ਚਿਤੁ ਲਾਵਣਿਆ॥	ikas si-o chit laavani-aa.
ਗੁਰਮਤੀ ਮਨੁ ਇਕਤੁ ਘਰਿ ਆਇਆ,	gurmatee man ikat ghar aa-i-aa sachai
ਸਚੈ ਰੰਗਿ ਰੰਗਾਵਣਿਆ॥੧॥ ਰਹਾਉ॥	rang rangaavin-aa. ||1|| rahaa-o.

ਮੈਂ ਉਸ ਜੀਵ ਤੋਂ ਕੁਰਬਾਨ ਜਾਂਦਾ ਹਾ, ਜਿਹੜਾ ਇਕੋ ਇਕ ਪ੍ਰਭ ਵਿੱਚ ਲਗਨ ਲਾਉਂਦਾ, ਪ੍ਰਭ ਦੇ ਸ਼ਬਦ ਦੀ ਪਾਲਣਾ ਵਿੱਚ ਅਡੋਲ ਰਹਿੰਦਾ ਹੈ । ਪ੍ਰਭ ਦੇ ਸ਼ਬਦ ਦੀ ਪਾਲਣਾ ਕਰਨ ਨਾਲ, ਉਸ ਦੇ ਮਨ ਵਿੱਚ ਸੰਤੋਖ ਬਖਸ਼ਿਸ਼ ਹੋ ਜਾਂਦਾ ਹੈ । ਮਨ ਤੇ ਸ਼ਬਦ ਦਾ ਰੰਗ ਚੜ੍ਹ ਜਾਂਦਾ, ਸ਼ਬਦ ਘਰ ਕਰ ਜਾਂਦਾ ਹੈ ।

I remain fascinated from the way of life of His true devotee! Whosoever may remain dedicated to obey the teachings of His Word with steady and stable belief. Whosoever may adopt the teachings of His Word with steady and stable belief in day-to-day life; with His mercy and grace, he may be blessed with contentment. He may remain drenched with the essence of His Word and remains overwhelmed with crimson color of the essence of His Word.

ਇਹੁ ਜਗੁ ਭੂਲਾ ਤੈਂ ਆਪਿ ਭੁਲਾਇਆ॥	ih jag bhoolaa taiN aap bhulaa-i-aa.
ਇਕੁ ਵਿਸਾਰਿ ਦੂਜੈ ਲੋਭਾਇਆ॥	ik visaar doojai lobhaa-i-aa.
ਅਨਦਿਨੁ ਸਦਾ ਫਿਰੈ ਭ੍ਰਮਿ ਭੂਲਾ,	an-din sadaa firai bharam bhoolaa
ਬਿਨੁ ਨਾਵੈ ਦੁਖੁ ਪਾਵਣਿਆ॥੨॥	bin naavai dukh paavni-aa. ||2||

ਪ੍ਰਭ ਨੇ ਆਪ ਹੀ ਸਾਰੇ ਸੰਸਾਰ ਨੂੰ ਭਰਮਾਂ ਵਿੱਚ ਪਾਇਆ ਹੈ । ਸੰਸਾਰਕ ਜੀਵ ਇਕੋ ਇਕ ਪ੍ਰਭ ਦੇ ਸ਼ਬਦ ਨੂੰ ਭੁਲਾ ਕੇ ਹੋਰ ਦੂਸਰੇ ਪਾਸੇ ਘੁੰਮਦੇ ਰਹਿੰਦੇ ਹਨ । ਦਿਨ ਰਾਤ ਚਾਰੇ ਪਾਸੇ ਹੱਥ ਮਾਰਦੇ ਰਹਿੰਦੇ, ਭਰਮਾਂ ਵਿੱਚ ਡੂੰਘੇ ਫਸਦੇ ਜਾਂਦੇ ਹਨ । ਸ਼ਬਦ ਦੀ ਪਾਲਣਾ ਕਰਨ ਤੋਂ ਬਿਨਾਂ ਦੁਖਾਂ, ਮਾਯੂਸੀ ਵਾਲ ਹੀ ਜੀਵਨ ਬਤੀਤ ਕਰਦੇ ਹਨ ।

The True Master has created the trap of worldly suspicions and religious rituals. The worldly creatures may forsake the teachings of His Word and wanders in various directions to follow worldly gurus. He may meditate on the religious teachings to find the right path; however, he may entangle deeper into the religious suspicions. Without adopting the teachings of His Word in day-to-day life, he may endure miseries in his human life.

ਜੋ ਰੰਗਿ ਰਾਤੇ ਕਰਮ ਬਿਧਾਤੇ॥ jo rang raatay karam biDhaatay.
ਗੁਰ ਸੇਵਾ ਤੇ ਜੁਗ ਚਾਰੇ ਜਾਤੇ॥ gur sayvaa tay jug chaaray jaatay.
ਜਿਸ ਨੋ ਆਪਿ ਦੇਇ ਵਡਿਆਈ, jis no aap day-ay vadi-aa-ee
ਹਰਿ ਕੈ ਨਾਮਿ ਸਮਾਵਣਿਆ॥੩॥ har kai Naam samaavani-aa. ||3||

ਜਿਹੜਾ ਸ਼ਬਦ ਨਾਲ ਜੀਵਨ ਢਾਲਦਾ ਹੈ, ਉਹ ਆਪਣੇ ਭਾਗ ਆਪ ਹੀ ਲਿਖਣ ਵਾਲਾ ਬਣ ਜਾਂਦਾ ਹੈ । ਜਿਸ ਤੇ ਆਪ ਹੀ ਰਹਿਮਤ ਦੀ ਨਜ਼ਰ ਬਖਸ਼ਦਾ ਹੈ । ਉਹ ਪ੍ਰਭ ਦੇ ਸ਼ਬਦ ਨਾਲ ਜੀਵਨ ਢਾਲਦਾ ਹੈ, ਉਸ ਦੀ ਸੋਭਾ ਚਾਰੇ ਜੁਗਾਂ ਵਿੱਚ ਹੋ ਜਾਂਦੀ ਹੈ, ਉਹ ਸ਼ਬਦ ਦੀ ਸਮਾਧੀ ਵਿੱਚ ਹੀ ਲੀਨ ਰਹਿੰਦਾ ਹੈ ।

Whosoever may adopt the teachings of His Word wholeheartedly in day-to-day life; with His mercy and grace, he may become the inscriber of his own destiny. Whosoever may be bestowed with His Blessed Vision, he may be recognized and honored in all four Ages. He may remain intoxicated in meditation in the void of His Word.

ਮਾਇਆ ਮੋਹਿ ਹਰਿ ਚੇਤੈ ਨਾਹੀ॥ maa-i-aa mohi har chaytai naahee.
ਜਮਪੁਰਿ ਬਧਾ ਦੁਖ ਸਹਾਹੀ॥ jampur baDhaa dukh sahaahee.
ਅੰਨਾ ਬੋਲਾ ਕਿਛੁ ਨਦਰਿ ਨ ਆਵੈ, annaa bolaa kichh nadar na aavai
ਮਨਮੁਖ ਪਾਪਿ ਪਚਾਵਣਿਆ॥੪॥ manmukh paap pachaavani-aa. ||4||

ਜਿਹੜਾ ਮਾਇਆ ਦੇ ਜਾਲ ਵਿੱਚ ਫਸਿਆ ਹੁੰਦਾ ਹੈ । ਉਸ ਨੂੰ ਪ੍ਰਭ ਦੇ ਸ਼ਬਦ ਦੀ ਸਿਖਿਆਂ ਚੇਤੇ ਵੀ ਨਹੀਂ ਆਉਂਦੀ । ਉਹ ਮੌਤ ਦੇ ਸੰਗਲ ਨਾਲ ਬੰਧਾ ਰਹਿੰਦਾ ਹੈ । ਉਹ ਮਾਯੂਸੀ ਵਾਲਾ ਜੀਵਨ ਹੀ ਬਤੀਤ ਕਰਦਾ ਹੈ । ਉਸ ਅੰਧੇ, ਬੋਲ਼ੇ, ਜੀਵ ਨੂੰ ਕੁਝ ਦਿਖਾਈ ਨਹੀਂ ਦੇਂਦਾ, ਕੋਈ ਸੋਝੀ ਨਹੀਂ ਹੁੰਦੀ । ਇਸਤਰ੍ਹਾਂ ਦਾ ਮਨਮਰਜ਼ੀ ਕਰਨਵਾਲਾ ਪਾਪਾਂ ਵਾਲੇ ਕੰਮ ਕਰਦਾ ਰਹਿੰਦਾ ਹੈ ।

Whosoever may remain entangled in the trap of worldly possessions, wealth; he may not care about the teachings of His Word. The fear of devil death, remains hanging on his head. He may endure miseries in his day-to-day life. Self-minded may remain ignorant from the real purpose of his human life opportunity. Such a self-minded may remain entangled in evil deeds.

ਇਕਿ ਰੰਗਿ ਰਾਤੇ ਜੋ ਤੁਧੁ ਆਪਿ ਲਿਵ ਲਾਏ॥ ik rang raatay jo tuDh aap liv laa-ay.
ਭਾਇ ਭਗਤਿ ਤੇਰੈ ਮਨਿ ਭਾਏ॥ bhaa-ay bhagat tayrai man bhaa-ay.
ਸਤਿਗੁਰੁ ਸੇਵਨਿ ਸਦਾ ਸੁਖਦਾਤਾ, saT`gur sayvan sadaa sukh-daata
ਸਭ ਇਛਾ ਆਪਿ ਪੁਜਾਵਣਿਆ॥੫॥ sabh ichhaa aap pujaavani-aa. ||5||

ਜਿਸ ਦੀ ਲਗਨ ਸ਼ਬਦ ਵਿੱਚ ਰਹਿੰਦੀ ਹੈ । ਉਹ ਸ਼ਬਦ ਦੀ ਪਾਲਣਾ ਵਿੱਚ ਹੀ ਲੀਨ ਰਹਿੰਦਾ ਹੈ । ਮਨੋਂ ਬੰਦਗੀ ਕਰਨ ਨਾਲ ਉਹ ਪ੍ਰਭ ਨੂੰ ਭਾਉਂਦਾ ਹੈ । ਉਹ ਸ਼ਬਦ ਨਾਲ ਜੀਵਨ ਬਤੀਤ ਕਰਦਾ ਹੈ, ਉਸ ਦੇ ਮਨ ਵਿੱਚ ਸ਼ਾਂਤੀ, ਸੰਤੋਖ ਰਹਿੰਦਾ ਹੈ । ਉਸ ਦੇ ਮਨ ਦੀਆਂ ਇੱਛਾਂ ਪੂਰੀਆਂ ਹੋ ਜਾਂਦੀਆਂ ਹਨ । ਉਸ ਦੇ ਮਨ ਦੀਆਂ ਇੱਛਾਂ ਹੀ ਪ੍ਰਭ ਦੀਆਂ ਬਖਸ਼ਿਸ਼ਾਂ ਬਣ ਜਾਂਦੀਆਂ ਹਨ ।

Whosoever may have a devotional attachment to meditate on the teachings of His Word; He may remain intoxicated in deep meditation in the void of His Word. His meditation and way of life may be acceptable in His Court. Whosoever may adopt the teachings of His Word wholeheartedly in day-to-day life; with His mercy and grace, he may be blessed with a peace of mind and contentment with His Blessings. All his spoken, unspoken desires may be satisfied by The True Master. The Blessings of The True Master may become his desires.

ਹਰਿ ਜੀਉ ਤੇਰੀ ਸਦਾ ਸਰਣਾਈ॥ har jee-o tayree sadaa sarnaa-ee.
ਆਪੇ ਬਖਸਿਹਿ ਦੇ ਵਡਿਆਈ॥ aapay bakhsihi day vadi-aa-ee.
ਜਮਕਾਲੁ ਤਿਸੁ ਨੇੜਿ ਨ ਆਵੈ, jamkaal tis nayrh na aavai
ਜੋ ਹਰਿ ਹਰਿ ਨਾਮੁ ਧਿਆਵਣਿਆ॥੬॥ jo har har Naam Dhi-aavani-aa. ||6||

ਪ੍ਰਭ ਰਹਿਮਤ ਬਖਸ਼ੋ! ਸਦਾ ਹੀ ਤੇਰੀ ਸ਼ਰਣ, ਪਨਾਹ ਵਿੱਚ ਜੀਵਨ ਬਤੀਤ ਕਰਾ । ਜਿਸ ਤੇ ਪ੍ਰਭ ਰਹਿਮਤ ਦੀ ਨਜ਼ਰ ਬਖਸ਼ਦਾ ਹੈ, ਉਸ ਦੇ ਮਨ ਵਿੱਚ ਸ਼ਬਦ ਤੇ ਭਰੋਸਾ ਅਡੋਲ ਹੋ ਜਾਂਦਾ ਹੈ । ਉਸ ਨੂੰ ਮੌਤ ਦਾ ਫਰਿਸ਼ਤਾ ਛੋਹ ਵੀ ਨਹੀਂ ਸਕਦਾ । ਉਹ ਸ਼ਬਦ ਦੇ ਸਿਮਰਨ ਵਿੱਚ ਹੀ ਲੀਨ ਰਹਿੰਦਾ ਹੈ ।

The Merciful True Master! I may always remain in Your Sanctuary. Whosoever may be bestowed with His Blessed Vision, he may obey the teachings of His Word with steady and stable belief in his day-to-day life. His soul may become beyond the reach of the devil of death. He may remain intoxicated in meditation in the void of His Word.

ਅਨਦਿਨੁ ਰਾਤੇ ਜੋ ਹਰਿ ਭਾਏ॥ an-din raatay jo har bhaa-ay.
ਮੇਰੈ ਪ੍ਰਭਿ ਮੇਲੇ ਮੇਲਿ ਮਿਲਾਏ॥ mayrai parabh maylay mayl milaa-ay.
ਸਦਾ ਸਦਾ ਸਚੇ ਤੇਰੀ ਸਰਣਾਈ, sadaa sadaa sachay tayree sarnaa-ee
ਤੂੰ ਆਪੇ ਸਚੁ ਬੁਝਾਵਣਿਆ॥੭॥ tooN Aapay sach bujhaavani-aa. ||7||

ਜਿਹੜਾ ਦਿਨ ਰਾਤ ਸ਼ਬਦ ਦਾ ਸਿਮਰਨ ਕਰਦਾ ਰਹਿੰਦਾ ਹੈ, ਉਹ ਪ੍ਰਭ ਨੂੰ ਭਾਉਂਦਾ ਹੈ । ਉਹ ਪ੍ਰਭ ਦੇ ਸ਼ਬਦ ਦੀ ਸਮਾਧੀ ਵਿੱਚ ਹੀ ਅਭੇਦ ਹੋ ਜਾਂਦਾ ਹੈ । ਉਹ ਸਦਾ ਹੀ ਸ਼ਬਦ ਦੀ ਪਨਾਹ ਹੀ ਮੰਗਦਾ ਹੈ । ਪ੍ਰਭ ਹੀ ਆਪਣੇ ਦਾਸ ਦੀ ਸ਼ਬਦ ਵਿੱਚ ਲਿਵ ਲਾਉਂਦਾ, ਸ਼ਬਦ ਦੀ ਸੋਝੀ ਬਖਸ਼ਦਾ ਹੈ ।

Whosoever may meditate on the teachings of His Word Day and night; his way of life may be appeasing to The True Master. He may be absorbed in the void of His Word. He may always pray for His Forgiveness and Refuge. Only, The True Master may inspire His true devotee to remain intoxicated in the void of His Word. He may be enlightened with the essence of Your Word.

ਜਿਨ ਸਚੁ ਜਾਤਾ ਸੇ ਸਚਿ ਸਮਾਣੈ॥ jin sach jaataa say sach samaanay.
ਹਰਿ ਗੁਣ ਗਾਵਹਿ ਸਚੁ ਵਖਾਣੈ॥ har gun gaavahi sach vakhaanay.
ਨਾਨਕ ਨਾਮਿ ਰਤੇ ਬੈਰਾਗੀ, naanak Naam ratay bairaagee
ਨਿਜ ਘਰਿ ਤਾੜੀ ਲਾਵਣਿਆ॥੮॥੩॥੪॥ nij ghar taarhee laavani-aa. ||8||3||4||

ਜਿਹੜਾ ਸ਼ਬਦ ਦੀ ਪਾਲਣਾ ਵਿੱਚ ਲੀਨ ਰਹਿੰਦਾ, ਸ਼ਬਦ ਦੇ ਗੀਤ ਹੀ ਗਾਉਂਦਾ, ਸ਼ਬਦ ਦਾ ਵਿਚਾਰ ਕਰਦਾ ਹੈ । ਪ੍ਰਭ ਦੀ ਰਹਿਮਤ ਨਾਲ ਉਸ ਨੂੰ ਪ੍ਰਭ ਦੇ ਸ਼ਬਦ ਦੀ ਸੋਝੀ ਬਖਸ਼ਿਸ਼ ਹੋ ਜਾਂਦੀ ਹੈ । ਜਿਸ ਦੇ ਮਨ ਵਿੱਚ ਸ਼ਬਦ ਘਰ ਕਰ ਜਾਂਦਾ ਹੈ, ਉਹ ਪ੍ਰਭ ਦੇ ਵਿਛੋੜੇ ਦੇ ਵਿਰਾਗ ਵਿੱਚ ਅਡੋਲ ਰਹਿੰਦਾ ਹੈ । ਉਸ ਦੀ ਸਮਾਧੀ ਵਿੱਚ ਹੀ ਲੀਨ ਰਹਿੰਦਾ ਹੈ ।

Whosoever may remain intoxicated in singing the glory, obeying the teachings of His Word with steady and stable belief; with His mercy and grace, he may be blessed with the enlightenment of the essence of His Word. Whosoever may be drenched with the essence of His Word; he may remain in the renunciation in the memory of his separation from His Holy Spirit. He may remain intoxicated in meditation in the void of His Word.

275.ਮਾਝ ਮਹਲਾ ੩॥ (111-16)

ਸਬਦਿ ਮਰੈ ਸੁ ਮੁਆ ਜਾਪੈ॥ sabad marai so mu-aa jaapai.
ਕਾਲੁ ਨ ਚਾਪੈ ਦੁਖੁ ਨ ਸੰਤਾਪੈ॥ kaal na chaapai dukh na santaapai.
ਜੋਤੀ ਵਿਚਿ ਮਿਲਿ ਜੋਤਿ ਸਮਾਣੀ, jotee vich mil jot samaanee
ਸੁਣਿ ਮਨ ਸਚਿ ਸਮਾਵਣਿਆ॥੧॥ sun man sach samaavani-aa. ||1||

ਜਿਹੜਾ ਸ਼ਬਦ ਦੀ ਕਮਾਈ ਕਰਦਾ ਮਰ ਜਾਂਦਾ ਹੈ, ਅਸਲੀ ਮਰਨਾ ਉਸ ਦਾ ਹੀ ਹੁੰਦਾ ਹੈ । ਇਸ ਮੌਤ ਤੇ ਉਸ ਨੂੰ ਦੁਖ ਨਹੀਂ ਹੁੰਦਾ ਹੈ । ਇਸ ਮੌਤ ਨਾਲ ਉਸ ਦੀ ਆਤਮਾ ਦੀ ਜੋਤ ਪ੍ਰਭ ਦੀ ਜੋਤ ਵਿੱਚ ਅਲੋਪ ਹੋ ਜਾਂਦੀ ਹੈ । ਮਨ, ਇਸਤਰ੍ਹਾਂ ਆਤਮਾ ਦੀ ਜੋਤ, ਪ੍ਰਭ ਦੀ ਜੋਤ ਵਿੱਚ ਅਭੇਦ ਹੋ ਜਾਂਦੀ ਹੈ ।

Whosoever may die while meditating on the teachings of His Word; he may earn the wealth of His Word; only he knows the right way of death. He may not suffer any pain at his death. With such a death, his soul may be immersed within His Holy Spirit. His soul may become once again a part of the origin.

ਹਉ ਵਾਰੀ ਜੀਉ ਵਾਰੀ,	ha-o vaaree jee-o vaaree
ਹਰਿ ਕੈ ਨਾਇ ਸੋਭਾ ਪਾਵਣਿਆ॥	har kai naa-ay sobhaa paavni-aa.
ਸਤਿਗੁਰੁ ਸੇਵਿ ਸਚਿ ਚਿਤੁ ਲਾਇਆ,	saT`gur sayv sach chit laa-i-aa
ਗੁਰਮਤੀ ਸਹਜਿ ਸਮਾਵਣਿਆ॥੧॥	gurmatee sahj samaavani-aa. ||1||
ਰਹਾਉ॥	rahaa-o.

ਪ੍ਰਭ ਦੇ ਸ਼ਬਦ ਦੀ ਸਿਖਿਆਂ ਤੋਂ ਕੁਰਬਾਨ ਜਾਵਾ! ਜਿਹੜਾ ਅਡੋਲ ਭਰੋਸੇ ਨਾਲ ਪ੍ਰਭ ਦੇ ਸ਼ਬਦ ਦੀ ਸਿਖਿਆਂ ਨਾਲ ਜੀਵਨ ਢਾਲਦਾ ਹੈ । ਉਸ ਨੂੰ ਸ਼ਬਦ ਦੀ ਸੋਝੀ, ਪ੍ਰਵਾਨਗੀ ਦੇ ਅਸਲੀ ਰਸਤੇ ਦੀ ਸੋਝੀ ਬਖਸ਼ਿਸ਼ ਹੋ ਜਾਂਦੀ ਹੈ । ਉਹ ਸ਼ਬਦ ਦੀ ਸਮਾਧੀ ਵਿੱਚ ਸ਼ਾਂਤੀ, ਸੰਤੋਖ ਨਾਲ ਰਹਿੰਦਾ ਹੈ ।

I remain fascinated from the greatness of the teachings of His Word. Whosoever may adopt the teachings of His Word with steady and stable belief in day-to-day life; with His mercy and grace, he may be blessed with the enlightenment of the essence of His Word, the right path of salvation. He may remain intoxicated in the void of His Word. He may be blessed with a peace, harmony, and contentment in his day-to-day life.

ਕਾਇਆ ਕਚੀ ਕਚਾ ਚੀਰੁ ਹੰਢਾਏ॥	kaa-i-aa kachee kachaa cheer handhaa-
ਦੂਜੈ ਲਾਗੀ ਮਹਲੁ ਨ ਪਾਏ॥	ay. doojai laagee mahal na paa-ay.
ਅਨਦਿਨੁ ਜਲਦੀ ਫਿਰੈ ਦਿਨੁ ਰਾਤੀ,	an-din jaldee firai din raatee
ਬਿਨੁ ਪਿਰ ਬਹੁ ਦੁਖੁ ਪਾਵਣਿਆ॥੨॥	bin pir baho dukh paavni-aa. ||2||

ਤਨ ਇਕ ਕੱਚੇ ਭਾਂਡੇ ਵਰਗਾ ਹੈ, ਪ੍ਰਭ ਇਸ ਤੇ ਥੋੜ੍ਹਾ ਸਮਾਂ ਰਹਿਣ ਵਾਲਾ ਹੀ ਕਪੜਾ ਪਾਉਂਦਾ ਹੈ । ਪ੍ਰਭ ਦੇ ਸ਼ਬਦ ਤੋਂ ਬਿਨਾਂ ਹੋਰ ਕਿਸੇ ਦੀ ਪੂਜਾ ਕਰਨ ਨਾਲ ਪ੍ਰਭ ਦੇ ਦਰਬਾਰ ਵਿੱਚ ਪ੍ਰਵਾਨਗੀ ਬਖਸ਼ਿਸ਼ ਨਹੀਂ ਹੁੰਦੀ । ਜਿਹੜਾ ਦਿਨ ਰਾਤ ਸੰਸਾਰਕ ਇੱਛਾਂ ਦੀ ਭਟਕਣ ਵਿੱਚ ਰਹਿੰਦਾ ਹੈ, ਉਹ ਦੁਖ, ਮਾਯੂਸੀ ਵਿੱਚ ਹੀ ਜੀਵਨ ਬਤੀਤ ਕਰਦਾ ਹੈ ।

The body of a creature may be perishable like a raw clay vessel. The True Master may dress his body with a short-living cloth. Whosoever may meditate, other than the teachings of His Word; his soul may not be accepted in His Court. He may only endure frustrations and miseries in his whole life.

ਦੇਹੀ ਜਾਤਿ ਨ ਆਗੈ ਜਾਏ॥	dayhee jaat na aagai jaa-ay.
ਜਿਥੈ ਲੇਖਾ ਮੰਗੀਐ,	jithai laykhaa mangee-ai.
ਤਿਥੈ ਛੁਟੈ ਸਚੁ ਕਮਾਏ॥	tithai chhutai sach kamaa-ay.
ਸਤਿਗੁਰੁ ਸੇਵਨਿ ਸੇ ਧਨਵੰਤੇ,	saT`gur sayvan say Dhanvantay
ਐਥੈ ਓਥੈ ਨਾਮਿ ਸਮਾਵਣਿਆ॥੩॥	aithai othai Naam samaavani-aa. ||3||

ਜੀਵ ਦਾ ਤਨ, ਸੰਸਾਰਕ ਹੈਸੀਅਤ, ਮੌਤ ਤੋਂ ਪਿਛੋਂ ਸਾਥ ਨਹੀਂ ਜਾਂਦੀ । ਉਥੇ ਲੇਖੇ ਵਿੱਚ ਕੇਵਲ ਸ਼ਬਦ ਦੀ ਕਮਾਈ ਦੀ ਹੀ ਕੀਮਤ ਪੈਂਦੀ ਹੈ । ਜਿਹੜਾ ਪ੍ਰਭ ਦੇ ਸ਼ਬਦ ਦੀ ਕਮਾਈ ਕਰਦਾ ਹੈ । ਉਹ ਸੰਸਾਰ ਵਿੱਚ ਵੀ ਸ਼ਾਂਤੀ, ਸੰਤੋਖ ਨਾਲ ਜੀਵਨ ਬਤੀਤ ਕਰਦਾ ਹੈ, ਮੌਤ ਤੋਂ ਪਿਛੋਂ ਵੀ ਪ੍ਰਭ ਦੀ ਹਜ਼ੂਰੀ ਵਿੱਚ ਅਨੰਦ ਮਾਣਦਾ, ਸ਼ਬਦ ਦੇ ਸਿਮਰਨ ਵਿੱਚ ਮਸਤ ਰਹਿੰਦਾ ਹੈ ।

The body and worldly status do not go along with soul after death. Only the earnings of His Word remain true companion of his soul forever to support in His Court. Whosoever may adopt the teachings of His Word and earns the wealth of His Word, he may be blessed with a peace and contentment in his worldly life. He may also be blessed with comforts after death in His Court. He remains intoxicated with the essence of His Word.

ਭੈ ਭਾਇ ਸੀਗਾਰੁ ਬਣਾਏ॥	bhai bhaa-ay seegaar banaa-ay.
ਗੁਰ ਪਰਸਾਦੀ ਮਹਲੁ ਘਰੁ ਪਾਏ॥	gur parsaadee mahal ghar paa-ay.
ਅਨਦਿਨੁ ਸਦਾ ਰਵੈ ਦਿਨੁ ਰਾਤੀ,	an-din sadaa ravai din raatee
ਮਜੀਠੈ ਰੰਗੁ ਬਣਾਵਣਿਆ॥੪॥	majeethai rang banaavani-aa. ||4||

ਜਿਹੜਾ ਸਦਾ ਹੀ ਪ੍ਰਭ ਦੇ ਵਿਛੋੜੇ ਦੇ ਵਿਰਾਗ ਵਿੱਚ ਜੀਵਨ ਬਤੀਤ ਕਰਦਾ ਹੈ । ਉਹ ਪ੍ਰਭ ਦੀ ਰਹਿਮਤ ਨਾਲ ਪ੍ਰਭ ਦੇ ਦਰਬਾਰ ਵਿੱਚ ਪ੍ਰਵਾਨ ਹੋ ਜਾਂਦਾ ਹੈ । ਉਹ ਦਿਨ ਰਾਤ ਪ੍ਰਭ ਦੇ ਸ਼ਬਦ ਦੀ ਪਾਲਣਾ ਕਰਦਾ ਰਹਿੰਦਾ ਹੈ । ਉਸ ਤੇ ਸ਼ਬਦ ਦਾ ਰੰਗ ਗੂੜਾ ਚੜ੍ਹ ਜਾਂਦਾ ਹੈ ।

Whosoever may remain in renunciation the memory of his separation from His Holy Spirit. He may be blessed with the right path of acceptance in His Court. He may obey and adopts the teachings of His Word in day-to-day life. He may remain drench with the essence of His Word.

ਸਭਨਾ ਪਿਰੁ ਵਸੈ ਸਦਾ ਨਾਲੇ॥	sabhnaa pir vasai sadaa naalay.
ਗੁਰ ਪਰਸਾਦੀ ਕੋ ਨਦਰਿ ਨਿਹਾਲੇ॥	gur parsaadee ko nadar nihaalay.
ਮੇਰਾ ਪ੍ਰਭੁ ਅਤਿ ਊਚੋ ਊਚਾ,	mayraa parabh at oocho oochaa
ਕਰਿ ਕਿਰਪਾ ਆਪਿ ਮਿਲਾਵਣਿਆ॥੫॥	kar kirpaa aap milaavani-aa. ||5||

ਪ੍ਰਭ ਸਭ ਜੀਵਾਂ ਦੇ ਤਨ ਵਿੱਚ ਵਸਦਾ ਹੈ । ਕੋਈ ਵਿਰਲਾ ਹੀ ਜੀਵ ਇਹ ਮਹਿਸੂਸ ਕਰਦਾ ਹੈ, ਹੋਂਦ ਅਨੰਭਵ ਕਰਦਾ ਹੈ । ਕੇਵਲ ਇਕੋ ਇਕ ਪ੍ਰਭ ਹੀ ਸਭ ਤੋਂ ਵਡਾ ਦਾਤਾਂ ਦਾ ਮਾਲਕ ਹੈ । ਆਪਣੀ ਰਹਿਮਤ ਨਾਲ ਹੀ ਜੀਵ ਦੀ ਸ਼ਬਦ ਵਿੱਚ ਲਗਨ ਲਾਉਂਦਾ ਹੈ । ਜਿਹੜਾ ਪ੍ਰਭ ਦੇ ਸ਼ਬਦ ਦੀ ਪਾਲਣਾ ਅਡੋਲ ਭਰੋਸੇ ਨਾਲ ਕਰਦਾ ਹੈ, ਉਸ ਨੂੰ ਪ੍ਰਵਾਨਗੀ ਦਾ ਰਸਤਾ ਬਖਸ਼ਿਸ਼ ਹੋ ਸਕਦਾ ਹੈ ।

His Holy Spirit remains embedded within each soul and dwells in his body; however very rare creature may be aware and realizes His existence. Only, The One and Only One, greatest of All may be the trustee of all Blessings. He may bless devotion to His true devotee to meditate on the teachings of his Word. Whosoever may obey the teachings of His Word with steady and stable belief; with His mercy and grace, he may be blessed with the right path of acceptance in His Court.

ਮਾਇਆ ਮੋਹਿ ਇਹੁ ਜਗੁ ਸੁਤਾ॥	maa-i-aa mohi ih jag sutaa.
ਨਾਮੁ ਵਿਸਾਰਿ ਅੰਤਿ ਵਿਗੁਤਾ॥	naam visaar ant vigutaa.
ਜਿਸ ਤੇ ਸੁਤਾ ਸੋ ਜਾਗਾਏ,	jis tay sutaa so jaagaa-ay
ਗੁਰਮਤਿ ਸੋਝੀ ਪਾਵਣਿਆ॥੬॥	gurmat soJhee paavni-aa. ||6||

ਸਾਰਾ ਸੰਸਾਰ ਹੀ ਸੰਸਾਰਕ ਮਾਇਆ ਦੇ ਮੋਹ ਵਿੱਚ ਫਸਿਆ ਹੈ । ਇਹ ਜੀਵ ਨੂੰ ਸ਼ਬਦ ਤੋਂ ਵਾਂਝਾ ਰਖਦਾ, ਸ਼ਬਦ ਨਾਲੋ ਲਿਵ ਨੂੰ ਵਿਸਾਰਦਾ ਹੈ । ਪ੍ਰਭ ਦਾ ਸ਼ਬਦ ਮਨ ਵਿਚੋਂ ਵਿਸਾਰ ਕੇ ਆਪਣਾ ਮਾਨਸ ਜਨਮ ਬਿਰਥਾ ਹੀ ਗਵਾ ਲੈਂਦਾ ਹੈ । ਜਿਸ ਨੂੰ ਆਪਣੀ ਰਹਿਮਤ ਨਾਲ ਸ਼ਬਦ ਤੇ ਸੁਚੇਤ ਰਖਦਾ ਹੈ । ਉਸ ਨੂੰ ਸ਼ਬਦ ਦੀ ਪਾਲਣਾ ਤੇ ਲਾਉਂਦਾ ਹੈ, ਸ਼ਬਦ ਵਿੱਚ ਸੋਝੀ ਬਖਸ਼ਦਾ ਹੈ ।

The whole universe remains entangled in the trap of worldly possession, wealth. This may be the root cause to deprive from obeying the teachings of His Word from day-to-day life. He may forsake the teachings of His Word from day-to-day life, he wastes his priceless opportunity of human life uselessly. Whosoever may be bestowed with His Blessed Vision, he may remain awake and alert in his meditation. He may be attached to a devotional meditation of His Word. He may be Blessings with in the enlightenment of the essence of His Word.

ਅਪਿਉ ਪੀਐ ਸੋ ਭਰਮੁ ਗਵਾਏ॥	api-o pee-ai so bharam gavaa-ay.
ਗੁਰ ਪਰਸਾਦਿ ਮੁਕਤਿ ਗਤਿ ਪਾਏ॥	gur parsaad mukat gat paa-ay.
ਭਗਤੀ ਰਤਾ ਸਦਾ ਬੈਰਾਗੀ,	bhagtee rataa sadaa bairaagee
ਆਪੁ ਮਾਰਿ ਮਿਲਾਵਣਿਆ॥੭॥	aap maar milaavani-aa. ||7||

ਜਿਹੜਾ ਪ੍ਰਭ ਦਾ ਸ਼ਬਦ ਰੂਪੀ ਅੰਮ੍ਰਿਤ ਪੀਂਦਾ, ਸ਼ਬਦ ਨਾਲ ਜੀਵਨ ਬਤੀਤ ਕਰਦਾ ਹੈ, ਉਸ ਦੇ ਭਰਮ ਦੂਰ ਹੋ ਜਾਂਦੇ ਹਨ । ਪ੍ਰਭ ਦੀ ਰਹਿਮਤ ਨਾਲ ਉਸ ਨੂੰ ਮੁਕਤੀ ਦਾ ਰਸਤੇ ਬਖਸ਼ਿਸ਼ ਹੋ ਜਾਂਦਾ ਹੈ । ਜਿਹੜਾ ਪ੍ਰਭ ਦੇ ਸ਼ਬਦ ਦੀ ਪਾਲਣਾ ਵਿੱਚ ਅਡੋਲ ਰਹਿੰਦਾ ਹੈ । ਉਹ ਸੰਸਾਰਕ ਮਾਇਆ ਦੇ ਮੋਹ ਤੋਂ ਰਹਿਤ ਰਹਿੰਦਾ ਹੈ । ਮਨ ਦੀਆਂ ਇੱਛਾਂ ਤੇ ਜਿੱਤ ਪਾ ਕੇ ਪ੍ਰਭ ਦੇ ਦਰਬਾਰ ਵਿੱਚ ਪ੍ਰਵਾਨ ਹੋ ਜਾਂਦਾ ਹੈ ।

Whosoever may adopt the teachings of His Word in day-to-day life, he enjoys the nectar, of essence of His Word. All his suspicions may be eliminated; with His mercy and grace, he may remain on the right path of salvation. He may conquer his worldly bonds. He may become blemish free, from worldly desires. He may conquer his own mind. He may be accepted in His Court.

ਆਪਿ ਉਪਾਏ ਧੰਧੈ ਲਾਏ॥	aap upaa-ay DhanDhai laa-ay. lakh
ਲਖ ਚਉਰਾਸੀ ਰਿਜਕੁ ਆਪਿ ਅਪੜਾਏ॥	cha-uraasee rijak aap aprhaa-ay.
ਨਾਨਕ ਨਾਮੁ ਧਿਆਇ ਸਚਿ ਰਾਤੇ,	naanak Naam Dhi-aa-ay sach raatay
ਜੋ ਤਿਸੁ ਭਾਵੈ ਸੁ ਕਾਰ ਕਰਾਵਣਿਆ॥	jo tis bhaavai so kaar karaavani-aa.
੮॥੪॥੫॥	||8||4||5||

ਪ੍ਰਭ ਆਪ ਹੀ ਜੀਵ ਨੂੰ ਪੈਦਾ ਕਰਦਾ, ਆਪ ਹੀ ਜੀਵਨ ਬਤੀਤ ਕਰਨ ਦੇ ਧੰਦੇ ਤੇ ਲਾਉਂਦਾ ਹੈ । ਆਪ ਹੀ ਰਹਿਮਤ ਬਖਸ਼ਕੇ, 84 ਲਖ ਕਿਸਮਾਂ ਦੇ ਜੀਵਾਂ ਦੀ ਪਾਲਣਾ ਕਰਨ ਲਈ ਭੋਜਨ ਬਖਸ਼ਦਾ ਹੈ । ਜਿਹੜੇ ਜੀਵ ਦੀ ਲਗਨ ਪ੍ਰਭ ਦੇ ਸ਼ਬਦ ਦੀ ਪਾਲਣਾ ਵਿੱਚ ਲਗੀ ਰਹਿੰਦੀ ਹੈ, ਉਹ ਆਪਣੇ ਅੰਦਰੋਂ ਹੀ ਸ਼ਬਦ ਦੀ ਸੋਝੀ ਦੀ ਖੋਜ ਕਰਦਾ ਹੈ । ਉਹ ਪ੍ਰਭ ਨੂੰ ਭਾਉਂਦੇ ਹੀ ਕੰਮ ਕਰਦਾ ਹੈ ।

The True Master has created 84 kinds of worldly creatures; He provides the source of nourishments for His Creation. He assigns various tasks to spend his life, earn the food for nourishment. Whosoever may meditate and adopts the teachings of His Word wholeheartedly in day-to-day life. He may be blessed with the enlightenment of the essence of His Word from within. He may only perform deeds according to the essence of His Word.

276.ਮਾਝ ਮਹਲਾ ੩॥ (112-9)

ਅੰਦਰਿ ਹੀਰਾ ਲਾਲੁ ਬਣਾਇਆ॥	andar heeraa laal banaa-i-aa.
ਗੁਰ ਕੈ ਸਬਦਿ ਪਰਖਿ ਪਰਖਾਇਆ॥	gur kai sabad parakh parkhaa-i-aa.
ਜਿਨ ਸਚੁ ਪਲੈ ਸਚੁ ਵਖਾਣਹਿ,	jin sach palai sach vakaaneh
ਸਚੁ ਕਸਵਟੀ ਲਾਵਣਿਆ॥੧॥	sach kasvatee laavani-aa. ||1||

ਪ੍ਰਭ ਨੇ ਆਪ ਹੀ ਹਰਇਕ ਜੀਵ ਦੇ ਅੰਦਰ ਉਹ ਅਨਮੋਲ ਦਸਵਾਂ ਘਰ ਵਸਾਇਆ ਹੈ । ਜਿਹੜਾ ਸ਼ਬਦ ਨਾਲ ਜੀਵਨ ਢਾਲਦਾ ਹੈ, ਉਹ ਸ਼ਬਦ ਦੀ ਸੋਝੀ ਨਾਲ ਇਸ ਦੀ ਪਰਖ ਕਰਦਾ, ਕੀਮਤ ਜਾਣ ਜਾਂਦਾ ਹੈ । ਜਿਸ ਦੇ ਅੰਦਰ ਸ਼ਬਦ ਦੀ ਕਮਾਈ ਹੁੰਦੀ ਹੈ, ਉਹ ਆਪਣੇ ਕੀਤੇ ਕੰਮਾਂ ਨੂੰ ਸ਼ਬਦ ਦੀ ਕਸਵਟੀ ਨਾਲ ਪਰਖਦਾ ਹੈ ।

The True Master has established the 10th house, His throne within every one, and heart. Whosoever may adopt the teachings of His Word in day-to-day life; with His mercy and grace, he may be blessed with the enlightenment of the essence His Word to comprehend the significance of His Blessings. Whosoever may earn the wealth of His Word; he may test all his deeds with the scale of His Word.

ਹਉ ਵਾਰੀ ਜੀਉ ਵਾਰੀ,	ha-o vaaree jee-o vaaree
ਗੁਰ ਕੀ ਬਾਣੀ ਮੰਨਿ ਵਸਾਵਣਿਆ॥	gur kee banee man vasaavani-aa.
ਅੰਜਨ ਮਾਹਿ ਨਿਰੰਜਨੁ ਪਾਇਆ,	anjan maahi niranjan paa-i-aa
ਜੋਤੀ ਜੋਤਿ ਮਿਲਾਵਣਿਆ॥੧॥ ਰਹਾਉ॥	jotee jot milaavani-aa. ||1|| rahaa-o.

ਉਸ ਜੀਵ ਤੋਂ ਕੁਰਬਾਨ ਜਾਵਾ! ਜਿਸ ਦੇ ਅੰਦਰ ਪ੍ਰਭ ਦਾ ਸ਼ਬਦ ਘਰ ਕਰ ਜਾਂਦਾ ਹੈ । ਉਹ ਸੰਸਾਰ ਦੇ ਅਗਿਆਨਤਾ ਦੇ ਅੰਧੇਰੇ ਵਿੱਚ ਹੀ ਅਣਮੋਲ ਰਤਨ, ਪ੍ਰਭ ਦੀ ਜੋਤ ਜਾਗਰਤ ਕਰ ਲੈਂਦਾ ਹੈ । ਉਸ ਦੀ ਆਤਮਾ ਪ੍ਰਭ ਦੀ ਜੋਤ ਵਿੱਚ ਅਲੋਪ ਹੋ ਜਾਂਦੀ ਹੈ ।

I remain fascinated from the way of life of His true devotee! Whosoever may remain drenched with the essence of His Word. In the world of darkness, ignorance from His Word, he may be enlightened with the ray of His Holy

Spirit and remains awake and alert. He soul may be immersed within His Holy Spirit.

ਇਸੁ ਕਾਇਆ ਅੰਦਰਿ ਬਹੁਤੁ ਪਸਾਰਾ॥	is kaa-i-aa andar bahut pasaaraa.
ਨਾਮੁ ਨਿਰੰਜਨੁ ਅਤਿ ਅਗਮ ਅਪਾਰਾ॥	naam niranjan at agam apaaraa.
ਗੁਰਮੁਖਿ ਹੋਵੈ ਸੋਈ ਪਾਏ,	gurmukh hovai so-ee paa-ay
ਆਪੇ ਬਖਸਿ ਮਿਲਾਵਣਿਆ॥੨॥	aapay bakhas milaavani-aa. ||2||

ਜੀਵ ਦਾ ਤਨ, ਸੰਸਾਰ ਇੱਛਾਂ ਪਿਛੇ ਲਗਾ ਕੇ ਬਹੁਤ ਪਾਸੇ ਘੁੰਮਦਾ ਹੈ । ਪ੍ਰਭ ਦਾ ਸ਼ਬਦ ਅਨੋਖਾ ਹੈ, ਜੀਵ ਦੀ ਪਹੁੰਚ ਵਿੱਚ ਨਹੀਂ, ਇਸ ਦਾ ਕੋਈ ਅੰਤ ਨਹੀਂ ਹੈ । ਜਿਸ ਤੇ ਆਪ ਰਹਿਮਤ ਬਖਸ਼ਕੇ, ਸ਼ਬਦ ਦੇ ਸਿਮਰਨ ਤੇ ਲਾਉਂਦਾ ਹੈ, ਕੇਵਲ ਉਸ ਨੂੰ ਹੀ ਗੁਰਮਖ ਅਵਸਥਾ ਬਖਸ਼ਿਸ਼ ਹੋ ਸਕਦੀ ਹੈ ।

The body of the creature remains entangled in worldly desires and wonders in various directions to satisfy these desires. His Word may be astonishing, fascinating and remains beyond any reach, limitation, and comprehension of His Creation. Whosoever may be bestowed with His Blessed Vision, he may meditate on the teachings of His Word with steady and stable belief; with His mercy and grace, he may be blessed with a state of mind as His true devotee.

ਮੇਰਾ ਠਾਕੁਰੁ ਸਚੁ ਦ੍ਰਿੜਾਏ॥	mayraa thaakur sach drirh-aa-ay.
ਗੁਰ ਪਰਸਾਦੀ ਸਚਿ ਚਿਤੁ ਲਾਏ॥	gur parsaadee sach chit laa-ay.
ਸਚੋ ਸਚੁ ਵਰਤੈ ਸਭਨੀ ਥਾਈ,	sacho sach vartai sabhnee thaa-ee
ਸਚੇ ਸਚਿ ਸਮਾਵਣਿਆ॥੩॥	sachay sach samaavani-aa. ||3||

ਪ੍ਰਭ, ਜੀਵ ਦੇ ਮਨ ਵਿੱਚ ਸ਼ਬਦ ਦਾ ਬੀਜ ਬੀਜਦਾ ਹੈ । ਉਸ ਦੀ ਰਹਿਮਤ ਨਾਲ ਹੀ ਜੀਵ ਦੀ ਲਗਨ ਸ਼ਬਦ ਵਿੱਚ ਅਡੋਲ ਹੋ ਜਾਂਦੀ ਹੈ । ਪ੍ਰਭ ਸਭ ਤੋਂ ਵਡਾ, ਪਵਿੱਤਰ, ਹਰ ਥਾਂ, ਹਰਇਕ ਜੀਵ ਦੇ ਅੰਦਰ ਵਾਪਰਦਾ ਹੈ । ਜਿਹੜੀ ਆਤਮਾ ਪਵਿੱਤਰ ਹੋ ਜਾਂਦੀ ਹੈ, ਪ੍ਰਭ ਦੀ ਜੋਤ ਵਿੱਚ ਅਭੇਦ ਹੋ ਜਾਂਦੀ ਹੈ ।

The True Master sows the seed of His Word within each mind of a creature. Whosoever may be blessed with devotion to meditate; he may meditate on the teachings of His Word. His Holy Spirit, Greatest of All, remains embedded within each soul. Whose soul may be sanctified to become blemish-free! Only his soul may be absorbed within His Holy Spirit.

ਵੇਪਰਵਾਹੁ ਸਚੁ ਮੇਰਾ ਪਿਆਰਾ॥	vayparvaahu sach mayraa pi-aaraa.
ਕਿਲਵਿਖ ਅਵਗਣ ਕਾਟਣਹਾਰਾ॥	kilvikh avgan kaatanhaaraa.
ਪ੍ਰੇਮ ਪ੍ਰੀਤਿ ਸਦਾ ਧਿਆਈਐ,	paraym pareet sadaa Dhi-aa-ee-ai bhai
ਭੈ ਭਾਇ ਭਗਤਿ ਦ੍ਰਿੜਾਵਣਿਆ॥੪॥	bhaa- ay Bhagat darirhaavni-aa. ||4||

ਦਿਆਲੂ ਪ੍ਰਭ ਕਿਸੇ ਦੀ ਕੋਈ ਪ੍ਰਵਾਹ ਨਹੀਂ ਹੈ । ਆਪਣੀ ਮਰਜ਼ੀ ਨਾਲ ਜੀਵ ਦੇ ਪਾਪ ਧੋਦਾ, ਬਖਸ਼ਦਾ ਹੈ । ਜੀਵ ਮਨ ਲਾ ਕੇ ਪ੍ਰਭ ਦੇ ਸ਼ਬਦ ਦੀ ਪਾਲਣਾ ਕਰੋ । ਆਪ ਹੀ ਸ਼ਬਦ ਦੀ ਪਾਲਣਾ ਕਰਵਾਉਂਦਾ, ਵਿਛੋੜੇ ਦਾ ਵਿਰਾਗ ਮਨ ਅੰਦਰ ਲਾਉਂਦਾ ਹੈ ।

The Gracious True Master may not heed any advice, recommendation, or suggestion from anyone. He may forgive the sins of His true devotee. You should wholeheartedly obey the teachings of His Word with steady and stable belief. The True Master inspires His true devotee to adopt the teachings of His Word. He may keep His true devotee in renunciation in the memory of his separation from His Holy Spirit.

ਤੇਰੀ ਭਗਤਿ ਸਚੀ, ਜੇ ਸਚੇ ਭਾਵੈ॥	tayree bhagat sachee jay sachay bhaavai.
ਆਪੇ ਦੇਇ ਨ ਪਛੋਤਾਵੈ॥	aapay day-ay na pachhotaavai.
ਸਭਨਾ ਜੀਆ ਕਾ ਏਕੋ ਦਾਤਾ,	sabhnaa jee-aa kaa ayko daataa
ਸ਼ਬਦੇ ਮਾਰਿ ਜੀਵਾਵਣਿਆ॥੫॥	sabday maar jeevaavni-aa. ||5||

ਉਹ ਹੀ ਅਸਲੀ ਬੰਦਗੀ ਹੈ, ਜਿਹੜੀ ਪ੍ਰਭ ਨੂੰ ਭਾਉਂਦੀ ਹੈ । ਪ੍ਰਭ ਆਪ ਹੀ ਦਾਤਾਂ ਬਖਸ਼ਦਾ ਹੈ, ਦਾਤਾਂ ਬਖਸ਼ ਕੇ, ਕਦੇ ਪਛਤਾਵਾ ਨਹੀਂ ਕਰਦਾ । ਸਾਰੀ ਸ੍ਰਿਸ਼ਟੀ ਨੂੰ ਦਾਤਾਂ ਬਖਸ਼ਣ ਵਾਲਾ ਮਾਲਕ ਹੈ । ਰਹਿਮਤ ਕੇਵਲ ਸ਼ਬਦ ਨੂੰ ਮਨ ਵਿੱਚ ਵਸਾਉਣ, ਜੀਵਨ ਢਾਲਣ ਨਾਲ ਹੀ ਹੁੰਦੀ ਹੈ ।

Whatsoever meditation may be accepted in Your Court that may be the true meditation of His Word. The True Master may never repent after Blessings any soul. He bestows His Blessed Vision on His whole Creation. Whosoever may adopt the teachings of His Word with steady and stable belief in his day today life; he may remain drenched with the essence Your Word.

ਹਰਿ ਤੁਧੁ ਬਾਝਹੁ ਮੈ ਕੋਈ ਨਾਹੀ॥ har tuDh baajhahu mai ko-ee naahee.
ਹਰਿ ਤੁਧੈ ਸੇਵੀ ਤੈ ਤੁਧੁ ਸਾਲਾਹੀ॥ har tuDhai sayvee tai tuDh saalaahee.
ਆਪੇ ਮੇਲਿ ਲੈਹੁ ਪ੍ਰਭ ਸਾਚੇ, aapay mayl laihu parabh saachay
ਪੂਰੈ ਕਰਮਿ ਤੂੰ ਪਾਵਣਿਆ॥੬॥ poorai karam tooN paavni-aa. ||6||

ਮੇਰਾ ਪ੍ਰਭ ਤੋਂ ਬਿਨਾਂ ਹੋਰ ਕੋਈ ਆਸਰਾ, ਸਾਥੀ ਨਹੀਂ ਹੈ । ਪ੍ਰਭ ਦੇ ਸ਼ਬਦ ਦੀ ਪਾਲਣਾ ਕਰਨਾ, ਉਸਤਤ ਗਾਉਣਾ ਹੀ ਮੇਰੇ ਜੀਵਨ ਦਾ ਮੰਤਵ ਹੈ । ਅਟਲ ਪ੍ਰਭ ਮੇਰਾ ਭਰੋਸਾ, ਲਗਨ ਸ਼ਬਦ ਵਿੱਚ ਅਡੋਲ ਰਖੋ । ਜਿਸ ਜੀਵ ਦੇ ਚੰਗੇ ਕਰਮ ਹੋਣ, ਉਸ ਨੂੰ ਹੀ ਰਹਿਮਤ ਬਖਸ਼ਿਸ਼ ਹੋ ਸਕਦੀ ਹੈ ।

I may not have any other true companion in my life in world. The real purpose of my human life opportunity may be to obey and to sing the glory of His virtues. He may keep His true devotee steady and stable on the teachings of His Word. Whosoever may have a great prewritten destiny, only his soul may be blessed with the right path of acceptance in His Court.

ਮੈ ਹੋਰੁ ਨ ਕੋਈ ਤੁਧੈ ਜੇਹਾ॥ mai hor na ko-ee tuDhai jayhaa.
ਤੇਰੀ ਨਦਰੀ ਸੀਝਸਿ ਦੇਹਾ॥ tayree nadree seejhas dayhaa.
ਅਨਦਿਨੁ ਸਾਰਿ ਸਮਾਲਿ ਹਰਿ ਰਾਖਹਿ, an-din saar samaal har raakhahi
ਗੁਰਮੁਖਿ ਸਹਜਿ ਸਮਾਵਣਿਆ॥੭॥ gurmukh sahj samaavani-aa. ||7||

ਪ੍ਰਭ ਦੇ ਬਰਾਬਰ ਹੋਰ ਕਈ ਨਜ਼ਰ ਨਹੀਂ ਆਉਂਦਾ । ਪ੍ਰਭ ਦੀ ਰਹਿਮਤ ਨਾਲ ਹੀ ਮਨ ਵਿੱਚ ਖੇੜਾ, ਸ਼ਰਣ ਵਿੱਚ ਪਨਾਹ ਬਖਸ਼ਿਸ਼ ਹੁੰਦੀ ਹੈ । ਪ੍ਰਭ ਦਿਨ ਰਾਤ ਜੀਵਾਂ ਦੀ ਦੇਖ ਭਾਲ, ਰਖਿਆ ਕਰਦਾ ਹੈ । ਗੁਰਮਖ ਸ਼ਬਦ ਦੀ ਪਾਲਣਾ ਵਿੱਚ ਹੀ ਲੀਨ ਹੋਇਆ ਸ਼ਾਂਤੀ, ਸੰਤੋਖ, ਖੇੜੇ ਵਿੱਚ ਰਹਿੰਦਾ ਹੈ ।

No one may ever be equal or greater than The True Master. Only The True Master may bless peace, and harmony in worldly life; only with His mercy and grace, his soul may be accepted in Your Sanctuary. The True Master nourishes, and protects His Creation Day and night. His true devotee always obeys the teachings of His Word with steady and stable belief in day-to-day life; with His mercy and grace, he may remain in peace, contentment, and enjoys His bliss in all worldly conditions.

ਤੁਧੁ ਜੇਵਡੁ ਮੈ ਹੋਰੁ ਨ ਕੋਈ॥ tuDh jayvad mai hor na ko-ee.
ਤੁਧੁ ਆਪੇ ਸਿਰਜੀ ਆਪੇ ਗੋਈ॥ tuDh aapay sirjee aapay go-ee.
ਤੂੰ ਆਪੇ ਹੀ ਘੜਿ ਭੰਨਿ ਸਵਾਰਹਿ, tooN aapay hee gharh bhann savaareh
ਨਾਨਕ ਨਾਮਿ ਸੁਹਾਵਣਿਆ॥੮॥੫॥੬॥ naanak Naam suhaavani-aa. ||8||5||6||

ਪ੍ਰਭ ਵਰਗਾ ਕੋਈ ਹੋਰ ਮਹਾਨ ਨਹੀਂ ਹੈ । ਆਪ ਹੀ ਸ੍ਰਿਸ਼ਟੀ ਸਾਜਦਾ, ਆਪ ਹੀ ਇਸ ਨੂੰ ਖਤਮ ਕਰ ਸਕਦਾ, ਕਰਦਾ ਹੈ । ਆਪ ਹੀ ਜੀਵ ਨੂੰ ਪੈਦਾ ਕਰਦਾ, ਮੌਤ ਦੇਂਦਾ, ਫਿਰ ਜਨਮ ਦੇਂਦਾ, ਸ਼ਿਗਾਰਦਾ ਹੈ । ਬੰਦਗੀ ਕਰਨਵਾਲਾ ਸ਼ਬਦ ਵਿੱਚ ਹੀ ਲੀਨ ਬੰਦਗੀ ਵਿੱਚ ਲੀਨ ਹੋਇਆ, ਸਮਾਧੀ ਵਿੱਚ ਵਸਦਾ ਹੈ ।

No one may ever be comparable with His greatness. Only The True Master may create and destroy His Creation. His true devotee may be blessed with youth and glory; he may destroy and he may remain in the cycle of birth and death. His true devotee always remains intoxicated in devotional meditation in void of His Word.

277.ਮਾਝ ਮਹਲਾ ੩॥ (113-1)

ਸਭ ਘਟ ਆਪੇ ਭੋਗਣਹਾਰਾ॥	sabh ghat aapay bhoganhaaraa.
ਅਲਖੁ ਵਰਤੈ ਅਗਮ ਅਪਾਰਾ॥	alakh vartai agam apaaraa.
ਗੁਰ ਕੈ ਸਬਦਿ	gur kai sabad
ਮੇਰਾ ਹਰਿ ਪ੍ਰਭੁ ਧਿਆਈਐ,	mayraa har parabh Dhi-aa-ee-ai
ਸਹਜੇ ਸਚਿ ਸਮਾਵਣਿਆ॥੧॥	Sehjay sach samaavani-aa. ||1||

ਪ੍ਰਭ ਹਰਇਕ ਜੀਵ ਦੀ ਆਤਮ ਵਿੱਚ ਸਮਾਇਆ, ਉਸ ਦੇ ਤਨ ਵਿੱਚ ਖੇੜੇ ਵਿੱਚ ਅਨੰਦ ਮਾਨਦਾ ਹੈ । ਪ੍ਰਭ ਕਿਸੇ ਦੇ ਦੇਖਣ, ਪਹੁੰਚ ਵਿੱਚ ਨਹੀਂ ਆਉਂਦਾ । ਕਿਸੇ ਕਿਸਮ ਦੇ ਅੰਤ ਤੋਂ ਰਹਿਤ, ਹਰ ਥਾਂ, ਹਰਇਕ ਜੀਵ ਵਿੱਚ ਆਪ ਹੀ ਵਾਪਰਦਾ ਹੈ । ਜਿਹੜਾ ਪ੍ਰਭ ਦੇ ਸ਼ਬਦ ਦੀ ਪਾਲਣਾ, ਸਿਮਰਨ ਕਰਦਾ ਹੈ, ਉਸ ਦਾ ਪ੍ਰਭ ਦੇ ਸ਼ਬਦ ਵਿੱਚ ਲੀਨ ਹੋਇਆ ਭਰੋਸਾ ਅਡੋਲ ਰਹਿੰਦਾ ਹੈ ।

His Holy Spirit remains embedded within each soul, dwells in his body and remains in blossom. He remains beyond any reach, visibility, any limit, any end, dwells and prevails in every event within his body and outside in the universe. Whosoever may meditate and adopts the teachings of His Word with steady and stable belief in day-to-day life; with His mercy and grace, he may remain in a deep meditation in the void of His Word.

ਹਉ ਵਾਰੀ ਜੀਉ ਵਾਰੀ,	ha-o vaaree jee-o vaaree
ਗੁਰ ਸ਼ਬਦੁ ਮੰਨਿ ਵਸਾਵਣਿਆ॥	gur sabad man vasaavani-aa.
ਸ਼ਬਦੁ ਸੂਝੈ ਤਾ ਮਨ ਸਿਉ ਲੂਝੈ,	sabad soojhai taa man si-o loojhai
ਮਨਸਾ ਮਾਰਿ ਸਮਾਵਣਿਆ॥੧॥ ਰਹਾਉ॥	mansaa Maar samaavani-aa. ||1|| rahaa-o.

ਉਸ ਜੀਵ ਤੋਂ ਕੁਰਬਾਨ ਜਾਂਵਾ! ਜਿਸ ਦੇ ਮਨ ਵਿੱਚ ਪ੍ਰਭ ਦਾ ਸ਼ਬਦ ਘਰ ਕਰ ਜਾਂਦਾ ਹੈ । ਜਿਸ ਨੂੰ ਸ਼ਬਦ ਦੀ ਸੋਝੀ ਬਖਸ਼ਿਸ਼ ਹੋ ਜਾਂਦਾ ਹੈ, ਉਹ ਆਪਣੇ ਮਨ ਦੀਆਂ ਇੱਛਾਂ ਵਲ ਝਾਤੀ ਮਾਰਦਾ ਹੈ । ਮਨ ਦੀਆਂ ਇੱਛਾਂ ਤੇ ਕਾਬੂ ਪਾ ਲੈਂਦਾ ਹੈ, ਉਸ ਦਾ ਪ੍ਰਭ ਦੇ ਸ਼ਬਦ ਤੇ ਭਰੋਸਾ ਅਡੋਲ ਹੋ ਜਾਂਦਾ ਹੈ ।

I remain fascinated from the life of His true devotee; whosoever may remain drenched with the essence of His Word. Whosoever may be enlightened within His heart; he concentrates within and evaluates his own worldly desire. He may conquer his worldly desires; his belief may become steady and stable on His Blessings.

ਪੰਚ ਦੂਤ ਮੁਹਹਿ ਸੰਸਾਰਾ॥	panch doot muheh sansaaraa.
ਮਨਮੁਖ ਅੰਧੇ ਸੁਧਿ ਨ ਸਾਰਾ॥	manmukh anDhay suDh na saaraa.
ਗੁਰਮੁਖਿ ਹੋਵੈ ਸੁ ਅਪਣਾ ਘਰੁ ਰਾਖੈ,	gurmukh hovai so apnaa ghar raakhai
ਪੰਚ ਦੂਤ ਸਬਦਿ ਪਚਾਵਣਿਆ॥੨॥	panch Doot sabad pachaavani-aa. ||2||

ਪੰਜਾਂ ਇੱਛਾਂ ਨੇ ਸਾਰੇ ਸੰਸਾਰ ਨੂੰ ਹੀ ਆਪਣੇ ਜਾਲ ਵਿੱਚ ਫਸਿਆ ਹੈ । ਮਨਮਰਜ਼ੀ ਕਰਨਵਾਲਾ ਜੀਵ ਸ਼ਬਦ ਦੇ ਗਿਆਨ ਤੋਂ ਅੰਨ੍ਹਾ ਹੀ ਰਹਿੰਦਾ ਹੈ, ਉਸ ਨੂੰ ਕੋਈ ਸੋਝੀ ਨਹੀਂ ਆਉਂਦੀ, ਨਾ ਹੀ ਕਿਸੇ ਦੀ ਸੁਣਦਾ ਹੀ ਹੈ । ਗੁਰਮਖ ਜੀਵ ਆਪਣੇ ਮਨ ਵਿੱਚ ਝਾਤੀ ਮਾਰਦਾ, ਆਪਣਾ ਧੀਰਜ ਕਾਇਮ ਰਖਦਾ ਹੈ । ਸ਼ਬਦ ਦੀ ਪਾਲਣਾ ਕਰਨ ਨਾਲ ਹੀ ਪੰਜਾਂ ਇੱਛਾਂ ਦਾ ਨਾਸ ਹੋ ਜਾਂਦਾ ਹੈ ।

These five demons of worldly desires have trapped all universes in sweet poison of worldly wealth. Self-minded remains ignorant from the essence of His Word. He may not have any enlightenment of the real purpose of his human life opportunity, nor he may ever listen to counsel or suggestion of anyone. His true devotee evaluates his own deeds and keeps his patience steady and stable on His Blessings. He may obey the teachings of His Word; with His mercy and grace, he may conquer and destroys his five demons of his worldly desires.

ਇਕਿ ਗੁਰਮੁਖਿ ਸਦਾ ਸਚੈ ਰੰਗਿ ਰਾਤੇ॥ ik gurmukh sadaa sachai rang raatay.
ਸਹਜੇ ਪ੍ਰਭੁ ਸੇਵਹਿ ਅਨਦਿਨੁ ਮਾਤੇ॥ sehjay parabh sayveh an-din maatay.
ਮਿਲਿ ਪ੍ਰੀਤਮ ਸਚੇ ਗੁਣ ਗਾਵਹਿ, mil pareetam sachay gun gaavahi
ਹਰਿ ਦਰਿ ਸੋਭਾ ਪਾਵਣਿਆ॥੩॥ har dar Sobhaa paavni-aa. ||3||

ਗੁਰਮਖ ਸਦਾ ਹੀ ਪ੍ਰਭ ਦੇ ਸ਼ਬਦ ਦੇ ਪਿਆਰ, ਲਗਨ ਵਿੱਚ ਮਸਤ ਰਹਿੰਦਾ ਹੈ । ਉਹ ਦਿਨ ਰਾਤ ਸ਼ਬਦ ਦੇ ਰੰਗ ਵਿੱਚ ਰੰਗਿਆ ਰਹਿੰਦਾ ਹੈ । ਸ਼ਬਦ ਦੀ ਪਾਲਣਾ ਕਰਦੇ ਨੂੰ ਸ਼ਬਦ ਦੀ ਸੋਝੀ ਬਖਸ਼ਿਸ਼ ਹੋ ਜਾਂਦੀ ਹੈ । ਪ੍ਰਭ ਦੇ ਸ਼ਬਦ ਦਾ ਸਿਮਰਨ ਕਰਦੇ ਨੂੰ ਪ੍ਰਭ ਦੇ ਦਰਬਾਰ ਵਿੱਚ ਪ੍ਰਵਾਨਗੀ ਬਖਸ਼ਿਸ਼ ਹੋ ਜਾਂਦੀ ਹੈ ।

His true devotee may always remain devoted to meditation on the teachings of His Word. He may remain intoxicated, drenched with the essence of His Word. He may adopt the teachings of His Word with steady and stable belief; with His mercy and grace, he may be blessed with the enlightenment of the essence of His Word from within. He may be blessed with the right path of acceptance in His Court.

ਏਕਮ ਏਕੈ ਆਪੁ ਉਪਾਇਆ॥ aykam aykai aap upaa-i-aa.
ਦੁਬਿਧਾ ਦੂਜਾ ਤ੍ਰਿਬਿਧਿ ਮਾਇਆ॥ dubiDhaa doojaa taribaDh maa-i-aa.
ਚਉਥੀ ਪਉੜੀ ਗੁਰਮੁਖਿ ਊਚੀ, cha-uthee pa-orhee gurmukh oochee
ਸਚੋ ਸਚੁ ਕਮਾਵਣਿਆ॥੪॥ sacho sach kamaavani-aa. ||4||

ਸਭ ਤੋਂ ਪਹਿਲੇ ਪ੍ਰਭ ਨੇ ਆਪਣੇ ਆਪ ਵਿਚੋਂ ਜੀਵ ਹੀ ਨੂੰ ਪੈਦਾ ਕੀਤਾ । ਇਸ ਤੋਂ ਪਿਛੋਂ ਪ੍ਰਭ ਨੇ ਧਰਮ ਦੇ ਭਰਮ ਭੁਲੇਖੇ ਪੈਦਾ ਕੀਤੇ ਹਨ । ਤੀਸਰਾ ਉਸ ਨੇ ਸੰਸਾਰਕ ਮਾਇਆ ਦਾ ਮੋਹ ਪੈਦਾ ਕੀਤਾ ਹੈ । ਜੀਵ ਦੇ ਮਨ ਦੀ ਚੌਥੀ ਅਵਸਥਾ ਸਭ ਤੋਂ ਉਤਮ ਹੈ । ਜਿਸ ਵਿੱਚ ਉਸ ਨੂੰ ਗੁਰਮਖ, ਅਮਰ ਅਵਸਥਾ ਬਖਸ਼ਿਸ਼ ਹੋ ਸਕਦੀ ਹੈ । ਜਿਹੜਾ ਆਪਣਾ ਜੀਵਨ ਸ਼ਬਦ ਨਾਲ ਢਾਲਦਾ ਹੈ, ਉਸ ਨੂੰ ਚੌਥੀ ਅਵਸਥਾ ਬਖਸ਼ਿਸ਼ ਹੋ ਸਕਦੀ ਹੈ ।

First, The True Master created a symbol of Himself from His Holy Spirit. Then he created all religious suspicions to control His Expansion. He created worldly bonds; attachment of worldly possessions called worldly wealth. The fourth stage of mind is supreme. In this stage, humans may be blessed with a state of mind as His true devotee. Whosoever may adopt the teachings of His Word in day-to-day life; with His mercy and grace, he may be blessed with such a supreme state of mind.

ਸਭੁ ਹੈ ਸਚਾ ਜੇ ਸਚੇ ਭਾਵੈ॥ sabh hai sachaa jay sachay bhaavai.jin
ਜਿਨਿ ਸਚੁ ਜਾਤਾ ਸੋ ਸਹਜਿ ਸਮਾਵੈ॥ sach jaataa so sahj samaavai.
ਗੁਰਮੁਖਿ ਕਰਣੀ ਸਚੇ ਸੇਵਹਿ, gurmukh karnee sachay sayveh
ਸਾਚੇ ਜਾਇ ਸਮਾਵਣਿਆ॥੫॥ saachay jaa-ay samaavani-aa. ||5||

ਜਿਹੜਾ ਕੰਮ ਪ੍ਰਭ ਦੀ ਦਰਗਾਹ ਵਿੱਚ ਪ੍ਰਵਾਨ ਹੋ ਜਾਂਦਾ ਹੈ, ਪ੍ਰਭ ਦੇ ਸ਼ਬਦ ਅਨੁਸਾਰ ਹੁੰਦਾ ਹੈ, ਉਹ ਸਭ ਕੰਮ ਹੀ ਪਵਿੱਤਰ ਹੁੰਦੇ ਹਨ । ਜਿਹੜਾ ਆਪਣਾ ਜੀਵਨ ਸ਼ਬਦ ਨਾਲ ਢਾਲਦਾ ਹੈ, ਉਸ ਦੇ ਮਨ ਵਿੱਚ ਸ਼ਾਂਤੀ, ਸੰਤੋਖ ਧੀਰਜ ਘਰ ਕਰ ਜਾਂਦਾ ਹੈ । ਗੁਰਮਖ ਦੇ ਜੀਵਨ ਦਾ ਮਨੋਰਥ ਹੀ ਪ੍ਰਭ ਦੇ ਸ਼ਬਦ ਦੀ ਪਾਲਣਾ ਕਰਨਾ ਹੈ । ਉਹ ਸ਼ਬਦ ਦੀ ਪਾਲਣਾ ਕਰਦਾ, ਪ੍ਰਭ ਦੀ ਸਮਾਧੀ ਵਿੱਚ ਅਲੋਪ ਹੋ ਜਾਂਦਾ ਹੈ ।

Whatsoever deeds may be accepted in His Court, according to His Word, all deeds become Holy. Whosoever adopts the teachings of His Word in day-to-day life, he may be blessed with a peace, patience, and contentment with His Blessings. The real purpose of life of His true devotee may be to obey and to adopt the teachings of His Word in day-to-day life. While meditating and obeying the teachings of His Word, he may enter the void of His Word. He may immerse within His Holy Spirit.

ਸਚੇ ਬਾਝਹੁ ਕੋ ਅਵਰੁ ਨ ਦੂਆ॥	sachay baajhahu ko avar na doo-aa.
ਦੂਜੈ ਲਾਗਿ ਜਗੁ ਖਪਿ ਖਪਿ ਮੂਆ॥	doojai laag jag khap khap moo-aa.
ਗੁਰਮੁਖਿ ਹੋਵੈ ਸੁ ਏਕੋ ਜਾਣੈ,	gurmukh hovai so ayko jaanai
ਏਕੋ ਸੇਵਿ ਸੁਖੁ ਪਾਵਣਿਆ॥੬॥	ayko sayv sukh paavni-aa. ||6||

ਪ੍ਰਭ ਤੋਂ ਬਿਨਾਂ ਹੋਰ ਕੋਈ ਸ੍ਰਿਸ਼ਟੀ ਦਾ ਅਸਲੀ ਰਖਵਾਲਾ ਨਹੀਂ ਹੈ । ਜਿਹੜਾ ਹੋਰ ਕਿਸੇ ਤੇ ਭਰੋਸਾ ਰਖਦਾ ਹੈ, ਉਹ ਭਰਮਾਂ ਵਿੱਚ ਹੀ ਰਹਿੰਦਾ ਹੈ । ਉਹ ਮਾਨਸ ਜੀਵਨ ਬਿਰਥਾ ਹੀ ਬਤੀਤ ਕਰਕੇ ਮਰ ਜਾਂਦਾ ਹੈ । ਗੁਰਮਖ ਇਕੋ ਇਕ ਪ੍ਰਭ ਦੇ ਸ਼ਬਦ ਤੇ ਅਡੋਲ ਭਰੋਸੇ ਨਾਲ ਜੀਵਨ ਬਤੀਤ ਕਰਕੇ ਸ਼ਬਦ ਦੀ ਪਾਲਣਾ ਕਰਦਾ ਹੈ, ਉਸ ਦੇ ਮਨ ਵਿੱਚ ਸੰਤੋਖ ਬਖਸ਼ਿਸ਼ ਹੋ ਜਾਂਦਾ ਹੈ ।

The One and Only One, True Master, Protector of the universe. Whosoever may believe on any other power, he may remain trapped in religious suspicions, the sweet poison of worldly wealth. He wastes his human life opportunity without any profit or accomplishment. Whosoever may adopt the teachings of His Word with steady and stable belief in day-to-day life; with His mercy and grace, he may become worthy to be called His true devotee. He may remain contented with His Blessings.

ਜੀਅ ਜੰਤ ਸਭਿ ਸਰਣਿ ਤੁਮਾਰੀ॥	jee-a jant sabh saran tumaaree. aapay
ਆਪੇ ਧਰਿ ਦੇਖਹਿ ਕਚੀ ਪਕੀ ਸਾਰੀ॥	Dhar daykheh kachee pakee saaree.
ਅਨਦਿਨੁ ਆਪੇ ਕਾਰ ਕਰਾਏ,	an-din aapay kaar karaa-ay
ਆਪੇ ਮੇਲਿ ਮਿਲਾਵਣਿਆ॥੭॥	aapay mayl milaavani-aa. ||7||

ਪ੍ਰਭ ਸ੍ਰਿਸ਼ਟੀ ਦੇ ਸਾਰੇ ਜੀਵ ਹੀ ਤੇਰੀ ਨਿਗਰਾਨੀ ਹੇਠ ਹੀ ਹਨ । ਤੂੰ ਸਾਰਿਆਂ ਦੇ ਚੰਗੇ, ਮੰਦੇ ਕੰਮ ਵੇਖਦਾ ਹੈ । ਆਪ ਹੀ ਉਹਨਾਂ ਨੂੰ ਵੱਖਰੇ ਵੱਖਰੇ ਰਸਤੇ ਤੇ, ਧੰਦੇ ਤੇ ਲਾਉਂਦਾ ਹੈ । ਆਪ ਹੀ ਰਹਿਮਤ ਬਖਸ਼ਕੇ ਕਿਸੇ ਨੂੰ ਆਪਣੀ ਪ੍ਰਵਾਨਗੀ ਦੇ ਰਸਤੇ ਤੇ ਪਾਉਂਦਾ ਹੈ ।

Your Creation remains under Your constant supervision, and protection. You monitor all good and evil deeds of Your Creation. You may inspire various paths in life and assign various tasks to all creatures every moment. You may bless any soul state of mind as Your true devotee and guide her on the right path of salvation.

ਤੂੰ ਆਪੇ ਮੇਲਹਿ ਵੇਖਹਿ ਹਦੂਰਿ॥	tooN aapay mayleh vaykheh hadoor.
ਸਭ ਮਹਿ ਆਪਿ ਰਹਿਆ ਭਰਪੂਰਿ॥	sabh meh aap rahi-aa bharpoor.
ਨਾਨਕ ਆਪੇ ਆਪਿ ਵਰਤੈ,	naanak aapay aap vartai
ਗੁਰਮੁਖਿ ਸੋਝੀ ਪਾਵਣਿਆ॥੮॥੬॥੭॥	gurmukh soJhee paavni- aa. ||8||6||7||

ਪ੍ਰਭ ਤੂੰ ਆਪ ਹੀ ਜੀਵ ਨੂੰ ਬੰਦਗੀ ਵਿੱਚ ਲਗਨ ਲਾਉਂਦਾ, ਪ੍ਰਵਾਨਗੀ ਦੇ ਰਸਤੇ ਤੇ ਅਡੋਲ ਰਖਦਾ ਹੈ । ਆਪ ਹੀ ਕਿਸੇ ਨੂੰ ਸਾਮ੍ਹਣੇ ਨਜ਼ਰ ਆਉਂਦਾ ਹੈ । ਆਪ ਹੀ ਜੀਵ ਦੇ ਸਾਰੇ ਕੰਮਾਂ ਵਿੱਚ ਵਾਪਰਦਾ ਹੈ । ਪ੍ਰਭ ਹਰਇਕ ਥਾਂ, ਹਰਇਕ ਜੀਵ ਵਿੱਚ ਵਾਪਰਦਾ ਹੈ, ਕੇਵਲ ਗੁਰਮਖ ਨੂੰ ਹੀ ਸੋਝੀ ਬਖਸ਼ਦਾ ਹੈ ।

The True Master inspires His true devotee to a devotional meditation and keeps on the right path of salvation. You may become visible to Your true devotee. The Omnipresent True Master prevails in each event of His Creation everywhere. Only His true devotee may realize His existence.

278.ਮਾਝ ਮਹਲਾ ੩॥ (113-13)

ਅੰਮ੍ਰਿਤ ਬਾਣੀ ਗੁਰ ਕੀ ਮੀਠੀ॥	amrit banee gur kee meethee.
ਗੁਰਮੁਖਿ ਵਿਰਲੈ ਕਿਨੈ ਚਖਿ ਡੀਠੀ॥	gurmukh virlai kinai chakh deethee.
ਅੰਤਰਿ ਪਰਗਾਸੁ ਮਹਾ ਰਸੁ ਪੀਵੈ,	antar pargaas mahaa ras peevai
ਦਰਿ ਸਚੈ ਸ਼ਬਦੁ ਵਜਾਵਣਿਆ॥੧॥	dar sachai sabad vajaavani-aa. ||1||

ਪ੍ਰਭ ਦਾ ਸ਼ਬਦ ਰੂਪੀ ਅੰਮ੍ਰਿਤ ਬਹੁਤ ਮਿੱਠਾ ਹੈ । ਕੋਈ ਵਿਰਲਾ ਹੀ ਇਸ ਦਾ ਰਸ ਮਾਨਦਾ ਹੈ । ਉਸ ਦੇ ਮਨ ਅੰਦਰ ਪ੍ਰਭ ਦੀ ਜੋਤ ਜਾਗਰਤ ਹੋ ਜਾਂਦੀ ਹੈ, ਪ੍ਰਭ ਦੇ ਦਰਬਾਰ ਵਿੱਚ ਪ੍ਰਵਾਨਗੀ ਦਾ ਅਸਲੀ ਰਸਤਾ ਬਖਸ਼ਿਸ਼ ਹੋ ਜਾਂਦਾ ਹੈ । ਦਰਬਾਰ ਵਿੱਚ ਪ੍ਰਭ ਦੇ ਸ਼ਬਦ ਦੀ ਗੂੰਜ ਸਦਾ ਹੀ ਚਲਦੀ ਹੈ ।

The nectar of the teachings of His Word may be very soothing to the mind of His true devotee; however, very rare may enjoy the taste of essence His Word. Whosoever may enjoy the essence of His Word; with His mercy and grace, he may be enlightened from within. He may be blessed with the right path of salvation. He may hear the everlasting echo of His Word resonating within His Court.

ਹਉ ਵਾਰੀ ਜੀਉ ਵਾਰੀ,	ha-o vaaree jee-o vaaree
ਗੁਰ ਚਰਣੀ ਚਿਤੁ ਲਾਵਣਿਆ॥	gur charnee chit laavani-aa.
ਸਤਿਗੁਰੁ ਹੈ ਅੰਮ੍ਰਿਤ ਸਰੁ ਸਾਚਾ,	saT`gur hai amrit sar saachaa
ਮਨੁ ਨਾਵੈ ਮੈਲੁ ਚੁਕਾਵਣਿਆ॥੧॥	man, naavai mail chukaavani-aa. ||1||
ਰਹਾਉ॥	rahaa-o.

ਉਸ ਜੀਵ ਤੋਂ ਕੁਰਬਾਨ ਜਾਵਾ! ਜਿਸ ਦੇ ਮਨ ਵਿੱਚ ਪ੍ਰਭ ਦਾ ਸ਼ਬਦ ਘਰ ਕਰ ਜਾਂਦਾ ਹੈ । ਜਿਸ ਦਾ ਮਨ ਪ੍ਰਭ ਦੇ ਚਰਨਾਂ ਵਿੱਚ ਮਸਤ ਰਹਿੰਦਾ ਹੈ । ਪ੍ਰਭ ਦਾ ਸ਼ਬਦ ਹੀ ਅਣਮੋਲ, ਪਵਿੱਤਰ ਅੰਮ੍ਰਿਤ ਦਾ ਸਰੋਵਰ ਹੈ । ਇਸ ਵਿੱਚ ਇਸ਼ਨਾਨ ਕਰਨ ਨਾਲ ਮਨ ਦੀ ਮੈਲ ਧੋਤੀ ਜਾਂਦੀ, ਮਨ ਪਵਿੱਤਰ ਹੋ ਜਾਂਦਾ ਹੈ ।

I may remain fascinated from the life of His true devotee; who may remain drenched with the essence of His Word. The teachings of His Word may be a priceless ocean of nectar. Whosoever may bath in The Holy nectar of His Word; with His mercy and grace, all his blemish may be washed away and his soul may be sanctified to become worthy of his Consideration.

ਤੇਰਾ ਸਚੇ ਕਿਨੈ ਅੰਤੁ ਨ ਪਾਇਆ॥	tayraa sachay kinai ant na paa-i-aa.
ਗੁਰ ਪਰਸਾਦਿ ਕਿਨੈ ਵਿਰਲੈ ਚਿਤੁ ਲਾਇਆ॥	gur parsaad kinai virlai chit laa-i-aa.
ਤੁਧੁ ਸਾਲਾਹਿ ਨ ਰਜਾ ਕਬਹੂੰ,	tuDh saalaahi na rajaa kabahooN
ਸਚੇ ਨਾਵੈ ਕੀ ਭੁਖ ਲਾਵਣਿਆ॥੨॥	sachay naavai kee bhukh laavani-aa. ||2||

ਪ੍ਰਭ ਦੇ ਕਿਸੇ ਕੰਮ ਦਾ ਕਿਸੇ ਨੇ ਕੋਈ ਅੰਤ ਨਹੀਂ ਪਾਇਆ । ਕਿਸੇ ਨੂੰ ਪੂਰਨ ਜਾਣਕਾਰੀ ਨਹੀਂ ਹੁੰਦੀ । ਵਿਰਲੇ ਹੀ ਜੀਵ ਨੂੰ ਰਹਿਮਤ ਦੀ ਨਜ਼ਰ ਬਖਸ਼ਿਸ਼ ਹੁੰਦੀ ਹੈ, ਉਸ ਦੀ ਲਗਨ ਤੇਰੇ ਸ਼ਬਦ ਵਿੱਚ ਲਗਦੀ ਹੈ । ਉਹ ਤੇਰੇ ਸ਼ਬਦ ਦੀ ਉਸਤਤ, ਸਿਮਰਨ ਕਰਦਾ ਕਦੇ ਵੀ ਥਕਦਾ ਨਹੀਂ । ਇਸਤਰ੍ਹਾਂ ਦੀ ਮੇਰੇ ਮਨ ਵਿੱਚ ਤੇਰੇ ਸ਼ਬਦ ਦੀ ਲਗਨ, ਭੁੱਖ ਹੈ ।

The Nature, extent of the miracles of The True Master remains beyond any limit, imagination, comprehension of His Creation. However, very rare may be bestowed with His Blessed Vision. He may remain intoxicated in the void of His Word. He may never be tired from meditating and sing the glory of His Word. I have such an anxiety, hunger for Your Blessed Vision.

ਏਕੋ ਵੇਖਾ ਅਵਰੁ ਨ ਬੀਆ॥	ayko vaykhaa avar na bee-aa.
ਗੁਰ ਪਰਸਾਦੀ ਅੰਮ੍ਰਿਤੁ ਪੀਆ॥	gur parsaadee amrit pee-aa.
ਗੁਰ ਕੈ ਸਬਦਿ ਤਿਖਾ ਨਿਵਾਰੀ,	gur kai sabad tikhaa nivaaree
ਸਹਜੇ ਸੂਖਿ ਸਮਾਵਣਿਆ॥੩॥	sehjay sookh samaavani-aa. ||3||

ਪ੍ਰਭ ਤੋਂ ਬਿਨਾਂ ਹੋਰ ਕੋਈ ਮਾਲਕ ਨਜ਼ਰ ਨਹੀਂ ਆਉਂਦਾ । ਪ੍ਰਭ ਦੀ ਰਹਿਮਤ ਨਾਲ ਹੀ ਸ਼ਬਦ ਦੀ ਪਾਲਣਾ , ਸ਼ਬਦ ਦਾ ਅੰਮ੍ਰਿਤ ਬਖਸ਼ਿਸ਼ ਹੋ ਸਕਦਾ ਹੈ । ਜਿਹੜਾ ਸ਼ਬਦ ਦੀ ਪਾਲਣਾ ਅਡੋਲ ਭਰੋਸੇ ਨਾਲ ਕਰਦਾ ਹੈ, ਉਸ ਨੂੰ ਸ਼ਬਦ ਦੀ ਸੋਝੀ ਬਖਸ਼ਿਸ਼ ਹੋ ਜਾਂਦੀ ਹੈ ਉਸ ਦੇ ਮਨ ਵਿੱਚ ਸੰਤੋਖ ਰਹਿੰਦਾ, ਮਨ ਸ਼ਬਦ ਦੀ ਸਮਾਧੀ ਵਿੱਚ ਹੀ ਲੀਨ ਰਹਿੰਦਾ ਹੈ ।

I may not realize any other True Master. Whosoever may be bestowed with His Blessed Vision, he may obey the teachings of His Word with steady and stable belief; he may be blessed with the nectar of the essence of His Word. He may be enlightened with the essence of His Word. He may be blessed with contentment. He may remain intoxicated in meditation in the void of His Word.

ਰਤਨੁ ਪਦਾਰਥੁ ਪਲਰਿ ਤਿਆਗੈ॥ ratan padaarath palar ti-aagai.
ਮਨਮੁਖੁ ਅੰਧਾ ਦੂਜੈ ਭਾਇ ਲਾਗੈ॥ manmukh anDhaa doojai bhaa-ay laagai.
ਜੋ ਬੀਜੈ ਸੋਈ ਫਲੁ ਪਾਏ, jo beejai so-ee fal paa-ay
ਸੁਪਨੈ ਸੁਖੁ ਨ ਪਾਵਣਿਆ॥੪॥ supnai sukh na paavni-aa. ||4||

ਮਨਮਰਜ਼ੀ ਕਰਨਵਾਲਾ ਜੀਵ ਚਾਰੇ ਪਾਸੇ ਘੁੰਮਦਾ ਰਹਿੰਦਾ ਹੈ । ਉਹ ਪ੍ਰਭ ਦੇ ਸ਼ਬਦ ਦਾ ਰਤਨ ਪਦਾਰਥ, ਘਾਹ ਫੂਸ ਵਾਂਗ ਹੀ ਗਵਾ ਲੈਂਦਾ ਹੈ । ਉਹ ਆਪਣੇ ਕੀਤੇ ਕੰਮਾਂ ਕਰਕੇ ਹੀ ਦੁਖ ਪਾਉਂਦਾ ਹੈ । ਉਸ ਨੂੰ ਕਦੇ ਸੁਪਨੇ ਵਿੱਚ ਵੀ ਸੁਖ ਨਸੀਬ ਨਹੀਂ ਹੁੰਦਾ ।

Self-minded may wander in all directions and wastes the priceless essence of His Word; he may waste his human life opportunity useless like grass or garbage. He endures miseries due to his own evil deeds. He may never feel comfort even in his dream.

ਅਪਨੀ ਕਿਰਪਾ ਕਰੇ ਸੋਈ ਜਨੁ ਪਾਏ॥ apnee kirpaa karay so-ee jan paa-ay.
ਗੁਰ ਕਾ ਸਬਦੁ ਮੰਨਿ ਵਸਾਏ॥ gur kaa sabad man vasaa-ay.
ਅਨਦਿਨੁ ਸਦਾ ਰਹੈ ਭੈ ਅੰਦਰਿ, an-din sadaa rahai bhai andar
ਭੈ ਮਾਰਿ ਭਰਮੁ ਚੁਕਾਵਣਿਆ॥੫॥ bhai maar bharam chukaavani-aa. ||5||

ਜਿਸ ਤੇ ਪ੍ਰਭ ਆਪ ਹੀ ਸ਼ਬਦ ਵਿੱਚ ਲਗਨ ਲਾਉਂਦਾ, ਬਖਸ਼ਦਾ ਹੈ । ਉਸ ਦੇ ਮਨ ਵਿੱਚ ਸ਼ਬਦ ਘਰ ਕਰ ਜਾਂਦਾ ਹੈ । ਦਿਨ ਰਾਤ ਉਸ ਦੇ ਮਨ ਵਿੱਚ ਪ੍ਰਭ ਦੇ ਵਿਛੋੜੇ ਦਾ ਵਿਰਾਗ ਰਹਿੰਦਾ ਹੈ । ਇਸ ਵਿਰਾਗ ਨਾਲ ਹੀ ਉਹ ਆਪਣੇ ਮਨ ਤੇ ਜਿੱਤ ਪਾ ਲੈਂਦਾ ਹੈ ।

Whosoever may be bestowed with His Blessed Vision; he may remain devoted, dedicated in obeying the teachings of His Word. He may remain drenched with the essence of His Word. He may remain in renunciation in the memory of his separation from His Holy Spirit. He may conquer his ego of his worldly status.

ਭਰਮੁ ਚੁਕਾਇਆ ਸਦਾ ਸੁਖੁ ਪਾਇਆ॥ bharam chukaa-i-aa sadaa sukh paa-i-aa.
ਗੁਰ ਪਰਸਾਦਿ ਪਰਮ ਪਦੁ ਪਾਇਆ॥ gur parsaad param pad paa-i-aa.
ਅੰਤਰੁ ਨਿਰਮਲੁ ਨਿਰਮਲ ਬਾਣੀ, antar nirmal nirmal banee
ਹਰਿ ਗੁਣ ਸਹਜੇ ਗਾਵਣਿਆ॥੬॥ har gun sehjay gaavani-aa. ||6||

ਆਪਣੇ ਮਨ ਦੇ ਭਰਮ ਦੂਰ ਕਰਨ ਨਾਲ ਹੀ ਮਨ ਵਿੱਚ ਸ਼ਾਤੀ, ਸੰਤੋਖ ਬਖਸ਼ਿਸ਼ ਹੁੰਦਾ ਹੈ । ਪ੍ਰਭ ਦੀ ਰਹਿਮਤ ਨਾਲ ਹੀ ਮਨ ਵਿੱਚ ਗੁਰਮਖ ਅਵਸਥਾ ਬਖਸ਼ਿਸ਼ ਹੋ ਸਕਦੀ ਹੈ । ਜਿਸ ਦੇ ਮਨ ਦੇ ਖਿਆਲ ਪਵਿੱਤਰ ਹਨ, ਉਸ ਦੇ ਬੋਲ ਵੀ ਪਵਿੱਤਰ ਹੋ ਜਾਂਦੇ ਹਨ । ਉਹ ਪ੍ਰਭ ਦੇ ਸ਼ਬਦ ਦੇ ਗੁਣ ਗਾਉਂਦਾ, ਸਿਮਰਨ ਕਰਦਾ ਹੀ ਸ਼ਬਦ ਵਿੱਚ ਲੀਨ ਰਹਿੰਦਾ ਹੈ ।

Whosoever may conquer his suspicions of mind; he may be blessed with a peace and contentment; with His mercy and grace, he may be blessed with a state of mind as His true devotee. Whose thoughts may become blemish free, his speech, tongue becomes very humble and polite. He may remain intoxicated in meditation and sings His Glory in the void of His Word.

ਸਿਮ੍ਰਿਤਿ ਸਾਸਤ ਬੇਦ ਵਖਾਣੈ॥ simrit saasat bayd vakhaanai.
ਭਰਮੇ ਭੂਲਾ ਤਤੁ ਨ ਜਾਣੈ॥ bharmay bhoolaa tat na jaanai.
ਬਿਨੁ ਸਤਿਗੁਰ ਸੇਵੇ ਸੁਖੁ ਨ ਪਾਏ, bin saT`gur sayvay sukh na paa-ay
ਦੁਖੋ ਦੁਖੁ ਕਮਾਵਣਿਆ॥੭॥ dukho dukh kamaavani-aa. ||7||

ਜਿਹੜਾ ਪ੍ਰਭ ਦੇ ਸ਼ਬਦ ਨਾਲ ਜੀਵਨ ਨਹੀਂ ਢਾਲਦਾ, ਉਸ ਦੇ ਮਨ ਵਿੱਚ ਸ਼ਾਂਤੀ ਨਹੀਂ ਆਉਂਦੀ । ਉਹ ਧਰਮ ਦੇ ਗ੍ਰੰਥ (ਸਿਮ੍ਰਿਤਿ, ਸਾਸਤ੍ਰ, ਬੇਦ) ਪੜ੍ਹਕੇ, ਵਿਆਖਿਆ ਕਰਦਾ ਹੈ, ਪਰ ਉਸ ਦਾ ਆਪਣੇ ਮਨ ਵਿੱਚ ਕੋਈ ਅਸਰ ਨਹੀਂ ਕਰਦਾ, ਆਪਣਾ ਜੀਵਨ ਨਹੀਂ ਢਾਲਦਾ । ਉਹ ਭਰਮਾਂ ਵਿੱਚ ਹੀ ਫਸਿਆ ਰਹਿੰਦਾ ਹੈ ।

Whosoever does not adopt the teachings of His Word in day-to-day life; he may never find peace of mind. He may read and explain the spiritual meanings of the Holy Scripture; however, his own mind, way of life may not have any effect of the teachings. He may never adopt the teachings in his own life. He remains a victim of sweet poison of religious suspicions.

ਆਪਿ ਕਰੇ ਕਿਸੁ ਆਖੈ ਕੋਈ॥ aap karay kis aakhai ko-ee.
ਆਖਣਿ ਜਾਈਐ ਜੇ ਭੂਲਾ ਹੋਈ॥ aakhan jaa-ee-ai jay bhoolaa ho-ee.
ਨਾਨਕ ਆਪੇ ਕਰੇ ਕਰਾਏ, naanak aapay karay karaa-ay
ਨਾਮੇ ਨਾਮਿ ਸਮਾਵਣਿਆ॥੮॥੭॥੮॥ naamay Naam samaavani-aa. ||8||7||8||

ਪ੍ਰਭ ਸਭ ਕੁਝ ਆਪ ਹੀ ਕਰਦਾ ਹੈ! ਕਿਸ ਅੱਗੇ ਇਸ ਦੀ ਸ਼ਕਾਇਤ ਲਾਈ ਜਾ ਸਕਦੀ ਹੈ? ਪ੍ਰਭ ਨੂੰ ਕੌਣ ਗਲਤ ਕਰਾਰ ਦੇ ਸਕਦਾ ਹੈ? ਪ੍ਰਭ ਆਪ ਹੀ ਸਭ ਕੁਝ ਕਰਦਾ, ਕਰਾਉਂਦਾ, ਕਾਰਨ ਬਣਾਉਂਦਾ ਹੈ। ਕੇਵਲ ਸ਼ਬਦ ਦਾ ਸਿਮਰਨ ਕਰਨ, ਪ੍ਰਭ ਦੇ ਬਖਸ਼ੇ ਤੇ ਸੰਤੋਖ, ਖੇੜੇ ਵਿੱਚ ਰਹਿਣ ਨਾਲ ਹੀ ਭਰੋਸਾ ਅਡੋਲ ਹੋ ਸਕਦਾ ਹੈ।

Everything may only happen in the universe under His Command, The True Master. To whom may His Creation complain about His injustice or miracles? Who may claim God as wrong? The True Master prevails in everything, creates causes, and inspires others to perform deeds. Whosoever may meditate with steady and stable belief; he may remain contented and in blossom with His Blessings.

279.ਮਾਝ ਮਹਲਾ ੩॥ (114-5)

ਆਪੇ ਰੰਗੇ ਸਹਜਿ ਸੁਭਾਏ॥ aapay rangay sahj subhaa-ay.
ਗੁਰ ਕੈ ਸਬਦਿ ਹਰਿ ਰੰਗੁ ਚੜਾਏ॥ gur kai sabad har rang charhaa-ay.
ਮਨੁ ਤਨੁ ਰਤਾ ਰਸਨਾ ਰੰਗਿ ਚਲੂਲੀ, man, tan rataa rasnaa rang chaloolee
ਭੈ ਭਾਇ ਰੰਗੁ ਚੜਾਵਣਿਆ॥੧॥ bhai bhaa-ay rang charhaavani-aa. ||1||

ਜਿਸ ਤੇ ਪ੍ਰਭ ਆਪ ਹੀ ਰਹਿਮਤ ਬਖਸ਼ਦਾ ਹੈ, ਉਸ ਦੀ ਲਗਨ ਪ੍ਰਭ ਦੇ ਸ਼ਬਦ ਵਿੱਚ ਲਗਦੀ ਹੈ। ਪ੍ਰਭ ਦੇ ਸ਼ਬਦ ਨਾਲ ਜੀਵਨ ਢਾਲਣ ਨਾਲ ਉਸ ਤੇ ਸ਼ਬਦ ਦਾ ਗੂੜ੍ਹਾ ਰੰਗ ਚੜ੍ਹ ਜਾਂਦਾ ਹੈ। ਉਸ ਦਾ ਤਨ, ਮਨ ਅਤੇ ਜੀਭ ਦੇ ਬੋਲ ਮਿੱਠੇ ਰਸਨਾ ਭਰੇ ਹੋ ਜਾਂਦੇ ਹਨ। ਸ਼ਬਦ ਨਾਲ ਪਿਆਰ, ਪ੍ਰਭ ਦੇ ਵਿਛੋੜੇ ਦੇ ਵਿਰਾਗ ਦਾ ਗੂੜ੍ਹਾ ਅਸਰ ਨਜ਼ਰ ਆਉਂਦਾ ਹੈ।

Whosoever may be bestowed with His Blessed Vision, he may enter in deep devotional meditation on the teachings of His Word. Whosoever may adopt the teachings of His Word, he may remain drench with the essence of His Word. His body, mind and his tongue may become very humble and overwhelmed with the sweet nectar His Word. The echo of renunciation in his memory of separation from The True Master may resonate very deeply within his heart.

ਹਉ ਵਾਰੀ ਜੀਉ ਵਾਰੀ, ha-o vaaree jee-o vaaree
ਨਿਰਭਉ ਮੰਨਿ ਵਸਾਵਣਿਆ॥ nirbha-o man vasaavani-aa.
ਗੁਰ ਕਿਰਪਾ ਤੇ ਹਰਿ ਨਿਰਭਉ ਧਿਆਇਆ, gur kirpaa tay har nirbha-o Dhi-aa-i-aa
ਬਿਖੁ ਭਉਜਲੁ ਸਬਦਿ ਤਰਾਵਣਿਆ॥੧॥ bikh Bha-ojal sabad taraavani-aa. ||1||
ਰਹਾਉ॥ rahaa-o.

ਉਸ ਜੀਵਾਂ ਤੋਂ ਕੁਰਬਾਨ ਜਾਵਾ! ਜਿਸ ਦੇ ਮਨ ਵਿੱਚ ਸ਼ਬਦ ਘਰ ਕਰ ਜਾਂਦਾ ਹੈ। ਪ੍ਰਭ ਦੀ ਰਹਿਮਤ ਨਾਲ ਉਹ ਸ਼ਬਦ ਦਾ ਸਿਮਰਨ ਕਰਦਾ ਹੈ। ਜਿਹੜਾ ਸ਼ਬਦ ਦੀ ਪਾਲਣਾ ਕਰਦਾ ਹੈ, ਉਸ ਦੇ ਮਨ ਵਿਚੋਂ ਸੰਸਾਰਕ ਇੱਛਾਂ ਦਾ ਜ਼ਹਿਰ ਖਤਮ ਹੋ ਜਾਂਦਾ ਹੈ। ਉਹ ਪ੍ਰਭ ਦੇ ਦਰਬਾਰ ਵਿੱਚ ਪ੍ਰਵਾਨ ਹੋ ਜਾਂਦਾ ਹੈ।

I remain fascinated from the life style of His true devotee; who may remain drench with the essence of His Word. Whosoever may meditate and adopt the teachings of His Word in day-to-day life; with His mercy and grace, the poison of worldly desires may be destroyed. He may be accepted in His Sanctuary.

ਮਨਮੁਖ ਮੁਗਧ ਕਰਹਿ ਚਤੁਰਾਈ॥	manmukh mugaDh karahi chaturaa-ee.
ਨਾਤਾ ਧੋਤਾ ਥਾਇ ਨ ਪਾਈ॥	naataa Dhotaa thaa-ay na paa-ee.
ਜੇਹਾ ਆਇਆ ਤੇਹਾ ਜਾਸੀ,	jayhaa aa-i-aa tayhaa jaasee
ਕਰਿ ਅਵਗਣ ਪਛੋਤਾਵਣਿਆ॥੨॥	kar avgan pachhotaavani-aa. ||2||

ਮਨਮਰਜ਼ੀ ਕਰਨਵਾਲਾ ਬਹੁਤ ਚਲਾਕੀਆਂ ਕਰਦਾ ਹੈ । ਉਹ ਮੰਨੇ ਹੋਏ ਤੀਰਥਾਂ ਦੀ ਯਾਤਰਾ ਕਰਦਾ, ਇਸ਼ਨਾਨ ਕਰਦਾ ਹੈ । ਪਰ ਉਸ ਦੇ ਮਨ ਦੀਆਂ ਇੱਛਾਂ ਤੇ ਕਾਬੂ ਨਹੀਂ ਪੈਂਦਾ । ਉਸ ਦੀ ਤੀਰਥ ਯਾਤਰਾ ਬਿਰਥਾ ਹੀ ਜਾਂਦੀ ਹੈ । ਜਿਸਤਰ੍ਹਾਂ ਦਾ ਜਨਮ ਲੈਂਦਾ, ਉਸਤਰ੍ਹਾਂ ਹੀ ਮਰ ਜਾਂਦਾ ਹੈ । ਉਹ ਪਛਤਾਵਾ ਕਰਦਾ ਹੈ, ਉਹ ਮਾਨਸ ਜਨਮ ਵਿੱਚ ਗਲਤ ਰਸਤੇ ਤੇ ਹੀ ਚਲਦਾ ਹੈ ।

Self-minded plays clever, deceptive tricks. He may pilgrimage at various Holy Shrines to take sanctification bath; however, he may remain intoxicated with sweet poison of worldly wealth. His pilgrimage of Holy Shrine may not be rewarded in His Court; he may waste his human life opportunity. His blemished soul may not be sanctified and return with added sins after death. He may regret and repents after death. He has wasted his priceless human life opportunity on wrong path.

ਮਨਮੁਖ ਅੰਧੇ ਕਿਛੂ ਨ ਸੂਝੈ॥	manmukh anDhay kichhoo na soojhai.
ਮਰਣੁ ਲਿਖਾਇ ਆਏ ਨਹੀ ਬੂਝੈ॥	maran likhaa-ay aa-ay nahee boojhai.
ਮਨਮੁਖ ਕਰਮ ਕਰੇ ਨਹੀ ਪਾਏ,	manmukh karam karay nahee paa-ay
ਬਿਨੁ ਨਾਵੈ ਜਨਮੁ ਗਵਾਵਣਿਆ॥੩॥	bin naavai janam gavaavni-aa. ||3||

ਮਨਮਰਜ਼ੀ ਕਰਨਵਾਲਾ ਪ੍ਰਭ ਦੇ ਸ਼ਬਦ ਦੇ ਗਿਆਨ ਤੋਂ ਅਣਜਾਣ ਹੀ ਰਹਿੰਦਾ ਹੈ, ਕੋਈ ਸੋਝੀ ਬਖਸ਼ਿਸ਼ ਨਹੀਂ ਹੁੰਦੀ! ਉਸ ਦੇ ਜਨਮ ਤੇ ਹੀ ਮੌਤ ਦਾ ਸਮਾਂ ਮਿਥਿਆ ਹੁੰਦਾ ਹੈ । ਮਨਮਰਜ਼ੀ ਕਰਨਵਾਲਾ ਧਰਮ ਦੇ ਰੀਤ ਰੀਵਾਜ ਕਰਦਾ, ਪੁੰਨ ਦਾਨ ਕਰਦਾ ਹੈ । ਪਰ, ਪ੍ਰਭ ਦੇ ਸ਼ਬਦ ਨਾਲ ਜੀਵਨ ਨਹੀਂ ਢਾਲਦਾ, ਉਹ ਆਪਣਾ ਮਾਨਸ ਜਨਮ ਬਿਰਥਾ ਹੀ ਗਵਾ ਜਾਂਦਾ ਹੈ ।

Self-minded remains ignorant from the enlightenment from the essence of His Word. The time of his death has been predetermined at the time of his birth and he may not be avoided death. Self-minded performs all religious rituals including charity; however, he may not adopt the teachings of His Word in day-to-day life. He may waste his human life opportunity uselessly.

ਸਚੁ ਕਰਣੀ ਸਬਦੁ ਹੈ ਸਾਰੁ॥	sach karnee sabad hai saar.
ਪੂਰੈ ਗੁਰਿ ਪਾਈਐ ਮੋਖ ਦੁਆਰੁ॥	poorai gur paa-ee-ai mokh du-aar.
ਅਨਦਿਨੁ ਬਾਣੀ ਸਬਦਿ ਸੁਣਾਏ,	an-din banee sabad sunaa-ay
ਸਚਿ ਰਾਤੇ ਰੰਗਿ ਰੰਗਾਵਣਿਆ॥੪॥	sach raatay rang rangaavin-aa. ||4||

ਹੱਕ ਦੀ ਕਮਾਈ ਕਰਨੀ ਹੀ ਪ੍ਰਭ ਦੇ ਸ਼ਬਦ ਦਾ ਮੂਲ, ਤੱਤ ਹੈ । ਸ਼ਬਦ ਨਾਲ ਜੀਵਨ ਢਾਲਣ ਨਾਲ ਪ੍ਰਵਾਨਗੀ ਦਾ ਰਸਤਾ ਬਖਸ਼ਿਸ਼ ਹੋ ਸਕਦਾ ਹੈ । ਸ਼ਬਦ ਨੂੰ ਸੁਣਨ, ਵਿਚਾਰਨ, ਜੀਵਨ ਢਾਲਣ ਨਾਲ ਪ੍ਰਭ ਦੇ ਸ਼ਬਦ ਦਾ ਰੰਗ ਮਨ ਤੇ ਚੜ੍ਹ ਜਾਂਦਾ ਹੈ ।

Earnings an honest living may be the basis and essence of the teachings of His Word. Whosoever may adopt the teachings of His Word in his day-to-day life, he may be blessed and stay on the right path of salvation. Whosoever may listen, understand, and adopt the teachings of His Word; with His mercy and grace, he may be have a deep effect on his way of life.

ਰਸਨਾ ਹਰਿ ਰਸਿ ਰਾਤੀ ਰੰਗੁ ਲਾਏ॥	rasnaa har ras raatee rang laa-ay.
ਮਨੁ ਤਨੁ ਮੋਹਿਆ ਸਹਜਿ ਸੁਭਾਏ॥	man, tan mohi-aa sahj subhaa-ay.
ਸਹਜੇ ਪ੍ਰੀਤਮੁ ਪਿਆਰਾ ਪਾਇਆ,	sehjay pareetam pi-aaraa paa-i-aa
ਸਹਜੇ ਸਹਜਿ ਮਿਲਾਵਣਿਆ॥੫॥	sehjay sahj milaavani-aa. ||5||

ਜਿਹੜਾ ਸ਼ਬਦ ਦਾ ਸਿਮਰਨ, ਧੰਨਵਾਦ ਗਾਉਂਦਾ ਹੈ, ਉਸ ਦੇ ਮਨ ਵਿੱਚ ਸ਼ਬਦ ਨਾਲ ਲਗਨ ਲਗ ਜਾਂਦੀ ਹੈ । ਆਪਣਾ ਜੀਵਨ ਸ਼ਬਦ ਨਾਲ ਢਾਲਣ ਨਾਲ, ਸ਼ਬਦ ਮਨ ਵਿੱਚ ਘਰ ਕਰ ਜਾਂਦਾ ਹੈ । ਜਿਹੜਾ ਸ਼ਬਦ ਦੀ ਪਾਲਣ ਵਿੱਚ ਅਡੋਲ ਰਹਿੰਦਾ ਹੈ, ਉਸ ਨੂੰ ਆਪਣੇ ਮਨ ਅੰਦਰੋਂ ਹੀ ਸ਼ਬਦ ਦੀ ਸੋਝੀ ਬਖਸ਼ਿਸ਼ ਹੋ ਜਾਂਦੀ ਹੈ । ਉਹ ਪ੍ਰਭ ਦੇ ਸ਼ਬਦ ਦੀ ਸਮਾਧੀ ਵਿੱਚ ਲੀਨ ਹੋ ਜਾਂਦਾ ਹੈ ।

Whosoever may meditate and sings the glory of His Word; with His mercy and grace, he may enter the devotional meditation on the teachings of His Word. Whosoever may adopt the teachings of His Word in his day-to-day life; with His mercy and grace, he may remain drench with the essence of His Word from within. He may remain intoxicated in meditation in the void of His Word.

ਜਸੁ ਅੰਦਰਿ ਰੰਗੁ ਸੋਈ ਗੁਣ ਗਾਵੈ॥	jis andar rang so-ee gun gaavai.
ਗੁਰ ਕੈ ਸਬਦਿ ਸਹਜੇ ਸੁਖਿ ਸਮਾਵੈ॥	gur kai sabad sehjay sukh samaavai.
ਹਉ ਬਲਿਹਾਰੀ ਸਦਾ ਤਿਨ ਵਿਟਹੁ,	ha-o balihaaree sadaa tin vitahu
ਗੁਰ ਸੇਵਾ ਚਿਤੁ ਲਾਵਣਿਆ॥੬॥	gur sayvaa chit laavani-aa. ||6||

ਜਿਸ ਦੇ ਮਨ ਅੰਦਰ ਪ੍ਰਭ ਦੇ ਸ਼ਬਦ ਨਾਲ ਲਗਨ, ਖਿੱਚ ਹੁੰਦੀ ਹੈ, ਉਹ ਹੀ ਸ਼ਬਦ ਦਾ ਕੀਰਤਨ ਕਰ ਸਕਦਾ ਹੈ । ਜਿਹੜਾ ਪ੍ਰਭ ਤੋਂ ਵਿਛੋੜੇ ਦੇ ਵਿਰਾਗ ਦਾ ਕੀਰਤਨ ਕਰਦਾ, ਉਹ ਸ਼ਬਦ ਵਿੱਚ ਲੀਨ ਹੋਇਆ ਅਨੰਦ, ਖੇੜੇ ਵਿੱਚ ਚਲੇ ਜਾਂਦਾ ਹੈ । ਉਸ ਤੋਂ ਕੁਰਬਾਨ ਜਾਵੋ ! ਜਿਹੜਾ ਆਪਣਾ ਜੀਵਨ ਹੀ ਸ਼ਬਦ ਦੀ ਕਮਾਈ ਵਿੱਚ ਲਾ ਦੇਂਦਾ ਹੈ ।

Whosoever may have a deep devotion to obey the teachings of His Word, only he may sing the praises of His Word. Whosoever may remain in renunciation in the memory of his separation from His Holy Spirit. He may enter in pleasure and blossom in the void of His Word. I may remain fascinated from the way of life of His true devotee! Who may surrender his human life journey, only he may earn the wealth of His Word?

ਸਚਾ ਸਚੋ ਸਚਿ ਪਤੀਜੈ॥	sachaa sacho sach pateejai.
ਗੁਰ ਪਰਸਾਦੀ ਅੰਦਰੁ ਭੀਜੈ॥	gur parsaadee andar bheejai.
ਬੈਸਿ ਸੁਥਾਨਿ ਹਰਿ ਗੁਣ ਗਾਵਹਿ,	bais suthaan har gun gaavahi
ਆਪੇ ਕਰਿ ਸਤਿ ਮਨਾਵਣਿਆ॥੭॥	aapay kar sat manaavni-aa. ||7||

ਪ੍ਰਭ ਕੇਵਲ ਪਵਿੱਤਰ ਸ਼ਬਦ ਦੀ ਕਮਾਈ ਹੀ ਪ੍ਰਵਾਨ ਕਰਦਾ ਹੈ । ਜਿਸ ਜੀਵ ਤੇ ਆਪ ਰਹਿਮਤ ਬਖਸ਼ਕੇ ਭਰੋਸਾ ਅਡੋਲ ਰਖਦਾ ਹੈ । ਉਸ ਦੇ ਮਨ ਵਿੱਚ ਸ਼ਬਦ ਦੇ ਵਿਛੋੜੇ ਦਾ ਵਿਰਾਗ ਡੂੰਘਾ ਵਸਦਾ ਹੈ । ਉਹ ਅੰਤਰ-ਧਿਆਨ ਹੋ ਕੇ ਉਸ ਦੇ ਸ਼ਬਦ ਦਾ ਸਿਮਰਨ ਕਰਦਾ ਹੈ । ਪ੍ਰਭ ਆਪ ਹੀ ਜੀਵ ਨੂੰ ਇਸ ਪਾਸੇ ਲਾਉਂਦਾ ਹੈ, ਆਪ ਹੀ ਬੰਦਗੀ ਪ੍ਰਵਾਨ ਕਰਦਾ ਹੈ ।

Only the earnings of His Word may be accepted, rewarded in His Court. Whosoever may be bestowed with His Blessed; he may obey the teachings of His Word with steady and stable belief in his day-to-day life. He may remain in renunciation in the memory of his separation from His Holy Spirit. He may wholeheartedly concentrate and meditates on the teachings of His Word. He may be inspired to meditate on the teachings of His Word and accepts in His Court.

ਜਿਸ ਨੋ ਨਦਰਿ ਕਰੇ ਸੋ ਪਾਏ॥	jis no nadar karay so paa-ay.
ਗੁਰ ਪਰਸਾਦੀ ਹਉਮੈ ਜਾਏ॥	gur parsaadee ha-umai jaa-ay.
ਨਾਨਕ ਨਾਮੁ ਵਸੈ ਮਨ ਅੰਤਰਿ,	naanak Naam vasai man antar
ਦਰਿ ਸਚੈ ਸੋਭਾ ਪਾਵਣਿਆ॥੮॥੮॥੯॥	dar sachai sobhaa paavni-aa. ||8||8||9||

ਜਿਸ ਤੇ ਪ੍ਰਭ ਆਪ ਹੀ ਰਹਿਮਤ ਬਖਸ਼ਦਾ ਹੈ । ਉਸ ਦੇ ਮਨ ਵਿਚੋਂ ਅਹੰਕਾਰ ਦੀ ਜੜ੍ਹ ਖਤਮ ਹੋ ਜਾਂਦੀ ਹੈ, ਕੇਵਲ ਉਸ ਨੂੰ ਹੀ ਪ੍ਰਭ ਦੇ ਸ਼ਬਦ ਦੀ ਸੋਝੀ ਹੁੰਦੀ ਹੈ ।

Whosoever may be bestowed with His Blessed Vision; he may conquer his ego from within; destroys the roots of ego from his mind. Only he may be blessed with the enlightenment of the essence of His Word.

280. ਮਾਝ ਮਹਲਾ ੩॥ (114-17)

ਸਤਿਗੁਰੁ ਸੇਵਿਐ ਵਡੀ ਵਡਿਆਈ॥	saT`gur sayvi-ai vadee vadi-aa-ee.
ਹਰਿ ਜੀ ਅਚਿੰਤੁ ਵਸੈ ਮਨਿ ਆਈ॥	har jee achint vasai man aa-ee.
ਹਰਿ ਜੀਉ ਸਫਲਿਓ ਬਿਰਖੁ ਹੈ,	har jee-o safli-o birakh hai
ਅੰਮ੍ਰਿਤੁ ਜਿਨਿ ਪੀਤਾ	amrit jin peetaa
ਤਿਸੁ ਤਿਖਾ ਲਹਾਵਣਿਆ॥੧॥	tis tikhaa lahaavani-aa. ‖1‖

ਪ੍ਰਭ ਦੇ ਸ਼ਬਦ ਦੀ ਪਾਲਣਾ ਕਰਨਾ ਹੀ ਸਭ ਤੋਂ ਉਤਮ ਕੰਮ ਹੈ । ਪ੍ਰਭ ਦੇ ਸ਼ਬਦ ਦੀ ਸਿਖਿਆਂ ਨਾਲ ਜੀਵਨ ਢਾਲਣ ਨਾਲ ਪ੍ਰਭ ਦਾ ਸ਼ਬਦ ਮਨ ਵਿੱਚ ਘਰ ਕਰ ਜਾਂਦਾ ਹੈ । ਪ੍ਰਭ ਦੇ ਸ਼ਬਦ ਦੀ ਸਿਖਿਆਂ ਹੀ ਇਕ ਖਾਸ ਫਲ ਦੇਣ ਵਾਲਾ ਬ੍ਰਿਛ ਹੈ । ਇਸ ਅਣਮੋਲ ਅੰਮ੍ਰਿਤ ਨਾਲ ਮਨ ਦੀਆਂ ਇੱਛਾਂ ਦੀ ਪਿਆਸ ਖਤਮ ਹੋ ਜਾਂਦੀ ਹੈ ।

To obey and adopt the teachings of His Word in day-to-day life; may be the greatest blessings of human life opportunity. Whosoever may adopt the teachings of His Word in day-to-day life; with His mercy and grace, he may remain drenched with the essence of His Word. The teachings of His Word may be a unique fruit tree. Whosoever may adopt the teachings of His Word in day-to-day life; with His mercy and grace, his thirst of worldly desires may be quenched.

ਹਉ ਵਾਰੀ ਜੀਉ ਵਾਰੀ,	ha-o vaaree jee-o vaaree
ਸਚੁ ਸੰਗਤਿ ਮੇਲਿ ਮਿਲਾਵਣਿਆ॥	sach sangat mayl milaavani-aa.
ਹਰਿ ਸਤਸੰਗਤਿ ਆਪੇ ਮੇਲੈ,	har satsangat aapay maylai
ਗੁਰ ਸ਼ਬਦੀ ਹਰਿ ਗੁਣ ਗਾਵਣਿਆ॥੧॥	gur sabdee har gun gaavani-aa. ‖1‖
ਰਹਾਉ॥	rahaa-o.

ਉਸ ਜੀਵ ਤੋਂ ਕੁਰਬਾਨ ਜਾਵਾ! ਜਿਹੜਾ ਪ੍ਰਭ ਦੇ ਬੰਦਗੀ ਕਰਨਵਾਲੀਆਂ ਦੀ ਸੰਗਤ ਵਿੱਚ ਦੂਸਰੇ ਜੀਵ ਨੂੰ ਨਾਲ ਲੈ ਜਾਂਦਾ, ਪ੍ਰੇਰਨਾ ਕਰਦਾ ਹੈ । ਪ੍ਰਭ ਆਪ ਹੀ ਜੀਵ ਨੂੰ ਸੰਤ ਸਰੂਪ ਦੀ ਸੰਗਤ ਬਖਸ਼ਦਾ ਹੈ । ਉਹ ਜੀਵ ਸ਼ਬਦ ਨਾਲ ਜੀਵਨ ਢਾਲਕੇ ਪ੍ਰਭ ਦੇ ਉਸਤਤ ਦੇ ਗੀਤ ਗਾਉਂਦਾ ਹੈ

I remain fascinated from the life of His true devotee! Who may inspire other to join the congregation of His Holy saint? The True Master may bless the conjugation of His Holy saint to any devotee. He may adopt the teachings of His Word in day-to-day life and sings the praises of His Word.

ਸਤਿਗੁਰੁ ਸੇਵੀ ਸਬਦਿ ਸੁਹਾਇਆ॥	saT`gur sayvee sabad suhaa-i-aa.
ਜਿਨਿ ਹਰਿ ਕਾ ਨਾਮੁ ਮੰਨਿ ਵਸਾਇਆ॥	jin har kaa Naam man vasaa-i-aa.
ਹਰਿ ਨਿਰਮਲੁ ਹਉਮੈ ਮੈਲੁ ਗਵਾਏ,	har nirmal ha-umai mail gavaa-ay
ਦਰ ਸਚੈ ਸੋਭਾ ਪਾਵਣਿਆ॥੨॥	dar sachai sobhaa paavni-aa. ‖2‖

ਜਿਹੜਾ ਪ੍ਰਭ ਦੇ ਸ਼ਬਦ ਦੀ ਪਾਲਣਾ ਕਰਦਾ ਹੈ, ਉਸ ਨ ਨੂੰ ਪ੍ਰਭ ਦਾ ਸ਼ਬਦ ਭਾਉਣ ਲਗ ਪੈਂਦਾ ਹੈ । ਉਸ ਦੇ ਮਨ ਵਿੱਚ ਸ਼ਬਦ ਦੀ ਸੋਝੀ ਬਖਸ਼ਿਸ਼ ਹੋ ਜਾਂਦੀ, ਸ਼ਬਦ ਮਨ ਵਿੱਚ ਘਰ ਕਰ ਜਾਂਦਾ ਹੈ । ਪ੍ਰਭ ਦਾ ਸ਼ਬਦ ਹੀ ਮਨ ਨੂੰ ਪਵਿੱਤਰ ਕਰਨਵਾਲਾ ਜਲ, ਪਾਣੀ ਹੈ । ਜਿਸ ਨਾਲ ਮਨ ਦੇ ਅਹੰਕਾਰ ਦੀ ਜੜ੍ਹ ਖਤਮ ਹੋ ਜਾਂਦੀ ਹੈ । ਜਿਹੜਾ ਸ਼ਬਦ ਦੀ ਪਾਲਣਾ ਕਰਦਾ ਹੈ, ਉਸ ਨੂੰ ਦਰਬਾਰ ਵਿੱਚ ਪ੍ਰਵਾਨਗੀ ਬਖਸ਼ਿਸ਼ ਹੋ ਸਕਦੀ ਹੈ ।

Whosoever may adopt the teachings of His Word in day-to-day life, His Word may become very soothing and comforting to his mind. Whosoever may be enlightened with the essence of His Word from within; he may remain drench with the essence of His Word. The teachings of His Word may be only ambrosial nectar to sanctify soul. Whosoever may adopt the teachings of His Word in his day-to-day life; with His mercy and grace, he may conquer his ego and destroys the roots of ego from within. Whosoever may adopt the teachings of His Word in his day-to-day life; with His mercy and grace, only he may be blessed with acceptance in His Court.

ਬਿਨੁ ਗੁਰ ਨਾਮੁ ਨ ਪਾਇਆ ਜਾਇ॥	bin gur Naam na paa-i-aa jaa-ay.
ਸਿਧ ਸਾਧਿਕ ਰਹੇ ਬਿਲਲਾਇ॥	siDh saaDhik rahay billaa-ay.
ਬਿਨੁ ਗੁਰ ਸੇਵੇ ਸੁਖੁ ਨ ਹੋਵੀ,	bin gur sayvay sukh na hovee
ਪੂਰੈ ਭਾਗਿ ਗੁਰੁ ਪਾਵਣਿਆ॥੩॥	poorai bhaag gur paavni-aa. ||3||

ਪ੍ਰਭ ਦੇ ਸ਼ਬਦ ਨਾਲ ਜੀਵਨ ਢਾਲਣ ਤੋਂ ਬਿਨਾਂ ਸ਼ਬਦ ਦੀ ਸੋਝੀ ਬਖਸ਼ਿਸ਼ ਨਹੀਂ ਹੁੰਦੀ । ਕਈ ਧਰਮ ਦੇ ਪੁਜਾਰੀ (ਸਿਧ, ਸਾਧਿਕ) ਇਸ ਤੋਂ ਵਾਂਝੇ ਰਹਿੰਦੇ ਹਨ । ਉਹ ਮਨ ਦੀਆਂ ਇੱਛਾਂ ਵਿੱਚ ਭਟਕਦੇ ਰਹਿੰਦੇ ਹਨ, ਸ਼ਬਦ ਨਾਲ ਜੀਵਨ ਢਾਲਣ ਤੋਂ ਬਿਨਾਂ, ਮਨ ਨੂੰ ਸ਼ਾਂਤੀ ਬਖਸ਼ਿਸ਼ ਨਹੀਂ ਹੁੰਦੀ । ਜੀਵ ਦੇ ਵਡੇ ਭਾਗਾਂ ਨਾਲ ਹੀ ਪ੍ਰਭ ਦੇ ਮਿਲਣ ਦਾ ਰਸਤਾ, ਸ਼ਬਦ ਦੀ ਸੋਝੀ ਬਖਸ਼ਿਸ਼ ਹੁੰਦੀ ਹੈ ।

Without adopting the teachings of His Word in day-to-day life, no one may be enlightened within his mind. Many religious priests remain deprived from the enlightenment of the essence of His Word. They remain frustrated with sweet poison of worldly desires. Without adopting the teachings of His Word, he may not be blessed with a peace of mind. Whosoever may have a great prewritten destiny, only he may be blessed with the right path of salvation and the enlightenment of the essence of His Word.

ਇਹੁ ਮਨੁ ਆਰਸੀ ਕੋਈ ਗੁਰਮੁਖਿ ਵੇਖੈ॥	ih man aarsee ko-ee gurmukh vaykhai.
ਮੋਰਚਾ ਨ ਲਾਗੈ ਜਾ ਹਉਮੈ ਸੋਖੈ॥	morchaa na laagai jaa ha-umai sokhai.
ਅਨਹਤ ਬਾਣੀ ਨਿਰਮਲ ਸ਼ਬਦੁ ਵਜਾਏ,	anhat banee nirmal sabad vajaa-ay
ਗੁਰ ਸਬਦੀ ਸਚਿ ਸਮਾਵਣਿਆ॥੪॥	gur sabdee sach samaavani-aa. ||4||

ਜੀਵ ਦਾ ਮਨ ਇਕ ਸ਼ੀਸ਼ੇ ਦੀ ਤਰ੍ਹਾਂ ਹੈ, ਫਿਰ ਵੀ ਕੋਈ ਵਿਰਲਾ ਹੀ ਜੀਵ ਆਪਣੇ ਕੰਮਾਂ ਨੂੰ ਧਿਆਨ ਮਾਰਦਾ ਹੈ । ਜਿਹੜਾ ਆਪਣੇ ਮਨ ਵਿਚੋਂ ਅਹੰਕਾਰ ਖਤਮ ਕਰ ਦੇਂਦਾ ਹੈ । ਉਸ ਦੇ ਮਨ ਦਾ ਸ਼ੀਸ਼ਾ ਕਦੇ ਧੁੰਦਲਾ ਨਹੀਂ ਹੁੰਦਾ । ਉਸ ਦੇ ਮਨ ਵਿੱਚ ਦਿਨ ਰਾਤ ਅਨਮੋਲ ਸ਼ਬਦ ਦੀ ਧੁਨ ਚਲਦੀ ਸੁਣਾਈ ਦੇਂਦੀ ਹੈ । ਉਹ ਸ਼ਬਦ ਨਾਲ ਜੀਵਨ ਢਾਲਕੇ, ਸ਼ਬਦ ਦੀ ਧੁਨ ਵਿੱਚ ਲੀਨ ਹੋ ਜਾਂਦਾ ਹੈ ।

The mind is like a mirror; however, very rare may concentrate and evaluate his own deeds. Whosoever may conquer his own ego, the mirror of his mind never be blemished with worldly suspicions. He may hear the everlasting echo of His Word resonating within, day and night. Whosoever may adopt the teachings of His Word in day-to-day life, his mind may enter in deep meditation in void of His Word.

ਬਿਨੁ ਸਤਿਗੁਰ ਕਿਹੁ ਨ ਦੇਖਿਆ ਜਾਇ॥	bin saT`gur kihu na daykhi-aa jaa-ay.
ਗੁਰਿ ਕਿਰਪਾ ਕਰਿ ਆਪੁ ਦਿਤਾ ਦਿਖਾਇ॥	gur kirpaa kar aap ditaa dikhaa-ay.
ਆਪੇ ਆਪਿ ਆਪਿ ਮਿਲਿ ਰਹਿਆ,	aapay aap aap mil rahi-aa sehjay
ਸਹਜੇ ਸਹਜਿ ਸਮਾਵਣਿਆ॥੫॥	sahj samaavani-aa. ||5||

ਸ਼ਬਦ ਦੀ ਪਾਲਣਾ ਤੋਂ ਬਿਨਾਂ, ਪ੍ਰਭ ਦੇਖਿਆ, ਮਹਿਸੂਸ ਨਹੀਂ ਕੀਤਾ ਜਾ ਸਕਦਾ, ਸ਼ਬਦ ਦੀ ਸੋਝੀ ਬਖਸ਼ਿਸ਼ ਨਹੀਂ ਹੁੰਦੀ । ਜਿਸ ਤੇ ਆਪ ਹੀ ਰਹਿਮਤ ਦੀ ਨਜ਼ਰ ਬਖਸ਼ਦਾ ਹੈ, ਉਸ ਦੀ ਸ਼ਬਦ ਵਿੱਚ ਲਗਨ ਲਗਦੀ ਹੈ । ਪ੍ਰਭ ਆਪਣੇ ਆਪ ਹੀ ਹਰ ਥਾਂ, ਹਰਇਕ ਜੀਵ ਵਿੱਚ ਵਸਦਾ, ਵਾਪਰਦਾ ਹੈ । ਆਪ ਹੀ ਮਨ ਵਿੱਚ ਖੇੜਾ ਵਸਾਉਂਦਾ ਹੈ ।

Without adopting the teachings of His Word in day-to-day life, the existence of His Holy Spirit may not be realized. Whosoever may be bestowed with His Blessed Vision, he may enter in deep meditation in the void of His Word. The True Master remains Omnipresent in each soul and in all actions. He may be blessed with a peace and harmony in his life.

ਗੁਰਮੁਖਿ ਹੋਵੈ ਸੁ ਇਕਸੁ ਸਿਉ ਲਿਵ ਲਾਏ॥	gurmukh hovai so ikas si-o liv laa-ay.
ਦੂਜਾ ਭਰਮੁ ਗੁਰ ਸਬਦਿ ਜਲਾਏ॥	doojaa bharam gur sabad jalaa-ay.
ਕਾਇਆ ਅੰਦਰਿ ਵਣਜੁ ਕਰੇ ਵਾਪਾਰਾ, ਨਾਮੁ ਨਿਧਾਨੁ ਸਚੁ ਪਾਵਣਿਆ॥੬॥	kaa-i-aa andar vanaj karay vaapaaraa Naam niDhaan sach paavni-aa. ||6||

ਜਿਸ ਨੂੰ ਗੁਰਮਖ ਅਵਸਥਾ ਬਖਸ਼ਿਸ਼ ਹੋ ਜਾਂਦੀ ਹੈ, ਕੇਵਲ ਉਹ ਹੀ ਇਕੋ ਇਕ ਪ੍ਰਭ ਤੇ ਭਰੋਸਾ ਅਡੋਲ ਰਖਦਾ ਹੈ । ਸ਼ਬਦ ਦੀ ਪਾਲਣਾ ਕਰਨ ਨਾਲ ਮਨ ਦੇ ਭਰਮ ਦੂਰ ਹੋ ਜਾਂਦੇ, ਭਰੋਸਾ ਵਧਦਾ, ਪੱਕਾ ਹੁੰਦਾ ਹੈ । ਉਹ ਆਪਣੇ ਤਨ ਦੇ ਅੰਦਰ ਹੀ ਖੋਜ ਕਰਦਾ, ਆਪਣੇ ਕੀਤੇ ਕੰਮਾਂ ਨੂੰ ਪਰਖਦਾ ਹੈ । ਮਨ ਅੰਦਰੋ ਹੀ ਸ਼ਬਦ ਦੀ ਸੋਝੀ ਦੇ ਨੌ ਖਜ਼ਾਨੇਂ ਬਖਸ਼ਿਸ਼ ਹੋ ਜਾਂਦੇ ਹਨ ।

Whosoever may be blessed with a state of mind as His true devotee; only he may remain in steady and stable on His Blessings. Whosoever may adopt the teachings of His Word in day-to-day life; with His mercy and grace, all his suspicions may be eliminated. His belief may become steady and stable. He may search within his own mind, body and evaluates his own deeds; he may be enlightened, with the nine treasures of His Word from within.

ਗੁਰਮੁਖਿ ਕਰਣੀ ਹਰਿ ਕੀਰਤਿ ਸਾਰੁ॥	gurmukh karnee har keerat saar.
ਗੁਰਮੁਖਿ ਪਾਏ ਮੋਖ ਦੁਆਰੁ॥	gurmukh paa-ay mokh du-aar.
ਅਨਦਿਨੁ ਰੰਗਿ ਰਤਾ ਗੁਣ ਗਾਵੈ, ਅੰਦਰਿ ਮਹਲਿ ਬੁਲਾਵਣਿਆ॥੭॥	an-din rang rataa gun gaavai andar mahal bulaavani-aa. ||7||

ਗੁਰਮਖ ਜੀਵਨ ਦਾ ਧੰਦਾ ਹੀ, ਸ਼ਬਦ ਦੀ ਪਾਲਣਾ ਕਰਨਾ ਬਣ ਜਾਂਦਾ ਹੈ । ਇਸ ਨਾਲ ਜੀਵਨ ਢਾਲਣ ਨਾਲ ਹੀ ਉਸ ਨੂੰ ਪ੍ਰਭ ਦੀ ਪ੍ਰਵਾਨਗੀ ਦਾ ਰਸਤਾ ਬਖਸ਼ਿਸ਼ ਹੋ ਜਾਂਦਾ ਹੈ । ਉਹ ਦਿਨ ਰਾਤ, ਪ੍ਰਭ ਦੇ ਸ਼ਬਦ ਦੀ ਪਾਲਣਾ ਕਰਦਾ, ਗੁਣ ਗਾਉਂਦਾ ਹੈ । ਉਸ ਦੀ ਸ਼ਰਣ ਵਿੱਚ ਹੀ ਰਹਿੰਦਾ ਹੈ । ਉਸ ਨੂੰ ਪ੍ਰਭ ਦੇ ਦਰਬਾਰ ਵਿਚੋਂ ਸੱਦਾ ਬਖਸ਼ਿਸ਼ ਹੁੰਦਾ ਹੈ ।

His true devotee may obey and adopt the teachings of His Word as his real purpose of human life opportunity. Whosoever may adopt the teachings of His Word with steady and stable belief; with His mercy and grace, he may be blessed with the right path of salvation. He may remain in the Sanctuary of His Word; with His mercy and grace, he may be invited in His Royal Court and honored with salvation.

ਸਤਿਗੁਰੁ ਦਾਤਾ ਮਿਲੈ ਮਿਲਾਇਆ॥	saT`gur daataa milai milaa-i-aa.
ਪੂਰੈ ਭਾਗਿ ਮਨਿ ਸਬਦੁ ਵਸਾਇਆ॥	poorai bhaag man sabad vasaa-i-aa.
ਨਾਨਕ ਨਾਮੁ ਮਿਲੈ ਵਡਿਆਈ, ਹਰਿ ਸਚੇ ਕੇ ਗੁਣ ਗਾਵਣਿਆ॥੮॥੯॥੧੦	naanak Naam milai vadi-aa-ee har sachay kay gun gaavani-aa. ||8||9||10

ਜਿਸ ਤੇ ਪ੍ਰਭ ਆਪ ਹੀ ਰਹਿਮਤ ਦੀ ਨਜ਼ਰ ਬਖਸ਼ਦਾ ਹੈ, ਉਸ ਨੂੰ ਪ੍ਰਭ ਦੇ ਦਰਬਾਰ ਵਿਚੋਂ ਸੱਦਾ ਆਉਂਦਾ ਹੈ । ਜਿਸ ਦੇ ਪੂਰੇ ਭਾਗ ਹੁੰਦੇ ਹਨ, ਕੇਵਲ ਉਸ ਦੇ ਮਨ ਵਿੱਚ ਸ਼ਬਦ ਘਰ ਕਰਦਾ ਹੈ । ਸ਼ਬਦ ਦੀ ਸੋਝੀ ਕੇਵਲ ਮਨ ਲਾ ਕੇ ਸ਼ਬਦ ਦੇ ਗੁਣ ਗਾਉਣ ਨਾਲ ਹੀ ਬਖਸ਼ਿਸ਼ ਹੋ ਸਕਦੀ ਹੈ ।

Whosoever may be bestowed with His Blessed Vision, only he may be invited in His Court. Whosoever may have a great destiny, only his deeds may be accepted in His Court. He may remain drenched with the essence of His Word. Whosoever may wholeheartedly sing and adopts the teachings of His Word in day-to-day life; with His mercy and grace, only he may be the enlightened with the essence His Word.

281.ਮਾਝ ਮਹਲਾ ੩॥ (115-10)

ਆਪੁ ਵੰਞਾਏ ਤਾ ਸਭ ਕਿਛੁ ਪਾਏ॥ aap vanjaa-ay taa sabh kichh paa-ay.
ਗੁਰ ਸਬਦੀ ਸਚੀ ਲਿਵ ਲਾਏ॥ gur sabdee sachee liv laa-ay.
ਸਚੁ ਵਣੰਜਹਿ ਸਚੁ ਸੰਘਰਹਿ, sach vanaNjahi sach sanghrahi
ਸਚੁ ਵਾਪਾਰੁ ਕਰਾਵਣਿਆ॥੧॥ sach vaapaar karaavani-aa. ||1||

ਜਿਹੜਾ ਸੰਸਾਰ ਵਿੱਚ ਸ਼ਬਦ ਦੀ ਪਾਲਣਾ ਕਰਦਾ ਆਪਾ ਤਿਆਗ ਦੇਂਦਾ ਹੈ! ਉਸ ਨੂੰ ਪ੍ਰਭ ਦੀ ਦਰਗਾਹ ਵਿੱਚ ਸਭ ਕੁਝ ਬਖਸ਼ਿਸ਼ ਹੋ ਜਾਂਦਾ ਹੈ । ਉਸ ਦੇ ਮਨ ਵਿੱਚ ਸ਼ਬਦ ਦੀ ਸੋਝੀ ਘਰ ਕਰ ਜਾਂਦੀ ਹੈ । ਜਿਹੜਾ ਸ਼ਬਦ ਨਾਲ ਜੀਵਨ ਢਾਲਦਾ ਹੈ, ਉਸ ਨੂੰ ਸ਼ਬਦ ਦੀ ਕਮਾਈ, ਧਨ ਬਖਸ਼ਿਸ਼ ਹੁੰਦਾ ਹੈ । ਜਿਹੜਾ ਪ੍ਰਭ ਦੇ ਦਿੱਤੇ ਤੇ ਸੰਤੋਖ ਰਖਦਾ ਹੈ, ਕੇਵਲ ਉਹ ਹੱਕ ਦੀ ਕਮਾਈ ਹੀ ਕਰਦਾ ਹੈ ।

Whosoever surrender his self-identity, renounce his selfishness to obey the teachings of His Word, serve His Creation; with His mercy and grace, he may be blessed everything, the right path of acceptance in His Court. He may be drenched with the essence of His Word. Whosoever may adopt the teachings of His Word with steady and stable belief in day-to-day life, he may earn, blessed with the wealth of His Word. Whosoever may remain contented with His Blessings, he may only earn the wealth of His Word.

ਹਉ ਵਾਰੀ ਜੀਉ ਵਾਰੀ, ha-o vaaree jee-o vaaree
ਹਰਿ ਗੁਣ ਅਨਦਿਨੁ ਗਾਵਣਿਆ॥ har gun an-din gaavani-aa.
ਹਉ ਤੇਰਾ ਤੂੰ ਠਾਕੁਰੁ ਮੇਰਾ, ha-o tayraa tooN thaakur mayraa
ਸਬਦਿ ਵਡਿਆਈ ਦੇਵਣਿਆ॥੧॥ ਰਹਾਉ॥ sabad vadi-Aa-ee dayvani-aa. ||1|| rahaa-o.

ਉਸ ਜੀਵ ਤੋਂ ਕੁਰਬਾਨ ਜਾਵਾ! ਜਿਹੜਾ ਦਿਨ ਰਾਤ ਪ੍ਰਭ ਦੇ ਸ਼ਬਦ ਦੇ ਹੀ ਗੁਣ ਗਾਉਂਦਾ, ਸਿਮਰਨ ਕਰਦਾ ਹੈ । ਉਸ ਦੀ ਅਰਦਾਸ! ਤੂੰ ਹੀ ਮੇਰਾ ਰਖਵਾਲਾ, ਮਾਲਕ ਹੈ, ਮੈਂ ਤੇਰਾ ਹੀ ਦਾਸ ਹਾ । ਸ਼ਬਦ ਦੀ ਪਾਲਣਾ ਕਰਨ ਨਾਲ ਹੀ ਰਹਿਮਤ ਦੀ ਨਜ਼ਰ ਬਖਸ਼ਿਸ਼ ਹੁੰਦੀ ਹੈ ।

I am fascinated from the life of His true devotee! Who may meditate and sings the glory of His Word Day and night? He may only pray for His Forgiveness and refuge!! My True Master, Protector, I am Your humble slave. Whosoever may obey the teachings of Your Word in day-to-day life; he may be bestowed with Your Blessed Vision.

ਵੇਲਾ ਵਖਤ ਸਭਿ ਸੁਹਾਇਆ॥ vaylaa vakhat sabh suhaa-i-aa.
ਜਿਤੁ ਸਚਾ ਮੇਰੇ ਮਨਿ ਭਾਇਆ॥ jit sachaa mayray man bhaa-i-aa.
ਸਚੇ ਸੇਵਿਐ ਸਚੁ ਵਡਿਆਈ, sachay sayvi-ai sach vadi-aa-ee
ਗੁਰ ਕਿਰਪਾ ਤੇ ਸਚੁ ਪਾਵਣਿਆ॥੨॥ gur kirpaa tay sach paavni-aa. ||2||

ਜਿਹੜਾ ਪ੍ਰਭ ਦੇ ਚਰਨਾਂ, ਸ਼ਬਦ ਦੀ ਪਾਲਣਾ ਵਿੱਚ ਆਪਾ ਭੇਟਾ ਕਰ ਦੇਂਦਾ ਹੈ । ਪ੍ਰਭ ਦੀ ਰਹਿਮਤ ਨਾਲ ਉਸ ਦੀ ਲਗਨ ਸ਼ਬਦ ਦੀ ਪਾਲਣਾ ਵਿੱਚ ਅਡੋਲ ਹੋ ਜਾਂਦੀ ਹੈ, ਉਹ ਵੇਲਾ, ਪਲ ਬਹੁਤ ਸੁਭਾਗਾ ਹੋ ਜਾਂਦਾ ਹੈ । ਜਿਹੜਾ ਪ੍ਰਭ ਦੇ ਸ਼ਬਦ ਨਾਲ ਜੀਵਨ ਢਾਲਦਾ ਹੈ, ਪ੍ਰਭ ਦੀ ਰਹਿਮਤ ਨਾਲ ਉਸ ਨੂੰ ਪ੍ਰਭ ਦੇ ਦਰਬਾਰ ਵਿੱਚ ਪ੍ਰਵਾਨਗੀ ਦਾ ਅਸਲੀ ਰਸਤਾ ਬਖਸ਼ਿਸ਼ ਹੋ ਜਾਂਦਾ ਹੈ ।

Whosoever may surrender his self-identity at His Sanctuary to obey the teachings of His Word; with His mercy and grace, he may remain intoxicated obeying the teachings of His Word; his moment in his life, season may become very fortunate. Whosoever may adopt the teachings of His Word in day-to-day life; with His mercy and grace, he may be blessed with the right path of acceptance in His Court.

ਭਾਉ ਭੋਜਨੁ ਸਤਿਗੁਰਿ ਤੁਠੈ ਪਾਏ॥ bhaa-o bhojan saT`gur tuthai paa-ay.
ਅਨ ਰਸੁ ਚੂਕੈ ਹਰਿ ਰਸੁ ਮੰਨਿ ਵਸਾਏ॥ an ras chookai har ras man vasaa-ay.
ਸਚੁ ਸੰਤੋਖੁ ਸਹਜ ਸੁਖੁ ਬਾਣੀ, sach santokh sahj sukh banee
ਪੂਰੇ ਗੁਰ ਤੇ ਪਾਵਣਿਆ॥੩॥ pooray gur tay paavni-aa. ||3||

ਜਿਸ ਜੀਵ ਦੀ ਸ਼ਰਧਾ, ਸਿਮਰਨ ਦੀ ਲਗਨ ਨਾਲ ਪ੍ਰਭ ਪ੍ਰਸੰਨ ਹੁੰਦਾ ਹੈ । ਉਸ ਨੂੰ ਹੀ ਪ੍ਰਭ ਦੇ ਸ਼ਬਦ ਦੀ ਸੋਝੀ ਦਾ ਭੋਜਨ ਬਖਸ਼ਿਸ਼ ਹੁੰਦਾ ਹੈ । ਜਿਸ ਨੂੰ ਸ਼ਬਦ ਦੇ ਅੰਮ੍ਰਿਤ ਰਸ ਮਹਿਸੂਸ ਹੋ ਜਾਂਦਾ ਹੈ । ਉਸ ਦੀ ਹੋਰ ਸਭ ਤ੍ਰਿਸ਼ਨਾਂ ਖਤਮ ਹੋ ਜਾਂਦੀਆਂ ਹਨ । ਕੇਵਲ ਸ਼ਬਦ ਨਾਲ ਜੀਵਨ ਢਾਲਣ ਨਾਲ ਹੀ ਮਨ ਵਿੱਚ ਸ਼ਾਂਤੀ, ਸੰਤੋਖ, ਧੀਰਜ, ਬਖਸ਼ਿਸ਼ ਹੁੰਦਾ ਹੈ ।

Whose devotion, meditation routine, contentment with His Blessings may become acceptable in His Court; he may be blessed with the nourishment of essence of His Word. Whosoever may realize, the nectar of the essence of His Word; with His mercy and grace, his state of mind may become beyond the reach of sweet poison of worldly desires, wealth. Whosoever may adopt the teachings of His Word with steady and stable belief, only he may be blessed with a patience, peace, and contentment in his day-to-day life.

ਸਤਿਗੁਰੁ ਨ ਸੇਵਹਿ	saT`gur na sayveh
ਮੂਰਖ ਅੰਧ ਗਵਾਰਾ॥	moorakh anDh gavaaraa.
ਫਿਰਿ ਓਇ ਕਿਥਹੁ ਪਾਇਨਿ ਮੋਖ ਦੁਆਰਾ॥	fir o-ay kithhu paa-in mokh du-aaraa.
ਮਰਿ ਮਰਿ ਜੰਮਹਿ ਫਿਰਿ ਫਿਰਿ ਆਵਹਿ,	mar mar jameh fir fir aavahi
ਜਮ ਦਰਿ ਚੋਟਾ ਖਾਵਣਿਆ॥੪॥	jam dar chotaa khaavani-aa. ||4||

ਅਣਜਾਣ, ਮੂਰਖ ਜੀਵ ਪ੍ਰਭ ਦੇ ਸ਼ਬਦ ਦੀ ਪਾਲਣਾ ਨਹੀਂ ਕਰਦਾ । ਉਹ ਪ੍ਰਭ ਦੇ ਦਰਬਾਰ ਵਿੱਚ ਪ੍ਰਵਾਨਗੀ ਦਾ ਰਸਤਾ ਕਿਵੇਂ ਪਾ ਸਕਦਾ ਹੈ? ਉਹ ਜੂੰਨਾਂ ਦੇ ਚੱਕਰ ਵਿੱਚ ਹੀ ਮੌਤ ਦੇ ਫਰਿਸ਼ਤੇ ਦੀਆਂ ਚੋਟਾਂ ਹੀ ਖਾਂਦਾ ਹੈ ।

Self-minded, ignorant may not obey the teachings of His Word in his day-to-day life. How may he be blessed with the right path of salvation.? He may endure the miseries of devil of death, incarnation.

ਸਬਦੈ ਸਾਦੁ ਜਾਣਹਿ ਤਾ ਆਪੁ ਪਛਾਣਹਿ॥	sabdai saad jaaneh taa aap pachhaaneh.
ਨਿਰਮਲ ਬਾਣੀ ਸਬਦਿ ਵਖਾਣਹਿ॥	nirmal banee sabad vakaaneh.
ਸਚੇ ਸੇਵਿ ਸਦਾ ਸੁਖੁ ਪਾਇਨਿ,	sachay sayv sadaa sukh paa-in
ਨਉ ਨਿਧਿ ਨਾਮੁ ਮੰਨਿ ਵਸਾਵਣਿਆ॥੫॥	na-o niDh Naam man vasaavani-aa. ||5||

ਜਿਸ ਜੀਵ ਨੂੰ ਸ਼ਬਦ ਦੀ ਸੋਝੀ ਬਖਸ਼ਿਸ਼ ਹੋ ਜਾਂਦੀ ਹੈ, ਉਹ ਆਪਣੇ ਆਪ ਨੂੰ ਪਛਾਣ ਜਾਂਦਾ ਹੈ । ਜਿਹੜਾ ਪ੍ਰਭ ਦੇ ਸ਼ਬਦ ਦਾ ਸਿਮਰਨ ਕਰਦਾ ਹੈ, ਉਸ ਦੇ ਬੋਲ ਪਵਿੱਤਰ ਹੋ ਜਾਂਦੇ, ਬਾਣੀ ਦਾ ਰੂਪ ਧਾਰਨ ਕਰ ਜਾਂਦੇ ਹਨ । ਜਿਹੜਾ ਸ਼ਬਦ ਨਾਲ ਜੀਵਨ ਢਾਲਦਾ ਹੈ, ਉਸ ਨੂੰ ਸਦਾ ਰਹਿਣ ਵਾਲਾ ਸੰਤੋਖ ਬਖਸ਼ਿਸ਼ ਹੋ ਜਾਂਦਾ ਹੈ । ਉਸ ਨੂੰ ਆਪਣੇ ਅੰਦਰੋਂ ਹੀ ਸ਼ਬਦ ਦੀ ਸੋਝੀ ਦੇ ਨੌ ਖਜ਼ਾਨੇਂ ਬਖਸ਼ਿਸ਼ ਹੋ ਜਾਂਦੇ ਹਨ ।

Whosoever may adopt the teachings of His Word in day-to-day life, he may recognize, the real purpose of his human life opportunity. Whosoever may meditate on the teachings of His Word; with His mercy and grace, his tongue may be sanctified, his spoken words may be transformed as His Word and true forever. Whosoever may adopt the teachings of His Word in day-to-day life, he may remain overwhelmed with everlasting contentment. He may be blessed with nine treasures of enlightenment of the essence His Word from within.

ਸੋ ਥਾਨੁ ਸੁਹਾਇਆ,	so thaan suhaa-i-aa
ਜੋ ਹਰਿ ਮਨਿ ਭਾਇਆ॥	jo har man bhaa-i-aa.
ਸਤਸੰਗਤਿ ਬਹਿ ਹਰਿ ਗੁਣ ਗਾਇਆ॥	satsangat bahi har gun gaa-i-aa.
ਅਨਦਿਨੁ ਹਰਿ ਸਾਲਾਹਹਿ ਸਾਚਾ,	an-din har saalaahahi saachaa
ਨਿਰਮਲ ਨਾਦੁ ਵਜਾਵਣਿਆ॥੬॥	nirmal naad vajaavani-aa. ||6||

ਜਿਹੜੇ ਥਾਂ ਤੇ ਪ੍ਰਭ ਦੇ ਸ਼ਬਦ ਦਾ ਸਿਮਰਨ, ਕੀਰਤਨ ਕੀਤਾ ਜਾਂਦਾ ਹੈ, ਉਹ ਥਾਂ ਪ੍ਰਭ ਨੂੰ ਭਾਉਂਦਾ, ਸੁਭਾਗਾ ਹੋ ਜਾਂਦਾ ਹੈ । ਉਥੇ ਸੰਤ ਸਰੂਪ ਸ਼ਬਦ ਦੇ ਗੁਣ, ਉਸਤਤ ਗਾਉਂਦੇ ਹਨ । ਜਿਹੜਾ ਜੀਵ ਆਪਣਾ ਜੀਵਨ ਸ਼ਬਦ ਦੀ ਸਿਖਿਆਂ ਨਾਲ ਢਾਲਦਾ ਹੈ, ਉਸ ਦੇ ਮਨ ਵਿੱਚ ਪ੍ਰਭ ਦੇ ਸ਼ਬਦ ਦੀ ਸਦਾ ਚਲਣ ਵਾਲੀ ਗੂੰਜ ਸੁਣਾਈ ਦੇਣ ਲਗ ਪੈਂਦੀ ਹੈ ।

Wherever, His true devotee may meditate and sings the glory of His Word; with His mercy and grace, the place may be transformed as Holy Shrine, very fortunate. His Holy saint sings the praises! Whosoever may adopt the teachings of His Word in day-to-day life; He may hear the everlasting echo of His Word resonating within his heart.

ਮਨਮੁਖ ਖੋਟੀ ਰਾਸਿ ਖੋਟਾ ਪਾਸਾਰਾ॥	manmukh khotee raas khotaa paasaaraa.
ਕੂੜੁ ਕਮਾਵਨਿ ਦੁਖੁ ਲਾਗੈ ਭਾਰਾ॥	koorh kamaavan dukh laagai bhaaraa.
ਭਰਮੇ ਭੂਲੇ ਫਿਰਨਿ ਦਿਨ ਰਾਤੀ,	bharmay bhoolay firan din raatee
ਮਰਿ ਜਨਮਹਿ ਜਨਮੁ ਗਵਾਵਣਿਆ॥੭॥	mar janmeh Janam gavaavni-aa. ‖7‖

ਮਨਮਰਜ਼ੀ ਕਰਨਵਾਲੇ ਦੇ ਖਿਆਲ, ਕੰਮ ਵੀ ਮੰਦੇ, ਬੁਰੇ ਹੁੰਦੇ ਹਨ । ਉਹ ਪਾਪਾਂ ਵਾਲੇ ਕੰਮ ਕਰਦਾ, ਆਪਣੇ ਕੀਤੇ ਦੀ ਸਜ਼ਾ ਭੁਗਤਦਾ ਹੈ । ਉਹ ਧਰਮ ਦੇ ਪਾਏ ਭਰਮਾਂ ਵਿੱਚ ਹੀ ਦਿਨ ਰਾਤ ਭਟਕਦਾ ਰਹਿੰਦਾ ਹੈ । ਜਨਮ ਮਰਨ ਦੇ ਚੱਕਰ ਵਿੱਚ ਆਪਣਾ ਜੀਵਨ ਬਿਰਥਾ ਹੀ ਗਵਾ ਜਾਂਦਾ ਹੈ ।

Self-minded may have evil thoughts, and deeds in his day-to-day life. He may endure the miseries of his own deeds. He may remain frustrated in religious rituals. He may waste his priceless human life opportunity in the cycle of birth and death.

ਸਚਾ ਸਾਹਿਬੁ ਮੈ ਅਤਿ ਪਿਆਰਾ॥	sachaa saahib mai at pi-aaraa.
ਪੂਰੇ ਗੁਰ ਕੈ ਸਬਦਿ ਅਧਾਰਾ॥	pooray gur kai sabad aDhaaraa.
ਨਾਨਕ ਨਾਮਿ ਮਿਲੈ ਵਡਿਆਈ,	aanak Naam milai vadi-aa-ee dukh
ਦੁਖੁ ਸੁਖੁ ਸਮ ਕਰਿ ਜਾਨਣਿਆ॥੮॥੧੦॥੧੧॥	sukh sam kar jaanni-aa. ‖8‖10‖11‖

ਜਿਹੜੇ ਜੀਵ ਦਾ ਜੀਵਨ ਦਾ ਆਸਰਾ, ਅਧਾਰ ਹੀ ਪ੍ਰਭ ਦੇ ਸ਼ਬਦ ਦੀ ਸਿਖਿਆਂ ਬਣ ਜਾਂਦਾ ਹੈ । ਉਸ ਦੇ ਮਨ ਵਿੱਚ ਪ੍ਰਭ ਦੀ ਜੋਤ ਜਾਗਰਤ ਮਹਿਸੂਸ ਹੁੰਦੀ ਹੈ । ਪ੍ਰਭ ਦੇ ਸ਼ਬਦ ਦੀ ਮਹਿਮਾਂ ਘਰ ਕਰ ਜਾਂਦੀ ਹੈ । ਉਹ ਪ੍ਰਭ ਦੇ ਬਖਸ਼ੇ ਦੁਖ, ਸੁਖ ਨੂੰ ਇਕ ਸਮਾਨ ਸਮਝਕੇ ਖੇੜੇ ਵਿੱਚ ਹੀ ਰਹਿੰਦਾ ਹੈ ।

Whosoever may adopt the teachings of His Word as the guiding principle of his human life journey; with His mercy and grace, he may realize, His Holy Spirit enlightened and prevailing within. He may remain drenched with the essence, glory of His Word. He may endure, worldly pleasures and miseries as His Worthy Blessings.

282.ਮਾਝ ਮਹਲਾ ੩॥ (116-3)

ਤੇਰੀਆ ਖਾਣੀ ਤੇਰੀਆ ਬਾਣੀ॥	tayree-aa khaanee tayree-aa banee.
ਬਿਨੁ ਨਾਵੈ ਸਭ ਭਰਮਿ ਭੁਲਾਣੀ॥	bin naavai sabh bharam bhulaanee.
ਗੁਰ ਸੇਵਾ ਤੇ ਹਰਿ ਨਾਮੁ ਪਾਇਆ,	gur sayvaa tay har Naam paa-i-aa
ਬਿਨੁ ਸਤਿਗੁਰ ਕੋਇ ਨ ਪਾਵਣਿਆ॥੧॥	bin saT`gur ko-ay na paavni-aa. ‖1‖

ਪ੍ਰਭ ਸ੍ਰਿਸ਼ਟੀ ਨੂੰ ਪੈਦਾ ਕਰਨ ਦੇ ਸਾਰੇ ਸਾਧਨ, ਦਾਸਾਂ ਦੇ ਕਥਨ, ਤੇਰਾ ਸ਼ਬਦ ਸਦਾ ਸੱਚ ਰਹਿਣ ਵਾਲੇ ਹਨ, ਬਾਕੀ ਸਭ ਕੁਝ ਭਰਮ, ਸੁਪਨਾ ਹੀ ਹੈ । ਜਿਹੜਾ ਸ਼ਬਦ ਨਾਲ ਜੀਵਨ ਬਤੀਤ ਕਰਦਾ, ਉਸ ਨੂੰ ਸ਼ਬਦ ਦੀ ਸੋਝੀ ਬਖਸ਼ਿਸ਼ ਹੋ ਜਾਂਦੀ ਹੈ । ਪ੍ਰਭ ਦੀ ਰਹਿਮਤ ਤੋਂ ਬਿਨਾਂ ਕੋਈ ਸ਼ਬਦ ਦੀ ਸੋਝੀ ਬਖਸ਼ਿਸ਼ ਨਹੀਂ ਹੋ ਸਕਦੀ ।

The True Master! Your process of Creation, spoken words of Your true devotees and Your Word remains true forever; everything else may be only suspicions and fantasy. Whosoever may adopt the teachings of Your Word with steady and stable belief in day-to-day life; with Your mercy and grace, he may be enlightened with the essence of His Word. Without Your Blessed Vision, no one may be enlightened with the essence of Your Word.

ਹਉ ਵਾਰੀ ਜੀਉ ਵਾਰੀ,	ha-o vaaree jee-o vaaree
ਹਰਿ ਸੇਤੀ ਚਿਤੁ ਲਾਵਣਿਆ॥	har saytee chit laavani-aa.
ਹਰਿ ਸਚਾ ਗੁਰ ਭਗਤੀ ਪਾਈਐ,	har sachaa gur bhagtee paa-ee-ai
ਸਹਜੇ ਮੰਨਿ ਵਸਾਵਣਿਆ॥੧॥ ਰਹਾਉ॥	sehjay man vasaavani-aa. ||1|| rahaa-o.

ਉਸ ਤੋਂ ਕੁਰਬਾਨ ਜਾਵਾ! ਜਿਹੜਾ ਸ਼ਰਧਾ ਨਾਲ, ਸ਼ਬਦ ਦੀ ਪਾਲਣਾ ਅਡੋਲ ਭਰੋਸੇ ਨਾਲ ਕਰਦਾ ਹੈ । ਉਸ ਦੇ ਮਨ ਵਿੱਚ ਸ਼ਬਦ ਦੀ ਸਿਖਿਆਂ ਘਰ ਕਰ ਜਾਂਦੀ ਹੈ । ਉਸ ਨੂੰ ਪ੍ਰਵਾਨਗੀ ਦਾ ਅਸਲੀ ਰਸਤਾ ਬਖਸ਼ਿਸ਼ ਹੋ ਜਾਂਦਾ ਹੈ ।

I remain fascinated from the way of life of Your true devotee! Who may wholeheartedly with devotion meditate, obey the teachings of Your Word with steady and stable belief in his day-to-day life; with Your mercy and grace, he may remain drenched with the essence of Your Word? He may be blessed with the right path of salvation?

ਸਤਿਗੁਰੁ ਸੇਵੇ ਤਾ ਸਭ ਕਿਛੁ ਪਾਏ॥	saT`gur sayvay taa sabh kichh paa-ay.
ਜੇਹੀ ਮਨਸਾ ਕਰਿ ਲਾਗੈ ਤੇਹਾ ਫਲੁ ਪਾਏ॥	jayhee mansaa kar laagai tayhaa fal paa-ay.
ਸਤਿਗੁਰੁ ਦਾਤਾ ਸਭਨਾ ਵਥੂ ਕਾ,	saT`gur daataa sabhnaa vathoo kaa
ਪੂਰੈ ਭਾਗਿ ਮਿਲਾਵਣਿਆ॥੨॥	poorai bhaag milaavani-aa. ||2||

ਪ੍ਰਭ ਦੇ ਸ਼ਬਦ ਨਾਲ ਜੀਵਨ ਢਾਲਣ ਨਾਲ ਸਭ ਕੁਝ ਬਖਸ਼ਿਸ਼ ਹੋ ਸਕਦਾ ਹੈ । ਜਿਹੜੀ ਵੀ ਪ੍ਰਭ ਦੇ ਸ਼ਬਦ ਦੀ ਸੋਝੀ ਦੀ ਇੱਛਾਂ ਰਖਕੇ, ਸ਼ਬਦ ਦਾ ਸਿਮਰਨ ਕਰਦਾ ਹੈ, ਉਸ ਨੂੰ ਪ੍ਰਭ ਦੀ ਪ੍ਰਵਾਨਗੀ ਦਾ ਅਸਲੀ ਰਸਤਾ ਬਖਸ਼ਿਸ਼ ਹੋ ਜਾਂਦਾ ਹੈ । ਪ੍ਰਭ ਦੇ ਵੱਸ ਵਿੱਚ ਹੀ (ਦੋਨੇਂ ਸ਼ਿਵ, ਸ਼ਕਤੀ) ਸਾਰੀਆਂ ਬਖਸ਼ਿਸ਼ਾਂ ਹਨ । ਜਿਸ ਦੇ ਵਡੇ ਭਾਗ ਹੋਣ, ਉਸ ਨੂੰ ਪ੍ਰਭ ਦੇ ਸ਼ਬਦ ਦੀ ਸੋਝੀ ਬਖਸ਼ਿਸ਼ ਹੁੰਦੀ ਹੈ ।

Whosoever may adopt the teachings of His Word with steady and stable belief, he may be blessed with everything in day-to-day life. Whosoever may meditate with devotion on the teachings of His Word; with His mercy and grace, his spoken and unspoken desires may be satisfied. All virtues, both Shiv and Shakti, remains under His Command. Whosoever may have a great prewritten destiny, only he may be blessed with the enlightenment of the essence of His Word.

ਇਹੁ ਮਨੁ ਮੈਲਾ ਇਕੁ ਨ ਧਿਆਏ॥	ih man mailaa ik na Dhi-aa-ay.
ਅੰਤਰਿ ਮੈਲੁ ਲਾਗੀ ਬਹੁ ਦੂਜੈ ਭਾਏ॥	antar mail laagee baho doojai bhaa-ay.
ਤਟਿ ਤੀਰਥਿ ਦਿਸੰਤਰਿ ਭਵੈ ਅਹੰਕਾਰੀ,	tat tirath disantar bhavai ahaNkaaree
ਹੋਰੁ ਵਧੇਰੈ ਹਉਮੈ ਮਲੁ ਲਾਵਣਿਆ॥੩॥	hor VaDhayrai ha-umai mal laavani-aa. ||3||

ਜੀਵ ਦਾ ਮਨ ਸੰਸਾਰਕ ਇੱਛਾਂ ਨਾਲ ਦਾਗ਼ੀ, ਮੈਲਾ ਰਹਿੰਦਾ ਹੈ, ਉਹ ਇਕੋ ਇਕ ਪ੍ਰਭ ਤੇ ਭਰੋਸਾ ਅਡੋਲ ਨਹੀਂ ਰਖਦਾ । ਉਸ ਦਾ ਮਨ ਚਾਰੇ ਪਾਸੇ ਹੀ ਘੁੰਮਦਾ ਰਹਿੰਦਾ, ਇੱਛਾਂ ਤੇ ਕਾਬੂ ਨਹੀਂ ਰਹਿੰਦਾ, ਇਕੋ ਇਕ ਪ੍ਰਭ ਦੇ ਬਖਸ਼ੇ ਤੇ ਭਰੋਸਾ ਅਡੋਲ ਨਹੀਂ ਰਹਿੰਦਾ । ਅਹੰਕਾਰੀ ਮਨ ਭਾਵੇਂ ਕਈ ਪਵਿੱਤਰ ਤੀਰਥਾਂ ਦੀ ਯਾਤਰਾ ਕਰੇ, ਦੂਰ ਥਾਂ ਤੇ ਜਾਵੇ! ਪਰ ਉਸ ਦੇ ਮਨ ਦੀਆਂ ਇੱਛਾਂ ਦੀ ਭਟਕਣ ਵਧਦੀਆਂ ਜਾਂਦੀ ਹਨ, ਸਗੋਂ ਅਹੰਕਾਰ ਵਧਦਾ ਜਾਂਦਾ ਹੈ ।

Self-minded, his soul may remain blemished with worldly desires; he may not remain contented with His Blessings. He may wander in all directions to satisfy his worldly desires; as a victim of sweet poison of worldly wealth. He may pilgrimage and worship at various Holy Shrines, charity, deeds for well fare of mankind; however, his worldly desires, ego and frustrations may be intensified.

ਸਤਿਗੁਰੁ ਸੇਵੇ ਤਾ ਮਲੁ ਜਾਏ॥
ਜੀਵਤੁ ਮਰੈ ਹਰਿ ਸਿਉ ਚਿਤੁ ਲਾਏ॥
ਹਰਿ ਨਿਰਮਲੁ ਸਚੁ ਮੈਲੁ ਨ ਲਾਗੈ,
ਸਚਿ ਲਾਗੈ ਮੈਲੁ ਗਵਾਵਣਿਆ॥੪॥

saT`gur sayvay taa mal jaa-ay.
jeevat marai har si-o chit laa-ay.
har nirmal sach mail na laagai
sach laagai mail gavaavni-aa. ||4||

ਪ੍ਰਭ ਦੇ ਸ਼ਬਦ ਦੀ ਪਾਲਣਾ ਕਰਨ ਨਾਲ ਮਨ ਦੀ ਮੈਲ ਧੋਤੀ ਜਾ ਸਕਦੀ ਹੈ । ਜਿਸ ਜੀਵ ਦਾ ਸ਼ਬਦ ਵਿੱਚ ਧਿਆਨ ਅਡੋਲ ਹੋ ਜਾਂਦਾ ਹੈ । ਉਹ ਮਾਨਸ ਜਨਮ ਵਿੱਚ ਰਹਿੰਦਾ ਹੋਇਆ ਹੀ ਨਿਮਾਣਾ ਬਣਕੇ, ਮਰਿਆ ਦੇ ਸਮਾਨ ਜੀਵਨ ਬਤੀਤ ਕਰਦਾ ਹੈ । ਪ੍ਰਭ, ਪ੍ਰਭ ਦਾ ਸ਼ਬਦ ਦੋਨੋਂ ਹੀ ਪਵਿੱਤਰ ਹਨ, ਕੋਈ ਮੈਲ, ਦਾਗ਼ ਨਹੀਂ ਲਗ ਸਕਦਾ । ਜਿਹੜਾ ਪ੍ਰਭ ਦੇ ਸ਼ਬਦ ਦੀ ਸਿਖਿਆਂ ਨਾਲ ਜੀਵਨ ਢਾਲਦਾ ਹੈ, ਸ਼ਬਦ ਨੂੰ ਛੋਹ ਜਾਂਦਾ ਹੈ, ਉਸ ਦੀ ਮੈਲ ਧੋਤੀ ਜਾਂਦੀ ਹੈ ।

Whosoever may adopt the teachings of His Word with steady and stable belief in his day-to-day life, the blemish of his mind may be eliminated. Whosoever may mediate on the teachings of His Word with steady and stable; his state of mind may become humble and his way of life may become peaceful without any ego; such as he hopes to be blessed in His Court. His Word and His existence are both blemish-free; He may never be blemished with any worldly desires, temptations. Whosoever may remain in conjugation of His true devotee, adopt his life experience in his day-to-day life; with His mercy and grace, his blemish may also be eliminated forever.

ਬਾਝੁ ਗੁਰੂ ਹੈ ਅੰਧ ਗੁਬਾਰਾ॥
ਅਗਿਆਨੀ ਅੰਧਾ ਅੰਧੁ ਅੰਧਾਰਾ॥
ਬਿਸਟਾ ਕੇ ਕੀੜੇ ਬਿਸਟਾ ਕਮਾਵਹਿ,
ਫਿਰਿ ਬਿਸਟਾ ਮਾਹਿ ਪਚਾਵਣਿਆ॥੫॥

baajh guroo hai anDh gubaaraa.agi-
aanee anDhaa anDh anDhaaraa.
bistaa kay keerhay bistaa kamaaveh
fir bistaa maahi pachaavani-aa. ||5||

ਪ੍ਰਭ ਦੇ ਸ਼ਬਦ ਦੀ ਸੋਝੀ ਤੋਂ ਬਿਨਾਂ ਸੰਸਾਰ ਵਿੱਚ ਅਗਿਆਨਤਾ ਦਾ ਹਨੇਰਾ ਹੀ ਹੈ । ਅਣਜਾਣ ਜੀਵ ਨੂੰ ਕੋਈ ਸੋਝੀ ਨਹੀਂ ਉਸ ਦਾ ਜਨਮ ਕਿਉਂ ਹੋਇਆ ਹੈ? ਉਹ ਰੂੜੀ ਦੇ ਕੀੜੇ ਵਾਂਗ ਗੰਦਗੀ ਦੇ ਕੰਮ ਹੀ ਕਰਦਾ ਹੈ । ਇਸ ਗੰਦਗੀ ਵਿੱਚ ਹੀ ਮਰ ਜਾਂਦਾ ਹੈ ।

Whosoever may not be enlightened with the essence of His Word; he may remain ignorant! Why was he blessed with human life opportunity? He remains like a worm of manure; born in manure and die in manure of worldly desires.

ਮੁਕਤੇ ਸੇਵੇ ਮੁਕਤਾ ਹੋਵੈ॥
ਹਉਮੈ ਮਮਤਾ ਸਬਦੇ ਖੋਵੈ॥
ਅਨਦਿਨੁ ਹਰਿ ਜੀਉ ਸਚਾ ਸੇਵੀ,
ਪੂਰੈ ਭਾਗਿ ਗੁਰੁ ਪਾਵਣਿਆ॥੬॥

muktay sayvay muktaa hovai.
ha-umai mamtaa sabday khovai.
an-din har jee-o sachaa sayvee
poorai bhaag gur paavni-aa. ||6||

ਜਿਹੜਾ ਮੁਕਤੀ ਦੇ ਮਾਲਕ ਦੀ ਸੇਵਾ ਕਰਦਾ, ਰਸਤੇ ਤੇ ਚਲਦਾ ਹੈ, ਮੁਕਤੀ ਬਖਸ਼ਿਸ਼ ਹੋ ਸਕਦੀ ਹੈ । ਜਿਹੜਾ ਸ਼ਬਦ ਨਾਲ ਜੀਵਨ ਢਾਲਦਾ ਹੈ, ਉਸ ਦੇ ਮਨ ਦਾ ਅਹੰਕਾਰ, ਹੈਸੀਅਤ ਦਾ ਅਭਿਮਾਨ ਖਤਮ ਹੋ ਜਾਂਦਾ ਹੈ । ਦਿਨ ਰਾਤ ਪ੍ਰਭ ਦੇ ਸ਼ਬਦ ਦਾ ਸਿਮਰਨ ਕਰੋ । ਵਡੇ ਭਾਗ ਹੋਣ ਨਾਲ ਹੀ ਪ੍ਰਵਾਨਗੀ ਦਾ ਰਸਤਾ ਬਖਸ਼ਿਸ਼ ਹੋ ਸਕਦਾ ਹੈ ।

The True Master, Trustee of salvation! Whosoever may adopt the teachings of His Word, serves His Creation; with His mercy and grace, he may be blessed to conquer his ego of his worldly status and possessions. You should meditate on the teachings of His Word Day and night! Whosoever may have a great prewritten destiny; he may be blessed with the right path of salvation.

ਆਪੇ ਬਖਸੇ ਮੇਲਿ ਮਿਲਾਏ॥
ਪੂਰੇ ਗੁਰ ਤੇ ਨਾਮੁ ਨਿਧਿ ਪਾਏ॥
ਸਚੈ ਨਾਮਿ ਸਦਾ ਮਨੁ ਸਚਾ,

aapay bakhsay mayl milaa-ay.
pooray gur tay Naam niDh paa-ay.
sachai Naam sadaa man sachaa

ਸਚੁ ਸੇਵੇ ਦੁਖੁ ਗਵਾਵਣਿਆ॥੭॥ sach sayvay dukh gavaavni-aa. ||7||

ਪ੍ਰਭ ਆਪ ਹੀ ਜੀਵ ਤੇ ਰਹਿਮਤ ਬਖਸ਼ਕੇ ਪ੍ਰਵਾਨਗੀ ਦੇ ਰਸਤੇ ਤੇ ਪਾਉਂਦਾ ਹੈ । ਪ੍ਰਭ ਦੇ ਸ਼ਬਦ ਦੀ ਪਾਲਣਾ ਕਰਨ ਨਾਲ ਹੀ ਸ਼ਬਦ ਦੀ ਸੋਝੀ ਬਖਸ਼ਿਸ਼ ਹੋ ਸਕਦੀ ਹੈ । ਪ੍ਰਭ ਦੇ ਸ਼ਬਦ ਦੀ ਸੋਝੀ ਪਾਉਣ ਨਾਲ ਮਨ ਵਿੱਚ ਸ਼ਬਦ ਘਰ ਕਰ ਜਾਂਦਾ ਹੈ । ਜੀਵ ਆਪਣੇ ਮਨ ਦੇ ਅੰਦਰੋਂ ਹੀ ਪ੍ਰਭ ਦੀ ਹੋਂਦ ਮਹਿਸੂਸ ਹੋ ਜਾਂਦੀ ਹੈ । ਉਸ ਦੇ ਸ਼ਬਦ ਦੀ ਪਾਲਣਾ ਕਰਨ ਨਾਲ ਮਨ ਦੇ ਸਾਰੇ ਦੁਖ ਦੂਰ ਹੋ ਜਾਂਦੇ ਹਨ ।

The True Master may bless the devotion to meditate on the teachings of His Word to His true devotee. Whosoever may adopt the teachings of His Word in day-to-day life, he may be blessed with the right path of acceptance in His Court. He may be enlightened and remains drenched with the essence of His Word; with His mercy and grace, he may recognize His Existence from within. He may obey the teachings of His Word all his miseries of worldly desires may be eliminated from his mind.

ਸਦਾ ਹਜੂਰਿ ਦੂਰਿ ਨ ਜਾਣਹੁ॥ sadaa hajoor door na jaanhu.
ਗੁਰ ਸਬਦੀ ਹਰਿ ਅੰਤਰਿ ਪਛਾਣਹੁ॥ gur sabdee har antar pachhaanhu.
ਨਾਨਕ ਨਾਮਿ ਮਿਲੈ ਵਡਿਆਈ, naanak Naam milai vadi-aa-ee
ਪੂਰੇ ਗੁਰ ਤੇ ਪਾਵਣਿਆ॥੮॥੧੧॥੧੨॥ pooray gur tay paavni-aa. ||8||11||12||

ਪ੍ਰਭ ਹਰ ਵੇਲੇ ਜੀਵ ਦੇ ਨੇੜੇ ਹੀ ਰਹਿੰਦਾ ਹੈ, ਉਸ ਨੂੰ ਦੂਰ ਨਾ ਸਮਝੋ! ਸ਼ਬਦ ਦੀ ਪਾਲਣਾ ਕਰਨ ਨਾਲ ਉਹ ਮਨ ਦੇ ਅੰਦਰ ਹੀ ਜਾਗਰਤਰ ਹੋ ਜਾਂਦਾ ਹੈ । ਪ੍ਰਭ ਦੇ ਸ਼ਬਦ ਦਾ ਸਿਮਰਨ ਕਰਨ, ਜੀਵਨ ਢਾਲਣ ਨਾਲ ਪ੍ਰਭ ਦੇ ਸ਼ਬਦ ਦੀ ਸੋਝੀ, ਉਤਮ ਅਵਸਥਾ ਬਖਸ਼ਿਸ਼ ਹੋ ਜਾਂਦੀ ਹੈ ।

His Holy Spirit remains embedded within each soul and dwells within his body. He may not be far from His prayer. Whosoever may meditate, adopts the teachings of His Word in day-to-day life; with His mercy and grace, he may be enlightened from within. He may be blessed with supreme state of mind as His true devotee.

283.ਮਾਝ ਮਹਲਾ ੩॥ (116-15)

ਐਥੈ ਸਾਚੇ ਸੁ ਆਗੈ ਸਾਚੇ॥ aithai saachay so aagai saachay.
ਮਨੁ ਸਚਾ ਸਚੈ ਸਬਦਿ ਰਾਚੇ॥ man, sachaa sachai sabad raachay.
ਸਚਾ ਸੇਵਹਿ ਸਚੁ ਕਮਾਵਹਿ, sachaa sayveh sach kamaaveh
ਸਚੋ ਸਚੁ ਕਮਾਵਣਿਆ॥੧॥ sacho sach kamaavani-aa. ||1||

ਜਿਹੜਾ ਸੰਸਾਰ ਵਿੱਚ ਪ੍ਰਭ ਦੇ ਸ਼ਬਦ ਤੇ ਭਰੋਸਾ ਅਡੋਲ ਰਖਦਾ ਹੈ । ਉਸ ਦਾ ਮੌਤ ਤੋਂ ਪਿਛੋਂ ਵੀ ਭਰੋਸਾ ਅਡੋਲ ਹੀ ਰਹਿੰਦਾ ਹੈ, ਉਸ ਦਾ ਮਨ ਪਵਿੱਤਰ ਹੁੰਦਾ ਹੈ । ਉਹ ਕੇਵਲ ਪ੍ਰਭ ਦੇ ਸ਼ਬਦ ਨਾਲ ਹੀ ਜੀਵਨ ਢਾਲਦਾ ਹੈ, ਸ਼ਬਦ ਦੀ ਕਮਾਈ ਇਕੱਠੀ ਕਰਦਾ ਹੈ ।

Whosoever may obey the teachings of His Word, with steady and stable belief on His Blessings in his day-to-day life. His faith remains steady and stable even after his death. His soul remains sanctified. He may adopt the teachings of His Word and earns the wealth of His Word.

ਹਉ ਵਾਰੀ ਜੀਉ ਵਾਰੀ, ha-o vaaree jee-o vaaree
ਸਚਾ ਨਾਮੁ ਮੰਨਿ ਵਸਾਵਣਿਆ॥ sachaa Naam man vasaavani-aa.
ਸਚੇ ਸੇਵਹਿ ਸਚਿ ਸਮਾਵਹਿ, sachay sayveh sach samaaveh sachay
ਸਚੇ ਕੇ ਗੁਣ ਗਾਵਣਿਆ॥੧॥ ਰਹਾਉ॥ kay gun gaavani-aa. ||1|| rahaa-o.

ਉਸ ਜੀਵ ਤੋਂ ਕੁਰਬਾਨ ਜਾਵੋ! ਜਿਸ ਦੇ ਮਨ ਵਿੱਚ ਪ੍ਰਭ ਦਾ ਸ਼ਬਦ ਘਰ ਕਰ ਜਾਂਦਾ ਹੈ । ਉਹ ਸ਼ਬਦ ਦੀ ਪਾਲਣਾ ਕਰਦਾ, ਸ਼ਬਦ ਦੀ ਉਸਤਤ ਗਾਉਂਦਾ, ਸ਼ਬਦ ਵਿੱਚ ਲੀਨ ਰਹਿੰਦਾ ਹੈ ।

I remain fascinated from the life of His true devotee! Whosoever may remain drench with the essence of His Word. He may obey, sings the glory, and remains intoxicated in deep meditation in the void of His Word.

ਪੰਡਿਤ ਪੜਹਿ ਸਾਦੁ ਨ ਪਾਵਹਿ॥	pandit parheh saad na paavahi.
ਦੂਜੈ ਭਾਇ ਮਾਇਆ ਮਨੁ ਭਰਮਾਵਹਿ॥	doojai bhaa-ay maa-i-aa man bharmaaveh.
ਮਾਇਆ ਮੋਹਿ ਸਭ ਸੁਧਿ ਗਵਾਈ,	maa-i-aa mohi sabh suDh gavaa-ee
ਕਰਿ ਅਵਗਣ ਪਛੋਤਾਵਣਿਆ॥੨॥	kar avgan pachhotaavani-aa. ||2||

ਧਰਮ ਦਾ ਪੁਜਾਰੀ ਪ੍ਰਭ ਦੇ ਸ਼ਬਦ ਦੀ ਬਾਣੀ ਪੜ੍ਹਦਾ ਹੈ, ਪਰ ਉਸ ਦੇ ਮਨ ਤੇ ਸ਼ਬਦ ਦਾ ਕੋਈ ਪ੍ਰਭਾਵ ਨਹੀਂ ਹੁੰਦਾ । ਉਸ ਦੇ ਮਨ ਵਿੱਚ ਇਕੋ ਇਕ ਪ੍ਰਭ, ਉਸ ਦੇ ਕੀਤੇ ਤੇ ਭਰੋਸਾ ਅਡੋਲ ਨਹੀਂ ਹੁੰਦਾ । ਉਸ ਦੇ ਮਨ ਵਿੱਚ ਸੰਸਾਰਕ ਮਾਇਆ ਦੀ ਤ੍ਰਿਸ਼ਨਾ ਦੀ ਭਟਕਣ ਰਹਿੰਦੀ ਹੈ । ਸੰਸਾਰਕ ਮਾਇਆ ਉਸ ਦੀ ਸੋਝੀ ਗਵਾਉਂਦੀ, ਧਿਆਨ ਪ੍ਰਭ ਦੇ ਸ਼ਬਦ ਤੋਂ ਦੂਰ ਕਰਦੀ ਹੈ । ਉਹ ਸੰਸਾਰ ਵਿੱਚ ਗਲਤ ਕੰਮ ਕਰਦਾ ਹੈ, ਫਿਰ ਪਛਤਾਵਾ ਹੀ ਕਰਦਾ ਹੈ ।

The religious guru, priest also recites and read the Holy Scripture; however, he may not have any influence of the teachings on his way of life. He may not have any belief His Blessings, ultimate power of His Word. His mind remains intoxicated and frustrated with sweet poison of Worldly wealth. Worldly wealth may destroy his enlightenment of the essence of His Word and divert his focus far away from the teachings of His Word. He may perform sinful deeds; regrets and repents for his foolishness after death.

ਸਤਿਗੁਰੁ ਮਿਲੈ ਤਾ ਤਤੁ ਪਾਏ॥	saT`gur milai taa tat paa-ay.
ਹਰਿ ਕਾ ਨਾਮੁ ਮੰਨਿ ਵਸਾਏ॥	har kaa Naam man vasaa-ay.
ਸਬਦਿ ਮਰੈ ਮਨੁ ਮਾਰੈ ਅਪੁਨਾ	sabad marai man maarai apunaa
ਮੁਕਤੀ ਕਾ ਦਰੁ ਪਾਵਣਿਆ॥੩॥	muktee kaa dar paavni-aa. ||3||

ਜਿਸ ਤੇ ਪ੍ਰਭ ਦੀ ਰਹਿਮਤ ਦੀ ਨਜ਼ਰ ਬਖਸ਼ਦਾ ਹੈ, ਉਸ ਦੀ ਸ਼ਬਦ ਨਾਲ ਲਗਨ ਲਗਦੀ, ਸੋਝੀ ਬਖਸ਼ਿਸ਼ ਹੁੰਦੀ ਹੈ । ਜਿਹੜਾ ਸ਼ਬਦ ਦੀ ਸਿਖਿਆਂ ਨਾਲ ਜੀਵਨ ਢਾਲਦਾ ਹੈ, ਉਸ ਦੇ ਮਨ ਵਿੱਚ ਸ਼ਬਦ ਦੀ ਸਿਖਿਆਂ ਘਰ ਕਰਦਾ ਹੈ । ਜਿਹੜਾ ਸ਼ਬਦ ਅਨੁਸਾਰ ਜੀਵਨ ਬਤੀਤ ਕਰਦਾ ਹੈ, ਉਸ ਨੂੰ ਪ੍ਰਵਾਨਗੀ ਦੇ ਰਸਤੇ ਦੀ ਸੋਝੀ ਬਖਸ਼ਿਸ਼ ਹੋ ਜਾਂਦੀ ਹੈ ।

Whosoever may be bestowed with His Blessed Vision; he may devotional meditation on the teachings of His Word; he may be drenched with enlightenment of the essence of His Word from within. Whosoever may adopt the teachings of His Word in day-to-day life; with His mercy and grace, he may be blessed with the right path of salvation.

ਕਿਲਵਿਖ ਕਾਟੈ ਕ੍ਰੋਧੁ ਨਿਵਾਰੇ॥	kilvikh kaatai kroDh nivaaray.
ਗੁਰ ਕਾ ਸਬਦੁ ਰਖੈ ਉਰ ਧਾਰੇ॥	gur kaa sabad rakhai ur Dhaaray.
ਸਚਿ ਰਤੇ ਸਦਾ ਬੈਰਾਗੀ,	sach ratay sadaa bairaagee
ਹਉਮੈ ਮਾਰਿ ਮਿਲਾਵਣਿਆ॥੪॥	ha-umai maar milaavani-aa. ||4||

ਜਿਹੜਾ ਪ੍ਰਭ ਦੇ ਸ਼ਬਦ ਵਿੱਚ ਹਰ ਵੇਲੇ ਧਿਆਨ ਰਖਦਾ ਹੈ । ਉਹ ਆਪਣੇ ਕੀਤੇ ਕੰਮਾਂ ਦੇ ਪਾਪ ਧੋਅ ਲੈਂਦਾ ਹੈ, ਮਨ ਵਿਚੋਂ ਕਰੋਧ ਦਾ ਨਾਸ ਕਰ ਲੈਂਦਾ ਹੈ । ਜਿਹੜਾ ਸ਼ਬਦ ਵਿੱਚ ਲੀਨ ਰਹਿੰਦਾ ਹੈ, ਉਸ ਦੇ ਮਨ ਵਿੱਚ ਪ੍ਰਭ ਦੇ ਵਿਛੋੜੇ ਦਾ ਵਿਰਾਗ ਸਦਾ ਤਾਜ਼ਾ ਰਹਿੰਦਾ ਹੈ । ਉਹ ਸਦਾ ਲਈ ਮੌਤ ਤੋਂ ਰਹਿਤ, ਅਮਰ ਹੋ ਜਾਂਦਾ ਹੈ । ਉਹ ਆਪਣੇ ਮਨ ਦੇ ਅਹੰਕਾਰ ਨੂੰ ਖਤਮ ਕਰਕੇ, ਸ਼ਬਦ ਦੀ ਪਾਲਣਾ ਤੇ ਅਡੋਲ ਰਹਿੰਦਾ ਹੈ, ਅੰਤ ਵਿੱਚ ਪ੍ਰਭ ਦੇ ਦਰਬਾਰ ਵਿੱਚ ਪ੍ਰਵਾਨ ਹੋ ਜਾਂਦਾ ਹੈ ।

Whosoever may concentrate on the teachings of His Word; with his worldly deeds, his sins of previous lives may be forgiven. He may eliminate his anger of worldly disappointments. He may remain in renunciation in the memory of his separation from His Holy Spirit, fresh within his mind. He may conquer his ego and obeys the teachings of His Word with steady and stable belief; with His mercy and grace, he may be accepted in His Court.

ਅੰਤਰਿ ਰਤਨੁ ਮਿਲੈ ਮਿਲਾਇਆ॥ antar ratan milai milaa-i-aa.
ਤ੍ਰਿਬਿਧਿ ਮਨਸਾ ਤ੍ਰਿਬਿਧਿ ਮਾਇਆ॥ taribaDh mansaa taribaDh maa-i-aa.
ਪੜਿ ਪੜਿ ਪੰਡਿਤ ਮੋਨੀ ਥਕੇ, parh parh pandit monee thakay
ਚਉਥੇ ਪਦ ਕੀ ਸਾਰ ਨ ਪਾਵਣਿਆ॥੫॥ cha-uthay pad Kee saar na paavni-aa. ||5||

ਜਿਸ ਤੇ ਪ੍ਰਭ ਆਪ ਹੀ ਰਹਿਮਤ ਬਖਸ਼ਦਾ ਹੈ, ਉਸ ਦੇ ਮਨ ਅੰਦਰ, ਦਸਵੇਂ ਘਰ, ਪ੍ਰਭ ਦੀ ਅਨਮੋਲ ਜੋਤ ਜਾਗਰਤ ਹੋ ਜਾਂਦੀ ਹੈ । ਜੀਵ ਦਾ ਮਨ ਸੰਸਾਰਕ ਮਾਇਆਂ ਦੇ ਤਿੰਨਾਂ ਰੂਪਾਂ ਦੇ ਜਾਲ ਵਿੱਚ ਫਸਿਆ ਰਹਿੰਦਾ ਹੈ । ਕਈ ਧਰਮ ਦੇ ਪੁਜਾਰੀ, ਮੌਨੀ ਭਗਤ, ਬਾਣੀ ਪੜ੍ਹਕੇ ਬੇਵਸ ਹੋ ਜਾਂਦੇ ਹਨ, ਪਰ ਸ਼ਬਦ ਦੀ ਸੋਝੀ ਨਹੀਂ ਹੁੰਦੀ । ਉਸ ਨੂੰ ਮਨ ਦੀ ਚੌਥੀ ਅਵਸਥਾ, ਮੁਕਤੀ ਦੀ ਅਵਸਥਾ ਦੀ ਸੋਝੀ ਨਹੀਂ ਹੁੰਦੀ ।

Whosoever may be bestowed with His Blessed Vision, he may be enlightened with the essence of His Word from with, from His 10th castle. He may realize His Holy Spirit prevailing everywhere. Self-minded may remain intoxicated with sweet poison of three kinds of worldly wealth. The religious devotee, quiet saints may become frustrated, helpless by reading the Holy Scripture repeatedly; however, he may not be blessed with the enlightenment of the essence of His Word; He may not comprehend the enlightenment of the essence of His Word; 4Th stage, the state of mind of salvation.

ਆਪੇ ਰੰਗੇ ਰੰਗੁ ਚੜਾਏ॥ aapay rangay rang charhaa-ay.
ਸੇ ਜਨ ਰਾਤੇ ਗੁਰ ਸਬਦਿ ਰੰਗਾਏ॥ say jan raatay gur sabad rangaa-ay.
ਹਰਿ ਰੰਗੁ ਚੜਿਆ ਅਤਿ ਅਪਾਰਾ, har rang charhi-aa at apaaraa
ਹਰਿ ਰਸਿ ਰਸਿ ਗੁਣ ਗਾਵਣਿਆ॥੬॥ har ras ras gun gaavani-aa. ||6||

ਪ੍ਰਭ ਆਪ ਹੀ ਜੀਵਾ ਦੇ ਮਨ ਵਿੱਚ ਸ਼ਬਦ ਦੀ ਲਗਨ ਲਾਉਂਦਾ ਹੈ । ਜਿਹੜਾ ਸ਼ਬਦ ਨਾਲ ਜੀਵਨ ਢਾਲਦਾ ਹੈ । ਉਸ ਦੀ ਹੀ ਲਗਨ ਅਡੋਲ ਰਹਿੰਦੀ ਹੈ । ਉਸ ਦਾ ਮਨ ਪ੍ਰਭ ਦੇ ਸ਼ਬਦ ਦੇ ਰੰਗ ਨਾਲ ਗੂੜ੍ਹਾ ਰੰਗਿਆ ਰਹਿੰਦਾ ਹੈ । ਉਹ ਪ੍ਰਭ ਦੇ ਸ਼ਬਦ ਦੇ ਗੁਣ ਗਾਉਂਦਾ, ਸਦਾ ਹੀ ਖੇੜੇ ਵਿੱਚ ਹੀ ਰਹਿੰਦਾ ਹੈ ।

The True Master may bless a devotional attachment to the teachings His Word. Whosoever may adopt the teachings of His Word with steady and stable belief; he may remain steady and stable on the right path. He may remain drenched with the crimson color of the essence of His Word. He may remain intoxicated singing the glory of His Word and remains in peace and harmony with all worldly conditions.

ਗੁਰਮੁਖਿ ਰਿਧਿ ਸਿਧਿ ਸਚੁ ਸੰਜਮੁ ਸੋਈ॥ gurmukh riDh siDh sach sanjam so-ee.
ਗੁਰਮੁਖਿ ਗਿਆਨੁ ਨਾਮਿ ਮੁਕਤਿ ਹੋਈ॥ gurmukh gi-aan Naam mukat ho-ee.
ਗੁਰਮੁਖਿ ਕਾਰ ਸਚੁ ਕਮਾਵਹਿ, gurmukh kaar sach kamaaveh
ਸਚੇ ਸਚਿ ਸਮਾਵਣਿਆ॥੭॥ sachay sach samaavani-aa. ||7||

ਗੁਰਮਖ ਦੀ ਕਮਾਈ ਹੀ, ਸ਼ਬਦ ਦੀ ਪਾਲਣਾ, ਸੋਝੀ ਅਤੇ ਮਨ ਦੀਆਂ ਇੱਛਾਂ ਤੇ ਕਾਬੂ ਹੰਦਾ ਹੈ । ਉਹ ਸ਼ਬਦ ਦੀ ਸੋਝੀ ਨਾਲ ਜੀਵਨ ਢਾਲਦਾ, ਪ੍ਰਵਾਨਗੀ ਦੇ ਰਸਤੇ ਤੇ ਅਡੋਲ ਰਹਿੰਦਾ ਹੈ । ਗੁਰਮਖ ਸ਼ਬਦ ਦੇ ਸਿਮਰਨ ਵਿੱਚ ਲੀਨ ਰਹਿੰਦਾ ਹੈ ।

The true earnings of His Word of His true devotee, may be obeying the teachings of His Word, enlightenment of the essence, control on his worldly desires. His true devotee may obey the teachings of His Word and steady and stable; he may remain enlightened with the essence of His Word; with His mercy and grace, he may remain steady and stable on the right path of acceptance in His Court. His true devotee remains intoxicated in devotional meditation in the void of His Word.

ਗੁਰਮੁਖਿ ਥਾਪੇ ਥਾਪਿ ਉਥਾਪੈ॥ gurmukh thaapay thaap uthaapay.
ਗੁਰਮੁਖਿ ਜਾਤਿ ਪਤਿ ਸਭੁ ਆਪੈ॥ gurmukh jaat pat sabh aapay.
ਨਾਨਕ ਗੁਰਮੁਖਿ ਨਾਮੁ ਧਿਆਏ, Aanak gurmukh Naam Dhi-aa-ay
ਨਾਮੇ ਨਾਮਿ ਸਮਾਵਣਿਆ॥੮॥੧੨॥੧੩॥ naamay Naam samaavani-aa. ||8||12||13||

ਗੁਰਮਖ ਨੂੰ ਸ਼ਬਦ ਸੋਝੀ ਹੋ ਜਾਂਦੀ ਹੈ, ਪ੍ਰਭ ਆਪ ਹੀ ਜੀਵ ਨੂੰ ਪੈਦਾ ਕਰਨ, ਮੌਤ ਦੇਣ ਵਾਲਾ ਹੈ । ਗੁਰਮਖ ਦੀ ਹੈਸੀਅਤ, ਜਾਤ, ਪਾਤ ਪ੍ਰਭ ਦੇ ਸ਼ਬਦ ਦੀ ਪਾਲਣਾ ਹੀ ਹੁੰਦੀ ਹੈ । ਗੁਰਮਖ ਪ੍ਰਭ ਦੇ ਸ਼ਬਦ ਦੇ ਸਿਮਰਨ ਵਿੱਚ ਲੀਨ ਹੋਇਆ ਹੀ ਪ੍ਰਭ ਦੀ ਜੋਤ ਵਿੱਚ ਅਲੋਪ ਹੋ ਜਾਂਦਾ ਹੈ ।

His true devotee may be enlightened with the essence of His Word; he may realize, birth and death of everyone remains under only His Command. The Worldly status, worldly social class of His true devotee may be obeying the teachings of His Word. His true devotee may remain intoxicated in the void of His Word; with His mercy and grace, his soul may be immersed within His Holy Spirit.

284.ਮਾਝ ਮਹਲਾ ੩॥ (117-8)

ਉਤਪਤਿ ਪਰਲਉ ਸਬਦੇ ਹੋਵੈ॥	utpat parla-o sabday hovai.
ਸਬਦੇ ਹੀ ਫਿਰਿ ਓਪਤਿ ਹੋਵੈ॥	sabday hee fir opat hovai.
ਗੁਰਮੁਖਿ ਵਰਤੈ ਸਭੁ ਆਪੇ ਸਚਾ,	gurmukh vartai sabh aapay sachaa
ਗੁਰਮੁਖਿ ਉਪਾਇ ਸਮਾਵਣਿਆ॥੧॥	gurmukh upaa-ay samaavani-aa. ||1||

ਸ੍ਰਿਸ਼ਟੀ ਦੀ ਸਾਜਨਾ ਅਤੇ ਅੰਤ ਪ੍ਰਭ ਦੇ ਹੁਕਮ (ਸ਼ਬਦ) ਨਾਲ ਹੀ ਹੁੰਦਾ ਹੈ । ਪ੍ਰਭ ਦੇ ਹੁਕਮ ਨਾਲ ਹੀ ਜੀਵ ਫਿਰ ਪੈਦਾ ਹੁੰਦਾ ਹੈ । ਗੁਰਮਖ ਨੂੰ ਸੋਝੀ ਹੁੰਦੀ ਹੈ! ਪ੍ਰਭ ਆਪ ਹੀ ਹਰ ਕਰਤਬ ਵਿੱਚ ਵਾਪਰਦਾ ਹੈ । ਜਿਸ ਨੂੰ ਸ੍ਰਿਸ਼ਟੀ ਦੀ ਸਾਜਨਾ ਦੀ ਸੋਝੀ ਹੁੰਦੀ, ਉਹ ਪ੍ਰਭ ਦੀ ਜੋਤ ਵਿੱਚ ਹੀ ਸਮਾ ਜਾਂਦਾ ਹੈ ।

The One and Only One True Master, Creator, Destroyer of His Creation! His soul may be reborn to clean the blemish of her sins. His true devotee may realize, only His Holy Spirit prevailing in every event. Whosoever may be blessed with the enlightened, comprehension of the creation of the universe; with His mercy and grace, he may be immersed within His Holy Spirit.

ਹਉ ਵਾਰੀ ਜੀਉ ਵਾਰੀ,	ha-o vaaree jee-o vaaree
ਗੁਰੁ ਪੂਰਾ ਮੰਨਿ ਵਸਾਵਣਿਆ॥	gur pooraa man vasaavani-aa.
ਗੁਰ ਤੇ ਸਾਤਿ ਭਗਤਿ ਕਰੇ ਦਿਨੁ ਰਾਤੀ,	gur tay saat bhagat karay din raatee
ਗੁਣ ਕਹਿ ਗੁਣ ਸਮਾਵਣਿਆ॥੧॥ ਰਹਾਉ॥	gun kahi gunee samaavani-aa. ||1|| rahaa-o.

ਉਸ ਜੀਵ ਤੋਂ ਕੁਰਬਾਨ ਜਾਵਾ! ਜਿਸ ਦੇ ਮਨ ਵਿੱਚ ਪੂਰਨ ਪ੍ਰਭ ਦੇ ਸ਼ਬਦ ਦੀ ਸੋਝੀ ਰਚੀ, ਵਸਦੀ ਹੈ । ਪ੍ਰਭ ਹੀ ਜੀਵ ਨੂੰ ਮਨ ਵਿੱਚ ਸ਼ਾਂਤੀ, ਸੰਤੋਖ ਬਖਸ਼ਦਾ ਹੈ । ਦਿਨ ਰਾਤ ਸ਼ਬਦ ਵਿੱਚ ਲਗਨ, ਪਾਲਣਾ, ਗੁਣ ਗਾਉਣ ਨਾਲ ਆਤਮਾ ਪ੍ਰਭ ਦੀ ਜੋਤ ਦੀ ਸਮਾਧੀ ਵਿੱਚ ਹੀ ਲੀਨ ਹੋ ਜਾਂਦੀ ਹੈ ।

I remain fascinated from the way of His true devotee! Whosoever may remain drenched with the essence of His Word. The True Master may bless peace of mind and contentment to His true devotee. Whosoever may sing, and obeys the teachings of His Word, with devotion; with His mercy and grace, his soul may remain intoxicated in meditation the void of His Word.

ਗੁਰਮੁਖਿ ਧਰਤੀ ਗੁਰਮੁਖਿ ਪਾਣੀ॥	gurmukh Dhartee gurmukh paanee.
ਗੁਰਮੁਖਿ ਪਵਣੁ ਬੈਸੰਤਰੁ ਖੇਲੈ ਵਿਡਾਣੀ॥	gurmukh pavan baisantar khaylai vidaanee.
ਸੋ ਨਿਗੁਰਾ ਜੋ ਮਰਿ ਮਰਿ ਜੰਮੈ,	so niguraa jo mar mar jammai
ਨਿਗੁਰੇ ਆਵਣ ਜਾਵਣਿਆ॥੨॥	niguray aavan jaavani-aa. ||2||

ਗੁਰਮਖ ਸਭ ਥਾਂ ਹੀ ਪ੍ਰਭ ਦੀ ਹੌਂਦ ਮਹਿਸੂਸ ਕਰਦਾ ਹੈ । (ਜਲ, ਥਲ, ਹਵਾ, ਅੱਗ) ਇਸਤਰ੍ਹਾਂ ਦਾ ਅਚੰਭਾ ਹੀ, ਪ੍ਰਭ ਦੀ ਕੁਦਰਤ ਦਾ ਖੇਲ ਹੈ । ਜਿਹੜਾ ਸ਼ਬਦ ਤੇ ਭਰੋਸਾ ਅਡੋਲ ਨਹੀਂ ਰਖਦਾ, ਉਹ ਜੂੰਨਾਂ ਦੇ ਚੱਕਰ ਵਿੱਚ ਹੀ ਰਹਿੰਦਾ ਹੈ ।

His true devotee may realize the existence of His Holy Spirit everywhere, in water, in, under on earth and in fire. Such an astonishing and fascinating may be the play of His Nature. Whosoever may not have a steady and stable belief on the teachings of His Word; he remains in the cycle of birth and death.

ਤਿਨਿ ਕਰਤੈ ਇਕੁ ਖੇਲੁ ਰਚਾਇਆ॥ tin kartai ik khayl rachaa-i-aa.
ਕਾਇਆ ਸਰੀਰੈ ਵਿਚਿ ਸਭੁ ਕਿਛੁ ਪਾਇਆ॥ kaa-i-aa sareerai vich sabh kichh paa-i-aa.
ਸਬਦਿ ਭੇਦਿ ਕੋਈ ਮਹਲੁ ਪਾਏ, sabad bhayd ko-ee mahal paa-ay
ਮਹਲੇ ਮਹਲਿ ਬੁਲਾਵਣਿਆ॥੩॥ mahlay mahal bulaavani-aa. ||3||

ਪ੍ਰਭ ਨੇ ਇਹ ਅਨੋਖਾ ਹੀ ਖੇਲ ਰਚਿਆ ਹੈ । ਜੀਵ ਦੇ ਸਰੀਰ ਵਿੱਚ ਸਭ ਕੁਝ ਹੀ ਬਖਸ਼ਿਆਂ ਹੈ, ਸਾਰੇ ਭੇਦ ਹੀ ਰਖੇ ਹਨ । ਕੋਈ ਵਿਰਲਾ ਹੀ ਜੀਵ ਸ਼ਬਦ ਨਾਲ ਜੀਵਨ ਢਾਲਦਾ, ਉਸ ਨੂੰ ਭੇਦ ਖੁਲ੍ਹਦਾ, ਸੋਝੀ ਬਖਸ਼ਿਸ਼ ਹੁੰਦੀ ਹੈ । ਉਸ ਨੂੰ ਪ੍ਰਭ ਦੇ ਦਰਬਾਰ, ਹਜ਼ੂਰੀ ਵਿੱਚ ਥਾਂ ਬਖਸ਼ਿਸ਼ ਹੋ ਸਕਦੀ ਹੈ, ਦਰਬਾਰ ਵਿਚੋਂ ਸੱਦਾ ਆਉਂਦਾ ਹੈ ।

The True Master has created such an astonishing play of the universe. He has embedded, infused all secrets, techniques to sanctify his soul within his own body. However, very rare may adopt the teachings of His Word with steady and stable belief on His Ultimate Command in day-to-day life. He may be blessed with the right path of acceptance in His Court. Whosoever may be enlightened with the essence of His Word; with His mercy and grace, he may be invited and blessed with a place in His Court.

ਸਚਾ ਸਾਹੁ ਸਚੇ ਵਣਜਾਰੇ॥ sachaa saahu sachay vanjaaray.
ਸਚੁ ਵਣੰਜਹਿ ਗੁਰ ਹੇਤਿ ਅਪਾਰੇ॥ sach vanaNjahi gur hayt apaaray.
ਸਚੁ ਵਿਹਾਝਹਿ ਸਚੁ ਕਮਾਵਹਿ, sach vihaajheh sach kamaaveh
ਸਚੋ ਸਚੁ ਕਮਾਵਣਿਆ॥੪॥ sacho sach kamaavani-aa. ||4||

ਪ੍ਰਭ ਸੱਚ ਦਾ ਭੰਡਾਰੀ, ਸੱਚ ਦਾ ਹੀ ਵਪਾਰੀ, ਸੱਚ ਹੀ ਸੌਦਾ ਕਰਦਾ ਹੈ । ਪ੍ਰਭ ਦਾ ਸ਼ਬਦ ਹੀ ਸੋਝੀ ਦੇ ਧਨ ਦਾ ਬੇਅੰਤ ਖਜ਼ਾਨਾ ਹੈ । ਜਿਹੜਾ ਸ਼ਬਦ ਨਾਲ ਜੀਵਨ ਢਾਲਦਾ, ਸ਼ਬਦ ਦੀ ਕਮਾਈ ਕਰਦਾ ਹੈ । ਪ੍ਰਭ ਦੀ ਰਹਿਮਤ ਨਾਲ ਉਸ ਨੂੰ ਸ਼ਬਦ ਦਾ ਧਨ ਬਖਸ਼ਿਸ਼ ਹੁੰਦਾ ਹੈ ।

The True Master, Treasure of imperishable virtues; only trader of imperishable merchandizes. The teachings, essence of His Word remains a treasure of unlimited wealth of His Word. Whosoever may wholeheartedly adopt the teachings of His Word; with His mercy and grace, he may be blessed with wealth of His Word.

ਬਿਨੁ ਰਾਸੀ ਕੋ ਵਥੁ ਕਿਉ ਪਾਏ॥ bin raasee ko vath ki-o paa-ay.
ਮਨਮੁਖ ਭੂਲੇ ਲੋਕ ਸਬਾਏ॥ manmukh bhoolay lok sabaa-ay.
ਬਿਨੁ ਰਾਸੀ ਸਭ ਖਾਲੀ ਚਲੇ, bin raasee sabh khaalee chalay
ਖਾਲੀ ਜਾਇ ਦੁਖੁ ਪਾਵਣਿਆ॥੫॥ khaalee jaa-ay dukh paavni-aa. ||5||

ਪ੍ਰਭ ਦੇ ਸ਼ਬਦ ਦੇ ਧਨ ਤੋਂ ਬਿਨਾਂ, ਪ੍ਰਭ ਦੇ ਸ਼ਬਦ ਦੀ ਸੋਝੀ ਬਖਸ਼ਿਸ਼ ਨਹੀਂ ਹੋ ਸਕਦੀ । ਮਨਮਰਜ਼ੀ ਕਰਨਵਾਲਾ, ਸ਼ਬਦ ਦੀ ਸੋਝੀ ਤੋਂ ਅਣਜਾਣ ਰਹਿੰਦਾ, ਬੇਵਸ ਹੋ ਜਾਂਦੇ ਹਨ । ਪ੍ਰਭ ਦੇ ਸ਼ਬਦ ਦੀ ਕਮਾਈ ਤੋਂ ਬਿਨਾਂ ਉਹ ਸੰਸਾਰ ਵਿਚੋਂ ਖਾਲੀ ਹੀ ਵਾਪਸ, ਜੂੰਨਾਂ ਦੇ ਚੱਕਰ ਵਿੱਚ ਹੀ ਦੁਖ ਪਾਉਂਦਾ ਹੈ ।

Whosoever may not earn the wealth of His Word; he may not be blessed with the enlightenment of the essence His Word. Self-minded may remain ignorant from the enlightenment of the essence of His Word; he may remain frustrated, helpless with sweet poison of worldly wealth, worldly desires. Without the wealth of His Word, his soul may return empty-handed and remains in the cycle of birth and death.

ਇਕਿ ਸਚੁ ਵਣੰਜਹਿ ਗੁਰ ਸਬਦਿ ਪਿਆਰੇ॥ ik sach vanaNjahi gur sabad pi-aaray.
ਆਪਿ ਤਰਹਿ ਸਗਲੇ ਕੁਲ ਤਾਰੇ॥ aap tareh saglay kul taaray.
ਆਏ ਸੇ ਪਰਵਾਣੁ ਹੋਏ, aa-ay say parvaan ho-ay
ਮਿਲਿ ਪ੍ਰੀਤਮ ਸੁਖੁ ਪਾਵਣਿਆ॥੬॥ mil pareetam sukh paavni-aa. ||6||

ਜਿਹੜੇ ਜੀਵ ਲਗਨ ਨਾਲ ਪ੍ਰਭ ਦੇ ਸ਼ਬਦ ਦੀ ਪਾਲਣਾ ਕਰਦਾ ਹੈ । ਉਹ ਆਪ ਮੁਕਤ ਹੋ ਜਾਂਦਾ ਹੈ, ਆਪਣੀਆ ਕੁਲਾਂ ਨੂੰ ਪ੍ਰਵਾਨਗੀ ਦੇ ਰਸਤੇ ਤੇ ਅਡੋਲ ਕਰ ਜਾਂਦਾ ਹੈ । ਜਿਹੜਾ ਪ੍ਰਭ ਦੇ ਦਰਬਾਰ ਵਿੱਚ ਪ੍ਰਵਾਨ ਹੋ ਜਾਂਦਾ ਹੈ, ਉਸ ਦਾ ਮਾਨਸ ਜਨਮ ਲੈਣਾ ਸਫਲ ਹੋ ਜਾਂਦਾ ਹੈ, ਉਹ ਸੁਖ, ਸੰਤੋਖ, ਖੇੜੇ ਵਿੱਚ ਰਹਿੰਦਾ ਹੈ ।

Whosoever may wholeheartedly adopt the teachings of His Word in his life; with His mercy and grace, he may be blessed with the right path of salvation. He may inspire his next generations on the right path of acceptance in His Court. Whosoever may be accepted in His Court; his human life opportunity may be rewarded. He may remain in peace and contentment with His Bliss.

ਅੰਤਰਿ ਵਸਤੁ ਮੂੜਾ ਬਾਹਰੁ ਭਾਲੇ॥ antar vasat moorhaa baahar bhaalay.
ਮਨਮੁਖ ਅੰਧੇ ਫਿਰਹਿ ਬੇਤਾਲੇ॥ manmukh anDhay fireh baytaalay.
ਜਿਥੈ ਵਥੁ ਹੋਵੈ ਤਿਥਹੁ ਕੋਇ ਨ ਪਾਵੈ, jithai vath hovai tithhu ko-ay na paavai
ਮਨਮੁਖ ਭਰਮਿ ਭੁਲਾਵਣਿਆ॥੭॥ manmukh bharam bhulaavani-aa. ||7||

ਪ੍ਰਭ ਨੇ ਆਤਮਾ ਪਵਿੱਤਰ ਕਰਨ ਦੇ ਸਾਰੇ ਭੇਦ ਹੀ ਜੀਵ ਦੇ ਤਨ ਅੰਦਰ ਬਖਸ਼ੇ ਹਨ, ਪਰ ਅਣਜਾਣ, ਅਗਿਆਨੀ ਜੀਵ ਬਾਹਰ ਢੂੰਡਦਾ ਰਹਿੰਦਾ ਹੈ । ਮਨਮਰਜ਼ੀ ਕਰਨਵਾਲਾ ਦਿਵਾਨਾ ਹੋਇਆ, ਚਾਰੇ ਪਾਸੇ ਘੁੰਮਦਾ ਰਹਿੰਦਾ ਹੈ । ਜਿੱਥੇ ਪ੍ਰਭ ਨੇ ਜੀਵਨ ਦਾ ਭੇਦ ਰਖਿਆ ਹੈ, ਉਥੇ ਕੋਈ ਨਹੀਂ ਭਾਲਦਾ! ਮਨਮੁਖ ਜੀਵ ਧਰਮ ਦੇ ਭਰਮਾਂ ਵਿੱਚ ਹੀ ਜੀਵਨ ਗਵਾ ਜਾਂਦਾ ਹੈ ।

The True Master has embedded all the techniques to sanctify his soul within his own body, soul; however, self-minded remains ignorant from the enlightenment of the essence His Word. He may remain searching everywhere outside in religious teachings, worldly Holy Shrines. He may remain insane with frustrations, created by religious rituals, extension of sweet poison of worldly wealth. He may never search the treasure within the essence of His Word embedded within. Self-minded remains entangled in religious rituals and wastes his priceless opportunity of human life.

ਆਪੇ ਦੇਵੈ ਸਬਦਿ ਬੁਲਾਏ॥ aapay dayvai sabad bulaa-ay.
ਮਹਲੀ ਮਹਲਿ ਸਹਜ ਸੁਖੁ ਪਾਏ॥ mahlee mahal sahj sukh paa-ay.
ਨਾਨਕ ਨਾਮਿ ਮਿਲੈ ਵਡਿਆਈ, naanak Naam milai vadi-aa-ee
ਸੁਣਿ ਸੁਣਿ ਧਿਆਵਣਿਆ॥੮॥੧੩॥੧੪॥ aapay sun sun Dhi-aavani-aa. ||8||13||14||

ਪ੍ਰਭ ਆਪ ਹੀ ਰਹਿਮਤ ਦਾ ਨਜ਼ਰ ਬਖਸ਼ਦਾ, ਮਨ ਵਿੱਚ ਸ਼ਬਦ ਵਸਾਉਂਦਾ ਹੈ । ਜਿਸ ਨੂੰ ਸ਼ਬਦ ਦੀ ਸੋਝੀ ਬਖਸ਼ਿਸ਼ ਹੋ ਜਾਂਦੀ ਹੈ, ਉਸ ਨੂੰ ਸੰਤੋਖ, ਧੀਰਜ, ਦਰਬਾਰ ਵਿੱਚ ਥਾਂ ਬਖਸ਼ਿਸ਼ ਹੋ ਸਕਦੀ ਹੈ । ਜਿਹੜਾ ਪ੍ਰਭ ਦੇ ਸ਼ਬਦ ਨਾਲ ਜੀਵਨ ਢਾਲਦਾ ਹੈ, ਉਸ ਨੂੰ ਸੰਸਾਰਕ ਜੀਵਨ ਵਿੱਚ ਵੀ ਸੋਭਾ ਬਖਸ਼ਿਸ਼ ਹੋ ਜਾਂਦੀ ਹੈ । ਉਹ ਆਤਮਾ ਬਾਰ ਬਾਰ ਪ੍ਰਭ ਦੇ ਸ਼ਬਦ ਦੀ ਉਸਤਤ ਗਾਉਂਦੀ ਹੈ ।

Whosoever may be bestowed with His Blessed Vision; he may remain drenched with the essence of His Word. Whosoever may be blessed with the enlightening of the essence of His Word; with His mercy and grace, he may be blessed with patience, contentment, and a place in His Palace. Whosoever may adopt the teachings of His Word with steady and stable belief; with His mercy and grace, he may be blessed with honor in his worldly life. He may remain intoxicated sings the praises of His Word repeatedly.

285.ਮਾਝ ਮਹਲਾ ੩॥ (117-19)

ਸਤਿਗੁਰ ਸਾਚੀ ਸਿਖ ਸੁਣਾਈ॥ saT`gur saachee sikh sunaa-ee.
ਹਰਿ ਚੇਤਹੁ ਅੰਤਿ ਹੋਇ ਸਖਾਈ॥ har chaytahu ant ho-ay sakhaa-ee.
ਹਰਿ ਅਗਮੁ ਅਗੋਚਰੁ ਅਨਾਥੁ ਅਜੋਨੀ, har agam agochar anaath ajonee
ਸਤਿਗੁਰ ਕੈ ਭਾਇ ਪਾਵਣਿਆ॥੧॥ saT`gur kai bhaa-ay paavni-aa. ||1||

ਪ੍ਰਭ ਨੇ ਜੀਵ ਦੇ ਅੰਦਰ ਸ਼ਬਦ ਨਾਲ ਲਗਨ ਦਾ ਬੀਜ ਬੋਇਆ ਹੈ । ਸ਼ਬਦ ਦੀ ਪਾਲਣਾ ਕਰਨ ਨਾਲ ਮਨ ਵਿੱਚ ਸ਼ਾਂਤੀ, ਸੰਤੋਖ ਬਖਸ਼ਿਸ਼ ਹੁੰਦਾ ਹੈ । ਪ੍ਰਭ ਜੀਵ ਦੀ ਪਹੁੰਚ, ਜਾਣਕਾਰੀ ਵਿੱਚ ਨਹੀਂ ਹੈ । ਉਸ ਦਾ ਕੋਈ ਹੋਰ ਮਾਲਕ, ਕਿਸੇ ਦਾ ਗੁਲਾਮ, ਜਨਮ ਮਰਨ ਵਿੱਚ ਨਹੀਂ ਆਉਂਦਾ । ਪ੍ਰਭ ਦੀ ਰਹਿਮਤ, ਉਸ ਦੇ ਸ਼ਬਦ, ਪ੍ਰਭ ਦੇ ਹੁਕਮ ਦੀ ਪਾਲਣਾ ਕਰਨ ਨਾਲ ਹੀ ਬਖਸ਼ਿਸ਼ ਹੋ ਸਕਦੀ ਹੈ ।

The True Master has sowed the seed of His Word within the mind of all creatures. Whosoever may obey the teachings of His Word with steady and stable belief in his day-to-day life; with His mercy and grace, he may be blessed with a peace of mind and contentment. The True Master remains beyond understanding and the reach of His Creation. Whosoever may obey the teachings of His Word with steady and stable belief in his day-to-day life; with His mercy and grace, he may be blessed with the right path of acceptance in His Court.

ਹਉ ਵਾਰੀ ਜੀਉ ਵਾਰੀ ਆਪੁ ਨਿਵਾਰਣਿਆ॥	ha-o vaaree jee-o vaaree aap nivaarni-aa.
ਆਪੁ ਗਵਾਏ ਤਾ ਹਰਿ ਪਾਏ,	aap gavaa-ay taa har paa-ay
ਹਰਿ ਸਿਉ ਸਹਜਿ ਸਮਾਵਣਿਆ॥੧॥	har si-o sahj samaavani-aa. ||1||
ਰਹਾਉ॥	rahaa-o.

ਉਸ ਜੀਵ ਤੋਂ ਕੁਰਬਾਨ ਜਾਵੋ ! ਜਿਹੜਾ ਸ਼ਬਦ ਦੀ ਪਾਲਣਾ ਕਰਦਾ, ਆਪਾ ਗਵਾ ਲੈਂਦਾ, ਭੇਟਾ ਕਰ ਦੇਂਦਾ ਹੈ । ਪ੍ਰਭ ਦੀ ਰਹਿਮਤ ਨਾਲ ਉਹ ਪ੍ਰਭ ਦੇ ਸ਼ਬਦ ਦੇ ਸਿਮਰਨ ਵਿੱਚ ਹੀ ਲੀਨ ਰਹਿੰਦਾ ਹੈ ।

I remain fascinated from the way of life of His true devotee! Who may surrender his self-identity to obey and to serve the teachings of His Word? He may be bestowed with His Blessed Vision; he may remain deeply intoxicated in the meditation of His Word.

ਪੂਰਬਿ ਲਿਖਿਆ ਸੁ ਕਰਮੁ ਕਮਾਇਆ॥	poorab likhi-aa so karam kamaa-i-aa.
ਸਤਿਗੁਰੁ ਸੇਵਿ ਸਦਾ ਸੁਖੁ ਪਾਇਆ॥	saT`gur sayv sadaa sukh paa-i-aa.
ਬਿਨੁ ਭਾਗਾ ਗੁਰੁ ਪਾਈਐ ਨਾਹੀ,	bin bhaagaa gur paa-ee-ai naahee
ਸਬਦੈ ਮੇਲਿ ਮਿਲਾਵਣਿਆ॥੨॥	sabdai mayl milaavani-aa. ||2||

ਜੀਵ ਆਪਣੇ ਜਨਮ ਤੋਂ ਪਹਿਲੇ ਲਿਖੇ ਹੋਏ ਕਰਮਾਂ ਅਨੁਸਾਰ ਹੀ ਕੰਮ ਕਰਦਾ ਹੈ । ਜਿਹੜਾ ਸ਼ਬਦ ਨਾਲ ਜੀਵਨ ਢਾਲਦਾ ਹੈ, ਉਸ ਨੂੰ ਪ੍ਰਭ ਦੀ ਰਹਿਮਤ ਨਾਲ ਹੀ ਸਦਾ ਰਹਿਣ ਵਾਲਾ ਸੰਤੋਖ ਬਖਸ਼ਿਸ਼ ਹੋ ਜਾਂਦਾ ਹੈ । ਜੀਵ ਦੇ ਵਡੇ ਭਾਗਾਂ ਤੋਂ ਬਿਨਾਂ ਪ੍ਰਭ ਦੇ ਸ਼ਬਦ ਨਾਲ ਲਗਨ ਨਹੀਂ ਲਗਦੀ । ਪ੍ਰਭ ਦੇ ਸ਼ਬਦ ਦੀ ਪਾਲਣਾ ਕਰਨ ਨਾਲ ਹੀ, ਪ੍ਰਭ ਦੀ ਪ੍ਰਵਾਨਗੀ ਦਾ ਰਸਤਾ ਬਖਸ਼ਿਸ਼ ਹੋ ਸਕਦਾ ਹੈ ।

Whosoever may have a great prewritten destiny as a reward of the deeds of his past life. Whosoever may adopt the teachings of His Word with steady and stable belief in his day-to-day life; with His mercy and grace, he may be blessed with contentment forever. Without great fortune, he may not remain devoted in meditation on the teachings of His Word with steady and stable belief. Whosoever may obey the teachings of His Word with steady and stable belief; with His mercy and grace, he may be blessed with the right path of salvation.

ਗੁਰਮੁਖ ਅਲਿਪਤੁ ਰਹੈ ਸੰਸਾਰੇ॥	gurmukh alipat rahai sansaaray.
ਗੁਰ ਕੈ ਤਕੀਐ ਨਾਮਿ ਅਧਾਰੇ॥	gur kai takee-ai Naam aDhaaray.
ਗੁਰਮੁਖਿ ਜੋਰੁ ਕਰੇ ਕਿਆ ਤਿਸ ਨੋ,	gurmukh jor karay ki-aa tis no
ਆਪੇ ਖਪਿ ਦੁਖੁ ਪਾਵਣਿਆ॥੩॥	aapay khap dukh paavni-aa. ||3||

ਗੁਰਮਖ ਜੀਵ ਇੱਛਾਂ ਭਰੇ ਸੰਸਾਰ ਵਿੱਚ ਇੱਛਾਂ ਤੋਂ ਰਹਿਤ ਰਹਿੰਦਾ ਹੈ । ਪ੍ਰਭ ਦਾ ਸ਼ਬਦ ਹੀ ਉਸ ਨੂੰ ਧੀਰਜ ਦੇਣ ਵਾਲਾ ਆਸਰਾ ਹੁੰਦਾ ਹੈ । ਗੁਰਮਖ ਜੀਵ ਤੇ ਕੌਣ ਜ਼ੋਰ ਪਾ ਸਕਦਾ, ਉਸ ਦਾ ਰਸਤਾ ਬਦਲ ਸਕਦਾ ਹੈ? ਜਿਹੜਾ ਜ਼ੋਰ ਪਾਉਂਦਾ ਹੈ, ਉਹ ਆਪ ਹੀ ਨਾਸ ਹੋ ਜਾਂਦਾ ਹੈ ।

His true devotee remains beyond the reach of sweet poison of worldly desires, still dwelling in the worldly ocean overwhelmed with shakti, worldly wealth. The teachings, essence of His Word, earnings of His Word remain his pillar of patience and support. Who may force or change his way of life of His true devotee? Whosoever may pressure or enforce to change his way of life; he may be destroyed by The True Master.

ਮਨਮੁਖਿ ਅੰਧੇ ਸੁਧਿ ਨ ਕਾਈ॥ manmukh anDhay suDh na kaa-ee.
ਆਤਮ ਘਾਤੀ ਹੈ ਜਗਤ ਕਸਾਈ॥ aatam ghaatee hai jagat kasaa-ee.
ਨਿੰਦਾ ਕਰਿ ਕਰਿ ਬਹੁ ਭਾਰੁ ਉਠਾਵੈ, nindaa kar kar baho bhaar uthaavai
ਬਿਨੁ ਮਜੂਰੀ ਭਾਰੁ ਪਹੁਚਾਵਣਿਆ॥੪॥ bin Majooree bhaar pahuchaavani-aa. ||4||

ਮਨਮੁਖ ਜੀਵ ਨੂੰ ਪ੍ਰਭ ਦੇ ਭਾਣੇ ਦੀ ਕੋਈ ਸੋਝੀ ਨਹੀਂ ਹੁੰਦੀ । ਉਹ ਆਪਣੀ ਜ਼ਮੀਰ ਨੂੰ ਮਾਰਦਾ, ਤਬਾਹ ਕਰ ਦੇਂਦਾ ਹੈ । ਬਾਕੀ ਜੀਵਾਂ ਦੇ ਅਰਾਮ ਨੂੰ ਭੰਗ ਕਰਦਾ ਹੈ । ਉਹ ਬਾਕੀ ਜੀਵਾਂ ਦੀ ਨਿੰਦਿਆ ਕਰਦਾ, ਬਾਕੀ ਜੀਵਾਂ ਦੇ ਪਾਪਾਂ ਦਾ ਭਾਰ ਬਿਰਥਾ ਹੀ ਚੁੱਕੀ ਫਿਰਦਾ ਹੈ ।

Self-minded may not have any understanding, enlightenment of the essence of His Word. He may ruin his own ethics conscience and destroys the comfort of everyone else. He may criticize, slanders others and carries a burden of their sins, evil thoughts, and deeds uselessly.

ਇਹੁ ਜਗੁ ਵਾੜੀ ਮੇਰਾ ਪ੍ਰਭੁ ਮਾਲੀ॥ ih jag vaarhee mayraa parabh maalee.
ਸਦਾ ਸਮਾਲੇ ਕੋ ਨਾਹੀ ਖਾਲੀ॥ sadaa samaalay ko naahee khaalee.
ਜੇਹੀ ਵਾਸਨਾ ਪਾਏ ਤੇਹੀ ਵਰਤੈ, jayhee vaasnaa paa-ay tayhee vartai
ਵਾਸੁ ਜਣਾਵਣਿਆ॥੫॥ vaasoo vaas janaavani-aa. ||5||

ਇਹ ਸੰਸਾਰ ਇਕ ਬਾਗ, ਖੇਤ ਦੀ ਤਰ੍ਹਾਂ ਹੈ । ਜਿਸ ਦਾ ਮਾਲੀ, ਰਖਵਾਲਾ ਪ੍ਰਭ ਆਪ ਹੀ ਹੈ । ਸਾਰਾ ਸੰਸਾਰ ਹੀ ਉਸ ਦੀ ਦੇਖ ਭਾਲ ਅੰਦਰ ਹੈ । ਜਿਸਤਰ੍ਹਾਂ ਦੀ ਜੀਵ ਦੇ ਮਨ ਦੀ ਭਾਵਣਾ ਹੁੰਦੀ ਹੈ, ਪ੍ਰਭ ਉਸ ਤਰ੍ਹਾਂ ਦੀ ਹੀ ਰਹਿਮਤ ਬਖਸ਼ਦਾ ਹੈ । ਹਰਇਕ ਜੀਵ ਆਪਣੇ ਕੰਮ ਤੋਂ ਹੀ ਜਾਣਿਆ ਜਾਂਦਾ ਹੈ ।

This whole universe remains like a garden of flowers and crops. The True Master remains the gardener, caretaker, and protector of the universe. The whole universe remains under His Protection and Monitor. Whatsoever may be the state of mind on any creature; The True Master may inspire him on his path to be successful in his mission, good or evil path. Human may be known by the characterization of his own deeds.

ਮਨਮੁਖੁ ਰੋਗੀ ਹੈ ਸੰਸਾਰਾ॥ manmukh rogee hai sansaaraa.
ਸੁਖਦਾਤਾ ਵਿਸਰਿਆ ਅਗਮ ਅਪਾਰਾ॥ sukh-daata visri-aa agam apaaraa.
ਦੁਖੀਏ ਨਿਤਿ ਫਿਰਹਿ ਬਿਲਲਾਦੇ, dukhee-ay nit fireh billaaday
ਬਿਨੁ ਗੁਰ ਸਾਂਤਿ ਨ ਪਾਵਣਿਆ॥੬॥ bin gur saaNt na paavni-aa. ||6||

ਮਨਮੁਖ ਜੀਵ ਸੰਸਾਰਕ ਦੁਖਾਂ ਵਿੱਚ ਫਸਿਆ ਰਹਿੰਦਾ ਹੈ । ਉਹ ਸੁਖਾਂ ਦੇ ਦਾਤੇ ਨੂੰ ਮਨ ਵਿਚੋਂ ਵਸਾਰ ਦੇਂਦਾ, ਭੁਲ ਜਾਂਦਾ ਹੈ । ਉਹ ਸੰਸਾਰਕ ਇੱਛਾਂ ਦੀਆਂ ਭਟਕਣਾਂ ਵਿੱਚ ਰਹਿੰਦਾ ਹੈ । ਪ੍ਰਭ ਦੇ ਸ਼ਬਦ ਦੀ ਪਾਲਣਾ ਕਰਨ ਤੋਂ ਬਿਨਾਂ ਜੀਵ ਨੂੰ ਸ਼ਾਂਤੀ, ਸੰਤੋਖ ਬਖਸ਼ਿਸ਼ ਨਹੀਂ ਹੁੰਦਾ ਹੈ ।

Self-minded may remain entangled in the miseries of his worldly life. He may forsake the teachings of His Word; The True Master. He may remain entangled in the frustration of worldly desires. Without obeying the teachings of His Word in day-to-day life; no one may ever be blessed with a peace and contentment in his life.

ਜਿਨਿ ਕੀਤੇ ਸੋਈ ਬਿਧਿ ਜਾਣੈ॥ jin keetay so-ee biDh jaanai.
ਆਪਿ ਕਰੇ ਤਾ ਹੁਕਮਿ ਪਛਾਣੈ॥ aap karay taa hukam pachhaanai.
ਜੇਹਾ ਅੰਦਰਿ ਪਾਏ ਤੇਹਾ ਵਰਤੈ, jayhaa andar paa-ay tayhaa vartai
ਆਪੇ ਬਾਹਰਿ ਪਾਵਣਿਆ॥੭॥ aapay baahar paavni-aa. ||7||

ਪ੍ਰਭ ਨੇ ਆਪ ਹੀ ਇੱਛਾਂ ਦਾ ਜਾਲ ਪਾਇਆ ਹੈ, ਕੇਵਲ ਆਪ ਹੀ ਜਾਣਦਾ ਹੈ । ਜਿਸ ਤੇ ਰਹਿਮਤ ਦੀ ਨਜ਼ਰ ਬਖਸ਼ਦਾ ਹੈ, ਉਹ ਹੀ ਸ਼ਬਦ ਵਿੱਚ ਲਗਨ ਲਾਉਂਦਾ, ਸ਼ਬਦ ਦੀ ਪਾਲਣਾ ਕਰਦਾ, ਸ਼ਬਦ ਦੀ ਸੋਝੀ ਪਾਉਂਦਾ ਹੈ । ਜਿਸਤਰ੍ਹਾਂ ਦੀ ਸ਼ਰਧਾ, ਲਗਨ ਪ੍ਰਭ, ਜੀਵ ਦੇ ਅੰਦਰ ਬਖਸ਼ਦਾ ਹੈ, ਉਸਤਰ੍ਹਾਂ ਦੇ ਕੰਮ ਹੀ ਕਰਦਾ ਹੈ । ਉਸ ਦੇ ਜੀਵਨ ਦਾ ਢੰਗ ਉਸਤਰ੍ਹਾਂ ਦਾ ਹੀ ਬਣ ਜਾਂਦਾ ਹੈ ।

The True Master has created the sweet poison of worldly wealth to monitor the sincerity of His true devotee. Whosoever may be bestowed with His Blessed Vision, he may be inspired to obey the teachings of His Word; with His mercy and grace, he may be blessed with the enlightenment of the essence of His Word. Whatsoever the devotion may be infused within his heart; he may only perform such kind of deeds. His way of life be transformed with his own worldly deeds.

ਤਿਸੁ ਬਾਝਹੁ ਸਚੇ ਮੈ ਹੋਰੁ ਨ ਕੋਈ॥	tis baajhahu sachay mai hor na ko-ee.
ਜਿਸੁ ਲਾਇ ਲਏ ਸੋ ਨਿਰਮਲੁ ਹੋਈ॥	jis laa-ay la-ay so nirmal ho-ee.
ਨਾਨਕ ਨਾਮੁ ਵਸੈ ਘਟ ਅੰਤਰਿ,	naanak Naam vasai ghat antar
ਜਿਸੁ ਦੇਵੈ ਸੋ ਪਾਵਣਿਆ॥੮॥੧੪॥੧੫॥	jis dayvai so paavni-aa. ||8||14||15||

ਪ੍ਰਭ ਤੋਂ ਬਿਨਾਂ ਜੀਵ ਦਾ ਹੋਰ ਕੋਈ ਆਸਰਾ ਨਹੀਂ । ਜਿਸ ਤੇ ਰਹਿਮਤ ਬਖਸ਼ਦਾ ਹੈ, ਕੇਵਲ ਉਹ ਹੀ ਸ਼ਬਦ ਨਾਲ ਜੀਵਨ ਢਾਲਕੇ ਆਤਮਾ ਨੂੰ ਪਵਿੱਤਰ ਕਰ ਲੈਂਦਾ ਹੈ । ਉਸ ਦੇ ਅੰਦਰ ਹੀ ਪ੍ਰਭ ਦੇ ਸ਼ਬਦ ਦੀ ਸਿਖਿਆਂ ਘਰ ਕਰ ਜਾਂਦੀ ਹੈ । ਉਹ ਸ਼ਬਦ ਦੀ ਸਮਾਧੀ ਵਿੱਚ ਲੀਨ ਹੋ ਜਾਂਦਾ ਹੈ ।

The True Master remains the protector and supporter of His Creation; No one else may be true supporter in the universe. Whosoever may be bestowed with His Blessed Vision, only he may adopt the teachings of His Word in his day-to-day life; his soul may be sanctified. He may remain drenched with the essence of His Word within. He remains intoxicated in devotional meditation in the void of His Word.

286.ਮਾਝ ਮਹਲਾ ੩॥ (118-12)

ਅੰਮ੍ਰਿਤ ਨਾਮੁ ਮੰਨਿ ਵਸਾਏ॥	amrit Naam man vasaa-ay.
ਹਉਮੈ ਮੇਰਾ ਸਭੁ ਦੁਖੁ ਗਵਾਏ॥	ha-umai mayraa sabh dukh gavaa-ay.
ਅੰਮ੍ਰਿਤ ਬਾਣੀ ਸਦਾ ਸਲਾਹੇ,	amrit banee sadaa salaahay
ਅੰਮ੍ਰਿਤਿ ਅੰਮ੍ਰਿਤੁ ਪਾਵਣਿਆ॥੧॥	amrit amrit paavni-aa. ||1||

ਜਿਸ ਦੇ ਮਨ ਵਿੱਚ ਸ਼ਬਦ ਦਾ ਅਣਮੋਲ ਅੰਮ੍ਰਿਤ ਸ਼ਬਦ ਘਰ ਕਰ ਜਾਂਦਾ ਹੈ । ਉਸ ਦੇ ਮਨ ਵਿਚੋਂ ਅਹੰਕਾਰ, ਮਨ ਦਾ ਲਾਲਚ, ਮੋਹ ਖਤਮ ਹੋ ਜਾਂਦਾ ਹੈ । ਬਾਰ ਬਾਰ ਸ਼ਬਦ ਦਾ ਸਿਮਰਨ ਕਰਨ ਨਾਲ ਮਨ ਦਾ ਸ਼ਬਦ ਤੇ ਭਰੋਸਾ ਅਡੋਲ ਹੋ ਜਾਂਦਾ ਹੈ ।

Whosoever may remain drenched with enlightenment of the priceless, precious jewel, His Word; with His mercy and grace, he may conquer his ego, greed of his mind and the worldly attachments from his mind. Whosoever may repeatedly meditate on the teachings of His Word; He may have a steady and stable belief on His Blessings.

ਹਉ ਵਾਰੀ ਜੀਉ ਵਾਰੀ,	ha-o vaaree jee-o vaaree
ਅੰਮ੍ਰਿਤ ਬਾਣੀ ਮੰਨਿ ਵਸਾਵਣਿਆ॥	amrit banee man vasaavani-aa.
ਅੰਮ੍ਰਿਤ ਬਾਣੀ ਮੰਨਿ ਵਸਾਏ,	amrit banee man vasaa-ay
ਅੰਮ੍ਰਿਤੁ ਨਾਮੁ ਧਿਆਵਣਿਆ॥੧॥ ਰਹਾਉ॥	amrit Naam Dhi-aavani-aa. ||1|| rahaa-o.

ਉਸ ਜੀਵ ਤੋਂ ਕੁਰਬਾਨ ਜਾਵੋ! ਜਿਸ ਦੇ ਮਨ ਵਿੱਚ ਅਣਮੋਲ ਸ਼ਬਦ ਘਰ ਕਰ ਜਾਂਦਾ ਹੈ । ਬਾਰ ਬਾਰ ਸਿਮਰਨ ਕਰਨ ਨਾਲ, ਸ਼ਬਦ ਤੇ ਭਰੋਸਾ ਅਡੋਲ ਹੋ ਜਾਂਦਾ ਹੈ ।

I am fascinated from the life of His true devotee! Whosoever may remain drenched with the essence of His Ambrosial Word. Whosoever may meditate repeatedly on the teachings of His Word. His belief may become steady and stable on the teachings of His Word, His Ultimate Command.

ਅੰਮ੍ਰਿਤੁ ਬੋਲੈ ਸਦਾ ਮੁਖਿ ਵੈਣੀ॥ amrit bolai sadaa mukh vainee.
ਅੰਮ੍ਰਿਤੁ ਵੇਖੈ ਪਰਖੈ ਸਦਾ ਨੈਣੀ॥ amrit vaykhai parkhai sadaa nainee.
ਅੰਮ੍ਰਿਤ ਕਥਾ ਕਹੈ ਸਦਾ ਦਿਨੁ ਰਾਤੀ, amrit kathaa kahai sadaa din raatee
ਅਵਰਾ ਆਖਿ ਸੁਨਾਵਣਿਆ॥੨॥ avraa aakh sunaavni-aa. ||2||

ਜਿਹੜਾ ਆਪਣੀ ਜੀਭ ਨਾਲ ਅੰਮ੍ਰਿਤ ਸ਼ਬਦ ਗਾਉਂਦਾ ਹੈ, ਉਸ ਦੀਆਂ ਅੱਖਾਂ ਵੀ ਹਰ ਵੇਲੇ ਉਸ ਦੇ ਸ਼ਬਦ ਦੀ ਰਹਿਮਤ ਦੇਖਦੀਆਂ ਹਨ । ਉਹ ਦਿਨ ਰਾਤ ਅਣਮੋਲ ਸ਼ਬਦ ਦਾ ਸਿਮਰਨ ਕਰਦਾ ਹੈ । ਆਪਣੇ ਸਾਥੀਆਂ ਨੂੰ ਵੀ ਸ਼ਬਦ ਦੀ ਪਾਲਣਾ ਕਰਨ ਦੀ ਪ੍ਰੇਰਨਾ ਕਰਦਾ ਹੈ ।

Whosoever may sing the glory of His Word with his tongue; the eyes of his mind may realize His Blessings all time. He may meditate on His Ambrosial Word Day and night. He may inspire his followers, his family to meditation on the teachings of His Word.

ਅੰਮ੍ਰਿਤ ਰੰਗਿ ਰਤਾ ਲਿਵ ਲਾਏ॥ amrit rang rataa liv laa-ay.
ਅੰਮ੍ਰਿਤੁ ਗੁਰ ਪਰਸਾਦੀ ਪਾਏ॥ amrit gur parsaadee paa-ay.
ਅੰਮ੍ਰਿਤੁ ਰਸਨਾ ਬੋਲੈ ਦਿਨੁ ਰਾਤੀ, amrit rasnaa bolai din raatee
ਮਨਿ ਤਨਿ ਅੰਮ੍ਰਿਤੁ ਪੀਆਵਣਿਆ॥੩॥ man, tan amrit pee-aavni-aa. ||3||

ਪ੍ਰਭ ਦੀ ਰਹਿਮਤ ਨਾਲ ਹੀ ਜੀਵ ਨੂੰ ਪ੍ਰਭ ਦੇ ਸ਼ਬਦ ਨਾਲ ਲਗਨ ਲਗਦੀ ਹੈ । ਜਿਹੜਾ ਪ੍ਰਭ ਦੇ ਸ਼ਬਦ ਦੇ ਰੰਗ ਵਿੱਚ ਰੰਗਿਆ ਹੁੰਦਾ ਹੈ, ਉਹ ਪ੍ਰਭ ਦੇ ਸ਼ਬਦ ਵਿੱਚ ਹੀ ਲੀਨ ਹੋ ਜਾਂਦਾ ਹੈ । ਉਹ ਦਿਨ ਰਾਤ ਆਪਣੀ ਜੀਭ ਤੋਂ ਅੰਮ੍ਰਿਤ ਸ਼ਬਦ ਦੀ ਉਸਤਤ ਗਾਉਂਦਾ ਹੈ । ਉਸ ਦਾ ਮਨ, ਤਨ ਪ੍ਰਭ ਦੇ ਸ਼ਬਦ ਦੇ ਪ੍ਰਭਾਵ ਨਾਲ ਸਦਾ ਖੇੜੇ ਵਿੱਚ ਹੀ ਰਹਿੰਦਾ ਹੈ ।

Whosoever may be blessed with devotion to meditate on the teachings of His Word. He may remain drenched with the essence of His Word; he may remain intoxicated in singing the glory of His Word with his tongue, Day, and night. He may enjoy peace and harmony with His bliss.

ਸੋ ਕਿਛੁ ਕਰੈ ਜੁ ਚਿਤਿ ਨ ਹੋਈ॥ so kichh karai jo chit na ho-ee.
ਤਿਸ ਦਾ ਹੁਕਮੁ ਮੇਟਿ ਨ ਸਕੈ ਕੋਈ॥ tis daa hukam mayt na sakai ko-ee.
ਹੁਕਮੇ ਵਰਤੈ ਅੰਮ੍ਰਿਤ ਬਾਣੀ, hukmay vartai amrit bane
ਹੁਕਮੇ ਅੰਮ੍ਰਿਤੁ ਪੀਆਵਣਿਆ॥੪॥ hukmay amrit pee-aavni-aa. ||4||

ਪ੍ਰਭ ਦੇ ਕਿਸੇ ਕਰਤਬ ਦੀ ਜੀਵ ਨੂੰ ਸੋਝੀ ਨਹੀਂ ਹੁੰਦੀ । ਉਸ ਦਾ ਭਾਣਾ ਵਾਪਰਕੇ ਹੀ ਰਹਿੰਦਾ ਹੈ, ਉਹ ਬਦਲਿਆ ਨਹੀਂ ਜਾ ਸਕਦਾ । ਪ੍ਰਭ ਦੇ ਹੁਕਮ ਅੰਦਰ ਹੀ ਕੁਦਰਤ, ਸ਼ਬਦ ਵਾਪਰਦਾ ਹੈ, ਜੀਵ ਸ਼ਬਦ ਦੀ ਪਾਲਣਾ ਕਰਦਾ ਹੈ ।

The True Master, His Command may remain beyond the enlightenment, comprehension of His Creation. His Command always prevails unchanged, or unavoidable. His Nature, Word may prevail everywhere; His true devotee may adopt and obeys the teachings of His Word.

ਅਜਬ ਕੰਮ ਕਰਤੇ ਹਰਿ ਕੇਰੇ॥ ajab kamm kartay har kayray.
ਇਹੁ ਮਨੁ ਭੂਲਾ ਜਾਂਦਾ ਫੇਰੇ॥ ih man bhoolaa jaaNdaa fayray.
ਅੰਮ੍ਰਿਤ ਬਾਣੀ ਸਿਉ ਚਿਤੁ ਲਾਏ, amrit banee si-o chit laa-ay
ਅੰਮ੍ਰਿਤ ਸਬਦਿ ਵਜਾਵਣਿਆ॥੫॥ amrit sabad vajaavani-aa. ||5||

ਪ੍ਰਭ ਦੇ ਕਰਤਬ ਬਹੁਤ ਅਨੋਖੇ ਹੀ ਹਨ । ਜਿਹੜਾ ਪ੍ਰਭ ਦਾ ਸ਼ਬਦ ਵਿਸਾਰ ਦੇਂਦਾ, ਪਾਲਣਾ ਨਹੀਂ ਕਰਦਾ, ਉਹ ਜੂੰਨਾਂ ਦੇ ਚੱਕਰ ਵਿੱਚ ਹੀ ਰਹਿੰਦਾ ਹੈ । ਜਿਹੜਾ ਪ੍ਰਭ ਦੇ ਸ਼ਬਦ ਦੇ ਸਿਮਰਨ ਵਿੱਚ ਲਗਨ ਲਾਉਂਦਾ ਹੈ । ਉਸ ਦੇ ਮਨ ਵਿੱਚ ਪ੍ਰਭ ਦੇ ਸ਼ਬਦ ਦੀ ਸਦਾ ਚਲਣ ਵਾਲੀ ਗੂੰਜ ਸੁਣਾਈ ਦੇਣ ਲਗ ਪੈਂਦੀ ਹੈ । ਉਸ ਦੇ ਕੰਮ ਪ੍ਰਭ ਦੇ ਸ਼ਬਦ ਅਨੁਸਾਰ ਹੋ ਜਾਂਦੇ ਹਨ ।

His nature remains an astonishing and fascinating. Whosoever may not obey the teachings of His Word; abandons the essence of His Word from his day-to-day life; he may remain in the cycle of birth and death. Whosoever may remain devotionally dedicated to meditate on the teachings of His Word in day-to-day life; with His mercy and grace, he may hear the everlasting echo of His Word resonating within his heart. All his deeds become according to His Word.

ਖੋਟੇ ਖਰੇ ਤੁਧੁ ਆਪਿ ਉਪਾਏ॥	khotay kharay tuDh aap upaa-ay.
ਤੁਧੁ ਆਪੇ ਪਰਖੇ ਲੋਕ ਸਬਾਏ॥	tuDh aapay parkhay lok sabaa-ay.
ਖਰੇ ਪਰਖਿ ਖਜਾਨੈ ਪਾਇਹਿ,	kharay parakh khajaanai paa-ihi
ਖੋਟੇ ਭਰਮਿ ਭੁਲਾਵਣਿਆ॥੬॥	khotay bharam bhulaavani-aa. ||6||

ਪ੍ਰਭ ਆਪ ਹੀ ਚੰਗੇ, ਮੰਦੇ ਕੰਮ ਕਰਨਵਾਲੇ ਸਾਰੇ ਜੀਵ ਪੈਦਾ ਕਰਦਾ ਹੈ । ਆਪ ਹੀ ਇਹਨਾਂ ਦੇ ਕੰਮਾਂ ਦੀ ਪਰਖ ਕਰਦਾ ਹੈ । ਚੰਗੇ ਕੰਮ ਕਰਨਵਾਲੇ ਨੂੰ ਬੰਦਗੀ ਦੇ ਰਸਤੇ ਤੇ ਲਾਉਂਦਾ ਹੈ । ਮੰਦੇ ਕੰਮ ਕਰਨਵਾਲੇ ਨੂੰ ਜੂੰਨਾਂ ਦੇ ਚੱਕਰ ਵਿੱਚ, ਭਰਮਾਂ ਵਿੱਚ ਰਖਦਾ ਹੈ ।

The True Master has created all creatures; some may be evil doer others may do good deeds. He monitors all activities of His Creation. Whosoever may perform good deeds; with His mercy and grace, he may be blessed with the right path of salvation. Evil doers are kept in worldly suspicions and in the cycle of birth and death.

ਕਿਉ ਕਰਿ ਵੇਖਾ ਕਿਉ ਸਾਲਾਹੀ॥	ki-o kar vaykhaa ki-o saalaahee.
ਗੁਰ ਪਰਸਾਦੀ ਸਬਦਿ ਸਲਾਹੀ॥	gur parsaadee sabad salaahee.
ਤੇਰੇ ਭਾਣੇ ਵਿਚਿ ਅੰਮ੍ਰਿਤੁ ਵਸੈ,	tayray bhaanay vich amrit vasai
ਤੂੰ ਭਾਣੈ ਅੰਮ੍ਰਿਤੁ ਪੀਆਵਣਿਆ॥੭॥	tooN bhaanai amrit pee-aavni-aa. ||7||

ਜੀਵ ਕਿਵੇਂ ਤੇਰੀ ਕੁਦਰਤ ਦੇਖ ਸਕਦਾ ਹੈ? ਕਿਵੇਂ ਆਪ ਤੇਰੀ ਉਸਤਤ ਕਰ ਸਕਦਾ ਹੈ? ਪ੍ਰਭ ਤੇਰੀ ਰਹਿਮਤ ਨਾਲ ਹੀ ਕੋਈ ਤੇਰੇ ਸ਼ਬਦ ਦੀ ਪਾਲਣਾ ਕਰ ਸਕਦਾ ਹੈ । ਤੇਰੇ ਹੁਕਮ ਨਾਲ, ਰਹਿਮਤ ਨਾਲ ਹੀ ਜੀਵ ਨੂੰ ਸ਼ਬਦ ਦੀ ਸੋਝੀ ਬਖਸ਼ਿਸ਼ ਹੁੰਦੀ ਹੈ ।

How may Your Creation witness, realize Your Existence? How may anyone even sing Your praises? Whosoever may be bestowed with Your Blessed Vision, only he may obey the teachings of Your Word. He may be blessed with the enlightened of the essence of Your Word.

ਅੰਮ੍ਰਿਤ ਸਬਦੁ ਅੰਮ੍ਰਿਤ ਹਰਿ ਬਾਣੀ॥	amrit sabad amrit har banee.
ਸਤਿਗੁਰਿ ਸੇਵਿਐ ਰਿਦੈ ਸਮਾਣੀ॥	saT`gur sayvi-ai ridai samaanee.
ਨਾਨਕ ਅੰਮ੍ਰਿਤ ਨਾਮੁ ਸਦਾ ਸੁਖਦਾਤਾ,	naanak amrit Naam sadaa sukh-daata
ਪੀ ਅੰਮ੍ਰਿਤੁ ਸਭ ਭੁਖ ਲਹਿ ਜਾਵਣਿਆ॥	pee amrit sabh bhukh leh jaavani-aa.
੮॥੧੫॥੧੬॥	||8||15||16||

ਪ੍ਰਭ ਤੇਰੇ ਅਣਮੋਲ ਸ਼ਬਦ ਪਾਲਣਾ ਕਰਨੀ ਵੀ ਅਣਮੋਲ ਹੈ । ਸ਼ਬਦ ਨਾਲ ਜੀਵਨ ਢਾਲਣ ਨਾਲ ਹੀ ਸ਼ਬਦ ਦੀ ਸੋਝੀ ਜੀਵ ਦੇ ਮਨ ਵਿੱਚ ਵਸਦੀ, ਘਰ ਕਰ ਜਾਂਦੀ ਹੈ । ਪ੍ਰਭ ਦਾ ਸ਼ਬਦ, ਪ੍ਰਭ ਆਪ ਹੀ ਸੁਖਾਂ ਦਾ ਭੰਡਾਰੀ, ਦਾਤਾ ਹੈ । ਜਿਹੜਾ ਸ਼ਬਦ ਨਾਲ ਜੀਵਨ ਢਾਲਦਾ ਹੈ, ਉਸ ਨੂੰ ਹੀ ਸੰਤੋਖ ਧੀਰਜ ਬਖਸ਼ਿਸ਼ ਹੁੰਦਾ ਹੈ ।

Obeying the teachings of His Ambrosial Word may be precious, priceless. Whosoever may be adopting the teachings of His Word in day-to-day life; with His mercy and grace, he may remain drenched with the essence of His Word. The True Master, Treasure of the essence of His Word, Trustee of all comforts! Whosoever may adopt the teachings of His Word with steady and stable belief in his day-to-day life; with His mercy and grace, he may be blessed with patience and contentment on Your Blessings.

287.ਮਾਝ ਮਹਲਾ ੩॥ (119-5)

ਅੰਮ੍ਰਿਤੁ ਵਰਸੈ ਸਹਜਿ ਸੁਭਾਏ॥	amrit varsai sahj subhaa-ay.
ਗੁਰਮੁਖਿ ਵਿਰਲਾ ਕੋਈ ਜਨੁ ਪਾਏ॥	gurmukh virlaa ko-ee jan paa-ay.
ਅੰਮ੍ਰਿਤੁ ਪੀ ਸਦਾ ਤ੍ਰਿਪਤਾਸੇ,	amrit pee sadaa tariptaasay
ਕਰਿ ਕਿਰਪਾ ਤ੍ਰਿਸਨਾ ਬੁਝਾਵਣਿਆ॥੧॥	kar kirpaa tarisnaa bujhaavani-aa. ||1||

ਪ੍ਰਭ ਦੇ ਸ਼ਬਦ ਦੇ ਅੰਮ੍ਰਿਤ ਦੀ ਵਰਖਾ ਸਦਾ ਹੀ ਹੁੰਦੀ ਰਹਿੰਦੀ ਹੈ, ਫਿਰ ਵੀ ਕੋਈ ਵਿਰਲਾ ਹੀ ਗੁਰਮਖ ਇਸ ਸ਼ਬਦ ਨਾਲ ਜੀਵਨ ਢਾਲਦਾ ਹੈ । ਜਿਹੜਾ ਸ਼ਬਦ ਨਾਲ ਜੀਵਨ ਢਾਲਦਾ ਹੈ, ਉਸ ਨੂੰ ਸਦਾ ਰਹਿਣ ਵਾਲਾ ਸੰਤੋਖ ਬਖਸ਼ਿਸ਼ ਹੋ ਸਕਦਾ ਹੈ । ਪ੍ਰਭ ਆਪ ਹੀ ਰਹਿਮਤ ਬਖਸ਼ਕੇ ਉਸ ਦੇ ਮਨ ਦੀਆਂ ਇੱਛਾਂ ਦੀ ਪਿਆਸ ਬੁਝਾ ਦੇਂਦਾ ਹੈ ।

The nectar of the essence of His Word remains pouring like a non-stop rain all time on His Creation. However, very rare devotee may adopt the teachings of His Word in day-to-day life. Whosoever may adopt the teachings of Your Word in his day-to-day life; with His mercy and grace, he may be contented and all his worldly desires may be satisfied.

ਹਉ ਵਾਰੀ ਜੀਉ ਵਾਰੀ	ha-o vaaree jee-o vaaree
ਗੁਰਮੁਖਿ ਅੰਮ੍ਰਿਤੁ ਪੀਆਵਣਿਆ॥	gurmukh amrit pee-aavni-aa.
ਰਸਨਾ ਰਸੁ ਚਾਖਿ ਸਦਾ ਰਹੈ	rasnaa ras chaakh sadaa rahai
ਰੰਗਿ ਰਾਤੀ, ਸਹਜੇ	rang raatee sehjay
ਹਰਿ ਗੁਣ ਗਾਵਣਿਆ॥੧॥ ਰਹਾਉ॥	har gun gaavani-aa. ||1|| rahaa-o.

ਉਸ ਜੀਵ ਤੋਂ ਕੁਰਬਾਨ ਜਾਵੋ! ਜਿਹੜਾ ਗੁਰਮਖ, ਪ੍ਰਭ ਦੇ ਸ਼ਬਦ ਨਾਲ ਜੀਵਨ ਢਾਲਦਾ ਹੈ । ਉਸ ਦੀ ਜੀਭ ਤੇ ਪ੍ਰਭ ਦੇ ਸ਼ਬਦ ਦਾ ਗੂੜ੍ਹਾ ਰੰਗ ਚੜ੍ਹ ਜਾਂਦਾ ਹੈ । ਉਹ ਸ਼ਬਦ ਦਾ ਸਿਮਰਨ ਕਰਦਾ, ਸ਼ਬਦ ਦੀ ਸਮਾਧੀ ਵਿੱਚ ਹੀ ਲੀਨ ਰਹਿੰਦਾ ਹੈ ।

I am fascinated from the life of His true devotee! Who may adopt the teachings of His Word in his day-to-day life? He may sing the glory, praises of His Words with his tongue; with His mercy and grace, he may remain drenched with the crimson color of the essence of His Word. He may remain intoxicated in meditation in the void of His Word.

ਗੁਰ ਪਰਸਾਦੀ ਸਹਜੁ ਕੋ ਪਾਏ॥	gur parsaadee sahj ko paa-ay.
ਦੁਬਿਧਾ ਮਾਰੇ ਇਕਸੁ ਸਿਉ ਲਿਵ ਲਾਏ॥	dubiDhaa maaray ikas si-o liv laa-ay.
ਨਦਰਿ ਕਰੇ ਤਾ ਹਰਿ ਗੁਣ ਗਾਵੈ,	nadar karay taa har gun gaavai
ਨਦਰੀ ਸਚਿ ਸਮਾਵਣਿਆ॥੨॥	nadree sach samaavani-aa. ||2||

ਪ੍ਰਭ ਦੀ ਰਹਿਮਤ ਨਾਲ ਹੀ ਗੁਰਮਖ ਨੂੰ ਸ਼ਬਦ ਦੀ ਸੋਝੀ ਬਖਸ਼ਿਸ਼ ਹੁੰਦੀ ਹੈ । ਉਹ ਆਪਣੇ ਮਨ ਦੇ ਭਰਮ ਦੂਰ ਕਰਕੇ ਸ਼ਬਦ ਤੇ ਭਰੋਸਾ ਅਡੋਲ ਰਖਦਾ ਹੈ । ਜਿਸ ਤੇ ਪ੍ਰਭ ਆਪ ਹੀ ਰਹਿਮਤ ਦੀ ਨਜ਼ਰ ਬਖਸ਼ਦਾ ਹੈ, ਉਸ ਦੀ ਸ਼ਬਦ ਵਿੱਚ ਲਗਨ ਲਗ ਜਾਂਦੀ ਹੈ, ਉਹ ਸ਼ਬਦ ਦੇ ਗੁਣ ਗਾਉਂਦਾ ਹੈ । ਪ੍ਰਭ ਦੀ ਰਹਿਮਤ ਨਾਲ ਹੀ ਉਹ ਸ਼ਬਦ ਦੀ ਸਮਾਧੀ ਵਿੱਚ ਲੀਨ ਹੋ ਜਾਂਦਾ ਹੈ ।

Whosoever may be blessed with the enlightened of the essence of His Word. He may conquer his worldly suspicions and he remains obeying the teachings of His Word with a steady and stable belief. Whosoever may be bestowed with His Blessed Vision, He may remain dedicated to sing His Glory and obey the teachings of His Word. He may remain intoxicated in meditation the void of His Word.

ਸਭਨਾ ਉਪਰਿ ਨਦਰਿ ਪ੍ਰਭ ਤੇਰੀ॥	sabhnaa upar nadar parabh tayree.
ਕਿਸੈ ਥੋੜੀ ਕਿਸੈ ਹੈ ਘਣੇਰੀ॥	kisai thorhee kisai hai ghanayree.
ਤੁਝ ਤੇ ਬਾਹਰਿ ਕਿਛੁ ਨ ਹੋਵੈ,	tujh tay baahar kichh na hovai
ਗੁਰਮੁਖਿ ਸੋਝੀ ਪਾਵਣਿਆ॥੩॥	gurmukh soJhee paavni-aa. ||3||

ਪ੍ਰਭ ਤੇਰੀ ਰਖਵਾਲੀ, ਰਹਿਮਤ ਦੀ ਨਜ਼ਰ ਸਾਰੇ ਜੀਵਾਂ ਉਪਰ ਹੀ ਹੈ । ਕਿਸੇ ਤੇ ਥੋੜ੍ਹੀ ਘੱਟ, ਅਤੇ ਕਿਸੇ ਤੇ ਥੋੜ੍ਹੀ ਵਧ ਹੈ । ਤੇਰੇ ਕੀਤੇ ਤੋਂ ਬਿਨਾਂ ਸ੍ਰਿਸ਼ਟੀ ਵਿੱਚ ਕੁਝ ਨਹੀਂ ਹੋ ਸਕਦਾ । ਗੁਰਮਖ ਜੀਵ ਨੂੰ ਇਸ ਦੀ ਆਪ ਹੀ ਸੋਝੀ ਬਖਸ਼ਦਾ ਹੈ ।

The True Master Your Blessed Vision remains on every creature of the universe. All the previous deeds of his worldly life; some may have little less or others have a little more; however, no one may ever be born without His Blessings. His true devotee may be enlightened with His Nature.

ਗੁਰਮੁਖਿ ਤਤੁ ਹੈ ਬੀਚਾਰਾ॥	gurmukh tat hai beechaaraa.
ਅੰਮ੍ਰਿਤਿ ਭਰੇ ਤੇਰੇ ਭੰਡਾਰਾ॥	amrit bharay tayray bhandaaraa.
ਬਿਨੁ ਸਤਿਗੁਰ ਸੇਵੇ ਕੋਈ ਨ ਪਾਵੈ,	bin saT`gur sayvay ko-ee na paavai
ਗੁਰ ਕਿਰਪਾ ਤੇ ਪਾਵਣਿਆ॥੪॥	gur kirpaa tay paavni-aa. ‖4‖

ਪ੍ਰਭ ਦੀ ਰਹਿਮਤ ਦੇ, ਸ਼ਬਦ ਦੇ ਭੰਡਾਰ ਬੇਅੰਤ ਹਨ, ਗੁਰਮਖ ਜੀਵ ਨੂੰ ਅਸਲੀਅਤ ਦੀ ਸੋਝੀ ਬਖਸ਼ਦਾ ਹੈ । ਪ੍ਰਭ ਦੀ ਰਹਿਮਤ ਨਾਲ ਹੀ ਕੋਈ ਜੀਵ ਸ਼ਬਦ ਵਿੱਚ ਲਗਨ ਲਾਉਂਦਾ ਹੈ । ਸ਼ਬਦ ਦੀ ਪਾਲਣਾ ਕਰਨ ਤੋਂ ਬਿਨਾਂ, ਕੋਈ ਪ੍ਰਭ ਦੀ ਰਹਿਮਤ ਨਹੀਂ ਪਾ ਸਕਦਾ ।

The Treasure of His Blessings, essence of His Word remains inexhaustible. His true devotee may be blessed with the enlightenment of His Nature. Whosoever may be bestowed with His Blessed Vision, only he may remain devoted to obey the teachings of His Word. Without adopting the teachings of His Word in day-to-day life, the right path of acceptance in His Court may not be bless.

ਸਤਿਗੁਰੁ ਸੇਵੈ ਸੋ ਜਨੁ ਸੋਹੈ॥	saT`gur sayvai so jan sohai.
ਅੰਮ੍ਰਿਤ ਨਾਮਿ ਅੰਤਰੁ ਮਨੁ ਮੋਹੈ॥	amrit Naam antar man mohai.
ਅੰਮ੍ਰਿਤਿ ਮਨੁ ਤਨੁ ਬਾਣੀ ਰਤਾ,	amrit man tan banee rataa
ਅੰਮ੍ਰਿਤੁ ਸਹਜਿ ਸੁਣਾਵਣਿਆ॥੫॥	amrit sahj sunaavni-aa. ‖5‖

ਜਿਹੜਾ ਪ੍ਰਭ ਦੇ ਸ਼ਬਦ ਦੀ ਪਾਲਣਾ ਕਰਦਾ ਹੈ, ਉਸ ਨੂੰ ਦਰਬਾਰ ਵਿੱਚ ਸੋਭਾ ਬਖਸ਼ਿਸ਼ ਹੁੰਦੀ ਹੈ । ਉਸ ਦੇ ਮਨ ਵਿੱਚ ਪ੍ਰਭ ਦਾ ਸ਼ਬਦ ਵਸਦਾ ਹੈ । ਉਸ ਦੇ ਤਨ, ਮਨ ਵਿੱਚ ਪ੍ਰਭ ਦੇ ਸ਼ਬਦ ਦਾ ਗੂੜ੍ਹਾ ਰੰਗ ਹੁੰਦਾ ਹੈ । ਉਹ ਪ੍ਰਭ ਦੇ ਸ਼ਬਦ ਵਿੱਚ ਹੀ ਲੀਨ ਰਹਿੰਦਾ ਹੈ ।

Whosoever may adopt the teachings of His Word in his day-to-day life; with His mercy and grace, he may be honored in Your Court. He may remain drenched with a deep crimson color of the essence of His Word. He may remain intoxicated in meditation in the void of His Word.

ਮਨਮੁਖੁ ਭੂਲਾ ਦੂਜੈ ਭਾਇ ਖੁਆਏ॥	manmukh bhoolaa doojai bhaa-ay khu-aa-ay.
ਨਾਮੁ ਨ ਲੇਵੈ ਮਰੈ ਬਿਖੁ ਖਾਏ॥	naam na layvai marai bikh khaa-ay.
ਅਨਦਿਨੁ ਸਦਾ ਵਿਸਟਾ ਮਹਿ ਵਾਸਾ,	an-din sadaa vistaa meh vaasaa
ਬਿਨੁ ਸੇਵਾ ਜਨਮੁ ਗਵਾਵਣਿਆ॥੬॥	bin sayvaa janam gavaavni-aa. ‖6‖

ਮਨਮੁਖ ਜੀਵ ਭਰਮਾਂ ਵਿੱਚ ਹੀ ਰਹਿੰਦਾ ਹੈ । ਸ਼ਬਦ ਦਾ ਸਿਮਰਨ ਨਹੀਂ ਕਰਦਾ, ਸ਼ਬਦ ਤੇ ਭਰੋਸਾ ਨਹੀਂ ਕਰਦਾ । ਉਹ ਸ਼ਬਦ ਦੀ ਸੋਝੀ ਤੋਂ ਅਣਜਾਣ, ਸੰਸਾਰਕ ਇੱਛਾਂ ਦਾ ਜ਼ਹਿਰ ਹੀ ਪੀਂਦਾ ਹੈ, ਦਿਨ ਰਾਤ ਹੀ ਬੁਰੇ ਕੰਮ ਕਰਦਾ ਹੈ । ਉਹ ਸ਼ਬਦ ਦੀ ਸੇਵਾ ਤੋਂ ਬਿਨਾਂ ਆਪਣਾ ਜੀਵਨ ਬਿਰਥਾ ਹੀ ਬੀਤ ਜਾਂਦਾ ਹੈ ।

Self- minded may remain in worldly suspicions. He may never meditate nor have any belief on His Ultimate Command. Self-minded remains ignorant from the real purpose of his human life opportunity. He may remain intoxicated with sweet poison of worldly wealth and increase the burden of sins day and night. Whosoever may not surrender his selfishness to obey the teachings of His Word, serve His Creation; he may waste his human life opportunity uselessly.

ਅੰਮ੍ਰਿਤੁ ਪੀਵੈ ਜਿਸ ਨੋ ਆਪਿ ਪੀਆਏ॥ amrit peevai jis no aap pee-aa-ay.
ਗੁਰ ਪਰਸਾਦੀ ਸਹਜਿ ਲਿਵ ਲਾਏ॥ gur parsaadee sahj liv laa-ay.
ਪੂਰਨ ਪੂਰਿ ਰਹਿਆ ਸਭ ਆਪੇ, pooran poor rahi-aa sabh aapay
ਗੁਰਮਤਿ ਨਦਰੀ ਆਵਣਿਆ॥੭॥ gurmat nadree aavani-aa. ||7||

ਜਿਸ ਤੇ ਆਪ ਰਹਿਮਤ ਬਖਸ਼ਕੇ ਸ਼ਬਦ ਦੀ ਪਾਲਣਾ ਵਿੱਚ ਲਗਨ ਲਾਉਂਦਾ ਹੈ । ਪ੍ਰਭ ਦੀ ਰਹਿਮਤ ਨਾਲ, ਕੇਵਲ ਉਸ ਦੇ ਮਨ ਦਾ ਭਰੋਸਾ ਅਡੋਲ ਹੋ ਸਕਦਾ ਹੈ । ਪਵਿੱਤਰ ਪ੍ਰਭ ਹਰ ਥਾਂ ਤੇ ਆਪ ਹੀ ਵਾਪਰਦਾ ਹੈ । ਸ਼ਬਦ ਦੀ ਪਾਲਣਾ ਕਰਨ ਨਾਲ ਹੀ ਉਸ ਦੀ ਰਹਿਮਤ ਬਖਸ਼ਿਸ਼ ਹੋ ਸਕਦੀ ਹੈ ।

Whosoever may be bestowed with His Blessed Vision, only he may remain devoted to obey the teachings of His Word with steady and stable belief in his day-to-day life. The True Master, His Holy Spirt prevails everywhere indiscriminately. Whosoever may obey the teachings of His Word with steady and stable belief; with His mercy and grace, he may be blessed with the right path of acceptance in His Court.

ਆਪੇ ਆਪਿ ਨਿਰੰਜਨੁ ਸੋਈ॥ aapay aap niranjan so-ee.
ਜਿਨਿ ਸਿਰਜੀ ਤਿਨਿ ਆਪੇ ਗੋਈ॥ jin sirjee tin aapay go-ee.
ਨਾਨਕ ਨਾਮੁ ਸਮਾਲਿ ਸਦਾ ਤੂੰ, naanak Naam samaal sadaa tooN
ਸਹਜੇ ਸਚਿ ਸਮਾਵਣਿਆ॥੮॥੧੬॥੧੭॥ sehjay sach samaavani-aa. ||8||16||17||

ਪ੍ਰਭ ਆਪਣੇ ਆਪ ਵਿੱਚ ਹੀ ਮਸਤ ਰਹਿੰਦਾ ਹੈ । ਪ੍ਰਭ ਸ੍ਰਿਸ਼ਟੀ ਪੈਦਾ ਕਰਦਾ, ਮਿਥੇ ਸਮਾਂ ਤੇ ਮੌਤ ਦੇਂਦਾ ਹੈ । ਜੀਵ ਹਰ ਵੇਲੇ ਪ੍ਰਭ ਦੇ ਸ਼ਬਦ ਦੀ ਪਾਲਣਾ ਕਰੋ! ਜਿਹੜਾ ਸ਼ਬਦ ਦੀ ਪਾਲਣਾ ਕਰਦਾ ਹੈ, ਉਸ ਨੂੰ ਪ੍ਰਵਾਨਗੀ ਦਾ ਰਸਤੇ ਬਖਸ਼ਿਸ਼ ਹੁੰਦਾ, ਰਸਤੇ ਤੇ ਅਡੋਲ ਹੋ ਸਕਦਾ ਹੈ ।

The True Master remains in the void of His Word. He blesses his soul worldly body to sanctify. He may at predetermined time bless death to his perishable body. You should always obey and adopt the teachings of His Word in day-to-day life. Whosoever may obey the teachings of His Word; with His mercy and grace, he may be blessed and remains on the right path of salvation.

288.ਮਾਝ ਮਹਲਾ ੩॥ (119-16)

ਸੇ ਸਚਿ ਲਾਗੇ ਜੋ ਤੁਧੁ ਭਾਏ॥ say sach laagay jo tuDh bhaa-ay.
ਸਦਾ ਸਚੁ ਸੇਵਹਿ ਸਹਜ ਸੁਭਾਏ॥ sadaa sach sayveh sahj subhaa-ay.
ਸਚੈ ਸਬਦਿ ਸਚਾ ਸਾਲਾਹੀ, sachai sabad sachaa saalaahee
ਸਚੈ ਮੇਲਿ ਮਿਲਾਵਣਿਆ॥੧॥ sachai mayl milaavani-aa. ||1||

ਜਿਹੜੀ ਬੰਦਗੀ ਪ੍ਰਭ ਨੂੰ ਭਾਉਂਦੀ ਹੈ, ਕੇਵਲ ਉਹ ਹੀ ਸ਼ਬਦ ਦੀ ਕਮਾਈ ਹੁੰਦੀ ਹੈ । ਉਹ ਜੀਵ ਸਦਾ ਹੀ ਸ਼ਬਦ ਵਿੱਚ ਲੀਨ, ਮਸਤ ਰਹਿੰਦਾ ਹੈ । ਉਹ ਸ਼ਬਦ ਨਾਲ ਜੀਵਨ ਢਾਲਦਾ, ਉਸਤਤ ਗਾਉਂਦਾ, ਸ਼ਬਦ ਵਿੱਚ ਹੀ ਅਭੇਦ ਹੋ ਜਾਂਦਾ ਹੈ ।

Whatsoever meditation may be accepted in His Court, that may be the only true wealth, earnings of His Word. His true devotee remains intoxicated in meditation on the teachings of Your Word. He may sing the glory and adopts the teachings of His Word; with His mercy and grace, he may be absorbed in the void of His Word.

ਹਉ ਵਾਰੀ ਜੀਉ ਵਾਰੀ ha-o vaaree jee-o vaaree
ਸਚੁ ਸਾਲਾਹਣਿਆ॥ sach salaahni-aa.
ਸਚੁ ਧਿਆਇਨਿ ਸੇ ਸਚਿ ਰਾਤੇ, sach Dhi-aa-in say sach raatay
ਸਚੇ ਸਚਿ ਸਮਾਵਣਿਆ॥੧॥ ਰਹਾਉ॥ sachay sach samaavani-aa. ||1|| rahaa-o.

ਉਸ ਜੀਵ ਤੋਂ ਕੁਰਬਾਨ ਜਾਵੋ! ਜਿਹੜਾ ਪ੍ਰਭ ਦੇ ਸ਼ਬਦ ਦੀ ਉਸਤਤ ਗਾਉਂਦਾ ਹੈ । ਉਹ ਸ਼ਬਦ ਦੀ ਬੰਦਗੀ ਕਰਦਾ, ਲੀਨ ਰਹਿੰਦਾ, ਸ਼ਬਦ ਵਿੱਚ ਹੀ ਅਭੇਦ ਹੋ ਜਾਂਦਾ ਹੈ ।

I remain fascinated from the life of His true devotee! Who may sing the praises, glory of His Word? He may remain intoxicated in meditation in the void of His Word; with His mercy and grace, he may be immersed in His Holy Spirit.

ਜਹ ਦੇਖਾ ਸਚੁ ਸਭਨੀ ਥਾਈ॥	jah daykhaa sach sabhnee thaa-ee.
ਗੁਰ ਪਰਸਾਦੀ ਮੰਨਿ ਵਸਾਈ॥	gur parsaadee man vasaa-ee.
ਤਨੁ ਸਚਾ ਰਸਨਾ ਸਚਿ ਰਾਤੀ,	tan sachaa rasnaa sach raatee
ਸਚੁ ਸੁਣਿ ਆਖਿ ਵਖਾਨਣਿਆ॥੨॥	sach sun aakh vakhaanni-aa. ||2||

ਪ੍ਰਭ ਦੀ ਰਹਿਮਤ ਨਾਲ ਹੀ, ਪ੍ਰਭ ਦਾ ਸ਼ਬਦ ਮਨ ਵਿੱਚ ਘਰ ਕਰਦਾ ਹੈ । ਉਸ ਨੂੰ ਪ੍ਰਭ ਦਾ ਭਾਣਾ ਹੀ ਹਰ ਥਾਂ ਵਾਪਰਦਾ ਨਜ਼ਰ ਆਉਂਦਾ ਹੈ । ਜਿਸ ਦੀ ਜੀਭ ਤੇ ਸ਼ਬਦ ਦਾ ਰੰਗ ਚੜ੍ਹ ਜਾਂਦਾ ਹੈ । ਉਸ ਦਾ ਤਨ, ਵੀ ਪਵਿੱਤਰ ਹੋ ਜਾਂਦਾ ਹੈ । ਉਹ ਪ੍ਰਭ ਦਾ ਸ਼ਬਦ ਹੀ ਕੰਨਾਂ ਵਿੱਚ ਸੁਣਦਾ ਹੈ । ਪ੍ਰਭ ਦਾ ਸ਼ਬਦ ਹੀ ਜੀਭ ਵਿਚੋਂ ਬੋਲਦਾ ਹੈ ।

Whosoever may be bestowed with His Blessed Vision, only he may remain drenched with the essence of His Word. He may realize, His Holy Spirit prevailing everywhere. Whose tongue may remain drench with the essence of His Word; with His mercy and grace, his body, soul may be sanctified, blemish-free. He may listen to the sermons of His Word with his ears and speaks His Word from his tongue.

ਮਨਸਾ ਮਾਰਿ ਸਚਿ ਸਮਾਣੀ॥	mansaa maar sach samaanee.
ਇਨਿ ਮਨਿ ਡੀਠੀ ਸਭ ਆਵਣ ਜਾਣੀ॥	in man deethee sabh aavan jaanee.
ਸਤਿਗੁਰੁ ਸੇਵੇ ਸਦਾ ਮਨੁ ਨਿਹਚਲੁ,	saT`gur sayvay sadaa man nihchal
ਨਿਜ ਘਰਿ ਵਾਸਾ ਪਾਵਣਿਆ॥੩॥	nij ghar vaasaa paavni-aa. ||3||

ਜਿਹੜਾ ਮਨ ਦੀਆਂ ਇੱਛਾਂ ਤੇ ਜਿੱਤ ਪਾ ਕੇ ਪ੍ਰਭ ਦੇ ਸ਼ਬਦ ਦੀ ਸਮਾਧੀ ਵਿੱਚ ਲੀਨ ਹੋ ਜਾਂਦਾ ਹੈ । ਉਸ ਨੂੰ ਸੋਝੀ ਹੋ ਜਾਂਦੀ ਹੈ ! ਸਾਰੇ ਜੀਵ ਹੀ ਜੂੰਨਾਂ ਵਿੱਚ ਭਉਦੇ ਹਨ । ਜਿਹੜਾ ਪ੍ਰਭ ਦੇ ਸ਼ਬਦ ਦੀ ਪਾਲਣਾ ਕਰਦਾ ਹੈ, ਉਸ ਦਾ ਮਨ ਸ਼ਾਂਤ ਹੋ ਜਾਂਦਾ, ਉਹ ਆਪਣੇ ਮਨ ਦੇ ਅੰਦਰ ਹੀ ਵਸਣ ਲਗ ਪੈਂਦਾ ਹੈ ।

Whosoever may conquer his worldly desires, he may remain intoxicated in deep meditation of His Word; with His mercy and grace, he may realize all creatures remain in the cycle of birth and death. Whosoever may obey the teachings of His Word; with His mercy and grace, he may be blessed with a peace of mind. He may dwell within his own body and mind.

ਗੁਰ ਕੈ ਸਬਦਿ ਰਿਦੈ ਦਿਖਾਇਆ॥	gur kai sabad ridai dikhaa-i-aa.
ਮਾਇਆ ਮੋਹੁ ਸਬਦਿ ਜਲਾਇਆ॥	maa-i-aa moh sabad jalaa-i-aa.
ਸਚੋ ਸਚਾ ਵੇਖਿ ਸਾਲਾਹੀ,	sacho sachaa vaykh saalaahee
ਗੁਰ ਸਬਦੀ ਸਚੁ ਪਾਵਣਿਆ॥੪॥	gur sabdee sach paavni-aa. ||4||

ਉਹ ਪ੍ਰਭ ਦੇ ਸ਼ਬਦ ਦੀ ਪਾਲਣਾ ਕਰਦਾ, ਮਨ ਆਪਣੇ ਅੰਦਰੋਂ ਹੀ ਸੰਤੋਖ ਢੂੰਡ ਲੈਂਦਾ, ਬਖਸ਼ਿਸ਼ ਹੋ ਜਾਂਦਾ ਹੈ । ਆਪਣੇ ਮਨ ਦਾ ਸੰਸਾਰਕ ਮਾਇਆ ਨਾਲ ਮੋਹ ਖਤਮ ਕਰ ਲੈਂਦਾ ਹੈ । ਉਹ ਆਪਣੇ ਮਨ ਅੰਦਰ ਹੀ ਪਵਿੱਤਰ ਜੋਤ ਪ੍ਰਭ ਦੀ ਉਸਤਤ ਗਾਉਂਦਾ ਹੈ । ਉਸ ਦੇ ਸ਼ਬਦ ਦੀ ਪਾਲਣਾ ਕਰਦਾ ਹੋਇਆ ਹੀ ਜੋਤ ਵਿੱਚ ਸਮਾ ਜਾਂਦਾ ਹੈ ।

Whosoever may obey the teachings of His Word in his day-to-day life; with His mercy and grace, he may be blessed with contentment from within. He may search contentment from within. He may conquer his worldly ego, attachments, and possession. He remains singing the praises of His Holy Spirit within his mind. He may remain intoxicated in obeying the teachings of His Word; with His mercy and grace, he may be absorbed within His Holy Spirit.

ਜੋ ਸਚਿ ਰਾਤੇ ਤਿਨ ਸਚੀ ਲਿਵ ਲਾਗੀ॥ jo sach raatay tin sachee liv laagee.
ਹਰਿ ਨਾਮੁ ਸਮਾਲਹਿ ਸੇ ਵਡਭਾਗੀ॥ har Naam samaaleh say vadbhaagee.
ਸਚੈ ਸਬਦਿ ਆਪਿ ਮਿਲਾਏ, sachai sabad aap milaa-ay
ਸਤਸੰਗਤਿ ਸਚੁ ਗੁਣ ਗਾਵਣਿਆ॥੫॥ satsangat sach gun gaavani-aa. ||5||

ਜਿਸ ਤੇ ਪ੍ਰਭ ਰਹਿਮਤ ਦੀ ਨਜ਼ਰ ਬਖਸ਼ਦਾ ਹੈ, ਕੇਵਲ ਉਸ ਦੀ ਹੀ ਸ਼ਬਦ ਨਾਲ ਲਗਨ ਲਗਦੀ ਹੈ । ਜਿਸ ਦੇ ਵਡੇ ਭਾਗ ਹੁੰਦੇ ਹਨ, ਕੇਵਲ ਉਹ ਹੀ ਪ੍ਰਭ ਦੇ ਸ਼ਬਦ ਦੇ ਗੁਣ ਗਾਉਂਦਾ ਹੈ । ਜਿਹੜਾ ਪ੍ਰਭ ਦੇ ਸ਼ਬਦ ਦੀ ਬੰਦਗੀ ਕਰਨਵਾਲੇ ਦੀ ਸੰਗਤ ਕਰਦਾ ਹੈ । ਉਸ ਦੇ ਜੀਵਨ ਦੀ ਸਿਖਿਆਂ ਨਾਲ ਜੀਵਨ ਢਾਲਦਾ ਹੈ । ਉਹ ਪ੍ਰਭ ਦੇ ਸ਼ਬਦ ਦੀ ਉਸਤਤ ਗਾਉਂਦਾ, ਸ਼ਬਦ ਦੀ ਪਾਲਣਾ ਕਰਦਾ ਹੈ । ਪ੍ਰਭ ਦੀ ਰਹਿਮਤ ਨਾਲ ਉਸ ਨੂੰ ਪ੍ਰਵਾਨਗੀ ਦਾ ਰਸਤੇ ਬਖਸ਼ਿਸ਼ ਹੋ ਜਾਂਦਾ ਹੈ ।

Whosoever may be bestowed with His Blessed Vision, only he may remain devoted to meditate on the teachings of His Word. Whosoever may have a great prewritten destiny, only he may sing the glory of His Word. Whosoever may join the congregation of His Holy saint; he may adopt the life experience of His Holy saint in his day-to-day life. He may sing the glory, obeys the teachings of His Word; with His mercy and grace, he may be blessed with the right path of acceptance in His Court.

ਲੇਖਾ ਪੜੀਐ ਜੇ ਲੇਖੇ ਵਿਚਿ ਹੋਵੈ॥ laykhaa parhee-ai jay laykhay vich hovai.
ਓਹੁ ਅਗਮੁ ਅਗੋਚਰੁ ਸਬਦਿ ਸੁਧਿ ਹੋਵੈ॥ oh agam agochar sabad suDh hovai.
ਅਨਦਿਨੁ ਸਚ ਸਬਦਿ ਸਾਲਾਹੀ, an-din sach sabad saalaahee
ਹੋਰੁ ਕੋਇ ਨ ਕੀਮਤਿ ਪਾਵਣਿਆ॥੬॥ hor ko-ay na keemat paavni-aa. ||6||

ਅਗਰ ਪ੍ਰਭ ਦਾ ਕੋਈ ਲੇਖਾ ਲਿਖਣ ਵਾਲਾ ਹੋਵੇ, ਤਾ ਹੀ ਪ੍ਰਭ ਦੇ ਕੀਤੇ ਦਾ ਲੇਖਾ ਜਾਣਿਆ ਜਾ ਸਕਦਾ ਹੈ । ਪ੍ਰਭ ਲੇਖੇ ਤੋਂ ਰਹਿਤ, ਜਾਣਕਾਰੀ, ਜੀਵ ਦੀ ਪਹੁੰਚ ਵਿੱਚ ਨਹੀਂ ਹੈ । ਜਿਹੜਾ ਸ਼ਬਦ ਦੀ ਪਾਲਣਾ ਕਰਦਾ ਹੈ, ਉਸ ਨੂੰ ਹੀ ਸੋਝੀ ਬਖਸ਼ਿਸ਼ ਹੋ ਸਕਦੀ ਹੈ । ਜੀਵ ਦਿਨ ਰਾਤ ਪ੍ਰਭ ਦੇ ਸ਼ਬਦ ਦੀ ਪਾਲਣਾ, ਸ਼ਬਦ ਦੇ ਗੁਣ ਗਾਵੋ! ਉਸ ਤੋਂ ਬਿਨਾਂ ਜੀਵ ਦੀ ਰਖਿਆ ਕਰਨਵਾਲਾ ਹੋਰ ਕੋਈ ਨਹੀਂ ਹੈ ।

If anyone may be greater or His Master; who may write his deeds, only he may challenge His accounts. The True Master remain beyond the account of His deeds, reach and comprehension of His Creation. Whosoever may obey the teachings of His Word with steady and stable belief in day-to-day life; with His mercy and grace, he may be enlightened with the essence of His Word. You should sing the glory and obey the teachings of His Word Day and night. Without The True Master, no one else may be the true protector of the universe.

ਪੜਿ ਪੜਿ ਥਾਕੇ ਸਾਂਤਿ ਨ ਆਈ॥ parh parh thaakay saaNt na aa-ee.
ਤ੍ਰਿਸਨਾ ਜਾਲੇ ਸੁਧਿ ਨ ਕਾਈ॥ tarisnaa jaalay suDh na kaa-ee.
ਬਿਖੁ ਬਿਹਾਝਹਿ ਬਿਖੁ ਮੋਹ ਪਿਆਸੇ, bikh bihaajheh bikh moh pi-aasay
ਕੂੜੁ ਬੋਲਿ ਬਿਖੁ ਖਾਵਣਿਆ॥੭॥ koorh bol bikh khaavani-aa. ||7||

ਸੰਸਾਰਕ ਜੀਵ ਧਾਰਮਕ ਗ੍ਰੰਥ, ਬਾਣੀ ਬਾਰ ਬਾਰ ਪੜ੍ਹਦਾ ਹੈ, ਪਰ ਉਸ ਦੇ ਮਨ ਨੂੰ ਸ਼ਾਂਤੀ ਬਖਸ਼ਿਸ਼ ਨਹੀਂ ਹੁੰਦੀ । ਉਹ ਸੰਸਾਰਕ ਇੱਛਾਂ ਦੀ ਅੱਗ ਵਿੱਚ ਹੀ ਜਲਦਾ ਰਹਿੰਦਾ ਹੈ । ਉਹ ਸ਼ਬਦ ਦੀ ਸੋਝੀ ਤੋਂ ਅਣਜਾਣ ਲਾਲਚ ਦੇ ਹੀ ਸੁਪਨੇ ਲੈਂਦਾ ਰਹਿੰਦਾ ਹੈ । ਉਹ ਬੁਰਾ ਬੋਲਦਾ, ਆਪਣੇ ਕੰਮਾਂ ਦੀ ਹੀ ਸਜ਼ਾ ਭੁਗਤਦਾ ਹੈ ।

Self-minded, worldly scholars and priests may recite worldly Holy Scripture repeatedly; however, he may not realize any peace of mind. He may remain burning in frustration of worldly desires. He may remain ignorant from any enlightenment of the essence of His Word in day-to-day life. He may remain fantasizing deception, and greed. He may behave rudely, and endure the miseries of his own deeds.

ਗੁਰ ਪਰਸਾਦੀ ਏਕੋ ਜਾਣਾ॥ gur parsaadee ayko jaanaa.
ਦੂਜਾ ਮਾਰਿ ਮਨੁ ਸਚਿ ਸਮਾਣਾ॥ doojaa maar man sach samaanaa.
ਨਾਨਕ ਏਕੋ ਨਾਮੁ ਵਰਤੈ ਮਨ ਅੰਤਰਿ, naanak ayko Naam vartai man antar
ਗੁਰ ਪਰਸਾਦੀ ਪਾਵਣਿਆ॥੮॥੧੭॥੧੮॥ gur parsaadee paavni-aa. ||8||17||18||

ਪ੍ਰਭ ਦੀ ਰਹਿਮਤ ਨਾਲ ਹੀ, ਜੀਵ ਨੂੰ ਪ੍ਰਭ ਦੇ ਸ਼ਬਦ ਦੀ ਸੋਝੀ ਬਖਸ਼ਿਸ਼ ਹੋ ਸਕਦੀ ਹੈ । ਉਹ ਆਪਣੇ ਮਨ ਦੇ ਭਰਮ ਖਤਮ ਕਰ ਲੈਂਦਾ ਹੈ । ਉਹ ਪ੍ਰਭ ਦੇ ਸ਼ਬਦ ਦੀ ਪਾਲਣਾ ਵਿੱਚ ਲੀਨ ਹੋ ਜਾਂਦਾ ਹੈ । ਉਸ ਦੇ ਮਨ ਵਿੱਚ ਸ਼ਬਦ ਦੀ ਸਿਖਿਆਂ ਦਾ ਡੂੰਘਾ ਪ੍ਰਭਾਵ ਵਸਦਾ ਹੈ । ਪ੍ਰਭ ਦੀ ਰਹਿਮਤ ਨਾਲ, ਉਹ ਸ਼ਬਦ ਦੀ ਸਮਾਧੀ ਵਿੱਚ ਹੀ ਅਲੋਪ ਹੋ ਜਾਂਦਾ ਹੈ ।

Whosoever may be bestowed with His blessed Vision, only he may be blessed with the enlightenment of the essence of His Word. He may conquer his worldly suspicions. He may remain intoxicated in obeying the teachings of His Word. He may remain deeply influence with the essence of His Word; with His mercy and grace, he may remain intoxicated in the void of His Word; he may be immersed within His Holy Spirit.

289.ਮਾਝ ਮਹਲਾ ੩॥ (120-9)

ਵਰਨ ਰੂਪ ਵਰਤਹਿ ਸਭ ਤੇਰੇ॥ varan roop varteh sabh tayray.
ਮਰਿ ਮਰਿ ਜੰਮਹਿ ਫੇਰ ਪਵਹਿ ਘਣੇਰੇ॥ mar mar jameh fayr paveh ghanayray.
ਤੂੰ ਏਕੋ ਨਿਹਚਲੁ ਅਗਮ ਅਪਾਰਾ, tooN ayko nihchal agam apaaraa
ਗੁਰਮਤੀ ਬੂਝ ਬੁਝਾਵਣਿਆ॥੧॥ gurmatee boojh bujhaavani-aa. ||1||

ਸਾਰੇ ਰੰਗਾਂ, ਅਕਾਰਾਂ ਵਿੱਚ ਪ੍ਰਭ ਆਪ ਹੀ ਵਾਪਰਦਾ ਹੈ । ਜੀਵ ਜਨਮ, ਮਰਨ, ਜੂੰਨਾਂ ਦੇ ਚੱਕਰ ਵਿੱਚ ਹੀ ਰਹਿੰਦਾ ਹੈ । ਇਕੋ ਇਕ ਪ੍ਰਭ ਹੀ ਸਦਾ ਅਟਲ ਰਹਿਣ ਵਾਲਾ, ਨਾ ਬਦਲਨ ਵਾਲਾ ਹੈ । ਜਿਹੜਾ ਸ਼ਬਦ ਦੀ ਪਾਲਣਾ ਕਰਦਾ ਹੈ, ਉਸ ਨੂੰ ਹੀ ਇਸ ਤੱਤ ਦੀ ਸੋਝੀ ਬਖਸ਼ਿਸ਼ ਹੁੰਦੀ ਹੈ ।

The True Master remains embedded and prevails within all forms, shapes, and colors. His Creation remains in reincarnation in the cycle of birth and death. The True Master remains Axiom, permanent, unchanged, and true forever. Whosoever may adopt the teachings of His Word with steady and stable belief in his day-to-day life; with His mercy and grace, he may be enlightened with the essence of His nature.

ਹਉ ਵਾਰੀ ਜੀਉ ਵਾਰੀ, ha-o vaaree jee-o vaaree
ਰਾਮ ਨਾਮੁ ਮੰਨਿ ਵਸਾਵਣਿਆ॥ raam Naam man vasaavani-aa.
ਤਿਸੁ ਰੂਪੁ ਨ ਰੇਖਿਆ ਵਰਨੁ ਨ ਕੋਈ, tis roop na raykh-i-aa varan na ko-ee
ਗੁਰਮਤੀ ਆਪਿ ਬੁਝਾਵਣਿਆ॥੧॥ ਰਹਾਉ॥ gurmatee Aap bujhaavani-aa. ||1|| rahaa-o.

ਉਸ ਜੀਵਾਂ ਤੋਂ ਕੁਰਬਾਨ ਜਾਵੋ! ਜਿਸ ਦੇ ਮਨ ਵਿੱਚ ਪ੍ਰਭ ਦਾ ਸ਼ਬਦ ਘਰ ਕਰ ਜਾਂਦਾ ਹੈ । ਪ੍ਰਭ ਅਕਾਰ, ਰੰਗ ਰਹਿਤ, ਆਪ ਹੀ ਸਾਰੇ ਅਕਾਰਾਂ, ਰੰਗਾਂ ਵਿੱਚ ਸਮਾਇਆ ਰਹਿੰਦਾ ਹੈ । ਜਿਹੜਾ ਸ਼ਬਦ ਦੀ ਪਾਲਣਾ ਕਰਦਾ ਹੈ, ਆਪ ਹੀ ਉਸ ਜੀਵ ਨੂੰ ਸੋਝੀ ਬਖਸ਼ਦਾ ਹੈ ।

You should remain fascinated from His true devotee. Who may remain drenched with essence of His Word? The True Master remain beyond any specific structure or color, only colorless Holy Spirit; however, He remains embedded with every structure and color in the universe. Whosoever may obey the teachings of His Word; with His mercy and grace, he may be enlightened with essence of His nature.

ਸਭ ਏਕਾ ਜੋਤਿ ਜਾਣੈ ਜੇ ਕੋਈ॥ sabh aykaa jot jaanai jay ko-ee.
ਸਤਿਗੁਰੁ ਸੇਵਿਐ ਪਰਗਟੁ ਹੋਈ॥ saT`gur sayvi-ai pargat ho-ee.
ਗੁਪਤੁ ਪਰਗਟੁ ਵਰਤੈ ਸਭ ਥਾਈ, gupat pargat vartai sabh thaa-ee
ਜੋਤੀ ਜੋਤਿ ਮਿਲਾਵਣਿਆ॥੨॥ jotee jot milaavani-aa. ||2||

ਇਕੋ ਇਕ ਪ੍ਰਭ ਦੀ ਜੋਤ ਹੀ ਹਰਇਕ ਜੀਵ ਵਿੱਚ ਵਸਦੀ ਹੈ । ਜਿਹੜਾ ਸ਼ਬਦ ਦੀ ਪਾਲਣਾ ਕਰਦਾ ਹੈ, ਉਸ ਨੂੰ ਹੀ ਇਸ ਦੀ ਸੋਝੀ ਬਖਸ਼ਿਸ਼ ਹੁੰਦੀ ਹੈ । ਪ੍ਰਭ ਆਪ ਹੀ ਜੀਵ ਦੇ ਪ੍ਰਤੱਖ, ਆਪ ਹੀ ਗੁਪਤ ਵਾਪਰਦਾ ਹੈ । ਆਤਮਾ ਦੀ ਜੋਤ ਪ੍ਰਭ ਦੀ ਜੋਤ ਵਿੱਚ ਹੀ ਸਮਾ ਜਾਂਦੀ ਹੈ ।

The One and Only One, His Holy Spirit remains embedded within each soul and dwells within his body. Whosoever may obey the teachings of His Word in day-to-day life; with His mercy and grace, he may be enlightened with the essence of His Word. The True Master may prevail visible in some events and remains invisible in other events. Whose soul may be sanctified to become worthy of His Consideration; his soul may be immersed within His Holy Spirit.

ਤਿਸਨਾ ਅਗਨਿ ਜਲੈ ਸੰਸਾਰਾ॥	tisnaa agan jalai sansaaraa.
ਲੋਭੁ ਅਭਿਮਾਨੁ ਬਹੁਤੁ ਅਹੰਕਾਰਾ॥	lobh abhimaan bahut ahaNkaaraa.
ਮਰਿ ਮਰਿ ਜਨਮੈ ਪਤਿ ਗਵਾਏ,	mar mar janmai pat gavaa-ay
ਅਪਣੀ ਬਿਰਥਾ ਜਨਮੁ ਗਵਾਵਣਿਆ॥੩॥	apnee birthaa janam gavaavni-aa. ||3||

ਸਾਰਾ ਸੰਸਾਰ ਹੀ ਸੰਸਾਰਕ ਇੱਛਾਂ ਦੀ ਭਟਕਣ ਵਿੱਚ ਰਹਿੰਦਾ ਹੈ । ਉਸ ਵਿੱਚ ਅਹੰਕਾਰ, ਲਾਲਚ ਅਤੇ ਹੈਸੀਅਤ ਦਾ ਅਭਿਮਾਨ ਰਹਿੰਦਾ ਹੈ । ਉਹ ਬਾਰ ਬਾਰ ਜੰਮਦਾ, ਮਰਦਾ, ਆਪਣਾ ਅਭਿਮਾਨ ਗਵਾ ਲੈਂਦਾ ਹੈ । ਉਹ ਆਪਣਾ ਜੀਵਨ ਬਿਰਥਾ ਹੀ ਗਵਾ ਜਾਂਦਾ ਹੈ ।

His Creation remains frustrated with his worldly desires. He may remain in ego, greed and pride of his worldly status, uniqueness. He may remain in the cycle of birth and death repeatedly, ruins his pride, and wastes his human life opportunity uselessly.

ਗੁਰ ਕਾ ਸਬਦੁ ਕੋ ਵਿਰਲਾ ਬੂਝੈ॥	gur kaa sabad ko virlaa boojhai.
ਆਪੁ ਮਾਰੇ ਤਾ ਤ੍ਰਿਭਵਣੁ ਸੂਝੈ॥	aap maaray taa taribhavan soojhai.
ਫਿਰਿ ਓਹੁ ਮਰੈ ਨ ਮਰਣਾ ਹੋਵੈ,	fir oh marai na marnaa hovai
ਸਹਜੇ ਸਚਿ ਸਮਾਵਣਿਆ॥੪॥	sehjay sach samaavani-aa. ||4||

ਕਿਸੇ ਵਿਰਲੇ ਜੀਵ ਨੂੰ ਹੀ ਪ੍ਰਭ ਦੇ ਸ਼ਬਦ ਦੀ ਸੋਝੀ ਬਖਸ਼ਿਸ਼ ਹੁੰਦੀ ਹੈ । ਜਿਹੜਾ ਆਪਣੇ ਮਨ ਦੇ ਅਹੰਕਾਰ ਤੇ ਜਿੱਤ ਪਾਉਂਦਾ ਹੈ, ਉਸ ਨੂੰ ਹੀ ਤਿੰਨਾਂ ਸ੍ਰਿਸ਼ਟੀਆਂ ਦੀ ਸੋਝੀ ਬਖਸ਼ਿਸ਼ ਹੋ ਸਕਦੀ ਹੈ । ਉਹ ਜੀਵ ਇਕ ਬਾਰ ਹੀ ਮਰਦਾ ਹੈ, ਬਾਰ ਬਾਰ ਮਰਨਾ ਨਹੀਂ ਪੈਂਦਾ । ਉਹ ਸ਼ਬਦ ਦਾ ਸਿਮਰਨ ਕਰਦਾ ਹੀ ਪ੍ਰਭ ਦੀ ਜੋਤ ਵਿੱਚ ਅਭੇਦ ਹੋ ਜਾਂਦਾ ਹੈ ।

Whosoever may conquer his own ego from within; with His mercy and grace, he may be blessed with the enlightenment of all three universes; however, very rare devotee may be enlightened with the essence of His Word. He may only die once and he may not endure miseries in the womb of mother repeatedly. He may remain intoxicated meditating in the void of His Word; with His mercy and grace, he may be absorbed within His Holy Spirit.

ਮਾਇਆ ਮਹਿ ਫਿਰਿ ਚਿਤੁ ਨ ਲਾਏ॥	maa-i-aa meh fir chit na laa-ay.
ਗੁਰ ਕੈ ਸਬਦਿ ਸਦ ਰਹੈ ਸਮਾਏ॥	gur kai sabad sad rahai samaa-ay.
ਸਚੁ ਸਲਾਹੇ ਸਭ ਘਟ ਅੰਤਰਿ,	sach salaahay sabh ghat antar
ਸਚੋ ਸਚੁ ਸੁਹਾਵਣਿਆ॥੫॥	sacho sach suhaavani-aa. ||5||

ਗੁਰਮਖ ਤੇ ਸੰਸਾਰਕ ਮਾਇਆ ਦਾ ਕੋਈ ਪ੍ਰਭਾਵ ਨਹੀਂ ਰਹਿੰਦਾ । ਉਹ ਪ੍ਰਭ ਦੇ ਸ਼ਬਦ ਦੀ ਪਾਲਣਾ ਵਿੱਚ ਹੀ ਮਸਤ ਰਹਿੰਦਾ ਹੈ । ਕੇਵਲ ਪ੍ਰਭ ਦੀ ਉਸਤਤ ਕਰਦਾ ਹੈ । ਜਿਹੜਾ ਜੀਵ ਦੇ ਅੰਦਰ ਡੂੰਘਾ ਵਸਦਾ ਹੈ । ਉਹ ਪ੍ਰਭ ਦੀ ਰਹਿਮਤ ਨਾਲ ਦਰਬਾਰ ਵਿੱਚ ਪ੍ਰਵਾਨ ਹੋ ਜਾਂਦਾ ਹੈ ।

His true devotee may remain beyond the reach of sweet poison of worldly wealth. He may remain intoxicated in obeying the teachings of His Word; he may only sing the praises of The True Master; His Word remains embedded within his soul. He may be blessed with the right path of acceptance in His Court.

ਸਚੁ ਸਾਲਾਹੀ ਸਦਾ ਹਜੂਰੇ॥	sach saalaahee sadaa hajooray.
ਗੁਰ ਕੈ ਸਬਦਿ ਰਹਿਆ ਭਰਪੂਰੇ॥	gur kai sabad rahi-aa bharpooray.
ਗੁਰ ਪਰਸਾਦੀ ਸਚੁ ਨਦਰੀ ਆਵੈ,	gur parsaadee sach nadree aavai
ਸਚੇ ਹੀ ਸੁਖੁ ਪਾਵਣਿਆ॥੬॥	sachay hee sukh paavni-aa. ||6||

ਹੀਵ ਪ੍ਰਭ ਦੇ ਸ਼ਬਦ ਦੀ ਉਸਤਤ ਗਵੇ ! ਪ੍ਰਭ ਦਾ ਸ਼ਬਦ ਸਦਾ ਹੀ ਹਰ ਥਾਂ ਤੇ ਹਾਜ਼ਰਾ ਹਜ਼ੂਰ ਰਹਿੰਦਾ ਹੈ । ਹਰਇਕ ਜੀਵ ਦੇ ਅੰਦਰ, ਵਸਦਾ, ਵਾਪਰਦਾ ਹੈ । ਪ੍ਰਭ ਦੀ ਰਹਿਮਤ ਨਾਲ ਹੀ ਸ਼ਬਦ ਦੀ ਪਾਲਣਾ ਦੀ ਲਗਨ ਬਖਸ਼ਿਸ਼ ਹੁੰਦੀ ਹੈ । ਜਿਹੜਾ ਸ਼ਬਦ ਦੀ ਪਾਲਣਾ, ਜੀਵਨ ਢਾਲਦਾ ਉਸ ਦੇ ਮਨ ਵਿੱਚ ਪੂਰਨ ਸ਼ਾਂਤੀ ਬਖਸ਼ਿਸ਼ ਹੋ ਜਾਂਦੀ ਹੈ ।

You should sing the glory of The Omnipresent, True Master. He may remain embedded within each soul, dwells, and prevails in every event in the universe. Whosoever may be bestowed with His Blessed Vision, he may be blessed with devotion to meditate. Whosoever may obey, adopts the teachings of His Word; with His mercy and grace, he may be blessed with a peace and harmony.

ਸਚੁ ਮਨ ਅੰਦਰਿ ਰਹਿਆ ਸਮਾਇ॥	sach man andar rahi-aa samaa-ay.
ਸਦਾ ਸਚੁ ਨਿਹਚਲੁ ਆਵੈ ਨ ਜਾਇ॥	sadaa sach nihchal aavai na jaa-ay.
ਸਚੇ ਲਾਗੈ ਸੋ ਮਨੁ ਨਿਰਮਲੁ,	sachay laagai so man nirmal
ਗੁਰਮਤੀ ਸਚਿ ਸਮਾਵਣਿਆ॥੭॥	gurmatee sach samaavani-aa. ||7||

ਪ੍ਰਭ ਦਾ ਸ਼ਬਦ ਹੀ ਜੀਵ ਦੇ ਮਨ ਵਿੱਚ ਵਸਦਾ, ਵਾਪਰਦਾ ਹੈ । ਪ੍ਰਭ ਸਦਾ ਰਹਿਣ ਵਾਲਾ, ਨਾ ਬਦਲਨ ਵਾਲਾ, ਜੂੰਨਾਂ ਦੇ ਚੱਕਰ ਤੋਂ ਰਹਿਤ ਹੈ । ਜਿਹੜਾ ਸ਼ਬਦ ਦੀ ਪਾਲਣਾ ਵਿੱਚ ਅਡੋਲ ਰਹਿੰਦਾ ਹੈ, ਉਸ ਦਾ ਮਨ ਪਵਿੱਤਰ ਹੋ ਜਾਂਦਾ ਹੈ । ਉਹ ਸ਼ਬਦ ਦੀ ਪਾਲਣਾ ਕਰਨ ਨਾਲ ਹੀ ਉਸ ਦੀ ਜੋਤ ਵਿੱਚ ਅਭੇਦ ਹੋਇਆ ਜਾ ਸਕਦਾ ਹੈ ।

His Holy Spirit, His Word remains embedded within each soul, dwells, and prevails within each heart. The True Master remains unchanged and beyond the cycle of birth and death. Whosoever may obey the teachings of His Word with steady and stable belief in his day-to-day life; with His mercy and grace, his soul may be sanctified. He may be blessed with the right path to be immersed within His Holy Spirit.

ਸਚੁ ਸਾਲਾਹੀ ਅਵਰੁ ਨ ਕੋਈ॥	sach saalaahee avar na ko-ee.
ਜਿਤੁ ਸੇਵਿਐ ਸਦਾ ਸੁਖੁ ਹੋਈ॥	jit sayvi-ai sadaa sukh ho-ee.
ਨਾਨਕ ਨਾਮਿ ਰਤੇ ਵੀਚਾਰੀ,	naanak Naam ratay veechaaree
ਸਚੋ ਸਚੁ ਕਮਾਵਣਿਆ॥੮॥੧੮॥੧੯॥	sacho sach kamaavani-aa. ||8||18||19||

ਇਕੋ ਇਕ ਪ੍ਰਭ ਦੇ ਸ਼ਬਦ ਦਾ ਸਿਮਰਨ ਕਰੋ, ਹੋਰ ਕੋਈ ਸਿਮਰਨ ਦੇ ਯੋਗ ਨਹੀਂ ਹੈ । ਜਿਹੜਾ ਪ੍ਰਭ ਦੇ ਸ਼ਬਦ ਦਾ ਸਿਮਰਨ ਕਰਦਾ ਹੈ, ਉਸ ਦੇ ਮਨ ਵਿੱਚ ਪੂਰਨ ਸ਼ਾਂਤੀ ਬਖਸ਼ਿਸ਼ ਹੋ ਜਾਂਦੀ ਹੈ । ਜਿਸ ਦੇ ਮਨ ਵਿੱਚ ਸ਼ਬਦ ਘਰ ਕਰ ਜਾਂਦਾ ਹੈ । ਉਹ ਪ੍ਰਭ ਦੇ ਸ਼ਬਦ ਦਾ ਵਿਚਾਰ ਕਰਦਾ, ਆਪਣਾ ਜੀਵਨ ਢਾਲਦਾ ਹੈ ।

You should only meditate on the teachings of His Word; The One and Only One True Master. On one else, any worldly guru may be worthy of worship. Whosoever may meditate on the teachings of His Word; with His mercy and grace, he may be blessed with a peace and harmony. Whosoever may remain drench with the essence of His Word; only he may concentrate and adopts the teachings of His Word in his day-to-day life.

290.ਮਾਝ ਮਹਲਾ ੩॥ (121-1)

ਨਿਰਮਲ ਸਬਦੁ ਨਿਰਮਲ ਹੈ ਬਾਣੀ॥ nirmal sabad nirmal hai banee.
ਨਿਰਮਲ ਜੋਤਿ ਸਭ ਮਾਹਿ ਸਮਾਣੀ॥ nirmal jot sabh maahi samaanee.
ਨਿਰਮਲ ਬਾਣੀ ਹਰਿ ਸਾਲਾਹੀ, nirmal banee har saalaahee
ਜਪਿ ਹਰਿ ਨਿਰਮਲੁ ਮੈਲੁ ਗਵਾਵਣਿਆ॥੧॥ jap har nirmal mail gavaavni-aa. ||1||

ਪ੍ਰਭ ਦਾ ਸ਼ਬਦ, ਪ੍ਰਭ ਦੀ ਬਾਣੀ ਨਿਰਮਲ, ਪਵਿੱਤਰ ਹੈ । ਪ੍ਰਭ ਦੀ ਨਿਰਮਲ ਜੋਤ ਹੀ ਹਰਇਕ ਜੀਵ ਅੰਦਰ ਵਸਦੀ, ਵਾਪਰਦੀ ਹੈ । ਜੀਵ ਪ੍ਰਭ ਦੇ ਸ਼ਬਦ ਦੀ ਪਾਲਣਾ, ਸਿਮਰਨ ਕਰਨ ਨਾਲ ਮਨ ਦੀ ਮੈਲ ਧੋਤੀ ਜਾਂਦੀ ਹੈ ।

His Word, The True Master remains sanctified without blemish. His Holy Spirit remains embedded within each soul, dwells within and prevails in all events. Whosoever may meditate and obeys the teachings of His Word; with His mercy and grace, his sins may be forgiven forever.

ਹਉ ਵਾਰੀ ਜੀਉ ਵਾਰੀ, ha-o vaaree jee-o vaaree
ਸੁਖਦਾਤਾ ਮੰਨਿ ਵਸਾਵਣਿਆ॥ sukh-daata man vasaavani-aa.
ਹਰਿ ਨਿਰਮਲੁ ਗੁਰ ਸਬਦਿ ਸਲਾਹੀ, har nirmal gur sabad salaahee
ਸਬਦੋ ਸੁਣਿ ਤਿਸਾ ਮਿਟਾਵਣਿਆ॥੧॥ ਰਹਾਉ॥ sabdo suntisaa mitaavni-aa. ||1|| rahaa-o.

ਉਸ ਜੀਵਾਂ ਤੋਂ ਕੁਰਬਾਨ ਜਾਵੋ! ਜਿਸ ਦੇ ਮਨ ਵਿੱਚ ਸੁਖਾਂ ਦਾ ਦਾਤਾ ਜਾਗਰਤ, ਸ਼ਬਦ ਦੀ ਸੋਝੀ ਬਖਸ਼ਿਸ਼ ਹੋ ਜਾਂਦੀ ਹੈ । ਜੀਵ ਪ੍ਰਭ ਦੇ ਸ਼ਬਦ ਦੀ ਉਸਤਤ ਗਾਵੋ, ਸ਼ਬਦ ਦੀ ਪਾਲਣਾ ਕਰੋ । ਸ਼ਬਦ ਦੀ ਉਸਤਤ ਸੁਣਨ ਨਾਲ ਮਨ ਦੀਆਂ ਤ੍ਰਿਸ਼ਨਾ ਦੀ ਪਿਆਸ ਖਤਮ ਹੋ ਜਾਂਦੀ ਹੈ ।

You should remain fascinated from the life of His true devotee! Who may remain enlightened with the essence of His Word; The Merciful True Master of all comforts? You should obey and sing the glory of His Word. Whosoever may hear the praises of His Word, all his anxiety, thirst of worldly desires may be quenched.

ਨਿਰਮਲ ਨਾਮੁ ਵਸਿਆ ਮਨਿ ਆਏ॥ nirmal Naam vasi-aa man aa-ay.
ਮਨੁ ਤਨੁ ਨਿਰਮਲੁ ਮਾਇਆ ਮੋਹੁ ਗਵਾਏ॥ man, tan nirmal maa-i-aa moh gavaa-ay.
ਨਿਰਮਲ ਗੁਣ ਗਾਵੈ ਨਿਤ ਸਾਚੇ ਕੇ, nirmal gun gaavai nit saachay kay
ਨਿਰਮਲ ਨਾਦੁ ਵਜਾਵਣਿਆ॥੨॥ nirmal naad vajaavani-aa. ||2||

ਜਿਸ ਦੇ ਮਨ ਵਿੱਚ ਪ੍ਰਭ ਦਾ ਨਿਰਮਲ ਸ਼ਬਦ ਘਰ ਕਰ ਜਾਂਦਾ ਹੈ, ਉਸ ਦੀ ਆਤਮਾ ਪਵਿੱਤਰ ਹੋ ਜਾਂਦੀ ਹੈ । ਉਸ ਦੇ ਮਨ ਵਿਚੋਂ ਸੰਸਾਰਕ ਮਾਇਆ ਦਾ ਮੋਹ ਖਤਮ ਹੋ ਜਾਂਦਾ ਹੈ । ਜਿਹੜਾ ਜੀਵ ਪ੍ਰਭ ਦੇ ਸ਼ਬਦ ਦੀ ਬਾਰ ਬਾਰ ਉਸਤਤ ਗਾਉਂਦਾ ਹੈ । ਉਸ ਦੇ ਮਨ ਵਿੱਚ ਸ਼ਬਦ ਦੀ ਸਦਾ ਚਲਣ ਵਾਲੀ ਗੂੰਜ ਸੁਣਾਈ ਦੇਣ ਲਗ ਪੈਂਦੀ ਹੈ ।

Whosoever may remain drenched with the teachings of His Word; with His mercy and grace, his soul may be sanctified. He may conquer the worldly bonds, attachments, and possessions from within. Whosoever may sing the glory of Your Word; he may hear the everlasting echo of Your Word resonating within his mind.

ਨਿਰਮਲ ਅੰਮ੍ਰਿਤੁ ਗੁਰ ਤੇ ਪਾਇਆ॥ nirmal amrit gur tay paa-i-aa.
ਵਿਚਹੁ ਆਪੁ ਮੁਆ, ਤਿਥੈ ਮੋਹੁ ਨ ਮਾਇਆ॥ vichahu aap mu-aa tithai moh na maa-i-aa.
ਨਿਰਮਲ ਗਿਆਨੁ ਧਿਆਨੁ ਅਤਿ ਨਿਰਮਲੁ, nirmal gi-aan Dhi-aan at nirmal nirmal
ਨਿਰਮਲ ਬਾਣੀ ਮੰਨਿ ਵਸਾਵਣਿਆ॥੩॥ banee man vasaavani-aa. ||3||

ਪ੍ਰਭ ਦੀ ਰਹਿਮਤ ਨਾਲ ਹੀ ਜੀਵ ਦੇ ਮਨ ਵਿੱਚ ਨਿਰਮਲ ਸ਼ਬਦ ਘਰ ਕਰਦਾ ਹੈ, ਸ਼ਬਦ ਮਨ ਵਿੱਚ ਘਰ ਕਰਨ ਨਾਲ ਜੀਵਾਂ ਦਾ ਆਪਾ ਮਿਟ ਜਾਂਦਾ ਹੈ । ਇਸ ਨਾਲ ਹੀ ਉਸ ਨੂੰ ਸੰਸਾਰਕ ਮਾਇਆ ਦੇ ਮੋਹ ਤੇ ਜਿੱਤ ਬਖਸ਼ਿਸ਼ ਹੋ ਸਕਦੀ ਹੈ । ਪ੍ਰਭ ਦਾ ਸ਼ਬਦ, ਸ਼ਬਦ ਦੀ ਸੋਝੀ ਨਿਰਮਲ, ਪਵਿੱਤਰ ਹੈ । ਜਿਸ ਦਾ ਮਨ ਨਿਰਮਲ ਹੋ ਜਾਂਦਾ ਹੈ, ਉਸ ਦੇ ਮਨ ਵਿੱਚ ਨਿਰਮਲ ਸ਼ਬਦ ਭਰਿਆ ਰਹਿੰਦਾ ਹੈ ।

Whosoever may be bestowed with His Blessed Vision, he may remain awake and alert in his meditation. Whosoever may remain drenched with the enlightenment, he may offer his selflessness at the service of His Word. He may conquer the attachment of worldly desires. The enlightenment of the essence of His Word remains pure and blemish free. Only blemish free mind may be enlightened with the essence of His Word.

ਜੋ ਨਿਰਮਲੁ ਸੇਵੇ ਸੁ ਨਿਰਮਲੁ ਹੋਵੈ॥	jo nirmal sayvay so nirmal hovai.
ਹਉਮੈ ਮੈਲੁ ਗੁਰ ਸਬਦੇ ਧੋਵੈ॥	ha-umai mail gur sabday Dhovai.
ਨਿਰਮਲ ਵਾਜੈ ਅਨਹਦ ਧੁਨਿ ਬਾਣੀ,	nirmal vaajai anhadDhun banee
ਦਰਿ ਸਚੈ ਸੋਭਾ ਪਾਵਣਿਆ॥੪॥	dar sachai sobhaa paavni-aa. ||4||

ਜਿਹੜਾ ਪ੍ਰਭ ਦੇ ਨਿਰਮਲ ਸ਼ਬਦ ਦੀ ਪਾਲਣਾ ਕਰਦਾ ਹੈ, ਉਹ ਦੀ ਆਤਮਾ ਨਿਰਮਲ ਹੋ ਜਾਂਦੀ ਹੈ । ਉਸ ਦੇ ਮਨ ਦੀ ਅਹੰਕਾਰ ਦੀ ਮੈਲ ਧੋਤੀ ਜਾਂਦੀ ਹੈ । ਉਸ ਦੇ ਮਨ ਵਿੱਚ ਸ਼ਬਦ ਦੀ ਸਦਾ ਚਲਣ ਵਾਲੀ ਗੂੰਜ ਸੁਣਾਈ ਦੇਣ ਲਗ ਪੈਂਦੀ ਹੈ । ਉਸ ਨੂੰ ਪ੍ਰਵਾਨਗੀ ਦਾ ਰਸਤਾ ਬਖਸ਼ਿਸ਼ ਹੋ ਸਕਦਾ ਹੈ ।

Whosoever may obey the teachings of His Holy Word; The True Master. His soul may be sanctified. Whosoever may adopt the teachings of His Word with steady and stable belief in day-to-day life; with His mercy and grace, all his sins may be forgiven. He may hear the everlasting echo of His Word resonating within; with His mercy and grace, he may be blessed with right path of acceptance in His Court.

ਨਿਰਮਲ ਤੇ ਸਭ ਨਿਰਮਲ ਹੋਵੈ॥	nirmal tay sabh nirmal hovai.
ਨਿਰਮਲੁ ਮਨੂਆ ਹਰਿ ਸਬਦਿ ਪਰੋਵੈ॥	nirmal manoo-aa har sabad parovai.
ਨਿਰਮਲ ਨਾਮਿ ਲਗੇ ਬਡਭਾਗੀ,	nirmal Naam lagay badbhaagee
ਨਿਰਮਲੁ ਨਾਮਿ ਸੁਹਾਵਣਿਆ॥੫॥	nirmal Naam suhaavani-aa. ||5||

ਨਿਰਮਲ ਪ੍ਰਭ ਦੇ ਸ਼ਬਦ ਨਾਲ ਹੀ ਸਭ ਕੁਝ ਨਿਰਮਲ ਹੋ ਜਾਂਦਾ ਹੈ । ਉਸ ਦਾ ਮਨ ਨਿਰਮਲ ਸ਼ਬਦ ਦੀ ਮਾਲ਼ਾ ਬਣਾ ਲੈਂਦਾ ਹੈ । ਜਿਹੜਾ ਸ਼ਬਦ ਦੀ ਪਾਲਣਾ ਵਿੱਚ ਜੀਵਨ ਲਾ ਦੇਂਦਾ ਹੈ, ਉਹ ਵਡੇ ਭਾਗਾਂ ਵੇਲਾ ਹੋ ਜਾਂਦਾ ਹੈ । ਉਸ ਨੂੰ ਪ੍ਰਭ ਦੀ ਰਹਿਮਤ ਨਾਲ ਉਹ ਪ੍ਰਭ ਦੇ ਦਰਬਾਰ ਵਿੱਚ ਸੋਭਦਾ ਹੈ ।

Whosoever may adopt the teachings of His Word; everything in his life may become sanctified. His mind may become the priceless rosary of His Word. Whosoever obey the teachings of His Word in day-to-day life, he may become very fortunate; with His mercy and grace, he may be honored in His Court.

ਸੋ ਨਿਰਮਲੁ ਜੋ ਸਬਦੇ ਸੋਹੇ॥	so nirmal jo sabday sohai.
ਨਿਰਮਲ ਨਾਮਿ ਮਨੁ ਤਨੁ ਮੋਹੇ॥	nirmal Naam man tan mohai.
ਸਚਿ ਨਾਮਿ ਮਲੁ ਕਦੇ ਨ ਲਾਗੈ,	sach Naam mal kaday na laagai
ਮੁਖੁ ਊਜਲੁ ਸਚੁ ਕਰਾਵਣਿਆ॥੬॥	mukh oojal sach karaavani-aa. ||6||

ਜਿਹੜਾ ਸ਼ਬਦ ਨਾਲ ਜੀਵਨ ਢਾਲਦਾ ਹੈ, ਉਸ ਜੀਵ ਦਾ ਮਨ ਹੀ ਨਿਰਮਲ ਹੁੰਦਾ ਹੈ । ਉਹ ਦੇ ਮਨ, ਤਨ ਵਿੱਚ ਸ਼ਬਦ ਹੀ ਸੋਝੀ ਰਚ ਜਾਂਦੀ ਹੈ । ਪ੍ਰਭ ਦੇ ਸ਼ਬਦ ਦੀ ਪਾਲਣਾ ਕਰਨਵਾਲੇ ਦੇ ਮਨ ਨੂੰ ਕੋਈ ਦਾਗ਼, ਮੈਲ ਨਹੀਂ ਲਗਦੀ । ਉਸ ਦੇ ਮਨ ਤੇ ਅਨੋਖਾ ਹੀ ਨੂਰ ਬਖਸ਼ਿਸ਼ ਹੋ ਜਾਂਦਾ ਹੈ ।

Whosoever may adopt the teachings of His Word with steady and stable belief in day-to-day life, his soul may be sanctified. He may be drenched with the essence of His Holy Word. His mind may not be blemished with worldly desires; with His mercy and grace, he may be blessed with astonishing eternal glow of His Holy Spirit within his mind.

ਮਨੁ ਮੈਲਾ ਹੈ ਦੂਜੈ ਭਾਇ॥	man mailaa hai doojai bhaa-ay.
ਮੈਲਾ ਚਉਕਾ ਮੈਲੈ ਥਾਇ॥	mailaa cha-ukaa mailai thaa-ay.
ਮੈਲਾ ਖਾਇ ਫਿਰਿ ਮੈਲੁ ਵਧਾਏ,	mailaa khaa-ay fir mail vaDhaa-ay
ਮਨਮੁਖ ਮੈਲੁ ਦੁਖੁ ਪਾਵਣਿਆ॥੭॥	manmukh mail dukh paavni-aa. ||7||

ਜਿਸ ਦੇ ਮਨ ਤੇ ਭਰਮਾਂ ਦਾ ਜ਼ੋਰ ਹੁੰਦਾ ਹੈ, ਸ਼ਬਦ ਤੇ ਭਰੋਸਾ ਨਹੀਂ ਹੁੰਦਾ, ਉਸ ਦਾ ਮਨ ਮੈਲਾ ਹੀ ਰਹਿੰਦਾ ਹੈ, ਉਸ ਦੇ ਕੰਮ, ਖਿਆਲ ਵੀ ਮੰਦੇ ਹੁੰਦੇ ਹਨ । ਉਹ ਪਾਪਾਂ ਵਾਲੇ ਕੰਮ ਹੀ ਕਰਦਾ, ਪਾਪਾਂ ਦਾ ਭਾਰ ਹੀ ਇਕੱਠਾ ਕਰਦਾ ਰਹਿੰਦਾ ਹੈ । ਮੌਤ ਪਿਛੋਂ ਪਾਪਾਂ ਦੀ ਸਜ਼ਾ ਭੁਗਤਦਾ ਹੈ ।

Whosoever may remain intoxicated with religious suspicions or rituals; he may never have a steady and stable belief on the teachings of His Word. His mind always remains blemished with worldly desires, evil thoughts, ego. His thoughts and deeds remain evil. He may perform evil deeds and enhance the burden of sins. He may endure the miseries for his worldly desires after death.

ਮੈਲੇ ਨਿਰਮਲ ਸਭਿ ਹੁਕਮਿ ਸਬਾਏ॥	mailay nirmal sabh hukam sabaa-ay.
ਸੇ ਨਿਰਮਲ ਜੋ ਹਰਿ ਸਾਚੇ ਭਾਏ॥	say nirmal jo har saachay bhaa-ay.
ਨਾਨਕ ਨਾਮੁ ਵਸੈ ਮਨ ਅੰਤਰਿ,	naanak Naam vasai man antar
ਗੁਰਮੁਖਿ ਮੈਲੁ ਚੁਕਾਵਣਿਆ॥੮॥੧੯॥੨੦॥	gurmukh mail chukaavani-aa. ||8||19||20||

ਮਨ ਦੀ ਮੈਲ ਜਾ ਪਵਿੱਤਰਤਾ ਪ੍ਰਭ ਦੇ ਹੁਕਮ ਨਾਲ, ਸ਼ਬਦ ਦੀ ਪਾਲਣਾ ਨਾਲ ਹੀ ਬਖਸ਼ਿਸ਼ ਹੁੰਦੀ ਹੈ । ਜਿਸ ਦੇ ਕੰਮ ਪ੍ਰਭ ਨੂੰ ਭਾਉਂਦੇ ਹਨ, ਕੇਵਲ ਉਸ ਦੀ ਆਤਮਾ ਹੀ ਪਵਿੱਤਰ ਹੁੰਦੀ ਹੈ । ਜਿਹੜਾ ਆਪਣੇ ਮਨ ਦੀ ਮੈਲ ਧੋਅ ਲੈਂਦਾ ਹੈ, ਉਸ ਦੇ ਮਨ ਵਿੱਚ ਪ੍ਰਭ ਦਾ ਸ਼ਬਦ ਦੀ ਸੋਝੀ ਡੂੰਘੀ ਵਸਦੀ ਹੈ ।

The filth, the blemish and sanctification of his soul may only happen under His Command, by obeying the teachings of His Word. Whose deeds may be accepted in His Court; with His mercy and grace, only his soul may be sanctified. His sins of previous lives may be forgiven. He may remain drenched with the essence of His Word.

291.ਮਾਝ ਮਹਲਾ ੩॥ (121-14)

ਗੋਵਿੰਦੁ ਊਜਲੁ ਊਜਲ ਹੰਸਾ॥	govind oojal oojal hansaa.
ਮਨੁ ਬਾਣੀ ਨਿਰਮਲ ਮੇਰੀ ਮਨਸਾ॥	man, banee nirmal mayree mansaa.
ਮਨਿ ਊਜਲ ਸਦਾ ਮੁਖ ਸੋਹਹਿ,	man, oojal sadaa mukh soheh
ਅਤਿ ਊਜਲ ਨਾਮੁ ਧਿਆਵਣਿਆ॥੧॥	at oojal Naam Dhi-aavani-aa. ||1||

ਪ੍ਰਭ ਦਾ ਪਵਿੱਤਰ ਸ਼ਬਦ ਬੰਦਗੀ ਕਰਨਵਾਲੀ ਆਤਮਾ ਤੇ ਚਮਕਦਾ ਹੈ । ਜਿਸ ਦੇ ਮਨ ਵਿੱਚ ਪ੍ਰਭ ਦਾ ਪਵਿੱਤਰ ਸ਼ਬਦ ਵਸਦਾ ਹੈ, ਉਸ ਦੀ ਆਸ ਪ੍ਰਭ ਦੇ ਚਰਨਾਂ ਵਿੱਚ ਲਗੀ ਰਹਿੰਦੀ ਹੈ । ਜਿਸ ਦਾ ਮਨ ਪਵਿੱਤਰ ਹੋ ਜਾਂਦਾ ਹੈ, ਉਸ ਤੇ ਪ੍ਰਭ ਦਾ ਨੂਰ ਚਮਕਦਾ ਹੈ, ਉਹ ਪ੍ਰਭ ਦੇ ਸ਼ਬਦ ਵਿੱਚ ਹੀ ਮਸਤ ਰਹਿੰਦਾ ਹੈ ।

His Holy, unblemished Word shines on the soul of His true devotee. Whosoever may remain drench with the essence of His Word; he keeps all his hopes on the Blessings of the One and Only One, True Master. His soul may be sanctified; with His mercy and grace, the glory of His Word shines on his forehead. He may remain intoxicated with the essence of His Word.

ਹਉ ਵਾਰੀ ਜੀਉ ਵਾਰੀ	ha-o vaaree jee-o vaaree
ਗੋਬਿੰਦ ਗੁਣ ਗਾਵਣਿਆ॥	gobind gun gaavani-aa.
ਗੋਬਿਦੁ ਗੋਬਿਦੁ ਕਹੈ ਦਿਨ ਰਾਤੀ,	gobid gobid kahai din raatee
ਗੋਬਿਦ ਗੁਣ ਸਬਦਿ ਸੁਣਾਵਣਿਆ॥੧॥	gobid gun sabad sunaavni-aa. ||1||
ਰਹਾਉ॥	rahaa-o.

ਉਸ ਜੀਵ ਤੋਂ ਕੁਰਬਾਨ ਜਾਵੋ! ਜਿਹੜਾ ਦਿਨ ਰਾਤ ਪ੍ਰਭ ਦੇ ਸ਼ਬਦ ਦੀ ਉਸਤਤ ਗਾਉਂਦਾ, ਪਾਲਣਾ ਕਰਦਾ, ਸੁਣਦਾ ਰਹਿੰਦਾ ਹੈ ।

I remain fascinated from the life of His true devotee! Who may sing the glory, listens the sermon and adopts the teachings of His Word Day and night?

ਗੋਬਿਦੁ ਗਾਵਹਿ ਸਹਜਿ ਸੁਭਾਏ॥
ਗੁਰ ਕੈ ਭੈ ਊਜਲ ਹਉਮੈ ਮਲੁ ਜਾਏ॥
ਸਦਾ ਅਨੰਦਿ ਰਹਹਿ ਭਗਤਿ ਕਰਹਿ,
ਦਿਨੁ ਰਾਤੀ ਸੁਣਿ ਗੋਬਿਦ ਗੁਣ ਗਾਵਣਿਆ॥੨॥

gobid gaavahi sahj subhaa-ay.
gur kai bhai oojal ha-umai mal jaa-ay.
sadaa anand raheh bhagat karahi
din raatee sun gobid gun gaavani-aa. ||2||

ਜਿਸ ਦੀ ਲਗਨ ਪ੍ਰਭ ਦੇ ਸ਼ਬਦ ਵਿੱਚ ਲਗੀ ਰਹਿੰਦੀ ਹੈ । ਉਸ ਨੂੰ ਪ੍ਰਭ ਦੇ ਵਿਛੋੜੇ ਦੇ ਵਿਰਾਗ ਵਿੱਚ ਰਹਿੰਦੇ ਹੋਏ ਹੀ ਪ੍ਰਭ ਦੀ ਜੋਤ ਦਾ ਨੂਰ ਬਖਸ਼ਿਸ਼ ਹੋ ਜਾਂਦਾ ਹੈ । ਉਸ ਦੇ ਮਨ ਵਿਚੋਂ ਅਹੰਕਾਰ ਦੀ ਜੜ੍ਹ ਖਤਮ ਹੋ ਜਾਂਦੀ ਹੈ । ਉਹ ਪ੍ਰਭ ਦੇ ਸ਼ਬਦ ਦਾ ਸਿਮਰਨ ਕਰਦਾ, ਸਦਾ ਹੀ ਖੇੜੇ ਵਿੱਚ ਰਹਿੰਦਾ ਹੈ । ਦਿਨ ਰਾਤ ਪ੍ਰਭ ਦਾ ਸ਼ਬਦ ਸੁਣਦਾ, ਉਸਤਤ ਗਾਉਂਦਾ ਹੈ ।

Whosoever may remain in deep meditation in the void of His Word. He remains in renunciation in the memory of his separation from His Holy Spirit; with His mercy and grace, His Holy Spiritual shines on his heart. His root of ego may be destroyed. Whosoever may obey and meditates on the teachings of His Word; with His mercy and grace, he may remain in peace and harmony with His Blessings. His true devotee may sing the glory and listens to the sermons of His Word Day and night.

ਮਨੂਆ ਨਾਚੈ ਭਗਤਿ ਦ੍ਰਿੜਾਏ॥
ਗੁਰ ਕੈ ਸਬਦਿ ਮਨੈ ਮਨੁ ਮਿਲਾਏ॥
ਸਚਾ ਤਾਲੁ ਪੂਰੇ ਮਾਇਆ ਮੋਹੁ ਚੁਕਾਏ,
ਸਬਦੇ ਨਿਰਤਿ ਕਰਾਵਣਿਆ॥੩॥

manoo-aa naachai bhagat drirh-aa-ay.
gur kai sabad manai man milaa-ay.
sachaa taal pooray maa-i-aa moh chukaa-ay sabday nirat karaavani-aa. ||3||

ਉਸ ਦੇ ਮਨ ਵਿੱਚ ਪ੍ਰਭ ਦੇ ਸ਼ਬਦ ਦਾ ਨਾਚ ਆਉਂਦਾ ਹੈ । ਉਹ ਪ੍ਰਭ ਦੇ ਸ਼ਬਦ ਨਾਲ ਜੀਵਨ ਬਤੀਤ ਕਰਦਾ, ਪ੍ਰਭ ਦੀ ਸਰਨ ਵਿੱਚ ਪ੍ਰਵਾਨ ਹੋ ਜਾਂਦਾ ਹੈ । ਜਿਸ ਦਾ ਮਨ ਪ੍ਰਭ ਦੇ ਵਿਛੋੜੇ ਦੇ ਵਿਰਾਗ ਵਿੱਚ ਅਡੋਲ ਹੋ ਜਾਂਦਾ ਹੈ । ਉਸ ਨੂੰ ਸੰਸਾਰਕ ਮਾਇਆ ਤੇ ਕਾਬੂ ਬਖਸ਼ਿਸ਼ ਹੋ ਜਾਂਦਾ ਹੈ । ਮਨ ਤੇ ਮਾਇਆ ਦਾ ਪ੍ਰਭਾਵ ਖਤਮ, ਨਾਸ ਹੋ ਜਾਂਦਾ ਹੈ । ਮਨ ਵਿੱਚ ਖੇੜਾ ਬਖਸ਼ਿਸ਼ ਹੋ ਜਾਂਦਾ ਹੈ ।

His true devotee may dance on the tune of His Word; he may humbly obey and adopts the teachings of His Word; with His mercy and grace, he may be accepted in His Sanctuary. Whosoever may remain in renunciation in the memory of his separation from His Holy Spirit; he may conquer all worldly desire. He may remain beyond the reach of worldly desires. He may be blessed with a peace of mind and harmony in his worldly environments.

ਊਚਾ ਕੂਕੇ ਤਨਹਿ ਪਛਾੜੇ॥
ਮਾਇਆ ਮੋਹਿ ਜੋਹਿਆ ਜਮਕਾਲੇ॥
ਮਾਇਆ ਮੋਹੁ ਇਸੁ ਮਨਹਿ ਨਚਾਏ,
ਅੰਤਰਿ ਕਪਟੁ ਦੁਖੁ ਪਾਵਣਿਆ॥੪॥

oochaa kookay taneh pachhaarhay.
maa-i-aa mohi johi-aa jamkaalay.
maa-i-aa moh is maneh nachaa-ay antar kapat dukh paavni-aa. ||4||

ਜਿਹੜਾ ਜੀਵ ਲੋਕ ਦਿਖਾਵੇ ਦੀ ਬੰਦਗੀ ਕਰਦਾ, ਜ਼ੋਰ ਤਮਾਸ਼ਾ ਕਰਦਾ ਹੈ । ਉਸ ਦੇ ਮਨ ਤੇ ਸ਼ਬਦ ਦਾ ਕੋਈ ਪ੍ਰਭਾਵ ਨਹੀਂ ਹੁੰਦਾ । ਮਨ ਤੇ ਸੰਸਾਰਕ ਮਾਇਆ ਦਾ ਲਾਲਚ ਹੁੰਦਾ ਹੈ । ਉਹ ਮੌਤ ਦੇ ਫਰਿਸ਼ਤੇ ਦੇ ਜਾਲ ਵਿੱਚ ਹੀ ਰਹਿੰਦਾ ਹੈ । ਸੰਸਾਰਕ ਮਾਇਆ ਜੀਵ ਨੂੰ ਲਾਲਚ ਵਿੱਚ ਫਸਾ ਕੇ ਬਹੁਤ ਕੰਮ ਕਰਾਉਂਦੀ ਹੈ । ਉਹ ਪਾਪਾਂ ਦਾ ਭਾਰ ਇਕੱਠਾ ਕਰਦਾ ਹੈ, ਇਸ ਦੀ ਹੀ ਸਜ਼ਾ ਭੁਗਤਦਾ ਹੈ ।

Whosoever may meditate just to impress others and to be honored in the world; he may not have any influence of His Word in his day-to-day life. He may remain intoxicated with the sweet poison of worldly wealth. He may perform evil deeds and increase the burden of sins in his life. In the end, he may endure the misery of the devil of death.

ਗੁਰਮੁਖਿ ਭਗਤਿ ਜਾ ਆਪਿ ਕਰਾਏ॥
ਤਨੁ ਮਨੁ ਰਾਤਾ ਸਹਜਿ ਸੁਭਾਏ॥
ਬਾਣੀ ਵਜੈ ਸਬਦਿ ਵਜਾਏ,
ਗੁਰਮੁਖਿ ਭਗਤਿ ਥਾਇ ਪਾਵਣਿਆ॥੫॥

gurmukh bhagat jaa aap karaa-ay.
tan man raataa sahj subhaa-ay.
banee vajai sabad vajaa-ay gurmukh bhagat thaa-ay paavni-aa. ||5||

ਜਿਸ ਤੇ ਪ੍ਰਭ ਆਪ ਹੀ ਰਹਿਮਤ ਬਖਸ਼ਕੇ ਸ਼ਬਦ ਦੀ ਪਾਲਣਾ ਵਿੱਚ ਲਗਨ ਲਾਉਂਦਾ ਹੈ । ਉਸ ਨੂੰ ਗੁਰਮਖ ਅਵਸਥਾ ਦੇ ਰਸਤੇ ਤੇ ਪਾਉਂਦਾ ਹੈ । ਉਸ ਦਾ ਮਨ, ਤਨ ਪ੍ਰਭ ਦੀ ਜੋਤ ਦੀ ਸਮਾਧੀ ਵਿੱਚ ਲੀਨ ਰਹਿੰਦਾ ਹੈ । ਉਸ ਦੇ ਮਨ ਵਿੱਚ ਪ੍ਰਭ ਦੇ ਸ਼ਬਦ ਦੀ ਗੂੰਜ ਸੁਣਾਈ ਦੇਂਦੀ ਹੈ । ਜਿਸ ਦੀ ਬੰਦਗੀ ਪ੍ਰਭ ਨੂੰ ਪ੍ਰਵਾਨ ਹੋ ਜਾਂਦੀ ਹੈ । ਉਸ ਜੀਵ ਨੂੰ ਗੁਰਮਖ ਅਵਸਥਾ ਬਖਸ਼ਿਸ਼ ਹੋ ਜਾਂਦੀ ਹੈ ।

Whosoever may be bestowed with His Blessed Vision; he may be blessed with the right path of state of mind as His true devotee. He may remain meditating in the void of His Word. He may hear the ever echo of His Word resonating within his mind. Whose meditation may be accepted in His Court; he may be blessed with a state of mind as His true devotee.

ਬਹੁ ਤਾਲ ਪੂਰੇ ਵਾਜੇ ਵਜਾਏ॥	baho taal pooray vaajay vajaa-ay.
ਨਾ ਕੋ ਸੁਣੇ ਨ ਮੰਨਿ ਵਸਾਏ॥	naa ko sunay na man vasaa-ay.
ਮਾਇਆ ਕਾਰਣਿ ਪਿੜ ਬੰਧਿ ਨਾਚੈ,	maa-i-aa kaaran pirh banDh naachai
ਦੂਜੈ ਭਾਇ ਦੁਖੁ ਪਾਵਣਿਆ॥੬॥	doojai Bhaa- ay dukh paavni-aa. ||6||

ਜਿਹੜਾ ਸੰਸਾਰਕ ਮਾਇਆ ਇਕੱਠੀ ਕਰਨ ਲਈ ਵੱਖਰੇ ਵੱਖਰੇ ਸਾਜਾਂ ਨਾਲ ਸ਼ਬਦ ਗਾਉਂਦਾ ਹੈ । ਜਿਸ ਦੇ ਆਪਣੇ ਮਨ ਤੇ ਉਸ ਸ਼ਬਦ ਦਾ ਕੋਈ ਪ੍ਰਭਾਵ ਨਾ ਹੁੰਦਾ, ਉਸ ਦੀ ਸਿਖਿਆਂ ਨਾਲ ਹੋਰ ਕਿਸੇ ਦੇ ਮਨ ਤੇ ਕੋਈ ਬਹੁਤਾ ਚਿਰ ਰਹਿਣ ਵਾਲਾ ਅਸਰ ਨਹੀਂ ਹੁੰਦਾ । ਉਸ ਦਾ ਸ਼ਬਦ ਤੇ ਭਰੋਸਾ ਅਡੋਲ ਨਹੀਂ ਹੁੰਦਾ, ਉਹ ਦੋਂ ਪਾਸੇ ਭਟਕਦਾ ਦੀ ਹੀ ਸਜ਼ਾ ਭੁਗਤਦਾ ਹੈ ।

Whosoever may sing the glory of the Holy Scripture with various music tones to collect worldly wealth, possessions. Whosoever may not have any effect of teachings of His Word in his day-to-day life; his sermons, may not have any long-lasting effect on any listeners. He may not adopt the teachings of His Word with steady and stable belief in his day-to-day life. He may endure the misery of duality in his way of life.

ਜਿਸੁ ਅੰਤਰਿ ਪ੍ਰੀਤਿ ਲਗੈ ਸੋ ਮੁਕਤਾ॥	jis antar pareet lagai so muktaa.
ਇੰਦ੍ਰੀ ਵਸਿ ਸਚ ਸੰਜਮਿ ਜੁਗਤਾ॥	indree vas sach sanjam jugtaa.
ਗੁਰ ਕੈ ਸਬਦਿ ਸਦਾ ਹਰਿ ਧਿਆਏ,	gur kai sabad sadaa har Dhi-aa-ay
ਏਹਾ ਭਗਤਿ ਹਰਿ ਭਾਵਣਿਆ॥੭॥	ayhaa bhagat har bhaavni-aa. ||7||

ਜਿਸ ਦੇ ਅੰਦਰ ਪ੍ਰਭ ਦਾ ਸ਼ਬਦ ਘਰ ਕਰ ਜਾਂਦਾ ਹੈ । ਉਹ ਹੀ ਮੁਕਤੀ ਦੇ ਰਸਤੇ ਤੇ ਚਲਦਾ ਹੈ । ਆਪਣੇ ਮਨ ਦੀਆਂ ਇੱਛਾਂ ਤੇ ਕਾਬੂ ਪਾਉਣਾ ਹੀ ਇਕੋ ਇਕ ਹੀ ਵਿਧੀ ਹੈ, ਅਸਲੀ ਜੀਵਨ ਦਾ ਰਸਤਾ ਹੈ । ਪ੍ਰਭ ਦੇ ਸ਼ਬਦ ਦੀ ਪਾਲਣਾ ਕਰਨਾ ਹੀ ਇਕ ਸਿਮਰਨ ਹੈ, ਜਿਹੜਾ ਪ੍ਰਭ ਦੀ ਦਰਗਾਹ ਵਿੱਚ ਪ੍ਰਵਾਨ ਹੁੰਦਾ ਹੈ ।

Whosoever may remain drench with the essence of His Word; with His mercy and grace, he may be blessed with the right path of salvation. The only one right path of human life journey mat be to conquers own worldly desires! Whosoever may meditate on the teachings of His Word with steady and stable belief; with His mercy and grace, his meditation may be accepted in His Court.

ਗੁਰਮੁਖਿ ਭਗਤਿ ਜੁਗ ਚਾਰੇ ਹੋਈ॥	gurmukh bhagat jug chaaray ho-ee.
ਹੋਰਤੁ ਭਗਤਿ ਨ ਪਾਏ ਕੋਈ॥	horat bhagat na paa-ay ko-ee.
ਨਾਨਕ ਨਾਮੁ ਗੁਰ ਭਗਤੀ ਪਾਈਐ,	naanak Naam gur bhagtee paa-ee-ai
ਗੁਰ ਚਰਣੀ ਚਿਤੁ ਲਾਵਣਿਆ॥੮॥੨੦॥੨੧॥	gur charnee chit laavani-aa. ||8||20||21||

ਗੁਰਮਖ ਅਵਸਥਾ ਪਾਉਣਾ ਹੀ ਚਾਰੇ ਜੁਗਾਂ ਵਿੱਚ ਬੰਦਗੀ ਕਰਨ ਦੀ ਵਿਧੀ ਹੈ । ਹੋਰ ਕਿਸੇ ਤਰੀਕੇ ਨਾਲ ਪ੍ਰਭ ਦੇ ਸ਼ਬਦ ਵਿੱਚ ਲਗਨ ਨਹੀਂ ਲਗਦੀ । ਉਹ ਪ੍ਰਭ ਦੇ ਚਰਨਾਂ ਵਿੱਚ ਧਿਆਨ ਲਾਉਂਦਾ, ਪ੍ਰਭ ਦੀ ਪਨਾਹ ਵਿੱਚ ਆਪਾ ਭੇਟਾ ਕਰਦਾ ਹੈ । ਪ੍ਰਭ ਦੇ ਸ਼ਬਦ ਨਾਲ ਜੀਵਨ ਬਤੀਤ ਕਰਨਾ ਹੀ ਪ੍ਰਭ ਦੇ ਸ਼ਬਦ ਦਾ ਸਿਮਰਨ ਹੈ । ਇਹ ਹੀ ਪ੍ਰਭ ਦੇ ਦਰਬਾਰ ਵਿੱਚ ਪ੍ਰਵਾਨ ਹੁੰਦਾ ਹੈ ।

In all four Ages! Whosoever may meditate wholeheartedly with a steady and stable belief on the teachings of His Word; with His mercy and grace, he may be blessed with a state of mind as His true devotee. He may not remain in meditation with any other technique. Whosoever may surrender his self-identity at His Sanctuary and adopt the teachings of His Word; his meditation may be accepted in His Court.

292.ਮਾਝ ਮਹਲਾ ੩॥ (122-7)

ਸਚਾ ਸੇਵੀ ਸਚੁ ਸਾਲਾਹੀ॥	sachaa sayvee sach saalaahee.
ਸਚੈ ਨਾਇ ਦੁਖੁ ਕਬ ਹੀ ਨਾਹੀ॥	sachai naa-ay dukh kab hee naahee.
ਸੁਖਦਾਤਾ ਸੇਵਨਿ ਸੁਖੁ ਪਾਇਨਿ,	Sukh-daata sayvan sukh paa-in
ਗੁਰਮਤਿ ਮੰਨਿ ਵਸਾਵਣਿਆ॥੧॥	gurmat man vasaavani-aa. ‖1‖

ਜੀਵ ਸਦਾ ਅਟਲ ਰਹਿਣ ਵਾਲੇ ਪ੍ਰਭ ਦੀ ਸੇਵਾ ਕਰੋ, ਉਸ ਦੇ ਸ਼ਬਦ ਦੇ ਗੁਣ ਗਾਵੋ । ਸ਼ਬਦ ਦੀ ਪਾਲਣਾ ਕਰਨ ਨਾਲ ਸੰਸਾਰਕ ਇੱਛਾਂ ਦਾ ਦੁਖ ਕਦੇ ਤੰਗ ਨਹੀਂ ਕਰਦਾ । ਜਿਹੜਾ ਪ੍ਰਭ ਦੇ ਸ਼ਬਦ ਨਾਲ ਜੀਵਨ ਢਾਲਦਾ ਹੈ, ਉਸ ਦੇ ਮਨ ਵਿੱਚ ਸ਼ਬਦ ਘਰ ਕਰ ਜਾਂਦਾ ਹੈ । ਉਸ ਨੂੰ ਸ਼ਬਦ ਦੀ ਪਾਲਣਾ ਕਰਦੇ ਨੂੰ ਸ਼ਾਂਤੀ, ਸੰਤੋਖ ਬਖਸ਼ਿਸ਼ ਹੋ ਸਕਦਾ ਹੈ ।

You should always sing the glory and serve the ever-living True Master. Whosoever may obey the teachings of His Word in day-to-day life, he may not be frustrated with worldly desires. Whosoever may adopt the teachings of His Word in day-to-day life; with His mercy and grace, he may remain drench with the essence of His Word. He may be blessed with a peace of mind and contentment with His Blessings.

ਹਉ ਵਾਰੀ ਜੀਉ ਵਾਰੀ,	ha-o vaaree jee-o vaaree
ਸੁਖ ਸਹਜਿ ਸਮਾਧਿ ਲਗਾਵਣਿਆ॥	sukh sahj samaaDh lagaavani-aa.
ਜੋ ਹਰਿ ਸੇਵਹਿ ਸੇ ਸਦਾ ਸੋਹਹਿ,	jo har sayveh say sadaa soheh sobhaa
ਸੋਭਾ ਸੁਰਤਿ ਸੁਹਾਵਣਿਆ॥੧॥ ਰਹਾਉ॥	surat suhaavani-aa. ‖1‖ rahaa-o.

ਉਸ ਤੋਂ ਕੁਰਬਾਨ ਜਾਵੋ ! ਜਿਹੜਾ ਬੰਦਗੀ ਕਰਦਾ, ਸ਼ਬਦ ਦੀ ਸਮਾਧੀ ਵਿੱਚ ਲੀਨ ਹੋ ਜਾਂਦੇ ਹਨ । ਜਿਹੜਾ ਪ੍ਰਭ ਦੇ ਸ਼ਬਦ ਨਾਲ ਜੀਵਨ ਬਤੀਤ ਕਰਦਾ ਹੈ । ਉਹ ਸਦਾ ਹੀ ਸੋਭਾ ਪਾਉਂਦਾ ਹੈ, ਉਸ ਤੇ ਪ੍ਰਭ ਦੀ ਰਹਿਮਤ ਦਾ ਖੇੜਾ ਰਹਿੰਦਾ ਹੈ ।

I remain fascinated from the way of life of His true devotee! Who may meditate wholeheartedly on the teachings of His Word and remains intoxicated in the void of His Word? Whosoever may adopt the teachings of His Word in day-to-day life; with His mercy and grace, he may be honored in His Court. He may remain in peace and harmony and under His Bliss.

ਸਭੁ ਕੋ ਤੇਰਾ ਭਗਤੁ ਕਹਾਏ॥	sabh ko tayraa bhagat kahaa-ay.
ਸੇਈ ਭਗਤ ਤੇਰੈ ਮਨਿ ਭਾਏ॥	say-ee bhagat tayrai man bhaa-ay.
ਸਚੁ ਬਾਣੀ ਤੁਧੈ ਸਾਲਾਹਨਿ,	sach banee tuDhai saalaahan rang
ਰੰਗਿ ਰਾਤੇ ਭਗਤਿ ਕਰਾਵਣਿਆ॥੨॥	raatay bhagat karaavani-aa. ‖2‖

ਸੰਸਾਰ ਵਿੱਚ ਸਾਰੇ ਹੀ ਆਪਣੇ ਆਪ ਨੂੰ ਬੰਦਗੀ ਕਰਨਵਾਲੇ ਸੇਵਕ ਸਮਝਦੇ, ਕਹਿੰਦੇ ਹਨ । ਪਰ ਜਿਸ ਦੀ ਬੰਦਗੀ ਦਰਗਾਹ ਵਿੱਚ ਪ੍ਰਵਾਨ ਹੋ ਜਾਂਦੀ ਹੈ, ਅਸਲੀ ਸੇਵਕ ਉਹ ਹੀ ਹੁੰਦਾ ਹੈ । ਉਹ ਪ੍ਰਭ ਦੇ ਸ਼ਬਦ ਦੀ ਪਾਲਣਾ ਕਰਦਾ, ਸ਼ਬਦ ਦੇ ਗੁਣ ਗਾਉਂਦਾ ਹੈ । ਉਸ ਦੀ ਲਗਨ ਤੇਰੇ ਵਿਛੋੜੇ ਦੇ ਵਿਰਾਗ ਵਿੱਚ ਹੀ ਰਹਿੰਦੀ ਹੈ ।

Everyone may think to be His true devotee, humble slave; however, whose earnings of His Word may be accepted in His Court, only he may be blessed with a state of mind as His true devotee. He may meditate, obeys, and sings the glory of His Word. He may remain in renunciation in the memory of his separation from His Holy Spirit.

ਸਭੁ ਕੋ ਸਚੇ ਹਰਿ ਜੀਉ ਤੇਰਾ॥ sabh ko sachay har jee-o tayraa.
ਗੁਰਮੁਖਿ ਮਿਲੈ ਤਾ ਚੂਕੈ ਫੇਰਾ॥ gurmukh milai taa chookai fayraa.
ਜਾ ਤੁਧੁ ਭਾਵੈ ਤਾ ਨਾਇ ਰਚਾਵਹਿ, jaa tuDh bhaavai taa naa-ay rachaaveh
ਤੂੰ ਆਪੇ ਨਾਉ ਜਪਾਵਣਿਆ॥੩॥ tooN Aapay naa-o japaavani-aa. ||3||

ਪ੍ਰਭ ਸਾਰੀ ਸ੍ਰਿਸ਼ਟੀ ਹੀ ਤੇਰੀ ਗੁਲਾਮ ਹੈ । ਗੁਰਮਖ ਜੀਵ ਦੇ ਜੀਵਨ ਨੂੰ ਅਪਣਾਉਣ ਨਾਲ ਹੀ ਜੂੰਨਾਂ ਦਾ ਚੱਕਰ ਖਤਮ ਹੋ ਸਕਦਾ ਹੈ । ਆਪ ਹੀ ਜੀਵ ਨੂੰ ਸ਼ਬਦ ਦੀ ਪਾਲਣਾ ਦੀ ਲਗਨ ਲਾਉਂਦਾ ਹੈ । ਆਪ ਹੀ ਉਸ ਦੀ ਬੰਦਗੀ ਪ੍ਰਵਾਨ ਕਰਦਾ ਹੈ ।

The whole universe remains a slave of The True Master. Whosoever may adopt the teachings of His Word with steady and stable belief; with His mercy and grace, his cycle of birth and death may be eliminated. He may be blessed with devotion, only he may obey the teachings of His Word. His meditation may be accepted in His Court.

ਗੁਰਮਤੀ ਹਰਿ ਮੰਨਿ ਵਸਾਇਆ॥ gurmatee har man vasaa-i-aa.
ਹਰਖੁ ਸੋਗੁ ਸਭੁ ਮੋਹੁ ਗਵਾਇਆ॥ harakh sog sabh moh gavaa-i-aa.
ਇਕਸੁ ਸਿਉ ਲਿਵ ਲਾਗੀ ਸਦ ਹੀ, ikas si-o liv laagee sad hee har
ਹਰਿ ਨਾਮੁ ਮੰਨਿ ਵਸਾਵਣਿਆ॥੪॥ Naam man vasaavani-aa. ||4||

ਜਿਹੜਾ ਪ੍ਰਭ ਦੇ ਸ਼ਬਦ ਦੀ ਪਾਲਣਾ ਕਰਦਾ ਹੈ, ਉਸ ਦੇ ਮਨ ਵਿੱਚ ਸ਼ਬਦ ਦੀ ਸੋਝੀ ਘਰ ਕਰ ਜਾਂਦੀ ਹੈ । ਉਸ ਦੇ ਮਨ ਵਿਚੋਂ ਸੋਗ ਵਿਜੋਗ, ਸੰਸਾਰਕ ਮੋਹ ਦੂਰ ਹੋ ਜਾਂਦਾ ਹੈ । ਜਿਹੜਾ ਸ਼ਬਦ ਦੀ ਪਾਲਣਾ ਵਿੱਚ ਅਡੋਲ ਰਹਿੰਦਾ ਹੈ, ਉਸ ਦੇ ਮਨ ਵਿੱਚ ਸ਼ਬਦ ਦੀ ਸੋਝੀ ਘਰ ਕਰ ਜਾਂਦੀ ਹੈ ।

Whosoever may obey the teachings of His Word; with His mercy and grace, he may remain drenched with the essence of His Word. He may conquer his worldly bonds, attachments, possessions, and ego. He may remain intoxicated in meditation in the void of His Word. He may immerse within His Holy Spirit.

ਭਗਤ ਰੰਗਿ ਰਾਤੇ ਸਦਾ ਤੇਰੈ ਚਾਏ॥ bhagat rang raatay sadaa tayrai chaa-ay.
ਨਉ ਨਿਧਿ ਨਾਮੁ ਵਸਿਆ ਮਨਿ ਆਏ॥ na-o niDh Naam vasi-aa man aa-ay.
ਪੂਰੈ ਭਾਗਿ ਸਤਿਗੁਰੁ ਪਾਇਆ, poorai bhaag saT`gur paa-i-aa
ਸਬਦੇ ਮੇਲਿ ਮਿਲਾਵਣਿਆ॥੫॥ sabday mayl milaavani-aa. ||5||

ਜਿਹੜਾ ਪ੍ਰਭ ਦੇ ਸ਼ਬਦ ਦਾ ਸਿਮਰਨ ਕਰਦਾ ਹੈ, ਉਹ ਸਦਾ ਹੀ ਖੇੜੇ ਵਿੱਚ ਰਹਿੰਦਾ ਹੈ । ਉਸ ਦੇ ਮਨ ਵਿੱਚ ਸ਼ਬਦ ਦੀ ਸੋਝੀ ਦੇ ਨੌਂ ਖਾਜ਼ਾਨੇ, ਗਿਆਨ ਘਰ ਕਰ ਜਾਂਦਾ ਹਨ । ਜਿਸ ਜੀਵ ਦੇ ਵਡੇ ਭਾਗ ਹੁੰਦੇ ਹਨ, ਉਸ ਨੂੰ ਹੀ ਪ੍ਰਭ ਦੇ ਸ਼ਬਦ ਦੀ ਸੋਝੀ ਬਖਸ਼ਿਸ਼ ਹੋ ਜਾਂਦੀ ਹੈ । ਉਸ ਨਾਲ ਜੀਵਨ ਢਾਲਣ ਨਾਲ ਹੀ ਪ੍ਰਭ ਦੀ ਪ੍ਰਵਾਨਗੀ ਦਾ ਰਸਤਾ ਬਖਸ਼ਿਸ਼ ਹੋ ਸਕਦਾ ਹੈ ।

Whosoever may meditate on the teachings of His Word; with His mercy and grace, he may remain in peace, harmony, and blossom in his day-to-day life. He may be enlightened with the nine treasures of enlightenments of the essence of His Word. Whosoever may have a great prewritten destiny, only he may be enlightened with the essence of His Word. Whosoever may adopt the teachings of His Word with steady and stable belief; with His mercy and grace, he may be blessed with the right path of salvation.

ਤੂੰ ਦਇਆਲੁ ਸਦਾ ਸੁਖਦਾਤਾ॥ tooNda-i-aal sadaa sukh-daata.
ਤੂੰ ਆਪੇ ਮੇਲਿਹਿ ਗੁਰਮੁਖਿ ਜਾਤਾ॥ tooN aapay mayleh gurmukh jaataa.
ਤੂੰ ਆਪੇ ਦੇਵਹਿ ਨਾਮੁ ਵਡਾਈ, tooN aapay dayveh Naam vadaa-ee
ਨਾਮਿ ਰਤੇ ਸੁਖੁ ਪਾਵਣਿਆ॥੬॥ naam ratay sukh paavni-aa. ||6||

ਤਰਸਵਾਨ ਪ੍ਰਭ ਸਦਾ ਹੀ, ਜੀਵ ਦੇ ਮਨ ਨੂੰ ਸੰਤੋਖ, ਸ਼ਾਂਤੀ ਦੇਣ ਵਾਲਾ ਮਾਲਕ ਹੈ । ਆਪ ਹੀ ਜੀਵ ਨੂੰ ਪ੍ਰਵਾਨਗੀ ਦੇਣ ਵਾਲਾ ਹੈ, ਕੇਵਲ ਗੁਰਮਖ ਜੀਵ ਨੂੰ ਹੀ ਇਸ ਦੀ ਸੋਝੀ ਹੁੰਦੀ ਹੈ । ਪ੍ਰਭ ਆਪ ਹੀ ਰਹਿਮਤ ਬਖਸ਼ਕੇ, ਜੀਵ ਦੀ ਲਗਨ ਸ਼ਬਦ ਵਿੱਚ ਲਾਉਂਦਾ ਹੈ । ਜਿਹੜਾ ਸ਼ਬਦ ਨਾਲ ਜੀਵਨ ਢਾਲਦਾ ਹੈ, ਉਸ ਦੇ ਮਨ ਵਿੱਚ ਸ਼ਾਂਤੀ, ਸੰਤੋਖ ਬਖਸ਼ਿਸ਼ ਹੁੰਦਾ ਹੈ ।

The merciful The Master always blesses peace and harmony to His Creation. Only, The True Master may accept his meditation; only His true devotee may be enlightened with essence of His Nature. The Merciful True Master may bless devotion to meditate. Whosoever may adopt the teachings of His Word with steady and stable belief; with His mercy and grace, he may be blessed with a peace and contentment in his day-to-day life.

ਸਦਾ ਸਦਾ ਸਾਚੇ ਤੁਧੁ ਸਾਲਾਹੀ॥	sadaa sadaa saachay tuDh saalaahee.
ਗੁਰਮੁਖਿ ਜਾਤਾ ਦੂਜਾ ਕੋ ਨਾਹੀ॥	gurmukh jaataa doojaa ko naahee.
ਏਕਸੁ ਸਿਉ ਮਨੁ ਰਹਿਆ ਸਮਾਏ,	aykas si-o man rahi-aa samaa-ay
ਮਨਿ ਮੰਨਿਐ ਮਨਹਿ ਮਿਲਾਵਣਿਆ॥੭॥	man mani-ai maneh milaavani-aa. ‖7‖

ਗੁਰਮਖ ਜੀਵ ਕੇਵਲ ਸ਼ਬਦ ਦੀ ਪਾਲਣਾ ਕਰਦਾ ਹੈ । ਹਰ ਸਮੇਂ ਹੀ ਸ਼ਬਦ ਦੀ ਸਮਾਧੀ ਵਿੱਚ ਅਡੋਲ ਰਹਿੰਦਾ ਹੈ । ਹੋਰ ਕਿਸੇ ਪਾਸੇ ਧਿਆਨ ਨਹੀਂ ਘੁੰਮਦਾ । ਉਸ ਦਾ ਆਪਾ ਖਤਮ ਹੋ ਜਾਂਦਾ ਹੈ । ਇਸ ਨਾਲ ਉਹ ਸ਼ਬਦ ਦੀ ਸਮਾਧੀ ਵਿੱਚ ਹੀ ਅਲੋਪ ਹੋ ਜਾਂਦਾ ਹੈ ।

His True devotee obeys the teachings of His Word and remains focused to the essence of His Word with each breath. He may never wander in other directions. He may surrender his self-identity at His Sanctuary. He remains in the void of His Word and he may immerse in His Holy Spirit.

ਗੁਰਮੁਖਿ ਹੋਵੈ ਸੋ ਸਾਲਾਹੇ॥	gurmukh hovai so saalaahay.
ਸਾਚੇ ਠਾਕੁਰ ਵੇਪਰਵਾਹੇ॥	saachay thaakur vayparvaahay.
ਨਾਨਕ ਨਾਮੁ ਵਸੈ ਮਨ ਅੰਤਰਿ,	saanak Naam vasai man antar
ਗੁਰ ਸਬਦੀ ਹਰਿ ਮੇਲਾਵਣਿਆ॥੮॥੨੧॥੨੨	gur sabdee har maylaavani-aa. 8‖21‖22

ਜਿਸ ਨੂੰ ਗੁਰਮਖ ਅਵਸਥਾ ਬਖਸ਼ਿਸ਼ ਹੋ ਜਾਂਦੀ ਹੈ । ਉਹ ਕੇਵਲ ਪ੍ਰਭ ਦੇ ਸ਼ਬਦ ਦਾ ਹੀ ਸਿਮਰਨ ਕਰਦਾ ਹੈ । ਉਹ ਪ੍ਰਭ ਦੇ ਸ਼ਬਦ ਵਿੱਚ ਲਗਨ ਲਾ ਕੇ ਬੇਪ੍ਰਵਾਹ ਹੋ ਜਾਂਦਾ ਹੈ, ਮਨ ਦੀਆਂ ਭਟਕਣਾਂ ਤੇ ਜਿੱਤ ਪਾ ਲੈਂਦਾ ਹੈ । ਉਸ ਦੇ ਮਨ ਵਿੱਚ ਪ੍ਰਭ ਦਾ ਸ਼ਬਦ ਵਸ ਜਾਂਦਾ ਹੈ । ਉਹ ਸ਼ਬਦ ਦੀ ਪਾਲਣਾ ਕਰਦਾ ਹੋਇਆ ਹੀ ਪ੍ਰਵਾਨ ਹੋ ਜਾਂਦਾ ਹੈ ।

Whosoever may be blessed with a state of mind as His true devotee; he may meditate on the teachings of His Word as the real purpose of his human life opportunity. He may remain attuned to a deep meditation on the teachings of His Word. He may conquer his worldly desire, frustrations. He may remain drenched, awake, and alert with the essence of His Word. He may obey the teachings of His Word in day-to-day life; with His mercy and grace, he may be accepted in His Court.

293. ਮਾਝ ਮਹਲਾ ੩॥ (122-18)

ਤੇਰੇ ਭਗਤ ਸੋਹਹਿ ਸਾਚੈ ਦਰਬਾਰੇ॥	tayray bhagat soheh saachai darbaaray.
ਗੁਰ ਕੈ ਸਬਦਿ ਨਾਮਿ ਸਵਾਰੇ॥	gur kai sabadNaam savaaray.
ਸਦਾ ਅਨੰਦਿ ਰਹਹਿ ਦਿਨੁ ਰਾਤੀ,	sadaa anand raheh din raatee
ਗੁਣ ਕਹਿ ਗੁਣੀ ਸਮਾਵਣਿਆ॥੧॥	gun kahi gunee samaavani-aa. ‖1‖

ਬੰਦਗੀ ਕਰਨਵਾਲਾ ਪ੍ਰਭ ਦੇ ਦਰਬਾਰ ਵਿੱਚ ਸੋਭਦਾ ਹੈ, ਉਸ ਤੇ ਸ਼ਬਦ ਦੀ ਸੋਝੀ ਦਾ ਨੂਰ ਚਮਕਦਾ ਹੈ । ਉਹ ਦਿਨ ਰਾਤ ਤੇਰੇ ਸ਼ਬਦ ਦਾ ਜਾਪ ਕਰਦਾ ਖੇੜੇ ਵਿੱਚ ਰਹਿੰਦਾ ਹੈ । ਸ਼ਬਦ ਦੀ ਪਾਲਣਾ ਕਰਦਾ ਹੀ ਪ੍ਰਭ ਦੀ ਜੋਤ ਵਿੱਚ ਅਭੇਦ ਹੋ ਜਾਂਦਾ ਹੈ ।

His True devotee may be honored in His Court; the glory of the essence of His Word remains shining within his heart. He may meditate and obeys the teachings of His Word with steady and stable belief Day and night; with His mercy and grace, he may be blessed with a peace and harmony. He may be absorbed within His Holy Spirit.

ਹਉ ਵਾਰੀ ਜੀਉ ਵਾਰੀ,	ha-o vaaree jee-o vaaree
ਨਾਮੁ ਸੁਣਿ ਮੰਨਿ ਵਸਾਵਣਿਆ॥	Naam sun man vasaavani-aa.
ਹਰਿ ਜੀਉ ਸਚਾ ਊਚੋ ਊਚਾ,	har jee-o sachaa oocho oochaa ha-
ਹਉਮੈ ਮਾਰਿਮਿਲਾਵਣਿਆ॥੧॥ ਰਹਾਉ॥	umai maar milaavani-aa. ||1|| rahaa-o.

ਉਸ ਜੀਵ ਤੋਂ ਕੁਰਬਾਨ ਜਾਵਾਂ! ਜਿਹੜਾ ਪ੍ਰਭ ਦਾ ਸ਼ਬਦ ਸੁਣਕੇ ਮਨ ਵਿੱਚ ਵਸਾ ਲੈਂਦਾ ਹੈ । ਉਹ ਆਪਣੇ ਮਨ ਦੇ ਅਹੰਕਾਰ ਨੂੰ ਮਾਰ ਕੇ, ਖਤਮ ਕਰਕੇ ਸਭ ਤੋਂ ਉਚੇ ਪ੍ਰਭ ਵਿੱਚ ਹੀ ਸਮਾ ਜਾਂਦਾ ਹੈ ।

I remain fascinated from His true devotee! Who may listen to the sermon, and adopts the teachings of His Word with steady and stable belief in day-to-day life? He may conquer his worldly desires, ego; with His mercy and grace, he may be absorbed within His Holy Spirit; The Greatest of All.

ਹਰਿ ਜੀਉ ਸਾਚਾ ਸਾਚੀ ਨਾਈ॥	har jee-o saachaa saachee naa-ee.
ਗੁਰ ਪਰਸਾਦੀ ਕਿਸੈ ਮਿਲਾਈ॥	gur parsaadee kisai milaa-ee.
ਗੁਰ ਸਬਦਿ ਮਿਲਹਿ ਸੇ ਵਿਛੁੜਹਿ ਨਾਹੀ,	gur sabad mileh say vichhurheh naahee
ਸਹਜੇ ਸਚਿ ਸਮਾਵਣਿਆ॥੨॥	sehjay sach samaavani-aa. ||2||

ਅਟਲ ਪ੍ਰਭ, ਪ੍ਰਭ ਦਾ ਸ਼ਬਦ ਵੀ ਪਵਿੱਤਰ, ਅਟਲ ਹੈ । ਪ੍ਰਭ ਰਹਿਮਤ ਨਾਲ ਹੀ ਕੋਈ ਦਰਬਾਰ ਵਿੱਚ ਪ੍ਰਵਾਨ ਹੋ ਸਕਦਾ ਹੈ । ਜਿਹੜਾ ਪ੍ਰਭ ਦੀ ਰਹਿਮਤ ਨਾਲ ਸ਼ਬਦ ਦੇ ਲੜ ਲਗ ਜਾਂਦਾ ਹੈ । ਉਸ ਦਾ ਭਰੋਸਾ, ਸ਼ਬਦ ਤੇ ਸਦਾ ਹੀ ਅਡੋਲ ਰਹਿੰਦਾ ਹੈ, ਕਦੇ ਡੋਲਦਾ ਨਹੀਂ । ਉਹ ਅਸਾਨੀ ਨਾਲ ਹੀ ਸ਼ਬਦ ਦੀ ਪਾਲਣਾ ਕਰਦਾ ਪ੍ਰਭ ਦੀ ਜੋਤ ਵਿੱਚ ਅਭੇਦ ਹੋ ਜਾਂਦਾ ਹੈ ।

The Axiom True Master, His Word remains sanctified and true forever. Whosoever may be bestowed with His Blessed Vision; his soul may be accepted in Your Court. Whosoever may be blessed with a devotion to meditate; he may meditate, obeys the teachings of His Word with steady and stable belief in his day-to-day life. He may never change his path or forsake his belief. He may easily be absorbed within His Holy Spirit.

ਤੁਝ ਤੇ ਬਾਹਰਿ ਕਛੂ ਨ ਹੋਇ॥	tujhtay baahar kachhoo na ho-ay.
ਤੂੰ ਕਰਿ ਕਰਿ ਵੇਖਹਿ ਜਾਣਹਿ ਸੋਇ॥	tooN kar kar vaykheh jaaneh so-ay.
ਆਪੇ ਕਰੇ ਕਰਾਏ ਕਰਤਾ,	aapay karay karaa-ay kartaa
ਗੁਰਮਤਿ ਆਪਿ ਮਿਲਾਵਣਿਆ॥੩॥	gurmat aap milaavani-aa. ||3||

ਸਭ ਕੁਝ ਪ੍ਰਭ ਦੇ ਵਸ ਵਿੱਚ ਹੀ ਹੈ, ਆਪ ਹੀ ਸਭ ਕੁਝ ਕਰਦਾ, ਵੇਖਦਾ, ਹੈ । ਆਪ ਹੀ ਕਰਤਬ ਕਰਨ ਦਾ ਕਾਰਨ ਬਣਾਉਂਦਾ, ਜਾਣਦਾ, ਕਿਉਂ ਕਰਦਾ, ਕਿਸੇ ਜੀਵ ਤੋਂ ਕਰਾਉਂਦਾ ਹੈ? ਜਿਹੜਾ ਸ਼ਬਦ ਦੀ ਪਾਲਣਾ ਕਰਦਾ ਹੈ, ਉਹ ਹੀ ਪ੍ਰਭ ਦੇ ਦਰਬਾਰ ਵਿੱਚ ਪ੍ਰਵਾਨ ਹੋ ਸਕਦਾ ਹੈ ।

Everything remains within His Command and nothing remains beyond His reach. The True Master, creates the cause and prevails in every event, or makes His Creation to perform. Only He may know the real purpose? He may remain intoxicated in obeying the teachings of His Word with steady and stable belief in his day-to-day life; with His mercy and grace, his soul may be accepted in His Court.

ਕਾਮਣਿ ਗੁਣਵੰਤੀ ਹਰਿ ਪਾਏ॥	kaaman gunvantee har paa-ay.
ਭੈ ਭਾਇ ਸੀਗਾਰੁ ਬਣਾਏ॥	bhai bhaa-ay seegaar banaa-ay.
ਸਤਿਗੁਰੁ ਸੇਵਿ ਸਦਾ ਸੋਹਾਗਣਿ,	saT`gur sayv sadaa sohagan
ਸਚ ਉਪਦੇਸਿ ਸਮਾਵਣਿਆ॥੪॥	sach updays samaavani-aa. ||4||

ਜਿਹੜੀ ਆਤਮਾ ਆਪਣੇ ਆਪ ਨੂੰ ਪ੍ਰਭ ਦੇ ਵਿਛੋੜੇ ਦੇ ਵਿਰਾਗ ਵਿੱਚ ਰੰਗ ਲੈਂਦੀ ਹੈ, ਉਹ ਆਤਮਾ ਪਵਿੱਤਰ ਹੋ ਜਾਂਦੀ ਹੈ । ਸੰਸਾਰਕ ਇੱਛਾਂ ਦੇ ਪ੍ਰਭਾਵ ਤੋਂ ਰਹਿਤ ਹੋ ਜਾਂਦੀ ਹੈ, ਉਸ ਨੂੰ ਪ੍ਰਭ ਦੀ ਰਹਿਮਤ ਬਖਸ਼ਿਸ਼ ਹੋ ਸਕਦੀ ਹੈ । ਜਿਹੜੀ ਆਤਮਾ ਸਦਾ ਹੀ ਪ੍ਰਭ ਦੇ ਸ਼ਬਦ ਨਾਲ ਜੀਵਨ ਢਾਲਦੀ ਹੈ । ਉਹ ਸਦਾ ਹੀ ਪ੍ਰਭ ਦੀ ਰਹਿਮਤ ਵਿੱਚ ਰਹਿੰਦੀ ਹੈ, ਉਹ ਸ਼ਬਦ ਦੀ ਸਮਾਧੀ ਵਿੱਚ ਹੀ ਲੀਨ ਹੋ ਜਾਂਦੀ ਹੈ ।

Whose may remain in renunciation in the memory of his separation from Your Holy Spirit; his soul may become sanctified and remains beyond the influence of worldly desires. Whosoever adopts the teachings of Your Word in day-to-day life; with Your mercy and grace, he may remain in Your Sanctuary, in meditation in the void of Your Word.

ਸਬਦੁ ਵਿਸਾਰਨਿ ਤਿਨਾ ਠਉਰੁ ਨ ਠਾਉ॥ sabad visaaran tinaa tha-ur na thaa-o.
ਭ੍ਰਮਿ ਭੂਲੇ ਜਿਉ ਸੁੰਞੈ ਘਰਿ ਕਾਉ॥ bharam bhoolay ji-o sunjai ghar kaa-o.
ਹਲਤੁ ਪਲਤੁ ਤਿਨੀ ਦੋਵੈ ਗਵਾਏ, halat palattinee dovai gavaa-ay
ਦੁਖੇ ਦੁਖਿ ਵਿਹਾਵਣਿਆ॥੫॥ dukhay dukh vihaavani-aa. ||5||

ਜਿਸ ਦੇ ਮਨ ਤੇ ਪ੍ਰਭ ਦੇ ਸ਼ਬਦ ਦਾ ਕੋਈ ਪ੍ਰਭਾਵ ਨਹੀਂ ਹੁੰਦਾ । ਉਸ ਦੀ ਹਾਲਤ ਉਸ ਕਾਂ ਵਰਗੀ ਹੁੰਦੀ ਹੈ, ਜਿਹੜਾ ਸੁੰਨੇ ਘਰ ਵਿੱਚ ਭੋਜਨ ਲਈ ਜਾਂਦਾ ਹੈ । ਉਸ ਨੂੰ ਨਾ ਤਾ ਇਸ ਸੰਸਾਰ ਵਿੱਚ ਹੀ ਕੋਈ ਸੁਖ, ਨਾ ਹੀ ਮੌਤ ਪਿਛੋਂ ਹੀ ਕੋਈ ਅਰਾਮ ਮਿਲਦਾ ਹੈ, ਦੁਖਾਂ ਵਿੱਚ ਹੀ ਰਹਿੰਦਾ ਹੈ ।

Whosoever may not have any effect of the teachings of Your Word, his condition may be like a crow who goes into abandoned house to search for food. He does not have any comfort in his worldly life nor any comfort after his death in His Court; he remains in miseries all time.

ਲਿਖਦਿਆ ਲਿਖਦਿਆ ਕਾਗਦ ਮਸੁ ਖੋਈ॥ likh-di-aa likh-di-aa kaagad mas kho-ee.
ਦੂਜੈ ਭਾਇ ਸੁਖੁ ਪਾਏ ਨ ਕੋਈ॥ doojai bhaa-ay sukh paa-ay na ko-ee.
ਕੂੜੁ ਲਿਖਹਿ ਤੈ ਕੂੜੁ ਕਮਾਵਹਿ, koorh likheh tai koorh kamaaveh
ਜਲਿ ਜਾਵਹਿ ਕੂੜਿ ਚਿਤੁ ਲਾਵਣਿਆ॥੬॥ jal jaaveh Koorh chit laavani-aa. ||6||

ਪ੍ਰਭ ਦੇ ਸ਼ਬਦ ਦੀਆਂ ਸਿਖਿਆਂ ਲਿਖ ਦੇ ਕਾਗਦ ਅਤੇ ਸਿਆਹੀ ਖਤਮ ਹੋ ਜਾਂਦੀ ਹੈ । ਪਰ ਜਿਤਨਾ ਚਿਰ ਜੀਵ ਦਾ ਭਰੋਸਾ ਇਕੋ ਇਕ ਪ੍ਰਭ ਦੇ ਸ਼ਬਦ ਦੀ ਸਿਖਿਆਂ ਤੇ ਅਡੋਲ ਨਹੀਂ ਹੁੰਦਾ, ਉਸ ਨੂੰ ਸ਼ਾਂਤੀ, ਸੰਤੋਖ ਬਖਸ਼ਿਸ਼ ਨਹੀਂ ਹੁੰਦਾ । ਉਸ ਦੇ ਲਿਖਣ ਦੀ, ਜੀਵਨ ਦੇ ਢੰਗ ਦੀ ਕੋਈ ਮਹੱਤਤਾ ਨਹੀਂ ਹੁੰਦੀ । ਜਿਸ ਦਾ ਆਪਣਾ ਜੀਵਨ ਪ੍ਰਭ ਦੇ ਸ਼ਬਦ ਦੀ ਸਿਖਿਆਂ ਅਨੁਸਾਰ ਨਹੀਂ ਹੁੰਦੀ । ਉਸ ਦਾ ਤਨ, ਮਨ ਸੰਸਾਰ ਇੱਛਾਂ ਵਿੱਚ ਹੀ ਭਸਮ ਹੋ ਜਾਂਦਾ ਹੈ ।

Worldly scholar may write the spiritual meaning of His Word; he may exhaust all ink and paper in the universe. Whosoever may not adopt the teachings of His Word with steady and stable belief in his day-to-day life; he may never be blessed with a peace and contentment in his life. His knowledge of spiritual message of His Holy Scripture; his way of life may not have any significance for the purpose of human life. He remains victim of sweet poison of worldly wealth; his body may only become ashes.

ਗੁਰਮੁਖਿ ਸਚੋ ਸਚੁ ਲਿਖਹਿ ਵੀਚਾਰੁ॥ gurmukh sacho sach likheh veechaar.
ਸੇ ਜਨ ਸਚੇ ਪਾਵਹਿ ਮੋਖ ਦੁਆਰੁ॥ say jan sachay paavahi mokhdu-aar.
ਸਚੁ ਕਾਗਦੁ ਕਲਮ ਮਸਵਾਣੀ, sach kaagad kalam masvaanee
ਸਚੁ ਲਿਖਿ ਸਚਿ ਸਮਾਵਣਿਆ॥੭॥ sach likh sach samaavani-aa. ||7||

ਜਿਸ ਨੂੰ ਗੁਰਮਖ ਅਵਸਥਾ ਬਖਸ਼ਦਾ ਹੋ ਜਾਂਦੀ ਹੈ, ਉਸ ਦੀ ਲਿਖਤ, ਜੀਵਨ ਦਾ ਢੰਗ ਪ੍ਰਭ ਦੇ ਸ਼ਬਦ ਅਨੁਸਾਰ ਹੋ ਜਾਂਦਾ ਹੈ । ਉਹ ਇਕੋ ਇਕ ਪ੍ਰਭ ਦੇ ਸ਼ਬਦ ਤੇ ਭਰੋਸਾ ਅਡੋਲ ਰਖਦਾ, ਪ੍ਰਵਾਨਗੀ ਦੇ ਰਸਤੇ ਤੇ ਚਲਦਾ ਹੈ । ਉਹ ਕਲਮ, ਕਾਗਦ, ਸਿਆਹੀ ਪਵਿੱਤਰ ਹੋ ਜਾਂਦੀ ਹੈ, ਜਿਸ ਨਾਲ ਉਹ ਸ਼ਬਦ ਲਿਖਦਾ ਹੈ । ਉਹ ਪ੍ਰਭ ਦੇ ਸ਼ਬਦ ਵਿੱਚ ਹੀ ਸਮਾ, ਅਭੇਦ ਹੋ ਜਾਂਦਾ ਹੈ ।

Whosoever may be blessed with a state of mind as His true devotee, his writing and way of life may become sanctified and according to the essence His Word. He may adopt the teachings of His Word with steady and stable; he may remain on the right path of salvation. The paper, pen, and ink to write the praises of His Word may be sanctified. He may remain intoxicated in deep meditation in the void of His Word; with His mercy and grace, his soul may be absorbed within His Holy Spirit.

ਮੇਰਾ ਪ੍ਰਭੁ ਅੰਤਰਿ ਬੈਠਾ ਵੇਖੈ॥	mayraa parabh antar baithaa vaykhai.
ਗੁਰ ਪਰਸਾਦੀ ਮਿਲੈ ਸੋਈ ਜਨੁ ਲੇਖੈ॥	gur parsaadee milai so-ee jan laykhai.
ਨਾਨਕ ਨਾਮੁ ਮਿਲੈ ਵਡਿਆਈ,	naanak Naam milai vadi-aa-ee
ਪੂਰੇ ਗੁਰ ਤੇ ਪਾਵਣਿਆ॥੮॥੨੨॥੨੩॥	pooray gur tay paavni-aa. ‖8‖22‖23‖

ਪ੍ਰਭ ਜੀਵ ਦੇ ਅੰਦਰ ਬੈਠਾ ਹੋਇਆ ਸਭ ਕੁਝ ਦੇਖਦਾ ਹੈ । ਜਿਸ ਤੇ ਰਹਿਮਤ ਬਖਸ਼ਦਾ ਹੈ, ਉਸ ਦੀ ਬੰਦਗੀ ਪ੍ਰਵਾਨ ਕਰਦਾ ਹੈ । ਜਿਹੜਾ ਸ਼ਬਦ ਦੀ ਸਿਖਿਆਂ ਨਾਲ ਜੀਵਨ ਢਾਲਦਾ ਹੈ, ਉਸ ਨੂੰ ਹੀ ਦਰਬਾਰ ਵਿੱਚ ਥਾਂ ਬਖਸ਼ਿਸ਼ ਹੋ ਸਕਦੀ ਹੈ ।

His Holy Spirit remains embedded within each soul and dwells within his body. He monitors, watches all activities of His Creation. Whosoever may adopt the teachings of His Word with steady and stable belief in day-to-day life; with His mercy and grace, his soul may be blessed with a resting place in His Court.

294.ਮਾਝ ਮਹਲਾ ੩॥ (123-11)

ਆਤਮ ਰਾਮ ਪਰਗਾਸੁ ਗੁਰ ਤੇ ਹੋਵੈ॥	aatam raam pargaas gur tay hovai.
ਹਉਮੈ ਮੈਲੁ ਲਾਗੀ ਗੁਰ ਸ਼ਬਦੀ ਖੋਵੈ॥	ha-umai mail laagee gur sabdee khovai.
ਮਨੁ ਨਿਰਮਲੁ ਅਨਦਿਨੁ ਭਗਤੀ ਰਾਤਾ,	man, nirmal an-din bhagtee raataa
ਭਗਤਿ ਕਰੇ ਹਰਿ ਪਾਵਣਿਆ॥੧॥	bhagat karay har paavni-aa. ‖1‖

ਜਿਸ ਤੇ ਪ੍ਰਭ ਦੀ ਰਹਿਮਤ ਦੀ ਨਜ਼ਰ ਬਖਸ਼ਿਸ਼ ਹੋ ਜਾਂਦੀ ਹੈ । ਉਹ ਪ੍ਰਭ ਦੇ ਸ਼ਬਦ ਦੀ ਪਾਲਣਾ ਅਡੋਲ ਭਰੋਸੇ ਨਾਲ ਕਰਦਾ ਹੈ, ਉਸ ਦੀ ਅਹੰਕਾਰ ਦੀ ਮੈਲ ਧੋਤੀ ਜਾਂਦੀ ਹੈ । ਉਸ ਦੀ ਆਤਮਾ ਤੇ ਸੰਸਾਰਕ ਇੱਛਾਂ ਦਾ ਪ੍ਰਭਾਵ ਖਤਮ ਹੋ ਜਾਂਦਾ ਹੈ । ਉਸ ਦੀ ਸ਼ਬਦ ਦੀ ਕਮਾਈ ਪ੍ਰਵਾਨ ਹੋ ਜਾਂਦੀ ਹੈ, ਉਸ ਨੂੰ ਪ੍ਰਵਾਨਗੀ ਦਾ ਰਸਤਾ ਬਖਸ਼ਿਸ਼ ਹੋ ਜਾਂਦਾ ਹੈ ।

Whosoever may be bestowed with His Blessed Vision, He may obey the teachings of His Word with steady and stable belief in his day-to-day life. He may be blessed to conquer his ego of worldly desires. His soul may become beyond the reach of worldly desires. He may be blessed with the right path of acceptance in His Court; immersed within His Holy Spirit.

ਹਉ ਵਾਰੀ ਜੀਉ ਵਾਰੀ,	ha-o vaaree jee-o vaaree
ਆਪਿ ਭਗਤਿ ਕਰਨਿ,	aap bhagat karan
ਅਵਰਾ ਭਗਤਿ ਕਰਾਵਣਿਆ॥	avraa bhagat karaavani-aa.
ਤਿਨਾ ਭਗਤ ਜਨਾ ਕਉ	tinaa bhagat janaa ka-o
ਸਦ ਨਮਸਕਾਰੁ ਕੀਜੈ,	sad namaskaar keejai
ਜੋ ਅਨਦਿਨੁ ਹਰਿ ਗੁਣ ਗਾਵਣਿਆ॥ ੧॥	Jo an-din har gun gaavani-aa. ‖1‖
ਰਹਾਉ॥	rahaa-o.

ਉਸ ਜੀਵ ਤੋਂ ਕੁਰਬਾਨ ਜਾਵਾ! ਜਿਹੜਾ ਦਿਨ ਰਾਤ ਪ੍ਰਭ ਦੇ ਸ਼ਬਦ ਦਾ ਸਿਮਰਨ ਕਰਦਾ ਹੈ । ਉਸ ਭਗਤ ਨੂੰ ਸਦਾ ਹੀ ਨਮਸਕਾਰ ਕਰੋ! ਜਿਹੜਾ ਆਪ ਪ੍ਰਭ ਦੇ ਸ਼ਬਦ ਦੀ ਪਾਲਣਾ ਕਰਦਾ ਅਤੇ ਆਪਣੇ ਸਾਥੀਆਂ ਨੂੰ ਇਸ ਦੀ ਪ੍ਰੇਰਨਾ ਕਰਦਾ ਹੈ ।

I remain fascinated from His true devotee! Who may meditate on the teachings of His Word with steady and stable belief Day and night? I may bow my head in gratitude; who may obey the teachings of His Word with steady and stable belief in his day-to-day life and inspires others on the path of meditation on the teachings of His Word.

ਆਪੇ ਕਰਤਾ ਕਾਰਣੁ ਕਰਾਏ॥	aapay kartaa kaaran karaa-ay.
ਜਿਤੁ ਭਾਵੈ ਤਿਤੁ ਕਾਰੈ ਲਾਏ॥	jit bhaavai tit kaarai laa-ay.
ਪੂਰੈ ਭਾਗਿ ਗੁਰ ਸੇਵਾ ਹੋਵੈ,	poorai bhaag gur sayvaa hovai
ਗੁਰ ਸੇਵਾ ਤੇ ਸੁਖੁ ਪਾਵਣਿਆ॥੨॥	gur sayvaa tay sukh paavni-aa. ||2||

ਪ੍ਰਭ ਆਪ ਹੀ ਸੰਸਾਰਕ ਧੰਦੇ ਕਰਵਾਉਣ ਵਾਲਾ ਹੈ, ਜੀਵ ਨੂੰ ਵੱਖਰੇ ਵੱਖਰੇ ਧੰਦੇ ਤੇ ਲਾਉਂਦਾ ਹੈ । ਵਡੇ ਭਾਗਾਂ ਨਾਲ ਹੀ ਜੀਵ ਦੀ ਪ੍ਰਭ ਦੇ ਸ਼ਬਦ ਵਿੱਚ ਲਗਨ ਲਗਦੀ ਹੈ । ਜਿਹੜਾ ਪ੍ਰਭ ਦੇ ਸ਼ਬਦ ਦੀ ਪਾਲਣਾ ਕਰਦਾ ਹੈ, ਉਸ ਦੇ ਮਨ ਵਿੱਚ ਸੰਤੋਖ ਬਖਸ਼ਿਸ਼ ਹੋ ਜਾਂਦਾ ਹੈ ।

The True Master assigns different task to each creature. He inspires His creature and prevails in each event. Whosoever may have a great prewritten destiny, he may remain devoted to medicate on the teachings of His Word. Whosoever may adopt the teachings of His Word with steady and stable belief in day-to-day life, he may be blessed with a peace and contentment.

ਮਰਿ ਮਰਿ ਜੀਵੈ ਤਾ ਕਿਛੁ ਪਾਏ॥	mar mar jeevai taa kichh paa-ay.
ਗੁਰ ਪਰਸਾਦੀ ਹਰਿ ਮੰਨਿ ਵਸਾਏ॥	gur parsaadee har man vasaa-ay.
ਸਦਾ ਮੁਕਤੁ ਹਰਿ ਮੰਨਿ ਵਸਾਏ,	sadaa mukat har man vasaa-ay s
ਸਹਜੇ ਸਹਜਿ ਸਮਾਵਣਿਆ॥੩॥	ehjay sahj samaavani-aa. ||3||

ਜਿਹੜਾ ਜੀਵ ਨਿਮਾਣਾ ਬਣਕੇ ਜੀਵਨ ਬਤੀਤ ਕਰਦਾ ਹੈ । ਪ੍ਰਭ ਦੀ ਰਹਿਮਤ ਨਾਲ, ਪ੍ਰਭ ਦਾ ਸ਼ਬਦ ਉਸ ਦੇ ਮਨ ਵਿੱਚ ਘਰ ਕਰ ਜਾਂਦਾ ਹੈ । ਪ੍ਰਭ ਦੇ ਸ਼ਬਦ ਨੂੰ ਆਪਣੇ ਮਨ ਵਿੱਚ ਵਸਾ ਕੇ ਉਹ ਸਦਾ ਲਈ ਮੁਕਤ ਹੋ ਜਾਂਦਾ ਹੈ । ਉਹ ਸ਼ਬਦ ਦੀ ਪਾਲਣਾ ਕਰਦਾ ਹੋਇਆ ਹੀ ਪ੍ਰਭ ਦੇ ਦਰਬਾਰ ਵਿੱਚ ਪ੍ਰਵਾਨ ਹੋ ਜਾਂਦਾ ਹੈ ।

Whosoever may humbly adopt the teachings of His Word in his day-to-day life; with His mercy and grace, he may be drench with the essence of His Word. He may remain steady and stable on the right path of salvation; with His mercy and grace, he may be blessed with acceptance in His Court.

ਬਹੁ ਕਰਮ ਕਮਾਵੈ ਮੁਕਤਿ ਨ ਪਾਏ॥	baho karam kamaavai mukat na paa-ay.
ਦੇਸੰਤਰੁ ਭਵੈ ਦੂਜੈ ਭਾਇ ਖੁਆਏ॥	daysantar bhavai doojai bhaa-ay khu-aa-ay.
ਬਿਰਥਾ ਜਨਮੁ ਗਵਾਇਆ ਕਪਟੀ,	birthaa janam gavaa-i-aa kaptee
ਬਿਨੁ ਸਬਦੈ ਦੁਖੁ ਪਾਵਣਿਆ॥੪॥	bin sabdai dukh paavni-aa. ||4||

ਧਰਮ ਦੇ ਰੀਤ ਰੀਵਾਜ ਕਰਨ ਨਾਲ ਕੋਈ ਜੀਵ ਮੁਕਤੀ, ਦਰਬਾਰ ਵਿੱਚ ਪ੍ਰਵਾਨ ਨਹੀਂ ਹੋ ਸਕਦਾ । ਜਿਸ ਦਾ ਇਕੋ ਇਕ ਪ੍ਰਭ ਤੇ ਭਰੋਸਾ ਅਡੋਲ ਨਹੀਂ ਹੁੰਦਾ, ਉਹ ਵੱਖਰੇ ਵੱਖਰੇ ਤੀਰਥਾਂ ਦੀ ਯਾਤਰਾ ਕਰਦਾ, ਆਪਣਾ ਜੀਵਨ ਦਾ ਮੌਕਾ ਬਿਰਥਾ ਹੀ ਗਵਾ ਲੈਂਦਾ ਹੈ । ਲੋਕ ਦਿਖਾਵਾ ਦੀ ਬੰਦਗੀ ਨਾਲ ਪ੍ਰਭ ਨੂੰ ਧੋਖਾ ਨਹੀਂ ਦਿੱਤਾ ਜਾ ਸਕਦਾ, ਬਿਰਥਾ ਹੀ ਸਮਾਂ ਗਵਾ ਲੈਂਦਾ ਹੈ । ਸ਼ਬਦ ਦੀ ਪਾਲਣਾ ਤੋਂ ਬਿਨਾਂ ਮਾਯੂਸੀ ਹੀ ਰਹਿੰਦੀ ਹੈ ।

Whosoever may consider religious rituals may be the right path of acceptance in His Court; he may never be accepted in His Court. Whosoever may not have a steady and stable belief on His Word, His Ultimate Command; he may consider pilgrimage and worship at various Holy Shrines may the right path of acceptance in His Court. He may waste his human life opportunity uselessly. The True Master may never be deceived with hypocrisy, imitation of meditation. He may waste his human life opportunity uselessly. Without adopting the teachings of His Word in day-to-day life, he may face frustration and misery.

ਧਾਵਤੁ ਰਾਖੈ ਠਾਕਿ ਰਹਾਏ॥ dhaavat raakhai thaak rahaa-ay.
ਗੁਰ ਪਰਸਾਦੀ ਪਰਮ ਪਦੁ ਪਾਏ॥ gur parsaadee param pad paa-ay.
ਸਤਿਗੁਰੁ ਆਪੇ ਮੇਲਿ ਮਿਲਾਏ, saT`gur aapay mayl milaa-ay
ਮਿਲਿ ਪ੍ਰੀਤਮ ਸੁਖੁ ਪਾਵਣਿਆ॥੫॥ mil pareetam sukh paavni-aa. ||5||

ਜਿਹੜਾ ਆਪਣੇ ਮਨ ਨੂੰ ਚਾਰੇ ਪਾਸੇ ਘੁੰਮਣ ਤੋਂ ਰੋਕ ਕੇ ਰਖਦਾ ਹੈ । ਪ੍ਰਭ ਦੀ ਰਹਿਮਤ ਨਾਲ ਉਸ ਨੂੰ ਉਤਮ ਅਵਸਥਾ, ਮੁਕਤੀ ਦੀ ਅਵਸਥਾ ਬਖਸ਼ਿਸ਼ ਹੋ ਸਕਦੀ ਹੈ । ਪ੍ਰਭ ਆਪ ਹੀ ਪ੍ਰਵਾਨਗੀ ਦੇ ਰਸਤੇ ਤੇ ਅਡੋਲ ਰਖਦਾ ਹੈ । ਪ੍ਰਭ ਦੀ ਰਹਿਮਤ ਨਾਲ ਸੰਤੋਖ ਬਖਸ਼ਿਸ਼ ਹੋ ਜਾਂਦਾ ਹੈ ।

Whosoever may conquer and control his wandering mind, with His mercy and grace, he may be blessed with the right path of salvation. He may remain obeying the teachings of His Word with steady and stable; with His mercy and grace, he may remain on the right path and contented.

ਇਕਿ ਕੂੜਿ ਲਾਗੇ ਕੂੜੇ ਫਲ ਪਾਏ॥ ik koorh laagay koorhay fal paa-ay.
ਦੂਜੈ ਭਾਇ ਬਿਰਥਾ ਜਨਮੁ ਗਵਾਏ॥ doojai bhaa-ay birthaa janam gavaa-ay.
ਆਪਿ ਡੁਬੇ ਸਗਲੇ ਕੁਲ ਡੋਬੇ, aap dubay saglay kul dobay
ਕੂੜੁ ਬੋਲਿ ਬਿਖੁ ਖਾਵਣਿਆ॥੬॥ koorh bol bikh khaavani-aa. ||6||

ਜਿਹੜਾ ਲੋਕ ਦਿਖਾਵੇ ਦੀ ਬੰਦਗੀ ਕਰਦਾ ਹੈ । ਉਸ ਦਾ ਫਲ ਵੀ ਧੋਖੇ ਵਾਲਾ, ਝੂਠਾ ਹੀ ਹੁੰਦਾ ਹੈ । ਉਹ ਭਰਮਾਂ ਵਿੱਚ ਫਸਿਆ ਹੋਇਆ ਆਪਣਾ ਜੀਵਨ ਬਿਰਥਾ ਹੀ ਗਵਾ ਲੈਂਦਾ ਹੈ । ਉਹ ਆਪ ਤਾ ਜੂੰਨਾਂ ਦੇ ਡੂੰਘੇ ਚੱਕਰ ਵਿੱਚ ਪੈ ਜਾਂਦਾ ਹੈ । ਆਪਣੇ ਸਾਥੀਆਂ ਨੂੰ ਵੀ ਬਰਬਾਦ ਕਰ ਜਾਂਦਾ ਹੈ । ਉਸ ਦੇ ਬੋਲੇ ਕਥਨਾਂ ਵਿੱਚ ਕੋਈ ਤੱਤ ਨਹੀਂ ਹੁੰਦਾ, ਸਭ ਝੂਠ ਹੀ ਹੁੰਦਾ ਹੈ । ਉਹ ਸੰਸਾਰਕ ਇੱਛਾਂ ਦੇ ਜ਼ਹਿਰ ਵਿੱਚ ਹੀ ਮਸਤ ਰਹਿੰਦਾ ਹੈ ।

Whosoever may be hypocrite, meditates to win worldly honor; he may be rewarded with short-lived pleasure of worldly wealth, deception only. He remains in deep cycle of birth and death. He may also ruin the life of his follower by inspiring on the same wrong path. All his sermons may not have any essence or significance; all are fabricated with ignorance from the teachings of His Word. He may remain intoxicated with sweet poison of worldly wealth.

ਇਸੁ ਤਨ ਮਹਿ ਮਨੁ ਕੋ ਗੁਰਮੁਖਿ ਦੇਖੈ॥ is tan meh man ko gurmukh daykhai.
ਭਾਇ ਭਗਤਿ ਜਾ ਹਉਮੈ ਸੋਖੈ॥ bhaa-ay bhagat jaa ha-umai sokhai.
ਸਿਧ ਸਾਧਿਕ ਮੋਨਿਧਾਰੀ ਰਹੇ ਲਿਵ ਲਾਇ, siDh saaDhik moniDhaaree rahay liv laa-ay
ਤਿਨ ਭੀ ਤਨ ਮਹਿ ਮਨੁ ਨ ਦਿਖਾਵਣਿਆ॥੭॥ tin Bhee tan meh man na dikhaavani-aa. ||7||

ਜਿਹੜਾ ਸ਼ਬਦ ਨਾਲ ਲਗਨ ਲਾਉਂਦਾ, ਮਨ ਅੰਦਰ ਝਾਤੀ ਮਾਰਦਾ, ਉਸ ਦੀ ਅਹੰਕਾਰ ਦੀ ਜੜ੍ਹ ਖਤਮ ਹੋ ਜਾਂਦੀ ਹੈ । ਸੰਸਾਰ ਵਿੱਚ ਕੋਈ ਵਿਰਲਾ ਹੀ ਗੁਰਮਖ ਆਪਣੇ ਅੰਦਰ ਝਾਤੀ ਮਾਰਦਾ, ਖੋਜ ਕਰਦਾ ਹੈ । ਸੰਸਾਰਕ ਬੰਦਗੀ ਕਰਨਵਾਲਾ ਸਿਧ, ਮੌਨਧਾਰੀ ਆਪਣਾ ਧਿਆਨ, ਲਗਨ ਸੰਸਾਰਕ ਗੁਰੂ ਦੇ ਚਰਨਾਂ ਵਿੱਚ ਰਖਦਾ ਹੈ, ਪਰ ਉਹ ਆਪਣੀ ਆਤਮਾ ਵਿੱਚ ਸਮਾਏ ਸ਼ਬਦ ਦੀ ਖੋਜ ਨਹੀਂ ਕਰਦਾ ।

Whosoever may remain devoted to meditate on the teachings of His Word; he may examine his own deeds; with His mercy and grace, he may conquer the ego of his mind, eliminates his pride of self-identity; however, very rare devotee may search within and self-examine his own mind. Many worldly devotees, followers of religious gurus may remain intoxicated in meditation on the teachings of religious Holy Scripture, teachings of religious guru; whoever, he may not search within his own mind the essence of His Word embedded within his soul. Remember! His Word may be unique for each soul depends on his sins of previous lives.

ਆਪਿ ਕਰਾਏ ਕਰਤਾ ਸੋਈ॥ aap karaa-ay kartaa so-ee.
ਹੋਰੁ ਕਿ ਕਰੇ ਕੀਤੈ ਕਿਆ ਹੋਈ॥ hor ke karay keetai ki-aa ho-ee.
ਨਾਨਕ ਜਿਸੁ ਨਾਮੁ ਦੇਵੈ ਸੋ ਲੇਵੈ, naanak jis naam dayvai so layvai
ਨਾਮੋ ਮੰਨਿ ਵਸਾਵਣਿਆ॥੮॥ ੨੩॥੨੪॥ naamo man vasaavani-aa. ||8||23||24||

ਪ੍ਰਭ ਆਪ ਹੀ ਜੀਵ ਤੋਂ ਕੰਮ ਕਰਵਾਉਂਦਾ ਹੈ । ਪ੍ਰਭ ਦੇ ਬਖਸ਼ੇ ਰਸਤੇ ਤੇ ਮਾਨਸ ਦਾ ਕੀ ਜ਼ੋਰ ਹੈ? ਹੋਰ ਕੀ ਕੀਤਾ ਜਾ ਸਕਦਾ ਹੈ? ਜਿਸ ਦੀ ਪ੍ਰਭ ਆਪ ਹੀ ਸ਼ਬਦ ਵਿੱਚ ਲਗਨ ਲਾਉਂਦਾ ਹੈ, ਕੇਵਲ ਉਹ ਹੀ ਸ਼ਬਦ ਦਾ ਸਿਮਰਨ ਕਰਦਾ, ਜੀਵਨ ਢਾਲਦਾ, ਉਸ ਦੇ ਮਨ ਵਿੱਚ ਸ਼ਬਦ ਘਰ ਕਰ ਜਾਂਦਾ ਹੈ ।

The True Master may inspire, assign any specific task to any creature. What control anyone may have on his path in worldly journey? What else may be done? Whosoever may be blessed with devotion to meditates, only he may meditate, adopt the teachings of His Word in his day-to-day life; with His mercy and grace, he may remain drench with the essence of His Word.

295.ਮਾਝ ਮਹਲਾ ੩॥ (124-5)

ਇਸੁ ਗੁਫਾ ਮਹਿ ਅਖੁਟ ਭੰਡਾਰਾ॥ is gufaa meh akhut bhandaaraa.
ਤਿਸੁ ਵਿਚਿ ਵਸੈ ਹਰਿ ਅਲਖ ਅਪਾਰਾ॥ tis vich vasai har alakh apaaraa.
ਆਪੇ ਗੁਪਤੁ ਪਰਗਟੁ ਹੈ ਆਪੇ, aapay gupat pargat hai aapay
ਗੁਰ ਸਬਦੀ ਆਪੁ ਵੰਞਾਵਣਿਆ॥੧॥ gur sabdee aap vanjaavan-i-aa. ||1||

ਜੀਵ ਦੀ ਆਤਮਾ ਦੀ 10th ਗੁਫਾ ਵਿੱਚ ਪ੍ਰਭ ਦੇ ਸ਼ਬਦ ਦੇ ਗਿਆਨ ਦਾ ਅਤੁਟ ਭੰਡਾਰ, ਖਜ਼ਾਨਾ ਹੈ । ਪ੍ਰਭ ਦੇ ਕਿਸੇ ਕਰਤਬ ਦਾ ਕੋਈ ਅੰਤ ਨਹੀਂ, ਪ੍ਰਭ ਜੀਵ ਦੇ ਦੇਖੇ ਜਾਣ ਵਿੱਚ ਨਹੀਂ ਹੁੰਦਾ । ਪ੍ਰਭ ਆਪ ਹੀ ਗੁਪਤ ਰਹਿੰਦਾ ਹੈ ਅਤੇ ਆਪ ਹੀ ਕਿਸੇ ਜੀਵ ਨੂੰ ਮਹਿਸੂਸ ਹੁੰਦਾ ਹੈ । ਜਿਹੜਾ ਪ੍ਰਭ ਦੇ ਸ਼ਬਦ ਦੀ ਪਾਲਣਾ ਕਰਦਾ, ਉਸ ਦੇ ਮਨ ਵਿਚੋਂ ਆਪਾ ਖਤਮ ਹੋ ਜਾਂਦਾ ਹੈ ।

An unlimited treasure of the enlightenment of the essence of His Word remains embedded within his soul and dwells in the 10th cave of his soul. Events of His Nature remain beyond any boundary, limits, visibility, and comprehension of His Creation. The True Master may remain hidden, secret from His Creation, or may be realized by His true devotee. Whosoever may adopt the teachings of His Word with steady and stable belief in day-to-day life; with His mercy and grace, he may conquer his own selfishness.

ਹਉ ਵਾਰੀ ਜੀਉ ਵਾਰੀ ha-o vaaree jee-o vaaree
ਅੰਮ੍ਰਿਤ ਨਾਮੁ ਮੰਨਿ ਵਸਾਵਣਿਆ॥ amrit Naam man vasaavani-aa.
ਅੰਮ੍ਰਿਤ ਨਾਮੁ ਮਹਾ ਰਸੁ ਮੀਠਾ, amrit Naam mahaa ras meethaa
ਗੁਰਮਤੀ ਅੰਮ੍ਰਿਤੁ ਪੀਆਵਣਿਆ॥੧॥ gurmatee amrit pee-aavni-aa. ||1||
ਰਹਾਉ॥ rahaa-o.

ਉਸ ਜੀਵ ਤੋਂ ਕੁਰਬਾਨ ਜਾਵਾ! ਜਿਸ ਦੇ ਮਨ ਵਿੱਚ ਪ੍ਰਭ ਦਾ ਸ਼ਬਦ ਰੂਪੀ ਅੰਮ੍ਰਿਤ ਰਚ ਜਾਂਦਾ ਹੈ । ਪ੍ਰਭ ਦੇ ਸ਼ਬਦ ਦੇ ਅੰਮ੍ਰਿਤ ਦਾ ਰਸ ਮਨ ਨੂੰ ਬਹੁਤ ਭਾਉਣ ਵਾਲਾ ਹੁੰਦਾ ਹੈ । ਜਿਹੜਾ ਪ੍ਰਭ ਦੇ ਸ਼ਬਦ ਨਾਲ ਜੀਵਨ ਢਾਲਦਾ ਹੈ, ਕੇਵਲ ਉਸ ਨੂੰ ਹੀ ਬਖਸ਼ਿਸ਼ ਹੁੰਦਾ ਹੈ ।

I am fascinated from the life of His true devotee! Who may remain overwhelmed with nectar of the essence of the teachings of His Word? The nectar of the essence of His Word remains very soothing to the mind of His true devotee. Whosoever may adopt the teachings of His Word with steady and stable belief in his day-to-day life, only he may be blessed with nectar.

ਹਉਮੈ ਮਾਰਿ ਬਜਰ ਕਪਾਟ ਖੁਲਾਇਆ॥ ha-umai maar bajar kapaat khulaa-i-aa.
ਨਾਮੁ ਅਮੋਲਕੁ ਗੁਰ ਪਰਸਾਦੀ ਪਾਇਆ॥ naam amolak gur parsaadee paa-i-aa.
ਬਿਨੁ ਸਬਦੈ ਨਾਮੁ ਨ ਪਾਏ ਕੋਈ, bin sabdai Naam na paa-ay ko-ee
ਗੁਰ ਕਿਰਪਾ ਮੰਨਿ ਵਸਾਵਣਿਆ॥੨॥ gur kirpaa man vasaavani-aa. ||2||

ਜਿਹੜਾ ਮਨ ਦੇ ਅਹੰਕਾਰ ਨੂੰ ਖਤਮ ਕਰ ਲੈਂਦਾ ਹੈ, ਉਸ ਲਈ ਪ੍ਰਭ ਦੇ ਸ਼ਬਦ ਦੀ ਸੋਝੀ ਦਾ ਦਰਵਾਜਾ ਖੁੱਲ੍ਹ ਜਾਂਦਾ ਹੈ । ਪ੍ਰਭ ਦੀ ਰਹਿਮਤ ਨਾਲ ਇਸ ਅਨਮੋਲ ਸ਼ਬਦ ਨਾਲ ਲਗਨ ਲਗ ਜਾਂਦੀ ਹੈ । ਸ਼ਬਦ ਦੀ ਪਾਲਣਾ ਤੋਂ ਬਿਨਾਂ ਸ਼ਬਦ ਦੀ ਸੋਝੀ ਨਹੀਂ ਹੁੰਦੀ, ਇਸ ਦੀ ਕੀਮਤ ਜਾਣੀ ਨਹੀਂ ਜਾ ਸਕਦੀ । ਪ੍ਰਭ ਦੀ ਰਹਿਮਤ ਨਾਲ ਹੀ ਸ਼ਬਦ ਮਨ ਵਿੱਚ ਰਚ ਜਾਂਦਾ ਹੈ ।

Whosoever may control, conquer his own ego and worldly desires; with His mercy and grace, the door of the enlightenment of the essence of His Word may be opened within his heart. Whosoever may be bestowed with His Blessed Vision, he may be blessed with devotion to obey the teachings of His Word. Without obeying the teachings of His Word wholeheartedly, no one may be enlightened, nor realize the significance of the essence of His Word. Whosoever may be bestowed with His Blessed Vision, only his mind may be drench with the essence of His Word.

ਗੁਰ ਗਿਆਨ ਅੰਜਨੁ ਸਚੁ ਨੇਤ੍ਰੀ ਪਾਇਆ॥	gur gi-aan anjan sach naytree paa-i-aa.
ਅੰਤਰਿ ਚਾਨਣੁ	antar chaanan
ਅਗਿਆਨੁ ਅੰਧੇਰੁ ਗਵਾਇਆ॥	agi-aan anDhayr gavaa-i-aa.
ਜੋਤੀ ਜੋਤਿ ਮਿਲੀ ਮਨੁ ਮਾਨਿਆ,	jotee jot milee man maani-aa
ਹਰਿ ਦਰਿ ਸੋਭਾ ਪਾਵਣਿਆ॥੩॥	har dar sobhaa paavni-aa. ||3||

ਆਪਣੀ ਰਹਿਮਤ ਨਾਲ ਹੀ ਸ਼ਬਦ ਦੇ ਗਿਆਨ ਦੀ ਬਾਮ ਜੀਵ ਦੀਆਂ ਅੱਖਾਂ ਤੇ ਲਾਉਂਦਾ ਹੈ । ਮਨ ਦੇ ਅੰਦਰ ਪ੍ਰਭ ਦੀ ਜੋਤ ਜਾਗਰਤ ਹੋ ਜਾਂਦੀ ਹੈ, ਅਗਿਆਨਤਾ ਦਾ ਅੰਧੇਰਾ ਦੂਰ ਹੋ ਜਾਂਦਾ ਹੈ । ਜਿਹੜਾ ਆਪਾ ਪ੍ਰਭ ਦੇ ਸ਼ਬਦ ਦੀ ਸ਼ਰਣ ਵਿੱਚ ਆਪਾ ਭੇਟਾ ਕਰ ਦੇਂਦਾ ਹੈ, ਉਸ ਨੂੰ ਪ੍ਰਵਾਨਗੀ ਦਾ ਰਸਤਾ ਬਖਸ਼ਿਸ਼ ਹੋ ਜਾਂਦਾ ਹੈ । ਉਸ ਦੀ ਆਤਮਾ ਪ੍ਰਭ ਦੀ ਜੋਤ ਵਿੱਚ ਅਲੋਪ ਹੋ ਸਕਦੀ ਹੈ ।

The True Master may bless the bam of enlightenment of His Holy Spirit on his eyes of His true devotee. The ray of light of His Holy Spirit may eliminate his ignorance of the essence of His Word. Whosoever may surrender his self-identity at His Sanctuary; with His mercy and grace, he may be blessed with the right path of acceptance in His Court. His soul may be sanctified to become worthy of His Consideration.

ਸਰੀਰਹੁ ਭਾਲਣਿ ਕੋ ਬਾਹਰਿ ਜਾਏ॥	sareerahu bhaalan ko baahar jaa-ay.
ਨਾਮੁ ਨ ਲਹੈ, ਬਹੁਤੁ ਵੇਗਾਰਿ ਦੁਖੁ ਪਾਏ॥	naam na lahai bahut vaygaar dukh paa-ay.
ਮਨਮੁਖ ਅੰਧੇ ਸੂਝੈ ਨਾਹੀ,	manmukh anDhay soojhai naahee
ਫਿਰਿ ਘਿਰਿ ਆਇ	fir ghir aa-ay
ਗੁਰਮੁਖਿ ਵਥੁ ਪਾਵਣਿਆ॥੪॥	gurmukh vath paavni-aa. ||4||

ਜਿਹੜਾ ਜੀਵ ਆਪਣੇ ਮਨ ਵਿੱਚ ਪ੍ਰਭ ਦੇ ਸ਼ਬਦ ਦੀ ਖੋਜ ਨਹੀਂ ਕਰਦਾ । ਉਹ ਪ੍ਰਭ ਦੀ ਭਾਲ ਮਨ ਤੋਂ ਬਾਹਰ ਹੋਰਾ ਥਾਂ ਤੇ ਢੂੰਡਣ ਜਾਂਦਾ ਹੈ । ਉਸ ਦੇ ਮਨ ਦਾ ਭਰੋਸਾ ਇਕੋ ਇਕ ਪ੍ਰਭ ਦੇ ਸ਼ਬਦ ਦੀ ਸਿਖਿਆਂ ਤੇ ਅਡੋਲ ਨਹੀਂ ਹੁੰਦਾ, ਉਸ ਨੂੰ ਮਾਯੂਸੀ, ਦੁਖ ਹੀ ਭੁਗਤਨਾ ਪੈਂਦਾ ਹੈ । ਮਨਮਰਜ਼ੀ ਕਰਨਵਾਲੇ ਜੀਵ ਨੂੰ ਇਸ ਦੀ ਸੋਝੀ ਨਹੀਂ ਹੁੰਦੀ । ਅਗਰ ਫਿਰ ਉਹ ਆਪਣੇ ਅੰਦਰ ਝਾਤੀ ਮਾਰੇ, ਆਪਣਾ ਜੀਵਨ ਸ਼ਬਦ ਨਾਲ ਢਾਲੇ ਲਵੇ, ਤਾ ਉਸ ਨੂੰ ਗੁਰਮਖ ਅਵਸਥਾ ਬਖਸ਼ਿਸ਼ ਹੋ ਸਕਦੀ ਹੈ ।

Whosoever may not search the essence of His Word within; he may wander in all directions outside, shrine to shrine. He may not have steady and stable belief on the teachings of His Word. He may only realize desperation and misery in life. Self-minded may not be enlightened with the essence of His Word; however, he may search within his mind, and adopts the teachings of His Word in day-to-day life; with His mercy and grace, he may also be blessed with a state of mind as His true devotee.

ਗੁਰ ਪਰਸਾਦੀ ਸਚਾ ਹਰਿ ਪਾਏ॥ gur parsaadee sachaa har paa-ay.
ਮਨਿ ਤਨਿ ਵੇਖੈ ਹਉਮੈ ਮੈਲੁ ਜਾਏ॥ man, tan vaykhai ha-umai mail jaa-ay.
ਬੈਸਿ ਸੁਥਾਨਿ ਸਦ ਹਰਿ ਗੁਣ ਗਾਵੈ, bais suthaan sad har gun gaavai
ਸਚੈ ਸਬਦਿ ਸਮਾਵਣਿਆ॥੫॥ sachai sabad samaavani-aa. ||5||

ਜਿਸ ਤੇ ਪ੍ਰਭ ਰਹਿਮਤ ਦੀ ਨਜ਼ਰ ਬਖਸ਼ਦਾ ਹੈ, ਉਸ ਦੀ ਲਗਨ ਸ਼ਬਦ ਦੀ ਪਾਲਣਾ ਵਿੱਚ ਲਗਦੀ ਹੈ । ਉਹ, ਪ੍ਰਭ ਨੂੰ ਆਪਣੇ ਅੰਦਰ ਹੀ ਮਹਿਸੂਸ ਕਰ ਲੈਂਦਾ ਹੈ । ਉਸ ਦੇ ਮਨ ਵਿਚੋਂ ਅਹੰਕਾਰ ਦੀ ਜੜ੍ਹ ਖਤਮ ਹੋ ਜਾਂਦੀ ਹੈ । ਆਪਣੇ ਘਰ ਵਿੱਚ ਹੀ ਬੈਠਾ, ਸਦਾ ਪ੍ਰਭ ਦੇ ਸ਼ਬਦ ਦੇ ਗੁਣ ਗਾਉਂਦਾ ਹੈ । ਉਸ ਦੇ ਸ਼ਬਦ ਵਿੱਚ ਹੀ ਲੀਨ ਹੋ ਜਾਂਦਾ ਹੈ ।

Whosoever may be bestowed with His Blessed Vision, he may remain intoxicated in obeying the teachings of His Word; with His mercy and grace, he may recognize the existence of His Holy Spirit within. He may conquer, and eliminates the root cause of ego. He may sing the glory and praises of His Word. He may remain intoxicated in the void of His Word.

ਨਉ ਦਰ ਠਾਕੇ ਧਾਵਤੁ ਰਹਾਏ॥ na-o dar thaakay Dhaavat rahaa-ay.
ਦਸਵੈ ਨਿਜ ਘਰਿ ਵਾਸਾ ਪਾਏ॥ dasvai nij ghar vaasaa paa-ay.
ਓਥੈ ਅਨਹਦ ਸਬਦ ਵਜਹਿ ਦਿਨੁ ਰਾਤੀ, othai anhad sabad vajeh din raatee
ਗੁਰਮਤੀ ਸਬਦੁ ਸੁਣਾਵਣਿਆ॥੬॥ gurmatee sabad sunaavni-aa. ||6||

ਜਿਹੜਾ ਜੀਵ ਆਪਣੇ ਮਨ ਦੇ ਇੱਛਾਂ ਦੇ ਨੌ ਦਰਵਾਜੇ ਬੰਦ ਕਰ ਲੈਂਦਾ ਹੈ । ਉਸ ਦਾ ਮਨ, ਸੰਸਾਰਕ ਇੱਛਾਂ ਤੋਂ ਰਹਿਤ ਹੋ ਜਾਂਦਾ ਹੈ । ਉਹ ਪ੍ਰਭ ਦੇ ਘਰ, ਮਨ ਦੇ ਦਸਵੇਂ ਘਰ ਵਸਣ ਲਗ ਪੈਂਦੇ ਹਨ । ਉਸ ਨੂੰ ਦਿਨ ਰਾਤ ਪ੍ਰਭ ਦੇ ਸ਼ਬਦ ਦੀ ਸਦਾ ਚਲਣ ਵਾਲੀ ਧੁਨ ਸੁਣਾਈ ਦੇਂਦੀ ਹੈ, ਸ਼ਬਦ ਦੀ ਸੋਝੀ ਬਖਸ਼ਿਸ਼ ਹੋ ਜਾਂਦੀ ਹੈ ।

Whosoever may close his nine doors of worldly desires; with His mercy and grace, he may become beyond the reach of worldly desires. He may dwell within the 10th house. He may hear the everlasting echo of His Word resonates within. He may be blessed with the enlightenment of the essence of His Word.

ਬਿਨੁ ਸਬਦੈ ਅੰਤਰਿ ਆਨੇਰਾ॥ bin sabdai antar aanayraa.
ਨ ਵਸਤੁ ਲਹੈ ਨ ਚੂਕੈ ਫੇਰਾ॥ na vasat lahai na chookai fayraa.
ਸਤਿਗੁਰ ਹਥਿ ਕੁੰਜੀ saT`gur hath kunjee
ਹੋਰਤੁ ਦਰੁ ਖੁਲੈ ਨਾਹੀ, horat dar khulai naahee
ਗੁਰੁ ਪੂਰੈ ਭਾਗਿ ਮਿਲਾਵਣਿਆ॥੭॥ gur poorai bhaag milaavani-aa. ||7||

ਸ਼ਬਦ ਦੀ ਸੋਝੀ ਤੋਂ ਬਿਨਾਂ ਜੀਵ ਅਗਿਆਨਤਾ ਦੇ ਹਨੇਰਾ ਵਿੱਚ ਹੀ ਰਹਿੰਦਾ ਹੈ । ਉਸ ਨੂੰ ਅਸਲੀ ਪਦਾਰਥ, ਪ੍ਰਭ ਦੇ ਸ਼ਬਦ ਦੀ ਸੋਝੀ ਬਖਸ਼ਿਸ਼ ਨਹੀਂ ਹੁੰਦੀ । ਉਹ ਜਨਮ ਮਰਨ ਦੇ ਚੱਕਰ ਵਿੱਚ ਹੀ ਰਹਿੰਦਾ ਹੈ । ਦਸਵੇਂ ਘਰ ਦੀ ਕੁੰਜੀ ਪ੍ਰਭ ਦੇ ਆਪਣੇ ਹੱਥ ਵਿੱਚ ਹੀ ਹੈ । ਜਿਸ ਦੇ ਵਡੇ ਭਾਗ ਹੋਣ, ਉਸ ਦੇ ਮਨ ਦਾ ਦਸਵਾਂ ਦਰ ਖੁੱਲ੍ਹਦਾ ਹੈ ।

Without the enlightenment of the essence of His Word within, self-minded may remain ignorant from the essence of His Word. He may not be enlightened with the essence of His Word, the real purpose of human life opportunity. He may remain in the cycle of birth and death. The True Master remains custodian of the key to 10th door. Whosoever may have a great prewritten destiny, the 10th door may only be opened for his soul.

ਗੁਪਤੁ ਪਰਗਟੁ ਤੂੰ ਸਭਨੀ ਥਾਈ॥ gupat pargat tooN sabhnee thaa-ee.
ਗੁਰ ਪਰਸਾਦੀ ਮਿਲਿ ਸੋਝੀ ਪਾਈ॥ gur parsaadee mil soJhee paa-ee.
ਨਾਨਕ ਨਾਮੁ ਸਲਾਹਿ ਸਦਾ ਤੂੰ, naanak Naam salaahi sadaa tooN
ਗੁਰਮੁਖਿ ਮੰਨਿ ਵਸਾਵਣਿਆ॥੮॥੨੪॥੨੫॥ gurmukh man vasaavani-aa. ||8||24||25||

ਜਿਸ ਤੇ ਪ੍ਰਭ ਦੀ ਰਹਿਮਤ ਦੀ ਨਜ਼ਰ ਬਖਸ਼ਿਸ਼ ਹੋ ਜਾਂਦੀ ਹੈ, ਉਸ ਨੂੰ ਪ੍ਰਭ ਦੀ ਕੁਦਰਤ,ਦੀ ਸੋਝੀ ਹੋ ਜਾਂਦੀ ਹੈ । ਪ੍ਰਭ ਹਰ ਥਾਂ ਆਪ ਗੁਪਤ ਹੀ ਵਾਪਰਦਾ ਹੈ । ਗੁਰਮਖ ਪ੍ਰਭ ਦੇ ਸ਼ਬਦ ਦੀ ਉਸਤਤ ਗਾਉਂਦਾ ਹੈ, ਉਸ ਦੇ ਮਨ ਵਿੱਚ ਪ੍ਰਭ ਦਾ ਸ਼ਬਦ ਘਰ ਕਰ ਜਾਂਦਾ, ਭਰੋਸਾ ਅਡੋਲ ਹੋ ਜਾਂਦਾ ਹੈ ।

Whosoever may be bestowed with His Blessed Vision, he may be enlightened about His Nature. The Omnipresent True Master prevails everywhere; sometime in secrecy and sometime visible in His nature. His true devotee may remain intoxicated in singing the glory of His Word; with His mercy and grace, he may remain drenched with the essence of His Word, he may remain steady and stable on the teachings of His Word.

296.ਮਾਝ ਮਹਲਾ ੩॥ (124-17)

ਗੁਰਮੁਖਿ ਮਿਲੈ ਮਿਲਾਏ ਆਪੈ॥ — gurmukh milai milaa-ay aapay.
ਕਾਲੁ ਨ ਜੋਹੈ ਦੁਖੁ ਨ ਸੰਤਾਪੈ॥ — kaal na johai dukh na santaapay.
ਹਉਮੈ ਮਾਰਿ ਬੰਧਨ ਸਭ ਤੋੜੈ, — ha-umai maar banDhan sabh torhai
ਗੁਰਮੁਖਿ ਸਬਦਿ ਸੁਹਾਵਣਿਆ॥੧॥ — gurmukh sabad suhaavani-aa. ||1||

ਪ੍ਰਭ ਆਪ ਹੀ ਜੀਵ ਨੂੰ ਬੰਦਗੀ ਦੇ ਰਸਤੇ ਤੇ ਅਡੋਲ ਰਖਦਾ, ਆਪ ਹੀ ਗੁਰਮਖ ਅਵਸਥਾ ਬਖਸ਼ਦਾ ਹੈ । ਉਸ ਜੀਵ ਨੂੰ ਮੌਤ ਦਾ ਫਰਿਸ਼ਤਾ ਛੋਹ ਵੀ ਨਹੀਂ ਸਕਦਾ । ਉਸ ਦਾ ਜੂੰਨਾਂ ਦਾ ਚੱਕਰ ਖਤਮ ਹੋ ਜਾਂਦਾ ਹੈ । ਉਸ ਨੂੰ ਆਪਣੇ ਮਨ ਦੇ ਅਹੰਕਾਰ ਤੇ ਜਿੱਤ ਬਖਸ਼ਿਸ਼ ਹੋ ਜਾਂਦੀ ਹੈ । ਉਸ ਦੇ ਸੰਸਾਰਕ ਮੋਹ ਦੇ ਸਾਰੇ ਬੰਧਨ ਤੋੜ ਦੇਂਦਾ ਹੈ । ਗੁਰਮਖ ਦੇ ਮਨ ਨੂੰ ਸ਼ਬਦ ਭਾਉਂਦਾ ਹੈ ।

The True Master may bless a state of mind as His true devotee and keeps him steady and stable on the path of obeying the teachings of His Word. His soul may remain beyond the reach of devil of death. His cycle of birth and death may be eliminated. He may conquer his ego and his worldly bonds may be broken. His true devotee may remain drenched with the essence of His Word.

ਹਉ ਵਾਰੀ ਜੀਉ ਵਾਰੀ — ha-o vaaree jee-o vaaree
ਹਰਿ ਹਰਿ ਨਾਮਿ ਸੁਹਾਵਣਿਆ॥ — har har Naam suhaavani-aa.
ਗੁਰਮੁਖਿ ਗਾਵੈ ਗੁਰਮੁਖਿ ਨਾਚੈ, — gurmukh gaavai gurmukh naachai
ਹਰਿ ਸੇਤੀ ਚਿਤੁ ਲਾਵਣਿਆ॥੧॥ ਰਹਾਉ॥ — har saytee chit laavani-aa. ||1|| rahaa-o.

ਉਸ ਜੀਵ ਤੋਂ ਕੁਰਬਾਨ ਜਾਵਾ । ਜਿਸ ਦੇ ਮਨ ਵਿੱਚ ਪ੍ਰਭ ਦਾ ਸ਼ਬਦ ਰਚ ਜਾਂਦਾ ਹੈ । ਗੁਰਮਖ ਪ੍ਰਭ ਦੇ ਸ਼ਬਦ ਦੇ ਗਾਉਂਦਾ, ਮਨ ਖੇੜੇ ਵਿੱਚ ਰਹਿੰਦਾ ਹੈ । ਉਸ ਦੀ ਲਗਨ ਪ੍ਰਭ ਦੇ ਸ਼ਬਦ ਵਿੱਚ ਲਗੀ ਰਹਿੰਦੀ ਹੈ । ਉਸ ਦੀ ਸਮਾਧੀ ਵਿੱਚ ਲੀਨ ਰਹਿੰਦਾ ਹੈ ।

I remain fascinated from the way of life of His true devotee! Who may remain drenched with the essence of His Word? His true devotee may remain intoxicated in singing the glory of His Word; he may remain contented and in blossom. He remains intoxicated in meditation and dwells in the void of His Word.

ਗੁਰਮੁਖਿ ਜੀਵੈ ਮਰੈ ਪਰਵਾਣੁ॥ — gurmukh jeevai marai parvaan.
ਆਰਜਾ ਨ ਛੀਜੈ ਸਬਦੁ ਪਛਾਣੁ॥ — aarjaa na chheejai sabad pachhaan.
ਗੁਰਮੁਖਿ ਮਰੈ ਨ ਕਾਲੁ ਨ ਖਾਏ, — gurmukh marai na kaal na khaa-ay
ਗੁਰਮੁਖਿ ਸਚਿ ਸਮਾਵਣਿਆ॥੨॥ — gurmukh sach samaavani-aa. ||2||

ਗੁਰਮਖ ਜੀਵ ਦਾ ਜੀਵਨ ਅਤੇ ਮੌਤ ਦੋਨੋਂ ਹੀ ਸਫਲ ਹੋ ਜਾਂਦੇ ਹਨ । ਉਸ ਦਾ ਮਾਨਸ ਜੀਵਨ ਬਿਰਥਾ ਨਹੀਂ ਜਾਂਦਾ । ਉਸ ਨੂੰ ਸ਼ਬਦ ਦੀ ਸੋਝੀ ਬਖਸ਼ਿਸ਼ ਹੋ ਜਾਂਦੀ ਹੈ । ਗੁਰਮਖ ਨੂੰ ਮੌਤ ਤੋਂ ਡਰ ਨਹੀਂ ਲਗਦਾ, ਉਸ ਦੀ ਆਤਮਾ ਪ੍ਰਭ ਦੀ ਜੋਤ ਵਿੱਚ ਅਲੋਪ ਹੋ ਜਾਂਦੀ ਹੈ ।

Both, birth, and death of His true devotee may become successful. His human life opportunity may not be wasted. He may be enlightened with the essence of His Word. His true devotee may not be afraid from death. His soul may be absorbed into His Holy Spirit.

ਗੁਰਮੁਖਿ ਹਰਿ ਦਰਿ ਸੋਭਾ ਪਾਏ॥	gurmukh har dar sobhaa paa-ay.
ਗੁਰਮੁਖਿ ਵਿਚਹੁ ਆਪੁ ਗਵਾਏ॥	gurmukh vichahu aap gavaa-ay.
ਆਪਿ ਤਰੈ ਕੁਲ ਸਗਲੇ ਤਾਰੇ,	aap tarai kul saglay taaray
ਗੁਰਮੁਖਿ ਜਨਮੁ ਸਵਾਰਣਿਆ॥੩॥	gurmukh janam savaarni-aa. ||3||

ਗੁਰਮਖ ਆਪਾ ਪ੍ਰਭ ਦੀ ਸ਼ਰਣ ਵਿੱਚ ਭੇਟਾ ਕਰ ਦੇਂਦਾ ਹੈ । ਗੁਰਮਖ ਨੂੰ ਦਰਬਾਰ ਵਿੱਚ ਪ੍ਰਵਾਨਗੀ, ਸੋਭਾ ਬਖਸ਼ਿਸ਼ ਹੋ ਜਾਂਦੀ ਹੈ । ਗੁਰਮਖ ਆਪ ਅਮਰ ਹੋ ਜਾਂਦਾ ਹੈ, ਆਪਣੇ ਸੰਸਾਰਕ ਪਰਿਵਾਰ, ਕੁਲਾਂ ਨੂੰ ਵੀ ਪ੍ਰਵਾਨਗੀ ਦੇ ਰਸਤੇ ਤੇ ਪਾ ਜਾਂਦਾ ਹੈ । ਆਪਣਾ ਮਾਨਸ ਜਨਮ ਸਫਲ ਕਰ ਜਾਂਦਾ ਹੈ ।

His true devotee may surrender his self-identity at His Sanctuary. He may be honored and accepted in His Court. He may be blessed with an immortal state of mind. He may inspire his family, followers and next generation on the right path of salvation. His human life journey may become a success.

ਗੁਰਮੁਖਿ ਦੁਖੁ ਕਦੇ ਨ ਲਗੈ ਸਰੀਰਿ॥	gurmukh dukh kaday na lagai sareer.
ਗੁਰਮੁਖਿ ਹਉਮੈ ਚੂਕੈ ਪੀਰ॥	gurmukh ha-umai chookai peer.
ਗੁਰਮੁਖਿ ਮਨੁ ਨਿਰਮਲੁ ਫਿਰਿ ਮੈਲੁ ਨ ਲਾਗੈ,	gurmukh man nirmal fir mail na laagai
ਗੁਰਮੁਖਿ ਸਹਜਿ ਸਮਾਵਣਿਆ॥੪॥	gurmukh sahj samaavani-aa. ||4||

ਗੁਰਮਖ ਜੀਵ ਨੂੰ ਸੰਸਾਰਕ ਇੱਛਾਂ ਦਾ ਕਦੇ ਦੁਖ, ਚਿੱਤਾ ਨਹੀਂ ਹੁੰਦੀ । ਉਸ ਦੇ ਮਨ ਦਾ ਅਹੰਕਾਰ ਖਤਮ ਹੋ ਜਾਂਦਾ ਹੈ । ਗੁਰਮਖ ਦਾ ਮਨ ਨਿਰਮਲ, ਪਵਿੱਤਰ ਹੋ ਜਾਂਦਾ ਹੈ । ਜਿਸ ਨੂੰ ਫਿਰ ਕਦੇ ਵੀ ਮੈਲ ਨਹੀਂ ਲਗਦੀ, ਉਹ ਪ੍ਰਭ ਦੀ ਜੋਤ ਦੀ ਸਮਾਧੀ ਵਿੱਚ ਹੀ ਲੀਨ ਹੋ ਜਾਂਦਾ ਹੈ ।

His true devotee may not remain frustrated with his worldly desires. He may conquer his own ego and pride of worldly status. His soul may be sanctified to become worthy of His Consideration. His soul may never be blemished with the worldly desires. He may remain intoxicated in the meditation in the void of His Word.

ਗੁਰਮੁਖਿ ਨਾਮੁ ਮਿਲੈ ਵਡਿਆਈ॥	gurmukh Naam milai vadi-aa-ee.
ਗੁਰਮੁਖਿ ਗੁਣ ਗਾਵੈ ਸੋਭਾ ਪਾਈ॥	gurmukh gun gaavai sobhaa paa-ee.
ਸਦਾ ਅਨੰਦਿ ਰਹੈ ਦਿਨੁ ਰਾਤੀ,	sadaa anand rahai din raatee
ਗੁਰਮੁਖਿ ਸਬਦੁ ਕਰਾਵਣਿਆ॥੫॥	gurmukh sabad karaavani-aa. ||5||

ਗੁਰਮਖ ਨੂੰ ਸ਼ਬਦ ਨਾਲ ਹੀ ਲਗਨ ਲਗਦੀ ਹੈ । ਗੁਰਮਖ ਪ੍ਰਭ ਦੇ ਸ਼ਬਦ ਦੀ ਸੋਭਾ ਗਾਉਂਦਾ ਹੈ । ਪ੍ਰਭ ਦੇ ਦਰਬਾਰ ਵਿੱਚ ਵੀ ਸੋਭਾ ਪਾਉਂਦਾ ਹੈ । ਉਹ ਦਿਨ ਰਾਤ ਖੇੜੇ ਵਿੱਚ ਰਹਿੰਦਾ ਹੈ, ਉਹ ਸ਼ਬਦ ਨਾਲ ਜੀਵਨ ਬਤੀਤ ਕਰਦਾ ਹੈ ।

His true devotee remains dedicated to meditate on the teachings of His Word. He may sing the glory and praises of His Word, The True Master. He may be honored in His Court with the salvation. His true devotee may adopt the teachings of His Word; he may be blessed with peace and harmony in all worldly conditions.

ਗੁਰਮੁਖਿ ਅਨਦਿਨੁ ਸਬਦੇ ਰਾਤਾ॥	gurmukh an-din sabday raataa.
ਗੁਰਮੁਖਿ ਜੁਗ ਚਾਰੇ ਹੈ ਜਾਤਾ॥	gurmukh jug chaaray hai jaataa.
ਗੁਰਮੁਖਿ ਗੁਣ ਗਾਵੈ ਸਦਾ ਨਿਰਮਲੁ,	gurmukh gun gaavai sadaa nirmal
ਸਬਦੇ ਭਗਤਿ ਕਰਾਵਣਿਆ॥੬॥	sabday bhagat karaavani-aa. ||6||

ਗੁਰਮਖ ਦਿਨ ਰਾਤ ਸ਼ਬਦ ਦੀ ਪਾਲਣਾ ਵਿੱਚ ਲੀਨ ਰਹਿੰਦਾ ਹੈ । ਗੁਰਮਖ ਦੀ ਸੋਭਾ ਚਾਰੇ ਜੁਗਾਂ ਵਿੱਚ ਹੀ ਹੁੰਦੀ ਆਈ ਹੈ । ਗੁਰਮਖ ਪ੍ਰਭ ਦੇ ਸ਼ਬਦ ਦੇ ਗੁਣ ਗਾਉਂਦਾ, ਸ਼ਬਦ ਨਾਲ ਜੀਵਨ ਢਾਲਦਾ ਹੈ । ਉਸ ਦੀ ਆਤਮਾ ਪਾਵਿਤਰ ਹੋ ਜਾਂਦੀ ਹੈ, ਉਹ ਸ਼ਬਦ ਦੀ ਸਮਾਧੀ ਵਿੱਚ ਹੀ ਲੀਨ ਹੋ ਜਾਂਦਾ ਹੈ ।

His true devotee may obey the teachings of His Word Day and night. His true devotee has been honored in all four Ages. His True devotee may sing the glory and adopts the teachings of His Word in day-to-day life. His soul may be sanctified; he may remain in a deep meditation on the teachings of His Word.

ਬਾਝੁ ਗੁਰੂ ਹੈ ਅੰਧ ਅੰਧਾਰਾ॥ baajh guroo hai anDh anDhaaraa.
ਜਮਕਾਲਿ ਗਰਠੇ ਕਰਹਿ ਪੁਕਾਰਾ॥ jamkaal garthay karahi pukaaraa.
ਅਨਦਿਨੁ ਰੋਗੀ ਬਿਸਟਾ ਕੇ ਕੀੜੇ, an-din rogee bistaa kay keerhay
ਬਿਸਟਾ ਮਹਿ ਦੁਖੁ ਪਾਵਣਿਆ॥੭॥ bistaa meh dukh paavni-aa. ||7||

ਪ੍ਰਭ ਦੇ ਸ਼ਬਦ ਦੀ ਸੋਝੀ ਤੋਂ ਬਿਨਾਂ ਜੀਵਨ ਵਿੱਚ ਹਨੇਰਾ ਰਹਿੰਦਾ ਹੈ । ਮਾਨਸ ਜਨਮ ਦੇ ਮੰਤਵ ਦੀ ਕੋਈ ਸੋਝੀ ਨਹੀਂ ਹੁੰਦੀ । ਉਹ ਮੌਤ ਦੇ ਫਰਿਸ਼ਤੇ ਦੇ ਬੰਧਨ ਵਿੱਚ ਕਰਲਾਉਂਦਾ ਰਹਿੰਦਾ ਹੈ । ਉਹ ਦਿਨ ਰਾਤ ਰੂੜੀ ਦੇ ਕੀੜੇ ਵਰਗਾ ਜੀਵਨ ਬਤੀਤ ਕਰਦਾ ਹੈ । ਉਸ ਵਿੱਚ ਹੀ ਮਾਯੂਸੀ ਵਿੱਚ ਮਰ ਜਾਂਦਾ ਹੈ, ਖਤਮ ਹੋ ਜਾਂਦਾ ਹੈ ।

Self-minded may remain ignorant from the enlightenment of the essence of His Word. He may not realize the real purpose of his human life journey. He may remain miserable crying in the trap of the devil of death. His life may be miserable like a worm of manure. He may be born in manure and die in miseries in manure.

ਗੁਰਮੁਖਿ ਆਪੇ ਕਰੇ ਕਰਾਏ॥ gurmukh aapay karay karaa-ay.
ਗੁਰਮੁਖਿ ਹਿਰਦੈ ਵੁਠਾ ਆਪਿ ਆਏ॥ gurmukh hirdai vuthaa aap aa-ay.
ਨਾਨਕ ਨਾਮਿ ਮਿਲੈ ਵਡਿਆਈ, naanak Naam milai vadi-aa-ee
ਪੂਰੇ ਗੁਰ ਤੇ ਪਾਵਣਿਆ॥੮॥੨੫॥੨੬॥ pooray gur tay paavni-aa. ||8||25||26||

ਗੁਰਮਖ ਨੂੰ ਸੋਝੀ ਬਖਸ਼ਦਾ ਹੈ, ਕਿ ਪ੍ਰਭ ਆਪ ਹੀ ਸਭ ਕੁਝ ਕਰਦਾ ਹੈ, ਜੀਵ ਤੋਂ ਕਰਾਉਂਦਾ ਹੈ । ਪ੍ਰਭ ਆਪ ਹੀ ਗੁਰਮਖ ਦੇ ਮਨ ਦੇ ਦਸਵੇਂ ਘਰ ਵਿੱਚ ਵਸਦਾ, ਉਸ ਨੂੰ ਜਾਗਰਤ ਰਖਦਾ ਹੈ । ਪ੍ਰਭ ਦੇ ਸ਼ਬਦ ਨਾਲ ਜੀਵਨ ਢਾਲਣ ਨਾਲ ਜੀਵ ਨੂੰ ਬਹੁਤ ਸੋਭਾ ਬਖਸ਼ਿਸ਼ ਹੁੰਦੀ ਹੈ । ਸ਼ਬਦ ਦੀ ਸੋਝੀ ਕੇਵਲ ਪ੍ਰਭ ਦੀ ਰਹਿਮਤ ਨਾਲ ਹੀ ਬਖਸ਼ਿਸ਼ ਹੁੰਦੀ ਹੈ ।

His true devotee may be enlightened with the essence of His Word. He may realize His Holy Spirit remains embedded within each soul and prevails in every creature and in every situation. His true devotee dwells in the 10th cave of his soul within his own body. He may adopt the teachings of His Word in his day-to-day life. He may be honored in worldly life also. Only The True Master may bless the enlightenment of His Word.

297.ਮਾਝ ਮਹਲਾ ੩॥ (125-10)

ਏਕਾ ਜੋਤਿ ਜੋਤਿ ਹੈ ਸਰੀਰਾ॥ aykaa jot jot hai sareeraa.
ਸਬਦਿ ਦਿਖਾਏ ਸਤਿਗੁਰੁ ਪੂਰਾ॥ sabad dikhaa-ay saT`gur pooraa.
ਆਪੇ ਫਰਕੁ ਕੀਤੋਨੁ ਘਟ ਅੰਤਰਿ, aapay farak keeton ghat antar
ਆਪੇ ਬਣਤ ਬਣਾਵਣਿਆ॥੧॥ aapay banat banaavani-aa. ||1||

ਇਕੋ ਇਕ ਪ੍ਰਭ ਦੀ ਜੋਤ ਹੀ, ਹਰਇਕ ਮਨ ਵਿੱਚ ਵਸਦੀ ਹੈ । ਆਪਣੀ ਰਹਿਮਤ ਨਾਲ ਹੀ ਗੁਰਮਖ ਨੂੰ ਸੋਝੀ ਬਖਸ਼ਦਾ ਹੈ । ਆਪ ਹੀ ਜੀਵ ਦੇ ਅੰਦਰ ਪ੍ਰਭ ਨਾਲੋ ਵਿਛੋੜੇ ਦੀ ਸੋਝੀ ਬਖਸ਼ਦਾ, ਮਨ ਵਿੱਚ ਮਹਿਸੂਸ ਹੁੰਦੀ ਹੈ । ਆਪ ਹੀ ਸਾਰੀ ਸ੍ਰਿਸ਼ਟੀ ਨੂੰ ਪੈਦਾ ਕਰਦਾ ਹੈ ।

The One and Only One, His Holy Spirit remains embedded within each soul and dwells in his body. His true devotee may be enlightened with His Nature. His true devotee may remain in renunciation in the memory of his separation from His Holy Spirit; he may remain miserable; The One and Only One True Master Creator of the universe!

ਹਉ ਵਾਰੀ ਜੀਉ ਵਾਰੀ,	ha-o vaaree jee-o vaaree
ਹਰਿ ਸਚੇ ਕੇ ਗੁਣ ਗਾਵਣਿਆ॥	har sachay kay gun gaavani-aa.
ਬਾਝੁ ਗੁਰੂ ਕੋ ਸਹਜੁ ਨ ਪਾਏ,	baajh guroo ko sahj na paa-ay
ਗੁਰਮੁਖਿ ਸਹਜਿ ਸਮਾਵਣਿਆ॥੧॥ ਰਹਾਉ॥	gurmukh sahj samaavani-aa. ||1|| rahaa-o.

ਉਸ ਜੀਵ ਤੋਂ ਕੁਰਬਾਨ ਜਾਵੋ! ਜਿਹੜਾ ਪ੍ਰਭ ਦੇ ਸ਼ਬਦ ਦੀ ਸੋਭਾ ਗਾਉਂਦਾ ਹੈ । ਪ੍ਰਭ ਦੀ ਰਹਿਮਤ ਤੋਂ ਬਿਨਾਂ, ਪ੍ਰਭ ਦੇ ਸ਼ਬਦ ਦੀ ਸੋਝੀ ਬਖਸ਼ਿਸ਼ ਨਹੀਂ ਹੁੰਦੀ । ਗੁਰਮਖ ਪ੍ਰਭ ਦੇ ਸ਼ਬਦ ਵਿੱਚ ਹੀ ਲੀਨ ਰਹਿੰਦਾ ਹੈ ।

I am fascinated from the life of His true devotee! Who may sing the glory of His Word? No one may ever be enlightened with the essence of His Word without His Blessed Vision. His true devotee may remain intoxicated in the meditation in the void of His Word.

ਤੂੰ ਆਪੇ ਸੋਹਹਿ ਆਪੇ ਜਗੁ ਮੋਹਹਿ॥	tooN aapay soheh aapay jag moheh.
ਤੂੰ ਆਪੇ ਨਦਰੀ ਜਗਤੁ ਪਰੋਵਹਿ॥	tooN aapay nadree jagat paroveh.
ਤੂੰ ਆਪੇ ਦੁਖੁ ਸੁਖੁ ਦੇਵਹਿ ਕਰਤੇ,	tooN aapay dukh sukh dayveh kartay
ਗੁਰਮੁਖਿ ਹਰਿ ਦੇਖਾਵਣਿਆ॥੨॥	gurmukh Har daykhaavani-aa. ||2||

ਪ੍ਰਭ ਆਪ ਹੀ ਜੀਵ ਨੂੰ ਸੰਸਾਰ ਵਿੱਚ ਖੇੜਾ ਬਖਸ਼ਦਾ ਹੈ । ਜੀਵਾਂ ਦੇ ਮਨ ਵਿੱਚ ਸੰਸਾਰ ਨਾਲ, ਸ਼ਬਦ ਨਾਲ ਮੋਹ ਪੈਦਾ ਕਰਦਾ ਹੈ । ਆਪ ਹੀ ਸਾਰੀ ਸ੍ਰਿਸ਼ਟੀ ਨੂੰ ਮੋਹ ਦੇ ਬੰਧਨ ਵਿੱਚ ਪਰੋਦਾ ਹੈ । ਪ੍ਰਭ ਆਪ ਹੀ ਜੀਵ ਨੂੰ ਦੁਖ, ਸੁਖ ਬਖਸ਼ਦਾ ਹੈ । ਆਪ ਹੀ ਇਸ ਦੀ ਸੋਝੀ ਗੁਰਮਖ ਨੂੰ ਬਖਸ਼ਦਾ ਹੈ ।

The True Master may bless His true devotee blossom in the universe. He also infuses Shakti, the sweet poison of worldly wealth and creates worldly bonds of attachment, relationships. He strings all creature with the worldly bonds, relationship, and dependability. He infuses worldly pleasures and sorrows in life. He may enlighten His true devotee about His Nature.

ਆਪੇ ਕਰਤਾ ਕਰੇ ਕਰਾਏ॥	aapay kartaa karay karaa-ay.
ਆਪੇ ਸਬਦੁ ਗੁਰ ਮੰਨਿ ਵਸਾਏ॥	aapay sabad gur man vasaa-ay.
ਸਬਦੇ ਉਪਜੈ ਅੰਮ੍ਰਿਤ ਬਾਣੀ,	sabday upjai amrit banee
ਗੁਰਮੁਖਿ ਆਖਿ ਸੁਣਾਵਣਿਆ॥੩॥	gurmukh aakh sunaavni-aa. ||3||

ਪ੍ਰਭ ਆਪ ਹੀ ਸਭ ਕੁਝ ਕਰਦਾ ਕਰਾਉਂਦਾ, ਕਰਨ ਦਾ ਕਾਰਨ ਬਣਾਉਂਦਾ ਹੈ । ਆਪ ਹੀ ਰਹਿਮਤ ਬਖਸ਼ਕੇ ਜੀਵ ਦੇ ਮਨ ਵਿੱਚ ਸ਼ਬਦ ਨਾਲ ਲਗਨ ਲਾਉਂਦਾ ਹੈ । ਆਪ ਹੀ ਭਗਤਾ ਤੋਂ ਆਪਣੇ ਅਣਮੋਲ ਸ਼ਬਦ ਬਲਾਉਂਦਾ ਹੈ । ਜਿਹੜੇ ਬਾਣੀ ਦਾ ਰੂਪ ਬਣ ਜਾਂਦੇ ਹਨ । ਤੇਰੇ ਸਵੇਕ, ਗੁਰਮਖ ਉਹ ਬੋਲ ਬੋਲਦੇ ਹਨ, ਸ਼ਬਦ ਸੁਣਦੇ ਹਨ ।

The True Master creates all causes of all events and prevails in all events. He blesses devotion to meditate on the teachings of His Word. He may bless, His Word on the tongue of His true devotees. Those words may become His Word, Holy Scripture for the others to follow. His true devotee speaks those words and listen to those sermons.

ਆਪੇ ਕਰਤਾ ਆਪੇ ਭੁਗਤਾ॥	aapay kartaa aapay bhugtaa.
ਬੰਧਨ ਤੋੜੇ ਸਦਾ ਹੈ ਮੁਕਤਾ॥	banDhan torhay sadaa hai muktaa.
ਸਦਾ ਮੁਕਤੁ ਆਪੇ ਹੈ ਸਚਾ,	sadaa mukat aapay hai sachaa
ਆਪੇ ਅਲਖੁ ਲਖਾਵਣਿਆ॥੪॥	aapay alakh lakhaavani-aa. ||4||

ਪ੍ਰਭ ਆਪ ਹੀ ਜੀਵ ਨੂੰ ਪੈਦਾ ਕਰਦਾ, ਆਪ ਹੀ ਆਪਣੀਆਂ ਬਖਸ਼ੀਆਂ ਦਾ ਅਨੰਦ ਮਾਨਦਾ ਹੈ । ਜਿਹੜਾ ਜੀਵ ਸੰਸਾਰਕ ਮੋਹ ਦੇ ਬੰਧਨ ਤੋੜ ਦੇਂਦਾ ਹੈ । ਉਹ ਪ੍ਰਵਾਨਗੀ ਦੇ ਰਸਤੇ ਤੇ ਚਲ ਪੈਂਦਾ ਹੈ । ਪ੍ਰਭ ਤੂੰ ਆਪ ਸਦਾ ਰਹਿਣ ਵਾਲਾ ਹੈ ਅਤੇ ਆਪ ਹੀ ਜੀਵ ਨੂੰ ਅਮਰ ਅਵਸਥਾ ਬਖਸ਼ਦਾ ਹੈ । ਆਪ ਹੀ ਆਪਣੀ ਕੁਦਰਤ ਦੀ ਸੋਝੀ ਬਖਸ਼ਦਾ, ਪਾਉਂਦਾ ਹੈ ।

The True Master has created His Creation and cherish His Blessings. Whosoever may renounce his worldly attachments and conquers worldly desires; with His mercy and grace, he may be blessed with the right path of salvation and eternal life. The True Master remains immortal. He may bless immortal state of mind to His true devotee. He may be enlightened with essence of His Word, Nature.

ਆਪੇ ਮਾਇਆ ਆਪੇ ਛਾਇਆ॥	aapay maa-i-aa aapay chhaa-i-aa.
ਆਪੇ ਮੋਹੁ ਸਭੁ ਜਗਤੁ ਉਪਾਇਆ॥	aapay moh sabh jagat upaa-i-aa.
ਆਪੇ ਗੁਣਦਾਤਾ ਗੁਣ ਗਾਵੈ,	aapay gun daataa gun gaavai
ਆਪੇ ਆਖਿ ਸੁਣਾਵਣਿਆ॥੫॥	aapay aakh sunaavni-aa. ||5||

ਪ੍ਰਭ ਆਪ ਹੀ ਸੰਸਾਰਕ ਮਾਇਆ ਦਾ ਜਾਲ, ਆਪ ਹੀ ਸੁਪਨੇ, ਭਰਮ ਵਿੱਚ ਪਾਉਂਦਾ ਹੈ । ਪ੍ਰਭ ਆਪ ਹੀ ਸ੍ਰਿਸ਼ਟੀ ਨੂੰ ਇਸ ਵਿੱਚ ਫਸਾਉਂਦਾ ਹੈ । ਪ੍ਰਭ ਆਪੇ ਹੀ ਜੀਵ ਨੂੰ ਗੁਣਾਂ ਦੀ ਦਾਤ, ਸ਼ਬਦ ਨਾਲ ਲਗਨ ਲਾਉਂਦਾ ਹੈ । ਆਪ ਹੀ ਗੁਣਾਂ ਦੀ ਉਸਤਤ ਗਾਉਂਦਾ ਹੈ । ਆਪ ਹੀ ਸ਼ਬਦ ਦੇ ਗੁਣ ਬੋਲਦਾ ਹੈ, ਆਪ ਹੀ ਸੁਣਦਾ ਹੈ ।

The True Master has created, Shakti, sweet poison of worldly wealth, created fantasy, worldly suspicions. He may entice the intoxication, glamor, ego in the mind of self-minded. The True Master may bless His true devotee with good virtues and inspires to sing the glory of His Virtues. He may remain intoxicated with devotional meditation. He sings the glory of those virtues within his mind; He speaks, sings the glory of those virtues and Himself hears the glory of His Word.

ਆਪੇ ਕਰੇ ਕਰਾਏ ਆਪੇ॥	aapay karay karaa-ay aapay.
ਆਪੇ ਥਾਪਿ ਉਥਾਪੇ ਆਪੇ॥	aapay thaap uthaapay aapay.
ਤੁਝ ਤੇ ਬਾਹਰਿ ਕਛੂ ਨ ਹੋਵੈ,	tujh tay baahar kachhoo na hovai
ਤੂੰ ਆਪੇ ਕਾਰੈ ਲਾਵਣਿਆ॥੬॥	tooN aapay kaarai laavani-aa. ||6||

ਪ੍ਰਭ ਤੂੰ ਆਪ ਹੀ ਸਭ ਕੁਝ ਕਰਦਾ, ਕਰਾਉਂਦਾ ਹੈ । ਆਪ ਹੀ ਜੀਵ ਨੂੰ ਜਨਮ ਦੇਂਦਾ, ਆਪ ਹੀ ਮੌਤ ਦੇਂਦਾ ਹੈ । ਪ੍ਰਭ ਦੀ ਰਹਿਮਤ ਤੋਂ ਬਿਨਾਂ ਸੰਸਾਰ ਵਿੱਚ ਕੁਝ ਕੀਤਾ ਨਹੀਂ ਜਾ ਸਕਦਾ । ਆਪ ਹੀ ਜੀਵ ਨੂੰ ਸੰਸਾਰਕ ਧੰਦੇ ਤੇ ਲਾਉਂਦਾ ਹੈ ।

The True Master prevails in all events of His Nature. The True Master, Creator, Destroyer of the universe! He has created the cycle of birth and death. Nothing may happen in the universe without His Command. He may assign unique task to every creature.

ਆਪੇ ਮਾਰੇ ਆਪਿ ਜੀਵਾਏ॥	aapay maaray aap jeevaa-ay.
ਆਪੇ ਮੇਲੇ ਮੇਲਿ ਮਿਲਾਏ॥	aapay maylay mayl milaa-ay.
ਸੇਵਾ ਤੇ ਸਦਾ ਸੁਖੁ ਪਾਇਆ,	sayvaa tay sadaa sukh paa-i-aa
ਗੁਰਮੁਖਿ ਸਹਜਿ ਸਮਾਵਣਿਆ॥੭॥	gurmukh sahj samaavani-aa. ||7||

ਪ੍ਰਭ ਆਪ ਹੀ ਜੀਵ ਨੂੰ ਜੀਵਨ, ਆਪ ਹੀ ਮੌਤ ਦੇਂਦਾ ਹੈ । ਪ੍ਰਭ ਆਪ ਹੀ ਜੀਵ ਨੂੰ ਬੰਦਗੀ ਦੇ ਰਸਤੇ ਤੇ ਪਾਉਂਦਾ ਹੈ । ਆਪ ਹੀ ਦਰਬਾਰ ਵਿੱਚ ਪ੍ਰਵਾਨ ਕਰਦਾ ਹੈ । ਸ੍ਰਿਸ਼ਟੀ ਦੀ ਭਲਾਈ ਦੇ ਕੰਮ ਕਰਨ ਨਾਲ ਮਨ ਨੂੰ ਸ਼ਾਂਤੀ, ਸੰਤੋਖ ਬਖਸ਼ਿਸ਼ ਹੁੰਦਾ ਹੈ । ਗੁਰਮਖ ਜੀਵ ਪ੍ਰਭ ਦੇ ਸ਼ਬਦ ਵਿੱਚ ਹੀ ਲੀਨ, ਸ਼ਬਦ ਦੀ ਸਮਾਧੀ ਵਿੱਚ ਰਹਿੰਦਾ ਹੈ ।

The True Master has created the cycle of birth, worldly life and death, the end of his perishable body. He may inspire His true devotee to meditate on the right path of His Word; with His mercy and grace, his meditation may be accepted in Your Court. Whosoever may serve His Creation; with His mercy and grace, his mind may be blessed with a peace and contentment. His true devotee remains intoxicated in meditation in the void of His Word.

ਆਪੇ ਊਚਾ ਊਚੋ ਹੋਈ॥ qapay oochaa oocho ho-ee.
ਜਿਸੁ ਆਪਿ ਵਿਖਾਲੇ ਸੁ ਵੇਖੈ ਕੋਈ॥ jis aap vikhaalay so vaykhai ko-ee.
ਨਾਨਕ ਨਾਮੁ ਵਸੈ ਘਟ ਅੰਤਰਿ, naanak Naam vasai ghat antar
ਆਪੇ ਵੇਖਿ ਵਿਖਾਲਣਿਆ॥੮॥੨੬॥੨੭॥ aapay vaykh vikhaalani-aa. ||8||26||27||

ਪ੍ਰਭ ਆਪ ਹੀ ਆਪਣੇ ਆਪ ਨੂੰ ਵਡਾ ਕਰਦਾ ਹੈ । ਵਿਰਲੇ ਹੀ ਜੀਵ ਨੂੰ ਪ੍ਰਭ ਦੀ ਰਹਿਮਤ ਨਾਲ ਸੋਝੀ ਬਖਸ਼ਿਸ਼ ਹੁੰਦੀ ਹੈ । ਜਿਸ ਜੀਵ ਦੇ ਮਨ ਵਿੱਚ ਪ੍ਰਭ ਦਾ ਸ਼ਬਦ ਘਰ ਕਰ ਜਾਂਦਾ ਹੈ, ਉਹ ਆਪ ਸ਼ਬਦ ਦੀ ਪਾਲਣਾ ਕਰਦਾ ਹੈ, ਸਾਥੀਆਂ ਨੂੰ ਵੀ ਸ਼ਬਦ ਦੀ ਪਾਲਣਾ ਕਰਨ ਦੀ ਪ੍ਰੇਰਨਾ ਕਰਦਾ ਹੈ । ਉਸ ਨੂੰ ਇਸ ਦੀ ਸੋਝੀ ਬਖਸ਼ਿਸ਼ ਹੁੰਦੀ ਹੈ ।

The True Master may become as big or small any time. However, very rare creature may be blessed with the enlightenment of His nature. Whosoever may remain drenched with the essence of His Word; with His mercy and grace, he may remain drenched with the essence of His Word. He may obey the teachings of His Word with steady and stable belief; he may inspire his followers on the right path of meditation. His followers may be blessed with the enlightenment of His Word.

298.ਮਾਝ ਮਹਲਾ ੩॥ (126-2)

ਮੇਰਾ ਪ੍ਰਭੁ ਭਰਪੂਰਿ ਰਹਿਆ ਸਭ ਥਾਈ॥ mayraa parabh bharpoor rahi-aa sabh thaa-ee.
ਗੁਰ ਪਰਸਾਦੀ ਘਰ ਹੀ ਮਹਿ ਪਾਈ॥ gur parsaadee ghar hee meh paa-ee.
ਸਦਾ ਸਰੇਵੀ ਇਕ ਮਨਿ ਧਿਆਈ, sadaa sarayvee ik man Dhi-aa-ee
ਗੁਰਮੁਖਿ ਸਚਿ ਸਮਾਵਣਿਆ॥੧॥ gurmukh sach samaavani-aa. ||1||

ਪ੍ਰਭ ਹਰ ਥਾਂ ਤੇ ਹਰਇਕ ਜੀਵ ਵਿੱਚ ਸਦਾ ਹੀ ਵਸਦਾ, ਵਾਪਰਦਾ ਹੈ । ਪ੍ਰਭ ਦੀ ਰਹਿਮਤ ਨਾਲ ਹੀ ਕਿਸੇ ਜੀਵ ਨੂੰ ਉਸ ਦੀ, ਸ਼ਬਦ ਦੀ ਸੋਝੀ ਬਖਸ਼ਿਸ਼ ਹੁੰਦੀ ਹੈ, ਉਸ ਦੇ ਮਨ ਵਿੱਚ ਸ਼ਬਦ ਘਰ ਕਰ ਜਾਂਦਾ ਹੈ । ਗੁਰਮਖ ਇਕਾਗਰ ਮਨ ਹੋ ਕੇ ਲਗਾਤਾਰ ਸ਼ਬਦ ਦੀ ਪਾਲਣਾ, ਸਿਮਰਨ ਕਰਦਾ ਹੈ । ਉਹ ਸ਼ਬਦ ਦੀ ਸਮਾਧੀ ਵਿੱਚ ਹੀ ਲੀਨ ਹੋ ਜਾਂਦਾ ਹੈ ।

The Omnipresent True Master remains embedded within each soul, dwells in his body and prevails in all events in worldly events. Whosoever may be enlightened with the essence of His Word; with His mercy and grace, his mind may remain drenched with the essence of His Word. His true devotee may wholeheartedly meditate and obeys the teachings of His Word. He may remain in the deep devotional meditation in the void of His Word.

ਹਉ ਵਾਰੀ ਜੀਉ ਵਾਰੀ ha-o vaaree jee-o vaaree
ਜਗਜੀਵਨੁ ਮੰਨਿ ਵਸਾਵਣਿਆ॥ jagjeevan man vasaavani-aa.
ਹਰਿ ਜਗਜੀਵਨੁ ਨਿਰਭਉ ਦਾਤਾ, har jagjeevan nirbha-o daataa
ਗੁਰਮਤਿ ਸਹਜਿ ਸਮਾਵਣਿਆ॥੧॥ ਰਹਾਉ॥ gurmat sahj samaavani-aa. ||1|| rahaa-o.

ਉਸ ਜੀਵਾਂ ਤੋਂ ਕੁਰਬਾਨ ਜਾਵਾਂ! ਜਿਸ ਦੇ ਮਨ ਵਿੱਚ ਪ੍ਰਭ ਦਾ ਸ਼ਬਦ ਘਰ ਕਰ ਜਾਂਦਾ ਹੈ । ਸ਼ਬਦ ਨਾਲ ਜੀਵਨ ਢਾਲਣ ਨਾਲ ਹੀ ਸ਼ਬਦ ਮਨ ਵਿੱਚ ਘਰ ਕਰਦਾ, ਆਤਮਾ ਪਵਿੱਤਰ ਹੋ ਜਾਂਦੀ ਹੈ । ਉਹ ਜੀਵ ਪ੍ਰਵਾਨਗੀ ਦੇ ਰਸਤੇ ਤੇ ਅਡੋਲ ਹੋ ਜਾਂਦਾ ਹੈ ।

I remain fascinated from the life of His true devotee! Who may remain drenched with the essence of His Word? Whosoever may adopt the teachings of His Word in his day-to-day life; with His mercy and grace, he may be drenched with the essence of His Word within. His soul may be sanctified to become worthy of His Consideration. He may remain steady and stable on the right path of salvation.

ਘਰ ਮਹਿ ਧਰਤੀ ਧਉਲੁ ਪਾਤਾਲਾ॥ ghar meh Dhartee Dha-ul paataalaa.
ਘਰ ਹੀ ਮਹਿ ਪ੍ਰੀਤਮੁ ਸਦਾ ਹੈ ਬਾਲਾ॥ ghar hee meh pareetam sadaa hai baalaa.
ਸਦਾ ਅਨੰਦਿ ਰਹੈ ਸੁਖਦਾਤਾ, sadaa anand rahai sukh-daata

ਗੁਰਮਤਿ ਸਹਜਿ ਸਮਾਵਣਿਆ॥੨॥ gurmat sahj samaavani-aa. ||2||

ਜੀਵ ਦੇ ਮਨ ਅੰਦਰ ਹੀ ਧਰਤੀ, ਇਸ ਦੇ ਧੁਰੇ ਦੀ, ਸਾਰੇ ਖੰਡਾਂ, ਮੰਡਲਾਂ ਦੀ ਸੋਝੀ ਦਾ ਭੰਡਾਰ ਹੈ । ਗੁਰਮਖ ਦੇ ਮਨ ਅੰਦਰ ਹੀ ਉਹ ਸਦਾ ਅਟਲ, ਖੇੜੇ ਵਿੱਚ ਰਹਿਣ ਵਾਲਾ ਵਸਦਾ ਹੈ, ਪ੍ਰਭ ਸਦਾ ਹੀ ਖੇੜੇ ਵਿੱਚ ਰਹਿੰਦਾ ਹੈ । ਉਸ ਦੇ ਸ਼ਬਦ ਦੀ ਪਾਲਣਾ ਕਰਨ, ਜੀਵਨ ਢਾਲਣ ਨਾਲ ਹੀ ਜੀਵ ਦੀ ਲਗਨ, ਭਰੋਸਾ ਸ਼ਬਦ ਤੇ ਅਡੋਲ ਹੁੰਦਾ ਹੈ ।

The mind of His Creature has a hidden treasure of enlightenment of earth, center pillar of earth, knowledge of His Holy spirit, all island, and universes. The Axiom True Master dwells within his mind and body with blossom. He may always remain in blossom. Whosoever may obey and adopt the teachings of His Word with steady and stable belief in day-to-day; with His mercy and grace, his belief may remain steady and stable on His Blessings.

ਕਾਇਆ ਅੰਦਰਿ ਹਉਮੈ ਮੇਰਾ॥ kaa-i-aa andar ha-umai mayraa.
ਜੰਮਣ ਮਰਣੁ ਨ ਚੂਕੈ ਫੇਰਾ॥ jaman maran na chookai fayraa.
ਗੁਰਮੁਖਿ ਹੋਵੈ ਸੁ ਹਉਮੈ ਮਾਰੇ, gurmukh hovai so ha-umai maaray
ਸਚੋ ਸਚੁ ਧਿਆਵਣਿਆ॥੩॥ sacho sach Dhi-aavani-aa. ||3||

ਸੰਸਾਰਕ ਜੀਵਾਂ ਦਾ ਤਨ, ਮਨ ਅਹੰਕਾਰ ਅਤੇ ਲਾਲਚ ਨਾਲ ਭਰਿਆ ਰਹਿੰਦਾ ਹੈ । ਉਸ ਦਾ ਜਨਮ ਮਰਨ ਦਾ ਚੱਕਰ ਖਤਮ ਨਹੀਂ ਹੁੰਦਾ । ਜਿਹੜਾ ਆਪਣੀ ਹੈਸੀਅਤ ਦੇ ਅਭਿਮਾਨ ਨੂੰ ਖਤਮ ਕਰ ਲੈਂਦਾ ਹੈ, ਉਸ ਨੂੰ ਗੁਰਮਖ ਅਵਸਥਾ ਬਖਸ਼ਿਸ਼ ਹੋ ਜਾਂਦੀ ਹੈ । ਉਹ ਆਪਣਾ ਜੀਵਨ ਸ਼ਬਦ ਨਾਲ ਢਾਲਦਾ ਹੈ, ਸ਼ਬਦ ਦੀ ਸਮਾਧੀ ਵਿੱਚ ਅਭੇਦ ਹੋ ਸਕਦਾ ਹੈ ।

Self-minded remains overwhelmed with greed, the sweet poison of worldly wealth. He remains in the cycle of birth and death. Whosoever may conquer his ego, his worldly status; with His mercy and grace, he may be blessed with a state of mind as His true devotee. His true devotee may adopt the teachings of His Word with steady and stable belief in day-to-day life, he may remain intoxicated in the void of His Word and he may be immersed in His Holy Spirit.

ਕਾਇਆ ਅੰਦਰਿ ਪਾਪੁ ਪੁੰਨੁ ਦੁਇ ਭਾਈ॥ kaa-i-aa andar paap punn du-ay bhaa-ee.
ਦੁਹੀ ਮਿਲਿ ਕੈ ਸ੍ਰਿਸਟਿ ਉਪਾਈ॥ duhee mil kai sarisat upaa-ee.
ਦੋਵੈ ਮਾਰਿ ਜਾਇ ਇਕਤੁ ਘਰਿ ਆਵੈ, dovai maar jaa-ay ikaT`ghar aavai
ਗੁਰਮਤਿ ਸਹਜਿ ਸਮਾਵਣਿਆ॥੪॥ gurmat sahj samaavani-aa. ||4||

ਜੀਵ ਦੇ ਤਨ, ਮਨ ਵਿੱਚ ਦੋਨੋਂ ਪਾਪ ਅਤੇ ਪੁੰਨ, ਜਮਦੂਤ ਅਤੇ ਦੇਵਤੇ, ਦੋਨੋਂ ਹੀ ਭਾਈ ਹਨ । ਇਹ ਦੋਨੋਂ ਹੀ ਇਕ ਸਿੱਕੇ ਦੇ ਦੋਂ ਪਾਸੇ ਹਨ । ਦੋਨੋਂ ਮਿਲਣ ਨਾਲ ਹੀ ਸ੍ਰਿਸ਼ਟੀ ਦੀ ਉਤਪਤੀ ਹੁੰਦੀ ਹੈ, ਇਕ ਸਿੱਕਾ ਬਣਦਾ ਹੈ । ਜਿਹੜਾ ਇਹਨਾਂ ਦੋਨਾਂ ਨੂੰ ਹੀ ਖਤਮ ਕਰਦਾ ਹੈ, ਉਹ ਆਪਣੇ ਅੰਦਰ ਝਾਤੀ ਮਾਰਦਾ ਹੈ, ਕੇਵਲ ਉਹ ਹੀ ਪ੍ਰਭ ਦੇ ਸ਼ਬਦ ਨਾਲ ਜੀਵਨ ਢਾਲ ਸਕਦਾ ਹੈ । ਉਹ ਪ੍ਰਭ ਦੇ ਸ਼ਬਦ ਦੀ ਸਮਾਧੀ ਵਿੱਚ ਅਡੋਲ ਹੋ ਜਾਂਦਾ ਹੈ, ਉਸ ਦੀ ਜੋਤ ਵਿੱਚ ਅਭੇਦ ਹੋ ਸਕਦਾ ਹੈ ।

In the soul and mind of a creature, both good virtues (prophets), evil thoughts (devil) both are the two side of a same coin. When both join the universe becomes alive and this may be the creation of the universe. Whosoever may conquer and eliminates both from within, only he may adopt the teachings of His Word in day-to-day life. He may remain intoxicated in the void of His Word; he may immerse within His Holy Spirit.

ਘਰ ਹੀ ਮਾਹਿ ਦੂਜੈ ਭਾਇ ਅਨੇਰਾ॥ ghar hee maahi doojai bhaa-ay anayraa.
ਚਾਨਣੁ ਹੋਵੈ ਛੋਡੈ ਹਉਮੈ ਮੇਰਾ॥ chaanan hovai chhodai ha-umai mayraa.
ਪਰਗਟੁ ਸਬਦੁ ਹੈ ਸੁਖਦਾਤਾ, pargat sabad hai sukh-daata
ਅਨਦਿਨੁ ਨਾਮੁ ਧਿਆਵਣਿਆ॥੫॥ an-din Naam Dhi-aavani-aa. ||5||

ਜੀਵ ਦੇ ਮਨ ਵਿੱਚ ਭਰਮਾਂ ਦਾ ਹਨੇਰਾ ਹੈ । ਪ੍ਰਭ ਦੀ ਰਹਿਮਤ ਹੁੰਦੀ ਹੈ, ਮਨ ਵਿੱਚ ਪ੍ਰਭ ਦੇ ਸ਼ਬਦ ਦੀ ਸੋਝੀ ਬਖਸ਼ਿਸ਼ ਹੁੰਦੀ ਹੈ । ਜਿਹੜਾ ਆਪਣਾ ਅਹੰਕਾਰ, ਹੈਸੀਅਤ, ਆਪਾ ਖਤਮ ਕਰ ਲੈਂਦਾ ਹੈ । ਉਹ ਸ਼ਬਦ ਦਾ ਸਿਮਰਨ ਕਰਦਾ ਹੀ, ਸੁਖਾਂ ਦੇ ਦਾਤੇ ਨੂੰ ਮਨ ਅੰਦਰ ਮਹਿਸੂਸ ਕਰਦਾ ਹੈ ।

Human mind remains overwhelmed with darkness and ignorance of suspicions; Only with His mercy and grace, His true devotee may be enlightened with the essence of His Word. Whosoever may conquer his ego and pride of his worldly status and selfishness; with His mercy and grace, he may realize The True Master of comforts within his meditation.

ਅੰਤਰਿ ਜੋਤਿ ਪਰਗਟੁ ਪਾਸਾਰਾ॥ antar jot pargat paasaaraa.
ਗੁਰ ਸਾਖੀ ਮਿਟਿਆ ਅੰਧਿਆਰਾ॥ gur saakhee miti-aa anDhi-aaraa.
ਕਮਲੁ ਬਿਗਾਸਿ ਸਦਾ ਸੁਖੁ ਪਾਇਆ, kamal bigaas sadaa sukh paa-i-aa
ਜੋਤੀ ਜੋਤਿ ਮਿਲਾਵਣਿਆ॥੬॥ jotee jot milaavani-aa. ||6||

ਜੀਵ ਦੇ ਮਨ ਅੰਦਰੋਂ ਹੀ ਪ੍ਰਭ ਦੀ ਜੋਤ ਦੀ ਰੋਸ਼ਨੀ ਹੁੰਦੀ, ਜੋਤ ਜਾਗਰਤ ਹੁੰਦੀ ਹੈ । ਪ੍ਰਭ ਦੇ ਸ਼ਬਦ ਦੀ ਸਿਖਿਆਂ ਨਾਲ ਜੀਵਨ ਢਾਲਣ, ਸ਼ਬਦ ਦੀ ਸੋਝੀ ਨਾਲ, ਮਨ ਵਿਚੋਂ ਅਗਿਆਨਤਾ ਦਾ ਹਨੇਰਾ ਦੂਰ ਹੋ ਜਾਂਦਾ ਹੈ, ਮਨ ਦਾ ਕਮਲ ਦਾ ਫੁੱਲ ਖੇੜੇ ਵਿੱਚ ਆਉਂਦਾ ਹੈ । ਮਨ ਵਿੱਚ ਪੂਰਨ ਸ਼ਾਂਤੀ ਬਖਸ਼ਿਸ਼ ਹੋ ਜਾਂਦੀ ਹੈ । ਆਤਮਾ ਦੀ ਜੋਤ ਪ੍ਰਭ ਦੀ ਜੋਤ ਵਿੱਚ ਅਲੋਪ ਹੋ ਜਾਂਦੀ ਹੈ ।

The ray of light of His Holy Spirit may be enlightened from within the mind, and body. Whosoever may adopt the teachings of His Word; with His mercy and grace, he may be enlightened from within, his ignorance from His Word may be eliminated. His lotus flower of his soul may blossom. He may be blessed with a peace and harmony; with His mercy and grace, his soul may be immersed with in His Holy Spirit.

ਅੰਦਰਿ ਮਹਲ ਰਤਨੀ ਭਰੇ ਭੰਡਾਰਾ॥ andar mahal ratnee bharay bhandaaraa.
ਗੁਰਮੁਖਿ ਪਾਏ ਨਾਮੁ ਅਪਾਰਾ॥ gurmukh paa-ay Naam apaaraa.
ਗੁਰਮੁਖਿ ਵਣਜੇ ਸਦਾ ਵਾਪਾਰੀ, gurmukh vanjay sadaa vaapaaree
ਲਾਹਾ ਨਾਮੁ ਸਦ ਪਾਵਣਿਆ॥੭॥ laahaa Naam sad paavni-aa. ||7||

ਜੀਵ ਦੇ ਮਨ ਦੇ ਦਸਵੇਂ ਘਰ ਵਿੱਚ ਅਨਮੋਲ ਰਤਨਾਂ ਦਾ ਬੇਅੰਤ ਭੰਡਾਰ ਹੈ । ਪ੍ਰਭ ਦੇ ਸ਼ਬਦ ਨਾਲ ਜੀਵਨ ਢਾਲ ਕੇ ਗੁਰਮਖ ਪ੍ਰਭ ਦੇ ਸ਼ਬਦ ਦੀ ਸੋਝੀ ਪਾ ਲੈਂਦਾ ਹੈ । ਗੁਰਮਖ ਸਦਾ ਹੀ ਸ਼ਬਦ ਦੀ ਕਮਾਈ ਕਰਦਾ ਹੈ, ਉਸ ਕਮਾਈ ਦਾ ਲਾਭ ਪਾਉਂਦਾ ਹੈ ।

In the 10th cave of his soul remains embedded with overwhelming treasure of priceless jewel, His Word. Whosoever may adopt the teachings of His Word in day-to-day life; with His mercy and grace, he may be blessed with the enlightenment of the essence of His Word. His true devotee may collect the wealth, he may profit from the earnings of His Word.

ਆਪੇ ਵਥੁ ਰਾਖੈ ਆਪੇ ਦੇਇ॥ aapay vath raakhai aapay day-ay.
ਗੁਰਮੁਖਿ ਵਣਜਹਿ ਕੇਈ ਕੇਇ॥ gurmukh vanjahi kay-ee kay-ay.
ਨਾਨਕ ਜਿਸੁ ਨਦਰਿ ਕਰੇ ਸੋ ਪਾਏ, naanak jis nadar karay so paa-ay kar
ਕਰਿ ਕਿਰਪਾ ਮੰਨਿ ਵਸਾਵਣਿਆ॥੮॥੨੭॥੨੮ kirpaa man vasaavani-aa. ||8||27||28||

ਪ੍ਰਭ ਆਪ ਹੀ ਸ਼ਬਦ ਦੀ ਕਮਾਈ ਦਾ ਭੰਡਾਰ ਰਖਦਾ ਹੈ, ਆਪ ਹੀ ਜੀਵ ਨੂੰ ਬਖਸ਼ਦਾ ਹੈ । ਕੋਈ ਵਿਰਲਾ ਹੀ ਜੀਵ, ਇਸ ਦਾ ਵਪਾਰ ਕਰਦਾ ਹੈ ।ਪ੍ਰਭ ਦੀ ਰਹਿਮਤ ਨਾਲ ਹੀ ਸੋਝੀ ਦਾ ਖਜ਼ਾਨਾ ਬਖਸ਼ਿਸ਼ ਹੁੰਦਾ ਹੈ । ਸ਼ਬਦ ਨਾਲ ਜੀਵਨ ਢਾਲਦਾ ਨਾਲ ਹੀ ਸ਼ਬਦ ਮਨ ਵਿੱਚ ਘਰ ਕਰ ਜਾਂਦਾ ਹੈ ।

The True Master has embedded the treasure of the enlightenment within the essence of His Word under His Command. He may bless the treasure to His true devotee; however, very rare devotee may trade the merchandize of His Word. Whosoever may trade the merchandize of His Word, he may be blessed with the right path of salvation. Whosoever may adopt the teachings of His Word in day-to-day life; he may remain drenched with the essence of His Word.

299.ਮਾਝ ਮਹਲਾ ੩॥ (126-14)

ਹਰਿ ਆਪੇ ਮੇਲੇ ਸੇਵ ਕਰਾਏ॥	har aapay maylay sayv karaa-ay.
ਗੁਰ ਕੈ ਸਬਦਿ ਭਾਉ ਦੂਜਾ ਜਾਏ॥	gur kai sabadbhaa-o doojaa jaa-ay.
ਹਰਿ ਨਿਰਮਲੁ ਸਦਾ ਗੁਣਦਾਤਾ,	har nirmal sadaa gundaataa
ਹਰਿ ਗੁਣ ਮਹਿ ਆਪਿ ਸਮਾਵਣਿਆ॥੧॥	har gun meh aap samaavani-aa. ||1||

ਪ੍ਰਭ ਆਪ ਹੀ ਰਹਿਮਤ ਬਖਸ਼ਕੇ ਜੀਵ ਦੀ ਸ਼ਬਦ ਵਿੱਚ ਲਗਨ ਲਾਉਂਦਾ ਹੈ । ਆਪ ਹੀ ਪ੍ਰਵਾਨਗੀ ਦੇ ਰਸਤੇ ਤੇ ਅਡੋਲ ਰਖਦਾ ਹੈ । ਜਿਹੜਾ ਸ਼ਬਦ ਦੀ ਪਾਲਣਾ ਕਰਦਾ ਹੈ, ਉਸ ਦਾ ਮਨ ਚਾਰੇ ਪਾਸੇ ਘੁੰਮਣ ਤੋਂ ਰੁਕ ਜਾਂਦਾ ਹੈ । ਪ੍ਰਭ ਸਦਾ ਹੀ ਦਾਤਾਂ ਬਖਸ਼ਦਾ ਰਹਿੰਦਾ ਹੈ, ਆਪਣੀ ਰਹਿਮਤ ਨਾਲ ਜੀਵ ਦਾ ਭਰੋਸਾ ਸ਼ਬਦ ਤੇ ਅਡੋਲ ਰਖਦਾ ਹੈ ।

Whosoever may be blessed with devotion to meditate, only he may obey the teachings of His Word with steady and stable belief and remains focused on the right path of salvation. His wandering mind may become stable on the teachings of His Word. The True Master always bestows His Virtues on His Creation. He may enhance and keep his faith steady and stable on the teachings of His Word.

ਹਉ ਵਾਰੀ ਜੀਉ ਵਾਰੀ	ha-o vaaree jee-o vaaree
ਸਚੁ ਸਚਾ ਹਿਰਦੈ ਵਸਾਵਣਿਆ॥	sach sachaa hirdai vasaavani-aa.
ਸਚਾ ਨਾਮੁ ਸਦਾ ਹੈ ਨਿਰਮਲੁ,	sachaa Naam sadaa hai nirmal
ਗੁਰ ਸਬਦੀ ਮੰਨਿ ਵਸਾਵਣਿਆ॥੧॥ ਰਹਾਉ॥	gur sabdee man vasaavani-aa. ||1|| rahaa-o.

ਉਸ ਜੀਵ ਤੋਂ ਕੁਰਬਾਨ ਜਾਵਾ! ਜਿਹੜਾ ਪ੍ਰਭ ਦਾ ਸ਼ਬਦ ਆਪਣੇ ਮਨ ਵਿੱਚ ਵਸਾ ਲੈਂਦਾ ਹੈ । ਪ੍ਰਭ ਦਾ ਸ਼ਬਦ ਸਦਾ ਹੀ ਨਿਰਮਲ, ਅਟਲ ਰਹਿਣ ਵਾਲਾ ਹੈ । ਜਿਹੜਾ ਸ਼ਬਦ ਨਾਲ ਜੀਵਨ ਢਾਲਦਾ ਹੈ, ਉਸ ਦੇ ਮਨ ਵਿੱਚ ਪ੍ਰਭ ਦਾ ਸ਼ਬਦ ਘਰ ਕਰਦਾ ਹੈ ।

I remain fascinated from the life of His true devotee! Who may keep the essence of His Word fresh in his day-to-day life? His Word always remain blemish free, axiom, forever true, and unchanged. Whosoever may adopt the teachings of His Word with steady and stable belief in day-to-day life; with His mercy and grace, He may remain drenched with the essence of His Word within his heart.

ਆਪੇ ਗੁਰੁ ਦਾਤਾ ਕਰਮਿ ਬਿਧਾਤਾ॥	aapay gur daataa karam biDhaataa.
ਸੇਵਕ ਸੇਵਹਿ ਗੁਰਮੁਖਿ ਹਰਿ ਜਾਤਾ॥	sayvak sayveh gurmukh har jaataa.
ਅੰਮ੍ਰਿਤ ਨਾਮਿ ਸਦਾ ਜਨ ਸੋਹਹਿ,	amrit Naam sadaa jan soheh
ਗੁਰਮਤਿ ਹਰਿ ਰਸੁ ਪਾਵਣਿਆ॥੨॥	gurmat har ras paavni-aa. ||2||

ਪ੍ਰਭ ਆਪ ਹੀ ਦਾਤਾਂ ਬਖਸ਼ਣ ਵਾਲਾ, ਜੀਵ ਦੇ ਭਾਗ ਲਿਖਣਵਾਲਾ ਹੈ । ਜਿਹੜਾ ਪ੍ਰਭ ਦੇ ਸ਼ਬਦ ਦੀ ਪਾਲਣਾ ਕਰਦਾ ਹੈ । ਉਸ ਦਾ ਭਰੋਸਾ ਅਡੋਲ ਹੋ ਜਾਂਦਾ ਹੈ, ਉਸ ਨੂੰ ਹੀ ਗੁਰਮਖ, ਦਾਸ ਅਵਸਥਾ ਬਖਸ਼ਿਸ਼ ਹੋ ਸਕਦੀ ਹੈ । ਉਸ ਤੇ ਸਦਾ ਹੀ ਪ੍ਰਭ ਦੇ ਅਣਮੋਲ ਸ਼ਬਦ ਦਾ ਨੂਰ ਚਮਕਦਾ ਹੈ । ਸ਼ਬਦ ਨਾਲ ਜੀਵਨ ਢਾਲਣ ਨਾਲ ਹੀ ਉਹ ਪੂਰਨ ਸ਼ਾਂਤੀ, ਸੰਤੋਖ ਬਖਸ਼ਿਸ਼ ਹੋ ਸਕਦਾ ਹੈ ।

The True Master bestows His Virtue and prewrites the destiny of His Creation. Whosoever may adopt the teachings of His Word wholeheartedly in his day-to-day life, his faith becomes steady and stable on His Blessings.

He may be blessed with a state of mind as His true devotee. The glory of His Word always shines on his forehead. He may be blessed with a peace and contentment in his worldly life.

ਇਸੁ ਗੁਫਾ ਮਹਿ ਇਕੁ ਥਾਨੁ ਸੁਹਾਇਆ॥	is gufaa meh ik thaan suhaa-i-aa.
ਪੂਰੈ ਗੁਰਿ ਹਉਮੈ ਭਰਮੁ ਚੁਕਾਇਆ॥	poorai gur ha-umai bharam chukaa-i-aa.
ਅਨਦਿਨੁ ਨਾਮੁ ਸਲਾਹਨਿ ਰੰਗਿ ਰਾਤੇ,	an-din Naam salaahan rang raatay
ਗੁਰ ਕਿਰਪਾ ਤੇ ਪਾਵਣਿਆ॥੩॥	gur kirpaa tay paavni-aa. ||3||

ਜੀਵ ਦੇ ਤਨ ਦੀ ਗੁਫਾ ਵਿੱਚ ਇਕ ਸੁੰਦਰ ਘਰ ਹੈ । ਪੂਰਨ ਗੁਰੂ ਦੇ ਸ਼ਬਦ ਦੀ ਪਾਲਣਾ ਕਰਨ ਨਾਲ ਮਨ ਵਿਚੋਂ ਅਹੰਕਾਰ, ਭਰਮਾਂ ਦਾ ਨਾਸ ਹੋ ਜਾਂਦਾ ਹੈ । ਜੀਵ ਦਿਨ ਰਾਤ ਪ੍ਰਭ ਦੇ ਸ਼ਬਦ ਦੀ ਪਾਲਣਾ, ਸਿਮਰਨ ਕਰੋ । ਮਨ ਵਿੱਚ ਸ਼ਬਦ ਅਡੋਲ ਹੋਣ ਨਾਲ ਹੀ ਰਹਿਮਤ ਬਖਸ਼ਿਸ਼ ਹੁੰਦੀ ਹੈ ।

The body of a creature may be a wonderful, marvelous temple. Whosoever may obey the teachings of His Word. He may conquer his ego and all his religious suspicions may be eliminated. Whosoever may meditate and obey the teachings of His Word with steady and stable belief; with His mercy and grace, his soul may be accepted in His Sanctuary.

ਗੁਰ ਕੈ ਸਬਦਿ ਇਹੁ ਗੁਫਾ ਵੀਚਾਰੇ॥	gur kai sabad ih gufaa veechaaray.
ਨਾਮੁ ਨਿਰੰਜਨੁ ਅੰਤਰਿ ਵਸੈ ਮੁਰਾਰੇ॥	naam niranjan antar vasai muraaray.
ਹਰਿ ਗੁਣ ਗਾਵੈ ਸਬਦਿ ਸੁਹਾਏ,	har gun gaavai sabad suhaa-ay
ਮਿਲਿ ਪ੍ਰੀਤਮ ਸੁਖੁ ਪਾਵਣਿਆ॥੪॥	mil pareetam sukh paavni-aa. ||4||

ਪ੍ਰਭ ਦੇ ਸ਼ਬਦ ਨਾਲ ਜੀਵਨ ਢਾਲਕੇ ਜੀਵ ਆਪਣੇ ਅੰਦਰ ਦੀ ਗੁਫਾ ਵਿੱਚ ਪ੍ਰਭ ਦੇ ਸ਼ਬਦ, ਮਾਨਸ ਜੀਵਨ ਦੇ ਮੰਤਵ ਦੀ ਖੋਜ ਕਰਦਾ ਹੈ । ਪ੍ਰਭ ਦਾ ਸ਼ਬਦ ਮਨ ਦੀ 10th ਗੁਫਾ ਵਿੱਚ, ਖੇੜੇ ਵਿੱਚ ਹੀ ਵਸਦਾ ਹੈ । ਆਪਣੇ ਜੀਵਨ ਨੂੰ ਪ੍ਰਭ ਸ਼ਬਦ ਨਾਲ ਢਾਲੋ, ਸ਼ਿੰਗਾਰੋ, ਸਿਮਰਨ ਕਰੋ । ਜਿਸ ਦਾ ਸ਼ਬਦ ਤੇ ਭਰੋਸਾ ਅਡੋਲ ਹੋ ਜਾਂਦਾ ਹੈ, ਉਸ ਦੇ ਮਨ ਵਿੱਚ ਪੂਰਨ ਸ਼ਾਂਤੀ, ਪ੍ਰਵਾਨਗੀ ਬਖਸ਼ਿਸ਼ ਹੋ ਸਕਦੀ ਹੈ ।

Whosoever may adopt the teachings of His Word with steady and stable belief in day-to-day life, he may search the essence of His Word, the real purpose of human life opportunity within 10th cave of his mind. His Holy Spirit remains embedded within his soul and always remains blossom. You should meditate and adopt the teachings of His Word as an embellishment, robe; with His mercy and grace, he may be acceptance in His Sanctuary.

ਜਮੁ ਜਾਗਾਤੀ ਦੂਜੈ ਭਾਇ ਕਰੁ ਲਾਏ॥	jam jaagaatee doojai bhaa-ay kar laa-ay.
ਨਾਵਹੁ ਭੂਲੇ ਦੇਇ ਸਜਾਏ॥	naavhu bhoolay day-ay sajaa-ay.
ਘੜੀ ਮੁਹਤ ਕਾ ਲੇਖਾ ਲੇਵੈ,	gharhee muhat kaa laykhaa layvai
ਰਤੀਅਹੁ ਮਾਸਾ ਤੋਲ ਕਢਾਵਣਿਆ॥੫॥	ratee-ahu maasaa tol kadhaavani-aa. ||5||

ਜਿਹੜਾ ਪ੍ਰਭ ਦਾ ਸ਼ਬਦ ਮਨ ਵਿਚੋਂ ਵਿਸਾਰ ਦੇਂਦਾ ਹੈ! ਉਹ ਜੂੰਨਾਂ ਦੇ ਬੰਧਨ ਵਿੱਚ ਸਜ਼ਾ ਭੁਗਤਾ, ਮੌਤ ਦੇ ਫਰਿਸ਼ਤੇ ਵੱਸ ਵਿੱਚ ਹੀ ਰਹਿੰਦਾ ਹੈ । ਆਤਮਾ ਨੂੰ ਸੰਸਾਰਕ ਜੀਵਨ ਦੇ ਪਲ ਪਲ ਦਾ ਲੇਖਾ, ਕੋਡੀ ਕੋਡੀ ਦਾ ਹਿਸਾਬ ਦੇਣਾ ਪੈਂਦਾ ਹੈ ।

Whosoever may forsake the essence of His Word, he may be captured by the devil of death and his soul remains in the cycle of birth and death. His soul must explain every activity of his worldly life in His Court.

ਪੇਈਅੜੈ ਪਿਰੁ ਚੇਤੇ ਨਾਹੀ॥	pay-ee-arhai pir chaytay naahee.
ਦੂਜੈ ਮੁਠੀ ਰੋਵੈ ਧਾਹੀ॥	doojai muthee rovai Dhaahee.
ਖਰੀ ਕੁਆਲਿਓ ਕੁਰੂਪਿ ਕੁਲਖਣੀ,	kharee ku-aali-o kuroop kulkhanee
ਸੁਪਨੈ ਪਿਰੁ ਨਹੀਂ ਪਾਵਣਿਆ॥੬॥	supnai pir nahee paavni-aa. ||6||

ਜਿਹੜਾ, ਸ਼ਬਦ ਦੀ ਪਾਲਣਾ ਨਹੀਂ ਕਰਦਾ, ਮਾਨਸ ਜੀਵਨ ਦਾ ਮੰਤਵ ਨਹੀਂ ਯਾਦ ਰਖਦਾ, ਉਹ ਧਰਮ ਦੇ ਭਰਮਾਂ ਦੇ ਧੋਖੇ ਵਿੱਚ ਹੀ ਰਹਿੰਦਾ ਹੈ । ਮੌਤ ਪਿਛੋਂ ਪਛਤਾਵਾ ਹੀ ਕਰਦਾ ਹੈ । ਉਸ ਦੀ ਹਾਲਤ ਬਹੁਤ ਦਰਦਨਾਕ ਹੀ ਰਹਿੰਦੀ ਹੈ । ਉਸ ਨੂੰ ਸੁਪਨੇ ਵਿੱਚ ਵੀ ਸੁਖ ਨਸੀਬ ਨਹੀਂ ਹੁੰਦਾ ।

Whosoever may not obey the teachings of His Word in his day-to-day life, he may remain intoxicated with sweet poison of worldly wealth, in religious rituals, suspicions, and deceptions. After death, he may regret and repent for his evil deeds. He may remain miserable; he may not realize any comfort even in his dream.

ਪੇਈਅੜੈ ਪਿਰੁ ਮੰਨਿ ਵਸਾਇਆ॥ pay-ee-arhai pir man vasaa-i-aa.
ਪੂਰੈ ਗੁਰਿ ਹਦੂਰਿ ਦਿਖਾਇਆ॥ poorai gur hadoor dikhaa-i-aa.
ਕਾਮਣਿ ਪਿਰੁ ਰਾਖਿਆ ਕੰਠਿ ਲਾਇ, kaaman pir raakhi-aa kanth laa-ay
ਸ਼ਬਦੇ ਪਿਰੁ ਰਾਵੈ ਸੇਜ ਸੁਹਾਵਣਿਆ॥੭॥ sabday pir raavai sayj suhaavani-aa. ||7||

ਜਿਹੜਾ ਪ੍ਰਭ ਦੇ ਸ਼ਬਦ ਨਾਲ ਜੀਵਨ ਬਤੀਤ ਕਰਦਾ ਹੈ । ਉਸ ਨੂੰ ਪ੍ਰਭ ਦੇ ਦਰਬਾਰ ਵਿਚੋਂ ਸੱਦਾ ਆਉਂਦਾ ਹੈ । ਉਸ ਦਾ ਪ੍ਰਭ ਦੇ ਸ਼ਬਦ ਤੇ ਭਰੋਸਾ ਅਡੋਲ ਰਹਿੰਦਾ ਹੈ । ਸ਼ਬਦ ਦੀ ਪਾਲਣਾ ਕਰਦਾ, ਸਦਾ ਰਹਿਣ ਵਾਲੇ ਖੇੜੇ, ਸ਼ਬਦ ਦੀ ਸਮਾਧੀ ਵਿੱਚ ਲੀਨ ਹੋ ਜਾਂਦਾ ਹੈ ।

Whosoever may adopt the teachings of His Word with steady and stable belief in day-to-day life; with His mercy and grace, he may be invited in His Court. His faith on the teachings of His Word, His Blessings remain steady and stable. He may remain intoxicated in meditation in the void of His Word.

ਆਪੇ ਦੇਵੈ ਸਦਿ ਬੁਲਾਏ॥ aapay dayvai sad bulaa-ay.
ਆਪਣਾ ਨਾਉ ਮੰਨਿ ਵਸਾਏ॥ aapnaa naa-o man vasaa-ay.
ਨਾਨਕ ਨਾਮੁ ਮਿਲੈ ਵਡਿਆਈ, naanak Naam milai vadi-aa-ee
ਅਨਦਿਨੁ ਸਦਾ ਗੁਣ ਗਾਵਣਿਆ॥੮॥੨੮॥੨੯ an-din sadaa gun gaavani-aa. ||8||28||29||

ਪ੍ਰਭ ਆਪ ਹੀ ਰਹਿਮਤ ਦੀ ਨਜ਼ਰ ਬਖਸ਼ਦਾ ਹੈ । ਉਸ ਦੀ ਸ਼ਬਦ ਨਾਲ ਲਗਨ ਲਾਉਂਦਾ, ਭਰੋਸਾ ਅਡੋਲ ਕਰਦਾ ਹੈ । ਆਪ ਹੀ ਸੱਦਾ ਭੇਜਦਾ, ਪ੍ਰਵਾਨਗੀ ਬਖਸ਼ਦਾ ਹੈ । ਉਹ ਦਿਨ ਰਾਤ ਸ਼ਬਦ ਦੀ ਉਸਤਤ ਗਾਉਂਦਾ, ਸ਼ਬਦ ਵਿੱਚ ਲੀਨ ਰਹਿੰਦਾ ਹੈ ।

Whosoever may be bestowed with His Blessed Vision, he may be blessed with a devotion to meditate on the teachings of His Word. He may keep his belief steady and stable in his day-to-day life. He may be invited in His Court and honored with salvation. He remains overwhelmed singing the glory of His Word in the void of His Word, Day, and night.

300.ਮਾਝ ਮਹਲਾ ੩॥ (127-7)

ਊਤਮ ਜਨਮੁ ਸੁਥਾਨਿ ਹੈ ਵਾਸਾ॥ ootam janam suthaan hai vaasaa.
ਸਤਿਗੁਰੁ ਸੇਵਹਿ ਘਰ ਮਾਹਿ ਉਦਾਸਾ॥ saT`gur sayveh ghar maahi udaasaa.
ਹਰਿ ਰੰਗਿ ਰਹਹਿ ਸਦਾ ਰੰਗਿ ਰਾਤੇ, har rang raheh sadaa rang raatay
ਹਰਿ ਰਸਿ ਮਨੁ ਤ੍ਰਿਪਤਾਵਣਿਆ॥੧॥ har ras man tariptaavni-aa. ||1||

ਜਿਹੜਾ ਪ੍ਰਭ ਦੇ ਸ਼ਬਦ ਨਾਲ ਜੀਵਨ ਢਾਲਦਾ ਹੈ । ਉਹ ਸੰਸਾਰ ਵਿੱਚ ਰਹਿੰਦਾ ਹੋਇਆ ਹੀ ਸੰਸਾਰਕ ਜਾਂਦੀ ਹੈ । ਉਹ ਪ੍ਰਭ ਦੇ ਭਾਣੇ ਅੰਦਰ ਚਲਦਾ ਸਦਾ ਹੀ ਖੇੜੇ ਵਿੱਚ ਰਹਿੰਦਾ ਹੈ । ਪ੍ਰਭ ਦੇ ਸ਼ਬਦ ਦੀ ਸੋਝੀ ਮਨ ਵਿੱਚ ਘਰ ਕਰ ਜਾਂਦੀ ਹੈ, ਮਨ ਦੀਆਂ ਤ੍ਰਿਸ਼ਨਾ ਦੀ ਭੁੱਖ ਖਤਮ, ਸੰਤੋਖ ਵਿੱਚ ਰਹਿੰਦਾ ਹੈ ।

Whosoever may adopt the teachings of His Word in his day-to-day life; while living in the ocean of worldly desires, his mind may remain beyond the reach of worldly desires and the effect of worldly attachments. His human life opportunity may be rewarded. His place of worship, meditation may become worthy of worship. He adopts the teachings of His Word with steady and stable in peace and harmony in his day-to-day life. He may remain drench with the essence of His Word and his worldly desires may be eliminated. He remains contented with His Blessings.

ਹਉ ਵਾਰੀ ਜੀਉ ਵਾਰੀ   ha-o vaaree jee-o vaaree

ਪੜਿ ਬੁਝਿ ਮੰਨਿ ਵਸਾਵਣਿਆ॥   parh bujh man vasaavani-aa.

ਗੁਰਮੁਖਿ ਪੜਹਿ ਹਰਿ ਨਾਮੁ ਸਲਾਹਹਿ,   gurmukh parheh har Naam salaaheh

ਦਰਿ ਸਚੈ ਸੋਭਾ ਪਾਵਣਿਆ॥੧॥ ਰਹਾਉ॥   dar sachai sobhaa paavni-aa. ||1|| rahaa-o.

ਉਸ ਜੀਵ ਤੋਂ ਕੁਰਬਾਨ ਜਾਵਾ! ਜਿਹੜਾ ਬਾਣੀ ਪੜ੍ਹਦਾ, ਸਮਝਕੇ ਸਿਖਿਆਂ ਨਾਲ ਜੀਵਨ ਢਾਲਦਾ ਹੈ । ਪ੍ਰਭ ਦੀ ਰਹਿਮਤ ਨਾਲ, ਉਹ ਪ੍ਰਭ ਦਾ ਸ਼ਬਦ ਪੜ੍ਹਦਾ, ਸਿਮਰਨ ਕਰਦਾ, ਉਸਤਤ ਗਾਉਂਦਾ ਹੈ । ਪ੍ਰਭ ਦੀ ਰਹਿਮਤ ਨਾਲ ਉਸ ਪ੍ਰਭ ਦੇ ਦਰਬਾਰ ਵਿੱਚ ਸੋਭਾ ਬਖਸ਼ਿਸ਼ ਹੋ ਜਾਂਦੀ ਹੈ ।

I remain fascinated from the life of His true devotee! Who may recite His Holy Scripture, meditates, sings the glory, and adopts the teachings of His Word with steady and stable belief in his day-to-day life; with His mercy and grace, he may be honored in His Court?

ਅਲਖ ਅਭੇਉ ਹਰਿ ਰਹਿਆ ਸਮਾਏ॥   alakh abhay-o har rahi-aa samaa-ay.

ਉਪਾਇ ਨ ਕਿਤੀ ਪਾਇਆ ਜਾਏ॥   upaa-ay na kitee paa-i-aa jaa-ay.

ਕਿਰਪਾ ਕਰੇ ਤਾ ਸਤਿਗੁਰੁ ਭੇਟੈ,   kirpaa karay taa saT`gur bhaytai,

ਨਦਰੀ ਮੇਲਿ ਮਿਲਾਵਣਿਆ॥੨॥   nadree mayl milaavani-aa. ||2||

ਪ੍ਰਭ ਹਰ ਮਨ ਵਿੱਚ ਵਸਦਾ, ਵਾਪਰਦਾ, ਹਰ ਥਾਂ ਹੀ ਸਮਾਇਆ ਰਹਿੰਦਾ ਹੈ । ਪ੍ਰਭ ਜੀਵ ਦੇ ਦੇਖੇ, ਜਾਣੇ ਜਾਣ ਵਿੱਚ ਨਹੀਂ ਹੈ । ਪ੍ਰਭ ਦੀ ਰਹਿਮਤ ਧਰਮ ਦੇ ਰੀਤ ਰੀਵਾਜ ਕਰਨ, ਤੀਰਥ ਯਾਤਰਾ ਕਰਨ ਨਾਲ ਬਖਸ਼ਿਸ਼ ਨਹੀਂ ਹੋ ਸਕਦੀ । ਜਿਸ ਤੇ ਪ੍ਰਭ ਆਪ ਹੀ ਰਹਿਮਤ ਦੀ ਨਜ਼ਰ ਬਖਸ਼ਦਾ ਹੈ, ਉਸ ਦੀ ਸ਼ਬਦ ਵਿੱਚ ਲਗਨ ਲਾਉਂਦਾ ਹੈ, ਕੇਵਲ ਇਸ ਹੀ ਵਿਧੀ ਨਾਲ ਬਖਸ਼ਿਸ਼ ਹੋ ਸਕਦੀ ਹੈ । ਉਸ ਦੀ ਰਹਿਮਤ ਨਾਲ ਹੀ ਉਸ ਦਾ ਭਰੋਸਾ ਸ਼ਬਦ ਤੇ ਅਡੋਲ ਰਹਿੰਦਾ, ਉਹ ਪ੍ਰਵਾਨਗੀ ਦੇ ਰਸਤੇ ਤੇ ਅਡੋਲ ਰਹਿੰਦਾ ਹੈ ।

The True Master remains embedded within each soul and in the universe; He dwells in same body and prevails everywhere. The True Master remains beyond visibility and comprehension of His Creation. Whosoever may consider religious rituals, pilgrimage at Holy Shrine may be the right path of His Blessings; he may be deprived from the right path of acceptance in His Court. Whosoever may be bestowed with His Blessed Vision, he may remain dedicated to obey the teachings of His Word; this may be only unique of His Blessings, the right path of acceptance in His Court.

ਦੂਜੈ ਭਾਇ ਪੜੈ ਨਹੀ ਬੂਝੈ॥   doojai bhaa-ay parhai nahee boojhai.

ਤ੍ਰਿਬਿਧਿ ਮਾਇਆ ਕਾਰਣਿ ਲੂਝੈ॥   taribaDh maa-i-aa kaaran loojhai.

ਤ੍ਰਿਬਿਧਿ ਬੰਧਨ ਤੂਟਹਿ ਗੁਰ ਸਬਦੀ,   taribaDh banDhan tooteh gur sabdee

ਗੁਰ ਸਬਦੀ ਮੁਕਤਿ ਕਰਾਵਣਿਆ॥੩॥   gur Sabdee mukat karaavani-aa. ||3||

ਮਨਮੁਖ, ਜਿਸ ਦਾ ਭਰੋਸਾ ਇਕੋ ਇਕ ਪ੍ਰਭ ਦੇ ਸ਼ਬਦ ਤੇ ਅਡੋਲ ਨਹੀਂ ਹੁੰਦਾ । ਉਹ ਵੀ ਸ਼ਬਦ, ਬਾਣੀ ਪੜ੍ਹਦਾ, ਉਸ ਨੂੰ ਸ਼ਬਦ ਦੀ ਜਾਣਕਾਰੀ ਹੋ ਜਾਂਦੀ ਹੈ, ਪਰ ਸੋਝੀ ਨਹੀਂ ਹੁੰਦੀ । ਉਹ ਸ਼ਬਦ ਦੀ ਸਿਖਿਆਂ ਨੂੰ ਆਪਣੇ ਜੀਵਨ ਦਾ ਢੰਗ ਨਹੀਂ ਬਣਦਾ । ਉਹ ਸੰਸਾਰਕ ਮਾਇਆ ਦੇ ਤਿੰਨਾਂ ਰੂਪਾਂ ਦੇ ਜਾਲ ਵਿੱਚ ਹੀ ਫਸਿਆ ਰਹਿੰਦਾ ਹੈ । ਸ਼ਬਦ ਨਾਲ ਜੀਵਨ ਢਾਲਣ ਨਾਲ ਹੀ ਮਾਇਆ ਦੇ ਬੰਧਨ ਨਾਸ ਹੋ ਸਕਦਾ ਹੈ । ਉਹ ਪ੍ਰਵਾਨਗੀ ਦੇ ਰਸਤੇ ਤੇ ਅਡੋਲ ਨਹੀਂ ਰਹਿੰਦਾ ।

Self-minded, non-believer may also read the Holy Scripture; however, he may not have a steady and stable belief on His Blessings, teachings of His Word. He may understand the meaning of written words in scripture; however, he may not be enlightened with the essence of His Word. He may never adopt the teachings of His Word in day-to-day life. He may remain intoxicated with sweet poison of the three colors, types of worldly wealth. Whosoever may adopt the teachings of His Word wholeheartedly; with His mercy and grace, his bonds of worldly wealth and ego may be eliminated. He may remain steady and stable on the right path of salvation.

ਇਹੁ ਮਨੁ ਚੰਚਲੁ ਵਸਿ ਨ ਆਵੈ॥	ih man chanchal vas na aavai.
ਦੁਬਿਧਾ ਲਾਗੈ ਦਹ ਦਿਸਿ ਧਾਵੈ॥	dubiDhaa laagai dah dis Dhaavai.
ਬਿਖੁ ਕਾ ਕੀੜਾ ਬਿਖੁ ਮਹਿ ਰਾਤਾ,	bikh kaa keerhaa bikh meh raataa
ਬਿਖੁ ਹੀ ਮਾਹਿ ਪਚਾਵਣਿਆ॥੪॥	bikh hee maahi pachaavani-aa. ||4||

ਜਿਸ ਜੀਵ ਦਾ ਆਪਣੇ ਮਨ ਤੇ ਕਾਬੂ ਪੱਕਾ ਨਹੀਂ ਹੁੰਦਾ । ਉਹ ਸੰਸਾਰਕ ਮਾਇਆ ਦੇ ਮਗਰ ਲਗ ਕੇ, ਲਾਲਚ ਵਿੱਚ ਚਾਰੇ ਪਾਸੇ ਘੁੰਮਦਾ, ਹੱਥ ਮਾਰਦਾ ਹੈ । ਉਹ ਲਾਲਚ ਵਿੱਚ ਹੀ ਮਸਤ ਰਹਿੰਦਾ, ਅਨੰਦ ਮਾਨਦਾ ਹੈ । ਇਹ ਲਾਲਚ ਹੀ ਉਸ ਨੂੰ ਤਬਾਹ ਕਰ ਦੇਂਦਾ ਹੈ ।

Who may not control his own mind, his worldly desires? He may remain intoxicated with sweet poison of worldly wealth; he may remain wandering in various directions in greed. He remains intoxicated in greed and enjoys short-lived pleasures of worldly wealth. His own greed may destroy his human life opportunity.

ਹਉ ਹਉ ਕਰੇ ਤੈ ਆਪੁ ਜਣਾਏ॥	ha-o ha-o karay tai aap janaa-ay.
ਬਹੁ ਕਰਮ ਕਰੈ ਕਿਛੁ ਥਾਇ ਨ ਪਾਏ॥	baho karam karai kichh thaa-ay na paa-ay.
ਤੁਝ ਤੇ ਬਾਹਰਿ ਕਿਛੂ ਨ ਹੋਵੈ,	tujh tay baahar kichhoo na hovai
ਬਖਸੇ ਸਬਦਿ ਸੁਹਾਵਣਿਆ॥੫॥	bakhsay sabad suhaavani-aa. ||5||

ਮਨਮੁਖ ਆਪਣੇ ਅਹੰਕਾਰ, ਹੈਸੀਅਤ ਦੇ ਅਭਿਮਾਨ ਵਿੱਚ, ਲੋਕ ਦਿਖਾਵੇ ਦੀ ਸੋਭਾ ਪਾਉਣ ਲਈ ਕਈ ਧਰਮ ਦੇ ਰੀਤ ਰੀਵਾਜ ਕਰਦਾ ਹੈ । ਅਖੰਡ ਪਾਠ ਕਰਾਉਂਦਾ, ਲੰਗਰ ਲਵਾਉਂਦਾ ਹੈ । ਪਰ ਉਸ ਦੇ ਕੀਤੇ ਹੋਏ ਪੁੰਨ, ਦਰਬਾਰ ਵਿੱਚ ਕੋਈ ਮਹੱਤਤਾ ਨਹੀਂ ਰਖਦੇ, ਪ੍ਰਵਾਨ ਨਹੀਂ ਹੁੰਦੇ । ਜਿਹੜਾ ਸ਼ਬਦ ਤੇ ਭਰੋਸਾ ਅਡੋਲ ਰਖਕੇ ਆਪਣਾ ਜੀਵਨ ਢਾਲਦਾ ਹੈ । ਪ੍ਰਭ ਆਪ ਹੀ ਉਸ ਦੀਆਂ ਭੁੱਲਾਂ ਬਖਸ਼ਦਾ ਹੈ, ਪ੍ਰਭ ਦੀ ਰਹਿਮਤ ਤੋਂ ਬਿਨਾਂ ਕੁਝ ਨਹੀਂ ਹੋ ਸਕਦਾ ।

Self-minded may remain in his ego and pride of his worldly status to be honored in his worldly life. He may perform various religious rituals of traditional worship, like reading Holy Scripture using professional, running a free kitchen for needy. All his good deeds and charity may not have any significance in His Court nor accepted in His Court. Whosoever may adopt the teachings of His Word wholeheartedly with steady and stable belief; with His mercy and grace, his sins may be forgive, nothing may happen without His Blessed Vision.

ਉਪਜੈ ਪਚੈ ਹਰਿ ਬੂਝੈ ਨਾਹੀ॥	upjai pachai har boojhai naahee.
ਅਨਦਿਨੁ ਦੂਜੈ ਭਾਇ ਫਿਰਾਹੀ॥	an-din doojai bhaa-ay firaa-ee.
ਮਨਮੁਖ ਜਨਮੁ ਗਇਆ ਹੈ	manmukh janam ga-i-aa hai
ਬਿਰਥਾ, ਗਇਆ ਪਛੁਤਾਵਣਿਆ॥੬॥	birthaa ant ga-i- aa pachhutaavani-aa. ||6||

ਉਹ ਜਨਮ ਲੈਂਦੇ, ਮਰ ਜਾਂਦੇ ਹਨ, ਪ੍ਰਭ ਦੇ ਭਾਣੇ ਨੂੰ ਸਮਝਦੇ ਨਹੀਂ, ਜੀਵਨ ਨਹੀਂ ਢਾਲਦੇ । ਉਹ ਦਿਨ ਰਾਤ ਸੰਸਾਰਕ ਮਾਇਆ ਮਗਰ ਲਗ ਕੇ, ਚਾਰੇ ਪਾਸੇ ਘੁੰਮਦੇ ਰਹਿੰਦੇ ਹਨ, ਧਰਮ ਦੇ ਰੀਤ ਰੀਵਾਜ ਕਰਦੇ ਰਹਿੰਦੇ ਹਨ । ਮਨਮੁਖ ਜੀਵ ਆਪਣਾ ਮਾਨਸ ਜਨਮ ਬਿਰਥਾ ਹੀ ਗਵਾ ਜਾਂਦਾ ਹੈ । ਅੰਤ ਵਿੱਚ ਪਛਤਾਵਾ ਹੀ ਕਰਦਾ, ਮਾਯੂਸੀ ਵਿੱਚ ਹੀ ਜੂੰਨਾਂ ਵਿੱਚ ਘੁੰਮਦਾ ਰਹਿੰਦਾ ਹੈ ।

Without understanding and adopting the teachings of His Word in life, he may remain in the trap of worldly wealth and wanders in all directions performs religious rituals. Self-minded may waste his human life uselessly. In the end, he repents and remains in misery, and remains miserable in the cycle of birth and death.

ਪਿਰੁ ਪਰਦੇਸਿ ਸਿਗਾਰੁ ਬਣਾਏ॥ pir pardays sigaar banaa-ay.
ਮਨਮੁਖ ਅੰਧੁ ਐਸੇ ਕਰਮ ਕਮਾਏ॥ manmukh anDh aisay karam kamaa-ay.
ਹਲਤਿ ਨ ਸੋਭਾ ਪਲਤਿ ਨ ਢੋਈ, halat na sobhaa palat na dho-ee
ਬਿਰਥਾ ਜਨਮੁ ਗਵਾਵਣਿਆ॥੭॥ birthaa janam gavaavni-aa. ||7||

ਜਿਸ ਦੇ ਮਨ ਵਿੱਚ ਪ੍ਰਭ ਦੇ ਸ਼ਬਦ ਤੇ ਭਰੋਸਾ ਅਡੋਲ ਨਹੀਂ ਹੁੰਦਾ, ਉਹ ਵੀ ਪ੍ਰਭ ਦਾ ਦਰਬਾਰ ਲਾਉਂਦਾ, ਬੰਦਗੀ, ਪੂਜਾ ਦਾ ਦਿਖਾਵਾ ਕਰਦਾ ਹੈ । ਮਨਮੁਖ, ਅਗਿਆਨੀ ਦੀ ਇਸਤਰ੍ਹਾਂ ਦੀ ਹੀ ਬੰਦਗੀ, ਸ਼ਰਧਾ ਹੁੰਦੀ ਹੈ । ਉਸ ਨੂੰ ਸੰਸਾਰ ਵਿੱਚ, ਮੌਤ ਪਿਛੋਂ ਵੀ ਕੋਈ ਸ਼ਾਂਤੀ, ਸੰਤੋਖ ਬਖਸ਼ਿਸ਼ ਨਹੀਂ ਹੁੰਦਾ । ਉਹ ਆਪਣਾ ਮਾਨਸ ਜਨਮ ਬਿਰਥਾ ਹੀ ਗਵਾ ਜਾਂਦਾ ਹੈ ।

Self-minded may not have steady and stable belief on the teachings of His Word; however, he also performs ceremonial worship of installing meditation throne of Holy Scripture, incarnated as living guru or a Statue ancient prophet, to impress others. Self- minded may performs all religious rituals in ignorance. He may never realize any comforts, and pleasures in his worldly life nor any peace or contentment after death. He wastes his priceless opportunity of human life uselessly.

ਹਰਿ ਕਾ ਨਾਮੁ ਕਿਨੈ ਵਿਰਲੈ ਜਾਤਾ॥ har kaa Naam kinai virlai jaataa.
ਪੂਰੇ ਗੁਰ ਕੈ ਸਬਦਿ ਪਛਾਤਾ॥ pooray gur kai sabad pachhaataa.
ਅਨਦਿਨੁ ਭਗਤਿ ਕਰੇ ਦਿਨੁ ਰਾਤੀ, an-din bhagat karay din raatee
ਸਹਜੇ ਹੀ ਸੁਖੁ ਪਾਵਣਿਆ॥੮॥ sehjay hee sukh paavni-aa. ||8||

ਜਿਹੜਾ ਅਡੋਲ ਭਰੋਸੇ ਨਾਲ ਪ੍ਰਭ ਦੇ ਸ਼ਬਦ ਨਾਲ ਜੀਵਨ ਢਾਲਦਾ, ਸਿਮਰਨ ਕਰਦਾ ਹੈ । ਉਸ ਦੇ ਮਨ ਵਿੱਚ ਧੀਰਜ, ਸੰਤੋਖ ਘਰ ਕਰ ਜਾਂਦਾ ਹੈ । ਕਿਸੇ ਵਿਰਲੇ ਜੀਵ ਨੂੰ ਹੀ ਪ੍ਰਭ ਦੇ ਸ਼ਬਦ ਦੀ ਸੋਝੀ ਬਖਸ਼ਿਸ਼ ਹੁੰਦੀ ਹੈ ।

Whosoever may meditate and adopts the teachings of His Word with steady and stable belief in day-to-day life; with His mercy and grace, he may remain drenched with the essence of His Word. He may enjoy patience and contentment Day and night. However, very rare creature may be blessed with the enlightenment of the essence of His Word

ਸਭ ਮਹਿ ਵਰਤੈ ਏਕੋ ਸੋਈ॥ sabh meh vartai ayko so-ee.
ਗੁਰਮੁਖਿ ਵਿਰਲਾ ਬੂਝੈ ਕੋਈ॥ gurmukh virlaa boojhai ko-ee.
ਨਾਨਕ ਨਾਮਿ ਰਤੇ ਜਨ ਸੋਹਹਿ, naanak Naam ratay jan soheh
ਕਰਿ ਕਿਰਪਾ ਆਪਿ ਮਿਲਾਵਣਿਆ॥੯॥੨੯॥੩੦ kar kirpaa aap milaavani-aa. ||9||29||30

ਇਕੋ ਇਕ ਪ੍ਰਭ ਹੀ ਸਾਰੇ ਜੀਵਾਂ ਵਿੱਚ ਵਸਦਾ ਹੈ । ਕਿਸੇ ਵਿਰਲੇ ਹੀ ਗੁਰਮਖ ਜੀਵ ਨੂੰ ਇਸ ਦੀ ਸੋਝੀ ਹੁੰਦੀ, ਉਸ ਦਾ ਭਰੋਸਾ ਹੁੰਦਾ ਹੈ । ਜਿਸ ਮਨ ਵਿੱਚ ਸ਼ਬਦ ਘਰ ਕਰ ਜਾਂਦਾ ਹੈ, ਉਸ ਮਨ ਤੇ ਸ਼ਾਂਤੀ, ਸੰਤੋਖ, ਰੂਹਾਨੀ ਨੂਰ ਚਮਕਦਾ ਹੈ । ਪ੍ਰਭ ਆਪ ਰਹਿਮਤ ਬਖਸ਼ਦਾ ਹੈ, ਉਸ ਨੂੰ ਪ੍ਰਵਾਨਗੀ ਦੇ ਰਸਤੇ ਤੇ ਅਡੋਲ ਰਖਦਾ ਹੈ ।

The One and Only One, True Master remains embedded within each soul and dwells in his body. However, very rare devotee may be blessed with enlightenment of His Nature. He may have a steady and stable belief on His Existence. Whosoever may remain drench with the essence of His Word; with His mercy and grace, peace of mind, contentment, and the glory of His Word shines on his face. The True Master inspires His true devotee on the right path and accepts his earnings in His Court.

301. ਮਾਝ ਮਹਲਾ ੩॥ (128-1)

ਮਨਮੁਖ ਪੜਹਿ ਪੰਡਿਤ ਕਹਾਵਹਿ॥ manmukh parheh pandit kahaaveh.
ਦੂਜੈ ਭਾਇ ਮਹਾ ਦੁਖੁ ਪਾਵਹਿ॥ doojai bhaa-ay mahaa dukh paavahi.
ਬਿਖਿਆ ਮਾਤੇ ਕਿਛੁ ਸੂਝੈ ਨਾਹੀ, bikhi-aa maatay kichh soojhai naahee fir

ਫਿਰਿ ਫਿਰਿ ਜੂਨੀ ਆਵਣਿਆ॥੧॥ fir joonee aavani-aa. ||1||

ਮਨਮੁਖ ਜੀਵ ਧਾਰਮਕ ਗ੍ਰੰਥ, ਬਾਣੀ ਪੜ੍ਹਦਾ ਹੈ । ਆਪਣੇ ਆਪ ਨੂੰ ਗਿਆਨੀ, ਪੰਡਿਤ, ਸੂਝਵਾਨ, ਪ੍ਰਭ ਦਾ ਪੁਜਾਰੀ ਕਹਾਉਂਦਾ ਹੈ । ਉਸ ਦਾ ਭਰੋਸਾ ਇਕੋ ਇੱਕ ਪ੍ਰਭ ਦੇ ਸ਼ਬਦ ਤੇ ਅਡੋਲ ਨਹੀਂ ਹੁੰਦਾ, ਚਾਰੇ ਪਾਸੇ ਹੀ ਮਨ ਘੁੰਮਦਾ ਰਹਿੰਦਾ ਹੈ । ਉਸ ਨੂੰ ਸੰਸਾਰਕ ਇੱਛਾਂ ਦੀ ਭਟਕਣ ਲਗੀ ਰਹਿੰਦੀ ਹੈ । ਉਹ ਸੰਸਾਰਕ ਮੋਹ ਅਤੇ ਲਾਲਚ ਦੇ ਨਸ਼ੇ ਵਿੱਚ ਹੀ ਦਿਵਾਨਾ ਹੋਇਆ ਰਹਿੰਦਾ ਹੈ । ਪ੍ਰਭ ਦੇ ਸ਼ਬਦ ਦੀ ਕੋਈ ਸੋਝੀ ਨਹੀਂ ਹੁੰਦੀ । ਉਹ ਜੂੰਨਾਂ ਦੇ ਚੱਕਰ ਵਿੱਚ ਹੀ ਰਹਿੰਦਾ ਹੈ ।

Self-minded also meditates and read religious Holy Scripture! He claims to be knowledgeable, scholar, and enlightened; however, he may not have a steady and stable belief on the teachings of His Word. His mind remains wandering in all directions; he may not be contented with His Blessings. The One and Only One True Master. He remains frustrated with the worldly desires and insanely intoxicated with worldly attachments, greed all time. He may not have any enlightenment of the essence of His Word. He remains in the cycle of birth and death.

ਹਉ ਵਾਰੀ ਜੀਉ ਵਾਰੀ ha-o vaaree jee-o vaaree
ਹਉਮੈ ਮਾਰਿ ਮਿਲਾਵਣਿਆ॥ ha-umai maar milaavani-aa.
ਗੁਰ ਸੇਵਾ ਤੇ ਹਰਿ ਮਨਿ ਵਸਿਆ, gur sayvaa tay har man vasi-aa
ਹਰਿ ਰਸੁ ਸਹਜਿ ਪੀਆਵਣਿਆ॥੧॥ ਰਹਾਉ॥ har ras sahj pee-aavni-aa. ||1|| rahaa-o.

ਉਸ ਤੋਂ ਕੁਰਬਾਨ ਜਾਵਾ ! ਜਿਹੜਾ ਆਪਣੇ ਮਨ ਦਾ ਅਹੰਕਾਰ ਖਤਮ ਕਰਕੇ, ਪ੍ਰਭ ਦੀ ਬੰਦਗੀ ਤੇ ਅਡੋਲ ਰਹਿੰਦਾ ਹੈ । ਉਸ ਦੇ ਮਨ ਵਿੱਚ ਪ੍ਰਭ ਦਾ ਸ਼ਬਦ ਸਦਾ ਹੀ ਤਾਜ਼ਾ ਰਹਿੰਦਾ, ਜੀਵਨ ਦਾ ਭਾਗ ਬਣ ਜਾਂਦਾ ਹੈ । ਉਹ ਸ਼ਬਦ ਦੀ ਸਮਾਧੀ ਵਿੱਚ ਹੀ ਪ੍ਰਭ ਦੇ ਦਰਬਾਰ ਵਿੱਚ ਪ੍ਰਵਾਨ ਹੋ ਜਾਂਦਾ ਹੈ ।

I remain fascinated from the life of His true devotee! Who may conquer his ego to remain steady and stable on the teachings of His Word? The essence of His Word remains fresh within his mind as a routine of his day-to-day life. He remains intoxicated in meditation in the void of His Word. He may be accepted in His Sanctuary.

ਵੇਦੁ ਪੜਹਿ ਹਰਿ ਰਸੁ ਨਹੀ ਆਇਆ॥ vayd parheh har ras nahee aa-i-aa.
ਵਾਦੁ ਵਖਾਣਹਿ ਮੋਹੇ ਮਾਇਆ॥ vaad vakaaneh mohay maa-i-aa.
ਅਗਿਆਨਮਤੀ ਸਦਾ ਅੰਧਿਆਰਾ, agi-aanmatee sadaa anDhi-aaraa
ਗੁਰਮੁਖਿ ਬੂਝਿ ਹਰਿ ਗਾਵਣਿਆ॥੨॥ gurmukh boojh har gaavani-aa. ||2||

ਗਿਆਨੀ, ਪੰਡਿਤ ਧਾਰਮਕ ਗ੍ਰੰਥ, ਬਾਣੀ ਨੂੰ ਪੜ੍ਹਦਾ ਹੈ, ਪਰ ਮਨ ਵਿੱਚ ਸੰਤੋਖ, ਸ਼ਾਂਤੀ ਮਹਿਸੂਸ ਨਹੀਂ ਹੁੰਦੀ । ਉਸ ਤੇ ਸੰਸਾਰਕ ਮਾਇਆ ਦਾ ਭੂਤ ਸਵਾਰ ਰਹਿੰਦਾ, ਲਾਲਚ ਰਹਿੰਦਾ ਹੈ । ਉਹ ਬਾਣੀ ਦੇ ਹਰ ਸ਼ਬਦ ਤੇ ਵਿਚਾਰ ਕਰਦਾ ਹੈ, ਉਸ ਦਾ ਕਾਰਨ ਜਾਣਨਾ ਚਾਹੁੰਦਾ ਹੈ । ਉਹ ਗਿਆਨੀ, ਪੰਡਿਤ ਸਦਾ ਹੀ ਪ੍ਰਭ ਦੀ ਸੋਝੀ ਤੋਂ ਅੰਨ੍ਹਾ ਹੀ ਰਹਿੰਦਾ ਹੈ । ਗੁਰਮਖ ਜੀਵ ਨੂੰ ਪ੍ਰਭ ਦੇ ਸ਼ਬਦ ਦੀ ਸੋਝੀ ਬਖਸ਼ਿਸ਼ ਹੋ ਜਾਂਦੀ ਹੈ । ਉਹ ਸ਼ਬਦ ਦਾ ਸਿਮਰਨ ਕਰਦਾ, ਪ੍ਰਭ ਦੇ ਸ਼ਬਦ ਦੇ ਗੁਣ ਹੀ ਗਾਉਂਦਾ ਰਹਿੰਦਾ ਹੈ ।

Worldly religious scholar, priest recites the Holy Scripture; however, he may not enjoy peace and contentment with His Blessings. He may remain intoxicated with sweet poison of worldly wealth, his greed. He may discuss each word of the Holy Scripture and tries to establish the reason of each word. Religious scholar or saint always remains ignorant from the essence of the teachings of His Word. His true devotee meditates and sings the glory of His Word; with His mercy and grace, he may be blessed with the enlightenment of the essence of His Word.

ਅਕਥੋ ਕਥੀਐ ਸਬਦਿ ਸੁਹਾਵੈ॥	aktho kathee-ai sabad suhaavai.
ਗੁਰਮਤੀ ਮਨਿ ਸਚੋ ਭਾਵੈ॥	gurmatee man sacho bhaavai.
ਸਚੋ ਸਚੁ ਰਵਹਿ ਦਿਨੁ ਰਾਤੀ,	sacho sach raveh din raatee
ਇਹੁ ਮਨੁ ਸਚਿ ਰੰਗਾਵਣਿਆ॥੩॥	ih man sach rangaavin-aa. ||3||

ਜਿਹੜਾ ਸ਼ਬਦ ਦੀ ਸਿਖਿਆਂ ਤੇ ਭਰੋਸਾ ਅਡੋਲ ਰਖਦਾ ਹੈ, ਉਸ ਨੂੰ ਪ੍ਰਭ ਦੇ ਅਕਥ ਸ਼ਬਦ, ਕਥਨਾਂ ਦੀ ਸੋਝੀ ਬਖਸ਼ਿਸ਼ ਹੋ ਜਾਂਦੀ ਹੈ । ਜਿਹੜਾ ਪ੍ਰਭ ਦੇ ਸ਼ਬਦ ਦੀ ਸਿਖਿਆਂ ਨਾਲ ਜੀਵਨ ਢਾਲਦਾ ਹੈ, ਸ਼ਬਦ ਦੀ ਸਿਖਿਆਂ ਮਨ ਨੂੰ ਭਾਉਣ ਲਗ ਪੈਂਦੀ ਹੈ । ਜਿਹੜਾ ਜੀਵ ਦਿਨ ਰਾਤ ਪ੍ਰਭ ਦੇ ਸ਼ਬਦ ਨੂੰ ਸੋਚਦਾ, ਵਿਚਾਰਦਾ ਹੈ । ਉਸ ਦੇ ਮਨ ਵਿੱਚ, ਕੰਮਾਂ ਵਿੱਚ ਸ਼ਬਦ ਦਾ ਰੰਗ ਚੜ੍ਹ ਜਾਂਦਾ ਹੈ ।

Whosoever may obey the teachings of His Word with steady and stable belief in day-to-day life; with His mercy and grace, he may be enlightened and comprehension the unexplainable events of His Nature. The teachings, essence of His Word may become comforting to his mind; His true devotee. Whosoever may focus, concentrate to implement the teachings of His Word in day-to-day life; with His mercy and grace, he may be drenched with the crimson color of the essence of His Word within his mind.

ਜੋ ਸਚਿ ਰਤੇ ਤਿਨ ਸਚੋ ਭਾਵੈ॥	jo sach ratay tin sacho bhaavai.
ਆਪੇ ਦੇਇ ਨ ਪਛੋਤਾਵੈ॥	aapay day-ay na pachhotaavai.
ਗੁਰ ਕੈ ਸਬਦਿ ਸਦਾ ਸਚੁ ਜਾਤਾ,	gur kai sabad sadaa sach jaataa
ਮਿਲਿ ਸਚੇ ਸੁਖੁ ਪਾਵਣਿਆ॥੪॥	mil sachay sukh paavni-aa. ||4||

ਪ੍ਰਭ ਆਪ ਹੀ ਜਿਸ ਤੇ ਰਹਿਮਤ ਦੀ ਨਜ਼ਰ ਬਖਸ਼ਦਾ ਹੈ । ਉਸ ਦਾ ਪ੍ਰਭ ਦੇ ਸ਼ਬਦ ਤੇ ਭਰੋਸਾ ਅਡੋਲ ਰਖਦਾ, ਸਿਮਰਨ ਕਰਦਾ ਹੈ । ਉਸ ਦੀ ਲਗਨ ਸ਼ਬਦ ਵਿੱਚ ਲਗ ਜਾਂਦੀ ਹੈ । ਜਿਸ ਨੂੰ ਪ੍ਰਭ ਇਕ ਵਾਰ ਭੁੱਲਾਂ ਬਖਸ਼ ਦੇਂਦਾ, ਫਿਰ ਉਹ ਆਪਣੀ ਰਹਿਮਤ ਵਾਪਸ ਨਹੀਂ ਲੈਂਦਾ । ਜਿਹੜਾ ਸਦਾ ਅਟਲ ਰਹਿਣ ਵਾਲੇ ਪ੍ਰਭ ਦੇ ਸ਼ਬਦ ਦੀ ਪਾਲਣਾ ਅਡੋਲ ਭਰੋਸਾ ਨਾਲ ਕਰਦਾ ਹੈ, ਸਿਖਿਆਂ ਨਾਲ ਜੀਵਨ ਢਾਲਦਾ ਹੈ, ਉਸ ਨੂੰ ਸ਼ਬਦ ਦੀ ਸੋਝੀ ਬਖਸ਼ਿਸ਼ ਹੋ ਜਾਂਦੀ ਹੈ । ਮਨ ਵਿੱਚ ਸ਼ਾਂਤੀ ਸੰਤੋਖ ਬਖਸ਼ਿਸ਼ ਹੋ ਜਾਂਦਾ ਹੈ, ਸਮਾਧੀ ਵਿੱਚ ਲਗਨ ਲਗਦੀ ਹੈ ।

Whosoever may be bestowed with His Blessed Vision, he may meditate on the teachings of His Word with steady and stable belief on His Blessings. He may remain in a deep devotional meditation in the void of His Word. Whose sins may be forgiven once; with His mercy and grace, His Blessings may never be eliminated. Whosoever may wholeheartedly obey and adopts the teachings of His Word with a steady and stable belief; with His mercy and grace, he may be blessed with the enlightenment of the essence of His Word; he may be blessed with peace of mind and contentment. He may remain in meditation in the void of His Word.

ਕੂੜ ਕੁਸਤੁ ਤਿਨਾ ਮੈਲੁ ਨ ਲਾਗੈ॥	koorh kusat tinaa mail na laagai.
ਗੁਰ ਪਰਸਾਦੀ ਅਨਦਿਨੁ ਜਾਗੈ॥	gur parsaadee an-din jaagai.
ਨਿਰਮਲ ਨਾਮੁ ਵਸੈ ਘਟ ਭੀਤਰਿ,	nirmal Naam vasai ghat bheetar
ਜੋਤੀ ਜੋਤਿ ਮਿਲਾਵਣਿਆ॥੫॥	jotee jot milaavani-aa. ||5||

ਜਿਹੜਾ ਜੀਵ ਪ੍ਰਭ ਦੀ ਰਹਿਮਤ ਨਾਲ ਦਿਨ ਰਾਤ ਜਾਗਰਤ ਅਤੇ ਸੁਚੇਤ ਰਹਿੰਦਾ ਹੈ । ਉਸ ਨੂੰ ਧੋਖੇ, ਲਾਲਚ, ਮੋਹ ਦੀ ਕੋਈ ਮੈਲ ਨਹੀਂ ਲਗਦੀ, ਮਨ ਡੋਲਦਾ ਨਹੀਂ । ਉਸ ਦੇ ਮਨ ਵਿੱਚ ਪ੍ਰਭ ਦੇ ਪਵਿੱਤਰ ਸ਼ਬਦ ਦੀ ਸਿਖਿਆਂ ਘਰ ਕਰ ਜਾਂਦੀ, ਜੀਵਨ ਦਾ ਢੰਗ ਬਣ ਜਾਂਦਾ ਹੈ । ਉਸ ਦੀ ਆਤਮਾ ਪ੍ਰਭ ਦੀ ਜੋਤ ਵਿੱਚ ਅਲੋਪ ਹੋ ਜਾਂਦੀ ਹੈ ।

Whosoever may remain awake and alert in meditation on the teachings of His Word; with His mercy and grace, he may never be blemished nor becomes unstable with greed and deception of worldly desires. He may remain drenched with the essence of His Word. The teachings of His Word may become his way of day-to-day life; with His mercy and grace, his soul may immerse in His Holy Spirit.

ਤ੍ਰੈ ਗੁਣ ਪੜਹਿ ਹਰਿ ਤਤੁ ਨ ਜਾਣਹਿ॥	tarai gun parheh har tat na jaaneh.
ਮੂਲਹੁ ਭੂਲੇ ਗੁਰ ਸਬਦੁ ਨ ਪਛਾਣਹਿ॥	moolhu bhulay gur sabad na pachhaaneh.
ਮੋਹ ਬਿਆਪੇ ਕਿਛੁ ਸੂਝੈ ਨਾਹੀ,	moh bi-aapay kichh soojhai naahee
ਗੁਰ ਸਬਦੀ ਹਰਿ ਪਾਵਣਿਆ॥੬॥	gur sabdee har paavni-aa. ||6||

ਜੀਵ ਸੰਸਾਰਕ ਮਾਇਆ ਦੇ ਤਿੰਨਾਂ, ਗੁਣਾਂ, ਰੂਪਾਂ ਬਾਬਤ ਪੜ੍ਹਦਾ ਹੈ, ਪਰ ਉਹ ਸੰਸਾਰਕ ਮਾਇਆ ਦਾ ਤੱਤ ਨਹੀਂ ਜਾਣਦਾ । ਜਿਹੜਾ ਪ੍ਰਭ ਇਹਨਾਂ ਤਿੰਨਾਂ ਮਾਇਆ ਨੂੰ ਪੈਦਾ ਕਰਨਵਾਲਾ, ਇਕੋ ਇਕ ਮਾਲਕ ਹੈ, ਉਸ ਨੂੰ ਮਨ ਵਿਚੋਂ ਭੁਲਾਈ ਰਖਦਾ ਹੈ । ਉਸ ਨੂੰ ਪ੍ਰਭ ਦੇ ਭਾਣੇ, ਸ਼ਬਦ ਦੀ ਕੋਈ ਜਾਣਕਾਰੀ, ਸੋਝੀ ਨਹੀਂ ਹੁੰਦੀ । ਉਹ ਸੰਸਾਰਕ ਮੋਹ ਦੇ ਜਾਲ ਵਿੱਚ ਹੀ ਫਸਿਆ ਰਹਿੰਦਾ ਹੈ । ਉਸ ਨੂੰ ਜੀਵਨ ਦੇ ਅਸਲੀ ਮੰਤਵ ਦੀ ਕੋਈ ਸੋਝੀ ਨਹੀਂ ਹੁੰਦੀ । ਪ੍ਰਭ ਦੀ ਰਹਿਮਤ, ਸ਼ਬਦ ਦੀ ਪਾਲਣਾ ਕਰਨ ਨਾਲ ਹੀ ਸ਼ਬਦ ਦੀ ਸੋਝੀ, ਬਖਸ਼ਿਸ਼ ਹੋ ਸਕਦੀ ਹੈ ।

Worldly scholars and devotees may read about Shakti, the three virtues of the worldly wealth; however, he may not understand the essence of sweet poison of worldly wealth. He may forget The One and Only One True Master, Creator, controller of three virtues of worldly wealth. He may not comprehend the essence of His Word. He remains intoxicated with the sweet poison of worldly wealth. He may not realize the true purpose of the human opportunity. Whosoever may adopt the teachings of His Word with steady and stable belief in day-to-day life; with His mercy and grace, he may be blessed with weakness of worldly wealth.

ਵੇਦੁ ਪੁਕਾਰੈ ਤ੍ਰਿਬਿਧਿ ਮਾਇਆ॥	vayd pukaarai taribaDh maa-i-aa.
ਮਨਮੁਖ ਨ ਬੂਝਹਿ ਦੂਜੈ ਭਾਇਆ॥	manmukh na boojheh doojai bhaa-i-aa.
ਤ੍ਰੈ ਗੁਣ ਪੜਹਿ ਹਰਿ ਏਕੁ ਨ ਜਾਣਹਿ,	tarai gun parheh har ayk na jaaneh
ਬਿਨੁ ਬੂਝੇ ਦੁਖੁ ਪਾਵਣਿਆ॥੭॥	bin boojhay dukh paavni-aa. ||7||

ਵੇਦ, ਧਰਮ ਦੇ ਗ੍ਰੰਥ ਦੱਸਦੇ ਹਨ, ਉਹਨਾਂ ਵਿੱਚ ਲਿਖਿਆ ਹੈ, ਮਾਇਆ ਦੇ ਤਿੰਨ ਰੂਪ ਹੁੰਦੇ ਹਨ । ਮਨਮਰਜ਼ੀ ਕਰਨਵਾਲੇ, ਮਨਮੁਖ ਚਾਰੇ ਪਾਸੇ ਘੁੰਮਦੇ ਰਹਿੰਦੇ ਹਨ । ਉਸ ਨੂੰ ਪ੍ਰਭ ਦੇ ਸ਼ਬਦ ਦੀ ਕੋਈ ਜਾਣਕਾਰੀ, ਸੋਝੀ ਨਹੀਂ ਹੁੰਦੀ । ਉਹ ਮਾਇਆ ਦੇ ਤਿੰਨਾਂ ਗੁਣਾਂ ਬਾਬਤ ਪੜ੍ਹਦੇ ਹਨ । ਪਰ ਮਾਇਆ ਨੂੰ ਪੈਦਾ ਕਰਨ ਵਾਲੇ ਇਕੋ ਇਕ ਪ੍ਰਭ ਦੀ ਕੋਈ ਜਣਕਾਰੀ ਨਹੀਂ ਹੁੰਦੀ, ਉਸ ਬਾਬਤ ਨਹੀਂ ਵਿਚਾਰ ਕਰਦੇ । ਸ਼ਬਦ ਦੀ ਸੋਝੀ ਤੋਂ ਬਿਨਾਂ, ਜੀਵ ਨੂੰ ਦੁਖ, ਮਾਯੂਸੀ ਹੀ ਹਾਸਿਲ ਹੁੰਦੀ ਹੈ ।

All worldly Holy Scriptures describes and warns about three virtues of worldly wealth. Self -minded remains intoxicated with sweet poison of worldly wealth; he may remain wandering in all directions to cherish some short-lived worldly pleasures. He may not have any understanding or enlightenment of the essence of His Word. He may read about the three virtues of the worldly wealth; however, he may not have any knowledge of the nature of the creator and controller of worldly wealth, The True Master. He may never focus to become worthy of His Blessings, Considerations. Without the enlightenment of the essence of His Word, he may endure miseries and desperation in his life.

ਜਾ ਤਿਸੁ ਭਾਵੈ ਤਾ ਆਪਿ ਮਿਲਾਏ॥	jaa tis bhaavai taa aap milaa-ay.
ਗੁਰ ਸਬਦੀ ਸਹਸਾ ਦੂਖੁ ਚੁਕਾਏ॥	gur sabdee sahsaa dookh chukaa-ay.
ਨਾਨਕ ਨਾਵੈ ਕੀ ਸਚੀ ਵਡਿਆਈ,	naanak naavai kee sachee vadi-aa-ee
ਨਾਮੋ ਮੰਨਿ ਸੁਖੁ ਪਾਵਣਿਆ॥੮॥੩੦॥੩੧॥	naamo man sukh paavni-aa. ||8||30||31||

ਪ੍ਰਭ ਦੀ ਰਹਿਮਤ ਨਾਲ ਹੀ ਜੀਵ ਦੀ ਸ਼ਬਦ ਨਾਲ ਲਗਨ ਲਗਦੀ ਹੈ । ਸ਼ਬਦ ਨਾਲ ਜੀਵਨ ਢਾਲਣ ਨਾਲ ਸੰਸਾਰ ਦੇ ਸਾਰੇ ਦੁਖ, ਭਰਮ, ਚਿੰਤਾਂ ਦੂਰ ਹੋ ਜਾਂਦੀਆਂ ਹਨ । ਪ੍ਰਭ ਦੇ ਸ਼ਬਦ ਦੀ ਇਹ ਸੋਭਾ, ਵਡਿਆਈ, ਮਹਾਨਤਾ ਹੈ । ਪ੍ਰਭ ਦੇ ਸ਼ਬਦ ਤੇ ਭਰੋਸਾ ਅਡੋਲ ਕਰਨ ਨਾਲ ਮਨ ਨੂੰ ਸ਼ਾਂਤੀ, ਸੰਤੋਖ ਬਖਸ਼ਿਸ਼ ਹੁੰਦਾ ਹੈ ।

Whosoever may be blessed with devotion to meditate, only he may remain intoxicated to a devotional meditation on the teachings of His Word. Whosoever may adopt the teachings of His Word in day-to-day life, all his worldly frustrations, suspicions, and worries may be eliminated. The teaching of His Word has great significance in the life of all creatures. Whosoever may have steady and stable belief on the teachings of His Word. He may be blessed with a peace of mind, and contentment.

302.ਮਾਝ ਮਹਲਾ ੩॥ (128-13)

ਨਿਰਗੁਣੁ ਸਰਗੁਣੁ ਆਪੇ ਸੋਈ॥	nirgun sargun aapay so-ee.
ਤਤੁ ਪਛਾਣੈ ਸੋ ਪੰਡਿਤੁ ਹੋਈ॥	tat pachhaanai so pandit ho-ee.
ਆਪਿ ਤਰੈ ਸਗਲੇ ਕੁਲ ਤਾਰੈ,	aap tarai saglay kul taarai
ਹਰਿ ਨਾਮੁ ਮੰਨਿ ਵਸਾਵਣਿਆ॥੧॥	har Naam man vasaavani-aa. ||1||

ਪ੍ਰਭ ਆਪ ਹੀ ਚੰਗੇ ਕੰਮਾਂ, ਮੰਦੇ ਕੰਮਾਂ ਵਿੱਚ ਵਾਪਰਦਾ, ਕਰਦਾ, ਕਾਰਨ ਬਣਾਉਂਦਾ ਹੈ । ਜਿਹੜਾ ਪ੍ਰਭ ਦੇ ਸ਼ਬਦ ਦਾ ਇਹ ਗੁਣ ਜਾਣ ਜਾਂਦਾ ਹੈ, ਉਹ ਹੀ ਪ੍ਰਭ ਦਾ ਅਸਲੀ ਭਗਤ, ਪੰਡਿਤ, ਗਿਆਨੀ ਹੁੰਦਾ ਹੈ । ਉਹ ਆਪ ਵੀ ਅਮਰ ਹੋ ਜਾਂਦਾ ਹੈ, ਆਪਣੇ ਪਰਿਵਾਰ, ਸਾਥੀਆਂ ਨੂੰ ਇਸ ਰਸਤੇ ਤੇ ਪਾ ਕੇ ਤਾਰ ਜਾਂਦਾ ਹੈ, ਆਪਣੀਆਂ ਕੁਲਾਂ ਨੂੰ ਵੀ ਅਮਰ ਕਰਾ ਜਾਂਦਾ ਹੈ । ਉਸ ਦੇ ਮਨ ਵਿੱਚ ਪ੍ਰਭ ਦਾ ਸ਼ਬਦ ਘਰ ਕਰ ਜਾਂਦਾ ਹੈ ।

The True Master creates the causes of all events in the universe and prevails in all good and evil deeds performed by His Creation. Whosoever may realize this unique virtue of His Nature, he may be enlightened. His true devotee may be blessed with eternal, immortal state of mind. He may inspire his followers and his family on the right path of salvation. He may save his new generation by inspiring on the right path of acceptance in His Court. He may remain drench with the essence of His Word.

ਹਉ ਵਾਰੀ ਜੀਉ ਵਾਰੀ	ha-o vaaree jee-o vaaree
ਹਰਿ ਰਸੁ, ਚਖਿ ਸਾਦੁ ਪਾਵਣਿਆ॥	har ras chakh saad paavni-aa.
ਹਰਿ ਰਸੁ ਚਾਖਹਿ ਸੇ ਜਨ ਨਿਰਮਲ,	har ras chaakhahi say jan nirmal
ਨਿਰਮਲ ਨਾਮੁ ਧਿਆਵਣਿਆ॥੧॥ ਰਹਾਉ॥	nirmal Naam Dhi-aavani-aa. ||1|| rahaa-o.

ਉਸ ਜੀਵਾਂ ਤੋਂ ਕੁਰਬਾਨ ਜਾਵਾ ! ਜਿਹੜਾ ਸ਼ਬਦ ਦੀ ਸੋਝੀ ਦਾ ਰੰਗ ਆਪਣੇ ਮਨ, ਜੀਵਨ ਵਿੱਚ ਢਾਲ ਲੈਂਦਾ ਹੈ । ਉਹ ਪ੍ਰਭ ਦੇ ਸ਼ਬਦ ਦਾ ਸਿਮਰਨ ਕਰਦਾ, ਸਿਖਿਆਂ ਨਾਲ ਜੀਵਨ ਢਾਲਕੇ ਆਤਮਾ ਨੂੰ ਪਵਿੱਤਰ ਕਰ ਲੈਂਦਾ ਹੈ ।

I remain fascinated from His true devotee! Who may remain drenched with the crimson color of the essence of His Word? He may sing the glory, meditates, and adopts the teachings of His Word in day-to-day life; with His mercy and grace, his soul may be sanctified.

ਸੋ ਨਿਹਕਰਮੀ ਜੋ ਸਬਦੁ ਬੀਚਾਰੇ॥	so nihkarmee jo sabad beechaaray.
ਅੰਤਰਿ ਤਤੁ ਗਿਆਨਿ ਹਉਮੈ ਮਾਰੇ॥	antar tat gi-aan ha-umai maaray.
ਨਾਮੁ ਪਦਾਰਥੁ ਨਉ ਨਿਧਿ ਪਾਏ,	naam padaarath na-o niDh paa-ay
ਤ੍ਰੈ ਗੁਣ ਮੇਟਿ ਸਮਾਵਣਿਆ॥੨॥	tarai gun mayt samaavani-aa. ||2||

ਜਿਹੜਾ ਜੀਵ ਪ੍ਰਭ ਦੇ ਸ਼ਬਦ ਨਾਲ ਜੀਵਨ ਢਾਲ ਲੈਂਦਾ ਹੈ । ਉਹ ਕਰਮਾਂ ਦੇ ਲੇਖੇ ਵਿੱਚ ਨਹੀਂ ਰਹਿੰਦਾ, ਉਹ ਆਪਣੇ ਮਨ ਵਿਚੋਂ ਅਹੰਕਾਰ, ਹੈਸੀਅਤ ਨਾਸ ਕਰ ਲੈਂਦਾ ਹੈ । ਪ੍ਰਭ ਦੇ ਸ਼ਬਦ ਦੀ ਸੋਝੀ, ਉਸ ਮਨ ਵਿੱਚ ਘਰ ਕਰ ਜਾਂਦੀ ਹੈ । ਉਸ ਨੂੰ ਪ੍ਰਭ ਦੇ ਸ਼ਬਦ ਦੀ ਸੋਝੀ ਦੇ ਨੌ ਖਜ਼ਾਨੇਂ ਬਖਸ਼ਿਸ਼ ਹੋ ਜਾਂਦੇ ਹਨ । ਉਹ ਸੰਸਾਰਕ ਮਾਇਆ ਦੇ ਤਿੰਨਾਂ ਗੁਣਾਂ ਤੋਂ ਉਪਰ ਹੋ ਜਾਂਦੇ ਹਨ । ਪ੍ਰਭ ਦੀ ਜੋਤ ਦੀ ਸਮਾਧੀ ਵਿੱਚ ਚਲੇ ਜਾਂਦਾ ਹੈ ।

Whosoever may adopt the teachings of His Word with steady and stable in his day-to-day life; with His mercy and grace, his soul may remain beyond the reach of accountability of his worldly deeds. He may conquer his ego of worldly status. He may remain drenched with the enlightenment of the essence of His Word within his heart. He may be blessed with nine treasures of the enlightenment of the essence of His Word. His state of mind may remain beyond the reach of three virtues of worldly wealth. He may dwell within the void of His Holy Spirit.

ਹਉਮੈ ਕਰੈ ਨਿਹਕਰਮੀ ਨ ਹੋਵੈ॥ ha-umai karai nihkarmee na hovai.
ਗੁਰ ਪਰਸਾਦੀ ਹਉਮੈ ਖੋਵੈ॥ gur parsaadee ha-umai khovai.
ਅੰਤਰਿ ਬਿਬੇਕੁ ਸਦਾ ਆਪੁ ਵੀਚਾਰੇ, antar bibayk sadaa aap veechaaray
ਗੁਰ ਸਬਦੀ ਗੁਣ ਗਾਵਣਿਆ॥੩॥ gur sabdee gun gaavani-aa. ||3||

ਜਿਹੜਾ ਜੀਵ ਅਹੰਕਾਰ ਵਿੱਚ ਕੰਮ ਕਰਦਾ, ਸਿਮਰਨ ਕਰਦਾ ਹੈ । ਉਹ ਕਰਮਾਂ ਦੇ ਲੇਖੇ ਵਿੱਚ ਹੀ ਰਹਿੰਦਾ ਹੈ । ਕੇਵਲ ਪ੍ਰਭ ਦੀ ਰਹਿਮਤ ਨਾਲ ਹੀ ਮਨ ਵਿਚੋਂ ਅਹੰਕਾਰ ਦੀ ਜੜ੍ਹ ਪੁੱਟੀ ਜਾ ਸਕਦੀ, ਨਾਸ ਹੋ ਸਕਦੀ ਹੈ । ਜਿਸ ਦਾ ਮਨ ਸਦਾ ਸੁਚੇਤ ਰਹਿੰਦਾ ਹੈ, ਉਹ ਹਰ ਵੇਲੇ ਆਪਣੇ ਕੰਮਾਂ ਨੂੰ ਹੀ ਪਰਖਦਾ ਹੈ । ਉਹ ਸ਼ਬਦ ਨਾਲ ਜੀਵਨ ਢਾਲਦਾ, ਸ਼ਬਦ ਦੇ ਗੁਣ ਹੀ ਗਾਉਂਦਾ ਰਹਿੰਦਾ ਹੈ ।

Whosoever may meditate and performs worldly deeds in his ego, he may remain in the accountability of his worldly deeds; his account of worldly deeds may never be satisfied in His Court. Only, The True Master may destroy the roots of ego from his mind, His true devotee. Whosoever may remain awake and alert; he may always evaluate his own worldly deeds. He may remain singing the glory and adopts the teachings of His Word in his day-to-day life.

ਹਰਿ ਸਰੁ ਸਾਗਰੁ ਨਿਰਮਲੁ ਸੋਈ॥ har sar saagar nirmal so-ee.
ਸੰਤ ਚੁਗਹਿ ਨਿਤ ਗੁਰਮੁਖਿ ਹੋਈ॥ sant chugeh nit gurmukh ho-ee.
ਇਸਨਾਨੁ ਕਰਹਿ ਸਦਾ ਦਿਨੁ ਰਾਤੀ, isnaan karahi sadaa din raatee
ਹਉਮੈ ਮੈਲੁ ਚੁਕਾਵਣਿਆ॥੪॥ ha-umai mail chukaavani-aa. ||4||

ਪ੍ਰਭ ਦਾ ਸ਼ਬਦ ਇਕ ਨਿਰਮਲ, ਅਣਮੋਲ ਅੰਮ੍ਰਿਤ ਭਰਿਆ ਸਾਗਰ ਹੈ । ਜਿਵੇਂ ਹੰਸ ਸਾਗਰ ਵਿਚੋਂ ਕੇਵਲ ਮੌਤੀ ਹੀ ਚੁਗਦਾ ਹੈ, ਇਸਤਰ੍ਹਾਂ ਬੰਦਗੀ ਕਰਨਵਾਲਾ ਦਾਸ ਕੇਵਲ ਪ੍ਰਭ ਦੇ ਸ਼ਬਦ ਨਾਲ ਹੀ ਜੀਵਨ ਢਾਲਦਾ ਹੈ । ਉਹ ਇਸ ਅੰਮ੍ਰਿਤ ਭਰੇ ਸ਼ਬਦ ਦੇ ਸਾਗਰ ਵਿੱਚ ਦਿਨ ਰਾਤ ਇਸ਼ਨਾਨ ਕਰਦਾ, ਸ਼ਬਦ ਦੇ ਗੁਣ ਜੀਵਨ ਵਿੱਚ ਢਾਲਦਾ ਹੈ । ਉਸ ਦੇ ਮਨ ਦੀ ਅਹੰਕਾਰ ਦੀ ਮੈਲ ਸਦਾ ਲਈ ਧੋਤੀ ਜਾਂਦੀ ਹੈ ।

His Word is an ocean of nectar of pure, precious jewels. As a swan may only collects the pure pearls from the ocean; same way His true devotee always obeys and adopts the teachings of His Word in his life. He takes sanctifying bath in the ocean of nectar of His Word. The blemish of his soul may be eliminated forever.

ਨਿਰਮਲ ਹੰਸਾ ਪ੍ਰੇਮ ਪਿਆਰਿ॥ nirmal hansaa paraym pi-aar.
ਹਰਿ ਸਰਿ ਵਸੈ ਹਉਮੈ ਮਾਰਿ॥ har sar vasai ha-umai maar.
ਅਹਿਨਿਸਿ ਪ੍ਰੀਤਿ ਸਬਦਿ ਸਾਚੈ, ahinis pareet sabad saachai
ਹਰਿ ਸਰਿ ਵਾਸਾ ਪਾਵਣਿਆ॥੫॥ har sar vaasaa paavni-aa. ||5||

ਅਸਲੀ ਹੰਸ, ਲਗਨ ਨਾਲ ਇਸ ਨਿਰਮਲ ਮੋਤੀਆਂ ਨਾਲ ਭਰੇ ਸਾਗਰ ਵਿੱਚ ਵਸਦਾ ਹੈ । ਪ੍ਰਭ ਦੇ ਸ਼ਬਦ ਦੇ ਸਾਗਰ ਵਿੱਚ, ਆਪਣੇ ਮਨ ਵਿਚੋਂ ਅਹੰਕਾਰ ਨਾਸ ਕਰਕੇ ਰਹਿੰਦਾ ਹੈ । ਦਿਨ ਰਾਤ ਉਸ ਦੀ ਲਗਨ ਸ਼ਬਦ ਵਿੱਚ ਹੀ ਲਗੀ ਰਹਿੰਦੀ ਹੈ । ਉਸ ਨੂੰ ਸ਼ਬਦ ਦੇ ਸਾਗਰ ਵਿੱਚ, ਆਪਣੇ ਅੰਦਰ ਹੀ ਪ੍ਰਭ ਦਾ ਦਰਬਾਰ ਅਭੇਦ ਹੋ ਜਾਂਦਾ ਹੈ ।

His true devotee, true swan, always dwells within the ocean overwhelmed with the essence of His Word. He adopts the teachings of His Word; with His mercy and grace, the blemishes of his worldly desires and his ego may be eliminated. He remains in the devotional meditation in the void of His Word. He may be blessed with enlightenment of the ocean of nectar of His Word within his own heart.

ਮਨਮੁਖੁ ਸਦਾ ਬਗੁ ਮੈਲਾ	manmukh sadaa bag mailaa
ਹਉਮੈ ਮਲੁ ਲਾਈ॥	ha-umai mal laa-ee.
ਇਸਨਾਨੁ ਕਰੈ ਪਰੁ ਮੈਲੁ ਨ ਜਾਈ॥	isnaan karai par mail na jaa-ee.
ਜੀਵਤੁ ਮਰੈ ਗੁਰ ਸਬਦੁ ਬੀਚਾਰੈ,	jeevat marai gur sabad beechaarai
ਹਉਮੈ ਮੈਲੁ ਚੁਕਾਵਣਿਆ॥੬॥	ha-umai mail chukaavani-aa. ||6||

ਮਨਮੁਖ ਸਦਾ ਹੀ ਬੁਰੇ ਖਿਆਲਾਂ ਵਾਲੇ ਬੱਗਲੇ ਦੀ ਤਰ੍ਹਾਂ, ਮੈਲ ਨਾਲ ਭਰਿਆ ਰਹਿੰਦਾ ਹੈ । ਉਹ ਵੀ ਇਸ ਸ਼ਬਦ ਦੇ ਸਾਗਰ ਵਿੱਚ ਇਸ਼ਨਾਨ ਕਰਦਾ ਹੈ, ਪਰ ਉਸ ਦੇ ਮਨ ਦੀ ਮੈਲ ਧੋਤੀ ਨਹੀਂ ਜਾਂਦੀ । ਸ਼ਬਦ ਪੜ੍ਹਨ ਦਾ ਮਨ ਤੇ ਕੋਈ ਪ੍ਰਭਾਵ ਨਹੀਂ ਹੁੰਦਾ । ਜਿਹੜਾ ਜੀਵ ਪ੍ਰਭ ਦੇ ਸ਼ਬਦ ਦੀ ਪਾਲਣਾ ਕਰਦਾ, ਜੀਵਨ ਬਤੀਤ ਕਰਦਾ ਹੈ । ਉਹ ਆਪਣੇ ਆਪ ਨੂੰ ਨਿਮਾਣਾ ਬਣਾਈ ਰਖਦਾ ਹੈ । ਉਸ ਦੇ ਮਨ ਵਿਚੋਂ ਅਹੰਕਾਰ, ਹੈਸੀਅਤ ਦੇ ਅਭਿਮਾਨ ਦਾ ਨਾਸ ਹੋ ਜਾਂਦਾ ਹੈ ।

Self-minded has evil thoughts like a Flamingo. His mind remains dominated with filth of evil thoughts and deeds. He also dwells and takes a sanctifying bath in the Holy Nectar of His Word; however, the blemish of his worldly desires may not be eliminated. Reciting and reading His Word may not have any influence in day-to-day life. Whosoever may remain humble, meditates, and adopts the teachings of His Word wholeheartedly in day-to-day life; with His mercy and grace, he may conquer his ego and the pride of his worldly status from his mind.

ਰਤਨੁ ਪਦਾਰਥੁ ਘਰ ਤੇ ਪਾਇਆ॥	ratan padaarath ghar tay paa-i-aa.
ਪੂਰੈ ਸਤਿਗੁਰਿ ਸਬਦੁ ਸੁਣਾਇਆ॥	poorai saT`gur sabad sunaa-i-aa.
ਗੁਰ ਪਰਸਾਦਿ ਮਿਟਿਆ ਅੰਧਿਆਰਾ,	gur parsaad miti-aa anDhi-aaraa
ਘਟਿ ਚਾਨਣੁ ਆਪੁ ਪਛਾਨਣਿਆ॥੭॥	ghat chaanan aap pachhaanni-aa. ||7||

ਜਿਹੜਾ ਜੀਵ ਅਨਮੋਲ ਸ਼ਬਦ ਨੂੰ ਸੁਣਕੇ ਆਪਣੇ ਮਨ ਵਿੱਚ ਵਸਾਉਂਦਾ ਹੈ । ਉਹ ਆਪਣੇ ਮਨ ਦੇ ਅੰਦਰੋਂ ਹੀ ਉਹ ਅਨਮੋਲ ਰਤਨ, ਪ੍ਰਭ ਦਾ ਦਸਵਾਂ ਘਰ ਲੱਭ ਲੈਂਦਾ ਹੈ । ਓਹ ਸ਼ਬਦ ਦੀ ਸਮਾਧੀ ਵਿੱਚ ਦਾਖਲ ਹੋ ਜਾਂਦਾ ਹੈ । ਪ੍ਰਭ ਦੀ ਰਹਿਮਤ ਨਾਲ ਉਸ ਦੇ ਮਨ ਦੇ ਸਾਰੇ ਭਰਮ ਨਾਸ ਹੋ ਜਾਂਦੇ ਹਨ । ਉਸ ਦੇ ਆਪਣੇ ਮਨ ਅੰਦਰ ਹੀ ਉਸ ਪ੍ਰਭ ਦੀ ਜੋਤ ਜਾਗਰਤ ਹੋ ਜਾਂਦੀ ਹੈ ।

Whosoever listens to the sermons of His Word and adopts the teachings in day-to-day life; with His mercy and grace, he may be blessed with precious essence of His Word from within. He may enlighten His throne, 10th cave, Royal Palace within his soul. He may remain meditating in the void of His Word; with His mercy and grace, he may eliminate all his religious suspicions. He may enlighten the ray of His Holy Spirit within.

ਆਪਿ ਉਪਾਏ ਤੈ ਆਪੇ ਵੇਖੈ॥	aap upaa-ay tai aapay vaykhai.
ਸਤਿਗੁਰੁ ਸੇਵੈ ਸੋ ਜਨੁ ਲੇਖੈ॥	saT`gur sayvai so jan laykhai.
ਨਾਨਕ ਨਾਮੁ ਵਸੈ ਘਟ ਅੰਤਰਿ,	naanak Naam vasai ghat antar
ਗੁਰ ਕਿਰਪਾ ਤੇ ਪਾਵਣਿਆ॥੮॥੩੧॥੩੨॥	gur kirpaa tay paavni-aa. ||8||31||32||

ਪ੍ਰਭ ਆਪ ਹੀ ਸ੍ਰਿਸ਼ਟੀ ਨੂੰ ਪੈਦਾ ਕਰਦਾ, ਦੇਖ ਭਾਲ, ਰਖਿਆ ਕਰਦਾ ਹੈ । ਜਿਹੜਾ ਸ਼ਬਦ ਦੀ ਪਾਲਣਾ ਕਰਦਾ, ਉਹ ਪ੍ਰਭ ਦੀ ਪ੍ਰਵਾਨਗੀ ਤੇ ਚਲ ਪੈਂਦਾ ਹੈ । ਪ੍ਰਭ ਦੀ ਰਹਿਮਤ ਨਾਲ ਉਸ ਦੇ ਮਨ ਅੰਦਰ ਪ੍ਰਭ ਦਾ ਸ਼ਬਦ ਘਰ ਕਰ ਜਾਂਦਾ ਹੈ ।

The True Master creates, nourishes, watches, and protects His Creation. Whosoever may adopt the teachings of His Word in his day-to-day life. He may be blessed with the right path of salvation; with His mercy and grace, the teachings of His Word may be enlightened within his mind.

303.ਮਾਝ ਮਹਲਾ ੩॥ (129-5)

ਮਾਇਆ ਮੋਹੁ ਜਗਤੁ ਸਬਾਇਆ॥	maa-i-aa moh jagat sabaa-i-aa.
ਤ੍ਰੈ ਗੁਣ ਦੀਸਹਿ ਮੋਹੇ ਮਾਇਆ॥	tarai gun deeseh mohay maa-i-aa.
ਗੁਰ ਪਰਸਾਦੀ ਕੋ ਵਿਰਲਾ ਬੂਝੈ,	gur parsaadee ko virlaa boojhai
ਚਉਥੈ ਪਦਿ ਲਿਵ ਲਾਵਣਿਆ॥੧॥	cha-uthai pad liv laavani-aa. ||1||

ਸਾਰਾ ਸੰਸਾਰ ਹੀ ਮਾਇਆ ਦਾ ਮੋਹ ਰੂਪੀ ਸਾਗਰ ਹੈ! ਜਿਹੜਾ ਮਾਇਆ ਦੇ ਤਿੰਨਾਂ ਗੁਣਾਂ ਦੇ ਪ੍ਰਭਾਵ ਅੰਦਰ ਚਲਦਾ ਹੈ, ਉਹ ਮਾਇਆ ਦਾ ਗੁਲਾਮ ਬਣ ਜਾਂਦਾ ਹੈ । ਪ੍ਰਭ ਦੀ ਰਹਿਮਤ ਨਾਲ ਕੋਈ ਵਿਰਲਾ ਹੀ ਜੀਵ ਸੋਝੀ ਬਖਸ਼ਿਸ਼ ਹੁੰਦੀ ਹੈ, ਉਹ ਆਪਣਾ ਧਿਆਨ ਚੌਥੀ ਅਵਸਥਾ ਪਾਉਣ ਵਿੱਚ ਰਖਦਾ ਹੈ ।

The universe may be an ocean overwhelmed with Shakti, sweet poison worldly wealth; worldly attachments desires and possessions. Whosoever may remain intoxicated with sweet poison of worldly wealth, he may become a victim, slave of three virtue of worldly wealth. However very rare may remain on the real path of his human life journey. He may keep his focus on 4th Virtue, salvation, place in His Royal Palace.

ਹਉ ਵਾਰੀ ਜੀਉ ਵਾਰੀ,	ha-o vaaree jee-o vaaree
ਮਾਇਆ ਮੋਹੁ ਸਬਦਿ ਜਲਾਵਣਿਆ॥	maa-i-aa moh sabad jalaavani-aa.
ਮਾਇਆ ਮੋਹੁ ਜਲਾਏ	maa-i-aa moh jalaa-ay
ਸੋ ਹਰਿ ਸਿਉ ਚਿਤੁ ਲਾਏ, ਹਰਿ ਦਰਿ	so har si-o chit laa-ay har dar
ਮਹਲੀ ਸੋਭਾ ਪਾਵਣਿਆ॥੧॥ ਰਹਾਉ॥	mahlee sobhaa paavni-aa. ||1|| rahaa-o.

ਉਸ ਤੋਂ ਕੁਰਬਾਨ ਜਾਵਾ! ਜਿਹੜਾ ਸ਼ਬਦ ਦੀ ਪਾਲਣਾ ਕਰਦਾ, ਮਾਇਆ ਦੇ ਮੋਹ ਤੋਂ ਬਚ ਜਾਂਦਾ ਹੈ । ਉਸ ਦੇ ਮਨ ਵਿਚੋਂ ਸੰਸਾਰਕ ਮਾਇਆ ਨਾਲ ਲਗਨ, ਮੋਹ ਖਤਮ ਹੋ ਜਾਂਦਾ ਹੈ । ਉਸ ਦਾ ਭਰੋਸਾ ਪ੍ਰਭ ਦੇ ਸ਼ਬਦ ਤੇ ਅਡੋਲ ਹੁੰਦਾ ਹੈ, ਉਹ ਪ੍ਰਭ ਦੇ ਸ਼ਬਦ ਦੀ ਪਾਲਣਾ ਵਿੱਚ ਅਡੋਲ ਰਹਿੰਦਾ ਹੈ ।

I remain fascinated from the way of life of His true devotee! Who may obey the teachings of His Word; with His mercy and grace, he may be saved from the sweet poison of worldly wealth? He may remain beyond the reach of worldly wealth. Who may conquer his worldly desires, attachment to the worldly possessions; with His mercy and grace, his belief on His Blessings remains steady and stable? He may meditate on the teachings of His Word with steady and stable belief in his day-to-day life.

ਦੇਵੀ ਦੇਵਾ ਮੂਲੁ ਹੈ ਮਾਇਆ॥	dayvee dayvaa mool hai maa-i-aa.
ਸਿੰਮ੍ਰਿਤਿ ਸਾਸਤ ਜਿੰਨਿ ਉਪਾਇਆ॥	simrit saasat jinn upaa-i-aa.
ਕਾਮੁ ਕ੍ਰੋਧੁ ਪਸਰਿਆ ਸੰਸਾਰੇ,	kaam kroDh pasri-aa sansaaray
ਆਇ ਜਾਇ ਦੁਖੁ ਪਾਵਣਿਆ॥੨॥	aa-ay jaa-ay dukh paavni-aa. ||2||

ਜਿਹਨਾਂ ਸੰਸਾਰਕ ਦੇਵੀ ਦੇਵਤਿਆਂ, ਗੁਰੂਆਂ ਨੇ ਸਿਮ੍ਰਿਤੀਆਂ, ਸਾਸਤ, ਰੀਤ ਰੀਵਾਜ, ਰਹਿਤਨਾਮੇ ਲਿਖੇ ਹਨ, ਉਹਨਾਂ ਦਾ ਮੂਲ ਹੀ ਮਾਇਆ ਨਾਲ ਮੋਹ ਹੈ । ਕਾਮਵਾਸਨਾ, ਕਰੋਧ ਸਾਰੀ ਸ੍ਰਿਸ਼ਟੀ ਵਿੱਚ ਹੀ ਫੈਲਿਆ ਹੈ, ਇਸ ਨਾਲ ਜੀਵ ਜੂੰਨਾਂ ਦੇ ਚੱਕਰ ਵਿੱਚ ਹੀ ਭਾਉਂਦਾ ਰਹਿੰਦਾ ਹੈ ।

Worldly prophets, gurus! Who might have established religious rituals, **Shastra, Smriti, Ratnam** the origin of all may be expansion of sweet poison of worldly wealth? Five demons of worldly desires, sexual urges, and anger have dominated His Creation; 5 demons have become the root cause of cycle of birth and death of the Creation.

ਤਿਸੁ ਵਿਚਿ ਗਿਆਨ ਰਤਨੁ ਇਕੁ ਪਾਇਆ॥	tis vich gi-aan ratan ik paa-i-aa.
ਗੁਰ ਪਰਸਾਦੀ ਮੰਨਿ ਵਸਾਇਆ॥	gur parsaadee man vasaa-i-aa.
ਜਤੁ ਸਤੁ ਸੰਜਮੁ ਸਚੁ ਕਮਾਵੈ,	jat sat sanjam sach kamaavai
ਗੁਰਿ ਪੂਰੈ ਨਾਮੁ ਧਿਆਵਣਿਆ॥੩॥	gur poorai Naam Dhi-aavani-aa. ||3||

ਆਪਣੀ ਰਹਿਮਤ ਨਾਲ ਹੀ ਤਨ, ਮਨ ਵਿੱਚ ਸ਼ਬਦ ਦੇ ਗਿਆਨ ਦਾ ਸੋਮਾ, ਰਤਨ ਰਖਿਆ ਹੈ । ਜਤ, ਸਤ, ਸੰਤੋਖ, ਧੀਰਜ, ਸ਼ਬਦ ਨਾਲ ਜੀਵਨ ਢਾਲਣ ਨਾਲ ਹੀ ਮਨ ਵਿੱਚ ਵਸਦਾ ਹੈ, ਇਸ ਦਾ ਸਿਮਰਨ ਕਰਨ ਨਾਲ ਹੀ ਪ੍ਰਭ ਦੀ ਰਹਿਮਤ ਦੀ ਨਜ਼ਰ ਬਖਸ਼ਿਸ਼ ਹੋ ਸਕਦੀ ਹੈ ।

The True Master has embedded the fountain of the enlightenment of the essence of His Word within his soul and mind of all creatures. By adopting the teachings of His Word, his mind may be blessed to control sexual desire, patience, satisfaction, and contentment on His Blessings. Whosoever may meditate on the teachings of His Word with steady and stable belief on the teachings of His Word; with His mercy and grace, he may be blessed with the right path of acceptance in His Court.

ਪੇਈਅੜੈ ਧਨ ਭਰਮਿ ਭੁਲਾਣੀ॥	pay-ee-arhai Dhan bharam bhulaanee.
ਦੂਜੈ ਲਾਗੀ ਫਿਰਿ ਪਛੋਤਾਣੀ॥	doojai laagee fir pachhotaanee.
ਹਲਤੁ ਪਲਤੁ ਦੋਵੈ ਗਵਾਏ,	halat palat dovai gavaa-ay
ਸੁਪਨੈ ਸੁਖੁ ਨ ਪਾਵਣਿਆ॥੪॥	supnai sukh na paavni-aa. ||4||

ਸੰਸਾਰ ਵਿੱਚ ਜੀਵ ਸੰਸਾਰਕ ਮਾਇਆ ਨੂੰ ਹੀ ਸੁਖ ਦੇਣ ਵਾਲਾ ਮਾਲਕ ਮੰਨ ਲੈਂਦਾ ਹੈ । ਉਸ ਦੇ ਮਗਰ ਲਗ ਕੇ, ਧਰਮ ਦੇ ਰੀਤ ਰੀਵਾਜ ਕਰਦਾ ਹੈ । ਪ੍ਰਭ ਦੇ ਸ਼ਬਦ ਨੂੰ ਮਨ ਵਿਚੋਂ ਵਿਸਾਰ ਲੈਂਦਾ ਹੈ । ਇਸਤਰ੍ਹਾਂ ਚਾਰੇ ਪਾਸੇ ਘੁੰਮਦਾ, ਅੰਤ ਵਿੱਚ ਪਛਤਾਵਾ ਹੀ ਕਰਨਾ ਪੈਂਦਾ ਹੈ । ਉਹ ਸੰਸਾਰ ਵਿੱਚ ਅਤੇ ਮੌਤ ਤੋਂ ਪਿਛੋਂ ਦੋਨਾਂ ਪਾਸੇ ਹੀ ਹਾਰ ਜਾਂਦਾ, ਮਾਨਸ ਜਨਮ ਬਿਰਥਾ ਹੀ ਗਵਾ ਲੈਂਦਾ ਹੈ । ਉਸ ਨੂੰ ਸੁਪਨੇ ਵਿੱਚ ਵੀ ਕਦੇ ਸੰਤੋਖ, ਸ਼ਾਂਤੀ ਨਸੀਬ ਨਹੀਂ ਹੁੰਦੀ ।

Self-minded considers worldly comforts, wealth may be the true sign of His Blessed Vision. He may remain intoxicated with sweet poison of worldly wealth and performs religious rituals. He may forsake the teachings of His Word from his day-to-day life. He may wander in all directions in his worldly life; in the end, he must regret and repent due to his worldly deeds. He may lose at both places, in his worldly life and after death in His Court. He wastes his priceless human life opportunity uselessly; he may never be blessed with a peace and contentment even in his dream.

ਪੇਈਅੜੈ ਧਨ ਕੰਤੁ ਸਮਾਲੇ॥	pay-ee-arhai Dhan kant samaalay.
ਗੁਰ ਪਰਸਾਦੀ ਵੇਖੈ ਨਾਲੇ॥	gur parsaadee vaykhai naalay.
ਪਿਰ ਕੈ ਸਹਜਿ ਰਹੈ ਰੰਗਿ ਰਾਤੀ,	pir kai sahj rahai rang raatee
ਸਬਦਿ ਸਿੰਗਾਰੁ ਬਣਾਵਣਿਆ॥੫॥	sabad singaar banaavani-aa. ||5||

ਜਿਹੜੀ ਆਤਮਾ ਪ੍ਰਭ ਦੇ ਸ਼ਬਦ ਵਿੱਚ ਲਗਨ ਲਾਉਂਦੀ ਹੈ । ਉਸ ਨੂੰ ਹਰ ਥਾਂ ਤੇ ਹੀ ਪ੍ਰਭ ਸਹਾਈ ਨਜ਼ਰ ਆਉਂਦਾ ਹੈ । ਉਹ ਪ੍ਰਭ ਦੇ ਸ਼ਬਦ ਦੀ ਪਾਲਣਾ ਵਿੱਚ ਹੀ ਮਸਤ, ਲੀਨ ਰਹਿੰਦਾ ਹੈ । ਪ੍ਰਭ ਦੇ ਸ਼ਬਦ ਦੀ ਕਮਾਈ ਨੂੰ ਹੀ ਆਪਣੀ ਹੈਸੀਅਤ, ਸ਼ਿੰਗਾਰ ਬਣਾਉਂਦਾ ਹੈ ।

Whosoever may concentrate on meditation on the teachings of His Word, he may realize His Existence, support in every step of his life. He remains intoxicated in meditation and obeying the teachings of His Word. The earnings of His Word may become his worldly status and embellishment.

ਸਫਲੁ ਜਨਮੁ ਜਿਨਾ ਸਤਿਗੁਰੁ ਪਾਇਆ॥	safal janam jinaa saT`gur paa-i-aa.
ਦੂਜਾ ਭਾਉ ਗੁਰ ਸਬਦਿ ਜਲਾਇਆ॥	doojaa bhaa-o gur sabad jalaa-i-aa.
ਏਕੋ ਰਵਿ ਰਹਿਆ ਘਟ ਅੰਤਰਿ,	ayko rav rahi-aa ghat antar

ਮਿਲਿ ਸਤਸੰਗਤਿ ਹਰਿ ਗੁਣ ਗਾਵਣਿਆ॥੬॥ mil satsangat har gun gaavani-aa. ||6||

ਜਿਹੜਾ ਪ੍ਰਭ ਦੀ ਰਹਿਮਤ ਨਾਲ ਸ਼ਬਦ ਦੇ ਲੜ ਲਗਦਾ ਹੈ, ਉਸ ਦਾ ਜਨਮ ਸਫਲ ਹੋ ਜਾਂਦਾ ਹੈ । ਸ਼ਬਦ ਨਾਲ ਜੀਵਨ ਢਾਲਣ ਨਾਲ ਮਨ ਵਿਚੋਂ ਭਰਮ ਦੂਰ ਹੋ ਜਾਂਦੇ, ਇਕੋ ਇੱਕ ਤੇ ਭਰੋਸਾ ਅਡੋਲ ਹੋ ਜਾਂਦਾ ਹੈ । ਉਸ ਦੇ ਮਨ ਵਿੱਚ ਸ਼ਬਦ ਘਰ ਕਰ ਜਾਂਦਾ ਹੈ । ਉਸ ਦੇ ਕੰਮਾਂ ਵਿੱਚ ਸ਼ਬਦ ਦਾ ਰੰਗ ਚੜ੍ਹ ਜਾਂਦਾ ਹੈ, ਉਹ ਸੰਗਤ ਵਿੱਚ ਬੈਠਕੇ ਪ੍ਰਭ ਦੇ ਸ਼ਬਦ ਦੇ ਗੁਣ ਹੀ ਗਾਉਂਦਾ, ਵਿਚਾਰ ਕਰਦਾ ਹੈ ।

Whosoever may remain in devotional meditation on the teachings of His Word; with His mercy and grace, he may succeed in the purpose of his human life. Whosoever may adopt the teachings of His Word in his day-to-day life; with His mercy and grace, all his suspicions may be eliminated from within. His belief may become steady and stable on His Blessings. He may remain drenched with crimson color the essence of His Word in his worldly deeds. He remains in the conjugation of His Holy saint, sings the glory of His Word, and shares the spiritual message of His Word.

ਸਤਿਗੁਰੁ ਨ ਸੇਵੇ ਸੋ ਕਾਹੇ ਆਇਆ॥ saT`gur na sayvay so kaahay aa-i-aa.
ਧ੍ਰਿਗੁ ਜੀਵਨੁ ਬਿਰਥਾ ਜਨਮੁ ਗਵਾਇਆ॥ dharig jeevan birthaa janam gavaa-i-aa.
ਮਨਮੁਖਿ ਨਾਮੁ ਚਿਤਿ ਨ ਆਵੈ, manmukh Naam chit na aavai,
ਬਿਨੁ ਨਾਵੈ ਬਹੁ ਦੁਖੁ ਪਾਵਣਿਆ॥੭॥ bin naavai baho dukh paavni-aa. ||7||

ਜਿਹੜਾ ਪ੍ਰਭ ਦੇ ਸ਼ਬਦ ਨਾਲ ਜੀਵਨ ਨਹੀਂ ਢਾਲਦਾ, ਉਹ ਇਸ ਸੰਸਾਰ ਵਿੱਚ ਕਿਉਂ ਪੈਦਾ ਹੁੰਦਾ ਹੈ? ਉਸ ਦੇ ਜੀਵਨ ਦਾ ਕੋਈ ਮੰਤਵ ਨਹੀਂ ਹੁੰਦਾ, ਉਸ ਦਾ ਜੀਵਨ ਬਿਰਥਾ ਹੀ ਬੀਤ ਜਾਂਦਾ ਹੈ । ਮਨਮੁਖ ਜੀਵ ਪ੍ਰਭ ਦੇ ਸ਼ਬਦ ਦੀ ਪਾਲਣਾ ਨਹੀਂ ਕਰਦਾ, ਉਸ ਨੂੰ ਪ੍ਰਭ ਦੇ ਸ਼ਬਦ ਦੀ ਕੋਈ ਸੋਝੀ ਬਖਸ਼ਿਸ਼ ਨਹੀਂ ਹੁੰਦੀ । ਪ੍ਰਭ ਦੇ ਸ਼ਬਦ ਦੀ ਪਾਲਣਾ ਤੋਂ ਬਿਨਾਂ ਉਹ ਬਹੁਤ ਦਰਦਨਾਕ ਜੀਵਨ ਹੀ ਬਤੀਤ ਕਰਦਾ ਹੈ ।

Whosoever may not adopt the teachings of His Word in day-to-day life! Why has he been blessed with human body in this world? His human life may not have any significance, he wastes his human life uselessly. Self-minded may not obey the teachings of His Word nor he may be blessed with the enlightenment of the essence His teachings. Without obeying the teachings of His Word, he may remain miserable and frustrating.

ਜਿਨਿ ਸਿਸਟਿ ਸਾਜੀ ਸੋਈ ਜਾਣੈ॥ jin sisat saajee so-ee jaanai.
ਆਪੇ ਮੇਲੈ ਸਬਦਿ ਪਛਾਣੈ॥ aapay maylai sabad pachhaanai.
ਨਾਨਕ ਨਾਮੁ ਮਿਲਿਆ ਤਿਨ ਜਨ ਕਉ, naanak Naam mili-aa tin jan ka-o
ਜਿਨ ਧੁਰਿ ਮਸਤਕਿ ਲੇਖੁ ਲਿਖਾਵਣਿਆ॥ jin Dhur Mastak laykh likhaavani-aa.
੮॥੧॥੩੨॥੩੩॥ ||8||1||32||33||

ਸ੍ਰਿਸ਼ਟੀ ਦੀ ਸਾਜਨਾ ਕਰਨਵਾਲਾ ਪ੍ਰਭ ਆਪ ਹੀ ਸੰਸਾਰ ਦਾ ਖੇਲ ਜਾਣਦਾ ਹੈ । ਆਪ ਹੀ ਰਹਿਮਤ ਬਖਸ਼ਦਾ, ਜੀਵ ਦਾ ਧਿਆਨ, ਲਗਨ ਸ਼ਬਦ ਵਿੱਚ ਲਾਉਂਦਾ ਹੈ । ਜਿਸ ਦੇ ਭਾਗਾਂ ਵਿੱਚ ਪ੍ਰਭ ਆਪ ਹੀ ਲਿਖਦਾ ਹੈ, ਕੇਵਲ ਉਹ ਹੀ ਜੀਵ ਪ੍ਰਭ ਦੇ ਸ਼ਬਦ ਵਿੱਚ ਲਗਨ ਲਾਉਂਦਾ ਹੈ ।

The Omniscient True Master, Creator, knows, the purpose of His Creation. He may bless devotion to His true devotee to concentrate on devotional meditation on the teachings of His Word. Whosoever may have a great prewritten destiny, only he may remain intoxicated to a devotional meditation on the teachings of His Word.

304.ਮਾਝ ਮਹਲਾ ੪॥ (129-18)

ਆਦਿ ਪੁਰਖੁ ਅਪਰੰਪਰੁ ਆਪੈ॥ aad purakh aprampar aapay.
ਆਪੇ ਥਾਪੇ ਥਾਪਿ ਉਥਾਪੈ॥ aapay thaapay thaap uthaapay.
ਸਭ ਮਹਿ ਵਰਤੈ ਏਕੋ ਸੋਈ, sabh meh vartai ayko so-ee
ਗੁਰਮੁਖਿ ਸੋਭਾ ਪਾਵਣਿਆ॥੧॥ gurmukh sobhaa paavni-aa. ||1||

ਪੂਰਨ ਪੁਰਖ ਪ੍ਰਭ ਸ੍ਰਿਸ਼ਟੀ ਵੀ ਹੈ, ਸ੍ਰਿਸ਼ਟੀ ਤੋਂ ਅਲਗ, ਪਹੁੰਚ ਤੋਂ ਬਾਹਰ ਹੈ । ਆਪ ਹੀ ਸ੍ਰਿਸ਼ਟੀ ਨੂੰ ਪੈਦਾ ਕਰਦਾ, ਖਤਮ ਕਰ ਦੇਂਦਾ ਹੈ । ਪ੍ਰਭ ਆਪ ਹੀ ਸਾਰੀ ਸ੍ਰਿਸ਼ਟੀ ਦੇ ਜੀਵਾਂ ਵਿੱਚ ਵਸਦਾ, ਵਾਪਰਦਾ ਹੈ । ਜਿਸ ਨੂੰ ਗੁਰਮਖ ਅਵਸਥਾ ਬਖਸ਼ਿਸ਼ ਹੋ ਜਾਂਦੀ ਹੈ, ਉਹ ਪ੍ਰਭ ਦੇ ਦਰਬਾਰ ਵਿੱਚ ਸੋਭਦਾ ਹੈ ।

The True Master, Creator remains embedded within His Creation; however, remains beyond reach and comprehension of His Creation. He may create new life for a predetermined time and destroy his perishable body. His Holy Spirit remains embedded within each soul and dwells within his body and prevails in all events in the universe. Whosoever may be blessed with a state of mind as His true devotee may be honored in His Court.

ਹਉ ਵਾਰੀ ਜੀਉ ਵਾਰੀ, ਨਿਰੰਕਾਰੀ ਨਾਮੁ ਧਿਆਵਣਿਆ॥	ha-o vaaree jee-o vaaree nirankaaree Naam Dhi-aavani-aa.
ਤਿਸੁ ਰੂਪੁ ਨ ਰੇਖਿਆ ਘਟਿ ਘਟਿ ਦੇਖਿਆ, ਗੁਰਮੁਖਿ ਅਲਖੁ ਲਖਾਵਣਿਆ॥੧॥ ਰਹਾਉ॥	tis roop na raykh-i-aa ghat ghat daykhi-aa gurmukh alakh lakhaavani-aa. ||1|| rahaa-o.

ਉਸ ਜੀਵ ਤੋਂ ਬਾਰ ਬਾਰ ਕੁਰਬਾਨ ਜਾਵਾ! ਜਿਹੜਾ ਅਕਾਰ ਰਹਿਤ ਪ੍ਰਭ ਦੇ ਸ਼ਬਦ ਦਾ ਸਿਮਰਨ, ਸ਼ਬਦ ਦੀ ਪਾਲਣਾ ਕਰਦਾ ਹੈ । ਪ੍ਰਭ ਤਿੰਨਾਂ ਪਛਾਨਾ ਤੋਂ ਰਹਿਤ, ਹਰਇਕ ਜੀਵ ਦੀ ਆਤਮਾ ਵਿੱਚ ਸਮਾਇਆ, ਤਨ ਵਿੱਚ ਵਸਦਾ, ਵਾਪਰਦਾ ਹੈ । ਜਿਸ ਨੂੰ ਗੁਰਮਖ ਅਵਸਥਾ ਬਖਸ਼ਿਸ਼ ਹੋ ਜਾਂਦੀ ਹੈ! ਉਸ ਨੂੰ ਨਾ ਜਾਣੇ ਜਾਣ ਵਾਲੇ ਪ੍ਰਭ ਦੀ ਹੋਂਦ ਅਨੁਭਵ ਹੋ ਜਾਂਦੀ ਹੈ ।

I remain fascinated from the sacrifice of His true devotee! Who may meditate and obeys the essence of His Word, His Holy Spirit? He remains beyond three known recognitions, like color, shape, and form. He remains embedded within each soul, dwells within his body and prevails in his every activity. Whosoever may be blessed with a state of mind as His true devotee; with His mercy and grace, he may realize His Existence, The True Master, who may remain beyond the understanding of His Creation.

ਤੂ ਦਇਆਲੁ ਕਿਰਪਾਲੁ ਪ੍ਰਭੁ ਸੋਈ॥	too da-i-aal kirpaal parabh so-ee.
ਤੁਧੁ ਬਿਨੁ ਦੂਜਾ ਅਵਰੁ ਨ ਕੋਈ॥	tuDh bin doojaa avar na ko-ee.
ਗੁਰੁ ਪਰਸਾਦੁ ਕਰੇ ਨਾਮੁ ਦੇਵੈ, ਨਾਮੇ ਨਾਮਿ ਸਮਾਵਣਿਆ॥੨॥	gur parsaad karay Naam dayvai naamay Naam samaavani-aa. ||2||

ਤਰਸਵਾਨ ਪ੍ਰਭ ਤੋਂ ਬਿਨਾਂ ਹੋਰ ਕੋਈ ਅਸਲੀ ਮਾਲਕ ਨਹੀਂ ਹੈ । ਜਿਸ ਨੂੰ ਪ੍ਰਭ ਆਪ ਹੀ ਰਹਿਮਤ ਬਖਸ਼ਕੇ ਸ਼ਬਦ ਦੇ ਲੜ ਲਾਉਂਦਾ ਹੈ, ਉਹ ਹੀ ਸ਼ਬਦ ਦੀ ਪਾਲਣਾ ਕਰਦਾ, ਸ਼ਬਦ ਦੀ ਸਮਾਧੀ ਵਿੱਚ ਲੀਨ ਰਹਿੰਦਾ, ਪ੍ਰਭ ਦੀ ਜੋਤ ਵਿੱਚ ਅਭੇਦ ਹੋ ਸਕਦਾ ਹੈ ।

The One and Only One True Master, Trustee of His Creation, no one may exist without His Command. Whosoever may meditate on the teachings of His Word; with His mercy and grace, he may remain intoxicated in the void of His Word; he may immerse within His Holy Spirit.

ਤੂੰ ਆਪੇ ਸਚਾ ਸਿਰਜਣਹਾਰਾ॥	tooN aapay sachaa sirjanhaaraa.
ਭਗਤੀ ਭਰੇ ਤੇਰੇ ਭੰਡਾਰਾ॥	bhagtee bharay tayray bhandaaraa.
ਗੁਰਮੁਖਿ ਨਾਮੁ ਮਿਲੈ ਮਨੁ ਭੀਜੈ, ਸਹਜਿ ਸਮਾਧਿ ਲਗਾਵਣਿਆ॥੩॥	gurmukh Naam milai man bheejai sahj samaaDh lagaavani-aa. ||3||

ਪ੍ਰਭ ਹੀ ਸ੍ਰਿਸ਼ਟੀ ਨੂੰ ਪੈਦਾ ਕਰਨਵਾਲਾ ਅਸਲੀ ਮਾਲਕ ਹੈ । ਪ੍ਰਭ ਦੇ ਸ਼ਬਦ ਦੇ, ਦਾਤਾਂ ਦੇ, ਭਗਤੀ ਦੇ ਭੰਡਾਰ ਭਰੇ ਹੋਏ ਹਨ । ਗੁਰਮਖ ਨੂੰ ਸ਼ਬਦ ਦੀ ਲਗਨ ਬਖਸ਼ਦਾ ਹੈ, ਉਹ ਸ਼ਬਦ ਦੀ ਸਮਾਧੀ ਵਿੱਚ ਹੀ ਮਸਤ, ਲੀਨ ਰਹਿੰਦਾ ਹੈ ।

The True Master, Creator of the universe remains overwhelmed with the treasures of unlimited enlightenment of His Word. Whosoever may be blessed with devotion to meditate; with His mercy and grace, he may be blessed with the enlightenment of the essence of His Word. He may remain intoxicated in the meditation in the void of His Word.

ਅਨਦਿਨੁ ਗੁਣ ਗਾਵਾ ਪ੍ਰਭ ਤੇਰੇ॥	an-din gun gaavaa parabhtayray.
ਤੁਧੁ ਸਾਲਾਹੀ ਪ੍ਰੀਤਮ ਮੇਰੇ॥	tuDh saalaahee pareetam mayray.
ਤੁਧੁ ਬਿਨੁ ਅਵਰੁ ਨ ਕੋਈ ਜਾਚਾ,	tuDh bin avar na ko-ee jaachaa
ਗੁਰ ਪਰਸਾਦੀ ਤੂੰ ਪਾਵਣਿਆ॥੪॥	gur parsaadee tooN paavni-aa. ||4||

ਮੈਂ ਦਿਨ ਰਾਤ, ਕੇਵਲ ਤੇਰੇ ਸ਼ਬਦ ਦੀ ਉਸਤਤ ਗਾਉਂਦਾ ਹਾ । ਤੇਰੇ ਤੋਂ ਬਿਨਾਂ ਮੈਂ ਹੋਰ ਕਿਸੇ ਦੀ ਓਟ ਨਹੀਂ ਲੈਂਦਾ ਹਾ । ਤੇਰੀ ਰਹਿਮਤ ਨਾਲ ਹੀ ਤੇਰੇ ਸ਼ਬਦ ਦੇ ਲੜ ਲਗਾ ਹਾ ।

I meditate and sing the glory of Your Word Day and night. I have no hope or expectation from anyone else. I may only pray for Your Forgiveness and Refuge. The Merciful True Master blesses a devotion to the meditate on the teachings of Your Word.

ਅਗਮੁ ਅਗੋਚਰੁ ਮਿਤਿ ਨਹੀ ਪਾਈ॥	agam agochar mit nahee paa-ee.
ਅਪਣੀ ਕ੍ਰਿਪਾ ਕਰਹਿ ਤੂੰ ਲੈਹਿ ਮਿਲਾਈ॥	apnee kirpaa karahi tooN laihi milaa-ee.
ਪੂਰੇ ਗੁਰ ਕੈ ਸਬਦਿ ਧਿਆਈਐ,	pooray gur kai sabadDhi-aa-ee-ai
ਸਬਦੁ ਸੇਵਿ ਸੁਖੁ ਪਾਵਣਿਆ॥੫॥	sabad sayv sukh paavni-aa. ||5||

ਪ੍ਰਭ ਦੀ ਕਿਸੇ ਕਿਸਮ ਦੀ ਹੱਦ ਜਾਣੀ ਨਹੀਂ ਜਾ ਸਕਦੀ, ਪ੍ਰਭ ਜੀਵ ਦੀ ਪਹੁੰਚ ਤੋਂ ਬਾਹਰ ਹੈ । ਪ੍ਰਭ ਆਪ ਹੀ ਰਹਿਮਤ ਬਖਸ਼ਕੇ ਸ਼ਬਦ ਦੇ ਲੜ ਲਾਉਂਦਾ, ਪ੍ਰਵਾਨਗੀ ਦੇ ਰਸਤੇ ਤੇ ਪਾਉਂਦਾ ਹੈ । ਜਿਹੜਾ ਸ਼ਬਦ ਦੀ ਪਾਲਣਾ ਕਰਦਾ, ਗੁਣ ਗਾਉਂਦਾ ਹੈ, ਉਸ ਦੇ ਮਨ ਵਿੱਚ ਸੰਤੋਖ ਵਸ ਜਾਂਦਾ ਹੈ ।

The True Master remains beyond reach, imagination of any limits and boundary of miracles and any comprehension of His Creation. He may bless a devotion to meditate and the right path of salvation to His true devotee. Whosoever may meditate, and obeys the teachings of His Word; with Your mercy and grace, he may remain contented with His Blessings.

ਰਸਨਾ ਗੁਣਵੰਤੀ ਗੁਣ ਗਾਵੈ॥	rasnaa gunvantee gun gaavai.
ਨਾਮੁ ਸਲਾਹੇ ਸਚੇ ਭਾਵੈ॥	naam salaahay sachay bhaavai.
ਗੁਰਮੁਖਿ ਸਦਾ ਰਹੈ ਰੰਗਿ ਰਾਤੀ,	gurmukh sadaa rahai rang raatee
ਮਿਲਿ ਸਚੇ ਸੋਭਾ ਪਾਵਣਿਆ॥੬॥	mil sachay sobhaa paavni-aa. ||6||

ਜਿਹੜੀ ਜੀਭ ਪ੍ਰਭ ਦੇ ਸ਼ਬਦ ਦੇ ਗੁਣ ਗਾਉਂਦੀ, ਉਹ ਉਸਤਤ ਕਰਨ ਯੋਗ ਬਣ ਜਾਂਦੀ ਹੈ । ਸ਼ਬਦ ਦੇ ਗੁਣ ਗਾਉਂਦੀ ਆਤਮਾ ਅਟਲ ਪ੍ਰਭ ਨੂੰ ਪਿਆਰੀ ਲਗਨ ਲਗ ਪੈਂਦੀ ਹੈ । ਗੁਰਮਖ ਸਦਾ ਹੀ ਖੇੜੇ ਵਿੱਚ ਵਸਣ ਵਾਲੇ ਪ੍ਰਭ ਦੇ ਵਿਰਾਗ ਵਿੱਚ ਲੀਨ ਹੋ ਜਾਂਦਾ ਹੈ । ਪ੍ਰਭ ਦੀ ਰਹਿਮਤ ਨਾਲ ਸੋਭਾ ਬਖਸ਼ਿਸ਼ ਹੋ ਜਾਂਦੀ ਹੈ ।

Whosoever may sing the glory of His Word with his tongue; with His mercy and grace, he may become worthy of worship. He may become dear to The True Master. His true devotee remains in renunciation in the memory of his separation from His Holy Spirit. He remains in blossom forever and honor in His Court.

ਮਨਮੁਖੁ ਕਰਮ ਕਰੇ ਅਹੰਕਾਰੀ॥	manmukh karam karay ahaNkaaree.
ਜੂਐ ਜਨਮੁ ਸਭ ਬਾਜੀ ਹਾਰੀ॥	joo-ai janam sabh baajee haaree.
ਅੰਤਰਿ ਲੋਭੁ ਮਹਾ ਗੁਬਾਰਾ,	antar lobh mahaa gubaaraa
ਫਿਰਿ ਫਿਰਿ ਆਵਣ ਜਾਵਣਿਆ॥੭॥	fir fir aavan jaavani-aa. ||7||

ਮਨਮੁਖ ਜੀਵ ਅਹੰਕਾਰ ਵਿੱਚ ਹੀ ਕੰਮ ਕਰਦਾ ਰਹਿੰਦਾ ਹੈ । ਇਸਤਰ੍ਹਾਂ ਉਹ ਆਪਣਾ ਮਾਨਸ ਜੀਵਨ ਜੂਏ ਦੀ ਬਾਜੀ ਤੇ ਲਾ ਕੇ ਹਾਰ ਜਾਂਦਾ ਹੈ । ਉਸ ਦਾ ਮਨ ਲਾਲਚ ਨਾਲ ਭਰਿਆ ਰਹਿੰਦਾ ਹੈ, ਇਸ ਲਾਲਚ ਵਿੱਚ ਹੀ ਉਹ ਬਾਰ ਬਾਰ ਜੂੰਨਾਂ ਵਿੱਚ ਭਾਉਂਦਾ ਰਹਿੰਦਾ ਹੈ ।

Self-minded performs his worldly deeds in his ego and wastes his human life opportunity, and loses the game of human life. He remains intoxicated with worldly greed and he performs all his deeds. He may remain in the cycle of birth and death.

ਆਪੇ ਕਰਤਾ ਦੇ ਵਡਿਆਈ॥	aapay kartaa day vadi-aa-ee.
ਜਿਨ ਕਉ ਆਪਿ ਲਿਖਤੁ ਧੁਰਿ ਪਾਈ॥	jin ka-o aap likhat Dhur paa-ee.
ਨਾਨਕ ਨਾਮੁ ਮਿਲੈ ਭਉ ਭੰਜਨੁ,	naanak Naam milai bha-o bhanjan
ਗੁਰ ਸਬਦੀ ਸੁਖੁ ਪਾਵਣਿਆ॥੮॥੧॥੩੪॥	gur sabdee sukh paavni-aa. |8||1||34||

ਜਿਸ ਦੇ ਭਾਗਾਂ ਵਿੱਚ ਪਹਿਲੇ ਹੀ ਲਿਖਿਆ ਹੁੰਦਾ ਹੈ । ਪ੍ਰਭ ਆਪ ਹੀ ਉਸ ਨੂੰ ਵਡਿਆਈ ਬਖਸ਼ਦਾ ਹੈ । ਉਸ ਨੂੰ ਪ੍ਰਭ ਦੀ ਰਹਿਮਤ ਨਾਲ ਸ਼ਬਦ ਦੀ ਸੋਝੀ ਬਖਸ਼ਿਸ਼ ਹੋ ਜਾਂਦੀ ਹੈ । ਉਸ ਦਾ ਮੌਤ ਦਾ ਡਰ ਸ਼ਬਦ ਦੀ ਪਾਲਣਾ ਕਰਦੇ ਖਤਮ ਹੋ ਜਾਂਦਾ ਹੈ । ਉਸ ਦੇ ਮਨ ਵਿੱਚ ਸੰਤੋਖ ਖੇੜਾ ਵਸ ਜਾਂਦਾ ਹੈ ।

Whosoever may have a great prewritten destiny, only his soul may be blessed with honor in his worldly life. He may be blessed with the enlightenment of the essence of His Word. Whosoever may obey the teachings of His Word, his fear of death may be eliminated. He may remain overwhelmed with contentment and blossom.

305.ਰਾਗੁ ਮਾਝ ਅਸਟਪਦੀਆ ਮਹਲਾ ੫ ਘਰੁ ੧॥ (130-10)

ਅੰਤਰਿ ਅਲਖੁ ਨ ਜਾਈ ਲਖਿਆ॥	antar alakh na jaa-ee lakhi-aa.
ਨਾਮੁ ਰਤਨੁ ਲੈ ਗੁਝਾ ਰਖਿਆ॥	naam ratan lai gujhaa rakhi-aa.
ਅਗਮੁ ਅਗੋਚਰੁ ਸਭ ਤੇ ਊਚਾ,	agam agochar sabhtay oochaa
ਗੁਰ ਕੈ ਸਬਦਿ ਲਖਾਵਣਿਆ॥੧॥	gur kai sabad lakhaavani-aa. ||1||

ਪ੍ਰਭ ਦੀ ਜੋਤ, ਪ੍ਰਭ ਦਾ ਸ਼ਬਦ, ਜੀਵ ਦੇ ਤਨ ਵਿੱਚ ਹੀ ਵਸਦਾ ਹੈ, ਉਹ ਜੀਵ ਦੇ ਦੇਖੇ ਜਾਣ, ਜਾਣਕਾਰੀ ਵਿੱਚ ਨਹੀਂ ਹੁੰਦਾ । ਪ੍ਰਭ ਸਭ ਤੋਂ ਉਚਾ ਹੈ, ਸ਼ਬਦ ਦੀ ਪਾਲਣਾ ਕਰਨ ਨਾਲ ਹੀ ਪ੍ਰਭ ਦੀ ਹੋਂਦ ਨੂੰ ਮਹਿਸੂਸ ਕੀਤਾ ਜਾ ਸਕਦੀ ਹੈ ।

His Holy Spirit, His Word remains embedded within each soul and dwells within his body. The True Master, Greatest of All! His Word remains beyond visibility and comprehension of His Creation. Whosoever may adopt the teachings of His Word with steady and stable belief in day-to-day life; with His mercy and grace, he may realize His existence prevailing everywhere.

ਹਉ ਵਾਰੀ ਜੀਉ ਵਾਰੀ,	ha-o vaaree jee-o vaaree
ਕਲਿ ਮਹਿ ਨਾਮੁ ਸੁਣਾਵਣਿਆ॥	kal meh Naam sunaavni-aa.
ਸੰਤ ਪਿਆਰੇ ਸਚੈ ਧਾਰੇ,	sant pi-aaray sachai Dhaaray
ਵਡਭਾਗੀ ਦਰਸਨੁ ਪਾਵਣਿਆ॥੧॥ ਰਹਾਉ	vadbhaagee darsan paavni-aa. ||1||rahaa-o.

ਜਿਹੜਾ ਕੱਲਯੁਗ ਵਿੱਚ ਵੀ ਭਰੋਸਾ ਅਡੋਲ ਰਖਕੇ ਸ਼ਬਦ ਦੀ ਪਾਲਣਾ ਕਰਦਾ ਹੈ । ਮੈਂ ਉਸ ਜੀਵ ਤੋਂ ਕੁਰਬਾਨ ਜਾਂਦਾ ਹਾ! ਪ੍ਰਭ ਆਪ ਹੀ ਬੰਦਗੀ ਕਰਨਵਾਲੇ ਸੰਤ ਸੰਸਾਰ ਵਿੱਚ ਭੇਜਦਾ ਹੈ । ਜੀਵ ਦੇ ਵਡੇ ਭਾਗਾਂ ਨਾਲ ਹੀ ਉਸ ਦੀ ਸੰਗਤ, ਦਰਸ਼ਨ ਬਖਸ਼ਿਸ਼ ਹੁੰਦੇ ਹਨ ।

In this Age of darkness! Whosoever may obey the teachings of His Word with steady and stable belief on His Blessings! I remain fascinated from his state of mind. The True Master sends Blessed Souls, Holy saints in the universe to guide ignorant on the right path! Whosoever may have a great prewritten destiny, only he may be blessed with his conjugation, to witness his way of life.

ਸਾਧਿਕ ਸਿਧ ਜਿਸੈ ਕਉ ਫਿਰਦੇ॥ saaDhik siDh jisai ka-o firday.
ਬ੍ਰਹਮੇ ਇੰਦ੍ਰ ਧਿਆਇਨਿ ਹਿਰਦੇ॥ barahmay indar Dhi-aa-in hirday.
ਕੋਟਿ ਤੇਤੀਸਾ ਖੋਜਹਿ ਤਾ ਕਉ, kot tayteesaa khojeh taa ka-o
ਗੁਰ ਮਿਲਿ ਹਿਰਦੈ ਗਾਵਣਿਆ॥੨॥ gur mil hirdai gaavani-aa. ||2||

ਜਿਸ ਅਵਸਥਾ ਨੂੰ ਬੰਦਗੀ ਕਰਨਵਾਲੇ ਸਿਧ, ਜੋਗੀ ਖੋਜਦੇ ਹਨ । ਬ੍ਰਹਮਾ, ਰੰਦ੍ਰ ਵੀ ਪ੍ਰਭ ਦੇ ਸ਼ਬਦ ਦਾ ਹੀ ਸਿਮਰਨ ਮਨ ਵਿੱਚ ਕਰਦੇ ਹਨ । 33 ਕਰੋੜ ਦੇਵਤੇ ਵੀ ਉਸ ਨੂੰ ਮਿਲਣ ਲਈ ਹੀ ਸਿਮਰਨ ਕਰਦੇ ਹਨ । ਜਿਹੜਾ ਪ੍ਰਭ ਦੇ ਸ਼ਬਦ ਦੇ ਗੁਣ ਗਾਉਂਦਾ, ਸ਼ਬਦ ਦੀ ਪਾਲਣਾ ਅਡੋਲ ਭਰੋਸਾ ਨਾਲ ਕਰਦਾ ਹੈ, ਕੇਵਲ ਉਸ ਨੂੰ ਹੀ ਪ੍ਰਭ ਦੀ ਰਹਿਮਤ ਵਾਲੀ ਅਵਸਥਾ ਬਖਸ਼ਿਸ਼ ਹੋ ਸਕਦੀ ਹੈ!

Whatsoever state of mind, His Blessed Vision, His Holy saints, yogis, 3,3 million angels may remain anxious to witness, realize! Worldly renowned profits like Brahma, Ruder (Shivji) also remain in the deep meditation of His Word with a desire to be accepted in His Sanctuary. Whosoever may adopt the teachings of His Word with steady and stable belief; with His mercy and grace, His true devotee may be blessed with such a state of mind, realize His Existence prevailing everywhere.

ਆਠ ਪਹਰ ਤੁਧੁ ਜਾਪੇ ਪਵਨਾ॥ aath pahar tuDh jaapay pavnaa.
ਧਰਤੀ ਸੇਵਕ ਪਾਇਕ ਚਰਨਾ॥ dhartee sayvak paa-ik charnaa.
ਖਾਣੀ ਬਾਣੀ ਸਰਬ ਨਿਵਾਸੀ, khaanee banee sarab nivaasee
ਸਭਨਾ ਕੈ ਮਨਿ ਭਾਵਣਿਆ॥੩॥ sabhnaa kai man bhaavni-aa. ||3||

ਪ੍ਰਭ ਦਿਨ ਰਾਤ, ਹਵਾ ਵਿੱਚ ਤੇਰੇ ਸ਼ਬਦ ਦੀ ਗੂੰਜ ਚਲਦੀ ਹੈ । ਧਰਤੀ ਤੇਰੀ ਦਾਸੀ ਬਣਕੇ ਤੇਰੇ ਚਰਨਾਂ ਵਿੱਚ ਅਡੋਲ ਰਹਿੰਦੀ ਹੈ । ਸ੍ਰਿਸ਼ਟੀ ਨੂੰ ਪੈਦਾ ਕਰਨ ਦੇ ਚਾਰੇ ਸੋਮਿਆਂ, ਸਾਰਿਆਂ ਜੀਵਾਂ ਵਿੱਚ ਤੂੰ ਆਪ ਹੀ ਵਸਦਾ ਹੈ । ਤੂੰ ਹਰਇਕ ਦੇ ਮਨ ਨੂੰ ਹੀ ਬਹੁਤ ਪਿਆਰਾ ਲਗਦਾ ਹੈ ।

The everlasting echo of His Word remain resonating in the air, in the universe Day and night. Earth may remain steady and stable as a humble slave at His Service. He remains embedded within all four sources of creation, within each soul. His Word remains soothing on the tongue of His humble servant.

ਸਾਚਾ ਸਾਹਿਬੁ ਗੁਰਮੁਖਿ ਜਾਪੈ॥ saachaa saahib gurmukh jaapai.
ਪੂਰੇ ਗੁਰ ਕੈ ਸਬਦਿ ਸਿਞਾਪੈ॥ pooray gur kai sabad sinjaapai.
ਜਿਨ ਪੀਆ ਸੇਈ ਤ੍ਰਿਪਤਾਸੇ, jin pee-aa say-ee tariptaasay
ਸਚੇ ਸਚਿ ਅਘਾਵਣਿਆ॥੪॥ sachay sach aghaavani-aa. ||4||

ਪ੍ਰਭ ਆਪ ਹੀ ਗੁਰਮਖ ਦੇ ਜੀਵਨ ਵਿੱਚ ਮਹਿਸੂਸ ਹੁੰਦਾ, ਪ੍ਰਗਟ ਹੁੰਦਾ ਹੈ । ਜਿਹੜਾ ਅਡੋਲ ਭਰੋਸੇ ਨਾਲ ਸ਼ਬਦ ਦੀ ਪਾਲਣਾ ਕਰਦਾ ਹੈ, ਉਸ ਨੂੰ ਹੀ ਪ੍ਰਭ ਦੀ ਹੋਂਦ ਮਹਿਸੂਸ ਹੁੰਦਾ ਹੈ । ਜਿਹੜਾ ਸ਼ਬਦ ਦੇ ਭਰੋਸਾ ਅਡੋਲ ਰਖਦਾ, ਅੰਮ੍ਰਿਤ ਦਾ ਰਸ ਮਾਨਦਾ ਹੈ । ਉਸ ਦੇ ਮਨ ਵਿੱਚ ਪੂਰਨ ਸੰਤੋਖ ਬਖਸ਼ਿਸ਼ ਹੋ ਜਾਂਦਾ ਹੈ ।

Whosoever may be bestowed with His Blessed Vision, He may appear in the mind and day to day activities of His true devotee. Whosoever may obey the teachings of His Word with steady and stable belief; with His mercy and grace, he may realize His Existence everywhere. Whosoever may cherish the nectar of the essence of His Word; he may be blessed with a peace of mind and contentment in his life.

ਤਿਸੁ ਘਰਿ ਸਹਜਾ ਸੋਈ ਸੁਹੇਲਾ॥ tis ghar sahjaa so-ee suhaylaa.
ਅਨਦ ਬਿਨੋਦ ਕਰੇ ਸਦ ਕੇਲਾ॥ anad binod karay sad kaylaa.
ਸੋ ਧਨਵੰਤਾ ਸੋ ਵਡ ਸਾਹਾ, so Dhanvantaa so vad saahaa
ਜੋ ਗੁਰ ਚਰਣੀ ਮਨੁ ਲਾਵਣਿਆ॥੫॥ jo gur charnee man laavani-aa. ||5||

ਜਿਸ ਦੇ ਮਨ ਵਿੱਚ ਪ੍ਰਭ ਦੇ ਸ਼ਬਦ ਦੀ ਸਿਖਿਆਂ ਘਰ ਕਰ ਜਾਂਦੀ ਹੈ, ਉਹ ਧੀਰਜ, ਖੇੜੇ ਵਿੱਚ ਰਹਿੰਦਾ ਹੈ । ਉਹ ਪ੍ਰਭ ਦੇ ਸ਼ਬਦ ਦੀ ਸਮਾਧੀ ਵਿੱਚ, ਅਨੰਦ ਵਿੱਚ ਰਹਿੰਦਾ ਹੈ । ਉਹ ਸੰਸਾਰ ਵਿੱਚ ਸਭ ਤੋਂ ਵਡਾ ਧਨਵਾਨ, ਸ਼ੇਨਸਾਹ ਬਣ ਜਾਂਦਾ ਹੈ । ਉਸ ਦਾ ਮਨ ਪ੍ਰਭ ਦੀ ਸ਼ਰਣ ਵਿੱਚ ਰਹਿੰਦਾ ਹੈ ।

Whosoever may remain drenched with the essence of His Word; with His mercy and grace, hẹ may remain in patience and blossom. He may remain meditating in the void of His Word. He may remain in the deep meditation in the void of His Word. His state of mind may remain as the greatest, the richest and bigger than any worldly king. He may remain in the void of His Word, in His Sanctuary

ਪਹਿਲੋ ਦੇ ਤੈਂ ਰਿਜਕੁ ਸਮਾਹਾ॥	pahilo day taiN rijak samaahaa.
ਪਿਛੋ ਦੇ ਤੈਂ ਜੰਤੁ ਉਪਾਹਾ॥	pichho day taiN jant upaahaa.
ਤੁਧੁ ਜੇਵਡੁ ਦਾਤਾ ਅਵਰੁ ਨ ਸੁਆਮੀ,	tuDh jayvad daataa avar na su-aamee
ਲਵੈ ਨ ਕੋਈ ਲਾਵਣਿਆ॥੬॥	lavai na Ko-ee laavani-aa. ||6||

ਪ੍ਰਭ ਜੀਵ ਨੂੰ ਪੈਦਾ ਕਰਨ ਤੋਂ ਪਹਿਲੇ ਹੀ, ਸਾਰੇ ਜੀਵਨ ਦੇ ਭੋਜਨ ਦਾ ਪਬੰਧ ਕਰਦਾ ਹੈ, ਫਿਰ ਹੀ ਜੀਵ ਨੂੰ ਇਸ ਸ੍ਰਿਸ਼ਟੀ ਵਿੱਚ ਪੈਦਾ ਕਰਦਾ ਹੈ । ਪ੍ਰਭ ਤੋਂ ਵਡਾ ਦਾਤਾਂ, ਬਖਸ਼ਣ ਵਾਲਾ ਹੋਰ ਕੋਈ ਨਹੀਂ ਹੈ, ਕੋਈ ਸੰਸਾਰਕ ਦਾਤਾ ਪ੍ਰਭ ਦੇ ਤੁਲ ਨਹੀਂ ਹੈ ।

The True Master creates the source of nourishment for life time of worldly creature, before his birth in the universe. There may not be any greater giver as compared to The True Master in the universe.

ਜਿਸੁ ਤੂੰ ਤੁਠਾ ਸੋ ਤੁਧੁ ਧਿਆਏ॥	jis tooNtuthaa so tuDh Dhi-aa-ay.
ਸਾਧ ਜਨਾ ਕਾ ਮੰਤ੍ਰੁ ਕਮਾਏ॥	saaDh janaa kaa mantar kamaa-ay.
ਆਪਿ ਤਰੈ ਸਗਲੇ ਕੁਲ ਤਾਰੇ,	aap tarai saglay kul taaray
ਤਿਸੁ ਦਰਗਹ ਠਾਕ ਨ ਪਾਵਣਿਆ॥੭॥	tis dargeh thaak na paavni-aa. ||7||

ਜਿਹੜਾ ਪ੍ਰਭ ਦੇ ਸ਼ਬਦ ਦਾ ਸਿਮਰਨ ਅਡੋਲ ਭਰੋਸੇ ਨਾਲ ਕਰਦਾ ਹੈ, ਉਸ ਦੀ ਸ਼ਬਦ ਦੀ ਕਮਾਈ ਪ੍ਰਭ ਨੂੰ ਭਾਉਂਦੀ ਹੈ । ਉਸ ਨੂੰ ਹੀ ਪ੍ਰਭ ਦੀ ਰਹਿਮਤ ਬਖਸ਼ਿਸ਼ ਹੁੰਦੀ ਹੈ । ਜੀਵ ਦੇ ਤਨ, ਮਨ ਅੰਦਰ ਹੀ ਸ਼ਬਦ, ਮਨ ਨੂੰ ਪਵਿੱਤਰ ਕਰਨਵਾਲਾ ਮੰਤਰ ਹੈ । ਜਿਹੜਾ ਦਰਬਾਰ ਵਿੱਚ ਪ੍ਰਵਾਨ ਹੋ ਜਾਂਦਾ ਹੈ । ਉਹ ਆਪਣੇ ਸਾਥੀਆਂ ਨੂੰ, ਆਪਣੀਆਂ ਕੁਲਾਂ ਨੂੰ ਬੰਦਗੀ ਦੇ, ਪ੍ਰਵਾਨਗੀ ਦੇ ਰਸਤੇ ਤੇ ਪਾ ਜਾਂਦਾ ਹੈ । ਉਸ ਨੂੰ ਦਰਬਾਰ ਵਿੱਚ ਕੋਈ ਰੁਕਾਵਟ ਨਹੀਂ ਆਉਂਦੀ ।

Whosoever may meditate on the teachings of His Word with steady and stable belief, his earnings of His Word may be accepted in His Court; with His mercy and grace, he may realize His Existence prevailing everywhere. His Word, soul sanctifying nectar remains embedded within each soul and dwells within his body. Whosoever may be accepted in His Court; with His mercy and grace, he may inspire his followers and next generations on the right path of salvation. They may not have any restriction on the right path of acceptance in His Royal Palace.

ਤੂੰ ਵਡਾ ਤੂੰ ਊਚੋ ਊਚਾ॥	tooN vadaa tooN oocho oochaa.
ਤੂੰ ਬੇਅੰਤੁ ਅਤਿ ਮੂਚੋ ਮੂਚਾ॥	tooN bay-ant at moocho moochaa.
ਹਉ ਕੁਰਬਾਨੀ ਤੇਰੈ ਵੰਞਾ,	ha-o kurbaanee tayrai vanjaa
ਨਾਨਕ ਦਾਸ ਦਸਾਵਣਿਆ॥੮॥੧॥੩੫॥	naanak daas dasaavani-aa. ||8||1||35||

ਪ੍ਰਭ ਸਭ ਤੋਂ ਵਡਾ, ਸਭ ਤੋਂ ਮਹਾਨ ਹੈ । ਬੇਅੰਤ ਦੀ ਜੋਤ ਹੀ ਸਾਰੀ ਸ੍ਰਿਸ਼ਟੀ ਸਮਾਈ ਹੋਈ ਹੈ । ਸ੍ਰਿਸ਼ਟੀ ਪ੍ਰਭ ਦੀ ਜੋਤ ਦਾ ਹੀ ਪਸਾਰਾ ਹੈ । ਮੈਂ ਬੰਦਗੀ ਕਰਨਵਾਲੇ ਦੇ ਜੀਵਨ ਤੋਂ ਸਦਾ ਹੀ ਕੁਰਬਾਨ ਜਾਂਦਾ ਹਾ ! ਜਿਹੜਾ ਦਾਸਾਂ ਦਾ ਦਾਸ ਬਣਕੇ ਜੀਵਨ ਬਤੀਤ ਕਰਦਾ ਹੈ ।

The Greatest of All, True Master remains beyond any limitation, blemish of worldly wealth, desires. His Holy Spirit remain embedded within each soul and within everything in the universe. His Creation is an expansion of His

Holy Spirit. I remain fascinated from the life of His true devotee! Who may spend his life humbly by adopting the teachings of Your Word? His state of mind remains as a slave of His slaves.

306.ਮਾਝ ਮਹਲਾ ੫॥ (131-2)

ਕਉਣੁ ਸੁ ਮੁਕਤਾ ਕਉਣੁ ਸੁ ਜੁਗਤਾ॥ ka-un so muktaa ka-un so jugtaa.
ਕਉਣੁ ਸੁ ਗਿਆਨੀ ਕਉਣੁ ਸੁ ਬਕਤਾ॥ ka-un so gi-aanee ka-un so baktaa.
ਕਉਣੁ ਸੁ ਗਿਰਹੀ ਕਉਣੁ ਉਦਾਸੀ, ka-un so girhee ka-un udaasee
ਕਉਣੁ ਸੁ ਕੀਮਤਿ ਪਾਏ ਜੀਉ॥੧॥ ka-un so keemat paa-ay jee-o. ||1||

ਮਾਨਸ ਇਹ ਕਿਵੇਂ ਜਾਣ ਸਕਦਾ ਹੈ? ਕਿਹੜਾ ਮੁਕਤੀ ਪਾਉਂਦਾ, ਤੇਰੇ ਵਿੱਚ ਅਲੋਪ ਹੋ ਜਾਂਦਾ ਹੈ? ਕਿਹੜਾ ਬਾਕੀ ਜੀਵਾਂ ਤੇਰੇ ਸ਼ਬਦ ਦੀ ਪ੍ਰੇਰਨਾ, ਸਿਖਿਆਂ ਦੇਂਦਾ ਹੈ? ਪ੍ਰਭ ਦੇ ਕਿਸੇ ਕਰਤਬ ਦੀ ਕੌਣ ਕੀਮਤ ਜਾਣ ਸਕਦਾ ਹੈ?

How may anyone imagine, comprehend Your Nature? Who may be blessed with salvation and immerse with in Your Holy Spirit? Who have been sent to inspire others to adopt Your Word in their life? Who may imagine, comprehend the true significance of Your Blessings?

ਕਿਨਿ ਬਿਧਿ ਬਾਧਾ, ਕਿਨਿ ਬਿਧਿ ਛੂਟਾ॥ kin biDh baaDhaa kin biDh chhootaa.
ਕਿਨਿ ਬਿਧਿ, ਆਵਣੁ ਜਾਵਣੁ ਤੂਟਾ॥ kin biDh aavan jaavan tootaa.
ਕਉਣ ਕਰਮ ਕਉਣ ਨਿਹਕਰਮਾ, ka-un karam ka-un nihkarmaa
ਕਉਣੁ ਸੁ ਕਹੈ ਕਹਾਏ ਜੀਉ॥੨॥ ka-un so kahai kahaa-ay jee-o. ||2||

ਮਾਨਸ ਕਿਵੇਂ ਜਾਣ ਸਕਦਾ ਹੈ? ਕਿਹੜੇ ਕੰਮ ਨਾਲ ਮਾਨਸ, ਸੰਸਾਰਕ ਮਾਇਆ ਦੇ ਜਾਲ ਵਿੱਚ ਫਸ ਜਾਂਦਾ ਹੈ? ਕਿਹੜੇ ਕੰਮ ਕਰਨ ਨਾਲ ਉਹ ਸੰਸਾਰਕ ਬੰਧਨ ਤੋਂ ਰਹਿਤ ਹੋ ਸਕਦਾ ਹੈ? ਉਹ ਕਿਵੇਂ ਜਨਮ ਮਰਨ ਦੇ ਚੱਕਰ ਵਿਚੋਂ ਬਚ ਸਕਦਾ, ਜੂੰਨਾਂ ਦਾ ਚੱਕਰ ਖਤਮ ਕਰ ਸਕਦਾ ਹੈ? ਕਿਹੜਾ ਜੀਵ ਕਰਮਾਂ ਦੇ ਲੇਖੇ ਵਿੱਚ ਹੈ? ਕਿਹੜਾ ਕਰਮਾਂ ਦੇ ਲੇਖੇ ਵਿੱਚ ਨਹੀਂ ਆਉਂਦਾ? ਕਿਹੜਾ ਪ੍ਰਭ ਦਾ ਸ਼ਬਦ ਮਨੋ ਸਿਮਰਦਾ ਹੈ? ਕਿਹੜਾ ਬਾਕੀ ਜੀਵਾ ਨੂੰ ਸ਼ਬਦ ਦੀ ਪਾਲਣਾ, ਸਿਮਰਨ ਦੀ ਪ੍ਰੇਰਨਾ ਕਰਦਾ ਹੈ?

How may anyone know? What action may entangle anyone in the traps of worldly desires? What may break his bonds of worldly attachment? How may he be saved, eliminates his cycle of birth and death? Who may remain accountable for all his worldly deeds? Who may be beyond accountabilities of his worldly deeds? Whose account may be satisfied by The True Master? Who may meditate on the teachings of His Word wholeheartedly? Who may inspire others to meditate and to obey the teachings of His Word in day-to-day life?

ਕਉਣੁ ਸੁ ਸੁਖੀਆ ਕਉਣੁ ਸੁ ਦੁਖੀਆ॥ ka-un so sukhee-aa ka-un so dukhee-aa.
ਕਉਣੁ ਸੁ ਸਨਮੁਖੁ ਕਉਣੁ ਵੇਮੁਖੀਆ॥ ka-un so sanmukh ka-un vaymukhee-aa.
ਕਿਨਿ ਬਿਧਿ ਮਿਲੀਐ ਕਿਨਿ ਬਿਧਿ ਬਿਛੁਰੈ, kin biDh milee-ai kin biDh bichhurai
ਇਹ ਬਿਧਿ ਕਉਣੁ ਪ੍ਰਗਟਾਏ ਜੀਉ॥੩॥ ih biDh ka-un pargataa-ay jee-o. ||3||

ਕਿਸ ਦੇ ਮਨ ਵਿੱਚ ਸੰਤੋਖ ਹੈ, ਕਿਸ ਦੇ ਮਨ ਵਿੱਚ ਸੰਸਾਰਕ ਭਟਕਣਾਂ ਹਨ? ਕੌਣ ਪ੍ਰਭ ਦੇ ਸ਼ਬਦ ਦੀ ਮਨੋ ਪਾਲਣਾ ਕਰਦਾ ਹੈ? ਕੌਣ ਪ੍ਰਭ ਦੇ ਸ਼ਬਦ ਦੀ ਪ੍ਰਵਾਹ ਨਹੀਂ ਕਰਦਾ? ਕੌਣ ਜਾਣਦਾ ਹੈ, ਕਿਸ ਵਿਧੀ ਨਾਲ ਪ੍ਰਭ ਦੀ ਰਹਿਮਤ ਬਖਸ਼ਿਸ਼ ਹੁੰਦੀ ਹੈ? ਕਿਹੜੇ ਕੰਮ ਕਰਨ ਨਾਲ ਰਹਿਮਤ ਦੀ ਨਜ਼ਰ ਵਿਸਰ ਜਾਂਦੀ ਹੈ? ਕੌਣ ਮਾਨਸ ਨੂੰ ਪ੍ਰਭ ਦੇ ਪ੍ਰਵਾਨਗੀ ਦੇ ਰਸਤੇ ਤੇ ਪਾ ਸਕਦਾ ਹੈ, ਅਡੋਲ ਰਖ ਸਕਦਾ ਹੈ?

Who may remain contented with His Blessings; who may remain intoxicated with sweet poison worldly wealth, worldly frustrations? Who may wholeheartedly obey and who may not obey the teachings nor care about His Word? Who may know the meditation to becomes worthy of His Forgiveness and Refuge? What may deprive His Sanctuary, protections?

Who may inspire others on the right path, to be immersed within His Holy Spirit?

ਕਉਣੁ ਸੁ ਅਖਰੁ ਜਿਤੁ ਧਾਵਤੁ ਰਹਤਾ॥	ka-un so akhar jit Dhaavat rahtaa.
ਕਉਣੁ ਉਪਦੇਸੁ ਜਿਤੁ ਦੁਖੁ ਸੁਖੁ ਸਮ ਸਹਤਾ॥	ka-un updays jit dukh sukh sam sahtaa.
ਕਉਣੁ ਸੁ ਚਾਲ ਜਿਤੁ ਪਾਰਬ੍ਰਹਮੁ ਧਿਆਏ,	ka-un so chaal jit paarbarahm Dhi-aa-ay
ਕਿਨਿ ਬਿਧਿ ਕੀਰਤਨੁ ਗਾਏ ਜੀਉ॥੪॥	kin biDh keertan gaa-ay jee-o. ||4||

ਇਹ ਕਿਹੜਾ ਅੱਖਰ ਹੈ? ਜਿਹੜਾ ਮਨ ਵਿੱਚ ਵਸਣ ਨਾਲ ਮਨ ਚਾਰੇ ਪਾਸੇ ਭਟਕਣ ਤੋਂ ਰੁਕ ਜਾਂਦਾ ਹੈ । ਉਹ ਕਿਹੜੀ ਸਿਖਿਆਂ ਹੈ, ਜਿਹੜੀ ਮਨ ਵਿੱਚ ਵਸਣ ਨਾਲ ਉਹ ਦੁਖ, ਸੁਖ ਨੂੰ ਬਖਸ਼ਿਸ਼ ਸਮਝਕੇ ਪ੍ਰਵਾਨ ਕਰਦਾ, ਨਿਰਾਰਾ ਰਹਿੰਦਾ, ਸਦਾ ਹੀ ਖੇੜੇ ਵਿੱਚ ਰਹਿੰਦਾ ਹੈ? ਕਿਹੜੇ ਜੀਵਨ ਦਾ ਢੰਗ ਨਾਲ ਪ੍ਰਭ ਦੇ ਸ਼ਬਦ ਦਾ ਸਿਮਰਨ, ਸ਼ਬਦ ਦਾ ਕੀਰਤਨ, ਸ਼ਬਦ ਦੇ ਗੁਣ ਗਾਏ ਜਾਣ?

Which may be the letter drenched within to stop frustration and his mind from wandering in frustration in all directions? What may be virtues drenched within his mind to accept worldly miseries and pleasures as His Worthy Blessings in his day-to-day life? What may be the state of mind of his soul, meditation, and singings His Glory to be accepted in His Court?

ਗੁਰਮੁਖਿ ਮੁਕਤਾ ਗੁਰਮੁਖਿ ਜੁਗਤਾ॥	gurmukh muktaa gurmukh jugtaa.
ਗੁਰਮੁਖਿ ਗਿਆਨੀ ਗੁਰਮੁਖਿ ਬਕਤਾ॥	gurmukh gi-aanee gurmukh baktaa.
ਧੰਨੁ ਗਿਰਹੀ ਉਦਾਸੀ ਗੁਰਮੁਖਿ,	dhan girhee udaasee gurmukh
ਗੁਰਮੁਖਿ ਕੀਮਤਿ ਪਾਏ ਜੀਉ॥੫॥	gurmukh keemat paa-ay jee-o. ||5||

ਗੁਰਮਖ ਅਵਸਥਾ ਹੀ ਮੁਕਤੀ ਦਾ ਰਸਤਾ, ਪ੍ਰਭ ਨੂੰ ਮਿਲਣ ਦੀ ਵਿਧੀ ਹੈ । ਜਿਸ ਨੂੰ ਪ੍ਰਭ ਦੇ ਸ਼ਬਦ ਦੀ ਸੋਝੀ ਬਖਸ਼ਿਸ਼ ਹੋ ਜਾਂਦੀ ਹੈ, ਉਸ ਨੂੰ ਹੀ ਗੁਰਮਖ ਅਵਸਥਾ ਬਖਸ਼ਿਸ਼ ਹੋ ਸਕਦੀ ਹੈ । ਉਹ ਪ੍ਰਭ ਦੇ ਅਕਥ ਕਥਾਂ ਦੀ ਵਿਆਖਿਆ ਕਰ ਸਕਦਾ ਹੈ । ਉਹ ਭਾਵੇਂ ਗ੍ਰਿਸਤੀ, ਸੰਸਾਰਕ ਪਰਿਵਾਰ ਵਿੱਚ ਵਸਦਾ, ਜਾ ਉਹ ਸੰਨਿਆਸੀ ਜੰਗਲਾਂ, ਉਜਾੜਾ ਵਿੱਚ ਵਸਦਾ ਹੈ । ਸਾਰੇ ਹੀ ਪ੍ਰਭ ਦੀ ਰਹਿਮਤ ਦੇ ਭਾਗੀ ਹੋ ਜਾਂਦੇ ਹਨ । ਗੁਰਮਖ ਨੂੰ ਪ੍ਰਭ ਦੇ ਭਾਣੇ ਦੀ, ਸ਼ਬਦ ਦੀ ਸੋਝੀ ਹੋ ਜਾਂਦੀ ਹੈ ।

State of mind as His true devotee may be right path of salvation; the right technique to sanctify his soul to become worthy of His Consideration. His true devotee may be enlightened with essence of His Word within his mind; he may explain the unexplainable events of His nature. He may live in a worldly family life, or in a wild forest, both may become very fortunate. His true devotee may comprehend His Command, the enlightenment of the essence of His Word.

ਹਉਮੈ ਬਾਧਾ ਗੁਰਮੁਖਿ ਛੂਟਾ॥	ha-umai baaDhaa gurmukh chhootaa.
ਗੁਰਮੁਖਿ ਆਵਣੁ ਜਾਵਣੁ ਤੂਟਾ॥	burmukh aavan jaavan tootaa.
ਗੁਰਮੁਖਿ ਕਰਮ ਗੁਰਮੁਖਿ ਨਿਹਕਰਮਾ,	gurmukh karam gurmukh nihkarmaa
ਗੁਰਮੁਖਿ ਕਰੇ ਸੁ ਸੁਭਾਏ ਜੀਉ॥੬॥	gurmukh karay so subhaa-ay jee-o. ||6||

ਜੀਵ ਦੇ ਮਨ ਦਾ ਅਹੰਕਾਰ ਹੀ ਸੰਸਾਰਕ ਬੰਧਨ, ਜਾਲ ਹੈ । ਜਿਸ ਨੂੰ ਗੁਰਮਖ ਅਵਸਥਾ ਬਖਸ਼ਿਸ਼ ਹੋ ਜਾਂਦਾ ਹੈ, ਉਸ ਦੇ ਸੰਸਾਰਕ ਤੁੱਟ ਜਾਂਦੇ, ਨਾਸ ਹੁੰਦਾ ਹੈ । ਉਸ ਦਾ ਜਨਮ ਮਰਨ ਦਾ ਚੱਕਰ ਖਤਮ ਹੋ ਸਕਦਾ ਹੈ । ਗੁਰਮਖ, ਜੀਵਨ ਦੇ ਸਾਰੇ ਕੰਮ ਹੀ ਪ੍ਰਭ ਦੇ ਸ਼ਬਦ ਅਨੁਸਾਰ ਕਰਦਾ ਹੈ । ਗੁਰਮਖ ਅਵਸਥਾ ਹੀ ਮਾਨਸ ਦਾ ਕਰਮਾਂ ਦਾ ਲੇਖਾ ਖਤਮ ਕਰ ਦੇਂਦੀ ਹੈ । ਗੁਰਮਖ ਸਭ ਕੁਝ ਪ੍ਰਭ ਦੇ ਸ਼ਬਦ ਤੇ ਅਡੋਲ ਭਰੋਸੇ ਨਾਲ ਹੀ ਕਰਦਾ ਹੈ ।

His ego may be a trap of sweet poison of worldly desires. Whosoever may be blessed with a state of mind as His true devotee; with His mercy and grace, all his bonds may be eliminated. His cycle of birth and death may be eliminated. His true devotee may only perform worldly deeds as per His Word. Whosoever may be blessed with a state of mind as His true devotee; with His mercy and grace, all his accounts of his worldly deeds may be eliminated. He may perform all his worldly deeds with a steady and stable belief on His Blessings.

ਗੁਰਮੁਖਿ ਸੁਖੀਆ ਮਨਮੁਖਿ ਦੁਖੀਆ॥ gurmukh sukhee-aa manmukh dukhee-aa.
ਗੁਰਮੁਖਿ ਸਨਮੁਖੁ ਮਨਮੁਖਿ ਵੇਮੁਖੀਆ॥ gurmukh sanmukh manmukh vaymukhee-aa.
ਗੁਰਮੁਖਿ ਮਿਲੀਐ ਮਨਮੁਖਿ ਵਿਛੁਰੈ, gurmukh milee-ai manmukh vichhurai
ਗੁਰਮੁਖਿ ਬਿਧਿ ਪ੍ਰਗਟਾਏ ਜੀਉ॥੭॥ gurmukh biDh pargataa-ay jee-o. ||7||

ਗੁਰਮਖ ਪ੍ਰਭ ਦੇ ਬਖਸ਼ੇ ਤੇ ਸੰਤੋਖ ਵਿੱਚ ਵਸਦਾ, ਸਦਾ ਹੀ ਧੰਨਵਾਦ ਗਾਉਂਦਾ ਹੈ । ਜਿਸ ਨੂੰ ਗੁਰਮਖ ਅਵਸਥਾ ਬਖਸ਼ਿਸ਼ ਹੋ ਜਾਂਦੀ ਹੈ, ਉਸ ਨੂੰ ਦਰਬਾਰ ਵਿੱਚ ਪ੍ਰਵਾਨ ਦਾ ਰਸਤਾ ਬਖਸ਼ਿਸ਼ ਹੋ ਜਾਂਦਾ ਹੈ । ਮਨਮੁਖ ਦੇ ਮਨ ਵਿੱਚ ਕਦੇ ਸੰਤੋਖ ਨਹੀਂ ਆਉਂਦਾ, ਮਨਮੁਖ ਸਭ ਪ੍ਰਾਪਤੀ, ਆਪਣੀ ਕਮਾਈ ਦਾ ਹੀ ਫਲ ਸਮਝਦਾ ਹੈ, ਪ੍ਰਭ ਨੂੰ ਮਨੋ ਵਿਸਾਰੀ ਰਖਦਾ ਹੈ । ਮਨਮੁਖ ਨੂੰ ਦਰਬਾਰ ਵਿੱਚ ਢੋਹੀ ਨਹੀਂ ਮਿਲਦੀ, ਜੂੰਨਾਂ ਦੇ ਚੱਕਰ ਵਿੱਚ ਹੀ ਰਹਿੰਦਾ ਹੈ । ਗੁਰਮਖ ਹੀ ਕਿਸੇ ਹੋਰ ਜੀਵ ਨੂੰ ਪ੍ਰਵਾਨਗੀ ਦੇ ਰਸਤੇ ਦੀ ਸੋਝੀ ਪਾ ਸਕਦਾ ਹੈ ।

His true devotee may remain contented with His Blessings; he may always sing the glory of His virtues and remains gratitude for His Blessings. Whosoever may be blessed with a state of mind as His true devotee, only his soul may be accepted in His Court. Self-minded may never be contented with any Blessings; he always believes, all worldly accomplishments have achieved with his own hard work, and wisdom. He may forsake His Word from his mind. Self -minded may never be blessed with a place in His Court. He may remain in the cycle of birth and death. Only His true devotee may be able to guide others on the right path of salvation.

ਗੁਰਮੁਖਿ ਅਖਰੁ ਜਿਤੁ ਧਾਵਤੁ ਰਹਤਾ॥ gurmukh akhar jit Dhaavat rahtaa.
ਗੁਰਮੁਖਿ ਉਪਦੇਸੁ ਦੁਖੁ ਸੁਖੁ ਸਮ ਸਹਤਾ॥ gurmukh updays dukh sukh sam sahtaa.
ਗੁਰਮੁਖਿ ਚਾਲ ਜਿਤੁ ਪਾਰਬ੍ਰਹਮੁ ਧਿਆਏ, gurmukh chaal jit paarbarahm Dhi-aa-ay
ਗੁਰਮੁਖਿ ਕੀਰਤਨੁ ਗਾਏ ਜੀਉ॥੮॥ gurmukh keertan gaa-ay jee-o. ||8||

ਗੁਰਮਖ ਦੇ ਮਨ ਵਿੱਚ ਹੀ ਪ੍ਰਭ ਆਪਣਾ ਸ਼ਬਦ ਪ੍ਰਗਟ ਕਰਦਾ ਹੈ, ਉਸ ਦਾ ਮਨ ਘੁੰਮਣ ਤੋਂ ਰੁਕ ਜਾਂਦਾ, ਇਕੋ ਇਕ ਤੇ ਅਡੋਲ ਹੋ ਜਾਂਦਾ ਹੈ । ਜਿਸ ਦੇ ਮਨ ਵਿੱਚ ਪ੍ਰਭ ਦਾ ਸ਼ਬਦ ਘਰ ਕਰ ਜਾਂਦਾ ਹੈ, ਉਸ ਨੂੰ ਪ੍ਰਭ ਦੇ ਬਖਸ਼ੇ ਤੇ ਸੰਤੋਖ ਬਖਸ਼ਿਸ਼ ਹੋ ਸਕਦਾ ਹੈ । ਉਹ ਦੁਖ, ਸੁਖ ਨੂੰ ਪ੍ਰਭ ਦੀ ਬਖਸ਼ਿਸ਼ ਸਮਝਕੇ ਹਰ ਹਾਲਤ ਵਿੱਚ ਅਨੰਦ ਮਾਨਦਾ ਹੈ । ਗੁਰਮਖ ਅਵਸਥਾ ਵਿੱਚ ਜੀਵਨ ਬਤੀਤ ਕਰਨ ਨਾਲ ਹੀ ਸਿਮਰਨ ਕੀਤਾ ਜਾ ਸਕਦਾ ਹੈ । ਜਿਹੜਾ ਇਕਾਗਰ ਮਨ ਹੋ ਕੇ ਪ੍ਰਭ ਦੇ ਸ਼ਬਦ ਦੇ ਗੁਣ ਗਾਉਂਦਾ, ਸਿਮਰਨ ਕਰਦਾ, ਜੀਵਨ ਢਾਲਦਾ ਹੈ, ਉਸ ਨੂੰ ਹੀ ਗੁਰਮਖ ਅਵਸਥਾ ਬਖਸ਼ਿਸ਼ ਹੋ ਸਕਦੀ ਹੈ ।

The True Master may enlighten the unique word, His Word in the mind of His true devotee; his mind may stop wandering in frustration. He may become steady and stable on His Blessings. Whosoever may remain drenched with the essence of His Word, he may remain contented with His Blessings. He may accept worldly pleasures and sorrows as His Blessings; he remains in blossom in all worldly conditions. Whosoever may meditate, sings His Glory, and adopt the teachings of His Word with steady and stable belief; with His mercy and grace, only he may be blessed with a state of mind as His true devotee.

ਸਗਲੀ ਬਣਤ ਬਣਾਈ ਆਪੈ॥ saglee banat banaa-ee aapay.
ਆਪੇ ਕਰੇ ਕਰਾਏ ਥਾਪੈ॥ aapay karay karaa-ay thaapay.
ਇਕਸੁ ਤੇ ਹੋਇਓ ਅਨੰਤਾ, ikas tay ho-i-o anantaa
ਨਾਨਕ ਏਕਸੁ ਮਾਹਿ ਸਮਾਏ ਜੀਉ॥ naanak aykas maahi samaa-ay jee-o.
੯॥੨॥੩੬॥ ||9||2||36||

ਪ੍ਰਭ ਨੇ ਹੀ ਸਾਰੀ ਸ੍ਰਿਸ਼ਟੀ ਪੈਦਾ ਕੀਤੀ ਹੈ । ਉਹ ਆਪ ਹੀ ਸਭ ਕੁਝ ਕਰਦਾ, ਕਰਨ ਦਾ ਕਾਰਨ ਬਣਾਉਂਦਾ, ਕਰਵਾਉਂਦਾ ਹੈ । ਪ੍ਰਭ ਦੀ ਇਕੋ ਇਕ ਜੋਤ ਤੋਂ ਅਨੇਕਾਂ ਹੀ, ਜੀਵ ਪੈਦਾ ਹੁੰਦੇ ਹਨ । ਪ੍ਰਭ ਦੀ ਰਹਿਮਤ ਨਾਲ ਹੀ ਫਿਰ ਸਾਰੇ ਇਕੋ ਇਕ ਵਿੱਚ ਹੀ ਅਭੇਦ ਹੋ ਜਾਂਦੇ ਹਨ ।

The True Master Creator of the universe! He prevails in everything; creates the cause of each event, prevails in every event, and make His Creation to perform those deeds. His Creation is an expansion of His Holy Spirit. From The One and Only One Holy Spirit, all the creatures are born in the universe! Whosoever may sanctify his soul; with His mercy and grace, his soul may be absorbed within His Holy Spirit in the end.

307. ਮਾਝ ਮਹਲਾ ੫॥ (131-15)

ਪ੍ਰਭੁ ਅਬਿਨਾਸੀ ਤਾ ਕਿਆ ਕਾੜਾ॥	parabh abhinaasee taa ki-aa kaarhaa.
ਹਰਿ ਭਗਵੰਤਾ ਤਾ ਜਨੁ ਖਰਾ ਸੁਖਾਲਾ॥	har bhagvantaa taa jan kharaa sukhaalaa.
ਜੀਅ ਪ੍ਰਾਨ ਮਾਨ ਸੁਖਦਾਤਾ,	jee-a paraan maan sukh-daata
ਤੂੰ ਕਰਹਿ ਸੋਈ ਸੁਖੁ ਪਾਵਣਿਆ॥੧॥	tooN karahi so- ee sukh paavni-aa. ||1||

ਪ੍ਰਭ ਬੇਅੰਤ ਖਾਜ਼ਾਨੇ ਦਾ ਭੰਡਾਰੀ, ਸਦਾ ਅਟਲ ਰਹਿਣ ਵਾਲਾ, ਨਾ ਨਾਸ ਹੋਣ ਵਾਲਾ ਅਸਲੀ ਮਾਲਕ ਹੈ । ਸ੍ਰਿਸ਼ਟੀ ਦੇ ਜੀਵਾਂ ਨੂੰ ਕਿਸ ਗੱਲ ਦੀ ਚਿੰਤਾ ਲਗੀ ਰਹਿੰਦੀ ਹੈ? । ਪ੍ਰਭ ਦੀ ਪੈਦਾ ਕੀਤੀ ਸ੍ਰਿਸ਼ਟੀ ਨੂੰ ਕੋਈ ਫਿਕਰ ਕਰਨ ਦੀ ਲੋੜ ਨਹੀਂ ਹੈ । ਪ੍ਰਭ ਹੀ ਸਾਰੇ ਜੀਵਾਂ ਨੂੰ ਸਵਾਸ, ਸੁਖ ਬਖਸ਼ਦਾ ਹੈ । ਜਿਹੜਾ ਪ੍ਰਭ ਦੇ ਸ਼ਬਦ ਤੇ ਭਰੋਸਾ ਅਡੋਲ ਰਖਦਾ, ਉਸ ਨੂੰ ਸੰਤੋਖ, ਖੇੜਾ ਬਖਸ਼ਿਸ਼ ਹੋ ਜਾਂਦਾ ਹੈ ।

The True Master, Treasure of unlimited Virtues, remains true forever and beyond destruction. What may bother, frustrate, and worry His Creation? His Creation should not worry about anything. The True Master blesses breaths and worldly comforts to everyone. Whosoever may adopt the teachings of His Word with a steady and stable belief; with His mercy and grace, his mind may be blessed with contentment, and blossom in life.

ਹਉ ਵਾਰੀ ਜੀਉ ਵਾਰੀ,	ha-o vaaree jee-o vaaree
ਗੁਰਮੁਖਿ ਮਨਿ ਤਨਿ ਭਾਵਣਿਆ॥	gurmukh man tan bhaavni-aa.
ਤੂੰ ਮੇਰਾ ਪਰਬਤੁ ਤੂੰ ਮੇਰਾ ਓਲਾ,	tooN mayraa parbat tooN mayraa olaa
ਤੁਮ ਸੰਗਿ ਲਵੈ ਨ ਲਾਵਣਿਆ॥੧॥ ਰਹਾਉ॥	tum Sang lavai na laavani-aa. ||1||rahaa-o.

ਮੈਂ ਉਸ ਗੁਰਮਖ ਤੋਂ ਕੁਰਬਾਨ ਜਾਵਾ! ਜਿਹੜਾ ਪ੍ਰਭ ਦੇ ਭਾਣੇ ਵਿੱਚ ਸੰਤੋਖ ਰਖਦਾ, ਉਸ ਦਾ ਤਨ, ਮਨ ਪ੍ਰਭ ਨੂੰ ਭਾਉਂਦਾ ਹੈ । ਪ੍ਰਭ ਤੂੰ ਹੀ ਮੇਰਾ ਪਰਬਤ, ਮੇਰਾ ਪਰਦਾ ਢੱਕਣ ਵਾਲਾ, ਰਖਵਾਲਾ ਹੈ । ਤੇਰੇ ਸੰਗ ਰਹਿਣ ਨਾਲ ਕੋਈ ਵਿਘਨ ਨਹੀਂ ਪਾ ਸਕਦਾ ।

I remain fascinated from the life of His true devotee! Who may remain contentment and in blossom with His Blessings; with His mercy and grace, his soul may be accepted in Your Sanctuary? The True Master remains my mountain to protect of my honor. Whosoever may adopt the teachings of His Word with steady and stable belief in day-to-day life; with His mind, he may not endure any misery in life.

ਤੇਰਾ ਕੀਤਾ ਜਿਸੁ ਲਾਗੈ ਮੀਠਾ॥	tayraa keetaa jis laagai meethaa.
ਘਟਿ ਘਟਿ ਪਾਰਬ੍ਰਹਮੁ ਤਿਨਿ ਜਨਿ ਡੀਠਾ॥	ghat ghat paarbarahm tin jan deethaa.
ਥਾਨਿ ਥਨੰਤਰਿ ਤੂੰਹੈ ਤੂੰਹੈ,	thaan thanantar tooNhai tooNhai
ਇਕੋ ਇਕੁ ਵਰਤਾਵਣਿਆ॥੨॥	iko ik vartaavani-aa. ||2||

ਜਿਹੜਾ ਤੇਰੇ ਭਾਣੇ ਵਿੱਚ ਸੰਤੋਖ ਵਿੱਚ ਰਹਿੰਦਾ ਹੈ । ਉਸ ਨੂੰ ਹਰਇਕ ਤਨ ਵਿੱਚ ਤੇਰਾ ਹੀ ਰੂਪ ਨਜ਼ਰ ਆਉਂਦਾ ਹੈ । ਪ੍ਰਭ ਹਰ ਥਾਂ, ਜਲ, ਥਲ, ਅਕਾਸ਼ ਵਿੱਚ ਸਦਾ ਹਾਜ਼ਰ ਹਜ਼ੂਰ ਰਹਿੰਦਾ ਹੈ, ਕੇਵਲ ਪ੍ਰਭ ਹੀ ਹਰ ਥਾਂ ਵਸਦਾ, ਵਾਪਰਦਾ ਹੈ ।

Whosoever may remain contented with His Command, and Blessings; The True Master may become visible within his mind and in his deeds. The True Master always remains omnipresent in water, in, on under earth and in sky. Only He may dwell and prevails in every action in the universe, no one may exist without His Command.

ਸਗਲ ਮਨੋਰਥ ਤੂੰ ਦੇਵਣਹਾਰਾ॥	sagal manorath tooN dayvanhaaraa.
ਭਗਤੀ ਭਾਇ ਭਰੇ ਭੰਡਾਰਾ॥	bhagtee bhaa-ay bharay bhandaaraa.
ਦਇਆ ਧਾਰਿ ਰਾਖੇ ਤੁਧੁ ਸੇਈ,	da-i-aa Dhaar raakhay tuDh say-ee
ਪੂਰੈ ਕਰਮਿ ਸਮਾਵਣਿਆ॥੩॥	poorai karam samaavani-aa. ||3||

ਪ੍ਰਭ ਸ੍ਰਿਸ਼ਟੀ ਦੇ ਸਾਰੇ ਜੀਵਾਂ ਦੀਆਂ ਆਸਾਂ ਪੂਰੀਆਂ ਕਰਨ ਦੀ ਸਮਰਥਾ ਰਖਦਾ ਹੈ । ਪ੍ਰਭ ਹੀ ਸ਼ਬਦ ਦੀ ਸੋਝੀ ਦੇ ਅਨੇਕਾਂ ਹੀ ਂ ਦਾ ਮਾਲਕ ਹੈ । ਪ੍ਰਭ ਹੀ ਸਾਰੇ ਜੀਵਾਂ ਨੂੰ ਰਹਿਮਤਾਂ ਬਖਸ਼ਦਾ ਹੈ । ਵਡੇ ਭਾਗਾਂ ਵਾਲਾ ਹੀ ਸ਼ਬਦ ਦੀ ਪਾਲਣਾ ਕਰਦਾ, ਸ਼ਬਦ ਦੀ ਸਮਾਧੀ ਵਿੱਚ ਵਸਦਾ ਹੈ ।

The One and Only One True Master remains as an Elysian Tree to satisfy the desires and hopes of the whole universe. The True Master, unlimited treasures of enlightenment, blesses virtues to everyone in His Creation. Whosoever may have a great prewritten destiny, only he may obey the teachings of His Word with steady and stable belief; with His mercy and grace, he may remain intoxicated in meditation in the void of His Word.

ਅੰਧ ਕੂਪ ਤੇ ਕੰਢੈ ਚਾੜੇ॥	anDh koop tay kandhai chaarhay.
ਕਰਿ ਕਿਰਪਾ ਦਾਸ ਨਦਰਿ ਨਿਹਾਲੇ॥	kar kirpaa daas nadar nihaalay.
ਗੁਣ ਗਾਵਹਿ ਪੂਰਨ ਅਬਿਨਾਸੀ,	gun gaavahi pooran abhinaasee
ਕਹਿ ਸੁਣਿ ਤੋਟਿ ਨ ਆਵਣਿਆ॥੪॥	kahi sun tot na aavani-aa. ||4||

ਪ੍ਰਭ ਆਪ ਹੀ ਆਪਣੇ ਦਾਸ ਨੂੰ ਡੂੰਘੇ, ਖਤਰਨਾਕ ਮੁਸ਼ਕਲ ਵਿਚੋਂ ਬਚਾ ਕੇ, ਸੁਰੱਖਿਅਤ ਜਗ੍ਹਾ ਤੇ ਲੈ ਜਾਂਦਾ ਹੈ । ਆਪਣੇ ਦਾਸ ਨੂੰ ਸਦਾ ਹੀ ਖੇੜੇ ਵਿੱਚ ਰਖਦਾ ਹੈ । ਜਿਹੜਾ ਸ਼ਬਦ ਦੇ ਗੁਣ ਗਾਉਂਦਾ ਹੈ, ਉਹ ਆਪਣਾ ਮਾਨਸ ਜਨਮ ਬਿਰਥਾ ਨਹੀਂ ਗਵਾਉਂਦਾ, ਮਾਨਸ ਜਨਮ ਸਫਲ ਕਰ ਜਾਂਦਾ ਹੈ ।

The True Master may protect, His true devotee from the terrible, miserable situations in the world life to bring at a protected, safe place. His true devotee may be blessed with peace and harmony in worldly life. Whosoever may meditate on the teachings of His Word with steady and stable belief, he may not waste his human life. His priceless human life opportunity may be rewarded, successful.

ਐਥੈ ਓਥੈ ਤੂੰਹੈ ਰਖਵਾਲਾ॥	aithai othai tooNhai rakhvaalaa.
ਮਾਤ ਗਰਭ ਮਹਿ ਤੁਮ ਹੀ ਪਾਲਾ॥	maat garabh meh tum hee paalaa.
ਮਾਇਆ ਅਗਨਿ ਨ ਪੋਹੈ ਤਿਨ ਕਉ,	maa-i-aa agan na pohai tin ka-o
ਰੰਗਿ ਰਤੇ ਗੁਣ ਗਾਵਣਿਆ॥੫॥	rang ratay gun gaavani-aa. ||5||

ਪ੍ਰਭ ਦਾ ਹੁਕਮ ਹੀ ਸੰਸਾਰ ਵਿੱਚ ਅਤੇ ਮੌਤ ਤੋਂ ਪਿਛੋਂ ਵੀ ਚਲਦਾ, ਰਖਿਆ ਕਰਦਾ ਹੈ । ਪ੍ਰਭ ਆਪ ਹੀ ਆਤਮਾ ਦੀ ਮਾਤਾ ਦੇ ਗਰਭ ਵਿੱਚ ਪਾਲਣਾ, ਰਖਿਆ ਕਰਦਾ ਹੈ । ਜਿਹੜਾ ਪ੍ਰਭ ਦੇ ਸ਼ਬਦ ਵਿੱਚ ਵਸਦਾ ਹੈ, ਉਸ ਨੂੰ ਸੰਸਾਰਕ ਮਾਇਆ ਦੀ ਅੱਗ ਭਸਮ ਨਹੀਂ ਕਰ ਸਕਦੀ, ਜਲਾ ਨਹੀਂ ਸਕਦੀ । ਉਹ ਅਡੋਲ ਮਨ ਹੋ ਕੇ ਪ੍ਰਭ ਦੇ ਸ਼ਬਦ ਦਾ ਸਿਮਰਨ ਕਰਦਾ, ਗੁਣ ਗਾਉਂਦਾ ਹੈ ।

The True Master, His Command prevails at both places, in the world and after death in His Court. The True Master protects and nourish the fetus, in the womb of his mother from any misery. Whosoever may adopt the teachings of His Word with steady and stable belief in day-to-day life; with His mercy and grace, he may remain beyond the reach of sweet poison, lava of worldly wealth. He may meditate, sings the glory, and adopts the teachings of His Word with steady and stable belief with each breath.

ਕਿਆ ਗੁਣ ਤੇਰੇ ਆਖਿ ਸਮਾਲੀ॥ ki-aa gun tayray aakh samaalee. man,
ਮਨ ਤਨ ਅੰਤਰਿ ਤੁਧੁ ਨਦਰਿ ਨਿਹਾਲੀ॥ tan antar tuDh nadar nihaalee.
ਤੂੰ ਮੇਰਾ ਮੀਤੁ ਸਾਜਨੁ ਮੇਰਾ ਸੁਆਮੀ, tooN mayraa meet saajan mayraa su-
ਤੁਧੁ ਬਿਨੁ ਅਵਰੁ ਨ ਜਾਨਣਿਆ॥੬॥ aamee tuDh bin avar na jaanni-aa. ||6||

ਮੈਂ ਕਿਹੜੇ ਕਿਹੜੇ ਤੇਰੇ ਗੁਣਾਂ ਦਾ ਵਿਚਾਰ ਕਰ ਸਕਦਾ ਹਾ? ਮੈਂ ਅਪਣੇ ਤਨ, ਮਨ ਵਿੱਚ ਪ੍ਰਭ ਦੀ ਹੋਂਦ ਮਹਿਸੂਸ ਕਰਦਾ ਹਾ । ਪ੍ਰਭ ਹੀ ਮੇਰਾ ਅਸਲੀ ਸਾਥੀ ਹੈ! ਪ੍ਰਭ ਤੋਂ ਬਿਨਾਂ ਹੋਰ ਕਿਸੇ ਤੇ ਆਸਰਾ ਨਹੀਂ, ਅਰਦਾਸ ਨਹੀਂ ਕਰਦਾ, ਜਾਣਦਾ ਨਹੀਂ ਹਾ ।

What virtue of Your Word may I sing and concentrate to adopt in my life? I have realized Your existence within my mind and body. The True Master remains my true friend and companion. I do not have any other support nor I seek any forgiveness and refuge from anyone.

ਜਿਸ ਕਉ ਤੂੰ ਪ੍ਰਭ ਭਇਆ ਸਹਾਈ॥ jis ka-o tooN parabh bha-i-aa sahaa-ee.
ਤਿਸੁ ਤਤੀ ਵਾਉ ਨ ਲਗੈ ਕਾਈ॥ tis tatee vaa-o na lagai kaa-ee.
ਤੂ ਸਾਹਿਬੁ ਸਰਣਿ ਸੁਖਦਾਤਾ, too saahib saran sukh-daata
ਸਤਸੰਗਤਿ ਜਪਿ ਪ੍ਰਗਟਾਵਣਿਆ॥੭॥ satsangat jap pargataavani-aa. ||7||

ਜਿਸ ਨੂੰ ਪ੍ਰਭ ਆਪਣੀ ਸ਼ਰਣ ਵਿੱਚ ਪਨਾਹ ਬਖਸ਼ਦਾ ਹੈ । ਉਸ ਨੂੰ ਕੋਈ ਦੁਖ, ਚਿੰਤਾਂ ਸਤਾਉਂਦੀ ਨਹੀਂ । ਜਿਹੜਾ ਬੰਦਗੀ ਕਰਨਵਾਲੇ ਦੀ ਸੰਗਤ ਵਿੱਚ ਸ਼ਬਦ ਦੇ ਗੁਣ ਗਾਉਂਦਾ ਹੈ । ਉਸ ਦੇ ਮਨ ਵਿੱਚ ਪ੍ਰਭ ਦੀ ਹੋਂਦ ਜਾਗਰਤ, ਸੁਚੇਤ ਰਹਿੰਦੀ ਹੈ ।

Whosoever may be accepted in His Sanctuary, he may become beyond the reach of any worldly miseries and worries. Whosoever may remain in the conjugation of His Holy saint, and sings the glory of His Word. He may realize His Existence, His Holy Spirit prevailing in the universe; he may remain awake and alert with

ਤੂੰ ਊਚ ਅਥਾਹੁ ਅਪਾਰੁ ਅਮੋਲਾ॥ tooN ooch athaahu apaar amolaa.
ਤੂੰ ਸਾਚਾ ਸਾਹਿਬੁ ਦਾਸੁ ਤੇਰਾ ਗੋਲਾ॥ tooN saachaa saahib daas tayraa golaa.
ਤੂੰ ਮੀਰਾ ਸਾਚੀ ਠਕੁਰਾਈ, tooN meeraa saachee thakuraa-ee
ਨਾਨਕ ਬਲਿ ਬਲਿ ਜਾਵਣਿਆ॥੮॥੩॥੩੭॥ naanak bal bal jaavani-aa. ||8||3||37

ਸਦਾ ਅਟਲ ਰਹਿਣ ਵਾਲਾ, ਅੰਤ ਤੋਂ ਰਹਿਤ, ਸਭ ਤੋਂ ਵਡਾ ਮਾਲਕ ਹੀ ਬੰਦਗੀ ਕਰਨਵਾਲੇ ਦਾਸ ਦਾ, ਸ੍ਰਿਸ਼ਟੀ ਦਾ ਅਸਲੀ ਮਾਲਕ, ਹਾਕਮ ਹੈ । ਬੰਦਗੀ ਕਰਨਵਾਲਾ ਸਦਾ ਹੀ ਪ੍ਰਭ ਦੇ ਸ਼ਬਦ ਨੂੰ ਧੰਨ ਧੰਨ ਕਹਿੰਦਾ, ਗੁਣ ਗਾਉਂਦਾ, ਸੰਤੋਖ, ਖੇੜੇ ਵਿੱਚ ਵਸਦਾ ਹੈ ।

The Axiom, Forever True, beyond any limit, Greatest of All remains The True Master, Commander of His Creation! His true devotee always sings the glory of Your Word, claims The True Master, The Greatest of All. He remains astonished from His Miracles.

308.ਮਾਝ ਮਹਲਾ ੫ ਘਰੁ ੨॥ 132-7

ਨਿਤ ਨਿਤ ਦਯੁ ਸਮਾਲੀਐ॥ nit nit da-yu samaalee-ai.
ਮੂਲਿ ਨ ਮਨਹੁ ਵਿਸਾਰੀਐ॥ ਰਹਾਉ॥ mool na manhu visaaree-ai. rahaa-o.

ਜੀਵ ਸਵਾਸ ਸਵਾਸ ਪ੍ਰਭ ਦੇ ਸ਼ਬਦ ਦਾ ਸਿਮਰਨ ਕਰੋ! ਪ੍ਰਭ ਨੂੰ ਕਦੇ ਮਨੋ ਵਿਚੋਂ ਨਾ ਵਿਸਾਰੋ!

You should meditate on the teachings of His Word with each breath! You should not never forsake His Ultimate Power from your heart.

ਸੰਤਾ ਸੰਗਤਿ ਪਾਈਐ॥ santaa sangat paa-ee-ai.
ਜਿਤੁ ਜਮ ਕੈ ਪੰਥਿ ਨ ਜਾਈਐ॥ jit jam kai panth na jaa-ee-ai.
ਤੋਸਾ ਹਰਿ ਕਾ ਨਾਮੁ ਲੈ, tosaa har kaa Naam lai
ਤੇਰੇ ਕੁਲਹਿ ਨ ਲਾਗੈ ਗਾਲਿ ਜੀਉ॥੧॥ tayray kuleh na laagai gaal jee-o. ||1||

ਬੰਦਗੀ ਕਰਨਵਾਲੇ ਦੇ ਜੀਵਨ ਦੀ ਸਿਖਿਆਂ ਨਾਲ ਜੀਵਨ ਢਾਲਣ ਨਾਲ ਮੌਤ ਪਿਛੋਂ ਜਮਦੂਤਾਂ ਦੇ ਹਵਾਲੇ ਨਹੀਂ ਹੋਣਾ ਪੈਂਦਾ । ਪ੍ਰਭ ਦੇ ਸ਼ਬਦ ਦਾ ਆਸਰਾ ਲਵੋ! ਸ਼ਬਦ ਦੀ ਪਾਲਣਾ ਕਰੋ । ਉਸ ਨਾਲ ਮਨ ਤੇ ਕਦੇ ਬੁਰੇ ਖਿਆਲਾਂ ਦੀ ਮੈਲ ਨਹੀਂ ਲਗਦੀ ।

Whosoever may adopt the life experience teachings of His Holy saint, in his day-to-day life; with His mercy and grace, he may not endure any misery from devil of death. You must surrender your self-identity at His Sanctuary and obey the teachings of His Word. All his evil thoughts and the blemish of worldly desires may be eliminated from your soul.

ਜੋ ਸਿਮਰੰਦੇ ਸਾਂਈਐ॥	jo simranday saaN-ee-ai.
ਨਰਕਿ ਨ ਸੇਈ ਪਾਈਐ॥	narak na say-ee paa-ee-ai.
ਤਤੀ ਵਾਉ ਨ ਲਗਈ,	tatee vaa-o na lag-ee
ਜਿਨ ਮਨਿ ਵੁਠਾ ਆਇ ਜੀਉ॥੨॥	jin man vuthaa aa-ay jee-o. ||2||

ਜਿਹੜਾ ਪ੍ਰਭ ਦੇ ਸ਼ਬਦ ਦਾ ਸਿਮਰਨ, ਸ਼ਬਦ ਦੀ ਪਾਲਣਾ ਕਰਦਾ ਹੈ! ਉਸ ਨੂੰ ਕਦੇ ਨਰਕ, ਜੂੰਨਾਂ ਦੇ ਚੱਕਰ ਵਿੱਚ ਨਹੀਂ ਜਾਣਾ ਪੈਂਦਾ । ਉਸ ਨੂੰ ਕੋਈ ਵੀ ਸੰਸਾਰਕ ਇੱਛਾਂ ਪਰੇਸ਼ਾਨ ਨਹੀਂ ਕਰਦੀ । ਉਸ ਦੇ ਮਨ ਵਿੱਚ ਪ੍ਰਭ ਦੀ ਜੋਤ ਜਾਗਰਤ ਹੋ ਜਾਂਦੀ ਹੈ, ਸੁਚੇਤ ਰਹਿੰਦਾ ਹੈ ।

Whosoever may meditate and adopts the teachings of His Word in day-to-day life; with His mercy and grace, he may not face hell; in the womb of mother, in the cycle of birth and death. He may remain beyond any frustration of any worldly desire. He may remain enlightened, awake, and alert in meditation in the void of His Word.

ਸੇਈ ਸੁੰਦਰ ਸੋਹਣੈ॥	say-ee sundar sohnay.
ਸਾਧਸੰਗਿ ਜਿਨ ਬੈਹਣੈ॥	saaDhsang jin baihnay.
ਹਰਿ ਧਨੁ ਜਿਨੀ ਸੰਜਿਆ,	har Dhan jinee sanji-aa
ਸੇਈ ਗੰਭੀਰ ਅਪਾਰ ਜੀਉ॥੩॥	say-ee gambheer apaar jee-o. ||3||

ਜਿਹੜਾ ਆਪਣਾ ਜੀਵਨ ਸੰਤਾਂ ਦੇ ਜੀਵਨ ਦੀ ਸਿਖਿਆਂ ਨਾਲ ਢਾਲਦਾ ਹੈ, ਪ੍ਰਭ ਦੇ ਸ਼ਬਦ ਦੀ ਕਮਾਈ ਕਰਦਾ ਹੈ । ਪ੍ਰਭ ਦੀ ਰਹਿਮਤ ਨਾਲ, ਕੇਵਲ ਉਸ ਨੂੰ ਹੀ ਅਨੰਦ ਖੇੜੇ, ਸੋਭ ਬਖਸ਼ਿਸ਼ ਹੁੰਦਾ ਹੈ । ਉਸ ਦੇ ਜੀਵਨ ਵਿੱਚ ਸ਼ਬਦ ਦਾ ਡੂੰਘਾ ਪ੍ਰਭਾਵ ਵਸਦਾ ਜਾਂਦਾ ਹੈ ।

Whosoever may adopt the life experience teachings of His Holy saint in his day-to-day life. He may earn the wealth of His Word; with His mercy and grace, only he may remain in peace, harmony and honored in His Court. He may remain drenched with the essence of His Word.

ਹਰਿ ਅਮਿਉ ਰਸਾਇਣੁ ਪੀਵੀਐ॥	har ami-o rasaa-in peevee-ai.
ਮੁਹਿ ਡਿਠੈ ਜਨ ਕੈ ਜੀਵੀਐ॥	muhi dithai jan kai jeevee-ai.
ਕਾਰਜ ਸਭਿ ਸਵਾਰਿ ਲੈ,	kaaraj sabh savaar lai nit poojahu
ਨਿਤ ਪੂਜਹੁ ਗੁਰ ਕੇ ਪਾਵ ਜੀਉ॥੪॥	gur kay paav jee-o. ||4||

ਜਿਹੜਾ ਸ਼ਬਦ ਨਾਲ ਜੀਵਨ ਢਾਲਦਾ, ਸ਼ਬਦ ਰੂਪੀ ਅੰਮ੍ਰਿਤ ਦਾ ਰਸ ਮਾਨਦਾ ਹੈ । ਉਹ ਆਪਣੇ ਮਨ ਵਿੱਚ ਪ੍ਰਭ ਦੀ ਹੋਂਦ ਮਹਿਸੂਸ ਕਰਦਾ, ਜੀਵਨ ਬਤੀਤ ਕਰਦਾ ਹੈ । ਉਸ ਦੇ ਮਨ ਤੇ ਪ੍ਰਭ ਦਾ ਸ਼ਬਦ ਰੂਪੀ ਨੂਰ ਚਮਕਦਾ ਹੈ । ਜਿਹੜਾ ਸਦਾ ਹੀ ਪ੍ਰਭ ਦੇ ਸ਼ਬਦ ਦੀ ਪਾਲਣਾ ਵਿੱਚ ਅਡੋਲ ਰਹਿੰਦਾ ਹੈ, ਉਸ ਦੇ ਮਾਨਸ ਜਨਮ ਦਾ ਮੰਤਵ ਸਫਲ ਹੋ ਜਾਂਦਾ ਹੈ । ਉਸ ਨੂੰ ਚਾਰੇ ਪਦਾਰਥ ਬਖਸ਼ਿਸ਼ ਹੋ ਜਾਂਦੇ ਹਨ ।

Whosoever may adopt the teachings of His Word with steady and stable belief in day-to-day life; with His mercy and grace, he may realize the existence of His Holy Spirit within his day-to-day life. The eternal glow of His Word may shine on his mind and body. Whosoever may obey the teachings of His Word with steady and stable belief in his day-to-day life; with His mercy and grace, his priceless human life opportunity may be concluded successfully. He may be blessed with 4th virtue to become worthy of His Consideration.

ਜੋ ਹਰਿ ਕੀਤਾ ਆਪਣਾ॥	jo har keetaa aapnaa.
ਤਿਨਹਿ ਗੁਸਾਈ ਜਾਪਣਾ॥	tineh gusaa-ee jaapnaa.
ਸੋ ਸੂਰਾ ਪਰਧਾਨੁ,	so sooraa parDhaan
ਸੋ ਮਸਤਕਿ ਜਿਸ ਦੈ ਭਾਗੁ ਜੀਉ॥੫॥	so mastak jis dai bhaag jee-o. ||5||

ਜਿਸ ਨੂੰ ਪ੍ਰਭ ਆਪਣੀ ਰਹਿਮਤ ਨਾਲ ਆਪਣਾ ਦਾਸ ਬਣਾ ਲੈਂਦਾ ਹੈ, ਕੇਵਲ ਉਹ ਹੀ ਜੀਵ, ਪ੍ਰਭ ਦੇ ਸ਼ਬਦ ਦੀ ਅਡੋਲ ਹੋ ਕੇ ਪਾਲਣਾ ਕਰਦਾ ਹੈ । ਜਿਸ ਦੇ ਭਾਗਾਂ ਵਿੱਚ ਇਹ ਨਸੀਬ ਹੁੰਦਾ ਹੈ, ਉਹ ਹੀ ਸੂਰਮਾ, ਸੋਭਾ ਵਾਲਾ, ਮਹਾਨ ਬਣ ਜਾਂਦਾ ਹੈ ।

Whosoever may be blessed with a state of mind as His True devotee; with His mercy and grace, only he may obey the teachings of His Word with steady and stable belief in his day-to-day life. Whosoever may have a great prewritten destiny, only he may be blessed with such a state of mind. He may become worthy of calling the warrior and honorable in His Court.

ਮਨ ਮੰਧੇ ਪ੍ਰਭੁ ਅਵਗਾਹੀਆ॥	man, manDhay parabh avgaahee-aa.
ਏਹਿ ਰਸ ਭੋਗਣ ਪਾਤਿਸਾਹੀਆ॥	ayhi ras bhogan paatisaahee-aa.
ਮੰਦਾ ਮੂਲਿ ਨ ਉਪਜਿਓ,	mandaa mool na upji-o
ਤਰੇ ਸਚੀ ਕਾਰੈ ਲਾਗਿ ਜੀਉ॥੬॥	taray sachee kaarai laag jee-o. ||6||

ਆਪਣੇ ਮਨ ਵਿੱਚ ਪ੍ਰਭ ਦੇ ਸ਼ਬਦ ਦਾ ਸਿਮਰਨ, ਸ਼ਬਦ ਦੇ ਗੁਣ ਗਾਵੋ ! ਬੰਦਗੀ ਕਰਨਵਾਲੇ ਨੂੰ ਇਸ ਵਿੱਚ ਸ਼ਾਹੀ ਜੀਵਨ ਵਾਲਾ ਅਨੰਦ ਮਹਿਸੂਸ ਹੁੰਦਾ ਹੈ । ਜਿਹੜਾ ਪ੍ਰਭ ਦੇ ਸ਼ਬਦ ਨੂੰ ਅਟਲ ਮੰਨ ਕੇ ਪਾਲਣਾ ਕਰਦਾ ਹੈ, ਉਸ ਦੇ ਮਨ ਵਿੱਚ ਬੁਰੇ ਖਿਆਲ ਪੈਦਾ ਨਹੀਂ ਹੁੰਦੇ ।

You should wholeheartedly meditate and sing the glory of His Word with steady and stable belief with each breath. His true devotee may cherish a royal state of mind in adopting the teachings of His Word in day-to-day life. He may conquer and eliminates all evil thoughts from his mind.

ਕਰਤਾ ਮੰਨਿ ਵਸਾਇਆ॥	kartaa man vasaa-i-aa.
ਜਨਮੈ ਕਾ ਫਲੁ ਪਾਇਆ॥	janmai kaa fal paa-i-aa.
ਮਨਿ ਭਾਵੰਦਾ ਕੰਤੁ ਹਰਿ ਤੇਰਾ,	man, bhaavandaa kant har tayraa
ਥਿਰੁ ਹੋਆ ਸੋਹਾਗੁ ਜੀਉ॥੭॥	thir ho-aa sohaag jee-o. ||7||

ਜਿਹੜਾ ਆਪਣਾ ਮਾਨਸ ਜੀਵਨ ਸ਼ਬਦ ਦੀ ਸਿਖਿਆਂ ਨਾਲ ਢਲਦਾ ਹੈ, ਉਸ ਦੇ ਮਨ ਵਿੱਚ ਸ਼ਬਦ ਵਸ ਜਾਂਦਾ ਹੈ । ਉਸ ਨੂੰ ਆਪਣੀ ਸ਼ਬਦ ਦੀ ਕਮਾਈ ਦਾ ਫਲ ਬਖਸ਼ਿਸ਼ ਹੋ ਸਕਦਾ ਹੈ । ਉਸ ਦੇ ਮਨ ਵਿੱਚ ਸਦਾ ਰਹਿਣ ਵਾਲਾ ਖੇੜਾ ਵਸ ਜਾਂਦਾ ਹੈ ।

Whosoever may adopt the teachings of His Word with steady and stable belief in his day-to-day life; with His mercy and grace, he may be rewarded with the earnings of His Word. He may be blessed with a peace and blossom forever in his day-to-day life.

ਅਟਲ ਪਦਾਰਥੁ ਪਾਇਆ॥	atal padaarath paa-i-aa. bhai
ਭੈ ਭੰਜਨ ਕੀ ਸਰਣਾਇਆ॥	bhanjan kee sarnaa-i-aa.
ਲਾਇ ਅੰਚਲਿ ਨਾਨਕ ਤਾਰਿਅਨੁ,	aa-ay anchal naanak taari-an
ਜਿਤਾ ਜਨਮੁ ਅਪਾਰ ਜੀਉ॥ ੮॥੪॥੩੮॥	jitaa janam apaar jee-o. ||8||4||38||

ਜਿਹੜੇ ਗੁਰਮਖ ਨੂੰ ਚੌਥਾਂ ਪਦਾਰਥ ਬਖਸ਼ ਹੋ ਜਾਂਦਾ ਹੈ, ਉਸ ਨੂੰ ਸਾਰੇ ਦੁਖ ਨਾਸ ਕਰਨਵਾਲੇ ਪ੍ਰਭ ਦੀ ਸ਼ਰਣ ਵਿੱਚ ਪਨਾਹ ਬਖਸ਼ਿਸ਼ ਹੋ ਸਕਦੀ ਹੈ । ਉਸ ਨੂੰ ਅਮਰ ਅਵਸਥਾ ਬਖਸ਼ਿਸ਼ ਹੋ ਸਕਦੀ ਹੈ । ਜਿਹੜਾ ਪ੍ਰਭ ਦੇ ਸ਼ਬਦ ਦੇ ਲੜ ਲਗਦਾ, ਜੀਵਨ ਢਾਲਦਾ, ਉਹ ਸੰਸਾਰਕ ਸਾਗਰ ਪਾਰ ਕਰ ਜਾਂਦਾ ਹੈ । ਉਸ ਦਾ ਮਾਨਸ ਜਨਮ ਸਫਲ ਹੋ ਜਾਂਦਾ ਹੈ, ਅਮਰ ਅਵਸਥਾ ਬਖਸ਼ਿਸ਼ ਹੋ ਸਕਦੀ ਹੈ ।

Whosoever may adopt the teachings of His Word with steady and stable belief; with His mercy and grace, he may cross this terrible ocean of worldly desires. He may be blessed with 4th Virtue; with His mercy and grace, he may be accepted in His Sanctuary; The True Master, destroyer of all miseries. He may be blessed with eternity, immortal state of mind. His human journey may be rewarded with salvation.

309.ਮਾਝ ਮਹਲਾ ੫ ਘਰੁ ੩॥ (132-18)

ੴ ਸਤਿਗੁਰ ਪ੍ਰਸਾਦਿ॥ ik-oNkaar saT`gur parsaad.
ਹਰਿ ਜਪਿ ਜਪੇ ਮਨੁ ਧੀਰੇ॥੧॥ ਰਹਾਉ॥ har jap japay man Dheeray. ||1||rahaa-o.

ਜਿਹੜਾ ਪ੍ਰਭ ਦੇ ਸ਼ਬਦ ਦਾ ਸਿਮਰਨ ਕਰਦਾ ਹੈ, ਉਸ ਦੇ ਵਿੱਚ ਧੀਰਜ ਬਖਸ਼ਿਸ਼ ਹੋ ਜਾਂਦਾ ਹੈ ।

Whosoever may meditate wholeheartedly on the teachings of His Word; with His mercy and grace, he may be blessed with patience in his life.

ਸਿਮਰਿ ਸਿਮਰਿ ਗੁਰਦੇਉ, simar simar gurday-o
ਮਿਟਿ ਗਏ ਭੈ ਦੂਰੇ॥੧॥ mit ga-ay bhai dooray. ||1||

ਪ੍ਰਭ ਦੇ ਸ਼ਬਦ ਦਾ ਸਿਮਰਨ ਕਰਨ ਨਾਲ ਮੌਤ ਦਾ ਡਰ ਖਤਮ ਹੋ ਜਾਂਦਾ ਹੈ । ਮਨ ਦੇ ਭਰਮ ਭੁਲੇਖੇ ਦੂਰ ਹੋ ਜਾਂਦੇ ਹਨ ।

Whosoever may meditate wholeheartedly on the teachings of His Word; with His mercy and grace, his fear of death and all suspicions may be eliminated.

ਸਰਨਿ ਆਵੈ ਪਾਰਬ੍ਰਹਮ ਕੀ, saran aavai paarbarahm kee
ਤਾ ਫਿਰਿ ਕਾਹੇ ਝੂਰੇ॥੨॥ taa fir kaahay jhooray. ||2||

ਜਿਹੜਾ ਪ੍ਰਭ ਦੀ ਸ਼ਰਣ ਵਿੱਚ ਆਪਾ ਭੇਟਾ ਕਰਦਾ ਹੈ, ਉਸ ਨੂੰ ਪ੍ਰਵਾਨਗੀ ਦਾ ਰਸਤਾ ਬਖਸ਼ਿਸ਼ ਹੋ ਜਾਂਦਾ ਹੈ । ਉਸ ਦਾ ਮਨ ਫਿਰ ਕਿਵੇਂ ਸ਼ਬਦ ਦੀ ਪਾਲਣਾ ਤੋਂ ਡੋਲ ਸਕਦਾ ਹੈ?

Whosoever may humbly surrender his self-identity at His Sanctuary; with His mercy and grace, he may be blessed with the right path of acceptance in His Court. How may he become unstable, drift from the right path of acceptance in His Court?

ਚਰਨ ਸੇਵ ਸੰਤ ਸਾਧ ਕੇ, charan sayv sant saaDh kay
ਸਗਲ ਮਨੋਰਥ ਪੂਰੇ॥੩॥ sagal manorath pooray. ||3||

ਸੰਤਾਂ ਦੀ ਸੰਗਤ ਵਿੱਚ ਵਸਣ, ਆਪਣਾ ਜੀਵਨ ਸ਼ਬਦ ਨਾਲ ਢਾਲਣ ਨਾਲ, ਮਨ ਦੀਆਂ ਸਾਰੀਆਂ ਮੁਰਾਦਾਂ ਪੂਰੀਆਂ ਹੋ ਜਾਂਦੀਆਂ ਹਨ ।

Whosoever may remain in the conjugation of His Holy saint and adopts his life experience teachings in his day-to-day life. All his spoken and unspoken desires of the mind may be satisfied.

ਘਟਿ ਘਟਿ ਏਕੁ ਵਰਤਦਾ, ghat ghat ayk varatdaa
ਜਲਿ ਥਲਿ ਮਹੀਅਲਿ ਪੂਰੇ॥੪॥ jal thal mahee-al pooray. ||4||

ਪ੍ਰਭ ਸਦਾ ਹੀ ਹਰਇਕ ਤਨ, ਮਨ ਵਿੱਚ ਵਸਦਾ ਹੈ । ਉਹ ਜਲ, ਥਲ, ਅਕਾਸ਼ ਵਿੱਚ ਹਾਜ਼ਰਾ ਹਜ਼ੂਰ, ਵਾਪਰਦਾ ਰਹਿੰਦਾ ਹੈ ।

The True Master remains embedded within each soul and dwells within the body of every creature. The Omnipresent True Master may always prevail in water, in, on, under earth and in sky.

ਪਾਪ ਬਿਨਾਸਨੁ ਸੇਵਿਆ, paap binaasan sayvi-aa
ਪਵਿਤ੍ਰ ਸੰਤਨ ਕੀ ਧੂਰੇ॥੫॥ pavitar santan kee Dhooray. ||5||

ਬੰਦਗੀ ਕਰਨਵਾਲਾ ਪਾਪਾਂ ਦੇ ਨਾਸ ਕਰਨਵਾਲੇ, ਧੋਣ ਵਾਲੇ ਪ੍ਰਭ ਦੇ ਸ਼ਬਦ ਦੀ ਪਾਲਣਾ ਕਰਦਾ ਹੈ । ਆਪਣਾ ਜੀਵਨ ਸੰਤਾਂ ਦੇ ਜੀਵਨ ਦੇ ਅਧਾਰ ਤੇ ਹੀ ਬਤੀਤ ਕਰਦਾ ਹੈ ।

His true devotee may always meditate and obeys the teachings of His Word, The True Master, Destroyer of miseries. He may adopt the life experience teachings of His Holy saint in day-to-day life.

ਸਭ ਛਡਾਈ ਖਸਮਿ ਆਪਿ,	sabh chhadaa-ee khasam aap
ਹਰਿ ਜਪਿ ਭਈ ਠਰੂਰੇ॥੬॥	har JAP bha-ee tharooray. ||6||

ਪ੍ਰਭ ਆਪ ਹੀ ਬੰਦਗੀ ਕਰਨਵਾਲੇ ਦਾਸ ਨੂੰ ਸ਼ਬਦ ਦੀ ਪਾਲਣਾ ਤੇ ਅਡੋਲ ਰਖਦਾ ਹੈ । ਸਾਰੇ ਸੁਖ ਹੀ ਸ਼ਬਦ ਦੇ ਸਿਮਰਨ ਕਰਨ ਨਾਲ ਬਖਸ਼ਿਸ਼ ਹੋ ਸਕਦੇ ਹਨ ।

The True Master may bestow His Blessed Vision on His true devotee; he may obey the teachings of His Word with steady and stable belief in his day-to-day life. He may be blessed with all comforts, meditating on the teachings of His Word.

ਕਰਤੈ ਕੀਆ ਤਪਾਵਸੋ,	kartai kee-aa tapaavaso
ਦੁਸਟ ਮੁਏ ਹੋਇ ਮੂਰੇ॥੭॥	dusat mu-ay ho-ay mooray. ||7||

ਪ੍ਰਭ ਦਾ ਭਾਣਾ ਸਦਾ ਹੀ ਅਟਲ ਵਾਪਰਦਾ ਹੈ! ਪਾਪੀਆਂ, ਬੁਰੇ ਖਿਆਲਾਂ ਵਾਲਿਆਂ ਦੇ ਸਾਰੇ ਯਤਨ ਬਿਰਥੇ ਹੀ ਜਾਂਦੇ ਹਨ । ਉਹ ਪਛਤਾਵਾ ਹੀ ਕਰਦੇ ਹਨ ।

The True Master, His Commands always prevails in the universe. All the efforts of sinners, evil doers may render useless. He may regret and repents in the end.

ਨਾਨਕ ਰਤਾ ਸਚਿ ਨਾਇ,	naanak rataa sach naa-ay
ਹਰਿ ਵੇਖੈ ਸਦਾ ਹਜੂਰੇ॥੮॥੫॥	har vaykhai sadaa hajooray. ||8||5||
੩੯ ॥੧॥੩੨॥੧॥੫॥੩੯॥	39||1||32||1||5||39||

ਪ੍ਰਭ ਦੇ ਸ਼ਬਦ ਦੀ ਬੰਦਗੀ ਕਰਨਵਾਲਾ, ਦਾਸ ਸਦਾ ਹੀ ਪ੍ਰਭ ਨੂੰ ਹਾਜ਼ਰ ਹਜ਼ੂਰ ਮੰਨਦਾ ਹੈ! ਅਡੋਲ ਭਰੋਸੇ ਨਾਲ ਸ਼ਬਦ ਦੀ ਪਾਲਣਾ ਕਰਦਾ, ਸਿਮਰਨ ਕਰਦਾ ਹੈ ।

His true devotee always believes, The True Master remains omnipresent, prevails, and monitor every action of His creature. His true Master remains meditating and obeying e the teachings of His Word with steady and stable belief in his day-to-day life.

ਬਾਰਹ ਮਾਹਾ

310.ਮਾਂਝ ਮਹਲਾ ੫ ਘਰੁ ੪॥ (133-5)

ੴ ਸਤਿਗੁਰ ਪ੍ਰਸਾਦਿ॥	ik-oNkaar saT`gur parsaad.
ਕਿਰਤਿ ਕਰਮ ਕੇ ਵੀਛੁੜੇ,	kirat karam kay veechhurhay
ਕਰਿ ਕਿਰਪਾ ਮੇਲਹੁ ਰਾਮ॥	kar kirpaa maylhu raam.
ਚਾਰਿ ਕੁੰਟ ਦਹ ਦਿਸ ਭ੍ਰਮੇ,	chaar kunt dah dis bharamay
ਥਕਿ ਆਏ ਪ੍ਰਭ ਕੀ ਸਾਮ॥	thak aa-ay parabh kee saam.
ਧੇਨੁ ਦੁਧੈ ਤੇ ਬਾਹਰੀ,	dhayn duDhai tay baahree
ਕਿਤੈ ਨ ਆਵੈ ਕਾਮ॥	kitai na aavai kaam.
ਜਲ ਬਿਨੁ ਸਾਖ ਕੁਮਲਾਵਤੀ,	jal bin saakh kumlaavatee
ਉਪਜਹਿ ਨਾਹੀ ਦਾਮ॥	upjahi naahee daam.
ਹਰਿ ਨਾਹ ਨ ਮਿਲੀਐ ਸਾਜਨੈ,	har naah na milee-ai saajnai
ਕਤ ਪਾਈਐ ਬਿਸਰਾਮ॥	kat paa-ee-ai bisraam.
ਜਿਤੁ ਘਰਿ ਹਰਿ ਕੰਤੁ ਨ ਪ੍ਰਗਟਈ,	jit ghar har kant na pargata-ee
ਭਠਿ ਨਗਰ ਸੇ ਗ੍ਰਾਮ॥	bhath nagar say garaam.
ਸ੍ਰਬ ਸੀਗਾਰ ਤੰਬੋਲ ਰਸ,	sarab seegaar tambol ras
ਸਣੁ ਦੇਹੀ ਸਭ ਖਾਮ॥	sandayhee sabh khaam.
ਪ੍ਰਭ ਸੁਆਮੀ ਕੰਤ ਵਿਹੂਣੀਆ,	parabh su-aamee kant vihoonee-aa
ਮੀਤ ਸਜਣ ਸਭਿ ਜਾਮ॥	meet sajan sabh jaam.
ਨਾਨਕ ਕੀ ਬੇਨਤੀਆ	naanak kee banantee-aa
ਕਰਿ ਕਿਰਪਾ ਦੀਜੈ ਨਾਮੁ॥	kar kirpaa deejai Naam.
ਹਰਿ ਮੇਲਹੁ ਸੁਆਮੀ ਸੰਗਿ ਪ੍ਰਭ,	har maylhu su-aamee sang parabh
ਜਿਸ ਕਾ ਨਿਹਚਲ ਧਾਮ॥੧॥	jis kaa nihchal Dhaam. ||1||

ਜੀਵ, ਆਪਣੇ ਪਿਛਲੇ ਜਨਮ ਦੇ ਕੰਮਾਂ ਕਰਕੇ ਹੀ ਦਰਬਾਰ ਵਿਚੋਂ ਕੱਢ ਦਿੱਤਾ ਜਾਂਦਾ ਹੈ, ਪ੍ਰਭ ਦੀ ਜੋਤ ਨਾਲੋ ਵਿਛੋੜਾ ਹੋ ਜਾਂਦਾ ਹੈ । ਪ੍ਰਭ ਮੈਂ ਸੰਸਾਰ ਵਿੱਚ ਚਾਰੇ ਪਾਸੇ ਘੁੰਮਕੇ ਦੇਖ ਲਿਆ ਹੈ, ਅੰਤ ਵਿੱਚ ਬੇਚਾਰ, ਨਿਮਾਣਾ ਬਣਕੇ ਤੇਰੀ ਸ਼ਰਣ ਆਪਾ ਭੇਟਾ ਕੀਤਾ ਹੈ । ਪ੍ਰਭ ਆਪਣੀ ਰਹਿਮਤ ਨਾਲ ਪ੍ਰਵਾਨਗੀ ਦੇ ਰਸਤੇ ਤੇ ਪਾਵੋ! ਜਿਵੇਂ ਦੁੱਧ ਨਾ ਦੇਣ ਵਾਲੀ ਗਊ ਦੀ ਕੋਈ ਕੀਮਤ ਨਹੀਂ ਪੈਂਦੀ, ਕੋਈ ਭੋਜਨ ਨਹੀਂ ਦੇਂਦਾ । ਜਿਵੇਂ ਪਾਣੀ ਤੋਂ ਬਿਨਾਂ ਜ਼ਮੀਨ ਵਿੱਚ ਕੋਈ ਫਸਲ ਪੈਦਾ ਨਹੀਂ ਹੁੰਦੀ, ਉਸ ਜ਼ਮੀਨ ਦੀ ਕੋਈ ਕੀਮਤ ਨਹੀਂ ਪੈਂਦੀ । ਇਸਤਰ੍ਹਾਂ, ਪ੍ਰਭ ਦੇ ਸ਼ਬਦ ਦੀ ਪਾਲਣਾ, ਸੋਝੀ ਤੋ ਬਿਨਾਂ ਅਰਾਮ ਕਰਨਵਾਲਾ ਘਰ ਕਿਵੇਂ ਪ੍ਰਾਪਤ ਹੋ ਸਕਦਾ ਹੈ? ਜਿਹੜਾ ਪ੍ਰਭ ਦੇ ਸ਼ਬਦ ਦਾ ਸਿਮਰਨ ਨਹੀਂ ਕਰਦਾ, ਉਸ ਦਾ ਤਨ ਅੱਗ ਦੀ ਭੱਠੀ ਦੀ ਤਰ੍ਹਾਂ ਹੀ ਜਲਦਾ ਹੈ । ਸਾਰੀ ਸੰਸਾਰਕ ਸਜਾਵਟ, ਸ਼ਾਨ, ਤਨ, ਸਵਾਸ ਵੀ ਬਿਰਥਾ ਹੀ ਜਾਂਦੇ ਹਨ, ਪ੍ਰਭ ਦੇ ਦਰਬਾਰ ਵਿੱਚ ਪ੍ਰਵਾਨਗੀ ਬਖਸ਼ਿਸ਼ ਨਹੀਂ ਹੁੰਦੀ । ਪ੍ਰਭ ਦੇ ਸੰਜੋਗ ਤੋਂ ਬਿਨਾਂ ਹੋਰ ਸਾਰੇ ਸਾਥੀ ਮੌਤ ਦੇ ਜਮਦੂਤ ਹੀ ਨਜ਼ਰ ਆਉਂਦੇ ਹਨ । ਬੰਦਗੀ ਕਰਨਵਾਲਾ ਸਦਾ ਹੀ ਰਹਿਮਤ ਦੀ ਅਰਦਾਸ ਕਰਦਾ ਹੈ! ਆਪਣੇ ਸ਼ਬਦ ਦੇ ਲੜ ਲਾਵੋ! ਜਿਸ ਦੀ ਸ਼ਬਦ ਦੀ ਕਮਾਈ ਪ੍ਰਵਾਨ ਹੋ ਜਾਂਦੀ ਹੈ, ਉਸ ਨੂੰ ਪ੍ਰਭ ਦੀ ਸ਼ਰਣ ਵਿੱਚ ਪਨਾਹ ਬਖਸ਼ਿਸ਼ ਹੋ ਸਕਦੀ ਹੈ ।

My soul has been separated from Your Holy Spirit for my sinful deeds of previous lives. I have seen all other paths in world; I have desperately swallowed my pride and humbly surrender at Your Sanctuary. My Merciful True Master bestow Your Blessed Vision and attaches to the right path of meditation. As no one may feed properly or any significance to a non- milk producing cow. As a barren farm land, nonproductive farm, not grow any crops may be considered not much significant assets. Same way, soul without any wealth of His Word; how can she be blessed with a permanent resting place in His Royal Castle? Whosoever may not meditate on the teachings of His Word; his body may be burning like an oven. All his embellishment, royal robe, jewelry, worldly glory and all his breaths may be worthless, useless. His soul may not be accepted in His Court. Whosoever may not be bestowed with His Blessed Vision, everyone may be felt like demons of death. His true devotee always prays and begs for His Forgiveness and Refuge to be attached to a devotional meditation. Whose earnings of His Word may be accepted in His Court; he may be blessed with acceptance in His Sanctuary.

311.ਬਾਰਹ ਮਾਹਾ – ਚੇਤ

ਚੇਤਿ ਗੋਵਿੰਦੁ ਅਰਾਧੀਐ,	chayt govind araaDhee-ai
ਹੋਵੈ ਅਨੰਦੁ ਘਣਾ॥	hovai anand ghanaa.
ਸੰਤ ਜਨਾ ਮਿਲਿ ਪਾਈਐ,	sant janaa mil paa-ee-ai
ਰਸਨਾ ਨਾਮੁ ਭਣਾ॥	rasnaa Naam bhanaa.
ਜਿਨਿ ਪਾਇਆ ਪ੍ਰਭੁ ਆਪਣਾ,	jin paa-i-aa parabh aapnaa
ਆਏ ਤਿਸਹਿ ਗਣਾ॥	aa-ay tiseh ganaa.
ਇਕੁ ਖਿਨੁ ਤਿਸੁ ਬਿਨੁ ਜੀਵਨਾ,	ik khin tis bin jeevnaa
ਬਿਰਥਾ ਜਨਮੁ ਜਣਾ॥	birthaa janam janaa.
ਜਲਿ ਥਲਿ ਮਹੀਅਲਿ ਪੂਰਿਆ,	jal thal mahee-al poori-aa
ਰਵਿਆ ਵਿਚਿ ਵਣਾ॥	ravi-aa vich vanaa.
ਸੋ ਪ੍ਰਭੁ ਚਿਤਿ ਨ ਆਵਈ,	so parabh chit na aavee
ਕਿਤੜਾ ਦੁਖੁ ਗਣਾ॥	kit-rhaa dukh ganaa.
ਜਿਨੀ ਰਾਵਿਆ ਸੋ ਪ੍ਰਭੂ,	jinee raavi-aa so parabhoo
ਤਿੰਨਾ ਭਾਗੁ ਮਣਾ॥	tinnaa bhaag manaa.
ਹਰਿ ਦਰਸਨ ਕੰਉ ਮਨੁ ਲੋਚਦਾ,	har darsan kaN-u man lochdaa
ਨਾਨਕ ਪਿਆਸ ਮਨਾ॥	naanak pi-aas manaa.
ਚੇਤਿ ਮਿਲਾਏ ਸੋ ਪ੍ਰਭੂ,	chayt milaa-ay so parabhoo
ਤਿਸ ਕੈ ਪਾਇ ਲਗਾ॥੨॥	tis kai paa-ay lagaa. ||2||

ਚੇਤ ਦੇ ਮਹੀਨੇ ਵਿੱਚ ਬਸੰਤ ਦਾ ਮੌਸਮ ਆਉਂਦਾ ਹੈ, ਹਰ ਪਾਸੇ ਹਰਿਆਵਲ ਆਉਂਦੀ ਹੈ । ਚੇਤ, ਠੰਡ ਦੇ ਮਹੀਨੇ ਵਿੱਚ ਸ਼ਬਦ ਦਾ ਸਿਮਰਨ ਕਰਨ ਨਾਲ ਮਨ ਵਿੱਚ ਅਨੰਦ ਵਸ ਜਾਂਦਾ ਹੈ । ਪ੍ਰਭ ਦੇ ਨਿਮਾਣੇ ਸੰਤਾਂ ਦੀ ਸੰਗਤ ਵਿੱਚ ਪ੍ਰਭ ਦੇ ਸ਼ਬਦ ਦਾ ਸਿਮਰਨ ਕਰੋ! ਅਪਣੀ ਜੀਭ ਤੋਂ ਸ਼ਬਦ ਦੇ ਗੁਣ ਗਾਉਣ ਨਾਲ, ਪ੍ਰਭ ਦੇ ਸ਼ਬਦ ਦੀ ਸੋਝੀ ਬਖਸ਼ਿਸ਼ ਹੋ ਜਾਂਦੀ ਹੈ । ਜਿਹੜਾ ਪ੍ਰਵਾਨਗੀ ਦੇ ਰਸਤੇ ਤੇ ਚਲ ਪੈਂਦਾ ਹੈ, ਉਸ ਦਾ ਮਾਨਸ ਜਨਮ ਸਫਲ ਹੋ ਜਾਂਦਾ, ਵਡੇ ਭਾਗਾਂ ਵਾਲਾ ਹੋ ਜਾਂਦਾ ਹੈ । ਜਿਹੜਾ ਇਕ ਪਲ ਵੀ ਸ਼ਬਦ ਦੀ ਪਾਲਣਾ ਤੋਂ ਬਿਨਾਂ, ਸ਼ਬਦ ਨੂੰ ਮਨੋ ਵਿਸਾਰ ਦੇਂਦਾ ਹੈ, ਉਸ ਦਾ ਮਾਨਸ ਜਨਮ ਦਾ ਮੌਕਾ ਬਿਰਥਾ ਹੀ ਬੀਤ ਜਾਂਦਾ ਹੈ । ਪੂਰਨ ਪ੍ਰਭ ਜਲ, ਥਲ ਅਤੇ ਅਕਾਸ਼ ਵਿੱਚ ਹਾਜ਼ਰਾ ਹਜ਼ੂਰ ਵਸਦਾ, ਵਾਪਰਦਾ ਹੈ । ਜਿਸ ਦੇ ਮਨ ਵਿਚੋਂ ਪ੍ਰਭ ਵਿਸਰ ਜਾਂਦਾ ਹੈ, ਚੇਤੇ ਨਹੀਂ ਆਉਂਦਾ, ਓਸ ਨੂੰ ਬਹੁਤ ਡੂੰਘਾਂ ਦੁਖ, ਸੰਸਾਰਕ ਇੱਛਾਂ ਦੀਆਂ ਭਟਕਣਾਂ ਲਗੀਆਂ ਰਹਿੰਦੀਆਂ ਹਨ । ਜਿਸ ਦੇ ਮਨ ਵਿੱਚ ਪ੍ਰਭ ਦਾ ਸ਼ਬਦ ਘਰ ਕਰ ਜਾਂਦਾ ਹੈ, ਉਸ ਦੇ ਵਡੇ ਭਾਗ ਹੋ ਜਾਂਦੇ ਹਨ । ਬੰਦਗੀ ਕਰਨਵਾਲੇ ਦਾ ਮਨ ਪ੍ਰਭ ਦੇ ਦਰਸ਼ਨ ਨੂੰ, ਸ਼ਬਦ ਦੀ ਸੋਝੀ ਨੂੰ ਤਰਸਦਾ ਹੈ । ਜਿਹੜਾ ਹਰ ਵੇਲੇ ਪ੍ਰਭ ਦੇ ਸ਼ਬਦ ਦੀ ਪਾਲਣਾ ਵਿੱਚ ਅਡੋਲ ਰਹਿੰਦਾ, ਸ਼ਰਣ ਵਿੱਚ ਰਹਿੰਦਾ ਹੈ, ਉਹ ਪੂਜਣ ਯੋਗ ਹੋ ਜਾਂਦਾ ਹੈ ।

The month of Chyat is a season of blossom! Everywhere in the universe may be greenery, and blossom. In the cold month of Chyat, meditating on the teachings of His Word may comfort the mind of His true devotee. He may remain drenched within his mind. He may remain intoxicated in deep meditation in the void of His Word. Whosoever may be singing the glory of His Word with his tongue; His Word may be enlightened within his mind. Whosoever may adopt the teachings of His Word; he may remain steady and stable on the right path of salvation. His human life may become a success and fortunate. Whosoever may forsake His Word, even for a moment, his human life opportunity may be wasted. The Omnipresent True Master prevails in water, in, on and under earth and in sky in every event. Whosoever may forsake His Word; he may not remember his separation from His Holy Spirit; he may remain miserable and frustrated. Whosoever may remain drenched with the essence of His Word; he may become very fortunate. His true devotee may always pray for His Forgiveness and Refuge. He may surrender his self-identity at His Sanctuary and remains steady and stable on the path of acceptance in His Court; he may become worthy of worship.

312.ਬਾਰਹ ਮਾਹਾ – ਵੈਸਾਖ

ਵੈਸਾਖਿ ਧੀਰਨਿ ਕਿਉ ਵਾਢੀਆ,	vaisaakh Dheeran ki-o vaadhee-aa
ਜਿਨਾ ਪ੍ਰੇਮ ਬਿਛੋਹੁ॥	jinaa paraym bichhohu.
ਹਰਿ ਸਾਜਨੁ ਪੁਰਖੁ ਵਿਸਾਰਿ,	har saajan purakh visaar
ਕੈ ਲਗੀ ਮਾਇਆ ਧੋਹੁ॥	kai lagee maa-i-aa Dhohu.
ਪੁਤ੍ਰ ਕਲਤ੍ਰ ਨ ਸੰਗਿ ਧਨਾ,	putar kaltar na sang Dhanaa
ਹਰਿ ਅਵਿਨਾਸੀ ਓਹੁ॥	har avinaasee oh.
ਪਲਚਿ ਪਲਚਿ ਸਗਲੀ ਮੁਈ,	palach palach saglee mu-ee
ਝੂਠੈ ਧੰਧੈ ਮੋਹੁ॥	jhoothai DhanDhai moh.
ਇਕਸੁ ਹਰਿ ਕੇ ਨਾਮ ਬਿਨੁ,	ikas har kay Naam bin
ਅਗੈ ਲਈਅਹਿ ਖੋਹਿ॥	agai la-ee-ah khohi.
ਦਯੁ ਵਿਸਾਰਿ ਵਿਗੁਚਣਾ,	da-yu visaar viguchnaa
ਪ੍ਰਭ ਬਿਨੁ ਅਵਰੁ ਨ ਕੋਇ॥	parabh bin avar na ko-ay.
ਪ੍ਰੀਤਮ ਚਰਣੀ ਜੋ ਲਗੇ,	pareetam charnee jo lagay
ਤਿਨ ਕੀ ਨਿਰਮਲ ਸੋਇ॥	tin kee nirmal so-ay.
ਨਾਨਕ ਕੀ ਪ੍ਰਭ ਬੇਨਤੀ,	naanak kee parabh bayntee
ਪ੍ਰਭ ਮਿਲਹੁ ਪਰਾਪਤਿ ਹੋਇ॥	parabh milhu paraapat ho-ay.
ਵੈਸਾਖੁ ਸੁਹਾਵਾ ਤਾਂ ਲਗੈ,	vaisaakh suhaavaa taaN lagai
ਜਾ ਸੰਤੁ ਭੇਟੈ ਹਰਿ ਸੋਇ॥੩॥	jaa sant bhaytai har so-ay. ‖3‖

ਜਿਸ ਜੀਵ ਨੇ ਚੇਤ ਦੇ ਮਹੀਨੇ ਵਿੱਚ ਪ੍ਰਭ ਦੇ ਸ਼ਬਦ ਦਾ ਬੀਜ ਨਹੀਂ ਬੋਇਆ । ਉਹ ਖੇਤੀ ਦੀ ਵਾਡੀ ਕਰਨ ਦੀ ਕਿਉਂ ਆਸ ਰਖਦਾ ਹੈ? ਉਹ ਪ੍ਰਭ ਦੇ ਸ਼ਬਦ ਦੀ ਪਾਲਣਾ ਨੂੰ ਵਿਸਾਰ ਕੇ ਸੰਸਾਰਕ ਮਾਇਆ ਨਾਲ ਮੋਹ ਲਾਈ ਰਖਦਾ ਹੈ । ਉਹ ਇਹ ਧਨ ਆਪਣੇ ਸੰਸਾਰਕ ਪਰਿਵਾਰ ਬੱਚਿਆ, ਪਤਨੀ ਦੇ ਸੁਖ ਵਾਸਤੇ ਇਕੱਠਾ ਕਰਦਾ ਹੈ । ਅੰਤ ਸਮੇਂ, ਮੌਤ ਤੇ ਇਹ ਸਾਰੇ ਸਾਥ ਛੱਡ ਜਾਂਦੇ, ਸਾਥ ਨਹੀਂ ਦੇ ਸਕਦੇ, ਕੋਈ ਪ੍ਰਭ ਦੇ ਦਰਬਾਰ ਵਿੱਚ ਗਵਾਹੀ ਨਹੀਂ ਦੇ ਸਕਦਾ । ਪ੍ਰਭ ਦੇ ਦਰਬਾਰ ਵਿੱਚ ਕੇਵਲ ਸ਼ਬਦ ਦੀ ਕਮਾਈ ਹੀ ਸਾਥ ਜਾਂਦੀ, ਸਹਾਈ ਹੁੰਦੀ ਹੈ । ਜਿਹੜਾ ਸੰਸਾਰਕ ਧੰਦੇ ਵਿੱਚ ਲਗਾ ਰਹਿੰਦਾ ਹੈ, ਉਸ ਨੂੰ ਥੋੜ੍ਹਾ ਸਮਾਂ ਰਹਿਣ ਵਾਲਾ ਅਨੰਦ ਹੀ ਬਖਸ਼ਿਸ਼ ਹੁੰਦਾ ਹੈ । ਇਸ ਵਿੱਚ ਲਗ ਕੇ ਸਾਰੀ ਸ੍ਰਿਸ਼ਟੀ ਹੀ ਮਾਨਸ ਜਨਮ ਬਿਰਥਾ ਗਵਾ ਲੈਂਦੀ ਹੈ । ਕੇਵਲ ਪ੍ਰਭ ਦੇ ਸ਼ਬਦ ਦੀ ਕਮਾਈ ਹੀ ਸਾਥ ਜਾਂਦੀ ਹੈ, ਸੰਸਾਰਕ ਮਾਇਆ ਦੀ ਕਮਾਈ, ਸੰਸਾਰ ਵਿੱਚ ਹੀ ਖਤਮ ਹੋ ਰਹਿੰਦੀ ਹੈ । ਜਿਹੜਾ ਪ੍ਰਭ ਦੇ ਸ਼ਬਦ ਨੂੰ ਮਨ ਵਿਚੋਂ ਵਿਸਾਰ ਦੇਂਦਾ ਹੈ, ਉਹ ਆਪਣਾ ਅਨਮੋਲ ਮਾਨਸ ਜਨਮ ਬਿਰਥਾ ਹੀ ਗਵਾ ਜਾਂਦਾ ਹੈ । ਪ੍ਰਭ ਤੋਂ ਬਿਨਾਂ ਹੋਰ ਕੋਈ ਸਾਥ, ਆਸਰਾ ਦੇਣ ਵਾਲਾ ਮਾਲਕ ਨਹੀਂ ਹੈ । ਜਿਹੜਾ ਪ੍ਰਭ ਦੇ ਚਰਨਾਂ ਵਿੱਚ, ਸ਼ਬਦ ਦੀ ਸਿਖਿਆਂ ਵਿੱਚ ਧਿਆਨ ਲਾਉਂਦਾ, ਸ਼ਬਦ ਦੀ ਪਾਲਣਾ ਕਰਦਾ ਹੈ, ਉਸ ਦਾ ਮਨ ਪਵਿੱਤਰ ਹੋ ਜਾਂਦਾ ਹੈ । ਬੰਦਗੀ ਕਰਨਵਾਲਾ ਸਦਾ ਹੀ ਪ੍ਰਭ ਅੱਗੇ ਇਕੋ ਇਕ ਅਰਦਾਸ ਕਰਦਾ ਹੈ । ਰਹਿਮਤਾਂ ਦੇ ਮਾਲਕ, ਸ਼ਬਦ ਦੇ ਲੜ ਲਾਵੋ! ਜਿਹੜਾ ਪ੍ਰਭ ਦੇ ਸ਼ਬਦ ਦੀ ਸ਼ਰਣ ਵਿੱਚ ਜੀਵਨ ਬਤੀਤ ਕਰਦਾ ਹੈ, ਵੈਸਾਖ ਦਾ ਮਹਿਨਾ ਉਸ ਵਾਸਤੇ ਸੁਭਾਗਾ ਬਣ ਜਾਂਦਾ ਹੈ ।

Whosoever may not meditate in the month of Chayt! How may he expect to reap the fruit in the month of the Vaisakh? He may forsake the teachings of His Word and he may remain attached to sweet poison of worldly wealth. He may collect worldly possessions for the comforts of his children and spouse. In the end, at the time of death, no one can help to support in His Court for the real purpose of human life journey. Only the earnings of His Word may support in His Court as witness. All worldly possessions may provide comforts for a short period in his worldly life. He may remain intoxicated with sweet poison of worldly wealth and wastes his human life opportunity uselessly. The True Master, earnings of His Word remain his true companion forever to support in His Court. Whosoever may dedicate his attention on the feet of The True Master, he may meditate and obeys His Word; with His mercy and grace, his soul may be sanctified to become worthy of His Consideration. He may only pray for His Forgiveness and Refuge to be devotionally attached to meditate on the teachings of His Word. Whosoever may remain dedicates to serve His Word, His Creation; the month of Vaisakh may become very fortunate for him.

313.ਬਾਰਹ ਮਾਹਾ – ਜੇਠ

ਹਰਿ ਜੇਠਿ ਜੁੜੰਦਾ ਲੋੜੀਐ,	har jayth jurhandaa lorhee-ai
ਜਿਸੁ ਅਗੈ ਸਭਿ ਨਿਵੰਨਿ॥	jis agai sabh nivann.
ਹਰਿ ਸਜਣ ਦਾਵਣਿ ਲਗਿਆ,	har sajan daavan lagi-aa
ਕਿਸੈ ਨ ਦੇਈ ਬੰਨਿ॥	kisai na day-ee bann.
ਮਾਣਕ ਮੋਤੀ ਨਾਮੁ ਪ੍ਰਭ,	maanak motee Naam parabh
ਉਨ ਲਗੈ ਨਾਹੀ ਸੰਨਿ॥	un lagai naahee sann.
ਰੰਗ ਸਭੇ ਨਾਰਾਇਣੈ,	rang sabhay naaraa-inai
ਜੇਤੇ ਮਨਿ ਭਾਵੰਨਿ॥	jaytay man bhaavann.
ਜੋ ਹਰਿ ਲੋੜੇ ਸੋ ਕਰੇ,	jo har lorhay so karay s
ਸੋਈ ਜੀਅ ਕਰੰਨਿ॥	o-ee jee-a karann.
ਜੋ ਪ੍ਰਭਿ ਕੀਤੇ ਆਪਣੇ,	jo parabh keetay aapnay
ਸੇਈ ਕਹੀਅਹਿ ਧੰਨਿ॥	say-ee kahee-ahi Dhan.
ਆਪਣ ਲੀਆ ਜੇ ਮਿਲੈ,	aapan lee-aa jay milai
ਵਿਛੁੜਿ ਕਿਉ ਰੋਵੰਨਿ॥	vichhurh ki-o rovann.
ਸਾਧੂ ਸੰਗੁ ਪਰਾਪਤੇ,	saaDhoo sang paraapatay
ਨਾਨਕ ਰੰਗ ਮਾਣੰਨਿ॥	naanak rang maanan.
ਹਰਿ ਜੇਠੁ ਰੰਗੀਲਾ ਤਿਸੁ ਧਣੀ,	har jayth rangeelaa tis Dhanee
ਜਿਸ ਕੈ ਭਾਗੁ ਮਥੰਨਿ॥੪॥	jis kai bhaag mathann. ||4||

ਜਿਹੜਾ ਵੈਸਾਖ ਦੇ ਮਹੀਨੇ, ਜੀਵਨ ਦੇ ਦੂਜੇ ਪਹਰੇ, ਪ੍ਰਭ ਦੇ ਸ਼ਬਦ ਦੀ ਪਾਲਣਾ ਕਰਦਾ ਹੈ । ਉਹ ਪ੍ਰਭ ਦੀ ਪ੍ਰਵਾਨਗੀ ਦੇ ਰਸਤੇ ਤੇ ਅਡੋਲ ਹੋ ਜਾਂਦਾ ਹੈ । ਜਿਸ ਪ੍ਰਭ ਦੀ ਰਹਿਮਤ ਪਾਉਣਾ ਨੂੰ ਸਾਰੇ ਲੋਚਦੇ ਹਨ, ਓਹ ਸ਼ਬਦ ਦੀ ਪਾਲਣਾ ਕਰਦਾ ਹੋਇਆ ਧਰਮ ਦੇ ਰੀਤ ਰੀਵਾਜ, ਬੰਧਨ ਦੀ ਪ੍ਰਵਾਹ ਨਹੀਂ ਕਰਦਾ । ਪ੍ਰਭ ਦਾ ਸ਼ਬਦ, ਅਣਮੋਲ ਰਤਨ, ਸ਼ਬਦ ਦੀ ਕਮਾਈ ਕਰਨ ਨਾਲ ਹੀ ਬਖਸ਼ਿਸ਼ ਹੋ ਸਕਦਾ ਹੈ । ਇਸ ਨੂੰ ਕੋਈ ਖੋਹ ਜਾ ਚੋਰੀ ਨਹੀਂ ਕਰ ਸਕਦਾ । ਜਿਸ ਦੇ ਮਨ ਨੂੰ ਪ੍ਰਭ ਦੇ ਸ਼ਬਦ ਦਾ ਰੰਗ ਚੜ੍ਹ ਜਾਂਦਾ, ਭਰੋਸਾ ਅਡੋਲ ਹੋ ਜਾਂਦਾ ਹੈ । ਉਸ ਨੂੰ ਪ੍ਰਭ ਦੇ ਸਭ ਕਰਤਬਾਂ ਵਿੱਚ ਹੀ ਅਨੰਦ ਮਹਿਸੂਸ ਹੁੰਦਾ ਹੈ । ਉਹ ਪ੍ਰਭ ਦਾ ਦਾਸ, ਸ਼ਬਦ ਦੀ ਸਿਖਿਆਂ ਅਨੁਸਾਰ ਹੀ ਸਭ ਕੰਮ ਕਰਦਾ ਹੈ, ਪ੍ਰਭ ਆਪ ਹੀ ਕਰਵਾਉਂਦਾ ਹੈ । ਜਿਸ ਨੂੰ ਪ੍ਰਭ ਆਪਣੀ ਸ਼ਰਣ ਵਿੱਚ ਪਨਾਹ ਬਖਸ਼ਦਾ, ਆਪਣਾ ਦਾਸ ਬਣਾ ਲੈਂਦਾ ਹੈ, ਉਸ ਨੂੰ ਹੀ ਪ੍ਰਭ ਦੀਆਂ ਰਹਿਮਤਾਂ ਦੀ ਬਖਸ਼ਿਸ਼ ਹੁੰਦੀਆਂ ਹਨ । ਅਗਰ ਆਪਣੇ ਕੀਤੇ ਯਤਨਾਂ ਨਾਲ ਪ੍ਰਭ ਦੀ ਰਹਿਮਤ ਪਾਈ ਜਾ ਸਕਦੀ ਹੋਵੇ, ਤਾ ਸਾਰੇ ਹੀ ਪ੍ਰਭ ਦੀ ਰਹਿਮਤ ਪਾ ਲੈਣ,

ਕਿਉਂ ਕੋਈ ਦੁਖ ਪਾਉਣ? ਜਿਹੜਾ ਸੰਤਾਂ ਦੀ ਸੰਗਤ ਕਰਦਾ, ਸੰਤ ਦੇ ਜੀਵਨ ਦੀ ਸਿਖਿਆਂ ਨਾਲ ਆਪਣਾ ਜੀਵਨ ਢਾਲਦਾ ਹੈ । ਉਸ ਦੇ ਮਨ ਵਿੱਚ ਸਦਾ ਹੀ ਖੇੜਾ ਵਸਦਾ ਹੈ । ਜਿਹੜੇ ਵਡੇ ਭਾਗਾਂ ਵਾਲੇ ਨੂੰ ਪ੍ਰਭ ਦੀ ਸ਼ਰਣ ਬਖਸ਼ਿਸ਼ ਹੁੰਦੀ ਹੈ! ਜੇਠ ਦਾ ਮਹੀਨਾ ਉਸ ਵਾਸਤੇ ਭਾਗਾਂ ਵਾਲਾ ਹੁੰਦਾ ਹੈ ।

In the month of Vaisakh, the second stage of his life! Whosoever may obey the teachings of His Word; he may remain steady and stable on the right path of salvation. Everyone may be longing for and seeking His Sanctuary! Whosoever may remain dedicated in obeying the teachings of His Word; he may not pay any attention to the religious rituals; he may be accepted in His Sanctuary. The earnings of precious jewel, His Word may never be stolen or robed. Whosoever may remain drench with the essence of His Word, his belief remains steady and stable on His Blessings. He may realize all events of His Nature, peace, and harmony within his mind. His true devotee may only perform the deeds according to the essence of His Word. The True Master may inspire and guides him on the right path. Whosoever may be accepted in His Sanctuary; with His mercy and grace, he may be blessed with a state of mind as His true devotee; His Blessings remain true forever. If His Blessings can be achieved by our own efforts then all creatures could have been blessed. Why would be anyone suffering, misery in his life? Whosoever may remain in the congregation of His Holy saint; he may adopt his life experience teachings in his day-to-day life. He may be blessed with a peace and harmony forever. Whosoever may have a great prewritten destiny, only his soul may be accepted in His Sanctuary; the month of the Jayth becomes very fortunate for him

314.ਬਾਰਹ ਮਾਹਾ – ਆਸਾੜ

ਆਸਾੜੁ ਤਪੰਦਾ ਤਿਸੁ ਲਗੈ,	aasaarh tapandaa tis lagai
ਹਰਿ ਨਾਹੁ ਨ ਜਿੰਨਾ ਪਾਸਿ॥	har naahu na jinna paas.
ਜਗਜੀਵਨ ਪੁਰਖੁ ਤਿਆਗਿ ਕੈ,	jagjeevan purakh ti-aag kai
ਮਾਣਸ ਸੰਦੀ ਆਸ॥	maanas sandee aas.
ਦੁਯੈ ਭਾਇ ਵਿਗੁਚੀਐ,	duyai bhaa-ay viguchee-ai
ਗਲਿ ਪਈਸੁ ਜਮ ਕੀ ਫਾਸ॥	gal pa-ees jam kee faas.
ਜੇਹਾ ਬੀਜੈ ਸੋ ਲੁਣੈ,	jayhaa beejai so lunai
ਮਥੈ ਜੋ ਲਿਖਿਆਸੁ॥	mathai jo likhi-aas.
ਰੈਣਿ ਵਿਹਾਣੀ ਪਛੁਤਾਣੀ,	rain vihaanee pachhutaanee
ਉਠਿ ਚਲੀ ਗਈ ਨਿਰਾਸ॥	uth chalee ga-ee niraas.
ਜਿਨ ਕੌ ਸਾਧੂ ਭੇਟੀਐ,	jin kou saaDhoo bhaytee-ai
ਸੋ ਦਰਗਹ ਹੋਇ ਖਲਾਸੁ॥	so dargeh ho-ay khalaas.
ਕਰਿ ਕਿਰਪਾ ਪ੍ਰਭ ਆਪਣੀ,	kar kirpaa parabh aapnee
ਤੇਰੇ ਦਰਸਨ ਹੋਇ ਪਿਆਸ॥	tayray darsan ho-ay pi-aas.
ਪ੍ਰਭ ਤੁਧੁ ਬਿਨੁ ਦੂਜਾ ਕੋ ਨਹੀਂ,	parabh tuDh bin doojaa ko nahee
ਨਾਨਕ ਕੀ ਅਰਦਾਸਿ॥	naanak kee ardaas.
ਆਸਾੜੁ ਸੁਹੰਦਾ ਤਿਸੁ ਲਗੈ,	aasaarh suhandaa tis lagai
ਜਿਸੁ ਮਨਿ ਹਰਿ ਚਰਣ ਨਿਵਾਸ॥੫॥	jis man har charan nivaas. ||5||

ਆਸਾੜ ਦਾ ਮਹੀਨਾ ਤਪਤ ਵਾਲਾ ਗਰਮੀ ਵਾਲਾ ਹੁੰਦਾ ਹੈ । ਬੰਦਗੀ ਕਰਨਵਾਲੇ ਭਗਤਾਂ ਦੇ ਕਥਨ ਹਨ! ਜਿਸ ਦਾ ਮਨ ਪ੍ਰਭ ਦੇ ਸ਼ਬਦ ਦਾ ਸਿਮਰਨ ਨਹੀਂ ਕਰਦਾ, ਉਸ ਨੂੰ ਜੀਵਨ ਵਿੱਚ ਦੁਖ ਦੀ, ਹਾਅੜ ਵਰਗੀ ਗਰਮੀ ਲਗਦੀ ਹੈ । ਉਹ ਸਵਾਸਾਂ ਦੇ ਮਾਲਕ ਨੂੰ ਮਨੋ ਵਿਸਾਰ ਕੇ ਸੰਸਾਰਕ ਗਰੂਆਂ, ਪੀਰਾਂ ਦੇ ਮਗਰ ਲਗਾ ਰਹਿੰਦਾ ਹੈ, ਉਹਨਾਂ ਨੂੰ ਪ੍ਰਵਾਨਗੀ ਦੇ ਰਸਤੇ ਦੀ ਸੋਝੀ ਵਾਲਾ ਸਮਝਦਾ ਹੈ । ਉਹ ਜੀਵ, ਧਰਮ ਦੇ ਪਾਏ ਭਰਮਾਂ ਵਿੱਚ ਫਸ ਕੇ ਚਾਰੇ ਪਾਸੇ ਹੱਥ ਮਾਰਦਾ ਹੈ । ਆਪਣਾ ਮਾਨਸ

ਜਨਮ ਬਿਰਥਾ ਹੀ ਗਵਾ ਲੈਂਦਾ ਹੈ, ਅੰਤ ਵਿੱਚ ਮੌਤ ਦੇ ਜਮਦੂਤ ਦੇ ਵਸ ਵਿੱਚ ਹੀ ਰਹਿੰਦਾ ਹੈ । ਉਸ ਦੇ ਭਾਗਾਂ ਵਿੱਚ ਜੋ ਲਿਖਿਆ ਹੁੰਦਾ ਹੈ, ਉਸ ਧੰਦੇ ਤੇ ਲਗਾ ਰਹਿੰਦਾ ਹੈ, ਅੰਤ ਵਿੱਚ ਆਪਣੇ ਕੀਤੇ ਕੰਮਾਂ ਦਾ ਫਲ ਭੁਗਤਦਾ ਹੈ । ਉਹ ਆਪਣੇ ਕੀਤਾ ਦਾ ਪਛਤਾਵਾ ਕਰਦਾ, ਉਦਾਸ ਹੋਇਆ, ਬਿਨਾਂ ਕਿਸੇ ਆਸ ਪੂਰੀ ਕੀਤੀ ਜੀਵਨ ਭੋਗ ਕੇ ਮਰ ਜਾਂਦਾ ਹੈ । ਜਿਹੜਾ ਸੰਤਾਂ ਦੇ ਜੀਵਨ ਦੀ ਸਿਖਿਆਂ ਨਾਲ ਆਪਣਾ ਜੀਵਨ ਢਾਲਦਾ ਹੈ । ਉਹ ਪ੍ਰਭ ਦੇ ਦਰਬਾਰ ਵਿੱਚ ਪ੍ਰਵਾਨ ਹੋ ਜਾਂਦਾ, ਮੁਕਤੀ ਬਖਸ਼ਿਸ਼ ਹੋ ਸਕਦੀ ਹੈ । ਜਿਸ ਤੇ ਪ੍ਰਭ ਰਹਿਮਤ ਬਖਸ਼ਦਾ ਹੈ, ਉਸ ਦੇ ਮਨ ਵਿੱਚ ਪ੍ਰਭ ਦੇ ਵਿਛੋੜੇ ਦਾ ਵਿਰਾਗ ਵਸਦਾ ਹੈ, ਪ੍ਰਭ ਦੇ ਸ਼ਬਦ ਦੀ ਸੋਝੀ ਪਾਉਣ ਦੀ ਪਿਆਸ ਲਗੀ ਰਹਿੰਦੀ ਹੈ । ਬੰਦਗੀ ਕਰਨਵਾਲਾ ਸਦਾ ਹੀ ਪ੍ਰਭ ਦੇ ਗੁਣ ਗਾਉਂਦਾ, ਅਰਦਾਸ ਕਰਦਾ ਹੈ । ਪ੍ਰਭ ਤੇਰੇ ਤੋਂ ਬਿਨਾਂ ਹੋਰ ਕੋਈ ਜੀਵ ਦਾ ਅਸਲੀ ਰਖਵਾਲਾ ਨਹੀਂ ਹੈ । ਜਿਸ ਦਾ ਧਿਆਨ ਸ਼ਬਦ ਦੀ ਪਾਲਣਾ, ਪ੍ਰਭ ਦੇ ਚਰਨਾਂ ਵਿੱਚ ਲਗਾ ਰਹਿੰਦਾ ਹੈ, ਅਸਾੜ ਦਾ ਮਹੀਨਾ ਉਸ ਨੂੰ ਰਹਿਮਤਾਂ ਵਾਲਾ, ਮਨ ਨੂੰ ਅਨੰਦ ਦੇਣ ਵਾਲਾ ਹੁੰਦਾ ਹੈ ।

Ashaarh is the month of hot weather. Whosoever may not meditate on the teachings of His Word; he may endure miseries like the heat of Ashaarh. He may forsake The True Master and follows worldly gurus as the true guide to find the right path of salvation. He may waste his human life uselessly. After death, he may be captured by the devil of death. Whatsoever had been prewritten in his destiny, only he may perform tasks and path in his human life. In the end after death, he must endure the judgement of his deeds; he may only regret and repents. He remains desperate and miserable without satisfying any of his desires. He may waste his human life opportunity and he remains in the cycle of birth and death. Whosoever may adopt the teachings of His true devotee in day-to-day life, he may be accepted in His Court and blessed with salvation. Whosoever may be in renunciation in the memory of his separation from His Holy Spirit; with His mercy and grace, his mind always remains anxious for the enlightenment of the essence of His Word. His true devotee always sings the glory of His Word and prays for His Forgiveness and Refuge. The True Master may be the only true protector of His Creation. Whosoever may surrender his self-identity in His Sanctuary; the month of Ashaarh brings peace and harmony in his worldly life.

315.ਬਾਰਹ ਮਾਹਾ – ਸਾਵਣ

ਸਾਵਣਿ ਸਰਸੀ ਕਾਮਣੀ,	saavan sarsee kaamnee
ਚਰਨ ਕਮਲ ਸਿਉ ਪਿਆਰੁ॥	charan kamal si-o pi-aar.
ਮਨੁ ਤਨੁ ਰਤਾ ਸਚ ਰੰਗਿ,	man tan rataa sach rang
ਇਕੋ ਨਾਮੁ ਅਧਾਰੁ॥	iko Naam aDhaar.
ਬਿਖਿਆ ਰੰਗ ਕੂੜਾਵਿਆ,	bikhi-aa rang koorhaavi-aa
ਦਿਸਨਿ ਸਭੇ ਛਾਰੁ॥	disan sabhay chhaar.
ਹਰਿ ਅੰਮ੍ਰਿਤ ਬੂੰਦ ਸੁਹਾਵਣੀ,	har amrit boond suhaavanee
ਮਿਲਿ ਸਾਧੂ ਪੀਵਣਹਾਰੁ॥	mil saaDhoo peevanhaar.
ਵਣੁ ਤਿਣੁ ਪ੍ਰਭ ਸੰਗਿ ਮਉਲਿਆ,	van tin parabh sang ma-oli-aa
ਸੰਮ੍ਰਥ ਪੁਰਖ ਅਪਾਰੁ॥	samrath purakh apaar.
ਹਰਿ ਮਿਲਣੈ ਨੋ ਮਨੁ ਲੋਚਦਾ,	har milnai no man lochdaa
ਕਰਮਿ ਮਿਲਾਵਣਹਾਰੁ॥	karam milaavanhaar.
ਜਿਨੀ ਸਖੀਏ ਪ੍ਰਭੁ ਪਾਇਆ,	jinee sakhee-ay parabh paa-i-aa
ਹੰਉ ਤਿਨ ਕੈ ਸਦ ਬਲਿਹਾਰ॥	haN-u tin kai sad balihaar.
ਨਾਨਕ ਹਰਿ ਜੀ ਮਇਆ	naanak har jee ma-i-aa
ਕਰਿ ਸਬਦਿ ਸਵਾਰਣਹਾਰੁ॥	kar sabad savaaranhaar.

ਸਾਵਣੁ ਤਿਨਾ ਸੁਹਾਗਣੀ,
ਜਿਨ ਰਾਮ ਨਾਮੁ ਉਰਿ ਹਾਰੁ॥੬॥

saavan tinaa suhaaganee
jin raam Naam ur haar. ||6||

ਆਸਾੜ ਦੀ ਗਰਮੀ ਦੇ ਮੌਸਮ ਤੋਂ ਪਿਛੋਂ ਸਾਵਣ ਦਾ ਬਰਸਾਤ ਦਾ ਮੌਸਮ ਆਉਂਦਾ ਹੈ । ਜਿਹੜੇ ਜੀਵ ਨੂੰ ਆਸਾੜ ਦੇ ਮੌਸਮ ਵਿੱਚ ਵੀ ਗਰਮੀ ਮਹਿਸੂਸ ਨਹੀਂ ਹੁੰਦੀ । ਉਸ ਦੇ ਮਨ ਦਾ ਸ਼ਬਦ ਨਾਲ ਪਿਆਰ, ਭਰੋਸਾ ਅਡੋਲ ਹੋਣ ਲਗ ਪੈਂਦਾ ਹੈ । ਉਸ ਦਾ ਤਨ, ਮਨ ਪ੍ਰਭ ਦੇ ਸ਼ਬਦ ਨੂੰ ਆਪਣਾ ਆਸਰਾ ਮੰਨ ਕੇ ਅਡੋਲ ਰਹਿੰਦਾ ਹੈ । ਉਸ ਦੇ ਮਨ ਦੇ ਅੰਦਰ ਬੈਠੇ ਸੰਤ, ਪ੍ਰਭ ਦੀ ਜੋਤ ਵਿਚੋਂ ਸ਼ਬਦ ਦੀ ਸੋਝੀ ਰੂਪੀ ਅੰਮ੍ਰਿਤ ਸਿੰਮਦਾ ਹੈ, ਉਹ ਅੰਮ੍ਰਿਤ ਦਾ ਰਸ ਮਾਨਦਾ ਹੈ । ਜਿਵੇਂ ਸ੍ਰਿਸ਼ਟੀ ਵਿੱਚ ਸਾਵਣ ਦੀ ਵਰਖਾ ਨਾਲ ਚਾਰੇ ਪਾਸੇ ਹਰਿਆਵਲ ਹੋ ਜਾਂਦੀ ਹੈ, ਇਸਤਰ੍ਹਾਂ ਉਸ ਦੇ ਮਨ ਵਿੱਚ ਵੀ ਖੇੜਾ ਬਖਸ਼ਿਸ਼ ਹੋ ਜਾਂਦਾ ਹੈ । ਉਸ ਦੇ ਮਨ ਵਿੱਚ ਪ੍ਰਭ ਦੇ ਵਿਛੋੜੇ ਦਾ ਵਿਰਾਗ ਭਰਿਆ ਰਹਿੰਦਾ ਹੈ, ਪ੍ਰਭ ਨੂੰ ਮਿਲਣ ਨੂੰ ਮਨ ਲੋਚਦਾ ਹੈ । ਜਿਸ ਤੇ ਪ੍ਰਭ ਰਹਿਮਤ ਦੀ ਨਜ਼ਰ ਬਖਸ਼ਦਾ ਹੈ, ਉਸ ਦਾ ਪ੍ਰਭ ਨਾਲ ਮਿਲਾਪ, ਦਰਬਾਰ ਵਿੱਚ ਪ੍ਰਵਾਨਗੀ, ਸ਼ਰਣ ਵਿੱਚ ਪਨਾਹ ਬਖਸ਼ਿਸ਼ ਹੁੰਦੀ ਹੈ । ਬੰਦਗੀ ਕਰਨਵਾਲਾ ਉਸ ਭਗਤਾ ਤੋਂ ਸਦਾ ਹੀ ਕੁਰਬਾਨ ਜਾਂਦਾ ਹੈ! ਜਿਹੜਾ ਪ੍ਰਭ ਦੀ ਰਹਿਮਤ ਨਾਲ ਸ਼ਰਣ ਵਿੱਚ ਪ੍ਰਵਾਨ ਹੋ ਜਾਂਦਾ ਹੈ । ਉਸ ਦਾਸ ਨੂੰ ਸ਼ਬਦ ਦੀ ਸੋਝੀ ਰੂਪੀ ਨੂਰ ਬਖਸ਼ਿਸ਼ ਹੋ ਜਾਂਦਾ ਹੈ । ਜਿਸ ਦੇ ਮਨ ਵਿੱਚ ਪ੍ਰਭ ਦਾ ਸ਼ਬਦ ਘਰ ਕਰ ਜਾਂਦਾ ਹੈ । ਉਸ ਆਤਮਾ ਲਈ ਸਾਵਣ ਸੁਭਾਗਾ ਬਣ ਜਾਂਦਾ ਹੈ ।

After the hot weather of Asharh; the month Aswan is a rainy season. Whosoever may not realize any misery with the heat of Asharh; with His mercy and grace, he may remain drench with the essence of His Word. He may remain contented with His Blessings, His Word. He may only pray for His Forgiveness and Refuge from the pillar of support, The True Master. He may remain contented with His Blessings, his worldly environments. He may enjoy the congregation of The True saint embedded within his soul; the nectar of the essence His Word may be oozing from 10th cave of soul. As with rain, a green blossom may be everywhere on earth; same way his mind remains in peace and blossom. He remains in renunciation in the memory of his separation from The True Master. He always remains anxious with a burning desire; the enlightenment of the essence of His Word. Whosoever may be bestowed with His Blessed Vision, he may be blessed with conjugation of His Holy saint; his soul may be accepted in His Court. His true devotee remains fascinated from the life of His Holy saint! Who has been accepted in His Sanctuary and he remains humble? The eternal glow of His Holy Spirit may be shining in his heart and on his forehead; His true devotee. Whosoever may remain drenched with the essence of His Word; his soul may become very fortunate in the month of Aswan.

316.ਬਾਰਹ ਮਾਹਾ – ਭਾਦੁਰੋ

ਭਾਦੁਇ ਭਰਮਿ ਭੁਲਾਣੀਆ,
ਦੂਜੈ ਲਗਾ ਹੇਤੁ॥
ਲਖ ਸੀਗਾਰ ਬਣਾਇਆ,
ਕਾਰਜਿ ਨਾਹੀ ਕੇਤੁ॥
ਜਿਤੁ ਦਿਨਿ ਦੇਹ ਬਿਨਸਸੀ,
ਤਿਤੁ ਵੇਲੈ ਕਹਸਨਿ ਪ੍ਰੇਤੁ॥
ਪਕੜਿ ਚਲਾਇਨਿ ਦੂਤ ਜਮ,
ਕਿਸੈ ਨ ਦੇਨੀ ਭੇਤੁ॥
ਛਡਿ ਖੜੋਤੇ ਖਿਨੈ ਮਾਹਿ,
ਜਿਨ ਸਿਉ ਲਗਾ ਹੇਤੁ॥
ਹਥ ਮਰੋੜੈ ਤਨੁ ਕਪੇ,

bhaadu-ay bharam bhulaanee-aa
doojai lagaa hayt.
lakh seegaar banaa-i-aa
kaaraj naahee kayt.
jit din dayh binsasee
tit vaylai kahsan parayt.
pakarh chalaa-in doot jam
kisai na daynee bhayt.
chhad kharhotay khinai maahi
jin si-o lagaa hayt.
hath marorhai tan kapay

ਸਿਆਹਹੁ ਹੋਆ ਸੇਤੁ॥	si-aahhu ho-aa sayt.
ਜੇਹਾ ਬੀਜੈ ਸੋ ਲੁਣੈ,	jayhaa beejai so lunai
ਕਰਮਾ ਸੰਦੜਾ ਖੇਤੁ॥	karmaa sand-rhaa khayt.
ਨਾਨਕ ਪ੍ਰਭ ਸਰਣਾਗਤੀ,	naanak parabh sarnaagatee
ਚਰਣ ਬੋਹਿਥ ਪ੍ਰਭ ਦੇਤੁ॥	charan bohith parabh dayt.
ਸੇ ਭਾਦੁਇ ਨਰਕਿ ਨ ਪਾਈਅਹਿ,	say bhaadu-ay narak na paa-ee-ah
ਗੁਰੁ ਰਖਣ ਵਾਲਾ ਹੇਤੁ॥੭॥	gur rakhan vaalaa hayt. ||7||

ਜਿਵੇਂ ਭਾਦਰੋ ਦੇ ਮੌਸਮ ਵਿੱਚ, ਕਦੇ ਠੰਡ ਅਤੇ ਕਦੇ ਗਰਮੀ ਦਾ ਅੰਦਾਜ਼ਾ ਨਹੀਂ ਲਾਇਆ ਜਾ ਸਕਦਾ । ਇਸਤਰ੍ਹਾਂ ਹੀ ਸ਼ਬਦ ਦੀ ਪ੍ਰਵਾਹ ਨਾ ਕਰਨ ਵਾਲਿਆ ਦਾ ਮਨ ਭਰਮਾਂ ਵਿੱਚ, ਚਾਰੇ ਪਾਸੇ ਘੁੰਮਦਾ ਫਿਰਦਾ ਹੈ, ਇਕੋ ਇੱਕ ਤੇ ਭਰੋਸਾ ਅਡੋਲ ਨਹੀਂ ਹੁੰਦਾ । ਉਹ ਸਿਮਰਨ, ਬੰਦਗੀ ਕਰਨ ਦੇ ਅਨੇਕਾਂ ਯਤਨ ਕਰਦਾ ਹੈ, ਪਰ ਇਕ ਵੀ ਉਸ ਦੇ ਕੰਮ ਨਹੀਂ ਆਉਂਦਾ, ਉਸ ਦੇ ਮਨ ਵਿੱਚ ਸੰਤੋਖ ਬਖਸ਼ਿਸ਼ ਨਹੀਂ ਹੁੰਦਾ । ਅੰਤ ਸਮੇਂ, ਮੌਤ ਤੇ ਜਮਾਂ ਦੇ ਹਵਾਲੇ ਹੋ ਜਾਂਦਾ ਹੈ । ਜਿਸ ਨਾਲ ਉਹ ਸੰਸਾਰ ਵਿੱਚ ਸੰਜੋਗ ਬਣਾਉਂਦਾ, ਪੂਜਾ ਕਰਦਾ ਸੀ, ਉਸ ਦਾ ਸਾਥ ਇਕ ਪਲ ਵਿੱਚ ਹੀ ਛੱਡ ਜਾਂਦਾ ਹੈ । ਉਹ ਸੰਸਾਰ ਵਿੱਚ ਬੀਜੇ ਦਾ ਹੀ ਫਲ ਭੋਗਦਾ ਹੈ । ਪ੍ਰਭ ਦੇ ਸ਼ਬਦ ਦੀ ਬੰਦਗੀ ਕਰਨਵਾਲਾ, ਸ਼ਬਦ ਦੀ ਪਾਲਣਾ ਵਿੱਚ ਅਡੋਲ ਰਹਿੰਦਾ ਹੈ । ਉਸ ਦੇ ਚਰਨਾਂ ਵਿੱਚ ਧਿਆਨ ਲਾਈ ਰਖਦਾ ਹੈ । ਜਿਹੜਾ ਸ਼ਬਦ ਦੀ ਪਾਲਣਾ ਅਡੋਲ ਭਰੋਸੇ ਨਾਲ ਕਰਦਾ ਹੈ, ਉਹ ਕਦੇ ਨਰਕ ਵਿੱਚ ਨਹੀਂ ਜਾਂਦਾ ।

As in the month of Bhaadon, the weather may remain unpredictable, cold, hot. Same way! Whosoever may not obey, adopt the teachings of His Word in day-to-day life, he may remain in religious suspicions and wanders in all directions. He may not have a steady and stable belief on anyone on path. Worldly saint may try various methods of meditation; however, his meditation may provide with contentment with his own environment. In the end, he may be captured by the devil of death. Whosoever he may be associating with; worshipping as guru, the master, no one may be able support in His Court. He may endure the reward or punishment for his own worldly deeds. His true devotee may meditate, obeys, and adopts the teachings of His Word with steady and stable belief in day-to-day life. He may remain humble and contented with His Blessings. Whosoever may adopt the teachings of His Word with steady and stable belief in his day-to-day life; with His mercy and grace, he may never enter the womb of mother, the cycle of birth and death again.

317.ਬਾਰਹ ਮਾਹਾ – ਅਸੁ

ਅਸੁਨਿ ਪ੍ਰੇਮ ਉਮਾਹੜਾ,	asun paraym umaahrhaa
ਕਿਉ ਮਿਲੀਐ ਹਰਿ ਜਾਇ॥	ki-o milee-ai har jaa-ay.
ਮਨਿ ਤਨਿ ਪਿਆਸ ਦਰਸਨ ਘਣੀ,	man, tan pi-aas darsan ghanee
ਕੋਈ ਆਣਿ ਮਿਲਾਵੈ ਮਾਇ॥	ko-ee aan milaavai maa-ay.
ਸੰਤ ਸਹਾਈ ਪ੍ਰੇਮ ਕੇ,	sant sahaa-ee paraym kay
ਹਉ ਤਿਨ ਕੈ ਲਾਗਾ ਪਾਇ॥	ha-o tin kai laagaa paa-ay.
ਵਿਣੁ ਪ੍ਰਭ ਕਿਉ ਸੁਖੁ ਪਾਈਐ,	vin parabh ki-o sukh paa-ee-ai
ਦੂਜੀ ਨਾਹੀ ਜਾਇ॥	doojee naahee jaa-ay.
ਜਿੰਨ੍ਹੀ ਚਾਖਿਆ ਪ੍ਰੇਮ ਰਸੁ,	jinHee chaakhi-aa paraym ras
ਸੇ ਤ੍ਰਿਪਤਿ ਰਹੇ ਆਘਾਇ॥	say taripat rahay aaghaa-ay.
ਆਪੁ ਤਿਆਗਿ ਬਿਨਤੀ ਕਰਹਿ,	aap ti-aag bintee karahi l
ਲੇਹੁ ਪ੍ਰਭੂ ਲੜਿ ਲਾਇ॥	ayho parabhoo larh laa-ay.
ਜੋ ਹਰਿ ਕੰਤਿ ਮਿਲਾਈਆ,	jo har kant milaa-ee-aa
ਸਿ ਵਿਛੁੜਿ ਕਤਹਿ ਨ ਜਾਇ॥	se vichhurh kateh na jaa-ay.

ਪ੍ਰਭ ਵਿਣੁ ਦੂਜਾ ਕੋ ਨਹੀ,
ਨਾਨਕ ਹਰਿ ਸਰਣਾਇ॥
ਅਸੂ ਸੁਖੀ ਵਸੰਦੀਆ,
ਜਿਨਾ ਮਇਆ ਹਰਿ ਰਾਇ॥੮॥

parabh vin doojaa ko nahee
naanak har sarnaa-ay.
asoo sukhee vasandee-aa
jinaa ma-i-aa har raa-ay. ||8||

ਜਿਵੇਂ ਅਸੂ ਦੇ ਮਹਿਨੇ ਵਿੱਚ ਮੱਠੀ ਮੱਠੀ ਠੰਡ ਹੁੰਦੀ ਹੈ । ਇਸਤਰ੍ਹਾਂ ਹੀ ਦਾਸ ਦੇ ਮਨ ਵਿੱਚ ਮਿੱਠਾ, ਮਿੱਠਾ ਸ਼ਬਦ ਦਾ ਰਸ ਭਰ ਜਾਂਦਾ ਹੈ । ਉਹ ਆਪਣੇ ਜੀਵਨ ਬਤੀਤ ਕਰਨ ਦਾ ਢੰਗ ਸੋਚਦਾ ਹੈ, ਕਿ ਉਸ ਦਾ ਪ੍ਰਭ ਨਾਲ ਮਿਲਾਪ ਹੋ ਜਾਵੇ? ਉਸ ਦੇ ਮਨ, ਤਨ ਵਿੱਚ ਪ੍ਰਭ ਦੇ ਵਿਛੋੜੇ ਦਾ ਵਿਰਾਗ ਬਹੁਤ ਡੂੰਘਾ ਅਸਰ ਕਰ ਜਾਂਦਾ ਹੈ, ਮਨ ਵਿੱਚ ਪ੍ਰਭ ਨੂੰ ਮਿਲਣ ਦੀ ਇੱਛਾ ਚਮਕਦੀ ਹੈ । ਉਹ ਸਾਰੇ ਸੰਤਾਂ, ਬੰਦਗੀ ਕਰਨਵਾਲਿਆਂ ਤੋਂ ਪ੍ਰਭ ਨੂੰ ਮਿਲਣ ਦਾ ਰਸਤਾ ਲੱਭਦਾ ਰਹਿੰਦਾ ਹੈ । ਉਸ ਦੇ ਮਨ ਵਿੱਚ ਭਰੋਸਾ ਅਡੋਲ ਹੁੰਦਾ ਹੈ! ਕਿ ਪ੍ਰਭ, ਸੰਤਾਂ ਨੂੰ ਸੰਸਾਰ ਵਿੱਚ ਜੀਵਾਂ ਨੂੰ ਸਿੱਧੇ ਰਸਤੇ ਦੀ ਸੋਝੀ ਦੇਣ ਲਈ ਹੀ ਭੇਜਦਾ ਹੈ । ਉਹ ਪ੍ਰਭ ਦੇ ਹੁਕਮ ਅੰਦਰ ਹੀ ਚਲਦਾ, ਸੰਤਾਂ ਦੀ ਸੰਗਤ, ਚਰਨਾਂ ਵਿੱਚ ਸਿਖਿਆਂ ਲੈਣ ਲਈ ਜਾਂਦਾ ਹੈ । ਉਸ ਦੇ ਮਨ ਵਿੱਚ ਇਕੋ ਇਕ ਤੇ ਭਰੋਸ ਅਡੋਲ ਹੁੰਦਾ ਹੈ! ਪ੍ਰਭ ਤੋਂ ਬਿਨਾਂ ਹੋਰ ਕੋਈ ਰਸਤਾ ਦੱਸਣ ਵਾਲਾ ਨਹੀਂ ਹੈ । ਕਿਵੇਂ ਪ੍ਰਭ ਦੀ ਰਹਿਮਤ ਤੋਂ ਬਿਨਾਂ ਮਨ ਨੂੰ ਸ਼ਾਂਤੀ, ਸੰਤੋਖ ਬਖਸ਼ਿਸ਼ ਹੋ ਸਕਦਾ ਹੈ? ਜਿਹੜਾ ਪ੍ਰਭ ਦੇ ਸ਼ਬਦ ਦਾ ਰਸ ਮਾਨ ਲੈਂਦਾ ਹੈ । ਉਸ ਦੇ ਮਨ ਵਿੱਚ ਸੰਤੋਖ ਭਰਿਆਂ ਰਹਿੰਦਾ ਹੈ, ਸਵਾਦ ਕਦੇ ਫਿੱਕਾ ਨਹੀਂ ਹੁੰਦਾ । ਉਹ ਆਪਣੇ ਮਨ ਤੇ ਜਿੱਤ ਪਾ ਕੇ, ਨਿਮਾਣਾ ਬਣਕੇ ਪ੍ਰਭ ਅੱਗੇ ਇਕੋ ਇਕ ਰਹਿਮਤ ਦੀ ਅਰਦਾਸ ਕਰਦਾ ਹੈ! ਪ੍ਰਭ ਆਪਣੇ ਸ਼ਬਦ ਦੇ ਲੜ ਲਾਵੋ! ਜਿਸ ਨੂੰ ਆਪ ਹੀ ਸ਼ਬਦ ਦੇ ਲੜ ਲਾਉਂਦਾ, ਪ੍ਰਵਾਨਗੀ ਦਾ ਰਸਤਾ ਬਖਸ਼ਦਾ ਹੈ । ਉਹ ਇਹ ਰਸਤਾ ਕਦੇ ਵੀ ਨਹੀਂ ਛੱਡਦਾ, ਭਰੋਸਾ ਅਡੋਲ ਰਖਦਾ ਹੈ । ਉਹ ਸਦਾ ਹੀ ਪ੍ਰਭ ਦੀ ਸ਼ਰਣ ਵਿੱਚ ਰਹਿੰਦਾ ਹੈ । ਉਸ ਦਾ ਭਰੋਸਾ ਅਡੋਲ ਹੁੰਦਾ ਹੈ, ਕਿ ਪ੍ਰਭ ਤੋਂ ਬਿਨਾਂ ਹੋਰ ਕੋਈ ਵੀ ਕੁਝ ਕਰਨ ਯੋਗ ਨਹੀਂ ਹੈ । ਜਿਹੜਾ ਪ੍ਰਭ ਦੀ ਰਹਿਮਤ ਨਾਲ ਸ਼ਬਦ ਦੀ ਸਮਾਧੀ ਵਿੱਚ ਵਸਦਾ ਹੈ, ਉਸ ਦੇ ਮਨ ਨੂੰ ਅਸੂ ਦੇ ਮਹੀਨੇ ਵਾਲੀ ਅਵਸਥਾ ਸੁਭਾਗੀ ਲਗਦੀ ਹੈ ।

As in the month of Assur, the weather is very soothing and comforting cold. Same way! His true devotee remains overwhelmed with the essence of His Word. The essence of His Word becomes very soothing to his mind. Whatsoever way of life may he adopt that becomes acceptable in His Court? He remains in a deep renunciation in the memory of his separation from The True Master. He may inquiries from all Holy saints, the right path of acceptance in His Royal Palace, The True Master. His belief remains unshakable! The True Master sends His Blessed Souls to guide and inspire His Creation on the right path of salvation. His true devotee may remain in His Sanctuary, within the boundary of His Word. He may remain in conjugation of His Holy saints and adopts his life experience teachings in his own day to day life. His belief! No one else can bless His Word or can guide on the right path of salvation. How may his mind remain in peace of mind and contented without the Blessings of The True Master? Whosoever may cherish the nectar of the essence of His Word only once; his mind may remain overwhelmed with contentment with His Blessings. The taste of his tongue may never faint away. He may conquer his own ego and humbly pray for His Forgiveness and Refuge. Whosoever may be blessed with a devotion to meditate, he may never forsake the right path. He always remains in His Sanctuary. His faith! No one else may be worthy of worship. Whosoever may obey the teachings of His Word, he may become fortunate.

318.ਬਾਰਹ ਮਾਹਾ – ਕੱਤਕ

ਕਤਿਕਿ ਕਰਮ ਕਮਾਵਣੇ,	katik karam kamaavnay
ਦੋਸੁ ਨ ਕਾਹੂ ਜੋਗੁ॥	dos na kaahoo jog.
ਪਰਮੇਸਰ ਤੇ ਭੁਲਿਆਂ,	parmaysar tay bhuli-aaN
ਵਿਆਪਨਿ ਸਭੇ ਰੋਗ॥	vi-aapan sabhay rog.
ਵੇਮੁਖ ਹੋਏ ਰਾਮ ਤੇ,	vaimukh ho-ay raam tay
ਲਗਨਿ ਜਨਮ ਵਿਜੋਗ॥	lagan janam vijog.
ਖਿਨ ਮਹਿ ਕਉੜੇ ਹੋਇ ਗਏ,	khin meh ka-urhay ho-ay ga-ay
ਜਿਤੜੇ ਮਾਇਆ ਭੋਗ॥	jit-rhay maa-i- aa bhog.
ਵਿਚੁ ਨ ਕੋਈ ਕਰਿ ਸਕੈ,	vich na ko-ee kar sakai
ਕਿਸ ਥੈ ਰੋਵਹਿ ਰੋਜ॥	kis thai roveh roj.
ਕੀਤਾ ਕਿਛੂ ਨ ਹੋਵਈ,	keetaa kichhoo na hova-ee
ਲਿਖਿਆ ਧੁਰਿ ਸੰਜੋਗ॥	likhi-aa Dhur sanjog.
ਵਡਭਾਗੀ ਮੇਰਾ ਪ੍ਰਭੁ ਮਿਲੈ,	vadbhaagee mayraa parabh milai
ਤਾਂ ਉਤਰਹਿ ਸਭਿ ਬਿਓਗ॥	taaN utreh sabh bi-og.
ਨਾਨਕ ਕਉ ਪ੍ਰਭ ਰਾਖਿ ਲੇਹਿ,	naanak ka-o parabh raakh layhi
ਮੇਰੇ ਸਾਹਿਬ ਬੰਦੀ ਮੋਚ॥	mayray saahib bandee moch.
ਕਤਿਕ ਹੋਵੈ ਸਾਧਸੰਗੁ,	katik hovai saaDhsang
ਬਿਨਸਹਿ ਸਭੇ ਸੋਚ ॥੯॥	binsahi sabhay soch. ||9||

ਕੱਤਕ ਦਾ ਮਹੀਨਾ ਠੰਡ ਦਾ ਮਹੀਨਾ ਹੁੰਦਾ ਹੈ । ਤਨ ਨੂੰ ਠੰਡ ਤੋਂ ਬਚਨ ਲਈ ਆਸਰੇ ਦੀ ਲੋੜ ਪੈਂਦੀ ਹੈ । ਜੀਵ ਇਸ ਸਮੇਂ ਪ੍ਰਭ ਦੇ ਬਖਸ਼ੇ ਦਾ ਧੰਨਵਾਦ ਕਰੋ! ਕਿਸੇ ਹੋਰ ਨੂੰ ਕਿਸੇ ਦੁਖ ਤਕਲੀਫ ਦਾ ਕਸੂਰਵਾਰ ਨਾ ਬਣਾਵੋ! ਪ੍ਰਭ ਦੇ ਸ਼ਬਦ ਦੀ ਸਿਖਿਆਂ ਨੂੰ ਵਿਸਾਰਨ ਨਾਲ ਮਨ ਵਿੱਚ ਇੱਛਾਂ ਦੇ ਕਈ ਦੁਖ ਆਉਂਦੇ, ਤਨ ਨੂੰ ਵੀ ਠੇਸ ਪਹੁੰਚਦੀ ਹੈ । ਉਸ ਤੋਂ ਪ੍ਰਭ ਦੀ ਰਹਿਮਤ ਦੂਰ ਹੁੰਦੀ ਜਾਂਦੀ ਹੈ, ਜੂੰਨਾਂ ਦੇ ਚੱਕਰ ਵਿੱਚ ਡੂੰਘਾ ਫਸਦਾ ਜਾਂਦਾ ਹੈ । ਇਕ ਪਲ ਵਿੱਚ ਹੀ ਮਾਇਆ, ਕਾਮਵਾਸਨਾ ਆਪਣਾ ਅਸਲੀ ਰੂਪ ਪ੍ਰਗਟ ਕਰਨ ਲਗ ਪੈਂਦੀ ਹੈ । ਪ੍ਰਭ ਦੇ ਪ੍ਰਵਾਨਗੀ ਦੇ ਰਸਤੇ ਤੇ ਕੋਈ ਵਿਚੋਲਾ ਸਾਥ ਨਹੀਂ ਦੇ ਸਕਦਾ । ਕਿਸ ਕੋਲ ਆਪਣਾ ਦੁਖ, ਪੀੜ, ਅਰਦਾਸ ਕਰੇਂਗਾ? ਜੀਵ ਦੇ ਆਪਣੇ ਕੀਤੇ ਯਤਨਾਂ, ਚੰਗੇ ਕੰਮਾਂ ਨਾਲ ਪ੍ਰਭ ਦੀ ਰਹਿਮਤ ਦੇ ਰਸਤੇ ਤੇ ਚਲਣ ਵਿੱਚ ਕੋਈ ਲਾਭ ਨਹੀਂ ਹੁੰਦਾ । ਸਭ ਕੁਝ ਪ੍ਰਭ ਨੇ ਜੀਵ ਦੇ ਭਾਗਾਂ ਵਿੱਚ ਪਹਿਲੇ ਹੀ ਲਿਖਿਆ ਹੋਇਆ ਹੈ । ਜਿਸ ਦੇ ਵਡੇ ਭਾਗ ਹੋਣ, ਉਸ ਨੂੰ ਹੀ ਪ੍ਰਭ ਦੇ ਸ਼ਬਦ ਨਾਲ ਲਗਨ ਬਖਸ਼ਿਸ਼ ਹੁੰਦੀ ਹੈ । ਉਸ ਨਾਲ ਮਨ ਦੇ ਸਾਰੇ ਦੁਖ ਦੂਰ ਕਰਨ ਦਾ ਰਸਤਾ ਬਖਸ਼ਿਸ਼ ਹੋ ਸਕਦਾ ਹੈ । ਬੰਦਗੀ ਕਰਨਵਾਲਾ ਸਦਾ ਹੀ ਰਹਿਮਤ ਦੀ ਅਰਦਾਸ ਕਰਦਾ ਹੈ! ਸੰਸਾਰਕ ਇੱਛਾਂ ਦੇ ਜਾਲ ਵਿਚੋਂ ਬਚਾ ਲਵੋ! ਜਿਹੜਾ ਆਪਣਾ ਸੰਤਾਂ ਦੇ ਜੀਵਨ ਦੀ ਸਿਖਿਆਂ ਨਾਲ ਆਪਣਾ ਜੀਵਨ ਢਾਲਦਾ ਹੈ । ਉਸ ਦੇ ਮਨ ਦੀਆਂ ਸਾਰੀਆਂ ਚਿੰਤਾਂ ਦੂਰ ਹੋ ਜਾਂਦੀਆਂ ਹਨ, ਪ੍ਰਭ ਆਪ ਹੀ ਸਹਾਈ ਹੋ ਜਾਂਦਾ ਹੈ ।

The month of Kutak may be a season of cold weather. The body needs the protection to save from cold weather. You should always sing the glory of His Word! You may never consider anyone else, the culprit for misery in your life. Whosoever may forsake the teachings of His Word from his day-to-day life; he may endure the misery, hardships of worldly desires. He may be deprived from His Blessings; he may remain in deep trap of cycle of birth and death. In a moment, the worldly wealth, sexual desire may show the true color. No middle-person may help to remain steady and stable on the right path. Whom may anyone complain or pray for his miseries? Whosoever may meditate with his own determination, own efforts, and good deeds; he may not be blessed with the right path of salvation. Whosoever may have a great prewritten destiny, only he may remain in a deep devotional meditation on the teachings of His Word; everything may only happen with His prewritten Command. Whosoever may meditate on the teachings of His Word with steady and stable belief; with His mercy and grace, he may be blessed with, the right path of acceptance; his worldly miseries may be eliminated. His true devotee always prays for His Forgiveness and Refuge to be saved from worldly desires. Whosoever may adopt the life experience teachings of His Holy saint in his own day-to-day life; with His mercy and grace, his spoken and unspoken desires may be satisfied. The True Master remains his true companion in all worldly environments.

319.ਬਾਰਹ ਮਾਹਾ – ਮੰਘਰ

ਮੰਘਿਰਿ ਮਾਹਿ ਸੋਹੰਦੀਆ,
ਹਰਿ ਪਿਰ ਸੰਗਿ ਬੈਠੜੀਆਹ॥
ਤਿਨ ਕੀ ਸੋਭਾ ਕਿਆ ਗਣੀ,
ਜਿ ਸਾਹਿਬਿ ਮੇਲੜੀਆਹ॥
ਤਨੁ ਮਨੁ ਮਉਲਿਆ ਰਾਮ ਸਿਉ,
ਸੰਗਿ ਸਾਧ ਸਹੇਲੜੀਆਹ॥
ਸਾਧ ਜਨਾ ਤੇ ਬਾਹਰੀ,
ਸੇ ਰਹਨਿ ਇਕੇਲੜੀਆਹ॥
ਤਿਨ ਦੁਖੁ ਨ ਕਬਹੂ ਉਤਰੈ,
ਸੇ ਜਮ ਕੈ ਵਸਿ ਪੜੀਆਹ॥
ਜਿਨੀ ਰਾਵਿਆ ਪ੍ਰਭੁ ਆਪਣਾ,
ਸੇ ਦਿਸਨਿ ਨਿਤ ਖੜੀਆਹ॥
ਰਤਨ ਜਵੇਹਰ ਲਾਲ,
ਹਰਿ ਕੰਠਿ ਤਿਨਾ ਜੜੀਆਹ॥
ਨਾਨਕ ਬਾਂਛੈ ਧੂੜਿ ਤਿਨ,
ਪ੍ਰਭ ਸਰਣੀ ਦਰਿ ਪੜੀਆਹ॥
ਮੰਘਿਰਿ ਪ੍ਰਭੁ ਆਰਾਧਣਾ,
ਬਹੁੜਿ ਨ ਜਨਮੜੀਆਹ॥੧੦॥

manghir maahi sohandee-aa
har pir sang baith-rhee-aah.
tin kee sobhaa ki-aa ganee
je saahib maylrhee-aah.
tan man ma-oli-aa raam si-o
sang saaDh sahaylrhee-aah.
saaDh janaa tay baahree
say rahan ikaylarhee-aah.
tin dukh na kabhoo utrai
say jam kai vas parhee-aah.
jinee raavi-aa parabh aapnaa
say disan nit kharhee-aah.
ratan javayhar laal
har kanth tinaa jarhee-aah.
naanak baaNchhai Dhoorh tin
parabh sarnee dar parhee-aah.
manghir parabh aaraaDhanaa
bahurh na janamrhee-aah. ||10||

ਜਿਹੜਾ ਆਪਣੇ ਪ੍ਰੀਤਮ, ਪ੍ਰਭ ਦੇ ਸਿਮਰਨ ਵਿੱਚ ਲਗਾ ਰਹਿੰਦਾ ਹੈ । ਮੱਘਰ ਦਾ ਮਹੀਨਾ ਉਸ ਨੂੰ ਸੁਹੰਢਣਾ ਲਗਦਾ ਹੈ । ਉਸ ਨੂੰ ਮੌਸਮ ਦੀ ਠੰਡ ਪਰੇਸ਼ਾਨ ਨਹੀਂ ਕਰਦੀ । ਜਿਸ ਨੂੰ ਪ੍ਰਭ ਆਪ ਹੀ ਆਪਣੇ ਸ਼ਬਦ ਦੇ ਸਿਮਰਨ ਵਿੱਚ ਅਡੋਲ ਰਖਦਾ ਹੈ, ਉਸ ਦੀ ਸੋਭਾ, ਵਡਿਆਈ, ਗੁਣਾਂ ਦਾ ਪੂਰਨ ਵਿਆਖਿਆ ਨਹੀਂ ਕੀਤਾ ਜਾ ਸਕਦਾ । ਉਸ ਦੇ ਤਨ, ਮਨ ਤੇ ਪ੍ਰਭ ਦੇ ਸ਼ਬਦ ਦਾ ਨੂਰ ਵਸਦਾ, ਮਨ ਵਿੱਚ ਸ਼ਬਦ ਦੀ ਸਿਖਿਆਂ ਵਸਦੀ ਹੈ । ਉਹ ਸੰਤਾਂ ਦੇ ਜੀਵਨ ਦੀ ਸਿਖਿਆਂ ਨਾਲ ਆਪਣਾ ਜੀਵਨ ਢਾਲਦਾ ਹੈ । ਜਿਸ ਦੇ ਮਨ ਵਿੱਚ ਪ੍ਰਭ ਦੇ ਸ਼ਬਦ ਦਾ ਕੋਈ ਪ੍ਰਭਾਵ ਨਹੀਂ ਹੁੰਦਾ, ਉਹ ਇਸ ਸੰਸਾਰ ਵਿੱਚ ਅਸਲੀ ਸਾਥੀ, ਆਸਰੇ ਤੋਂ ਬਿਨਾਂ ਹੀ ਜੀਵਨ ਬਤੀਤ ਕਰਦਾ ਹੈ । ਉਸ ਦਾ ਜਨਮ ਮਰਨ ਦਾ ਦੁਖ ਕਦੇ ਦੂਰ ਨਹੀਂ ਹੁੰਦਾ, ਜਮਦੂਤ ਦੇ ਵੱਸ ਵਿੱਚ ਹੀ ਰਹਿੰਦਾ ਹੈ । ਉਹ ਆਪਣੇ ਕੀਤੇ ਦੀ ਸਜ਼ਾ ਭੁਗਤਦਾ ਹੈ । ਜਿਹੜਾ ਪ੍ਰਭ ਦੇ ਸ਼ਬਦ ਦੀ ਪਾਲਣਾ ਕਰਦਾ, ਭਰੋਸਾ ਅਡੋਲ ਰਖਦਾ ਹੈ । ਉਸ ਦੇ ਮਨ ਵਿੱਚ ਸਦਾ ਹੀ ਖੇੜਾ ਵਸਦਾ ਹੈ । ਉਸ ਦੇ ਤਨ ਵਿੱਚ ਪ੍ਰਭ ਦੇ ਸ਼ਬਦ ਰੂਪੀ ਰਤਨਾਂ ਦਾ ਸਾਗਰ, ਨੂਰ ਵਸਦਾ, ਸੋਭਦਾ ਹੈ । ਪ੍ਰਭ ਦੇ ਸ਼ਬਦ ਦੀ ਬੰਦਗੀ ਕਰਨਵਾਲੇ, ਉਸ ਪ੍ਰਭ ਦੇ ਦਾਸ ਦੇ ਚਰਨਾਂ ਦੀ ਧੂੜ ਹੀ ਮੰਗਦੇ ਹਨ । ਜਿਹੜਾ ਮੰਘਰ ਦੇ ਮਹੀਨੇ ਵਿੱਚ ਪ੍ਰਭ ਦੇ ਸ਼ਬਦ ਦਾ ਸਿਮਰਨ ਕਰਦਾ, ਸ਼ਬਦ ਮਨ ਵਿੱਚ ਵਸਾਉਂਦਾ ਹੈ । ਉਸ ਦਾ ਜਨਮ ਮਰਨ ਦਾ ਚੱਕਰ ਖਤਮ ਹੋ ਸਕਦਾ ਹੈ ।

The month of Maghar, may be very comfortable with the soothing cold. Whosoever may remain dedicated in the meditation on the teachings of His Word; the cold weather may not frustrate him. Whosoever may be blessed with a devotion to meditate on the teachings of His Word; his greatness, glory and the description of his virtues may not be fully explained. His body and mind may be glowing with His Holy Spirit. He may be enlightened with the essence of His Word within his heart. He may adopt the teachings of His true devotee in day-to-day life. Whosoever may not have any influence of His Word in his day-to-day life, he may waste his human life, without any true companion, true support in his life. His cycle of birth and death may never end. He remains in the control of devil of death and he may endure miseries for his evil deeds. Whosoever may obey the teachings of His Word with steady and stable belief; with His mercy and grace, he may be blessed with blossoms forever. He may be glowing with the spiritual glow on his heart and on his forehead. He may be honored in the universe. Whosoever may meditate on the teachings of His Word; in the month of Maghar, he may be enlightened with the essence of His Word within his heart. He may remain awake and alert; his cycle of birth and death may be eliminated.

320.ਬਾਰਹ ਮਾਹਾ – ਪੋਹ

ਪੋਖਿ ਤੁਖਾਰੁ ਨ ਵਿਆਪਈ,	pokh tukhaar na vi-aapa-ee
ਕੰਠਿ ਮਿਲਿਆ ਹਰਿ ਨਾਹੁ॥	kanth mili-aa har naahu.
ਮਨੁ ਬੇਧਿਆ ਚਰਨਾਰਬਿੰਦ,	man bayDhi-aa charnaarbind
ਦਰਸਨਿ ਲਗੜਾ ਸਾਹੁ॥	darsan lagrhaa saahu.
ਓਟ ਗੋਵਿੰਦ ਗੋਪਾਲ ਰਾਇ,	ot govind gopaal raa-ay
ਸੇਵਾ ਸੁਆਮੀ ਲਾਹੁ॥	sayvaa su-aamee laahu.
ਬਿਖਿਆ ਪੋਹਿ ਨ ਸਕਈ,	bikhi-aa pohi na sak-ee
ਮਿਲਿ ਸਾਧੂ ਗੁਣ ਗਾਹੁ॥	mil saaDhoo gun gaahu.
ਜਹ ਤੇ ਉਪਜੀ ਤਹ ਮਿਲੀ,	jah tay upjee tah milee
ਸਚੀ ਪ੍ਰੀਤਿ ਸਮਾਹੁ॥	sachee pareet samaahu.
ਕਰੁ ਗਹਿ ਲੀਨੀ ਪਾਰਬ੍ਰਹਮਿ,	kar geh leenee paarbarahm
ਬਹੁੜਿ ਨ ਵਿਛੁੜੀਆਹੁ॥	bahurh na vichhurhi- aahu.
ਬਾਰਿ ਜਾਉ ਲਖ ਬੇਰੀਆ,	baar jaa-o lakh bayree-aa
ਹਰਿ ਸਜਣੁ ਅਗਮ ਅਗਾਹੁ॥	har sajan agam agaahu.
ਸਰਮ ਪਈ ਨਾਰਾਇਣੈ,	saram pa-ee naaraa-inai
ਨਾਨਕ ਦਰਿ ਪਈਆਹੁ॥	naanak dar pa-ee-aahu.
ਪੋਖੁ ਸੋੁਹੰਦਾ ਸਰਬ ਸੁਖ,	pokh sohandaa sarab sukh
ਜਿਸੁ ਬਖਸੇ ਵੇਪਰਵਾਹੁ॥੧੧॥	jis bakhsay vayparvaahu. ‖11‖

ਪੋਖਿ (ਪੋਹ) ਦੇ ਮਹੀਨੇ ਵਿੱਚ ਉਸ ਜੀਵ ਨੂੰ ਠੰਡ ਪਰੇਸ਼ਾਨ ਨਹੀਂ ਕਰਦੀ । ਜਿਸ ਦਾ ਕੰਤ, ਪ੍ਰਭ ਦਾ ਸ਼ਬਦ ਮਨ ਵਿੱਚ ਵਸਦਾ ਹੈ । ਉਸ ਦਾ ਮਨ ਪ੍ਰਭ ਦੇ ਚਰਨਾਂ ਵਿੱਚ, ਸ਼ਬਦ ਦੀ ਪਾਲਣਾ ਵਿੱਚ ਅਡੋਲ ਰਹਿੰਦਾ ਹੈ । ਮਨ ਵਿੱਚ ਪ੍ਰਭ ਨੂੰ ਮਿਲਣ ਦੀ ਲੋਚਾ ਰਹਿੰਦੀ ਹੈ । ਉਹ ਪ੍ਰਭ ਦੀ ਸ਼ਰਣ ਵਿੱਚ ਆਪਾ ਭੇਟਾ ਕਰਦਾ ਲੈਂਦਾ ਹੈ । ਉਸ ਦੀ ਕੀਤੀ ਕਮਾਈ ਬਹੁਤ ਲਾਭਵੰਦ ਹੁੰਦੀ ਹੈ, ਉਸ ਦੇ ਮਨ ਵਿੱਚ ਸੰਸਾਰਕ ਲਾਲਚ ਨਹੀਂ ਲਗਦਾ । ਉਸ ਦਾ ਜੀਵਨ ਸੰਤਾਂ ਦੇ ਜੀਵਨ ਦੇ ਅਧਾਰ ਤੇ ਹੋ ਜਾਂਦਾ ਹੈ । ਉਸ ਦੀ ਆਤਮਾ ਨੂੰ ਪ੍ਰਭ ਦੀ ਸ਼ਰਣ ਬਖਸ਼ਿਸ਼ ਹੋ ਜਾਂਦੀ ਹੈ, ਜਿਸ ਵਿਚੋਂ ਇਹ ਵੱਖਰੀ ਹੋਈ ਸੀ । ਜਿਸ ਜੀਵ ਦਾ ਹੱਥ ਪ੍ਰਭ ਇਕ ਵਾਰ ਪਕੜ ਲੈਂਦਾ ਹੈ! ਉਹ ਫਿਰ ਕਦੇ ਵੀ ਆਪਣੇ ਨਾਲੋ ਅਲਗ ਨਹੀਂ ਕਰਦਾ, ਕਦੇ ਵਿਛੋੜਾ ਨਹੀਂ ਆਉਂਦਾ । ਬੰਦਗੀ ਕਰਨਵਾਲਾ ਦਾਸ ਪ੍ਰਭ ਦੇ ਕਰਤਬਾਂ ਤੋਂ ਹੈਰਾਨ ਹੀ ਰਹਿੰਦਾ, ਧੰਨ ਧੰਨ ਹੀ ਕਹਿੰਦਾ ਹੈ! ਬੰਦਗੀ ਕਰਨਵਾਲਾ ਸਦਾ ਹੀ ਪ੍ਰਭ ਅੱਗੇ ਇਕੋ ਇਕ ਅਰਦਾਸ ਕਰਦਾ ਹੈ । ਰਹਿਮਤਾਂ ਦੇ ਮਾਲਕ ਸ਼ਰਣ ਆਏ ਦਾਸ ਦਾ ਪਰਦਾ ਢੱਕ ਲਵੋ! ਜਿਸ ਦੀਆਂ ਭੁੱਲਾਂ ਪ੍ਰਭ ਆਪ ਬਖਸ਼ ਲੈਂਦਾ ਹੈ, ਪੋਹ, ਉਸ ਜੀਵ ਲਈ, ਦਾਸ ਲਈ ਸੁਭਾਗਾ ਹੋ ਜਾਂਦਾ ਹੈ ।

Whosoever may remain drench with the essence of His Word; he may remain awake and alert in meditation in the void of His Word. The cold weather of Poh may not create any frustration in his state of mind of His true devotee. He may remain in a deep meditation on the teachings of His Word and he remains humble in His Sanctuary. He may remain anxious, to be blessed with the right path of acceptance in His Court. He may surrender his self-identity in His Sanctuary, The True Master. His earnings of His Word may become very profitable. His mind may remain beyond the reach of any greed of worldly wealth or possessions. He may be blessed with a state of mind as His true devotee; with His mercy and grace, his soul may be immersed in His Holy Spirit and may never be separated. Whosoever may be accepted in His Sanctuary, The True Master may hold his hand; He may never forsake the soul. His true devotee remains fascinated from His Nature and always calls Him the Greatest of All. He may be willing to sacrifice his life million times. His true devotee may only pray for His Forgiveness and Refuge. Whose sins may be forgiven in the month of Poh, he become very fortunate.

321.ਬਾਰਹ ਮਾਹਾ – ਮਾਘ

ਮਾਘਿ ਮਜਨੁ ਸੰਗਿ ਸਾਧੂਆ,	maagh majan sang saaDhoo-aa
ਧੂੜੀ ਕਰਿ ਇਸਨਾਨੁ॥	Dhoorhee kar isnaan.
ਹਰਿ ਕਾ ਨਾਮੁ ਧਿਆਇ ਸੁਣਿ,	har kaa Naam Dhi-aa-ay sun
ਸਭਨਾ ਨੋ ਕਰਿ ਦਾਨੁ॥	sabhnaa no kar daan.
ਜਨਮ ਕਰਮ ਮਲੁ ਉਤਰੈ,	janam karam mal utrai
ਮਨ ਤੇ ਜਾਇ ਗੁਮਾਨੁ॥	man tay jaa-ay gumaan.
ਕਾਮਿ ਕਰੋਧਿ ਨ ਮੋਹੀਐ,	kaam karoDh na mohee-ai
ਬਿਨਸੈ ਲੋਭੁ ਸੁਆਨੁ॥	binsai lobh su-aan.
ਸਚੈ ਮਾਰਗਿ ਚਲਦਿਆ,	sachai maarag chaldi-aa
ਉਸਤਤਿ ਕਰੇ ਜਹਾਨੁ॥	ustat karay jahaan.
ਅਠਸਠਿ ਤੀਰਥ ਸਗਲ ਪੁੰਨ,	athsath tirath sagal punn
ਜੀਅ ਦਇਆ ਪਰਵਾਨੁ॥	jee-a da-i-aa parvaan.
ਜਿਸ ਨੋ ਦੇਵੈ ਦਇਆ ਕਰਿ,	jis no dayvai da-i-aa kar
ਸੋਈ ਪੁਰਖੁ ਸੁਜਾਨੁ॥	so-ee purakh sujaan.
ਜਿਨਾ ਮਿਲਿਆ ਪ੍ਰਭੁ ਆਪਣਾ,	jinaa mili-aa parabh aapnaa
ਨਾਨਕ ਤਿਨ ਕੁਰਬਾਨੁ॥	naanak tin kurbaan.
ਮਾਘਿ ਸੁਚੇ ਸੇ ਕਾਂਢੀਅਹਿ,	maagh suchay say kaaNdhee-ah
ਜਿਨ ਪੂਰਾ ਗੁਰੁ ਮਿਹਰਵਾਨੁ॥੧੨॥	jin pooraa gur miharvaan. ||12||

ਮਾਘ ਦੇ ਮਹੀਨੇ ਵਿੱਚ, ਜਿਹੜਾ ਮਨ ਦੀ ਮੈਲ ਨੂੰ ਸੰਤਾਂ ਦੇ ਚਰਨਾਂ ਦੀ ਧੂੜ ਨਾਲ ਪਵਿੱਤਰ ਕਰਦਾ ਹੈ! ਸੰਤ ਦੇ ਜੀਵਨ ਦੀ ਸਿਖਿਆਂ ਨਾਲ ਆਪਣਾ ਜੀਵਨ ਢਾਲਕੇ, ਪ੍ਰਭ ਦੇ ਸ਼ਬਦ ਗੁਣ ਗਾਉਂਦਾ, ਸੁਣਦਾ, ਸਿਮਰਨ ਕਰਦਾ ਹੈ! ਸ਼ਬਦ ਦੇ ਗੁਣ ਬਾਕੀ ਜੀਵਾਂ ਨਾਲ ਸਾਂਝੇ ਕਰਦਾ, ਪ੍ਰੇਰਨਾ ਕਰਦਾ ਹੈ, ਉਸ ਦੇ ਕਈ ਜਨਮਾਂ ਦੇ ਕੀਤੇ ਪਾਪਾਂ ਦੀ ਮੈਲ ਧੋਤੀ ਜਾਂਦੀ ਹੈ । ਮਨ ਵਿਚੋਂ ਅਹੰਕਾਰ ਦਾ ਨਾਸ ਹੋ ਜਾਂਦਾ, ਜਿੱਤ ਬਖਸ਼ਿਸ਼ ਹੋ ਜਾਂਦੀ ਹੈ । ਮਨ ਵਿੱਚ ਕਾਮਵਾਸਨਾ, ਕਰੋਧ, ਸੰਸਾਰਕ ਲਾਲਚ ਦਾ ਕੋਈ ਪ੍ਰਭਾਵ ਨਹੀਂ ਰਹਿੰਦਾ । ਜਿਹੜਾ ਇਸ ਰਸਤੇ ਤੇ ਚਲਦਾ, ਆਪਣਾ ਜੀਵਨ ਬਤੀਤ ਕਰਦਾ ਹੈ, ਸੰਸਾਰਕ ਜੀਵ ਵੀ ਉਸ ਦੀ ਸੋਭਾ ਕਰਦੇ ਹਨ । ਜੀਵ ਸ੍ਰਿਸ਼ਟੀ ਦੇ ਜੀਵਾਂ ਨੂੰ ਤਰਸ, ਨਿਮ੍ਰਤਾ ਨਾਲ ਵਰਤਾਓ ਕਰੋ! ਇਸ ਦੀ ਮਹੱਤਤਾ 68 ਪਵਿੱਤਰ ਤੀਰਥਾਂ ਦੇ ਇਸ਼ਨਾਨ ਕਰਨ ਨਾਲੋਂ ਵੀ ਵਧ ਲਾਭਵੰਦ ਹੈ । ਪ੍ਰਭ ਦੇ ਦਰਬਾਰ ਵਿੱਚ ਬਹੁਤਾ ਫਲ ਬਖਸ਼ਿਸ਼ ਹੁੰਦਾ ਹੈ । ਜਿਸ ਤੇ ਪ੍ਰਭ ਆਪ ਹੀ ਰਹਿਮਤ ਦੀ ਨਜ਼ਰ ਬਖਸ਼ਦਾ ਹੈ! ਉਹ ਹੀ ਸਭ ਤੋਂ ਸਿਆਣਾ ਬਣ ਜਾਂਦਾ ਹੈ । ਜਿਹੜਾ ਪ੍ਰਭ ਦੇ ਸ਼ਬਦ ਦੀ ਸਮਾਧੀ ਵਿੱਚ ਵਸਦਾ ਹੈ

। ਮੈਂ ਉਸ ਦਾਸ ਦੇ ਜੀਵਨ ਤੋਂ ਕੁਰਬਾਨ ਜਾਂਦਾ ਹਾ! ਜਿਸ ਤੇ ਪ੍ਰਭ ਆਪ ਹੀ ਰਹਿਮਤ ਦੀ ਨਜ਼ਰ ਬਖਸ਼ਦਾ, ਭੁੱਲਾਂ ਬਖਸ਼ਦਾ ਹੈ । ਮਾਘ ਦੇ ਮਹੀਨੇ ਵਿੱਚ ਕੇਵਲ ਉਸ ਜੀਵਾਂ ਦੀ ਆਤਮਾ ਪਵਿੱਤਰ ਰਹਿੰਦੀ ਹੈ ।

In the month of Maagh! Whosoever may clean the blemishes of his mind with the dust of the feet of His true devotee; he may meditate, listens to the sermons, and adopts the teachings of His Word with steady and stable belief in his day-to-day life. Whosoever may share the teachings and inspires others to meditate on the teachings of His Word. His sins of previous lives may be forgiven; his root of ego may be destroyed; he may conquer his ego. His state of mind may become beyond the reach of sexual urge, anger, and greed of worldly possessions. Whosoever may adopt these teachings in his life; with His mercy and grace, he may be honored in worldly life. He may remain humble and compassionate with others. His way of life may be significant and rewarded more than the pilgrimage of 68 Holy shrines. He may be accepted and honor in His Court. Whosoever may be bestowed with His Blessed Vision, he may be the wisest devotee. His true devotee remains fascinated from the life of His Holy saint! Who may remain intoxicated in meditation in the void of His Word? His sins may be forgiven and his soul may be sanctified in the month of Magahi.

322.ਬਾਰਹ ਮਾਹਾ – ਫਲਗਣ

ਫਲਗੁਣਿ ਅਨੰਦ ਉਪਾਰਜਨਾ,	fulgun anand upaarjanaa
ਹਰਿ ਸਜਣ ਪ੍ਰਗਟੇ ਆਇ॥	har sajan pargatay aa-ay.
ਸੰਤ ਸਹਾਈ ਰਾਮ ਕੇ,	sant sahaa-ee raam kay
ਕਰਿ ਕਿਰਪਾ ਦੀਆ ਮਿਲਾਇ॥	kar kirpaa dee-aa milaa-ay.
ਸੇਜ ਸੁਹਾਵੀ ਸਰਬ ਸੁਖ,	sayj suhaavee sarab sukh
ਹੁਣਿ ਦੁਖਾ ਨਾਹੀ ਜਾਇ॥	hun dukhaa naahee jaa-ay.
ਇਛ ਪੁਨੀ ਵਡਭਾਗਣੀ,	ichh punee vadbhaagnee
ਵਰੁ ਪਾਇਆ ਹਰਿ ਰਾਇ॥	var paa-i-aa har raa-ay.
ਮਿਲਿ ਸਹੀਆ ਮੰਗਲੁ ਗਾਵਹੀ,	mil sahee-aa mangal gaavhee
ਗੀਤ ਗੋਵਿੰਦ ਅਲਾਇ॥	geet govind alaa-ay.
ਹਰਿ ਜੇਹਾ ਅਵਰੁ ਨ ਦਿਸਈ,	har jayhaa avar na dis-ee
ਕੋਈ ਦੂਜਾ ਲਵੈ ਨ ਲਾਇ॥	ko-ee doojaa lavai na laa-ay.
ਹਲਤੁ ਪਲਤੁ ਸਵਾਰਿਓਨੁ,	halat palat savaari-on
ਨਿਹਚਲ ਦਿਤੀਅਨੁ ਜਾਇ॥	nihchal ditee-an jaa-ay.
ਸੰਸਾਰ ਸਾਗਰ ਤੇ ਰਖਿਅਨੁ,	sansaar saagar tay rakhi-an
ਬਹੁੜਿ ਨ ਜਨਮੈ ਧਾਇ॥	bahurh na janmai Dhaa-ay.
ਜਿਹਵਾ ਏਕ ਅਨੇਕ ਗੁਣ ਤਰੇ,	jihvaa ayk anayk gun taray
ਨਾਨਕ ਚਰਣੀ ਪਾਇ॥	naanak charnee paa-ay.
ਫਲਗੁਣਿ ਨਿਤ ਸਲਾਹੀਐ,	fulgun nit salaahee-ai
ਜਿਸ ਨੋ ਤਿਲੁ ਨ ਤਮਾਇ॥੧੩॥	jis no til na tamaa-ay. ||13||

ਫਲਗਣ ਵਿੱਚ ਉਸ ਜੀਵ ਦੇ ਮਨ ਵਿੱਚ ਖੇੜਾ ਵਸਦਾ ਹੈ । ਉਸ ਦੇ ਮਨ ਵਿੱਚ ਪ੍ਰਭ ਦੀ ਜੋਤ ਜਾਗਰਤ ਹੋ ਜਾਂਦੀ ਹੈ । ਮਨ ਜਾਗਰਤ ਅਤੇ ਸੁਚੇਤ ਹੋ ਜਾਂਦਾ ਹੈ । ਪ੍ਰਭ ਦੇ ਦਾਸਾਂ, ਸੰਤਾਂ ਨੇ ਤਰਸ ਬਖਸ਼ਕੇ, ਮੈਨੂੰ ਪ੍ਰਭ ਦੇ ਪ੍ਰਵਾਨਗੀ ਦੇ ਰਸਤੇ ਦੀ ਸੋਝੀ ਬਖਸ਼ੀ ਹੈ । ਮਨ ਵਿੱਚ ਪੂਰਨ ਸੰਤੋਖ, ਸ਼ਾਂਤੀ ਘਰ ਕਰ ਗਈ ਹੈ । ਕੋਈ ਸੰਸਾਰਕ ਇੱਛਾਂ ਦਾ ਦੁਖ ਨੇੜੇ ਨਹੀਂ ਆਉਂਦਾ । ਵਡੇ ਭਾਗ ਹੋ ਗਏ, ਮਨ ਦੀਆਂ ਇੱਛਾਂ ਪੂਰੀਆਂ ਹੋ ਗਈਆਂ ਹਨ! ਪ੍ਰਭ ਦੀ ਸ਼ਰਣ ਵਿੱਚ ਪਨਾਹ ਪ੍ਰਵਾਨ ਹੋ ਗਈ । ਉਹ ਆਪਣੇ ਸਾਥੀਆਂ ਨਾਲ ਰਲਕੇ ਪ੍ਰਭ ਦੇ ਸ਼ਬਦ ਦੇ ਗੁਣ ਗਾਉਂਦਾ, ਸ਼ਬਦ ਦੀ ਸਮਾਧੀ ਵਿੱਚ ਲੀਨ ਰਹਿੰਦਾ ਹੈ ।

ਪ੍ਰਭ ਵਰਗਾ, ਉਸ ਦੇ ਤੁਲ ਹੀ ਹੋਰ ਕੋਈ ਹੈ । ਪ੍ਰਭ ਦੋਨੋਂ ਪਾਸੇ, ਸੰਸਾਰ ਵਿੱਚ ਅਤੇ ਮੌਤ ਤੋਂ ਪਿਛੋਂ ਵੀ ਜੀਵ ਦੇ ਸਾਰੇ ਕਾਰਜ ਸਵਾਰਦਾ ਹੈ । ਜੀਵ ਨੂੰ ਸਦਾ ਅਟਲ ਰਹਿਣਵਾਲਾ, ਅਰਾਮ ਕਰਨਵਾਲਾ ਘਰ ਬਖਸ਼ਦਾ ਹੈ । ਸੰਸਾਰਕ ਸਾਗਰ ਵਿਚੋਂ ਬਚਾਕੇ ਪਾਰ ਕੱਢ ਲੈਂਦਾ ਹੈ! ਫਿਰ ਜਨਮ ਮਰਨ ਦੇ ਚੱਕਰ ਵਿੱਚ ਨਹੀਂ ਜਾਣਾ ਪੈਂਦਾ, ਚੱਕਰ ਖਤਮ ਕਰ ਦੇਂਦਾ ਹੈ । ਉਸ ਦੇ ਬੇਅੰਤ ਗੁਣਾਂ ਦੀ ਗਿਣਤੀ ਨਹੀਂ ਕੀਤੀ ਜਾ ਸਕਦੀ । ਪ੍ਰਭ ਦਾ ਦਾਸ ਉਸ ਦੀ ਸ਼ਰਣ ਵਿੱਚ ਆ ਕੇ ਬਚ ਜਾਂਦਾ ਹੈ ।ਜਿਸ ਦੇ ਮਨ ਵਿੱਚ ਇਕ ਤਿਲ ਭਰ ਵੀ ਲਾਲਚ ਨਹੀਂ ਹੁੰਦਾ, । ਉਸ ਜੀਵ ਨੂੰ ਫਲਗਣ ਸੁਹੰਢਣਾ ਲਗਦਾ ਹੈ!

Whosoever may be enlightened with the essence of His Word, he may remain awake and alert; with His mercy and grace, he may be blessed with blossom forever in his in the month of Phalguna. His Holy saint has mercy on my soul! I have been blessed with the right path of salvation. I am in complete peace of mind and contentment. My state of mind remains beyond the reach of worldly desires. All my spoken and unspoken desires have been satisfied. I am blessed with an acceptance in His Sanctuary. His true devotee always remains in the congregation of His Holy saint and sings the glory of His Word. He remains in a deep meditation in the void of His Word. No one may be comparable to the greatness of The True Master. The One and Only One, True Master remains a true companion of his soul in this world and after death. His human life journey may become a success. The True Master blesses his soul a permanent resting place; carries his soul safely from the worldly ocean of desires. His cycle of birth and death may be eliminated. He may never enter the womb of mother again. His virtues may remain beyond imagination, count and comprehension. Whosoever may adopt his life experience teachings in his own life; he may be accepted in His Sanctuary, The True Master. He may be saved from the devil of death. Whose mind may remain beyond the reach of any worldly greed in the month of Phalgun! His soul may become a fortune.

323.ਬਾਰਹ ਮਾਹਾ

ਜਿਨਿ ਜਿਨਿ ਨਾਮੁ ਧਿਆਇਆ,	jin jin Naam Dhi-aa-i-aa
ਤਿਨ ਕੇ ਕਾਜ ਸਰੇ॥	tin kay kaaj saray.
ਹਰਿ ਗੁਰੁ ਪੂਰਾ ਆਰਾਧਿਆ,	har gur pooraa aaraaDhi-aa
ਦਰਗਹ ਸਚਿ ਖਰੇ॥	dargeh sach kharay.
ਸਰਬ ਸੁਖਾ ਨਿਧਿ ਚਰਣ ਹਰਿ,	sarab sukhaa niDh charan har
ਭਉਜਲੁ ਬਿਖਮੁ ਤਰੇ॥	bha-ojal bikham taray.
ਪ੍ਰੇਮ ਭਗਤਿ ਤਿਨ ਪਾਈਆ,	paraym bhagat tin paa-ee-aa
ਬਿਖਿਆ ਨਾਹਿ ਜਰੇ॥	bikhi-aa naahi jaray.
ਕੂੜ ਗਏ ਦੁਬਿਧਾ ਨਸੀ,	koorh ga-ay dubiDhaa nasee
ਪੂਰਨ ਸਚਿ ਭਰੇ॥	pooran sach bharay.
ਪਾਰਬ੍ਰਹਮੁ ਪ੍ਰਭੁ ਸੇਵਦੇ,	paarbarahm parabh sayvday
ਮਨ ਅੰਦਰਿ ਏਕੁ ਧਰੇ॥	man, andar ayk Dharay.
ਮਾਹ ਦਿਵਸ ਮੂਰਤ ਭਲੇ,	maah divas moorat bhalay
ਜਿਸ ਕਉ ਨਦਰਿ ਕਰੇ॥	jis ka-o nadar karay.
ਨਾਨਕੁ ਮੰਗੈ ਦਰਸ ਦਾਨੁ,	naanak mangai daras daan
ਕਿਰਪਾ ਕਰਹੁ ਹਰੇ॥੧੪॥੧॥	kirpaa karahu haray. ‖14‖1‖

ਜਿਹੜਾ ਪ੍ਰਭ ਦੇ ਸ਼ਬਦ ਦਾ ਸਿਮਰਨ ਕਰਦਾ, ਸ਼ਬਦ ਦੀ ਪਾਲਣਾ ਕਰਦਾ ਹੈ । ਉਸ ਦੇ ਸਾਰੇ ਸੰਸਾਰਕ ਇੱਛਾਂ ਦੇ ਦੁਖ ਖਤਮ ਹੋ ਜਾਂਦੇ, ਕਾਰਜ ਪੂਰੇ ਹੋ ਜਾਂਦੇ ਹਨ । ਜਿਹੜਾ ਪ੍ਰਭ ਦੇ ਸ਼ਬਦ ਨਾਲ ਜੀਵਨ ਢਾਲਦਾ ਹੈ, ਉਹ ਪ੍ਰਭ ਦੇ ਦਰਬਾਰ ਵਿੱਚ ਪੂਰਾ ਹੋ ਸਕਦਾ ਹੈ । ਉਸ ਦਾ ਲੇਖਾ ਪੂਰਾ ਹੋ ਜਾਂਦਾ ਹੈ ।

ਪ੍ਰਭ ਦੇ ਚਰਨ, ਸ਼ਬਦ ਦੀ ਪਾਲਣਾ ਕਰਨਾ ਸੰਤੋਖ ਦਾ ਖਜ਼ਾਨਾ ਹੈ, ਉਸ ਨਾਲ ਮਨ ਸ਼ਾਂਤ ਰਹਿੰਦਾ ਹੈ । ਉਹ ਜੀਵ ਭਿਆਨਕ ਸੰਸਾਰਕ ਸਾਗਰ ਪਾਰ ਕਰ ਜਾਂਦਾ ਹੈ, ਦਰਬਾਰ ਵਿੱਚ ਪ੍ਰਵਾਨ ਹੋ ਜਾਂਦਾ ਹੈ । ਜਿਹੜਾ ਪ੍ਰਭ ਦੇ ਵਿਛੋੜੇ ਦੇ ਵਿਰਾਗ ਵਿੱਚ ਜੀਵਨ ਬਤੀਤ ਕਰਦਾ ਹੈ, ਉਹ ਲਾਲਚ ਦੀ ਅੱਗ ਵਿੱਚ ਨਹੀਂ ਜਲਦਾ । ਉਸ ਦੇ ਮਨ ਵਿਚੋਂ ਝੂਠਾ, ਦਿਖਾਵਾ ਖਤਮ ਹੋ ਜਾਂਦਾ ਹੈ । ਉਸ ਦਾ ਮਨ ਪ੍ਰਭ ਦੇ ਸ਼ਬਦ ਦੀ ਅਸਲੀਅਤ ਨਾਲ ਭਰ ਜਾਂਦਾ ਹੈ । ਉਹ ਇਕੋ ਇਕ ਪ੍ਰਭ ਦੇ ਹੁਕਮ ਅੰਦਰ ਚਲਦਾ, ਜੀਵਨ ਬਤੀਤ ਕਰਦਾ ਹੈ । ਉਸ ਦੇ ਮਨ ਵਿੱਚ ਪ੍ਰਭ ਦੀ ਜੋਤ ਜਾਗਰਤ ਹੋ ਜਾਂਦੀ ਹੈ, ਮਨ ਸੁਚੇਤ ਰਹਿੰਦਾ ਹੈ । ਉਹ ਮਹੀਨਾ, ਦਿਨ, ਪਲ ਵਡਭਾਗੀ ਹੋ ਜਾਂਦਾ ਹੈ । ਜਦੋਂ ਜੀਵ ਤੇ ਪ੍ਰਭ ਦੀ ਰਹਿਮਤ ਦੀ ਨਜ਼ਰ ਬਖਸ਼ਿਸ਼ ਹੋ ਜਾਂਦੀ ਹੈ । ਬੰਦਗੀ ਕਰਨਵਾਲਾ ਦਾਸ ਸਦਾ ਇਕੋ ਇਕ ਰਹਿਮਤ ਦੀ ਅਰਦਾਸ ਕਰਦਾ ਹੈ । ਪ੍ਰਭ ਆਪਣੀ ਰਹਿਮਤ ਨਾਲ ਪਰਦਾ ਢੱਕ ਲਵੋ !

Whosoever may meditate and obeys the teachings of His Word; with His mercy and grace, he may conquer miseries of his worldly desires. His human life journey may become a successful and fruitful. Whosoever may adopt the teachings of His Word in day-to-day life. The Merciful True Master may forgive his sins and satisfy the accounts of deeds of his previous lives. The treasure of patience remains embedded in adopting the teachings of His Word in day-to-day life; with His mercy and grace, he may be blessed with a peace and harmony in his life. He may be saved from terrible ocean of worldly desires and accepted in His Court. Whosoever may remain in renunciation in the memory of his separation from His Holy Spirit fresh within his mind; with His mercy and grace, his mind may become beyond the reach of worldly frustrations and desires. He may never adopt religious robes to impress others; to gain worldly honor. His mind remains drenched with truth of His Nature. He may wholeheartedly adopt the teachings of His Word in his day-to-day life; with His mercy and grace, he may remain awake and alert in his worldly life. The moment, time, day, he may be enlightened with the essence of His Word become very fortunate. His true devotee only prays for His Forgiveness and Refuge to protect his honor.

324.ਮਾਝ ਮਹਲਾ ੫॥ ਦਿਨ ਰੈਣਿ (136-14)

੧ਓ ਸਤਿਗੁਰ ਪ੍ਰਸਾਦਿ॥	ik-oNkaar saT`gur parsaad.
ਸੇਵੀ ਸਤਿਗੁਰੁ ਆਪਣਾ	sayvee saT`gur aapnaa
ਹਰਿ ਸਿਮਰੀ ਦਿਨ ਸਭਿ ਰੈਣ॥	har simree din sabh rain.
ਆਪੁ ਤਿਆਗਿ ਸਰਣੀ ਪਵਾਂ,	aap ti-aag sarnee pavaaN
ਮੁਖਿ ਬੋਲੀ ਮਿਠੜੇ ਵੈਣ॥	mukh bolee mith-rhay vain.
ਜਨਮ ਜਨਮ ਕਾ ਵਿਛੁੜਿਆ,	janam janam kaa vichhurhi-aa
ਹਰਿ ਮੇਲਹੁ ਸਜਣੁ ਸੈਣ॥	har maylhu sajan sain.
ਜੋ ਜੀਅ ਹਰਿ ਤੇ ਵਿਛੁੜੇ,	jo jee-a har tay vichhurhay
ਸੇ ਸੁਖਿ ਨ ਵਸਨਿ ਭੈਣ॥	say sukh na vasan bhain.
ਹਰਿ ਪਿਰ ਬਿਨੁ ਚੈਨੁ ਨ ਪਾਈਐ,	har pir bin chain na paa-ee-ai
ਖੋਜਿ ਡਿਠੇ ਸਭਿ ਗੈਣ॥	khoj dithay sabh gain.
ਆਪ ਕਮਾਣੈ ਵਿਛੁੜੀ,	aap kamaanai vichhurhee
ਦੋਸੁ ਨ ਕਾਹੂ ਦੇਣ॥	dos na kaahoo dayn.
ਕਰਿ ਕਿਰਪਾ ਪ੍ਰਭ ਰਾਖਿ ਲੇਹੁ,	kar kirpaa parabh raakh layho
ਹੋਰੁ ਨਾਹੀ ਕਰਣ ਕਰੇਣ॥	hor naahee karan karayn.
ਹਰਿ ਤੁਧੁ ਵਿਣੁ ਖਾਕੂ ਰੂਲਣਾ,	har tuDh vin khaakoo roolnaa
ਕਹੀਐ ਕਿਥੈ ਵੈਣ॥	kahee-ai kithai vain.
ਨਾਨਕ ਕੀ ਬੇਨੰਤੀਆ ਹਰਿ,	naanak kee banantee-aa har surjan

ਸੁਰਜਨੁ ਦੇਖਾ ਨੈਣ॥੧॥ daykhaa nain. ||1||

ਬੰਦਗੀ ਕਰਨਵਾਲਾ ਦਾਸ ਦਿਨ ਰਾਤ ਪ੍ਰਭ ਦੇ ਸ਼ਬਦ ਦੀ ਪਾਲਣਾ ਕਰਦਾ ਹੈ । ਉਹ ਮਨ ਦੀ ਖੁਦਗਰਜ਼ੀ ਨੂੰ ਤਿਆਗ ਕੇ, ਜਿੱਤ ਪਾ ਕੇ, ਆਪਾ ਪ੍ਰਭ ਦੀ ਸ਼ਰਣ ਵਿੱਚ ਭੇਟਾ ਕਰਦਾ ਹੈ, ਨਿਮ੍ਰਤਾ ਨਾਲ ਉਸ ਦੇ ਸ਼ਬਦ ਦੇ ਗੁਣ ਗਾਉਂਦਾ ਹੈ । ਇਹ ਆਤਮਾ ਅਨੇਕਾਂ ਜਨਮਾਂ ਦੇ ਕੀਤੇ ਕੰਮਾਂ ਕਰਕੇ ਪ੍ਰਭ ਨਾਲੋ ਵਿਛੜੀ ਹੋਈ ਹੈ । ਉਹ ਪ੍ਰਭ ਅੱਗੇ ਸਦਾ ਹੀ ਅਰਦਾਸ ਕਰਦਾ ਹੈ, ਪ੍ਰਭ ਰਹਿਮਤ ਦੀ ਨਜ਼ਰ ਬਖਸ਼ੋ! ਆਪਣੇ ਸ਼ਬਦ ਦੇ ਲੜ ਲਾ ਕੇ, ਆਪਣੀ ਸ਼ਰਣ ਵਿੱਚ ਪ੍ਰਵਾਨਗੀ ਬਖਸ਼ੋ! ਪ੍ਰਭ ਤੋਂ ਵਿਛੜੀ ਆਤਮਾ ਨੂੰ ਕਦੇ ਸੰਤੋਖ ਬਖਸ਼ਿਸ਼ ਨਹੀਂ ਹੁੰਦਾ, ਮਨ ਵਿੱਚ ਭਰੋਸਾ ਅਡੋਲ ਨਹੀਂ ਹੁੰਦਾ । ਪ੍ਰਭ ਦੇ ਸ਼ਬਦ ਦੀ ਪਾਲਣਾ ਕਰਨ ਤੋਂ ਬਿਨਾਂ ਹੋਰ ਕਿਸੇ ਯਤਨ ਨਾਲ ਮਨ ਨੂੰ ਸੰਤੋਖ ਨਹੀਂ ਮਿਲਦਾ । ਸਾਰੇ ਧਰਮ ਦੇ ਰੀਤ ਰੀਵਾਜ ਕਰਕੇ ਦੇਖ ਲਏ ਹਨ । ਜੀਵ ਸੰਸਾਰ ਵਿੱਚ ਆਪਣੇ ਕੀਤੇ ਕੰਮਾਂ ਕਰਕੇ ਹੀ ਪ੍ਰਭ ਨਾਲੋ ਵਿਛੜ ਜਾਂਦਾ ਹੈ । ਇਸ ਦਾ ਉਹ ਹੋਰ ਕਿਸੇ ਨੂੰ ਦੋਸ ਨਹੀਂ ਦੇ ਸਕਦਾ, ਜ਼ਿੰਮੇਵਾਰ ਨਹੀਂ ਬਣਾ ਸਕਦਾ । ਅਗਰ ਪ੍ਰਭ ਆਪ ਹੀ ਰਹਿਮਤ ਬਖਸ਼ਕੇ ਸਿੱਧੇ ਰਸਤੇ ਤੇ ਅਡੋਲ ਰਖੇ, ਤਾ ਹੀ ਇਹ ਅਵਸਥਾ ਬਖਸ਼ਿਸ਼ ਹੁੰਦੀ ਹੈ, ਹੋਰ ਕੋਈ ਯਤਨ, ਚਾਰਾ ਨਹੀਂ ਹੈ । ਪ੍ਰਭ ਦੀ ਰਹਿਮਤ ਤੋਂ ਬਿਨਾਂ ਇਹ ਤਨ ਭਸਮ ਹੋ ਜਾਣਾ ਹੈ! ਇਹ ਦੁਖ ਕਿਸ ਅੱਗੇ ਕਰੀਏ? ਬੰਦਗੀ ਕਰਨਵਾਲਾ ਸਦਾ ਹੀ ਪ੍ਰਭ ਅੱਗੇ ਇਕੋ ਇਕ ਅਰਦਾਸ ਕਰਦਾ ਹੈ । ਮੇਰੀਆਂ ਅੱਖਾਂ ਨੂੰ ਆਪਣੇ ਦਰਸ਼ਨ ਬਖਸ਼ੋ!

His true devotee meditates and obeys His Word Day and night. He may swallow his pride, humbly surrender his self-identity at His Sanctuary and sings the glory of His Word with humility. He always prays for His Forgiveness and Refuge for his separated from His Holy Spirit due to evil deeds of many previous lives. The Merciful True Master may bless a devotion to meditate and his soul may be accepted in His Sanctuary. The soul separated from His Holy Spirit may not establish a steady and stable belief on His Blessings nor be contented with His Blessings. Without adopting the teachings of His Word; with any other meditation, he may not be contented. I have experimented, practiced all religious rituals. My soul was separated from His Holy Spirit as a judgement of my evil deeds of my previous lives. Who else may be blamed for my worldly condition and miseries? Whosoever may be bestowed with His Blessed Vision, his soul may be blessed with the right path of salvation; a state of mind as His true devotee. No other meditation or efforts can bring any positive result. My body is going to become dust. To whom should I pray for forgiveness for my state of mind? True devotee always prays for His Forgiveness and Refuge; he may visualize His Existence with the eyes of my mind.

ਜੀਅ ਕੀ ਬਿਰਥਾ ਸੋ ਸੁਣੇ,	jee-a kee birthaa so sunay
ਹਰਿ ਸੰਮ੍ਰਿਥ ਪੁਰਖੁ ਅਪਾਰੁ॥	har sammrith purakh apaar.
ਮਰਣਿ ਜੀਵਣਿ ਆਰਾਧਣਾ,	maran jeevan aaraaDhanaa
ਸਭਨਾ ਕਾ ਆਧਾਰੁ॥	sabhnaa kaa aaDhaar.
ਸਸੁਰੈ ਪੇਈਐ ਤਿਸੁ ਕੰਤ ਕੀ,	sasurai pay-ee-ai tis kant kee
ਵਡਾ ਜਿਸੁ ਪਰਵਾਰੁ॥	vadaa jis parvaar.
ਊਚਾ ਅਗਮ ਅਗਾਧਿ ਬੋਧ,	oochaa agam agaaDh boDh
ਕਿਛੁ ਅੰਤੁ ਨ ਪਾਰਾਵਾਰੁ॥	kichh ant na paaraavaar.
ਸੇਵਾ ਸਾ ਤਿਸੁ ਭਾਵਸੀ,	sayvaa saa tis bhaavsee
ਸੰਤਾ ਕੀ ਹੋਇ ਛਾਰੁ॥	santaa kee ho-ay chhaar.
ਦੀਨਾ ਨਾਥ ਦੈਆਲ ਦੇਵ,	deenaa naath dai-aal dayv
ਪਤਿਤ ਉਧਾਰਣਹਾਰੁ॥	patit uDhaaranhaar.
ਆਦਿ ਜੁਗਾਦੀ ਰਖਦਾ,	aad jugaadee rakh-daa
ਸਚੁ ਨਾਮੁ ਕਰਤਾਰੁ॥	sach Naam kartaar.

ਕੀਮਤਿ ਕੋਇ ਨ ਜਾਣਈ,	keemat ko-ay na jaan-ee
ਕੋ ਨਾਹੀ ਤੋਲਣਹਾਰੁ॥	ko naahee tolanhaar.
ਮਨ ਤਨ ਅੰਤਰਿ ਵਸਿ ਰਹੇ,	man tan antar vas rahay
ਨਾਨਕ ਨਹੀ ਸੁਮਾਰੁ॥	naanak nahee sumaar.
ਦਿਨੁ ਰੈਣਿ ਜਿ ਪ੍ਰਭ ਕੰਉ ਸੇਵਦੇ,	din rain je parabh kaN-u sayvday
ਤਿਨ ਕੈ ਸਦ ਬਲਿਹਾਰ॥੨॥	tin kai sad balihaar. ||2||

ਜਿਹੜਾ ਸੰਸਾਰਕ ਜੀਵਾਂ ਦੀ ਅਰਦਾਸ ਸੁਣਦਾ, ਜਾਣਦਾ ਹੈ! ਉਹ ਹੀ ਪ੍ਰਭ ਹੋ ਸਕਦਾ ਹੈ । ਜੀਵ ਆਪਣੇ ਜੀਵਨ ਵਿੱਚ ਅਤੇ ਮੌਤ ਵਿੱਚ ਵੀ ਉਸ ਦੇ ਸ਼ਬਦ ਦਾ ਸਿਮਰਨ, ਧੰਨਵਾਦ ਕਰੋ! ਉਹ ਹੀ ਸਭ ਦਾ ਆਸਰਾ ਹੈ । ਇਹ ਆਤਮਾ ਸੰਸਾਰ ਵਿੱਚ ਅਤੇ ਮੌਤ ਪਿਛੋਂ ਵੀ ਪ੍ਰਭ ਦੀ ਅਮਾਨਤ ਹੈ । ਪ੍ਰਭ ਦਾ ਇਤਨਾ ਵਡਾ ਪਰਿਵਾਰ ਹੈ, ਸਾਰੀ ਸ੍ਰਿਸ਼ਟੀ ਹੀ ਉਸ ਦੀ ਅਮਾਨਤ ਹੈ । ਪ੍ਰਭ ਸਭ ਤੋਂ ਉਚਾ, ਵਡਾ ਹੈ, ਕੋਈ ਅਉਗੁਣ, ਮੈਲ ਨਹੀਂ, ਗੁਣਾਂ ਦਾ ਅੰਦਾਜ਼ਾ ਨਹੀਂ ਲਾਇਆ ਜਾ ਸਕਦਾ । ਜਿਸ ਸੇਵਾ ਨਾਲ ਮਨ ਵਿੱਚ ਨਿਮ੍ਰਤਾ ਆ ਜਾਵੇ, ਉਹ ਆਪਣੇ ਆਪ ਨੂੰ ਸੰਤਾਂ ਦੇ ਚਰਨਾਂ ਦੀ ਧੂੜ ਤੋਂ ਨੀਵਾਂ ਮੰਨ ਲਵੇ, ਕੇਵਲ ਉਹ ਸੇਵਾ ਹੀ ਪ੍ਰਭ ਨੂੰ ਭਾਉਂਦੀ ਹੈ । ! ਤਰਸਵਾਨ ਪ੍ਰਭ ਗਰੀਬਾਂ, ਨਿਮਾਣਿਆਂ ਦਾ ਰਖਵਾਲਾ ਹੈ । ਉਹ ਨੂਰ ਦਾ ਦਾਤਾ, ਪਾਪੀਆਂ ਦੀਆਂ ਭੁੱਲਾਂ ਬਖਸ਼ਣਵਾਲਾ ਹੈ । ਸ੍ਰਿਸ਼ਟੀ ਦੇ ਅੰਰਭ ਤੋਂ ਹੀ ਉਹ ਆਪਣੀ ਸ੍ਰਿਸ਼ਟੀ ਦੀ ਰਖਿਆ, ਲਾਜ ਰਖਦਾ ਅਇਆ ਹੈ । ਪ੍ਰਭ ਦੇ ਕਿਸੇ ਕਰਤਬ ਦੀ ਕੋਈ ਕੀਮਤ ਜਾਣੀ ਨਹੀਂ ਜਾ ਸਕਦੀ ਹੈ, ਉਸ ਦੇ ਤੁਲ ਹੋਰ ਕੋਈ ਨਹੀਂ ਹੈ । ਉਹ ਜੀਵ ਦੇ ਮਨ, ਤਨ ਵਿੱਚ ਵਸਦਾ ਹੈ । ਉਸ ਦੇ ਗੁਣਾਂ ਦਾ ਕੋਈ ਅੰਦਾਜ਼ਾ ਨਹੀਂ, ਗਿਣਤੀ ਨਹੀਂ ਕੀਤੀ ਜਾ ਸਕਦੀ । ਉਸ ਦਾਸ ਤੋਂ ਕੁਰਬਾਨ ਜਾਵਾ! ਜਿਹੜਾ ਦਿਨ ਰਾਤ ਪ੍ਰਭ ਦੀ ਸੇਵਾ, ਸ਼ਬਦ ਦੀ ਪਾਲਣਾ ਕਰਦਾ ਹੈ!

Whosoever may heed the prayers of worldly creatures and omniscient the state of mind of His Creation; only He may be The True Master. You should meditate and sing His Glory in worldly life and after death. The True Master remains the true support of His Creation. The True Master remains The Trustee of his soul in world and after death. The True Master has such a large family; the whole universe remains His Trust. The True Master, His Virtues remain beyond any blemish, imagination of His Creation. His true devotee may meditate and performs deeds that may bring humility in his life. Whosoever may always consider himself lower than the dust of the feet of the Holy saints; with His mercy and grace, his deeds, worship may be accepted in His Court. The Merciful True Master, remains the protector of the poor, meek and helpless. The True Master may also forgive the sins of sinners. He has been protecting and looking after the welfare of His Creation from the beginning. His Greatness, Virtues may remain beyond any limits, boundary, and comprehension of His Creation. His Holy Spirit remains embedded within each soul and dwells in the body of every creature. I remain fascinated from the way of life of His true devotee! who may obey the teachings of His Word and serve His Creation.

ਸੰਤ ਅਰਾਧਨਿ ਸਦ ਸਦਾ,	sant araaDhan sad sadaa
ਸਭਨਾ ਕਾ ਬਖਸਿੰਦੁ॥	sabhnaa kaa bakhsind.
ਜੀਉ ਪਿੰਡੁ ਜਿਨਿ ਸਾਜਿਆ,	jee-o pind jin saaji-aa
ਕਰਿ ਕਿਰਪਾ ਦਿਤੀਨੁ ਜਿੰਦੁ॥	kar kirpaa diteen jind.
ਗੁਰ ਸਬਦੀ ਆਰਾਧੀਐ,	gur sabdee aaraaDhee-ai
ਜਪੀਐ ਨਿਰਮਲ ਮੰਤੁ॥	JAPee-ai nirmal mant.
ਕੀਮਤਿ ਕਹਣੁ ਨ ਜਾਈਐ,	keemat kahan na jaa-ee-ai
ਪਰਮੇਸੁਰੁ ਬੇਅੰਤੁ॥	parmaysur bay-ant.
ਜਿਸੁ ਮਨਿ ਵਸੈ ਨਰਾਇਣੋ,	jis man vasai naaraa-ino
ਸੋ ਕਹੀਐ ਭਗਵੰਤੁ॥	so kahee-ai bhagvant.

ਜੀਅ ਕੀ ਲੋਚਾ ਪੂਰੀਐ,
ਮਿਲੈ ਸੁਆਮੀ ਕੰਤੁ॥
ਨਾਨਕੁ ਜੀਵੈ ਜਪਿ ਹਰੀ,
ਦੋਖ ਸਭੇ ਹੀ ਹੰਤੁ॥
ਦਿਨੁ ਰੈਣਿ ਜਿਸੁ ਨ ਵਿਸਰੈ,
ਸੋ ਹਰਿਆ ਹੋਵੈ ਜੰਤੁ॥੩॥

jee-a kee lochaa pooree-ai
milai su-aamee kant.
naanak jeevai JAP haree
dokh sabhay hee hant.
din rain jis na visrai
so hari-aa hovai jant. ||3||

ਬੰਦਗੀ ਕਰਨਵਾਲਾ, ਸੰਤ ਸਦਾ ਹੀ, ਪ੍ਰਭ ਦੇ ਸ਼ਬਦ ਦੀ ਪਾਲਣਾ, ਸਿਮਰਨ ਕਰਦਾ ਹੈ । ਪ੍ਰਭ ਹੀ ਸਭ ਨੂੰ ਦਾਤਾਂ ਬਖਸ਼ਦਾ ਹੈ । ਉਹ ਆਤਮਾ, ਤਨ ਨੂੰ ਆਪਣੀ ਮਰਜ਼ੀ, ਢੰਗ ਨਾਲ ਸਾਜਦਾ ਹੈ । ਆਤਮਾ ਤੇ ਆਪਣੀ ਰਹਿਮਤ ਦੀ ਨਜ਼ਰ ਬਖਸ਼ਦਾ ਹੈ । ਜੀਵ ਪ੍ਰਭ ਦੇ ਸ਼ਬਦ ਦੇ ਗੁਣ ਗਾਵੋ, ਸ਼ਬਦ ਦੀ ਪਾਲਣਾ, ਸਿਮਰਨ ਕਰੋ! ਉਸ ਦੇ ਮੰਤ੍ਰ ਦਾ ਜਾਪ ਕਰੋ! ਬੇਅੰਤ ਗੁਣਾਂ ਦੇ ਮਾਲਕ ਦੇ ਗੁਣਾਂ ਦੀ ਕੀਮਤ ਜਾਣੀ ਨਹੀਂ ਜਾ ਸਕਦੀ, ਵਿਆਖਿਆ ਨਹੀਂ ਕੀਤੀ ਜਾ ਸਕਦੀ । ਜਿਸ ਜੀਵ ਦੇ ਮਨ ਵਿੱਚ ਪ੍ਰਭ ਦਾ ਸ਼ਬਦ ਘਰ ਕਰ ਜਾਂਦਾ, ਵਸ ਜਾਂਦਾ ਹੈ! ਉਹ ਵਡੇ ਭਾਗਾਂ ਵਾਲਾ ਬਣ ਜਾਂਦੇ ਹਨ । ਸ਼ਬਦ ਦੀ ਸੋਝੀ ਹੋਣ, ਜੀਵਨ ਢਾਲਣ ਨਾਲ ਮਨ ਦੀਆਂ ਮੁਰਾਦਾਂ ਪੂਰੀਆਂ ਹੋ ਜਾਂਦੀਆਂ ਹਨ । ਬੰਦਗੀ ਕਰਨਵਾਲਾ ਦਾਸ ਆਪਣੇ ਜੀਵਨ ਦਾ ਧੰਦਾ ਹੀ ਸ਼ਬਦ ਦੀ ਪਾਲਣਾ ਬਣਾ ਲੈਂਦਾ ਹੈ । ਉਸ ਦੇ ਮਨ ਦੇ ਸੰਸਾਰ ਇੱਛਾਂ ਦੇ ਸਾਰੇ ਦੁਖ ਦੂਰ ਹੋ ਜਾਂਦੇ ਹਨ । ਜਿਸ ਦੇ ਮਨ ਵਿਚੋਂ ਦਿਨ ਰਾਤ ਪ੍ਰਭ ਦਾ ਸ਼ਬਦ ਨਹੀਂ ਵਿਸਰਦਾ, ਉਸ ਦੇ ਜੀਵਨ ਵਿੱਚ ਸਦਾ ਹੀ ਖੇੜਾ ਵਸ ਜਾਂਦਾ ਹੈ ।

The true devotee always meditates obeys the teachings of His Word with steady and stable belief. The True Master always bestows virtues on His Creation. He may embellish his soul, mind, and body with His own imagination. You should meditate, sing the glory, and obey the teachings of His Word. The significance of unlimited virtues of The True Master remains beyond comprehension and explanation of His Creation. Whosoever may remain drench with the essence of His Word; he may be enlightened from within and becomes very fortunate. All his spoken and unspoken desires of the mind may be satisfied. His true devotee may adopt the teachings of His Word as the true purpose of his human life. All his miseries worldly desires may be eliminated from his mind. Whosoever may forsake the teachings of His Word from his mind even for a moment, he may be blessed with a peace and harmony forever.

ਸਰਬ ਕਲਾ ਪ੍ਰਭ ਪੂਰਣੋ,
ਮੰਞੁ ਨਿਮਾਣੀ ਥਾਉ॥
ਹਰਿ ਓਟ ਗਹੀ ਮਨ ਅੰਦਰੇ,
ਜਪਿ ਜਪਿ ਜੀਵਾਂ ਨਾਉ॥
ਕਰਿ ਕਿਰਪਾ ਪ੍ਰਭ ਆਪਣੀ,
ਜਨ ਧੂੜੀ ਸੰਗਿ ਸਮਾਉ॥
ਜਿਉ ਤੂੰ ਰਾਖਹਿ ਤਿਉ ਰਹਾ,
ਤੇਰਾ ਦਿਤਾ ਪੈਨਾ ਖਾਉ॥
ਉਦਮੁ ਸੋਈ ਕਰਾਇ ਪ੍ਰਭ,
ਮਿਲਿ ਸਾਧੂ ਗੁਣ ਗਾਉ॥
ਦੂਜੀ ਜਾਇ ਨ ਸੁਝਈ,
ਕਿਥੈ ਕੂਕਣ ਜਾਉ॥
ਅਗਿਆਨ ਬਿਨਾਸਨ ਤਮ ਹਰਣ,
ਊਚੇ ਅਗਮ ਅਮਾਉ॥
ਮਨੁ ਵਿਛੁੜਿਆ ਹਰਿ ਮੇਲੀਐ,
ਨਾਨਕ ਏਹੁ ਸੁਆਉ॥
ਸਰਬ ਕਲਿਆਣਾ ਤਿਤੁ ਦਿਨਿ,

sarab kalaa parabh poorno
manj nimaanee thaa-o.
har ot gahee man andray
jap jap jeevaaN naa-o.
kar kirpaa parabh aapnee jan
Dhoorhee sang samaa-o.
ji-o tooN raakhahi ti-o rahaa
tayraa ditaa painaa khaa-o.
udam so-ee karaa-ay parabh
mil saaDhoo gun gaa-o.
doojee jaa-ay na sujh-ee
kithai kookan jaa-o.
agi-aan binaasan tam haran
oochay agam amaa-o.
man vichhurhi-aa har maylee-ai
naanak ayhu su-aa-o.
sarab kali-aanaa tit din

ਹਰਿ ਪਰਸੀ ਗੁਰ ਕੇ ਪਾਉ॥੪॥੧॥ har parsee gur kay paa-o. ||4||1||

ਪ੍ਰਭ ਸਰਬ ਕਲਾ ਸਮਰਥ ਹੈ! ਮਾਨਸ ਵਿੱਚ ਆਪਣੇ ਆਪ ਕੁਝ ਕਰਨ ਦੀ ਸਮਰਥਾ ਨਹੀਂ ਹੈ, ਕੋਈ ਅਭਿਮਾਨ ਨਹੀਂ ਹੈ । ਸ਼ਬਦ ਦਾ ਬਾਰ ਬਾਰ ਸਿਮਰਨ ਕਰਨ ਨਾਲ, ਪ੍ਰਭ ਦਾ ਆਸਰਾ, ਸਮਰਥਾ ਬਖਸ਼ਿਸ਼ ਹੋ ਸਕਦੀ ਹੈ । ਪ੍ਰਭ ਦੀ ਰਹਿਮਤ ਨਾਲ ਹੀ ਜੀਵ ਨੂੰ ਨਿਮਾਣੇ ਦਾਸਾਂ ਦੇ ਚਰਨਾਂ ਦੀ ਧੂੜ ਨਸੀਬ ਹੁੰਦੀ ਹੈ । ਉਸ ਦੇ ਮਨ ਦੀ ਅਵਸਥਾ ਇਸਤਰ੍ਹਾਂ ਢਲ ਜਾਂਦੀ ਹੈ, ਉਹ ਪ੍ਰਭ ਅੱਗੇ ਅਰਦਾਸ ਕਰਦਾ ਹੈ! ਪ੍ਰਭ ਜਿਸ ਵੀ ਹਾਲਤ ਵਿੱਚ ਰਖਦਾ ਹੈ, ਉਹ ਹੀ ਖੇੜੇ ਵਾਲੀ ਅਵਸਥਾ ਹੈ । ਮੇਰੀ ਆਪਣੀ ਹੈਸੀਅਤ ਕੁਝ ਨਹੀਂ ਹੈ, ਤੇਰਾ ਬਖਸ਼ਿਆ ਹੀ ਖਾਂਦਾ, ਕੰਮ ਕਰਦਾ ਹਾ । ਪ੍ਰਭ ਰਹਿਮਤ ਬਖਸ਼ੋ! ਮੇਰੀ ਲਗਨ ਸੰਤਾਂ ਦੀ ਸੰਗਤ ਵਿੱਚ, ਸ਼ਬਦ ਦੀ ਪਾਲਣਾ ਵਿੱਚ ਲਾਵੋ! ਪ੍ਰਭ ਹੋਰ ਕੋਈ ਅਸਲੀ ਮਾਲਕ ਨਹੀਂ, ਜਿਸ ਅੱਗੇ ਮਾਨਸ ਕੋਈ ਅਰਦਾਸ ਕਰ ਸਕਦਾ, ਕੋਈ ਸ਼ਕਾਇਤ ਲਾ ਸਕਦਾ ਹੈ । ਪ੍ਰਭ ਹੀ ਅਗਿਆਨਤਾਂ ਦਾ ਹਨੇਰਾ ਦੂਰ ਕਰਨਵਾਲਾ, ਸਿੱਧੇ ਰਸਤੇ ਤੇ ਪਾਉਣ ਵਾਲਾ, ਭਰਮਾਂ ਦਾ ਨਾਸ ਕਰਨਵਾਲਾ ਅਸਲੀ ਮਾਲਕ ਹੈ । ਕਿਸੇ ਜੀਵ ਦੀ ਪਹੁੰਚ, ਜਾਣਕਾਰੀ ਵਿੱਚ ਨਹੀਂ ਹੈ । ਪ੍ਰਭ ਰਹਿਮਤ ਬਖਸ਼ੋ! ਮੇਰੀ ਵਿਛੜੀ ਹੋਈ ਆਤਮਾ ਨੂੰ ਪ੍ਰਵਾਨਗੀ ਦਾ ਰਸਤਾ ਬਖਸ਼ੋ! ਇਹ ਹੀ ਮੇਰੇ ਮਨ ਦੀ ਮੁਰਾਦ ਹੈ । ਜਿਹੜਾ ਆਪਾ ਪ੍ਰਭ ਦੀ ਸ਼ਰਣ ਵਿੱਚ ਭੇਟਾ ਕਰ ਦੇਂਦਾ, ਸ਼ਬਦ ਦੀ ਪਾਲਣਾ ਕਰਦਾ ਹੈ, ਉਸ ਜੀਵਾਂ ਦੇ ਮਨ ਵਿੱਚ ਸਦਾ ਹੀ ਅਨੰਦ, ਖੇੜਾ ਵਸਦਾ ਹੈ । ਉਹ ਸ਼ਬਦ ਦੀ ਸਮਾਧੀ ਵਿੱਚ ਵਸਦਾ ਹੈ ।

The Omnipotent True Master of all actions and power! No worldly creature has any strength to do any deed on his own and he does not have any pride of his existence. Whosoever may meditate on the teachings of His Word repeatedly; with His mercy and grace, he may be blessed with support, protection, and strength. He may be blessed with the dust of the feet of His Holy saint, a state of mind as His humble true devotee. He always prays for His Forgiveness and Refuge. I may remain in blossom and contented with His Blessed worldly environment. I may only eat His Blessed nourishment and assigned task. I do not have any worldly status of my own. The True Master bestows Your Blessed Vision, I may meditate, obey, and adopt the life experience teachings of Your Holy saint. I have no other master to whom may I pray or complain about my worldly condition. The One and Only One, True Master remove the darkness of ignorance, eliminates all suspicions, and blesses the right path of salvation. The True Master remains beyond the reach and comprehension of His Creation. I pray for Your Forgiveness and Refuge to bless my separated soul on the right path of acceptance in Your Court. All my spoken, and unspoken desires may be satisfied. Whosoever may humbly surrender his self-identity at His Sanctuary, and obeys the teachings of His Word; with His mercy and grace, he may be blessed with a peace and harmony forever. He remains intoxicated in meditation in the void of His Word.

325.ਵਾਰ ਮਾਝ ਕੀ ਤਥਾ ਸਲੋਕ ਮਹਲਾ 1 (137-15)

ਮਲਕ ਮੁਰੀਦ ਤਥਾ ਚੰਦ੍ਰਹੜਾ ਸੋਹੀਆ ਕੀ ਧੁਨੀ ਗਾਵਣੀ॥

Malak mureed tathaa chandarharhaa sohee- aa kee Dhunee gaavnee.

ੴ ਸਤਿ ਨਾਮੁ ਕਰਤਾ ਪੁਰਖੁ ਗੁਰ ਪ੍ਰਸਾਦਿ॥
ik-oNkaar sat Naam kartaa purakh gur parsaad.

ਗੁਰੁ ਦਾਤਾ ਗੁਰੁ ਹਿਵੈ,
ਘਰੁ ਗੁਰੁ ਦੀਪਕੁ ਤਿਹ ਲੋਇ॥
ਅਮਰ ਪਦਾਰਥੁ ਨਾਨਕਾ,
ਮਨਿ ਮਾਨਿਐ ਸੁਖੁ ਹੋਇ॥੧॥

gur daataa gur hivai
ghar gur deepak tih lo-ay.
amar padaarath naankaa
man maanee-ai sukh ho-ay. ||1||

ਪ੍ਰਭ ਦਾਤਾਂ ਦਾ ਭੰਡਾਰੀ, ਖਜ਼ਾਨਾ, ਸਵਾਸ ਬਖਸ਼ਣ ਵਾਲਾ ਮਾਲਕ ਹੈ । ਉਸ ਦਾ ਸ਼ਬਦ ਅਟਲ, ਸਦਾ ਰਹਿਣ ਵਾਲਾ, ਤਿੰਨਾਂ ਸ੍ਰਿਸ਼ਟੀਆਂ ਦੀ ਰੋਸ਼ਨੀ, ਗਿਆਨ ਦਾ ਸੋਮਾ, ਥੰਮਾ ਹੈ । ਭਰੋਸਾ ਅਡੋਲ ਰਖਣ ਨਾਲ ਪੂਰਨ ਸ਼ਾਂਤੀ, ਸੰਤੋਖ, ਧੀਰਜ ਪ੍ਰਾਪਤ ਹੁੰਦਾ ਹੈ ।

The True Master, Treasure of all Blessings, and virtues! He blesses the capital of breathes to His Creation. His Word true forever remains the fountain of light and pillar of support of all three universes. Whosoever may adopt the teachings of His Word with steady and stable belief; with His mercy and grace, he may be blessed with peace, patience, and contentment.

ਮਃ ੧॥

ਪਹਿਲੈ ਪਿਆਰਿ ਲਗਾ ਥਣ ਦੁਧਿ॥
ਦੂਜੈ ਮਾਇ ਬਾਪ ਕੀ ਸੁਧਿ॥
ਤੀਜੈ ਭਯਾ ਭਾਭੀ ਬੇਬ॥
ਚਉਥੈ ਪਿਆਰਿ ਉਪੰਨੀ ਖੇਡ॥
ਪੰਜਵੈ ਖਾਣ ਪੀਅਣ ਕੀ ਧਾਤੁ॥
ਛਿਵੈ ਕਾਮੁ ਨ ਪੁਛੈ ਜਾਤਿ॥
ਸਤਵੈ ਸੰਜਿ ਕੀਆ ਘਰ ਵਾਸੁ॥
ਅਠਵੈ ਕ੍ਰੋਧੁ ਹੋਆ ਤਨ ਨਾਸੁ॥
ਨਾਵੈ ਧਉਲੇ ਉਭੇ ਸਾਹ॥
ਦਸਵੈ ਦਧਾ ਹੋਆ ਸੁਆਹ॥
ਗਏ ਸਿਗੀਤ ਪੁਕਾਰੀ ਧਾਹ॥
ਉਡਿਆ ਹੰਸੁ ਦਸਾਏ ਰਾਹ॥
ਆਇਆ ਗਇਆ ਮੁਇਆ ਨਾਉ॥
ਪਿਛੈ ਪਤਲਿ ਸਦਿਹੁ ਕਾਵ॥
ਨਾਨਕ ਮਨਮੁਖਿ ਅੰਧੁ ਪਿਆਰੁ॥
ਬਾਝੁ ਗੁਰੂ ਡੁਬਾ ਸੰਸਾਰੁ॥੨॥

pahilai pi-aar lagaa than duDh.
doojai maa-ay baap kee suDh.
teejai bha-yaa bhaabhee bayb.
cha-uthai pi-aar upannee khayd.
punjvai khaan pee-an kee Dhaat.
chhivai kaam na puchhai jaat.
satvai sanj kee-aa ghar vaas.
athvai kroDh ho-aa tan naas.
naavai Dha-ulay ubhay saah.
dasvai daDhaa ho-aa su-aah.
ga-ay sigeet pukaaree Dhaah.
udi-aa hans dasaa-ay raah.
aa-i-aa ga-i-aa mu-i-aa naa-o.
pichhai patal sadihu kaav.
naanak manmukh anDh pi-aar.
baajh guroo dubaa sansaar. ||2||

ਸਭ ਤੋਂ ਪਹਿਲੇ ਬੱਚੇ ਨੂੰ ਮਾਂ ਦੇ ਦੁੱਧ ਨਾਲ, ਮਮਤਾ ਨਾਲ ਪਿਆਰ, ਆਸਰਾ ਮਿਲਦਾ ਹੈ । ਉਸ ਦੇ ਮਨ ਨੂੰ ਮਾਤਾ ਅਤੇ ਪਿਤਾ ਆਪਣੇ ਲਗਦੇ ਹਨ, ਉਹਨਾਂ ਦੇ ਆਸਰੇ ਨਾਲ ਭਰੋਸਾ ਹੁੰਦਾ ਹੈ । ਵਡਾ ਹੋਣ ਤੇ ਉਸ ਨੂੰ ਭਾਈ, ਭੈਣ, ਭਰਜਾਈ ਆਪਣੇ ਲਗਨ ਲਗ ਪੈਂਦੇ ਹਨ, ਉਹਨਾਂ ਨਾਲ ਸਾਝ ਬਣਦੀ ਹੈ । ਉਸ ਤੋਂ ਪਿਛੋਂ ਸਾਥੀਆਂ ਨਾਲ ਖੇਡ ਕਰਨ ਨਾਲ ਅਨੰਦ ਮਿਲਦਾ ਹੈ । ਇਸ ਤੋਂ ਪਿਛੋਂ ਚੰਗੇ ਖਾਣ ਪੀਣ ਦੀ ਸ਼ੌਕ ਪੈਂਦਾ, ਉਸ ਵਿੱਚ ਮਨ ਲਗਦਾ ਹੈ । ਇਸ ਤੋਂ ਪਿਛੋਂ ਕਾਮਵਾਸਨਾ ਦਾ ਜ਼ੋਰ ਹੋ ਜਾਂਦਾ ਹੈ । ਸੰਸਾਰਕ ਬਣਾਏ ਰੀਵਾਜ ਚੰਗੇ ਨਹੀਂ ਲਗਦੇ, ਆਪਣੇ ਮਨ ਦੇ ਨਸ਼ੇ ਵਿੱਚ ਹੀ ਚਲਣਾ ਚਾਹੁੰਦਾ ਹੈ । ਇਸ ਤੋਂ ਪਿਛੋਂ ਉਸ ਨੂੰ ਜੀਵਨ ਦੀਆਂ ਜਰੂਰਤਾਂ ਦਾ ਅਹਿਸਾਸ ਹੁੰਦਾ ਹੈ । ਇਹਨਾਂ ਨੂੰ ਪੂਰੀਆਂ ਕਰਨ ਲਈ ਕਮਾਈ ਕਰਦਾ, ਘਰ ਵਸਾਉਂਦਾ ਹੈ । ਇਸ ਪਿਛੋਂ ਅਹਿਸਾਸ ਹੁੰਦਾ, ਸਾਰੀਆਂ ਇੱਛਾਂ ਪੂਰੀਆਂ ਕਰਨੀਆਂ ਬਹੁਤ ਮੁਸ਼ਕਲ ਹਨ । ਇਸ ਨਾਲ ਨਿਰਾਜ਼ਗੀ ਦਾ ਸਾਮ੍ਹਣਾ ਕਰਨਾ ਪੈਂਦਾ ਹੈ, ਮਨ ਬੇਚਾਰ ਹੋ ਕੇ ਕਰੋਧ ਵਿੱਚ ਆਉਂਦਾ ਹੈ । ਬੁਢੇਪਾ ਆ ਜਾਂਦਾ ਹੈ, ਸਰੀਰ ਕਮਜ਼ੋਰ ਹੋ ਜਾਂਦਾ, ਜਵਾਨੀ ਢਲ

ਗਈ ਹੈ । ਅੱਗਾ ਨੇੜੇ ਮਹਿਸੂਸ ਹੁੰਦਾ ਹੈ । ਬੇਚਾਰ ਹੋ ਜਾਂਦਾ, ਮਨ ਦੀਆਂ ਇੱਛਾਂ ਪੂਰੀਆਂ ਨਹੀਂ ਹੋਈਆਂ । ਮੌਤ ਦਾ ਸੱਦਾ ਆ ਜਾਂਦਾ ਹੈ, ਸੰਸਾਰਕ ਸਬੰਧੀਆਂ ਨਾਲੋ ਵਿਛੋੜਾ ਹੋ ਜਾਂਦਾ ਹੈ । ਉਸ ਦੇ ਵਿਛੋੜੇ ਦੇ ਵਿਰਾਗ ਵਿੱਚ ਉਹ ਆਪਣੇ ਜੀਵਨ ਦੇ ਲਾਲਚਾਂ ਕਰਕੇ ਰੋਂਦੇ ਹਨ । ਆਤਮਾ ਸਮਾਂ ਪੂਰਾ ਕਰਕੇ, ਆਪਣੇ ਕੰਮਾਂ ਦਾ ਲੇਖਾ ਦੇਣ ਲਈ ਵਾਪਸ ਚਲੀ ਜਾਂਦੀ ਹੈ । ਥੋੜ੍ਹਾ ਸਮਾਂ ਪਾ ਕੇ ਉਸ ਦਾ ਨਾਮ, ਭੁਲ ਜਾਂਦੇ ਹਨ, ਬਾਕੀ ਜੀਵ ਥੋੜ੍ਹਾ ਚਿਰ ਉਸ ਦੀ ਯਾਦ ਵਿੱਚ ਲੋੜਵੰਦਾ ਨੂੰ ਭੋਜਨ ਕਰਾਉਂਦੇ ਹਨ । ਸੰਸਾਰਕ ਜੀਵਾਂ, ਜਾਨਵਰਾਂ ਨੂੰ ਦਾਨਾ ਪਾਉਂਦੇ ਹਨ । ਮਨਮੁਖ ਜੀਵ ਦਾ ਇਸਤਰ੍ਹਾਂ ਹੀ ਜੀਵਨ ਬੀਤ ਜਾਂਦਾ ਹੈ । ਇਸ ਹਨੇਰੇ ਵਿੱਚ ਹੀ ਸੰਸਾਰਕ ਜੀਵ ਜੁਗਾਂ ਤੋਂ ਚਲਦੇ ਆਏ ਹਨ ।

First a child has the attachment to his mother and her breast milk to nourish his body. He considers mother and father are his own; he believes and trust on their support and protection. As the child grows the attachment to family members brother, sister and sister-in-law become closer and considers these family members as own. After that he develops association with friends, companions, enjoys to play and their company. He develops a taste for different kind of food and various drinks. Next stage, his sexual urge dominates his mind and does not like the religious rituals, restrictions; he remains intoxicated in youth. Then he may realize the necessities of life and family responsibilities. To satisfy his necessities of life; he works hard and tries to establish his house and family. He may realize, all his desires may be very hard to be satisfied. He faces reality of human life, disappointments, and dissatisfaction with his achievements. He becomes frustrated and anger dominates, controls his mind. By that time, he realizes his old age, his body becomes weak and his youth has long gone. He realizes, his time in this world may be limited and some of his desires are unfulfilled. At that time! The devil of death knocks at his door and he must relinquish all his worldly attachments, relatives, and possessions on the earth. His family and friends may grieve in renunciation for their own greed. The soul has completed her predetermined time on the earth and return to face the righteous judge to endure the judgement. After a little while, his family and friends forget his name. His close family members celebrate his memory by charity to help feed the poor, helpless and helpless animals. Such a way! Self-minded may waste his human life and time on earth. Such an ignorance continues in the universe from Ages.

ਮਃ ੧॥

ਦਸ ਬਾਲਤਣਿ ਬੀਸ ਰਵਣਿ,	das baaltan bees ravan
ਤੀਸਾ ਕਾ ਸੁੰਦਰੁ ਕਹਾਵੈ॥	teesaa kaa sundar kahaavai.
ਚਾਲੀਸੀ ਪੁਰੁ ਹੋਇ ਪਚਾਸੀ,	chaaleesee pur ho-ay pachaasee pag
ਪਗੁ ਖਿਸੈ ਸਠੀ ਕੇ ਬੋਢੇਪਾ ਆਵੈ॥	khisai sathee kay bodhaypaa aavai.
ਸਤਰਿ ਕਾ ਮਤਿਹੀਣੁ, ਅਸੀਹਾਂ	satar kaa matiheen aseehaaN
ਕਾ ਵਿਉਹਾਰੁ ਨ ਪਾਵੈ॥	kaa vi-uhaar na paavai.
ਨਵੈ ਕਾ ਸਿਹਜਾਸਣੀ,	navai kaa sihjaasnee
ਮੂਲਿ ਨ ਜਾਣੈ ਅਪ ਬਲੁ॥	mool na jaanai ap bal.
ਢੰਢੋਲਿਮੁ ਢੂਢਿਮੁ ਡਿਠੁ ਮੈ,	dhandholim dhoodhim dith mai
ਨਾਨਕ ਜਗੁ ਧੂਏ ਕਾ ਧਵਲਹਰੁ॥੩॥	naanak jag Dhoo-ay kaa Dhavalhar. ||3||

ਦਸ ਸਾਲ ਤੀਕ ਜੀਵ ਨੂੰ ਬੱਚਾ ਹੀ ਰਹਿੰਦਾ ਹੈ, ਉਸ ਦੀਆਂ ਗਲਤੀਆਂ ਨੂੰ ਅਣਜਾਣ ਹੀ ਸਮਝਿਆ ਜਾਂਦਾ ਹੈ । ਵੀਹ ਸਾਲ ਦੀ ਉਮਰ ਤੱਕ ਉਹ ਜਵਾਨੀ ਦੇ ਜ਼ੋਰ ਵਿੱਚ ਹੁੰਦਾ, ਅਸਲੀਅਤ ਦੀ ਸਮਝ ਨਹੀਂ ਹੁੰਦੀ । ਤੀਹ ਸਾਲ ਦੀ ਉਮਰ ਵਿੱਚ ਆਪਣਾ ਘਰ ਵਸਾਉਣ ਦੀ ਜ਼ੁੰਮੇਵਾਰੀ ਸੌਂਪੀ ਜਾਂਦੀ ਹੈ ।

ਉਸ ਨੂੰ ਗਬਰੂ ਆਖਿਆ ਜਾਂਦਾ ਹੈ । ਚਾਲੀ ਵਿੱਚ ਉਹ ਪੂਰੀ ਜਵਾਨੀ ਵਿੱਚ ਹੁੰਦਾ ਹੈ । ਪੰਜਾਹ ਸਾਲ ਦੀ ਉਮਰ ਵਿੱਚ ਜਵਾਨੀ ਢਲਣ ਲਗਦੀ ਹੈ । ਸੱਠ ਸਾਲ ਦੀ ਉਮਰ ਵਿੱਚ ਬੁਢੇਪਾ ਆ ਜਾਂਦਾ ਹੈ । ਸੱਤਰ ਸਾਲ ਦੀ ਉਮਰ ਵਿੱਚ ਯਾਦਦਾਸ਼ਤ ਕਮਜ਼ੋਰ ਹੋਣ ਲਗ ਪੈਂਦੀ ਹੈ । ਅੱਸੀ ਸਾਲ ਦੀ ਉਮਰ ਵਿੱਚ ਆਪਣੇ ਸੰਸਾਰਕ ਕੰਮ ਬਹੁਤ ਘਟ ਹੀ ਕਰ ਸਕਦਾ ਹੈ । ਨੰਬੇ ਸਾਲ ਦੀ ਉਮਰ ਵਿੱਚ ਉਹ ਕੰਮਜ਼ੋਰ ਹੋ ਜਾਂਦਾ, ਘਟ ਹੀ ਚਲ ਫਿਰ ਸਕਦਾ ਹੈ । ਸੰਸਾਰਕ ਕੰਮਾਂ ਵਿੱਚ ਪੂਰਨ ਸਮਝ ਨਹੀਂ ਟਿਕਦੀ । ਇਤਨਾ ਸਮਾਂ ਬਤੀਤ ਕਰਨ ਤੋਂ ਪਿਛੋਂ ਉਸ ਨੂੰ ਸਮਝ ਆਉਂਦੀ ਹੈ, ਸੰਸਾਰਕ ਜੀਵਨ ਇਕ ਸੁਪਨਾ ਹੀ ਹੈ, ਉਸ ਦਾ ਕਾਰਨ ਸਮਝ ਨਹੀਂ ਆਉਂਦਾ ।

For the first 10 years! He may be called a child and all his mistakes are considered his ignorance. Up to 20 years of age! He may be considered intoxicated in his youth and he does not realize the reality of life. He may be called a young man. At age 30! He establishes his family and home. At age 40, he is in full youth. At 50, his youth starts going away. In 60's his body starts showing the signs of old age. At 70, he starts losing his memory. At 80, he cannot do the worldly tasks himself with strength and efficiency. At 90, his body becomes very weak and he cannot move around with ease. He does not have much awareness of worldly chores. After spending so much time! He realizes that his whole life was as a dream and he may not understand the real purpose of his human life opportunity.

ਪਉੜੀ॥

ਤੂੰ ਕਰਤਾ ਪੁਰਖੁ ਅਗੰਮੁ ਹੈ,	tooN kartaa purakh agamm hai
ਆਪਿ ਸ੍ਰਿਸਟਿ ਉਪਾਤੀ॥	aap sarisat upaatee.
ਰੰਗ ਪਰੰਗ ਉਪਾਰਜਨਾ,	rang parang upaarjanaa
ਬਹੁ ਬਹੁ ਬਿਧਿ ਭਾਤੀ॥	baho baho biDh bhaatee.
ਤੂੰ ਜਾਣਹਿ ਜਿਨਿ ਉਪਾਈਐ,	tooN jaaneh jin upaa-ee-ai
ਸਭੁ ਖੇਲੁ ਤੁਮਾਤੀ॥	sabh khayl tumaatee.
ਇਕਿ ਆਵਹਿ ਇਕਿ ਜਾਹਿ ਉਠਿ,	ik aavahi ik jaahi uth
ਬਿਨੁ ਨਾਵੈ ਮਰਿ ਜਾਤੀ॥	bin naavai mar jaatee.
ਗੁਰਮੁਖਿ ਰੰਗਿ ਚਲੂਲਿਆ,	gurmukh rang chalooli-aa
ਰੰਗਿ ਹਰਿ ਰੰਗਿ ਰਾਤੀ॥	rang har rang raatee.
ਸੋ ਸੇਵਹੁ ਸਤਿ ਨਿਰੰਜਨੋ,	so sayvhu sat niranjano
ਹਰਿ ਪੁਰਖੁ ਬਿਧਾਤੀ॥	har purakh biDhaatee.
ਤੂੰ ਆਪੇ ਆਪਿ ਸੁਜਾਣੁ ਹੈ,	tooN aapay aap sujaan hai
ਵਡ ਪੁਰਖੁ ਵਡਾਤੀ॥	vad purakh vadaatee.
ਜੋ ਮਨਿ ਚਿਤਿ ਤੁਧੁ ਧਿਆਇਦੇ,	jo man chit tuDh Dhi-aa-iday
ਮੇਰੇ ਸਚਿਆ ਬਲਿ ਬਲਿ	mayray sachi-aa bal bal
ਹਉ ਤਿਨ ਜਾਤੀ॥੧॥	ha-o tin jaatee. ||1||

ਪ੍ਰਭ ਜੀਵ ਦੀ ਪਹੁੰਚ ਤੋਂ, ਜਾਣਕਾਰੀ ਤੋਂ ਉਪਰ ਹੈ । ਪ੍ਰਭ ਨੇ ਅਨੇਕਾਂ ਕਿਸਮਾਂ ਦੇ ਜੀਵ ਸ੍ਰਿਸ਼ਟੀ ਵਿੱਚ ਭੇਜੇ ਹਨ, ਆਪ ਹੀ ਪੈਦਾ ਕਰਨ ਦਾ ਕਾਰਨ ਜਾਣਦਾ ਹੈ । ਸ੍ਰਿਸ਼ਟੀ ਦੇ ਖੇਲ ਦੀ ਪੂਰਨ ਜਾਣਕਾਰੀ ਕੇਵਲ ਪ੍ਰਭ ਨੂੰ ਹੀ ਹੁੰਦੀ ਹੈ । ਕਈ ਸੰਸਾਰ ਵਿੱਚ ਬਿਨਾਂ ਕਿਸੇ ਨਾਮ ਤੋਂ ਹੀ ਜਨਮ ਲੈਂਦੇ, ਮਰ ਜਾਂਦੇ ਹਨ । ਜਿਹੜਾ ਵੀ ਸੰਸਾਰ ਵਿੱਚ ਜਨਮ ਲੈਂਦਾ ਹੈ ਉਸ ਨੂੰ ਮੌਤ ਆਉਂਦੀ ਹੈ । ਜਿਸ ਨੂੰ ਗੁਰਮਖ ਅਵਸਥਾ ਬਖਸ਼ਿਸ਼ ਹੋ ਜਾਂਦੀ ਹੈ । ਉਹ ਪ੍ਰਭ ਦੇ ਸ਼ਬਦ ਦੀ ਹੋਂਦ ਵਿੱਚ ਹੀ ਮਸਤ ਹੋ ਜਾਂਦਾ, ਲੀਨ ਹੋਇਆ ਹੀ ਤੇਰੇ ਵਿੱਚ ਅਲੋਪ ਹੋ ਜਾਂਦਾ ਹੈ । ਪ੍ਰਭ ਸਭ ਤੋਂ ਵਡਾ, ਭਾਗ ਲਿਖਣ ਵਾਲਾ ਹੈ, ਉਸ ਦਾ ਦਾਸ ਬਣਕੇ ਜੀਵਨ ਬਤੀਤ ਕਰੋ। ਅੰਤਰਜਾਮੀ ਪ੍ਰਭ, ਸਭ ਕੁਝ ਜਾਣਦਾ, ਸਭ ਤੋਂ ਵਡਾ ਹੈ । ਜਿਹੜਾ ਪ੍ਰਭ ਦੇ ਸ਼ਬਦ ਦਾ ਭਰੋਸੇ ਨਾਲ ਸਿਮਰਦਾ ਹੈ, ਉਹ ਵੀ ਪੂਜਣ ਯੋਗ ਹੋ ਜਾਂਦਾ ਹੈ, ਪ੍ਰਭ ਸਦਾ ਹੀ ਉਸ ਦੇ ਨੇੜੇ ਰਹਿੰਦਾ, ਰਖਿਆ ਕਰਦਾ ਹੈ ।

The Nature of The True Master remains beyond reach and comprehension of His Creation. The True Master sends various kinds and colors of creatures in the universe. Only He knows the real purpose of Your Creation. Only He may fully understand the purpose and the design of play of the universe. So many creatures are born without any name and die before being recognized by any name. Whosoever is born in this universe, must die one of these days. Whosoever may be blessed with a state of mind as His true devotee, he remains intoxicated in the meditation in the void of His Word. While intoxicated in meditation in the void of His Word Day and night; with His mercy and grace, he may immerse in His Holy Spirit. You should spend your life as a true servant, slave of The True Master; who prewrites the destiny of all creatures. The axiom, Omniscient True Master, The Greatest of All, remains aware about everything in the universe. Whosoever may meditate on the teachings of His Word with steady and stable belief; with His mercy and grace, he may become worthy of worship. The True Master remains close and dear to protect His true devotee.

326.ਸਲੋਕ ਮਃ ੧॥ (138-9)

ਜੀਉ ਪਾਇ ਤਨੁ ਸਾਜਿਆ,
ਰਖਿਆ ਬਣਤ ਬਣਾਇ॥
ਅਖੀ ਦੇਖੈ, ਜਿਹਵਾ ਬੋਲੈ,
ਕੰਨੀ ਸੁਰਤਿ ਸਮਾਇ॥
ਪੈਰੀ ਚਲੈ ਹਥੀ ਕਰਣਾ,
ਦਿਤਾ ਪੈਨੈ ਖਾਇ॥
ਜਿਨਿ ਰਚਿ ਰਚਿਆ ਤਿਸਹਿ ਨ ਜਾਣੈ,
ਅੰਧਾ ਅੰਧੁ ਕਮਾਇ॥
ਜਾ ਭਜੈ ਤਾ ਠੀਕਰੁ ਹੋਵੈ,
ਘਾੜਤ ਘੜੀ ਨ ਜਾਇ॥
ਨਾਨਕ ਗੁਰ ਬਿਨੁ ਨਾਹਿ ਪਤਿ,
ਪਤਿ ਵਿਣੁ ਪਾਰਿ ਨ ਪਾਇ॥੧॥

jee-o paa-ay tan saaji-aa
rakhi-aa banat banaa-ay.
akhee daykhai jihvaa bolai
kannee surat samaa-ay.
pairee chalai hathee karnaa
ditaa painai khaa-ay.
jin rach rachi-aa tiseh na jaanai
anDhaa anDh kamaa-ay.
jaa bhajai taa theekar hovai
ghaarhat gharhee na jaa-ay.
naanak gur bin naahi pat
pat vin paar na paa-ay. ||1||

ਪ੍ਰਭ ਨੇ ਆਤਮਾ ਦੇ ਰਹਿਣ ਲਈ ਜੀਵ ਨੂੰ ਸਰੀਰ, ਅਕਾਰ ਦਿੱਤਾ ਹੈ । ਉਹ ਆਪਣੇ ਪੈਦਾ ਕੀਤੇ ਜੀਵ ਦੀ ਆਪ ਹੀ ਰਖਿਆ ਕਰਦਾ ਹੈ । ਉਸ ਨੇ ਤਨ ਨੂੰ ਦੇਖਣ ਲਈ ਅੱਖਾਂ, ਬੋਲਣ ਲਈ, ਸਿਮਰਨ ਕਰਨ ਲਈ ਜੀਭ, ਸੁਣਨ ਲਈ ਕੰਨ, ਆਤਮਾ, ਸ੍ਰਿਸ਼ਟੀ ਦੀ ਜਾਣਕਾਰੀ ਵਾਸਤੇ ਬਖਸ਼ੀ ਹੈ । ਜੀਵ ਪੈਰਾਂ ਨਾਲ ਚਲਦੇ, ਹੱਥਾ ਨਾਲ ਕਮਾਈ ਕਰਦੇ, ਸਰੀਰ ਦੀ ਪਾਲਣਾ ਲਈ ਭੋਜਨ ਖਾਂਦੇ ਹਨ । ਜੀਵ ਭੇਜਣ ਦੇ ਕਾਰਨ ਤੋਂ ਅਣਜਾਣ ਰਹਿੰਦਾ ਹੈ, ਕਿਸ ਕਾਰਨ ਕਰਕੇ ਭੇਜਿਆ ਹੈ? ਉਹ ਅਗਿਆਨਤਾ ਵਿੱਚ ਹੀ ਮੰਦੇ ਕੰਮ ਕਰਦੇ ਰਹਿੰਦਾ ਹੈ । ਉਸ ਦਾ ਤਨ ਨਾਸ ਹੋ ਜਾਣਵਾਲਾ, ਚੋਟ ਲਗਣ ਨਾਲ ਟੁਟ ਜਾਣਾ ਵਾਲਾ ਹੈ, ਫਿਰ ਇਹ ਨੂੰ ਬਣਾਇਆ ਨਹੀਂ ਜਾ ਸਕਦਾ । ਜੀਵ ਨੂੰ ਸ਼ਬਦ ਦੀ ਸੋਝੀ ਤੋਂ ਬਿਨਾਂ ਅਸਲੀ ਰਸਤੇ ਦੀ, ਮਾਨਸ ਜਨਮ ਦੇ ਅਸਲੀ ਮੰਤਵ ਸਮਝ ਨਹੀਂ ਆਉਂਦਾ । ਸ਼ਬਦ ਦੀ ਸੋਝੀ ਤੋਂ ਬਿਨਾਂ ਸੰਸਾਰਕ ਸਾਗਰ ਪਾਰ, ਜਨਮ ਮਰਨ ਦਾ ਚੱਕਰ ਖਤਮ ਨਹੀਂ ਕੀਤਾ ਜਾ ਸਕਦਾ ।

The True Master has blessed a perishable body with unique structure to dwell within his worldly life. The True Master creates, nourishes, monitor, and protect His Creation. He has been blessed with eyes to see, tongue to speak, taste, and meditate, ears to hear and soul to be enlightened about the real purpose of worldly journey. He has blessed feet to walk and hands to earn a living and nourish his body. Ignorant creature may not really understand! Why was he blessed with opportunity to visit universe? What may be the real purpose of his opportunity? In ignorance, he may remain involved in evil deeds. He may not realize once his perishable body broken; his body may not be repaired, recovered. Once the capital of breaths may be exhausted; his body becomes useless. Whosoever may not be enlightened with the essence of His Word, he may not be blessed with the right path of salvation nor enlightened with the real purpose of his human life journey. He may not cross the worldly ocean of desires nor his cycle of birth and death be eliminated.

ਮਃ ੨॥

ਦੇਂਦੇ ਥਾਵਹੁ ਦਿਤਾ ਚੰਗਾ,	dayNday thaavhu ditaa changa
ਮਨਮੁਖਿ ਐਸਾ ਜਾਣੀਐ॥	manmukh aisaa jaanee-ai.
ਸੁਰਤਿ ਮਤਿ ਚਤੁਰਾਈ ਤਾ ਕੀ,	surat mat chaturaa-ee taa kee
ਕਿਆ ਕਰਿ ਆਖਿ ਵਖਾਣੀਐ॥	ki-aa kar aakh vakhaanee-ai.
ਅੰਤਰਿ ਬਹਿ ਕੈ ਕਰਮ ਕਮਾਵੈ,	antar bahi kai karam kamaavai
ਸੋ ਚਹੁ ਕੁੰਡੀ ਜਾਣੀਐ॥	so chahu kundee jaanee-ai.
ਜੋ ਧਰਮੁ ਕਮਾਵੈ	jo Dharam kamaavai
ਤਿਸੁ ਧਰਮ ਨਾਉ ਹੋਵੈ,	tis Dharam naa-o hovai
ਪਾਪਿ ਕਮਾਣੈ ਪਾਪੀ ਜਾਣੀਐ॥	paap kamaanai paapee jaanee-ai.
ਤੂੰ ਆਪੇ ਖੇਲ ਕਰਹਿ ਸਭਿ ਕਰਤੇ,	tooN aapay khayl karahi sabh kartay
ਕਿਆ ਦੂਜਾ ਆਖਿ ਵਖਾਣੀਐ॥	ki-aa doojaa aakh vakhaanee-ai.
ਜਿਚਰੁ ਤੇਰੀ ਜੋਤਿ,	jichar tayree jot
ਤਿਚਰੁ ਜੋਤੀ ਵਿਚਿ ਤੂੰ ਬੋਲਹਿ,	tichar jotee vich tooN boleh
ਵਿਣੁ ਜੋਤੀ ਕੋਈ ਕਿਛੁ ਕਰਿਹੁ,	vin Jotee ko-ee kichh karihu
ਦਿਖਾ ਸਿਆਣੀਐ॥	dikhaa si-aanee-ai.
ਨਾਨਕ ਗੁਰਮੁਖਿ ਨਦਰੀ ਆਇਆ,	naanak gurmukh nadree aa-i-aa
ਹਰਿ ਇਕੋ ਸੁਘੜੁ ਸੁਜਾਣੀਐ॥੨॥	har iko sugharh sujaanee-ai. ||2||

ਮਨਮੁਖ ਨੂੰ ਪ੍ਰਭ ਦੀ ਦਾਤ ਬਹੁਤ ਪਿਆਰੀ ਲਗਦੀ ਹੈ, ਬਖਸ਼ਣ ਵਾਲੇ ਨੂੰ ਵਿਸਾਰ ਦੇਂਦਾ, ਉਸ ਦਾ ਧੰਨਵਾਦ ਨਹੀਂ ਕਰਦਾ, ਉਸ ਦੀ ਰਹਿਮਤ ਵੱਲ ਧਿਆਨ ਨਹੀਂ ਕਰਦਾ । ਉਹ ਸਮਝਦਾ ਹੈ! ਸਭ ਕੁਝ ਉਸ ਦੀ ਆਪਣੀ ਸਿਆਣਪ ਨਾਲ ਹੀ ਪ੍ਰਾਪਤ ਹੋਇਆ ਹੈ । ਜਿਹੜਾ ਵੀ ਕੰਮ ਜੀਵ ਕਰਦਾ ਹੈ ਭਾਵੇਂ ਕਿਤਨੇ ਹੀ ਪਰਦੇ ਵਿੱਚ ਕਰਦਾ ਹੈ, ਪ੍ਰਭ ਨੂੰ ਉਸ ਦੀ ਪੂਰਨ ਜਾਣਕਾਰੀ ਹੁੰਦੀ ਹੈ । ਜਿਹੜਾ ਸ੍ਰਿਸ਼ਟੀ ਦੀ ਭੁਲਾਈ ਦਾ ਕੰਮ ਕਰਦਾ ਹੈ, ਉਸ ਦੇ ਲੇਖੇ ਵਿੱਚ ਧਰਮੀ ਲਿਖਿਆ ਜਾਂਦਾ ਹੈ । ਜਿਹੜਾ ਜ਼ੁਲਮ ਦਾ ਕੰਮ ਕਰਦਾ ਹੈ, ਉਹ ਪਾਪੀ ਲਿਖਿਆ ਜਾਂਦਾ ਹੈ । ਪ੍ਰਭ ਆਪ ਹੀ ਸਾਰਾ ਖੇਲ ਕਰਦਾ ਹੈ, ਹੋਰ ਕਿਸੇ ਨੂੰ ਕੀ ਆਖੀਏ? ਪ੍ਰਭ ਜਿਤਨਾ ਚਿਰ ਸਰੀਰ ਵਿੱਚ ਤੇਰੇ ਸਵਾਸਾਂ ਦੀ ਜੋਤ ਹੁੰਦੀ ਹੈ । ਉਸ ਜੋਤ, ਰੋਸ਼ਨੀ ਦੁਵਾਰਾ ਸੋਝੀ ਬਖਸ਼ਦਾ ਹੈ । ਜਿਸ ਦੀ ਜੋਤ ਬੁਝ ਜਾਂਦੀ ਹੈ, ਕੁਝ ਕੀਤਾ ਨਹੀਂ ਜਾ ਸਕਦਾ । ਮਾਨਸ ਨੂੰ ਹੋਰ ਕਿਸੇ ਵਿਧੀ ਦੀ ਸੋਝੀ ਨਹੀਂ । ਕੇਵਲ ਅੰਤਰਜਾਮੀ ਪੂਰਨ ਪ੍ਰਭ ਹੀ ਗੁਰਮਖ ਨੂੰ ਇਹ ਸੋਝੀ ਬਖਸ਼ਦਾ ਹੈ ।

Self-minded may remain attached with His Blessings, The True Master; however, he may forsake the teachings of His Word and ignore His Existence from within his mind. He may not remain gratitude nor pay any attention to the teachings of His Word or Command. Ignorant believes! He has achieved everything with his own wisdom and efforts. Even though, human may perform any task with utmost secretly in this universe, still The Omniscient True Master has a complete knowledge of his activities. Whosoever may perform deeds for the welfare of His Creation, his deed may be written in as a good deed, earnings of His Word; his deed may be written as sin. In every event, only His Command may prevail and nothing may be beyond His Command. How may he blame anyone for his own action? Whosoever may be breathing; all his activities are monitored through the ray of His Holy Spirit. Whose breaths may be exhausted, his soul, His Word moved on, nothing can be done. Human may not know any other method or any other path. The Omnipotent, Omniscient, and omnipresent, True Master enlightens His true devotee.

ਪਉੜੀ॥

ਤੁਧੁ ਆਪੇ ਜਗਤੁ ਉਪਾਇ ਕੈ,	tuDh aapay jagat upaa-ay kai
ਤੁਧੁ ਆਪੇ ਧੰਧੈ ਲਾਇਆ॥	tuDh aapay DhanDhai laa-i-aa.
ਮੋਹ ਠਗਉਲੀ ਪਾਇ ਕੈ,	moh thag-ulee paa-ay kai
ਤੁਧੁ ਆਪਹੁ ਜਗਤੁ ਖੁਆਇਆ॥	tuDh aaphu jagat khu-aa-i-aa.
ਤਿਸਨਾ ਅੰਦਰਿ ਅਗਨਿ ਹੈ,	tisnaa andar agan hai
ਨਹ ਤਿਪਤੈ ਭੁਖਾ ਤਿਹਾਇਆ॥	nah tiptai bhukhaa tihaa-i-aa.
ਸਹਸਾ ਇਹੁ ਸੰਸਾਰੁ ਹੈ,	sahsaa ih sansaar hai
ਮਰਿ ਜੰਮੈ ਆਇਆ ਜਾਇਆ॥	mar jammai aa-i-aa jaa-i-aa.
ਬਿਨੁ ਸਤਿਗੁਰ ਮੋਹੁ ਨ ਤੁਟਈ,	bin saT`gur moh na tut-ee
ਸਭਿ ਥਕੇ ਕਰਮ ਕਮਾਇਆ॥	sabh thakay karam kamaa-i-aa.
ਗੁਰਮਤੀ ਨਾਮੁ ਧਿਆਈਐ,	gurmatee Naam Dhi-aa-ee-ai
ਸੁਖਿ ਰਜਾ ਜਾ ਤੁਧੁ ਭਾਇਆ॥	sukh rajaa jaa tuDh bhaa-i-aa.
ਕੁਲੁ ਉਧਾਰੇ ਆਪਣਾ,	kul uDhaaray aapnaa
ਧੰਨੁ ਜਣੇਦੀ ਮਾਇਆ॥	Dhan janaydee maa-i-aa.
ਸੋਭਾ ਸੁਰਤਿ ਸੁਹਾਵਣੀ,	sobhaa surat suhaavanee
ਜਿਨਿ ਹਰਿ ਸੇਤੀ ਚਿਤੁ ਲਾਇਆ॥੨॥	jin har saytee chit laa-i-aa. ‖2‖

ਪ੍ਰਭ ਨੇ ਆਪ ਹੀ ਸ੍ਰਿਸ਼ਟੀ ਪੈਦਾ ਕੀਤੀ ਹੈ । ਆਪ ਹੀ ਸਾਰਿਆਂ ਨੂੰ ਵੱਖਰੇ, ਵੱਖਰੇ ਕੰਮਾਂ ਤੇ ਲਾਇਆ ਹੈ । ਜਨਮ ਤੇ ਹੀ ਮੋਹ ਦਾ ਨਸ਼ਾ ਦੇ ਕੇ ਸਾਰਿਆਂ ਨੂੰ ਭਟਕਣਾਂ ਤੇ ਲਾਇਆ ਹੈ । ਜੀਵ ਦੇ ਮਨ ਅੰਦਰ ਇੱਛਾਂ ਦੀ ਭਟਕਣ, ਅੱਗ ਚਲਦੀ ਹੈ । ਇਸ ਦੀ ਭੁੱਖ, ਪਿਆਸ ਪੂਰੀ ਨਹੀਂ ਕੀਤੀ ਜਾ ਸਕਦੀ । ਸੰਸਾਰ ਇਸ ਚੱਕਰ ਵਿੱਚ ਹੀ ਰਹਿੰਦਾ, ਇਹ ਹੀ ਜਨਮ ਮਰਨ ਦਾ ਚੱਕਰ ਬਣ ਜਾਂਦਾ ਹੈ । ਪ੍ਰਭ ਦੀ ਰਹਿਮਤ ਤੋਂ ਬਿਨਾਂ, ਮੋਹ ਤੇ ਕਾਬੂ ਨਹੀਂ ਪਾਇਆ ਜਾ ਸਕਦਾ ਸ਼ਬਦ ਦੀ ਸੋਝੀ ਬਖਸ਼ਿਸ਼ ਨਹੀਂ ਹੁੰਦੀ । ਜਿਸ ਨੂੰ ਸ਼ਬਦ ਦੀ ਸੋਝੀ ਨਾਲ ਗੁਰਮਖ ਅਵਸਥਾ ਬਖਸ਼ਿਸ਼ ਹੋ ਜਾਂਦੀ ਹੈ । ਉਹ ਆਪਣਾ ਆਪਾ ਤਿਆਗਕੇ ਭਰੋਸੇ ਨਾਲ ਬੰਦਗੀ ਕਰਦਾ ਹੈ । ਉਸ ਨੂੰ ਮਨ ਦੀਆਂ ਇੱਛਾਂ ਤੇ ਜਿੱਤ ਬਖਸ਼ਿਸ਼ ਹੋ ਜਾਂਦੀ ਹੈ। ਉਹ ਮਾਨਸ ਜੀਵ ਪ੍ਰਭ ਦੇ ਸ਼ਬਦ ਦੀ ਸਿਖਿਆਂ ਅਨੁਸਾਰ ਹੀ ਕੰਮ ਕਰਦਾ ਹੈ । ਉਹ ਆਪਣੇ ਸੰਜੋਗੀਆਂ ਨੂੰ ਵੀ ਸ਼ਬਦ ਦੇ ਰਸਤੇ ਤੇ ਅਡੋਲ ਕਰ ਜਾਂਦੇ ਹਨ । ਜਿਹੜੀ ਮਾਂ ਉਸ ਬੱਚੇ ਨੂੰ ਜਨਮ ਦੇਂਦੀ ਹੈ, ਉਹ ਮਾਂ ਪੂਜਣ ਯੋਗ ਹੰਦੀ ਹੈ ।

The True Master has created His Creation. He may create a unique task at the time of birth. He had also infused the intoxication of worldly desires within each heart. Everyone remains frustrated with worldly desires. The lava of worldly desires remains burning within each mind. His thirst of worldly desires may not be fully quenched with his own efforts. The whole universe remains in the cycle of birth and death. Whosoever may not be enlightened with the essence of His Word; he may not be able to conquer his worldly desires and ego. Whosoever may be enlightened with the essence of His Word; with His mercy and grace, he may be blessed with a state of mind as His true devotee. He may conquer, his ego, his worldly desires and meditates on the teachings of His Word with steady and stable belief; with His mercy and grace, he may only perform deeds acceptable in Your Court. His true devotee may inspire his family and followers on the right path of salvation. His birth mother becomes worthy of worship.

327.ਸਲੋਕੁ ਮਃ ੨॥ (139-2)

ਅਖੀ ਬਾਝਹੁ ਵੇਖਣਾ,	akhee baajhahu vaykh-naa
ਵਿਣੁ ਕੰਨਾ ਸੁਨਣਾ॥	vin kanna sunnaa.
ਪੈਰਾ ਬਾਝਹੁ ਚਲਣਾ,	pairaa baajhahu chalnaa
ਵਿਣੁ ਹਥਾ ਕਰਣਾ॥	vin hathaa karnaa.
ਜੀਭੈ ਬਾਝਹੁ ਬੋਲਣਾ,	jeebhai baajhahu bolnaa
ਇਉ ਜੀਵਤ ਮਰਣਾ॥	i-o jeevat marnaa.
ਨਾਨਕ ਹੁਕਮੁ ਪਛਾਣਿ ਕੈ,	naanak Hukam pachhaan kai
ਤਉ ਖਸਮੈ ਮਿਲਣਾ॥੧॥	ta-o khasmai milnaa. ||1||

ਮਨ ਦੀ ਅਵਸਥਾ ਇਸਤਰ੍ਹਾਂ ਦੀ ਬਣਾਵੋ! ਕਿ ਅੱਖਾਂ ਖੁਲਨ ਤੋਂ ਬਿਨਾਂ ਹੀ ਪ੍ਰਭ ਹਰ ਥਾਂ ਨਜ਼ਰ ਆਵੇ । ਕੰਨਾਂ ਨੂੰ ਬੰਦ ਕਰਨ ਤੇ ਵੀ ਉਸ ਦੇ ਸ਼ਬਦ ਦੀ ਗੂੰਜ ਮਨ ਵਿੱਚ ਸੁਣਾਈ ਦੇਵੇ । ਪੈਰਾਂ ਤੇ ਚਲਣ ਤੋਂ ਬਿਨਾਂ ਹੀ ਉਸ ਦੇ ਚਰਨਾਂ ਤੇ, ਸ਼ਬਦ ਦੀ ਸਿਖਿਆਂ ਨਾਲ ਚਲੇ । ਹੱਥਾਂ ਤੋਂ ਬਿਨਾਂ ਹੀ ਉਸ ਦੀ ਸੇਵਾ ਦੀ ਕਮਾਈ ਕਰੇ । ਜੀਭ ਨੂੰ ਹਲਾਉਣ ਤੋਂ ਬਿਨਾਂ ਹੀ ਉਸ ਦਾ ਸਿਮਰਨ ਤੇਰੇ ਅੰਦਰ ਚਲ ਪਵੇ । ਜੀਵ ਆਪਾ ਮਿਟਾ ਕੇ ਹਲੀਮੀ ਨਾਲ ਜੀਵਨ ਬਤੀਤ ਕਰੋ! ਜਿਸ ਜੀਵ ਨੂੰ ਸ਼ਬਦ ਦੀ ਸੋਝੀ ਬਖਸ਼ਿਸ਼ ਹੋ ਜਾਂਦੀ ਹੈ, ਇਹ ਅਵਸਥਾ ਤਾ ਹੀ ਬਖਸ਼ਿਸ਼ ਹੁੰਦੀ ਹੈ । ਇਹ ਹੀ ਰਸਤਾ ਤੇ ਚਲਣ ਨਾਲ ਦਰਬਾਰ ਵਿੱਚ ਥਾਂ ਬਖਸ਼ਿਸ਼ ਹੋ ਸਕਦੀ ਹੈ ।

You should adopt and develop such a state of mind! You may realize His Holy Spirit prevailing everywhere, without opening your eyes. You may hear the everlasting echo of His Word resonates within with plugged ears. You may realize and cherish His Nature without walking, putting weight on feet to move around. You may serve His Creation, earn the wealth of His Word, without moving your hands. You may meditate on the teachings of His Word, without moving your tongue. You should surrender your self-identity, worldly status and humbly adopt the teachings of His Word. He may be blessed with a state of mind as His true devotee; with His mercy and grace, he may be enlightened within. Whosoever may adopt this right path; his soul may be sanctified to become worth of His Consideration; accepted in His Sanctuary.

ਮਃ ੨॥

ਦਿਸੈ ਸੁਣੀਐ ਜਾਣੀਐ,	disai sunee-ai jaanee-ai
ਸਾਉ ਨ ਪਾਇਆ ਜਾਇ॥	saa-o na paa-i-aa jaa-ay.
ਰੁਹਲਾ ਟੁੰਡਾ ਅੰਧੁਲਾ,	ruhlaa tundaa anDhulaa
ਕਿਉ ਗਲਿ ਲਗੈ ਧਾਇ॥	ki-o gal lagai Dhaa-ay.
ਭੈ ਕੇ ਚਰਣ ਕਰ ਭਾਵ ਕੇ,	bhai kay charan kar bhaav kay
ਲੋਇਣ ਸੁਰਤਿ ਕਰੇਇ॥	lo-in surat karay-i.
ਨਾਨਕੁ ਕਹੈ ਸਿਆਣੀਏ,	naanak kahai si-aanee-ay
ਇਵ ਕੰਤ ਮਿਲਾਵਾ ਹੋਇ॥੨॥	iv kant milaavaa ho-ay. ||2||

ਪ੍ਰਭ ਦੇ ਸ਼ਬਦ ਦਾ ਸਾਰੇ ਹੀ ਸਿਮਰਨ ਕਰਦੇ, ਰਹਿਮਤਾਂ ਦਾ, ਕਰਮਾਤਾ ਦਾ ਵਿਚਾਰ ਕਰਦੇ ਹਨ, ਪਰ ਹਿਰਦੇ ਅੰਦਰ ਵਿੱਚ ਉਸ ਦੀ ਹੋਂਦ ਮਹਿਸੂਸ ਨਹੀਂ ਹੁੰਦੀ, ਮਨ ਸ਼ਬਦ ਦੀ ਸੋਝੀ ਤੋਂ ਅੰਨ੍ਹਾ, ਬੰਦਗੀ ਤੋਂ ਰਹਿਤ ਰਹਿੰਦਾ ਹੈ । ਉਸ ਦੇ ਮਨ ਵਿੱਚ ਦ੍ਰਿੜ੍ਹਤਾ ਨਹੀਂ, ਬਾਂਹਾ ਵਿੱਚ ਜ਼ੋਰ ਨਹੀਂ, ਬੰਦਗੀ ਵਿੱਚ ਕੋਈ ਤੱਤ ਨਹੀਂ ਹੈ । ਉਹ ਪ੍ਰਭ ਨੂੰ ਕਿਵੇਂ ਪਾ ਸਕਦਾ ਹੈ? ਜਿਹੜਾ ਪ੍ਰਭ ਦੇ ਵਿਛੋੜੇ ਦੇ ਵਿਰਾਗ ਦੇ ਡਰ ਨੂੰ ਆਪਣੇ ਪੈਰ, ਲਗਨ ਨੂੰ ਆਪਣੇ ਹੱਥ, ਸ਼ਬਦ ਦੀ ਸੋਝੀ ਨੂੰ ਆਪਣੀਆਂ ਅੱਖਾਂ ਬਣਾ ਕੇ ਪ੍ਰਭ ਦੇ ਸ਼ਬਦ ਦੀ ਪਾਲਣਾ ਕਰਦਾ ਹੈ! ਉਸ ਨੂੰ ਪ੍ਰਭ ਦੇ ਘਰ ਦਾ ਦਰਵਾਜਾ ਦਿਖਾਈ ਦੇਂਦਾ ਹੈ ।

Everyone meditates on the teachings of His Word, talks about, and explains His Blessings and His Miracles; however, he may not realize His existence, His Holy Spirit prevailing within nor in the universe. He may remain ignorant from the enlightenment of the essence of His Word. Self-minded may not obey the teachings of His Word with steady and stable belief. He may not have determination within his mind nor any strength in his arms. He may not have any essence of His Word in his meditation! How can he achieve His Blessings? You should remain in renunciation in the memory, the fear of his separation from His Holy Spirit as your feet; devotion to meditate as your hand; the enlightenment of the essence of His Word as your eyes. Whosoever may meditate on the teachings of His Word with such a state of mind; with His mercy and grace, His throne, 10th door may appear within his mind and soul.

ਪਉੜੀ॥

ਸਦਾ ਸਦਾ ਤੂੰ ਏਕੁ ਹੈ,	sadaa sadaa tooN ayk hai
ਤੁਧੁ ਦੂਜਾ ਖੇਲੁ ਰਚਾਇਆ॥	tuDh doojaa khayl rachaa-i-aa.
ਹਉਮੈ ਗਰਬੁ ਉਪਾਇ ਕੈ,	ha-umai garab upaa-ay kai
ਲੋਭੁ ਅੰਤਰਿ ਜੰਤਾ ਪਾਇਆ॥	lobh antar jantaa paa-i-aa.
ਜਿਉ ਭਾਵੈ ਤਿਉ ਰਖੁ ਤੂ,	ji-o bhaavai ti-o rakh too
ਸਭ ਕਰੇ ਤੇਰਾ ਕਰਾਇਆ॥	sabh karay tayraa karaa-i-aa.
ਇਕਨਾ ਬਖਸਹਿ ਮੇਲਿ ਲੈਹਿ,	iknaa bakhsahi mayl laihi
ਗੁਰਮਤੀ ਤੁਧੈ ਲਾਇਆ॥	gurmatee tuDhai laa-i-aa.
ਇਕਿ ਖੜੇ ਕਰਹਿ ਤੇਰੀ ਚਾਕਰੀ,	ik kharhay karahi tayree chaakree
ਵਿਣੁ ਨਾਵੈ ਹੋਰੁ ਨ ਭਾਇਆ॥	vin naavai hor na bhaa-i-aa.
ਹੋਰੁ ਕਾਰ ਵੇਕਾਰ ਹੈ,	hor kaar vaykaar hai
ਇਕਿ ਸਚੀ ਕਾਰੈ ਲਾਇਆ॥	ik sachee kaarai laa-i-aa.
ਪੁਤੁ ਕਲਤੁ ਕੁਟੰਬੁ ਹੈ,	put kalat kutamb hai
ਇਕਿ ਅਲਿਪਤੁ ਰਹੇ	ik alipat rahay
ਜੋ ਤੁਧੁ ਭਾਇਆ॥	jo tuDh bhaa-i-aa.
ਓਹਿ ਅੰਦਰਹੁ ਬਾਹਰਹੁ ਨਿਰਮਲੇ,	ohi andrahu baahrahu nirmalay
ਸਚੈ ਨਾਇ ਸਮਾਇਆ॥੩॥	sachai naa-ay samaa-i-aa. ||3||

ਸਦਾ ਅਟਲ ਰਹਿਣ ਵਾਲੇ ਪ੍ਰਭ ਨੇ ਆਪ ਹੀ ਦੁਬਿਦਾ ਦਾ ਖੇਲ ਰਚਿਆ ਹੈ । ਜੀਵ ਨੂੰ ਪੈਦਾ ਕਰਕੇ ਉਸ ਦੇ ਮਨ ਅੰਦਰ ਲਾਲਚ ਭਰਿਆ ਹੈ । ਜਿਸ ਤੇ ਆਪ ਹੀ ਰਹਿਮਤ ਦੀ ਨਜ਼ਰ ਬਖਸ਼ਦਾ ਹੈ, ਉਸ ਦੀ ਰਖਿਆ ਵੀ ਕਰਦਾ ਹੈ । ਗੁਰਮਖ ਨੂੰ ਸ਼ਬਦ ਦੀ ਸੋਝੀ ਬਖਸ਼ਕੇ ਆਪਣੇ ਵਿੱਚ ਹੀ ਅਭੇਦ ਕਰ ਲੈਂਦਾ ਹੈ । ਗੁਰਮਖ ਲਈ ਸ਼ਬਦ ਦੀ ਪਾਲਣਾ, ਸੇਵਾ ਹੀ ਜੀਵਨ ਦਾ ਅਧਾਰ, ਧੰਦਾ ਬਣ ਜਾਂਦਾ ਹੈ । ਉਸ ਨੂੰ ਤੇਰੇ ਸ਼ਬਦ ਦੀ ਪਾਲਣਾ ਤੋਂ ਬਿਨਾਂ ਹੋਰ ਕੋਈ ਗੱਲ ਚੰਗੀ ਨਹੀਂ ਲਗਦੀ । ਉਸ ਨੂੰ ਹੋਰ ਕੰਮ ਸਭ ਬਿਰਥੇ ਹੀ ਜਾਪਦੇ ਹਨ । ਉਹ ਸੰਸਾਰਕ ਪਰਿਵਾਰ ਵਿੱਚ ਰਹਿੰਦੇ ਹੋਏ ਵੀ, ਮੋਹ ਤੋਂ ਰਹਿਤ ਰਹਿੰਦਾ ਹੈ । ਓਹ ਪ੍ਰਭ ਦੇ ਭਾਣੇ ਵਿੱਚ ਹੀ ਅਨੰਦ ਮਾਨਦਾ ਹੈ । ਉਸ ਦਾ ਮਨ, ਤਨ, ਆਤਮਾ ਪਵਿੱਤਰ ਰਹਿੰਦੀ ਹੈ, ਪ੍ਰਭ ਦੇ ਬਖਸ਼ੇ ਤੇ ਸੰਤੋਖ ਵਿੱਚ ਅਨੰਦ ਮਾਨਦਾ ਹੈ ।

The Axiom Forever True Master has infused duality, Shiv, Shakti, in the worldly ocean of the universe. He has overwhelmed the sweet poison, short-lived gimmicks of worldly wealth within his mind. Whosoever may be bestowed with His Blessed Vision; he may be protected in his worldly life. His true devotee may be blessed with the enlightenment of the essence of His Word; with His mercy and grace, his soul may immerse within His Holy Spirit. His true devotee may adopt the teachings of His Word as the only purpose of his human life opportunity. He may not feel comfortable with any other discussion, or meditation. He considers as a useless chore. He may live in his worldly family, still he remains beyond the emotional attachment. His true devotee always remains contented and in blossom in the meditation. His mind, body and soul remain sanctified. He may remain contented with His worldly environment, His Blessings.

328.ਸਲੋਕੁ ਮਃ ੧॥ (139-10)

ਸੁਇਨੇ ਕੈ ਪਰਬਤਿ ਗੁਫਾ ਕਰੀ,	su-inay kai parbat gufaa karee
ਕੈ ਪਾਣੀ ਪਇਆਲਿ॥	kai paanee pa-i-aal.
ਕੈ ਵਿਚਿ ਧਰਤੀ ਕੈ ਆਕਾਸੀ,	kai vich Dhartee kai aakaasee
ਉਰਧਿ ਰਹਾ ਸਿਰਿ ਭਾਰਿ॥	uraDh rahaa sir bhaar.
ਪੁਰੁ ਕਰਿ ਕਾਇਆ ਕਪੜੁ ਪਹਿਰਾ,	pur kar kaa-i-aa kaparh pahiraa
ਧੋਵਾ ਸਦਾ ਕਾਰਿ॥	Dhovaa sadaa kaar.
ਬਗਾ ਰਤਾ ਪੀਅਲਾ ਕਾਲਾ,	bagaa rataa pee-alaa kaalaa
ਬੇਦਾ ਕਰੀ ਪੁਕਾਰ॥	baydaa karee pukaar.
ਹੋਇ ਕੁਚੀਲੁ ਰਹਾ ਮਲੁ ਧਾਰੀ,	ho-ay kucheel rahaa mal Dhaaree
ਦੁਰਮਤਿ ਮਤਿ ਵਿਕਾਰ॥	durmat mat vikaar.
ਨਾ ਹਉ ਨਾ ਮੈ ਨਾ ਹਉ ਹੋਵਾ,	naa ha-o naa mai naa ha-o hovaa
ਨਾਨਕ ਸਬਦੁ ਵੀਚਾਰਿ॥੧॥	naanak sabad veechaar. ||1||

ਜੀਵ ਭਾਵੇਂ ਵੱਖਰੇ ਵੱਖਰੇ ਤਰੀਕੇ ਧਾਰਨ ਕਰਕੇ ਬੰਦਗੀ ਕਰੇ । ਭਾਵੇਂ ਪਵਿੱਤਰ (ਸੋਇਨੇ) ਪਰਬਤ ਦੀ ਗੁਫਾ ਵਿੱਚ, ਡੂੰਘੇ ਸਾਗਰ ਦੇ ਤਲ ਤੇ, ਧਰਤੀ ਜਾ ਅਕਾਸ਼ ਤੇ ਬੰਦਗੀ ਕਰੇ । ਆਪਣੇ ਸਿਰ ਤੇ ਖੜ੍ਹਾ ਹੋ ਕੇ, ਭਾਵੇਂ ਆਪਣੇ ਆਪ ਨੂੰ ਕਪੜੇ ਵਿੱਚ ਲਪੇਟ ਕੇ, ਸਰੀਰ ਤੇ ਲਗਤਾਰ ਪਾਣੀ ਵਿੱਚ ਖੜ੍ਹਾ ਹੋਵੇ । ਚਾਰੇ ਵੇਦ, ਚਿੱਟਾ, ਲਾਲ, ਪੀਲਾ, ਜਾ ਕਾਲੇ ਉਚੀ ਉਚੀ ਪੜ੍ਹੇ, ਜਾ ਪਾਠ ਕਰੇ । ਭਾਵੇਂ ਤਨ ਤੇ ਸਵਾਹ ਮਲ ਕੇ, ਭਾਵੇਂ ਗੰਦਗੀ ਵਿੱਚ ਬੈਠ ਕੇ ਬੰਦਗੀ ਕਰੇ । ਸਾਰੇ ਹੀ ਮਨ ਦੇ ਚਲਾਕੀ ਦੇ ਤਰੀਕੇ ਹਨ । ਇਹਨਾਂ ਨਾਲ ਕੁਝ ਪਾਇਆ ਨਹੀਂ ਜਾ ਸਕਦਾ, ਨਾ ਹੀ ਕਿਸੇ ਨੇ ਪਾਇਆ, ਨਾ ਹੀ ਕੋਈ ਪਾਵੇਗਾ । ਆਪਣੇ ਮਨ ਨੂੰ ਸ਼ਬਦ ਅਨੁਸਾਰ ਢਾਲਕੇ ਭਰੋਸੇ ਨਾਲ ਸ਼ਬਦ ਵਿੱਚ ਮਸਤ ਹੋਇਆ ਹੀ ਕੁਝ ਬਖਸ਼ਿਸ਼ ਹੋ ਸਕਦਾ ਹੈ ।

Human may adopt various methods to meditate on the teachings of His Word. He may meditate on a Holy Mountain; wraps himself in cloth; stay in water for long; reads the four Vedas, rub ashes on his body; sit in a filthy place; all are the clever tricks of his mind and the right path may not be blessed. Whosoever may remain intoxicated in meditation with the essence of His Word in day-to-day life; with His mercy and grace, his soul may be sanctified to become worthy of His consideration.

ਮਃ ੧॥

ਵਸਤ੍ਰ ਪਖਾਲਿ ਪਖਾਲੇ ਕਾਇਆ,	vastar pakhaal pakhaalay kaa-i-aa
ਆਪੇ ਸੰਜਮਿ ਹੋਵੈ॥	aapay sanjam hovai.
ਅੰਤਰਿ ਮੈਲੁ ਲਗੀ ਨਹੀ ਜਾਣੈ,	antar mail lagee nahee jaanai
ਬਾਹਰਹੁ ਮਲਿ ਮਲਿ ਧੋਵੈ॥	baahrahu mal mal Dhovai.
ਅੰਧਾ ਭੂਲਿ ਪਇਆ ਜਮ ਜਾਲੇ॥	anDhaa bhool pa-i-aa jam jaalay.
ਵਸਤੁ ਪਰਾਈ ਅਪੁਨੀ ਕਰਿ ਜਾਨੈ,	vasat paraa-ee apunee kar jaanai
ਹਉਮੈ ਵਿਚਿ ਦੁਖੁ ਘਾਲੇ॥	ha-umai vich dukh ghaalay.
ਨਾਨਕ ਗੁਰਮੁਖਿ ਹਉਮੈ ਤੁਟੈ,	naanak gurmukh ha-umai tutai
ਤਾ ਹਰਿ ਹਰਿ ਨਾਮੁ ਧਿਆਵੈ॥	taa har har Naam Dhi-aavai.
ਨਾਮੁ ਜਪੇ ਨਾਮੋ ਆਰਾਧੇ,	naam JAPay Naamo aaraaDhay
ਨਾਮੇ ਸੁਖਿ ਸਮਾਵੈ॥੨॥	Naamay sukh samaavai. ||2||

ਜੀਵ ਆਪਣੇ ਕਪੜੇ ਧੋਅ ਕੇ ਸਾਫ ਕਰਦਾ ਹੈ । ਆਪਣੇ ਸਰੀਰ ਨੂੰ ਸਾਫ ਕਰਕੇ ਮਨ ਦੀਆਂ ਇੱਛਾਂ ਤੇ ਕਾਬੂ ਪਾਉਂਦਾ ਹੈ । ਇਸ ਤਰੀਕੇ ਨਾਲ ਤਨ ਨੂੰ ਸਾਫ ਕਰਨ ਨਾਲ ਮੈਲਾ ਮਨ, ਪਵਿੱਤਰ ਨਹੀਂ ਕੀਤਾ ਜਾ ਸਕਦਾ । ਉਸ ਦਾ ਜਮਦੂਤਾਂ ਤੋਂ ਛਟਕਾਰਾ ਨਹੀਂ ਹੁੰਦਾ, ਜਨਮ ਮਰਨ ਦੇ ਚੱਕਰ ਵਿੱਚ ਹੀ ਰਹਿੰਦਾ ਹੈ । ਉਹ ਪਰਾਈ ਅਮਾਨਤ ਨੂੰ ਆਪਣੀ ਬਣਾਉਣ ਦੀ ਕੋਸ਼ਿਸ਼ ਵਿੱਚ ਹੀ ਲਗਾ ਰਹਿੰਦਾ ਹੈ, ਉਸ ਦੇ

ਮਨ ਦਾ ਅਹੰਕਾਰ ਵਧਦਾ ਜਾਂਦਾ ਹੈ, ਉਸ ਨੂੰ ਦੁਖ ਭੁਗਤਣਾ ਪੈਂਦਾ ਹੈ । ਜਿਸ ਨੂੰ ਗੁਰਮਖ ਅਵਸਥਾ ਬਖਸ਼ਿਸ਼ ਹੋ ਜਾਂਦੀ ਹੈ, ਉਸ ਦੀ ਅਹੰਕਾਰ ਦੀ ਜੜ੍ਹ ਖਤਮ ਹੋ ਜਾਂਦੀ ਹੈ । ਉਸ ਨੂੰ ਪ੍ਰਭ ਦੇ ਸ਼ਬਦ ਦਾ ਸਿਮਰਨ ਕਰਦੇ ਨੂੰ ਸ਼ਬਦ ਦੀ ਸੋਝੀ ਬਖਸ਼ਿਸ਼ ਹੋ ਜਾਂਦੀ, ਸ਼ਬਦ ਮਨ ਵਿੱਚ ਜਾਗਰਤ ਹੋ ਜਾਂਦਾ ਹੈ । ਅਡੋਲ ਭਰੋਸੇ ਨਾਲ ਸ਼ਬਦ ਵਿੱਚ ਮਗਨ ਹੋਏ ਹੀ ਅਟਲ ਪ੍ਰਭ ਵਿੱਚ ਅਭੇਦ ਹੋ ਜਾਂਦਾ ਹੈ ।

As washing cloths may remove the filth. Self-minded following religious ritual take a dip in a Holy Shrine, in Holy Pond. He may think his soul may be sanctified; his desires may be controlled. However, mind overwhelmed with evil thoughts, deeds, may not be cleaned; the sins of his soul may not be forgiven; his soul may not be sanctified by cleaning body, taking dip in Holy Pond. He may remain in the cycle of birth and death. Whosoever may deceive others, robs others earnest living; his ego may be enhanced; he must endure the consequences of his deeds. Whosoever may be blessed with a state of mind as His true devotee; his root cause of ego may be destroyed from within. Whosoever may meditate wholeheartedly on the teachings of His Word; with His mercy and grace, he may be enlightened from within. He may remain awake and alert. Whosoever may remain intoxicated in devotional meditation in the void of His Word, only his soul may immerse into His Holy Spirit.

ਪਉੜੀ॥

ਕਾਇਆ ਹੰਸਿ ਸੰਜੋਗੁ,	kaa-i-aa hans sanjog
ਮੇਲਿ ਮਿਲਾਇਆ॥	mayl milaa-i-aa.
ਤਿਨ ਹੀ ਕੀਆ ਵਿਜੋਗੁ,	tin hee kee-aa vijog
ਜਿਨਿ ਉਪਾਇਆ॥	jin upaa-i-aa.
ਮੂਰਖੁ ਭੋਗੇ ਭੋਗੁ,	moorakh bhogay bhog
ਦੁਖ ਸਬਾਇਆ॥	dukh sabaa-i-aa.
ਸੁਖਹੁ ਉਠੇ ਰੋਗ,	sukhhu uthay rog
ਪਾਪ ਕਮਾਇਆ॥	paap kamaa-i-aa.
ਹਰਖਹੁ ਸੋਗੁ ਵਿਜੋਗੁ,	harkhahu sog vijog
ਉਪਾਇ ਖਪਾਇਆ॥	upaa-ay khapaa-i-aa.
ਮੂਰਖ ਗਣਤ ਗਣਾਇ,	moorakh ganat ganaa-ay
ਝਗੜਾ ਪਾਇਆ॥	jhagrhaa paa-i-aa.
ਸਤਿਗੁਰ ਹਥਿ ਨਿਬੇੜੁ,	saT`gur hath nibayrh
ਝਗੜੁ ਚੁਕਾਇਆ॥	jhagarh chukaa-i-aa.
ਕਰਤਾ ਕਰੇ ਸੁ ਹੋਗੁ,	kartaa karay so hog
ਨ ਚਲੈ ਚਲਾਇਆ॥੪॥	na chalai chalaa-i-aa. ||4||

ਆਪ ਹੀ ਆਤਮਾ ਨੂੰ ਸਰੀਰ ਵਿੱਚ ਪਾਉਂਦਾ ਹੈ ਅਤੇ ਆਪ ਹੀ ਅਲਗ (ਮੌਤ) ਕਰਦਾ ਹੈ । ਪਿਛਲੇ ਜਨਮ ਦੇ ਭਾਗਾਂ ਨਾਲ ਹੀ ਆਤਮਾ ਦਾ ਤੇ ਸਰੀਰ ਦਾ ਸੰਜੋਗ ਹੰਦਾ ਹੈ । ਅਣਜਾਣ ਮਾਨਸ ਸੰਸਾਰਕ, ਅਨੰਦ ਦੇਣ ਵਾਲੇ ਕੰਮ ਕਰਦਾ ਹੈ, ਪਰ ਭੁਲ ਜਾਂਦਾ ਹੈ, ਇਹਨਾਂ ਨਾਲ ਦੁਖ ਵੀ ਮਿਲਦੇ ਹਨ । ਇਹ ਮਨੋਰੰਜਨ ਵਾਲਾ ਖੇੜਾ ਇਕ ਬਿਮਾਰੀ ਦੀ ਤਰ੍ਹਾਂ ਹੈ, ਇਸ ਨਾਲ ਆਤਮਾ ਤੇ ਪਾਪ ਚੜ੍ਹ ਜਾਂਦੇ ਹਨ, ਆਤਮਾ ਜਨਮ ਮਰਨ ਦੇ ਚੱਕਰ ਵਿੱਚ ਹੀ ਰਹਿੰਦੀ ਹੈ । ਅਣਜਾਣ, ਮਨਮੁਖ ਮੰਦੇ ਕੰਮਾਂ ਨੂੰ ਸ੍ਰਿਸ਼ਟੀ ਦੀ ਭਲਾਈ ਦੇ ਕੰਮ ਹੀ ਸਮਝਦਾ ਹੈ । ਉਹ ਮਨ ਨੂੰ ਸਮਝਾਉਂਦਾ ਹੈ, ਇਹ ਇਨਸਾਫ ਦੇ ਹੀ ਕੰਮ ਹਨ । ਆਖਰੀ ਨਿਰਣਾ ਪ੍ਰਭ ਦੇ ਵੱਸ ਹੈ, ਉਸ ਦਾ ਪਿਛਲਾ ਹਿਸਾਬ ਹੋ ਜਾਂਦਾ ਹੈ । ਪ੍ਰਭ ਦਾ ਫੈਸਲਾ ਅਟਲ ਹੈ, ਉਹ ਹੀ ਹੋਣਾ ਹੈ ਜੋ ਉਸ ਨੂੰ ਪ੍ਰਵਾਨ ਹੈ ।

The true Master assigns a unique body to his soul and snatched his soul at a predetermined time; death. Whosoever may have a great prewritten destiny, only his soul may be blessed with the right path of acceptance in His Court.

Self-minded, ignorant may perform deeds to create comforts in his life; however, he may forget, ignores the consequences for his evil deeds. The entertainment of the body may be a disease and enhance the burden of sins of his soul; he remains in the cycle of birth and death. The ignorant self-minded believes his deeds are for the welfare of mankind. He remains convinced! His deeds are justice according to His Word. The Righteous Judge (The True Master) renders final judgment. Only his verdict remains acceptable in His Court.

329.ਸਲੋਕੁ ਮਃ ੧॥ (139-19)

ਕੂੜੁ ਬੋਲਿ ਮੁਰਦਾਰੁ ਖਾਇ॥	koorh bol murdaar khaa-ay.
ਅਵਰੀ ਨੋ ਸਮਝਾਵਣਿ ਜਾਇ॥	avree no samjhaavan jaa-ay.
ਮੁਠਾ ਆਪਿ ਮੁਹਾਏ ਸਾਥੈ॥	muthaa aap muhaa-ay saathai.
ਨਾਨਕ ਐਸਾ ਆਗੂ ਜਾਪੈ॥੧॥	naanak aisaa aagoo jaapai. ||1||

ਜੀਵ ਜਾਣਦਾ ਹੈ! ਕਿ ਝੂਠ ਬੋਲਣਾ, ਮੁਰਦੇ ਦਾ ਮਾਸ ਖਾਨ ਦੇ ਬਰਾਬਰ ਹੈ, ਪਰ ਫਿਰ ਵੀ ਜੀਵ ਆਪ ਝੂਠ ਬੋਲਦਾ ਹੈ । ਪਰ ਆਪ ਸਿਆਣਾ ਬਣਕੇ ਦੂਸਰਿਆਂ ਨੂੰ ਮੱਤਾਂ, ਸਿਖਿਆਂ ਦੇਂਦਾ ਹੈ । ਆਪ ਨੂੰ ਤਾ ਸ਼ਬਦ ਦੀ ਕੋਈ ਸੋਝੀ ਨਹੀਂ ਹੁੰਦੀ, ਗਲਤ ਰਸਤੇ ਤੇ ਹੁੰਦਾ ਹੈ, ਬਾਕੀਆਂ ਸਾਥ ਚਲਣ ਵਾਲਿਆਂ ਨੂੰ ਵੀ ਉਸ ਰਸਤੇ ਦੀ ਪ੍ਰੇਰਨਾ ਕਰਦਾ ਹੈ । ਸੰਸਾਰ ਵਿੱਚ ਇਸਤਰ੍ਹਾਂ ਦੇ ਸ਼ਬਦ ਦੀ ਸਿਖਿਆਂ ਦੇਣ ਵਾਲੇ ਬਹੁਤ ਹਨ । ਜਿਸ ਦੇ ਮਨ ਵਿੱਚ ਪ੍ਰਭ ਦਾ ਸ਼ਬਦ ਜਾਗਰਤ, ਰਚਿਆ ਹੁੰਦਾ ਹੈ । ਉਹ ਆਪਣਾ ਜੀਵਨ ਸ਼ਬਦ ਨਾਲ ਢਾਲਕੇ, ਆਪਣੇ ਜੀਵਨ ਦੀ ਹੀ ਸਿਖਿਆਂ, ਹੋਰ ਜੀਵਾਂ ਨੂੰ ਦੇਂਦਾ ਹੈ ।

Every human realizes telling a lie may be as bad as eating the flesh of a corpse; however, he may lie in his day-to-day life. He may claim to be wise and enlightened. He may inspire, advises others to adopt that path as the right path of human life journey! He may not have any enlightenment of the essence of His Word and following the wrong path; however, he may inspire other innocents to follow him. In the universe! Many worldly gurus, saints may remain victim of the sweet poison of worldly wealth with such a state of mind. Whosoever may remain drenched with the essence of His Word; his speech and his deeds remain as per the teachings of His Word. He adopts the teachings of His Word with steady and stable belief; with His mercy and grace, he may only preach, his life experience teachings to his followers.

ਮਹਲਾ ੪॥

ਜਿਸ ਦੈ ਅੰਦਰਿ ਸਚੁ ਹੈ,	jis dai andar sach hai
ਸੋ ਸਚਾ ਨਾਮੁ ਮੁਖਿ ਸਚੁ ਅਲਾਏ॥	so sachaa Naam mukh sach alaa-ay.
ਓਹੁ ਹਰਿ ਮਾਰਗਿ ਆਪਿ ਚਲਦਾ,	oh har maarag aap chaldaa
ਹੋਰਨਾ ਨੋ ਹਰਿ ਮਾਰਗਿ ਪਾਏ॥	hornaa no har maarag paa-ay.
ਜੇ ਅਗੈ ਤੀਰਥੁ ਹੋਇ ਤਾ ਮਲੁ ਲਹੈ,	jay agai tirath ho-ay taa mal lahai
ਛਪੜਿ ਨਾਤੈ ਸਗਵੀ ਮਲੁ ਲਾਏ॥	chhaparh naatai sagvee mal laa-ay.
ਤੀਰਥੁ ਪੂਰਾ ਸਤਿਗੁਰੂ,	tirath pooraa saT`guroo
ਜੋ ਅਨਦਿਨੁ ਹਰਿ ਹਰਿ ਨਾਮੁ ਧਿਆਏ॥	jo an-din har har Naam Dhi-aa-ay.
ਓਹੁ ਆਪਿ ਛੁਟਾ ਕੁਟੰਬ ਸਿਉ,	oh aap chhutaa kutamb si-o
ਦੇ ਹਰਿ ਹਰਿ ਨਾਮੁ ਸਭ ਸ੍ਰਿਸਟਿ ਛਡਾਏ॥	day har har Naam sabh sarisat chhadaa-y.
ਜਨ ਨਾਨਕ ਤਿਸੁ ਬਲਿਹਾਰਣੈ,	jan naanak tis balihaarnai
ਜੋ ਆਪਿ ਜਪੈ ਅਵਰਾ ਨਾਮੁ ਜਪਾਏ॥੨॥	jo aap japai avraa Naam JAPaa-ay. ||2||

ਜਿਸ ਦੇ ਆਪਣੇ ਮਨ ਵਿੱਚ ਸ਼ਬਦ ਦਾ ਰੰਗ ਚੜ੍ਹਿਆ ਹੰਦਾ ਹੈ । ਉਹ ਆਪਣੇ ਬੋਲ, ਕੰਮ ਅਟਲ ਪ੍ਰਭ ਦੇ ਸ਼ਬਦ ਅਨੁਸਾਰ ਹੀ ਕਰਦਾ ਹੈ । ਪ੍ਰਭ ਦੇ ਸ਼ਬਦ ਦੀ ਸਿਖਿਆਂ ਨਾਲ ਆਪਣਾ ਜੀਵਨ ਢਾਲਦਾ ਹੈ, ਉਸ ਨੂੰ ਪ੍ਰਭ ਸ਼ਬਦ ਦੀ ਸੋਝੀ ਬਖਸ਼ਦਾ ਹੈ । ਉਹ ਹੀ ਸ਼ਬਦ ਦੀ ਸਿਖਿਆਂ ਹੋਰ ਕਿਸੇ ਨਾਲ ਸਾਂਝੀ ਕਰ ਸਕਦਾ, ਪਰ੍ਰੇਨਾ ਕਰ ਸਕਦਾ ਹੈ । ਜਿਹੜਾ ਆਪ ਹੀ ਅਣਜਾਣ ਹੋਵੇ, ਉਹ ਹੋਰ ਜੀਵ ਨਮੂ ਕਿਸਤਰ੍ਹਾਂ ਸਿੱਧਾ ਰਸਤਾ ਦੱਸ ਸਕਦਾ ਹੈ? ਉਸ ਦੇ ਰਸਤੇ ਤੇ ਚਲਕੇ, ਅਣਜਾਣ ਹੋਰ ਵੀ ਡੂੰਘੇ ਫਸਦੇ, ਮੰਦੇ ਕੰਮ ਕਰਦੇ ਹਨ । ਅਟਲ ਪ੍ਰਭ ਦਾ ਸ਼ਬਦ ਹੀ ਪਵਿੱਤਰ ਅੰਮ੍ਰਿਤ ਦਾ ਸਰੋਵਰ ਹੈ, ਜਿਹੜਾ ਅਡੋਲ ਭਰੋਸੇ ਨਾਲ ਸ਼ਬਦ ਦੀ ਪਾਲਣਾ ਕਰਦਾ, ਉਸ ਦੀ ਆਤਮਾ ਦਾ ਅੰਮ੍ਰਿਤ ਦੇ ਸਰੋਵਰ ਵਿੱਚ ਇਸ਼ਨਾਨ, ਆਤਮਾ ਪਵਿੱਤਰ ਹੋ ਸਕਦੀ ਹੈ । ਉਸ ਨੂੰ ਮਨ ਦੀਆਂ ਇੱਛਾਂ ਤੇ ਕਾਬੂ ਬਖਸ਼ਿਸ਼ ਹੋ ਜਾਂਦਾ ਹੈ । ਆਪ ਮੁਕਤੀ ਦੇ ਰਸਤੇ ਤੇ ਚਲਦਾ, ਆਪਣੇ ਨਾਲ ਸਾਥੀਆਂ ਨੂੰ ਅਸਲੀ ਰਸਤੇ ਤੇ ਚਲਣ ਦੀ ਪ੍ਰੇਰਨਾ ਕਰਦਾ ਹੈ । ਜਿਹੜਾ ਆਪਣਾ ਜੀਵਨ ਸ਼ਬਦ ਨਾਲ ਢਾਲਦਾ ਹੈ, ਉਹ ਸਾਥੀਆਂ ਨੂੰ ਅਸਲੀ ਰਸਤੇ ਤੇ ਪਾਉਣ ਵਾਲੀ ਅਵਸਥਾ ਬਖਸ਼ਿਸ਼ ਹੋ ਜਾਂਦੀ, ਉਹ ਜੀਵ ਪੂਜਣ ਯੋਗ ਹੋ ਜਾਂਦਾ ਹੈ ।

Whosoever may remain drenched with the crimson color of the essence of His Word; his spoken words, deeds may remain as per the teachings of His and acceptable in His Court. He may be blessed to spread, inspires, and explains the enlightenment of the essence of His Word to his followers. Whosoever may be ignorant from the right path! How may he guide anyone else on the right path? By following his teachings, ignorant may be trapped deeper in the sweet poison of worldly wealth. The teachings of His Word may be an overwhelming holy pond of nectar. Whosoever may adopt the teachings of His Word with a steady and stable belief; with His mercy and grace, his soul may be sanctified to become worthy of His Consideration. He may be blessed to control, conquer his own worldly desires. He may be blessed with a right path of salvation; he may be blessed to inspire others on the right path of salvation. He may become a worthy of Worship in his human life journey.

ਪਉੜੀ॥

ਇਕਿ ਕੰਦ ਮੂਲੁ ਚੁਣਿ ਖਾਹਿ,	ik kand mool chun khaahi
ਵਣ ਖੰਡਿ ਵਾਸਾ॥	vankhand vaasaa.
ਇਕਿ ਭਗਵਾ ਵੇਸੁ ਕਰਿ,	ik bhagvaa vays kar
ਫਿਰਹਿ ਜੋਗੀ ਸੰਨਿਆਸਾ॥	fireh jogee saniaasaa.
ਅੰਦਰਿ ਤ੍ਰਿਸਨਾ ਬਹੁਤੁ,	andar tarisnaa bahut
ਛਾਦਨ ਭੋਜਨ ਕੀ ਆਸਾ॥	chhaadan bhojan kee aasaa.
ਬਿਰਥਾ ਜਨਮੁ ਗਵਾਇ,	birthaa janam gavaa-ay
ਨ ਗਿਰਹੀ ਨ ਉਦਾਸਾ॥	na girhee na udaasaa.
ਜਮਕਾਲੁ ਸਿਰਹੁ ਨ ਉਤਰੈ,	jamkaal sirahu na utrai
ਤ੍ਰਿਬਿਧਿ ਮਨਸਾ॥	taribaDh mansaa.
ਗੁਰਮਤੀ ਕਾਲੁ ਨ ਆਵੈ ਨੇੜੈ,	gurmatee kaal na aavai nayrhai
ਜਾ ਹੋਵੈ ਦਾਸਨਿ ਦਾਸਾ॥	jaa hovai daasan daasaa.
ਸਚਾ ਸ਼ਬਦੁ ਸਚੁ ਮਨਿ,	sachaa sabad sach man
ਘਰ ਹੀ ਮਾਹਿ ਉਦਾਸਾ॥	ghar hee maahi udaasaa.
ਨਾਨਕ ਸਤਿਗੁਰੁ ਸੇਵਨਿ ਆਪਣਾ,	naanak saT`gur sayvan aapnaa
ਸੇ ਆਸਾ ਤੇ ਨਿਰਾਸਾ॥੫॥	say aasaa tay niraasaa. ||5||

ਕਈ ਜੀਵ ਜੰਗਲਾਂ ਵਿੱਚ ਬੰਦਗੀ ਕਰਦੇ, ਜੜ੍ਹਾਂ ਬੂਟੀਆਂ, ਫਲ, ਗਿਰੀਆਂ ਖਾ ਕੇ ਪੇਟ ਭਰਦੇ ਹਨ । ਕਈ ਜੋਗੀਆਂ ਵਾਲਾ ਬਾਣਾ ਪਾਉਂਦੇ, ਸੰਸਾਰਕ ਜੀਵਾਂ ਤੋਂ ਅਲਗ ਰਹਿੰਦੇ ਹਨ । ਫਿਰ ਵੀ ਅੰਦਰ ਪੇਟ ਦੀ ਭੁੱਖ ਪੂਰੀ ਕਰਨ ਲਈ ਭੋਜਨ ਦੀ ਇੱਛਾਂ ਰਹਿੰਦੀ ਹੈ । ਉਹ ਆਪਣਾ ਜੀਵਨ ਬਿਰਥਾ ਹੀ ਗਵਾ ਲੈਂਦੇ, ਉਸ ਦਾ ਭਰੋਸਾ ਇਕੋ ਇਕ ਪ੍ਰਭ ਦੇ ਬਖਸ਼ੇ ਤੇ ਅਡੋਲ ਨਹੀਂ ਹੁੰਦਾ । ਉਹ ਜੀਵ ਨਾ ਤਾ

ਸੰਸਾਰਕ ਜੀਵਾਂ ਵਾਲਾ, ਨਾ ਹੀ ਪੂਰਨ ਸੰਨਿਆਸੀਆਂ ਵਾਲਾ ਜੀਵਨ ਹੀ ਬਤੀਤ ਕਰਦਾ ਹੈ । ਮਨ ਦੀਆਂ ਇੱਛਾਂ ਜਨਮ ਮਰਨ ਤੋਂ ਛਟਕਾਰਾ ਨਹੀਂ ਪਾਉਣ ਦੇਂਦੀਆ । ਜਿਹੜੇ ਪ੍ਰਭ ਦੀ ਰਜ਼ਾ ਦੇ ਦਾਸ ਬਣ ਜਾਂਦੇ ਹਨ, ਭਰੋਸਾ ਅਡੋਲ ਹੋ ਜਾਂਦਾ ਹੈ, ਉਹਨਾਂ ਨੂੰ ਜਮਦੂਤ ਛੋਹ ਨਹੀਂ ਸਕਦੇ । ਉਹ ਸੰਸਾਰ ਵਿੱਚ ਰਹਿੰਦੇ ਹੀ ਮੋਹ ਤੋਂ ਰਹਿਤ ਹੋ ਜਾਂਦੇ ਹਨ, ਪੂਰਨ ਸੰਨਿਆਸੀ ਬਣ ਜਾਂਦੇ ਹਨ । ਉਹ ਸ਼ਬਦ ਅਨੁਸਾਰ ਜੀਵਨ ਬਤੀਤ ਕਰਦੇ ਹਨ । ਉਹਨਾਂ ਦੇ ਮਨ ਦੀਆਂ ਇੱਛਾਂ ਤੇ ਪੂਰਾ ਕਾਬੂ ਪੈ ਜਾਂਦਾ ਹੈ ।

Many devotees may meditate in abandoned forests; they may renounce family life to adopt a life like a hermit. However, they may eat, weed, nut, fruit to nourish their body. Some may adopt a saintly robe like a Yogi! He may renounce family life, inhabits; however, he has a hunger to feed his stomach, nourishment of his body. He wastes his human life opportunity uselessly. He may not remain contented nor have a steady and stable belief on the teachings of His Word. He may not cherish worldly comforts of family life nor he may be in complete renunciation in the memory of his separation from His Holy Spirit. His worldly expectation may not let him eliminate his cycle of birth and death. Whosoever may remain a slave of His Word; with His mercy and grace, his state of mind may remain beyond the reach of devil of death. He remains desireless from worldly desires, while still in his human life journey. He may become worthy to be called completely renunciatory. He may adopt the teachings of His Word in day-to-day life; with His mercy and grace, he may conquer his worldly desires completely.

330.ਸਲੋਕੁ ਮਃ ੧॥ (140-9)

ਜੇ ਰਤੁ ਲਗੈ ਕਪੜੈ,	jay rat lagai kaprhai
ਜਾਮਾ ਹੋਇ ਪਲੀਤੁ॥	jaamaa ho-ay paleet.
ਜੋ ਰਤੁ ਪੀਵਹਿ ਮਾਣਸਾ,	jo rat peeveh maansaa
ਤਿਨ ਕਿਉ ਨਿਰਮਲੁ ਚੀਤੁ॥	tin ki-o nirmal cheet.
ਨਾਨਕ ਨਾਉ ਖੁਦਾਇ ਕਾ,	naanak naa-o khudaa-ay kaa
ਦਿਲਿ ਹਛੈ ਮੁਖਿ ਲੇਹੁ॥	dil hachhai mukh layho.
ਅਵਰਿ ਦਿਵਾਜੇ ਦੁਨੀ ਕੇ,	avar divaajay dunee kay
ਝੂਠੇ ਅਮਲ ਕਰੇਹੁ॥੧॥	jhoothay amal karayhu. ||1||

ਜਿਸ ਕਪੜੇ ਨੂੰ ਰੱਤ ਲਗ ਜਾਂਦਾ ਹੈ, ਉਹ ਦਾ ਦਾਗ਼ ਪੂਰਨ ਤਰ੍ਹਾਂ ਸਾਫ ਨਹੀਂ ਹੰਦਾ । ਜਿਹੜਾ ਮਾਨਸ ਕਿਸੇ ਜੀਵ ਦੀ ਲਹੂ, ਪਸੀਨੇ ਦੀ ਕਮਾਈ ਤੇ ਕਬਜ਼ਾ ਕਰਦਾ, ਜੀਵ ਹਤਿਆ ਕਰਦਾ ਹੈ, ਉਸ ਦੀ ਆਤਮਾ ਦਾ ਪਾਪ ਕਿਵੇਂ ਖਤਮ ਹੋ ਸਕਦਾ ਹੈ? ਜਿਹੜਾ ਪ੍ਰਭ ਦੇ ਸ਼ਬਦ ਦਾ ਸਿਮਰਨ ਕਰਦਾ, ਆਪਣਾ ਜੀਵਨ ਸ਼ਬਦ ਦੀ ਸਿਖਿਆਂ ਨਾਲ ਢਾਲਦਾ ਹੈ, ਉਸ ਦੀ ਆਤਮਾ ਪਵਿੱਤਰ ਹੋ ਜਾਂਦੀ ਹੈ । ਉਸ ਦੀ ਜੀਭ ਵਿਚੋਂ ਪ੍ਰਭ ਦੇ ਧੰਨਵਾਦ ਦੀ ਅਵਾਜ਼ ਆਉਂਦੀ ਹੈ । ਬਾਕੀ ਸਾਰੀਆਂ ਬੰਦਗੀਆਂ ਝੂਠੀਆਂ, ਕਿਸੇ ਪਾਸੇ ਨਹੀਂ ਲਾਉਂਦੀਆਂ ।

Imagine! A cloth may be stained with blood; stains may never be completely removed. Same way! Whosoever may rob the earnest living of others, kill any creature! How may his soul be sanctified; his sins may be forgiven? Whosoever may meditate, adopts the teachings of His Word with a steady and stable belief; with His mercy and grace, his soul may be sanctified. His tongue may be humming the praises of His Word non-stop. All other meditations may be useless to be accepted in His Sanctuary.

ਮਃ ੧॥

ਜਾ ਹਉ ਨਾਹੀ ਤਾ ਕਿਆ ਆਖਾ,	jaa ha-o naahee taa ki-aa aakhaa
ਕਿਹੁ ਨਾਹੀ ਕਿਆ ਹੋਵਾ॥	kihu naahee ki-aa hovaa.
ਕੀਤਾ ਕਰਣਾ, ਕਹਿਆ ਕਥਨਾ,	keetaa karnaa kahi-aa kathnaa
ਭਰਿਆ ਭਰਿ ਭਰਿ ਧੋਵਾਂ॥	bhari-aa bhar bhar DhovaaN.
ਆਪਿ ਨ ਬੁਝਾ ਲੋਕ ਬੁਝਾਈ,	aap na bujhaa lok bujhaa-ee
ਐਸਾ ਆਗੂ ਹੋਵਾਂ॥	aisaa aagoo hovaaN.
ਨਾਨਕ ਅੰਧਾ ਹੋਇ ਕੈ,	naanak anDhaa ho-ay kai
ਦਸੇ ਰਾਹੈ ਸਭਸੁ ਮੁਹਾਏ ਸਾਥੈ॥	dasay raahai sabhas muhaa-ay saathai.
ਅਗੈ ਗਇਆ ਮੁਹੇ ਮੁਹਿ ਪਾਹਿ,	agai ga-i-aa muhay muhi paahi
ਸੁ ਐਸਾ ਆਗੂ ਜਾਪੈ॥੨॥	so aisaa aagoo jaapai. ||2||

ਮੈਨੂੰ ਅਣਜਾਣ ਨੂੰ ਕੋਈ ਸੋਝੀ ਨਹੀਂ, ਮੇਰੀ ਕੋਈ ਹੈਸੀਅਤ ਨਹੀਂ ਹੈ । ਮੈਂ ਕੀ ਬੋਲ ਸਕਦਾ ਹਾ? ਸਭ ਕੁਝ ਪ੍ਰਭ ਦਾ ਕੀਤਾ ਹੈ, ਮੇਰੀ ਮੱਤ, ਬੋਲ ਪ੍ਰਭ ਦੇ ਬਖਸ਼ੇ ਹੋਏ ਹਨ । ਮੇਰੀ ਆਤਮਾ, ਪਿਛਲੇ ਜਨਮ ਦੇ ਪਾਪਾਂ ਨਾਲ ਭਰੀ ਹੈ । ਮੈਂ ਪਾਪ ਕਿਵੇਂ ਬਖਸ਼ਾ ਸਕਦਾ, ਖਤਮ ਕਰ ਸਕਦਾ ਹਾ? ਮੈਨੂੰ ਸ਼ਬਦ ਦੀ ਸੋਝੀ ਨਹੀਂ ਹੈ, ਮੈਂ ਹੋਰ ਜੀਵ ਨੂੰ ਕੀ ਸੋਝੀ ਦੇ ਸਕਦਾ ਹਾ? ਕਿਸਤਰ੍ਹਾਂ ਸੰਤ ਅਵਸਥਾ ਵਾਲਾ ਉਪਦੇਸ਼ ਦੇ ਸਕਦਾ ਹਾ? ਮੇਰਾ ਇਹ ਹਾਲ ਹੈ, ਆਪ ਸੋਝੀ ਨਹੀਂ, ਮੈਂ ਬਾਕੀਆਂ ਨੂੰ ਗਲਤ ਰਸਤੇ ਦੀ ਪ੍ਰੇਰਨਾ ਕਰਦਾ ਹਾ । ਇਸਤਰ੍ਹਾਂ ਦੇ ਸੋਝੀ ਦੇਣ ਵਾਲੇ ਨੂੰ ਦਰਗਹਾ ਵਿੱਚ ਸ਼ਰਮਿੰਦਗੀ ਹੀ ਮਿਲਦੀ ਹੈ, ਜੂੰਨਾਂ ਦੇ ਚੱਕਰ ਵਿੱਚ ਹੀ ਰਹਿੰਦਾ ਹੈ ।

I am ignorant! I have no enlightenment of His Word nor any worldly status. What may I say with my own wisdom? Everything remains under His Command and only He may prevail in every action. What may I speak with my own wisdom? My soul remains overwhelmed with burden of the sins of my previous lives. How may I sanctify my soul? How may sins of my previous lives be forgiven, soul may become sanctified? I am ignorant from the enlightenment of the essence of His Word. How may I teach, inspire, or guide anyone on the right path? What spiritual message may I spread? I am ignorant from the right path of salvation; I may be inspiring and guiding everyone else on the same wrong path. The worldly guru with such a state of mind may only be embarrassed in His Court. He may remain in the cycle of birth and death.

ਪਉੜੀ॥

ਮਾਹਾ ਰੁਤੀ ਸਭ ਤੂੰ ਘੜੀ,	maahaa rutee sabhtooNgharhee
ਮੂਰਤ ਵੀਚਾਰਾ॥	moorat veechaaraa.
ਤੂੰ ਗਣਤੈ ਕਿਨੈ ਨ ਪਾਇਓ,	tooN gantai kinai na paa-i-o
ਸਚੇ ਅਲਖ ਅਪਾਰਾ॥	sachay alakh apaaraa.
ਪੜਿਆ ਮੂਰਖੁ ਆਖੀਐ,	parhi-aa moorakh aakhee-ai
ਜਿਸੁ ਲਬੁ ਲੋਭੁ ਅਹੰਕਾਰਾ॥	jis lab lobh ahaNkaaraa.
ਨਾਉ ਪੜੀਐ ਨਾਉ ਬੁਝੀਐ,	naa-o parhee-ai naa-o bujhee-ai
ਗੁਰਮਤੀ ਵੀਚਾਰਾ॥	gurmatee veechaaraa.
ਗੁਰਮਤੀ ਨਾਮੁ ਧਨੁ ਖਟਿਆ,	gurmatee Naam Dhan khati-aa
ਭਗਤੀ ਭਰੇ ਭੰਡਾਰਾ॥	bhagtee bharay bhandaaraa.
ਨਿਰਮਲੁ ਨਾਮੁ ਮੰਨਿਆ,	nirmal Naam mani-aa
ਦਰਿ ਸਚੈ ਸਚਿਆਰਾ॥	dar sachai sachi-aaraa.
ਜਿਸ ਦਾ ਜੀਉ ਪਰਾਣੁ ਹੈ,	jis daa jee-o paraan hai
ਅੰਤਰਿ ਜੋਤਿ ਅਪਾਰਾ॥	antar jot apaaraa.
ਸਚਾ ਸਾਹੁ ਇਕੁ ਤੂੰ,	sachaa saahu ik tooN
ਹੋਰੁ ਜਗਤੁ ਵਣਜਾਰਾ॥੬॥	hor jagat vanjaaraa. ||6||

ਪ੍ਰਭ ਆਪਣੀ ਰਹਿਮਤ ਦੀ ਨਜ਼ਰ ਬਖਸ਼ੋ! ਮੈਂ ਹਰ ਪਲ, ਦਿਨ ਰਾਤ, ਹਰ ਮੌਸਮ ਵਿੱਚ ਸ਼ਬਦ ਤੇ ਭਰੋਸਾ ਰਖਕੇ ਮਸਤ ਹੋ ਜਾਵਾ! ਹੋਰ ਕਿਸੇ ਵਿਧੀ, ਚਲਾਕੀ ਨਾਲ ਪ੍ਰਭ ਦਾ ਅਸਲੀ ਰਸਤਾ ਬਖਸ਼ਿਸ਼ ਨਹੀਂ ਹੁੰਦਾ । ਜਿਸ ਨੂੰ ਸ਼ਬਦ ਦੀ ਸੋਝੀ ਵੀ ਹੋਵੇ, ਨਾਲ ਮਨ ਅਹੰਕਾਰ, ਲਾਲਚ ਨਾਲ ਭਰਿਆ ਹੋਵੇ, ਉਸ ਗਿਆਨੀ ਮੂਰਖ ਹੀ ਹੁੰਦਾ ਹੈ । ਅਸਲੀ ਸੋਝੀ ਵਾਲਾ ਸ਼ਬਦ ਪੜ੍ਹਕੇ, ਸਮਝਕੇ ਆਪਣੇ ਜੀਵਨ ਦੀ ਸਿਖਿਆਂ ਨਾਲ ਢਾਲਦਾ ਹੈ, ਬਾਕੀਆਂ ਨੂੰ ਆਪਣੇ ਜੀਵਨ ਦੀ ਸਿਖਿਆਂ ਤੇ ਚਲਣ ਦੀ ਪ੍ਰੇਰਨਾ ਕਰਦਾ ਹੈ । ਜਿਹੜਾ ਸ਼ਬਦ ਦੀ ਸੋਝੀ ਨਾਲ ਆਪਣੇ ਜੀਵਨ ਦਾ ਢੰਗ ਬਦਲ ਲੈਂਦਾ ਹੈ । ਉਸ ਨੂੰ ਪ੍ਰਭ ਦੀਆਂ ਰਹਿਮਤਾਂ ਦਾ ਭੰਡਾਰ ਬਖਸ਼ਿਸ਼ ਹੋ ਸਕਦਾ ਹੈ । ਉਸ ਦੀ ਆਤਮਾ ਪਵਿੱਤਰ ਹੋ ਜਾਂਦੀ, ਦਰਬਾਰ ਵਿੱਚ ਪ੍ਰਵਾਨ ਹੋ ਸਕਦੀ ਹੈ । ਪ੍ਰਭ ਮੇਰਾ ਤਨ ਤੇਰੀ ਹੀ ਅਮਾਨਤ ਹੈ! ਮੇਰੀ ਆਤਮਾ ਵਿੱਚ ਤੇਰੀ ਹੀ ਜੋਤ ਸਮਾਈ, ਵਸਦੀ, ਚਲਦੀ ਹੈ । ਮੇਰੇ ਅੰਦਰ ਤੂੰ ਹੀ ਅਸਲੀ ਮਾਲਕ, ਵਪਾਰੀ ਵਸਦਾ, ਆਪ ਹੀ ਵਪਾਰ ਕਰਦਾ ਹੈ, ਆਪ ਹੀ ਸ਼ਬਦ ਦੀ ਕਮਾਈ ਕਰਵਾਉਂਦਾ ਅਤੇ ਪ੍ਰਵਾਨ ਕਰਦਾ ਹੈ ।

The Merciful True Master bestows Your Blessed Vision! I may remain intoxicated in meditation in the void of Your Word, every moment, day, and night, in all seasons. I may adopt the teachings of Your Word with steady and stable belief in my day-to-day life. I may remain drenched with the essence of Your Word. No other meditation may guide my soul to the right path of Your Sanctuary. Whosoever may be enlightened with the essence of His Word; however, his mind remains victim of ego, overwhelmed with the greed for worldly possessions. Such a scholar or devotee may be a fool, ignorant, insane! His true devotee, enlightened soul may comprehend the essence of religious Holy Scripture; he may adopt the life experience teachings of ancient holy saints in his own life. He may inspire others on the right path. Whosoever may adopt the teachings of His Word with steady and stable belief in day-to-day life, he may become very fortunate. He may be blessed with a treasure of enlightenment. His soul may be sanctified to become worthy of His Consideration. My True Master my body remains Your Trust; You have blessed predetermined capital of breathes. Your Word, a road map for the right path of acceptance in Your Court, remains embedded within my soul, dwells within my body. The True Owner, Merchant, trades within the market place within my mind and body. Only You may bless and inspire Your true devotee to earn the wealth of Your Word; his earnings may be accepted in Your Court.

331.ਸਲੋਕੁ ਮਃ ੧॥ (140-18)

ਮਹਰ ਮਸੀਤਿ ਸਿਦਕੁ ਮੁਸਲਾ,	mihar maseet sidak muslaa
ਹਕੁ ਹਲਾਲੁ ਕੁਰਾਣੁ॥	hak halaal kuraan.
ਸਰਮ ਸੁੰਨਤਿ, ਸੀਲੁ ਰੋਜਾ,	saram sunat seel rojaa
ਹੋਹੁ ਮੁਸਲਮਾਣੁ॥	hohu musalmaan.
ਕਰਣੀ ਕਾਬਾ, ਸਚੁ ਪੀਰੁ,	karnee kaabaa sach peer
ਕਲਮਾ ਕਰਮ ਨਿਵਾਜ॥	kalmaa karam nivaaj.
ਤਸਬੀ ਸਾ ਤਿਸੁ ਭਾਵਸੀ,	tasbee saa tis bhaavsee
ਨਾਨਕ ਰਖੈ ਲਾਜ ॥੧॥	naanak rakhai laaj. ||1||

ਆਪਣੇ ਮਨ ਨੂੰ ਨਿਮਾਣੇ ਤੇ ਤਰਸ ਨੂੰ ਪੂਜਾ ਕਰਨਵਾਲਾ ਮਸੀਤ, ਗੁਰਦਵਾਰਾ ਬਣਾਵੋ । ਪ੍ਰਭ ਦੇ ਕੀਤੇ ਤੇ ਭਰੋਸੇ ਨੂੰ ਅਰਦਾਸ ਕਰਨਵਾਲ ਆਸਣ, ਹੱਕ ਦੀ ਕਮਾਈ ਨੂੰ ਆਪਣਾ ਧਾਰਮਕ ਗ੍ਰੰਥ, ਸਾਦਗੀ ਨੂੰ ਸੁਨਤ, ਆਪਣਾ ਸੰਸਾਰਕ ਬਾਣਾ, ਆਪਣੇ ਮਾਣ ਬਣਾਵੋ । ਤਾ ਹੀ ਤੂੰ ਅਸਲੀ ਮੁਸਲਮਾਨ, ਹਿੰਦੂ, ਸਿੱਖ, ਬਣਾ ਸਕਦਾ ਹੈ । ਚੰਗੇ ਕੰਮਾਂ ਦੇ ਆਚਰਨ ਨੂੰ ਕਾਬਾ, ਮੰਦਰ, ਸੱਚ ਨੂੰ ਆਪਣਾ ਰੁਹਾਨੀ ਸੋਝੀ ਦੇਣ ਵਾਲਾ ਗੁਰੂ, ਸ੍ਰਿਸ਼ਟੀ ਦੇ ਭਲੇ ਦੇ ਕੰਮਾਂ ਨੂੰ ਆਪਣਾ ਸਿਮਰਨ, ਅਰਦਾਸ, ਆਪਣਾ ਧੰਦਾ, ਕੀਰਤਨ

ਬਣਾਵੋ । ਪ੍ਰਭ ਦੀ ਮਰਜ਼ੀ, ਭਾਣੇ ਨੂੰ ਪੂਜਾ ਕਰਨਵਾਲੀ ਮਾਲ਼ਾ ਬਣਾ ਕੇ ਆਪਣੇ ਜੀਵਨ ਦਾ ਢੰਗ ਬਦਲੋ, ਤਾ ਹੀ ਪ੍ਰਭ ਆਪ ਰਖਵਾਲਾ ਬਣਦਾ ਹੈ ।

Make your state of mind as merciful, passionate as a temple, Holy Shrine, place of devotional meditation of The True Master. Make your mind steady and stable on the teachings of His Word as the meditation throne to pray for His Forgiveness and Refuge. Your earnest living as the Holy Scripture; Your simple, humble living as religious robe, your religion. His true devotee, true religious Muslim, Hindu, or Sikh makes good deeds as Holy Shrine; the honesty as spiritual guru; good deeds for His Creation as the meditation on the teachings of His Word, prayer and singing His glory as the purpose of human life. You should make His Word, His Command as the rosary for devotional meditation on the teachings of His Word. You should adopt the teachings of His Word with steady and stable; with His mercy and grace, The True Master may become protector of your soul.

ਅਸਲੀ ਦਾਸ, ਸੰਤ, ਫਕੀਰ, ਪੰਡਤ **His true devotee, true religious Muslim, Hindu, or Sikh**	
ਨਿਮਾਣੇ ਤੇ ਤਰਸ ਨੂੰ ਪੂਜਾ ਕਰਨਵਾਲਾ ਮਸੀਤ, ਗੁਰਦਵਾਰਾ	merciful on another as a temple Holy Shrine
ਭਰੋਸੇ ਨੂੰ ਅਰਦਾਸ ਕਰਨਵਾਲ ਆਸਣ	Mediation of His Word as the throne to pray
ਹੱਕ ਦੀ ਕਮਾਈ ਨੂੰ ਆਪਣਾ ਧਾਰਮਕ ਗ੍ਰੰਥ	Your earnest living as the Holy Scripture;
ਸਾਦਗੀ ਨੂੰ ਸੁਨਤ, ਆਪਣਾ ਸੰਸਾਰਕ ਬਾਣਾ, ਆਪਣੇ ਮਾਣ ਬਣਾਵੋ	Your simple, humble living as religious robe, your religion
ਅਸਲੀ ਦਾਸ, ਮੁਸਲਮ, ਹਿੰਦੂ, ਸਿਖ **His true devotee, true religious Muslim, Hindu, or Sikh**	
ਚੰਗੇ ਕੰਮਾਂ ਦੇ ਆਚਰਨ ਨੂੰ ਕਾਬਾ, ਮੰਦਰ	makes good deeds as Holy Shrine
ਸੱਚ ਨੂੰ ਆਪਣਾ ਰੂਹਾਨੀ ਸੋਝੀ ਦੇਣ ਵਾਲਾ ਗੁਰੂ	the honesty as spiritual guru
ਸ੍ਰਿਸ਼ਟੀ ਦੇ ਭਲੇ ਦੇ ਕੰਮਾਂ ਨੂੰ ਆਪਣਾ ਸਿਮਰਨ, ਅਰਦਾਸ,	good deeds for the community as the meditation
ਭਾਣੇ ਨੂੰ ਮਾਲ਼ਾ ਬਣਾ ਕੇ ਆਪਣੇ ਜੀਵਨ ਦਾ ਢੰਗ ਬਦਲੋ	His Command as the rosary for meditation

ਮਃ ੧॥ (141-1)

ਹਕੁ ਪਰਾਇਆ ਨਾਨਕਾ,	hak paraa-i-aa naankaa
ਉਸੁ ਸੂਅਰ ਉਸੁ ਗਾਇ॥	us soo-ar us gaa-ay.
ਗੁਰੁ ਪੀਰੁ ਹਾਮਾ ਤਾ ਭਰੇ,	gur peer haamaa taa bharay
ਜਾ ਮੁਰਦਾਰੁ ਨ ਖਾਇ॥	jaa murdaar na khaa-ay.
ਗਲੀ ਭਿਸਤਿ ਨ ਜਾਈਐ,	galee bhisat na jaa-ee-ai
ਛੁਟੈ ਸਚੁ ਕਮਾਇ॥	chhutai sach kamaa-ay.
ਮਾਰਣ ਪਾਹਿ ਹਰਾਮ ਮਹਿ,	maaran paahi haraam meh
ਹੋਇ ਹਲਾਲੁ ਨ ਜਾਇ॥	ho-ay halaal na jaa-ay.
ਨਾਨਕ ਗਲੀ ਕੂੜੀਈ,	naanak galee koorhee-ee
ਕੂੜੋ ਪਲੈ ਪਾਇ॥੨॥	koorho palai paa-ay. ||2||

ਪਰਾਏ ਧਨ ਨੂੰ ਆਪਣਾ ਬਣਾਉਣਾ ਇਸਤਰ੍ਹਾਂ ਹੈ! ਜਿਵੇਂ ਮੁਸਲਮਾਨ ਨੂੰ ਸੂਰ ਖਵਾਇਆ ਜਾਵੇ ਜਾ ਹਿੰਦੂ ਨੂੰ ਗਊ ਖਵਾਈ ਜਾਵੇ । ਜਿਹੜਾ ਪਰਾਏ ਦੇ ਧਨ ਤੇ ਕਬਜ਼ਾ ਨਾ ਕਰੇ, ਤਾ ਹੀ ਕੋਈ ਪ੍ਰਭ ਦੀ ਦਾਸੀ ਆਤਮਾ ਪ੍ਰਭ ਦੀ ਦਰਗਾਹ ਵਿੱਚ ਹਾਮੀ ਭਰਦੀ, ਗਵਾਹੀ ਵਿੱਚ ਖੜ੍ਹੀ ਹੁੰਦੀ ਹੈ । ਸ਼ਬਦ ਦਾ ਪ੍ਰਚਾਰ ਜਾ ਸੰਤਾਂ ਦੀਆਂ ਕਥਾਂ ਸੁਣਨ ਨਾਲ ਸਵਰਗ ਦਾ ਰਸਤਾ ਬਖਸ਼ਿਸ਼ ਨਹੀਂ ਹੁੰਦਾ । ਪ੍ਰਭ ਦੇ ਘਰ ਸ਼ਬਦ ਦੀ ਕਮਾਈ ਨਾਲ ਹੀ ਪ੍ਰਵਾਨਗੀ ਬਖਸ਼ਿਸ਼ ਹੋ ਸਕਦੀ ਹੈ । ਚੋਰੀ ਦੇ ਮਾਲ ਵਿਚੋਂ ਕੁਝ ਸ੍ਰਿਸ਼ਟੀ ਦੇ ਭਲਾਈ ਲਈ ਦਾਨ ਕਰਨਾ, ਦਰਗਾਹ ਵਿੱਚ ਪ੍ਰਵਾਨ ਨਹੀਂ ਹੁੰਦਾ, ਹਰਾਮ ਦੀ ਕਮਾਈ ਹੀ ਰਹਿੰਦੀ ਹੈ, ਹੱਕ ਦੀ ਕਮਾਈ ਨਹੀਂ ਬਣ ਜਾਂਦੀ ।

Robbing the earnest living of others may be such as; Muslim may be forced to eat pork gosht; Hindu may be forced to eat cow gosht. Whosoever may not covet earnest living of others; with His mercy and grace, His Holy saint may stand in your favor in His Court. Whosoever may read Holy Scripture, listen to the religious sermons, or adopt the life experience of ancient saint; no one may be blessed with the right path of salvation. Only the earnings living of His Word may be accepted in His Court. Whosoever may covet earnest living of others and donate a portion as a charity for good cause; his charity may not be accepted in His Court; remains sinful earnings.

ਮਃ ੧॥

ਪੰਜਿ ਨਿਵਾਜਾ, ਵਖਤ ਪੰਜਿ,	panj nivaajaa vakhat panj
ਪੰਜਾ ਪੰਜੇ ਨਾਉ॥	panjaa panjay naa-o.
ਪਹਿਲਾ ਸਚੁ, ਹਲਾਲ ਦੁਇ,	pahilaa sach halaal du-ay
ਤੀਜਾ ਖੈਰ, ਖੁਦਾਇ॥	teejaa khair khudaa-ay.
ਚਉਥੀ ਨੀਅਤਿ ਰਾਸਿ ਮਨੁ,	cha-uthee nee-at raas man
ਪੰਜਵੀ ਸਿਫਤਿ ਸਨਾਇ॥	panjvee sifat sanaa-ay.
ਕਰਣੀ ਕਲਮਾ ਆਖਿ ਕੈ,	karnee kalmaa aakh kai
ਤਾ ਮੁਸਲਮਾਣੁ ਸਦਾਇ॥	taa musalmaan sadaa-ay.
ਨਾਨਕ ਜੇਤੇ ਕੂੜਿਆਰ,	naanak jaytay koorhi-aar
ਕੂੜੈ ਕੂੜੀ ਪਾਇ॥੩॥	koorhai koorhee paa-ay. ||3

ਧਾਰਮਕ ਨਿਯਮਾਂ ਵਿੱਚ ਪੰਜਾਂ ਨੂੰ ਬਹੁਤ ਮਹੱਤਤਾ ਦਿੱਤੀ ਜਾਂਦੀ ਹੈ । ਮੁਸਲਮਾਨ ਧਰਮ ਵਿੱਚ ਪੰਜਾਂ ਨਮਾਜ਼ਾ ਦੇ ਵੱਖਰੇ ਨਾਮ ਹਨ, ਵੱਖਰੇ ਸਮੇਂ ਤੇ ਪੜ੍ਹਦੇ ਹਨ । ਸਿੱਖ ਪੰਜਾਂ ਬਾਣੀਆਂ ਦਾ ਨਿਤਨੇਮ ਕਰਦੇ ਹਨ । ਜਿਹੜਾ ਸੱਚ ਨੂੰ ਪਹਿਲੀ ਨਮਾਜ਼, ਹੱਕ ਦੀ ਕਮਾਈ ਨੂੰ ਦੂਜੀ ਨਮਾਜ਼, ਸ੍ਰਿਸ਼ਟੀ ਦੇ ਭਲਾਈ ਦੇ ਕੰਮ ਨੂੰ ਤੀਜੀ ਨਮਾਜ਼, ਮਨ ਸਾਫ ਕਰਕੇ, ਬਿਨਾਂ ਲਾਲਚ ਦੇ ਨਿਮਾਣੀਆਂ ਦੀ ਰਖਿਆ ਨੂੰ ਚੌਥੀ ਨਮਾਜ਼, ਪ੍ਰਭ ਦੀ ਰਜ਼ਾ ਤੇ ਭਰੋਸਾ ਕਰਕੇ ਸ਼ਬਦ ਦੀ ਬੰਦਗੀ ਨੂੰ ਪੰਜਵੀ ਨਮਾਜ਼ ਬਣਾਉਂਦਾ ਹੈ । ਇਹ ਕਮਾਈ ਬਾਰ ਬਾਰ ਕਰਦਾ ਹੈ, ਉਹ ਹੀ ਪ੍ਰਭ ਦਾ ਅਸਲੀ ਸੇਵਕ ਬਣਾ ਸਕਦਾ ਹੈ । ਬਾਕੀ ਸਾਰੇ ਹੀ ਫਰੇਬ ਹਨ । ਉਹ ਨੂੰ ਦਰਬਾਰ ਵਿੱਚ ਪ੍ਰਵਾਨਗੀ ਬਖਸ਼ਿਸ਼ ਨਹੀਂ ਹੁੰਦੀ ।

In all religious practices! Number five may be considered very significant. Muslims pray five different prayers five different times, for His Forgiveness and refuge. Sikh recites five different scriptures as a daily morning routine for His Forgiveness and refuge. Whosoever may adopt, truth as the first prayer; earnest living as second prayer; good deeds for helpless community as the third of prayer; with blemish free mind to protect helpless as your fourth prayer; to adopt the teachings of His Word with steady and stable belief and remain contented with His Blessings as fifth prayer, and performs these five players over and over; with His mercy and grace, he may be blessed with a state of mind as His true devotee. All the other meditations are hypocrisy! He may not be accepted in His Court.

5 Prayers - ਮੁਸਲਮ, 5 ਨਮਾਜ਼; ਸਿਖ 5 Banis		
ਨਮਾਜ਼ –Prayer 1	ਸੱਚ	Truth
ਨਮਾਜ਼ –Prayer 2	ਹੱਕ ਦੀ ਕਮਾਈ	Earnest living
ਨਮਾਜ਼ –Prayer 3	ਸ੍ਰਿਸ਼ਟੀ ਦੇ ਭਲਾਈ	Good deeds for helpless
ਨਮਾਜ਼ –Prayer 4	ਨਿਮਾਣੇ ਦੀ ਰਖਿਆ	Selfless protection to helpless
ਨਮਾਜ਼ –Prayer 5	ਸੰਤੋਖ, ਰਜ਼ਾ ਤੇ ਭਰੋਸਾ	Contentment with His Blessings

ਪਉੜੀ॥

ਇਕਿ ਰਤਨ ਪਦਾਰਥ ਵਣਜਦੇ,
ਇਕਿ ਕਚੈ ਦੇ ਵਾਪਾਰਾ॥
ਸਤਿਗੁਰਿ ਤੁਠੈ ਪਾਈਅਨਿ,
ਅੰਦਰਿ ਰਤਨ ਭੰਡਾਰਾ॥
ਵਿਣੁ ਗੁਰ ਕਿਨੈ ਨ ਲਧਿਆ,
ਅੰਧੇ ਭਉਕਿ ਮੁਏ ਕੂੜਿਆਰਾ॥
ਮਨਮੁਖ ਦੂਜੈ ਪਚਿ ਮੁਏ,
ਨਾ ਬੂਝਹਿ ਵੀਚਾਰਾ॥
ਇਕਸੁ ਬਾਝਹੁ ਦੂਜਾ ਕੋ ਨਹੀ,
ਕਿਸੁ ਅਗੈ ਕਰਹਿ ਪੁਕਾਰਾ॥
ਇਕਿ ਨਿਰਧਨ ਸਦਾ ਭਉਕਦੇ,
ਇਕਨਾ ਭਰੇ ਤੁਜਾਰਾ॥
ਵਿਣੁ ਨਾਵੈ ਹੋਰੁ ਧਨੁ ਨਾਹੀ,
ਹੋਰੁ ਬਿਖਿਆ ਸਭੁ ਛਾਰਾ॥
ਨਾਨਕ ਆਪਿ ਕਰਾਏ ਕਰੇ,
ਆਪਿ ਹੁਕਮਿ ਸਵਾਰਣਹਾਰਾ॥੭॥

ik ratan padaarath vanjaday
ik kachai day vaapaaraa.
saT`gur tuthai paa-ee-an
andar ratan bhandaaraa.
vin gur kinai na laDhi-aa
anDhay bha-uk mu-ay koorhi-aaraa.
manmukh doojai pach mu-ay
naa boojheh veechaaraa.
ikas baajhahu doojaa ko nahee
kis agai karahi pukaaraa.
ik nirDhan sadaa bha-ukday
iknaa bharay tujaaraa.
vin naavai hor Dhan naahee
hor bikhi-aa sabh chhaaraa.
naanak aap karaa-ay karay
aap Hukam savaaranhaaraa. ||7||

ਕਈ ਜੀਵ ਅਨਮੋਲ ਰਤਨਾਂ (ਸ਼ਬਦ) ਦਾ ਵਪਾਰ ਕਰਦੇ ਹਨ । ਸ਼ਬਦ ਨੂੰ ਪੜ੍ਹਕੇ ਸੋਝੀ ਹਾਸਿਲ ਕਰਕੇ ਆਪਣਾ ਜੀਵਨ ਢਾਲਦੇ ਹਨ । ਕਈ ਧਾਰਮਕ ਬੰਧਨਾਂ ਨਾਲ ਨਿੱਤਨੇਮ ਕਰਦੇ ਹਨ, ਪਰ ਇਸ ਦਾ ਆਪਣੇ (ਦਿਨ ਰਾਤ) ਕੰਮ ਵਿੱਚ ਕੋਈ ਪ੍ਰਭਾਵ ਨਹੀਂ ਹੁੰਦਾ । ਜਿਸ ਦਾ ਕੰਮ ਪ੍ਰਭ ਨੂੰ ਪ੍ਰਵਾਨ ਹੰਦਾ ਹੈ, ਉਸ ਨੂੰ ਰਹਿਮਤਾਂ ਦਾ ਭੰਡਾਰ ਬਖਸ਼ਿਸ਼ ਹੋ ਸਕਦਾ ਹੈ । ਸ਼ਬਦ ਦੀ ਸੋਝੀ ਨੂੰ ਜੀਵਨ ਵਿੱਚ ਢਾਲਣ ਤੋਂ ਬਿਨਾਂ, ਦਰਗਾਹ ਵਿੱਚ ਥਾਂ ਬਖਸ਼ਿਸ਼ ਨਹੀਂ ਹੁੰਦੀ । ਬਾਕੀ ਸਾਰੇ ਅਣਜਾਣਤਾ ਦੇ ਅਨੇਕਾਂ ਹੀ ਵਸੀਲੇ ਹਨ, ਇਸ ਨਾਲ ਜਨਮ ਮਰਨ ਦਾ ਚੱਕਰ ਖਤਮ ਨਹੀਂ ਹੁੰਦਾ । ਮਨਮੁਖ ਇਹਨਾਂ ਸੰਸਾਰਕ ਤਰੀਕਿਆਂ ਵਿੱਚ ਹੀ ਰਹਿੰਦਾ, ਕੁਝ ਬਖਸ਼ਿਸ਼ ਨਹੀਂ ਹੁੰਦਾ । ਪ੍ਰਭ ਤੋਂ ਬਿਨਾਂ ਕੋਈ ਹੋਰ ਅਸਲੀ ਮਾਲਕ ਨਹੀਂ, ਜਿਸ ਅੱਗੇ ਆਪਣੀ ਅਰਦਾਸ ਕਰ ਸਕਦਾ ਹੈ? ਕਈ ਜੀਵ ਹਮੇਸ਼ਾਂ ਭੁੱਖੇ, ਕਰਲਾਉਂਦੇ, ਭਟਕਦੇ ਰਹਿੰਦੇ ਹਨ । ਕਈਆਂ ਨੂੰ ਪ੍ਰਭ ਰਹਿਮਤਾਂ ਨਾਲ ਭਰਪੂਰ ਕਰੀ ਰਖਦਾ ਹੈ । ਸ਼ਬਦ ਦੀ ਕਮਾਈ ਤੋਂ ਬਿਨਾਂ ਭਾਗ ਬਦਲੇ ਨਹੀਂ ਜਾ ਸਕਦੇ, ਬਾਕੀ ਸਾਰੇ ਬਰਬਾਦੀ ਦੇ ਹੀ ਰਸਤੇ ਹਨ । ਪ੍ਰਭ ਆਪ ਹੀ ਜੀਵ ਤੋਂ ਸਭ ਕੁਝ ਕਰਵਾਉਂਦਾ, ਆਪਣਾ ਹੁਕਮ ਆਪ ਹੀ ਮਨਵਾਉਂਦਾ ਹੈ । ਉਸ ਦੀ ਰਹਿਮਤ ਨਾਲ ਹੀ ਪ੍ਰਵਾਨਗੀ ਬਖਸ਼ਿਸ਼ ਹੋ ਸਕਦੀ ਹੈ ।

Some devotees may only trade the precious, priceless jewel, His Word. His true devotee may read, comprehends, and adopt the teachings of His Word in his day-to-day life. Self-minded may perform religious rituals as a daily routine; however, he may not adopt the teachings of His Word in his life. Whose meditation may be accepted in His Court; with His mercy and grace, he may be blessed with treasures of enlightenment, and His Blessings. Whosoever may not adopt the teachings of His Word with steady and stable belief in day-to-day life, his meditation may not be accepted in His Court. He may not be accepted in His Sanctuary. All other methods are only ignorance from the real purpose of human life opportunity. His cycle of birth and death may not be eliminated. Self-minded remains intoxicated in religious rituals and he may not be blessed with any virtue. Who may be worthy of worship, to pray for forgiveness and refuge except The True Master? Some remains hungry, not contented, cries and frustrated in worldly desires; others may be overwhelmed with contentment in day-to-day life. Whosoever may earn the wealth of His Word; with His mercy and grace, The Merciful Master may transform the destiny of his soul. All others meditations, religious rituals are the path of destruction. The True Master may assign, and inspires His Creation to do specific tasks; He enforce His Command; his meditation, deeds may be accepted in His Court.

332.ਸਲੋਕੁ ਮਃ ੧॥ (141-10)

ਮੁਸਲਮਾਣੁ ਕਹਾਵਣੁ, ਮੁਸਕਲੁ ਜਾ ਹੋਇ,	musalmaan kahaavan muskal jaa ho-ay
ਤਾ ਮੁਸਲਮਾਣੁ ਕਹਾਵੈ॥	taa musalmaan kahaavai.
ਅਵਲਿ ਅਉਲਿ ਦੀਨੁ ਕਰਿ,	aval a-ul deen kar
ਮਿਠਾ ਮਸਕਲ ਮਾਨਾ ਮਾਲੁ ਮੁਸਾਵੈ॥	mithaa maskal maanaa maal musaavai.
ਹੋਇ ਮੁਸਲਿਮੁ ਦੀਨ ਮੁਹਾਣੈ,	ho-ay muslim deen muhaanai
ਮਰਣ ਜੀਵਨ ਕਾ ਭਰਮੁ ਚੁਕਾਵੈ॥	maran jeevan kaa bharam chukhaavai.
ਰਬ ਕੀ ਰਜਾਇ ਮੰਨੇ ਸਿਰ ਉਪਰਿ,	rab kee rajaa-ay mannay sir upar
ਕਰਤਾ ਮੰਨੇ ਆਪੁ ਗਵਾਵੈ॥	kartaa mannay aap gavaavai.
ਤਉ ਨਾਨਕ ਸਰਬ ਜੀਆ ਮਿਹਰੰਮਤਿ	ta-o naanak sarab jee-aa mihramat ho-ay
ਹੋਇ, ਤਾ ਮੁਸਲਮਾਣੁ ਕਹਾਵੈ॥੧॥	ta musalmaan kahaavai. ||1||

ਜਿਸ ਦੇ ਜੀਵਨ ਦਾ ਢੰਗ ਅਸਲੀ ਮੁਸਲਮਾਨ ਹੋਵੇ, ਉਸ ਨੂੰ ਮੁਸਲਮਾਨ ਕਿਹਾ ਜਾ ਸਕਦਾ ਹੈ । ਅਸਲੀ ਮੁਸਲਮਾਨ (ਸੇਵਕ) ਬਣਨਾ ਬਹੁਤ ਕਠਨ ਹੈ । ਜਿਹੜਾ, ਪਹਿਲੇ ਮਨ ਵਿੱਚ ਆਪਣੇ ਪੈਗੰਬਰ (ਪ੍ਰਭ ਦੇ ਸੇਵਕ, ਮੁਹਮੰਦ) ਵਰਗੀ ਨਿਮ੍ਰਤਾ ਹਾਸਿਲ ਕਰਦਾ ਹੈ, ਸੰਸਾਰਕ ਹੈਸੀਅਤ ਨੂੰ ਤਿਆਗਕੇ, ਪ੍ਰਭ ਦੀ ਰਜ਼ਾ, ਮਰਜ਼ੀ ਤੇ ਭਰੋਸਾ ਰਖਦਾ, ਸਵਰਗ ਜਾ ਪ੍ਰਭ ਦੇ ਦਰਬਾਰ ਵਿੱਚ ਪ੍ਰਵਾਨਗੀ ਦਾ ਖਿਆਲ ਦਿੱਲ ਵਿਚੋਂ ਕੱਢ ਦੇਂਦਾ ਹੈ । ਪ੍ਰਭ ਦੇ ਬਖਸ਼ੇ ਨੂੰ ਸਵੀਕਾਰ ਕਰਕੇ, ਆਪਣਾ ਆਪਾ (ਮੈਂ) ਖਤਮ ਕਰ ਦੇਂਦਾ ਹੈ । ਪ੍ਰਭ ਦੀ ਰਹਿਮਤ ਨਾਲ ਉਸ ਦੀ ਕਮਾਈ ਪ੍ਰਵਾਨ ਹੋ ਜਾਂਦੀ ਹੈ । ਉਸ ਨੂੰ ਅਸਲੀ ਹੀ ਮੁਸਲਮਾਨ ਅਵਸਥਾ ਬਖਸ਼ਿਸ਼ ਹੋ ਸਕਦੀ ਹੈ ।

Whosoever may adopt way of life of as a true Muslim, only he may be worthy to be called His true devotee, true Muslim. To adopt a way of life as a true Muslim, His Holy saint may be very difficult. Whosoever may adopt the teachings of His Word with steady and stable belief in his day-to-day life; with His mercy and grace, only he may be blessed with a state of mind as a His true devotee, true Muslim, Hindu, Sikh, and Christian. First, he must adopt humility like Holy prophet, Mohamed; renounces his worldly status. He must adopt the teachings of His Word with steady and stable belief in his day-to-day life. He must conquer his desire, hope to be accepted in His Court, or blessed with a place in heaven; he must accept his current worldly environments as His Blessings and conquers his religious suspicions from his day-to-day life; with His mercy and grace, his meditation may be accepted in His Court, he may become worthy to be called His true devotee.

ਮਹਲਾ ੪॥

ਪਰਹਰਿ ਕਾਮ ਕ੍ਰੋਧੁ ਝੂਠੁ ਨਿੰਦਾ,	parhar kaam kroDh jhooth nindaa
ਤਜਿ ਮਾਇਆ ਅਹੰਕਾਰੁ ਚੁਕਾਵੈ॥	taj maa-i-aa ahaNkaar chukhaavai.
ਤਜਿ ਕਾਮੁ ਕਾਮਿਨੀ ਮੋਹੁ ਤਜੈ,	taj kaam kaaminee moh tajai
ਤਾ ਅੰਜਨ ਮਾਹਿ ਨਿਰੰਜਨੁ ਪਾਵੈ॥	taa anjan maahi niranjan paavai.
ਤਜਿ ਮਾਨੁ ਅਭਿਮਾਨੁ ਪ੍ਰੀਤਿ ਸੁਤ ਦਾਰਾ,	taj maan abhimaan pareet sut daaraa
ਤਜਿ ਪਿਆਸ ਆਸ ਰਾਮ ਲਿਵ ਲਾਵੈ॥	taj pi- aas aas raam liv laavai.
ਨਾਨਕ ਸਾਚਾ ਮਨਿ ਵਸੈ,	naanak saachaa man vasai saach
ਸਾਚ ਸਬਦਿ ਹਰਿ ਨਾਮਿ ਸਮਾਵੈ॥੨॥	sabad har Naam samaavai. ||2||

ਜੀਵ ਮਨ ਵਿਚੋਂ ਪੰਜਾਂ ਜਮਦੂਤਾਂ ਅਤੇ ਆਪਣੀ ਹੈਸੀਅਤ ਦਾ ਅਭਿਮਾਨ ਖਤਮ ਕਰੋ । ਪਰਾਈ ਔਰਤ ਨਾਲ ਕਾਮਵਾਸਨਾ, ਪਰਿਵਾਰ ਨਾਲ ਮੋਹ ਤਿਆਗਣ ਨਾਲ ਹੀ ਰਹਿਮਤ ਦੀ ਨਜ਼ਰ ਬਖਸ਼ਿਸ਼ ਹੋ ਸਕਦੀ ਹੈ, ਹਨੇਰੇ ਸੰਸਾਰ ਵਿੱਚ ਰੋਸ਼ਨੀ ਬਖਸ਼ਿਸ਼ ਹੋ ਸਕਦੀ ਹੈ । ਜਿਹੜਾ ਮਨ ਦੇ ਲਾਲਚ, ਝੂਠਾ ਅਹੰਕਾਰ, ਬੱਚਿਆਂ, ਪਤਨੀ ਨਾਲ ਮੋਹ ਤਿਆਗ ਦੇਂਦਾ, ਮਨ ਦੀਆਂ ਇੱਛਾਂ ਦੀ ਅੱਗ, ਆਪਣੀ ਕਮਾਈ ਦੀ ਕਾਮਯਾਬੀ ਦੀ ਆਸ ਤਿਆਗ ਦੇਂਦਾ ਹੈ! ਪ੍ਰਭ ਦੇ ਸ਼ਬਦ ਤੇ ਅਡੋਲ ਭਰੋਸਾ ਰਖਣ ਨਾਲ, ਅਟਲ ਪ੍ਰਭ ਦੀ ਰਹਿਮਤ ਨਾਲ, ਮਨ ਵਿਚੋਂ ਹੀ ਪ੍ਰਭ ਦੀ ਜੋਤ ਜਾਗਰਤ ਹੋ ਸਕਦੀ ਹੈ । ਉਹ ਪ੍ਰਭ ਦੇ ਸ਼ਬਦ ਦੇ ਸਿਮਰਨ ਵਿੱਚ ਲੀਨ, ਸਮਾਧੀ ਵਿੱਚ ਹੀ ਅਲੋਪ ਹੋ ਸਕਦਾ ਹੈ ।

** ਪੰਜ ਜਮਦੂਤ – ਕਾਮਵਾਸਨਾ, ਕਰੋਧ, ਝੂਠ, ਨਿੰਦਿਆ, ਸੰਸਾਰਕ ਧਨ!

You should conquer five demons of worldly desires, and pride of your worldly status. You should renounce sexual urge with strange partner; arise above the emotional attachment to your family; with His mercy and grace, your soul may be sanctified. Your ignorance, darkness from the real purpose of human life opportunity may be eliminated with His Eternal, Spiritual glow. Whosoever may conquer his greed, false ego, pride, and emotional attachments to his family (child and spouse); with His mercy and grace, he may conquer the lava of sweet poison worldly wealth, desires. Whosoever may not worry or hope for success in worldly life, tasks; with His mercy and grace, his devotion, belief on His Blessings may become steady and stable, acceptable in His Court. The True Master may enlighten the essence of His Word within his heart. He may remain intoxicated in meditation in the void of His Word; with His mercy and grace, his soul may be sanctified to become worthy of His consideration.

ਪਉੜੀ॥

ਰਾਜੇ ਰਯਤਿ ਸਿਕਦਾਰ, ਕੋਇ ਨ ਰਹਸੀਓ॥	raajay ra-yat sikdaar ko-ay na rahsee-o.
ਹਟ ਪਟਣ ਬਾਜਾਰ ਹੁਕਮੀ ਢਹਸੀਓ॥	hat patan baajaar hukmee dhahsee-o.
ਪਕੇ ਬੰਕ ਦੁਆਰ, ਮੂਰਖੁ ਜਾਣੈ ਆਪਣੈ॥	pakay bank du-aar moorakh jaanai aapnay.
ਦਰਬਿ ਭਰੇ ਭੰਡਾਰ, ਰੀਤੇ ਇਕਿ ਖਣੈ॥	darab bharay bhandaar reetay ik khanay.
ਤਾਜੀ ਰਥ ਤੁਖਾਰ ਹਾਥੀ ਪਾਖਰੇ॥	taajee rath tukhaar haathee paakhray.
ਬਾਗ ਮਿਲਖ ਘਰ ਬਾਰ ਕਿਥੈ ਸਿ ਆਪਣੈ॥	baag milakh ghar baar kithai se aapnay.
ਤੰਬੂ ਪਲੰਘ ਨਿਵਾਰ ਸਰਾਇਚੇ ਲਾਲਤੀ॥	tamboo palangh nivaar saraa-ichay laaltee.
ਨਾਨਕ ਸਚ ਦਾਤਾਰੁ ਸਿਨਾਖਤੁ ਕੁਦਰਤੀ॥੮॥	naanak sach daataar sinaakhat kudratee. 8||

ਕੋਈ ਰਾਜਾ, ਹਾਕਮ ਸਦਾ ਨਹੀਂ ਰਹਿੰਦਾ! ਸੰਸਾਰਕ ਖੇਲ, ਬਜਾਰ ਪ੍ਰਭ ਦੇ ਹੁਕਮ ਅਨੁਸਾਰ ਹੀ ਬਰਬਾਦ ਹੋ ਜਾਂਦੇ ਹਨ । ਅਣਜਾਣ ਜੀਵ, ਆਪਣੇ ਪੱਕੇ ਘਰ ਮਹਿਲ, ਕੀਮਤੀ ਖਜ਼ਾਨੇਂ, ਧੰਨ ਦੌਲਤ, ਭੋਜਨ ਦੇ ਭੰਡਾਰ, ਇਕ ਪਲ ਵਿੱਚ ਹੀ ਖਾਲੀ ਹੋ ਜਾਂਦੇ, ਲੁੱਟੇ ਜਾਂਦੇ ਹਨ । ਉਹ ਦੇ ਘੋੜੇ, ਹਾਥੀ, ਰੱਥ, ਮਹਿਲ, ਬੰਗੀਚੇ, ਤੰਬੂ, ਸ਼ਾਨਦਾਰ ਪੰਲਗ ਸਾਰੇ ਕਿਥੇ ਚਲੇ ਜਾਂਦੇ ਹਨ? ਕੇਵਲ ਇਕੋ ਇਕ ਪ੍ਰਭ ਹੀ ਸਾਰੀਆਂ ਦਾਤਾਂ ਬਖਸ਼ਣ ਵਾਲਾ ਅਸਲੀ ਮਾਲਕ ਹੈ । ਉਹ ਆਪਣੀ ਸਾਜੀ ਸ੍ਰਿਸ਼ਟੀ ਨੂੰ ਇਹ ਸਭ ਕੁਝ ਆਪ ਹੀ ਅਨੁਭਵ ਕਰਵਾਉਂਦਾ ਹੈ ।

No worldly king, ruler can live forever. The play of the universe can be destroyed by His Command. All his homes, castles, his worldly treasures, possessions, and the treasures of food may become empty in a moment, in a twinkle of the eyes. His possessions like horses, carriages, castles, gardens elegant crowns, thrones, beds may disappear. The One and Only One True Master remains the trustee of all possessions, only His Blessings. The True Master makes His Creation realize His Power and His existence.

333.ਸਲੋਕੁ ਮਃ ੧॥ (141-19)

ਨਦੀਆ ਹੋਵਹਿ ਧੇਣਵਾ,	nadee-aa hoveh Dhaynvaa
ਸੁੰਮ ਹੋਵਹਿ ਦੁਧੁ ਘੀਉ॥	summ hoveh duDhghee-o.
ਸਗਲੀ ਧਰਤੀ ਸਕਰ ਹੋਵੈ,	saglee Dhartee sakar hovai
ਖੁਸੀ ਕਰੇ ਨਿਤ ਜੀਉ॥	khusee karay nit jee-o.
ਪਰਬਤੁ ਸੁਇਨਾ ਰੁਪਾ ਹੋਵੈ,	parbat su-inaa rupaa hovai
ਹੀਰੇ ਲਾਲ ਜੜਾਉ॥	heeray laal jarhaa-o.
ਭੀ ਤੂੰਹੈ ਸਾਲਾਹਣਾ,	bhee tooNhai salaahnaa
ਆਖਣ ਲਹੈ ਨ ਚਾਉ॥੧॥	aakhan lahai na chaa-o. ||1||

ਅਗਰ ਪ੍ਰਭ ਆਪਣੀ ਕਰਾਮਾਤ ਨਾਲ ਨਦੀਆਂ ਨੂੰ ਦੁੱਧ ਦੇਣ ਵਾਲੀ ਗਊ ਬਣਾ ਦੇਵੇ । ਉਸ ਵਿੱਚ ਪਾਣੀ ਨੂੰ ਦੁੱਧ, ਘਿਓ ਵਿੱਚ ਬਦਲ ਦੇਵੇ । ਧਰਤੀ ਦੀ ਮਿੱਟੀ ਨੂੰ ਸ਼ਕਰ ਵਿੱਚ ਬਦਲ ਦੇਵੇ! ਹਰ ਵੇਲੇ ਮਨ ਨੂੰ ਅਨੰਦ ਕਰਨ ਵੇਲੇ ਖੇਲ ਕਰੇ । ਪਰਬਤਾਂ ਨੂੰ ਸੋਨੇ, ਸੰਸਾਰਕ ਕੀਮਤੀ ਧਨ, ਰਤਨ ਜਵਾਹਰ ਨਾਲ ਭਰ ਦੇਵੇ । ਇਹ ਸਭ ਕੁਝ ਮੇਰੀ ਹੈਸੀਅਤ ਬਣਾ ਦੇਵੇ, ਤਾ ਵੀ ਮੇਰੇ ਮਨ ਦੀ ਖਾਹਿਸ਼ ਪ੍ਰਭ ਨੂੰ ਮਿਲਣ ਦੀ ਹੀ ਹੋਵੇ! ਹਰ ਦਮ ਤੇਰੇ ਸ਼ਬਦ ਦਾ ਹੀ ਸਿਮਰਨ ਕਰਾ ।

Imagine! The True Master may make all rivers as milking cows; water may be converted as butter, the dirt of earth converted into sugar; my life may be overwhelmed with comforts, entertainment, and pleasures; all mountains may be converted as gold like precious jewels; all these may become my worldly status. I may remain anxious to immerse into His Holy Spirit. I may remain intoxicated in meditation in the void of His Word.

ਮਃ ੧॥

ਭਾਰ ਅਠਾਰਹ ਮੇਵਾ ਹੋਵੈ,	bhaar athaarah mayvaa hovai
ਗਰੁੜਾ ਹੋਇ ਸੁਆਉ॥	garurhaa ho-ay su- aa-o.
ਚੰਦੁ ਸੂਰਜੁ ਦੁਇ ਫਿਰਦੇ ਰਖੀਅਹਿ,	chand sooraj du-ay firday rakhee-ahi
ਨਿਹਚਲੁ ਹੋਵੈ ਥਾਉ॥	nihchal hovai thaa-o.
ਭੀ ਤੂੰਹੈ ਸਾਲਾਹਣਾ,	bhee tooNhai salaahnaa
ਆਖਣ ਲਹੈ ਨ ਚਾਉ॥੨॥	aakhan lahai na chaa-o. ||2||

ਅਗਰ ਪ੍ਰਭ ਆਪਣੀ ਕਰਾਮਾਤ ਨਾਲ ਮੇਰੇ ਖਾਣ ਦੇ ਅਠਾਰਾ ਪਦਾਰਥ, ਫਲਾ ਦੇ ਬਣਾ ਦੇਵੇ । ਮੈਨੂੰ ਕਰਾਮਾਤ ਬਖਸ਼ਿਸ਼ ਦੇਵੇ! ਸੂਰਜ, ਚੰਦ ਕੇਵਲ ਮੇਰੇ ਹੁਕਮ ਨਾਲ ਹੀ ਚਲਣ । ਇਤਨੀਆਂ ਕਰਮਾਤਾਂ ਪ੍ਰਾਪਤ ਹੋਣ ਤੇ ਵੀ ਮੇਰੇ ਮਨ ਤੇ ਨਿਮ੍ਰਤਾ ਹੀ ਹੋਵੇ । ਮੈਂ ਪ੍ਰਭ ਦੀ ਰਜ਼ਾ ਵਿੱਚ ਹੀ ਮਸਤ, ਲੀਨ, ਕੀਰਤਨ ਕਰਾ, ਮਨ ਵਿੱਚ ਪ੍ਰਭ ਦੇ ਸ਼ਬਦ ਦੀ ਸੋਝੀ, ਮਿਲਣ ਦੀ ਪਿਆਸ, ਇੱਛਾਂ ਨਾ ਖਤਮ ਹੋਵੇ ।

The True Master may bless me 18 kinds of food, delicacies; command to control Sun and Moon in their track; even with these powers, I may remain Your humble helpless servant. I may always remain Your slave, intoxicated in the void of Your Word, anxious to be accepted in Your Court.

ਮਃ ੧॥

ਜੇ ਦੇਹੈ ਦੁਖੁ ਲਾਈਐ,	jay dayhai dukh laa-ee-ai
ਪਾਪ ਗਰਹ ਦੁਇ ਰਾਹੁ॥	paap garah du-ay raahu.
ਰਤੁ ਪੀਣੇ ਰਾਜੇ,	rat peenay raajay
ਸਿਰੈ ਉਪਰਿ ਰਖੀਅਹਿ,	sirai upar rakhee-ahi
ਏਵੈ ਜਾਪੈ ਭਾਉ॥	ayvai jaapai bhaa-o.
ਭੀ ਤੂੰਹੈ ਸਾਲਾਹਣਾ,	hee tooNhai salaahnaa
ਆਖਣ ਲਹੈ ਨ ਚਾਉ॥੩॥	aakhan lahai na chaa-o. ||3||

ਅਗਰ ਮੇਰੇ ਸਰੀਰ ਤੇ, ਕਿਸੇ ਸਰਾਪ ਕਰਕੇ ਛਾਲੇ ਪੈ ਜਾਣ, ਜ਼ਖਮੀ ਹੋ ਜਾਵੇ । ਜ਼ਾਲਮ ਰਾਜੇ ਮੈਨੂੰ ਤਸੀਹੇ ਦੇਣ, ਜਾਨ ਲੈਣ ਦਾ ਡਰ ਰਖਣ । ਮੇਰਾ ਫਿਰ ਵੀ ਤੇਰੇ ਸ਼ਬਦ ਤੇ ਭਰੋਸਾ ਕਦੇ ਡੋਲੇ ਨਾ, ਸ਼ਬਦ ਦੀ ਪਾਲਣਾ, ਸਿਮਰਨ ਕਰਾ, ਤੇਰੇ ਮਿਲਣ ਦੀ ਭੱਖ ਹੀ ਮੈਨੂੰ ਅਡੋਲ ਰਖੇ ।

With any curse, worldly disease my skin may be splashed with boils, blister. Worldly ruler may make my life miserable and threaten to kill. Even then I may never shake my belief from Your teachings. I may remain intoxicated in meditation in the void of Your Word; I may remain anxious to be accepted in Your Sanctuary.

ਮਃ ੧॥ (142-5)

ਅਗੀ ਪਾਲਾ ਕਪੜੁ ਹੋਵੈ,	agee paalaa kaparh hovai
ਖਾਣਾ ਹੋਵੈ ਵਾਉ॥	khaanaa hovai vaa-o.
ਸੁਰਗੈ ਦੀਆ ਮੋਹਣੀਆ	surgai dee-aa mohnee-aa
ਇਸਤਰੀਆ ਹੋਵਨਿ,	istaree-aa hovan
ਨਾਨਕ ਸਭੋ ਜਾਉ॥	naanak sabho jaa-o.
ਭੀ ਤੂਹੈ ਸਾਲਾਹਣਾ,	bhee toohai salaahnaa
ਆਖਣ ਲਹੈ ਨ ਚਾਉ॥੪॥	aakhan lahai na chaa-o. ||4||

ਅਗਰ, ਮੇਰੇ ਕਪੜੇ ਅੱਗ ਅਤੇ ਬਰਫ ਬਣ ਜਾਣ, ਹਵਾ ਖਾਣਾ ਬਣ ਜਾਵੇ । ਰੂਹਾਨੀ ਪਰੀਆਂ ਮੇਰੀਆਂ ਗੋਪੀਆਂ, ਪਤਨੀਆਂ ਬਣ ਜਾਣ । ਇਹ ਸਭ ਕੁਝ ਨਾਸ ਹੋ ਜਾਣ ਵਾਲਾ (ਸਦ ਰਹਿਣ ਵਾਲਾ ਨਹੀਂ) ਹੀ ਹੈ । ਮੇਰੇ ਮਨ ਵਿਚੋਂ ਤੇਰੇ ਮਿਲਣ ਦੀ ਭੁੱਖ, ਚਮਕ ਵਧ ਜਾਵੇ । ਮੈਂ ਤੇਰੇ ਸ਼ਬਦ ਵਿੱਚ ਮਸਤ ਹੋ ਜਾਵਾ, ਤੇਰੇ ਮਿਲਣ ਦੀ ਤ੍ਰਿਸ਼ਨਾ ਖਤਮ ਨਾ ਹੋਵੇ ।

You may make fire and snow as my cloths and only air may become my food to eat. All spiritual angels and blessed souls may become my friends. All these perishable things may not stay forever. I remain hungry for Your Blessed Vision; my anxiety to be enlighten may be enhanced. I may remain intoxicated in meditation in the void of Your Word. I remain anxious to be accepted in Your Sanctuary; You may never be vanished from my mind.

ਪਉੜੀ॥

ਬਦਫੈਲੀ ਗੈਬਾਨਾ ਖਸਮੁ ਨ ਜਾਣਈ॥	badfailee gaibaanaa khasam na jaan-ee.
ਸੋ ਕਹੀਐ ਦੇਵਾਨਾ ਆਪੁ ਨ ਪਛਾਣਈ॥	so kahee-ai dayvaanaa aap na pachhaan-ee.
ਕਲਹਿ ਬੁਰੀ ਸੰਸਾਰਿ, ਵਾਦੇ ਖਪੀਐ॥	kaleh buree sansaar vaaday khapee-ai.
ਵਿਣੁ ਨਾਵੈ ਵੇਕਾਰਿ, ਭਰਮੇ ਪਚੀਐ॥	vin naavai vaykaar bharmay pachee-ai.
ਰਾਹ ਦੋਵੈ ਇਕੁ ਜਾਣੈ, ਸੋਈ ਸਿਝਸੀ॥	raah dovai ik jaanai so-ee sijhsee.
ਕੁਫਰ ਗੋਅ ਕੁਫਰਾਣੈ, ਪਇਆ ਦਝਸੀ॥	kufar go-a kufraanai pa-i-aa dajhsee.
ਸਭ ਦੁਨੀਆ ਸੁਬਹਾਨੁ, ਸਚਿ ਸਮਾਈਐ॥	sabh dunee-aa sub-haan sach samaa-ee-ai.
ਸਿਝੈ ਦਰਿ ਦੀਵਾਨਿ, ਆਪੁ ਗਵਾਈਐ॥੯॥	sijhai dar deevaan aap gavaa-ee-ai. ||9||

ਮੰਦੇ ਕੰਮ ਕਰਨਵਾਲਾ ਜੀਵ ਮਨ ਵਿੱਚ ਪ੍ਰਭ ਦਾ ਡਰ ਰਖਦਾ, ਸ਼ਬਦ ਨਹੀਂ ਜਾਣਦਾ । ਜਿਹੜਾ ਆਪਣੇ ਆਪ ਨੂੰ ਪਛਾਣਦਾ ਨਹੀਂ, ਉਹ ਮਨ ਦੀਆਂ ਇੱਛਾਂ ਪਿਛੇ ਲਗਕੇ ਮੰਦੇ ਕੰਮ ਹੀ ਕਰਦਾ ਰਹਿੰਦਾ ਹੈ, ਉਸ ਨੂੰ ਪਾਗਲ ਹੀ ਕਿਹਾ ਜਾ ਸਕਦਾ ਹੈ । ਸ਼ਬਦ ਨਾਲ ਆਪਣੇ ਜੀਵਨ ਨੂੰ ਢਾਲਣ ਤੋਂ ਬਿਨਾਂ ਜੀਵਨ

ਬਿਰਥਾ ਹੀ ਹੈ । ਹੋਰ ਰੀਤ ਰੀਵਾਜ ਨਾਲ ਬੰਦਗੀ ਕਰਨ ਨਾਲ ਕੁਝ ਲਾਭ ਨਹੀਂ ਹੰਦਾ । ਸ਼ਬਦ ਦੀ ਪਾਲਣਾ ਕਰਨਵਾਲੇ ਨੂੰ ਪ੍ਰਭ ਸ਼ਬਦ ਦੀ ਸੋਝੀ ਬਖਸ਼ਦਾ ਹੈ । ਜਿਹੜੇ ਝੂਠ, ਧੋਖੇ ਨੂੰ ਆਪਣੇ ਜੀਵਨ ਦਾ ਅਧਾਰ ਬਣਾਉਂਦਾ ਹੈ, ਉਹ ਪ੍ਰਭ ਦੀ ਦਰਗਾਹ ਵਿੱਚ ਪ੍ਰਵਾਨ ਨਹੀਂ ਹੁੰਦਾ । ਜਿਹੜਾ ਆਪਣਾ ਜੀਵਨ ਸ਼ਬਦ ਦੀ ਸਿਖਿਆਂ ਨਾਲ ਢਾਲਦਾ ਹੈ । ਪ੍ਰਭ ਦੇ ਭਾਣੇ ਨੂੰ ਸਤਿ ਕਰਕੇ ਮੰਨਦਾ, ਉਸ ਦੀ ਰਜ਼ਾ ਵਿੱਚ ਹੀ ਅਨੰਦ ਮਾਨਦਾ ਹੈ । ਆਪਣੀ ਹੌਂਦ ਪ੍ਰਭ ਦੇ ਸ਼ਬਦ ਦੇ ਭੇਟਾ ਕਰ ਦੇਂਦਾ ਹੈ । ਉਸ ਦੀ ਆਤਮਾ ਪ੍ਰਭ ਦੇ ਪਰਖਣ, ਪ੍ਰਵਾਨ ਹੋਣ ਦੇ ਯੋਗ ਬਣ ਜਾਂਦੀ ਹੈ ।

Evil doer may remain in fear from The True Master. He may remain ignorant from the teachings of His Word; ignorant from the real purpose of his human life opportunity. He may remain intoxicated with sweet poison of worldly wealth. He may insanely commit sins, like a crazy person. He may not adopt the teachings of His Word in day-to-day life; his human life may be wasted uselessly. No one may every be blessed with right path of acceptance in His Court with religious rituals. Whosoever may obey the teachings of His Word with steady and stable belief in his day-to-day life; with His mercy and grace, he may be blessed with the right path of acceptance in His Court; the enlightenment of the essence of His Word. Whosoever may make deception as the guiding principle of his life, he may never be accepted in His Court. Whosoever may adopt the teachings of His Word in day-to-day life; with His mercy and grace, his state of mind may transfer such a way, he may accept pleasures, or sorrows the same way as His Blessings. He may surrender his self-identity, selfishness at His Sanctuary; with His mercy and grace, he may be accepted in His Court.

334.ਮਃ ੧ ਸਲੋਕੁ॥ (142-9)

ਸੋ ਜੀਵਿਆ ਜਿਸੁ ਮਨਿ ਵਸਿਆ ਸੋਇ॥	so jeevi-aa Jis man vasi-aa so-ay.
ਨਾਨਕ ਅਵਰੁ ਨ ਜੀਵੈ ਕੋਇ॥	naanak avar na jeevai ko-ay.
ਜੇ ਜੀਵੈ ਪਤਿ ਲਥੀ ਜਾਇ॥	jay jeevai pat lathee jaa-ay.
ਸਭੁ ਹਰਾਮੁ ਜੇਤਾ ਕਿਛੁ ਖਾਇ॥	sabh haraam jaytaa kichh khaa-ay.
ਰਾਜਿ ਰੰਗੁ ਮਾਲਿ ਰੰਗੁ॥	raaj rang maal rang.
ਰੰਗਿ ਰਤਾ ਨਚੈ ਨੰਗੁ॥	rang rataa nachai nang.
ਨਾਨਕ ਠਗਿਆ ਮੁਠਾ ਜਾਇ॥	naanak thagi-aa muthaa jaa-ay.
ਵਿਣੁ ਨਾਵੈ, ਪਤਿ ਗਇਆ ਗਵਾਇ॥੧॥	vin naavai pat ga-i-aa gavaa-ay. ||1||

ਜਿਸ ਦੇ ਅੰਦਰ ਪ੍ਰਭ ਦਾ ਸ਼ਬਦ ਜਾਗਰਤ ਹੋ ਜਾਂਦਾ ਹੈ, ਉਸ ਦੇ ਹਰ ਕੰਮ ਹੀ ਭਾਣੇ ਅੰਦਰ ਹੰਦੇ ਹਨ । ਕੇਵਲ ਉਹ ਹੀ ਅਸਲੀ ਮਾਨਸ ਜੀਵਨ ਜੀਉਂਦਾ ਹੈ । ਜਿਹੜਾ ਕੇਵਲ ਸੰਸਾਰ ਵਿੱਚ ਸਮਾਂ ਪੂਰਾ ਕਰਦਾ ਹੈ, ਉਸ ਦਾ ਪਹਿਨਣਾ, ਖਾਂਣਾ ਸਭ ਮੈਲਾ ਹੀ ਹੁੰਦਾ ਹੈ । ਉਸ ਨੂੰ ਮੌਤ ਤੋਂ ਪਿਛੋਂ ਸ਼ਰਮਿੰਦਗੀ ਹੀ ਹੁੰਦੀ ਹੈ । ਉਹ ਜਵਾਨੀ, ਜੋਬਨ, ਸੰਸਾਰਕ ਧਨ ਨਾਲ ਮੌਜ ਕਰਦਾ, ਲੋਕ ਦਿਖਾਵਾ ਕਰਦੇ ਨੂੰ ਕੋਈ ਸ਼ਰਮ ਨਹੀਂ ਆਉਂਦੀ ਕਰਦੇ । ਉਹ ਪ੍ਰਭ ਦੇ ਸ਼ਬਦ ਦੀ ਬੰਦਗੀ ਤੋਂ ਬਿਨਾਂ, ਆਪਣੇ ਮਾਨਸ ਜਨਮ ਵਿੱਚ ਹੀ ਠੱਗਿਆ ਗਿਆ, ਬਿਰਥਾ ਹੀ ਗਵਾ ਲਿਆ ਹੈ ।

Whosoever may be blessed with enlightenment with the essence of His Word; his worldly deeds may become according to the essence of His Word. His soul may be sanctified to be accepted in His Court; with His mercy and grace, only his way of life may be the right path of salvation. Whosoever may waste his human life in entertainment with short-lived worldly pleasures and worldly glory; he may endure embarrassment after death in His Court. Without meditating on the teachings of His Word, he has been robbed from his priceless human life opportunity.

ਮ: ੧॥

ਕਿਆ ਖਾਧੈ ਕਿਆ ਪੈਧੈ ਹੋਇ॥ ki-aa khaaDhai ki-aa paiDhai ho-ay.
ਜਾ ਮਨਿ ਨਾਹੀ ਸਚਾ ਸੋਇ॥ jaa man naahee sachaa so-ay.
ਕਿਆ ਮੇਵਾ ਕਿਆ ਘਿਉ, ki-aa mayvaa ki-aa ghi-o gurh
ਗੁੜੁ ਮਿਠਾ ਕਿਆ ਮੈਦਾ ਕਿਆ ਮਾਸੁ॥ mithaa ki-aa maidaa ki-aa maas.
ਕਿਆ ਕਪੜੁ ਕਿਆ ਸੇਜ ਸੁਖਾਲੀ, ki-aa kaparh ki-aa sayj sukhaalee
ਕੀਜਹਿ ਭੋਗ ਬਿਲਾਸ॥ keejeh bhog bilaas.
ਕਿਆ ਲਸਕਰ ਕਿਆ ਨੇਬ ਖਵਾਸੀ, ki-aa laskar ki-aa nayb khavaasee
ਆਵੈ ਮਹਲੀ ਵਾਸੁ॥ aavai mahlee vaas.
ਨਾਨਕ ਸਚੇ ਨਾਮ ਵਿਣੁ, naanak sachay Naam vin
ਸਭੇ ਟੋਲ ਵਿਨਾਸੁ॥੨॥ sabhay tol vinaas. ||2||

ਜਿਸ ਦਾ ਸ਼ਬਦ ਦੇ ਸਿਮਰਨ ਵਿੱਚ ਧਿਆਨ ਨਹੀਂ ਹੁੰਦਾ, ਉਸ ਦੇ ਚੰਗਾ ਖਾਣ, ਪਹਿਨਣ ਦਾ ਕੋਈ ਲਾਭ ਨਹੀਂ ਹੁੰਦਾ । ਖਾਣ ਵਾਲੀਆਂ ਨਿਆਮਤਾਂ ਫਲ, ਗਰੀਆਂ, ਘਿਉ, ਚੰਗਾ ਆਟਾ, ਮਾਸ ਦਾ ਕੋਈ ਲਾਭ ਨਹੀਂ ਹੁੰਦ । ਉਸ ਦੇ ਚੰਗਾ ਕਪੜੇ, ਅਰਾਮ ਦੇਣ ਵਾਲਾ ਬਿਸਤਰ, ਮੌਜ ਮਨਾਉਣ ਵਾਲੀਆਂ ਇਸਤ੍ਰੀਆਂ, ਰਖਿਆ ਕਰਨਵਾਲੀ ਫੋਜ, ਨੋਕਰ, ਸ਼ਾਨਦਾਰ ਮਹਿੱਲ, ਮਾਨਸ ਜਨਮ ਦੇ ਮੰਤਵ ਲਈ ਬਿਰਥੇ ਹੀ ਹਨ, ਮੌਤ ਤੇ ਸਾਰੇ ਹੀ ਵਿਛੜ ਜਾਂਦੇ ਹਨ । ਕੇਵਲ ਅਟਲ ਪ੍ਰਭ ਦੇ ਸ਼ਬਦ ਦੀ ਕਮਾਈ ਤੋਂ ਬਿਨਾਂ ਕੋਈ ਸਾਥ ਨਹੀਂ ਜਾਂਦਾ, ਬਾਕੀ ਸਭ ਕੁਝ ਇਸ ਸੰਸਾਰ ਵਿੱਚ ਹੀ ਛੱਡ ਜਾਣਾ ਹੈ ।

Whosoever may not concentrate on the teachings of His Word; eating good food and wearing elegant robe may not benefit; all nutrition foods like nuts and other delicacies may not have any significance for the purpose of his life. All these worldly luxuries like expensive clothes, comfortable beds, the entertainment of several women, army for his protection, servants to provide worldly comfort and his worldly honor may not serve any purpose in his human life journey. At death, he may be deprived from these and left behind. Without earnings of His Word nothing may remain his companion in His Court. Everything remains on earth and belongs to someone else.

ਪਉੜੀ॥

ਜਾਤੀ ਦੈ ਕਿਆ ਹਥਿ, ਸਚੁ ਪਰਖੀਐ॥ jaatee dai ki-aa hath sach parkhee-ai.
ਮਹੁਰਾ ਹੋਵੈ ਹਥਿ, ਮਰੀਐ ਚਖੀਐ॥ mahuraa hovai hath maree-ai chakhee-ai.
ਸਚੇ ਕੀ ਸਿਰਕਾਰ, ਜੁਗੁ ਜੁਗੁ ਜਾਣੀਐ॥ sachay kee sirkaar jug jug jaanee-ai.
ਹੁਕਮੁ ਮੰਨੇ ਸਿਰਦਾਰੁ, ਦਰਿ ਦੀਬਾਣੀਐ॥ hukam mannay sirdaar dar deebaanee-ai.
ਫੁਰਮਾਨੀ ਹੈ ਕਾਰ, ਖਸਮਿ ਪਠਾਇਆ॥ fFurmaanee hai kaar khasam pathaa-i-aa.
ਤਬਲਬਾਜ ਬੀਚਾਰ ਸਬਦਿ ਸੁਣਾਇਆ॥ tabalbaaj beechaar sabad sunaa-i-aa.
ਇਕਿ ਹੋਏ ਅਸਵਾਰ ਇਕਨਾ ਸਾਖਤੀ॥ ik ho-ay asvaar iknaa saakh-tee.
ਇਕਨੀ ਬਧੇ ਭਾਰ, ਇਕਨਾ ਤਾਖਤੀ॥੧੦ iknee baDhay bhaar iknaa taakh-tee. ||10||

ਪ੍ਰਭ ਦੇ ਦਰਬਾਰ ਵਿੱਚ ਕੇਵਲ ਆਤਮਾ ਦੀ ਪਵਿੱਤਰਤਾ ਹੀ ਪਰਖੀ ਜਾਂਦੀ ਹੈ । ਸੰਸਾਰਕ ਹੈਸੀਅਤ ਦੀ ਕੀ ਮਹੱਤਤਾ ਹੈ? ਇਹ ਸੰਸਾਰਕ ਹੈਸੀਅਤ, ਇਕ ਜ਼ਹਿਰ ਦੇ ਪਿਆਲੇ ਵਰਗਾ ਹੈ, ਜਿਸ ਦੇ ਹੱਥ ਵਿੱਚ ਹੁੰਦਾ, ਪੀਦਾ ਹੈ । ਉਹ ਸੰਸਾਰਕ ਮਾਇਆ ਦਾ ਗੁਲਾਮ ਬਣ ਜਾਂਦਾ ਹੈ, ਮਿਥੇ ਸਮੇਂ, ਮੌਤ ਹੋ ਜਾਂਦੀ ਹੈ । ਜਿਹੜਾ ਪ੍ਰਭ ਦੇ ਭਾਣੇ ਵਿੱਚ ਚਲਦਾ ਹੈ, ਉਸ ਨੂੰ ਪ੍ਰਵਾਨਗੀ ਦਾ ਰਸਤਾ ਬਖਸ਼ਿਸ਼ ਹੋ ਸਕਦਾ ਹੈ । ਹਰ ਥਾਂ ਤੇ ਪ੍ਰਭ ਦਾ ਭਾਣਾ ਵਾਪਰਦਾ ਹੈ, ਪ੍ਰਭ ਦੇ ਹੁਕਮ ਨਾਲ ਹੀ ਜੀਵ ਦਾ ਜਨਮ, ਮਰਨ ਦਾ ਚੱਕਰ ਚਲਦਾ ਹੈ । ਧਰਮ ਦੇ ਗ੍ਰੰਥ, ਬੰਦਗੀ ਕਰਨਵਾਲੇ ਪੁਕਾਰਦੇ ਹਨ! ਸ਼ਬਦ ਦੀ ਸਿਖਿਆਂ ਮਨ ਵਿੱਚ ਵਸਾ ਕੇ, ਆਤਮਾ ਨੂੰ ਪਵਿੱਤਰ, ਪ੍ਰਭ ਦੇ ਪਰਖਣ ਯੋਗ ਬਣਾਵੋ! ਸੰਸਾਰ ਵਿੱਚ ਕਈ, ਸ਼ਬਦ ਦੇ ਘੋੜੇ ਦੀ ਸਾਵਰੀ, ਬੰਦਗੀ ਕਰਦੇ ਹਨ । ਕਈ ਕਾਠੀ ਹੱਥ ਵਿੱਚ ਪਕੜ ਕੇ ਖੜ੍ਹੇ ਰਹਿੰਦੇ, ਜਨਮ ਬਤੀਤ ਕਰ ਲੈਂਦੇ ਹਨ । ਕਈ ਸ਼ਬਦ ਦੇ ਲੜ ਲਗ ਕੇ ਆਪਣਾ ਜਨਮ ਸਵਾਰ ਲੈਂਦੇ ਹਨ ।

Only the sanctification of soul may be rewarded in His Court. What may be the significance of worldly status in human life? Worldly status may be like a cup of poison, in your hand! Whosoever may drink, become a victim of sweet poison of worldly wealth. He may be deprived from the right path of salvation; devil of death captures his soul at predetermined time. Whosoever may obey and adopts the teachings of His Word with steady and stable belief in day-to-day life; with His mercy and grace, he may be blessed with the right path of salvation. Only His Command prevails and the cycle of birth and death remains under His Command. All religious Holy Scriptures and religious preachers preach loudly and clearly! You should adopt the teachings of His Word to sanctify your soul to become worthy of His Consideration. In human life journey! Someone may ride the horse of meditation on the teachings of His Word, his cycle of birth and death may be eliminated. Whosoever may remain standing, waiting for the right time to start; he may waste his human life purpose uselessly; without adopting the teachings of His Word in his life.

335.ਸਲੋਕੁ ਮਃ ੧॥ (142-17)

ਜਾ ਪਕਾ ਤਾ ਕਟਿਆ,	jaa pakaa taa kati-aa
ਰਹੀ ਸੁ ਪਲਰਿ ਵਾੜਿ॥	rahee so palar vaarh.
ਸਣੁ ਕੀਸਾਰਾ ਚਿਥਿਆ,	san keesaaraa chithi-aa
ਕਣੁ ਲਇਆ ਤਨੁ ਝਾੜਿ॥	kan la-i-aa tan jhaarh.
ਦੁਇ ਪੁੜ ਚਕੀ ਜੋੜਿ ਕੈ,	du-ay purh chakee jorh kai
ਪੀਸਣ ਆਇ ਬਹਿਠੁ॥	peesan aa-ay bahith.
ਜੋ ਦਰਿ ਰਹੇ ਸੁ ਉਬਰੇ,	jo dar rahay so ubray
ਨਾਨਕ ਅਜਬੁ ਡਿਠੁ ॥੧॥	naanak ajab dith. ||1||

ਜਿਵੇਂ ਫਸਲ ਪੱਕ ਜਾਂਦੀ ਹੈ ਤਾ ਉਸ ਵਿਚੋਂ ਅਨਾਜ ਨੂੰ ਵੱਖਰਾ ਕੀਤਾ ਜਾਂਦਾ ਹੈ । ਇਸਤਰ੍ਹਾਂ ਜੀਵ ਦਾ ਸਮਾਂ ਪੂਰਾ ਹੋ ਜਾਂਦਾ, ਉਸ ਦੀ ਮੌਤ ਹੋ ਜਾਂਦੀ ਹੈ, ਆਤਮਾ ਆਪਣਾ ਲੇਖਾ ਦੇਣ ਲਈ ਚਲੇ ਜਾਂਦੀ ਹੈ । ਜਿਵੇਂ ਮੱਕੀ ਦੀਆਂ ਚਲੀਆਂ ਤੋਂ ਦਾਣੇ ਵੱਖਰੇ ਕਰਕੇ, ਆਟਾ ਪੀਸਿਆ ਜਾਂਦਾ ਹੈ, ਕੁਝ ਦਾਣੇ ਚੱਕੀ ਦੇ ਪੂੜਾ ਥਲੇ ਆ ਕੇ ਪੀਸੇ ਜਾਂਦੇ, ਭਸਮ ਹੋ ਜਾਂਦੇ ਹਨ, ਕੁਝ ਦਾਣੇ ਧੁਰੇ ਦੇ ਨਾਲ ਲਗ ਕੇ ਬਚ ਜਾਂਦੇ ਹਨ । ਇਸਤਰ੍ਹਾਂ ਪ੍ਰਭ ਦੀ ਦਰਗਾਹ ਵਿੱਚ ਲੇਖੇ ਦੀ ਚੱਕੀ ਵਿੱਚ ਆਤਮਾ ਜਾਂਦੀ ਹੈ, ਜਿਹੜੀ ਆਤਮਾ ਧੂਰੇ ਦੇ ਨਾਲ ਲਗੀ ਰਹਿੰਦੀ, ਬੰਦਗੀ ਵਿੱਚ ਲੀਨ ਹੁੰਦੀ ਹੈ, ਉਹ ਆਤਮਾ ਬਚ ਜਾਂਦੀ ਹੈ, ਬਾਕੀ ਸਾਰੇ ਜੂੰਨਾਂ ਦੇ ਚੱਕਰ ਵਿੱਚ ਹੀ ਰਹਿੰਦੇ ਹਨ ।

As the mature crop ready to cut and to separate the grains; same way at predetermined time breathes may be exhausted; the devil of death captures his soul to face The Righteous Judge to clear his account of his worldly deeds. As the corn grains may be separated from core; the grains need to be grinded to make flower. Some grains remain attached to the main, center post, the pillar; those grains remain untouched. Same way, the soul may face the grinder of The Righteous Judge, any soul remains concentrated in meditation, intoxicated in the void of His Word; she may be saved. All other souls remain in the cycle of birth and death.

ਮਃ ੧॥

ਵੇਖੁ ਜਿ ਮਿਠਾ ਕਟਿਆ,	vaykh je mithaa kati-aa
ਕਟਿ ਕੁਟਿ ਬਧਾ ਪਾਇ॥	kat kut baDhaa paa-ay.
ਖੁੰਢਾ ਅੰਦਰਿ ਰਖਿ ਕੈ,	khundhaa andar rakh kai
ਦੇਨਿ ਸੁ ਮਲ ਸਜਾਇ॥	dayn so mal sajaa-ay.
ਰਸੁ ਕਸੁ ਟਟਰਿ ਪਾਈਐ,	ras kas tatar paa-ee-ai

ਤਪੈ ਤੈ ਵਿਲਲਾਇ॥	tapai tai villaa-ay.
ਭੀ ਸੋ ਫੋਗੁ ਸਮਾਲੀਐ,	bhee so fog samaalee-ai
ਦਿਚੈ ਅਗਿ ਜਾਲਾਇ॥	dichai ag jaalaa-ay.
ਨਾਨਕ ਮਿਠੈ ਪਤਰੀਐ,	naanak mithai patree-ai
ਵੇਖਹੁ ਲੋਕਾ ਆਇ॥੨॥	vaykhhu lokaa aa-ay. ||2||

ਪੱਕੇ ਗੰਨੇ ਵਿੱਚ ਕਿਤਨਾ ਮਿੱਠਾਸ ਵਾਲਾ ਰਸ ਹੁੰਦਾ ਹੈ, ਉਮਰ ਪੂਰੀ ਹੋਣ ਤੇ ਕੱਟ ਕੇ ਵੇਲਨੇ ਵਿੱਚ ਰਸ ਨਿਚੋੜਿਆ ਜਾਂਦਾ ਹੈ, ਤਪਾ ਕੇ ਰਸ ਖਤਮ ਕੀਤਾ ਜਾਂਦਾ, ਗੁੜ ਬਣਦਾ ਹੈ । ਇਸਤਰ੍ਹਾਂ ਹੀ ਕੇਵਲ ਜ਼ਬਾਨ ਦਾ ਮਿੱਠਾ, ਜੀਵ ਦੀ, ਸ਼ਬਦ ਦੀ ਕਮਾਈ ਤੋਂ ਬਿਨਾਂ ਇਹ ਹੀ ਹਾਲਤ ਹੁੰਦੀ ਹੈ ।

Sugar cane holds sweet juices. Ripped sugar cane may be cut and crushed through juicer to squeeze juice. The juice may be heated to be concentrated to make sugar. Same way whosoever may be only sweet with his tongue, without any good virtue, earnings of His Word; he may endure similar misery, condition after death.

ਪਉੜੀ॥

ਇਕਨਾ ਮਰਣੁ ਨ ਚਿਤਿ, ਆਸ ਘਣੇਰਿਆ॥	iknaa maran na chit aas ghanayri-aa.
ਮਰਿ ਮਰਿ ਜੰਮਹਿ ਨਿਤ, ਕਿਸੈ ਨ ਕੇਰਿਆ॥	mar mar jameh nit kisai na kayri-aa.
ਆਪਨੜੈ ਮਨਿ ਚਿਤਿ, ਕਹਨਿ ਚੰਗੇਰਿਆ॥	aapnarhai man chit kahan changayri-aa.
ਜਮਰਾਜੈ ਨਿਤ ਨਿਤ, ਮਨਮੁਖ ਹੇਰਿਆ॥	jamraajai nit nit manmukh hayri-aa.
ਮਨਮੁਖ ਲੂਣ ਹਾਰਾਮ, ਕਿਆ ਨ ਜਾਣਿਆ॥	manmukh loon haaraam ki-aa na jaani-aa.
ਬਧੇ ਕਰਨਿ ਸਲਾਮ, ਖਸਮ ਨ ਭਾਣਿਆ॥	baDhay karan salaam khasam na bhaani-aa.
ਸਚੁ ਮਿਲੈ ਮੁਖਿ ਨਾਮੁ ਸਾਹਿਬ ਭਾਵਸੀ॥	sach milai mukh Naam saahib bhaavsee.
ਕਰਸਨਿ ਤਖਤਿ ਸਲਾਮੁ	karsan takhat salaam
ਲਿਖਿਆ ਪਾਵਸੀ॥੧੧॥	likhi-aa paavsee. ||11||

ਕਈ ਮੌਤ ਨੂੰ ਯਾਦ ਨਹੀਂ ਰਖਦੇ, ਆਪਣੀਆਂ ਆਸਾਂ ਦੇ ਸੁਪਨੇ ਹੀ ਲੈਂਦੇ ਹਨ, ਉਹ ਬਾਰ ਬਾਰ ਜੂੰਨਾਂ ਵਿੱਚ ਹੀ ਰਹਿੰਦੇ ਹਨ, ਆਪਣਾ ਮਾਨਸ ਜਨਮ ਬਿਰਥਾ ਹੀ ਗਵਾ ਜਾਂਦੇ ਹਨ । ਉਹ ਆਪਣੇ ਆਪ ਨੂੰ ਚੰਗਾ ਹੀ ਸਮਝਦਾ ਹੈ, ਉਸ ਨੂੰ ਜਮਦੂਤ ਬਾਰ ਬਾਰ ਪਕੜ ਕੇ ਸਜ਼ਾ ਦੇਂਦਾ ਹੈ । ਉਸ ਦੇ ਮਨ ਵਿੱਚ ਕੋਈ ਇਮਾਨ ਨਹੀਂ ਹੁੰਦਾ, ਉਹ ਪ੍ਰਭ ਦੀ ਬਖਸ਼ਿਸ਼ ਦਾ ਧੰਨਵਾਦ ਨਹੀਂ ਕਰਦਾ । ਇਸਤਰ੍ਹਾਂ ਜਿਹੜਾ ਸੰਸਾਰਕ ਧਰਮਾਂ ਦੇ ਚੱਕਰ ਵਿੱਚ ਬੰਧਾ, ਕੇਵਲ ਬਾਣਾ ਪਾਉਂਦਾ, ਨਿਤਨੇਮ ਕਰਦਾ ਹੈ, ਉਸ ਦੀ ਬੰਦਗੀ ਪ੍ਰਭ ਨੂੰ ਭਾਉਂਦੀ ਨਹੀਂ । ਜਿਹੜਾ ਅਡੋਲ ਭਰੋਸੇ ਨਾਲ ਬੰਦਗੀ ਕਰਦਾ ਹੈ, ਉਹ ਸ਼ਬਦ ਦੀ ਸਿਖਿਆਂ ਨਾਲ ਜੀਵਨ ਢਾਲਦਾ ਹੈ । ਪ੍ਰਭ ਦੀ ਰਹਿਮਤ ਨਾਲ ਦਰਬਾਰ ਵਿੱਚ ਪ੍ਰਵਾਨ ਹੋ ਜਾਂਦਾ ਹੈ ।

Whosoever may keep in mind, unpredictable, predetermined death; he may always live in his fantasy. He may remain in the cycle of birth and death. He may waste his priceless human life opportunity. He may consider himself a good person with good deeds; however, the devil of death may capture his soul repeatedly. He may not have any honor left within his soul. He may never remain gratitude for His Blessings. Same way, whosoever may remain rigid with the religious rituals. He may only do routine prayers and adopts religious robe to protects his religious identity; however, his meditation may not be accepted in His Court. His true devotee may adopt the teachings of His Word with steady and stable belief in day-to-day life, with His mercy and grace, he may be accepted in His Court.

336.ਮਃ ੧ ਸਲੋਕੁ॥ (143-6)

ਮਛੀ ਤਾਰੂ ਕਿਆ ਕਰੇ,	machhee taaroo ki-aa karay
ਪੰਖੀ ਕਿਆ ਆਕਾਸੁ॥	pankhee ki-aa aakaas.
ਪਥਰ ਪਾਲਾ ਕਿਆ ਕਰੇ,	pathar paalaa ki-aa karay
ਖੁਸਰੇ ਕਿਆ ਘਰ ਵਾਸੁ॥	khusray ki-aa ghar vaas.

ਕੁਤੇ ਚੰਦਨੁ ਲਾਈਐ,	kutay chandan laa-ee-ai
ਭੀ ਸੋ ਕੁਤੀ ਧਾਤੁ॥	bhee so kutee Dhaat.
ਬੋਲਾ ਜੇ ਸਮਝਾਈਐ,	bolaa jay samjaa-ee-ai
ਪੜੀਅਹਿ ਸਿੰਮ੍ਰਿਤਿ ਪਾਠ॥	parhee-ah simrit paath.
ਅੰਧਾ ਚਾਨਣਿ ਰਖੀਐ,	anDhaa chaanan rakhee-ai
ਦੀਵੇ ਬਲਹਿ ਪਚਾਸ॥	deevay baleh pachaas.
ਚਉਣੇ ਸੁਇਨਾ ਪਾਈਐ,	cha-unay su-inaa paa-ee-ai
ਚੁਣਿ ਚੁਣਿ ਖਾਵੈ ਘਾਸੁ॥	chun chun khaavai ghaas.
ਲੋਹਾ ਮਾਰਣਿ ਪਾਈਐ,	lohaa maaran paa-ee-ai
ਢਹੈ ਨ ਹੋਇ ਕਪਾਸ॥	dhahai na ho-ay kapaas.
ਨਾਨਕ ਮੂਰਖ ਏਹਿ ਗੁਣ,	naanak moorakh ayhi gun
ਬੋਲੇ ਸਦਾ ਵਿਣਾਸੁ॥੧॥	bolay sadaa vinaas. ||1||

ਜਿਵੇਂ ਸਾਗਰ ਦੇ ਪਾਣੀ ਦੀ ਡੂੰਘਾਈ ਦਾ ਮੱਛੀ ਨੂੰ, ਅਕਾਸ਼ ਦੀ ਲੰਮਾਈ ਦਾ ਪੰਛੀ ਨੂੰ ਕੋਈ ਫਰਕ ਨਹੀਂ ਪੈਂਦਾ। ਪੱਥਰ ਨੂੰ ਠੰਡ ਦਾ, ਖੁਸਰੇ ਨੂੰ ਇਸਤ੍ਰੀ, ਪਤਨੀ ਦਾ, ਕੁੱਤੇ ਨੂੰ ਅਤਰ ਲਾਉਣ ਦਾ ਕੋਈ ਫਰਕ ਨਹੀਂ ਪੈਂਦਾ, ਕੁੱਤਾ ਹੀ ਰਹਿੰਦਾ ਹੈ। ਇਸਤਰ੍ਹਾਂ ਬੋਲ਼ੇ ਨੂੰ ਸ਼ਬਦ ਸੁਣਾਉਣ ਦਾ, ਅੰਨ੍ਹੇ ਨੂੰ ਹਜ਼ਾਰਾ ਦੀਪਕਾਂ, ਰੋਸ਼ਨੀ ਦਾ ਕੋਈ ਫਰਕ ਨਹੀਂ ਪੈਂਦਾ। ਘਾਹ ਖਾਣ ਵਾਲੇ ਨੂੰ ਸੋਇਨਾ ਖਾਣ ਲਈ ਦੇਣ ਨਾਲ, ਲੋਹੇ ਨੂੰ ਪਿਘਲ ਨਾਲ ਕਪਾਹ ਵਰਗਾ ਨਰਮ ਨਹੀਂ ਹੋ ਜਾਂਦਾ। ਇਸਤਰ੍ਹਾਂ ਮੂਰਖ ਨੂੰ ਕੋਈ ਮੱਤ ਦੇਣ ਦਾ ਕੋਈ ਫਰਕ ਨਹੀਂ ਪੈਂਦਾ। ਉਸ ਦੇ ਬੋਲੇ ਦਾ, ਕੀਤੇ ਕੰਮ ਦੀ ਕੁਝ ਮਹੱਤਤਾ ਨਹੀਂ ਹੁੰਦੀ।

As the fish may not worry about the deeper water of the ocean; a bird may not worry about the height, length of the sky. Stone may not have any effect of the cold temperature; homosexual may not have a feeling for other sex. State of mind of a dog may not be changed by spraying scent; a deaf may not have any effect of the holy singing. A blind may not see even with 1000 of lights in the room; a grass eater animal may not enjoy eating gold. Iron cannot become soft like cotton by melting repeatedly. Same way, a self-minded may not have any influence of teachings of His Word; he will always commit sinful deeds. His talking, do any deed in worldly life may not have any significance, only serves his greed.

ਮਃ ੧॥

ਕੈਹਾ ਕੰਚਨੁ ਤੁਟੈ ਸਾਰੁ॥	kaihaa kanchan tutai saar.
ਅਗਨੀ ਗੰਢੁ ਪਾਏ ਲੋਹਾਰੁ॥	agnee gandh paa-ay lohaar.
ਗੋਰੀ ਸੇਤੀ ਤੁਟੈ ਭਤਾਰੁ॥	goree saytee tutai bhataar.
ਪੁਤ੍ਰੀ ਗੰਢੁ ਪਵੈ ਸੰਸਾਰਿ॥	puteeN gandh pavai sansaar.
ਰਾਜਾ ਮੰਗੈ ਦਿਤੈ ਗੰਢੁ ਪਾਇ॥	raajaa mangai ditai gandh paa-ay.
ਭੁਖਿਆ ਗੰਢੁ ਪਵੈ ਜਾ ਖਾਇ॥	bhukhi-aa gandh pavai jaa khaa-ay.
ਕਾਲਾ ਗੰਢੁ ਨਦੀਆ ਮੀਹ ਝੋਲ॥	kaalaa gandh nadee-aa meeh jhol.
ਗੰਢੁ ਪਰੀਤੀ ਮਿਠੇ ਬੋਲ॥	gandh pareetee mithay bol.
ਬੇਦਾ ਗੰਢੁ ਬੋਲੇ ਸਚੁ ਕੋਇ॥	baydaa gandh bolay sach ko-ay.
ਮੁਇਆ ਗੰਢੁ ਨੇਕੀ ਸਤੁ ਹੋਇ॥	mu-i-aa gandh naykee sat ho-ay.
ਏਤੁ ਗੰਢਿ ਵਰਤੈ ਸੰਸਾਰੁ॥	ayt gandh vartai sansaar. moorakh
ਮੂਰਖ ਗੰਢੁ ਪਵੈ ਮੁਹਿ ਮਾਰ॥	gandh pavai muhi maar.
ਨਾਨਕੁ ਆਖੈ ਏਹੁ ਬੀਚਾਰੁ॥	naanak aakhai ayhu beechaar.
ਸਿਫਤੀ ਗੰਢੁ ਪਵੈ ਦਰਬਾਰਿ॥੨॥	siftee gandh pavai darbaar. ||2||

ਜਿਵੇਂ ਧਾਤ ਟੁਟ ਜਾਵੇ, ਤਾ ਲੁਹਾਰ ਅੱਗ ਨਾਲ ਜੋੜ ਲਾ ਸਕਦਾ ਹੈ। ਅਗਰ ਪਤੀ, ਪਤਨੀ ਵਿੱਚ ਨਰਾਜ਼ਗੀ ਹੋ ਜਾਵੇ ਤਾ ਬੱਚੇ ਦਾ ਪਿਆਰ ਫਿਰ ਮਿਲਾਪ ਕਰਾ ਸਕਦਾ ਹੈ। ਇਸਤਰ੍ਹਾ ਹਾਕਮ ਦਾ ਹੁਕਮ ਮੰਨਣ ਨਾਲ ਸਮਝੋਤਾ ਹੋ ਜਾਂਦਾ ਹੈ। ਅਗਰ ਭੁੱਖੇ ਨੂੰ ਭੋਜਨ ਮਿਲ ਜਾਵੇ, ਉਸ ਨੂੰ ਸੰਤੋਖ ਹੋ

ਜਾਂਦਾ ਹੈ । ਅਗਰ ਹੜ੍ਹ ਆ ਜਾਵੇ ਤਾ ਨਦੀ ਦੇ ਕੰਡੇ ਉਚੇ ਕਰਨ ਨਾਲ ਪਾਣੀ ਤੇ ਕਾਬੂ ਹੋ ਜਾਂਦਾ ਹੈ । ਇਸਤਰ੍ਹਾਂ ਮਿੱਠਾ ਬੋਲਣ ਨਾਲ ਪ੍ਰੀਤ ਹੋ ਜਾਂਦੀ, ਵਧਦੀ ਹੈ । ਇਸਤਰ੍ਹਾਂ ਸੱਚ ਬੋਲਣ ਨਾਲ ਪ੍ਰਭ ਨਾਲ ਪਿਆਰ ਬਣ ਜਾਂਦਾ ਹੈ । ਇਸਤਰ੍ਹਾਂ ਚੰਗੇ ਕੰਮ ਕਰਨ ਨਾਲ ਬਜ਼ੁਰਗਾ ਦੀ ਯਾਦ ਤਾਜ਼ਾ ਹੋ ਜਾਂਦੀ ਹੈ । ਇਸਤਰ੍ਹਾਂ ਹੀ ਸੰਸਾਰ ਵਿੱਚ ਸੰਜੋਗ ਚਲਦਾ ਹੈ । ਇਸਤਰ੍ਹਾਂ ਮੂਰਖ ਦੀ ਮੰਗ ਪੂਰੀ ਨਾ ਮੰਨਣ ਕਰਨ, ਉਸ ਤੋਂ ਵਡੇ ਦੀ ਮਾਰ ਪੈਣ ਨਾਲ ਹੀ ਸਮਝ ਆਉਂਦੀ ਹੈ । ਜਿਸ ਤੇ ਪ੍ਰਭ ਦੀ ਕਰੋਪੀ ਦੀ ਨਜ਼ਰ ਆ ਜਾਵੇ, ਭੁੱਲ ਮੰਨ ਕੇ, ਸ਼ਬਦ ਦੀ ਸਿਖਿਆਂ ਨਾਲ ਜੀਵਨ ਢਾਲਣ ਨਾਲ ਹੀ ਰਹਿਮਤ ਦੀ ਨਜ਼ਰ ਬਖਸ਼ਿਸ਼ ਹੋ ਸਕਦੀ ਹੈ ।

As black-smith may mend a broken metal rod, by melting and infusing together; any disagreement between husband and wife may be mended by a common bond of love for children; children may become a bonding glue of relationship. Same way obeying and surrendering to the order of ruler, the tough situation may be resolved. Same way hunger may be satisfied with a food to eat; flood water in the river may be controlled by raising and strengthening the bank of the river. Same way by speaking politely, and humbly with respect, the relationships may become stronger and reinforced. Same way, honestly speaking, devotion and dedication with the essence of the Holy Scripture; the teachings may be drenched in day-to-day life. Good deeds may freshen, revive the memory of greatness of his old generations. Such a way of life may create a harmony in relationship, environments in the world. Same way, a foolish may only understand by standing against his evil thoughts and not to yielding to his desires. He may realize his strength and foolishness, only by facing a stronger and bigger opponent. Same way, any blemished soul may regret and repent for his evil deeds, sins and adopts the teachings of His Word with a steady and stable belief; with His mercy and grace, sins may be forgiven; he may be blessed with the right of acceptance in His Court.

ਪਉੜੀ॥

ਆਪੇ ਕੁਦਰਤਿ ਸਾਜਿ ਕੈ,	aapay kudrat saaj kai
ਆਪੇ ਕਰੇ ਬੀਚਾਰੁ॥	aapay karay beechaar.
ਇਕਿ ਖੋਟੇ ਇਕਿ ਖਰੇ,	ik khotay ik kharay
ਆਪੇ ਪਰਖਣਹਾਰੁ॥	aapay parkhanhaar.
ਖਰੇ ਖਜਾਨੈ ਪਾਈਅਹਿ,	kharay khajaanai paa-ee-ah
ਖੋਟੇ ਸਟੀਅਹਿ ਬਾਹਰ ਵਾਰਿ॥	khotay satee-ah baahar vaar.
ਖੋਟੇ ਸਚੀ ਦਰਗਹ ਸੁਟੀਅਹਿ,	khotay sachee dargeh sutee-ah
ਕਿਸੁ ਆਗੈ ਕਰਹਿ ਪੁਕਾਰ॥	kis aagai karahi pukaar.
ਸਤਿਗੁਰ ਪਿਛੈ ਭਜਿ ਪਵਹਿ,	saT`gur pichhai bhaj paveh
ਏਹਾ ਕਰਣੀ ਸਾਰੁ॥	ayhaa karnee saar.
ਸਤਿਗੁਰੁ ਖੋਟਿਅਹੁ ਖਰੇ ਕਰੇ,	saT`gur khoti-ahu kharay karay
ਸਬਦਿ ਸਵਾਰਣਹਾਰੁ॥	sabad savaaranhaar.
ਸਚੀ ਦਰਗਹ ਮੰਨੀਅਨਿ,	sachee dargeh mannee-an
ਗੁਰ ਕੈ ਪ੍ਰੇਮ ਪਿਆਰਿ॥	gur kai paraym pi-aar.
ਗਣਤ ਤਿਨਾ ਦੀ ਕੋ ਕਿਆ ਕਰੇ,	ganat tinaa dee ko ki-aa karay
ਜੋ ਆਪਿ ਬਖਸੇ ਕਰਤਾਰਿ॥੧੨॥	jo aap bakhsay kartaar. ||12||

ਪ੍ਰਭ ਆਪ ਹੀ ਸ੍ਰਿਸ਼ਟੀ ਸਾਜਦਾ, ਆਪ ਹੀ ਇਸ ਵਿੱਚ ਵਾਪਰਦਾ ਹੈ । ਪ੍ਰਭ ਆਪ ਹੀ ਜੀਵਾਂ ਦੇ ਖੋਟੇ, ਖਰੇ ਕੰਮ ਦੀ ਪਰਖ ਕਰਦਾ ਹੈ । ਖਰੇ ਕੰਮ ਕਰਨ ਵਾਲੇ ਨੂੰ ਸ਼ਬਦ ਨਾਲ ਲਗਨ ਬਖਸ਼ਦਾ ਹੈ । ਖੋਟੇ ਕੰਮ ਕਰਨ ਵਾਲਾ, ਜੂੰਨਾਂ ਦੇ ਚੱਕਰ ਵਿੱਚ ਹੀ ਰਹਿੰਦਾ ਹੈ । ਖੋਟੇ ਕੰਮ ਕਰਨਵਾਲੇ ਦਾ ਆਪਣਾ ਕੀਤਾ

ਹੀ ਅੱਗੇ ਆਉਂਦਾ ਹੈ, ਹੋਰ ਕਿਸੇ ਦਾ ਕਸੂਰ ਨਹੀਂ ਹੈ, ਉਹ ਜੂੰਨਾਂ ਦੇ ਚੱਕਰ ਵਿੱਚ ਹੀ ਰਹਿੰਦਾ ਹੈ । ਜਿਹੜਾ ਖੋਟੇ ਕੰਮ ਕਰਨਵਾਲਾ, ਪਛਤਾਵਾ ਕਰਕੇ ਆਪਣਾ ਜੀਵਨ ਦਾ ਢੰਗ ਬਦਲ ਲੈਂਦਾ ਹੈ, ਰਹਿਮਤਾਂ ਦਾ ਮਾਲਕ ਉਸ ਨੂੰ ਵੀ ਪ੍ਰਵਾਨਗੀ ਦਾ ਰਸਤਾ ਬਖਸ਼ਦਾ ਹੈ । ਪ੍ਰਭ ਦੇ ਦਰਬਾਰ ਵਿੱਚ ਸ਼ਬਦ ਦੀ ਕਮਾਈ ਨਾਲ ਹੀ ਪ੍ਰਵਾਨਗੀ ਬਖਸ਼ਿਸ਼ ਹੋ ਸਕਦੀ ਹੈ । ਕੇਵਲ ਪ੍ਰਭ ਦੀ ਰਹਿਮਤ ਨਾਲ ਹੀ ਲੇਖਾ ਖਤਮ ਹੋ ਸਕਦਾ ਹੈ ।

The True Master, Creator, creates and prevails in each event of His Creation. Some may do good deeds and other evil deeds. The True Master monitors and rewards his deeds. Whosoever may do good deeds, he may be blessed with the right path of salvation, he may be accepted in His Court. Evil doer may reap his own harvest, the fruit and reward of his own deeds, he remains in the cycle of birth and death. He should not blame anyone for his miseries. Evil doer way regret and repents his sins and adopts the teachings of His Word in his life; with His mercy and grace, he may be blessed with the right path of salvation. Only the earnings of His Word may be accepted in His Court; accounts of his deeds may only be satisfied by The True Master.

337.ਸਲੋਕੁ ਮਃ ੧॥ (143-18)

ਹਮ ਜੇਰ ਜਿਮੀ ਦੁਨੀਆ,	ham jayr Jimee dunee-aa
ਪੀਰਾ ਮਸਾਇਕਾ ਰਾਇਆ॥	peeraa masaa-ikaa raa-i-aa.
ਮੇ ਰਵਦਿ ਬਾਦਿਸਾਹਾ ਅਫਜੂ ਖੁਦਾਇ॥	may ravad baadisaahaa afjoo khudaa-ay.
ਏਕ ਤੂਹੀ ਏਕ ਤੁਹੀ॥੧॥	ayk toohee ayk tuhee. ||1||

ਸੰਸਰ ਦੇ ਧਾਰਮਕ ਪ੍ਰਚਾਰਕ, ਸਿਖਿਆਂ ਦੇਣ ਵਾਲੇ, ਉਹਨਾਂ ਦੇ ਚੇਲੇ, ਰਾਜੇ, ਮਹਾਰਾਜੇ ਸਾਰਿਆਂ ਨੂੰ ਹੀ ਮੌਤ ਆਉਣੀ ਹੈ । ਕੋਈ ਵੀ ਸਦਾ ਰਹਿਣ ਵਾਲਾ ਨਹੀਂ ਹੈ, ਕੇਵਲ ਇਕੋ ਇਕ ਪ੍ਰਭ ਹੀ ਸਦਾ ਅਟਲ ਰਹਿਣ ਵਾਲਾ ਹੈ ।

Whosoever may be sent in the universe, all religious preachers, teachers, guru, saint, kings, and slaves must die at predetermined time. Only, The One and Only One True Master lives forever.

ਮਃ ੧॥

ਨ ਦੇਵ ਦਾਨਵਾ ਨਰਾ॥	na dayv daanvaa naraa.
ਨ ਸਿਧ ਸਾਧਿਕਾ ਧਰਾ॥	na siDh saaDhikaa Dharaa.
ਅਸਤਿ ਏਕ ਦਿਗਰਿ ਕੁਈ॥	asat ayk digar ku-ee.
ਏਕ ਤੁਈ ਏਕ ਤੁਈ॥੨॥	ayk tu-ee ayk tu-ee. ||2||

ਦੇਵਤੇ, ਜਮਦੂਤ, ਸਿਧ, ਗਿਆਨ ਵਾਲੇ ਸੰਤ ਸਦਾ ਰਹਿਣ ਵਾਲੇ ਨਹੀਂ ਹਨ । ਹੋਰ ਕਿਹੜਾ ਮਾਨਸ ਸਦਾ ਰਹਿਣ ਵਾਲਾ ਹੈ? ਕੇਵਲ ਤੂੰ ਹੀ ਹੈ ਸਦਾ ਅਟਲ ਰਹਿਣ ਵਾਲਾ ਹੈ ।

All worldly saints, Yogis, priests, all who may claim to be prophet, teachers of Holy Scripture and the devils may not live forever. Who may live forever? The One and Only One, His Holy Spirit, True Master lives and remains true forever.

ਮਃ ੧॥

ਨ ਦਾਦੇ ਦਿਹੰਦ ਆਦਮੀ॥	na daaday dihand aadmee.
ਨ ਸਪਤ ਜੇਰ ਜਿਮੀ॥	na sapat jayr Jimee.
ਅਸਤਿ ਏਕ ਦਿਗਰਿ ਕੁਈ॥	asat ayk digar ku-ee.
ਏਕ ਤੁਈ ਏਕ ਤੁਈ॥੩॥	ayk tu-ee ayk tu-ee. ||3||

ਇਨਸਾਫ ਨਾਲ ਰਹਿਣ ਵਾਲੇ, ਦਾਨ ਕਰਨਵਾਲੇ, ਧਰਤੀ ਤੇ ਜਾ ਸੱਤਾਂ ਪਤਾਲਾ ਵਿੱਚ ਰਹਿਣ ਵਾਲੇ, ਕੋਈ ਵੀ ਸਦਾ ਨਹੀਂ ਰਹਿੰਦਾ । ਹੋਰ ਕਿਹੜਾ ਸਦਾ ਅਟਲ ਰਹਿਣ ਵਾਲਾ ਹੈ? ਕੇਵਲ ਇਕੋ ਇਕ ਪ੍ਰਭ ਹੀ ਸਦਾ ਅਟਲ ਰਹਿਣ ਵਾਲਾ ਹੈ ।

The true devotee who lives with truth and justice with His Word, who does charity and good deeds, whosoever lives in, on and under earth, no one lives forever. Who may live forever? The One and Only One, True Master lives forever and remains true forever.

ਮ:੧॥

ਨ ਸੂਰ ਸਸਿ ਮੰਡਲੋ॥	na soor sas mandlo.
ਨ ਸਪਤ ਦੀਪ ਨਹ ਜਲੋ॥	na sapat deep nah jalo.
ਅੰਨ ਪਉਣ ਥਿਰੁ ਨ ਕੁਈ॥	nnn pa-un thir na ku-ee.
ਏਕੁ ਤੁਈ ਏਕੁ ਤੁਈ॥੪॥	ayk tu-ee ayk tu-ee. ||4||

ਸੂਰਜ, ਚੰਦ, ਬ੍ਰਹਮੰਡ, ਸੱਤ ਦੀਪ, ਸਾਗਰ, ਭੋਜਨ, ਹਵਾ ਸਦਾ ਰਹਿਣ ਵਾਲੀ ਨਹੀਂ ਹੈ । ਕੇਵਲ ਤੂੰ ਹੀ ਸਦਾ ਅਟਲ ਰਹਿਣ ਵਾਲਾ ਹੈ ।

The universe, Sun, Moon, all islands, oceans, and all sources of foods may not stay forever. The One and Only One, True Master lives forever.

ਮ: ੧॥

ਨ ਰਿਜਕੁ ਦਸਤ ਆ ਕਸੇ॥	na rijak dasat aa kasay.
ਹਮਾ ਰਾ ਏਕੁ ਆਸ ਵਸੇ॥	hamaa raa ayk aas vasay.
ਅਸਤਿ ਏਕੁ ਦਿਗਰ ਕੁਈ॥	asat ayk digar ku-ee.
ਏਕ ਤੁਈ ਏਕੁ ਤੁਈ॥੫॥	ayk tu-ee ayk tu-ee. ||5||

ਕਿਸੇ ਦੀ ਰਖਿਆ, ਜੀਵ ਦੇ ਵੱਸ ਵਿੱਚ ਨਹੀਂ, ਸਾਰੇ ਤੇਰੀ ਆਸ ਤੇ ਹੀ ਹਨ । ਤੇਰੇ ਤੋਂ ਬਿਨਾਂ ਹੋਰ ਕੋਈ ਇਹ ਕੁਝ ਨਹੀਂ ਕਰ ਸਕਦਾ ਹੈ । ਪ੍ਰਭ ਕੇਵਲ ਤੂੰ ਹੀ ਸਦਾ ਅਟਲ ਰਹਿਣ ਵਾਲਾ ਹੈ ।

No one can protect anyone. Everyone has hope and belief on Your Protection. Without Your Blessings, no one may do anything or any deed. The One and Only One, True Master remains steady and stable forever.

ਮ: ੧॥

ਪਰੰਦਏ ਨ ਗਿਰਾਹ ਜਰ॥	paranday na giraah jar.
ਦਰਖਤ ਆਬ ਆਸ ਕਰ॥	darkhat aab aas kar.
ਦਿਹੰਦ ਸੁਈ॥	dihand su-ee.
ਏਕ ਤੁਈ ਏਕ ਤੁਈ॥੬॥	ayk tu-ee ayk tu-ee. ||6||

ਪੰਛੀਆਂ ਕੋਲ ਕੋਈ ਧਨ ਨਹੀਂ ਹੁੰਦਾ । ਉਹਨਾਂ ਦੀ ਆਸ ਦਰਖਤਾਂ ਤੇ, ਪਾਣੀ ਤੇ ਹੁੰਦੀ ਹੈ । ਤੂੰ ਹੀ ਦਾਤਾਂ ਦੇਣ ਵਾਲਾ ਹੈ । ਸਭ ਨੂੰ ਕੇਵਲ ਤੇਰਾ ਹੀ ਆਸਰਾ ਹੈ, ਹੋਰ ਕੋਈ ਨਹੀਂ ਹੈ ।

The creatures of the world, like birds and other creatures do not have worldly wealth. All their hopes are on the trees and water. Only You are The True Trustee of all treasures of all Blessings. Worldly creatures depend, only on Your Blessed Vision. There may not be any other hope or savior in the universe.

ਮ: ੧॥

ਨਾਨਕ ਲਿਲਾਰਿ ਲਿਖਿਆ ਸੋਇ॥	naanak lilaar likhi-aa so-ay.
ਮੇਟਿ ਨ ਸਾਕੈ ਕੋਇ॥	mayt na saakai ko-ay.
ਕਲਾ ਧਰੈ ਹਿਰੈ ਸੁਈ॥	kalaa Dharai hirai su-ee.
ਏਕੁ ਤੁਈ ਏਕੁ ਤੁਈ॥੭॥	ayk tu-ee ayk tu-ee. ||7||

ਪ੍ਰਭ ਜਨਮ ਤੇ ਹੀ ਭਾਗ ਮਸਤਕ ਤੇ ਲਿਖ ਦੇਂਦਾ ਹੈ । ਉਸ ਦੀ ਲਿਖਤ ਨੂੰ ਹੋਰ ਕੋਈ ਬਦਲ ਨਹੀਂ ਸਕਦਾ । ਪ੍ਰਭ ਆਪ ਹੀ ਆਤਮਾ ਨੂੰ ਤਾਕਤ ਬਖਸ਼ਦਾ ਹੈ, ਆਪ ਹੀ ਖਤਮ ਕਰਦਾ ਹੈ । ਇਹ ਸਭ ਕੇਵਲ ਪ੍ਰਭ ਦਾ ਹੀ ਖੇਲ ਹੈ ।

The True Master prewrites the destiny of all worldly creature before birth. No one can change or alter his prewritten destiny. The One and Only One may bless strength and endurance or destroy the strength of his soul. The play of His Creation and universe are only Your play.

ਪਉੜੀ॥

ਸਚਾ ਤੇਰਾ ਹੁਕਮੁ ਗੁਰਮੁਖਿ ਜਾਣਿਆ॥	sachaa tayraa hukam gurmukh jaani-aa.
ਗੁਰਮਤੀ ਆਪੁ ਗਵਾਇ ਸਚੁ ਪਛਾਣਿਆ॥	gurmatee aap gavaa-ay sach pachhaani-aa.
ਸਚੁ ਤੇਰਾ ਦਰਬਾਰੁ ਸਬਦੁ ਨੀਸਾਣਿਆ॥	sach tayraa darbaar sabad neesaani-aa.
ਸਚਾ ਸਬਦੁ ਵੀਚਾਰਿ ਸਚਿ ਸਮਾਣਿਆ॥	sachaa sabad veechaar sach samaani-aa.
ਮਨਮੁਖ ਸਦਾ ਕੂੜਿਆਰ ਭਰਮਿ ਭੁਲਾਣਿਆ॥	manmukh sadaa koorhi-aar bharam bhoolaani-aa.
ਵਿਸਟਾ ਅੰਦਰਿ ਵਾਸੁ ਸਾਦੁ ਨ ਜਾਣਿਆ॥	vistaa andar vaas saad na jaani-aa.
ਵਿਣੁ ਨਾਵੈ ਦੁਖੁ ਪਾਇ ਆਵਣ ਜਾਣਿਆ॥	vin naavai dukh paa-ay aavan jaani-aa.
ਨਾਨਕ ਪਾਰਖੁ ਆਪਿ, ਜਿਨਿ ਖੋਟਾ ਖਰਾ ਪਛਾਣਿਆ॥੧੩॥	naanak paarakh aap Jin khotaa kharaa pachhaani-aa. ||13||

ਪ੍ਰਭ ਦਾ ਭਾਣਾ ਅਟਲ ਹੈ, ਆਪ ਹੀ ਗੁਰਮਖ ਨੂੰ ਸੋਝੀ ਬਖਸ਼ਦਾ ਹੈ । ਉਹ ਸ਼ਬਦ ਦੀ ਸੋਝੀ ਨਾਲ ਆਪਣਾ ਆਪਾ ਪ੍ਰਭ ਦੇ ਭੇਟਾ ਕਰਕੇ, ਪ੍ਰਭ ਦੇ ਸ਼ਬਦ ਦੀ ਸਮਾਧੀ ਵਿੱਚ ਲੀਨ ਹੋ ਜਾਂਦਾ ਹੈ । ਜਿਹੜਾ ਸ਼ਬਦ ਦੀ ਪਾਲਣਾ ਵਿੱਚ ਅਡੋਲ ਰਹਿੰਦਾ, ਸ਼ਬਦ ਦੀ ਸੋਝੀ ਨਾਲ ਸ਼ਬਦ ਦੀ ਸਮਾਧੀ ਵਿੱਚ ਹੀ ਲੀਨ ਰਹਿੰਦਾ ਹੈ । ਪ੍ਰਭ ਦੀ ਰਹਿਮਤ ਨਾਲ, ਉਸ ਨੂੰ ਦਰਬਾਰ ਵਿੱਚ ਪ੍ਰਵਾਨਗੀ ਦਾ ਅਸਲੀ ਰਸਤਾ ਬਖਸ਼ਿਸ਼ ਹੋ ਸਕਦਾ ਹੈ । ਮਨਮੁਖ ਹਮੇਸ਼ਾਂ ਹੀ ਝੂਠ, ਧੋਖੇ ਦੇ ਆਸਰੇ ਤੇ ਜੀਵਨ ਬਤੀਤ ਕਰਦਾ ਹੈ । ਉਹ ਭਰਮਾਂ ਭਲੇਖਿਆਂ ਵਿੱਚ ਹੀ ਭਟਕਦਾ ਰਹਿੰਦਾ ਹੈ । ਉਹ ਇੱਛਾਂ ਦੀ ਮੈਲ ਵਿੱਚ ਹੀ ਰਹਿੰਦਾ, ਉਸ ਨੂੰ ਸ਼ਬਦ ਦੀ ਸੋਝੀ ਬਖਸ਼ਿਸ਼ ਨਹੀਂ ਹੰਦੀ । ਸ਼ਬਦ ਦੀ ਬੰਦਗੀ ਤੋਂ ਬਿਨਾਂ ਜੂੰਨਾਂ ਦੇ ਚੱਕਰ ਵਿੱਚ ਹੀ ਰਹਿੰਦਾ ਹੈ । ਆਪ ਹੀ ਜੀਵ ਦੀ ਕਮਾਈ ਪਰਖਦਾ, ਚੰਗੇ ਮੰਦੇ ਕੰਮਾਂ ਦਾ ਨਿਰਨਾ ਹੋ ਜਾਂਦਾ ਹੈ ।

Your Commands, Word remains unchangeable, unavoidable, and true forever. Your true devotee may be blessed with the enlightenment of the essence of Your Word. He may surrender his selfishness, self-identity at Your Sanctuary to serve Your Word, Your Creation. He may be blessed with the right path of acceptance in Your Court. Self-minded always lies and spends his time on deception. He remains frustrated and miserable in worldly suspicions. His mind always remains blemished with the worldly desires; he may never be blessed with enlightenment of the essence of His Word. Without the earnings of Your Word; he may remain in the cycle of birth and death. The True Master may differentiate good or evil deeds.

338.ਸਲੋਕੁ ਮਃ ੧॥ (144-10)

ਸੀਹਾ ਬਾਜਾ ਚਰਗਾ ਕੁਹੀਆ, ਏਨਾ ਖਵਾਲੇ ਘਾਹ॥	seehaa baajaa chargaa kuhee-aa aynaa khavaalay ghaah.
ਘਾਹੁ ਖਾਨਿ ਤਿਨਾ ਮਾਸੁ ਖਵਾਲੇ, ਏਹਿ ਚਲਾਏ ਰਾਹ॥	ghaahu khaan tinaa maas khavaalay ayhi chalaa-ay raah.
ਨਦੀਆ ਵਿਚਿ ਟਿਬੇ ਦੇਖਾਲੇ, ਥਲੀ ਕਰੇ ਅਸਗਾਹ॥	nadee-aa vich tibay daykhaalay thalee karay asgaah.
ਕੀੜਾ ਥਾਪਿ, ਦੇਇ ਪਾਤਿਸਾਹੀ, ਲਸਕਰ ਕਰੇ ਸੁਆਹ॥	keerhaa thaap day-ay paatisaahee laskar karay su-aah.
ਜੇਤੇ ਜੀਅ ਜੀਵਹਿ ਲੈ ਸਾਹਾ, ਜੀਵਾਲੇ ਤਾ ਕਿ ਅਸਾਹ॥	jaytay jee-a jeeveh lai saahaa jeevaalay taa ke asaah.
ਨਾਨਕ ਜਿਉ ਜਿਉ ਸਚੇ ਭਾਵੈ, ਤਿਉ ਤਿਉ ਦੇਇ ਗਿਰਾਹ॥੧॥	naanak Ji-o Ji-o sachay bhaavai ti-o ti-o day-ay giraah. ||1||

ਪ੍ਰਭ ਦੀ ਕੁਦਰਤ, ਕਰਾਮਾਤ ਦੇਖੋ! ਅਗਰ ਪ੍ਰਭ ਦੀ ਰਜ਼ਾ ਹੋਵੇ! ਜਿਹੜੇ ਜਾਨਵਰ ਸ਼ਿਕਾਰੀ ਸਨ, ਜੀਵ ਮਾਸ ਖਾਂਦੇ ਹਨ, ਉਹਨਾਂ ਨੂੰ ਘਾਹ ਖਾਣ ਤੇ ਲਾ ਸਕਦਾ ਹੈ । ਜਿਹੜੇ ਘਾਹ ਖਾਂਦੇ ਸਨ, ਉਹਨਾਂ ਨੂੰ ਸ਼ਿਕਾਰੀ ਬਣਾ ਕੇ ਮਾਸ ਖਾਣ ਤੇ ਲਾ ਸਕਦਾ ਹੈ । ਸਾਗਰ ਨੂੰ ਰੇਗਸਤਾਨ ਅਤੇ ਰੇਗਸਤਾਨ ਨੂੰ ਸਾਗਰ ਬਣਾ ਸਕਦਾ ਹੈ । ਆਪਣੀ ਰਜ਼ਾ ਨਾਲ ਨਿਮਾਣੇ ਸੇਵਕ ਨੂੰ ਵਡੇ ਸ਼ੇਨਸਾਹ ਅੱਗੇ ਖੜ੍ਹਾ ਕਰਕੇ, ਉਸ ਦੀ ਸਾਰੀ ਫੋਜ ਨੂੰ ਖਤਮ ਕਰ ਸਕਦਾ, ਜਿੱਤ ਪਾ ਸਕਦਾ ਹੈ । ਸਾਰੇ ਜੀਵ ਸਵਾਸਾਂ ਤੋਂ ਬਿਨਾਂ ਮਰ ਜਾਂਦੇ ਹਨ, ਅਗਰ ਰਜ਼ਾ ਹੋਵੇ ਤਾ ਉਹਨਾਂ ਨੂੰ ਬਿਨਾਂ ਸਵਾਸਾਂ ਤੋਂ ਹੀ ਰਖ ਸਕਦਾ ਹੈ । ਸਭ ਕੁਝ ਪ੍ਰਭ ਦੀ ਰਜ਼ਾ ਅੰਦਰ ਹੀ ਹੁੰਦੀ ਹੈ, ਉਹ ਹੀ ਸਭ ਨੂੰ ਦਾਤਾਂ ਬਖਸ਼ਦਾ ਹੈ, ਹੋਰ ਕਿਸੇ ਦਾ ਜ਼ੋਰ ਨਹੀਂ ।

You should be fascinated from His Nature, Miracles, and Power. He may transform a meat eater creature to become vegetarian and vice versa. Whosoever was vegetarian makes him a meat eater, the killers. He may convert an ocean into a desert and convert a desert into running water and ocean. He may bestow His Blessed Vision; a helpless humble devotee may stand in front of a mighty kings; with His mercy and grace, he may become a victorious to defeat his whole army. All creatures may die without breaths; the treasure of a breath; however, He may keep the creature alive without any breath; only His Command, prevails in the universe. The One and Only One, True Master of all Blessings may bless anyone with any virtue; none of His Creation has any power to alter His Command.

ਮਃ ੧॥

ਇਕਿ ਮਾਸਹਾਰੀ, ਇਕਿ ਤ੍ਰਿਣੁ ਖਾਹਿ॥	ik maashaaree ik tarin khaahi.
ਇਕਨਾ ਛਤੀਹ ਅੰਮ੍ਰਿਤ ਪਾਹਿ॥	iknaa chhateeh amrit paahi.
ਇਕਿ ਮਿਟੀਆ ਮਹਿ ਮਿਟੀਆ ਖਾਹਿ॥	ik mitee-aa meh mitee-aa khaahi.
ਇਕਿ ਪਉਣ ਸੁਮਾਰੀ ਪਉਣ ਸੁਮਾਰਿ॥	ik pa-un sumaaree pa-un sumaar.
ਇਕਿ ਨਿਰੰਕਾਰੀ ਨਾਮ ਆਧਾਰਿ॥	ik nirankaaree Naam aaDhaar.
ਜੀਵੈ ਦਾਤਾ ਮਰੈ ਨ ਕੋਇ॥	jeevai daataa marai na ko-ay.
ਨਾਨਕ ਮੁਠੇ ਜਾਹਿ ਨਾਹੀ ਮਨਿ ਸੋਇ॥੨॥	naanak muthay jaahi naahee man so-ay. ||2||

ਕਈ ਜੀਵ ਮਾਸ ਖਾਂਦੇ, ਕਈ ਵੇਸ਼ਨੋ, ਸਬਜੀਆਂ ਹੀ ਖਾਂਦੇ ਹਨ । ਕਿਸੇ ਨੂੰ ਛੱਤੀ ਤਰ੍ਹਾਂ ਦੇ ਭੋਜਨ, ਕਿਸੇ ਨੂੰ ਇਕ ਡੰਗ ਦੀ ਰੋਟੀ ਮਸਾ ਨਸੀਬ ਹੁੰਦੀ ਹੈ, ਕੇਵਲ ਖਰਾਬ ਹੋਇਆ ਹੀ ਖਾਣ ਲਈ ਨਸੀਬ ਹੁੰਦਾ ਹੈ । ਕਈ ਆਪਣੇ ਸਵਾਸ ਤੇ ਕਾਬੂ ਪਾਉਣ ਦੀ ਕੋਸ਼ਿਸ਼ ਕਰਦੇ ਹਨ, ਕਈ ਸਵਾਸ ਲੈਂਦੇ ਹਨ । ਕਈ ਸ਼ਬਦ ਤੇ ਭਰੋਸੇ ਨਾਲ ਬੰਦਗੀ ਕਰਦੇ ਹਨ, ਉਹ ਪਹੁੰਚ ਤੋਂ ਉਪਰ ਵਾਲੇ ਪ੍ਰਭ ਦਾ ਧੰਨਵਾਦ ਕਰਦੇ ਹਨ । ਜਿਸ ਦਾ ਪ੍ਰਭ ਰਖਵਾਲਾ ਬਣ ਜਾਂਦਾ, ਉਸ ਨੂੰ ਕੋਈ ਆਫਤ ਵੀ ਖਤਮ ਨਹੀਂ ਕਰ ਸਕਦੀ । ਜਿਹੜੇ ਪ੍ਰਭ ਦੇ ਸ਼ਬਦ ਨਾਲ ਜੀਵਨ ਨਹੀਂ ਬਤੀਤ ਕਰਦਾ, ਉਹ ਰਸਤੇ ਤੋਂ ਭੁਲਿਆਂ ਹੋਇਆ ਹੈ ।

In the universe! Some may eat meat and others may be vegetarian. Some are blessed with various kinds of food and others may not have enough food to survive for one day; only eat leftover, spoiled, wasted food. Some devotee may try to control his own breath and some may be breathing. Some may obey the teachings of His Word with steady and stable belief and remains gratitude for His Blessings. Whosevers may be accepted in His Sanctuary, no one can destroy, harm, or change his state of mind. Whosoever may not adopt the teachings of His Word in day-to-day life; he may be deprived from the right path of salvation.

ਪਉੜੀ॥

ਪੂਰੇ ਗੁਰ ਕੀ ਕਾਰ ਕਰਮਿ ਕਮਾਈਐ॥	pooray gur kee kaar karam kamaa-ee-ai.
ਗੁਰਮਤੀ ਆਪੁ ਗਵਾਇ ਨਾਮੁ ਧਿਆਈਐ॥	gurmatee aap gavaa-ay Naam Dhi-aa-ee-ai.
ਦੂਜੀ ਕਾਰੈ ਲਗਿ ਜਨਮੁ ਗਵਾਈਐ॥	doojee kaarai lag janam gavaa-ee-ai.
ਵਿਣੁ ਨਾਵੈ ਸਭ ਵਿਸੁ ਪੈਝੈ ਖਾਈਐ॥	vin naavai sabh vis paijhai khaa-ee-ai.

ਸਚਾ ਸਬਦੁ ਸਾਲਾਹਿ ਸਚਿ ਸਮਾਈਐ॥	sachaa sabad saalaahi sach samaa-ee-ai.
ਵਿਣੁ ਸਤਿਗੁਰੁ ਸੇਵੇ ਨਾਹੀ ਸੁਖਿ, ਨਿਵਾਸੁ ਫਿਰਿ ਫਿਰਿ ਆਈਐ॥	vin saT`gur sayvay naahee sukh nivaas fir fir aa-ee-ai.
ਦੁਨੀਆ ਖੋਟੀ ਰਾਸਿ ਕੂੜੁ ਕਮਾਈਐ॥	dunee-aa khotee raas koorh kamaa-ee-ai.
ਨਾਨਕ ਸਚੁ ਖਰਾ ਸਾਲਾਹਿ, ਪਤਿ ਸਿਉ ਜਾਈਐ॥੧੪॥	naanak sach kharaa saalaahi pat si-o jaa-ee-ai. ||14||

ਅਟਲ ਪ੍ਰਭ ਦੇ ਸ਼ਬਦ ਦੀ ਸਿਖਿਆਂ ਨੂੰ ਮਨ ਵਿੱਚ ਰਖਕੇ ਸ੍ਰਿਸ਼ਟੀ ਦੀ ਭਲਾਈ ਦੇ ਕੰਮ ਕਰੋ! ਜਿਸ ਨੂੰ ਸ਼ਬਦ ਦੀ ਸੋਝੀ ਬਖਸ਼ਿਸ਼ ਹੋ ਜਾਂਦੀ ਹੈ, ਉਸ ਨੂੰ ਇੱਛਾਂ ਤੇ ਕਾਬੂ ਬਖਸ਼ਿਸ਼ ਹੋ ਜਾਂਦਾ, ਆਪਾ ਮਿਟਾ ਜਾਂਦਾ ਹੈ । ਸ਼ਬਦ ਦੀ ਕਮਾਈ ਤੋਂ ਬਿਨਾਂ, ਬਾਕੀ ਸਾਰੀਆਂ ਕਮਾਈਆਂ ਬੇਕਾਰ, ਤਬਾਹੀ ਕਰਨ ਵਾਲੀਆਂ ਹੀ ਹਨ । ਪ੍ਰਭ ਦੇ ਸ਼ਬਦ ਨਾਲ ਜੀਵਨ ਢਾਲਣ ਨਾਲ ਮਨ ਅਡੋਲ ਹੋ ਸਕਦਾ ਹੈ । ਸ਼ਬਦ ਦੀ ਕਾਮਾਈ ਤੋਂ ਬਿਨਾਂ ਕੋਈ ਸੁਖ ਨਹੀਂ, ਜੂੰਨਾਂ ਵਿੱਚ ਹੀ ਰਹਿੰਦਾ ਹੈ । ਸੰਸਾਰਕ ਇੱਛਾਂ ਪਿਛੇ ਲਗਕੇ ਕੰਮ ਕਰਨ ਨਾਲ ਘਾਟਾ ਹੀ ਨਸੀਬ ਹੁੰਦਾ ਹੈ, ਕੇਵਲ ਰਹਿਮਤ ਦੇ ਧੰਨਵਾਦ ਕਰਨ ਨਾਲ ਹੀ ਦਰਬਾਰ ਵਿੱਚ ਪ੍ਰਵਾਨਗੀ ਬਖਸ਼ਿਸ਼ ਹੋ ਸਕਦੀ ਹੈ ।

You should always adopt the teachings of His Word with steady and stable belief and, perform good deeds for the welfare of mankind. Whosoever may be enlightened with the essence of His Word; he may conquer his worldly desires and surrenders his self-identity at His Sanctuary. All other deeds, meditations are useless for the real purpose of human life opportunity. Without devotional meditation on the teachings of His Word, earnings of His Word; all other meditations lead to the destruction and destroy peace of mind. Whosoever may adopt the teachings of His Word with steady and stable belief in day-to-day life; with His mercy and grace, he may remain intoxicated in meditation in the void of His Word. Whosoever may not earn the wealth of His Word; he may never be blessed with a peace of mind and contentment. He may remain in the cycle of birth and death. Self-minded may follow his own instinct, he may remain on the wrong path of the journey of life. Whosoever may sing the glory of The True Master and remains gratitude for His Blessings; with His mercy and grace, only his soul may be accepted in His Court.

339.ਸਲੋਕ ਮਃ ੧॥ (144-19)

ਤੁਧੁ ਭਾਵੈ ਤਾ ਵਾਵਹਿ ਗਾਵਹਿ, ਤੁਧੁ ਭਾਵੈ ਜਲਿ ਨਾਵਹਿ॥	tuDh bhaavai taa vaaveh gaavahi tuDh bhaavai jal naaveh.
ਜਾ ਤੁਧੁ ਭਾਵਹਿ ਤਾ ਕਰਹਿ ਬਿਭੂਤਾ, ਸਿੰਙੀ ਨਾਦੁ ਵਜਾਵਹਿ॥	jaa tuDh bhaaveh taa karahi bibhootaa sinyee naad vajaavah.
ਜਾ ਤੁਧੁ ਭਾਵੈ ਤਾ ਪੜਹਿ ਕਤੇਬਾ, ਮੁਲਾ ਸੇਖ ਕਹਾਵਹਿ॥	jaa tuDh bhaavai taa parheh kataybaa mulaa saykh kahaaveh.
ਜਾ ਤੁਧੁ ਭਾਵੈ ਤਾ ਹੋਵਹਿ ਰਾਜੇ, ਰਸ ਕਸ ਬਹੁਤੁ ਕਮਾਵਹਿ॥	jaa tuDh bhaavai taa hoveh raajay ras kas bahut kamaaveh.
ਜਾ ਤੁਧੁ ਭਾਵੈ ਤੇਗ ਵਗਾਵਹਿ, ਸਿਰ ਮੁੰਡੀ ਕਟਿ ਜਾਵਹਿ॥	jaa tuDh bhaavai tayg vagaaveh sir mundee kat jaaveh.
ਜਾ ਤੁਧੁ ਭਾਵੈ ਜਾਹਿ ਦਿਸੰਤਰਿ, ਸੁਣਿ ਗਲਾ ਘਰਿ ਆਵਹਿ॥	jaa tuDh bhaavai jaahi disantar sun galaa ghar aavahi.
ਜਾ ਤੁਧੁ ਭਾਵੈ ਨਾਇ ਰਚਾਵਹਿ, ਤੁਧੁ ਭਾਣੇ ਤੂੰ ਭਾਵਹਿ॥	jaa tuDh bhaavai naa-ay rachaaveh tuDh bhaanay tooN bhaaveh.
ਨਾਨਕੁ ਏਕ ਕਹੈ ਬੇਨੰਤੀ, ਹੋਰਿ ਸਗਲੇ ਕੂੜੁ ਕਮਾਵਹਿ॥੧॥	naanak ayk kahai baynantee hor saglay koorh kamaaveh. ||1||

ਪ੍ਰਭ ਦੀ ਰਹਿਮਤ ਨਾਲ ਹੀ ਜੀਵ ਸ਼ਬਦ ਦਾ ਕੀਰਤਨ, ਜਾ ਇਸ਼ਨਾਨ ਕਰਦਾ ਹਾ । ਤਨ ਤੇ ਸਵਾਹ ਮਲਦਾ, ਸੰਖ ਵਜਾਉਂਦਾ ਹਾ । ਜਿਸ ਤੇ ਰਹਿਮਤ ਬਖਸ਼ਦਾ ਹੈ, ਉਹ ਹੀ ਗ੍ਰੰਥ ਪੜ੍ਹਦਾ, ਸਿਖਿਆਂ ਨਾਲ ਜੀਵਨ ਢਾਲਦਾ, ਪ੍ਰਭ ਦਾ ਸੇਵਕ ਕਹਾਉਂਦਾ ਹਾ । ਪ੍ਰਭ ਦੀ ਰਹਿਮਤ ਨਾਲ ਹੀ, ਉਸ ਦਾ ਸੇਵਕ ਤਲਵਾਰ ਪਕੜ ਲੈਂਦਾ, ਵੈਰੀ ਨੂੰ ਖਤਮ ਕਰ ਦੇਂਦਾ ਹੈ । ਪ੍ਰਭ ਦੀ ਰਹਿਮਤ ਨਾਲ ਹੀ ਜੀਵ ਅਣਜਾਣ ਧਰਤੀ ਤੇ ਜਾਂਦਾ ਹੈ, ਘਰ ਦੀ ਖਬਰ ਮਿਲਨ ਤੇ ਵਾਪਸ ਆਉਂਦਾ ਹੈ । ਪ੍ਰਭ ਦੀ ਰਹਿਮਤ ਨਾਲ ਹੀ ਜੀਵ ਤੇਰੇ ਸ਼ਬਦ ਦੀ ਸਮਾਧੀ ਵਿੱਚ ਲੀਨ ਰਹਿੰਦਾ ਹੈ । ਪ੍ਰਭ ਤੇਰੀ ਰਹਿਮਤ, ਸ਼ਬਦ ਦੇ ਰਸਤੇ ਤੋਂ ਬਿਨਾਂ ਬਾਕੀ ਸਾਰੇ ਕੰਮ ਹੀ ਮੰਦੇ, ਸਾਰੇ ਰਸਤੇ ਹੀ ਗਲਤ ਹੈ ।

Whosoever may be blessed with devotional attachment to His Word, only he may sing the glory of His Word and take a soul sanctifying bath in the ocean of nectar of the essence of His Word. Someone may rub ashes on his body and sings His Glory. Someone may read Holy Scripture! He may be called as His true devotee. The Merciful True Master may bestow His Blessed Vision, His humble true devotee my pick-up sword to eliminate the tyranny of a brutal mighty king, enemy of mankind. His true devotee may to go to a different land; with His mercy and grace, he may be inspired to return home to adopt the right path of his human life journey. Your true devotee may remain intoxicated in deep meditation in the void of His Word. Without obeying, meditating, and adopting the teachings of His Word, all other tasks are evil deeds.

ਮਃ ੧॥

ਜਾ ਤੂੰ ਵਡਾ ਸਭਿ ਵਡਿਆਂਈਆ	jaa tooN vadaa sabh vadi-aaN-ee-aa
ਚੰਗੈ ਚੰਗਾ ਹੋਈ॥	changai changa ho-ee.
ਜਾ ਤੂੰ ਸਚਾ ਤਾ ਸਭੁ ਕੋ ਸਚਾ,	jaa tooN sachaa taa sabh ko sachaa
ਕੂੜਾ ਕੋਇ ਨ ਕੋਈ॥	koorhaa ko-ay na ko-ee.
ਆਖਣੁ ਵੇਖਣੁ ਬੋਲਣੁ ਚਲਣੁ	aakhan vaykhan bolan chalan
ਜੀਵਣੁ ਮਰਣਾ ਧਾਤੁ॥	jeevan marnaa Dhaat.
ਹੁਕਮੁ ਸਾਜਿ ਹੁਕਮੈ ਵਿਚਿ ਰਖੈ,	hukam saaj hukmai vich
ਨਾਨਕ ਸਚਾ ਆਪਿ॥੨॥	rakhai naanak sachaa aap. ||2||

ਪ੍ਰਭ ਬਹੁਤ ਮਹਾਨ ਹੈ, ਸਭ ਚੰਗਆਈਆਂ ਪ੍ਰਭ ਹੀ ਬਖਸ਼ਿਸ਼ ਹਨ । ਤੇਰਾ ਅਟਲ ਭਾਣੇ, ਸ਼ਬਦ ਦੀ ਸਿਖਿਆਂ ਵਿੱਚ ਕੋਈ ਫਰੇਬ ਨਹੀਂ ਹੈ । ਜੀਵ ਦਾ ਕੁਝ ਬੋਲਣਾ, ਪੁੱਛਣਾ, ਚਲਣਾ, ਬੈਠਣਾ, ਜਨਮ, ਮਰਨ ਇਕ ਅਵਸਥਾ ਦਾ ਬਦਲਨਾ ਹੀ ਹੈ । ਪ੍ਰਭ ਆਪਣੇ ਹੁਕਮ ਨਾਲ ਹੀ ਜੀਵ ਨੂੰ ਪੈਦਾ ਕਰਦਾ, ਪਾਲਣਾ ਕਰਦਾ, ਰਖਿਆ ਕਰਦਾ ਹੈ । ਉਸ ਦੇ ਸਾਰੇ ਕਰਤਬ ਹੀ ਅਟਲ, ਅਚੰਬੇ ਹੀ ਹਨ ।

The True Master, Greatest of All! All virtues have been blessed with His Blessed Vision. His Command remains unavoidable true forever; there may not be deception, malice in the essence of His Word. The sound, speech, inquires, sitting, standing, birth and death are just a change of state of mind of his soul. The True Master creates, nourishes, monitors, and protects His Creation; His Nature remains unpredictable and cannot be altered.

ਪਉੜੀ॥

ਸਤਿਗੁਰੁ ਸੇਵਿ ਨਿਸੰਗੁ	saT`gur sayv nisang
ਭਰਮੁ ਚੁਕਾਈਐ॥	bharam chukhaa-ee-ai.
ਸਤਿਗੁਰੁ ਆਖੈ ਕਾਰ	saT`gur aakhai kaar
ਸੁ ਕਾਰ ਕਮਾਈਐ॥	so kaar kamaa-ee-ai.
ਸਤਿਗੁਰੁ ਹੋਇ ਦਇਆਲੁ	saT`gur ho-ay da-i-aal
ਤ ਨਾਮੁ ਧਿਆਈਐ॥	ta Naam Dhi-aa-ee-ai.
ਲਾਹਾ ਭਗਤਿ ਸੁ ਸਾਰੁ	laahaa bhagat so saar

ਗੁਰਮੁਖਿ ਪਾਈਐ॥	gurmukh paa-ee-ai.
ਮਨਮੁਖਿ ਕੂੜੁ ਗੁਬਾਰੁ	manmukh koorh gubaar
ਕੂੜੁ ਕਮਾਈਐ॥	koorh kamaa-ee-ai.
ਸਚੇ ਦੈ ਦਰਿ ਜਾਇ	sachay dai dar jaa-ay
ਸਚੁ ਚਵਾਂਈਐ॥	sach chavaaN-ee-ai.
ਸਚੈ ਅੰਦਰਿ ਮਹਲਿ ਸਚਿ ਬੁਲਾਈਐ॥	sachai andar mahal sach bulaa-ee-ai.
ਨਾਨਕ ਸਚੁ ਸਦਾ ਸਚਿਆਰੁ	naanak sach sadaa sachiaar
ਸਚਿ ਸਮਾਈਐ॥੧੫॥	sach samaa-ee-ai. ||15||

ਜਿਹੜਾ ਅਡੋਲ ਭਰੋਸੇ ਨਾਲ ਪ੍ਰਭ ਦੇ ਸ਼ਬਦ ਦੀ ਸਿਖਿਆਂ ਨਾਲ ਜੀਵਨ ਢਾਲਦਾ ਹੈ, ਉਸ ਦੇ ਜੀਵਨ ਦੇ ਸਾਰੇ ਭਰਮ ਦੂਰ ਹੋ ਜਾਂਦੇ ਹਨ । ਜਿਸ ਤੇ ਪ੍ਰਭ ਰਹਿਮਤ ਬਖਸ਼ਦਾ ਹੈ, ਕੇਵਲ ਉਹ ਹੀ ਬੰਦਗੀ ਕਰ ਸਕਦਾ ਹੈ, ਉਸ ਨੂੰ ਹੀ ਗੁਰਮਖ ਅਵਸਥਾ ਬਖਸ਼ਿਸ਼ ਹੋ ਸਕਦੀ ਹੈ । ਮਨਮੁਖ ਮਨ ਦੀਆਂ ਇੱਛਾਂ ਤੇ ਚਲਕੇ ਮੰਦੇ ਕੰਮ ਕਰਦਾ ਹੈ, ਧੋਖਾ ਹੀ ਉਸ ਦਾ ਅਧਾਰ ਹੁੰਦਾ ਹੈ । ਉਸ ਨੂੰ ਪ੍ਰਭ ਆਪਣੇ ਦਰਬਾਰ ਵਿੱਚ ਪ੍ਰਵਾਨਗੀ ਬਖਸ਼ਦਾ ਨਹੀਂ ਹੁੰਦੀ ਹੈ । ਪ੍ਰਭ ਦੇ ਦਰਬਾਰ ਵਿੱਚ ਕੇਵਲ ਸ਼ਬਦ ਦੀ ਕਮਾਈ ਹੀ ਪ੍ਰਵਾਨ ਹੁੰਦੀ ਹੈ, ਗੁਰਮਖ ਸ਼ਬਦ ਦੀ ਪਾਲਣਾ ਵਿੱਚ ਅਡੋਲ ਰਹਿੰਦਾ ਹੈ । ਪ੍ਰਭ ਦੀ ਜੋਤ ਵਿੱਚ ਹੀ ਅਲੋਪ ਹੋ ਜਾਂਦਾ ਹੈ ।

Whosoever may meditate, and adopt the teachings of His Word with steady and stable belief in day-to-day life; with His mercy and grace, all his worldly suspicions may be eliminated. Whosoever may remain intoxicated, meditating on the teachings of His Word, he may be blessed with a state of mind as His true devotee. Self-minded always follows his own worldly desires, his instinct and remains on evil path. Deception remains the basis of his day-to-day life. He may not be blessed with the right path of acceptance in His Court. Only the earnings of His Word may be accepted in His Court. His true devotee may remain obeying the teaching of His Word with steady and stable belief; with His mercy and grace, his soul may be immersed in His Holy Spirit.

340.ਸਲੋਕੁ ਮਃ ੧॥ (145-10)

ਕਲਿ ਕਾਤੀ ਰਾਜੇ ਕਾਸਾਈ,	kal kaatee raajay kaasaa-ee
ਧਰਮੁ ਪੰਖ ਕਰਿ ਉਡਰਿਆ॥	Dharam pankh kar udri-aa.
ਕੂੜੁ ਅਮਾਵਸ ਸਚੁ ਚੰਦ੍ਰਮਾ,	koorh amaavas sach chandarmaa
ਦੀਸੈ ਨਾਹੀ ਕਹ ਚੜਿਆ॥	deesai naahee kah charhi-aa.
ਹਉ ਭਾਲਿ ਵਿਕੁੰਨੀ ਹੋਈ॥	ha-o bhaal vikunnee ho-ee.
ਆਧੇਰੈ ਰਾਹੁ ਨ ਕੋਈ॥	aaDhaarai raahu na ko-ee.
ਵਿਚਿ ਹਉਮੈ ਕਰਿ ਦੁਖੁ ਰੋਈ॥	vich ha-umai kar dukh ro-ee.
ਕਹੁ ਨਾਨਕ ਕਿਨਿ ਬਿਧਿ ਗਤਿ ਹੋਈ॥੧॥	kaho naanak kin biDh gat ho-ee. ||1||

ਇਸ ਕੱਲਯੁਗ ਵਿੱਚ ਇਨਸਾਫ ਕਰਨਵਾਲੇ ਜ਼ਾਲਮਾ ਵਾਲਾ ਇਨਸਾਫ ਕਰਦੇ ਹਨ । ਇਨਸਾਫ ਦੀ ਅਵਾਜ਼ ਸੰਸਾਰ ਵਿਚੋਂ ਉਠ ਗਈ, ਖਤਮ ਹੋ ਗਈ ਹੈ । ਇਸ ਜ਼ੁਲਮ ਭਰੀ ਰਾਤ ਵਿੱਚ ਇਨਸਾਫ ਵਾਲੀ ਅਵਾਜ਼ ਨਹੀਂ ਲੱਭਦੀ । ਜੀਵ ਬਿਨਾਂ ਕਿਸੇ ਆਸ ਤੋਂ ਇਨਸਾਫ ਢੂੰਡਦਾ ਹੈ । ਜ਼ੁਲਮਾਂ ਨਾਲ ਭਰੇ ਸੰਸਾਰ ਵਿੱਚ ਇਨਸਾਫ ਦਾ ਰਸਤਾ ਨਹੀਂ ਲੱਭਦਾ । ਜੀਵ ਆਪਣੇ ਅਹੰਕਾਰ ਵਿੱਚ ਹੀ ਕੰਮ ਕਰਦਾ, ਦੁਖ ਹੀ ਪਾਉਂਦਾ ਹੈ । ਇਸ ਸੰਸਾਰ ਵਿੱਚ ਜੀਵ ਦੀ ਤੇਰੇ ਸ਼ਬਦ ਵੱਲ ਲਗਨ ਕਿਵੇਂ ਲਗ ਸਕਦੀ ਹੈ? ਮੁਕਤੀ ਦਾ ਰਸਤਾ ਕਿਵੇਂ ਬਖਸ਼ਿਸ਼ ਹੋ ਸਕਦਾ ਹੈ?

In this Age of darkness! Whosoever may be assigned to do justice; he does justice of tyranny? In this night of tyranny! There is no sound of justice; order of justice has disappeared. Your humble Creation may be seeking justice without any hope. This worldly ocean remains overwhelmed with tyranny, no one may find the right path of justice. Worldly creatures remain intoxication with ego and endures miseries in the cycle of birth and death. Imagine! How may anyone remain dedicate to meditate on Your Word? How may the path of salvation be blessed?

ਮਃ ੩॥

ਕਲਿ ਕੀਰਤਿ ਪਰਗਟੁ ਚਾਨਣੁ ਸੰਸਾਰਿ॥	kal keerat pargat chaanan sansaar.
ਗੁਰਮੁਖਿ ਕੋਈ ਉਤਰੈ ਪਾਰਿ॥	gurmukh ko-ee utrai paar.
ਜਿਸ ਨੋ ਨਦਰਿ ਕਰੇ ਤਿਸੁ ਦੇਵੈ॥	jis no nadar karay tis dayvai.
ਨਾਨਕ ਗੁਰਮੁਖਿ ਰਤਨੁ ਸੋ ਲੇਵੈ॥੨॥	naanak gurmukh ratan so layvai. ||2||

ਇਸ ਕੱਲਯੁਗ ਵਿੱਚ ਸ਼ਬਦ ਦਾ ਕੀਰਤਨ, ਸਿਖਿਆਂ ਹੀ ਇਕ ਚਾਨਣ ਦੀ ਕਿਰਨ ਹੈ । ਜਿਸ ਨੂੰ ਸ਼ਬਦ ਦੇ ਲੜ ਲਾਉਂਦਾ, ਉਹ ਹੀ ਸ਼ਬਦ ਦੀ ਪਾਲਣਾ ਕਰਦਾ, ਉਸ ਨੂੰ ਹੀ ਸ਼ਬਦ ਦੀ ਸੋਝੀ ਰੂਪੀ ਰਤਨ ਬਖਸ਼ਿਸ਼ ਹੁੰਦਾ ਹੈ । ਕੋਈ ਵਿਰਲਾ ਹੀ ਗੁਰਮਖ, ਇਸ ਸੰਸਾਰਕ ਸਾਗਰ ਨੂੰ ਪਾਰ ਕਰ ਸਕਦਾ ਹੈ ।

In this Age of darkness! Singing the glory of Your Word in renunciation may be the only hope and pillar of enlightenment. Whosoever may be blessed with a devotion to meditate on the teachings of Your Word; he may remain obeying the teachings of Your Word; with Your mercy and grace, he may be blessed with priceless jewel, the enlightenment of Your Word. However, very rare devotee remains on the right path to cross worldly ocean of desires.

ਪਉੜੀ॥

ਭਗਤਾ ਤੈ ਸੈਸਾਰੀਆ	Bhagtaa tai saisaaree-aa
ਜੋੜੁ ਕਦੇ ਨ ਆਇਆ॥	jorh kaday na aa-i-aa.
ਕਰਤਾ ਆਪਿ ਅਭੁਲੁ ਹੈ,	Kartaa aap abhul hai
ਨ ਭੁਲੈ ਕਿਸੈ ਦਾ ਭੁਲਾਇਆ॥	na bhulai kisai daa bhulaa-i-aa.
ਭਗਤ ਆਪੇ ਮੇਲਿਅਨੁ,	Bhagat aapay mayli-an
ਜਿਨੀ ਸਚੋ ਸਚੁ ਕਮਾਇਆ॥	Jinee sacho sach kamaa-i-aa.
ਸੈਸਾਰੀ ਆਪਿ ਖੁਆਇਅਨੁ,	Saisaaree aap khu-aa-i-an
ਜਿਨੀ ਕੂੜੁ ਬੋਲਿ ਬੋਲਿ ਬਿਖੁ ਖਾਇਆ॥	Jinee koorh bol bol bikh khaa-i-aa.
ਚਲਣ ਸਾਰ ਨ ਜਾਣਨੀ,	Chalan saar na jaannee
ਕਾਮੁ ਕਰੋਧੁ ਵਿਸੁ ਵਧਾਇਆ॥	kaam karoDh vis vaDhaa-i-aa.
ਭਗਤ ਕਰਨਿ ਹਰਿ ਚਾਕਰੀ,	Bhagat karan har chaakree
ਜਿਨੀ ਅਨਦਿਨੁ ਨਾਮੁ ਧਿਆਇਆ॥	Jinee an-din Naam Dhi-aa-i-aa.
ਦਾਸਨਿ ਦਾਸ ਹੋਇ ਕੈ,	Daasan daas ho-ay kai
ਜਿਨੀ ਵਿਚਹੁ ਆਪੁ ਗਵਾਇਆ॥	Jinee vichahu aap gavaa-i-aa.
ਓਨਾ ਖਸਮੈ ਕੈ ਦਰਿ ਮੁਖ ਉਜਲੇ,	Onaa khasmai kai dar mukh ujlay
ਸਚੈ ਸਬਦਿ ਸੁਹਾਇਆ॥ ੧੬॥	sachai sabad suhaa-i-aa. ||16||

ਮਨਮੁਖ (ਸੰਸਾਰਕ ਇੱਛਾਂ ਤੇ ਚਲਣਾ) ਅਤੇ ਗੁਰਮਖ (ਸ਼ਬਦ ਦੇ ਅਨੁਸਾਰ ਚਲਣ) ਦਾ ਕਦੇ ਸੰਜੋਗ ਨਹੀਂ ਬਣ ਸਕਦਾ । ਅੰਤਰਜਾਮੀ ਪ੍ਰਭ! ਕਿਸੇ ਦੀ ਕੀਤੀ ਕਮਾਈ ਨੂੰ ਬਿਰਥਾ ਨਹੀਂ ਜਾਣ ਦੇਂਦਾ, ਹਮੇਸ਼ਾਂ ਹੀ ਫਲ ਬਖਸ਼ਦਾ ਹੈ । ਜਿਹੜਾ ਮਨ ਸਾਫ ਕਰਕੇ ਬੰਦਗੀ ਕਰਦਾ, ਉਸ ਦੀ ਬੰਦਗੀ ਪ੍ਰਵਾਨ ਹੋ ਜਾਂਦੀ ਹੈ । ਜਿਹੜਾ ਸੰਸਾਰਕ ਇੱਛਾਂ ਦਾ ਗੁਲਾਮ ਹੁੰਦਾ, ਜੂੰਨਾਂ ਦੇ ਚੱਕਰ ਵਿੱਚ ਹੀ ਰਹਿੰਦਾ ਹੈ । ਉਹ ਝੂਠ ਬੋਲ ਕੇ ਆਪਣਾ ਪਾਪ ਵਧਾਉਂਦਾ ਹੈ, ਅਸਲੀਅਤ ਨਹੀਂ ਜਾਣਦਾ, ਨਰਾਜ਼ਗੀ, ਕਾਮ, ਕਰੋਧ ਹੀ ਵਧਾਉਂਦਾ ਰਹਿੰਦਾ ਹੈ । ਬੰਦਗੀ ਕਰਨਵਾਲਾ ਅਡੋਲ ਭਰੋਸੇ ਨਾਲ ਸ਼ਬਦ ਦੀ ਪਾਲਣਾ, ਸਿਮਰਨ ਵਿੱਚ ਵਿੱਚ ਲੀਨ ਰਹਿੰਦਾ ਹੈ, ਉਹ ਆਪਾ ਪ੍ਰਭ ਦੀ ਸ਼ਰਣ ਵਿੱਚ ਭੇਟਾ ਕਰ ਦੇਂਦਾ, ਉਸ ਨੂੰ ਅਸਲੀ ਦਾਸ ਅਵਸਥਾ ਬਖਸ਼ਿਸ਼ ਹੋ ਜਾਂਦੀ ਹੈ । ਉਸ ਨੂੰ ਪ੍ਰਭ ਦੇ ਦਰਬਾਰ ਵਿੱਚ ਥਾਂ ਬਖਸ਼ਿਸ਼ ਹੋ ਸਕਦੀ ਹੈ ।

Both Shiv and Shakti remain overwhelmed in the worldly ocean. His true devotee and self-minded may never remain on the same path; have a union. His true devotee adopts the teachings of His Word in day-to-day life; self-minded may remain intoxicated with the sweet poison of worldly wealth, desires. The Merciful Omniscient True Master may never forget, ignore the hard earnings of His Word of His Creation. Whosoever may meditate on the teachings of His Word with steady and stable belief on His Blessings, justice; he may be accepted in His Court. Whosoever may remain a slave of the worldly desires; he remains in the cycle of birth and death. Self-minded may increase the burden of his sins with deception and falsehood. He may never know the real purpose of human life opportunity. He may endure disappointment, sexual urge with strange partner, and anger within. His true devotee may surrender his self-identity at His Sanctuary and remains intoxicated in meditation in the void of His Word; with His mercy and grace, he may be blessed with a state of mind as His true devotee. He may be blessed with unique place, honor in His Court.

341.ਸਲੋਕੁ ਮਃ ੧॥ (145-18)

ਸਬਾਹੀ ਸਾਲਾਹ	sabaahee saalaah
ਜਿਨੀ ਧਿਆਇਆ ਇਕ ਮਨਿ॥	Jinee Dhi-aa-i-aa ik man.
ਸੇਈ ਪੂਰੇ ਸਾਹ	say-ee pooray saah
ਵਖਤੈ ਉਪਰਿ ਲੜਿ ਮੁਏ॥	vakh-tai upar larh mu-ay.
ਦੂਜੈ ਬਹੁਤੇ ਰਾਹ	doojai bahutay raah
ਮਨ ਕੀਆ ਮਤੀ ਖਿੰਡੀਆ॥	man kee-aa matee khindee-aa.
ਬਹੁਤੁ ਪਏ ਅਸਗਾਹ	bahut pa-ay asgaah
ਗੋਤੇ ਖਾਹਿ ਨ ਨਿਕਲਹਿ॥	gotay khaahi na niklahi.
ਤੀਜੈ ਮੁਹੀ ਗਿਰਾਹ ਭੁਖ	teejai muhee giraah bhukh
ਤਿਖਾ ਦੁਇ ਭਉਕੀਆ॥	tikhaa du-ay bha-ukee-aa.
ਖਾਧਾ ਹੋਇ ਸੁਆਹ	khaaDhaa ho-ay su-aah
ਭੀ ਖਾਣੇ ਸਿਉ ਦੋਸਤੀ॥	bhee khaanay si-o dostee.
ਚਉਥੈ ਆਈ ਊਂਘ	cha-uthai aa-ee ooNgh
ਅਖੀ ਮੀਟਿ ਪਵਾਰਿ ਗਇਆ॥	akhee meet pavaar ga-i-aa.
ਭੀ ਉਠਿ ਰਚਿਓਨੁ ਵਾਦੁ	bhee uth rachi-on vaad
ਸੈ ਵਰ੍ਹਿਆ ਕੀ ਪਿੜ ਬਧੀ॥	sai vareh-aa kee pirh baDhee.
ਸਭੇ ਵੇਲਾ ਵਖਤ ਸਭਿ	sabhay vaylaa vakhat sabh
ਜੇ ਅਠੀ ਭਉ ਹੋਇ॥	jay athee bha-o ho-ay.
ਨਾਨਕ ਸਾਹਿਬੁ ਮਨਿ ਵਸੈ,	naanak saahib man vasai
ਸਚਾ ਨਾਵਣੁ ਹੋਇ॥੧॥	sachaa naavan ho-ay. ||1||

ਜਿਹੜਾ ਜੀਵ ਸਵੇਰੇ ਉੱਠਕੇ, ਇਕ ਚਿਤ ਹੋ ਕੇ ਪ੍ਰਭ ਦੇ ਸ਼ਬਦ ਦਾ ਸਿਮਰਨ ਕਰਦਾ ਹੈ । ਉਹ ਪੂਰਾ ਬੰਦਗੀ ਕਰਨ ਵਾਲਾ ਹੁੰਦਾ ਹੈ । ਉਹ ਮਨ ਦੀਆਂ ਇੱਛਾਂ ਤੇ ਕਾਬੂ ਪਾਉਣਾ ਆਰੰਭ ਕਰਦਾ ਹੈ । ਦੂਜੇ ਪਹਿਰੇ, ਉਸ ਦਾ ਮਨ ਜਰੂਰਤਾਂ ਵਿੱਚ ਵੱਖਰੀਆਂ ਵੱਖਰੀਆਂ ਦਿਸ਼ਾਂ ਵੱਲ ਸੋਚਦਾ ਹੈ, ਸੋਚਾ ਵਿੱਚ ਡੂੰਘੇ, ਚੱਕਰਾਂ ਵਿੱਚ ਫਸ ਜਾਂਦਾ ਹੈ । ਜਿਸ ਵਿਚੋਂ ਨਿਕਲਨਾ ਮੁਸ਼ਕਲ ਹੋ ਜਾਂਦਾ ਹੈ । ਤੀਜੇ ਪਹਿਰੇ ਪੇਟ ਦੀ ਭੁੱਖ ਨੂੰ ਪੂਰੀ ਕਰਨ ਲਈ ਭੋਜਨ ਨਾਲ ਪ੍ਰੀਤ ਲਾਉਂਦਾ ਹੈ । ਉਹ ਜਾਣਦਾ ਹੈ, ਭੋਜਨ ਨਾਲ ਪ੍ਰੀਤ ਦਾ ਕੋਈ ਲਾਭ ਨਹੀਂ, ਸਰੀਰ ਤਾ ਅੰਤ ਨੂੰ ਭਸਮ ਹੀ ਹੋਣਾ ਹੈ, ਜਰੂਰਤ ਨਾਲ ਹੀ ਖਾਣਾ ਚਾਹੀਦਾ ਹੈ । ਚੋਥੇ ਪਹਿਰੇ ਮਨ ਤੇ ਨੀਂਦ ਜ਼ੋਰ ਪਾਉਂਦੀ ਹੈ, ਅਰਾਮ ਕਰਨ ਲਈ ਅੱਖਾਂ ਮੀਟ ਲੈਂਦਾ ਹੈ । ਉੱਠਕੇ ਯੋਜਨਾ ਬਣਾਉਂਦਾ ਹੈ ਜਿਵੇਂ ਉਸ ਨੇ ਸੈਕੜੇਂ ਸਾਲ ਹੀ ਰਹਿਣਾ ਹੋਵੇ । ਹਰ ਵੇਲੇ ਮੌਤ ਦਾ ਡਰ, ਜਮਦੂਤ ਚੱਕਰ ਕੱਢਦਾ ਹੈ । ਜਿਸ ਦੇ ਮਨ ਵਿੱਚ ਪ੍ਰਭ ਦੇ ਵਿਛੋੜੇ ਦਾ ਵਿਰਾਗ ਘਰ ਕਰ ਜਾਂਦਾ ਹੈ,

ਉਸ ਦੀ ਆਤਮਾ ਦਾ ਪਵਿੱਤਰਤਾ ਵਾਲਾ ਇਸ਼ਨਾਨ ਹੋ ਜਾਂਦਾ, ਪਾਪ ਬਖਸ਼ੇ ਜਾਂਦੇ, ਆਤਮਾ ਦੀ ਮੈਲ ਧੋਤੀ ਜਾਂਦੀ ਹੈ ।

Whosoever may wake up early morning and meditates on the teachings of His Word; he may remain on the path to become His true devotees. He may start his day evaluating his own deeds and controlling worldly desires. In second stage of the day! his mind may be entangled in various worldly necessities; and in deep thoughts and sometime difficult to come out. The third stage of the day! His mind may remain attached to food to satisfy his hunger; even though he realizes too much importance to food, may not benefit for the purpose of his human life opportunity. He knows his perishable body; he must eat enough to survive. In the fourth stage of day! Sleep may overpower his mind; he closes his eyes to rest. He makes his plans as if he is going to live forever; however, the devil of death remains hanging on his head. Whosoever may remain in renunciation in the memory of his separation from His Holy Spirit; with His mercy and grace, his fear of death, sins may be forgiven; he has taken a soul sanctifying bath in Holy Pond of the nectar of the essence of his Word.

ਮਃ ੨॥

ਸੇਈ ਪੂਰੇ ਸਾਹ,	say-ee pooray saah
ਜਿਨੀ ਪੂਰਾ ਪਾਇਆ॥	Jinee pooraa paa-i-aa.
ਅਠੀ ਵੇਪਰਵਾਹ	athee vayparvaah
ਰਹਨਿ ਇਕਤੈ ਰੰਗਿ॥	rahan iktai rang.
ਦਰਸਨਿ ਰੂਪਿ ਅਥਾਹ	darsan roop athaah
ਵਿਰਲੇ ਪਾਈਅਹਿ॥	virlay paa-ee-ah.
ਕਰਮਿ ਪੂਰੈ ਪੂਰਾ ਗੁਰੂ	karam poorai pooraa guroo
ਪੂਰਾ ਜਾ ਕਾ ਬੋਲੁ॥	pooraa jaa kaa bol.
ਨਾਨਕ ਪੂਰਾ ਜੇ ਕਰੇ	naanak pooraa jay karay
ਘਟੈ ਨਾਹੀ ਤੋਲੁ॥੨॥	ghatai naahee tol. ||2||

ਜਿਸ ਦੇ ਆਪਣੇ ਮਨ ਅੰਦਰ ਪ੍ਰਭ ਦੀ ਜੋਤ ਜਾਗਰਤ ਹੋ ਜਾਂਦੀ ਹੈ, ਕੇਵਲ ਉਹ ਹੀ ਪ੍ਰਭ ਦਾ ਸੇਵਕ ਬਣ ਸਕਦਾ ਹੈ । ਉਹ ਹਰ ਵੇਲੇ ਸਵਾਸ ਗਰਾਸ ਭਾਣੇ ਵਿੱਚ ਹੀ ਮਸਤ ਰਹਿੰਦਾ ਹੈ । ਕਿਸੇ ਵਿਰਲੇ ਹੀ ਜੀਵ ਨੂੰ ਪ੍ਰਭ ਆਪਣੇ ਅੰਦਰ ਦਿਖਾਈ ਦੇਂਦਾ, ਜੋਤ ਜਾਗਰਤ ਹੁੰਦੀ ਹੈ । ਸ਼ਬਦ ਅਨੁਸਾਰ ਕੰਮ ਕਰਨ ਨਾਲ ਹੀ ਰਹਿਮਤ ਦੇ ਬੋਲ ਬਖਸ਼ਿਸ਼ ਹੁੰਦੇ ਹਨ । ਜਿਸ ਨੂੰ ਰਹਿਮਤ ਬਖਸ਼ਕੇ ਬੰਦਗੀ ਤੇ ਲਾਉਂਦਾ ਹੈ, ਕੇਵਲ ਉਹ ਹੀ ਸ਼ਬਦ ਦੇ ਲੜ ਲਗਦਾ ਹੈ ।

Whosoever may be blessed with enlightenments of the essence of His Word, he may remain awake and alert; only he may become His true devotee. He may remain intoxicated with the essence of His Word with each breath. However, very rare may be enlightened to realize His Existence prevailing everywhere, he may remain awake and alert. Whosoever may adopt the teachings of His Word wholeheartedly in his day-to-day life; with His mercy and grace, his spoken words may be transformed as His Word and true forever. Whosoever may be blessed with devotion to meditate on the teachings of His Word; only he may remain intoxicated in meditation in the void of His Word.

ਪਉੜੀ॥

ਜਾ ਤੂੰ ਤਾ ਕਿਆ ਹੋਰਿ	jaa tooN taa ki-aa hor
ਮੈ ਸਚੁ ਸੁਣਾਈਐ॥	mai sach sunaa-ee-ai.
ਮੁਠੀ ਧੰਧੈ ਚੋਰਿ	muthee DhanDhai chor
ਮਹਲੁ ਨ ਪਾਈਐ॥	mahal na paa-ee-ai.
ਏਨੈ ਚਿਤਿ ਕਠੋਰਿ	aynai chit kathor
ਸੇਵ ਗਵਾਈਐ॥	sayv gavaa-ee-ai.
ਜਿਤੁ ਘਟਿ ਸਚੁ ਨ ਪਾਇ,	jit ghat sach na paa-ay
ਸੁ ਭੰਨਿ ਘੜਾਈਐ॥	so bhann gharhaa-ee-ai.
ਕਿਉ ਕਰਿ ਪੂਰੈ ਵਟਿ	ki-o kar poorai vat
ਤੋਲਿ ਤੁਲਾਈਐ॥	tol tulaa-ee-ai.
ਕੋਇ ਨ ਆਖੈ ਘਟਿ	ko-ay na aakhai ghat
ਹਉਮੈ ਜਾਈਐ॥	ha-umai jaa-ee-ai.
ਲਈਅਨਿ ਖਰੇ ਪਰਖਿ	la-ee-an kharay parakh
ਦਰਿ ਬੀਨਾਈਐ॥	dar beenaa-ee-ai.
ਸਉਦਾ ਇਕਤੁ ਹਟਿ	sa-udaa ikat hat
ਪੂਰੈ ਗੁਰਿ ਪਾਈਐ॥੧੭॥	poorai gur paa-ee-ai. ‖17‖

ਪ੍ਰਭ ਨੇ ਆਪ ਹੀ ਮੇਰੇ ਅੰਦਰ ਆਸਣ ਲਾਇਆ ਹੈ, ਮੈਨੂੰ ਹੋਰ ਕੁਝ ਮੰਗਣ ਦੀ ਕੋਈ ਭੁੱਖ ਨਹੀਂ, ਇਹ ਮੇਰੀ ਹਕੀਕਤ ਹੈ । ਇਸ ਨਾਲ ਸੰਸਾਰਕ ਇੱਛਾਂ ਦਾ ਮੇਰੇ ਤੇ ਕੋਈ ਜ਼ੋਰ ਨਹੀਂ ਚਲਦਾ । ਮਨ ਦੀਆਂ ਇੱਛਾਂ ਦੀ ਗੁਲਾਮ ਆਤਮਾ ਨੂੰ ਪ੍ਰਵਾਨਗੀ ਦਾ ਰਸਤਾ ਬਖਸ਼ਿਸ਼ ਨਹੀਂ ਹੋ ਸਕਦਾ । ਸੰਸਾਰਕ ਇੱਛਾਂ ਨਾਲ ਮਨ ਪੱਥਰ ਦਿੱਲ ਬਣ ਜਾਂਦਾ ਹੈ । ਉਸ ਦਾ ਮਨ ਬੰਦਗੀ ਵਾਲੇ ਪਾਸੇ ਨਹੀਂ ਆਉਂਦਾ । ਜਿਸ ਮਨ ਦਾ ਧਿਆਨ ਪ੍ਰਭ ਦੇ ਸ਼ਬਦ, ਧੰਨਵਾਦ ਵਿੱਚ ਨਹੀਂ ਹੁੰਦਾ । ਉਸ ਤਨ ਨੂੰ ਟੋਟੇ ਕਰਕੇ ਫਿਰ ਨਵੇਂ ਸਿਰੇ ਤੋਂ ਹੀ ਬਣਾਉਣਾ ਚਾਹੀਦਾ ਹੈ । ਦੁਬਾਰਾ ਜਨਮ ਲੈਣਾ ਪੈਂਦਾ, ਤਾ ਹੀ ਆਤਮਾ ਬੰਦਗੀ ਵਿੱਚ ਲਗ ਸਕਦੀ ਹੈ । ਆਤਮਾ ਦੀ ਪਵਿੱਤਰਤਾ, ਤਰਾਜ਼ੂ ਤੇ ਤੋਲੀ ਨਹੀਂ ਜਾ ਸਕਦੀ, ਸੰਸਾਰਕ ਤਰਾਜ਼ੂ ਮਨ ਦੀ ਪਵਿੱਤ੍ਰਤਾ ਤੋਲਨ ਦੇ ਯੋਗ ਨਹੀਂ ਹਨ । ਜਿਹੜਾ ਜੀਵ ਆਪਣੇ ਅਹੰਕਾਰ ਦੇ ਘੋੜੇ ਤੇ ਸਵਾਰ ਹੁੰਦਾ ਹੈ, ਉਹ ਆਪਣੇ ਆਪ ਨੂੰ ਪੂਰੀ ਬੰਦਗੀ ਕਰਨਵਾਲਾ ਹੀ ਦੱਸਦਾ, ਲੋਕ ਦਿਖਾਵੇ ਦੇ ਨਿਤਨੇਮ ਕਰਦਾ ਹੈ । ਮੌਤ ਪਿਛੋਂ ਆਤਮਾ ਦੀ ਸ਼ਬਦ ਦੀ ਕਮਾਈ ਦਰਬਾਰ ਵਿੱਚ ਪਰਖੀ ਜਾਂਦੀ, ਪ੍ਰਵਾਨ ਹੁੰਦੀ ਹੈ । ਕੇਵਲ ਅਟਲ ਪ੍ਰਭ ਦੀ ਰਹਿਮਤ ਨਾਲ ਹੀ, ਸ਼ਬਦ ਦੀ ਸੋਝੀ, ਬੰਦਗੀ ਦੀ ਕਮਾਈ ਬਖਸ਼ਿਸ਼ ਹੋ ਸਕਦੀ ਹੈ ।

His Holy Spirit remains embedded within my soul, dwells with my body and His throne in the 10th cave of my soul. What other desire may remain within my mind? I have no worldly desire within my mind; this remains my state of my mind. My state of mind remains beyond the influence of any worldly desires. Whosoever may become a victim of sweet poison of worldly wealth, desires; he may be deprived from the right path of acceptance in His Court. His mind may become like a stone with worldly desires; he may not even consider to meditate on the teachings of His Word. His body should be cut into pieces; he must start his journey all over again. Only by eliminating worldly desires, he may adopt the path of meditation. The sanctification of soul may never be measured with any worldly scale. Worldly techniques cannot be design to measure the sanctification of any soul. Whosoever may meditate in his ego; his meditation routine prayers may be to impress others; he remains in the cycle of birth and death. After death, only the earnings of His Word may be may be accepted in His Court. Whosoever may be bestowed with His Blessed Vision, only he may be blessed with the earnings, and enlightenment of the essence of His Word.

342.ਸਲੋਕ ਮਃ ੨॥ (146-9)

ਅਠੀ ਪਹਰੀ ਅਠ ਖੰਡ	athee pahree ath khand
ਨਾਵਾ ਖੰਡੁ ਸਰੀਰੁ॥	naavaa khand sareer.
ਤਿਸੁ ਵਿਚਿ ਨਉ ਨਿਧਿ	iis vich na-o niDh
ਨਾਮੁ ਏਕੁ, ਭਾਲਹਿ ਗੁਣੀ ਗਹੀਰੁ॥	Naam ayk bhaaleh gunee gaheer.
ਕਰਮਵੰਤੀ ਸਾਲਾਹਿਆ	karamvantee salaahi-aa
ਨਾਨਕ ਕਰਿ ਗੁਰੁ ਪੀਰੁ॥	naanak kar gur peer.
ਚਉਥੈ ਪਹਰਿ ਸਬਾਹ ਕੈ,	cha-uthai pahar sabaah kai
ਸੁਰਤਿਆ ਉਪਜੈ ਚਾਉ॥	surti-aa upjai chaa-o.
ਤਿਨਾ ਦਰੀਆਵਾ ਸਿਉ ਦੋਸਤੀ,	tinaa daree-aavaa si-o dostee
ਮਨਿ ਮੁਖਿ ਸਚਾ ਨਾਉ॥	man mukh sachaa naa-o.
ਓਥੈ ਅੰਮ੍ਰਿਤੁ ਵੰਡੀਐ	othai amrit vandee-ai
ਕਰਮੀ ਹੋਇ ਪਸਾਉ॥	karmee ho-ay pasaa-o.
ਕੰਚਨ ਕਾਇਆ ਕਸੀਐ	kanchan kaa-i-aa kasee-ai
ਵੰਨੀ ਚੜੈ ਚੜਾਉ॥	vannee charhai charhaa-o.
ਜੇ ਹੋਵੈ ਨਦਰਿ ਸਰਾਫ ਕੀ,	jay hovai nadar saraaf kee
ਬਹੁੜਿ ਨ ਪਾਈ ਤਾਉ॥	bahurh na paa-ee taa-o.
ਸਤੀ ਪਹਰੀ ਸਤੁ ਭਲਾ,	satee pahree sat bhalaa
ਬਹੀਐ ਪੜਿਆ ਪਾਸਿ॥	bahee-ai parhi-aa paas.
ਓਥੈ ਪਾਪੁ ਪੁੰਨੁ ਬੀਚਾਰੀਐ,	othai paap pun beechaaree-ai
ਕੂੜੈ ਘਟੈ ਰਾਸਿ॥	koorhai ghatai raas.
ਓਥੈ ਖੋਟੇ ਸਟੀਅਹਿ,	othai khotay satee-ah
ਖਰੇ ਕੀਚਹਿ ਸਾਬਾਸਿ॥	kharay keecheh saabaas.
ਬੋਲਣੁ ਫਾਦਲੁ ਨਾਨਕਾ	bolan faadal naankaa
ਦੁਖੁ ਸੁਖੁ ਖਸਮੈ ਪਾਸਿ॥੧॥	dukh sukh khasmai paas. ||1||

ਸੰਸਾਰ ਵਿੱਚ ਦਿਨ ਰਾਤ ਨੂੰ ਅੱਠਾ ਭਾਗਾਂ ਵਿੱਚ ਵੰਡਿਆ ਹੈ । ਇਹਨਾਂ ਅੱਠਾ ਪਹਿਰਾ ਵਿੱਚ ਹੀ ਸੰਸਾਰਕ ਇੱਛਾਂ ਮਨ ਤੇ ਜਿੱਤ ਪਾ ਲੈਂਦੀਆਂ ਹਨ । ਇਸ ਤੋਂ ਪਿਛੋਂ ਇਹ ਤਨ, ਮਨ (ਨਾਵਾਂ ਖੰਡਾਂ) ਤੇ ਜਿੱਤ ਪਾਉਂਦੀ ਹੈ । ਆਤਮਾ ਦੀਆਂ 10 ਗੁਫਾਂ ਹਨ, ਇਕ ਵਿਚੋਂ ਪਾਰ ਹੋ ਕੇ ਦੂਸਰੀ ਵਿੱਚ ਜਾਇਆ ਜਾ ਸਕਦਾ ਹੈ । 9 ਗਫਾਂ ਦੀ ਮਨ ਨੂੰ ਆਤਮਾ ਨੂੰ ਸੋਝੀ ਬਖਸ਼ੀ ਹੈ, ਦਸਵੀ ਗੁਫਾ ਵਿੱਚ ਪ੍ਰਭ ਦੀ ਜੋਤ, ਸ਼ਬਦ ਦੇ ਰੂਪ ਵਿੱਚ ਸਦਾ ਖੇੜੇ ਵਿੱਚ ਵਿੱਚ ਆਤਮਾ ਦੇ ਮੋਹ ਤੋਂ ਰਹਿਤ ਰਹਿੰਦੀ ਹੈ । ਜਿਸ ਨੂੰ ਆਪਣੇ ਪਿਛਲੇ ਜੀਵਨ ਦੇ ਚੰਗੇ ਕਰਮਾਂ ਕਰਕੇ ਬੰਦਗੀ ਕਰਨ ਦੀ ਰਹਿਮਤ ਬਖਸ਼ਿਸ਼ ਹੁੰਦੀ ਹੈ, ਉਹ ਆਪਣੇ ਅੰਦਰੋਂ ਹੀ ਪ੍ਰਭ ਦੀ ਜੋਤ ਨੂੰ ਜਾਗਰਤ ਕਰ ਲੈਂਦਾ ਹੈ । ਉਸ ਦੇ ਮਨ ਵਿੱਚ ਸਵੇਰ ਦੇ ਤੜਕੇ ਪ੍ਰਭ ਦੀ ਜੋਤ ਜਾਗਰਤ ਹੁੰਦੀ ਹੈ, ਉਸ ਨਾਲ ਮਨ ਅਮ੍ਰਿਤ ਭਰੇ ਸ਼ਬਦ ਦੀ ਨਦੀ ਵਿੱਚ ਜਾ ਮਿਲਦਾ ਹੈ । ਉਸ ਦਾ ਮਨ ਪਵਿੱਤਰ ਹੋ ਜਾਂਦਾ ਹੈ, ਉਸ ਦੀ ਜੀਭ ਵਿਚੋਂ ਧੰਨਵਾਦ ਦੇ ਬੋਲ ਨਿਕਲਦੇ ਹਨ । ਉਥੇ ਪ੍ਰਭ ਦੀਆਂ ਰਹਿਮਤਾਂ ਦਾ ਭੰਡਾਰ ਵੰਡਿਆ ਜਾਂਦਾ ਹੈ । ਜਿਸ ਤੇ ਰਹਿਮਤ ਬਖਸ਼ਿਸ਼ ਹੋ ਜਾਂਦੀ ਹੈ, ਉਸ ਭਗਤ ਦਾ ਤਨ, ਮਨ ਸੋਨੇ ਵਾਂਗ ਅਨਮੋਲ ਬਣ ਜਾਂਦਾ ਹੈ । ਉਸ ਤੇ ਰੂਹਾਨੀ ਰੂਪ ਦਾ ਰੰਗ ਚੜ੍ਹ ਜਾਂਦਾ ਹੈ । ਜਿਸ ਤੇ ਪ੍ਰਭ ਰਹਿਮਤ ਦੀ ਨਜ਼ਰ ਬਖਸ਼ਦਾ ਹੈ, ਉਸ ਦੀ ਆਤਮਾ ਦਾ ਲੇਖਾ ਖਤਮ ਹੋ ਸਕਦਾ ਹੈ, ਉਹ ਸੁਭਾਗਾਂ ਹੀ ਹੰਦਾ ਹੈ । ਗੁਰਮਖ ਬਾਕੀ ਸੱਤ ਪਹਿਰ ਸ਼ਬਦ ਅਨੁਸਾਰ ਕਮਾਈ ਕਰਦਾ ਹੈ । ਪ੍ਰਭ ਦੇ ਦਰਬਾਰ ਵਿੱਚ ਪਾਪਾਂ ਜਾ ਪੁੰਨਾਂ ਦੀ ਪਰਖ ਹੁੰਦੀ ਹੈ, ਪਾਪ ਦੀ ਕੀਮਤ ਕੋਈ ਨਹੀਂ ਪੈਂਦੀ । ਜੀਵ ਆਪਣੇ ਮੂਹੰ ਤੋਂ ਕੁਝ ਕਹਿਣ, ਅਰਦਾਸ ਕਰਨ ਦਾ ਕੋਈ ਲਾਭ ਹੀ ਨਹੀਂ ਹੁੰਦਾ । ਜੀਵ ਨੂੰ ਸੰਸਾਰ ਵਿੱਚ ਦੁਖ, ਸੁਖ, ਪਿਛਲੇ ਕਰਮਾਂ ਦਾ ਫਲ, ਪ੍ਰਭ ਦਾ ਬਖਸ਼ਿਆ ਹੀ ਭੁਗਦਾ ਹੈ ।

For the understandings of His Creation! Day and night are split into eight time zones called eight stages. In these eight stages, his worldly desires may conquer his mind. After that, his worldly desires conquer his body and nine regions, senses. His mind and body have been blessed with nine treasures of awareness. His soul may be considered a cave with 10 layers; his mind may roam within 9 outer caves; however, His Holy Spirit, as His Word may dwell within 10th cave, beyond the reach of worldly desires of his mind and body; awake and alert in blossom. Whosoever may have a great prewritten destiny, only he may be blessed with devotion to meditate and to be enlightened with the essence of His Word. In early morning, the last stage of night! When all worldly desires are still sleeping, the ray of His Holy Spirit shines brighter. His soul may immerse in the ray of His Holy Spirit; his mind becomes pure; his soul may be sanctified and only the praises of His Glory may resonate on his tongue. At His House, 10th cave, His Blessings are distributed indiscriminately. Whosoever remains awake and alert, his mind may become priceless likely gold, jewels. He may be enlightened with spiritual glory; with His mercy and grace, all accounts of his sins may be forgiven. Whosoever may spend, rest of the seven zones of the day meditating, obeying, and adopting the teachings of His Word, he may become very fortunate. In His Court! Only the earnings of His Word may be rewarded; sins, worldly wealth, status have no value. Worldly pleasures and sufferings have been as a reward of previous life deeds; His Command may not be avoided or altered.

ਮਃ ੨॥

ਪਉਣੁ ਗੁਰੂ ਪਾਣੀ ਪਿਤਾ	pa-un guroo paanee pitaa
ਮਾਤਾ ਧਰਤਿ ਮਹਤੁ॥	maataa Dharat mahat.
ਦਿਨਸੁ ਰਾਤਿ ਦੁਇ ਦਾਈ ਦਾਇਆ	dinas raat du-ay daa-ee daa-i-aa
ਖੇਲੈ ਸਗਲ ਜਗਤੁ॥	khaylai sagal jagat.
ਚੰਗਿਆਈਆ ਬੁਰਿਆਈਆ	chang-aa-ee-aa buri-aa-ee-aa
ਵਾਚੇ ਧਰਮੁ ਹਦੂਰਿ॥	vaachay Dharam hadoor.
ਕਰਮੀ ਆਪੋ ਆਪਣੀ	karmee aapo aapnee
ਕੇ ਨੇੜੈ ਕੇ ਦੂਰਿ॥	kay nayrhai kay door.
ਜਿਨੀ ਨਾਮੁ ਧਿਆਇਆ	jinee Naam Dhi-aa-i-aa
ਗਏ ਮਸਕਤਿ ਘਾਲਿ॥	ga-ay maskat ghaal.
ਨਾਨਕ ਤੇ ਮੁਖ ਉਜਲੇ	naanak tay mukh ujlay
ਹੋਰ ਕੇਤੀ ਛੁਟੀ ਨਾਲਿ॥੨॥	hor kaytee chhutee naal. ‖2‖

ਸੰਸਾਰਕ ਜੀਵ ਦਾ ਹਵਾ (ਸਵਾਸ) ਹੀ ਗੁਰੂ, ਮੁੱਢ ਹੈ, ਬਿਨਾਂ ਸਵਾਸਾਂ ਦੇ ਕੋਈ ਜੀਉਂਦਾ ਨਹੀਂ । ਪਾਣੀ ਦੀ ਸ਼ਕਤੀ ਕਰਕੇ ਹੀ ਸਾਰੀਆਂ ਵਿੱਚ ਰਸ, ਧਾਤੂ, ਰਕਤ, ਚਰਬੀ, ਹੱਡੀਆਂ, ਰੋਮ ਆਦਿਕ ਅੱਠ ਧਾਤਾਂ ਬਣਦੀਆਂ ਹਨ । ਧਰਤੀ ਹੀ ਸਾਰੀਆਂ ਦੀ (ਮਹਤੁ-ਵੱਡੀ) ਮਾਤਾ ਹੈ । ਉਸ ਵਿੱਚ ਸਾਰੇ ਮਾਤਾ ਦੇ ਨਿਮ੍ਰਤਾ ਵਾਲੇ ਗੁਣ ਹੁੰਦੇ ਹਨ । ਦਿਨ (ਦਿਵਸ) ਅਤੇ ਰਾਤ (ਰਾਤਿ) ਦੋਨੋਂ, ਦੁਇ ਅਤੇ ਦਾਇਆ ਦੀ ਤਰ੍ਹਾਂ ਜੀਵ ਦੀ ਦੇਖ ਭਾਲ, ਰਖਿਆ, ਸੰਭਾਲਨਾ ਕਰਦੇ, ਵਧਣ ਵਿੱਚ ਸੇਧ ਦੇਂਦੇ ਹਨ । ਜੀਵ ਬਾਲਕ ਦੀ ਨਿਆਈ ਸੰਸਾਰਕ ਧੰਦੇ ਕਰਨ ਰੂਪ ਖੇਲ ਕਰਦਾ ਹੈ । ਜੀਵਨ ਦੇ ਸੰਸਾਰਕ ਚੰਗੇ, ਮੰਦੇ ਕਰਤਬ, ਉਸ ਦੀ ਆਤਮਾ ਤੇ ਉਕਾਰੇ ਜਾਂਦੇ ਹਨ । ਸਮਾਂ ਪੂਰਾ ਹੋਣ ਤੇ ਦਸਵੀ ਗੁਫਾਂ, ਪ੍ਰਭ ਦੇ ਦਰਬਾਰ ਵਿੱਚ ਪਰਖੇ ਜਾਂਦੇ ਹਨ । ਜੀਵ ਆਪਣੇ ਆਪਣੇ ਕੰਮਾਂ ਅਨੁਸਾਰ ਹੀ ਪ੍ਰਭ ਦੇ ਨੇੜੇ ਜਾ ਦੂਰ ਹੋ ਜਾਂਦਾ ਹੈ । ਜਿਹੜਾ ਪ੍ਰਭ ਦੇ ਨੇੜੇ ਹੋ ਜਾਂਦਾ, ਉਸ ਦਾ ਜਨਮ, ਮਰਨ ਦਾ ਚੱਕਰ ਖਤਮ ਹੋ ਜਾਂਦਾ ਹੈ । ਜਿਹੜਾ ਦੂਰ ਹੋ ਜਾਂਦੇ ਹਨ, ਜੂੰਨਾਂ ਵਿੱਚ ਵਿੱਚ ਰਹਿੰਦੀ ਹੈ । ਆਤਮਾ ਨੂੰ ਆਪਣੇ ਕੰਮਾਂ ਦੇ ਫਲ ਨਾਲ

ਹੋਰ ਤਨ, ਮਾਨਸ ਜਾ ਹੋਰ ਜੀਵ ਵਾਲਾ ਤਨ ਬਖਸ਼ਿਸ਼ ਹੋ ਜਾਂਦਾ ਹੈ । ਸਿਮਰਨ ਕਰਨਵਾਲੇ ਦੀ ਕਮਾਈ ਸਫਲ ਹੋ ਜਾਂਦੀ ਹੈ । ਉਹ ਸੰਸਾਰ ਵਿੱਚ ਵੀ ਮੁਖੀ ਅਤੇ ਪ੍ਰਲੋਕ ਵਿੱਚ ਵੀ ਮੁਖੀ ਹੋ ਜਾਂਦਾ ਹੈ । ਬੇਅੰਤ ਹੀ ਉਸ ਦਾ ਸਾਥ ਕਰਕੇ ਜਨਮ ਮਰਨ ਤੋਂ ਛੁਟਕਾਰਾ ਪਾ ਜਾਂਦੇ ਹਨ ।

Air may be the origin, foundation of His Creation, first guru; without breathing no one can survive in the universe. With water, his body may be blessed with blood, flesh, bones, and other nutrition and eight elements. The earth has all significant virtues of a mother, like humility, self-sacrifice, without any greed and she plays significant roles in his journey. Day and night play the role of the protector, caretaker and help to grow and follow the right path. Creature plays like a child and does worldly chores. His worldly good and evil deeds are engraved on his soul. After death, his deeds are evaluated and rewarded by The True Master. As a reward of his own deeds; he may become closer or afar from His Holy Spirit. Whosoever comes close to The True Master; he may be blessed with the right path of salvation. Whosoever may be moved away, he remains in the cycle of birth and death. Whosoever may earn the wealth of His Word; his meditation, may be accepted in His Court. His human life opportunity may become rewarding. He may be honored in worldly life and in His Court. Whosoever may follow his footsteps, he may be blessed with the right path of salvation.

ਪਉੜੀ॥

ਸਚਾ ਭੋਜਨੁ ਭਾਉ,	sachaa bhojan bhaa-o
ਸਤਿਗੁਰਿ ਦਸਿਆ॥	saT`gur dasi-aa.
ਸਚੇ ਹੀ ਪਤੀਆਇ,	sachay hee patee-aa-ay
ਸਚਿ ਵਿਗਸਿਆ॥	sach vigsi-aa.
ਸਚੈ ਕੋਟਿ ਗਿਰਾਂਇ,	sachai kot giraaN-ay
ਨਿਜ ਘਰਿ ਵਸਿਆ॥	nij ghar vasi-aa.
ਸਤਿਗੁਰਿ ਤੁਠੈ ਨਾਉ,	saT`gur tuthai naa-o
ਪ੍ਰੇਮਿ ਰਹਸਿਆ॥	paraym rehsi-aa.
ਸਚੈ ਦੈ ਦੀਬਾਣਿ	sachai dai deebaan
ਕੂੜਿ ਨ ਜਾਈਐ॥	koorh na jaa-ee-ai.
ਝੂਠੋ ਝੂਠੁ ਵਖਾਣਿ	jhootho jhooth vakhaan
ਸੁ ਮਹਲੁ ਖੁਆਈਐ॥	so mahal khu-aa-ee-ai.
ਸਚੈ ਸਬਦਿ ਨੀਸਾਣਿ	sachai sabad neesaan
ਠਾਕ ਨ ਪਾਈਐ॥	thaak na paa-ee-ai.
ਸਚੁ ਸੁਣਿ ਬੁਝਿ ਵਖਾਣਿ	sach sun bujh vakhaan
ਮਹਲਿ ਬੁਲਾਈਐ॥੧੮॥	mahal bulaa-ee-ai. ||18||

ਪ੍ਰਭ ਦੀ ਬੰਦਗੀ ਹੀ ਅੰਮ੍ਰਿਤ ਭੋਜਨ, ਆਤਮਾ ਦੇ ਖਾਣ ਦੇ ਯੋਗ ਹੈ । ਪ੍ਰਭ ਨੇ ਆਪ ਹੀ ਆਤਮਾ ਨੂੰ ਇਸ ਦੀ ਸੋਝੀ ਬਖਸ਼ੀ ਹੈ । ਇਸ ਭੋਜਨ ਨਾਲ ਮਨ ਨੂੰ ਸ਼ਾਂਤੀ ਅਤੇ ਅਨੰਦ ਬਖਸ਼ਿਸ਼ ਹੋ ਸਕਦਾ ਹੈ । ਜਿਸ ਦੇ ਅੰਦਰ ਉਸ ਦੀ ਜੋਤ ਜਾਗਰਤ ਹੋ ਜਾਂਦੀ ਹੈ, ਉਹ ਜੀਵ ਪੂਜਣ ਯੋਗ ਹੋ ਜਾਂਦਾ ਹੈ । ਪ੍ਰਭ ਦੀ ਰਹਿਮਤ ਨਾਲ ਹੀ ਜੀਵ ਦਾ ਮਨ ਸ਼ਬਦ ਦੀ ਬੰਦਗੀ ਵਿੱਚ ਲੀਨ ਹੋ ਕੇ ਅਨੰਦ ਮਾਨਦਾ ਹੈ । ਪ੍ਰਭ ਦੇ ਦਰਬਾਰ ਵਿੱਚ ਕੇਵਲ ਬੰਦਗੀ ਕਰਨਵਾਲੇ ਦੀ ਹੀ ਪਰਖ ਹੁੰਦੀ ਹੈ । ਝੂਠੇ ਰਸਤੇ ਚਲਣ ਵਾਲਿਆਂ ਦਾ ਹਿਸਾਬ ਜਮਦੂਤ ਦੀ ਅਦਾਲਤ ਵਿੱਚ ਕੀਤਾ ਜਾਂਦਾ ਹੈ । ਜਿਹੜਾ ਪ੍ਰਭ ਦੀ ਰਹਿਮਤ ਨਾਲ ਬੰਦਗੀ ਕਰਦਾ ਹੈ, ਉਸ ਨੂੰ ਦਰਬਾਰ ਵਿੱਚ ਕੋਈ ਰੁਕਾਵਟ ਨਹੀਂ ਪੈਂਦੀ । ਉਸ ਨੂੰ ਦਰਬਾਰ ਵਿੱਚ ਥਾਂ ਬਖਸ਼ਿਸ਼ ਹੋ ਸਕਦੀ, ਜਨਮ ਮਰਨ ਦਾ ਚੱਕਰ ਖਤਮ ਹੋ ਸਕਦਾ ਹੈ ।

Meditation and enlightenment of the essence of His Word may be the only delicacy worthy for soul. Whosoever may adopt the essence of His Word; he may be blessed with a peace and harmony. He may remain awake and alert! He may become worthy of worship? His true devotee may remain intoxicated in a deep meditation in the void of His Word. He may enjoy the essence of His Word. Only the earnings of His Word may be rewarded in His Court. Whosoever may adopt the path of deception; he endures the judgement of The Righteous Judge and he remains in the cycle of birth and death. Whosoever may meditate and adopts the teachings of His Word with steady and stable belief in day-to-day life; with His mercy and grace, he may not have any restriction in His Court. He may be blessed with honor with a permanent resting place in His Court; his cycle of birth and death may be eliminated forever.

343.ਸਲੋਕੁ ਮਃ ੧॥ (147-1)

ਪਹਿਰਾ ਅਗਨਿ ਹਿਵੈ ਘਰੁ ਬਾਧਾ,	pahiraa agan hivai ghar baaDhaa
ਭੋਜਨੁ ਸਾਰੁ ਕਰਾਈ॥	bhojan saar karaa-ee.
ਸਗਲੇ ਦੁਖ ਪਾਣੀ ਕਰਿ ਪੀਵਾ,	saglay dookh paanee kar peevaa
ਧਰਤੀ ਹਾਕ ਚਲਾਈ॥	Dhartee haak chalaa-ee.
ਧਰਿ ਤਾਰਾਜੀ ਅੰਬਰੁ ਤੋਲੀ,	dhar taaraajee ambar tolee
ਪਿਛੈ ਟੰਕੁ ਚੜਾਈ॥	pichhai tank charhaa-ee.
ਏਵਡੁ ਵਧਾ ਮਾਵਾ ਨਾਹੀ,	ayvad vaDhaa maavaa naahee
ਸਭਸੈ ਨਥਿ ਚਲਾਈ॥	sabhsai nath chalaa-ee.
ਏਤਾ ਤਾਣੁ ਹੋਵੈ ਮਨ ਅੰਦਰਿ,	aytaa taan hovai man andar
ਕਰੀ ਭਿ ਆਖਿ ਕਰਾਈ॥	karee bhe aakh karaa-ee.
ਜੇਵਡੁ ਸਾਹਿਬੁ ਤੇਵਡ ਦਾਤੀ,	jayvad saahib tayvad daatee
ਦੇ ਦੇ ਕਰੇ ਰਜਾਈ॥	day day karay rajaa-ee.
ਨਾਨਕ ਨਦਰਿ ਕਰੇ ਜਿਸੁ ਉਪਰਿ,	naanak nadar karay Jis upar
ਸਚਿ ਨਾਮਿ ਵਡਿਆਈ॥੧॥	sach Naam vadi-aa-ee. ||1||

ਅਗਰ ਪ੍ਰਭ ਦੀ ਕਰਮਾਤ ਨਾਲ ਮੇਰੇ ਬਸਤਰ ਅੱਗ ਦੇ ਬਣ ਜਾਣ । ਮੇਰਾ ਘਰ ਬਰਫ ਵਾਲੀ ਜਗ੍ਹਾ ਤੇ ਹੋਵੇ, ਮੇਰਾ ਭੋਜਨ ਲੋਹਾ ਬਣ ਜਾਵੇ, ਸੰਸਾਰਕ ਦੁਖਾਂ ਨੂੰ ਪਾਣੀ ਦੀ ਤਰ੍ਹਾਂ ਪੀਵਾ, ਸਾਰੀ ਧਰਤੀ ਹੀ ਮੇਰੇ ਘੁੰਮਣ ਵਾਸਤੇ ਹੋਵੇ, ਮੈਂ ਧਰਤੀ ਅਤੇ ਅਕਾਸ਼, ਆਪਣੇ ਧਨ ਨਾਲ ਤੋਲ ਸਕਾ । ਇਤਨੀ ਤਾਕਤ ਹੋਵੇ, ਬਾਕੀ ਸਾਰੇ ਜੀਵਾਂ ਤੇ ਹੀ ਮੇਰਾ ਹੁਕਮ ਚਲਦਾ ਹੋਵੇ । ਇਤਨਾ ਕੁਝ ਪਾਉਣ ਤੇ ਵੀ ਮੈਂ ਪ੍ਰਭ ਦੀਆਂ ਕਰਮਾਤਾਂ, ਦਾਤਾਂ ਦਾ ਲੇਖਾ ਨਹੀਂ ਕਰ ਸਕਦਾ, ਵਿਆਖਿਆ ਨਹੀਂ ਕਰ ਸਕਦਾ । ਪ੍ਰਭ ਜਿਤਨਾ ਵਡਾ ਆਪ ਹੈ, ਉਤਨੀਆਂ ਹੀ ਵਡੀਆਂ ਦਾਤਾਂ ਦਾ ਮਾਲਕ ਹੈ । ਉਹ ਸਭ ਕੁਝ ਆਪਣੀ ਰਜ਼ਾ ਨਾਲ ਹੀ ਬਖਸ਼ਦਾ ਹੈ । ਉਸ ਦੀ ਰਹਿਮਤ ਨਾਲ ਮਨ ਤੇ ਸ਼ਬਦ ਦਾ ਰੰਗ ਗੂੜ੍ਹਾ ਚੜ੍ਹ ਜਾਂਦਾ ਹੈ ।

The True Master may transform my robe of fire and my house of snow and ice; my food may be to eat steel; I may drink the miseries of my life like a drinking water. The universe may be my garden; my wealth may be more than the weight of earth and sky; with His mercy and grace, the whole universe my obey my command. Even then, I cannot fully explain and counts or evaluates His Miracles and Blessings. How great may be The True Master? He remains The Trustee of such great Virtues and Blessings! Whosoever may be bestowed with His Blessed Vision, he may remain drenched with the crimson color of the essence of his Word.

ਮਃ ੨॥ (147)

ਆਖਣੁ ਆਖਿ ਨ ਰਜਿਆ,	aakhan aakh na raJi-aa
ਸੁਨਣਿ ਨ ਰਜੇ ਕੰਨ॥	sunan na rajay kann.
ਅਖੀ ਦੇਖਿ ਨ ਰਜੀਆ,	akhee daykh na rajee-aa
ਗੁਣ ਗਾਹਕ ਇਕ ਵੰਨ॥	gun gaahak ik vann.
ਭੁਖਿਆ ਭੁਖ ਨ ਉਤਰੈ,	ahukhi-aa bhukh na utrai
ਗਲੀ ਭੁਖ ਨ ਜਾਇ॥	galee bhukh na jaa-ay.
ਨਾਨਕ ਭੁਖਾ ਤਾ ਰਜੈ,	naanak bhukhaa taa rajai
ਜਾ ਗੁਣ ਕਹਿ ਗੁਣੀ ਸਮਾਇ॥੨॥	jaa gun kahi gunee samaa-ay. ||2||

ਜੀਵ ਕਦੇ ਮੰਗਦਾ ਰੱਜਦਾ ਨਹੀਂ, ਇਕ ਇੱਛਾਂ ਪੂਰੀ ਹੋਣ ਤੇ ਹੋਰ ਸ਼ੁਰੂ ਹੋ ਜਾਂਦੀ ਹੈ । ਆਪਣੀ ਸਿਫਤ ਸੁਣਕੇ ਵੀ ਕਦੇ ਥੱਕਦਾ ਨਹੀਂ । ਦੇਖਣ ਨਾਲ ਵੀ ਤ੍ਰਿਸ਼ਨਾ ਹੋਰ ਦੇਖਣਾ ਚਾਹੁੰਦੀ ਹੈ, ਮਨ ਅਨੰਦ ਨਾਲ ਨਹੀਂ ਭਰਦਾ, ਹੋਰ ਉਸ ਤੋਂ ਵੀ ਅਚੰਭਾ ਦੇਖਣ ਨੂੰ ਦਿੱਲ ਕਰਦਾ ਹੈ । ਭੁੱਖ ਕੇਵਲ ਭੋਜਨ ਨੂੰ ਦੇਖਣ ਨਾਲ ਜਾ ਗੱਲਾਂ ਕਰਨ ਨਾਲ ਨਹੀਂ ਮਿਟਦੀ । ਜਿਸ ਦਾ ਮਨ ਪ੍ਰਭ ਦੇ ਬਖਸ਼ੇ ਤੇ ਭਰੋਸਾ, ਧੀਰਜ ਰਖਦਾ ਹੈ, ਕੇਵਲ ਉਸ ਦੇ ਮਨ ਦੀਆਂ ਤ੍ਰਿਸ਼ਨਾ ਵਿੱਚ ਸੰਤੋਖ ਬਖਸ਼ਿਸ਼ ਹੁੰਦਾ ਹੈ । ਪ੍ਰਭ ਦੇ ਬਖਸ਼ੇ ਦਾ ਧੰਨਵਾਦ ਕਰੋ, ਸ਼ਬਦ ਵਿੱਚ ਲੀਨ ਹੋ ਜਾਵੇ ।

Human maid may never be contented with any Blessings; by satisfying any of his desires. One desire may be satisfied, new and bigger desires may pop-up in his mind. Same way, no one may be tired by hearing his own praises and his glory. Same way seeing the wonders of the world, his mind and eyes may never be satisfied with all sceneries and wonders. He desires to see bigger and more wonderful events of natures. As the hunger of stomach may not be satisfied by just looking at the food; the worldly desires may not be satisfied by only talking. Whosoever may remain contented on his justice and patience with His Blessings. You should always remain gratitude for His Blessings and always meditate on the teachings of His Word.

ਪਉੜੀ॥

ਵਿਣੁ ਸਚੇ ਸਭੁ ਕੂੜੁ ਕੂੜੁ ਕਮਾਈਐ॥	vin sachay sabh koorh koorh kamaa-ee-ai.
ਵਿਣੁ ਸਚੇ ਕੂੜਿਆਰੁ ਬੰਨਿ ਚਲਾਈਐ॥	vin sachay koorhi-aar bann chalaa-ee-ai.
ਵਿਣੁ ਸਚੇ ਤਨੁ ਛਾਰੁ ਛਾਰੁ ਰਲਾਈਐ॥	vin sachay tan chhaar chhaar ralaa-ee-ai.
ਵਿਣੁ ਸਚੇ ਸਭ ਭੁਖ ਜਿ ਪੈਝੈ ਖਾਈਐ॥	vin sachay sabh bhukh je paijhai khaa-ee-ai.
ਵਿਣੁ ਸਚੇ ਦਰਬਾਰੁ ਕੂੜਿ ਨ ਪਾਈਐ॥	vin sachay darbaar koorh na paa-ee-ai.
ਕੂੜੈ ਲਾਲਚਿ ਲਗਿ ਮਹਲੁ ਖੁਆਈਐ॥	koorhai laalach lag mahal khu-aa-ee-ai.
ਸਭੁ ਜਗੁ ਠਗਿਓ ਠਗਿ ਆਈਐ ਜਾਈਐ॥	sabh jag thagi-o thag aa-ee-ai jaa-ee-ai.
ਤਨ ਮਹਿ ਤ੍ਰਿਸਨਾ ਅਗਿ	tan meh tarisnaa ag
ਸਬਦਿ ਬੁਝਾਈਐ॥੧੯॥	sabad bujhaa-ee-ai. ||19||

ਸ਼ਬਦ ਦੀ ਕਮਾਈ ਤੋਂ ਬਿਨਾਂ ਸਭ ਕਮਾਈਆਂ ਮਿਟ ਜਾਣ ਵਾਲੀਆਂ, ਥੋੜ੍ਹਾ ਸਮਾਂ ਹੀ ਅਨੰਦ ਦੇਂਦੀਆ ਹਨ । ਉਸ ਦੀ ਬੰਦਗੀ ਤੋਂ ਬਿਨਾਂ ਜੀਵ ਨੇ ਜਮਦੂਤ ਦੇ ਵੱਸ ਵਿੱਚ ਹੀ ਪੈਣਾ ਹੈ । ਬੰਦਗੀ ਤੋਂ ਬਿਨਾਂ ਮਿੱਟੀ ਦਾ ਪੁੱਤਲਾ ਤਨ, ਮਿੱਟੀ ਵਿੱਚ ਰਲ ਜਾਣਾ ਹੈ, ਮਾਨਸ ਜਨਮ, ਤਨ ਦਾ ਕੋਈ ਲਾਭ ਨਹੀਂ ਹੈ । ਸ਼ਬਦ ਦੀ ਬੰਦਗੀ ਤੋਂ ਬਿਨਾਂ ਇੱਛਾਂ ਤੋਂ ਛੁਟਕਾਰਾ ਬਖਸ਼ਿਸ਼ ਨਹੀਂ ਹੁੰਦਾ, ਮਨ ਭਟਕਣਾਂ ਵਿੱਚ ਹੀ ਲਗਾ ਰਹਿੰਦਾ ਹੈ । ਚੰਗਾ ਖਾਣ, ਪਹਿਣਨ ਨਾਲ ਵੀ ਸ਼ਾਂਤੀ ਨਹੀਂ ਮਿਲਦੀ । ਦਰਬਾਰ ਵਿੱਚ ਸ਼ਬਦ ਦੀ ਬੰਦਗੀ ਤੋਂ ਬਿਨਾਂ ਕੋਈ ਢੋਈ ਨਹੀਂ ਮਿਲਦੀ । ਸੰਸਾਰਕ ਇੱਛਾਂ ਤੇ ਚਲਕੇ ਜਨਮ ਮਰਨ ਦਾ ਚੱਕਰ ਖਤਮ ਨਹੀਂ ਕੀਤਾ ਜਾ ਸਕਦਾ । ਇਸ ਖੇਲ ਵਿੱਚ ਹੀ ਸਾਰੀ ਸ੍ਰਿਸ਼ਟੀ ਭਟਕਦੀ ਫਿਰਦੀ ਹੈ, ਆਪਣਾ ਅਸਲੀ ਮੰਤਵ ਖੋਹ ਬੈਠੀ ਹੈ । ਇਹ ਸੰਸਾਰਕ ਇੱਛਾਂ ਕਦੇ ਪੂਰੀਆਂ ਨਹੀਂ ਹੁੰਦੀਆਂ, ਵਧਦੀਆਂ ਹੀ ਜਾਂਦੀਆਂ ਹਨ, ਅੰਤ ਵਿੱਚ ਬੇਚਾਰ ਕਰ ਦੇਂਦੀਆ ਹਨ ।

Without the wealth, earnings of His Word nothing may stay with his soul to support in His Court; all worldly possessions, wealth may provide short-lived comforts in worldly life. His soul may be captured by the devil of death. Without the earnings of His Word, his perishable body may become a part of dirt. His soul may not benefit from his human life opportunity. He may never conquer his worldly desires, remains frustrated and disappointed with worldly desires. By eating delicacy and embellishing with glamorous robes; he may not feel peace of mind nor contented. Only the earnings of His Word may remain as a support of his soul in His Court; worldly status or wealth have no significance. Whosoever may remain intoxicated with his worldly desires; his cycle of birth and death cannot be eliminated. He may remain frustrated and waste the priceless human life opportunity. Worldly desires may never be satisfied. Once, one desire may be satisfied a bigger more intense desire may make his mind helpless, frustrated, and powerless.

344.ਸਲੋਕ ਮਃ ੧॥ (147-10)

ਨਾਨਕ ਗੁਰੁ ਸੰਤੋਖੁ ਰੁਖੁ,	naanak gur santokh rukh
ਧਰਮੁ ਫੁਲੁ ਫਲ ਗਿਆਨੁ॥	Dharam ful fal gi- aan.
ਰਸਿ ਰਸਿਆ ਹਰਿਆ ਸਦਾ	ras rasi-aa hari-aa sadaa
ਪਕੈ ਕਰਮਿ ਧਿਆਨਿ॥	pakai karam Dhi-aan.
ਪਤਿ ਕੇ ਸਾਦ ਖਾਦਾ ਲਹੈ,	pat kay saad khaadaa lahai
ਦਾਨਾ ਕੈ ਸਿਰਿ ਦਾਨੁ॥੧॥	daanaa kai sir daan. ||1||

ਪ੍ਰਭ ਸ਼ਾਂਤੀ, ਸੰਤੋਖ ਦਾ ਪੌਦਾ, ਬ੍ਰਿਛ ਹੈ । ਅਡੋਲ ਭਰੋਸੇ ਨਾਲ ਸ਼ਬਦ ਨਾਲ ਜੀਵਨ ਢਾਲਣ ਨਾਲ ਹੀ ਸ਼ਬਦ ਦੀ ਸੋਝੀ ਬਖਸ਼ਿਸ਼ ਹੋ ਸਕਦੀ ਹੈ । ਸਿਮਰਨ ਦੇ ਪਾਣੀ ਨਾਲ ਮਨ ਹਮੇਸ਼ਾਂ ਹੀ ਹਰਿਆ ਰਹਿੰਦਾ, ਕਦੇ ਮੁਰਝਾਉਂਦਾ ਨਹੀਂ । ਚੰਗੇ ਕੰਮ, ਸ਼ਬਦ ਦੀ ਬੰਦਗੀ ਕਰਨ ਨਾਲ ਹੀ ਪ੍ਰਭ ਦੀ ਰਹਿਮਤ ਦੀ ਦਾਤ ਬਖਸ਼ਿਸ਼ ਹੁੰਦੀ ਹੈ । ਇਹ ਦਾਤ ਸਭ ਤੋਂ ਉਤਮ, ਵਡੀ ਦਾਤ ਹੈ ।

The True Master, His Word may be a tree of peace and contentment. Whosoever may adopt the teachings of His Word with steady and stable belief in his day-to-day life; with His mercy and grace, he may be blessed with the enlightenment of the essence of His Word from within. With the water, nectar of essence His Word, the blossom within his heart may never be diminished. Whosoever may do good deeds for His creation and meditates on the teachings of His Word; with His mercy and grace, he may be blessed with the right path of acceptance in His Court. His Blessings may be the most priceless supreme, compare to any worldly possession.

ਮਃ ੧॥

ਸੁਇਨੇ ਕਾ ਬਿਰਖੁ ਪਤ ਪਰਵਾਲਾ	su-inay kaa birakh pat parvaalaa
ਫੁਲ ਜਵੇਹਰ ਲਾਲ॥	ful javayhar laal.
ਤਿਤੁ ਫਲ ਰਤਨ ਲਗਹਿ,	tit fal ratan lageh
ਮੁਖਿ ਭਾਖਿਤ ਹਿਰਦੈ ਰਿਦੈ ਨਿਹਾਲੁ॥	mukh bhaakhit hirdai ridai nihaal.
ਨਾਨਕ ਕਰਮੁ ਹੋਵੈ	naanak karam hovai
ਮੁਖਿ ਮਸਤਕਿ ਲਿਖਿਆ ਹੋਵੈ ਲੇਖੁ॥	mukh mastak likhi-aa hovai laykh.
ਅਠਿਸਠਿ ਤੀਰਥ ਗੁਰ ਕੀ ਚਰਣੀ,	athisath tirath gur kee charnee
ਪੂਜੈ ਸਦਾ ਵਿਸੇਖੁ॥	poojai sadaa visaykh.
ਹੰਸੁ ਹੇਤੁ ਲੋਭੁ ਕੋਪੁ	hans hayt lobh kop
ਚਾਰੇ ਨਦੀਆ ਅਗਿ॥	chaaray nadee-aa ag.
ਪਵਹਿ ਦਝਹਿ ਨਾਨਕਾ	paveh dajheh naankaa
ਤਰੀਐ ਕਰਮੀ ਲਗਿ॥੨॥	taree-ai karmee lag. ||2||

ਪ੍ਰਭ ਨੂੰ ਇਕ ਅਣਮੋਲ (ਸੋਇਨੇ) ਬ੍ਰਿਛ ਨਾਲ ਤੁਲਨਾ ਕਰੋ ! ਜਿਸ ਦੇ ਫੁੱਲ, ਫਲ ਜਵਾਹਰ, ਮੋਤੀਆਂ ਦੇ ਹਨ, ਉਸ ਦੀ ਜੀਭ ਤੋਂ ਨਿਕਲਦੇ ਬੋਲ ਰਤਨ ਹਨ । ਉਸ ਦੇ ਤਨ, ਮਨ ਵਿੱਚ ਪ੍ਰਭ ਦੀ ਜੋਤ ਜਾਗਰਤ ਹੋ ਜਾਂਦੀ ਹੈ । ਜਿਸ ਦੇ ਕਰਮਾਂ ਵਿੱਚ ਪਹਿਲੇ ਹੀ ਲਿਖਿਆ ਹੋਵੇ, ਇਹ ਸ਼ਬਦ ਰਤਨ ਉਸ ਨੂੰ ਹੀ ਬਖਸ਼ਿਸ਼ ਹੁੰਦਾ ਹੈ । 68 ਤੀਰਥਾਂ ਦੇ ਇਸ਼ਨਾਨ ਦਾ ਫਲ ਸਿਮਰਨ ਕਰਨ ਨਾਲ ਬਖਸ਼ਿਸ਼ ਹੋ ਸਕਦਾ ਹੈ । ਸੰਸਾਰਕ ਇੱਛਾਂ, ਧੰਦੇ, ਜ਼ੁਲਮ, ਲਾਲਚ, ਕਰੋਧ, ਸਬੰਧ, ਹੈਸੀਅਤ ਚਾਰ ਅੱਗ ਦੇ ਦਰਿਆ ਹਨ । ਜਿਹੜਾ ਸੰਸਾਰਕ ਇੱਛਾਂ ਦੇ ਚੱਕਰ ਵਿੱਚ ਫਸ ਜਾਂਦਾ ਹੈ, ਉਹ ਇਸ ਅੱਗ ਵਿੱਚ ਭਸਮ ਹੋ ਜਾਂਦਾ ਹੈ । ਜਿਹੜਾ ਭਰੋਸੇ ਨਾਲ ਸਿਮਰਨ ਕਰਦਾ ਹੈ, ਉਹ ਬਚ ਜਾਂਦਾ ਹੈ ।

The True Master, His Word may be compared with an Ambrosial, priceless tree. Whose flowers and fruits are like jewels and pearls; words coming out of his tongue are priceless jewels. Whosoever may remain enlightened with the essence of His Word, the eternal glow of enlightenment may shine within his heart and he remains awake and alert. Whosoever may have a prewritten destiny, he may be blesses with such a state of mind. He may be blessed with reward of pilgrimage at 68 Holy Shrines. His worldly desires, worldly chores, are four rivers of fire; terrors - anger, greed, attachment-worldly bond, and worldly status. Whosoever may become a victim of worldly desires, he may be burned to ashes. Whosoever may meditate on the teachings of His Word with steady and stable belief in his day-to-day life; with His mercy and grace, he may be saved from the demons of death.

ਇੱਛਾਂ ਦੀਆਂ 4 ਅੱਗਾਂ	4 Fires of Desires
ਜ਼ੁਲਮ ਕਰੋਧ	terrors; anger
ਲਾਲਚ	greed
ਸਬੰਧ	attachment; worldly bond
ਹੈਸੀਅਤ	worldly status; self-identity

ਪਉੜੀ॥

ਜੀਵਦਿਆ ਮਰੁ ਮਾਰਿ ਨ ਪਛੋਤਾਈਐ॥	jeevdi-aa mar maar na pachhotaa-ee-ai.
ਝੂਠਾ ਇਹੁ ਸੰਸਾਰੁ ਕਿਨਿ ਸਮਝਾਈਐ॥	jhoothaa ih sansaar kin samjaa-ee-ai.
ਸਚਿ ਨ ਧਰੇ ਪਿਆਰੁ ਧੰਧੈ ਧਾਈਐ॥	sach na Dharay pi-aar DhanDhai Dhaa-ee-ai.
ਕਾਲੁ ਬੁਰਾ ਖੈ ਕਾਲੁ ਸਿਰਿ ਦੁਨੀਆਈਐ॥	kaal buraa khai kaal sir dunee-aa-ee-ai.
ਹੁਕਮੀ ਸਿਰਿ ਜੰਦਾਰੁ ਮਾਰੇ ਦਾਈਐ॥	hukmee sir jandaar maaray daa-ee-ai.
ਆਪੇ ਦੇਇ ਪਿਆਰੁ ਮੰਨਿ ਵਸਾਈਐ॥	aapay day-ay pi-aar man vasaa-ee-ai.
ਮੁਹਤੁ ਨ ਚਸਾ ਵਿਲੰਮੁ ਭਰੀਐ ਪਾਈਐ॥	muhat na chasaa vilamm bharee-ai paa-ee-ai.
ਗੁਰ ਪਰਸਾਦੀ ਬੁਝਿ ਸਚਿ ਸਮਾਈਐ॥੨੦॥	gur parsaadee bujh sach samaa-ee-ai. ||20||

ਜਿਹੜਾ ਜੀਵ ਮਾਨਸ ਜੀਵਨ ਵਿੱਚ ਮੌਤ ਦੇ ਡਰ ਤੇ ਕਾਬੂ ਪਾ ਲੈਂਦਾ ਹੈ, ਉਸ ਨੂੰ ਮੌਤ ਤੋਂ ਪਿਛੋਂ ਕੋਈ ਪਛਤਾਵਾ ਨਹੀਂ ਹੁੰਦਾ । ਕੋਈ ਵਿਰਲਾ ਹੀ ਜੀਵ ਸ੍ਰਿਸ਼ਟੀ ਨੂੰ ਮਿਟ ਜਾਣਵਾਲੀ ਸਮਝਕੇ ਜੀਵਨ ਬਤੀਤ ਕਰਦਾ ਹੈ । ਜੀਵ ਸ਼ਬਦ ਨਾਲ ਪ੍ਰੀਤ ਨਹੀਂ ਲਾਉਂਦਾ, ਸੰਸਾਰਕ ਇੱਛਾਂ ਨਾਲ ਸਬੰਧ ਬਣਾਉਂਦਾ ਹੈ । ਸੰਸਾਰ ਵਿੱਚ ਜੀਵ ਦਾ ਸਮਾਂ ਮਿਥਿਆ ਹੈ, ਪ੍ਰਭ ਦੇ ਹੁਕਮ ਨਾਲ ਜੀਵ ਦੀ ਮੌਤ ਹੋ ਜਾਂਦੀ ਹੈ । ਪ੍ਰਭ ਗੁਰਮਖ ਦੇ ਅੰਦਰ ਆਪ ਹੀ ਸ਼ਬਦ ਦੀ ਸੋਝੀ ਬਖਸ਼ਦਾ ਹੈ, ਉਸ ਦਾ ਮੌਤ ਦਾ ਸਮਾਂ ਬਦਲਿਆ ਨਹੀਂ ਜਾ ਸਕਦਾ । ਜਿਸ ਨੂੰ ਇਸ ਹੀ ਸੋਝੀ ਹੋ ਜਾਂਦੀ ਹੈ, ਉਹ ਸ਼ਬਦ ਵਿੱਚ ਹੀ ਲੀਨ ਰਹਿੰਦਾ ਹੈ ।

Whosoever may conquer the fear of death in his worldly life; he may not have to repent after death. However, very rare devotee may live his life with the enlightenment that universe is perishable. Instead of meditating and adopting the teachings of His Word; he may remain intoxicated with sweet poison of worldly wealth, bonds with worldly desires. The time of death is predetermined before his birth under His Command. The True Master may enlighten His true devotee; the time of death cannot be altered or changed or avoided. He may remain intoxicated in meditation in the void of His Word.

345.ਸਲੋਕੁ ਮਃ ੧॥ (147-18)

ਤੁਮੀ ਤੁਮਾ ਵਿਸੁ ਅਕੁ ਧਤੂਰਾ ਨਿਮੁ ਫਲੁ॥	tumee tumaa vis ak Dhatooraa nim fal.
ਮਨਿ ਮੁਖਿ ਵਸਹਿ ਤਿਸ,	man, mukh vaseh tis
ਜਿਸੁ ਤੂੰ ਚਿਤਿ ਨ ਆਵਹੀ॥	Jis tooN chit na aavhee.
ਨਾਨਕ ਕਹੀਐ ਕਿਸੁ	naanak kahee-ai kis
ਹੰਢਨਿ ਕਰਮਾ ਬਾਹਰੇ॥੧॥	handhan karmaa baahray. ||1||

ਜਿਹੜਾ ਜੀਵ ਪ੍ਰਭ ਦੇ ਸ਼ਬਦ ਵਿੱਚ ਚਿਤ ਨਹੀਂ ਲਾਉਂਦਾ, ਉਸ ਦੇ ਜੀਵਨ ਵਿੱਚ, ਜਿਵੇਂ ਕੋਈ ਅੱਕ, ਤੁੰਮਾ ਜਾ ਧਤੂਰ ਖਾਂਦਾ ਹੈ, ਇਸਤਰ੍ਹਾਂ ਦਾ ਸਵਾਦ ਆਉਂਦਾ ਹੈ, ਇਹਨਾਂ ਜ਼ਹਿਰੀਲੀਆਂ ਦਾ ਹੀ ਨਸ਼ਾ ਰਹਿੰਦਾ ਹੈ । ਉਸ ਨੂੰ ਕਿਵੇਂ ਸੋਝੀ ਦਿੱਤੀ ਜਾਵੇ? ਉਹ ਨੇਕੀ ਦੇ ਕੰਮ ਕਰਨ ਤੋਂ ਬਿਨਾਂ ਹੀ ਮਾਨਸ ਜਨਮ ਬਰਬਾਦ ਕਰ ਜਾਂਦਾ ਹੈ ।

Whosoever may not pay any attention to meditate on the teachings of His Word, his life may remain such a miserable as some poisonous fire burning within his mind and body. He may remain intoxicated with poisonous odor, smoke of the fire within his heart. How may he be enlightened? Without good deeds, the priceless human life opportunity may not be blessed again.

ਮਃ ੧॥

ਮਤਿ ਪੰਖੇਰੂ ਕਿਰਤੁ ਸਾਥਿ,	mat pankhayroo kirat saath
ਕਬ ਉਤਮ ਕਬ ਨੀਚ॥	kab utam kab neech.
ਕਬ ਚੰਦਨਿ ਕਬ	kab chandan kab
ਅਕਿ ਡਾਲਿ ਕਬ ਉਚੀ ਪਰੀਤਿ॥	ak daal kab uchee pareet.
ਨਾਨਕ ਹੁਕਮਿ ਚਲਾਈਐ	naanak Hukam chalaa-ee-ai
ਸਾਹਿਬ ਲਗੀ ਰੀਤਿ॥੨॥	saahib lagee reet. ||2||

ਪੰਛੀ ਦੀ ਮੱਤ ਦਾ ਅੰਦਾਜ਼ਾ ਉਸ ਦੇ ਕੰਮਾਂ ਤੋਂ ਹੀ ਲਾਇਆ ਜਾਂਦਾ ਹੈ । ਕਦੇ ਬਹੁਤ ਮਹੱਤਵ ਪੂਰਕ ਕੰਮ ਕਰਦਾ, ਕਦੇ ਨੀਚ ਕਰਦਾ ਹੈ । ਕਦੇ ਉਹ ਖੁਸ਼ਬੂ ਦੇਣ ਵਾਲੇ ਬ੍ਰਿਖ ਤੇ ਬੈਠਦਾ ਹੈ, ਕਦੇ ਜ਼ਹਰੀਲੇ ਬ੍ਰਿਛ ਤੇ ਬੈਠਦਾ ਹੈ, ਕਦੇ ਸਵਰਗ ਵਿੱਚ ਉਡਾਰੀਆਂ ਮਾਰਦਾ ਹੈ । ਇਹ ਸਭ ਕੁਝ ਪ੍ਰਭ ਦੇ ਹੁਕਮ ਨਾਲ ਹੀ ਹੁੰਦਾ ਹੈ । ਆਪਣੇ ਜੀਵਾਂ ਨੂੰ ਅਸਲੀ ਰਸਤੇ ਦੀ ਸੋਝੀ ਬਖਸ਼ੋ!

The intelligence of a bird may be imagined or known from his deeds. Sometime he may do very significant task, other time very mean and horrible task. Sometime, he may sit on a very splendorous, fragment giving tree and other time sits on a poisonous tree. Sometime he may fly in heaven and other times in hell. Only His Command may prevail in every event of His Nature. The Merciful True Master may bestow His Blessed Vision to enlighten the reality of life and the right path of salvation.

ਪਉੜੀ॥

ਕੇਤੇ ਕਹਹਿ ਵਖਾਣ ਕਹਿ ਕਹਿ ਜਾਵਣਾ॥	kaytay kaheh vakhaan kahi kahi jaavnaa.
ਵੇਦ ਕਹਹਿ ਵਖਿਆਣ ਅੰਤੁ ਨ ਪਾਵਣਾ॥	vayd kaheh vakhi-aan ant na paavnaa.
ਪੜਿਐ ਨਾਹੀ ਭੇਦੁ ਬੁਝਿਐ ਪਾਵਣਾ॥	parhi-ai naahee bhayd bujhi-ai paavnaa.
ਖਟੁ ਦਰਸਨ ਕੈ ਭੇਖਿ,	khat darsan kai bhaykh
ਕਿਸੈ ਸਚਿ ਸਮਾਵਣਾ॥	kisai sach samaavnaa.
ਸਚਾ ਪੁਰਖੁ ਅਲਖੁ ਸਬਦਿ ਸੁਹਾਵਣਾ॥	sachaa purakh alakh sabad suhaavanaa.
ਮੰਨੇ ਨਾਉ ਬਿਸੰਖ ਦਰਗਹ ਪਾਵਣਾ॥	mannay naa-o bisankh dargeh paavnaa.

ਖਾਲਕ ਕਉ ਆਦੇਸੁ ਢਾਢੀ ਗਾਵਣਾ॥ khaalak ka-o aadays dhaadhee gaavnaa.
ਨਾਨਕ ਜੁਗੁ ਜੁਗੁ ਏਕੁ naanak jug jug ayk
ਮੰਨਿ ਵਸਾਵਣਾ॥੨੧॥ man vasaavnaa. ||21||

ਕਈ ਸ਼ਬਦ ਦਾ ਪ੍ਰਚਾਰ, ਵਿਆਖਿਆ ਕਰਦੇ ਚਲੇ ਜਾਂਦੇ, ਮੌਤ ਨੂੰ ਪੂਰੇ ਹੋ ਜਾਂਦੇ ਹਨ । ਇਸਤਰ੍ਹਾਂ ਹੀ ਧਾਰਮਕ ਗ੍ਰੰਥ, ਪ੍ਰਭ ਦੇ ਸ਼ਬਦ, ਹੋਂਦ ਬਾਬਤ ਕਹਿੰਦੇ ਹਨ, ਪੂਰਨ ਤਰ੍ਹਾਂ ਕਹਿਆ ਨਹੀਂ ਜਾ ਸਕਦਾ । ਪੜ੍ਹਿਆਂ ਜਾ ਪਾਠ ਕਰਨ ਨਾਲ ਇਸ ਦਾ ਭੇਦ ਨਹੀਂ ਮਿਲਦਾ, ਕੇਵਲ ਇਸ ਨੂੰ ਜੀਵਨ ਵਿੱਚ ਢਾਲਣ ਨਾਲ ਹੀ ਇਸ ਦੀ ਸੋਝੀ ਬਖਸ਼ਿਸ਼ ਹੋ ਸਕਦੀ ਹੈ । ਸਾਸਤਰ ਵਿੱਚ ਪ੍ਰਭ ਨੂੰ ਮਿਲਨ ਦੇ 6 ਰਸਤੇ, ਤਾਰੀਕੇ ਦੱਸੇ ਗਏ ਹਨ । ਦੇਖੋ ਕਿ ਉਹਨਾਂ ਨਾਲ ਕਿਤਨਾ ਕੋ ਗਿਆਨ ਹੋ ਸਕਦਾ ਹੈ? ਪ੍ਰਭ ਸਮਝ ਤੋਂ ਉਪਰ ਹੈ, ਅਡੋਲ ਭਰੋਸੇ ਨਾਲ ਹੀ ਸ਼ਬਦ ਵਿੱਚ ਲੀਨ ਹੋਇਆ ਜਾ ਸਕਦਾ ਹੈ । ਜਿਸ ਦਾ ਭਰੋਸਾ ਅਡੋਲ ਹੋ ਜਾਂਦਾ ਹੈ, ਉਸ ਨੂੰ ਪ੍ਰਭ ਦੇ ਦਰਬਾਰ ਵਿੱਚ ਪ੍ਰਵਾਨਗੀ ਬਖਸ਼ਿਸ਼ ਹੋ ਸਕਦੀ ਹੈ । ਜੀਵ, ਪ੍ਰਭ ਦੇ ਧੰਨਵਾਦ ਦੇ ਸ਼ਬਦ ਦਾ ਕੀਰਤਨ ਕਰੋ! ਉਸ ਦਾ ਆਸਣ ਮਨ ਵਿੱਚ ਸਥਾਪਤ ਕਰੋ!

Some devotee may preach and explain the spiritual meaning of His Word and wastes his life. Worldly Holy Scripture describes His Existence and His Word such a way; however, His Nature, Existence may not be fully explained and comprehended by reading worldly Holy Scriptures. The secrecy of life, His Nature may not be discovered, by meditating, reading, and evaluating the teachings of Religious Holy Scriptures. Whosoever may adopting the teachings of His Word with steady and stable belief in day-to-day life; with His mercy and grace, he may be blessed with enlightenment of the essence of His Word from within. Religious Scripture Shastra describes six right paths to be accepted in His Court. Imagine! How much enlightenments may be achieved by following these six methods of meditation? The True Master remains beyond any comprehension of His Creation. Whosoever may obey the teachings of His Word with steady and stable in his day-to-day life; with His mercy and grace, he may remain intoxicated in the void of His Word. He may be blessed with the right path of acceptance in His Court. You should remain gratitude and sing the glory of His Word; you should enlighten His Throne within your heart.

346.ਸਲੋਕੁ ਮਹਲਾ ੨॥ (148-5)

ਮੰਤ੍ਰੀ ਹੋਇ ਅਠੂਹਿਆ, mantree ho-ay athoohi-aa
ਨਾਗੀ ਲਗੈ ਜਾਇ॥ naagee lagai jaa-ay.
ਆਪਣ ਹਥੀ ਆਪਣੈ ਦੇ aapan hathee aapnai day
ਕੂਚਾ ਆਪੇ ਲਾਇ॥ koochaa aapay laa-ay.
ਹੁਕਮੁ ਪਇਆ ਧੁਰਿ ਖਸਮ ਕਾ, hukam pa-i-aa Dhur khasam kaa
ਅਤੀ ਹੂ ਧਕਾ ਖਾਇ॥ atee hoo Dhakaa khaa-ay.
ਗੁਰਮੁਖ ਸਿਉ ਮਨਮੁਖੁ ਅੜੈ, gurmukh si-o manmukh arhai
ਡੁਬੈ ਹਕਿ ਨਿਆਇ॥ dubai hak ni-aa-ay.
ਦੁਹਾ ਸਿਰਿਆ ਆਪੇ ਖਸਮੁ, duhaa siri-aa aapay khasam
ਵੇਖੈ ਕਰਿ ਵਿਉਪਾਇ॥ vaykhai kar vi-upaa-ay.
ਨਾਨਕ ਏਵੈ ਜਾਣੀਐ, naanak ayvai jaanee-ai
ਸਭ ਕਿਛੁ ਤਿਸਹਿ ਰਜਾਇ॥੧॥ sabh kichh tiseh rajaa-ay. ||1||

ਜਿਹੜਾ ਜੋਗੀ ਸੱਪਾਂ ਦਾ ਖੇਲ ਕਰਵਾਉਂਦਾ ਹੈ, ਉਹ ਆਪਣੇ ਹੱਥ ਨਾਲ ਹੀ ਸੱਪ ਦਾ ਜ਼ਹਿਰ ਵਾਲਾ ਡੰਗ ਕੱਢ ਲੈਂਦੇ ਹਨ । ਇਹ ਸਭ ਕੁਝ ਪ੍ਰਭ ਦੀ ਰਜ਼ਾ ਨਾਲ ਹੀ ਹੁੰਦਾ, ਸੱਪ ਨੂੰ ਗੁਲਾਮ ਬਣਾਇਆ ਜਾਂਦਾ ਹੈ । ਅਗਰ ਕੋਈ ਮਨਮੁਖ, ਗੁਰਮਖ ਨਾਲ ਝਗੜਾ ਕਰੇ, ਪ੍ਰਭ ਹੀ ਉਸ ਨੂੰ ਸਜ਼ਾ ਦੇਂਦਾ ਹੈ । ਸੰਸਾਰ ਵਿੱਚ ਅਤੇ ਮੌਤ ਤੋਂ ਪਿਛੋਂ ਦੋਨਾਂ ਥਾਂ ਤੇ ਅੰਤਰਜਾਮੀ ਆਪ ਹੀ ਵਾਪਰਦਾ ਹੈ । ਜੀਵ ਇਹ ਧਿਆਨ ਵਿੱਚ ਰਖੋ! ਸਭ ਕੁਝ ਆਪ ਹੀ ਕਰਦਾ ਹੈ, ਉਸ ਦਾ ਹੁਕਮ ਹੀ ਚਲਦਾ ਹੈ ।

As the Yogi shows the play of snake; the snake dances and follows His Command. He takes poisonous sting of the snake with his own hand. All this happens with His Command. Yogi makes the snake his slave. Same way, Self-minded may start fight or creates jealousy with His true devotee; The True Master settles his account and punishes him. The Axiom Omniscient True Master, His Command prevails both places in the universe and after death. In the universe and after death, The True Master prevails at both places. The Axiom, Omniscient True Master remains aware about every event in His Nature. Always Remember! Everything happens with His Blessings, only His Command prevails everywhere, all time.

ਮਹਲਾ ੨॥

ਨਾਨਕ ਪਰਖੇ ਆਪ ਕਉ,	naanak parkhay aap ka-o
ਤਾ ਪਾਰਖੁ ਜਾਣੁ॥	taa paarakh jaan.
ਰੋਗੁ ਦਾਰੂ ਦੋਵੈ ਬੁਝੈ,	rog daaroo dovai bujhai
ਤਾ ਵੈਦੁ ਸੁਜਾਣੁ॥	taa vaid sujaan.
ਵਾਟ ਨ ਕਰਈ ਮਾਮਲਾ,	vaat na kar-ee maamlaa
ਜਾਣੈ ਮਿਹਮਾਣੁ॥	jaanai mihmaan.
ਮੂਲੁ ਜਾਣਿ ਗਲਾ ਕਰੇ,	mool jaan galaa karay
ਹਾਣਿ ਲਾਏ ਹਾਣੁ॥	haan laa-ay haan.
ਲਬਿ ਨ ਚਲਈ ਸਚਿ ਰਹੈ,	lab na chal-ee sach rahai
ਸੋ ਵਿਸਟੁ ਪਰਵਾਣੁ॥	so visat parvaan.
ਸਰੁ ਸੰਧੇ ਆਗਾਸ ਕਉ,	sar sanDhay aagaas ka-o
ਕਿਉ ਪਹੁਚੈ ਬਾਣੁ॥	ki-o pahuchai baan.
ਅਗੈ ਓਹੁ ਅਗੰਮੁ ਹੈ	agai oh agamm hai
ਵਾਹੇਦੜ ਜਾਣੁ॥੨॥	vaahaydarh jaan. ||2||

ਜਿਹੜਾ ਆਪਣੇ ਆਪ ਨੂੰ ਉਸ ਕਸਵਟੀ ਨਾਲ ਤੋਲੇ, ਜਿਸ ਨਾਲ ਬਾਕੀਆਂ ਨੂੰ ਪਰਖਦਾ ਹੈ, ਉਹ ਹੀ ਬੰਦਗੀ ਕਰਨਵਾਲਾ ਹੁੰਦਾ ਹੈ । ਜਿਹੜਾ ਜੀਵ ਮਨ ਦੇ ਰੋਗ, ਖਾਮੀ ਨੂੰ ਜਾਣਕੇ ਉਸ ਦਾ ਹੱਲ ਅਪਣਾਉਂਦਾ ਹੈ, ਉਹ ਹੀ ਅਸਲੀ ਦਾਸ ਬਣ ਸਕਦਾ ਹੈ । ਜੀਵ ਸੰਸਾਰ ਵਿੱਚ ਆ ਕੇ ਸੰਸਾਰਕ ਇੱਛਾਂ ਵਾਲੇ, ਚਲਾਕੀ ਵਾਲੇ ਕੰਮ ਨਾ ਕਰੋ! ਇਹ ਧਿਆਨ ਰਖੋ! ਜੀਵ ਇਸ ਸੰਸਾਰ ਵਿੱਚ ਥੋੜ੍ਹੇ ਸਮੇਂ ਦਾ ਹੀ ਮਹਿਮਾਨ ਹੈ । ਜਿਹੜਾ ਸੰਤ ਬੰਦਗੀ ਦਾ ਰਸਤਾ ਜਾਣਦਾ ਹੈ, ਰਸਤੇ ਤੇ ਚਲਦਾ ਹੈ, ਉਸ ਸੰਤ ਸਰੂਪ ਦੇ ਜੀਵਨ ਦੀ ਸਿਖਿਆਂ ਨਾਲ ਜੀਵਨ ਢਾਲੋ! ਜਿਹੜੇ ਜੀਵ ਸੰਸਾਰਕ ਲਾਲਚ ਤੇ ਨਹੀਂ ਚਲਦੇ, ਉਸ ਦੀ ਬੰਦਗੀ ਪ੍ਰਵਾਨ ਹੋ ਜਾਂਦੀ ਹੈ । ਜਿਵੇਂ ਕੋਈ ਅਕਾਸ਼ ਵੱਲ ਤੀਰ ਚਲਾਉਂਦਾ ਹੈ! ਉਸ ਨੂੰ ਕਿਸਤਰ੍ਹਾਂ ਪਤਾ ਲਗਦਾ ਹੈ ਕਿ ਇਹ ਨਿਸ਼ਾਨੇ ਤੇ ਲਗਾ ਹੈ । ਇਸਤਰ੍ਹਾਂ ਹੀ ਪ੍ਰਭ ਅਥਾਹ ਹੈ, ਇਹ ਨਹੀਂ ਜਾਣਿਆ ਜਾ ਸਕਦਾ । ਅਗਰ ਕੋਈ ਉਸ ਨੂੰ ਪ੍ਰਵਾਨ ਹੋ ਗਿਆ ਹੈ ।

Whosoever may evaluate his own deeds with the same scale, as he assesses others actions and deeds; only be may be on the path to become as His true devotee. Whosoever may realize his weakness and makes changes in his life to overcome his weakness; he may become worthy to be called His true devotee. You should not indulge in deceptive practice to satisfy your worldly desires and greed. Always Remember! Human life opportunity has been blessed for a limited time to sanctify your soul to become worthy of His Consideration. You should join the conjugation of His Holy saint and adopt his life experience in your day-to-day life. Whosoever may not become a slave of worldly desires, his meditation may be accepted in His Court. Imagine! Someone may shoot his arrow in the sky; how may he determine his arrow has hit the target? Same way! The True Master remains beyond any boundaries, limitless, comprehension of His Creation! No one may know, whose meditation may be accepted in His Court.

ਪਉੜੀ॥

ਨਾਰੀ ਪੁਰਖ ਪਿਆਰੁ	naaree purakh pi-aar
ਪ੍ਰੇਮਿ ਸੀਗਾਰੀਆ॥	paraym seegaaree-aa.
ਕਰਨਿ ਭਗਤਿ ਦਿਨੁ ਰਾਤਿ	karan bhagat din raat
ਨ ਰਹਨੀ ਵਾਰੀਆ॥	na rahnee vaaree-aa.
ਮਹਲਾ ਮੰਝਿ ਨਿਵਾਸੁ	mehlaa manjh nivaas
ਸਬਦਿ ਸਵਾਰੀਆ॥	sabad savaaree-aa.
ਸਚੁ ਕਹਨਿ ਅਰਦਾਸਿ	sach kahan ardaas
ਸੇ ਵੇਚਾਰੀਆ॥	say vaychaaree-aa.
ਸੋਹਨਿ ਖਸਮੈ ਪਾਸਿ	sohan khasmai paas
ਹੁਕਮਿ ਸਿਧਾਰੀਆ॥	Hukam siDhaaree-aa.
ਸਖੀ ਕਹਨਿ ਅਰਦਾਸਿ	sakhee kahan ardaas
ਮਨਹੁ ਪਿਆਰੀਆ॥	manhu pi-aaree-aa.
ਬਿਨੁ ਨਾਵੈ ਧ੍ਰਿਗੁ ਵਾਸੁ	bin naavai Dharig vaas
ਫਿਟੁ ਸੁ ਜੀਵਿਆ॥	fit so jeevi-aa.
ਸਬਦਿ ਸਵਾਰੀਆਸੁ	sabad savaaree-aas
ਅੰਮ੍ਰਿਤੁ ਪੀਵਿਆ॥੨੨॥	amrit peevi-aa. ॥22॥

ਜਿਵੇਂ ਪਤਨੀ ਦਾ ਪਿਆਰ ਪਤੀ ਨਾਲ ਹੰਦਾ, ਇਸਤਰ੍ਹਾਂ ਭਗਤ ਦਾ ਪ੍ਰਭ ਨਾਲ ਪਿਆਰ ਹੁੰਦਾ ਹੈ । ਸ਼ਬਦ ਵਿੱਚ ਹੀ ਦਿਨ ਰਾਤ ਮਸਤ ਰਹਿੰਦਾ ਹੈ, ਕੋਈ ਉਸ ਨੂੰ ਰੋਕ ਨਹੀਂ ਸਕਦਾ । ਉਹ ਆਪਣੇ ਅੰਦਰ ਹੀ ਉਸ ਦਾ ਮੰਦਰ ਬਣਾ ਲੈਂਦਾ ਹੈ । ਉਸ ਦੀ ਅਰਦਾਸ ਨਿਮ੍ਰਤਾ ਭਰੀ, ਕੇਵਲ ਉਸ ਦੀ ਰਹਿਮਤ ਦੀ ਭੁੱਖੀ ਹੁੰਦੀ ਹੈ । ਉਸ ਨੂੰ ਪ੍ਰਭ ਦੀ ਹੋਂਦ ਅਨੁਭਵ ਹੋ ਜਾਂਦੀ ਹੈ, ਇਸ ਦਾ ਅਨੰਦ ਮਾਨਦਾ ਹੈ । ਆਪਣੇ ਸਾਥੀਆਂ ਨਾਲ ਮਿਲਕੇ, ਨਿਮਰਤਾ ਭਰੀ ਅਰਦਾਸ ਕਰਦਾ ਹੈ । ਜਿਹੜਾ ਜੀਵ ਸ਼ਬਦ ਦੀ ਬੰਦਗੀ ਤੋਂ ਬਿਨਾਂ ਹੀ ਜੀਵਨ ਬਤੀਤ ਕਰਦਾ ਹੈ, ਉਸ ਦਾ ਮਾਨਸ ਜਨਮ ਬਿਰਥਾ ਹੀ ਬੀਤ ਜਾਂਦਾ ਹੈ । ਜਿਹੜਾ ਸ਼ਬਦ ਨਾਲ ਜੀਵਨ ਢਾਲਦਾ ਹੈ, ਉਸ ਨੂੰ ਅਨਮੋਲ ਫਲ ਬਖਸ਼ਿਸ਼ ਹੋ ਸਕਦਾ ਹੈ ।

As wife and husband have a love and association with each other, care for each other; same kind of attraction may The True Master has for His true devotee. His true devotee remains intoxicated in meditation on the teachings of His Word with steady and stable belief Day and night. No one can restrict, stop him from the path of meditation. He establishes His Throne within his own mind; his body remain His Temple. He always humbly prays for His Forgiveness and Refuge. He may realize His existence prevailing everywhere. He remains in blossom in the void of His Word. He may humbly pray for His Forgiveness and Refuge. Whosoever may waste his life without meditating! He wastes his priceless human life opportunity uselessly. Whosoever may adopt the teachings of His Word with steady and stable belief, he may be blessed with the priceless jewel of salvation, the place in His Court.

347.ਸਲੋਕੁ ਮਹਲਾ 1॥ (148-14)

ਮਾਰੂ ਮੀਹਿ ਨ ਤ੍ਰਿਪਤਿਆ	maaroo meehi na taripti-aa
ਅਗੀ ਲਹੈ ਨ ਭੁਖ॥	agee lahai na bhukh.
ਰਾਜਾ ਰਾਜਿ ਨ ਤ੍ਰਿਪਤਿਆ	raajaa raaj na taripti-aa
ਸਾਇਰ ਭਰੇ ਕਿਸੁਖ॥	saa-ir bharay kisuk.
ਨਾਨਕ ਸਚੇ ਨਾਮ ਕੀ	naanak sachay Naam kee
ਕੇਤੀ ਪੁਛਾ ਪੁਛ ॥੧॥	kaytee puchhaa puchh. ॥1॥

ਜਿਵੇਂ ਰੇਗਸਥਾਨ ਦੀ ਮੀਂਹ ਨਾਲ ਪਿਆਸ ਪੂਰੀ ਨਹੀਂ ਹੁੰਦੀ । ਇਸਤਰ੍ਹਾਂ ਮਨ ਦੇ ਲਾਲਚ ਦੀ ਭੁੱਖ ਕੁਝ ਵੀ ਹਾਸਿਲ ਕਰਨ ਨਾਲ ਮਿਟਦੀ ਨਹੀਂ, ਇੱਛਾਂ ਵਧਦੀ ਜਾਂਦੀ ਹੈ । ਜਿਵੇਂ ਕੋਈ ਰਾਜਾ ਕਦੇ ਆਪਣੇ ਰਾਜ ਦੀ ਹੱਦ ਨਾਲ ਜਾ ਵਿਸ਼ਾਲਤਾ ਨਾਲ ਸੰਤੁਸ਼ਟ ਨਹੀਂ ਹੁੰਦਾ । ਹੋਰ ਇਲਾਕਾ ਆਪਣੇ ਕਾਬੂ ਵਿੱਚ ਕਰਨਾ ਚਾਹੁੰਦਾ ਹੈ । ਇਸਤਰ੍ਹਾਂ ਸਮੁੰਦਰ ਕਦੇ ਵੀ ਪਾਣੀ ਆਉਣ ਨਾਲ ਭਰਦਾ ਨਹੀਂ । ਪ੍ਰਭ ਅੱਗੇ ਅਰਦਾਸ ਕਰੋ! ਕਿਸਤਰ੍ਹਾਂ ਮਨ ਨੂੰ ਸ਼ਾਂਤੀ ਮਿਲ ਸਕਦੀ ਹੈ?

As the thirst and dryness of the desert cannot be completely satisfied with rain. Same way a greedy mind cannot be fully satisfied with any Blessings or achievement; his desire grows bigger and bigger. As a king may never be satisfied or contented with the boundary of his kingdom; he always desires to expand his boundary and capture more territory. Same way the ocean never overflows with water, no matter how much water, flood may come. You should always pray for His Forgiveness and Refuge to enlighten! How may I be satisfied and contented with His Blessings?

ਮਹਲਾ ੨॥

ਨਿਹਫਲੁ ਤਸਿ ਜਨਮਸਿ ਜਾਵਤੁ	nihfalaN tas janmas jaavat
ਬ੍ਰਹਮ ਨ ਬਿੰਦਤੇ॥	barahm na bindtay.
ਸਾਗਰੰ ਸੰਸਾਰਸਿ	saagraN sansaaras
ਗੁਰ ਪਰਸਾਦੀ ਤਰਹਿ ਕੈ॥	gur parsaadee tareh kay.
ਕਰਣ ਕਾਰਣ ਸਮਰਥੁ ਹੈ	karan kaaran samrath hai
ਕਹੁ ਨਾਨਕ ਬੀਚਾਰਿ॥	kaho naanak beechaar.
ਕਾਰਣੁ ਕਰਤੇ ਵਸਿ ਹੈ	kaaran kartay vas hai
ਜਿਨਿ ਕਲ ਰਖੀ ਧਾਰਿ॥੨॥	Jin kal rakhee Dhaar. ||2||

ਜਿਸ ਮਨ ਵਿੱਚ ਪ੍ਰਭ ਦੇ ਵਿਛੋੜੇ ਦਾ ਵਿਰਾਗਾ ਨਹੀਂ ਹੁੰਦਾ, ਉਸ ਦਾ ਮਾਨਸ ਜਨਮ ਬਿਰਥਾ ਹੀ ਬੀਤ ਜਾਂਦਾ ਹੈ । ਪ੍ਰਭ ਦੀ ਰਹਿਮਤ ਨਾਲ ਹੀ ਸੰਸਰਕ ਸਾਗਰ ਨੂੰ ਪਾਰ ਕੀਤਾ ਜਾ ਸਕਦਾ ਹੈ । ਪ੍ਰਭ ਹੀ ਸਾਰੇ ਕਰਤਬਾਂ ਦਾ ਕਾਰਨ ਅਤੇ ਆਪ ਹੀ ਕਰਦਾ ਹੈ । ਸਾਰੀ ਸ੍ਰਿਸ਼ਟੀ ਹੀ ਸ੍ਰਿਜਨਹਾਰੇ ਦੇ ਵੱਸ ਵਿੱਚ ਹੈ । ਆਪ ਹੀ ਪੈਦਾ ਕਰਦਾ ਹੈ ਅਤੇ ਆਪ ਹੀ ਪਾਲਣਾ, ਰਖਿਆ ਕਰਦਾ ਹੈ ।

Whosoever may not have a renunciation in the memory of his separation from His Holy Spirit. He may waste his human life opportunity uselessly. The True Master creates all the causes of worldly events; with His mercy and grace, The True Master becomes a rescue boat to cross the worldly ocean of desires. `The universe remains under His Command and within the reach of The True Master Creator. True Master creates, creates, nourishes, and protects His Creation and prevails in all events in the universe.

ਪਉੜੀ॥

ਖਸਮੈ ਕੈ ਦਰਬਾਰਿ ਢਾਢੀ ਵਸਿਆ॥	khasmai kai darbaar dhaadhee vasi-aa.
ਸਚਾ ਖਸਮੁ ਕਲਾਣਿ ਕਮਲੁ ਵਿਗਸਿਆ॥	sachaa khasam kalaan kamal vigsi-aa.
ਖਸਮਹੁ ਪੂਰਾ ਪਾਇ ਮਨਹੁ ਰਹਸਿਆ॥	khasmahu pooraa paa-ay manhu rehsi-aa.
ਦੁਸਮਨ ਕਢੇ ਮਾਰਿ ਸਜਣ ਸਰਸਿਆ॥	dusman kadhay maar sajan sarsi-aa.
ਸਚਾ ਸਤਿਗੁਰੁ ਸੇਵਨਿ	schaa saT`gur sayvan
ਸਚਾ ਮਾਰਗੁ ਦਸਿਆ॥	sachaa maarag dasi-aa.
ਸਚਾ ਸਬਦੁ ਬੀਚਾਰਿ ਕਾਲੁ ਵਿਧਉਸਿਆ॥	sachaa sabad beechaar kaal viDh-usi-aa.
ਢਾਢੀ ਕਥੇ ਅਕਥੁ ਸਬਦਿ ਸਵਾਰਿਆ॥	dhaadhee kathay akath sabad savaari-aa.
ਨਾਨਕ ਗੁਣ ਗਹਿ ਰਾਸਿ,	naanak gun geh raas
ਹਰਿ ਜੀਉ ਮਿਲੇ ਪਿਆਰਿਆ॥੨੩॥	har jee-o milay pi-aari-aa. ||23||

ਅਸਲੀ ਸੇਵਕ ਹਮੇਸ਼ਾਂ ਹੀ ਪ੍ਰਭ ਦੇ ਭਾਣੇ ਅੰਦਰ ਚਲਦਾ ਹੈ । ਸ਼ਬਦ ਦੀ ਪਾਲਣਾ ਕਰਨ ਨਾਲ ਮਨ ਅੰਦਰ ਕਮਲ ਦਾ ਫੁੱਲ ਖੇੜੇ ਵਿੱਚ ਆਉਂਦਾ ਹੈ । ਪ੍ਰਭ ਦੇ ਸ਼ਬਦ ਵਿੱਚ ਮਨ ਲਾਉਣ ਨਾਲ ਉਸ ਦੀ ਦ੍ਰਿਸ਼ਟੀ ਹੀ ਬਦਲ ਜਾਂਦੀ ਹੈ । ਉਸ ਦੇ ਮਨ ਅੰਦਰੋਂ ਸੰਸਾਰਕ ਕਾਮ, ਕਰੋਧ, ਲੋਭ, ਮੋਹ, ਅਹੰਕਾਰ ਖਤਮ ਹੋ ਜਾਂਦਾ ਹੈ । ਉਸ ਨੂੰ ਮਨ ਅੰਦਰੋਂ ਹੀ ਸੋਝੀ, ਅਸਲੀ ਬੰਦਗੀ ਦਾ ਰਸਤਾ ਬਖਸ਼ਿਸ਼ ਹੋ ਜਾਂਦਾ ਹੈ । ਸ਼ਬਦ ਦੀ ਸੋਝੀ ਨਾਲ ਜਮਦੂਤਾਂ ਦਾ ਡਰ ਖਤਮ ਹੋ ਜਾਂਦਾ ਹੈ । ਉਸ ਸੇਵਕ ਦੇ ਮੂੰਹ ਤੋਂ ਪ੍ਰਭ ਦੇ ਅਕਥ ਸ਼ਬਦਾ ਦੀ ਵਿਆਖਿਆ ਨਿਕਲਦੀ ਹੈ । ਉਹ ਬੰਦਗੀ ਵਿੱਚ ਲੀਨ ਰਹਿੰਦਾ ਹੈ, ਹੋਰ ਕੋਈ ਭਟਕਣਾਂ ਨਹੀਂ ਰਹਿੰਦੀ ।

His true devotee remains intoxicated in obeying the teachings of His Word with steady and stable belief in day-to-day life; with His mercy and grace, the lotus flower of his mind remains in blossoms. Whosoever may remain dedicated to obey the teachings of His Word with steady and stable belief; with His mercy and grace, his state of mind may be transformed for good. He may conquer all five demons of worldly desires from within. He may be enlightened with the right path of acceptance from within. His fear of devil of death may be eliminated. The explanation of unexplainable miracles of His Nature may be coming out from the tongue of His true devotee. He may always remain intoxicated in meditation in the void of His Word; with His mercy and grace, his state of mind may remain beyond the reach of worldly frustrations.

5 ਇੱਛਾਂ ਦੇ ਜਮਦੂਤ	5 Demons of Worldly desires
ਕਾਮ, ਕਰੋਧ, ਲੋਭ, ਮੋਹ, ਅਹੰਕਾਰ	Sexual urge, Anger, Greed, worldly bonds, Ego of his status

348.ਸਲੋਕੁ ਮਃ ੧॥ (149-2)

ਖਤਿਅਹੁ ਜੰਮੇ ਖਤੇ ਕਰਨਿ	jhati-ahu jammay khatay karan
ਤ ਖਤਿਆ ਵਿਚਿ ਪਾਹਿ॥	ta khati-aa vich paahi.
ਧੋਤੇ ਮੂਲਿ ਨ ਉਤਰਹਿ,	dhotay mool na utreh
ਜੇ ਸਉ ਧੋਵਣ ਪਾਹਿ॥	jay sa-o Dhovan paahi.
ਨਾਨਕ ਬਖਸੇ ਬਖਸੀਅਹਿ,	naanak bakhsay bakhsee-ahi naahi ta
ਨਾਹਿ ਤ ਪਾਹੀ ਪਾਹਿ॥੧॥	paahee paahi. ||1

ਜੀਵ ਪਿਛਲੇ ਜਨਮ ਦੀਆਂ ਖਾਮੀਆਂ, ਗਲਤੀਆਂ, ਮੰਦੇ ਕੰਮਾਂ ਕਰਕੇ ਹੀ ਫਿਰ ਜਨਮ ਲੈਂਦਾ ਹੈ । ਜਿਸ ਨੂੰ ਮਾਨਸ ਜਨਮ ਬਖਸ਼ਦਾ ਹੈ, ਉਸ ਨੂੰ ਫਿਰ ਗਲਤੀਆਂ, ਲੇਖਾ ਪੂਰਾ ਕਰਨ ਦਾ ਮੌਕਾ ਬਖਸ਼ਦਾ ਹੈ । ਜਿਹੜਾ ਹੋਰ ਗਲਤੀਆਂ ਕਰਕੇ ਆਪਣਾ ਭਾਰ ਵਡਾ ਕਰ ਲਵੇ, ਉਸ ਨੂੰ ਫਿਰ ਜੂੰਨਾ ਦੇ ਚੱਕਰ ਵਿੱਚ ਹੀ ਜਾਣਾ ਪੈਂਦਾ ਹੈ । ਤਨ ਨੂੰ ਧੋਣ ਨਾਲ, ਇਸ਼ਨਾਨ ਕਰਨ ਨਾਲ ਮਨ ਦੀਆਂ ਇੱਛਾ ਦੀ ਮੈਲ ਖਤਮ ਨਹੀਂ ਹੁੰਦੀ । ਭਾਵੇਂ ਕਿਤਨੇ ਵੀ ਪਵਿੱਤਰ ਤੀਰਥਾਂ ਤੇ ਇਸ਼ਨਾਨ ਕਰ ਲਵੇ ।

His soul may be blessed with a body of any creature as a judgement of sins of his previous lives. Whosoever may be blessed with human life opportunity; with His mercy and grace, he may be blessed with another opportunity to sanctify his soul to become worthy of His Consideration. Whosoever may increase the burden of his sins in his human life, he may remain in the cycle of birth of death. Misleading religious notion! to take a soul sanctifying bath at Holy Shrine Pond. Whosoever may take a soul sanctifying bath in nectar of the essence of His Word within his one body and mind, only his soul may be sanctified.

ਮਃ ੧॥

ਨਾਨਕ ਬੋਲਣੁ ਝਖਣਾ,	naanak bolan jhakh-naa
ਦੁਖ ਛਡਿ ਮੰਗੀਅਹਿ ਸੁਖ॥	dukh chhad mangee-ah sukh.
ਸੁਖੁ ਦੁਖੁ ਦੁਇ ਦਰਿ ਕਪੜੇ,	sukh dukh du-ay dar kaprhay
ਪਹਿਰਹਿ ਜਾਇ ਮਨੁਖ॥	pahirahi jaa-ay manukh.
ਜਿਥੈ ਬੋਲਣਿ ਹਾਰੀਐ	jithai bolan haaree-ai
ਤਿਥੈ ਚੰਗੀ ਚੁਪ॥੨॥	tithai changee chup. ||2||

ਸੁਖਾਂ ਦੀ ਅਰਦਾਸ ਕਰਨ ਨਾਲ ਦੁਖ ਤੋਂ ਬਚਾ ਨਹੀਂ ਹੁੰਦਾ, ਇਹ ਮਨ ਦੀ ਅਗਿਆਨਤਾ ਹੀ ਹੈ । ਜੀਵ ਨੂੰ ਸੰਸਾਰਕ ਜੀਵਨ ਵਿੱਚ ਦੁਖ, ਸੁਖ ਇਕ ਸਮਾਨ ਆਪਣੇ ਕਰਮਾਂ ਦਾ ਫਲ, ਬਖਸ਼ਿਸ਼ ਸਮਝਕੇ ਹੀ ਸਹਿਣੇ ਚਾਹੀਦੇ ਹਨ । ਦੋਨੋਂ ਹੀ ਪ੍ਰਭ ਦੀ ਰਹਿਮਤ, ਹੁਕਮ ਨਾਲ ਹੀ ਬਖਸ਼ਿਸ਼ ਹੁੰਦੇ ਹਨ । ਜਿਸ ਮਾਲਕ ਦੇ ਹੁਕਮ ਨੂੰ ਟਾਲਿਆ ਨਹੀਂ ਜਾ ਸਕਦਾ, ਬੋਲਿਆਂ ਪੂਰੀ ਨਹੀਂ ਪੈਂਦੀ, ਗੱਲ ਮੰਨੀ ਨਹੀਂ ਜਾਣੀ । ਉਸ ਮਾਲਕ ਦੇ ਭਾਣੇ ਨੂੰ ਸਤਿ ਕਰਕੇ ਮੰਨ ਵਿੱਚ ਹੀ ਭਲਾ ਹੈ ।

By praying for the comforts and pleasures in life, the sufferings of human life may not be avoided. In worldly life pleasures and miseries have been blessed as the judgement of his own worldly deeds of his previous lives. He must endure both as His Worthy Blessings. Whose Command cannot be disobeyed, altered, or avoid by complaining to anyone. Accepting, surrendering to His Command may be beneficial.

ਪਉੜੀ॥

ਚਾਰੇ ਕੁੰਡਾ ਦੇਖਿ ਅੰਦਰੁ ਭਾਲਿਆ॥	chaaray kundaa daykh andar bhaali-aa.
ਸਚੈ ਪੁਰਖਿ ਅਲਖਿ ਸਿਰਜਿ ਨਿਹਾਲਿਆ॥	sachai purakh alakh siraj nihaali-aa.
ਉਝੜਿ ਭੁਲੇ ਰਾਹ ਗੁਰਿ ਵੇਖਾਲਿਆ॥	ujharh bhulay raah gur vaykhaali-aa.
ਸਤਿਗੁਰ ਸਚੇ ਵਾਹੁ ਸਚੁ ਸਮਾਲਿਆ॥	saT`gur sachay vaahu sach samaali-aa.
ਪਾਇਆ ਰਤਨੁ ਘਰਾਹੁ ਦੀਵਾ ਬਾਲਿਆ॥	paa-i-aa ratan gharaahu deevaa baali-aa.
ਸਚੈ ਸਬਦਿ ਸਲਾਹਿ	sachai sabad salaahi
ਸੁਖੀਏ ਸਚ ਵਾਲਿਆ॥	sukhee-ay sach vaali-aa.
ਨਿਡਰਿਆ ਡਰੁ ਲਗਿ	nidri-aa dar lag garab se gaali-aa.
ਗਰਬਿ ਸਿ ਗਾਲਿਆ॥	naavhu bhulaa jag
ਨਾਵਹੁ ਭੁਲਾ ਜਗੁ ਫਿਰੈ ਬੇਤਾਲਿਆ॥੨੪॥	firai baytaali-aa. ||24||

ਮਨਮੁਖ ਜੀਵ ਚਾਰੇ ਪਾਸੇ ਭਟਕਦਾ ਫਿਰਦਾ ਹੈ । ਜਿਹੜਾ ਮਨ ਲਾ ਕੇ ਆਪਣੇ ਅੰਦਰੋਂ ਹੀ ਖੋਜ ਕਰਦਾ ਹੈ, ਉਸ ਨੂੰ ਮਨ ਅੰਦਰੋਂ ਹੀ ਸ਼ਬਦ ਦੀ ਸੋਝੀ ਬਖਸ਼ਿਸ਼ ਹੋ ਸਕਦੀ ਹੈ । ਪ੍ਰਭ ਆਪ ਹੀ ਪ੍ਰਵਾਨਗੀ ਦੇ ਅਸਲੀ ਰਸਤੇ ਦੀ ਸੋਝੀ ਬਖਸ਼ਦਾ ਹੈ । ਉਸ ਦੀ ਸ਼ਬਦ ਵਿੱਚ ਲਗਨ ਲਗ ਜਾਂਦੀ ਹੈ, ਜੀਵ ਦੇ ਅੰਦਰ ਪ੍ਰਭ ਦੇ ਸ਼ਬਦ ਦੀ ਜੋਤ ਜਾਗਰਤ ਹੋ ਜਾਂਦੀ ਹੈ, ਅਣਮੋਲ ਰਤਨ, ਸ਼ਬਦ ਦੀ ਸੋਝੀ ਬਖਸ਼ਿਸ਼ ਹੋ ਜਾਂਦੀ ਹੈ । ਜਿਹੜਾ ਪ੍ਰਭ ਦੇ ਵਿਛੋੜੇ ਦਾ ਵਿਰਾਗ ਮਹਿਸੂਸ ਨਹੀਂ ਕਰਦਾ! ਉਸ ਨੂੰ ਜਮਦੂਤਾਂ ਦੇ ਡਰ ਦੀ ਭਟਕਣ ਹੀ ਲਗੀ ਰਹਿੰਦੀ ਹੈ । ਉਹ ਆਪਣੇ ਅਹੰਕਾਰ ਦੀ ਅੱਗ ਵਿੱਚ ਹੀ ਜਲਦਾ ਹੈ । ਸਾਰਾ ਸੰਸਾਰ ਹੀ ਪ੍ਰਭ ਦੇ ਸ਼ਬਦ ਨੂੰ ਵਿਸਾਰ ਕੇ ਇੱਛਾਂ, ਧਾਰਮਕ ਰੀਤ ਰੀਵਾਜਾਂ ਵਿੱਚ ਲਗਾ ਰਹਿੰਦਾ ਹੈ ।

Self-minded may wander in worldly frustration in all directions. Whosoever may search within his own mind, wholeheartedly; with His mercy and grace, he be blessed with enlightenment from within. He may discover the right path of acceptance in His Court and devotion to meditate from within his mind. He may be blessed with priceless jewel, the enlightenment of the essence of His Word. He may remain intoxicated in devotional meditation; with His mercy and grace, he may be enlightened with the essence of His Word, the ambrosial jewels from within. Whosoever may not remain in renunciation in the memory of his separation from His Holy Spirit; he may remain frustrated in fear of devil of death. He remains burning in his own ego. His Creation may forsake the teaching of His Word and remains slaves of worldly desires and religious rituals.

349.ਸਲੋਕੁ ਮਃ ੩॥ (149-8)

ਭੈ ਵਿਚਿ ਜੰਮੈ ਭੈ ਮਰੈ,
ਭੀ ਭਉ ਮਨ ਮਹਿ ਹੋਇ॥
ਨਾਨਕ ਭੈ ਵਿਚਿ ਜੇ ਮਰੈ,
ਸਹਿਲਾ ਆਇਆ ਸੋਇ॥੧॥

bhai vich jammai bhai marai
bhee bha-o man Meh ho-ay.
naanak bhai vich jay marai
sahilaa aa-i-aa so-ay. ||1||

ਮਾਨਸ ਜੀਵ ਡਰ ਵਿੱਚ ਹੀ ਪੈਦਾ ਹੁੰਦਾ ਹੈ, ਡਰ ਵਿੱਚ ਹੀ ਮਰ ਜਾਂਦਾ ਹੈ, ਸਦਾ ਹੀ ਡਰ, ਚਿੰਤਾ ਮਨ ਵਿੱਚ ਵਸਦੀ ਰਹਿੰਦੀ ਹੈ । ਜਿਹੜਾ ਪ੍ਰਭ ਦੇ ਵਿਛੋੜੇ ਦੇ ਵਿਰਾਗ, ਡਰ ਵਿੱਚ ਮਰ ਜਾਂਦਾ ਹੈ, ਉਸ ਦਾ ਮਰਨਾ ਸਹਿਲਾ ਹੋ ਜਾਂਦਾ ਹੈ । ਉਸ ਦੀ ਮਾਨਸ ਜਨਮ ਵਿੱਚ ਕੀਤੀ ਕਮਾਈ ਸਫਲ ਹੋ ਜਾਂਦੀ ਹੈ ।

The worldly creature, human takes birth in fear and die in fear. The fear and worldly worries always remain within his soul. Whosoever may remain in the fear of his separation from His Holy Spirit; with His mercy and grace his death may become a pleasant opportunity of acceptance in His Court? His meditation and his human life opportunity becomes successful. He may be blessed with the right path of acceptance in His Court.

ਮਃ ੩॥ (149-9)

ਭੈ ਵਿਣੁ ਜੀਵੈ, ਬਹੁਤੁ ਬਹੁਤੁ
ਖੁਸੀਆ ਖੁਸੀ ਕਮਾਇ॥
ਨਾਨਕ ਭੈ ਵਿਣੁ ਜੇ ਮਰੈ,
ਮੁਹਿ ਕਾਲੈ ਉਠਿ ਜਾਇ॥੨॥

bhai vin jeevai bahut bahut
khusee-aa khusee kamaa-ay.
naanak bhai vin jay marai
muhi kaalai uth jaa-ay. ||2||

ਜਿਹੜਾ ਪ੍ਰਭ ਦੇ ਵਿਛੋੜੇ ਦੇ ਡਰ ਤੋਂ, ਵਿਰਾਗ ਤੋਂ ਬਿਨਾਂ ਜੀਵਨ ਬਤੀਤ ਕਰਦਾ ਹੈ । ਭਾਵੇਂ ਉਹ ਮਾਨਸ ਲੰਮੀ ਉਮਰ, ਜੀਵਨ ਬਤੀਤ ਕਰ ਲਵੇ । ਅਨੇਕਾਂ ਹੀ ਸੰਸਾਰਕ ਅਨੰਦ ਮਾਨ ਲਵੇ, ਜੀਵਨ ਖੁਸ਼ੀਆ ਨਾਲ ਭਰਿਆ ਹੋਵੇ । ਜਿਹੜਾ ਪ੍ਰਭ ਦੇ ਵਿਛੋੜੇ ਦੇ ਵਿਰਾਗ ਤੋਂ ਬਿਨਾਂ ਮਰ ਜਾਂਦਾ ਹੈ, ਉਸ ਨੂੰ ਪ੍ਰਭ ਦੇ ਦਰਬਾਰ ਵਿੱਚ ਲਾਨ੍ਹਤਾਂ ਹੀ ਪੈਂਦੀਆਂ, ਜਮਦੂਤਾਂ ਦੀਆਂ ਸੱਟਾ ਹੀ ਖਾਣੀਆ ਪੈਂਦੀਆਂ ਹਨ ।

Whosoever may remain without the renunciation, the fear of his separation from His Holy Spirit; his human life journey may be like hell. He may live long prosper life with many worldly pleasures and enjoyment in his life. Whosoever dies without the renunciation in the memory of his separation from His Holy Spirit; he may only be rebuked and endures the punishment of the devil of death.

ਪਉੜੀ॥ (149-11)

ਸਤਿਗੁਰੁ ਹੋਇ ਦਇਆਲੁ
ਤ ਸਰਧਾ ਪੂਰੀਐ॥
ਸਤਿਗੁਰੁ ਹੋਇ ਦਇਆਲੁ
ਨ ਕਬਹੂੰ ਝੂਰੀਐ॥
ਸਤਿਗੁਰੁ ਹੋਇ ਦਇਆਲੁ
ਤਾ ਦੁਖੁ ਨ ਜਾਣੀਐ॥
ਸਤਿਗੁਰੁ ਹੋਇ ਦਇਆਲੁ
ਤਾ ਹਰਿ ਰੰਗੁ ਮਾਣੀਐ॥
ਸਤਿਗੁਰੁ ਹੋਇ ਦਇਆਲੁ
ਤਾ ਜਮ ਕਾ ਡਰੁ ਕੇਹਾ॥
ਸਤਿਗੁਰੁ ਹੋਇ ਦਇਆਲੁ
ਤਾ ਸਦ ਹੀ ਸੁਖੁ ਦੇਹਾ॥
ਸਤਿਗੁਰੁ ਹੋਇ ਦਇਆਲੁ
ਤਾ ਨਵ ਨਿਧਿ ਪਾਈਐ॥

saT`gur ho-ay da-i-aal
ta sarDhaa pooree-ai.
saT`gur ho-ay da-i-aal
na kabahooN jhooree-ai.
saT`gur ho-ay da-i-aal
taa dukh na jaanee-ai.
saT`gur ho-ay da-i-aal
taa har rang maanee-ai.
saT`gur ho-ay da-i-aal taa
jam kaa dar kayhaa.
saT`gur ho-ay da-i-aal
taa sad hee sukh dayhaa.
saT`gur ho-ay da-i-aal
taa nav niDh paa-ee-ai.

ਸਤਿਗੁਰੁ ਹੋਇ ਦਇਆਲੁ
ਤ ਸਚਿ ਸਮਾਈਐ॥੨੫॥

saT`gur ho-ay da-i-aal
ta sach samaa-ee-ai. ||25||

ਜਿਸ ਮਾਨਸ ਤੇ ਪ੍ਰਭ ਰਹਿਮਤ ਦੀ ਨਜ਼ਰ ਬਖਸ਼ਦਾ ਹੈ! ਉਸ ਦੇ ਮਨ ਦੀਆਂ ਮੁਰਾਦਾਂ ਪੂਰੀਆਂ ਹੋ ਜਾਂਦੀਆਂ ਹਨ । ਉਸ ਨੂੰ ਕਦੇ ਸੋਗ ਨਹੀਂ ਹੁੰਦਾ, ਮਨ ਵਿੱਚ ਕੋਈ ਚਿੰਤਾ, ਭਟਕਣਾਂ ਨਹੀਂ ਹੁੰਦੀ, ਰਹਿੰਦੀ ।ਉਹ ਪ੍ਰਭ ਦੇ ਭਾਣੇ ਵਿੱਚ ਅਨੰਦ ਮਾਨਦਾ, ਖੇੜੇ ਵਿੱਚ ਵਸਦਾ ਹੈ । ਉਸ ਨੂੰ ਮੌਤ ਦਾ ਡਰ ਕਿਵੇਂ ਹੋ ਸਕਦਾ ਹੈ? ਜਿਸ ਤੇ ਪ੍ਰਭ ਆਪ ਦਇਆਲ ਹੋ ਜਾਂਦਾ ਹੈ । ਉਸ ਦੇ ਮਨ ਵਿੱਚ ਧੀਰਜ, ਸੰਤੋਖ ਵਸਦਾ ਹੈ । ਪ੍ਰਭ ਆਪ ਹੀ ਰਹਿਮਤ ਨਾਲ ਉਸ ਨੂੰ ਸ਼ਬਦ ਦੀ ਸੋਝੀ ਦੇ ਅਨੇਕਾਂ ਭੰਡਾਰ ਬਖਸ਼ਦਾ ਸ਼ਬਦ ਦੀ ਜਾਗਰਤੀ ਬਖਸ਼ਿਸ਼ ਹੋ ਜਾਂਦੀ ਹੈ । ਉਹ ਪ੍ਰਭ ਦੇ ਸ਼ਬਦ ਦੀ ਸਮਾਧੀ ਵਿੱਚ ਹੀ ਅਲੋਪ ਹੋ ਜਾਂਦਾ ਹੈ ।

Whosoever may be bestowed with His Blessed Vision; all his spoken and unspoken desires may be satisfied. He may never have any grievances, disappointments, frustrations or worries of worldly desires. He may adopt the teachings of His Word with steady and stable belief in day-to-day life; with His mercy and grace, he may enjoy patience, peace, contentment, and harmony in life. How may he be afraid from death? He may be blessed with countless, unlimited treasures of enlightenment of the essence of His Word. He remains intoxicated in meditation in the void of His Word; with His mercy and grace, his soul may be immersed within His Holy Spirit.

350.ਸਲੋਕੁ ਮਃ ੧॥ (149-14)

ਸਿਰੁ ਖੋਹਾਇ ਪੀਅਹਿ ਮਲਵਾਣੀ
ਜੂਠਾ ਮੰਗਿ ਮੰਗਿ ਖਾਹੀ॥
ਫੋਲਿ ਫਦੀਹਤਿ ਮੁਹਿ ਲੈਨਿ ਭੜਾਸਾ
ਪਾਣੀ ਦੇਖਿ ਸਗਾਹੀ॥
ਭੇਡਾ ਵਾਗੀ ਸਿਰੁ ਖੋਹਾਇਨਿ,
ਭਰੀਅਨਿ ਹਥ ਸੁਆਹੀ॥
ਮਾਊ ਪੀਊ ਕਿਰਤੁ ਗਵਾਇਨਿ,
ਟਬਰ ਰੋਵਨਿ ਧਾਹੀ॥
ਓਨਾ ਪਿੰਡੁ ਨ ਪਤਲਿ ਕਿਰਿਆ,
ਨ ਦੀਵਾ ਮੁਏ ਕਿਥਾਊ ਪਾਹੀ॥
ਅਠਸਠਿ ਤੀਰਥ ਦੇਨਿ ਨ ਢੋਈ,
ਬ੍ਰਹਮਣ ਅੰਨੁ ਨ ਖਾਹੀ॥
ਸਦਾ ਕੁਚੀਲ ਰਹਹਿ ਦਿਨੁ ਰਾਤੀ,
ਮਥੈ ਟਿਕੇ ਨਾਹੀ॥
ਝੁੰਡੀ ਪਾਇ ਬਹਨਿ ਨਿਤਿ ਮਰਣੈ,
ਦੜਿ ਦੀਬਾਣਿ ਨ ਜਾਹੀ॥
ਲਕੀ ਕਾਸੇ ਹਥੀ ਫੁੰਮਣ
ਅਗੋ ਪਿਛੀ ਜਾਹੀ॥
ਨਾ ਓਇ ਜੋਗੀ ਨਾ ਓਇ ਜੰਗਮ,
ਨਾ ਓਇ ਕਾਜੀ ਮੁੰਲਾ॥
ਦਯਿ ਵਿਗੋਏ ਫਿਰਹਿ ਵਿਗੁਤੇ
ਫਿਟਾ ਵਤੈ ਗਲਾ॥
ਜੀਆ ਮਾਰਿ ਜੀਵਾਲੇ ਸੋਈ
ਅਵਰੁ ਨ ਕੋਈ ਰਖੈ॥
ਦਾਨਹੁ ਤੈ ਇਸਨਾਨਹੁ ਵੰਜੇ,
ਭਸੁ ਪਈ ਸਿਰਿ ਖੁਥੈ॥
ਪਾਣੀ ਵਿਚਹੁ ਰਤਨ ਉਪੰਨੇ,

sir khohaa-ay pee-ah malvaanee
joothaa mang mang khaahee.
fol fadeehat muhi lain bharhaasaa
paanee daykh sagaahee.
bhaydaa vaagee sir khohaa-in
bharee-an hath su-aahee.
maa-oo pee-oo kirat gavaa-in
tabar rovan Dhaahee.
onaa pind na patal kiri-aa
na deevaa mu-ay kithaa-oo paahee.
athsath tirath dayn na dho-ee
barahman ann na khaahee.
sadaa kucheel raheh din raatee
mathai tikay naahee.
jhundee paa-ay bahan nit marnai
darh deebaan na jaahee.
lakee kaasay hathee fumman
ago pichhee jaahee.
naa o-ay jogee naa o-ay jangam
naa o-ay kaajee muNlaa.
da-yi vigo-ay fireh vigutay
fitaa vatai galaa.
jee-aa maar jeevaalay so-ee
avar na ko-ee rakhai.
daanhu tai isnaanhu vanjay
bhas pa-ee sir khuthai.
paanee vichahu ratan upannay

ਮੇਰੁ ਕੀਆ ਮਾਧਾਣੀ॥	mayr kee-aa maaDhaanee.
ਅਠਸਠਿ ਤੀਰਥ ਦੇਵੀ ਥਾਪੇ	athsath tirath dayvee thaapay
ਪੁਰਬੀ ਲਗੈ ਬਾਣੀ॥	purbee lagai banee.
ਨਾਇ ਨਿਵਾਂਝਾ ਨਾਤੈ ਪੂਜਾ,	naa-ay nivaajaa naatai poojaa
ਨਾਵਨਿ ਸਦਾ ਸੁਜਾਣੀ॥	naavan sadaa sujaanee.
ਮੁਇਆ ਜੀਵਦਿਆ ਗਤਿ ਹੋਵੈ,	mu-i-aa jeevdi-aa gat hovai
ਜਾਂ ਸਿਰਿ ਪਾਈਐ ਪਾਣੀ॥	jaaN sir paa-ee-ai paanee.
ਨਾਨਕ ਸਿਰਖੁਥੇ ਸੈਤਾਨੀ,	naanak sirkhutay saitaanee
ਏਨਾ ਗਲ ਨ ਭਾਣੀ॥	aynaa gal na bhaanee.
ਵੁਠੈ ਹੋਇਐ ਹੋਇ ਬਿਲਾਵਲੁ,	vuthai ho-i-ai ho-ay bilaaval
ਜੀਆ ਜੁਗਤਿ ਸਮਾਣੀ॥	jee-aa jugat samaanee.
ਵੁਠੈ ਅੰਨੁ ਕਮਾਦੁ ਕਪਾਹਾ,	vuthai ann kamaad kapaahaa
ਸਭਸੈ ਪੜਦਾ ਹੋਵੈ॥	sabhsai parh- daa hovai.
ਵੁਠੈ ਘਾਹੁ ਚਰਹਿ ਨਿਤਿ ਸੁਰਹੀ,	vuthai ghaahu chareh nit surhee
ਸਾ ਧਨ ਦਹੀ ਵਿਲੋਵੈ॥	saa Dhan dahee vilovai.
ਤਿਤੁ ਘਿਇ ਹੋਮ ਜਗ,	tit ghi-ay hom jag
ਸਦ ਪੂਜਾ ਪਇਐ ਕਾਰਜੁ ਸੋਹੈ॥	sad poojaa pa-i-ai kaaraj sohai.
ਗੁਰੂ ਸਮੁੰਦੁ ਨਦੀ ਸਭਿ ਸਿਖੀ,	guroo samund nadee sabh sikhee
ਨਾਤੈ ਜਿਤੁ ਵਡਿਆਈ॥	naatai Jit vadi-aa-ee.
ਨਾਨਕ ਜੇ ਸਿਰਖੁਥੇ ਨਾਵਨਿ,	naanak jay sirkhutay naavan
ਨਾਹੀ ਤਾ ਸਤ ਚਟੇ ਸਿਰਿ ਛਾਈ॥੧॥	naahee taa sat chatay sir chhaa-ee. ||1||

ਜਿਹੜਾ ਪ੍ਰਭ ਦਾ ਸ਼ਬਦ ਨੂੰ ਮਨ ਵਿਚੋਂ ਵਿਸਾਰ ਕੇ ਹੋਰ ਭਰਮਾਂ ਭਲੇਖਿਆਂ ਵਿੱਚ ਮੁਕਤੀ ਢੂੰਡਦਾ ਹੈ । ਉਸ ਅੰਤ ਵਿੱਚ ਸੰਸਾਰਕ ਇੱਛਾਂ ਨਾਲ ਬੇਚਾਰ ਹੋ ਜਾਂਦਾ ਹੈ, ਸਿਰ ਦੇ ਵਾਲ ਪੁੱਟਦਾ ਹੈ । ਕਿ ਉਹ ਕਿਹੜੇ ਰਸਤੇ ਤੇ ਚਲਦਾ ਹੈ? ਉਸ ਨੂੰ ਸ਼ਬਦ ਦੀ ਸੋਝੀ ਰੂਪੀ ਪਵਿੱਤਰ ਅੰਮ੍ਰਿਤ ਬਖਸ਼ਿਸ਼ ਨਹੀਂ ਹੁੰਦਾ! ਉਹ ਭਗਤਾਂ ਦੇ ਤਿਆਗੇ ਬੰਦਗੀ ਦੇ ਢੰਗ ਆਪਣੇ ਜੀਵਨ ਵਿੱਚ ਅਪਨਾਉਂਦਾ ਹੈ । ਉਸ ਦਾ ਕੋਈ ਕੰਮ ਸ੍ਰਿਸ਼ਟੀ ਦੀ ਭਲਾਈ ਵਾਲਾ ਨਹੀਂ ਹੁੰਦਾ। ਆਪ ਅਗਿਆਨਤਾਂ ਦੀ ਗੰਦਗੀ ਵਿੱਚ ਰਹਿੰਦਾ, ਇਸ ਦਾ ਹੀ ਪ੍ਰਚਾਰ ਕਰਦਾ ਹੈ । ਉਸ ਦੇ ਹੱਥ ਮੰਦੇ ਕੰਮਾਂ ਨਾਲ ਮੈਲੇ ਹੁੰਦੇ ਹਨ, ਉਹ ਧਰਮ ਦੇ ਬਾਣੇ ਵਿੱਚ ਭੇਡਾ ਵਾਂਗ ਹੀ ਰਹਿੰਦਾ ਹੈ । ਉਹ ਆਪਣੇ ਬਜ਼ੁਰਗਾ ਦੇ ਨੇਕੀ ਵਾਲੇ ਕੰਮ ਨਹੀਂ ਕਰਦਾ, ਅਖੀਰਲੇ ਸਮੇਂ ਬੇਵਸੀ ਵਿੱਚ ਰਹਿੰਦਾ ਹੈ । ਮੌਤ ਤੋਂ ਪਿਛੋਂ ਕੋਈ ਯਾਦ ਵੀ ਨਹੀਂ ਕਰਦਾ, ਅੱਗੇ ਵੀ ਢੋਈ ਨਹੀਂ ਮਿਲਦੀ ਹੈ । ਸੰਸਾਰਕ 68 ਤੀਰਥ ਵੀ ਉਸ ਨੂੰ ਕੋਈ ਮਹੱਤਤਾ ਨਹੀਂ ਦੇਂਦੇ ਹਨ, ਨਾ ਹੀ ਬ੍ਰਹਮਣ (ਪੁਜਾਰੀ) ਉਸ ਦਾ ਦਾਨ, ਭੋਜਨ ਵੀ ਪਵਿੱਤਰ ਸਮਝ ਕੇ ਕਬੂਲ ਕਰਦਾ ਹੈ । ਉਹ ਰਾਤ ਦਿਨ, ਸੰਸਾਰਕ ਇੱਛਾਂ ਦੀ ਗੰਦਗੀ ਵਿੱਚ ਹੀ ਰਹਿੰਦਾ ਹੈ । ਉਹ ਨਾ ਹੀ ਧਾਰਮਕ ਨਿਤਨੇਮ ਜਾ ਇਸ਼ਨਾਨ, ਤਿਲਕ ਹੀ ਲਾਉਂਦਾ ਹੈ, ਉਹ ਮੌਨ ਵਿੱਚ ਰਹਿੰਦਾ, ਜਿਵੇਂ ਸੋਗ ਵਿੱਚ ਰਹਿੰਦਾ ਹੈ । ਉਹ ਪ੍ਰਭ ਦੇ ਦਰਬਾਰ ਤੋਂ ਵੀ ਛੇਕਿਆ ਜਾਂਦਾ ਹੈ । ਉਹ ਨਾ ਤਾ ਬੰਦਗੀ ਕਰਨਵਾਲਾ ਜੋਗੀ, ਨਾ ਹੀ ਸ਼ਬਦ ਦੀ ਸੋਝੀ ਦੇਣ ਵਾਲੇ ਸਿਵ ਦਾ ਪੁਜਾਰੀ ਹੀ ਹੈ । ਉਹ ਪ੍ਰਭ ਦੀ ਰਹਿਮਤ ਤੋਂ ਦੂਰ ਹੀ ਰਹਿੰਦਾ ਹੈ, ਜੀਵਨ ਬਿਰਥਾ ਹੀ ਬਤੀਤ ਕਰ ਜਾਂਦਾ ਹੈ । ਕੇਵਲ ਪ੍ਰਭ ਹੀ ਜਨਮ, ਮੌਤ ਅਤੇ ਮੁਕਤੀ ਬਖਸ਼ਦਾ ਹੈ । ਉਸ ਦੀ ਰਹਿਮਤ ਤੋਂ ਬਿਨਾਂ ਹੋਰ ਕੋਈ ਪ੍ਰਵਾਨਗੀ ਦਾ ਰਸਤਾ ਨਹੀਂ ਹੈ । ਜਿਹੜਾ ਬੰਦਗੀ ਦਾ ਰਸਤਾ ਜਾਣਨ ਤੋਂ ਬਿਨਾਂ ਹੀ ਵੱਖਰੇ ਵੱਖਰੇ ਤਰੀਕਿਆਂ ਨਾਲ ਪ੍ਰਭ ਦੀ ਰਹਿਮਤ ਪਾਉਣ ਦੀ ਕੋਸ਼ਿਸ਼ ਕਰਦਾ ਹੈ, ਇਸ਼ਨਾਨ ਕਰਨਾ, ਸਿਰ ਦੇ ਵਾਲ ਪੁੱਟਨ, ਇਸ ਨਾਲ ਸਿਰ ਤੇ ਘੱਟਾ ਹੀ ਪੈਂਦਾ ਹੈ । ਜਿਹੜਾ ਸ਼ਬਦ ਦੀ ਸਿਖਿਆਂ, ਪ੍ਰਭ ਦੇ ਬਖਸ਼ੇ ਤੇ ਅਡੋਲ ਭਰੋਸੇ ਨਾਲ, ਆਪਣੀ ਲਿਵ ਰੂਪੀ ਮਧਾਣੀ ਨਾਲ ਸ਼ਬਦ ਨੂੰ ਰਿੜਕਦਾ ਹੈ । ਉਸ ਨੂੰ ਸ਼ਬਦ ਦੀ ਪਾਲਣਾ ਵਿਚੋਂ ਹੀ ਅਮੋਲਕ ਰਤਨ ਬਖਸ਼ਿਸ਼ ਹੋ ਜਾਂਦੇ ਹਨ । ਸੰਸਾਰਕ ਦੇਵਤਿਆਂ ਨੇ ਹੀ 68 ਤੀਰਥ ਸਥਾਪਣ ਕੀਤੇ ਹਨ, ਜਿੱਥੇ ਬੰਦਗੀ ਕਰਨਵਾਲੇ ਪ੍ਰਭ ਦੇ ਸ਼ਬਦ ਦੀ ਚਰਚਾ ਗਾਉਂਦੇ ਹਨ । ਇਥੇ ਸੰਸਾਰਕ ਧਾਰਮਕ ਜੀਵ ਇਸ਼ਨਾਨ ਕਰਕੇ ਅਰਦਾਸਾਂ ਕਰਦੇ ਹਨ । (ਮੁਸਲਮਾਨ ਨਮਾਜਾਂ, ਹਿੰਦ ਸ਼ਬਦ ਗਾਇਨ ਕਰਦੇ ਹਨ) ਪ੍ਰਭ ਦਾ ਸੇਵਕ, ਗੁਰਮਖ ਆਪਣੀ ਆਤਮਾ

ਨੂੰ ਪਵਿੱਤਰ ਕਰਨਵਾਲਾ ਵਾਲਾ ਆਪਣੇ ਮਨ ਵਿੱਚ ਹੀ ਆਤਮਾ ਦਾ ਪਵਿੱਤਰਤਾ ਦਾ ਇਸ਼ਨਾਨ ਕਰਦਾ ਹੈ । ਜਿਸ ਦੀ ਆਤਮਾ ਨੂੰ ਪਵਿੱਤਰ ਕਰਨਵਾਲੇ ਜਲ ਨਾਲ ਇਸ਼ਨਾਨ ਹੁੰਦਾ ਹੈ, ਉਸ ਨੂੰ ਜਨਮ ਮਰਨ ਤੋਂ ਮੁਕਤੀ ਬਖਸ਼ਿਸ਼ ਹੋ ਜਾਂਦੀ ਹੈ । ਜਿਵੇਂ ਪਾਣੀ ਜੀਵ ਦੇ ਜੀਵਨ ਦਾ ਇਕ ਤੱਤ ਹੈ, ਇਸ ਲਈ ਮੀਂਹ ਨਾਲ ਖੁਸ਼ੀ ਹੁੰਦੀ ਹੈ । ਇਸ ਨਾਲ ਅੰਨ ਪੈਦਾ ਹੁੰਦਾ, ਸਰੀਰ ਢੱਕਣ ਲਈ ਕਪੜਾ ਬਣਦਾ ਹੈ, ਜਾਨਵਰ ਦੁੱਧ ਦੇਂਦੇ, ਘੀ ਬਣਦਾ, ਸੰਸਾਰਕ ਪੂਜਾ ਹੁੰਦੀ ਹੈ । ਪ੍ਰਭ ਦਾ ਸ਼ਬਦ ਹੀ ਇਕ ਸਾਗਰ ਹੈ, ਇਸ ਦੀ ਸਿਖਿਆਂ, ਇੱਕ ਨਦੀ ਰੂਪ ਹੈ, ਜਿਸ ਨਾਲ ਰਹਿਮਤ ਦਾ ਅਨੰਦ ਬਖਸ਼ਿਸ਼ ਹੁੰਦਾ ਹੈ । ਜਿਹੜਾ ਜੀਵ ਬਾਣੇ ਨੂੰ ਮਹੱਤਤਾ ਦੇਂਦਾ ਹੈ, ਉਸ ਦਾ ਮਨ ਸ਼ਬਦ ਵਿੱਚ ਨਹੀਂ ਲਗਦਾ । ਜਿਹੜਾ ਬਾਣੇ ਨੂੰ ਹੀ ਪਹਿਲਾ ਨਿਯਮ ਸਮਝਦਾ ਹੈ, ਉਸ ਅਗਿਆਨੀ ਨੂੰ ਦਰਬਾਰ ਵਿੱਚ ਸ਼ਰਮਿੰਦਗੀ ਹੀ ਮਿਲਦੀ ਹੈ ।

Whosoever may forsake the teachings of His Word from his life; he may remain intoxicated with sweet poison of worldly wealth. He may remain intoxicated in religious suspicions, rigidly adopt religious rituals as the right path of salvation. What may be his state of his mind? He may remain frustrated and helpless with his worldly desires. What may he adopt as a path of salvation? He may not be blessed with the right path of salvation. He may not be blessed with soul sanctifying nectar. He may adopt the technique of meditation, renounced by His true devotees. His deed may not be for the welfare of His Creation. He may remain in ignorance from His Word and preaches the same ignorance to others. His soul may remain blemished with evil deeds; he may remain hiding in religious robe like a sheep. He may not follow the traditional teachings of his elders. In the end, he becomes frustrated and helpless. No one may remember his name after death nor he may be accepted in His Court. None of the 68 Holy Shrines may give him any importance nor any of His true devotee may accept his charity; his donation may be considered malice with his evil and greedy intention. He remains intoxicated with sweet poison of worldly wealth; however, he may follow religious rituals. He may perform routine morning prayers, takes a soul sanctifying bath at Holy Shrines and insignia of purity on his forehand. He may remain in quiet, abandoned places, as if he is grieving. He remains rebuked from His Court also. He is neither, His true devotee nor a true worshipper of His blessed soul Shivji. He may be deprived from His Blessed Vision, the right path of acceptance in His Court; he wastes his human life opportunity uselessly. Whosoever may meditate on the teachings of His Word with steady and stable belief; with His mercy and grace, his soul may be blessed with salvation after death. Whosoever, without understanding and meditating on the teachings of His Word; he may adopt different meditations routines, like pilgrimage at Holy Shrine for soul sanctifying bath; adopts religious robes, like pulling his hair out or believing in any other religious symbol. Whosoever may adopt the teachings of His Word with steady and stable belief and churns the essence of His Word; with His mercy and grace, he may be blessed with ambrosial jewels of the enlightenment of the essence of His Word. All 68 Holy Shrines have been established by the worldly prophets and gurus. Religious worldly creatures take holy baths and pray for His Forgiveness and Refuge. His true devotee may only take a soul sanctifying in the nectar of the essence of His Word within his own mind. He may be blessed with salvation from the cycle of birth and death. As water is the key ingredient for survival of all creature, with rain his mind enjoy pleasure and rejuvenated. With rain grains are grown on earth; cloth is made from the crops; animals give milk to produce ghee for worship. Same way the teachings of His Word is an ocean of enlightenment. Whosoever may adopt the teachings of His Word in day-to-day life, his mind may be blessed with a peace and pleasure. Whosoever may give significance to the outlook and religious robe, symbols; he may not have a steady and stable belief, devotion to meditate on the teachings of His Word. Whosoever considers religious robes as a basis of his meditation, belief; he remains ignorant from the right path acceptance and embarrassed in His Court.

ਮਃ ੨॥

ਅਗੀ ਪਾਲਾ ਕਿ ਕਰੇ, ਸੂਰਜ ਕੇਹੀ ਰਾਤਿ॥	agee paalaa ke karay sooraj kayhee raat.
ਚੰਦ ਅਨੇਰਾ ਕਿ ਕਰੇ	chand anayraa ke karay
ਪਉਣ ਪਾਣੀ ਕਿਆ ਜਾਤਿ॥	pa-un paanee ki-aa jaat.
ਧਰਤੀ ਚੀਜੀ ਕਿ ਕਰੇ,	dhartee cheejee ke karay
ਜਿਸੁ ਵਿਚਿ ਸਭੁ ਕਿਛੁ ਹੋਇ॥	Jis vich sabh kichh ho-ay.
ਨਾਨਕ ਤਾ ਪਤਿ ਜਾਣੀਐ,	naanak taa pat jaanee-ai
ਜਾ ਪਤਿ ਰਖੈ ਸੋਇ॥੨॥	jaa pat rakhai so-ay. ||2||

ਜਿਵੇਂ ਠੰਡ ਨੂੰ ਅੱਗ ਕੁਝ ਨਹੀਂ ਕਰ ਸਕਦੀ । ਰਾਤ ਸੂਰਜ ਨੂੰ ਕੁਝ ਨਹੀਂ ਕਰ ਸਕਦੀ । ਚੰਦ ਦੀ ਰੋਸ਼ਨੀ ਨੂੰ ਹਨੇਰਾ ਕੁਝ ਨਹੀਂ ਕਰ ਸਕਦਾ । ਇਸਤਰ੍ਹਾਂ ਸੰਸਾਰਕ ਹੈਸੀਅਤ, ਹਵਾ ਜਾ ਪਾਣੀ ਨੂੰ ਕੁਝ ਨਹੀਂ ਕਰ ਸਕਦੀ । ਸਭ ਕੁਝ ਪ੍ਰਭ ਆਪ ਹੀ ਕਰਦਾ ਹੈ, ਜਿਸ ਦੀ ਰਖਿਆ ਆਪ ਹੀ ਕਰਦਾ ਹੈ, ਉਸ ਦੀ ਯਾਤਰਾ ਸਫਲ ਹੋ ਜਾਂਦੀ ਹੈ ।

As fire cannot do anything to cold weather; night cannot do anything to Sun; darkness of night cannot do anything to the light of Moon. Same way worldly status cannot do anything to air or water. His Holy Spirit prevails in the universe, only under His Command. Whosoever may be accepted in His Sanctuary; with His mercy and grace, his human life journey may become successful. His cycle of birth and death may be eliminated forever.

ਪਉੜੀ॥

ਤੁਧੁ ਸਚੇ ਸੁਬਹਾਨੁ ਸਦਾ ਕਲਾਣਿਆ॥	tuDh sachay sub-haan sadaa kalaani-aa.
ਤੂੰ ਸਚਾ ਦੀਬਾਣੁ ਹੋਰਿ ਆਵਣ ਜਾਣਿਆ॥	tooN sachaa deebaan hor aavan jaani-aa.
ਸਚੁ ਜਿ ਮੰਗਹਿ ਦਾਨੁ ਸਿ ਤੁਧੈ ਜੇਹਿਆ॥	sach je mangeh daan se tuDhai jayhi-aa.
ਸਚੁ ਤੇਰਾ ਫੁਰਮਾਨੁ ਸਬਦੇ ਸੋਹਿਆ॥	sach tayraa furmaan sabday sohi-aa.
ਮੰਨਿਐ ਗਿਆਨੁ ਧਿਆਨੁ ਤੁਧੈ ਤੇ ਪਾਇਆ॥	mani-ai gi-aan Dhi-aan tuDhai tay paa-i-aa.
ਕਰਮਿ ਪਵੈ ਨੀਸਾਨੁ ਨ ਚਲੈ ਚਲਾਇਆ॥	karam pavai neesaan na chalai chalaa-i-aa.
ਤੂੰ ਸਚਾ ਦਾਤਾਰੁ	tooN sachaa daataar
ਨਿਤ ਦੇਵਹਿ ਚੜਹਿ ਸਵਾਇਆ॥	nit dayveh charheh savaa-i-aa.
ਨਾਨਕੁ ਮੰਗੈ ਦਾਨੁ	naanak mangai daan
ਜੋ ਤੁਧੁ ਭਾਇਆ॥੨੬॥	jo tuDh bhaa-i-aa. ||26||

ਕੇਵਲ ਪ੍ਰਭ ਹੀ ਸਦਾ ਅਟਲ ਰਹਿਣ ਵਾਲਾ, ਪੂਜਣ ਯੋਗ ਹੈ, ਬਾਕੀ ਸਾਰੇ ਮਿਟ ਜਾਣਵਾਲੇ ਹੀ ਹਨ । ਜਿਹੜਾ ਤੇਰੇ ਸ਼ਬਦ ਦੀ ਦਾਤ ਮੰਗਦਾ ਹੈ, ਉਹ ਤੇਰਾ ਹੀ ਰੂਪ ਬਣ ਜਾਂਦਾ ਹੈ । ਤੇਰਾ ਸ਼ਬਦ, ਭਾਣਾ ਅਟਲ, ਤੇਰੇ ਸ਼ਬਦ ਦੀ ਪਾਲਣਾ ਨਾਲ ਹੀ ਇਹ ਸੋਝੀ ਬਖਸ਼ਿਸ਼ ਹੁੰਦੀ ਹੈ । ਭਰੋਸੇ ਨਾਲ ਅਰਦਾਸ ਕਰਨ ਨਾਲ, ਸ਼ਬਦ ਦੀ ਸੋਝੀ ਬਖਸ਼ਿਸ਼ ਹੋ ਸਕਦੀ ਹੈ । ਪ੍ਰਭ ਦੀ ਰਹਿਮਤ, ਸੋਝੀ, ਰਹਿਮਤ ਜੀਵ ਤੋਂ ਕੋਈ ਖੋਹ ਨਹੀਂ ਸਕਦਾ । ਪ੍ਰਭ ਦਾਤਾਂ ਬਖਸ਼ਣ ਵਾਲਾ ਅਣਗਿਣਤ ਦਾਤਾਂ ਦਾ ਭੰਡਾਰੀ ਹੈ । ਆਪਣੇ ਸੇਵਕਾਂ ਨੂੰ ਸਦਾ ਹੀ ਦਾਤਾਂ ਬਖਸ਼ਦਾ ਹੈ, ਕਮਾਈ ਵਿੱਚ ਬਰਕਤ ਪਾਉਂਦਾ ਹੈ । ਜੀਵ ਹਮੇਸ਼ਾਂ ਪ੍ਰਭ ਅੱਗੇ ਅਰਦਾਸ ਕਰੋ! ਪ੍ਰਭ ਆਪਣੇ ਦਰਬਾਰ ਵਿੱਚ ਪ੍ਰਵਾਨ ਹੋਣ ਵਾਲੀ ਹੀ ਦਾਤ ਬਖਸ਼ੋ! ਤੇਰੀ ਬਖਸ਼ੀ ਦਾਤ ਹੀ ਮੇਰੇ ਮੰਨ ਦੀ ਮੰਗ ਬਣ ਜਾਵੇ ।

The One and Only One, True Master remains Axiom, true forever, and worthy of worship. Everyone else may be perishable, remains true for predetermined time. Whosoever may only pray a devotion to meditate and the enlightenment of the essence of His Word; with His mercy and grace, he may become His Symbol. The teachings of His Word remain true forever; whosoever may obey the teachings of His Word with steady and stable belief, only he may be blessed with enlightenment of His Nature. Whosoever may pray with blemish free, malice free, without any worldly greed; with His mercy and grace, his spoken and unspoken desires may be satisfied. No worldly power can rob that enlightenment or eliminate with any curse. The True Master remains unlimited Treasure of His Virtues, Blessings. He always bestows and enhance his earnings of His Word. You should always pray for His Forgiveness and Refuge; Your Blessings may become earnest desire of my mind.

351.ਸਲੋਕੁ ਮਃ ੨॥ (150-13)

ਦੀਖਿਆ ਆਖਿ ਬੁਝਾਇਆ	deekhi-aa aakh bujhaa-i-aa
ਸਿਫਤੀ ਸਚਿ ਸਮੇਉ॥	siftee sach samay-o.
ਤਿਨ ਕਉ ਕਿਆ ਉਪਦੇਸੀਐ,	tin ka-o ki-aa updaysee-ai Jin gur
ਜਿਨ ਗੁਰੁ ਨਾਨਕ ਦੇਉ॥੧॥	naanak day-o. ||1||

ਜਿਹੜਾ ਭਰੋਸਾ ਅਡੋਲ ਕਰਕੇ ਪ੍ਰਭ ਦੇ ਸ਼ਬਦ ਨੂੰ ਅਟਲ ਮੰਨ ਕੇ ਜੀਵਨ ਵਿੱਚ ਢਾਲ ਲੈਂਦਾ ਹੈ । ਉਹ ਰਸਤੇ ਤੋਂ ਕਦੇ ਨਹੀਂ ਡੋਲਦਾ । ਉਹ ਬੰਦਗੀ ਵਿੱਚ ਹੀ ਲੀਨ ਰਹਿੰਦਾ ਹੈ । ਜਿਸ ਨੂੰ ਪ੍ਰਭ ਦੀ ਰਹਿਮਤ ਨਾਲ ਸ਼ਬਦ ਦੀ ਸੋਝੀ ਬਖਸ਼ਿਸ਼ ਹੋ ਜਾਂਦੀ ਹੈ । ਉਸ ਨੂੰ ਹੋਰ ਸਿਖਿਆਂ ਨਹੀਂ ਦਿੱਤੀ ਜਾ ਸਕਦੀ ।

Whosoever may adopt the teachings of His Word with steady and stable belief in his day-to-day life; he may never forsake the right path of salvation. Whosoever may be bestowed with His Blessed Vision, he may be enlightened with the essence of His Word; he may never be taught with any other teachings.

ਮਃ ੧॥

ਆਪਿ ਬੁਝਾਏ ਸੋਈ ਬੂਝੈ॥	aap bujhaa-ay so-ee boojhai.
ਜਿਸੁ ਆਪਿ ਸੁਝਾਏ ਤਿਸੁ ਸਭੁ ਕਿਛੁ ਸੂਝੈ॥	jis aap sujhaa-ay tis sabh kichh soojhai.
ਕਹਿ ਕਹਿ ਕਥਨਾ ਮਾਇਆ ਲੂਝੈ॥	kahi kahi kathnaa maa-i-aa loojhai.
ਹੁਕਮੀ ਸਗਲ ਕਰੇ ਆਕਾਰ॥	hukmee sagal karay aakaar.
ਆਪੇ ਜਾਣੈ ਸਰਬ ਵੀਚਾਰ॥	aapay jaanai sarab veechaar.
ਅਖਰ ਨਾਨਕ ਅਖਿਓ ਆਪਿ॥	akhar naanak akhi-o aap.
ਲਹੈ ਭਰਾਤਿ, ਹੋਵੈ ਜਿਸੁ ਦਾਤਿ॥੨॥	lahai bharaat hovai Jis daat. ||2||

ਜਿਸ ਨੂੰ ਆਪ ਹੀ ਬੰਦਗੀ ਤੇ ਲਾਉਂਦਾ, ਉਹ ਹੀ ਬੰਦਗੀ ਕਰ ਸਕਦਾ, ਰਸਤੇ ਤੇ ਚਲਦਾ ਹੈ । ਜਿਹੜਾ ਉਸ ਰਸਤੇ ਤੇ ਅਡੋਲ ਰਹਿੰਦਾ ਹੈ, ਉਸ ਨੂੰ ਹੀ ਸ਼ਬਦ ਦੀ ਸੋਝੀ ਬਖਸ਼ਿਸ਼ ਹੁੰਦੀ ਹੈ । ਕਈ ਜੀਵ ਸ਼ਬਦ ਦਾ ਪ੍ਰਚਾਰ ਕਰਦੇ ਹਨ, ਕਥਾ, ਵਿਖਿਆਨ ਕਰਦੇ ਹਨ, ਪਰ ਮਨ ਵਿੱਚ ਮਾਇਆ ਇਕੱਠੀ ਕਰਨ ਦਾ ਲਾਲਚ ਵੀ ਰਖਦੇ ਹਨ । ਪ੍ਰਭ ਦੇ ਹੁਕਮ ਨਾਲ ਹੀ ਜੀਵ ਦੀ ਰਚਨਾ ਹੁੰਦੀ ਹੈ, ਆਪ ਹੀ ਸਭ ਕੁਝ ਕਰਦਾ, ਵਾਪਰਦਾ ਹੈ । ਉਹ ਆਪ ਹੀ ਸ਼ਬਦ ਬਖਸ਼ਦਾ ਹੈ, ਭਰੋਸੇ ਵਾਲਾ ਸੋਝੀ ਪਾ ਲੈਂਦਾ ਹੈ, ਨਾ ਭਰੋਸੇ ਵਾਲਾ ਵਾਂਝਾ ਹੀ ਰਹਿੰਦਾ ਹੈ, ਕੇਵਲ ਇਹ ਹੀ ਇਕ ਫਰਕ ਹੈ ।

Whosoever may be inspired, blessed with devotion to meditate on the teachings of His Word, he may adopt the right path of acceptance in His Court. Whosoever may remain steady and stable on the right path of meditation; with His mercy and grace, he may be enlightened with His Word from within. Many scholars may preach and explain the spiritual meaning of His Word; however, remains trapped in the worldly greed to collect worldly wealth. The True Master brings new life in the universe with His own imagination and prevails in all events in the universe. The True Master blesses devotion to meditation on the teachings of His Word. His true devotee may adopt the teachings of His Word with steady and stable in his day-to-day life; with His mercy and grace, he may be enlightened with the essence of His Word. Self-minded may not adopt the teachings of His Word, rather adopt religious rituals, baptism as a path of salvation. This may be a unique distinction between His true devotee and self-minded.

ਪਉੜੀ॥

ਹਉ ਢਾਢੀ ਵੇਕਾਰੁ ਕਾਰੈ ਲਾਇਆ॥	ha-o dhaadhee vaykaar kaarai laa-i-aa.
ਰਾਤਿ ਦਿਹੈ ਕੈ ਵਾਰ ਧੁਰਹੁ ਫੁਰਮਾਇਆ॥	raat dihai kai vaar Dharahu furmaa-i-aa.
ਢਾਢੀ ਸਚੈ ਮਹਲਿ ਖਸਮਿ ਬੁਲਾਇਆ॥	dhaadhee sachai mahal khasam bulaa-i-aa.
ਸਚੀ ਸਿਫਤਿ ਸਾਲਾਹ ਕਪੜਾ ਪਾਇਆ॥	sachee sifat saalaah kaprhaa paa-i-aa.
ਸਚਾ ਅੰਮ੍ਰਿਤ ਨਾਮੁ ਭੋਜਨੁ ਆਇਆ॥	sachaa amrit Naam bhojan aa-i-aa.
ਗੁਰਮਤੀ ਖਾਧਾ ਰਜਿ, ਤਿਨਿ ਸੁਖੁ ਪਾਇਆ॥	gurmatee khaaDhaa raj tin sukh paa-i-aa.
ਢਾਢੀ ਕਰੇ ਪਸਾਉ ਸਬਦੁ ਵਜਾਇਆ॥	dhaadhee karay pasaa-o sabad vajaa-i-aa.
ਨਾਨਕ ਸਚੁ ਸਾਲਾਹਿ,	naanak sach saalaahi
ਪੂਰਾ ਪਾਇਆ॥੨੭॥ ਸੁਧੁ॥	pooraa paa-i-aa. ||27|| suDhu

ਪ੍ਰਭ ਬੰਦਗੀ ਕਰਨਵਾਲੇ ਨੂੰ ਆਪ ਹੀ ਇਹ ਰੋਜ਼ਗਾਰ, ਧੰਦਾ ਬਖਸ਼ਦਾ ਹੈ । ਉਹ ਰਾਤ ਦਿਨ ਸ਼ਬਦ ਦੇ ਗੀਤ ਹੀ ਗਾਉਂਦਾ ਹੈ । ਬੰਦਗੀ, ਕੀਰਤਨ ਕਰਨਵਾਲੇ ਨੂੰ ਪ੍ਰਭ ਆਪ ਹੀ ਦਰਬਾਰ ਵਿੱਚ ਸੱਦਾ ਬਖਸ਼ਦਾ, ਆਪ ਹੀ ਰਹਿਮਤ ਨਾਲ ਭਰਪੂਰ ਰਖਦਾ ਹੈ । ਉਸ ਦਾ ਜੀਵਨ ਦੇਣ ਵਾਲਾ ਭੋਜਨ ਹੀ ਸ਼ਬਦ ਦਾ ਕੀਰਤਨ ਬਣ ਜਾਂਦਾ ਹੈ । ਪ੍ਰਭ ਦੇ ਸ਼ਬਦ ਦੀ ਉਸਤਤ ਦੀ ਗੂੰਜ ਹੀ ਉਸ ਦੇ ਮਨ ਵਿੱਚ, ਜੀਭ ਤੇ ਚਲਦੀ ਹੈ । ਬਾਰ ਬਾਰ ਉਸਤਤ ਗਾਉਣ ਨਾਲ ਉਸ ਦੀ ਲਿਵ ਹੋਰ ਪਵਿੱਤਰ ਹੋ ਜਾਂਦੀ ਹੈ ।

The True Master blesses, assign the task of sing the glory of His Word to His true devotee. His true devotee remains intoxicated sings His Glory with each breath. The True Master may be invited and bestowed with overwhelming Blessings, with the unlimited treasures of virtues to His true devotee. He may consider singing the glory of His Word as his nourishment and the real purpose of his human life opportunity. The echo of praises of His Word may resonate within his heart and on his tongue. He remains repeatedly singing His Glory; with His mercy and grace, his soul may be sanctified to become worthy of His Consideration.

ਦੋਹਰਾ॥

ਸਗਲ ਦੁਆਰ ਕਉ ਛਾਡਿ ਕੈ, ਗਹਯੋ ਤੁਹਾਰੋ ਦੁਆਰ॥
ਬਾਂਹਿ ਗਹੇ ਕੀ ਲਾਜ ਅਸਿ, ਗੋਬਿੰਦ ਦਾਸ ਤੁਹਾਰ॥੮੬੪॥
ਸੰਤ ਕਾ ਮਾਰਗ ਧਰਮ ਕੀ ਪੌੜੀ ਕੋਈ ਵਿਰਲਾ

☬ Theme of The Guru Granth Sahib Ji. ☬

1. ਪ੍ਰਭ ਕੌਣ ਹੈ?

ਪ੍ਰਭ ਇੱਕੋ ਇੱਕ ਰੁਹਾਨੀ ਜੋਤ, ਜਿਹੜੀ ਕਦੇ ਨਾਸ਼ ਨਹੀਂ ਹੋ ਸਕਦੀ, ਆਪਣੇ ਆਪ ਵਿਚੋਂ ਹੀ ਉਤਪਤ ਹੁੰਦੀ ਹੈ । ਪ੍ਰਭ ਦਾ ਆਸਣ ਜੀਵ ਦੇ ਤਨ ਵਿੱਚ ਹੀ ਹੈ, ਆਤਮਾ ਦੇ ਸਾਥ, ਆਤਮਾ ਦੀਆਂ ਇੱਛਾਂ ਤੋਂ ਰਹਿਤ ਰਹਿੰਦਾ ਹੈ ।

2. ਆਤਮਾ ਕੀ ਹੈ?

ਆਤਮਾ ਰੁਹਾਨੀ ਜੋਤ ਦਾ ਮੈਲਾ ਹੋਇਆ ਅੰਗ ਹੈ । ਆਤਮਾ ਅਕਾਰ ਰਹਿਤ ਹੈ, ਕਿਸੇ ਵੀ ਅਕਾਰ ਵਿੱਚ ਆ ਸਕਦੀ ਹੈ । ਆਤਮਾ ਸਦਾ ਹੀ ਜਵਾਨ ਰਹਿੰਦੀ, ਕਦੇ ਨਾਸ਼ ਨਹੀਂ ਹੁੰਦੀ, ਮਰਦੀ ਨਹੀਂ । ਆਤਮਾ ਕੇਵਲ ਇੱਕ ਤਨ ਵਿਚੋਂ ਦੂਸਰੇ ਤਨ ਵਿਚ ਪੈਦਾ ਹੋ ਜਾਂਦੀ ਹੈ ।

3. ਸ੍ਰਿਸ਼ਟੀ ਕੀ ਹੈ?

ਸ੍ਰਿਸ਼ਟੀ ਪ੍ਰਭ ਦੀ ਜੋਤ ਦਾ ਹੀ ਪਸਾਰਾ ਹੈ, ਪ੍ਰਭ ਆਪ ਹੀ ਸ੍ਰਿਸਟੀ ਹੈ । ਸ੍ਰਿਸ਼ਟੀ ਆਤਮਾ ਦੇ ਤਨ ਬਦਲਨ ਵਾਲਾ ਆਸਣ ਹੈ । ਸ੍ਰਿਸ਼ਟੀ ਵਿੱਚ ਵੱਖਰੀ ਵੱਖਰੀ ਕਿਸਮਾਂ ਦੇ ਜੀਵ ਹੀ ਪ੍ਰਭ ਦੇ ਬਣਾਏ ਹੋਏ ਧਰਮ ਹਨ ।

4. ਸ੍ਰਿਸ਼ਟੀ ਵਿਚ ਕੌਣ ਜਨਮ ਲੈਂਦਾ ਹੈ?

ਰੁਹਾਨੀ ਜੋਤ ਦਾ ਮੈਲਾ ਹੋਇਆ ਅੰਗ: ਤਨ; ਪ੍ਰਭ ਦਾ ਸ਼ਬਦ (ਪਵਿੱਤਰ ਜੋਤ); ਮਨ, ਆਤਮਾ ਨੂੰ ਅਸਲੀ ਰਸਤੇ ਤੇ ਚਲਾਉਣ ਲਈ; ਮਨ ਦੀ ਪਛਾਣ ਹੀ ਆਤਮਾ ਨੂੰ ਪਾਵਿਤ੍ਰ ਕਰਨ ਦਾ ਰਸਤਾ ।

5. ਸ਼ਬਦ ਕੀ ਹੈ?

ਸ਼ਬਦ ਹੀ ਪ੍ਰਭ ਦਾ ਰੂਪ ਹੈ, ਕਦੇ ਨਾਸ਼ ਨਹੀਂ ਹੁੰਦਾ, ਲਿਖਿਆ ਨਹੀਂ ਜਾ ਸਕਦਾ । ਇਸ ਦੀ ਗੂੰਜ ਸਦਾ ਹੀ ਚਲਦੀ ਰਹਿੰਦੀ ਹੈ । ਸਦਾ ਹੀ ਆਤਮਾ ਦੇ ਸਾਥ ਰਹਿੰਦਾ, ਕਦੇ ਸਾਥ ਨਹੀਂ ਛੱਡਦਾ, ਆਤਮਾ ਦੀਆਂ ਇੱਛਾਂ ਤੋਂ ਰਹਿਤ ਰਹਿੰਦਾ ਹੈ । ਮਨ ਦਾ ਅਹੰਕਾਰ ਹੀ ਆਤਮਾ ਅਤੇ ਸ਼ਬਦ ਵਿਚ ਪਰਦਾ ਹੈ ।

6. ਆਤਮਾ ਨੂੰ ਪ੍ਰਭ ਤੋਂ ਵਿਛੋੜਾ ਕਿਉਂ ਹੁੰਦਾ?

ਅਹੰਕਾਰ ਨਾਲ ਪ੍ਰਭ ਨਾਲੋਂ ਵਿਛੋੜਾ ਹੁੰਦਾ ਹੈ ।

7. ਆਤਮਾ ਦਾ ਪ੍ਰਭ ਨਾਲ ਮਿਲਾਪ ਕਿਵੇਂ ਹੋ ਸਕਦਾ ਹੈ?

ਜਦੋਂ ਆਤਮਾ ਚਾਰ ਪਦਾਰਥ ਹਾਸਿਲ ਕਰ ਲੈਂਦੀ ਹੈ । ਜਦੋਂ ਆਤਮਾ ਪਹਿਲੇ ਤਿੰਨੇਂ ਗੁਣ (ਰਜ, ਤਮ, ਸਤ) ਹਾਸਿਲ ਕਰ ਲੈਂਦੀ, ਜਿੱਤ ਪਾ ਲੈਂਦੀ ਹੈ! ਅਗਰ ਪ੍ਰਭ ਆਪ ਹੀ ਰਹਿਮਤ ਦੀ ਨਜ਼ਰ ਬਖਸ਼ੇ ਤਾਂ ਮੁਕਤ ਅਵਸਥਾ ਬਖਸ਼ ਹੋ ਸਕਦੀ ਹੈ ।

8. ਮੁਕਤ ਅਵਸਥਾ ਕੀ ਹੈ?

ਇਸ ਸਮੇਂ ਆਤਮਾ ਦੀ ਜੋਤ ਪਵਿੱਤਰ ਹੋ ਜਾਂਦੀ, ਪ੍ਰਭ ਦੀ ਜੋਤ ਵਿਚ ਅਭੇਦ ਹੋਣ ਦੇ ਯੋਗ ਹੋ ਜਾਂਦੀ ਹੈ । ਫਿਰ ਉਸ ਨੂੰ ਪ੍ਰਭ ਦੀ ਜੋਤ ਵਿਚੋਂ ਅਲੱਗ ਨਹੀਂ ਕੀਤਾ ਜਾ ਸਕਦਾ । ਆਤਮਾ ਦੀ ਆਪਣੀ ਹੋਂਦ ਖਤਮ ਹੋ ਜਾਂਦੀ ਹੈ । ਉਹ ਸ੍ਰਿਸ਼ਟੀ ਦੀ ਅਵਾਜ, ਅਰਦਾਸ ਸੁਣ ਨਹੀਂ ਸਕਦੀ । ਆਪਣੇ ਆਪ ਵਿੱਚ ਕੁਝ ਕਰਨ ਦੀ ਸਮਰਥਾ ਨਹੀਂ ਹੁੰਦੀ ।

9. ਚਾਰ ਪਦਾਰਥ ਕਿਹੜੇ ਹਨ?

ਰਜ ਗੁਣ- ! ਤਮ ਗੁਣ ! ਸਤ ਗੁਣ ! ਮੁਕਤ ਅਵਸਥਾ
ਸ਼ਬਦ ਦਾ ਸਿਮਰਨ, ਸ਼ਬਦ ਦੀ ਸੋਝੀ, ਵਿਰਾਗ, ਮੁਕਤੀ

10.ਮੌਤ ਕੀ ਹੈ?

ਮੌਤ ਕੇਵਲ ਮਨ ਦੀਆਂ ਇੱਛਾਂ ਦੀ ਹੁੰਦੀ ਹੈ, ਤਨ ਮਿੱਟੀ ਦਾ ਭਾਗ , ਮਿੱਟੀ ਵਿੱਚ ਰਲ ਜਾਂਦਾ ਹੈ ।

11.ਆਤਮਾ ਦੀ ਪਵਿੱਤਰਤਾ ਦੀਆਂ ਕਿਹੜੀਆਂ ਅਵਸਥਾਂ ਹਨ?

○ ਬੰਦਗੀ ਕਰਨ ਦੀ ਅਵਸਥਾ– ਇਹ ਪਹਿਲੀ ਅਵਸਥਾ ਹੈ!

ਮਨ ਦੇ ਧਿਆਨ ਨੂੰ ਸ਼ਬਦ ਦੀ ਅਵਾਜ, ਗੂੰਜ ਵੱਲ ਲਾਉਣਾ, ਆਪਣੀ ਖੁਦਗ਼ਰਜੀ ਤੇ ਜਿੱਤ ਪਾਉਣੀ, ਸ੍ਰਿਸ਼ਟੀ ਦੀ ਭਲਾਈ ਦੇ ਕੰਮ ਕਰਨੇ, ਹਮੇਸ਼ਾ ਮਨ ਵਿਚ ਧਿਆਨ ਰੱਖਣਾ, ਪ੍ਰਭ ਦੀ ਜੋਤ ਹੀ ਹਰਇੱਕ ਤਨ ਵਿਚ ਵਸਦੀ ਹੈ । ਇਸ ਅਵਸਥਾ ਵਿਚ ਵੀ ਮਨ ਦਾ ਭਰੋਸਾ ਅਡੋਲ ਨਹੀਂ ਹੁੰਦਾ, ਸੰਸਾਰਕ ਮਾਇਆ ਦੇ ਥੋੜ੍ਹੇ ਸਮੇਂ ਰਹਿਣ ਵਾਲੇ ਅਨੰਦ, ਜਾਲ ਵਿੱਚ ਫਸ ਸਕਦਾ ਹੈ, ਰਸਤਾ ਛੱਡ ਸਕਦਾ ਹੈ ।

○ ਗੁਰਮਖ ਅਵਸਥਾ !

ਮਨ ਦਾ ਭਰੋਸਾ ਪ੍ਰਭ ਦੇ ਬਖਸ਼ੇ ਤੇ ਅਡੋਲ ਹੋ ਜਾਂਦਾ ਹੈ । ਮਨ ਸਦਾ ਹੀ ਸੁਚੇਤ ਰਹਿੰਦਾ ਹੈ, ਮਨ ਇੱਛਾਂ ਰਹਿਤ ਹੋ ਜਾਂਦਾ ਹੈ । ਮਨ ਦੇ ਭਰੋਸੇ ਨੂੰ ਸੰਸਾਰਕ ਮਾਇਆ ਦੀ ਕਸਵਟੀ ਨਾਲ ਪਰਖਿਆ ਜਾਂਦਾ ਹੈ । ਗੁਰੂ ਪੀਰ ਵੀ ਇਸ ਅਵਸਥਾ ਵਿੱਚ ਪਹੁੰਚ ਕੇ ਡੋਲ ਜਾਂਦੇ ਹਨ! ਸੰਸਾਰਕ ਮਾਇਆ ਦੇ ਜਾਲ ਵਿਚ ਫਸ ਜਾਂਦੇ ਹਨ! ਆਪਣੀ ਪੂਜਾ ਕਰਵਾਉਣ ਲੱਗ ਪੈਂਦੇ, ਆਪਣੇ ਆਪ ਨੂੰ ਗੁਰੂ, ਪੀਰ, ਫਕੀਰ, ਪ੍ਰਭ ਦਾ ਬੰਦਾ ਸਦਾਉਂਦੇ ਹਨ! ਆਪਣੇ ਰਹਿਤਨਾਲੇ ਦਾ ਉਪਦੇਸ਼ ਕਰਦੇ ਹਨ । ਸੰਸਾਰਕ ਧਰਮ ਪੈਦਾ ਹੋ ਜਾਂਦੇ ਹਨ ।

○ ਦਾਸ ਅਵਸਥਾ !

ਇਹ ਆਤਮਾ ਦੇ ਵਿਛੋੜੇ ਦੀ ਅੰਤਮ ਅਵਸਥਾ ਹੁੰਦੀ ਹੈ । ਉਸ ਦੀ ਸ਼ਬਦ ਦੀ ਕਮਾਈ ਪ੍ਰਭ ਪ੍ਰਵਾਨ ਕਰ ਲੈਂਦਾ, ਆਪਣੀ ਸ਼ਰਨ ਵਿਚ ਪ੍ਰਵਾਨਗੀ ਬਖਸ਼ਦਾ ਹੈ । ਉਸ ਆਤਮਾ ਦਾ ਆਵਾ ਗਵਣ, ਜਨਮ ਮਰਨ ਖਤਮ ਹੋ ਜਾਂਦਾ ਹੈ ।

12.ਧਾਰਮਕ ਗ੍ਰੰਥਾਂ ਵਿੱਚ ਕੀ ਲਿਖਿਆ ਹੈ?

ਧਾਰਮਕ ਗ੍ਰੰਥਾਂ ਵਿੱਚ ਪ੍ਰਭ ਦੇ ਸ਼ਬਦ ਬਾਬਤ, ਪ੍ਰਭ ਬਾਬਤ ਕੁਝ ਲਿਖਿਆ ਨਹੀਂ ਜਾ ਸਕਦਾ । ਧਾਰਮਕ ਗ੍ਰੰਥ, ਪ੍ਰਭ ਦੀ ਰਹਿਮਤ ਪਾਉਣ ਦੀ ਕੁੰਜੀ, ਜੀਵਨ ਢਾਲਣ ਦੀ ਵਿਧੀ, ਸਭ ਸਿੱਧੇ ਰਸਤੇ ਹੀ ਹਨ । ਧਾਰਮਕ ਗ੍ਰੰਥ, ਲਿਖਤਾਂ ਕੇਵਲ ਸ੍ਰਿਸ਼ਟੀ ਵਿਚ ਦੇਖੇ ਜਾਣ ਵਾਲੀਆਂ, ਥੋੜ੍ਹਾ ਸਮਾਂ ਪਾ ਕੇ ਨਾਸ਼ ਹੋ ਜਾਣ ਵਾਲੀਆਂ ਸ੍ਰਿਸ਼ਟੀ ਦੀਆਂ ਘਟਨਾਵਾਂ ਬਾਬਤ ਹੀ ਲਿਖ ਸਕਦੇ ਹਨ!

13.ਧਾਰਮਕ ਪ੍ਰਚਾਰਕ, ਅਰਥ ਲਿਖਣ ਵਾਲੇ ਕੀ ਦੱਸ ਦੇ ਹਨ?

ਹਰਇੱਕ ਜੀਵ ਜਿਤਨੀ ਪ੍ਰਭ ਸੋਝੀ ਬਖਸ਼ਦਾ ਹੈ, ਉਹ ਹੀ ਲਿਖ ਸਕਦਾ ਹੈ । ਕੇਵਲ ਆਪਣੇ ਮਨ ਦੀ ਭਾਵਨਾ, ਅਵਸਥਾ ਹੀ ਪ੍ਰਗਟ ਕਰਦਾ ਹੈ । ਜਿਹੜਾ ਆਪਣਾ ਜੀਵਨ ਸ਼ਬਦ ਅਨੁਸਾਰ ਢਾਲਦਾ ਹੈ, ਉਹ ਹੀ ਪ੍ਰਭ ਦਾ ਦਾਸ, ਸ਼ਰਣ ਵਿੱਚ ਪ੍ਰਵਾਨ ਹੋ ਸਕਦਾ ਹੈ ।

1 SIKH GURU JI & FAMILY HISTORY

1. Guru Nanak Dev Ji – Apr15th,1469 - Sept 22nd 1539			
F- Mehta Kalu, M- Tripta	B- Nanakana Sahib, D- Kartarpur	W- Salakhani	S-Shri Chand, S-Laxshmi Chand
2. Guru Angad Dev Ji – Mar 31st, 1504 –Mar 29th 1552			
F - Pharu Mal M - Pam Kaur	B- Mata De Saran D- Khadur Sahib	W- Khevi	S- Duta, Dasu D-Anakhi, Amaru
3. Guru Amar Das Ji – May 15th, 1479 – Sept 1st 1574			
F-Taj Bhan M- Salakhani	B- Baserkay D- Goindwal	W- Mansa Devi	S- Mohani, Mohari D- Dhani, Bhani
4. Guru Ram Das Ji – Asu 26, 1534 – Asu 2, 1581			
F-Har Das Sodhi M- Daeja Kaur	B- Lahore, D- Goindwal	W- Bhani	S- Prithi Chand, S-Mah Dev, S- Aurjan Dev
5. Guru Arjan Dev Ji – Apr 15th, 1562 - May 30th, 1606			
F- Ram Das M- Bhani	B – Goindwal D- Lohore	W- Ganga	S - Hergobind
6. Guru Hergobind Ji – Jun 14th, 1594 - Mar 3rd, 1644			
F- Aurjan Dev M- Ganga	B – Guru Ki Wadali D- Kirtpur	W – Damodri, Nanaki, Maha Devi	S- Gurdita (Dem). S- Suraj Mal(Mah) S- Ani Rai (Dem) S- Atal Rai (Mah) S- Tegh Bahadur (Nan) D- Virus (Dem)
.7 Guru Her Rai Ji – Feb 26th, 1630 - Oct 6th, 1661			
F - Gurdita M- Nahal Kaur	B- Kirtpur D- Kirtpur	W- Kotkaljani Kishen Kaur	S- Ram Rai (Kotkaljani) S- Her Krishn (Kishen)
8 Guru Her Krishen Ji – July 7th, 1656 - Mar 30th, 1664			
F- Her Rai M- Kishen Kaur	B- Kirtpur D- Dehli		
9 Guru Tegh Bahadur Ji – Apr 1st, 1621 - Nov 11th, 1674			
F- Hergobind M- Nanaki	B - Guru Ka Mahal D- Delhi	W - Gujari	S - Gobind Rai
10. Guru Gobind Singh Ji – Dec 22nd, 1666 - Oct 7th, 1708			
F - Tegh Bahadur M- Gujari	B – Patna D- Nadar (Hazoor-sahib)	W- Jito Sunderi Sahib Kaur	S- Ajit Singh (Sunderi) S_ Zora Singh (Jito) S- Fathia Singh (Jito) S- Zujjar Singh (Jito)
• 11. Guru Granth Sahib - Oct 7th, 1708 – Forever lives – • Baba Mani Singh First Sawadar @ Amritsar - died Jun 14th 1738			
Baba Budha ji- First Granthi (1506 – 1630) of Aad Granth- compiled by Guru Arjan Dev ji			

Noet: ਲਹਿਣਾ ਜੀ – ਗੁਰੂ ਅੰਗਦ ਬਣ ਗਏ;
ਕਰਮਾ (ਜੈਠਾ) ਜੀ – ਗੁਰੂ ਰਾਮ ਦਾਸ ਬਣ ਗਏ;
ਗਿਆਤ ਮੱਲ ਜੀ – ਗੁਰੂ ਤੇਗ ਬਹਾਦਰ ਬਣ ਗਏ।

2. ਪੰਜ ਪਿਆਰੇ:

ਸਿੰਘ ਦੇ ਚਿਨ੍ਹ: ਕ੍ਰਿਪਾਨ, ਕੰਘਾ, ਕੜਾ, ਕਛਹਿਰਾ, ਕੇਸ।

ਲੱਖੀ ਸ਼ਾਹ ਵਨਜਾਰਾ, ਨਕਾਈਆ ਬਾਬੇ ਨੇ ਆਪਣੇ ਘਰ ਨੂੰ ਅੱਗ ਭੇਟਾ ਕਰਕੇ

– ਤੇਗ ਬਹਾਦਰ ਜੀ ਨੂੰ ਅੰਤਮ ਸਲਾਮੀ ਦਿੱਤੀ ।

1. ਭਾਈ ਦਯਾ ਸਿੰਘ :		
	ਜਨਮ	1725 ਬਿਕ੍ਰਮੀ ਫੱਗਨ ਦੀ ਸੰਗ੍ਰਾਂਦਿ, ਐਤਵਾਰ।
	ਥਾਪਣਾ:	13 ਸਾਲ ਦੀ ਉਮਰ ਵਿਚ ਅਨੰਦਪੁਰ ਸਾਹਿਬ ਗੁਰੂ ਦੀ ਸ਼ਰਣ ਆਏ।
	ਜੋਤੀ ਜੋਤ ਸਮਾਏ	1765 ਬਿਕ੍ਰਮੀ ਨੂੰ ਅੱਸੂ, ਸ੍ਰੀ ਅਬਿਚਲ ਨਗਰ, ਹਜੂਰ ਸਾਹਿਬ।
	ਭਗਤ	
2. ਭਾਈ ਧਰਮ ਸਿੰਘ		ਪਿਤਾ – ਪਰਮ ਸੁਖ, ਮਾਤਾ– ਅਨੰਤੀ, ਦਿੱਲੀ – ਜੱਟ।
	ਜਨਮ	1727 ਬਿਕ੍ਰਮੀ ਵੈਸਾਖ ੧੩ ਸੋਮਵਾਰ, ਪਹਿਲੀ ਰਾਤ,
	ਥਾਪਣਾ:	25 ਸਾਲ ਦੀ ਉਮਰ ਵਿਚ ਅਨੰਦਪੁਰ ਸਾਹਿਬ ਗੁਰੂ ਦੀ ਸ਼ਰਨ ਆਏ।
	ਜੋਤੀ ਜੋਤ ਸਮਾਏ	1768 ਬਿਕ੍ਰਮੀ, ਸ੍ਰੀ ਅਬਿਚਲ ਨਗਰ, ਹਜੂਰ ਸਾਹਿਬ।
	ਭਗਤ	ਭਗਤ ਧੰਨੇ ਜੀ ਦੇ ਅਵਤਾਰ ਸਨ
3. ਭਾਈ ਹਿੰਮਤ ਸਿੰਘ		ਪਿਤਾ– ਮਾਲ ਦੇਉ, ਮਾਤਾ–ਲਾਲ ਦੇਈ– ਜਗਨ ਨਾਥ ਪੁਰੀ ਦੇ ਝੀਵਰ
	ਜਨਮ	1721 ਬਿਕ੍ਰਮੀ ਜੇਠ ੧੫, ਗੁਰੂ ਤੇਗ ਬਹਾਦਰ ਦੇ ਡੇਰੇ – ਬਾਬੇ ਬਕਾਲੇ।
	ਥਾਪਣਾ:	xx ਸਾਲ ਦੀ ਉਮਰ ਵਿਚ ਅਨੰਦਪੁਰ ਸਾਹਿਬ ਗੁਰੂ ਦੀ ਸ਼ਰਣ ਆਏ।
	ਜੋਤੀ ਜੋਤ ਸਮਾਏ	1761 ਬਿਕ੍ਰਮੀ ਨੂੰ ਸਾਹਿਬਜਾਦਿਆ ਨਾਲ, ਸ੍ਰੀ ਚਮਕੌਰ ਸਾਹਿਬ ।
	ਭਗਤ	ਚੱਤ੍ਰ ਭੁਜੀ ਨੂੰ ਪਕੜਨ ਵਾਲੇ ਪੰਧਕ ਦਾ ਅਵਤਾਰ ਸਨ
4. ਭਾਈ ਮੁਹਕਮ ਸਿੰਘ		ਪਿਤਾ– ਜਗਜੀਵਨ ਰਾਇ, ਮਾਤਾ – ਸੰਭਲੀ ਜੀ।
	ਜਨਮ	1736 ਬਿਕ੍ਰਮੀ 5 ਚੇਤ ਦਵਾਰਕਾ ਵਾਸੀ, ਨਾਮਾ ਵਾਸੀ ਸਨ ।
	ਥਾਪਣਾ:	15 ਸਾਲ ਦੀ ਉਮਰ ਵਿਚ ਮਾਤਾ ਪਿਤਾ ਨਾਲ ਗੁਰੂ ਗੋਬਿੰਦ ਜੀ ਦੇ ਸ਼ਰਣ।
	ਜੋਤੀ ਜੋਤ ਸਮਾਏ	1761 ਬਿਕ੍ਰਮੀ ਨੂੰ ਸਾਹਿਬਜਾਦਿਆ ਨਾਲ, ਸ੍ਰੀ ਚਮਕੌਰ ਸਾਹਿਬ ।
	ਭਗਤ	ਭਗਤ:– ਭਗਤ ਨਾਮਦੇਵ ਜੀ ਦੇ ਅਵਤਾਰ ਸਨ।
5. ਭਾਈ ਸਾਹਿਬ ਸਿੰਘ		ਪਿਤਾ – ਗੁਰ ਨਾਰੈਣ, ਮਾਤਾ – ਅਨੰਕਪਾ ਜੀ। ।
	ਜਨਮ	1732 ਬਿਕ੍ਰਮੀ ੫ ਮੱਘਰ, ਬਿਦਰਪੁਰੀ ਦੇ ਵਾਸੀ ਸਨ
	ਥਾਪਣਾ:	11 ਸਾਲ ਦੀ ਉਮਰ ਵਿਚ ਗੁਰੂ ਗੋਬਿੰਦ ਸਿੰਘ ਜੀ ਦੇ ਸ਼ਰਣ ਭੇਟਾ ਕੀਤੇ।
	ਜੋਤੀ ਜੋਤ ਸਮਾਏ	1761 ਬਿਕ੍ਰਮੀ ਨੂੰ ਸਾਹਿਬਜਾਦਿਆ ਨਾਲ, ਸ੍ਰੀ ਚਮਕੌਰ ਸਾਹਿਬ ।
	ਭਗਤ	ਭਗਤ:– ਸੈਨ ਭਗਤ ਦੇ ਅਵਤਾਰ ਸਨ।

3. ਸਾਹਿਬਜ਼ਾਦੇ:

4 ਸਾਹਿਬਜਾਦੇ::	ਪਿਤਾ - ਗੁਰੂ ਗੋਬਿੰਦ ਸਿੰਘ ਜੀ
	ਅਜੀਤ ਸਿੰਘ-ਮਾਤਾ ਸੰਦਰੀ ਜੀ, ਜੋਜਾਰ ਸਿੰਘ - ਮਾਤਾ ਜੀਤੋਂ ਜੀ ਜੋਰਾਵਰ ਸਿੰਘ-ਮਾਤਾ ਜੀਤੋ ਜੀ, ਫਤੇਹ ਸਿੰਘ - ਮਾਤਾ - ਜੀਤੋ ਜੀ।

4. ਬੰਦਾ ਸਿੰਘ (ਮਾਧੋ) ਨੂੰ ਪੰਜਾਂ ਸਿੰਘਾਂ ਦੇ ਮਾਤਹਿਤ ਜੰਗੀ ਕੰਮ ਕਰਨਵਾਲਾ ਥਾਪੀਆ।

ਬਾਬਾ ਬਾਜ ਸਿੰਘ	ਬਾਬਾ ਬਿਨੋਦ ਸਿੰਘ	ਬਾਬਾ ਕਾਹਨ ਸਿੰਘ	ਬਾਬਾ ਬਿਜੈ ਸਿੰਘ	ਬਾਬਾ ਰਾਮ ਸਿੰਘ
ਭੰਗੂ ਜੀ ਨੇ ਮਾਝੇ ਦੇ ਸਿੰਘ ਦੱਸਿਆ ਹੈ				
ਬਾਬਾ ਬਾਜ ਸਿੰਘ	ਬਾਬਾ ਬਿਨੋਦ ਸਿੰਘ	ਬਾਬਾ ਕਾਹਨ ਸਿੰਘ	ਬਾਬਾ ਦਾਇਆ ਸਿੰਘ	ਬਾਬਾ ਰਣ ਸਿੰਘ

5. ਜੋਗ - 7 ਪ੍ਰਕਾਰ ਦੇ ਜੋਗ ਦੱਸੇ ਗਏ ਹਨ।

ਮੰਤ੍ਰ ਜੋਗ	ਹਠ ਜੋਗ	ਗਿਆਨ ਜੋਗ	ਰਾਜ ਜੋਗ:
ਭਗਤ ਜੋਗ	ਅਗਰਭਤ ਜੋਗ	ਸ਼ਗਰਭਤ ਜੋਗ	

6. ਵਰਾਗ:

ਕਾਰਨ ਵੈਰਾਗ	ਮੰਦਾ ਵੈਰਾਗ	ਵਸੀਕਾਰ ਵੈਰਾਗ	ਯਤਮਾਨ ਵੈਰਾਗ	ਵਿਤ੍ਰੇਕ ਵੈਰਾਗ
ਏਕ ਇੰਦ੍ਰੇ ਵੈਰਾਗ	ਤੀਬਰ ਵੈਰਾਗ	ਘੋੜਾ ਵੈਰਾਗ	ਤਰ ਤਮ ਵੈਰਾਗ	ਗਧਾ ਵੈਰਾਗ
ਤਰ ਤੀਬਰ ਵੈਰਾਗ	ਸ਼ੇਰ ਵੈਰਾਗ			

7. ਨੌ ਮੁੰਨੀ:

ਅਤ੍ਰਿ-ਅਨਸੂਆ	ਅੰਗਰਾ- ਸਰਧਾ	ਪੁਲਹ-ਗਤਿ	ਕ੍ਰਤੂ-ਕ੍ਰਿਆ	ਮਰੀਚ-ਕਲਾ
ਪੁਲਸਤਯ- ਹਵਿਭੁਗ	ਭ੍ਰਿਗੂ- ਖਿਆਤਿ	ਅਤਵਣ-ਸ਼ਾਤਿ	ਵਸ਼ਿਸ਼ਟ-ਅਰੁੰਧਤੀ	

8. 14 ਰਤਨ:

ਸ੍ਰੀ	ਮਣ	ਰੰਭਾ	ਧਨੰਤਰ	ਧਨੁਖ
ਗਜਰਾਜ	ਬਾਜ	ਧੇਨ	ਬਿਖ- ਨਿੰਦਾ-ਜ਼ਹਿਰ	ਸਸਿ
ਕਲਪਤਰ	ਸੰਖ	ਅਮੀ	ਬਾਰਨੀ-ਨਾਮ ਦੀ ਮਸਤੀ	

9. 4 ਜੁਗ ਇੱਕ ਚੋਕੜੀ = 432000 ਸਾਲ:

ਸਤ ਜੁਗ - 4 ਚੋਕੜੀ	ਤ੍ਰਤੇ ਜੁਗ - 3 ਚੋਕੜੀ	ਦੁਅਪਰ ਜੁਗ - 2 ਚੋਕੜੀ	ਕਲ ਜੁਗ - 1 ਚੋਕੜੀ

10. 9 ਖੰਡ:

ਕੁਰੂ ਖੰਡ	ਹਿਰਨਮਯ ਖੰਡ	ਇਲਾਬ੍ਰਤ ਖੰਡ	ਕੇਤਮਾਲ ਖੰਡ	ਹਰੀ ਵਰਖ ਖੰਡ
ਰੰਮਯਕ ਖੰਡ	ਕਿੰਪੁਰਸ਼ ਖੰਡ	ਭੱਦਰ ਖੰਡ	ਭਾਰਤ ਖੰਡ	

11. 4 ਵੇਦ: ਪ੍ਰਭ ਨੇ ਬ੍ਰਹਮਾ ਜੀ ਨੂੰ ਬਖਸ਼ੇ।

ਸ਼ਾਮ ਵੇਦ	ਰਿਗ ਵੇਦ	ਯੁਜਰ ਵੇਦ	ਅਥਰਬਣ ਵੇਦ

12. 9 ਨਾਥ:

ਪ੍ਰਾਨ ਨਾਥ	ਗੋਪੀ ਨਾਥ	ਸੂਰਤ ਨਾਥ	ਗੋਰਖ ਨਾਥ	ਮਛੰਦਰ ਨਾਥ

ਆਦਿ ਨਾਥ - ਸ਼ਿਵ ਦਾ ਅਵਤਾਰ	ਮਛੰਦਰ ਨਾਥ - ਮਾਇਆ ਦਾ ਅਵਤਾਰ	ਉਦੇ ਨਾਥ - ਪਾਰਬਤੀ ਦਾ ਅਵਤਾਰ
ਸੰਤੋਖ ਨਾਥ - ਵਿਸ਼ਨੂੰ ਦਾ ਅਵਤਾਰ	ਕੰਥੜ ਨਾਥ - ਗਣੇਸ਼ ਦਾ ਅਵਤਾਰ	ਸਤਿ ਨਾਥ - ਬ੍ਰਹਮਾ ਦਾ ਅਵਤਾਰ
ਅਚੰਭ ਨਾਥ - ਚੰਬੇ ਦਾ ਰਾਜਾ, ਪਰਬਤ ਦਾ ਅਵਤਾਰ	ਚੌਰੰਜੀ ਨਾਥ - ਪੂਰਨ ਭਗਤ ਸਾਲਬਾਹਨ ਦਾ ਪੁਤਰ	ਗੋਰਖ ਨਾਥ - ਮਹਾਦੇਵ ਦਾ ਅਵਤਾਰ

13. ਭਗਤ 4 ਪ੍ਰਕਾਰ ਦੇ ਹਨ॥

ਅਰਥਾ ਅਰਥੀ - ਕਾਮਨਾ ਨੂੰ ਲੈ ਕੇ ਭਗਤੀ ਕਰਨੀ (ਧ੍ਰ),
ਆਰਤ ਭਗਤ - ਦੁਖ ਵੇਲੇ ਪ੍ਰਮੇਸ਼ਰ ਨੂੰ ਚੇਤੇ ਕਰਨਾ - ਪ੍ਰਹਲਾਦ
ਅਨੰਨਿ ਭਗਤ- ਪਿੰਡ ਪਰੈ ਤਉ ਪ੍ਰੀਤ ਨ ਤੋਰਉ - ਨਾਮ ਦੇਵ ਜੀ
ਗਿਆਨੀ ਭਗਤ - ਬਾਬਾ ਬੁੱਢਾ ਜੀ, ਭਾਈ ਮਨੀ ਸਿੰਘ, ਬਾਬਾ ਦੀਪ ਸਿੰਘ

14. ਮਨ ਦੀ ਸੱਤਾ:

ਵਿਵਹਾਰਕ ਸੱਤਾ	ਪ੍ਰਮਾਰਥਕ ਸੱਤਾ	ਪ੍ਰਾਤੀਭਾਸਕ ਸੱਤਾ

15. ਮਨ ਦੀ ਇੱਛਾ

ਸ਼ੁਭ ਇੱਛਾ	ਸੁਵਿਚਾਰਨਾ	ਤਨੂੰਮਾਨਸਾ	ਸਤੁਆਪਤ
ਅਸੰਸਕਤ	ਪਦਾਰਥਾਭਾਵਨੀ	ਤੁਰੀਆਪਦ	

16. 40 ਮੁਕਤੇ- ਮਾਤਾ ਭਾਗੋ ਦੇ ਲਾਡਲੇ। ਮੁਕਤੱਸਰ।

ਗੁਰੂ ਗੋਬਿੰਦ ਸਿੰਘ ਜੀ ਅੱਗੇ ਲੋਹੇ ਦੀ ਚਾਦਰ ਬਣ ਗਏ ।
ਮਹਾਂ ਸਿੰਘ ਜਥੇਦਾਰ ਨੇ ਗੁਰੂ ਗੋਬਿੰਦ ਸਿੰਘ ਜੀ ਦੀ ਗੋਦ ਵਿਚ ਪਰਾਨ ਤਿਆਗੇ।

ਸਮੀਰ ਸਿੰਘ	ਸਰਜਾ ਸਿੰਘ	ਸਾਧੂ ਸਿੰਘ	ਸ਼ੁਹੇਲ ਸਿੰਘ	ਸ਼ੁਲਤਾਨ ਸਿੰਘ
ਸੋਭਾ ਸਿੰਘ	ਸੰਤ ਸਿੰਘ	ਹਰਸਾ ਸਿੰਘ	ਹਰੀ ਸਿੰਘ	ਕਰਨ ਸਿੰਘ
ਕਰਮ ਸਿੰਘ	ਕਾਲਾ ਸਿੰਘ	ਕੀਰਤਿ ਸਿੰਘ	ਕਿਰਪਾਲ ਸਿੰਘ	ਖੁਸ਼ਾਲ ਸਿੰਘ
ਗੁਲਾਬ ਸਿੰਘ	ਗੰਗਾ ਸਿੰਘ	ਗੰਡਾ ਸਿੰਘ	ਘਰਬਾਰਾ ਸਿੰਘ	ਚੰਬਾ ਸਿੰਘ
ਜਾਦੋ ਸਿੰਘ	ਜੋਗਾ ਸਿੰਘ	ਜੰਗ ਸਿੰਘ	ਦਯਾਲ ਸਿੰਘ	ਦਰਬਾਰਾ ਸਿੰਘ
ਦਿਲਬਾਗ ਸਿੰਘ	ਧਰਮ ਸਿੰਘ	ਧੰਨਾ ਸਿੰਘ	ਨਿਹਾਲ ਸਿੰਘ	ਨਿਧਾਨ ਸਿੰਘ
ਬੂੜ ਸਿੰਘ	ਭਾਗ ਸਿੰਘ	ਭੋਲਾ ਸਿੰਘ	ਭੰਗਾ ਸਿੰਘ	**ਮਹਾਂ ਸਿੰਘ**
ਮੱਜਾ ਸਿੰਘ	ਮਾਨ ਸਿੰਘ	ਮੈਯਾ ਸਿੰਘ	ਰਾਇ ਸਿੰਘ	ਲਛਮਣ ਸਿੰਘ

17. ਗੁਰੂ ਗ੍ਰੰਥ - ਦਾਸਾਂ ਦੀ ਬਾਣੀ - 11th ਸਦਾ ਅਟੱਲ ਗੁਰੂ ਥਾਪਿਆ ।

Ref: ਗੁਰੂ ਗੋਬਿੰਦ ਸਿੰਘ ਜੀ

6 - ਗੁਰੂ	19 - ਭਗਤ			11 - ਭੱਟ	
ਗੁਰੂ ਨਾਨਕ ਦੇਵ ਜੀ	ਕਬੀਰ ਜੀ	ਧੰਨਾ ਜੀ	ਸੂਰਦਾਸ ਜੀ	ਕਲ੍ਹ ਜੀ	ਸਲ੍ਹ ਜੀ
ਗੁਰੂ ਅੰਗਦ ਦੇਵ ਜੀ	ਨਾਮ ਦੇਵ ਜੀ	ਜੈ ਦੇਵ ਜੀ	ਰਾਮਾ ਨੰਦ ਜੀ	ਗਯੰਦ ਜੀ	ਭਲ੍ਹ ਜੀ
ਗੁਰੂ ਅਮਰ ਦਾਸ ਜੀ	ਰਵੀਦਾਸ ਜੀ	ਸੈਣ ਜੀ	ਪਰਮਾਨੰਦ ਜੀ	ਭਿਖਾ ਜੀ	ਬਲ੍ਹ ਜੀ
ਗੁਰੂ ਰਾਮ ਦਾਸ ਜੀ	ਫਰੀਦ ਜੀ	ਸਧਨੇ ਜੀ	ਮਰਦਾਨਾ ਜੀ	ਕੀਰਤ ਜੀ	ਹਰਿਬੰਸ
ਗੁਰੂ ਅਰਜਨ ਦੇਵ ਜੀ	ਤ੍ਰਿਲੋਚਨ ਜੀ	ਭੀਖਨ ਜੀ	ਸੁੰਦਰ ਜੀ	ਮਥੁਰਾ ਜੀ	ਨਲ੍ਹ ਜੀ
ਗੁਰੂ ਤੇਗ਼ ਬਹਾਦਰ ਜੀ	ਬੈਣੀ ਜੀ	ਪੀਪਾ ਜੀ	ਸੱਤਾ ਅਤੇ ਬਲਵੰਡ ਜੀ	ਝਾਲਪ ਜੀ	

18. ਮਾਹਰਾਜਾ ਰਣਜੀਤ ਸਿੰਘ ਦੀ ਵੰਸ਼ਵਲੀ by Kahan Singh Nabha

ਬੁਧ ਸਿੰਘ Death 1716			
ਨੌਧ ਸਿੰਘ Death 1752		ਚੰਦਾ ਸਿੰਘ - ਸੰਧਾਵਾਲੀਆ	
		ਚੜ੍ਹਤ ਸਿੰਘ 1721 -1774	
		ਮਹਾ ਸਿੰਘ 1760 -1792	
ਮਹਰਾਜਾ ਰਣਜੀਤ ਸਿੰਘ 1780 -1839			
ਖੜਕ ਸਿੰਘ 1802 -1840	ਸ਼ੇਰ ਸਿੰਘ 1807 -1843	ਦਲੀਪ ਸਿੰਘ 1837 -1893	
ਨੌਨਿਹਾਲ ਸਿੰਘ 1821 -1940			
ਮਹਰਾਜਾ ਰਣਜੀਤ ਸਿੰਘ ਦੇ ਹੋਰ 4 ਪੁਤਰ - ਇਤਹਾਸ ਵਿਚ ਪ੍ਰਸਿੱਧ ਨਹੀਂ ਹਨ ।			
ਤਾਰਾ ਸਿੰਘ	ਮਲਤਾਨ ਸਿੰਘ	ਕਸ਼ਮੀਰ ਸਿੰਘ	ਪਸ਼ੋਰਾ ਸਿੰਘ

ਮਹਰਾਜਾ ਰਣਜੀਤ ਸਿੰਘ ਦੇ ਸੈਨਾਪਤੀ				
ਸਰਦਾਰ ਸ਼ਾਮ ਸਿੰਘ ਅਟਾਰੀ ਵਾਲਾ	ਸਰਦਾਰ ਹਰੀ ਸਿੰਘ ਨਲਵਾ	ਸਰਦਾਰ ਗ਼ੌਸ ਖਾਨ	ਫੂਲਾ ਸਿੰਘ ਅਕਾਲੀ	ਦੀਵਾਨ ਮੋਹਕਮ ਚੰਦ

19. ਹਿੰਦੂ ਧਰਮ ਦੇ 24 ਅਵਤਾਰ - ਦਸਮ ਗ੍ਰੰਥ - ਬਚਿਤ੍ਰ ਨਾਟਕ ।

ਅਵਤਾਰ			
1. ਮੱਛ	2. ਕੱਛ	3. ਛਰਿ ਸਮੁੰਦ੍ਰ ਰਤਨ	4. ਨਾਰਾਇਣ ਚਤੁਰਥ
5. ਮੋਹਨੀ	6. ਬੈਰਾਹ	7. ਨਰਸਿੰਘ	8. ਪਰਸਰਾਮ
9. ਬਾਵਨ	10. ਬ੍ਰਹਮਾ	11. ਰੁਦ੍ਰ	12. ਜਲੰਧਰ
13. ਬਿਸਨ	14.ਮਧੁ ਕੈਟਭ ਬਧ	15.ਅਰਹੰਤ ਵੇਦ	16. ਮਨੁ ਰਾਜਾ
17. ਧੰਨਤਰ ਬੈਦ	18. ਸੂਰਜ	19. ਚੰਦ੍ਰ	20. ਰਾਮ ਚੰਦਰ
21. ਕ੍ਰਿਸ਼ਨਾ	22. ਨਰ	23. ਬਉਧ	24. ਨਿਹਕਲੰਕੀ
10. ਅਵਤਾਰ ਬ੍ਰਹਮਾ ਜੀ - 7 ਭਗਤ			
1. ਬਾਲਮੀਕ	2. ਕੱਸ਼ਪ	3. ਸ਼ੁਕ੍ਰ	4. ਬਚੇਸ
5. ਬਿਆਸ	6. ਖਟ ਰਿਖੀ	7. ਕਾਲ ਦਾਸ ਰਿਖੀ	
11. ਅਵਤਾਰ ਰੁਦ੍ਰ ਜੀ		ਭਗਤ - ਪਾਰਸ ਨਾਥ	

20. ਅਵਤਾਰ ਰੁਦ੍ਰ ਜੀ ਦੇ 24 ਗੁਰੂ - ਦਸਮ ਗ੍ਰੰਥ ।

24 ਗੁਰੂ ਦਾ ਨਾਮ			
1	ਦੱਤ ਗੁਰੂ	13	ਭ੍ਰਿਤ ਤ੍ਰੌ ਦਸਮੋ ਗੁਰੂ
2	ਮਨ ਗੁਰੂ	14	ਛਤਰ ਦਸਮੋ ਗੁਰੂ
3	ਤ੍ਰਿਤੀ ਮਕਰਕਾ ਗੁਰੂ	15	ਬਾਨਗਨ ਪੰਦਰਵੌ ਗੁਰੂ
4	ਚਤਰਥ ਗੁਰੂ	16	ਚਾਂਵਡ ਸੋਰਵੋਂ ਗੁਰੂ
5	ਪੰਚਮ ਨਾਮ ਗੁਰੂ	17	ਦੁਧੀਰਾ ਸਤਾਰਵੋਂ ਗੁਰੂ
6	ਧੁਨੀਆ ਗੁਰੂ	18	ਮ੍ਰਿਗਹਾ ਅਠਾਰਸਵੋਂ ਗੁਰੂ
7	ਮਾਛੀ ਸਪਤਮੋ ਗੁਰੂ	19	ਨਲਨੀ ਸੁਕ ਉਨੀਵੋਂ ਗੁਰੂ
8	ਚੇਰੀ ਅਸਟਮੋ ਗੁਰੂ	20	ਸ਼ਾਹ ਬੀਸਵੋਂ ਗੁਰੂ
9	ਭਨਜਾਰਾ ਨਵਮੋ ਗੁਰੂ	21	ਸੁਕ ਪੜ੍ਹਾਵਤ ਨਰ ਗੁਰੂ
10	ਕਾਛਨ ਦਸਮੋ ਗੁਰੂ	22	ਹਰ ਬਾਹਤ ਬਾਈਸਵੋਂ ਗੁਰੂ
11	ਸੁਰੱਥ ਯਾਰਮੋ ਗੁਰੂ	23	ਤ੍ਰਿਆ ਜੱਛਣੀ ਤੇਈਸਮੋ ਗੁਰੂ
12	ਬਾਲੀ ਦੁਅ ਦਸਮੋ ਗੁਰੂ	24	Carnation Guru

21. **52 Poets of Sri Guru Gobind Singh jI** – by Bhai Kahan Singh Nabha

#	Name	#	Name	#	Name
1	Uday Rai	21	Gurdas	41	Brij Lal
2	Ani Rai	22	Gopal	42	Mathura
3	Amrit Rai	23	Chandan	43	Madan Singh
4	Allu	24	Chanda	44	Madan Giri
5	Asa Singh	25	Jamaal	45	Malloo
6	Alim	26	Tehkin	46	Maan Dass
7	Ishavar Das	27	Dharm Singh	47	Mala Singh
8	Sukh Dev	28	Dhanna Singh	48	Mangal
9	Sukha Singh	29	Dhayan Singh	49	Ram
10	Sukhia	30	Nannoo	50	Rawal
11	Sudama	31	Nishchal Dass	51	Roshan Singh
12	Sainpat	32	Nihal Chand	52	Lakha
13	Shyam	33	Nand Singh		
14	Heer	34	Nand Lal		
15	Hussain Ali	35	Pindi Dass		
16	Hans Ram	36	Ballabh		
17	Kallu	37	Balloo		
18	Kuveresh	38	Bidhi Chand		
19	Khan Chand	39	Bulland		
20	Gunia	40	Brikh		

22. 52 Hukams of Guru Gobind Singh ji!

	52 Hukams of Guru Gobind Singh ji!	
1	ਸੱਚ ਦੀ ਕਮਾਈ ਕਰੋ !	-Earn by honest means.
2	ਦਸਵੰਦ ਲੋੜਵੰਦ ਲਈ ਕਢੋ !	Give one tenth of your salary.
3	ਗੁਰਬਾਣੀ ਯਾਦ ਕਰੋ !	Memorize Gurbani.
4	ਅੰਮ੍ਰਿਤ ਵੇਲੇ ਉਠੋ !	Wake up Amrit Vela (before dawn).
5	ਸੰਤ ਦੀ ਸ਼ਰਧਾ ਨਾਲ ਸੇਵਾ ਕਰੋ !	Serve a Sikh Servant with devotion.
6	ਗੁਰਬਾਣੀ ਦਾ ਭਾਵ ਅਰਥ ਸਿਖੋ !	Learn the meanings of Gurbani from Sikh Scholars
7	5 'ਕ' ਦਾ ਰਹਿਤ ਰਖੋ !	Follow the discipline of the 5 K's
8	ਸ਼ਬਦ ਦੀ ਸਿਖਿਆ ਨਾਲ ਜੀਵਨ ਢਾਲੋ !	Practice Shabad Gurbani in life.
9	ਧਿਆਨ ਪ੍ਰਭ ਦੇ ਚਰਨਾਂ ਵਿੱਚ ਰਖੋ !	Concentrate on the True Guru (God).
10	ਸ਼ਬਦ ਦੀ ਸਿਖਿਆ ਨੂੰ ਜੀਵਨ ਵਿੱਚ ਸੇਧ ਦੇਣ ਵਾਲਾ ਗੁਰੂ ਮੰਨੋ !	Accept Guru Granth Sahib Ji as Guru.
11	ਕੰਮ ਅਰੰਭ ਕਰਨ ਤੋਂ ਪਹਿਲੇ, ਰਹਿਮਤ ਦੀ ਅਰਦਾਸ ਕਰੋ !	At the beginning of a task, perform ardaas
12	ਜਨਮ, ਮੌਤ, ਵਿਆਹ, ਤੇ ਜਪਜੀ ਦਾ ਪਾਠ ਕਰੋ !	At birth, death, or marriage ceremonies, do Japji Sahib!
13	ਪ੍ਰਸ਼ਾਦ ਵੰਡਣ ਵੇਲੇ ਧਰਿਜ ਨਾਲ ਬਠੋ !	Until Karaah Parshaad is completely
14	ਸ਼ਾਦੀ ਤੋਂ ਬਿਨਾਂ ਗ੍ਰਸਤੀ ਜੀਵਨ ਨਾ ਅਰੰਭ ਕਰੋ !	Do not start married life without Anand Karaj (ceremony of marriage).
15	ਪਰਾਈ ਔਰਤ ਨੂੰ ਮਾਂ, ਭੇਣ ਸਮਝੋ !	Recognize strange women, mothers and sisters.
16	ਪਤਨੀ ਨੂੰ ਬੁਰਾ ਨਹੀਂ ਬੋਲਨਾ	Do not silence your wife?
17	ਨਸ਼ਾ ਨਹੀਂ ਕਰਨਾ	Abandon worldly falsehoods and tobacco-poison.
18	ਧਾਰਮਕ ਦਾ ਸਾਥ ਕਰੋ !	Keep the company of Sikhs, devotee.
19	ਕੰਮ ਵਿੱਚ ਆਲਸ ਨਾ ਕਰੋ !	Don't be lazy while doing work.
20	ਗੁਰਬਾਣੀ ਸਣੋ, ਵਿਚਾਰ ਕਰੋ !!	Listen Gurbani discourses daily.
21	ਨਿੰਦਿਆਂ ਨਾ ਕਰੋ !	Do not engage in slander, gossip!
22	ਜਾਤ-ਪਾਤ ਦਾ ਵਿਚਾਰ ਨਾ ਕਰੋ !	Do not take pride in wealth, youth, and caste.
23	ਆਾਪਣਾ ਇਖਲਾਕ ਪਵਿੱਤਰ ਰਖੋ !	Keep the religious discipline high and pure.
24	ਚੰਗੇ ਕਰਮ ਵਿੱਚ ਢਿਲ ਨਾ ਕਰੋ !	Do not refrain from doing Righteous deeds.
25	ਪ੍ਰਭ ਨੂੰ ਬਖਸ਼ਣ ਹਾਰਾ ਮਮਨੋ !	Recognize God as the giver of intellect and strength.
26	ਕਸਮ ਖਾਨ ਵਾਲੇ ਦੀ ਸੰਗਤ ਨਾ ਕਰੋ !	Do not believe a person who swears

27	ਅਜਾਦੀ ਨਾਲ ਰਾਜ ਕਰੋ ! ਕਿਸੇ ਧਰਮ ਦੇ ਗੁਲਾਮ ਨਾ ਰਹੋ !	Rule Independently. do not be slave of other religions!
28	ਰਾਜਨਤੀ ਸਮਝੋ ! ਇਨਸਾਫ ਕਰੋ !	Study politics
29	ਦੁਸ਼ਮਣ ਨਾਲ ਸਾਵਧਾਨੀ ਰਖੋ !	With the enemy, practice/deploy
30	ਸ਼ਾਸਤ੍ਰ ਵਿਦਿਆ, ਘੋੜ ਸਵਾਰੀ ਸਿਖੋ !	Practice the knowledge of weaponry and horse riding
31	ਬਾਕੀ ਧਰਮਾ ਦਾ ਗਿਆਨ, ਗੁਰਬਾਣੀ, ਪ੍ਰਭ ਦੇ ਬਖਸ਼ੇ ਤੇ ਭਰੋਸਾ ਰਖੋ !	Study the books and knowledge of other faiths. But keep trust in Gurbani and Akal Purukh.
32	ਗੁਰਬਾਣੀ ਦੀ ਸਿਖਿਆਂ ਨਾਲ ਜੀਵੋ !	Follow the teachings of the Guru.
33	ਨਿਮ੍ਰਤਾ ਨਾਲ ਸਿਰ ਝੁਕਾ ਕੇ ਅਰਦਾਸ ਕਰੋ !	After Rehras Paatth, do Ardaas standing up.
34	ਸੌਣ ਸਮੇਂ, ਪਵਨ ਗੁਰੂ, ਪਾਣੀ ਪਿਤਾ, ਧਰਤੀ ਮਾਂ ਦੀ ਅਰਦਾਸ ਕਰੋ !	Recite Sohila and 'paun guru pani pita..' before going to sleep.
35	ਸਿਰ ਦੇ ਵਾਲ ਤੇ ਦਮਾਲਾ ਰਖੋ !	Always wear a turban
36	ਸਿੰਘ ਨੂੰ ਪੂਰੇ ਨਾਲ ਨਾਲ ਬਲਾਵੋ !	Do not call a Singh by half of their name (nickname).
37	ਨਸ਼ਾ ਨਾ ਕਰੋ !	Do not drink, partake of alcoholic
38	ਧੀ ਦਾ ਵਿਆਹ, ਹੋਰ ਧਰਮ ਵਿੱਚ ਨਾ ਕਰੋ !	Do not marry daughter to other religion.
39	ਸਾਰੇ ਕੰਮ, ਗੁਰਬਾਣੀ ਦੀ ਸਿਖਿਆ ਨਾਲ ਕਰੋ !	Do all work in accordance with Gurbani.

40	ਨਿੰਦਿਆਂ ਕਰਕੇ, ਕੰਮ ਨਾ ਵਗਾੜੋ !	Do not ruin someone's work by gossip.
41	ਕੌੜਾ ਨਾ ਬੋਲੋ !	Do not utter bitter statements.
42	ਕੇਵਲ ਗੁਰੂਦਵਾਰੇ ਦੀ ਦਰਸ਼ਨ ਯਾਤਰਾ ਕਰੋ !	Make pilgrimages to Gurdwaras only.
43	ਆਪਣੇ ਬਚਨ ਤੇ ਪੂਰੇ ਰਕੋ !	Fulfill all promises that you make
44	ਪਰਦੇਸੀ, ਲੋੜਵੰਸ, ਨਿਮਾਣੇ ਦੀ ਸੇਵਾ ਕਰੋ !	Do as much help foreigners, the needy and the troubled.
45	ਧੀ ਦਾ ਧਨ ਨਾ ਮਾਰੋ ! ਖਾਵੋ !	Recognize the property of a daughter as poison?
46	ਧਰਮ ਦਾ ਪਾਖੰਡ, ਦਿਖਾਵਾ ਨਾ ਕਰੋ !	Do not be outward show-off Sikh.
47	ਪ੍ਰਭ ਦੇ ਬਖਸ਼ੇ ਵਾਲਾਂ ਨਾਲ ਮਰੋ !	Live and die a Kesha-dhaari Sikh
48	ਚੋਰੀ, ਠੰਡੀ, ਧੋਖਾਬਾਜੀ ਨਾ ਕਰੋ !	Refrain from engaging in theft, adultery / embezzlement.
49	ਸਿਖਿ ਦੇ ਬੋਲੇ ਦਾ ਭਰੋਸਾ ਕਰੋ !	Believe a Sikh
50	ਝੂਠੀ ਗਵਾਈ ਨਾ ਦੇਵੋ !	Do not give false testimony.
51	ਬੇਈਮਾਨੀ ਨਾ ਕਰੋ !	Do not cheat.
52	ਲੰਗਰ ਬਿਨਾਂ ਵਿਤਕਰੇ ਵਰਤਾਵੋ !	Distribute Langar and Karaah-Parshaad with equality.

23.Guru Granth Sahib Ji! - Index

	Guru Granth Sahib Ji! - Index				
Volume #		**Raag - Description**		**# Sabhad**	**Page #**
0	ਪੋਥੀ 1	ਨਿੱਤਨੇਮ (53)	Daily Prayer	1- 53	1-13
1		ਸਿਰੀਰਾਗ (167)	Sri-Raag	54 - 220	14-93
2		ਰਾਗੁ ਮਾਂਝ (131)	Maajh	221-351	94-150
3	ਪੋਥੀ 2	ਰਾਗੁ ਗਉੜੀ (541)	Gauree,	1 - 541	151-346
4	ਪੋਥੀ 3	ਰਾਗੁ ਆਸਾ (389)	Aasaa	1 - 389	347 – 488
5		ਰਾਗੁ ਗੂਜਰੀ (108)	Goojaree	390 - 497	489 – 526
6		ਰਾਗੁ ਦੇਵਗੰਧਾਰੀ (57)	Dayv Gandhaaree	498 - 544	527 – 536
7	ਪੋਥੀ 4	ਰਾਗੁ ਬਿਹਾਗੜਾ (38)	Bihaagraa	1-38	537 – 556
8		ਰਾਗੁ ਵਡਹੰਸੁ (76)	Wadahans	39 - 114	557 - 594
9		ਰਾਗੁ ਸੋਰਠਿ (200)	Sorat'h	115 - 314	595 – 659
10		ਰਾਗੁ ਧਨਾਸਰੀ (118)	Dhanaasaree	315- 432	660 – 695
11		ਰਾਗੁ ਜੈਤਸਰੀ (52)	Jaitsree	433 - 485	696 – 710
12	ਪੋਥੀ 5	ਰਾਗੁ ਟੋਡੀ (35)	Toodee	1-35	711 – 718
13		ਰਾਗੁ ਬੈਰਾੜੀ (7)	Bairaaree	36 - 42	719 – 720
14		ਰਾਗੁ ਤਿਲੰਗ (20)	Tilang	43- 62	721 – 727
15		ਰਾਗੁ ਸੂਹੀ (160)	Soohee	63 - 222	728 – 794
16		ਰਾਗੁ ਬਿਲਾਵਲੁ (201)	Bilaaval	223-423	795 – 858
17		ਰਾਗੁ ਗੋਂਡ (49)	Gond	472-424	859 – 875
18	ਪੋਥੀ 6	ਰਾਗੁ ਰਾਮਕਲੀ (295)	Raamkalee	1 -295	876 – 974
21		ਰਾਗੁ ਮਾਰੂ (203)	Maaroo	296-498	989 – 1106
19	ਪੋਥੀ 7	ਨਟ ਨਾਰਾਇਨ (25)	Nat Naaraayan,	1-25	975– 983
20		ਮਾਲੀ ਗਉੜਾ (17)	Maalee Gauraa	26-42	984 – 988
22		ਤੁਖਾਰੀ (24)	Tukhaari	43-66	1107– 1117
23		ਕੇਦਾਰਾ (25)	Kaydaaraa,	67 - 91	1118 - 1124
24		ਭੈਰਉ (132)	Bhairao	92 – 223	1125 -1167
25		ਬਸੰਤੁ (88)	Basant	224 - 311	1168 - 1196
26		ਸਾਰਗ (221)	saarag	312- 522	1197- 1253
27		ਮਲਾਰ (103)	Malaar	523 - 625	1254 -1293
28	ਪੋਥੀ 8	ਰਾਗੁ ਕਾਨੜਾ (85)	Kaanraa	1-85	1294-1318
29		ਰਾਗੁ ਕਲਿਆਨ (23)	Kalyaan	86-108	1319-1326
30		ਰਾਗੁ ਪਰਭਾਤੀ (67)	Parbhaatee	109-175	1327-1351
31		ਰਾਗੁ ਜੈਜਾਵੰਤੀ (4)	Jaijaavantee	176-179	1352-1352
a		ਸਲੋਕ (372)	salok	180-681	1353-1384
b		ਸਵਯੇ ਸ੍ਰੀ ਮੁਖਬਾਕ 25	sava-yay	682-706	1385-1409
c		ਸਲੋਕ ਵਾਰਾਂ ਤੇ ਵਧੀਕ	salok vaaraaN	707-915	1410-1429
d		ਮੁੰਦਾਵਣੀ (2)	Mundaavane	916-917	1429-1429
e		ਰਾਗ ਮਾਲ਼ਾ (6)	Raag Maalaa	918-924	1429-1430

	ਸਲੋਕ				
Volume #		Raag - Description		# Sabhad	Page #
1	ਪੋਥੀ 8	ਸਹਸਕ੍ਰਿਤੀ (71)	Sehskritee	180-250	1353 - 1360
2		ਗਾਥਾ (24)	Gaat'haa:	251-274	1360 - 1361
3		ਫੁਨਹੇ (23)	Phunhay	275-297	1361 - 1363
4		ਚਉਬੋਲ (11)	Chaubolas	298-308	1363 -1364
5		ਕਬੀਰ ਜੀ (243)	Kabeer Jee	309-551	1364 -1377
6		ਫਰੀਦ ਜੀ (130)	Fareed Jee	552-681	1377 - 1384
		ਸਲੋਕ ਵਾਰਾਂ ਤੇ ਵਧੀਕ			
1		ਗੁਰੂ ਨਾਨਕ ਦੇਵ ਜੀ 33	Nanak Ji	707-739	1410-1412
2		ਗੁਰੂ ਅਮਰ ਦਾਸ ਜੀ 67	Amar Das Ji	740-806	1413-1421
3		ਗੁਰੂ ਰਾਮ ਦਾਸ ਜੀ –30	Ram Das Ji	807-836	1421-1424
4		ਗੁਰੂ ਅਰਜਨ ਦੇਵ ਜੀ –22	Arjan Dev Ji	837-858	1425-1426
15		ਗੁਰੂ ਤੇਗ਼ ਬਹਾਦਰ ਜੀ –57	Tegh Bahadur Ji	859-915	1426-1429

* Gurbani has 3748 Sabhads; each Gurbani Sabhad has only one unique message to adopt in day-to-day life to sanctify your soul to become Worthy of His Consideration.

* Gurbani has 581 Saloks that contains questions asked by ancient saint and enlightened with their comprehension of His Nature.

24.Fundamentals of Human behavior:

Fundamentals of Human behavior:	
Our beliefs determine our thoughts and attitudes about life, which in turn direct our actions. By our actions, we create our destiny. Our Beliefs about sacred matters–God, soul, and cosmos–are essential to one's approach to life	
Summary of 9 Fundamentals of Hindu spirituality:	
1	Hindus believe in a one, all-pervasive Supreme Being who is both immanent and transcendent, both Creator and Unmanifest Reality.
2	Hindus believe in the divinity of the four Vedas, the world's most ancient scripture, and venerate the Agamas as equally revealed. These primordial hymns are God's word and the bedrock of Santayana, Dharma, the eternal religion.
3	Hindus believe that the universe undergoes endless cycles of creation, preservation, and dissolution.
4	Hindus believe in karma, the law of cause and effect. Everyone creates his own destiny by thoughts, words, and deeds.
5	Hindus believe that the soul reincarnates, evolving through many births until all karmas have been resolved, and moksha, liberation from the cycle of rebirth. Not a single soul will be deprived of this destiny.
6	Hindus believe that divine beings exist in unseen worlds. Temple worship, rituals, sacraments, and personal devotionals create a communion with these devas and gods. -middle guide.
7	Hindus believe that an enlightened master, or sat guru, is essential to know the Transcendent Absolute, as are personal discipline, good conduct, purification, pilgrimage, self-inquiry, meditation, and surrender.
8	Hindus believe that all life is sacred, to be loved and revered, and therefore practice ahimsa, noninjury, in thought, word and deed.
9	Hindus believe that no religion teaches the only way to salvation above all others, but that all genuine paths are facets of God's Light, deserving tolerance and understanding.

25. The 14 Mindfulness Trainings – Conquer own mind

The 14 Mindfulness Trainings – Conquer own mind! Thich Nhat Hanh		
1	Openness:	Aware of the suffering created by fanaticism and intolerance!
•	Remain determined not to be idolatrous about or bound to any doctrine, theory, or ideology, even Buddhist (Guru Granth Sahib). (Buddhist teachings are guiding means to help me learn to look deeply and to develop my understanding and compassion. They are not doctrines to fight, kill or die for.)	
2	Non-attachment to Views	Aware of suffering created by attachment to views and wrong perceptions!
•	Determined to avoid being narrow-minded and bound to present views. Learn and practice non-attachment from views in order to be open to others' insights and experiences. Be aware that the knowledge I presently possess is not changeless, absolute truth. (Truth is found in life and I will observe life within and around me in every moment, ready to learn throughout my life.)	
3	Freedom of Thought:	Aware of the suffering brought about when I impose my views on others!
•	Committed not to force others, even my children, by any means. whatsoever – such as authority, threat, money, propaganda, or indoctrination – to adopt my views. (Respect the right of others to be different and to choose what to believe and how to decide. However, help others renounce fanaticism and narrowness through compassionate dialogue.)	
4	Awareness of Suffering:	Aware that looking deeply at the nature of suffering can help me develop compassion and find ways out of suffering!
•	Determined not to avoid or close my eyes before suffering.	
•	Committed to finding ways, including personal contact, images, and sounds, to be with those who suffer;	
•	Understand their situation deeply and help them transform their suffering into compassion, peace, and joy.	
5	Simple, Healthy Living	Aware that true happiness is rooted in peace, solidity, freedom, and compassion, and not in wealth or fame!
•	Determined not to take as the aim of my life fame, profit, wealth, or sensual pleasure, nor to accumulate wealth while millions are hungry and dying.	
•	Committed to living simply and sharing my time, energy, and material resources with those in real need.	
•	Practice mindful consuming, not using alcohol, drugs or any other products that bring toxins into my own and the collective body and consciousness.	
6	Dealing with Anger:	Aware that anger blocks communication and creates suffering!

- Determined to take care of the energy of anger when it arises and to recognize and transform the seeds of anger that lie deep in my consciousness.
- Determined, when anger comes up, not to do or say anything, but to practice mindful breathing or mindful walking and acknowledge, embrace, and look deeply into my anger.
- Learn to look with the eyes of compassion on those are the cause of anger.

7	Dwelling in Present Moment	Aware that life is available only in the present; possible to live happily in the here and now!

- Committed to training myself to live deeply each moment of life.
- Not to lose myself in dispersion or be carried away by regrets about the past, worries about the future, or craving, anger, or jealousy in the present.
- Practice mindful breathing to come back to what is happening in the present moment.
- Determined to learn the art of mindful living by touching the wondrous, refreshing and healing elements that are inside and around me.

(Nourishing seeds of joy, peace, love and understanding in myself, thus facilitating the work of transformation and healing in my consciousness.)

8	Community and Communication	Aware that lack of communication always brings separation and suffering!

- Committed to training myself in the practice of compassionate listening and loving speech.
- Learn to listen without judging or reacting and refrain from uttering words that may create discord or cause the community to break.

(Make every effort to keep communications open, to reconcile and resolve all conflicts, however small may be.)

9	Truthful and Loving Speech:	Aware that words can create suffering or happiness!

- Committed to learnings to speak truthfully and constructively, using only words that inspire hope and confidence.
- Determined not to say untruthful things for the sake of personal interest or to impress people, nor to utter words that might cause division or hatred.
- Do not spread rumor, may not know to be certain nor criticize or condemn things of which not sure.
- Do best to speak out about situations of injustice, even when doing so may threaten my safety.

10	Protecting the (Congregation)	Aware that the essence and aim of a Sangha is the practice of understanding and compassion!

- Determined not to use Holy Conjugation for personal gain or profit or transform our community into a political instrument. A spiritual community should, however, take a clear stand against oppression and injustice; should strive to change the situation without engaging in partisan conflicts.

11	Right Livelihood	Aware that great violence and injustice have been done to the environment and society!

- Committed not to live with a vocation that is harmful to humans and nature.
- Do best to select a livelihood that helps realize my ideal of understanding and compassion.
- Aware of global economic, political, and social realities;
- Behave responsibly as a consumer and a citizen, not investing in companies that deprive others of their chance to live.

12	Reverence for Life	Aware that much suffering is caused by war and conflict!

- Determined to cultivate non-violence, understanding and compassion in daily life,
- To promote peace education, mindful mediation, and reconciliation, within families, communities, nations and in the world.
- Determined not to kill and not to let others kill.
- Diligently practice deep looking with my Sangha to discover better ways to protect life and prevent war.

13	Generosity:	Aware of the suffering caused by exploitation, social injustice, stealing and oppression!

- Committed to cultivating loving kindness and learnings ways to work for the well-being of people, animals, plants, and minerals.
- Practice generosity by sharing time, energy, and material resources with those who are in need.
- Determined not to steal nor possess anything, belong to others.
- Respect the property of others, try to prevent others from profiting from human suffering or the suffering of other beings.

14	Right Conduct	Aware that sexual relations motivated by urges ! cannot dissipate the feeling of loneliness, but will create more suffering, frustrations, and isolation!

- Determined not to engage in sexual relations without mutual understanding, love, and a long-term commitment.
- Sexual relations, must be aware of future suffering that may be caused.
- To preserve the happiness of myself and others!
- Must respect the rights and commitments of myself and others.
- Do everything in power to protect children from sexual abuse.
- protect couples and families from being broken by sexual misconduct.
- Treat my body with respect and preserve my vital energies (sexual, breath, spirit) for the realization of my bodhisattva ideal.
- Be fully aware of the responsibility for bringing new lives in the world.
- Meditate on the world into which we are bringing new beings.

26.Hinduism

It is a mystical religion, leading the devotee to personally experience the Truth within, finally reaching the pinnacle of consciousness where soul and His Holy Spirit may become only one.

Hinduism has four main denominations–Saivism, Shaktism, Vaishnavism and Smartism.

Dharmasastras.	The epic Mahabharata has 18 Parvans (chapters) so are the Bhagavad Gita, the Song Celestial.
Dharmasastra categories	Sutras, Smritis, and Nibandhas.
Purana treats five subjects	: primary creation of universe, secondary creation after periodical annihilation, genealogy of gods and saints and history of the royal dynasties
18 Puranas exalt Vishnu, Siva, Brahma.	i). the Vishnu, Narada, Bhagavata, Garuda, Padma, and Varaha; ii). the Matsya, Kurma, Linga, Shiva, Skanda and Agni; and iii). the Brahmanda, Brahmavaivarta, Markandeya, Bhavisya, Vamana, and Brahma Puranas.
Upa-Puranas specified in Devi Bhagavata	Sanatkumara, Narasimha, Naradiya, Siva, Durvasav, Kapila, Manava, Ausanasa, Varuna, Kalika, Samba, Nandi, Saura, Parasara, Aditya, Maheswara, Bhargava and Vasishta.

What is the significance of number '7' in Hindu mythology?

7 Rishis - 7 days in a week; 7 Horses of SUN God;
7 colors in the Sun-beam; 7 Seas,
7 Continents; 7 Vayu Mandalas,
7 Dhatus/minerals in Body; 7 Swaras in Music;
7 Chakras (mystic centers) including Sahasrara in Upasana;
7 States of Consciousness; 7 steps during Marriage;
7 Rounds of Agnigunda by couple; 7 Homas they perform;
7 upper Lokas; 7 Lower Lokas; 7 Meters in Sanskrit grammar.

☬ ਅਰਦਾਸ ☬

ੴ ਸਤਿ ਨਾਮੁ॥

ਵਾਹਿਗੁਰੂ ਜੀ ਕੀ ਫਤਹਿ॥ ਸ੍ਰੀ ਭਗੌਤੀ ਜੀ ਸਹਾਇ॥

ਤੂ ਠਾਕੁਰੁ, ਤੁਮ ਪਹਿ ਅਰਦਾਸਿ॥ ਜੀਉ ਪਿੰਡੁ, ਸਭੁ ਤੇਰੀ ਰਾਸਿ॥

ਤੁਮ, ਮਾਤ, ਪਿਤਾ, ਹਮ ਬਾਰਿਕ ਤੇਰੇ॥

ਤੁਮਰੀ ਕ੍ਰਿਪਾ, ਮਹਿ ਸੂਖ ਘਨੇਰੇ॥

ਕੋਇ ਨ ਜਾਨੈ, ਤੁਮਰਾ ਅੰਤੁ॥ ਊਚੇ ਤੇ, ਊਚਾ ਭਗਵੰਤ॥

ਸਗਲ ਸਮਗ੍ਰੀ, ਤੁਮਰੈ ਸੂਤ੍ਰਿ ਧਾਰੀ॥ ਤੁਮ ਤੇ ਹੋਇ, ਸੁ ਆਗਿਆਕਾਰੀ॥

ਤੁਮਰੀ ਗਤਿ ਮਿਤਿ, ਤੁਮ ਹੀ ਜਾਨੀ॥

ਨਾਨਕ ਦਾਸ, ਸਦਾ ਕੁਰਬਾਨੀ॥੮॥੪॥

☬ ਦਹੋਰਾ ☬

ਸਗਲ ਦੁਆਰ ਕਉ ਛਾਡਿ ਕੈ ਗਹਿਓ ਤੁਹਾਰੋ ਦੁਆਰ॥

ਬਾਂਹਿ ਗਹੇ ਕੀ ਲਾਜ ਅਸ ਗੋਬਿੰਦ ਦਾਸ ਤੁਹਾਰ॥

ਨਾਨਕ ਨਾਮ ਚੜ੍ਹਦੀ ਕਲਾ । ਤੇਰੇ ਭਾਣੇ ਸਰਬੱਤ ਦਾ ਭਲਾ ।

ੴ ਬੋਲੇ ਸੋ ਨਿਹਾਲ, ਸਤਿ ਸ੍ਰੀ ਅਕਾਲ ।

ਵਾਹਿਗੁਰੂ ਜੀ ਕਾ ਖਾਲਸਾ, ਵਾਹਿਗੁਰੂ ਜੀ ਕੀ ਫਤਹਿ॥

☬ Guru Granth Sahib ☬

☬ Forgiveness is the foundation of the right path of Salvation ☬
which may lead to
☬ **M**ercy, **T**olerance, **P**atience, and **C**ontentment on **His Word** ☬

Ref: Japji Sahib -16

ਅਵਲਿ ਅਲਹ ਨੂਰੁ ਉਪਾਇਆ ਕੁਦਰਤਿ ਕੇ ਸਭ ਬੰਦੇ॥
ਏਕ ਨੂਰ ਤੇ ਸਭੁ ਜਗੁ ਉਪਜਿਆ ਕਉਨ ਭਲੇ ਕੋ ਮੰਦੇ ॥੧॥
aval alah noor upaa-i-aa kudrat kay sabh banday.
ayk noor tay sabh jag upji-aa ka-un bhalay ko manday. ||1||

☬ Soul is an expansion of indestructible The Holy Spirit. ☬

Ref: Mool Mantra and Kabeer Page 1349

☬ Whoever **l**ives by the **S**word will **d**ie by the **S**word. ☬

Ref: Guru Gobind Singh Ji, Juses

The Holy Bible: Elect Your Path Wisely

If a blind man leads a blind man, both will fall into a pit.
Steady and stable **Belief** is foundation of the right path of **E**nlightenment.
which may lead to
Faith – **G**oodness- **K**nowledge- **S**elf-control- **P**erseverance.
Perseverance – **G**odliness- **B**rotherly **k**indness- **L**ove. **To Christ**!

Ref: 2Peter 1-5/6/7/10.

☬ **Prayer to The One and Only One - God** ☬

ਸਗਲ ਦੁਆਰ ਕਉ ਛਾਂਡਿ ਕੈ, ਗਹਿਓ ਤੁਹਾਰੋ ਦੁਆਰ॥
ਬਾਂਹਿ ਗਹੇ ਕੀ ਲਾਜ ਅਸ ਗੋਬਿੰਦ ਦਾਸ ਤੁਹਾਰ॥

ਨਾਨਕ ਨਾਮ ਚੜ੍ਹਦੀ ਕਲਾ। ਤੇਰੇ ਭਾਣੇ ਸਰਬੱਤ ਦਾ ਭਲਾ।

ੴ ਬੋਲੇ ਸੋ ਨਿਹਾਲ, ਸਤਿ ਸ੍ਰੀ ਅਕਾਲ।
ਵਾਹਿਗੁਰੂ ਜੀ ਕਾ ਖਾਲਸਾ, ਵਾਹਿਗੁਰੂ ਜੀ ਕੀ ਫਤਹਿ॥

Ref: Sikh Religious Concept.